T0381347

Treasure of Sikhism

ਅਮੋਲਕ ਗੁਟਕਾ

Steek – English and Punjabi

ਬਾਣੀ ਵਿੱਚ ਕੇਵਲ ਅਕਾਲ ਪੁਰਖ ਦੀ ਮਹਿਮਾਂ ਕੀਤੀ ਗਈ ਹੈ ।
ਜਿਸ ਨੇ ਜਨਮ ਲਿਆ ਹੈ ਅਤੇ ਮਰ ਗਿਆ ਹੈ, ਉਸ ਦੀ ਮਹਿਮਾਂ ਨਹੀਂ ਕੀਤੀ ਗਈ॥

"ਜੇਸੀ ਮੈ ਆਵੈ ਖਸਮ ਕੀ ਬਾਣੀ, ਤੇਸਾ ਕਰੀ ਗਿਆਨ ਵੇ ਲਾਲੋ ।"

- ਗੁਰੂ ਗ੍ਰੰਥ ਸਾਹਿਬ ਜੀ ਨੂੰ 11th ਅਟੱਲ ਗੁਰੂ ਥਾਪਿਆ ਗਿਆ ।
- ਪ੍ਰਭ ਨੇ ਜੀਵਾਂ ਨੂੰ ਸੇਧ ਦੇਣ ਵਾਸਤੇ ਭਗਤਾਂ ਦੀ ਜੀਭ ਤੇ ਸ਼ਬਦ ਬਖਸ਼ੇ ।
- ਜਿਸ ਭਗਤ ਦੀ ਬਾਣੀ ਦਰਜ਼ ਹੋ ਗਈ, ਸਭ ਇੱਕ ਬਰਾਬਰ ਹੀ ਹਨ ।
- ਮਿਲਾਪ ਕੇਵਲ ਪ੍ਰਭ ਦੀ ਰਹਿਮਤ ਨਾਲ ਹੀ ਹੁੰਦਾ ਹੈ।

ਦਾਸ: ਭਾਗ ਸਿੰਘ

bhagbhullar@gmail.com
909-636-1233

authorHOUSE®

AuthorHouse™
1663 Liberty Drive
Bloomington, IN 47403
www.authorhouse.com
Phone: 833-262-8899

Published by AuthorHouse 06/25/2022

ISBN: 978-1-6655-6377-2 (sc)
ISBN: 978-1-6655-6376-5 (e)

About the book:

Guru Granth sahib, Sikh Holy Scripture has been compiled; the life experience of 25 Prophets from various religions and different time periods. The theme, Mool Mantra carries an enlightening message of The True Master to realize the purpose of human life opportunity. Human must regret, repents, and surrenders his self-identity at His Sanctuary.

Guru Granth Sahib highlights the significance of meditation, singing His Glory in renunciation in memory, obeying the teachings of His Word; adopt the essence of His Word. Aware of two dominating forces **Shiv** and **Shakti** to monitor the sincerity of His True devotee.

* Gurbani has 3748 Sabhad; each Gurbani Sabhad has only one unique message to adopt in day-to-day life to sanctify your soul to become Worthy of His Consideration.

* Gurbani has 581 Saloks that contains questions asked by ancient saint and enlightened with their comprehension of His Nature.

Each Shabhad carries 4 messages;
1. Highlight wrong path taken by human with intoxication of sweet poison of worldly wealth;
2. Preachers conveys that message and convince innocents with worldly logic as the right path.
3. Singing His Glory in renunciation in the memory of separation from His Holy Spirit; however, ignorant sings the glory of His Slave, ancient saint.
4. Most significant message is hidden that must be adopted to be bestowed with His Blessed Vision, the right path of acceptance in His Court.

Guru Arjan Dev Ji, 5th guru had compiled the life experience of 25 Prophets from various religions and different time periods. The steek of spiritual message of Guru Granth Sahib Ji!
Guru Granth Sahib has been compiled in in 31 Raags - Chapters.
Each raag compiles the teachings, Nanak Dev Ji; Angad Dev Ji; Amar Das Ji; Ram Das Ji: Arjan Dev Ji; Ancient saints Kabeer Ji, Jay Dev, Nama Dev; Ravi Das Ji and followed sequence with His Imagination.
5 Sikhs Gurus have spread the same message-initiated by Nanak Ji.

The purpose of steek of Guru Granth Sahib in Punjabi and English combined in one book is to guide new generation who may not be able to read Punjabi; may be enlightened with path, blessed souls adopted to be sanctified and to be on the right path of salvation, acceptance in His Court.

Structure / Layout of the book:

Each dialogue is structured for easy understanding for non-Punjabi readers: as follow.

- Poetry dialogue written in Punjabi is a copy from The Guru Granth Sahib with ref. of page number and name of saint/prophet.

- Then it is written in English for reader to recite the Punjabi poetry.

- Then the spiritual meanings based on the central theme of the Holy Scripture is written in Punjabi.

- Then the English translation of the spiritual meanings written in Punjabi for non-Punjabi readers.

Author's Name: Bhag Singh

Audience Level: Adult

Genre/ Category: Religious, Holy Spirit, His Throne

Keyword: The Word, Blessed Soul, Devotee, Ego

About the Author:

Bhag Singh is engineer who studied in India and in The Unites States of America. He has 40 years professional experience in field of Engineering. He belongs to a long list of Sikh devotees dating back to Lakhi Nakaya who honored 9th Sikh guru, Guru Tegh Bahadur ji by cremating his corpse by setting his own house on fire.

His journey started with his grandfather Tara Singh Bhullar who was very close to him. He was well known for his struggle for independence of India. He was the president of the congress party of district Lahore. He was a keen devotee of Sikh Teachings. He was my guide to inspire me to accompany him in visit to Sikh shrines like Golden Temple and others.

However, he took a different route in 1994 after the death of his wife **Rajwant Kaur Bhullar-Chattha**. He was disappointed from religious practice in USA. He studied and analyzed various religious Holy Scriptures like The Torah, The New Bible, Buddha, and Hindu Holy Scripture for 3 years. All scriptures were pointing to similar thoughts his great grandfather Arjan Singh instilled in him.

In 1997, he started reading and analyzing The Guru Granth Sahib to create spiritual meanings in Punjabi and English translation to share with new generation. By His grace! The spiritual meanings of The Sikh Holy Scripture were completed in 2017 in punjabi. Reading these spiritual meanings, he compiled Shabad, key dialogues that brought new light and a guide to overcome worldly rituals, suspicions created by worldly religions, religious greed. He had published following books:

- The Sikh Holy Scripture Teachings for Mankind.
- Guru Granth Sahib – Steek - Total 8 Volumes.
- Treasure of Sikhism – Ambrosial Gutka – ਅੰਮ੍ਰਿਤ ਗੁਟਕਾ

Purpose of Human life – Mankind!

ਚਾਰਿ ਪਦਾਰਥ ਲੈ ਜਗਿ ਜਨਮਿਆ, ਸਿਵ ਸਕਤੀ ਘਰਿ ਵਾਸੁ ਧਰੇ॥
ਲਾਗੀ ਭੂਖ ਮਾਇਆ ਮਗੁ ਜੋਹੈ, ਮੁਕਤਿ ਪਦਾਰਥੁ ਮੋਹਿ ਖਰੇ॥੩॥– P 1014
ਸਤਿਗੁਰ ਕੈ ਵਸਿ ਚਾਰਿ ਪਦਾਰਥ॥ ਤੀਨਿ ਸਮਾਏ ਏਕ ਕ੍ਰਿਤਾਰਥ॥੫॥– P 1345

ਧਰਮ, ਅਰਥ, ਕਾਮ, ਮੋਖ!
ਜੀਵ ਚਾਰ ਪਦਾਰਥ ਪਾਉਣ ਲਈ ਸੰਸਾਰ ਵਿਚ ਆਉਂਦਾ ਹੈ ।
ਸਬਦ ਦੀ ਸੋਝੀ; ਸੁਰਿਤ –ਧਿਆਨ; ਸਬਦ ਦੀ ਸੋਝੀ; ਵਿਰਾਗ, ਮੁਕਤੀ ।

ਸੰਸਾਰ ਵਿਚ ਆ ਕੇ ਮਇਆ ਦੇ ਜਾਲ ਵਿਚ ਫਸ ਜਾਂਦਾ ਹੈ । ਮਇਆ ਦੀ ਭੁੱਖ ਨਾਲ ਸੰਸਾਰਕ ਧਨ ਨਾਲ ਮੋਹ ਵਧ ਜਾਂਦਾ ਹੈ । ਸੰਸਾਰਕ ਮੋਹ, ਹੈਸੀਅਤ, ਮੁਕਤੀ ਦੀ ਥਾਂ ਲੈ ਲੈਂਦੀ ਹੈ । ਜਦੋਂ ਜੀਵ ਤਿੰਨਾਂ ਤੇ ਕਾਬੂ ਪੱਕਾ ਕਰ ਲੈਂਦਾ ਹੈ ਤਾਂ ਹੀ ਪ੍ਰਭ ਮੁਕਤੀ ਬਖਸ਼ਦਾ ਹੈ ।

ਕਵਣੁ ਸੁ ਅਖਰੁ ਕਵਣੁ ਗੁਣੁ ਕਵਣੁ ਸੁ ਮਣੀਆ ਮੰਤੁ॥
ਕਵਣੁ ਸੁ ਵੇਸੋ ਹਉ ਕਰੀ ਜਿਤੁ ਵਸਿ ਆਵੈ ਕੰਤੁ॥੧੨੬॥– P 1384
ਨਿਵਣੁ ਸੁ ਅਖਰੁ ਖਵਣੁ ਗੁਣੁ ਜਿਹਬਾ ਮਣੀਆ ਮੰਤੁ॥
ਏ ਤ੍ਰੈ ਭੈਣੇ ਵੇਸ ਕਰਿ ਤਾ ਵਸਿ ਆਵੀ ਕੰਤੁ॥੧੨੭॥ – P 1384

ਨਿਮਨ ਸੋ ਅੱਖਰ– ਕਿਸ ਨੂੰ ਕੋੜਾ ਨਹੀਂ ਬੋਲਨਾ, ਕਰੋਧ ਤਿਆਗੋ ।
ਖਵਨ ਗੁਣ– ਕੋਈ ਵਧ ਘੱਟ ਬੋਲੇ, ਨਿਮਰਤਾ ਨਾਲ ਸਹਿਣ ਕਰੋ ।
ਜੀਭਾ ਮੰਨੀਆ ਮੰਤ – ਮਿੱਠਾ ਬੋਲਕੇ, ਨਿਮਰਤਾ ਨਾਲ ਸਤਿਕਾਰ ਕਰੋ ।

ਜਿਹੜਾ ਇਹ ਤਿੰਨੇਂ ਗੁਣ ਹਾਸਿਲ ਕਰ ਲੈਂਦਾ ਹੈ! ਪ੍ਰਭ ਦੀ ਰਹਿਮਤ ਨਾਲ ਚੌਥਾਂ ਪਦਾਰਥ ਬਖਸ਼ਿਸ਼ ਹੋ ਸਕਦਾ ਹੈ ।

ਤਿੰਨ ਪਦਾਰਥ ਹਾਸਿਲ – ਸ਼ਬਦ ਦੀ ਸੋਝੀ, ਸ਼ਬਦ ਵਿੱਚ ਧਿਆਨ, ਸ਼ਬਦ ਦੀ ਪਾਲਣਾ!

Three Virtues: Concentrateon His Word; enlightenment; renunciation.

ਉਹ ਸੰਸਾਰਕ ਮਾਇਆ ਦੇ ਤਿੰਨੇਂ ਰੂਪ (ਰਾਜਸ, ਤਾਪਸ, ਸਾਤਸ) ਤਿਆਗ ਦੇਂਦਾ ਹੈ।
ਉਹ ਸੰਸਾਰਕ ਮਾਇਆ ਦੇ ਤਿੰਨੇਂ ਰੂਪ (ਅਰਥ, ਧਰਮ, ਕਾਮ) ਤਿਆਗ ਦੇਂਦਾ ਹੈ ।

Raajas–Taamas–Satvas:: Mind;Concentration;Awareness,sanctification.

To become worthy of His Consideration! Salvation! 4th Virtue

Whosoever may adopts His Word with steady and stable belief that the universe is an expansion of The Holy Spirit; with His mercy and grace, he may be enlightened from within, he may be blessed with salvation.

☬ Four Virtues ☬

ਸ਼ਬਦ ਦੀ ਲਗਨ,	Devotion to His Word
ਸ਼ਬਦ ਦੀ ਸੋਝੀ	enlightenment;
ਸੁਚੇਤਨਾ-ਵਿਰਾਗ	Renunciation
ਮੁਕਤੀ	Salvation.

Worldly Wealth (Arath, Dharam, Kaam) and Mokh!

ਅਰਥ; **Arath:**	Adopt His Word in life.
ਧਰਮ; **Dharam:**	Discipline! character! Ethics! selfishness!
ਕਾਮ; **Kaam:**	Conquer sexual desire for strange partner
ਮੋਖ; **Mokh:**	Salvation from birth and death cycle.

Worldly Wealth (Raajas, Taamas, Satvas)and Salvation!

ਰਜ ਗੁਣ; **Raajas:**	Mind concentration! The quality of energy and activity!
ਤਮ ਗੁਣ; **Taamas:**	Mind Awareness! The quality of Darkness and inertia!
ਸਤ ਗੁਣ; **Satvas:**	Purity, of mind! The quality of purity and light!
ਮੁਕਤ ; **Salvation;**	Beyond cycle of birth and death! Immerse within His Holy Spirit

5 Principles of meditation- True Simran

ਪਹਿਲੇ: ਸ਼ਬਦ ਦੀ ਉਸਤਤ, ਪਾਲਣਾ ਕਰਨਾ !	First: sing the glory and obey the teachings of His Word.
ਦੂਜਾ: ਪ੍ਰਭ ਦੇ ਬਖਸ਼ੇ ਤੇ ਸੰਤੋਖ, ਧੀਰਜ ਰਖਣਾ !	Second: Remain contented and patience with His Blessings.
ਤੀਜਾ: ਮਨ ਵਿੱਚ ਨਿਮ੍ਰਤਾ, ਹਲੀਮੀ ਨਾਲ ਜੀਵਨ ਬਤੀਤ ਕਰਨਾ !	Third: Adopt humility, tolerance of other different opinions.
ਚੌਥਾ: ਨਿਮਾਣੇ ਦੀ ਮਦਦ, ਪੁੰਨ ਕਰਨਾ ।	Fourth: Help less fortunate, charity
ਪੰਜਵਾ: ਮਨ ਦੀਆਂ ਇੱਛਾਂ ਨੂੰ ਕਾਬੂ ਰਖਣਾ।	Fifth: conquer your worldly desires, expectation.

Worldly Ocean- Environment

Shiva : Devine Enlightenment:
Eternal principle- Godhead, His Word; road map to His Court. Nectar of the essence of His Word. (14th Jewel)
Shakti: Worldly Wealth:
Temporal principle- Divine Mother- wealth- material world.

Shakti: Worldly Wealth:
Arath, Dharam, Kaam: Raajas, Taamas, Satvas

Five Devils of Shakti: Worldly Wealth:
ਕਾਮ: Sexual urge for strange partner.
ਕਰੋਧ: Anger of worldly disappointment.
ਲੋਭ: Greed to capture others earnings.
ਮੋਹ: Worldly attachments; Bonds.
ਅਹੰਕਾਰ: Ego of worldly status.

14 ਰਤਨ– Jewel – from ocean of The Universe.		
1.	ਹਲਾਹਲ (ਵਿਸ਼, ਜ਼ਹਿਰ)	ਸਿਵ ਜੀ (ਨੀਲਕੰਠ)
2.	ਚੰਦਰਮਾ	ਸਿਵ ਜੀ
3.	ਸਫੇਦ ਘੋੜਾ	ਬਲ ਰਾਖਜਾ ਦਾ ਰਾਜਾ
4.	ਕੌਤਸ਼ੁਭ ਮਣੀ	ਵਿਸਨੁ ਜੀ
5.	ਲਖਸ਼ਮੀ ਦੇਵੀ	ਵਿਸ਼ਨੂੰ ਜੀ
6.	ਸੰਖ	ਵਿਸਨੁ ਜੀ
7.	ਕਾਮਧੇਨ ਗਊ	ਰਿਸ਼ੀਆਂ ਨੂੰ ਦੇ ਦਿਤੀਆਂ
8.	ਧੰਨਤਰੀ ਵੈਦ	ਰਿਸ਼ੀਆਂ ਨੂੰ ਆਸਰਵੇਦ ਦਾ ਗਿਆਨ
9	ਐਰਵਤ ਹਾਥੀ	ਇੰਦਰ
10.	ਕਲਪ ਬ੍ਰਿਛ	ਇੰਦਰ
11.	ਰੰਭਾ ਅਪੰਸਰਾ	ਇੰਦਰ
12.	ਪਰਿਜਾਤ ਬ੍ਰਿਛ	
13.	ਵਾਰੁਣੀ (ਮਦਿਰਾ, ਸਰਾਬ)	ਕਾਦੰਬ ਦੇ ਫੁੱਲਾਂ ਤੋਂ ਤਿਆਰ – ਅਸੁਰਾਂ ਨੂੰ ਦੇ ਦਿੱਤੀ
14	ਅੰਮ੍ਰਿਤ	ਪ੍ਰਭ ਦੇ ਦਾਸਾਂ – Nectar - Shiva

Fundamentals of Spiritual Teachings! Gurbani - Vedas	Sikh	Hindu
1. Beliefs about sacred matters–God, soul, and cosmos–are essential to one's approach to life. 2. Beliefs determine - thoughts and attitudes about life, which in turn direct our actions. 3. By our actions, we create our destiny.		
1. The One and Only One, all-pervasive Supreme Being who is both immanent and transcendent, both Creator and Unmanifest Reality.	Yes	Yes
2 In the divinity of the four Vedas, the world's most ancient scripture, and venerate the Agamas as equally revealed. These primordial hymns are God's word and the bedrock of Sanatana Dharma, the eternal religion.	Yes	Yes
3 The universe undergoes endless cycles of creation, preservation, and dissolution.	Yes	Yes
4 Karma, the law of cause and effect by which everyone, creates his own destiny by his thoughts, words, and deeds.	Yes	Yes
5 The soul reincarnates, evolving through many births until all karmas have been resolved, and moksha, liberation from the cycle of rebirth, is attained. Not a single soul will be deprived of this destiny.	Yes	Yes
6 Divine beings exist in unseen worlds and that worship, and devotional meditation create a communion with His Holy Spirit-God.	Yes	Yes
7 Enlightened Devotee, slave master, or sat-guru, may guide on the right path to realize, The Transcendent Absolute; personal discipline, good conduct, purification, pilgrimage, self-inquiry, meditation and surrender at His Sanctuary.	Yes	Yes
8 All life is sacred, to be loved and revered, and therefore practice ahimsa, noninjury, in thought, word and deed.	Yes	Yes
9 No religion teaches the only way to salvation above all others, but that all genuine paths are facets of Enlightenment, God's Light, deserving tolerance and understanding.	Yes	Yes

Treasure of Sikhism

☬ ਅਮੋਲਕ ਗੁਟਕਾ ☬

☬ Ambrosial Gutka ☬

☬ Steek – English and Punjabi ☬

ਬਾਣੀ ਵਿੱਚ ਕੇਵਲ ਅਕਾਲ ਪੁਰਖ ਦੀ ਮਹਿਮਾਂ ਕੀਤੀ ਗਈ ਹੈ ।
ਜਿਸ ਨੇ ਜਨਮ ਲਿਆ ਹੈ ਅਤੇ ਮਰ ਗਿਆ ਹੈ, ਉਸ ਦੀ ਮਹਿਮਾਂ ਨਹੀਂ ਕੀਤੀ ਗਈ॥

"ਜੇਸੀ ਮੈਂ ਆਵੈ ਖਸਮ ਕੀ ਬਾਣੀ, ਤੇਸਾ ਕਰੀ ਗਿਆਨ ਵੇ ਲਾਲੋ । "

- ਗੁਰੂ ਗ੍ਰੰਥ ਸਾਹਿਬ ਜੀ ਨੂੰ 11th ਅਟਲ ਗੁਰੂ ਥਾਪਿਆ ਗਿਆ ।
- ਪ੍ਰਭ ਨੇ ਜੀਵਾਂ ਨੂੰ ਸੇਧ ਦੇਣ ਵਾਸਤੇ ਭਗਤਾਂ ਦੀ ਜੀਭ ਤੇ ਸ਼ਬਦ ਬਖਸ਼ੇ ।
- ਜਿਸ ਭਗਤ ਦੀ ਬਾਣੀ ਦਰਜ ਹੋ ਗਈ, ਉਹ ਸਭ ਇਕ ਬਰਾਬਰ ਹੀ ਹਨ ।
- ਮਿਲਾਪ ਕੇਵਲ ਪ੍ਰਭ ਦੀ ਰਹਿਮਤ ਨਾਲ ਹੀ ਹੁੰਦਾ ਹੈ, ਵਿਚੋਲੇ ਦੀ ਲੋੜ ਨਹੀਂ ਹੁੰਦੀ ।

ਦਾਸ: ਭਾਗ ਸਿੰਘ
bhagbhullar@gmail.com
909-636-1233

ਅਮੋਲਕ ਗੁਟਕਾ

Treasure of Sikhism

Index

☬ ਗੁਰਬਾਣੀ ਦਾ ਤੱਤ – Conclusion ☬

The Theme of Guru Granth Sahib Ji!
ਗੁਰੂ ਗ੍ਰੰਥ ਸਾਹਿਬ ਜੀ ਦਾ ਮੰਤਵ!

ਗੁਰੂ ਅਰਜਨ ਦੇਵ ਜੀ ਨੇ ਪਰਾਤਨ ਸਮੇਂ ਦੇ 25 ਭਗਤਾਂ ਦੇ ਜੀਵਨ ਦੀ ਸਿਖਿਆਂ ਨੂੰ ਘੋਖਕੇ ਮਾਨਸ ਨੂੰ ਗ੍ਰੰਥ ਦੇ ਰੂਪ ਵਿੱਚ ਭੇਟਾ ਕੀਤਾ । ਗੁਰੂ ਗ੍ਰੰਥ ਸਾਹਿਬ ਵਿੱਚ, ਜਿਹੜੇ ਬੰਦਗੀ ਦੇ ਰਸਤੇ ਭਗਤਾ ਨੇ ਆਪਣੀ ਆਤਮਾ ਨੂੰ ਪਵਿੱਤਰ ਕਰਕੇ, ਪ੍ਰਭ ਦੇ ਰਹਿਮਤ ਯੋਗ ਤਿਆਰ ਕੀਤਾ । ਗੁਰਬਾਣੀ ਵਿੱਚ ਕੇਵਲ ਜੀਵਾਂ ਦੀ ਆਤਮਾ ਨੂੰ ਪਵਿੱਤਰ ਕਰਕੇ, ਪ੍ਰਭ ਦੇ ਪਰਖਣ ਯੋਗ ਬਣਾਉਨ ਦੀ ਵਿਧੀ ਦੱਸੀ ਹੈ । ਗੁਰਬਾਣੀ ਵਿੱਚ ਸ੍ਰਿਸ਼ਟੀ ਦੀ ਬਣਤਰ; ਪ੍ਰਭ ਨੇ ਬਨਾਸਪਤੀ, ਪੌਂਦੇ, ਜੀਵਾ ਦੇ ਭੋਜਨ ਲਈ, ਹਵ, ਅੱਗ ਅਤੇ ਪਾਣੀ, ਬਨਾਸਪਤੀ ਨੂੰ ਵਧਾਉਣ ਅਤੇ ਜੀਵਾਂ ਦੇ ਭੋਜਨ ਲਈ ਪੈਂਦਾ ਕੀਤੀ । ਸਭ ਕੁਝ ਪ੍ਰਭ ਦੀ ਦ੍ਰਿਸ਼ਟ ਅਨੁਸਾਰ ਹੀ ਹੋਇਆ ਹੈ । ਗੁਰਬਾਣੀ ਵਿੱਚ ਕਿਸੇ ਧਰਮ, ਰੀਤ ਰੀਵਾਜ, ਬੰਦਗੀ ਦੇ ਤਰੀਕੇ, ਸੰਤ ਦੀ ਨਿੰਦਿਆਂ ਨਹੀਂ ਕੀਤੀ ਗਈ ਹੈ । ਮਨ ਦੀ ਸ਼ਰਧਾ ਨੂੰ ਹੀ ਪ੍ਰਭ ਦੇ ਦਰ ਦਾ ਅਸਲੀ ਰਸਤਾ ਦੱਸਿਆ ਹੈ । ਸਾਰੇ ਗ੍ਰੰਥਾਂ ਨੂੰ ਹੀ ਬੰਦਗੀ ਦਾ ਠੀਕ ਰਸਤਾ ਹੀ ਦੱਸਿਆ ਗਿਆ ਹੈ ।

Guru Arjan Dev Ji, 5th Sikh guru was motivated by some higher power to imagine the life experience teachings of 25 Ancient saints. He imagined the existence of Holy Spirit, the process of soul sanctification from the life experience teachings of ancient saints. The Holy Scripture of Guru Granth Sahib, later became the living Guru for the Sikh Nation. The teachings of Guru Granth Sahib enlighten the path of soul sanctification adopted by ancient saints to become worthy of His Consideration. How has The True Master provided the source of nourishment before creation of life? He has created Nature (Air, Water and Fire) before creating life in the universe, vegetation, plants as food, nourishment for next phase of life with soul (His Creation with soul). Every event in the universe remains under His Command, The One and Only One, Omnipresent, Omniscient, Omnipotent, Axiom True Master. Gurbani does not glorify any human, ancient or current, Holy saint, worldly guru nor criticize any religious practices, ritual and claims as their belief. However, religious ritual or practice may not have any significance for the real purpose of human life opportunity. The process of soul sanctification, remains adopting the message of subconscious mind, as the guiding principle of human life journey. All ancient saints considered Vedas as the foundation of spiritual guidance.

ਲੋਗੁ ਜਾਨੈ ਇਹੁ ਗੀਤੁ ਹੈ,	log jaanai ih geet hai
ਇਹੁ ਤਉ ਬ੍ਰਹਮ ਬੀਚਾਰ॥	ih ta-o barahm beechaar.
ਜਿਉ ਕਾਸੀ ਉਪਦੇਸੁ ਹੋਇ,	Ji-o kaasee updays ho-ay
ਮਾਨਸ ਮਰਤੀ ਬਾਰ॥੩॥ P335	maanas martee baar. ‖3‖

ਅਣਜਾਣ ਜੀਵ, ਸ਼ਬਦ ਦੇ ਸਿਮਰਨ, ਕੀਰਤਨ ਨੂੰ ਇਕ ਗੀਤ ਸਮਝਕੇ ਗਾਉਂਦੇ ਹਨ । ਪਰ ਇਹ ਤਾ ਜੀਵ ਦੀ ਆਤਮਾ ਦੀ ਪ੍ਰਭ ਦੇ ਦਸਵੇਂ ਘਰ ਅਰਦਾਸ ਹੈ । ਉਹ ਇਹ ਇਸਤਰ੍ਹਾਂ ਸਮਝਦੇ ਹਨ, ਜਿਵੇਂ ਕਿਸੇ ਮਰਦੇ ਹੋਏ ਨੂੰ ਪਵਿੱਤਰ ਤੀਰਥ ਤੇ ਅੰਤਮ ਸਿਖਿਆ ਦਿੱਤੀ ਜਾਂਦੀ ਹੈ ।

The ignorant humans, religious priest considers meditation on the teachings of His Word is a song. However, Gurbani is the prayer of his soul in front of the 10th house of the body and mind. There religious practice may be like the corpse of an any creature may be blessed with holy water and a final advice and the final prayer of his soul in front of The True Master.

☬ Fundamentals of Essences of Guru Granth: ☬

ਭਗਤਾ ਦੇ ਮਹੱਤਵ ਪੂਰਕ ਕਥਨ!

1. **ਗੁਰੂ ਨਾਨਕ ਦੇਵ ਜੀ:** ਕੇਵਲ ਪ੍ਰਭ ਹੀ ਆਪਣਾ ਸ਼ਬਦ, ਪ੍ਰਵਾਨਗੀ ਦਾ ਰਸਤਾ ਬਖਸ਼ਿਸ਼ ਸਕਦਾ ਹੈ! ਪ੍ਰਭ ਬੁਹਤ ਤਰਸਵਾਨ, ਦਿਆਲੂ ਹੈ। ਜਿਹੜਾ ਵੀ ਪ੍ਰਭ ਦੇ ਸ਼ਬਦ ਨੂੰ ਅਟਲ ਮਨਦਾ, ਪ੍ਰਭ ਦੇ ਵਿਛੋੜੇ ਦੇ ਵਿਰਾਗ ਵਿੱਚ, ਲੀਨ ਰਹਿੰਦਾ, ਸ਼ਬਦ ਦੀ ਸਿਖਿਆ ਨਾਲ ਜੀਵਨ ਢਾਲਦਾ ਹੈ। ਉਸ ਦੇ ਮਨ ਵਿੱਚ ਸਦਾ ਚਲਣ ਵਾਲੀ ਧੁਨ ਸੁਣਾਈ ਦੇਣ ਲਗ ਪੈਂਦੀ ਹੈ। ਰਹਿਮਤਾ ਦਾ ਮਾਲਕ, ਪ੍ਰਭ ਆਪਣੇ ਦਾਸ ਤੇ ਰਹਿਮਤ ਬਖਸ਼ਦਾ ਹੈ।

   Guru Nanak Dev Ji Claims: The process of enlightenment and immortal state of mind may only be blessed with His Own mercy and grace; however, The Merciful True Master remains very gracious on His true devotee;

- Whosoever may remain in renunciation in the memory of his separation from His Holy Spirit; with His mercy and grace, he may hear the everlasting echo of His Word resonating within his heart?

2. **ਗੁਰੂ ਅੰਗਦ ਦੇਵ ਜੀ:** ਸੰਸਾਰਕ ਜੀਵ ਨੂੰ ਸਤਿਕਾਰ ਨਾਲ ਬੰਦਗੀ ਕਰਨ ਵਾਲੇ ਗੁਰੂ, ਸੰਤ, ਭਗਤ ਕਹਿਣ ਨਾਲ, ਉਸ ਨੂੰ ਦਾਸ ਅਵਸਥਾ ਬਖਸ਼ਿਸ਼ ਨਹੀਂ ਹੋ ਜਾਂਦੀ। ਉਸ ਦੇ ਜੀਵਨ ਦਾ ਰਸਤਾ, ਪ੍ਰਭ ਦੇ ਦਰਬਾਰ ਵਿੱਚ ਪ੍ਰਵਾਨਗੀ ਵਾਲਾ ਰਸਤਾ ਨਹੀਂ ਬਣ ਜਾਂਦਾ। ਉਸ ਨੂੰ ਆਪਣੇ ਸੰਸਾਰਕ ਕੰਮਾਂ ਦਾ ਲੇਖਾ ਦੇਣਾ ਪੈਂਦਾ ਹੈ। ਜੀਸਸ ਨੂੰ ਵੀ ਆਪਾ ਭੇਟਾ ਕਰਨ ਨਾਲ ਹੀ ਦਾਸ ਅਵਸਥਾ ਬਖਸ਼ਿਸ਼ ਹੋਈ ਸੀ।

   Guru Angad Ji claims! Worldly recognition as Guru, prophet, saint may never be a sign of acceptance in His Court; everyone must face, The Righteous Judge; Even Jesus was accepted in His Court at cross after surrendering his identity; became Crist!

3. **ਗੁਰੂ ਅਮਰ ਦਾਸ, ਕਬੀਰ ਜੀ:** ਸੰਸਾਰਕ ਧਰਮ ਦੇ ਗ੍ਰੰਥ ਅੱਖਰਾਂ ਦੇ ਜੋੜ ਨਾਲ ਹੀ ਲਿਖੇ ਗਏ ਹਨ, ਲੇਖਕ ਦੇ ਮਨ ਦੀ ਅਵਸਥਾ ਨਾਲ ਹੀ ਮਾਨਸ ਨੂੰ ਸਿਖਿਆ ਦੇਣ ਲਈ ਲਿਖੇ ਗਏ ਹਨ। ਜਿਹੜਾ ਮਨ ਲਾ ਕੇ ਪੜ੍ਹਦਾ ਹੈ, ਉਸ ਨੂੰ ਗੁਰਬਾਣੀ ਦੀ ਸਮਝ ਆ ਜਾਂਦੀ ਹੈ। ਧਰਮ ਦੇ ਅਗਿਆਨੀ ਕਹਿੰਦੇ ਹਨ ਬਾਣੀ ਦੀ ਪੂਰਨ ਸਮਝ ਨਹੀਂ ਆ ਸਕਦੀ। ਉਸ ਨੂੰ ਗੁਰਬਾਣੀ ਦੇ ਸ਼ਬਦ ਵਿੱਚ ਅਤੇ ਪ੍ਰਭ ਦੇ ਸ਼ਬਦ, ਨਾਮ ਵਿੱਚ ਅੰਤਰ ਦੀ ਸੋਝੀ ਨਹੀਂ ਹੁੰਦੀ।

   Guru Amar Das claims! Anyone whosoever may wholeheartedly read any Holy Scripture; he may understand the teachings in Holy Scripture.

- Kabeer, all Holy Scriptures have been created by human by combing few letters of a language. Ignorant religious preachers claim; no one may fully comprehend teachings of Gurbani. He may be ignorant from distinction of Shabad of Gurbani vs His Word- Shabad.

4. **ਰਵੀਦਾਸ ਜੀ, ਬਿਆਸ ਜੀ:** page 1106: ਕਿਸੇ ਵੀ ਗ੍ਰੰਥ ਵਿੱਚ ਪ੍ਰਭ ਦਾ ਸ਼ਬਦ ਲਿਖਿਆ ਨਹੀਂ ਜਾ ਸਕਦਾ। ਗੁਰਬਾਣੀ ਦਾ ਸ਼ਬਦ, ਪ੍ਰਭ ਦਾ ਸ਼ਬਦ ਨਹੀਂ ਹੈ, ਪ੍ਰਭ ਦੀ ਰਹਿਮਤ ਨਾਲ ਗੁਰਬਾਣੀ ਦਾ ਸ਼ਬਦ ਵੀ ਸਦਾ ਅਟਲ, ਰਹਿਣ ਵਾਲਾ ਸ਼ਬਦ ਬਣ ਸਕਦਾ ਹੈ। ਪ੍ਰਭ ਦਾ ਸ਼ਬਦ ਕੇਵਲ, ਪ੍ਰਭ ਆਪ ਹੀ ਜੀਵ ਦੀ ਆਤਮਾ ਤੇ ਜਨਮ ਲੈਣ ਤੋਂ ਪਹਿਲੇ ਹੀ ਉਕਾਰਦਾ ਹੈ। ਇਹ ਉਸ ਦੀ ਆਤਮਾ ਦੀ ਪਵਿੱਤਰ ਕਰਨ ਦੀ ਵਿਧੀ ਹੁੰਦੀ ਹੈ। ਹਰਇਕ ਜੀਵ ਲਈ ਵਖਰਾ ਰਸਤਾ, ਸ਼ਬਦ ਹੁੰਦਾ ਹੈ, ਉਸ ਦੇ ਪਿਛਲੇ ਜਨਮ ਦੇ ਕੰਮਾ ਦਾ ਫਲ ਬਖਸ਼ਿਸ਼ ਹੁੰਦਾ ਹੈ। ਪ੍ਰਭ

ਦਾ ਸ਼ਬਦ ਤਨ ਦੇ ਨਾਸ਼ ਹੋਣ ਨਾਲ ਖਤਮ ਨਹੀਂ ਹੁੰਦਾ । ਜਿਸ ਦੀ ਆਤਮਾ ਦੀ ਹੋਂਦ ਖਤਮ ਹੋ
ਜਾਂਦੀ ਹੈ, ਉਸ ਦਾ ਸਫਰ ਪੂਰਾ ਹੋ ਜਾਂਦਾ, ਸ਼ਬਦ, ਲੇਖਾ ਖਤਮ ਹੋ ਜਾਂਦਾ ਹੈ ।

Ravidas ji quote - Bhagat- Vyass (Bieas Ji) claims page 1106!

- His Word may never be written with ink or pen a paper and in any
  worldly Holy Scripture.
- Anything written with ink may faint away over a period.

5. ਗੁਰੂ ਤੇਗ ਬਹਾਦਰ ਜੀ: ਪ੍ਰਭ ਦੇ ਦਾਸ ਦੀ ਕੇਵਲ ਆਤਮਾ ਨੂੰ ਪ੍ਰਭ ਦੇ ਪਰਖਣ ਯੋਗ ਬਣ ਦੀ ਹੀ
   ਇਛਾਂ ਹੁੰਦੀ ਹੈ । ਤਨ ਦੇ ਸੰਸਾਰਕ ਦੁਖ, ਸੁਖ ਨੂੰ ਪ੍ਰਭ ਦੀ ਬਖਸ਼ਿਸ਼ ਸਮਝਕੇ ਨਿਰਾਰਾ ਰਹਿੰਦਾ,
   ਪ੍ਰਭ ਦੀ ਬਖਸ਼ਿਸ਼ ਨੂੰ ਸਹਿਣ ਦੀ ਅਰਦਾਸ ਕਰਦਾ ਹੈ ।

   His true devotee, may have only one desire to become worthy of His
   Consideration. He remains in state of bliss in all worldly environments.
   He considers all worldly miseries and pleasures as His Worthy bless-
   ings! He may only pray for His Forgiveness to endure His Blessings
   and sings His gratitude for human life opportunity.

☬ Essence of Guru Granth Sahib Ji: ☬

1. ਪ੍ਰਭ ਸ੍ਰਿਸ਼ਟੀ ਵਿੱਚ ਸੰਤ ਅਵਸਥਾ ਵਾਲੀ ਆਤਮਾ, ਸਮੇਂ, ਸਮੇਂ ਮਾਨਸ ਨੂੰ ਜੀਵਨ ਵਿੱਚ ਸੇਧ
   ਦੇਣ, ਮਾਨਸ ਜੀਵਨ ਦਾ ਮੰਤਵ ਯਾਦ ਕਰਵਾਉਣ ਲਈ ਭੇਜਦਾ ਰਹਿੰਦਾ ਹੈ ।

- ਕੋਈ ਸੰਤ ਸ੍ਰਿਸ਼ਟੀ ਵਿੱਚ ਨਵਾਂ ਧਰਮ ਚਲਾਉਣ ਲਈ ਨਹੀਂ ਭੇਜਿਆ ਜਾਂਦਾ । ਮੁਨੱਖਤਾ ਹੀ
  ਮਾਨਸ ਦਾ ਇਕੋ ਇਕ ਧਰਮ ਹੈ ।

- ਜਿਹੜਾ ਸੰਤ, ਸੰਸਾਰਕ ਮਾਇਆ ਦਾ ਗੁਲਾਮ ਬਣ ਜਾਂਦਾ ਹੈ, ਉਹ ਨਵਾਂ ਧਰਮ ਚਲਾਉਂਦਾ ਹੈ ।

- ਉਹ ਆਪਣਾ ਪ੍ਰਵਾਨਗੀ ਦਾ ਰਸਤਾ ਗਵਾ ਲੈਂਦਾ, ਲਾਹਨੂਤਾਂ ਹੀ ਪੈਂਦੀਆ ਹਨ । ਆਪਣੇ ਕੀਤੇ
  ਦਾ ਲੇਖਾ ਦੇਣਾ ਪੈਂਦਾ ਹੈ ।

God sends blessed, enlightened souls to enlighten His Creation from time to
time; to remined the real purpose of human life opportunity.

- No blessed soul, prophet may ever be sent to initiate any new religion;
  Mankind may be the only religion established by The True Master.
- Shakti may intoxicate, overpower some blessed soul with sweet poison,
  fantasy, and gimmicks of worldly wealth; he may initiate a unique new
  different religion.
- He may be rebuked and banned from entering His Royal Palace; he has
  lost the right path of acceptance in His Court. He must endure the
  judgement of The Righteous Judge; he may remain in the cycle of birth
  and death.

2. ਜਿਹੜਾ ਸੰਤ ਅਵਸਥਾ ਵਾਲਾ, ਆਪਣੀ ਆਤਮਾ ਤੇ ਉੱਕਰੇ ਸ਼ਬਦ, ਹੁਕਮ ਤੇ ਚਲਦਾ ਹੈ, ਉਹ
   ਪ੍ਰਭ ਦਾ ਰੂਪ ਹੀ ਬਣ ਜਾਂਦਾ ਹੈ ।

- ਸੰਤ ਅਵਸਥਾ ਵਾਲੇ ਮਾਨਸ, ਨੂੰ ਵੀ ਪ੍ਰਭ ਦੀ ਅਵਸਥਾ ਦੀ ਪੂਰਨ ਸੋਝੀ ਬਖਸ਼ਿਸ਼ ਨਹੀਂ ਹੁੰਦੀ
  । ਪ੍ਰਭ ਦਾ ਲਿਖਿਆ ਬਦਲ ਨਹੀਂ ਸਕਦਾ, ਕਿਸੇ ਨੂੰ ਪ੍ਰਭ ਦਾ ਸ਼ਬਦ ਬਖਸ਼ ਨਹੀਂ ਸਕਦਾ, ਮੋਤ
  ਦਾ ਸਮਾਂ ਬਦਲ ਨਹੀਂ ਸਕਦਾ ।

Any Blessed soul may remain on the charted path; engraved on his soul,
His Word; he may become a symbol of The True Master.

- However, any human, blessed soul may never fully comprehend His Nature; alter, avoid, rewrite destiny, nor may bless His Word to anyone, nor extend his stay, avoid his death.

3. ਪ੍ਰਭ ਨੇ ਬ੍ਰਹਮਾਂ ਜੀ ਨੂੰ ਵੇਦਾ ਦੀ ਬਾਣੀ ਬਖਸ਼ੀ, ਪ੍ਰਭ ਦੀ ਕੁਦਰਤ ਦੀਆ 4 ਸਿਖਿਆਂ ਦੀ ਸੋਝੀ ਬਖਸ਼ੀ, ਉਸ ਨੇ ਚਾਰ ਵੇਦ, ਸ੍ਰਿਸ਼ਟੀ ਦੀ ਅਗਿਆਨਤਾ ਦੂਰ ਕਰਨ ਲਈ ਲਿਖੇ ।

- ਬਹਮਾਂ ਜੀ ਨੂੰ ਵੇਦਾ ਦੇ ਅੱਖਰਾਂ ਦਾ, ਸ਼ਬਦ ਦਾ ਗਿਆਨ ਬਖਸ਼ਿਸ਼ ਹੋ ਗਿਆ, ਪਰ ਉਸ ਨੂੰ ਵੇਦਾ ਦੀ ਸਿਖਿਆ ਦੀ ਸੋਝੀ ਬਖਸ਼ਿਸ਼ ਨਾ ਹੋਈ । ਉਹ ਸ਼ਕਤੀ, ਸੰਸਾਰਕ ਮਾਇਆ, ਅਹੰਕਾਰ ਦਾ ਗੁਲਾਮ ਬਣ ਗਿਆ ।

Brahma was blessed with Scripture of Vedas; 4 aspects of His Nature! Even though, he was blessed with the knowledgeable about the Holy Scriptures; however, he was not enlightened with the essence of His Word. He became a victim of sweet poison of worldly wealth, Shakti.

ਸ਼ਿਵ ਜੀ ਨੇ ਬੰਦਗੀ ਕੀਤੀ, ਉਹ ਵੀ ਸ਼ਕਤੀ, ਸੰਸਾਰਕ ਮਾਇਆ ਦੇ ਜਾਲ, ਅਹੰਕਾਰ ਵਿੱਚ ਫਸ ਗਿਆ । ਆਪ ਹੀ ਧਰਮਰਾਜ ਬਣ ਕੇ, ਮੌਤ ਦੀ ਸ਼ਜਾ ਦੇਣ ਲਗ ਪਿਆ, ਕਰੋਧ ਦਾ ਗੁਲਾਮ ਬਣ ਗਿਆ ।

- ਉਸ ਨੇ ਨਵਾਂ ਧਰਮ ਅਰੰਭ ਕੀਤਾ, ਆਪਣਾ ਪ੍ਰਭ ਦੀ ਪ੍ਰਵਾਨਗੀ ਦਾ ਰਸਤਾ ਗਵਾ ਲਿਆ ।

Shivji became a victim of Shakti**;** h**e** was drifted from is right path of acceptance in His Court. He became a self-proclaimed The Righteous Judge.

- He became a jury and judge to punish His Creation. He initiated worldly religion. He was denied from the right path of acceptance in His Court; He remained in many cycles of birth and death.

ਵਿਸ਼ਨੂੰ ਨੂੰ ਸਿਮਰਨ ਕਰਨ ਨਾਲ ਕਰਮਾਤਾਂ ਬਖਸ਼ਿਸ਼ ਹੋ ਗਈਆਂ । ਉਸ ਨੇ ਕਰਮਤਾਂ ਦੀ ਬਖਸ਼ਿਸ਼ ਨੂੰ ਹੀ ਮੁਕਤੀ ਮੰਨ ਲਿਆ । ਆਪਣੇ ਮਾਨਸ ਜਨਮ ਦਾ ਅਸਲੀ ਮੰਤਵ ਭਲਾ ਕੇ ਅਸਲੀ ਰਸਤਾ ਗਵਾ ਲਿਆ ।

Vishnu became possessed with miracle power, other gimmicks of worldly wealth. He considered miracle power as the salvation. He forgot the real purpose of human life opportunity; he was denied the right path of acceptance in His Court.

ਰਾਮ ਚੰਦਰ ਮਨ ਦੇ ਅਹੰਕਾਰ, ਕਰੋਧ ਨਾਲ ਰਾਵਨ ਨੂੰ ਮਾਰ ਕੇ, ਪ੍ਰਵਾਨਗੀ ਦਾ ਰਸਤਾ ਗਵਾ ਲਿਆ ।

Rama forgot The Ultimate Power of The True Master; birth and death may only happen under His Command; he forgot, separation of Sita was His Miracle to test his sincerity on his charted path; to remain unaffected with miseries and pleasure of worldly environments. He lost the right path of acceptance in His Court by killing Raavan, violated the ultimate power The True Master. Whosoever may kill any of His Creation; he must own the sins of his soul; he endures the judgement and denied the right path of acceptance in His Court. Even, any sacrifice his own life for any religious cause or loyalty to worldly guru may not be rewarded rather punished in His Court. Worldly religions, victim of Shakti is spreading ignorance from the essence of His Word

ਕ੍ਰਿਸ਼ਨ ਨੇ ਕੰਸ ਨੂੰ ਮਾਰ ਕੇ ਪ੍ਰਵਾਨਗੀ ਦਾ ਰਸਤਾ ਗਵਾ ਲਿਆ ।

Krasihna – by Killing Kanse, slaving black Cobra.

4. ਪ੍ਰਭ ਨੇ ਤਿੰਨਾਂ ਸ੍ਰਿਸ਼ਟੀਆਂ ਵਿੱਚ ਹੀ ਦੋ ਤਾਕਤਵਾਰ, ਫੌਜਾਂ, (ਸ਼ਿਵ, ਸ਼ਕਤੀ) ਭੇਜੀਆ ਹਨ, ਜੀਵਨ ਦੇ ਦੋ ਰਸਤੇ ਹਨ । ਸ਼ਿਵ ਅਤੇ ਸ਼ਕਤੀ ਦੋ ਬੇੜੀਆਂ ਸੰਸਾਰਕ ਸਾਗਰ ਵਿੱਚ ਜੀਵਨ ਲਈ ਹਨ । ਦੋਨੋਂ ਹੀ ਵਖਰੇ ਰਸਤੇ ਹਨ, ਕਦੇ ਮਿਲਦੇ ਨਹੀਂ, ਆਤਮਾ ਨੂੰ ਇਕ ਥਾਂ ਤੇ ਨਹੀਂ ਲੈ ਜਾ ਸਕਦੇ । ਜੀਵ ਕਿਸੇ ਸਮੇਂ ਵੀ ਰਸਤਾ ਬਦਲ ਸਕਦਾ ਹੈ, ਉਸ ਦੇ ਜੀਵਨ ਦਾ ਸਮਾਂ ਜਨਮ ਤੋਂ ਪਹਿਲੇ ਹੀ ਮਿਥਿਆ ਹੈ, ਕੋਈ ਬਦਲ ਨਹੀਂ ਸਕਦਾ ।

- ਸ਼ਿਵ – ਪ੍ਰਭ ਦੇ ਸ਼ਬਦ ਦਾ ਰਸਤਾ, ਦਰਬਾਰ ਵਿੱਚ ਪ੍ਰਵਾਨਗੀ ਦਾ ਰਸਤਾ, ਮੁਕਤੀ ਦਾ ਬਹੁਤ ਕਠਨ ਰਸਤਾ ਹੈ । ਅਚੇਤ ਮਨ ਦੀ ਅਵਾਜ਼!
- ਸ਼ਕਤੀ – ਸੰਸਾਰਕ ਮਾਇਆ, (ਰਾਜਸ, ਤਾਮਸ, ਸਾਤਕ), 5 ਇਛਾਂ ਦੇ ਜਮਦੂਤ, ਸੰਸਾਰਕ ਥੋੜ੍ਹਾ ਸਮਾਂ ਅਨੰਦ ਵਾਲੀਆਂ ਸੰਸਾਰਕ ਇਛਾਂ ਹਨ ।

The True Master has infused two dominating forces, **Shiv, and Shakti** in the universe for soul to live and perform her assigned task in predetermined time. Both Shiv and Shakti are like two boats, ships in the worldly ocean. Both may arrive at different destination. He must pick one, aboard one ship. He may change his ship any time in his predetermined life time.

- **Shiv** controls the path of His Word; acceptance in His Court. Salvation; sub-conscious; need the whole time on assigned task in his human life journey. He may earn the everlasting wealth of His Word. This ship always starts at the beginning, and drops his soul as soon as her predetermined time may be exhausted. Whosoever may aboard the ship late in life, her soul would be dropped as her time exhausted; Soul jumped out to other ship, her destination world be changed.
- **Shakti** the path of three virtues of worldly wealth; Raajas, Taamas, Satvas; 5 demons of worldly wealth, Sexual urge, Anger, greed, attachments, ego. This ship may be loaded with various short-lived pleasures of worldly life; along with the burden of sins.

5. ਜਿਹੜਾ ਮੂੰਲ ਮੰਤ੍ਰ ਦਾ ਤੱਤ – ਸਾਰੇ ਜੀਵਾ ਦੀ ਆਤਮਾ ਵਿੱਚ ਇਕੋ ਇਕ ਪ੍ਰਭ ਦੀ ਜੋਤ ਸਮਾਈ ਹੈ, ਆਪਣੇ ਜੀਵਨ ਵਿੱਚ ਇਹ ਤੱਤ ਧਾਰਨ ਕਰ ਲੈਂਦਾ ਹੈ । ਉਸ ਨੂੰ ਪ੍ਰਭ ਦੀ ਰਹਿਮਤ ਨਾਲ ਅਨੇਕਾਂ ਹੀ ਬਖਸ਼ਿਸ਼ਾਂ ਹੁੰਦੀਆਂ ਹਨ ।

- ਮਾਨਸ ਜੀਵਨ ਦੇ ਅਸਲੀ ਮੰਤਵ ਦੀ ਸੋਝੀ ਬਖਸ਼ਿਸ਼ ਹੋ ਜਾਂਦੀ ਹੈ । ਪ੍ਰਭ ਦੇ ਦਰਬਾਰ ਵਿੱਚ ਪ੍ਰਵਾਨਗੀ ਦਾ ਰਸਤਾ ਬਖਸ਼ਿਸ਼ ਹੋ ਜਾਂਦਾ ਹੈ । ਉਸ ਨੂੰ ਆਪਣੇ ਮਨ ਤੇ, ਮਨ ਦੀਆਂ ਸੰਸਾਰਕ ਇਛਾਂ ਤੇ ਜਿੱਤ ਬਖਸ਼ਿਸ਼ ਹੋ ਜਾਂਦੀ ਹੈ । ਉਸ ਦਾ ਸੁਚੇਤ ਮਨ, ਸੰਸਾਰਕ ਇਛਾਂ ਦਾ ਗੁਲਾਮ, ਆਪਣੇ ਅਚੇਤ ਮਨ, ਮਨ ਦੀ ਅਵਾਜ਼ ਦਾ ਗੁਲਾਮ ਬਣ ਜਾਂਦਾ ਹੈ ।

Whosoever may adopt the essence of Mool Mentor; same Holy Spirit remains embedded within each soul and dwells within his body: His Creation is brotherhood. He may be bestowed with many Blessings.

- The right path of acceptance in His Court. The real purpose of human life opportunity. He may conquer demons of sweet poison of worldly wealth, desires- Shakti. He may conquer the virtues of worldly wealth; **Raajss, Taamess; Satvas;** His concentrated mind (**Shakti**) may become a slave of his subconscious mind, **Shiv**, His Word. He may hear the everlasting echo of His Word resonating within his heart.

6. ਗੁਰਬਾਣੀ ਦਾ ਗਿਆਨ ਅਤੇ ਗੁਰਬਾਣੀ ਦੀ ਸੋਝੀ ਮਨ ਦੀਆਂ ਦੋ ਵਖਰੀਆਂ ਅਵਸਥਾ ਹਨ ।

- ਗਿਆਨ ਦੇਖਣਾ ਕਿ ਚੌਕ ਤੇ ਰੁਕਨ ਦਾ ਬੋਰਡ ਹੈ । ਇਹ ਗੁਰਬਾਣੀ ਦੇ ਵਿਦਵਾਨ ਦੇ ਮਨ ਦੀ ਅਵਸਥਾ ਹੁੰਦੀ ਹੈ, ਉਹ ਪ੍ਰਵਾਨਗੀ ਦੇ ਰਸਤੇ ਦੀ ਪ੍ਰੇਰਨਾ ਕਰਦਾ ਹੈ, ਦਿਖਾਵੇ ਦੀ ਬੰਦਗੀ ਕਰਦਾ, ਧਾਰਮਕ ਬਾਣ ਵੀ ਪਾਉਂਦਾ ਹੈ, ਪਰ ਆਪਣੀ ਸਿਖਿਆ ਆਪਣੇ ਜੀਵਨ ਵਿੱਚ ਨਹੀਂ ਢਾਲਦਾ ।
- ਸੋਝੀ, ਚੌਕ ਤੇ ਰੁਕ ਕੇ ਚਾਰੇ ਪਾਸੇ ਦੇਖ ਕੇ, ਫਿਰ ਚਲਣਾ । ਇਹ ਅਵਸਥਾ ਪ੍ਰਭ ਦੀ ਰਹਿਮਤ ਨਾਲ ਉਸ ਨੂੰ ਬਖਸ਼ਿਸ਼ ਹੋ ਸਕਦੀ ਹੈ, ਜਿਹੜਾ ਪ੍ਰਭ ਦੇ ਸ਼ਬਦ ਦੀ ਸਿਖਿਆਂ ਨੂੰ ਆਪਣੇ ਜੀਵਨ ਵਿੱਚ ਢਾਲਦਾ ਹੈ । ਉਹ ਪ੍ਰਭ ਦੇ ਵਿਛੋੜੇ ਦੇ ਵਿਰਾਗ ਵਿੱਚ, ਸਿਮਰਨ ਕਰਦਾ ਲੀਨ ਰਹਿੰਦਾ ਹੈ, ਉਸ ਦੇ ਮਨ ਤੇ ਸੰਸਾਰਕ ਦੁਖ, ਸੁਖ ਦਾ ਕੋਈ ਪ੍ਰਭਾਵ ਨਹੀਂ ਹੁੰਦਾ ।
- ਸੰਸਾਰਕ ਮਾਇਆ ਅਨੇਕਾਂ ਹੀ ਲਾਲਚਾਂ ਨਾਲ ਮਨ ਵਿੱਚ ਇਛਾਂ ਪੈਦਾ ਕਰਦੀਆਂ ਹਨ, ਜਿਹੜਾ ਇਛਾ ਦੇ ਪਿਛੇ ਚਲਦਾ ਹੈ, ਉਹ ਮਾਨਸ ਜਨਮ ਦਾ ਅਸਲੀ ਰਸਤਾ ਭੁਲ ਜਾਂਦਾ ਹੈ ।

Knowledge of Gurbani and the enlightenment of His Word are two unique paths.

- Knowledge is just like to see a stop sign at the crossing of road; whereas the enlightenment may be to look the stop sign and fully stop, watch for the safety of others, and then pass the crossing.
- Knowledge of Gurbani may create anxiety to search for His Word, enlightenment; however, worldly wealth in many forms may drift even many saints, blessed souls; in real worldly life.
- Many saints may start wearing royal robes, living lofty life. Preaching many self-created, sermons, highlights the significance of charity, free food, worship; many may proclaim themselves Guru, His Blessed soul, even son of God. He may incarnate his son or daughter on self-proclaimed throne to bless others His Word. All those saints remain slave of worldly wealth; ignorant from the real purpose of human life opportunity.
- Whosoever may adopt the teachings of His Word with steady and stable belief in his day-to-day life; he may remain in renunciation in the memory of his separation from His Holy Spirit. He may be enlightened with the essence of His Word. He may remain unaffected with any worldly miseries or pleasures.

7. ਗੁਰਬਾਣੀ ਦਾ ਸਿਮਰਨ, ਗੁਰਬਾਣੀ ਦੇ ਸ਼ਬਦ ਦੀ ਪਾਲਣਾ, ਜੀਵਨ ਵਿੱਚ ਧਾਰਨਾ ਕਰਨਾ, ਪੁੰਨ ਦਾਨ, ਅਖੰਡ ਪਾਠ, ਲਗਰ, ਧਰਮ ਧਾਰਨ ਕਰਨਾ, ਸੰਸਾਰਕ ਗੁਰੂ ਦੀ ਸੇਵਾ ਕਰਨਾ, ਸਾਰੇ ਹੀ ਬੰਦਗੀ ਦੇ ਠੀਕ ਰਸਤੇ ਹਨ ।

- ਇਹਨਾਂ ਨਾਲ ਪ੍ਰਭ ਦੇ ਸ਼ਬਦ ਦਾ ਧਨ ਬਖਸ਼ਿਸ਼ ਹੋ ਸਕਦਾ ਹੈ । ਸ਼ਬਦ ਦੀ ਸੋਝੀ ਬਖਸ਼ਿਸ਼ ਹੋ ਸਕਦੀ ਹੈ । ਮਾਨਸ ਜਨਮ ਦੇ ਅਸਲੀ ਮੰਤਵ ਦੀ ਸੋਝੀ, ਪ੍ਰਭ ਦੇ ਦਰਬਾਰ ਵਿੱਚ ਪ੍ਰਵਾਨਗੀ ਦਾ ਰਸਤਾ ਬਖਸ਼ਿਸ਼ ਨਹੀਂ ਹੁੰਦਾ ।

- ਜਿਹੜਾ ਪ੍ਰਭ ਦੇ ਵਿਛੋੜੇ ਦੇ ਵਿਰਾਗ ਵਿੱਚ, ਪ੍ਰਭ ਦੇ ਬਖਸ਼ੇ ਤੇ ਸੰਤੋਖ, ਧੀਰਜ ਨਾਲ ਲੀਨ ਰਹਿੰਦਾ ਹੈ, ਉਸ ਦੇ ਮਨ ਵਿੱਚ ਪ੍ਰਭ ਦੀ ਸਦਾ ਚਲਣ ਵਾਲੀ ਸ਼ਬਦ ਦੀ ਧੁਨ, ਗੂੰਜ ਸੁਣਾਈ ਦੇਂਦੀ ਹੈ । ਉਸ ਨੂੰ ਪ੍ਰਭ ਦੇ ਦਰਬਾਰ ਵਿੱਚ ਪ੍ਰਵਾਨਗੀ ਦਾ ਰਸਤਾ ਬਖਸ਼ਿਸ਼ ਹੋ ਜਾਂਦਾ ਹੈ ।

Meditating, obeying, and adopting the teachings of word of Gurbani, charity, reciting and serve free kitchen for needy are good paths of worship.

- He may be blessed with the everlasting wealth of His Word; however, the right path of acceptance in His Court may never be blessed.
- Whosoever may remain in renunciation in the memory of his separation from His Holy Spirit; he may hear the everlasting echo of His Word resonating within his heart. He may remain contented and in patience in the void of His Word. He may be blessed with the right path of acceptance in His Court.

8. ਪ੍ਰਭ ਦੇ ਸ਼ਬਦ ਦੀ ਪੂਜਾ ਅਤੇ ਸੰਤ ਦੀ ਪੂਜਾ ਕਰਨਾ ਦੋਨੇਂ ਹੀ ਠੀਕ ਰਸਤੇ ਹਨ ।

- ਸੰਤ ਸਦਾ ਹੀ ਪ੍ਰਭ ਦੇ ਸ਼ਬਦ ਨੂੰ ਜੀਵਨ ਵਿੱਚ ਢਾਲਣ ਦੀ ਸਿਖਿਆ ਦੇਂਦਾ ਹੈ । ਕੇਵਲ ਪ੍ਰਭ ਹੀ ਸ਼ਬਦ ਦੇ ਲੜ ਲਾਉਂਦਾ, ਦਰਬਾਰ ਵਿੱਚ ਪ੍ਰਵਾਨਗੀ ਦਾ ਰਸਤਾ ਬਖਸ਼ਦਾ ਹੈ ।

Both The True Master and His Holy saint are worthy to be worshipped. Adopting their teachings are the right path of meditation, acceptance in His Court.

- His Holy saint may always inspire to adopt the teachings of His Word with steady and stable belief in day-to-day life; however, The True Master may bless His Word, the right path of acceptance in His Court.

9. ਜਿਹੜਾ ਕਿਸੇ ਆਸ, ਲਾਲਚ ਤੋਂ ਬਿਨਾਂ, ਆਪਾ, ਆਪਣੀ ਹੌਂਦ ਪ੍ਰਭ ਦੇ ਸ਼ਬਦ ਦੀ ਭੇਟਾ ਕਰ ਦੇਂਦਾ ਹੈ, ਉਸ ਨੂੰ ਪ੍ਰਭ ਦੇ ਦਰਬਾਰ ਵਿੱਚ ਪ੍ਰਵਾਨਗੀ ਦਾ ਰਸਤਾ ਬਖਸ਼ਿਸ਼ ਸਕਦਾ ਹੈ ।

- ਜਿਹੜਾ ਸ਼ਰਧਾ ਨਾਲ ਬੰਦਗੀ ਕਰਦਾ ਹੈ, ਮਨ ਵਿੱਚ ਫਲ ਦੀ ਵੀ ਆਸ ਰਖਦਾ ਹੈ, ਉਸ ਨੂੰ ਸ਼ਰਧਾ ਦਾ ਫਲ ਵੀ ਬਖਸ਼ਿਸ਼ ਨਹੀਂ ਹੁੰਦਾ, ਉਸ ਦਾ ਪ੍ਰਭ ਦੇ ਬਖਸ਼ੇ ਤੇ ਭਰੋਸਾ ਅਡੋਲ ਨਹੀਂ ਹੁੰਦਾ । ਇਸਤਰ੍ਹਾਂ ਹੀ ਪੁੰਨ ਦਾਨ, ਪੂਜਾ, ਅਖੰਡ ਪਾਠ, ਲਗਰ ਲਾਉਣਾ, ਸਾਰੇ ਧਰਮ ਦੇ ਰੀਤ ਰੀਵਾਜ, ਮਨ ਦਾ ਭਰੋਸਾ ਹੈ, ਜੀਵਨ ਦੇ ਅਸਲੀ ਮੰਤਵ ਲਈ ਕੋਈ ਮਹੱਤਤਾ ਨਹੀਂ ਹੁੰਦੀ ।

Whosoever may surrender his self-identity unconditionally, without any hope or any expectation of reward; he may be blessed with the right path of acceptance in His Court.

- Imagine! Whosoever may have a deep devotion to meditate; at the same time, he may have hope, desire for the reward, his devotion may not be rewarded. He may not have any belief on His Worthy Blessings. The True Master blessed everything to His Creation, once for all at the time of birth in the universe. Same way worldly charities, worship, donation for so called worthy cause, Akande- paath, Langar are all religious rituals. These beliefs have been infused in the mind of innocent by devious religious toughs; however, these have no benefit for the real purpose of human life opportunity.

10. ਪ੍ਰਭ ਕਦੇ ਜਨਮ ਨਹੀਂ ਲੈਂਦਾ, ਕਦੇ ਆਪ ਦੇ ਬਰਾਬਰ ਦਾ, ਸ਼ਰੀਕ ਪੈਦਾ ਨਹੀਂ ਕਰਦਾ ।

- ਹਰਇੱਕ ਜੀਵ ਪ੍ਰਭ ਦੇ ਹੁਕਮ ਅੰਦਰ ਹੈ, ਹਰਇਕ ਵਿੱਚ ਹੀ ਕਮੀ ਹੁੰਦੀ ਹੈ, ਕੋਈ ਪੂਰਾ, ਪ੍ਰਭ ਤੇ ਭਾਰੀ ਨਹੀਂ ਹੋ ਸਕਦਾ । ਪ੍ਰਭ ਕਿਸੇ ਵੀ ਜੀਵ ਤੋਂ ਕਰਮਾਤ ਕਰਵਾ ਸਕਦਾ ਹੈ ।
- ਕਿਸੇ ਵੀ ਮਾਨਸ ਨੂੰ ਸਤਿਗੁਰੂ ਨਹੀਂ ਕਹਿਆ ਜਾ ਸਕਦਾ, ਕੋਈ ਮਾਨਸ ਪੂਰਾ ਨਹੀਂ ਹੁੰਦਾ । ਕੋਈ ਮਾਨਸ ਪ੍ਰਭ ਦਾ ਰੂਪ ਨਹੀਂ ਬਣ ਸਕਦਾ, ਪ੍ਰਭ ਦੀ ਗੱਦੀ, ਖਾਨਦਾਨੀ ਨਹੀ ਚਲਦੀ ।

The True Master may never take birth in the universe in any body structure, nor He may ever create anyone equal or better than Himself; His comparative in the universe; everyone remains under His Command.

- His Creation always remains under His Control; He remains Omnipresent, Omniscient, Omnipotent, Axiom and perfect in all respects. His Creation always has some weakness, deficiency; no one may ever be created perfect; as blemished soul. Soul may never be fully sanctified, pure, complete until soul may be immersed within His Holy Spirit. The True Master may perform any miracle through anyone of His Creation.
- No human may ever be called The True Guru, Sat-Guru; no one may ever be perfect in all respects. No one may ever become worthy to be called symbol of The True Master. He does not have any genealogy, nor anyone may ever be incarnated on His Throne. His throne remains forever true and within the 10th cave of soul.

11. ਸੰਸਾਰਕ ਜੀਵ, ਸਤਿਕਾਰ ਨਾਲ ਮਾਨਸ ਨੂੰ ਗੁਰੂ ਦੇ ਨਾਮ ਨਾਲ ਸਤਿਕਾਰ ਦੇ ਹਨ, ਇਸ ਨਾਲ ਉਸ ਨੂੰ ਦਾਸ ਅਵਸਥਾ ਬਖਸ਼ਿਸ਼ ਨਹੀਂ ਹੋ ਜਾਂਦੀ । ਉਸ ਦੇ ਜੀਵਨ ਦਾ ਰਸਤਾ ਪ੍ਰਭ ਦੇ ਦਰਬਾਰ ਵਿੱਚ ਪ੍ਰਵਾਨਗੀ ਦਾ ਰਸਤਾ ਨਹੀਂ ਬਣ ਜਾਂਦਾ ।

His Creation may honor any devotee with the name as True Guru; or incarnate anyone as worldly guru; or incarnated any written doctrine, Holy Scripture as living worldly guru.

- However, his way of life may not become the right path of acceptance in His Court. He must endure the judgement of The Righteous Judge. He may perform miracles through His Creation any time.

12. ਮੈਲੀ ਆਤਮਾ ਨੂੰ ਨਵੀਂ ਪਛਾਣ ਦੇ ਕੇ ਪ੍ਰਭ ਦੀ ਜੋਤ ਵਿਚੋਂ ਵਿਛੋੜ ਕੇ ਸ੍ਰਿਸ਼ਟੀ ਵਿੱਚ ਪਵਿੱਤਰ ਹੋਣ ਲਈ ਭੇਜੀ ਜਾਂਦੀ ਹੈ ।

- ਆਤਮਾ ਨੂੰ ਵਖਰੀਆਂ ਜੂੰਨਾਂ, ਜੀਵਾਂ ਦਾ ਤਨ ਬਖਸ਼ਿਆ ਜਾਂਦਾ ਹੈ । ਆਤਮਾ ਤਨ ਦੀ ਮੌਤ, ਨਾਸ਼ ਹੋਣ ਤੇ ਮਰਦੀ ਨਹੀਂ, ਇਸ ਦੀ ਆਪਣੀ ਹੌਂਦ ਖਤਮ ਨਹੀਂ ਹੁੰਦੀ । ਮੈਲੀ ਆਤਮਾ ਸੰਸਾਰ ਵਿਚੋਂ ਵਾਪਸ ਨਹੀ ਜਾਂਦੀ, ਆਤਮਾ ਲੇਖਾ, ਆਤਮਾ ਦੀ 10th ਗੁਫਾ ਵਿਚੋਂ ਹੀ ਆਪਣੇ ਆਪ ਹੀ ਕਰਦਾ ਹੈ, ਆਪਣੇ ਕੰਮਾਂ ਨਾਲ ਹੀ ਨਵੇਂ ਜੀਵ ਦਾ ਤਨ ਬਖਸ਼ਿਸ਼ ਹੋ ਜਾਂਦਾ ਹੈ ।
- ਜਿਹੜੀ ਆਤਮਾ, ਪ੍ਰਭ ਦੇ ਪਰਖਣ ਯੋਗ ਹੋ ਜਾਂਦੀ ਹੈ, ਉਸ ਨੂੰ ਸਵਰਗ ਵਿੱਚ, ਫਿਰ ਪ੍ਰਭ ਦੀ ਜੋਤ ਦੇ ਮਿਲਣ ਯੋਗ ਲਈ ਪਰਖਿਆ ਜਾਂਦਾ ਹੈ । ਜਿਹੜੀ ਆਤਮਾ ਪਾਸ ਹੋ ਜਾਂਦੀ ਹੈ, ਉਸ ਦੀ ਹੌਂਦ ਮਿਟ ਜਾਂਦੀ ਹੈ, ਪ੍ਰਭ ਦੀ ਜੋਤ ਦਾ ਭਾਗ ਹੀ ਬਣ ਜਾਂਦੀ ਹੈ ।

ਸਵਰਗ ਵਿੱਚ ਸਭ ਆਤਮਾ ਨੂੰ, ਪਵਿੱਤਰਤਾ ਦਾ ਨੰਬਰ ਬਖਸ਼ਿਆ ਜਾਂਦਾ ਹੈ, ਇਸ ਵਿਚੋਂ ਹੀ ਅਵਤਾਰ, ਸੰਤ, ਦੇਵਤੇ, ਗੁਰੂ, ਜੀਵਾਂ ਨੂੰ ਸਿਖਿਆ ਦੇਣ ਕਈ ਭੇਜੇ ਜਾਂਦੇ ਹਨ ।

- ਜਿਹੜਾ ਅਵਤਾਰ, ਸੰਤ ਫਿਰ ਸੰਸਾਰ ਵਿੱਚ ਆ ਕੇ, ਪ੍ਰਭ ਦੇ ਸ਼ਬਦ ਅਨੁਸਾਰ ਜੀਵਨ ਬਤੀਤ ਕਰਦਾ ਹੈ, ਹਰਇਕ ਜੀਵਨ ਵਿੱਚ ਨਵਾਂ ਹੀ ਖੇਲ ਚਲਦਾ ਹੈ । ਉਸ ਨੂੰ ਦੁਬਾਰਾ ਪਵਿੱਤਰ ਜੋਤ ਵਿੱਚ ਮਿਲਣ ਯੋਗ ਬਣਨ ਲਈ ਪਰਖਿਆ ਜਾਂਦਾ ਹੈ ।
- ਜਿਹੜਾ ਅਵਤਾਰ ਰਸਤੇ ਤੇ ਨਹੀਂ ਚਲਦਾ, ਆਪਣੀ ਸੋਭਾ ਦੀ ਚਰਚਾ ਕਰਵਾਉਂਦਾ ਹੈ, ਨਵਾਂ ਧਰਮ ਚਲਾਉਂਦਾ ਹੈ । ਉਹ ਫਿਰ ਜਨਮ ਮਰਨ ਦੇ ਚੱਕਰ ਵਿੱਚ ਭੇਜ ਦਿੱਤਾ ਜਾਂਦਾ ਹੈ ।

Blemished souls may be separated from His Holy Spirit with an assigned identity.

- Soul may be blessed with various perishable creature bodies, depending on her degree of blemish. Soul may never die with the death, destruction of perishable body; blemished soul may never leave the universe after death of perishable body rather keep moving to another body till sanctified to become worthy of His Consideration.
- Only sanctified soul may leave the universe for further purification, sanctification; as a gold- smith may repeatedly melt gold to purify. Any soul passed through final purification stage may become worthy to immerse within His Spirit,

Any soul may not pass-through final stage remain in buffer zone called Heaven by religious rituals. Angels, prophets, devils may be created from those souls- called blessed soul. All blessed souls may be assigned specific purpose, it may be devilish like Harnaakash or Holy path like Nanak Ji! engraved on his soul as His Word.

- Any soul may remain on her assigned path; she may be sanctified to become worthy of His Consideration. Every life cycle, a new play starts for his soul purification.
- Any soul may drift from her assigned path, engraved on her soul; she may be subjected to the judgement of The Righteous Judge and enters re-incarnation cycle.

13. ਆਤਮਾ ਦੇ ਵਿੱਚ ਇਕ ਇਛਾ ਪ੍ਰਭ ਦੇ ਸ਼ਬਦ ਵਿੱਚ ਹੀ ਸਮਾਈ ਰਹਿੰਦੀ ਹੈ ।

- ਉਸ ਦੇ ਮਾਨਸ ਜੀਵਨ ਦਾ ਮੰਤਵ, ਤਨ ਦੇ ਨਾਸ਼ ਹੋਣ ਨਾਲ ਉਸ ਦੀ ਇਹ ਇਛਾ ਖਤਮ ਨਹੀਂ ਹੁੰਦੀ । ਜਿਹੜੀ ਆਤਮਾ ਪ੍ਰਭ ਦੀ ਜੋਤ ਵਿੱਚ ਰਲ ਜਾਂਦੀ ਹੈ, ਉਸ ਦੀ ਹੌਂਦ ਮਿਟ ਜਾਂਦੀ, ਉਸ ਦੀ ਇਛ ਵੀ ਖਤਮ ਹੋ ਜਾਂਦੀ ਹੈ ।
- ਜੀਵ ਦੇ ਮਨ ਵਿੱਚ ਸੰਸਾਰਕ ਇਛਾਂ, ਸੁਚੇਤ ਮਨ, ਸੰਸਾਰਕ ਮਾਇਆ ਦੇ ਨਸ਼ੇ ਵਿੱਚ ਪੈਦਾ ਹੁੰਦੀਆ ਹਨ, ਇਹ ਸਾਰੀਆਂ ਇਛਾਂ ਤਨ ਦੇ ਨਾਸ਼ ਹੋਣ ਨਾਲ ਹੀ ਨਾਸ਼ ਹੋ ਜਾਂਦੀਆਂ ਹਨ ।

One desire has been embedded within his soul, infused within His Word; The purpose of her human life opportunity; to become worthy of His Consideration remains embedded within his sub-conscious mind as an ever-resonating echo within mind.

- Once her soul may be immersed within His Holy Spirit, her identity may be eliminated along with her soul, His Word engraved on her soul.
- Worldly desires are created by concentrated mind and controlled by worldly wealth; demons of worldly desires all die with the death of

perishable body. Shakti: 3 unique virtues, Raajas, Taamas, Satvas; 5 demons of worldly desires.

14. ਆਤਮਾ ਮਾਂ ਦੀ ਕੁਖ ਵਿਚੋਂ ਬਹੁਤ ਗ਼ਭੀਰ ਸੰਸਾਰ ਵਿੱਚ ਜਨਮ ਲੈਂਦੀ ਹੈ । ਸੰਸਾਰ ਵਿੱਚ ਤਾਕਤਵਾਰ ਹਾਕਮ, ਸ਼ਿਵ ਅਤੇ ਸ਼ਕਤੀ, ਦੋਨਾਂ ਦਾ ਬਹੁਤ ਡੂੰਘਾ ਪ੍ਰਭਾਵ ਰਹਿੰਦਾ ਹੈ ।

ਸ਼ਿਵ – ਸ਼ਬਦ ਦਾ ਰਸਤਾ, ਬਹੁਤ ਕਠਨ ਜੀਵਨ ਦਾ ਰਸਤਾ– ਅਚੇਤ ਮਨ, ਸਦਾ ਚਲਣ ਵਾਲੀ ਗੂੰਜ ਦਾ ਰਸਤਾ ਹੈ । ਜਿਹੜੀ ਆਤਮਾ, ਸ਼ਿਵ ਦਾ ਰਸਤਾ ਧਾਰਨ ਕਰਦੀ ਹੈ, ਉਸ ਨੂੰ ਪ੍ਰਭ ਦੀ ਰਹਿਮਤ ਨਾਲ ਬਖਸ਼ਿਸ਼ਾਂ ਹੁੰਦੀਆਂ ਹਨ

- ਪ੍ਰਭ ਦੇ ਦਰਬਾਰ ਵਿੱਚ ਪ੍ਰਵਾਨਗੀ ਦਾ ਰਸਤਾ ਬਖਸ਼ਿਸ਼ ਹੋ ਜਾਂਦਾ ਹੈ । ਉਹ ਪ੍ਰਭ ਦੇ ਵਿਛੋੜੇ ਦੇ ਵਿਰਾਗ ਵਿੱਚ ਹੀ ਸਿਮਰਨ ਕਰਦਾ, ਸ਼ਬਦ ਦੀ ਸਮਾਧੀ ਵਿੱਚ ਲੀਨ ਰਹਿੰਦਾ ਹੈ । ਉਸ ਨੂੰ ਸੰਸਾਰਕ ਮਾਇਆ ਦੀਆਂ ਕਮੀਆ ਦੀ ਸੋਝੀ ਬਖਸ਼ਿਸ਼ ਹੋ ਜਾਂਦੀ ਹੈ । ਉਸ ਨੂੰ ਮਨ ਵਿੱਚ ਸਦਾ ਚਲਣ ਵਾਲੀ ਧੁਨ ਸੁਣਾਈ ਦੇਦੀ ਹੈ । ਉਸ ਨੂੰ ਆਪਣੇ ਮਨ ਤੇ ਜਿੱਤ ਬਖਸ਼ਿਸ਼ ਹੋ ਜਾਂਦੀ, ਉਸ ਦਾ ਸੁਚੇਤ ਮਨ, ਅਚੇਤ ਮਨ ਦਾ ਗੁਲਾਮ ਬਣ ਜਾਂਦਾ ਹੈ । ਉਸ ਦੀ ਆਤਮਾ ਪਵਿੱਤਰ ਹੋ ਜਾਂਦੀ, ਪ੍ਰਭ ਦੇ ਪਰਖਣ ਯੋਗ ਹੋ ਜਾਂਦੀ ਹੈ ।

ਸ਼ਕਤੀ – ਸੰਸਾਰਕ ਮਾਇਆ, ਥੋੜ੍ਹਾ ਸਮਾਂ ਅਨੰਦ ਦਾ ਰਸਤਾ, ਸੁਚੇਤ ਮਨ ਦਾ ਸੰਸਾਰਕ ਇਛਾ ਦਾ, ਅਨੰਦ ਅਰਾਮ ਦਾ ਰਸਤਾ ਹੈ ।

- ਉਹ ਸੰਸਾਰਕ ਅਨੰਦ ਮਾਨਦਾ, ਸੰਸਾਰਕ ਇਛਾ ਦੇ ਪੰਜਾਂ ਜਮਦੂਤਾ ਦਾ ਗੁਲਾਮ ਬਣ ਜਾਂਦਾ ਹੈ । ਪਾਪਾਂ ਦਾ ਭਾਰ ਵਧਾ ਕੇ ਨਵੀਂ ਜੂੰਨ ਵਿੱਚ ਦੁਖ ਭੋਗਦਾ ਹੈ ।

Ignorant, blemish soul comes out of mother's womb into a very mysterious universe dominated with two unique rival forces; Shiv and Shakti.

Path of Shiv, His Word, sub-conscious mind, the ever-resonating echo of His Word. Whosoever may adopt the path of Shiv; She may be bestowed with many Virtues.

- She may be blessed with the right path of acceptance in His Court. He may remain in renunciation in memory of her separation from His Holy Spirit in meditation in the void of His Word. He may be enlightened with the weakness, deficiencies of worldly wealth. He may hear the everlasting echo of His Word resonating within her heart. He may conquer his own mind, worldly wealth; his concentrated mind may become a slave of his subconscious mind. His soul may be sanctified to become worthy of His Consideration.

Shakti: 3 unique virtues, Raajas, Taamas, Satvas; 5 demons of worldly desires. Whosoever may remain intoxicated with sweet poison of worldly wealth.

- She may enjoy the fantasy of short-lived pleasures of worldly wealth and enhances her burden of sins. She may remain changing body of worldly creatures as per her burden of sins.

15. ਜੀਵ ਨੂੰ ਪ੍ਰਭ ਦੀ ਰਹਿਮਤ ਦੇ ਯੋਗ ਬਣਨ ਲਈ ਕਿਹੜੀ ਅਵਸਥਾ ਧਾਰਨ ਕਰਨੀ ਪੈਂਦੀ ਹੈ? ਕਿਹੜੇ ਸ਼ਬਦ, ਕੰਮ, ਮੰਤਰ, ਬਾਣੇ ਨਾਲ ਪ੍ਰਵਾਨਗੀ ਦਾ ਰਸਤਾ ਬਖਸ਼ਿਸ਼ ਹੋ ਸਕਦਾ ਹੈ ।

- ਜਿਹੜਾ ਪ੍ਰਭ ਦੇ ਹੁਕਮ ਅਨੁਸਾਰ ਜੀਵਨ ਢਾਲਦਾ, ਉਸ ਦੀ ਆਤਮਾ ਦਾ ਪ੍ਰਭ ਦੀ ਜੋਤ ਨਾਲੋ ਪਰਦਾ ਦੂਰ ਹੋ ਜਾਂਦਾ ਹੈ ।

- ਆਪਣੀ ਹੌਂਦ ਪ੍ਰਭ ਦੀ ਸ਼ਰਣ ਵਿੱਚ ਭੇਟਾ ਕਰਨ ਨਾਲ ਹੀ ਪ੍ਰਵਾਨਗੀ ਦਾ ਅਸਲੀ ਰਸਤਾ ਬਖਸ਼ਿਸ਼ ਹੋ ਸਕਦਾ । ਨਿਮ੍ਰਤਾ ਹੀ ਸ਼ਬਦ, ਦੂਸਰੇ ਦੀ ਗਲਤੀ ਭੁਲਣਾ ਹੀ ਕਰਮ, ਮਿੱਠਾ ਬੋਲਨਾ ਮੰਤਰ, ਇਹ ਹੀ ਅਸਲੀ ਬਾਣਾ ਹੈ ।
- ਜਿਹੜਾ ਗਿਆਨ ਦਾ ਅਹੰਕਾਰ ਨਹੀਂ ਕਰਦਾ, ਬਲ ਹੁੰਦੇ ਜ਼ੁਲਮ ਨਹੀਂ ਕਰਦਾ । ਆਪਣੀ ਲੋੜ ਵਿਚੋਂ ਹੀ ਦੂਸਰੇ ਨਾਲ ਵੰਡਦਾ ਹੈ । ਉਹ ਹੀ ਪ੍ਰਭ ਦਾ ਅਸਲੀ ਸੇਵਕ ਕਹਾਉਣ ਦੇ ਯੋਗ ਹੁੰਦਾ ਹੈ । ਉਸ ਦੀ ਆਤਮਾ ਨੂੰ ਪ੍ਰਵਾਨਗੀ ਦਾ ਅਸਲੀ ਰਸਤਾ ਬਖਸ਼ਿਸ਼ ਹੋ ਸਕਦਾ ਹੈ ।
- ਜਿਹੜੀ ਆਤਮਾ ਪ੍ਰਭ ਦੇ ਵਿਛੋੜੇ ਵਿੱਚ, ਵਿਰਾਗ ਅਵਸਥਾ ਵਿੱਚ ਚਲੇ ਜਾਂਦੀ ਹੈ, ਉਸ ਨੂੰ ਆਪਣੇ ਅੰਦਰੋਂ ਰੂਹਾਨੀ ਸੋਝੀ ਬਖਸ਼ਿਸ਼ ਹੋ ਜਾਂਦੀ ਹੈ । ਉਸ ਦੇ ਮਨ ਵਿੱਚ ਸਦਾ ਚਲਣ ਵਾਲੀ ਰੂਹਾਨੀ ਧੁਨ ਸੁਣਾਈ ਦੇਂਦੀ ਹੈ । ਉਸ ਨੂੰ ਪ੍ਰਭ ਦੇ ਦਰਬਾਰ ਵਿੱਚ ਪ੍ਰਵਾਨਗੀ ਦਾ ਰਸਤਾ ਬਖਸ਼ਿਸ਼ ਹੋ ਸਕਦਾ ਹੈ ।

How the curtain of secrecy between soul and His Holy Spirt may be eliminated? What word, work, mentor, or robe may he adopt to become worthy of His Consideration?

- Whosoever may adopt the teachings of His Word, embedded within his soul in his day-to-day life; the curtain of secrecy between his soul and His Holy Spirit may be eliminated.
- Whosoever may surrender his own self-identity at His Sanctuary; his concentrated mind may become a slave of his subconscious mind.
- Humility, politeness may be the word; to forgive others mistakes may be the task, deed; politely speaking may be the mentor! Whosoever may not boast about his enlightenment, knowledge; even with physical strength, he may not enforce his opinion on others; saves from his own necessity and shares with helpless, less fortunate; any one with such a state of mind may be worthy to be called His true devotee.
- Whosoever may remain in renunciation in the memory of His Separation from His Holy Spirit. He may be blessed with eternal enlightenment from within. He may be blessed with the right path of acceptance in His Court.

16. ਪ੍ਰਭ ਨੇ ਗੁਰੂ ਅਰਜਨ ਤੇ ਰਹਿਮਤ ਦੀ ਨਜ਼ਰ ਬਖਸ਼ੀ । ਉਸ ਨੇ 25 ਪਰਾਤਨ ਸਮੇਂ ਦੇ ਸੰਤਾਂ ਦੇ ਜੀਵਨ ਦੀ ਸਿਖਿਆਂ ਨੂੰ ਵਿਚਾਰਕੇ, ਵੇਦਾਂ ਵਿੱਚ ਦੱਸੇ, ਆਤਮਾ ਨੂੰ ਪਵਿੱਤਰ ਕਰਨਾ ਦਾ ਸੋਮਾ ਮਾਨਸ ਦੇ ਭੇਟਾ ਕੀਤਾ ਹੈ ।

- ਸੰਤਾ ਦੇ ਜੀਵਨ ਦੀ ਸਿਖਿਆਂ ਨੂੰ ਆਪਣੇ ਜੀਵਨ ਵਿੱਚ ਧਾਰਨ ਕਰਨ ਨਾਲ, ਜੀਵ ਦੀ ਆਤਮਾ ਪਵਿੱਤਰ, ਪ੍ਰਭ ਦੇ ਪਰਖਣ ਯੋਗ ਹੋ ਜਾਂਦੀ ਹੈ । ਪ੍ਰਭ ਦੀ ਰਹਿਮਤ ਨਾਲ ਪ੍ਰਵਾਨਗੀ ਦਾ ਰਸਤਾ ਬਖਸ਼ਿਸ਼ ਹੋ ਸਕਦਾ ਹੈ ।

Guru Arjan Dev ji! has compiled the life experience teachings of 25 ancient saints from various aspects of life to enlighten the one aspects of Vedas; how to sanctify soul to become worthy of His Consideration.

- Whosoever may adopt the life experience teachings of His Holy saint in his day-to-day life; he may be blessed with the right path;
- His soul may be sanctified to become worthy of His Consideration.

17. ਸਿੱਧ ਗੋਸਿਟ – ਨਾਨਕ ਜੀ – ਤੱਤ:

Conclusion of Sidh Ghost- Nanak Ji!

1. **ਨਾਨਕ ਜੀ! ਨਾਨਕ ਦਾਸ ਤੇਰੇ ਸ਼ਬਦ ਦਾ ਭਿਖਾਰੀ ਵੀ ਅਰਦਾਸ ਕਰਦਾ ਹੈ।**
2. ਸ਼ਬਦ ਨੂੰ ਜੀਵਨ ਵਿੱਚ ਢਾਲਣ ਤੋਂ ਬਿਨਾਂ, ਜੋਗੀ ਅਵਸਥਾ ਬਖਸ਼ਿਸ਼ ਨਹੀਂ ਹੁੰਦੀ।
3. ਜਿਸ ਦੇ ਮਨ ਅੰਦਰ ਸਦਾ ਚਲਣ ਵਾਲੀ ਸ਼ਬਦ ਦੀ ਧੁਨ ਸੁਣਾਈ ਦੇਂਦੀ ਹੈ, ਮਨ ਨੂੰ ਪੂਰਨ ਸ਼ਾਂਤੀ ਬਖਸ਼ਿਸ਼ ਹੋ ਸਕਦੀ ਹੈ।
4. ਸ਼ਬਦ ਦੀ ਸੋਝੀ ਨਾਲ ਹੀ ਤਿੰਨਾਂ ਸ੍ਰਿਸ਼ਟੀਆਂ ਦਾ ਭੇਦ ਖੁੱਲ੍ਹਦਾ ਹੈ। ਦਰਬਾਰ ਵਿੱਚ ਪ੍ਰਵਾਨਗੀ ਬਖਸ਼ਿਸ਼ ਹੋ ਸਕਦੀ ਹੈ।
5. ਸ਼ਬਦ ਕੇਵਲ ਪ੍ਰਭ ਤੋਂ ਹੀ ਬਖਸ਼ਿਸ਼ ਹੋ ਸਕਦਾ ਜਾਂਦਾ ਹੈ।
6. ਸ਼ਬਦ ਨਾਲ ਜੀਵਨ ਢਾਲਣ, ਅਸਲੀ ਜੋਗੀ ਅਵਸਥਾ, ਸ਼ਬਦ ਦੀ ਧੁਨ ਸੁਣਨ ਤੋਂ ਬਿਨਾਂ ਹੋਰ ਕੋਈ ਮੁਕਤੀ ਦਾ ਰਸਤਾ ਨਹੀਂ ਹੈ।
7. ਪ੍ਰਭ ਦੀ ਰਹਿਮਤ ਤੋਂ ਬਿਨਾਂ ਹੋਰ ਕੋਈ ਵੀ ਪ੍ਰਭ ਦੀਆਂ ਵਡਿਆਈਆਂ, ਕਰਤਬ ਨਹੀਂ ਜਾਣਦਾ, ਵਰਨਣ ਕਰ ਸਕਦਾ।
8. ਅੰਤਰਜਾਮੀ ਪ੍ਰਭ, ਜੀਵ ਦੇ ਮਨ ਦੀਆਂ ਸਾਰੀਆਂ ਇਛਾਂ, ਭਾਵਨਾਂ ਜਾਣਦਾ, ਆਪ ਇਛਾਂ ਤੋਂ ਦੂਰ ਰਹਿੰਦਾ ਹੈ।
9. ਪ੍ਰਭ ਸੰਸਾਰ ਵਿੱਚ ਬਹੁਤ ਸਿਆਣਪ ਵਾਲੇ, ਸਿਧ, ਜੋਗੀ, ਗੁਰੂ, ਪੀਰ ਭੇਜਾ ਹੈ।
10. ਕੇਵਲ ਗੁਰਮਖ ਅਵਸਥਾ ਹੋਣ ਨਾਲ ਸ਼ਬਦ ਦੀ ਸੋਝੀ ਬਖਸ਼ਦਾ ਹੈ! ਕਿ ਸ੍ਰਿਸ਼ਟੀ ਪ੍ਰਭ ਦੀ ਜੋਤ ਦਾ ਹੀ ਪਸਾਰਾ ਹੈ।

Nanak Ji! The conclusion of Sidh Ghost!

1. **Nanak Ji! I am only a beggar at His door!**
2. Without adopting the teachings of His Word; state of mind as Yogi, His Holy saint, His true devotee, "Das" may never be blessed.
3. Whosoever may hear the everlasting echo of His Word resonating within his heart; he may be blessed peace of mind and contentment.
4. Whosoever may be enlightened with essence of His Word; he may be revealed with the secret of three universes.
5. Only, The True Master may bless His Word to His true devotee; no worldly guru, prophet can bless His Word, unique for each soul.
6. Whosoever may adopt the essence of His Word, blessed with state of mind as His true devotee; with any other meditation, the right path of acceptance in His Court, salvation may never be blessed.
7. Whosoever may be bestowed with His Blessed Vison; only he may comprehend and explain His Greatness, His Miracles, His Nature.
8. The Omniscient True Master remains aware about the hopes, desires; however, He remains beyond the reach of worldly emotions.
9. From Ancient Ages! He always sends blessed souls to enlighten His Creation!
10. Only His true devotee may comprehend; The whole universe is an expansion of His Holy Spirit.

☬ ਜਪੁ ਜੀ ਸਾਹਿਬ ☬

ੴ ਸਤਿ ਨਾਮੁ	ik-oNkaar, sat naam,
ਕਰਤਾ ਪੁਰਖੁ, ਨਿਰਭਉ ਨਿਰਵੈਰੁ ਅਕਾਲ	kartaa, purakh, nirbha-o, nirvair, akaal,
ਮੂਰਤਿ ਅਜੂਨੀ ਸੈਭੰ ਗੁਰ ਪ੍ਰਸਾਦਿ॥	moorat, ajoonee, saibhaN, gur parsaad.
ਜਪੁ॥	jap.!
ਆਦਿ ਸਚੁ ਜੁਗਾਦਿ ਸਚੁ॥	Aad sach, Jugaad sach.
ਹੈ ਭੀ ਸਚੁ ਨਾਨਕ ਹੋਸੀ ਭੀ ਸਚੁ॥੧॥	Hai bhee sach, Naanak hosee bhee sach. ||1||
ਸੋ ਸੋਚਿ ਨ ਹੋਵਈ	Sochai soch na hova-ee,
ਜੇ ਸੋਚੀ ਲਖ ਵਾਰ॥	jay sochee lakh vaar.
ਚੁਪੈ ਚੁਪ ਨ ਹੋਵਈ	Chupai chup na hova-ee,
ਜੇ ਲਾਇ ਰਹਾ ਲਿਵ ਤਾਰ॥	jay laa-ay rahaa liv taar.
ਭੁਖਿਆ ਭੁਖ ਨ ਉਤਰੀ	Bhukhi-aa bhukh na utree,
ਜੇ ਬੰਨਾ ਪੁਰੀਆ ਭਾਰ॥	jay bannaa puree-aa bhaar.
ਸਹਸ ਸਿਆਣਪਾਂ ਲਖ ਹੋਹਿ	Sahas si-aanpaa lakh hohi,
ਤ ਇਕ ਨ ਚਲੈ ਨਾਲਿ॥	ta ik na chalai naal.
ਕਿਵ ਸਚਿਆਰਾ ਹੋਈਐ	Kiv sachi-aaraa ho-ee-ai,
ਕਿਵ ਕੂੜੈ ਤੁਟੈ ਪਾਲਿ॥	kiv koorhai tutai paal?
ਹੁਕਮਿ ਰਜਾਈ ਚਲਣਾ	Hukam rajaa-ee chalnaa,
ਨਾਨਕ ਲਿਖਿਆ ਨਾਲਿ॥੧॥	Naanak likhi-aa naal. ||1||
ਹੁਕਮੀ ਹੋਵਨਿ ਆਕਾਰ	Hukmee hovan aakaar,
ਹੁਕਮੁ ਨ ਕਹਿਆ ਜਾਈ॥	hukam na kahi-aa jaa-ee.
ਹੁਕਮੀ ਹੋਵਨਿ ਜੀਅ	Hukmee hovan jee-a,
ਹੁਕਮਿ ਮਿਲੈ ਵਡਿਆਈ॥	hukam milai vadi-aa-ee.
ਹੁਕਮੀ ਉਤਮੁ ਨੀਚੁ,	Hukmee utam neech,
ਹੁਕਮਿ ਲਿਖਿ ਦੁਖ ਸੁਖ ਪਾਈਅਹਿ॥	hukam likh dukh sukh paa-ee-ah.
ਇਕਨਾ ਹੁਕਮੀ ਬਖਸੀਸ,	Iknaa hukmee bakhsees,
ਇਕਿ ਹੁਕਮੀ ਸਦਾ ਭਵਾਈਅਹਿ॥	ik hukmee sadaa bhavaa-ee-ah.
ਹੁਕਮੈ ਅੰਦਰਿ ਸਭੁ	Hukmai andar sabh ko,
ਕੋ ਬਾਹਰਿ ਹੁਕਮ ਨ ਕੋਇ॥	baahar hukam na ko-ay.
ਨਾਨਕ ਹੁਕਮੈ ਜੇ ਬੁਝੈ	Naanak hukmai jay bujhai,
ਤ ਹਉਮੈ ਕਹੈ ਨ ਕੋਇ॥੨॥	ta ha-umai kahai na ko-ay. ||2||
ਗਾਵੈ ਕੋ ਤਾਣੁ ਹੋਵੈ ਕਿਸੈ ਤਾਣੁ॥	Gaavai ko taan hovai kisai taan.
ਗਾਵੈ ਕੋ ਦਾਤਿ ਜਾਣੈ ਨੀਸਾਣੁ॥	Gaavai ko daat jaanai neesaan.
ਗਾਵੈ ਕੋ ਗੁਣ ਵਡਿਆਈਆ ਚਾਰ॥	Gaavai ko gun vadi-aa-ee-aa chaar.
ਗਾਵੈ ਕੋ ਵਿਦਿਆ ਵਿਖਮੁ ਵੀਚਾਰੁ॥	Gaavai ko vidi-aa vikham veechaar.
ਗਾਵੈ ਕੋ ਸਾਜਿ ਕਰੇ ਤਨੁ ਖੇਹ॥	Gaavai ko saaj karay tan khayh.
ਗਾਵੈ ਕੋ ਜੀਅ ਲੈ ਫਿਰਿ ਦੇਹ॥	Gaavai ko jee-a lai fir dayh.
ਗਾਵੈ ਕੋ ਜਾਪੈ ਦਿਸੈ ਦੂਰਿ॥	Gaavai ko jaapai disai door.
ਗਾਵੈ ਕੋ ਵੇਖੈ ਹਾਦਰਾ ਹਦੂਰਿ॥	Gaavai ko vaykhai haadraa hadoor.
ਕਥਨਾ ਕਥੀ ਨ ਆਵੈ ਤੋਟਿ॥	Kathnaa kathee na aavai tot.
ਕਥਿ ਕਥਿ ਕਥੀ ਕੋਟੀ ਕੋਟਿ ਕੋਟਿ॥	Kath kath kathee kotee kot kot.
ਦੇਂਦਾ ਦੇ ਲੈਂਦੇ ਥਕਿ ਪਾਹਿ॥	Daydaa day laiday thak paahi.
ਜੁਗਾ ਜੁਗੰਤਰਿ ਖਾਹੀ ਖਾਹਿ॥	Jugaa jugantar khaahee khaahi.
ਹੁਕਮੀ ਹੁਕਮੁ ਚਲਾਏ ਰਾਹੁ॥	Hukmee hukam chalaa-ay raahu.
ਨਾਨਕ ਵਿਗਸੈ ਵੇਪਰਵਾਹੁ॥ ੩॥	Naanak vigsai vayparvaahu. ||3||

ਸਾਚਾ ਸਾਹਿਬੁ ਸਾਚੁ ਨਾਇ
ਭਾਖਿਆ ਭਾਉ ਅਪਾਰੁ॥
ਆਖਹਿ ਮੰਗਹਿ ਦੇਹਿ ਦੇਹਿ
ਦਾਤਿ ਕਰੇ ਦਾਤਾਰੁ॥
ਫੇਰਿ ਕਿ ਅਗੈ ਰਖੀਐ
ਜਿਤੁ ਦਿਸੈ ਦਰਬਾਰੁ॥
ਮੁਹੌ ਕਿ ਬੋਲਣੁ ਬੋਲੀਐ
ਜਿਤੁ ਸੁਣਿ ਧਰੇ ਪਿਆਰੁ॥
ਅੰਮ੍ਰਿਤ ਵੇਲਾ ਸਚੁ ਨਾਉ
ਵਡਿਆਈ ਵੀਚਾਰੁ॥
ਕਰਮੀ ਆਵੈ ਕਪੜਾ
ਨਦਰੀ ਮੋਖੁ ਦੁਆਰੁ॥
ਨਾਨਕ ਏਵੈ ਜਾਣੀਐ
ਸਭੁ ਆਪੇ ਸਚਿਆਰੁ॥੪॥

Saachaa saahib saach naa-ay,
bhaakhi-aa bhaa-o apaar.
Aakhahi mangahi dayhi dayhi,
daat karay daataar.
Fayr ke agai rakhee-ai
jit disai darbaar.
Muhou ke bolan bolee-ai,
jit sun Dharay pi-aar.
Amrit vaylaa sach naa-o,
vadi-aa-ee veechaar.
Karmee aavai kaprhaa,
nadree mokh du-aar.
Naanak ayvai jaanee-ai,
sabh aapay sachiaar. ||4||

ਥਾਪਿਆ ਨ ਜਾਇ ਕੀਤਾ ਨ ਹੋਇ॥
ਆਪੇ ਆਪਿ ਨਿਰੰਜਨੁ ਸੋਇ॥
ਜਿਨਿ ਸੇਵਿਆ ਤਿਨਿ ਪਾਇਆ ਮਾਨੁ॥
ਨਾਨਕ ਗਾਵੀਐ ਗੁਣੀ ਨਿਧਾਨੁ॥
ਗਾਵੀਐ ਸੁਣੀਐ ਮਨਿ ਰਖੀਐ ਭਾਉ॥
ਦੁਖੁ ਪਰਹਰਿ ਸੁਖੁ ਘਰਿ ਲੈ ਜਾਇ॥
ਗੁਰਮੁਖਿ ਨਾਦੰ ਗੁਰਮੁਖਿ ਵੇਦੰ,
ਗੁਰਮੁਖਿ ਰਹਿਆ ਸਮਾਈ॥
ਗੁਰੁ ਈਸਰੁ ਗੁਰੁ ਗੋਰਖੁ ਬਰਮਾ
ਗੁਰੁ ਪਾਰਬਤੀ ਮਾਈ॥
ਜੇ ਹਉ ਜਾਣਾ ਆਖਾ ਨਾਹੀ
ਕਹਣਾ ਕਥਨੁ ਨ ਜਾਈ
ਗੁਰਾ ਇਕ ਦੇਹਿ ਬੁਝਾਈ॥
ਸਭਨਾ ਜੀਆ ਕਾ ਇਕੁ ਦਾਤਾ,
ਸੋ ਮੈ ਵਿਸਰਿ ਨ ਜਾਈ॥੫॥

Thaapi-aa na jaa-ay, keetaa na ho-ay.
Aapay aap niranjan so-ay.
Jin sayvi-aa tin paa-i-aa maan,
Naanak gaavee-ai gunee niDhaan.
Gaavee-ai sunee-ai man rakhee-ai bhaa-o.
Dukh parhar sukh ghar lai jaa-ay.
Gurmukh naadaN gurmukh vaydaN,
gurmukh rahi-aa samaa-ee.
Gur eesar gur gorakh barmaa
gur paarbatee maa-ee.
Jay ha-o jaanaa aakhaa naahee,
kahnaa kathan na jaa-ee.
Guraa ik dayhi bujhaa-ee!
Sabhnaa jee-aa kaa ik daataa
so mai visar na jaa-ee. ||5||

ਤੀਰਥਿ ਨਾਵਾ ਜੇ ਤਿਸੁ ਭਾਵਾ
ਵਿਣੁ ਭਾਣੇ ਕਿ ਨਾਇ ਕਰੀ॥
ਜੇਤੀ ਸਿਰਠਿ ਉਪਾਈ ਵੇਖਾ
ਵਿਣੁ ਕਰਮਾ ਕਿ ਮਿਲੈ ਲਈ॥
ਮਤਿ ਵਿਚਿ ਰਤਨ ਜਵਾਹਰ ਮਾਣਿਕ,
ਜੇ ਇਕ ਗੁਰ ਕੀ ਸਿਖ ਸੁਣੀ॥
ਗੁਰਾ ਇਕ ਦੇਹਿ ਬੁਝਾਈ॥
ਸਭਨਾ ਜੀਆ ਕਾ ਇਕੁ ਦਾਤਾ,
ਸੋ ਮੈ ਵਿਸਰਿ ਨ ਜਾਈ॥੬॥

Tirath naavaa, jay tis bhaavaa,
vin bhaanay ke naa-ay karee.
Jaytee sirath upaa-ee vaykhaa
vin karmaa ke milai la-ee.
Mat vich ratan javaahar maanik
jay ik gur kee sikh sunee.
Guraa ik dayhi bujhaa-ee!
Sabhnaa jee-aa kaa ik daataa
so mai visar na jaa-ee. ||6||

ਜੇ ਜੁਗ ਚਾਰੇ ਆਰਜਾ
ਹੋਰ ਦਸੂਣੀ ਹੋਇ॥
ਨਵਾ ਖੰਡਾ ਵਿਚਿ ਜਾਣੀਐ
ਨਾਲਿ ਚਲੈ ਸਭੁ ਕੋਇ॥
ਚੰਗਾ ਨਾਉ ਰਖਾਇ ਕੈ
ਜਸੁ ਕੀਰਤਿ ਜਗਿ ਲੇਇ॥
ਜੇ ਤਿਸੁ ਨਦਰਿ ਨ ਆਵਈ
ਤ ਵਾਤ ਨ ਪੁਛੈ ਕੇ॥
ਕੀਟਾ ਅੰਦਰਿ ਕੀਟੁ ਕਰਿ

Jay jug chaaray aarjaa
hor dasoonee ho-ay.
Navaa khanda vich jaanee-ai,
naal chalai sabh ko-ay.
Changa naa-o rakhaa-ay kai,
jas keerat jag lay-ay.
Jay tis nadar na aavee
ta vaat na puchhai kay.
Keetaa andar keet kar

ਦੋਸੀ ਦੋਸੁ ਧਰੇ॥	dosee dos Dharay.
ਨਾਨਕ ਨਿਰਗੁਣਿ ਗੁਣੁ ਕਰੇ	Naanak nirgun gun karay,
ਗੁਣਵੰਤਿਆ ਗੁਣੁ ਦੇ॥	gunvanti-aa gun day.
ਤੇਹਾ ਕੋਇ ਨ ਸੁਝਈ	Tayhaa ko-ay na sujh-ee
ਜਿ ਤਿਸੁ ਗੁਣੁ ਕੋਇ ਕਰੇ॥੭॥	je tis gun ko-ay karay. ||7||
ਸੁਣਿਐ ਸਿਧ ਪੀਰ ਸੁਰਿ ਨਾਥ॥	Suni-ai siDh peer sur naath.
ਸੁਣਿਐ ਧਰਤਿ ਧਵਲ ਆਕਾਸ॥	Suni-ai Dharat Dhaval aakaas.
ਸੁਣਿਐ ਦੀਪ ਲੋਅ ਪਾਤਾਲ॥	Suni-ai deep lo-a paataal.
ਸੁਣਿਐ ਪੋਹਿ ਨ ਸਕੈ ਕਾਲੁ॥	Suni-ai pohi na sakai kaal.
ਨਾਨਕ ਭਗਤਾ ਸਦਾ ਵਿਗਾਸੁ॥	Naanak bhagtaa sadaa vigaas.
ਸੁਣਿਐ ਦੂਖ ਪਾਪ ਕਾ ਨਾਸੁ॥੮॥	Suni-ai dookh paap kaa naas. ||8||
ਸੁਣਿਐ ਈਸਰੁ ਬਰਮਾ ਇੰਦੁ॥	Suni-ai eesar barmaa ind.
ਸੁਣਿਐ ਮੁਖਿ ਸਾਲਾਹਣ ਮੰਦੁ॥	Suni-ai mukh saalaahan mand.
ਸੁਣਿਐ ਜੋਗ ਜੁਗਤਿ ਤਨਿ ਭੇਦ॥	Suni-ai jog jugat tan bhayd.
ਸੁਣਿਐ ਸਾਸਤ ਸਿਮ੍ਰਿਤਿ ਵੇਦ॥	Suni-ai saasat simrit vayd.
ਨਾਨਕ ਭਗਤਾ ਸਦਾ ਵਿਗਾਸੁ॥	Naanak bhagtaa sadaa vigaas.
ਸੁਣਿਐ ਦੂਖ ਪਾਪ ਕਾ ਨਾਸੁ॥੯॥	Suni-ai dookh paap kaa naas. ||9||
ਸੁਣਿਐ ਸਤੁ ਸੰਤੋਖੁ ਗਿਆਨੁ॥	Suni-ai sat santokh gi-aan.
ਸੁਣਿਐ ਅਠਸਠਿ ਕਾ ਇਸਨਾਨੁ॥	Suni-ai athsath kaa isnaan.
ਸੁਣਿਐ ਪੜਿ ਪੜਿ ਪਾਵਹਿ ਮਾਨੁ॥	Suni-ai parh parh paavahi maan.
ਸੁਣਿਐ ਲਾਗੈ ਸਹਜਿ ਧਿਆਨੁ॥	Suni-ai laagai sahj Dhi-aan.
ਨਾਨਕ ਭਗਤਾ ਸਦਾ ਵਿਗਾਸੁ॥	Naanak bhagtaa sadaa vigaas.
ਸੁਣਿਐ ਦੂਖ ਪਾਪ ਕਾ ਨਾਸੁ॥੧੦॥	Suni-ai dookh paap kaa naas. ||10||
ਸੁਣਿਐ ਸਰਾ ਗੁਣਾ ਕੇ ਗਾਹ॥	Suni-ai saraa gunaa kay gaah.
ਸੁਣਿਐ ਸੇਖ ਪੀਰ ਪਾਤਿਸਾਹ॥	Suni-ai saykh peer paatisaah.
ਸੁਣਿਐ ਅੰਧੇ ਪਾਵਹਿ ਰਾਹੁ॥	Suni-ai anDhay paavahi raahu.
ਸੁਣਿਐ ਹਾਥ ਹੋਵੈ ਅਸਗਾਹੁ॥	Suni-ai haath hovai asgaahu.
ਨਾਨਕ ਭਗਤਾ ਸਦਾ ਵਿਗਾਸੁ॥	Naanak bhagtaa sadaa vigaas.
ਸੁਣਿਐ ਦੂਖ ਪਾਪ ਕਾ ਨਾਸੁ॥੧੧॥	Suni-ai dookh paap kaa naas. ||11||
ਮੰਨੇ ਕੀ ਗਤਿ ਕਹੀ ਨ ਜਾਇ॥	Mannay kee gat kahee na jaa-ay.
ਜੇ ਕੋ ਕਹੈ ਪਿਛੈ ਪਛੁਤਾਇ॥	Jay ko kahai pichhai pachhutaa-ay.
ਕਾਗਦਿ ਕਲਮ ਨ ਲਿਖਣਹਾਰੁ॥	Kaagad kalam na likhanhaar.
ਮੰਨੇ ਕਾ ਬਹਿ ਕਰਨਿ ਵੀਚਾਰੁ॥	Mannay kaa bahi karan veechaar.
ਐਸਾ ਨਾਮੁ ਨਿਰੰਜਨੁ ਹੋਇ॥	Aisaa naam niranjan ho-ay.
ਜੇ ਕੋ ਮੰਨਿ ਜਾਣੈ ਮਨਿ ਕੋਇ॥੧੨॥	Jay ko man jaanai man ko-ay. ||12||
ਮੰਨੈ ਸੁਰਤਿ ਹੋਵੈ ਮਨਿ ਬੁਧਿ॥	Mannai surat hovai man buDh.
ਮੰਨੈ ਸਗਲ ਭਵਣ ਕੀ ਸੁਧਿ॥	Mannai sagal bhavan kee suDh.
ਮੰਨੈ ਮੁਹਿ ਚੋਟਾ ਨਾ ਖਾਇ॥	Mannai muhi chotaa naa khaa-ay.
ਮੰਨੈ ਜਮ ਕੈ ਸਾਥਿ ਨ ਜਾਇ॥	Mannai jam kai saath na jaa-ay.
ਐਸਾ ਨਾਮ ਨਿਰੰਜਨ ਹੋਇ॥	Aisaa naam niranjan ho-ay.
ਜੇ ਕੋ ਮੰਨਿ ਜਾਣੈ ਮਨਿ ਕੋਇ॥੧੩॥	Jay ko man jaanai man ko-ay. ||13||
ਮੰਨੈ ਮਾਰਗਿ ਠਾਕ ਨ ਪਾਇ॥	Mannai maarag thaak na paa-ay.
ਮੰਨੈ ਪਤਿ ਸਿਉ ਪਰਗਟੁ ਜਾਇ॥	Mannai pat si-o pargat jaa-ay.
ਮੰਨੈ ਮਗੁ ਨ ਚਲੈ ਪੰਥੁ॥	Mannai mag na chalai panth.
ਮੰਨੈ ਧਰਮ ਸੇਤੀ ਸਨਬੰਧੁ॥	Mannai Dharam saytee san-banDh.
ਐਸਾ ਨਾਮੁ ਨਿਰੰਜਨੁ ਹੋਇ॥	Aisaa naam niranjan ho-ay.

ਜੇ ਕੋ ਮੰਨਿ ਜਾਣੈ ਮਨਿ ਕੋਇ॥੧੪॥

Jay ko man jaanai man ko-ay. ||14||

ਮੰਨੈ ਪਾਵਹਿ ਮੋਖੁ ਦੁਆਰੁ॥

Mannai paavahi mokh du-aar.

ਮੰਨੈ ਪਰਵਾਰੈ ਸਾਧਾਰੁ॥

Mannai parvaarai saaDhaar.

ਮੰਨੈ ਤਰੈ ਤਾਰੇ ਗੁਰੁ ਸਿਖ॥

Mannai tarai taaray gur sikh.

ਮੰਨੈ ਨਾਨਕ ਭਵਹਿ ਨ ਭਿਖ॥

Mannai naanak bhavahi na bhikh.

ਐਸਾ ਨਾਮੁ ਨਿਰੰਜਨ ਹੋਇ॥

Aisaa naam niranjan ho-ay.

ਜੇ ਕੋ ਮੰਨਿ ਜਾਣੈ ਮਨਿ ਕੋਇ॥੧੫॥

Jay ko man jaanai man ko-ay. ||15||

ਪੰਚ ਪਰਵਾਣ ਪੰਚ ਪਰਧਾਨੁ॥

Panch parvaan panch parDhaan.

ਪੰਚੇ ਪਾਵਹਿ ਦਰਗਹਿ ਮਾਨੁ॥

Panchay paavahi dargahi maan.

ਪੰਚੇ ਸੋਹਹਿ ਦਰਿ ਰਾਜਾਨੁ॥

Panchay sohahi dar raajaan.

ਪੰਚਾ ਕਾ ਗੁਰੁ ਏਕੁ ਧਿਆਨੁ॥

Panchaa kaa gur ayk Dhi-aan.

ਜੇ ਕੋ ਕਹੈ ਕਰੈ ਵੀਚਾਰੁ॥

Jay ko kahai karai veechaar.

ਕਰਤੇ ਕੈ ਕਰਣੈ ਨਾਹੀ ਸੁਮਾਰੁ॥

Kartay kai karnai naahee sumaar.

ਧੌਲੁ ਧਰਮੁ ਦਇਆ ਕਾ ਪੂਤੁ॥

Dhoul Dharam da-i-aa kaa poot.

ਸੰਤੋਖੁ ਥਾਪਿ ਰਖਿਆ ਜਿਨਿ ਸੂਤਿ॥

Santokh thaap rakhi-aa jin soot.

ਜੇ ਕੋ ਬੁਝੈ ਹੋਵੈ ਸਚਿਆਰੁ॥

Jay ko bujhai hovai sachiaar.

ਧਵਲੈ ਉਪਰਿ ਕੇਤਾ ਭਾਰੁ॥

Dhavlai upar kaytaa bhaar.

ਧਰਤੀ ਹੋਰੁ ਪਰੈ ਹੋਰੁ ਹੋਰੁ॥

Dhartee hor parai hor hor.

ਤਿਸ ਤੇ ਭਾਰੁ ਤਲੈ ਕਵਣੁ ਜੋਰੁ॥

Tis tay bhaar talai kavan jor.

ਜੀਅ ਜਾਤਿ ਰੰਗਾ ਕੇ ਨਾਵ॥

Jee-a jaat rangaa kay naav.

ਸਭਨਾ ਲਿਖਿਆ ਵੁੜੀ ਕਲਾਮ॥

Sabhnaa likhi-aa vurhee kalaam.

ਏਹੁ ਲੇਖਾ ਲਿਖਿ ਜਾਣੈ ਕੋਇ॥

Ayhu laykhaa likh jaanai ko-ay.

ਲੇਖਾ ਲਿਖਿਆ ਕੇਤਾ ਹੋਇ॥

Laykhaa likhi-aa kaytaa ho-ay.

ਕੇਤਾ ਤਾਣੁ ਸੁਆਲਿਹੁ ਰੂਪੁ॥

Kaytaa taan su-aalihu roop.

ਕੇਤੀ ਦਾਤਿ ਜਾਣੈ ਕੌਣੁ ਕੂਤੁ॥

Kaytee daat jaanai koun koot.

ਕੀਤਾ ਪਸਾਉ ਏਕੋ ਕਵਾਉ॥

Keetaa pasaa-o ayko kavaa-o.

ਤਿਸ ਤੇ ਹੋਏ ਲਖ ਦਰੀਆਉ॥

Tis tay ho-ay lakh daree-aa-o.

ਕੁਦਰਤਿ ਕਵਣ ਕਹਾ ਵੀਚਾਰੁ॥

Kudrat kavan kahaa veechaar.

ਵਾਰਿਆ ਨ ਜਾਵਾ ਏਕ ਵਾਰ॥

Vaari-aa na jaavaa ayk vaar.

ਜੋ ਤੁਧੁ ਭਾਵੈ ਸਾਈ ਭਲੀ ਕਾਰ॥

Jo tuDh bhaavai saa-ee bhalee kaar.

ਤੂ ਸਦਾ ਸਲਾਮਤਿ ਨਿਰੰਕਾਰ॥੧੬॥

Too sadaa salaamat nirankaar. ||16||

ਅਸੰਖ ਜਪ ਅਸੰਖ ਭਾਉ॥

AsaNkh jap asaNkh bhaa-o.

ਅਸੰਖ ਪੂਜਾ ਅਸੰਖ ਤਪ ਤਾਉ॥

AsaNkh poojaa asaNkh tap taa-o.

ਅਸੰਖ ਗਰੰਥ ਮੁਖਿ ਵੇਦ ਪਾਠ॥

AsaNkh garanth mukh vayd paath.

ਅਸੰਖ ਜੋਗ ਮਨਿ ਰਹਹਿ ਉਦਾਸ॥

AsaNkh jog man rahahi udaas.

ਅਸੰਖ ਭਗਤ ਗੁਣ ਗਿਆਨ ਵੀਚਾਰ॥

AsaNkh bhagat gun gi-aan veechaar.

ਅਸੰਖ ਸਤੀ ਅਸੰਖ ਦਾਤਾਰ॥

AsaNkh satee asaNkh daataar.

ਅਸੰਖ ਸੂਰ ਮੁਹ ਭਖ ਸਾਰ॥

AsaNkh soor muh bhakh saar.

ਅਸੰਖ ਮੋਨਿ ਲਿਵ ਲਾਇ ਤਾਰ॥

AsaNkh mon liv laa-ay taar.

ਕੁਦਰਤਿ ਕਵਣ ਕਹਾ ਵੀਚਾਰੁ॥

Kudrat kavan kahaa veechaar.

ਵਾਰਿਆ ਨ ਜਾਵਾ ਏਕ ਵਾਰ॥

Vaari-aa na jaavaa ayk vaar.

ਜੋ ਤੁਧੁ ਭਾਵੈ ਸਾਈ ਭਲੀ ਕਾਰ॥

Jo tuDh bhaavai saa-ee bhalee kaar.

ਤੂ ਸਦਾ ਸਲਾਮਤਿ ਨਿਰੰਕਾਰ॥੧੭॥

Too sadaa salaamat nirankaar. ||17||

ਅਸੰਖ ਮੂਰਖ ਅੰਧ ਘੋਰ॥

AsaNkh moorakh anDh ghor.

ਅਸੰਖ ਚੋਰ ਹਰਾਮਖੋਰ॥

AsaNkh chor haraamkhor.

ਅਸੰਖ ਅਮਰ ਕਰਿ ਜਾਹਿ ਜੋਰ॥

AsaNkh amar kar jaahi jor.

ਅਸੰਖ ਗਲਵਢ ਹਤਿਆ ਕਮਾਹਿ॥	AasaNkh galvadh hati-aa kamaahi.
ਅਸੰਖ ਪਾਪੀ ਪਾਪੁ ਕਰਿ ਜਾਹਿ॥	AsaNkh paapee paap kar jaahi.
ਅਸੰਖ ਕੂੜਿਆਰ ਕੂੜੇ ਫਿਰਾਹਿ॥	AsaNkh koorhi-aar koorhay firaahi.
ਅਸੰਖ ਮਲੇਛ ਮਲੁ ਭਖਿ ਖਾਹਿ॥	AsaNkh malaychh mal bhakh khaahi.
ਅਸੰਖ ਨਿੰਦਕ ਸਿਰਿ ਕਰਹਿ ਭਾਰੁ॥	AsaNkh nindak sir karahi bhaar.
ਨਾਨਕੁ ਨੀਚੁ ਕਹੈ ਵੀਚਾਰੁ॥	Naanak neech kahai veechaar.
ਵਾਰਿਆ ਨ ਜਾਵਾ ਏਕ ਵਾਰ॥	Vaari-aa na jaavaa ayk vaar.
ਜੋ ਤੁਧੁ ਭਾਵੈ ਸਾਈ ਭਲੀ ਕਾਰ॥	Jo tuDh bhaavai saa-ee bhalee kaar.
ਤੂ ਸਦਾ ਸਲਾਮਤਿ ਨਿਰੰਕਾਰ॥੧੮॥	Too sadaa salaamat nirankaar. ||18||
ਅਸੰਖ ਨਾਵ ਅਸੰਖ ਥਾਵ॥	AsaNkh naav asaNkh thaav.
ਅਗੰਮ ਅਗੰਮ ਅਸੰਖ ਲੋਅ॥	Agamm agamm asaNkh lo-a.
ਅਸੰਖ ਕਹਹਿ ਸਿਰਿ ਭਾਰੁ ਹੋਇ॥	AsaNkh kehahi sir bhaar ho-ay.
ਅਖਰੀ ਨਾਮੁ ਅਖਰੀ ਸਾਲਾਹ॥	Akhree naam akhree saalaah.
ਅਖਰੀ ਗਿਆਨੁ ਗੀਤ ਗੁਣ ਗਾਹ॥	Akhree gi-aan geet gun gaah.
ਅਖਰੀ ਲਿਖਣੁ ਬੋਲਣੁ ਬਾਣਿ॥	Akhree likhan bolan baan.
ਅਖਰਾ ਸਿਰਿ ਸੰਜੋਗੁ ਵਖਾਣਿ॥	Akhraa sir sanjog vakhaan.
ਜਿਨਿ ਏਹਿ ਲਿਖੇ ਤਿਸੁ ਸਿਰਿ ਨਾਹਿ॥	Jin ayhi likhay tis sir naahi.
ਜਿਵ ਫੁਰਮਾਏ ਤਿਵ ਤਿਵ ਪਾਹਿ॥	Jiv furmaa-ay tiv tiv paahi.
ਜੇਤਾ ਕੀਤਾ ਤੇਤਾ ਨਾਉ॥	Jaytaa keetaa taytaa naa-o.
ਵਿਣੁ ਨਾਵੈ ਨਾਹੀ ਕੋ ਥਾਉ॥	Vin naavai naahee ko thaa-o.
ਕੁਦਰਤਿ ਕਵਣ ਕਹਾ ਵੀਚਾਰੁ॥	Kudrat kavan kahaa veechaar.
ਵਾਰਿਆ ਨ ਜਾਵਾ ਏਕ ਵਾਰ॥	Vaari-aa na jaavaa ayk vaar.
ਜੋ ਤੁਧੁ ਭਾਵੈ ਸਾਈ ਭਲੀ ਕਾਰ॥	Jo tuDh bhaavai saa-ee bhalee kaar.
ਤੂ ਸਦਾ ਸਲਾਮਤਿ ਨਿਰੰਕਾਰ॥੧੯॥	Too sadaa salaamat nirankaar. ||19||
ਭਰੀਐ ਹਥੁ ਪੈਰੁ ਤਨੁ ਦੇਹ॥	Bharee-ai hath pair tan dayh.
ਪਾਣੀ ਧੋਤੈ ਉਤਰਸੁ ਖੇਹ॥	Paanee Dhotai utras khayh.
ਮੂਤ ਪਲੀਤੀ ਕਪੜੁ ਹੋਇ॥	Moot paleetee kaparh ho-ay.
ਦੇ ਸਾਬੂਣੁ ਲਈਐ ਓਹੁ ਧੋਇ॥	Day saaboon la-ee-ai oh Dho-ay.
ਭਰੀਐ ਮਤਿ ਪਾਪਾ ਕੈ ਸੰਗਿ॥	Bharee-ai mat paapaa kai sang.
ਓਹੁ ਧੋਪੈ ਨਾਵੈ ਕੈ ਰੰਗਿ॥	Oh Dhopai naavai kai rang.
ਪੁੰਨੀ ਪਾਪੀ ਆਖਣੁ ਨਾਹਿ॥	Punnee paapee aakhan naahi.
ਕਰਿ ਕਰਿ ਕਰਣਾ ਲਿਖਿ ਲੈ ਜਾਹੁ॥	Kar kar karnaa likh lai jaahu.
ਆਪੇ ਬੀਜਿ ਆਪੇ ਹੀ ਖਾਹੁ॥	Aapay beej aapay hee khaahu.
ਨਾਨਕ ਹੁਕਮੀ ਆਵਹੁ ਜਾਹੁ॥੨੦॥	Naanak hukmee aavhu jaahu. ||20||
ਤੀਰਥੁ ਤਪੁ ਦਇਆ ਦਤੁ ਦਾਨੁ॥	Tirath tap da-i-aa dat daan.
ਜੇ ਕੋ ਪਾਵੈ ਤਿਲ ਕਾ ਮਾਨੁ॥	Jay ko paavai til kaa maan.
ਸੁਣਿਆ ਮੰਨਿਆ ਮਨਿ ਕੀਤਾ ਭਾਉ॥	Suni-aa mani-aa man keetaa bhaa-o.
ਅੰਤਰਗਤਿ ਤੀਰਥਿ ਮਲਿ ਨਾਉ॥	Antargat tirath mal naa-o.
ਸਭਿ ਗੁਣ ਤੇਰੇ ਮੈ ਨਾਹੀ ਕੋਇ॥	Sabh gun tayray mai naahee ko-ay.
ਵਿਣੁ ਗੁਣ ਕੀਤੇ ਭਗਤਿ ਨ ਹੋਇ॥	Vin gun keetay bhagat na ho-ay.
ਸੁਅਸਤਿ ਆਥਿ ਬਾਣੀ ਬਰਮਾਉ॥	Su-asat aath banee barmaa-o.
ਸਤਿ ਸੁਹਾਣੁ ਸਦਾ ਮਨਿ ਚਾਉ॥	Sat suhaan sadaa man chaa-o.
ਕਵਣੁ ਸੁ ਵੇਲਾ ਵਖਤੁ ਕਵਣੁ	Kavan so vaylaa vakhat kavan
ਕਵਣ ਥਿਤਿ ਕਵਣੁ ਵਾਰੁ॥	kavan thit kavan vaar.
ਕਵਣਿ ਸਿ ਰੁਤੀ ਮਾਹੁ ਕਵਣੁ	Kavan se rutee maahu kavan
ਜਿਤੁ ਹੋਆ ਆਕਾਰੁ,	jit ho-aa aakaar.
ਵੇਲ ਨ ਪਾਈਆ ਪੰਡਤੀ	Vayl na paa-ee-aa pandtee,

ਜਿ ਹੋਵੈ ਲੇਖੁ ਪੁਰਾਣੁ॥
je hovai laykh puraan.
ਵਖਤੁ ਨ ਪਾਇਓ ਕਾਦੀਆ
Vakhat na paa-i-o kaadee-aa,
ਜਿ ਲਿਖਨਿ ਲੇਖੁ ਕੁਰਾਣੁ॥
je likhan laykh kuraan.
ਥਿਤਿ ਵਾਰੁ ਨਾ ਜੋਗੀ ਜਾਣੈ
Thit vaar naa jogee jaanai,
ਰੁਤਿ ਮਾਹੁ ਨਾ ਕੋਈ॥
rut maahu naa ko-ee.
ਜਾ ਕਰਤਾ ਸਿਰਠੀ ਕਉ ਸਾਜੇ
Jaa kartaa sirthee ka-o saajay
ਆਪੇ ਜਾਣੈ ਸੋਈ॥
aapay jaanai so-ee.
ਕਿਵ ਕਰਿ ਆਖਾ ਕਿਵ ਸਾਲਾਹੀ
Kiv kar aakhaa kiv saalaahee,
ਕਿਉ ਵਰਨੀ ਕਿਵ ਜਾਣਾ॥
ki-o varnee kiv jaanaa.
ਨਾਨਕ ਆਖਣਿ ਸਭੁ ਕੋ ਆਖੈ
Naanak aakhan sabh ko aakhai,
ਇਕ ਦੂ ਇਕੁ ਸਿਆਣਾ॥
ik doo ik si-aanaa.
ਵਡਾ ਸਾਹਿਬੁ ਵਡੀ ਨਾਈ
Vadaa saahib vadee naa-ee
ਕੀਤਾ ਜਾ ਕਾ ਹੋਵੈ॥
keetaa jaa kaa hovai.
ਨਾਨਕ ਜੇ ਕੋ ਆਪੌ ਜਾਣੈ
Naanak jay ko aapou jaanai,
ਅਗੈ ਗਇਆ ਨ ਸੋਹੈ॥੨੧॥
agai ga-i-aa na sohai. ||21||

ਪਾਤਾਲਾ ਪਾਤਾਲ ਲਖ ਆਗਾਸਾ ਆਗਾਸ॥
Paataalaa paataal lakh aagaasaa aagaas.
ਓੜਕ ਓੜਕ ਭਾਲਿ ਥਕੇ
Orhak orhak bhaal thakay
ਵੇਦ ਕਹਨਿ ਇਕ ਵਾਤ॥
vayd kahan ik vaat.
ਸਹਸ ਅਠਾਰਹ ਕਹਨਿ ਕਤੇਬਾ
Sahas athaarah kahan kataybaa
ਅਸੁਲੂ ਇਕੁ ਧਾਤੁ॥
asuloo ik Dhaat.
ਲੇਖਾ ਹੋਇ ਤ ਲਿਖੀਐ
Laykhaa ho-ay ta likee-ai
ਲੇਖੈ ਹੋਇ ਵਿਣਾਸੁ॥
laykhai ho-ay vinaas.
ਨਾਨਕ ਵਡਾ ਆਖੀਐ
Naanak vadaa aakhee-ai
ਆਪੇ ਜਾਣੈ ਆਪੁ॥੨੨॥
aapay jaanai aap. ||22|

ਸਾਲਾਹੀ ਸਾਲਾਹਿ
Saalaahee saalaahi
ਏਤੀ ਸੁਰਤਿ ਨ ਪਾਈਆ॥
aytee surat na paa-ee-aa.
ਨਦੀਆ ਅਤੈ ਵਾਹ ਪਵਹਿ
Nadee-aa atai vaah pavahi
ਸਮੁੰਦਿ ਨ ਜਾਣੀਅਹਿ॥
samund na jaanee-ahi.
ਸਮੁੰਦ ਸਾਹ ਸੁਲਤਾਨ
Samund saah sultaan
ਗਿਰਹਾ ਸੇਤੀ ਮਾਲੁ ਧਨੁ॥
girhaa saytee maal Dhan.
ਕੀੜੀ ਤੁਲਿ ਨ ਹੋਵਨੀ
Keerhee tul na hovnee
ਜੇ ਤਿਸੁ ਮਨਹੁ ਨ ਵੀਸਰਹਿ॥੨੩॥
jay tis manhu na veesrahi. ||23||

ਅੰਤੁ ਨ ਸਿਫਤੀ ਕਹਣਿ ਨ ਅੰਤੁ॥
Ant na siftee kahan na ant.
ਅੰਤੁ ਨ ਕਰਣੈ ਦੇਨਿ ਨ ਅੰਤੁ॥
Ant na karnai dayn na ant.
ਅੰਤੁ ਨ ਵੇਖਣਿ ਸੁਣਨਿ ਨ ਅੰਤੁ॥
Ant na vaykhan sunan na ant.
ਅੰਤੁ ਨ ਜਾਪੈ ਕਿਆ ਮਨਿ ਮੰਤੁ॥
Ant na jaapai ki-aa man mant.
ਅੰਤੁ ਨ ਜਾਪੈ ਕੀਤਾ ਆਕਾਰੁ॥
Ant na jaapai keetaa aakaar.
ਅੰਤੁ ਨ ਜਾਪੈ ਪਾਰਾਵਾਰੁ॥
Ant na jaapai paaraavaar.
ਅੰਤ ਕਾਰਣਿ ਕੇਤੇ ਬਿਲਲਾਹਿ॥
Ant kaaran kaytay billaahi.
ਤਾ ਕੇ ਅੰਤ ਨ ਪਾਏ ਜਾਹਿ॥
Taa kay ant na paa-ay jaahi.
ਏਹੁ ਅੰਤੁ ਨ ਜਾਣੈ ਕੋਇ॥
Ayhu ant na jaanai ko-ay.
ਬਹੁਤਾ ਕਹੀਐ ਬਹੁਤਾ ਹੋਇ॥
Bahutaa kahee-ai bahutaa ho-ay.
ਵਡਾ ਸਾਹਿਬੁ ਊਚਾ ਥਾਉ॥
Vadaa saahib oochaa thaa-o,
ਊਚੇ ਉਪਰਿ ਊਚਾ ਨਾਉ॥
Oochay upar oochaa naa-o.
ਏਵਡੁ ਊਚਾ ਹੋਵੈ ਕੋਇ॥
Ayvad oochaa hovai ko-ay.
ਤਿਸੁ ਊਚੇ ਕਉ ਜਾਣੈ ਸੋਇ॥
Tis oochay ka-o jaanai so-ay.
ਜੇਵਡੁ ਆਪਿ ਜਾਣੈ ਆਪਿ ਆਪਿ॥
Jayvad aap jaanai aap aap.

ਨਾਨਕ ਨਦਰੀ ਕਰਮੀ ਦਾਤਿ॥੨੪॥	Naanak nadreekarmee daat. ||24||
ਬਹੁਤਾ ਕਰਮੁ ਲਿਖਿਆ ਨਾ ਜਾਇ॥	Bahutaa karam likhi-aa naa jaa-ay.
ਵਡਾ ਦਾਤਾ ਤਿਲੁ ਨ ਤਮਾਇ॥	Vadaa daataa til na tamaa-ay.
ਕੇਤੇ ਮੰਗਹਿ ਜੋਧ ਅਪਾਰ॥	Kaytay mangahi joDh apaar.
ਕੇਤਿਆ ਗਣਤ ਨਹੀ ਵੀਚਾਰੁ॥	Kayti-aa ganat nahee veechaar.
ਕੇਤੇ ਖਪਿ ਤੁਟਹਿ ਵੇਕਾਰ॥	Kaytay khap tutahi vaykaar.
ਕੇਤੇ ਲੈ ਲੈ ਮੁਕਰੁ ਪਾਹਿ॥	Kaytay lai lai mukar paahi.
ਕੇਤੇ ਮੂਰਖ ਖਾਹੀ ਖਾਹਿ॥	Kaytay moorakh khaahee khaahi.
ਕੇਤਿਆ ਦੂਖ ਭੂਖ ਸਦ ਮਾਰ॥	Kayti-aa dookh bhookh sad maar.
ਏਹਿ ਭਿ ਦਾਤਿ ਤੇਰੀ ਦਾਤਾਰ॥	Ayhi bhe daat tayree daataar.
ਬੰਦਿ ਖਲਾਸੀ ਭਾਣੈ ਹੋਇ॥	Band khalaasee bhaanai ho-ay.
ਹੋਰੁ ਆਖਿ ਨ ਸਕੈ ਕੋਇ॥	Hor aakh na sakai ko-ay.
ਜੇ ਕੋ ਖਾਇਕੁ ਆਖਣਿ ਪਾਇ॥	Jay ko khaa-ik aakhan paa-ay.
ਓਹੁ ਜਾਣੈ ਜੇਤੀਆ ਮੁਹਿ ਖਾਇ॥	Oh jaanai jaytee-aa muhi khaa-ay.
ਆਪੇ ਜਾਣੈ ਆਪੇ ਦੇਇ॥	Aapay jaanai aapay day-ay.
ਆਖਹਿ ਸਿ ਭਿ ਕੇਈ ਕੇਇ॥	Aakhahi se bhe kay-ee kay-ay.
ਜਿਸ ਨੋ ਬਖਸੇ ਸਿਫਤਿ ਸਾਲਾਹ॥	Jis no bakhsay sifat saalaah.
ਨਾਨਕ ਪਾਤਿਸਾਹੀ ਪਾਤਿਸਾਹੁ॥੨੫॥	Naanak paatisaahee paatisaahu. ||25||
ਅਮੁਲ ਗੁਣ ਅਮੁਲ ਵਾਪਾਰ॥	Amul gun, amul vaapaar.
ਅਮੁਲ ਵਾਪਾਰੀਏ ਅਮੁਲ ਭੰਡਾਰ॥	Amul vaapaaree-ay, amul bhandaar.
ਅਮੁਲ ਆਵਹਿ ਅਮੁਲ ਲੈ ਜਾਹਿ॥	Amul aavahi, amul lai jaahi.
ਅਮੁਲ ਭਾਇ ਅਮੁਲਾ ਸਮਾਹਿ॥	Amul bhaa-ay, amulaa samaahi.
ਅਮੁਲੁ ਧਰਮੁ ਅਮੁਲੁ ਦੀਬਾਣੁ॥	Amul Dharam, amul deebaan.
ਅਮੁਲੁ ਤੁਲੁ ਅਮੁਲੁ ਪਰਵਾਣੁ॥	Amul tul, amul parvaan.
ਅਮੁਲੁ ਬਖਸੀਸ ਅਮੁਲੁ ਨੀਸਾਣੁ॥	Amul bakhsees, amul neesaan.
ਅਮੁਲੁ ਕਰਮੁ ਅਮੁਲੁ ਫੁਰਮਾਣੁ॥	Amul karam, amul furmaan.
ਅਮੁਲੋ ਅਮੁਲੁ ਆਖਿਆ ਨ ਜਾਇ॥	Amulo amul aakhi-aa na jaa-ay.
ਆਖਿ ਆਖਿ ਰਹੇ ਲਿਵ ਲਾਇ॥	Aakh aakh rahay liv laa-ay.
ਆਖਹਿ ਵੇਦ ਪਾਠ ਪੁਰਾਣ॥	Aakhahi vayd paath puraan.
ਆਖਹਿ ਪੜੇ ਕਰਹਿ ਵਖਿਆਣ॥	Aakhahi parhay karahi vakhi-aan.
ਆਖਹਿ ਬਰਮੇ ਆਖਹਿ ਇੰਦ॥	Aakhahi barmay aakhahi ind.
ਆਖਹਿ ਗੋਪੀ ਤੈ ਗੋਵਿੰਦ॥	Aakhahi gopee tai govind.
ਆਖਹਿ ਈਸਰ ਆਖਹਿ ਸਿਧ॥	Aakhahi eesar aakhahi siDh.
ਆਖਹਿ ਕੇਤੇ ਕੀਤੇ ਬੁਧ॥	Aakhahi kaytay keetay buDh.
ਆਖਹਿ ਦਾਨਵ ਆਖਹਿ ਦੇਵ॥	Aakhahi daanav aakhahi dayv.
ਆਖਹਿ ਸੁਰਿ ਨਰ ਮੁਨਿ ਜਨ ਸੇਵ॥	Aakhahi sur nar mun jan sayv.
ਕੇਤੇ ਆਖਹਿ ਆਖਣਿ ਪਾਹਿ॥	Kaytay aakhahi aakhan paahi.
ਕੇਤੇ ਕਹਿ ਕਹਿ ਉਠਿ ਉਠਿ ਜਾਹਿ॥	Kaytay kahi kahi uth uth jaahi.
ਏਤੇ ਕੀਤੇ ਹੋਰਿ ਕਰੇਹਿ॥	Aytay keetay hor karayhi.
ਤਾ ਆਖਿ ਨ ਸਕਹਿ ਕੇਈ ਕੇਇ॥	Taa aakh na sakahi kay-ee kay-ay.
ਜੇਵਡੁ ਭਾਵੈ ਤੇਵਡੁ ਹੋਇ॥	Jayvad bhaavai tayvad ho-ay.
ਨਾਨਕ ਜਾਣੈ ਸਾਚਾ ਸੋਇ॥	Nanak jaanai saachaa so-ay.
ਜੇ ਕੋ ਆਖੈ ਬੋਲੁਵਿਗਾੜੁ॥	Jay ko aakhai boluvigaarh.
ਤਾ ਲਿਖੀਐ ਸਿਰਿ ਗਾਵਾਰ ਗਾਵਾਰੁ॥੨੬॥	Taa likee-ai sir gaavaaraa gaavaar. 26
ਸੋ ਦਰੁ ਕੇਹਾ ਸੋ ਘਰੁ ਕੇਹਾ	So dar kayhaa so ghar kayhaa,
ਜਿਤੁ ਬਹਿ ਸਰਬ ਸਮਾਲੇ॥	jit bahi sarab samaalay.
ਵਾਜੇ ਨਾਦ ਅਨੇਕ ਅਸੰਖਾ	Vaajay naad anayk asankhaa,

ਕੇਤੇ ਵਾਵਣਹਾਰੇ॥
ਕੇਤੇ ਰਾਗ ਪਰੀ ਸਿਉ ਕਹੀਅਨਿ
ਕੇਤੇ ਗਾਵਣਹਾਰੇ॥
ਗਾਵਹਿ ਤੁਹਨੋ ਪਉਣੁ ਪਾਣੀ ਬੈਸੰਤਰੁ,
ਗਾਵੈ ਰਾਜਾ ਧਰਮੁ ਦੁਆਰੇ॥
ਗਾਵਹਿ ਚਿਤੁ ਗੁਪਤੁ ਲਿਖਿ ਜਾਣਹਿ,
ਲਿਖਿ ਲਿਖਿ ਧਰਮੁ ਵੀਚਾਰੇ॥
ਗਾਵਹਿ ਈਸਰੁ ਬਰਮਾ ਦੇਵੀ
ਸੋਹਨਿ ਸਦਾ ਸਵਾਰੇ॥
ਗਾਵਹਿ ਇੰਦ ਇਦਾਸਣਿ ਬੈਠੇ
ਦੇਵਤਿਆ ਦਰਿ ਨਾਲੇ॥
ਗਾਵਹਿ ਸਿਧ ਸਮਾਧੀ ਅੰਦਰਿ
ਗਾਵਨਿ ਸਾਧ ਵਿਚਾਰੇ॥
ਗਾਵਨਿ ਜਤੀ ਸਤੀ ਸੰਤੋਖੀ
ਗਾਵਹਿ ਵੀਰ ਕਰਾਰੇ॥
ਗਾਵਨਿ ਪੰਡਿਤ ਪੜਨਿ ਰਖੀਸਰ
ਜੁਗੁ ਜੁਗੁ ਵੇਦਾ ਨਾਲੇ॥
ਗਾਵਹਿ ਮੋਹਣੀਆ ਮਨੁ ਮੋਹਨਿ
ਸੁਰਗਾ ਮਛ ਪਇਆਲੇ॥
ਗਾਵਨਿ ਰਤਨ ਉਪਾਏ ਤੇਰੇ
ਅਠਸਠਿ ਤੀਰਥ ਨਾਲੇ॥
ਗਾਵਹਿ ਜੋਧ ਮਹਾਬਲ ਸੂਰਾ
ਗਾਵਹਿ ਖਾਣੀ ਚਾਰੇ॥
ਗਾਵਹਿ ਖੰਡ ਮੰਡਲ ਵਰਭੰਡਾ
ਕਰਿ ਕਰਿ ਰਖੇ ਧਾਰੇ॥
ਸੋਈ ਤੁਧੁਨੋ ਗਾਵਹਿ
ਜੋ ਤੁਧੁ ਭਾਵਨਿ,
ਰਤੇ ਤੇਰੇ ਭਗਤ ਰਸਾਲੇ॥
ਹੋਰਿ ਕੇਤੇ ਗਾਵਨਿ
ਸੇ ਮੈ ਚਿਤਿ ਨ ਆਵਨਿ
ਨਾਨਕੁ ਕਿਆ ਵੀਚਾਰੇ॥
ਸੋਈ ਸੋਈ ਸਦਾ ਸਚੁ ਸਾਹਿਬੁ
ਸਾਚਾ ਸਾਚੀ ਨਾਈ॥
ਹੈ ਭੀ ਹੋਸੀ ਜਾਇ ਨ ਜਾਸੀ
ਰਚਨਾ ਜਿਨਿ ਰਚਾਈ॥
ਰੰਗੀ ਰੰਗੀ ਭਾਤੀ ਕਰਿ ਕਰਿ, ਜਿਨਸੀ
ਮਾਇਆ ਜਿਨਿ ਉਪਾਈ॥
ਕਰਿ ਕਰਿ ਵੇਖੈ ਕੀਤਾ ਆਪਣਾ,
ਜਿਵ ਤਿਸ ਦੀ ਵਡਿਆਈ॥
ਜੋ ਤਿਸੁ ਭਾਵੈ ਸੋਈ ਕਰਸੀ,
ਹੁਕਮੁ ਨ ਕਰਣਾ ਜਾਈ॥
ਸੋ ਪਾਤਿਸਾਹੁ ਸਾਹਾ ਪਾਤਿਸਾਹਿਬੁ,
ਨਾਨਕ ਰਹਣੁ ਰਜਾਈ॥੨੭॥
ਮੁੰਦਾ ਸੰਤੋਖੁ ਸਰਮੁ ਪਤੁ ਝੋਲੀ
ਧਿਆਨ ਕੀ ਕਰਹਿ ਬਿਭੂਤਿ॥
ਖਿੰਥਾ ਕਾਲੁ ਕੁਆਰੀ ਕਾਇਆ
ਜੁਗਤਿ ਡੰਡਾ ਪਰਤੀਤਿ॥

kaytay vaavanhaaray.
Kaytay raag paree si-o kahee-an,
kaytay gaavanhaaray.
Gaavahi tuhno pa-un paanee baisantar.
Gaavai raajaa Dharam du-aaray.
Gaavahi chit gupat likh jaaneh
likh likh Dharam veechaaray.
Gaavahi eesar barmaa dayvee
sohan sadaa savaaray.
Gaavahi ind idaasan baithay
dayviti-aa dar naalay.
Gaavahi siDh samaaDhee andar
gaavan saaDh vichaaray.
Gaavan jatee satee santokhee
gaavahi veer karaaray.
Gaavan pandit parhan rakheesar
jug jug vaydaa naalay.
Gaavahi mohnee-aa man mohan
surgaa machh pa-i-aalay.
Gaavan ratan upaa-ay tayray
athsath tirath naalay.
Gaavahi joDh mahaabal sooraa
gaavahi khaanee chaaray.

Gaavahi khand mandal varbhandaa
kar kar rakhay Dhaaray.
Say-ee tuDhuno gaavahi
jo tuDh bhaavan,
ratay tayray bhagat rasaalay.
Hor kaytay gaavan
say mai chit na aavan
naanak ki-aa veechaaray.
So-ee so-ee sadaa sach saahib
saachaa saachee naa-ee.
Hai bhee hosee jaa-ay na jaasee
rachnaa jin rachaa-ee.
Rangee rangee bhaatee kar kar jinsee
maa-i-aa jin upaa-ee.
Kar kar vaykhai keetaa aapnaa
jiv tis dee vadi-aa-ee.
Jo tis bhaavai so-ee karsee
hukam na karnaa jaa-ee.
So paatisaahu saahaa paatisaahib
naanak rahan rajaa-ee. ||27||
Munda santokh saram pat jholee
Dhi-aan kee karahi bibhoot.
Khinthaa kaal ku-aaree kaa-i-aa
jugat dandaa parteet.

ਆਈ ਪੰਥੀ ਸਗਲ ਜਮਾਤੀ	Aa-ee panthee sagal jamaatee
ਮਨਿ ਜੀਤੈ ਜਗੁ ਜੀਤੁ॥	man jeetai jag jeet.
ਆਦੇਸੁ ਤਿਸੈ ਆਦੇਸੁ॥	Aadays tisai aadays.
ਆਦਿ ਅਨੀਲੁ ਅਨਾਦਿ ਅਨਾਹਤਿ,	Aad aneel anaad anaahat
ਜੁਗੁ ਜੁਗੁ ਏਕੋ ਵੇਸੁ॥੨੮॥	jug jug ayko vays. ||28||
ਭੁਗਤਿ ਗਿਆਨੁ ਦਇਆ ਭੰਡਾਰਣਿ,	Bhugat gi-aan da-i-aa bhandaaran
ਘਟਿ ਘਟਿ ਵਾਜਹਿ ਨਾਦ॥	ghat ghat vaajeh naad.
ਆਪਿ ਨਾਥੁ ਨਾਥੀ ਸਭ ਜਾ ਕੀ	Aap naath naathee sabh jaa kee
ਰਿਧਿ ਸਿਧਿ ਅਵਰਾ ਸਾਦ॥	riDh siDh avraa saad.
ਸੰਜੋਗੁ ਵਿਜੋਗੁ ਦੁਇ ਕਾਰ ਚਲਾਵਹਿ,	Sanjog vijog du-ay kaar chalaaveh
ਲੇਖੇ ਆਵਹਿ ਭਾਗ॥	laykhay aavahi bhaag.
ਆਦੇਸੁ ਤਿਸੈ ਆਦੇਸੁ॥	Aadays tisai aadays.
ਆਦਿ ਅਨੀਲੁ ਅਨਾਦਿ ਅਨਾਹਤਿ,	Aad aneel anaad anaahat
ਜੁਗੁ ਜੁਗੁ ਏਕੋ ਵੇਸੁ॥੨੯॥	jug jug ayko vays. ||29||
ਏਕਾ ਮਾਈ ਜੁਗਤਿ ਵਿਆਈ	Aykaa maa-ee jugat vi-aa-ee
ਤਿਨਿ ਚੇਲੇ ਪਰਵਾਣੁ॥	tin chaylay parvaan.
ਇਕੁ ਸੰਸਾਰੀ ਇਕੁ ਭੰਡਾਰੀ	Ik sansaaree ik bhandaaree
ਇਕੁ ਲਾਏ ਦੀਬਾਣੁ॥	ik laa-ay deebaan.
ਜਿਵ ਤਿਸੁ ਭਾਵੈ ਤਿਵੈ ਚਲਾਵੈ	Jiv tis bhaavai tivai chalaavai
ਜਿਵ ਹੋਵੈ ਫੁਰਮਾਣੁ॥	jiv hovai furmaan.
ਓਹੁ ਵੇਖੈ ਓਨਾ ਨਦਰਿ ਨ ਆਵੈ	Oh vaykhai onaa nadar na aavai
ਬਹੁਤਾ ਏਹੁ ਵਿਡਾਣੁ॥	bahutaa ayhu vidaan.
ਆਦੇਸੁ ਤਿਸੈ ਆਦੇਸੁ॥	Aadays tisai aadays.
ਆਦਿ ਅਨੀਲੁ ਅਨਾਦਿ ਅਨਾਹਤਿ,	Aad aneel anaad anaahat
ਜੁਗੁ ਜੁਗੁ ਏਕੋ ਵੇਸੁ॥੩੦	jug jug ayko vays. ||30||
ਆਸਣੁ ਲੋਇ ਲੋਇ ਭੰਡਾਰ॥	Aasan lo-ay lo-ay bhandaar.
ਜੋ ਕਿਛੁ ਪਾਇਆ ਸੁ ਏਕਾ ਵਾਰ॥	Jo kichh paa-i-aa so aykaa vaar.
ਕਰਿ ਕਰਿ ਵੇਖੈ ਸਿਰਜਣਹਾਰੁ॥	Kar kar vaykhai sirjanhaar.
ਨਾਨਕ ਸਚੇ ਕੀ ਸਾਚੀ ਕਾਰ॥	Naanak sachay kee saachee kaar.
ਆਦੇਸੁ ਤਿਸੈ ਆਦੇਸੁ॥	Aadays tisai aadays.
ਆਦਿ ਅਨੀਲੁ ਅਨਾਦਿ ਅਨਾਹਤਿ,	Aad aneel anaad anaahat
ਜੁਗੁ ਜੁਗੁ ਏਕੋ ਵੇਸੁ॥੩੧॥	jug jug ayko vays. ||31||
ਇਕ ਦੂ ਜੀਭੌ ਲਖ ਹੋਹਿ,	Ik doo jeebhou lakh hohi
ਲਖ ਹੋਵਹਿ ਲਖ ਵੀਸ॥	lakh hoveh lakh vees.
ਲਖੁ ਲਖੁ ਗੇੜਾ ਆਖੀਅਹਿ,	Lakh lakh gayrhaa aakhee-ahi
ਏਕੁ ਨਾਮੁ ਜਗਦੀਸ॥	ayk naam jagdees.
ਏਤੁ ਰਾਹਿ ਪਤਿ ਪਵੜੀਆ,	Ayt raahi pat pavrhee-aa
ਚੜੀਐ ਹੋਇ ਇਕੀਸ॥	charhee-ai ho-ay ikees.
ਸੁਣਿ ਗਲਾ ਆਕਾਸ ਕੀ,	Sun galaa aakaas kee
ਕੀਟਾ ਆਈ ਰੀਸ॥	keetaa aa-ee rees
ਨਾਨਕ ਨਦਰੀ ਪਾਈਐ,	Naanak nadree paa-ee-ai
ਕੂੜੀ ਕੂੜੈ ਠੀਸ॥੩੨॥	koorhee koorhai thees. ||32||
ਆਖਣਿ ਜੋਰੁ ਚੁਪੈ ਨਹ ਜੋਰੁ॥	Aakhan jor chupai nah jor.
ਜੋਰੁ ਨ ਮੰਗਣਿ ਦੇਣਿ ਨ ਜੋਰੁ॥	Jor na mangan dayn na jor.
ਜੋਰੁ ਨ ਜੀਵਣਿ ਮਰਣਿ ਨਹ ਜੋਰੁ॥	Jor na jeevan maran nah jor.
ਜੋਰੁ ਨ ਰਾਜਿ ਮਾਲਿ ਮਨਿ ਸੋਰੁ॥	Jor na raaj maal man sor.

ਜੋਰੁ ਨ ਸੁਰਤੀ ਗਿਆਨਿ ਵੀਚਾਰਿ॥	Jor na surtee gi-aan veechaar.
ਜੋਰੁ ਨ ਜੁਗਤੀ ਛੁਟੈ ਸੰਸਾਰੁ॥	Jor na jugtee chhutai sansaar.
ਜਸੁ ਹਥਿ ਜੋਰੁ ਕਰਿ ਵੇਖੈ ਸੋਇ॥	Jis hath jor kar vaykhai so-ay.
ਨਾਨਕ ਉਤਮੁ ਨੀਚੁ ਨ ਕੋਇ॥੩੩॥	Nanak utam neech na ko-ay. ||33||
ਰਾਤੀ ਰੁਤੀ ਥਿਤੀ ਵਾਰ॥	Raatee rutee thitee vaar.
ਪਵਣ ਪਾਣੀ ਅਗਨੀ ਪਾਤਾਲ॥	Pavan paanee agnee paataal.
ਤਿਸੁ ਵਿਚਿ ਧਰਤੀ	Tis vich Dhartee
ਥਾਪਿ ਰਖੀ ਧਰਮ ਸਾਲ॥	thaap rakhee Dharam saal.
ਤਿਸੁ ਵਿਚਿ ਜੀਅ ਜੁਗਤਿ ਕੇ ਰੰਗ॥	Tis vich jee-a jugat kay rang.
ਤਿਨ ਕੇ ਨਾਮ ਅਨੇਕ ਅਨੰਤ॥	Tin kay naam anayk anant.
ਕਰਮੀ ਕਰਮੀ ਹੋਇ ਵੀਚਾਰੁ॥	Karmee karmee ho-ay veechaar.
ਸਚਾ ਆਪਿ ਸਚਾ ਦਰਬਾਰੁ॥	Sachaa aap sachaa darbaar.
ਤਿਥੈ ਸੋਹਨਿ ਪੰਚ ਪਰਵਾਣੁ॥	Tithai sohan panch parvaan.
ਨਦਰੀ ਕਰਮਿ ਪਵੈ ਨੀਸਾਣੁ॥	Nadree karam pavai neesaan.
ਕਚ ਪਕਾਈ ਓਥੈ ਪਾਇ॥	Kach pakaa-ee othai paa-ay.
ਨਾਨਕ ਗਇਆ ਜਾਪੈ ਜਾਇ॥੩੪॥	Naanak ga-i-aa jaapai jaa-ay. ||34||
ਧਰਮ ਖੰਡ ਕਾ ਏਹੋ ਧਰਮੁ॥	dharam khand kaa ayho Dharam.
ਗਿਆਨ ਖੰਡ ਕਾ ਆਖਹੁ ਕਰਮੁ॥	gi-aan khand kaa aakhhu karam.
ਕੇਤੇ ਪਵਣ ਪਾਣੀ ਵੈਸੰਤਰ	kaytay pavan paanee vaisantar
ਕੇਤੇ ਕਾਨ ਮਹੇਸ॥	Kaytay kaan mahays.
ਕੇਤੇ ਬਰਮੇ ਘਾੜਤਿ ਘੜੀਅਹਿ	kaytay barmay ghaarhat gharhee-ahi
ਰੂਪ ਰੰਗ ਕੇ ਵੇਸ॥	roop rang kay vays.
ਕੇਤੀਆ ਕਰਮ ਭੂਮੀ ਮੇਰ	kaytee-aa karam bhoomee mayr
ਕੇਤੇ ਕੇਤੇ ਧੂ ਉਪਦੇਸ॥	kaytay kaytay Dhoo updays.
ਕੇਤੇ ਇੰਦ ਚੰਦ ਸੂਰ ਕੇਤੇ	kaytay ind chand soor kaytay
ਕੇਤੇ ਮੰਡਲ ਦੇਸ॥	kaytay mandal days.
ਕੇਤੇ ਸਿਧ ਬੁਧ ਨਾਥ	kaytay siDh buDh naath
ਕੇਤੇ ਕੇਤੇ ਦੇਵੀ ਵੇਸ॥	kaytay kaytay dayvee vays.
ਕੇਤੇ ਦੇਵ ਦਾਨਵ ਮੁਨਿ ਕੇਤੇ	kaytay dayv daanav mun kaytay
ਕੇਤੇ ਰਤਨ ਸਮੁੰਦ॥	kaytay ratan samund.
ਕੇਤੀਆ ਖਾਣੀ ਕੇਤੀਆ ਬਾਣੀ	kaytee-aa khaanee kaytee-aa banee
ਕੇਤੇ ਪਾਤ ਨਰਿੰਦ॥	kaytay paat narind.
ਕੇਤੀਆ ਸੁਰਤੀ ਸੇਵਕ ਕੇਤੇ	kaytee-aa surtee sayvak kaytay
ਨਾਨਕ ਅੰਤੁ ਨ ਅੰਤੁ॥੩੫॥	naanak ant na ant. ||35||
ਗਿਆਨ ਖੰਡ ਮਹਿ ਗਿਆਨੁ ਪਰਚੰਡੁ॥	gi-aan khand meh gi-aan parchand.
ਤਿਥੈ ਨਾਦ ਬਿਨੋਦ ਕੋਡ ਅਨੰਦੁ॥	tithai naad binod kod anand.
ਸਰਮ ਖੰਡ ਕੀ ਬਾਣੀ ਰੂਪੁ॥	saram khand kee banee roop.
ਤਿਥੈ ਘਾੜਤਿ ਘੜੀਐ ਬਹੁਤੁ ਅਨੂਪੁ॥	tithai ghaarhat gharhee-ai bahut anoop.
ਤਾ ਕੀਆ ਗਲਾ ਕਥੀਆ ਨਾ ਜਾਹਿ॥	taa kee-aa galaa kathee-aa naa jaahi.
ਜੇ ਕੋ ਕਹੈ ਪਿਛੈ ਪਛੁਤਾਇ॥	jay ko kahai pichhai pachhutaa-ay.
ਤਿਥੈ ਘੜੀਐ ਸੁਰਤਿ ਮਤਿ ਮਨਿ ਬੁਧਿ॥	tithai gharhee-ai surat mat man buDh.
ਤਿਥੈ ਘੜੀਐ ਸੁਰਾ	tithai gharhee-ai suraa
ਸਿਧਾ ਕੀ ਸੁਧਿ॥੩੬॥	siDhaa kee suDh. ||36||
ਕਰਮ ਖੰਡ ਕੀ ਬਾਣੀ ਜੋਰੁ॥	karam khand kee banee jor.
ਤਿਥੈ ਹੋਰੁ ਨ ਕੋਈ ਹੋਰੁ॥	tithai hor na ko-ee hor.
ਤਿਥੈ ਜੋਧ ਮਹਾਬਲ ਸੂਰ॥	tithai joDh mahaabal soor.
ਤਿਨ ਮਹਿ ਰਾਮੁ ਰਹਿਆ ਭਰਪੂਰ॥	tin meh raam rahi-aa bharpoor.

ਤਿਥੈ ਸੀਤੋ ਸੀਤਾ ਮਹਿਮਾ ਮਾਹਿ॥	tithai seeto seetaa mahimaa maahi.
ਤਾ ਕੇ ਰੂਪ ਨ ਕਥਨੇ ਜਾਹਿ॥	taa kay roop na kathnay jaahi.
ਨਾ ਓਹਿ ਮਰਹਿ ਨ ਠਾਗੇ ਜਾਹਿ॥	naa ohi mareh na thaagay jaahi.
ਜਿਨ ਕੈ ਰਾਮੁ ਵਸੈ ਮਨ ਮਾਹਿ॥	jin kai raam vasai man maahi.
ਤਿਥੈ ਭਗਤ ਵਸਹਿ ਕੇ ਲੋਅ॥	tithai bhagat vaseh kay lo-a.
ਕਰਹਿ ਅਨੰਦੁ ਸਚਾ ਮਨਿ ਸੋਇ॥	karahi anand sachaa man so-ay.
ਸਚ ਖੰਡਿ ਵਸੈ ਨਿਰੰਕਾਰੁ॥	sach khand vasai nirankaar.
ਕਰਿ ਕਰਿ ਵੇਖੈ ਨਦਰਿ ਨਿਹਾਲ॥	kar kar vaykhai nadar nihaal.
ਤਿਥੈ ਖੰਡ ਮੰਡਲ ਵਰਭੰਡ॥	tithai khand mandal varbhand.
ਜੇ ਕੋ ਕਥੈ ਤ ਅੰਤ ਨ ਅੰਤ॥	jay ko kathai ta ant na ant.
ਤਿਥੈ ਲੋਅ ਲੋਅ ਆਕਾਰ॥	tithai lo-a lo-a aakaar.
ਜਿਵ ਜਿਵ ਹੁਕਮੁ ਤਿਵੈ ਤਿਵ ਕਾਰ॥	jiv jiv hukam tivai tiv kaar.
ਵੇਖੈ ਵਿਗਸੈ ਕਰਿ ਵੀਚਾਰੁ॥	vaykhai vigsai kar veechaar.
ਨਾਨਕ ਕਥਨਾ ਕਰੜਾ ਸਾਰੁ॥੩੭॥	naanak kathnaa karrhaa saar. ||37||
ਜਤੁ ਪਾਹਾਰਾ ਧੀਰਜੁ ਸੁਨਿਆਰੁ॥	jat paahaaraa Dheeraj suni-aar.
ਅਹਰਣਿ ਮਤਿ ਵੇਦੁ ਹਥੀਆਰੁ॥	ahran mat vayd hathee-aar.
ਭਉ ਖਲਾ ਅਗਨਿ ਤਪ ਤਾਉ॥	bha-o khalaa agan tap taa-o.
ਭਾਂਡਾ ਭਾਉ ਅੰਮ੍ਰਿਤੁ ਤਿਤੁ ਢਾਲਿ॥	bhaaNdaa bhaa-o amrit tit dhaal.
ਘੜੀਐ ਸਬਦੁ ਸਚੀ ਟਕਸਾਲ॥	gharhee-ai sabad sachee taksaal.
ਜਿਨ ਕਉ ਨਦਰਿ ਕਰਮੁ ਤਿਨ ਕਾਰ॥	jin ka-o nadar karam tin kaar.
ਨਾਨਕ ਨਦਰੀ ਨਦਰਿ ਨਿਹਾਲ॥੩੮॥	naanak nadree nadar nihaal. ||38||
ਪਵਣੁ ਗੁਰੂ ਪਾਣੀ ਪਿਤਾ	pavan guroo paanee pitaa
ਮਾਤਾ ਧਰਤਿ ਮਹਤੁ॥	maataa Dharat mahat.
ਦਿਵਸੁ ਰਾਤਿ ਦੁਇ ਦਾਈ ਦਾਇਆ	divas raat du-ay daa-ee daa-i-aa
ਖੇਲੈ ਸਗਲ ਜਗਤੁ॥	khaylai sagal jagat.
ਚੰਗਿਆਈਆ ਬੁਰਿਆਈਆ	chang-aa-ee-aa buri-aa-ee-aa
ਵਾਚੈ ਧਰਮੁ ਹਦੂਰਿ॥	vaachai Dharam hadoor.
ਕਰਮੀ ਆਪੋ ਆਪਣੀ	karmee aapo aapnee
ਕੇ ਨੇੜੈ ਕੇ ਦੂਰਿ॥	kay nayrhai kay door.
ਜਿਨੀ ਨਾਮੁ ਧਿਆਇਆ	jinee naam Dhi-aa-i-aa
ਗਏ ਮਸਕਤਿ ਘਾਲਿ॥	ga-ay maskat ghaal.
ਨਾਨਕ ਤੇ ਮੁਖ ਉਜਲੇ	naanak tay mukh ujlay
ਕੇਤੀ ਛੁਟੀ ਨਾਲਿ॥੧॥	kaytee chhutee naal. ||1||

☬ Jaap Sahib ☬

ਜਾਪੁ ਸਾਹਿਬ – Jaap Sahib॥

ੴ ਸਤਿਗੁਰ ਪ੍ਰਸਾਦਿ॥ ਸ੍ਰੀ ਵਾਹਿਗੁਰੂ ਜੀ ਕੀ ਫਤਹ॥

Ik Onkar Satgur Prasaadh॥ Sri Waheguroo Ji Ki Fateh॥

1. **ਛਪੈ ਛੰਦ॥ ਤ੍ਵਪ੍ਰਸਾਦਿ॥ ਸ੍ਰੀ ਮੁਖਵਾਕ ਪਾਤਿਸਾਹੀ 10॥**

ਚੱਕ੍ਰ ਚਿਹਨ ਅਰੁ ਬਰਨ ਜਾਤਿ	Chakkra Chihan Ar(u) Baran Jaat(i)
ਅਰ ਪਾਤਿ ਨਹਿਨ ਜਿਹ॥	Ar(u) Paat(i) Nahin Jeh.
ਰੂਪ ਰੰਗ ਅਰੁ ਰੇਖ ਭੇਖ	Roop Ran Ar(u) Rekh Bhekh
ਕੋਊ ਕਿਹ ਨ ਸਕਤ ਕਿਹ॥	Ko (i) Kaih Na Sakat Keh.
ਅਚਲ ਮੂਰਤਿ ਅਨਭਉ ਪ੍ਰਕਾਸ	Achal Moondat(i) Anbhau Prakaas
ਅਮਿਤੋਜਿ ਕਹਿੱਜੈ॥	Amitoj(i) Kahijjai||
ਕੋਟਿ ਇੰਦ੍ਰ ਇੰਦ੍ਰਾਣ ਸਾਦ	Kottee Indra Indraan Saah(u)
ਸਾਹਾਣਿ ਗਣਿਜੈ॥	Saahaan(i) Gadijjai||
ਤ੍ਰਿਭਵਣ ਮਹਿਪ ਸੁਰ ਨਰ ਅਸੁਰ	Tribhavan Mahoop Sur Nar Asur,
ਨੇਤ ਨੇਤ ਤ੍ਰਿਣ ਕਹਤ॥	Net Net Ban Trin Kehat||
ਤ੍ਵ ਸਰਬ ਨਾਮ ਕਥੈ ਕਵਨ ਕਰਮ	Tav Sarab Naam Kathai Kavan, Karam
ਨਾਮ ਬਰਨਤ ਸੁਮਤ॥੧॥	Naam Barnat Soumat(i)||1||

2. **ਭੁਜੰਗ ਪ੍ਰਯਾਤ ਛੰਦ॥ Bhujan Prayaat Chhand**

ਨਮਸਤ੍ਵੰ ਅਕਾਲੇ॥ ਨਮਸਤ੍ਵੰ ਕ੍ਰਿਪਾਲੇ॥	Namastvan Akaale|| Namastvan Kripaale||
ਨਮਸਤੰ ਅਰੂਪੇ॥ ਨਮਸਤੰ ਅਨੂਪੇ॥੨॥	Namastan Aroope|| Namastvan Anoope||2||
ਨਮਸਤੰ ਅਭੇਖੇ॥ ਨਮਸਤੰ ਅਲੇਖੇ॥	Namastan Abhekhe|| Namastan Alekhe||
ਨਮਸਤੰ ਅਕਾਏ॥ ਨਮਸਤੰ ਅਜਾਏ॥ ੩॥	Namastan Akaae|| Namastan Ajaae||3||
ਨਮਸਤੰ ਅਗੰਜੇ॥ ਨਮਸਤੰ ਅਭੰਜੇ॥	Namastan Agadje|| Namastan Abhanje||
ਨਮਸਤੰ ਅਨਾਮੇ॥ ਨਮਸਤੰ ਅਠਾਮੇ॥ ੪॥	Namastan Anaame|| Namastan Athaame||4||
ਨਮਸਤੰ ਅਕਰਮੰ॥ ਨਮਸਤੰ ਅਧਰਮੰ॥	Namastan Akarman|| Namastan Adharman||
ਨਮਸਤੰ ਅਨਾਮੰ॥ ਨਮਸਤੰ ਅਧਾਮੰ॥ ੫॥	Namastan Anaamannd|| Namastan Adhaaman||5||
ਨਮਸਤੰ ਅਜੀਤੇ॥ ਨਮਸਤੰ ਅਭੀਤੇ॥	Namastan Ajeete|| Namastan Abheete||
ਨਮਸਤੰ ਅਬਾਹੇ॥ ਨਮਸਤੰ ਅਢਾਹੇ॥ ੬॥	Namastan Abaahe|| Namastan Adhaahe||6||
ਨਮਸਤੰ ਅਨੀਲੇ॥ ਨਮਸਤੰ ਅਨਾਦੇ॥	Namastan Aneele|| Namastan Anaade||
ਨਮਸਤੰ ਅਛੇਦੇ॥ ਨਮਸਤੰ ਅਗਾਧੇ॥ ੭॥	Namastan Achhede|| Namastan Agaddhe||7||
ਨਮਸਤੰ ਅਗੰਜੇ॥ ਨਮਸਤੰ ਅਭੰਜੇ॥	Namastan Agadje|| Namastan Abhanje||
ਨਮਸਤੰ ਉਦਾਰੇ॥ ਨਮਸਤੰ ਅਪਾਰੇ॥ ੮॥	Namastan Uddare|| Namastan Apaare||8||
ਨਮਸਤੰ ਸੁ ਏਕੈ॥ ਨਮਸਤੰ ਅਨੇਕੈ॥	Namastan Su Ekai|| Namastan Anekai||
ਨਮਸਤੰ ਅਭੂਤੇ॥ ਨਮਸਤੰ ਅਜੂਪੇ॥ ੯॥	Namastan Abhoote|| Namastan Ajoute||9||
ਨਮਸਤੰ ਨ੍ਰਿਕਰਮੇ॥ ਨਮਸਤੰ ਨ੍ਰਿਭਰਮੇ॥	Namastan Nrikarme|| Namastan Nribharme||
ਨਮਸਤੰ ਨ੍ਰਿਦੇਸੇ॥ ਨਮਸਤੰ ਨ੍ਰਿਭੇਸੇ॥ ੧੦॥	Namastan Nridese|| Namastan Nribhese||10||
ਨਮਸਤੰ ਨ੍ਰਿਨਾਮੇ॥ ਨਮਸਤੰ ਨ੍ਰਿਕਾਮੇ॥	Namastan Nrinaame|| Namastan Nrikaame||
ਨਮਸਤੰ ਨ੍ਰਿਧਾਤੇ॥ ਨਮਸਤੰ ਨ੍ਰਿਘਾਤੇ॥ ੧੧	Namastan Nridhaate|| Namastan Nrighaate||11||
ਨਮਸਤੰ ਨ੍ਰਿਧੂਤੇ॥ ਨਮਸਤੰ ਅਭੂਤੇ॥	Namastan Nridhoote|| Namastan Abhoote||
ਨਮਸਤੰ ਅਲੋਕੇ॥ ਨਮਸਤੰ ਅਸੋਕੇ॥ ੧੨॥	Namastan Aloke|| Namastan Asoke||12

ਨਮਸਤੰ ਨ੍ਰਿਤਾਪੇ॥ ਨਮਸਤੰ ਅਥਾਪੇ॥	Namastan Nritaape‖ Namastan Athaape‖
ਨਮਸਤੰ ਤ੍ਰਿਮਾਨੇ॥ ਨਮਸਤੰ ਨਿਧਾਨੇ॥ ੧੩	Namastan Trimaane‖ Namastan Nidhaane‖13‖
ਨਮਸਤੰ ਅਗਾਹੇ॥ ਨਮਸਤੰ ਅਬਾਹੇ॥	Namastan Agadhe‖ Namastan Abaahe‖
ਨਮਸਤੰ ਤ੍ਰਿਬਰਗੇ॥ ਨਮਸਤੰ ਅਸਰਗੇ॥ ੧੪	Namastan Tribarge‖ Namastan Asarge‖14‖
ਨਮਸਤੰ ਪ੍ਰਭੋਗੇ॥ ਨਮਸਤੰ ਸੁਜੋਗੇ॥	Namastan Prabhoge‖ Namastan Sujoge‖
ਨਮਸਤੰ ਅਰੰਗੇ॥ ਨਮਸਤੰ ਅਭੰਗੇ॥ ੧੫॥	Namastan Arane‖ Namastan Abhane‖15‖
ਨਮਸਤੰ ਅਗੰਮੇ॥ ਨਮਸਤਸੱਤੁ ਰੰਮੇ॥	Namastan Agadme‖ Namastan(u) Ranme‖
ਨਮਸਤੰ ਜਲਾਸਰੇ॥ ਨਮਸਤੰ ਨਿਰਾਸਰੇ॥੧੬	Namastan Jalaadare‖ Namastan Niraadare‖16‖
ਨਮਸਤੰ ਅਜਾਤੇ॥ ਨਮਸਤੰ ਅਪਾਤੇ॥	Namastan Ajaate‖ Namastan Apaate‖
ਨਮਸਤੰ ਅਮਜਬੇ॥ ਨਮਸਤੰ ਅਜਬੇ॥ ੧੭॥	Namastan Amajbe‖ Namastan(u) Ajbe‖17‖
ਨਮਸਤੰ ਅਦੇਸੇ॥ ਨਮਸਤੰ ਅਭੇਸੇ॥	Adesan Adese‖ Namastan Abhese‖
ਨਮਸਤੰ ਨ੍ਰਿਧਾਮੇ॥	Namastan Nridhaame‖
ਨਮਸਤੰ ਨ੍ਰਿਬਾਮੇ॥ ੧੮॥	Namastan Nribaame‖18
ਨਮੋ ਸਰਬ ਕਾਲੇ॥ ਨਮੋ ਸਰਬ ਦਿਆਲੇ॥	Namo Sarab Kaale‖ Namo Sarab Diaale‖
ਨਮੋ ਸਰਬ ਰੂਪੇ॥	Namo Sarab Roope‖
ਨਮੋ ਸਰਬ ਭੂਪੇ॥੧੯॥	Namo Sarab Bhoope‖19‖
ਨਮੋ ਸਰਬ ਖਾਪੇ॥ ਨਮੋ ਸਰਬ ਥਾਪੇ॥	Namo Sarav Khaape‖ Namo Sarab Thaape‖
ਨਮੋ ਸਰਬ ਕਾਲੇ॥ ਨਮੋ ਸਰਬ ਪਾਲੇ॥੨੦॥	Namo Sarab Kaale‖ Namo Sarab Paale‖20‖
ਨਮਸਤੰ ਦੇਵੈ॥ ਨਮਸਤੰ ਅਭੇਵੈ॥	Namastast(u) Devai‖ Namastan Abhevai‖
ਨਮਸਤੰ ਅਜਨਮੇ॥	Namastan Ajanme‖
ਨਮਸਤੰ ਸੁਬਨਮੇ॥੨੧॥	Namastan Soubanme‖21‖
ਨਮੋ ਸਰਬ ਗਉਨੇ॥ ਨਮੋ ਸਰਬ ਭਉਨੇ॥	Namo Sarab Gaddde‖ Namo Sarab Bhaoune‖
ਨਮੋ ਸਰਬ ਰੰਗੇ॥ ਨਮੋ ਸਰਬ ਭੰਗੇ॥੨੨	Namo Sarab Rane‖ Namo Sarab Bhane‖22‖
ਨਮੋ ਕਾਲ ਕਾਲੇ॥ ਨਮਸਤੱਸਤੁ ਦਯਾਲੇ॥	Namo Kaal Kaale‖ Namastast(u) Diaale‖
ਨਮਸਤੰ ਅਬਰਨੇ॥ ਨਮਸਤੰ ਅਮਰਨੇ॥੨੩॥	Namastan Abarne‖ Namastan Amarne‖23‖
ਨਮਸਤੰ ਜਰਾਰੰ॥ ਨਮਸਤੰ ਕ੍ਰਿਤਾਰੰ॥	Namastan Jaraaran‖ Namastan Kridaaran‖
ਨਮੋ ਸਰਬ ਧੰਧੇ॥ ਨਮੋ ਸਤ ਅਬੰਧੇ॥੨੪॥	Namo Sarab Dhandhe‖ Namosat Abandhe‖24‖
ਨਮਸਤੰ ਨਿਸਾਕੇ॥ ਨਮਸਤੰ ਨ੍ਰਿਬਾਕੇ॥	Namastan Nrisaake‖ Namastan Nribaake‖
ਨਮਸਤੰ ਰਹੀਮੇ॥ ਨਮਸਤੰ ਕਰੀਮੇ॥ ੨੫॥	Namastan Rahime‖ Namastan Karime‖25‖
ਨਮਸਤੰ ਅਨੰਤੇ॥ ਨਮਸਤੰ ਮਹੰਤੇ॥	Namastan Anante‖ Namastan Mahante‖
ਨਮਸਤੱਸਤੁ ਰਾਗੇ॥ ਨਮਸਤੰ ਸੁਹਾਗੇ॥ ੨੬॥	Namastast(u) Raage‖ Namastan Suhaage‖26‖
ਨਮੋ ਸਰਬ ਸੋਖੰ॥ ਨਮੋ ਸਰਬ ਪੋਖੰ॥	Namo Sarab Sokhan‖ Namo Sarab Pokhan‖
ਨਮੋ ਸਰਬ ਕਰਤਾ॥	Namo Sarab Kartaa‖
ਨਮੋ ਸਰਬ ਹਰਤਾ॥੨੭॥	Namo Srab Bartaa‖27‖
ਨਮੋ ਜੋਗ ਜੋਗੇ॥ ਨਮੋ ਭੋਗ ਭੋਗੇ॥	Namo Jog Joge‖ Namo Bhog Bhoge‖
ਨਮੋ ਸਰਬ ਦਯਾਲੇ॥	Namo Sarab Diaale‖
ਨਮੋ ਸਰਬ ਪਾਲੇ॥੨੮॥	Namo Sarab Paale‖28‖

3. ਚਾਚਰੀ ਛੰਦ॥ ਤ੍ਵਪ੍ਰਸਾਦਿ॥ Chaachari Chhand॥ Tva Prasaadh॥

ਅਰੂਪ ਹੈਂ॥ ਅਨੂਪ ਹੈਂ॥	Aroop Hain|| Anoop Hain||
ਅਜੂ ਹੈਂ॥ ਅਭੂ ਹੈਂ॥੨੯॥	Ajoo Hain|| Abhoo Hain||29||
ਅਲੇਖ ਹੈਂ॥ ਅਭੇਖ ਹੈਂ॥	Alekh Hain|| Abhekh Hain||
ਅਨਾਮ ਹੈਂ॥ ਅਕਾਮ ਹੈਂ॥੩੦॥	Anaam Hain|| Akaam Hain||30||
ਅਧੇ ਹੈਂ॥ ਅਭੇ ਹੈਂ॥	Adhe Hain|| Abhe Hain||
ਅਜੀਤ ਹੈਂ॥ ਅਭੀਤ ਹੈਂ॥੩੧॥	Ajeet Hain|| Abhoot Hain||31||
ਤ੍ਰਿਮਾਨ ਹੈਂ॥ ਨਿਧਾਨ ਹੈਂ॥	Trimaan Hain|| Nidhaan Hain||
ਤ੍ਰਿਬਰਗ ਹੈਂ॥ ਅਸਰਗ ਹੈਂ॥੩੨॥	Tribarag Hain|| Asarag Hain||32||
ਅਨੀਲ ਹੈਂ॥ ਅਨਾਦਿ ਹੈਂ॥	Anil Hain|| Anaadh Hain||
ਅਜੇ ਹੈਂ॥ ਅਜਾਦਿ ਹੈਂ॥੩੩॥	Aje Hain|| Ajaadh Hain||33||
ਅਜਨਮ ਹੈਂ॥ ਅਬਰਨ ਹੈਂ॥	Ajanam Hain|| Abharan Hain||
ਅਭੂਤ ਹੈਂ॥ ਅਭਰਨ ਹੈਂ॥੩੪॥	Abhoot Hain|| Abharan Hain||34||
ਅਗੰਜ ਹੈਂ॥ ਅਭੰਜ ਹੈਂ॥	Agadj Hain|| Abhanj Hain||
ਅਝੂਝ ਹੈਂ॥ ਅਝੰਝ ਹੈਂ॥੩੫॥	Ajhoojh Hain|| Ajhanjh Hain||35||
ਅਮੀਕ ਹੈਂ॥ ਰਫੀਕ ਹੈਂ॥	Ameek Hain|| Rafeek Hain||
ਅਧੰਧ ਹੈਂ॥ ਅਬੰਧ ਹੈਂ॥੩੬॥	Adhandh Hain|| Abandh Hain||36||
ਨ੍ਰਿਬੂਝ ਹੈਂ॥ ਅਸੂਝ ਹੈਂ॥	Nriboodhe Hain|| Asoojh Hain||
ਅਕਾਲ ਹੈਂ॥ ਅਜਾਲ ਹੈਂ॥੩੭॥	Akaal Hain|| Ajaal Hain||37||
ਅਲਾਹ ਹੈਂ॥ ਅਜਾਹ ਹੈਂ॥	Alaah Hain|| Ajaah Hain||
ਅਨੰਤ ਹੈਂ॥ ਮਹੰਤ ਹੈਂ॥੩੮॥	Anant Hain|| Mahant Hain||38||
ਅਲੀਕ ਹੈਂ॥ ਨ੍ਰਿਸ੍ਰੀਕ ਹੈਂ॥	Aleek Hain|| Nrisrook Hain||
ਨ੍ਰਿਲੰਭ ਹੈਂ॥ ਅਸੰਭ ਹੈਂ॥੩੯॥	Nrilanbh Hain|| Asanbh Hain||39||
ਅਗੰਮ ਹੈਂ॥ ਅਜੰਮ ਹੈਂ॥	Agadm Hain|| Ajanm Hain||
ਅਭੂਤ ਹੈਂ॥ ਅਛੂਤ ਹੈਂ॥੪੦॥	Abhoot Hain|| Achhodht Hain||40||
ਅਲੋਕ ਹੈਂ॥ ਅਸੋਕ ਹੈਂ॥	Alok Hain|| Asok Hain||
ਅਕ੍ਰਮ ਹੈਂ॥ ਅਭ੍ਰਮ ਹੈਂ॥੪੧॥	Akaram Hain|| Abharam Hain||41|
ਅਜੀਤ ਹੈਂ॥ ਅਭੀਤ ਹੈਂ॥	Ajeet Hain|| Abheet Hain||
ਅਬਾਹ ਹੈਂ॥ ਅਗਾਹ ਹੈਂ॥੪੨॥	Abaah Hain|| Agadh Hain||42||
ਅਮਾਨ ਹੈਂ॥ ਨਿਧਾਨ ਹੈਂ॥	Amaan Hain|| Nidhaan Hain||
ਅਨੇਕ ਹੈਂ॥ ਫਿਰ ਏਕ ਹੈਂ॥੪੩॥	Anek Hain|| Phir(i) Ek Hain||43||

4. ਭੁਜੰਗ ਪ੍ਰਯਾਤ ਛੰਦ॥ Bhujan Prayaat Chhand॥

ਨਮੋ ਸਰਬ ਮਾਨੇ॥ ਸਮਸਤੀ ਨਿਧਾਨੇ॥	Namo Sarab Maane|| Samastoo Nidhaane||
ਨਮੋ ਦੇਵ ਦੇਵੇ॥ ਅਭੇਖੀ ਅਭੇਵੇ॥ ੪੪॥	Namo Dev Deve|| Abhekhoo Abheve||44||
ਨਮੋ ਕਾਲ ਕਾਲੇ॥ ਨਮੋ ਸਰਬ ਪਾਲੇ॥	Namo Kaal Kaale|| Namo Sarab Paale||
ਨਮੋ ਸਰਮ ਗਉਣੇ॥	Namo Sarab Gaddde||
ਨਮੋ ਸਰਬ ਭਉਣੇ॥੪੫॥	Namo Sarab Bhaoune||45||
ਅਨੰਗੀ ਅਨਾਥੇ॥ ਨ੍ਰਿਸੰਗੀ ਪ੍ਰਮਾਥੇ॥	Ananoo Anaathe|| Nrisanoo Pramaathe||
ਨਮੋ ਭਾਨ ਭਾਨੇ॥	Namo Bhaan Bhaane||
ਨਮੋ ਮਾਨ ਮਾਨੇ॥ ੪੬॥	Namo Maan Maane||46||

ਨਮੋ ਚੰਦ੍ਰ ਚੰਦ੍ਰੇ॥	Namo Channdra Channdre||
ਨਮੋ ਭਾਨ ਭਾਨੇ॥	Namo Bhaan Bhaane||
ਨਮੋ ਗੀਤ ਗੀਤੇ॥	Namo Goot Goote||
ਨਮੋ ਤਾਨ ਤਾਨੇ॥ ੪੭॥	Namo Taan Taane||47||
ਨਮੋ ਨਿਰਤ ਨਿਰਤੇ॥ ਨਮੋ ਨਾਦ ਨਾਦੇ॥	Namo Nritt Nritte|| Namo Naad Naade||
ਨਮੋ ਪਾਨ ਪਾਨੇ॥ ਨਮੋ ਬਾਦ ਬਾਦੇ॥ ੪੮	Namo Paan Paane|| Namo Baad Baade||48||
ਅਨੰਗੀ ਅਨਾਮੇ॥ ਸਮਰਤੀ ਸਰੂਪੇ॥	Ananoo Anaame|| Samastoo Daroope||
ਪ੍ਰਭੰਗੀ ਪ੍ਰਮਾਥੇ॥	Prabhanoo Pramaathe||
ਸਮਰਤੀ ਬਿਭੂਤੇ॥ ੪੯॥	Samastoo Bibhoote||49||
ਕਲੰਕਾ ਬਿਨਾ ਨੇ ਕਲੰਕੀ ਸਰੂਪੇ॥	Kalankan Binaa|| Nekalankoo Daroope||
ਨਮੋ ਰਾਜ ਰਾਜੇਸ੍ਵਰੰ ਪਰਮ ਰੂਪੇ॥ ੫੦॥	Namo Raaj Raajesvran Param Roope||50||
ਨਮੋ ਜੋਦ ਜੋਗੇਸ੍ਵਰੰ ਪਰਮ ਸਿੱਧੇ॥	Namo Jog Jogesvran Param Siddhe||
ਨਮੋ ਰਾਜੇਸ੍ਵਰੰ ਪਰਮ ਬ੍ਰਿਧੇ॥ ੫੧॥	Namo Raaj Raajesvran Param Briddhe||51||
ਨਮੋ ਸਸਤ੍ਰ ਪਾਣੇ॥ ਨਮੋ ਅਸਤ੍ਰ ਮਾਣੇ॥	Namo Sastra Paane|| Namo Astra Maane||
ਨਮੋ ਪਰਮ ਗਿਆਤਾ॥	Namo Param Giaataa||
ਨਮੋ ਲੋਕ ਮਾਤਾ॥ ੫੨॥	Namo Lok Maataa||52||
ਅਭੇਖੀ ਅਭਰਮੀ ਅਭੋਗੀ ਅਭੁਗਤੇ॥	Abhekhoo Abharmoondabhogoo Abhougte||
ਨਮੋ ਜੋਗ ਜੋਗੇਸਵਰੰ ਪਰਮ ਜੁਗਤੇ॥ ੫੩॥	Namo Jog Jogesvran Param Jougte||53||
ਨਮੋ ਨਿੱਤ ਨਾਰਾਇਣੇ ਕ੍ਰੂਮ ਕਰਮੇ॥	Namo Nitt Naaraaine Kroor Karma||
ਨਮੋ ਪ੍ਰੇਤ ਅਪ੍ਰੇਤ ਦੇਵੇ ਸੁਧਰਮੇ॥ ੫੪॥	Namo Pret Apret Deve Sudharme||54||
ਨਮੋ ਰੋਗ ਹਰਤਾ॥ ਨਮੋ ਰਾਗ ਰੂਪੇ॥	Namo Rog Hartaa|| Namo Raag Roope||
ਨਮੋ ਸਾਹ ਸਾਹੰ॥	Namo Saah Saahan ||
ਨਮੋ ਭੂਪ ਭੂਪੇ॥ ੫੫॥	Namo Bhoop Bhoope||55||
ਨਮੋ ਦਾਨ ਦਾਨੇ॥ ਨਮੋ ਮਾਨ ਮਾਨੇ॥	Namo Daan Daane Namo Maan Maane||
ਨਮੋ ਰੋਗ ਰੋਗੇ॥ ਨਮਸਤੰ ਇਸਨਾਨੰ॥ ੫੬॥	Namo Rog Roge Namastan Sanaane||56|
ਨਮੋ ਮੰਤ੍ਰ ਮੰਤ੍ਰੰ॥ ਨਮੋ ਜੰਤ੍ਰ ਜੰਤ੍ਰੰ॥	Namo Mantra Mantran|| Namo Jantra Jantran||
ਨਮੋ ਇਸਟ ਇਸਟੇ॥	Namo Ist Iste||
ਨਮੋ ਤੰਤ੍ਰ ਤੰਤ੍ਰੰ॥ ੫੭॥	Namo Tantra Tantran||57||
ਸਦਾ ਸੱਚਦਾਨੰਦ॥ ਸਰਬੰ ਪ੍ਰਣਾਸੀ॥	Sadaa Sachch da anand|| Saraban Pranaasoo||
ਅਨੂਪੇ ਅਰੂਪੇ॥ ਸਮਸਤੁਲਿ ਨਿਵਾਸੀ॥ ੫੮॥	Anoope daroope Samastul Nivaasoo||58||
ਸਦਾ ਸਿੱਧਦਾ ਬੁੱਧਦਾ॥ ਬ੍ਰਿਧ ਕਰਤਾ॥	Sadaa Sidh-daa Budh-daa Bridh Kartaa||
ਅਧੋ ਉਰਧ ਅਰਧੋ॥ ਅਘੰ ਓਘ ਹਰਤਾ॥ ੫੯॥	Adho Urdh Ardhan Aghan Ogh Hartaa||59||
ਪਰਮ ਪਰਮ ਪਰਮੇਸ੍ਵਰੰ॥ ਪ੍ਰੋਛ ਪਾਲੰ॥	Paran Param Parmesvaran Prochh Paalan||
ਸਦਾ ਸਰਬ ਦਾ ਸਿੱਧ॥ ਦਾਤਾ ਦਿਆਲੰ॥ ੬੦॥	Sadaa Sarabdaa Siddh Daataa Diaalan||60||
ਅਛੇਦੀ ਅਭੇਦੀ॥ ਅਨਾਮੰ ਅਕਾਮੰ॥	Achhedoo Abhedoo॥ Anaamannd Akaamannd॥
ਸਮਮਤੋ ਪਰਾਜੀ॥	Samasto Paraajoo॥
ਸਮਸਤੱ ਸਤੁ ਧਾਮੰ॥ ੬੧॥	Samastast(u) Dhaamannd||61

5. ਤੇਰਾ ਜੋਰੁ॥ ਚਾਚਰੀ ਛੰਦ॥ Tyrw Joru॥ Chaachari Chhand॥

ਜਲੇ ਹੈਂ॥ ਥਲੇ ਹੈਂ॥	Jale Hain|| Thale Hain||
ਅਭੀਤ ਹੈਂ॥ ਅਭੇ ਹੈਂ॥੬੨॥	Abhit Hain|| Abhe Hain||62||
ਪ੍ਰਭੂ ਹੈਂ॥ ਅਜੂ ਹੈਂ॥	Prabhoo Hain|| Ajoo Hain||
ਅਦੇਸ ਹੈਂ॥ ਅਭੇਸ ਹੈਂ॥੬੩॥	Ades Hain|| Abhes Hain||63||

6. **ਭੁਜੰਗ ਪ੍ਰਯਾਤ ਛੰਦ॥ Bhujan Prayaat Chhand**

ਅਗਾਧੇ ਅਬਾਧੇ॥ ਅਨੰਦੀ ਸਰੂਪੇ॥	Aggaddhe Abaadhe|| Anandoo Daroope||
ਨਮੋ ਸਰਬ ਮਾਨੇ॥	Namo Sarab Maane||
ਸਮਸਤੀ ਨਿਧਾਨੇ॥੬੪॥	Samastoo Nidhaane||64||
ਨਮਸਤ੍ਵੰ ਨ੍ਰਿਨਾਥੇ॥ ਨਮਸਤ੍ਵੰ ਪ੍ਰਮਾਥੇ॥	Namastvan Nrinaathe|| Namastvan Pramaathe||
ਨਮਸਤ੍ਵੰ ਅਗੰਜੇ॥	Namastvan Nrinaathe||
ਨਮਸਤ੍ਵੰ ਅਭੰਜੇ॥੬੫॥	Namastvan Pramaathe||65
ਨਮਸਤ੍ਵੰ ਅਕਾਲੇ॥ ਨਮਸਤ੍ਵੰ ਅਪਾਲੇ॥	Namastvan Akaale|| Namastvan Apaale||
ਨਮੋ ਸਰਬ ਦੇਸੇ॥	Namo Sarab Dese||
ਨਮੋ ਸਰਬ ਭੇਸੇ॥੬੬॥	Namo Sarab Bhese||66||
ਨਮੋ ਰਾਜ ਰਾਜੇ॥ ਨਮੋ ਸਾਜ ਸਾਜੇ॥	Namo Raaj Raaje|| Namo Saaj Saaje||
ਨਮੋ ਸਾਹ ਸਾਹੇ॥	Namo Shaah Shaahe||
ਨਮੋ ਮਾਹ ਮਾਹੇ॥੬੭॥	Namo Maah Maahe||67||
ਨਮੋ ਗੀਤ ਗੀਤੇ॥ ਨਮੋ ਪ੍ਰੀਤ ਪ੍ਰੀਤੇ॥	Namo Goot Goote|| Namo Proot Proote||
ਨਮੋ ਰੋਖ ਰੋਖੇ॥	Namo Rokh Rokhe||
ਨਮੋ ਸੋਖ ਸੋਖੇ॥੬੮॥	Namo Sokh Sokhe||68||
ਨਮੋ ਸਰਬ ਰੋਗੇ॥ ਨਮੋ ਸਰਬ ਭੋਗੇ॥	Namo Sarab Roge|| Namo Sarab Bhoge||
ਨਮੋ ਸਰਬ ਜੀਤੰ॥	Namo Sarab Jeetan||
ਨਮੋ ਸਰਬ ਭੀਤੰ॥੬੯॥	Namo Sarab Bhootan||69||
ਨਮੋ ਸਰਬ ਗਯਾਨੰ॥ ਨਮੋ ਪਰਮ ਤਾਨੰ॥	Namo Sarab Giaanan|| Namo Param Taanan||
ਨਮੋ ਸਰਬ ਮੰਤ੍ਰੰ॥	Namo Sarab Mantran||
ਨਮੋ ਸਰਬ ਜੰਤ੍ਰੰ॥੭੦॥	Namo Sarab Jantran||70||
ਨਮੋ ਸਰਬ ਦ੍ਰਿੱਸੰ॥ ਨਮੋ ਸਰਬ ਕ੍ਰਿੱਸੰ॥	Namo Sarab Drissan||Namo Sarab Krissan||
ਨਮੋ ਸਰਬ ਰੰਗੇ॥	Namo Sarab Rane||
ਤ੍ਰਿਭੰਗੀ ਅਨੰਗੇ॥੭੧॥	Tribhanoo Anane||71||
ਨਮੋ ਜੀਵ ਜੀਵੰ॥ ਨਮੋ ਬੀਜ ਬੀਜੇ॥	Namo Jeev Jeev an|| Namo Booj Booje||
ਅਖਿੱਜੇ ਅਭਿੱਜੇ॥ ਸਮਸਤੰ ਪ੍ਰਸਿੱਜੇ॥੭੨॥	Akhijje Abhijje|| Samastan Prasijje||72||
ਕ੍ਰਿਪਾਲੰ ਸਰੂਪੇ॥ ਕੁਕਰਮੰ ਪ੍ਰਣਾਸੀ॥	Kridaalan Saroope Koukarman Pranaasoo||
ਸਦਾ ਸਰਬ ਦਾ॥	Sadaa Sarab daa
ਰਿੱਧ ਸਿੱਧੰ ਨਿਵਾਸੀ॥੭੩॥	Ridh(i) Sidhan Nivaasoo||73||

7. **ਚਰਪਟ ਛੰਦ॥ ਤ੍ਵਪ੍ਰਸਾਦਿ॥ Charpat Chhand|| Tva Prasaadh||**

ਅੰਮ੍ਰਿਤ ਕਰਮੇ॥ ਅੰਬ੍ਰਿਤ ਧਰਮੇ॥	Anmritt Karma|| Anbrit Dharma||
ਅੱਖਲ ਜੋਗੇ॥ ਅਚੱਲ ਭੋਗੇ॥੭੪॥	Akhall Joge|| Achall Bhoge||74||
ਅਚੱਲ ਰਾਜੇ॥ ਅਟਲ ਸਾਜੇ॥	Achall Raaje|| Aooall Saaje||
ਅੱਖਲ ਧਰਮੰ॥ ਅਲੱਖ ਕਰਮੰ॥੭੫॥	Akhall Dharamannd|| Alakkh Karamannd||75||
ਸਰਬੰ ਦਾਤਾ॥ ਸਰਬੰ ਗਯਾਤਾ॥	Saraban Daataa|| Saraban Giaataa||
ਸਰਬੰ ਭਾਨੇ॥ ਸਰਬੰ ਮਾਨੇ॥੭੬॥	Saraban Bhaane|| Saraban Maane||76||
ਸਰਬੰ ਪ੍ਰਾਣੰ॥ ਸਰਬ ਤ੍ਰਾਣੰ॥	Saraban Praanan|| Saraban Traanan||
ਸਰਬੰ ਭੁਗਤਾ॥ ਸਰਬੰ ਜੁਗਤਾ॥੭੭॥	Saraban Bhougtaa|| Saraban Jougtaa||77||
ਸਰਬੰ ਦੇਵੰ॥ ਸਰਬ ਭੇਵੰ॥	Saraban Devan|| Saraban Bhevan||
ਸਰਬੰ ਕਾਲੇ॥ ਸਰਬੰ ਪਾਲੇ॥੭੮	Saraban Kaale|| Saraban Paale||78

8. ਰੂਆਲ ਛੰਦ॥ ਤ੍ਵਪ੍ਰਸਾਦਿ॥ Rooaal Chhand॥ Tva Prasaadh॥

ਆਦਿ ਰੂਪ ਅਨਾਦਿ ਮੂਰਤਿ	Aadh Roop Anaadh Moondat(i)
ਅਜੋਨਿ ਪੁਰਖ ਅਪਾਰ॥	Ajon(i) Purakh Apaar||
ਸਰਬ ਮਾਨ ਤ੍ਰਿਮਾਨ ਦੇਵ	Sarab Maan Trimaan Dev
ਅਭੇਵ ਆਦਿ ਉਦਾਰ॥	Abhev Aadh Udaar||
ਸਰਬ ਪਾਲਕ ਸਰਬ ਘਾਲਕ	Sarab Paalak Sarab Dhaalak
ਸਰਬ ਕੋ ਪੁਨਿ ਕਾਲ॥	Sarab Ko Poun(i) Kaal||
ਜੱਤ੍ਰ ਤੱਤ੍ਰ ਬਿਰਾਜਹੀ	Jattra Tattra Biraaj-hoo
ਅਵਧੂਤ ਰੂਪ ਰਿਸਾਲ॥੭੯॥	Avdhoot Roop Rasaal||79||
ਨਾਮ ਠਾਮ ਨ ਜਾਤ	Naam Thaam Na Jaat(i)
ਜਾਕਰ ਰੂਪ ਰੰਗ ਨ ਰੇਖ॥	Jaakar Roop Ran Na Rekh||
ਆਦਿ ਪੁਰਖ ਉਦਾਰ ਮੂਰਤਿ	Aadh Purakh Udaar Moondat(i)
ਅਜੋਨਿ ਆਦਿ ਅਸੇਖ॥	Ajon(i) Aadh Asekh||
ਦੇਸ ਔਰ ਨ ਭੇਸ	Des Aur Na Bhes
ਜਾਕਰ ਰੂਪ ਰੇਖ ਨ ਰਾਗ॥	Jaakar Roop Rekh Na Raag||
ਜੱਤ੍ਰ ਤੱਤ੍ਰ ਦਿਸਾ ਵਿਸਾ ਹੁਇ	Jattra Tattra Disaa Visaa Hue
ਫੈਲਿਓ ਅਨੁਰਾਗ॥੮੦॥	Phailio Anuraag||80||
ਨਾਮ ਬਿਹੀਨ ਪੇਖਤ	Naam Kaam Biboon Pekhat
ਧਾਮ ਹੂੰ ਨਹਿ ਜਾਹਿ॥	Dhaam Hoon Nah(i) Jaah(i)||
ਸਰਬ ਮਾਨ ਸਰਬੱਤ੍ਰ ਮਾਨ	Sarab Maan Sarbattra Maan
ਸਦੈਵ ਮਾਨਤ ਤਾਹਿ॥	Sadaiv Maanat Taah(i)||
ਅਨੇਕ ਮੂਰਿਤ ਅਨੇਕ ਦਰਸਨ	Ek Moondat(i) Anek Darsan Koon
ਕੀਨ ਰੂਪ ਅਨੇਕ॥	Roop Anek||
ਖੇਲ ਖੇਲ ਅਖੇਲ ਖੇਲਨ	Khel Khel Akhel Khelan
ਅੰਤ ਕੋ ਫਿਰ ਏਕ॥੮੧॥	Ant Ko Phir(i) Ek||81||
ਦੇਵ ਭੇਵ ਨ ਜਾਨਹੀ	Dev Bhev Na Jaan-hoo
ਜਿਹ ਬੇਦ ਅਉਰ ਕਤੇਬ॥	Jih Bed Aur Kateb||
ਰੂਪ ਰੰਗ ਨ ਜਾਤਿ ਪਾਤਿ	Roop Ran Na Jaat(i) Paat(i)
ਸੁ ਜਾਨਈ ਕਿਹ ਜੇਬ॥	Su Jaanaoo Kinh Jeb||
ਤਾਤ ਮਾਤ ਨ ਜਾਤ ਜਾਕਰਿ	Taat Maat Na Jaat Jaakar
ਜਨਮ ਮਰਨ ਬਿਹੀਨ॥	Janam Maran Bihoon||
ਚੱਕ੍ਰ ਬੱਕ੍ਰ ਫਿਰੈ ਚੱਤ੍ਰ	Chakkra Bakkra Phirai Chatur
ਚੱਕ ਮਾਨਈ ਪੁਰ ਤੀਨ॥ ੮੨॥	Chakk Maan-hoo Pur Toon||82||
ਲੋਕ ਚਉਦਹ ਕੇ ਬਿਖੈ	Lok Chaudah Ke Bikhai
ਜਗ ਜਾਪਹੀ ਜਿਹ ਜਾਪ॥	Jag Jaap-hoo Jinh Jaap||
ਆਦਿ ਦੇਵ ਅਨਾਦਿ ਮੂਰਤਿ	Aadh Dev Anaadh Moondat(i)
ਥਾਪਿਓ ਸਭੈ ਜਿਹ ਥਾਪ॥	Thaapio Sabai Jinh Thaap(i)||
ਪਰਮ ਰੂਪ ਪੁਨੀਤ ਮੂਰਤਿ	Param Roop Pouneet Moondat(i)
ਪੂਰਨ ਪੁਰਖੁ ਅਪਾਰ॥	Pooran Purakh Apaar||
ਸਰਬ ਬਿਸ੍ਵ ਰਚਿਓ ਸੁਯੰਭਵ	Sarab Bisva Rachio Suyanbhav
ਗੜਨ ਭੰਜਨਹਾਰ॥੮੩॥	Gadan Bhanjanhaar||83||
ਲਾਮ ਹੀਨ ਕਲਾ ਸੰਜੁਗਤਿ	Kaal Hoon Kalaa Sanjougad(i)
ਅਕਾਲ ਪੁਰਖ ਅਦੇਸ॥	Akaal Purakh Ades||
ਧਰਮ ਧਾਮ ਸੁ ਭਰਮ ਰਹਤ	Dharam Dhaam Su Bharam Rahit
ਅਭੂਤ ਅਲਖ ਅਭੇਸ॥	Abhoot Alakh Abhes||
ਅੰਗ ਰਾਗ ਨ ਰੰਗ ਜਾਕਹ	Ang Raag Na Ran Jaakah(i)

ਜਾਤਿ ਪਾਤਿ ਨ ਨਾਮ॥	Jaat(i) Paat(i) Na Naam||
ਗਰਬ ਗੰਜਨ ਦੁਸਟ ਭੰਜਨ	Gadab Gadjan Dousat Bhanjan
ਮੁਕਤਿ ਦਾਇਕ ਕਾਮ॥੮੪॥	Moukat(i) Daaik Kaam||84||
ਆਪ ਰੂਪ ਅਮੀਕ ਅਨ ਉਸਤਤਿ	Aap Roop Ameek An-oustat(i)
ਏਕ ਪੁਰਖ ਅਵਧੂਤ॥	Ek Purakh Avdhoot||
ਗਰਬ ਗੰਜਨ ਸਰਬ ਭੰਜਨ	Gadab Gadjan Sarab Bhanjan
ਆਦਿ ਰੂਪ ਅਸੂਤ॥	Aadh Roop Asoot||
ਅੰਗ ਹੀਨ ਅਭੰਗ ਅਨਾਤਮ	Ang Hoon Abhan Anaatam
ਏਕ ਪੁਰਖ ਅਪਾਰ॥	Ek Purakh Apaar||
ਸਰਬ ਲਾਇਕ ਸਰਬ ਘਾਇਕ	Sarab Laaik Sarab Ghaaik
ਸਰਬ ਕੋ ਪ੍ਰਿਤਪਾਰ॥ ੮੫॥	Sarab Ko Pratipaar||85||
ਸਰਬ ਗੰਤਾ ਸਰਬ ਹੰਤਾ	Sarab Gadtaa Sarab Hanta
ਸਰਬ ਤੇ ਅਨਭੇਖ॥	Sarab Te Anbhekh||
ਸਰਬ ਸਾਸਤ੍ਰ ਨ ਜਾਨਹੀ	Sarab Saastra Na Jaan-hi
ਜਿਹ ਰੂਪ ਰੰਗ ਅਰੁ ਰੇਖ॥	Jinh Roop Ran(u) Ar(u) Rekh||
ਪਰਮ ਬੇਦ ਪੁਰਾਨ ਜਾਕਹਿ	Param Bed Puraan Jaakah(i)
ਨੇਤ ਭਾਖਤ ਨਿੱਤ॥	Net Bhaakhat Nitt||
ਕੋਟਿ ਸਿੰਮ੍ਰਿਤਿ ਪੁਰਾਨ ਸਾਸਤ੍ਰ	Kottee Sinmrit Puraan Shastra
ਨ ਆਵਈ ਵਹੁ ਚਿੱਤਿ॥੮੬॥	Na Aavaoo Vahu Chitt(i)||86||

9. ਮਧੁਭਾਰ ਛੰਦ॥ ਤ੍ਵਪ੍ਰਸਾਦਿ॥ Madhoubhaar Chhand॥ Tva Prasaadh॥

ਗੁਨ ਗਨ ਉਦਾਰ॥ ਮਹਿਮਾ ਅਪਾਰ॥	Goun Gad Udaar|| Mahimaa Apaar||
ਆਸਨ ਅਭੰਗ॥ ਉਪਮਾ ਅਨੰਗ॥੮੭॥	Aasan Abhan|| Oupmaa Anan||87||
ਅਨਭਉ ਪ੍ਰਕਾਸ॥ ਨਿਸਦਿਨ ਅਨਾਸ॥	Anbhau Prakaas|| Nis Din Anaas||
ਆਜਾਨ ਬਾਹੁ॥ ਸਾਹਾਨ ਸਾਹੁ॥੮੮॥	Aajaan Baah(u)|| Saahaan Saah(u)||88||
ਰਾਜਨ ਰਾਜ॥ ਭਾਨਾਨ ਭਾਨ॥	Raajaan Raaj|| Bhaanaan Bhaan||
ਦੇਵਾਨ ਦੇਵ॥ ਉਪਮਾ ਮਹਾਨ॥੮੯॥	Devaan Dev|| Oupmaa Mahaan||89||
ਇੰਦ੍ਰਾਨ ਇੰਦ੍ਰ॥ ਬਾਲਾਨ ਬਾਲ॥	Indraan Indra|| Baalaan Baal||
ਰੰਕਾਨ ਰੰਕ॥ ਕਾਲਾਨ ਕਾਲ॥੯੦॥	Rankaan Rank|| Kaalaan Kaal||90||
ਅਨਭੂਤ ਅੰਗ॥ ਆਭਾ ਅਭੰਗ॥	Anbhoot An|| Aabhaa Abhan||
ਗਤਿ ਮਿਤਿ ਅਪਾਰ॥ ਗੁਨ ਗਨ ਉਦਾਰ॥੯੧॥	Gad(i) Mit(i) Apaar|| Goun Gad Udaar||91|
ਮੁਨਿ ਗਨਿ ਪ੍ਰਨਾਮ॥ ਨਿਰਭੈ ਨਿਕਾਮ॥	Moundi) Gad Pranaam|| Nirbhai Nikaam||
ਅਤਿ ਦੁਤਿ ਪ੍ਰਚੰਡ॥	At(i) Dout(i) Prachanndd||
ਮਿਤਿ ਗਤਿ ਅਖੰਡ॥੯੨॥	Mit Gad(i) Akhannd||92||
ਆਲਿਸ੍ਯ ਕਰਮ॥ ਆਦ੍ਰਿਸ੍ਯ ਧਰਮ॥	Aalisya Karam|| Aadrisya Dharma||
ਸਰਬਾ ਭਰਣਾਢ੍ਯ॥ ਅਨਡੰਡ ਬਾਢ੍ਯ॥੯੩॥	Sarbaa Bharnaadhya|| Andand Baadhya||93||

10. ਚਾਚਰੀ ਛੰਦ॥ ਤ੍ਵਪ੍ਰਸਾਦਿ॥ Chaacdaroo Chhand॥ Tva Prasaadh॥

ਗੋਬਿੰਦੇ॥ ਮੁਕੰਦੇ॥	Goubinde|| Moukande||
ਉਦਾਰੇ॥ ਅਪਾਰੇ॥੯੪॥	Uddare|| Apdare||94|
ਹਰੀਅੰ॥ ਕਰੀਅੰ॥	Darooan|| Darooan||
ਨ੍ਰਿਨਾਮੇ॥ ਅਕਾਮੇ॥੯੫॥	Nrinaame|| Akaame||95||

11. ਭੁਜੰਗ ਪ੍ਰਯਾਤ ਛੰਦ॥ Bhujan Prayaat Chhand॥

ਚੱਤ੍ਰ ਚੱਕ੍ਰ ਕਰਤਾ॥	Chattra Chakkra Kartaa||
ਚੱਤ੍ਰ ਚੱਕ੍ਰ ਹਰਤਾ॥	Chattra Chakkra Hartaa||
ਚੱਤ੍ਰ ਚੱਕ੍ਰ ਦਾਨੇ॥	Chattra Chakkra Daane||
ਚੱਤ੍ਰ ਚੱਕ੍ਰ ਜਾਨੇ॥ ੯੬॥	Chattra Chakkra Jaane||96||

ਚੱਤ੍ਰ ਚੱਕ੍ਰ ਵਰਤੀ॥	Chattra Chakkra Vartoo||
ਚੱਤ੍ਰ ਚੱਕ੍ਰ ਭਰਤੀ॥	Chattra Chakkra Bhartoo||
ਚੱਤ੍ਰ ਚੱਕ੍ਰ ਪਾਲੇ॥	Chattra Chakkra Paale||
ਚੱਤ੍ਰ ਚੱਕ੍ਰ ਕਾਲੇ॥੯੭॥	Chattra Chakkra Kaale||97||
ਚੱਤ੍ਰ ਚੱਕ੍ਰ ਪਾਸੇ॥	Chattra Chakkra Paase||
ਚੱਤ੍ਰ ਚੱਕ੍ਰ ਵਾਸੇ॥	Chattra Chakkra Vaase||
ਚੱਤ੍ਰ ਚੱਕ੍ਰ ਮਾਨਜੈ॥	Chattra Chakkra Maanyai||
ਚੱਤ੍ਰ ਚੱਕ੍ਰ ਦਾਨਜੈ॥ ੯੮॥	Chattra Chakkra Daanyai||98

12. ਚਾਚਰੀ ਛੰਦ॥ Chaachari Chhand॥

ਨ ਸੱਤ੍ਰੈ॥ ਨ ਮਿੱਤ੍ਰੈ॥	Na Sattrai|| Na Mittrai||
ਨ ਭਰਮੰ॥ ਨ ਭਿੱਤ੍ਰੈ॥੯੯॥	Na Bharman|| Na Bhittrai||99||
ਨ ਕਰਮੰ॥ ਨ ਕਾਏ॥	Na Karamannd|| Na Kaae||
ਅਜਨਮੰ॥ ਅਜਾਏ॥੧੦੦॥	Ajanamannd|| Ajaae||100|
ਨ ਚਿੱਤ੍ਰੈ॥ ਨ ਮਿੱਤ੍ਰੈ॥	Na Chittrai|| Na Mittrai||
ਪਰੇ ਹੈ॥ ਪਵਿੱਤ੍ਰੈ॥੧੦੧॥	Para Hain|| Pavittrai||101||
ਪ੍ਰਿਥੀਸੈ॥ ਅਦੀਸੈ॥	Pritheesai|| Adeesai||
ਅਦ੍ਰਿਸੈ॥ ਅਕ੍ਰਿਸੈ॥੧੦੨॥	Adrisai|| Akrisai||102||

13. ਭਗਵਤੀ ਛੰਦ॥ ਤ੍ਵਪ੍ਰਸਾਦਿ ਕਥਤੇ॥ Bhagvatoo Chhand॥ Tva Prasaadh॥

ਕਿ ਆਛਿੱਜ ਦੇਸੈ॥ ਕਿ ਆਭਿੱਜ ਭੇਸੈ॥	Ki Aachhijj Desai|| Ki Aabhijj Bhesai||
ਕਿ ਆਗੰਜੇ ਕਰਮੈ॥	Ki Aagadj Karmai||
ਕਿ ਆਭੰਜ ਭਰਮੈ॥੧੦੩॥	Ki Aabhanj Bharmai||103||
ਕਿ ਆਭਿੱਜ ਲੋਕੈ॥ ਕਿ ਆਦਿੱਤ ਸੋਕੈ॥	Ki Aabhijj Lokai||Ki Aaditt Sokai||
ਕਿ ਅਵਧੂਤ ਬਰਨੈ॥	Ki Avdhoot Barnai||
ਕਿ ਬਿਭੂਤ ਕਰਨੈ॥੧੦੪॥	Ki Bibhoot Karnai||104||
ਕਿ ਰਾਜੰ ਪ੍ਰਭਾ ਹੈਂ॥	Ki Raajan Prabhaa Hain||
ਕਿ ਧਰਮੰ ਧੁਜਾ ਹੈਂ॥	Ki Dharman Dhujaa Hain||
ਕਿ ਆਸੋਕ ਬਰਨੈ॥	Ki Aasok Barnai||
ਕਿ ਸਰਬਾ ਅਭਰਨੈ॥੧੦੫॥	Ki Sarbaa Abharnai||105||
ਕਿ ਜਗਤੰ ਕ੍ਰਿਤੀ ਹੈਂ॥	Ki Jagadan Kritoo Hain||
ਕਿ ਛਤ੍ਰੰ ਛਤ੍ਰੀ ਹੈਂ॥	Ki Chhatran Chhatroo Hain||
ਕਿ ਬ੍ਰਹਮੰ ਸਰੂਪੈ॥	Ki Brahman Daroopai||
ਕਿ ਅਨਭਉ ਅਨੂਪੈ॥ ੧੦੬॥	Ki Anbhau Aboopai||106||
ਕਿ ਆਦਿ ਅਦੇਵ ਹੈਂ॥	Ki Aadh Adev Hain||
ਕਿ ਆਪਿ ਅਭੇਵ ਹੈਂ॥	Ki Aap(i) Abhev Hain||
ਕਿ ਚਿਤ੍ਰੰ ਬਿਹੀਨੈ॥	Ki Chittran Bihoonai||
ਕਿ ਏਕੈ ਅਧੀਨੈ॥ ੧੦੭॥	Ki Ekai Adhoonai||107||
ਕਿ ਰੋਜੀ ਰਜਾਕੈ॥	Ki Rozi Razaakai||
ਰਹੀਮੈ ਰਿਹਾ ਕੈ॥	Rahoomai Rihaakai||
ਕਿ ਪਾਕ ਬਿਐਬ ਹੈਂ॥	Ki Paak Be-aib Hain||
ਕਿ ਗੈਬੁਲ ਗੈਬ ਹੈਂ॥੧੦੮॥	Ki Gadbul Ghaib Hain||108
ਕਿ ਅਫਵੁਲ ਗੁਨਾਹ ਹੈਂ॥	Ki Afvul Gounaah Hain||
ਕਿ ਸਾਹਾਨ ਸਾਹ ਹੈਂ॥	Ki Shaahaan Shaah Hain||
ਕਿ ਕਾਰਨ ਕੁਨਿੰਦ ਹੈਂ॥	Ki Kaaran Kounind Hainn||
ਕਿ ਰੋਜੀ ਦਿਹੰਦ ਹੈਂ॥ ੧੦੯॥	Ki Rozi Dihand Hain||109||

ਕਿ ਰਾਜਕ ਰਹੀਮ ਹੈਂ॥	Ki Raazak Raheem Hain||
ਕਿ ਕਰਮੰ ਕਰੀਮ ਹੈਂ॥	Ki Karman Dareem Hain||
ਕਿ ਸਰਬੰ ਕਲੀ ਹੈਂ॥	Ki Saraban Kalee Hain||
ਕਿ ਸਰਬੰ ਦਲੀ ਹੈਂ॥ ੧੧੦॥	Ki Saraban Dalee Hain||110||
ਕਿ ਸਰਬਤ੍ਰ ਮਾਨਜੈ॥	Ki Sarbattra Maaniyai||
ਕਿ ਸਰਬਤ੍ਰ ਦਾਨਜੈ॥	Ki Sarbattra Daaniyai||
ਕਿ ਸਰਬਤ੍ਰ ਗਉਨੈ॥	Ki Sarbattra Gaaounai||
ਕਿ ਸਰਬਤ੍ਰ ਭਉਨੈ॥ ੧੧੧॥	Ki Sarbattra Bhaounai||111||
ਕਿ ਸਰਬਤ੍ਰ ਦੇਸੈ॥	Ki Sarbattra Desai||
ਕਿ ਸਰਬਤ੍ਰ ਭੇਸੈ॥	Ki Sarbattra Bhesai||
ਕਿ ਸਰਬਤ੍ਰ ਰਾਜੈ॥	Ki Sarbattra Raajai||
ਕਿ ਸਰਬਤ੍ਰ ਸਾਜੈ॥ ੧੧੨॥	Ki Sarbattra Saajai||112|
ਕਿ ਸਰਬਤ੍ਰ ਦੀਨੈਂ॥	Ki Sarbattra Deenai||
ਕਿ ਸਰਬਤ੍ਰ ਲੀਨੈਂ॥	Ki Sarbattra Leenai||
ਕਿ ਸਰਬੱਤ੍ਰ ਜਾ ਹੋ॥	Ki Sarbattra Jaaho||
ਕਿ ਸਰਬੱਤ੍ਰ ਭਾਹੋ॥ ੧੧੩॥	Ki Sarbattra Bhaaho||113||
ਕਿ ਸਰਬਤ੍ਰ ਦੇਸੈ॥	Ki Sarbattra Desai||
ਕਿ ਸਰਬਤ੍ਰ ਭੇਸੈ॥	Ki Sarbattra Bhesai||
ਕਿ ਸਰਬਤ੍ਰ ਕਾਲੈ॥	Ki Sarbattra Kaalai||
ਕਿ ਸਰਬਤ੍ਰ ਪਾਲੈ॥ ੧੧੪॥	Ki Sarbattra Paalai||114||
ਕਿ ਸਰਬਤ੍ਰ ਹੰਤਾ॥	Ki Sarbattra Hantaa||
ਕਿ ਸਰਬਤ੍ਰ ਗੰਤਾ॥	Ki Sarbattra Gadtaa||
ਕਿ ਸਰਬਤ੍ਰ ਭੇਖੀ॥	Ki Sarbattra Bhekhee||
ਕਿ ਸਰਬਤ੍ਰ ਪੇਖੀ॥ ੧੧੫॥	Ki Sarbattra Pekhee||115||
ਕਿ ਸਰਬਤ੍ਰ ਕਾਜੈ॥ ਕਿ ਸਰਬਤ੍ਰ ਰਾਜੈ॥	Ki Sarbattra Kaajai|| Ki Sarbattra Raajai||
ਦਾਨਵ ਦੇਵ ਫਨਿੰਦ ਨਿਸਾਚਰ	Daanav Dev Phanind Nisaachar
ਭੂਤ ਭਵਿੱਖ ਜਪੈਂਗਾ॥	Bhoot Bhavikkh Bhavaan Japainge||
ਕਿ ਸਰਬਤ੍ਰ ਸੋਖੈ॥	Ki Sarbattra Sokhai||
ਕਿ ਸਰਬਤ੍ਰ ਪੋਖੈ॥ ੧੧੬॥	Ki Sarbattra Pokhai||116||
ਕਿ ਸਰਬਤ੍ਰ ਤਾਣੈ॥	Ki Sarbattra Traanai||
ਕਿ ਸਰਬਤ੍ਰ ਪ੍ਰਾਣੈ॥	Ki Sarbattra Praanai||
ਕਿ ਸਰਬਤ੍ਰ ਦੇਸੈ॥	Ki Sarbattra Desai||
ਕਿ ਸਰਬਤ੍ਰ ਭੇਸੈ॥ ੧੧੭॥	Ki Sarbattra Bhesai||117||
ਕਿ ਸਰਬਤ੍ਰ ਮਾਨਯੈ॥	Ki Sarbattra Maaniyain||
ਸਦੈਵੰ ਪ੍ਰਧਾਨਯੈ॥	Sadaivan Pradhaaniyain||
ਕਿ ਸਰਬਤ੍ਰ ਜਾਪਯੈ॥	Ki Sarbattra Jaapiyai||
ਕਿ ਸਰਬਤ੍ਰ ਥਾਪਯੈ॥ ੧੧੮॥	Ki Sarbattra Thaapiyai||118||
ਕਿ ਸਰਬਤ੍ਰ ਭਾਨੈ॥	Ki Sarbattra Bhaanai||
ਕਿ ਸਰਬਤ੍ਰ ਮਾਨੈ॥	Ki Sarbattra Maanai||
ਕਿ ਸਰਬਤ੍ਰ ਇੰਦ੍ਰੈ॥	Ki Sarbattra Indrai||
ਕਿ ਸਰਬਤ੍ਰ ਚੰਦ੍ਰੈ॥ ੧੧੯॥	Ki Sarbattra Channdrai||119||

ਕਿ ਸਰਬੰ ਕਲੀਮੈ॥
Ki Saraban Kaloomai||

ਕਿ ਪਰਮੰ ਫਹੀਮੈ॥
Ki Paramannd Fahoomai||

ਕਿ ਆਕਲ ਅਲਾਮੈ॥
Ki Aakal Alaamai||

ਕਿ ਸਾਹਿਬ ਕਲਾਮੈ॥ ੧੨੦॥
Ki Saahib Kalaamai||120||

ਕਿ ਹੁਸਨਲ ਵਜੂ ਹੈਂ॥
Ki Housnal Vajoo Hain||

ਤਮਾਮੁਲ ਰੁਜੂ ਹੈਂ॥
Tamaamul Rujoo Hain||

ਹਮੇਸੁਲ ਸਲਾਮੈਂ॥
Hamesul Salaamain||

ਸਲੀਖਤ ਮੁਦਾਮੈਂ॥ ੧੨੧॥
Salikhat Mudaamain||121||

ਗਨੀਮੁਲ ਸਿਕਸਤੈ॥
Ghanoomul Shikastai||

ਗਰੀਬੁਲ ਪਰਸਤੈ॥
Daroobul Parastai||

ਬਿਲੰਦੁਲ ਮਕਾਨੈਂ॥
Bilandul Makaanain||

ਜਿਮੀਨੁਲ ਜਮਾਨੈਂ॥ ੧੨੨॥
Zamoondul Zamaanain||122||

ਤਮੀਜੁਲ ਤਮਾਮੈ॥
Tamizul Tamaamain||

ਰੁਜੂਅਲ ਨਿਧਾਨੈ॥
Rujooal Nidhaanain||

ਹਰੀਫੁਲ ਅਜੀਮੈਂ॥
Darooful Ajoomain||

ਰਜਾਇਕ ਯਕੀਨੈਂ॥ ੧੨੩॥
Razaaik Yakoonain||123||

ਅਨੇਕੁਲ ਤਰੰਗ ਹੈਂ॥
Anekul Taran Hain||

ਅਭੇਦ ਹੈਂ ਅਭੰਗ ਹੈਂ॥
Abhed Hain Abhan Hain||

ਅਜੀਜੁਲ ਨਿਵਾਜ ਹੈਂ॥
Azoozul Nivaaz Hain||

ਗਨੀਮੁਲ ਖਿਰਾਜ ਹੈਂ॥ ੧੨੪॥
Ghanoomul Khiraaj Hain||124||

ਨਿਰੁਕਤ ਸਰੂਪ ਹੈਂ॥
Niroukat Saroophain||

ਤ੍ਰਿਮੁਕਤਿ ਬਿਭੂਤ ਹੈਂ॥
Trimoukat(i) Bibhoot Hain||

ਪ੍ਰਭੁਗਤਿ ਪ੍ਰਭਾ ਹੈਂ॥
Prabhougad(i) Prabhaa Hain||

ਸੁਜੁਗਤਿ ਸੁਧਾ ਹੈਂ॥ ੧੨੫॥
Su Jougad(i) Sudhaa Hain||125||

ਸਦੈਵੰ ਸਰੂਪ ਹੈਂ॥
Sadaivan Saroophain||

ਅਭੇਦੀ ਅਨੂਪ ਹੈਂ॥
Abhedi Anoop Hain||

ਸਮਸਤੋ ਪਰਾਜ ਹੈਂ॥
Samasto Paraaj Hain||

ਸਦਾ ਸਰਬ ਸਾਜ ਹੈਂ॥ ੧੨੬॥
Sadaa Sarab Saaj Hain||126||

ਸਮਸਤੁਲ ਸਲਾਮ ਹੈਂ॥
Samastul Salaam Hain||

ਸਦੈਵਲ ਅਕਾਮ ਹੈਂ॥
Sadaival Akaam Hain||

ਨ੍ਰਿਬਾਧ ਸਰੂਪ ਹੈਂ॥
Nribaadh Saroophain||

ਅਗਾਧਿ ਹੈਂ ਅਨੂਪ ਹੈਂ॥ ੧੨੭॥
Agaddh Hain Anoop Hain||127||

ਓਅੰ ਆਦਿ ਰੂਪੇ॥
Oan Aadh Roope||

ਅਨਾਦਿ ਸਰੂਪੈ॥
Anaadh Daroopai||

ਅਨੰਗੀ ਅਨਾਮੇ॥
Ananoo Anaame||

ਤ੍ਰਿਭੰਗੀ ਤ੍ਰਿਕਾਮੇ॥੧੨੮॥
Tribhanoo Trikaame||128||

ਤ੍ਰਿਬਰਗੰ ਤ੍ਰਿਬਾਧੇ॥
Tribargadg Tribaadhe||

ਅਗੰਜੇ ਅਗਾਧੇ॥
Agadje Agaddhe||

ਸੁਭੰ ਸਰਬ ਭਾਗੈ॥
Soubhan Sarab Bhaage||

ਸੁ ਸਰਬਾ ਅਨੁਰਾਗੈ॥੧੨੯॥
Su Sarabaa Anuraage||129||

ਤ੍ਰਿਭੁਗਤ ਸਰੂਪ ਹੈਂ॥	Tribhougad Saroophain||
ਅਛਿੱਜ ਹੈਂ ਅਛੂਤ ਹੈਂ॥	Achhijj Hain Achhoht Hain||
ਕਿ ਨਰਕੰ ਪ੍ਰਣਾਸ ਹੈਂ॥	Ki Narkan Pranaas Hain||
ਪ੍ਰਿਤੀਉਲ ਪ੍ਰਵਾਸ ਹੈਂ॥ ੧੩੦॥	Prithooul Pravaas Hain||130||
ਨਿਰੁਕਤਿ ਪ੍ਰਭਾ ਹੈਂ॥	Niroukat(i) Prabhaa Hain||
ਸਦੈਵੰ ਸਦਾ ਹੈਂ॥	Sadaivan Sadaa Hain||
ਬਿਭੁਗਤਿ ਸਰੂਪ ਹੈਂ॥	Bibhougad(i) Saroophain||
ਪ੍ਰਜੁਗਤਿ ਅਨੰਪ ਹੈਂ॥ ੧੩੧॥	Prajougad(i) Anoop Hain||131||
ਨਿਰੁਕਤਿ ਸਦਾ ਹੈਂ॥	Niroukat(i) Sadaa Hain||
ਬਿਭੁਗਤਿ ਪ੍ਰਭਾ ਹੈਂ॥	Bibhougad(i) Prabhaa Hain||
ਅਨ ਉਕਤਿ ਸਰੂਪ ਹੈਂ॥	Anoukat(i) Saroophain||
ਪ੍ਰਜੁਗਤਿ ਅਨੂਪ ਹੈਂ॥ ੧੩੨॥	Prajougad(i) Anoop Hain||132||

14. ਚਾਚਰੀ ਛੰਦ॥ Chnchari Chhand||

ਅਭੰਗ ਹੈਂ॥ ਅਨੰਗ ਹੈਂ॥	Abhan Hain|| Anan Hain||
ਅਭੇਖ ਹੈਂ॥ ਅਲੇਖ ਹੈਂ॥ ੧੩੩॥	Abhekh Hain|| Alekh Hain||133||
ਅਭਰਮ ਹੈਂ॥ ਅਕਰਮ ਹੈਂ॥	Abharam Hain|| Akaram Hain||
ਅਨਾਦਿ ਹੈਂ॥ ਜੁਗਾਦਿ ਹੈਂ॥ ੧੩੪॥	Anaadh Hain|| Jougaddh Hain||134||
ਅਜੈ ਹੈਂ॥ ਅਬੈ ਹੈਂ॥	Ajai Hain|| Abai Hain||
ਅਭੂਤ ਹੈਂ॥ ਅਧੂਤ ਹੈਂ॥ ੧੩੫॥	Abhoot Hain|| Adhoot Hain||135||
ਅਨਾਸ ਹੈਂ॥ ਉਦਾਸ ਹੈਂ॥	Anaas Hain|| Udaas Hain||
ਅਧੰਧ ਹੈਂ॥ ਅਬੰਧ ਹੈਂ॥ ੧੩੬॥	Adhandh Hain|| Abandh Hain||136||
ਅਭਗਤ ਹੈਂ॥ ਬਿਰਕਤ ਹੈਂ॥	Abhagad Hain|| Birakat Hain||
ਅਨਾਸ ਹੈਂ॥ ਪ੍ਰਕਾਸ ਹੈਂ॥ ੧੩੭॥	Anaas Hain|| Prakaas Hain||137||
ਨਿਚਿੰਤ ਹੈਂ॥ ਸੁਨਿੰਤ ਹੈਂ॥	Nichint Hain|| Sounint Hain||
ਅਲਿੱਖ ਹੈਂ॥ ਅਦਿੱਖ ਹੈਂ॥ ੧੩੮॥	Alikkh Hain|| Adikkh Hain||138||
ਅਲੇਖ ਹੈਂ॥ ਅਭੇਖ ਹੈਂ॥	Alekh Hain|| Abhekh Hain||
ਅਢਾਹ ਹੈਂ॥ ਅਗਾਹ ਹੈਂ॥ ੧੩੯॥	Adhaah Hain|| Agadh Hain||139||
ਅਸੰਭ ਹੈਂ॥ ਅਗੰਭ ਹੈਂ॥	Asanbh Hain|| Agadbh Hain||
ਅਨੀਲ ਹੈਂ॥ ਅਨਾਦਿ ਹੈਂ॥ ੧੪੦॥	Anool Hain|| Anaadh Hain||140||
ਅਨਿੱਤ ਹੈਂ॥ ਸੁਨਿੱਤ ਹੈਂ॥	Anitt Hain|| Su-nitt Hain||
ਅਜਾਤਿ ਹੈਂ॥ ਅਜਾਦਿ ਹੈਂ॥ ੧੪੧॥	Ajaat Hain|| Ajaadh Hain||141||

15. ਚਰਪਟ ਛੰਦ॥ ਤ੍ਵਪ੍ਰਸਾਦਿ॥ Charpat Chhand॥ Tva Prasaadh॥

ਸਰਬੰ ਹੰਤਾ॥ ਸਰਬੰ ਗੰਤਾ॥	Saraban Hantaa|| Saraban Gadtaa||
ਸਰਬੰ ਖਿਆਤਾ॥	Saraban Khiaataa||
ਸਰਬੰ ਗਿਆਤਾ॥ ੧੪੨॥	Saraban Giaataa||142||
ਸਰਬੰ ਹਰਤਾ॥ ਸਰਬੰ ਕਰਤਾ॥	Saraban Hartaa|| Saraban Kartaa||
ਸਰਬੰ ਪ੍ਰਾਣੰ॥ ਸਰਬੰ ਤ੍ਰਾਣੰ॥ ੧੪੩॥	Saraban Praanan|| Saraban Traanan||143||
ਸਰਬੰ ਕਰਮੰ॥ ਸਰਬੰ ਧਰਮੰ॥	Saraban Karamannd|| Saraban Dharamannd||
ਸਰਬੰ ਜਾਗਤਾ॥	Saraban Jougtaa||
ਸਰਬੰ ਮੁਕਤਾ॥ ੧੪੪॥	Saraban Mouktaa||144

16. ਰਸਾਵਲ ਛੰਦ॥ ਤ੍ਵਪ੍ਰਸਾਦਿ॥ Rasaaval Chhand॥ Tva Prasaadh॥

ਨਮੋ ਨਰਕ ਨਾਸੇ॥ ਸਦੈਵੰ ਪ੍ਰਕਾਸੇ॥	Namo Narak Naase||Sadaivan Prakaase||
ਅਨੰਗੰ ਸਰੂਪੇ॥	Ananadg Daroope||
ਸਰਬੰ ਅਭੰਗੰ ਬਿਭੈਤੇ॥ ੧੪੫॥	Abhanadg Bibhoote||145
ਪ੍ਰਮਾਥੰ ਪ੍ਰਮਾਥੇ॥ ਸਦਾ ਸਰਬ ਸਾਥੇ॥	Pramaathan Pramaathe|| Sadaa Sarab Saathe||
ਅਗਾਧਿ ਸਰੂਪੇ॥	Agaddh Daroope||
ਨ੍ਰਿਬਾਧਿ ਬਿਭੈਤੇ॥ ੧੪੬॥	Nribaadh Bibhoote||146||
ਅਨੰਗੀ ਅਨਾਮੇ॥ ਤ੍ਰਿਭੰਗੀ ਤ੍ਰਿਕਾਮੇ॥	Ananoo Anaame|| Tribhanoo Trikaame||
ਨ੍ਰਿਭੰਗੀ ਸਰੂਪੇ॥	Nribhanoo Daroope||
ਸ੍ਰਬੰਗੀ ਅਨੂਪੇ॥ ੧੪੭॥	Sarabanoo Anoope||147||
ਨ ਪੋਤ੍ਰੈ ਨ ਪੁਤ੍ਰੈ॥ ਨ ਸਤ੍ਰੈ ਨ ਮਿਤ੍ਰੈ॥	Na Potrai Na Pouttrai|| Na Sattrai Na Mitrai||
ਨ ਤਾਤ੍ਰੈ ਨ ਮਾਤ੍ਰੈ॥	Na Taatai Na Maatai||
ਨ ਜਾਤ੍ਰੈ ਨ ਪਾਤ੍ਰੈ॥ ੧੪੮॥	Na Jaatai Na Paatai||148||
ਨ੍ਰਿਸਾਕੰ ਸਰੀਕ ਹੈਂ॥	Nrisaakan Sareek Hain||
ਅਮਿਤੋ ਅਮੀਕ ਹੈਂ॥	Amito Ameek Hain||
ਸਦੈਵੰ ਪ੍ਰਭਾ ਹੈ॥	Sadaivan Prabhaa Hain||
ਅਜੈ ਹੈਂ ਅਜਾ ਹੈਂ॥ ੧੪੯॥	Ajai Hain Ajaa Hain||149||

17. ਭਗਵਤੀ ਛੰਦ॥ ਤ੍ਵਪ੍ਰਸਾਦਿ॥ Bhagadati Chhand॥ Tva Prasaadh॥

ਕਿ ਜਾਹਰ ਜਹੂਰ ਹੈਂ॥	Ki Zaahar Zahoor Hain||
ਕਿ ਹਾਜਰ ਹਜੂਰ ਹੈਂ॥	Ki Haazar Hazoor Hain||
ਹਮੇਸੁਲ ਸਲਾਮ ਹੈਂ॥	Hamesul Salaam Hain||
ਸਮਸਤੁਪ ਕਲਾਮ ਹੈਂ॥ ੧੫੦॥	Samastul Kalaam Hain||150||
ਕਿ ਸਾਹਿਬ ਦਿਮਾਗ ਹੈਂ॥	Ki Saahib Dimaag Hain||
ਕਿ ਹੁਸਨਲ ਚਰਾਗ ਹੈ॥	Ki Housnal Charaag Hain||
ਹਮੇਸੁਲ ਚਰਾਗ ਹੈਂ॥	Ki Kaamal Daroom Hain||
ਕਿ ਕਾਮਲ ਕਰੀਮ ਹੈਂ॥ ੧੫੧॥	Ki Raazak Rahoom Hain||151||
ਕਿ ਰੋਜੀ ਦਿਹੰਦ ਹੈਂ॥	Ki Rozi Dihind Hain||
ਕਿ ਰਾਜਕ ਰਹਿੰਦ ਹੈਂ॥	Ki Raazak Rahind Hain||
ਕਰੀਮੁਲ ਕਮਾਲ ਹੈਂ॥	Daroomul Kamaal Hain||
ਕਿ ਹੁਸਨੁਲ ਜਮਾਲ ਹੈਂ॥੧੫੨॥	Ki Housnal Jamaal Hain||152||
ਗਨੀਮੁਲ ਖਿਰਾਜ ਹੈਂ॥	Ghanoomul Khiraaj Hain||
ਗਰੀਬੁਲ ਨਿਵਾਜ ਹੈਂ॥	Gareebul Nivaaz Hain||
ਹਰੀਫੁਲ ਸਿਕੰਨ ਹੈਂ॥	Darooful Shikann Hain||
ਹਿਰਾਸੁਲ ਫਿਕੰਨ ਹੈਂ॥ ੧੫੩॥	Hiraasul Fikann Hain||153
ਕਲੰਕੰ ਪ੍ਰਣਾਸ ਹੈਂ॥	Kalankan Pranaas Hain||
ਸਮਸਤੁਲ ਨਿਵਾਸ ਹੈਂ॥	Samastul Nivaas Hain||
ਅਗੰਜੁਲ ਗਨੀਮ ਹੈਂ॥	Agadjul Gadoom Hain||
ਰਜਾਇਕ ਰਹੀਮ ਹੈਂ॥ ੧੫੪॥	Rajaaik Rahoom Hain||154||
ਸਮਸਤੁਲ ਜੁਬਾ ਹੈਂ॥	Samastul Joubaanhain||
ਕਿ ਸਾਹਿਬ ਕਿਰਾ ਹੈਂ॥	Ki Saahibkiraan Hain||
ਕਿ ਨਰਕੰ ਪ੍ਰਣਾਸ ਹੈਂ॥	Ki Narakan Pranaas Hain||
ਬਹਿਸਤੁਲ ਨਿਵਾਸ ਹੈਂ॥ ੧੫੫॥	Bahistul Nivaas Hain||155||

ਕਿ ਸਰਬੁਲ ਗਵੰਨ ਹੈਂ॥	Ki Sarabul Gadann Hain||
ਹਮੇਸੁਲ ਰਵੰਨ ਹੈਂ॥	Hamesul Ravann Hain||
ਤਮਾਮੁਲ ਤਮੀਜ ਹੈਂ॥	Tamaamul Tamoond Hain||
ਸਮਸਤੁਲ ਰਜੀਜ ਹੈਂ॥ ੧੫੬॥	Samastul Ajooj Hain||156||
ਪਰੰ ਪਰਮ ਈਸ ਹੈਂ॥	Paran Param Oos Hain||
ਸਮਸਤੁਲ ਅਦੀਸ ਹੈਂ॥	Samastul Adoos Hain||
ਅਦੇਸੁਲ ਅਲੇਖ ਹੈਂ॥	Adesul Alekh Hain||
ਹਮੇਸੁਲ ਅਭੇਖ ਹੈਂ॥ ੧੫੭॥	Hamesul Abhekh Hain||157||
ਜਿਮੀਨੁਲ ਜਮਾ ਹੈਂ॥	Zamoondul Zamaa Hain||
ਅਮੀਕੁਲ ਇਮਾ ਹੈਂ॥	Ameekul Imaa Hain||
ਕਰੀਮੁਲ ਕਮਾਲ ਹੈਂ॥	Daroomul Kamaal Hain||
ਕਿ ਜੁਰਅਤਿ ਜਮਾਲ ਹੈਂ॥ ੧੫੮॥	Ki Jurat(i) Jamaal Hain||158||
ਕਿ ਅਚਲੰ ਪ੍ਰਕਾਸ ਹੈਂ॥	Ki Achalan Prakaas Hain||
ਕਿ ਅਮਿਤੋ ਸੁਬਾਸ ਹੈਂ॥	Ki Amito Soubaas Hain||
ਕਿ ਅਜਬ ਸਰੂਪ ਹੈ॥	Ki Ajab Saroophain||
ਕਿ ਅਮਿਤੋ ਬਿਭੂਤ ਹੈਂ॥ ੧੫੯॥	Ki Amito Bibhoot Hain||159||
ਕਿ ਅਮਿਤੋ ਪਸਾ ਹੈਂ॥	Ki Amito Pasaa Hain||
ਕਿ ਆਤਮ ਪ੍ਰਭਾ ਹੈਂ॥	Ki Aatam Prabhaa Hain||
ਕਿ ਅਚਲੰ ਅਨੰਗ ਹੈ॥	Ki Achalan Anan Hain||
ਕਿ ਅਚੱਲ ਅਭੰਗ ਹੈਂ॥ ੧੬੦॥	Ki Amito Abhan Hain||160||

18. ਮਧੁਭਾਰ ਛੰਦ॥ ਤ੍ਵਪ੍ਰਸਾਦਿ॥ Madhoubhaar Chhand|| Tva Prasaadh|

ਮੁਨਿ ਮਨਿ ਪ੍ਰਨਾਮ॥	Mounndi) Man(i) Pranaam||
ਗੁਨ ਗਨ ਮੁਦਾਮ॥	Goun(i) Gad Mudaam||
ਅਰਿ ਬਰ ਅਗੰਜ॥	Ar(i) Bar Agadj||
ਹਰਿ ਨਰ ਪ੍ਰਭੰਜ॥ ੧੬੧॥	Har(i) Nar Prabhanj||161||
ਅਨ ਗਨ ਪ੍ਰਨਾਮ॥	An guan Pranaam||
ਮੋਨਿ ਮਨ ਸਲਾਮ॥	Mounndi) Man(i) Salaam||
ਹਰ ਨਰ ਅਖੰਡ॥	Har Nar Akhannd||
ਬਰ ਨਰ ਅਮੰਡ॥ ੧੬੨॥	Bar Nar Amannd||162
ਅਨਭਵ ਅਨਾਸ॥	Anbhav Anaas||
ਮੁਨਿ ਮਨ ਪ੍ਰਕਾਸ॥	Mounndi) Man(i) Prakaas||
ਗੁਨ ਗਨ ਪ੍ਰਨਾਮ॥	Goun(i) Gad Pranaam||
ਜਮ ਥਲ ਮੁਦਾਮ॥ ੧੬੩॥	Jal Thal Mudaam||163||
ਅਨਛਿੱਜ ਅੰਗ॥	Anchhijj An||
ਆਸਨ ਅਭੰਗ॥	Aasan Abhan||
ਉਪਮਾ ਅਪਾਰ॥	Oupmaa Apaar||
ਗਤਿ ਮਿਤਿ ਉਦਾਰ॥ ੧੬੪	Gad(i) Mit(i) Udaar||164||
ਜਲ ਥਲ ਅਮੰਡ॥	Jal Thal Amannd||
ਦਿਸ ਵਿਸ ਅਭੰਡ॥	Dis Vis Abhand||
ਜਲ ਥਲ ਮਹੰਤ॥	Jal Thal Mahant||
ਦਿਸ ਵਿਸ ਬਿਅੰਤ॥ ੧੬੫॥	Dis Vis Beant||165||

ਅਨਭਵ ਅਨਾਸ॥	Anbhav Anaas||
ਧ੍ਰਿਤ ਧਰ ਧੁਰਾਸ॥	Dhrit Dhar Dhuraas||
ਆਜਾਨ ਬਾਹੁ॥	Aajaan Baah(u)||
ਏਕੈ ਸਦਾਹੁ॥ ੧੬੬॥	Ekai Sadaah(u)||166||
ਓਅੰਕਾਰ ਆਦਿ॥ ਕਥਨੀ ਅਨਾਦਿ॥	Oankaar Aadh|| Kathnoo Anaadh||
ਖਲ ਖੰਡ ਖਿਆਲ॥	Khal Khanndkhiaal||
ਗੁਰ ਬਰ ਅਕਾਲ॥ ੧੬੭॥	Gur Bar Akaal||167||
ਘਰ ਘਰ ਪ੍ਰਨਾਮ॥	Ghar Ghar(i) Pranaam||
ਚਿਤ ਚਰਨ ਨਾਮ॥	Chit Charan Naam||
ਅਨਛਿਜ ਗਾਤ॥	Anchhijj Gadt||
ਆਜਿਜ ਨ ਬਾਤ॥ ੧੬੮॥	Aajij Na Baat||168||
ਅਨਝੰਝ ਗਾਤ॥ ਅਨਰੰਜ ਬਾਤ॥	Anjhanjh Gadt||Anranj Baat||
ਅਨਟੁਟ ਭੰਡਾਰ॥ ਅਨਠਟ ਅਪਾਰ॥ ੧੬੯॥	Antout Bhandaar||Anthat Apaar||169||
ਆਡੀਠ ਧਰਮ॥	Aadooth Dharam||
ਅਤਿ ਢੀਠ ਕਰਮ॥	At(i) Dhooth Karam||
ਅਨਬ੍ਰਣ ਅਨੰਤ॥	Anbran Anant||
ਦਾਤਾ ਮਹੰਤ॥ ੧੭੦॥	Daataa Mahant||170||

19. ਹਰਬੋਲਮਨਾ ਛੰਦ॥ ਤ੍ਵਪ੍ਰਸਾਦਿ॥ Har(i) Bolmanaa Chhand॥ Tva Prasad(i)॥

ਕਰੁਣਾਲਯ ਹੈਂ॥ ਅਰਿ ਘਾਲਯ ਹੈਂ॥	Karounaalya Hain|| Ar(i) Dhaalya Hain||
ਖਲ ਖੰਡਨ ਹੈਂ॥	Khal Khanndan Hain||
ਮਹਿ ਮੰਡਨ ਹੈਂ॥ ੧੭੧॥	Maih Mandan Hain||171||
ਜਗਤੇਸ੍ਵਰ ਹੈਂ॥ ਪਰਮੇਸ੍ਵਰ ਹੈਂ॥	Jagtesvar Hain|| Parmesvar Hain||
ਕਲਿ ਕਾਰਨ ਹੈਂ॥	Kal(i) Kaaran Hain||
ਸਰਬ ਉਬਾਰਨ ਹੈਂ॥ ੧੭੨॥	Sarab Oubaaran Hain||172||
ਧ੍ਰਿਤ ਕੇ ਧਰਨ ਹੈਂ॥ ਜਗ ਕੇ ਕਰਨ ਹੈਂ॥	Dhrit Ke Dhran Hain|| Jag Ke Kran Hain||
ਮਨ ਮਾਨਿਯ ਹੈਂ॥	Man Maaniya Hain||
ਜਗ ਜਾਨਿਯ ਹੈਂ॥ ੧੭੩॥	Jag Jaaniya Hain||173||
ਸਰਬੰ ਭਰ ਹੈਂ॥ ਸਰਬੰ ਕਰ ਹੈਂ॥	Saraban Bhar Hain|| Saraban Kar Hain||
ਸਰਬ ਪਾਸਿਯ ਹੈਂ॥	Sarab Paasiya Hain||
ਸਰਬ ਨਾਸਿਯ ਹੈਂ॥ ੧੭੪॥	Sarab Naasiya Hain||174||
ਕਰੁਣਾਕਰ ਹੈਂ॥ ਬਿਸ੍ਵੰਭਰ ਹੈਂ॥	Karounaakar Hain|| Bisvanbhar Hain||
ਸਰਬੇਸ੍ਵਰ ਹੈਂ॥ ਜਗਤੇਸ੍ਵਰ ਹੈਂ॥ ੧੭੫॥	Sarabesvar Hain|| Jagadesvar Hain||175||
ਬ੍ਰਹਮੰਡਸ ਹੈਂ॥ ਖਲ ਖੰਡਸ ਹੈਂ॥	Brahmandas Hain|| Kl Khandas Hain||
ਪਰ ਤੇ ਪਰ ਹੈਂ॥	Par Te Par Hain||
ਕਰੁਣਾਕਰ ਹੈਂ॥ ੧੭੬॥	Karounaakar Hain||176||
ਅਜਪਾ ਜਪ ਹੈਂ॥ ਅਥਪਾ ਥਪ ਹੈਂ॥	Ajapaa Jap Hain|| Ahapaa Thap Hain||
ਅਕ੍ਰਿਤਾ ਕ੍ਰਿਤ ਹੈਂ॥	Akridaa Krit Hain||
ਅੰਮ੍ਰਿਤਾ ਮਿਤ੍ਰ ਹੈਂ॥ ੧੭੭॥	Amritaa Mrt Hain||177||
ਅਮ੍ਰਿਤਾ ਮਿਤ੍ਰ ਹੈਂ॥ ਕਰੁਣਾ ਕ੍ਰਿਤ ਹੈਂ॥	Amritaa Mrit Hain|| Karanaa Krit Hain||
ਅਕ੍ਰਿਤਾ ਕ੍ਰਿਤ ਹੈਂ॥	Akridaa Krit Hain||
ਧਰਣੀ ਧ੍ਰਿਤ ਹੈਂ॥ ੧੭੮॥	Dharanoo Dhrit Hain||178||

ਅਮਿਤੇਸ੍ਵਰ ਹੈਂ॥ ਪਰਮੇਸ੍ਵਰ ਹੈਂ॥	Amritesvar Hain|| Parmesvar Hain||
ਅਕ੍ਰਿਤ ਕ੍ਰਿਤਾ ਹੈਂ॥	Akridaa Krit Hain||
ਅਮ੍ਰਿਤਾ ਮਿਤ੍ਰ ਹੈਂ॥ ੧੭੯॥	Amritaa Mrit Hain||179||
ਅਜਬਾ ਕ੍ਰਿਤ ਹੈਂ॥ ਅਮ੍ਰਿਤਾ ਮਿਤ੍ਰ ਹੈਂ॥	Ajbaa Krit Hain|| Amritaa Amrit Hain||
ਨਰ ਨਾਇਕ ਹੈਂ॥	Nar Naaik Hain||
ਖਲ ਘਾਇਕ ਹੈਂ॥ ੧੮੦॥	Khal Ghaaik Hain||180||
ਬਿਸ੍ਵੰਭਰ ਹੈਂ॥ ਕਰੁਣਾਲਯ ਹੈਂ॥	Bisvanbhar Hain|| Karounaalya Hain||
ਨ੍ਰਿਪ ਨਾਇਕ ਹੈ॥	Nrip Naaik Hain||
ਸਰਬ ਪਾਇਕ ਹੈਂ॥ ੧੮੧॥	Sarab Paaik Hain||181||
ਭਵ ਭੰਜਨ ਹੈਂ॥ ਅਰਿ ਗੰਜਨ ਹੈਂ॥	Bhav Bhanjan Hain|| Ar(i) Gadjan Hain||
ਰਿਪੁ ਤਾਪਨ ਹੈ॥	Rip(u) Taapan Hain||
ਜਪੁ ਜਾਪਨ ਹੈਂ॥ ੧੮੨॥	Jap(u) Jaapan Hain||182||
ਅਕਲੰ ਕ੍ਰਿਤ ਹੈਂ॥ ਸਰਬਾ ਕ੍ਰਿਤ ਹੈਂ॥	Akalan Krit Hain|| Sarabaa Krit Hain||
ਕਰਤਾ ਕਰ ਹੈ॥	Kartaa Kar Hain||
ਹਰਤਾ ਹਰ ਹੈਂ॥ ੧੮੩॥	Hartaa Har(i) Hain||183||
ਪਰਮਾਤਮ ਹੈਂ॥ ਸਰਬ ਆਤਮ ਹੈਂ॥	Paramaatam Hain|| Sarabaatam Hain||
ਆਤਮ ਬਸ ਹੈ॥ਜਸ ਕ ਜਿਸ ਹੈਂ॥ ੧੮੪॥	Aatam Bas Hain|| Jas Ke Jas Hain||184||

20. ਭੁਜੰਗ ਪ੍ਰਯਾਤ ਛੰਦ॥ Bhujan Prayaat Chhand॥

ਨਮੋ ਸੂਰਜ ਸੂਰਜੇ॥	Namo Sooraj Soorje||
ਨਮੋ ਚੰਦ੍ਰ ਚੰਦ੍ਰੇ॥	Namo Channdra Channdre||
ਨਮੋ ਰਾਜ ਰਾਜੇ॥ ਨਮੋ ਇੰਦ੍ਰ ਇੰਦ੍ਰੇ॥	Namo Raaj Raaje||Namo Indra Indre||
ਨਮੋ ਅੰਧਕਾਰੇ॥ ਨਮੋ ਤੇਜ ਤੇਜੇ॥	Namo Andhkdare ||Namo Tej Teje||
ਨਮੋ ਬ੍ਰਿੰਦ ਬ੍ਰਿੰਦੇ॥	Namo Brind Brinde||
ਨਮੋ ਬੀਜ ਬੀਜੇ॥ ੧੮੫॥	Namo Booj Booje||185||
ਨਮੋ ਰਾਜਸੰ ਤਾਮਸੰ ਸਾਂਤ ਰੂਪੇ॥	Namo Raajasan Taamasan Saant Roope||
ਨਮੋ ਪਰਮ ਤੱਤੰ ਅਤੱਤੰ ਸਰੂਪੇ॥	Namo Param Tattan Atattan Daroope||
ਨਮੋ ਜੋਗ ਜੋਗੇ॥ ਨਮੋ ਗਿਆਨ ਗਿਆਨੇ॥	Namo Jog Joge|| Namo Giaan Giaane||
ਨਮੋ ਮੰਤ੍ਰ ਮੰਤ੍ਰੇ॥	Namo Mantra Mantre||
ਨਮੋ ਧਿਆਨ ਧਿਆਨੇ॥ ੧੮੬॥	Namo Dhiaan Dhiaane||186||
ਨਮੋ ਜੁਧ ਜੁਧੇ॥ ਨਮੋ ਗਿਆਨ ਗਿਆਨੇ॥	Namo Judh Judhe ||Namo Giaan Giaane||
ਨਮੋ ਭੋਜ ਭੋਜੇ॥ ਨਮੋ ਪਾਨ ਪਾਨੇ॥	Namo Bhoj Bhoje || Namo Paan Paane||
ਨਮੋ ਕਲਹ ਕਰਤਾ॥ ਨਮੋ ਸਾਂਤ ਰੂਪੇ॥	Namo Kalah KartaaNamo Saant Roope||
ਨਮੋ ਇੰਦ੍ਰ ਇੰਦ੍ਰੇ॥	Namo Indra Indre ||
ਅਨਾਦੰ ਬਿਭੂਤੇ॥ ੧੮੭॥	Anaadan Bibhoote||187||
ਕਲੰਕਾਰ ਰੂਪੇ॥ ਅਲੰਕਾਰ ਅਲੰਕੇ॥	Kalankaar Roope || Alankaar Alanke||
ਨਮੋ ਆਸ ਆਸੇ॥ ਨਮੋ ਬਾਂਕ ਬੰਕੇ॥	Namo Aas Aase || Namo Baank Baanke||
ਅਭੰਗੀ ਸਰੂਪੇ॥ ਅਨੰਗੀ ਅਨਾਮੇ॥	Abhanoo saroope|| Ananoo Anaame||
ਤ੍ਰਿਭੰਗੀ ਤ੍ਰਿਕਾਲੇ॥	Tribhanoo Trikaale||
ਅਨੰਗੀ ਅਕਾਮੇ॥ ੧੮੮॥	Ananoo Akaame||188||

21. ਏਕ ਅਛਰੀ ਛੰਦ॥ Ek Achhari Chhand॥

ਅਜੈ॥ ਅਲੈ॥ ਅਭੈ॥	Ajai|| Ajai||
ਅਬੈ॥ ੧੮੯॥	Abhai|| Abai||189||
ਅਭੂ॥ ਅਜੂ॥	Abhoo|| Ajoo||
ਅਨਾਸ॥ ਅਕਾਸ॥ ੧੯੦॥	Anaas|| Akaas||190||
ਅਗੰਜ॥ ਅਭੰਜ॥	Agadj|| Abhanj||
ਅਲੱਖ॥ ਅਭੱਖ॥ ੧੯੧॥	Alakkh|| Abhakkh||191||
ਅਕਾਲ॥ ਦਿਆਲ॥	Akaal|| Diaal||
ਅਲੇਖ॥ ਅਭੇਖ॥ ੧੯੨॥	Alekh|| Abhekh||192||
ਅਨਾਮ॥ ਅਕਾਮ॥	Anaam|| Akaam||
ਅਗਾਹ॥ ਅਢਾਹ॥ ੧੯੩॥	Agadh|| Adhaah||193||
ਅਨਾਥੇ॥ ਪ੍ਰਮਾਥੇ॥	Anaathe|| Pramaathe||
ਅਜੋਨੀ॥ ਅਮੋਨੀ॥ ੧੯੪॥	Ajonoo|| Amonoo||194||
ਨ ਰਾਗੇ॥ ਨ ਰੰਗੇ॥	Na Raage|| Na Rane||
ਨ ਰੂਪੇ॥ ਨ ਰੇਖੇ ੧੯੫॥	Na Roope|| Darekhe||195||
ਅਕਰਮੰ॥ ਅਭਰਮੰ॥	Akaramannd|| Abharamannd||
ਅਗੰਜੇ॥ ਅਲੇਖੇ॥ ੧੯੬॥	Agadje|| Alekhe||196||

22. ਭੁਜੰਗ ਪ੍ਰਯਾਤ ਛੰਦ॥ Bhujan Prayaat Chhand॥

ਨਮਸਤੁਲ ਪ੍ਰਨਾਮੇ॥	Namastul Pranaame॥
ਸਮਸਤੁਪ ਪ੍ਰਣਾਸੇ॥	Samastul Pranaase॥
ਅਗੰਜੁਲ ਅਨਾਮੇ॥	Agadjul Anaame॥
ਸਨਸਤੁਲ ਨਿਵਾਸੇ॥	Samastul Nivaase॥
ਨ੍ਰਿਕਾਮੰ ਬਿਭੂਤੇ॥	Nrikaamannd Bibhoote॥
ਸਮਸਤੁਪ ਸਰੂਪੇ॥	Samastul saroope॥
ਕੁਕਰਮੰ ਪ੍ਰਣਾਸੀ॥	Koukaramannd Pranaasoo॥
ਸੁਧਰਮੰ ਬਿਭੂਤੇ॥ ੧੯੭॥	Sudharamannd Bibhoote||197||
ਸਦਾ ਸਚਦਾਨੰਦ॥	Sadaa Sachchidaanand॥
ਸੱਤ੍ਰੰ ਪ੍ਰਣਾਸੀ॥	Sattran Pranaasoo||
ਕਰੀਮੁਲ ਕੁਨਿੰਦਾ॥	karoomul Kounindraa
ਸਮਸਤੁਲ ਨਿਵਾਸੇ॥	Samastul Nivaasoo||
ਅਜਾਇਬ ਬਿਭੂਤੇ॥	Ajaaib Bibhoote
ਗਜਾਇਬ ਗਨੀਮੇ॥	Gadaaib Gadoome||
ਹਰੀਅੰ ਕਰੀਅੰ॥	Harian Karian
ਕਰੀਮੁਲ ਰਹੀਮੇ॥ ੧੯੮॥	Daroomul Rahoome||198||
ਚੱਤ੍ਰ ਚੱਕ੍ਰ ਵਰਤੀ॥	Chattra Chakkra Vartoo
ਚੱਤ੍ਰ ਚੱਕ੍ਰ ਭੁਗਤੇ॥	Chattra Chakkra Bhougte||
ਸੁਯੰਭਵ ਸੁਭੰ॥	Suyanbhav Soubhan
ਸਰਬ ਦਾ ਸਰਬ ਜੁਗਤੇ॥	Sarabadaa Sarab Jougte||
ਦੁਕਾਲੰ ਪ੍ਰਣਾਸੀ॥	Doukaalan Pranaasi
ਦਇਆਲੰ ਸਰੂਪੇ॥	Kiaalan saroope||
ਸਦਾ ਅੰਗ ਸੰਗੇ॥	Sadaa Ang Sange
ਅਭੰਗੰ ਬਿਭੂਤੇ॥ ੧੯੯॥	Abhanadg Bibhoote||199||

☬ ਸ੍ਵਯੇ - Swayya ☬

ਤ੍ਵਪ੍ਰਸਾਦਿ ਸ੍ਵਯੇ- Tva Parsaadh - Swayya ☬

ੴ ਸਤਿਗੁਰ ਪ੍ਰਸਾਦਿ॥ ਸ੍ਰੀ ਵਾਹਿਗੁਰੂ ਜੀ ਕੀ ਫਤਹ॥

Ik Onkar Satgur Prasaadh॥ Sri Waheguroo Ji Ki Fateh॥

ਸ੍ਵਾਗ ਸੁੱਧ ਸਮੂਹ ਸਿਥਾਨ ਕੇ	Suddh Samoond Sidhaan Ke Dekh(i)
ਦੇਖਿ ਫਿਰਿਓ ਘਰ ਜੋਗ ਜਤੀ ਕੇ॥	Phirio Ghar Jog Jati Ke||
ਸੁਰ ਸੁਰਾਰਦਨ ਸੁੱਧ ਸੁਧਾਦਿਕ	Soor Suraaradan Suddh Sudhaadik
ਸੰਤ ਸਮੂਹ ਅਨੇਕ ਮਤੀ ਕੇ॥	Sant Samoond Anek Matoo Ke||
ਸਾਰੇ ਹੀ ਦੇਸ ਕੋ ਦੇਖਿ ਰਹਿਓ	Sare Hoo Des Ko Dekh(i) Rahio
ਮਤ ਕੋਊ ਨਾ ਦੇਖਿਅਤ ਪ੍ਰਨਾਤਤੀ ਕੇ॥	Mat Ko(i) Na Dekhooat Praanpatoo Ke||
ਸ੍ਰੀ ਭਗਵਾਨ ਕੀ ਭਾਇ ਕ੍ਰਿਪਾ ਹੂ	Sroo Bhagwaan Koo Bhaae Kridaa Hoo
ਤੇ ਏਕ ਰਤੀ ਬਿਮੁ ਏਕ ਰਤੀ ਕੇ॥੧॥	Te Ek Rati Bin(u) Ek Rati Ke||1||21||
ਮਾਤੇ ਮਤੰਗ ਜਰੇ ਜਰ ਸੰਗਿ	Maate Matan Dare Jar San
ਅਨੂਪ ਉਤੰਗ ਸੁਰੰਗ ਸਵਾਰੇ॥	Anoop Outan Suran Savdare||
ਕੋਟ ਤੁਰੰਗ ਕੁਰੰਗ ਸੇ ਕੂਦਤ ਪਉਨ ਕੇ	Kot Turan Kuran Se koodat Paoun Ke
ਗਉਨ ਕਉ ਜਾਤ ਨਿਵਾਰੇ॥	Gaddd Kau Jaat Nivdare||
ਭਾਰੀ ਭੁਜਾਨ ਕੇ ਭੂਪ ਭਲੀ ਬਿਧਿ	Bhaari Bhujaan Ke Bhoop Bhali Bidh(i)
ਨਿਆਵਤ ਸੀਸ ਨ ਜਾਤ ਬਿਚਾਰੇ॥	Niaavat Soos Na Jaat Bichdare||
ਏਕੇ ਭਏ ਤੋ ਕਹਾ ਭਏ ਭੂਪਤਿ	Ete Bhae Tu Kahaa Bhae Bhoopat(i)
ਅੰਤ ਕੋ ਨਾਂਗੇ ਹੀ ਪਾਇ ਪਧਾਰੇ॥੨॥	Ant Kau Naane Hoo Paane Padhdare||2||22||
ਜੀਤ ਫਿਰੈ ਸਭ ਦੇਸ ਦਿਸਾਨ ਕੋ	Jeet Phirai Sabh Des Disaan Ko
ਬਾਜਤ ਢੋਲ ਮ੍ਰਿਦੰਗ ਨਗਾਰੇ॥	Baajat Dhol Mridan Nagdare||
ਗੁੰਜਤ ਗੂੜ ਗਜਾਨ ਕੇ ਸੁੰਦਰ	Gounjat Goor Gadaan Ke Soundar
ਹਿੰਸਤ ਹੀ ਹਯਰਾਜ ਹਜਾਰੇ॥	Binsat Hain Hayraaj Hajdare||
ਭੂਤ ਭਵਿੱਖ ਭਾਵਨ ਕੇ ਭੂਪਿਤ	Bhoot Bhavikkh Bhavaan Ke Bhoopat
ਕਉਨੁ ਗਨੈ ਨਹੀ ਜਾਤਿ ਬਿਚਾਰੇ॥	Kaoun(u) Gadai Nahoon Jaat Bichdare||
ਸ੍ਰੀ ਪਤਿ ਸ੍ਰੀ ਭਗਵਾਨ ਭਜੇ ਵਿਬਨੁ	Sri Pat(i) Sri Bhagvaan Bhaje Bin(u) Ant
ਅੰਤ ਕੋ ਅੰਤ ਕੇ ਧਾਮ ਸਿਧਾਰੇ॥੩॥	Kau Ant Ke Dhaam Sidhdar. ||3||23|
ਤੀਰਥ ਨਾਨ ਦਇਆ ਦਮ ਦਾਨ	Teerath Nhaan Daiaa Dam Daan
ਸੁ ਸੰਜਮ ਨੇਮ ਅਨੇਕ ਬਿਸੇਖੈ॥	Su Sanjam Nem Anek Bisekhai||
ਬੇਦ ਪੁਰਾਨ ਕਤੇਬ ਕੁਰਾਨ	Bed Puraan Kateb Kuraan Jamoond
ਜਿਮੀਨ ਸਬਾਨ ਕੇ ਪੇਖੈ॥	Jamaan Sabaan Ke Pekhai||
ਪਉਨ ਅਹਾਰ ਜਤੀ ਜਤ ਧਾਰ ਸਭੈ	Paoun Ahaar Jatoo Jat Dhaar Sabai
ਸੁ ਬਿਚਾਰ ਹਜਾਰਕ ਦੇਖੈ॥	Su Bichaar Hajaar Ka Dekhai||
ਸ੍ਰੀ ਭਗਵਾਨ ਭਜੇ ਬਿਨੁ ਭੂਪਤਿ	Sroo Bhagadn Bhaje Bin(u) Bhoopat(i)
ਏਕ ਰਤੀ ਬਿਨੁ ਏਕ ਨ ਲੇਖੈ॥੪॥	Ek Ratoo Bin(u) Ek Na Lekhai||4||24||
ਸੁੱਧ ਸਿਪਾਹ ਦੁਰੰਤ ਦੁਬਾਹ ਸੁ	Suddh Sipaah Durant Doubaah
ਸਾਜਿ ਸਨਹਿ ਦੁਰਜਾਨ ਦਲੈਂਗੇ॥	Su Saaj Sanaah Durjaan Dalainge||
ਭਾਰੀ ਗੁਮਾਨ ਭਰੇ ਮਨ ਮੈ	Bhar(i) Goumaan Bhare Man Main
ਕਰ ਪਰਬਤ ਪੰਖ ਹਲੇ ਮ ਹਲੈਂਗੇ॥	Kar Parbat Pankh Hale Na Halainge||
ਤੋਰਿ ਅਰੀਨ ਮਰੋਰਿ ਅਵਾਸਨ	Tor(i) Aaroon Maror(i) Mavaasan
ਮਾਤੇ ਮਤੰਗਨ ਮਾਨ ਮਲੈਂਗੇ॥	Maate Matanad Maan Malainge||
ਸ੍ਰਠ ਪਤਿ ਸ੍ਰੀ ਭਗਵਾਨ ਕ੍ਰਿਪਾ ਬਿਨੁ	Sri Pat(i) Sri Bhagvaan Kridaa Bin(u)
ਤਿਆਗ ਜਹਾਨੁ ਨਿਦਾਨ ਚਲੈਂਗੇ ॥੫॥	Tiaag(i) Jahaan Nidaan Chalainge||5||25||

ਬੀਰ ਅਪਾਰ ਬਡੇ ਬਰਿਆਰ ਅਬਿਚਾਰਹਿ	Bir Apaar Bade BariaarAbichaarah(i)
ਸਾਰ ਕੀ ਧਾਰ ਭਛੱਯਾ॥	Saar Koo Dhaar Bhachhayyaa||
ਤੋਰਤ ਦੇਸ ਮਲਿੰਦ ਮਵਾਸਨ ਮਾਤੇ	Torat Des Malind Mavaasan Maate
ਗਜਾਨ ਕੇ ਮਾਨ ਮਲੱਯਾ॥	Gadaan Ke Maan Malayyaa||
ਗਾੜੇ ਗੜਾਨ ਕੋ ਤੋੜਨਹਾਰ	Gaddhe Gadhaan Ko Todanhaar
ਸੁ ਬਾਤਨ ਹੀਂ ਚਕ ਚਾਰ ਲਵਯਾ॥	Su Baatan Hoon Chak Chaar Lavayyaa||
ਸਾਹਿਬ ਸ੍ਰੀ ਸਭ ਕੋ ਸਿਰਨਾਇਕ	Saahib(u) Sri Sabh Ko Sirnaaik
ਜਾਚਿਕ ਅਨੇਕ ਸੁ ਏਕ ਦਿਵੱਯਾ ॥੬॥	Jaachak Anek Sue K Divayyaa||6||26||
ਦਾਨਵ ਦੇਵ ਫਨਿੰਦ ਨਿਸਾਚਰ	Daanav Dev Phanind Nisaachar
ਭੂਤ ਭਵਿਖ ਭਾਵਨ ਜਪੈਂਗੇ॥	Bhoot Bhavikkh Bhavaan Japainge||
ਜੀਵ ਜਿਤੇ ਜਲ ਮੈ ਥਲ ਮੈ	Jeev Jite Jal Mai Thal Mai
ਪਲ ਹੀ ਪਲ ਮੈ ਸਭ ਥਾਪ ਥਪੈਂਗੇ॥	Pal Hoo Pal Mai Sabh Thaap Thapainge||
ਪੁੰਨ ਪ੍ਰਤਾਪਨ ਬਾਢ ਜੈਤ ਧੁਨ	Pounn Prataapan Baadh Jait Dhoun
ਪਾਪਨ ਕੇ ਬਹੁ ਪੁੰਜ ਖਪੈਂਗੇ॥	Paapan Ke Bahu Pounj Khapainge||
ਸਾਧ ਸਮੂਹ ਪ੍ਰਸੰਨ ਫਿਰੈ ਜਗ	Saadh Samoond Prasann Phirain Jag
ਸੱਤ੍ਰ ਸਭੈ ਅਵਲੋਕ ਚਪੈਂਗੇ॥੭॥	Satra Sabhai Avlok Chapinge||7||27||
ਮਾਨਵ ਇੰਦ੍ਰ ਗਜਿੰਦ੍ਰ ਨਰਾਧਪ	Maanav Indra Gadindra Naraadhap
ਜੌਨ ਤ੍ਰਿਲੋਕ ਕੋ ਰਾਜ ਕਰੈਂਗੇ॥	Jaoun Trilok Ko Raaj Darainge||
ਕੋਟਿ ਇਸਨਾਨ ਗਜਾਦਿਕ ਦਾਨ	Kottee Isnaan Gadaadik Daan
ਅਨੇਕ ਉਅੰਬਰ ਸਾਜ ਬਰੈਂਗੇ॥	Anek Suanbar Saaj Darainge||
ਬ੍ਰਹਮ ਮਹੇਸਰ ਬਿਸਨ ਸਚੀਪਤਿ	Brahm Mahesar Bisan Sachoopat(i)
ਅੰਤ ਫਸੇ ਜਮ ਫਾਸ ਪਰੈਂਗੇ॥	Ant Phase Jam Phaas(i) Darainge||
ਜੇ ਨਰ ਸ੍ਰੀ ਪਤਿ ਕੇ ਪ੍ਰਸ ਹੈਂ	Je Nar Sroo Pat(i) Ke Pras Hain
ਪਗ ਤੇ ਨਰ ਫੇਰ ਨ ਦੇਹ ਧਰੈਂਗੇ॥੮॥	Pag Te Nar Pher Na Deh Ddarainge||8||28|
ਕਹਾ ਭਯੋ ਜੋ ਦੋਊ ਲੋਚਨ	Kahaa Bhayo Jo Dooo lochannd
ਮੂੰਦ ਕੈ ਬੈਠਿ ਰਹਿਓ	moondd Kai Baith(i) Rahio
ਬਕ ਧਿਆਨ ਲਦਾਇਓ॥	Bak Dhiaan Lagadio||
ਨ੍ਹਾਤ ਫਿਰਿਓ ਲੀਏ ਸਾਤ ਸਮੁੰਦ੍ਰਨ	Nhaat Phirio Looe Saat Samudran(i)
ਲੋਕ ਗਇਓ ਪਰਲੋਕ ਗਵਾਇਓ॥	Lok Gado Parlok Gadaaio||
ਬਾਸੁ ਕੀਓ ਬਿਖਿਆਨ ਸੋ ਬੈਠ ਕੈ	Baas Ko(i) Bikhiaan So Baith Sai
ਐਸੇ ਹੀ ਐਸੇ ਸੁ ਬੈਸ ਬਿਤਾਇਓ॥	Aise Hoo Aise Su Bais Bitaaio||
ਸਾਚੁ ਕਹੌਂ ਸੁਨ ਲੇਹੁ ਸਭੈ	Saach(u) Kahon Soun Leh(u) Sabhai
ਜਿਨ ਪ੍ਰੇਮੁ ਕੀਓ	Jin Prem Ko(i)
ਤਿਨ ਹੀ ਪ੍ਰਭੁ ਪਾਇਓ॥੯॥	Tin Hoo Prabh Paaio||9||29||
ਕਾਹੂ ਲੈ ਪਾਹਨ ਪੂਜ ਧਰਯੋ	Kaahoo Lai Pahann Puuj Dharaiyo
ਸਿਰ ਕਾਹੂ ਲੈ ਲਿੰਗੁ ਗਰੇ ਲਟਕਾਇਓ॥	Sir Kahoo Lai Ling Gaaree Latkai ||
ਕਾਹੂ ਲਖਿਓ ਹਰਿ ਅਵਾਚੀ ਦਿਸਾ ਮਹਿ	Kaahoo Lakhio Har(i) Avaachoo Disaa Maih
ਕਾਹੂ ਪਾਛਹ ਕੋ ਸਸਿ ਨਿਵਾਇਓ॥	Kaahoo Pachhaad Ko Soos(u) Nivaaio||
ਕੋਊ ਬੁਤਾਨ ਕੋ ਹੈ ਪਸੁ	Ko(i) Boutaan Ko Poojat Hai Pas(u)
ਕੋਊ ਮਿਰਤਾਨ ਕੋ ਪੂਜਨ ਧਾਇਓ॥	Ko(i) Mritaan Ko Poojan Dhnio||
ਕੂਰ ਕ੍ਰਿਆ ਉਰਝਿਓ ਸਭ ਹੀ ਜਗ	Koor Kriaa Urjhio Sabh Hoo Jag
ਸ੍ਰੀ ਭਗਵਾਨ ਕੋਭੇਦ ਨ ਪਾਇਓ॥੧੦॥	Sri Bhagvaan Ko Bhed(u) Na Paaio||10||30||

☬ ਸੁਯੇ ਦੀਨਨ ☬ – ਸਵਈਏ ਮਹਲੇ ਪਹਿਲੇ ਕੇ ੧ (1389-10) – ਕਲ੍ਯ

ੴ ਸਤਿਗੁਰ ਪ੍ਰਸਾਦਿ॥	ik-oNkaar satgur parsaad.
ਇਕ ਮਨਿ ਪੁਰਖੁ ਧਿਆਇ ਬਰਦਾਤਾ॥	ik man purakh Dhi-aa-ay bardaataa.
ਸੰਤ ਸਹਾਰੁ ਸਦਾ ਬਿਖਿਆਤਾ॥	sant sahaar sadaa bikhi-aataa.
ਤਾਸੁ ਚਰਨ ਲੇ ਰਿਦੈ ਬਸਾਵਉ॥	taas charan lay ridai basaava-o.

ਤਉ ਪਰਮ ਗੁਰੂ ਨਾਨਕ ਗੁਨ ਗਾਵਉ॥੧॥	ta-o param guroo naanak gun gaava-o. |1||
ਗਾਵਉ ਗੁਨ ਪਰਮ ਗੁਰੂ,	gaava-o gun param guroo
ਸੁਖ ਸਾਗਰ ਦੁਰਤ ਨਿਵਾਰਣ ਸਬਦ ਸਰੇ॥	sukh saagar durat nivaaran sabad saray.
ਗਾਵਹਿ ਗੰਭੀਰ ਧੀਰ ਮਤਿ ਸਾਗਰ,	gaavahi gambheer Dheer mat saagar
ਜੋਗੀ ਜੰਗਮ ਧਿਆਨੁ ਧਰੇ॥	jogee jangam Dhi-aan Dharay.
ਗਾਵਹਿ ਇੰਦ੍ਰਾਦਿ ਭਗਤ ਪ੍ਰਹਿਲਾਦਿਕ,	gaavahi indraad bhagat par-hilaadik aa-
ਆਤਮ ਰਸੁ ਜਿਨਿ ਜਾਣਿਓ॥	tam ras jin jaani-o.
ਕਬਿ ਕਲ ਸੁਜਸੁ ਗਾਵਉ ਗੁਰ ਨਾਨਕ,	kab kal sujas gaava-o gur naanak
ਰਾਜੁ ਜੋਗੁ ਜਿਨਿ ਮਾਣਿਓ॥੨॥	raaj jog jin maani-o. ||2||
ਗਾਵਹਿ ਜਨਕਾਦਿ ਜੁਗਤਿ ਜੋਗੇਸੁਰ,	gaavahi jankaad jugat jogaysur
ਹਰਿ ਰਸ ਪੂਰਨ ਸਰਬ ਕਲਾ॥	har ras pooran sarab kalaa.
ਗਾਵਹਿ ਸਨਕਾਦਿ ਸਾਧ ਸਿਧਾਦਿਕ,	gaavahi sankaad saaDh siDhaadik
ਮੁਨਿ ਜਨ ਗਾਵਹਿ ਅਛਲ ਛਲਾ॥	mun jan gaavahi achhal chhalaa. gaa-
ਗਾਵੈ ਗੁਣ ਧੋਮੁ ਅਟਲ ਮੰਡਲਵੈ,	vai gun Dhom atal mandlavai
ਭਗਤਿ ਭਾਇ ਰਸੁ ਜਾਣਿਓ॥	bhagat bhaa-ay ras jaani-o.
ਕਬਿ ਕਲ ਸੁਜਸੁ ਗਾਵਉ	kab kal sujas gaava-o
ਗੁਰ ਨਾਨਕ, ਰਾਜੁ ਜੋਗੁ ਜਿਨਿ ਮਾਣਿਓ॥੩॥	gur naanak raaj jog jin maani-o. ||3||
ਗਾਵਹਿ ਕਪਿਲਾਦਿ ਆਦਿ ਜੋਗੇਸੁਰ,	gaavahi kapilaad aad jogaysur
ਅਪਰੰਪਰ ਅਵਤਾਰ ਵਰੋ॥	aprampar avtaar varo.
ਗਾਵੈ ਜਮਦਗਨਿ ਪਰਸਰਾਮੇਸੁਰ,	gaavai jamadgan parasraamaysur
ਕਰ ਕੁਠਾਰੁ ਰਘੁ ਤੇਜੁ ਹਰਿਓ॥	kar kuthaar ragh tayj hari-o.
ਉਧੌ ਅਕ੍ਰੂਰੁ ਬਿਦਰੁ ਗੁਣ ਗਾਵੈ,	uDhou akroor bidar gun gaavai
ਸਰਬਾਤਮੁ ਜਿਨਿ ਜਾਣਿਓ॥	sarbaatam jin jaani-o.
ਕਬਿ ਕਲ ਸੁਜਸੁ ਗਾਵਉ ਗੁਰ ਨਾਨਕ,	kab kal sujas gaava-o gur naanak
ਰਾਜੁ ਜੋਗੁ ਜਿਨਿ ਮਾਣਿਓ॥੪॥	raaj jog jin maani-o. ||4||
ਗਾਵਹਿ ਗੁਣ ਬਰਨ ਚਾਰਿ ਖਟ ਦਰਸਨ,	gaavahi gun baran chaar khat darsan
ਬ੍ਰਹਮਾਦਿਕ ਸਿਮਰੰਥਿ ਗੁਨਾ॥	barahmaadik simranth gunaa.
ਗਾਵੈ ਗੁਣ ਸੇਸੁ ਸਹਸ ਜਿਹਬਾ ਰਸ,	gaavai gun says sahas jihbaa ras
ਆਦਿ ਅੰਤਿ ਲਿਵ ਲਾਗਿ ਧੁਨਾ॥	aad ant liv laag Dhunaa.
ਗਾਵੈ ਗੁਣ ਮਹਾਦੇਉ ਬੈਰਾਗੀ,	gaavai gun mahaaday-o bairaagee
ਜਿਨਿ ਧਿਆਨ ਨਿਰੰਤਰਿ ਜਾਣਿਓ॥	jin Dhi-aan nirantar jaani-o.
ਕਬਿ ਕਲ ਸੁਜਸੁ ਗਾਵਉ ਗੁਰ ਨਾਨਕ,	kab kal sujas gaava-o gur naanak
ਰਾਜੁ ਜੋਗੁ ਜਿਨਿ ਮਾਣਿਓ॥੫॥	raaj jog jin maani-o. ||5||
ਰਾਜੁ ਜੋਗੁ ਮਾਣਿਓ,	raaj jog maani-o
ਬਸਿਓ ਨਿਰਵੈਰੁ ਰਿਦੰਤਰਿ॥	basi-o nirvair ridantar.
ਸ੍ਰਿਸਟਿ ਸਗਲ ਉਧਰੀ,	sarisat sagal uDhree
ਨਾਮਿ ਲੇ ਤਰਿਓ ਨਿਰੰਤਰਿ॥	naam lay tari-o nirantar.
ਗੁਣ ਗਾਵਹਿ ਸਨਕਾਦਿ,	gun gaavahi sankaad
ਆਦਿ ਜਨਕਾਦਿ ਜੁਗਹ ਲਗਿ॥	aad jankaad jugah lag.
ਧੰਨਿ ਧੰਨਿ ਗੁਰੁ ਧੰਨਿ ਜਨਮੁ,	Dhan Dhan gur Dhan janam
ਸਕਯਥੁ ਭਲੌ ਜਗਿ॥	sakyath bhalou jag.
ਪਾਤਾਲ ਪੁਰੀ ਜੈਕਾਰ ਧੁਨਿ,	paataal puree jaikaar Dhun
ਕਬਿ ਜਨ ਕਲ ਵਖਾਣਿਓ॥	kab jan kal vakhaani-o.
ਹਰਿ ਨਾਮ ਰਸਿਕ ਨਾਨਕ ਗੁਰ,	har naam rasik naanak gur
ਰਾਜੁ ਜੋਗੁ ਤੈ ਮਾਣਿਓ॥੬॥	raaj jog tai maani-o. ||6||
ਸਤਜੁਗਿ ਤੈ ਮਾਣਿਓ,	satjug tai maani-o
ਛਲਿਓ ਬਲਿ ਬਾਵਨ ਭਾਇਓ॥	chhali-o bal baavan bhaa-i-o.

ਤ੍ਰੇਤੈ ਤੈ ਮਾਨਿਓ,	taraytai tai maani-o
ਰਾਮੁ ਰਘੁਵੰਸੁ ਕਹਾਇਓ॥	raam raghoovans kahaa-i-o.
ਦੁਆਪੁਰਿ ਕ੍ਰਿਸਨ ਮੁਰਾਰਿ,	du-aapur krisan muraar
ਕੰਸੁ ਕਿਰਤਾਰਥੁ ਕੀਓ॥	kans kirtaarath kee-o.
ਉਗ੍ਰਸੈਣ ਕਉ ਰਾਜੁ,	ugarsain ka-o raaj
ਅਭੈ ਭਗਤਹ ਜਨ ਦੀਓ॥	abhai bhagtah jan dee-o.
ਕਲਿਜੁਗਿ ਪ੍ਰਮਾਣੁ ਨਾਨਕ,	kalijug parmaan naanak
ਗੁਰੁ ਅੰਗਦੁ ਅਮਰੁ ਕਹਾਇਓ॥	gur angad amar kahaa-i-o.
ਸ੍ਰੀ ਗੁਰੂ ਰਾਜੁ ਅਬਿਚਲੁ ਅਟਲੁ,	saree guroo raaj abichal atal
ਆਦਿ ਪੁਰਖਿ ਫੁਰਮਾਇਓ॥੭॥	aad purakh furmaa-i-o. ||7||
ਗੁਣ ਗਾਵੈ ਰਵਿਦਾਸੁ,	gun gaavai ravidaas
ਭਗਤੁ ਜੈਦੇਵ ਤ੍ਰਿਲੋਚਨ॥	bhagat jaidayv tarilochan.
ਨਾਮਾ ਭਗਤੁ ਕਬੀਰੁ,	naamaa bhagat kabeer
ਸਦਾ ਗਾਵਹਿ ਸਮ ਲੋਚਨ॥	sadaa gaavahi sam lochan.
ਭਗਤੁ ਬੇਣਿ ਗੁਣ ਰਵੈ,	bhagat bayn gun ravai
ਸਹਜਿ ਆਤਮ ਰੰਗੁ ਮਾਣੈ॥	sahj aatam rang maanai.
ਜੋਗ ਧਿਆਨਿ ਗੁਰ ਗਿਆਨਿ ਬਿਨਾ,	jog Dhi-aan gur gi-aan binaa
ਪ੍ਰਭ ਅਵਰੁ ਨ ਜਾਣੈ॥	parabh avar na jaanai.
ਸੁਖਦੇਉ ਪਰੀਖ੍ਯਤੁ ਗੁਣ ਰਵੈ,	sukh-day-o parteekh-yat gun ravai
ਗੋਤਮ ਰਿਖਿ ਜਸੁ ਗਾਇਓ॥	gotam rikh jas gaa-i-o.
ਕਬਿ ਕਲ ਸੁਜਸੁ ਨਾਨਕ ਗੁਰ,	kab kal sujas naanak gur
ਨਿਤ ਨਵਤਨੁ ਜਗਿ ਛਾਇਓ॥੮॥	nit navtan jag chhaa-i-o. ||8||
ਗੁਣ ਗਾਵਹਿ ਪਾਯਾਲਿ ਭਗਤ,	gun gaavahi paa-yaal bhagat
ਨਾਗਾਦਿ ਭੁਯੰਗਮ॥	naagaad bhuyangam.
ਮਹਾਦੇਉ ਗੁਣ ਰਵੈ,	mahaaday-o gun ravai
ਸਦਾ ਜੋਗੀ ਜਤਿ ਜੰਗਮ॥	sadaa jogee jat jangam.
ਗੁਣ ਗਾਵੈ ਮੁਨਿ ਬ੍ਯਾਸੁ,	gun gaavai mun bayaas
ਜਿਨਿ ਬੇਦ ਬ੍ਯਾਕਰਣ ਬੀਚਾਰਿਅ॥	jin bayd ba-yaakaran beechaari-a.
ਬ੍ਰਹਮਾ ਗੁਣ ਉਚਰੈ,	barahmaa gun uchrai
ਜਿਨਿ ਹੁਕਮਿ ਸਭ ਸ੍ਰਿਸਟਿ ਸਵਾਰੀਅ॥	jin hukam sabh sarisat savaaree-a.
ਬ੍ਰਹਮੰਡ ਖੰਡ ਪੂਰਨ ਬ੍ਰਹਮੁ,	barahmand khand pooran barahm
ਗੁਣ ਨਿਰਗੁਣ ਸਮ ਜਾਣਿਓ॥	gun nirgun sam jaani-o.
ਜਪੁ ਕਲ ਸੁਜਸੁ ਨਾਨਕ ਗੁਰ,	jap kal sujas naanak gur
ਸਹਜੁ ਜੋਗੁ ਜਿਨਿ ਮਾਣਿਓ॥੯॥	sahj jog jin maani-o. ||9||
ਗੁਣ ਗਾਵਹਿ ਨਵ ਨਾਥ,	gun gaavahi nav naath
ਧੰਨਿ ਗੁਰੁ ਸਾਚਿ ਸਮਾਇਓ॥	Dhan gur saach samaa-i-o.
ਮਾਂਧਾਤਾ ਗੁਣ ਰਵੈ,	maaNDhaataa gun ravai
ਜੇਨ ਚਕ੍ਵੈ ਕਹਾਇਓ॥	jayn chakarvai kahaa-i-o.
ਗੁਣ ਗਾਵੈ ਬਲਿ ਰਾਉ,	gun gaavai bal raa-o
ਸਪਤ ਪਾਤਾਲਿ ਬਸੰਤੌ॥	sapat paataal basantou.
ਭਰਥਰਿ ਗੁਣ ਉਚਰੈ,	bharthar gun uchrai
ਸਦਾ ਗੁਰ ਸੰਗਿ ਰਹੰਤੌ॥	sadaa gur sang rahantou.
ਦੂਰਬਾ ਪਰੂਰਉ ਅੰਗਰੈ,	doorbaa paroora-o angrai
ਗੁਰ ਨਾਨਕ ਜਸੁ ਗਾਇਓ॥	gur naanak jas gaa-i-o.
ਕਬਿ ਕਲ ਸੁਜਸੁ ਨਾਨਕ ਗੁਰ,	kab kal sujas naanak gur
ਘਟਿ ਘਟਿ ਸਹਜਿ ਸਮਾਇਓ॥੧੦॥	ghat ghat sahj samaa-i-o. ||10||

☬ ਚੌਪਈ ਸਾਹਿਬ ☬

ੴ ਸਤਿਗੁਰ ਪ੍ਰਸਾਦਿ॥ ਸ੍ਰੀ ਵਾਹਿਗੁਰੂ ਜੀ ਕੀ ਫਤਹ॥

Ik Onkar Satgur Prasaadh॥ Sri Waheguroo Ji Ki Fateh॥

ਬਹੁਰਿ ਅਸੁਰ ਕਾ ਕਾਟਸਿ ਮਾਥਾ॥	bhuir Asur kw kwtis mwQw.
ਸ੍ਰੀ ਅਸਿਕੇਤਿ ਜਗਤ ਕੇ ਨਾਥਾ॥	sRI Aiskyiq jgq ky nwQw.
ਦੁਤਿਯ ਬਾਨ ਸੋ ਦੋਊ ਅਰਿ ਕਰ॥	duiqX bwn so doaU Air kr.
ਕਾਟਿ ਦੀਯੋ ਅਸਿਧੁਜ ਨਰ ਨਾਹਰ॥੧॥	kwit dIXo AisDuj nr nwhr॥॥
ਪੁਨਿ ਰਾਛਸ ਕਾ ਕਾਟਾ ਸੀਸਾ॥	puin rwCs kw kwtw sIsw.
ਸ੍ਰੀ ਅਸਿਕੇਤਿ ਜਗਤ ਕੇ ਈਸਾ॥	sRI Aiskyiq jgq ky eIsw.
ਪੁਹਪਨ ਬ੍ਰਿਸਟਿ ਗਗਨ ਤੇਂ ਭਈ॥	puhpn ibRsit ggn qyN BeI.
ਸਭਹਿਨ ਆਨਿ ਬਧਾਈ ਦਈ॥੨॥	sBihn Awin bDweI deI॥ 2॥
ਧੰਨਜ ਧੰਨਜ ਲੋਗਨ ਕੇ ਰਾਜਾ॥	DMnÎ DMnÎ logn ky rwjw.
ਅਖਲ ਭਵਨ ਕੇ ਸਿਰਜਨਹਾਰੇ॥	AKl Bvn ky isrjnhwry.
ਧਾਸ ਜਾਨਿ ਮੁਹਿ ਲੁਹੁ ਉਬਾਰੇ॥੩॥	Dws jwin muih luhu aubwry॥3 ॥

☬ ਕਬਜੋ ਬਾਚ ਬੇਨਤੀ॥ ਚੌਪਈ॥ ☬

ਹਮਰੀ ਕਰੋ ਹਾਥ ਦੈ ਰੱਛਾ॥	hamri kro hath dai rchcha.
ਪੂਰਨ ਹੋਇ ਚਿਤ ਕੀ ਇਛਾ॥	pooran hoeh chit ki eichcha.
ਤਵ ਚਰਨਨ ਮਨ ਰਹੈ ਹਮਾਰਾ॥	tav charnan mun rehai hmara.
ਅਪਨਾ ਜਾਨ ਕਰੋ ਪ੍ਰਤਿਪਾਰਾ॥੧॥	apna jan kro pritipara. (1)
ਹਮਰੇ ਦੁਸਟ ਸਭੈ ਤੁਮ ਘਾਵਹੁ॥	hamrai dust sabhai tum ghao.
ਆਪ ਹਾਥ ਦੈ ਮੋਹਿ ਬਚਾਵਹੁ॥	aapu hath dai moeh bachavo.
ਸੁਖੀ ਬਸੈ ਮੋਰੋ ਪਰਿਵਾਰਾ॥	sukhi basaimoro privara.
ਸੇਵਕ ਸਿੱਖਜ ਸਭੈ ਕਰਤਾਰਾ॥੨॥	saivak sikh sbhai kartara. (2)
ਮੋ ਰੱਛਾ ਨਿਜੁ ਕਰਿ ਦੈ ਕਰਿਯੈ॥	mo rchcha nij kr dai kriye.
ਸਭ ਬੈਰਨ ਕੌ ਆਜ ਸੰਘਰਿਯੈ॥	sabh bairn ko aij sunghriye.
ਪੂਰਨ ਹੋਇ ਹਮਾਰੀ ਆਸਾ॥	pooran hoeh hmari aasa.
ਤੋਰਿ ਭਜਨ ਕੀ ਰਹੈ ਪਜਾਸਾ॥੩॥	tor bhjan ki rehai piaasa. (3)
ਤੁਮਹਿ ਛਾਡਿ ਕੋਈ ਅਵਰ ਨ ਧਜਾਓਂ॥	tumeh chadi koei avr na dhiyaoun.
ਜੋ ਬਰ ਚਾਹੋਂ ਸੁ ਤੁਮ ਤੇ ਪਾਊਂ॥	jo bar chon so tum tai paoon.
ਸੇਵਕ ਸਿੱਖਜ ਹਮਾਰੇ ਤਾਰੀਅਹਿ॥	saivk sikh hmarai tariaeh.
ਚੁਨਿ ਚੁਨਿ ਸਤ੍ਰ ਹਮਾਰੇ ਮਾਰੀਅਹਿ॥੪॥	chuni chuni strhmarai mariaeh. (4)
ਆਪੁ ਹਾਥ ਦੈ ਮੁਝੈ ਉਬਰਿਯੈ॥	aap hath dai mujhai obriyai.
ਮਰਨ ਕਾਲ ਕਾ ਤ੍ਰਾਸ ਨਿਵਰਿਯੈ॥	mrn kal ka tras nivriaye.
ਹੂਜੋ ਸਦਾ ਹਮਾਰੇ ਪੱਛਾ॥	hoojo sda hamarai pchcha.
ਸ੍ਰੀ ਅਸਿਦੁਜ ਜੂ ਕਰਿਯਹੁ ਰੱਛਾ॥੫॥	sri asidhuj joo kriyo rchcha. (5)
ਰਾਖਿ ਲੁਹੁ ਮੁਹਿ ਰਾਖਨਹਾਰੇ॥	rakh laiho mohe rakhanharai.
ਸਾਹਿਬ ਸੰਤ ਸਹਾਇ ਪਜਾਰੇ॥	sahib sant shaeh piyarai.
ਦੀਨ ਬੰਧੁ ਦੁਸਟਨ ਕੇ ਹੰਤਾ॥	deen bundhu dustan kai hunta.
ਤੁਮ ਹੋ ਪੁਰੀ ਚਤੁਰਦਸ ਕੰਤਾ॥੬॥	tum ho puri chtur dus kunta. (6)
ਕਾਲ ਪਾਇ ਬ੍ਰਹਮਾ ਬਪੁ ਧਰਾ॥	kal paeh brhma bup dhra.
ਕਾਲ ਪਾਰਿ ਸਿਵਜੂ ਅਵਤਾਰਾ॥	kal paeh siv joo avtra.
ਕਾਲ ਪਾਇ ਕਰਿ ਬਿਸਨ ਪ੍ਰਕਾਸਾ॥	kal paeh kr bisnu prkasa.
ਸਕਲ ਕਾਲ ਕਾ ਕੀਆ ਤਮਾਸਾ॥੭॥	skl kal ka kia tmasa. (7)
ਜਵਨ ਕਾਲ ਜੋਗੀ ਸਿਵ ਕੀਓ॥	jvan kal jogi siv kio.

ਬੇਦ ਰਾਜ ਬ੍ਰਹਮਾ ਜੂ ਥੀਓ॥	baid raj brahma joo thio.
ਜਵਨ ਕਾਲ ਸਭ ਲੋਕ ਸਵਾਰਾ॥	jvn kal sabh lok svara.
ਨਮਸਕਾਰ ਹੈ ਤਾਹਿ ਹਮਾਰਾ॥੮॥	nmskar hai taeh hmara. (8)
ਜਵਨ ਕਾਲ ਸਭ ਜਗਤ ਬਨਾਯੋ॥	jvn kal sabh jagat bnaio.
ਦੇਵ ਦੈਤ ਜੱਛਨ ਉਪਜਾਯੋ॥	dev daint jchchan oopjaio.
ਆਦਿ ਅੰਤਿ ਏਕੈ ਅਵਤਾਰਾ॥	adi aunti aikai avtara.
ਸੋਈ ਗੁਰੂ ਸਮਝਿਯਹੁ ਹਮਾਰਾ॥੯॥	soei guru smjhiayho hmara (9)
ਨਮਸਕਾਰ ਤਿਸਹੀ ਕੋ ਹਮਾਰੀ॥	nmskar tis hi ko hamari.
ਸਕਲ ਪ੍ਰਜਾ ਜਿਨ ਆਪ ਸਵਾਰੀ॥	skal prja jin aap svari.
ਸਿਵਕਨ ਕੋ ਸਵਗੁਨ ਸੁਖ ਦੀਓ॥	sivkn ko siv gun sukh dio.
ਸੱਤ੍ਰੁਨ ਕੋ ਪਲ ਮੋ ਬਧ ਕੀਓ॥੧੦॥	sttrun ko pul mo bdh kio. (10)
ਘਟ ਘਟ ਕੇ ਅੰਤਰ ਕੀ ਜਾਨਤ॥	ghat ghat kai antar ki jant.
ਭਲੇ ਬੁਰੇ ਕੀ ਪੀਰ ਪਛਾਨਤ॥	bhlai burai ki pir pachant.
ਚੀਟੀ ਤੇ ਕੁੰਚਰ ਅਸਥੂਲਾ॥	chiti tai kunchr asthoola.
ਸਭ ਪਰ ਕ੍ਰਿਪਾ ਦ੍ਰਿਸਟਿ ਕਰਿ ਫੂਲਾ॥੧੧॥	sabh par kirpa diristi kar phoola. (11)
ਸੰਤਨ ਦੁਖ ਪਾਏ ਤੇ ਦੁਖੀ॥	suntun dukh paai tai dukhi.
ਸੁਖ ਪਾਏ ਸਾਧਨ ਕੇ ਸੁਖੀ॥	sukh paai sadhun kai sukhi.
ਏਕ ਏਕ ਕੀ ਪੀਰ ਪਛਾਨੈ॥	aik aik ki pir pchanain.
ਘਟ ਘਟ ਕੇ ਫਟ ਪਠ ਕੀ ਜਾਨੈ॥੧੨॥	ghat ghat kai put put ki janai. (12)
ਜਬ ਉਦਕਰਖ ਕਰਾ ਕਰਤਾਰਾ॥	jub oodkrkh kra kartara.
ਪ੍ਰਜਾ ਧਰਤ ਤਬ ਦੇਹ ਅਪਾਰਾ॥	prja dhrt tab dai apara.
ਜਬ ਆਕਰਖ ਕਰਤ ਹੋ ਕਬਹੂੰ॥	jub aakrkh kart ho kabhoon.
ਤੁਮ ਮੈਂ ਮਿਲਤ ਦੇਹ ਧਰ ਸਭਹੂੰ॥੧੩॥	tum mai milat dai dhr sbhhoon (13)
ਜੇਤੇ ਬਦਨ ਸ੍ਰਿਸਟਿ ਸਭ ਧਾਰੈ॥	jaitai bdan sirsti sbh dharai.
ਆਪੁ ਆਪਨੀ ਬੂਝਿ ਉਚਾਰੈ॥	aap aapni boojh oocharai.
ਤੁਮ ਸਭ ਹੀ ਤੇ ਰਹਤ ਨਿਰਾਲਮ॥	tum sabh hi tai reht niralm.
ਜਾਨਤ ਬੇਦ ਭੇਦ ਅਰੁ ਆਲਮ॥੧੪॥	jant baid bhaid ar aalm (14)
ਨਿਰੰਕਾਰ ਨ੍ਰਿਬਿਕਾਰ ਨ੍ਰਿਲੰਭ॥	nirankar niribkar nirmunbh.
ਆਦਿ ਅਨੀਲ ਅਨਾਦਿ ਅਸੰਭ॥	adi anil anadi asunbh.
ਤਾ ਕਾ ਮੂੜ੍ਹ ਉਚਾਰਤ ਭੇਦਾ॥	ta ka moorh oochrut bhida.
ਜਾ ਕੋ ਭੇਵ ਨਾ ਪਾਵਤ ਬੇਦਾ॥੧੫॥	ja ko bhiv na pavat baida. (15)
ਤਾ ਕੋ ਕਰਿ ਪਾਹਨ ਅਨੁਮਾਨਤ॥	ta ko kar pahn anumant.
ਮਹਾ ਮੂੜ੍ਹ ਕਛੁ ਭੇਦ ਨ ਜਾਨਤ॥	maha moorh kcho bhaid na jant.
ਮਹਾਂਦੇਵ ਕੌਂ ਕਹਤ ਸਦਾ ਸਿਵ॥	mahadaiv ko keht sda siv.
ਨਿਰੰਕਾਰ ਕਾ ਚੀਨਤ ਨਹਿ ਭਿਵ॥੧੬॥	nirankar ka chint neh bhiv. (16)
ਆਪੁ ਆਪੁਨੀ ਬੁਧਿ ਹੈ ਜੇਤੀ॥	aap aapni budhi hai jaiti.
ਬਰਨਤ ਭਿੰਨ ਭਿੰਨ ਤੁਹਿ ਤੇਤੀ॥	barnt bhinun bhinun taiti.
ਤੁਮਰਾ ਲਖਾ ਨਾ ਜਾਇ ਪਸਾਰਾ॥	tumra lkha na jaeh psara.
ਕਿਹ ਬਿਧਿ ਸਜਾ ਪ੍ਰਥਮ ਸੰਸਾਰਾ॥੧੭॥	keh bidhi prthm sunsara. (17)
ਏਕੈ ਰੂਪ ਅਨੂਪ ਸਰੂਪਾ॥	aikai roop anoop sroopa.
ਰੰਕ ਭਯੋ ਰਾਵ ਕਹੀ ਭੂਪਾ॥	runk bhyo rav kehi bhoopa.
ਅਡੰਜ ਜੇਰਜ ਸੇਤਜ ਕੀਨੀ॥	audj jairj saitj kini.
ਉਤਭੁਜ ਖਾਨਿ ਬਹੁਰਿ ਰਚਿ ਦੀਨੀ॥੧੮॥	ootbhuj khani bhor rchi deeni (18)
ਕਹੂੰ ਫੂਲਿ ਰਾਜਾ ਹ੍ਵੈ ਬੈਠਾ॥	kahoon phool raja hvai baitha.
ਕਹੂੰ ਸਿਮਟਿ ਭਯੋ ਸੰਕਰ ਇਕੈਠਾ॥	kahoon simit bhio sunkr aikaitha.
ਸਿਗਰੀ ਸ੍ਰਿਸਟਿ ਦਿਖਾਇਇ ਅਵੰਭਵ॥	sgri sirsti dikhaeh achunbhv.

ਆਦਿ ਜੁਗਾਦਿ ਸਰੂਪ ਸੁਯੰਭਵ॥੧੯॥	adi jugadi sroop suyunbhv. (19)
ਅਬ ਰੱਛਾ ਮੇਰੀ ਤੁਮ ਕਰੋ॥	ab rchcha mairi tum kro.
ਸਿੱਖਜ ਉਬਾਰਿ ਅਸਿੱਖਜ ਸੰਘਰੋ॥	sikh oobari asikh soghro.
ਸੁਸਟ ਜਿਤੇ ਉਠਵਤ ਉਤਪਾਤਾ॥	dust jitai oothvat ootpata.
ਸਕਲ ਮਲੇਛ ਕਰੋ ਰਣ ਘਾਤਾ॥੨੦॥	skal mlaich kro run ghata. (20)
ਜੇ ਅਸਿਧੁਜ ਤਵ ਸਰਨੀ ਪਰੇ॥	jai asidhuj tav sarni parai.
ਤਿਨ ਕੇ ਦੁਸਟ ਦੁਖਿਤ ਹ੍ਵੈ ਮਰੇ॥	tin kai dusht dukhit hvai mrai.
ਪੁਰਖ ਜਵਨ ਪਗ ਪਰੇ ਤਿਹਾਰੇ॥	purkh jvan pug parai tiharai.
ਤਿਨ ਕੇ ਤੁਮ ਸੰਕਟ ਸਭ ਟਾਰੇ॥੨੧॥	tin kai tum sunkt sabh tarai. (21)
ਜੋ ਕਲਿ ਕੋ ਇਕ ਬਾਰ ਧਿਐ ਹੈ॥	jo kal ko eik bar dhiaai hai.
ਤਾ ਕੇ ਕਾਲ ਬਿਕਟਿ ਨਹਿ ਐ ਹੈ॥	ta kai kal nikti neh aai hai.
ਰੱਛਾ ਹੋਇ ਤਾਹਿ ਸਭ ਕਾਲਾ॥	rchcha hoeh taeh sabh kala.
ਦੁਸਟ ਅਰਿਸਟ ਟਰੈਂ ਤਤਕਾਲਾ॥੨੨॥	dust arist train tatkala. (22)
ਕ੍ਰਿਪਾ ਦ੍ਰਿਸਟਿ ਤਨ ਜਾਹਿ ਨਿਹਰਿਹੋ॥	kirpa diristi tun jaeh nihriho.
ਤਾ ਕੇ ਤਾਪ ਤਨਕ ਮੋਨ ਹਰਿਹੋ॥	ta kai tap tnak mo herho.
ਰਿੱਧਿ ਸਿੱਧਿ ਘਰ ਮੋਂ ਸਭ ਹੋਈ॥	ridhdhi sidhdhi ghar mo sabh hoei.
ਦੁਸਟ ਛਾਹ ਛ੍ਵੈ ਸਕੈ ਨ ਕੋਈ॥੨੩॥	dust chah chvai skai na koei. (23)
ਏਕ ਬਾਰ ਜਿਨ ਤੁਮੈ ਸੰਭਾਰਾ॥	aik bar jin tumai sunbhara.
ਕਾਲ ਫਾਸ ਤੇ ਤਾਹਿ ਉਬਾਰਾ॥	kal phas tai taeh oobara.
ਜਿਨ ਨਰ ਨਾਮ ਤਿਹਾਰੋ ਕਹਾ॥	jin nar nam tiharo kaha.
ਦਾਰਿਦ ਦੁਸਟ ਦੋਖ ਤੇ ਰਹਾ॥੨੪॥	darid dust dokh tai raha. (24)
ਖੜਗ ਕੇਤ ਮੈ ਸਰਣਿ ਤਿਹਾਰੀ॥	kharag kait mai sarni tehari.
ਆਪੁ ਹਾਥ ਦੇ ਲੇਹੁ ਉਬਾਰੀ॥	aap hath dai laio oobari.
ਸਰਬ ਠੌਰ ਮੋ ਹੋਹੁ ਸਹਾਈ॥	sarb thor mo hohu sahaei.
ਸੁਸਟ ਦੋਖ ਤੇਲੇਹ ਬਚਾਈ॥੨੫॥	dust dokh tai laiho bchaei. (25)
ਕ੍ਰਿਪਾ ਕਰੀ ਹਮ ਪਰ ਜਗ ਮਾਤਾ॥	Kripaa kari ham par jagmaataa.
ਗ੍ਰੰਥ ਕਰਾ ਪੂਰਨ ਸੁਭ ਰਾਤਾ॥	Granth karaa pooran subh raataa.
ਕਿਲਬਿਖ ਸਕਲ ਦੇਹ ਕੋ ਹਰਤਾ॥	Kilbikh sakal deh ko hartaa.
ਦੁਸਟ ਦੋਖਿਯਨ ਕੋ ਛੈ ਕਰਤਾ॥੨੬॥	Dusht dokhiyan ko chhai kartaa. (26)
ਸ੍ਰੀ ਅਸਿਧੁ ਜ ਜਬ ਭਰੇ ਦਇਆਲਾ॥	Sri asidhuj jab bhae dayaalaa.
ਪੂਰਨ ਕਰਾ ਗਮ੍ਰਥ ਤਤਕਾਲਾ॥	Pooran karaa granth tatkaalaa.
ਮਨ ਬਾਂਛਤ ਫਲ ਪਾਵੈ ਸੋਈ॥	Man baanchhat phal paavai soee.
ਦੂਖ ਨ ਤਿਸੈ ਬਿਆਪਤ ਕੋਈ॥੨੭॥	Dookh na tisai biaapat koee. (27)
ਅੜਿੱਲ	ARRIL
ਸੁਨੈ ਗੁੰਗ ਜੋ ਯਹਿ ਸੁ ਰਸਨਾ ਪਾਵਈ॥	Sunai gung jo yaahe so rasnaa paavaee.
ਸੁਨੈ ਮੂੜ੍ਹ ਚਿਤ ਲਾਇ ਚਤੁਰਤਾ ਆਵਈ॥	Sunai moorr chit laaé chaturtaa aavaee.
ਦੂਖ ਦਰਦ ਭੌ ਨਿਕਟ ਨ	Dukh darad bhau nikatt naa
ਤਿਨ ਨਰ ਕੇ ਰਹੈ॥	tin nar ké rahai.
ਹੋ ਜੋ ਯਾਕੀ ਏਕ ਬਾਰ	Ho jo yaakee eik baar
ਚੌਪਾਈ ਕੋ ਕਹੈ॥੨੮॥	chaupe-ee ko kahé. (28)
ਚੌਪਾਈ॥	CHAUPI.
ਸੰਬਤ ਸੱਤ੍ਰਹ ਸਹਸ ਭਣਿੱਜੈ॥	Sambat satrh sahis bheNije.
ਅਰਧ ਸਹਸ ਫੁਨਿ ਤੀਨਿ ਕਹਿੱਜੈ॥	ardh sahis phun teen kaheje.
ਭਾਦ੍ਰਵ ਸੁਦੀ ਅਸ਼ਟਮੀ ਰਵਿ ਵਾਰਾ॥	Bhadrrav sudee ashtmee ravivaraa.
ਤੀਰ ਸਤੁੱਦ੍ਰਵ ਗ੍ਰੰਥ ਸੁਧਾਰਾ ॥੨੯॥	Teer sat-drav granth sudaahraa. (29)

ਇਤਿ ਸ੍ਰੀ ਚਰਿਤ੍ਰੋ ਪਖ੍ਯਾਨੇ	ieiq sRI cirqoR pKwÎwny
ਤ੍ਰਿਯਾ ਚਰਿਤ੍ਰੇ ਮੰਤ੍ਰੀ ਭੂਪ	iqRXw cirqRy mMqRI BUp
ਸੰਬਾਦੇ ਚਾਰ ਸੌ ਪਾਂਚ ਚਰਿਤ੍ਰ	sMbwdy cwr sO pWc cirqR
ਸਮਾਪਤ ਮਸੁਤ ਸੁਭ ਮਸਤੁ॥ ਅਫਜੂੰ॥	smwpq msuq suB msqu.॥ APjMU॥
ਦੋਹਰਾ॥	DOHRAA
ਦਾਸ ਜਾਨ ਕਰਿ	dws jwn kir
ਦਾਸ ਪਰਿ ਕੀਜੈ ਕ੍ਰਿਪਾ ਅਪਾਰ॥	dws pir kIjY ikRpw Apwr.
ਆਪ ਹਾਥ ਦੇ ਰਾਖੁ ਮਹਿ	Awp hwQ dy rwKu mih
ਮਨ ਕ੍ਰਮ ਬਚਨ ਬਿਚਾਰ॥੧॥	mn kRm bcn ibcwr॥1॥
ਸ੍ਵੈਯਾ॥	SVAIYAA
ਪਾਂਇ ਗਹੇ ਜਬ ਤੇ ਤੁਮਰੇ	Paa(n)e gahe jab té tumré
ਤਬ ਤੇ ਕੋਊ ਆਂਖ ਤਰੇ ਨਹੀਂ ਆਨਜੋ॥	tab té ko'oo aa(n)kh taré nehee aanyo.
ਰਾਮ ਰਹੀਮ ਪੁਰਾਨ ਕੁਰਾਨ ਅਨੇਕ ਕਹੈਂ	Ram rahim Puran Quran anak kahai
ਮਤ ਏਕ ਨ ਮਾਨਜੋ॥	mat eek na maneyo.
ਸਿੰਮ੍ਰਿਤਿ ਸਾਸਤ੍ਰ ਬੇਦ ਸਭੈ ਬਹੁ ਭੇਦ ਕਹੈਂ	Simrat shaastr badh sabh bohu bhedh kahai
ਹਮ ਏਕ ਨ ਜਾਨਜੋ॥	ham eik na janyo.
ਸ੍ਰੀ ਅਸਿਪਾਨ ਕ੍ਰਿਪਾ ਤੁਮਾਰੀ ਕਰਿ	Siree asipaan kripaa tumree kar(i),
ਮੈ ਨ ਕਹਜੋ ਸਭ ਤੋਹਿ ਬਖਾਨਜੋ॥	mai na kahyo sabh tohé bakhaanyo. (30)
ਦੋਹਰਾ॥	DOHRAA
ਸਗਲ ਦੁਆਰ ਕਉ ਛਾਡਿ ਕੈ	Sagal duaar kau chhaad kai,
ਗਹਿਓ ਤੁਹਾਰੋ ਦੁਆਰ॥	gahe'o tuhaaro duaar.
ਬਾਂਹਿ ਗਹੇ ਕੀ ਲਾਜ ਅਸ	Baa(n)he gahe kee laaj as
ਗੋਬਿੰਦ ਦਾਸ ਤੁਹਾਰ॥	Gobind daas tuhaar.

☬ ਚੌਪਈ ਪ੍ਰਣਵੋ – ਗੁਰੂ ਗੋਬਿੰਦ ਸਿੰਘ ਜੀ ☬

ਤ੍ਵਪ੍ਰਸਦਿ॥ ਚਉਪਈ॥ (ਦਸਮ ੧੧)

ਪ੍ਰਣਵੋ ਆਦਿ ਏਕੰਕਰਾ॥	pRxvo Awid eykMkrw.
ਜਲ ਥਲ ਮਹੀਅਲ ਕੀਓ ਪਸਾਰਾ॥	jl Ql mhIAl kIE pswrw.
ਆਦਿ ਪੁਰਖ ਅਬਿਅਲ ਅਬਿਨਾਸੀ॥	Awid purK AibAl AibnwsI.
ਲੋਕ ਚਤ੍ਰਦਸ ਜੋਤਿ ਪ੍ਰਕਾਸੀ॥੧॥	lok cqRds joiq pRkwsI॥1॥
ਹਸਤ ਕੀਟ ਕੇ ਬੀਚ ਸਮਾਨਾ॥	hsq kIt ky bIc smwnw.
ਰਾਵ ਰੰਕ ਜਿਹ ਇਕ ਸਰ ਜਾਨਾ॥	rwv rMk ijh iek sr jwnw.
ਅਦ੍ਵੈ ਅਲਖ ਪੁਰਖ ਅਬਿਗਾਮੀ॥	AdÎY AlK purK AibgwmI.
ਸਭ ਘਟ ਘਟ ਕੇ ਅੰਤਰਜਾਮੀ॥੨॥	sB Gt Gt ky AMqrjwmI॥2॥
ਅਲਖ ਰੂਪ ਅਛੈ ਅਨਭੇਖਾ॥	AlK rUp ACY AnByKw.
ਰਾਗ ਰੰਗ ਜਿਹ ਰੂਪ ਨ ਰੇਖਾ॥	rwg rMg ijh rUp n ryKw.
ਬਰਨ ਚਿਹਨ ਸਭਹੂੰ ਤੇ ਨਿਆਰਾ॥	brn ichn sBhMU qy inAwrw.
ਆਦਿ ਪੁਰਖ ਅਦ੍ਵੈ ਅਬਿਕਾਰਾ॥੩॥	Awid purK AdÎY Aibkwrw॥3॥
ਭਰਨ ਚਿਹਨ ਜਿਹ ਜਾਤ ਨ ਪਾਤਾ॥	Brn ichn ijh jwq n pwqw.
ਸੱਤ੍ਰ ਮਿੱਤ੍ਰ ਜਿਹ ਤਾਤ ਨ ਮਾਤਾ॥	s`q Rim`qR ijh qwq n mwqw.
ਸਭ ਤੇ ਪੂਰਿ ਸਭਨ ਤੇ ਨੇਰਾ॥	sB qy pUir sBn qy nyrw.
ਜਲ ਥਲ ਮਹੀਅਲ ਜਾਹਿ ਬਸੇਰਾ॥੪॥	jl Ql mhIAl jwih bsyrw॥4॥
ਅਨਹਦ ਰੂਪ ਅਨਾਹਦ ਬਾਨੀ॥	Anhd rUp Anwhd bwnI.
ਚਰਨ ਸਰਨ ਜਿਹ ਬਸਤ ਭਵਾਨੀ॥	crn srn ijh bsq BvwnI.

ਬ੍ਰਹਮਾ ਬਿਸਨ ਅੰਤੁ ਨਹੀ ਪਾਇਓ॥	bRhmw ibsn AMqu nhI pwieE.
ਨੇਤ ਨੇਤ ਮੁਖ ਚਾਰ ਬਤਾਇਓ॥੫॥	nyq nyq muK cwr bqwieE॥5॥
ਕੋਟਿ ਇੰਦ੍ਰ ਉਪਇੰਦ੍ਰ ਬਨਾਏ॥	koit ieMdR aupieMdR bnwey.
ਬ੍ਰਹਮਾ ਰੁਦ੍ਰ ਉਪਾਇ ਖਪਾਏ॥	bRhmw rudR aupwie Kpwey.
ਲੋਕ ਚਤ੍ਰਦਸ ਖੇਲੁ ਰਚਾਇਓ॥	lok cqRds Kylu rcwieE.
ਬਹੁਰ ਆਪ ਹੀ ਬੀਚ ਮਿਲਾਇਓ॥੬॥	bhur Awp hI bIc imlwieE॥6॥
ਦਾਨਵ ਦੇਵ ਫਨਿੰਦ ਅਪਾਰਾ॥	dwnv dyv PinMd Apwrw.
ਗੰਧ੍ਰਬ ਜੱਛ ਰਚੈ ਸੁਭ ਚਾਰਾ॥	gMDRb j`C rcY suB cwrw.
ਭੂਤ ਭਵਿੱਖ ਭਵਾਨ ਕਹਾਨੀ॥	BUq Biv`K Bvwn khwnI.
ਘਟ ਘਟ ਕੇ ਪਟ ਪਟ ਕੀ ਜਾਨੀ॥੭॥	Gt Gt ky pt pt kI jwnI॥7॥
ਤਾਤ ਮਾਤ ਜਿਹ ਜਾਤ ਨਾ ਪਾਤਾ॥	qwq mwq ijh jwq nw pwqw.
ਏਕ ਰੰਗ ਕਾਹੂ ਨਹੀ ਰਾਤਾ॥	eyk rMg kwhU nhI rwqw.
ਸਰਬ ਜੋਤ ਕੇ ਬੀਚ ਸਮਾਨਾ॥	srb joq ky bIc smwnw.
ਸਭ ਹੂੰ ਸਰਬ ਠੋਰ ਪਹਿਚਾਨਾ॥੮॥	sB hMU srb Tor pihcwnw॥8॥
ਕਾਲ ਰਪਤ ਅਨਕਾਲ ਸਰੂਪਾ॥	kwl rpq Ankwl srUpw.
ਅਲਖ ਪੁਰਖ ਅਬਗਤ ਅਵਧੂਤਾ॥	AlK purK Abgq AvDUqw.
ਜਾਤ ਪਾਤ ਜਿਹ ਚਿਹਨ ਨ ਬਰਨਾ॥	jwq pwq ijh ichn n brnw.
ਅਬਗਤ ਦੇਵ ਅਛੈ ਅਨਭਰਮਾ॥੯॥	Abgq dyv ACY AnBrmw॥9॥
ਸਭ ਕੋ ਕਾਲ ਸਭਨ ਕੋ ਕਰਤਾ॥	sB ko kwl sBn ko krqw.
ਰੋਗ ਸੋਗ ਦੋਖਨ ਕੋ ਹਰਤਾ॥	rog sog doKn ko hrqw.
ਏਕ ਚਿੱਤ ਜਿਹ ਇੱਕ ਛਿਨ ਧਿਆਇਓ॥	eyk ic`q ijh ie`k iCn iDAwieE.
ਕਾਲ ਫਾ ਸਕੇ ਬੀਚ ਨ ਆਇਓ॥੧੦॥	kwl Pw sky bIc n AwieE॥10॥

ਅਨੰਦੁ ਸਾਹਿਬ

1. **ਰਾਮਕਲੀ ਮਹਲਾ ੩ ਅਨੰਦੁ॥ 917-1**

ੴ ਸਤਿਗੁਰ ਪ੍ਰਸਾਦਿ॥	ik-oNkaar satgur parsaad.
ਅਨੰਦੁ ਭਇਆ ਮੇਰੀ ਮਾਏ,	anand bha-i-aa mayree maa-ay
ਸਤਿਗੁਰੂ ਮੈ ਪਾਇਆ॥	satguroo mai paa-i-aa.
ਸਤਿਗੁਰੁ ਤ ਪਾਇਆ ਸਹਜ ਸੇਤੀ,	satgur ta paa-i-aa sahj saytee
ਮਨਿ ਵਜੀਆ ਵਾਧਾਈਆ॥	man vajee-aa vaaDhaa-ee-aa.
ਰਾਗ ਰਤਨ ਪਰਵਾਰ ਪਰੀਆ,	raag ratan parvaar paree-aa
ਸਬਦ ਗਾਵਣ ਆਈਆ॥	sabad gaavan aa-ee-aa.
ਸਬਦੋ ਤ ਗਾਵਹੁ ਹਰੀ ਕੇਰਾ,	sabdo ta gaavhu haree kayraa
ਮਨਿ ਜਿਨੀ ਵਸਾਇਆ॥	man jinee vasaa-i-aa.
ਕਹੈ ਨਾਨਕੁ ਅਨੰਦੁ ਹੋਆ,	kahai naanak anand ho-aa
ਸਤਿਗੁਰੂ ਮੈ ਪਾਇਆ॥੧॥	satguroo mai paa-i-aa. ||1||
ਏ ਮਨ ਮੇਰਿਆ,	ay man mayri-aa
ਤੂ ਸਦਾ ਰਹੁ ਹਰਿ ਨਾਲੇ॥	too sadaa rahu har naalay.
ਹਰਿ ਨਾਲਿ ਰਹੁ, ਤੂ ਮੰਨ ਮੇਰੇ,	har naal rahu too man mayray
ਦੂਖ ਸਭਿ ਵਿਸਾਰਣਾ॥	dookh sabh visaarnaa.
ਅੰਗੀਕਾਰੁ ਓਹੁ ਕਰੇ ਤੇਰਾ,	angeekaar oh karay tayraa
ਕਾਰਜ ਸਭਿ ਸਵਾਰਣਾ॥	kaaraj sabh savaarnaa.
ਸਭਨਾ ਗਲਾ ਸਮਰਥੁ ਸੁਆਮੀ,	sabhnaa galaa samrath su-aamee
ਸੋ ਕਿਉ ਮਨਹੁ ਵਿਸਾਰੇ॥	so ki-o manhu visaaray.
ਕਹੈ ਨਾਨਕੁ ਮੰਨ ਮੇਰੇ,	kahai naanak man mayray
ਸਦਾ ਰਹੁ ਹਰਿ ਨਾਲੇ॥੨॥	sadaa rahu har naalay. ||2||
ਸਾਚੇ ਸਾਹਿਬਾ, ਕਿਆ ਨਾਹੀ ਘਰਿ ਤੇਰੈ॥	saachay saahibaa ki-aa naahee ghar tayrai.
ਘਰਿ ਤ ਤੇਰੈ ਸਭੁ ਕਿਛੁ ਹੈ,	ghar ta tayrai sabh kichh hai
ਜਿਸੁ ਦੇਹਿ ਸੁ ਪਾਵਏ॥	jis deh so paav-ay.
ਸਦਾ ਸਿਫਤਿ ਸਲਾਹ ਤੇਰੀ,	sadaa sifat salaah tayree
ਨਾਮੁ ਮਨਿ ਵਸਾਵਏ॥	naam man vasaava-ay.
ਨਾਮੁ ਜਿਨ ਕੈ ਮਨਿ ਵਸਿਆ,	naam jin kai man vasi-aa
ਵਾਜੇ ਸਬਦ ਘਨੇਰੇ॥	vaajay sabad ghanayray.
ਕਹੈ ਨਾਨਕੁ ਸਚੇ ਸਾਹਿਬ,	kahai naanak sachay sahib
ਕਿਆ ਨਾਹੀ ਘਰਿ ਤੇਰੈ॥੩॥	ki-aa naahee ghar tayrai. ||3||
ਸਾਚਾ ਨਾਮੁ ਮੇਰਾ ਆਧਾਰੋ॥	saachaa naam mayraa aaDhaaro.
ਸਾਚੁ ਨਾਮੁ ਅਧਾਰੁ ਮੇਰਾ,	saach naam aDhaar mayraa
ਜਿਨਿ ਭੁਖਾ ਸਭਿ ਗਵਾਈਆ॥	jin bhukhaa sabh gavaa-ee-aa.
ਕਰਿ ਸਾਂਤਿ ਸੁਖ ਮਨਿ ਆਇ ਵਸਿਆ,	kar saaNt sukh man aa-ay vasi-aa
ਜਿਨਿ ਇਛਾ ਸਭਿ ਪੁਜਾਈਆ॥	jin ichhaa sabh pujaa-ee-aa.
ਸਦਾ ਕੁਰਬਾਣੁ ਕੀਤਾ ਗੁਰੂ ਵਿਟਹੁ,	sadaa kurbaan keetaa guroo vitahu
ਜਿਸ ਦੀਆਂ ਏਹਿ ਵਡਿਆਈਆ॥	jis dee-aa ayhi vadi-aa-ee-aa.
ਕਹੈ ਨਾਨਕੁ ਸੁਣਹੁ ਸੰਤਹੁ,	kahai naanak sunhu santahu
ਸਬਦਿ ਧਰਹੁ ਪਿਆਰੋ॥	sabad Dharahu pi-aaro.
ਸਾਚਾ ਨਾਮੁ ਮੇਰਾ ਆਧਾਰੋ॥੪॥	saachaa naam mayraa aaDhaaro. ||4||
ਵਾਜੇ ਪੰਚ ਸਬਦ, ਤਿਤੁ ਘਰਿ ਸਭਾਗੈ॥	vaajay panch sabad tit ghar sabhaagai.
ਘਰਿ ਸਭਾਗੈ, ਸਬਦ ਵਾਜੇ,	ghar sabhaagai sabad vaajay
ਕਲਾ ਜਿਤੁ ਘਰਿ ਧਾਰੀਆ॥	kalaa jit ghar Dhaaree-aa.

ਪੰਚ ਦੂਤ ਤੁਧੁ ਵਸਿ ਕੀਤੇ,
ਕਾਲੁ ਕੰਟਕੁ ਮਾਰਿਆ॥
ਧੁਰਿ ਕਰਮਿ ਪਾਇਆ ਤੁਧੁ ਜਿਨ ਕਉ,
ਸਿ ਨਾਮਿ ਹਰਿ ਕੈ ਲਾਗੇ॥
ਕਹੈ ਨਾਨਕੁ ਤਹ ਸੁਖੁ ਹੋਆ,
ਤਿਤੁ ਘਰਿ ਅਨਹਦ ਵਾਜੇ॥੫॥

panch doot tuDh vas keetay
kaal kantak maari-aa.
Dhur karam paa-i-aa tuDh jin ka-o
se naam har kai laagay.
kahai naanak tah sukh ho-aa
tit ghar anhad vaajay. ||5||

ਸਾਚੀ ਲਿਵੈ ਬਿਨੁ ਦੇਹ ਨਿਮਾਣੀ॥
ਦੇਹ ਨਿਮਾਣੀ ਲਿਵੈ ਬਾਝਹੁ,
ਕਿਆ ਕਰੇ ਵੇਚਾਰੀਆ॥
ਤੁਧੁ ਬਾਝੁ ਸਮਰਥ ਕੋਇ ਨਾਹੀ,
ਕ੍ਰਿਪਾ ਕਰਿ ਬਨਵਾਰੀਆ॥
ਏਸ ਨਉ, ਹੋਰੁ ਥਾਉ ਨਾਹੀ,
ਸਬਦਿ ਲਾਗਿ ਸਵਾਰੀਆ॥
ਕਹੈ ਨਾਨਕੁ ਲਿਵੈ ਬਾਝਹੁ,
ਕਿਆ ਕਰੇ ਵੇਚਾਰੀਆ॥੬॥

saachee livai bin dayh nimaanee.
dayh nimaanee livai baajhahu
ki-aa karay vaychaaree-aa.
tuDh baajh samrath ko-ay naahee
kirpaa kar banvaaree-aa.
ays na-o hor thaa-o naahee
sabad laag savaaree-aa.
kahai naanak livai baajhahu
ki-aa karay vaychaaree-aa. ||6||

ਅਨਦੁ ਸੁਣਹੁ ਵਡਭਾਗੀਹੋ,
ਸਗਲ ਮਨੋਰਥ ਪੂਰੇ॥
ਪਾਰਬ੍ਰਹਮੁ ਪ੍ਰਭੁ ਪਾਇਆ,
ਉਤਰੇ ਸਗਲ ਵਿਸੂਰੇ॥
ਦੂਖ ਰੋਗ ਸੰਤਾਪ ਉਤਰੇ,
ਸੁਣੀ ਸਚੀ ਬਾਣੀ॥
ਸੰਤ ਸਾਜਨ ਭਏ ਸਰਸੇ,
ਪੂਰੇ ਗੁਰ ਤੇ ਜਾਣੀ॥
ਸੁਣਤੇ ਪੁਨੀਤ, ਕਹਤੇ ਪਵਿਤੁ,
ਸਤਿਗੁਰੁ ਰਹਿਆ ਭਰਪੂਰੇ॥
ਬਿਨਵੰਤਿ ਨਾਨਕੁ ਗੁਰ ਚਰਣ ਲਾਗੇ,
ਵਾਜੇ ਅਨਹਦ ਤੂਰੇ॥੪੦॥੧॥

anad sunhu vadbhaageeho
sagal manorath pooray.
paarbarahm parabh paa-i-aa
utray sagal visooray.
dookh rog santaap utray
sunee sachee banee.
sant saajan bha-ay sarsay
pooray gur tay jaanee.
suntay puneet kahtay pavit
satgur rahi-aa bharpooray.
binvant naanak gur charan laagay
vaajay anhad tooray. ||40||1||

ਆਨੰਦੁ ਆਨੰਦੁ ਸਭੁ ਕੋ ਕਹੈ,
ਆਨੰਦੁ ਗੁਰੂ ਤੇ ਜਾਣਿਆ॥
ਜਾਣਿਆ ਆਨੰਦੁ ਸਦਾ ਗੁਰ ਤੇ,
ਕ੍ਰਿਪਾ ਕਰੇ ਪਿਆਰਿਆ॥
ਕਰਿ ਕਿਰਪਾ ਕਿਲਵਿਖ ਕਟੇ,
ਗਿਆਨ ਅੰਜਨੁ ਸਾਰਿਆ॥
ਅੰਦਰਹੁ ਜਿਨ ਕਾ ਮੋਹੁ ਤੁਟਾ,
ਤਿਨ ਕਾ ਸਬਦੁ ਸਚੈ ਸਵਾਰਿਆ॥
ਕਹੈ ਨਾਨਕੁ ਏਹੁ ਅਨੰਦੁ ਹੈ,
ਆਨੰਦੁ ਗੁਰ ਤੇ ਜਾਣਿਆ॥੭॥

aanand aanand sabh ko kahai
aanand guroo tay jaani-aa.
jaani-aa aanand sadaa gur tay
kirpaa karay pi-aari-aa.
kar kirpaa kilvikh katay
gi-aan anjan saari-aa.
andrahu jin kaa moh tutaa
tin kaa sabad sachai savaari-aa.
kahai naanak ayhu anand hai
aanand gur tay jaani-aa. ||7||

ਬਾਬਾ ਜਿਸੁ ਤੂ ਦੇਹਿ, ਸੋਈ ਜਨੁ ਪਾਵੈ॥
ਪਾਵੈ ਤ ਸੋ ਜਨੁ, ਦੇਹਿ ਜਿਸ ਨੋ,
ਹੋਰਿ ਕਿਆ ਕਰਹਿ ਵੇਚਾਰਿਆ॥
ਇਕਿ ਭਰਮਿ ਭੂਲੇ, ਫਿਰਹਿ ਦਹ ਦਿਸਿ,
ਇਕਿ ਨਾਮਿ ਲਾਗਿ ਸਵਾਰਿਆ॥
ਗੁਰ ਪਰਸਾਦੀ ਮਨੁ ਭਇਆ ਨਿਰਮਲੁ,
ਜਿਨਾ ਭਾਣਾ ਭਾਵਏ॥
ਕਹੈ ਨਾਨਕੁ ਜਿਸੁ ਦੇਹਿ ਪਿਆਰੇ,
ਸੋਈ ਜਨੁ ਪਾਵਏ॥੮॥

baabaa jis too deh so-ee jan paavai.
paavai ta so jan deh jis no
hor ki-aa karahi vaychaari-aa.
ik bharam bhoolay fireh dah dis
ik naam laag savaari-aa.
gur parsaadee man bha-i-aa nirmal
jinaa bhaanaa bhaav-ay.
kahai naanak jis deh pi-aaray
so-ee jan paav-ay. ||8|

ਆਵਹੁ ਸੰਤ ਪਿਆਰਿਹੋ,	aavhu sant pi-aariho
ਅਕਥ ਕੀ ਕਰਹ ਕਹਾਣੀ॥	akath kee karah kahaanee.
ਕਰਹ ਕਹਾਣੀ ਅਕਥ ਕੇਰੀ,	karah kahaanee akath kayree
ਕਿਤੁ ਦੁਆਰੈ ਪਾਈਐ॥	kit du-aarai paa-ee-ai.
ਤਨੁ ਮਨੁ ਧਨੁ ਸਭੁ ਸਉਪਿ ਗੁਰ ਕਉ,	tan man Dhan sabh sa-up gur ka-o
ਹੁਕਮਿ ਮੰਨਿਐ ਪਾਈਐ॥	hukam mani-ai paa-ee-ai.
ਹੁਕਮੁ ਮੰਨਿਹੁ ਗੁਰੂ ਕੇਰਾ,	hukam mannihu guroo kayraa
ਗਾਵਹੁ ਸਚੀ ਬਾਣੀ॥	gaavhu sachee banee.
ਕਹੈ ਨਾਨਕੁ ਸੁਣਹੁ ਸੰਤਹੁ,	kahai naanak sunhu santahu
ਕਥਿਹੁ ਅਕਥ ਕਹਾਣੀ॥੯॥	kathihu akath kahaanee. ||9||
ਏ ਮਨ ਚੰਚਲਾ,	ay man chanchlaa
ਚਤੁਰਾਈ ਕਿਨੈ ਨ ਪਾਇਆ॥	chaturaa-ee kinai na paa-i-aa.
ਚਤੁਰਾਈ ਨ ਪਾਇਆ ਕਿਨੈ,	chaturaa-ee na paa-i-aa kinai
ਤੂ ਸੁਣਿ ਮੰਨ ਮੇਰਿਆ॥	too sun man mayri-aa.
ਏਹ ਮਾਇਆ ਮੋਹਣੀ,	ayh maa-i-aa mohnee
ਜਿਨਿ ਏਤੁ ਭਰਮਿ ਭੁਲਾਇਆ॥	jin ayt bharam bhulaa-i-aa.
ਮਾਇਆ ਤ ਮੋਹਣੀ ਤਿਨੈ ਕੀਤੀ,	maa-i-aa ta mohnee tinai keetee
ਜਿਨਿ ਠਗਉਲੀ ਪਾਈਆ॥	jin thag-ulee paa-ee-aa.
ਕੁਰਬਾਣੁ ਕੀਤਾ ਤਿਸੈ ਵਿਟਹੁ,	kurbaan keetaa tisai vitahu
ਜਿਨਿ ਮੋਹੁ ਮੀਠਾ ਲਾਇਆ॥	jin moh meethaa laa-i-aa.
ਕਹੈ ਨਾਨਕੁ ਮਨ ਚੰਚਲ,	kahai naanak man chanchal
ਚਤੁਰਾਈ ਕਿਨੈ ਨ ਪਾਇਆ॥੧੦॥	chaturaa-ee kinai na paa-i-aa. ||10||
ਏ ਮਨ ਪਿਆਰਿਆ,	ay man pi-aari-aa
ਤੂ ਸਦਾ ਸਚੁ ਸਮਾਲੇ॥	too sadaa sach samaalay.
ਏਹੁ ਕੁਟੰਬੁ ਤੂ ਜਿ ਦੇਖਦਾ,	ayhu kutamb too je daykh-daa
ਚਲੈ ਨਾਹੀ ਤੇਰੈ ਨਾਲੇ॥	chalai naahee tayrai naalay.
ਸਾਥਿ ਤੇਰੈ ਚਲੈ ਨਾਹੀ,	saath tayrai chalai naahee
ਤਿਸੁ ਨਾਲਿ ਕਿਉ ਚਿਤੁ ਲਾਈਐ॥	tis naal ki-o chit laa-ee-ai.
ਐਸਾ ਕੰਮੁ ਮੂਲੇ ਨ ਕੀਚੈ,	aisaa kamm moolay na keechai
ਜਿਤੁ ਅੰਤਿ ਪਛੋਤਾਈਐ॥	jit ant pachhotaa-ee-ai.
ਸਤਿਗੁਰੂ ਕਾ ਉਪਦੇਸੁ ਸੁਣਿ,	satguroo kaa updays sun
ਤੂ ਹੋਵੈ ਤੇਰੈ ਨਾਲੇ॥	too hovai tayrai naalay.
ਕਹੈ ਨਾਨਕੁ ਮਨ ਪਿਆਰੇ,	kahai naanak man pi-aaray
ਤੂ ਸਦਾ ਸਚੁ ਸਮਾਲੇ॥੧੧॥	too sadaa sach samaalay. ||11||
ਅਗਮ ਅਗੋਚਰਾ,	agam agocharaa tayraa
ਤੇਰਾ ਅੰਤੁ ਨ ਪਾਇਆ॥	ant na paa-i-aa.
ਅੰਤੋ ਨ ਪਾਇਆ ਕਿਨੈ ਤੇਰਾ,	anto na paa-i-aa kinai tayraa
ਆਪਣਾ ਆਪੁ ਤੂ ਜਾਣਹੈ॥	aapnaa aap too jaanhay.
ਜੀਅ ਜੰਤ ਸਭਿ ਖੇਲੁ ਤੇਰਾ,	jee-a jant sabh khayl tayraa
ਕਿਆ ਕੋ ਆਖਿ ਵਖਾਣਏ॥	ki-aa ko aakh vakhaana-ay.
ਆਖਹਿ ਤ ਵੇਖਹਿ ਸਭੁ ਤੂਹੈ,	aakhahi ta vaykheh sabh toohai
ਜਿਨਿ ਜਗਤੁ ਉਪਾਇਆ॥	jin jagat upaa-i-aa.
ਕਹੈ ਨਾਨਕੁ ਤੂ ਸਦਾ ਅਗੰਮੁ ਹੈ,	kahai naanak too sadaa agamm hai
ਤੇਰਾ ਅੰਤੁ ਨ ਪਾਇਆ॥੧੨॥	tayraa ant na paa-i-aa. ||12||
ਸੁਰਿ ਨਰ ਮੁਨਿ ਜਨ, ਅੰਮ੍ਰਿਤੁ ਖੋਜਦੇ,	sur nar mun jan amrit khojday
ਸੁ ਅੰਮ੍ਰਿਤੁ ਗੁਰ ਤੇ ਪਾਇਆ॥	so amrit gur tay paa-i-aa.
ਪਾਇਆ ਅੰਮ੍ਰਿਤੁ ਗੁਰਿ ਕ੍ਰਿਪਾ ਕੀਨੀ,	paa-i-aa amrit gur kirpaa keenee

ਸਚਾ ਮਨਿ ਵਸਾਇਆ॥	sachaa man vasaa-i-aa.
ਜੀਅ ਜੰਤ ਸਭਿ ਤੁਧੁ ਉਪਾਏ,	jee-a jant sabh tuDh upaa-ay
ਇਕਿ ਵੇਖਿ ਪਰਸਣਿ ਆਇਆ॥	ik vaykh parsan aa-i-aa.
ਲਬੁ ਲੋਭੁ ਅਹੰਕਾਰੁ ਚੂਕਾ,	lab lobh ahaNkaar chookaa
ਸਤਿਗੁਰੂ ਭਲਾ ਭਾਇਆ॥	satguroo bhalaa bhaa-i-aa.
ਕਹੈ ਨਾਨਕੁ ਜਿਸ ਨੋ ਆਪਿ ਤੁਠਾ,	kahai naanak jis no aap tuthaa
ਤਿਨਿ ਅੰਮ੍ਰਿਤੁ ਗੁਰ ਤੇ ਪਾਇਆ॥੧੩॥	tin amrit gur tay paa-i-aa. ||13||
ਭਗਤਾ ਕੀ ਚਾਲ ਨਿਰਾਲੀ॥	bhagtaa kee chaal niraalee.
ਚਾਲਾ ਨਿਰਾਲੀ ਭਗਤਾਹ ਕੇਰੀ,	chaalaa niraalee bhagtaah kayree
ਬਿਖਮ ਮਾਰਗਿ ਚਲਣਾ॥	bikham maarag chalnaa.
ਲਬੁ, ਲੋਭੁ, ਅਹੰਕਾਰੁ, ਤਜਿ ਤ੍ਰਿਸਨਾ,	lab lobh ahaNkaar taj tarisnaa
ਬਹੁਤੁ ਨਾਹੀ ਬੋਲਣਾ॥	bahut naahee bolnaa.
ਖੰਨਿਅਹੁ ਤਿਖੀ, ਵਾਲਹੁ ਨਿਕੀ,	khanni-ahu tikhee vaalahu nikee
ਏਤੁ ਮਾਰਗਿ ਜਾਣਾ॥	ayt maarag jaanaa.
ਗੁਰ ਪਰਸਾਦੀ ਜਿਨੀ ਆਪੁ ਤਜਿਆ,	gur parsaadee jinee aap taji-aa
ਹਰਿ ਵਾਸਨਾ ਸਮਾਣੀ॥	har vaasnaa samaanee.
ਕਹੈ ਨਾਨਕੁ ਚਾਲ ਭਗਤਾ,	kahai naanak chaal bhagtaa
ਜੁਗਹੁ ਜੁਗੁ ਨਿਰਾਲੀ॥੧੪॥	jugahu jug niraalee. ||14||
ਜਿਉ ਤੂ ਚਲਾਇਹਿ, ਤਿਵ ਚਲਹ ਸੁਆਮੀ,	ji-o too chalaa-ihi tiv chalah su-aamee
ਹੋਰੁ ਕਿਆ ਜਾਣਾ ਗੁਣ ਤੇਰੇ॥	hor ki-aa jaanaa gun tayray.
ਜਿਵ ਤੂ ਚਲਾਇਹਿ ਤਿਵੈ ਚਲਹ,	jiv too chalaa-ihi tivai chalah
ਜਿਨਾ ਮਾਰਗਿ ਪਾਵਹੇ॥	jinaa maarag paavhay.
ਕਰਿ ਕਿਰਪਾ ਜਿਨ ਨਾਮਿ ਲਾਇਹਿ,	kar kirpaa jin naam laa-ihi
ਸਿ ਹਰਿ ਹਰਿ ਸਦਾ ਧਿਆਵਹੇ॥	se har har sadaa Dhi-aavhay.
ਜਿਸ ਨੋ ਕਥਾ ਸੁਣਾਇਹਿ ਆਪਣੀ,	jis no kathaa sunaa-ihi aapnee
ਸਿ ਗੁਰਦੁਆਰੈ ਸੁਖੁ ਪਾਵਹੇ॥	se gurdu-aarai sukh paavhay.
ਕਹੈ ਨਾਨਕੁ ਸਚੇ ਸਾਹਿਬ,	kahai naanak sachay saahib
ਜਿਉ ਭਾਵੈ ਤਿਵੈ ਚਲਾਵਹੇ॥੧੫॥	ji-o bhaavai tivai chalaavahay. ||15||
ਏਹੁ ਸੋਹਿਲਾ ਸਬਦੁ ਸੁਹਾਵਾ॥	ayhu sohilaa sabad suhaavaa.
ਸਬਦੋ ਸੁਹਾਵਾ ਸਦਾ ਸੋਹਿਲਾ,	sabdo suhaavaa sadaa sohilaa
ਸਤਿਗੁਰੂ ਸੁਣਾਇਆ॥	satguroo sunaa-i-aa.
ਏਹੁ ਤਿਨ ਕੈ ਮੰਨਿ ਵਸਿਆ,	ayhu tin kai man vasi-aa
ਜਿਨ ਧੁਰਹੁ ਲਿਖਿਆ ਆਇਆ॥	jin Dharahu likhi-aa aa-i-aa.
ਇਕਿ ਫਿਰਹਿ ਘਨੇਰੇ, ਕਰਹਿ ਗਲਾ,	ik fireh ghanayray karahi galaa
ਗਲੀ ਕਿਨੈ ਨ ਪਾਇਆ॥	galee kinai na paa-i-aa.
ਕਹੈ ਨਾਨਕੁ ਸਬਦੁ ਸੋਹਿਲਾ,	kahai naanak sabad sohilaa
ਸਤਿਗੁਰੂ ਸੁਣਾਇਆ॥੧੬॥	satguroo sunaa-i-aa. ||16||
ਪਵਿਤੁ ਹੋਏ ਸੇ ਜਨਾ,	pavit ho-ay say janaa jinee har
ਜਿਨੀ ਹਰਿ ਧਿਆਇਆ॥	Dhi-aa-i-aa.
ਹਰਿ ਧਿਆਇਆ ਪਵਿਤੁ ਹੋਏ,	har Dhi-aa-i-aa pavit ho-ay
ਗੁਰਮੁਖਿ ਜਿਨੀ ਧਿਆਇਆ॥	gurmukh jinee Dhi-aa-i-aa.
ਪਵਿਤੁ ਮਾਤਾ, ਪਿਤਾ, ਕੁਟੰਬ, ਸਹਿਤ ਸਿਉ,	pavit maataa pitaa kutamb sahit si-o
ਪਵਿਤੁ ਸੰਗਤਿ ਸਬਾਈਆ॥	pavit sangat sabaa-ee-aa.
ਕਹਦੇ ਪਵਿਤੁ, ਸੁਣਦੇ ਪਵਿਤੁ, ਸੇ ਪਵਿਤੁ,	kahday pavit sunday pavit say pavit
ਜਿਨੀ ਮੰਨਿ ਵਸਾਇਆ॥	jinee man vasaa-i-aa.
ਕਹੈ ਨਾਨਕੁ ਸੇ ਪਵਿਤੁ, ਜਿਨੀ ਗੁਰਮੁਖਿ,	kahai naanak say pavit jinee gurmukh
ਹਰਿ ਹਰਿ ਧਿਆਇਆ॥੧੭॥	har har Dhi-aa-i-aa. ||17||

ਕਰਮੀ ਸਹਜੁ ਨ ਊਪਜੈ,	karmee sahj na oopjai
ਵਿਣੁ ਸਹਜੈ ਸਹਸਾ ਨ ਜਾਇ॥	vin sahjai sahsaa na jaa-ay.
ਨਹ ਜਾਇ ਸਹਸਾ, ਕਿਤੈ ਸੰਜਮਿ,	nah jaa-ay sahsaa kitai sanjam
ਰਹੇ ਕਰਮ ਕਮਾਏ॥	rahay karam kamaa-ay.
ਸਹਸੈ ਜੀਉ, ਮਲੀਣੁ ਹੈ,	sahsai jee-o maleen hai
ਕਿਤੁ ਸੰਜਮਿ ਧੋਤਾ ਜਾਏ॥	kit sanjam Dhotaa jaa-ay.
ਮੰਨੁ ਧੋਵਹੁ ਸਬਦਿ ਲਾਗਹੁ,	man Dhovahu sabad laagahu
ਹਰਿ ਸਿਉ ਰਹਹੁ ਚਿਤੁ ਲਾਇ॥	har si-o rahhu chit laa-ay.
ਕਹੈ ਨਾਨਕੁ ਗੁਰ ਪਰਸਾਦੀ,	kahai naanak gur parsaadee
ਸਹਜੁ ਉਪਜੈ, ਇਹੁ ਸਹਸਾ ਇਵ ਜਾਇ॥੧੮॥	sahj upjai ih sahsaa iv jaa-ay. ||18||
ਜੀਅਹੁ ਮੈਲੇ, ਬਾਹਰਹੁ ਨਿਰਮਲ॥	jee-ahu mailay baahrahu nirmal.
ਬਾਹਰਹੁ ਨਿਰਮਲ, ਜੀਅਹੁ ਤ ਮੈਲੇ,	baahrahu nirmal jee-ahu ta mailay
ਤਿਨੀ ਜਨਮੁ ਜੂਐ ਹਾਰਿਆ॥	tinee janam joo-ai haari-aa.
ਏਹ ਤਿਸਨਾ ਵਡਾ ਰੋਗੁ ਲਗਾ,	ayh tisnaa vadaa rog lagaa
ਮਰਣੁ ਮਨਹੁ ਵਿਸਾਰਿਆ॥	maran manhu visaari-aa.
ਵੇਦਾ ਮਹਿ ਨਾਮੁ ਉਤਮੁ, ਸੋ ਸੁਣਹਿ ਨਾਹੀ,	vaydaa meh naam utam so suneh naahee
ਫਿਰਹਿ ਜਿਉ ਬੇਤਾਲਿਆ॥	fireh ji-o baytaali-aa.
ਕਹੈ ਨਾਨਕੁ ਜਿਨ ਸਚੁ ਤਜਿਆ, ਕੂੜੇ ਲਾਗੇ,	kahai naanak jin sach taji-aa koorhay laagay
ਤਿਨੀ ਜਨਮੁ ਜੂਐ ਹਾਰਿਆ॥੧੯॥	tinee janam joo-ai haari-aa. ||19||
ਜੀਅਹੁ ਨਿਰਮਲ, ਬਾਹਰਹੁ ਨਿਰਮਲ॥	jee-ahu nirmal baahrahu nirmal.
ਬਾਹਰਹੁ ਤ ਨਿਰਮਲ, ਜੀਅਹੁ ਨਿਰਮਲ,	baahrahu ta nirmal jee-ahu nirmal
ਸਤਿਗੁਰ ਤੇ ਕਰਣੀ ਕਮਾਣੀ॥	satgur tay karnee kamaanee.
ਕੂੜ ਕੀ ਸੋਇ ਪਹੁਚੈ ਨਾਹੀ,	koorh kee so-ay pahuchai naahee
ਮਨਸਾ ਸਚਿ ਸਮਾਣੀ॥	mansaa sach samaanee.
ਜਨਮੁ ਰਤਨੁ ਜਿਨੀ ਖਟਿਆ,	janam ratan jinee khati-aa
ਭਲੇ ਸੇ ਵਣਜਾਰੇ॥	bhalay say vanjaaray.
ਕਹੈ ਨਾਨਕੁ ਜਿਨ ਮੰਨੁ ਨਿਰਮਲੁ,	kahai naanak jin man nirmal
ਸਦਾ ਰਹਹਿ ਗੁਰ ਨਾਲੇ॥੨੦॥	sadaa raheh gur naalay. ||20||
ਜੇ ਕੋ ਸਿਖੁ ਗੁਰੂ ਸੇਤੀ, ਸਨਮੁਖੁ ਹੋਵੈ॥	jay ko sikh guroo saytee sanmukh hovai.
ਹੋਵੈ ਤ ਸਨਮੁਖੁ, ਸਿਖੁ ਕੋਈ,	hovai ta sanmukh sikh ko-ee
ਜੀਅਹੁ ਰਹੈ ਗੁਰ ਨਾਲੇ॥	jee-ahu rahai gur naalay.
ਗੁਰ ਕੇ ਚਰਨ ਹਿਰਦੈ ਧਿਆਏ,	gur kay charan hirdai Dhi-aa-ay
ਅੰਤਰ ਆਤਮੈ ਸਮਾਲੇ॥	antar aatmai samaalay.
ਆਪੁ ਛਡਿ, ਸਦਾ ਰਹੈ ਪਰਣੈ,	aap chhad sadaa rahai parnai
ਗੁਰ ਬਿਨੁ ਅਵਰੁ ਨ ਜਾਣੈ ਕੋਏ॥	gur bin avar na jaanai ko-ay.
ਕਹੈ ਨਾਨਕੁ ਸੁਣਹੁ ਸੰਤਹੁ,	kahai naanak sunhu santahu
ਸੋ ਸਿਖੁ ਸਨਮੁਖੁ ਹੋਏ॥੨੧॥	so sikh sanmukh ho-ay. ||21||
ਜੇ ਕੋ ਗੁਰ ਤੇ ਵੇਮੁਖੁ ਹੋਵੈ,	jay ko gur tay vaimukh hovai
ਬਿਨੁ ਸਤਿਗੁਰ ਮੁਕਤਿ ਨ ਪਾਵੈ॥	bin satgur mukat na paavai.
ਪਾਵੈ ਮੁਕਤਿ ਨ ਹੋਰ ਥੈ ਕੋਈ,	paavai mukat na hor thai ko-ee
ਪੁਛਹੁ ਬਿਬੇਕੀਆ ਜਾਏ॥	puchhahu bibaykee-aa jaa-ay.
ਅਨੇਕ ਜੂਨੀ ਭਰਮਿ ਆਵੈ,	anayk joonee bharam aavai
ਵਿਣੁ ਸਤਿਗੁਰ ਮੁਕਤਿ ਨ ਪਾਏ॥	vin satgur mukat na paa-ay.
ਫਿਰਿ ਮੁਕਤਿ ਪਾਏ, ਲਾਗਿ ਚਰਣੀ,	fir mukat paa-ay laag charnee
ਸਤਿਗੁਰੂ ਸਬਦੁ ਸੁਣਾਏ॥	satguroo sabad sunaa-ay.
ਕਹੈ ਨਾਨਕੁ ਵੀਚਾਰਿ ਦੇਖਹੁ,	kahai naanak veechaar daykhhu vin
ਵਿਣੁ ਸਤਿਗੁਰ ਮੁਕਤਿ ਨ ਪਾਏ॥੨੨॥	satgur mukat na paa-ay. ||22||

ਆਵਹੁ ਸਿਖ, ਸਤਿਗੁਰੂ ਕੇ ਪਿਆਰਿਹੋ,	aavhu sikh satguroo kay pi-aariho
ਗਾਵਹੁ ਸਚੀ ਬਾਣੀ॥	gaavhu sachee banee.
ਬਾਣੀ ਤ ਗਾਵਹੁ ਗੁਰੂ ਕੇਰੀ,	banee ta gaavhu guroo kayree
ਬਾਣੀਆ ਸਿਰਿ ਬਾਣੀ॥	baanee-aa sir banee.
ਜਿਨ ਕਉ ਨਦਰਿ ਕਰਮੁ ਹੋਵੈ,	jin ka-o nadar karam hovai
ਹਿਰਦੈ ਤਿਨਾ ਸਮਾਣੀ॥	hirdai tinaa samaanee.
ਪੀਵਹੁ ਅੰਮ੍ਰਿਤੁ, ਸਦਾ ਰਹਹੁ, ਹਰਿ ਰੰਗਿ,	peevhu amrit sadaa rahhu har rang
ਜਪਿਹੁ ਸਾਰਿਗਪਾਣੀ॥	japihu saarigpaanee.
ਕਹੈ ਨਾਨਕੁ ਸਦਾ ਗਾਵਹੁ,	kahai naanak sadaa gaavhu
ਏਹ ਸਚੀ ਬਾਣੀ॥੨੩॥	ayh sachee banee. ||23||
ਸਤਿਗੁਰੂ ਬਿਨਾ ਹੋਰ ਕਚੀ ਹੈ ਬਾਣੀ॥	satguroo binaa hor kachee hai banee.
ਬਾਣੀ ਤ ਕਚੀ ਸਤਿਗੁਰੂ ਬਾਝਹੁ,	banee ta kachee satguroo baajhahu
ਹੋਰ ਕਚੀ ਬਾਣੀ॥	hor kachee banee.
ਕਹਦੇ ਕਚੇ, ਸੁਣਦੇ ਕਚੇ,	kahday kachay sunday kachay
ਕਚੀ ਆਖਿ ਵਖਾਣੀ॥	kacheeN aakh vakhaanee.
ਹਰਿ ਹਰਿ ਨਿਤ ਕਰਹਿ ਰਸਨਾ,	har har nit karahi rasnaa
ਕਹਿਆ ਕਛੂ ਨ ਜਾਣੀ॥	kahi-aa kachhoo na jaanee.
ਚਿਤੁ ਜਿਨ ਕਾ ਹਿਰਿ ਲਇਆ,	chit jin kaa hir la-i-aa
ਮਾਇਆ ਬੋਲਨਿ ਪਏ ਰਵਾਣੀ॥	maa-i-aa bolan pa-ay ravaanee.
ਕਹੈ ਨਾਨਕੁ ਸਤਿਗੁਰੂ ਬਾਝਹੁ,	kahai naanak satguroo baajhahu
ਹੋਰ ਕਚੀ ਬਾਣੀ॥੨੪॥	hor kachee banee. ||24||
ਗੁਰ ਕਾ ਸਬਦੁ ਰਤੰਨੁ ਹੈ,	gur kaa sabad ratann hai
ਹੀਰੇ ਜਿਤੁ ਜੜਾਉ॥	heeray jit jarhaa-o.
ਸਬਦੁ ਰਤਨੁ ਜਿਤੁ ਮੰਨੁ ਲਾਗਾ,	sabad ratan jit man laagaa
ਏਹੁ ਹੋਆ ਸਮਾਉ॥	ayhu ho-aa samaa-o.
ਸਬਦ ਸੇਤੀ ਮਨੁ ਮਿਲਿਆ,	sabad saytee man mili-aa
ਸਚੈ ਲਾਇਆ ਭਾਉ॥	sachai laa-i-aa bhaa-o.
ਆਪੇ ਹੀਰਾ ਰਤਨੁ ਆਪੇ,	aapay heeraa ratan aapay
ਜਿਸ ਨੋ ਦੇਇ ਬੁਝਾਇ॥	jis no day-ay bujhaa-ay.
ਕਹੈ ਨਾਨਕੁ ਸਬਦੁ ਰਤਨੁ ਹੈ,	kahai naanak sabad ratan hai
ਹੀਰਾ ਜਿਤੁ ਜੜਾਉ॥੨੫॥	heeraa jit jarhaa-o. ||25||
ਸਿਵ ਸਕਤਿ ਆਪਿ ਉਪਾਇ ਕੈ,	siv sakat aap upaa-ay kai
ਕਰਤਾ ਆਪੇ ਹੁਕਮੁ ਵਰਤਾਏ॥	kartaa aapay hukam vartaa-ay.
ਹੁਕਮੁ ਵਰਤਾਏ ਆਪਿ ਵੇਖੈ,	hukam vartaa-ay aap vaykhai
ਗੁਰਮੁਖਿ ਕਿਸੈ ਬੁਝਾਏ॥	gurmukh kisai bujhaa-ay.
ਤੋੜੇ ਬੰਧਨ, ਹੋਵੈ ਮੁਕਤੁ,	torhay banDhan hovai mukat
ਸਬਦੁ ਮੰਨਿ ਵਸਾਏ॥	sabad man vasaa-ay.
ਗੁਰਮੁਖਿ ਜਿਸ ਨੋ ਆਪਿ ਕਰੇ,	gurmukh jis no aap karay so
ਸੁ ਹੋਵੈ ਏਕਸ ਸਿਉ ਲਿਵ ਲਾਏ॥	hovai aykas si-o liv laa-ay.
ਕਹੈ ਨਾਨਕੁ ਆਪਿ ਕਰਤਾ,	kahai naanak aap kartaa
ਆਪੇ ਹੁਕਮੁ ਬੁਝਾਏ॥੨੬॥	aapay hukam bujhaa-ay. ||26||
ਸਿਮ੍ਰਿਤਿ, ਸ਼ਾਸਤਰ, ਪੁੰਨ, ਪਾਪ ਬੀਚਾਰਦੇ,	simrit saastar punn paap beechaarday
ਤਤੈ ਸਾਰ ਨ ਜਾਣੀ॥	tatai saar na jaanee.
ਤਤੈ ਸਾਰ ਨ ਜਾਣੀ, ਗੁਰੂ ਬਾਝਹੁ,	tatai saar na jaanee guroo baajhahu
ਤਤੈ ਸਾਰ ਨ ਜਾਣੀ॥	tatai saar na jaanee.
ਤਿਹੀ ਗੁਣੀ, ਸੰਸਾਰੁ ਭ੍ਰਮਿ ਸੁਤਾ,	tihee gunee sansaar bharam sutaa
ਸੁਤਿਆ ਰੈਣਿ ਵਿਹਾਣੀ॥	suti-aa rain vihaanee.

ਗੁਰ ਕਿਰਪਾ ਤੇ ਸੇ ਜਨ ਜਾਗੇ,	gur kirpaa tay say jan jaagay
ਜਿਨਾ ਹਰਿ ਮਨਿ ਵਸਿਆ,	jinaa har man vasi-aa
ਬੋਲਹਿ ਅੰਮ੍ਰਿਤ ਬਾਣੀ॥	boleh amrit banee.
ਕਹੈ ਨਾਨਕੁ ਸੋ ਤਤੁ ਪਾਏ,	kahai naanak so tat paa-ay
ਜਿਸ ਨੋ ਅਨਦਿਨੁ ਹਰਿ ਲਿਵ ਲਾਗੈ,	jis no an-din har liv laagai
ਜਾਗਤ ਰੈਣਿ ਵਿਹਾਣੀ॥੨੭॥	jaagat rain vihaanee. ||27||
ਮਾਤਾ ਕੇ ਉਦਰ ਮਹਿ ਪ੍ਰਤਿਪਾਲ ਕਰੇ,	maataa kay udar meh partipaal karay
ਸੋ ਕਿਉ ਮਨਹੁ ਵਿਸਾਰੀਐ॥	so ki-o manhu visaaree-ai.
ਮਨਹੁ ਕਿਉ ਵਿਸਾਰੀਐ ਏਵਡੁ ਦਾਤਾ,	manhu ki-o visaaree-ai ayvad daataa
ਜਿ ਅਗਨਿ ਮਹਿ ਆਹਾਰੁ ਪਹੁਚਾਵਏ॥	je agan meh aahaar pahuchaava-ay.
ਓਸ ਨੋ ਕਿਹੁ ਪੋਹਿ ਨ ਸਕੀ,	os no kihu pohi na sakee
ਜਿਸ ਨਉ ਆਪਣੀ ਲਿਵ ਲਾਵਏ॥	jis na-o aapnee liv laav-ay.
ਆਪਣੀ ਲਿਵ ਆਪੇ ਲਾਏ,	aapnee liv aapay laa-ay
ਗੁਰਮੁਖਿ ਸਦਾ ਸਮਾਲੀਐ॥	gurmukh sadaa samaalee-ai.
ਕਹੈ ਨਾਨਕੁ ਏਵਡੁ ਦਾਤਾ,	kahai naanak ayvad daataa
ਸੋ ਕਿਉ ਮਨਹੁ ਵਿਸਾਰੀਐ॥੨੮॥	so ki-o manhu visaaree-ai. ||28||
ਜੈਸੀ ਅਗਨਿ ਉਦਰ ਮਹਿ,	jaisee agan udar meh
ਤੈਸੀ ਬਾਹਰਿ ਮਾਇਆ॥	taisee baahar maa-i-aa.
ਮਾਇਆ ਅਗਨਿ ਸਭ ਇਕੋ ਜੇਹੀ,	maa-i-aa agan sabh iko jayhee
ਕਰਤੈ ਖੇਲੁ ਰਚਾਇਆ॥	kartai khayl rachaa-i-aa.
ਜਾ ਤਿਸੁ ਭਾਣਾ ਤਾ ਜੰਮਿਆ,	jaa tis bhaanaa taa jammi-aa
ਪਰਵਾਰਿ ਭਲਾ ਭਾਇਆ॥	parvaar bhalaa bhaa-i-aa.
ਲਿਵ ਛੁੜਕੀ, ਲਗੀ ਤ੍ਰਿਸਨਾ,	liv chhurhkee lagee tarisnaa
ਮਾਇਆ ਅਮਰੁ ਵਰਤਾਇਆ॥	maa-i-aa amar vartaa-i-aa.
ਏਹ ਮਾਇਆ, ਜਿਤੁ ਹਰਿ ਵਿਸਰੈ,	ayh maa-i-aa jit har visrai
ਮੋਹੁ ਉਪਜੈ, ਭਾਉ ਦੂਜਾ ਲਾਇਆ॥	moh upjai bhaa-o doojaa laa-i-aa.
ਕਹੈ ਨਾਨਕੁ ਗੁਰ ਪਰਸਾਦੀ,	kahai naanak gur parsaadee
ਜਿਨਾ ਲਿਵ ਲਾਗੀ,	jinaa liv laagee
ਤਿਨੀ ਵਿਚੇ ਮਾਇਆ ਪਾਇਆ॥੨੯॥	tinee vichay maa-i-aa paa-i-aa. ||29||
ਹਰਿ ਆਪਿ ਅਮੁਲਕੁ ਹੈ,	har aap amulak hai
ਮੁਲਿ ਨ ਪਾਇਆ ਜਾਇ॥	mul na paa-i-aa jaa-ay.
ਮੁਲਿ ਨ ਪਾਇਆ ਜਾਇ ਕਿਸੈ,	mul na paa-i-aa jaa-ay kisai
ਵਿਟਹੁ ਰਹੇ ਲੋਕ ਵਿਲਲਾਇ॥	vitahu rahay lok villaa-ay.
ਐਸਾ ਸਤਿਗੁਰੁ ਜੇ ਮਿਲੈ,	aisaa satgur jay milai
ਤਿਸ ਨੋ ਸਿਰੁ ਸਉਪੀਐ,	tis no sir sa-upee-ai
ਵਿਚਹੁ ਆਪੁ ਜਾਇ॥	vichahu aap jaa-ay.
ਜਿਸ ਦਾ ਜੀਉ, ਤਿਸੁ ਮਿਲਿ ਰਹੈ,	jis daa jee-o tis mil rahai
ਹਰਿ ਵਸੈ ਮਨਿ ਆਇ॥	har vasai man aa-ay.
ਹਰਿ ਆਪਿ ਅਮੁਲਕੁ ਹੈ,	har aap amulak hai
ਭਾਗ ਤਿਨਾ ਕੇ ਨਾਨਕਾ,	bhaag tinaa kay naankaa
ਜਿਨ ਹਰਿ ਪਲੈ ਪਾਇ॥੩੦॥	jin har palai paa-ay. ||30||
ਹਰਿ ਰਾਸਿ ਮੇਰੀ ਮਨੁ ਵਣਜਾਰਾ॥	har raas mayree man vanjaaraa.
ਹਰਿ ਰਾਸਿ ਮੇਰੀ ਮਨੁ ਵਣਜਾਰਾ,	har raas mayree man vanjaaraa
ਸਤਿਗੁਰ ਤੇ ਰਾਸਿ ਜਾਣੀ॥	satgur tay raas jaanee.
ਹਰਿ ਹਰਿ ਨਿਤ ਜਪਿਹੁ ਜੀਅਹੁ,	har har nit japihu jee-ahu
ਲਾਹਾ ਖਟਿਹੁ ਦਿਹਾੜੀ॥	laahaa khatihu dihaarhee.
ਏਹੁ ਧਨੁ ਤਿਨਾ ਮਿਲਿਆ,	ayhu Dhan tinaa mili-aa

ਜਿਨ ਹਰਿ ਆਪੇ ਭਾਣਾ॥	jin har aapay bhaanaa.
ਕਹੈ ਨਾਨਕੁ ਹਰਿ ਰਾਸਿ ਮੇਰੀ,	kahai naanak har raas mayree
ਮਨੁ ਹੋਆ ਵਣਜਾਰਾ॥੩੧॥	man ho-aa vanjaaraa. ||31||
ਏ ਰਸਨਾ, ਤੂ ਅਨ ਰਸਿ ਰਾਚਿ ਰਹੀ,	ay rasnaa too an ras raach rahee
ਤੇਰੀ ਪਿਆਸ ਨ ਜਾਇ॥	tayree pi-aas na jaa-ay.
ਪਿਆਸ ਨ ਜਾਇ ਹੋਰਤੁ ਕਿਤੈ,	pi-aas na jaa-ay horat kitai
ਜਿਚਰੁ ਹਰਿ ਰਸੁ ਪਲੈ ਨ ਪਾਇ॥	jichar har ras palai na paa-ay.
ਹਰਿ ਰਸੁ ਪਾਇ ਪਲੈ, ਪੀਐ ਹਰਿ ਰਸੁ,	har ras paa-ay palai pee-ai har ras ba-
ਬਹੁੜਿ ਨ ਤ੍ਰਿਸਨਾ ਲਾਗੈ ਆਇ॥	hurh na tarisnaa laagai aa-ay.
ਏਹੁ ਹਰਿ ਰਸੁ ਕਰਮੀ ਪਾਈਐ,	ayhu har ras karmee paa-ee-ai
ਸਤਿਗੁਰੁ ਮਿਲੈ ਜਿਸੁ ਆਇ॥	satgur milai jis aa-ay.
ਕਹੈ ਨਾਨਕੁ, ਹੋਰਿ ਅਨ ਰਸ ਸਭਿ ਵੀਸਰੇ,	kahai naanak hor an ras sabh veesray
ਜਾ ਹਰਿ ਵਸੈ ਮਨਿ ਆਇ॥੩੨॥	jaa har vasai man aa-ay. ||32||
ਏ ਸਰੀਰਾ ਮੇਰਿਆ,	ay sareeraa mayri-aa
ਹਰਿ ਤੁਮ ਮਹਿ ਜੋਤਿ ਰਖੀ,	har tum meh jot rakhee
ਤਾ ਤੂ ਜਗ ਮਹਿ ਆਇਆ॥	taa too jag meh aa-i-aa.
ਹਰਿ ਜੋਤਿ ਰਖੀ ਤੁਧੁ ਵਿਚਿ,	har jot rakhee tuDh vich
ਤਾ ਤੂ ਜਗ ਮਹਿ ਆਇਆ॥	taa too jag meh aa-i-aa.
ਹਰਿ ਆਪੇ ਮਾਤਾ ਆਪੇ ਪਿਤਾ,	har aapay maataa aapay pitaa
ਜਿਨਿ, ਜੀਉ ਉਪਾਇ ਜਗਤੁ ਦਿਖਾਇਆ॥	jin jee-o upaa-ay jagat dikhaa-i-aa.
ਗੁਰ ਪਰਸਾਦੀ ਬੁਝਿਆ, ਤਾ ਚਲਤੁ ਹੋਆ,	gur parsaadee bujhi-aa taa chalat ho-aa
ਚਲਤੁ ਨਦਰੀ ਆਇਆ॥	chalat nadree aa-i-aa.
ਕਹੈ ਨਾਨਕੁ ਸ੍ਰਿਸਟਿ ਕਾ ਮੂਲੁ ਰਚਿਆ,	kahai naanak sarisat kaa mool rachi-aa
ਜੋਤਿ ਰਾਖੀ ਤਾ ਤੂ ਜਗ ਮਹਿ ਆਇਆ॥੩੩॥	jot raakhee taa too jag meh aa-i-aa. ||33||
ਮਨਿ ਚਾਉ ਭਇਆ,	man chaa-o bha-i-aa
ਪ੍ਰਭ ਆਗਮੁ ਸੁਣਿਆ॥	parabh aagam suni-aa.
ਹਰਿ ਮੰਗਲੁ ਗਾਉ ਸਖੀ,	har mangal gaa-o sakhee
ਗ੍ਰਿਹੁ ਮੰਦਰੁ ਬਣਿਆ॥	garihu mandar bani-aa.
ਹਰਿ ਗਾਉ ਮੰਗਲੁ ਨਿਤ ਸਖੀਏ,	har gaa-o mangal nit sakhee-ay
ਸੋਗੁ ਦੂਖੁ ਨ ਵਿਆਪਏ॥	sog dookh na vi-aapa-ay.
ਗੁਰ ਚਰਨ ਲਾਗੇ, ਦਿਨ ਸਭਾਗੇ,	gur charan laagay din sabhaagay
ਆਪਣਾ ਪਿਰੁ ਜਾਪਏ॥	aapnaa pir jaap-ay.
ਅਨਹਤ ਬਾਣੀ, ਗੁਰ ਸਬਦਿ ਜਾਣੀ,	anhat banee gur sabad jaanee
ਹਰਿ ਨਾਮੁ ਹਰਿ ਰਸੁ ਭੋਗੋ॥	har naam har ras bhogo.
ਕਹੈ ਨਾਨਕੁ ਪ੍ਰਭੁ ਆਪਿ ਮਿਲਿਆ,	kahai naanak parabh aap mili-aa
ਕਰਣ ਕਾਰਣ ਜੋਗੋ॥੩੪॥	karan kaaran jogo. ||34||
ਏ ਸਰੀਰਾ ਮੇਰਿਆ, ਇਸੁ ਜਗ ਮਹਿ ਆਇ ਕੈ,	ay sareeraa mayri-aa is jag meh aa-ay kai
ਕਿਆ ਤੁਧੁ ਕਰਮ ਕਮਾਇਆ॥	ki-aa tuDh karam kamaa-i-aa.
ਕਿ ਕਰਮ ਕਮਾਇਆ ਤੁਧੁ ਸਰੀਰਾ,	ke karam kamaa-i-aa tuDh sareeraa jaa
ਜਾ ਤੂ ਜਗ ਮਹਿ ਆਇਆ॥	too jag meh aa-i-aa.
ਜਿਨਿ ਹਰਿ ਤੇਰਾ ਰਚਨੁ ਰਚਿਆ,	jin har tayraa rachan rachi-aa
ਸੋ ਹਰਿ ਮਨਿ ਨ ਵਸਾਇਆ॥	so har man na vasaa-i-aa.
ਗੁਰ ਪਰਸਾਦੀ, ਹਰਿ ਮੰਨਿ ਵਸਿਆ,	gur parsaadee har man vasi-aa
ਪੂਰਬਿ ਲਿਖਿਆ ਪਾਇਆ॥	poorab likhi-aa paa-i-aa.
ਕਹੈ ਨਾਨਕੁ ਏਹੁ ਸਰੀਰੁ ਪਰਵਾਣੁ ਹੋਆ,	kahai naanak ayhu sareer parvaan ho-aa
ਜਿਨਿ ਸਤਿਗੁਰ ਸਿਉ ਚਿਤੁ ਲਾਇਆ॥੩੫॥	jin satgur si-o chit laa-i-aa. ||35||

ਏ ਨੇਤ੍ਰਹੁ ਮੇਰਿਹੋ,	ay naytarahu mayriho
ਹਰਿ ਤੁਮ ਮਹਿ ਜੋਤਿ ਧਰੀ,	har tum meh jot Dharee
ਹਰਿ ਬਿਨੁ ਅਵਰੁ ਨ ਦੇਖਹੁ ਕੋਈ॥	har bin avar na daykhhu ko-ee.
ਹਰਿ ਬਿਨੁ ਅਵਰੁ ਨ ਦੇਖਹੁ ਕੋਈ,	har bin avar na daykhhu ko-ee
ਨਦਰੀ ਹਰਿ ਨਿਹਾਲਿਆ॥	nadree har nihaali-aa.
ਏਹੁ ਵਿਸੁ ਸੰਸਾਰੁ ਤੁਮ ਦੇਖਦੇ,	ayhu vis sansaar tum daykh-day
ਏਹੁ ਹਰਿ ਕਾ ਰੂਪੁ ਹੈ,	ayhu har kaa roop hai
ਹਰਿ ਰੂਪੁ ਨਦਰੀ ਆਇਆ॥	har roop nadree aa-i-aa.
ਗੁਰ ਪਰਸਾਦੀ ਬੁਝਿਆ,	gur parsaadee bujhi-aa
ਜਾ ਵੇਖਾ ਹਰਿ ਇਕੁ ਹੈ,	jaa vaykhaa har ik hai
ਹਰਿ ਬਿਨੁ ਅਵਰੁ ਨ ਕੋਈ॥	har bin avar na ko-ee.
ਕਹੈ ਨਾਨਕੁ ਏਹਿ ਨੇਤ੍ਰ ਅੰਧ ਸੇ,	kahai naanak ayhi naytar anDh say
ਸਤਿਗੁਰਿ ਮਿਲਿਐ ਦਿਬ ਦ੍ਰਿਸਟਿ ਹੋਈ॥੩੬॥	satgur mili-ai dib darisat ho-ee. ||36||
ਏ ਸ੍ਰਵਣਹੁ ਮੇਰਿਹੋ,	ay sarvanhu mayriho
ਸਾਚੈ ਸੁਨਣੈ ਨੋ ਪਠਾਏ॥	saachai sunnai no pathaa-ay.
ਸਾਚੈ ਸੁਨਣੈ ਨੋ ਪਠਾਏ, ਸਰੀਰਿ ਲਾਏ,	saachai sunnai no pathaa-ay sareer laa-ay
ਸੁਣਹੁ ਸਤਿ ਬਾਣੀ॥	sunhu sat banee.
ਜਿਤੁ ਸੁਣੀ ਮਨੁ ਤਨੁ ਹਰਿਆ ਹੋਆ,	jit sunee man tan hari-aa ho-aa
ਰਸਨਾ ਰਸਿ ਸਮਾਣੀ॥	rasnaa ras samaanee.
ਸਚੁ ਅਲਖ ਵਿਡਾਣੀ,	sach alakh vidaanee
ਤਾ ਕੀ ਗਤਿ ਕਹੀ ਨ ਜਾਏ॥	taa kee gat kahee na jaa-ay.
ਕਹੈ ਨਾਨਕੁ ਅੰਮ੍ਰਿਤ ਨਾਮੁ	kahai naanak amrit naam
ਸੁਣਹੁ, ਪਵਿੱਤਰ ਹੋਵਹੁ,	sunhu pavitar hovhu
ਸਾਚੈ ਸੁਨਣੈ ਨੋ ਪਠਾਏ॥੩੭॥	saachai sunnai no pathaa-ay. ||37||
ਹਰਿ ਜੀਉ ਗੁਫਾ ਅੰਦਰਿ ਰਖਿ ਕੈ,	har jee-o gufaa andar rakh kai
ਵਾਜਾ ਪਵਣੁ ਵਜਾਇਆ॥	vaajaa pavan vajaa-i-aa.
ਵਜਾਇਆ ਵਾਜਾ ਪਉਣ,	vajaa-i-aa vaajaa pa-un
ਨਉ ਦੁਆਰੇ ਪਰਗਟੁ ਕੀਏ,	na-o du-aaray pargat kee-ay
ਦਸਵਾ ਗੁਪਤੁ ਰਖਾਇਆ॥	dasvaa gupat rakhaa-i-aa.
ਗੁਰਦੁਆਰੈ ਲਾਇ ਭਾਵਨੀ,	gurdu-aarai laa-ay bhaavnee
ਇਕਨਾ ਦਸਵਾ ਦੁਆਰੁ ਦਿਖਾਇਆ॥	iknaa dasvaa du-aar dikhaa-i-aa.
ਤਹ ਅਨੇਕ ਰੂਪ, ਨਾਉ, ਨਵ ਨਿਧਿ,	tah anayk roop naa-o nav niDh
ਤਿਸ ਦਾ ਅੰਤੁ ਨ ਜਾਈ ਪਾਇਆ॥	tis daa ant na jaa-ee paa-i-aa.
ਕਹੈ ਨਾਨਕੁ ਹਰਿ ਪਿਆਰੈ ਜੀਉ,	kahai naanak har pi-aarai jee-o
ਗੁਫਾ ਅੰਦਰਿ ਰਖਿ ਕੈ	gufaa andar rakh kai
ਵਾਜਾ ਪਵਣੁ ਵਜਾਇਆ॥੩੮॥	vaajaa pavan vajaa-i-aa. ||38||
ਏਹੁ ਸਾਚਾ ਸੋਹਿਲਾ,	ayhu saachaa sohilaa
ਸਾਚੈ ਘਰਿ ਗਾਵਹੁ॥	saachai ghar gaavhu.
ਗਾਵਹੁ ਤ ਸੋਹਿਲਾ, ਘਰਿ ਸਾਚੈ,	gaavhu ta sohilaa ghar saachai
ਜਿਥੈ ਸਦਾ ਸਚੁ ਧਿਆਵਹੇ॥	jithai sadaa sach Dhi-aavhay.
ਸਚੋ ਧਿਆਵਹਿ ਜਾ ਤੁਧੁ ਭਾਵਹਿ,	sacho Dhi-aavahi jaa tuDh bhaaveh
ਗੁਰਮੁਖਿ ਜਿਨਾ ਬੁਝਾਵਹੇ॥	gurmukh jinaa bujhaavhay.
ਇਹੁ ਸਚੁ ਸਭਨਾ ਕਾ ਖਸਮੁ ਹੈ,	ih sach sabhnaa kaa khasam hai
ਜਿਸੁ ਬਖਸ਼ੇ ਸੋ ਜਨੁ ਪਾਵਹੇ॥	jis bakhsay so jan paavhay.
ਕਹੈ ਨਾਨਕੁ ਸਚੁ ਸੋਹਿਲਾ,	kahai naanak sach sohilaa
ਸਚੈ ਘਰਿ ਗਾਵਹੇ॥੩੯॥ !	sachai ghar gaavhay. ||39||
ਅਨਦੁ ਸੁਣਹੁ ਵਡਭਾਗੀਹੋ,	anad sunhu vadbhaageeho

ਸਗਲ ਮਨੋਰਥ ਪੂਰੇ॥ — sagal manorath pooray.
ਪਾਰਬ੍ਰਹਮੁ ਪ੍ਰਭੁ ਪਾਇਆ, — paarbarahm parabh paa-i-aa
ਉਤਰੇ ਸਗਲ ਵਿਸੂਰੇ॥ — utray sagal visooray.
ਦੂਖ ਰੋਗ ਸੰਤਾਪ ਉਤਰੇ, — dookh rog santaap utray
ਸੁਣੀ ਸਚੀ ਬਾਣੀ॥ — sunee sachee banee.
ਸੰਤ ਸਾਜਨ ਭਏ ਸਰਸੇ, — sant saajan bha-ay sarsay
ਪੂਰੇ ਗੁਰ ਤੇ ਜਾਣੀ॥ — pooray gur tay jaanee.
ਸੁਣਤੇ ਪੁਨੀਤ, ਕਹਤੇ ਪਵਿਤੁ, — suntay puneet kahtay pavit
ਸਤਿਗੁਰੁ ਰਹਿਆ ਭਰਪੂਰੇ॥ — satgur rahi-aa bharpooray.
ਬਿਨਵੰਤਿ ਨਾਨਕੁ ਗੁਰ ਚਰਣ ਲਾਗੇ, — binvant naanak gur charan laagay
ਵਾਜੇ ਅਨਹਦ ਤੂਰੇ॥੪੦॥੧॥ — vaajay anhad tooray. ||40||1||

☬ ਮੁੰਦਾਵਣੀ ☬

ਮੁੰਦਾਵਣੀ ਮਹਲਾ ੫॥ 1429-11 -W

ਥਾਲ ਵਿਚਿ ਤਿੰਨਿ ਵਸਤੂ ਪਈਓ, — thaal vich tinn vastoo pa-ee-o
ਸਤੁ ਸੰਤੋਖੁ ਵੀਚਾਰੋ॥ — sat santokh veechaaro.
ਅੰਮ੍ਰਿਤ ਨਾਮੁ ਠਾਕੁਰ ਕਾ ਪਇਓ, — amrit naam thaakur kaa pa-i-o
ਜਿਸ ਕਾ ਸਭਸੁ ਅਧਾਰੋ॥ — jis kaa sabhas aDhaaro.
ਜੇ ਕੋ ਖਾਵੈ, ਜੇ ਕੋ ਭੁੰਚੈ, — jay ko khaavai jay ko bhunchai
ਤਿਸ ਕਾ ਹੋਇ ਉਧਾਰੋ॥ — tis kaa ho-ay uDhaaro.
ਏਹ ਵਸਤੁ ਤਜੀ ਨਹ ਜਾਈ, — ayh vasat tajee nah jaa-ee
ਨਿਤ ਨਿਤ ਰਖੁ ਉਰਿ ਧਾਰੋ॥ — nit nit rakh ur Dhaaro.
ਤਮ ਸੰਸਾਰੁ ਚਰਨ ਲਗਿ ਤਰੀਐ, — tam sansaar charan lag taree-ai
ਸਭੁ ਨਾਨਕ ਬ੍ਰਹਮ ਪਸਾਰੋ॥੧॥ — sabh naanak barahm pasaaro. ||1||

ਸਲੋਕ ਮਹਲਾ ੫॥ **(1429-14)**

ਤੇਰਾ ਕੀਤਾ ਜਾਤੋ ਨਾਹੀ, — tayraa keetaa jaato naahee
ਮੈਨੋ ਜੋਗੁ ਕੀਤੋਈ॥ — maino jog keeto-ee.
ਮੈ ਨਿਰਗੁਣਿਆਰੇ ਕੋ ਗੁਣੁ ਨਾਹੀ, — mai nirguni-aaray ko gun naahee aa-
ਆਪੇ ਤਰਸੁ ਪਇਓਈ॥ — pay taras pa-i-o-ee.
ਤਰਸੁ ਪਇਆ ਮਿਹਰਾਮਤਿ ਹੋਈ, — taras pa-i-aa mihraamat ho-ee
ਸਤਿਗੁਰੁ ਸਜਣੁ ਮਿਲਿਆ॥ — satgur sajan mili-aa.
ਨਾਨਕ ਨਾਮੁ ਮਿਲੈ ਤਾ ਜੀਵਾਂ, — naanak naam milai taaN jeevaaN
ਤਨੁ ਮਨੁ ਥੀਵੈ ਹਰਿਆ॥੧॥ — tan man theevai hari-aa. ||1||

☬ ਰਹਰਾਸਿ ਸਾਹਿਬ ☬

1. **ਆਸਾ ਮਹਲਾ ੪॥** 451-5

ਹਰਿ ਜੁਗੁ ਜੁਗੁ ਭਗਤ ਉਪਾਇਆ,	har jug jug bhagat upaa-i-aa
ਪੈਜ ਰਖਦਾ ਆਇਆ ਰਾਮ ਰਾਜੇ॥	paij rakh-daa aa-i-aa raam raajay.
ਹਰਣਾਖਸੁ ਦੁਸਟੁ ਹਰਿ ਮਾਰਿਆ,	harnaakhas dusat har maari-aa
ਪ੍ਰਹਲਾਦੁ ਤਰਾਇਆ॥	parahlaad taraa-i-aa.
ਅਹੰਕਾਰੀਆ ਨਿੰਦਕਾ ਪਿਠਿ ਦੇਇ,	ahaNkaaree-aa nindkaa pith day-ay
ਨਾਮਦੇਉ ਮੁਖਿ ਲਾਇਆ॥	naamday-o mukh laa-i-aa.
ਜਨ ਨਾਨਕ ਐਸਾ ਹਰਿ ਸੇਵਿਆ,	jan naanak aisaa har sayvi-aa
ਅੰਤਿ ਲਏ ਛਡਾਇਆ॥੪॥੧੩॥੨੦॥	ant la-ay chhadaa-i-aa. ||4||13||20||

2. **ਸਲੋਕ ਮਃ ੧॥** 1291-13

ਧੰਨੁ ਸੁ ਕਾਗਦੁ ਕਲਮ ਧੰਨੁ	Dhan so kaagad kalam Dhan
ਧਨੁ ਭਾਂਡਾ ਧਨੁ ਮਸੁ॥	Dhan bhaaNdaa Dhan mas.
ਧਨੁ ਲੇਖਾਰੀ ਨਾਨਕਾ	Dhan laykhaaree naankaa
ਜਿਨਿ ਨਾਮੁ ਲਿਖਾਇਆ ਸਚੁ॥੧॥	jin naam likhaa-i-aa sach. ||1||
ਮਃ ੧॥	mehlaa 1.
ਆਪੇ ਪਟੀ ਕਲਮ ਆਪਿ	aapay patee kalam aap
ਉਪਰਿ ਲੇਖੁ ਭਿ ਤੂੰ॥	upar laykh bhe tooN.
ਏਕੋ ਕਹੀਐ ਨਾਨਕਾ	ayko kahee-ai naankaa
ਦੂਜਾ ਕਾਹੇ ਕੂ॥੨॥	doojaa kaahay koo. ||2||

3. **ਸਲੋਕ**

ਦੂਜਾ ਕਾਹੇ ਸਿਮਰੀਐ	dUjw kwhY ismrIAY
ਜੰਮੈ ਤੇ ਮਰ ਜਾਇ॥	jMmY qy mr jwie]
ਏਕੋ ਸਿਮਰੋ ਨਾਨਕਾ	eyko ismro nwnkw
ਜਲ ਥਲ ਰਹਿਆ ਸਮਾਇ॥	jl Ql rihAw smwie]

4. **ਸਲੋਕੁ ਮਃ ੧॥** 469-9

ਦੁਖੁ ਦਾਰੂ ਸੁਖੁ ਰੋਗੁ ਭਇਆ	dukh daaroo sukh rog bha-i-aa
ਜਾ ਸੁਖੁ ਤਾਮਿ ਨ ਹੋਈ॥	jaa sukh taam na ho-ee.
ਤੂੰ ਕਰਤਾ ਕਰਣਾ ਮੈ ਨਾਹੀ	tooN kartaa karnaa mai naahee
ਜਾ ਹਉ ਕਰੀ ਨ ਹੋਈ॥੧॥	jaa ha-o karee na ho-ee. ||1||
ਬਲਿਹਾਰੀ ਕੁਦਰਤਿ ਵਸਿਆ॥	balihaaree kudrat vasi-aa.
ਤੇਰਾ ਅੰਤੁ ਨ ਜਾਈ ਲਖਿਆ॥੧॥	tayraa ant na jaa-ee lakhi-aa. ||1||
ਰਹਾਉ॥	rahaa-o.
ਜਾਤਿ ਮਹਿ ਜੋਤਿ ਜੋਤਿ ਮਹਿ ਜਾਤਾ,	jaat meh jot jot meh jaataa
ਅਕਲ ਕਲਾ ਭਰਪੂਰਿ ਰਹਿਆ॥	akal kalaa bharpoor rahi-aa.
ਤੂੰ ਸਚਾ ਸਾਹਿਬੁ ਸਿਫਤਿ ਸੁਆਲਿਉ,	tooN sachaa saahib sifat su-aaliha-o
ਜਿਨਿ ਕੀਤੀ ਸੋ ਪਾਰਿ ਪਇਆ॥	jin keetee so paar pa-i-aa.
ਕਹੁ ਨਾਨਕ ਕਰਤੇ ਕੀਆ ਬਾਤਾ,	kaho naanak kartay kee-aa baataa
ਜੋ ਕਿਛੁ ਕਰਣਾ ਸੁ ਕਰਿ ਰਹਿਆ॥੨॥	jo kichh karnaa so kar rahi-aa. ||2||

5. **ਦਰਬਾਰ ਕਿਸਤਰ੍ਹਾਂ ਦਾ, ਉਸ ਵਿੱਚ ਕੌਣ, ਕੀ ਕਰਦੇ ਹਨ Splendor His throne?**

ਸੋ ਦਰੁ ਕੇਹਾ ਸੋ ਘਰੁ ਕੇਹਾ	so dar kayhaa so ghar kayhaa,
ਜਿਤੁ ਬਹਿ ਸਰਬ ਸਮਾਲੇ॥	jit bahi sarab samaalay.
ਵਾਜੇ ਨਾਦ ਅਨੇਕ ਅਸੰਖਾ	vaajay naad anayk asankhaa,
ਕੇਤੇ ਵਾਵਣਹਾਰੇ॥	kaytay vaavanhaaray.

ਕੇਤੇ ਰਾਗ ਪਰੀ ਸਿਉ ਕਹੀਅਨਿ
ਕੇਤੇ ਗਾਵਣਹਾਰੇ॥
ਗਾਵਹਿ ਤੁਹਨੋ ਪਉਣੁ ਪਾਣੀ ਬੈਸੰਤਰੁ,
ਗਾਵੈ ਰਾਜਾ ਧਰਮੁ ਦੁਆਰੇ॥
ਗਾਵਹਿ ਚਿਤੁ ਗੁਪਤੁ ਲਿਖਿ ਜਾਣਹਿ,
ਲਿਖਿ ਲਿਖਿ ਧਰਮੁ ਵੀਚਾਰੇ॥
ਗਾਵਹਿ ਈਸਰੁ ਬਰਮਾ ਦੇਵੀ
ਸੋਹਨਿ ਸਦਾ ਸਵਾਰੇ॥
ਗਾਵਹਿ ਇੰਦ ਇਦਾਸਣਿ ਬੈਠੇ
ਦੇਵਤਿਆ ਦਰਿ ਨਾਲੇ॥
ਗਾਵਹਿ ਸਿਧ ਸਮਾਧੀ ਅੰਦਰਿ
ਗਾਵਨਿ ਸਾਧ ਵਿਚਾਰੇ॥
ਗਾਵਨਿ ਜਤੀ ਸਤੀ ਸੰਤੋਖੀ
ਗਾਵਹਿ ਵੀਰ ਕਰਾਰੇ॥
ਗਾਵਨਿ ਪੰਡਿਤ ਪੜਨਿ ਰਖੀਸਰ
ਜੁਗੁ ਜੁਗੁ ਵੇਦਾ ਨਾਲੇ॥
ਗਾਵਹਿ ਮੋਹਣੀਆ ਮਨੁ ਮੋਹਨਿ
ਸੁਰਗਾ ਮਛ ਪਇਆਲੇ॥
ਗਾਵਨਿ ਰਤਨ ਉਪਾਏ ਤੇਰੇ
ਅਠਸਠਿ ਤੀਰਥ ਨਾਲੇ॥
ਗਾਵਹਿ ਜੋਧ ਮਹਾਬਲ ਸੂਰਾ
ਗਾਵਹਿ ਖਾਣੀ ਚਾਰੇ॥
ਗਾਵਹਿ ਖੰਡ ਮੰਡਲ ਵਰਭੰਡਾ
ਕਰਿ ਕਰਿ ਰਖੇ ਧਾਰੇ॥
ਸੇਈ ਤੁਧੁਨੋ ਗਾਵਹਿ
ਜੋ ਤੁਧੁ ਭਾਵਨਿ,
ਰਤੇ ਤੇਰੇ ਭਗਤ ਰਸਾਲੇ॥
ਹੋਰਿ ਕੇਤੇ ਗਾਵਨਿ
ਸੇ ਮੈ ਚਿਤਿ ਨ ਆਵਨਿ
ਨਾਨਕੁ ਕਿਆ ਵੀਚਾਰੇ॥
ਸੋਈ ਸੋਈ ਸਦਾ ਸਚੁ ਸਾਹਿਬੁ
ਸਾਚਾ ਸਾਚੀ ਨਾਈ॥
ਹੈ ਭੀ ਹੋਸੀ ਜਾਇ ਨ ਜਾਸੀ
ਰਚਨਾ ਜਿਨਿ ਰਚਾਈ॥
ਰੰਗੀ ਰੰਗੀ ਭਾਤੀ ਕਰਿ ਕਰਿ,
ਜਿਨਸੀ ਮਾਇਆ ਜਿਨਿ ਉਪਾਈ॥
ਕਰਿ ਕਰਿ ਵੇਖੈ ਕੀਤਾ ਆਪਣਾ,
ਜਿਵ ਤਿਸ ਦੀ ਵਡਿਆਈ॥
ਜੋ ਤਿਸੁ ਭਾਵੈ ਸੋਈ ਕਰਸੀ,
ਹੁਕਮੁ ਨ ਕਰਣਾ ਜਾਈ॥
ਸੋ ਪਾਤਿਸਾਹੁ ਸਾਹਾ ਪਾਤਿਸਾਹਿਬੁ,
ਨਾਨਕ ਰਹਣੁ ਰਜਾਈ॥੧॥

kaytay raag paree si-o kahee-an,
kaytay gaavanhaaray.
gaavahi tuhno pa-un paanee baisantar.
gaavai raajaa Dharam du-aaray.
gaavahi chit gupat likh jaaneh
likh likh Dharam veechaaray.
gaavahi eesar barmaa dayvee
sohan sadaa savaaray.
gaavahi ind idaasan baithay
dayviti-aa dar naalay.
gaavahi siDh samaaDhee andar
gaavan saaDh vichaaray.
gaavan jatee satee santokhee
gaavahi veer karaaray.
gaavan pandit parhan rakheesar
jug jug vaydaa naalay.
gaavahi mohnee-aa man mohan
surgaa machh pa-i-aalay.
gaavan ratan upaa-ay tayray
athsath tirath naalay.
gaavahi joDh mahaabal sooraa
gaavahi khaanee chaaray.
gaavahi khand mandal varbhandaa
kar kar rakhay Dhaaray.
say-ee tuDhuno gaavahi
jo tuDh bhaavan,
ratay tayray bhagat rasaalay.
hor kaytay gaavan
say mai chit na aavan
naanak ki-aa veechaaray.
so-ee so-ee sadaa sach saahib
saachaa saachee naa-ee.
hai bhee hosee jaa-ay na jaasee
rachnaa jin rachaa-ee.
rangee rangee bhaatee kar kar,
jinsee maa-i-aa jin upaa-ee.
kar kar vaykhai keetaa aapnaa,
jiv tis dee vadi-aa-ee.
jo tis bhaavai so-ee karsee,
hukam na karnaa jaa-ee.
so paatisaahu saahaa paatisaahib,
naanak rahan rajaa-ee. ||1||

6. **ਆਸਾ ਮਹਲਾ ੧॥ (9-9)** Aasaa Mehlaa 1.

ਸੁਣਿ ਵਡਾ ਆਖੈ ਸਭੁ ਕੋਇ॥
ਕੇਵਡੁ ਵਡਾ ਡੀਠਾ ਹੋਇ॥
ਕੀਮਤਿ ਪਾਇ ਨ ਕਹਿਆ ਜਾਇ॥
ਕਹਣੈ ਵਾਲੇ ਤੇਰੇ ਰਹੇ ਸਮਾਇ॥੧॥

sun vadaa aakhai sabh ko-ay.
kayvad vadaa deethaa ho-ay.
keemat paa-ay na kahi-aa jaa-ay.
kahnai vaalay tayray rahay samaa-ay. ||1||

ਵਡੇ ਮੇਰੇ ਸਾਹਿਬਾ ਗਹਿਰ	vaday mayray saahibaa gahir
ਗੰਭੀਰਾ ਗੁਣੀ ਗਹੀਰਾ॥	gambheeraa gunee gaheeraa.
ਕੋਇ ਨ ਜਾਣੈ ਤੇਰਾ ਕੇਤਾ	ko-ay na jaanai tayra kaytaa
ਕੇਵਡੁ ਚੀਰਾ॥੧॥ ਰਹਾਉ॥	kayvad cheeraa. ||1|| rahaa-o.
ਸਭਿ ਸੁਰਤੀ ਮਿਲਿ ਸੁਰਤਿ ਕਮਾਈ॥	sabh surtee mil surat kamaa-ee.
ਸਭ ਕੀਮਤਿ ਮਿਲਿ ਕੀਮਤਿ ਪਾਈ॥	sabh keemat mil keemat paa-ee.
ਗਿਆਨੀ ਧਿਆਨੀ ਗੁਰ ਗੁਰਹਾਈ॥	gi-aanee Dhi-aanee gur gurhaa-ee.
ਕਹਣੁ ਨ ਜਾਈ ਤੇਰੀ ਤਿਲੁ ਵਡਿਆਈ॥੨॥	kahan na jaa-ee tayree til vadi-aa-ee. 2
ਸਭਿ ਸਤ ਸਭਿ ਤਪ ਸਭਿ ਚੰਗਿਆਈਆ॥	sabh sat sabh tap sabh chang-aa-ee-aa.
ਸਿਧਾ ਪੁਰਖਾ ਕੀਆ ਵਡਿਆਈਆ॥	siDhaa purkhaa kee-aa vadi-aa-ee-aa.
ਤੁਧੁ ਵਿਣੁ ਸਿਧੀ ਕਿਨੈ ਨ ਪਾਈਆ॥	tuDh vin siDhee kinai na paa-ee-aa.
ਕਰਮਿ ਮਿਲੈ ਨਾਹੀ ਠਾਕਿ ਰਹਾਈਆ॥੩॥	karam milai naahee thaak rahaa-ee-aa. 3
ਆਖਣ ਵਾਲਾ ਕਿਆ ਵੇਚਾਰਾ॥	aakhan vaalaa ki-aa vaychaaraa.
ਸਿਫਤੀ ਭਰੇ ਤੇਰੇ ਭੰਡਾਰਾ॥	siftee bharay tayray bhandaaraa.
ਜਿਸੁ ਤੂ ਦੇਹਿ ਤਿਸੈ ਕਿਆ ਚਾਰਾ॥	jis too deh tisai ki-aa chaaraa.
ਨਾਨਕ ਸਚੁ ਸਵਾਰਣਹਾਰਾ॥੪॥੨॥	naanak sach savaaranhaaraa. ||4||2||
7. **ਆਸਾ ਮਹਲਾ ੧॥ (9-15)**	
ਆਖਾ ਜੀਵਾ ਵਿਸਰੈ ਮਰਿ ਜਾਉ॥	aakhaa jeevaa visrai mar jaa-o.
ਆਖਣਿ ਅਉਖਾ ਸਾਚਾ ਨਾਉ॥	aakhan a-ukhaa saachaa naa-o.
ਸਾਚੇ ਨਾਮ ਕੀ ਲਾਗੈ ਭੂਖ॥	saachay naam kee laagai bhookh.
ਉਤੁ ਭੂਖੈ ਖਾਇ ਚਲੀਅਹਿ ਦੂਖ॥੧॥	ut bhookhai khaa-ay chalee-ahi dookh. ||1||
ਸੋ ਕਿਉ ਵਿਸਰੈ ਮੇਰੀ ਮਾਇ॥	so ki-o visrai mayree maa-ay.
ਸਾਚਾ ਸਾਹਿਬੁ ਸਾਚੈ ਨਾਇ॥੧॥	saachaa saahib saachai naa-ay. ||1||
ਰਹਾਉ॥	rahaa-o.
ਸਾਚੇ ਨਾਮ ਕੀ ਤਿਲੁ ਵਡਿਆਈ॥	saachay naam kee til vadi-aa-ee.
ਆਖਿ ਥਕੇ ਕੀਮਤਿ ਨਹੀਂ ਪਾਈ॥	aakh thakay keemat nahee paa-ee.
ਜੇ ਸਭਿ ਮਿਲਿ ਕੈ ਆਖਣ ਪਾਹਿ॥	jay sabh mil kai aakhan paahi.
ਵਡਾ ਨ ਹੋਵੈ ਘਾਟਿ ਨ ਜਾਇ॥੨॥	vadaa na hovai ghaat na jaa-ay. ||2||
ਨਾ ਓਹੁ ਮਰੈ ਨ ਹੋਵੈ ਸੋਗੁ॥	naa oh marai na hovai sog.
ਦੇਦਾ ਰਹੈ ਨ ਚੂਕੈ ਭੋਗੁ॥	daydaa rahai na chookai bhog.
ਗੁਣੁ ਏਹੋ ਹੋਰੁ ਨਾਹੀ ਕੋਇ॥	gun ayho hor naahee ko-ay.
ਨਾ ਕੋ ਹੋਆ ਨਾ ਕੋ ਹੋਇ॥੩॥	naa ko ho-aa naa ko ho-ay. ||3|
ਜੇਵਡੁ ਆਪਿ ਤੇਵਡ ਤੇਰੀ ਦਾਤਿ॥	jayvad aap tayvad tayree daat.
ਜਿਨਿ ਦਿਨੁ ਕਰਿ ਕੈ ਕੀਤੀ ਰਾਤਿ॥	jin din kar kai keetee raat.
ਖਸਮੁ ਵਿਸਾਰਹਿ ਤੇ ਕਮਜਾਤਿ॥	khasam visaareh tay kamjaat.
ਨਾਨਕ ਨਾਵੈ ਬਾਝੁ ਸਨਾਤਿ॥੪॥੩॥	naanak naavai baajh sanaat. ||4||3||
8. **ਰਾਗੁ ਗੂਜਰੀ ਮਹਲਾ ੪॥ (10-1)**	Raag Goojree Mehlaa 4
ਹਰਿ ਕੇ ਜਨ ਸਤਿਗੁਰ ਸਤਪੁਰਖਾ,	har kay jan saT`gur satpurkhaa
ਬਿਨਉ ਕਰਉ ਗੁਰ ਪਾਸਿ॥	bina-o kara-o gur paas.
ਹਮ ਕੀਰੇ ਕਿਰਮ ਸਤਿਗੁਰ ਸਰਣਾਈ,	ham keeray kiram saT`gur sarnaa-ee
ਕਰਿ ਦਇਆ ਨਾਮੁ ਪਰਗਾਸਿ॥੧॥	kar da-i-aa naam pargaas. ||1||
ਮੇਰੇ ਮੀਤ ਗੁਰਦੇਵ	mayray meet gurdayv
ਮੋ ਕਉ ਰਾਮ ਨਾਮੁ ਪਰਗਾਸਿ॥	mo ka-o raam naam pargaas.
ਗੁਰਮਤਿ ਨਾਮੁ ਮੇਰਾ ਪ੍ਰਾਨ ਸਖਾਈ,	gurmat naam mayraa paraan sakhaa-ee
ਹਰਿ ਕੀਰਤਿ ਹਮਰੀ ਰਹਰਾਸਿ॥੧॥ ਰਹਾਉ॥	har keerat hamree rahraas. ||1|| rahaa-o.

ਹਰਿ ਜਨ ਕੇ ਵਡ ਭਾਗ ਵਡੇਰੇ,	har jan kay vad bhaag vadayray
ਜਿਨ ਹਰਿ ਹਰਿ ਸਰਧਾ ਹਰਿ ਪਿਆਸ॥	jin har har sarDhaa har pi-aas.
ਹਰਿ ਹਰਿ ਨਾਮੁ ਮਿਲੈ ਤ੍ਰਿਪਤਾਸਹਿ,	har har naam milai tariptaasahi
ਮਿਲਿ ਸੰਗਤਿ ਗੁਣ ਪਰਗਾਸਿ॥੨॥	mil sangat gun pargaas. ||2||
ਜਿਨ ਹਰਿ ਹਰਿ ਹਰਿ ਰਸੁ ਨਾਮੁ ਨ ਪਾਇਆ,	Jin har har har ras naam na paa-i-aa
ਤੇ ਭਾਗਹੀਣ ਜਮ ਪਾਸਿ॥	tay bhaagheen jam paas.
ਜੋ ਸਤਿਗੁਰ ਸਰਣਿ ਸੰਗਤਿ ਨਹੀਂ ਆਏ,	Jo saT`gur saran sangat nahee aa-ay
ਧ੍ਰਿਗੁ ਜੀਵੇ ਧ੍ਰਿਗੁ ਜੀਵਾਸਿ॥੩॥	Dharig jeevay Dharig jeevaas. ||3||
ਜਿਨ ਹਰਿ ਜਨ ਸਤਿਗੁਰ ਸੰਗਤਿ ਪਾਈ,	Jin har jan saT`gur sangat paa-ee
ਤਿਨ ਧੁਰਿ ਮਸਤਕਿ ਲਿਖਿਆ ਲਿਖਾਸਿ॥	tin Dhur mastak likhi-aa likhaas.
ਧਨੁ ਧੰਨੁ ਸਤਸੰਗਤਿ ਜਿਤੁ ਹਰਿ ਰਸੁ ਪਾਇਆ,	Dhan Dhan satsangat jit har ras paa-i-aa
ਮਿਲਿ ਜਨ ਨਾਨਕ ਨਾਮੁ ਪਰਗਾਸਿ॥ ੪॥੪॥	mil jan naanak naam pargaas. ||4||4||

23. **ਰਾਗੁ ਗੂਜਰੀ ਮਹਲਾ ੫॥ (10-8)** Raag Goojree Mehlaa 5

ਕਾਹੇ ਰੇ ਮਨ ਚਿਤਵਹਿ ਉਦਮੁ,	kaahay ray man chitvahi udam
ਜਾ ਆਹਰਿ ਹਰਿ ਜੀਉ ਪਰਿਆ॥	jaa aahar har jee-o pari-aa.
ਸੈਲ ਪਥਰ ਮਹਿ ਜੰਤ ਉਪਾਏ,	Sail pathar meh jant upaa-ay
ਤਾ ਕਾ ਰਿਜਕੁ ਆਗੈ ਕਰਿ ਧਰਿਆ॥੧॥	taa kaa rijak aagai kar Dhari-aa. ||1|
ਮੇਰੇ ਮਾਧਉ ਜੀ ਸਤਸੰਗਤਿ	mayray maaDha-o jee satsangat
ਮਿਲੇ ਸੁ ਤਰਿਆ॥	milay so tari-aa.
ਗੁਰ ਪਰਸਾਦਿ ਪਰਮ ਪਦੁ ਪਾਇਆ,	gur parsaad param pad paa-i-aa
ਸੁਕੇ ਕਾਸਟ ਹਰਿਆ॥੧॥ ਰਹਾਉ॥	sookay kaasat hari-aa. ||1|| rahaa-o.
ਜਨਨਿ ਪਿਤਾ ਲੋਕ ਸੁਤ ਬਨਿਤਾ,	Janan pitaa lok sut banitaa
ਕੋਇ ਨ ਕਿਸ ਕੀ ਧਰਿਆ॥	ko-ay na kis kee Dhari-aa.
ਸਿਰਿ ਸਿਰਿ ਰਿਜਕੁ ਸੰਬਾਹੇ ਠਾਕੁਰੁ,	Sir sir rijak sambaahay thaakur
ਕਾਹੇ ਮਨ ਭਉ ਕਰਿਆ॥੨॥	kaahay man bha-o kari-aa. ||2||
ਊਡੇ ਊਡਿ ਆਵੈ ਸੈ ਕੋਸਾ,	ooday ood aavai sai kosaa
ਤਿਸੁ ਪਾਛੈ ਬਚਰੇ ਛਰਿਆ॥	tis paachhai bachray chhari-aa.
ਤਿਨ ਕਵਣੁ ਖਲਾਵੈ ਕਵਣੁ ਚੁਗਾਵੈ,	tin kavan khalaavai kavan chugaavai
ਮਨ ਮਹਿ ਸਿਮਰਨੁ ਕਰਿਆ॥੩॥	man, meh simran kari-aa. ||3||
ਸਭਿ ਨਿਧਾਨ ਦਸ ਅਸਟ ਸਿਧਾਨ	sabh niDhaan das asat sidhaan
ਠਾਕੁਰ ਕਰ ਤਲ ਧਰਿਆ॥	thaakur kar tal Dhari-aa.
ਜਨ ਨਾਨਕ ਬਲਿ ਬਲਿ ਸਦ ਬਲਿ ਜਾਈਐ,	Jan naanak bal bal sad bal jaa-ee-ai
ਤੇਰਾ ਅੰਤੁ ਨ ਪਾਰਾਵਰਿਆ॥੪॥੫॥	tayraa ant na paraavari-aa. ||4||5||

9. **ਰਾਗੁ ਆਸਾ ਮਹਲਾ ੪ ਸੋ ਪੁਰਖੁ (10-16)** Raag Aasaa Mehlaa 4 So Purakh

ੴ ਸਤਿਗੁਰ ਪ੍ਰਸਾਦਿ॥	ik-oNkaar saT`gur parsaad.
ਸੋ ਪੁਰਖੁ ਨਿਰੰਜਨੁ ਹਰਿ ਪੁਰਖੁ ਨਿਰੰਜਨੁ,	so purakh niranjan har purakh niranjan
ਹਰਿ ਅਗਮਾ ਅਗਮ ਅਪਾਰਾ॥	har agmaa agam apaaraa.
ਸਭਿ ਧਿਆਵਹਿ ਸਭਿ ਧਿਆਵਹਿ ਤੁਧੁ ਜੀ,	sabh Dhi-aavahi sabh Dhi-aavahi tuDh jee
ਹਰਿ ਸਚੇ ਸਿਰਜਣਹਾਰਾ॥	har sachay sirjanhaaraa.
ਸਭਿ ਜੀਅ ਤੁਮਾਰੇ ਜੀ ਤੂੰ	sabh jee-a tumaaray jee tooN
ਜੀਆ ਕਾ ਦਾਤਾਰਾ॥	jee-aa kaa daataaraa.
ਹਰਿ ਧਿਆਵਹੁ ਸੰਤਹੁ ਜੀ	har Dhi-aavahu santahu
ਸਭਿ ਦੂਖ ਵਿਸਾਰਣਹਾਰਾ॥	jee sabh dookh visaaranhaaraa.
ਹਰਿ ਆਪੇ ਠਾਕੁਰੁ ਹਰਿ ਆਪੇ ਸੇਵਕੁ ਜੀ,	har aapay thaakur har aapay sayvak jee
ਕਿਆ ਨਾਨਕ ਜੰਤ ਵਿਚਾਰਾ॥੧॥	ki-aa naanak jant vichaaraa. ||1||

ਤੂੰ ਘਟ ਘਟ ਅੰਤਰਿ ਸਰਬ ਨਿਰੰਤਰਿ ਜੀ,
ਹਰਿ ਏਕੋ ਪੁਰਖੁ ਸਮਾਣਾ॥
ਇਕਿ ਦਾਤੇ ਇਕਿ ਭੇਖਾਰੀ ਜੀ
ਸਭਿ ਤੇਰੇ ਚੋਜ ਵਿਡਾਣਾ॥
ਤੂੰ ਆਪੇ ਦਾਤਾ ਆਪੇ ਭੁਗਤਾ ਜੀ,
ਹਉ ਤੁਧੁ ਬਿਨੁ ਅਵਰੁ ਨ ਜਾਣਾ॥
ਤੂੰ ਪਾਰਬ੍ਰਹਮੁ ਬੇਅੰਤੁ ਬੇਅੰਤੁ ਜੀ,
ਤੇਰੇ ਕਿਆ ਗੁਣ ਆਖਿ ਵਖਾਣਾ॥
ਜੋ ਸੇਵਹਿ ਜੋ ਸੇਵਹਿ ਤੁਧੁ ਜੀ,
ਜਨੁ ਨਾਨਕੁ ਤਿਨ ਕੁਰਬਾਣਾ॥੨॥

ਹਰਿ ਧਿਆਵਹਿ ਹਰਿ ਧਿਆਵਹਿ ਤੁਧੁ ਜੀ,
ਸੇ ਜਨ ਜੁਗ ਮਹਿ ਸੁਖਵਾਸੀ॥
ਸੇ ਮੁਕਤੁ ਸੇ ਮੁਕਤੁ ਭਏ
ਜਿਨ ਹਰਿ ਧਿਆਇਆ ਜੀ,
ਤਿਨ ਤੂਟੀ ਜਮ ਕੀ ਫਾਸੀ॥
ਜਿਨ ਨਿਰਭਉ
ਜਿਨ ਹਰਿ ਨਿਰਭਉ ਧਿਆਇਆ ਜੀ
ਤਿਨ ਕਾ ਭਉ ਸਭੁ ਗਵਾਸੀ॥
ਜਿਨ ਸੇਵਿਆ ਜਿਨ ਸੇਵਿਆ ਮੇਰਾ ਹਰਿ ਜੀ,
ਤੇ ਹਰਿ ਹਰਿ ਰੂਪਿ ਸਮਾਸੀ॥
ਸੇ ਧੰਨੁ ਸੇ ਧੰਨੁ ਜਿਨ ਹਰਿ ਧਿਆਇਆ ਜੀ,
ਜਨੁ ਨਾਨਕੁ ਤਿਨ ਬਲਿ ਜਾਸੀ॥੩॥

ਤੇਰੀ ਭਗਤਿ ਤੇਰੀ ਭਗਤਿ ਭੰਡਾਰ ਜੀ,
ਭਰੇ ਬਿਅੰਤ ਬੇਅੰਤਾ॥
ਤੇਰੇ ਭਗਤ ਤੇਰੇ ਭਗਤ ਸਲਾਹਨਿ
ਤੁਧੁ ਜੀ, ਹਰਿ ਅਨਿਕ ਅਨੇਕ ਅਨੰਤਾ॥
ਤੇਰੀ ਅਨਿਕ
ਤੇਰੀ ਅਨਿਕ ਕਰਹਿ ਹਰਿ ਪੂਜਾ ਜੀ,
ਤਪੁ ਤਾਪਹਿ ਜਪਹਿ ਬੇਅੰਤਾ॥
ਤੇਰੇ ਅਨੇਕ ਤੇਰੇ ਅਨੇਕ ਪੜਹਿ ਬਹੁ
ਸਿਮ੍ਰਿਤਿ ਸਾਸਤ ਜੀ,
ਕਰਿ ਕਿਰਿਆ ਖਟੁ ਕਰਮ ਕਰੰਤਾ॥
ਸੇ ਭਗਤ ਸੇ ਭਗਤ ਭਲੇ ਜਨ ਨਾਨਕ ਜੀ,
ਜੋ ਭਾਵਹਿ ਮੇਰੇ ਹਰਿ ਭਗਵੰਤਾ॥੪॥

ਤੂੰ ਆਦਿ ਪੁਰਖੁ ਅਪਰੰਪਰੁ ਕਰਤਾ ਜੀ,
ਤੁਧੁ ਜੇਵਡੁ ਅਵਰੁ ਨ ਕੋਈ॥
ਤੂੰ ਜੁਗ ਜੁਗ ਏਕੋ
ਸਦਾ ਸਦਾ ਤੂੰ ਏਕੋ ਜੀ,
ਤੂੰ ਨਿਹਚਲੁ ਕਰਤਾ ਸੋਈ॥
ਤੁਧੁ ਆਪੇ ਭਾਵੈ ਸੋਈ ਵਰਤੈ ਜੀ,
ਤੂੰ ਆਪੇ ਕਰਹਿ ਸੁ ਹੋਈ॥
ਤੁਧੁ ਆਪੇ ਸ੍ਰਿਸਟਿ ਸਭ ਉਪਾਈ ਜੀ,
ਤੁਧੁ ਆਪੇ ਸਿਰਜਿ ਸਭ ਗੋਈ॥
ਜਨੁ ਨਾਨਕੁ ਗੁਣ ਗਾਵੈ ਕਰਤੇ ਕੇ ਜੀ,
ਜੋ ਸਭਸੈ ਕਾ ਜਾਣੋਈ॥੫॥੧॥

tooN ghat ghat antar sarab nirantar
jee har ayko purakh samaanaa.
ik daatay ik bhaykhaaree jee
sabh tayray choj vidaanaa.
tooN aapay daataa aapay bhugtaa jee
ha-o tuDh bin avar na jaanaa.
tooN paarbarahm bay-ant bay-ant jee
tayray ki-aa gun aakh vakhaanaa.
jo sayveh jo sayveh tuDh jee jan
naanak tin kurbaanaa. ||2||

har Dhi-aavahi har Dhi-aavahi tuDh jee
say jan jug meh sukhvaasee.
say mukat say mukat bha-ay
jin har Dhi-aa-i-aa jee
tin tootee jam kee faasee.
jin nirbha-o
jin har nirbha-o Dhi-aa-i-aa jee
tin kaa bha-o sabh gavaasee.
jin sayvi-aa jin sayvi-aa mayraa har jee
tay har har roop samaasee.
say Dhan say Dhan jin har Dhi-aa-i-aa jee
jan naanak tin bal jaasee. ||3||

tayree bhagat tayree bhagat bhandaar jee
bharay bi-ant bay-antaa.
tayray bhagat tayray bhagat salaahan tuDh
jee har anik anayk anantaa.
tayree anik
tayree anik karahi har poojaa jee
tap taapeh jaapeh bay-antaa.
tayray anayk tayray anayk parheh baho
simrit saasat jee
kar kiri-aa khat karam karantaa.
say bhagat say bhagat bhalay jan naanak jee
jo bhaaveh mayray har bhagvantaa. ||4||

tooN aad purakh aprampar kartaa jee
tuDh jayvad avar na ko-ee.
tooN jug jug ayko
sadaa sadaa tooN ayko jee
tooN nihchal kartaa so-ee.
tuDh aapay bhaavai so-ee vartai jee
tooN aapay karahi so ho-ee.
tuDh aapay sarisat sabh upaa-ee jee
tuDh aapay siraj sabh go-ee.
jan naanak gun gaavai kartay kay jee
jo sabhsai kaa jaano-ee. ||5||1||

10. ਆਸਾ ਮਹਲਾ ੪॥ (11-14) Aasaa Mehlaa 4.

ਤੂੰ ਕਰਤਾ ਸਚਿਆਰੁ ਮੈਡਾ ਸਾਂਈ॥	tooN kartaa sachiaar maidaa saaN-ee.
ਜੋ ਤਉ ਭਾਵੈ ਸੋਈ ਥੀਸੀ,	Jo ta-o bhaavai so-ee theesee
ਜੋ ਤੂੰ ਦੇਹਿ ਸੋਈ ਹਉ ਪਾਈ॥੧॥	jo tooN deh so-ee ha-o paa-ee. ||1||
ਰਹਾਉ॥	rahaa-o.
ਸਭ ਤੇਰੀ ਤੂੰ ਸਭਨੀ ਧਿਆਇਆ॥	sabh tayree tooN sabhnee Dhi-aa-i-aa.
ਜਿਸ ਨੋ ਕ੍ਰਿਪਾ ਕਰਹਿ,	jis no kirpaa karahi
ਤਿਨਿ ਨਾਮ ਰਤਨੁ ਪਾਇਆ॥	tin naam ratan paa-i-aa.
ਗੁਰਮਖ ਲਾਧਾ ਮਨਮੁਖਿ ਗਵਾਇਆ॥	gurmukh laaDhaa manmukh gavaa-i-aa.
ਤੁਧੁ ਆਪਿ ਵਿਛੋੜਿਆ ਆਪਿ ਮਿਲਾਇਆ॥੧	tuDh aap vichhorhi-aa aap milaa-i-aa. 1
ਤੂੰ ਦਰੀਆਉ ਸਭ ਤੁਝ ਹੀ ਮਾਹਿ॥	tooN daree-aa-o sabh tujh hee maahi.
ਤੁਝ ਬਿਨੁ ਦੂਜਾ ਕੋਈ ਨਾਹਿ॥	tujh bin doojaa ko-ee naahi.
ਜੀਅ ਜੰਤ ਸਭਿ ਤੇਰਾ ਖੇਲੁ॥	jee-a jant sabh tayraa khayl. vijog mil
ਵਿਜੋਗਿ ਮਿਲਿ ਵਿਛੁੜਿਆ ਸੰਜੋਗੀ ਮੇਲੁ॥੨॥	vichhurhi-aa sanjogee mayl. ||2||
ਜਿਸ ਨੋ ਤੂ ਜਾਣਾਇਹਿ ਸੋਈ ਜਨੁ ਜਾਣੈ॥	jis no too jaanaa-ihi so-ee jan jaanai.
ਹਰਿ ਗੁਣ ਸਦ ਹੀ ਆਖਿ ਵਖਾਣੈ॥	har gun sad hee aakh vakhaanai.
ਜਿਨਿ ਹਰਿ ਸੇਵਿਆ ਤਿਨਿ ਸੁਖੁ ਪਾਇਆ॥	jin har sayvi-aa tin sukh paa-i-aa.
ਸਹਜੇ ਹੀ ਹਰਿ ਨਾਮਿ ਸਮਾਇਆ॥੩॥	sehjay hee har naam samaa-i-aa. ||3||
ਤੂ ਆਪੇ ਕਰਤਾ ਤੇਰਾ ਕੀਆ ਸਭੁ ਹੋਇ॥	too aapay kartaa tayraa kee-aa sabh ho-ay.
ਤੁਧੁ ਬਿਨੁ ਦੂਜਾ ਅਵਰੁ ਨ ਕੋਇ॥	tuDh bin doojaa avar na ko-ay.
ਤੂ ਕਰਿ ਕਰਿ ਵੇਖਹਿ ਜਾਣਹਿ ਸੋਇ॥	too kar kar vaykheh jaaneh so-ay.
ਜਨ ਨਾਨਕ ਗੁਰਮੁਖਿ ਪਰਗਟੁ ਹੋਇ॥੪॥੨	jan naanak gurmukh pargat ho-ay. 4||2

11. ਆਸਾ ਮਹਲਾ ੧॥ (12-2) Aasaa Mehlaa 1

ਤਿਤੁ ਸਰਵਰੜੈ ਭਈਲੇ ਨਿਵਾਸਾ,	tit saravrarhai bha-eelay nivaasaa
ਪਾਣੀ ਪਾਵਕੁ ਤਿਨਹਿ ਕੀਆ॥	paanee paavak tineh kee-aa.
ਪੰਕਜੁ ਮੋਹ ਪਗੁ ਨਹੀ ਚਾਲੈ,	pankaj moh pag nahee chaalai
ਹਮ ਦੇਖਾ ਤਹ ਡੂਬੀਅਲੇ॥੧॥	ham daykhaa tah doobee-alay. ||1||
ਮਨ ਏਕੁ ਨ ਚੇਤਸਿ ਮੂੜ ਮਨਾ॥	man, ayk na chaytas moorh manaa.
ਹਰਿ ਬਿਸਰਤ ਤੇਰੇ ਗੁਣ ਗਲਿਆ॥੧॥	har bisrat tayray gun gali-aa. ||1||
ਰਹਾਉ॥	rahaa-o.
ਨਾ ਹਉ ਜਤੀ ਸਤੀ ਨਹੀ ਪੜਿਆ,	naa ha-o jatee satee nahee parhi-aa
ਮੂਰਖ ਮੁਗਧਾ ਜਨਮੁ ਭਇਆ॥	moorakh mugDhaa janam bha-i-aa.
ਪ੍ਰਣਵਤਿ ਨਾਨਕ ਤਿਨ ਕੀ ਸਰਣਾ,	paranvat naanak tin kee sarnaa
ਜਿਨ ਤੂ ਨਾਹੀ ਵੀਸਰਿਆ॥੨॥੩॥	jin too naahee veesri-aa. ||2||3||

12. ਆਸਾ ਮਹਲਾ ੫॥ (12-6) Aasaa Mehlaa 5.

ਭਈ ਪਰਾਪਤਿ ਮਾਨੁਖ ਦੇਹੁਰੀਆ॥	bha-ee paraapat maanukh dayhuree-aa.
ਗੋਬਿੰਦ ਮਿਲਣ ਕੀ ਇਹ ਤੇਰੀ ਬਰੀਆ॥	gobind milan kee ih tayree baree-aa.
ਅਵਰਿ ਕਾਜ ਤੇਰੈ ਕਿਤੈ ਨ ਕਾਮ॥	avar kaaj tayrai kitai na kaam. mil
ਮਿਲੁ ਸਾਧਸੰਗਤਿ ਭਜੁ ਕੇਵਲ ਨਾਮ॥੧॥	saaDhsangat bhaj kayval naam. ||1|
ਸਰੰਜਾਮਿ ਲਾਗੁ ਭਵਜਲ ਤਰਨ ਕੈ॥	saraNjaam laag bhavjal taran kai.
ਜਨਮੁ ਬ੍ਰਿਥਾ ਜਾਤ ਰੰਗਿ ਮਾਇਆ ਕੈ॥੧॥	janam baritha jaat rang maa-i-aa kai.
ਰਹਾਉ॥	||1|| rahaa-o.
ਜਪੁ ਤਪੁ ਸੰਜਮੁ ਧਰਮੁ ਨ ਕਮਾਇਆ॥	jap tap sanjam Dharam na kamaa-i-aa.
ਸੇਵਾ ਸਾਧ ਨ ਜਾਨਿਆ ਹਰਿ ਰਾਇਆ॥	sayvaa saaDh na jaani-aa har raa-i-aa.
ਕਹੁ ਨਾਨਕ ਹਮ ਨੀਚ ਕਰੰਮਾ॥	kaho naanak ham neech karammaa. sa-
ਸਰਣਿ ਪਰੇ ਕੀ ਰਾਖਹੁ ਸਰਮਾ॥ ੨॥੪॥	ran paray kee raakho sarmaa. ||2||4||

☬ ਚੌਪਈ ਸਾਹਿਬ ☬

੧ੴ ਸ੍ਰੀ ਵਾਹਿਗੁਰੂ ਜੀ ਕੀ ਫਤਹ॥

Ik Onkar Satgur Prasaadh॥ Sri Waheguroo Ji Ki Fateh॥

ਬਹੁਰਿ ਅਸੁਰ ਕਾ ਕਾਟਸਿ ਮਾਥਾ॥	bhuir Asur kw kwtis mwQw.
ਸ੍ਰੀ ਅਸਿਕੇਤਿ ਜਗਤ ਕੇ ਨਾਥਾ॥	sRI Aiskyiq jgq ky nwQw.
ਦੁਤਿਯ ਬਾਨ ਸੋ ਦੋਊ ਅਰਿ ਕਰ॥	duiqX bwn so doaU Air kr.
ਕਾਟਿ ਦੀਯੋ ਅਸਿਧੁਜ ਨਰ ਨਾਹਰ॥੧॥	kwit dIXo AisDuj nr nwhr॥1॥
ਪੁਨਿ ਰਾਛਸ ਕਾ ਕਾਟਾ ਸੀਸਾ॥	puin rwCs kw kwtw sIsw.
ਸ੍ਰੀ ਅਸਿਕੇਤਿ ਜਗਤ ਕੇ ਈਸਾ॥	sRI Aiskyiq jgq ky eIsw.
ਪੁਹਪਨ ਬ੍ਰਿਸਟਿ ਗਗਨ ਤੇਂ ਭਈ॥	puhpn ibRsit ggn qyN BeI.
ਸਭਹਿਨ ਆਨਿ ਬਧਾਈ ਦਈ॥੨॥	sBihn Awin bDweI deI॥2॥
ਧੰਨਜ ਧੰਨਜ ਲੋਗਨ ਕੇ ਰਾਜਾ॥	DMnÎ DMnÎ logn ky rwjw.
ਅਖਲ ਭਵਨ ਕੇ ਸਿਰਜਨਹਾਰੇ॥	AKl Bvn ky isrjnhwry.
ਧਾਸ ਜਾਨਿ ਮੁਹਿ ਲੁਹੁ ਉਬਾਰੇ॥੩॥	Dws jwin muih luhu aubwry॥3॥

☬ ਕਬਜੋ ਬਾਚ ਬੇਨਤੀ॥ ਚੌਪਈ॥ ☬

ਹਮਰੀ ਕਰੋ ਹਾਥ ਦੈ ਰੱਛਾ॥	hamri kro hath dai rchcha.
ਪੂਰਨ ਹੋਇ ਚਿਤ ਕੀ ਇਛਾ॥	pooran hoeh chit ki eichcha.
ਤਵ ਚਰਨਨ ਮਨ ਰਹੈ ਹਮਾਰਾ॥	tav charnan mun rehai hmara.
ਅਪਨਾ ਜਾਨ ਕਰੋ ਪ੍ਰਤਿਪਾਰਾ॥੧॥	apna jan kro pritipara. (1)
ਹਮਰੇ ਦੁਸਟ ਸਭੈ ਤੁਮ ਘਾਵਹੁ॥	hamrai dust sabhai tum ghao.
ਆਪ ਹਾਥ ਦੈ ਮੋਹਿ ਬਚਾਵਹੁ॥	aapu hath dai moeh bachavo.
ਸੁਖੀ ਬਸੈ ਮੋਰੋ ਪਰਿਵਾਰਾ॥	sukhi basaimoro privara.
ਸੇਵਕ ਸਿੱਖਜ ਸਭੈ ਕਰਤਾਰਾ॥੨॥	saivak sikh sbhai kartara. (2)
ਮੋ ਰੱਛਾ ਨਿਜੁ ਕਰਿ ਦੈ ਕਰਿਯੈ॥	mo rchcha nij kr dai kriye.
ਸਭ ਬੈਰਨ ਕੌ ਆਜ ਸੰਘਰਿਯੈ॥	sabh bairn ko aij sunghriye. pooran
ਪੂਰਨ ਹੋਇ ਹਮਾਰੀ ਆਸਾ॥	hoeh hmari aasa.
ਤੋਰਿ ਭਜਨ ਕੀ ਰਹੈ ਪਯਾਸਾ॥੩॥	tor bhjan ki rehai piaasa. (3)
ਤੁਮਹਿ ਛਾਡਿ ਕੋਈ ਅਵਰ ਨ ਧਜਾਊਂ॥	tumeh chadi koei avr na dhiyaoun.
ਜੋ ਬਰ ਚਾਹੌਂ ਸੁ ਤੁਮ ਤੇ ਪਾਊਂ॥	jo bar chon so tum tai paoon.
ਸੇਵਕ ਸਿੱਖਜ ਹਮਾਰੇ ਤਾਰੀਅਹਿ॥	saivk sikh hmarai tariaeh.
ਚੁਨਿ ਚੁਨਿ ਸਤ੍ਰ ਹਮਾਰੇ ਮਾਰੀਅਹਿ॥੪॥	chuni chuni strhmarai mariaeh. (4)
ਆਪੁ ਹਾਥ ਦੈ ਮੁਝੈ ਉਬਰਿਯੈ॥	aap hath dai mujhai obriyai.
ਮਰਨ ਕਾਲ ਕਾ ਤ੍ਰਾਸ ਨਿਵਰਿਯੈ॥	mrn kal ka tras nivriaye.
ਹੂਜੋ ਸਦਾ ਹਮਾਰੇ ਪੱਛਾ॥	hoojo sda hamarai pchcha.
ਸ੍ਰੀ ਅਸਿਦੁਜ ਜੂ ਕਰਿਯਹੋ ਰੱਛਾ॥੫॥	sri asidhuj joo kriyo rchcha. (5)
ਰਾਖਿ ਲੁਹੁ ਮੁਹਿ ਰਾਖਨਹਾਰੇ॥	rakh laiho mohe rakhanharai.
ਸਾਹਿਬ ਸੰਤ ਸਹਾਇ ਪਯਾਰੇ॥	sahib sant shaeh piyarai.
ਦੀਨ ਬੰਧੁ ਦੁਸਟਨ ਕੇ ਹੰਤਾ॥	deen bundhu dustan kai hunta.
ਤੁਮ ਹੋ ਪੁਰੀ ਚਤੁਰਦਸ ਕੰਤਾ॥੬॥	tum ho puri chtur dus kunta. (6)
ਕਾਲ ਪਾਇ ਬ੍ਰਹਮਾ ਬਪੁ ਧਰਾ॥	kal paeh brhma bup dhra.
ਕਾਲ ਪਾਰਿ ਸਿਵਜੂ ਅਵਤਾਰਾ॥	kal paeh siv joo avtra.
ਕਾਲ ਪਾਇ ਕਰਿ ਬਿਸਨ ਪ੍ਰਕਾਸਾ॥	kal paeh kr bisnu prkasa.
ਸਕਲ ਕਾਲ ਕਾ ਕੀਆ ਤਮਾਸਾ॥੭॥	skl kal ka kia tmasa. (7)
ਜਵਨ ਕਾਲ ਜੋਗੀ ਸਿਵ ਕੀਓ॥	jvan kal jogi siv kio.
ਬੇਦ ਰਾਜ ਬ੍ਰਹਮਾ ਜੂ ਥੀਓ॥	baid raj brahma joo thio.
ਜਵਨ ਕਾਲ ਸਭ ਲੋਕ ਸਵਾਰਾ॥	jvn kal sabh lok svara.

ਨਮਸਕਾਰ ਹੈ ਤਾਹਿ ਹਮਾਰਾ॥੮॥	nmskar hai taeh hmara. (8)
ਜਵਨ ਕਾਲ ਸਭ ਜਗਤ ਬਨਾਯੋ॥	jvn kal sabh jagat bnaio.
ਦੇਵ ਦੈਤ ਜੱਛਨ ਉਪਜਾਯੋ॥	dev daint jchchan oopjaio.
ਆਦਿ ਅੰਤਿ ਏਕੈ ਅਵਤਾਰਾ॥	adi aunti aikai avtara.
ਸੋਈ ਗੁਰੂ ਸਮਝਿਯਹੁ ਹਮਾਰਾ॥੯॥	soei guru smjhiayho hmara (9)
ਨਮਸਕਾਰ ਤਿਸਹੀ ਕੋ ਹਮਾਰੀ॥	nmskar tis hi ko hamari.
ਸਕਲ ਪ੍ਰਜਾ ਜਿਨ ਆਪ ਸਵਾਰੀ॥	skal prja jin aap svari.
ਸਿਵਕਨ ਕੋ ਸਵਗੁਨ ਸੁਖ ਦੀਓ॥	sivkn ko siv gun sukh dio.
ਸੱਤ੍ਰੁਨ ਕੋ ਪਲ ਮੋ ਬਧ ਕੀਓ॥੧੦॥	sttrun ko pul mo bdh kio. (10)
ਘਟ ਘਟ ਕੇ ਅੰਤਰ ਕੀ ਜਾਨਤ॥	ghat ghat kai antar ki jant.
ਭਲੇ ਬੁਰੇ ਕੀ ਪੀਰ ਪਛਾਨਤ॥	bhlai burai ki pir pachant.
ਚੀਟੀ ਤੇ ਕੁੰਚਰ ਅਸਥੂਲਾ॥	chiti tai kunchr asthoola.
ਸਭ ਪਰ ਕ੍ਰਿਪਾ ਦ੍ਰਿਸਟਿ ਕਰਿ ਫੂਲਾ॥੧੧॥	sabh par kirpa diristi kar phoola. (11)
ਸੰਤਨ ਦੁਖ ਪਾਏ ਤੇ ਦੁਖੀ॥	suntun dukh paai tai dukhi.
ਸੁਖ ਪਾਏ ਸਾਧਨ ਕੇ ਸੁਖੀ॥	sukh paai sadhun kai sukhi.
ਏਕ ਏਕ ਕੀ ਪੀਰ ਪਛਾਨੈ॥	aik aik ki pir pchanain.
ਘਟ ਘਟ ਕੇ ਫਟ ਪਠ ਕੀ ਜਾਨੈ॥੧੨॥	ghat ghat kai put put ki janai. (12)
ਜਬ ਉਦਕਰਖ ਕਰਾ ਕਰਤਾਰਾ॥	jub oodkrkh kra kartara.
ਪ੍ਰਜਾ ਧਰਤ ਤਬ ਦੇਹ ਅਪਾਰਾ॥	prja dhrt tab dai apara.
ਜਬ ਆਕਰਖ ਕਰਤ ਹੋ ਕਬਹੂੰ॥	jub aakrkh kart ho kabhoon.
ਤੁਮ ਮੈਂ ਮਿਲਤ ਦੇਹ ਧਰ ਸਭਹੂੰ॥੧੩॥	tum mai milat dai dhr sbhhoon (13)
ਜੇਤੇ ਬਦਨ ਸ੍ਰਿਸਟਿ ਸਭ ਧਾਰੈ॥	jaitai bdan sirsti sbh dharai.
ਆਪੁ ਆਪਨੀ ਬੂਝਿ ਉਚਾਰੈ॥	aap aapni boojh oocharai.
ਤੁਮ ਸਭ ਹੀ ਤੇ ਰਹਤ ਨਿਰਾਲਮ॥	tum sabh hi tai reht niralm.
ਜਾਨਤ ਬੇਦ ਭੇਦ ਅਰੁ ਆਲਮ॥੧੪॥	jant baid bhaid ar aalm (14)
ਨਿਰੰਕਾਰ ਨ੍ਰਿਬਿਕਾਰ ਨ੍ਰਿਲੰਭ॥	nirankar niribkar nirmunbh.
ਆਦਿ ਅਨੀਲ ਅਨਾਦਿ ਅਸੰਭ॥	adi anil anadi asunbh.
ਤਾ ਕਾ ਮੂੜ੍ਹ ਉਚਾਰਤ ਭੇਦਾ॥	ta ka moorh oochrut bhida.
ਜਾ ਕੋ ਭੇਵ ਨਾ ਪਾਵਤ ਬੇਦਾ॥੧੫॥	ja ko bhiv na pavat baida. (15)
ਤਾ ਕੋ ਕਰਿ ਪਾਹਨ ਅਨੁਮਾਨਤ॥	ta ko kar pahn anumant.
ਮਹਾ ਮੂੜ੍ਹ ਕਛੁ ਭੇਦ ਨ ਜਾਨਤ॥	maha moorh kcho bhaid na jant.
ਮਹਾਂਦੇਵ ਕੌਂ ਕਹਤ ਸਦਾ ਸਿਵ॥	mahadaiv ko keht sda siv.
ਨਿਰੰਕਾਰ ਕਾ ਚੀਨਤ ਨਹਿ ਭਿਵ॥੧੬॥	nirankar ka chint neh bhiv. (16)
ਆਪੁ ਆਪੁਨੀ ਬੁਧਿ ਹੈ ਜੇਤੀ॥	aap aapni budhi hai jaiti.
ਬਰਨਤ ਭਿੰਨ ਭਿੰਨ ਤੁਹਿ ਤੇਤੀ॥	barnt bhinun bhinun taiti.
ਤੁਮਰਾ ਲਖਾ ਨਾ ਜਾਇ ਪਸਾਰਾ॥	tumra lkha na jaeh psara.
ਕਿਹ ਬਿਧਿ ਸਜਾ ਪ੍ਰਥਮ ਸੰਸਾਰਾ॥੧੭॥	keh bidhi prthm sunsara. (17)
ਏਕੈ ਰੂਪ ਅਨੂਪ ਸਰੂਪਾ॥	aikai roop anoop sroopa.
ਰੰਕ ਭਯੋ ਰਾਵ ਕਹੀ ਭੂਪਾ॥	runk bhyo rav kehi bhoopa.
ਅਡੰਜ ਜੇਰਜ ਸੇਤਜ ਕੀਨੀ॥	audj jairj saitj kini.
ਉਤਭੁਜ ਖਾਨਿ ਬਹੁਰਿ ਰਚਿ ਦੀਨੀ॥੧੮॥	ootbhuj khani bhor rchi deeni (18)
ਕਹੂੰ ਫੂਲਿ ਰਾਜਾ ਹ੍ਵੈ ਬੈਠਾ॥	kahoon phool raja hvai baitha.
ਕਹੂੰ ਸਿਮਟਿ ਭਯੋ ਸੰਕਰ ਇਕੈਠਾ॥	kahoon simit bhio sunkr aikaitha.
ਸਿਗਰੀ ਸ੍ਰਿਸਟਿ ਦਿਖਾਇਇ ਅਵੰਭਵ॥	sgri sirsti dikhaeh achunbhv.
ਆਦਿ ਜੁਗਾਦਿ ਸਰੂਪ ਸੁਯੰਭਵ॥੧੯॥	adi jugadi sroop suyunbhv. (19)
ਅਬ ਰੱਛਾ ਮੇਰੀ ਤੁਮ ਕਰੋ॥	ab rchcha mairi tum kro.

ਸਿੱਖਜ ਉਬਾਰਿ ਅਸਿੱਖਜ ਸੰਘਰੋ॥	sikh oobari asikh soghro.
ਸੁਸਟ ਜਿਤੇ ਉਠਵਤ ਉਤਪਾਤਾ॥	dust jitai oothvat ootpata.
ਸਕਲ ਮਲੇਛ ਕਰੋ ਰਣ ਘਾਤਾ॥੨੦॥	skal mlaich kro run ghata. (20)
ਜੇ ਅਸਿਧੁਜ ਤਵ ਸਰਨੀ ਪਰੇ॥	jai asidhuj tav sarni parai.
ਤਿਨ ਕੇ ਦੁਸਟ ਦੁਖਿਤ ਹ੍ਵੈ ਮਰੇ॥	tin kai dusht dukhit hvai mrai.
ਪੁਰਖ ਜਵਨ ਪਗ ਪਰੇ ਤਿਹਾਰੇ॥	purkh jvan pug parai tiharai.
ਤਿਨ ਕੇ ਤੁਮ ਸੰਕਟ ਸਭ ਟਾਰੇ॥੨੧॥	tin kai tum sunkt sabh tarai. (21)
ਜੋ ਕਲਿ ਕੋ ਇਕ ਬਾਰ ਧਿਐ ਹੈ॥	jo kal ko eik bar dhiaai hai.
ਤਾ ਕੇ ਕਾਲ ਬਿਕਟਿ ਨਹਿ ਐ ਹੈ॥	ta kai kal nikti neh aai hai.
ਰੱਛਾ ਹੋਇ ਤਾਹਿ ਸਭ ਕਾਲਾ॥	rchcha hoeh taeh sabh kala.
ਦੁਸਟ ਅਰਿਸਟ ਟਰੈਂ ਤਤਕਾਲਾ॥੨੨॥	dust arist train tatkala. (22)
ਕ੍ਰਿਪਾ ਦ੍ਰਿਸਟਿ ਤਨ ਜਾਹਿ ਨਿਹਰਿਹੋ॥	kirpa diristi tun jaeh nihriho.
ਤਾ ਕੇ ਤਾਪ ਤਨਕ ਮੋਨ ਹਰਿਹੋ॥	ta kai tap tnak mo herho.
ਰਿੱਧਿ ਸਿੱਧਿ ਘਰ ਮੋਂ ਸਭ ਹੋਈ॥	ridhdhi sidhdhi ghar mo sabh hoei.
ਦੁਸਟ ਛਾਹ ਛ੍ਵੈ ਸਕੈ ਨ ਕੋਈ॥੨੩॥	dust chah chvai skai na koei. (23)
ਏਕ ਬਾਰ ਜਿਨ ਤੁਮੈ ਸੰਭਾਰਾ॥	aik bar jin tumai sunbhara.
ਕਾਲ ਫਾਸ ਤੇ ਤਾਹਿ ਉਬਾਰਾ॥	kal phas tai taeh oobara.
ਜਿਨ ਨਰ ਨਾਮ ਤਿਹਾਰੋ ਕਹਾ॥	jin nar nam tiharo kaha.
ਦਾਰਿਦ ਦੁਸਟ ਦੋਖ ਤੇ ਰਹਾ॥੨੪॥	darid dust dokh tai raha. (24)
ਖੜਗ ਕੇਤ ਮੈ ਸਰਣਿ ਤਿਹਾਰੀ॥	kharag kait mai sarni tehari.
ਆਪੁ ਹਾਥ ਦੇ ਲੇਹੁ ਉਬਾਰੀ॥	aap hath dai laio oobari.
ਸਰਬ ਠੋਰ ਮੋ ਹੋਹੁ ਸਹਾਈ॥	sarb thor mo hohu sahaei.
ਸੁਸਟ ਦੋਖ ਤੇਲੇਹ ਬਚਾਈ॥੨੫॥	dust dokh tai laiho bchaei. (25)
ਕ੍ਰਿਪਾ ਕਰੀ ਹਮ ਪਰ ਜਗ ਮਾਤਾ॥	Kripaa kari ham par jagmaataa.
ਗ੍ਰੰਥ ਕਰਾ ਪੂਰਨ ਸੁਭ ਰਾਤਾ॥	Granth karaa pooran subh raataa.
ਕਿਲਬਿਖ ਸਕਲ ਦੇਹ ਕੋ ਹਰਤਾ॥	Kilbikh sakal deh ko hartaa.
ਦੁਸਟ ਦੋਖਿਯਨ ਕੋ ਛੈ ਕਰਤਾ॥੨੬॥	Dusht dokhiyan ko chhai kartaa. (26)
ਸ੍ਰੀ ਅਸਿਧੁ ਜ ਜਬ ਭਏ ਦਇਆਲਾ॥	Sri asidhuj jab bhae dayaalaa.
ਪੂਰਨ ਕਰਾ ਗਮ੍ਰਥ ਤਤਕਾਲਾ॥	Pooran karaa granth tatkaalaa.
ਮਨ ਬਾਂਛਤ ਫਲ ਪਾਵੈ ਸੋਈ॥	Man baanchhat phal paavai soee.
ਦੂਖ ਨ ਤਿਸੈ ਬਿਆਪਤ ਕੋਈ॥੨੭॥	Dookh na tisai biaapat koee. (27)
ਅੜਿੱਲ	ARRIL
ਸੁਨੈ ਗੁੰਗ ਜੋ ਯਹਿ ਸੁ ਰਸਨਾ ਪਾਵਈ॥	Sunai gung jo yaahe so rasnaa paavaee.
ਸੁਨੈ ਮੂੜ੍ਹ ਚਿਤ ਲਾਇ ਚਤੁਰਤਾ ਆਵਈ॥	Sunai moorr chit laaé chaturtaa aavaee.
ਦੂਖ ਦਰਦ ਭੌ ਨਿਕਟ ਨ	Dukh darad bhau nikatt naa
ਤਿਨ ਨਰ ਕੇ ਰਹੈ॥	tin nar ké rahai.
ਹੋ ਜੋ ਯਾਕੀ ਏਕ ਬਾਰ	Ho jo yaakee eik baar
ਚੌਪਾਈ ਕੋ ਕਹੈ॥੨੮॥	chaupe-ee ko kahé. (28)
ਚੌਪਾਈ॥	CHAUPI.
ਸੰਬਤ ਸੱਤ੍ਰਹ ਸਹਸ ਭਣਿੱਜੈ॥	Sambat satrh sahis bheNije.
ਅਰਧ ਸਹਸ ਫੁਨਿ ਤੀਨਿ ਕਹਿੱਜੈ॥	ardh sahis phun teen kaheje.
ਭਾਦ੍ਰਵ ਸੁਦੀ ਅਸ਼ਟਮੀ ਰਵਿ ਵਾਰਾ॥	Bhadrrav sudee ashtmee ravivaraa.
ਤੀਰ ਸਤੁੱਦ੍ਰਵ ਗ੍ਰੰਥ ਸੁਧਾਰਾ ॥੨੯॥	Teer sat-drav granth sudaahraa. (29)

ਇਤਿ ਸ੍ਰੀ ਚਰਿਤ੍ਰੋ ਪਖਾਜਾਨੇ	ieiq sRI cirqoR pKwÎwny
ਤ੍ਰਿਯਾ ਚਰਿਤ੍ਰੇ ਮੰਤ੍ਰੀ ਭੂਪ	iqRXw cirqRy mMqRI BUp
ਸੰਬਾਦੇ ਚਾਰ ਸੌ ਪਾਂਚ ਚਰਿਤ੍ਰ	sMbwdy cwr sO pWc cirqR
ਸਮਾਪਤ ਮਸੁਤ ਸੁਭ ਮਸਤੁ॥ ਅਫਜੂੰ॥	smwpq msuq suB msqu. APjMU.
ਦੋਹਰਾ॥	DOHRAA
ਦਾਸ ਜਾਨ ਕਰਿ	dws jwn kir
ਦਾਸ ਪਰਿ ਕੀਜੈ ਕ੍ਰਿਪਾ ਅਪਾਰ॥	dws pir kIjY ikRpw Apwr.
ਆਪ ਹਾਥ ਦੇ ਰਾਖੁ ਮਹਿ	Awp hwQ dy rwKu mih
ਮਨ ਕ੍ਰਮ ਬਚਨ ਬਿਚਾਰ॥੧॥	mn kRm bcn ibcwr॥1॥
ਚੌਪਈ॥	CHAUPI.
ਮੈ ਨ ਗਨੇਸਹਿ ਪ੍ਰਿਥਮ ਮਨਾਊਂ॥	mY n gnysih ipRQm mwnwaUN.
ਕਿਸਨ ਬਿਸਨ ਕਬਹੂੰ ਨਹਿ ਧਿਆਊਂ॥	iksn ibsn kbhMU nih iDAwaUN.
ਕਾਨ ਸੁਨੇ ਮਹਿਚਾਨ ਨ ਤਿਨ ਸੋ॥	kwn suny mihcwn n iqn so.
ਲਿਵ ਲਾਗੀ ਮੋਰੀ ਪਗ ਇਨ ਸੋ॥੨॥	ilv lwgI morI pg ien so॥2॥
ਮਹਾ ਕਾਲ ਰਖਵਾਰ ਹਮਾਰੋ॥	mhw kwl rKvwr hmwro.
ਮਹਾਂ ਲੋਹ ਮੈ ਕਿੰਕਰ ਥਾਰੋ॥	mhW loh mY ikMkr Qwro.
ਅਪਨਾ ਜਾਨ ਕਰੋ ਰਖਵਾਰ॥	Apnw jwn kro rKvwr.
ਬਾਂਹਿ ਗਹੇ ਕੀ ਲਾਜ ਬਿਚਾਰ॥੩॥	bWih ghy kI lwj ibcwr॥ 3॥
ਅਪਨਾ ਜਾਨ ਮੁਝੈ ਪ੍ਰਤਿਪਰੀਐ॥	Apnw jwn muJY pRiqprIAY.
ਛੁਨ ਚੁਨ ਸਤ੍ਰ ਹਮਾਏ ਮਰੀਐ॥	Cun cun sqR hmwey mrIAY.
ਧੇਗ ਤੇਗ ਜਗ ਮੈ ਦੋਊ ਚਲੈ॥	Dyg qyg jg mY doaU clY.
ਰਾਖ ਆਪ ਮੁਹਿ ਅਉਰ ਨ ਦਲੈ॥੪॥	rwK Awp muih Aaur n dlY॥4॥
ਤੁਮ ਮਮ ਕਰਹੁ ਸਦਾ ਪ੍ਰਤਿਪਾਰਾ॥	qum mm krhu sdw pRiqpwrw.
ਤੁਮ ਸਾਹਿਬ ਮੈ ਦਾਸ ਤਿਹਾਰਾ॥	qum swihb mY dws iqhwrw.
ਜਾਨ ਆਪਨਾ ਮੁਝੈ ਨਿਵਾਜ॥	jwn Awpnw muJY invwj.
ਆਪ ਕਰੋ ਹਮਰੇ ਸਭ ਕਾਜ॥੫॥	Awp kro hmry sB kwj॥5॥
ਥੁਮ ਹੋ ਸਭ ਰਾਜਨ ਕੇ ਰਾਜਾ॥	Qum ho sB rwjn ky rwjw.
ਆਪੇ ਆਪ ਗਰੀਬ ਨਿਵਾਜਾ॥	Awpy Awp grIb invwjw.
ਦਾਸ ਜਾਨ ਕਰ ਕ੍ਰਿਪਾ ਕਰਹੁ ਮੁਹਿ॥	dws jwn kr ikRpw krhu muih.
ਹਾਰ ਪਰਾ ਮੈ ਆਨਿ ਦੁਆਰ ਤੁਹਿ॥੬॥	hwr prw mY Awin duAwr quih॥6॥
ਅਪਨਾ ਜਾਨ ਕਰੋ ਪ੍ਰਤਿਪਾਰਾ॥	Apnw jwn kro pRiqpwrw.
ਥੁਮ ਸਾਹਿਬੁ ਮੈਂ ਕਿਮਕਰੁ ਥਾਰਾ॥	Qum swihbu mYN ikmkru Qwrw.
ਧਾਸ ਜਾਨ ਦੇ ਹਾਥ ਉਬਾਰੋ॥	Dws jwn dy hwQ aubwro.
ਹਮਰੋ ਸਭ ਬੈਰੀਅਨ ਸੰਘਾਰੋ॥੭॥	hmro sB bYrIAn sMGwro॥7॥
ਪ੍ਰਿਥਮ ਧਰੋਂ ਭਗਵਤ ਕੋ ਧਜਾਨਾ॥	ipRQm DroN Bgvq ko DÎwnw.
ਬਹੁਰ ਕਰੋਂ ਕਬਿਤਾ ਬਿਧਿ ਨਾਨਾ॥	bhur kroN kibqw ibiD nwnw.
ਕ੍ਰਿਸਨ ਜਥਾ ਮਤਿ ਚਰਿਤ੍ਰ ਉਚਾਰੋ॥	ikRsn jQw miq cirqR aucwro.
ਚੂਕ ਹੋਇ ਕਬਿ ਲੁਹ ਸੁਧਾਰੋ॥੮॥	cUk hoie kib luh suDwro॥8॥
ਕਬਿਉ ਬਾਚ॥ ਦੋਹਰਾ॥	kibau bwc॥ DOHRAA
ਜੋ ਨਿਜ ਪ੍ਰਭ ਮੋ ਸੋ	jo inj pRB mo so
ਕਹਾ ਸੋ ਕਰਿਹੌਂ ਜਗ ਮਾਹਿ॥	khw so kirhON jg mwih.
ਜੋ ਤਿਹ ਪ੍ਰਭ ਕੋ ਧਿਆਇ ਹੈਂ	jo iqh pRB ko iDAwie hYN
ਅੰਤ ਸੁਰਗ ਕੋ ਜਾਹਿਂ॥੧॥	AMq surg ko jwihN॥1॥
ਦੋਹਰਾ॥	DOHRAA
ਹਰਿ ਹਰਿਜਨ ਦੁਈ ਏਕ ਹੈ	hir hirjn dueI eyk hY
ਬਿਬ ਬਿਚਾਰ ਕੁਛ ਨਾਹਿ॥	ibb ibcwr kuC nwih.
ਜਲ ਤੇ ਉਪਜ ਤਰੰਗ ਜਿਉ	jl qy aupj qrMg ijau

ਜਲ ਹੀ ਬਿਖੇ ਸਮਾਹਿ॥੨॥	jl hI ibKY smwih॥2॥
ਦੋਹਰਾ॥	DOHRAA
ਜਬ ਆਇਸੁ ਪ੍ਰਭ ਕੋ ਭਯੋ	jb Awiesu pRB ko BXo
ਜਨਮੁ ਧਰਾ ਜਗ ਆਇ॥	jnmu Drw jg Awie.
ਅਬ ਮੈ ਕਥਾ ਸੰਛੇਪ ਤੇ	Ab mY kQw sMCyp qy
ਸਭਹੂੰ ਕਹਤ ਸੁਨਾਇ॥੧॥	sBhMU khq sunwie॥1॥
ਕਬਿ ਬਾਚ॥ ਦੋਹਰਾ॥	kib bwc. DOHRAA
ਠਾਢ ਭਯੋ ਮੈ ਜੋਰਿ ਕਰਿ	TwF BXo mY joir kir
ਬਚਨ ਕਹਾ ਸਿਰ ਨਿਆਇ॥	bcn khw isr inAwie
ਪੰਥ ਚਲੈ ਜਗਤ ਮੈ	pMQ clY jgq mY
ਜਬ ਤੁਮ ਕਰਹੁ ਸਹਾਇ॥੧॥	jb qum krhu shwie॥1॥
ਦੋਹਰਾ॥	DOHRAA
ਜੇ ਜੇ ਤੁਮਰੇ ਧਿਆਨ ਕੋ	jy jy qumry iDAwn ko
ਨਿਤ ਉਠਿ ਧਿਐਹੈਂ ਸੰਤ॥	inq auiT iDAYhYN sMq.
ਅੰਤ ਲਹੈਂਗੇ ਮੁਕਤ ਫਲੁ	AMq lhYNgy mukq Plu
ਪਾਵਹਿਗੇ ਭਗਵੰਤ॥੧॥	pwvihgy BgvMq॥1॥
ਦੋਹਰਾ॥	DOHRAA
ਕਾਲ ਪੁਰਖ ਕੀ ਦੇਹਿ ਮੋ	kwl purK kI dyih mo
ਕੋਟਿਕ ਬਿਸਨ ਮਹੁਸ॥	koitk ibsn mhus.
ਕੋਟਿ ਇੰਦ੍ਰ ਬ੍ਰਹਮਾ ਕਿਤੇ	koit ieMdR bRhmw ikqy
ਰਵਿ ਸਸਿ ਕ੍ਰੋਰ ਜਲੇਸ॥੧॥	riv sis koRr jlys॥1॥
ਦੋਹਰਾ॥	DOHRAA
ਰਾਮ ਕਥਾ ਜੁਗ ਜੁਗ ਅਟਲ	rwm kQw jug jug Atl
ਸਭ ਕੋਈ ਭਾਖਤ ਨੇਤ॥	sB koeI BwKq nyq.
ਸੁਰਗ ਬਾਸ ਰਘੁਬਰ ਕਰਾ	surg bws rGubr krw
ਸਗਰੀ ਪੁਰੀ ਸਮੇਤ॥੧॥	sgrI purI smyq॥1॥
ਚੌਪਈ॥	CHAUPI.
ਜੋ ਇਹ ਕਥਾ ਸੁਨੈ ਅਰੁ ਗਾਵੈ॥	jo ieh kQw sunY Aru gwvY.
ਦੂਖ ਪਾਪ ਤਿਹ ਨਿਕਟ ਨ ਆਵੈ॥	dUK pwp iqh inkt n AwvY
ਬਿਸਨ ਭਗਤ ਕੀ ਏ ਫਲ ਹੋਈ॥	ibsn Bgq kI ey Pl hoeI.
ਆਧਿ ਬ੍ਯਾਧਿ ਛ੍ਵੈ ਸਕੈ ਨ ਕੋਈ॥੧॥	AwiD bÎwiD CÍY skY n koeI॥1॥
ਸੰਮਤ ਸੱਤ੍ਰਹ ਸਹਸ ਪਚਾਵਨ॥	sMmq s`qRh shs pcwvn.
ਹਾੜ ਵਦੀ ਪ੍ਰਿਥਮ ਸੁਖ ਦਾਵਨ॥	hwV vdI ipRQm suK dwvn.
ਤ੍ਵਪ੍ਰਸਾਦਿ ਕਰਿ ਗ੍ਰੰਥ ਸੁਧਾਰਾ॥	qÍpRswid kir gMRQ suDwrw.
ਭੂਲ ਪਰੀ ਲਹੁ ਲੇਹ ਸੁਧਾਰਾ॥੨॥	BUl prI lhu lyh suDwrw॥2॥
ਦੋਹਰਾ॥	DOHRAA
ਨੇਤ੍ਰ ਤੁੰਗ ਕੇ ਚਰਨ ਤਰ	nyqR qMug ky crn qr
ਸਤੁੱਦ੍ਰਵ ਤੀਰ ਤਰੰਗ॥	sq`udRv qIr qrMg.
ਸ੍ਰੀ ਭਗਵਤ ਪੂਰਨ ਕੌਯੋ	sRI Bgvq pUrn kOXo
ਰਘੁਬਰ ਕਥਾ ਪ੍ਰਸੰਗ॥੩॥	rGubr kQw pRsMg॥3॥
ਦੋਹਰਾ॥	DOHRAA
ਸਾਧ ਅਸਾਧ ਜਾਨੋ ਨਹੀ	swD AswD jwno nhI
ਬਾਦ ਸੁਬਾਦ ਬਿਬਾਦਿ॥	bwd subwd ibbwid.
ਗ੍ਰੰਥ ਸਕਲ ਪੂਰਣ ਕੀਯੋ	gMRQ skl pUrx kIXo
ਭਗਵਤ ਕ੍ਰਿਪਾ ਪ੍ਰਸਾਦਿ॥੪॥	Bgvq ikRpw pRswid॥4॥

ਸ੍ਵੈਯਾ॥
ਪਾਂਇ ਗਹੇ ਜਬ ਤੇ ਤੁਮਰੇ
ਤਬ ਤੇ ਕੋਊ ਆਂਖ ਤਰੇ ਨਹੀਂ ਆਨ੍ਯੋ॥
ਰਾਮ ਰਹੀਮ ਪੁਰਾਨ ਕੁਰਾਨ ਅਨੇਕ ਕਹੈਂ
ਮਤ ਏਕ ਨ ਮਾਨ੍ਯੋ॥
ਸਿੰਮ੍ਰਿਤਿ ਸਾਸਤ੍ਰ ਬੇਦ ਸਭੈ ਬਹੁ ਭੇਦ ਕਹੈਂ
ਹਮ ਏਕ ਨ ਜਾਨ੍ਯੋ॥
ਸ੍ਰੀ ਅਸਿਪਾਨ ਕ੍ਰਿਪਾ ਤੁਮਰੀ ਕਰਿ
ਮੈ ਨ ਕਹ੍ਯੋ ਸਭ ਤੋਹਿ ਬਖਾਨ੍ਯੋ॥

SVAIYAA
Paa(n)e gahe jab té tumré
tab té ko'oo aa(n)kh taré nehee aanyo.
Ram rahim Puran Quran anak kahai
mat eek na maneyo.
Simrat shaastr badh sabh bohu bhedh kahai
ham eik na janyo.
Siree asipaan kripaa tumree kar(i),
mai na kahyo sabh tohé bakhaanyo. (30)

ਦੋਹਰਾ॥
ਸਗਲ ਦੁਆਰ ਕਉ ਛਾਡਿ ਕੈ
ਗਹਿਓ ਤੁਹਾਰੋ ਦੁਆਰ॥
ਬਾਂਹਿ ਗਹੇ ਕੀ ਲਾਜ ਅਸ
ਗੋਬਿੰਦ ਦਾਸ ਤੁਹਾਰ॥

DOHRAA
Sagal duaar kau chhaad kai,
gahe'o tuhaaro duaar.
Baa(n)he gahe kee laaj as
Gobind daas tuhaar.

☬ ਅਨੰਦੁ ਸਾਹਿਬ ☬

2. **ਰਾਮਕਲੀ ਮਹਲਾ ੩ ਅਨੰਦੁ॥ 917-1**

ੴ ਸਤਿਗੁਰ ਪ੍ਰਸਾਦਿ॥
ik-oNkaar satgur parsaad.

ਅਨੰਦੁ ਭਇਆ ਮੇਰੀ ਮਾਏ,
ਸਤਿਗੁਰੂ ਮੈ ਪਾਇਆ॥
ਸਤਿਗੁਰੁ ਤ ਪਾਇਆ ਸਹਜ ਸੇਤੀ,
ਮਨਿ ਵਜੀਆ ਵਾਧਾਈਆ॥
ਰਾਗ ਰਤਨ ਪਰਵਾਰ ਪਰੀਆ,
ਸਬਦ ਗਾਵਣ ਆਈਆ॥
ਸਬਦੋ ਤ ਗਾਵਹੁ ਹਰੀ ਕੇਰਾ,
ਮਨਿ ਜਿਨੀ ਵਸਾਇਆ॥
ਕਹੈ ਨਾਨਕੁ ਅਨੰਦੁ ਹੋਆ,
ਸਤਿਗੁਰੂ ਮੈ ਪਾਇਆ॥੧॥

anand bha-i-aa mayree maa-ay
satguroo mai paa-i-aa.
satgur ta paa-i-aa sahj saytee
man vajee-aa vaaDhaa-ee-aa.
raag ratan parvaar paree-aa
sabad gaavan aa-ee-aa.
sabdo ta gaavhu haree kayraa
man jinee vasaa-i-aa.
kahai naanak anand ho-aa
satguroo mai paa-i-aa. ||1||

ਏ ਮਨ ਮੇਰਿਆ,
ਤੂ ਸਦਾ ਰਹੁ ਹਰਿ ਨਾਲੇ॥
ਹਰਿ ਨਾਲਿ ਰਹੁ, ਤੂ ਮੰਨ ਮੇਰੇ,
ਦੂਖ ਸਭਿ ਵਿਸਾਰਣਾ॥
ਅੰਗੀਕਾਰੁ ਓਹੁ ਕਰੇ ਤੇਰਾ,
ਕਾਰਜ ਸਭਿ ਸਵਾਰਣਾ॥
ਸਭਨਾ ਗਲਾ ਸਮਰਥੁ ਸੁਆਮੀ,
ਸੋ ਕਿਉ ਮਨਹੁ ਵਿਸਾਰੇ॥
ਕਹੈ ਨਾਨਕੁ ਮੰਨ ਮੇਰੇ,
ਸਦਾ ਰਹੁ ਹਰਿ ਨਾਲੇ॥੨॥

ay man mayri-aa
too sadaa rahu har naalay.
har naal rahu too man mayray
dookh sabh visaarnaa.
angeekaar oh karay tayraa
kaaraj sabh savaarnaa.
sabhnaa galaa samrath su-aamee
so ki-o manhu visaaray.
kahai naanak man mayray
sadaa rahu har naalay. ||2||

ਸਾਚੇ ਸਾਹਿਬਾ, ਕਿਆ ਨਾਹੀ ਘਰਿ ਤੇਰੈ॥
ਘਰਿ ਤ ਤੇਰੈ ਸਭੁ ਕਿਛੁ ਹੈ,
ਜਿਸੁ ਦੇਹਿ ਸੁ ਪਾਵਏ॥
ਸਦਾ ਸਿਫਤਿ ਸਲਾਹ ਤੇਰੀ,
ਨਾਮੁ ਮਨਿ ਵਸਾਵਏ॥
ਨਾਮੁ ਜਿਨ ਕੈ ਮਨਿ ਵਸਿਆ,
ਵਾਜੇ ਸਬਦ ਘਨੇਰੇ॥
ਕਹੈ ਨਾਨਕੁ ਸਚੇ ਸਾਹਿਬ,
ਕਿਆ ਨਾਹੀ ਘਰਿ ਤੇਰੈ॥੩॥

saachay saahibaa ki-aa naahee ghar tayrai.
ghar ta tayrai sabh kichh hai
jis deh so paav-ay.
sadaa sifat salaah tayree
naam man vasaava-ay.
naam jin kai man vasi-aa
vaajay sabad ghanayray.
kahai naanak sachay sahib
ki-aa naahee ghar tayrai. ||3||

ਸਾਚਾ ਨਾਮੁ ਮੇਰਾ ਆਧਾਰੋ॥	saachaa naam mayraa aaDhaaro.
ਸਾਚੁ ਨਾਮੁ ਅਧਾਰੁ ਮੇਰਾ,	saach naam aDhaar mayraa
ਜਿਨਿ ਭੁਖਾ ਸਭਿ ਗਵਾਈਆ॥	jin bhukhaa sabh gavaa-ee-aa.
ਕਰਿ ਸਾਂਤਿ ਸੁਖ ਮਨਿ ਆਇ ਵਸਿਆ,	kar saaNt sukh man aa-ay vasi-aa
ਜਿਨਿ ਇਛਾ ਸਭਿ ਪੁਜਾਈਆ॥	jin ichhaa sabh pujaa-ee-aa.
ਸਦਾ ਕੁਰਬਾਣੁ ਕੀਤਾ ਗੁਰੂ ਵਿਟਹੁ,	sadaa kurbaan keetaa guroo vitahu
ਜਿਸ ਦੀਆਂ ਏਹਿ ਵਡਿਆਈਆ॥	jis dee-aa ayhi vadi-aa-ee-aa.
ਕਹੈ ਨਾਨਕੁ ਸੁਣਹੁ ਸੰਤਹੁ,	kahai naanak sunhu santahu
ਸਬਦਿ ਧਰਹੁ ਪਿਆਰੋ॥	sabad Dharahu pi-aaro.
ਸਾਚਾ ਨਾਮੁ ਮੇਰਾ ਆਧਾਰੋ॥੪॥	saachaa naam mayraa aaDhaaro. ||4||

ਵਾਜੇ ਪੰਚ ਸਬਦ, ਤਿਤੁ ਘਰਿ ਸਭਾਗੈ॥	vaajay panch sabad tit ghar sabhaagai.
ਘਰਿ ਸਭਾਗੈ, ਸਬਦ ਵਾਜੇ,	ghar sabhaagai sabad vaajay
ਕਲਾ ਜਿਤੁ ਘਰਿ ਧਾਰੀਆ॥	kalaa jit ghar Dhaaree-aa.
ਪੰਚ ਦੂਤ ਤੁਧੁ ਵਸਿ ਕੀਤੇ,	panch doot tuDh vas keetay
ਕਾਲੁ ਕੰਟਕੁ ਮਾਰਿਆ॥	kaal kantak maari-aa.
ਧੁਰਿ ਕਰਮਿ ਪਾਇਆ ਤੁਧੁ ਜਿਨ ਕਉ,	Dhur karam paa-i-aa tuDh jin ka-o
ਸਿ ਨਾਮਿ ਹਰਿ ਕੈ ਲਾਗੇ॥	se naam har kai laagay.
ਕਹੈ ਨਾਨਕੁ ਤਹ ਸੁਖੁ ਹੋਆ,	kahai naanak tah sukh ho-aa
ਤਿਤੁ ਘਰਿ ਅਨਹਦ ਵਾਜੇ॥੫॥	tit ghar anhad vaajay. ||5||

ਅਨਦੁ ਸੁਣਹੁ ਵਡਭਾਗੀਹੋ,	anad sunhu vadbhaageeho
ਸਗਲ ਮਨੋਰਥ ਪੂਰੇ॥	sagal manorath pooray.
ਪਾਰਬ੍ਰਹਮੁ ਪ੍ਰਭੁ ਪਾਇਆ,	paarbarahm parabh paa-i-aa
ਉਤਰੇ ਸਗਲ ਵਿਸੂਰੇ॥	utray sagal visooray.
ਦੂਖ ਰੋਗ ਸੰਤਾਪ ਉਤਰੇ,	dookh rog santaap utray
ਸੁਣੀ ਸਚੀ ਬਾਣੀ॥	sunee sachee banee.
ਸੰਤ ਸਾਜਨ ਭਏ ਸਰਸੇ,	sant saajan bha-ay sarsay
ਪੂਰੇ ਗੁਰ ਤੇ ਜਾਣੀ॥	pooray gur tay jaanee.
ਸੁਣਤੇ ਪੁਨੀਤ, ਕਹਤੇ ਪਵਿਤੁ,	suntay puneet kahtay pavit
ਸਤਿਗੁਰੁ ਰਹਿਆ ਭਰਪੂਰੇ॥	satgur rahi-aa bharpooray.
ਬਿਨਵੰਤਿ ਨਾਨਕੁ ਗੁਰ ਚਰਣ ਲਾਗੇ,	binvant naanak gur charan laagay
ਵਾਜੇ ਅਨਹਦ ਤੂਰੇ॥੪੦॥੧॥	vaajay anhad tooray. ||40||1||

☬ ਮੁੰਦਾਵਣੀ ☬

ਮੁੰਦਾਵਣੀ ਮਹਲਾ ੫॥ 1429-11 -W

ਥਾਲ ਵਿਚਿ ਤਿੰਨਿ ਵਸਤੂ ਪਈਓ,	thaal vich tinn vastoo pa-ee-o
ਸਤੁ ਸੰਤੋਖੁ ਵੀਚਾਰੋ॥	sat santokh veechaaro.
ਅੰਮ੍ਰਿਤ ਨਾਮੁ ਠਾਕੁਰ ਕਾ ਪਇਓ,	amrit naam thaakur kaa pa-i-o
ਜਿਸ ਕਾ ਸਭਸੁ ਅਧਾਰੋ॥	jis kaa sabhas aDhaaro.
ਜੇ ਕੋ ਖਾਵੈ, ਜੇ ਕੋ ਭੁੰਚੈ,	jay ko khaavai jay ko bhunchai
ਤਿਸ ਕਾ ਹੋਇ ਉਧਾਰੋ॥	tis kaa ho-ay uDhaaro.
ਏਹ ਵਸਤੁ ਤਜੀ ਨਹ ਜਾਈ,	ayh vasat tajee nah jaa-ee
ਨਿਤ ਨਿਤ ਰਖੁ ਉਰਿ ਧਾਰੋ॥	nit nit rakh ur Dhaaro.
ਤਮ ਸੰਸਾਰੁ ਚਰਨ ਲਗਿ ਤਰੀਐ,	tam sansaar charan lag taree-ai
ਸਭੁ ਨਾਨਕ ਬ੍ਰਹਮ ਪਸਾਰੋ॥੧॥	sabh naanak barahm pasaaro. ||1||

ਸਲੋਕ ਮਹਲਾ ੫॥ (1429-14)

ਤੇਰਾ ਕੀਤਾ ਜਾਤੋ ਨਾਹੀ,	tayraa keetaa jaato naahee
ਮੈਨੋ ਜੋਗੁ ਕੀਤੋਈ॥	maino jog keeto-ee.
ਮੈ ਨਿਰਗੁਣਿਆਰੇ ਕੋ ਗੁਣੁ ਨਾਹੀ,	mai nirguni-aaray ko gun naahee aa-
ਆਪੇ ਤਰਸੁ ਪਇਓਈ॥	pay taras pa-i-o-ee.
ਤਰਸੁ ਪਇਆ ਮਿਹਰਾਮਤਿ ਹੋਈ,	taras pa-i-aa mihraamat ho-ee
ਸਤਿਗੁਰੁ ਸਜਣੁ ਮਿਲਿਆ॥	satgur sajan mili-aa.
ਨਾਨਕ ਨਾਮੁ ਮਿਲੈ ਤਾ ਜੀਵਾਂ,	naanak naam milai taaN jeevaaN
ਤਨੁ ਮਨੁ ਥੀਵੈ ਹਰਿਆ॥੧॥	tan man theevai hari-aa. ||1||
ਪਉੜੀ॥ 962	pa-orhee.
ਤਿਥੈ ਤੂ ਸਮਰਥੁ, ਜਿਥੈ ਕੋਇ ਨਾਹਿ॥	tithai too samrath jithai ko-ay naahi.
ਓਥੈ ਤੇਰੀ ਰਖ, ਅਗਨੀ ਉਦਰ ਮਾਹਿ॥	othai tayree rakh agnee udar maahi.
ਸੁਣਿ ਕੈ ਜਮ ਕੇ ਦੂਤ,	sun kai jam kay doot
ਨਾਇ ਤੇਰੈ ਛਡਿ ਜਾਹਿ॥	naa-ay tayrai chhad jaahi.
ਭਉਜਲੁ ਬਿਖਮੁ ਅਸਗਾਹੁ,	bha-ojal bikham asgaahu
ਗੁਰ ਸਬਦੀ ਪਾਰਿ ਪਾਹਿ॥	gur sabdee paar paahi.
ਜਿਨ ਕਉ ਲਗੀ ਪਿਆਸ,	jin ka-o lagee pi-aas
ਅੰਮ੍ਰਿਤੁ ਸੇਇ ਖਾਹਿ॥	amrit say-ay khaahi.
ਕਲਿ ਮਹਿ ਏਹੋ ਪੁੰਨੁ,	kal meh ayho punn
ਗੁਣ ਗੋਵਿੰਦ ਗਾਹਿ॥	gun govind gaahi.
ਸਭਸੈ ਨੋ ਕਿਰਪਾਲੁ	sabhsai no kirpaal
ਸਮ੍ਹਾਲੇ ਸਾਹਿ ਸਾਹਿ॥	samHaalay saahi saahi.
ਬਿਰਥਾ ਕੋਇ ਨ ਜਾਇ	birthaa ko-ay na jaa-ay
ਜਿ ਆਵੈ ਤੁਧੁ ਆਹਿ॥੯॥	je aavai tuDh aahi. ||9|

ਸਲੋਕੁ ਮਃ ੫॥

ੴ ਸਤਿਗੁਰ ਪ੍ਰਸਾਦਿ॥	oNkaar satgur parsaad.
ਅੰਤਰਿ ਗੁਰੁ ਆਰਾਧਣਾ	antar gur aaraaDh-naa
ਜਿਹਵਾ ਜਪਿ ਗੁਰ ਨਾਉ॥	jihvaa jap gur naa-o.
ਨੇਤ੍ਰੀ ਸਤਿਗੁਰੁ ਪੇਖਣਾ	naytree satgur paykh-naa sar-
ਸ੍ਰਵਣੀ ਸੁਨਣਾ ਗੁਰ ਨਾਉ॥	vanee sunnaa gur naa-o.
ਸਤਿਗੁਰ ਸੇਤੀ ਰਤਿਆ	satgur saytee rati-aa
ਦਰਗਹ ਪਾਈਐ ਠਾਉ॥	dargeh paa-ee-ai thaa-o.
ਕਹੁ ਨਾਨਕ ਕਿਰਪਾ ਕਰੇ	kaho naanak kirpaa karay
ਜਿਸ ਨੋ ਏਹ ਵਥੁ ਦੇਇ॥	jis no ayh vath day-ay.
ਜਗ ਮਹਿ ਉਤਮ ਕਾਢੀਅਹਿ	jag meh utam kaadhee-ah
ਵਿਰਲੇ ਕੇਈ ਕੇਇ॥੧॥	virlay kay-ee kay-ay. ||1||
ਮਃ ੫॥	mehlaa 5.
ਰਖੇ ਰਖਣਹਾਰਿ ਆਪਿ ਉਬਾਰਿਅਨੁ॥	rakhay rakhanhaar aap ubaari-an.
ਗੁਰ ਕੀ ਪੈਰੀ ਪਾਇ	gur kee pairee paa-ay
ਕਾਜ ਸਵਾਰਿਅਨੁ॥	kaaj savaari-an.
ਹੋਆ ਆਪਿ ਦਇਆਲੁ	ho-aa aap da-i-aal
ਮਨਹੁ ਨ ਵਿਸਾਰਿਅਨੁ॥	manhu na visaari-an.
ਸਾਧ ਜਨਾ ਕੈ ਸੰਗਿ	saaDh janaa kai sang
ਭਵਜਲੁ ਤਾਰਿਅਨੁ॥	bhavjal taari-an.

ਸਾਕਤ ਨਿੰਦਕ ਦੁਸਟ
ਖਿਨ ਮਾਹਿ ਬਿਦਾਰਿਅਨੁ॥
ਤਿਸੁ ਸਾਹਿਬ ਕੀ ਟੇਕ
ਨਾਨਕ ਮਨੈ ਮਾਹਿ॥
ਜਿਸੁ ਸਿਮਰਤ ਸੁਖੁ ਹੋਇ
ਸਗਲੇ ਦੂਖ ਜਾਹਿ॥੨॥
ਤੂ ਠਾਕੁਰੁ, ਤੁਮ ਪਹਿ ਅਰਦਾਸਿ॥
ਜੀਉ ਪਿੰਡੁ, ਸਭੁ ਤੇਰੀ ਰਾਸਿ॥
ਤੁਮ, ਮਾਤ, ਪਿਤਾ, ਹਮ ਬਾਰਿਕ ਤੇਰੈ॥
ਤੁਮਰੀ ਕ੍ਰਿਪਾ, ਮਹਿ ਸੂਖ ਘਨੇਰੈ॥
ਕੋਇ ਨ ਜਾਨੈ, ਤੁਮਰਾ ਅੰਤੁ॥
ਊਚੇ ਤੇ, ਊਚਾ ਭਗਵੰਤ॥
ਸਗਲ ਸਮਗ੍ਰੀ, ਤੁਮਰੈ ਸੂਤ੍ਰਿ ਧਾਰੀ॥
ਤੁਮ ਤੇ ਹੋਇ, ਸੁ ਆਗਿਆਕਾਰੀ॥
ਤੁਮਰੀ ਗਤਿ ਮਿਤਿ, ਤੁਮ ਹੀ ਜਾਨੀ॥
ਨਾਨਕ ਦਾਸ, ਸਦਾ ਕੁਰਬਾਨੀ॥੮॥੪॥

saakat nindak dusat
khin maah ibidaari-an.
tis saahib kee tayk
naanak manai maahi.
jis simrat sukh ho-ay
saglay dookh jaahi. ||2||
too thaakur tum peh ardaas.
jee-o pind sabh tayree raas.
tum maat pitaa ham baarik tayray.
tumree kirpaa meh sookh ghanayray.
ko-ay na jaanai tumraa ant.
ochay tay oochaa bhagvant.
sagal samagree tumrai sutir Dhaaree.
tum tay ho-ay so aagi-aakaaree.
tumree gat mit tum hee jaanee.
naanak daas sadaa kurbaanee. ||8||4||

☬ ਕੀਰਤਨ ਸੋਹਿਲਾ ☬

1. ਸੋਹਿਲਾ ਰਾਗੁ ਗਉੜੀ ਦੀਪਕੀ ਮਹਲਾ ੧॥ (12-10) Ga-orhee Deepkee Mehlaa 1

ੴ ਸਤਿਗੁਰ ਪ੍ਰਸਾਦਿ॥	ik-oNkaar saT`gur parsaad
ਜੈ ਘਰਿ ਕੀਰਤਿ ਆਖੀਐ	jai ghar keerat aakhee-ai
ਕਰਤੇ ਕਾ ਹੋਇ ਬੀਚਾਰੋ॥	kartay kaa ho-ay beechaaro.
ਤਿਤੁ ਘਰਿ ਗਾਵਹੁ ਸੋਹਿਲਾ	tit ghar gaavhu sohilaa
ਸਿਵਰਿਹੁ ਸਿਰਜਣਹਾਰੋ ॥੧॥	sivrihu sirjanhaaro. ||1||
ਤੁਮ ਗਾਵਹੁ ਮੇਰੇ ਨਿਰਭਉ ਕਾ ਸੋਹਿਲਾ॥	tum gaavhu mayray nirbha-o kaa sohilaa.
ਹਉ ਵਾਰੀ ਜਿਤੁ ਸੋਹਿਲੈ ਸਦਾ ਸੁਖੁ ਹੋਇ॥	ha-o vaaree jit sohilai sadaa sukh ho-ay.
੧॥ ਰਹਾਉ॥	||1|| rahaa-o.
ਨਿਤ ਨਿਤ ਜੀਅੜੇ ਸਮਾਲੀਅਨਿ	nit nit jee-arhay samaalee-an
ਦੇਖੈਗਾ ਦੇਵਣਹਾਰੁ॥	daykhaigaa dayvanhaar.
ਤੇਰੇ ਦਾਨੈ ਕੀਮਤਿ ਨਾ ਪਵੈ	tayray daanai keemat naa pavai
ਤਿਸੁ ਦਾਤੇ ਕਵਣੁ ਸੁਮਾਰੁ॥੨॥	tis daatay kavan sumaar. ||2||
ਸੰਬਤਿ ਸਾਹਾ ਲਿਖਿਆ	sambat saahaa likhi-aa
ਮਿਲਿ ਕਰਿ ਪਾਵਹੁ ਤੇਲੁ॥	mil kar paavhu tayl.
ਦੇਹੁ ਸਜਣ ਅਸੀਸੜੀਆ	dayh sajan aseesrhee-aa
ਜਿਉ ਹੋਵੈ ਸਾਹਿਬ ਸਿਉ ਮੇਲੁ॥੩॥	ji-o hovai saahib si-o mayl. ||3||
ਘਰਿ ਘਰਿ ਏਹੋ ਪਾਹੁਚਾ	ghar ghar ayho paahuchaa
ਸਦੜੇ ਨਿਤ ਪਵੰਨਿ॥	sad-rhay nit pavann.
ਸਦਣਹਾਰਾ ਸਿਮਰੀਐ	sadanhaaraa simree-ai
ਨਾਨਕ ਸੇ ਦਿਹ ਆਵੰਨਿ॥੪॥੧	naanak say dih aavann. ||4||1||

2. ਰਾਗੁ ਆਸਾ ਮਹਲਾ ੧॥ (12-16) Raag Aasaa Mehlaa 1

ਛਿਅ ਘਰ ਛਿਅ ਗੁਰ ਛਿਅ ਉਪਦੇਸ॥	chhi-a ghar chhi-a gur chhi-a updays.
ਗੁਰੁ ਗੁਰੁ ਏਕੋ ਵੇਸ ਅਨੇਕ॥੧॥	gur gur ayko vays anayk. ||1||
ਬਾਬਾ ਜੈ ਘਰਿ ਕਰਤੇ ਕੀਰਤਿ ਹੋਇ॥	baabaa jai ghar kartay keerat ho-ay.
ਸੋ ਘਰੁ ਰਾਖੁ ਵਡਾਈ ਤੋਇ॥੧॥ ਰਹਾਉ॥	so ghar raakh vadaa-ee to-ay. ||1|| rahaa-o.
ਵਿਸੁਏ ਚਸਿਆ ਘੜੀਆ ਪਹਰਾ	visu-ay chasi-aa gharhee-aa pahraa
ਥਿਤੀ ਵਾਰੀ ਮਾਹੁ ਹੋਆ॥	thitee vaaree maahu ho-aa.
ਸੂਰਜੁ ਏਕੋ ਰੁਤਿ ਅਨੇਕ॥	sooraj ayko rut anayk.
ਨਾਨਕ ਕਰਤੇ ਕੇ ਕੇਤੇ ਵੇਸ॥੨॥੨॥	naanak kartay kay kaytay vays. ||2||2||

3. ਰਾਗੁ ਧਨਾਸਰੀ ਮਹਲਾ ੧॥ (13-1) Raag Dhanaasree Mehlaa 1

ਗਗਨ ਮੈ ਥਾਲੁ ਰਵਿ ਚੰਦੁ ਦੀਪਕ ਬਨੇ,	gagan mai thaal rav chand deepak banay
ਤਾਰਿਕਾ ਮੰਡਲ ਜਨਕ ਮੋਤੀ॥	taarikaa mandal janak motee.
ਧੂਪੁ ਮਲਆਨਲੋ ਪਵਣੁ ਚਵਰੋ,	Dhoop mal-aanlo pavan chavro
ਕਰੇ ਸਗਲ ਬਨਰਾਇ ਫੂਲੰਤ ਜੋਤੀ॥੧॥	karay sagal banraa-ay foolant jotee. ||1||
ਕੈਸੀ ਆਰਤੀ ਹੋਇ॥	kaisee aartee ho-ay.
ਭਵ ਖੰਡਨਾ ਤੇਰੀ ਆਰਤੀ॥	bhav khandnaa tayree aartee.
ਅਨਹਤਾ ਸਬਦ ਵਾਜੰਤ ਭੇਰੀ॥੧॥ ਰਹਾਉ॥	anhataa sabad vaajant bhayree. ||1|| rahaa-o.
ਸਹਸ ਤਵ ਨੈਨ ਨਨ, ਨੈਨ ਹਹਿ ਤੋਹਿ ਕਉ,	sahas tav nain nan nain heh tohi ka-o sa-
ਸਹਸ ਮੂਰਤਿ ਨਨਾ ਏਕ ਤੁੋਹੀ॥	has moorat nanaa ayk tohee.
ਸਹਸ ਪਦ ਬਿਮਲ ਨਨ, ਏਕ ਪਦ ਗੰਧ ਬਿਨੁ,	sahas pad bimal nan ayk pad ganDh bin
ਸਹਸ ਤਵ ਗੰਧ ਇਵ ਚਲਤ ਮੋਹੀ॥੨॥	sahas tav ganDh iv chalat mohee. ||2||

ਸਭ ਮਹਿ ਜੋਤਿ ਜੋਤਿ ਹੈ ਸੋਇ॥ sabh meh jot jot hai so-ay.
ਤਿਸ ਦੈ ਚਾਨਣਿ ਸਭ ਮਹਿ ਚਾਨਣੁ ਹੋਇ॥ tis dai chaanan sabh meh chaanan ho-ay.
ਗੁਰ ਸਾਖੀ ਜੋਤਿ ਪਰਗਟੁ ਹੋਇ॥ gur saakhee jot pargat ho-ay.
ਜੋ ਤਿਸੁ ਭਾਵੈ ਸੁ ਆਰਤੀ ਹੋਇ॥੩॥ jo tis bhaavai so aartee ho-ay. ||3||
ਹਰਿ ਚਰਣ ਕਵਲ ਮਕਰੰਦ ਲੋਭਿਤ, har charan kaval makrand lobhit
ਮਨੋ ਅਨਦਿਨੋ ਮੋਹਿ ਆਹੀ ਪਿਆਸਾ॥ mano andino mohi aahee pi-aasaa.
ਕ੍ਰਿਪਾ ਜਲੁ ਦੇਹਿ ਨਾਨਕ ਸਾਰਿੰਗ ਕਉ, kirpaa jal deh naanak saaring ka-o
ਹੋਇ ਜਾ ਤੇ ਤੇਰੈ ਨਾਇ ਵਾਸਾ॥੪॥ ੩॥ ho-ay jaa tay tayrai naa-ay vaasaa. ||4||3||

4. **ਰਾਗੁ ਗਉੜੀ ਪੂਰਬੀ ਮਹਲਾ ੪॥ (13-8)** Raag Ga-orhee Poorbee Mehlaa 4.

ਕਾਮਿ ਕਰੋਧਿ ਨਗਰੁ ਬਹੁ ਭਰਿਆ, kaam karoDh nagar baho bhari-aa
ਮਿਲਿ ਸਾਧੂ ਖੰਡਲ ਖੰਡਾ ਹੇ॥ mil saaDhoo khandal khanda hay.
ਪੂਰਬਿ ਲਿਖਤ ਲਿਖੇ ਗੁਰੁ ਪਾਇਆ, poorab likhat likhay gur paa-i-aa
ਮਨਿ ਹਰਿ ਲਿਵ ਮੰਡਲ ਮੰਡਾ ਹੇ॥੧॥ man, har liv mandal mandaa hay. ||1||
ਕਰਿ ਸਾਧੂ ਅੰਜੁਲੀ ਪੁਨੁ ਵਡਾ ਹੇ॥ kar saaDhoo anjulee pun vadaa hay.
ਕਰਿ ਡੰਡਉਤ ਪੁਨੁ ਵਡਾ ਹੇ॥੧॥ ਰਹਾਉ॥ kar dand-ut pun vadaa hay. ||1|| rahaa-o
ਸਾਕਤ ਹਰਿ ਰਸ ਸਾਦੁ ਨ ਜਾਣਿਆ, saakat har ras saad na jaani-aa
ਤਿਨ ਅੰਤਰਿ ਹਉਮੈ ਕੰਡਾ ਹੇ॥ tin antar ha-umai kandaa hay.
ਜਿਉ ਜਿਉ ਚਲਹਿ ਚੁਭੈ ਦੁਖੁ ਪਾਵਹਿ, ji-o ji-o chaleh chubhai dukh paavahi
ਜਮਕਾਲੁ ਸਹਹਿ ਸਿਰਿ ਡੰਡਾ ਹੇ॥੨॥ Jamkaal saheh sir dandaa hay. ||2||
ਹਰਿ ਜਨ ਹਰਿ ਹਰਿ ਨਾਮਿ ਸਮਾਣੇ, har jan har har naam samaanay
ਦੁਖੁ ਜਨਮ ਮਰਣ ਭਵ ਖੰਡਾ ਹੇ॥ dukh janam maran bhav khanda hay.
ਅਬਿਨਾਸੀ ਪੁਰਖੁ ਪਾਇਆ ਪਰਮੇਸਰੁ, abhinaasee purakh paa-i-aa parmaysar
ਬਹੁ ਸੋਭ ਖੰਡ ਬ੍ਰਹਮੰਡਾ ਹੇ॥੩॥ baho sobh khand barahmandaa hay. ||3||
ਹਮ ਗਰੀਬ ਮਸਕੀਨ ਪ੍ਰਭ ਤੇਰੇ, ham gareeb maskeen parabh tayray
ਹਰਿ ਰਾਖੁ ਰਾਖੁ ਵਡ ਵਡਾ ਹੇ॥ har raakh raakh vad vadaa hay.
ਜਨ ਨਾਨਕ ਨਾਮੁ ਅਧਾਰੁ ਟੇਕ ਹੈ, jan naanak naam aDhaar tayk hai
ਹਰਿ ਨਾਮੇ ਹੀ ਸੁਖੁ ਮੰਡਾ ਹੇ॥੪॥੪॥ har naamay hee sukh mandaa hay. ||4||4||

5. **ਰਾਗੁ ਗਉੜੀ ਪੂਰਬੀ ਮਹਲਾ ੫॥ (13-14)** Raag Ga-orhee Poorbee Mehlaa 5.

ਕਰਉ ਬੇਨੰਤੀ ਸੁਣਹੁ ਮੇਰੇ ਮੀਤਾ, kara-o baynantee sunhu mayray meetaa
ਸੰਤ ਟਹਲ ਕੀ ਬੇਲਾ॥ sant tahal kee baylaa.
ਈਹਾ ਖਾਟਿ ਚਲਹੁ ਹਰਿ ਲਾਹਾ, eehaa khaat chalhu har laahaa
ਆਗੈ ਬਸਨੁ ਸੁਹੇਲਾ॥੧॥ aagai basan suhaylaa. ||1||
ਅਉਧ ਘਟੈ ਦਿਨਸੁ ਰੈਣਾਰੇ॥ o-oDh ghatai dinas rainaaray.
ਮਨ ਗੁਰ ਮਿਲਿ ਕਾਜ ਸਵਾਰੇ॥੧॥ ਰਹਾਉ॥ man, gur mil kaaj savaaray. ||1|| rahaa-o.
ਇਹੁ ਸੰਸਾਰੁ ਬਿਕਾਰੁ ਸੰਸੇ ਮਹਿ, ih sansaar bikaar sansay meh
ਤਰਿਓ ਬ੍ਰਹਮ ਗਿਆਨੀ॥ tari-o barahm gi-aanee.
ਜਿਸਹਿ ਜਗਾਇ ਪੀਆਵੈ ਇਹੁ ਰਸੁ, jisahi jagaa-ay pee-aavai ih ras
ਅਕਥ ਕਥਾ ਤਿਨਿ ਜਾਨੀ ॥੨॥ akath kathaa tin jaanee. ||2||
ਜਾ ਕਉ ਆਏ ਸੋਈ ਬਿਹਾਝਹੁ, jaa ka-o aa-ay so-ee bihaajhahu
ਹਰਿ ਗੁਰ ਤੇ ਮਨਹਿ ਬਸੇਰਾ॥ har gur tay maneh basayraa.
ਨਿਜ ਘਰਿ ਮਹਲੁ ਪਾਵਹੁ ਸੁਖ ਸਹਜੇ, nij ghar mahal paavhu sukh sehjay ba-
ਬਹੁਰਿ ਨ ਹੋਇਗੋ ਫੇਰਾ॥੩॥ hur na ho-igo fayraa. ||3||
ਅੰਤਰਜਾਮੀ ਪੁਰਖ ਬਿਧਾਤੇ antarjaamee purakh biDhaatay
ਸਰਧਾ ਮਨ ਕੀ ਪੂਰੇ॥ sarDhaa man kee pooray.
ਨਾਨਕ ਦਾਸੁ ਇਹੈ ਸੁਖੁ ਮਾਗੈ, naanak daas ihai sukh maagai
ਮੋ ਕਉ ਕਰਿ ਸੰਤਨ ਕੀ ਧੂਰੇ॥੪॥੫॥ mo ka-o kar santan kee Dhooray. ||4||5||

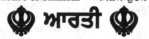 ੴ ਆਰਤੀ ੴ

1. ਰਾਗੁ ਧਨਾਸਰੀ ਮਹਲਾ ੧॥ 13-1

ਗਗਨ ਮੈ ਥਾਲੁ ਰਵਿ ਚੰਦੁ ਦੀਪਕ ਬਨੇ,
ਤਾਰਿਕਾ ਮੰਡਲ ਜਨਕ ਮੋਤੀ॥

Gagan mai thaal rav chand deepak banay
taarikaa mandal janak motee.

ਧੂਪੁ ਮਲਆਨਲੋ ਪਵਣੁ ਚਵਰੋ,
ਕਰੇ ਸਗਲ ਬਨਰਾਇ ਫੂਲੰਤ ਜੋਤੀ॥੧॥

Dhoop mal-aanlo pavan chavro
karay sagal banraa-ay foolant jotee. ||1||

ਕੈਸੀ ਆਰਤੀ ਹੋਇ॥

Kaisee aartee ho-ay.

ਭਵ ਖੰਡਨਾ ਤੇਰੀ ਆਰਤੀ॥

bhav khandnaa tayree aartee.

ਅਨਹਤਾ ਸਬਦ ਵਾਜੰਤ ਭੇਰੀ॥੧॥ ਰਹਾਉ॥

Anhataa sabad vaajant bhayree. ||1|| rahaa-o.

ਸਹਸ ਤਵ ਨੈਨ ਨਨ, ਨੈਨ ਹਹਿ ਤੋਹਿ ਕਉ,
ਸਹਸ ਮੂਰਤਿ ਨਨਾ ਏਕ ਤੋਹੀ॥

Sahas tav nain nan nain heh tohi ka-o
sahas moorat nanaa ayk tohee.

ਸਹਸ ਪਦ ਬਿਮਲ ਨਨ,
ਏਕ ਪਦ ਗੰਧ ਬਿਨੁ,

Sahas pad bimal nan
ayk pad ganDh Bin

ਸਹਸ ਤਵ ਗੰਧ ਇਵ ਚਲਤ ਮੋਹੀ॥੨॥

sahas tav ganDh iv chalat mohee. ||2||

ਸਭ ਮਹਿ ਜੋਤਿ ਜੋਤਿ ਹੈ ਸੋਇ॥

Sabh meh jot jot hai so-ay.

ਤਿਸ ਦੈ ਚਾਨਣਿ ਸਭ ਮਹਿ ਚਾਨਣੁ ਹੋਇ॥

Tis dai chaanan sabh meh chaanan ho-ay.

ਗੁਰ ਸਾਖੀ ਜੋਤਿ ਪਰਗਟੁ ਹੋਇ॥

Gur saakhee jot pargat ho-ay.

ਜੋ ਤਿਸੁ ਭਾਵੈ ਸੁ ਆਰਤੀ ਹੋਇ॥੩॥

Jo tis bhaavai so aartee ho-ay. ||3||

ਹਰਿ ਚਰਣ ਕਵਲ ਮਕਰੰਦ ਲੋਭਿਤ,
ਮਨੋ ਅਨਦਿਨੋ ਮੋਹਿ ਆਹੀ ਪਿਆਸਾ॥

Har charan kaval makrand lobhit
mano andino mohi aahee pi-aasaa.

ਕ੍ਰਿਪਾ ਜਲੁ ਦੇਹਿ ਨਾਨਕ ਸਾਰਿੰਗ ਕਉ,
ਹੋਇ ਜਾ ਤੇ ਤੇਰੈ ਨਾਇ ਵਾਸਾ॥੪॥ ੩॥

Kirpaa jal deh naanak saaring ka-o
ho-ay jaa tay tayrai naa-ay vaasaa. ||4||3||

2. ਰਾਗੁ ਗਉੜੀ ਪੂਰਬੀ ਮਹਲਾ ੪॥ 13-8

ਕਾਮਿ ਕਰੋਧਿ ਨਗਰੁ ਬਹੁ ਭਰਿਆ,
ਮਿਲਿ ਸਾਧੂ ਖੰਡਲ ਖੰਡਾ ਹੇ॥

Kaam karoDh nagar baho bhari-aa
mil saaDhoo khandal khanda hay.

ਪੂਰਬਿ ਲਿਖਤ ਲਿਖੇ ਗੁਰੁ ਪਾਇਆ,
ਮਨਿ ਹਰਿ ਲਿਵ ਮੰਡਲ ਮੰਡਾ ਹੇ॥੧॥

Poorab likhat likhay gur paa-i-aa
man, har liv mandal mandaa hay. ||1||

ਕਰਿ ਸਾਧੂ ਅੰਜੁਲੀ ਪੁਨੁ ਵਡਾ ਹੇ॥

Kar saaDhoo anjulee pun vadaa hay.

ਕਰਿ ਡੰਡਉਤ ਪੁਨੁ ਵਡਾ ਹੇ॥੧॥ ਰਹਾਉ॥

Kar dand-ut pun vadaa hay. ||1|| rahaa-o

ਸਾਕਤ ਹਰਿ ਰਸ ਸਾਦੁ ਨ ਜਾਣਿਆ, ਤਿਨ
ਅੰਤਰਿ ਹਉਮੈ ਕੰਡਾ ਹੇ॥

Saakat har ras saad na jaani-aa tin an-
tar ha-umai kandaa hay.

ਜਿਉ ਜਿਉ ਚਲਹਿ ਚੁਭੈ ਦੁਖੁ ਪਾਵਹਿ,
ਜਮਕਾਲੁ ਸਹਹਿ ਸਿਰਿ ਡੰਡਾ ਹੇ॥੨॥

Ji-o ji-o chaleh chubhai dukh paavahi
Jamkaal saheh sir dandaa hay. ||2||

ਹਰਿ ਜਨ ਹਰਿ ਹਰਿ ਨਾਮਿ ਸਮਾਣੇ, ਦੁਖੁ
ਜਨਮ ਮਰਣ ਭਵ ਖੰਡਾ ਹੇ॥

Har jan har har naam samaanay dukh ja-
nam maran bhav khanda hay.

ਅਬਿਨਾਸੀ ਪੁਰਖੁ ਪਾਇਆ ਪਰਮੇਸਰੁ,
ਬਹੁ ਸੋਭ ਖੰਡ ਬ੍ਰਹਮੰਡਾ ਹੇ॥੩॥

Abhinaasee purakh paa-i-aa parmaysar
baho sobh khand barahmandaa hay. ||3||

ਹਮ ਗਰੀਬ ਮਸਕੀਨ ਪ੍ਰਭ ਤੇਰੇ,
ਹਰਿ ਰਾਖੁ ਰਾਖੁ ਵਡ ਵਡਾ ਹੇ॥

Ham gareeb maskeen parabh tayray
har raakh raakh vad vadaa hay.

ਜਨ ਨਾਨਕ ਨਾਮੁ ਅਧਾਰੁ ਟੇਕ ਹੈ,
ਹਰਿ ਨਾਮੇ ਹੀ ਸੁਖੁ ਮੰਡਾ ਹੇ॥੪॥੪॥

Jan naanak naam aDhaar tayk hai
har naamay hee sukh mandaa hay. ||4||4||

3. ਧਨਾਸਰੀ ਭਗਤ ਰਵਿਦਾਸ ਜੀ ਕੀ॥ 694

ਨਾਮੁ ਤੇਰੋ ਆਰਤੀ ਮਜਨੁ ਮੁਰਾਰੇ॥

naam tayro aartee majan muraaray.

ਹਰਿ ਕੇ ਨਾਮ ਬਿਨੁ
ਝੂਠੇ ਸਗਲ ਪਾਸਾਰੇ॥੧॥ ਰਹਾਉ॥

har kay naam bin
jhoothay sagal paasaaray. ||1|| rahaa-o

ਨਾਮੁ ਤੇਰੋ ਆਸਨੋ, ਨਾਮੁ ਤੇਰੋ ਉਰਸਾ,
ਨਾਮੁ ਤੇਰਾ ਕੇਸਰੋ, ਲੇ ਛਿਟਕਾਰੇ॥
ਨਾਮੁ ਤੇਰਾ ਅੰਭੁਲਾ, ਨਾਮੁ ਤੇਰੋ ਚੰਦਨੋ,
ਘਸਿ ਜਪੇ ਨਾਮੁ ਲੇ ਤੁਝਹਿ ਕਉ ਚਾਰੇ॥ ੧॥

naam tayro aasno naam tayro ursaa naam
tayraa kaysro lay chhitkaaray.
naam tayraa ambhulaa naam tayro chandno
ghas japay naam lay tujheh ka-o chaaray. ||1||

ਨਾਮੁ ਤੇਰਾ ਦੀਵਾ, ਨਾਮੁ ਤੇਰੋ ਬਾਤੀ,
ਨਾਮੁ ਤੇਰੋ ਤੇਲੁ ਲੇ, ਮਾਹਿ ਪਸਾਰੇ॥
ਨਾਮ ਤੇਰੇ ਕੀ ਜੋਤਿ ਲਗਾਈ,
ਭਇਓ ਉਜਿਆਰੋ, ਭਵਨ ਸਗਲਾਰੇ॥੨॥

naam tayraa deevaa naam tayro baatee
naam tayro tayl lay maahi pasaaray.
naam tayray kee jot lagaa-ee
bha-i-o uji-aaro bhavan saglaaray. ||2||

ਨਾਮੁ ਤੇਰੋ ਤਾਗਾ, ਨਾਮੁ ਫੂਲ ਮਾਲਾ,
ਭਾਰ ਅਠਾਰਹ ਸਗਲ ਜੁਠਾਰੇ॥
ਤੇਰੋ ਕੀਆ ਤੁਝਹਿ ਕਿਆ ਅਰਪਉ
ਨਾਮੁ ਤੇਰਾ, ਤੁਹੀ ਚਵਰ ਢੋਲਾਰੇ॥ ੩॥

naam tayro taagaa naam fool maalaa
bhaar athaarah sagal joothaaray.
tayro kee-aa tujheh ki-aa arpa-o naam
tayraa tuhee chavar dholaaray. ||3||

ਦਸ ਅਠਾ ਅਠਸਠੇ ਚਾਰੇ ਖਾਣੀ,
ਇਹੈ ਵਰਤਣਿ ਹੈ ਸਗਲ ਸੰਸਾਰੇ॥
ਕਹੈ ਰਵਿਦਾਸੁ ਨਾਮੁ ਤੇਰੋ ਆਰਤੀ,
ਸਤਿ ਨਾਮੁ ਹੈ, ਹਰਿ ਭੋਗ ਤੁਹਾਰੇ॥੪॥੩॥

das athaa athsathay chaaray khaanee
ihai vartan hai sagal sansaaray.
kahai ravidaas naam tayro aartee
sat naam hai har bhog tuhaaray. ||4||3||

4. ਧਨਾਸਰੀ ਬਾਣੀ ਭਗਤਾਂ ਕੀ ਤ੍ਰਿਲੋਚਨ॥ 695

ੴ ਸਤਿਗੁਰ ਪ੍ਰਸਾਦਿ॥
ਨਾਰਾਇਣ ਨਿੰਦਸਿ ਕਾਇ ਭੂਲੀ ਗਵਾਰੀ॥
ਦੁਕ੍ਰਿਤੁ ਸੁਕ੍ਰਿਤੁ ਥਾਰੋ ਕਰਮੁ ਰੀ॥੧॥ ਰਹਾਉ॥

ik-oNkaar satgur parsaad.
naaraa-in nindas kaa-ay bhoolee gavaaree.
dukarit sukarit thaaro karam ree. ||1||rahaa-o.

ਸੰਕਰਾ ਮਸਤਕਿ ਬਸਤਾ, ਸੁਰਸਰੀ ਇਸਨਾਨ ਰੇ॥
ਕੁਲ ਜਨ ਮਧੇ ਮਿਲਿੵਓ, ਸਾਰਗ ਪਾਨ ਰੇ॥
ਕਰਮ ਕਰਿ ਕਲੰਕੁ, ਮਫੀਟਸਿ ਰੀ॥੧॥

sankraa mastak bastaa sursaree isnaan ray.
kul jan maDhay mili-yo saarag paan ray.
karam kar kalank mafeetas ree. ||1||

ਬਿਸ੍ਵ ਕਾ ਦੀਪਕੁ ਸ੍ਵਾਮੀ,
ਤਾ ਚੇ ਰੇ ਸੁਆਰਥੀ,
ਪੰਖੀ ਰਾਇ ਗਰੁੜ ਤਾ ਚੇ ਬਾਧਵਾ॥
ਕਰਮ ਕਰਿ ਅਰੁਣ ਪਿੰਗੁਲਾ ਰੀ॥੨॥

bisav kaa deepak savaamee
taa chay ray su-aarthee
pankhee raa-ay garurh taa chay baaDhvaa.
karam kar arun pingulaa ree. ||2||

ਅਨਿਕ ਪਾਤਿਕ ਹਰਤਾ,
ਤ੍ਰਿਭਵਣ ਨਾਥੁ ਰੀ ਤੀਰਥਿ,
ਤੀਰਥਿ ਭ੍ਰਮਤਾ ਲਹੈ ਨ ਪਾਰੁ ਰੀ॥
ਕਰਮ ਕਰਿ ਕਪਾਲੁ ਮਫੀਟਸਿ ਰੀ॥੩॥

anik paatik hartaa
taribhavan naath ree tirath
tirath bharmataa lahai na paar ree.
karam kar kapaal mafeetas ree. ||3||

ਅੰਮ੍ਰਿਤ ਸਸੀਅ ਧੇਨ ਲਛਿਮੀ ਕਲਪਤਰ,
ਸਿਖਰਿ ਸੁਨਾਗਰ ਨਦੀ ਚੇ ਨਾਥੰ॥
ਕਰਮ ਕਰਿ ਖਾਰੁ ਮਫੀਟਸਿ ਰੀ॥੪॥

amrit sasee-a Dhayn lachhimee kalpatar
sikhar sunaagar nadee chay naathaN.
karam kar khaar mafeetas ree. ||4||

ਦਾਧੀਲੇ ਲੰਕਾ ਗੜੁ ਉਪਾੜੀਲੇ,
ਰਾਵਣ ਬਣੁ,
ਸਲਿ ਬਿਸਲਿ ਆਣਿ ਤੋਖੀਲੇ ਹਰੀ॥
ਕਰਮ ਕਰਿ ਕਛਉਟੀ ਮਫੀਟਸਿ ਰੀ॥੫॥

daaDheelay lankaa garh upaarheelay
raavan ban
sal bisal aan tokheelay haree.
karam kar kachh-utee mafeetas ree. ||5||

ਪੂਰਬਲੋ ਕ੍ਰਿਤ ਕਰਮੁ ਨ ਮਿਟੈ ਰੀ,
ਘਰ ਗੇਹਣਿ ਤਾ ਚੇ,
ਮੋਹਿ ਜਾਪੀਅਲੇ ਰਾਮ ਚੇ ਨਾਮੰ॥
ਬਦਤਿ ਤ੍ਰਿਲੋਚਨ ਰਾਮ ਜੀ॥੬॥੧॥

poorbalo kirat karam na mitai ree
ghar gayhan taa chay
mohi jaapee-alay raam chay naamaN.
badat tarilochan raam jee. ||6||1||

5. ਧਨਾਸਰੀ ਸ੍ਰੀ ਸੈਣੁ॥ 695

ਧੂਪ ਦੀਪ ਘ੍ਰਿਤ ਸਾਜਿ ਆਰਤੀ॥
ਵਾਰਨੇ ਜਾਉ ਕਮਲਾ ਪਤੀ॥੧॥
ਮੰਗਲਾ ਹਰਿ ਮੰਗਲਾ॥

Dhoop deep gharit saaj aartee.
vaarnay jaa-o kamlaa patee. ||1||
manglaa har manglaa.

ਨਿਤ ਮੰਗਲੁ ਰਾਜਾ ਰਾਮ ਰਾਇ ਕੋ॥੧॥ ਰਹਾਉ॥	nit mangal raajaa raam raa-ay ko. ||1|| rahaa-o.
ਊਤਮੁ ਦੀਅਰਾ ਨਿਰਮਲ ਬਾਤੀ॥	ootam dee-araa nirmal baatee.
ਤੁਹੀ ਨਿਰੰਜਨੁ ਕਮਲਾ ਪਾਤੀ॥੨॥	tuheeN niranjan kamlaa paatee. ||2||
ਰਾਮਾ ਭਗਤਿ ਰਾਮਾਨੰਦੁ ਜਾਨੈ॥	raamaa bhagat raamaanand jaanai.
ਪੂਰਨ ਪਰਮਾਨੰਦੁ ਬਖਾਨੈ॥੩॥	pooran parmaanand bakhaanai. ||3||
ਮਦਨ ਮੂਰਤਿ ਭੈ ਤਾਰਿ ਗੋਬਿੰਦੇ॥	madan moorat bhai taar gobinday.
ਸੈਨੁ ਭਣੈ ਭਜੁ ਪਰਮਾਨੰਦੇ॥੪॥੨॥	sain bhanai bhaj parmaananday. ||4||2||

6. **ਧਨਾਸਰੀ ਪੀਪਾ॥ 695**

ਕਾਯਉ ਦੇਵਾ ਕਾਇਅਉ, ਦੇਵਲ ਕਾਇਅਉ ਜੰਗਮ ਜਾਤੀ॥	kaa-ya-o dayvaa kaa-i-a-o dayval kaa-i-a-o jangam jaatee.
ਕਾਇਅਉ ਧੂਪ ਦੀਪ ਨਈਬੇਦਾ, ਕਾਇਅਉ ਪੂਜਉ ਪਾਤੀ॥੧॥	kaa-i-a-o Dhoop deep na-eebaydaa kaa-i-a-o pooja-o paatee. ||1||
ਕਾਇਆ ਬਹੁ ਖੰਡ ਖੋਜਤੇ, ਨਵ ਨਿਧਿ ਪਾਈ॥	kaa-i-aa baho khand khojtay nav niDh paa-ee.
ਨਾ ਕਛੁ ਆਇਬੋ, ਨਾ ਕਛੁ ਜਾਇਬੋ, ਰਾਮ ਕੀ ਦੁਹਾਈ॥੧॥ ਰਹਾਉ॥	naa kachh aa-ibo naa kachh jaa-ibo raam kee duhaa-ee. ||1|| rahaa-o.
ਜੋ ਬ੍ਰਹਮੰਡੇ ਸੋਈ ਪਿੰਡੇ, ਜੋ ਖੋਜੈ ਸੋ ਪਾਵੈ॥	jo barahmanday so-ee pinday jo khojai so paavai.
ਪੀਪਾ ਪ੍ਰਣਵੈ ਪਰਮ ਤਤੁ ਹੈ, ਸਤਿਗੁਰੁ ਹੋਇ ਲਖਾਵੈ॥੨॥੩॥	peepaa paranvai param tat hai satgur ho-ay lakhaavai. ||2||3||

7. **ਧਨਾਸਰੀ ਧੰਨਾ॥ 695**

ਗੋਪਾਲ ਤੇਰਾ ਆਰਤਾ॥ ਜੋ ਜਨ ਤੁਮਰੀ ਭਗਤਿ ਕਰੰਤੇ, ਤਿਨ ਕੇ ਕਾਜ ਸਵਾਰਤਾ॥੧॥ ਰਹਾਉ॥	gopaal tayraa aartaa.jo jan tumree bhagat karantay tin kay kaaj savaarataa. ||1|| rahaa-o.
ਦਾਲਿ ਸੀਧਾ ਮਾਗਉ ਘੀਉ॥	daal seeDhaa maaga-o ghee-o.
ਹਮਰਾ ਖੁਸੀ ਕਰੈ ਨਿਤ ਜੀਉ॥	hamraa khusee karai nit jee-o.
ਪਨ੍ਹੀਆ ਛਾਦਨੁ ਨੀਕਾ॥	panHee-aa chhaadan neekaa.
ਅਨਾਜੁ ਮਗਉ ਸਤ ਸੀ ਕਾ॥੧॥	anaaj maga-o sat see kaa. ||1||
ਗਊ ਭੈਸ ਮਗਉ ਲਾਵੇਰੀ॥	ga-oo bhais maga-o laavayree.
ਇਕ ਤਾਜਨਿ ਤੁਰੀ ਚੰਗੇਰੀ॥	ik taajan turee changayree.
ਘਰ ਕੀ ਗੀਹਨਿ ਚੰਗੀ॥	ghar kee geehan changee.
ਜਨੁ ਧੰਨਾ ਲੇਵੈ ਮੰਗੀ॥੨॥੪॥	jan Dhannaa layvai mangee. ||2||4||

8. **ਪ੍ਰਭਾਤੀ ਬਾਣੀ ਭਗਤ ਕਬੀਰ ਜੀ॥ (1350-11)**

ਸੁੰਨ ਸੰਧਿਆ ਤੇਰੀ ਦੇਵ ਦੇਵਾਕਰ, ਅਧਪਤਿ ਆਦਿ ਸਮਾਈ॥	sunn sanDhi-aa tayree dayv dayvaakar aDhpat aad samaa-ee.
ਸਿਧ ਸਮਾਧਿ ਅੰਤੁ ਨਹੀ ਪਾਇਆ, ਲਾਗਿ ਰਹੇ ਸਰਨਾਈ॥੧॥	siDh samaaDh ant nahee paa-i-aa laag rahay sarnaa-ee. ||1||
ਲੇਹੁ ਆਰਤੀ ਹੋ ਪੁਰਖ ਨਿਰੰਜਨ, ਸਤਿਗੁਰ ਪੂਜਹੁ ਭਾਈ॥	layho aartee ho purakh niranjan satgur poojahu bhaa-ee.
ਠਾਢਾ ਬ੍ਰਹਮਾ ਨਿਗਮ ਬੀਚਾਰੈ, ਅਲਖੁ ਨ ਲਖਿਆ ਜਾਈ॥੧॥ ਰਹਾਉ॥	thaadhaa barahmaa nigam beechaarai alakh na lakhi-aa jaa-ee. ||1|| rahaa-o.
ਤਤੁ ਤੇਲੁ ਨਾਮੁ ਕੀਆ ਬਾਤੀ, ਦੀਪਕੁ ਦੇਹ ਉਜ੍ਯਾਰਾ॥	tat tayl naam kee-aa baatee deepak dayh uj-yaaraa.
ਜੋਤਿ ਲਾਇ ਜਗਦੀਸ ਜਗਾਇਆ, ਬੂਝੈ ਬੂਝਨਹਾਰਾ॥੨॥	jot laa-ay jagdees jagaa-i-aa boojhai boojhanhaaraa. ||2||

ਪੰਚੇ ਸਬਦ ਅਨਾਹਦ ਬਾਜੇ, ਸੰਗੇ ਸਾਰਿੰਗਪਾਨੀ॥	panchay sabad anaahad baajay sangay saringpaanee.
ਕਬੀਰ ਦਾਸ ਤੇਰੀ ਆਰਤੀ ਕੀਨੀ, ਨਿਰੰਕਾਰ ਨਿਰਬਾਨੀ॥੩॥੫॥	kabeer daas tayree aartee keenee nirankaar nirbaanee. ||3||5||

9. ਪ੍ਰਭਾਤੀ ਭਗਤ ਬੇਣੀ ਜੀ ਕੀ (1351-11)

ੴ ਸਤਿਗੁਰ ਪ੍ਰਸਾਦਿ॥	ik-oNkaar satgur parsaad.
ਤਨਿ ਚੰਦਨੁ ਮਸਤਕਿ ਪਾਤੀ॥	tan chandan mastak paatee.
ਰਿਦ ਅੰਤਰਿ ਕਰ ਤਲ ਕਾਤੀ॥	rid antar kar tal kaatee.
ਠਗ ਦਿਸਟਿ ਬਗਾ ਲਿਵ ਲਾਗਾ॥	thag disat bagaa liv laagaa.
ਦੇਖਿ ਬੈਸਨੋ ਪ੍ਰਾਨ ਮੁਖ ਭਾਗਾ॥੧॥	daykh baisno paraan mukh bhaagaa. ||1||
ਕਲਿ ਭਗਵਤ ਬੰਦ ਚਿਰਾਂਮੰ॥	kal bhagvat band chiraaNmaN.
ਕ੍ਰੂਰ ਦਿਸਟਿ ਰਤਾ ਨਿਸਿ ਬਾਦੰ॥੧॥ ਰਹਾਉ॥	karoor disat rataa nis baadaN. ||1|| rahaa-o.
ਨਿਤਪ੍ਰਤਿ ਇਸਨਾਨੁ ਸਰੀਰੰ॥	nitparat isnaan sareeraN.
ਦੁਇ ਧੋਤੀ ਕਰਮ ਮੁਖਿ ਖੀਰੰ॥	du-ay Dhotee karam mukh kheeraN.
ਰਿਦੈ ਛੁਰੀ ਸੰਧਿਆਨੀ॥	ridai chhuree sanDhi-aanee.
ਪਰ ਦਰਬੁ ਹਿਰਨ ਕੀ ਬਾਨੀ॥੨॥	par darab hiran kee baanee. ||2||
ਸਿਲ ਪੂਜਸਿ ਚਕ੍ਰ ਗਣੇਸੰ॥	sil poojas chakar ganaysaN.
ਨਿਸਿ ਜਾਗਸਿ ਭਗਤਿ ਪ੍ਰਵੇਸੰ॥	nis jaagas bhagat parvaysaN.
ਪਗ ਨਾਚਸਿ ਚਿਤੁ ਅਕਰਮੰ॥	pag naachas chit akarmaN.
ਏ ਲੰਪਟ ਨਾਚ ਅਧਰਮੰ॥੩॥	ay lampat naach aDharmaN. ||3||
ਮ੍ਰਿਗ ਆਸਣੁ ਤੁਲਸੀ ਮਾਲਾ॥	marig aasan tulsee maalaa.
ਕਰ ਊਜਲ ਤਿਲਕੁ ਕਪਾਲਾ॥	kar oojal tilak kapaalaa.
ਰਿਦੈ ਕੂੜੁ ਕੰਠਿ ਰੁਦ੍ਰਾਖੰ॥	ridai koorh kanth rudraakhaN.
ਰੇ ਲੰਪਟ ਕ੍ਰਿਸਨੁ ਅਭਾਖੰ॥੪॥	ray lampat krisan abhaakhaN. ||4||
ਜਿਨਿ ਆਤਮ ਤਤੁ ਨ ਚੀਨ੍ਹਿਆ॥	jin aatam tat na cheenHi-aa.
ਸਭ ਫੋਕਟ ਧਰਮ ਅਬੀਨਿਆ॥	sabh fokat Dharam abeeni-aa.
ਕਹੁ ਬੇਣੀ ਗੁਰਮੁਖਿ ਧਿਆਵੈ॥	kaho baynee gurmukh Dhi-aavai.
ਬਿਨੁ ਸਤਿਗੁਰ ਬਾਟ ਨ ਪਾਵੈ॥੫॥੧॥	bin satgur baat na paavai. ||5||1||

10. ਰਾਗੁ ਗਉੜੀ ਪੂਰਬੀ ਮਹਲਾ ੫॥ (13-14)

ਕਰਉ ਬੇਨੰਤੀ ਸੁਣਹੁ ਮੇਰੇ ਮੀਤਾ, ਸੰਤ ਟਹਲ ਕੀ ਬੇਲਾ॥	Kara-o baynantee sunhu mayray meetaa sant tahal kee baylaa.
ਈਹਾ ਖਾਟਿ ਚਲਹੁ ਹਰਿ ਲਾਹਾ, ਆਗੈ ਬਸਨੁ ਸੁਹੇਲਾ॥੧॥	Eehaa khaat chalhu har laahaa aagai basan suhaylaa. ||1||
ਅਉਧ ਘਟੈ ਦਿਨਸੁ ਰੈਣਾਰੇ॥	A-oDh ghatai dinas rainaaray.
ਮਨ ਗੁਰ ਮਿਲਿ ਕਾਜ ਸਵਾਰੇ॥੧॥ ਰਹਾਉ॥	Man, gur mil kaaj savaaray. ||1|| rahaa-o.
ਇਹੁ ਸੰਸਾਰੁ ਬਿਕਾਰੁ ਸੰਸੇ ਮਹਿ, ਤਰਿਓ ਬ੍ਰਹਮ ਗਿਆਨੀ॥	Ih sansaar bikaar sansay meh tari-o barahm gi-aanee.
ਜਿਸਹਿ ਜਗਾਇ ਪੀਆਵੈ ਇਹੁ ਰਸੁ, ਅਕਥ ਕਥਾ ਤਿਨਿ ਜਾਨੀ॥੨॥	Jisahi jagaa-ay pee-aavai ih ras akath kathaa tin jaanee. ||2||
ਜਾ ਕਉ ਆਏ ਸੋਈ ਬਿਹਾਝਹੁ, ਹਰਿ ਗੁਰ ਤੇ ਮਨਹਿ ਬਸੇਰਾ॥	Jaa ka-o aa-ay so-ee bihaajhahu har gur tay maneh basayraa.
ਨਿਜ ਘਰਿ ਮਹਲੁ ਪਾਵਹੁ ਸੁਖ ਸਹਜੇ, ਬਹੁਰਿ ਨ ਹੋਇਗੋ ਫੇਰਾ॥੩॥	Nij ghar mahal paavhu sukh sehjay bahur na ho-igo fayraa. ||3||

ਅੰਤਰਜਾਮੀ ਪੁਰਖ ਬਿਧਾਤੇ	Antarjaamee purakh biDhaatay
ਸਰਧਾ ਮਨ ਕੀ ਪੂਰੇ॥	sarDhaa man kee pooray.
ਨਾਨਕ ਦਾਸੁ ਇਹੈ ਸੁਖੁ ਮਾਗੈ,	Naanak daas ihai sukh maagai
ਮੋ ਕਉ ਕਰਿ ਸੰਤਨ ਕੀ ਧੂਰੇ॥੪॥੫॥	mo ka-o kar santan kee Dhooray. ||4||5||

11. ਦੋਹਰਾ (ਦਸਮ 79)

ਲੋਪ ਚਮਡਰਾ ਹੋਇ ਗਈ ਸੁਰਪਤਿ ਕੌ ਦੇ ਰਾਜ॥	lop cmfrw hoie geI surpiq kO dy rwj॥
ਦਾਨਵ ਮਾਰ ਅਭੇਖ ਕਰਿ ਕੀਨੇ ਸੰਤਨ ਕਾਜ॥੧॥	dwnv mwr AByK kir kIny sMqn kwj॥੧॥

12. ਸ੍ਵੈਯਾ

ਯਾ ਤੇ ਪ੍ਰਸੰਨਿ ਭਏ ਹੈ	Xw qy pRsMin Bey hY
ਮਹਾ ਮੁਨਿ ਦੇਵਨ ਕੇ ਤਪ ਮੈ ਸੁਖ ਪਾਵੈਂ॥	mhw muiT ky qp mY suK pwvYN.
ਜੱਹਜ ਕਰੈ ਇਕ ਹਰੈ ਰਰੈ	j`hÎ krY iek hrY rrY
ਭਵ ਤਾਪ ਹਰੈ ਨਿਲਿ ਧਿਆਨਹਿ ਲਾਵੈਂ ॥੧॥	Bv qwp hrY inil iDAwnih lvYN॥੧॥
ਝਾਲਰ ਤਾਲ ਮ੍ਰਿਦੰਗ ਉਪੰਗ ਰਬਾਬ ਲੀਏ	Jwlr qwl imRdMg AuMg rbwb lIey
ਸੁਰ ਸਾਜ ਮਿਲਾਵੈਂ॥	sur swj imlwvYN.
ਕਿੰਨਰ ਗੰਧ੍ਰਬ ਗਾਨ ਕਰੈ	ikMnr gMDRb gwn krY
ਗਨਿ ਜੱਛ ਅਪੱਛਰ ਨਿਰਤ ਦਿਖਾਵੈਂ॥੨॥	gin j1C A`pCr inrq idKwvYN॥੨॥
ਸੰਖਨ ਕੀ ਧੁਨਿ ਘੰਟਨਿ ਕੀ	sMKn kI Duin GMtinkI
ਕਰਿ ਫੂਲਨ ਕੀ ਬਰਖਾ ਬਰਖਾਵੈਂ॥	kir PUln kI brKw brKwvYN.
ਆਰਤੀ ਕੋਟਿ ਕਰੈ ਸੁਰ ਸੁੰਦਰ ਪੇਖ	AwrqI kit krY sur sMudr pyK
ਪੁਰੰਦਰ ਕੇ ਬਲਿ ਜਾਵੈਂ॥	purMdr ky bil jwvYN.
ਸਾਨਤ ਦੱਛਨ ਦੈ ਕੈ ਪ੍ਰਦੱਛਨ ਭਾਲ	swnq d`Cn dY kY pRd`Cn Bwl
ਮੈ ਕੁੰਕਮ ਅੱਛਤ ਲਾਵੈਂ॥	mY kMukm A`Cq lwvYN.
ਹੋਤ ਕੁਲਾਹਲ ਦੇਵ ਪੁਰੀ	hoq kulwhl dyv purI
ਮਿਲਿ ਦੇਵਨ ਕੇ ਕੁਲਿ ਮੰਗਲ ਗਾਵੈਂ॥੩॥	imil dyvn ky kuil mMgl gwvYN]॥੩॥

13. ਸ੍ਵੈਯਾ (ਦਸਮ 495)

ਹੇ ਰਵਿ ਹੇ ਸਸਿ ਹੇ ਕੁਰਣਾ ਨਿਧ	hy riv hy sis hy kurxw inD
ਮੇਰੀ ਅਬੈ ਬਿਨਤੀ ਸੁਨਿ ਲੀਜੈ॥	myrI AbY ibnqI suin lIjY.
ਅਤੁਰ ਨ ਮਾਂਗਤ ਹਉ ਤੁਮ ਤੇ ਕੁਛ	Aqur n mWgq hau qum qy kuC
ਚਾਹਤ ਹਉ ਚਿੱਤ ਮੈ ਸੋਈ ਕੀਜੈ॥੧॥	cwhq hau ic`q mY soeI kIjY॥੧॥
ਜੂਝ ਮਰੋਂ ਤਊ ਸਾਚ ਪਤੀਜੈ॥	jUJ mroN qaU swc pqIjY.
ਸੰਤ ਸਹਾਇ ਸਦਾ ਜਗ ਮਾਇ	sMq shwie sdw jg mwie
ਕ੍ਰਿਪਾ ਕਰ ਸਯਤਮ ਇਹੈ ਬਰੁ ਦੀਜੈ॥੧॥	ikRpw kr sXqm iehY bru dIjY॥੧॥

14. ਸ੍ਵੈਯਾ॥ Svaiyaa

ਪਾਂਇ ਗਹੇ ਜਬ ਤੇ ਤੁਮਰੇ ਤਬ ਤੇ	Paa(n)e gahe jab té tumré tab té
ਕੋਊ ਆਂਖ ਤਰੇ ਨਹੀਂ ਆਨਜੋ॥	ko'oo aa(n)kh taré nehee aanyo.
ਰਾਮ ਰਹੀਮ ਪੁਰਾਨ ਕੁਰਾਨ ਅਨੇਕ ਕਹੈਂ	Ram rahim Puran Quran anak kahai
ਮਤ ਏਕ ਨ ਮਾਨਜੋ॥	mat eek na maneyo.
ਸਿੰਮ੍ਰਿਤਿ ਸਾਸਤ੍ਰ ਬੇਦ ਸਭੇ ਬਹੁ ਭੇਦ ਕਹੈਂ	Simrat shaastr badh sabh bohu bhedh kahai
ਹਮ ਏਕ ਨ ਜਾਨਜੋ॥	ham eik na janyo.
ਸ੍ਰੀ ਅਸਿਪਾਨ ਕ੍ਰਿਪਾ ਤੁਮਾਰੀ ਕਰਿ	Siree asipaan kripaa tumree kar(i),
ਮੈ ਨ ਕਹਜੋ ਸਭ ਤੋਹਿ ਬਖਾਨਜੋ॥	mai na kahyo sabh tohé bakhaanyo. (30)

15. ਦੋਹਰਾ॥ Dohraa

ਸਗਲ ਦੁਆਰ ਕਉ ਛਾਡਿ ਕੈ	Sagal duaar kau chhaad kai,
ਗਹਿਓ ਤੁਹਾਰੋ ਦੁਆਰ॥	gahe'o tuhaaro duaar.
ਬਾਂਹਿ ਗਹੇ ਕੀ ਲਾਜ ਅਸ	Baa(n)he gahe kee laaj as
ਗੋਬਿੰਦ ਦਾਸ ਤੁਹਾਰ॥	Gobind daas tuhaar.

16. ਸਲੋਕੁ॥20॥ (289)

ਫਿਰਤ ਫਿਰਤ ਪ੍ਰਭ ਆਇਆ,	Firat firat parabh aa-i-aa
ਪਰਿਆ ਤਉ ਸਰਨਾਇ॥	pari-aa ta-o sarnaa-ay.
ਨਾਨਕ, ਕੀ ਪ੍ਰਭ ਬੇਨਤੀ,	Naanak kee parabh bayntee
ਅਪਨੀ ਭਗਤੀ ਲਾਇ॥	apnee bhagtee laa-ay. ||1||

17. ਸਿਰੀਰਾਗੁ ਮਹਲਾ ੫॥ (43-1)

ਕੋਈ ਰਖਿ ਨ ਸਕਈ,	ko-ee rakh na sak-ee
ਦੂਜਾ ਕੋ ਨ ਦਿਖਾਇ॥	doojaa ko na dikhaa-ay.
ਚਾਰੇ ਕੁੰਡਾ ਭਾਲਿ ਕੈ,	chaaray kundaa bhaal kai
ਆਇ ਪਇਆ ਸਰਣਾਇ॥	aa-ay pa-i-aa sarnaa-ay.
ਨਾਨਕ ਸਚੈ ਪਾਤਿਸਾਹਿ,	naanak sachai paatisaah
ਡੁਬਦਾ ਲਇਆ ਕਢਾਇ॥੪॥੩॥73॥	dubdaa la-i-aa kadhaa-ay. ||4||3||73||

18. ਦੋਹਰਾ (ਦਸਮ 43)

ਤਿਨ ਬੇਦੀਯਨ ਕੀ ਕੁਲ ਬਿਖੈ	iqn bydIXn kI kul ibKY
ਪ੍ਰਗਟੇ ਨਾਨਕ ਰਾਇ॥	pRgty nwnk rwie]
ਸਭ ਸਿੱਖਨ ਕੋ ਸੁਖ ਦਏ	sB is`Kn ko suK dey
ਜੱਹ ਤੱਹ ਭਏ ਸਹਾਇ॥੧॥	j`h q`h Bey shwie॥1॥

19. ਦੋਹਰਾ ਦਸਮ

ਅਗਿਆ ਭਈ ਅਕਾਲ ਕੀ	AigAw BeI Akwl kI
ਤਬੀ ਚਲਾਯੋ ਪੰਥ॥	qbI clwXo pMQ.
ਸਬ ਸਿੱਖਨਿ ਕੋ ਹੁਕਮ ਹੈ,	sb is`Kin ko hukm hY,
ਗੁਰੂ ਮਾਨਿਓ ਗ੍ਰੰਥ॥	gurU mwinE gRMQ.
ਗੁਰੂ ਗ੍ਰੰਥ ਜੀ ਮਾਨਿਓ	gurU gRMQ jI mwinE
ਪ੍ਰਗਟ ਗੁਰਾਂ ਕੀ ਦੇਹ॥	pRgt gurW kI dyh.
ਜਾ ਕਾ ਹਿਰਦਾ ਸੁਧੁ ਹੈ	jw kw ihrdw suDu hY
ਖੋਜ ਸ਼ਬਦ ਮੈਂ ਲੇਹ॥	Koj Sbd mYN lyh.
ਵਾਹਿਗੁਰੂ ਨਾਮ ਜਹਾਜ਼ ਹੈ,	vwihgurU nwm jhwz hY,
ਚੜ੍ਹੇ ਸੁ ਉਤਰੇ ਪਾਰ॥	cVHy su auqrY pwr.
ਜੋ ਸਰਧਾ ਕਰ ਸੇਂਵਦੇ	jo srDw kr syNvdy
ਗੁਰ ਪਾਰਿ ਉਤਾਰਨ ਹਾਰ॥	gur pwir auqwrn hwr.

20. ਫੁਨਹੇ ਮਹਲਾ ੫॥ 1362-10

ਡਿਠੇ ਸਭੇ ਥਾਵ ਨਹੀ ਤੁਧੁ ਜੇਹਿਆ॥	dithay sabhay thaav nahee tuDh jayhi-aa.
ਬਧੋਹੁ ਪੁਰਖਿ ਬਿਧਾਤੈ	baDhohu purakh biDhaatai
ਤਾਂ ਤੂ ਸੋਹਿਆ॥	taaN too sohi-aa.
ਵਸਦੀ ਸਘਨ ਅਪਾਰ	vasdee saghan apaar
ਅਨੂਪ ਰਾਮਦਾਸ ਪੁਰ॥	anoop raamdaas pur.
ਹਰਿਹਾ ਨਾਨਕ ਕਸਮਲ	harihaaN naanak kasmal
ਜਾਹਿ ਨਾਇਐ ਰਾਮਦਾਸ ਸਰ॥੧੦॥	jaahi naa-i-ai raamdaas sar. ||10||

21. ਫੁਨਹੇ ਮਹਲਾ ੫॥ 1362-17

ਨੈਣ ਨ ਦੇਖਹਿ ਸਾਧ,	nain na daykheh saaDh
ਸਿ ਨੈਣ ਬਿਹਾਲਿਆ॥	se nain bihaali-aa.
ਕਰਨ ਨ ਸੁਨਹੀ ਨਾਦੁ,	karan na sunhee naad
ਕਰਨ ਮੁੰਦਿ ਘਾਲਿਆ॥	karan mund ghaali-aa.
ਰਸਨਾ ਜਪੈ ਨ ਨਾਮੁ,	rasnaa japai na naam
ਤਿਲੁ ਤਿਲੁ ਕਰਿ ਕਟੀਐ॥	til til kar katee-ai.
ਹਰਿਹਾ ਜਬ ਬਿਸਰੈ ਗੋਬਿਦ,	harihaaN jab bisrai gobid
ਰਾਇ ਦਿਨੋ ਦਿਨੁ ਘਟੀਐ॥੧੪॥	raa-ay dino din ghatee-ai. ||14||

22. **ਸਲੋਕ ਮਃ ੫॥**

ਜਾਚਕੁ ਮੰਗੈ ਦਾਨੁ, ਦੇਹਿ ਪਿਆਰਿਆ॥	jaachak mangai daan deh pi-aari-aa.
ਦੇਵਣਹਾਰੁ ਦਾਤਾਰੁ,	dayvanhaar daataar
ਮੈ ਨਿਤ ਚਿਤਾਰਿਆ॥	mai nit chitaari-aa.
ਨਿਖੁਟਿ ਨ ਜਾਈ ਮੂਲਿ,	nikhut na jaa-ee mool
ਅਤੁਲ ਭੰਡਾਰਿਆ॥	atul bhandaari-aa.
ਨਾਨਕ ਸ਼ਬਦੁ ਅਪਾਰੁ,	naanak sabad apaar
ਤਿਨਿ ਸਭੁ ਕਿਛੁ ਸਾਰਿਆਂ॥੧॥	tin sabh kichh saari-aa. ||1||

23. **ਸਲੋਕ ਮਃ ੧॥ ਪਉੜੀ॥** (91-3)

ਕੀਤਾ ਲੋੜੀਐ ਕੰਮੁ,	keetaa lorhee-ai kamm
ਸੁ ਹਰਿ ਪਹਿ ਆਖੀਐ॥	so har peh aakhee-ai.
ਕਾਰਜੁ ਦੇਇ ਸਵਾਰਿ,	kaaraj day-ay savaar
ਸਤਿਗੁਰ ਸਚੁ ਸਾਖੀਐ॥	saT`gur sach saakhee-ai.
ਸੰਤਾ ਸੰਗਿ ਨਿਧਾਨੁ,	santaa sang niDhaan
ਅੰਮ੍ਰਿਤੁ ਚਾਖੀਐ॥	amrit chaakhee-ai.
ਭੈ ਭੰਜਨ ਮਿਹਰਵਾਨ,	bhai bhanjan miharvaan
ਦਾਸ ਕੀ ਰਾਖੀਐ॥	daas kee raakhee-ai.
ਨਾਨਕ ਹਰਿ ਗੁਣ ਗਾਇ,	naanak har gun gaa-ay
ਅਲਖੁ ਪ੍ਰਭੁ ਲਾਖੀਐ॥20॥	alakh parabh laakhee-ai. ||20||

24. **ਸਲੋਕੁ ਮਃ ੩॥ ਪਉੜੀ॥** (149-11)

ਸਤਿਗੁਰੁ ਹੋਇ ਦਇਆਲੁ	saT`gur ho-ay da-i-aal
ਤ ਸਰਧਾ ਪੂਰੀਐ॥	ta sarDhaa pooree-ai.
ਸਤਿਗੁਰੁ ਹੋਇ ਦਇਆਲੁ	saT`gur ho-ay da-i-aal
ਨ ਕਬਹੂੰ ਝੂਰੀਐ॥	na kabahooN jhooree-ai.
ਸਤਿਗੁਰੁ ਹੋਇ ਦਇਆਲੁ	saT`gur ho-ay da-i-aal
ਤਾ ਦੁਖੁ ਨ ਜਾਣੀਐ॥	taa dukh na jaanee-ai.
ਸਤਿਗੁਰੁ ਹੋਇ ਦਇਆਲੁ	saT`gur ho-ay da-i-aal
ਤਾ ਹਰਿ ਰੰਗੁ ਮਾਣੀਐ॥	taa har rang maanee-ai.
ਸਤਿਗੁਰੁ ਹੋਇ ਦਇਆਲੁ	saT`gur ho-ay da-i-aal taa
ਤਾ ਜਮ ਕਾ ਡਰੁ ਕੇਹਾ॥	jam kaa dar kayhaa.
ਸਤਿਗੁਰੁ ਹੋਇ ਦਇਆਲੁ	saT`gur ho-ay da-i-aal
ਤਾ ਸਦ ਹੀ ਸੁਖੁ ਦੇਹਾ॥	taa sad hee sukh dayhaa.
ਸਤਿਗੁਰੁ ਹੋਇ ਦਇਆਲੁ	saT`gur ho-ay da-i-aal
ਤਾ ਨਵ ਨਿਧਿ ਪਾਈਐ॥	taa nav niDh paa-ee-ai.
ਸਤਿਗੁਰੁ ਹੋਇ ਦਇਆਲੁ	saT`gur ho-ay da-i-aal
ਤ ਸਚਿ ਸਮਾਈਐ॥੨੫॥	ta sach samaa-ee-ai. ||25||

☬ ਅਨੰਦੁ ਸਾਹਿਬ ☬

13. ਰਾਮਕਲੀ ਅਨੰਦੁ ਦੀਆਂ ੬ ਪੌੜੀਆਂ

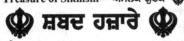

ਸ਼ਬਦ ਹਜ਼ਾਰੇ

1. ਮਾਝ ਮਹਲਾ ੫ ਚਉਪਦੇ ਘਰੁ ੧॥ (96-14)

ਮੇਰਾ ਮਨੁ ਲੋਚੈ ਗੁਰ ਦਰਸਨ ਤਾਈ॥	mayraa man lochai gur darsan taa-ee.
ਬਿਲਪ ਕਰੇ ਚਾਤ੍ਰਿਕ ਕੀ ਨਿਆਈ॥	bilap karay chaatrik kee ni-aa-ee.
ਤ੍ਰਿਖਾ ਨ ਉਤਰੈ, ਸਾਂਤਿ ਨ ਆਵੈ,	tarikhaa na utrai saaNt na aavai
ਬਿਨੁ ਦਰਸਨ ਸੰਤ ਪਿਆਰੇ ਜੀਉ॥੧॥	bin darsan sant pi-aaray jee-o. ||1||
ਹਉ ਘੋਲੀ ਜੀਉ ਘੋਲਿ ਘੁਮਾਈ,	ha-o gholee jee-o ghol ghumaa-ee
ਗੁਰ ਦਰਸਨ ਸੰਤ ਪਿਆਰੇ ਜੀਉ॥੧॥ ਰਹਾਉ॥	gur darsan sant pi-aaray jee-o. ||1|| rahaa-o.
ਤੇਰਾ ਮੁਖੁ ਸੁਹਾਵਾ,	tayraa mukh suhaavaa
ਜੀਉ ਸਹਜ ਧੁਨਿ ਬਾਣੀ॥	jee-o sahj Dhun banee.
ਚਿਰੁ ਹੋਆ ਦੇਖੇ ਸਾਰਿੰਗਪਾਣੀ॥	chir ho-aa daykhay saaringpaanee.
ਧੰਨੁ ਸੁ ਦੇਸੁ ਜਹਾ ਤੂੰ ਵਸਿਆ,	dhan so days jahaa tooN vasi-aa
ਮੇਰੇ ਸਜਣ ਮੀਤ ਮੁਰਾਰੇ ਜੀਉ॥੨॥	mayray sajan meet muraaray jee-o. ||2||
ਹਉ ਘੋਲੀ ਹਉ ਘੋਲਿ ਘੁਮਾਈ,	ha-o gholee ha-o ghol ghumaa-ee
ਗੁਰ ਸਜਣ ਮੀਤ ਮੁਰਾਰੇ ਜੀਉ॥੧॥ ਰਹਾਉ॥	gur sajan meet muraaray jee-o. ||1|| rahaa-o.
ਇਕ ਘੜੀ ਨ ਮਿਲਤੇ ਤਾ ਕਲਿਜੁਗੁ ਹੋਤਾ॥	ik gharhee na miltay taa kalijug hotaa.
ਹੁਣਿ ਕਦਿ ਮਿਲੀਐ	hun kad milee-ai
ਪ੍ਰਿਅ ਤੁਧੁ ਭਗਵੰਤਾ॥	pari-a tuDh bhagvantaa.
ਮੋਹਿ ਰੈਣਿ ਨ ਵਿਹਾਵੈ, ਨੀਦ ਨ ਆਵੈ,	mohi rain na vihaavai need na aavai
ਬਿਨੁ ਦੇਖੇ ਗੁਰ ਦਰਬਾਰੇ ਜੀਉ॥੩॥	bin Daykhay gur darbaaray jee-o. ||3||
ਹਉ ਘੋਲੀ ਜੀਉ ਘੋਲਿ ਘੁਮਾਈ,	ha-o gholee jee-o ghol ghumaa-ee
ਤਿਸੁ ਸਚੇ ਗੁਰ ਦਰਬਾਰੇ ਜੀਉ॥੧॥ ਰਹਾਉ॥	tis sachay gur darbaaray jee-o. ||1|| rahaa-o.
ਭਾਗੁ ਹੋਆ ਗੁਰਿ ਸੰਤੁ ਮਿਲਾਇਆ॥	bhaag ho-aa gur sant milaa-i-aa.
ਪ੍ਰਭੁ ਅਬਿਨਾਸੀ ਘਰ ਮਹਿ ਪਾਇਆ॥	parabh abhinaasee ghar meh paa-i-aa.
ਸੇਵ ਕਰੀ ਪਲੁ ਚਸਾ ਨ ਵਿਛੁੜਾ,	sayv karee pal chasaa na vichhurhaa
ਜਨ ਨਾਨਕ ਦਾਸ ਤੁਮਾਰੇ ਜੀਉ॥੪॥	jan naanak daas tumaaray jee-o. ||4||
ਹਉ ਘੋਲੀ ਜੀਉ ਘੋਲਿ ਘੁਮਾਈ,	ha-o gholee jee-o ghol ghumaa-ee
ਜਨ ਨਾਨਕ ਦਾਸ ਤੁਮਾਰੇ ਜੀਉ॥ ਰਹਾਉ॥੧॥੮॥	jan naanak daas tumaaray jee-o. ra-haa-o. ||1||8||

2. ਧਨਾਸਰੀ ਮਹਲਾ ੧ ਘਰੁ ੧ ਚਉਪਦੇ॥ 660-1

ੴ ਸਤਿ ਨਾਮੁ, ਕਰਤਾ, ਪੁਰਖੁ, ਨਿਰਭਉ,	ik-oNkaar, sat naam, kartaa, purakh,
ਨਿਰਵੈਰੁ, ਅਕਾਲ, ਮੂਰਤਿ, ਅਜੂਨੀ,	nirbha-o, nirvair akaal, moorat, ajoonee,
ਸੈਭੰ, ਗੁਰ ਪ੍ਰਸਾਦਿ॥	saibhaN, gur parsaad.
ਜੀਉ ਡਰਤੁ ਹੈ ਆਪਣਾ,	jee-o darat hai aapnaa
ਕੈ ਸਿਉ ਕਰੀ ਪੁਕਾਰ॥	kai si-o karee pukaar.
ਦੂਖ ਵਿਸਾਰਣੁ ਸੇਵਿਆ,	dookh visaaran sayvi-aa
ਸਦਾ ਸਦਾ ਦਾਤਾਰੁ॥੧॥	sadaa sadaa daataar. ||1||
ਸਾਹਿਬੁ ਮੇਰਾ ਨੀਤ ਨਵਾ,	saahib mayraa neet navaa
ਸਦਾ ਸਦਾ ਦਾਤਾਰੁ॥੧॥ ਰਹਾਉ॥	sadaa sadaa daataar. ||1|| rahaa-o.
ਅਨਦਿਨੁ ਸਾਹਿਬੁ ਸੇਵੀਐ,	an-din saahib sayvee-ai
ਅੰਤਿ ਛਡਾਏ ਸੋਇ॥	ant chhadaa-ay so-ay.

ਸੁਣਿ ਸੁਣਿ ਮੇਰੀ ਕਾਮਣੀ,	sun sun mayree kaamnee
ਪਾਰਿ ਉਤਾਰਾ ਹੋਇ॥੨॥	paar utaaraa ho-ay. ‖2‖
ਦਇਆਲ ਤੇਰੈ ਨਾਮਿ ਤਰਾ॥	da-i-aal tayrai naam taraa.
ਸਦ ਕੁਰਬਾਣੈ ਜਾਉ॥੧॥ ਰਹਾਉ॥	sad kurbaanai jaa-o. ‖1‖ rahaa-o.
ਸਰਬੰ ਸਾਚਾ ਏਕੁ ਹੈ,	sarbaN saachaa ayk hai
ਦੂਜਾ ਨਾਹੀ ਕੋਇ॥	doojaa naahee ko-ay.
ਤਾ ਕੀ ਸੇਵਾ ਸੋ ਕਰੇ,	taa kee sayvaa so karay
ਜਾ ਕਉ ਨਦਰਿ ਕਰੇ॥ ੩॥	jaa ka-o nadar karay. ‖3‖
ਤੁਧੁ ਬਾਝੁ ਪਿਆਰੇ ਕੇਵ ਰਹਾ॥	tuDh baajh pi-aaray kayv rahaa.
ਸਾ ਵਡਿਆਈ ਦੇਹਿ,	saa vadi-aa-ee deh
ਜਿਤੁ ਨਾਮਿ ਤੇਰੇ ਲਾਗਿ ਰਹਾਂ॥	Jit naam tayray laag rahaaN.
ਦੂਜਾ ਨਾਹੀ ਕੋਇ,	doojaa naahee ko-ay
ਜਿਸੁ ਆਗੈ ਪਿਆਰੇ ਜਾਇ ਕਹਾ॥੧॥	Jis aagai pi-aaray jaa-ay kahaa. ‖1‖
ਰਹਾਉ॥	rahaa-o.
ਸੇਵੀ ਸਾਹਿਬੁ ਆਪਣਾ,	sayvee saahib aapnaa
ਅਵਰੁ ਨ ਜਾਚੰਉ ਕੋਇ॥	avar na jaachaN-o ko-ay.
ਨਾਨਕੁ ਤਾ ਕਾ ਦਾਸੁ ਹੈ,	naanak taa kaa daas hai
ਬਿੰਦ ਬਿੰਦ ਚੁਖ ਚੁਖ ਹੋਇ॥੪॥	bind bind chukh chukh ho-ay. ‖4‖
ਸਾਹਿਬ ਤੇਰੇ ਨਾਮ ਵਿਟਹੁ,	saahib tayray naam vitahu
ਬਿੰਦ ਬਿੰਦ ਚੁਖ ਚੁਖ ਹੋਇ॥੧॥	bind bind chukh chukh ho-ay. ‖1‖
ਰਹਾਉ॥੪॥ ੧॥	rahaa-o. ‖4‖1‖

3. **ਤਿਲੰਗ ਮਹਲਾ ੧ ਘਰੁ ੩॥** 721-16

੧ਓ ਸਤਿਗੁਰ ਪ੍ਰਸਾਦਿ॥	ik-oNkaar satgur parsaad.
ਇਹੁ ਤਨੁ ਮਾਇਆ ਪਾਹਿਆ ਪਿਆਰੇ,	ih tan maa-i-aa paahi-aa pi-aaray
ਲੀਤੜਾ ਲਬਿ ਰੰਗਾਏ॥	leet-rhaa lab rangaa-ay.
ਮੇਰੈ ਕੰਤ ਨ ਭਾਵੈ ਚੋਲੜਾ ਪਿਆਰੇ,	mayrai kant na bhaavai cholrhaa
ਕਿਉ ਧਨ ਸੇਜੈ ਜਾਏ॥੧॥	pi-aaray ki-o Dhan sayjai jaa-ay. ‖1‖
ਹੰਉ ਕੁਰਬਾਨੈ ਜਾਉ ਮਿਹਰਵਾਨਾ,	haN-u kurbaanai jaa-o miharvaanaa
ਹੰਉ ਕੁਰਬਾਨੈ ਜਾਉ॥	haN-u kurbaanai jaa-o.
ਹੰਉ ਕੁਰਬਾਨੈ ਜਾਉ ਤਿਨਾ ਕੈ,	haN-u kurbaanai jaa-o tinaa kai
ਲੈਨਿ ਜੋ ਤੇਰਾ ਨਾਉ॥	lain jo tayraa naa-o.
ਲੈਨਿ ਜੋ ਤੇਰਾ ਨਾਉ ਤਿਨਾ ਕੈ,	lain jo tayraa naa-o tinaa kai
ਹੰਉ ਸਦ ਕੁਰਬਾਨੈ ਜਾਉ॥੧॥ ਰਹਾਉ॥	haN-u sad kurbaanai jaa-o. ‖1‖ rahaa-o.
ਕਾਇਆ ਰੰਙਣਿ ਜੇ ਥੀਐ ਪਿਆਰੇ,	kaa-i-aa ranyan jay thee-ai pi-aaray
ਪਾਈਐ ਨਾਉ ਮਜੀਠ॥	paa-ee-ai naa-o majeeth.
ਰੰਙਣ ਵਾਲਾ ਜੇ ਰੰਙੈ ਸਾਹਿਬੁ,	ranyan vaalaa jay ranyai saahib
ਐਸਾ ਰੰਗੁ ਨ ਡੀਠ॥੨॥	aisaa rang na deeth. ‖2‖
ਜਿਨ ਕੇ ਚੋਲੇ ਰਤੜੇ ਪਿਆਰੇ,	jin kay cholay rat-rhay pi-aaray
ਕੰਤੁ ਤਿਨਾ ਕੈ ਪਾਸਿ॥	kant tinaa kai paas.
ਧੂੜਿ ਤਿਨਾ ਕੀ ਜੇ ਮਿਲੈ ਜੀ,	Dhoorh tinaa kee jay milai jee
ਕਹੁ ਨਾਨਕ ਕੀ ਅਰਦਾਸਿ॥੩॥	kaho naanak kee ardaas. ‖3‖
ਆਪੇ ਸਾਜੇ ਆਪੇ ਰੰਗੇ,	aapay saajay aapay rangay
ਆਪੇ ਨਦਰਿ ਕਰੇਇ॥	aapay nadar karay-i.
ਨਾਨਕ ਕਾਮਣਿ ਕੰਤੈ ਭਾਵੈ,	naanak kaaman kantai bhaavai
ਆਪੇ ਹੀ ਰਾਵੇਇ॥੪॥੧॥੩॥	aapay hee raavay-ay. ‖4‖1‖3‖

4. ਤਿਲੰਗ ਮਃ ੧॥ 722-6

ਇਆਨੜੀਏ ਮਾਨੜਾ ਕਾਇ ਕਰੇਹਿ॥
ਆਪਨੜੈ ਘਰਿ ਹਰਿ ਰੰਗੋ,
ਕੀ ਨ ਮਾਣੇਹਿ॥
ਸਹੁ ਨੇੜੈ ਧਨ ਕੰਮਲੀਏ,
ਬਾਹਰੁ ਕਿਆ ਢੂਢੇਹਿ॥
ਭੈ ਕੀਆ ਦੇਹਿ ਸਲਾਈਆ,
ਨੈਨੀ ਭਾਵ ਕਾ ਕਰਿ ਸੀਗਾਰੋ॥
ਤਾ ਸੋਹਾਗਣਿ ਜਾਣੀਐ,
ਲਾਗੀ ਜਾ ਸਹੁ ਧਰੇ ਪਿਆਰੋ॥੧॥
ਇਆਣੀ ਬਾਲੀ ਕਿਆ ਕਰੇ,
ਜਾ ਧਨ ਕੰਤ ਨ ਭਾਵੈ॥
ਕਰਣ ਪਲਾਹ ਕਰੇ ਬਹੁਤੇਰੇ,
ਸਾ ਧਨ ਮਹਲੁ ਨ ਪਾਵੈ॥
ਵਿਣੁ ਕਰਮਾ ਕਿਛੁ ਪਾਈਐ ਨਾਹੀ,
ਜੇ ਬਹੁਤੇਰਾ ਧਾਵੈ॥
ਲਬ ਲੋਭ ਅਹੰਕਾਰ ਕੀ ਮਾਤੀ,
ਮਾਇਆ ਮਾਹਿ ਸਮਾਣੀ॥
ਇਨੀ ਬਾਤੀ ਸਹੁ ਪਾਈਐ,
ਨਾਹੀ ਭਈ ਕਾਮਣਿ ਇਆਣੀ॥੨॥
ਜਾਇ ਪੁਛਹੁ ਸੋਹਾਗਣੀ ਵਾਹੈ,
ਕਿਨੀ ਬਾਤੀ ਸਹੁ ਪਾਈਐ॥
ਜੋ ਕਿਛੁ ਕਰੇ ਸੋ ਭਲਾ ਕਰਿ ਮਾਨੀਐ,
ਹਿਕਮਤਿ ਹੁਕਮੁ ਚੁਕਾਈਐ॥
ਜਾ ਕੈ ਪ੍ਰੇਮਿ ਪਦਾਰਥੁ ਪਾਈਐ,
ਤਉ ਚਰਣੀ ਚਿਤੁ ਲਾਈਐ॥
ਸਹੁ ਕਹੈ ਸੋ ਕੀਜੈ ਤਨੁ ਮਨੋ ਦੀਜੈ,
ਐਸਾ ਪਰਮਲੁ ਲਾਈਐ॥
ਏਵ ਕਹਹਿ ਸੋਹਾਗਣੀ ਭੈਣੇ,
ਇਨੀ ਬਾਤੀ ਸਹੁ ਪਾਈਐ॥੩॥
ਆਪੁ ਗਵਾਈਐ ਤਾ ਸਹੁ ਪਾਈਐ,
ਅਉਰੁ ਕੈਸੀ ਚਤੁਰਾਈ॥
ਸਹੁ ਨਦਰਿ ਕਰਿ ਦੇਖੈ ਸੋ ਦਿਨੁ ਲੇਖੈ,
ਕਾਮਣਿ ਨਉ ਨਿਧਿ ਪਾਈ॥
ਆਪਣੇ ਕੰਤ ਪਿਆਰੀ ਸਾ ਸੋਹਾਗਣਿ,
ਨਾਨਕ ਸਾ ਸਭਰਾਈ॥
ਐਸੇ ਰੰਗਿ ਰਾਤੀ ਸਹਜ ਕੀ ਮਾਤੀ,
ਅਹਿਨਿਸਿ ਭਾਇ ਸਮਾਣੀ॥
ਸੁੰਦਰਿ ਸਾਇ ਸਰੂਪ ਬਿਚਖਣਿ,
ਕਹੀਐ ਸਾ ਸਿਆਣੀ॥੪॥੨॥੪॥

i-aanrhee-ay maanrhaa kaa-ay karayhi.
aapnarhai ghar har rango
kee na maaneh.
saho nayrhai Dhan kammlee-ay
baahar ki-aa dhoodhayhi.
bhai kee-aa deh salaa-ee-aa
nainee bhaav kaa kar seegaaro. taa
sohagan jaanee-ai
laagee jaa saho Dharay pi-aaro. ||1||
i-aanee baalee ki-aa karay
jaa Dhan kant na bhaavai.
karan palaah karay bahutayray
saa Dhan mahal na paavai.
vin karmaa kichh paa-ee-ai naahee
jay bahutayraa Dhaavai.
lab lobh aha^{N}kaar kee maatee
maa-i-aa maahi samaanee.
inee baatee saho paa-ee-ai
naahee, bha-ee kaaman i-aanee. ||2||
jaa-ay puchhahu sohaaganee vaahai
kinee baatee saho paa-ee-ai.
jo kichh karay so bhalaa kar maanee-ai
hikmat hukam chukhaa-ee-ai.
jaa kai paraym padaarath paa-ee-ai
ta-o charnee chit laa-ee-ai.
saho kahai so keejai tan mano deejai
aisaa parmal laa-ee-ai.
ayv kaheh sohaaganee bhainay
inee baatee saho paa-ee-ai. ||3||
aap gavaa-ee-ai taa saho paa-ee-ai
a-or kaisee chaturaa-ee.
saho nadar kar daykhai so din laykhai
kaaman na-o niDh paa-ee.
aapnay kant pi-aaree saa sohagan
naanak saa sabhraa-ee.
aisay rang raatee sahj kee maatee
ahinis bhaa-ay samaanee.
sundar saa-ay saroop bichkhan
kahee-ai saa si-aanee. ||4||2||4||

5. ਸੂਹੀ ਮਹਲਾ ੧॥ 730-18

ਕਉਣ ਤਰਾਜੀ ਕਵਣੁ ਤੁਲਾ,
ਤੇਰਾ ਕਵਣੁ ਸਰਾਫੁ ਬੁਲਾਵਾ॥
ਕਉਣੁ ਗੁਰੂ ਕੈ ਪਹਿ ਦੀਖਿਆ,
ਲੇਵਾ ਕੈ ਪਹਿ ਮੁਲੁ ਕਰਾਵਾ॥੧॥

ka-un taraajee kavan tulaa
tayraa kavan saraaf bulaavaa.
ka-un guroo kai peh deekhi-aa layvaa
kai peh mul karaavaa. ||1||

ਮੇਰੇ ਲਾਲ ਜੀਉ, ਤੇਰਾ ਅੰਤੁ ਨ ਜਾਣਾ॥	mayray laal jee-o tayraa ant na jaanaa.
ਤੂੰ ਜਲਿ ਥਲਿ ਮਹੀਅਲਿ ਭਰਿਪੁਰਿ ਲੀਣਾ,	tooN jal thal mahee-al bharipur leenaa
ਤੂੰ ਆਪੇ ਸਰਬ ਸਮਾਣਾ॥੧॥	tooN aapay sarab samaanaa. ||1||
ਰਹਾਉ॥	rahaa-o.
ਮਨੁ ਤਾਰਾਜੀ ਚਿਤੁ ਤੁਲਾ,	man taaraajee chit tulaa
ਤੇਰੀ ਸੇਵ ਸਰਾਫੁ ਕਮਾਵਾ॥	tayree sayv saraaf kamaavaa.
ਘਟ ਹੀ ਭੀਤਰਿ ਸੋ ਸਹੁ ਤੋਲੀ,	ghat hee bheetar so saho tolee
ਇਨ ਬਿਧਿ ਚਿਤੁ ਰਹਾਵਾ॥੨॥	in biDh chit rahaavaa. ||2||
ਆਪੇ ਕੰਡਾ ਤੋਲੁ ਤਰਾਜੀ,	aapay kandaa tol taraajee
ਆਪੇ ਤੋਲਣਹਾਰਾ॥	aapay tolanhaaraa.
ਆਪੇ ਦੇਖੈ ਆਪੇ ਬੂਝੈ,	aapay daykhai aapay boojhai
ਆਪੇ ਹੈ ਵਣਜਾਰਾ॥੩॥	aapay hai vanjaaraa. ||3||
ਅੰਧੁਲਾ ਨੀਚ ਜਾਤਿ ਪਰਦੇਸੀ,	anDhulaa neech jaat pardaysee khin
ਖਿਨੁ ਆਵੈ ਤਿਲੁ ਜਾਵੈ॥	aavai til jaavai.
ਤਾ ਕੀ ਸੰਗਤਿ ਨਾਨਕੁ ਰਹਦਾ,	taa kee sangat naanak rahdaa
ਕਿਉ ਕਰਿ ਮੂੜਾ ਪਾਵੈ॥੪॥੨॥੯॥	ki-o kar moorhaa paavai. ||4||2||9||

6. ਬਿਲਾਵਲੁ ਮਹਲਾ ੧ ਚਉਪਦੇ ਘਰੁ ੧॥ 795-1

ੴ ਸਤਿ ਨਾਮੁ ਕਰਤਾ ਪੁਰਖੁ, ਨਿਰਭਉ ਨਿਰਵੈਰੁ ਅਕਾਲ ਮੂਰਤਿ ਅਜੂਨੀ ਸੈਭੰ ਗੁਰ ਪ੍ਰਸਾਦਿ॥

ik-oNkaar, sat naam, kartaa, purakh, nirbha-o, nirvair, akaal, moorat, ajoonee, saibhaN, gur parsaad.

ਤੂ ਸੁਲਤਾਨੁ ਕਹਾ ਹਉ ਮੀਆ,	too sultaan kahaa ha-o mee-aa
ਤੇਰੀ ਕਵਨ ਵਡਾਈ॥	tayree kavan vadaa-ee.
ਜੋ ਤੂ ਦੇਹਿ ਸੁ ਕਹਾ ਸੁਆਮੀ,	jo too deh so kahaa su-aamee
ਮੈ ਮੂਰਖ ਕਹਣੁ ਨ ਜਾਈ॥੧॥	mai moorakh kahan na jaa-ee. ||1||
ਤੇਰੇ ਗੁਣ ਗਾਵਾ ਦੇਹਿ ਬੁਝਾਈ॥	tayray gun gaavaa deh bujhaa-ee.
ਜੈਸੇ ਸਚ ਮਹਿ ਰਹਉ ਰਜਾਈ॥੧॥	jaisay sach meh raha-o rajaa-ee. ||1|| ra-
ਰਹਾਉ॥	haa-o.
ਜੋ ਕਿਛੁ ਹੋਆ ਸਭੁ ਕਿਛੁ ਤੁਝ ਤੇ,	jo kichh ho-aa sabh kichh tujh tay
ਤੇਰੀ ਸਭ ਅਸਨਾਈ॥	tayree sabh asnaa-ee.
ਤੇਰਾ ਅੰਤੁ ਨ ਜਾਣਾ ਮੇਰੇ ਸਾਹਿਬ,	tayraa ant na jaanaa mayray saahib
ਮੈ ਅੰਧੁਲੇ ਕਿਆ ਚਤੁਰਾਈ॥੨॥	mai anDhulay ki-aa chaturaa-ee. ||2||
ਕਿਆ ਹਉ ਕਥੀ ਕਥੇ ਕਥਿ ਦੇਖਾ,	ki-aa ha-o kathee kathay kath daykhaa
ਮੈ ਅਕਥੁ ਨ ਕਥਨਾ ਜਾਈ॥	mai akath na kathnaa jaa-ee.
ਜੋ ਤੁਧੁ ਭਾਵੈ ਸੋਈ ਆਖਾ,	jo tuDh bhaavai so-ee aakhaa
ਤਿਲੁ ਤੇਰੀ ਵਡਿਆਈ॥੩॥	til tayree vadi-aa-ee. ||3||
ਏਤੇ ਕੂਕਰ ਹਉ ਬੇਗਾਨਾ,	aytay kookar ha-o baygaanaa
ਭਉਕਾ ਇਸੁ ਤਨ ਤਾਈ॥	bha-ukaa is tan taa-ee.
ਭਗਤਿ ਹੀਣੁ ਨਾਨਕੁ ਜੇ ਹੋਇਗਾ,	bhagat heen naanak jay ho-igaa
ਤਾ ਖਸਮੈ ਨਾਉ ਨ ਜਾਈ॥੪॥ ੧॥	taa khasmai naa-o na jaa-ee. ||4||1||

7. ਬਿਲਾਵਲੁ ਮਹਲਾ ੧॥ 795-9

ਮਨੁ ਮੰਦਰੁ ਤਨੁ ਵੇਸ ਕਲੰਦਰੁ,	man mandar tan vays kalandar
ਘਟ ਹੀ ਤੀਰਥਿ ਨਾਵਾ॥	ghat hee tirath naavaa.
ਏਕੁ ਸਬਦੁ ਮੇਰੈ ਪ੍ਰਾਨਿ ਬਸਤੁ ਹੈ,	ayk sabad mayrai paraan basat hai
ਬਾਹੁੜਿ ਜਨਮਿ ਨ ਆਵਾ॥੧॥	baahurh janam na aavaa. ||1||

ਮਨੁ ਬੇਧਿਆ ਦਇਆਲ ਸੇਤੀ
ਮੇਰੀ ਮਾਈ॥
ਕਉਨੁ ਜਾਣੈ ਪੀਰ ਪਰਾਈ॥
ਹਮ ਨਾਹੀ ਚਿੰਤ ਪਰਾਈ॥੧॥ ਰਹਾਉ॥
ਅਗਮ ਅਗੋਚਰ ਅਲਖ ਅਪਾਰਾ,
ਚਿੰਤਾ ਕਰਹੁ ਹਮਾਰੀ॥
ਜਲਿ ਥਲਿ ਮਹੀਅਲਿ ਭਰਿਪੁਰਿ ਲੀਣਾ,
ਘਟਿ ਘਟਿ ਜੋਤਿ ਤੁਮ੍ਹਾਰੀ॥੨॥
ਸਿਖ ਮਤਿ ਸਭ ਬੁਧਿ ਤੁਮ੍ਹਾਰੀ,
ਮੰਦਿਰ ਛਾਵਾ ਤੇਰੇ॥
ਤੁਝ ਬਿਨੁ ਅਵਰੁ ਨ ਜਾਣਾ
ਮੇਰੇ ਸਾਹਿਬਾ,
ਗੁਣ ਗਾਵਾ ਨਿਤ ਤੇਰੇ॥੩॥
ਜੀਅ ਜੰਤ ਸਭਿ ਸਰਣਿ ਤੁਮ੍ਹਾਰੀ,
ਸਰਬ ਚਿੰਤ ਤੁਧੁ ਪਾਸੇ॥
ਜੋ ਤੁਧੁ ਭਾਵੈ ਸੋਈ ਚੰਗਾ,
ਇਕ ਨਾਨਕ ਕੀ ਅਰਦਾਸੇ॥੪॥੨॥

man bayDhi-aa da-i-aal saytee
mayree maa-ee.
ka-un jaanai peer paraa-ee.
ham naahee chint paraa-ee. ||1|| rahaa-o.
agam agochar alakh apaaraa
chintaa karahu hamaaree.
jal thal mahee-al bharipur leenaa
ghat ghat jot tumHaaree. ||2||
sikh mat sabh buDh tumHaaree mandir
chhaavaa tayray.
tujh bin avar na jaanaa
mayray saahibaa
gun gaavaa nit tayray. ||3||
jee-a jant sabh saran tumHaaree
sarab chint tuDh paasay.
jo tuDh bhaavai so-ee changa ik
naanak kee ardaasay. ||4||2||

☬ ਭੋਗ ਦੇ ਸ਼ਬਦ ☬

1. ਸਲੋਕੁ॥ ਗਉੜੀ ਮਃ ੫॥ 262-1

ਗੁਰਦੇਵ ਮਾਤਾ, ਗੁਰਦੇਵ ਪਿਤਾ,	gurdayv maataa gurdayv pitaa
ਗੁਰਦੇਵ ਸੁਆਮੀ ਪਰਮੇਸੁਰਾ॥	gurdayvsu-aamee parmaysuraa.
ਗੁਰਦੇਵ ਸਖਾ, ਅਗਿਆਨ ਭੰਜਨੁ,	gurdayv sakhaa agi-aan bhanjan
ਗੁਰਦੇਵ ਬੰਧਿਪ ਸਹੋਦਰਾ॥	gurdayv banDhip sahodaraa.
ਗੁਰਦੇਵ ਦਾਤਾ, ਹਰਿ ਨਾਮੁ ਉਪਦੇਸੈ,	gurdayv daataa har naam updaysai
ਗੁਰਦੇਵ ਮੰਤੁ ਨਿਰੋਧਰਾ॥	gurdayv mant niroDharaa.
ਗੁਰਦੇਵ ਸਾਂਤਿ, ਸਤਿ, ਬੁਧਿ, ਮੂਰਤਿ,	gurdayv saaNt sat buDh moorat
ਗੁਰਦੇਵ, ਪਾਰਸ, ਪਰਸ ਪਰਾ॥	gurdayv paaras paras paraa.
ਗੁਰਦੇਵ ਤੀਰਥੁ, ਅੰਮ੍ਰਿਤ ਸਰੋਵਰੁ,	gurdayv tirath amrit sarovar
ਗੁਰ ਗਿਆਨ, ਮਜਨੁ ਅਪਰੰਪਰਾ॥	gur gi-aan majan apramparaa.
ਗੁਰਦੇਵ, ਆਦਿ, ਜੁਗਾਦਿ, ਜੁਗੁ ਜੁਗੁ,	gurdayv aad jugaad jug jug
ਗੁਰਦੇਵ ਮੰਤੁ ਹਰਿ ਜਪਿ ਉਧਰਾ॥	gurdayv mant har jap uDhraa.
ਗੁਰਦੇਵ ਸੰਗਤਿ ਪ੍ਰਭ ਮੇਲਿ, ਕਰਿ ਕਿਰਪਾ,	gurdayv sangat parabh mayl kar kirpaa
ਹਮ ਮੂੜ ਪਾਪੀ, ਜਿਤੁ ਲਗਿ ਤਰਾ॥	ham moorh paapee jit lag taraa.
ਗੁਰਦੇਵ ਸਤਿਗੁਰੁ, ਪਾਰਬ੍ਰਹਮੁ, ਪਰਮੇਸਰੁ,	gurdayv satgur paarbarahm parmaysar
ਗੁਰਦੇਵ ਨਾਨਕ, ਹਰਿ ਨਮਸਕਰਾ॥	gurdayv naanak har namaskaraa. ||1||
ਏਹੁ ਸਲੋਕੁ, ਆਦਿ, ਅੰਤਿ, ਪੜਣਾ॥	ayhu salok aad ant parh-naa.

2. ਰਾਗੁ ਮਲਾਰ ਮਹਲਾ ੫ ਚਉਪਦੇ ਘਰੁ ੧॥ 1266-4

ੴ ਸਤਿਗੁਰ ਪ੍ਰਸਾਦਿ॥	ik-oNkaar satgur parsaad.
ਕਿਆ ਤੂ ਸੋਚਹਿ ਕਿਆ ਤੂ ਚਿਤਵਹਿ,	ki-aa too socheh ki-aa too chitvahi
ਕਿਆ ਤੂੰ ਕਰਹਿ ਉਪਾਏ॥	ki-aa tooN karahi upaa-ay.
ਤਾ ਕਉ ਕਹਹੁ ਪਰਵਾਹ ਕਾਹੂ ਕੀ,	taa ka-o kahhu parvaah kaahoo kee
ਜਿਹ ਗੋਪਾਲ ਸਹਾਏ॥੧॥	jih gopaal sahaa-ay. ||1||
ਬਰਸੈ ਮੇਘੁ ਸਖੀ ਘਰਿ ਪਾਹੁਨ ਆਏ॥	barsai maygh sakhee ghar paahun aa-ay.
ਮੋਹਿ ਦੀਨ ਕ੍ਰਿਪਾ ਨਿਧਿ ਠਾਕੁਰ,	mohi deen kirpaa niDh thaakur
ਨਵ ਨਿਧਿ ਨਾਮਿ ਸਮਾਏ॥੧॥ ਰਹਾਉ॥	nav niDh naam samaa-ay. ||1|| rahaa-o.
ਅਨਿਕ ਪ੍ਰਕਾਰ ਭੋਜਨ ਬਹੁ ਕੀਏ,	anik parkaar bhojan baho kee-ay
ਬਹੁ ਬਿੰਜਨ ਮਿਸਟਾਏ॥	baho binjan mistaa-ay.
ਕਰੀ ਪਾਕਸਾਲ ਸੋਚ ਪਵਿਤ੍ਰਾ,	karee paaksaal soch pavitaraa
ਹੁਣਿ ਲਾਵਹੁ ਭੋਗੁ ਹਰਿ ਰਾਏ॥੨॥	hun laavhu bhog har raa-ay. ||2||
ਦੁਸਟ ਬਿਦਾਰੇ ਸਾਜਨ ਰਹਸੇ,	dusat bidaaray saajan rahsay
ਇਹਿ ਮੰਦਿਰ ਘਰ ਅਪਨਾਏ॥	ihi mandir ghar apnaa-ay.
ਜਉ ਗ੍ਰਿਹਿ ਲਾਲੁ ਰੰਗੀਓ ਆਇਆ,	ja-o garihi laal rangee-o aa-i-aa
ਤਉ ਮੈ ਸਭਿ ਸੁਖ ਪਾਏ॥੩॥	ta-o mai sabh sukh paa-ay. ||3||
ਸੰਤ ਸਭਾ ਓਟ ਗੁਰ ਪੂਰੇ,	sant sabhaa ot gur pooray
ਧੁਰਿ ਮਸਤਕਿ ਲੇਖੁ ਲਿਖਾਏ॥	Dhur mastak laykh likhaa-ay.
ਜਨ ਨਾਨਕ ਕੰਤੁ ਰੰਗੀਲਾ ਪਾਇਆ,	jan naanak kant rangeelaa paa-i-aa
ਫਿਰਿ ਦੂਖੁ ਨ ਲਾਗੈ ਆਏ॥੪॥੧॥	fir dookh na laagai aa-ay. ||4||1||

3. ਭੈਰਉ ਬਾਣੀ ਨਾਮਦੇਉ ਜੀਉ ਕੀ ਘਰੁ ੧॥ 1163

ਦੂਧੁ ਕਟੋਰੈ ਗਡਵੈ ਪਾਨੀ॥	dooDh katorai gadvai paanee.
ਕਪਲ ਗਾਇ ਨਾਮੈ ਦੁਹਿ ਆਨੀ॥੧॥	kapal gaa-ay naamai duhi aanee. ||1||

ਦੂਧੁ ਪੀਉ ਗੋਬਿੰਦੇ ਰਾਇ॥	dooDh pee-o gobinday raa-ay.
ਦੂਧੁ ਪੀਉ ਮੇਰੋ ਮਨੁ ਪਤੀਆਇ॥	dooDh pee-o mayro man patee-aa-ay.
ਨਾਹੀ ਤ ਘਰ ਕੋ ਬਾਪੁ ਰਿਸਾਇ॥੧॥	naahee ta ghar ko baap risaa-ay. ||1||
ਰਹਾਉ॥	rahaa-o.
ਸੋੁਇਨ ਕਟੋਰੀ ਅੰਮ੍ਰਿਤ ਭਰੀ॥	so-in katoree amrit bharee.
ਲੈ ਨਾਮੈ ਹਰਿ ਆਗੈ ਧਰੀ॥੨॥	lai naamai har aagai Dharee. ||2||
ਏਕੁ ਭਗਤੁ ਮੇਰੇ ਹਿਰਦੇ ਬਸੈ॥	ayk bhagat mayray hirday basai.
ਨਾਮੇ ਦੇਖਿ ਨਰਾਇਨੁ ਹਸੈ॥੩॥	naamay daykh naraa-in hasai. ||3||
ਦੂਧੁ ਪੀਆਇ ਭਗਤੁ ਘਰਿ ਗਇਆ॥	dooDh pee-aa-ay bhagat ghar ga-i-aa.
ਨਾਮੇ ਹਰਿ ਕਾ ਦਰਸਨੁ ਭਇਆ॥੪॥੩॥	naamay har kaa darsan bha-i-aa. ||4||3||

4. **ਰਾਗੁ ਸੂਹੀ ਮਹਲਾ ੧ ਛੰਤੁ ਘਰੁ ੨॥ 764-5**

ੴ ਸਤਿਗੁਰ ਪ੍ਰਸਾਦਿ॥	ik-oNkaar satgur parsaad.
ਹਮ ਘਰਿ ਸਾਜਨ ਆਏ॥	ham ghar saajan aa-ay.
ਸਾਚੈ ਮੇਲਿ ਮਿਲਾਏ॥	saachai mayl milaa-ay.
ਸਹਜਿ ਮਿਲਾਏ ਹਰਿ ਮਨਿ ਭਾਏ,	sahj milaa-ay har man bhaa-ay
ਪੰਚ ਮਿਲੇ ਸੁਖੁ ਪਾਇਆ॥	panch milay sukh paa-i-aa.
ਸਾਈ ਵਸਤੁ ਪਰਾਪਤਿ ਹੋਈ,	saa-ee vasat paraapat ho-ee
ਜਿਸੁ ਸੇਤੀ ਮਨੁ ਲਾਇਆ॥	jis saytee man laa-i-aa.
ਅਨਦਿਨੁ ਮੇਲੁ ਭਇਆ ਮਨੁ ਮਾਨਿਆ,	an-din mayl bha-i-aa man maani-aa
ਘਰ ਮੰਦਰ ਸੋਹਾਏ॥	ghar mandar sohaa-ay.
ਪੰਚ ਸਬਦ ਧੁਨਿ ਅਨਹਦ ਵਾਜੇ,	panch sabad Dhun anhad vaajay
ਹਮ ਘਰਿ ਸਾਜਨ ਆਏ॥੧॥	ham ghar saajan aa-ay. ||1||

5. **ਭਾਈ ਗੁਰਦਾਸ ਜੀ॥**

ਦਰਸਨ ਦੇਖਤ ਹੀ ਸੁਧਿ ਕੀ ਨ ਸੁਧਿ ਰਹੀ,	Drsn dyKq hI suiD rhI,
ਬੁਧਿ ਕੀ ਨਾ ਬੁਧਿ ਰਹੀ, ਮਤਿ ਮੈ ਨ ਮਤਿ ਹੈ॥	biiD kI nw buiD rhI,
ਬੁਰਤਿ ਮੈ ਨ ਸੁਰਤਿ ਅਉ	miq mY n miq hY.
ਧਿਆਨ ਮੈਂ ਨ ਧਿਆਨ ਰਹਿਓ	buriq nY nw suriq rihE,
ਗਿਓਨ ਮੈਂ ਨ ਗਿਆਨ ਰਹਿਓ	igawn mY n igAwn rihE,
ਗਤਿ ਮੈਂ ਨ ਗਤਿ ਹੈ॥	giq mY n giq hY.
ਧਰਿ ਕੀ ਧੀਰਜੁ ਗਰਬ ਕੋ ਗਰੁਬ ਗਯੋ	Dir kI Dirju grb ko grub gXo.
ਰਤਿ ਮੈ ਨ ਰਤਿ ਰਹੀ ਪਤਿ ਰਤਿ ਪਤਿ ਹੈ॥	Riq mY n riq rhI piq riq hY.
ਅਦਭੁਤ ਪਰਮਦਭੁਤ ਬਿਸਮੈ,	AdBuq prmdBuq ubsmY, ibsm
ਬਿਸਮ ਅਸਚਰਜੈ ਅਸਚਰਜ ਅਤਿ ਅਤਿ ਹੈ॥੧॥੯॥	AscrjY Ascej Aiq Aiq hY. ॥੧॥੯॥

6. **ਬਿਲਾਵਲੁ ਮਹਲਾ ੫ ਛੰਤ॥ 847-1**

ਧਨਿ ਧੰਨਿ ਹਮਾਰੇ ਭਾਗ,	Dhan Dhan hamaaray bhaag
ਘਰਿ ਆਇਆ ਪਿਰੁ ਮੇਰਾ॥	ghar aa-i-aa pir mayraa.
ਸੋਹੈ ਬੰਕ ਦੁਆਰ ਸਗਲਾ ਬਨੁ ਹਰਾ॥	sohay bank du-aar saglaa ban haraa.
ਹਰ ਹਰਾ ਸੁਆਮੀ ਸੁਖਹ ਗਾਮੀ,	har haraa su-aamee sukhah gaamee
ਅਨਦ ਮੰਗਲ ਰਸੁ ਘਣਾ॥	anad mangal ras ghanaa.
ਨਵਲ ਨਵਤਨ ਨਾਹੁ ਬਾਲਾ,	naval navtan naahu baalaa
ਕਵਨ ਰਸਨਾ ਗੁਨ ਭਣਾ॥	kavan rasnaa gun bhanaa.
ਮੇਰੀ ਸੇਜ ਸੋਹੀ ਦੇਖਿ ਮੋਹੀ,	mayree sayj sohee daykh mohee
ਸਗਲ ਸਹਸਾ ਦੁਖੁ ਹਰਾ॥	sagal sahsaa dukh haraa.
ਨਾਨਕੁ ਪਇਅੰਪੈ ਮੇਰੀ ਆਸ ਪੂਰੀ	naanak pa-i-ampai mayree aas pooree
ਮਿਲੇ ਸੁਆਮੀ ਅਪਰੰਪਰਾ॥੫॥੧॥੩॥	milay su-aamee aparamparaa. ||5||1||3||

7. ਸੂਹੀ ਮਹਲਾ ੫॥ 783-15

ਸੰਤਾ ਕੇ ਕਾਰਜਿ ਆਪਿ ਖਲੋਇਆ,	santaa kay kaaraj aap khalo-i-aa
ਹਰਿ ਕੰਮੁ ਕਰਾਵਣਿ ਆਇਆ ਰਾਮ॥	har kamm karaavan aa-i-aa raam.
ਧਰਤਿ ਸੁਹਾਵੀ ਤਾਲੁ ਸੁਹਾਵਾ,	Dharat suhaavee taal suhaavaa
ਵਿਚਿ ਅੰਮ੍ਰਿਤ ਜਲੁ ਛਾਇਆ ਰਾਮ॥	vich amrit jal chhaa-i-aa raam.
ਅੰਮ੍ਰਿਤ ਜਲੁ ਛਾਇਆ	amrit jal chhaa-i-aa
ਪੂਰਨ ਸਾਜੁ ਕਰਾਇਆ,	pooran saaj karaa- i-aa
ਸਗਲ ਮਨੋਰਥ ਪੂਰੇ॥	sagal manorath pooray.
ਜੈ ਜੈ ਕਾਰੁ ਭਇਆ ਜਗ ਅੰਤਰਿ,	jai jai kaar bha-i-aa jag antar
ਲਾਥੇ ਸਗਲ ਵਿਸੂਰੇ॥	laathay sagal visooray.
ਪੂਰਨ ਪੁਰਖ ਅਚੁਤ ਅਬਿਨਾਸੀ,	pooran purakh achut abhinaasee
ਜਸੁ ਵੇਦ ਪੁਰਾਣੀ ਗਾਇਆ॥	jas vayd puraanee gaa-i-aa.
ਅਪਨਾ ਬਿਰਦੁ ਰਖਿਆ ਪਰਮੇਸਰਿ,	apnaa birad rakhi-aa parmaysar
ਨਾਨਕ ਨਾਮੁ ਧਿਆਇਆ॥੧॥	naanak naam Dhi-aa-i-aa. ||1||

8. ਭਾਈ ਗੁਰਦਾਸ ਜੀ॥

ਗੜ੍ਹ ਬਗਦਾਦੁ ਨਿਵਾਇ ਕੈ,	dVH bgdwdu invwie kY,
ਮਕਾ ਮਦੀਨਾ ਸਭੇ ਨਿਵਾਇਆ॥	mkw mdInw sby invwieAW.
ਸਿਧ ਚਉਰਾਸੀ ਮੰਡਲੀ	isD carwsI mMflI,
ਖਟਿ ਦਰਸਨਿ ਪਾਖੰਡਿ ਜਿਣਾਇਆ॥	Kit drsin pwKMif ijxwieAw.
ਪਾਤਾਲਾਂ ਅਕਾਸ ਲਖ ਜੀਤੀ	pwqwlW Akws lK jIqI
ਧਰਤੀ ਜਗਤ ਸਬਾਇਆ॥	DrqI jgiq sbwieAw.
ਜੀਤੀ ਨਉਖੰਡ ਮੇਦਨੀ	jIqI nauKMf mydnI
ਸਤਿਨਾਮ ਦਾ ਚਕ੍ਰ ਫਿਰਾਇਆ	sanwm dw ckR isrwieAw,
ਦੇਵ ਦਾਨੋ ਰਾਕਸਿ ਦੈ ਸਭ ਚਿਤ੍ਰਿ ਗੁਪਿਤ	dyv dwno rwkis dY sB iciqR
ਸਭ ਚਰਨੀ ਲਾਇਆ	guipq sB crnI lwieAw,
ਇੰਦ੍ਰਸਣਿ ਅਪਛਰਾ ਰਾਮ ਰਾਗਨੀ	ieMdTsix ApCrw rwm rwgnI
ਮੰਗਲੁ ਦਾਇਆ ਭਇਆ ਅਨੰਦ	mMglu dwieAw BieAw AnMd
ਜਗਤੁ ਵਿਚਿ ਕਲਿ ਤਾਰਨ ਗੁਰ ਨਾਨਕ ਓਇਆ	jguq ivic kil qwrn gur nwnk aieAw
ਹਿੰਦੂ ਮੁਸਲਮਾਣਿ ਨਿਵਾਇਆ॥੩੭॥	ihMdY muslmwix invwieAw. ||37||

9. ਸਵਈਏ ਮਹਲੇ ਤੀਜੇ ਕੇ ੩॥ 1395–2 **ਕੀਰਤ**

ਆਪਿ ਨਰਾਇਣੁ ਕਲਾ ਧਾਰਿ,	aap naraa-in kalaa Dhaar
ਜਗ ਮਹਿ ਪਰਵਰਿਯਉ॥	jag meh parvari-ya-o.
ਨਿਰੰਕਾਰਿ ਆਕਾਰੁ ਜੋਤਿ,	nirankaar aakaar jot
ਜਗ ਮੰਡਲਿ ਕਰਿਯਉ॥	jag mandal kari-ya-o.
ਜਹ ਕਹ ਤਹ ਭਰਪੂਰੁ,	jah kah tah bharpoor
ਸਬਦੁ ਦੀਪਕਿ ਦੀਪਾਯਉ॥	sabad deepak deepaa-ya-o.
ਜਿਹ ਸਿਖਹ ਸੰਗ੍ਰਹਿਓ,	jih sikhah sangarahi-o
ਤਤੁ ਹਰਿ ਚਰਣ ਮਿਲਾਯਉ॥	tat har charan milaa-ya-o.
ਨਾਨਕ ਕੁਲਿ ਨਿੰਮਲੁ ਅਵਤਰਿਉ,	naanak kul nimmal avtar-yi-o an-
ਅੰਗਦ ਲਹਣੇ ਸੰਗਿ ਹੁਅ॥	gad lahnay sang hu-a.
ਗੁਰ ਅਮਰਦਾਸ ਤਾਰਣ ਤਰਣ,	gur amardaas taaran taran
ਜਨਮ ਜਨਮ ਪਾ ਸਰਣਿ ਤੁਅ॥੨॥੧੬॥	janam janam paa saran tu-a. ||2||16||

10. ਗਉੜੀ ਮਹਲਾ ੫॥ 248 -1

ਮੋਹਨ ਤੂੰ ਸੁਫਲੁ ਫਲਿਆ,	mohan tooN sufal fali-aa
ਸਣੁ ਪਰਵਾਰੇ॥	san parvaaray.
ਮੋਹਨ ਪੁਤ੍ਰ ਮੀਤ ਭਾਈ	mohan putar meet bhaa-ee

ਕੁਟੰਬ ਸਭਿ ਤਾਰੈ॥	kutamb sabh taaray.
ਤਾਰਿਆ ਜਹਾਨੁ ਲਹਿਆ ਅਭਿਮਾਨੁ,	taari-aa jahaan lahi-aa abhimaan
ਜਿਨੀ ਦਰਸਨੁ ਪਾਇਆ॥	jinee darsan paa-i-aa.
ਜਿਨੀ ਤੁਧ ਨੋ ਧੰਨੁ ਕਹਿਆ,	jinee tuDhno Dhan kahi-aa
ਤਿਨ ਜਮੁ ਨੇੜਿ ਨ ਆਇਆ॥	tin jam nayrh na aa-i-aa.
ਬੇਅੰਤ ਗੁਣ ਤੇਰੇ ਕਥੇ ਨ ਜਾਹੀ,	bay-ant gun tayray kathay na jaahee
ਸਤਿਗੁਰ ਪੁਰਖ ਮੁਰਾਰੈ॥	satgur purakh muraaray.
ਬਿਨਵੰਤਿ ਨਾਨਕ ਟੇਕ ਰਾਖੀ,	binvant naanak tayk raakhee
ਜਿਤੁ ਲਗਿ ਤਰਿਆ ਸੰਸਾਰੈ॥੪॥੨॥	jit lag tari-aa sansaaray. ||4||2||

11. ਸਲੋਕ ਮਹਲਾ ੫॥ ਪਉੜੀ॥ 961-17

ਤਿਥੈ ਤੂ ਸਮਰਥੁ, ਜਿਥੈ ਕੋਇ ਨਾਹਿ॥	tithai too samrath jithai ko-ay naahi.
ਓਥੈ ਤੇਰੀ ਰਖ, ਅਗਨੀ ਉਦਰ ਮਾਹਿ॥	othai tayree rakh agnee udar maahi.
ਸੁਣਿ ਕੈ ਜਮ ਕੇ ਦੂਤ,	sun kai jam kay doot
ਨਾਇ ਤੇਰੈ ਛਡਿ ਜਾਹਿ॥	naa-ay tayrai chhad jaahi.
ਭਉਜਲੁ ਬਿਖਮੁ ਅਸਗਾਹੁ,	bha-ojal bikham asgaahu
ਗੁਰ ਸਬਦੀ ਪਾਰਿ ਪਾਹਿ॥	gur sabdee paar paahi.
ਜਿਨ ਕਉ ਲਗੀ ਪਿਆਸ,	jin ka-o lagee pi-aas
ਅੰਮ੍ਰਿਤੁ ਸੇਇ ਖਾਹਿ॥	amrit say-ay khaahi.
ਕਲਿ ਮਹਿ ਏਹੋ ਪੁੰਨੁ,	kal meh ayho punn
ਗੁਣ ਗੋਵਿੰਦ ਗਾਹਿ॥	gun govind gaahi.
ਸਭਸੈ ਨੋ ਕਿਰਪਾਲੁ	sabhsai no kirpaal
ਸਮ੍ਹਾਲੇ ਸਾਹਿ ਸਾਹਿ॥	samHaalay saahi saahi.
ਬਿਰਥਾ ਕੋਇ ਨ ਜਾਇ	birthaa ko-ay na jaa-ay
ਜਿ ਆਵੈ ਤੁਧੁ ਆਹਿ॥੯॥	je aavai tuDh aahi. ||9|

12. ਸਲੋਕ ਮਃ ੧॥ ਪਉੜੀ॥ 465-5

ਨਾਉ ਤੇਰਾ ਨਿਰੰਕਾਰੁ ਹੈ	naa-o tayraa nirankaar hai
ਨਾਇ ਲਇਐ ਨਰਕਿ ਨ ਜਾਈਐ॥	naa-ay la-i-ai narak na jaa-ee-ai.
ਜੀਉ ਪਿੰਡੁ ਸਭੁ ਤਿਸ ਦਾ	jee-o pind sabh tis daa
ਦੇ ਖਾਜੈ ਆਖਿ ਗਵਾਈਐ॥	day khaajai aakh gavaa-ee-ai.
ਜੇ ਲੋੜਹਿ ਚੰਗਾ ਆਪਣਾ	jay lorheh changa aapnaa
ਕਰਿ ਪੁੰਨਹੁ ਨੀਚੁ ਸਦਾਈਐ॥	kar punnhu neech sadaa-ee-ai.
ਜੇ ਜਰਵਾਣਾ ਪਰਹਰੈ	jay jarvaanaa parharai
ਜਰੁ ਵੇਸ ਕਰੇਦੀ ਆਈਐ॥	jar vays karaydee aa-ee-ai.
ਕੋ ਰਹੈ ਨ ਭਰੀਐ ਪਾਈਐ॥ ੫॥	ko rahai na bharee-ai paa-ee-ai. ||5||

13. ਸੋਰਠਿ ਮਹਲਾ ੫॥ 612-5

ਮੈ ਮੂਰਖ ਕੀ ਕੇਤਕ ਬਾਤ ਹੈ,	mai moorakh kee kaytak baat hai
ਕੋਟਿ ਪਰਾਧੀ ਤਰਿਆ ਰੇ॥	kot paraaDhee tari-aa ray.
ਗੁਰੁ ਨਾਨਕੁ ਜਿਨ ਸੁਣਿਆ ਪੇਖਿਆ,	gur naanak Jin suni-aa paykhi-aa
ਸੇ ਫਿਰਿ ਗਰਭਾਸਿ ਨ ਪਰਿਆ ਰੇ॥੪॥੨॥੧੩॥	say fir garbhaas na pari-aa ray. ||4||2||13||

14. ਮਾਰੂ ਮਹਲਾ ੫॥ 999-3

ਪਾਂਚ ਬਰਖਕੋ ਅਨਾਥੁ ਧ੍ਰੂ ਬਾਰਿਕੁ,	paaNch barakh ko anaath Dharoo baarik
ਹਰਿ ਸਿਮਰਤ ਅਮਰ ਅਟਾਰੇ॥	har simrat amar ataaray.
ਪੁਤ੍ਰ ਹੇਤਿ ਨਾਰਾਇਣੁ ਕਹਿਓ,	putar hayt naaraa-in kahi-o
ਜਮਕੰਕਰ ਮਾਰਿ ਬਿਦਾਰੇ॥੧॥	jamkankar maar bidaaray. ||1||

15. **ਪ੍ਰਭਾਤੀ ਮਹਲਾ ੧॥ (1328-3)**

ਤੁਧੁ ਸਾਲਾਹਨਿ ਤਿਨ ਧਨੁ ਪਲੈ,	tuDh saalaahan tin Dhan palai
ਨਾਨਕ ਕਾ ਧਨੁ ਸੋਈ॥	naanak kaa Dhan so-ee.
ਜੇ ਕੋ ਜੀਉ ਕਹੈ, ਓਨਾ ਕਉ,	jay ko jee-o kahai onaa ka-o
ਜਮ ਕੀ ਤਲਬ ਨ ਹੋਈ॥ ੪॥੩॥	jam kee talab na ho-ee. ||4||3||

16. **ਸਲੋਕੁ ਮਃ ੩॥ ਪਉੜੀ॥ 653-15**

ਤੂ ਕਰਣ ਕਾਰਣ ਸਮਰਥੁ ਹਹਿ ਕਰਤੇ,	too karan kaaran samrath heh kartay
ਮੈ ਤੁਝ ਬਿਨੁ ਅਵਰੁ ਨ ਕੋਈ॥	mai tujh bin avar na ko-ee.
ਤੁਧੁ ਆਪੇ ਸਿਸਟਿ ਸਿਰਜੀਆ,	tuDh aapay sisat sirjee-aa
ਆਪੇ ਫੁਨਿ ਗੋਈ॥	aapay fun go-ee.
ਸਭੁ ਇਕੋ ਸਬਦੁ ਵਰਤਦਾ,	sabh iko sabad varatdaa
ਜੋ ਕਰੇ ਸੁ ਹੋਈ॥	jo karay so ho-ee.
ਵਡਿਆਈ ਗੁਰਮੁਖਿ ਦੇਇ ਪ੍ਰਭੁ,	vadi-aa-ee gurmukh day-ay parabh
ਹਰਿ ਪਾਵੈ ਸੋਈ॥	har paavai so-ee.
ਗੁਰਮੁਖਿ ਨਾਨਕ ਆਰਾਧਿਆ,	gurmukh naanak aaraaDhi-aa
ਸਭਿ ਆਖਹੁ ਧੰਨੁ ਧੰਨੁ	sabh aakhahu Dhan Dhan
ਧੰਨੁ ਗੁਰੁ ਸੋਈ॥ ੨੯॥੧॥ ਸੁਧੁ	Dhan gur so-ee. ||29||1|| suDhu

17. **ਰਾਗੁ ਵਡਹੰਸੁ ਮਹਲਾ ੫ ਛੰਤ ਘਰੁ ੪॥ 576-12**

ਪੂਰੀ ਆਸਾ ਜੀ, ਮਨਸਾ ਮੇਰੇ ਰਾਮ॥	pooree aasaa jee mansaa mayray raam.
ਮੋਹਿ ਨਿਰਗੁਣ ਜੀਉ,	mO'i nirgun jee-o
ਸਭਿ ਗੁਣ ਤੇਰੇ ਰਾਮ॥	sabh gun tayray raam.
ਸਭਿ ਗੁਣ ਤੇਰੇ ਠਾਕੁਰ ਮੇਰੇ,	sabh gun tayray thaakur mayray
ਕਿਤੁ ਮੁਖਿ ਤੁਧੁ ਸਾਲਾਹੀ॥	kit mukh tuDh saalaahee.
ਗੁਣੁ ਅਵਗੁਣੁ ਮੇਰਾ ਕਿਛੁ ਨ ਬੀਚਾਰਿਆ,	gun avgun mayraa kichh na beechaari-aa
ਬਖਸਿ ਲੀਆ ਖਿਨ ਮਾਹੀ॥	bakhas lee-aa khin maahee.
ਨਉ ਨਿਧਿ ਪਾਈ ਵਜੀ ਵਾਧਾਈ,	na-o niDh paa-ee vajee vaaDhaa-ee
ਵਾਜੇ ਅਨਹਦ ਤੂਰੇ॥	vaajay anhad tooray.
ਕਹੁ ਨਾਨਕ ਮੈ ਵਰੁ ਘਰਿ ਪਾਇਆ,	kaho naanak mai var ghar paa-i-aa may-
ਮੇਰੇ ਲਾਥੇ ਜੀ ਸਗਲ ਵਿਸੂਰੇ॥੪॥੧॥	ray laathay jee sagal visooray. ||4||1||

18. **ਧਨਾਸਰੀ ਮਹਲਾ ੫॥ 682-1**

ਅਉਖੀ ਘੜੀ ਨ ਦੇਖਣ ਦੇਈ,	a-ukhee gharhee na daykhan day-ee
ਅਪਨਾ ਬਿਰਦੁ ਸਮਾਲੇ॥	apnaa birad samaalay.
ਹਾਥ ਦੇਇ ਰਾਖੈ ਅਪਨੇ ਕਉ,	haath day-ay raakhai apnay ka-o
ਸਾਸਿ ਸਾਸਿ ਪ੍ਰਤਿਪਾਲੇ॥੧॥	saas saas partipaalay. ||1||
ਪ੍ਰਭ ਸਿਉ ਲਾਗਿ ਰਹਿਓ ਮੇਰਾ ਚੀਤੁ॥	parabh si-o laag rahi-o mayraa cheet.
ਆਦਿ ਅੰਤਿ ਪ੍ਰਭੁ ਸਦਾ ਸਹਾਈ,	aad ant parabh sadaa sahaa-ee
ਧੰਨੁ ਹਮਾਰਾ ਮੀਤੁ॥ ਰਹਾਉ॥	Dhan hamaaraa meet. rahaa-o.
ਮਨਿ ਬਿਲਾਸ ਭਏ ਸਾਹਿਬ ਕੇ,	man bilaas bha-ay saahib kay
ਅਚਰਜ ਦੇਖਿ ਬਡਾਈ॥	achraj daykh badaa-ee.
ਹਰਿ ਸਿਮਰਿ ਸਿਮਰਿ ਆਨਦ ਕਰਿ,	har simar simar aanad kar
ਨਾਨਕ ਪ੍ਰਭਿ ਪੂਰਨ ਪੈਜ ਰਖਾਈ॥	naanak parabh pooran paij rakhaa-ee.
੨॥੧੫॥੪੬॥	||2||15||46||

☬ ਅਰਦਾਸ ☬

1. **ਸਲੋਕੁ॥** 256-4	
ੴ ਸਤਿਗੁਰ ਪ੍ਰਸਾਦਿ॥	ik-oNkaar satgur parsaad.
ਡੰਡਉਤਿ ਬੰਦਨ ਅਨਿਕ ਬਾਰ,	dand-ut bandan anik baar
ਸਰਬ ਕਲਾ ਸਮਰਥ॥	sarab kalaa samrath.
ਡੋਲਨ ਤੇ ਰਾਖਹੁ ਪ੍ਰਭੂ,	dolan tay raakho parabhoo
ਨਾਨਕ ਦੇ ਕਰਿ ਹਥ॥੧॥	naanak day kar hath. ‖1‖
2. **ਵਾਰ ਗੂਜਰੀ ਮ:੩॥** 517 **ਪਉੜੀ॥**	
ਪ੍ਰਭ ਪਾਸਿ ਜਨ ਕੀ ਅਰਦਾਸਿ,	parabh paas jan kee ardaas
ਤੂ ਸਚਾ ਸਾਂਈ॥	too sachaa saaN-ee.
ਤੂ ਰਖਵਾਲਾ ਸਦਾ ਸਦਾ,	too rakhvaalaa sadaa sadaa
ਹਉ ਤੁਧੁ ਧਿਆਈ॥	ha-o tuDh Dhi-aa-ee.
ਜੀਅ ਜੰਤ ਸਭਿ ਤੇਰਿਆ,	jee-a jant sabh tayri-aa
ਤੂ ਰਹਿਆ ਸਮਾਈ॥	too rahi-aa samaa-ee.
ਜੋ ਦਾਸ ਤੇਰੇ ਕੀ ਨਿੰਦਾ ਕਰੇ,	jo daas tayray kee nindaa karay
ਤਿਸੁ ਮਾਰਿ ਪਚਾਈ॥	tis maar pachaa-ee.
ਚਿੰਤਾ ਛਡਿ ਅਚਿੰਤੁ ਰਹੁ,	chintaa chhad achint rahu
ਨਾਨਕ ਲਗਿ ਪਾਈ॥੨੧॥	naanak lag paa-ee. ‖21‖
3. **ਸੂਹੀ ਮਹਲਾ ੫॥** 736-16	
ਕੀਤਾ ਲੋੜਹਿ ਸੋ ਪ੍ਰਭ ਹੋਇ॥	keetaa lorheh so parabh ho-ay.
ਤੁਝ ਬਿਨੁ ਦੂਜਾ ਨਾਹੀ ਕੋਇ॥	tujh bin doojaa naahee ko-ay. jo
ਜੋ ਜਨੁ ਸੇਵੇ, ਤਿਸੁ ਪੂਰਨ ਕਾਜ॥	jan sayvay tis pooran kaaj.
ਦਾਸ ਅਪੁਨੇ ਕੀ ਰਾਖਹੁ ਲਾਜ॥੧॥	daas apunay kee raakho laaj. ‖1‖
ਤੇਰੀ ਸਰਣਿ ਪੂਰਨ ਦਇਆਲਾ॥	tayree saran pooran da-i-aalaa.
ਤੁਝ ਬਿਨੁ ਕਵਨੁ ਕਰੇ ਪ੍ਰਤਿਪਾਲਾ॥੧॥	tujh bin kavan karay partipaalaa. ‖1‖
ਰਹਾਉ॥	rahaa-o.
ਜਲਿ ਥਲਿ ਮਹੀਅਲਿ ਰਹਿਆ ਭਰਪੂਰਿ॥	jal thal mahee-al rahi-aa bharpoor.
ਨਿਕਟਿ ਵਸੈ ਨਾਹੀ ਪ੍ਰਭੁ ਦੂਰਿ॥	nikat vasai naahee parabh door.
ਲੋਕ ਪਤੀਆਰੈ ਕਛੂ ਨ ਪਾਈਐ॥	lok patee-aarai kachhoo na paa-ee-ai.
ਸਾਚਿ ਲਗੈ ਤਾ ਹਉਮੈ ਜਾਈਐ॥੨॥	saach lagai taa ha-umai jaa-ee-ai. ‖2‖
ਜਿਸ ਨੋ ਲਾਇ ਲਏ ਸੋ ਲਾਗੈ॥	jis no laa-ay la-ay so laagai.
ਗਿਆਨ ਰਤਨੁ ਅੰਤਰਿ ਤਿਸੁ ਜਾਗੈ॥	gi-aan ratan antar tis jaagai.
ਦੁਰਮਤਿ ਜਾਇ ਪਰਮ ਪਦੁ ਪਾਏ॥	durmat jaa-ay param pad paa-ay.
ਗੁਰ ਪਰਸਾਦੀ ਨਾਮੁ ਧਿਆਏ॥੩॥	gur parsaadee naam Dhi-aa-ay. ‖3‖
ਦੁਇ ਕਰ ਜੋੜਿ ਕਰਉ ਅਰਦਾਸਿ॥	du-ay kar jorh kara-o ardaas.
ਤੁਧੁ ਭਾਵੈ ਤਾ ਆਣਹਿ ਰਾਸਿ॥	tuDh bhaavai taa aaneh raas.
ਕਰਿ ਕਿਰਪਾ ਅਪਨੀ ਭਗਤੀ ਲਾਇ॥	kar kirpaa apnee bhagtee laa-ay.
ਜਨ ਨਾਨਕ ਪ੍ਰਭੁ ਸਦਾ ਧਿਆਇ॥੪॥੨॥	jan naanak parabh sadaa Dhi-aa-ay. 4.2
4. **ਗੂਜਰੀ ਮ:੫ 519॥ ਪਉੜੀ॥**	
ਜੀਅ ਕੀ ਬਿਰਥਾ ਹੋਇ,	jee-a kee birthaa ho-ay
ਸੁ ਗੁਰ ਪਹਿ ਅਰਦਾਸਿ ਕਰਿ॥	so gur peh ardaas kar.
ਛੋਡਿ ਸਿਆਣਪ ਸਗਲ	chhod si-aanap sagal
ਮਨੁ ਤਨੁ ਅਰਪਿ ਧਰਿ॥	man, tan arap Dhar.

ਪੂਜਹੁ ਗੁਰ ਕੇ ਪੈਰ	poojahu gur kay pair
ਦੁਰਮਤਿ ਜਾਇ ਜਰਿ॥	durmat jaa-ay jar.
ਸਾਧ ਜਨਾ ਕੈ ਸੰਗਿ	saaDh janaa kai sang
ਭਵਜਲੁ ਬਿਖਮੁ ਤਰਿ॥	bhavjal bikham tar.
ਸੇਵਹੁ ਸਤਿਗੁਰ ਦੇਵ	sayvhu satgur dayv
ਅਗੈ ਨ ਮਰਹੁ ਡਰਿ॥	agai na marahu dar.
ਖਿਨ ਮਹਿ ਕਰੇ ਨਿਹਾਲੁ	khin meh karay nihaal
ਊਣੇ ਸੁਭਰ ਭਰਿ॥	oonay subhar bhar.
ਮਨ ਕਉ ਹੋਇ ਸੰਤੋਖੁ	man ka-o ho-ay santokh
ਧਿਆਈਐ ਸਦਾ ਹਰਿ॥	Dhi-aa-ee-ai sadaa har.
ਸੋ ਲਗਾ ਸਤਿਗੁਰ ਸੇਵ	so lagaa satgur sayv
ਜਾ ਕਉ ਕਰਮੁ ਧੁਰਿ॥੬॥	jaa ka-o karam Dhur. ||6||

☬ ਅਰਦਾਸ ☬

ੴ ਸਤਿ ਨਾਮੁ॥

ਵਾਹਿਗੁਰੂ ਜੀ ਕੀ ਫਤਹਿ॥ ਸ੍ਰੀ ਭਗੌਤੀ ਜੀ ਸਹਾਇ॥
ਤੂ ਠਾਕੁਰੁ, ਤੁਮ ਪਹਿ ਅਰਦਾਸਿ॥
ਜੀਉ ਪਿੰਡੁ, ਸਭੁ ਤੇਰੀ ਰਾਸਿ॥
ਤੁਮ, ਮਾਤ, ਪਿਤਾ, ਹਮ ਬਾਰਿਕ ਤੇਰੇ॥
ਤੁਮਰੀ ਕ੍ਰਿਪਾ, ਮਹਿ ਸੂਖ ਘਨੇਰੇ॥
ਕੋਇ ਨ ਜਾਨੈ, ਤੁਮਰਾ ਅੰਤੁ॥
ਊਚੇ ਤੇ, ਊਚਾ ਭਗਵੰਤ॥
ਸਗਲ ਸਮਗ੍ਰੀ, ਤੁਮਰੈ ਸੂਤ੍ਰਿ ਧਾਰੀ॥
ਤੁਮ ਤੇ ਹੋਇ, ਸੁ ਆਗਿਆਕਾਰੀ॥
ਤੁਮਰੀ ਗਤਿ ਮਿਤਿ, ਤੁਮ ਹੀ ਜਾਨੀ॥
ਨਾਨਕ ਦਾਸ, ਸਦਾ ਕੁਰਬਾਨੀ॥੮॥੪॥

ਰਾਜੁ ਨ ਚਾਹਉ ਮੁਕਤਿ ਨ ਚਾਹਉ,
ਮਨਿ ਪ੍ਰੀਤਿ ਚਰਨ ਕਮਲਾਰੇ॥
ਬ੍ਰਹਮ ਮਹੇਸ ਸਿਧ ਮੁਨਿ ਇੰਦ੍ਰਾ,
ਮੋਹਿ ਠਾਕੁਰ ਹੀ ਦਰਸਾਰੇ॥੧॥

☬ ਦਹੋਰਾ ☬

ਸਗਲ ਦੁਆਰ ਕਉ ਛਾਡਿ ਕੈ ਗਹਿਓ ਤੁਹਾਰੋ ਦੁਆਰ॥
ਬਾਂਹਿ ਗਹੇ ਕੀ ਲਾਜ ਅਸ ਗੋਬਿੰਦ ਦਾਸ ਤੁਹਾਰ॥

ਨਾਨਕ ਨਾਮ ਚੜ੍ਹਦੀ ਕਲਾ । ਤੇਰੇ ਭਾਣੇ ਸਰਬੱਤ ਦਾ ਭਲਾ ।

ੴ ਬੋਲੇ ਸੋ ਨਿਹਾਲ, ਸਤਿ ਸ੍ਰੀ ਅਕਾਲ ।
ਵਾਹਿਗੁਰੂ ਜੀ ਕਾ ਖਾਲਸਾ, ਵਾਹਿਗੁਰੂ ਜੀ ਕੀ ਫਤਹਿ॥

☬ ਆਸਾ ਮਹਲਾ ੧॥ 462-17 ☬

ਵਾਰ ਸਲੋਕਾ ਨਾਲਿ, ਸਲੋਕ ਭੀ ਮਹਲੇ ਪਹਿਲੇ, ਕੇ ਲਿਖੇ ਟੁੰਡੇ ਅਸ ਰਾਜੈ ਕੀ ਧੁਨੀ॥
vaar salokaa naal salok bhee mahlay pahilay kay likhay tunday as raajai kee Dhunee.

1. **ਆਸਾ ਸਲੋਕੁ ਮਃ ੧॥ (੧)** 462-19

ੴ ਸਤਿ ਨਾਮੁ, ਕਰਤਾ, ਪੁਰਖੁ,	ik-oNkaar, sat naam, kartaa, purakh,
ਨਿਰਭਉ, ਨਿਰਵੈਰੁ, ਅਕਾਲ, ਮੂਰਤਿ,	nirbha-o, nirvair akaal, moorat,
ਅਜੂਨੀ, ਸੈਭੰ, ਗੁਰ ਪ੍ਰਸਾਦਿ॥	ajoonee, saibhaN, gur parsaad.
ਬਲਿਹਾਰੀ ਗੁਰ ਆਪਣੇ ਦਿਉਹਾੜੀ ਸਦ ਵਾਰ॥	balihaaree gur aapnay di-uhaarhee sad vaar.
ਜਿਨਿ ਮਾਣਸ ਤੇ ਦੇਵਤੇ ਕੀਏ	jin maanas tay dayvtay kee-ay
ਕਰਤ ਨ ਲਾਗੀ ਵਾਰ॥੧॥	karat na laagee vaar. ||1||
ਮਹਲਾ ੨॥	**mehlaa 2.**
ਜੇ ਸਉ ਚੰਦਾ ਉਗਵਹਿ	jay sa-o chandaa ugvahi
ਸੂਰਜ ਚੜਹਿ ਹਜਾਰ॥	sooraj charheh hajaar.
ਏਤੇ ਚਾਨਣ ਹੋਦਿਆਂ	aytay chaanan hidi-aaN
ਗੁਰ ਬਿਨੁ ਘੋਰ ਅੰਧਾਰ॥੨॥	gur bin ghor anDhaar. ||2||
ਮਃ ੧॥	**mehlaa 1.**
ਨਾਨਕ ਗੁਰੂ ਨ ਚੇਤਨੀ	naanak guroo na chaytnee
ਮਨਿ ਆਪਣੈ ਸੁਚੇਤ॥	man aapnai suchayt.
ਛੁਟੇ ਤਿਲ ਬੂਆੜ	chhutay til boo-aarh
ਜਿਉ ਸੁੰਞੇ ਅੰਦਰਿ ਖੇਤ॥	ji-o sunjay andar khayt.
ਖੇਤੈ ਅੰਦਰਿ ਛੁਟਿਆ	khaytai andar chhuti-aa
ਕਹੁ ਨਾਨਕ ਸਉ ਨਾਹ॥	kaho naanak sa-o naah.
ਫਲੀਅਹਿ ਫੁਲੀਅਹਿ ਬਪੁੜੇ	falee-ah fulee-ah bapurhay
ਭੀ ਤਨ ਵਿਚਿ ਸੁਆਹ॥੩॥	bhee tan vich su-aah. ||3||
ਪਉੜੀ॥	**pa-orhee.**
ਆਪੀਨ੍ਹੈ ਆਪੁ ਸਾਜਿਓ	aapeenHai aap saaji-o
ਆਪੀਨ੍ਹੈ ਰਚਿਓ ਨਾਉ॥	aapeenHai rachi-o naa-o.
ਦੁਯੀ ਕੁਦਰਤਿ ਸਾਜੀਐ	duyee kudrat saajee-ai
ਕਰਿ ਆਸਣੁ ਡਿਠੋ ਚਾਉ॥	kar aasan ditho chaa-o.
ਦਾਤਾ ਕਰਤਾ ਆਪਿ ਤੂੰ	daataa kartaa aap tooN
ਤੁਸਿ ਦੇਵਹਿ ਕਰਹਿ ਪਸਾਉ॥	tus dayveh karahi pasaa-o.
ਤੂੰ ਜਾਣੋਈ ਸਭਸੈ ਦੇ	tooN jaano-ee sabhsai day
ਲੈਸਹਿ ਜਿੰਦੁ ਕਵਾਉ॥	laisahi jind kavaa-o.
ਕਰਿ ਆਸਣੁ ਡਿਠੋ ਚਾਉ॥੧॥	kar aasan ditho chaa-o. ||1||

2. **ਸਲੋਕੁ ਮਃ ੧॥ (੨)** 463-6

ਸਚੇ ਤੇਰੇ ਖੰਡ ਸਚੇ ਬ੍ਰਹਮੰਡ॥	sachay tayray khand sachay barahmand.
ਸਚੇ ਤੇਰੇ ਲੋਅ ਸਚੇ ਆਕਾਰ॥	sachay tayray lo-a sachay aakaar.
ਸਚੇ ਤੇਰੇ ਕਰਣੇ ਸਰਬ ਬੀਚਾਰ॥	sachay tayray karnay sarab beechaar.
ਸਚਾ ਤੇਰਾ ਅਮਰੁ ਸਚਾ ਦੀਬਾਣੁ॥	sachaa tayraa amar sachaa deebaan.
ਸਚਾ ਤੇਰਾ ਹੁਕਮੁ ਸਚਾ ਫੁਰਮਾਣੁ॥	sachaa tayraa hukam sachaa furmaan.
ਸਚਾ ਤੇਰਾ ਕਰਮੁ ਸਚਾ ਨੀਸਾਣੁ॥	sachaa tayraa karam sachaa neesaan.
ਸਚੇ ਤੁਧੁ ਆਖਹਿ ਲਖ ਕਰੋੜਿ॥	sachay tuDh aakhahi lakh karorh.
ਸਚੈ ਸਭਿ ਤਾਣਿ ਸਚੈ ਸਭਿ ਜੋਰਿ॥	sachai sabh taan sachai sabh jor.
ਸਚੀ ਤੇਰੀ ਸਿਫਤਿ ਸਚੀ ਸਾਲਾਹ॥	sachee tayree sifat sachee saalaah.
ਸਚੀ ਤੇਰੀ ਕੁਦਰਤਿ ਸਚੇ ਪਾਤਿਸਾਹ॥	sachee tayree kudrat sachay paatisaah.

ਨਾਨਕ ਸਚੁ ਧਿਆਇਨਿ ਸਚੁ॥	naanak sach Dhi-aa-in sach.
ਜੋ ਮਰਿ ਜੰਮੇ ਸੁ ਕਚੁ ਨਿਕਚੁ॥੧॥	jo mar jammay so kach nikach. ||1||
ਮਃ ੧॥	**mehlaa 1.**
ਵਡੀ ਵਡਿਆਈ ਜਾ ਵਡਾ ਨਾਉ॥	vadee vadi-aa-ee jaa vadaa naa-o.
ਵਡੀ ਵਡਿਆਈ ਜਾ ਸਚੁ ਨਿਆਉ॥	vadee vadi-aa-ee jaa sach ni-aa-o.
ਵਡੀ ਵਡਿਆਈ ਜਾ ਨਿਹਚਲ ਥਾਉ॥	vadee vadi-aa-ee jaa nihchal thaa-o.
ਵਡੀ ਵਡਿਆਈ ਜਾਣੈ ਆਲਾਉ॥	vadee vadi-aa-ee jaanai aalaa-o.
ਵਡੀ ਵਡਿਆਈ ਬੁਝੈ ਸਭਿ ਭਾਉ॥	vadee vadi-aa-ee bujhai sabh bhaa-o.
ਵਡੀ ਵਡਿਆਈ ਜਾ ਪੁਛਿ ਨ ਦਾਤਿ॥	vadee vadi-aa-ee jaa puchh na daat.
ਵਡੀ ਵਡਿਆਈ ਜਾ ਆਪੇ ਆਪਿ॥	vadee vadi-aa-ee jaa aapay aap.
ਨਾਨਕ ਕਾਰ ਨ ਕਥਨੀ ਜਾਇ॥	naanak kaar na kathnee jaa-ay.
ਕੀਤਾ ਕਰਣਾ ਸਰਬ ਰਜਾਇ॥੨॥	keetaa karnaa sarab rajaa-ay. ||2||
ਮਹਲਾ ੨॥	**mehlaa 2.**
ਇਹੁ ਜਗੁ ਸਚੈ ਕੀ ਹੈ ਕੋਠੜੀ	ih jag sachai kee hai koth-rhee sa-
ਸਚੇ ਕਾ ਵਿਚਿ ਵਾਸੁ॥	chay kaa vich vaas.
ਇਕਨ੍ਹਾ ਹੁਕਮਿ ਸਮਾਇ ਲਏ	iknHaa hukam samaa-ay la-ay
ਇਕਨ੍ਹਾ ਹੁਕਮੇ ਕਰੇ ਵਿਣਾਸੁ॥	iknHaa hukmay karay vinaas.
ਇਕਨ੍ਹਾ ਭਾਣੈ ਕਢਿ ਲਏ	iknHaa bhaanai kadh la-ay iknHaa
ਇਕਨ੍ਹਾ ਮਾਇਆ ਵਿਚਿ ਨਿਵਾਸੁ॥	maa-i-aa vich nivaas.
ਏਵ ਭਿ ਆਖਿ ਨ ਜਾਪਈ	ayv bhe aakh na jaap-ee
ਜਿ ਕਿਸੈ ਆਣੇ ਰਾਸਿ॥	je kisai aanay raas.
ਨਾਨਕ ਗੁਰਮੁਖਿ ਜਾਣੀਐ	naanak gurmukh jaanee-ai
ਜਾ ਕਉ ਆਪਿ ਕਰੇ ਪਰਗਾਸੁ॥੩॥	jaa ka-o aap karay pargaas. ||3||
ਪਉੜੀ॥	**pa-orhee.**
ਨਾਨਕ ਜੀਅ ਉਪਾਇ ਕੈ	naanak jee-a upaa-ay kai
ਲਿਖਿ ਨਾਵੈ ਧਰਮੁ ਬਹਾਲਿਆ॥	likh naavai Dharam bahaali-aa.
ਓਥੈ ਸਚੇ ਹੀ ਸਚਿ ਨਿਬੜੈ	othai sachay hee sach nibrhai
ਚੁਣਿ ਵਖਿ ਕਢੇ ਜਜਮਾਲਿਆ॥	chun vakh kadhay jajmaali-aa.
ਥਾਉ ਨ ਪਾਇਨਿ ਕੂੜਿਆਰ	thaa-o na paa-in koorhi-aar
ਮੁਹ ਕਾਲ੍ਹੈ ਦੋਜਕਿ ਚਾਲਿਆ॥	muh kaalHai dojak chaali-aa.
ਤੇਰੈ ਨਾਇ ਰਤੇ ਸੇ ਜਿਣਿ ਗਏ	tayrai naa-ay ratay say jin ga-ay
ਹਾਰਿ ਗਏ ਸਿ ਠਗਣ ਵਾਲਿਆ॥	haar ga-ay se thagan vaali-aa.
ਲਿਖਿ ਨਾਵੈ ਧਰਮੁ ਬਹਾਲਿਆ॥੨॥	likh naavai Dharam bahaali-aa. ||2||

3. **ਸਲੋਕ** ਮਃ ੧॥ (੩) 463-18

ਵਿਸਮਾਦੁ ਨਾਦ ਵਿਸਮਾਦੁ ਵੇਦ॥	vismaad naad vismaad vayd.
ਵਿਸਮਾਦੁ ਜੀਅ ਵਿਸਮਾਦੁ ਭੇਦ॥	vismaad jee-a vismaad bhayd.
ਵਿਸਮਾਦੁ ਰੂਪ ਵਿਸਮਾਦੁ ਰੰਗ॥	vismaad roop vismaad rang.
ਵਿਸਮਾਦੁ ਨਾਗੇ ਫਿਰਹਿ ਜੰਤ॥	vismaad naagay fireh jant.
ਵਿਸਮਾਦੁ ਪਉਣੁ ਵਿਸਮਾਦੁ ਪਾਣੀ॥	vismaad pa-un vismaad paanee.
ਵਿਸਮਾਦੁ ਅਗਨੀ ਖੇਡਹਿ ਵਿਡਾਣੀ॥	vismaad agnee khaydeh vidaanee.
ਵਿਸਮਾਦੁ ਧਰਤੀ ਵਿਸਮਾਦੁ ਖਾਣੀ॥	vismaad Dhartee vismaad khaanee.
ਵਿਸਮਾਦੁ ਸਾਦਿ ਲਗਹਿ ਪਰਾਣੀ॥	vismaad saad lageh paraanee.
ਵਿਸਮਾਦੁ ਸੰਜੋਗੁ ਵਿਸਮਾਦੁ ਵਿਜੋਗੁ॥	vismaad sanjog vismaad vijog.
ਵਿਸਮਾਦੁ ਭੁਖ ਵਿਸਮਾਦੁ ਭੋਗੁ॥	vismaad bhukh vismaad bhog.
ਵਿਸਮਾਦੁ ਸਿਫਤਿ ਵਿਸਮਾਦੁ ਸਾਲਾਹ॥	vismaad sifat vismaad saalaah.
ਵਿਸਮਾਦੁ ਉਝੜ ਵਿਸਮਾਦੁ ਰਾਹ॥	vismaad ujharh vismaad raah.
ਵਿਸਮਾਦੁ ਨੇੜੈ ਵਿਸਮਾਦੁ ਦੂਰਿ॥	vismaad nayrhai vismaad door.

ਵਿਸਮਾਦੁ ਦੇਖੈ ਹਾਜਰਾ ਹਜੂਰਿ॥
ਵੇਖਿ ਵਿਡਾਣੁ ਰਹਿਆ ਵਿਸਮਾਦੁ॥
ਨਾਨਕ ਬੁਝਣੁ ਪੂਰੈ ਭਾਗਿ॥੧॥

ਮਃ ੧॥

ਕੁਦਰਤਿ ਦਿਸੈ ਕੁਦਰਤਿ ਸੁਣੀਐ
ਕੁਦਰਤਿ ਭਉ ਸੁਖ ਸਾਰੁ॥
ਕੁਦਰਤਿ ਪਾਤਾਲੀ ਆਕਾਸੀ
ਕੁਦਰਤਿ ਸਰਬ ਆਕਾਰੁ॥
ਕੁਦਰਤਿ ਵੇਦ ਪੁਰਾਣ ਕਤੇਬਾ
ਕੁਦਰਤਿ ਸਰਬ ਵੀਚਾਰੁ॥
ਕੁਦਰਤਿ ਖਾਣਾ ਪੀਣਾ ਪੈਨੑਣੁ
ਕੁਦਰਤਿ ਸਰਬ ਪਿਆਰੁ॥
ਕੁਦਰਤਿ ਜਾਤੀ ਜਿਨਸੀ ਰੰਗੀ
ਕੁਦਰਤਿ ਜੀਅ ਜਹਾਨ॥
ਕੁਦਰਤਿ ਨੇਕੀਆ ਕੁਦਰਤਿ ਬਦੀਆ,
ਕੁਦਰਤਿ ਮਾਨੁ ਅਭਿਮਾਨੁ॥
ਕੁਦਰਤਿ ਪਉਣੁ ਪਾਣੀ ਬੈਸੰਤਰੁ
ਕੁਦਰਤਿ ਧਰਤੀ ਖਾਕੁ॥
ਸਭ ਤੇਰੀ ਕੁਦਰਤਿ ਤੂੰ ਕਾਦਿਰੁ
ਕਰਤਾ ਪਾਕੀ ਨਾਈ ਪਾਕੁ॥
ਨਾਨਕ ਹੁਕਮੈ ਅੰਦਰਿ ਵੇਖੈ
ਵਰਤੈ ਤਾਕੋ ਤਾਕੁ॥੨॥

ਪਉੜੀ॥

ਆਪੀਨੈੑ ਭੋਗ ਭੋਗਿ ਕੈ
ਹੋਇ ਭਸਮੜਿ ਭਉਰੁ ਸਿਧਾਇਆ॥
ਵਡਾ ਹੋਆ ਦੁਨੀਦਾਰੁ
ਗਲਿ ਸੰਗਲੁ ਘਤਿ ਚਲਾਇਆ॥
ਅਗੈ ਕਰਣੀ ਕੀਰਤਿ ਵਾਚੀਐ
ਬਹਿ ਲੇਖਾ ਕਰਿ ਸਮਝਾਇਆ॥
ਥਾਉ ਨ ਹੋਵੀ ਪਉਦੀਈ
ਹੁਣਿ ਸੁਣੀਐ ਕਿਆ ਰੂਆਇਆ॥
ਮਨਿ ਅੰਧੈ ਜਨਮੁ ਗਵਾਇਆ॥੩॥

4. ਸਲੋਕ ਮਃ ੧॥ (੪) 464-12

ਭੈ ਵਿਚਿ ਪਵਣੁ ਵਹੈ ਸਦਵਾਉ॥
ਭੈ ਵਿਚਿ ਚਲਹਿ ਲਖ ਦਰੀਆਉ॥
ਭੈ ਵਿਚਿ ਅਗਨਿ ਕਢੈ ਵੇਗਾਰਿ॥
ਭੈ ਵਿਚਿ ਧਰਤੀ ਦਬੀ ਭਾਰਿ॥
ਭੈ ਵਿਚਿ ਇੰਦੁ ਫਿਰੈ ਸਿਰ ਭਾਰਿ॥
ਭੈ ਵਿਚਿ ਰਾਜਾ ਧਰਮ ਦੁਆਰੁ॥
ਭੈ ਵਿਚਿ ਸੂਰਜੁ ਭੈ ਵਿਚਿ ਚੰਦੁ॥
ਕੋਹ ਕਰੋੜੀ ਚਲਤ ਨ ਅੰਤੁ॥
ਭੈ ਵਿਚਿ ਸਿਧ ਬੁਧ ਸੁਰ ਨਾਥ॥
ਭੈ ਵਿਚਿ ਆਡਾਣੇ ਆਕਾਸ॥
ਭੈ ਵਿਚਿ ਜੋਧ ਮਹਾਬਲ ਸੂਰ॥
ਭੈ ਵਿਚਿ ਆਵਹਿ ਜਾਵਹਿ ਪੂਰ॥
ਸਗਲਿਆ ਭਉ ਲਿਖਿਆ ਸਿਰਿ ਲੇਖੁ॥
ਨਾਨਕ ਨਿਰਭਉ ਨਿਰੰਕਾਰੁ ਸਚੁ ਏਕੁ॥੧॥

vismaad daykhai haajraa hajoor.
vaykh vidaan rahi-aa vismaad.
naanak bujhan poorai bhaag. ||1||

mehlaa 1.

kudrat disai kudrat sunee-ai
kudrat bha-o sukh saar.
kudrat paataalee aakaasee
kudrat sarab aakaar.
kudrat vayd puraan kataybaa
kudrat sarab veechaar.
kudrat khaanaa peenaa painHan ku-
drat sarab pi-aar.
kudrat jaatee jinsee rangee
kudrat jee-a jahaan.
kudrat naykee-aa kudrat badee-aa ku-
drat maan abhimaan.
kudrat pa-un paanee baisantar
kudrat Dhartee khaak.
sabh tayree kudrat tooN kaadir
kartaa paakee naa-ee paak.
naanak hukmai andar vaykhai
vartai taako taak. ||2||

pa-orhee.

aapeenHai bhog bhog kai
ho-ay bhasmarh bha-ur siDhaa-i-aa.
vadaa ho-aa duneedaar
gal sangal ghat chalaa-i-aa.
agai karnee keerat vaachee-ai
bahi laykhaa kar samjhaa-i-aa.
thaa-o na hovee pa-udee-ee
hun sunee-ai ki-aa roo-aa-i-aa.
man anDhai janam gavaa-i-aa. ||3||

bhai vich pavan vahai sadvaa-o.
bhai vich chaleh lakh daree-aa-o.
bhai vich agan kadhai vaygaar.
bhai vich Dhartee dabee bhaar.
bhai vich ind firai sir bhaar.
bhai vich raajaa Dharam du-aar.
bhai vich sooraj bhai vich chand.
koh karorhee chalat na ant.
bhai vich siDh buDh sur naath.
bhai vich aadaanay aakaas.
bhai vich joDh mahaabal soor.
bhai vich aavahi jaaveh poor.
sagli-aa bha-o likhi-aa sir laykh.
naanak nirbha-o nirankaar sach ayk.1

ਮਃ ੧॥	**mehlaa 1.**
ਨਾਨਕ ਨਿਰਭਉ ਨਿਰੰਕਾਰੁ	naanak nirbha-o nirankaar
ਹੋਰਿ ਕੇਤੇ ਰਾਮ ਰਵਾਲ॥	hor kaytay raam ravaal.
ਕੇਤੀਆ ਕੰਨ੍ ਕਹਾਣੀਆ	kaytee-aa kanH kahaanee-aa
ਕੇਤੇ ਬੇਦ ਬੀਚਾਰ॥	kaytay bayd beechaar.
ਕੇਤੇ ਨਚਹਿ ਮੰਗਤੇ	kaytay nacheh mangtay
ਗਿੜਿ ਮੁੜਿ ਪੂਰਹਿ ਤਾਲ॥	girh murh pooreh taal.
ਬਾਜਾਰੀ ਬਾਜਾਰ ਮਹਿ	baajaaree baajaar meh
ਆਇ ਕਢਹਿ ਬਾਜਾਰ॥	aa-ay kadheh baajaar.
ਗਾਵਹਿ ਰਾਜੇ ਰਾਣੀਆ	gaavahi raajay raanee-aa
ਬੋਲਹਿ ਆਲ ਪਤਾਲ॥	boleh aal pataal.
ਲਖ ਟਕਿਆ ਕੇ ਮੁੰਦੜੇ	lakh taki-aa kay mund-rhay
ਲਖ ਟਕਿਆ ਕੇ ਹਾਰ॥	lakh taki-aa kay haar.
ਜਿਤੁ ਤਨਿ ਪਾਈਅਹਿ ਨਾਨਕਾ	jit tan paa-ee-ah naankaa
ਸੇ ਤਨ ਹੋਵਹਿ ਛਾਰ॥	say tan hoveh chhaar.
ਗਿਆਨੁ ਨ ਗਲੀਈ ਢੂਢੀਐ	gi-aan na galee-ee dhoodhee-ai
ਕਥਨਾ ਕਰੜਾ ਸਾਰੁ॥	kathnaa karrhaa saar.
ਕਰਮਿ ਮਿਲੈ ਤਾ ਪਾਈਐ	karam milai taa paa-ee-ai
ਹੋਰ ਹਿਕਮਤਿ ਹੁਕਮੁ ਖੁਆਰੁ॥੨॥	hor hikmat hukam khu-aar. ||2||
ਪਉੜੀ ੪੬੫॥	**pa-orhee.**
ਨਦਰਿ ਕਰਹਿ ਜੇ ਆਪਣੀ	nadar karahi jay aapnee
ਤਾ ਨਦਰੀ ਸਤਿਗੁਰੁ ਪਾਇਆ॥	taa nadree satgur paa-i-aa.
ਏਹੁ ਜੀਉ ਬਹੁਤੇ ਜਨਮ ਭਰੰਮਿਆ,	ayhu jee-o bahutay janam bharammi-aa
ਤਾ ਸਤਿਗੁਰਿ ਸਬਦੁ ਸੁਣਾਇਆ॥	taa satgur sabad sunaa-i-aa.
ਸਤਿਗੁਰ ਜੇਵਡੁ ਦਾਤਾ ਕੋ ਨਹੀ,	satgur jayvad daataa ko nahee
ਸਭਿ ਸੁਣਿਅਹੁ ਲੋਕ ਸਬਾਇਆ॥	sabh suni-ahu lok sabaa-i-aa.
ਸਤਿਗੁਰਿ ਮਿਲਿਐ ਸਚੁ ਪਾਇਆ,	satgur mili-ai sach paa-i-aa
ਜਿਨੀ ਵਿਚਹੁ ਆਪੁ ਗਵਾਇਆ॥	jinHee vichahu aap gavaa-i-aa.
ਜਿਨਿ ਸਚੋ ਸਚੁ ਬੁਝਾਇਆ॥੪॥	jin sacho sach bujhaa-i-aa. ||4||
5. **ਸਲੋਕ ਮਃ ੧॥ (੫) 465-5**	
ਘੜੀਆ ਸਭੇ ਗੋਪੀਆ	gharhee-aa sabhay gopee-aa
ਪਹਰ ਕੰਨ੍ ਗੋਪਾਲ॥	pahar kanH gopaal.
ਗਹਣੇ ਪਉਣੁ ਪਾਣੀ ਬੈਸੰਤਰੁ	gahnay pa-un paanee baisantar
ਚੰਦੁ ਸੂਰਜੁ ਅਵਤਾਰ॥	chand sooraj avtaar.
ਸਗਲੀ ਧਰਤੀ ਮਾਲੁ ਧਨੁ	saglee Dhartee maal Dhan
ਵਰਤਣਿ ਸਰਬ ਜੰਜਾਲ॥	vartan sarab janjaal.
ਨਾਨਕ ਮੁਸੈ ਗਿਆਨ ਵਿਹੂਣੀ	naanak musai gi-aan vihoonee
ਖਾਇ ਗਇਆ ਜਮਕਾਲੁ॥੧॥	khaa-ay ga-i-aa jamkaal. ||1||
ਮਃ ੧॥	**mehlaa 1.**
ਵਾਇਨਿ ਚੇਲੇ ਨਚਨਿ ਗੁਰ॥	vaa-in chaylay nachan gur.
ਪੈਰ ਹਲਾਇਨਿ ਫੇਰਨ੍ਹਿ ਸਿਰ॥	pair halaa-in fayrniH sir.
ਉਡਿ ਉਡਿ ਰਾਵਾ ਝਾਟੈ ਪਾਇ॥	ud ud raavaa jhaatai paa-ay.
ਵੇਖੈ ਲੋਕੁ ਹਸੈ ਘਰਿ ਜਾਇ॥	vaykhai lok hasai ghar jaa-ay.
ਰੋਟੀਆ ਕਾਰਣਿ ਪੂਰਹਿ ਤਾਲ॥	rotee-aa kaaran pooreh taal.
ਆਪੁ ਪਛਾੜਹਿ ਧਰਤੀ ਨਾਲਿ॥	aap pachhaarheh Dhartee naal.

ਗਾਵਨਿ ਗੋਪੀਆ ਗਾਵਨਿ ਕਾਨ੍॥	gaavan gopee-aa gaavan kaanH.
ਗਾਵਨਿ ਸੀਤਾ ਰਾਜੇ ਰਾਮ॥	gaavan seetaa raajay raam.
ਨਿਰਭਉ ਨਿਰੰਕਾਰੁ ਸਚੁ ਨਾਮੁ॥	nirbha-o nirankaar sach naam.
ਜਾ ਕਾ ਕੀਆ ਸਗਲ ਜਹਾਨੁ॥	jaa kaa kee-aa sagal jahaan.
ਸੇਵਕ ਸੇਵਹਿ ਕਰਮਿ ਚੜਾਉ॥	sayvak sayveh karam charhaa-o.
ਭਿੰਨੀ ਰੈਣਿ ਜਿਨ੍ਾ ਮਨਿ ਚਾਉ॥	bhinnee rain jinHaa man chaa-o.
ਸਿਖੀ ਸਿਖਿਆ ਗੁਰ ਵੀਚਾਰਿ॥	sikhee sikhi-aa gur veechaar.
ਨਦਰੀ ਕਰਮਿ ਲਘਾਏ ਪਾਰਿ॥	nadree karam laghaa-ay paar.
ਕੋਲੂ ਚਰਖਾ ਚਕੀ ਚਕੁ॥	koloo charkhaa chakee chak.
ਥਲ ਵਾਰੋਲੇ ਬਹੁਤੁ ਅਨੰਤੁ॥	thal vaarolay bahut anant.
ਲਾਟੂ ਮਾਧਾਣੀਆ ਅਨਗਾਹ॥	laatoo maaDhaanee-aa angaah.
ਪੰਖੀ ਭਉਦੀਆ ਲੈਨਿ ਨ ਸਾਹ॥	pankhee bha-udee-aa lain na saah.
ਸੂਐ ਚਾੜਿ ਭਵਾਈਅਹਿ ਜੰਤ॥	soo-ai chaarh bhavaa-ee-ah jant.
ਨਾਨਕ ਭਉਦਿਆ ਗਣਤ ਨ ਅੰਤ॥	naanak bha-udi-aa ganat na ant.
ਬੰਧਨ ਬੰਧਿ ਭਵਾਏ ਸੋਇ॥	banDhan banDh bhavaa-ay so-ay.
ਪਇਐ ਕਿਰਤਿ ਨਚੈ ਸਭੁ ਕੋਇ॥	pa-i-ai kirat nachai sabh ko-ay.
ਨਚਿ ਨਚਿ ਹਸਹਿ ਚਲਹਿ ਸੇ ਰੋਇ॥	nach nach haseh chaleh say ro-ay.
ਉਡਿ ਨ ਜਾਹੀ ਸਿਧ ਨ ਹੋਹਿ॥	ud na jaahee siDh na hohi.
ਨਚਣੁ ਕੁਦਣੁ ਮਨ ਕਾ ਚਾਉ॥	nachan kudan man kaa chaa-o.
ਨਾਨਕ ਜਿਨ੍ ਮਨਿ ਭਉ	naanak jinH man bha-o
ਤਿਨ੍ਾ ਮਨਿ ਭਾਉ॥੨॥	tinHaa man bhaa-o. ||2||
ਪਉੜੀ॥	**pa-orhee.**
ਨਾਉ ਤੇਰਾ ਨਿਰੰਕਾਰੁ ਹੈ	naa-o tayraa nirankaar hai
ਨਾਇ ਲਇਐ ਨਰਕਿ ਨ ਜਾਈਐ॥	naa-ay la-i-ai narak na jaa-ee-ai.
ਜੀਉ ਪਿੰਡੁ ਸਭੁ ਤਿਸ ਦਾ	jee-o pind sabh tis daa
ਦੇ ਖਾਜੈ ਆਖਿ ਗਵਾਈਐ॥	day khaajai aakh gavaa-ee-ai.
ਜੇ ਲੋੜਹਿ ਚੰਗਾ ਆਪਣਾ	jay lorheh changa aapnaa
ਕਰਿ ਪੁੰਨਹੁ ਨੀਚੁ ਸਦਾਈਐ॥	kar punnhu neech sadaa-ee-ai.
ਜੇ ਜਰਵਾਣਾ ਪਰਹਰੈ	jay jarvaanaa parharai
ਜਰੁ ਵੇਸ ਕਰੇਦੀ ਆਈਐ॥	jar vays karaydee aa-ee-ai.
ਕੋ ਰਹੈ ਨ ਭਰੀਐ ਪਾਈਐ॥ ੫॥	ko rahai na bharee-ai paa-ee-ai. ||5||

6. **ਸਲੋਕ ਮਃ ੧॥ (੬) 465-17**

ਮੁਸਲਮਾਨਾ ਸਿਫਤਿ ਸਰੀਅਤਿ	musalmaanaa sifat saree-at
ਪੜਿ ਪੜਿ ਕਰਹਿ ਬੀਚਾਰੁ॥	parh parh karahi beechaar.
ਬੰਦੇ ਸੇ ਜਿ ਪਵਹਿ ਵਿਚਿ ਬੰਦੀ	banday say je paveh vich bandee
ਵੇਖਣ ਕਉ ਦੀਦਾਰੁ॥	vaykhan ka-o deedaar.
ਹਿੰਦੂ ਸਾਲਾਹੀ ਸਾਲਾਹਨਿ	hindoo saalaahee saalaahan
ਦਰਸਨਿ ਰੂਪਿ ਅਪਾਰੁ॥	darsan roop apaar.
ਤੀਰਥਿ ਨਾਵਹਿ ਅਰਚਾ ਪੂਜਾ	tirath naaveh archaa poojaa
ਅਗਰ ਵਾਸੁ ਬਹਕਾਰੁ॥	agar vaas behkaar.
ਜੋਗੀ ਸੁੰਨਿ ਧਿਆਵਨ੍ਿ ਜੇਤੇ	jogee sunn Dhi-aavniH jaytay
ਅਲਖ ਨਾਮੁ ਕਰਤਾਰੁ॥	alakh naam kartaar.
ਸੂਖਮ ਮੂਰਤਿ ਨਾਮੁ ਨਿਰੰਜਨ	sookham moorat naam niranjan
ਕਾਇਆ ਕਾ ਆਕਾਰੁ॥	kaa-i-aa kaa aakaar.
ਸਤੀਆ ਮਨਿ ਸੰਤੋਖੁ ਉਪਜੈ	satee-aa man santokh upjai
ਦੇਣੈ ਕੈ ਵੀਚਾਰਿ॥	daynai kai veechaar.
ਦੇ ਦੇ ਮੰਗਹਿ ਸਹਸਾ	day day mangeh sahsaa

ਗੁਣਾ ਸੋਭ ਕਰੇ ਸੰਸਾਰੁ॥
ਚੋਰਾ ਜਾਰਾ ਤੈ ਕੂੜਿਆਰਾ
ਖਾਰਾਬਾ ਵੇਕਾਰ॥
ਇਕਿ ਹੋਦਾ ਖਾਇ ਚਲਹਿ ਐਥਾਊ
ਤਿਨਾ ਭਿ ਕਾਈ ਕਾਰ॥
ਜਲਿ ਥਲਿ ਜੀਆ ਪੁਰੀਆ
ਲੋਆ ਆਕਾਰਾ ਆਕਾਰ॥
ਓਇ ਜਿ ਆਖਹਿ ਸੁ ਤੂੰਹੈ ਜਾਣਹਿ
ਤਿਨਾ ਭਿ ਤੇਰੀ ਸਾਰ॥
ਨਾਨਕ ਭਗਤਾ ਭੁਖ ਸਾਲਾਹਣੁ
ਸਚੁ ਨਾਮੁ ਆਧਾਰੁ॥
ਸਦਾ ਅਨੰਦਿ ਰਹਹਿ ਦਿਨੁ ਰਾਤੀ
ਗੁਣਵੰਤਿਆ ਪਾ ਛਾਰੁ॥੧॥

goonaa sobh karay sansaar.
choraa jaaraa tai koorhi-aaraa khaaraa-
baa vaykaar.
ik hodaa khaa-ay chaleh aithaa-oo
tinaa bhe kaa-ee kaar.
jal thal jee-aa puree-aa
lo-aa aakaaraa aakaar.
o-ay je aakhahi so tooNhai jaaneh
tinaa bhe tayree saar.
naanak bhagtaa bhukh saalaahan
sach naam aaDhaar.
sadaa anand raheh din raatee
gunvanti-aa paa chhaar. ||1||

ਮਃ ੧॥

mehlaa 1.

ਮਿਟੀ ਮੁਸਲਮਾਨ ਕੀ
ਪੇੜੈ ਪਈ ਕੁਮ੍ਹਿਆਰ॥
ਘੜਿ ਭਾਂਡੇ ਇਟਾ ਕੀਆ
ਜਲਦੀ ਕਰੇ ਪੁਕਾਰ॥
ਜਲਿ ਜਲਿ ਰੋਵੈ ਬਪੁੜੀ
ਝੜਿ ਝੜਿ ਪਵਹਿ ਅੰਗਿਆਰ॥
ਨਾਨਕ ਜਿਨਿ ਕਰਤੈ ਕਾਰਣੁ ਕੀਆ
ਸੋ ਜਾਣੈ ਕਰਤਾਰੁ॥੨॥

mitee musalmaan kee
payrhai pa-ee kumHi-aar.
gharh bhaaNday itaa kee-aa jaldee
karay pukaar.
jal jal rovai bapurhee
jharh jharh paveh angi-aar.
naanak jin kartai kaaran kee-aa
so jaanai kartaar. ||2||

ਪਉੜੀ॥

pa-orhee.

ਬਿਨੁ ਸਤਿਗੁਰ ਕਿਨੈ ਨ ਪਾਇਓ,
ਬਿਨੁ ਸਤਿਗੁਰ ਕਿਨੈ ਨ ਪਾਇਆ॥
ਸਤਿਗੁਰ ਵਿਚਿ ਆਪੁ ਰਖਿਓਨੁ,
ਕਰਿ ਪਰਗਟੁ ਆਖਿ ਸੁਣਾਇਆ॥
ਸਤਿਗੁਰ ਮਿਲਿਐ ਸਦਾ ਮੁਕਤੁ ਹੈ,
ਜਿਨਿ ਵਿਚਹੁ ਮੋਹੁ ਚੁਕਾਇਆ॥
ਉਤਮੁ ਏਹੁ ਬੀਚਾਰੁ ਹੈ,
ਜਿਨਿ ਸਚੇ ਸਿਉ ਚਿਤੁ ਲਾਇਆ॥
ਜਗਜੀਵਨੁ ਦਾਤਾ ਪਾਇਆ॥੬॥

bin satgur kinai na paa-i-o
bin satgur kinai na paa-i-aa.
satgur vich aap rakhi-on
kar pargat aakh sunaa-i-aa.
satgur mili-ai sadaa mukat hai
jin vichahu moh chukaa-i-aa.
utam ayhu beechaar hai
jin sachay si-o chit laa-i-aa.
jagjeevan daataa paa-i-aa. ||6||

7. **ਸਲੋਕ** ਮਃ ੧॥ (੭) 466-10

ਹਉ ਵਿਚਿ ਆਇਆ ਹਉ ਵਿਚਿ ਗਇਆ॥
ਹਉ ਵਿਚਿ ਜੰਮਿਆ ਹਉ ਵਿਚਿ ਮੁਆ॥
ਹਉ ਵਿਚਿ ਦਿਤਾ ਹਉ ਵਿਚਿ ਲਇਆ॥
ਹਉ ਵਿਚਿ ਖਟਿਆ ਹਉ ਵਿਚਿ ਗਇਆ॥
ਹਉ ਵਿਚਿ ਸਚਿਆਰੁ ਕੂੜਿਆਰੁ॥
ਹਉ ਵਿਚਿ ਪਾਪ ਪੁੰਨ ਵੀਚਾਰੁ॥
ਹਉ ਵਿਚਿ ਨਰਕਿ ਸੁਰਗਿ ਅਵਤਾਰੁ॥
ਹਉ ਵਿਚਿ ਹਸੈ ਹਉ ਵਿਚਿ ਰੋਵੈ॥
ਹਉ ਵਿਚਿ ਭਰੀਐ ਹਉ ਵਿਚਿ ਧੋਵੈ॥
ਹਉ ਵਿਚਿ ਜਾਤੀ ਜਿਨਸੀ ਖੋਵੈ॥
ਹਉ ਵਿਚਿ ਮੂਰਖੁ ਹਉ ਵਿਚਿ ਸਿਆਣਾ॥
ਮੋਖ ਮੁਕਤਿ ਕੀ ਸਾਰ ਨ ਜਾਣਾ॥
ਹਉ ਵਿਚਿ ਮਾਇਆ ਹਉ ਵਿਚਿ ਛਾਇਆ॥
ਹਉਮੈ ਕਰਿ ਕਰਿ ਜੰਤ ਉਪਾਇਆ॥

ha-o vich aa-i-aa ha-o vich ga-i-aa.
ha-o vich jammi-aa ha-o vich mu-aa.
ha-o vich ditaa ha-o vich la-i-aa.
ha-o vich khati-aa ha-o vich ga-i-aa.
ha-o vich sachiaar koorhi-aar.
ha-o vich paap punn veechaar.
ha-o vich narak surag avtaar.
ha-o vich hasai ha-o vich rovai.
ha-o vich bharee-ai ha-o vich Dhovai.
ha-o vich jaatee jinsee khovai.
ha-o vich moorakh ha-o vich si-aanaa.
mokh mukat kee saar na jaanaa.
ha-o vich maa-i-aa ha-o vich chhaa-i-aa.
ha-umai kar kar jant upaa-i-aa.

ਹਉਮੈ ਬੂਝੈ ਤਾ ਦਰੁ ਸੂਝੈ॥	ha-umai boojhai taa dar soojhai.
ਗਿਆਨ ਵਿਹੂਣਾ ਕਥਿ ਕਥਿ ਲੂਝੈ॥	gi-aan vihoonaa kath kath loojhai.
ਨਾਨਕ ਹੁਕਮੀ ਲਿਖੀਐ ਲੇਖੁ॥	naanak hukmee likee-ai laykh.
ਜੇਹਾ ਵੇਖਹਿ ਤੇਹਾ ਵੇਖੁ॥੧॥	jayhaa vaykheh tayhaa vaykh. ||1||
ਮਹਲ ੨॥	**mehlaa 2.**
ਹਉਮੈ ਏਹਾ ਜਾਤਿ ਹੈ	ha-umai ayhaa jaat hai
ਹਉਮੈ ਕਰਮ ਕਮਾਹਿ॥	ha-umai karam kamaahi.
ਹਉਮੈ ਏਈ ਬੰਧਨਾ	ha-umai ay-ee banDhnaa
ਫਿਰਿ ਫਿਰਿ ਜੋਨੀ ਪਾਹਿ॥	fir fir jonee paahi.
ਹਉਮੈ ਕਿਥਹੁ ਊਪਜੈ	ha-umai kithhu oopjai
ਕਿਤੁ ਸੰਜਮਿ ਇਹ ਜਾਇ॥	kit sanjam ih jaa-ay.
ਹਉਮੈ ਏਹੋ ਹੁਕਮੁ ਹੈ	ha-umai ayho hukam hai
ਪਇਐ ਕਿਰਤਿ ਫਿਰਾਹਿ॥	pa-i-ai kirat firaahi.
ਹਉਮੈ ਦੀਰਘ ਰੋਗੁ ਹੈ	ha-umai deeragh rog hai
ਦਾਰੂ ਭੀ ਇਸੁ ਮਾਹਿ॥	daaroo bhee is maahi.
ਕਿਰਪਾ ਕਰੇ ਜੇ ਆਪਣੀ	kirpaa karay jay aapnee
ਤਾ ਗੁਰ ਕਾ ਸਬਦੁ ਕਮਾਹਿ॥	taa gur kaa sabad kamaahi.
ਨਾਨਕੁ ਕਹੈ ਸੁਣਹੁ ਜਨਹੁ	naanak kahai sunhu janhu
ਇਤੁ ਸੰਜਮਿ ਦੁਖ ਜਾਹਿ॥੨॥	it sanjam dukh jaahi. ||2||
ਪਉੜੀ॥	**pa-orhee.**
ਸੇਵ ਕੀਤੀ ਸੰਤੋਖੀਈਂ,	sayv keetee santokhee-eeN
ਜਿਨ੍ਹੀ ਸਚੋ ਸਚੁ ਧਿਆਇਆ॥	jinHee sacho sach Dhi-aa-i-aa.
ਓਨ੍ਹੀ ਮੰਦੈ ਪੈਰੁ ਨ ਰਖਿਓ,	onHee mandai pair na rakhi-o
ਕਰਿ ਸੁਕ੍ਰਿਤੁ ਧਰਮੁ ਕਮਾਇਆ॥	kar sukarit Dharam kamaa-i-aa.
ਓਨ੍ਹੀ ਦੁਨੀਆ ਤੋੜੇ ਬੰਧਨਾ,	onHee dunee-aa torhay banDhnaa
ਅੰਨੁ ਪਾਣੀ ਥੋੜਾ ਖਾਇਆ॥	ann paanee thorhaa khaa-i-aa.
ਤੂੰ ਬਖਸੀਸੀ ਅਗਲਾ,	tooN bakhseesee aglaa
ਨਿਤ ਦੇਵਹਿ ਚੜਹਿ ਸਵਾਇਆ॥	nit dayveh charheh savaa-i-aa.
ਵਡਿਆਈ ਵਡਾ ਪਾਇਆ॥੭॥	vadi-aa-ee vadaa paa-i-aa. ||7||

8. ਸਲੋਕ ਮਃ ੧॥ (੮) 467-3

ਪੁਰਖਾਂ ਬਿਰਖਾਂ ਤੀਰਥਾਂ	purkhaaN birkhaaN teerthaaN
ਤਟਾਂ ਮੇਘਾਂ ਖੇਤਾਂਹ॥	tataaN mayghaaN khaytaaNh.
ਦੀਪਾਂ ਲੋਆਂ ਮੰਡਲਾਂ	deepaaN lo-aaN mandlaaN
ਖੰਡਾਂ ਵਰਭੰਡਾਂਹ॥	khandaaN varbhandaaNh.
ਅੰਡਜ ਜੇਰਜ ਉਤਭੁਜਾਂ	andaj jayraj ut-bhujaaN
ਖਾਣੀ ਸੇਤਜਾਂਹ॥	khaanee saytjaaNh.
ਸੋ ਮਿਤਿ ਜਾਣੈ ਨਾਨਕਾ	so mit jaanai naankaa
ਸਰਾਂ ਮੇਰਾਂ ਜੰਤਾਹ॥	saraaN mayraaN jantaah.
ਨਾਨਕ ਜੰਤ ਉਪਾਇ ਕੈ	naanak jant upaa-ay kai
ਸੰਮਾਲੇ ਸਭਨਾਹ॥	sammaalay sabhnaah.
ਜਿਨਿ ਕਰਤੈ ਕਰਣਾ ਕੀਆ	jin kartai karnaa kee-aa
ਚਿੰਤਾ ਭਿ ਕਰਣੀ ਤਾਹ॥	chintaa bhe karnee taah.
ਸੋ ਕਰਤਾ ਚਿੰਤਾ ਕਰੇ	so kartaa chintaa karay
ਜਿਨਿ ਉਪਾਇਆ ਜਗੁ॥	jin upaa-i-aa jag.
ਤਿਸੁ ਜੋਹਾਰੀ ਸੁਅਸਤਿ	tis johaaree su-asat tis
ਤਿਸੁ ਤਿਸੁ ਦੀਬਾਣੁ ਅਭਗੁ॥	tis deebaan abhag.
ਨਾਨਕ ਸਚੇ ਨਾਮ ਬਿਨੁ	naanak sachay naam bin

ਕਿਆ ਟਿਕਾ ਕਿਆ ਤਗੁ॥੧॥	ki-aa tikaa ki-aa tag. ||1||
ਮਃ ੧॥	**mehlaa 1.**
ਲਖ ਨੇਕੀਆ ਚੰਗਿਆਈਆ	lakh naykee-aa chang-aa-ee-aa lakh
ਲਖ ਪੁੰਨਾ ਪਰਵਾਣੁ॥	punnaa parvaan.
ਲਖ ਤਪ ਉਪਰਿ ਤੀਰਥਾਂ	lakh tap upar teerthaaN
ਸਹਜ ਜੋਗ ਬੇਬਾਣ॥	sahj jog baybaan.
ਲਖ ਸੂਰਤਣ ਸੰਗਰਾਮ	lakh soortan sangraam
ਰਣ ਮਹਿ ਛੁਟਹਿ ਪਰਾਣ॥	ran meh chhuteh paraan.
ਲਖ ਸੁਰਤੀ ਲਖ ਗਿਆਨ ਧਿਆਨ	lakh surtee lakh gi-aan Dhi-aan par-
ਪੜੀਅਹਿ ਪਾਠ ਪੁਰਾਣ॥	hee-ah paath puraan.
ਜਿਨਿ ਕਰਤੈ ਕਰਣਾ ਕੀਆ	jin kartai karnaa kee-aa
ਲਿਖਿਆ ਆਵਣ ਜਾਣੁ॥	likhi-aa aavan jaan.
ਨਾਨਕ ਮਤੀ ਮਿਥਿਆ	naanak matee mithi-aa
ਕਰਮੁ ਸਚਾ ਨੀਸਾਣੁ॥੨॥	karam sachaa neesaan. ||2||
ਪਉੜੀ॥	**pa-orhee.**
ਸਚਾ ਸਾਹਿਬੁ ਏਕੁ ਤੂੰ	sachaa saahib ayk tooN
ਜਿਨਿ ਸਚੋ ਸਚੁ ਵਰਤਾਇਆ॥	jin sacho sach vartaa-i-aa.
ਜਿਸੁ ਤੂੰ ਦੇਹਿ ਤਿਸੁ ਮਿਲੈ ਸਚੁ	jis tooN deh tis milai sach
ਤਾ ਤਿਨੑੀ ਸਚੁ ਕਮਾਇਆ॥	taa tinHee sach kamaa-i-aa.
ਸਤਿਗੁਰਿ ਮਿਲਿਐ ਸਚੁ ਪਾਇਆ,	satgur mili-ai sach paa-i-aa
ਜਿਨੑ ਕੈ ਹਿਰਦੈ ਸਚੁ ਵਸਾਇਆ॥	jinH kai hirdai sach vasaa-i-aa.
ਮੂਰਖ ਸਚੁ ਨ ਜਾਣਨੀ,	moorakh sach na jaananHee manmu-
ਮਨਮੁਖੀ ਜਨਮੁ ਗਵਾਇਆ॥	khee janam gavaa-i-aa.
ਵਿਚਿ ਦੁਨੀਆ ਕਾਹੇ ਆਇਆ॥੮॥	vich dunee-aa kaahay aa-i-aa. ||8||

9. ਸਲੋਕੁ ਮਃ ੧॥ (੯) 467-14

ਪੜਿ ਪੜਿ ਗਡੀ ਲਦੀਅਹਿ	parh parh gadee ladee-ah
ਪੜਿ ਪੜਿ ਭਰੀਅਹਿ ਸਾਥ॥	parh parh bharee-ah saath.
ਪੜਿ ਪੜਿ ਬੇੜੀ ਪਾਈਐ	parh parh bayrhee paa-ee-ai
ਪੜਿ ਪੜਿ ਗਡੀਅਹਿ ਖਾਤ॥	parh parh gadee-ah khaat.
ਪੜੀਅਹਿ ਜੇਤੇ ਬਰਸ ਬਰਸ	parhee-ah jaytay baras baras
ਪੜੀਅਹਿ ਜੇਤੇ ਮਾਸ॥	parhee-ah jaytay maas.
ਪੜੀਐ ਜੇਤੀ ਆਰਜਾ	parhee-ai jaytee aarjaa
ਪੜੀਅਹਿ ਜੇਤੇ ਸਾਸ॥	parhee-ah jaytay saas.
ਨਾਨਕ ਲੇਖੈ ਇਕ ਗਲ	naanak laykhai ik gal
ਹੋਰੁ ਹਉਮੈ ਝਖਣਾ ਝਾਖ॥੧॥	hor ha-umai jhakh- naa jhaakh. ||1||
ਮਃ ੧॥	**mehlaa 1.**
ਲਿਖਿ ਲਿਖਿ ਪੜਿਆ॥ ਤੇਤਾ ਕੜਿਆ॥	likh likh parhi-aa. taytaa karhi-aa.
ਬਹੁ ਤੀਰਥ ਭਵਿਆ॥ ਤੇਤੋ ਲਵਿਆ॥	baho tirath bhavi-aa. tayto lavi-aa.
ਬਹੁ ਭੇਖ ਕੀਆ ਦੇਹੀ ਦੁਖੁ ਦੀਆ॥	baho bhaykh kee-aa dayhee dukh dee-aa.
ਸਹੁ ਵੇ ਜੀਆ ਅਪਣਾ ਕੀਆ॥	saho vay jee-aa apnaa kee-aa.
ਅੰਨੁ ਨ ਖਾਇਆ ਸਾਦੁ ਗਵਾਇਆ॥	ann na khaa-i-aa saad gavaa-i-aa.
ਬਹੁ ਦੁਖੁ ਪਾਇਆ ਦੂਜਾ ਭਾਇਆ॥	baho dukh paa-i-aa doojaa bhaa-i-aa.
ਬਸਤ੍ਰ ਨ ਪਹਿਰੈ॥ ਅਹਿਨਿਸਿ ਕਹਰੈ॥	bastar na pahirai. ahinis kahrai.
ਮੋਨਿ ਵਿਗੂਤਾ॥ ਕਿਉ ਜਾਗੈ ਗੁਰ ਬਿਨੁ ਸੂਤਾ॥	mon vigootaa. ki-o jaagai gur bin sootaa.
ਪਗ ਉਪੇਤਾਣਾ॥ ਅਪਣਾ ਕੀਆ ਕਮਾਣਾ॥	pag upaytaanaa. apnaa kee-aa kamaanaa.
ਅਲੁ ਮਲੁ ਖਾਈ ਸਿਰਿ ਛਾਈ ਪਾਈ॥	al mal khaa-ee sir chhaa-ee paa-ee.
ਮੂਰਖਿ ਅੰਧੈ ਪਤਿ ਗਵਾਈ॥	moorakh anDhai pat gavaa-ee.

ਵਿਣੁ ਨਾਵੈ ਕਿਛੁ ਥਾਇ ਨ ਪਾਈ॥
vin naavai kichh thaa-ay na paa-ee.

ਰਹੈ ਬੇਬਾਣੀ ਮੜੀ ਮਸਾਣੀ॥
rahai baybaanee marhee masaanee.

ਅੰਧੁ ਨ ਜਾਣੈ ਫਿਰਿ ਪਛੁਤਾਣੀ॥
anDh na jaanai fir pachhutaanee.

ਸਤਿਗੁਰ ਭੇਟੇ ਸੋ ਸੁਖੁ ਪਾਏ॥
satgur bhaytay so sukh paa-ay.

ਹਰਿ ਕਾ ਨਾਮੁ ਮੰਨਿ ਵਸਾਏ॥
har kaa naam man vasaa-ay.

ਨਾਨਕ ਨਦਰਿ ਕਰੇ ਸੋ ਪਾਏ॥
naanak nadar karay so paa-ay.

ਆਸ ਅੰਦੇਸੇ ਤੇ ਨਿਹਕੇਵਲੁ
aas andaysay tay nihkayval

ਹਉਮੈ ਸਬਦਿ ਜਲਾਏ॥੨॥
ha-umai sabad jalaa-ay. ||2||

ਪਉੜੀ॥
pa-orhee.

ਭਗਤ ਤੇਰੈ ਮਨਿ ਭਾਵਦੇ
bhagat tayrai man bhaavday

ਦਰਿ ਸੋਹਨਿ ਕੀਰਤਿ ਗਾਵਦੇ॥
dar sohan keerat gaavday.

ਨਾਨਕ ਕਰਮਾ ਬਾਹਰੇ
naanak karmaa baahray

ਦਰਿ ਢੋਅ ਨ ਲਹਨੀ ਧਾਵਦੇ॥
dar dho-a na lehnHee Dhaavday.

ਇਕਿ ਮੂਲੁ ਨ ਬੁਝਨਿੑ ਆਪਣਾ
ik mool na bujhniH aapnaa

ਅਣਹੋਦਾ ਆਪੁ ਗਣਾਇਦੇ॥
anhodaa aap ganaa-iday.

ਹਉ ਢਾਢੀ ਕਾ ਨੀਚ ਜਾਤਿ
ha-o dhaadhee kaa neech jaat

ਹੋਰਿ ਉਤਮ ਜਾਤਿ ਸਦਾਇਦੇ॥
hor utam jaat sadaa-iday.

ਤਿਨੑ ਮੰਗਾ ਜਿ ਤੁਝੈ ਧਿਆਇਦੇ॥੯॥
tinH mangaa je tujhai Dhi-aa-iday. ||9||

10. ਸਲੋਕੁ ਮਃ ੧॥ (੧੦) 468 -5

ਕੂੜੁ ਰਾਜਾ ਕੂੜੁ ਪਰਜਾ
koorh raajaa koorh parjaa

ਕੂੜੁ ਸਭੁ ਸੰਸਾਰੁ॥
koorh sabh sansaar.

ਕੂੜੁ ਮੰਡਪ ਕੂੜੁ ਮਾੜੀ
koorh mandap koorh maarhee

ਕੂੜੁ ਬੈਸਣਹਾਰੁ॥
koorh baisanhaar.

ਕੂੜੁ ਸੁਇਨਾ ਕੂੜੁ ਰੁਪਾ
koorh su-inaa koorh rupaa

ਕੂੜੁ ਪੈਨੑਣਹਾਰੁ॥
koorh painHanhaar.

ਕੂੜੁ ਕਾਇਆ ਕੂੜੁ ਕਪੜੁ
koorh kaa-i-aa koorh kaparh

ਕੂੜੁ ਰੂਪੁ ਅਪਾਰੁ॥
koorh roop apaar.

ਕੂੜੁ ਮੀਆ ਕੂੜੁ ਬੀਬੀ
koorh mee-aa koorh beebee

ਖਪਿ ਹੋਏ ਖਾਰੁ॥
khap ho-ay khaar.

ਕੂੜਿ ਕੂੜੈ ਨੇਹੁ ਲਗਾ
koorh koorhai nayhu lagaa

ਵਿਸਰਿਆ ਕਰਤਾਰੁ॥
visri-aa kartaar.

ਕਿਸੁ ਨਾਲਿ ਕੀਚੈ ਦੋਸਤੀ
kis naal keechai dostee

ਸਭੁ ਜਗੁ ਚਲਣਹਾਰੁ॥
sabh jag chalanhaar.

ਕੂੜੁ ਮਿਠਾ ਕੂੜੁ ਮਾਖਿਉ
koorh mithaa koorh maakhi-o

ਕੂੜੁ ਡੋਬੇ ਪੂਰੁ॥
koorh dobay poor.

ਨਾਨਕੁ ਵਖਾਣੈ ਬੇਨਤੀ
naanak vakhaanai bayntee

ਤੁਧੁ ਬਾਝੁ ਕੂੜੋ ਕੂੜੁ॥੧॥
tuDh baajh koorho koorh. ||1||

ਮਃ ੧॥
mehlaa 1.

ਸਚੁ ਤਾ ਪਰੁ ਜਾਣੀਐ
sach taa par jaanee-ai

ਜਾ ਰਿਦੈ ਸਚਾ ਹੋਇ॥
jaa ridai sachaa ho-ay.

ਕੂੜ ਕੀ ਮਲੁ ਉਤਰੈ
koorh kee mal utrai

ਤਨੁ ਕਰੇ ਹਛਾ ਧੋਇ॥
tan karay hachhaa Dho-ay.

ਸਚੁ ਤਾ ਪਰੁ ਜਾਣੀਐ
sach taa par jaanee-ai

ਜਾ ਸਚਿ ਧਰੇ ਪਿਆਰੁ॥
jaa sach Dharay pi-aar.

ਨਾਉ ਸੁਣਿ ਮਨੁ ਰਹਸੀਐ
naa-o sun man rehsee-ai

ਤਾ ਪਾਏ ਮੋਖ ਦੁਆਰੁ॥
taa paa-ay mokh du-aar.

ਸਚੁ ਤਾ ਪਰੁ ਜਾਣੀਐ
sach taa par jaanee-ai

ਜਾ ਜੁਗਤਿ ਜਾਣੈ ਜੀਉ॥	jaa jugat jaanai jee-o.
ਧਰਤਿ ਕਾਇਆ ਸਾਧ ਕੈ	Dharat kaa-i-aa saaDh kai
ਵਿਚਿ ਦੇਇ ਕਰਤਾ ਬੀਉ॥	vich day-ay kartaa bee-o.
ਸਚੁ ਤਾ ਪਰੁ ਜਾਣੀਐ	sach taa par jaanee-ai
ਜਾ ਸਿਖ ਸਚੀ ਲੇਇ॥	jaa sikh sachee lay-ay.
ਦਇਆ ਜਾਣੈ ਜੀਅ ਕੀ	da-i-aa jaanai jee-a kee
ਕਿਛੁ ਪੁੰਨੁ ਦਾਨੁ ਕਰੇਇ॥	kichh punn daan karay-i.
ਸਚੁ ਤਾ ਪਰੁ ਜਾਣੀਐ	sach taaN par jaanee-ai
ਜਾ ਆਤਮ ਤੀਰਥਿ ਕਰੇ ਨਿਵਾਸੁ॥	jaa aatam tirath karay nivaas.
ਸਤਿਗੁਰੂ ਨੋ ਪੁਛਿ ਕੈ	satguroo no puchh kai
ਬਹਿ ਰਹੈ ਕਰੇ ਨਿਵਾਸੁ॥	bahi rahai karay nivaas.
ਸਚੁ ਸਭਨਾ ਹੋਇ ਦਾਰੂ	sach sabhnaa ho-ay daaroo paap
ਪਾਪ ਕਢੈ ਧੋਇ॥	kadhai Dho-ay.
ਨਾਨਕੁ ਵਖਾਣੈ ਬੇਨਤੀ	naanak vakhaanai bayntee
ਜਿਨ ਸਚੁ ਪਲੈ ਹੋਇ॥੨॥	jin sach palai ho-ay. ||2||
ਪਉੜੀ॥	**pa-orhee.**
ਦਾਨੁ ਮਹਿੰਡਾ ਤਲੀ ਖਾਕੁ	daan mahindaa talee khaak
ਜੇ ਮਿਲੈ ਤ ਮਸਤਕਿ ਲਾਈਐ॥	jay milai ta mastak laa-ee-ai.
ਕੂੜਾ ਲਾਲਚੁ ਛਡੀਐ	koorhaa laalach chhadee-ai
ਹੋਇ ਇਕ ਮਨਿ ਅਲਖੁ ਧਿਆਈਐ॥	ho-ay ik man alakh Dhi-aa-ee-ai.
ਫਲੁ ਤੇਵੇਹੋ ਪਾਈਐ	fal tayvayho paa-ee-ai
ਜੇਵੇਹੀ ਕਾਰ ਕਮਾਈਐ॥	jayvayhee kaar kamaa-ee-ai.
ਜੇ ਹੋਵੈ ਪੂਰਬਿ ਲਿਖਿਆ	jay hovai poorab likhi-aa
ਤਾ ਧੂੜਿ ਤਿਨ੍ਹਾ ਦੀ ਪਾਈਐ॥	taa Dhoorh tinHaa dee paa-ee-ai.
ਮਤਿ ਥੋੜੀ ਸੇਵ ਗਵਾਈਐ॥੧੦॥	mat thorhee sayv gavaa-ee-ai. ||10||

11. ਸਲੋਕੁ ਮਃ ੧॥ (11) 468-16

ਸਚਿ ਕਾਲੁ ਕੂੜੁ ਵਰਤਿਆ	sach kaal koorh varti-aa
ਕਲਿ ਕਾਲਖ ਬੇਤਾਲ॥	kal kaalakh baytaal.
ਬੀਉ ਬੀਜਿ ਪਤਿ ਲੈ ਗਏ	bee-o beej pat lai ga-ay
ਅਬ ਕਿਉ ਉਗਵੈ ਦਾਲਿ॥	ab ki-o ugvai daal.
ਜੇ ਇਕੁ ਹੋਇ ਤ ਉਗਵੈ	jay ik ho-ay ta ugvai
ਰੁਤੀ ਹੂ ਰੁਤਿ ਹੋਇ॥	rutee hoo rut ho-ay.
ਨਾਨਕ ਪਾਹੈ ਬਾਹਰਾ	naanak paahai baahraa
ਕੋਰੈ ਰੰਗੁ ਨ ਸੋਇ॥	korai rang na so-ay.
ਭੈ ਵਿਚਿ ਖੁੰਬਿ ਚੜਾਈਐ	bhai vich khumb charhaa-ee-ai
ਸਰਮੁ ਪਾਹੁ ਤਨਿ ਹੋਇ॥	saram paahu tan ho-ay.
ਨਾਨਕ ਭਗਤੀ ਜੇ ਰਪੈ	naanak bhagtee jay rapai
ਕੂੜੈ ਸੋਇ ਨ ਕੋਇ॥੧॥	koorhai so-ay na ko-ay. ||1||
ਮਃ ੧॥	**mehlaa 1.**
ਲਬੁ ਪਾਪੁ ਦੁਇ ਰਾਜਾ ਮਹਤਾ	lab paap du-ay raajaa mahtaa
ਕੂੜੁ ਹੋਆ ਸਿਕਦਾਰੁ॥	koorh ho-aa sikdaar.
ਕਾਮੁ ਨੇਬੁ ਸਦਿ ਪੁਛੀਐ	kaam nayb sad puchhee-ai
ਬਹਿ ਬਹਿ ਕਰੇ ਬੀਚਾਰੁ॥	bahi bahi karay beechaar.
ਅੰਧੀ ਰਯਤਿ ਗਿਆਨ ਵਿਹੂਣੀ	anDhee rayat gi-aan vihoonee
ਭਾਹਿ ਭਰੇ ਮੁਰਦਾਰੁ॥	bhaahi bharay murdaar.
ਗਿਆਨੀ ਨਚਹਿ ਵਾਜੇ ਵਾਵਹਿ	gi-aanee nacheh vaajay vaaveh
ਰੂਪ ਕਰਹਿ ਸੀਗਾਰੁ॥	roop karahi seegaar.

ਉੱਚੇ ਕੂਕਹਿ ਵਾਦਾ ਗਾਵਹਿ	oochay kookeh vaadaa gaavahi jo-
ਜੋਧਾ ਕਾ ਵੀਚਾਰੁ॥	Dhaa kaa veechaar.
ਮੂਰਖ ਪੰਡਿਤ ਹਿਕਮਤਿ ਹੁਜਤਿ	moorakh pandit hikmat hujat
ਸੰਜੈ ਕਰਹਿ ਪਿਆਰੁ॥	sanjai karahi pi-aar.
ਧਰਮੀ ਧਰਮੁ ਕਰਹਿ ਗਾਵਾਵਹਿ	Dharmee Dharam karahi gaavaaveh
ਮੰਗਹਿ ਮੋਖ ਦੁਆਰੁ॥	mangeh mokh du-aar.
ਜਤੀ ਸਦਾਵਹਿ ਜੁਗਤਿ ਨ ਜਾਣਹਿ	jatee sadaaveh jugat na jaaneh
ਛਡਿ ਬਹਹਿ ਘਰ ਬਾਰੁ॥	chhad baheh ghar baar.
ਸਭੁ ਕੋ ਪੂਰਾ ਆਪੇ ਹੋਵੈ	sabh ko pooraa aapay hovai
ਘਟਿ ਨ ਕੋਈ ਆਖੈ॥	ghat na ko-ee aakhai.
ਪਤਿ ਪਰਵਾਣਾ ਪਿਛੈ ਪਾਈਐ,	pat parvaanaa pichhai paa-ee-ai
ਤਾ ਨਾਨਕ ਤੋਲਿਆ ਜਾਪੈ॥੨॥	taa naanak toli-aa jaapai. ||2||
ਮਃ ੧॥	**mehlaa 1.**
ਵਦੀ ਸੁ ਵਜਗਿ ਨਾਨਕਾ	vadee so vajag naankaa
ਸਚਾ ਵੇਖੈ ਸੋਇ॥	sachaa vaykhai so-ay.
ਸਭਨੀ ਛਾਲਾ ਮਾਰੀਆ	sabhnee chhaalaa maaree-aa kartaa
ਕਰਤਾ ਕਰੇ ਸੁ ਹੋਇ॥	karay so ho-ay.
ਅਗੈ ਜਾਤਿ ਨ ਜੋਰੁ ਹੈ	agai jaat na jor hai
ਅਗੈ ਜੀਉ ਨਵੇ॥	agai jee-o navay.
ਜਿਨ ਕੀ ਲੇਖੈ ਪਤਿ ਪਵੈ	jin kee laykhai pat pavai changay
ਚੰਗੇ ਸੇਈ ਕੇਇ॥੩॥	say-ee kay-ay. ||3||
ਪਉੜੀ॥	**pa-orhee.**
ਧੁਰਿ ਕਰਮੁ ਜਿਨਾ ਕਉ ਤੁਧੁ ਪਾਇਆ,	Dhur karam jinaa ka-o tuDh paa-i-
ਤਾ ਤਿਨੀ ਖਸਮੁ ਧਿਆਇਆ॥	aa taa tinee khasam Dhi-aa-i-aa.
ਏਨਾ ਜੰਤਾ ਕੈ ਵਸਿ ਕਿਛੁ ਨਾਹੀ,	aynaa jantaa kai vas kichh naahee
ਤੁਧੁ ਵੇਕੀ ਜਗਤੁ ਉਪਾਇਆ॥	tuDh vaykee jagat upaa-i-aa.
ਇਕਨਾ ਨੋ ਤੂੰ ਮੇਲਿ ਲੈਹਿ,	iknaa no tooN mayl laihi
ਇਕਿ ਆਪਹੁ ਤੁਧੁ ਖੁਆਇਆ॥	ik aaphu tuDh khu-aa-i-aa.
ਗੁਰ ਕਿਰਪਾ ਤੇ ਜਾਣਿਆ,	gur kirpaa tay jaani-aa
ਜਿਥੈ ਤੁਧੁ ਆਪੁ ਬੁਝਾਇਆ॥	jithai tuDh aap bujhaa-i-aa.
ਸਹਜੇ ਹੀ ਸਚਿ ਸਮਾਇਆ॥੧੧॥	sehjay hee sach samaa-i-aa. ||11||

12. ਸਲੋਕੁ ਮਃ ੧॥ (੧੨) 469-9

ਦੁਖੁ ਦਾਰੂ ਸੁਖੁ ਰੋਗੁ ਭਇਆ	dukh daaroo sukh rog bha-i-aa
ਜਾ ਸੁਖੁ ਤਾਮਿ ਨ ਹੋਈ॥	jaa sukh taam na ho-ee.
ਤੂੰ ਕਰਤਾ ਕਰਣਾ ਮੈ ਨਾਹੀ	tooN kartaa karnaa mai naahee
ਜਾ ਹਉ ਕਰੀ ਨ ਹੋਈ॥੧॥	jaa ha-o karee na ho-ee. ||1||
ਜਾਤਿ ਮਹਿ ਜੋਤਿ ਜੋਤਿ ਮਹਿ ਜਾਤਾ,	jaat meh jot jot meh jaataa
ਅਕਲ ਕਲਾ ਭਰਪੂਰਿ ਰਹਿਆ॥	akal kalaa bharpoor rahi-aa.
ਤੂੰ ਸਚਾ ਸਾਹਿਬੁ ਸਿਫਤਿ ਸੁਆਲਿੑਉ,	tooN sachaa saahib sifat su-aaliha-
ਜਿਨਿ ਕੀਤੀ ਸੋ ਪਾਰਿ ਪਇਆ॥	o jin keetee so paar pa-i-aa.
ਕਹੁ ਨਾਨਕ ਕਰਤੇ ਕੀਆ ਬਾਤਾ,	kaho naanak kartay kee-aa baataa
ਜੋ ਕਿਛੁ ਕਰਣਾ ਸੁ ਕਰਿ ਰਹਿਆ॥੨॥	jo kichh karnaa so kar rahi-aa. ||2||
ਮਃ ੨॥	**mehlaa 2.**
ਜੋਗ ਸਬਦੰ ਗਿਆਨ ਸਬਦੰ	jog sabdaN gi-aan sabdaN
ਬੇਦ ਸਬਦੰ ਬ੍ਰਾਹਮਣਹ॥	bayd sabdaN baraahmaneh.
ਖਤ੍ਰੀ ਸਬਦੰ ਸੂਰ ਸਬਦੰ	khatree sabdaN soor sabdaN soo-
ਸੂਦ੍ਰ ਸਬਦੰ ਪਰਾ ਕ੍ਰਿਤਹ॥	dar sabdaN paraa kirteh.

ਸਰਬ ਸਬਦੰ ਏਕ ਸਬਦੰ	sarab sabdaN ayk sabdaN
ਜੇ ਕੋ ਜਾਣੈ ਭੇਉ॥	jay ko jaanai bha-o.
ਨਾਨਕੁ ਤਾ ਕਾ ਦਾਸੁ ਹੈ	naanak taa kaa daas hai
ਸੋਈ ਨਿਰੰਜਨ ਦੇਉ॥੩॥	so-ee niranjan day-o. ||3||
ਮਃ ੨॥	**mehlaa 2.**
ਏਕ ਕ੍ਰਿਸਨੰ ਸਰਬ ਦੇਵਾ	ayk krisanN sarab dayvaa dayv
ਦੇਵ ਦੇਵਾ ਤ ਆਤਮਾ॥	dayvaa ta aatmaa.
ਆਤਮਾ ਬਾਸੁਦੇਵਸਿ੍	aatmaa baasdayvsi-y
ਜੇ ਕੋ ਜਾਣੈ ਭੇਉ॥	jay ko jaanai bhay-o.
ਨਾਨਕੁ ਤਾ ਕਾ ਦਾਸੁ ਹੈ	naanak taa kaa daas hai
ਸੋਈ ਨਿਰੰਜਨ ਦੇਉ॥੪॥	so-ee niranjan day-o. ||4||
ਮਃ ੧॥	**mehlaa 1.**
ਕੁੰਭੇ ਬਧਾ ਜਲੁ ਰਹੈ	kumbhay baDhaa jal rahai
ਜਲ ਬਿਨੁ ਕੁੰਭੁ ਨ ਹੋਇ॥	jal bin kumbh na ho-ay.
ਗਿਆਨ ਕਾ ਬਧਾ ਮਨੁ ਰਹੈ	gi-aan kaa baDhaa man rahai
ਗੁਰ ਬਿਨੁ ਗਿਆਨੁ ਨ ਹੋਇ॥੫॥	gur bin gi-aan na ho-ay. ||5||
ਪਉੜੀ॥	**pa-orhee.**
ਪੜਿਆ ਹੋਵੈ ਗੁਨਹਗਾਰੁ	parhi-aa hovai gunahgaar
ਤਾ ਓਮੀ ਸਾਧੁ ਨ ਮਾਰੀਐ॥	taa omee saaDh na maaree-ai.
ਜੇਹਾ ਘਾਲੇ ਘਾਲਣਾ	jayhaa ghaalay ghaalnaa
ਤੇਵੇਹੋ ਨਾਉ ਪਚਾਰੀਐ॥	tayvayho naa-o pachaaree-ai.
ਐਸੀ ਕਲਾ ਨ ਖੇਡੀਐ	aisee kalaa na khaydee-ai
ਜਿਤੁ ਦਰਗਹ ਗਇਆ ਹਾਰੀਐ॥	jit dargeh ga-i-aa haaree-ai.
ਪੜਿਆ ਅਤੈ ਓਮੀਆ	parhi-aa atai omee-aa
ਵੀਚਾਰੁ ਅਗੈ ਵੀਚਾਰੀਐ॥	veechaar agai veechaaree-ai.
ਮੁਹਿ ਚਲੈ ਸੁ ਅਗੈ ਮਾਰੀਐ॥੧੨॥	muhi chalai so agai maaree-ai. ||12||

13. ਸਲੋਕੁ ਮਃ ੧॥ (੧੩) 470 -1

ਨਾਨਕ ਮੇਰੁ ਸਰੀਰ ਕਾ	naanak mayr sareer kaa
ਇਕੁ ਰਥੁ ਇਕੁ ਰਥਵਾਹੁ॥	ik rath ik rathvaahu.
ਜੁਗੁ ਜੁਗੁ ਫੇਰਿ ਵਟਾਈਅਹਿ	jug jug fayr vataa-ee-ah
ਗਿਆਨੀ ਬੁਝਹਿ ਤਾਹਿ॥	gi-aanee bujheh taahi.
ਸਤਜੁਗਿ ਰਥੁ ਸੰਤੋਖ ਕਾ	satjug rath santokh kaa
ਧਰਮੁ ਅਗੈ ਰਥਵਾਹੁ॥	Dharam agai rathvaahu.
ਤ੍ਰੇਤੈ ਰਥੁ ਜਤੈ ਕਾ	taraytai rath jatai kaa
ਜੋਰੁ ਅਗੈ ਰਥਵਾਹੁ॥	jor agai rathvaahu.
ਦੁਆਪੁਰਿ ਰਥੁ ਤਪੈ ਕਾ	du-aapur rath tapai kaa
ਸਤੁ ਅਗੈ ਰਥਵਾਹੁ॥	sat agai rathvaahu.
ਕਲਜੁਗਿ ਰਥੁ ਅਗਨਿ ਕਾ	kaljug rath agan kaa
ਕੂੜੁ ਅਗੈ ਰਥਵਾਹੁ॥੧॥	koorh agai rathvaahu. ||1||
ਮਃ ੧॥	**mehlaa 1.**
ਸਾਮ ਕਹੈ ਸੇਤੰਬਰੁ ਸੁਆਮੀ	saam kahai saytambar su-aamee
ਸਚ ਮਹਿ ਆਛੈ ਸਾਚਿ ਰਹੇ॥	sach meh aachhai saach rahay.
ਸਭੁ ਕੋ ਸਚਿ ਸਮਾਵੈ॥	sabh ko sach samaavai.
ਰਿਗੁ ਕਹੈ ਰਹਿਆ ਭਰਪੂਰਿ॥	rig kahai rahi-aa bharpoor.
ਰਾਮ ਨਾਮੁ ਦੇਵਾ ਮਹਿ ਸੂਰੁ॥	raam naam dayvaa meh soor.
ਨਾਇ ਲਇਐ ਪਰਾਛਤ ਜਾਹਿ॥	naa-ay la-i-ai paraachhat jaahi.
ਨਾਨਕ ਤਉ ਮੋਖੰਤਰੁ ਪਾਹਿ॥	naanak ta-o mokhantar paahi.

ਜੁਜ ਮਹਿ ਜੋਰਿ ਛਲੀ ਚੰਦ੍ਰਾਵਲਿ	juj meh jor chhalee chandraaval
ਕਾਨ੍ ਕ੍ਰਿਸਨੁ ਜਾਦਮੁ ਭਇਆ॥	kaanH krisan jaadam bha-i-aa.
ਪਾਰਜਾਤੁ ਗੋਪੀ ਲੈ ਆਇਆ	paarjaat gopee lai aa-i-aa bindraa-
ਬਿੰਦ੍ਰਾਬਨ ਮਹਿ ਰੰਗੁ ਕੀਆ॥	ban meh rang kee-aa.
ਕਲਿ ਮਹਿ ਬੇਦੁ ਅਥਰਬਣੁ ਹੂਆ,	kal meh bayd atharban hoo-aa
ਨਾਉ ਖੁਦਾਈ ਅਲਹੁ ਭਇਆ॥	naa-o khudaa-ee alhu bha-i-aa.
ਨੀਲ ਬਸਤ੍ਰ ਲੇ ਕਪੜੇ ਪਹਿਰੇ	neel bastar lay kaprhay pahiray tu-
ਤੁਰਕ ਪਠਾਣੀ ਅਮਲੁ ਕੀਆ॥	rak pathaanee amal kee-aa.
ਚਾਰੇ ਵੇਦ ਹੋਏ ਸਚਿਆਰ॥	chaaray vayd ho-ay sachiaar.
ਪੜਹਿ ਗੁਣਹਿ ਤਿਨ੍ ਚਾਰ ਵੀਚਾਰ॥	parheh guneh tinH chaar veechaar.
ਭਉ ਭਗਤਿ ਕਰਿ ਨੀਚੁ ਸਦਾਏ॥	bhaa-o bhagat kar neech sadaa-ay.
ਤਉ ਨਾਨਕ ਮੋਖੰਤਰੁ ਪਾਏ॥੨॥	ta-o naanak mokhantar paa-ay. ||2||
ਪਉੜੀ॥	**pa-orhee.**
ਸਤਿਗੁਰ ਵਿਟਹੁ ਵਾਰਿਆ,	satgur vitahu vaari-aa
ਜਿਤੁ ਮਿਲਿਐ ਖਸਮੁ ਸਮਾਲਿਆ॥	jit mili-ai khasam samaali-aa.
ਜਿਨਿ ਕਰਿ ਉਪਦੇਸੁ ਗਿਆਨ ਅੰਜਨੁ ਦੀਆ,	jin kar updays gi-aan anjan dee-aa
ਇਨ੍ਹੀ ਨੇਤ੍ਰੀ ਜਗਤੁ ਨਿਹਾਲਿਆ॥	inHee naytree jagat nihaali-aa.
ਖਸਮੁ ਛੋਡਿ ਦੂਜੈ ਲਗੇ	khasam chhod doojai lagay
ਡੁਬੇ ਸੇ ਵਣਜਾਰਿਆ॥	dubay say vanjaari-aa.
ਸਤਿਗੁਰੂ ਹੈ ਬੋਹਿਥਾ	satguroo hai bohithaa
ਵਿਰਲੈ ਕਿਨੈ ਵੀਚਾਰਿਆ॥	virlai kinai veechaari-aa.
ਕਰਿ ਕਿਰਪਾ ਪਾਰਿ ਉਤਾਰਿਆ॥੧੩॥	kar kirpaa paar utaari-aa. ||13||

14. ਸਲੋਕੁ ਮਃ ੧॥ (੧੪) 470-12

ਸਿੰਮਲ ਰੁਖੁ ਸਰਾਇਰਾ	simmal rukh saraa-iraa
ਅਤਿ ਦੀਰਘ ਅਤਿ ਮੁਚੁ॥	at deeragh at much.
ਓਇ ਜਿ ਆਵਹਿ ਆਸ ਕਰਿ	o-ay je aavahi aas kar
ਜਾਹਿ ਨਿਰਾਸੇ ਕਿਤੁ॥	jaahi niraasay kit.
ਫਲ ਫਿਕੇ ਫੁਲ ਬਕਬਕੇ	fal fikay ful bakbakay
ਕੰਮਿ ਨ ਆਵਹਿ ਪਤ॥	kamm na aavahi pat.
ਮਿਠਤੁ ਨੀਵੀ ਨਾਨਕਾ	mithat neevee naankaa
ਗੁਣ ਚੰਗਿਆਈਆ ਤਤੁ॥	gun chang-aa-ee-aa tat.
ਸਭੁ ਕੋ ਨਿਵੈ ਆਪ ਕਉ	sabh ko nivai aap ka-o
ਪਰ ਕਉ ਨਿਵੈ ਨ ਕੋਇ॥	par ka-o nivai na ko-ay.
ਧਰਿ ਤਾਰਾਜੂ ਤੋਲੀਐ	Dhar taaraajoo tolee-ai
ਨਿਵੈ ਸੁ ਗਉਰਾ ਹੋਇ॥	nivai so ga-uraa ho-ay.
ਅਪਰਾਧੀ ਦੂਣਾ ਨਿਵੈ	apraaDhee doonaa nivai
ਜੋ ਹੰਤਾ ਮਿਰਗਾਹਿ॥	jo hantaa miragaahi.
ਸੀਸਿ ਨਿਵਾਇਐ ਕਿਆ ਥੀਐ	sees nivaa-i-ai ki-aa thee-ai
ਜਾ ਰਿਦੈ ਕੁਸੁਧੇ ਜਾਹਿ॥੧॥	jaa ridai kusuDhay jaahi. ||1||
ਮਃ ੧॥	**mehlaa 1.**
ਪੜਿ ਪੁਸਤਕ ਸੰਧਿਆ ਬਾਦੰ॥	parh pustak sanDhi-aa baadaN.
ਸਿਲ ਪੂਜਸਿ ਬਗੁਲ ਸਮਾਧੰ॥	sil poojas bagul samaaDhaN.
ਮੁਖਿ ਝੂਠ ਬਿਭੂਖਣ ਸਾਰੰ॥	mukh jhooth bibhookhan saaraN.
ਤ੍ਰੈਪਾਲ ਤਿਹਾਲ ਬਿਚਾਰੰ॥	taraipaal tihaal bichaaraN.
ਗਲਿ ਮਾਲਾ ਤਿਲਕੁ ਲਿਲਾਟੰ॥	gal maalaa tilak lilaataN.
ਦੁਇ ਧੋਤੀ ਬਸਤ੍ਰ ਕਪਾਟੰ॥	du-ay Dhotee bastar kapaataN.
ਜੇ ਜਾਣਸਿ ਬ੍ਰਹਮੰ ਕਰਮੰ॥	jay jaanas barahmaN karmaN.

ਸਭਿ ਫੋਕਟ ਨਿਸਚਉ ਕਰਮੰ॥	sabh fokat nischa-o karmaN.
ਕਹੁ ਨਾਨਕ ਨਿਹਚਉ ਧਿਆਵੈ॥	kaho naanak nihcha-o Dhi-aavai.
ਵਿਣੁ ਸਤਿਗੁਰ ਵਾਟ ਨ ਪਾਵੈ॥੨॥	vin satgur vaat na paavai. ||2||
ਪਉੜੀ॥	**pa-orhee.**
ਕਪੜੁ ਰੂਪੁ ਸੁਹਾਵਣਾ	kaparh roop suhaavanaa
ਛਡਿ ਦੁਨੀਆ ਅੰਦਰਿ ਜਾਵਣਾ॥	chhad dunee-aa andar jaavnaa.
ਮੰਦਾ ਚੰਗਾ ਆਪਣਾ	mandaa changa aapnaa
ਆਪੇ ਹੀ ਕੀਤਾ ਪਾਵਣਾ॥	aapay hee keetaa paavnaa.
ਹੁਕਮ ਕੀਏ ਮਨਿ ਭਾਵਦੇ	hukam kee-ay man bhaavday
ਰਾਹਿ ਭੀੜੈ ਅਗੈ ਜਾਵਣਾ॥	raahi bheerhai agai jaavnaa.
ਨੰਗਾ ਦੋਜਕਿ ਚਾਲਿਆ	nangaa dojak chaali-aa
ਤਾ ਦਿਸੈ ਖਰਾ ਡਰਾਵਣਾ॥	taa disai kharaa daraavanaa.
ਕਰਿ ਅਉਗਣ ਪਛੋਤਾਵਣਾ॥੧੪॥	kar a-ugan pachhotaavanaa. ||14||

15. ਸਲੋਕੁ ਮਃ ੧॥ (੧੫) 471-2

ਦਇਆ ਕਪਾਹ ਸੰਤੋਖੁ	da-i-aa kapaah santokh
ਸੂਤੁ ਜਤੁ ਗੰਢੀ ਸਤੁ ਵਟੁ॥	soot jat gandhee sat vat.
ਏਹੁ ਜਨੇਊ ਜੀਅ ਕਾ	ayhu janay-oo jee-a kaa
ਹਈ ਤ ਪਾਡੇ ਘਤੁ॥	ha-ee ta paaday ghat.
ਨਾ ਏਹੁ ਤੁਟੈ ਨ ਮਲੁ ਲਗੈ	naa ayhu tutai naa mal lagai
ਨਾ ਏਹੁ ਜਲੈ ਨ ਜਾਇ॥	naa ayhu jalai na jaa-ay.
ਧੰਨੁ ਸੁ ਮਾਣਸ ਨਾਨਕਾ	Dhan so maanas naankaa
ਜੋ ਗਲਿ ਚਲੇ ਪਾਇ॥	jo gal chalay paa-ay.
ਚਉਕੜਿ ਮੁਲਿ ਅਣਾਇਆ	cha-ukarh mul anaa-i-aa
ਬਹਿ ਚਉਕੈ ਪਾਇਆ॥	bahi cha-ukai paa-i-aa.
ਸਿਖਾ ਕੰਨਿ ਚੜਾਈਆ	sikhaa kann charhaa-ee-aa
ਗੁਰੁ ਬ੍ਰਾਹਮਣੁ ਥਿਆ॥	gur baraahman thi-aa.
ਓਹੁ ਮੁਆ ਓਹੁ ਝੜਿ ਪਇਆ	oh mu-aa oh jharh pa-i-aa
ਵੇਤਗਾ ਗਇਆ॥੧॥	vaytgaa ga-i-aa. ||1||
ਮਃ ੧॥	**mehlaa 1.**
ਲਖ ਚੋਰੀਆ ਲਖ ਜਾਰੀਆ	lakh choree-aa lakh jaaree-aa
ਲਖ ਕੂੜੀਆ ਲਖ ਗਾਲਿ॥	lakh koorhee-aa lakh gaal.
ਲਖ ਠਗੀਆ ਪਹਿਨਾਮੀਆ	lakh thagee-aa pahinaamee-aa
ਰਾਤਿ ਦਿਨਸੁ ਜੀਅ ਨਾਲਿ॥	raat dinas jee-a naal.
ਤਗੁ ਕਪਾਹਹੁ ਕਤੀਐ	tag kapaahahu katee-ai
ਬਾਮ੍ਣੁ ਵਟੇ ਆਇ॥	baamHan vatay aa-ay.
ਕੁਹਿ ਬਕਰਾ ਰਿੰਨ੍ਹਿ ਖਾਇਆ	kuhi bakraa rinniH khaa-i-aa
ਸਭੁ ਕੋ ਆਖੈ ਪਾਇ॥	sabh ko aakhai paa-ay.
ਹੋਇ ਪੁਰਾਣਾ ਸੁਟੀਐ	ho-ay puraanaa sutee-ai
ਭੀ ਫਿਰਿ ਪਾਈਐ ਹੋਰੁ॥	bhee fir paa-ee-ai hor.
ਨਾਨਕ ਤਗੁ ਨ ਤੁਟਈ	naanak tag na tut-ee
ਜੇ ਤਗਿ ਹੋਵੈ ਜੋਰੁ॥੨॥	jay tag hovai jor. ||2||
ਮਃ ੧॥	**mehlaa 1.**
ਨਾਇ ਮੰਨਿਐ ਪਤਿ ਊਪਜੈ	naa-ay mani-ai pat oopjai
ਸਾਲਾਹੀ ਸਚੁ ਸੂਤੁ॥	saalaahee sach soot.
ਦਰਗਹ ਅੰਦਰਿ ਪਾਈਐ	dargeh andar paa-ee-ai
ਤਗੁ ਨ ਤੂਟਸਿ ਪੂਤ॥੩॥	tag na tootas poot. ||3||

ਮਃ ੧॥	**mehlaa 1.**
ਤਗੁ ਨ ਇੰਦ੍ਰੀ ਤਗੁ ਨ ਨਾਰੀ॥	tag na indree tag na naaree.
ਭਲਕੇ ਥੁਕ ਪਵੈ ਨਿਤ ਦਾੜੀ॥	bhalkay thuk pavai nit daarhee.
ਤਗੁ ਨ ਪੈਰੀ ਤਗੁ ਨ ਹਥੀ॥	tag na pairee tag na hathee.
ਤਗੁ ਨ ਜਿਹਵਾ ਤਗੁ ਨ ਅਖੀ॥	tag na jihvaa tag na akhee.
ਵੇਤਗਾ ਆਪੇ ਵਤੈ॥	vaytgaa aapay vatai.
ਵਟਿ ਧਾਗੇ ਅਵਰਾ ਘਤੈ॥	vat Dhaagay avraa ghatai.
ਲੈ ਭਾੜਿ ਕਰੇ ਵੀਆਹੁ॥	lai bhaarh karay vee-aahu.
ਕਢਿ ਕਾਗਲੁ ਦਸੇ ਰਾਹੁ॥	kadh kaagal dasay raahu.
ਸੁਣਿ ਵੇਖਹੁ ਲੋਕਾ ਏਹੁ ਵਿਡਾਣੁ॥	sun vaykhhu lokaa ayhu vidaan.
ਮਨਿ ਅੰਧਾ ਨਾਉ ਸੁਜਾਣੁ॥੪॥	man anDhaa naa-o sujaan. ||4||
ਪਉੜੀ॥	**pa-orhee.**
ਸਾਹਿਬੁ ਹੋਇ ਦਇਆਲੁ ਕਿਰਪਾ ਕਰੇ,	saahib ho-ay da-i-aal kirpaa karay taa
ਤਾ ਸਾਈ ਕਾਰ ਕਰਾਇਸੀ॥	saa-ee kaar karaa-isee.
ਸੋ ਸੇਵਕੁ ਸੇਵਾ ਕਰੇ	so sayvak sayvaa karay
ਜਿਸ ਨੋ ਹੁਕਮੁ ਮਨਾਇਸੀ॥	jis no hukam manaa-isee.
ਹੁਕਮਿ ਮੰਨਿਐ ਹੋਵੈ ਪਰਵਾਣੁ,	hukam mani-ai hovai parvaan
ਤਾ ਖਸਮੈ ਕਾ ਮਹਲੁ ਪਾਇਸੀ॥	taa khasmai kaa mahal paa-isee.
ਖਸਮੈ ਭਾਵੈ ਸੋ ਕਰੇ,	khasmai bhaavai so karay
ਮਨਹੁ ਚਿੰਦਿਆ ਸੋ ਫਲੁ ਪਾਇਸੀ॥	manhu chindi-aa so fal paa-isee.
ਤਾ ਦਰਗਹ ਪੈਧਾ ਜਾਇਸੀ॥੧੫॥	taa dargeh paiDhaa jaa-isee. ||15||

16. ਸਲੋਕੁ ਮਃ ੧॥ (੧੬) 471-14

ਗਊ ਬਿਰਾਹਮਣ ਕਉ ਕਰੁ ਲਾਵਹੁ,	ga-oo biraahman ka-o kar laavhu
ਗੋਬਰਿ ਤਰਣੁ ਨ ਜਾਈ॥	gobar taran na jaa-ee.
ਧੋਤੀ ਟਿਕਾ ਤੈ ਜਪਮਾਲੀ,	Dhotee tikaa tai japmaalee
ਧਾਨੁ ਮਲੇਛਾਂ ਖਾਈ॥	Dhaan malaychhaaN khaa-ee.
ਅੰਤਰਿ ਪੂਜਾ ਪੜਹਿ ਕਤੇਬਾ	antar poojaa parheh kataybaa
ਸੰਜਮੁ ਤੁਰਕਾ ਭਾਈ॥	sanjam turkaa bhaa-ee.
ਛੋਡੀਲੇ ਪਾਖੰਡਾ॥	chhodeelay paakhandaa.
ਨਾਮਿ ਲਇਐ ਜਾਹਿ ਤਰੰਦਾ॥੧॥	naam la-i-ai jaahi tarandaa. ||1||
ਮਃ ੧॥	**mehlaa 1.**
ਮਾਣਸ ਖਾਣੇ ਕਰਹਿ ਨਿਵਾਜ॥	maanas khaanay karahi nivaaj.
ਛੁਰੀ ਵਗਾਇਨਿ ਤਿਨ ਗਲਿ ਤਾਗ॥	chhuree vagaa-in tin gal taag.
ਤਿਨ ਘਰਿ ਬ੍ਰਹਮਣ ਪੂਰਹਿ ਨਾਦ॥	tin ghar barahman pooreh naad.
ਉਨ੍ਹਾ ਭਿ ਆਵਹਿ ਓਈ ਸਾਦ॥	unHaa bhe aavahi o-ee saad.
ਕੂੜੀ ਰਾਸਿ ਕੂੜਾ ਵਾਪਾਰੁ॥	koorhee raas koorhaa vaapaar.
ਕੂੜੁ ਬੋਲਿ ਕਰਹਿ ਆਹਾਰੁ॥	koorh bol karahi aahaar.
ਸਰਮ ਧਰਮ ਕਾ ਡੇਰਾ ਦੂਰਿ॥	saram Dharam kaa dayraa door.
ਨਾਨਕ ਕੂੜੁ ਰਹਿਆ ਭਰਪੂਰਿ॥	naanak koorh rahi-aa bharpoor.
ਮਥੈ ਟਿਕਾ ਤੇੜਿ ਧੋਤੀ ਕਖਾਈ॥	mathai tikaa tayrh Dhotee kakhaa-ee.
ਹਥਿ ਛੁਰੀ ਜਗਤ ਕਾਸਾਈ॥	hath chhuree jagat kaasaa-ee.
ਨੀਲ ਵਸਤ੍ਰ ਪਹਿਰਿ ਹੋਵਹਿ ਪਰਵਾਣੁ॥	neel vastar pahir hoveh parvaan.
ਮਲੇਛ ਧਾਨੁ ਲੇ ਪੂਜਹਿ ਪੁਰਾਣੁ॥	malaychh Dhaan lay poojeh puraan.
ਅਭਾਖਿਆ ਕਾ ਕੁਠਾ ਬਕਰਾ ਖਾਣਾ॥	abhaakhi-aa kaa kuthaa bakraa khaanaa.
ਚਉਕੇ ਉਪਰਿ ਕਿਸੈ ਨ ਜਾਣਾ॥	cha-ukay upar kisai na jaanaa.
ਦੇ ਕੈ ਚਉਕਾ ਕਢੀ ਕਾਰ॥	day kai cha-ukaa kadhee kaar.

ਉਪਰਿ ਆਇ ਬੈਠੇ ਕੂੜਿਆਰ॥
upar aa-ay baithay koorhi-aar.

ਮਤੁ ਭਿਟੈ ਵੇ ਮਤੁ ਭਿਟੈ॥
mat bhitai vay mat bhitai.

ਇਹੁ ਅੰਨੁ ਅਸਾਡਾ ਫਿਟੈ॥
ih ann asaadaa fitai.

ਤਨਿ ਫਿਟੈ ਫੇੜ ਕਰੇਨਿ॥
tan fitai fayrh karayn.

ਮਨਿ ਜੂਠੈ ਚੁਲੀ ਭਰੇਨਿ॥
man joothai chulee bharayn.

ਕਹੁ ਨਾਨਕ ਸਚੁ ਧਿਆਈਐ॥
kaho naanak sach Dhi-aa-ee-ai.

ਸੁਚਿ ਹੋਵੈ ਤਾ ਸਚੁ ਪਾਈਐ॥੨॥
such hovai taa sach paa-ee-ai. ||2||

ਪਉੜੀ॥
pa-orhee.

ਚਿਤੈ ਅੰਦਰਿ ਸਭੁ ਕੋ ਵੇਖਿ
chitai andar sabh ko vaykh

ਨਦਰੀ ਹੇਠਿ ਚਲਾਇਦਾ॥
nadree hayth chalaa-idaa.

ਆਪੇ ਦੇ ਵਡਿਆਈਆ
aapay day vadi-aa-ee-aa

ਆਪੇ ਹੀ ਕਰਮ ਕਰਾਇਦਾ॥
aapay hee karam karaa-idaa.

ਵਡਹੁ ਵਡਾ ਵਡ ਮੇਦਨੀ
vadahu vadaa vad maydnee

ਸਿਰੇ ਸਿਰਿ ਧੰਧੈ ਲਾਇਦਾ॥
siray sir DhanDhai laa-idaa.

ਨਦਰਿ ਉਪਠੀ ਜੇ ਕਰੇ
nadar upthee jay karay

ਸੁਲਤਾਨਾ ਘਾਹੁ ਕਰਾਇਦਾ॥
sultaanaa ghaahu karaa-idaa.

ਦਰਿ ਮੰਗਨਿ ਭਿਖ ਨ ਪਾਇਦਾ॥੧੬॥
dar mangan bhikh na paa-idaa. ||16||

17. ਸਲੋਕੁ ਮਃ ੧॥ (੧੨) 472-7

ਜੇ ਮੋਹਾਕਾ ਘਰੁ ਮੁਹੈ
jay mohaakaa ghar muhai

ਘਰੁ ਮੁਹਿ ਪਿਤਰੀ ਦੇਇ॥
ghar muhi pitree day-ay.

ਅਗੈ ਵਸਤੁ ਸਿਞਾਣੀਐ
agai vasat sinjaanee-ai

ਪਿਤਰੀ ਚੋਰ ਕਰੇਇ॥
pitree chor karay-i.

ਵਢੀਅਹਿ ਹਥ ਦਲਾਲ ਕੇ
vadhee-ah hath dalaal kay

ਮੁਸਫੀ ਏਹ ਕਰੇਇ॥
musfee ayh karay-i.

ਨਾਨਕ ਅਗੈ ਸੋ ਮਿਲੈ
naanak agai so milai

ਜਿ ਖਟੇ ਘਾਲੇ ਦੇਇ॥੧॥
je khatay ghaalay day-ay. ||1||

ਮਃ ੧॥
mehlaa 1.

ਜਿਉ ਜੋਰੂ ਸਿਰਨਾਵਣੀ
Ji-o joroo sirnaavanee

ਆਵੈ ਵਾਰੋ ਵਾਰ॥
aavai vaaro vaar.

ਜੂਠੇ ਜੂਠਾ ਮੁਖਿ ਵਸੈ
joothay joothaa mukh vasai

ਨਿਤ ਨਿਤ ਹੋਇ ਖੁਆਰੁ॥
nit nit ho-ay khu-aar.

ਸੂਚੇ ਏਹਿ ਨ ਆਖੀਅਹਿ
soochay ayhi na aakhee-ahi

ਬਹਨਿ ਜਿ ਪਿੰਡਾ ਧੋਇ॥
bahan je pindaa Dho-ay.

ਸੂਚੇ ਸੇਈ ਨਾਨਕਾ
soochay say-ee naankaa

ਜਿਨ ਮਨਿ ਵਸਿਆ ਸੋਇ॥੨॥
jin man vasi-aa so-ay. ||2||

ਪਉੜੀ॥
pa-orhee.

ਤੁਰੇ ਪਲਾਣੇ ਪਉਣ ਵੇਗ
turay palaanay pa-un vayg

ਹਰ ਰੰਗੀ ਹਰਮ ਸਵਾਰਿਆ॥
har rangee haram savaari-aa.

ਕੋਠੇ ਮੰਡਪ ਮਾੜੀਆ
kothay mandap maarhee-aa

ਲਾਇ ਬੈਠੇ ਕਰਿ ਪਾਸਾਰਿਆ॥
laa-ay baithay kar paasaari-aa.

ਚੀਜ ਕਰਨਿ ਮਨਿ ਭਾਵਦੇ
cheej karan man bhaavday

ਹਰਿ ਬੁਝਨਿ ਨਾਹੀ ਹਾਰਿਆ॥
har bujhan naahee haari-aa.

ਕਰਿ ਫੁਰਮਾਇਸਿ ਖਾਇਆ,
kar furmaa-is khaa-i-aa,

ਵੇਖਿ ਮਹਲਤਿ ਮਰਣੁ ਵਿਸਾਰਿਆ॥
vaykh mahlat maran visaari-aa.

ਜਰੁ ਆਈ ਜੋਬਨਿ ਹਾਰਿਆ॥੧੭॥
jar aa-ee joban haari-aa. ||17||

18. ਸਲੋਕੁ ਮਃ ੧॥ (੧੮) 472-13

ਜੇ ਕਰਿ ਸੂਤਕੁ ਮੰਨੀਐ	jay kar sootak mannee-ai
ਸਭ ਤੈ ਸੂਤਕੁ ਹੋਇ॥	sabh tai sootak ho-ay.
ਗੋਹੇ ਅਤੈ ਲਕੜੀ	gohay atai lakrhee
ਅੰਦਰਿ ਕੀੜਾ ਹੋਇ॥	andar keerhaa ho-ay.
ਜੇਤੇ ਦਾਣੇ ਅੰਨ ਕੇ	jaytay daanay ann kay
ਜੀਆ ਬਾਝੁ ਨ ਕੋਇ॥	jee-aa baajh na ko-ay.
ਪਹਿਲਾ ਪਾਣੀ ਜੀਉ ਹੈ	pahilaa paanee jee-o hai
ਜਿਤੁ ਹਰਿਆ ਸਭੁ ਕੋਇ॥	jit hari-aa sabh ko-ay.
ਸੂਤਕੁ ਕਿਉ ਕਰਿ ਰਖੀਐ	sootak ki-o kar rakhee-ai
ਸੂਤਕੁ ਪਵੈ ਰਸੋਇ॥	sootak pavai raso-ay.
ਨਾਨਕ ਸੂਤਕੁ ਏਵ ਨ ਉਤਰੈ	naanak sootak ayv na utrai
ਗਿਆਨੁ ਉਤਾਰੇ ਧੋਇ॥੧॥	gi-aan utaaray Dho-ay. ||1||
ਮਃ ੧॥	**mehlaa 1.**
ਮਨ ਕਾ ਸੂਤਕੁ ਲੋਭੁ ਹੈ	man kaa sootak lobh hai
ਜਿਹਵਾ ਸੂਤਕੁ ਕੂੜੁ॥	jihvaa sootak koorh.
ਅਖੀ ਸੂਤਕੁ ਵੇਖਣਾ	akhee sootak vaykh-naa
ਪਰ ਤ੍ਰਿਅ ਪਰ ਧਨ ਰੂਪੁ॥	par tari-a par Dhan roop.
ਕੰਨੀ ਸੂਤਕੁ ਕੰਨਿ ਪੈ	kannee sootak kann pai
ਲਾਇਤਬਾਰੀ ਖਾਹਿ॥	laa-itbaaree khaahi.
ਨਾਨਕ ਹੰਸਾ ਆਦਮੀ	naanak hansaa aadmee
ਬਧੇ ਜਮ ਪੁਰਿ ਜਾਹਿ॥੨॥	baDhay jam pur jaahi. ||2||
ਮਃ ੧॥	**mehlaa 1.**
ਸਭੋ ਸੂਤਕੁ ਭਰਮੁ ਹੈ	sabho sootak bharam hai
ਦੂਜੈ ਲਗੈ ਜਾਇ॥	doojai lagai jaa-ay.
ਜੰਮਣੁ ਮਰਣਾ ਹੁਕਮੁ ਹੈ	jaman marnaa hukam hai
ਭਾਣੈ ਆਵੈ ਜਾਇ॥	bhaanai aavai jaa-ay.
ਖਾਣਾ ਪੀਣਾ ਪਵਿਤ੍ਰੁ ਹੈ	khaanaa peenaa pavitar hai
ਦਿਤੋਨੁ ਰਿਜਕੁ ਸੰਬਾਹਿ॥	diton rijak sambaahi.
ਨਾਨਕ ਜਿਨ੍ਹੀ ਗੁਰਮੁਖਿ ਬੁਝਿਆ	naanak jinHee gurmukh bujhi-aa
ਤਿਨ੍ਹਾ ਸੂਤਕੁ ਨਾਹਿ॥੩॥	tinHaa sootak naahi. ||3||
ਪਉੜੀ॥	**pa-orhee.**
ਸਤਿਗੁਰੁ ਵਡਾ ਕਰਿ ਸਾਲਾਹੀਐ,	satgur vadaa kar salaahee-ai
ਜਿਸੁ ਵਿਚਿ ਵਡੀਆ ਵਡਿਆਈਆ॥	jis vich vadee-aa vadi-aa-ee-aa.
ਸਹਿ ਮੇਲੇ ਤਾ ਨਦਰੀ ਆਈਆ॥	seh maylay taa nadree aa-ee-aa.
ਜਾ ਤਿਸੁ ਭਾਣਾ ਤਾ ਮਨਿ ਵਸਾਈਆ॥	jaa tis bhaanaa taa man vasaa-ee-aa.
ਕਰਿ ਹੁਕਮੁ ਮਸਤਕਿ ਹਥੁ ਧਰਿ,	kar hukam mastak hath Dhar
ਵਿਚਹੁ ਮਾਰਿ ਕਢੀਆ ਬੁਰਿਆਈਆ॥	vichahu maar kadhee-aa buri-aa-ee-aa.
ਸਹਿ ਤੁਠੈ ਨਉ ਨਿਧਿ ਪਾਈਆ॥੧੮॥	seh tuthai na-o niDh paa-ee-aa. ||18||

19. ਸਲੋਕੁ ਮਃ ੧॥ (੧੯) 473-3

ਪਹਿਲਾ ਸੁਚਾ ਆਪਿ ਹੋਇ	pahilaa suchaa aap ho-ay
ਸੁਚੈ ਬੈਠਾ ਆਇ॥	suchai baithaa aa-ay.
ਸੁਚੇ ਅਗੈ ਰਖਿਓਨੁ	suchay agai rakhi-on
ਕੋਇ ਨ ਭਿਟਿਓ ਜਾਇ॥	ko-ay na bhiti-o jaa-ay.
ਸੁਚਾ ਹੋਇ ਕੈ ਜੇਵਿਆ	suchaa ho-ay kai jayvi-aa
ਲਗਾ ਪੜਣਿ ਸਲੋਕੁ॥	lagaa parhan salok.
ਕੁਹਥੀ ਜਾਈ ਸਟਿਆ	kuhthee jaa-ee sati-aa

ਕਿਸੁ ਏਹੁ ਲਗਾ ਦੋਖੁ॥

kis ayhu lagaa dokh.

ਅੰਨੁ ਦੇਵਤਾ ਪਾਣੀ ਦੇਵਤਾ

ਬੈਸੰਤਰੁ ਦੇਵਤਾ ਲੂਣੁ,

ann dayvtaa paanee dayvtaa bai-

santar dayvtaa loon

ਪੰਜਵਾ ਪਾਇਆ ਘਿਰਤੁ॥

panjvaa paa-i-aa ghirat.

ਤਾ ਹੋਆ ਪਾਕੁ ਪਵਿਤੁ॥

taa ho-aa paak pavit.

ਪਾਪੀ ਸਿਉ ਤਨੁ ਗਡਿਆ

paapee si-o tan gadi-aa

ਥੁਕਾ ਪਈਆ ਤਿਤੁ॥

thukaa pa-ee-aa tit.

ਜਿਤੁ ਮੁਖਿ ਨਾਮੁ ਨ ਊਚਰਹਿ

jit mukh naam na oochrahi

ਬਿਨੁ ਨਾਵੈ ਰਸ ਖਾਹਿ॥

bin naavai ras khaahi.

ਨਾਨਕ ਏਵੈ ਜਾਣੀਐ

naanak ayvai jaanee-ai

ਤਿਤੁ ਮੁਖਿ ਥੁਕਾ ਪਾਹਿ॥੧॥

tit mukh thukaa paahi. ||1||

ਮਃ ੧॥

mehlaa 1.

ਭੰਡਿ ਜੰਮੀਐ ਭੰਡਿ ਨਿੰਮੀਐ

bhand jammee-ai bhand nimmee-ai

ਭੰਡਿ ਮੰਗਣੁ ਵੀਆਹੁ॥

bhand mangan vee-aahu.

ਭੰਡਹੁ ਹੋਵੈ ਦੋਸਤੀ

bhandahu hovai dostee

ਭੰਡਹੁ ਚਲੈ ਰਾਹੁ॥

bhandahu chalai raahu.

ਭੰਡੁ ਮੁਆ ਭੰਡੁ ਭਾਲੀਐ

bhand mu-aa bhand bhaalee-ai

ਭੰਡਿ ਹੋਵੈ ਬੰਧਾਨੁ॥

bhand hovai banDhaan.

ਸੋ ਕਿਉ ਮੰਦਾ ਆਖੀਐ

so ki-o mandaa aakhee-ai

ਜਿਤੁ ਜੰਮਹਿ ਰਾਜਾਨ॥

jit jameh raajaan.

ਭੰਡਹੁ ਹੀ ਭੰਡੁ ਊਪਜੈ

bhandahu hee bhand oopjai

ਭੰਡੈ ਬਾਝੁ ਨ ਕੋਇ॥

bhandai baajh na ko-ay.

ਨਾਨਕ ਭੰਡੈ ਬਾਹਰਾ

naanak bhandai baahraa

ਏਕੋ ਸਚਾ ਸੋਇ॥

ayko sachaa so-ay.

ਜਿਤੁ ਮੁਖਿ ਸਦਾ ਸਾਲਾਹੀਐ

jit mukh sadaa salaahee-ai

ਭਾਗਾ ਰਤੀ ਚਾਰਿ॥

bhaagaa ratee chaar.

ਨਾਨਕ ਤੇ ਮੁਖ ਊਜਲੇ

naanak tay mukh oojlay

ਤਿਤੁ ਸਚੈ ਦਰਬਾਰਿ॥੨॥

tit sachai darbaar. ||2||

ਪਉੜੀ॥

pa-orhee.

ਸਭੁ ਕੋ ਆਖੈ ਆਪਣਾ

sabh ko aakhai aapnaa

ਜਿਸੁ ਨਾਹੀ ਸੋ ਚੁਣਿ ਕਢੀਐ॥

jis naahee so chun kadhee-ai.

ਕੀਤਾ ਆਪੋ ਆਪਣਾ

keetaa aapo aapnaa

ਆਪੇ ਹੀ ਲੇਖਾ ਸੰਢੀਐ॥

aapay hee laykhaa sandhee-ai.

ਜਾ ਰਹਣਾ ਨਾਹੀ ਐਤੁ ਜਗਿ

jaa rahnaa naahee ait jag

ਤਾ ਕਾਇਤੁ ਗਾਰਬਿ ਹੰਢੀਐ॥

taa kaa-it gaarab handhee-ai.

ਮੰਦਾ ਕਿਸੈ ਨ ਆਖੀਐ

mandaa kisai na aakhee-ai

ਪੜਿ ਅਖਰੁ ਏਹੋ ਬੁਝੀਐ॥

parh akhar ayho bujhee-ai.

ਮੂਰਖੈ ਨਾਲਿ ਨ ਲੁਝੀਐ॥੧੯॥

moorkhai naal na lujhee-ai. ||19||

20. ਸਲੋਕੁ ਮਃ ੧॥ (੨੦) 473-13

ਨਾਨਕ ਫਿਕੈ ਬੋਲਿਐ

naanak fikai boli-ai

ਤਨੁ ਮਨੁ ਫਿਕਾ ਹੋਇ॥

tan man fikaa ho-ay.

ਫਿਕੋ ਫਿਕਾ ਸਦੀਐ

fiko fikaa sadee-ai

ਫਿਕੇ ਫਿਕੀ ਸੋਇ॥

fikay fikee so-ay.

ਫਿਕਾ ਦਰਗਹ ਸਟੀਐ

fikaa dargeh satee-ai

ਮੁਹਿ ਥੁਕਾ ਫਿਕੇ ਪਾਇ॥

muhi thukaa fikay paa-ay.

ਫਿਕਾ ਮੂਰਖੁ ਆਖੀਐ

fikaa moorakh aakhee-ai

ਪਾਣਾ ਲਹੈ ਸਜਾਇ॥੧॥

paanaa lahai sajaa-ay. ||1|

ਮਃ ੧॥

ਅੰਦਰਹੁ ਝੂਠੇ ਪੈਜ ਬਾਹਰਿ
ਦੁਨੀਆ ਅੰਦਰਿ ਫੈਲੁ॥
ਅਠਸਠਿ ਤੀਰਥ ਜੇ ਨਾਵਹਿ
ਉਤਰੈ ਨਾਹੀ ਮੈਲੁ॥
ਜਿਨੑ ਪਟੁ ਅੰਦਰਿ ਬਾਹਰਿ ਗੁਦੜੁ
ਤੇ ਭਲੇ ਸੰਸਾਰਿ॥
ਤਿਨੑ ਨੇਹੁ ਲਗਾ ਰਬ ਸੇਤੀ
ਦੇਖਨੑੇ ਵੀਚਾਰਿ॥
ਰੰਗਿ ਹਸਹਿ ਰੰਗਿ ਰੋਵਹਿ
ਚੁਪ ਭੀ ਕਰਿ ਜਾਹਿ॥
ਪਰਵਾਹ ਨਾਹੀ ਕਿਸੈ ਕੇਰੀ
ਬਾਝੁ ਸਚੇ ਨਾਹ॥
ਦਰਿ ਵਾਟ ਉਪਰਿ ਖਰਚੁ ਮੰਗਾ
ਜਬੈ ਦੇਇ ਤ ਖਾਹਿ॥
ਦੀਬਾਨੁ ਏਕੋ ਕਲਮ ਏਕਾ
ਹਮਾ ਤੁਮੑਾ ਮੇਲੁ॥
ਦਰਿ ਲਏ ਲੇਖਾ ਪੀੜਿ
ਛੁਟੈ ਨਾਨਕਾ ਜਿਉ ਤੇਲੁ॥੨॥

mehlaa 1.

andrahu jhoothay paij baahar
dunee-aa andar fail.
athsath tirath jay naaveh
utrai naahee mail.
jinH pat andar baahar gudarh
tay bhalay sansaar.
tinH nayhu lagaa rab saytee
daykhnHay veechaar.
rang haseh rang roveh
chup bhee kar jaahi.
parvaah naahee kisai kayree
baajh sachay naah.
dar vaat upar kharach mangaa
jabai day-ay ta khaahi.
deebaan ayko kalam aykaa
hamaa tumHaa mayl.
dar la-ay laykhaa peerh
chhutai naankaa Ji-o tayl. ||2||

ਪਉੜੀ॥ ੪੭੪

ਆਪੇ ਹੀ ਕਰਣਾ ਕੀਓ
ਕਲ ਆਪੇ ਹੀ ਤੈ ਧਾਰੀਐ॥
ਦੇਖਹਿ ਕੀਤਾ ਆਪਣਾ
ਧਰਿ ਕਚੀ ਪਕੀ ਸਾਰੀਐ॥
ਜੋ ਆਇਆ ਸੋ ਚਲਸੀ
ਸਭੁ ਕੋਈ ਆਈ ਵਾਰੀਐ॥
ਜਿਸ ਕੇ ਜੀਅ ਪਰਾਣ ਹਹਿ
ਕਿਉ ਸਾਹਿਬੁ ਮਨਹੁ ਵਿਸਾਰੀਐ॥
ਆਪਣ ਹਥੀ ਆਪਣਾ
ਆਪੇ ਹੀ ਕਾਜੁ ਸਵਾਰੀਐ॥੨੦॥

pa-orhee.

aapay hee karnaa kee-o
kal aapay hee tai Dhaaree-ai.
daykheh keetaa aapnaa
Dhar kachee pakee saaree-ai.
jo aa-i-aa so chalsee
sabh ko-ee aa-ee vaaree-ai.
jis kay jee-a paraan heh
ki-o saahib manhu visaaree-ai.
aapan hathee aapnaa
aapay hee kaaj savaaree-ai. ||20||

21. ਸਲੋਕੁ ਮਹਲਾ ੨॥ (੨੧) 474-3

ਏਹ ਕਿਨੇਹੀ ਆਸਕੀ
ਦੂਜੈ ਲਗੈ ਜਾਇ॥
ਨਾਨਕ ਆਸਕੁ ਕਾਂਢੀਐ
ਸਦ ਹੀ ਰਹੈ ਸਮਾਇ॥
ਚੰਗੈ ਚੰਗਾ ਕਰਿ ਮੰਨੇ
ਮੰਦੈ ਮੰਦਾ ਹੋਇ॥
ਆਸਕੁ ਏਹੁ ਨ ਆਖੀਐ
ਜਿ ਲੇਖੈ ਵਰਤੈ ਸੋਇ॥੧॥

ayh kinayhee aaskee
doojai lagai jaa-ay.
naanak aasak kaaNdhee-ai
sad hee rahai samaa-ay.
changai changa kar mannay
mandai mandaa ho-ay.
aasak ayhu na aakhee-ai
je laykhai vartai so-ay. ||1||

ਮਹਲਾ ੨॥

ਸਲਾਮੁ ਜਬਾਬੁ ਦੋਵੈ ਕਰੇ
ਮੁੰਢਹੁ ਘੁਥਾ ਜਾਇ॥
ਨਾਨਕ ਦੋਵੈ ਕੂੜੀਆ
ਥਾਇ ਨ ਕਾਈ ਪਾਇ॥੨॥

mehlaa 2.

salaam jabaab dovai karay
mundhhu ghuthaa jaa-ay.
naanak dovai koorhee-aa
thaa-ay na kaa-ee paa-ay. ||2||

ਪਉੜੀ॥
ਜਿਤੁ ਸੇਵਿਐ ਸੁਖੁ ਪਾਈਐ
ਸੋ ਸਾਹਿਬੁ ਸਦਾ ਸਮ੍ਹਾਲੀਐ॥
ਜਿਤੁ ਕੀਤਾ ਪਾਈਐ ਆਪਣਾ
ਸਾ ਘਾਲ ਬੁਰੀ ਕਿਉ ਘਾਲੀਐ॥
ਮੰਦਾ ਮੂਲਿ ਨ ਕੀਚਈ
ਦੇ ਲੰਮੀ ਨਦਰਿ ਨਿਹਾਲੀਐ॥
ਜਿਉ ਸਾਹਿਬ ਨਾਲਿ ਨ ਹਾਰੀਐ
ਤੇਵੇਹਾ ਪਾਸਾ ਢਾਲੀਐ॥
ਕਿਛੁ ਲਾਹੇ ਉਪਰਿ ਘਾਲੀਐ॥੨੧॥

22. ਸਲੋਕੁ ਮਹਲਾ ੨॥ (੨੨) 474-9

ਚਾਕਰੁ ਲਗੈ ਚਾਕਰੀ
ਨਾਲੇ ਗਾਰਬੁ ਵਾਦੁ॥
ਗਲਾ ਕਰੇ ਘਣੇਰੀਆ
ਖਸਮ ਨ ਪਾਏ ਸਾਦੁ॥
ਆਪੁ ਗਵਾਇ ਸੇਵਾ ਕਰੇ
ਤਾ ਕਿਛੁ ਪਾਏ ਮਾਨੁ॥
ਨਾਨਕ ਜਿਸ ਨੋ ਲਗਾ
ਤਿਸੁ ਮਿਲੈ ਲਗਾ ਸੋ ਪਰਵਾਨੁ॥੧॥

ਮਹਲਾ ੨॥
ਜੋ ਜੀਇ ਹੋਇ ਸੁ ਉਗਵੈ
ਮੁਹ ਕਾ ਕਹਿਆ ਵਾਉ॥
ਬੀਜੇ ਬਿਖੁ ਮੰਗੈ ਅੰਮ੍ਰਿਤੁ
ਵੇਖਹੁ ਏਹੁ ਨਿਆਉ॥੨॥

ਮਹਲਾ ੨॥
ਨਾਲਿ ਇਆਣੇ ਦੋਸਤੀ
ਕਦੇ ਨ ਆਵੈ ਰਾਸਿ॥
ਜੇਹਾ ਜਾਣੈ ਤੇਹੋ ਵਰਤੈ
ਵੇਖਹੁ ਕੋ ਨਿਰਜਾਸਿ॥
ਵਸਤੂ ਅੰਦਰਿ ਵਸਤੁ ਸਮਾਵੈ
ਦੂਜੀ ਹੋਵੈ ਪਾਸਿ॥
ਸਾਹਿਬ ਸੇਤੀ ਹੁਕਮੁ ਨ ਚਲੈ
ਕਹੀ ਬਣੈ ਅਰਦਾਸਿ॥
ਕੂੜਿ ਕਮਾਣੈ ਕੂੜੋ ਹੋਵੈ
ਨਾਨਕ ਸਿਫਤਿ ਵਿਗਾਸਿ॥੩॥

ਮਹਲਾ ੨॥
ਨਾਲਿ ਇਆਣੇ ਦੋਸਤੀ
ਵਡਾਰੂ ਸਿਉ ਨੇਹੁ॥
ਪਾਣੀ ਅੰਦਰਿ ਲੀਕ ਜਿਉ
ਤਿਸ ਦਾ ਥਾਉ ਨ ਥੇਹੁ॥੪॥

ਮਹਲਾ ੨॥
ਹੋਇ ਇਆਣਾ ਕਰੇ ਕੰਮੁ
ਆਣਿ ਨ ਸਕੈ ਰਾਸਿ॥
ਜੇ ਇਕ ਅਧ ਚੰਗੀ ਕਰੇ
ਦੂਜੀ ਭੀ ਵੇਰਾਸਿ॥੫॥

pa-orhee.
jit sayvi-ai sukh paa-ee-ai so saahib sadaa samHaalee-ai.
jit keetaa paa-ee-ai aapnaa saa ghaal buree ki-o ghaalee-ai.
mandaa mool na keech-ee day lammee nadar nihaalee-ai.
Ji-o saahib naal na haaree-ai tavayhaa paasaa dhaalee-ai.
kichh laahay upar ghaalee-ai. ||21||

chaakar lagai chaakree naalay gaarab vaad.
galaa karay ghanayree-aa khasam na paa-ay saad.
aap gavaa-ay sayvaa karay taa kichh paa-ay maan.
naanak jis no lagaa tis milai lagaa so parvaan. ||1||

mehlaa 2.
jo jee-ay ho-ay so ugvai muh kaa kahi-aa vaa-o.
beejay bikh mangai amrit vaykhhu ayhu ni-aa-o. ||2||

mehlaa 2.
naal i-aanay dostee kaday na aavai raas.
jayhaa jaanai tayho vartai vaykhhu ko nirjaas.
vastoo andar vasat samaavai doojee hovai paas.
saahib saytee hukam na chalai kahee banai ardaas.
koorh kamaanai koorho hovai naanak sifat vigaas. ||3||

mehlaa 2.
naal i-aanay dostee vadaaroo si-o nayhu.
paanee andar leek Ji-o tis daa thaa-o na thayhu. ||4||

mehlaa 2.
ho-ay i-aanaa karay kamm aan na sakai raas.
jay ik aDh changee karay doojee bhee vayraas. ||5||

ਪਉੜੀ॥	**pa-orhee.**
ਚਾਕਰੁ ਲਗੈ ਚਾਕਰੀ	chaakar lagai chaakree
ਜੇ ਚਲੈ ਖਸਮੈ ਭਾਇ॥	jay chalai khasmai bhaa-ay.
ਹੁਰਮਤਿ ਤਿਸ ਨੋ ਅਗਲੀ	hurmat tis no aglee
ਓਹੁ ਵਜਹੁ ਭਿ ਦੂਣਾ ਖਾਇ॥	oh vajahu bhe doonaa khaa-ay.
ਖਸਮੈ ਕਰੇ ਬਰਾਬਰੀ	khasmai karay baraabaree
ਫਿਰਿ ਗੈਰਤਿ ਅੰਦਰਿ ਪਾਇ॥	fir gairat andar paa-ay.
ਵਜਹੁ ਗਵਾਏ ਅਗਲਾ	vajahu gavaa-ay aglaa
ਮੁਹੇ ਮੁਹਿ ਪਾਣਾ ਖਾਇ॥	muhay muhi paanaa khaa-ay.
ਜਿਸ ਦਾ ਦਿਤਾ ਖਾਵਣਾ	jis daa ditaa khaavnaa
ਤਿਸੁ ਕਹੀਐ ਸਾਬਾਸਿ॥	tis kahee-ai saabaas.
ਨਾਨਕ ਹੁਕਮੁ ਨ ਚਲਈ	naanak hukam na chal-ee
ਨਾਲਿ ਖਸਮ ਚਲੈ ਅਰਦਾਸਿ॥੨੨॥	naal khasam chalai ardaas. ||22

23. **ਸਲੋਕੁ ਮਹਲਾ ੨॥ (੨੩)** 474-19

ਏਹ ਕਿਨੇਹੀ ਦਾਤਿ	ayh kinayhee daat
ਆਪਸ ਤੇ ਜੋ ਪਾਈਐ॥	aapas tay jo paa-ee-ai.
ਨਾਨਕ ਸਾ ਕਰਮਾਤਿ	naanak saa karmaat
ਸਾਹਿਬ ਤੁਠੈ ਜੋ ਮਿਲੈ॥੧॥	saahib tuthai jo milai. ||1||
ਮਹਲਾ ੨॥	**mehlaa 2.**
ਏਹ ਕਿਨੇਹੀ ਚਾਕਰੀ	ayh kinayhee chaakree
ਜਿਤੁ ਭਉ ਖਸਮ ਨ ਜਾਇ॥	jit bha-o khasam na jaa-ay.
ਨਾਨਕ ਸੇਵਕੁ ਕਾਢੀਐ	naanak sayvak kaadhee-ai
ਜਿ ਸੇਤੀ ਖਸਮ ਸਮਾਇ॥੨॥	je saytee khasam samaa-ay. ||2||
ਪਉੜੀ॥	**pa-orhee.**
ਨਾਨਕ ਅੰਤ ਨ ਜਾਪਨ੍ਹੀ	naanak ant na jaapnHee
ਹਰਿ ਤਾ ਕੇ ਪਾਰਾਵਾਰ॥	har taa kay paaraavaar.
ਆਪਿ ਕਰਾਏ ਸਾਖਤੀ	aap karaa-ay saakh-tee
ਫਿਰਿ ਆਪਿ ਕਰਾਏ ਮਾਰ॥	fir aap karaa-ay maar.
ਇਕਨ੍ਹਾ ਗਲੀ ਜੰਜੀਰੀਆ	iknHaa galee janjeeree-aa
ਇਕਿ ਤੁਰੀ ਚੜਹਿ ਬਿਸੀਆਰ॥	ik turee charheh bisee-aar.
ਆਪਿ ਕਰਾਏ ਕਰੇ ਆਪਿ	aap karaa-ay karay aap
ਹਉ ਕੈ ਸਿਉ ਕਰੀ ਪੁਕਾਰ॥	ha-o kai si-o karee pukaar.
ਨਾਨਕ ਕਰਣਾ ਜਿਨਿ ਕੀਆ	naanak karnaa jin kee-aa
ਫਿਰਿ ਤਿਸ ਹੀ ਕਰਣੀ ਸਾਰ॥੨੩॥	fir tis hee karnee saar. ||23||

24. **ਸਲੋਕੁ ਮਃ ੧॥ (੨੪)** 475-5

ਆਪੇ ਭਾਂਡੇ ਸਾਜਿਅਨੁ	aapay bhaaNday saaji-an
ਆਪੇ ਪੂਰਣੁ ਦੇਇ॥	aapay pooran day-ay.
ਇਕਨ੍ਹੀ ਦੁਧੁ ਸਮਾਈਐ	iknHee duDh samaa-ee-ai
ਇਕਿ ਚੁਲ੍ਹੈ ਰਹਨ੍ਹਿ ਚੜੇ॥	ik chulHai rehniH charhay.
ਇਕਿ ਨਿਹਾਲੀ ਪੈ ਸਵਨ੍ਹਿ	ik nihaalee pai savniH
ਇਕਿ ਉਪਰਿ ਰਹਨਿ ਖੜੇ॥	ik upar rahan kharhay.
ਤਿਨ੍ਹਾ ਸਵਾਰੇ ਨਾਨਕਾ	tinHaa savaaray naankaa
ਜਿਨ੍ਹ ਕਉ ਨਦਰਿ ਕਰੇ॥੧॥	jinH ka-o nadar karay. ||1||

ਮਹਲਾ ੨॥	**mehlaa 2.**
ਆਪੇ ਸਾਜੇ ਕਰੇ ਆਪਿ	aapay saajay karay aap
ਜਾਈ ਭਿ ਰਖੈ ਆਪਿ॥	jaa-ee bhe rakhai aap.
ਤਿਸੁ ਵਿਚਿ ਜੰਤ ਉਪਾਇ ਕੈ	tis vich jant upaa-ay kai
ਦੇਖੈ ਥਾਪਿ ਉਥਾਪਿ॥	daykhai thaap uthaap.
ਕਿਸ ਨੋ ਕਹੀਐ ਨਾਨਕਾ	kis no kahee-ai naankaa
ਸਭੁ ਕਿਛੁ ਆਪੇ ਆਪਿ॥੨॥	sabh kichh aapay aap. ||2||
ਪਉੜੀ॥	**pa-orhee.**
ਵਡੇ ਕੀਆ ਵਡਿਆਈਆ	vaday kee-aa vadi-aa-ee-aa
ਕਿਛੁ ਕਹਣਾ ਕਹਣੁ ਨ ਜਾਇ॥	kichh kahnaa kahan na jaa-ay.
ਸੋ ਕਰਤਾ ਕਾਦਰ ਕਰੀਮੁ ਦੇ	so kartaa kaadar kareem day
ਜੀਆ ਰਿਜਕੁ ਸੰਬਾਹਿ॥	jee-aa rijak sambaahi.
ਸਾਈ ਕਾਰ ਕਮਾਵਣੀ	saa-ee kaar kamaavnee
ਧੁਰਿ ਛੋਡੀ ਤਿੰਨੈ ਪਾਇ॥	Dhur chhodee tinnai paa-ay.
ਨਾਨਕ ਏਕੀ ਬਾਹਰੀ	naanak aykee baahree
ਹੋਰ ਦੂਜੀ ਨਾਹੀ ਜਾਇ॥	hor doojee naahee jaa-ay.
ਸੋ ਕਰੇ ਜਿ ਤਿਸੈ ਰਜਾਇ॥੨੪॥੧॥	so karay je tisai rajaa-ay. ||24||1||
ਸੁਧੁ	suDhu.

☬ ਬਾਰਹ ਮਾਹਾ ☬

1. ਮਾਂਝ ਮਹਲਾ ੫ ਘਰੁ ੪॥ (133-5)

ੴ ਸਤਿਗੁਰ ਪ੍ਰਸਾਦਿ॥	ik-oNkaar saT`gur parsaad.
ਕਿਰਤਿ ਕਰਮ ਕੇ ਵੀਛੁੜੇ,	kirat karam kay veechhurhay
ਕਰਿ ਕਿਰਪਾ ਮੇਲਹੁ ਰਾਮ॥	kar kirpaa maylhu raam.
ਚਾਰਿ ਕੁੰਟ ਦਹ ਦਿਸ ਭ੍ਰਮੇ,	chaar kunt dah dis bharamay
ਥਕਿ ਆਏ ਪ੍ਰਭ ਕੀ ਸਾਮ॥	thak aa-ay parabh kee saam.
ਧੇਨੁ ਦੁਧੈ ਤੇ ਬਾਹਰੀ,	dhayn duDhai tay baahree
ਕਿਤੈ ਨ ਆਵੈ ਕਾਮ॥	kitai na aavai kaam.
ਜਲ ਬਿਨੁ ਸਾਖ ਕੁਮਲਾਵਤੀ,	jal bin saakh kumlaavatee
ਉਪਜਹਿ ਨਾਹੀ ਦਾਮ॥	upjahi naahee daam.
ਹਰਿ ਨਾਹ ਨ ਮਿਲੀਐ ਸਾਜਨੈ,	har naah na milee-ai saajnai
ਕਤ ਪਾਈਐ ਬਿਸਰਾਮ॥	kat paa-ee-ai bisraam.
ਜਿਤੁ ਘਰਿ ਹਰਿ ਕੰਤੁ ਨ ਪ੍ਰਗਟਈ,	jit ghar har kant na pargata-ee
ਭਠਿ ਨਗਰ ਸੇ ਗ੍ਰਾਮ॥	bhath nagar say garaam.
ਸ੍ਰਬ ਸੀਗਾਰ ਤੰਬੋਲ ਰਸ,	sarab seegaar tambol ras
ਸਣੁ ਦੇਹੀ ਸਭ ਖਾਮ॥	sandayhee sabh khaam.
ਪ੍ਰਭ ਸੁਆਮੀ ਕੰਤ ਵਿਹੂਣੀਆ,	parabh su-aamee kant vihoonee-aa
ਮੀਤ ਸਜਣ ਸਭਿ ਜਾਮ॥	meet sajan sabh jaam.
ਨਾਨਕ ਕੀ ਬੇਨਤੀਆ	naanak kee banantee-aa
ਕਰਿ ਕਿਰਪਾ ਦੀਜੈ ਨਾਮੁ॥	kar kirpaa deejai Naam.
ਹਰਿ ਮੇਲਹੁ ਸੁਆਮੀ ਸੰਗਿ ਪ੍ਰਭ,	har maylhu su-aamee sang parabh
ਜਿਸ ਕਾ ਨਿਹਚਲ ਧਾਮ॥੧॥	jis kaa nihchal Dhaam. ||1||

2. ਬਾਰਹ ਮਾਹਾ – ਚੇਤ

ਚੇਤਿ ਗੋਵਿੰਦੁ ਅਰਾਧੀਐ,	chayt govind araaDhee-ai
ਹੋਵੈ ਅਨੰਦੁ ਘਣਾ॥	hovai anand ghanaa.
ਸੰਤ ਜਨਾ ਮਿਲਿ ਪਾਈਐ,	sant janaa mil paa-ee-ai
ਰਸਨਾ ਨਾਮੁ ਭਣਾ॥	rasnaa Naam bhanaa.
ਜਿਨਿ ਪਾਇਆ ਪ੍ਰਭੁ ਆਪਣਾ,	jin paa-i-aa parabh aapnaa
ਆਏ ਤਿਸਹਿ ਗਣਾ॥	aa-ay tiseh ganaa.
ਇਕੁ ਖਿਨੁ ਤਿਸੁ ਬਿਨੁ ਜੀਵਣਾ,	ik khin tis bin jeevnaa
ਬਿਰਥਾ ਜਨਮੁ ਜਣਾ॥	birthaa janam janaa.
ਜਲਿ ਥਲਿ ਮਹੀਅਲਿ ਪੂਰਿਆ,	jal thal mahee-al poori-aa
ਰਵਿਆ ਵਿਚਿ ਵਣਾ॥	ravi-aa vich vanaa.
ਸੋ ਪ੍ਰਭੁ ਚਿਤਿ ਨ ਆਵਈ,	so parabh chit na aavee
ਕਿਤੜਾ ਦੁਖੁ ਗਣਾ॥	kit-rhaa dukh ganaa.
ਜਿਨੀ ਰਾਵਿਆ ਸੋ ਪ੍ਰਭੂ,	jinee raavi-aa so parabhoo
ਤਿੰਨਾ ਭਾਗੁ ਮਣਾ॥	tinnaa bhaag manaa.
ਹਰਿ ਦਰਸਨ ਕੰਉ ਮਨੁ ਲੋਚਦਾ,	har darsan kaN-u man lochdaa
ਨਾਨਕ ਪਿਆਸ ਮਨਾ॥	naanak pi-aas manaa.
ਚੇਤਿ ਮਿਲਾਏ ਸੋ ਪ੍ਰਭੂ,	chayt milaa-ay so parabhoo
ਤਿਸ ਕੈ ਪਾਇ ਲਗਾ॥੨॥	tis kai paa-ay lagaa. ||2||

3. ਬਾਰਹ ਮਾਹਾ – ਵੈਸਾਖ

ਵੈਸਾਖਿ ਧੀਰਨਿ ਕਿਉ ਵਾਢੀਆ,	vaisaakh Dheeran ki-o vaadhee-aa
ਜਿਨਾ ਪ੍ਰੇਮ ਬਿਛੋਹੁ॥	jinaa paraym bichhohu.
ਹਰਿ ਸਾਜਨੁ ਪੁਰਖੁ ਵਿਸਾਰਿ,	har saajan purakh visaar
ਕੈ ਲਗੀ ਮਾਇਆ ਧੋਹੁ॥	kai lagee maa-i-aa Dhohu.
ਪੁਤ੍ਰ ਕਲਤ੍ਰ ਨ ਸੰਗਿ ਧਨਾ,	putar kaltar na sang Dhanaa
ਹਰਿ ਅਵਿਨਾਸੀ ਓਹੁ॥	har avinaasee oh.
ਪਲਚਿ ਪਲਚਿ ਸਗਲੀ ਮੁਈ,	palach palach saglee mu-ee
ਝੂਠੈ ਧੰਧੈ ਮੋਹੁ॥	jhoothai DhanDhai moh.
ਇਕਸੁ ਹਰਿ ਕੇ ਨਾਮ ਬਿਨੁ,	ikas har kay Naam bin
ਅਗੈ ਲਈਅਹਿ ਖੋਹਿ॥	agai la-ee-ah khohi.
ਦਯੁ ਵਿਸਾਰਿ ਵਿਗੁਚਣਾ,	da-yu visaar viguchnaa
ਪ੍ਰਭ ਬਿਨੁ ਅਵਰੁ ਨ ਕੋਇ॥	parabh bin avar na ko-ay.
ਪ੍ਰੀਤਮ ਚਰਣੀ ਜੋ ਲਗੇ,	pareetam charnee jo lagay
ਤਿਨ ਕੀ ਨਿਰਮਲ ਸੋਇ॥	tin kee nirmal so-ay.
ਨਾਨਕ ਕੀ ਪ੍ਰਭ ਬੇਨਤੀ,	naanak kee parabh bayntee
ਪ੍ਰਭ ਮਿਲਹੁ ਪਰਾਪਤਿ ਹੋਇ॥	parabh milhu paraapat ho-ay.
ਵੈਸਾਖੁ ਸੁਹਾਵਾ ਤਾ ਲਗੈ,	vaisaakh suhaavaa taaN lagai
ਜਾ ਸੰਤੁ ਭੇਟੈ ਹਰਿ ਸੋਇ॥੩॥	jaa sant bhaytai har so-ay. ||3||

4. ਬਾਰਹ ਮਾਹਾ – ਜੇਠ

ਹਰਿ ਜੇਠਿ ਜੁੜੰਦਾ ਲੋੜੀਐ,	har jayth jurhandaa lorhee-ai
ਜਿਸੁ ਅਗੈ ਸਭਿ ਨਿਵੰਨਿ॥	jis agai sabh nivann.
ਹਰਿ ਸਜਣ ਦਾਵਣਿ ਲਗਿਆ,	har sajan daavan lagi-aa
ਕਿਸੈ ਨ ਦੇਈ ਬੰਨਿ॥	kisai na day-ee bann.
ਮਾਣਕ ਮੋਤੀ ਨਾਮੁ ਪ੍ਰਭ,	maanak motee Naam parabh
ਉਨ ਲਗੈ ਨਾਹੀ ਸੰਨਿ॥	un lagai naahee sann.
ਰੰਗ ਸਭੇ ਨਾਰਾਇਣੈ,	rang sabhay naaraa-inai
ਜੇਤੇ ਮਨਿ ਭਾਵੰਨਿ॥	jaytay man bhaavann.
ਜੋ ਹਰਿ ਲੋੜੇ ਸੋ ਕਰੇ,	jo har lorhay so karay s
ਸੋਈ ਜੀਅ ਕਰੰਨਿ॥	o-ee jee-a karann.
ਜੋ ਪ੍ਰਭਿ ਕੀਤੇ ਆਪਣੇ,	jo parabh keetay aapnay
ਸੇਈ ਕਹੀਅਹਿ ਧੰਨਿ॥	say-ee kahee-ahi Dhan.
ਆਪਣ ਲੀਆ ਜੇ ਮਿਲੈ,	aapan lee-aa jay milai
ਵਿਛੁੜਿ ਕਿਉ ਰੋਵੰਨਿ॥	vichhurh ki-o rovann.
ਸਾਧੂ ਸੰਗੁ ਪਰਾਪਤੇ,	saaDhoo sang paraapatay
ਨਾਨਕ ਰੰਗ ਮਾਣੰਨਿ॥	naanak rang maanan.
ਹਰਿ ਜੇਠੁ ਰੰਗੀਲਾ ਤਿਸੁ ਧਣੀ,	har jayth rangeelaa tis Dhanee
ਜਿਸ ਕੈ ਭਾਗੁ ਮਥੰਨਿ॥੪॥	jis kai bhaag mathann. ||4||

5. ਬਾਰਹ ਮਾਹਾ – ਆਸਾੜ

ਆਸਾੜੁ ਤਪੰਦਾ ਤਿਸੁ ਲਗੈ,	aasaarh tapandaa tis lagai
ਹਰਿ ਨਾਹੁ ਨ ਜਿੰਨਾ ਪਾਸਿ॥	har naahu na jinna paas.
ਜਗਜੀਵਨ ਪੁਰਖੁ ਤਿਆਗਿ ਕੈ,	jagjeevan purakh ti-aag kai
ਮਾਣਸ ਸੰਦੀ ਆਸ॥	maanas sandee aas.
ਦੁਯੈ ਭਾਇ ਵਿਗੁਚੀਐ,	duyai bhaa-ay viguchee-ai
ਗਲਿ ਪਈਸੁ ਜਮ ਕੀ ਫਾਸ॥	gal pa-ees jam kee faas.
ਜੇਹਾ ਬੀਜੈ ਸੋ ਲੁਣੈ,	jayhaa beejai so lunai
ਮਥੈ ਜੋ ਲਿਖਿਆਸੁ॥	mathai jo likhi-aas.

ਰੈਣਿ ਵਿਹਾਣੀ ਪਛੁਤਾਣੀ,	rain vihaanee pachhutaanee
ਉਠਿ ਚਲੀ ਗਈ ਨਿਰਾਸ॥	uth chalee ga-ee niraas.
ਜਿਨ ਕੌ ਸਾਧੂ ਭੇਟੀਐ,	jin kou saaDhoo bhaytee-ai
ਸੋ ਦਰਗਹ ਹੋਇ ਖਲਾਸੁ॥	so dargeh ho-ay khalaas.
ਕਰਿ ਕਿਰਪਾ ਪ੍ਰਭ ਆਪਣੀ,	kar kirpaa parabh aapnee
ਤੇਰੇ ਦਰਸਨ ਹੋਇ ਪਿਆਸ॥	tayray darsan ho-ay pi-aas.
ਪ੍ਰਭ ਤੁਧੁ ਬਿਨੁ ਦੂਜਾ ਕੋ ਨਹੀਂ,	parabh tuDh bin doojaa ko nahee
ਨਾਨਕ ਕੀ ਅਰਦਾਸਿ॥	naanak kee ardaas.
ਆਸਾੜੁ ਸੁਹੰਦਾ ਤਿਸੁ ਲਗੈ,	aasaarh suhandaa tis lagai
ਜਿਸੁ ਮਨਿ ਹਰਿ ਚਰਣ ਨਿਵਾਸ॥੫॥	jis man har charan nivaas. ||5||

6. **ਬਾਰਹ ਮਾਹਾ – ਸਾਵਣ**

ਸਾਵਣਿ ਸਰਸੀ ਕਾਮਣੀ,	saavan sarsee kaamnee
ਚਰਨ ਕਮਲ ਸਿਉ ਪਿਆਰੁ॥	charan kamal si-o pi-aar.
ਮਨੁ ਤਨੁ ਰਤਾ ਸਚ ਰੰਗਿ,	man tan rataa sach rang
ਇਕੋ ਨਾਮੁ ਅਧਾਰੁ॥	iko Naam aDhaar.
ਬਿਖਿਆ ਰੰਗ ਕੂੜਾਵਿਆ,	bikhi-aa rang koorhaavi-aa
ਦਿਸਨਿ ਸਭੇ ਛਾਰੁ॥	disan sabhay chhaar.
ਹਰਿ ਅੰਮ੍ਰਿਤ ਬੂੰਦ ਸੁਹਾਵਣੀ,	har amrit boond suhaavanee
ਮਿਲਿ ਸਾਧੂ ਪੀਵਣਹਾਰੁ॥	mil saaDhoo peevanhaar.
ਵਣੁ ਤਿਣੁ ਪ੍ਰਭ ਸੰਗਿ ਮਉਲਿਆ,	van tin parabh sang ma-oli-aa
ਸੰਮ੍ਰਥ ਪੁਰਖ ਅਪਾਰੁ॥	samrath purakh apaar.
ਹਰਿ ਮਿਲਣੈ ਨੋ ਮਨੁ ਲੋਚਦਾ,	har milnai no man lochdaa
ਕਰਮਿ ਮਿਲਾਵਣਹਾਰੁ॥	karam milaavanhaar.
ਜਿਨੀ ਸਖੀਏ ਪ੍ਰਭੁ ਪਾਇਆ,	jinee sakhee-ay parabh paa-i-aa
ਹੰਉ ਤਿਨ ਕੈ ਸਦ ਬਲਿਹਾਰ॥	haN-u tin kai sad balihaar.
ਨਾਨਕ ਹਰਿ ਜੀ ਮਇਆ	naanak har jee ma-i-aa
ਕਰਿ ਸਬਦਿ ਸਵਾਰਣਹਾਰੁ॥	kar sabad savaaranhaar.
ਸਾਵਣੁ ਤਿਨਾ ਸੁਹਾਗਣੀ,	saavan tinaa suhaaganee
ਜਿਨ ਰਾਮ ਨਾਮੁ ਉਰਿ ਹਾਰੁ॥੬॥	jin raam Naam ur haar. ||6||

7. **ਬਾਰਹ ਮਾਹਾ – ਭਾਦੁਰੋ**

ਭਾਦੁਇ ਭਰਮਿ ਭੁਲਾਣੀਆ,	bhaadu-ay bharam bhulaanee-aa
ਦੂਜੈ ਲਗਾ ਹੇਤੁ॥	doojai lagaa hayt.
ਲਖ ਸੀਗਾਰ ਬਣਾਇਆ,	lakh seegaar banaa-i-aa
ਕਾਰਜਿ ਨਾਹੀ ਕੇਤੁ॥	kaaraj naahee kayt.
ਜਿਤੁ ਦਿਨਿ ਦੇਹ ਬਿਨਸਸੀ,	jit din dayh binsasee
ਤਿਤੁ ਵੇਲੈ ਕਹਸਨਿ ਪ੍ਰੇਤੁ॥	tit vaylai kahsan parayt.
ਪਕੜਿ ਚਲਾਇਨਿ ਦੂਤ ਜਮ,	pakarh chalaa-in doot jam
ਕਿਸੈ ਨ ਦੇਨੀ ਭੇਤੁ॥	kisai na daynee bhayt.
ਛਡਿ ਖੜੋਤੇ ਖਿਨੈ ਮਾਹਿ,	chhad kharhotay khinai maahi
ਜਿਨ ਸਿਉ ਲਗਾ ਹੇਤੁ॥	jin si-o lagaa hayt.
ਹਥ ਮਰੋੜੈ ਤਨੁ ਕਪੇ,	hath marorhai tan kapay
ਸਿਆਹਹੁ ਹੋਆ ਸੇਤੁ॥	si-aahhu ho-aa sayt.
ਜੇਹਾ ਬੀਜੈ ਸੋ ਲੁਣੈ,	jayhaa beejai so lunai
ਕਰਮਾ ਸੰਦੜਾ ਖੇਤੁ॥	karmaa sand-rhaa khayt.
ਨਾਨਕ ਪ੍ਰਭ ਸਰਣਾਗਤੀ,	naanak parabh sarnaagatee
ਚਰਣ ਬੋਹਿਥ ਪ੍ਰਭ ਦੇਤੁ॥	charan bohith parabh dayt.
ਸੇ ਭਾਦੁਇ ਨਰਕਿ ਨ ਪਾਈਅਹਿ,	say bhaadu-ay narak na paa-ee-ah

ਗੁਰੁ ਰਖਣ ਵਾਲਾ ਹੇਤੁ॥੭॥	gur rakhan vaalaa hayt. ||7||

8. ਬਾਰਹ ਮਾਹਾ – ਅਸੂ

ਅਸੁਨਿ ਪ੍ਰੇਮ ਉਮਾਹੜਾ,	asun paraym umaahrhaa
ਕਿਉ ਮਿਲੀਐ ਹਰਿ ਜਾਇ॥	ki-o milee-ai har jaa-ay.
ਮਨਿ ਤਨਿ ਪਿਆਸ ਦਰਸਨ ਘਣੀ,	man, tan pi-aas darsan ghanee
ਕੋਈ ਆਣਿ ਮਿਲਾਵੈ ਮਾਇ॥	ko-ee aan milaavai maa-ay.
ਸੰਤ ਸਹਾਈ ਪ੍ਰੇਮ ਕੇ,	sant sahaa-ee paraym kay
ਹਉ ਤਿਨ ਕੈ ਲਾਗਾ ਪਾਇ॥	ha-o tin kai laagaa paa-ay.
ਵਿਣੁ ਪ੍ਰਭ ਕਿਉ ਸੁਖੁ ਪਾਈਐ,	vin parabh ki-o sukh paa-ee-ai doo-
ਦੂਜੀ ਨਾਹੀ ਜਾਇ॥	jee naahee jaa-ay.
ਜਿੰਨ੍ਹੀ ਚਾਖਿਆ ਪ੍ਰੇਮ ਰਸੁ,	jinHee chaakhi-aa paraym ras
ਸੇ ਤ੍ਰਿਪਤਿ ਰਹੇ ਆਘਾਇ॥	say taripat rahay aaghaa-ay.
ਆਪੁ ਤਿਆਗਿ ਬਿਨਤੀ ਕਰਹਿ,	aap ti-aag bintee karahi l
ਲੇਹੁ ਪ੍ਰਭੂ ਲੜਿ ਲਾਇ॥	ayho parabhoo larh laa-ay.
ਜੋ ਹਰਿ ਕੰਤਿ ਮਿਲਾਈਆ,	jo har kant milaa-ee-aa
ਸਿ ਵਿਛੁੜਿ ਕਤਹਿ ਨ ਜਾਇ॥	se vichhurh kateh na jaa-ay.
ਪ੍ਰਭ ਵਿਣੁ ਦੂਜਾ ਕੋ ਨਹੀ,	parabh vin doojaa ko nahee
ਨਾਨਕ ਹਰਿ ਸਰਣਾਇ॥	naanak har sarnaa-ay.
ਅਸੂ ਸੁਖੀ ਵਸੰਦੀਆ,	asoo sukhee vasandee-aa
ਜਿਨਾ ਮਇਆ ਹਰਿ ਰਾਇ॥੮॥	jinaa ma-i-aa har raa-ay. ||8||

9. ਬਾਰਹ ਮਾਹਾ – ਕੱਤਕ

ਕਤਿਕਿ ਕਰਮ ਕਮਾਵਣੇ,	katik karam kamaavnay
ਦੋਸੁ ਨ ਕਾਹੂ ਜੋਗੁ॥	dos na kaahoo jog.
ਪਰਮੇਸਰ ਤੇ ਭੁਲਿਆਂ,	parmaysar tay bhuli-aaN
ਵਿਆਪਨਿ ਸਭੇ ਰੋਗ॥	vi-aapan sabhay rog.
ਵੇਮੁਖ ਹੋਏ ਰਾਮ ਤੇ,	vaimukh ho-ay raam tay
ਲਗਨਿ ਜਨਮ ਵਿਜੋਗ॥	lagan janam vijog.
ਖਿਨ ਮਹਿ ਕਉੜੇ ਹੋਇ ਗਏ,	khin meh ka-urhay ho-ay ga-ay
ਜਿਤੜੇ ਮਾਇਆ ਭੋਗ॥	jit-rhay maa-i- aa bhog.
ਵਿਚੁ ਨ ਕੋਈ ਕਰਿ ਸਕੈ,	vich na ko-ee kar sakai
ਕਿਸ ਥੈ ਰੋਵਹਿ ਰੋਜ॥	kis thai roveh roj.
ਕੀਤਾ ਕਿਛੂ ਨ ਹੋਵਈ,	keetaa kichhoo na hova-ee
ਲਿਖਿਆ ਧੁਰਿ ਸੰਜੋਗ॥	likhi-aa Dhur sanjog.
ਵਡਭਾਗੀ ਮੇਰਾ ਪ੍ਰਭੁ ਮਿਲੈ,	vadbhaagee mayraa parabh milai
ਤਾਂ ਉਤਰਹਿ ਸਭਿ ਬਿਓਗ॥	taaN utreh sabh bi-og.
ਨਾਨਕ ਕਉ ਪ੍ਰਭ ਰਾਖਿ ਲੇਹਿ,	naanak ka-o parabh raakh layhi may-
ਮੇਰੇ ਸਾਹਿਬ ਬੰਦੀ ਮੋਚ॥	ray saahib bandee moch.
ਕਤਿਕ ਹੋਵੈ ਸਾਧਸੰਗੁ,	katik hovai saaDhsang
ਬਿਨਸਹਿ ਸਭੇ ਸੋਚ ॥੯॥	binsahi sabhay soch. ||9||

10. ਬਾਰਹ ਮਾਹਾ – ਮੰਘਰ

ਮੰਘਿਰਿ ਮਾਹਿ ਸੋਹੰਦੀਆ,	manghir maahi sohandee-aa
ਹਰਿ ਪਿਰ ਸੰਗਿ ਬੈਠੜੀਆਹ॥	har pir sang baith-rhee-aah.
ਤਿਨ ਕੀ ਸੋਭਾ ਕਿਆ ਗਣੀ,	tin kee sobhaa ki-aa ganee
ਜਿ ਸਾਹਿਬਿ ਮੇਲੜੀਆਹ॥	je saahib maylrhee-aah.
ਤਨੁ ਮਨੁ ਮਉਲਿਆ ਰਾਮ ਸਿਉ,	tan man ma-oli-aa raam si-o
ਸੰਗਿ ਸਾਧ ਸਹੇਲੜੀਆਹ॥	sang saaDh sahaylrhee-aah.

ਸਾਧ ਜਨਾ ਤੇ ਬਾਹਰੀ,
ਸੇ ਰਹਨਿ ਇਕੇਲੜੀਆਹ॥

saaDh janaa tay baahree
say rahan ikaylarhee-aah.

ਤਿਨ ਦੁਖੁ ਨ ਕਬਹੂ ਉਤਰੈ,
ਸੇ ਜਮ ਕੈ ਵਸਿ ਪੜੀਆਹ॥

tin dukh na kabhoo utrai
say jam kai vas parhee-aah.

ਜਿਨੀ ਰਾਵਿਆ ਪ੍ਰਭੁ ਆਪਣਾ,
ਸੇ ਦਿਸਨਿ ਨਿਤ ਖੜੀਆਹ॥

jinee raavi-aa parabh aapnaa
say disan nit kharhee-aah.

ਰਤਨ ਜਵੇਹਰ ਲਾਲ,
ਹਰਿ ਕੰਠਿ ਤਿਨਾ ਜੜੀਆਹ॥

ratan javayhar laal
har kanth tinaa jarhee-aah.

ਨਾਨਕ ਬਾਂਛੈ ਧੂੜਿ ਤਿਨ,
ਪ੍ਰਭ ਸਰਣੀ ਦਰਿ ਪੜੀਆਹ॥

naanak baaNchhai Dhoorh tin
parabh sarnee dar parhee-aah.

ਮੰਘਿਰਿ ਪ੍ਰਭੁ ਆਰਾਧਣਾ,
ਬਹੁੜਿ ਨ ਜਨਮੜੀਆਹ॥੧੦॥

manghir parabh aaraaDhanaa ba-
hurh na janamrhee-aah. ||10||

11. ਬਾਰਹ ਮਾਹਾ – ਪੋਹ

ਪੋਖਿ ਤੁਖਾਰੁ ਨ ਵਿਆਪਈ,
ਕੰਠਿ ਮਿਲਿਆ ਹਰਿ ਨਾਹੁ॥

pokh tukhaar na vi-aapa-ee
kanth mili-aa har naahu.

ਮਨੁ ਬੇਧਿਆ ਚਰਨਾਰਬਿੰਦ,
ਦਰਸਨਿ ਲਗੜਾ ਸਾਹੁ॥

man bayDhi-aa charnaarbind
darsan lagrhaa saahu.

ਓਟ ਗੋਵਿੰਦ ਗੋਪਾਲ ਰਾਇ,
ਸੇਵਾ ਸੁਆਮੀ ਲਾਹੁ॥

ot govind gopaal raa-ay
sayvaa su-aamee laahu.

ਬਿਖਿਆ ਪੋਹਿ ਨ ਸਕਈ,
ਮਿਲਿ ਸਾਧੂ ਗੁਣ ਗਾਹੁ॥

bikhi-aa pohi na sak-ee
mil saaDhoo gun gaahu.

ਜਹ ਤੇ ਉਪਜੀ ਤਹ ਮਿਲੀ,
ਸਚੀ ਪ੍ਰੀਤਿ ਸਮਾਹੁ॥

jah tay upjee tah milee
sachee pareet samaahu.

ਕਰੁ ਗਹਿ ਲੀਨੀ ਪਾਰਬ੍ਰਹਮਿ,
ਬਹੁੜਿ ਨ ਵਿਛੁੜੀਆਹੁ॥

kar geh leenee paarbarahm
bahurh na vichhurhi-aahu.

ਬਾਰਿ ਜਾਉ ਲਖ ਬੇਰੀਆ,
ਹਰਿ ਸਜਣੁ ਅਗਮ ਅਗਾਹੁ॥

baar jaa-o lakh bayree-aa
har sajan agam agaahu.

ਸਰਮ ਪਈ ਨਾਰਾਇਣੈ,
ਨਾਨਕ ਦਰਿ ਪਈਆਹੁ॥

saram pa-ee naaraa-inai
naanak dar pa-ee-aahu.

ਪੋਖੁ ਸੋਹੰਦਾ ਸਰਬ ਸੁਖ,
ਜਿਸੁ ਬਖਸੇ ਵੇਪਰਵਾਹੁ॥੧੧॥

pokh sohandaa sarab sukh
jis bakhsay vayparvaahu. ||11||

12. ਬਾਰਹ ਮਾਹਾ – ਮਾਘ

ਮਾਘਿ ਮਜਨੁ ਸੰਗਿ ਸਾਧੂਆ,
ਧੂੜੀ ਕਰਿ ਇਸਨਾਨੁ॥

maagh majan sang saaDhoo-aa
Dhoorhee kar isnaan.

ਹਰਿ ਕਾ ਨਾਮੁ ਧਿਆਇ ਸੁਣਿ,
ਸਭਨਾ ਨੋ ਕਰਿ ਦਾਨੁ॥

har kaa Naam Dhi-aa-ay sun sa-
bhnaa no kar daan.

ਜਨਮ ਕਰਮ ਮਲੁ ਉਤਰੈ,
ਮਨ ਤੇ ਜਾਇ ਗੁਮਾਨੁ॥

janam karam mal utrai
man tay jaa-ay gumaan.

ਕਾਮਿ ਕਰੋਧਿ ਨ ਮੋਹੀਐ,
ਬਿਨਸੈ ਲੋਭੁ ਸੁਆਨੁ॥

kaam karoDh na mohee-ai
binsai lobh su-aan.

ਸਚੈ ਮਾਰਗਿ ਚਲਦਿਆ,
ਉਸਤਤਿ ਕਰੇ ਜਹਾਨੁ॥

sachai maarag chaldi-aa
ustat karay jahaan.

ਅਠਸਠਿ ਤੀਰਥ ਸਗਲ ਪੁੰਨ,
ਜੀਅ ਦਇਆ ਪਰਵਾਨੁ॥

athsath tirath sagal punn
jee-a da-i-aa parvaan.

ਜਿਸ ਨੋ ਦੇਵੈ ਦਇਆ ਕਰਿ,
ਸੋਈ ਪੁਰਖੁ ਸੁਜਾਨੁ॥

jis no dayvai da-i-aa kar
so-ee purakh sujaan.

ਜਿਨਾ ਮਿਲਿਆ ਪ੍ਰਭੁ ਆਪਣਾ,

jinaa mili-aa parabh aapnaa

ਨਾਨਕ ਤਿਨ ਕੁਰਬਾਨੁ॥	naanak tin kurbaan.
ਮਾਘਿ ਸੁਚੇ ਸੇ ਕਾਂਢੀਅਹਿ,	maagh suchay say kaaNdhee-ah
ਜਿਨ ਪੂਰਾ ਗੁਰੁ ਮਿਹਰਵਾਨੁ॥੧੨॥	jin pooraa gur miharvaan. ||12||

13. ਬਾਰਹ ਮਾਹਾ – ਫਲਗਣ

ਫਲਗੁਣਿ ਅਨੰਦ ਉਪਾਰਜਨਾ,	fulgun anand upaarjanaa
ਹਰਿ ਸਜਣ ਪ੍ਰਗਟੇ ਆਇ॥	har sajan pargatay aa-ay.
ਸੰਤ ਸਹਾਈ ਰਾਮ ਕੇ,	sant sahaa-ee raam kay
ਕਰਿ ਕਿਰਪਾ ਦੀਆ ਮਿਲਾਇ॥	kar kirpaa dee-aa milaa-ay.
ਸੇਜ ਸੁਹਾਵੀ ਸਰਬ ਸੁਖ,	sayj suhaavee sarab sukh
ਹੁਣਿ ਦੁਖਾ ਨਾਹੀ ਜਾਇ॥	hun dukhaa naahee jaa-ay.
ਇਛ ਪੁਨੀ ਵਡਭਾਗਣੀ,	ichh punee vadbhaagnee
ਵਰੁ ਪਾਇਆ ਹਰਿ ਰਾਇ॥	var paa-i-aa har raa-ay.
ਮਿਲਿ ਸਹੀਆ ਮੰਗਲੁ ਗਾਵਹੀ,	mil sahee-aa mangal gaavhee
ਗੀਤ ਗੋਵਿੰਦ ਅਲਾਇ॥	geet govind alaa-ay.
ਹਰਿ ਜੇਹਾ ਅਵਰੁ ਨ ਦਿਸਈ,	har jayhaa avar na dis-ee
ਕੋਈ ਦੂਜਾ ਲਵੈ ਨ ਲਾਇ॥	ko-ee doojaa lavai na laa-ay.
ਹਲਤੁ ਪਲਤੁ ਸਵਾਰਿਓਨੁ,	halat palat savaari-on
ਨਿਹਚਲ ਦਿਤੀਅਨੁ ਜਾਇ॥	nihchal ditee-an jaa-ay.
ਸੰਸਾਰ ਸਾਗਰ ਤੇ ਰਖਿਅਨੁ,	sansaar saagar tay rakhi-an
ਬਹੁੜਿ ਨ ਜਨਮੈ ਧਾਇ॥	bahurh na janmai Dhaa-ay.
ਜਿਹਵਾ ਏਕ ਅਨੇਕ ਗੁਣ ਤਰੇ,	jihvaa ayk anayk gun taray
ਨਾਨਕ ਚਰਣੀ ਪਾਇ॥	naanak charnee paa-ay.
ਫਲਗੁਣਿ ਨਿਤ ਸਲਾਹੀਐ,	fulgun nit salaahee-ai
ਜਿਸ ਨੋ ਤਿਲੁ ਨ ਤਮਾਇ॥੧੩॥	jis no til na tamaa-ay. ||13||

14. ਬਾਰਹ ਮਾਹਾ

ਜਿਨਿ ਜਿਨਿ ਨਾਮੁ ਧਿਆਇਆ,	jin jin Naam Dhi-aa-i-aa
ਤਿਨ ਕੇ ਕਾਜ ਸਰੇ॥	tin kay kaaj saray.
ਹਰਿ ਗੁਰੁ ਪੂਰਾ ਆਰਾਧਿਆ,	har gur pooraa aaraaDhi-aa
ਦਰਗਹ ਸਚਿ ਖਰੇ॥	dargeh sach kharay.
ਸਰਬ ਸੁਖਾ ਨਿਧਿ ਚਰਣ ਹਰਿ,	sarab sukhaa niDh charan har
ਭਉਜਲੁ ਬਿਖਮੁ ਤਰੇ॥	bha-ojal bikham taray.
ਪ੍ਰੇਮ ਭਗਤਿ ਤਿਨ ਪਾਈਆ,	paraym bhagat tin paa-ee-aa
ਬਿਖਿਆ ਨਾਹਿ ਜਰੇ॥	bikhi-aa naahi jaray.
ਕੂੜ ਗਏ ਦੁਬਿਧਾ ਨਸੀ,	koorh ga-ay dubiDhaa nasee
ਪੂਰਨ ਸਚਿ ਭਰੇ॥	pooran sach bharay.
ਪਾਰਬ੍ਰਹਮੁ ਪ੍ਰਭੁ ਸੇਵਦੇ,	paarbarahm parabh sayvday
ਮਨ ਅੰਦਰਿ ਏਕੁ ਧਰੇ॥	man, andar ayk Dharay.
ਮਾਹ ਦਿਵਸ ਮੂਰਤ ਭਲੇ,	maah divas moorat bhalay
ਜਿਸ ਕਉ ਨਦਰਿ ਕਰੇ॥	jis ka-o nadar karay.
ਨਾਨਕੁ ਮੰਗੈ ਦਰਸ ਦਾਨੁ,	naanak mangai daras daan
ਕਿਰਪਾ ਕਰਹੁ ਹਰੇ॥੧੪॥੧॥	kirpaa karahu haray. ||14||1||

☬ ਗਉੜੀ ਸੁਖਮਨੀ ਮਃ ੫॥ ☬

1. ਗਉੜੀ ਸੁਖਮਨੀ ਸਲੋਕੁ॥ 1॥ 262

ਆਦਿ ਗੁਰਏ, ਨਮਹ॥	aad gur-ay namah.
ਜੁਗਾਦਿ ਗੁਰਏ, ਨਮਹ॥	jugaad gur-ay namah.
ਸਤਿ ਗੁਰਏ, ਨਮਹ॥	satgur-ay namah.
ਸ੍ਰੀ ਗੁਰਦੇਵਏ, ਨਮਹ॥1॥	saree gurdayv-ay namah. ||1||

ਅਸਟਪਦੀ॥ Asatpadee. 1-1

ਸਿਮਰਉ, ਸਿਮਰਿ ਸਿਮਰਿ, ਸੁਖੁ ਪਾਵਉ॥	simra-o simar simar sukh paava-o.
ਕਲਿ ਕਲੇਸ, ਤਨ ਮਾਹਿ ਮਿਟਾਵਉ॥	kal kalays tan maahi mitaava-o.
ਸਿਮਰਉ ਜਾਸੁ, ਬਿਸੁੰਭਰ ਏਕੈ॥	simra-o jaas bisumbhar aykai.
ਨਾਮੁ ਜਪਤ, ਅਗਨਤ ਅਨੇਕੈ॥	naam japat agnat anaykai.
ਬੇਦ ਪੁਰਾਨ, ਸਿੰਮ੍ਰਿਤਿ ਸੁਧਾਖਰ॥	bayd puraan simrit suDhaakh-yar.
ਕੀਨੇ ਰਾਮ ਨਾਮ, ਇਕ ਆਖਰ॥	keenay raam naam ik aakh-yar.
ਕਿਨਕਾ ਏਕ, ਜਿਸੁ ਜੀਅ ਬਸਾਵੈ॥	kinkaa ayk jis jee-a basaavai.
ਤਾ ਕੀ ਮਹਿਮਾ, ਗਨੀ ਨ ਆਵੈ॥	taa kee mahimaa ganee na aavai.
ਕਾਂਖੀ ਏਕੈ, ਦਰਸ ਤੁਹਾਰੋ॥	kaaNkhee aykai daras tuhaaro.
ਨਾਨਕ ਉਨ ਸੰਗਿ, ਮੋਹਿ ਉਧਾਰੋ॥੧॥	naanak un sang mohi uDhaaro. ||1||
ਸੁਖਮਨੀ, ਸੁਖ ਅੰਮ੍ਰਿਤ, ਪ੍ਰਭ ਨਾਮੁ॥	sukhmanee sukh amrit parabh naam.
ਭਗਤ ਜਨਾ ਕੈ, ਮਨਿ ਬਿਸ੍ਰਾਮ॥	Bhagat janaa kai man bisraam.
ਰਹਾਉ॥॥੨॥	rahaa-o.

ਅਸਟਪਦੀ॥ Asatpadee. 1-2

ਪ੍ਰਭ ਕੈ ਸਿਮਰਨਿ, ਗਰਭਿ ਨ ਬਸੈ॥	parabh kai simran garabh na basai.
ਪ੍ਰਭ ਕੈ ਸਿਮਰਨਿ, ਦੂਖੁ ਜਮੁ ਨਸੈ॥	parabh kai simran dookh jam nasai.
ਪ੍ਰਭ ਕੈ ਸਿਮਰਨਿ, ਕਾਲੁ ਪਰਹਰੈ॥	parabh kai simran kaal parharai.
ਪ੍ਰਭ ਕੈ ਸਿਮਰਨਿ, ਦੁਸਮਨੁ ਟਰੈ॥	parabh kai simran dusman tarai.
ਪ੍ਰਭ ਸਿਮਰਤ, ਕਛੁ ਬਿਘਨੁ ਨ ਲਾਗੈ॥	parabh simrat kachh bighan na laagai.
ਪ੍ਰਭ ਕੈ ਸਿਮਰਨਿ, ਅਨਦਿਨੁ ਜਾਗੈ॥	parabh kai simran an-din jaagai.
ਪ੍ਰਭ ਕੈ ਸਿਮਰਨਿ, ਭਉ ਨ ਬਿਆਪੈ॥	parabh kai simran bha-o na bi-aapai.
ਪ੍ਰਭ ਕੈ ਸਿਮਰਨਿ, ਦੁਖੁ ਨ ਸੰਤਾਪੈ॥	parabh kai simran dukh na santaapai.
ਪ੍ਰਭ ਕਾ ਸਿਮਰਨੁ, ਸਾਧ ਕੈ ਸੰਗਿ॥	parabh kaa simran saaDh kai sang. S
ਸਰਬ ਨਿਧਾਨ, ਨਾਨਕ ਹਰਿ ਰੰਗਿ॥੨॥	arab niDhaan naanak har rang. ||2||

ਅਸਟਪਦੀ॥ Asatpadee. 1-3

ਪ੍ਰਭ ਕੈ ਸਿਮਰਨਿ, ਰਿਧਿ ਸਿਧਿ ਨਉ ਨਿਧਿ॥	parabh kai Simran riDh siDh na-o niDh.
ਪ੍ਰਭ ਕੈ ਸਿਮਰਨਿ, ਗਿਆਨੁ ਧਿਆਨੁ ਤਤੁ ਬੁਧਿ॥	parabh kai Simran gi-aan Dhi-aan tat buDh.
ਪ੍ਰਭ ਕੈ ਸਿਮਰਨਿ, ਜਪ ਤਪ ਪੂਜਾ॥	parabh kai simran jap tap poojaa.
ਪ੍ਰਭ ਕੈ ਸਿਮਰਨਿ, ਬਿਨਸੈ ਦੂਜਾ॥	parabh kai simran binsai doojaa.
ਪ੍ਰਭ ਕੈ ਸਿਮਰਨਿ, ਤੀਰਥ ਇਸਨਾਨੀ॥	parabh kai simran tirath isnaanee.
ਪ੍ਰਭ ਕੈ ਸਿਮਰਨਿ, ਦਰਗਹ ਮਾਨੀ॥	parabh kai simran dargeh maanee.
ਪ੍ਰਭ ਕੈ ਸਿਮਰਨਿ, ਹੋਇ ਸੁ ਭਲਾ॥	parabh kai simran ho-ay so bhalaa.
ਪ੍ਰਭ ਕੈ ਸਿਮਰਨਿ, ਸੁਫਲ ਫਲਾ॥	parabh kai simran sufal falaa.
ਸੇ ਸਿਮਰਹਿ, ਜਿਨ ਆਪਿ ਸਿਮਰਾਏ॥	say simrahi jin aap simraa-ay.
ਨਾਨਕ ਤਾ ਕੈ, ਲਾਗਉ ਪਾਏ॥੩॥	naanak taa kai laaga-o paa-ay. ||3||

ਅਸਟਪਦੀ॥ Asatpadee. 1-4

ਪ੍ਰਭ ਕਾ ਸਿਮਰਨੁ, ਸਭ ਤੇ ਊਚਾ॥	parabh kaa simran sabh tay oochaa.
ਪ੍ਰਭ ਕੈ ਸਿਮਰਨਿ, ਉਧਰੇ ਮੂਚਾ॥	parabh kai simran uDhray moochaa.

ਪ੍ਰਭ ਕੈ ਸਿਮਰਨਿ, ਤ੍ਰਿਸ਼ਨਾਂ ਬੁਝੈ॥ parabh kai simran tarisnaa bujhai.
ਪ੍ਰਭ ਕੈ ਸਿਮਰਨਿ, ਸਭੁ ਕਿਛੁ ਸੁਝੈ॥ parabh kai simran sabh kichh sujhai.
ਪ੍ਰਭ ਕੈ ਸਿਮਰਨਿ, ਨਾਹੀ ਜਮ ਤ੍ਰਾਸਾ॥ parabh kai simran naahee jam taraasaa.
ਪ੍ਰਭ ਕੈ ਸਿਮਰਨਿ, ਪੂਰਨ ਆਸਾ॥ parabh kai simran pooran aasaa.
ਪ੍ਰਭ ਕੈ ਸਿਮਰਨਿ, ਮਨ ਕੀ ਮਲੁ ਜਾਇ॥ parabh kai simran man kee mal jaa-ay.
ਅੰਮ੍ਰਿਤ ਨਾਮੁ, ਰਿਦ ਮਾਹਿ ਸਮਾਇ॥ amrit naam rid maahi samaa-ay.
ਪ੍ਰਭ ਜੀ ਬਸਹਿ, ਸਾਧ ਕੀ ਰਸਨਾ॥ parabh jee baseh saaDh kee rasnaa.
ਨਾਨਕ ਜਨ ਕਾ, ਦਾਸਨਿ ਦਸਨਾ॥੪॥ naanak jan kaa daasan dasnaa. ||4||

ਅਸਟਪਦੀ॥ Asatpadee. 1-5

ਪ੍ਰਭ ਕਉ ਸਿਮਰਹਿ, ਸੇ ਧਨਵੰਤੇ॥ parabh ka-o simrahi say Dhanvantay.
ਪ੍ਰਭ ਕਉ ਸਿਮਰਹਿ, ਸੇ ਪਤਿਵੰਤੇ॥ parabh ka-o simrahi say pativantay.
ਪ੍ਰਭ ਕਉ ਸਿਮਰਹਿ, ਸੇ ਜਨ ਪਰਵਾਨ॥ parabh ka-o simrahi say jan parvaan.
ਪ੍ਰਭ ਕਉ ਸਿਮਰਹਿ, ਸੇ ਪੁਰਖ ਪ੍ਰਧਾਨ॥ parabh ka-o simrahi say purakh parDhaan.
ਪ੍ਰਭ ਕਉ ਸਿਮਰਹਿ, ਸਿ ਬੇਮੁਹਤਾਜੇ॥ parabh ka-o simrahi se baymuhtaajay.
ਪ੍ਰਭ ਕਉ ਸਿਮਰਹਿ, ਸਿ ਸਰਬ ਕੇ ਰਾਜੇ॥ parabh ka-o simrahi se sarab kay raajay.
ਪ੍ਰਭ ਕਉ ਸਿਮਰਹਿ, ਸੇ ਸੁਖਵਾਸੀ॥ parabh ka-o simrahi say sukhvaasee
ਪ੍ਰਭ ਕਉ ਸਿਮਰਹਿ, ਸਦਾ ਅਬਿਨਾਸੀ॥ parabh ka-o simrahi sadaa abhinaasee.
ਸਿਮਰਨ ਤੇ ਲਾਗੇ, ਜਿਨ ਆਪਿ ਦਇਆਲਾ॥ simran tay laagay jin aap da-i-aalaa.
ਨਾਨਕ, ਜਨ ਕੀ, ਮੰਗੈ ਰਵਾਲਾ॥੫॥ naanak jan kee mangai ravaalaa. ||5||

ਅਸਟਪਦੀ॥ Asatpadee. 1-6

ਪ੍ਰਭ ਕਉ ਸਿਮਰਹਿ, ਸੇ ਪਰਉਪਕਾਰੀ॥ parabh ka-o simrahi say par-upkaaree.
ਪ੍ਰਭ ਕਉ ਸਿਮਰਹਿ, ਤਿਨ ਸਦ ਬਲਿਹਾਰੀ॥ parabh ka-o simrahi tin sad balihaaree.
ਪ੍ਰਭ ਕਉ ਸਿਮਰਹਿ, ਸੇ ਮੁਖ ਸੁਹਾਵੇ॥ parabh ka-o simrahi say mukh suhaavay.
ਪ੍ਰਭ ਕਉ ਸਿਮਰਹਿ, ਤਿਨ ਸੂਖਿ ਬਿਹਾਵੈ॥ parabh ka-o simrahi tin sookh bihaavai.
ਪ੍ਰਭ ਕਉ ਸਿਮਰਹਿ, ਤਿਨ ਆਤਮੁ ਜੀਤਾ॥ parabh ka-o simrahi tin aatam jeetaa.
ਪ੍ਰਭ ਕਉ ਸਿਮਰਹਿ, ਤਿਨ ਨਿਰਮਲ ਰੀਤਾ॥ parabh ka-o simrahi tin nirmal reetaa.
ਪ੍ਰਭ ਕਉ ਸਿਮਰਹਿ, ਤਿਨ ਅਨਦ ਘਨੇਰੇ॥ parabh ka-o simrahi tin anad ghanayray.
ਪ੍ਰਭ ਕਉ ਸਿਮਰਹਿ, ਬਸਹਿ ਹਰਿ ਨੇਰੈ॥ parabh ka-o simrahi baseh har nayray.
ਸੰਤ ਕ੍ਰਿਪਾ ਤੇ, ਅਨਦਿਨੁ ਜਾਗਿ॥ sant kirpaa tay an-din jaag.
ਨਾਨਕ ਸਿਮਰਨੁ, ਪੂਰੈ ਭਾਗਿ॥੬॥ naanak simran poorai bhaag. ||6||

ਅਸਟਪਦੀ॥ Asatpadee. 1-7

ਪ੍ਰਭ ਕੈ ਸਿਮਰਨਿ, ਕਾਰਜ ਪੂਰੇ॥ parabh kai simran kaaraj pooray.
ਪ੍ਰਭ ਕੈ ਸਿਮਰਨਿ, ਕਬਹੁ ਨ ਝੂਰੈ॥ parabh kai simran kabahu na jhooray.
ਪ੍ਰਭ ਕੈ ਸਿਮਰਨਿ, ਹਰਿ ਗੁਨ ਬਾਨੀ॥ parabh kai simran har gun baanee.
ਪ੍ਰਭ ਕੈ ਸਿਮਰਨਿ, ਸਹਜਿ ਸਮਾਨੀ॥ parabh kai simran sahj samaanee.
ਪ੍ਰਭ ਕੈ ਸਿਮਰਨਿ, ਨਿਹਚਲ ਆਸਨੁ॥ parabh kai simran nihchal aasan.
ਪ੍ਰਭ ਕੈ ਸਿਮਰਨਿ, ਕਮਲ ਬਿਗਾਸਨੁ॥ parabh kai simran kamal bigaasan.
ਪ੍ਰਭ ਕੈ ਸਿਮਰਨਿ, ਅਨਹਦ ਝੁਨਕਾਰ॥ parabh kai simran anhad jhunkaar.
ਸੁਖੁ ਪ੍ਰਭ ਸਿਮਰਨ, ਕਾ ਅੰਤੁ ਨ ਪਾਰ॥ sukh parabh simran kaa ant na paar.
ਸਿਮਰਹਿ ਸੇ ਜਨ, ਜਿਨ ਕਉ ਪ੍ਰਭ ਮਇਆ॥ simrahi say jan jin ka-o parabh ma-i-aa.
ਨਾਨਕ ਤਿਨ ਜਨ, ਸਰਨੀ ਪਇਆ॥੭॥ naanak tin jan sarnee pa-i-aa. ||7||

ਅਸਟਪਦੀ॥ Asatpadee. 1-8

ਹਰਿ ਸਿਮਰਨੁ ਕਰਿ, ਭਗਤ ਪ੍ਰਗਟਾਏ॥ har simran kar bhagat pargataa-ay.
ਹਰਿ ਸਿਮਰਨਿ ਲਗਿ, ਬੇਦ ਉਪਾਏ॥ har simran lag bayd upaa-ay.
ਹਰਿ ਸਿਮਰਨਿ ਭਏ, ਸਿਧ ਜਤੀ ਦਾਤੇ॥ har simran bha-ay siDh jatee daatay.
ਹਰਿ ਸਿਮਰਨਿ ਨੀਚ, ਚਹੁ ਕੁੰਟ ਜਾਤੇ॥ har simran neech chahu kunt jaatay.
ਹਰਿ ਸਿਮਰਨਿ, ਧਾਰੀ, ਸਭ ਧਰਨਾ॥ har simran Dhaaree sabh Dharnaa.

ਸਿਮਰਿ ਸਿਮਰਿ, ਹਰਿ ਕਾਰਨ ਕਰਨਾ॥	simar simar har kaaran karnaa.
ਹਰਿ ਸਿਮਰਨਿ, ਕੀਓ ਸਗਲ ਅਕਾਰਾਂ॥	har simran kee-o sagal akaaraa.
ਹਰਿ ਸਿਮਰਨ, ਮਹਿ ਆਪਿ ਨਿਰੰਕਾਰਾ॥	har simran meh aap nirankaaraa.
ਕਰਿ ਕਿਰਪਾ ਜਿਸੁ, ਆਪਿ ਬੁਝਾਇਆ॥	kar kirpaa jis aap bujhaa-i-aa.
ਨਾਨਕ ਗੁਰਮੁਖਿ,	naanak gurmukh
ਹਰਿ ਸਿਮਰਨੁ ਤਿਨਿ ਪਾਇਆ॥੮॥੧॥	har simran tin paa-i-aa. |8||1||

2. **ਸਲੋਕੁ॥ 2॥ 263**

ਦੀਨ, ਦਰਦ ਦੁਖ ਭੰਜਨਾ,	deen darad dukh bhanjnaa ghat
ਘਟਿ ਘਟਿ ਨਾਥ ਅਨਾਥ॥	ghat naath anaath.
ਸਰਣਿ ਤੁਮ੍ਾਰੀ ਆਇਓ,	saran tumHaaree aa-i-o
ਨਾਨਕ ਕੇ, ਪ੍ਰਭ ਸਾਥ॥੨॥	naanak kay parabh saath.

ਅਸਟਪਦੀ॥ Asatpadee. 2-1

ਜਹ, ਮਾਤ, ਪਿਤਾ, ਸੁਤ ਮੀਤ ਨ ਭਾਈ॥	jah maat pitaa sut meet na bhaa-ee.
ਮਨ ਊਹਾ ਨਾਮੁ, ਤੇਰੈ ਸੰਗਿ ਸਹਾਈ॥	man oohaa naam tayrai sang sahaa-ee.
ਜਹ ਮਹਾ ਭਇਆਨ, ਦੂਤ ਜਮ ਦਲੈ॥	jah mahaa bha-i-aan doot jam dalai.
ਤਹ ਕੇਵਲ ਨਾਮੁ, ਸੰਗਿ ਤੇਰੈ ਚਲੈ॥	tah kayval naam sang tayrai chalai.
ਜਹ ਮੁਸਕਲ ਹੋਵੈ, ਅਤਿ ਭਾਰੀ॥	jah muskal hovai at bhaaree.
ਹਰਿ ਕੋ ਨਾਮੁ, ਖਿਨ ਮਾਹਿ ਉਧਾਰੀ॥	har ko naam khin maahi uDhaaree.
ਅਨਿਕ ਪੁਨਹ ਚਰਨ, ਕਰਤ ਨਹੀ ਤਰੈ॥	anik punahcharan karat nahee tarai.
ਹਰਿ ਕੋ ਨਾਮੁ, ਕੋਟਿ ਪਾਪ ਪਰਹਰੈ॥	har ko naam kot paap parharai.
ਗੁਰਮੁਖਿ ਨਾਮੁ ਜਪਹੁ, ਮਨ ਮੇਰੇ॥	gurmukh naam japahu man mayray.
ਨਾਨਕ ਪਾਵਹੁ, ਸੂਖ ਘਨੇਰੇ॥੧॥	naanak paavhu sookh ghanayray. ||1||

ਅਸਟਪਦੀ॥ Asatpadee. 2-2

ਸਗਲ ਸ੍ਰਿਸਟਿ ਕੋ, ਰਾਜਾ ਦੁਖੀਆ॥	sagal sarisat ko raajaa dukhee-aa.
ਹਰਿ ਕਾ ਨਾਮੁ, ਜਪਤ ਹੋਇ ਸੁਖੀਆ॥	har kaa naam japat ho-ay sukhee-aa.
ਲਾਖ ਕਰੋਰੀ, ਬੰਧੁ ਨ ਪਰੈ॥	laakh karoree banDh na parai.
ਹਰਿ ਕਾ ਨਾਮੁ, ਜਪਤ ਨਿਸਤਰੈ॥	har kaa naam japat nistarai.
ਅਨਿਕ ਮਾਇਆ ਰੰਗ, ਤਿਖ ਨ ਬੁਝਾਵੈ॥	anik maa-i-aa rang tikh na bujhaavai.
ਹਰਿ ਕਾ ਨਾਮੁ, ਜਪਤ ਆਘਾਵੈ॥	har kaa naam japat aaghaavai.
ਜਿਹ ਮਾਰਗਿ, ਇਹੁ ਜਾਤ ਇਕੇਲਾ॥	jih maarag ih jaat ikaylaa.
ਤਹ ਹਰਿ ਨਾਮੁ, ਸੰਗਿ ਹੋਤ ਸੁਹੇਲਾ॥	tah har naam sang hot suhaylaa.
ਐਸਾ ਨਾਮੁ, ਮਨ ਸਦਾ ਧਿਆਈਐ॥	aisaa naam man sadaa Dhi-aa-ee-ai.
ਨਾਨਕ ਗੁਰਮੁਖਿ, ਪਰਮ ਗਤਿ ਪਾਈਐ॥੨॥	naanak gurmukh param gat paa-ee-ai. ||2||

ਅਸਟਪਦੀ॥ Asatpadee. 2-3

ਛੂਟਤ ਨਹੀ, ਕੋਟਿ ਲਖ ਬਾਹੀ॥	chhootat nahee kot lakh baahee.
ਨਾਮੁ ਜਪਤ, ਤਹ ਪਾਰਿ ਪਰਾਹੀ॥	naam japat tah paar paraahee.
ਅਨਿਕ ਬਿਘਨ ਜਹ, ਆਇ ਸੰਘਾਰੈ॥	anik bighan jah aa-ay sanghaarai.
ਹਰਿ ਕਾ ਨਾਮੁ, ਤਤਕਾਲ ਉਧਾਰੈ॥	har kaa naam tatkaal uDhaarai.
ਅਨਿਕ ਜੋਨਿ, ਜਨਮੈ ਮਰਿ ਜਾਮ॥	anik jon janmai mar jaam.
ਨਾਮੁ ਜਪਤ, ਪਾਵੈ ਬਿਸ੍ਰਾਮ॥	naam japat paavai bisraam.
ਹਉ ਮੈਲਾ, ਮਲੁ ਕਬਹੁ ਨ ਧੋਵੈ॥	ha-o mailaa mal kabahu na Dhovai.
ਹਰਿ ਕਾ ਨਾਮੁ, ਕੋਟਿ ਪਾਪ ਖੋਵੈ॥	har kaa naam kot paap khovai.
ਐਸਾ ਨਾਮੁ ਜਪਹੁ, ਮਨ ਰੰਗਿ॥	aisaa naam japahu man rang.
ਨਾਨਕ ਪਾਈਐ, ਸਾਧ ਕੈ ਸੰਗਿ॥੩॥	naanak paa-ee-ai saaDh kai sang. ||3||

ਅਸਟਪਦੀ॥ Asatpadee. 2-4

ਜਿਹ ਮਾਰਗ ਕੇ ਗਨੇ, ਜਾਹਿ ਨ ਕੋਸਾ॥	jih maarag kay ganay jaahi na kosaa.
ਹਰਿ ਕਾ ਨਾਮੁ, ਊਹਾ ਸੰਗਿ ਤੋਸਾ॥	har kaa naam oohaa sang tosaa.
ਜਿਹ ਪੈਡੈ ਮਹਾ, ਅੰਧ ਗੁਬਾਰਾ॥	jih paidai mahaa anDh gubaaraa.
ਹਰਿ ਕਾ ਨਾਮੁ, ਸੰਗਿ ਉਜੀਆਰਾ॥	har kaa naam sang ujee-aaraa.
ਜਹਾ ਪੰਥਿ, ਤੇਰਾ ਕੋ ਨ ਸਿਞਾਨੂ॥	jahaa panth tayraa ko na sinjaanoo.
ਹਰਿ ਕਾ ਨਾਮੁ, ਤਹ ਨਾਲਿ ਪਛਾਨੂ॥	har kaa naam tah naal pachhaanoo.
ਜਹ ਮਹਾ ਭਇਆਨ, ਤਪਤਿ ਬਹੁ ਘਾਮ॥	jah mahaa bha-i-aan tapat baho ghaam.
ਤਹ ਹਰਿ ਕੇ ਨਾਮ ਕੀ, ਤੁਮ ਊਪਰਿ ਛਾਮ॥	tah har kay naam kee tum oopar chhaam.
ਜਹਾ ਤ੍ਰਿਖਾ ਮਨ, ਤੁਝੁ ਆਕਰਖੈ॥	jahaa tarikhaa man tujh aakrakhai.
ਤਹ ਨਾਨਕ, ਹਰਿ ਹਰਿ ਅੰਮ੍ਰਿਤੁ ਬਰਖੈ॥ ੪॥	tah naanak har har amrit barkhai. ||4||

ਅਸਟਪਦੀ॥ Asatpadee. 2-5

ਭਗਤ ਜਨਾ ਕੀ, ਬਰਤਨਿ ਨਾਮੁ॥	bhagat janaa kee bartan naam.
ਸੰਤ ਜਨਾ ਕੈ, ਮਨਿ ਬਿਸ੍ਰਾਮੁ॥	sant janaa kai man bisraam.
ਹਰਿ ਕਾ ਨਾਮੁ, ਦਾਸ ਕੀ ਓਟ॥	har kaa naam daas kee ot.
ਹਰਿ ਕੈ ਨਾਮਿ, ਉਧਰੇ ਜਨ ਕੋਟਿ॥	har kai naam uDhray jan kot.
ਹਰਿ ਜਸੁ ਕਰਤ, ਸੰਤ ਦਿਨੁ ਰਾਤਿ॥	har jas karat sant din raat.
ਹਰਿ ਹਰਿ ਅਉਖਧੁ, ਸਾਧ ਕਮਾਤਿ॥	har har a-ukhaDh saaDh kamaat.
ਹਰਿ ਜਨ ਕੈ, ਹਰਿ ਨਾਮੁ ਨਿਧਾਨੁ॥	har jan kai har naam niDhaan.
ਪਾਰਬ੍ਰਹਮਿ ਜਨ, ਕੀਨੋ ਦਾਨ॥	paarbarahm jan keeno daan.
ਮਨ ਤਨ ਰੰਗਿ ਰਤੇ, ਰੰਗ ਏਕੈ॥	man, tan rang ratay rang aykai.
ਨਾਨਕ ਜਨ ਕੈ, ਬਿਰਤਿ ਬਿਬੇਕੈ॥੫॥	naanak jan kai birat bibaykai. ||5||

ਅਸਟਪਦੀ॥ Asatpadee. 2-6

ਹਰਿ ਕਾ ਨਾਮੁ, ਜਨ ਕਉ ਮੁਕਤਿ ਜੁਗਤਿ॥	har kaa naam jan ka-o mukat jugat.
ਹਰਿ ਕੈ ਨਾਮਿ, ਜਨ ਕਉ ਤ੍ਰਿਪਤਿ ਭੁਗਤਿ॥	har kai naam jan ka-o taripat bhugat.
ਹਰਿ ਕਾ ਨਾਮੁ, ਜਨ ਕਾ ਰੂਪ ਰੰਗੁ॥	har kaa naam jan kaa roop rang.
ਹਰਿ ਨਾਮੁ ਜਪਤ, ਕਬ ਪਰੈ ਨ ਭੰਗੁ॥	har naam japat kab parai na bhang.
ਹਰਿ ਕਾ ਨਾਮੁ, ਜਨ ਕੀ ਵਡਿਆਈ॥	har kaa naam jan kee vadi-aa-ee.
ਹਰਿ ਕੈ ਨਾਮਿ, ਜਨ ਸੋਭਾ ਪਾਈ॥	har kai naam jan sobhaa paa-ee.
ਹਰਿ ਕਾ ਨਾਮੁ, ਜਨ ਕਉ ਭੋਗ ਜੋਗ॥	har kaa naam jan ka-o bhog jog.
ਹਰਿ ਨਾਮੁ ਜਪਤ, ਕਛੁ ਨਾਹਿ ਬਿਓਗੁ॥	har naam japat kachh naahi bi-og.
ਜਨੁ ਰਾਤਾ ਹਰਿ, ਨਾਮ ਕੀ ਸੇਵਾ॥	jan raataa har naam kee sayvaa.
ਨਾਨਕ ਪੂਜੈ, ਹਰਿ ਹਰਿ ਦੇਵਾ॥੬॥	naanak poojai har har dayvaa. ||6||

ਅਸਟਪਦੀ॥ Asatpadee. 2-7

ਹਰਿ ਹਰਿ ਜਨ ਕੈ, ਮਾਲੁ ਖਜੀਨਾ॥	har har jan kai maal khajeenaa.
ਹਰਿ ਧਨੁ ਜਨ ਕਉ, ਆਪਿ ਪ੍ਰਭਿ ਦੀਨਾ॥	har Dhan jan ka-o aap parabh deenaa.
ਹਰਿ ਹਰਿ ਜਨ ਕੈ, ਓਟ ਸਤਾਣੀ॥	har har jan kai ot sataanee.
ਹਰਿ ਪ੍ਰਤਾਪਿ, ਜਨ ਅਵਰ ਨ ਜਾਣੀ॥	har partaap jan avar na jaanee.
ਓਤਿ ਪੋਤਿ ਜਨ, ਹਰਿ ਰਸਿ ਰਾਤੈ॥	ot pot jan har ras raatay.
ਸੁੰਨ ਸਮਾਧਿ, ਨਾਮ ਰਸ ਮਾਤੈ॥	sunn samaaDh naam ras maatay.
ਆਠ ਪਹਰ ਜਨੁ, ਹਰਿ ਹਰਿ ਜਪੈ॥	aath pahar jan har har japai.
ਹਰਿ ਕਾ ਭਗਤੁ, ਪ੍ਰਗਟ ਨਹੀ ਛਪੈ॥	har kaa bhagat pargat nahee chhapai.
ਹਰਿ ਕੀ ਭਗਤਿ, ਮੁਕਤਿ ਬਹੁ ਕਰੇ॥	har kee bhagat mukat baho karay.
ਨਾਨਕ ਜਨ ਸੰਗਿ, ਕੇਤੇ ਤਰੇ॥੭॥	naanak jan sang kaytay taray. ||7||

ਅਸਟਪਦੀ॥ **Asatpadee. 2-8**

ਪਾਰਜਾਤੁ ਇਹੁ, ਹਰਿ ਕੋ ਨਾਮ॥	paarjaat ih har ko naam.
ਕਾਮਧੇਨ ਹਰਿ, ਹਰਿ ਗੁਣ ਗਾਮ॥	kaamDhayn har har gun gaam.
ਸਭ ਤੇ ਊਤਮ, ਹਰਿ ਕੀ ਕਥਾ॥	sabh tay ootam har kee kathaa.
ਨਾਮੁ ਸੁਨਤ, ਦਰਦ ਦੁਖ ਲਥਾ॥	naam sunat darad dukh lathaa.
ਨਾਮ ਕੀ ਮਹਿਮਾ, ਸੰਤ ਰਿਦ ਵਸੈ॥	naam kee mahimaa sant rid vasai.
ਸੰਤ ਪ੍ਰਤਾਪਿ, ਦੁਰਤੁ ਸਭੁ ਨਸੈ॥	sant partaap durat sabh nasai.
ਸੰਤ ਕਾ ਸੰਗੁ, ਵਡਭਾਗੀ ਪਾਈਐ॥	sant kaa sang vadbhaagee paa-ee-ai.
ਸੰਤ ਕੀ ਸੇਵਾ, ਨਾਮੁ ਧਿਆਈਐ॥	sant kee sayvaa naam Dhi-aa-ee-ai.
ਨਾਮ ਤੁਲਿ, ਕਛੁ ਅਵਰੁ ਨ ਹੋਇ॥	naam tul kachh avar na ho-ay.
ਨਾਨਕ ਗੁਰਮੁਖਿ ਨਾਮੁ ਪਾਵੈ ਜਨੁ ਕੋਇ॥	naanak gurmukh naam paavai jan ko-ay.
੮॥੨॥	॥8॥2॥

3. **ਸਲੋਕੁ॥ 3॥ 265**

ਬਹੁ ਸਾਸਤ੍ਰ, ਬਹੁ ਸਿਮ੍ਰਿਤੀ,	baho saastar baho simritee
ਪੇਖੇ ਸਰਬ ਢਢੋਲਿ॥	paykhay sarab dhadhol.
ਪੂਜਸਿ ਨਾਹੀ ਹਰਿ ਹਰੇ,	poojas naahee har haray
ਨਾਨਕ ਨਾਮ ਅਮੋਲ॥੩॥	naanak naam amol. ॥1॥

ਅਸਟਪਦੀ॥ **Asatpadee. 3-1**

ਜਾਪ, ਤਾਪ, ਗਿਆਨ, ਸਭਿ ਧਿਆਨ॥	jaap taap gi-aan sabh Dhi-aan.
ਖਟ, ਸਾਸਤ੍ਰ, ਸਿਮ੍ਰਿਤਿ, ਵਖਿਆਨ॥	khat saastar simrit vakhi-aan.
ਜੋਗ, ਅਭਿਆਸ, ਕਰਮ, ਧ੍ਰਮ, ਕਿਰਿਆ॥	jog abhi-aas karam Dharam kiri-aa.
ਸਗਲ ਤਿਆਗਿ, ਬਨ ਮਧੇ ਫਿਰਿਆ॥	sagal ti-aag ban maDhay firi-aa.
ਅਨਿਕ ਪ੍ਰਕਾਰ ਕੀਏ, ਬਹੁ ਜਤਨਾ॥	aAnik parkaar kee-ay baho jatnaa.
ਪੁੰਨ ਦਾਨ, ਹੋਮੇ, ਬਹੁ ਰਤਨਾ॥	punn daan homay baho ratnaa.
ਸਰੀਰੁ ਕਟਾਇ, ਹੋਮੈ ਕਰਿ ਰਾਤੀ॥	sareer kataa-ay homai kar raatee.
ਵਰਤ, ਨੇਮ ਕਰੈ, ਬਹੁ ਭਾਤੀ॥	varat naym karai baho bhaatee.
ਨਹੀ ਤੁਲਿ, ਰਾਮ ਨਾਮ ਬੀਚਾਰ॥	nahee tul raam naam beechaar.
ਨਾਨਕ ਗੁਰਮੁਖਿ ਨਾਮੁ ਜਪੀਐ, ਇਕ ਬਾਰ॥ ੧॥	naanak gurmukh naam japee-ai ik baar. ॥1॥

ਅਸਟਪਦੀ॥ **Asatpadee. 3-2**

ਨਉ ਖੰਡ ਪ੍ਰਿਥਮੀ, ਫਿਰੈ ਚਿਰੁ ਜੀਵੈ॥	na-o khand parithmee firai chir jeevai.
ਮਹਾ ਉਦਾਸੁ, ਤਪੀਸਰੁ ਥੀਵੈ॥	mahaa udaas tapeesar theevai.
ਅਗਨਿ ਮਾਹਿ, ਹੋਮਤ ਪਰਾਨ॥	agan maahi homat paraan.
ਕਨਿਕ ਅਸ੍ਵ ਹੈਵਰ, ਭੂਮਿ ਦਾਨ॥	kanik asav haivar bhoom daan.
ਨਿਉਲੀ ਕਰਮ ਕਰੈ, ਬਹੁ ਆਸਨ॥	ni-ulee karam karai baho aasan.
ਜੈਨ ਮਾਰਗ, ਸੰਜਮ, ਅਤਿ ਸਾਧਨ॥	jain maarag sanjam at saaDhan.
ਨਿਮਖ ਨਿਮਖ ਕਰਿ, ਸਰੀਰੁ ਕਟਾਵੈ॥	nimakh nimakh kar sareer kataavai.
ਤਉ ਭੀ ਹਉਮੈ, ਮੈਲੁ ਨ ਜਾਵੈ॥	ta-o bhee ha-umai mail na jaavai.
ਹਰਿ ਕੇ ਨਾਮ, ਸਮਸਰਿ ਕਛੁ ਨਾਹਿ॥	har kay naam samsar kachh naahi.
ਨਾਨਕ ਗੁਰਮੁਖਿ, ਨਾਮੁ ਜਪਤ, ਗਤਿ ਪਾਹਿ ੨॥	naanak gurmukh naam japat gat paahi. ॥2॥

ਅਸਟਪਦੀ॥ **Asatpadee. 3-3**

ਮਨ ਕਾਮਨਾ, ਤੀਰਥ ਦੇਹ ਛੁਟੈ॥	man, kaamnaa tirath dayh chhutai.
ਗਰਬੁ ਗੁਮਾਨੁ, ਨ ਮਨ ਤੇ ਹੁਟੈ॥	garab gumaan na man tay hutai.
ਸੋਚ ਕਰੈ, ਦਿਨਸੁ ਅਰੁ ਰਾਤਿ॥	soch karai dinas ar raat.
ਮਨ ਕੀ ਮੈਲੁ, ਨ ਤਨ ਤੇ ਜਾਤਿ॥	man, kee mail na tan tay jaat.
ਇਸੁ ਦੇਹੀ ਕਉ, ਬਹੁ ਸਾਧਨਾ ਕਰੈ॥	is dayhee ka-o baho saaDhnaa karai.
ਮਨ ਤੇ ਕਬਹੂ, ਨ ਬਿਖਿਆ ਟਰੈ॥	man, tay kabhoo na bikhi-aa tarai.
ਜਲਿ ਧੋਵੈ ਬਹੁ, ਦੇਹ ਅਨੀਤਿ॥	jal Dhovai baho dayh aneet.

ਸੁਧ ਕਹਾ ਹੋਇ, ਕਾਚੀ ਭੀਤਿ॥	suDh kahaa ho-ay kaachee bheet.
ਮਨ ਹਰਿ ਕੇ, ਨਾਮ ਕੀ ਮਹਿਮਾ ਊਚ॥	man, har kay naam kee mahimaa ooch.
ਨਾਨਕ, ਨਾਮਿ ਉਧਰੇ, ਪਤਿਤ ਬਹੁ ਮੂਚ॥੩॥	naanak naam uDhray patit baho mooch. ‖3‖

ਅਸਟਪਦੀ॥ Asatpadee. 3-4

ਬਹੁਤੁ ਸਿਆਣਪ, ਜਮ ਕਾ ਭਉ ਬਿਆਪੇ॥	bahut si-aanap jam kaa bha-o bi-aapai.
ਅਨਿਕ ਜਤਨ ਕਰਿ, ਤ੍ਰਿਸਨ ਨਾ ਧ੍ਰਾਪੈ॥	anik jatan kar tarisan naa Dharaapai.
ਭੇਖ ਅਨੇਕਾਂ, ਅਗਨਿ ਨਹੀ ਬੁਝੈ॥	bhaykh anayk agan nahee bujhai.
ਉਪਾਵ, ਦਰਗਹ ਨਹੀ ਸਿਝੈ॥	kot upaav dargeh nahee sijhai.
ਛੂਟਸਿ ਨਾਹੀ, ਊਭ ਪਇਆਲਿ॥	chhootas naahee oobh pa-i-aal.
ਮੋਹਿ ਬਿਆਪਹਿ, ਮਾਇਆ ਜਾਲਿ॥	mohi bi-aapahi maa-i-aa jaal.
ਅਵਰ ਕਰਤੂਤਿ, ਸਗਲੀ ਜਮੁ ਡਾਨੈ॥	avar kartoot saglee jam daanai.
ਗੋਵਿੰਦ ਭਜਨ, ਬਿਨੁ ਤਿਲੁ ਨਹੀ ਮਾਨੈ॥	govind bhajan bin til nahee maanai.
ਹਰਿ ਕਾ ਨਾਮੁ ਜਪਤ, ਦੁਖੁ ਜਾਇ॥	har kaa naam japat dukh jaa-ay.
ਨਾਨਕ ਬੋਲੈ, ਸਹਜਿ ਸੁਭਾਇ॥੪॥	naanak bolai sahj subhaa-ay. ‖4‖

ਅਸਟਪਦੀ॥ Asatpadee. 3-5

ਚਾਰਿ ਪਦਾਰਥ, ਜੇ ਕੋ ਮਾਗੈ॥	chaar padaarath jay ko maagai.
ਸਾਧ ਜਨਾ ਕੀ, ਸੇਵਾ ਲਾਗੈ॥	saaDh janaa kee sayvaa laagai.
ਜੇ ਕੋ ਆਪੁਨਾ, ਦੂਖੁ ਮਿਟਾਵੈ॥	jay ko aapunaa dookh mitaavai.
ਹਰਿ ਹਰਿ ਨਾਮੁ, ਰਿਦੈ ਸਦ ਗਾਵੈ॥	har har naam ridai sad gaavai.
ਜੇ ਕੋ ਅਪੁਨੀ, ਸੋਭਾ ਲੋਰੈ॥	jay ko apunee sobhaa lorai.
ਸਾਧਸੰਗਿ, ਇਹ ਹਉਮੈ ਛੋਰੈ॥	saaDhsang ih ha-umai chhorai.
ਜੇ ਕੋ ਜਨਮ ਮਰਣ, ਤੇ ਡਰੈ॥	jay ko janam maran tay darai.
ਸਾਧ ਜਨਾ ਕੀ, ਸਰਨੀ ਪਰੈ॥	saaDh janaa kee sarnee parai.
ਜਿਸੁ ਜਨ ਕਉ, ਪ੍ਰਭ ਦਰਸ ਪਿਆਸਾ॥	jis jan ka-o parabh daras pi-aasaa.
ਨਾਨਕ ਤਾ ਕੈ, ਬਲਿ ਬਲਿ ਜਾਸਾ॥੫॥	naanak taa kai bal bal jaasaa. ‖5‖

ਅਸਟਪਦੀ॥ Asatpadee. 3-6

ਸਗਲ ਪੁਰਖ, ਮਹਿ ਪੁਰਖੁ ਪ੍ਰਧਾਨੁ॥	sagal purakh meh purakh parDhaan.
ਸਾਧਸੰਗਿ ਜਾ ਕਾ, ਮਿਟੈ ਅਭਿਮਾਨੁ॥	saaDhsang jaa kaa mitai abhimaan.
ਆਪਸ ਕਉ ਜੋ, ਜਾਣੈ ਨੀਚਾ॥	aapas ka-o jo jaanai neechaa.
ਸੋਊ ਗਨੀਐ, ਸਭ ਤੇ ਊਚਾ॥	so-oo ganee-ai sabh tay oochaa.
ਜਾ ਕਾ ਮਨੁ ਹੋਇ, ਸਗਲ ਕੀ ਰੀਨਾ॥	jaa kaa man ho-ay sagal kee reenaa.
ਹਰਿ ਹਰਿ ਨਾਮੁ, ਤਿਨਿ ਘਟਿ ਘਟਿ ਚੀਨਾ॥	har har naam tin ghat ghat cheenaa.
ਮਨ ਅਪੁਨੇ ਤੇ, ਬੁਰਾ ਮਿਟਾਨਾ॥	man, apunay tay buraa mitaanaa.
ਪੇਖੈ ਸਗਲ, ਸ੍ਰਿਸਟਿ ਸਾਜਨਾ॥	paykhai sagal sarisat saajnaa.
ਸੂਖ ਦੂਖ ਜਨ, ਸਮ ਦ੍ਰਿਸਟੇਤਾ॥	sookh dookh jan sam daristaytaa.
ਨਾਨਕ ਪਾਪ ਪੁੰਨ, ਨਹੀ ਲੇਪਾ॥੬॥	naanak paap punn nahee laypaa. ‖6‖

ਅਸਟਪਦੀ॥ Asatpadee. 3-7

ਨਿਰਧਨ ਕਉ, ਧਨੁ ਤੇਰੋ ਨਾਉ॥	nirDhan ka-o Dhan tayro naa-o.
ਨਿਥਾਵੇ ਕਉ, ਨਾਉ ਤੇਰਾ ਥਾਉ॥	nithaavay ka-o naa-o tayraa thaa-o.
ਨਿਮਾਨੇ ਕਉ, ਪ੍ਰਭ ਤੇਰੋ ਮਾਨੁ॥	nimaanay ka-o parabh tayro maan.
ਸਗਲ ਘਟਾ ਕਉ, ਦੇਵਹੁ ਦਾਨੁ॥	sagal ghataa ka-o dayvhu daan.
ਕਰਨ ਕਰਾਵਨਹਾਰ ਸੁਆਮੀ॥	karan karaavanhaar su-aamee.
ਸਗਲ ਘਟਾ. ਕੇ ਅੰਤਰਜਾਮੀ॥	sagal ghataa kay antarjaamee.
ਅਪਨੀ ਗਤਿ ਮਿਤਿ, ਜਾਨਹੁ ਆਪੇ॥	apnee gat mit jaanhu aapay.
ਆਪਨ ਸੰਗਿ, ਆਪਿ ਪ੍ਰਭ ਰਾਤੇ॥	aapan sang aap parabh raatay.
ਤੁਮ੍ਰੀ ਉਸਤਤਿ, ਤੁਮ ਤੇ ਹੋਇ॥	tumHree ustat tum tay ho-ay.
ਨਾਨਕ ਅਵਰੁ ਨ, ਜਾਨਸਿ ਕੋਇ॥੭॥	naanak avar na jaanas ko-ay. ‖7‖

ਅਸਟਪਦੀ॥ **Asatpadee.** 3-8

ਸਰਬ ਧਰਮ ਮਹਿ, ਸ੍ਰੇਸਟ ਧਰਮੁ॥	sarab Dharam meh saraysat Dharam.
ਹਰਿ ਕੋ ਨਾਮੁ, ਜਪਿ ਨਿਰਮਲ ਕਰਮੁ॥	har ko naam jap nirmal karam.
ਸਗਲ ਕ੍ਰਿਆ ਮਹਿ, ਊਤਮ ਕਿਰਿਆ॥	sagal kir-aa meh ootam kiri-aa.
ਸਾਧਸੰਗਿ ਦੁਰਮਤਿ, ਮਲੁ ਹਿਰਿਆ॥	saaDhsang durmat mal hiri-aa.
ਸਗਲ ਉਦਮ ਮਹਿ, ਉਦਮੁ ਭਲਾ॥	sagal udam meh udam bhalaa.
ਹਰਿ ਕਾ ਨਾਮੁ, ਜਪਹੁ ਜੀਅ ਸਦਾ॥	har kaa naam japahu jee-a sadaa.
ਸਗਲ ਬਾਨੀ ਮਹਿ, ਅੰਮ੍ਰਿਤ ਬਾਨੀ॥	sagal baanee meh amrit baanee.
ਹਰਿ ਕੋ ਜਸੁ ਸੁਨਿ, ਰਸਨ ਬਖਾਨੀ॥	har ko jas sun rasan bakhaanee.
ਸਗਲ ਥਾਨ ਤੇ, ਓਹੁ ਊਤਮ ਥਾਨੁ॥	sagal thaan tay oh ootam thaan.
ਨਾਨਕ ਜਿਹ ਘਟਿ ਵਸੈ, ਹਰਿ ਨਾਮੁ॥ ੮॥੩॥	naanak jih ghat vasai har naam. ||8||3||

4. **ਸਲੋਕੁ॥** 4॥ 266

ਨਿਰਗੁਨੀਆਰ ਇਆਨਿਆ,	nirgunee-aar i-aani-aa
ਸੋ ਪ੍ਰਭੁ ਸਦਾ ਸਮਾਲਿ॥	so parabh sadaa samaal.
ਜਿਨਿ ਕੀਆ ਤਿਸੁ ਚੀਤਿ ਰਖੁ,	jin kee-aa tis cheet rakh
ਨਾਨਕ ਨਿਬਹੀ ਨਾਲਿ॥	naanak nibhee naal. ||1||

ਅਸਟਪਦੀ॥ **Asatpadee.** 4-1

ਰਮਈਆ ਕੇ ਗੁਨ, ਚੇਤਿ ਪਰਾਨੀ॥	rama-ee-aa kay gun chayt paraanee.
ਕਵਨ ਮੂਲ ਤੇ, ਕਵਨ ਦ੍ਰਿਸਟਾਨੀ॥	kavan mool tay kavan daristaanee.
ਜਿਨਿ ਤੂੰ, ਸਾਜਿ ਸਵਾਰਿ ਸੀਗਾਰਿਆ॥	jin tooN saaj savaar seegaari-aa.
ਗਰਭ ਅਗਨਿ ਮਹਿ ਜਿਨਹਿ ਉਬਾਰਿਆ	garabh agan meh jineh ubaari-aa.
ਬਾਰ ਬਿਵਸਥਾ, ਤੁਝਹਿ ਪਿਆਰੈ ਦੂਧ॥	baar bivasthaa tujheh pi-aarai dooDh.
ਭਰਿ ਜੋਬਨ, ਭੋਜਨ ਸੁਖ ਸੂਧ॥	bhar joban bhojan sukh sooDh.
ਬਿਰਧਿ ਭਇਆ, ਊਪਰਿ ਸਾਕ ਸੈਨ॥	biraDh bha-i-aa oopar saak sain.
ਮੁਖਿ ਅਪਿਆਉ, ਬੈਠ ਕਉ ਦੈਨ॥	mukh api-aa-o baith ka-o dain.
ਇਹੁ ਨਿਰਗੁਨੁ, ਗੁਨੁ ਕਛੂ ਨ ਬੂਝੈ॥	ih nirgun gun kachhoo na boojhai.
ਬਖਸਿ ਲੇਹੁ, ਤਉ ਨਾਨਕ ਸੀਝੈ॥੧॥	bakhas layho ta-o naanak seejhai. ||1||

ਅਸਟਪਦੀ॥ **Asatpadee.** 4-2

ਜਿਹ ਪ੍ਰਸਾਦਿ, ਧਰ ਊਪਰਿ ਸੁਖਿ ਬਸਹਿ॥	jih parsaad Dhar oopar sukh baseh.
ਸੁਤ ਭ੍ਰਾਤ ਮੀਤ ਬਨਿਤਾ, ਸੰਗਿ ਹਸਹਿ॥	sut bharaat meet banitaa sang haseh.
ਜਿਹ ਪ੍ਰਸਾਦਿ, ਪੀਵਹਿ ਸੀਤਲ ਜਲਾ॥	jih parsaad peeveh seetal jalaa.
ਸੁਖਦਾਈ ਪਵਨੁ, ਪਾਵਕੁ ਅਮੁਲਾ॥	sukh-daa-ee pavan paavak amulaa.
ਜਿਹ ਪ੍ਰਸਾਦਿ, ਭੋਗਹਿ ਸਭਿ ਰਸਾ॥	jih parsaad bhogeh sabh rasaa.
ਸਗਲ ਸਮਗ੍ਰੀ, ਸੰਗਿ ਸਾਥਿ ਬਸਾ॥	sagal samagree sang saath basaa.
ਦੀਨੇ ਹਸਤ ਪਾਵ, ਕਰਨ ਨੇਤ੍ਰ ਰਸਨਾ॥	deenay hasat paav karan naytar rasnaa.
ਤਿਸਹਿ ਤਿਆਗਿ, ਅਵਰ ਸੰਗਿ ਰਚਨਾ॥	tiseh ti-aag avar sang rachnaa.
ਐਸੇ ਦੋਖ ਮੂੜ, ਅੰਧ ਬਿਆਪੇ॥	aisay dokh moorh anDh bi-aapay.
ਨਾਨਕ ਕਾਢਿ ਲੇਹੁ, ਪ੍ਰਭ ਆਪੇ॥੨॥	naanak kaadh layho parabh aapay. ||2||

ਅਸਟਪਦੀ॥ Asatpadee. 4-3

ਆਦਿ ਅੰਤਿ, ਜੋ ਰਾਖਨਹਾਰੁ॥	aad ant jo raakhanhaar.
ਤਿਸ ਸਿਉ ਪ੍ਰੀਤਿ, ਨ ਕਰੈ ਗਵਾਰੁ॥	tis si-o pareet na karai gavaar.
ਜਾ ਕੀ ਸੇਵਾ, ਨਵ ਨਿਧਿ ਪਾਵੈ॥	jaa kee sayvaa nav niDh paavai.
ਤਾ ਸਿਉ ਮੂੜਾ, ਮਨੁ ਨਹੀ ਲਾਵੈ॥	taa si-o moorhaa man nahee laavai.
ਜੋ ਠਾਕੁਰੁ, ਸਦ ਸਦਾ ਹਜੂਰੈ॥	jo thaakur sad sadaa hajooray.
ਤਾ ਕਉ ਅੰਧਾ, ਜਾਨਤ ਦੂਰੈ॥	taa ka-o anDhaa jaanat dooray.
ਜਾ ਕੀ ਟਹਲ ਪਾਵੈ, ਦਰਗਹ ਮਾਨੁ॥	jaa kee tahal paavai dargeh maan.
ਤਿਸਹਿ ਬਿਸਾਰੈ, ਮੁਗਧੁ ਅਜਾਨੁ॥	tiseh bisaarai mugaDh ajaan.

ਸਦਾ ਸਦਾ, ਇਹੁ ਭੂਲਨਹਾਰੁ॥	sadaa sadaa ih bhoolanhaar.
ਨਾਨਕ ਰਾਖਨਹਾਰੁ, ਅਪਾਰੁ॥੩॥	naanak raakhanhaar apaar. ||3||

ਅਸਟਪਦੀ॥ Asatpadee. 4-4

ਰਤਨੁ ਤਿਆਗਿ, ਕਉਡੀ ਸੰਗਿ ਰਚੈ॥	ratan ti-aag ka-udee sang rachai.
ਸਾਚੁ ਛੋਡਿ, ਝੂਠ ਸੰਗਿ ਮਚੈ॥	saach chhod jhooth sang machai.
ਜੋ ਛਡਨਾ ਸੁ, ਅਸਥਿਰੁ ਕਰਿ ਮਾਨੈ॥	jJo chhadnaa so asthir kar maanai.
ਜੋ ਹੋਵਨੁ, ਸੋ ਦੂਰਿ ਪਰਾਨੈ॥	jo hovan so door paraanai.
ਛੋਡਿ ਜਾਇ, ਤਿਸ ਕਾ ਸ੍ਰਮੁ ਕਰੈ॥	chhod jaa-ay tis kaa saram karai.
ਸੰਗਿ ਸਹਾਈ, ਤਿਸੁ ਪਰਹਰੈ॥	sang sahaa-ee tis parharai.
ਚੰਦਨ ਲੇਪੁ, ਉਤਾਰੈ ਧੋਇ॥	chandan layp utaarai Dho-ay.
ਗਰਧਬ ਪ੍ਰੀਤਿ, ਭਸਮ ਸੰਗਿ ਹੋਇ॥	garDhab pareet bhasam sang ho-ay.
ਅੰਧ ਕੂਪ ਮਹਿ, ਪਤਿਤ ਬਿਕਰਾਲ॥	anDh koop meh patit bikraal.
ਨਾਨਕ ਕਾਢਿ ਲੇਹੁ, ਪ੍ਰਭ ਦਇਆਲ॥੪॥	naanak kaadh layho parabh da-i-aal. ||4||

ਅਸਟਪਦੀ॥ Asatpadee. 4-5

ਕਰਤੂਤਿ ਪਸੂ ਕੀ, ਮਾਨਸ ਜਾਤਿ॥	kartoot pasoo kee maanas jaat.
ਲੋਕ ਪਚਾਰਾ, ਕਰੈ ਦਿਨੁ ਰਾਤਿ॥	lok pachaaraa karai din raat.
ਬਾਹਰਿ ਭੇਖ, ਅੰਤਰਿ ਮਲੁ ਮਾਇਆ॥	baahar bhaykh antar mal maa-i-aa.
ਛਪਸਿ ਨਾਹਿ ਕਛੁ, ਕਰੈ ਛਪਾਇਆ॥	chhapas naahi kachh karai chhapaa-iaa.
ਬਾਹਰਿ, ਗਿਆਨ, ਧਿਆਨ, ਇਸਨਾਨ॥	baahar gi-aan Dhi-aan isnaan.
ਅੰਤਰਿ ਬਿਆਪੈ, ਲੋਭੁ ਸੁਆਨੁ॥	antar bi-aapai lobh su-aan.
ਅੰਤਰਿ ਅਗਨਿ, ਬਾਹਰਿ ਤਨੁ ਸੁਆਹ॥	antar agan baahar tan su-aah.
ਗਲਿ ਪਾਥਰ, ਕੈਸੇ ਤਰੈ ਅਥਾਹ॥	gal paathar kaisay tarai athaah.
ਜਾ ਕੈ ਅੰਤਰਿ, ਬਸੈ ਪ੍ਰਭੁ ਆਪਿ॥	jaa kai antar basai parabh aap.
ਨਾਨਕ ਤੇ ਜਨ, ਸਹਜਿ ਸਮਾਤਿ॥੫॥	naanak tay jan sahj samaat. ||5||

ਅਸਟਪਦੀ॥ Asatpadee. 4-6

ਸੁਨਿ ਅੰਧਾ, ਕੈਸੇ ਮਾਰਗੁ ਪਾਵੈ॥	sun anDhaa kaisay maarag paavai.
ਕਰੁ ਗਹਿ ਲੇਹੁ, ਓੜਿ ਨਿਬਹਾਵੈ॥	kar geh layho orh nibhaavai.
ਕਹਾ ਬੁਝਾਰਤਿ, ਬੂਝੈ ਡੋਰਾ॥	kahaa bujhaarat boojhai doraa.
ਨਿਸਿ ਕਹੀਐ, ਤਉ ਸਮਝੈ ਭੋਰਾ॥	nis kahee-ai ta-o samjhai bhoraa.
ਕਹਾ ਬਿਸਨਪਦ, ਗਾਵੈ ਗੁੰਗ॥	kahaa bisanpad gaavai gung.
ਜਤਨ ਕਰੈ, ਤਉ ਭੀ ਸੁਰ ਭੰਗ॥	jatan karai ta-o bhee sur bhang.
ਕਹ ਪਿੰਗੁਲ, ਪਰਬਤ ਪਰ ਭਵਨ॥	kah pingul parbat par bhavan.
ਨਹੀ ਹੋਤ ਊਹਾ, ਉਸੁ ਗਵਨ॥	nahee hot oohaa us gavan.
ਕਰਤਾਰ ਕਰੁਣਾ, ਮੈ ਦੀਨੁ ਬੇਨਤੀ ਕਰੈ॥	kartaar karunaa mai deen bayntee karai.
ਨਾਨਕ ਤੁਮਰੀ, ਕਿਰਪਾ ਤਰੈ॥੬॥	naanak tumree kirpaa tarai. ||6||

ਅਸਟਪਦੀ॥ Asatpadee. 4-7

ਸੰਗਿ ਸਹਾਈ, ਸੁ ਆਵੈ ਨ ਚੀਤਿ॥	sang sahaa-ee so aavai na cheet.
ਜੋ ਬੈਰਾਈ, ਤਾ ਸਿਉ ਪ੍ਰੀਤਿ॥	jo bairaa-ee taa si-o pareet.
ਬਲੂਆ ਕੇ, ਗ੍ਰਿਹ ਭੀਤਰਿ ਬਸੈ॥	baloo-aa kay garih bheetar basai.
ਅਨਦ ਕੇਲ, ਮਾਇਆ ਰੰਗਿ ਰਸੈ॥	anad kayl maa-i-aa rang rasai.
ਦ੍ਰਿੜੁ ਕਰਿ ਮਾਨੈ, ਮਨਹਿ ਪ੍ਰਤੀਤਿ॥	darirh kar maanai maneh parteet.
ਕਾਲੁ ਨ ਆਵੈ, ਮੂੜੇ ਚੀਤਿ॥	kaal na aavai moorhay cheet.
ਬੈਰ ਬਿਰੋਧ, ਕਾਮ, ਕ੍ਰੋਧ, ਮੋਹ॥	bair biroDh kaam kroDh moh.
ਝੂਠ ਬਿਕਾਰ ਮਹਾ, ਲੋਭ ਧ੍ਰੋਹ॥	jhooth bikaar mahaa lobh Dharoh.
ਇਆਹੂ ਜੁਗਤਿ, ਬਿਹਾਨੇ ਕਈ ਜਨਮ॥	i-aahoo jugat bihaanay ka-ee janam.
ਨਾਨਕ ਰਾਖਿ ਲੇਹੁ, ਆਪਨ ਕਰਿ ਕਰਮ॥ ੭॥	naanak raakh layho aapan kar karam. ||7||

ਅਸਟਪਦੀ॥ **Asatpadee.** 4-8

ਤੂ ਠਾਕੁਰੁ, ਤੁਮ ਪਹਿ ਅਰਦਾਸਿ॥	too thaakur tum peh ardaas.
ਜੀਉ ਪਿੰਡੁ, ਸਭੁ ਤੇਰੀ ਰਾਸਿ॥	jee-o pind sabh tayree raas.
ਤੁਮ, ਮਾਤ, ਪਿਤਾ, ਹਮ ਬਾਰਿਕ ਤੇਰੇ॥	tum maat pitaa ham baarik tayray.
ਤੁਮਰੀ ਕ੍ਰਿਪਾ, ਮਹਿ ਸੂਖ ਘਨੇਰੇ॥	tumree kirpaa meh sookh ghanayray.
ਕੋਇ ਨ ਜਾਨੈ, ਤੁਮਰਾ ਅੰਤੁ॥	ko-ay na jaanai tumraa ant.
ਊਚੇ ਤੇ, ਊਚਾ ਭਗਵੰਥ॥	ochay tay oochaa bhagvant.
ਸਗਲ ਸਮਗ੍ਰੀ, ਤੁਮਰੈ ਸੁਤ੍ਰਿ ਧਾਰੀ॥	sagal samagree tumrai sutir Dhaaree.
ਤੁਮ ਤੇ ਹੋਇ, ਸੁ ਆਗਿਆਕਾਰੀ॥	tum tay ho-ay so aagi-aakaaree.
ਤੁਮਰੀ ਗਤਿ ਮਿਤਿ, ਤੁਮ ਹੀ ਜਾਨੀ॥	tumree gat mit tum hee jaanee.
ਨਾਨਕ ਦਾਸ, ਸਦਾ ਕੁਰਬਾਨੀ॥੮॥੪॥	naanak daas sadaa kurbaanee. ||8||4||

5. **ਸਲੋਕੁ॥** 5॥ 268

ਦੇਨਹਾਰੁ ਪ੍ਰਭ ਛੋਡਿ ਕੈ,	saynhaar parabh chhod kai
ਲਾਗਹਿ ਆਨ ਸੁਆਇ॥	laageh aan su-aa-ay.
ਨਾਨਕ, ਕਹੂ ਨ ਸੀਝਈ,	naanak kahoo na seejh-ee
ਬਿਨੁ ਨਾਵੈ ਪਤਿ ਜਾਇ॥	bin naavai pat jaa-ay. ||1||

ਅਸਟਪਦੀ॥ **Asatpadee.** 5 -1

ਦਸ ਬਸਤੂ, ਲੇ ਪਾਛੈ ਪਾਵੈ॥	das bastoo lay paachhai paavai.
ਏਕ ਬਸਤੁ ਕਾਰਨਿ, ਬਿਖੋਟਿ ਗਵਾਵੈ॥	ayk basat kaaran bikhot gavaavai.
ਏਕ ਭੀ ਨ ਦੇਇ, ਦਸ ਭੀ ਹਿਰਿ ਲੇਇ॥	ayk bhee na day-ay das bhee hir lay-ay.
ਤਉ ਮੂੜਾ, ਕਹੁ ਕਹਾ ਕਰੇਇ॥	ta-o moorhaa kaho kahaa karay-i.
ਜਿਸੁ ਠਾਕੁਰ ਸਿਉ, ਨਾਹੀ ਚਾਰਾ॥	jis thaakur si-o naahee chaaraa.
ਤਾ ਕਉ ਕੀਜੈ, ਸਦ ਨਮਸਕਾਰਾ॥	taa ka-o keejai sad namaskaaraa.
ਜਾ ਕੈ ਮਨਿ ਲਾਗਾ, ਪ੍ਰਭੁ ਮੀਠਾ॥	jaa kai man laagaa parabh meethaa.
ਸਰਬ ਸੁਖ ਤਾਹੂ, ਮਨਿ ਵੂਠਾ॥	sarab sookh taahoo man voothaa.
ਜਿਸੁ ਜਨ ਅਪਨਾ, ਹੁਕਮੁ ਮਨਾਇਆ॥	jis jan apnaa hukam manaa-i-aa.
ਸਰਬ ਥੋਕ, ਨਾਨਕ ਤਿਨਿ ਪਾਇਆ॥੧॥	sarab thok naanak tin paa-i-aa. ||1||

ਅਸਟਪਦੀ॥ **Asatpadee.** 5 -2

ਅਗਨਤ ਸਾਹੁ, ਅਪਨੀ ਦੇ ਰਾਸਿ॥	agnat saahu apnee day raas.
ਖਾਤ ਪੀਤ ਬਰਤੈ, ਅਨਦ ਉਲਾਸਿ॥	khaat peet bartai anad ulaas.
ਅਪੁਨੀ ਅਮਾਨ ਕਛੁ ਬਹੁਰਿ ਸਾਹੁ ਲੇਇ॥	apunee amaan kachh bahur saahu lay-ay.
ਅਗਿਆਨੀ ਮਨਿ, ਰੋਸੁ ਕਰੇਇ॥	agi-aanee man ros karay-i.
ਅਪਨੀ ਪਰਤੀਤਿ, ਆਪ ਹੀ ਖੋਵੈ॥	apnee parteet aap hee khovai.
ਬਹੁਰਿ ਉਸ ਕਾ, ਬਿਸ੍ਵਾਸੁ ਨ ਹੋਵੈ॥	bahur us kaa bisvaas na hovai.
ਜਿਸ ਕੀ ਬਸਤੁ, ਤਿਸੁ ਆਗੈ ਰਾਖੈ॥	jis kee basat tis aagai raakhai.
ਪ੍ਰਭ ਕੀ ਆਗਿਆ, ਮਾਨੈ ਮਾਥੈ॥	parabh kee aagi-aa maanai maathai.
ਉਸ ਤੇ ਚਉਗੁਨ, ਕਰੈ ਨਿਹਾਲੁ॥	us tay cha-ugun karai nihaal.
ਨਾਨਕ ਸਾਹਿਬੁ, ਸਦਾ ਦਇਆਲੁ॥੨॥	naanak saahib sadaa da-i-aal. ||2||

ਅਸਟਪਦੀ॥ **Asatpadee.** 5 -3

ਅਨਿਕ ਭਾਤਿ, ਮਾਇਆ ਕੇ ਹੇਤ॥	anik bhaat maa-i-aa kay hayt.
ਸਰਪਰ ਹੋਵਤ, ਜਾਨੁ ਅਨੇਤ॥	sarpar hovat jaan anayt.
ਬਿਰਖ ਕੀ ਛਾਇਆ, ਸਿਉ ਰੰਗੁ ਲਾਵੈ॥	birakh kee chhaa-i-aa si-o rang laavai.
ਓਹ ਬਿਨਸੈ, ਉਹੁ ਮਨਿ ਪਛੁਤਾਵੈ॥	oh, binsai uho man pachhutaavai.
ਜੋ ਦੀਸੈ, ਸੋ ਚਾਲਨਹਾਰੁ॥	jo deesai so chaalanhaar.
ਲਪਟਿ ਰਹਿਓ, ਤਹ ਅੰਧ ਅੰਧਾਰੁ॥	lapat rahi-o tah anDh anDhaar.
ਬਟਾਊ ਸਿਉ, ਜੋ ਲਾਵੈ ਨੇਹ॥	bataa-oo si-o jo laavai nayh.

ਤਾ ਕਉ ਹਾਥਿ, ਨ ਆਵੈ ਕੇਹ॥
taa ka-o haath na aavai kayh.

ਮਨ ਹਰਿ ਕੇ ਨਾਮ ਕੀ, ਪ੍ਰੀਤਿ ਸੁਖਦਾਈ॥
man, har kay naam kee pareet sukh-daa-ee.

ਕਰਿ ਕਿਰਪਾ ਨਾਨਕ, ਆਪਿ ਲਏ ਲਾਈ॥੩॥
kar kirpaa naanak aap la-ay laa-ee. ||3||

ਅਸਟਪਦੀ॥ Asatpadee. 5 -4

ਮਿਥਿਆ ਤਨੁ, ਧਨੁ, ਕੁਟੰਬ ਸਬਾਇਆ॥
mithi-aa tan Dhan kutamb sabaa-i-aa.

ਮਿਥਿਆ ਹਉਮੈ, ਮਮਤਾ, ਮਾਇਆ॥
mithi-aa ha-umai mamtaa maa-i-aa.

ਮਿਥਿਆ ਰਾਜ, ਜੋਬਨ, ਧਨ, ਮਾਲ॥
mithi-aa raaj joban Dhan maal.

ਮਿਥਿਆ, ਕਾਮ ਕ੍ਰੋਧ, ਬਿਕਰਾਲ॥
mithi-aa kaam kroDh bikraal.

ਮਿਥਿਆ ਰਥ ਹਸਤੀ ਅਸੁ ਬਸਤ੍ਰਾ॥
mithi-aa rath hastee asav bastaraa.

ਮਿਥਿਆ ਰੰਗ ਸੰਗਿ ਮਾਇਆ ਪੇਖਿ ਹਸਤਾ॥
mithi-aa rang sang maa-i-aa paykh hastaa.

ਮਿਥਿਆ, ਧ੍ਰੋਹ, ਮੋਹ, ਅਭਿਮਾਨੁ॥
mithi-aa Dharoh moh abhimaan.

ਮਿਥਿਆ, ਆਪਸ ਊਪਰਿ, ਕਰਤ ਗੁਮਾਨੁ॥
mithi-aa aapas oopar karat gumaan.

ਅਸਥਿਰੁ, ਭਗਤਿ, ਸਾਧ ਕੀ ਸਰਨ॥
asthir bhagat saaDh kee saran.

ਨਾਨਕ, ਜਪਿ ਜਪਿ ਜੀਵੈ, ਹਰਿ ਕੇ ਚਰਨ॥੪॥
naanak jap jap jeevai har kay charan. ||4||

ਅਸਟਪਦੀ॥ Asatpadee. 5 -5

ਮਿਥਿਆ, ਸ੍ਰਵਨ ਪਰ ਨਿੰਦਾ ਸੁਨਹਿ॥
mithi-aa sarvan par nindaa suneh.

ਮਿਥਿਆ, ਹਸਤ ਪਰ ਦਰਬ ਕਉ ਹਿਰਹਿ॥
mithi-aa hasat par darab ka-o hireh.

ਮਿਥਿਆ, ਨੇਤ੍ਰ ਪੇਖਤ ਪਰ ਤ੍ਰਿਅ ਰੂਪਾਦ॥
mithi-aa naytar paykhat par tari-a roopaad.

ਮਿਥਿਆ, ਰਸਨਾ ਭੋਜਨ ਅਨ ਸ੍ਵਾਦ॥
mithi-aa rasnaa bhojan an savaad.

ਮਿਥਿਆ, ਚਰਨ ਪਰ ਬਿਕਾਰ ਕਉ ਧਾਵਹਿ॥
mithi-aa charan par bikaar ka-o Dhaaveh.

ਮਿਥਿਆ, ਮਨ ਪਰ ਲੋਭ ਲੁਭਾਵਹਿ॥
mithi-aa man par lobh lubhaaveh.

ਮਿਥਿਆ, ਤਨ ਨਹੀ ਪਰਉਪਕਾਰਾ॥
mithi-aa tan nahee par-upkaaraa.

ਮਿਥਿਆ, ਬਾਸੁ ਲੇਤ ਬਿਕਾਰਾ॥
mithi-aa baas layt bikaaraa.

ਬਿਨੁ ਬੂਝੇ, ਮਿਥਿਆ ਸਭ ਭਏ॥
bin boojhay mithi-aa sabh bha-ay.

ਸਫਲ ਦੇਹ, ਨਾਨਕ, ਹਰਿ ਹਰਿ ਨਾਮ ਲਏ॥੫॥
safal dayh naanak har har naam la-ay. ||5||

ਅਸਟਪਦੀ॥ Asatpadee. 5 -6

ਬਿਰਥੀ, ਸਾਕਤ ਕੀ ਆਰਜਾ॥
birthee saakat kee aarjaa.

ਸਾਚ ਬਿਨਾ, ਕਹ ਹੋਵਤ ਸੂਚਾ॥
saach binaa kah hovat soochaa.

ਬਿਰਥਾ ਨਾਮ ਬਿਨਾ, ਤਨੁ, ਅੰਧ॥
birthaa naam binaa tan anDh.

ਮੁਖਿ ਆਵਤ, ਤਾ ਕੈ ਦੁਰਗੰਧ॥
mukh aavat taa kai durganDh.

ਬਿਨੁ ਸਿਮਰਨ, ਦਿਨੁ ਰੈਨਿ, ਬ੍ਰਿਥਾ ਬਿਹਾਇ॥
bin simran din rain baritha bihaa-ay.

ਮੇਘ ਬਿਨਾ, ਜਿਉ ਖੇਤੀ ਜਾਇ॥
maygh binaa ji-o khaytee jaa-ay.

ਗੋਬਿਦ ਭਜਨ ਬਿਨੁ, ਬ੍ਰਿਥੇ ਸਭ ਕਾਮ॥
gobid bhajan bin barithay sabh kaam.

ਜਿਉ ਕਿਰਪਨ ਕੇ, ਨਿਰਾਰਥ ਦਾਮ॥
ji-o kirpan kay niraarath daam.

ਧੰਨਿ ਧੰਨਿ ਤੇ ਜਨ, ਜਿਹ ਘਟਿ ਬਸਿਓ ਹਰਿ ਨਾਉ॥
dhan Dhan tay janjih ghat basi-o har naa-o.

ਨਾਨਕ ਤਾ ਕੈ, ਬਲਿ ਬਲਿ ਜਾਉ॥੬॥
naanak taa kai bal bal jaa-o. ||6||

ਅਸਟਪਦੀ॥ Asatpadee. 5 -7

ਰਹਤ ਅਵਰ, ਕਛੁ ਅਵਰ ਕਮਾਵਤ॥
rahat avar kachh avar kamaavat.

ਮਨਿ ਨਹੀ ਪ੍ਰੀਤਿ, ਮੁਖਹੁ ਗੰਢ ਲਾਵਤ॥
man, nahee pareet mukhahu gandh laavat.

ਜਾਨਨਹਾਰ, ਪ੍ਰਭੂ ਪਰਬੀਨ॥
jaananhaar parabhoo parbeen.

ਬਾਹਰਿ ਭੇਖ ਨ, ਕਾਹੂ ਭੀਨ॥
baahar bhaykh na kaahoo bheen.

ਅਵਰ ਉਪਦੇਸੈ, ਆਪਿ ਨ ਕਰੈ॥
avar updaysai aap na karai.

ਆਵਤ ਜਾਵਤ, ਜਨਮੈ ਮਰੈ॥
aavat jaavat janmai marai.

ਜਿਸ ਕੈ ਅੰਤਰਿ, ਬਸੈ ਨਿਰੰਕਾਰੁ॥
jis kai antar basai nirankaar.

ਤਿਸ ਕੀ ਸੀਖ, ਤਰੈ ਸੰਸਾਰੁ॥
tis kee seekh tarai sansaar.

ਜੋ ਤੁਮ ਭਾਨੇ, ਤਿਨ ਪ੍ਰਭ ਜਾਤਾ॥
jo tum bhaanay tin parabh jaataa.

ਨਾਨਕ ਉਨ ਜਨ, ਚਰਨ ਪਰਾਤਾ॥੭॥
naanak un jan charan paraataa. ||7||

ਅਸਟਪਦੀ॥ Asatpadee. 5 -8

ਕਰਉ ਬੇਨਤੀ, ਪਾਰਬ੍ਰਹਮੁ ਸਭੁ ਜਾਨੈ॥	kara-o bayntee paarbarahm sabh jaanai.
ਅਪਨਾ ਕੀਆ, ਆਪਹਿ ਮਾਨੈ॥	apnaa kee-aa aapeh maanai.
ਆਪਹਿ ਆਪ, ਆਪਿ ਕਰਤ ਨਿਬੇਰਾ॥	aapeh aap aap karat nibayraa.
ਕਿਸੈ ਦੂਰਿ ਜਨਾਵਤ, ਕਿਸੈ ਬੁਝਾਵਤ ਨੇਰਾ॥	kisai door janaavat kisai bujhaavat nayraa.
ਉਪਾਵ ਸਿਆਨਪ, ਸਗਲ ਤੇ ਰਹਤ॥	upaav si-aanap sagal tay rahat.
ਸਭੁ ਕਛੁ ਜਾਨੈ, ਆਤਮ ਕੀ ਰਹਤ॥	sabh kachh jaanai aatam kee rahat.
ਜਿਸੁ ਭਾਵੈ, ਤਿਸੁ ਲਏ, ਲੜਿ ਲਾਇ॥	jis bhaavai tis la-ay larh laa-ay.
ਥਾਨ ਥਨੰਤਰਿ, ਰਹਿਆ ਸਮਾਇ॥	thaan thanantar rahi-aa samaa-ay.
ਸੋ ਸੇਵਕੁ, ਜਿਸੁ ਕਿਰਪਾ ਕਰੀ॥	so sayvak jis kirpaa karee.
ਨਿਮਖ ਨਿਮਖ, ਜਪਿ ਨਾਨਕ ਹਰੀ॥ ੮॥੫॥	nimakh nimakh jap naanak haree. ||8||5||

6. **ਸਲੋਕੁ॥ 6॥ 269**

ਕਾਮ, ਕ੍ਰੋਧ, ਅਰੁ ਲੋਭ, ਮੋਹ	kaam kroDh ar lobh moh
ਬਿਨਸਿ ਜਾਇ ਅਹੰਮੇਵ॥	binas jaa-ay ahaNmayv.
ਨਾਨਕ, ਪ੍ਰਭ, ਸਰਣਾਗਤੀ,	naanak parabh sarnaagatee
ਕਰਿ ਪ੍ਰਸਾਦੁ ਗੁਰਦੇਵ॥	kar parsaad gurdayv. ||1||

ਅਸਟਪਦੀ॥ Asatpadee. 6 – 1

ਜਿਹ ਪ੍ਰਸਾਦਿ, ਛਤੀਹ ਅੰਮ੍ਰਿਤ ਖਾਹਿ॥	jih parsaad chhateeh amrit khaahi.
ਤਿਸੁ ਠਾਕੁਰ, ਕਉ ਰਖੁ ਮਨ ਮਾਹਿ॥	tis thaakur ka-o rakh man maahi.
ਜਿਹ ਪ੍ਰਸਾਦਿ, ਸੁਗੰਧਤ ਤਨਿ ਲਾਵਹਿ॥	jih parsaad suganDhat tan laaveh.
ਤਿਸ ਕਉ ਸਿਮਰਤ, ਪਰਮ ਗਤਿ ਪਾਵਹਿ॥	tis ka-o simrat param gat paavahi.
ਜਿਹ ਪ੍ਰਸਾਦਿ, ਬਸਹਿ ਸੁਖ ਮੰਦਰਿ॥	jih parsaad baseh sukh mandar.
ਤਿਸਹਿ ਧਿਆਇ, ਸਦਾ ਮਨ ਅੰਦਰਿ॥	tiseh Dhi-aa-ay sadaa man andar.
ਜਿਹ ਪ੍ਰਸਾਦਿ, ਗ੍ਰਿਹ ਸੰਗਿ, ਸੁਖ ਬਸਨਾ॥	jih parsaad garih sang sukh basnaa.
ਆਠ ਪਹਰ, ਸਿਮਰਹੁ ਤਿਸੁ ਰਸਨਾ॥	aAath pahar simrahu tis rasnaa.
ਜਿਹ ਪ੍ਰਸਾਦਿ, ਰੰਗ ਰਸ ਭੋਗ॥	jih parsaad rang ras bhog.
ਨਾਨਕ ਸਦਾ ਧਿਆਈਐ, ਧਿਆਵਨ ਜੋਗ॥੧॥	naanak sadaa Dhi-aa-ee-ai Dhi-aavan jog. ||1||

ਅਸਟਪਦੀ॥ Asatpadee. 6 – 2

ਜਿਹ ਪ੍ਰਸਾਦਿ, ਪਾਟ ਪਟੰਬਰ ਹਢਾਵਹਿ॥	jih parsaad paat patambar hadhaaveh.
ਤਿਸਹਿ ਤਿਆਗਿ, ਕਤ ਅਵਰ ਲੁਭਾਵਹਿ॥	tiseh ti-aag kat avar lubhaaveh.
ਜਿਹ ਪ੍ਰਸਾਦਿ, ਸੁਖਿ ਸੇਜ ਸੋਈਜੈ॥	jih parsaad sukh sayj so-eejai.
ਮਨ ਆਠ ਪਹਰ, ਤਾ ਕਾ ਜਸੁ ਗਾਵੀਜੈ॥	man, aath pahar taa kaa jas gaaveejai.
ਜਿਹ ਪ੍ਰਸਾਦਿ ਤੁਝੁ, ਸਭੁ ਕੋਊ ਮਾਨੈ॥	jih parsaad tujh sabh ko-oo maanai.
ਮੁਖਿ ਤਾ ਕੋ, ਜਸੁ ਰਸਨ ਬਖਾਨੈ॥	mukh taa ko jas rasan bakhaanai.
ਜਿਹ ਪ੍ਰਸਾਦਿ, ਤੇਰੋ ਰਹਤਾ ਧਰਮੁ॥	jih parsaad tayro rahtaa Dharam.
ਮਨ ਸਦਾ ਧਿਆਇ, ਕੇਵਲ ਪਾਰਬ੍ਰਹਮੁ॥	man, sadaa Dhi-aa-ay kayval paarbarahm.
ਪ੍ਰਭ ਜੀ ਜਪਤ, ਦਰਗਹ ਮਾਨੁ ਪਾਵਹਿ॥	parabh jee japat dargeh maan paavahi.
ਨਾਨਕ ਪਤਿ ਸੇਤੀ, ਘਰਿ ਜਾਵਹਿ॥੨॥	naanak pat saytee ghar jaaveh. ||2||

ਅਸਟਪਦੀ॥ Asatpadee. 6 – 3

ਜਿਹ ਪ੍ਰਸਾਦਿ, ਆਰੋਗ, ਕੰਚਨ ਦੇਹੀ॥	jih parsaad aarog kanchan dayhee.
ਲਿਵ ਲਾਵਹੁ, ਤਿਸੁ ਰਾਮ ਸਨੇਹੀ॥	liv laavhu tis raam sanayhee.
ਜਿਹ ਪ੍ਰਸਾਦਿ, ਤੇਰਾ ਓਲਾ ਰਹਤ॥	jih parsaad tayraa olaa rahat.
ਮਨ ਸੁਖੁ ਪਾਵਹਿ,ਹਰਿ ਹਰਿ ਜਸੁ ਕਹਤ॥	man, sukh paavahi har har jas kahat.
ਜਿਹ ਪ੍ਰਸਾਦਿ, ਤੇਰੇ ਸਗਲ, ਛਿਦ੍ਰ ਢਾਕੈ॥	jih parsaad tayray sagalchhidar dhaakay.
ਮਨ ਸਰਨੀ ਪਰੁ, ਠਾਕੁਰ, ਪ੍ਰਭ ਤਾ ਕੈ॥	man, sarnee par thaakur parabh taa kai.
ਜਿਹ ਪ੍ਰਸਾਦਿ, ਤੁਝੁ ਕੋ ਨ ਪਹੂਚੈ॥	jih parsaad tujh ko na pahoochai.

ਮਨ ਸਾਸਿ ਸਾਸਿ, ਸਿਮਰਹੁ ਪ੍ਰਭ ਊਚੇ॥	man, saas saas simrahu parabh oochay.
ਜਿਹ ਪ੍ਰਸਾਦਿ, ਪਾਈ ਦ੍ਰੁਲਭ ਦੇਹ॥	jih parsaad paa-ee darulabh dayh.
ਨਾਨਕ ਤਾ ਕੀ, ਭਗਤਿ ਕਰੇਹ॥੩॥	naanak taa kee bhagat karayh. ||3||

ਅਸਟਪਦੀ॥ Asatpadee. 6 – 4

ਜਿਹ ਪ੍ਰਸਾਦਿ, ਆਭੂਖਨ ਪਹਿਰੀਜੈ॥	jih parsaad aabhookhan pehreejai.
ਮਨ ਤਿਸੁ ਸਿਮਰਤ, ਕਿਉ ਆਲਸੁ ਕੀਜੈ॥	man, tis simrat ki-o aalas keejai.
ਜਿਹ ਪ੍ਰਸਾਦਿ, ਅਸ੍ਵ ਹਸਤਿ ਅਸਵਾਰੀ॥	jih parsaad asav hasat asvaaree.
ਮਨ ਤਿਸੁ ਪ੍ਰਭ ਕਉ, ਕਬਹੂ ਨ ਬਿਸਾਰੀ॥	man, tis parabh ka-o kabhoo na bisaaree.
ਜਿਹ ਪ੍ਰਸਾਦਿ, ਬਾਗ, ਮਿਲਖ, ਧਨਾ॥	jih parsaad baag milakh Dhanaa.
ਰਾਖੁ ਪਰੋਇ, ਪ੍ਰਭੁ ਅਪੁਨੇ ਮਨਾ॥	raakh paro-ay parabh apunay manaa.
ਜਿਨਿ ਤੇਰੀ, ਮਨ ਬਨਤ ਬਨਾਈ॥	jin tayree man banat banaa-ee.
ਊਠਤ ਬੈਠਤ ਸਦ, ਤਿਸਹਿ ਧਿਆਈ॥	oothat baithat sad tiseh Dhi-aa-ee.
ਤਿਸਹਿ ਧਿਆਇ, ਜੋ ਏਕ ਅਲਖੈ॥	tiseh Dhi-aa-ay jo ayk alkhai.
ਈਹਾ ਊਹਾ, ਨਾਨਕ ਤੇਰੀ ਰਖੈ॥੪॥	eehaa oohaa naanak tayree rakhai. ||4||

ਅਸਟਪਦੀ॥ Asatpadee. 6 – 5

ਜਿਹ ਪ੍ਰਸਾਦਿ ਕਰਹਿ, ਪੁੰਨ ਬਹੁ ਦਾਨ॥	jih parsaad karahi punn baho daan.
ਮਨ ਆਠ ਪਹਰ, ਕਰਿ ਤਿਸ ਕਾ ਧਿਆਨ॥	man, aath pahar kar tis kaa Dhi-aan.
ਜਿਹ ਪ੍ਰਸਾਦਿ, ਤੂ, ਆਚਾਰ ਬਿਉਹਾਰੀ॥	jih parsaad too aachaar bi-uhaaree.
ਤਿਸੁ ਪ੍ਰਭ ਕਉ, ਸਾਸਿ ਸਾਸਿ ਚਿਤਾਰੀ॥	tis parabh ka-o saas saas chitaaree.
ਜਿਹ ਪ੍ਰਸਾਦਿ, ਤੇਰਾ ਸੁੰਦਰ ਰੂਪੁ॥	jih parsaad tayraa sundar roop.
ਸੋ ਪ੍ਰਭੁ ਸਿਮਰਹੁ, ਸਦਾ ਅਨੂਪੁ॥	so parabh simrahu sadaa anoop.
ਜਿਹ ਪ੍ਰਸਾਦਿ, ਤੇਰੀ ਨੀਕੀ ਜਾਤਿ॥	jih parsaad tayree neekee jaat.
ਸੋ ਪ੍ਰਭੁ ਸਿਮਰਿ, ਸਦਾ ਦਿਨ ਰਾਤਿ॥	so parabh simar sadaa din raat.
ਜਿਹ ਪ੍ਰਸਾਦਿ, ਤੇਰੀ ਪਤਿ ਰਹੈ॥	jih parsaad tayree pat rahai.
ਗੁਰ ਪ੍ਰਸਾਦਿ, ਨਾਨਕ ਜਸੁ ਕਹੈ॥੫॥	gur parsaad naanak jas kahai. ||5||

ਅਸਟਪਦੀ॥ Asatpadee. 6 – 6

ਜਿਹ ਪ੍ਰਸਾਦਿ, ਸੁਨਹਿ ਕਰਨ ਨਾਦ॥	jih parsaad suneh karan naad.
ਜਿਹ ਪ੍ਰਸਾਦਿ, ਪੇਖਹਿ ਬਿਸਮਾਦ॥	jh parsaad paykheh bismaad.
ਜਿਹ ਪ੍ਰਸਾਦਿ, ਬੋਲਹਿ ਅੰਮ੍ਰਿਤ ਰਸਨਾ॥	jih parsaad boleh amrit rasnaa.
ਜਿਹ ਪ੍ਰਸਾਦਿ, ਸੁਖਿ ਸਹਜੇ ਬਸਨਾ॥	jih parsaad sukh sehjay basnaa.
ਜਿਹ ਪ੍ਰਸਾਦਿ, ਹਸਤ ਕਰ ਚਲਹਿ॥	jih parsaad hasat kar chaleh.
ਜਿਹ ਪ੍ਰਸਾਦਿ, ਸੰਪੂਰਨ ਫਲਹਿ॥	jih parsaad sampooran faleh.
ਜਿਹ ਪ੍ਰਸਾਦਿ, ਪਰਮ ਗਤਿ ਪਾਵਹਿ॥	jih parsaad param gat paavahi.
ਜਿਹ ਪ੍ਰਸਾਦਿ, ਸੁਖਿ ਸਹਜਿ ਸਮਾਵਹਿ॥	jih parsaad sukh sahj samaaveh.
ਐਸਾ ਪ੍ਰਭੁ ਤਿਆਗਿ, ਅਵਰ ਕਤ ਲਾਗਹੁ॥	aisaa parabh ti-aag avar kat laagahu.
ਗੁਰ ਪ੍ਰਸਾਦਿ, ਨਾਨਕ, ਮਨਿ ਜਾਗਹੁ॥੬॥	gur parsaad naanak man jaagahu. ||6||

ਅਸਟਪਦੀ॥ Asatpadee. 6 – 7

ਜਿਹ ਪ੍ਰਸਾਦਿ, ਤੂੰ ਪ੍ਰਗਟੁ ਸੰਸਾਰਿ॥	jih parsaad tooN pargat sansaar.
ਤਿਸੁ ਪ੍ਰਭ ਕਉ, ਮੂਲਿ ਨ ਮਨਹੁ ਬਿਸਾਰਿ॥	tis parabh ka-o mool na manhu bisaar.
ਜਿਹ ਪ੍ਰਸਾਦਿ, ਤੇਰਾ ਪਰਤਾਪੁ॥	jih parsaad tayraa partaap.
ਰੇ ਮਨ ਮੂੜ ਤੂ, ਤਾ ਕਉ ਜਾਪੁ॥	ray man moorh too taa ka-o jaap.
ਜਿਹ ਪ੍ਰਸਾਦਿ, ਤੇਰੇ ਕਾਰਜ ਪੂਰੇ॥	jih parsaad tayray kaaraj pooray.
ਤਿਸਹਿ ਜਾਨੁ, ਮਨ ਸਦਾ ਹਜੂਰੇ॥	tiseh jaan man sadaa hajooray.
ਜਿਹ ਪ੍ਰਸਾਦਿ ਤੂੰ, ਪਾਵਹਿ ਸਾਚੁ॥	jih parsaad tooN paavahi saach.
ਰੇ ਮਨ ਮੇਰੇ ਤੂੰ, ਤਾ ਸਿਉ ਰਾਚੁ॥	ray man mayray tooN taa si-o raach.
ਜਿਹ ਪ੍ਰਸਾਦਿ, ਸਭ ਕੀ, ਗਤਿ ਹੋਇ॥	jih parsaad sabh kee gat ho-ay.
ਨਾਨਕ ਜਾਪੁ, ਜਪੈ, ਜਪੁ ਸੋਇ॥੭॥	naanak jaap japai jap so-ay. ||7||

ਅਸਟਪਦੀ॥ Asatpadee. 6 – 8

ਆਪਿ ਜਪਾਏ, ਜਪੈ ਸੋ ਨਾਉ॥	aap japaa-ay japai so naa-o.
ਆਪਿ ਗਾਵਾਏ, ਸੁ ਹਰਿ, ਗੁਨ ਗਾਉ॥	aap gaavaa-ai so har gun gaa-o.
ਪ੍ਰਭ ਕਿਰਪਾ, ਤੇ ਹੋਇ ਪ੍ਰਗਾਸੁ॥	parabh kirpaa tay ho-ay pargaas.
ਪ੍ਰਭੂ ਦਇਆ ਤੇ, ਕਮਲ ਬਿਗਾਸੁ॥	parabhoo da-i-aa tay kamal bigaas.
ਪ੍ਰਭ ਸੁਪ੍ਰਸੰਨ, ਬਸੈ ਮਨਿ ਸੋਇ॥	parabh suparsan basai man so-ay.
ਪ੍ਰਭ ਦਇਆ ਤੇ, ਮਤਿ ਊਤਮ ਹੋਇ॥	parabh da-i-aa tay mat ootam ho-ay.
ਸਰਬ ਨਿਧਾਨ, ਪ੍ਰਭ ਤੇਰੀ ਮਇਆ॥	sarab niDhaan parabh tayree ma-i-aa.
ਆਪਹੁ ਕਛੂ ਨ, ਕਿਨਹੂ ਲਇਆ॥	aaphu kachhoo na kinhoo la-i-aa.
ਜਿਤੁ ਜਿਤੁ ਲਾਵਹੁ, ਤਿਤੁ ਲਗਹਿ, ਹਰਿ ਨਾਥ॥	Jit jit laavhu tit lageh har naath.
ਨਾਨਕ ਇਨ ਕੈ, ਕਛੂ ਨ ਹਾਥ॥੮॥੬॥	Naanak in kai kachhoo na haath. ||8||6||

7. **ਸਲੋਕੁ॥ 7॥ 271**

ਅਗਮ, ਅਗਾਧਿ, ਪਾਰਬ੍ਰਹਮੁ ਸੋਇ॥	agam agaaDh paarbarahm so-ay.
ਜੋ ਜੋ ਕਹੈ, ਸੁ ਮੁਕਤਾ ਹੋਇ॥	jo jo kahai so muktaa ho-ay.
ਸੁਨਿ ਮੀਤਾ, ਨਾਨਕੁ ਬਿਨਵੰਤਾ॥	sun meetaa naanak binvantaa.
ਸਾਧ ਜਨਾ ਕੀ, ਅਚਰਜ ਕਥਾ॥ ੧	saaDh janaa kee achraj kathaa. ||1||

ਅਸਟਪਦੀ॥ Asatpadee. 7-1

ਸਾਧ ਕੈ ਸੰਗਿ, ਮੁਖ ਊਜਲ ਹੋਥ॥	saaDh kai sang mukh oojal hot.
ਸਾਧਸੰਗਿ, ਮਲੁ ਸਗਲੀ ਖੋਥ॥	saaDhsang mal saglee khot.
ਸਾਧ ਕੈ ਸੰਗਿ, ਮਿਟੈ ਅਭਿਮਾਨੁ॥	saaDh kai sang mitai abhimaan.
ਸਾਧ ਕੈ ਸੰਗਿ, ਪ੍ਰਗਟੈ ਸੁਗਿਆਨੁ॥	saaDh kai sang pargatai sugi-aan.
ਸਾਧ ਕੈ ਸੰਗਿ, ਬੁਝੈ ਪ੍ਰਭੁ ਨੇਰਾ॥	saaDh kai sang bujhai parabh nayraa.
ਸਾਧਸੰਗਿ, ਸਭੁ ਹੋਤ ਨਿਬੇਰਾ॥	saaDhsang sabh hot nibayraa.
ਸਾਧ ਕੈ ਸੰਗਿ, ਪਾਏ ਨਾਮ ਰਤਨੁ॥	saaDh kai sang paa-ay naam ratan.
ਸਾਧ ਕੈ ਸੰਗਿ, ਏਕ ਊਪਰਿ ਜਤਨੁ॥	saaDh kai sang ayk oopar jatan.
ਸਾਧ ਕੀ ਮਹਿਮਾ, ਬਰਨੈ ਕਉਨੁ ਪ੍ਰਾਨੀ॥	saaDh kee mahimaa barnain ka-un paraanee.
ਨਾਨਕ ਸਾਧ ਕੀ ਸੋਭਾ,	naanak saaDh kee sobhaa
ਪ੍ਰਭ ਮਾਹਿ ਸਮਾਨੀ॥੧॥	parabh maahi samaanee. |1||

ਅਸਟਪਦੀ॥ Asatpadee. 7-2

ਸਾਧ ਕੈ ਸੰਗਿ, ਅਗੋਚਰੁ ਮਿਲੇ॥	saaDh kai sang agochar milai.
ਸਾਧ ਕੈ ਸੰਗਿ, ਸਦਾ ਪਰਫੁਲੇ॥	saaDh kai sang sadaa parfulai.
ਸਾਧ ਕੈ ਸੰਗਿ, ਆਵਹਿ ਬਸਿ ਪੰਚਾ॥	saaDh kai sang aavahi bas panchaa.
ਸਾਧਸੰਗਿ, ਅੰਮ੍ਰਿਤ ਰਸੁ ਭੁੰਚਾ॥	saaDhsang amrit ras bhunchaa.
ਸਾਧਸੰਗਿ ਹੋਇ, ਸਭ ਕੀ ਰੇਨ॥	saaDhsang ho-ay sabh kee rayn.
ਸਾਧ ਕੈ ਸੰਗਿ, ਮਨੋਹਰ ਬੈਨ॥	saaDh kai sang manohar bain.
ਸਾਧ ਕੈ ਸੰਗਿ, ਨ ਕਤਹੂੰ ਧਾਵੈ॥	saaDh kai sang na katahooN Dhaavai.
ਸਾਧਸੰਗਿ, ਅਸਥਿਤਿ ਮਨੁ ਪਾਵੈ॥	saaDhsang asthit man paavai.
ਸਾਧ ਕੈ ਸੰਗਿ, ਮਾਇਆ ਤੇ ਭਿੰਨ॥	saaDh kai sang maa-i-aa tay bhinn.
ਸਾਧਸੰਗਿ ਨਾਨਕ, ਪ੍ਰਭ ਸੁਪ੍ਰਸੰਨ॥੨॥	saaDhsang naanak parabh suparsan. ||2||

ਅਸਟਪਦੀ॥ Asatpadee. (7-3)

ਸਾਧਸੰਗਿ, ਦੁਸਮਨ ਸਭਿ ਮੀਥ॥	saaDhsang dusman sabh meet.
ਸਾਧੂ ਕੈ ਸੰਗਿ, ਮਹਾ ਪੁਨੀਥ॥	saaDhoo kai sang mahaa puneet.
ਸਾਧਸੰਗਿ, ਕਿਸ ਸਿਉ ਨਹੀ ਬੈਰੁ॥	saaDhsang kis si-o nahee bair.
ਸਾਧ ਕੈ ਸੰਗਿ, ਨ ਬੀਗਾ ਪੈਰੁ॥	saaDh kai sang na beegaa pair.
ਸਾਧ ਕੈ ਸੰਗਿ, ਨਾਹੀ ਕੋ ਮੰਦਾ॥	saaDh kai sang naahee ko mandaa.
ਸਾਧਸੰਗਿ, ਜਾਨੇ ਪਰਮਾਨੰਦਾ॥	saaDhsang jaanay parmaanandaa.

ਸਾਧ ਕੈ ਸੰਗਿ, ਨਾਹੀ ਹਉ ਤਾਪੁ॥
saaDh kai sang naahee ha-o taap.

ਸਾਧ ਕੈ ਸੰਗਿ, ਤਜੈ ਸਭੁ ਆਪੁ॥
saaDh kai sang tajai sabh aap.

ਆਪੇ ਜਾਨੈ, ਸਾਧ ਬਡਾਈ॥
aapay jaanai saaDh badaa-ee.

ਨਾਨਕ ਸਾਧ, ਪ੍ਰਭੂ ਬਨਿ ਆਈ॥੩॥
naanak saaDh parabhoo ban aa-ee. ||3||

ਅਸਟਪਦੀ॥ Asatpadee. 7-4

ਸਾਧ ਕੈ ਸੰਗਿ, ਨ ਕਬਹੂ ਧਾਵੈ॥
saaDh kai sang na kabhoo Dhaavai.

ਸਾਧ ਕੈ ਸੰਗਿ, ਸਦਾ ਸੁਖ ਪਾਵੈ॥
saaDh kai sang sadaa sukh paavai.

ਸਾਧਸੰਗਿ, ਬਸਤੁ ਅਗੋਚਰ ਲਹੈ॥
saaDhsang basat agochar lahai.

ਸਾਧੂ ਕੈ ਸੰਗਿ, ਅਜਰੁ ਸਹੈ॥
saaDhoo kai sang ajar sahai.

ਸਾਧ ਕੈ ਸੰਗਿ, ਬਸੈ ਥਾਨਿ ਊਚੈ॥
saaDh kai sang basai thaan oochai.

ਸਾਧੂ ਕੈ ਸੰਗਿ, ਮਹਲਿ ਪਹੂਚੈ॥
saaDhoo kai sang mahal pahoochai.

ਸਾਧ ਕੈ ਸੰਗਿ, ਦ੍ਰਿੜੈ ਸਭਿ ਧਰਮ॥
saaDh kai sang darirhai sabh Dharam.

ਸਾਧ ਕੈ ਸੰਗਿ, ਕੇਵਲ ਪਾਰਬ੍ਰਹਮ॥
saaDh kai sang kayval paarbarahm.

ਸਾਧ ਕੈ ਸੰਗਿ, ਪਾਏ ਨਾਮ ਨਿਧਾਨ॥
saaDh kai sang paa-ay naam niDhaan.

ਨਾਨਕ ਸਾਧੂ, ਕੈ ਕੁਰਬਾਨ॥੪॥
naanak saaDhoo kai kurbaan. ||4||

ਅਸਟਪਦੀ॥ Asatpadee. 7-5

ਸਾਧ ਕੈ ਸੰਗਿ, ਸਭ ਕੁਲ ਉਧਾਰੈ॥
saaDh kai sang sabh kul uDhaarai.

ਸਾਧਸੰਗਿ ਸਾਜਨ ਮੀਤ, ਕੁਟੰਬ ਨਿਸਤਾਰੈ॥
saaDhsang saajan meet kutamb nistaarai.

ਸਾਧੂ ਕੈ ਸੰਗਿ, ਸੋ ਧਨੁ ਪਾਵੈ॥
saaDhoo kai sang so Dhan paavai.

ਜਿਸੁ ਧਨ ਤੇ, ਸਭੁ ਕੋ ਵਰਸਾਵੈ॥
jis Dhan tay sabh ko varsaavai.

ਸਾਧਸੰਗਿ, ਧਰਮ ਰਾਇ ਕਰੇ ਸੇਵਾ॥
saaDhsang Dharam raa-ay karay sayvaa.

ਸਾਧ ਕੈ ਸੰਗਿ, ਸੋਭਾ ਸੁਰਦੇਵਾ॥
saaDh kai sang sobhaa surdayvaa.

ਸਾਧੂ ਕੈ ਸੰਗਿ, ਪਾਪ ਪਲਾਇਨ॥
saaDhoo kai sang paap palaa-in.

ਸਾਧਸੰਗਿ, ਅੰਮ੍ਰਿਤ ਗੁਨ ਗਾਇਨ॥
saaDhsang amrit gun gaa-in.

ਸਾਧ ਕੈ ਸੰਗਿ, ਸ੍ਰਬ ਥਾਨ ਗੰਮਿ॥
saaDh kai sang sarab thaan gamm.

ਨਾਨਕ ਸਾਧ ਕੈ, ਸੰਗਿ ਸਫਲ ਜਨਮ॥੫॥
naanak saaDh kai sang safal jannam. ||5||

ਅਸਟਪਦੀ॥ Asatpadee. 7-6

ਸਾਧ ਕੈ ਸੰਗਿ, ਨਹੀ ਕਛੁ ਘਾਲ॥
saaDh kai sang nahee kachh ghaal.

ਦਰਸਨੁ ਭੇਟਤ, ਹੋਤ ਨਿਹਾਲ॥
darsan bhaytat hot nihaal.

ਸਾਧ ਕੈ ਸੰਗਿ, ਕਲੂਖਤ ਹਰੈ॥
saaDh kai sang kalookhat harai.

ਸਾਧ ਕੈ ਸੰਗਿ, ਨਰਕ ਪਰਹਰੈ॥
saaDh kai sang narak parharai.

ਸਾਧ ਕੈ ਸੰਗਿ, ਈਹਾ ਊਹਾ ਸੁਹੇਲਾ॥
saaDh kai sang eehaa oohaa suhaylaa.

ਸਾਧਸੰਗਿ, ਬਿਛੁਰਤ ਹਰਿ ਮੇਲਾ॥
saaDhsang bichhurat har maylaa.

ਜੋ ਇਛੈ, ਸੋਈ ਫਲੁ ਪਾਵੈ॥
jo ichhai so-ee fal paavai.

ਸਾਧ ਕੈ ਸੰਗਿ, ਨ ਬਿਰਥਾ ਜਾਵੈ॥
saaDh kai sang na birthaa jaavai.

ਪਾਰਬ੍ਰਹਮੁ, ਸਾਧ ਰਿਦ ਬਸੈ॥
paarbarahm saaDh rid basai.

ਨਾਨਕ ਉਧਰੈ, ਸਾਧ ਸੁਨਿ ਰਸੈ॥੬॥
naanak uDhrai saaDh sun rasai. ||6||

ਅਸਟਪਦੀ॥ Asatpadee. 7-7

ਸਾਧ ਕੈ ਸੰਗਿ, ਸੁਨਉ ਹਰਿ ਨਾਉ॥
saaDh kai sang sun-o har naa-o.

ਸਾਧਸੰਗਿ, ਹਰਿ ਕੇ ਗੁਨ ਗਾਉ॥
saaDhsang har kay gun gaa-o.

ਸਾਧ ਕੈ ਸੰਗਿ, ਨ ਮਨ ਤੇ ਬਿਸਰੈ॥
saaDh kai sang na man tay bisrai.

ਸਾਧਸੰਗਿ, ਸਰਪਰ ਨਿਸਤਰੈ॥
saaDhsang sarpar nistarai.

ਸਾਧ ਕੈ ਸੰਗਿ, ਲਗੈ ਪ੍ਰਭੁ ਮੀਠਾ॥
saaDh kai sang lagai parabh meethaa.

ਸਾਧੂ ਕੈ ਸੰਗਿ, ਘਟਿ ਘਟਿ ਡੀਠਾ॥
saaDhoo kai sang ghat ghat deethaa.

ਸਾਧਸੰਗਿ, ਭਏ ਆਗਿਆਕਾਰੀ॥
saaDhsang bha-ay aagi-aakaaree.

ਸਾਧਸੰਗਿ, ਗਤਿ ਭਈ ਹਮਾਰੀ॥
saaDhsang gat bha-ee hamaaree.

ਸਾਧ ਕੈ ਸੰਗਿ, ਮਿਟੇ ਸਭਿ ਰੋਗ॥	saaDh kai sang mitay sabh rog.
ਨਾਨਕ ਸਾਧ, ਭੇਟੇ ਸੰਜੋਗ॥੭॥	naanak saaDh bhaytay sanjog. ||7||

ਅਸਟਪਦੀ॥ Asatpadee. 7-8

ਸਾਧ ਕੀ ਮਹਿਮਾ, ਬੇਦ ਨ ਜਾਨਹਿ॥	saaDh kee mahimaa bayd na jaaneh.
ਜੇਤਾ ਸੁਨਹਿ, ਤੇਤਾ ਬਖਿਆਨਹਿ॥	jaytaa suneh taytaa bakhi-aaneh.
ਸਾਧ ਕੀ ਉਪਮਾ, ਤਿਹੁ ਗੁਣ ਤੇ ਦੂਰਿ॥	saaDh kee upmaa tihu gun tay door.
ਸਾਧ ਕੀ ਉਪਮਾ, ਰਹੀ ਭਰਪੂਰਿ॥	saaDh kee upmaa rahee bharpoor.
ਸਾਧ ਕੀ ਸੋਭਾ, ਕਾ ਨਾਹੀ ਅੰਤ॥	saaDh kee sobhaa kaa naahee ant.
ਸਾਧ ਕੀ ਸੋਭਾ, ਸਦਾ ਬੇਅੰਤ॥	saaDh kee sobhaa sadaa bay-ant.
ਸਾਧ ਕੀ ਸੋਭਾ, ਊਚ ਤੇ ਊਚੀ॥	saaDh kee sobhaa ooch tay oochee.
ਸਾਧ ਕੀ ਸੋਭਾ, ਮੂਚ ਤੇ ਮੂਚੀ॥	saaDh kee sobhaa mooch tay moochee.
ਸਾਧ ਕੀ ਸੋਭਾ, ਸਾਧ ਬਨਿ ਆਈ॥	saaDh kee sobhaa saaDh ban aa-ee.
ਨਾਨਕ ਸਾਧ ਪ੍ਰਭ, ਭੇਦੁ ਨ ਭਾਈ॥ ੮॥੭	naanak saaDh parabh bhayd na bhaa-ee. ||8||7

8. **ਸਲੋਕੁ॥** 8॥ 272

ਮਨਿ ਸਾਚਾ, ਮੁਖਿ ਸਾਚਾ ਸੋਇ॥	man, saachaa mukh saachaa so-ay.
ਅਵਰੁ ਨ ਪੇਖੈ, ਏਕਸੁ ਬਿਨੁ ਕੋਇ॥	avar na paykhai aykas bin ko-ay.
ਨਾਨਕ ਇਹ ਲਛਣ, ਬ੍ਰਹਮ ਗਿਆਨੀ ਹੋਇ॥	naanak ih lachhan barahm gi-aanee ho-ay. ||1||

ਅਸਟਪਦੀ॥ Asatpadee. (8-1)

ਬ੍ਰਹਮ ਗਿਆਨੀ, ਸਦਾ ਨਿਰਲੇਪ॥	barahm gi-aanee sadaa nirlayp.
ਜੈਸੇ ਜਲ ਮਹਿ, ਕਮਲ ਅਲੇਪ॥	jaisay jal meh kamal alayp.
ਬ੍ਰਹਮ ਗਿਆਨੀ, ਸਦਾ ਨਿਰਦੋਖ॥	barahm gi-aanee sadaa nirdokh.
ਜੈਸੇ ਸੂਰੁ, ਸਰਬ ਕਉ ਸੋਖ॥	jaisay soor sarab ka-o sokh.
ਬ੍ਰਹਮ ਗਿਆਨੀ ਕੈ, ਦ੍ਰਿਸਟਿ ਸਮਾਨਿ॥	barahm gi-aanee kai darisat samaan.
ਜੈਸੇ, ਰਾਜ ਰੰਕ ਕਉ ਲਾਗੈ, ਤੁਲਿ ਪਵਾਨ॥	jaisay raaj rank ka-o laagai tul pavaan.
ਬ੍ਰਹਮ ਗਿਆਨੀ, ਕੈ ਧੀਰਜੁ ਏਕ॥	barahm gi-aanee kai Dheeraj ayk.
ਜਿਉ ਬਸੁਧਾ ਕੋਊ ਖੋਦੈ	ji-o basuDhaa ko-oo khodai
ਕੋਊ ਚੰਦਨ ਲੇਪ॥	ko-oo chandan layp.
ਬ੍ਰਹਮ ਗਿਆਨੀ ਕਾ, ਇਹੈ ਗੁਨਾਉ॥	barahm gi-aanee kaa ihai gunaa-o.
ਨਾਨਕ ਜਿਉ ਪਾਵਕ, ਕਾ ਸਹਜ ਸੁਭਾਉ॥ ੧॥	naanak ji-o paavak kaa sahj subhaa-o. ||1||

ਅਸਟਪਦੀ॥ Asatpadee. (8-2)

ਬ੍ਰਹਮ ਗਿਆਨੀ, ਨਿਰਮਲ ਤੇ ਨਿਰਮਲਾ॥	barahm gi-aanee nirmal tay nirmalaa.
ਜੈਸੇ, ਮੈਲੁ ਨ ਲਾਗੈ, ਜਲਾ॥	jaisay mail na laagai jalaa.
ਬ੍ਰਹਮ ਗਿਆਨੀ ਕੈ, ਮਨਿ ਹੋਇ ਪ੍ਰਗਾਸੁ॥	barahm gi-aanee kaiman ho-ay pargaas.
ਜੈਸੇ ਧਰ, ਊਪਰਿ ਆਕਾਸੁ॥	jaisay Dhar oopar aakaas.
ਬ੍ਰਹਮ ਗਿਆਨੀ ਕੈ, ਮਿਤ੍ਰ ਸਤ੍ਰੁ ਸਮਾਨਿ॥	barahm gi-aanee kai mitar satar samaan.
ਬ੍ਰਹਮ ਗਿਆਨੀ ਕੈ, ਨਾਹੀ ਅਭਿਮਾਨ॥	barahm gi-aanee kai naahee abhimaan.
ਬ੍ਰਹਮ ਗਿਆਨੀ, ਊਚ ਤੇ ਊਚਾ॥	barahm gi-aanee ooch tay oochaa.
ਮਨਿ ਅਪਨੈ ਹੈ, ਸਭ ਤੇ ਨੀਚਾ॥	man, apnai hai sabh tay neechaa.
ਬ੍ਰਹਮ ਗਿਆਨੀ ਸੇ, ਜਨ ਭਏ॥	barahm gi-aanee say jan bha-ay.
ਨਾਨਕ ਜਿਨ, ਪ੍ਰਭੁ, ਆਪਿ ਕਰੇਇ॥੨॥	naanak jin parabh aap karay-i. ||2||

ਅਸਟਪਦੀ॥ Asatpadee. (8-3)

ਬ੍ਰਹਮ ਗਿਆਨੀ, ਸਗਲ ਕੀ ਰੀਨਾ॥	barahm gi-aanee sagal kee reenaa.
ਆਤਮ ਰਸੁ, ਬ੍ਰਹਮ ਗਿਆਨੀ ਚੀਨਾ॥	aatam ras barahm gi-aanee cheenaa.
ਬ੍ਰਹਮ ਗਿਆਨੀ ਕੀ, ਸਭ ਊਪਰਿ ਮਇਆ॥	barahm gi-aanee keesabh oopar ma-i-aa.
ਬ੍ਰਹਮ ਗਿਆਨੀ ਤੇ, ਕਛੁ ਬੁਰਾ ਨ ਭਇਆ॥	barahm gi-aanee tay kachh buraa na bha-i-aa.
ਬ੍ਰਹਮ ਗਿਆਨੀ, ਸਦਾ ਸਮਦਰਸੀ॥	barahm gi-aanee sadaa samadrasee.
ਬ੍ਰਹਮ ਗਿਆਨੀ ਕੀ, ਦ੍ਰਿਸਟਿ ਅੰਮ੍ਰਿਤੁ ਬਰਸੀ॥	barahm gi-aanee kee darisat amrit barsee.

ਬ੍ਰਹਮ ਗਿਆਨੀ, ਬੰਧਨ ਤੇ ਮੁਕਤਾ॥
barahm gi-aanee banDhan tay muktaa.

ਬ੍ਰਹਮ ਗਿਆਨੀ ਕੀ, ਨਿਰਮਲ ਜੁਗਤਾ॥
barahm gi-aanee kee nirmal jugtaa.

ਬ੍ਰਹਮ ਗਿਆਨੀ ਕਾ, ਭੋਜਨੁ ਗਿਆਨ॥
barahm gi-aanee kaa bhojan gi-aan.

ਨਾਨਕ ਬ੍ਰਹਮ ਗਿਆਨੀ ਕਾ,
naanak barahm gi-aanee kaa

ਬ੍ਰਹਮ ਧਿਆਨੁ॥੩॥
barahm Dhi-aan. ||3||

ਅਸਟਪਦੀ॥ Asatpadee. (8-4)

ਬ੍ਰਹਮ ਗਿਆਨੀ, ਏਕ ਉਪਰਿ ਆਸ॥
barahm gi-aanee ayk oopar aas.

ਬ੍ਰਹਮ ਗਿਆਨੀ ਕਾ, ਨਹੀ ਬਿਨਾਸ॥
barahm gi-aanee kaa nahee binaas.

ਬ੍ਰਹਮ ਗਿਆਨੀ ਕੈ, ਗਰੀਬੀ ਸਮਾਹਾ॥
barahm gi-aanee kai gareebee samaahaa.

ਬ੍ਰਹਮ ਗਿਆਨੀ, ਪਰਉਪਕਾਰ ਉਮਾਹਾ॥
barahm gi-aanee par-upkaar omaahaa.

ਬ੍ਰਹਮ ਗਿਆਨੀ ਕੈ, ਨਾਹੀ ਧੰਧਾ॥
barahm gi-aanee kai naahee DhanDhaa.

ਬ੍ਰਹਮ ਗਿਆਨੀ ਲੇ, ਧਾਵਤੁ ਬੰਧਾ॥
barahm gi-aanee lay Dhaavat banDhaa.

ਬ੍ਰਹਮ ਗਿਆਨੀ ਕੈ, ਹੋਇ ਸੁ ਭਲਾ॥
barahm gi-aanee kai ho-ay so bhalaa.

ਬ੍ਰਹਮ ਗਿਆਨੀ, ਸੁਫਲ ਫਲਾ॥
barahm gi-aanee sufal falaa.

ਬ੍ਰਹਮ ਗਿਆਨੀ, ਸੰਗਿ ਸਗਲ ਉਧਾਰੁ॥
barahm gi-aanee sang sagal uDhaar.

ਨਾਨਕ ਬ੍ਰਹਮ ਗਿਆਨੀ,
naanak barahm gi-aanee

ਜਪੈ ਸਗਲ ਸੰਸਾਰੁ॥੪॥
japai sagal sansaar. ||4||

ਅਸਟਪਦੀ॥ Asatpadee. (8-5)

ਬ੍ਰਹਮ ਗਿਆਨੀ ਕੈ, ਏਕੈ ਰੰਗ॥
barahm gi-aanee kai aykai rang.

ਬ੍ਰਹਮ ਗਿਆਨੀ ਕੈ, ਬਸੈ ਪ੍ਰਭੁ ਸੰਗ॥
barahm gi-aanee kai basai parabh sang.

ਬ੍ਰਹਮ ਗਿਆਨੀ ਕੈ, ਨਾਮੁ ਆਧਾਰੁ॥
barahm gi-aanee kai naam aaDhaar.

ਬ੍ਰਹਮ ਗਿਆਨੀ ਕੈ, ਨਾਮੁ ਪਰਵਾਰੁ॥
barahm gi-aanee kai naam parvaar.

ਬ੍ਰਹਮ ਗਿਆਨੀ, ਸਦਾ ਸਦ ਜਾਗਤ॥
barahm gi-aanee sadaa sad jaagat.

ਬ੍ਰਹਮ ਗਿਆਨੀ, ਅਹੰਬੁਧਿ ਤਿਆਗਤ॥
barahm gi-aanee ahaN-buDh ti-aagat.

ਬ੍ਰਹਮ ਗਿਆਨੀ ਕੈ, ਮਨਿ ਪਰਮਾਨੰਦ॥
barahm gi-aanee kai man parmaanand.

ਬ੍ਰਹਮ ਗਿਆਨੀ ਕੈ, ਘਰਿ ਸਦਾ ਅਨੰਦ॥
barahm gi-aanee kai ghar sadaa anand.

ਬ੍ਰਹਮ ਗਿਆਨੀ, ਸੁਖ ਸਹਜ ਨਿਵਾਸ॥
barahm gi-aanee sukh sahj nivaas.

ਨਾਨਕ ਬ੍ਰਹਮ ਗਿਆਨੀ ਕਾ,
naanak barahm gi-aanee kaa

ਨਹੀ ਬਿਨਾਸ॥੫॥
nahee binaas. ||5||

ਅਸਟਪਦੀ॥ Asatpadee. (8-6)

ਬ੍ਰਹਮ ਗਿਆਨੀ, ਬ੍ਰਹਮ ਕਾ ਬੇਤਾ॥
barahm gi-aanee barahm kaa baytaa.

ਬ੍ਰਹਮ ਗਿਆਨੀ, ਏਕ ਸੰਗਿ ਹੇਤਾ॥
barahm gi-aanee ayk sang haytaa.

ਬ੍ਰਹਮ ਗਿਆਨੀ ਕੈ, ਹੋਇ ਅਚਿੰਤ॥
barahm gi-aanee kai ho-ay achint.

ਬ੍ਰਹਮ ਗਿਆਨੀ ਕਾ, ਨਿਰਮਲ ਮੰਤ॥
barahm gi-aanee kaa nirmal mant.

ਬ੍ਰਹਮ ਗਿਆਨੀ, ਜਿਸੁ ਕਰੈ ਪ੍ਰਭੁ ਆਪਿ॥
Barahm gi-aanee jis karai parabh aap.

ਬ੍ਰਹਮ ਗਿਆਨੀ ਕਾ, ਬਡ ਪਰਤਾਪ॥
barahm gi-aanee kaa bad partaap.

ਬ੍ਰਹਮ ਗਿਆਨੀ ਕਾ,
barahm gi-aanee kaa

ਦਰਸੁ ਬਡਭਾਗੀ ਪਾਈਐ॥
daras badbhaagee paa-ee-ai.

ਬ੍ਰਹਮ ਗਿਆਨੀ ਕਉ, ਬਲਿ ਬਲਿ ਜਾਈਐ॥
barahm gi-aanee ka-o bal bal jaa-ee-ai.

ਬ੍ਰਹਮ ਗਿਆਨੀ ਕਉ, ਖੋਜਹਿ ਮਹੇਸੁਰ॥
barahm gi-aanee ka-o khojeh mahaysur.

ਨਾਨਕ ਬ੍ਰਹਮ ਗਿਆਨੀ, ਆਪਿ ਪਰਮੇਸੁਰ॥੬॥
naanak barahm gi-aanee aap parmaysur. ||6||

ਅਸਟਪਦੀ॥ Asatpadee. (8-7)

ਬ੍ਰਹਮ ਗਿਆਨੀ ਕੀ, ਕੀਮਤਿ ਨਾਹਿ॥
barahm gi-aanee kee keemat naahi.

ਬ੍ਰਹਮ ਗਿਆਨੀ ਕੈ, ਸਗਲ ਮਨ ਮਾਹਿ॥
barahm gi-aanee kai sagal man maahi.

ਬ੍ਰਹਮ ਗਿਆਨੀ ਕਾ, ਕਉਨ ਜਾਨੈ ਭੇਦੁ॥
barahm gi-aanee kaa ka-un jaanai bhayd.

ਬ੍ਰਹਮ ਗਿਆਨੀ ਕਉ, ਸਦਾ ਅਦੇਸੁ॥
Barahm gi-aanee ka-o sadaa adays.

ਬ੍ਰਹਮ ਗਿਆਨੀ ਕਾ,
barahm gi-aanee kaa

ਕਥਿਆ ਨ ਜਾਇ ਅਧਾਖਰੁ॥
kathi-aa na jaa-ay aDhaakh-yar.

ਬ੍ਰਹਮ ਗਿਆਨੀ, ਸਰਬ ਕਾ ਠਾਕੁਰੁ॥
barahm gi-aanee sarab kaa thaakur.

ਬ੍ਰਹਮ ਗਿਆਨੀ ਕੀ, ਮਿਤਿ ਕਉਨੁ ਬਖਾਨੈ॥
barahm gi-aanee kee mit ka-un bakhaanai.

ਬ੍ਰਹਮ ਗਿਆਨੀ ਕੀ,
Barahm gi-aanee kee

ਗਤਿ ਬ੍ਰਹਮ ਗਿਆਨੀ ਜਾਨੈ॥
gat barahm gi-aanee jaanai.

ਬ੍ਰਹਮ ਗਿਆਨੀ ਕਾ, ਅੰਤੁ ਨ ਪਾਰੁ॥
barahm gi-aanee kaa ant na paar.

ਨਾਨਕ ਬ੍ਰਹਮ ਗਿਆਨੀ ਕਉ,
naanak barahm gi-aanee ka-o

ਸਦਾ ਨਮਸਕਾਰੁ॥੭॥
sadaa namaskaar. ||7||

ਅਸਟਪਦੀ॥ Asatpadee. (8-8)

ਬ੍ਰਹਮ ਗਿਆਨੀ, ਸਭ ਸ੍ਰਿਸਟਿ ਕਾ ਕਰਤਾ॥
barahm gi-aanee sabh sarisat kaa kartaa.

ਬ੍ਰਹਮ ਗਿਆਨੀ, ਸਦ ਜੀਵੈ ਨਹੀ ਮਰਤਾ॥
barahm gi-aanee sad jeevai nahee martaa.

ਬ੍ਰਹਮ ਗਿਆਨੀ,
barahm gi-aanee

ਮੁਕਤਿ ਜੁਗਤਿ ਜੀਅ ਕਾ ਦਾਤਾ॥
mukat jugat jee-a kaa daataa.

ਬ੍ਰਹਮ ਗਿਆਨੀ, ਪੂਰਨ ਪੁਰਖੁ ਬਿਧਾਤਾ॥
barahm gi-aanee pooran purakh biDhaataa.

ਬ੍ਰਹਮ ਗਿਆਨੀ, ਅਨਾਥ ਕਾ ਨਾਥੁ॥
barahm gi-aanee anaath kaa naath.

ਬ੍ਰਹਮ ਗਿਆਨੀ ਕਾ, ਸਭ ਊਪਰਿ ਹਾਥੁ॥
barahm gi-aanee kaa sabh oopar haath.

ਬ੍ਰਹਮ ਗਿਆਨੀ ਕਾ, ਸਗਲ ਅਕਾਰੁ॥
barahm gi-aanee kaa sagal akaar.

ਬ੍ਰਹਮ ਗਿਆਨੀ, ਆਪਿ ਨਿਰੰਕਾਰੁ॥
barahm gi-aanee aap nirankaar.

ਬ੍ਰਹਮ ਗਿਆਨੀ ਕੀ ਸੋਭਾ,
barahm gi-aanee kee sobhaa

ਬ੍ਰਹਮ ਗਿਆਨੀ ਬਨੀ॥
barahm gi-aanee banee.

ਨਾਨਕ ਬ੍ਰਹਮ ਗਿਆਨੀ,
naanak barahm gi-aanee

ਸਰਬ ਕਾ ਧਨੀ॥੮॥੮॥
sarab kaa Dhanee. ||8||8||

9. ਸਲੋਕੁ॥੯॥ 274

ਉਰਿ ਧਾਰੈ, ਜੋ ਅੰਤਰਿ ਨਾਮੁ॥
ur Dhaarai jo antar naam.

ਸਰਬ ਮੈ, ਪੇਖੈ ਭਗਵਾਨੁ॥
sarab mai paykhai bhagvaan.

ਨਿਮਖ ਨਿਮਖ, ਠਾਕੁਰ ਨਮਸਕਾਰੈ॥
nimakh nimakh thaakur namaskaarai.

ਨਾਨਕ ਓਹੁ ਅਪਰਸੁ, ਸਗਲ ਨਿਸਤਾਰੈ॥੧॥
naanak oh apras sagal nistaarai. ||1||

ਅਸਟਪਦੀ॥ Asatpadee. 9-1

ਮਿਥਿਆ ਨਾਹੀ, ਰਸਨਾ ਪਰਸ॥
mithi-aa naahee rasnaa paras.

ਮਨ ਮਹਿ ਪ੍ਰੀਤਿ, ਨਿਰੰਜਨ ਦਰਸ॥
man, meh pareet niranjan daras.

ਪਰ ਤ੍ਰਿਅ, ਰੂਪੁ ਨ ਪੇਖੈ ਨੇਤ੍ਰ॥
par tari-a roop na paykhai naytar.

ਸਾਧ ਕੀ ਟਹਲ, ਸੰਤਸੰਗਿ ਹੇਤ॥
saaDh kee tahal satsang hayt.

ਕਰਨ ਨ ਸੁਨੈ, ਕਾਹੂ ਕੀ ਨਿੰਦਾ॥
karan na sunai kaahoo kee nindaa.

ਸਭ ਤੇ ਜਾਨੈ, ਆਪਸ ਕਉ ਮੰਦਾ॥
sabh tay jaanai aapas ka-o mandaa.

ਗੁਰ ਪ੍ਰਸਾਦਿ, ਬਿਖਿਆ ਪਰਹਰੈ॥
gur parsaad bikhi-aa parharai.

ਮਨ ਕੀ ਬਾਸਨਾ, ਮਨ ਤੇ ਟਰੈ॥
man kee baasnaa man tay tarai.

ਇੰਦ੍ਰੀ ਜਿਤ, ਪੰਚ ਦੋਖ ਤੇ ਰਹਤ॥
indree jit panch dokh tay rahat.

ਨਾਨਕ ਕੋਟਿ ਮਧੇ ਕੋ, ਐਸਾ ਅਪਰਸ॥੧॥
naanak kot maDhay ko aisaa apras. ||1||

ਅਸਟਪਦੀ॥ Asatpadee. 9-2

ਬੈਸਨੋ ਸੋ, ਜਿਸੁ ਊਪਰਿ ਸੁਪ੍ਰਸੰਨ॥
baisno so jis oopar suparsan.

ਬਿਸਨ ਕੀ ਮਾਇਆ, ਤੇ ਹੋਇ ਭਿੰਨ॥
bisan kee maa-i-aa tay ho-ay bhinn.

ਕਰਮ ਕਰਤ, ਹੋਵੈ ਨਿਹਕਰਮ॥
karam karat hovai nihkaram.

ਤਿਸੁ ਬੈਸਨੋ ਕਾ, ਨਿਰਮਲ ਧਰਮ॥
tis baisno kaa nirmal Dharam.

ਕਾਹੂ ਫਲ ਕੀ, ਇਛਾ ਨਹੀ ਬਾਛੈ॥
kaahoo fal kee ichhaa nahee baachhai.

ਕੇਵਲ ਭਗਤਿ, ਕੀਰਤਨ ਸੰਗਿ ਰਾਚੈ॥
kayval bhagat keertan sang raachai.

ਮਨ ਤਨ ਅੰਤਰਿ, ਸਿਮਰਨ ਗੋਪਾਲ॥
man, tan antar simran gopaal.

ਸਭ ਊਪਰਿ, ਹੋਵਤ ਕਿਰਪਾਲ॥
sabh oopar hovat kirpaal.

ਆਪਿ ਦ੍ਰਿੜੈ, ਅਵਰਹ ਨਾਮੁ ਜਪਾਵੈ॥
aap darirhai avrah naam japaavai.

ਨਾਨਕ ਓਹੁ ਬੈਸਨੋ, ਪਰਮ ਗਤਿ ਪਾਵੈ॥੨॥
naanak oh baisno param gat paavai. ||2||

ਅਸਟਪਦੀ॥ Asatpadee. 9- 3

ਭਗਉਤੀ ਭਗਵੰਤ, ਭਗਤਿ ਕਾ ਰੰਗੁ॥
bhag-utee bhagvant bhagat kaa rang.

ਸਗਲ ਤਿਆਗੈ, ਦੁਸਟ ਕਾ ਸੰਗੁ॥
sagal ti-aagai dusat kaa sang.

ਮਨ ਤੇ ਬਿਨਸੈ, ਸਗਲਾ ਭਰਮੁ॥
man, tay binsai saglaa bharam.

ਕਰਿ ਪੂਜੈ, ਸਗਲ ਪਾਰਬ੍ਰਹਮੁ॥
kar poojai sagal paarbarahm.

ਸਾਧਸੰਗਿ, ਪਾਪਾ ਮਲੁ ਖੋਵੈ॥
saaDhsang paapaa mal khovai.

ਤਿਸੁ ਭਗਉਤੀ ਕੀ, ਮਤਿ ਊਤਮ ਹੋਵੈ॥
tis bhag-utee kee mat ootam hovai.

ਭਗਵੰਤ ਕੀ ਟਹਲ ਕਰੈ, ਨਿਤ ਨੀਤਿ॥
bhagvant kee tahal karai nit neet.

ਮਨੁ ਤਨੁ ਅਰਪੈ, ਬਿਸਨ ਪਰੀਤਿ॥
man, tan arpai bisan pareet.

ਹਰਿ ਕੇ ਚਰਨ, ਹਿਰਦੈ ਬਸਾਵੈ॥
har kay charan hirdai basaavai.

ਨਾਨਕ ਐਸਾ ਭਗਉਤੀ,
naanak aisaa bhag-utee

ਭਗਵੰਤ ਕਉ ਪਾਵੈ॥੩॥
bhagvant ka-o paavai. ||3||

ਅਸਟਪਦੀ॥ Asatpadee. 9- 4

ਸੋ ਪੰਡਿਤੁ, ਜੋ ਮਨੁ ਪਰਬੋਧੈ॥
so pandit jo man parboDhai.

ਰਾਮ ਨਾਮੁ, ਆਤਮ ਮਹਿ ਸੋਧੈ॥
raam naam aatam meh soDhai.

ਰਾਮ ਨਾਮ, ਸਾਰੁ ਰਸੁ ਪੀਵੈ॥
raam naam saar ras peevai.

ਉਸੁ ਪੰਡਿਤ ਕੈ, ਉਪਦੇਸਿ ਜਗੁ ਜੀਵੈ॥
us pandit kai updays jag jeevai.

ਹਰਿ ਕੀ ਕਥਾ, ਹਿਰਦੈ ਬਸਾਵੈ॥
har kee kathaa hirdai basaavai.

ਸੋ ਪੰਡਿਤੁ, ਫਿਰਿ ਜੋਨਿ ਨ ਆਵੈ॥
so pandit fir jon na aavai.

ਬੇਦ ਪੁਰਾਨ, ਸਿਮ੍ਰਿਤਿ ਬੂਝੈ ਮੂਲ॥
bayd puraan simrit boojhai mool.

ਸੂਖਮ ਮਹਿ, ਜਾਨੈ ਅਸਥੂਲੁ॥
sookham meh jaanai asthool.

ਚਹੁ ਵਰਨਾ ਕਉ, ਦੇ ਉਪਦੇਸੁ॥
chahu varnaa ka-o day updays.

ਨਾਨਕ ਉਸੁ ਪੰਡਿਤ ਕਉ, ਸਦਾ ਅਦੇਸੁ॥੪॥
naanak us pandit ka-o sadaa adays. ||4||

ਅਸਟਪਦੀ॥ Asatpadee. 9- 5

ਬੀਜ ਮੰਤੁ, ਸਰਬ ਕੋ ਗਿਆਨੁ॥
bBeej mantar sarab ko gi-aan.

ਚਹੁ ਵਰਨਾ ਮਹਿ, ਜਪੈ ਕੋਊ ਨਾਮੁ॥
chahu varnaa meh japai ko-oo naam.

ਜੋ ਜੋ ਜਪੈ, ਤਿਸ ਕੀ ਗਤਿ ਹੋਇ॥
jo jo japai tis kee gat ho-ay.

ਸਾਧਸੰਗਿ ਪਾਵੈ, ਜਨੁ ਕੋਇ॥
saaDhsang paavai jan ko-ay.

ਕਰਿ ਕਿਰਪਾ, ਅੰਤਰਿ ਉਰ ਧਾਰੈ॥
kar kirpaa antar ur Dhaarai.

ਪਸੁ ਪ੍ਰੇਤ, ਮੁਘਦ, ਪਾਥਰ, ਕਉ ਤਾਰੈ॥
pas parayt mughad paathar ka-o taarai.

ਸਰਬ ਰੋਗ ਕਾ, ਅਉਖਦੁ ਨਾਮੁ॥
sarab rog kaa a-ukhad naam.

ਕਲਿਆਣ ਰੂਪ, ਮੰਗਲ ਗੁਣ ਗਾਮ॥
kali-aan roop mangal gun gaam.

ਕਾਹੂ ਜੁਗਤਿ, ਕਿਤੈ ਨ ਪਾਈਐ ਧਰਮਿ॥
kaahoo jugat kitai na paa-ee-ai Dharam.

ਨਾਨਕ ਤਿਸੁ ਮਿਲੈ,
naanak tis milai

ਜਿਸੁ ਲਿਖਿਆ ਧੁਰਿ ਕਰਮਿ॥੫॥
jis likhi-aa Dhur karam. ||5||

ਅਸਟਪਦੀ॥ Asatpadee. 9- 6

ਜਿਸ ਕੈ ਮਨਿ, ਪਾਰਬ੍ਰਹਮ ਕਾ ਨਿਵਾਸੁ॥
jis kai man paarbarahm kaa nivaas.

ਤਿਸ ਕਾ ਨਾਮੁ, ਸਤਿ ਰਾਮਦਾਸੁ॥
tis kaa naam sat raamdaas.

ਆਤਮ ਰਾਮੁ, ਤਿਸੁ ਨਦਰੀ ਆਇਆ॥
aatam raam tis nadree aa-i-aa.

ਦਾਸ ਦਸੰਤਣ ਭਾਇ, ਤਿਨਿ ਪਾਇਆ॥
daaas dasantan bhaa-ay tin paa-i-aa.

ਸਦਾ ਨਿਕਟਿ, ਨਿਕਟਿ ਹਰਿ ਜਾਨੁ॥
sadaa nikat nikat har jaan.

ਸੋ ਦਾਸੁ, ਦਰਗਹ ਪਰਵਾਨੁ॥
so daas dargeh parvaan.

ਅਪੁਨੇ ਦਾਸ ਕਉ, ਆਪਿ ਕਿਰਪਾ ਕਰੈ॥
apunay daas ka-o aap kirpaa karai.

ਤਿਸੁ ਦਾਸ ਕਉ, ਸਭ ਸੋਝੀ ਪਰੈ॥
tis daas ka-o sabh sojhee parai.

ਸਗਲ ਸੰਗਿ, ਆਤਮ ਉਦਾਸੁ॥
sagal sang aatam udaas.

ਐਸੀ ਜੁਗਤਿ, ਨਾਨਕ ਰਾਮਦਾਸੁ॥੬॥	aisee jugat naanak raamdaas. ||6||

ਅਸਟਪਦੀ॥ Asatpadee. 9- 7

ਪ੍ਰਭ ਕੀ ਆਗਿਆ, ਆਤਮ ਹਿਤਾਵੈ॥	parabh kee aagi-aa aatam hitaavai.
ਜੀਵਨ ਮੁਕਤਿ, ਸੋਊ ਕਹਾਵੈ॥	jeevan mukat so-oo kahaavai.
ਤੈਸਾ ਹਰਖੁ, ਤੈਸਾ ਉਸੁ ਸੋਗੁ॥	taisaa harakh taisaa us sog.
ਸਦਾ ਅਨੰਦੁ, ਤਹ ਨਹੀ ਬਿਓਗੁ॥	sadaa anand tah nahee bi-og.
ਤੈਸਾ ਸੁਵਰਨੁ, ਤੈਸੀ ਉਸੁ ਮਾਟੀ॥	taisaa suvran taisee us maatee.
ਤੈਸਾ ਅੰਮ੍ਰਿਤੁ, ਤੈਸੀ ਬਿਖੁ ਖਾਟੀ॥	taisaa amrit taisee bikh khaatee.
ਤੈਸਾ ਮਾਨੁ, ਤੈਸਾ ਅਭਿਮਾਨੁ॥	taisaa maan taisaa abhimaan.
ਤੈਸਾ ਰੰਕੁ, ਤੈਸਾ ਰਾਜਾਨੁ॥	taisaa rank taisaa raajaan.
ਜੋ ਵਰਤਾਏ, ਸਾਈ ਜੁਗਤਿ॥	jo vartaa-ay saa-ee jugat.
ਨਾਨਕ ਓਹੁ ਪੁਰਖੁ,	naanak oh purakh
ਕਹੀਐ ਜੀਵਨ ਮੁਕਤਿ॥੭॥	kahee-ai jeevan mukat. ||7|

ਅਸਟਪਦੀ॥ Asatpadee. 9- 8

ਪਾਰਬ੍ਰਹਮ ਕੇ, ਸਗਲੇ ਠਾਉ॥	paarbarahm kay saglay thaa-o.
ਜਿਤੁ ਜਿਤੁ ਘਰਿ ਰਾਖੈ, ਤੈਸਾ ਤਿਨ ਨਾਉ॥	jit jit ghar raakhai taisaa tin naa-o.
ਆਪੇ ਕਰਨ, ਕਰਾਵਨ ਜੋਗੁ॥	aapay karan karaavan jog.
ਪ੍ਰਭ ਭਾਵੈ ਸੋਈ, ਫੁਨਿ ਹੋਗੁ॥	parabh bhaavai so-ee fun hog.
ਪਸਰਿਓ ਆਪਿ, ਹੋਇ ਅਨਤ ਤਰੰਗ॥	pasri-o aap ho-ay anat tarang.
ਲਖੇ ਨ ਜਾਹਿ, ਪਾਰਬ੍ਰਹਮ ਕੇ ਰੰਗ॥	lakhay na jaahi paarbarahm kay rang.
ਜੈਸੀ ਮਤਿ ਦੇਇ, ਤੈਸਾ ਪਰਗਾਸ॥	jaisee mat day-ay taisaa pargaas.
ਪਾਰਬ੍ਰਹਮੁ, ਕਰਤਾ ਅਬਿਨਾਸ॥	paarbarahm kartaa abinaas.
ਸਦਾ ਸਦਾ, ਸਦਾ ਦਇਆਲ॥	sadaa sadaa sadaa da-i-aal.
ਸਿਮਰਿ ਸਿਮਰਿ, ਨਾਨਕ ਭਏ ਨਿਹਾਲ॥੮॥੯॥	simar simar naanak bha-ay nihaal. ||8||9||

10. ਸਲੋਕੁ॥10॥ 275

ਉਸਤਤਿ ਕਰਹਿ ਅਨੇਕਾਂ ਜਨ,	ustat karahi anayk jan
ਅੰਤੁ ਨ ਪਾਰਾਵਾਰ॥	ant na paaraavaar.
ਨਾਨਕ ਰਚਨਾ ਪ੍ਰਭਿ ਰਚੀ,	naanak rachnaa parabh rachee
ਬਹੁ ਬਿਧਿ ਅਨਿਕ ਪ੍ਰਕਾਰ॥	baho biDh anik parkaar. ||1||

ਅਸਟਪਦੀ॥ Asatpadee. 10-1

ਕਈ ਕੋਟਿ, ਹੋਏ ਪੂਜਾਰੀ॥	ka-ee kot ho-ay poojaaree.
ਕਈ ਕੋਟਿ, ਆਚਾਰ ਬਿਉਹਾਰੀ॥	ka-ee kot aachaar bi-uhaaree.
ਕਈ ਕੋਟਿ, ਭਏ ਤੀਰਥ ਵਾਸੀ॥	ka-ee kot bha-ay tirath vaasee.
ਕਈ ਕੋਟਿ, ਬਨ ਭ੍ਰਮਹਿ ਉਦਾਸੀ॥	ka-ee kot ban bharmeh udaasee.
ਕਈ ਕੋਟਿ, ਬੇਦ ਕੇ ਸ੍ਰੋਤੇ॥	ka-ee kot bayd kay sarotay.
ਕਈ ਕੋਟਿ, ਤਪੀਸੁਰ ਹੋਤੇ॥	ka-ee kot tapeesur hotay.
ਕਈ ਕੋਟਿ, ਆਤਮ ਧਿਆਨੁ ਧਾਰਹਿ॥	ka-ee kot aatam Dhi-aan Dhaareh.
ਕਈ ਕੋਟਿ, ਕਬਿ ਕਾਬਿ ਬੀਚਾਰਹਿ॥	ka-ee kot kab kaab beechaareh.
ਕਈ ਕੋਟਿ, ਨਵਤਨ ਨਾਮ ਧਿਆਵਹਿ॥	ka-ee kot navtan naam Dhi-aavahi.
ਨਾਨਕ ਕਰਤੇ ਕਾ, ਅੰਤੁ ਨ ਪਾਵਹਿ॥੧॥	naanak kartay kaa ant na paavahi. ||1||

ਅਸਟਪਦੀ॥ Asatpadee. (10-2)

ਕਈ ਕੋਟਿ, ਭਏ ਅਭਿਮਾਨੀ॥	ka-ee kot bha-ay abhimaanee.
ਕਈ ਕੋਟਿ, ਅੰਧ ਅਗਿਆਨੀ॥	ja-ee kot anDh agi-aanee.
ਕਈ ਕੋਟਿ, ਕਿਰਪਨ ਕਠੋਰ॥	ka-ee kot kirpan kathor.
ਕਈ ਕੋਟਿ, ਅਭਿਗ ਆਤਮ ਨਿਕੋਰ॥	ja-ee kot abhig aatam nikor.
ਕਈ ਕੋਟਿ, ਪਰ ਦਰਬ ਕਉ ਹਿਰਹਿ॥	ka-ee kot par darab ka-o hireh.
ਕਈ ਕੋਟਿ, ਪਰ ਦੂਖਨਾ ਕਰਹਿ॥	ja-ee kot par dookhnaa karahi.

ਕਈ ਕੋਟਿ, ਮਾਇਆ ਸ੍ਰਮ ਮਾਹਿ॥	ka-ee kot maa-i-aa saram maahi.
ਕਈ ਕੋਟਿ, ਪਰਦੇਸ ਭ੍ਰਮਾਹਿ॥	ja-ee kot pardays bharmaahi.
ਜਿਤੁ ਜਿਤੁ ਲਾਵਹੁ, ਤਿਤੁ ਤਿਤੁ ਲਗਨਾ॥	jit jit laavhu tit tit lagnaa.
ਨਾਨਕ ਕਰਤੇ ਕੀ,	naanak kartay kee
ਜਾਨੈ ਕਰਤਾ ਰਚਨਾ॥੨॥	jaanai kartaa rachnaa. ||2||

ਅਸਟਪਦੀ॥ Asatpadee. 10-3

ਕਈ ਕੋਟਿ, ਸਿਧ ਜਤੀ ਜੋਗੀ॥	ka-ee kot siDh jatee jogee.
ਕਈ ਕੋਟਿ, ਰਾਜੇ ਰਸ ਭੋਗੀ॥	ka-ee kot raajay ras bhogee.
ਕਈ ਕੋਟਿ, ਪੰਖੀ ਸਰਪ ਉਪਾਏ॥	ka-ee kot pankhee sarap upaa-ay.
ਕਈ ਕੋਟਿ, ਪਾਥਰ ਬਿਰਖ ਨਿਪਜਾਏ॥	ka-ee kot paathar birakh nipjaa-ay.
ਕਈ ਕੋਟਿ, ਪਵਣ ਪਾਣੀ ਬੈਸੰਤਰ॥	ka-ee kot pavan paanee baisantar.
ਕਈ ਕੋਟਿ, ਦੇਸ ਭੂ ਮੰਡਲ॥	ka-ee kot days bhoo mandal.
ਕਈ ਕੋਟਿ, ਸਸੀਅਰ ਸੂਰ ਨਖੵਤ੍ਰ॥	ka-ee kot sasee-ar soor nakh-yatar.
ਕਈ ਕੋਟਿ, ਦੇਵ ਦਾਨਵ ਇੰਦ੍ਰ ਸਿਰਿ ਛਤ੍ਰ॥	ka-ee kot dayv daanav indar sir chhatar.
ਸਗਲ ਸਮਗ੍ਰੀ, ਅਪਨੈ ਸੂਤਿ ਧਾਰੈ॥	sagal samagree apnai soot Dhaarai.
ਨਾਨਕ ਜਿਸੁ ਜਿਸੁ ਭਾਵੈ,	naanak jis jis bhaavai
ਤਿਸੁ ਤਿਸੁ ਨਿਸਤਾਰੈ॥੩॥	tis tis nistaarai. ||3||

ਅਸਟਪਦੀ॥ Asatpadee. 10-4

ਕਈ ਕੋਟਿ, ਰਾਜਸ ਤਾਮਸ ਸਾਤਕ॥	ka-ee kot raajas taamas saatak.
ਕਈ ਕੋਟਿ, ਬੇਦ ਪੁਰਾਨ ਸਿਮ੍ਰਿਤਿ ਅਰੁ ਸਾਸਤ॥	ka-ee kot bayd puraan simrit ar saasat.
ਕਈ ਕੋਟਿ, ਕੀਏ ਰਤਨ ਸਮੁਧ॥	ka-ee kot kee-ay ratan samud.
ਕਈ ਕੋਟਿ, ਨਾਨਾ ਪ੍ਰਕਾਰ ਜੰਤ॥	ka-ee kot naanaa parkaar jant.
ਕਈ ਕੋਟਿ, ਕੀਏ ਚਿਰ ਜੀਵੈ॥	ka-ee kot kee-ay chir jeevay.
ਕਈ ਕੋਟਿ, ਗਿਰੀ ਮੇਰ ਸੁਵਰਨ ਥੀਵੈ॥	ka-ee kot giree mayr suvran theevay.
ਕਈ ਕੋਟਿ, ਜਖ ਕਿੰਨਰ ਪਿਸਾਚ॥	ka-ee kot jakh-y kinnar pisaach.
ਕਈ ਕੋਟਿ, ਭੂਤ ਪ੍ਰੇਤ ਸੂਕਰ ਮ੍ਰਿਗਾਚ॥	ka-ee kot bhoot parayt sookar marigaach.
ਸਭ ਤੇ ਨੇਰੈ, ਸਭਹੂ ਤੇ ਦੂਰਿ॥	sabh tay nayrai sabhhoo tay door.
ਨਾਨਕ ਆਪਿ ਅਲਿਪਤੁ, ਰਹਿਆ ਭਰਪੂਰਿ॥੪॥	naanak aap alipat rahi-aa bharpoor. ||4||

ਅਸਟਪਦੀ॥ Asatpadee. 10-5

ਕਈ ਕੋਟਿ, ਪਾਤਾਲ ਕੇ ਵਾਸੀ॥	ka-ee kot paataal kay vaasee.
ਕਈ ਕੋਟਿ, ਨਰਕ ਸੁਰਗ ਨਿਵਾਸੀ॥	ka-ee kot narak surag nivaasee.
ਕਈ ਕੋਟਿ, ਜਨਮਹਿ ਜੀਵਹਿ ਮਰਹਿ॥	ka-ee kot janmeh jeeveh mareh.
ਕਈ ਕੋਟਿ, ਬਹੁ ਜੋਨੀ ਫਿਰਹਿ॥	ka-ee kot baho jonee fireh.
ਕਈ ਕੋਟਿ, ਬੈਠਤ ਹੀ ਖਾਹਿ॥	ka-ee kot baithat hee khaahi.
ਕਈ ਕੋਟਿ, ਘਾਲਹਿ, ਥਕਿ ਪਾਹਿ॥	ka-ee kot ghaaleh thak paahi.
ਕਈ ਕੋਟਿ, ਕੀਏ ਧਨਵੰਤ॥	ka-ee kot kee-ay Dhanvant.
ਕਈ ਕੋਟਿ, ਮਾਇਆ ਮਹਿ ਚਿੰਤ॥	ka-ee kot maa-i-aa meh chint.
ਜਹ ਜਹ ਭਾਣਾ, ਤਹ ਤਹ ਰਾਖੇ॥	jah jah bhaanaa tah tah raakhay.
ਨਾਨਕ ਸਭੁ ਕਿਛੁ, ਪ੍ਰਭ ਕੈ ਹਾਥੇ॥੫॥	naanak sabh kichh parabh kai haathay. ||5||

ਅਸਟਪਦੀ॥ Asatpadee. 10-6

ਕਈ ਕੋਟਿ, ਭਏ ਬੈਰਾਗੀ॥	ka-ee kot bha-ay bairaagee.
ਰਾਮ ਨਾਮ ਸੰਗਿ, ਤਿਨਿ ਲਿਵ ਲਾਗੀ॥	raam naam sang tin liv laagee.
ਕਈ ਕੋਟਿ, ਪ੍ਰਭ ਕਉ ਖੋਜੰਤੇ॥	ka-ee kot parabh ka-o khojantay.
ਆਤਮ ਮਹਿ, ਪਾਰਬ੍ਰਹਮੁ ਲਹੰਤੇ॥	aatam meh paarbarahm lahantay.
ਕਈ ਕੋਟਿ, ਦਰਸਨ ਪ੍ਰਭ ਪਿਆਸ॥	ka-ee kot darsan parabh pi-aas.
ਤਿਨ ਕਉ ਮਿਲਿਓ, ਪ੍ਰਭੁ ਅਬਿਨਾਸ॥	tin ka-o mili-o parabh abinaas.
ਕਈ ਕੋਟਿ, ਮਾਗਹਿ ਸਤਸੰਗੁ॥	ka-ee kot maageh satsang.

ਪਾਰਬ੍ਰਹਮ, ਤਿਨ ਲਾਗਾ ਰੰਗੁ॥	paarbarahm tin laagaa rang.
ਜਿਨ ਕਉ, ਹੋਏ ਆਪਿ ਸੁਪ੍ਰਸੰਨ॥	jin ka-o ho-ay aap suparsan.
ਨਾਨਕ ਤੇ ਜਨ, ਸਦਾ ਧਨਿ ਧੰਨਿ॥੬॥	naanak tay jan sadaa Dhan Dhan. ||6||

ਅਸਟਪਦੀ॥ Asatpadee. 10-7

ਕਈ ਕੋਟਿ, ਖਾਣੀ ਅਰੁ ਖੰਡ॥	ka-ee kot khaanee ar khand.
ਕਈ ਕੋਟਿ, ਅਕਾਸ ਬ੍ਰਹਮੰਡ॥	ka-ee kot akaas barahmand.
ਕਈ ਕੋਟਿ, ਹੋਏ ਅਵਤਾਰ॥	ka-ee kot ho-ay avtaar.
ਕਈ ਜੁਗਤਿ, ਕੀਨੋ ਬਿਸਥਾਰ॥	ka-ee jugat keeno bisthaar.
ਕਈ ਬਾਰ, ਪਸਰਿਓ ਪਾਸਾਰ॥	ka-ee baar pasri-o paasaar.
ਸਦਾ ਸਦਾ, ਇਕੁ ਏਕੰਕਾਰ॥	sadaa sadaa ik aykankaar.
ਕਈ ਕੋਟਿ, ਕੀਨੇ ਬਹੁ ਭਾਥਿ॥	ka-ee kot keenay baho bhaat.
ਪ੍ਰਭ ਤੇ ਹੋਏ, ਪ੍ਰਭ ਮਾਹਿ ਸਮਾਥਿ॥	parabh tay ho-ay parabh maahi samaat.
ਤਾ ਕਾ ਅੰਤੁ ਨ, ਜਾਨੈ ਕੋਇ॥	taa kaa ant na jaanai ko-ay.
ਆਪੇ ਆਪਿ, ਨਾਨਕ ਪ੍ਰਭੁ ਸੋਇ॥੭॥	aapay aap naanak parabh so-ay. ||7||

ਅਸਟਪਦੀ॥ Asatpadee. 10-8

ਕਈ ਕੋਟਿ, ਪਾਰਬ੍ਰਹਮ ਕੇ ਦਾਸ॥	ka-ee kot paarbarahm kay daas.
ਤਿਨ ਹੋਵਤ, ਆਤਮ ਪਰਗਾਸ॥	tin hovat aatam pargaas.
ਕਈ ਕੋਟਿ, ਤਤ ਕੇ ਬੇਤੇ॥	ka-ee kot tat kay baytay.
ਸਦਾ ਨਿਹਾਰਹਿ, ਏਕੋ ਨੇਤ੍ਰੇ॥	sadaa nihaarahi ayko naytaray.
ਕਈ ਕੋਟਿ, ਨਾਮ ਰਸੁ ਪੀਵਹਿ॥	ka-ee kot naam ras peeveh.
ਅਮਰ ਭਏ ਸਦ, ਸਦ ਹੀ ਜੀਵਹਿ॥	amar bha-ay sad sad hee jeeveh.
ਕਈ ਕੋਟਿ, ਨਾਮ ਗੁਨ ਗਾਵਹਿ॥	ka-ee kot naam gun gaavahi.
ਆਤਮ ਰਸਿ, ਸੁਖਿ ਸਹਜਿ ਸਮਾਵਹਿ॥	aatam ras sukh sahj samaaveh.
ਅਪੁਨੇ ਜਨ ਕਉ, ਸਾਸਿ ਸਾਸਿ ਸਮਾਰੇ॥	apunay jan ka-o saas saas samaaray.
ਨਾਨਕ ਓਇ, ਪਰਮੇਸੁਰ ਕੇ ਪਿਆਰੇ॥ ੮॥੧੦॥	aanak o-ay parmaysur kay pi-aaray. ||8||10||

11. ਸਲੋਕੁ॥11॥ (276)

ਕਰਣ ਕਾਰਣ ਪ੍ਰਭੁ ਏਕੁ ਹੈ,	karan kaaran parabh ayk hai
ਦੂਸਰ ਨਾਹੀ ਕੋਇ॥	doosar naahee ko-ay.
ਨਾਨਕ ਤਿਸੁ ਬਲਿਹਾਰਣੈ,	naanak tis balihaarnai
ਜਲਿ ਥਲਿ ਮਹੀਅਲਿ ਸੋਇ॥	jal thal mahee-al so-ay. ||1||

ਅਸਟਪਦੀ॥ Asatpadee. 11- 1

ਕਰਨ ਕਰਾਵਨ, ਕਰਨੈ ਜੋਗੁ॥	karan karaavan karnai jog.
ਜੋ ਤਿਸੁ ਭਾਵੈ, ਸੋਈ ਹੋਗੁ॥	jo tis bhaavai so-ee hog.
ਖਿਨ ਮਹਿ, ਥਾਪਿ ਉਥਾਪਨਹਾਰਾ॥	khin meh thaap uthaapanhaaraa.
ਅੰਤੁ ਨਹੀ, ਕਿਛੁ ਪਾਰਾਵਾਰਾ॥	ant nahee kichh paaraavaaraa.
ਹੁਕਮੇ ਧਾਰਿ, ਅਧਰ ਰਹਾਵੈ॥	hukmay Dhaar aDhar rahaavai.
ਹੁਕਮੇ ਉਪਜੈ, ਹੁਕਮਿ ਸਮਾਵੈ॥	hukmay upjai hukam samaavai.
ਹੁਕਮੇ ਊਚ, ਨੀਚ ਬਿਉਹਾਰ॥	hukmay ooch neech bi-uhaar.
ਹੁਕਮੇ ਅਨਿਕ, ਰੰਗ ਪਰਕਾਰ॥	hukmay anik rang parkaar.
ਕਰਿ ਕਰਿ ਦੇਖੈ, ਅਪਨੀ ਵਡਿਆਈ॥	kar kar daykhai apnee vadi-aa-ee.
ਨਾਨਕ ਸਭ ਮਹਿ, ਰਹਿਆ ਸਮਾਈ॥੧॥	naanak sabh meh rahi-aa samaa-ee. ||1||

ਅਸਟਪਦੀ॥ Asatpadee. 11- 2

ਪ੍ਰਭ ਭਾਵੈ, ਮਾਨੁਖ ਗਤਿ ਪਾਵੈ॥	parabh bhaavai maanukh gat paavai.
ਪ੍ਰਭ ਭਾਵੈ ਤਾ, ਪਾਥਰ ਤਰਾਵੈ॥	parabh bhaavai taa paathar taraavai.
ਪ੍ਰਭ ਭਾਵੈ, ਬਿਨੁ ਸਾਸ ਤੇ ਰਾਖੈ॥	parabh bhaavai bin saas tay raakhai.
ਪ੍ਰਭ ਭਾਵੈ ਤਾ, ਹਰਿ ਗੁਣ ਭਾਖੈ॥	parabh bhaavai taa har gun bhaakhai.

ਪ੍ਰਭ ਭਾਵੈ ਤਾ, ਪਤਿਤ ਉਧਾਰੇ॥
parabh bhaavai taa patit uDhaarai.

ਆਪਿ ਕਰੇ, ਆਪਨ ਬੀਚਾਰੇ॥
aap karai aapan beechaarai.

ਦੁਹਾ ਸਿਰਿਆ ਕਾ, ਆਪਿ ਸੁਆਮੀ॥
duhaa siri-aa kaa aap su-aamee.

ਖੇਲੈ ਬਿਗਸੈ, ਅੰਤਰਜਾਮੀ॥
khaylai bigsai antarjaamee.

ਜੋ ਭਾਵੈ, ਸੋ ਕਾਰ ਕਰਾਵੈ॥
jo bhaavai so kaar karaavai.

ਨਾਨਕ ਦ੍ਰਿਸਟੀ, ਅਵਰੁ ਨ ਆਵੈ॥੨॥
naanak daristee avar na aavai. ||2||

ਅਸਟਪਦੀ॥ Asatpadee. 11- 3

ਕਹੁ ਮਾਨੁਖ ਤੇ, ਕਿਆ ਹੋਇ ਆਵੈ॥
kaho maanukh tay ki-aa ho-ay aavai.

ਜੋ ਤਿਸੁ ਭਾਵੈ, ਸੋਈ ਕਰਾਵੈ॥
jo tis bhaavai so-ee karaavai.

ਇਸ ਕੈ ਹਾਥਿ ਹੋਇ, ਤਾ ਸਭੁ ਕਿਛੁ ਲੇਇ॥
is kai haath ho-ay taa sabh kichh lay-ay.

ਜੋ ਤਿਸੁ ਭਾਵੈ, ਸੋਈ ਕਰੇਇ॥
jo tis bhaavai so-ee karay-i.

ਅਨਜਾਨਤ, ਬਿਖਿਆ ਮਹਿ ਰਚੈ॥
anjaanat bikhi-aa meh rachai.

ਜੇ ਜਾਨਤ, ਆਪਨ ਆਪ ਬਚੈ॥
jay jaanat aapan aap bachai.

ਭਰਮੇ ਭੂਲਾ, ਦਹ ਦਿਸਿ ਧਾਵੈ॥
bharmay bhoolaa dah dis Dhaavai.

ਨਿਮਖ ਮਾਹਿ ਚਾਰਿ, ਕੁੰਟ ਫਿਰਿ ਆਵੈ॥
nimakh maahi chaar kunt fir aavai.

ਕਰਿ ਕਿਰਪਾ, ਜਿਸੁ ਅਪਨੀ ਭਗਤਿ ਦੇਇ॥
kar kirpaa jis apnee bhagat day-ay.

ਨਾਨਕ ਤੇ ਜਨ, ਨਾਮਿ ਮਿਲੇਇ॥੩॥
naanak tay jan naam milay-ay. ||3||

ਅਸਟਪਦੀ॥ Asatpadee. 11- 4

ਖਿਨ ਮਹਿ, ਨੀਚ ਕੀਟ ਕਉ ਰਾਜ॥
khin meh neech keet ka-o raaj.

ਪਾਰਬ੍ਰਹਮ, ਗਰੀਬ ਨਿਵਾਜ॥
paarbarahm gareeb nivaaj.

ਜਾ ਕਾ ਦ੍ਰਿਸਟਿ, ਕਛੂ ਨ ਆਵੈ॥
jaa kaa darisat kachhoo na aavai.

ਤਿਸੁ ਤਤਕਾਲ, ਦਹ ਦਿਸ ਪ੍ਰਗਟਾਵੈ॥
tis tatkaal dah dis paragtaavai.

ਜਾ ਕਉ ਅਪੁਨੀ, ਕਰੈ ਬਖਸੀਸ॥
jaa ka-o apunee karai bakhsees.

ਤਾ ਕਾ ਲੇਖਾ ਨ, ਗਨੈ ਜਗਦੀਸ॥
taa kaa laykhaa na ganai jagdees.

ਜੀਉ ਪਿੰਡੁ, ਸਭ ਤਿਸ ਕੀ ਰਾਸਿ॥
jee-o pind sabh tis kee raas.

ਘਟਿ ਘਟਿ, ਪੂਰਨ ਬ੍ਰਹਮ ਪ੍ਰਗਾਸ॥
ghat ghat pooran barahm pargaas.

ਅਪਨੀ ਬਣਤ, ਆਪਿ ਬਨਾਈ॥
apnee banat aap banaa-ee.

ਨਾਨਕ ਜੀਵੈ, ਦੇਖਿ ਬਡਾਈ॥੪॥
naanak jeevai daykh badaa-ee. ||4||

ਅਸਟਪਦੀ॥ Asatpadee. 11- 5

ਇਸ ਕਾ ਬਲੁ, ਨਾਹੀ ਇਸੁ ਹਾਥ॥
is kaa bal naahee is haath.

ਕਰਨ ਕਰਾਵਨ, ਸਰਬ ਕੋ ਨਾਥ॥
karan karaavan sarab ko naath.

ਆਗਿਆਕਾਰੀ, ਬਪੁਰਾ ਜੀਉ॥
aagi-aakaaree bapuraa jee-o.

ਜੋ ਤਿਸੁ ਭਾਵੈ, ਸੋਈ ਫੁਨਿ ਥੀਉ॥
jo tis bhaavai so-ee fun thee-o.

ਕਬਹੂ, ਊਚ ਨੀਚ, ਮਹਿ ਬਸੈ॥
kabhoo ooch neech meh basai.

ਕਬਹੂ, ਸੋਗ ਹਰਖ, ਰੰਗਿ ਹਸੈ॥
kabhoo sog harakh rang hasai.

ਕਬਹੂ, ਨਿੰਦ ਚਿੰਦ ਬਿਉਹਾਰ॥
kabhoo nind chind bi-uhaar.

ਕਬਹੂ, ਊਭ ਅਕਾਸ ਪਇਆਲ॥
kabhoo oobh akaas pa-i-aal.

ਕਬਹੂ, ਬੇਤਾ ਬ੍ਰਹਮ ਬੀਚਾਰ॥
kabhoo baytaa barahm beechaar.

ਨਾਨਕ ਆਪਿ, ਮਿਲਾਵਣਹਾਰ॥੫॥
naanak aap milaavanhaar. ||5||

ਅਸਟਪਦੀ॥ Asatpadee. 11- 6

ਕਬਹੂ, ਨਿਰਤਿ ਕਰੈ, ਬਹੁ ਭਾਤਿ॥
kabhoo nirat karai baho bhaat.

ਕਬਹੂ, ਸੋਇ ਰਹੈ ਦਿਨੁ ਰਾਤਿ॥
kabhoo so-ay rahai din raat.

ਕਬਹੂ, ਮਹਾ ਕ੍ਰੋਧ ਬਿਕਰਾਲ॥
kabhoo mahaa kroDh bikraal.

ਕਬਹੂੰ, ਸਰਬ ਕੀ ਹੋਤ ਰਵਾਲ॥
kabhooN sarab kee hot ravaal.

ਕਬਹੂ, ਹੋਇ ਬਹੈ ਬਡ ਰਾਜਾ॥
kabhoo ho-ay bahai bad raajaa.

ਕਬਹੁ, ਭੇਖਾਰੀ ਨੀਚ ਕਾ ਸਾਜਾ॥
kabahu bhaykhaaree neech kaa saajaa.

ਕਬਹੂ, ਅਪਕੀਰਤਿ ਮਹਿ ਆਵੈ॥
kabhoo apkeerat meh aavai.

ਕਬਹੂ, ਭਲਾ ਭਲਾ ਕਹਾਵੈ॥
kabhoo bhalaa bhalaa kahaavai.

ਜਿਉ ਪ੍ਰਭੁ ਰਾਖੈ, ਤਿਵ ਹੀ ਰਹੈ॥
ji-o parabh raakhai tiv hee rahai.

ਗੁਰ ਪ੍ਰਸਾਦਿ, ਨਾਨਕ, ਸਚੁ ਕਹੈ॥੬॥
gur parsaad naanak sach kahai. ||6||

ਅਸਟਪਦੀ॥ Asatpadee. 11- 7

ਕਬਹੂ ਹੋਇ ਪੰਡਿਤੁ, ਕਰੇ ਬਖ੍ਯਾਨੁ॥
kabhoo ho-ay pandit karay bakh-yaan.

ਕਬਹੂ ਮੋਨਿਧਾਰੀ, ਲਾਵੈ ਧਿਆਨੁ॥
kabhoo moniDhaaree laavai Dhi-aan.

ਕਬਹੂ, ਤਟ ਤੀਰਥ ਇਸਨਾਨ॥
kabhoo tat tirath isnaan.

ਕਬਹੂ ਸਿਧ ਸਾਧਿਕ, ਮੁਖਿ ਗਿਆਨ॥
kabhoo siDh saaDhik mukh gi-aan.

ਕਬਹੂ ਕੀਟ ਹਸਤਿ, ਪਤੰਗ ਹੋਇ ਜੀਆ॥
kabhoo keet hasat patang ho-ay jee-aa.

ਅਨਿਕ ਜੋਨਿ, ਭਰਮੇ ਭਰਮੀਆ॥
anik jon bharmai bharmee-aa.

ਨਾਨਾ ਰੂਪ ਜਿਉ, ਸ੍ਵਾਗੀ ਦਿਖਾਵੈ॥
naanaa roop ji-o savaagee dikhaavai.

ਜਿਉ ਪ੍ਰਭ ਭਾਵੈ, ਤਿਵੈ ਨਚਾਵੈ॥
ji-o parabh bhaavai tivai nachaavai.

ਜੋ ਤਿਸੁ ਭਾਵੈ, ਸੋਈ ਹੋਇ॥
jo tis bhaavai so-ee ho-ay.

ਨਾਨਕ ਦੂਜਾ, ਅਵਰੁ ਨ ਕੋਇ॥੭॥
naanak doojaa avar na ko-ay. ||7||

ਅਸਟਪਦੀ॥ Asatpadee. 11- 8

ਕਬਹੂ ਸਾਧਸੰਗਤਿ, ਇਹੁ ਪਾਵੈ॥
kabhoo saaDhsangat ih paavai.

ਉਸੁ ਅਸਥਾਨ, ਤੇ ਬਹੁਰਿ ਨ ਆਵੈ॥
us asthaan tay bahur na aavai.

ਅੰਤਰਿ ਹੋਇ, ਗਿਆਨ ਪਰਗਾਸੁ॥
antar ho-ay gi-aan pargaas.

ਉਸੁ ਅਸਥਾਨ ਕਾ, ਨਹੀ ਬਿਨਾਸੁ॥
us asthaan kaa nahee binaas.

ਮਨ ਤਨ, ਨਾਮਿ ਰਤੇ ਇਕ ਰੰਗਿ॥
man, tan naam ratay ik rang.

ਸਦਾ ਬਸਹਿ, ਪਾਰਬ੍ਰਹਮ ਕੈ ਸੰਗਿ॥
sadaa baseh paarbarahm kai sang.

ਜਿਉ ਜਲ ਮਹਿ, ਜਲੁ ਆਇ ਖਟਾਨਾ॥
ji-o jal meh jal aa-ay khataanaa.

ਤਿਉ ਜੋਤੀ ਸੰਗਿ, ਜੋਤਿ ਸਮਾਨਾ॥
ti-o jotee sang jot samaanaa.

ਮਿਟਿ ਗਏ ਗਵਨ, ਪਾਏ ਬਿਸ੍ਰਾਮ॥
mit ga-ay gavan paa-ay bisraam.

ਨਾਨਕ ਪ੍ਰਭ ਕੈ, ਸਦ ਕੁਰਬਾਨ॥੮॥੧੧॥
naanak parabh kai sad kurbaan. ||8||11||

12. ਸਲੋਕੁ॥12॥ 278

ਸੁਖੀ ਬਸੈ ਮਸਕੀਨੀਆ,
sukhee basai maskeenee-aa

ਆਪੁ ਨਿਵਾਰਿ ਤਲੇ॥
aap nivaar talay.

ਬਡੇ ਬਡੇ ਅਹੰਕਾਰੀਆ,
baday baday ahaNkaaree-aa

ਨਾਨਕ ਗਰਬਿ ਗਲੇ॥੧॥
naanak garab galay. ||1||

ਅਸਟਪਦੀ॥ Asatpadee. 12 – 1

ਜਿਸ ਕੈ ਅੰਤਰਿ, ਰਾਜ ਅਭਿਮਾਨੁ॥
jis kai antar raaj abhimaan.

ਸੋ ਨਰਕਪਾਤੀ, ਹੋਵਤ ਸੁਆਨੁ॥
so narakpaatee hovat su-aan.

ਜੋ ਜਾਨੈ, ਮੈ ਜੋਬਨਵੰਤੁ॥
jo jaanai mai jobanvant.

ਸੋ ਹੋਵਤ, ਬਿਸਟਾ ਕਾ ਜੰਤੁ॥
so hovat bistaa kaa jant.

ਆਪਸ ਕਉ, ਕਰਮਵੰਤੁ ਕਹਾਵੈ॥
aapas ka-o karamvant kahaavai.

ਜਨਮਿ ਮਰੈ, ਬਹੁ ਜੋਨਿ ਭ੍ਰਮਾਵੈ॥
janam marai baho jon bharmaavai.

ਧਨ ਭੂਮਿ ਕਾ, ਜੋ ਕਰੈ ਗੁਮਾਨੁ॥
dhan bhoom kaa jo karai gumaan.

ਸੋ ਮੂਰਖੁ, ਅੰਧਾ ਅਗਿਆਨੁ॥
so moorakh anDhaa agi-aan.

ਕਰਿ ਕਿਰਪਾ ਜਿਸ ਕੈ,
kar kirpaa jis kai

ਹਿਰਦੈ ਗਰੀਬੀ ਬਸਾਵੈ॥
hirdai gareebee basaavai.

ਨਾਨਕ ਈਹਾ ਮੁਕਤੁ,
naanak eehaa mukat

ਆਗੈ ਸੁਖੁ ਪਾਵੈ॥੧॥
aagai sukh paavai. ||1||

ਅਸਟਪਦੀ॥ Asatpadee. 12 – 2

ਧਨਵੰਤਾ ਹੋਇ, ਕਰਿ ਗਰਬਾਵੈ॥	dhanvantaa ho-ay kar garbaavai.
ਤ੍ਰਿਣ ਸਮਾਨਿ, ਕਛੁ ਸੰਗਿ ਨ ਜਾਵੈ॥	tarin samaan kachh sang na jaavai.
ਬਹੁ ਲਸਕਰ, ਮਾਨੁਖ ਊਪਰਿ ਕਰੇ ਆਸ॥	baho laskar maanukh oopar karay aas.
ਪਲ ਭੀਤਰਿ, ਤਾ ਕਾ ਹੋਇ ਬਿਨਾਸ॥	pal bheetar taa kaa ho-ay binaas.
ਸਭ ਤੇ ਆਪ, ਜਾਨੈ ਬਲਵੰਤੁ॥	sabh tay aap jaanai balvant.
ਖਿਨ ਮਹਿ ਹੋਇ, ਜਾਇ ਭਸਮੰਤੁ॥	khin meh ho-ay jaa-ay bhasmant.
ਕਿਸੈ ਨ ਬਦੈ, ਆਪਿ ਅਹੰਕਾਰੀ॥	kisai na badai aap ahaNkaaree.
ਧਰਮ ਰਾਇ, ਤਿਸੁ ਕਰੇ ਖੁਆਰੀ॥	dharam raa-ay tis karay khu-aaree.
ਗੁਰ ਪ੍ਰਸਾਦਿ, ਜਾ ਕਾ ਮਿਟੈ ਅਭਿਮਾਨੁ॥	gur parsaad jaa kaa mitai abhimaan.
ਸੋ ਜਨੁ, ਨਾਨਕ, ਦਰਗਹ ਪਰਵਾਨੁ॥੨॥	so jan naanak dargeh parvaan. ||2||

ਅਸਟਪਦੀ॥ Asatpadee. 12 – 3

ਕੋਟਿ ਕਰਮ, ਕਰੈ ਹਉ ਧਾਰੇ॥	kot karam karai ha-o Dhaaray.
ਸ੍ਰਮੁ ਪਾਵੈ, ਸਗਲੇ ਬਿਰਥਾਰੇ॥	saram paavai saglay birthaaray.
ਅਨਿਕ ਤਪਸਿਆ, ਕਰੇ ਅਹੰਕਾਰ॥	anik tapasi-aa karay ahaNkaar.
ਨਰਕ ਸੁਰਗ, ਫਿਰਿ ਫਿਰਿ ਅਵਤਾਰ॥	narak surag fir fir avtaar.
ਅਨਿਕ ਜਤਨ ਕਰਿ, ਆਤਮ ਨਹੀ ਦ੍ਰਵੈ॥	anik jatan kar aatam nahee darvai.
ਹਰਿ ਦਰਗਹ, ਕਹੁ ਕੈਸੇ ਗਵੈ॥	har dargeh kaho kaisay gavai.
ਆਪਸ ਕਉ, ਜੋ ਭਲਾ ਕਹਾਵੈ॥	aapas ka-o jo bhalaa kahaavai.
ਤਿਸਹਿ ਭਲਾਈ, ਨਿਕਟਿ ਨ ਆਵੈ॥	tiseh bhalaa-ee nikat na aavai.
ਸਰਬ ਕੀ ਰੇਨ, ਜਾ ਕਾ ਮਨੁ ਹੋਇ॥	sarab kee rayn jaa kaa man ho-ay.
ਕਹੁ ਨਾਨਕ, ਤਾ ਕੀ, ਨਿਰਮਲ ਸੋਇ॥੩॥	kaho naanak taa kee nirmal so-ay. ||3||

ਅਸਟਪਦੀ॥ Asatpadee. 12 – 4

ਜਬ ਲਗੁ ਜਾਨੈ, ਮੁਝ ਤੇ ਕਛੁ ਹੋਇ॥	jab lag jaanai mujh tay kachh ho-ay.
ਤਬ ਇਸ ਕਉ, ਸੁਖੁ ਨਾਹੀ ਕੋਇ॥	tab is ka-o sukh naahee ko-ay.
ਜਬ ਇਹ ਜਾਨੈ, ਮੈ ਕਿਛੁ ਕਰਤਾ॥	jab ih jaanai mai kichh kartaa.
ਤਬ ਲਗੁ ਗਰਭ, ਜੋਨਿ ਮਹਿ ਫਿਰਤਾ॥	tab lag garabh jon meh firtaa.
ਜਬ ਧਾਰੈ, ਕੋਊ ਬੈਰੀ ਮੀਤੁ॥	jab Dhaarai ko-oo bairee meet.
ਤਬ ਲਗੁ, ਨਿਹਚਲੁ ਨਾਹੀ ਚੀਤੁ॥	tab lag nihchal naahee cheet.
ਜਬ ਲਗੁ, ਮੋਹ ਮਗਨ ਸੰਗਿ ਮਾਇ॥	jab lag moh magan sang maa-ay.
ਤਬ ਲਗੁ, ਧਰਮ ਰਾਇ ਦੇਇ ਸਜਾਇ॥	tab lag Dharam raa-ay day-ay sajaa-ay.
ਪ੍ਰਭ ਕਿਰਪਾ ਤੇ, ਬੰਧਨ ਤੂਟੈ॥	parabh kirpaa tay banDhan tootai.
ਗੁਰ ਪ੍ਰਸਾਦਿ, ਨਾਨਕ, ਹਉ ਛੂਟੈ॥੪॥	gur parsaad naanak ha-o chhootai. ||4||

ਅਸਟਪਦੀ॥ Asatpadee. 12 – 5

ਸਹਸ ਖਟੇ, ਲਖ ਕਉ ਉਠਿ ਧਾਵੈ॥	sahas khatay lakh ka-o uth Dhaavai.
ਤ੍ਰਿਪਤਿ ਨ ਆਵੈ, ਮਾਇਆ ਪਾਛੈ ਪਾਵੈ॥	taripat na aavai maa-i-aa paachhai paavai.
ਅਨਿਕ ਭੋਗ, ਬਿਖਿਆ ਕੇ ਕਰੈ॥	anik bhog bikhi-aa kay karai.
ਨਹ ਤ੍ਰਿਪਤਾਵੈ, ਖਪਿ ਖਪਿ ਮਰੈ॥	nah tariptaavai khap khap marai.
ਬਿਨਾ ਸੰਤੋਖ ਨਹੀ, ਕੋਊ ਰਾਜੈ॥	binaa santokh nahee ko-oo raajai.
ਸੁਪਨ ਮਨੋਰਥ, ਬ੍ਰਿਥੇ ਸਭ ਕਾਜੈ॥	supan manorath barithay sabh kaajai.
ਨਾਮ ਰੰਗਿ, ਸਰਬ ਸੁਖੁ ਹੋਇ॥	naam rang sarab sukh ho-ay.
ਬਡਭਾਗੀ, ਕਿਸੈ ਪਰਾਪਤਿ ਹੋਇ॥	badbhaagee kisai paraapat ho-ay.
ਕਰਨ ਕਰਾਵਨ, ਆਪੇ ਆਪਿ॥	karan karaavan aapay aap.
ਸਦਾ ਸਦਾ, ਨਾਨਕ, ਹਰਿ ਜਾਪਿ॥੫॥	sadaa sadaa naanak har jaap. ||5||

ਅਸਟਪਦੀ॥ Asatpadee. 12 – 6

ਕਰਨ ਕਰਾਵਨ, ਕਰਨੈਹਾਰੁ॥	karan karaavan karnaihaar.
ਇਸ ਕੈ ਹਾਥਿ, ਕਹਾ ਬੀਚਾਰੁ॥	is kai haath kahaa beechaar.
ਜੈਸੀ ਦ੍ਰਿਸਟਿ, ਕਰੇ ਤੈਸਾ ਹੋਇ॥	jaisee darisat karay taisaa ho-ay.
ਆਪੇ ਆਪਿ, ਆਪਿ ਪ੍ਰਭੁ ਸੋਇ॥	aapay aap aap parabh so-ay.
ਜੋ ਕਿਛੁ ਕੀਨੋ, ਸੁ ਅਪਨੈ ਰੰਗਿ॥	jo kichh keeno so apnai rang.
ਸਭ ਤੇ ਦੂਰਿ, ਸਭਹੂ ਕੈ ਸੰਗਿ॥	sabh tay door sabhhoo kai sang.
ਬੂਝੈ ਦੇਖੈ, ਕਰੈ ਬਿਬੇਕ॥	boojhai daykhai karai bibayk.
ਆਪਹਿ ਏਕ, ਆਪਹਿ ਅਨੇਕ॥	aapeh ayk aapeh anayk.
ਮਰੈ ਨ ਬਿਨਸੈ, ਆਵੈ ਨ ਜਾਇ॥	marai na binsai aavai na jaa-ay.
ਨਾਨਕ ਸਦ ਹੀ, ਰਹਿਆ ਸਮਾਇ॥੬॥	naanak sad hee rahi-aa samaa-ay. ||6||

ਅਸਟਪਦੀ॥ Asatpadee. 12 - 7

ਆਪਿ ਉਪਦੇਸੈ, ਸਮਝੈ ਆਪਿ॥	aap updaysai samjhai aap.
ਆਪੇ ਰਚਿਆ, ਸਭ ਕੈ ਸਾਥਿ॥	aapay rachi-aa sabh kai saath.
ਆਪਿ ਕੀਨੋ, ਆਪਨ ਬਿਸਥਾਰੁ॥	aap keeno aapan bisthaar.
ਸਭੁ ਕਛੁ ਉਸ ਕਾ, ਓਹੁ ਕਰਨੈਹਾਰੁ॥	sabh kachh us kaa oh karnaihaar.
ਉਸ ਤੇ ਭਿੰਨ, ਕਹਹੁ ਕਿਛੁ ਹੋਇ॥	us tay bhinn kahhu kichh ho-ay.
ਥਾਨ ਥਨੰਤਰਿ, ਏਕੈ ਸੋਇ॥	thaan thanantar aykai so-ay.
ਅਪੁਨੇ ਚਲਿਤ, ਆਪਿ ਕਰਨੈਹਾਰ॥	apunay chalit aap karnaihaar.
ਕਉਤਕ ਕਰੈ, ਰੰਗ ਆਪਾਰ॥	ka-utak karai rang aapaar.
ਮਨ ਮਹਿ ਆਪਿ, ਮਨ ਅਪੁਨੇ ਮਾਹਿ॥	man, meh aap man apunay maahi.
ਨਾਨਕ ਕੀਮਤਿ, ਕਹਨੁ ਨ ਜਾਇ॥੭॥	naanak keemat kahan na jaa-ay. ||7||

ਅਸਟਪਦੀ॥ Asatpadee. 12 - 8

ਸਤਿ ਸਤਿ, ਸਤਿ ਪ੍ਰਭੁ ਸੁਆਮੀ॥	sat sat sat parabh su-aamee.
ਗੁਰ ਪਰਸਾਦਿ ਕਿਨੈ, ਵਖਿਆਨੀ॥	gur parsaad kinai vakhi-aanee.
ਸਚੁ ਸਚੁ, ਸਚੁ ਸਭੁ ਕੀਨਾ॥	sach sach sach sabh keenaa.
ਕੋਟਿ ਮਧੇ, ਕਿਨੈ ਬਿਰਲੈ ਚੀਨਾ॥	kot maDhay kinai birlai cheenaa.
ਭਲਾ ਭਲਾ, ਭਲਾ ਤੇਰਾ ਰੂਪ॥	bhalaa bhalaa bhalaa tayraa roop.
ਅਤਿ ਸੁੰਦਰ, ਅਪਾਰ ਅਨੂਪ॥	at sundar apaar anoop.
ਨਿਰਮਲ ਨਿਰਮਲ, ਨਿਰਮਲ ਤੇਰੀ ਬਾਣੀ॥	Nirmal nirmal nirmal tayree banee.
ਘਟਿ ਘਟਿ ਸੁਨੀ, ਸ੍ਰਵਨ ਬਖਾਣੀ॥	ghat ghat sunee sarvan bakh-yaanee.
ਪਵਿਤ੍ਰ ਪਵਿਤ੍ਰ, ਪਵਿਤ੍ਰ ਪੁਨੀਥ॥	Pavitar pavitar pavitar puneet.
ਨਾਮੁ ਜਪੈ, ਨਾਨਕ, ਮਨਿ ਪ੍ਰੀਥਿ॥੮॥੧੨॥	naam japai naanak man pareet. ||8||12||

13. **ਸਲੋਕੁ॥13॥ (279)**

ਸੰਤ ਸਰਨਿ ਜੋ ਜਨੁ ਪਰੈ,	sant saran jo jan parai
ਸੋ ਜਨੁ ਉਧਰਨਹਾਰ॥	so jan uDhranhaar.
ਸੰਤ ਕੀ ਨਿੰਦਾ, ਨਾਨਕਾ,	sant kee nindaa naankaa
ਬਹੁਰਿ ਬਹੁਰਿ ਅਵਤਾਰ॥	bahur bahur avtaar. ||1||

ਅਸਟਪਦੀ॥ Asatpadee. (13 -1)

ਸੰਤ ਕੈ ਦੂਖਨਿ, ਆਰਜਾ ਘਟੈ॥	sant kai dookhan aarjaa ghatai.
ਸੰਤ ਕੈ ਦੂਖਨਿ, ਜਮ ਤੇ ਨਹੀ ਛੁਟੈ॥	sant kai dookhan jam tay nahee chhutai.
ਸੰਤ ਕੈ ਦੂਖਨਿ, ਸੁਖੁ ਸਭੁ ਜਾਇ॥	sant kai dookhan sukh sabh jaa-ay.
ਸੰਤ ਕੈ ਦੂਖਨਿ, ਨਰਕ ਮਹਿ ਪਾਇ॥	sant kai dookhan narak meh paa-ay.
ਸੰਤ ਕੈ ਦੂਖਨਿ, ਮਤਿ ਹੋਇ ਮਲੀਨ॥	sant kai dookhan mat ho-ay maleen.
ਸੰਤ ਕੈ ਦੂਖਨਿ, ਸੋਭਾ ਤੇ ਹੀਨ॥	sant kai dookhan sobhaa tay heen.
ਸੰਤ ਕੇ ਹਤੇ ਕਉ, ਰਖੈ ਨ ਕੋਇ॥	sant kay hatay ka-o rakhai na ko-ay.
ਸੰਤ ਕੈ ਦੂਖਨਿ, ਥਾਨ ਭ੍ਰਸਟੁ ਹੋਇ॥	sant kai dookhan thaan bharsat ho-ay.

ਸੰਤ ਕ੍ਰਿਪਾਲ, ਕ੍ਰਿਪਾ ਜੇ ਕਰੈ॥
ਨਾਨਕ ਸੰਤਸੰਗਿ, ਨਿੰਦਕੁ ਭੀ ਤਰੈ॥੧॥

sant kirpaal kirpaa jay karai.
naanak satsang nindak bhee tarai. ||1||

ਅਸਟਪਦੀ॥ Asatpadee. (13 -2)

ਸੰਤ ਕੇ ਦੂਖਨ, ਤੇ ਮੁਖੁ ਭਵੈ॥
ਸੰਤਨ ਕੈ ਦੂਖਨਿ, ਕਾਗ ਜਿਉ ਲਵੈ॥
ਸੰਤਨ ਕੈ ਦੂਖਨਿ, ਸਰਪ ਜੋਨਿ ਪਾਇ॥
ਸੰਤ ਕੈ ਦੂਖਨਿ, ਤ੍ਰਿਗਦ ਜੋਨਿ ਕਿਰਮਾਇ॥
ਸੰਤਨ ਕੈ ਦੂਖਨਿ, ਤ੍ਰਿਸਨਾ ਮਹਿ ਜਲੈ॥
ਸੰਤ ਕੈ ਦੂਖਨਿ, ਸਭੁ ਕੋ ਛਲੈ॥
ਸੰਤ ਕੈ ਦੂਖਨਿ, ਤੇਜੁ ਸਭੁ ਜਾਇ॥
ਸੰਤ ਕੈ ਦੂਖਨਿ, ਨੀਚੁ ਨੀਚਾਇ॥
ਸੰਤ ਦੋਖੀ ਕਾ, ਥਾਉ ਕੋ ਨਾਹਿ॥
ਨਾਨਕ ਸੰਤ ਭਾਵੈ ਤਾ,
ਓਇ ਭੀ ਗਤਿ ਪਾਹਿ॥੨॥

sant kay dookhan tay mukh bhavai.
santan kai dookhan kaag ji-o lavai.
santan kai dookhan sarap jon paa-ay.
sant kai dookhan tarigad jon kirmaa-ay.
santan kai dookhan tarisnaa meh jalai.
sant kai dookhan sabh ko chhalai.
sant kai dookhan tayj sabh jaa-ay.
sant kai dookhan neech neechaa-ay.
sant dokhee kaa thaa-o ko naahi.
naanak sant bhaavai taa
o-ay bhee gat paahi. ||2||

ਅਸਟਪਦੀ॥ Asatpadee. (13 -3)

ਸੰਤ ਕਾ ਨਿੰਦਕੁ, ਮਹਾ ਅਤਤਾਈ॥
ਸੰਤ ਕਾ ਨਿੰਦਕੁ, ਖਿਨੁ ਟਿਕਨੁ ਨ ਪਾਈ॥
ਸੰਤ ਕਾ ਨਿੰਦਕੁ, ਮਹਾ ਹਤਿਆਰਾ॥
ਸੰਤ ਕਾ ਨਿੰਦਕੁ, ਪਰਮੇਸੁਰਿ ਮਾਰਾ॥
ਸੰਤ ਕਾ ਨਿੰਦਕੁ, ਰਾਜ ਤੇ ਹੀਨੁ॥
ਸੰਤ ਕਾ ਨਿੰਦਕੁ, ਦੁਖੀਆ ਅਰੁ ਦੀਨੁ॥
ਸੰਤ ਕੇ ਨਿੰਦਕ, ਕਉ ਸਰਬ ਰੋਗ॥
ਸੰਤ ਕੇ ਨਿੰਦਕ, ਕਉ ਸਦਾ ਬਿਜੋਗ॥
ਸੰਤ ਕੀ ਨਿੰਦਾ, ਦੋਖ ਮਹਿ ਦੋਖੁ॥
ਨਾਨਕ ਸੰਤ ਭਾਵੈ ਤਾ,
ਉਸ ਕਾ ਭੀ ਹੋਇ ਮੋਖੁ॥੩॥

sant kaa nindak mahaa attaa-ee.
sant kaa nindak khin tikan na paa-ee.
sant kaa nindak mahaa hati-aaraa.
sant kaa nindak parmaysur maaraa.
sant kaa nindak raaj tay heen.
sant kaa nindak dukhee-aa ar deen.
sant kay nindak ka-o sarab rog.
sant kay nindak ka-o sadaa bijog.
sant kee nindaa dokh meh dokh.
naanak sant bhaavai taa
us kaa bhee ho-ay mokh ||3||

ਅਸਟਪਦੀ॥ Asatpadee. (13 -4)

ਸੰਤ ਕਾ ਦੋਖੀ, ਸਦਾ ਅਪਵਿਤੁ॥
ਸੰਤ ਕਾ ਦੋਖੀ, ਕਿਸੈ ਕਾ ਨਹੀ ਮਿਤੁ॥
ਸੰਤ ਕੇ ਦੋਖੀ, ਕਉ ਡਾਨੁ ਲਾਗੈ॥
ਸੰਤ ਕੇ ਦੋਖੀ, ਕਉ ਸਭ ਤਿਆਗੈ॥
ਸੰਤ ਕਾ ਦੋਖੀ, ਮਹਾ ਅਹੰਕਾਰੀ॥
ਸੰਤ ਕਾ ਦੋਖੀ, ਸਦਾ ਬਿਕਾਰੀ॥
ਸੰਤ ਕਾ ਦੋਖੀ, ਜਨਮੈ ਮਰੈ॥
ਸੰਤ ਕੀ ਦੂਖਨਾ, ਸੁਖ ਤੇ ਟਰੈ॥
ਸੰਤ ਕੇ ਦੋਖੀ, ਕਉ ਨਾਹੀ ਠਾਉ॥
ਨਾਨਕ ਸੰਤ ਭਾਵੈ, ਤਾ ਲਏ ਮਿਲਾਇ॥੪॥

sant kaa dokhee sadaa apvit.
sant kaa dokhee kisai kaa nahee mit.
sant kay dokhee ka-o daan laagai.
sant kay dokhee ka-o sabh ti-aagai.
sant kaa dokhee mahaa ahaNkaaree.
sant kaa dokhee sadaa bikaaree.
sant kaa dokhee janmai marai.
sant kee dookhnaa sukh tay tarai.
sant kay dokhee ka-o naahee thaa-o.
naanak sant bhaavai taa la-ay milaa-ay. ||4||

ਅਸਟਪਦੀ॥ Asatpadee. (13 -5)

ਸੰਤ ਕਾ ਦੋਖੀ, ਅਧ ਬੀਚ ਤੇ ਟੂਟੈ॥
ਸੰਤ ਕਾ ਦੋਖੀ, ਕਿਤੈ ਕਾਜਿ ਨ ਪਹੂਚੈ॥
ਸੰਤ ਕੇ ਦੋਖੀ ਕਉ, ਉਦਿਆਨ ਭ੍ਰਮਾਈਐ॥
ਸੰਤ ਕਾ ਦੋਖੀ, ਉਝੜਿ ਪਾਈਐ॥
ਸੰਤ ਕਾ ਦੋਖੀ, ਅੰਤਰ ਤੇ ਥੋਥਾ॥
ਜਿਉ ਸਾਸ ਬਿਨਾ, ਮਿਰਤਕ ਕੀ ਲੋਥਾ॥
ਸੰਤ ਕੇ ਦੋਖੀ ਕੀ, ਜੜ ਕਿਛੁ ਨਾਹਿ॥
ਆਪਨ ਬੀਜਿ, ਆਪੇ ਹੀ ਖਾਹਿ॥

sant kaa dokhee aDh beech tay tootai.
sant kaa dokhee kitai kaaj na pahoochai.
sant kay dokhee ka-o udi-aan bharmaa-ee-ai.
sant kaa dokhee ujharh paa-ee-ai.
sant kaa dokhee antar tay thothaa.
ji-o saas binaa mirtak kee lothaa.
sant kay dokhee kee jarh kichh naahi.
aapan beej aapay hee khaahi.

ਸੰਤ ਕੇ ਦੋਖੀ ਕਉ, ਅਵਰੁ ਨ ਰਾਖਨਹਾਰੁ॥	sant kay dokhee ka-o avar na raakhanhaar.
ਨਾਨਕ ਸੰਤ ਭਾਵੈ, ਤਾ ਲਏ ਉਬਾਰਿ॥੫॥	naanak sant bhaavai taa la-ay ubaar. ||5||

ਅਸਟਪਦੀ॥ Asatpadee. (13 -6)

ਸੰਤ ਕਾ ਦੋਖੀ, ਇਉ ਬਿਲਲਾਇ॥	sant kaa dokhee i-o billaa-ay.
ਜਿਉ ਜਲ ਬਿਹੂਨ, ਮਛੁਲੀ ਤੜਫੜਾਇ॥	ji-o jal bihoon machhulee tarhafrhaa-ay.
ਸੰਤ ਕਾ ਦੋਖੀ, ਭੂਖਾ ਨਹੀ ਰਾਜੈ॥	sant kaa dokhee bhookhaa nahee raajai.
ਜਿਉ ਪਾਵਕੁ, ਈਧਨਿ ਨਹੀ ਧ੍ਰਾਪੈ॥	ji-o paavak eeDhan nahee Dharaapai.
ਸੰਤ ਕਾ ਦੋਖੀ, ਛੁਟੈ ਇਕੇਲਾ॥	sant kaa dokhee chhutai ikaylaa.
ਜਿਉ ਬੂਆੜੁ, ਤਿਲੁ ਖੇਤ ਮਾਹਿ ਦੁਹੇਲਾ॥	ji-o boo-aarh til khayt maahi duhaylaa.
ਸੰਤ ਕਾ ਦੋਖੀ, ਧਰਮ ਤੇ ਰਹਤ॥	sant kaa dokhee Dharam tay rahat.
ਸੰਤ ਕਾ ਦੋਖੀ, ਸਦ ਮਿਥਿਆ ਕਹਤ॥	sant kaa dokhee sad mithi-aa kahat.
ਕਿਰਤੁ ਨਿੰਦਕ ਕਾ, ਧੁਰਿ ਹੀ ਪਇਆ॥	kirat nindak kaa Dhur hee pa-i-aa.
ਨਾਨਕ ਜੋ ਤਿਸੁ ਭਾਵੈ, ਸੋਈ ਥਿਆ॥੬॥	naanak jo tis bhaavai so-ee thi-aa. ||6||

ਅਸਟਪਦੀ॥ Asatpadee. (13 -7)

ਸੰਤ ਕਾ ਦੋਖੀ, ਬਿਗੜ ਰੂਪੁ ਹੋਇ ਜਾਇ॥	sant kaa dokhee bigarh roop ho-ay jaa-ay.
ਸੰਤ ਕੇ ਦੋਖੀ ਕਉ ਦਰਗਹ ਮਿਲੈ ਸਜਾਇ॥	sant kay dokhee ka-o dargeh milai sajaa-ay.
ਸੰਤ ਕਾ ਦੋਖੀ, ਸਦਾ ਸਹਕਾਈਐ॥	sant kaa dokhee sadaa sahkaa-ee-ai.
ਸੰਤ ਕਾ ਦੋਖੀ, ਨ ਮਰੈ ਨ ਜੀਵਾਈਐ॥	sant kaa dokhee na marai na jeevaa-ee-ai.
ਸੰਤ ਕੇ ਦੋਖੀ, ਕੀ ਪੁਜੈ ਨ ਆਸਾ॥	sant kay dokhee kee pujai na aasaa.
ਸੰਤ ਕਾ ਦੋਖੀ, ਉਠਿ ਚਲੈ ਨਿਰਾਸਾ॥	sant kaa dokhee uth chalai niraasaa.
ਸੰਤ ਕੈ ਦੋਖਿ, ਨ ਤ੍ਰਿਸਟੈ ਕੋਇ॥	sant kai dokh na taristai ko-ay.
ਜੈਸਾ ਭਾਵੈ, ਤੈਸਾ ਕੋਈ ਹੋਇ॥	jaisaa bhaavai taisaa ko-ee ho-ay.
ਪਇਆ ਕਿਰਤੁ, ਨ ਮੇਟੈ ਕੋਇ॥	pa-i-aa kirat na maytai ko-ay.
ਨਾਨਕ ਜਾਨੈ, ਸਚਾ ਸੋਇ॥੭॥	naanak jaanai sachaa so-ay. ||7||

ਅਸਟਪਦੀ॥ Asatpadee. (13 -8)

ਸਭ ਘਟ ਤਿਸ ਕੇ, ਓਹੁ ਕਰਨੈਹਾਰੁ॥	sabh ghat tis kay oh karnaihaar.
ਸਦਾ ਸਦਾ, ਤਿਸ ਕਉ ਨਮਸਕਾਰੁ॥	sadaa sadaa tis ka-o namaskaar.
ਪ੍ਰਭ ਕੀ ਉਸਤਤਿ, ਕਰਹੁ ਦਿਨੁ ਰਾਤਿ॥	parabh kee ustat karahu din raat.
ਤਿਸਹਿ ਧਿਆਵਹੁ, ਸਾਸਿ ਗਿਰਾਸਿ॥	tiseh Dhi-aavahu saas giraas.
ਸਭੁ ਕਛੁ ਵਰਤੈ, ਤਿਸ ਕਾ ਕੀਆ॥	sabh kachh vartai tis kaa kee-aa.
ਜੈਸਾ ਕਰੇ, ਤੈਸਾ ਕੋ ਥੀਆ॥	jaisaa karay taisaa ko thee-aa.
ਅਪਨਾ ਖੇਲੁ, ਆਪਿ ਕਰਨੈਹਾਰੁ॥	apnaa khayl aap karnaihaar.
ਦੂਸਰ ਕਉਨੁ, ਕਹੈ ਬੀਚਾਰੁ॥	doosar ka-un kahai beechaar.
ਜਿਸ ਨੋ ਕ੍ਰਿਪਾ ਕਰੈ, ਤਿਸੁ ਆਪਨ ਨਾਮੁ ਦੇਇ॥	jis no kirpaa karai tis aapan naam day-ay.
ਬਡਭਾਗੀ ਨਾਨਕ, ਜਨ ਸੇਇ॥੮॥ ੧੩॥	badbhaagee naanak jan say-ay ||8||13||

14. ਸਲੋਕੁ॥ 14॥ (281)

ਤਜਹੁ ਸਿਆਨਪ, ਸੁਰਿ ਜਨਹੁ,	ajahu si-aanap sur janhu
ਸਿਮਰਹੁ ਹਰਿ ਹਰਿ ਰਾਇ॥	simrahu har har raa-ay.
ਏਕ ਆਸ ਹਰਿ ਮਨਿ ਰਖਹੁ,	ayk aas har man rakhahu
ਨਾਨਕ, ਦੂਖੁ ਭਰਮੁ ਭਉ ਜਾਇ॥	naanak dookh bharam bha-o jaa-ay. ||1||

ਅਸਟਪਦੀ॥ Asatpadee. (14 -1)

ਮਾਨੁਖ ਕੀ ਟੇਕ, ਬ੍ਰਿਥੀ ਸਭ ਜਾਨੁ॥	maanukh kee tayk barithee sabh jaan.
ਦੇਵਨ ਕਉ, ਏਕੈ ਭਗਵਾਨੁ॥	dayvan ka-o aykai bhagvaan.
ਜਿਸ ਕੈ ਦੀਐ, ਰਹੈ ਅਘਾਇ॥	jis kai dee-ai rahai aghaa-ay.
ਬਹੁਰਿ ਨ ਤ੍ਰਿਸ਼ਨਾਂ, ਲਾਗੈ ਆਇ॥	bahur na tarisnaa laagai aa-ay.
ਮਾਰੈ ਰਾਖੈ, ਏਕੋ ਆਪਿ॥	maarai raakhai ayko aap.

ਮਾਨੁਖ ਕੈ ਕਿਛੁ, ਨਾਹੀ ਹਾਥਿ॥	maanukh kai kichh naahee haath.
ਤਿਸ ਕਾ ਹੁਕਮੁ, ਬੂਝਿ ਸੁਖੁ ਹੋਇ॥	tis kaa hukam boojh sukh ho-ay.
ਤਿਸ ਕਾ ਨਾਮੁ, ਰਖੁ ਕੰਠਿ ਪਰੋਇ॥	tis kaa naam rakh kanth paro-ay.
ਸਿਮਰਿ ਸਿਮਰਿ, ਸਿਮਰਿ ਪ੍ਰਭੁ ਸੋਇ॥	simar simar simar parabh so-ay.
ਨਾਨਕ ਬਿਘਨੁ ਨ, ਲਾਗੈ ਕੋਇ॥੧॥	naanak bighan na laagai ko-ay. ‖1‖

ਅਸਟਪਦੀ॥ Asatpadee. (14 -2

ਉਸਤਤਿ ਮਨ ਮਹਿ, ਕਰਿ ਨਿਰੰਕਾਰ॥	ustat man meh kar nirankaar.
ਕਰਿ ਮਨ ਮੇਰੇ, ਸਤਿ ਬਿਉਹਾਰ॥	kar man mayray sat bi-uhaar.
ਨਿਰਮਲ ਰਸਨਾ, ਅੰਮ੍ਰਿਤੁ ਪੀਉ॥	nirmal rasnaa amrit pee-o.
ਸਦਾ ਸੁਹੇਲਾ ਕਰਿ, ਲੇਹਿ ਜੀਉ॥	sadaa suhaylaa kar layhi jee-o.
ਨੈਨਹੁ ਪੇਖੁ, ਠਾਕੁਰ ਕਾ ਰੰਗੁ॥	nainhu paykh thaakur kaa rang.
ਸਾਧਸੰਗਿ ਬਿਨਸੈ, ਸਭ ਸੰਗੁ॥	saaDhsang binsai sabh sang.
ਚਰਨ ਚਲਉ, ਮਾਰਗਿ ਗੋਬਿੰਦ॥	charan chala-o maarag gobind.
ਮਿਟਹਿ ਪਾਪ, ਜਪੀਐ ਹਰਿ ਬਿੰਦ॥	miteh paap japee-ai har bind.
ਕਰ ਹਰਿ ਕਰਮ, ਸ੍ਰਵਨਿ ਹਰਿ ਕਥਾ॥	kar har karam sarvan har kathaa.
ਹਰਿ ਦਰਗਹ, ਨਾਨਕ, ਊਜਲ ਮਥਾ॥੨॥	har dargeh naanak oojal mathaa. ‖2‖

ਅਸਟਪਦੀ॥ Asatpadee. (14 -3)

ਬਡਭਾਗੀ ਤੇ ਜਨ, ਜਗ ਮਾਹਿ॥	badbhaagee tay jan jag maahi.
ਸਦਾ ਸਦਾ, ਹਰਿ ਕੇ ਗੁਨ ਗਾਹਿ॥	sadaa sadaa har kay gun gaahi.
ਰਾਮ ਨਾਮ, ਜੋ ਕਰਹਿ ਬੀਚਾਰ॥	raam naam jo karahi beechaar.
ਸੇ ਧਨਵੰਤ, ਗਨੀ ਸੰਸਾਰ॥	say Dhanvant ganee sansaar.
ਮਨਿ ਤਨਿ ਮੁਖਿ, ਬੋਲਹਿ ਹਰਿ ਮੁਖੀ॥	man, tan mukh boleh har mukhee.
ਸਦਾ ਸਦਾ, ਜਾਨਹੁ ਤੇ ਸੁਖੀ॥	sadaa sadaa jaanhu tay sukhee.
ਏਕੋ ਏਕੁ, ਏਕੁ ਪਛਾਨੈ॥	ayko ayk ayk pachhaanai.
ਇਤ ਉਤ ਕੀ, ਓਹੁ ਸੋਝੀ ਜਾਨੈ॥	it ut kee oh sojhee jaanai.
ਨਾਮ ਸੰਗਿ, ਜਿਸ ਕਾ ਮਨੁ ਮਾਨਿਆ॥	naam sang jis kaa man maani-aa.
ਨਾਨਕ ਤਿਨਹਿ, ਨਿਰੰਜਨੁ ਜਾਨਿਆ॥੩॥	naanak tineh niranjan jaani-aa. ‖3‖

ਅਸਟਪਦੀ॥ Asatpadee. (14 -4)

ਗੁਰ ਪ੍ਰਸਾਦਿ, ਆਪਨ ਆਪੁ ਸੁਝੈ॥	gur parsaad aapan aap sujhai.
ਤਿਸ ਕੀ ਜਾਨਹੁ, ਤ੍ਰਿਸਨਾਂ ਬੁਝੈ॥	tis kee jaanhu tarisnaa bujhai.
ਸਾਧਸੰਗਿ, ਹਰਿ ਹਰਿ ਜਸੁ ਕਹਤ॥	saaDhsang har har jas kahat.
ਸਰਬ ਰੋਗ ਤੇ, ਓਹੁ ਹਰਿ ਜਨੁ ਰਹਤ॥	sarab rog tay oh har jan rahat.
ਅਨਦਿਨੁ ਕੀਰਤਨੁ, ਕੇਵਲ ਬਖ੍ਯ੍ਯਾਨੁ॥	an-din keertan kayval bakh-yaan.
ਗ੍ਰਿਹਸਤ ਮਹਿ, ਸੋਈ ਨਿਰਬਾਨੁ॥	garihsat meh so-ee nirbaan.
ਏਕ ਊਪਰਿ, ਜਿਸੁ ਜਨ ਕੀ ਆਸਾ॥	ayk oopar jis jan kee aasaa.
ਤਿਸ ਕੀ ਕਟੀਐ, ਜਮ ਕੀ ਫਾਸਾ॥	tis kee katee-ai jam kee faasaa.
ਪਾਰਬ੍ਰਹਮ ਕੀ, ਜਿਸੁ ਮਨਿ ਭੂਖ॥	paarbarahm kee jis man bhookh.
ਨਾਨਕ ਤਿਸਹਿ ਨ, ਲਾਗਹਿ ਦੂਖ॥੪॥	naanak tiseh na laageh dookh. ‖4‖

ਅਸਟਪਦੀ॥ Asatpadee. (14 -5)

ਜਿਸ ਕਉ ਹਰਿ ਪ੍ਰਭੁ, ਮਨਿ ਚਿਤਿ ਆਵੈ॥	jis ka-o har parabh man chit aavai.
ਸੋ ਸੰਤੁ ਸੁਹੇਲਾ, ਨਹੀ ਡੁਲਾਵੈ॥	so sant suhaylaa nahee dulaavai.
ਜਿਸੁ ਪ੍ਰਭੁ ਅਪੁਨਾ, ਕਿਰਪਾ ਕਰੈ॥	jis parabh apunaa kirpaa karai.
ਸੋ ਸੇਵਕੁ, ਕਹੁ ਕਿਸ ਤੇ ਡਰੈ॥	so sayvak kaho kis tay darai.
ਜੈਸਾ ਸਾ, ਤੈਸਾ ਦ੍ਰਿਸਟਾਇਆ॥	jaisaa saa taisaa daristaa-i-aa.
ਅਪੁਨੇ ਕਾਰਜ, ਮਹਿ ਆਪਿ ਸਮਾਇਆ॥	apunay kaaraj meh aap samaa-i-aa.
ਸੋਧਤ ਸੋਧਤ, ਸੋਧਤ ਸੀਝਿਆ॥	soDhat soDhat soDhat seejhi-aa.

ਗੁਰ ਪ੍ਰਸਾਦਿ, ਤਤੁ ਸਭੁ ਬੁਝਿਆ॥	gur parsaad tat sabh boojhi-aa.
ਜਬ ਦੇਖਉ, ਤਬ ਸਭੁ ਕਿਛੁ ਮੂਲੁ॥	jab daykh-a-u tab sabh kichh mool.
ਨਾਨਕ ਸੋ ਸੂਖਮੁ, ਸੋਈ ਅਸਥੂਲੁ॥੫॥	naanak so sookham so-ee asthool. ||5||

ਅਸਟਪਦੀ॥ Asatpadee. (14 -6)

ਨਹ ਕਿਛੁ ਜਨਮੈ, ਨਹ ਕਿਛੁ ਮਰੈ॥	nah kichh janmai nah kichh marai.
ਆਪਨ ਚਲਿਤੁ, ਆਪ ਹੀ ਕਰੈ॥	aapan chalit aap hee karai.
ਆਵਨੁ ਜਾਵਨੁ, ਦ੍ਰਿਸਟਿ ਅਨਦ੍ਰਿਸਟਿ॥	aavan jaavan darisat an-darisat.
ਆਗਿਆਕਾਰੀ ਧਾਰੀ, ਸਭ ਸ੍ਰਿਸਟਿ॥	aagi-aakaaree Dhaaree sabh sarisat.
ਆਪੇ ਆਪਿ, ਸਗਲ ਮਹਿ ਆਪਿ॥	aapay aap sagal meh aap.
ਅਨਿਕ ਜੁਗਤਿ, ਰਚਿ ਥਾਪਿ ਉਥਾਪਿ॥	anik jugat rach thaap uthaap.
ਅਬਿਨਾਸੀ, ਨਾਹੀ ਕਿਛੁ ਖੰਡ॥	abhinaasee naahee kichh khand.
ਧਾਰਣ ਧਾਰਿ, ਰਹਿਓ ਬ੍ਰਹਮੰਡ॥	ahaaran Dhaar rahi-o barahmand.
ਅਲਖ ਅਭੇਵ, ਪੁਰਖ ਪਰਤਾਪ॥	alakh abhayv purakh partaap.
ਆਪਿ ਜਪਾਏ, ਤ ਨਾਨਕ ਜਾਪ॥੬॥	aap japaa-ay ta naanak jaap. ||6||

ਅਸਟਪਦੀ॥ Asatpadee. (14 -7)

ਜਿਨ ਪ੍ਰਭੁ ਜਾਤਾ, ਸੁ ਸੋਭਾਵੰਥ॥	jin parabh jaataa so sobhaavant.
ਸਗਲ ਸੰਸਾਰੁ, ਉਧਰੈ ਤਿਨ ਮੰਥ॥	sagal sansaar uDhrai tin mant.
ਪ੍ਰਭ ਕੇ ਸੇਵਕ, ਸਗਲ ਉਧਾਰਨ॥	parabh kay sayvak sagal uDhaaran.
ਪ੍ਰਭ ਕੇ ਸੇਵਕ, ਦੂਖ ਬਿਸਾਰਨ॥	parabh kay sayvak dookh bisaaran.
ਆਪੇ ਮੇਲਿ ਲਏ, ਕਿਰਪਾਲ॥	aapay mayl la-ay kirpaal.
ਗੁਰ ਕਾ ਸਬਦੁ, ਜਪਿ ਭਏ ਨਿਹਾਲ॥	gur kaa sabad jap bha-ay nihaal.
ਉਨ ਕੀ ਸੇਵਾ, ਸੋਈ ਲਾਗੈ॥	un kee sayvaa so-ee laagai.
ਜਿਸ ਨੋ ਕ੍ਰਿਪਾ, ਕਰਹਿ ਬਡਭਾਗੈ॥	jis no kirpaa karahi badbhaagai.
ਨਾਮੁ ਜਪਤ ਪਾਵਹਿ ਬਿਸ੍ਰਾਮੁ॥	naam japat paavahi bisraam.
ਨਾਨਕ ਤਿਨ ਪੁਰਖ ਕਉ,	naanak tin purakh ka-o
ਊਤਮ ਕਰਿ ਮਾਨੁ॥ ੭॥	ootam kar maan. ||7||

ਅਸਟਪਦੀ॥ Asatpadee. (14 -8)

ਜੋ ਕਿਛੁ ਕਰੈ, ਸੁ ਪ੍ਰਭ ਕੈ ਰੰਗਿ॥	jo kichh karai so parabh kai rang.
ਸਦਾ ਸਦਾ ਬਸੈ, ਹਰਿ ਸੰਗਿ॥	sadaa sadaa basai har sang.
ਸਹਜ ਸੁਭਾਇ, ਹੋਵੈ ਸੋ ਹੋਇ॥	sahj subhaa-ay hovai so ho-ay.
ਕਰਣੈਹਾਰੁ, ਪਛਾਣੈ ਸੋਇ॥	karnaihaar pachhaanai so-ay.
ਪ੍ਰਭ ਕਾ ਕੀਆ, ਜਨ, ਮੀਠ ਲਗਾਨਾ॥	parabh kaa kee-aa jan meeth lagaanaa.
ਜੈਸਾ ਸਾ, ਤੈਸਾ ਦ੍ਰਿਸਟਾਨਾ॥	jaisaa saa taisaa daristaanaa.
ਜਿਸ ਤੇ ਉਪਜੇ, ਤਿਸੁ ਮਾਹਿ ਸਮਾਏ॥	jis tay upjay tis maahi samaa-ay.
ਓਇ ਸੁਖ ਨਿਧਾਨ, ਉਨਹੂ ਬਨਿ ਆਏ॥	o-ay sukh niDhaan unhoo ban aa-ay.
ਆਪਸ ਕਉ, ਆਪਿ ਦੀਨੋ ਮਾਨੁ॥	aapas ka-o aap deeno maan.
ਨਾਨਕ ਪ੍ਰਭ ਜਨੁ, ਏਕੋ ਜਾਨੁ॥੮॥੧੪॥	naanak parabh jan ayko jaan. ||8||14||

15. ਸਲੋਕੁ॥ 15॥ (282)

ਸਰਬ ਕਲਾ ਭਰਪੂਰ,	sarab kalaa bharpoor
ਪ੍ਰਭ ਬਿਰਥਾ ਜਾਨਨਹਾਰ॥	parabh birthaa jaananhaar.
ਜਾ ਕੈ ਸਿਮਰਨਿ ਉਧਰੀਐ,	jaa kai simran uDhree-ai
ਨਾਨਕ ਤਿਸੁ ਬਲਿਹਾਰ॥	naanak tis balihaar. ||1||

ਅਸਟਪਦੀ॥ Asatpadee. (15 -1)

ਟੂਟੀ ਗਾਢਨਹਾਰ, ਗੋਪਾਲ॥	tootee gaadhanhaar gopaal.
ਸਰਬ ਜੀਆ, ਆਪੇ ਪ੍ਰਤਿਪਾਲ॥	sarab jee-aa aapay partipaal.
ਸਗਲ ਕੀ ਚਿੰਤਾਂ, ਜਿਸੁ ਮਨ ਮਾਹਿ॥	sagal kee chintaa jis man maahi.

ਤਿਸ ਤੇ ਬਿਰਥਾ, ਕੋਈ ਨਾਹਿ॥   tis tay birthaa ko-ee naahi.
ਰੇ ਮਨ ਮੇਰੇ, ਸਦਾ ਹਰਿ ਜਾਪਿ॥   ray man mayray sadaa har jaap.
ਅਬਿਨਾਸੀ ਪ੍ਰਭੁ, ਆਪੇ ਆਪਿ॥   abhinaasee parabh aapay aap.
ਆਪਨ ਕੀਆ, ਕਛੂ ਨ ਹੋਇ॥   aapan kee-aa kachhoo na ho-ay.
ਜੇ ਸਉ ਪ੍ਰਾਨੀ, ਲੋਚੈ ਕੋਇ॥   jay sa-o paraanee lochai ko-ay.
ਤਿਸੁ ਬਿਨੁ ਨਾਹੀ, ਤੇਰੈ ਕਿਛੁ ਕਾਮ॥   tis bin naahee tayrai kichh kaam.
ਗਤਿ ਨਾਨਕ, ਜਪਿ ਏਕ ਹਰਿ ਨਾਮ॥੧॥   gat naanak jap ayk har naam. ||1||

ਅਸਟਪਦੀ॥ Asatpadee. (15 -2)

ਰੂਪਵੰਤੁ ਹੋਇ, ਨਾਹੀ ਮੋਹੈ॥   roopvant ho-ay naahee mohai.
ਪ੍ਰਭ ਕੀ ਜੋਤਿ, ਸਗਲ ਘਟ ਸੋਹੈ॥   parabh kee jot sagal ghat sohai.
ਧਨਵੰਤਾ ਹੋਇ, ਕਿਆ ਕੋ ਗਰਬੈ॥   dhanvantaa ho-ay ki-aa ko garbai.
ਜਾ ਸਭੁ ਕਿਛੁ, ਤਿਸ ਕਾ ਦੀਆਂ ਦਰਬੈ॥   jaa sabh kichh tis kaa dee-aa darbai.
ਅਤਿ ਸੂਰਾ ਜੇ, ਕੋਊ ਕਹਾਵੈ॥   at sooraa jay ko-oo kahaavai.
ਪ੍ਰਭ ਕੀ ਕਲਾ, ਬਿਨਾ ਕਹ ਧਾਵੈ॥   parabh kee kalaa binaa kah Dhaavai.
ਜੇ ਕੋ ਹੋਇ, ਬਹੈ ਦਾਤਾਰੁ॥   jay ko ho-ay bahai daataar.
ਤਿਸੁ ਦੇਨਹਾਰੁ, ਜਾਨੈ ਗਾਵਾਰੁ॥   tis daynhaar jaanai gaavaar.
ਜਿਸੁ ਗੁਰ ਪ੍ਰਸਾਦਿ, ਤੂਟੈ ਹਉ ਰੋਗੁ॥   jis gur parsaad tootai ha-o rog.
ਨਾਨਕ ਸੋ ਜਨੁ, ਸਦਾ ਅਰੋਗੁ॥੨॥   naanak so jan sadaa arog. ||2||

ਅਸਟਪਦੀ॥ Asatpadee. (15 -3)

ਜਿਉ ਮੰਦਰ ਕਉ, ਥਾਮੈ ਥੰਮਨੁ॥   ji-o mandar ka-o thaamai thamman.
ਤਿਉ ਗੁਰ ਕਾ ਸਬਦੁ, ਮਨਹਿ ਅਸਥੰਮਨੁ॥   ti-o gur kaa sabad maneh asthamman.
ਜਿਉ ਪਾਖਾਣੁ, ਨਾਵ ਚੜਿ ਤਰੈ॥   ji-o paakhaan naav charh tarai.
ਪ੍ਰਾਣੀ ਗੁਰ ਚਰਣ, ਲਗਤੁ ਨਿਸਤਰੈ॥   paraanee gur charan lagat nistarai.
ਜਿਉ ਅੰਧਕਾਰ, ਦੀਪਕ ਪਰਗਾਸੁ॥   ji-o anDhkaar deepak pargaas.
ਗੁਰ ਦਰਸਨੁ ਦੇਖਿ, ਮਨਿ ਹੋਇ ਬਿਗਾਸੁ॥   gur darsan daykh man ho-ay bigaas.
ਜਿਉ ਮਹਾ ਉਦਿਆਨ, ਮਹਿ ਮਾਰਗੁ ਪਾਵੈ॥   ji-o mahaa udi-aan meh maarag paavai.
ਤਿਉ ਸਾਧੂ ਸੰਗਿ, ਮਿਲਿ ਜੋਤਿ ਪ੍ਰਗਟਾਵੈ॥   ti-o saaDhoo sang mil jot pargtwvi.
ਤਿਨ ਸੰਤਨ ਕੀ, ਬਾਛਉ ਧੂਰਿ॥   tin santan kee baachha-o Dhoor.
ਨਾਨਕ ਕੀ ਹਰਿ, ਲੋਚਾ ਪੂਰਿ॥੩॥   naanak kee har lochaa poor. ||3||

ਅਸਟਪਦੀ॥ Asatpadee. (15 -4)

ਮਨ ਮੂਰਖ, ਕਾਹੇ ਬਿਲਲਾਈਐ॥   man, moorakh kaahay billaa-ee-ai.
ਪੁਰਬ ਲਿਖੇ ਕਾ, ਲਿਖਿਆ ਪਾਈਐ॥   purab likhay kaa likhi-aa paa-ee-ai.
ਦੂਖ ਸੂਖ, ਪ੍ਰਭ ਦੇਵਨਹਾਰੁ॥   dookh sookh parabh dayvanhaar.
ਅਵਰ ਤਿਆਗਿ ਤੂ, ਤਿਸਹਿ ਚਿਤਾਰੁ॥   avar ti-aag too tiseh chitaar.
ਜੋ ਕਛੁ ਕਰੈ, ਸੋਈ ਸੁਖੁ ਮਾਨੁ॥   jo kachh karai so-ee sukh maan.
ਭੂਲਾ ਕਾਹੇ, ਫਿਰਹਿ ਅਜਾਨ॥   bhoolaa kaahay fireh ajaan.
ਕਉਨ ਬਸਤੁ ਆਈ, ਤੇਰੈ ਸੰਗ॥   ka-un basat aa-ee tayrai sang.
ਲਪਟਿ ਰਹਿਓ, ਰਸਿ ਲੋਭੀ ਪਤੰਗ॥   lapat rahi-o ras lobhee patang.
ਰਾਮ ਨਾਮ ਜਪਿ, ਹਿਰਦੇ ਮਾਹਿ॥   raam naam jap hirday maahi.
ਨਾਨਕ ਪਤਿ ਸੇਤੀ, ਘਰਿ ਜਾਹਿ॥੪॥   naanak pat saytee ghar jaahi. ||4||

ਅਸਟਪਦੀ॥ Asatpadee. (15 -5)

ਜਿਸੁ ਵਖਰ ਕਉ, ਲੈਨਿ ਤੂ ਆਇਆ॥   jis vakhar ka-o lain too aa-i-aa.
ਰਾਮ ਨਾਮੁ ਸੰਤਨ, ਘਰਿ ਪਾਇਆ॥   raam naam santan ghar paa-i-aa.
ਤਜਿ ਅਭਿਮਾਨੁ, ਲੇਹੁ ਮਨ ਮੋਲਿ॥   taj abhimaan layho man mol.
ਰਾਮ ਨਾਮੁ, ਹਿਰਦੇ ਮਹਿ ਤੋਲਿ॥   raam naam hirday meh tol.
ਲਾਦਿ ਖੇਪ, ਸੰਤਹ ਸੰਗਿ ਚਾਲੁ॥   laad khayp santeh sang chaal.
ਅਵਰ ਤਿਆਗਿ, ਬਿਖਿਆ ਜੰਜਾਲ॥   avar ti-aag bikhi-aa janjaal.

ਧੰਨਿ ਧੰਨਿ ਕਹੈ, ਸਭੁ ਕੋਇ॥	dhan Dhan kahai sabh ko-ay.
ਮੁਖ ਊਜਲ, ਹਰਿ ਦਰਗਹ ਸੋਇ॥	mukh oojal har dargeh so-ay.
ਇਹੁ ਵਾਪਾਰੁ, ਵਿਰਲਾ ਵਾਪਾਰੈ॥	ih vaapaar virlaa vaapaarai.
ਨਾਨਕ ਤਾ ਕੈ, ਸਦ ਬਲਿਹਾਰੈ॥੫॥	naanak taa kai sad balihaarai. ||5||

ਅਸਟਪਦੀ॥ Asatpadee. (15 -6)

ਚਰਨ ਸਾਧ ਕੇ, ਧੋਇ ਧੋਇ ਪੀਉ॥	charan saaDh kay Dho-ay Dho-ay pee-o.
ਅਰਪਿ ਸਾਧ ਕਉ, ਅਪਨਾ ਜੀਉ॥	arap saaDh ka-o apnaa jee-o.
ਸਾਧ ਕੀ ਧੂਰਿ, ਕਰਹੁ ਇਸਨਾਨੁ॥	saaDh kee Dhoor karahu isnaan.
ਸਾਧ ਊਪਰਿ, ਜਾਈਐ ਕੁਰਬਾਨੁ॥	saaDh oopar jaa-ee-ai kurbaan.
ਸਾਧ ਸੇਵਾ, ਵਡਭਾਗੀ ਪਾਈਐ॥	saaDh sayvaa vadbhaagee paa-ee-ai.
ਸਾਧਸੰਗਿ, ਹਰਿ ਕੀਰਤਨੁ ਗਾਈਐ॥	saaDhsang har keertan gaa-ee-ai.
ਅਨਿਕ ਬਿਘਨ ਤੇ, ਸਾਧੂ ਰਾਖੈ॥	snik bighan tay saaDhoo raakhai.
ਹਰਿ ਗੁਨ ਗਾਇ, ਅੰਮ੍ਰਿਤ ਰਸੁ ਚਾਖੈ॥	har gun gaa-ay amrit ras chaakhai.
ਓਟ ਗਹੀ ਸੰਤਹ, ਦਰਿ ਆਇਆ॥	ot gahee santeh dar aa-i-aa.
ਸਰਬ ਸੂਖ, ਨਾਨਕ ਤਿਹ ਪਾਇਆ॥ ੬॥	sarab sookh naanak tih paa-i-aa. ||6||

ਅਸਟਪਦੀ॥ Asatpadee. (15 -7)

ਮਿਰਤਕ ਕਉ, ਜੀਵਾਲਨਹਾਰ॥	mirtak ka-o jeevaalanhaar.
ਭੂਖੇ ਕਉ, ਦੇਵਤ ਅਧਾਰ॥	bhookhay ka-o dayvat aDhaar.
ਸਰਬ ਨਿਧਾਨ, ਜਾ ਕੀ ਦ੍ਰਿਸਟੀ ਮਾਹਿ॥	sarab niDhaan jaa kee daristee maahi.
ਪੁਰਬ ਲਿਖੇ, ਕਾ ਲਹਣਾ ਪਾਹਿ॥	purab likhay kaa lahnaa paahi.
ਸਭੁ ਕਿਛੁ ਤਿਸ ਕਾ, ਓਹੁ ਕਰਨੈ ਜੋਗੁ॥	sabh kichh tis kaa oh karnai jog.
ਤਿਸੁ ਬਿਨੁ ਦੂਸਰ, ਹੋਆ ਨ ਹੋਗੁ॥	tis bin doosar ho-aa na hog.
ਜਪਿ ਜਨ, ਸਦਾ ਸਦਾ ਦਿਨੁ ਰੈਣੀ॥	jap jan sadaa sadaa din rainee.
ਸਭ ਤੇ ਊਚ, ਨਿਰਮਲ ਇਹ ਕਰਣੀ॥	sabh tay ooch nirmal ih karnee.
ਕਰਿ ਕਿਰਪਾ, ਜਿਸ ਕਉ ਨਾਮੁ ਦੀਆਂ॥	kar kirpaa jis ka-o naam dee-aa.
ਨਾਨਕ ਸੋ ਜਨੁ, ਨਿਰਮਲੁ ਥੀਆ॥੭॥	naanak so jan nirmal thee-aa. ||7||

ਅਸਟਪਦੀ॥ Asatpadee. (15 -8)

ਜਾ ਕੈ ਮਨਿ, ਗੁਰ ਕੀ ਪਰਤੀਤਿ॥	jaa kai man gur kee parteet.
ਤਿਸੁ ਜਨ ਆਵੈ, ਹਰਿ ਪ੍ਰਭੁ ਚੀਤਿ॥	tis jan aavai har parabh cheet.
ਭਗਤੁ ਭਗਤੁ, ਸੁਨੀਐ ਤਿਹੁ ਲੋਇ॥	bhagat bhagat sunee-ai tihu lo-ay.
ਜਾ ਕੈ ਹਿਰਦੈ, ਏਕੋ ਹੋਇ॥	jaa kai hirdai ayko ho-ay.
ਸਚੁ ਕਰਣੀ, ਸਚੁ ਤਾ ਕੀ ਰਹਤ॥	sach karnee sach taa kee rahat.
ਸਚੁ ਹਿਰਦੈ, ਸਤਿ ਮੁਖਿ ਕਹਤ॥	sach hirdai sat mukh kahat.
ਸਾਚੀ ਦ੍ਰਿਸਟਿ, ਸਾਚਾ ਆਕਾਰੁ॥	saachee darisat saachaa aakaar.
ਸਚੁ ਵਰਤੈ, ਸਾਚਾ ਪਾਸਾਰੁ॥	sach vartai saachaa paasaar.
ਪਾਰਬ੍ਰਹਮੁ ਜਿਨਿ, ਸਚੁ ਕਰਿ ਜਾਤਾ॥	paarbarahm jin sach kar jaataa.
ਨਾਨਕ ਸੋ ਜਨੁ, ਸਚਿ ਸਮਾਤਾ॥੮॥੧੫॥	naanak so jan sach samaataa. ||8||15|

16. ਸਲੋਕੁ॥16॥ (283)

ਰੂਪੁ ਨ, ਰੇਖ ਨ, ਰੰਗੁ ਕਿਛੁ,	roop na raykh na rang kichh
ਤ੍ਰਿਹੁ ਗੁਣ ਤੇ ਪ੍ਰਭ ਭਿੰਨ॥	tarihu gun tay parabh bhinn.
ਤਿਸਹਿ ਬੁਝਾਏ, ਨਾਨਕਾ,	tiseh bujhaa-ay naankaa
ਜਿਸੁ ਹੋਵੈ ਸੁਪ੍ਰਸੰਨ॥	jis hovai suparsan. ||1||

ਅਸਟਪਦੀ॥ Asatpadee. (16 -1)

ਅਬਿਨਾਸੀ ਪ੍ਰਭੁ, ਮਨ ਮਹਿ ਰਾਖੁ॥	abhinaasee parabh man meh raakh.
ਮਾਨੁਖ ਕੀ, ਤੂ ਪ੍ਰੀਤਿ ਤਿਆਗੁ॥	maanukh kee too pareet ti-aag.
ਤਿਸ ਤੇ ਪਰੈ ਨਾਹੀ, ਕਿਛੁ ਕੋਇ॥	tis tay parai naahee kichh ko-ay.

ਸਰਬ ਨਿਰੰਤਰਿ, ਏਕੋ ਸੋਇ॥	sarab nirantar ayko so-ay.
ਆਪੇ ਬੀਨਾ, ਆਪੇ ਦਾਨਾ॥	aapay beenaa aapay daanaa.
ਗਹਿਰ ਗੰਭੀਰੁ, ਗਹੀਰੁ ਸੁਜਾਨਾ॥	gahir gambheer gaheer sujaanaa.
ਪਾਰਬ੍ਰਹਮ, ਪਰਮੇਸੁਰ, ਗੋਬਿੰਦ॥	paarbarahm parmaysur gobind.
ਕ੍ਰਿਪਾ ਨਿਧਾਨ, ਦਇਆਲ ਬਖਸੰਦ॥	kirpaa niDhaan da-i-aal bakhsand.
ਸਾਧ ਤੇਰੇ ਕੀ, ਚਰਨੀ ਪਾਉ॥	saaDh tayray kee charnee paa-o.
ਨਾਨਕ ਕੈ ਮਨਿ, ਇਹੁ ਅਨਰਾਉ॥੧॥	naanak kai man ih anraa-o. ||1||

ਅਸਟਪਦੀ॥ Asatpadee. (16-2)

ਮਨਸਾ ਪੂਰਨ, ਸਰਨਾ ਜੋਗ॥	mansaa pooran sarnaa jog.
ਜੋ ਕਰਿ ਪਾਇਆ, ਸੋਈ ਹੋਗੁ॥	jo kar paa-i-aa so-ee hog.
ਹਰਨ ਭਰਨ ਜਾ ਕਾ, ਨੇਤ੍ਰ ਫੋਰੁ॥	haran bharan jaa kaa naytar for.
ਤਿਸ ਕਾ ਮੰਤ੍ਰੁ, ਨ ਜਾਨੈ ਹੋਰੁ॥	tis kaa mantar na jaanai hor.
ਅਨਦ ਰੂਪ ਮੰਗਲ, ਸਦ ਜਾ ਕੈ॥	anad roop mangal sad jaa kai.
ਸਰਬ ਥੋਕ ਸੁਨੀਅਹਿ, ਘਰਿ ਤਾ ਕੈ॥	sarab thok sunee-ah ghar taa kai.
ਰਾਜ ਮਹਿ ਰਾਜੁ, ਜੋਗ ਮਹਿ ਜੋਗੀ॥	raaj meh raaj jog meh jogee.
ਤਪ ਮਹਿ ਤਪੀਸਰੁ, ਗ੍ਰਿਹਸਤ ਮਹਿ ਭੋਗੀ॥	tap meh tapeesargarihsat meh bhogee.
ਧਿਆਇ ਧਿਆਇ, ਭਗਤਹ ਸੁਖੁ ਪਾਇਆ॥	dhi-aa-ay Dhi-aa-aybhagtah sukh paa-i-aa.
ਨਾਨਕ ਤਿਸੁ ਪੁਰਖ ਕਾ,	naanak tis purakh kaa
ਕਿਨੈ ਅੰਤੁ ਨ ਪਾਇਆ॥੨॥	kinai ant na paa-i-aa. ||2||

ਅਸਟਪਦੀ॥ Asatpadee. (16 -3)

ਜਾ ਕੀ ਲੀਲਾ ਕੀ, ਮਿਤਿ ਨਾਹਿ॥	jaa kee leelaa kee mit naahi.
ਸਗਲ ਦੇਵ, ਹਾਰੇ ਅਵਗਾਹਿ॥	sagal dayv haaray avgaahi.
ਪਿਤਾ ਕਾ ਜਨਮੁ, ਕਿ ਜਾਨੈ ਪੂਤੁ॥	pitaa kaa janam ke jaanai poot.
ਸਗਲ ਪਰੋਈ, ਅਪੁਨੈ ਸੂਤਿ॥	sagal paro-ee apunai soot.
ਸੁਮਤਿ ਗਿਆਨੁ, ਧਿਆਨੁ ਜਿਨ ਦੇਇ॥	sumat gi-aan Dhi-aan jin day-ay.
ਜਨ ਦਾਸ, ਨਾਮੁ ਧਿਆਵਹਿ ਸੇਇ॥	jan daas naam Dhi-aavahi say-ay.
ਤਿਹੁ ਗੁਣ ਮਹਿ, ਜਾ ਕਉ ਭਰਮਾਏ॥	tihu gun meh jaa ka-o bharmaa-ay.
ਜਨਮਿ ਮਰੈ, ਫਿਰਿ ਆਵੈ ਜਾਏ॥	janam marai fir aavai jaa-ay.
ਊਚ ਨੀਚ, ਤਿਸ ਕੇ ਅਸਥਾਨ॥	ooch neech tis kay asthaan.
ਜੈਸਾ ਜਨਾਵੈ, ਤੈਸਾ ਨਾਨਕ ਜਾਨ॥੩॥	jaisaa janaavai taisaa naanak jaan. ||3||

ਅਸਟਪਦੀ॥ Asatpadee. (16 -4)

ਨਾਨਾ ਰੂਪ, ਨਾਨਾ ਜਾ ਕੇ ਰੰਗ॥	naanaa roop naanaa jaa kay rang.
ਨਾਨਾ ਭੇਖ, ਕਰਹਿ ਇਕ ਰੰਗ॥	naanaa bhaykh karahi ik rang.
ਨਾਨਾ ਬਿਧਿ, ਕੀਨੋ ਬਿਸਥਾਰੁ॥	naanaa biDh keeno bisthaar.
ਪ੍ਰਭੁ ਅਬਿਨਾਸੀ, ਏਕੰਕਾਰੁ॥	parabh abhinaasee aykankaar.
ਨਾਨਾ ਚਲਿਤ, ਕਰੇ ਖਿਨ ਮਾਹਿ॥	naanaa chalit karay khin maahi.
ਪੂਰਿ ਰਹਿਓ, ਪੂਰਨੁ ਸਭ ਠਾਇ॥	poor rahi-o pooran sabh thaa-ay.
ਨਾਨਾ ਬਿਧਿ, ਕਰਿ ਬਨਤ ਬਨਾਈ॥	naanaa biDh kar banat banaa-ee.
ਅਪਨੀ ਕੀਮਤਿ, ਆਪੇ ਪਾਈ॥	apnee keemat aapay paa-ee.
ਸਭ ਘਟ ਤਿਸ ਕੇ, ਸਭ ਤਿਸ ਕੇ ਠਾਉ॥	sabh ghat tis kay sabh tis kay thaa-o.
ਜਪਿ ਜਪਿ ਜੀਵੈ, ਨਾਨਕ ਹਰਿ ਨਾਉ॥੪॥	jap jap jeevai naanak har naa-o. ||4||

ਅਸਟਪਦੀ॥ Asatpadee. (16 -5)

ਨਾਮ ਕੇ ਧਾਰੇ, ਸਗਲੇ ਜੰਤ॥	naam kay Dhaaray saglay jant.
ਨਾਮ ਕੇ ਧਾਰੇ, ਖੰਡ ਬ੍ਰਹਮੰਡ॥	naam kay Dhaaray khand barahmand.
ਨਾਮ ਕੇ ਧਾਰੇ, ਸਿਮ੍ਰਿਤਿ ਬੇਦ ਪੁਰਾਨ॥	naam kay Dhaaray simrit bayd puraan.
ਨਾਮ ਕੇ ਧਾਰੇ, ਸੁਨਨ ਗਿਆਨ ਧਿਆਨ॥	naam kay Dhaaray sunan gi-aan Dhi-aan.
ਨਾਮ ਕੇ ਧਾਰੇ, ਆਗਾਸ ਪਾਤਾਲ॥	naam kay Dhaaray aagaas paataal.

ਨਾਮ ਕੇ ਧਾਰੇ, ਸਗਲ ਆਕਾਰ॥	naam kay Dhaaray sagal aakaar.
ਨਾਮ ਕੇ ਧਾਰੇ, ਪੁਰੀਆ ਸਭ ਭਵਨ॥	naam kay Dhaaray puree-aa sabh bhavan.
ਨਾਮ ਕੈ ਸੰਗਿ, ਉਧਰੇ ਸੁਨਿ ਸ੍ਰਵਨ॥	naam kai sang uDhray sun sarvan.
ਕਰਿ ਕਿਰਪਾ, ਜਿਸੁ ਆਪਨੈ ਨਾਮਿ ਲਾਏ॥	kar kirpaa jis aapnai naam laa-ay.
ਨਾਨਕ ਚਉਥੇ ਪਦ ਮਹਿ,	naanak cha-uthay pad meh
ਸੋ ਜਨੁ ਗਤਿ ਪਾਏ॥੫॥	so jan gat paa-ay. ||5||

ਅਸਟਪਦੀ॥ Asatpadee. (16 -6)

ਰੂਪੁ ਸਤਿ ਜਾ ਕਾ, ਸਤਿ ਅਸਥਾਨੁ॥	roop sat jaa kaa sat asthaan.
ਪੁਰਖੁ ਸਤਿ, ਕੇਵਲ ਪਰਧਾਨੁ॥	purakh sat kayval parDhaan.
ਕਰਤੂਤਿ ਸਤਿ, ਸਤਿ ਜਾ ਕੀ ਬਾਣੀ॥	kartoot sat sat jaa kee banee.
ਸਤਿ ਪੁਰਖ, ਸਭ ਮਾਹਿ ਸਮਾਣੀ॥	sat purakh sabh maahi samaanee.
ਸਤਿ ਕਰਮੁ, ਜਾ ਕੀ ਰਚਨਾ ਸਤਿ॥	sat karam jaa kee rachnaa sat.
ਮੂਲੁ ਸਤਿ, ਸਤਿ ਉਤਪਤਿ॥	mool sat sat utpat.
ਸਤਿ ਕਰਣੀ, ਨਿਰਮਲ ਨਿਰਮਲੀ॥	sat karnee nirmal nirmalee.
ਜਿਸਹਿ ਬੁਝਾਏ, ਤਿਸਹਿ ਸਭ ਭਲੀ॥	jisahi bujhaa-ay tiseh sabh bhalee.
ਸਤਿ ਨਾਮੁ, ਪ੍ਰਭ ਕਾ ਸੁਖਦਾਈ॥	sat naam parabh kaa sukh-daa-ee.
ਬਿਸ੍ਵਾਸੁ ਸਤਿ, ਨਾਨਕ, ਗੁਰ ਤੇ ਪਾਈ॥੬॥	bisvaas sat naanak gur tay paa-ee. ||6||

ਅਸਟਪਦੀ॥ Asatpadee. (16 -7)

ਸਤਿ ਬਚਨ, ਸਾਧੂ ਉਪਦੇਸ॥	sat bachan saaDhoo updays.
ਸਤਿ ਤੇ ਜਨ, ਜਾ ਕੈ ਰਿਦੈ ਪ੍ਰਵੇਸ॥	sat tay jan jaa kai ridai parvays.
ਸਤਿ ਨਿਰਤਿ, ਬੂਝੈ ਜੇ ਕੋਇ॥	sat nirat boojhai jay ko-ay.
ਨਾਮੁ ਜਪਤ, ਤਾ ਕੀ ਗਤਿ ਹੋਇ॥	naam japat taa kee gat ho-ay.
ਆਪਿ ਸਤਿ, ਕੀਆ ਸਭੁ ਸਤਿ॥	aap sat kee-aa sabh sat.
ਆਪੇ ਜਾਨੈ, ਅਪਨੀ ਮਿਤਿ ਗਤਿ॥	aapay jaanai apnee mit gat.
ਜਿਸ ਕੀ ਸ੍ਰਿਸਟਿ, ਸੁ ਕਰਣੈਹਾਰੁ॥	jis kee sarisat so karnaihaar.
ਅਵਰ ਨ ਬੂਝਿ, ਕਰਤ ਬੀਚਾਰੁ॥	avar na boojh karat beechaar.
ਕਰਤੇ ਕੀ ਮਿਤਿ, ਨ ਜਾਨੈ ਕੀਆ॥	kartay kee mit na jaanai kee-aa.
ਨਾਨਕ ਜੋ ਤਿਸੁ ਭਾਵੈ, ਸੋ ਵਰਤੀਆ॥੭॥	naanak jo tis bhaavai so vartee-aa. ||7||

ਅਸਟਪਦੀ॥ Asatpadee. (16 -8)

ਬਿਸਮਨ ਬਿਸਮ ਭਏ, ਬਿਸਮਾਦ॥	bisman bisam bha-ay bismaad.
ਜਿਨਿ ਬੂਝਿਆ, ਤਿਸੁ ਆਇਆ ਸ੍ਵਾਦ॥	jin boojhi-aa tis aa-i-aa savaad.
ਪ੍ਰਭ ਕੈ, ਰੰਗਿ ਰਾਚਿ ਜਨ ਰਹੇ॥	parabh kai rang raach jan rahay.
ਗੁਰ ਕੈ ਬਚਨਿ, ਪਦਾਰਥ ਲਹੇ॥	gur kai bachan padaarath lahay.
ਓਇ ਦਾਤੇ, ਦੁਖ ਕਾਟਨਹਾਰ॥	o-ay daatay dukh kaatanhaar.
ਜਾ ਕੈ ਸੰਗਿ, ਤਰੈ ਸੰਸਾਰ॥	jaa kai sang tarai sansaar.
ਜਨ ਕਾ ਸੇਵਕੁ, ਸੋ ਵਡਭਾਗੀ॥	jan kaa sayvak so vadbhaagee.
ਜਨ ਕੈ ਸੰਗਿ, ਏਕ ਲਿਵ ਲਾਗੀ॥	jan kai sang ayk liv laagee.
ਗੁਨ ਗੋਬਿਦ ਕੀਰਤਨੁ, ਜਨੁ ਗਾਵੈ॥	gun gobid keertan jan gaavai.
ਗੁਰ ਪ੍ਰਸਾਦਿ, ਨਾਨਕ, ਫਲੁ ਪਾਵੈ॥੮॥੧੬॥	gur parsaad naanak fal paavai. ||8||16||

17. ਸਲੋਕੁ॥ 17॥ (285)

ਆਦਿ ਸਚੁ, ਜੁਗਾਦਿ ਸਚੁ॥	aad sach jugaad sach.
ਹੈ ਭਿ ਸਚੁ, ਨਾਨਕ, ਹੋਸੀ ਭਿ, ਸਚੁ॥	hai bhe sach naanak hosee bhe sach. ||1||

ਅਸਟਪਦੀ॥ Asatpadee. (17 -1)

ਚਰਨ ਸਤਿ, ਸਤਿ ਪਰਸਨਹਾਰ॥	charan sat sat parsanhaar.
ਪੂਜਾ ਸਤਿ, ਸਤਿ ਸੇਵਦਾਰ॥	poojaa sat sat sayvdaar.
ਦਰਸਨੁ ਸਤਿ, ਸਤਿ ਪੇਖਨਹਾਰ॥	darsan sat sat paykhanhaar.

ਨਾਮੁ ਸਤਿ, ਸਤਿ ਧਿਆਵਨ ਹਾਰ॥	naam sat sat Dhi-aavanhaar.
ਆਪਿ ਸਤਿ, ਸਤਿ ਸਭ ਧਾਰੀ॥	aap sat sat sabh Dhaaree.
ਆਪੇ ਗੁਣ, ਆਪੇ ਗੁਣਕਾਰੀ॥	aapay gun aapay gunkaaree.
ਸਬਦੁ ਸਤਿ, ਸਤਿ ਪ੍ਰਭੁ ਬਕਤਾ॥	sabad sat sat parabh baktaa.
ਸੁਰਤਿ ਸਤਿ, ਸਤਿ ਜਸੁ ਸੁਨਤਾ॥	surat sat sat jas suntaa.
ਬੁਝਨ ਹਾਰ ਕਉ, ਸਤਿ ਸਭ ਹੋਇ॥	bujhanhaar ka-o sat sabh ho-ay.
ਨਾਨਕ ਸਤਿ, ਸਤਿ ਪ੍ਰਭੁ ਸੋਇ॥੧॥	naanak sat sat parabh so-ay. ||1||

ਅਸਟਪਦੀ॥ Asatpadee. (17 -2)

ਸਤਿ ਸਰੂਪੁ, ਰਿਦੈ ਜਿਨਿ ਮਾਨਿਆ॥	sat saroop ridai jin maani-aa.
ਕਰਨ ਕਰਾਵਨ, ਤਿਨਿ ਮੂਲੁ ਪਛਾਨਿਆ॥	karan karaavan tin mool pachhaani-aa.
ਜਾ ਕੈ ਰਿਦੈ ਬਿਸ੍ਵਾਸੁ, ਪ੍ਰਭ ਆਇਆ॥	jaa kai ridai bisvaas parabh aa-i-aa.
ਤਤੁ ਗਿਆਨੁ, ਤਿਸੁ ਮਨਿ ਪ੍ਰਗਟਾਇਆ॥	tat gi-aan tis man paragtaa-i-aa.
ਭੈ ਤੇ ਨਿਰਭਉ, ਹੋਇ ਬਸਾਨਾ॥	bhai tay nirbha-o ho-ay basaanaa.
ਜਿਸ ਤੇ ਉਪਜਿਆ, ਤਿਸੁ ਮਾਹਿ ਸਮਾਨਾ॥	jis tay upji-aa tis maahi samaanaa.
ਬਸਤੁ ਮਾਹਿ ਲੇ, ਬਸਤੁ ਗਡਾਈ॥	basat maahi lay basat gadaa-ee.
ਤਾ ਕਉ ਭਿੰਨ, ਨ ਕਹਨਾ ਜਾਈ॥	taa ka-o bhinn na kahnaa jaa-ee.
ਬੂਝੈ ਬੂਝਨ ਹਾਰੁ, ਬਿਬੇਕ॥	boojhai boojhanhaar bibayk.
ਨਾਰਾਇਨ ਮਿਲੇ, ਨਾਨਕ ਏਕ॥੨॥	naaraa-in milay naanak ayk. ||2||

ਅਸਟਪਦੀ॥ Asatpadee. (17 -3)

ਠਾਕੁਰ ਕਾ ਸੇਵਕੁ, ਆਗਿਆਕਾਰੀ॥	thaakur kaa sayvak aagi-aakaaree.
ਠਾਕੁਰ ਕਾ ਸੇਵਕੁ, ਸਦਾ ਪੂਜਾਰੀ॥	thaakur kaa sayvak sadaa poojaaree.
ਠਾਕੁਰ ਕੇ ਸੇਵਕ ਕੈ, ਮਨਿ ਪਰਤੀਤਿ॥	thaakur kay sayvak kai man parteet.
ਠਾਕੁਰ ਕੇ ਸੇਵਕ ਕੀ, ਨਿਰਮਲ ਰੀਤਿ॥	thaakur kay sayvak kee nirmal reet.
ਠਾਕੁਰ ਕਉ ਸੇਵਕੁ, ਜਾਨੈ ਸੰਗਿ॥	thaakur ka-o sayvak jaanai sang.
ਪ੍ਰਭ ਕਾ ਸੇਵਕੁ, ਨਾਮ ਕੈ ਰੰਗਿ॥	parabh kaa sayvak naam kai rang.
ਸੇਵਕ ਕਉ, ਪ੍ਰਭ ਪਾਲਨ ਹਾਰਾ॥	sayvak ka-o parabh paalanhaaraa.
ਸੇਵਕ ਕੀ ਰਾਖੈ, ਨਿਰੰਕਾਰਾ॥	sayvak kee raakhai nirankaaraa.
ਸੋ ਸੇਵਕੁ, ਜਿਸੁ ਦਇਆ ਪ੍ਰਭੁ ਧਾਰੈ॥	so sayvak jis da-i-aa parabh Dhaarai.
ਨਾਨਕ ਸੋ ਸੇਵਕੁ, ਸਾਸਿ ਸਾਸਿ ਸਮਾਰੈ॥੩॥	naanak so sayvak saas saas samaarai. ||3||

ਅਸਟਪਦੀ॥ Asatpadee. (17 -4)

ਅਪੁਨੇ ਜਨ ਕਾ, ਪਰਦਾ ਢਾਕੈ॥	apunay jan kaa pardaa dhaakai.
ਅਪਨੇ ਸੇਵਕ ਕੀ, ਸਰਪਰ ਰਾਖੈ॥	apnay sayvak kee sarpar raakhai.
ਅਪਨੇ ਦਾਸ ਕਉ, ਦੇਇ ਵਡਾਈ॥	apnay daas ka-o day-ay vadaa-ee.
ਅਪਨੇ ਸੇਵਕ ਕਉ, ਨਾਮੁ ਜਪਾਈ॥	apnay sayvak ka-o naam japaa-ee.
ਅਪਨੇ ਸੇਵਕ ਕੀ, ਆਪਿ ਪਤਿ ਰਾਖੈ॥	apnay sayvak kee aap pat raakhai.
ਤਾ ਕੀ ਗਤਿ ਮਿਤਿ, ਕੋਇ ਨ ਲਾਖੈ॥	taa kee gat mit ko-ay na laakhai.
ਪ੍ਰਭ ਕੇ ਸੇਵਕ ਕਉ, ਕੋ ਨ ਪਹੂਚੈ॥	parabh kay sayvak ka-o ko na pahoochai.
ਪ੍ਰਭ ਕੇ ਸੇਵਕ, ਊਚ ਤੇ ਊਚੈ॥	parabh kay sayvak ooch tay oochay.
ਜੋ ਪ੍ਰਭਿ ਅਪਨੀ, ਸੇਵਾ ਲਾਇਆ॥	jo parabh apnee sayvaa laa-i-aa.
ਨਾਨਕ ਸੋ ਸੇਵਕੁ,	naanak so sayvak
ਦਹ ਦਿਸਿ ਪ੍ਰਗਟਾਇਆ॥੪॥	dah dis paragtaa-i-aa. ||4||

ਅਸਟਪਦੀ॥ Asatpadee. (17 -5)

ਨੀਕੀ ਕੀਰੀ, ਮਹਿ ਕਲ ਰਾਖੈ॥	neekee keeree meh kal raakhai.
ਭਸਮ ਕਰੈ, ਲਸਕਰ ਕੋਟਿ ਲਾਖੈ॥	bhasam karai laskar kot laakhai.
ਜਿਸ ਕਾ ਸਾਸੁ ਨ, ਕਾਢਤ ਆਪਿ॥	jis kaa saas na kaadhat aap.
ਤਾ ਕਉ ਰਾਖਤ, ਦੇ ਕਰਿ ਹਾਥ॥	aa ka-o raakhat day kar haath.
ਮਾਨਸ ਜਤਨ ਕਰਤ, ਬਹੁ ਭਾਤਿ॥	maanas jatan karat baho bhaat.

ਤਿਸ ਕੇ ਕਰਤਬ, ਬਿਰਥੇ ਜਾਥਿ॥	tis kay kartab birthay jaat.
ਮਾਰੈ ਨ ਰਾਖੈ, ਅਵਰੁ ਨ ਕੋਇ॥	maarai na raakhai avar na ko-ay.
ਸਰਬ ਜੀਆ ਕਾ, ਰਾਖਾ ਸੋਇ॥	sarab jee-aa kaa raakhaa so-ay.
ਕਾਹੇ ਸੋਚ, ਕਰਹਿ ਰੇ ਪ੍ਰਾਣੀ॥	kaahay soch karahi ray paraanee.
ਜਪਿ ਨਾਨਕ, ਪ੍ਰਭ ਅਲਖ ਵਿਡਾਣੀ॥੫॥	jap naanak parabh alakh vidaanee. ||5||

ਅਸਟਪਦੀ॥ Asatpadee. (17 -6)

ਬਾਰੰ ਬਾਰ, ਬਾਰ ਪ੍ਰਭੁ ਜਪੀਐ॥	baaraN baar baar parabh japee-ai.
ਪੀ ਅੰਮ੍ਰਿਤੁ, ਇਹੁ ਮਨੁ ਤਨੁ ਧ੍ਰਪੀਐ॥	pee amrit ih man tan Dharpee-ai.
ਨਾਮ ਰਤਨੁ, ਜਿਨਿ ਗੁਰਮੁਖਿ ਪਾਇਆ॥	naam ratan jin gurmukh paa-i-aa.
ਤਿਸੁ ਕਿਛੁ, ਅਵਰੁ ਨਾਹੀ ਦ੍ਰਿਸਟਾਇਆ॥	tis kichh avar naahee daristaa-i-aa.
ਨਾਮੁ ਧਨੁ, ਨਾਮੋ ਰੂਪੁ ਰੰਗੁ॥	naam Dhan naamo roop rang.
ਨਾਮੋ ਸੁਖੁ, ਹਰਿ ਨਾਮ ਕਾ ਸੰਗੁ॥	naamo sukh har naam kaa sang.
ਨਾਮ ਰਸਿ ਜੋ, ਜਨ ਤ੍ਰਿਪਤਾਨੇ॥	naam ras jo jan tariptaanay.
ਮਨ ਤਨ ਨਾਮਹਿ, ਨਾਮਿ ਸਮਾਨੇ॥	man, tan naameh naam samaanay.
ਊਠਤ ਬੈਠਤ, ਸੋਵਤ ਨਾਮ॥	oothat baithat sovat naam.
ਕਹੁ ਨਾਨਕ, ਜਨ ਕੈ, ਸਦ ਕਾਮ॥੬॥	kaho naanak jan kai sad kaam. ||6||

ਅਸਟਪਦੀ॥ Asatpadee. (17 -7)

ਬੋਲਹੁ ਜਸੁ, ਜਿਹਬਾ ਦਿਨੁ ਰਾਥਿ॥	bolhu jas jihbaa din raat.
ਪ੍ਰਭਿ ਅਪਨੈ, ਜਨ ਕੀਨੀ ਦਾਥਿ॥	parabh apnai jan keenee daat.
ਕਰਹਿ ਭਗਤਿ, ਆਤਮ ਕੈ ਚਾਇ॥	karahi bhagat aatam kai chaa-ay.
ਪ੍ਰਭ ਅਪਨੇ ਸਿਉ, ਰਹਹਿ ਸਮਾਇ॥	parabh apnay si-o raheh samaa-ay.
ਜੋ ਹੋਆ, ਹੋਵਤ ਸੋ ਜਾਨੈ॥	jo ho-aa hovat so jaanai.
ਪ੍ਰਭ ਅਪਨੇ, ਕਾ ਹੁਕਮੁ ਪਛਾਨੈ॥	parabh apnay kaa hukam pachhaanai.
ਤਿਸ ਕੀ ਮਹਿਮਾ, ਕਉਨ ਬਖਾਨਉ॥	tis kee mahimaa ka-un bakhaana-o.
ਤਿਸ ਕਾ ਗੁਨੁ ਕਹਿ, ਏਕ ਨ ਜਾਨਉ॥	tis kaa gun kahi ayk na jaan-o.
ਆਠ ਪਹਰ ਪ੍ਰਭ, ਬਸਹਿ ਹਜੂਰੈ॥	aath pahar parabh baseh hajooray.
ਕਹੁ ਨਾਨਕ, ਸੇਈ ਜਨ ਪੂਰੈ॥੭॥	kaho naanak say-ee jan pooray. ||7||

ਅਸਟਪਦੀ॥ Asatpadee. (17 -8)

ਮਨ ਮੇਰੇ ਤਿਨ ਕੀ, ਓਟ ਲੇਹਿ॥	man, mayray tin kee ot layhi.
ਮਨੁ ਤਨੁ ਅਪਨਾ, ਤਿਨ ਜਨ ਦੇਹਿ॥	man, tan apnaa tin jan deh.
ਜਿਨਿ ਜਨਿ ਅਪਨਾ, ਪ੍ਰਭੂ ਪਛਾਤਾ॥	jin jan apnaa parabhoo pachhaataa.
ਸੋ ਜਨੁ ਸਰਬ, ਥੋਕ ਕਾ ਦਾਤਾ॥	so jan sarab thok kaa daataa.
ਤਿਸ ਕੀ ਸਰਨਿ, ਸਰਬ ਸੁਖ ਪਾਵਹਿ॥	tis kee saran sarab sukh paavahi.
ਤਿਸ ਕੈ ਦਰਸਿ, ਸਭ ਪਾਪ ਮਿਟਾਵਹਿ॥	tis kai daras sabh paap mitaaveh.
ਅਵਰ ਸਿਆਨਪ, ਸਗਲੀ ਛਾਡੁ॥	avar si-aanap saglee chhaad.
ਤਿਸੁ ਜਨ ਕੀ, ਤੂ ਸੇਵਾ ਲਾਗੁ॥	tis jan kee too sayvaa laag.
ਆਵਨੁ ਜਾਨੁ ਨ, ਹੋਵੀ ਤੇਰਾ॥	aavan jaan na hovee tayraa.
ਨਾਨਕ ਤਿਸੁ ਜਨ ਕੇ,	naanak tis jan kay
ਪੂਜਹੁ ਸਦ ਪੈਰਾ॥੮॥੧੭॥	poojahu sad pairaa. ||8||17||

18. ਸਲੋਕੁ॥18॥ (286)

ਸਤਿ ਪੁਰਖੁ ਜਿਨਿ ਜਾਨਿਆ,	sat purakh jin jaani-aa
ਸਤਿਗੁਰੁ ਤਿਸ ਕਾ ਨਾਉ॥	satgur tis kaa naa-o.
ਤਿਸ ਕੈ ਸੰਗਿ ਸਿਖੁ ਉਧਰੈ,	tis kai sang sikh uDhrai
ਨਾਨਕ ਹਰਿ ਗੁਨ ਗਾਉ॥	naanak har gun gaa-o. ||1||

ਅਸਟਪਦੀ॥ Asatpadee. (18 -1)

ਸਤਿਗੁਰੁ ਸਿਖ ਕੀ, ਕਰੈ ਪ੍ਰਤਿਪਾਲ॥	satgur sikh kee karai partipaal.
ਸੇਵਕ ਕਉ ਗੁਰੁ, ਸਦਾ ਦਇਆਲ॥	sayvak ka-o gur sadaa da-i-aal.

ਸਿਖ ਕੀ ਗੁਰੁ, ਦੁਰਮਤਿ ਮਲੁ ਹਿਰੈ॥	sikh kee gur durmat mal hirai.
ਗੁਰ ਬਚਨੀ, ਹਰਿ ਨਾਮੁ ਉਚਰੈ॥	gur bachnee har naam uchrai.
ਸਤਿਗੁਰੁ ਸਿਖ ਕੇ, ਬੰਧਨ ਕਾਟੈ॥	satgur sikh kay banDhan kaatai.
ਗੁਰ ਕਾ ਸਿਖੁ, ਬਿਕਾਰ ਤੇ ਹਾਟੈ॥	gur kaa sikh bikaar tay haatai.
ਸਤਿਗੁਰੁ ਸਿਖ ਕਉ, ਨਾਮ ਧਨੁ ਦੇਇ॥	satgur sikh ka-o naam Dhan day-ay.
ਗੁਰ ਕਾ ਸਿਖੁ, ਵਡਭਾਗੀ ਹੈ॥	gur kaa sikh vadbhaagee hay.
ਸਤਿਗੁਰੁ ਸਿਖ ਕਾ, ਹਲਤੁ ਪਲਤੁ ਸਵਾਰੈ॥	satgur sikh kaa halat palat savaarai.
ਨਾਨਕ ਸਤਿਗੁਰੁ ਸਿਖ ਕਉ,	naanak satgur sikh ka-o
ਜੀਅ ਨਾਲਿ ਸਮਾਰੈ॥੧॥	jee-a naal samaarai. ||1||

ਅਸਟਪਦੀ॥ Asatpadee. (18 -2)

ਗੁਰ ਕੈ ਗ੍ਰਿਹਿ, ਸੇਵਕੁ ਜੋ ਰਹੈ॥	gur kai garihi sayvak jo rahai.
ਗੁਰ ਕੀ ਆਗਿਆ, ਮਨ ਮਹਿ ਸਹੈ॥	gur kee aagi-aa man meh sahai.
ਆਪਸ ਕਉ ਕਰਿ, ਕਛੁ ਨ ਜਨਾਵੈ॥	aapas ka-o kar kachh na janaavai.
ਹਰਿ ਹਰਿ ਨਾਮੁ, ਰਿਦੈ ਸਦ ਧਿਆਵੈ॥	har har naam ridai sad Dhi-aavai.
ਮਨੁ ਬੇਚੈ, ਸਤਿਗੁਰ ਕੈ ਪਾਸਿ॥	man, baychai satgur kai paas.
ਤਿਸੁ ਸੇਵਕ ਕੇ, ਕਾਰਜ ਰਾਸਿ॥	tis sayvak kay kaaraj raas.
ਸੇਵਾ ਕਰਤ, ਹੋਇ ਨਿਹਕਾਮੀ॥	sayvaa karat ho-ay nihkaamee.
ਤਿਸ ਕਉ ਹੋਤ, ਪਰਾਪਤਿ ਸੁਆਮੀ॥	tis ka-o hot paraapat su-aamee.
ਅਪਨੀ ਕ੍ਰਿਪਾ, ਜਿਸੁ ਆਪਿ ਕਰੇਇ॥	apnee kirpaa jis aap karay-i.
ਨਾਨਕ ਸੋ ਸੇਵਕੁ, ਗੁਰ ਕੀ ਮਤਿ ਲੇਇ॥੨॥	naanak so sayvak gur kee mat lay-ay. ||2||

ਅਸਟਪਦੀ॥ Asatpadee. (18 -3)

ਬੀਸ ਬਿਸਵੇ, ਗੁਰ ਕਾ ਮਨੁ ਮਾਨੈ॥	bees bisvay gur kaa man maanai.
ਸੋ ਸੇਵਕੁ ਪਰਮੇਸੁਰ ਕੀ, ਗਤਿ ਜਾਨੈ॥	so sayvak parmaysur kee gat jaanai.
ਸੋ ਸਤਿਗੁਰੁ, ਜਿਸੁ ਰਿਦੈ, ਹਰਿ ਨਾਉ॥	so satgur jis ridai har naa-o.
ਅਨਿਕ ਬਾਰ ਗੁਰ ਕਉ, ਬਲਿ ਜਾਉ॥	anik baar gur ka-o bal jaa-o.
ਸਰਬ ਨਿਧਾਨ, ਜੀਅ ਕਾ ਦਾਤਾ॥	sarab niDhaan jee-a kaa daataa.
ਆਠ ਪਹਰ ਪਾਰਬ੍ਰਹਮ, ਰੰਗਿ ਰਾਤਾ॥	aath pahar paarbarahm rang raataa.
ਬ੍ਰਹਮ ਮਹਿ ਜਨੁ, ਜਨ ਮਹਿ ਪਾਰਬ੍ਰਹਮੁ॥	barahm meh jan jan meh paarbarahm.
ਏਕਹਿ ਆਪਿ, ਨਹੀ ਕਛੁ ਭਰਮੁ॥	aykeh aap nahee kachh bharam.
ਸਹਸ ਸਿਆਨਪ, ਲਇਆ ਨ ਜਾਈਐ॥	sahas si-aanap la-i-aa na jaa-ee-ai.
ਨਾਨਕ ਐਸਾ ਗੁਰੁ, ਬਡਭਾਗੀ ਪਾਈਐ॥ ੩॥	naanak aisaa gur badbhaagee paa-ee-ai. ||3||

ਅਸਟਪਦੀ॥ Asatpadee. (18 -4)

ਸਫਲ ਦਰਸਨੁ, ਪੇਖਤ ਪੁਨੀਤ॥	safal darsan paykhat puneet.
ਪਰਸਤ ਚਰਨ, ਗਤਿ ਨਿਰਮਲ ਰੀਤਿ॥	parsat charan gat nirmal reet.
ਭੇਟਤ ਸੰਗਿ, ਰਾਮ ਗੁਨ ਰਵੇ॥	bhaytat sang raam gun ravay.
ਪਾਰਬ੍ਰਹਮ ਕੀ, ਦਰਗਹ ਗਵੇ॥	paarbarahm kee dargeh gavay.
ਸੁਨਿ ਕਰਿ ਬਚਨ, ਕਰਨ ਆਘਾਨੇ॥	sun kar bachan karan aaghaanay.
ਮਨਿ ਸੰਤੋਖੁ, ਆਤਮ ਪਤੀਆਨੇ॥	man, santokh aatam patee-aanay.
ਪੂਰਾ ਗੁਰੁ ਅਖੵਓ, ਜਾ ਕਾ ਮੰਤ੍ਰ॥	pooraa gur akh-ya-o jaa kaa mantar.
ਅੰਮ੍ਰਿਤ ਦ੍ਰਿਸਟਿ, ਪੇਖੈ ਹੋਇ ਸੰਤ॥	amrit darisat paykhai ho-ay sant.
ਗੁਣ ਬਿਅੰਤ, ਕੀਮਤਿ ਨਹੀ ਪਾਇ॥	gun bi-ant keemat nahee paa-ay.
ਨਾਨਕ ਜਿਸੁ ਭਾਵੈ, ਤਿਸੁ ਲਏ ਮਿਲਾਇ॥ ੪॥	naanak jis bhaavai tis la-ay milaa-ay. ||4||

ਅਸਟਪਦੀ॥ Asatpadee. (18 -5)

ਜਿਹਬਾ ਏਕ, ਉਸਤਤਿ ਅਨੇਕ॥	jihbaa ayk ustat anayk.
ਸਤਿ ਪੁਰਖ, ਪੂਰਨ ਬਿਬੇਕ॥	sat purakh pooran bibayk.
ਕਾਹੂ ਬੋਲ, ਨ ਪਹੁਚਤ ਪ੍ਰਾਨੀ॥	kaahoo bol na pahuchat paraanee.
ਅਗਮ ਅਗੋਚਰ, ਪ੍ਰਭ ਨਿਰਬਾਨੀ॥	agam agochar parabh nirbaanee.

ਨਿਰਾਹਾਰ, ਨਿਰਵੈਰ, ਸੁਖਦਾਈ॥
niraahaar nirvair sukh-daa-ee.

ਤਾ ਕੀ ਕੀਮਤਿ, ਕਿਨੈ ਨ ਪਾਈ॥
taa kee keemat kinai na paa-ee.

ਅਨਿਕ ਭਗਤ, ਬੰਦਨ ਨਿਤ ਕਰਹਿ॥
anik bhagat bandan nit karahi.

ਚਰਨ ਕਮਲ, ਹਿਰਦੈ ਸਿਮਰਹਿ॥
charan kamal hirdai simrahi.

ਸਦ ਬਲਿਹਾਰੀ, ਸਤਿਗੁਰ ਅਪਨੇ॥
sad balihaaree satgur apnay.

ਨਾਨਕ ਜਿਸੁ ਪ੍ਰਸਾਦਿ,
naanak jis parsaad

ਐਸਾ ਪ੍ਰਭੁ ਜਪਨੇ॥ ੫॥
aisaa parabh japnay. ||5||

ਅਸਟਪਦੀ॥ Asatpadee. (18-6)

ਇਹੁ ਹਰਿ ਰਸੁ ਪਾਵੈ, ਜਨੁ ਕੋਇ॥
ih har ras paavai jan ko-ay.

ਅੰਮ੍ਰਿਤੁ ਪੀਵੈ, ਅਮਰੁ ਸੋ ਹੋਇ॥
amrit peevai amar so ho-ay.

ਉਸੁ ਪੁਰਖ ਕਾ, ਨਾਹੀ ਕਦੇ ਬਿਨਾਸ॥
us purakh kaa naahee kaday binaas.

ਜਾ ਕੈ ਮਨਿ, ਪ੍ਰਗਟੇ ਗੁਨਤਾਸ॥
jaa kai man pargatay guntaas.

ਆਠ ਪਹਰ, ਹਰਿ ਕਾ ਨਾਮੁ ਲੇਇ॥
aath pahar har kaa naam lay-ay.

ਸਚੁ ਉਪਦੇਸੁ, ਸੇਵਕ ਕਉ ਦੇਇ॥
sach updays sayvak ka-o day-ay.

ਮੋਹ ਮਾਇਆ ਕੈ, ਸੰਗਿ ਨ ਲੇਪੁ॥
moh maa-i-aa kai sang na layp.

ਮਨ ਮਹਿ ਰਾਖੈ, ਹਰਿ ਹਰਿ ਏਕੁ॥
man meh raakhai har har ayk.

ਅੰਧਕਾਰ, ਦੀਪਕ, ਪਰਗਾਸੈ॥
anDhkaar deepak pargaasay.

ਨਾਨਕ ਭਰਮ, ਮੋਹ, ਦੁਖ,
naanak bharam moh dukh

ਤਹ ਤੇ ਨਾਸੈ॥੬॥
tah tay naasay. ||6||

ਅਸਟਪਦੀ॥ Asatpadee. (18-7)

ਤਪਤਿ ਮਾਹਿ, ਠਾਢਿ ਵਰਤਾਈ॥
tapat maahi thaadh vartaa-ee. anad

ਅਨਦੁ ਭਇਆ, ਦੁਖ ਨਾਠੇ ਭਾਈ॥
bha-i-aa dukh naathay bhaa-ee.

ਜਨਮ ਮਰਨ ਕੇ, ਮਿਟੇ ਅੰਦੇਸੇ॥
janam maran kay mitay andaysay.

ਸਾਧੂ ਕੇ, ਪੂਰਨ ਉਪਦੇਸੈ॥
saaDhoo kay pooran updaysay.

ਭਉ ਚੂਕਾ, ਨਿਰਭਉ ਹੋਇ ਬਸੈ॥
bha-o chookaa nirbha-o ho-ay basay.

ਸਗਲ ਬਿਆਧਿ, ਮਨ ਤੇ ਖੈ ਨਸੈ॥
sagal bi-aaDh man tay khai nasay.

ਜਿਸ ਕਾ ਸਾ, ਤਿਨਿ ਕਿਰਪਾ ਧਾਰੀ॥
jis kaa saa tin kirpaa Dhaaree.

ਸਾਧਸੰਗਿ ਜਪਿ, ਨਾਮੁ ਮੁਰਾਰੀ॥
saaDhsang jap naam muraaree.

ਥਿਤਿ ਪਾਈ, ਚੁਕੇ ਭ੍ਰਮ ਗਵਨ॥
thit paa-ee chookay bharam gavan.

ਸੁਨਿ ਨਾਨਕ, ਹਰਿ ਹਰਿ ਜਸੁ ਸ੍ਰਵਨ॥੭॥
sun naanak har har jas sarvan. ||7||

ਅਸਟਪਦੀ॥ Asatpadee. (18-8)

ਨਿਰਗੁਨ ਆਪਿ, ਸਰਗੁਨ ਭੀ ਓਹੀ॥
nirgun aap sargun bhee ohee.

ਕਲਾ ਧਾਰਿ, ਜਿਨਿ ਸਗਲੀ ਮੋਹੀ॥
kalaa Dhaar jin saglee mohee.

ਅਪਨੇ ਚਰਿਤ, ਪ੍ਰਭਿ ਆਪਿ ਬਨਾਏ॥
apnay charit parabh aap banaa-ay.

ਅਪੁਨੀ ਕੀਮਤਿ, ਆਪੇ ਪਾਏ॥
apunee keemat aapay paa-ay.

ਹਰਿ ਬਿਨੁ ਦੂਜਾ, ਨਾਹੀ ਕੋਇ॥
har bin doojaa naahee ko-ay.

ਸਰਬ ਨਿਰੰਤਰਿ, ਏਕੋ ਸੋਇ॥
sarab nirantar ayko so-ay.

ਓਤਿ ਪੋਤਿ, ਰਵਿਆ ਰੂਪ ਰੰਗ॥
ot pot ravi-aa roop rang.

ਭਏ ਪ੍ਰਗਾਸ, ਸਾਧ ਕੈ ਸੰਗ॥
bha-ay pargaas saaDh kai sang.

ਰਚਿ ਰਚਨਾ, ਅਪਨੀ ਕਲ ਧਾਰੀ॥
rach rachnaa apnee kal Dhaaree.

ਅਨਿਕ ਬਾਰ, ਨਾਨਕ ਬਲਿਹਾਰੀ॥੮॥੧੮॥
anik baar naanak balihaaree. ||8||18||

19. ਸਲੋਕੁ॥ 19॥ (288)

ਸਾਥਿ ਨ ਚਾਲੈ ਬਿਨੁ ਭਜਨ,
saath na chaalai bin bhajan

ਬਿਖਿਆ ਸਗਲੀ ਛਾਰੁ॥
bikhi-aa saglee chhaar.

ਹਰਿ ਹਰਿ ਨਾਮੁ ਕਮਾਵਨਾ,
har har naam kamaavanaa

ਨਾਨਕ ਇਹੁ ਧਨੁ ਸਾਰੁ॥
naanak ih Dhan saar.

ਅਸਟਪਦੀ॥ Asatpadee. (19 -1)

ਸੰਤ ਜਨਾ ਮਿਲਿ, ਕਰਹੁ ਬੀਚਾਰੁ॥	sant janaa mil karahu beechaar.
ਏਕੁ ਸਿਮਰਿ, ਨਾਮ ਆਧਾਰੁ॥	ayk simar naam aaDhaar.
ਅਵਰਿ ਉਪਾਵ ਸਭਿ, ਮੀਤ ਬਿਸਾਰਹੁ॥	avar upaav sabh meet bisaarahu.
ਚਰਨ ਕਮਲ ਰਿਦ ਮਹਿ, ਉਰਿ ਧਾਰਹੁ॥	charan kamal rid meh ur Dhaarahu.
ਕਰਨ ਕਾਰਨ, ਸੋ ਪ੍ਰਭੁ ਸਮਰਥੁ॥	karan kaaran so parabh samrath.
ਦ੍ਰਿੜੁ ਕਰਿ ਗਹਹੁ, ਨਾਮੁ ਹਰਿ ਵਥੁ॥	darirh kar gahhu naam har vath.
ਇਹੁ ਧਨੁ ਸੰਚਹੁ, ਹੋਵਹੁ ਭਗਵੰਥ॥	ih Dhan sanchahu hovhu bhagvant.
ਸੰਤ ਜਨਾ ਕਾ, ਨਿਰਮਲ ਮੰਥ॥	sant janaa kaa nirmal mant.
ਏਕ ਆਸ, ਰਾਖਹੁ ਮਨ ਮਾਹਿ॥	ayk aas raakho man maahi.
ਸਰਬ ਰੋਗ, ਨਾਨਕ ਮਿਟਿ ਜਾਹਿ॥੧॥	sarab rog naanak mit jaahi. ||1||

ਅਸਟਪਦੀ॥ Asatpadee. (19 -2)

ਜਿਸੁ ਧਨ ਕਉ, ਚਾਰਿ ਕੁੰਟ ਉਠਿ ਧਾਵਹਿ॥	jis Dhan ka-o chaar kunt uth Dhaaveh.
ਸੋ ਧਨੁ, ਹਰਿ ਸੇਵਾ ਤੇ ਪਾਵਹਿ॥	so Dhan har sayvaa tay paavahi.
ਜਿਸੁ ਸੁਖ ਕਉ, ਨਿਤ ਬਾਛਹਿ ਮੀਥ॥	jis sukh ka-o nit baachheh meet.
ਸੋ ਸੁਖੁ, ਸਾਧੂ ਸੰਗਿ ਪਰੀਥਿ॥	so sukh saaDhoo sang pareet.
ਜਿਸੁ ਸੋਭਾ ਕਉ, ਕਰਹਿ ਭਲੀ ਕਰਨੀ॥	jis sobhaa ka-o karahi bhalee karnee.
ਸਾ ਸੋਭਾ, ਭਜੁ ਹਰਿ ਕੀ ਸਰਨੀ॥	saa sobhaa bhaj har kee sarnee.
ਅਨਿਕ ਉਪਾਵੀ, ਰੋਗੁ ਨ ਜਾਇ॥	anik upaavee rog na jaa-ay.
ਰੋਗੁ ਮਿਟੈ, ਹਰਿ ਅਵਖਧੁ ਲਾਇ॥	rog mitai har avkhaDh laa-ay.
ਸਰਬ ਨਿਧਾਨ ਮਹਿ, ਹਰਿ ਨਾਮੁ ਨਿਧਾਨੁ॥	sarab niDhaan meh har naam niDhaan.
ਜਪਿ ਨਾਨਕ, ਦਰਗਹਿ ਪਰਵਾਨੁ॥੨॥	jap naanak dargahi parvaan. ||2||

ਅਸਟਪਦੀ॥ Asatpadee. (19 -3)

ਮਨੁ ਪਰਬੋਧਹੁ, ਹਰਿ ਕੈ ਨਾਇ॥	man, parboDhahu har kai naa-ay.
ਦਹ ਦਿਸਿ ਧਾਵਤ, ਆਵੈ ਠਾਇ॥	dah dis Dhaavat aavai thaa-ay.
ਤਾ ਕਉ ਬਿਘਨੁ, ਨ ਲਾਗੈ ਕੋਇ॥	taa ka-o bighan na laagai ko-ay.
ਜਾ ਕੈ ਰਿਦੈ, ਬਸੈ ਹਰਿ ਸੋਇ॥	jaa kai ridai basai har so-ay.
ਕਲਿ ਤਾਤੀ, ਠਾਂਢਾ ਹਰਿ ਨਾਉ॥	kal taatee thaaNdhaa har naa-o.
ਸਿਮਰਿ ਸਿਮਰਿ, ਸਦਾ ਸੁਖ ਪਾਉ॥	simar simar sadaa sukh paa-o.
ਭਉ ਬਿਨਸੈ, ਪੂਰਨ ਹੋਇ ਆਸ॥	bha-o binsai pooran ho-ay aas.
ਭਗਤਿ ਭਾਇ, ਆਤਮ ਪਰਗਾਸ॥	bhagat bhaa-ay aatam pargaas.
ਤਿਤੁ ਘਰਿ ਜਾਇ, ਬਸੈ ਅਬਿਨਾਸੀ॥	tit ghar jaa-ay basai abhinaasee.
ਕਹੁ ਨਾਨਕ ਕਾਟੀ, ਜਮ ਫਾਸੀ॥੩॥	kaho naanak kaatee jam faasee. ||3||

ਅਸਟਪਦੀ॥ Asatpadee. (19 -4)

ਤਤੁ ਬੀਚਾਰੁ, ਕਹੈ ਜਨੁ ਸਾਚਾ॥	tat beechaar kahai jan saachaa.
ਜਨਮਿ ਮਰੈ, ਸੋ ਕਾਚੋ ਕਾਚਾ॥	janam marai so kaacho kaachaa.
ਆਵਾ ਗਵਨੁ, ਮਿਟੈ ਪ੍ਰਭ ਸੇਵ॥	aavaa gavan mitai parabh sayv.
ਆਪੁ ਤਿਆਗਿ, ਸਰਨਿ ਗੁਰਦੇਵ॥	aap ti-aag saran gurdayv.
ਇਉ ਰਤਨ ਜਨਮ ਕਾ, ਹੋਇ ਉਧਾਰੁ॥	i-o ratan janam kaa ho-ay uDhaar.
ਹਰਿ ਹਰਿ ਸਿਮਰਿ, ਪ੍ਰਾਨ ਆਧਾਰੁ॥	har har simar paraan aaDhaar.
ਅਨਿਕ ਉਪਾਵ, ਨ ਛੂਟਨਹਾਰੈ॥	anik upaav na chhootanhaaray.
ਸਿੰਮ੍ਰਿਤਿ, ਸਾਸਤ, ਬੇਦ, ਬੀਚਾਰੈ॥	simrit saasat bayd beechaaray.
ਹਰਿ ਕੀ ਭਗਤਿ, ਕਰਹੁ ਮਨੁ ਲਾਇ॥	har kee bhagat karahu man laa-ay.
ਮਨਿ ਬੰਛਤ, ਨਾਨਕ, ਫਲ ਪਾਇ॥੪॥	man, banchhat naanak fal paa-ay. ||4||

ਅਸਟਪਦੀ॥ Asatpadee. (19 -5)

ਸੰਗਿ ਨ ਚਾਲਸਿ, ਤੇਰੈ ਧਨਾ॥	sang na chaalas tayrai Dhanaa.
ਤੂੰ ਕਿਆ ਲਪਟਾਵਹਿ, ਮੂਰਖ ਮਨਾ॥	tooN ki-aa laptaavahi moorakh manaa.

ਸੁਤ, ਮੀਤ, ਕੁਟੰਬ, ਅਰੁ ਬਨਿਤਾ॥
sut meet kutamb ar banitaa.

ਇਨ ਤੇ ਕਹਹੁ ਤੁਮ, ਕਵਨ ਸਨਾਥਾ॥
in tay kahhu tum kavan sanaathaa.

ਰਾਜ ਰੰਗ, ਮਾਇਆ ਬਿਸਥਾਰ॥
raaj rang maa-i-aa bisthaar.

ਇਨ ਤੇ ਕਹਹੁ, ਕਵਨ ਛੁਟਕਾਰ॥
in tay kahhu kavan chhutkaar.

ਅਸੁ, ਹਸਤੀ, ਰਥ, ਅਸਵਾਰੀ॥
as hastee rath asvaaree.

ਝੂਠਾ ਡੰਫੁ, ਝੂਠੁ ਪਾਸਾਰੀ॥
jhoothaa damf jhooth paasaaree.

ਜਿਨਿ ਦੀਏ, ਤਿਸੁ ਬੁਝੈ ਨ ਬਿਗਾਨਾ॥
jin dee-ay tis bujhai na bigaanaa.

ਨਾਮੁ ਬਿਸਾਰਿ, ਨਾਨਕ ਪਛੁਤਾਨਾ॥੫॥
naam bisaar naanak pachhutaanaa. ||5||

ਅਸਟਪਦੀ॥ Asatpadee. (19 -6)

ਗੁਰ ਕੀ ਮਤਿ, ਤੂੰ ਲੇਹਿ ਇਆਨੇ॥
gur kee mat tooN layhi i-aanay.

ਭਗਤਿ ਬਿਨਾਂ, ਬਹੁ ਡੂਬੇ ਸਿਆਨੇ॥
bhagat binaa baho doobay si-aanay.

ਹਰਿ ਕੀ ਭਗਤਿ, ਕਰਹੁ ਮਨ ਮੀਤ॥
har kee bhagat karahu man meet.

ਨਿਰਮਲ ਹੋਇ, ਤੁਮ੍ਹਾਰੋ ਚੀਤ॥
nirmal ho-ay tumHaaro cheet.

ਚਰਨ ਕਮਲ, ਰਾਖਹੁ ਮਨ ਮਾਹਿ॥
charan kamal raakho man maahi.

ਜਨਮ ਜਨਮ ਕੇ, ਕਿਲਬਿਖ ਜਾਹਿ॥
janam janam kay kilbikh jaahi.

ਆਪਿ ਜਪਹੁ, ਅਵਰਾ ਨਾਮੁ ਜਪਾਵਹੁ॥
aap japahu avraa naam japaavhu.

ਸੁਨਤ ਕਹਤ, ਰਹਤ, ਗਤਿ ਪਾਵਹੁ॥
sunat kahat rahat gat paavhu.

ਸਾਰ ਭੂਤ, ਸਤਿ, ਹਰਿ ਕੋ ਨਾਉ॥
saar bhoot sat har ko naa-o.

ਸਹਜਿ ਸੁਭਾਇ, ਨਾਨਕ ਗੁਨ ਗਾਉ॥੬॥
sahj subhaa-ay naanak gun gaa-o. ||6||

ਅਸਟਪਦੀ॥ Asatpadee. (19 -7)

ਗੁਨ ਗਾਵਤ, ਤੇਰੀ ਉਤਰਸਿ ਮੈਲੁ॥
gun gaavat tayree utras mail.

ਬਿਨਸਿ ਜਾਇ, ਹਉਮੈ ਬਿਖੁ ਫੈਲੁ॥
binas jaa-ay ha-umai bikh fail.

ਹੋਹਿ ਅਚਿੰਤੁ, ਬਸੈ ਸੁਖ ਨਾਲਿ॥
hohi achint basai sukh naal.

ਸਾਸਿ ਗ੍ਰਾਸਿ, ਹਰਿ ਨਾਮੁ ਸਮਾਲਿ॥
saas garaas har naam samaal.

ਛਾਡਿ ਸਿਆਨਪ, ਸਗਲੀ ਮਨਾ॥
chhaad si-aanap saglee manaa.

ਸਾਧਸੰਗਿ ਪਾਵਹਿ, ਸਚੁ ਧਨਾ॥
saaDhsang paavahi sach Dhanaa.

ਹਰਿ ਪੂੰਜੀ, ਸੰਚਿ ਕਰਹੁ ਬਿਉਹਾਰੁ॥
har poonjee sanch karahu bi-uhaar.

ਈਹਾ ਸੁਖੁ, ਦਰਗਹ ਜੈਕਾਰੁ॥
eehaa sukh dargeh jaikaar.

ਸਰਬ ਨਿਰੰਤਰਿ, ਏਕੋ ਦੇਖੁ॥
sarab nirantar ayko daykh.

ਕਹੁ ਨਾਨਕ ਜਾ ਕੈ, ਮਸਤਕਿ ਲੇਖੁ॥੭॥
kaho naanak jaa kai mastak laykh. ||7||

ਅਸਟਪਦੀ॥ Asatpadee. (19 -8)

ਏਕੋ ਜਪਿ, ਏਕੋ ਸਾਲਾਹਿ॥
ayko jap ayko saalaahi.

ਏਕੁ ਸਿਮਰਿ, ਏਕੋ ਮਨ ਆਹਿ॥
ayk simar ayko man aahi.

ਏਕਸ ਕੇ ਗੁਨ, ਗਾਉ ਅਨੰਤ॥
aykas kay gun gaa-o anant.

ਮਨਿ ਤਨਿ ਜਾਪਿ, ਏਕ ਭਗਵੰਤ॥
man, tan jaap ayk bhagvant.

ਏਕੋ ਏਕੁ, ਏਕੁ ਹਰਿ ਆਪਿ॥
ayko ayk ayk har aap.

ਪੂਰਨ ਪੂਰਿ ਰਹਿਓ, ਪ੍ਰਭੁ ਬਿਆਪਿ॥
pooran poor rahi-o parabh bi-aap.

ਅਨਿਕ ਬਿਸਥਾਰ, ਏਕ ਤੇ ਭਏ॥
anik bisthaar ayk tay bha-ay.

ਏਕੁ ਅਰਾਧਿ, ਪਰਾਛਤ ਗਏ॥
ayk araaDh paraachhat ga-ay.

ਮਨ ਤਨ ਅੰਤਰਿ, ਏਕੁ ਪ੍ਰਭੁ ਰਾਤਾ॥
man, tan antar ayk parabh raataa.

ਗੁਰ ਪ੍ਰਸਾਦਿ, ਨਾਨਕ ਇਕੁ ਜਾਤਾ॥੮॥੧੯॥
gur parsaad naanak ik jaataa. ||8||19||

20. ਸਲੋਕੁ॥20॥ (289)

ਫਿਰਤ ਫਿਰਤ ਪ੍ਰਭ ਆਇਆ,
firat firat parabh aa-i-aa.

ਪਰਿਆ ਤਉ ਸਰਨਾਇ॥
pari-aa ta-o sarnaa-ay.

ਨਾਨਕ, ਕੀ ਪ੍ਰਭ ਬੇਨਤੀ,
naanak kee parabh bayntee

ਅਪਨੀ ਭਗਤੀ ਲਾਇ॥੧॥
apnee bhagtee laa-ay. ||1||

ਅਸਟਪਦੀ॥ Asatpadee. (20 -1)

ਜਾਚਕ ਜਨੁ, ਜਾਚੈ ਪ੍ਰਭ ਦਾਨੁ॥	jaachak jan jaachai parabh daan.
ਕਰਿ ਕਿਰਪਾ, ਦੇਵਹੁ ਹਰਿ ਨਾਮੁ॥	kar kirpaa dayvhu har naam.
ਸਾਧ ਜਨਾ ਕੀ, ਮਾਗਉ ਧੂਰਿ॥	saaDh janaa kee maaga-o Dhoor.
ਪਾਰਬ੍ਰਹਮ ਮੇਰੀ, ਸਰਧਾ ਪੂਰਿ॥	paarbarahm mayree sarDhaa poor.
ਸਦਾ ਸਦਾ ਪ੍ਰਭ ਕੇ, ਗੁਨ ਗਾਵਉ॥	sadaa sadaa parabh kay gun gaava-o.
ਸਾਸਿ ਸਾਸਿ ਪ੍ਰਭ, ਤੁਮਹਿ ਧਿਆਵਉ॥	saas saas parabh tumeh Dhi-aava-o.
ਚਰਨ ਕਮਲ ਸਿਉ, ਲਾਗੈ ਪ੍ਰੀਤਿ॥	charan kamal si-o laagai pareet.
ਭਗਤਿ ਕਰਉ ਪ੍ਰਭ ਕੀ, ਨਿਤ ਨੀਤਿ॥	bhagat kara-o parabh kee nit neet.
ਏਕ ਓਟ, ਏਕੋ ਆਧਾਰੁ॥	ayk ot ayko aaDhaar.
ਨਾਨਕੁ ਮਾਗੈ, ਨਾਮੁ ਪ੍ਰਭ ਸਾਰੁ॥੧॥	naanak maagai naam parabh saar. ||1||

ਅਸਟਪਦੀ॥ Asatpadee. (20 -2)

ਪ੍ਰਭ ਕੀ ਦ੍ਰਿਸਟਿ, ਮਹਾ ਸੁਖੁ ਹੋਇ॥	parabh kee darisat mahaa sukh ho-ay.
ਹਰਿ ਰਸੁ ਪਾਵੈ, ਬਿਰਲਾ ਕੋਇ॥	har ras paavai birlaa ko-ay.
ਜਿਨ ਚਾਖਿਆ, ਸੇ ਜਨ ਤ੍ਰਿਪਤਾਨੇ॥	jin chaakhi-aa say jan tariptaanay.
ਪੂਰਨ ਪੁਰਖ, ਨਹੀ ਡੋਲਾਨੇ॥	pooran purakh nahee dolaanay.
ਸੁਭਰ ਭਰੇ, ਪ੍ਰੇਮ ਰਸ ਰੰਗਿ॥	subhar bharay paraym ras rang.
ਉਪਜੈ ਚਾਉ, ਸਾਧ ਕੈ ਸੰਗਿ॥	upjai chaa-o saaDh kai sang.
ਪਰੇ ਸਰਨਿ, ਆਨ ਸਭ ਤਿਆਗਿ॥	paray saran aan sabh ti-aag.
ਅੰਤਰਿ ਪ੍ਰਗਾਸ, ਅਨਦਿਨੁ ਲਿਵ ਲਾਗਿ॥	antar pargaas an-din liv laag.
ਬਡਭਾਗੀ ਜਪਿਆ, ਪ੍ਰਭੁ ਸੋਇ॥	badbhaagee japi-aa parabh so-ay.
ਨਾਨਕ ਨਾਮਿ ਰਤੇ, ਸੁਖੁ ਹੋਇ॥੨॥	naanak naam ratay sukh ho-ay. ||2||

ਅਸਟਪਦੀ॥ Asatpadee. (20 -3)

ਸੇਵਕ ਕੀ ਮਨਸਾ, ਪੂਰੀ ਭਈ॥	sayvak kee mansaa pooree bha-ee.
ਸਤਿਗੁਰ ਤੇ, ਨਿਰਮਲ ਮਤਿ ਲਈ॥	satgur tay nirmal mat la-ee.
ਜਨ ਕਉ ਪ੍ਰਭੁ, ਹੋਇਓ ਦਇਆਲੁ॥	jan ka-o parabh ho-i-o da-i-aal.
ਸੇਵਕੁ ਕੀਨੋ, ਸਦਾ ਨਿਹਾਲੁ॥	sayvak keeno sadaa nihaal.
ਬੰਧਨ ਕਾਟਿ, ਮੁਕਤਿ ਜਨੁ ਭਇਆ॥	banDhan kaat mukat jan bha-i-aa.
ਜਨਮ ਮਰਨ, ਦੂਖੁ ਭ੍ਰਮੁ ਗਇਆ॥	janam maran dookh bharam ga-i-aa.
ਇਛ ਪੁਨੀ, ਸਰਧਾ ਸਭ ਪੂਰੀ॥	ichh punee sarDhaa sabh pooree.
ਰਵਿ ਰਹਿਆ, ਸਦ ਸੰਗਿ ਹਜੂਰੀ॥	rav rahi-aa sad sang hajooree.
ਜਿਸ ਕਾ ਸਾ, ਤਿਨਿ ਲੀਆ ਮਿਲਾਇ॥	jis kaa saa tin lee-aa milaa-ay.
ਨਾਨਕ ਭਗਤੀ, ਨਾਮਿ ਸਮਾਇ॥੩॥	naanak bhagtee naam samaa-ay. ||3||

ਅਸਟਪਦੀ॥ Asatpadee. (20 -4)

ਸੋ ਕਿਉ ਬਿਸਰੈ, ਜਿ ਘਾਲ ਨ ਭਾਨੈ॥	so ki-o bisrai je ghaal na bhaanai.
ਸੋ ਕਿਉ ਬਿਸਰੈ, ਜਿ ਕੀਆ ਜਾਨੈ॥	so ki-o bisrai je kee-aa jaanai.
ਸੋ ਕਿਉ ਬਿਸਰੈ, ਜਿਨਿ ਸਭੁ ਕਿਛੁ ਦੀਆਂ॥	so ki-o bisrai jin sabh kichh dee-aa.
ਸੋ ਕਿਉ ਬਿਸਰੈ, ਜਿ ਜੀਵਨ ਜੀਆ॥	so ki-o bisrai je jeevan jee-aa.
ਸੋ ਕਿਉ ਬਿਸਰੈ, ਜਿ ਅਗਨਿ ਮਹਿ ਰਾਖੈ॥	so ki-o bisrai je agan meh raakhai.
ਗੁਰ ਪ੍ਰਸਾਦਿ ਕੋ, ਬਿਰਲਾ ਲਾਖੈ॥	gur parsaad ko birlaa laakhai.
ਸੋ ਕਿਉ ਬਿਸਰੈ, ਜਿ ਬਿਖੁ ਤੇ ਕਾਢੈ॥	so ki-o bisrai je bikh tay kaadhai.
ਜਨਮ ਜਨਮ ਕਾ, ਟੂਟਾ ਗਾਢੈ॥	janam janam kaa tootaa gaadhai.
ਗੁਰਿ ਪੂਰੈ ਤਤੁ, ਇਹੈ ਬੁਝਾਇਆ॥	gur poorai tat ihai bujhaa-i-aa.
ਪ੍ਰਭੁ ਅਪਨਾ, ਨਾਨਕ, ਜਨ ਧਿਆਇਆ॥ ੪॥	parabh apnaa naanak jan Dhi-aa-i-aa. ||4||

ਅਸਟਪਦੀ॥ Asatpadee. (20 -5)

ਸਾਜਨ ਸੰਤ ਕਰਹੁ, ਇਹੁ ਕਾਮੁ॥	saajan sant karahu ih kaam.
ਆਨ ਤਿਆਗਿ, ਜਪਹੁ ਹਰਿ ਨਾਮੁ॥	aan ti-aag japahu har naam.

ਸਿਮਰਿ ਸਿਮਰਿ, ਸਿਮਰਿ ਸੁਖ ਪਾਵਹੁ॥	simar simar simar sukh paavhu.
ਆਪਿ ਜਪਹੁ, ਅਵਰਹ ਨਾਮੁ ਜਪਾਵਹੁ॥	aap japahu avrah naam japaavhu.
ਭਗਤਿ ਭਾਇ, ਤਰੀਐ ਸੰਸਾਰੁ॥	bhagat bhaa-ay taree-ai sansaar.
ਬਿਨੁ ਭਗਤੀ, ਤਨੁ ਹੋਸੀ ਛਾਰੁ॥	bin bhagtee tan hosee chhaar.
ਸਰਬ ਕਲਿਆਣ, ਸੂਖ ਨਿਧਿ ਨਾਮੁ॥	sarab kali-aan sookh niDh naam.
ਬੂਡਤ ਜਾਤ, ਪਾਏ ਬਿਸ੍ਰਾਮੁ॥	boodat jaat paa-ay bisraam.
ਸਗਲ ਦੂਖ ਕਾ, ਹੋਵਤ ਨਾਸੁ॥	sagal dookh kaa hovat naas.
ਨਾਨਕ ਨਾਮੁ, ਜਪਹੁ ਗੁਨਤਾਸੁ॥੫॥	naanak naam japahu guntaas. ||5||

ਅਸਟਪਦੀ॥ Asatpadee. (20 -6)

ਉਪਜੀ ਪ੍ਰੀਤਿ, ਪ੍ਰੇਮ ਰਸੁ ਚਾਉ॥	upjee pareet paraym ras chaa-o.
ਮਨ ਤਨ ਅਮਤਰਿ, ਇਹੀ ਸੁਆਉ॥	man, tan antar ihee su-aa-o.
ਨੇਤ੍ਰਹੁ ਪੇਖਿ, ਦਰਸੁ ਸੁਖੁ ਹੋਇ॥	naytarahu paykh daras sukh ho-ay.
ਮਨੁ ਬਿਗਸੈ, ਸਾਧ ਚਰਨ ਧੋਇ॥	man, bigsai saaDh charan Dho-ay.
ਭਗਤ ਜਨਾ ਕੈ, ਮਨਿ ਤਨਿ ਰੰਗੁ॥	bhagat janaa kai man tan rang.
ਬਿਰਲਾ ਕੋਊ, ਪਾਵੈ ਸੰਗੁ॥	birlaa ko-oo paavai sang.
ਏਕ ਬਸਤੁ, ਦੀਜੈ ਕਰਿ ਮਇਆ॥	ayk basat deejai kar ma-i-aa.
ਗੁਰ ਪ੍ਰਸਾਦਿ ਨਾਮੁ, ਜਪਿ ਲਇਆ॥	gur parsaad naam jap la-i-aa.
ਤਾ ਕੀ ਉਪਮਾ, ਕਹੀ ਨ ਜਾਇ॥	taa kee upmaa kahee na jaa-ay.
ਨਾਨਕ ਰਹਿਆ, ਸਰਬ ਸਮਾਇ॥੬॥	naanak rahi-aa sarab samaa-ay. ||6||

ਅਸਟਪਦੀ॥ Asatpadee. (20 -7)

ਪ੍ਰਭ ਬਖਸੰਦ, ਦੀਨ ਦਇਆਲ॥	parabh bakhsand deen da-i-aal.
ਭਗਤਿ ਵਛਲ, ਸਦਾ ਕਿਰਪਾਲ॥	bhagat vachhal sadaa kirpaal.
ਅਨਾਥ ਨਾਥ, ਗੋਬਿੰਦ ਗੁਪਾਲ॥	anaath naath gobind gupaal.
ਸਰਬ ਘਟਾ, ਕਰਤ ਪ੍ਰਤਿਪਾਲ॥	sarab ghataa karat partipaal.
ਆਦਿ ਪੁਰਖ, ਕਾਰਣ ਕਰਤਾਰ॥	aad purakh kaaran kartaar.
ਭਗਤ ਜਨਾ ਕੇ, ਪ੍ਰਾਨ ਅਧਾਰ॥	bhagat janaa kay paraan aDhaar.
ਜੋ ਜੋ ਜਪੈ, ਸੁ ਹੋਇ ਪੁਨੀਤ॥	jo jo japai so ho-ay puneet.
ਭਗਤਿ ਭਾਇ, ਲਾਵੈ ਮਨ ਹੀਤ॥	bhagat bhaa-ay laavai man heet.
ਹਮ ਨਿਰਗੁਨੀਆਰ, ਨੀਚ ਅਜਾਨ॥	ham nirgunee-aar neech ajaan.
ਨਾਨਕ ਤੁਮਰੀ ਸਰਨਿ, ਪੁਰਖ ਭਗਵਾਨ॥੭॥	naanak tumree saran purakh bhagvaan. ||7||

ਅਸਟਪਦੀ॥ Asatpadee. (20 -8)

ਸਰਬ ਬੈਕੁੰਠ, ਮੁਕਤਿ ਮੋਖ ਪਾਏ॥	sarab baikunth mukat mokh paa-ay.
ਏਕ ਨਿਮਖ, ਹਰਿ ਕੇ ਗੁਨ ਗਾਏ॥	ayk nimakh har kay gun gaa-ay.
ਅਨਿਕ ਰਾਜ, ਭੋਗ ਬਡਿਆਈ॥	anik raaj bhog badi-aa-ee.
ਹਰਿ ਕੇ ਨਾਮ ਕੀ, ਕਥਾ ਮਨਿ ਭਾਈ॥	har kay naam kee kathaa man bhaa-ee.
ਬਹੁ ਭੋਜਨ, ਕਾਪਰ ਸੰਗੀਤ॥	baho bhojan kaapar sangeet.
ਰਸਨਾ ਜਪਤੀ, ਹਰਿ ਹਰਿ ਨੀਤ॥	rasnaa japtee har har neet
ਭਲੀ ਸੁ ਕਰਨੀ, ਸੋਭਾ ਧਨਵੰਤ॥	bhalee so karnee sobhaa Dhanvant.
ਹਿਰਦੈ ਬਸੇ, ਪੂਰਨ ਗੁਰ ਮੰਤ॥	hHirdai basay pooran gur mant.
ਸਾਧਸੰਗਿ ਪ੍ਰਭ, ਦੇਹੁ ਨਿਵਾਸ॥	saaDhsang parabh dayh nivaas.
ਸਰਬ ਸੂਖ, ਨਾਨਕ ਪਰਗਾਸ॥੮॥੨੦॥	sarab sookh naanak pargaas. ||8||20||

21. **ਸਲੋਕੁ**॥21॥ (290)

ਸਰਗੁਨ, ਨਿਰਗੁਨ, ਨਿਰੰਕਾਰ,	sargun nirgun nirankaar
ਸੁੰਨ ਸਮਾਧੀ, ਆਪਿ॥	sunn samaaDhee aap.
ਆਪਨ ਕੀਆ ਨਾਨਕਾ,	aapan kee-aa naankaa
ਆਪੇ ਹੀ ਫਿਰਿ ਜਾਪਿ॥	aapay hee fir jaap. ||1||

ਅਸਟਪਦੀ॥ **Asatpadee.** (21 -1)

ਜਬ ਅਕਾਰੁ, ਇਹੁ ਕਛੁ ਨ ਦ੍ਰਿਸਟੇਤਾ॥	jab akaar ih kachh na daristaytaa.
ਪਾਪ ਪੁੰਨ ਤਬ, ਕਹ ਤੇ ਹੋਤਾ॥	aaap punn tab kah tay hotaa.
ਜਬ ਧਾਰੀ, ਆਪਨ ਸੁੰਨ ਸਮਾਧਿ॥	jab Dhaaree aapan sunn samaaDh.
ਤਬ ਬੈਰ ਬਿਰੋਧ, ਕਿਸੁ ਸੰਗਿ ਕਮਾਥਿ॥	tab bair biroDh kis sang kamaat.
ਜਬ ਇਸ ਕਾ ਬਰਨੁ, ਚਿਹਨੁ ਨ ਜਾਪਤ॥	jab is kaa baran chihan na jaapat.
ਤਬ ਹਰਖ ਸੋਗ ਕਹੁ, ਕਿਸਹਿ ਬਿਆਪਤ॥	tab harakh sog kaho kiseh bi-aapat.
ਜਬ ਆਪਨ ਆਪ, ਆਪਿ ਪਾਰਬ੍ਰਹਮ॥	jab aapan aap aap paarbarahm.
ਤਬ ਮੋਹ ਕਹਾ, ਕਿਸੁ ਹੋਵਤ ਭਰਮ॥	tab moh kahaa kis hovat bharam.
ਆਪਨ ਖੇਲੁ, ਆਪਿ ਵਰਤੀਜਾ॥	aapan khayl aap varteejaa.
ਨਾਨਕ ਕਰਨੈਹਾਰੁ, ਨ ਦੂਜਾ॥੧॥	naanak karnaihaar na doojaa. ||1||

ਅਸਟਪਦੀ॥ **Asatpadee.** (21 -2)

ਜਬ ਹੋਵਤ, ਪ੍ਰਭ ਕੇਵਲ ਧਨੀ॥	jab hovat parabh kayval Dhanee.
ਤਬ ਬੰਧ ਮੁਕਤਿ, ਕਹੁ ਕਿਸ ਕਉ ਗਨੀ॥	tab banDh mukat kaho kis ka-o ganee.
ਜਬ ਏਕਹਿ, ਹਰਿ, ਅਗਮ ਅਪਾਰ॥	jab aykeh har agam apaar.
ਤਬ ਨਰਕ, ਸੁਰਗ ਕਹੁ, ਕਉਨ ਅਉਤਾਰ॥	tab narak surag kaho ka-un a-utaar.
ਜਬ ਨਿਰਗੁਨ, ਪ੍ਰਭ, ਸਹਜ ਸੁਭਾਇ॥	jab nirgun parabh sahj subhaa-ay.
ਤਬ ਸਿਵ ਸਕਤਿ, ਕਹਹੁ ਕਿਤੁ ਠਾਇ॥	tab siv sakat kahhu kit thaa-ay.
ਜਬ ਆਪਹਿ ਆਪਿ, ਅਪਨੀ ਜੋਤਿ ਧਰੈ॥	jab aapeh aap apnee jot Dharai.
ਤਬ ਕਵਨ ਨਿਡਰੁ, ਕਵਨ ਕਤ ਡਰੈ॥	tab kavan nidar kavan kat darai.
ਆਪਨ ਚਲਿਤ, ਆਪਿ ਕਰਨੈਹਾਰ॥	aapan chalit aap karnaihaar.
ਨਾਨਕ ਠਾਕੁਰ, ਅਗਮ ਅਪਾਰ॥੨॥	thaakur agam apaar. ||2||

ਅਸਟਪਦੀ॥ **Asatpadee.** (21 -3)

ਅਬਿਨਾਸੀ ਸੁਖ, ਆਪਨ ਆਸਨ॥	abhinaasee sukh aapan aasan.
ਤਹ ਜਨਮ ਮਰਨ, ਕਹੁ ਕਹਾ ਬਿਨਾਸਨ॥	tah janam maran kaho kahaa binaasan.
ਜਬ ਪੂਰਨ ਕਰਤਾ, ਪ੍ਰਭੁ ਸੋਇ॥	jab pooran kartaa parabh so-ay.
ਤਬ ਜਮ ਕੀ ਤ੍ਰਾਸ, ਕਹਹੁ ਕਿਸੁ ਹੋਇ॥	tab jam kee taraas kahhu kis ho-ay.
ਜਬ ਅਬਿਗਤ, ਅਗੋਚਰ, ਪ੍ਰਭ ਏਕਾ॥	jab abigat agochar parabh aykaa.
ਤਬ, ਚਿਤ੍ਰ ਗੁਪਤ, ਕਿਸੁ ਪੂਛਤ ਲੇਖਾ॥	tab chitar gupat kis poochhat laykhaa.
ਜਬ ਨਾਥ ਨਿਰੰਜਨ, ਅਗੋਚਰ ਅਗਾਧੇ॥	tab naath niranjan agochar agaaDhay.
ਤਬ ਕਉਨ ਛੁਟੇ, ਕਉਨ ਬੰਧਨ ਬਾਧੇ॥	tab ka-un chhutay ka-un banDhan baaDhay.
ਆਪਨ ਆਪ, ਆਪ ਹੀ ਅਚਰਜਾ॥	aapan aap aap hee acharjaa.
ਨਾਨਕ ਆਪਨ ਰੂਪ, ਆਪ ਹੀ ਉਪਰਜਾ॥ ੩॥	naanak aapan roop aap hee uparjaa. ||3||

ਅਸਟਪਦੀ॥ **Asatpadee.** (21 -4)

ਜਹ ਨਿਰਮਲ ਪੁਰਖੁ, ਪੁਰਖ ਪਤਿ ਹੋਤਾ॥	jah nirmal purakh purakh pat hotaa.
ਤਹ ਬਿਨੁ ਮੈਲੁ, ਕਹਹੁ ਕਿਆ ਧੋਤਾ॥	tah bin mail kahhu ki-aa Dhotaa.
ਜਹ ਨਿਰੰਜਨ, ਨਿਰੰਕਾਰ ਨਿਰਬਾਨ॥	jah niranjan nirankaar nirbaan.
ਤਹ ਕਉਨ ਕਉ ਮਾਨ, ਕਉਨ ਅਭਿਮਾਨ॥	tah ka-un ka-o maan ka-un abhimaan.
ਜਹ ਸਰੂਪ, ਕੇਵਲ ਜਗਦੀਸ॥	jah saroop kayval jagdees.
ਤਹ ਛਲ ਛਿਦ੍ਰ, ਲਗਤ ਕਹੁ ਕੀਸ॥	tah chhal chhidar lagat kaho kees.
ਜਹ ਜੋਤਿ ਸਰੂਪੀ, ਜੋਤਿ ਸੰਗਿ ਸਮਾਵੈ॥	jah jot saroopee jot sang samaavai.
ਤਹ ਕਿਸਹਿ ਭੂਖ, ਕਵਨੁ ਤ੍ਰਿਪਤਾਵੈ॥	tah kiseh bhookh kavan tariptaavai.
ਕਰਨ, ਕਰਾਵਨ, ਕਰਨੈਹਾਰੁ॥	karan karaavan karnaihaar.
ਨਾਨਕ ਕਰਤੇ, ਕਾ ਨਾਹਿ ਸੁਮਾਰੁ॥੪॥	naanak kartay kaa naahi sumaar. ||4|

ਅਸਟਪਦੀ॥ **Asatpadee.** (21 -5)

ਜਬ ਅਪਨੀ ਸੋਭਾ, ਆਪਨ ਸੰਗਿ ਬਨਾਈ॥	jab apnee sobhaa aapan sang banaa-ee.
ਤਬ ਕਵਨ, ਮਾਇ ਬਾਪ ਮਿਤ੍ਰ ਸੁਤ ਭਾਈ॥	tab kavan maa-ay baap mitar sut bhaa-ee.

ਜਹ ਸਰਬ ਕਲਾ, ਆਪਹਿ ਪਰਬੀਨ॥	jah sarab kalaa aapeh parbeen.
ਤਹ, ਬੇਦ, ਕਤੇਬ, ਕਹਾ ਕੋਊ ਚੀਨ॥	tah bayd katayb kahaa ko-oo cheen.
ਜਬ ਆਪਨ ਆਪੁ, ਆਪਿ ਉਰਿ ਧਾਰੈ॥	jab aapan aap aap ur Dhaarai.
ਤਉ ਸਗਨ ਅਪਸਗਨ, ਕਹਾ ਬੀਚਾਰੈ॥	ta-o sagan apasgan kahaa beechaarai.
ਜਹ ਆਪਨ ਊਚ, ਆਪਨ ਆਪਿ ਨੇਰਾ॥	jah aapan ooch aapan aap nayraa.
ਤਹ ਕਉਨ ਠਾਕੁਰੁ, ਕਉਨੁ ਕਹੀਐ ਚੇਰਾ॥	tah ka-un thaakur ka-un kahee-ai chayraa.
ਬਿਸਮਨ ਬਿਸਮ, ਰਹੇ ਬਿਸਮਾਦ॥	bisman bisam rahay bismaad.
ਨਾਨਕ ਅਪਨੀ, ਗਤਿ, ਜਾਨਹੁ ਆਪਿ॥੫॥	Naanak apnee gat jaanhu aap. ||5||

ਅਸਟਪਦੀ॥ Asatpadee. (21 -6)

ਜਹ ਅਛਲ, ਅਛੇਦ ਅਭੇਦ ਸਮਾਇਆ॥	jah achhal achhayd abhayd samaa-i-aa.
ਊਹਾ ਕਿਸਹਿ, ਬਿਆਪਤ ਮਾਇਆ॥	oohaa kiseh bi-aapat maa-i-aa.
ਆਪਸ ਕਉ, ਆਪਹਿ ਆਦੇਸੁ॥	aapas ka-o aapeh aadays.
ਤਿਹੁ ਗੁਣ ਕਾ, ਨਾਹੀ ਪਰਵੇਸੁ॥	tihu gun kaa naahee parvays.
ਜਹ ਏਕਹਿ ਏਕ, ਏਕ ਭਗਵੰਤਾ॥	jah aykeh ayk ayk bhagvantaa.
ਤਹ ਕਉਨੁ ਅਚਿੰਤੁ, ਕਿਸੁ ਲਾਗੈ ਚਿੰਤਾਂ॥	tah ka-un achint kis laagai chintaa.
ਜਹ ਆਪਨ ਆਪੁ, ਆਪਿ ਪਤੀਆਰਾ॥	jah aapan aap aap patee-aaraa.
ਤਹ ਕਉਨੁ ਕਥੈ, ਕਉਨੁ ਸੁਨਨੈਹਾਰਾ॥	tah ka-un kathai ka-un sunnaihaaraa.
ਬਹੁ ਬੇਅੰਤ, ਊਚ ਤੇ ਊਚਾ॥	baho bay-ant ooch tay oochaa.
ਨਾਨਕ ਆਪਸ ਕਉ, ਆਪਹਿ ਪਹੂਚਾ॥੬॥	naanak aapas ka-o aapeh pahoochaa. ||6||

ਅਸਟਪਦੀ॥ Asatpadee. (21 -7)

ਜਹ ਆਪਿ ਰਚਿਓ, ਪਰਪੰਚੁ ਅਕਾਰੁ॥	jah aap rachi-o parpanch akaar.
ਤਿਹੁ ਗੁਣ ਮਹਿ, ਕੀਨੋ ਬਿਸਥਾਰੁ॥	tihu gun meh keeno bisthaar.
ਪਾਪੁ ਪੁੰਨੁ, ਤਹ ਭਈ ਕਹਾਵਤ॥	paap punn tah bha-ee kahaavat.
ਕੋਊ ਨਰਕ, ਕੋਊ ਸੁਰਗ, ਬੰਛਾਵਤ॥	ko-oo narak ko-oo surag banchhaavat.
ਆਲ ਜਾਲ, ਮਾਇਆ ਜੰਜਾਲ॥	aal jaal maa-i-aa janjaal.
ਹਉਮੈ ਮੋਹ, ਭਰਮ ਭੈ ਭਾਰ॥	ha-umai moh bharam bhai bhaar.
ਦੂਖ, ਸੂਖ, ਮਾਨ, ਅਪਮਾਨ॥	dookh sookh maan apmaan.
ਅਨਿਕ ਪ੍ਰਕਾਰ, ਕੀਓ ਬਖਿੰਨ॥	anik parkaar kee-o bakh-yaan.
ਆਪਨ ਖੇਲੁ, ਆਪਿ ਕਰਿ ਦੇਖੈ॥	aapan khayl aap kar daykhai.
ਖੇਲੁ ਸੰਕੋਚੈ, ਤਉ ਨਾਨਕ ਏਕੈ॥੭॥	khayl sankochai ta-o naanak aykai. ||7||

ਅਸਟਪਦੀ॥ Asatpadee. (21 -8)

ਜਹ ਅਬਿਗਤੁ, ਭਗਤੁ ਤਹ ਆਪਿ॥	jah abigat bhagat tah aap.
ਜਹ ਪਸਰੈ ਪਾਸਾਰੁ, ਸੰਤ ਪਰਤਾਪਿ॥	jah pasrai paasaar sant partaap.
ਦੁਹੂ ਪਾਖ ਕਾ, ਆਪਹਿ ਧਨੀ॥	duhoo paakh kaa aapeh Dhanee.
ਉਨ ਕੀ ਸੋਭਾ, ਉਨਹੂ ਬਨੀ॥	un kee sobhaa unhoo banee.
ਆਪਹਿ ਕਉਤਕ ਕਰੈ, ਅਨਦ ਚੋਜ॥	aapeh ka-utak karai anad choj.
ਆਪਹਿ ਰਸ, ਭੋਗਨ ਨਿਰਜੋਗ॥	aapeh ras bhogan nirjog.
ਜਿਸੁ ਭਾਵੈ ਤਿਸੁ, ਆਪਨ ਨਾਇ ਲਾਵੈ॥	jis bhaavai tis aapan naa-ay laavai.
ਜਿਸੁ ਭਾਵੈ, ਤਿਸੁ ਖੇਲ ਖਿਲਾਵੈ॥	jis bhaavai tis khayl khilaavai.
ਬੇਸੁਮਾਰ ਅਥਾਹ, ਅਗਨਤ ਅਤੋਲੈ॥	baysumaar athaah agnat atolai.
ਜਿਉ ਬੁਲਾਵਹੁ ਤਿਉ, ਨਾਨਕ ਦਾਸ ਬੋਲੈ॥ ੮॥੨੧॥	ji-o bulaavhu ti-o naanak daas bolai. ||8||21||

22. **ਸਲੋਕੁ**॥22॥ (292)

ਜੀਅ ਜੰਤ ਕੇ ਠਾਕੁਰਾ, ਆਪੇ ਵਰਤਣਹਾਰ॥	jee-a jant kay thaakuraa aapay vartanhaar.
ਨਾਨਕ ਏਕੋ ਪਸਰਿਆ, ਦੂਜਾ ਕਹ ਦ੍ਰਿਸਟਾਰ॥	naanak ayko pasri-aa doojaa kah daristaar. |1||

ਅਸਟਪਦੀ॥ Asatpadee. (22 -1)

ਆਪਿ ਕਥੈ, ਆਪਿ ਸੁਨਨੈਹਾਰੁ॥	aap kathai aap sunnaihaar.
ਆਪਹਿ ਏਕੁ, ਆਪਿ ਬਿਸਥਾਰੁ॥	aapeh ayk aap bisthaar.
ਜਾ ਤਿਸੁ ਭਾਵੈ, ਤਾ ਸ੍ਰਿਸਟਿ ਉਪਾਏ॥	jaa tis bhaavai taa sarisat upaa-ay.
ਆਪਨੈ ਭਾਣੈ, ਲਏ ਸਮਾਏ॥	aapnai bhaanai la-ay samaa-ay.
ਤੁਮ ਤੇ ਭਿੰਨ, ਨਹੀ ਕਿਛੁ ਹੋਇ॥	tum tay bhinn nahee kichh ho-ay.
ਆਪਨ ਸੂਤਿ, ਸਭੁ ਜਗਤੁ ਪਰੋਇ॥	aapan soot sabh jagat paro-ay.
ਜਾ ਕਉ ਪ੍ਰਭ ਜੀਉ, ਆਪਿ ਬੁਝਾਏ॥	jaa ka-o parabh jee-o aap bujhaa-ay.
ਸਚੁ ਨਾਮੁ, ਸੋਈ ਜਨੁ ਪਾਏ॥	sach naam so-ee jan paa-ay.
ਸੋ ਸਮਦਰਸੀ, ਤਤ ਕਾ ਬੇਤਾ॥	so samadrasee tat kaa baytaa.
ਨਾਨਕ ਸਗਲ, ਸ੍ਰਿਸਟਿ ਕਾ ਜੇਤਾ॥੧॥	naanak sagal sarisat kaa jaytaa. ||1||

ਅਸਟਪਦੀ॥ Asatpadee. (22 -2)

ਜੀਅ ਜੰਤ੍ਰ ਸਭ, ਤਾ ਕੈ ਹਾਥ॥	jee-a jantar sabh taa kai haath.
ਦੀਨ ਦਇਆਲ, ਅਨਾਥ ਕੋ ਨਾਥੁ॥	deen da-i-aal anaath ko naath.
ਜਿਸੁ ਰਾਖੈ, ਤਿਸੁ ਕੋਇ ਨ ਮਾਰੈ॥	jis raakhai tis ko-ay na maarai.
ਸੋ ਮੂਆ, ਜਿਸੁ ਮਨਹੁ ਬਿਸਾਰੈ॥	so moo-aa jis manhu bisaarai.
ਤਿਸੁ ਤਜਿ ਅਵਰ, ਕਹਾ ਕੋ ਜਾਇ॥	tis taj avar kahaa ko jaa-ay.
ਸਭ ਸਿਰਿ, ਏਕੁ ਨਿਰੰਜਨ ਰਾਇ॥	sabh sir ayk niranjan raa-ay.
ਜੀਅ ਕੀ ਜੁਗਤਿ, ਜਾ ਕੈ ਸਭ ਹਾਥਿ॥	jee-a kee jugat jaa kai sabh haath.
ਅੰਤਰਿ ਬਾਹਰਿ, ਜਾਨਹੁ ਸਾਥਿ॥	antar baahar jaanhu saath.
ਗੁਨ ਨਿਧਾਨ, ਬੇਅੰਤ ਅਪਾਰ॥	gun niDhaan bay-ant apaar.
ਨਾਨਕ ਦਾਸ, ਸਦਾ ਬਲਿਹਾਰ॥੨॥	naanak daas sadaa balihaar. ||2||

ਅਸਟਪਦੀ॥ Asatpadee. (22 -3)

ਪੂਰਨ ਪੂਰਿ, ਰਹੇ ਦਇਆਲ॥	pooran poor rahay da-i-aal.
ਸਭ ਊਪਰਿ, ਹੋਵਤ ਕਿਰਪਾਲ॥	sabh oopar hovat kirpaal.
ਅਪਨੇ ਕਰਤਬ, ਜਾਨੈ ਆਪਿ॥	apnay kartab jaanai aap.
ਅੰਤਰਜਾਮੀ, ਰਹਿਓ ਬਿਆਪਿ॥	antarjaamee rahi-o bi-aap.
ਪ੍ਰਤਿਪਾਲੈ ਜੀਅਨ, ਬਹੁ ਭਾਤਿ॥	paratipaalai jee-an baho bhaat.
ਜੋ ਜੋ ਰਚਿਓ, ਸੁ ਤਿਸਹਿ ਧਿਆਤਿ॥	jo jo rachi-o so tiseh Dhi-aat.
ਜਿਸੁ ਭਾਵੈ, ਤਿਸੁ ਲਏ ਮਿਲਾਇ॥	jis bhaavai tis la-ay milaa-ay.
ਭਗਤਿ ਕਰਹਿ, ਹਰਿ ਕੇ ਗੁਣ ਗਾਇ॥	bhagat karahi har kay gun gaa-ay.
ਮਨ ਅੰਤਰਿ ਬਿਸ੍ਵਾਸੁ, ਕਰਿ ਮਾਨਿਆ॥	man, antar bisvaas kar maani-aa.
ਕਰਨਹਾਰੁ ਨਾਨਕ, ਇਕੁ ਜਾਨਿਆ॥੩॥	karanhaar naanak ik jaani-aa. ||3||

ਅਸਟਪਦੀ॥ Asatpadee. (22 -4)

ਜਨੁ ਲਾਗਾ, ਹਰਿ ਏਕੈ ਨਾਇ॥	jan laagaa har aykai naa-ay.
ਤਿਸ ਕੀ ਆਸ, ਨ ਬਿਰਥੀ ਜਾਇ॥	tis kee aas na birthee jaa-ay.
ਸੇਵਕ ਕਉ, ਸੇਵਾ ਬਨਿ ਆਈ॥	sayvak ka-o sayvaa ban aa-ee.
ਹੁਕਮੁ ਬੂਝਿ, ਪਰਮ ਪਦੁ ਪਾਈ॥	hukam boojh param pad paa-ee.
ਇਸ ਤੇ ਊਪਰਿ, ਨਹੀ ਬੀਚਾਰੁ॥	is tay oopar nahee beechaar.
ਜਾ ਕੈ ਮਨਿ, ਬਸਿਆ ਨਿਰੰਕਾਰੁ॥	jaa kai man basi-aa nirankaar.
ਬੰਧਨ ਤੋਰਿ ਭਏ, ਨਿਰਵੈਰ॥	banDhan tor bha-ay nirvair.
ਅਨਦਿਨੁ ਪੂਜਹਿ, ਗੁਰ ਕੇ ਪੈਰ॥	an-din poojeh gur kay pair.
ਇਹ ਲੋਕ ਸੁਖੀਏ, ਪਰਲੋਕ ਸੁਹੇਲੇ॥	ih lok sukhee-ay parlok suhaylay.
ਨਾਨਕ ਹਰਿ ਪ੍ਰਭਿ, ਆਪਹਿ ਮੇਲੇ॥੪॥	naanak har parabh aapeh maylay. ||4||

ਅਸਟਪਦੀ॥ Asatpadee. (22 -5)

ਸਾਧਸੰਗਿ ਮਿਲਿ, ਕਰਹੁ ਅਨੰਦ॥	saaDhsang mil karahu anand.

ਗੁਨ ਗਾਵਹੁ ਪ੍ਰਭ, ਪਰਮਾਨੰਦ॥	gun gaavhu parabh parmaanand.
ਰਾਮ ਨਾਮ ਤਤੁ, ਕਰਹੁ ਬੀਚਾਰੁ॥	raam naam tat karahu beechaar.
ਦ੍ਰੁਲਭ ਦੇਹ, ਕਾ ਕਰਹੁ ਉਧਾਰੁ॥	darulabh dayh kaa karahu uDhaar.
ਅੰਮ੍ਰਿਤ ਬਚਨ, ਹਰਿ ਕੇ ਗੁਨ ਗਾਉ॥	amrit bachan har kay gun gaa-o.
ਪ੍ਰਾਨ ਤਰਨ, ਕਾ ਇਹੈ ਸੁਆਉ॥	paraan taran kaa ihai su-aa-o.
ਆਠ ਪਹਰ, ਪ੍ਰਭ ਪੇਖਹੁ ਨੇਰਾ॥	aath pahar parabh paykhahu nayraa.
ਮਿਟੈ ਅਗਿਆਨੁ, ਬਿਨਸੈ ਅੰਧੇਰਾ॥	mitai agi-aan binsai anDhayraa.
ਸੁਨਿ ਉਪਦੇਸੁ, ਹਿਰਦੈ ਬਸਾਵਹੁ॥	sun updays hirdai basaavhu.
ਮਨ ਇਛੇ, ਨਾਨਕ ਫਲ ਪਾਵਹੁ॥੫॥	man, ichhay naanak fal paavhu. ||5||

ਅਸਟਪਦੀ॥ Asatpadee. (22 -6)

ਹਲਤੁ ਪਲਤੁ, ਦੁਇ ਲੇਹੁ ਸਵਾਰਿ॥	halat palat du-ay layho savaar.
ਰਾਮ ਨਾਮੁ ਅੰਤਰਿ, ਉਰਿ ਧਾਰਿ॥	raam naam antar ur Dhaar.
ਪੂਰੇ ਗੁਰ ਕੀ, ਪੂਰੀ ਦੀਖਿਆ॥	pooray gur kee pooree deekhi-aa.
ਜਿਸੁ ਮਨਿ ਬਸੈ, ਤਿਸੁ ਸਾਚੁ ਪਰੀਖਿਆ॥	jis man basai tis saach pareekhi-aa.
ਮਨਿ ਤਨਿ, ਨਾਮੁ ਜਪਹੁ, ਲਿਵ ਲਾਇ॥	man, tan naam japahu liv laa-ay.
ਦੂਖੁ, ਦਰਦੁ, ਮਨ ਤੇ ਭਉ ਜਾਇ॥	dookh darad man tay bha-o jaa-ay.
ਸਚੁ ਵਾਪਾਰੁ, ਕਰਹੁ ਵਾਪਾਰੀ॥	sach vaapaar karahu vaapaaree.
ਦਰਗਹ ਨਿਬਹੈ, ਖੇਪ ਤੁਮਾਰੀ॥	dargeh nibhai khayp tumaaree.
ਏਕਾ ਟੇਕ, ਰਖਹੁ ਮਨ ਮਾਹਿ॥	aykaa tayk rakhahu man maahi.
ਨਾਨਕ ਬਹੁਰਿ ਨ, ਆਵਹਿ ਜਾਹਿ॥੬॥	naanak bahur na aavahi jaahi. ||6||

ਅਸਟਪਦੀ॥ Asatpadee. (22 -7)

ਤਿਸ ਤੇ ਦੂਰਿ, ਕਹਾ ਕੋ ਜਾਇ॥	tis tay door kahaa ko jaa-ay.
ਉਬਰੈ ਰਾਖਨਹਾਰੁ, ਧਿਆਇ॥	ubrai raakhanhaar Dhi-aa-ay.
ਨਿਰਭਉ ਜਪੈ, ਸਗਲ ਭਉ ਮਿਟੈ॥	nirbha-o japai sagal bha-o mitai.
ਪ੍ਰਭ ਕਿਰਪਾ ਤੇ, ਪ੍ਰਾਣੀ ਛੁਟੈ॥	parabh kirpaa tay paraanee chhutai.
ਜਿਸੁ ਪ੍ਰਭੁ ਰਾਖੈ, ਤਿਸੁ ਨਾਹੀ ਦੂਖ॥	jis parabh raakhai tis naahee dookh.
ਨਾਮੁ ਜਪਤ, ਮਨਿ ਹੋਵਤ ਸੂਖ॥	naam japat man hovat sookh.
ਚਿੰਤਾਂ ਜਾਇ, ਮਿਟੈ ਅਹੰਕਾਰੁ॥	chintaa jaa-ay mitai ahaNkaar.
ਤਿਸੁ ਜਨ ਕਉ, ਕੋਇ ਨ ਪਹੁਚਨਹਾਰੁ॥	tis jan ka-o ko-ay na pahuchanhaar.
ਸਿਰ ਊਪਰਿ, ਠਾਢਾ ਗੁਰੁ ਸੂਰਾ॥	sir oopar thaadhaa gur sooraa.
ਨਾਨਕ ਤਾ ਕੇ, ਕਾਰਜ ਪੂਰਾ॥੭॥	naanak taa kay kaaraj pooraa. ||7||

ਅਸਟਪਦੀ॥ Asatpadee. (22 -8)

ਮਤਿ ਪੂਰੀ, ਅੰਮ੍ਰਿਤੁ ਜਾ ਕੀ ਦ੍ਰਿਸਟਿ॥	mat pooree amrit jaa kee darisat.
ਦਰਸਨੁ ਪੇਖਤ, ਉਧਰਤ ਸ੍ਰਿਸਟਿ॥	darsan paykhat uDhrat sarisat.
ਚਰਨ ਕਮਲ, ਜਾ ਕੇ ਅਨੂਪ॥	charan kamal jaa kay anoop.
ਸਫਲ ਦਰਸਨੁ, ਸੁੰਦਰ ਹਰਿ ਰੂਪ॥	safal darsan sundar har roop.
ਧੰਨੁ ਸੇਵਾ, ਸੇਵਕੁ ਪਰਵਾਨੁ॥	dhan sayvaa sayvak parvaan.
ਅੰਤਰਜਾਮੀ, ਪੁਰਖੁ ਪ੍ਰਧਾਨੁ॥	antarjaamee purakh parDhaan.
ਜਿਸੁ ਮਨਿ ਬਸੈ, ਸੁ ਹੋਤ ਨਿਹਾਲੁ॥	jis man basai so hot nihaal.
ਤਾ ਕੈ ਨਿਕਟਿ, ਨ ਆਵਤ ਕਾਲੁ॥	taa kai nikat na aavat kaal.
ਅਮਰ ਭਏ, ਅਮਰਾ ਪਦੁ ਪਾਇਆ॥	amar bha-ay amraa pad paa-i-aa.
ਸਾਧਸੰਗਿ ਨਾਨਕ, ਹਰਿ ਧਿਆਇਆ॥ ੮॥੨੨॥	saaDhsang naanak har Dhi-aa-i-aa. ||8||22||

23. ਸਲੋਕੁ॥23॥ (293)

ਗਿਆਨ ਅੰਜਨੁ ਗੁਰਿ ਦੀਆਂ,	gi-aan anjan gur dee-aa agi-aan
ਅਗਿਆਨ ਅੰਧੇਰ ਬਿਨਾਸੁ॥	anDhayr binaas.
ਹਰਿ ਕਿਰਪਾ ਤੇ ਸੰਤ ਭੇਟਿਆ,	har kirpaa tay sant bhayti-aa

ਨਾਨਕ ਮਨਿ ਪਰਗਾਸੁ॥	naanak man pargaas. ||1||

ਅਸਟਪਦੀ॥ Asatpadee. (23 -1)

ਸੰਤਸੰਗਿ ਅੰਤਰਿ, ਪ੍ਰਭੁ ਡੀਠਾ॥	satsang antar parabh deethaa.
ਨਾਮੁ ਪ੍ਰਭੂ ਕਾ, ਲਾਗਾ ਮੀਠਾ॥	naam parabhoo kaa laagaa meethaa.
ਸਗਲ ਸਮਿਗ੍ਰੀ, ਏਕਸੁ ਘਟ ਮਾਹਿ॥	sagal samagree aykas ghat maahi.
ਅਨਿਕ ਰੰਗ, ਨਾਨਾ ਦ੍ਰਿਸਟਾਹਿ॥	anik rang naanaa daristaahi.
ਨਉ ਨਿਧਿ ਅੰਮ੍ਰਿਤੁ, ਪ੍ਰਭ ਕਾ ਨਾਮੁ॥	na-o niDh amrit parabh kaa naam.
ਦੇਹੀ ਮਹਿ, ਇਸ ਕਾ ਬਿਸ੍ਰਾਮੁ॥	dayhee meh is kaa bisraam.
ਸੁੰਨ ਸਮਾਧਿ, ਅਨਹਤ ਤਹ ਨਾਦ॥	sunn samaaDh anhat tah naad.
ਕਹਨੁ ਨ ਜਾਈ, ਅਚਰਜ ਬਿਸਮਾਦ॥	kahan na jaa-ee achraj bismaad.
ਤਿਨਿ ਦੇਖਿਆ, ਜਿਸੁ ਆਪਿ ਦਿਖਾਏ॥	tin daykhi-aa jis aap dikhaa-ay.
ਨਾਨਕ ਤਿਸੁ ਜਨ, ਸੋਝੀ ਪਾਏ॥੧॥	naanak tis jan sojhee paa-ay. ||1||

ਅਸਟਪਦੀ॥ Asatpadee. (23 -2)

ਸੋ ਅੰਤਰਿ, ਸੋ ਬਾਹਰਿ ਅਨੰਤ॥	so antar so baahar anant.
ਘਟਿ ਘਟਿ ਬਿਆਪਿ, ਰਹਿਆ ਭਗਵੰਤ॥	ghat ghat bi-aap rahi-aa bhagvant.
ਧਰਨਿ ਮਾਹਿ, ਆਕਾਸ ਪਇਆਲ॥	dharan maahi aakaas pa-i-aal.
ਸਰਬ ਲੋਕ, ਪੂਰਨ ਪ੍ਰਤਿਪਾਲ॥	sarab lok pooran partipaal.
ਬਨਿ ਤਿਨਿ, ਪਰਬਤਿ ਹੈ, ਪਾਰਬ੍ਰਹਮੁ॥	ban tin parbat hai paarbarahm.
ਜੈਸੀ ਆਗਿਆ, ਤੈਸਾ ਕਰਮੁ॥	jaisee aagi-aa taisaa karam.
ਪਉਣ, ਪਾਣੀ, ਬੈਸੰਤਰ, ਮਾਹਿ॥	pa-un paanee baisantar maahi.
ਚਾਰਿ ਕੁੰਟ ਦਹ, ਦਿਸੇ ਸਮਾਹਿ॥	chaar kunt dah disay samaahi.
ਤਿਸ ਤੇ ਭਿੰਨ, ਨਹੀ ਕੋ ਠਾਉ॥	tis tay bhinn nahee ko thaa-o.
ਗੁਰ ਪ੍ਰਸਾਦਿ, ਨਾਨਕ ਸੁਖੁ ਪਾਉ॥੨॥	gur parsaad naanak sukh paa-o. ||2||

ਅਸਟਪਦੀ॥ Asatpadee. (23 -3)

ਬੇਦ, ਪੁਰਾਨ, ਸਿੰਮ੍ਰਿਤਿ, ਮਹਿ ਦੇਖੁ॥	bayd puraan simrit meh daykh.
ਸਸੀਅਰ, ਸੂਰ, ਨਖੵਤ੍ਰ ਮਹਿ ਏਕੁ॥	sasee-ar soor nakh-yatar meh ayk.
ਬਾਣੀ ਪ੍ਰਭ ਕੀ, ਸਭੁ ਕੋ ਬੋਲੈ॥	banee parabh kee sabh ko bolai.
ਆਪਿ ਅਡੋਲੁ, ਨ ਕਬਹੂ ਡੋਲੈ॥	aap adol na kabhoo dolai.
ਸਰਬ ਕਲਾ ਕਰਿ, ਖੇਲੈ ਖੇਲ॥	sarab kalaa kar khaylai khayl.
ਮੋਲਿ ਨ ਪਾਈਐ, ਗੁਣਹ ਅਮੋਲ॥	mol na paa-ee-ai gunah amol.
ਸਰਬ ਜੋਤਿ ਮਹਿ, ਜਾ ਕੀ ਜੋਤਿ॥	sarab jot meh jaa kee jot.
ਧਾਰਿ ਰਹਿਓ, ਸੁਆਮੀ ਓਤਿ ਪੋਤਿ॥	dhaar rahi-o su-aamee ot pot.
ਗੁਰ ਪਰਸਾਦਿ, ਭਰਮ ਕਾ ਨਾਸੁ॥	gur parsaad bharam kaa naas.
ਨਾਨਕ ਤਿਨ ਮਹਿ, ਏਹੁ ਬਿਸਾਸੁ॥੩॥	naanak tin meh ayhu bisaas. ||3||

ਅਸਟਪਦੀ॥ Asatpadee. (23 -4)

ਸੰਤ ਜਨਾ ਕਾ, ਪੇਖਨੁ ਸਭੁ ਬ੍ਰਹਮ॥	sant janaa kaa paykhan sabh barahm.
ਸੰਤ ਜਨਾ ਕੈ, ਹਿਰਦੈ ਸਭਿ ਧਰਮ॥	sant janaa kai hirdai sabh Dharam.
ਸੰਤ ਜਨਾ ਸੁਨਹਿ, ਸੁਭ ਬਚਨ॥	sant janaa suneh subh bachan.
ਸਰਬ ਬਿਆਪੀ, ਰਾਮ ਸੰਗਿ ਰਚਨ॥	sarab bi-aapee raam sang rachan.
ਜਿਨਿ ਜਾਤਾ, ਤਿਸ ਕੀ ਇਹ ਰਹਤ॥	jin jaataa tis kee ih rahat.
ਸਤਿ ਬਚਨ ਸਾਧੂ, ਸਭਿ ਕਹਤ॥	sat bachan saaDhoo sabh kahat.
ਜੋ ਜੋ ਹੋਇ, ਸੋਈ ਸੁਖੁ ਮਾਨੈ॥	jo jo ho-ay so-ee sukh maanai.
ਕਰਨ ਕਰਾਵਨਹਾਰੁ, ਪ੍ਰਭੁ ਜਾਨੈ॥	karan karaavanhaar parabh jaanai.
ਅੰਤਰਿ ਬਸੇ, ਬਾਹਰਿ ਭੀ ਓਹੀ॥	antar basay baahar bhee ohee.
ਨਾਨਕ ਦਰਸਨੁ, ਦੇਖਿ ਸਭ ਮੋਹੀ॥੪॥	naanak darsan daykh sabh mohee. ||4||

ਅਸਟਪਦੀ॥ Asatpadee. (23 -5)

ਆਪਿ ਸਤਿ ਕੀਆ, ਸਭੁ ਸਤਿ॥	aap sat kee-aa sabh sat.
ਤਿਸੁ ਪ੍ਰਭ ਤੇ, ਸਗਲੀ ਉਤਪਤਿ॥	tis parabh tay saglee utpat.
ਤਿਸੁ ਭਾਵੈ ਤਾ, ਕਰੇ ਬਿਸਥਾਰੁ॥	tis bhaavai taa karay bisthaar.
ਤਿਸੁ ਭਾਵੈ ਤਾ, ਏਕੰਕਾਰੁ॥	tis bhaavai taa aykankaar.
ਅਨਿਕ ਕਲਾ, ਲਖੀ ਨਹ ਜਾਇ॥	anik kalaa lakhee nah jaa-ay.
ਜਿਸੁ ਭਾਵੈ ਤਿਸੁ, ਲਏ ਮਿਲਾਇ॥	jis bhaavai tis la-ay milaa-ay.
ਕਵਨ ਨਿਕਟਿ, ਕਵਨ ਕਹੀਐ ਦੂਰਿ॥	kavan nikat kavan kahee-ai door.
ਆਪੇ ਆਪਿ, ਆਪ ਭਰਪੂਰਿ॥	aapay aap aap bharpoor.
ਅੰਤਰਗਤਿ ਜਿਸੁ, ਆਪਿ ਜਨਾਏ॥	antargat jis aap janaa-ay.
ਨਾਨਕ ਤਿਸੁ ਜਨ, ਆਪਿ ਬੁਝਾਏ॥੫॥	naanak tis jan aap bujhaa-ay. ||5||

ਅਸਟਪਦੀ॥ Asatpadee. (23 -6)

ਸਰਬ ਭੂਤ, ਆਪਿ ਵਰਤਾਰਾ॥	sarab bhoot aap vartaaraa.
ਸਰਬ ਨੈਨ, ਆਪਿ ਪੇਖਨਹਾਰਾ॥	sarab nain aap paykhanhaaraa.
ਸਗਲ ਸਮਗ੍ਰੀ, ਜਾ ਕਾ ਤਨਾ॥	sagal samagree jaa kaa tanaa.
ਆਪਨ ਜਸੁ, ਆਪ ਹੀ ਸੁਨਾ॥	aapan jas aap hee sunaa.
ਆਵਨ ਜਾਨੁ, ਇਕੁ ਖੇਲੁ ਬਨਾਇਆ॥	aavan jaan ik khayl banaa-i-aa.
ਆਗਿਆਕਾਰੀ ਕੀਨੀ, ਮਾਇਆ॥	aagi-aakaaree keenee maa-i-aa.
ਸਭ ਕੈ ਮਧਿ, ਅਲਿਪਤੋ ਰਹੈ॥	sabh kai maDh alipato rahai.
ਜੋ ਕਿਛੁ ਕਹਣਾ, ਸੁ ਆਪੇ ਕਹੈ॥	jo kichh kahnaa so aapay kahai.
ਆਗਿਆ ਆਵੈ, ਆਗਿਆ ਜਾਇ॥	aagi-aa aavai aagi-aa jaa-ay.
ਨਾਨਕ ਜਾ ਭਾਵੈ, ਤਾ ਲਏ ਸਮਾਇ॥੬॥	naanak jaa bhaavai taa la-ay samaa-ay. ||6||

ਅਸਟਪਦੀ॥ Asatpadee. (23 -7)

ਇਸ ਤੇ ਹੋਇ, ਸੁ ਨਾਹੀ ਬੁਰਾ॥	is tay ho-ay so naahee buraa.
ਓਰੈ ਕਹਹੁ, ਕਿਨੈ ਕਛੁ ਕਰਾ॥	orai kahhu kinai kachh karaa.
ਆਪਿ ਭਲਾ, ਕਰਤੂਤਿ ਅਤਿ ਨੀਕੀ॥	aap bhalaa kartoot at neekee.
ਆਪੇ ਜਾਨੈ, ਅਪਨੇ ਜੀ ਕੀ॥	aapay jaanai apnay jee kee.
ਆਪਿ ਸਾਚੁ, ਧਾਰੀ ਸਭ ਸਾਚੁ॥	aap saach Dhaaree sabh saach.
ਓਤਿ ਪੋਤਿ, ਆਪਨ ਸੰਗਿ ਰਾਚੁ॥	ot pot aapan sang raach.
ਤਾ ਕੀ ਗਤਿ ਮਿਤਿ, ਕਹੀ ਨ ਜਾਇ॥	taa kee gat mit kahee na jaa-ay.
ਦੂਸਰ ਹੋਇ ਤ, ਸੋਝੀ ਪਾਇ॥	doosar ho-ay ta sojhee paa-ay.
ਤਿਸ ਕਾ ਕੀਆ, ਸਭੁ ਪਰਵਾਨੁ॥	tis kaa kee-aa sabh parvaan.
ਗੁਰ ਪ੍ਰਸਾਦਿ, ਨਾਨਕ, ਇਹੁ ਜਾਨੁ॥੭॥	gur parsaad naanak ih jaan. ||7||

ਅਸਟਪਦੀ॥ Asatpadee. (23 -8)

ਜੋ ਜਾਨੈ, ਤਿਸੁ ਸਦਾ ਸੁਖੁ ਹੋਇ॥	jo jaanai tis sadaa sukh ho-ay.
ਆਪਿ ਮਿਲਾਇ ਲਏ, ਪ੍ਰਭੁ ਸੋਇ॥	aap milaa-ay la-ay parabh so-ay.
ਓਹੁ ਧਨਵੰਤੁ, ਕੁਲਵੰਤੁ ਪਤਿਵੰਤੁ॥	oh, Dhanvant kulvant pativant.
ਜੀਵਨ ਮੁਕਤਿ, ਜਿਸੁ ਰਿਦੈ ਭਗਵੰਤੁ॥	jeevan mukat jis ridai bhagvant.
ਧੰਨੁ ਧੰਨੁ, ਧੰਨੁ ਜਨੁ ਆਇਆ॥	dhan Dhan Dhan jan aa-i-aa.
ਜਿਸੁ ਪ੍ਰਸਾਦਿ, ਸਭੁ ਜਗਤੁ ਤਰਾਇਆ॥	jis parsaad sabh jagat taraa-i-aa.
ਜਨ ਆਵਨ, ਕਾ ਇਹੈ ਸੁਆਉ॥	jan aavan kaa ihai su-aa-o.
ਜਨ ਕੈ ਸੰਗਿ, ਚਿਤਿ ਆਵੈ ਨਾਉ॥	jan kai sang chit aavai naa-o.
ਆਪਿ ਮੁਕਤੁ, ਮੁਕਤੁ ਕਰੈ ਸੰਸਾਰੁ॥	aap mukat mukat karai sansaar.
ਨਾਨਕ ਤਿਸੁ ਜਨ ਕਉ, ਸਦਾ ਨਮਸਕਾਰੁ॥੮॥੨੩॥	naanak tis jan ka-o sadaa na- maskaar. ||8||23||

24. ਸਲੋਕੁ॥24॥ (295)

ਪੂਰਾ ਪ੍ਰਭੁ ਆਰਾਧਿਆ,	pooraa parabh aaraaDhi-aa
ਪੂਰਾ ਜਾ ਕਾ ਨਾਉ॥	pooraa jaa kaa naa-o.
ਨਾਨਕ ਪੂਰਾ ਪਾਇਆ,	naanak pooraa paa-i-aa
ਪੂਰੇ ਕੇ ਗੁਨ ਗਾਉ॥	pooray kay gun gaa-o.||1||

ਅਸਟਪਦੀ॥ Asatpadee. (24 -1)

ਪੂਰੇ ਗੁਰ ਕਾ, ਸੁਨਿ ਉਪਦੇਸੁ॥	pooray gur kaa sun updays.
ਪਾਰਬ੍ਰਹਮੁ, ਨਿਕਟਿ ਕਰਿ ਪੇਖੁ॥	paarbarahm nikat kar paykh.
ਸਾਸਿ ਸਾਸਿ, ਸਿਮਰਹੁ ਗੋਬਿੰਦ॥	saas saas simrahu gobind.
ਮਨ ਅੰਤਰ ਕੀ, ਉਤਰੈ ਚਿੰਦ॥	man, antar kee utrai chind.
ਆਸ ਅਨਿਤ, ਤਿਆਗਹੁ ਤਰੰਗ॥	aas anit ti-aagahu tarang.
ਸੰਤ ਜਨਾ ਕੀ, ਧੂਰਿ ਮਨ ਮੰਗ॥	sant janaa kee Dhoor man mang.
ਆਪੁ ਛੋਡਿ, ਬੇਨਤੀ ਕਰਹੁ॥	aap chhod bayntee karahu.
ਸਾਧਸੰਗਿ ਅਗਨਿ, ਸਾਗਰੁ ਤਰਹੁ॥	saaDhsang agan saagar tarahu.
ਹਰਿ ਧਨ ਕੇ, ਭਰਿ ਲੇਹੁ ਭੰਡਾਰ॥	har Dhan kay bhar layho bhandaar.
ਨਾਨਕ ਗੁਰ ਪੂਰੇ, ਨਮਸਕਾਰ॥੧॥	naanak gur pooray namaskaar. ||1||

ਅਸਟਪਦੀ॥ Asatpadee. (24 -2)

ਖੇਮ ਕੁਸਲ, ਸਹਜ ਆਨੰਦ॥	khaym kusal sahj aanand.
ਸਾਧਸੰਗਿ ਭਜੁ, ਪਰਮਾਨੰਦ॥	saaDhsang bhaj parmaanand.
ਨਰਕ ਨਿਵਾਰਿ, ਉਧਾਰਹੁ ਜੀਉ॥	narak nivaar uDhaarahu jee-o.
ਗੁਨ ਗੋਬਿੰਦ, ਅੰਮ੍ਰਿਤ ਰਸੁ ਪੀਉ॥	gun gobind amrit ras pee-o.
ਚਿਤਿ ਚਿਤਵਹੁ, ਨਾਰਾਇਣ ਏਕ॥	chit chitvahu naaraa-in ayk.
ਏਕ ਰੂਪ, ਜਾ ਕੇ ਰੰਗ ਅਨੇਕ॥	ayk roop jaa kay rang anayk.
ਗੋਪਾਲ ਦਾਮੋਦਰ, ਦੀਨ ਦਇਆਲ॥	gopaal daamodar deen da-i-aal.
ਦੁਖ ਭੰਜਨ, ਪੂਰਨ ਕਿਰਪਾਲ॥	dukh bhanjan pooran kirpaal.
ਸਿਮਰਿ ਸਿਮਰਿ, ਨਾਮੁ ਬਾਰੰ ਬਾਰ॥	simar simar naam baaraN baar.
ਨਾਨਕ ਜੀਅ ਕਾ, ਇਹੈ ਅਧਾਰ॥੨॥	naanak jee-a kaa ihai aDhaar. ||2||

ਅਸਟਪਦੀ॥ Asatpadee. (24 -3)

ਉਤਮ ਸਲੋਕ, ਸਾਧ ਕੇ ਬਚਨ॥	utam salok saaDh kay bachan.
ਅਮੁਲੀਕ ਲਾਲ, ਏਹਿ ਰਤਨ॥	amuleek laal ayhi ratan.
ਸੁਨਤ ਕਮਾਵਤ, ਹੋਤ ਉਧਾਰ॥	sunat kamaavat hot uDhaar.
ਆਪਿ ਤਰੈ, ਲੋਕਹ ਨਿਸਤਾਰ॥	aap tarai lokah nistaar.
ਸਫਲ ਜੀਵਨੁ, ਸਫਲੁ ਤਾ ਕਾ ਸੰਗੁ॥	safal jeevan safal taa kaa sang.
ਜਾ ਕੈ ਮਨਿ ਲਾਗਾ, ਹਰਿ ਰੰਗੁ॥	jaa kai man laagaa har rang.
ਜੈ ਜੈ ਸਬਦੁ, ਅਨਾਹਦੁ ਵਾਜੈ॥	jai jai sabad anaahad vaajai.
ਸੁਨਿ ਸੁਨਿ ਅਨੰਦ ਕਰੇ, ਪ੍ਰਭੁ ਗਾਜੈ॥	sun sun anad karay parabh gaajai.
ਪ੍ਰਗਟੇ ਗੁਪਾਲ, ਮਹਾਂਤ ਕੈ ਮਾਥੈ॥	pargatay gupaal mahaaNt kai maathay.
ਨਾਨਕ ਉਧਰੇ, ਤਿਨ ਕੈ ਸਾਥੈ॥੩॥	naanak uDhray tin kai saathay. ||3||

ਅਸਟਪਦੀ॥ Asatpadee. (24 -4)

ਸਰਨਿ ਜੋਗੁ, ਸੁਨਿ ਸਰਨੀ ਆਏ॥	saran jog sun sarnee aa-ay.
ਕਰਿ ਕਿਰਪਾ, ਪ੍ਰਭ ਆਪ ਮਿਲਾਏ॥	kar kirpaa parabh aap milaa-ay.
ਮਿਟਿ ਗਏ ਬੈਰ, ਭਏ ਸਭ ਰੇਨ॥	mit ga-ay bair bha-ay sabh rayn.
ਅੰਮ੍ਰਿਤ ਨਾਮੁ, ਸਾਧਸੰਗਿ ਲੈਨ॥	amrit naam saaDhsang lain.
ਸੁਪ੍ਰਸੰਨ ਭਏ, ਗੁਰਦੇਵ॥	suparsan bha-ay gurdayv.
ਪੂਰਨ ਹੋਈ, ਸੇਵਕ ਕੀ ਸੇਵ॥	pooran ho-ee sayvak kee sayv.
ਆਲ ਜੰਜਾਲ, ਬਿਕਾਰ ਤੇ ਰਹਤੈ॥	aal janjaal bikaar tay rahtay.
ਰਾਮ ਨਾਮ ਸੁਨਿ, ਰਸਨਾ ਕਹਤੈ॥	raam naam sun rasnaa kahtay.

ਕਰਿ ਪ੍ਰਸਾਦੁ, ਦਇਆ ਪ੍ਰਭਿ ਧਾਰੀ॥	kar parsaad da-i-aa parabh Dhaaree.
ਨਾਨਕ ਨਿਬਹੀ, ਖੇਪ ਹਮਾਰੀ॥੪॥	naanak nibhee khayp hamaaree. ||4||

ਅਸਟਪਦੀ॥ Asatpadee. (24 -5)

ਪ੍ਰਭ ਕੀ ਉਸਤਤਿ, ਕਰਹੁ ਸੰਤ ਮੀਤ॥	parabh kee ustat karahu sant meet.
ਸਾਵਧਾਨ, ਏਕਾਗਰ ਚੀਤ॥	saavDhaan aykaagar cheet.
ਸੁਖਮਨੀ ਸਹਜ, ਗੋਬਿੰਦ ਗੁਨ ਨਾਮ॥	sukhmanee sahj gobind gun naam.
ਜਿਸੁ ਮਨਿ ਬਸੈ, ਸੁ ਹੋਤ ਨਿਧਾਨ॥	jis man basai so hot niDhaan.
ਸਰਬ ਇਛਾ, ਤਾ ਕੀ ਪੂਰਨ ਹੋਇ॥	sarab ichhaa taa kee pooran ho-ay.
ਪ੍ਰਧਾਨ ਪੁਰਖੁ, ਪ੍ਰਗਟੁ ਸਭ ਲੋਇ॥	parDhaan purakh pargat sabh lo-ay.
ਸਭ ਤੇ ਊਚ, ਪਾਏ ਅਸਥਾਨੁ॥	sabh tay ooch paa-ay asthaan.
ਬਹੁਰਿ ਨ ਹੋਵੈ, ਆਵਨ ਜਾਨੁ॥	bahur na hovai aavan jaan.
ਹਰਿ ਧਨੁ ਖਾਟਿ, ਚਲੈ ਜਨੁ ਸੋਇ॥	har Dhan khaat chalai jan so-ay.
ਨਾਨਕ ਜਿਸਹਿ, ਪਰਾਪਤਿ ਹੋਇ॥੫॥	naanak jisahi paraapat ho-ay. ||5||

ਅਸਟਪਦੀ॥ Asatpadee. (24 -6)

ਖੇਮ ਸਾਂਤਿ, ਰਿਧਿ ਨਵ ਨਿਧਿ॥	khaym saaNt riDh nav niDh.
ਬੁਧਿ ਗਿਆਨੁ, ਸਰਬ ਤਹ ਸਿਧਿ॥	buDh gi-aan sarab tah siDh.
ਬਿਦਿਆ ਤਪੁ ਜੋਗੁ, ਪ੍ਰਭ ਧਿਆਨੁ॥	bidi-aa tap jog parabh Dhi-aan.
ਗਿਆਨੁ ਸ੍ਰੇਸਟ, ਊਤਮ ਇਸਨਾਨੁ॥	gi-aan saraysat ootam isnaan.
ਚਾਰਿ ਪਦਾਰਥ, ਕਮਲ ਪ੍ਰਗਾਸ॥	chaar padaarath kamal pargaas.
ਸਭ ਕੈ ਮਧਿ, ਸਗਲ ਤੇ ਉਦਾਸ॥	sabh kai maDh sagal tay udaas.
ਸੁੰਦਰੁ ਚਤੁਰੁ, ਤਤ ਕਾ ਬੇਤਾ॥	sundar chatur tat kaa baytaa.
ਸਮਦਰਸੀ, ਏਕ ਦ੍ਰਿਸਟੇਤਾ॥	samadrasee ayk daristaytaa.
ਇਹ ਫਲ, ਤਿਸੁ ਜਨ ਕੈ ਮੁਖਿ ਭਨੇ॥	ih fal tis jan kai mukh bhanay.
ਗੁਰ ਨਾਨਕ, ਨਾਮ ਬਚਨ ਮਨਿ ਸੁਨੇ॥੬॥	gur naanak naam bachan man sunay. ||6||

ਅਸਟਪਦੀ॥ Asatpadee.॥ (24 -7)

ਇਹੁ ਨਿਧਾਨੁ, ਜਪੈ ਮਨਿ ਕੋਇ॥	ih niDhaan japai man ko-ay.
ਸਭ ਜੁਗ ਮਹਿ, ਤਾ ਕੀ ਗਤਿ ਹੋਇ॥	sabh jug meh taa kee gat ho-ay.
ਗੁਣ ਗੋਬਿੰਦ, ਨਾਮ ਧੁਨਿ ਬਾਣੀ॥	gun gobind naam Dhun banee.
ਸਿਮ੍ਰਿਤਿ, ਸਾਸਤ੍ਰ, ਬੇਦ, ਬਖਾਣੀ॥	simrit saastar bayd bakhaanee.
ਸਗਲ ਮਤਾਂਤ, ਕੇਵਲ ਹਰਿ ਨਾਮ॥	sagal mataaNt kayval har naam.
ਗੋਬਿੰਦ ਭਗਤ ਕੈ, ਮਨਿ ਬਿਸ੍ਰਾਮ॥	gobind bhagat kai man bisraam.
ਕੋਟਿ ਅਪ੍ਰਾਧ, ਸਾਧਸੰਗਿ ਮਿਟੈ॥	kot apraaDh saaDhsang mitai.
ਸੰਤ ਕ੍ਰਿਪਾ ਤੇ, ਜਮ ਤੇ ਛੁਟੈ॥	sant kirpaa tay jam tay chhutai.
ਜਾ ਕੈ ਮਸਤਕਿ, ਕਰਮ ਪ੍ਰਭਿ ਪਾਏ॥	jaa kai mastak karam parabh paa-ay.
ਸਾਧ ਸਰਣਿ, ਨਾਨਕ ਤੇ ਆਏ॥੭॥	saaDh saran naanak tay aa-ay. ||7||

ਅਸਟਪਦੀ॥ Asatpadee. (24 -8)

ਜਿਸੁ ਮਨਿ ਬਸੈ, ਸੁਨੈ ਲਾਇ ਪ੍ਰੀਤਿ॥	jis man basai sunai laa-ay pareet.
ਤਿਸੁ ਜਨ ਆਵੈ, ਹਰਿ ਪ੍ਰਭੁ ਚੀਤਿ॥	tis jan aavai har parabh cheet.
ਜਨਮ ਮਰਨ ਤਾ ਕਾ, ਦੂਖੁ ਨਿਵਾਰੈ॥	janam maran taa kaa dookh nivaarai.
ਦੁਲਭ ਦੇਹ, ਤਤਕਾਲ ਉਧਾਰੈ॥	dulabh dayh tatkaal uDhaarai.
ਨਿਰਮਲ ਸੋਭਾ, ਅੰਮ੍ਰਿਤ ਤਾ ਕੀ ਬਾਨੀ॥	nirmal sobhaa amrit taa kee baanee.
ਏਕੁ ਨਾਮੁ, ਮਨ ਮਾਹਿ ਸਮਾਨੀ॥	ayk naam man maahi samaanee.
ਦੂਖ ਰੋਗ, ਬਿਨਸੇ ਭੈ ਭਰਮ॥	dookh rog binsay bhai bharam.
ਸਾਧ ਨਾਮ, ਨਿਰਮਲ ਤਾ ਕੇ ਕਰਮ॥	saaDh naam nirmal taa kay karam.
ਸਭ ਤੇ ਊਚ, ਤਾ ਕੀ ਸੋਭਾ ਬਨੀ॥	sabh tay ooch taa kee sobhaa banee.
ਨਾਨਕ ਇਹ ਗੁਣਿ, ਨਾਮੁ ਸੁਖਮਨੀ॥ ੮॥੨੪॥	naanak ih gun naam sukhmanee. ||8||24||

☬ ਮੱਸਿਆ – ਚੰਦ ਦੇ 15 ਦਿਨ ☬

1. ਥਿਤੀ ਗਉੜੀ ਮਹਲਾ ੫॥ ਸਲੋਕੁ॥

ੴ ਸਤਿਗੁਰ ਪ੍ਰਸਾਦਿ॥
ik-oNkaar satgur parsaad.

ਜਲਿ ਥਲਿ ਮਹੀਅਲਿ ਪੂਰਿਆ,
jal thal mahee-al poori-aa

ਸੁਆਮੀ ਸਿਰਜਨਹਾਰੁ॥
su-aamee sirjanhaar.

ਅਨਿਕ ਭਾਂਤਿ ਹੋਇ ਪਸਰਿਆ,
anik bhaaNt ho-ay pasri-aa

ਨਾਨਕ ਏਕੰਕਾਰੁ॥੧॥
naanak aykankaar. ||1||

ਪਉੜੀ॥
pa-orhee.

ਏਕਮ ਏਕੰਕਾਰੁ ਪ੍ਰਭੁ,
aykam aykankaar parabh

ਕਰਉ ਬੰਦਨਾ ਧਿਆਇ॥
kara-o bandana Dhi-aa-ay.

ਗੁਣ ਗੋਬਿੰਦ ਗੁਪਾਲ ਪ੍ਰਭ,
gun gobind gupaal parabh

ਸਰਨਿ ਪਰਉ ਹਰਿ ਰਾਇ॥
saran para-o har raa-ay.

ਤਾ ਕੀ ਆਸ ਕਲਿਆਣ ਸੁਖ,
taa kee aas kali-aan sukh

ਜਾ ਤੇ ਸਭੁ ਕਛੁ ਹੋਇ॥
jaa tay sabh kachh ho-ay.

ਚਾਰਿ ਕੁੰਟ ਦਹ ਦਿਸਿ ਭ੍ਰਮਿਓ,
chaar kunt dah dis bharmi-o

ਤਿਸੁ ਬਿਨੁ ਅਵਰੁ ਨ ਕੋਇ॥
tis bin avar na ko-ay.

ਬੇਦ ਪੁਰਾਨ ਸਿਮ੍ਰਿਤਿ ਸੁਨੇ,
bayd puraan simrit sunay

ਬਹੁ ਬਿਧਿ ਕਰਉ ਬੀਚਾਰੁ॥
baho biDh kara-o beechaar.

ਪਤਿਤ ਉਧਾਰਨ ਭੈ ਹਰਨ,
patit uDhaaran bhai haran

ਸੁਖ ਸਾਗਰ ਨਿਰੰਕਾਰ॥
sukh saagar nirankaar.

ਦਾਤਾ ਭੁਗਤਾ ਦੇਨਹਾਰੁ,
daataa bhugtaa daynhaar

ਤਿਸੁ ਬਿਨੁ ਅਵਰੁ ਨ ਜਾਇ॥
tis bin avar na jaa-ay.

ਜੋ ਚਾਹਹਿ ਸੋਈ ਮਿਲੈ,
jo chaaheh so-ee milai

ਨਾਨਕ ਹਰਿ ਗੁਨ ਗਾਇ॥੧॥
naanak har gun gaa-ay. ||1||

ਗੋਬਿੰਦ ਜਸੁ ਗਾਈਐ, ਹਰਿ ਨੀਤ॥
gobind jas gaa-ee-ai har neet.

ਮਿਲਿ ਭਜੀਐ ਸਾਧਸੰਗਿ, ਮੇਰੇ ਮੀਤ॥੧॥
mil bhajee-ai saaDhsang mayray meet.

ਰਹਾਉ॥
||1|| rahaa-o.

2. ਸਲੋਕੁ॥

ਕਰਉ ਬੰਦਨਾ ਅਨਿਕ ਵਾਰ,
kara-o bandnaa anik vaar

ਸਰਨਿ ਪਰਉ ਹਰਿ ਰਾਇ॥
saran para-o har raa-ay.

ਭ੍ਰਮੁ ਕਟੀਐ ਨਾਨਕ,
bharam katee-ai naanak

ਸਾਧਸੰਗਿ ਦੁਤੀਆ ਭਾਉ ਮਿਟਾਇ॥੨॥
saaDhsang dutee-aa bhaa-o mitaa-ay. ||2||

ਪਉੜੀ॥
pa-orhee.

ਦੁਤੀਆ ਦੁਰਮਤਿ ਦੂਰਿ ਕਰਿ,
dutee-aa durmat door kar

ਗੁਰ ਸੇਵਾ ਕਰਿ ਨੀਤ॥
gur sayvaa kar neet.

ਰਾਮ ਰਤਨੁ ਮਨਿ ਤਨਿ ਬਸੈ,
raam ratan man tan basai

ਤਜਿ ਕਾਮੁ ਕ੍ਰੋਧੁ ਲੋਭੁ ਮੀਤ॥
taj kaam kroDh lobh meet.

ਮਰਣੁ ਮਿਟੈ ਜੀਵਨੁ ਮਿਲੈ,
maran mitai jeevan milai

ਬਿਨਸਹਿ ਸਗਲ ਕਲੇਸ॥
binsahi sagal kalays.

ਆਪੁ ਤਜਹੁ ਗੋਬਿੰਦ ਭਜਹੁ,
aap tajahu gobind bhajahu

ਭਾਉ ਭਗਤਿ ਪਰਵੇਸ॥
bhaa-o bhagat parvays.

ਲਾਭੁ ਮਿਲੈ ਤੋਟਾ ਹਿਰੈ,
laabh milai totaa hirai

ਹਰਿ ਦਰਗਹ ਪਤਿਵੰਤ॥
har dargeh pativant.

ਰਾਮ ਨਾਮ ਧਨੁ ਸੰਚਵੈ,
raam naam Dhan sanchvai

ਸਾਚ ਸਾਹ ਭਗਵੰਥ॥
ਊਠਤ ਬੈਠਤ ਹਰਿ ਭਜਹੁ,
ਸਾਧੂ ਸੰਗਿ ਪਰੀਥਿ॥
ਨਾਨਕ ਦੁਰਮਤਿ ਛੁਟਿ ਗਈ,
ਪਾਰਬ੍ਰਹਮ ਬਸੇ ਚੀਥਿ॥੨॥

saach saah bhagvant.
oothat baithat har bhajahu
saaDhoo sang pareet.
naanak durmat chhut ga-ee
paarbarahm basay cheet. ||2||

3. ਸਲੋਕੁ॥ 297

ਤੀਨਿ ਬਿਆਪਹਿ ਜਗਤ ਕਉ,
ਤੁਰੀਆ ਪਾਵੈ ਕੋਇ॥
ਨਾਨਕ ਸੰਤ ਨਿਰਮਲ ਭਏ,
ਜਿਨ ਮਨਿ ਵਸਿਆ ਸੋਇ॥੩॥

teen bi-aapahi jagat ka-o
turee-aa paavai ko-ay.
naanak sant nirmal bha-ay
jin man vasi-aa so-ay. ||3||

ਪਉੜੀ॥
ਤ੍ਰਿਤੀਆ ਤ੍ਰੈ ਗੁਣ ਬਿਖੈ ਫਲ,
ਕਬ ਉਤਮ ਕਬ ਨੀਚੁ॥
ਨਰਕ ਸੁਰਗ ਭ੍ਰਮਤਉ ਘਣੋ,
ਸਦਾ ਸੰਘਾਰੈ ਮੀਚੁ॥
ਹਰਖ ਸੋਗ ਸਹਸਾ ਸੰਸਾਰੁ,
ਹਉ ਹਉ ਕਰਤ ਬਿਹਾਇ॥
ਜਿਨਿ ਕੀਏ ਤਿਸਹਿ ਨ ਜਾਣਨੀ,
ਚਿਤਵਹਿ ਅਨਿਕ ਉਪਾਇ॥
ਆਧਿ ਬਿਆਧਿ ਉਪਾਧਿ ਰਸ,
ਕਬਹੁ ਨ ਤੂਟੈ ਤਾਪ॥
ਪਾਰਬ੍ਰਹਮ ਪੂਰਨ ਧਨੀ,
ਨਹ ਬੂਝੈ ਪਰਤਾਪ॥
ਮੋਹ ਭਰਮ ਬੂਡਤ ਘਣੋ,
ਮਹਾ ਨਰਕ ਮਹਿ ਵਾਸ॥
ਕਰਿ ਕਿਰਪਾ ਪ੍ਰਭ ਰਾਖਿ ਲੇਹੁ,
ਨਾਨਕ ਤੇਰੀ ਆਸ॥੩॥

pa-orhee.
taritee-aa tarai gun bikhai fal
kab utam kab neech.
narak surag bharamta-o ghano
sadaa sanghaarai meech.
harakh sog sahsaa sansaar
ha-o ha-o karat bihaa-ay.
jin kee-ay tiseh na jaannee
chitvahi anik upaa-ay.
aaDh bi-aaDh upaaDh ras
kabahu na tootai taap.
paarbarahm pooran Dhanee nah
boojhai partaap.
moh bharam boodat ghano
mahaa narak meh vaas.
kar kirpaa parabh raakh layho
naanak tayree aas.

4. ਸਲੋਕੁ॥

ਚਤੁਰ ਸਿਆਣਾ ਸੁਘੜੁ ਸੋਇ,
ਜਿਨਿ ਤਜਿਆ ਅਭਿਮਾਨੁ॥
ਚਾਰਿ ਪਦਾਰਥ ਅਸਟ ਸਿਧਿ,
ਭਜੁ ਨਾਨਕ ਹਰਿ ਨਾਮੁ॥੪॥

chatur si-aanaa sugharh so-ay
jin taji-aa abhimaan.
chaar padaarath asat siDh
bhaj naanak har naam. ||4||

ਪਉੜੀ॥
ਚਤੁਰਥਿ ਚਾਰੇ ਬੇਦ ਸੁਣਿ,
ਸੋਧਿਓ ਤਤੁ ਬੀਚਾਰੁ॥
ਸਰਬ ਖੇਮ ਕਲਿਆਣ ਨਿਧਿ,
ਰਾਮ ਨਾਮੁ ਜਪਿ ਸਾਰੁ॥
ਨਰਕ ਨਿਵਾਰੈ ਦੁਖ ਹਰੈ,
ਤੂਟਹਿ ਅਨਿਕ ਕਲੇਸ॥
ਮੀਚੁ ਹੁਟੈ ਜਮ ਤੇ ਛੁਟੈ,
ਹਰਿ ਕੀਰਤਨ ਪਰਵੇਸ॥
ਭਉ ਬਿਨਸੈ ਅੰਮ੍ਰਿਤੁ ਰਸੈ,
ਰੰਗਿ ਰਤੇ ਨਿਰੰਕਾਰ॥
ਦੁਖ ਦਾਰਿਦ ਅਪਵਿਤ੍ਰਤਾ,
ਨਾਸਹਿ ਨਾਮ ਅਧਾਰ॥
ਸੁਰਿ ਨਰ ਮੁਨਿ ਜਨ ਖੋਜਤੇ,

pa-orhee.
chaturath chaaray bayd sun
soDhi-o tat beechaar.
sarab khaym kali-aan niDh
raam naam jap saar.
narak nivaarai dukh harai
tooteh anik kalays.
meech hutai jam tay chhutai
har keertan parvays.
bha-o binsai amrit rasai
rang ratay nirankaar.
dukh daarid apvitartaa
naaseh naam aDhaar.
sur nar mun jan khojtay

ਸੁਖ ਸਾਗਰ ਗੋਪਾਲ॥	sukh saagar gopaal.
ਮਨੁ ਨਿਰਮਲੁ ਮੁਖੁ ਊਜਲਾ ਹੋਇ,	man nirmal mukh oojlaa ho-ay
ਨਾਨਕ ਸਾਧ ਰਵਾਲ॥੪॥	naanak saaDh Ravaal.

5. ਸਲੋਕੁ॥

ਪੰਚ ਬਿਕਾਰ ਮਨ ਮਹਿ ਬਸੇ,	panch bikaar man meh basay
ਰਾਚੇ ਮਾਇਆ ਸੰਗਿ॥	raachay maa-i-aa sang.
ਸਾਧਸੰਗਿ ਹੋਇ ਨਿਰਮਲਾ,	saaDhsang ho-ay nirmalaa
ਨਾਨਕ ਪ੍ਰਭ ਕੈ ਰੰਗਿ॥੫॥	naanak parabh kai rang. ||5||
ਪਉੜੀ॥	pa-orhee.
ਪੰਚਮਿ ਪੰਚ ਪ੍ਰਧਾਨ ਤੇ,	pancham panch parDhaan tay
ਜਿਹ ਜਾਨਿਓ ਪਰਪੰਚੁ॥	jih jaani-o parpanch.
ਕੁਸਮ ਬਾਸ ਬਹੁ ਰੰਗੁ ਘਣੋ,	kusam baas baho rang ghano
ਸਭ ਮਿਥਿਆ ਬਲਬੰਚੁ॥	sabh mithi-aa balbanch.
ਨਹ ਜਾਪੈ ਨਹ ਬੂਝੀਐ,	nah jaapai nah boojhee-ai
ਨਹ ਕਛੁ ਕਰਤ ਬੀਚਾਰੁ॥	nah kachh karat beechaar.
ਸੁਆਦ ਮੋਹ ਰਸ ਬੇਧਿਓ,	su-aad moh ras bayDhi-o
ਅਗਿਆਨਿ ਰਚਿਓ ਸੰਸਾਰੁ॥	agi-aan rachi-o sansaar.
ਜਨਮ ਮਰਣ ਬਹੁ ਜੋਨਿ ਭ੍ਰਮਣ,	janam maran baho jon bharman
ਕੀਨੇ ਕਰਮ ਅਨੇਕ॥	keenay karam anayk.
ਰਚਨਹਾਰੁ ਨਹ ਸਿਮਰਿਓ,	rachanhaar nah simri-o
ਮਨਿ ਨ ਬੀਚਾਰਿ ਬਿਬੇਕ॥	man na beechaar bibayk.
ਭਾਉ ਭਗਤਿ ਭਗਵਾਨ ਸੰਗਿ,	bhaa-o bhagat bhagvaan sang
ਮਾਇਆ ਲਿਪਤ ਨ ਰੰਚ॥	maa-i-aa lipat na ranch.
ਨਾਨਕ ਬਿਰਲੇ ਪਾਈਅਹਿ,	naanak birlay paa-ee-ah
ਜੋ ਨ ਰਚਹਿ ਪਰਪੰਚ॥੫॥	jo na racheh parpanch. ||5||

6. ਸਲੋਕੁ॥ 298

ਖਟ ਸਾਸਤ੍ਰ ਊਚੌ ਕਹਹਿ,	khat saastar oochou kaheh
ਅੰਤੁ ਨ ਪਾਰਾਵਾਰ॥	ant na paaraavaar.
ਭਗਤ ਸੋਹਹਿ ਗੁਣ ਗਾਵਤੇ,	bhagat soheh gun gaavtay
ਨਾਨਕ ਪ੍ਰਭ ਕੈ ਦੁਆਰ॥੬॥	naanak parabh kai du-aar. ||6||
ਪਉੜੀ॥	pa-orhee.
ਖਸਟਮਿ ਖਟ ਸਾਸਤ੍ਰ ਕਹਹਿ,	khastam khat saastar kaheh
ਸਿੰਮ੍ਰਿਤਿ ਕਥਹਿ ਅਨੇਕ॥	simrit katheh anayk.
ਊਤਮੁ ਊਚੌ ਪਾਰਬ੍ਰਹਮੁ,	ootam oochou paarbarahm
ਗੁਣ ਅੰਤੁ ਨ ਜਾਣਹਿ ਸੇਖ॥	gun ant na jaaneh saykh.
ਨਾਰਦ ਮੁਨਿ ਜਨ ਸੁਕ ਬਿਆਸ,	naarad mun jan suk bi-aas
ਜਸੁ ਗਾਵਤ ਗੋਬਿੰਦ॥	jas gaavat gobind.
ਰਸ ਗੀਧੇ ਹਰਿ ਸਿਉ ਬੀਧੇ,	ras geeDhay har si-o beeDhay
ਭਗਤ ਰਚੇ ਭਗਵੰਤ॥	bhagat rachay bhagvant.
ਮੋਹ ਮਾਨ ਭ੍ਰਮੁ ਬਿਨਸਿਓ,	moh maan bharam binsi-o
ਪਾਈ ਸਰਨਿ ਦਇਆਲ॥	paa-ee saran da-i-aal.
ਚਰਨ ਕਮਲ ਮਨਿ ਤਨਿ ਬਸੇ,	charan kamal man tan basay
ਦਰਸਨੁ ਦੇਖਿ ਨਿਹਾਲ॥	darsan daykh nihaal.
ਲਾਭੁ ਮਿਲੈ ਤੋਟਾ ਹਿਰੈ,	laabh milai totaa hirai
ਸਾਧਸੰਗਿ ਲਿਵ ਲਾਇ॥	saaDhsang liv laa-ay.
ਖਾਟਿ ਖਜਾਨਾ ਗੁਣ ਨਿਧਿ ਹਰੇ,	khaat khajaanaa gun niDh haray
ਨਾਨਕ ਨਾਮੁ ਧਿਆਇ॥੬॥	naanak naam Dhi-aa-ay. ||6||

7. ਸਲੋਕੁ॥

ਸੰਤ ਮੰਡਲ ਹਰਿ ਜਸੁ ਕਥਹਿ,
ਬੋਲਹਿ ਸਤਿ ਸੁਭਾਇ॥
ਨਾਨਕ ਮਨੁ ਸੰਤੋਖੀਐ,
ਏਕਸੁ ਸਿਉ ਲਿਵ ਲਾਇ॥੭॥

sant mandal har jas katheh
boleh sat subhaa-ay.
naanak man santokhee-ai
aykas si-o liv laa-ay. ||7||

ਪਉੜੀ॥

ਸਪਤਮਿ ਸੰਚਹੁ ਨਾਮ ਧਨੁ,
ਟੂਟਿ ਨ ਜਾਹਿ ਭੰਡਾਰ॥
ਸੰਤਸੰਗਤਿ ਮਹਿ ਪਾਈਐ,
ਅੰਤੁ ਨ ਪਾਰਾਵਾਰ॥
ਆਪੁ ਤਜਹੁ ਗੋਬਿੰਦ ਭਜਹੁ,
ਸਰਨਿ ਪਰਹੁ ਹਰਿ ਰਾਇ॥
ਦੂਖ ਹਰੈ ਭਵਜਲੁ ਤਰੈ,
ਮਨ ਚਿੰਦਿਆ ਫਲੁ ਪਾਇ॥
ਆਠ ਪਹਰ ਮਨਿ ਹਰਿ ਜਪੈ,
ਸਫਲੁ ਜਨਮੁ ਪਰਵਾਣੁ॥
ਅੰਤਰਿ ਬਾਹਰਿ ਸਦਾ ਸੰਗਿ,
ਕਰਨੈਹਾਰੁ ਪਛਾਣੁ॥
ਸੋ ਸਾਜਨੁ ਸੋ ਸਖਾ ਮੀਤੁ,
ਜੋ ਹਰਿ ਕੀ ਮਤਿ ਦੇਇ॥
ਨਾਨਕ ਤਿਸੁ ਬਲਿਹਾਰਣੈ,
ਹਰਿ ਹਰਿ ਨਾਮੁ ਜਪੇਇ॥੭॥

pa-orhee.
saptam sanchahu naam Dhan
toot na jaahi bhandaar.
santsangat meh paa-ee-ai
ant na paaraavaar.
aap tajahu gobind bhajahu
saran parahu har raa-ay.
dookh harai bhavjal tarai
man chindi-aa fal paa-ay.
aath pahar man har japai
safal janam parvaan.
antar baahar sadaa sang
karnaihaar pachhaan.
so saajan so sakhaa meet
jo har kee mat day-ay.
naanak tis balihaarnai
har har naam japay-ay. ||7||

8. ਸਲੋਕੁ॥

ਆਠ ਪਹਰ ਗੁਨ ਗਾਈਅਹਿ,
ਤਜੀਅਹਿ ਅਵਰਿ ਜੰਜਾਲ॥
ਜਮਕੰਕਰੁ ਜੋਹਿ ਨ ਸਕਈ,
ਨਾਨਕ ਪ੍ਰਭੂ ਦਇਆਲ॥੮॥

aath pahar gun gaa-ee-ah
tajee-ah avar janjaal.
jamkankar johi na sak-ee
naanak parabhoo da-i-aal. ||8||

ਪਉੜੀ॥

ਅਸਟਮੀ ਅਸਟ ਸਿਧਿ ਨਵ ਨਿਧਿ॥
ਸਗਲ ਪਦਾਰਥ ਪੂਰਨ ਬੁਧਿ॥
ਕਵਲ ਪ੍ਰਗਾਸ ਸਦਾ ਅਨੰਦ॥
ਨਿਰਮਲ ਰੀਤਿ ਨਿਰੋਧਰ ਮੰਤ॥
ਸਗਲ ਧਰਮ ਪਵਿਤ੍ਰ ਇਸਨਾਨੁ॥
ਸਭ ਮਹਿ ਊਚ ਬਿਸੇਖ ਗਿਆਨੁ॥
ਹਰਿ ਹਰਿ ਭਜਨੁ ਪੂਰੇ ਗੁਰ ਸੰਗਿ॥
ਜਪਿ ਤਰੀਐ ਨਾਨਕ ਨਾਮ ਹਰਿ ਰੰਗਿ॥੮॥

pa-orhee.
astamee asat siDh nav niDh.
sagal padaarath pooran buDh.
kaval pargaas sadaa aanand.
nirmal reet niroDhar mant.
sagal Dharam pavitar isnaan.
sabh meh ooch bisaykh gi-aan.
har har bhajan pooray gur sang.
jap taree-ai naanak naam har rang. ||8||

9. ਸਲੋਕੁ॥

ਨਾਰਾਇਣੁ ਨਹ ਸਿਮਰਿਓ,
ਮੋਹਿਓ ਸੁਆਦ ਬਿਕਾਰ॥
ਨਾਨਕ ਨਾਮਿ ਬਿਸਾਰਿਐ,
ਨਰਕ ਸੁਰਗ ਅਵਤਾਰ॥੯॥

naaraa-in nah simri-o
mohi-o su-aad bikaar.
naanak naam bisaari-ai
narak surag avtaar. ||9||

ਪਉੜੀ॥

ਨਉਮੀ ਨਵੇ ਛਿਦ੍ਰ ਅਪਵੀਤ॥
ਹਰਿ ਨਾਮੁ ਨ ਜਪਹਿ ਕਰਤ ਬਿਪਰੀਤਿ॥
ਪਰ ਤ੍ਰਿਅ ਰਮਹਿ ਬਖਹਿ ਸਾਧ ਨਿੰਦ॥

pa-orhee.
na-umee navay chhidar apveet.
har naam na jaapeh karat bipreet.
par tari-a rameh bakeh saaDh nind.

ਕਰਨ ਨ ਸੁਨਹੀ ਹਰਿ ਜਸੁ ਬਿੰਧ॥	karan na sunhee har jas bind.
ਹਿਰਹਿ ਪਰ ਦਰੁਬ ਉਦਰ ਕੈ ਤਾਈ॥	hireh par darab udar kai taa-ee. agan
ਅਗਨਿ ਨ ਨਿਵਰੈ, ਤ੍ਰਿਸ਼ਨਾਂ ਨ ਬੁਝਾਈ॥	na nivrai tarisnaa na bujhaa-ee.
ਹਰਿ ਸੇਵਾ ਬਿਨੁ, ਏਹ ਫਲ ਲਾਗੇ॥	har sayvaa bin ayh fal laagay.
ਨਾਨਕ ਪ੍ਰਭ ਬਿਸਰਤ	naanak parabh bisrat
ਮਰਿ ਜਮਹਿ ਅਭਾਗੇ॥੯॥	mar jameh abhaagay. ||9||
10. ਸਲੋਕੁ॥ 299	
ਦਸ ਦਿਸ ਖੋਜਤ ਮੈ ਫਿਰਿਓ,	das dis khojat mai firi-o
ਜਤ ਦੇਖਉ ਤਤ ਸੋਇ॥	jat daykh-a-u tat so-ay.
ਮਨੁ ਬਸਿ ਆਵੈ ਨਾਨਕਾ,	man bas aavai naankaa
ਜੇ ਪੂਰਨ ਕਿਰਪਾ ਹੋਇ॥੧੦॥	jay pooran kirpaa ho-ay. ||10||
ਪਉੜੀ॥	pa-orhee.
ਦਸਮੀ ਦਸ ਦੁਆਰ ਬਸਿ ਕੀਨੇ॥	dasmee das du-aar bas keenay.
ਮਨਿ ਸੰਤੋਖੁ ਨਾਮ ਜਪਿ ਲੀਨੇ॥	man santokh naam jap leenay.
ਕਰਨੀ ਸੁਨੀਐ ਜਸੁ ਗੋਪਾਲ॥	karnee sunee-ai jas gopaal.
ਨੈਨੀ ਪੇਖਤ ਸਾਧ ਦਇਆਲ॥	nainee paykhat saaDh da-i-aal.
ਰਸਨਾ ਗੁਨ ਗਾਵੈ ਬੇਅੰਥ॥	rasnaa gun gaavai bay-ant.
ਮਨ ਮਹਿ ਚਿਤਵੈ ਪੂਰਨ ਭਗਵੰਥ॥	man, meh chitvai pooran bhagvant.
ਹਸਤ ਚਰਨ ਸੰਤ ਟਹਲ ਕਮਾਈਐ॥	hasat charan sant tahal kamaa-ee-ai.
ਨਾਨਕ ਇਹੁ ਸੰਜਮੁ	naanak ih sanjam
ਪ੍ਰਭ ਕਿਰਪਾ ਪਾਈਐ॥ ੧੦॥	parabh kirpaa paa-ee-ai. ||10||
11. ਸਲੋਕੁ॥	
ਏਕੋ ਏਕੁ ਬਖਾਨੀਐ,	ayko ayk bakhaanee-ai
ਬਿਰਲਾ ਜਾਣੈ ਸ੍ਵਾਦੁ॥	birlaa jaanai savaad.
ਗੁਣ ਗੋਬਿੰਦ ਨ ਜਾਣੀਐ,	gun gobind na jaanee-ai
ਨਾਨਕ ਸਭੁ ਬਿਸਮਾਦੁ॥੧੧॥	naanak sabh bismaad. ||11||
ਪਉੜੀ॥	pa-orhee.
ਏਕਾਦਸੀ ਨਿਕਟਿ ਪੇਖਹੁ ਹਰਿ ਰਾਮੁ॥	aykaadasee nikat paykhahu har raam.
ਇੰਦ੍ਰੀ ਬਸਿ ਕਰਿ ਸੁਣਹੁ ਹਰਿ ਨਾਮੁ॥	indree bas kar sunhu har naam.
ਮਨਿ ਸੰਤੋਖ ਸਰਬ ਜੀਅ ਦਇਆ॥	man santokh sarab jee-a da-i-aa. in
ਇਨ ਬਿਧਿ ਬਰਤੁ ਸੰਪੂਰਨ ਭਇਆ॥	biDh barat sampooran bha-i-aa.
ਧਾਵਤ ਮਨੁ ਰਾਖੈ ਇਕ ਠਾਇ॥	Dhaavat man raakhai ik thaa-ay.
ਮਨੁ ਤਨੁ ਸੁਧੁ ਜਪਤ ਹਰਿ ਨਾਇ॥	man tan suDh japat har naa-ay.
ਸਭ ਮਹਿ ਪੂਰਿ ਰਹੇ ਪਾਰਬ੍ਰਹਮ॥	sabh meh poor rahay paarbarahm.
ਨਾਨਕ ਹਰਿ ਕੀਰਤਨੁ ਕਰਿ	naanak har keertan kar
ਅਟਲ ਏਹੁ ਧਰਮ॥੧੧॥	atal ayhu Dharam. ||11||
12. ਸਲੋਕੁ॥	
ਦੁਰਮਤਿ ਹਰੀ ਸੇਵਾ ਕਰੀ,	durmat haree sayvaa karee
ਭੇਟੇ ਸਾਧ ਕ੍ਰਿਪਾਲ॥	bhaytay saaDh kirpaal.
ਨਾਨਕ ਪ੍ਰਭ ਸਿਉ ਮਿਲਿ ਰਹੇ,	naanak parabh si-o mil rahay
ਬਿਨਸੇ ਸਗਲ ਜੰਜਾਲ॥੧੨॥	binsay sagal janjaal. ||12||

ਪਉੜੀ॥

pa-orhee.

ਦੁਆਦਸੀ ਦਾਨੁ ਨਾਮੁ ਇਸਨਾਨੁ॥

du-aadasee daan naam isnaan.

ਹਰਿ ਕੀ ਭਗਤਿ ਕਰਹੁ ਤਜਿ ਮਾਨੁ॥

har kee bhagat karahu taj maan.

ਹਰਿ ਅੰਮ੍ਰਿਤ ਪਾਨ ਕਰਹੁ ਸਾਧਸੰਗਿ॥ ਮਨ

har amrit paan karahu saaDhsang.

ਤ੍ਰਿਪਤਾਸੈ ਕੀਰਤਨ ਪ੍ਰਭ ਰੰਗਿ॥

man tariptaasai keertan parabh rang.

ਕੋਮਲ ਬਾਣੀ ਸਭ ਕਉ ਸੰਤੋਖੈ॥

komal banee sabh ka-o santokhai. panch

ਪੰਚ ਭੂ ਆਤਮਾ ਹਰਿ ਨਾਮ ਰਸਿ ਪੋਖੈ॥

bhoo aatmaa har naam ras pokhai.

ਗੁਰ ਪੂਰੇ ਤੇ ਏਹ ਨਿਹਚਉ ਪਾਈਐ॥

gur pooray tay ayh nihcha-o paa-ee-ai.

ਨਾਨਕ ਰਾਮ ਰਮਤ

naanak raam ramat

ਫਿਰਿ ਜੋਨਿ ਨ ਆਈਐ॥ ੧੨॥

fir jon na aa-ee-ai. ||12||

13. ਸਲੋਕੁ॥

ਤੀਨਿ ਗੁਣਾਂ ਮਹਿ ਬਿਆਪਿਆ,

teen gunaa meh bi-aapi-aa

ਪੂਰਨ ਹੋਤ ਨ ਕਾਮ॥

pooran hot na kaam.

ਪਤਿਤ ਉਧਾਰਣੁ ਮਨਿ ਬਸੈ,

patit uDhaaran man basai

ਨਾਨਕ ਛੂਟੈ ਨਾਮ॥੧੩॥

naanak chhootai naam. ||13||

ਪਉੜੀ॥

pa-orhee.

ਤ੍ਰਉਦਸੀ ਤੀਨਿ ਤਾਪ ਸੰਸਾਰ॥

tar-udsee teen taap sansaar.

ਆਵਤ ਜਾਤ ਨਰਕ ਅਵਤਾਰ॥

aavat jaat narak avtaar.

ਹਰਿ ਹਰਿ ਭਜਨੁ ਨ ਮਨ ਮਹਿ ਆਇਓ॥

har har bhajan na man meh aa-i-o. sukh

ਸੁਖ ਸਾਗਰ ਪ੍ਰਭੁ ਨਿਮਖ ਨ ਗਾਇਓ॥

saagar parabh nimakh na gaa-i-o.

ਹਰਖ ਸੋਗ ਕਾ ਦੇਹ ਕਰਿ ਬਾਧਿਓ॥

harakh sog kaa dayh kar baaDhi-o.

ਦੀਰਘ ਰੋਗੁ ਮਾਇਆ ਆਸਾਧਿਓ॥

deeragh rog maa-i-aa aasaaDhi-o.

ਦਿਨਹਿ ਬਿਕਾਰ ਕਰਤ ਸ੍ਰਮੁ ਪਾਇਓ॥

dineh bikaar karat saram paa-i-o. nainee

ਨੈਨੀ ਨੀਦ ਸੁਪਨ ਬਰੜਾਇਓ॥

need supan barrhaa-i-o.

ਹਰਿ ਬਿਸਰਤ ਹੋਵਤ ਏਹ ਹਾਲ॥

har bisrat hovat ayh haal.

ਸਰਨਿ ਨਾਨਕ ਪ੍ਰਭ ਪੁਰਖ ਦਇਆਲ॥ ੧੩॥

saran naanak parabh purakh da-i-aal. ||13||

14. ਸਲੋਕੁ॥

ਚਾਰਿ ਕੁੰਟ ਚਉਦਹ ਭਵਨ,

chaar kunt cha-odah bhavan

ਸਗਲ ਬਿਆਪਤ ਰਾਮ॥

sagal bi-aapat raam.

ਨਾਨਕ ਊਨ ਨ ਦੇਖੀਐ,

naanak oon na daykhee-ai

ਪੂਰਨ ਤਾ ਕੇ ਕਾਮ॥੧੪॥

pooran taa kay kaam. ||14||

ਪਉੜੀ॥

pa-orhee.

ਚਉਦਹਿ ਚਾਰਿ ਕੁੰਟ ਪ੍ਰਭ ਆਪ॥

cha-udeh chaar kunt parabh aap.

ਸਗਲ ਭਵਨ ਪੂਰਨ ਪਰਤਾਪ॥

sagal bhavan pooran partaap.

ਦਸੇ ਦਿਸਾ ਰਵਿਆ ਪ੍ਰਭੁ ਏਕੁ॥

dasay disaa ravi-aa parabh ayk.

ਧਰਨਿ ਅਕਾਸ ਸਭ ਮਹਿ ਪ੍ਰਭ ਪੇਖੁ॥

Dharan akaas sabh meh parabh paykh.

ਜਲ ਥਲ ਬਨ ਪਰਬਤ ਪਾਤਾਲ॥ ਪਰਮੇਸ੍ਵਰ

jal thal ban parbat paataal.

ਤਹ ਬਸਹਿ ਦਇਆਲ॥

parmaysvar tah baseh da-i-aal.

ਸੂਖਮ ਅਸਥੂਲ ਸਗਲ ਭਗਵਾਨ॥

sookham asthool sagal bhagvaan.

ਨਾਨਕ ਗੁਰਮੁਖਿ ਬ੍ਰਹਮੁ ਪਛਾਨ॥੧੪॥

naanak gurmukh barahm pachhaan. ||14||

15. ਸਲੋਕੁ॥ 300

ਆਤਮੁ ਜੀਤਾ ਗੁਰਮਤੀ,

aatam jeetaa gurmatee

ਗੁਣ ਗਾਏ ਗੋਬਿੰਦ॥

gun gaa-ay gobind.

ਸੰਤ ਪ੍ਰਸਾਦੀ ਭੈ ਮਿਟੇ,

sant parsaadee bhai mitay

ਨਾਨਕ ਬਿਨਸੀ ਚਿੰਦ॥੧੫॥

naanak binsee chind. ||15||

ਪਉੜੀ॥	pa-orhee.
ਅਮਾਵਸ ਆਤਮ ਸੁਖੀ ਭਏ,	amaavas aatam sukhee bha-ay san-
ਸੰਤੋਖੁ ਦੀਆਂ ਗੁਰਦੇਵ॥	tokh dee-aa gurdayv.
ਮਨੁ ਤਨੁ ਸੀਤਲੁ ਸਾਂਤਿ ਸਹਜ,	man tan seetal saaNt sahj
ਲਾਗਾ ਪ੍ਰਭ ਕੀ ਸੇਵ॥	laagaa parabh kee sayv.
ਟੂਟੇ ਬੰਧਨ ਬਹੁ ਬਿਕਾਰ,	tootay banDhan baho bikaar
ਸਫਲ ਪੂਰਨ ਤਾ ਕੇ ਕਾਮ॥	safal pooran taa kay kaam.
ਦੁਰਮਤਿ ਮਿਟੀ ਹਉਮੈ ਛੁਟੀ,	durmat mitee ha-umai chhutee sim-
ਸਿਮਰਤ ਹਰਿ ਕੋ ਨਾਮ॥	rat har ko naam.
ਸਰਨਿ ਗਹੀ ਪਾਰਬ੍ਰਹਮ ਕੀ,	saran gahee paarbarahm kee
ਮਿਟਿਆ ਆਵਾ ਗਵਨ॥	miti-aa aavaa gavan.
ਆਪਿ ਤਰਿਆ ਕੁਟੰਬ ਸਿਉ,	aap tari-aa kutamb si-o
ਗੁਣ ਗੁਬਿੰਦ ਪ੍ਰਭ ਰਵਨ॥	gun gubind parabh ravan
ਹਰਿ ਕੀ ਟਹਲ ਕਮਾਵਣੀ,	har kee tahal kamaavnee
ਜਪੀਐ ਪ੍ਰਭ ਕਾ ਨਾਮੁ॥	japee-ai parabh kaa naam.
ਗੁਰ ਪੂਰੇ ਤੇ ਪਾਇਆ,	gur pooray tay paa-i-aa
ਨਾਨਕ ਸੁਖ ਬਿਸ੍ਰਾਮੁ॥੧੫॥	naanak sukh bisraam. ‖15‖

16. ਸਲੋਕੁ॥

ਪੂਰਨੁ ਕਬਹੁ ਨ ਡੋਲਤਾ,	pooran kabahu na doltaa
ਪੂਰਾ ਕੀਆ ਪ੍ਰਭ ਆਪਿ॥	pooraa kee-aa parabh aap.
ਦਿਨੁ ਦਿਨੁ ਚੜੈ ਸਵਾਇਆ,	din din charhai savaa-i-aa
ਨਾਨਕ ਹੋਤ ਨ ਘਾਟਿ॥੧੬॥	naanak hot na ghaat. ‖16‖
ਪਉੜੀ॥	pa-orhee.
ਪੂਰਨਮਾ ਪੂਰਨ ਪ੍ਰਭ ਏਕੁ,	poornamaa pooran parabh ayk
ਕਰਣ ਕਾਰਣ ਸਮਰਥੁ॥	karan kaaran samrath.
ਜੀਅ ਜੰਤ ਦਇਆਲ ਪੁਰਖੁ,	jee-a jant da-i-aal purakh
ਸਭ ਊਪਰਿ ਜਾ ਕਾ ਹਥੁ॥	sabh oopar jaa kaa hath.
ਗੁਣ ਨਿਧਾਨ ਗੋਬਿੰਦ ਗੁਰ,	gun niDhaan gobind gur
ਕੀਆ ਜਾ ਕਾ ਹੋਇ॥	kee-aa jaa kaa ho-ay.
ਅੰਤਰਜਾਮੀ ਪ੍ਰਭੁ ਸੁਜਾਨੁ,	antarjaamee parabh sujaan
ਅਲਖ ਨਿਰੰਜਨ ਸੋਇ॥	alakh niranjan so-ay.
ਪਾਰਬ੍ਰਹਮੁ ਪਰਮੇਸਰੋ,	paarbarahm parmaysaro
ਸਭ ਬਿਧਿ ਜਾਨਣਹਾਰ॥	sabh biDh jaananhaar.
ਸੰਤ ਸਹਾਈ ਸਰਨਿ ਜੋਗੁ,	sant sahaa-ee saran jog
ਆਠ ਪਹਰ ਨਮਸਕਾਰ॥	aath pahar namaskaar.
ਅਕਥ ਕਥਾ ਨਹ ਬੂਝੀਐ,	akath kathaa nah boojhee-ai
ਸਿਮਰਹੁ ਹਰਿ ਕੇ ਚਰਨ॥	simrahu har kay charan.
ਪਤਿਤ ਉਧਾਰਨ ਅਨਾਥ ਨਾਥ,	patit uDhaaran anaath naath
ਨਾਨਕ ਪ੍ਰਭ ਕੀ ਸਰਨ॥੧੬॥	naanak parabh kee saran. ‖16‖

☬ ਪੂਰਨਮਾਸ਼ੀ ☬

1. **ਰਾਗੁ ਗਉੜੀ ਥਿਤੰੀ ਕਬੀਰ ਜੀ ਕੰੀ॥ ਸਲੋਕੁ॥** 343-4 ਪੰਦ੍ਰਹ ਥਿਤੰੀ ਸਾਤ ਵਾਰ॥

ੴ ਸਤਿਗੁਰ ਪ੍ਰਸਾਦਿ॥	ik-oNkaar satgur parsaad.
ਕਹਿ ਕਬੀਰ ਉਰਵਾਰ ਨ ਪਾਰ॥	kahi kabeer urvaar na paar.
ਸਾਧਿਕ ਸਿਧ ਲਖੈ ਜਉ ਭੇਉ॥	saaDhik siDh lakhai ja-o bhay-o.
ਆਪੇ ਕਰਤਾ ਆਪੇ ਦੇਉ॥੧॥	aapay kartaa aapay day-o. ||1||
ਥਿਤੰੀ॥	thiteeN.
ਅੰਮਾਵਸ ਮਹਿ ਆਸ ਨਿਵਾਰਹੁ॥	ammaavas meh aas nivaarahu.
ਅੰਤਰਜਾਮੀ ਰਾਮੁ ਸਮਾਰਹੁ॥	antarjaamee raam samaarahu.
ਜੀਵਤ ਪਾਵਹੁ ਮੋਖ ਦੁਆਰ॥	jeevat paavhu mokh du-aar.
ਅਨਭਉ ਸਬਦੁ ਤਤੁ ਨਿਜੁ ਸਾਰ॥੧॥	anbha-o sabad tat nij saar. ||1||
ਚਰਨ ਕਮਲ ਗੋਬਿੰਦ ਰੰਗੁ ਲਾਗਾ॥	charan kamal gobind rang laagaa.
ਸੰਤ ਪ੍ਰਸਾਦਿ ਭਏ ਮਨ ਨਿਰਮਲ,	sant parsaad bha-ay man nirma,
ਹਰਿ ਕੀਰਤਨ ਮਹਿ ਅਨਦਿਨੁ ਜਾਗਾ॥੧॥ ਰਹਾਉ॥	har keertan meh an-din jaagaa. ||1|| rahaa-o.
ਪਰਿਵਾ ਪ੍ਰੀਤਮ ਕਰਹੁ ਬੀਚਾਰ॥	parivaa pareetam karahu beechaar.
ਘਟ ਮਹਿ ਖੇਲੈ ਅਘਟ ਅਪਾਰ॥	ghat meh khaylai aghat apaar.
ਕਾਲ ਕਲਪਨਾ ਕਦੇ ਨ ਖਾਇ॥	kaal kalpanaa kaday na khaa-ay.
ਆਦਿ ਪੁਰਖ ਮਹਿ ਰਹੈ ਸਮਾਇ॥੨॥	aad purakh meh rahai samaa-ay. ||2||
ਦੁਤੀਆ ਦੁਹ ਕਰਿ ਜਾਨੈ ਅੰਗ॥	dutee-aa duh kar jaanai ang.
ਮਾਇਆ ਬ੍ਰਹਮ ਰਮੈ ਸਭ ਸੰਗ॥	maa-i-aa barahm ramai sabh sang.
ਨਾ ਓਹੁ ਬਢੈ ਨ ਘਟਤਾ ਜਾਇ॥	naa oh badhai na ghattaa jaa-ay.
ਅਕੁਲ ਨਿਰੰਜਨ ਏਕੈ ਭਾਇ॥੩॥	akul niranjan aykai bhaa-ay. ||3||
ਤ੍ਰਿਤੀਆ ਤੀਨੇ ਸਮ ਕਰਿ ਲਿਆਵੈ॥	taritee-aa teenay sam kar li-aavai. aa-
ਆਨਦ ਮੂਲ ਪਰਮ ਪਦੁ ਪਾਵੈ॥	nad mool param pad paavai.
ਸਾਧਸੰਗਤਿ ਉਪਜੈ ਬਿਸ੍ਵਾਸ॥	saaDhsangat upjai bisvaas.
ਬਾਹਰਿ ਭੀਤਰਿ ਸਦਾ ਪ੍ਰਗਾਸ॥੪॥	baahar bheetar sadaa pargaas. ||4||
ਚਉਥਹਿ ਚੰਚਲ ਮਨ ਕਉ ਗਹਹੁ॥	cha-othahi chanchal man ka-o gahhu.
ਕਾਮ ਕ੍ਰੋਧ ਸੰਗਿ ਕਬਹੁ ਨ ਬਹਹੁ॥	kaam kroDh sang kabahu na bahhu.
ਜਲ ਥਲ ਮਾਹੇ ਆਪਹਿ ਆਪ॥	jal thal maahay aapeh aap.
ਆਪੈ ਜਪਹੁ ਆਪਨਾ ਜਾਪ॥੫॥	aapai japahu aapnaa jaap. ||5||
ਪਾਂਚੈ ਪੰਚ ਤਤ ਬਿਸਥਾਰ॥	paaNchai panch tat bisthaar.
ਕਨਿਕ ਕਾਮਿਨੀ ਜੁਗ ਬਿਉਹਾਰ॥	kanik kaaminee jug bi-uhaar.
ਪ੍ਰੇਮ ਸੁਧਾ ਰਸੁ ਪੀਵੈ ਕੋਇ॥	paraym suDhaa ras peevai ko-ay. ja-
ਜਰਾ ਮਰਣ ਦੁਖੁ ਫੇਰਿ ਨ ਹੋਇ॥੬॥	raa maran dukh fayr na ho-ay. ||6||
ਛਠਿ ਖਟੁ ਚਕ੍ਰ ਛਹੂੰ ਦਿਸ ਧਾਇ॥	chhath khat chakar chhahoo-aN dis Dhaaay.
ਬਿਨੁ ਪਰਚੈ ਨਹੀ ਥਿਰ੍ਹਾਂ ਰਹਾਇ॥	bin parchai nahee thiraa rahaa-ay.
ਦੁਬਿਧਾ ਮੇਟਿ ਖਿਮਾ ਗਹਿ ਰਹਹੁ॥	dubiDhaa mayt khimaa geh rahhu.
ਕਰਮ ਧਰਮ ਕੀ ਸੂਲ ਨ ਸਹਹੁ॥ ੭॥	karam Dharam kee sool na sahhu. ||7||
ਸਾਤੈਂ ਸਤਿ ਕਰਿ ਬਾਚਾ ਜਾਣਿ॥	saataiN sat kar baachaa jaan.
ਆਤਮ ਰਾਮੁ ਲੇਹੁ ਪਰਵਾਣਿ॥	aatam raam layho parvaan.

ਛੂਟੈ ਸੰਸਾ ਮਿਟਿ ਜਾਹਿ ਦੁਖ॥	chhootai sansaa mit jaahi dukh.
ਸੁੰਨ ਸਰੋਵਰਿ ਪਾਵਹੁ ਸੁਖ॥੮॥	sunn sarovar paavhu sukh. ||8||
ਅਸਟਮੀ ਅਸਟ ਧਾਤੁ ਕੀ ਕਾਇਆ॥	astamee asat Dhaat kee kaa-i-aa.
ਤਾ ਮਹਿ ਅਕੁਲ ਮਹਾ ਨਿਧਿ ਰਾਇਆ॥	taa meh akul mahaa niDh raa-i-aa.
ਗੁਰ ਗਮ ਗਿਆਨ ਬਤਾਵੈ ਭੇਦ॥	gur gam gi-aan bataavai bhayd. ul-
ਉਲਟਾ ਰਹੈ ਅਭੰਗ ਅਛੇਦ॥੯॥	taa rahai abhang achhayd. ||9||
ਨਉਮੀ ਨਵੈ ਦੁਆਰ ਕਉ ਸਾਧਿ॥	na-umee navai du-aar ka-o saaDh.
ਬਹਤੀ ਮਨਸਾ ਰਾਖਹੁ ਬਾਂਧਿ॥	bahtee mansaa raakho baaNDh.
ਲੋਭ ਮੋਹ ਸਭ ਬੀਸਰਿ ਜਾਹੁ॥	lobh moh sabh beesar jaahu. jug
ਜੁਗੁ ਜੁਗੁ ਜੀਵਹੁ ਅਮਰ ਫਲ ਖਾਹੁ॥੧੦॥	jug jeevhu amar fal khaahu. ||10||
ਦਸਮੀ ਦਹ ਦਿਸ ਹੋਇ ਅਨੰਦ॥	dasmee dah dis ho-ay anand.
ਛੂਟੈ ਭਰਮੁ ਮਿਲੈ ਗੋਬਿੰਦ॥	chhootai bharam milai gobind.
ਜੋਤਿ ਸਰੂਪੀ ਤਤ ਅਨੂਪ॥	jot saroopee tat anoop.
ਅਮਲ ਨ ਮਲ ਨ ਛਾਹ ਨਹੀ ਧੂਪ॥੧੧॥	amal na mal na chhaah nahee Dhoop. ||11||
ਏਕਾਦਸੀ ਏਕ ਦਿਸ ਧਾਵੈ॥	aykaadasee ayk dis Dhaavai.
ਤਉ ਜੋਨੀ ਸੰਕਟ ਬਹੁਰਿ ਨ ਆਵੈ॥	ta-o jonee sankat bahur na aavai.
ਸੀਤਲ ਨਿਰਮਲ ਭਇਆ ਸਰੀਰਾ॥	seetal nirmal bha-i-aa sareeraa.
ਦੂਰਿ ਬਤਾਵਤ ਪਾਇਆ ਨੀਰਾ॥੧੨॥	door bataavat paa-i-aa neeraa. ||12||
ਬਾਰਸਿ ਬਾਰਹ ਉਗਵੈ ਸੂਰ॥	baaras baarah ugvai soor.
ਅਹਿਨਿਸਿ ਬਾਜੇ ਅਨਹਦ ਤੂਰ॥	ahinis baajay anhad toor.
ਦੇਖਿਆ ਤਿਹੂੰ ਲੋਕ ਕਾ ਪੀਉ॥	daykhi-aa tihoo-aN lok kaa pee-o.
ਅਚਰਜੁ ਭਇਆ ਜੀਵ ਤੇ ਸੀਉ॥੧੩॥	achraj bha-i-aa jeev tay see-o. ||13||
ਤੇਰਸਿ ਤੇਰਹ ਅਗਮ ਬਖਾਣਿ॥	tayras tayrah agam bakhaan.
ਅਰਧ ਉਰਧ ਬਿਚਿ ਸਮ ਪਹਿਚਾਣਿ॥	araDh uraDh bich sam pehchaan.
ਨੀਚ ਊਚ ਨਹੀਂ ਮਾਨ ਅਮਾਨ॥	neech ooch nahee maan amaan.
ਬਿਆਪਿਕ ਰਾਮ ਸਗਲ ਸਾਮਾਨ॥੧੪॥	bi-aapik raam sagal saamaan. ||14||
ਚਉਦਸਿ ਚਉਦਹ ਲੋਕ ਮਝਾਰਿ॥	cha-udas cha-odah lok majhaar.
ਰੋਮ ਰੋਮ ਮਹਿ ਬਸਹਿ ਮੁਰਾਰਿ॥	rom rom meh baseh muraar.
ਸਤ ਸੰਤੋਖ ਕਾ ਧਰਹੁ ਧਿਆਨ॥	sat santokh kaa Dharahu Dhi-aan.
ਕਥਨੀ ਕਥੀਐ ਬ੍ਰਹਮ ਗਿਆਨ॥੧੫॥	kathnee kathee-ai barahm gi-aan. ||15||
ਪੂਨਿਉ ਪੂਰਾ ਚੰਦ ਅਕਾਸ਼॥	pooni-o pooraa chand akaas.
ਪਸਰਹਿ ਕਲਾ ਸਹਜ ਪਰਗਾਸ॥	pasrahi kalaa sahj pargaas.
ਆਦਿ ਅੰਤਿ ਮਧਿ ਹੋਇ ਰਹਿਆ ਥੀਰ॥	aad ant maDh ho-ay rahi-aa theer.
ਸੁਖ ਸਾਗਰ ਮਹਿ ਰਮਹਿ ਕਬੀਰ॥੧੬॥	sukh saagar meh rameh kabeer. ||16||

☬ ਅੰਤਮ ਯਾਤਰਾ ☬

1. ਰਾਗੁ ਵਡਹੰਸੁ ਮਹਲਾ ੧ ਘਰੁ ੫ ਅਲਾਹਣੀਆ॥ 578

ੴ ਸਤਿਗੁਰ ਪ੍ਰਸਾਦਿ॥	ik-oNkaar satgur parsaad.
ਧੰਨੁ ਸਿਰੰਦਾ ਸਚਾ ਪਾਤਿਸਾਹੁ,	Dhan sirandaa sachaa paatisaahu
ਜਿਨਿ ਜਗੁ ਧੰਧੈ ਲਾਇਆ॥	Jin jag DhanDhai laa-i-aa.
ਮੁਹਲਤਿ ਪੁਨੀ ਪਾਈ ਭਰੀ,	muhlat punee paa-ee bharee
ਜਾਨੀਅੜਾ ਘਤਿ ਚਲਾਇਆ॥	jaanee-arhaa ghat chalaa-i-aa.
ਜਾਨੀ ਘਤਿ ਚਲਾਇਆ	jaanee ghat chalaa-i-aa
ਲਿਖਿਆ ਆਇਆ, ਰੁੰਨੇ ਵੀਰ ਸਬਾਏ॥	likhi-aa aa-i-aa runnay veer sabaa-ay.
ਕਾਂਇਆ ਹੰਸ ਥੀਆ ਵੇਛੋੜਾ,	kaaN-i-aa hans thee-aa vaychhorhaa
ਜਾਂ ਦਿਨ ਪੁੰਨੇ ਮੇਰੀ ਮਾਏ॥	jaaN din punnay mayree maa-ay.
ਜੇਹਾ ਲਿਖਿਆ ਤੇਹਾ ਪਾਇਆ,	jayhaa likhi-aa tayhaa paa-i-aa
ਜੇਹਾ ਪੁਰਬਿ ਕਮਾਇਆ॥	jayhaa purab kamaa-i-aa.
ਧੰਨੁ ਸਿਰੰਦਾ ਸਚਾ ਪਾਤਿਸਾਹੁ,	Dhan sirandaa sachaa paatisaahu
ਜਿਨਿ ਜਗੁ ਧੰਧੈ ਲਾਇਆ॥੧॥	Jin jag DhanDhai laa-i-aa. ||1||
ਸਾਹਿਬੁ ਸਿਮਰਹੁ ਮੇਰੇ ਭਾਈਹੋ,	saahib simrahu mayray bhaa-eeho
ਸਭਨਾ ਏਹੁ ਪਇਆਣਾ॥	sabhnaa ayhu pa-i-aanaa.
ਏਥੈ ਧੰਧਾ ਕੂੜਾ ਚਾਰਿ ਦਿਹਾ,	aythai DhanDhaa koorhaa chaar dihaa
ਆਗੈ ਸਰਪਰ ਜਾਣਾ॥	aagai sarpar jaanaa.
ਆਗੈ ਸਰਪਰ ਜਾਣਾ ਜਿਉ ਮਿਹਮਾਣਾ,	aagai sarpar jaanaa Ji-o mihmaanaa
ਕਾਹੇ ਗਾਰਬੁ ਕੀਜੈ॥	kaahay gaarab keejai.
ਜਿਤੁ ਸੇਵਿਐ ਦਰਗਹ ਸੁਖੁ ਪਾਈਐ,	Jit sayvi-ai dargeh sukh paa-ee-ai
ਨਾਮੁ ਤਿਸੈ ਕਾ ਲੀਜੈ॥	naam tisai kaa leejai.
ਆਗੈ ਹੁਕਮੁ ਨ ਚਲੈ ਮੂਲੇ,	aagai hukam na chalai moolay
ਸਿਰਿ ਸਿਰਿ ਕਿਆ ਵਿਹਾਣਾ॥	sir sir ki-aa vihaanaa.
ਸਾਹਿਬੁ ਸਿਮਰਿਹੁ ਮੇਰੇ ਭਾਈਹੋ,	saahib simrihu mayray bhaa-eeho sa-
ਸਭਨਾ ਇਹੁ ਪਇਆਣਾ॥੨॥	bhnaa ayhu pa-i-aanaa. ||2||
ਜੋ ਤਿਸੁ ਭਾਵੈ ਸੰਮ੍ਰਥ ਸੋ ਥੀਐ,	jo tis bhaavai samrath so thee-ai
ਹੀਲੜਾ ਏਹੁ ਸੰਸਾਰੋ॥	heelrhaa ayhu sansaaro.
ਜਲਿ ਥਲਿ ਮਹੀਅਲਿ ਰਵਿ ਰਹਿਆ,	jal thal mahee-al rav rahi-aa
ਸਾਚੜਾ ਸਿਰਜਣਹਾਰੋ॥	saachrhaa sirjanhaaro.
ਸਾਚਾ ਸਿਰਜਣਹਾਰੋ ਅਲਖ ਅਪਾਰੋ,	saachaa sirjanhaaro alakh apaaro
ਤਾ ਕਾ ਅੰਤੁ ਨ ਪਾਇਆ॥	taa kaa ant na paa-i-aa.
ਆਇਆ ਤਿਨ ਕਾ ਸਫਲੁ ਭਇਆ ਹੈ,	aa-i-aa tin kaa safal bha-i-aa hai
ਇਕ ਮਨਿ ਜਿਨੀ ਧਿਆਇਆ॥	ik man Jinee Dhi-aa-i-aa.
ਢਾਹੇ ਢਾਹਿ ਉਸਾਰੇ,	dhaahay dhaahi usaaray
ਆਪੇ ਹੁਕਮਿ ਸਵਾਰਣਹਾਰੋ॥	aapay hukam savaaranhaaro.
ਜੋ ਤਿਸੁ ਭਾਵੈ ਸੰਮ੍ਰਥ ਸੋ ਥੀਐ,	jo tis bhaavai samrath so thee-ai
ਹੀਲੜਾ ਏਹੁ ਸੰਸਾਰੋ॥੩॥	heelrhaa ayhu sansaaro. ||3||
ਨਾਨਕ ਰੁੰਨਾ ਬਾਬਾ ਜਾਣੀਐ,	naanak runnaa baabaa jaanee-ai
ਜੇ ਰੋਵੈ ਲਾਇ ਪਿਆਰੋ॥	jay rovai laa-ay pi-aaro.
ਵਾਲੇਵੇ ਕਾਰਣਿ ਬਾਬਾ ਰੋਈਐ,	vaalayvay kaaran baabaa ro-ee-ai
ਰੋਵਣੁ ਸਗਲ ਬਿਕਾਰੋ॥	rovan sagal bikaaro.
ਰੋਵਣੁ ਸਗਲ ਬਿਕਾਰੋ,	rovan sagal bikaaro
ਗਾਫਲੁ ਸੰਸਾਰੋ ਮਾਇਆ ਕਾਰਣਿ ਰੋਵੈ॥	gaafal sansaaro maa-i-aa kaaran rovai.

ਚੰਗਾ ਮੰਦਾ ਕਿਛੁ ਸੂਝੈ ਨਾਹੀ,	changa mandaa kichh soojhai naahee
ਇਹੁ ਤਨੁ ਏਵੈ ਖੋਵੈ॥	ih tan ayvai khovai.
ਐਥੈ ਆਇਆ ਸਭੁ ਕੋ ਜਾਸੀ,	aithai aa-i-aa sabh ko jaasee
ਕੂੜਿ ਕਰਹੁ ਅਹੰਕਾਰੋ॥	koorh karahu ahankaaro.
ਨਾਨਕ ਰੁੰਨਾ ਬਾਬਾ ਜਾਣੀਐ,	naanak runnaa baabaa jaanee-ai
ਜੇ ਰੋਵੈ ਲਾਇ ਪਿਆਰੋ॥੪॥੧॥	jay rovai laa-ay pi-aaro. ||4||1||

2. ਵਡਹੰਸੁ ਮਹਲਾ ੧॥ 579-13

ਆਵਹੁ ਮਿਲਹੁ ਸਹੇਲੀਹੋ,	aavhu milhu sahayleeho
ਸਚੜਾ ਨਾਮੁ ਲਏਹਾਂ॥	sachrhaa naam la-ayhaaN.
ਰੋਵਹ ਬਿਰਹਾ ਤਨ ਕਾ,	rovah birhaa tan kaa
ਆਪਣਾ ਸਾਹਿਬੁ ਸੰਮ੍ਹਾਲੇਹਾਂ॥	aapnaa saahib samHaalayhaaN.
ਸਾਹਿਬੁ ਸਮ੍ਹਾਲਿਹ ਪੰਥੁ ਨਿਹਾਲਿਹ,	saahib samHaalih panth nihaalih
ਅਸਾ ਭਿ ਓਥੈ ਜਾਣਾ॥	asaa bhe othai jaanaa.
ਜਿਸ ਕਾ ਕੀਆ ਤਿਨ ਹੀ ਲੀਆ,	Jis kaa kee-aa tin hee lee-aa
ਹੋਆ ਤਿਸੈ ਕਾ ਭਾਣਾ॥	ho-aa tisai kaa bhaanaa.
ਜੋ ਤਿਨਿ ਕਰਿ ਪਾਇਆ,	jo tin kar paa-i-aa
ਸੁ ਆਗੈ ਆਇਆ,	so aagai aa-i-aa
ਅਸੀ ਕਿ ਹੁਕਮੁ ਕਰੇਹਾ॥	asee ke hukam karayhaa.
ਆਵਹੁ ਮਿਲਹੁ ਸਹੇਲੀਹੋ,	aavhu milhu sahayleeho
ਸਚੜਾ ਨਾਮੁ ਲਏਹਾ॥੧॥	sachrhaa naam la-ayhaa. ||1||
ਮਰਣੁ ਨ ਮੰਦਾ ਲੋਕਾ ਆਖੀਐ,	maran na mandaa lokaa aakhee-ai
ਜੇ ਮਰਿ ਜਾਣੈ ਐਸਾ ਕੋਇ॥	jay mar jaanai aisaa ko-ay.
ਸੇਵਿਹੁ ਸਾਹਿਬੁ ਸੰਮ੍ਰਥੁ ਆਪਣਾ,	sayvihu saahib samrath aapnaa
ਪੰਥੁ ਸੁਹੇਲਾ ਆਗੈ ਹੋਇ॥	panth suhaylaa aagai ho-ay.
ਪੰਥਿ ਸੁਹੇਲੈ ਜਾਵਹੁ ਤਾ ਫਲੁ ਪਾਵਹੁ,	panth suhaylai jaavhu taaN fal paavhu
ਆਗੈ ਮਿਲੈ ਵਡਾਈ॥	aagai milai vadaa-ee.
ਭੇਟੈ ਸਿਉ ਜਾਵਹੁ ਸਚਿ ਸਮਾਵਹੁ,	bhaytai si-o jaavhu sach samaavahu
ਤਾਂ ਪਤਿ ਲੇਖੈ ਪਾਈ॥	taaN pat laykhai paa-ee.
ਮਹਲੀ ਜਾਇ ਪਾਵਹੁ ਖਸਮੈ ਭਾਵਹੁ,	mahlee jaa-ay paavhu khasmai bhaavahu
ਰੰਗ ਸਿਉ ਰਲੀਆ ਮਾਣੈ॥	rang si-o ralee-aa maanai.
ਮਰਣੁ ਨ ਮੰਦਾ ਲੋਕਾ ਆਖੀਐ,	maran na mandaa lokaa aakhee-ai
ਜੇ ਕੋਈ ਮਰਿ ਜਾਣੈ॥੨॥	jay ko-ee mar jaanai. ||2||
ਮਰਣੁ ਮੁਣਸਾ ਸੂਰਿਆ ਹਕੁ ਹੈ,	maran munsaa soori-aa hak hai
ਜੋ ਹੋਇ ਮਰਨਿ ਪਰਵਾਣੋ॥	jo ho-ay maran parvaano.
ਸੂਰੇ ਸੇਈ ਆਗੈ ਆਖੀਅਹਿ,	sooray say-ee aagai aakhee-ahi
ਦਰਗਹ ਪਾਵਹਿ ਸਾਚੀ ਮਾਣੋ॥	dargeh paavahi saachee maano.
ਦਰਗਹ ਮਾਣੁ ਪਾਵਹਿ,	dargeh maan paavahi
ਪਤਿ ਸਿਉ ਜਾਵਹਿ,	pat si-o jaaveh
ਆਗੈ ਦੂਖੁ ਨ ਲਾਗੈ॥	aagai dookh na laagai.
ਕਰਿ ਏਕੁ ਧਿਆਵਹਿ ਤਾ ਫਲੁ ਪਾਵਹਿ,	kar ayk Dhi-aavahi taaN fal paavahi
ਜਿਤੁ ਸੇਵਿਐ ਭਉ ਭਾਗੈ॥	Jit sayvi-ai bha-o bhaagai.
ਊਚਾ ਨਹੀ ਕਹਣਾ, ਮਨ ਮਹਿ ਰਹਣਾ,	oochaa nahee kahnaa man meh rahnaa
ਆਪੇ ਜਾਣੈ ਜਾਣੋ॥	aapay jaanai jaano.
ਮਰਣੁ ਮੁਣਸਾਂ ਸੂਰਿਆ ਹਕੁ ਹੈ,	maran munsaaN soori-aa hak hai
ਜੋ ਹੋਇ ਮਰਹਿ ਪਰਵਾਣੋ॥੩॥	jo ho-ay mareh parvaano. ||3||

ਨਾਨਕ ਕਿਸ ਨੋ ਬਾਬਾ ਰੋਈਐ,	naanak kis no baabaa ro-ee-ai
ਬਾਜੀ ਹੈ ਇਹੁ ਸੰਸਾਰੋ॥	baajee hai ih sansaaro.
ਕੀਤਾ ਵੇਖੈ ਸਾਹਿਬੁ ਆਪਣਾ,	keetaa vaykhai saahib aapnaa
ਕੁਦਰਤਿ ਕਰੇ ਬੀਚਾਰੋ॥	kudrat karay beechaaro.
ਕੁਦਰਤਿ ਬੀਚਾਰੇ ਧਾਰਣ ਧਾਰੇ,	kudrat beechaaray Dhaaran Dhaaray
ਜਿਨਿ ਕੀਆ ਸੋ ਜਾਣੈ॥	Jin kee-aa so jaanai.
ਆਪੇ ਵੇਖੈ ਆਪੇ ਬੂਝੈ,	aapay vaykhai aapay boojhai
ਆਪੇ ਹੁਕਮੁ ਪਛਾਣੈ॥	aapay hukam pachhaanai.
ਜਿਨਿ ਕਿਛੁ ਕੀਆ ਸੋਈ ਜਾਣੈ,	Jin kichh kee-aa so-ee jaanai
ਤਾ ਕਾ ਰੂਪੁ ਅਪਾਰੋ॥	taa kaa roop apaaro.
ਨਾਨਕ ਕਿਸ ਨੋ ਬਾਬਾ ਰੋਈਐ,	naanak kis no baabaa ro-ee-ai
ਬਾਜੀ ਹੈ ਇਹੁ ਸੰਸਾਰੋ॥੪॥੨॥	baajee hai ih sansaaro. ||4||2||

3. ਵਡਹੰਸੁ ਮਹਲਾ ੧ ਦਖਣੀ॥ 580-7

ਸਚੁ ਸਿਰੰਦਾ ਸਚਾ ਜਾਣੀਐ,	sach sirandaa sachaa jaanee-ai
ਸਚੜਾ ਪਰਵਦਗਾਰੋ॥	sachrhaa parvadgaaro.
ਜਿਨਿ ਆਪੀਨੈ ਆਪੁ ਸਾਜਿਆ,	Jin aapeenai aap saaJi-aa
ਸਚੜਾ ਅਲਖ ਅਪਾਰੋ॥	sachrhaa alakh apaaro.
ਦੁਇ ਪੁੜ ਜੋੜਿ ਵਿਛੋੜਿਅਨੁ,	du-ay purh jorh vichhorhi-an
ਗੁਰ ਬਿਨੁ ਘੋਰੁ ਅੰਧਾਰੋ॥	gur bin ghor anDhaaro.
ਸੂਰਜੁ ਚੰਦੁ ਸਿਰਜਿਅਨੁ,	sooraj chand sirJi-an
ਅਹਿਨਿਸਿ ਚਲਤੁ ਵੀਚਾਰੋ॥੧॥	ahinis chalat veechaaro. ||1||
ਸਚੜਾ ਸਾਹਿਬੁ ਸਚੁ ਤੂ,	sachrhaa saahib sach too
ਸਚੜਾ ਦੇਹਿ ਪਿਆਰੋ॥ ਰਹਾਉ॥	sachrhaa deh pi-aaro. rahaa-o.
ਤੁਧੁ ਸਿਰਜੀ ਮੇਦਨੀ,	tuDh sirjee maydnee
ਦੁਖੁ ਸੁਖੁ ਦੇਵਣਹਾਰੋ॥	dukh sukh dayvanhaaro.
ਨਾਰੀ ਪੁਰਖ ਸਿਰਜਿਐ,	naaree purakh sirJi-ai
ਬਿਖੁ ਮਾਇਆ ਮੋਹੁ ਪਿਆਰੋ॥	bikh maa-i-aa mO' pi-aaro.
ਖਾਣੀ ਬਾਣੀ ਤੇਰੀਆ,	khaanee banee tayree-aa
ਦੇਹਿ ਜੀਆ ਆਧਾਰੋ॥	deh jee-aa aaDhaaro.
ਕੁਦਰਤਿ ਤਖਤੁ ਰਚਾਇਆ,	kudrat takhat rachaa-i-aa
ਸਚਿ ਨਿਬੇੜਣਹਾਰੋ॥੨॥	sach nibayrhanhaaro. ||2||
ਆਵਾ ਗਵਣੁ ਸਿਰਜਿਆ,	aavaa gavan sirJi-aa
ਤੂ ਥਿਰੁ ਕਰਣੈਹਾਰੋ॥	too thir karnaihaaro.
ਜੰਮਣੁ ਮਰਣਾ ਆਇ ਗਇਆ,	jaman marnaa aa-ay ga-i-aa
ਬਧਿਕੁ ਜੀਉ ਬਿਕਾਰੋ॥	baDhik jee-o bikaaro.
ਭੂਡੜੈ ਨਾਮੁ ਵਿਸਾਰਿਆ,	bhoodrhai naam visaari-aa
ਬੂਡੜੈ ਕਿਆ ਤਿਸੁ ਚਾਰੋ॥	boodrhai ki-aa tis chaaro.
ਗੁਣ ਛੋਡਿ ਬਿਖੁ ਲਦਿਆ,	gun chhod bikh ladi-aa
ਅਵਗੁਣ ਕਾ ਵਣਜਾਰੋ॥੩॥	avgun kaa vanjaaro. ||3||
ਸਦੜੇ ਆਏ ਤਿਨਾ ਜਾਨੀਆ,	sad-rhay aa-ay tinaa jaanee-aa
ਹੁਕਮਿ ਸਚੇ ਕਰਤਾਰੋ॥	hukam sachay kartaaro.
ਨਾਰੀ ਪੁਰਖ ਵਿਛੁੰਨਿਆ,	naaree purakh vichhunni-aa
ਵਿਛੁੜਿਆ ਮੇਲਣਹਾਰੋ॥	vichhurhi-aa maylanhaaro.
ਰੂਪੁ ਨ ਜਾਣੈ ਸੋਹਣੀਐ,	roop na jaanai sO'nee-ai
ਹੁਕਮਿ ਬਧੀ ਸਿਰਿ ਕਾਰੋ॥	hukam baDhee sir kaaro.

ਬਾਲਕ ਬਿਰਧਿ ਨ ਜਾਣਨੀ,	baalak biraDh na jaannee
ਤੋੜਨਿ ਹੇਤੁ ਪਿਆਰੋ॥੪॥	torhan hayt pi-aaro. ||4||
ਨਉ ਦਰਿ ਠਾਕੇ ਹੁਕਮਿ ਸਚੈ,	na-o dar thaakay hukam sachai
ਹੰਸੁ ਗਇਆ ਗੈਣਾਰੇ॥	hans ga-i-aa gainaaray.
ਸਾ ਧਨ ਛੁਟੀ	saa Dhan chhutee
ਮੁਠੀ ਝੂਠਿ ਵਿਧਣੀਆ,	muthee jhooth viDh-nee-aa
ਮਿਰਤਕੜਾ ਅੰਙਨੜੇ ਬਾਰੇ॥	miratkarhaa annynarhay baaray.
ਸੁਰਤਿ ਮੁਈ ਮਰੁ ਮਾਈਏ,	surat mu-ee mar maa-ee-ay
ਮਹਲ ਰੁੰਨੀ ਦਰ ਬਾਰੇ॥	mahal runnee dar baaray.
ਰੋਵਹੁ ਕੰਤ ਮਹੇਲੀਹੋ,	rovhu kant mahayleeho
ਸਚੇ ਕੇ ਗੁਣ ਸਾਰੇ॥੫॥	sachay kay gun saaray. ||5||
ਜਲਿ ਮਲਿ ਜਾਨੀ ਨਾਵਾਲਿਆ,	jal mal jaanee naavaali-aa
ਕਪੜਿ ਪਟਿ ਅੰਬਾਰੇ॥	kaparh pat ambaaray.
ਵਾਜੇ ਵਜੇ ਸਚੀ ਬਾਣੀਆ,	vaajay vajay sachee baanee-aa
ਪੰਚ ਮੁਏ ਮਨੁ ਮਾਰੇ॥	panch mu-ay man maaray.
ਜਾਨੀ ਵਿਛੁੰਨੜੇ	jaanee vichhunnrhay
ਮੇਰਾ ਮਰਣੁ ਭਇਆ,	mayraa maran bha-i-aa
ਧ੍ਰਿਗੁ ਜੀਵਣੁ ਸੰਸਾਰੇ॥	Dharig jeevan sansaaray.
ਜੀਵਤੁ ਮਰੈ ਸੁ ਜਾਣੀਐ,	jeevat marai so jaanee-ai
ਪਿਰ ਸਚੜੈ ਹੇਤਿ ਪਿਆਰੇ॥੬॥	pir sachrhai hayt pi-aaray. ||6||
ਤੁਸੀ ਰੋਵਹੁ ਰੋਵਣ ਆਈਹੋ,	tusee rovhu rovan aa-eeho
ਝੂਠਿ ਮੁਠੀ ਸੰਸਾਰੇ॥	jhooth muthee sansaaray.
ਹਉ ਮੁਠੜੀ ਧੰਧੈ ਧਾਵਣੀਆ,	ha-o muth-rhee DhanDhai Dhaavanee-aa
ਪਿਰਿ ਛੋਡਿਅੜੀ ਵਿਧਣਕਾਰੇ॥	pir chhodi-arhee viDhankaaray.
ਘਰਿ ਘਰਿ ਕੰਤੁ ਮਹੇਲੀਆ,	ghar ghar kant mahaylee-aa
ਰੂੜੈ ਹੇਤਿ ਪਿਆਰੇ॥	roorhai hayt pi-aaray.
ਮੈ ਪਿਰੁ ਸਚੁ ਸਲਾਹਣਾ,	mai pir sach salaahnaa
ਹਉ ਰਹਸਿਅੜੀ ਨਾਮਿ ਭਤਾਰੇ॥੭॥	ha-o rehsi-arhee naam bhataaray. ||7||
ਗੁਰਿ ਮਿਲਿਐ ਵੇਸੁ ਪਲਟਿਆ,	gur mili-ai vays palti-aa
ਸਾ ਧਨ ਸਚੁ ਸੀਗਾਰੋ॥	saa Dhan sach seegaaro.
ਆਵਹੁ ਮਿਲਹੁ ਸਹੇਲੀਹੋ,	aavhu milhu sahayleeho
ਸਿਮਰਹੁ ਸਿਰਜਣਹਾਰੋ॥	simrahu sirjanhaaro.
ਬਈਅਰਿ ਨਾਮਿ ਸੋੁਹਾਗਣੀ,	ba-ee-ar naam sO'aaganee
ਸਚੁ ਸਵਾਰਣਹਾਰੋ॥	sach savaaranhaaro.
ਗਾਵਹੁ ਗੀਤੁ ਨ ਬਿਰਹੜਾ,	gaavhu geet na birharhaa
ਨਾਨਕ ਬ੍ਰਹਮ ਬੀਚਾਰੋ॥੮॥੩॥	naanak barahm beechaaro. ||8||3||

4. **ਵਡਹੰਸੁ ਮਹਲਾ ੧॥** 581-4

ਜਿਨਿ ਜਗੁ ਸਿਰਜਿ ਸਮਾਇਆ,	Jin jag siraj samaa-i-aa
ਸੋ ਸਾਹਿਬੁ ਕੁਦਰਤਿ ਜਾਣੋਵਾ॥	so saahib kudrat jaanovaa.
ਸਚੜਾ ਦੂਰਿ ਨ ਭਾਲੀਐ,	sachrhaa door na bhaalee-ai
ਘਟਿ ਘਟਿ ਸਬਦੁ ਪਛਾਣੋਵਾ॥	ghat ghat sabad pachhaanovaa.
ਸਚੁ ਸਬਦੁ ਪਛਾਣਹੁ ਦੂਰਿ ਨ ਜਾਣਹੁ,	sach sabad pachhaanhu door na jaanhu
ਜਿਨਿ ਏਹ ਰਚਨਾ ਰਾਚੀ॥	Jin ayh rachnaa raachee.
ਨਾਮੁ ਧਿਆਏ ਤਾ ਸੁਖੁ ਪਾਏ,	naam Dhi-aa-ay taa sukh paa-ay
ਬਿਨੁ ਨਾਵੈ ਪਿੜ ਕਾਚੀ॥	bin naavai pirh kaachee.
ਜਿਨਿ ਥਾਪੀ ਬਿਧਿ ਜਾਣੈ ਸੋਈ,	Jin thaapee biDh jaanai so-ee
ਕਿਆ ਕੋ ਕਹੈ ਵਖਾਣੋ॥	ki-aa ko kahai vakhaano.

ਜਿਨਿ ਜਗੁ ਥਾਪਿ ਵਤਾਇਆ ਜਾਲੋ, Jin jag thaap vataa-i-aa jaalo
ਸੋ ਸਾਹਿਬੁ ਪਰਵਾਣੋ॥੧॥ so saahib parvaano. ||1||

ਬਾਬਾ ਆਇਆ ਹੈ ਉਠਿ ਚਲਣਾ, baabaa aa-i-aa hai uth chalnaa
ਅਧ ਪੰਧੈ ਹੈ ਸੰਸਾਰੋਵਾ॥ aDh panDhai hai sansaarovaa.
ਸਿਰਿ ਸਿਰਿ ਸਚੜੈ ਲਿਖਿਆ, sir sir sachrhai likhi-aa
ਦੁਖੁ ਸੁਖੁ ਪੁਰਬਿ ਵੀਚਾਰੋਵਾ॥ dukh sukh purab veechaarovaa.
ਦੁਖੁ ਸੁਖੁ ਦੀਆ ਜੇਹਾ ਕੀਆ, dukh sukh dee-aa jayhaa kee-aa
ਸੋ ਨਿਬਹੈ ਜੀਅ ਨਾਲੇ॥ so nibhai jee-a naalay.
ਜੇਹੇ ਕਰਮ ਕਰਾਏ ਕਰਤਾ, jayhay karam karaa-ay kartaa doo-
ਦੂਜੀ ਕਾਰ ਨ ਭਾਲੇ॥ jee kaar na bhaalay.
ਆਪਿ ਨਿਰਾਲਮੁ ਧੰਧੈ ਬਾਧੀ, aap niraalam DhanDhai baaDhee
ਕਰਿ ਹੁਕਮੁ ਛਡਾਵਣਹਾਰੋ॥ kar hukam chhadaavanhaaro.
ਅਜੁ ਕਲਿ ਕਰਦਿਆ ਕਾਲੁ ਬਿਆਪੈ, aj kal kardi-aa kaal bi-aapai
ਦੂਜੈ ਭਾਇ ਵਿਕਾਰੋ॥੨॥ doojai bhaa-ay vikaaro. ||2||

ਜਮ ਮਾਰਗ ਪੰਥੁ ਨ ਸੁਝਈ, jam maarag panth na sujh-ee
ਉਝੜੁ ਅੰਧ ਗੁਬਾਰੋਵਾ॥ ujharh anDh gubaarovaa.
ਨਾ ਜਲੁ ਲੇਫ ਤੁਲਾਈਆ, naa jal layf tulaa-ee-aa
ਨਾ ਭੋਜਨ ਪਰਕਾਰੋਵਾ॥ naa bhojan parkaarovaa.
ਭੋਜਨ ਭਾਉ ਨ ਠੰਢਾ ਪਾਣੀ, bhojan bhaa-o na thandhaa paanee
ਨਾ ਕਾਪੜੁ ਸੀਗਾਰੋ॥ naa kaaparh seegaaro.
ਗਲਿ ਸੰਗਲੁ ਸਿਰਿ ਮਾਰੇ ਊਭੌ, gal sangal sir maaray oobhou
ਨਾ ਦੀਸੈ ਘਰ ਬਾਰੋ॥ naa deesai ghar baaro.
ਇਬ ਕੇ ਰਾਹੇ ਜੰਮਨਿ ਨਾਹੀ, ib kay raahay jamman naahee
ਪਛੁਤਾਣੇ ਸਿਰਿ ਭਾਰੋ॥ pachhutaanay sir bhaaro.
ਬਿਨੁ ਸਾਚੇ ਕੋ ਬੇਲੀ ਨਾਹੀ, bin saachay ko baylee naahee
ਸਾਚਾ ਏਹੁ ਬੀਚਾਰੋ॥ ੩॥ saachaa ayhu beechaaro. ||3||

ਬਾਬਾ ਰੋਵਹਿ ਰਵਹਿ ਸੁ ਜਾਣੀਅਹਿ, baabaa roveh raveh so jaanee-ahi
ਮਿਲਿ ਰੋਵੈ ਗੁਣ ਸਾਰੇਵਾ॥ mil rovai gun saarayvaa.
ਰੋਵੈ ਮਾਇਆ ਮੁਠੜੀ, rovai maa-i-aa muth-rhee
ਧੰਧੜਾ ਰੋਵਣਹਾਰੇਵਾ॥ DhanDh-rhaa rovanhaarayvaa.
ਧੰਧਾ ਰੋਵੈ ਮੈਲੁ ਨ ਧੋਵੈ, DhanDhaa rovai mail na Dhovai
ਸੁਪਨੰਤਰੁ ਸੰਸਾਰੋ॥ supnantar sansaaro.
ਜਿਉ ਬਾਜੀਗਰੁ ਭਰਮੈ ਭੂਲੈ, Ji-o baajeegar bharmai bhoolai
ਝੂਠਿ ਮੁਠੀ ਅਹੰਕਾਰੋ॥ jhooth muthee ahankaaro.
ਆਪੇ ਮਾਰਗਿ ਪਾਵਣਹਾਰਾ, aapay maarag paavanhaaraa
ਆਪੇ ਕਰਮ ਕਮਾਏ॥ aapay karam kamaa-ay.
ਨਾਮਿ ਰਤੇ ਗੁਰਿ ਪੂਰੈ ਰਾਖੇ, naam ratay gur poorai raakhay
ਨਾਨਕ ਸਹਜਿ ਸੁਭਾਏ॥੪॥੪॥ naanak sahj subhaa-ay. ||4||4||

5. **ਵਡਹੰਸੁ ਮਹਲਾ ੧॥ 581-17**

ਬਾਬਾ ਆਇਆ ਹੈ ਉਠਿ ਚਲਣਾ, baabaa aa-i-aa hai uth chalnaa
ਇਹੁ ਜਗੁ ਝੂਠੁ ਪਸਾਰੋਵਾ॥ ih jag jhooth pasaarovaa.
ਸਚਾ ਘਰੁ ਸਚੜੈ ਸੇਵੀਐ, sachaa ghar sachrhai sayvee-ai
ਸਚੁ ਖਰਾ ਸਚਿਆਰੋਵਾ॥ sach kharaa sachi-aarovaa.
ਕੂੜਿ ਲਬਿ ਜਾਂ ਥਾਇ ਨ ਪਾਸੀ, koorh lab jaaN thaa-ay na paasee
ਅਗੈ ਲਹੈ ਨ ਠਾਓ॥ agai lahai na thaa-o.
ਅੰਤਰਿ ਆਉ ਨ ਬੈਸਹੁ ਕਹੀਐ, antar aa-o na baishu kahee-ai

ਜਿਉ ਸੁੰਞੈ ਘਰਿ ਕਾਉ॥	Ji-o sunjai ghar kaa-o.
ਜੰਮਣੁ ਮਰਣੁ ਵਡਾ ਵੇਛੋੜਾ,	jaman maran vadaa vaychhorhaa
ਬਿਨਸੈ ਜਗੁ ਸਬਾਏ॥	binsai jag sabaa-ay.
ਲਬਿ ਧੰਧੈ ਮਾਇਆ ਜਗਤੁ ਭੁਲਾਇਆ,	lab DhanDhai maa-i-aa jagat bhulaa-i-aa
ਕਾਲੁ ਖੜਾ ਰੂਆਏ॥੧॥	kaal kharhaa roo-aa-ay. ||1||
ਬਾਬਾ ਆਵਹੁ ਭਾਈਹੋ ਗਲਿ ਮਿਲਹ,	baabaa aavhu bhaa-eeho gal milah
ਮਿਲਿ ਮਿਲਿ ਦੇਹ ਆਸੀਸਾ ਹੇ॥	mil mil dayh aaseesaa hay.
ਬਾਬਾ ਸਚੜਾ ਮੇਲੁ ਨ ਚੁਕਈ,	baabaa sachrhaa mayl na chuk-ee
ਪ੍ਰੀਤਮ ਕੀਆ ਦੇਹ ਅਸੀਸਾ ਹੇ॥	pareetam kee-aa dayh aseesaa hay.
ਆਸੀਸਾ ਦੇਵਹੋ ਭਗਤਿ ਕਰੇਵਹੋ,	aaseesaa dayvho bhagat karayvho
ਮਿਲਿਆ ਕਾ ਕਿਆ ਮੇਲੋ॥	mili-aa kaa ki-aa maylo.
ਇਕਿ ਭੂਲੇ ਨਾਵਹੁ ਥੇਹਹੁ ਥਾਵਹੁ,	ik bhoolay naavhu thayhhu thaavhu
ਗੁਰ ਸਬਦੀ ਸਚੁ ਖੇਲੋ॥	gur sabdee sach khaylo.
ਜਮ ਮਾਰਗਿ ਨਹੀ ਜਾਣਾ	jam maarag nahee jaanaa
ਸਬਦਿ ਸਮਾਣਾ,	sabad samaanaa
ਜੁਗਿ ਜੁਗਿ ਸਾਚੈ ਵੇਸੇ॥	jug jug saachai vaysay.
ਸਾਜਨ ਸੈਣ ਮਿਲਹੁ ਸੰਜੋਗੀ,	saajan sain milhu sanjogee
ਗੁਰ ਮਿਲਿ ਖੋਲੇ ਫਾਸੇ॥੨॥	gur mil kholay faasay. ||2||
ਬਾਬਾ ਨਾਂਗੜਾ ਆਇਆ ਜਗ ਮਹਿ,	baabaa naaNgrhaa aa-i-aa jag meh
ਦੁਖੁ ਸੁਖੁ ਲੇਖੁ ਲਿਖਾਇਆ॥	dukh sukh laykh likhaa-i-aa.
ਲਿਖਿਅੜਾ ਸਾਹਾ ਨਾ ਟਲੈ,	likhi-arhaa saahaa naa talai
ਜੇਹੜਾ ਪੁਰਬਿ ਕਮਾਇਆ॥	jayhrhaa purab kamaa-i-aa.
ਬਹਿ ਸਾਚੈ ਲਿਖਿਆ ਅੰਮ੍ਰਿਤੁ ਬਿਖਿਆ,	bahi saachai likhi-aa amrit bikhi-aa
ਜਿਤੁ ਲਾਇਆ ਤਿਤੁ ਲਾਗਾ॥	Jit laa-i-aa tit laagaa.
ਕਾਮਣਿਆਰੀ ਕਾਮਣ ਪਾਏ,	kamani-aaree kaaman paa-ay
ਬਹੁ ਰੰਗੀ ਗਲਿ ਤਾਗਾ॥	baho rangee gal taagaa.
ਹੋਛੀ ਮਤਿ ਭਇਆ ਮਨੁ ਹੋਛਾ,	hochhee mat bha-i-aa man hochhaa
ਗੁੜੁ ਸਾ ਮਖੀ ਖਾਇਆ॥	gurh saa makhee khaa-i-aa.
ਨਾ ਮਰਜਾਦੁ ਆਇਆ ਕਲਿ ਭੀਤਰਿ,	naa marjaad aa-i-aa kal bheetar
ਨਾਂਗੋ ਬੰਧਿ ਚਲਾਇਆ॥੩॥	naaNgo banDh chalaa-i-aa. ||3||
ਬਾਬਾ ਰੋਵਹੁ ਜੇ ਕਿਸੈ ਰੋਵਣਾ,	baabaa rovhu jay kisai rovnaa
ਜਾਨੀਅੜਾ ਬੰਧਿ ਪਠਾਇਆ ਹੈ॥	jaanee-arhaa banDh pathaa-i-aa hai.
ਲਿਖਿਅੜਾ ਲੇਖੁ ਨ ਮੇਟੀਐ,	likhi-arhaa laykh na maytee-ai
ਦਰਿ ਹਾਕਾਰੜਾ ਆਇਆ ਹੈ॥	dar haakaararhaa aa-i-aa hai.
ਹਾਕਾਰਾ ਆਇਆ ਜਾ ਤਿਸੁ ਭਾਇਆ,	haakaaraa aa-i-aa jaa tis bhaa-i-aa
ਰੁੰਨੇ ਰੋਵਣਹਾਰੇ॥	runnay rovanhaaray.
ਪੁਤ ਭਾਈ ਭਾਤੀਜੇ ਰੋਵਹਿ,	put bhaa-ee bhaateejay roveh
ਪ੍ਰੀਤਮ ਅਤਿ ਪਿਆਰੇ॥	pareetam at pi-aaray.
ਭੈ ਰੋਵੈ ਗੁਣ ਸਾਰਿ ਸਮਾਲੇ,	bhai rovai gun saar samaalay
ਕੋ ਮਰੈ ਨ ਮੁਇਆ ਨਾਲੇ॥	ko marai na mu-i-aa naalay.
ਨਾਨਕ ਜੁਗਿ ਜੁਗਿ ਜਾਣ ਸਿਜਾਣਾ,	naanak jug jug jaan sijaanaa
ਰੋਵਹਿ ਸਚੁ ਸਮਾਲੇ॥੪॥੫॥	roveh sach samaalay. ||4||5||

6. ਰਾਮਕਲੀ ਸਦੁ॥ 923- 1 – ਬਾਬਾ ਸੁੰਦਰੁ ਜੀ॥

ੴ ਸਤਿਗੁਰ ਪ੍ਰਸਾਦਿ॥	ik-oNkaar satgur parsaad.
ਜਗਿ ਦਾਤਾ ਸੋਇ ਭਗਤਿ ਵਛਲੁ,	jag daataa so-ay bhagat vachhal
ਤਿਹੁ ਲੋਇ ਜੀਉ॥	tihu lo-ay jee-o.
ਗੁਰ ਸਬਦਿ ਸਮਾਵਏ,	gur sabad samaav-ay
ਅਵਰੁ ਨ ਜਾਣੈ ਕੋਇ ਜੀਉ॥	avar na jaanai ko-ay jee-o.
ਅਵਰੋ ਨ ਜਾਣਹਿ ਸਬਦਿ ਗੁਰ ਕੈ,	avro na jaaneh sabad gur kai
ਏਕੁ ਨਾਮੁ ਧਿਆਵਹੈ॥	ayk naam Dhi-aavhay.
ਪਰਸਾਦਿ ਨਾਨਕ ਗੁਰੂ ਅੰਗਦ,	parsaad naanak guroo angad
ਪਰਮ ਪਦਵੀ ਪਾਵਹੈ॥	param padvee paavhay.
ਆਇਆ ਹਕਾਰਾ ਚਲਣਵਾਰਾ,	aa-i-aa hakaaraa chalanvaaraa
ਹਰਿ ਰਾਮ ਨਾਮਿ ਸਮਾਇਆ॥	har raam naam samaa-i-aa.
ਜਗਿ ਅਮਰੁ ਅਟਲੁ ਅਤੋਲੁ ਠਾਕੁਰੁ,	jag amar atal atol thaakur
ਭਗਤਿ ਤੇ ਹਰਿ ਪਾਇਆ॥੧॥	bhagat tay har paa-i-aa. ||1||

ਹਰਿ ਭਾਣਾ ਗੁਰ ਭਾਇਆ,	har bhaanaa gur bhaa-i-aa
ਗੁਰੁ ਜਾਵੈ ਹਰਿ ਪ੍ਰਭ ਪਾਸਿ ਜੀਉ॥	gur jaavai har parabh paas jee-o.
ਸਤਿਗੁਰੁ ਕਰੇ ਹਰਿ ਪਹਿ ਬੇਨਤੀ,	satgur karay har peh bayntee
ਮੇਰੀ ਪੈਜ ਰਖਹੁ ਅਰਦਾਸਿ ਜੀਉ॥	mayree paij rakhahu ardaas jee-o.
ਪੈਜ ਰਾਖਹੁ ਹਰਿ ਜਨਹ ਕੇਰੀ,	paij raakho har janah kayree
ਹਰਿ ਦੇਹੁ ਨਾਮੁ ਨਿਰੰਜਨੋ॥	har dayh naam niranjano.
ਅੰਤਿ ਚਲਦਿਆ ਹੋਇ ਬੇਲੀ,	ant chaldi-aa ho-ay baylee
ਜਮਦੂਤ ਕਾਲੁ ਨਿਖੰਜਨੋ॥	jamdoot kaal nikhanjano.
ਸਤਿਗੁਰੂ ਕੀ ਬੇਨਤੀ ਪਾਈ,	satguroo kee bayntee paa-ee
ਹਰਿ ਪ੍ਰਭਿ ਸੁਣੀ ਅਰਦਾਸਿ ਜੀਉ॥	har parabh sunee ardaas jee-o.
ਹਰਿ ਧਾਰਿ ਕਿਰਪਾ ਸਤਿਗੁਰੁ ਮਿਲਾਇਆ,	har Dhaar kirpaa satgur milaa-i-aa
ਧਨੁ ਧਨੁ ਕਹੈ ਸਾਬਾਸਿ ਜੀਉ॥੨॥	Dhan Dhan kahai saabaas jee-o. ||2||

ਮੇਰੇ ਸਿਖ ਸੁਣਹੁ ਪੁਤ ਭਾਈਹੋ,	mayray sikh sunhu put bhaa-eeho may-
ਮੇਰੈ ਹਰਿ ਭਾਣਾ ਆਉ ਮੈ ਪਾਸਿ ਜੀਉ॥	rai har bhaanaa aa-o mai paas jee-o.
ਹਰਿ ਭਾਣਾ ਗੁਰ ਭਾਇਆ ਮੇਰਾ ਹਰਿ,	har bhaanaa gur bhaa-i-aa mayraa har
ਪ੍ਰਭੁ ਕਰੇ ਸਾਬਾਸਿ ਜੀਉ॥	parabh karay saabaas jee-o.
ਭਗਤੁ ਸਤਿਗੁਰੁ ਪੁਰਖੁ ਸੋਈ,	bhagat satgur purakh so-ee
ਜਿਸੁ ਹਰਿ ਪ੍ਰਭ ਭਾਣਾ ਭਾਵਏ॥	jis har parabh bhaanaa bhaav-ay.
ਆਨੰਦ ਅਨਹਦ ਵਜਹਿ ਵਾਜੇ,	aanand anhad vajeh vaajay
ਹਰਿ ਆਪਿ ਗਲਿ ਮੇਲਾਵਏ॥	har aap gal maylaava-ay.
ਤੁਸੀ ਪੁਤ ਭਾਈ ਪਰਵਾਰੁ ਮੇਰਾ,	tusee put bhaa-ee parvaar mayraa
ਮਨਿ ਵੇਖਹੁ ਕਰਿ ਨਿਰਜਾਸਿ ਜੀਉ॥	man vaykhhu kar nirjaas jee-o.
ਧੁਰਿ ਲਿਖਿਆ ਪਰਵਾਣਾ ਫਿਰੈ ਨਾਹੀ,	Dhur likhi-aa parvaanaa firai naahee
ਗੁਰੁ ਜਾਇ ਹਰਿ ਪ੍ਰਭ ਪਾਸਿ ਜੀਉ॥੩॥	gur jaa-ay har parabh paas jee-o. ||3||

ਸਤਿਗੁਰਿ ਭਾਣੈ ਆਪਣੈ,	satgur bhaanai aapnai
ਬਹਿ ਪਰਵਾਰੁ ਸਦਾਇਆ॥	bahi parvaar sadaa-i-aa.
ਮਤ ਮੈ ਪਿਛੈ ਕੋਈ ਰੋਵਸੀ,	mat mai pichhai ko-ee rovsee
ਸੋ ਮੈ ਮੂਲਿ ਨ ਭਾਇਆ॥	so mai mool na bhaa-i-aa.
ਮਿਤੁ ਪੈਝੈ ਮਿਤੁ ਬਿਗਸੈ,	mit paijhai mit bigsai
ਜਿਸੁ ਮਿਤ ਕੀ ਪੈਜ ਭਾਵਏ॥	jis mit kee paij bhaav-ay.
ਤੁਸੀ ਵੀਚਾਰਿ ਦੇਖਹੁ ਪੁਤ ਭਾਈ,	tusee veechaar daykhhu put bhaa-ee
ਹਰਿ ਸਤਿਗੁਰੂ ਪੈਨਾਵਏ॥	har satguroo painaava-ay.

ਸਤਿਗੁਰੂ ਪਰਤਖਿ ਹੋਦੈ
ਬਹਿ ਰਾਜੁ ਆਪਿ ਟਿਕਾਇਆ॥
ਸਭਿ ਸਿਖ ਬੰਧਪ ਪੁਤ ਭਾਈ,
ਰਾਮਦਾਸ ਪੈਰੀ ਪਾਇਆ॥੪॥

satguroo partakh hodai
bahi raaj aap tikaa-i-aa.
sabh sikh banDhap put bhaa-ee
raamdaas pairee paa-i-aa. ||4||

ਅੰਤੇ ਸਤਿਗੁਰੁ ਬੋਲਿਆ, ਮੈ ਪਿਛੈ
ਕੀਰਤਨੁ ਕਰਿਅਹੁ ਨਿਰਬਾਣੁ ਜੀਉ॥
ਕੇਸੋ ਗੋਪਾਲ ਪੰਡਿਤ ਸਦਿਅਹੁ,
ਹਰਿ ਹਰਿ ਕਥਾ ਪੜਹਿ ਪੁਰਾਣੁ ਜੀਉ॥
ਹਰਿ ਕਥਾ ਪੜੀਐ ਹਰਿ ਨਾਮੁ ਸੁਣੀਐ,
ਬੇਬਾਣੁ ਹਰਿ ਰੰਗੁ ਗੁਰ ਭਾਵਏ॥
ਪਿੰਡੁ ਪਤਲਿ ਕਿਰਿਆ ਦੀਵਾ,
ਫੁਲ ਹਰਿ ਸਰਿ ਪਾਵਏ॥
ਹਰਿ ਭਾਇਆ ਸਤਿਗੁਰੁ ਬੋਲਿਆ,
ਹਰਿ ਮਿਲਿਆ ਪੁਰਖੁ ਸੁਜਾਣੁ ਜੀਉ॥
ਰਾਮਦਾਸ ਸੋਢੀ ਤਿਲਕੁ ਦੀਆਂ,
ਗੁਰ ਸਬਦੁ ਸਚੁ ਨੀਸਾਣੁ ਜੀਉ॥੫॥

antay satgur boli-aa mai pichhai keer-
tan kari-ahu nirbaan jee-o.
kayso gopaal pandit sadi-ahu
har har kathaa parheh puraan jee-o.
har kathaa parhee-ai har naam sunee-ai
baybaan har rang gur bhaav-ay.
pind patal kiri-aa deevaa
ful har sar paav-ay.
har bhaa-i-aa satgur boli-aa
har mili-aa purakh sujaan jee-o.
raamdaas sodhee tilak dee-aa
gur sabad sach neesaan jee-o. ||5||

ਸਤਿਗੁਰੁ ਪੁਰਖੁ ਜਿ ਬੋਲਿਆ,
ਗੁਰਸਿਖਾ ਮੰਨਿ ਲਈ ਰਜਾਇ ਜੀਉ॥
ਮੋਹਰੀ ਪੁਤੁ ਸਨਮੁਖੁ ਹੋਇਆ,
ਰਾਮਦਾਸੈ ਪੈਰੀ ਪਾਇ ਜੀਉ॥
ਸਭ ਪਵੈ ਪੈਰੀ ਸਤਿਗੁਰੂ ਕੇਰੀ,
ਜਿਥੈ ਗੁਰੂ ਆਪੁ ਰਖਿਆ॥
ਕੋਈ ਕਰਿ ਬਖੀਲੀ ਨਿਵੈ ਨਾਹੀ,
ਫਿਰਿ ਸਤਿਗੁਰੂ ਆਨਿ ਨਿਵਾਇਆ॥
ਹਰਿ ਗੁਰਹਿ ਭਾਣਾ ਦੀਈ ਵਡਿਆਈ,
ਧੁਰਿ ਲਿਖਿਆ ਲੇਖੁ ਰਜਾਇ ਜੀਉ॥
ਕਹੈ ਸੁੰਦਰੁ ਸੁਣਹੁ ਸੰਤਹੁ,
ਸਭੁ ਜਗਤੁ ਪੈਰੀ ਪਾਇ ਜੀਉ॥੬॥੧॥

satgur purakh je boli-aa
gursikhaa man la-ee rajaa-ay jee-o.
mohree put sanmukh ho-i-aa
raamdaasai pairee paa-ay jee-o.
sabh pavai pairee satguroo kayree
jithai guroo aap rakhi-aa.
ko-ee kar bakheelee nivai naahee
fir satguroo aan nivaa-i-aa.
har gureh bhaanaa dee-ee vadi-aa-ee
Dhur likhi-aa laykh rajaa-ay jee-o.
kahai sundar sunhu santahu
sabh jagat pairee paa-ay jee-o. ||6||1||

--- ☬ -----

ਚਿੰਤਾ ਤਾ ਕੀ ਕੀਜੀਐ,
ਜੋ ਅਨਹੋਨੀ ਹੋਇ॥
ਇਹੁ ਮਾਰਗੁ ਸੰਸਾਰ ਕੋ,
ਨਾਨਕ ਥਿਰੁ ਨਹੀ ਕੋਇ॥੫੧॥

chintaa taa kee keejee-ai
jo anhonee ho-ay.
ih maarag sansaar ko
naanak thir nahee ko-ay. ||51||

ਜੋ ਉਪਜਿਓ ਸੋ ਬਿਨਸਿ ਹੈ,
ਪਰੋ ਆਜੁ ਕੈ ਕਾਲਿ॥
ਨਾਨਕ ਹਰਿ ਗੁਨ ਗਾਇ ਲੇ,
ਛਾਡਿ ਸਗਲ ਜੰਜਾਲ॥੫੨॥
ਜਗ ਰਚਨਾ ਸਭ ਝੂਠ ਹੈ,
ਜਾਨਿ ਲੇਹੁ ਰੇ ਮੀਤ॥
ਕਹਿ ਨਾਨਕ ਥਿਰੁ ਨਾ ਰਹੈ,
ਜਿਉ ਬਾਲੂ ਕੀ ਭੀਤਿ॥੪੯॥

jo upji-o so binas hai
paro aaj kai kaal.
naanak har gun gaa-ay lay
chhaad sagal janjaal. ||52||
jag rachnaa sabh jhooth hai
jaan layho ray meet.
kahi naanak thir naa rahai
ji-o baaloo kee bheet. ||49||

ਰਾਮੁ ਗਇਓ ਰਾਵਨੁ ਗਇਓ,
ਜਾ ਕਉ ਬਹੁ ਪਰਵਾਰੁ॥
ਕਹੁ ਨਾਨਕ ਥਿਰੁ ਕਛੁ ਨਹੀ,
ਸੁਪਨੇ ਜਿਉ ਸੰਸਾਰੁ॥੫੦॥

raam ga-i-o raavan ga-i-o
jaa ka-o baho parvaar.
kaho naanak thir kachh nahee sup-
nay ji-o sansaar. ||50||

ਕੂੜੁ ਰਾਜਾ ਕੂੜੁ ਪਰਜਾ
ਕੂੜੁ ਸਭੁ ਸੰਸਾਰੁ॥
ਕੂੜੁ ਮੰਡਪ ਕੂੜੁ ਮਾੜੀ
ਕੂੜੁ ਬੈਸਣਹਾਰੁ॥
ਕੂੜੁ ਸੁਇਨਾ ਕੂੜੁ ਰੁਪਾ
ਕੂੜੁ ਪੈਨੑਣਹਾਰੁ॥
ਕੂੜੁ ਕਾਇਆ ਕੂੜੁ ਕਪੜੁ
ਕੂੜੁ ਰੂਪੁ ਅਪਾਰੁ॥
ਕੂੜੁ ਮੀਆ ਕੂੜੁ ਬੀਬੀ
ਖਪਿ ਹੋਏ ਖਾਰੁ॥
ਕੂੜਿ ਕੂੜੈ ਨੇਹੁ ਲਗਾ
ਵਿਸਰਿਆ ਕਰਤਾਰੁ॥
ਕਿਸੁ ਨਾਲਿ ਕੀਚੈ ਦੋਸਤੀ
ਸਭੁ ਜਗੁ ਚਲਣਹਾਰੁ॥
ਕੂੜੁ ਮਿਠਾ ਕੂੜੁ ਮਾਖਿਉ
ਕੂੜੁ ਡੋਬੇ ਪੂਰੁ॥
ਨਾਨਕੁ ਵਖਾਣੈ ਬੇਨਤੀ
ਤੁਧੁ ਬਾਝੁ ਕੂੜੋ ਕੂੜੁ॥੧॥

koorh raajaa koorh parjaa
koorh sabh sansaar.
koorh mandap koorh maarhee
koorh baisanhaar.
koorh su-inaa koorh rupaa
koorh painHanhaar.
koorh kaa-i-aa koorh kaparh
koorh roop apaar.
koorh mee-aa koorh beebee
khap ho-ay khaar.
koorh koorhai nayhu lagaa
visri-aa kartaar.
kis naal keechai dostee
sabh jag chalanhaar.
koorh mithaa koorh maakhi-o
koorh dobay poor.
naanak vakhaanai bayntee
tuDh baajh koorho koorh. ||1||

ਸਾਢੇ ਤ੍ਰੈ ਮਣ ਦੇਹੁਰੀ
ਚਲੈ ਪਾਣੀ ਅੰਨਿ॥
ਆਇਓ ਬੰਦਾ ਦੁਨੀ ਵਿਚਿ
ਵਤਿ ਆਸੂਣੀ ਬੰਨ੍ਹਿ॥
ਮਲਕਲ ਮਉਤ ਜਾਂ ਆਵਸੀ
ਸਭ ਦਰਵਾਜੇ ਭੰਨਿ॥
ਤਿਨੑਾ ਪਿਆਰਿਆ ਭਾਈਆਂ
ਅਗੈ ਦਿਤਾ ਬੰਨ੍ਹਿ॥
ਵੇਖਹੁ ਬੰਦਾ ਚਲਿਆ
ਚਹੁ ਜਣਿਆ ਦੈ ਕੰਨੑਿ॥
ਫਰੀਦਾ ਅਮਲ ਜਿ ਕੀਤੇ ਦੁਨੀ ਵਿਚਿ
ਦਰਗਹ ਆਏ ਕੰਮਿ॥੧੦੦॥

saadhay tarai man dayhuree
chalai paanee ann.
aa-i-o bandaa dunee vich
vat aasoonee baneh.
malkal ma-ut jaaN aavsee
sabh darvaajay bhann.
tinHaa pi-aari-aa bhaa-ee-aaN
agai ditaa baneh.
vaykhhu bandaa chali-aa
chahu jani-aa dai kaNniH.
fareedaa amal je keetay dunee vich
dargeh aa-ay kamm. ||100||

☬ Sikh Marriage–ਵਿਆਹ ਦੀ ਰਸਮ ☬

ੴ ਸਤਿਗੁਰ ਪ੍ਰਸਾਦਿ॥	ik-oNkaar satgur parsaad.
ਹਮ ਘਰਿ ਸਾਜਨ ਆਏ॥	ham ghar saajan aa-ay.
ਸਾਚੈ ਮੇਲਿ ਮਿਲਾਏ॥	saachai mayl milaa-ay.
ਸਹਜਿ ਮਿਲਾਏ ਹਰਿ ਮਨਿ ਭਾਏ,	sahj milaa-ay har man bhaa-ay
ਪੰਚ ਮਿਲੇ ਸੁਖੁ ਪਾਇਆ॥	panch milay sukh paa-i-aa.
ਸਾਈ ਵਸਤੁ ਪਰਾਪਤਿ ਹੋਈ,	saa-ee vasat paraapat ho-ee
ਜਿਸੁ ਸੇਤੀ ਮਨੁ ਲਾਇਆ॥	jis saytee man laa-i-aa.
ਅਨਦਿਨੁ ਮੇਲੁ ਭਇਆ ਮਨੁ ਮਾਨਿਆ,	an-din mayl bha-i-aa man maani-aa
ਘਰ ਮੰਦਰ ਸੋਹਾਏ॥	ghar mandar sohaa-ay.
ਪੰਚ ਸਬਦ ਧੁਨਿ ਅਨਹਦ ਵਾਜੇ,	panch sabad Dhun anhad vaajay
ਹਮ ਘਰਿ ਸਾਜਨ ਆਏ॥੧॥	ham ghar saajan aa-ay. ||1||
ਆਵਹੁ ਮੀਤ ਪਿਆਰੇ॥	aavhu meet pi-aaray.
ਮੰਗਲ ਗਾਵਹੁ ਨਾਰੇ॥	mangal gaavhu naaray.
ਸਚੁ ਮੰਗਲੁ ਗਾਵਹੁ ਤਾ ਪ੍ਰਭ ਭਾਵਹੁ,	sach mangal gaavhu taa parabh bhaavahu
ਸੋਹਿਲੜਾ ਜੁਗ ਚਾਰੇ॥	sohilrhaa jug chaaray.
ਅਪਨੈ ਘਰਿ ਆਇਆ ਥਾਨਿ ਸੁਹਾਇਆ,	apnai ghar aa-i-aa thaan suhaa-i-aa
ਕਾਰਜ ਸਬਦਿ ਸਵਾਰੇ॥	kaaraj sabad savaaray.
ਗਿਆਨ ਮਹਾ ਰਸੁ ਨੇਤ੍ਰੀ ਅੰਜਨੁ,	gi-aan mahaa ras naytree anjan
ਤ੍ਰਿਭਵਣ ਰੂਪੁ ਦਿਖਾਇਆ॥	taribhavan roop dikhaa-i-aa.
ਸਖੀ ਮਿਲਹੁ ਰਸਿ ਮੰਗਲੁ ਗਾਵਹੁ,	sakhee milhu ras mangal gaavhu
ਹਮ ਘਰਿ ਸਾਜਨੁ ਆਇਆ॥੨॥	ham ghar saajan aa-i-aa. ||2||
ਸਤੁ ਸੰਤੋਖੁ ਕਰਿ ਭਾਉ ਕੁੜਮੁ ਕੁੜਮਾਈ,	sat santokh kar bhaa-o kurham kurhmaa-ee
ਆਇਆ ਬਲਿ ਰਾਮ ਜੀਉ॥	aa-i-aa bal raam jee-o.
ਸੰਤ ਜਨਾ ਕਰਿ ਮੇਲੁ, ਗੁਰਬਾਣੀ	sant janaa kar mayl gurbaanee
ਗਾਵਾਈਆ ਬਲਿ ਰਾਮ ਜੀਉ॥	gaavaa-ee-aa bal raam jee-o.
ਬਾਣੀ ਗੁਰ ਗਾਈ ਪਰਮ ਗਤਿ ਪਾਈ,	banee gur gaa-ee param gat paa-ee
ਪੰਚ ਮਿਲੇ ਸੋਹਾਇਆ॥	panch milay sohaa-i-aa.
ਗਇਆ ਕਰੋਧੁ ਮਮਤਾ ਤਨਿ ਨਾਠੀ,	ga-i-aa karoDh mamtaa tan naathee
ਪਾਖੰਡੁ ਭਰਮੁ ਗਵਾਇਆ॥	pakhand bharam gavaa-i-aa.
ਹਉਮੈ ਪੀਰ ਗਈ ਸੁਖੁ ਪਾਇਆ,	ha-umai peer ga-ee sukh paa-i-aa
ਆਰੋਗਤ ਭਏ ਸਰੀਰਾ॥	aarogat bha-ay sareeraa.
ਗੁਰ ਪਰਸਾਦੀ ਬ੍ਰਹਮੁ ਪਛਾਤਾ,	gur parsaadee barahm pachhaataa
ਨਾਨਕ ਗੁਣੀ ਗਹੀਰਾ॥੨॥	naanak gunee gaheeraa. ||2||
ਸੰਤਾ ਕੇ ਕਾਰਜਿ ਆਪਿ ਖਲੋਇਆ,	santaa kay kaaraj aap khalo-i-aa
ਹਰਿ ਕੰਮੁ ਕਰਾਵਣਿ ਆਇਆ ਰਾਮ॥	har kamm karaavan aa-i-aa raam.
ਧਰਤਿ ਸੁਹਾਵੀ ਤਾਲੁ ਸੁਹਾਵਾ,	Dharat suhaavee taal suhaavaa vich amrit
ਵਿਚਿ ਅੰਮ੍ਰਿਤ ਜਲੁ ਛਾਇਆ ਰਾਮ॥	jal chhaa-i-aa raam.
ਅੰਮ੍ਰਿਤ ਜਲੁ ਛਾਇਆ ਪੂਰਨ ਸਾਜੁ ਕਰਾਇਆ,	amrit jal chhaa-i-aa pooran saaj karaa- i-aa
ਸਗਲ ਮਨੋਰਥ ਪੂਰੇ॥	sagal manorath pooray.
ਜੈ ਜੈ ਕਾਰੁ ਭਇਆ ਜਗ ਅੰਤਰਿ,	jai jai kaar bha-i-aa jag antar
ਲਾਥੇ ਸਗਲ ਵਿਸੂਰੇ॥	laathay sagal visooray.
ਪੂਰਨ ਪੁਰਖ ਅਚੁਤ ਅਬਿਨਾਸੀ,	pooran purakh achut abhinaasee
ਜਸੁ ਵੇਦ ਪੁਰਾਣੀ ਗਾਇਆ॥	jas vayd puraanee gaa-i-aa.
ਅਪਨਾ ਬਿਰਦੁ ਰਖਿਆ ਪਰਮੇਸਰਿ,	apnaa birad rakhi-aa parmaysar
ਨਾਨਕ ਨਾਮੁ ਧਿਆਇਆ॥੧॥	naanak naam Dhi-aa-i-aa. ||1||

ਜਿਸ ਕਾ ਕਾਰਜੁ ਤਿਨ ਹੀ ਕੀਆ,	jis kaa kaaraj tin hee kee-aa
ਮਾਣਸੁ ਕਿਆ ਵੇਚਾਰਾ ਰਾਮ॥	maanas ki-aa vaychaaraa raam.
ਭਗਤ ਸੋਹਨਿ ਹਰਿ ਕੇ ਗੁਣ ਗਾਵਹਿ,	bhagat sohan har kay gun gaavahi
ਸਦਾ ਕਰਹਿ ਜੈਕਾਰਾ ਰਾਮ॥	sadaa karahi jaikaaraa raam.
ਗੁਣ ਗਾਇ ਗੋਬਿੰਦ ਅਨਦ ਉਪਜੇ,	gun gaa-ay gobind anad upjay
ਸਾਧਸੰਗਤਿ ਸੰਗਿ ਬਨੀ॥	saaDhsangat sang banee.
ਜਿਨਿ ਉਦਮੁ ਕੀਆ ਤਾਲ ਕੇਰਾ,	jin udam kee-aa taal kayraa
ਤਿਸ ਕੀ ਉਪਮਾ ਕਿਆ ਗਨੀ॥	tis kee upmaa ki-aa ganee.
ਅਠਸਠਿ ਤੀਰਥ ਪੁੰਨ ਕਿਰਿਆ,	athsath tirath punn kiri-aa
ਮਹਾ ਨਿਰਮਲ ਚਾਰਾ॥	mahaa nirmal chaaraa.
ਪਤਿਤ ਪਾਵਨੁ ਬਿਰਦੁ ਸੁਆਮੀ,	patit paavan birad su-aamee
ਨਾਨਕ ਸਬਦ ਅਧਾਰਾ॥੩॥	naanak sabad aDhaaraa. ||3||

☬ ਲਾਵਾਂ ☬

ਸੂਹੀ ਮਹਲਾ ੪॥ **ਬਾਣੀ ਵਿੱਚ ਸੇਵਕ ਦੇ ਸੰਜੋਗ ਨੂੰ ਚਾਰ ਅਵਸਥਾਂ ਵਿੱਚ ਵਿਆਖਿਆ ਕਰਦੇ ਹਨ ।

ਹਰਿ ਪਹਿਲੜੀ ਲਾਵ ਪਰਵਿਰਤੀ,	har pahilarhee laav parvirtee
ਕਰਮ ਦ੍ਰਿੜਾਇਆ ਬਲਿ ਰਾਮ ਜੀਉ॥	karam drirh-aa-i-aa bal raam jee-o.
ਬਾਣੀ ਬ੍ਰਹਮਾ ਵੇਦੁ ਧਰਮੁ ਦ੍ਰਿੜਹੁ,	banee barahmaa vayd Dharam darirhHu
ਪਾਪ ਤਜਾਇਆ ਬਲਿ ਰਾਮ ਜੀਉ॥	paap tajaa-i-aa bal raam jee-o.
ਧਰਮੁ ਦ੍ਰਿੜਹੁ ਹਰਿ ਨਾਮੁ ਧਿਆਵਹੁ,	Dharam darirhHu har naam Dhi-aavahu
ਸਿਮ੍ਰਿਤਿ ਨਾਮੁ ਦ੍ਰਿੜਾਇਆ॥	simrit naam drirh-aa-i-aa.
ਸਤਿਗੁਰੁ ਗੁਰੁ ਪੂਰਾ ਆਰਾਧਹੁ,	satgur gur pooraa aaraaDhahu
ਸਭਿ ਕਿਲਵਿਖ ਪਾਪ ਗਵਾਇਆ॥	sabh kilvikh paap gavaa-i-aa.
ਸਹਜ ਅਨੰਦੁ ਹੋਆ ਵਡਭਾਗੀ,	sahj anand ho-aa vadbhaagee
ਮਨਿ ਹਰਿ ਹਰਿ ਮੀਠਾ ਲਾਇਆ॥	man har har meethaa laa-i-aa.
ਜਨੁ ਕਹੈ ਨਾਨਕੁ ਲਾਵਾਂ ਪਹਿਲੀ,	jan kahai naanak laav pahilee
ਆਰੰਭੁ ਕਾਜੁ ਰਚਾਇਆ॥੧॥	aarambh kaaj rachaa-i-aa. ||1||
ਹਰਿ ਦੂਜੜੀ ਲਾਵ ਸਤਿਗੁਰੁ ਪੁਰਖੁ ਮਿਲਾਇਆ,	har doojrhee laav satgur purakh milaa-i-aa
ਬਲਿ ਰਾਮ ਜੀਉ॥	bal raam jee-o.
ਨਿਰਭਉ ਭੈ ਮਨੁ ਹੋਇ,	nirbha-o bhai man ho-ay
ਹਉਮੈ ਮੈਲੁ ਗਵਾਇਆ, ਬਲਿ ਰਾਮ ਜੀਉ॥	ha-umai mail gavaa-i-aa bal raam jee-o.
ਨਿਰਮਲੁ ਭਉ ਪਾਇਆ	nirmal bha-o paa-i-aa
ਹਰਿ ਗੁਣ ਗਾਇਆ, ਹਰਿ ਵੇਖੈ ਰਾਮੁ ਹਦੂਰੇ॥	har gun gaa-i-aa har vaykhai raam hadooray.
ਹਰਿ ਆਤਮ ਰਾਮੁ ਪਸਾਰਿਆ,	har aatam raam pasaari-aa
ਸੁਆਮੀ, ਸਰਬ ਰਹਿਆ ਭਰਪੂਰੇ॥	su-aamee, sarab rahi-aa bharpooray.
ਅੰਤਰਿ ਬਾਹਰਿ ਹਰਿ ਪ੍ਰਭੁ ਏਕੋ,	antar baahar har parabh ayko
ਮਿਲਿ ਹਰਿ ਜਨ ਮੰਗਲ ਗਾਏ॥	mil har jan mangal gaa-ay.
ਜਨ ਨਾਨਕ ਦੂਜੀ ਲਾਵ ਚਲਾਈ,	jan naanak doojee laav chalaa-ee
ਅਨਹਦ ਸਬਦ ਵਜਾਏ॥੨॥	anhad sabad vajaa-ay. ||2||
ਹਰਿ ਤੀਜੜੀ ਲਾਵ ਮਨਿ ਚਾਉ ਭਇਆ,	har teejrhee laav man chaa-o bha-i-aa
ਬੈਰਾਗੀਆ ਬਲਿ ਰਾਮ ਜੀਉ॥	bairaagee-aa bal raam jee-o.
ਸੰਤ ਜਨਾ ਹਰਿ ਮੇਲੁ ਹਰਿ ਪਾਇਆ,	sant janaa har mayl har paa-i-aa
ਵਡਭਾਗੀਆ ਬਲਿ ਰਾਮ ਜੀਉ॥	vadbhaagee-aa bal raam jee-o.
ਨਿਰਮਲੁ ਹਰਿ ਪਾਇਆ ਹਰਿ ਗੁਣ ਗਾਇਆ,	nirmal har paa-i-aa har gun gaa-i-aa
ਮੁਖਿ ਬੋਲੀ ਹਰਿ ਬਾਣੀ॥	mukh bolee har banee.

ਸੰਤ ਜਨਾ ਵਡਭਾਗੀ ਪਾਇਆ,
ਹਰਿ ਕਥੀਐ ਅਕਥ ਕਹਾਣੀ॥
ਹਿਰਦੈ ਹਰਿ ਹਰਿ ਹਰਿ ਧੁਨਿ ਉਪਜੀ,
ਹਰਿ ਜਪੀਐ ਮਸਤਕਿ ਭਾਗੁ ਜੀਉ॥
ਜਨੁ ਨਾਨਕੁ ਬੋਲੇ ਤੀਜੀ ਲਾਵੈ,
ਹਰਿ ਉਪਜੈ ਮਨਿ ਬੈਰਾਗੁ ਜੀਉ॥੩॥

sant janaa vadbhaagee paa-i-aa
har kathee-ai akath kahaanee.
hirdai har har har Dhun upjee
har japee-ai mastak bhaag jee-o.
jan naanak bolay teejee laavai
har upjai man bairaag jee-o. ||3||

ਹਰਿ ਚਉਥੜੀ ਲਾਵ ਮਨਿ ਸਹਜੁ ਭਇਆ,
ਹਰਿ ਪਾਇਆ ਬਲਿ ਰਾਮ ਜੀਉ॥
ਗੁਰਮੁਖਿ ਮਿਲਿਆ ਸੁਭਾਇ ਹਰਿ,
ਮਨਿ ਤਨਿ ਮੀਠਾ ਲਾਇਆਬਲਿ ਰਾਮ ਜੀਉ॥
ਹਰਿ ਮੀਠਾ ਲਾਇਆ ਮੇਰੇ ਪ੍ਰਭ ਭਾਇਆ,
ਅਨਦਿਨੁ ਹਰਿ ਲਿਵ ਲਾਈ॥
ਮਨ ਚਿੰਦਿਆ ਫਲੁ ਪਾਇਆ ਸੁਆਮੀ,
ਹਰਿ ਨਾਮਿ ਵਜੀ ਵਾਧਾਈ॥
ਹਰਿ ਪ੍ਰਭਿ ਠਾਕੁਰਿ ਕਾਜੁ ਰਚਾਇਆ,
ਧਨ ਹਿਰਦੈ ਨਾਮਿ ਵਿਗਾਸੀ॥
ਜਨੁ ਨਾਨਕੁ ਬੋਲੇ ਚਉਥੀ ਲਾਵੈ,
ਹਰਿ ਪਾਇਆ ਪ੍ਰਭੁ ਅਵਿਨਾਸੀ॥੪॥੨॥

har cha-utharhee laav man sahj bha-i-aa
har paa-i-aa bal raam jee-o.
gurmukh mili-aa subhaa-ay har
man tan meethaa laa-i-aa bal raam jee-o.
har meethaa laa-i-aa mayray parabh bhaa-i-aa
an-din har liv laa-ee.
man chindi-aa fal paa-i-aa su-aamee
har naam vajee vaaDhaa-ee.
har parabh thaakur kaaj rachaa-i-aa
Dhan hirdai naam vigaasee.
jan naanak bolay cha-uthee laavai
har paa-i-aa parabh avinaasee. ||4||2||

---- ☬ ----

ਵਰੁ ਪਾਇਅੜਾ ਬਾਲੜੀਏ,
ਆਸਾ ਮਨਸਾ ਪੂਰੀ ਰਾਮ॥
ਪਿਰਿ ਰਾਵਿਅੜੀ ਸਬਦਿ ਰਲੀ,
ਰਵਿ ਰਹਿਆ ਨਹ ਦੂਰੀ ਰਾਮ॥
ਪ੍ਰਭੁ ਦੂਰਿ ਨ ਹੋਈ ਘਟਿ ਘਟਿ ਸੋਈ,
ਤਿਸ ਕੀ ਨਾਰਿ ਸਬਾਈ॥
ਆਪੇ ਰਸੀਆ ਆਪੇ ਰਾਵੇ,
ਜਿਉ ਤਿਸ ਦੀ ਵਡਿਆਈ॥
ਅਮਰ ਅਡੋਲੁ ਅਮੋਲੁ ਅਪਾਰਾ,
ਗੁਰਿ ਪੂਰੈ ਸਚੁ ਪਾਈਐ॥
ਨਾਨਕ ਆਪੇ ਜੋਗ ਸਜੋਗੀ,
ਨਦਰਿ ਕਰੇ ਲਿਵ ਲਾਈਐ॥੩॥

var paa-i-arhaa baalrhee-ay
aasaa mansaa pooree raam.
pir raavi-arhee sabad ralee
rav rahi-aa nah dooree raam.
parabh door na ho-ee ghat ghat so-ee
tis kee naar sabaa-ee.
aapay rasee-aa aapay raavay
ji-o tis dee vadi-aa-ee.
amar adol amol apaaraa
gur poorai sach paa-ee-ai.
naanak aapay jog sajogee
nadar karay liv laa-ee-ai. ||3||

ਹਰਿ ਪ੍ਰਭ ਮੇਰੇ ਬਾਬੁਲਾ,
ਹਰਿ ਦੇਵਹੁ ਦਾਨੁ ਮੈ ਦਾਜੋ॥
ਹਰਿ ਕਪੜੋ ਹਰਿ ਸੋਭਾ ਦੇਵਹੁ,
ਜਿਤੁ ਸਵਰੈ ਮੇਰਾ ਕਾਜੋ॥
ਹਰਿ ਹਰਿ ਭਗਤੀ ਕਾਜੁ ਸੁਹੇਲਾ,
ਗੁਰਿ ਸਤਿਗੁਰਿ ਦਾਨੁ ਦਿਵਾਇਆ॥
ਖੰਡਿ ਵਰਭੰਡਿ ਹਰਿ ਸੋਭਾ ਹੋਈ,
ਇਹੁ ਦਾਨੁ ਨ ਰਲੈ ਰਲਾਇਆ॥
ਹੋਰਿ ਮਨਮੁਖ ਦਾਜੁ ਜਿ ਰਖਿ ਦਿਖਾਲਹਿ,
ਸੁ ਕੂੜੁ ਅਹੰਕਾਰੁ ਕਚੁ ਪਾਜੋ॥
ਹਰਿ ਪ੍ਰਭ ਮੇਰੇ ਬਾਬੁਲਾ,
ਹਰਿ ਦੇਵਹੁ ਦਾਨੁ ਮੈ ਦਾਜੋ॥੪॥

har parabh mayray babulaa
har dayvhu daan mai daajo.
har kaprho har sobhaa dayvhu
jit savrai mayraa kaajo.
har har bhagtee kaaj suhaylaa
gur satgur daan divaa-i-aa.
khand varbhand har sobhaa ho-ee
ih daan na ralai ralaa-i-aa.
hor manmukh daaj je rakh dikhaaleh
so koorh ahaNkaar kach paajo.
har parabh mayray babulaa
har dayvhu daan mai daajo. ||4||

ਵੀਆਹੁ ਹੋਆ ਮੇਰੇ ਬਾਬੁਲਾ,
ਗੁਰਮੁਖੇ ਹਰਿ ਪਾਇਆ॥
ਅਗਿਆਨੁ ਅੰਧੇਰਾ ਕਟਿਆ,
ਗੁਰ ਗਿਆਨੁ ਪ੍ਰਚੰਡੁ ਬਲਾਇਆ॥
ਬਲਿਆ ਗੁਰ ਗਿਆਨੁ ਅੰਧੇਰਾ ਬਿਨਸਿਆ,
ਹਰਿ ਰਤਨੁ ਪਦਾਰਥੁ ਲਾਧਾ॥
ਹਉਮੈ ਰੋਗੁ ਗਇਆ ਦੁਖੁ ਲਾਥਾ,
ਆਪੁ ਆਪੈ ਗੁਰਮਤਿ ਖਾਧਾ॥
ਅਕਾਲ ਮੂਰਤਿ ਵਰੁ ਪਾਇਆ ਅਬਿਨਾਸੀ,
ਨਾ ਕਦੇ ਮਰੈ ਨ ਜਾਇਆ॥
ਵੀਆਹੁ ਹੋਆ ਮੇਰੇ ਬਾਬੋਲਾ,
ਗੁਰਮੁਖੇ, ਹਰਿ ਪਾਇਆ॥੨॥

vee-aahu ho-aa mayray babulaa gurmu-
khay har paa-i-aa.
agi-aan anDhayraa kati-aa
gur gi-aan parchand balaa-i-aa.
bali-aa gur gi-aan anDhayraa binsi-aa
har ratan padaarath laaDhaa.
ha-umai rog ga-i-aa dukh laathaa
aap aapai gurmat khaaDhaa.
akaal moorat var paa-i-aa abhinaasee
naa kaday marai na jaa-i-aa.
vee-aahu ho-aa mayray baabolaa gur-
mukhay har paa-i-aa. ||2||

☬ ਸ਼ਬਦ ਹਜ਼ਾਰੇ - ਗੁਰੂ ਗੋਬਿੰਦ ਸਿੰਘ ਜੀ ☬

1. **ਰਾਮਕਲੀ ਪਾਤਿਸਾਹੀ ੧੦॥** Page 709)

ਰੇ ਮਨ ਐਸੋ ਕਰਿ ਸੰਨਿਆਸਾ॥	ry mn AYso kir sMinAwsw.
ਬਨ ਸੇ ਸਦਨ ਸਬੈ ਕਰਿ ਸਮਝਹੁ	Bn sy sdn sbY kir smJhu
ਮਨ ਹੀ ਮਾਹਿ ਉਦਾਸਾ॥ ਰਹਾਉ॥	mn hI mwih audwsw.॥ rhwau॥
ਜਤ ਕੀ ਜਟਾ ਜੋਗ ਕੋ ਮੱਜਨੁ ਨੇਮ	Jq kI jtw jog ko m`jnu
ਕੇ ਨਖਨ ਬਢਾਓ॥	nym ky nKn bFwE.
ਦਿਆਨ ਗੁਰੂ ਆਤਮ ਉਪਦੇਸਹੁ	idAwn gurU Awqm aupdyshu
ਨਾਮ ਬਿਭੂਤ ਲਗਾਓ॥੧॥	nwm ibBuq lgwE.॥ 1॥
ਅਲੁ ਅਹਾਰ ਸੁਲੁ ਸੀ ਨਿੰਦਾ	Alu Ahwr sulu sI inMdw
ਦਯਾ ਛਿਮਾ ਤਨ ਪ੍ਰੀਤਿ॥	dXw iCmw qn pRIiq.
ਸੀਲ ਸੰਤੋਖ ਸਦਾ ਨਿਰਬਾਹਿਬੋ	sIl sMqoK sdw inrbwihbo
ਹ੍ਵੈਬੋ ਤ੍ਰਿਗੁਣ ਅਤੀਤ॥੨॥	hYÍbo iqRgux AqIq. ॥2॥
ਕਾਮ ਕ੍ਰੋਧ ਹੰਕਾਰ ਲੋਭ	kwm koRD hMkwr loB
ਹਠ ਮੋਹ ਨ ਮਨ ਸਿਉ ਲਯਾਵੈ॥	hT moh n mn isau lÎvY.
ਤਬ ਹੀ ਆਤਮ ਤਤ ਕੋ ਦਰਸੇ	Qb hI Awqm qq ko drsy
ਪਰਮ ਪੁਰਖ ਕਹ ਪਾਵੈ॥੩॥੧॥	prm purK kh pwvY. ॥3॥ 1॥

2. **ਰਾਮਕਲੀ ਪਾਤਿਸਾਹੀ ੧੦॥**

ਰੇ ਮਨ ਇਹ ਬਿਧਿ ਜੋਗੁ ਕਮਾਓ॥	ry mn ibiD jogu kmwE.
ਸਿੰਙੀ ਸਾਚ ਅਕਪਟ ਕੰਠਲਾ	isM|I swc Akpt kMTlw
ਧਿਆਨ ਬਿਭੂਤ ਚੜ੍ਹਾਓ॥੧॥ ਰਹਾਉ॥	iDAwn ibBUq cVHwE.॥1॥ rhwau॥
ਬਸਿ ਕਰ ਕੀ ਭਿੱਛਾ ਨਾਮ ਅਧਾਰੰ॥	Bis kr kI iB`Cw nwm ADwrM.
ਬਾਜੇ ਪਰਮ ਤਾਰ ਤੁਤ ਹਰਿ ਕੋ	Bwjy prm qwr quq hir ko
ਉਪਜੈ ਰਾਗ ਰਸਾਰੰ॥੧॥	aupjY rwg rswrM.॥ 1॥
ਉਘਟੈ ਤਾਨ ਤਰੰਗ ਰੰਗਿ	auGtY qwn qrMg rMig
ਅਤਿ ਗਿਆਨ ਗੀਤ ਬੰਧਾਨੰ॥	Aiq igAwn gIq bMDwnM.
ਚਕਿ ਚਕਿ ਰਹੇ ਦੇਵ ਦਾਨਵ ਮੁਨਿ	Cik cik rhy dyv dwnv muin
ਛਕਿ ਛਕਿ ਬਯੋਮ ਬਿਵਾਨੰ॥੨॥	Cik Cik bÎm invwnM.॥ 2॥
ਆਤਮ ਉਪਦੇਸ ਭੇਸੁ ਸੰਜਮ ਕੋ	Awqm aupdys Bys sMjm ko
ਜਾਪ ਸੁ ਅਜਪਾ ਜਾਪੇ॥	jwp su Ajpw jwpy.
ਸਦਾ ਰਹੈ ਕੰਚਨ ਸੀ ਕਾਯਾ	Sdw rhY kMcn sI kwXw
ਕਾਲ ਨ ਕਬਹੂੰ ਬਯਾਪੇ॥੩॥੨॥	kwl n kbhMU bDwpy॥੩॥ ੨॥

3. **ਰਾਮਕਲੀ ਪਾਤਿਸਾਹੀ ੧੦॥**

ਪ੍ਰਾਨੀ ਪਰਮ ਪੁਰਖ ਪਗ ਲਾਗੋ॥	pRwnI prm purK pg lwgo.
ਸੋਵਤ ਕਹਾ ਮੋਹ ਨਿੰਦ੍ਰਾ	Sovq khw moh inMdRw
ਮੈ ਕਬਹੂੰ ਸੁਚਿਤ ਹਯੈ ਜਾਗੋ॥ ੧॥ ਰਹਾਉ॥	mY kbhMU hÎY jwgo.॥1॥ rhwau॥
ਅਪਰਨ ਕਹ ਉਪਦੇਸਤ ਹੈ	Aprn kh aupdysq hY
ਪਸੁ ਤੋਹਿ ਪਰਬੋਧ ਨ ਲਾਗੋ॥	Psu qoih prboD n lwgo.
ਸਿੰਚਤ ਕਹਾ ਪਰੇ ਬਿਖਿਯਨ ਕਹ	isMcq khw pry ibiKXn kh
ਕਬਹੁ ਬਿਖੈ ਰਸ ਤਯਾਗੋ॥੧॥	kbhu ibKY rs qÎgo. ॥1॥
ਕੇਵਲ ਕਰਮ ਭਰਮ ਸੇ ਚੀਨਹੁ	kyvl krm Brms y cInhu
ਧਰਮ ਕਰਮ ਅਨੁਰਾਗੋ॥	Drm krm Anurwgo.
ਸੰਗ੍ਰਹ ਕਰੋ ਸਦਾ ਸਿਮਰਨ ਕੋ	sMgRh kro sdw ismrn ko
ਪਰਮ ਪਾਪਤਜਿ ਭਾਗੋ॥੨॥	prm pwpqij Bwgo.॥2॥
ਜਾਂਤੇ ਦੂਖ ਪਾਪ ਨਹਿ ਭੇਟੈ	jWqy dUK pwp nih BytY

ਕਾਲ ਜਾਲ ਤੇ ਤਾਗੋ॥	kwl jwl qy qwgo.
ਜੋ ਸੁਖ ਚਾਹੋ ਸਦਾ ਸਭਨ ਕੋ	Jo suK cwho sdw sBn ko
ਤੌ ਹਰਿ ਕੇ ਰਸ ਪਾਗੋ॥੩॥੩॥	qO hir ky rs pwgo.॥3॥ 3॥

4. ਰਾਗੁ ਸੋਰਠਿ ਪਾਤਿਸਾਹੀ ੧੦॥

ਪ੍ਰਭ ਜੂ ਤੋ ਕਹਿ ਲਾਜ ਹਮਾਰੀ॥	pRB jU qo kih lwj hmwrI.
ਨੀਲ ਬਸਨ ਬਨਵਾਰੀ॥ ੧॥ ਰਹਾਉ॥	nIl bsn bnvwrI. ॥1॥ rhwau॥
ਪਰਮ ਪੁਰਖ ਪਰਮੇਸੁਰ ਸੁਆਮੀ	prm purK prmysur suAwmI
ਪਾਵਨ ਪਉਨ ਅਹਾਰੀ॥	pwvn paun AhwrI.
ਮਾਧਵ ਮਹਾ ਜੋਤਿ ਮਧੁ ਮਰਦਨ	mwDv mhw joiq mDu mrdn
ਮਾਨ ਮੁਕੰਦ ਮੁਰਾਰੀ॥੧॥	mwn mukMd murwrI॥1॥
ਨਿਰਬਿਕਾਰ ਨਿਰਜੁਨ ਨਿੰਦ੍ਰਾ	inribkwr inrjun inMdRw
ਬਿਨੁ ਨਿਟਬਿਖ ਨਰਕ ਨਿਵਾਰੀ॥	ibnu intibK nrk invwrI]
ਕ੍ਰਿਪਾ ਸਿੰਧ ਕਾਲ ਤ੍ਰੈ ਦਰਸੀ	ikRpw isMD kwl qRY drsI
ਕੁਕ੍ਰਿਤ ਪ੍ਰਨਾਸਕਕਾਰੀ॥੨॥	kuikRq pRnwskkwrI॥2॥
ਧਨੁਰਪਾਨ ਦ੍ਰਿਤਮਾਨ ਧਰਾਧਰ	Dnurpwn idRqmwn DrwDr
ਅਨ ਬਿਕਾਰ ਅਸਿਧਾਰੀ॥	An ibkwr AisDwrI]
ਹੌ ਮਤਿਮੰਦ ਚਰਨ ਸਰਨਾਗਤਿ	hO miqmMd crn srnwgiq
ਕਰ ਗਹਿ ਲੇਹੁ ਉਬਾਰੀ॥੩॥੪॥	kr gih lyhu aubwrI॥3॥4॥

5. ਰਾਗੁ ਕਲਿਆਣ ਪਾਤਿਸਾਹੀ ੧੦॥

ਬਿਨੁ ਕਰਤਾਰ ਨ ਕਿਰਤਮ ਮਾਨੋ॥	ibnu krqwr n ikrqm mwno.
ਆਦਿ ਅਜੋਨਿ ਅਜੈ ਅਬਿਨਾਸੀ	Awid Ajoin AjY AibnwsI
ਤਿਹ ਪਰਮੇਸਰ ਜਾਨੋ॥ ੧॥ ਰਹਾਉ॥	iqh prmysr jwno॥ 1॥ rhwau॥
ਖਹਾ ਭਣੋ ਜੋ ਆਨਿ ਜਦਤ	Khw Bxo jo Awin jdq
ਮੈ ਦਸਕੁ ਅਸੁਰ ਹਰਿ ਘਾਏ॥	mY dsku Asur hir Gwey.
ਅਧਿਕ ਪਰਪੰਚ ਦਿਖਾਇ ਸਭਨ	AiDk prpMc idKwie sBn
ਕਹ ਆਪਹਿ ਬ੍ਰਹਮੁ ਕਹਾਏ॥੧॥	kh Awpih bRhmu khwey॥1॥
ਭੰਜਨ ਗੜ੍ਹਨ ਸਮਰਥ ਸਦਾ ਪ੍ਰਭ	BMjn gVHn smrQ sdw pRB
ਸੋ ਕਿਮ ਜਾਤਿ ਗਿਨਾਯੋ॥	so ikm jwiq ignwXo.
ਤਾ ਤੇ ਸਰਬ ਕਾਲ ਕੇ ਅਸਿ ਕੋ	qw qy srb kwl ky Ais ko
ਘਾਇ ਬਚਾਇ ਨ ਆਯੋ॥੨॥	Gwie bcwie n AwXo॥2॥
ਕੈਸੇ ਤੋਹਿ ਤਾਰਿ ਹੈ ਸੁਨਿ ਜੜ	kYsy qoih qwir hY suin jV
ਆਪ ਡੁਬਿਯੋ ਭਵ ਸਾਗਰ॥	Awp fuivÎo Bv swgr॥
ਛੁਟਿਹੋ ਕਾਲ ਫਾਸ ਤੇ ਤਬ ਹੀ	Cuitho kwl Pws qy qb hI
ਗਹੋ ਸਰਨਿ ਜਗਤਾਗਰ॥੩॥੫॥	gho srin jgqwgr॥3॥5॥

6. ਖਿਆਲ ਪਾਤਿਸਾਹੀ ੧੦॥

ਮਿਤ੍ਰ ਪਿਆਰੇ ਨੂੰ	imqR ipAwry nMU
ਹਾਲੁ ਮਰੀਦਾਂ ਦਾ ਕਹਣਾ॥	hwlu mrIdW dw khxw.
ਤੁਧੁ ਬਿਨੁ ਰੋਗ ਰਜਾਈਆ ਦਾ	quDu ibnu rog rjweIAw dw
ਓਢਣ ਨਾਗ ਨਿਵਾਸਾ ਦੇ ਰਹਣਾ॥	EFx nwg invwsw dy rhxw.
ਸੂਲ ਸੁਰਾਹੀ ਖੰਜਰੁ ਪਿਆਲਾ	sUl surwhI KMjru ipAwlw
ਬਿੰਗ ਕਸਾਈਆ ਦਾ ਸਹਣਾ॥	ibMg kswIAw dw shxw.
ਯਾਰੜੇ ਦਾ ਸਾਨੂੰ ਸਥ੍ਰ ਚੰਗਾ	XwrVy dw swnMU sQwu cMgw
ਭੱਠ ਖੇੜਿਆ ਦਾ ਰਹਣਾ॥੧॥੬॥	B`T pyiVw dw rhxw॥1॥6॥

7. ਤਿਲੰਗ ਕਾਫੀ ਪਾਤਿਸਾਹੀ ੧੦॥

ਕੇਵਲ ਕਾਲਈ ਕਰਤਾਰ॥	kyvl kwleI krqwr.
ਆਦਿ ਅੰਤ ਅਨੰਤਿ ਮੂਰਤਿ	Awid AMq AnMiq mUriq

ਗੜ੍ਹਨ ਭੰਜਨਹਾਰ॥ ਰਹਾਉ॥	gVHn BMjnhwr॥ rhwau॥
ਨਿੰਦ ਉਸਤਤ ਜਉਨ ਕੇ	inMd ausqq jaun ky
ਸਮ ਸੱਤ੍ਰ ਮਿਤ੍ਰ ਨ ਕੋਇ॥	sm s`qR imqR n koie.
ਕਉਨ ਬਾਟ ਪਰੀ ਤਿਸੈ ਪਥ	kaun bwt prI iqsY pQ s
ਸਾਰਥੀ ਰਥ ਹੋਇ॥੧॥	wrQI rQ hoie॥1॥
ਤਾਤ ਮਾਤ ਨ ਜਾਤ ਜਾਕਰ	qwq mwq n jwq jwkr
ਪੁਤ੍ਰ ਪੌਤ੍ਰ ਮੁਕੰਦ॥	puqR pOqR mukMd.
ਕਉਨ ਕਾਜ ਕਹਾਹਿਗੇ	kaun kwj khwihgy
ਆਨ ਦੇਵਕ ਨੰਦ॥੨॥	Awn dyvk nMd॥2॥
ਦੇਵ ਦੈਤ ਦਿਸਾ ਵਿਸਾ	dyv dYq idsw ivsw
ਜਿਹ ਕੀਨ ਸਰਬ ਪਸਾਰ॥	ijh kIn srb pswr.
ਓਤੁਨ ਉਪਮਾ ਤਫਨ ਕਪ	aqun aupmw qPn kp
ਮੁਖ ਲੇਤ ਨਾਮੁ ਮੁਰਾਰ॥੩॥੭॥	muK lyq nwmu murwr॥3॥7॥

8. ਰਾਗੁ ਬਿਲਾਵਲ ਪਾਤਿਸਾਹੀ ੧੦॥

ਸੋ ਕਿਮ ਮਾਨਸ ਰੂਪ ਕਹਾਏ॥	so ikm mwns rUp khwey.
ਸਿੱਧ ਸਮਾਧ ਸਾਧ ਕਰ ਹਾਰੇ	is`D smwD swD kr hwry
ਕਜੋਹੂੰ ਨ ਦੇਖਨ ਪਾਏ॥੧॥ ਰਹਾਉ॥	kÎohMU n dyKn pwey॥1॥ rhwau॥
ਨਾਰਦ ਬਿਆਸ ਪਰਾਸਰ ਧ੍ਰਅ ਸੇ	nwrd ibAws prwsr DRA sy
ਧਿਆਵਤ ਧਿਆਨ ਲਗਾਏ॥	iDAwvq iDAwn lgwey.
ਬੇਦ ਪੁਰਾਨ ਹਾਰ ਹਠ ਛਾਡਿਓ	byd purwn hwr hT CwifE
ਤਾਪਿ ਧਿਆਨ ਨਾ ਆਏ॥੧॥	qwip iDAwn nw Awey॥1॥
ਦਾਨਵ ਦੇਵ ਪਿਸਾਚ ਪ੍ਰੇਤ ਤੇ	dwnv dyv ipswc pRyq qy
ਨੇਤਹ ਨੇਤ ਕਹਾਏ॥	nyqh nyq khwey॥
ਸੂਛਮ ਤੇ ਸੈਛਮ ਕਰ ਚੀਨੇ	sUCm qy sYCm kr cIny
ਬ੍ਰਿਧਨ ਬ੍ਰਿਧ ਬਤਾਏ॥੨॥	ibRDn ibRD bqwey॥2॥
ਭੂਮਿ ਅਕਾਸ ਪਤਾਲ ਸਭੈ ਸਜਿ	BUim Akws pqwl sBY sij
ਏਕ ਅਨੇਕ ਸਦਾਏ॥	eyk Anyk sdwey.
ਸ਼ੋ ਨਰ ਲਾਕ ਫਾਸ ਤੇ ਬਾਚੇ	So nr lwk Pws qy bwcy
ਜੋ ਹਰਿ ਸਰਣ ਸਿਧਾਏ॥੩॥੮॥	jo hir srx isDwey॥3॥8॥

9. ਰਾਗੁ ਦੇਵਗੰਧਾਰੀ ਪਾਤਿਸਾਹੀ ੧੦॥

ਇਕ ਬਿਨ ਦੂਸਰ ਸੋ ਨ ਚਿਨਾਰ॥	iek ibn dUsr so n icnwr.
ਭੰਜਨ ਗੜ੍ਹਨ ਸਮਰਥ ਸਦਾ	BMjn gVHn smrQ sdw
ਪ੍ਰਭ ਜਾਨਤ ਹੈ ਕਰਤਾਰ॥ ਰਹਾਉ॥	pRB jwnq hY krqwr] rhwau.
ਖਹਾ ਭਇਓ ਜੋ ਅਤ ਹਿਤ ਚਿਤ ਕਰ	Khw BieE jo Aq ihq icq kr
ਬਹੁ ਬਿਧਿ ਸਿਲਾ ਪੁਜਾਈ॥	bhu ibiD islw pujweI.
ਪਾਨ ਥਕਿਓ ਪਾਹਨ ਕਹ ਪਰਸਤ	pwn QikE pwhn kh prsq
ਕਛੁ ਕਰ ਸਿੱਧ ਨ ਆਈ॥੧॥	kCu kr is`D n AweI॥1॥
ਅੱਛਤ ਕਛੂ ਨ ਖੈ ਹੈ॥	A`Cq kCU n KY hY.
ਤਾ ਮੈ ਕਹਾ ਸਿੱਧ ਹੈ ਰੇ	qw mY khw is`D hY ry
ਜੜ ਪੋਹਿ ਕਛੂ ਬਰ ਦੈ ਹੈ॥੨॥	jV poih kCU br dY hY॥2॥
ਜੌ ਜੀਯ ਹਪਤ ਤੌ ਦੇਤ ਕੁਛ	jO jIX hpq qO dyq kuC
ਤੁਹਿ ਕਰ ਮਨ ਬਚ ਕਰਮ ਬਿਚਾਰ॥	quih kr mn bc krm ibcwr.
ਕੇਵਲ ਏਕ ਸਰਣ ਸੁਆਮੀ	kyvl eyk srx suAwmI
ਬਿਨ ਯੌ ਨਹਿ ਕਤਹਿ ਉਧਾਰ॥੩॥੯॥	ibn XO nih kqih auDwr॥3॥9॥

10. ਰਾਗੁ ਦੇਵਗੰਧਾਰੀ ਪਾਤਿਸਾਹੀ ੧੦॥

ਬਿਨ ਹਰਿ ਨਾਮ ਨ ਬਾਚਨ ਪੈ ਹੈ॥	ibn hir nwm n bwcn pY hY.
ਚੌਦਹ ਲੋਕ ਜਾਹਿ ਬਸਿ ਕੀਨੇ	cOdh lok jwih bis kIny
ਤਾ ਤੇ ਕਹਾਂ ਪਲੈ ਹੈ॥੧॥ ਰਹਾਉ॥	qw qy khW plY hY॥1॥ rhwau॥
ਰਾਮ ਰਹੀਮ ਉਬਾਰ ਨ ਸਕ ਹੈ	rwm rhIm aubwr n sk hY
ਜਾਕਰ ਨਾਮ ਰਟੈ ਹੈ॥	jwkr nwm rtY hY.
ਬ੍ਰਹਮ ਬਿਸਨ ਰੁਦ੍ਰ ਸੂਰਜ ਸਸਿ ਤੇ	bRhm ibsn rudR sUrj sis qy
ਬਸਿ ਕਾਲ ਸਬੈ ਹੈ॥੧॥	bis kwl sbY hY॥1॥
ਬੇਦ ਪੁਰਾਨ ਕੁਰਾਨ ਸਬੈ ਮਤ	byd purwn kurwn sbY mq
ਜਾਕਹ ਨੇਤ ਕਹੈ ਹੈ॥	jwkh nyq khY hY॥
ਇੰਦ੍ਰ ਫਨਿੰਦ੍ਰ, ਮੁਨਿੰਦ੍ਰ ਕਲਪ	ieMdR PinMdR, muinMdR klp
ਬਹੁ ਧਿਆਵਤ ਧਿਆਨ ਨ ਐ ਹੈ॥੨॥	bhu iDAwvq iDAwn n AY hY॥2॥
ਜਾਕਰ ਰੂਪ ਰੰਗਿ ਨਹਿ ਜਾਨਿਯਤ	jwkr rUp rMig nih jwinXq
ਸੋ ਕਿਮ ਸ੍ਯਾਮ ਕਹੈ ਹੈ॥	so ikm sÎwm khY hY.
ਛੁਟਹੋ ਕਾਲ ਜਾਲ ਤੇ ਤਬ ਹੀ	Cutho kwl jwl qy qb hI
ਤਾਂਹਿ ਚਰਨ ਲਪਟੈ ਹੈ॥੩॥੧॥੧੦॥੩੪॥	qWih crn lPtY hY॥3॥1॥10॥34॥

☬ 33 ਸਵੈਯੇ ☬

ੴ ਸ੍ਰੀ ਵਾਹਿਗੁਰੂ ਜੀ ਕੀ ਫਤਹ॥
ਸ੍ਰੀ ਮੁਖਵਾਕ ਪਾਤਿਸ਼ਾਹੀ ੧੦॥

ਸਵੈਯਾ॥

ਜਾਗਤਿ ਜੋਤ ਜਪੈ ਨਿਸ ਬਾਸੁਰ, ਏਕ ਬਿਨਾ ਮਨ ਨੈਕ ਨ ਆਨੈ॥
ਪੂਰਨ ਪ੍ਰੇਮ ਪ੍ਰਤੀਤ ਸਜੈ ਬ੍ਰਤ ਗੋਰ ਮੜੀ, ਮਟ ਭੂਲ ਨ ਮਾਨੈ॥
ਤੀਰਥ ਦਾਨ ਦਇਆ ਤਪ ਸੰਜਮ, ਏਕ ਬਿਨਾ ਨਹ ਏਕ ਪਛਾਨੈ॥
ਪੂਰਨ ਜੋਤ ਜਗੈ ਘਟ ਮੈ, ਤਬ ਖਾਲਸ ਤਾਹਿ ਨਖਾਲਸ ਜਾਨੈ॥੧॥
ਸੱਤਿ ਸਦੈਵ ਸਰੂਪ ਸਤਬ੍ਰਤ, ਆਦਿ ਅਨਾਦਿ ਅਗਾਧ ਅਜੈ ਹੈ॥
ਦਾਨ ਦਯਾ ਦਮ ਸੰਜਮ ਨੇਮ, ਜੱਤ ਬ੍ਰਤ ਸੀਲ ਸੁਬ੍ਰਿਤ ਅਬੈ ਹੈ॥
ਆਦਿ ਅਨੀਲ ਅਨਾਦਿ ਅਨਾਹਦ, ਆਪਿ ਅਦ੍ਵੈਖ ਅਭੇਵ ਅਭੈ ਹੈ॥
ਰੂਪ ਅਰੂਪ ਅਰੇਖ ਜਰਾਰਦਨ, ਦੀਨ ਦਯਾਲ ਕ੍ਰਿਪਾਲ ਭਏ ਹੈ॥੨॥
ਆਦਿ ਅਦ੍ਵੈਖ ਅਭੇਖ ਮਹਾ ਪ੍ਰਭ, ਸੱਤਿ ਸਰੂਪ ਸੁ ਜੋਤ ਪ੍ਰਕਾਸੀ॥
ਪੂਰ ਰਹਯੋ ਸਭ ਹੀ ਘਟ ਕੈ ਪਟ, ਤੱਤ ਸਮਾਧਿ ਸਮਾਧਿ ਸੁਭਾਵ ਪ੍ਰਨਾਸੀ॥
ਆਦਿ ਜੁਗਾਦਿ ਜਗਾਦਿ ਤੁਹੀ ਪ੍ਰਭ, ਫੈਲ ਰਹਯੋ ਸਭ ਅੰਤਰਿ ਬਾਸੀ॥
ਦੀਨ ਦਯਾਲ ਕ੍ਰਿਪਾਲ ਕ੍ਰਿਪਾ ਕਰ, ਆਦਿ ਅਜੋਨਿ ਅਜੈ ਅਬਿਨਾਸੀ॥੩॥
ਆਦਿ ਅਭੇਖ ਅਛੇਦ ਸਦਾ ਪ੍ਰਭ, ਬੇਦ ਕਤੇਬਨਿ ਭੇਦੁ ਨ ਪਾਯੋ॥
ਦੀਨ ਦਯਾਲ ਕ੍ਰਿਪਾਲ ਕ੍ਰਿਪਾਨਿਧਿ, ਸੱਤਿ ਸਦੈਵ ਸਭੈ ਘਟ ਛਾਯੋ॥
ਸ਼ੇਸ਼ ਸੁਰੇਸ਼ ਗਣੇਸ਼ ਮਹੇਸੁਰ ਗਾਹਿ ਫਿਰੈ, ਸ੍ਰੁਤਿ ਥਾਹ ਨ ਆਯੋ॥
ਰੇ ਮਨ ਮੂੜ ਅਗੂੜ ਇਸੋ ਪ੍ਰਭ ਤੈ, ਕਿਹ ਕਾਜਿ ਕਹੋ ਬਿਸਰਾਯੋ॥੪॥
ਅੱਚੁਤ ਆਦਿ ਅਨੀਲ ਅਨਾਹਦ, ਸੱਤ ਸਰੂਪ ਸਦੈਵ ਬਖਾਨੇ॥
ਆਦਿ ਅਜੋਨਿ ਅਜਾਇ ਜਰਾ, ਬਿਨੁ ਪਰਮ ਪੁਨੀਤ ਪਰੰਪਰ ਮਾਨੇ॥
ਸਿੱਧ ਸ੍ਵਯੰਭੂ ਪ੍ਰਸਿੱਧ ਸਭੈ ਜਗ, ਏਕ ਹੀ ਠੌਰ ਅਨੇਕ ਬਖਾਨੇ॥
ਰੇ ਮਨ ਰੰਕ ਕਲੰਕ ਬਿਨਾ ਹਰਿ ਤੈ, ਕਿਹ ਕਾਰਣ ਤੇ ਨ ਪਛਾਨੇ॥੫॥
ਅੱਛਰ ਆਦਿ ਅਨੀਲ ਅਨਾਹਦ, ਸੱਤ ਸਦੈਵ ਤੁਹੀ ਕਰਤਾਰਾ॥
ਜੀਵ ਜਿਤੇ ਜਲ ਮੈ ਥਲ ਮੈ, ਸਭ ਕੈ ਸਦ ਪੇਟ ਕੌ ਪੋਖਨਹਾਰਾ॥
ਬੇਦ ਪੁਰਾਨ ਕੁਰਾਨ ਦੁਹੂੰ ਮਿਲ, ਭਾਤਿ ਅਨੇਕ ਬਿਚਾਰ ਬਿਚਾਰਾ॥
ਔਰ ਜਹਾਨ ਨਿਦਾਨ ਕਛੂ ਨਹਿ, ਏ ਸੁਬਹਾਨ ਤੁਹੀ ਸਿਰਦਾਰਾ॥੬॥
ਆਦਿ ਅਗਾਧਿ ਅਛੇਦ ਅਭੇਦ, ਅਲੇਖ ਅਜੇਅ ਅਨਾਹਦ ਜਾਨਾ॥
ਭੂਤ ਭਵਿੱਖ ਭਵਾਨ ਤੁਹੀ ਸਭਹੂੰ, ਸਭ ਠੌਰਨ ਮੋ ਅਨੁਮਾਨਾ॥
ਦੇਵ ਅਦੇਵ ਮਣੀ ਧਰ ਨਾਰਦ, ਸਾਰਦ ਸੱਤਿ ਸਦੈਵ ਪਛਾਨਾ॥
ਦੀਨ ਦਯਾਲ ਕ੍ਰਿਪਾਨਿਧਿ ਕੋ, ਕਛੁ ਭੇਦ ਪੁਰਾਨ ਕੁਰਾਨ ਨ ਜਾਨਾ॥੭॥

ਸੱਤਿ ਸਦੈਵ ਸਰੂਪ ਸਤਬ੍ਰਿਤ, ਬੇਦ ਕਤੇਬ ਤੁਹੀ ਉਪਜਾਯੋ॥
ਦੇਵ ਅਦੇਵਨ ਦੇਵ ਮਹੀਧਰ, ਭੂਤ ਭਵਾਨ ਵਹੀ ਠਹਰਾਯੋ॥
ਆਦਿ ਜੁਗਾਦਿ ਅਨੀਲ ਅਨਾਹਦ, ਲੋਕ ਅਲੋਕ ਬਿਲੋਕਨ ਪਾਯੋ॥
ਰੇ ਮਨ ਮੂੜ ਅਗੂੜ ਇਸੋ ਪ੍ਰਭ ਤੋਹਿ, ਕਹੋ ਕਿਹਿ ਆਨ ਸੁਨਾਯੋ॥੮॥
ਦੇਵ ਅਦੇਵ ਮਹੀਧਰ ਨਾਗਨ, ਸਿੱਧ ਪ੍ਰਸਿੱਧ ਬਡੋ ਤਪੁ ਕੀਨੋ॥
ਬੇਦ ਪੁਰਾਨ ਕੁਰਾਨ ਸਭੈ ਗੁਨ ਗਾਇ ਥਕੇ, ਪੈ ਤੋ ਜਾਇ ਨ ਚੀਨੋ॥
ਭੂੰਮ ਅਕਾਸ਼ ਪਤਾਰ ਦਿਸ਼ਾ ਬਿਦਿਸ਼ਾ, ਜਿਹਿ ਸੋ ਸਭ ਕੇ ਚਿਤ ਚੀਨੋ॥
ਪੂਰ ਰਹੀ ਮਹਿ ਮੋ ਮਹਿਮਾ ਮਨ ਤੈ, ਕਹ ਆਨ ਮੁਝੈ ਕਹਿ ਦੀਨੋ॥੯॥
ਬੇਦ ਕਤੇਬ ਨ ਭੇਦ ਲਹਯੋ ਤਿਹਿ, ਸਿੱਧ ਸਮਾਧਿ ਸਭੈ ਕਰਿ ਹਾਰੇ॥
ਸਿੰਮ੍ਰਿਤ ਸ਼ਾਸਤ੍ਰ ਬੇਦ ਸਭੈ, ਬਹੁ ਭਾਂਤਿ ਪੁਰਾਨ ਬਿਚਾਰ ਬੀਚਾਰੇ॥
ਆਦਿ ਅਨਾਦਿ ਅਗਾਧਿ ਕਥਾ, ਧ੍ਰੂਅ ਸੇ ਪ੍ਰਹਿਲਾਦਿ ਅਜਾਮਲ ਤਾਰੇ॥
ਨਾਮੁ ਉਚਾਰ ਤਰੀ ਗਨਿਕਾ, ਸੋਈ ਨਾਮ ਅਧਾਰ ਬੀਚਾਰ ਹਮਾਰੇ॥੧੦॥
ਆਦਿ ਅਨਾਦਿ ਅਗਾਧਿ ਸਦਾ ਪ੍ਰਭ, ਸਿੱਧ ਸ੍ਵਰੂਪ ਸਭੋ ਪਹਿਚਾਨਯ॥
ਗੰਧ੍ਰਬ ਜੱਛ ਮਹੀਧਰ ਨਾਗਨ, ਭੂੰਮ ਅਕਾਸ਼ ਚਹੂੰ ਚਕ ਜਾਨਯੋ॥
ਲੋਕ ਅਲੋਕ ਦਿਸ਼ਾ ਬਿਦਿਸ਼ਾ, ਅਰੁ ਦੇਵ ਅਦੇਵ ਦੁਹੂੰ ਪ੍ਰਭ ਮਾਨਯੋ॥
ਚਿੱਤ ਅਗਯਾਨ ਸੁਜਾਨ ਸੁਯੰਭਵ ਕੌ, ਨ ਕੀ ਕਾਨ ਨਿਧਾਨ ਭੁਲਾਨਯੋ॥੧੧॥
ਕਹੂੰ ਲੈ ਠੋਕ ਬਧੇ ਉਰ ਠਾਕੁਰ ਕਾਹੂੰ, ਮਹੇਸ਼ ਕੌ ਏਸ ਬਖਾਨਯੋ॥
ਕਾਹੂੰ ਕਹਯੋ ਹਰਿ ਮੰਦਰ ਮੈ, ਹਰਿ ਕਾਹੂੰ ਮਸੀਤ ਕੈ ਬੀਚ ਪ੍ਰਮਾਨਯੋ॥
ਕਾਹੂੰ ਨੇ ਰਾਮ ਕਹਯੋ ਕ੍ਰਿਸ਼ਨਾ, ਕਹੁ ਕਾਹੂੰ ਮਨੈ ਅਵਤਾਰਨ ਮਾਨਯੋ॥
ਫੋਕਟ ਧਰਮ ਬਿਸਾਰ ਸਭੈ, ਕਰਤਾਰ ਹੀ ਕਉ ਕਰਤਾ ਜੀਅ ਜਾਨਯੋ॥੧੨॥
ਜੌ ਕਹੌ ਰਾਮ ਅਜੋਨਿ ਅਜੈ ਅਤਿ, ਕਾਹੇ ਕੌ ਕੌਸ਼ਲ ਕੁੱਖ ਜਯੋ ਜੂ॥
ਕਾਲ ਹੂੰ ਕਾਲ ਕਹੈ ਜਿਹਿ ਕੌ, ਕਿਹਿ ਕਾਰਣ ਕਾਲ ਤੇ ਦੀਨ ਭਯੋ ਜੂ॥
ਸੱਤ ਸਰੂਪ ਬਿਬੈਰ ਕਹਾਇ ਸੁ, ਕਯੋਂ ਪਥ ਕੌ ਰਥ ਹਾਂਕ ਧਯੋ ਜੂ॥
ਤਾਹੀ ਕੋ ਮਾਨਿ ਪ੍ਰਭੂ ਕਰਿ ਕੈ ਜਿਹ ਕੋ, ਕੋਊ ਭੇਦੁ ਨ ਲੇਨ ਲਯੋ ਜੂ॥੧੩॥
ਕਯੋਂ ਕਹੁ ਕ੍ਰਿਸ਼ਨ ਕ੍ਰਿਪਾਨਿਧ ਹੈ, ਕਿਹ ਕਾਜ ਤੇ ਬੱਧਕ ਬਾਣ ਲਗਾਯੋ॥
ਅਉਰ ਕੁਲੀਨ ਉਧਾਰਤ ਜੋ ਕਿਹ ਤੇ, ਅਪਨੋ ਕੁਲ ਨਾਸੁ ਕਰਾਯੋ॥
ਆਦਿ ਅਜੋਨਿ ਕਹਾਇ ਕਹੋ, ਕਿਮ ਦੇਵਕਿ ਕੇ ਜਠਰੰਤਰ ਆਯੋ॥
ਤਾਤ ਨ ਮਾਤ ਕਹੈ ਜਿਹ ਕੋ, ਤਿਹ ਕਯੋਂ ਬਸੁਦੇਵਹਿ ਬਾਪੁ ਕਹਾਯੋ॥੧੪॥
ਕਾਹੇ ਕੋ ਏਸ਼ ਮਹੇਸ਼ਹਿ ਭਾਖਤ, ਕਾਹਿ ਦਿਜੇਸ਼ ਕੋ ਏਸ ਬਖਾਨਯੋ॥

ਹੈ ਨ ਰਘੇਸ਼ ਜਦ੍ਵੇਸ਼ ਰਮਾਪਤਿ ਤੈ, ਜਿਨ कੌ ਬਿਸ੍ਵਨਾਥ ਪਛਾਨਯੋ॥
ਏਕ ਕੋ ਛਾਡਿ ਅਨੇਕ ਭਜੈ, ਸੁਕਦੇਵ ਪਰਾਸਰ ਬਯਾਸ ਝੁਠਾਨਯੋ॥
ਫੋਕਟ ਧਰਮ ਸਜੇ ਸਭ ਹੀ, ਹਮ ਏਕ ਹੀ ਕੌ ਬਿਧ ਨੈਕ ਪ੍ਰਮਾਨਯੋ॥੧੫॥
ਕੋਊ ਦਿਜੇਸ਼ ਕੋ ਮਾਨਤ ਹੈ, ਅਰੁ ਕੋਊ ਮਹੇਸ਼ ਕੋ ਏਸ਼ ਬਤੈ ਹੈ॥
ਕੋਊ ਕਹੈ ਬਿਸ਼ਨੋ ਬਿਸ਼ਨਾਇਕ, ਜਾਹਿ ਭਜੇ ਅਘ ਓਘ ਕਟੈ ਹੈ॥
ਬਾਰ ਹਜ਼ਾਰ ਬਿਚਾਰ ਅਰੇ ਜੜ, ਅੰਤ ਸਮੈ ਸਭ ਹੀ ਤਜਿ ਜੈ ਹੈ॥
ਤਾਹੀ ਕੋ ਧਯਾਨ ਪ੍ਰਮਾਨਿ ਹੀਏ, ਜੋਊ ਥੇ ਅਬ ਹੈ ਅਰੁ ਆਗੈ ਊ ਹ੍ਵੈ ਹੈ॥੧੬॥
ਕੋਟਕ ਇੰਦ੍ਰ ਕਰੇ ਜਿਹ ਕੋ, ਕਈ ਕੋਟਿ ਉਪਿੰਦ੍ਰ ਬਾਨਇ ਖਪਾਯੋ॥
ਦਾਨਵ ਦੇਵ ਫਨਿੰਦ੍ਰ ਧਰਾਧਰ, ਪੱਛ ਪਸੂ ਨਹਿ ਜਾਤਿ ਗਨਾਯੋ॥
ਆਜ ਲਗੇ ਤਪੁ ਸਾਧਤ ਹੈ, ਸ਼ਿਵ ਊ ਬ੍ਰਹਮਾ ਕਛੁ ਪਾਰ ਨ ਪਾਯੋ॥
ਬੇਦ ਕਤੇਬ ਨ ਭੇਦ ਲਖਯੋ ਜਿਹ ਸੋਊ, ਗੁਰੂ ਗੁਰ ਮੋਹਿ ਬਤਾਯੋ॥੧੭॥
ਧਯਾਨ ਲਗਾਇ ਠਗਿਓ ਸਭ ਲੋਗਨ, ਸੀਸ ਜਟਾ ਨਖ ਹਾਥ ਬਢਾਏ॥
ਲਾਇ ਬਿਭੂਤ ਫਿਰਯੋ ਮੁਖ ਊਪਰਿ, ਦੇਵ ਅਦੇਵ ਸਭੈ ਡਹਕਾਏ॥
ਲੋਭ ਕੇ ਲਾਗੈ ਫਿਰਯੋ ਘਰ ਹੀ ਘਰ, ਜੋਗ ਕੇ ਨਯਾਸ ਸਭੈ ਬਿਸਰਾਏ॥
ਲਾਜ ਗਈ ਕਛੁ ਕਾਜੁ ਸਰਯੋ ਨਹਿ, ਪ੍ਰੇਮ ਬਿਨਾ ਪ੍ਰਭ ਪਾਨ ਨ ਆਏ॥੧੮॥
ਕਾਹੇ ਕਉ ਡਿੰਭ ਕਰੈ ਮਨ ਮੂਰਖ, ਡਿੰਭ ਕਰੈ ਅਪਨੀ ਪਤਿ ਖ੍ਵੈ ਹੈ॥
ਕਾਹੇ ਕਉ ਲੋਗ ਠਗੇ ਠਗ, ਲੋਗਨਿ ਲੋਗ ਗਯੋ ਪਰਲੋਗ ਗਵੈ ਹੈ॥
ਦੀਨ ਦਯਾਲ ਕੀ ਠੌਰ ਜਹਾ ਤਿਹਿ, ਠੌਰ ਬਿਖੈ ਤੁਹਿ ਠੌਰ ਨ ਐ ਹੈ॥
ਚੇਤ ਰੇ ਚੇਤ ਅਚੇਤ ਮਹਾਂ ਜੜ, ਭੇਖ ਕੇ ਕੀਨੇ ਅਲੇਖ ਨ ਪੈ ਹੈ॥੧੯॥
ਕਾਹੇ ਕਉ ਪੂਜਤ ਪਾਹਨ ਕਉ, ਕਛੁ ਪਾਹਨ ਮੈ ਪਰਮੇਸੁਰ ਨਾਹੀ॥
ਤਾਹੀ ਕੋ ਪੂਜ ਪ੍ਰਭੂ ਕਰਿ ਕੈ, ਜਿਹ ਪੂਜਤ ਹੀ ਅਘ ਓਘ ਮਿਟਾਹੀ॥
ਆਧਿ ਬਿਆਧਿ ਕੇ ਬੰਧਨ ਜੇਤਕ, ਨਾਮ ਕੇ ਲੇਤ ਸਭੈ ਛੁਟਿ ਜਾਹੀ॥
ਤਾਹੀ ਕੋ ਧਯਾਨੁ ਪ੍ਰਮਾਨ ਸਦਾ, ਇਨ ਫੋਕਟ ਧਰਮ ਕਰੇ ਫਲੁ ਨਾਹੀ॥੨੦॥
ਫੋਕਟ ਧਰਮ ਭਯੋ ਫਲ ਹੀਨ, ਜੁ ਪੂਜ ਸਿਲਾ ਜੁਗਿ ਕੋਟ ਗਵਾ॥
ਸਿੱਧ ਕਹਾ ਸਿਲ ਕੇ ਪਰਸੇ, ਬਲ ਬ੍ਰਿੱਧ ਘਟੀ ਨਵਨਿੱਧ ਨ ਪਾਈ॥
ਆਜੁ ਹੀ ਆਜੁ ਸਮੋ ਜੁ ਬਿਤਯੋ, ਨਹਿ ਕਾਜ ਸਰਯੋ ਕਛੁ ਲਾਜ ਨ ਆਈ॥
ਸ੍ਰੀ ਭਗਵੰਤ ਭਜਯੋ ਨ ਅਰੇ ਜੜ ਐਸੇ ਹੀ, ਐਸ ਸੁ ਬੈਸ ਗਵਾਈ॥੨੧॥
ਜੌ ਜੁਗ ਤੈ ਕਰਿ ਹੈ ਤਪਸਾ, ਕਛੁ ਤੋਹਿ ਪ੍ਰਸੰਨੁ ਨ ਪਾਹਨ ਕੈ ਹੈ॥
ਹਾਥ ਉਠਾਇ ਭਲੀ ਬਿਧ ਸੋ, ਜੜ ਤੋਹਿ ਕਛੂ ਬਰਦਾਨੁ ਨ ਦੈ ਹੈ॥

ਕਉਨ ਭਰੋਸੋ ਭਯਾ ਇਹ ਕੋ, ਕਹੂ ਭੀਰ ਪਰੀ ਨਹਿ ਆਨਿ ਬਚੈ ਹੈ॥
ਜਾਨੁ ਰੇ ਜਾਨੁ ਅਜਾਨ ਹਠੀ, ਇਹ ਫੋਕਟ ਧਰਮ ਸੁ ਭਰਮ ਗਵੈ ਹੈ॥੨੨॥
ਜਾਲ ਬਧੇ ਸਭ ਹੀ ਮਿਤ੍ਰ ਕੇ, ਕੋਊ ਰਾਮ ਰਸੂਲ ਨ ਬਾਚਨ ਪਾਏ॥
ਦਾਨਵ ਦੇਵ ਫਨਿੰਦ ਧਰਾਧਰ, ਭੂਤ ਭਵਿੱਖ ਉਪਾਇ ਮਿਟਾਏ॥
ਅੰਤ ਮਰੈ ਪਛੁਤਾਇ ਪ੍ਰਿਥੀ ਪਰ, ਜੇ ਜਗ ਮੈ ਅਵਤਾਰ ਕਹਾਏ॥
ਰੇ ਮਨ ਲੈਲ ਇਕੇਲ ਹੀ ਕਾਲ ਕੇ, ਲਾਗਤ ਕਾਹੇ ਨ ਪਾਇਨ ਧਾਏ॥੨੩॥
ਕਾਲ ਹੀ ਪਾਇ ਭਇਓ ਬ੍ਰਹਮਾ, ਗਹਿ ਦੰਡ ਕਮੰਡਲ ਭੂਮ ਭ੍ਰਮਾਨਯੋ॥
ਕਾਲ ਹੀ ਪਾਇ ਸਦਾ ਸ਼ਿਵਜੂ, ਸਭ ਦੇਸ ਬਿਦੇਸ ਭਇਆ ਹਮ ਜਾਨਯੋ॥
ਕਾਲ ਹੀ ਪਾਇ ਭਯੋ ਮਿਟ ਗਯੋ, ਜਗ ਯਾਂਹੀ ਤੇ ਤਾਹਿ ਸਭੋ ਪਹਿਚਾਨਯੋ॥
ਬੇਦ ਕਤੇਬ ਕੇ ਭੇਦ ਸਭੈ ਤਜਿ, ਕੇਵਲ ਕਾਲ ਕ੍ਰਿਪਾਨਿਧ ਮਾਨਯੋ॥੨੪॥
ਕਾਲ ਗਯੋ ਇਨ ਕਾਮਨ ਜੜ, ਕਾਲ ਕ੍ਰਿਪਾਲ ਹੀਐ ਨ ਚਿਤਾਰਯੋ॥
ਲਾਜ ਕੋ ਛਾਡਿ ਨ੍ਰਿਲਾਜ ਅਰੇ ਤਜ, ਕਾਜ ਅਕਾਜ ਕੇ ਕਾਜ ਸਵਾਰਯੋ॥
ਬਾਜ ਬਨੇ ਗਜਰਾਜ ਬਡੋ, ਖਰ ਕੋ ਚੜਿਬੋ ਚਿਤ ਬੀਚ ਬਿਚਾਰਯੋ॥
ਸ੍ਰੀ ਭਗਵੰਤ ਭਜਯੋ ਨ ਅਰੇ ਜੜ, ਲਾਜ ਹੀ ਲਾਜ ਸੁ ਕਾਜੁ ਬਿਗਾਰਯੋ॥੨੫॥
ਬੇਦ ਕਤੇਬ ਪੜੇ ਬਹੁਤੇ ਦਿਨ ਭੇਦ ਕਛੂ ਤਿਨ ਕੋ ਨਹਿ ਪਾਯੋ॥
ਪੂਜਤ ਠੌਰ ਅਨੇਕ ਫਿਰਯੋ, ਪਰ ਏਕ ਕਬੈ ਹਿਯ ਮੈ ਨ ਬਸਾਯੋ॥
ਪਾਹਨ ਕੋ ਅਸਥਾਲਯ ਕੋ ਸਿਰ ਨਯਾਇ ਫਿਰਯੋ, ਕਛੁ ਹਾਥ ਨ ਆਯੋ॥
ਰੇ ਮਨ ਮੂੜ ਅਗੂੜ ਪ੍ਰਭੂ ਤਜਿ, ਆਪਨ ਹੂੜ ਕਹਾ ਉਰਝਾਯੋ॥੨੬॥
ਜੋ ਜੁਗਿਆਨ ਕੇ ਜਾਇ ਉਠਿ ਆਸ਼੍ਰਮ, ਗੋਰਖ ਕੋ ਤਿਹ ਜਾਪ ਜਪਾਵੈ॥
ਜਾਇ ਸੰਨਯਾਸਨ ਕੇ ਤਿਹ ਕੋ, ਕਹ ਦੱਤ ਹੀ ਸੱਤ ਹੈ ਮੰਤ੍ਰ ਦ੍ਰਿੜਾਵੈ॥
ਜੋ ਕੋਊ ਜਾਇ ਤੁਰੱਕਨ ਮੈ ਮਹਿ ਦੀਨ ਕੇ, ਦੀਨ ਤਿਸੇ ਗਹਿ ਲਯਾਵੈ॥
ਆਪਹਿ ਬੀਚ ਗਨੈ ਕਰਤਾ, ਕਰਤਾਰ ਕੋ ਭੇਦੁ ਨ ਕੋਊ ਬਤਾਵੈ॥੨੭॥
ਜੋ ਜੁਗੀਆਨ ਕੇ ਜਾਇ ਕਹੈ, ਸਭ ਜੋਗਨ ਕੋ, ਗ੍ਰਿਹਿ ਮਾਲ ਉਠੈ ਦੈ॥
ਜੋ ਪਰੋ ਭਾਜਿ ਸਨਯਾਸਨ ਦੈ ਕਹੈ, ਦੱਤ ਕੇ ਨਾਮ ਪੈ ਧਾਮ ਲੁਟੈ ਦੈ॥
ਜੌ ਕਰਿ ਕੋਊ ਮਸੰਦਨ ਸੌ ਕਹੈ, ਸਰਬ ਦਰਬ ਲੈ ਮੋਹਿ ਅਬੈ ਦੈ॥
ਲੇਉ ਹੀ ਲੇਉ ਕਹੈ ਸਭ ਕੋ, ਨਰ ਕੋਊ ਨ ਬ੍ਰਹਮ ਬਤਾਇ ਹਮੈ ਦੈ॥੨੮॥
ਜੋ ਕਰਿ ਸੇਵ ਮਸੰਦਨ ਕੀ ਕਹੈ, ਆਨਿ ਪ੍ਰਸਾਦਿ ਸਭੈ ਮੋਹਿ ਦੀਜੈ॥
ਜੋ ਕਛੁ ਮਾਲ ਤਵਾਲਯ ਸੋ ਅਬ ਹੀ, ਉਠਿ ਭੇਟ ਹਮਾਰੀ ਹੀ ਕੀਜੈ॥
ਮੇਰੋ ਈ ਧਯਾਨ ਧਰੋ ਨਿਸ ਬਾਸੁਰ, ਭੂਲ ਕੈ ਅਉਰ ਕੋ ਨਾਮ ਨ ਲੀਜੈ॥

ਦੀਨੇ ਕੋ ਨਾਮੁ ਸੁਨੈ ਭਜਿ ਰਾਤਹਿ ਲੀਨੇ, ਬਿਨਾ ਨਹਿ ਨੈਕ ਪ੍ਰਸੀਜੈ॥੨੯॥
ਆਂਖਨ ਭੀਤਰਿ ਤੇਲ ਕੌ ਡਾਰ ਸੁ, ਲੋਗਨ ਨੀਰੁ ਬਹਾਇ ਦਿਖਾਵੈ॥
ਜੋ ਧਨਵਾਨੁ ਲਖੈ ਨਿਜ ਸੇਵਕ, ਤਾਹੀ ਪਰੋਸਿ ਪ੍ਰਸਾਦਿ ਜਿਮਾਵੈ॥
ਜੋ ਧਨ ਹੀਨ ਲਖੈ ਤਿਹ ਦੇਤ, ਨ ਮਾਗਨ ਜਾਤ ਮੁਖੋ ਨ ਦਿਖਾਵੈ॥
ਲੂਟਤ ਹੈ ਪਸੁ ਲੋਗਨ ਕੋ, ਕਬਹੂੰ ਨ ਪ੍ਰਮੇਸੁਰ ਕੇ ਗੁਨ ਗਾਵੈ॥੩੦॥
ਆਂਖਨ ਮੀਚ ਰਹੈ ਬਕ ਕੀ, ਜਿਮ ਲੋਗਨ ਏਕ ਪ੍ਰਪੰਚ ਦਿਖਾਯੋ॥
ਨਿਆਤ ਫਿਰਯੋ ਸਿਰੁ ਬੱਧਕ ਜਯੋਂ, ਅਸ ਧਯਾਨ ਬਿਲੋਕ ਬਿੜਾਲ ਲਜਾਯੋ॥
ਲਾਗਿ ਫਿਰਯੋ ਧਨ ਆਸ ਜਿਤੈ, ਤਿਤ ਲੋਗ ਗਯੋ ਪਰਲੋਗ ਗਵਾਯੋ॥
ਸ੍ਰੀ ਭਗਵੰਤ ਭਜਯੋ ਨ ਅਰੇ ਜੜ, ਧਾਮ ਕੇ ਕਾਮ ਕਹਾ ਉਰਝਾਯੋ॥੩੧॥
ਫੋਕਟ ਕਰਮ ਦ੍ਰਿੜਾਤ ਕਹਾ, ਇਨ ਲੋਗਨ ਕੋ ਕੋਈ ਕਾਮ ਨ ਐ ਹੈ॥
ਭਾਜਤ ਕਾ ਧਨ ਹੇਤ, ਅਰੇ ਜਮ ਕਿੰਕਰ ਤੇ ਨਹ ਭਾਜਨ ਪੈ ਹੈ॥
ਪੁੱਤ੍ਰ ਕਲਿੱਤ੍ਰ ਨ ਮਿੱਤ੍ਰ ਸਭੈ, ਊਹਾ ਸਿੱਖ ਸਖਾ ਕੋਊ ਸਾਖ ਨ ਦੈ ਹੈ॥
ਚੇਤ ਰੇ ਚੇਤ ਅਚੇਤ ਮਹਾਂ ਪਸੁ, ਅੰਤ ਕੀ ਬਾਰ ਅਕੇਲੋ ਈ ਜੈ ਹੈ॥੩੨॥
ਤੋ ਤਨ ਤਯਾਗਤ ਹੀ ਸੁਨ ਰੇ ਜੜ, ਪ੍ਰੇਤ ਬਖਾਨ ਤ੍ਰਿਆ ਭਜਿ ਜੈ ਹੈ॥
ਪੁੱਤ੍ਰ ਕਲੱਤ੍ਰ ਸੁ ਮਿਤ੍ਰ ਸਖਾ, ਇਹ ਬੇਗ ਨਿਕਾਰਹੁ ਆਇਸੁ ਦੈ ਹੈ॥
ਭਉਨ ਭੰਡਾਰ ਧਰਾ ਗੜ ਜੇਤਕ, ਛਾਡਤ ਪ੍ਰਾਨ ਬਿਗਾਨ ਕਹੈ ਹੈ॥
ਚੇਤ ਰੇ ਚੇਤ ਅਚੇਤ ਮਹਾਂ ਪਸੁ, ਅੰਤ ਕੀ ਬਾਰ ਅਕੇਲੋ ਈ ਜੈ ਹੈ॥੩੩

ਜ਼ਫ਼ਰਨਾਮਹ – Foundation of Diplomacy

ੴ ਹੁਕਮ ਸੱਤਿ ਸ੍ਰੀ ਵਾਹਿਗੁਰੂ ਜੀ ਕੀ ਫ਼ਤਹ ॥ ਸ੍ਰੀ ਮੁਖਵਾਕ ਪਾਤਿਸ਼ਾਹੀ ੧੦॥

ਕਮਾਲਿ ਕਰਾਮਾਤ ਕਾਯਮ ਕਰੀਮ ॥ ਰਜ਼ਾ ਬਖ਼ਸ਼ੋ ਰਾਜ਼ਿਕ ਰਿਹਾਕੁਨ ਰਹੀਮ॥੧॥

ਅਮਾਂ ਬਖ਼ਸ਼ ਬਖ਼ਸ਼ ਬਖ਼ਸ਼ਿੰਦਹ ਓ ਦਸਤਗੀਰ ॥ ਖ਼ਤਾ ਬਖ਼ਸ਼ ਰੋਜ਼ੀ ਦਿਹੋ ਦਿਲ ਪਜ਼ੀਰ॥੨॥

ਸ਼ਹਿਨਸ਼ਾਹਿ ਖ਼ੂਬੀ ਦਿਹੋ ਰਹਨਮੂੰ ॥ ਕਿ ਬੇਗੂੰਨੇ ਬੇਚੂੰਨੇ ਚੂੰ ਬੇਨਮੂੰ॥੩॥

ਨ ਸਾਜ਼ੋ ਨ ਬਾਜ਼ੋ ਨ ਫ਼ੌਜੋ ਨ ਫ਼ਰਸ਼ ॥ ਖ਼ੁਦਾਵੰਦ ਬਖ਼ਸ਼ਿੰਦਹਿ ਐਸ਼ਿ ਅਰਸ਼॥੪॥

ਜਹਾਂ ਪਾਕ ਜ਼ਬਰਸਤ ਜ਼ਾਹਿਰ ਜ਼ਹੂਰ ॥ ਉਜ਼ਾਮੀ ਦਿਹੋ ਹਮ ਚੁ ਹਾਜ਼ਿਰ ਹਜ਼ੂਰ॥੫॥

ਅਤਾ ਬਖ਼ਸ਼ੋ ਪਾਕ ਪਰਵਰਦਿਗਾਰ ॥ ਰਹੀਮ ਅਸਤ ਰੋਜ਼ੀ ਦਿਹੇ ਹਰ ਦਿਯਾਰ॥੬॥

ਕਿ ਸਾਹਿਬ ਦਿਯਾਰ ਅਸਤੋ ਆਜ਼ਮ ਅਜ਼ੀਮ॥ ਕਿ ਹੁਸਨੁਲ ਜਮਾਲ ਅਸਤੋ ਰਾਜ਼ਕ ਰਹੀਮ॥੭॥

ਕਿ ਸਾਹਿਬ ਸ਼ਊਰ ਅਸਤ ਆਜਿਜ਼ ਨਿਵਾਜ਼ ॥ ਗ਼ਰੀਬੁਲ ਪ੍ਰਸਤੋ ਗ਼ਨੀਮੁਲ ਗੁਦਾਜ਼॥੮॥

ਸ਼ਰੀਅਤ ਪ੍ਰਸਤੋ ਫ਼ਜ਼ੀਲਤ ਮ-ਆਬ ॥ ਹਕੀਕਤ ਸ਼ਨਾਸੋ ਨਬੀਉਲ ਕਿਤਾਬ॥੯॥

ਕਿ ਦਾਨਿਸ਼ ਪਿਯੂਹ ਅਸਤ ਸਾਹਿਬ ਸ਼ਊਰ ॥ ਹਕੀਕਤ ਸ਼ਨਾਸ ਅਸਤੋ ਜ਼ਾਹਰ ਜ਼ਹੂਰ॥੧੦॥

ਸ਼ਨਾਸਿੰਦਹ-ਏ ਇਲਮਿ ਆਲਮ ਖ਼ੁਦਾਇ ॥ ਕੁਸ਼ਾਇੰਦਹ-ਏ ਕਾਰਿ ਆਲਮ ਕੁਸ਼ਾਇ॥੧੧॥

ਗੁਜ਼ਾਰਿੰਦਹ-ਏ ਕਾਰਿ ਆਲਮ ਕਬੀਰ ॥ ਸ਼ਨਾਸਿੰਦਹ-ਏ ਇਲਮਿ ਆਲਮ ਅਮੀਰ॥੧੨॥

ਭਾਗ ਦਾਸਤਾਨ ॥ ਹਿਕਾਯਤ ਪਹਿਲੀ ॥

ਮਰਾ ਏਤਬਾਰੇ ਬਰੀਂ ਕਸਮ ਨੇਸਤ ॥ ਕਿ ਏਜ਼ਦ ਗਵਾਹ ਅਸਤੋ ਯਜ਼ਦਾਂ ਯਕੇਸਤ॥੧੩॥

ਨ ਕਤਰਹ ਮਰਾ ਏਤਬਾਰੇ ਬਰੋਸਤ ॥ ਕਿ ਬਖ਼ਸ਼ੀਓ ਦੀਵਾਂ ਹਮਹ ਕਿਜ਼ਬਗੋਸਤ॥੧੪॥

ਕਸੇ ਕਉਲਿ ਕੁਰਆਂ ਕੁਨਦ ਏਤਬਾਰ ॥ ਹਮਾਂ ਰੋਜ਼ਿ ਆਖ਼ਿਰ ਸ਼ਵਦ ਮਰਦ ਖ਼੍ਵਾਰ॥੧੫॥

ਹੁਮਾ ਰਾ ਕਸੇ ਸਾਯਹ ਆਯਦ ਬਜ਼ੇਰ ॥ ਬਰੋ ਦਸਤ ਦਾਰਦ ਨ ਜ਼ਾਗੇ ਦਲੇਰ॥੧੬॥

ਕਸੇ ਪੁਸ਼ਤ ਉਫ਼ਤਦ ਪਸੇ ਸ਼ੇਰਿ ਨਰ ॥ ਨ ਗੀਰਦ ਬੁਜ਼ੋ ਮੇਸ਼ੋ ਆਹੂ ਗੁਜ਼ਰ॥੧੭॥

ਕਸਮ ਮੁਸਹਫੇ ਖੁਫ਼ੀਯਹ ਗਰ ਈਂ ਖ਼ੁਰਮ ॥ ਨ ਫ਼ਉਜੇ ਅਜ਼ੀਂ ਜ਼ੇਰਿ ਸੁਮ ਅਫ਼ਗਨਮ॥੧੮॥

ਗੁਰਸਨਹ ਚਿਹ ਕਾਰੇ ਚਿਹਲ ਨਰ ॥ ਕਿ ਦਹ ਲਕ ਬਰਾਯਦ ਬਰੋ ਬੇਖ਼ਬਰ॥੧੯॥

ਕਿ ਪੈਮਾਂ ਸ਼ਿਕਨ ਬੇਦਰੰਗ ਆਮਦੰਦ ॥ ਮਿਯਾਂ ਤੇਗ਼ੋ ਤੀਰੋ ਤੁਫ਼ੰਗ ਆਮਦੰਦ॥੨੦॥

ਬ ਲਾਚਾਰਗੀ ਦਰਮਿਯਾਂ ਆਮਦਮ ॥ ਬ ਤਦਬੀਰਿ ਤੀਰੋ ਤੁਫ਼ੰਗ ਆਮਦਮ॥੨੧॥

ਚੁ ਕਾਰ ਅਜ਼ ਹਮਹ ਹੀਲਤੇ ਦਰ ਗੁਜ਼ਸ਼ਤ॥ ਹਲਾਲ ਅਸਤ ਬੁਰਦਨ ਬ ਸ਼ਮਸ਼ੀਰ ਦਸਤ॥੨੨॥

ਚਿਹ ਕਸਮੇ ਕੁਰਆਂ ਮਨ ਕੁਨਮ ਏਤਬਾਰ ॥ ਵਗਰਨਹ ਤੁ ਗੋਈ ਮਨ ਈਂ ਰਹ ਚਿਹਕਾਰ॥੨੩॥

ਨ ਦਾਨਮ ਕਿ ਈਂ ਮਰਦਿ ਰੋਬਾਹ ਪੇਚ ॥ ਗਰ ਹਰਗਿਜ਼ੀਂ ਰਹ ਨਯਾਰਦ ਬਹੇਚ॥੨੪॥

ਹਰ ਆਂ ਕਸ ਕਿ ਕਉਲੇ ਕੁਰਆਂ ਆਯਦਸ਼ ॥ ਨਜ਼ੋ ਬਸਤਨੇ ਕੁਸ਼ਤਨੀ ਬਾਯਦਸ਼॥੨੫॥

ਬਰੰਗੇ ਮਗਸ ਸਯਾਹਪੋਸ਼ ਆਮਦੰਦ ॥ ਬ ਯਕਬਾਰਗੀ ਦਰ ਖ਼ਰੋਸ਼ ਆਮਦੰਦ॥੨੬॥

ਹਰ ਆਂ ਕਸ ਜ਼ਿ ਦੀਵਾਰ ਆਮਦ ਬਿਰੂੰ ॥ ਬਖ਼ੁਰਦਨ ਯਕੇ ਤੀਰ ਸ਼ੁਦ ਗ਼ਰਕਿ ਖ਼ੂੰ॥੨੭॥

ਕਿ ਬੇਰੂੰ ਨਯਾਮਦ ਕਸੇ ਜ਼ਾਂ ਦਿਵਾਰ ॥ ਨ ਖ਼ੁਰਦੰਦ ਤੀਰੋ ਨ ਗਸ਼ਤੰਦ ਖ਼੍ਵਾਰ॥੨੮॥

ਚੁ ਦੀਸਮ ਕਿ ਨਾਹਰ ਬਿਯਾਮਦ ਬ ਜੰਗ ॥ ਚਸ਼ੀਦਮ ਯਕੇ ਤੀਰਿ ਮਨ ਬੇਦਰੰਗ॥੨੯॥

ਹਮ ਆਖ਼ਿਰ ਗੁਰੇਜ਼ਦ ਬਜਾਏ ਮਸਾਫ਼ ॥ ਬਸੇ ਖ਼ਾਨਹ ਖ਼ਰਦੰਦ ਬੇਰੂੰ ਗੁਜ਼ਾਫ਼॥੩੦॥

ਕਿ ਅਫ਼ਗਾਨ ਦੀਗਰ ਬਯਾਮਦ ਬਜੰਗ ॥ ਚੁ ਸੈਲਿ ਰਵਾਂ ਹਮਚੁ ਤੀਰੋ ਤੁਫ਼ੰਗ॥੩੧॥

ਬਸੇ ਹਮਲਹ ਕਰਦੰਦ ਬ ਮਰਦਾਨਗੀ ॥ ਹਮ ਅਜ਼ ਹੋਸ਼ਗੀ ਹਮ ਜ਼ਿ ਦੀਵਾਨਗੀ॥੩੨॥

ਬਸੇ ਹਮਲਹ ਕਰਦੋ ਬਸੇ ਜ਼ਖ਼ਮ ਖ਼ਰਦ ॥ ਦੋ ਕਸ ਰਾ ਬਜਾਂ ਕਸ਼ਤ ਹਮ ਜਾਂ ਸਪੁਰਦ॥੩੩॥

ਕਿ ਆਂ ਖ਼੍ਵਾਜਹ ਮਰਦੂਦ ਸਾਯਹ ਦੀਵਾਰ ॥ ਨਯਾਮਦ ਬ ਮੈਦਾਂ ਬ ਮਰਦਾਨਹ ਵਾਰ॥੩੪॥

ਦਰੇਗ਼ਾ ਅਗਰ ਰੂਇ ਓ ਦੀਦਮੇ ॥ ਬ ਯਕ ਤੀਰ ਲਾਚਾਰ ਬਖ਼ਸ਼ੀਦਮੇ॥੩੫॥

ਹਮ ਆਖ਼ਿਰ ਬਸੇ ਜ਼ਖ਼ਮਿ ਤੀਰੋ ਤੁਫ਼ੰਗ ॥ ਦੋ ਸੂਏ ਬਸੇ ਕੁਸ਼ਤਹ ਸ਼ੁਦ ਬੇਦਰੰਗ॥੩੬॥

ਬਸੇ ਬਾਰ ਬਾਰੀਦ ਤੀਰੋ ਤੁਫ਼ੰਗ ॥ ਜ਼ਿਮੀ ਗਸ਼ਤ ਹਮ ਚੂੰ ਗੁਲੇ ਲਾਲਹ ਰੰਗ॥੩੭॥

ਸਰੋਪਾਇ ਅੰਬੋਹ ਚੰਦਾ ਸ਼ੁਦਹ ॥ ਕਿ ਮੈਦਾਂ ਪੁਰ ਅਜ਼ ਗੂਓ ਚੌਗਾਂ ਸ਼ੁਦਹ॥੩੮॥

ਤਰੰਕਾਰਿ ਤੀਰੋ ਤਫੰਗਿ ਕਮਾਂ ॥ ਬਰਾਮਦ ਯਕੇ ਹਾਓ ਹੂ ਅਜ਼ ਜਹਾਂ॥੩੯॥

ਦਿਗਰ ਸ਼ੋਰਸ਼ਿ ਕੈਬਰਿ ਕੀਨਹ ਕੋਸ਼ ॥ ਜ਼ਿ ਮਰਦਾਨਿ ਮਰਦਾਂ ਬਿਰੂੰ ਰਫ਼ਤ ਹੋਸ਼॥੪੦॥

ਹਮ ਆਖ਼ਿਰ ਚਿਹ ਮਰਦੀ ਕੁਨਦ ਕਾਰਜ਼ਾਰ॥ ਕਿ ਬਰ ਚਿਹਲ ਤਨ ਆਯਦਸ਼ ਬੇ ਸ਼ੁਮਾਰ॥੪੧॥

ਚਰਾਗ਼ਿ ਜਹਾਂ ਚੂੰ ਸ਼ੁਦਹ ਬੁਰਕਹ ਪੋਸ਼ ॥ ਸ਼ਹਿ ਸ਼ਬ ਬਰਾਮਦ ਹਮਹ ਜਲਵਹ ਜੋਸ਼॥੪੨॥

ਹਰ ਆਂਕਸ ਬਕਉਲੇ ਕੁਹਾਂ ਆਯਦਸ਼ ॥ ਕਿ ਯਜ਼ਦਾਂ ਬਰੋ ਰਹਿਨੁਮਾ ਆਯਦਸ਼॥੪੩॥

ਨ ਪੇਚੀਦਹ ਮੂਏ ਨ ਰੰਜੀਦਹ ਤਨ ॥ ਕਿ ਬੇਰੂੰ ਖ਼ੁਦ ਆਵੁਰਦ ਦੁਸ਼ਮਨ ਸ਼ਿਕਨ॥੪੪॥

ਨ ਦਾਨਮ ਕਿ ਈਂ ਮਰਦਿ ਪੈਮਾਂ ਸ਼ਿਕਨ ॥ ਕਿ ਦਉਲਤ ਪਰਸਤ ਅਸਤੋ ਈਮਾ ਫ਼ਿਕਨ॥੪੫॥

ਨ ਈਮਾਂ ਪਰਸਤੀ ਨ ਅਉਜ਼ਾਇ ਦੀਂ ॥ ਨ ਸਾਹਿਬ ਸ਼ਨਾਸੀ ਨ ਮੁਹੱਮਦ ਯਕੀਂ॥੪੬॥

ਹਰਆਂਕਸ ਕਿ ਈਮਾਂ ਪਰਸਤੀ ਕੁਨਦ ॥ ਨ ਪੈਮਾਂ ਖ਼ੁਦਸ਼ ਪੇਸ਼ੋ ਪਸਤੀ ਕੁਨਦ॥੪੭॥

ਕਿ ਈਂ ਮਰਦ ਰਾ ਜ਼ੱਰਹ ਏਤਬਾਰ ਨੇਸਤ ॥ ਕਿ ਕਸਮੇ ਕੁਰਾਨਸਤੁ ਯਜ਼ਦਾਂ ਯਕੇਸਤ॥੪੮॥

ਕਿ ਈਂ ਮਰਦ ਰਾ ਜ਼ੱਰਹ ਏਤਬਾਰ ਨੇਸਤ ॥ ਕਿ ਕਸਮੇ ਕੁਰਾਨਸਤੁ ਯਜ਼ਦਾਂ ਯਕੇਸਤ॥੪੮॥

ਚੁ ਕਸਮੇ ਕੁਰਾਂ ਸਦ ਕੁਨਦ ਇਖ਼ਤਿਯਾਰ ॥ ਮਰਾ ਕਤਰਹ ਨਾਯਦ ਅਜ਼ੋ ਏਤਬਾਰ॥੪੯॥

ਅਗਰਚਿਹ ਤੁਰਾ ਏਤਬਾਰ ਆਮਦੇ ॥ ਕਮਰ ਬਸਤਹ ਏ ਪੇਸ਼ਵਾ ਆਮਦੇ॥੫੦॥

ਕਿ ਫ਼ਰਜ਼ ਅਸਤ ਬਰ ਸਰ ਤੁਰਾ ਈਂ ਸੁਖ਼ਨ॥ ਕਿ ਕਉਲੇ ਖ਼ੁਦਾ ਅਸਤ ਕਸਮ ਅਸਤ ਮਨ॥੫੧॥

ਅਗਰ ਹਜ਼ਰਤੇ ਖ਼ੁਦ ਸਿਤਾਦਹ ਸ਼ਵਦ ॥ ਬਜਾਨੋ ਦਿਲੇ ਕਾਰ ਵਾਜ਼ਿਹ ਸ਼ਵਦ॥੫੨॥

ਸ਼ੁਮਾ ਰਾ ਚੁ ਫ਼ਰਜ਼ ਅਸਤ ਕਾਰੇ ਕੁਨੀ ॥ ਬਮੂਜਬ ਨਵਿਸ਼ਤਹ ਸ਼ੁਮਾਰੇ ਕੁਨੀ॥੫੩॥

ਨਵਿਸ਼ਤਹ ਰਸੀਦੋ ਬਗੁਫ਼ਤਹ ਜ਼ਬਾਂ ॥ ਬਿਬਾਯਦ ਕਿ ਈਂ ਕਾਰ ਰਾਹਤ ਰਸਾਂ॥੫੪॥
ਹਮੂੰ ਮਰਦ ਬਾਯਦ ਸ਼ਵਦ ਸੁਖ਼ਨਵਰ ॥ ਨ ਸ਼ਿਕਮੇ ਦਿਗਰ ਦਰ ਦਹਾਨਿ ਦਿਗਰ॥੫੫॥
ਕਿ ਕਾਜ਼ੀ ਮਰਾ ਗੁਫ਼ਤ ਬੇਹੂੰ ਨਯਮ ॥ ਅਗਰ ਰਾਸਤੀ ਖ਼ੁਦ ਬਿਯਾਰੀ ਕਦਮ॥੫੬॥
ਤੁਰਾ ਗਰ ਬਬਾਯਦ ਕਉਲਿ ਕੁਰਾਂ ॥ ਬਨਿਜ਼ਦੇ ਸ਼ੁਮਾ ਰਾ ਰਸਾਨਮ ਹਮਾਂ॥੫੭॥
ਕਿ ਤਸ਼ਰੀਫ ਦਰ ਕਸਬਹ ਕਾਂਗੜ ਕੁਨਦ ॥ ਵਜ਼ਾਂ ਪਸ ਮੁਲਾਕਾਤ ਬਾਹਮ ਸ਼ਵਦ ੫੮॥
ਨ ਜ਼ੱਰਹ ਦਰੀਂ ਰਾਹਿ ਖ਼ਤਰਹ ਤੁਰਾਸਤ ॥ ਹਮਹ ਕੌਮਿ ਬੈਰਾੜ ਹੁਕਮਿ ਮਰਾਸਤ॥੫੯॥
ਬਿਯਾ ਤਾ ਸੁਖ਼ਨ ਖ਼ੁਦ ਜ਼ਬਾਨੀ ਕੁਨੇਮ ॥ ਬਰੂਏ ਸ਼ੁਮਾ ਮਿਹਰਬਾਨੀ ਕੁਨੇਮ॥੬੦॥
ਯਕੇ ਅਸਪ ਸ਼ਾਇਸਤਹਏ ਯਕ ਹਜ਼ਾਰ ॥ ਬਿਯਾ ਤਾ ਬਗੀਰੀ ਬ ਮਨ ਈਂ ਦਿਯਾਰ॥੬੧॥
ਸ਼ਹਿਨਸ਼ਾਹਿ ਰਾ ਬੰਦਹੇ ਚਾਕਰੇਮ ॥ ਅਗਰ ਹੁਕਮ ਆਯਦ ਬਜਾ ਹਾਜ਼ਰੇਮ॥੬੨॥
ਅਗਰਚਿਹ ਬਿਆਯਦ ਬ ਫ਼ਰਮਾਨ ਮਨ ॥ ਹਜ਼ੂਰਤ ਬਿਯਾਯਮ ਹਮਹ ਜਾਨੁ ਤਨ॥੬੩॥
ਅਗਰ ਤੂ ਬਯਜ਼ਦਾਂ ਪਰਸਤੀ ਕੁਨੀ ॥ ਬ ਕਾਰੇ ਮਰਾ ਈਂ ਨ ਸੁਸਤੀ ਕੁਨੀ॥੬੪॥
ਬਿਬਾਯਦ ਕਿ ਯਜ਼ਦਾਂ ਸ਼ਨਾਸੀ ਕੁਨੀ ॥ ਨ ਗੁਫ਼ਤਹ ਕਸਾਂ ਕਸ ਖ਼ਰਾਸ਼ੀ ਕੁਨੀ॥੬੫॥
ਤੁ ਮਸਨਦ ਨਸ਼ੀਂ ਸਰਵਰਿ ਕਾਇਨਾਤ ॥ ਕਿ ਅਜਬ ਅਸਤ ਇਨਸਾਫ਼ ਈਂ ਹਮ ਸਫ਼ਾਤ॥੬੬॥
ਕਿ ਅਜਬ ਅਸਤ ਇਨਸਾਫ਼ੋ ਦੀਂ ਪਰਵਰੀ ॥ ਕਿ ਹੈਫ਼ ਅਸਤ ਸਦ ਹੈਫ਼ ਈਂ ਸਰਵਰੀ॥੬੭॥
ਕਿ ਅਜਬ ਅਸਤੁ ਅਜਬ ਅਸਤੁ ਤਕਵਾ ਸ਼ੁਮਾਂ ॥ ਬਜੁਜ਼ ਰਾਸਤੀ ਸੁਖ਼ਨ ਗੁਫ਼ਤਨ ਜ਼ਯਾਂ॥੬੮॥
ਮਜ਼ਨ ਤੇਗ਼ ਬਰ ਖ਼ੂਨਿ ਕਸ ਬੇ ਦਰੇਗ਼ ॥ ਤੁਰਾ ਨੀਜ਼ ਖ਼ੂੰ ਚਰਖ ਰੇਜ਼ਦ ਬਤੇਗ਼॥੬੯॥
ਤੂ ਗਾਫ਼ਲ ਮਸ਼ਉ ਮਰਦ ਯਜ਼ਦਾਂ ਹਿਰਾਸ ॥ ਕਿ ਓ ਬੇਨਿਆਜ਼ ਅਸਤ ਓ ਬੇਸਿਪਾਸ॥੭੦॥
ਕਿ ਊ ਬੇ ਮੁਹਾਬ ਅਸਤ ਸ਼ਾਹਾਨਿ ਸ਼ਾਹ ॥ ਜ਼ਮੀਨੋ ਜ਼ਮਾਂ ਸੱਚਏ ਪਾਤਿਸ਼ਾਹ॥੭੧॥
ਖ਼ੁਦਾਵੰਦ ਏਜ਼ਦ ਜ਼ਮੀਨੋ ਜ਼ਮਾਂ ॥ ਕੁਨਿੰਦਹ ਅਸਤ ਹਰ ਕਸ ਮਕੀਨੋ ਮਕਾਂ॥੭੨॥
ਹਮ ਅਜ਼ ਪੀਰ ਮੋਰਹ ਹਮ ਅਜ਼ ਪੀਲਤਨ॥ ਕਿ ਆਜਿਜ਼ ਨਿਵਾਜ਼ ਅਸਤੋ ਗਾਫ਼ਲ ਸ਼ਿਕਨ॥੭੩॥
ਕਿ ਊ ਰਾ ਚੁ ਇਸਮ ਅਸਤ ਆਜਿਜ਼ ਨਿਵਾਜ਼ ॥ ਕਿ ਊ ਬੇਸਿਪਾਸ ਅਸਤ ਓ ਬੇ ਨਿਯਾਜ਼॥੭੪॥
ਕਿ ਊ ਬੇ ਨਗੂੰ ਅਸਤ ਓ ਬੇਚਗੂੰ ॥ ਕਿ ਊ ਰਹਿਨੁਮਾ ਅਸਤੁ ਊ ਰਹਿਨਮੂੰ॥੭੫॥
ਕਿ ਬਰ ਸਰ ਤੁਰਾ ਫ਼ਰਜ਼ ਕਸਮਿ ਕੁਰਾਂ ॥ ਬ ਗੁਫ਼ਤਹ ਸ਼ੁਮਹ ਕਾਰ ਖ਼ੂਬੀ ਰਸਾਂ॥੭੬॥
ਬਿਬਾਯਦ ਤੁ ਦਾਨਿਸ਼ ਪਰਸਤੀ ਕੁਨੀ ॥ ਬਕਾਰੇ ਸ਼ੁਮਾ ਚੀਰਹ ਦਸਤੀ ਕੁਨੀ॥੭੭॥
ਚਿਹਾ ਸ਼ੁਦ ਕਿ ਚੂੰ ਬੱਚਗਾਂ ਕੁਸ਼ਤਹ ਚਾਰ ॥ ਕਿ ਬਾਕੀ ਬਮਾਂਦਸਤ ਪੇਚੀਦਹ ਮਾਰ॥੭੮॥
ਚਿਹ ਮਰਦੀ ਕਿ ਅਖ਼ਗਰ ਖ਼ਮੋਸ਼ਾਂ ਕੁਨੀ ॥ ਕਿ ਆਤਿਸ਼ ਦਮਾਂਰਾ ਫ਼ਿਰੋਜ਼ਾ ਕੁਨੀ॥੭੯॥
ਚਿਹ ਖ਼ੁਸ਼ ਗੁਫ਼ਤ ਫਿਰਦੌਸੀਏ ਖ਼ੁਸ਼ ਜ਼ੁਬਾਂ ॥ ਸ਼ਿਤਾਬੀ ਬਵਦ ਕਾਰਿ ਆਹਰਮਨਾ॥੮੦॥
ਕਿ ਮਾ ਬਾਰਗਹਿ ਹਜ਼ਰਤ ਆਯਦ ਸ਼ੁਮਾ ॥ ਅਜ਼ਾਂ ਰੋਜ਼ ਬਾਸ਼ੀ ਵ ਸ਼ਾਹਿਦ ਸ਼ੁਮਾਂ॥੮੧॥
ਵਗਰਨਹ ਤੂ ਈਂ ਫ਼ਰਾਮੁਸ਼ ਕੁਨਦ ॥ ਤੁਰਾ ਹਮ ਫ਼ਰਾਮੋਸ਼ ਯਜ਼ਦਾਂ ਕੁਨਦ॥੮੨॥

ਅਗਰ ਕਾਰਿ ਈਂ ਬਰ ਤੂ ਬਸਤੀ ਕਮਰ ॥ ਖ਼ੁਦਾਵੰਦ ਬਾਸ਼ਦ ਤੁਰਾ ਬਹਰਹ ਵਰ॥੮੩॥

ਕਿ ਈਂ ਕਾਰ ਨੇਕ ਅਸਤ ਦੀਂ ਪਰਵਰੀ ॥ ਚੁ ਯਜ਼ਦਾਂ ਸ਼ਨਾਸੀ ਬ ਜਾਂ ਬਰਤਰੀ॥੮੪॥

ਤੁਰਾ ਮਨ ਨ ਦਾਨਮ ਕਿ ਯਜ਼ਦਾਂ ਸ਼ਨਾਸ ॥ ਬਰਾਮਦ ਜ਼ਿ ਤੂ ਕਾਰਹਾ ਦਿਲ ਖ਼ਰਾਸ਼॥੮੫

ਸ਼ਨਾਸਦ ਹਮੀਂ ਤੂ ਨ ਯਜ਼ਦਾਂ ਕਰੀਮ ॥ ਨ ਖ਼੍ਵਾਹਦ ਹਮੀ ਤੂ ਬਦੌਲਤ ਅਜ਼ੀਮ॥੮੬॥

ਅਗਰ ਸਦ ਕੁਰਾਂ ਰਾ ਬਖੁਰਦੀ ਕਸਮ ॥ ਮਰਾ ਏਤਬਾਰੇ ਨ ਈਂ ਜ਼ਰਹ ਦਮ॥੮੭॥

ਹਜ਼ੂਰਤ ਨਿਆਯਮ ਨ ਈਂ ਰਹ ਸ਼ਵਮ ॥ ਅਗਰ ਸ਼ਹ ਬਖ਼੍ਵਾਨਦ ਮਨ ਆਂ ਜਾ ਰਵਮ॥੮੮॥

ਖ਼ੁਸ਼ਸ ਸ਼ਾਹਿ ਸ਼ਾਹਾਨ ਔਰੰਗਜ਼ੇਬ ॥ ਕਿ ਚਾਲਾਕ ਦਸਤੁ ਅਸਤੁ ਚਾਬੁਕ ਰਕੇਬ॥੮੯॥

ਚਿ ਹੁਸਨੁਲ ਜਮਾਲਸਤੁ ਰੌਸ਼ਨ ਜ਼ਮੀਰ ॥ ਖ਼ੁਦਾਵੰਦ ਮੁਲਕ ਅਸਤੁ ਸਾਹਿਬਿ ਅਮੀਰ॥੯੦॥

ਕਿ ਤਰਤੀਬ ਦਾਨਿਸ਼ ਬ ਤਦਬੀਰ ਤੇਗ਼ ॥ ਖ਼ੁਦਾਵੰਦਿ ਦੇਗੋ ਖ਼ੁਦਾਵੰਦ ਤੇਗ਼॥੯੧॥

ਕਿ ਰੌਸ਼ਨ ਜ਼ਮੀਰ ਅਸਤੁ ਹੁਸਨੁਲ ਜਮਾਲ ॥ ਖ਼ੁਦਾਵੰਦ ਬਖ਼ਸ਼ਿੰਦਹੇ ਮੁਲਕੁ ਮਾਲ॥੯੨॥

ਕਿ ਬਖ਼ਸ਼ਿਸ਼ ਕਬੀਰ ਅਸਤੁ ਦਰ ਜੰਗ ਕੋਹ ॥ ਮਲਾਯਕ ਸਿਫ਼ਤ ਚੂੰ ਸੁਰੱਯਾ ਸ਼ਿਕੋਹ॥੯੩॥

ਸ਼ਹਿਨਸ਼ਾਹ ਔਰੰਗਜ਼ੇਬ ਆਲਮੀਂ ॥ ਕਿ ਦਾਰਾਇ ਦੌਰ ਅਸਤੁ ਦੂਰ ਅਸਤ ਦੀਂ॥੯੪॥

ਮਨਮ ਕੁਸ਼ਤਹਅਮ ਕੋਹਿਯਾਂ ਪੁਰਫਿਤਨ ॥ ਕਿ ਆਂ ਬੁਤ ਪਰਸਤੰਦੁ ਮਨ ਬੁਤਸ਼ਿਕਨ॥੯੫॥

ਬਬੀਂ ਗਰਦਸ਼ਿ ਬੇਵਫ਼ਾਏ ਜ਼ਮਾਂ ॥ ਪਸਿ ਪੁਸ਼ਤ ਉਫ਼ਤਦ ਰਸਾਨਦ ਜ਼ਿਯਾਂ॥੯੬॥

ਬਬੀ ਕੁਦਰਤਿ ਨੇਕ ਯਜ਼ਦਾਨਿ ਪਾਕ ॥ ਕਿ ਅਜ਼ ਯਕ ਬ ਦਹ ਲੱਕ ਰਸਾਨਦ ਹਲਾਕ॥੯੭॥

ਚਿਹ ਦੁਸ਼ਮਨ ਕੁਨਦ ਮਿਹਰਬਾਂ ਅਸ੍ਤ ਦੋਸਤ॥ ਕਿ ਬਖ਼ਸ਼ਿੰਦਗੀ ਕਾਰ ਬਖ਼ਸ਼ਿੰਦਹ ਓਸਤ॥੯੮॥

ਰਿਹਾਈ ਦਿਹੋ ਰਹਿਨੁਮਾਈ ਦਿਹਦ ॥ ਜ਼ੁਬਾਂ ਰਾ ਬ ਸਿਫ਼ਤ ਆਸ਼ਨਾਈ ਦਿਹਦ॥੯੯॥

ਖ਼ਸਮ ਰਾ ਚੁ ਕੋਰ ਊ ਕੁਨਦ ਵਕਤਿ ਕਾਰ ॥ ਯਤੀਮਾਂ ਬਿਰੂੰ ਮੇ ਬੁਰਦ ਬੇਅਜ਼ਾਰ॥੧੦੦॥

ਹਰਾਂ ਕਸ ਕਿ ਓ ਰਾਸਤਬਾਜ਼ੀ ਕੁਨਦ ॥ ਰਹੀਮੇ ਬਰੋ ਰਹਮ ਸਾਜ਼ੀ ਕੁਨਦ॥੧੦੧॥

ਕਸੇ ਖ਼ਿਦਮਤ ਆਯਦ ਬਸੇ ਕਲਬੋ ਜਾਂ ॥ ਖ਼ੁਦਾਵੰਦ ਬਖ਼ਸ਼ੀਦ ਬਰ ਵੈ ਅਮਾਂ ॥੧੦੨॥

ਚਿ ਦੁਸ਼ਮਨ ਬਹਾਂ ਹੀਲਹ ਸਾਜ਼ੀ ਕੁਨਦ ॥ ਕਿ ਬਰ ਵੈ ਖ਼ੁਦਾ ਰਹਮ ਸਾਜ਼ੀ ਸ਼ਵਦ॥੧੦੩॥

ਅਗਰ ਯਕ ਬਰਾਯਦ ਦਹੋ ਦਹ ਹਜ਼ਾਰ ॥ ਨਿਗਹਬਾਨ ਊ ਰਾ ਸ਼ਬਦ ਕਿਰਦਗਾਰ॥੧੦੪॥

ਤੁਰਾ ਗਰ ਨਜ਼ਰ ਹਸਤ ਲਸ਼ਕਰ ਵ ਜ਼ਰ ॥ ਕਿ ਮਾ ਰਾ ਨਿਗਹ ਅਸਤੁ ਯਜ਼ਦਾਂ ਸ਼ੁਕਰ॥੧੦੫॥

ਕਿ ਊ ਰਾ ਗ਼ਰੂਰ ਅਸਤ ਬਰ ਮੁਲਕੁ ਮਾਲ॥ ਵ ਮਾ ਰਾ ਪਨਾਹ ਅਸਤੁ ਯਜ਼ਦਾਂ ਅਕਾਲ॥੧੦੬॥

ਤੂ ਗ਼ਾਫ਼ਲ ਮਸ਼ੋ ਜੀ ਸਿਪੰਜੀ ਸਰਾਇ ॥ ਕਿ ਆਲਮ ਬਗ਼ੁਜ਼ਰਦ ਸਰੇ ਜਾ ਬਜਾਇ॥੧੦੭ ॥

ਬਬੀ ਗ਼ਰਦਸ਼ਿ ਬੇਵਫ਼ਾਈ ਜ਼ਮਾਂ ॥ ਕਿ ਬਰ ਹਰ ਬਿਗੁਜ਼ਸ਼ਤ ਮਕੀਨੋ ਮਕਾਂ॥੧੦੮॥

ਤੂ ਗਰ ਜ਼ਬਰ ਆਜਜ਼ ਖ਼ਰਾਸ਼ੀ ਮਕੁਨ ॥ ਕਸਮ ਰਾ ਬ ਤੇਸ਼ਹ ਤਰਾਸ਼ੀ ਮਕੁਨ॥੧੦੯॥

ਚੁਹਕ ਯਾਰ ਬਾਸ਼ਦ ਚਿ ਦੁਸ਼ਮਨ ਕੁਨਦ ॥ ਅਗਰ ਦੁਸ਼ਮਨੀ ਰਾ ਬਸਦ ਤਨ ਕੁਨਦ॥੧੧੦॥

ਖ਼ਸਮ ਦੁਸ਼ਮਨੀ ਗਰ ਹਜ਼ਾਰ ਆਵੁਰਦ ॥ ਨ ਯਕ ਮੂਇ ਊ ਰਾ ਅਜ਼ਾਰ ਆਵੁਰਦ॥੧੧੧॥

Treasure of Sikhism

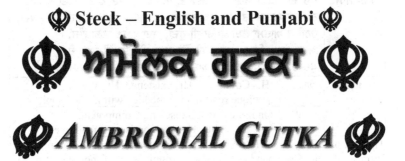

☬ Steek – English and Punjabi ☬

☬ ਅਮੋਲਕ ਗੁਟਕਾ ☬

☬ *AMBROSIAL GUTKA* ☬

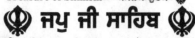

ਜਪੁ ਜੀ ਸਾਹਿਬ

ਗੁਰੂ ਗ੍ਰੰਥ ਸਾਹਿਬ – ਮੂਲ ਮੰਤਰ ਵਿੱਚ ਪ੍ਰਭ ਦੀ ਅਵਸਥਾ ਦੀ ਸੋਝੀ ਜਾਣਕਰੀ ਦੱਸੀ ਗਈ ਹੈ!

ਮੂਲ ਮੰਤਰ ਦੇ ਪੰਜ ਭਾਗ:

ਪ੍ਰਭ ਦਾ ਅਕਾਰ, ਸ਼੍ਰਿਸਟੀ ਦਾ ਪ੍ਰਬੰਧ,
ਬਣਤਰ, ਮੁਕਤੀ, ਪ੍ਰਭ ਦੀ ਪਛਾਣ!

Five enlightenments of Mool Mantra:

Structure; Function; Creation;
Acceptance; Recognition.

ੴ ਸਤਿ ਨਾਮੁ ਕਰਤਾ ਪੁਰਖੁ, ਨਿਰਭਉ ਨਿਰਵੈਰੁ ਅਕਾਲ ਮੂਰਤਿ ਅਜੂਨੀ ਸੈਭੰ ਗੁਰ ਪ੍ਰਸਾਦਿ॥

ik-oNkaar, sat naam, kartaa, purakh, nirbha-o, nirvair, akaal, moorat, ajoonee, saibhaN, gur parsaad.

1) **ਪ੍ਰਭ ਦਾ ਅਕਾਰ** – Structure

ੴ	ਪ੍ਰਭ, ਇਕੋ ਇਕ, ਅਕਾਰ ਰਹਿਤ ਜੋਤ, ਸ੍ਰਿਸ਼ਟੀ ਦਾ ਮਾਲਕ!
ik-oNkaar:	The One and Only One, True Master. No form, shape, color, size, in Spirit only.

His Holy Spirit may appear in anything, anyone, anytime at His free Will; beyond any form, shape, size, or color, only Holy Spirit.

2) **ਸ਼੍ਰਿਸਟੀ ਦਾ ਪ੍ਰਬੰਧ:** Function and His Operation!

ਸਤਿ ਨਾਮੁ	ਪ੍ਰਭ ਦਾ ਸ਼ਬਦ, ਭਾਣਾ ਨਾ-ਬਦਲਣ, ਨਾ-ਟਾਲੇ ਜਾਣ ਵਾਲਾ; ਸਦਾ ਵਾਪਰਦਾ; ਹਰਇਕ ਆਤਮਾ ਤੇ ਪ੍ਰਭ ਉਕਾਰਦਾ ਹੈ; ਕਾਗਜ਼ ਤੇ ਲਿਖਿਆ ਨਹੀਂ ਜਾ ਸਕਦਾ; ਹਰਇਕ ਆਤਮਾ ਲਈ ਵੱਖਰਾ ਹੀ ਹੁੰਦਾ, ਸਦਾ ਚਲਣ ਵਾਲੀ ਗੂੰਜ, ਅਚੇਤ ਮਨ -ਸ਼ਿਵ, ਆਤਮਾ ਦੀ ਹੋਂਦ ਨਾਲ ਹੀ ਖਤਮ ਹੋ ਜਾਂਦਾ ਹੈ! ਪ੍ਰਭ ਦੀ ਹੋਂਦ, ਪ੍ਰਵਾਨਗੀ ਦਾ ਅਸਲੀ ਰਸਤਾ, ਸ਼ਬਦ ਵਿੱਚ ਹੀ ਸਮਾਇਆ ਹੈ!	
sat naam:	naam	His Command, His existence, His Word. a unique road-map embedded within each soul.
	sat	Omnipresent, Omniscient, Omnipotent, Unchangeable, Uncompromised, true forever.

The One and Only One, Holy Spirit remains embedded in His Nature, in His Word; only His Command pervades in the universe and nothing else exist without His mercy and grace.

3) **ਸ਼੍ਰਿਸਟੀ ਦੀ ਬਣਤਰ:** – Creation of the universe.

ਸੈਭੰ	ਪ੍ਰਭ ਆਪਣੇ ਆਪ ਵਿਚੋਂ ਉਤਪਤ; ਪ੍ਰਭ ਦੀ ਜੋਤ, ਸ਼ਬਦ ਰੂਪ ਵਿੱਚ ਆਤਮਾ ਵਿੱਚ ਸਮਾਈ ਰਹਿੰਦੀ ਹੈ! ਆਤਮਾ, ਪ੍ਰਭ ਦੀ ਜੋਤ ਵਿਚੋਂ ਵਿਛੜੀ, ਜੋਤ ਦਾ ਭਾਗ ਹੈ!
saibhaN:	Universe, Creation, soul is an expansion of His Holy spirit; Soul separated to repent, sanctify to immerse with origin; No soul may be deprived from this opportunity.

The True Master, Creator Himself remains embedded within His Creation, nothing else exist.

4) **ਮੁਕਤੀ** Salvation – His acceptance.

ਗੁਰ ਪ੍ਰਸਾਦਿ	ਪ੍ਰਭ ਦੀ ਆਪਣੀ ਮਰਜ਼ੀ, ਰਹਿਮਤ ਨਾਲ ਪ੍ਰਵਾਨਗੀ ਹੁੰਦੀ, ਕਿਸੇ ਬੰਦਗੀ, ਵਿਚੋਲੇ, ਗੁਰੂ ਦੀ ਅਰਦਾਸ, ਸਰਾਪ ਨਾਲ ਕੁਝ ਨਹੀਂ ਹੁੰਦਾ!
gur parsaad	His Blessings may only be with His own Blessed Vision. No one may counsel nor curse His Blessings.

How, why, Whom, When! He may bestow His Blessed Vision! limits and duration remains beyond any comprehension of His Creation.

5) ਪ੍ਰਭ ਦੀ ਪਛਾਣ – Recognition

ਗੁਣ: – ਕਰਤਾ, ਪੁਰਖੁ, ਨਿਰਭਉ, ਨਿਰਵੈਰੁ, ਅਕਾਲ, ਮੂਰਤਿ, ਅਜੂਨੀ!

Virtues: - kartaa, purakh, nirbha-o nirvair, akaal, moorat, ajoonee

ਜਪੁ॥
ਆਦਿ ਸਚੁ ਜੁਗਾਦਿ ਸਚੁ॥ ਹੈ ਭੀ ਸਚੁ ਨਾਨਕ ਹੋਸੀ ਭੀ ਸਚੁ॥੧॥

jap.! Aad sach, Jugaad sach. Hai bhee sach, Naanak hosee bhee sach. ||1||

6) ਕੌਣ ਪੂਜਣ ਯੋਗ – Who may be worthy to be worshipped

ਆਦਿ ਸਚੁ ਜੁਗਾਦਿ ਸਚੁ॥
ਹੈ ਭੀ ਸਚੁ ਨਾਨਕ ਹੋਸੀ ਭੀ ਸਚੁ॥੧॥

Aad sach, Jugaad sach.
Hai bhee sach, Naanak hosee bhee sach. ||1||

ਕੇਵਲ ਇਕੋ ਇਕ ਅਟਲ ਪ੍ਰਭ, ਪ੍ਰਭ ਦਾ ਸ਼ਬਦ, ਅਰੰਭ ਤੋਂ ਪਹਿਲੇ, ਹੁਣ, ਭਵਿੱਖ ਵਿੱਚ ਵੀ ਅਟਲ ਰਹਿਣ ਵਾਲਾ ਹੈ । ਕੇਵਲ ਉਸ ਦਾ ਹੁਕਮ ਹੀ ਚਲਦਾ ਹੈ । ਸਭ ਨੂੰ ਉਸ ਅਗੇ ਝੁਕਣਾ ਪੈਂਦਾ ਹੈ ।

ਗੁਰੂ ਗ੍ਰੰਥ ਸਾਹਿਬ ਦੀ ਬਾਣੀ ਦਾ ਤੱਤ – ਮੂਲ ਮੰਤਰ!

ਪ੍ਰਭ ਇਕੋ ਇਕ ਅਕਾਰ ਰਹਿਤ, ਅਟਲ, ਸਦਾ ਰਹਿਣ ਵਾਲੀ ਜੋਤ; ਸ੍ਰਿਸ਼ਟੀ ਵਿੱਚ, ਹਰਇਕ ਆਤਮਾ ਵਿੱਚ ਸ਼ਬਦ ਰੂਪ, ਪ੍ਰਵਾਨਗੀ ਦੇ ਰਸਤੇ ਦੇ ਰੂਪ ਵਿੱਚ ਸਮਾਈ ਹੈ । ਸ੍ਰਿਸ਼ਟੀ ਵਿੱਚ ਕੇਵਲ ਸ਼ਬਦ, ਪ੍ਰਭ ਦੇ ਹੁਕਮ ਰੂਪ ਵਿੱਚ ਵਾਪਰਦਾ ਹੈ, ਹਰਇਕ ਇਕ ਆਤਮਾ ਲਈ ਖਾਸ ਸ਼ਬਦ ਪੈਦਾ ਹੁੰਦਾ, ਆਤਮਾ ਦੀ ਹੋਂਦ ਖਤਮ ਹੋਣ ਨਾਲ ਸ਼ਬਦ ਦੀ ਹੋਂਦ ਵੀ ਖਤਮ ਹੋ ਜਾਂਦੀ ਹੈ । ਪ੍ਰਭ ਦੀ ਜੋਤ ਵਿੱਚ ਅਨੇਕਾ ਹੀ ਗੁਣ ਹਨ, ਸਾਰੇ ਗੁਣ ਆਤਮਾ ਵਿੱਚ ਨਹੀਂ ਹੋ ਸਕਦੇ । ਆਤਮਾ ਇਕ ਪਾਣੀ ਦੀ ਬੂੰਦ ਦੀ ਤਰ੍ਹਾਂ ਹੈ, ਪ੍ਰਭ ਇਕ ਸਮੁੰਦਰ ਦੀ ਤਰ੍ਹਾਂ ਹੈ; ਆਤਮਾ ਸਮੁੰਦਰ ਵਿੱਚ ਸਮਾ ਜਾਣ ਨਾਲ ਵੀ ਸਮੁੰਦਰ ਦੀ ਡੂੰਘਾਈ ਨਹੀਂ ਜਾਣ ਸਕਦੀ । ਪ੍ਰਭ ਦਾ ਦਰਬਾਰ, ਧਰਮਰਾਜ ਦੇ ਰੂਪ ਵਿੱਚ, ਸ਼ਬਦ ਵਿੱਚ ਹੀ ਸਮਾਇਆ ਰਹਿੰਦਾ ਹੈ, ਕੇਵਲ ਪਵਿੱਤਰ ਆਤਮਾ, ਪਰਖਣ ਯੋਗ ਹੀ ਸ੍ਰਿਸ਼ਟੀ ਵਿਚੋਂ ਪ੍ਰਭ ਦੀ ਆਤਮਾ ਨੂੰ ਪਵਿੱਤਰ ਕਰਨ ਵਾਲੀ ਕਠਾਲੀ (ਪੌੜੀ 38) ਵਿੱਚ, ਸਵਰਗ ਜਾਂਦੀ ਹੈ । ਅਨੇਕਾਂ ਵਿਚੋਂ ਕੋਈ ਵਿਰਲੀ ਹੀ ਆਤਮਾ ਪ੍ਰਵਾਨ ਹੋ ਕੇ ਪ੍ਰਭ ਦੀ ਸਮੁੰਦਰ ਰੂਪੀ ਜੋਤ ਵਿੱਚ ਸਮਾ ਜਾਂਦੀ ਹੈ । ਬਾਕੀ ਆਤਮਾਂ ਨੂੰ ਗਤੀ, ਮੁਕਤ ਅਵਸਥਾ ਬਖਸ਼ਿਸ਼ ਨਹੀ ਹੁੰਦੀ, ਉਹ ਸਵਰਗ ਰੂਪੀ ਅਵਸਥਾ ਵਿੱਚ ਰਹਿੰਦੀ ਹੈ, ਇਸ ਵਿਚੋਂ ਹੀ ਫਰਿਸ਼ਤੇ, ਭੂਤ ਅਵਸਥਾ ਵਿੱਚ ਹੀ ਰਹਿੰਦੀ ਹੈ, ਆਪਣੀ ਨਵੇਂ ਹੁਕਮ (ਸ਼ਬਦ) ਦੀ ਧੀਰਜ ਨਾਲ ਉਡੀਕ ਕਰਦੀ ਹੈ । ਸਵਰਗ ਅਵਸਥਾ ਵਿਚੋਂ ਹੀ ਹਰਨਾਖਸ਼ ਵਰਗੇ ਜ਼ਾਲਮ, ਬ੍ਰਹਮਾ, ਜੀਸ਼ਸ਼, ਬੁਧ, ਨਾਨਕ ਵਰਗੇ ਅਵਤਾਰ ਸ੍ਰਿਸ਼ਟੀ ਨੂੰ ਅਸਲੀ ਪ੍ਰਵਾਨਗੀ ਦੇ ਰਸਤੇ ਦੀ ਸੋਝੀ ਪਾਉਣ ਲਈ ਸ੍ਰਿਸ਼ਟੀ ਵਿੱਚ ਜਨਮ ਲੈਂਦੇ ਹਨ । ਜਿਹੜਾ ਅਵਤਾਰ ਸੰਸਾਰਕ ਮਾਇਆ ਦਾ ਗੁਲਾਮ ਬਣ ਜਾਂਦਾ ਹੈ, ਉਹ ਆਪਣਾ ਨਵਾਂ ਸੰਸਾਰਕ ਧਰਮ, ਦੁਬਦਾ ਦਾ ਰਸਤਾ ਚਲਾਉਂਦਾ ਹੈ, ਆਪਣਾ ਵਾਪਸ ਜਾਣ ਵਾਲਾ ਰਸਤਾ ਗਵਾ ਲੈਂਦਾ ਹੈ । ਜਿਹੜਾ ਅਵਤਾਰ ਆਪਣੇ ਰਸਤੇ ਤੇ ਅਡੋਲ ਰਹਿੰਦਾ ਹੈ, ਉਸ ਦੀ ਆਤਮਾ, ਪਰਖਣ ਵਾਲੀ ਕੁਠਾਲੀ ਵਿਚੋਂ ਪ੍ਰਵਾਨ ਹੋ ਜਾਂਦੀ, ਜੋਤ ਵਿੱਚ ਸਮਾ ਜਾਂਦੀ ਹੈ ।

The One and Only One, Holy Spirit; Axiom, ever-lasting, existed before the creation of the universe, in present and in future. His Holy Spirit remains embedded within each soul as His Word, as the right path of acceptance in His Court; His Word remains a symbol of The Righteous Judge; Devil of Death; His 10th Cave, Royal Palace; both Shiv and Shakti. His Word always provided two options to soul, to adopt path of Shiv or path of Shakti; He remains beyond any emotional attachment or adopting path for his soul. Only His Word, Command prevails in all other events of His Nature; even the mighty King, warrior, guru, prophet must surrender to His Command. His unique Word has been created along with the identity of each soul. Once, his soul may immerse within His Holy Spirit; her identity may be eliminated along with His Unique Word created for soul as a guide in worldly life. His virtues remain beyond any limit, imagination, or comprehension of His Creation. His soul may be considered as a drop of water, and His Holy Spirit as an ocean. Any soul may immerse within His Holy Spirit, becomes a part of His Holy Spirit; however, she may never comprehend His Virtues Completely. However, no one was born nor will ever be born with all unique virtues. Whosoever may have all above virtues; only he may be worthy to be called The One and Only One, True Master, True Guru, worthy of worship. Whose soul may be sanctified to become worthy of His Consideration; her cycle of birth and death may be halted; she moved to buffer Zone, called Heaven. Her soul may be subjected to further sanctification process as mentioned in Pa-orhee 38 of JupJi, to become worthy to be immersed with His Holy Spirit; however, very rare soul may, one out of million may be immersed within; all other souls remain in Heaven Zone waiting for His New Word, Command and she may not be blessed with salvation. All other souls remain in the universe and assigned new worldly body till become worthy of His Consideration. All souls in Heaven Zone are graded with sanctification index and wait for His Command; all worldly prophets, Angels, ghosts, and devils may be created from heavenly zone with unique purpose. Any blessed soul created from Blessed Zone, heaven may drift from his unique path, becomes a victim of sweet poison of worldly wealth; he may initiate new religion, extension of Shakti, worldly wealth. He may lose his place in heaven and must restart new journey. Any prophet remains on the right path, mission may be re-evaluated in His Oven of Purification.

NOTE!

1. Mystery of His Nature may not be written in any Worldly Holy Scripture nor by any prophet, who may walk in worldly body!
2. From Ancient Ages, a burning and unexplainable question! How the universe, first soul has been created.
3. All Worldly Holy Scripture give a confusing answer! Only blemished soul is born in the universe to be sanctified; Soul is an expansion of unblemished Holy Spirit.
4. This unique mystery has opened the door for creation of religion; extension of sweet poison worldly wealth; a never-ending hub of corruption in the universe!

The Master Key to open the door of the right path of acceptance in His Court, salvation may be "saibhaN"! Whosoever may be drenched with the essence! All souls are an expansion of His Holy Spirit; he may realize the mankind as a brotherhood. No one may want to harm and deceive himself! He may be blessed to conquer his own mind; with His mercy and grace, his cycle of birth and death may be eliminated!

1. ਪ੍ਰਭ ਦੀ ਰਹਿਮਤ ਕਿਵੇਂ ਬਖਸ਼ਿਸ਼ ਹੋ ਸਕਦੀ ਹੈ? How soul may be blessed?

ਸੋਚੈ ਸੋਚਿ ਨ ਹੋਵਈ	Sochai soch na hova-ee,
ਜੇ ਸੋਚੀ ਲਖ ਵਾਰ॥	jay sochee lakh vaar.
ਚੁਪੈ ਚੁਪ ਨ ਹੋਵਈ	Chupai chup na hova-ee,
ਜੇ ਲਾਇ ਰਹਾ ਲਿਵ ਤਾਰ॥	jay laa-ay rahaa liv taar.
ਭੁਖਿਆ ਭੁਖ ਨ ਉਤਰੀ	Bhukhi-aa bhukh na utree,
ਜੇ ਬੰਨਾ ਪੁਰੀਆ ਭਾਰ॥	jay bannaa puree-aa bhaar.
ਸਹਸ ਸਿਆਣਪਾ ਲਖ ਹੋਹਿ	Sahas si-aanpaa lakh hohi,
ਤ ਇਕ ਨ ਚਲੈ ਨਾਲਿ॥	ta ik na chalai naal.
ਕਿਵ ਸਚਿਆਰਾ ਹੋਈਐ	Kiv sachi-aaraa ho-ee-ai,
ਕਿਵ ਕੂੜੈ ਤੁਟੈ ਪਾਲਿ॥	kiv koorhai tutai paal?
ਹੁਕਮਿ ਰਜਾਈ ਚਲਣਾ	Hukam rajaa-ee chalnaa,
ਨਾਨਕ ਲਿਖਿਆ ਨਾਲਿ॥੧॥	Naanak likhi-aa naal. ‖1‖

ਬਾਰ ਬਾਰ, ਅਨੇਕਾਂ ਵਾਰ ਸੋਚਣ ਨਾਲ ਵੀ ਮਨ ਵਿਚੋਂ ਬੁਰੇ ਖਿਆਲਾਂ ਰੂਪੀ ਮੈਲ ਧੋਤੀ ਨਹੀਂ ਜਾਂਦੀ । ਆਤਮਾ ਦੀ ਪਵਿੱਤਰਤਾ, ਮਨ ਦੀ ਭਟਕਣ ਦੂਰ ਨਹੀਂ ਹੁੰਦੀ । ਤਨ ਦੇ ਇਸ਼ਨਾਨ ਕਰਨ ਨਾਲ ਮਨ ਦੀ ਮੈਲ ਧੋਤੀ ਨਹੀਂ ਜਾ ਸਕਦੀ । ਲੰਮਾ ਸਮਾਂ ਮੌਨ ਧਾਰਨ ਨਾਲ ਆਤਮਾ ਦੀ ਮੌਨਤਾ, ਸ਼ਾਂਤੀ ਨਹੀਂ ਹੁੰਦੀ । ਅਸਲੀ ਮੌਨ ਨਾਲ, ਪ੍ਰਭ ਨਾਲ ਬਿਰਤੀ ਲਗ ਜਾਂਦੀ ਹੈ । ਅਸਲੀ ਮੌਨ ਤਾ ਨਿੰਦਿਆਂ, ਤੋਂ ਰਹਿਤ ਹੋਣ ਨਾਲ ਹੀ ਹੁੰਦਾ ਹੈ । ਭੁੱਖੇ ਰਹਿਣ, ਵਰਤ ਰਖਣ ਨਾਲ, ਮਨ ਵਿਚੋਂ ਇਛਾਂ, ਲਾਲਚ ਉਪਰ ਕਾਬੂ ਨਹੀਂ ਪੈਂਦਾ । ਅਸਲੀ ਵਰਤ ਤਾ ਮਨ, ਆਤਮਾ ਦਾ ਸੰਤੋਖ ਹਾਸਿਲ ਕਰਨਾ, ਪ੍ਰਭ ਦੇ ਬਖਸ਼ੇ ਤੇ ਅਡੋਲ ਭਰੋਸਾ ਹੀ ਹੁੰਦਾ ਹੈ । ਭਾਵੇਂ ਜੀਵ ਪੜ੍ਹਕੇ ਕਿਤਨਾ ਵੀ ਗਿਆਨਵਾਨ, ਸਿਆਣਾ ਹੋ ਜਾਵੇ । ਅਨੇਕ ਵਾਰ ਸੋਚਕੇ ਕੰਮ ਕਰੇ, ਫਿਰ ਵੀ ਉਹਨਾਂ ਸਿਆਣਪਾਂ ਦਾ ਪ੍ਰਭ ਦੀ ਮਰਜ਼ੀ ਅੱਗੇ ਕੋਈ ਚਾਰਾ ਨਹੀਂ ਹੈ । ਕਿਸਤਰ੍ਹਾਂ ਮਨ ਸੰਸਾਰਕ ਮਾਇਆ ਦੇ ਬੰਧਨ ਨਾਸ਼ ਕਰ ਸਕਦਾ ਹੈ? ਕਿਸਤਰ੍ਹਾਂ ਆਤਮਾ ਦੀ ਅਗਿਆਨਤਾ ਦਾ ਪਰਦਾ, ਭੇਦ, ਵਿਛੋੜਾ ਪ੍ਰਭ ਨਾਲੋ ਦੂਰ ਹੋ ਸਕਦਾ ਹੈ? ਪ੍ਰਭ ਦੀ ਰਹਿਮਤ, ਕਿਸੇ ਵਿਧੀ, ਚਲਾਕੀ, ਧਰਮ ਦੇ ਰੀਤੀ ਰੀਵਾਜ ਕਰਨ ਨਾਲ, ਬਖਸ਼ਿਸ਼ ਨਹੀਂ ਹੁੰਦੀ । ਕੇਵਲ ਇਕੋ ਇਕ ਹੀ ਰਸਤਾ! ਪ੍ਰਭ ਦੀ ਆਪਣੀ ਰਜ਼ਾ, ਰਹਿਮਤ ਨਾਲ ਹੀ ਬਖਸ਼ਿਸ਼ ਹੁੰਦੀ ਹੈ । ਆਪਣੇ ਮਨ ਦੇ ਅਹੰਕਾਰ ਨੂੰ ਤਿਆਗਕੇ ਸ਼ਬਦ ਅਨੁਸਾਰ ਨਾਲ ਜੀਵਨ ਢਾਲਣ ਨਾਲ, ਦੁਖ, ਸੁਖ ਨੂੰ ਬਖਸ਼ਿਸ਼ ਸਮਝਕੇ ਕਬੂਲ ਕਰਨ ਨਾਲ, ਆਪਾ ਭੇਟਾ ਕਰਨ ਨਾਲ, ਪ੍ਰਭ ਆਪ ਹੀ ਰਖਵਾਲਾ ਬਣ ਜਾਂਦਾ, ਤਰਸ, ਰਹਿਮਤ ਬਖਸ਼ਦਾ ਹੈ ।

Even thinking repeatedly, mind cannot control the evil thoughts; his soul does not become pure, sanctified. Same way by keeping quiet, staying away from conversations, or living in forest; one cannot concentrate on the teachings of His Word, his mind keeps the worldly conversation going within. Same way staying away from food, starving, keeping out of his reach; still his mind cannot control his worldly greed, desires. By reading Holy Scriptures and life experience of saintly souls, one may become very knowledgeable about worldly Holy Scriptures; however, his wisdom may not prepare him for the real journey, real purpose of life. He cannot avoid miseries of his life; His Word, Command prevails; he must endure sufferings. How may he conquer his mind, worldly desires to be sanctified, to become worthy of His Consideration? How may the separation of soul from His Holy Spirit be eliminated? Whosoever may surrender his self-identity at His Sanctuary, accepts His Word as an ultimate, unchangeable, unavoidable command; he may adopt the teachings of His Word with steady and stable belief in his day-to-day life; with His mercy and grace! he may conquer his mind, worldly desires. His soul may be sanctified to become worthy of His Consideration; only with His mercy and grace, the curtain of secrecy between his soul and His Holy Spirit may be eliminated.

2. ਪ੍ਰਭ ਦੇ ਹੁਕਮ, ਸ਼ਬਦ ਅੰਦਰ ਕੀ ਹੁੰਦਾ ਹੈ? Power of His Word?

ਹੁਕਮੀ ਹੋਵਨਿ ਆਕਾਰ	Hukmee hovan aakaar,
ਹੁਕਮੁ ਨ ਕਹਿਆ ਜਾਈ॥	hukam na kahi-aa jaa-ee.
ਹੁਕਮੀ ਹੋਵਨਿ ਜੀਅ	Hukmee hovan jee-a,
ਹੁਕਮਿ ਮਿਲੈ ਵਡਿਆਈ॥	hukam milai vadi-aa-ee.
ਹੁਕਮੀ ਉਤਮੁ ਨੀਚੁ,	Hukmee utam neech, hukam likh
ਹੁਕਮਿ ਲਿਖਿ ਦੁਖ ਸੁਖ ਪਾਈਅਹਿ॥	dukh sukh paa-ee-ah.
ਇਕਨਾ ਹੁਕਮੀ ਬਖਸੀਸ,	Iknaa hukmee bakhsees,
ਇਕਿ ਹੁਕਮੀ ਸਦਾ ਭਵਾਈਅਹਿ॥	ik hukmee sadaa bhavaa-ee-ah.
ਹੁਕਮੈ ਅੰਦਰਿ ਸਭੁ	Hukmai andar sabh ko,
ਕੋ ਬਾਹਰਿ ਹੁਕਮ ਨ ਕੋਇ॥	baahar hukam na ko-ay.
ਨਾਨਕ ਹੁਕਮੈ ਜੇ ਬੁਝੈ	Naanak hukmai jay bujhai,
ਤ ਹਉਮੈ ਕਹੈ ਨ ਕੋਇ॥੨॥	ta ha-umai kahai na ko-ay. ‖2‖

ਪ੍ਰਭ ਦੇ ਹੁਕਮ ਦਾ ਪੂਰਨ ਤਰ੍ਹਾਂ ਵਖਿਆਣ ਨਹੀਂ ਕੀਤਾ ਜਾ ਸਕਦਾ । ਉਸ ਦੇ ਹੁਕਮ ਨਾਲ ਹੀ ਜੀਵਾ ਦਾ ਅਕਾਰ, ਰੂਪ, ਸੂਰਤ ਬਣਦੀ ਹੈ । ਜੀਵ ਪੈਦਾ ਹੁੰਦਾ, ਸਵਾਸ ਲੈਂਦਾ, ਮੁਕਤੀ (ਸੋਭਾ, ਵਡਿਆਈ) ਬਖਸ਼ਿਸ਼ ਹੁੰਦੀ ਹੈ । ਹੁਕਮ ਨਾਲ ਹੀ ਜੀਵ ਨੀਚ ਜਾ ਉਤਮ ਜੂੰਨ ਵਿੱਚ ਪੈਂਦਾ, ਦੁਖ, ਸੁਖ ਭੁਗਤਦਾ ਹੈ । ਕੋਈ ਜਨਮ ਮਰਨ ਦੇ ਚੱਕਰ ਤੋਂ ਰਹਿਤ (ਮੁਕਤ) ਹੋ ਜਾਂਦਾ ਹੈ । ਕੋਈ ਬਾਰ ਬਾਰ ਜਨਮ, ਮਰਨ ਦੇ ਚੱਕਰ ਵਿੱਚ ਪੈਂਦਾ ਹੈ । ਹਰਇਕ ਜੀਵ ਪ੍ਰਭ ਦੇ ਹੁਕਮ ਵਿੱਚ ਹੀ ਹੈ, ਉਸ ਦੀ ਮਰਜ਼ੀ ਸਭ ਉਪਰ ਚਲਦੀ ਹੈ । ਕੋਈ ਵੀ ਉਸ ਦੀ ਮਰਜ਼ੀ ਤੋਂ ਬਾਹਰ ਨਹੀਂ ਜਾ ਸਕਦਾ । ਜਿਹੜਾ ਵੀ ਪ੍ਰਭ ਦੀ ਮਰਜ਼ੀ ਨੂੰ ਸਮਝ ਲੈਂਦਾ ਹੈ, ਉਸ ਦੇ ਮਨ ਦੇ ਅਹੰਕਾਰ ਦੀ ਜੜ੍ਹ ਖਤਮ ਹੋ ਜਾਂਦੀ ਹੈ । ਪ੍ਰਭ ਦੀ ਰਹਿਮਤ ਦੇ ਰਸਤੇ ਤੇ ਚਲ ਪੈਂਦਾ ਹੈ । ਸ਼ਬਦ ਦੀ ਪਾਲਣਾ ਕਰਦਾ ਸ਼ਬਦ ਵਿੱਚ ਲੀਨ ਹੋ ਜਾਂਦਾ ਹੈ ।

His Word, Command remains beyond any comprehension of His Creation. No one can fully comprehend the real message, essence of His Word and the real purpose of His Creation. Only by His Command, creatures of various form, shapes and colors may be born and vanished. Only, He is the source of breathes and all the happiness and sorrows come by His Command. Some may remain in the cycle of birth and death; others may immerse within His Holy Spirit. Every one remains under His Command, no one may be above His Command, reach. Whosoever may be bestowed with His Blessed Vision, he may be enlightened with the essence of His Word. He may conquer his own ego, mind. He may adopt the teachings of His Word in his day-to-day life. He may remain intoxicated in meditation in the void of His Word.

3. ਪ੍ਰਭ ਦੇ ਗੁਣ ਕੌਣ ਅਤੇ ਕਿਉਂ ਗਾਉਂਦੇ ਹਨ? Who sings, obeys His Word?

ਗਾਵੈ ਕੋ ਤਾਣੁ ਹੋਵੈ ਕਿਸੈ ਤਾਣੁ॥	Gaavai ko taan hovai kisai taan.
ਗਾਵੈ ਕੋ ਦਾਤਿ ਜਾਣੈ ਨੀਸਾਣੁ॥	Gaavai ko daat jaanai neesaan.
ਗਾਵੈ ਕੋ ਗੁਣ ਵਡਿਆਈਆ ਚਾਰ॥	Gaavai ko gun vadi-aa-ee-aa chaar.
ਗਾਵੈ ਕੋ ਵਿਦਿਆ ਵਿਖਮੁ ਵੀਚਾਰੁ॥	Gaavai ko vidi-aa vikham veechaar.
ਗਾਵੈ ਕੋ ਸਾਜਿ ਕਰੇ ਤਨੁ ਖੇਹ॥	Gaavai ko saaj karay tan khayh.
ਗਾਵੈ ਕੋ ਜੀਅ ਲੈ ਫਿਰਿ ਦੇਹ॥	Gaavai ko jee-a lai fir dayh.
ਗਾਵੈ ਕੋ ਜਾਪੈ ਦਿਸੈ ਦੂਰਿ॥	Gaavai ko jaapai disai door.
ਗਾਵੈ ਕੋ ਵੇਖੈ ਹਾਦਰਾ ਹਦੂਰਿ॥	Gaavai ko vaykhai haadraa hadoor.
ਕਥਨਾ ਕਥੀ ਨ ਆਵੈ ਤੋਟਿ॥	Kathnaa kathee na aavai tot.
ਕਥਿ ਕਥਿ ਕਥੀ ਕੋਟੀ ਕੋਟਿ ਕੋਟਿ॥	Kath kath kathee kotee kot kot.
ਦੇਦਾ ਦੇ ਲੈਦੇ ਥਕਿ ਪਾਹਿ॥	Daydaa day laiday thak paahi.
ਜੁਗਾ ਜੁਗੰਤਰਿ ਖਾਹੀ ਖਾਹਿ॥	Jugaa jugantar khaahee khaahi.
ਹੁਕਮੀ ਹੁਕਮੁ ਚਲਾਏ ਰਾਹੁ॥	Hukmee hukam chalaa-ay raahu.
ਨਾਨਕ ਵਿਗਸੈ ਵੇਪਰਵਾਹੁ॥ ੩॥	Naanak vigsai vayparvaahu. ||3||

ਪ੍ਰਭ ਦੇ ਸ਼ਬਦ ਨੂੰ ਕੌਣ, ਕੌਣ ਅਤੇ ਕਿਸ ਕਾਰਨ ਕਰਕੇ ਗਾਉਂਦੇ ਹਨ? ਪ੍ਰਭ ਦੇ ਸ਼ਬਦ ਨੂੰ ਅਨੇਕ ਹੀ ਜੀਵ ਆਪਣੇ ਕਾਰਨ ਕਰਕੇ ਗਾਉਂਦੇ ਹਨ । ਜਿਤਨਾ ਵੀ ਕਿਸੇ ਨੂੰ ਗਿਆਨ ਬਖਸ਼ਦਾ ਹੈ, ਉਤਨਾ ਹੀ ਵਖਿਆਣ ਕਰਦਾ, ਕਰ ਸਕਦਾ ਹੈ । ਕਈ ਦਿੱਤੀਆ ਹੋਈ ਬਖਸ਼ਿਸ਼ਾਂ ਨੂੰ, ਪ੍ਰਭ ਦੀ ਹੋਂਦ ਨੂੰ ਹਰ ਥਾਂ ਪ੍ਰਗਟ ਸਮਝਕੇ ਗਾਉਂਦੇ ਹਨ । ਪ੍ਰਭ ਦੇ ਗੁਣਾਂ, ਵਡਿਆਈ ਨੂੰ ਧਿਆਨ ਵਿੱਚ ਰਖਕੇ, ਸਾਡੇ ਖੋਟੇ ਕੰਮਾਂ ਨੂੰ ਵਿਚਾਰਦਾ ਨਹੀਂ । ਕਈ ਗਿਆਨ ਦੀ ਗੰਭੀਰਤਾ, ਅਨੇਕ ਰੂਹਾਨੀ ਕਰਾਮਾਤਾਂ ਕਰਕੇ! ਪਹਿਲੇ ਸਰੀਰ ਨੂੰ ਖੂਬਸੂਰਤ ਬਣਾਉਂਦਾ ਹੈ ਫਿਰ ਇਸ ਨੂੰ ਭਸਮ ਕਰ ਦੇਂਦਾ ਹੈ । ਪਹਿਲੇ ਜੀਵ ਦੇ ਤਨ ਵਿੱਚ ਸਵਾਸ, ਆਤਮਾ ਬਖਸ਼ਦਾ, ਫਿਰ ਮੌਤ ਦੇਂਦਾ ਹੈ । ਇਹ ਅਨੁਭਵ ਕਰਕੇ, ਧਿਆਨ ਵਿੱਚ ਰਖਕੇ, ਪ੍ਰਭ ਦੀ ਹੋਂਦ ਨੂੰ ਹਰ ਸਮੇਂ ਅਤੇ ਹਰ ਜਗ੍ਹ ਤੇ ਮੌਜੂਦ ਹੈ । ਇਹ ਅਨੁਭਵ ਕਰਕੇ, ਪ੍ਰਭ ਜੀਵ ਨੂੰ ਦਖਾਈ ਨਹੀਂ ਦੇਂਦਾ, ਧਿਆਨ ਵਿੱਚ ਰਖਕੇ, ਜਸ ਗਾਉਂਦੇ, ਸਿਮਰਨ ਕਰਦੇ ਹਨ । ਕਥਾ ਕਰਨ ਨਾਲ, ਕਰਤਬਾਂ ਦਾ ਪੂਰਨ ਵਖਿਆਣ ਨਹੀਂ ਹੋ ਸਕਦਾ । ਕਥਾ (ਦੱਸਣ ਵਾਲੀਆਂ ਵਡਿਆਈਆਂ) ਦੀ ਘਾਟ ਨਹੀਂ ਹੁੰਦੀ । ਪ੍ਰਭ ਦੀ ਕਥਾ ਬਹੁਤ ਸਮੇਂ ਤੋਂ ਹੀ ਹੁੰਦੀ ਆਈ ਹੈ । ਉਹ ਹਮੇਸ਼ਾਂ ਹੀ ਦਾਤਾਂ ਬਖਸ਼ਦਾ ਰਹਿੰਦਾ ਹੈ ।

ਪਰ ਜੀਵ ਲੈਂਦਾ ਲੈਂਦਾ ਥੱਕ ਜਾਂਦਾ ਹੈ, ਜੀਵਨ ਭੋਗ ਕੇ ਸੰਸਰ ਵਿਚੋਂ ਚਲੇ ਜਾਂਦਾ ਹੈ । ਪੁਰਾਨੇ ਸਮੇਂ ਤੋਂ ਹੀ ਇਹ ਚਲਦਾ, ਅਗਲੇ ਸਮੇਂ ਵਿੱਚ ਵੀ ਇਹ ਚਲਦਾ ਰਹਿਣਾ ਹੈ । ਪ੍ਰਭ ਹੀ ਸਭ ਜੀਵਾਂ ਨੂੰ ਆਪਣੇ ਹੁਕਮ ਅੰਦਰ ਹੀ ਰਖਦਾ ਹੈ । ਸਾਰੇ ਕਰਮ (ਕੰਮ, ਰਸਤੇ) ਪ੍ਰਭ ਦੇ ਹੀ ਬਣਾਏ ਹੋਏ ਹਨ । ਹਰੇਕ ਹੀ ਉਸ ਦੀ ਮਰਜ਼ੀ ਅਨੁਸਾਰ ਚਲ ਸਕਦਾ ਹੈ । ਆਪ ਬਾਲਕ ਦੀ ਤਰ੍ਹਾਂ ਬੇਫਿਕਰ, ਆਪਣੀ ਬਣਾਈ ਸ੍ਰਿਸ਼ਟੀ ਨੂੰ ਦੇਖਕੇ ਪ੍ਰਸੰਨ ਹੁੰਦਾ ਹੈ । ਜਿਸ ਦੀ ਆਤਮਾ, ਪ੍ਰਭ ਦੀ ਮਰਜ਼ੀ ਨੂੰ ਸਵੀਕਾਰ ਕਰ ਲੈਂਦੀ ਹੈ । ਉਹ ਰਹਿਮਤ ਨੂੰ ਅਨੁਭਵ ਕਰਦੀ ਹੈ, ਜਨਮ ਮਰਨ ਤੋਂ ਮੁਕਤੀ ਦਾ ਰਸਤਾ ਬਖਸ਼ਿਸ਼ ਹੋ ਜਾਂਦਾ ਹੈ ।

Many may sing His Glory due to their own reasons, purpose. Whatsoever, enlightenment may be bestowed? He may explain His Word, message in his own way. Some may sing His Glory for His Blessings, Omnipresent, treasure of all virtues, overlooks our deficiencies, weakness; others may have His un-limited powers in mind. How has He created wonderful creatures to live and prosper, then destroy their body to dust? Some remain astonished from His non-visible existence, omnipresence. There may not be any shortage of preachers, nor His Virtues may ever be fully comprehended, nor numbers of virtues may completely be imagined, described. His Blessings are raining from Ancient Ages, indiscriminately of all worldly social classes, on His Cre-ation as a justice for his deeds of previous lives. Self-minded may never remain contented and always prays for more. The play of the universe con-tinues from Ancient Ages; one may die after spending his predetermined time. His Command assigns unique task to everyone and monitors his worldly activities, sincerity in his deeds. The True Master remains carefree, worry-free in blossom and enjoys His Creation! Whosoever may surrender his self-identity and accepts His Word as an unavoidable, ultimate command; his soul may become worthy of His Consideration. He may realize His Ex-istence prevailing everywhere; he may be blessed with the right path of ac-ceptance in His Court.

4. **ਸ੍ਰਿਸ਼ਟੀ ਦੀ ਭਲਾਈ ਨਾਲ ਕੀ ਬਖਸ਼ਿਸ਼? Blessings with good deeds!**

ਸਾਚਾ ਸਾਹਿਬੁ ਸਾਚੁ ਨਾਇ	Saachaa saahib saach naa-ay,
ਭਾਖਿਆ ਭਾਉ ਅਪਾਰੁ॥	bhaakhi-aa bhaa-o apaar.
ਆਖਹਿ ਮੰਗਹਿ ਦੇਹਿ ਦੇਹਿ	Aakhahi mangahi dayhi dayhi,
ਦਾਤਿ ਕਰੇ ਦਾਤਾਰੁ॥	daat karay daataar.
ਫੇਰਿ ਕਿ ਅਗੈ ਰਖੀਐ	Fayr ke agai rakhee-ai,
ਜਿਤੁ ਦਿਸੈ ਦਰਬਾਰੁ॥	jit disai darbaar.
ਮੁਹੌ ਕਿ ਬੋਲਣੁ ਬੋਲੀਐ	Muhou ke bolan bolee-ai,
ਜਿਤੁ ਸੁਣਿ ਧਰੇ ਪਿਆਰੁ॥	jit sun Dharay pi-aar.
ਅੰਮ੍ਰਿਤ ਵੇਲਾ ਸਚੁ ਨਾਉ	Amrit vaylaa sach naa-o,
ਵਡਿਆਈ ਵੀਚਾਰੁ॥	vadi-aa-ee veechaar.
ਕਰਮੀ ਆਵੈ ਕਪੜਾ	Karmee aavai kaprhaa,
ਨਦਰੀ ਮੋਖੁ ਦੁਆਰੁ॥	nadree mokh du-aar.
ਨਾਨਕ ਏਵੈ ਜਾਣੀਐ	Naanak ayvai jaanee-ai,
ਸਭੁ ਆਪੇ ਸਚਿਆਰੁ॥੪॥	sabh aapay sachiaar. ||4||

ਅਟਲ ਪ੍ਰਭ, ਨਾ ਮਿਟਨਵਾਲਾ, ਪ੍ਰਭ ਦੀ ਹੋਂਦ ਹਰ ਥਾਂ ਤੇ ਮੌਜੂਦ ਹੈ, ਪ੍ਰਭ ਦਾ ਸ਼ਬਦ ਸਦਾ ਸੱਚ ਰਹਿਣ ਵਾਲਾ, ਹਰਇਕ ਆਤਮਾ ਲਈ ਖਾਸ, ਪ੍ਰਵਾਨਗੀ ਦਾ ਰਸਤਾ ਹੁੰਦਾ ਹੈ । ਉਸ ਦੇ ਸ਼ਬਦ ਦੀ ਸ਼ਰਧਾ ਨਾਲ ਪਾਲਣਾ ਕਰਨ ਨਾਲ, ਸ਼ਬਦ ਦੀ ਹੋਂਦ ਦੀ ਸੋਝੀ ਬਖਸ਼ਿਸ਼ ਹੋ ਸਕਦੀ ਹੈ । ਸਾਰੇ ਹੀ ਪ੍ਰਭ ਪਾਸੋਂ ਦਾਤਾਂ ਮੰਗਦੇ ਰਹਿੰਦੇ ਹਨ, ਆਪ ਹੀ ਦਾਤਾਂ ਬਖਸ਼ਕੇ ਭਰਪੂਰ ਕਰਦਾ ਹੈ । ਪ੍ਰਭ ਮੈਂ ਕਿਹੜੀ ਭੇਟਾ ਚੜ੍ਹਾਵਾ, ਕਿਹੜੇ ਸ਼ਬਦ ਮੂੰਹ ਤੋਂ ਬੋਲਾਂ ਜਿਸ ਨੂੰ ਸੁਣਕੇ ਪ੍ਰਵਾਨਗੀ ਦਾ ਰਸਤਾ ਬਖਸ਼ਿਸ਼ ਹੋ ਜਾਵੇ?

ਅੰਮ੍ਰਿਤ ਵੇਲੇ ਆਤਮਾ ਨੂੰ ਅਹੰਕਾਰ ਤੋਂ ਰਹਿਤ ਕਰਕੇ, ਅਡੋਲ ਭਰੋਸੇ ਨਾਲ ਸ਼ਬਦ ਦੇ ਸਿਮਰਨ, ਗੁਣ ਗਾਉਣ ਨਾਲ ਰਹਿਮਤ ਬਖਸ਼ਿਸ਼ ਹੋ ਸਕਦੀ ਹੈ । ਚੰਗੇ ਕੰਮ ਕਰਨ ਨਾਲ ਕੇਵਲ ਉਤਮ, ਮਾਨਸ ਜਨਮ ਹੀ ਬਾਰ ਬਾਰ ਬਖਸ਼ਿਸ਼ ਹੋ ਸਕਦਾ ਹੈ । ਕੇਵਲ ਪ੍ਰਭ ਦੀ ਰਹਿਮਤ ਨਾਲ ਹੀ ਜਨਮ ਮਰਨ ਤੋਂ ਮੁਕਤੀ ਦਾ ਰਸਤਾ ਬਖਸ਼ਿਸ਼ ਹੋ ਸਕਦਾ ਹੈ । ਅੰਤਰਜਾਮੀ ਪ੍ਰਭ ਦੀ ਹੋਂਦ ਨੂੰ ਹਰ ਜਗ੍ਹਾ, ਹਰ ਸਮੇਂ ਹੀ ਮੌਜੂਦ ਰਹਿਣ ਵਾਲਾ ਸਮਝਣ ਨਾਲ, ਪ੍ਰਭ ਆਪ ਹੀ ਪ੍ਰਵਾਨਗੀ ਦਾ ਰਸਤਾ ਬਖਸ਼ਦਾ ਹੈ ।

The Omnipresent, Axiom, Forever Living, Forever True Master! His Word remains true forever; a unique for each soul remains embedded within each soul as a road-map for the right path of acceptance, prevails unavoidable, unchangeable everywhere. Whosoever may wholeheartedly meditate with devotion; with His mercy and grace, he may be blessed with enlightenment of the essence of His Word; he may realize His Existence within. Everyone prays for His Forgiveness and Refuge to fulfill their desires; The True Master remains blessing virtues in-discriminatively of social class and worldly status; only justice, reward for his deeds of previous lives. What may I offer as worship, charity, meditation, singing Your Glory to become worthy of Your Consideration, acceptance in Your Court? In the morning, before worldly desires, necessities wake up! You should sing the glory and obey the teachings of His Word with steady and stable belief; with His mercy and grace, you may be blessed with the right path of acceptance in His Court. Whosoever may believe worldly good deeds may the path of salvation; he may only be blessed with superb race, human life opportunity again; however, his cycle of birth and death may not be eliminated. Whosoever may surrender his self-identity, his ego at His Sanctuary, and accepts His Word as an ultimate command; he may be blessed with the right path of acceptance in His Court.

5. **ਕੀ ਮਾਨਸ ਨੂੰ ਪ੍ਰਭ ਦਾ ਰੂਪ ਥਾਪਿਆ ਜਾ ਸਕਦਾ ਹੈ?**

ਥਾਪਿਆ ਨ ਜਾਇ ਕੀਤਾ ਨ ਹੋਇ॥	Thaapi-aa na jaa-ay, keetaa na ho-ay.
ਆਪੇ ਆਪਿ ਨਿਰੰਜਨੁ ਸੋਇ॥	Aapay aap niranjan so-ay.
ਜਿਨਿ ਸੇਵਿਆ ਤਿਨਿ ਪਾਇਆ ਮਾਨੁ॥	Jin sayvi-aa tin paa-i-aa maan,
ਨਾਨਕ ਗਾਵੀਐ ਗੁਣੀ ਨਿਧਾਨੁ॥	Naanak gaavee-ai gunee niDhaan.
ਗਾਵੀਐ ਸੁਣੀਐ ਮਨਿ ਰਖੀਐ ਭਾਉ॥	Gaavee-ai sunee-ai man rakhee-ai bhaa-o.
ਦੁਖੁ ਪਰਹਰਿ ਸੁਖੁ ਘਰਿ ਲੈ ਜਾਇ॥	Dukh parhar sukh ghar lai jaa-ay.
ਗੁਰਮੁਖਿ ਨਾਦੰ ਗੁਰਮੁਖਿ ਵੇਦੰ,	Gurmukh naadaN gurmukh vaydaN,
ਗੁਰਮੁਖਿ ਰਹਿਆ ਸਮਾਈ॥	gurmukh rahi-aa samaa-ee.
ਗੁਰੁ ਈਸਰੁ ਗੁਰੁ ਗੋਰਖੁ ਬਰਮਾ	Gur eesar gur gorakh barmaa
ਗੁਰੁ ਪਾਰਬਤੀ ਮਾਈ॥	gur paarbatee maa-ee.
ਜੇ ਹਉ ਜਾਣਾ ਆਖਾ ਨਾਹੀ	Jay ha-o jaanaa aakhaa naahee,
ਕਹਣਾ ਕਥਨੁ ਨ ਜਾਈ	kahnaa kathan na jaa-ee.
ਗੁਰਾ ਇਕ ਦੇਹਿ ਬੁਝਾਈ॥	Guraa ik dayhi bujhaa-ee!
ਸਭਨਾ ਜੀਆ ਕਾ ਇਕੁ ਦਾਤਾ,	Sabhnaa jee-aa kaa ik daataa
ਸੋ ਮੈ ਵਿਸਰਿ ਨ ਜਾਈ॥੫॥	so mai visar na jaa-ee. ‖5‖

ਮਾਨਸ ਜੀਵ ਨੂੰ ਪ੍ਰਭ ਦਾ ਰੂਪ, ਸੰਸਾਰਕ ਗੱਦੀ ਤੇ ਥਾਪਿਆ ਨਹੀਂ ਜਾ ਸਕਦਾ, ਕੋਈ ਮਾਨਸ, ਪ੍ਰਭ ਦਾ ਰੂਪ ਨਹੀਂ ਬਣ ਸਕਦਾ! ਪ੍ਰਭ ਆਪਣੀ ਹੋਂਦ ਵਿਚੋਂ ਆਪਣੀ ਰਜ਼ਾ ਨਾਲ ਹੀ ਕਿਸੇ ਵੀ ਅਕਾਰ ਵਿੱਚ ਪ੍ਰਗਟ ਹੋ ਸਕਦਾ ਹੈ! ਪ੍ਰਭ ਮਾਂ ਦੀ ਕੁੱਖ ਵਿਚੋਂ ਜਾ, ਮਾਂ, ਬਾਪ ਦੇ ਸੰਜੋਗ ਤੇ ਨਿਰਭਰ ਨਹੀਂ ਹੁੰਦਾ ਹੈ, ਪੂਰਨ ਸੁਤੰਤਰ ਪ੍ਰਭ ਆਪਣੀ ਮਰਜ਼ੀ ਅਨੁਸਾਰ ਹਰਇਕ ਥਾਂ ਤੇ ਮੌਜੂਦ ਹੈ । ਜਿਹੜਾ ਮਾਂ ਦੀ ਕੁੱਖ ਵਿਚੋਂ ਜਨਮ ਲੈਂਦਾ, ਪ੍ਰਭ ਕਹਿਣ ਦੇ ਯੋਗ ਨਹੀਂ ਹੋ ਸਕਦਾ, ਜੀਸ਼ਸ਼, ਨਾਨਕ ਪ੍ਰਭ ਨਹੀਂ ਹਨ । ਜਿਹੜਾ ਪ੍ਰਭ

ਦੇ ਸ਼ਬਦ ਦਾ ਸਿਮਰਨ ਕਰਦਾ ਹੈ, ਉਸ ਨੂੰ ਗੁਣਾਂ ਦਾ ਖਜ਼ਾਨਾ, ਪ੍ਰਭ ਦੀ ਹੋਂਦ ਅਨੁਭਵ ਹੋ ਸਕਦੀ ਹੈ । ਜਿਹੜਾ ਗੁਣਾਂ ਨਾਲ ਭਰਪੂਰ, ਪ੍ਰਭ ਦੇ ਸ਼ਬਦ ਦਾ ਸਿਮਰਨ ਜਾ ਸਰਵਣ ਕਰਨ ਸਮੇਂ, ਪ੍ਰਭ ਨੂੰ ਪਰਤਖ ਰੂਪ ਸਮਝਦਾ ਹੈ, ਉਸ ਦੇ ਮਨ ਵਿੱਚ ਪ੍ਰਭ ਦੇ ਸ਼ਬਦ ਦੀ ਸਿਖਿਆਂ ਪਾਲਣ ਕਰਨ ਦੀ ਸ਼ਰਧਾ ਬਖਸ਼ਿਸ਼ ਹੋ ਜਾਂਦੀ ਹੈ । ਉਸ ਦੇ ਮਨ ਵਿਚੋਂ ਸਭ ਤੋਂ ਵੱਡਾ ਅਹੰਕਾਰ ਰੂਪੀ ਰੋਗ ਖਤਮ ਹੋ ਜਾਂਦਾ ਹੈ, ਉਹ ਸੰਤੋਖ, ਨਿਮ੍ਰਤਾ ਨਾਲ ਭਰਪੂਰ ਹੋ ਜਾਂਦਾ ਹੈ । ਜਿਸ ਤੇ ਪ੍ਰਭ ਦੀ ਰਹਿਮਤ ਦੀ ਨਜ਼ਰ ਨਾਲ ਗੁਰਮਖ ਅਵਸਥਾ ਬਖਸ਼ਿਸ਼ ਹੋ ਜਾਂਦੀ ਹੈ । ਗੁਰਮਖ ਸ਼ਬਦ ਦਾ ਸਿਮਰਨ ਕਰਦਾ, ਪ੍ਰਭ ਦੇ ਸ਼ਬਦ ਦੀ ਸਮਾਧੀ ਵਿੱਚ ਹੀ ਮਸਤ ਹੋ ਜਾਂਦਾ ਹੈ । ਉਸ ਨੂੰ ਸ਼ਬਦ ਦੀ ਸਮਾਧੀ ਵਿਚੋਂ ਹੀ ਸੋਝੀ ਬਖਸ਼ਿਸ਼ ਹੋ ਜਾਂਦੀ, ਪ੍ਰਭ ਦੀ ਹੋਂਦ ਅਨੁਭਵ, ਮਹਿਸੂਸ ਹੋ ਜਾਂਦੀ ਹੈ । ਪ੍ਰਭ ਹੀ ਸਾਰਿਆਂ ਦਾ ਪਰਤਖ ਗੁਰੂ ਹੈ । ਈਸਰ, ਬ੍ਰਹਮਾ, ਗੋਰਖੁ, ਪਾਰਬਤੀ, ਨਾਨਕ ਵਿੱਚ ਵਸਦਾ, ਵਾਪਰਦਾ ਹੈ, ਸਾਰੇ ਹੀ ਉਸ ਦੀ ਪੂਜਾ ਕਰਦੇ ਹਨ । ਦਾਸ ਨੂੰ ਪ੍ਰਭ ਦੀ ਕੁਦਰਤ, ਹੋਂਦ ਦੀ ਸੋਝੀ ਬਖਸ਼ਿਸ਼ ਹੋ ਜਾਂਦੀ ਹੈ । ਫਿਰ ਵੀ ਕੋਈ ਦਾਸ ਪ੍ਰਭ ਦੀ ਹੋਂਦ, ਅੱਖਰਾਂ ਨਾਲ ਲਿਖ ਕੇ, ਬੋਲ ਕੇ ਪੂਰਨ ਤਰ੍ਹਾਂ ਵਖਿਆਣ ਨਹੀਂ ਕਰ ਸਕਦਾ । ਯਾਦ ਰਖੋ! ਸ੍ਰਿਸ਼ਟੀ ਦੇ ਪੈਦਾ ਕਰਨ ਵਾਲੇ ਨੂੰ ਮਨ ਵਿਚੋਂ ਕਦੇ ਵੀ ਭੁਲਾਉਣਾ ਨਹੀਂ ਚਾਹੀਦਾ ।

No human may ever become a symbol of The True Master nor ever be incarnated on His throne. The True Master, His Existence evolves from His Own Holy Spirit; He may appear in any structure breathing or non-breathing; Completely independent, Omnipresent, Omniscient, Omnipotent, Axiom, lives, and True Forever. Whosoever may sing the glory, obeys the teachings of His Word with steady and stable belief; with His mercy and grace, he may be enlightened with the essence of His Word. He may remain overwhelmed with devotion to meditate on the teachings of His Word. He may conquer his own ego and all his miseries of worldly desires may be eliminated; with His mercy and grace, he may remain intoxicated, in the void of His Word. His true devotee may remain drenched with essence of His Word; his soul may remain intoxicated in the everlasting echo of His Word. He may realize His Existence within. The True Master prevails in all events of His true devotees, Easer, Gorakh Brahma, Jesus, Nanak, gurus. His true devotee may comprehend His Nature, The True Master; however, His Existence may not be described by speaking nor can be expressed by writing. Remember! You should never forget to meditate, obey His Word.

6. ਕੇਵਲ ਤੀਰਥ ਯਾਤਰਾ ਨਾਲ ਕੀ ਬਖਸ਼ਿਸ਼! Blessings with only piligrimage?

ਤੀਰਥਿ ਨਾਵਾ ਜੇ ਤਿਸੁ ਭਾਵਾ	Tirath naavaa, jay tis bhaavaa,
ਵਿਣੁ ਭਾਣੇ ਕਿ ਨਾਇ ਕਰੀ॥	vin bhaanay ke naa-ay karee.
ਜੇਤੀ ਸਿਰਠਿ ਉਪਾਈ ਵੇਖਾ	Jaytee sirath upaa-ee vaykhaa
ਵਿਣੁ ਕਰਮਾ ਕਿ ਮਿਲੈ ਲਈ॥	vin karmaa ke milai la-ee.
ਮਤਿ ਵਿਚਿ ਰਤਨ ਜਵਾਹਰ ਮਾਣਿਕ,	Mat vich ratan javaahar maanik
ਜੇ ਇਕ ਗੁਰ ਕੀ ਸਿਖ ਸੁਣੀ॥	jay ik gur kee sikh sunee.
ਗੁਰਾ ਇਕ ਦੇਹਿ ਬੁਝਾਈ॥	Guraa ik dayhi bujhaa-ee!
ਸਭਨਾ ਜੀਆ ਕਾ ਇਕੁ ਦਾਤਾ,	Sabhnaa jee-aa kaa ik daataa
ਸੋ ਮੈ ਵਿਸਰਿ ਨ ਜਾਈ॥੬॥	so mai visar na jaa-ee. ‖6‖

ਜਿਹੜਾ ਆਪਾ ਪ੍ਰਭ ਦੀ ਭੇਟਾ ਕਰ ਦੇਂਦਾ ਹੈ, ਉਸ ਤੇ ਪ੍ਰਭ ਦੀ ਰਹਿਮਤ ਦੀ ਨਜ਼ਰ ਬਖਸ਼ਿਸ਼ ਹੋ ਜਾਂਦੀ, ਉਸ ਦੀ ਤੀਰਥ ਯਾਤਰਾ ਨਾਲ ਆਤਮਾ ਦੀ ਮੈਲ ਧੋਤੀ ਜਾਂਦੀ, ਪਵਿਤ੍ਰਤਾ ਵਾਲਾ ਇਸ਼ਨਾਨ ਹੋ ਜਾਂਦਾ ਹੈ । ਜਿਹੜਾ ਆਪਣੇ ਅਹੰਕਾਰ ਨੂੰ ਖਤਮ ਕਰਕੇ, ਸ਼ਰਣ ਵਿੱਚ ਆਪਾ ਭੇਟਾ ਨਹੀਂ ਕਰਦਾ । ਉਸ ਦਾ ਤੀਰਥਾਂ ਤੇ ਇਸ਼ਨਾਨ ਨਾਲ ਕੋਈ ਲਾਭ ਨਹੀਂ ਹੁੰਦਾ, ਪ੍ਰਭ ਦੀ ਪ੍ਰਵਾਨਗੀ ਦਾ ਰਸਤਾ ਬਖਸ਼ਿਸ਼ ਨਹੀਂ ਹੁੰਦਾ । ਹਰਇਕ ਜੀਵ ਨੂੰ ਪਿਛਲੇ ਜਨਮ ਦੇ ਕੰਮਾਂ ਦਾ ਫਲ ਹੀ ਬਖਸ਼ਦਾ ਹੈ, ਕਿਸੇ ਦਾ ਜ਼ੋਰ ਨਹੀਂ ਹੁੰਦਾ । ਜਿਹੜਾ ਪ੍ਰਭ ਦੇ ਸ਼ਬਦ ਨੂੰ ਅਟਲ ਸਮਝਕੇ ਸਵੀਕਾਰ ਕਰਦਾ, ਸਿਖਿਆਂ ਨਾਲ ਜੀਵਨ ਢਾਲਦਾ ਹੈ ।

ਉਸ ਨੂੰ ਸਭ ਤੋਂ ਅਮੋਲਕ ਖਜ਼ਾਨਾ ਪ੍ਰਭ ਦੇ ਸ਼ਬਦ ਦੀ ਸੋਝੀ, ਪ੍ਰਭ ਦੀ ਹੋਂਦ ਅਨੁਭਵ ਹੋ ਜਾਂਦੀ ਹੈ । ਯਾਦ ਰਖੋ! ਸ੍ਰਿਸ਼ਟੀ ਦੇ ਪੈਦਾ ਕਰਨ ਵਾਲੇ ਮਾਲਕ ਨੂੰ ਮਨ ਵਿਚੋਂ ਕਦੀ ਵੀ ਭੁਲਣਾ ਨਹੀਂ ਚਾਹੀਦਾ ।

Whosoever may surrender his self-identity, conquer his ego; with His mercy and grace, he may benefit from his pilgrimage and sanctifying bath at Holy Shrines. Whosoever may remain a victim of his ego of his worldly status; his pilgrimage of Holy Shrine may be useless. The destiny of every creature may be prewritten as a reward for his previous deeds; no one has any control over His Blessings. Whosoever may obey the teachings of His Word with steady and stable belief in his day-to-day life; with His mercy and grace, he may be blessed with priceless treasure of enlightenment of the essence His Word; he may realize His Existence prevailing everywhere. Remember! You should never forsake His Word from your heart.

7. ਸੰਸਾਰਕ ਹੈਸੀਅਤ ਨਾਲ ਕੀ ਬਖਸ਼ਿਸ਼ ਹੋ ਸਕਦਾ ਹੈ? What significance of status?

ਜੇ ਜੁਗ ਚਾਰੇ ਆਰਜਾ	Jay jug chaaray aarjaa
ਹੋਰ ਦਸੂਣੀ ਹੋਇ॥	hor dasoonee ho-ay.
ਨਵਾ ਖੰਡਾ ਵਿਚਿ ਜਾਣੀਐ	Navaa khanda vich jaanee-ai,
ਨਾਲਿ ਚਲੈ ਸਭੁ ਕੋਇ॥	naal chalai sabh ko-ay.
ਚੰਗਾ ਨਾਉ ਰਖਾਇ ਕੈ	Changa naa-o rakhaa-ay kai,
ਜਸੁ ਕੀਰਤਿ ਜਗਿ ਲੇਇ॥	jas keerat jag lay-ay.
ਜੇ ਤਿਸੁ ਨਦਰਿ ਨ ਆਵਈ	Jay tis nadar na aavee,
ਤ ਵਾਤ ਨ ਪੁਛੈ ਕੇ॥	ta vaat na puchhai kay.
ਕੀਟਾ ਅੰਦਰਿ ਕੀਟੁ ਕਰਿ	Keetaa andar keet kar
ਦੋਸੀ ਦੋਸੁ ਧਰੇ॥	dosee dos Dharay.
ਨਾਨਕ ਨਿਰਗੁਣਿ ਗੁਣੁ ਕਰੇ	Naanak nirgun gun karay, gun-
ਗੁਣਵੰਤਿਆ ਗੁਣੁ ਦੇ॥	vanti-aa gun day.
ਤੇਹਾ ਕੋਇ ਨ ਸੁਝਈ	Tayhaa ko-ay na sujh-ee
ਜਿ ਤਿਸੁ ਗੁਣੁ ਕੋਇ ਕਰੇ॥੭॥	je tis gun ko-ay karay. ‖7‖

ਅਗਰ ਜੀਵ ਦੀ ਲੰਮੀ ਉਮਰ ਹੋ ਜਾਵੇ, ਜਾ ਬੁਹਤ ਇਲਾਕੇ ਵਿੱਚ ਪ੍ਰਸਿੱਧ ਹੋ ਜਾਵੇ । ਬਹੁਤ ਲੋਕ ਉਸ ਨਾਲ ਸਹਿਮਤ ਹੋ ਜਾਣ, ਜਾ ਚੰਗੇ ਨਾਮ ਨਾਲ ਪ੍ਰਸਿੱਧ ਹੋ ਜਾਵੇ, ਜਾ ਬੁਹਤ ਲੋਕਾ ਹੁਕਮ ਤੇ ਚਲੇ ਹੋਣ, ਬਹੁਤ ਲੋਕਾ ਵੀ ਉਸ ਦੀ ਪੂਜਾ ਕਰਦੇ ਹੋਣ । ਜਿਸ ਤੇ ਪ੍ਰਭ ਦੀ ਰਹਿਮਤ ਦੀ ਨਜ਼ਰ ਬਖਸ਼ਿਸ਼ ਨਹੀਂ ਹੁੰਦੀ । ਉਸ ਦੀ ਸੰਸਾਰਕ ਹੈਸੀਅਤ ਦੀ, ਪ੍ਰਭ ਦੀ ਦਰਗਾਹ ਵਿੱਚ ਕੋਈ ਮਹੱਤਤਾ ਨਹੀਂ ਹੁੰਦੀ । ਇਸ ਸੰਸਾਰਕ ਮਾਣ, ਸ਼ਾਨ ਦਾ ਵੀ ਅਸਲ ਵਿੱਚ ਕੋਈ ਲਾਭ ਨਹੀਂ ਹੁੰਦਾ ਹੈ । ਜਿਹੜਾ ਆਪਣਾ ਜੀਵਨ ਪ੍ਰਭ ਦੇ ਸ਼ਬਦ ਦੀ ਸਿਖਿਆਂ ਨਾਲ ਨਹੀਂ ਢਾਲਦਾ, ਉਸ ਨੂੰ ਪ੍ਰਵਾਨਗੀ ਦਾ ਰਸਤਾ ਬਖਸ਼ਿਸ਼ ਨਹੀਂ ਹੁੰਦਾ । ਉਸ ਦੇ ਆਪਣੇ ਕੰਮਾਂ ਦਾ ਅਹੰਕਾਰ ਹੀ ਦਰਗਾਹ ਵਿੱਚ ਦੋਸ਼ੀ ਬਣਾਉਂਦਾ, ਨੀਚ ਜੂੰਨਾਂ ਵਿੱਚ ਬਾਰ ਬਾਰ ਜਾਣਾ ਪੈਂਦਾ ਹੈ । ਮਿਹਰਬਾਨ ਪ੍ਰਭ ਨਿਮਾਣੇ ਗੁਣਾਂ ਤੋਂ ਰਹਿਤ, ਅਗਿਅਨੀਆਂ ਨੂੰ ਵੀ ਚੰਗੇ ਗੁਣਾਂ ਨਾਲ ਭਰਪੂਰ ਕਰ ਦੇਂਦਾ, ਗੁਣਾਂ ਵਾਲੇ ਬਣਾ ਦੇਂਦਾ ਹੈ । ਅਹੰਕਾਰੀ ਗੁਣਾਂ ਵਾਲਿਆਂ ਨੂੰ ਗੁਣਾਂ ਤੋਂ ਰਹਿਤ ਕਰ ਦੇਂਦਾ ਹੈ । ਅਜੇਹਾ ਕੋਈ ਨਹੀਂ ਲੱਭਦਾ! ਜਿਹੜਾ ਪ੍ਰਭ ਤੇ ਕੋਈ ਗੁਣ ਕਰੇ ਜਾ ਹਰ ਜੀਵ ਤੇ ਇਤਨੇ ਗੁਣ ਕਰ ਸਕਦਾ ਹੈ ।

One may have a long life; becomes popular and recognized everywhere; many may agree, follow, worship him; he may rule the world. His worldly status may not have any significance in His Court. Whosoever may not adopt the teachings of His Word; he may not be blessed with the right path of acceptance in His Court. His worldly status does not benefit for the real purpose of human life, rather he may become culprit with his false pride of worldly, in His Court. He may remain in the cycle of birth and death. The Merciful True Master may bless a humble even virtue-less with great virtues. He may render wise knowledgeable with ego, virtue less, worthless. No one may have such a greatness to favor God nor can help any other human equal to His Blessings.

8. ਪ੍ਰਭ ਦੇ ਸ਼ਬਦ ਨੂੰ ਕੌਣ ਕੌਣ ਸੁਣਦਾ, ਕੀ ਬਖਸ਼ਿਸ਼ ਹੁੰਦਾ ਹੈ?

ਸੁਣਿਐ ਸਿਧ ਪੀਰ ਸੁਰਿ ਨਾਥ॥	Suni-ai siDh peer sur naath.
ਸੁਣਿਐ ਧਰਤਿ ਧਵਲ ਆਕਾਸ॥	Suni-ai Dharat Dhaval aakaas.
ਸੁਣਿਐ ਦੀਪ ਲੋਅ ਪਾਤਾਲ॥	Suni-ai deep lo-a paataal.
ਸੁਣਿਐ ਪੋਹਿ ਨ ਸਕੈ ਕਾਲੁ॥	Suni-ai pohi na sakai kaal.
ਨਾਨਕ ਭਗਤਾ ਸਦਾ ਵਿਗਾਸੁ॥	Naanak bhagtaa sadaa vigaas.
ਸੁਣਿਐ ਦੂਖ ਪਾਪ ਕਾ ਨਾਸੁ॥੮॥	Suni-ai dookh paap kaa naas. ||8||

ਜਿਹੜਾ ਸ਼ਬਦ ਦੀ ਧੁਨ ਇਕਾਗਰ ਮਨ ਹੋ ਕੇ ਸ੍ਰਵਣਨ ਕਰਨਾ ਜਾਣ ਲੈਂਦਾ, ਸ੍ਰਵਣਨ ਕਰਦਾ ਹੈ । ਉਸ ਵਿੱਚ ਦੇਵਤਿਆਂ ਵਾਲੇ ਗੁਣ ਆ ਜਾਂਦੇ ਹਨ । ਉਸ ਨੂੰ ਅੰਤਰ–ਆਮਤਾ, ਗਿਆਨ ਪ੍ਰਾਪਤ ਹੋ ਜਾਂਦਾ ਹੈ । ਉਸ ਦੀ ਮੱਤ, ਹਿਰਦਾ ਅਕਾਸ ਦੀ ਤਰ੍ਹਾਂ ਵਿਸ਼ਾਲ ਅਤੇ ਉਜਲ, ਪਵਿੱਤਰ ਹੋ ਜਾਂਦਾ ਹੈ । ਮਨ ਨੂੰ ਸੰਤੋਖ, ਖਿਮਾ ਦੀ ਕਲਾ ਦਾ ਗਿਆਨ ਹੋ ਜਾਂਦਾ ਹੈ । ਪ੍ਰਭ ਦੀ ਹੌਂਦ ਅਨੁਭਵ ਹੋ ਜਾਂਦੀ, ਡੂੰਘਾਈ ਦਾ ਗਿਆਨ ਬਖਸ਼ਿਸ਼ ਹੋ ਜਾਂਦਾ ਹੈ । ਉਸ ਦੀ ਅਹੰਕਾਰ ਦੀ, ਦੁਖਾਂ ਦੀ ਜੜ੍ਹ ਨਾਸ਼, ਖਤਮ ਹੋ ਜਾਂਦੀ ਹੈ । ਮਨ ਨੂੰ ਕਾਲਾ ਕਰਨ ਵਾਲਾ ਅਗਿਆਨ, ਮੌਤ ਛੋਹ ਵੀ ਨਹੀਂ ਸਕਦੀ । ਜਿਹੜਾ ਸ਼ਬਦ ਦੀ ਧੁਨ ਇਕਾਗਰ ਚਿਤ ਹੋ ਕੇ ਸ੍ਰਵਣਨ ਕਰਦਾ ਹੈ । ਉਹ ਹਮੇਸ਼ਾਂ ਹੀ ਉਸ ਦੀ ਰਜ਼ਾ ਵਿੱਚ ਅਨੰਦ ਵਿੱਚ ਰਹਿੰਦਾ ਹੈ । ਉਸ ਦੀ ਅਹੰਕਾਰ, ਦੁਖਾਂ ਦੀ ਜੜ੍ਹ ਨਾਸ਼, ਖਤਮ ਹੋ ਜਾਂਦੀ ਹੈ ।

Whosoever may wholeheartedly listen to teachings of His Word; with His mercy and grace, he may be blessed with wisdom, virtues like prophets. He may be enlightened with the essence of His Word within. He may be blessed with overwhelming eternal spiritual wisdom. His soul may be sanctified to become worthy of His Considerations. He may learn the concept of forgiveness even evil deeds of others. He may realize His Existence prevailing everywhere. He may be blessed to conquer his ego; his state of mind may remain beyond any evil thoughts and even the devil of death. Whosoever may wholeheartedly listen the sermons of His Word; with His mercy and grace, he may remain contended and roots of his ego may be vanished.

9. ਪ੍ਰਭ ਦੇ ਸ਼ਬਦ ਨੂੰ ਕੌਣ ਕੌਣ ਸੁਣਦਾ, ਕੀ ਬਖਸ਼ਿਸ਼ ਹੁੰਦਾ ਹੈ?

ਸੁਣਿਐ ਈਸਰੁ ਬਰਮਾ ਇੰਦੁ॥	Suni-ai eesar barmaa ind.
ਸੁਣਿਐ ਮੁਖਿ ਸਾਲਾਹਣ ਮੰਦੁ॥	Suni-ai mukh saalaahan mand.
ਸੁਣਿਐ ਜੋਗ ਜੁਗਤਿ ਤਨਿ ਭੇਦ॥	Suni-ai jog jugat tan bhayd.
ਸੁਣਿਐ ਸਾਸਤ ਸਿਮ੍ਰਿਤਿ ਵੇਦ॥	Suni-ai saasat simrit vayd.
ਨਾਨਕ ਭਗਤਾ ਸਦਾ ਵਿਗਾਸੁ॥	Naanak bhagtaa sadaa vigaas.
ਸੁਣਿਐ ਦੂਖ ਪਾਪ ਕਾ ਨਾਸੁ॥੯॥	Suni-ai dookh paap kaa naas. ||9||

ਜਿਹੜਾ ਵੀ ਸ਼ਬਦ ਦੀ ਧੁਨ ਨੂੰ ਇਕਾਗਰ ਚਿਤ ਹੋ ਕੇ ਸ੍ਰਵਣਨ ਕਰਨਾ ਜਾਣ ਲੈਂਦਾ ਹੈ । ਉਸ ਵਿੱਚ ਦੇਵਤਿਆਂ (ਈਸਰ, ਬ੍ਰਮਾ, ਇੰਦ੍ਰ) ਵਾਲੇ ਗੁਣ ਬਖਸ਼ਿਸ਼ ਹੋ ਜਾਂਦੇ ਹਨ । ਜੀਭ ਤੋਂ ਪ੍ਰਭ ਦੀ ਪ੍ਰਸੰਨਤਾ ਦੇ ਹੀ ਸ਼ਬਦ ਆਉਂਦਾ ਹੈ, ਉਸ ਨੂੰ ਵੈਰਾਗ, ਗਿਆਨ ਪ੍ਰਾਪਤ ਹੋ ਜਾਂਦਾ ਹੈ । ਦੇਵੀ, ਦੇਵਤੇ ਵੀ ਪ੍ਰਭ ਦੀ ਮਹਿਮਾਂ ਦਾ ਸਿਮਰਨ, ਸ੍ਰਵਣਨ ਕਰਦੇ ਹਨ । ਇਕਾਗਰ ਮਨ ਨਾਲ ਸ੍ਰਵਣਨ ਕਰਨ ਨਾਲ ਮਨ ਦਾ ਭਰੋਸਾ ਅਡੋਲ ਹੋ ਜਾਂਦਾ, ਭਰਮ ਦੂਰ ਹੋ ਜਾਂਦੇ ਹਨ । ਉਸ ਨੂੰ ਸ਼ਬਦ ਦੀ ਸੋਝੀ ਬਖਸ਼ਿਸ਼ ਹੋ ਜਾਂਦੀ ਹੈ, ਸਰੀਰ ਦੇ ਜੋੜਾਂ ਦਾ, ਸਰੀਰ ਦੀਆਂ ਵਿਧੀਆਂ ਦਾ ਗਿਆਨ ਪ੍ਰਾਪਤ ਹੋ ਜਾਂਦਾ ਹੈ । ਵੇਦਾਂ, ਸਾਸਤਾਂ ਵਿੱਚ ਲਿਖੇ ਹੋਏ ਗੁਣਾਂ, ਭੇਦਾਂ ਦਾ ਵਰਣਨ ਸਮਝ ਜਾਂਦਾ ਹੈ । ਧਾਰਮਕ ਗੰਥਾਂ ਵਿੱਚ ਲਿਖੇ ਮਨ ਤੇ ਜਿੱਤ ਪਾਉਣ ਦੇ ਸਾਧਨਾਂ ਦੀ ਜਾਗਰਤੀ ਹੋ ਜਾਂਦੀ ਹੈ । ਉਸ ਨੂੰ ਸੰਤ ਸਰੂਪ ਦੇ ਸਿਮਰਨ ਕਰਨ ਦੀ ਵਿਧੀ ਦਾ ਗਿਆਨ ਅਨੁਭਵ ਹੋ ਜਾਂਦਾ ਹੈ । ਉਹ ਹਮੇਸ਼ਾਂ ਹੀ ਪ੍ਰਭ ਦੀ ਰਜ਼ਾ ਵਿੱਚ ਅਨੰਦ ਮਾਨਦਾ ਹੈ । ਉਸ ਦੀ ਅਹੰਕਾਰ

ਦੀ, ਦੁਖਾਂ ਦੀ ਜੜ੍ਹ ਨਾਸ਼, ਖਤਮ ਹੋ ਜਾਂਦੀ ਹੈ । ਪਹਿਲਾ ਮੰਦੇ ਕੰਮ ਕਰਨ ਵਾਲਾ ਵੀ ਗਿਆਨੀ ਹੋ ਜਾਂਦਾ ਹੈ । ਉਹ ਪੂਜਣ ਯੋਗ ਹੋ ਜਾਂਦਾ ਹੈ ।

Whosoever may wholeheartedly listen to His Word! He may be blessed with virtues like prophets, angel; (Like Indra, Brahma, Nanak etc.). His tongue may be blessed with virtues to sing the glory of His Word; he may be blessed with virtues of renunciation. All holy souls, prophets, angels sing His Glory. Whosoever may listen His Glory, his belief may be re-enforced on the teachings of His Word and all his suspicions may be eliminated. He may be enlightened with the essence of His Word and functions of human body. He may comprehend the meditation techniques described in Holly Scriptures to conquer his own mind. He may adopt the teachings of His Word and remains contended with His Blessings. His selfishness and ego may be eradicated from within. Even the evil doers, tyrants may be blessed with good virtues to become worthy of worshipping

10. ਪ੍ਰਭ ਦਾ ਸ਼ਬਦ ਸੁਣਨ ਨਾਲ ਕੀ ਬਖਸ਼ਿਸ਼ ਹੁੰਦਾ ਹੈ?

ਸੁਣਿਐ ਸਤੁ ਸੰਤੋਖੁ ਗਿਆਨੁ॥	Suni-ai sat santokh gi-aan.
ਸੁਣਿਐ ਅਠਸਠਿ ਕਾ ਇਸਨਾਨੁ॥	Suni-ai athsath kaa isnaan.
ਸੁਣਿਐ ਪੜਿ ਪੜਿ ਪਾਵਹਿ ਮਾਨੁ॥	Suni-ai parh parh paavahi maan.
ਸੁਣਿਐ ਲਾਗੈ ਸਹਜਿ ਧਿਆਨੁ॥	Suni-ai laagai sahj Dhi-aan.
ਨਾਨਕ ਭਗਤਾ ਸਦਾ ਵਿਗਾਸੁ॥	Naanak bhagtaa sadaa vigaas.
ਸੁਣਿਐ ਦੂਖ ਪਾਪ ਕਾ ਨਾਸੁ॥੧੦॥	Suni-ai dookh paap kaa naas. ‖10‖

ਜਿਹੜਾ ਸ਼ਬਦ ਦੀ ਧੁਨ ਨੂੰ ਇਕਾਗਰ ਚਿਤ ਹੋ ਕੇ ਸ੍ਰਵਣ ਕਰਨਾ ਜਾਣ ਲੈਂਦਾ ਹੈ । ਉਸ ਨੂੰ ਪ੍ਰਭ ਦੇ ਦਰਬਾਰ ਵਿੱਚ ਪ੍ਰਵਾਨਗੀ ਦੇ ਰਸਤੇ ਵਾਲੇ ਗੁਣਾਂ (ਸਤ, ਸੰਤੋਖ, ਧੀਰਜ) ਦੀ ਸੋਝੀ ਬਖਸ਼ਿਸ਼ ਹੋ ਜਾਂਦੀ ਹੈ । ਉਸ ਦੀ ਆਤਮਾ ਪਵਿੱਤਰ ਹੋ ਜਾਂਦੀ, ਸ਼ਬਦ ਦੀ ਸੋਝੀ ਰੂਪੀ ਤੀਰਥ ਦਾ ਖਜ਼ਾਨਾ ਅਨੁਭਵ, ਬਖਸ਼ਿਸ਼ ਹੋ ਜਾਂਦਾ ਹੈ । ਉਸ ਦਾ ਮਨ ਪ੍ਰਭ ਨਾਲੋਂ ਦੂਰ ਕਰਨ ਵਾਲੇ ਕੰਮਾਂ ਤੋਂ ਰਹਿਤ ਹੋ ਜਾਂਦਾ, ਮੁਕਤੀ ਬਖਸ਼ਿਸ਼ ਹੋ ਜਾਂਦੀ ਹੈ । ਉਹ ਪ੍ਰਭ ਦੀ ਹੋਂਦ ਨੂੰ ਅਨੁਭਵ, ਮਰਜ਼ੀ ਨੂੰ ਸਵੀਕਾਰ ਕਰ ਲੈਂਦਾ ਹੈ । ਉਸ ਨੂੰ ਜੀਵਨ ਵਿੱਚ ਸ਼ਾਂਤੀ, ਸੰਤੋਖ, ਧੀਰਜ ਬਖਸ਼ਿਸ਼ ਹੋ ਜਾਂਦਾ ਹੈ । ਮਨ, ਧਿਆਨ ਪ੍ਰਭ ਦੀ ਜੋਤ ਵਿੱਚ ਲੀਨ, ਮਸਤ ਹੋ ਜਾਂਦਾ ਹੈ । ਉਸ ਨੂੰ ਸੰਤ ਸਰੂਪ ਦੇ ਸਿਮਰਨ ਕਰਨ ਦੀ ਵਿਧੀ ਦੀ ਸੋਝੀ ਬਖਸ਼ਿਸ਼ ਹੋ ਜਾਂਦੀ ਹੈ । ਉਹ ਸਦਾ ਹੀ ਪ੍ਰਭ ਦੀ ਰਜ਼ਾ ਵਿੱਚ ਅਨੰਦ ਮਾਨਦਾ ਹੈ । ਉਸ ਦੇ ਮਨ ਵਿਚੋਂ ਅਹੰਕਾਰ ਦੀ, ਦੁਖਾਂ ਦੀ ਜੜ੍ਹ ਨਾਸ਼, ਖਤਮ ਹੋ ਜਾਂਦੀ ਹੈ ।

Whosoever may comprehend technique to listen whole heartedly the teachings of His Word. He may remain contended with His Blessings. He may meditate and obeys the teachings of His Word with steady and stable Belief. He may be rewarded the fruit of pilgrimage, sanctifying bath at 68 Holy Shrines and his soul may be sanctified to become worthy of His Consideration. He may remain awake and alert from demons of worldly desires. He may be bestowed with His Blessed Vision to realize His Existence prevailing everywhere. He may be blessed with the right path of acceptance in His Court. He may remain intoxicated in meditation with patience and contentment in the void of His Word. His way of life may be transfer as His Blessed Soul. He may conquer his ego and remains contended with His Blessings.

11. ਪ੍ਰਭ ਦਾ ਸ਼ਬਦ ਸੁਣਨ ਨਾਲ ਕੀ ਬਖਸ਼ਿਸ਼ ਹੁੰਦਾ ਹੈ? listening to His Scripture?

ਸੁਣਿਐ ਸਰਾ ਗੁਣਾ ਕੇ ਗਾਹ॥	Suni-ai saraa gunaa kay gaah.
ਸੁਣਿਐ ਸੇਖ ਪੀਰ ਪਾਤਿਸਾਹ॥	Suni-ai saykh peer paatisaah.
ਸੁਣਿਐ ਅੰਧੇ ਪਾਵਹਿ ਰਾਹੁ॥	Suni-ai anDhay paavahi raahu.

ਸੁਣਿਐ ਹਾਥ ਹੋਵੈ ਅਸਗਾਹੁ॥	Suni-ai haath hovai asgaahu.
ਨਾਨਕ ਭਗਤਾ ਸਦਾ ਵਿਗਾਸੁ॥	Naanak bhagtaa sadaa vigaas.
ਸੁਣਿਐ ਦੂਖ ਪਾਪ ਕਾ ਨਾਸੁ॥੧੧॥	Suni-ai dookh paap kaa naas. ||11||

ਜਿਹੜਾ ਵੀ ਸ਼ਬਦ ਦੀ ਧੁਨ ਨੂੰ ਇਕਾਗਰ ਚਿਤ ਹੋ ਕੇ ਸ੍ਰਵਣਨ ਕਰਨਾ ਜਾਣ ਲੈਂਦਾ ਹੈ । ਉਸ ਦੀ ਆਤਮਾ ਨੂੰ ਪ੍ਰਭ ਦੇ ਗੁਣਾਂ ਦੇ ਸਰੋਵਰ ਦੀ ਸੋਝੀ ਬਖਸ਼ਿਸ਼ ਹੋ ਜਾਂਦੀ ਹੈ । ਉਹ ਪ੍ਰਭ ਦੀ ਹੋਂਦ ਨੂੰ ਅਨੁਭਵ ਕਰ ਲੈਂਦਾ ਹੈ । ਉਸ ਦੀ ਆਤਮਾ ਜਨਮ, ਮਰਨ ਦੀ ਪੀੜ ਤੋਂ ਰਹਿਤ ਹੋ ਜਾਂਦੀ ਹੈ । ਅਗਿਆਨੀ ਵੀ ਗਿਆਨ ਦਾ ਰਸਤਾ ਗ੍ਰਹਿਣ ਕਰ ਲੈਂਦਾ, ਮਨ ਵਿਚੋਂ ਅਹੰਕਾਰ ਖਤਮ ਕਰਕੇ ਸਿਮਰਨ ਦੇ ਰਸਤੇ ਤੇ ਅਡੋਲ ਹੋ ਜਾਂਦਾ ਹੈ । ਉਸ ਨੂੰ ਬੇਅੰਤ ਗਿਆਨ ਵਾਲੇ ਪ੍ਰਭ ਦੇ ਕਈ ਗੁਣਾਂ ਦੀ ਸੋਝੀ ਬਖਸ਼ਿਸ਼ ਹੋ ਜਾਂਦੀ ਹੈ । ਉਸ ਨੂੰ ਸੰਤ ਸਰੂਪ ਦੇ ਸਿਮਰਨ ਕਰਨ ਦੀ ਵਿਧੀ ਦਾ ਗਿਆਨ ਹੋ ਜਾਂਦਾ ਹੈ । ਉਹ ਹਮੇਸ਼ਾਂ ਹੀ ਪ੍ਰਭ ਦੀ ਰਜ਼ਾ ਵਿੱਚ ਅਨੰਦ ਮਾਨਦਾ ਹੈ । ਉਸ ਦੀ ਅਹੰਕਾਰ ਦੀ, ਦੁਖਾਂ ਦੀ ਜੜ੍ਹ ਨਾਸ਼, ਖਤਮ ਹੋ ਜਾਂਦੀ ਹੈ ।

Whosoever may comprehend to listen wholeheartedly the message of His Word. He may be blessed with the treasures of His Word; his cycle of birth and death may be eliminated. He may remain intoxicated in meditation in the void of His Word. Even the evil doer may adopt the teachings of His Word with steady and stable belief; with His mercy and grace, he may conquer his ego, false pride. He may be bestowed with unlimited treasures of His Virtues. He may comprehend the techniques of meditation like His Blessed Soul. He may remain contended with His Blessings.

12. ਸ਼ਬਦ ਨਾਲ ਜੀਵਨ ਢਾਲਣ ਨਾਲ ਮਨ ਦੀ ਕੀ ਅਵਸਥਾ!

ਮੰਨੇ ਕੀ ਗਤਿ ਕਹੀ ਨ ਜਾਇ॥	Mannay kee gat kahee na jaa-ay.
ਜੇ ਕੋ ਕਹੈ ਪਿਛੈ ਪਛੁਤਾਇ॥	Jay ko kahai pichhai pachhutaa-ay.
ਕਾਗਦਿ ਕਲਮ ਨ ਲਿਖਣਹਾਰੁ॥	Kaagad kalam na likhanhaar.
ਮੰਨੇ ਕਾ ਬਹਿ ਕਰਨਿ ਵੀਚਾਰੁ॥	Mannay kaa bahi karan veechaar.
ਐਸਾ ਨਾਮੁ ਨਿਰੰਜਨੁ ਹੋਇ॥	Aisaa naam niranjan ho-ay.
ਜੇ ਕੋ ਮੰਨਿ ਜਾਣੈ ਮਨਿ ਕੋਇ॥੧੨॥	Jay ko man jaanai man ko-ay. ||12||

ਜਿਹੜਾ ਸ਼ਰਧਾ ਨਾਲ ਭਰੋਸਾ ਅਡੋਲ ਰਖਕੇ ਸ਼ਬਦ ਦੀ ਸਿਖਿਆਂ ਨਾਲ ਜੀਵਨ ਢਾਲਦਾ ਹੈ । ਉਸ ਜੀਵ ਨੂੰ ਕੀ ਬਖਸ਼ਿਸ਼ ਹੋ ਸਕਦਾ ਹੈ? ਉਸ ਦੇ ਮਨ ਦੀਆਂ ਮੁਰਾਦਾਂ, ਹਾਲਤ ਕਿਸਤਰ੍ਹਾਂ ਦੀ ਹੁੰਦੀ ਹੈ? ਇਹ ਕੋਈ ਵੀ ਪੂਰਨ ਤਰ੍ਹਾਂ ਵਰਣਨ ਨਹੀਂ ਕਰ ਸਕਦਾ । ਇਥੇ ਥਾਂ ਯਾਤਰਾ ਅਰੰਭ ਹੀ ਹੁੰਦੀ ਹੈ! ਜਿਸ ਨੂੰ ਸੋਝੀ ਬਖਸ਼ਿਸ਼ ਹੋ ਜਾਂਦੀ ਹੈ, ਕੇਵਲ ਉਹ ਹੀ ਪੂਰਨ ਤਰ੍ਹਾਂ ਵਰਣਨ ਕਰ ਸਕਦਾ ਹੈ! ਉਸ ਨੂੰ ਸੋਝੀ ਬਖਸ਼ਿਸ਼ ਹੋ ਜਾਂਦੀ ਹੈ, ਬੁਹਤ ਕੁਝ ਵਰਣਨ ਕੀਤਾ ਅਤੇ ਬੁਹਤ ਕੁਝ ਵਰਣਨ ਕਰਨ ਵਾਲਾ ਬਾਕੀ ਹੈ । ਉਸ ਨੂੰ ਆਪਣੀ ਸੋਚ ਤੇ ਉਦਾਸੀ, ਨਰਾਜ਼ਗੀ, ਪਛਤਾਵਾ ਹੀ ਹੁੰਦਾ ਹੈ । ਪ੍ਰਭ ਦੇ ਦਾਸ ਦੀ ਮਰਯਾਦਾ, ਹਾਲਤ ਨੂੰ ਪੂਰਨ ਤਰ੍ਹਾਂ ਵਰਣਨ ਨਹੀਂ ਕੀਤਾ ਜਾ ਸਕਦਾ । ਉਸ ਦਾ ਪੂਰਨ ਵਖਿਆਣ ਲਿਖਣ ਲਈ ਇਤਨਾ ਕਾਗਜ, ਕਲਮ ਹੀ ਨਹੀਂ ਬਣੇ, ਨਾ ਹੀ ਕੋਈ ਇਤਨੇ ਗਿਆਨ ਵਾਲਾ ਲਿਖਾਰੀ, ਵਿਦਵਾਨ ਹੀ ਪੈਦਾ ਹੋਇਆ ਹੈ । ਜਿਸ ਦੀ ਆਤਮਾ ਇਕਾਗਰ ਹੋ ਜਾਂਦੀ ਹੈ, ਉਸ ਤੇ ਪ੍ਰਭ ਦੀ ਰਹਿਮਤ ਦੀ ਨਜ਼ਰ ਬਖਸ਼ਿਸ਼ ਹੋ ਜਾਂਦੀ, ਪ੍ਰਵਾਨਗੀ ਦਾ ਰਸਤਾ ਬਖਸ਼ਿਸ਼ ਹੋ ਜਾਂਦਾ ਹੈ । ਉਹ ਸੰਤ ਸੰਗਤ ਵਿੱਚ ਬੈਠਕੇ ਸ਼ਬਦ, ਮਰਯਾਦਾਂ ਦੀ ਚਰਚਾ, ਸਿਮਰਨ ਕਰਦਾ ਹੈ । ਜਿਤਨੀ ਕਿਸੇ ਨੂੰ ਸੋਝੀ ਬਖਸ਼ਿਸ਼ ਹੁੰਦੀ ਹੈ, ਉਤਨਾਂ ਹੀ ਵਿਚਾਰ ਕਰਦਾ ਹੈ । ਅਟਲ ਅਦੁੱਤੀ ਬ੍ਰਹਮਾ ਦਾ ਸ਼ਬਦ ਪਹਿਲੇ ਵੀ, ਹੁਣ ਵੀ, ਭਵਿੱਖ ਵਿੱਚ ਵੀ ਇਸਤਰ੍ਹਾਂ ਹੀ ਰਹਿੰਦਾ ਹੈ । ਜਿਹੜਾ ਸ਼ਰਧਾ ਨਾਲ ਪ੍ਰਭ ਦੇ ਸ਼ਬਦ ਨੂੰ ਅਟਲ ਸਮਝਕੇ ਪ੍ਰਵਾਨ ਕਰ ਲੈਂਦਾ ਹੈ, ਉਸ ਨੂੰ ਪ੍ਰਭ ਦੀ ਹੋਂਦ ਅਨੁਭਵ ਹੋ ਜਾਂਦੀ ਹੈ, ਉਸ ਦੀ ਬਖਸ਼ਿਸ਼ ਹੋ ਜਾਂਦੀ ਹੈ ।

Whosoever may adopt the teachings of His Word with steady and stable belief in his day-to-day life. What may he be blessed in his human life? What may be his desires, state of his mind? No one may fully comprehend.
This may be the start of marathon of spiritual journey. As he explains His Virtues, Glory; he may realize, he has explained quite a bit and much depth need to be comprehended. He may be disappointed and repents for his

shallow comprehension of such a vast treasure. No one with such a state of mind has ever born nor enough paper and ink to write complete glory of His Word, His Nature. Whosoever may remain intoxicated in the void of His Word; he may be bestowed with His Blessed Vision, the right path of acceptance in His Court. He may associate in the conjugation of His Holy saint, sings, and shares his experience, Blessings with others. More he may share, deeper the comprehension enlightenment may be blessed. The True Master, His Word was true before His Creation, still in present and may remain unchanged in future; forever. Whosoever may adopt with devotion the teachings of His Word with steady and stable belief in his day-to-day life; he may realize His Existence, His Holy Spirit prevailing everywhere.

13. ਸ਼ਬਦ ਨਾਲ ਜੀਵਨ ਢਾਲਣ ਨਾਲ ਮਨ ਦੀ ਕੀ ਅਵਸਥਾ!

State of mind by adopting the teachings of His Word!

ਮੰਨੈ ਸੁਰਤਿ ਹੋਵੈ ਮਨਿ ਬੁਧਿ॥	Mannai surat hovai man buDh.
ਮੰਨੈ ਸਗਲ ਭਵਣ ਕੀ ਸੁਧਿ॥	Mannai sagal bhavan kee suDh.
ਮੰਨੈ ਮੁਹਿ ਚੋਟਾ ਨਾ ਖਾਇ॥	Mannai muhi chotaa naa khaa-ay. Man-
ਮੰਨੈ ਜਮ ਕੈ ਸਾਥਿ ਨ ਜਾਇ॥	nai jam kai saath na jaa-ay.
ਐਸਾ ਨਾਮੁ ਨਿਰੰਜਨੁ ਹੋਇ॥	Aisaa naam niranjan ho-ay.
ਜੇ ਕੋ ਮੰਨਿ ਜਾਣੈ ਮਨਿ ਕੋਇ॥੧੩॥	Jay ko man jaanai man ko-ay. ||13||

ਜਿਹੜਾ ਸ਼ਰਧਾ ਨਾਲ ਭਰੋਸਾ ਅਡੋਲ ਕਰਕੇ ਪ੍ਰਭ ਦੇ ਸ਼ਬਦ ਨੂੰ ਅਟਲ ਮੰਨਕੇ ਆਪਣਾ ਜੀਵਨ ਢਾਲਦਾ ਹੈ । ਉਸ ਦੀ ਆਤਮਾ, ਮਨ, ਬੁੱਧੀ ਜਾਗਰਤੀ, ਧੀਰਜ, ਸੰਤੋਖ ਬਖਸ਼ਿਸ਼ ਹੋ ਜਾਂਦੀ ਹੈ । ਪ੍ਰਭ ਦੇ ਪ੍ਰਵਾਨਗੀ ਦੇ ਰਸਤੇ, ਗੁਣਾਂ ਦੇ ਭੰਡਾਰ ਦਾ ਗਿਆਨ ਬਖਸ਼ਿਸ਼ ਹੋ ਜਾਂਦਾ ਹੈ । ਉਸ ਦਾ ਮਨ ਸੰਸਾਰਕ ਥੋੜ੍ਹਾ ਸਮਾਂ ਅਨੰਦ ਦੇਣ ਵਾਲੀਆਂ ਵਾਲੀਆਂ ਇਛਾ ਤੋਂ ਰਹਿਤ ਹੋ ਜਾਂਦਾ ਹੈ । ਉਸ ਦੇ ਮਨ ਤੇ ਕੁਝ ਮਿਲਣ ਜਾ ਖੋਂਅ ਜਾਣ ਦਾ ਕੋਈ ਦੁਖ ਨਹੀਂ ਹੁੰਦਾ । ਉਹ ਪ੍ਰਭ ਦੀ ਰਜ਼ਾ, ਬਖਸ਼ਿਸ਼ ਵਿੱਚ ਅਨੰਦ ਮਾਨਦਾ ਹੈ । ਉਹ ਮੌਕੇ ਦੇ ਅਨੁਸਾਰ, ਬਦਲਦਾ ਨਹੀਂ, ਭਾਣੇ ਵਿੱਚ ਹੀ ਪ੍ਰਸੰਨ ਰਹਿੰਦਾ ਹੈ । ਮੌਤ ਦਾ ਡਰ ਖਤਮ, ਮੁਕਤ ਹੋ ਜਾਂਦਾ ਹੈ । ਸ੍ਰਿਜਨਹਾਰ ਦਾ ਸ਼ਬਦ ਪਹਿਲੇ ਵੀ, ਹੁਣ ਵੀ, ਭਵਿੱਖ ਵਿੱਚ ਵੀ ਅਟਲ ਹੀ ਰਹਿੰਦਾ ਹੈ । ਜਿਸ ਤੇ ਰਹਿਮਤ ਦੀ ਨਜ਼ਰ ਬਖਸਦਾ ਹੈ, ਉਸ ਨੂੰ ਪ੍ਰਭ ਦੀ ਹੋਂਦ ਅਨੁਭਵ ਹੋ ਜਾਂਦਾ ਹੈ ।

Whosoever may adopt the teachings of His Word with steady and stable belief in his day-to-day life; with His mercy and grace, he may be blessed with devotion and with treasures of His Word. He may be blessed with patience, contentment, and compassion with His Blessings; he may realize His Holy Spirt prevailing everywhere. His state of mind may remain beyond the influence of any profit, loss or short-lived comforts, pleasure of worldly wealth, desires. He remains contended with His Blessings and may never divert from the right path of acceptance in His Court with short-lived gimmicks of sweet poison of worldly wealth; with His mercy and grace, his fear of death may be eliminated. The essence of His Word remains true forever from generations to generations. Whosoever may be bestowed with His Blessed Vision, he may realize His Holy Spirit prevailing everywhere.

14. ਸ਼ਬਦ ਨਾਲ ਜੀਵਨ ਢਾਲਣ ਨਾਲ ਮਨ ਦੀ ਕੀ ਅਵਸਥਾ!

State of mind by adopting the teachings of His Word!

ਮੰਨੈ ਮਾਰਗਿ ਠਾਕ ਨ ਪਾਇ॥	Mannai maarag thaak na paa-ay. Man-
ਮੰਨੈ ਪਤਿ ਸਿਉ ਪਰਗਟੁ ਜਾਇ॥	nai pat si-o pargat jaa-ay.
ਮੰਨੈ ਮਗੁ ਨ ਚਲੈ ਪੰਥੁ॥	Mannai mag na chalai panth.
ਮੰਨੈ ਧਰਮ ਸੇਤੀ ਸਨਬੰਧੁ॥	Mannai Dharam saytee san-banDh.
ਐਸਾ ਨਾਮੁ ਨਿਰੰਜਨੁ ਹੋਇ॥	Aisaa naam niranjan ho-ay.

ਜੇ ਕੋ ਮੰਨਿ ਜਾਣੈ ਮਨਿ ਕੋਇ॥੧੪॥ Jay ko man jaanai man ko-ay. ||14||

ਜਿਹੜਾ ਸ਼ਰਧਾ ਨਾਲ ਭਰੋਸਾ ਅਡੋਲ ਰਖਕੇ ਪ੍ਰਭ ਦੇ ਸ਼ਬਦ ਨੂੰ ਅਟਲ ਮੰਨਕੇ ਆਪਣਾ ਜੀਵਨ ਢਾਲਦਾ ਹੈ । ਉਸ ਨੂੰ ਪ੍ਰਭ ਦੀ ਬੰਦਗੀ ਦੇ ਰਸਤੇ ਤੇ ਜਾਣ ਵਿੱਚ ਕਿਸੇ ਕਿਸਮ ਦੀ ਰੋਕ (ਠਾਕ) ਨਹੀਂ ਆਉਂਦੀ। (ਕਾਮ, ਕਰੋਧ, ਅਹੰਕਾਰ, ਮੋਹ ਦੀਆਂ ਰੁਕਾਵਟਾਂ ਨਹੀਂ ਆਉਂਦੀਆਂ) ਉਸ ਨੂੰ ਅਸਲੀ ਮਾਲਕ ਦੀ ਹੋਂਦ ਅਨੁਭਵ ਹੋ ਜਾਂਦੀ ਹੈ । ਉਸ ਦਾ ਮਾਨਸ ਜਨਮ ਸਫਲ ਹੋ ਜਾਂਦਾ, ਮੁਕਤੀ ਬਖਸ਼ਿਸ਼ ਹੋ ਜਾਂਦੀ ਹੈ । ਉਹ ਜਮਦੂਤਾਂ ਵਾਲੇ ਕੰਮ ਨਹੀਂ ਕਰਦਾ, ਜਮ ਦੇ ਕਾਬੂ ਵਿੱਚ ਨਹੀਂ ਹੁੰਦਾ । ਉਹ ਜਨਮ ਮਰਨ ਦੇ ਚੱਕਰ ਤੋਂ ਰਹਿਤ ਹੋ ਜਾਂਦਾ ਹੈ । ਉਸ ਦਾ ਧਰਮਰਾਜ ਨਾਲ (ਸੇਤੀ) ਸੰਬਧ ਹੋ ਜਾਂਦਾ ਹੈ । ਉਸ ਨੂੰ ਧਾਰਮਕ ਗੁਣ (ਸਤ, ਸੰਤੋਖ, ਦਇਆ) ਪ੍ਰਾਪਤ ਹੋ ਜਾਂਦੇ ਹਨ । ਸ੍ਰਿਜਨਹਾਰ ਦਾ ਨਾਮ ਪਹਿਲੇ ਵੀ, ਹੁਣ ਵੀ, ਭਵਿੱਖ ਵਿੱਚ ਵੀ ਇਸਤਰ੍ਹਾਂ ਹੀ ਰਹਿੰਦਾ ਹੈ । ਜਿਹੜਾ ਸ਼ਰਧਾ ਨਾਲ ਪ੍ਰਭ ਦੇ ਸ਼ਬਦ ਨੂੰ ਅਟਲ ਮੰਨ ਲੈਂਦਾ ਹੈ । ਉਸ ਨੂੰ ਪ੍ਰਭ ਦੀ ਹੋਂਦ ਅਨੁਭਵ ਅਨੁਭਵ ਹੋ ਜਾਂਦੀ, ਬਖਸ਼ਿਸ਼ ਹੋ ਜਾਂਦੀ ਹੈ ।

Whosoever may adopt the teachings of His Word with steady and stable belief in his day-to-day life; with His mercy and grace, he may be blessed with the right path of meditation and conquers worldly desires, attachments. He may realize His Existence and the real purpose of life; he may be blessed with salvation. He may not perform evil deeds and his cycle of birth and death may be eliminated. He may re-enforce his bonds with The Righteous Judge; He may be blessed with three virtues, patience, contentment, and compassion on less fortunate. His Word remains unchanged from generations to generations. Whosoever may adopt the teachings of His Word with steady and stable belief; with His mercy and grace, he may realize His Existence.

15. ਸ਼ਬਦ ਨਾਲ ਜੀਵਨ ਢਾਲਣ ਨਾਲ ਮਨ ਦੀ ਕੀ ਅਵਸਥਾ!

State of mind by adopting the teachings of His Word!

ਮੰਨੈ ਪਾਵਹਿ ਮੋਖੁ ਦੁਆਰੁ॥ Mannai paavahi mokh du-aar.
ਮੰਨੈ ਪਰਵਾਰੈ ਸਾਧਾਰੁ॥ Mannai parvaarai saaDhaar.
ਮੰਨੈ ਤਰੈ ਤਾਰੇ ਗੁਰੁ ਸਿਖ॥ Mannai tarai taaray gur sikh.
ਮੰਨੈ ਨਾਨਕ ਭਵਹਿ ਨ ਭਿਖ॥ Mannai naanak bhavahi na bhikh.
ਐਸਾ ਨਾਮੁ ਨਿਰੰਜਨੁ ਹੋਇ॥ Aisaa naam niranjan ho-ay.
ਜੇ ਕੋ ਮੰਨਿ ਜਾਣੈ ਮਨਿ ਕੋਇ॥੧੫॥ Jay ko man jaanai man ko-ay. ||15||

ਜਿਹੜਾ ਜੀਵ ਸ਼ਰਧਾ ਨਾਲ ਭਰੋਸਾ ਅਡੋਲ ਕਰ ਕੇ ਮਰਜ਼ੀ ਨੂੰ ਸਵੀਕਾਰ ਕਰਦਾ ਹੈ । ਉਸ ਨੂੰ ਮੁਕਤੀ ਦਾ ਰਸਤਾ, ਉਸ ਦੇ ਘਰ, ਉਸ ਦੀ ਹੋਂਦ ਅਨੁਭਵ ਹੋ ਜਾਂਦੀ ਹੈ । ਆਪ ਵੀ ਭਗਤੀ ਕਰਦਾ, ਤਰ ਜਾਂਦਾ, ਆਪਣੇ ਸਾਥੀਆਂ ਨੂੰ ਵੀ ਸ਼ਬਦ ਦੇ ਲੜ ਲਾ ਜਾਂਦਾ ਹੈ । ਉਸ ਨੂੰ ਭਵਿੱਖ ਵਿੱਚ ਵੱਖਰੀਆਂ ਜੂੰਨਾਂ ਵਿੱਚ ਭਉਣਾ ਨਹੀਂ ਪੈਂਦਾ, ਮੁਕਤ ਹੋ ਜਾਂਦਾ ਹੈ । ਸ੍ਰਿਜਨਹਾਰ ਦਾ ਸ਼ਬਦ, ਪਹਿਲੇ ਵੀ, ਹੁਣ ਵੀ, ਭਵਿੱਖ ਵਿੱਚ ਵੀ ਅਟਲ ਹੀ ਰਹਿੰਦਾ ਹੈ । ਜਿਹੜਾ ਸ਼ਰਧਾ ਨਾਲ ਭਰੋਸਾ ਅਡੋਲ ਰਖਕੇ ਮਰਜ਼ੀ ਨੂੰ ਸਿਰ ਮੱਥੇ ਤੇ ਮੰਨਦਾ ਹੈ । ਉਸ ਨੂੰ ਪ੍ਰਭ ਦੀ ਹੋਂਦ ਅਨੁਭਵ ਹੋ ਜਾਂਦੀ ਹੈ ।

Whosoever may adopt the teachings of His Word with steady and stable belief in his day-to-day life; with His mercy and grace, he may be blessed with the right path of acceptance in His Court, salvation. He may realize His Existence, His Holy Spirit prevailing everywhere. He may remain steady and stable on the right path of acceptance in His Court, Salvation. He may inspire his family and associates to adopt and remains on the right path of acceptance in His Court. His cycle of birth and death may be eliminated. His existence remains unchanged before the creation and after the destruction of universe. Whosoever may adopt the teachings of His Word with steady and stable belief in his day-to-day life; with His mercy and grace, he may realize His Existence.

16. ਸ੍ਰਿਸ਼ਟੀ ਦਾ ਮਾਲਕ, ਹਾਕਮ ਕੌਣ ਹੈ? Who is The True Master?

ਪੰਚ ਪਰਵਾਣ ਪੰਚ ਪਰਧਾਨੁ॥	Panch parvaan panch parDhaan.
ਪੰਚੇ ਪਾਵਹਿ ਦਰਗਹਿ ਮਾਨੁ॥	Panchay paavahi dargahi maan.
ਪੰਚੇ ਸੋਹਹਿ ਦਰਿ ਰਾਜਾਨੁ॥	Panchay sohahi dar raajaan.
ਪੰਚਾ ਕਾ ਗੁਰੁ ਏਕੁ ਧਿਆਨੁ॥	Panchaa kaa gur ayk Dhi-aan.
ਜੇ ਕੋ ਕਹੈ ਕਰੈ ਵੀਚਾਰੁ॥	Jay ko kahai karai veechaar.
ਕਰਤੇ ਕੈ ਕਰਣੈ ਨਾਹੀ ਸੁਮਾਰੁ॥	Kartay kai karnai naahee sumaar.
ਧੌਲੁ ਧਰਮੁ ਦਇਆ ਕਾ ਪੂਤੁ॥	Dhoul Dharam da-i-aa kaa poot.
ਸੰਤੋਖੁ ਥਾਪਿ ਰਖਿਆ ਜਿਨਿ ਸੂਤਿ॥	Santokh thaap rakhi-aa jin soot.
ਜੇ ਕੋ ਬੁਝੈ ਹੋਵੈ ਸਚਿਆਰੁ॥	Jay ko bujhai hovai sachiaar.
ਧਵਲੈ ਉਪਰਿ ਕੇਤਾ ਭਾਰੁ॥	Dhavlai upar kaytaa bhaar.
ਧਰਤੀ ਹੋਰੁ ਪਰੈ ਹੋਰੁ ਹੋਰ॥	Dhartee hor parai hor hor.
ਤਿਸ ਤੇ ਭਾਰੁ ਤਲੈ ਕਵਣੁ ਜੋਰੁ॥	Tis tay bhaar talai kavan jor.
ਜੀਅ ਜਾਤਿ ਰੰਗਾ ਕੇ ਨਾਵ॥	Jee-a jaat rangaa kay naav.
ਸਭਨਾ ਲਿਖਿਆ ਵੁੜੀ ਕਲਾਮ॥	Sabhnaa likhi-aa vurhee kalaam.
ਏਹੁ ਲੇਖਾ ਲਿਖਿ ਜਾਣੈ ਕੋਇ॥	Ayhu laykhaa likh jaanai ko-ay.
ਲੇਖਾ ਲਿਖਿਆ ਕੇਤਾ ਹੋਇ॥	Laykhaa likhi-aa kaytaa ho-ay.
ਕੇਤਾ ਤਾਣੁ ਸੁਆਲਿਹੁ ਰੂਪੁ॥	Kaytaa taan su-aalihu roop.
ਕੇਤੀ ਦਾਤਿ ਜਾਣੈ ਕੌਣੁ ਕੂਤੁ॥	Kaytee daat jaanai koun koot.
ਕੀਤਾ ਪਸਾਉ ਏਕੋ ਕਵਾਉ॥	Keetaa pasaa-o ayko kavaa-o.
ਤਿਸ ਤੇ ਹੋਏ ਲਖ ਦਰੀਆਉ॥	Tis tay ho-ay lakh daree-aa-o.
ਕੁਦਰਤਿ ਕਵਣ ਕਹਾ ਵੀਚਾਰੁ॥	Kudrat kavan kahaa veechaar.
ਵਾਰਿਆ ਨ ਜਾਵਾ ਏਕ ਵਾਰ॥	Vaari-aa na jaavaa ayk vaar.
ਜੋ ਤੁਧੁ ਭਾਵੈ ਸਾਈ ਭਲੀ ਕਾਰ॥	Jo tuDh bhaavai saa-ee bhalee kaar.
ਤੂ ਸਦਾ ਸਲਾਮਤਿ ਨਿਰੰਕਾਰ॥੧੬॥	Too sadaa salaamat nirankaar. ‖16‖

ਉਹ ਅਕਾਲ ਪੁਰਖ (ਪੰਚ), ਮੂਰਤੀਕਾਰ, ਸ੍ਰਿਜਨਹਾਰ ਆਪ ਹੀ ਆਪਣੀ ਬਣਾਈ ਹੋਈ ਮੂਰਤੀ ਵਿੱਚ ਪ੍ਰਵੇਸ਼ ਕਰਦਾ ਹੈ । ਸਾਰਿਆਂ ਤੋਂ ਵੱਡਾ, ਸਾਰਿਆਂ ਦਾ ਮੁਖੀ (ਪਰਧਾਨ) ਹੈ, ਕਿਸੇ ਦੇ ਹੁਕਮ ਅੰਦਰ ਨਹੀਂ ਹੁੰਦਾ । ਪ੍ਰਭ ਪੰਜਾਂ ਇੰਦ੍ਰੀਆਂ ਨਾਲ ਹਰ ਵਸਤੂ ਦਾ ਗਿਆਨ (ਮਾਣੁ), ਪਾਉਂਦਾ ਹੈ । ਉਹ ਪੰਜਾਂ ਇੰਦ੍ਰੀਆਂ ਨੂੰ ਭਟਕਣ ਤੋਂ ਰੋਕਦਾ ਹੈ । ਇਹ ਇੰਦ੍ਰੀਆਂ ਤਾ ਦਰਵਾਜੇ ਹਨ, ਜਦੋਂ ਵੱਖਰੇ ਵੱਖਰੇ ਕੰਮ ਕਰਨ, ਤਾ ਇਹ ਹੀ ਭਟਕਣ ਦੇ ਰਸਤੇ ਬਣ ਜਾਂਦੇ ਹਨ । ਪ੍ਰਭ ਪੰਜਾਂ ਗਿਆਨ ਇੰਦ੍ਰੀਆਂ ਅੰਦਰ (ਦਰਿ) ਸੋਭਦਾ ਹੈ । ਇਹ ਉਸ ਦੇ ਹੁਕਮ ਅਦੰਰ ਚਲ ਰਹੀਆਂ ਹਨ । ਮਨ ਦਾ ਧਿਆਨ, ਚੇਤਨਾ ਹੀ ਪੰਜਾਂ ਗਿਆਨ ਇੰਦ੍ਰੀਆਂ ਦਾ ਗੁਰੂ, ਪ੍ਰਭ ਦਾ ਸਰੂਪ ਹੈ । ਜਿਤਨਾ ਚਿਰ ਕਿਸੇ ਇੰਦ੍ਰੀ ਦੇ ਕੰਮ ਵਿੱਚ ਧਿਆਨ ਨਾ ਲਾਇਆ ਜਾਂਦਾ, ਇੰਦ੍ਰੀ ਕੇਵਲ ਦਰਵਾਜੇ ਦਾ ਕੰਮ ਹੀ ਕਰਦੀ ਹੈ । ਜਿਹੜਾ ਦਾਵਾ ਕਰਦਾ ਹੈ, ਪੂਰਨ ਤਰ੍ਹਾਂ ਮਨ ਦੀ ਅਵਸਥਾ ਦਾ ਵਰਣਨ ਕਰ ਸਕਦਾ, ਉਹ ਅਹੰਕਾਰੀ ਹੈ । ਪ੍ਰਭ ਦੇ ਕਰਤਬਾਂ ਦਾ ਕੋਈ ਅੰਤ ਨਹੀਂ, ਪੂਰਨ ਤਰ੍ਹਾਂ ਤੇ ਜਾਣੇ ਨਹੀਂ ਜਾ ਸਕਦੇ । ਸ੍ਰਿਸ਼ਟੀ ਪ੍ਰਭ ਦੇ ਬਣਾਏ ਹੋਏ ਨਿਯਮਾਂ (ਧਰਮ) ਦੇ ਧੁਰੇ (ਧੌਲ) ਅਨੁਸਾਰ ਚਲਦੀ ਹੈ । ਉਸ ਦਾ ਧਰਮ ਹੈ! ਜੀਵ ਦਇਆ ਦਾ ਪਾਤਰ ਹੋਵੇ । ਜਿਹੜਾ ਦਇਆ ਨੂੰ ਆਪਣੇ ਜੀਵਨ ਵਿੱਚ ਢਾਲਦਾ ਹੈ ਉਸ ਨੂੰ ਪ੍ਰਭ ਦੀ ਰਹਿਮਤ ਬਖਸ਼ਿਸ਼ ਹੋ ਜਾਂਦੀ ਹੈ । ਉਸ ਨੇ ਜੀਵਨ ਵਿੱਚ ਸੰਤੋਖ, ਧੀਰਜ ਨੂੰ ਧਾਰਨ (ਥਾਪਿ) ਕੀਤਾ ਹੈ । ਉਸ ਦੀ ਮਰਿਆਦਾ, ਮਰਯਾਦਾ (ਸੂਤਿ– ਬੁੱਧੀ) ਕਦੇ ਡੋਲਦੀ ਨਹੀਂ । ਜਿਹੜਾ ਪ੍ਰਭ ਦੇ ਹੁਕਮ ਨੂੰ ਸਮਝ ਜਾਂਦਾ ਹੈ, ਉਸ ਤੇ ਰਹਿਮਤ ਦੀ ਨਜ਼ਰ ਬਖਸ਼ਿਸ਼ ਹੋ ਜਾਂਦੀ ਹੈ । ਉਹ ਜੀਵ ਸਚਿਆਈਆਂ ਵਾਲਾ, ਅਨੋਖੇ ਗੁਣਾਂ ਵਾਲਾ ਬਣ ਜਾਂਦਾ ਹੈ । ਉਸ ਨੂੰ ਸ੍ਰਿਸ਼ਟੀ ਦੀ ਬਣਤਰ, ਪ੍ਰਭ ਦੀ ਹੋਂਦ ਅਨੁਭਵ ਹੋ ਜਾਂਦੀ ਹੈ । ਪ੍ਰਭ ਨੇ ਬੁਹਤ ਹੀ ਸ੍ਰਿਸ਼ਟੀਆਂ ਰਚੀਆਂ ਹਨ । ਉਹਨਾਂ ਵਿੱਚ ਰਹਿਣ ਵਾਲੇ ਸਾਰੇ ਜੀਵ ਹੀ ਪ੍ਰਭ ਦੇ ਧਰਮ (ਨਿਯਮਾਂ) ਦੇ ਧੁਰੇ (ਧਵਲੈ) ਉਪਰ ਚਲਦੇ ਹਨ । ਧਰਮ ਦੇ ਧੁਰੇ ਤੇ ਕਿਤਨਾ ਭਾਰ ਹੈ? ਇਹ ਕਿਸ ਦੇ ਆਸਰੇ ਤੇ ਚਲਦਾ ਹੈ? ਅਨੁਮਾਨ ਨਹੀਂ ਲਾਇਆ ਜਾ ਸਕਦਾ । ਪ੍ਰਭ ਨੇ ਅਨੇਕਾ ਹੀ ਜੀਵ ਪੈਦਾ ਕੀਤੇ, ਅਨੇਕ ਕਿਸਮ ਦੇ ਰੰਗ, ਨਾਮ ਹਨ । ਸਾਰੇ ਜੀਵਾਂ ਦੇ ਭਾਗ ਆਪਣੀ ਹੁਕਮ ਰੂਪੀ ਕਲਮ ਨਾਲ ਲਿਖੇ ਹਨ । ਕੇਵਲ ਪ੍ਰਭ ਹੀ ਲਿਖਿਆ ਜਾਣਦਾ ਹੈ, ਹੋਰ

ਕੋਈ ਜਾਣ ਨਹੀਂ ਸਕਦਾ । ਹਰ ਜੀਵ ਪਹਿਲੇ ਲਿਖੇ ਭਾਗਾਂ ਅਨੁਸਾਰ ਹੀ ਸੰਸਾਰ ਵਿੱਚ ਜੀਵਨ ਬਤੀਤ ਕਰਦਾ ਹੈ । ਉਸ ਵਿੱਚ ਕਿਤਨਾ (ਕੇਤੀ) ਕੋ ਬਲ (ਤਾਣੁ) ਹੈ, ਰੂਪ ਕਿਤਨਾ ਸੁੰਦਰ ਹੈ? ਸਲਾਹੁਣ ਯੋਗ, ਕਿਤਨੀਆ ਦਾਤਾਂ (ਕਰਮਾਤਾ) ਦਾ ਮਾਲਕ ਹੈ? ਕਿਤਨੀਆਂ ਬਖਸ਼ਿਸਾਂ ਵਾਲਾ ਹੈ ਪੂਰਨ ਅੰਦਾਜ਼ਾ ਨਹੀਂ ਲਾਇਆ ਜਾ ਸਕਦਾ । ਇਕ ਫਰਨੇ (ਕਵਾਉ) ਤੇ ਹੀ ਸ੍ਰਿਸ਼ਟੀ ਦਾ ਸ੍ਰਿਜਨ (ਪਸਾਉ- ਪੈਦਾ) ਕੀਤਾ ਹੈ । ਇਕ ਫਰਨੇ ਤੇ ਹੁਕਮ ਅਨੁਸਾਰ ਹੀ ਸਾਰੇ ਨਦੀਆਂ, ਦਰਿਆਂ ਬਣੇ, ਚਲਦੇ ਹਨ । ਕੋਈ ਵੀ ਪ੍ਰਭ ਦਾ ਭੇਦ ਪੂਰਨ ਤਰ੍ਹਾਂ ਜਾਣ, ਵਿਚਾਰ, ਵਰਨਣ ਨਹੀਂ ਕਰ ਸਕਦਾ ਹੈ । ਉਸ ਦੇ ਕਰਤਬ ਬਹੁਤ ਹੀ ਅਚੰਭੇ ਹਨ । ਉਸ ਨੂੰ ਸਦਾ ਧੰਨ ਧੰਨ ਹੀ ਕਰੀ ਜਾਵੋ! ਆਪਣਾ ਭਰੋਸਾ ਪ੍ਰਭ ਦੇ ਬਖਸ਼ੇ ਤੇ ਅਡੋਲ ਰਖੋ! ਉਹ ਸਭ ਕੁਝ ਚੰਗਾ, ਸ੍ਰਿਸ਼ਟੀ ਦਾ ਭਲਾ ਹੀ ਕਰਦਾ ਹੈ । ਪ੍ਰਭ ਸਦਾ ਹੀ (ਤਿਨਾਂ ਕਾਲਾ ਵਿੱਚ) (ਸਲਾਮਿਤ) ਮੌਜੂਦ, ਥਿਤ ਰੂਪ ਹੈ । ਇਸਤਰ੍ਹਾਂ ਪ੍ਰਭ ਦੇ ਸਰੂਪ ਤੇ, ਮਰਜ਼ੀ ਤੇ ਨਿਸ਼ਚਾ ਰਖੋ!

The True Master has created five senses within his mind for welfare of soul and these play significant role for the real purpose of worldly journey. His Holy Spirit remains embedded within his soul, dwells within his body, prevails; these senses guide his soul on her journey. His concentration of mind plays the commanding role; the chief, supreme. The Omniscient True Master remains aware about each action through the 5 senses. These five senses guide and protect from the worldly short-lived temptation, gimmicks; however, these 5 senses working in different directions may become source of frustration and obstructions. The True Master remains seated on His Throne among these senses; all senses may only prevail under His Command. The Concentration may be the focal point, guide commander of all five senses; Concentration of mind remains as a symbol of The True Master. Whosoever may not focus on any task! he may not accomplish anything, only act like a door. Whosoever may claim to fully comprehend the function of His Nature; he may be arrogant and ignorant from the reality of life. His Nature, limits and function remains beyond any comprehension of His Creation. The universe may only function as per the fundamentals and guidance as His Command, His Word. Forgiveness may be the foundation of the real purpose of life; forgiveness may lead to **Patience, Contentment, and Compassion**. Whosoever may adopt these 3 disciplines in his life; he may be bestowed with His Blessed Vision. Whosoever may be enlightened with essence of His Word; with His mercy and grace, he may comprehend the nature of 3 universes. He may be blessed with a state of mind like His true devotee. He may be enlightened with the structure of the universe. The Master has created several universes; all creatures may only prevail under His Command and adopt the principles of His Nature. How much may be the weight, burden on His Pillar of support? What may be supporting His Pillar? These remains beyond the imagination of His Creation. The True Master has created many kinds of creatures with many colors, sizes, and purpose of life. The True Master prewrites the destiny of each creature before birth and predetermined time of stay in the universe. Only, The True Master knows the destiny of everyone. Every creature may only spend his life span as per prewritten command. How may He be beautiful, strong? How many virtues, miracles powers may be in His Treasure? The numbers and limits of His Blessings remain beyond the comprehension of His Creation. The True Master has created all creations, rivers, mountains, and universes in a twinkle of eyes. No one may fully comprehend nor explains the mystery of His Nature. His Nature, miracles remain fascinating, astonishing. You should always sing His Glory and remain gratitude. You should always have a steady and stable belief; all His Commands are for the welfare of the universe. Sorrows and pleasures of life should be endured unconditionally as His Blessings.

**** Forgiveness may be the foundation of the real purpose of life;**
**** forgiveness may lead to Patience, Contentment, and Compassion.**

17. ਪੂਜਾ ਕਰਨ, ਸਿਖਿਆਂ ਦੇਣ ਸੋਮੇ, ਗ੍ਰੰਥ ਹਨ! What are sources of teachings?

ਅਸੰਖ ਜਪ ਅਸੰਖ ਭਾਉ॥	AsaNkh jap asaNkh bhaa-o.
ਅਸੰਖ ਪੂਜਾ ਅਸੰਖ ਤਪ ਤਾਉ॥	AsaNkh poojaa asaNkh tap taa-o.
ਅਸੰਖ ਗਰੰਥ ਮੁਖਿ ਵੇਦ ਪਾਠ॥	AsaNkh garanth mukh vayd paath.
ਅਸੰਖ ਜੋਗ ਮਨਿ ਰਹਹਿ ਉਦਾਸ॥	AsaNkh jog man rahahi udaas.
ਅਸੰਖ ਭਗਤ ਗੁਣ ਗਿਆਨ ਵੀਚਾਰ॥	AsaNkh bhagat gun gi-aan veechaar.
ਅਸੰਖ ਸਤੀ ਅਸੰਖ ਦਾਤਾਰ॥	AsaNkh satee asaNkh daataar.
ਅਸੰਖ ਸੂਰ ਮੁਹ ਭਖ ਸਾਰ॥	AsaNkh soor muh bhakh saar.
ਅਸੰਖ ਮੋਨਿ ਲਿਵ ਲਾਇ ਤਾਰ॥	AsaNkh mon liv laa-ay taar.
ਕੁਦਰਤਿ ਕਵਣ ਕਹਾ ਵੀਚਾਰੁ॥	Kudrat kavan kahaa veechaar.
ਵਾਰਿਆ ਨ ਜਾਵਾ ਏਕ ਵਾਰ॥	Vaari-aa na jaavaa ayk vaar.
ਜੋ ਤੁਧੁ ਭਾਵੈ ਸਾਈ ਭਲੀ ਕਾਰ॥	Jo tuDh bhaavai saa-ee bhalee kaar.
ਤੂ ਸਦਾ ਸਲਾਮਤਿ ਨਿਰੰਕਾਰ॥੧੭॥	Too sadaa salaamat nirankaar. ||17||

ਅਸੰਖ=ਅ+ਸੰਖ(ਗਿਨਤੀ)–ਗਿਣਤੀ ਤੋਂ ਰਹਿਤ	ਜਪ= ਭਗਤੀ ਕਰਨ ਦੇ ਸਾਧਨ, ਢੰਗ
ਪੂਜਾ– ਪੂਜਾ ਕਰਨ ਦੇ ਸਾਧਨ, ਵਿਧੀਆਂ	ਤਾਉ–ਢੰਗ, ਤਰੀਕੇ, ਵਿਧੀਆਂ
ਤਪ– ਅਸੂਲ, ਨਿਯਮ, ਸਿਰੜ, ਸਰਬ ਕਰਨਾ	ਭਾਉ–ਪ੍ਰੇਮ, ਪ੍ਰੇਮ ਕਰਨ ਦੇ ਢੰਗ

ਪ੍ਰਭ, ਅਨੇਕਾਂ ਹੀ ਬੰਦਗੀ ਦੀਆਂ ਬਾਣੀਆਂ, ਲਗਨ ਲਾਉਣ, ਪੂਜਾ ਕਰਨ, ਤਾਪਸਿਆ ਕਰਨ ਦੀਆਂ ਵਿਧੀਆਂ ਹਨ । ਅਨੇਕਾਂ ਹੀ ਧਰਮ ਦੇ ਗ੍ਰੰਥ, ਪਾਠ ਕਰਨ ਦੇ ਰੀਤ ਰੀਵਾਜ, ਜੋਗਾ ਦੇ ਨਿਯਮ ਆਪਣੇ ਮਨ ਨੂੰ ਸੰਸਾਰਕ ਮੋਹ ਤੋਂ ਦੂਰ ਰਖਣ ਦੀਆਂ ਵਿਧੀਆਂ ਹਨ । ਅਨੇਕਾਂ ਹੀ ਭਗਤ, ਬਖਸ਼ੇ ਸ਼ਬਦ ਦਾ ਵਿਚਾਰ ਕਰਨ ਵਾਲੇ, ਸਿਖਿਆਂ ਦੇਣ ਵਾਲੇ ਸੰਤ, ਅਵਤਾਰ ਪੈਦਾ ਹੋਏ ਹਨ । ਪ੍ਰਭ ਅਨੇਕਾਂ ਹੀ ਬੰਦਗੀ ਕਰਨਵਾਲੇ ਰੂਹਾਨੀ ਯੋਧੇ, ਭਾਰੀ ਤੋਂ ਭਾਰੀ ਮੁਸ਼ਕਲ ਦਾ ਸਾਮ੍ਹਣੇ ਕਰਦੇ ਬੰਦਗੀ ਦੇ ਰਸਤੇ ਤੋਂ ਡੋਲਦੇ ਨਹੀਂ । ਅਨੇਕਾਂ ਹੀ ਮੌਨੀ ਸੰਤਾਂ ਦੇ ਮਨ ਵਿੱਚ ਤੇਰੀ ਸਦਾ ਚਲਣ ਵਾਲੀ ਧੁਨ ਗੂੰਜਦੀ ਸੁਣਾਈ ਦੇਂਦੀ ਹੈ । ਪ੍ਰਭ ਤੇਰੀ ਕੁਦਰਤ ਨੂੰ ਕਿਵੇਂ ਵਖਿਆਣ ਕੀਤਾ ਜਾ ਸਕਦਾ ਹੈ? ਮੈਂ ਤਾ ਹੈਰਾਨ ਹੀ ਰਹਿੰਦਾ ਹਾ! ਪ੍ਰਭ ਦਾ ਬਖਸ਼ਿਆ, ਕੀਤਾ ਸਭ ਸ੍ਰਿਸ਼ਟੀ ਦੀ ਭਲਾਈ ਦਾ ਹੀ ਹੁੰਦਾ ਹੈ । ਪ੍ਰਭ ਸਦਾ ਰਹਿਣ ਵਾਲੀ ਰੂਹਾਨੀ ਜੋਤ, ਅਸਲੀ ਮਾਲਕ ਹੈ!

In the universe! There are countless meditation techniques to develop a devotion, worship, austere, disciplines, religious Holy Scripture, ritual of reciting scripture (Paath), disciplines of Yoga, to control their mind to stay away from worldly emotions, sweet poison of worldly wealth. You have created countless Holy saints, prophets to spreading the message of Your Word. You have created, countless spiritual warriors to stay unmoved from path of Your Word, even enduring unbearable miseries, hardships, tyranny of worldly rulers. Countless silent saints, (eternal warriors) remain intoxicated, hearing the everlasting echo of Your Word resonating within. My True Master! How may I comprehend, explain Your Nature, Creation? I remain always fascinated, astonished from Your Greatness, Miracles. Your Word, Command, Blessings always prevails for the welfare of Your Creation. The One and Only One, eternal Holy Spirit, True Master.

18. ਸ੍ਰਿਸ਼ਟੀ ਵਿੱਚ ਕੌਣ ਪ੍ਰਭ ਦੇ ਸ਼ਬਦ ਦੀ ਪ੍ਰਵਾਹ ਨਹੀਂ ਕਰਦੇ?

Who does not give significance to His Word?

ਅਸੰਖ ਮੂਰਖ ਅੰਧ ਘੋਰ॥	AsaNkh moorakh anDh ghor.
ਅਸੰਖ ਚੋਰ ਹਰਾਮਖੋਰ॥	AsaNkh chor haraamkhor.
ਅਸੰਖ ਅਮਰ ਕਰਿ ਜਾਹਿ ਜੋਰ॥	AsaNkh amar kar jaahi jor.
ਅਸੰਖ ਗਲਵਢ ਹਤਿਆ ਕਮਾਹਿ॥	AasaNkh galvadh hati-aa kamaahi.
ਅਸੰਖ ਪਾਪੀ ਪਾਪੁ ਕਰਿ ਜਾਹਿ॥	AsaNkh paapee paap kar jaahi.
ਅਸੰਖ ਕੂੜਿਆਰ ਕੂੜੇ ਫਿਰਾਹਿ॥	AsaNkh koorhi-aar koorhay firaahi.
ਅਸੰਖ ਮਲੇਛ ਮਲੁ ਭਖਿ ਖਾਹਿ॥	AsaNkh malaychh mal bhakh khaahi.
ਅਸੰਖ ਨਿੰਦਕ ਸਿਰਿ ਕਰਹਿ ਭਾਰੁ॥	AsaNkh nindak sir karahi bhaar.
ਨਾਨਕੁ ਨੀਚੁ ਕਹੈ ਵੀਚਾਰੁ॥	Naanak neech kahai veechaar.
ਵਾਰਿਆ ਨ ਜਾਵਾ ਏਕ ਵਾਰ॥	Vaari-aa na jaavaa ayk vaar.
ਜੋ ਤੁਧੁ ਭਾਵੈ ਸਾਈ ਭਲੀ ਕਾਰ॥	Jo tuDh bhaavai saa-ee bhalee kaar.
ਤੂ ਸਦਾ ਸਲਾਮਤਿ ਨਿਰੰਕਾਰ॥੧੮॥	Too sadaa salaamat nirankaar. ||18||

ਪ੍ਰਭ ਸ੍ਰਿਸ਼ਟੀ ਵਿੱਚ, ਅਨੇਕਾਂ ਹੀ ਸ਼ਬਦ ਦੀ ਸੋਝੀ ਤੋਂ ਅਗਿਆਨੀ, ਅੰਧੇ ਹਨ, ਅਨੇਕਾ ਚੋਰ, ਡਾਕੂ, ਆਪਣਾ ਹੁਕਮ ਠੋਸਣ ਵਾਲੇ, ਜ਼ਾਲਮ, ਕਾਤਲ, ਪਾਪੀ, ਝੂਠੇ, ਧੋਖੇਬਾਜ, ਹਰਾਮਖੋਰ ਹਰਾਮ ਦੀ ਕਮਾਈ ਖਾਦੇ, ਨਿੰਦਿਆਂ ਕਰਨਵਾਲੇ ਪਾਪਾ ਦਾ ਭਾਰ ਲਈ ਫਿਰਦੇ ਹਨ । ਪ੍ਰਭ ਮੈਂ ਸੰਸਾਰ ਵਿੱਚ ਨੀਚ ਕੰਮ ਕਰਨਵਾਲੇ ਜੀਵਾਂ ਦੇ ਮਨ ਦੀ ਹਾਲਤ ਹੀ ਦੱਸਦਾ ਹਾ । ਪ੍ਰਭ ਮੈਂ ਤੇਰੀ ਕੁਦਰਤ ਤੋਂ ਹੈਰਾਨ ਰਹਿੰਦਾ ਹਾ, ਆਪ ਦਾ ਕੀਤਾ, ਬਖਸ਼ਿਆ ਸਭ ਸ੍ਰਿਸ਼ਟੀ ਦੀ ਭਲਾਈ ਦਾ ਹੀ ਹੈ! ਇਕੋ ਇਕ, ਰੂਹਾਨੀ ਜੋਤ, ਅਸਲੀ ਮਾਲਕ ਹੈ ।

My True Master! Countless self-minded arrogant, ignorant, blind from the essence of Your Word; thieves, robbers, tyrant rulers enforcing their command on innocent, helpless. Many liars, dishonest deceives others; narcissist covert earnest living of innocents; slanderers, carry the burden of sins for their deeds. My True Master, I am only explaining about the few mean creatures in the universe. How may I comprehend, explain Your Nature, Creation? I always remain fascinated, astonished from Your Greatness, miracles. Your Word, Command, Blessings always remains for the welfare of Your Creation. The One and Only One, eternal Holy Spirit, True Master.

19. ਪ੍ਰਭ ਕੀ ਨਾਮ, ਤਖਤ, ਦਰਬਾਰ ਕਿਥੇ ਹੈ? Where may be His Throne?

ਅਸੰਖ ਨਾਵ ਅਸੰਖ ਥਾਵ॥	AsaNkh naav asaNkh thaav.
ਅਗੰਮ ਅਗੰਮ ਅਸੰਖ ਲੋਅ॥	Agamm agamm asaNkh lo-a.
ਅਸੰਖ ਕਹਹਿ ਸਿਰਿ ਭਾਰੁ ਹੋਇ॥	AsaNkh kehahi sir bhaar ho-ay.
ਅਖਰੀ ਨਾਮੁ ਅਖਰੀ ਸਾਲਾਹ॥	Akhree naam akhree saalaah.
ਅਖਰੀ ਗਿਆਨੁ ਗੀਤ ਗੁਣ ਗਾਹ॥	Akhree gi-aan geet gun gaah.
ਅਖਰੀ ਲਿਖਣੁ ਬੋਲਣੁ ਬਾਣਿ॥	Akhree likhan bolan baan.
ਅਖਰਾ ਸਿਰਿ ਸੰਜੋਗੁ ਵਖਾਣਿ॥	Akhraa sir sanjog vakhaan.
ਜਿਨਿ ਏਹਿ ਲਿਖੇ ਤਿਸੁ ਸਿਰਿ ਨਾਹਿ॥	Jin ayhi likhay tis sir naahi.
ਜਿਵ ਫੁਰਮਾਏ ਤਿਵ ਤਿਵ ਪਾਹਿ॥	Jiv furmaa-ay tiv tiv paahi.
ਜੇਤਾ ਕੀਤਾ ਤੇਤਾ ਨਾਉ॥	Jaytaa keetaa taytaa naa-o.
ਵਿਣੁ ਨਾਵੈ ਨਾਹੀ ਕੋ ਥਾਉ॥	Vin naavai naahee ko thaa-o.
ਕੁਦਰਤਿ ਕਵਣ ਕਹਾ ਵੀਚਾਰੁ॥	Kudrat kavan kahaa veechaar.
ਵਾਰਿਆ ਨ ਜਾਵਾ ਏਕ ਵਾਰ॥	Vaari-aa na jaavaa ayk vaar.
ਜੋ ਤੁਧੁ ਭਾਵੈ ਸਾਈ ਭਲੀ ਕਾਰ॥	Jo tuDh bhaavai saa-ee bhalee kaar.
ਤੂ ਸਦਾ ਸਲਾਮਤਿ ਨਿਰੰਕਾਰ॥੧੯॥	Too sadaa salaamat nirankaar. ||19||

- ਅਗੰਮ– ਪੂਰਨ ਗਿਆਨ ਨਾ ਹੋਵੇ, ਜਿਸ ਤੱਕ ਪਹੁੰਚ ਨਾ ਹੋਵੇ

ਪ੍ਰਭ ਅਨੇਕਾਂ ਹੀ ਨਾਮਾਂ ਨਾਲ ਜਾਣਿਆ ਜਾਂਦਾ, ਅਨੇਕਾਂ ਹੀ ਪੂਜਾ ਕਰਨ ਵਾਲੇ ਮੰਦਰ ਹਨ, ਅਨੇਕਾਂ ਹੀ ਅਗਮ (ਜਾਣਕਾਰੀ, ਪਹੁੰਚ ਤੋਂ ਬਾਹਰ) ਧਰਤੀ ਦੇ ਖੰਡ ਹਨ, ਅਨੇਕ ਕਹਿਣਾ ਵੀ ਜੀਵ ਦੀ ਸੋਝੀ ਤੋਂ ਬਾਹਰ ਹੈ । ਪ੍ਰਭ ਤੇਰੇ ਬਖਸ਼ੇ ਸ਼ਬਦ ਹੀ ਬੰਦਗੀ ਕਰਨਵਾਲੀ, ਉਸਤਤ ਗਾਉਣ ਵਾਲੀ ਬਾਣੀ ਬਣ ਜਾਂਦੀ ਹੈ । ਤੇਰੇ ਸ਼ਬਦ ਦੀ ਸਿਖਿਆਂ ਵਿਚੋਂ ਰੂਹਾਨੀ ਸੋਝੀ ਬਖਸ਼ਿਸ ਹੁੰਦੀ ਹੈ, ਜੀਭ ਤੇਰੇ ਸ਼ਬਦ ਦੇ ਗੁਣ ਗਾਉਂਦੀ ਹੈ । ਤੇਰੇ ਹੁਕਮ ਨਾਲ ਹੀ ਰੂਹਾਨੀ ਸ਼ਬਦ, ਗ੍ਰੰਥ ਲਿਖੇ ਜਾਂਦੇ, ਬੋਲੇ, ਗਾਏ ਜਾਂਦੇ ਹਨ । ਜੀਵ ਦੇ ਮਸਤਕ ਤੇ ਭਾਗ ਲਿਖੇ ਜਾਂਦੇ ਹਨ । ਜਿਹੜਾ ਪ੍ਰਭ ਸਾਰੇ ਜੀਵਾ ਦੇ ਭਾਗ ਲਿਖਣ ਵਾਲੇ ਪ੍ਰਭ ਦੇ ਭਾਗ ਲਿਖਣ ਵਾਲਾ ਕੋਈ ਨਹੀਂ, ਉਹ ਕੰਮਾਂ ਦੇ ਲੇਖ ਵਿੱਚ ਨਹੀਂ ਹੁੰਦਾ । ਪ੍ਰਭ ਦੀ ਰਹਿਮਤ ਨਾਲ ਹੀ ਸ੍ਰਿਸ਼ਟੀ ਨੂੰ ਕੁਝ ਬਖਸ਼ਿਸ਼ ਹੋ ਸਕਦਾ ਹੈ । ਪ੍ਰਭ ਦਾ ਚਲਾਇਆ ਖੇਲ ਹੀ ਸ੍ਰਿਸ਼ਟੀ ਵਿੱਚ ਹੋ ਸਕਦਾ, ਹੁਕਮ ਤੋਂ ਬਿਨਾਂ ਸ੍ਰਿਸ਼ਟੀ ਵਿੱਚ ਕੁਝ ਨਹੀਂ ਹੋ ਸਕਦਾ, ਸ੍ਰਿਸ਼ਟੀ ਦੀ ਹੋਂਦ ਵੀ ਨਹੀਂ ਰਹਿੰਦੀ । ਪ੍ਰਭ ਦੀ ਤਾਕਤ, ਸ੍ਰਿਸ਼ਟੀ ਸਾਜਨ ਦੀ ਵਿਧੀ, ਕਿਵੇਂ ਜਾਣੀ ਜਾ ਸਕਦੀ ਹੈ! ਮੈਂ ਸਦਾ ਹੀ ਤੇਰੇ ਕਰਤਬਾਂ ਤੋਂ ਹੈਰਾਨ ਹੀ ਰਹਿੰਦਾ ਹਾ! ਪ੍ਰਭ ਦਾ ਕੀਤਾ, ਬਖਸ਼ਿਆ ਸਭ ਕੁਝ ਸ੍ਰਿਸ਼ਟੀ ਦੀ ਭਲਾਈ ਦਾ ਹੀ ਹੈ । ਤੂੰ ਹੀ ਇਕੋ ਇਕ, ਰੂਹਾਨੀ ਜੋਤ, ਅਸਲੀ ਮਾਲਕ ਹੈ ।

The One and Only One, True Master may be remembered by countless worldly names! The True Master has created countless worldly Holy Shrines; celestial realms of earth; even saying countless may be beyond our knowledge. My True Master, spoken words on the tongue of Your true devotee may transform as Your Word, Holy Scripture; Your true devotees may always sing Your Glory. The enlightenment of the essence of Your Word, Nature may remain embedded in adopting the teachings of Your Word; Your devotees sing Your Glory. Whosoever may be bestowed with Your Blessed Vision! he may write The Holy Scripture, spread Your Word, Message, and sings the glory of Your Virtues. The True Master prewrites, engraves the destiny of each creature before birth on his forehead with His inkless pen. Who writes the destiny of everyone; He remains beyond any prewritten destiny, beyond any judgement of His miracles, performed, any event in the universe? Only True Master may bestow virtues on His Creation. The whole universe may only function under Your Ultimate Command; the universe may never exist without Your Command. How may I comprehend, explain Your Power, process of creation of the universe? I always remain fascinated, astonished from Your Greatness, miracles. Your Word, Command, Blessings always remains for the welfare of Your Creation. The One and Only One, eternal Holy Spirit, True Master.

20. ਮੈਲੀ ਆਤਮਾ ਕਿਵੇਂ ਪਵਿੱਤਰ ਹੋ ਸਕਦੀ ਹੈ? How to sanctify soul?

ਭਰੀਐ ਹਥੁ ਪੈਰੁ ਤਨੁ ਦੇਹ॥	Bharee-ai hath pair tan dayh.
ਪਾਣੀ ਧੋਤੈ ਉਤਰਸੁ ਖੇਹ॥	Paanee Dhotai utras khayh.
ਮੂਤ ਪਲੀਤੀ ਕਪੜੁ ਹੋਇ॥	Moot paleetee kaparh ho-ay.
ਦੇ ਸਾਬੂਣੁ ਲਈਐ ਓਹੁ ਧੋਇ॥	Day saaboon la-ee-ai oh Dho-ay.
ਭਰੀਐ ਮਤਿ ਪਾਪਾ ਕੈ ਸੰਗਿ॥	Bharee-ai mat paapaa kai sang.
ਓਹੁ ਧੋਪੈ ਨਾਵੈ ਕੈ ਰੰਗਿ॥	Oh Dhopai naavai kai rang.
ਪੁੰਨੀ ਪਾਪੀ ਆਖਣੁ ਨਾਹਿ॥	Punnee paapee aakhan naahi.
ਕਰਿ ਕਰਿ ਕਰਣਾ ਲਿਖਿ ਲੈ ਜਾਹੁ॥	Kar kar karnaa likh lai jaahu.
ਆਪੇ ਬੀਜਿ ਆਪੇ ਹੀ ਖਾਹੁ॥	Aapay beej aapay hee khaahu.
ਨਾਨਕ ਹੁਕਮੀ ਆਵਹੁ ਜਾਹੁ॥੨੦॥	Naanak hukmee aavhu jaahu. ||20||

ਜਿਸ ਦੇ ਹੱਥ, ਪੈਰ, ਸਰੀਰ ਮਿੱਟੀ ਨਾਲ ਮੈਲੇ ਹੋ ਜਾਂਦਾ ਹੈ! ਪਾਣੀ ਨਾਲ ਧੋਣ ਨਾਲ ਮੈਲ ਦੂਰ, ਹੱਥ ਸਾਫ ਹੋ ਜਾਂਦੇ ਹਨ । ਜਿਹੜਾ ਕਪੜਾ ਮੂਤ੍ਰ ਨਾਲ, ਗੰਦਗੀ ਨਾਲ ਖਰਾਬ ਹੋ ਜਾਂਦਾ ਹੈ । ਉਸ ਕਪੜਾ ਸਾਬਣ ਨਾਲ ਧੋਣ ਨਾਲ ਸਾਫ ਹੋ ਜਾਂਦਾ ਹੈ, ਉਸ ਵਿਚੋਂ ਗੰਦਗੀ ਦੀ ਬੋਅ ਖਤਮ ਹੋ ਜਾਂਦੀ ਹੈ । ਜਿਸ ਜੀਵ ਦੀ ਆਤਮਾ ਬੁਰੇ ਕੰਮਾਂ (ਪਾਪਾ) ਨਾਲ ਭਰਿਸ਼ਟ ਹੋ ਜਾਂਦੀ ਹੈ । ਉਸ ਦੀ ਆਤਮਾ ਦੇ ਪਾਪ ਤੀਰਥ ਇਸ਼ਨਾਨ ਕਰਨ (68 ਤੀਰਥਾਂ), ਸਾਬਣ ਨਾਲ ਧੋਣ ਨਾਲ ਪਵਿੱਤਰ ਨਹੀਂ ਹੁੰਦੀ । ਜੀਵ ਦੀ ਆਤਮਾ, ਕੇਵਲ ਸ਼ਬਦ ਦਾ ਸਿਮਰਨ ਕਰਨ ਨਾਲ ਹੀ ਉਜਲ ਹੋ ਸਕਦੀ ਹੈ । ਜਿਸ ਦੀ ਆਤਮਾ ਤੇ ਪ੍ਰਭ ਦੇ ਸ਼ਬਦ ਦਾ ਰੰਗ ਚੜ੍ਹ ਜਾਂਦਾ, ਪਵਿੱਤਰ ਹੋ ਜਾਂਦਾ ਹੈ । ਉਹ ਪਾਪੀਆਂ ਜਾ ਪੁੰਨੀਆਂ ਦੀ ਗਿਣਤੀ ਵਿੱਚ ਨਹੀਂ ਆਉਂਦਾ । ਪ੍ਰਭ ਰਹਿਮਤ ਦੀ ਨਜ਼ਰ ਬਖਸ਼ਕੇ, ਮੁਕਤੀ ਦਾ ਅਸਲੀ ਰਸਤਾ ਬਖਸ਼ਦਾ ਹੈ । ਉਸ ਨੂੰ ਪ੍ਰਭ ਦੀ ਹੋਂਦ ਅਨੁਭਵ ਹੋ ਜਾਂਦੀ ਹੈ । ਜੀਵ ਦੇ ਸੰਸਾਕ ਕੰਮਾਂ ਦਾ ਲੇਖਾਂ ਪ੍ਰਲੋਕ ਵਿੱਚ ਹੁੰਦਾ ਹੈ । ਪਿਛਲੇ ਜਨਮ ਦੇ ਕੀਤੇ, ਕੰਮਾਂ ਅਨੁਸਾਰ ਹੀ ਜੀਵਨ ਵਿੱਚ ਦੁਖ, ਸੁਖ ਬਖਸ਼ਿਸ਼ ਹੁੰਦੇ ਹਨ । ਪ੍ਰਭ ਦੇ ਹੁਕਮ ਅਨੁਸਾਰ ਹੀ ਵੱਖਰੀਆਂ ਵੱਖਰੀਆਂ ਜੂੰਨਾਂ ਵਿੱਚ ਭਉਦਾ ਹੈ । ਮੁਕਤੀ ਕੇਵਲ ਪ੍ਰਭ ਦੀ ਕ੍ਰਿਪਾ ਨਾਲ ਹੀ ਬਖਸ਼ਿਸ਼ ਹੁੰਦੀ ਹੈ ।

Whose body may become dirty, filthy with mud; he may clean, wash with water. Same way, filthy cloth dirty or soaked with urine, may be washed, cleaned with soap. Whose soul may become blemished with evil, sinful deeds; however, his soul may never be sanctified by pilgrimage, sanctifying bath at Holy Shrines. His soul may only be sanctified by regretting and repenting for his sins. He must surrender his self-identity at His Sanctuary and adopts the teachings of His Word with steady and stable belief in his day-today life. Whosoever may remain drenched with the crimson color or the essence of His Word. His soul may not remain in category of sinner or benefactor (person perform charity). He may be blessed with the right path of salvation, accepted at His Sanctuary. He may realize His Existence. All his good and evil deeds stay with his soul after death. He must face The Righteous Judge to endure miseries or cherishes pleasure in his next life cycle. His soul may be cycled through various creature life. Whosoever may be bestowed with His Blessed Vision, as a result of his earnings of His Word, only he may be blessed with the right path of salvation.

21. ਸਿਮਰਨ ਕਰਨ ਦਾ ਕਿਹੜਾ ਸਮਾਂ, ਰੁੱਤ, ਅਸਥਾਨ, ਆਸਣ!

What may be auspicious time to do meditation?

ਤੀਰਥੁ ਤਪੁ ਦਇਆ ਦਤੁ ਦਾਨੁ॥	Tirath tap da-i-aa dat daan.
ਜੇ ਕੋ ਪਾਵੈ ਤਿਲ ਕਾ ਮਾਨੁ॥	Jay ko paavai til kaa maan.
ਸੁਣਿਆ ਮੰਨਿਆ ਮਨਿ ਕੀਤਾ ਭਾਉ॥	Suni-aa mani-aa man keetaa bhaa-o.
ਅੰਤਰਗਤਿ ਤੀਰਥਿ ਮਲਿ ਨਾਉ॥	Antargat tirath mal naa-o.
ਸਭਿ ਗੁਣ ਤੇਰੇ ਮੈ ਨਾਹੀ ਕੋਇ॥	Sabh gun tayray mai naahee ko-ay.
ਵਿਣੁ ਗੁਣ ਕੀਤੇ ਭਗਤਿ ਨ ਹੋਇ॥	Vin gun keetay bhagat na ho-ay.
ਸੁਅਸਤਿ ਆਥਿ ਬਾਣੀ ਬਰਮਾਉ॥	Su-asat aath banee barmaa-o.
ਸਤਿ ਸੁਹਾਣੁ ਸਦਾ ਮਨਿ ਚਾਉ॥	Sat suhaan sadaa man chaa-o.
ਕਵਣੁ ਸੁ ਵੇਲਾ ਵਖਤੁ ਕਵਣੁ ਕਵਣ ਥਿਤਿ ਕਵਣੁ ਵਾਰੁ॥	Kavan so vaylaa vakhat kavan kavan thit kavan vaar.
ਕਵਣਿ ਸਿ ਰੁਤੀ ਮਾਹੁ ਕਵਣੁ ਜਿਤੁ ਹੋਆ ਆਕਾਰੁ,	Kavan se rutee maahu kavan jit ho-aa aakaar.
ਵੇਲ ਨ ਪਾਈਆ ਪੰਡਤੀ ਜਿ ਹੋਵੈ ਲੇਖੁ ਪੁਰਾਣੁ॥	Vayl na paa-ee-aa pandtee, je hovai laykh puraan.
ਵਖਤੁ ਨ ਪਾਇਓ ਕਾਦੀਆ ਜਿ ਲਿਖਨਿ ਲੇਖੁ ਕੁਰਾਣੁ॥	Vakhat na paa-i-o kaadee-aa, je likhan laykh kuraan.

ਥਿਤਿ ਵਾਰੁ ਨਾ ਜੋਗੀ ਜਾਣੈ	Thit vaar naa jogee jaanai,
ਰੁਤਿ ਮਾਹੁ ਨਾ ਕੋਈ॥	rut maahu naa ko-ee.
ਜਾ ਕਰਤਾ ਸਿਰਠੀ ਕਉ ਸਾਜੇ	Jaa kartaa sirthee ka-o saajay
ਆਪੇ ਜਾਣੈ ਸੋਈ॥	aapay jaanai so-ee.
ਕਿਵ ਕਰਿ ਆਖਾ ਕਿਵ ਸਾਲਾਹੀ	Kiv kar aakhaa kiv saalaahee,
ਕਿਉ ਵਰਨੀ ਕਿਵ ਜਾਣਾ॥	ki-o varnee kiv jaanaa.
ਨਾਨਕ ਆਖਣਿ ਸਭੁ ਕੋ ਆਖੈ	Naanak aakhan sabh ko aakhai,
ਇਕ ਦੂ ਇਕੁ ਸਿਆਣਾ॥	ik doo ik si-aanaa.
ਵਡਾ ਸਾਹਿਬੁ ਵਡੀ ਨਾਈ	Vadaa saahib vadee naa-ee
ਕੀਤਾ ਜਾ ਕਾ ਹੋਵੈ॥	keetaa jaa kaa hovai.
ਨਾਨਕ ਜੇ ਕੋ ਆਪੌ ਜਾਣੈ	Naanak jay ko aapou jaanai,
ਅਗੈ ਗਇਆ ਨ ਸੋਹੈ॥੨੧॥	agai ga-i-aa na sohai. ‖21‖

ਪ੍ਰਭ ਨੇ ਤੀਰਥ ਯਾਤਰਾ, ਤਪ ਕਰਨ ਦੀਆਂ ਵਿਧੀਆਂ, ਦਾਇਆ ਕਰਨਾ, ਦਾਨ ਕਰਨ ਦੀਆਂ ਵਿਧੀਆਂ, ਪ੍ਰਭ ਨੂੰ ਅੰਦਰੋਂ ਖੋਜਣ, ਲਗਨ ਲਾਉਣ, ਮਾਨਸ ਜਨਮ ਦੇ ਮੰਤਵ ਦੀ ਸੋਝੀ ਲਈ ਹੀ ਬਣਾਏ ਹਨ । ਜਿਹੜਾ ਸ਼ਬਦ ਨੂੰ ਸੁਣਦਾ, ਪ੍ਰਭ ਦੇ ਵਿਛੋੜੇ ਦੀ ਯਾਦ ਮਨ ਵਿਚ ਰਖਕੇ ਆਪਣਾ ਜੀਵਨ ਸ਼ਬਦ ਦੀ ਸਿਖਿਆਂ ਨਾਲ ਢਾਲਣ ਹੈ, ਉਸ ਦੀ ਆਤਮਾ ਦਾ ਪਵਿੱਤਰਤਾ ਦਾ ਤੀਰਥ ਇਸ਼ਨਾਨ ਹੋ ਜਾਂਦਾ ਹੈ । ਪ੍ਰਭ ਦੀ ਰਹਿਮਤ ਨਾਲ ਉਸ ਨੂੰ ਸਾਰੇ ਗੁਣ ਹੀ ਬਖਸ਼ਿਸ਼ ਹੋ ਜਾਂਦੇ ਹੁੰਦੇ ਹਨ, ਪ੍ਰਭ ਦੀ ਰਹਿਮਤ ਤੋਂ ਬਿਨਾਂ ਕੋਈ ਬੰਦਗੀ ਨਹੀ ਕਰ ਸਕਦਾ, ਕੋਈ ਗੁਣ ਬਖਸ਼ਿਸ਼ ਨਹੀਂ ਹੋ ਸਕਦਾ । ਮੈਂ ਪ੍ਰਭ ਦੇ ਸ਼ਬਦ ਨੂੰ ਸਿਰ ਝਕਾਉਂਦਾ, ਧੰਨਵਾਦੀ ਰਹਿੰਦਾ ਹਾ, ਪ੍ਰਭ ਰਹਿਮਤ ਬਖਸ਼ੋ, ਸ਼ਬਦ ਦੀ ਸਦਾ ਚਲਣ ਵਾਲੀ ਧੁਨ ਮਨ ਵਿਚ ਸੁਣਾਈ ਦੇਵੇ! ਮੇਰੇ ਮਨ ਵਿੱਚ ਸ਼ਬਦ ਦੀ ਸੋਝੀ, ਰੂਹਾਨੀ ਜੋਤ ਜਾਗਰਤ ਹੋ ਜਾਵੇ! ਜਿਹੜੀ ਬਾਣੀ ਸੁਣਨ, ਮਨ ਵਿੱਚ ਵਸਾਉਣ ਨਾਲ ਸੰਤ, ਸੋਭਨੀਕ, ਚੇਤਨ ਸਰੂਪ, ਅਨੰਦ ਸਰੂਪ ਹੋ ਜਾਂਦੇ ਹਨ । ਕਿਹੜਾ ਵਕਤ, ਰੁੱਤ, ਸਦੀ, ਦਿਨ, ਮਹੀਨੇ, ਪ੍ਰਭ ਨੇ ਸ੍ਰਿਸ਼ਟੀ ਦਾ ਸਿਰਜਨ, ਜੀਵ ਦਾ ਅਕਾਰ ਬਣਾਇਆ ਹੈ । ਉਸ ਸਮੇਂ ਦਾ (ਪੰਡਿਤਾ) ਵਿਦਵਾਨਾਂ, ਮੁਸਲਮਾਨ ਫਕੀਰਾਂ, ਜੋਗੀਆਂ, ਜੋਤਸ਼ੀਆਂ ਨੂੰ ਵੀ ਕੋਈ ਜਾਣਕਾਰੀ ਨਹੀਂ ਹੈ । ਅਗਰ ਜਾਣਕਾਰੀ ਹੁੰਦੀ, ਧਰਮ ਦੇ ਗ੍ਰੰਥਾਂ ਵਿੱਚ ਜਰੂਰ ਲਿਖਿਆ ਹੋਣਾ ਸੀ । ਉਹ ਸਮਾਂ ਕੇਵਲ ਪ੍ਰਭ ਹੀ ਜਾਣਦਾ ਹੈ । ਕੇਵਲ ਅੰਤਰਜਾਮੀ ਪ੍ਰਭ, ਆਪ ਹੀ ਜਾਣਦਾ ਹੈ! ਕਿਉਂ, ਕਿਵੇਂ ਸਭ ਕੁਝ ਕਰਦਾ, ਕੀ ਮੰਤਵ, ਕਿਸਤਰ੍ਹਾਂ ਆਪਣੇ ਹੁਕਮ ਦੀ ਪਾਲਣਾ ਕਿਸਤਰ੍ਹਾਂ ਕਰਵਾਉਂਦਾ ਹੈ? ਕਿਸਤਰ੍ਹਾਂ ਅਤੇ ਕਿਉਂ ਸ੍ਰਿਸ਼ਟੀ ਬਣਾਈ ਹੈ? ਉਸ ਦੇ ਕਰਤਬਾਂ ਤੋਂ ਸਦਾ ਅਚੰਭੇ, ਉਸ ਨੂੰ ਧੰਨ ਧੰਨ ਹੀ ਕਹੋ । ਹਰਇਕ ਸਮਝਦਾਰ, ਗਿਆਨੀ ਬਣਕੇ, ਰਚਨਾ, ਪਾਲਣਾ, ਉਤਪਤੀ, ਅੰਤਰਯਾਮਤਾ ਨੂੰ ਵਰਣਨ ਕਰਦਾ ਹੈ । ਕੋਈ ਵੀ ਸ਼ਕਤੀ ਜਾਂ ਬ੍ਰਿਤੀ ਕਰਕੇ ਸਪੂਰਨ ਕਰਤਵ ਵਰਨਣ ਨਹੀਂ ਕਰ ਸਕਦਾ । ਪ੍ਰਭ ਸਾਰਿਆਂ ਦਾ ਹੀ ਮਾਲਕ, ਸਭ ਤੋਂ ਵੱਡਾ, ਉਸ ਦੀ ਮਹੱਤਵ ਪੂਰਕ ਮਹਿਮਾਂ, ਵੱਡੀ ਕੁਦਰਤ ਹੈ । ਸ੍ਰਿਸ਼ਟੀ ਵਿੱਚ ਸਭ ਕੁਝ ਪ੍ਰਭ ਦਾ ਕੀਤਾ ਹੁੰਦਾ ਹੈ, ਆਪ ਹੀ ਸਭ ਜਾਣਦਾ ਹੈ । ਜਿਹੜਾ ਅਹੰਕਾਰੀ ਸਮਝਦਾ ਹੈ, ਉਸ ਨੂੰ ਪ੍ਰਭ ਦੇ ਸਾਰੇ ਕਰਤਬਾਂ ਦਾ ਗਿਆਨ ਹੈ । ਉਸ ਨੂੰ ਪ੍ਰਭ ਦੀ ਦਰਗਾਹ ਵਿੱਚ ਸੋਭਾ, ਜਨਮ ਮਰਨ ਦੇ ਚੱਕਰ ਤੋਂ ਮੁਕਤੀ ਬਖਸ਼ਿਸ਼ ਨਹੀਂ ਹੁੰਦੀ ।

The True Master has created the urge for pilgrimage of Holy Shrine, austere discipline, compassion, charity to search within own mind, body the real purpose of human life opportunity. Whosoever may listen the essence of His Word with concentration, devotion, remember the misery of his separation from His Holy Spirt and adopts the teachings of His Word with steady and stable belief in day-to-day life; with His mercy and grace, his soul may be sanctified; his pilgrimage at 68 Holy Shrines may be rewarded. My True Master, all virtues have been blessed and only Your Trust; without Your Blessed Vision, no one may even meditate on the teachings of Your Word nor any virtues may be blessed. My True Master! I bow my head in gratitude for Your Blessings. I have been blessed with devotion to adopt the teachings of Your Word; with Your mercy and grace, I remain intoxicated, drenched with essence of Your Word; Your Holy Spirit may glow within my heart. What may be the time, moment, day, month, season, of His Creation, the universe? No Hindu Pandits, Yogis, Muslim faqirs or any other religious prophets may be aware; otherwise, that would have been written in their respective religious Holy Scriptures. Only The True Master may know when, how, why the universe had been created; no one else may be blessed to comprehend. You should always remain fascinating astonished from His Nature. All worldly saints, consider themselves wise and describes as much they are enlightened. No one may fully describe His Virtues, Nature. The True Master, greatest of All! Everything happens under His Command. Whosoever may claim to know everything about His Creation; he remains a victim of sweet poison of worldly wealth ego and rebuked in His Court.

22. ਪ੍ਰਭ ਦੇ ਸ਼ਬਦ ਦੀ ਕਿਵੇਂ ਸੋਝੀ, ਪਰਖ ਕੀਤੀ ਜਾ ਸਕਦੀ ਹੈ? How to evaluate?

ਪਾਤਾਲਾ ਪਾਤਾਲ ਲਖ ਆਗਾਸਾ ਆਗਾਸ॥	Paataalaa paataal lakh aagaasaa aagaas.
ਓੜਕ ਓੜਕ ਭਾਲਿ ਥਕੇ	Orhak orhak bhaal thakay
ਵੇਦ ਕਹਨਿ ਇਕ ਵਾਤ॥	vayd kahan ik vaat.
ਸਹਸ ਅਠਾਰਹ ਕਹਨਿ ਕਤੇਬਾ	Sahas athaarah kahan kataybaa
ਅਸੁਲੂ ਇਕੁ ਧਾਤੁ॥	asuloo ik Dhaat.
ਲੇਖਾ ਹੋਇ ਤ ਲਿਖੀਐ	Laykhaa ho-ay ta likee-ai
ਲੇਖੈ ਹੋਇ ਵਿਣਾਸੁ॥	laykhai ho-ay vinaas.
ਨਾਨਕ ਵਡਾ ਆਖੀਐ	Naanak vadaa aakhee-ai
ਆਪੇ ਜਾਣੈ ਆਪੁ॥੨੨॥	aapay jaanai aap. ||22|

ਪ੍ਰਭ ਦੇ ਕਰਤਬਾਂ ਦੇ ਅੰਤ ਦੀ ਜਾਣਕਾਰੀ ਕਰਨ ਲਈ ਵਿਦਵਾਨਾਂ, ਭਗਤਾਂ ਨੇ ਵੇਦਾਂ ਦੀਆਂ ਬੁਹਤ ਹੀ ਖੋਜਾਂ ਕੀਤੀਆਂ ਹਨ । ਉਹਨਾਂ ਨੇ ਦੇਖਿਆ ਕੇ ਅਣਗਿਣਤ ਹੀ ਅਕਾਸ਼, ਪਤਾਲ, ਧਰਤੀਆਂ ਹਨ, ਗਿਣਤੀ ਨਹੀਂ ਕੀਤੀ ਜਾ ਸਕਦੀ । ਪ੍ਰਭ ਦੀਆਂ ਚੰਗਆਈਆਂ, ਸ਼ੁਭ ਗੁਣ ਅਕਾਸ਼ ਵਾਂਗ ਵਿਸ਼ਾਲ ਅਤੇ ਨਿਮ੍ਰਤਾ ਪਤਾਲ ਦੀ ਤਰ੍ਹਾਂ ਡੂੰਘੀ ਹੈ । ਕਿਸੇ ਵੀ ਕਰਤਬ ਦਾ ਪੂਰਨ ਵਰਣਨ ਨਹੀਂ ਕੀਤਾ ਜਾ ਸਕਦਾ । ਅਠਾਰਾਂ ਹਜ਼ਾਰ ਆਲਮ ਵਿਦਵਾਨਾਂ (ਮੁਸਲਮਾਨਾਂ ਨੇ ਆਪਣੇ ਮਤ), ਅਠਾਰਾਂ ਪਰਬਾਂ ਵਾਲਾ ਮਹਾਭਾਰਤ ਵੀ, ਕਿਤਾਬਾਂ, ਸਿੰਮ੍ਰਤੀਆਂ, ਸਾਰੇ ਸਾਸਤ੍ਰ ਹੀ, ਇਕ ਗੱਲ ਤੇ ਸਹਿਮਤ ਹਨ । ਸਾਰੀ ਸ੍ਰਿਸ਼ਟੀ ਹੀ ਇਕ ਧਾਤ ਦੀ ਤਰ੍ਹਾਂ, ਮਿਟ ਜਾਣ ਵਾਲੀ ਹੀ ਹੈ, ਕੇਵਲ ਇਕੋ ਇਕ ਪ੍ਰਭ ਹੀ ਸਦਾ ਸਥਿਤ, ਅਟਲ ਰਹਿਣ ਵਾਲਾ, ਨਾ ਮਿਟਨ ਵਾਲਾ ਹੈ । ਪ੍ਰਭ ਦੇ ਕਿਸੇ ਕਰਤਬ ਦਾ ਕੋਈ ਲੇਖਾ ਵੀ ਪੂਰਨ ਤਰ੍ਹਾਂ ਲਿਖਿਆ ਨਹੀਂ ਜਾ ਸਕਦਾ । ਜਿਹੜਾ ਵੀ ਲਿਖਦਾ ਹੈ, ਉਸ ਨੂੰ ਹੋਰ ਜਾਣਕਾਰੀ ਹੋ ਜਾਂਦੀ ਹੈ, ਬੁਹਤ ਕੁਝ ਬਾਕੀ ਹੈ, ਇਹ ਪੂਰਾ ਹੋਣ ਵਾਲਾ ਕੰਮ ਨਹੀਂ ਹੈ । ਪ੍ਰਭ ਦੀ ਕੁਦਰਤ ਦਾ ਕਿਸੇ ਨੇ ਵੀ ਅੰਤ ਨਹੀਂ ਪਾਇਆ । ਜੀਵ ਦੀ ਉਮਰ ਪੂਰੀ ਹੋ ਜਾਂਦੀ, ਪਰ ਵਰਣਨ ਪੂਰਨ ਨਹੀਂ ਕਰ ਸਕਦਾ । ਪ੍ਰਭ ਸਭ ਤੋਂ ਵੱਡਾ, ਆਪ ਹੀ ਜਾਣਦਾ, ਕਿਤਨਾ ਵੱਡਾ, ਵਿਸ਼ਾਲ ਹੈ । ਉਸ ਦੇ ਕਰਤਬਾਂ ਨੂੰ ਵੀ ਬੇਅੰਤ ਬੇਅੰਤ ਸਮਝਕੇ ਹੀ ਗੁਣ ਗਾਵੋ! ਕੇਵਲ ਪ੍ਰਭ ਆਪ ਹੀ ਆਪਣੀ ਰਜ਼ਾ ਜਾਣਦਾ ਹੈ ।

Worldly scholars and prophets are searching from ancient Ages to find the mystery, true depth of His Nature. They may realize the existence of countless earths, under worlds, skies, and His Virtues; however, complete imagination may remain beyond any comprehension of His Creation. All worldly Holy Scriptures agree! The universe may be perishable; everything may exist for a predetermined time. Only The One and Only One True Master live forever. His Nature cannot be full described, written by anyone. Has His Nature, Miracles any limit, boundary? Someone may be able write or fully describe. Whosoever may try to write, compile the description, he may exhaust his capital of breathes before completing his task. The project may never be finished; many have been trying from ancient Age in the name of science and inventions, discoveries.

23. ਕੀ ਮਾਨਸ ਪ੍ਰਭ ਦੇ ਸ਼ਬਦ ਦਾ ਪੂਰਨ ਵਖਿਆਣ ਕਰ ਸਕਦਾ ਹੈ? Who to describe?

ਸਾਲਾਹੀ ਸਾਲਾਹਿ	Saalaahee saalaahi
ਏਤੀ ਸੁਰਤਿ ਨ ਪਾਈਆ॥	aytee surat na paa-ee-aa.
ਨਦੀਆ ਅਤੈ ਵਾਹ ਪਵਹਿ	Nadee-aa atai vaah pavahi
ਸਮੁੰਦਿ ਨ ਜਾਣੀਅਹਿ॥	samund na jaanee-ahi.
ਸਮੁੰਦ ਸਾਹ ਸੁਲਤਾਨ	Samund saah sultaan
ਗਿਰਹਾ ਸੇਤੀ ਮਾਲੁ ਧਨੁ॥	girhaa saytee maal Dhan.
ਕੀੜੀ ਤੁਲਿ ਨ ਹੋਵਨੀ	Keerhee tul na hovnee
ਜੇ ਤਿਸੁ ਮਨਹੁ ਨ ਵੀਸਰਹਿ॥੨੩॥	jay tis manhu na veesrahi. ||23||

ਕੋਈ ਵੀ ਇਤਨੀ ਸੋਝੀ, ਗਿਆਨ ਵਾਲਾ ਪੈਦਾ ਨਹੀਂ ਹੋਇਆ, ਜਿਹੜਾ ਸਲਾਹੁਣੇ ਯੋਗ ਪ੍ਰਭ ਦੀ ਪੂਰਨ ਤਰ੍ਹਾਂ ਤੇ ਸਲਾਹਣਾ ਕਰ ਸਕਦਾ । ਜਿਵੇਂ ਨਦੀਆਂ, ਛੋਟੇ ਨਾਲਿਆਂ ਦਾ ਪਾਣੀ, ਸੁਮੰਦਰ ਵਿੱਚ ਰਲਕੇ ਵੀ ਸਮੁੰਦਰ ਦਾ ਅਥਾਹ ਨਹੀਂ ਜਾਣ ਸਕਦਾ । ਇਸਤਰ੍ਹਾਂ, ਜਿਹੜਾ ਭਗਤ, ਆਪਣਾ ਆਪਾ ਸ਼ਬਦ ਦੀ ਭੇਟਾ ਕਰਕੇ, ਪ੍ਰਭ ਦੇ ਸ਼ਬਦ ਰੂਪੀ ਸਮੁੰਦਰ ਵਿੱਚ ਅਭੇਦ ਹੋ ਜਾਂਦਾ ਹੈ, ਪ੍ਰਭ ਦੀ ਹੋਂਦ ਅਨੁਭਵ, ਕਰ ਲੈਂਦਾ, ਪ੍ਰਭ ਦੀ ਸ਼ਾਖ ਬਣ ਜਾਂਦਾ ਹੈ, ਉਸ ਨੂੰ ਵੀ ਕੁਝ ਪ੍ਰਭ ਦੇ ਗੁਣ ਬਖਸ਼ਿਸ਼ ਹੋ ਜਾਂਦੇ ਹਨ । ਉਸ ਦੇ ਬੋਲੇ ਬਚਨ ਪੂਰੇ ਹੋ ਜਾਂਦੇ ਹਨ, ਫਿਰ ਵੀ ਪ੍ਰਭ ਦੀ ਹੋਂਦਾ ਦਾ ਪੂਰਨ ਗਿਆਨ, ਸੋਝੀ ਨਹੀਂ ਹੁੰਦੀ, ਸਾਰੀਆਂ ਕਰਾਮਾਤਾਂ ਨੂੰ ਸਮਝ ਨਹੀਂ ਸਕਦਾ, ਸਮੁੰਦਰ ਸਰੂਪ ਦਾ ਅਥਾਹ ਨਹੀਂ ਜਾਣ ਸਕਦਾ । ਜਿਹੜਾ ਵੀ ਪ੍ਰਭ ਦੇ ਵਿਛੋੜੇ ਨੂੰ ਸਦਾ ਹੀ ਯਾਦ ਰਖਦਾ ਹੈ, ਉਸ ਦੇ ਸ਼ਬਦ ਨੂੰ ਜੀਵਨ ਦਾ ਢੰਗ ਬਣਾਉਂਦਾ ਹੈ, ਉਸ ਦੇ ਮਨ ਵਿਚੋਂ ਅਹੰਕਾਰ ਦੀ ਜੜ੍ਹ ਖਤਮ ਹੋ ਜਾਂਦੀ ਹੈ । ਉਸ ਨੂੰ ਆਪਣੇ ਕੀਤੇ ਤੇ ਕੋਈ ਅਭਿਮਾਨ, ਅਹੰਕਾਰ ਨਹੀਂ ਹੁੰਦਾ । ਉਹ ਹਮੇਸ਼ਾਂ ਹੀ ਧਿਆਨ ਵਿੱਚ ਰਖਦਾ ਹੈ, ਸਭ ਕੁਝ ਕਰਨ ਕਰਾਉਣ ਵਾਲਾ ਇਕੋ ਇਕ ਪ੍ਰਭ ਹੀ ਹੈ, ਆਪਣੇ ਦਾਸ ਨੂੰ ਆਪ ਹੀ ਵਡਿਆਈ ਬਖਸ਼ਦਾ ਹੈ ।

No one has such an enlightenment to fully describe the greatness of our praise worthy The True Master. As rivers, small drains storm rain water may immerse into the ocean; become a part of the ocean; however, rivers and drains may never realize the depth and power of ocean. Same way, His true devotee may surrender his self-identity at His Sanctuary; with His mercy and grace, his soul may immerse within His Holy Spirit; his soul becomes part of His Holy Spirit; however, she may never fully comprehend His Greatness. He may be blessed with virtues; his prayers may be accepted in His Court. Whosoever may remain in renunciation in the memory of his separation from His Holy Spirit fresh within his mind; he may be blessed to conquer his own ego. He always gratitude, everything may only happen under His Command; He bestow honor on His true devotee.

24. ਸ੍ਰਿਸ਼ਟੀਆਂ, ਸਿਮਰਨ ਕਰਨਵਾਲੇ ਜੀਵ ਦੀ ਗਿਣਤੀ! # Of His true devotees

ਅੰਤੁ ਨ ਸਿਫਤੀ ਕਹਣਿ ਨ ਅੰਤੁ॥	Ant na siftee kahan na ant.
ਅੰਤੁ ਨ ਕਰਣੈ ਦੇਣਿ ਨ ਅੰਤੁ॥	Ant na karnai dayn na ant.
ਅੰਤੁ ਨ ਵੇਖਣਿ ਸੁਣਣਿ ਨ ਅੰਤੁ॥	Ant na vaykhan sunan na ant.
ਅੰਤੁ ਨ ਜਾਪੈ ਕਿਆ ਮਨਿ ਮੰਤੁ॥	Ant na jaapai ki-aa man mant.
ਅੰਤੁ ਨ ਜਾਪੈ ਕੀਤਾ ਆਕਾਰੁ॥	Ant na jaapai keetaa aakaar.
ਅੰਤੁ ਨ ਜਾਪੈ ਪਾਰਾਵਾਰੁ॥	Ant na jaapai paaraavaar.
ਅੰਤ ਕਾਰਣਿ ਕੇਤੇ ਬਿਲਲਾਹਿ॥	Ant kaaran kaytay billaahi.
ਤਾ ਕੇ ਅੰਤ ਨ ਪਾਏ ਜਾਹਿ॥	Taa kay ant na paa-ay jaahi.
ਏਹੁ ਅੰਤੁ ਨ ਜਾਣੈ ਕੋਇ॥	Ayhu ant na jaanai ko-ay.
ਬਹੁਤਾ ਕਹੀਐ ਬਹੁਤਾ ਹੋਇ॥	Bahutaa kahee-ai bahutaa ho-ay.
ਵਡਾ ਸਾਹਿਬੁ ਊਚਾ ਥਾਉ॥	Vadaa saahib oochaa thaa-o,

ਊਚੇ ਉਪਰਿ ਊਚਾ ਨਾਉ॥	Oochay upar oochaa naa-o.
ਏਵਡੁ ਊਚਾ ਹੋਵੈ ਕੋਇ॥	Ayvad oochaa hovai ko-ay.
ਤਿਸੁ ਊਚੇ ਕਉ ਜਾਣੈ ਸੋਇ॥	Tis oochay ka-o jaanai so-ay.
ਜੇਵਡੁ ਆਪਿ ਜਾਣੈ ਆਪਿ ਆਪਿ॥	Jayvad aap jaanai aap aap.
ਨਾਨਕ ਨਦਰੀ ਕਰਮੀ ਦਾਤਿ॥੨੪॥	Naanak nadreekarmee daat. ||24||

ਪ੍ਰਭ ਦੀਆਂ ਸਿਫਤਾਂ, ਸਿਫਤ ਕਰਨ ਵਾਲਿਆਂ ਦਾ ਅੰਤ ਨਹੀਂ ਪਾਇਆ ਜਾ ਸਕਦਾ, ਸਿਫਤ ਨੂੰ ਵਰਣਨ ਕਰਨਵਾਲੇ ਵੀ ਬੇਅੰਤ ਹੀ ਹਨ । ਪ੍ਰਭ ਦੇ ਕੀਤੇ ਕਰਤਬਾਂ, ਸ੍ਰਿਸ਼ਟੀਆਂ, ਦਿੱਤੀਆਂ ਅਸੀਸਾਂ ਦਾ ਵੀ ਅੰਤ ਨਹੀਂ ਪਾਇਆ ਜਾ ਸਕਦਾ । ਦੇਖਣ ਨਾਲ ਵੀ ਸਾਰੀਆਂ ਰਚੀਆਂ ਹੋਈਆਂ ਸ੍ਰਿਸ਼ਟੀਆਂ ਦਾ ਅੰਤ ਨਹੀਂ ਪਾਇਆ ਜਾ ਸਕਦਾ । ਜਿਹੜਾ ਦ੍ਰਿਸ਼ਟਾ ਰੂਪ ਸਾਰਿਆਂ ਦੀ ਆਤਮਾ ਦੇ ਅੰਦਰ ਦੇਖਦਾ ਹੈ, ਉਸ ਸਰੂਪ ਦਾ ਦੇਖਣੇ ਨਾਲ, ਵੀ ਅੰਤ ਨਹੀਂ ਆਉਂਦਾ । ਪ੍ਰਭ ਦੇ ਬਖਸ਼ੇ ਸੁਣਨ ਵਾਲੇ ਕੰਨਾਂ ਦਾ ਵੀ ਅੰਤ ਨਹੀਂ ਆਉਂਦਾ । ਜਿਹੜਾ ਸਭ ਅੰਦਰ ਬੈਠਾ ਦੇਖਦਾ, ਸੁਣਦਾ, ਉਸ ਦਾ ਭੇਦ ਸਮਝਿਆ ਨਹੀਂ ਜਾ ਸਕਦਾ । ਪ੍ਰਭ ਨੇ ਸ੍ਰਿਸ਼ਟੀ ਕਿਉਂ, ਕਿਸਤਰ੍ਹਾਂ ਬਣਾਈ, ਕੀ ਮੰਤਵ ਹੈ? ਵੱਖਰੇ ਵੱਖਰੇ ਅਕਾਰ, ਰੂਪ, ਕਿਸਮਾਂ ਦੇ ਜੀਵ ਦੀ ਗਿਣਤੀ ਨਹੀਂ ਕੀਤੀ ਜਾ ਸਕਦੀ । ਪ੍ਰਭ ਦਾ ਸੰਸਾਰ ਵਿੱਚ ਅਤੇ ਪ੍ਰਲੋਕ ਵਿੱਚ ਚਲਣ ਵਾਲੇ ਪ੍ਰਬੰਧ, ਕਰਤਬਾਂ ਦਾ ਭੇਦ ਨਹੀਂ ਜਾਣਿਆਂ ਜਾ ਸਕਦਾ । ਪ੍ਰਭ ਦੇ ਕਰਤਬਾਂ ਦਾ ਭੇਦ ਜਾਣਨ ਲਈ, ਕਈ ਜੋਗ ਧਾਰਨ ਕਰਦੇ, ਵਿਦਵਾਨ ਵਿਦਿਆਂ, ਬੇਅੰਤ ਸਾਸਤ੍ਰ ਵਿਆਖਿਆ ਕਰਦੇ ਹਨ, ਕਈ ਬੰਦਗੀ ਕਰਦੇ ਹਨ । ਇਹ ਸਾਰੇ ਹੀ ਤਰਲੇ ਮਾਰਦੇ ਹਨ, ਪ੍ਰਭ ਦਾ ਪੂਰਨ ਗਿਆਨ, ਅੰਤ, ਭੇਦ ਓਹਨਾਂ ਤੋਂ ਵੀ ਜਾਣਿਆ ਨਹੀਂ ਗਿਆ । ਅਸਲੀ ਮਾਲਕ, ਸਭ ਤੋਂ ਹੀ ਵੱਡਾ, ਮਹਾਨ, ਉਸ ਦਾ ਆਸਣ (ਥਾਉ) ਵੀ ਸਭ ਤੋਂ ਵੱਡਾ, ਪਵਿੱਤਰ ਹੈ, ਪ੍ਰਭ ਦੇ ਬਰਾਬਰ ਹੋਰ ਕੋਈ ਪਹੁੰਚ ਨਹੀਂ ਸਕਦਾ । ਪ੍ਰਭ ਦੀ ਜਿਤਨੀ ਵੀ ਸਿਫਤ ਕੀਤੀ ਜਾਵੇ, ਥੋੜ੍ਹੀ ਹੀ ਹੁੰਦੀ ਹੈ । ਜਿਹੜਾ ਪ੍ਰਭ ਤੋਂ ਵੱਡਾ ਹੋਵੇ, ਕੇਵਲ ਉਹ ਹੀ ਪ੍ਰਭ ਦੇ ਕਰਤਬਾਂ ਦਾ, ਕੁਦਰਤ ਦਾ ਅੰਦਾਜ਼ਾ ਲਗਾ ਸਕਦਾ ਹੈ । ਕੇਵਲ ਪ੍ਰਭ ਹੀ ਆਪਣੇ ਆਪ ਨੂੰ ਜਾਣ ਸਕਦਾ ਹੈ, ਬ੍ਰਹਮਾ ਰੂਪ ਆਪਣੀ ਕੁਦਰਤ ਆਪ ਹੀ ਜਾਣਦਾ ਹੈ । ਜਿਸ ਤੇ ਰਹਿਮਤ ਦੀ ਨਜ਼ਰ ਬਖਸ਼ਿਸ਼ ਹੋ ਜਾਂਦੀ ਹੈ, ਉਸ ਨੂੰ ਪ੍ਰਭ ਦੀ ਹੋਂਦ ਅਨੁਭਵ ਹੋ ਜਾਂਦੀ, ਉਸ ਵਿੱਚ ਅਭੇਦ ਹੋ ਜਾਂਦਾ ਹੈ ।

The True Master has countless virtues, worshippers sing His glory. He has created countless creatures, and countless Blessings. No one may ever fully imagine the number of His true devotees, His Virtues nor His Creation. He has blessed ambrosial ears to hear the everlasting each of His Word resonating within heart. The True Master remain seated on His throne within the heart of every creature! The events of His Nature are countless and beyond fully comprehension of His Creation. How, why, what may be the purpose of His Creation? The count of worldly creatures with different body structure may remain beyond the imagination of His Creation. His function and events in worldly life and after death in His Court. Countless devotees, adopt religious robes Yogi; Countless scholars research various Holy Scriptures and countless devotees meditate; all these are various paths, efforts to understand His Nature; however, no one may ever fully comprehend His Nature. The True Master, His Holy throne remains the highest and blemish free; no one may be equal or greater than Him. The True Master, greatest of All! His Word always prevails in the universe as an ultimate unchangeable, unavoidable command. Whatsoever, His Creation may sing His praises, glory may not be enough; significant; more need to be praised. Whosoever may be equal or greater; he may be able to comprehend, describes the extent of His Nature. Only He may comprehend His own greatness. Whosoever may be bestowed with His Blessed Vision, he may be blessed with the enlightenment of the essence of His Word; he may realize His Existence and immerse within His Holy Spirit.

25. ਕੀ ਕੋਈ ਮਾਨਸ ਆਪਣੇ ਭਾਗ ਬਦਲ ਸਕਦਾ ਹੈ? Who may rewrite destiny?

ਬਹੁਤਾ ਕਰਮੁ ਲਿਖਿਆ ਨਾ ਜਾਇ॥	Bahutaa karam likhi-aa naa jaa-ay.
ਵਡਾ ਦਾਤਾ ਤਿਲੁ ਨ ਤਮਾਇ॥	Vadaa daataa til na tamaa-ay.
ਕੇਤੇ ਮੰਗਹਿ ਜੋਧ ਅਪਾਰ॥	Kaytay mangahi joDh apaar.
ਕੇਤਿਆ ਗਣਤ ਨਹੀ ਵੀਚਾਰੁ॥	Kayti-aa ganat nahee veechaar.
ਕੇਤੇ ਖਪਿ ਤੁਟਹਿ ਵੇਕਾਰ॥	Kaytay khap tutahi vaykaar.
ਕੇਤੇ ਲੈ ਲੈ ਮੁਕਰੁ ਪਾਹਿ॥	Kaytay lai lai mukar paahi.
ਕੇਤੇ ਮੂਰਖ ਖਾਹੀ ਖਾਹਿ॥	Kaytay moorakh khaahee khaahi.
ਕੇਤਿਆ ਦੂਖ ਭੂਖ ਸਦ ਮਾਰ॥	Kayti-aa dookh bhookh sad maar.
ਏਹਿ ਭਿ ਦਾਤਿ ਤੇਰੀ ਦਾਤਾਰ॥	Ayhi bhe daat tayree daataar.
ਬੰਦਿ ਖਲਾਸੀ ਭਾਣੈ ਹੋਇ॥	Band khalaasee bhaanai ho-ay.
ਹੋਰੁ ਆਖਿ ਨ ਸਕੈ ਕੋਇ॥	Hor aakh na sakai ko-ay.
ਜੇ ਕੋ ਖਾਇਕੁ ਆਖਣਿ ਪਾਇ॥	Jay ko khaa-ik aakhan paa-ay.
ਓਹੁ ਜਾਣੈ ਜੇਤੀਆ ਮੁਹਿ ਖਾਇ॥	Oh jaanai jaytee-aa muhi khaa-ay.
ਆਪੇ ਜਾਣੈ ਆਪੇ ਦੇਇ॥	Aapay jaanai aapay day-ay.
ਆਖਹਿ ਸਿ ਭਿ ਕੇਈ ਕੇਇ॥	Aakhahi se bhe kay-ee kay-ay.
ਜਿਸ ਨੋ ਬਖਸੇ ਸਿਫਤਿ ਸਾਲਾਹ॥	Jis no bakhsay sifat saalaah.
ਨਾਨਕ ਪਾਤਿਸਾਹੀ ਪਾਤਿਸਾਹੁ॥੨੫॥	Naanak paatisaahee paatisaahu. ||25||

ਕੋਈ ਵੀ ਆਪਣੇ ਵੱਡੇ ਭਾਗ, ਆਪ ਨਹੀਂ ਲਿਖ ਸਕਦਾ, ਪ੍ਰਭ ਤੇ ਕਿਸੇ ਦਾ ਜ਼ੋਰ ਨਹੀਂ ਹੈ । ਪ੍ਰਭ ਬੁਹਤ ਹੀ ਮਹਾਨ, ਸਾਰਿਆਂ ਨੂੰ ਦਾਤਾਂ, ਅਸੀਸਾਂ ਬਖਸ਼ਦਾ ਹੈ, ਪਰ ਉਸ ਨੂੰ ਕੋਈ ਰਤਾ ਭਰ ਵੀ ਭੇਟਾ ਲੈਣ ਦੀ ਖਾਹਸ਼ ਨਹੀਂ ਹੁੰਦੀ । ਪ੍ਰਭ ਤੋਂ ਬੁਹਤ ਹੀ ਜੀਵ (ਜੋਧ) ਸੂਰਮਤਾਈ ਦੀ ਦਾਤ ਮੰਗਦੇ, ਕਈ ਜੋਧੇ, ਸਰੀਰ ਨੂੰ ਵਿਕਾਰਾ ਤੋਂ ਰੋਕਣ, ਇੰਦ੍ਰੀਆਂ ਤੇ ਕਾਬੂ ਪਾਉਣ ਲਈ ਬਲ ਮੰਗਦੇ ਹਨ । ਬੇਅੰਤ ਹੀ ਜੀਵ ਹਰ ਵੇਲੇ ਅਰਦਾਸ ਕਰਦੇ ਹਨ, ਪ੍ਰਭ ਵਾਕਾਰਾ ਤੋਂ ਰਹਿਤ ਰਖੋ । ਬੇਅੰਤ ਹੀ ਜੀਵ ਪ੍ਰਭ ਦੀਆਂ ਦਾਤਾਂ ਲੈ ਕੇ ਭੁਲ ਜਾਂਦੇ ਹਨ, ਹਮੇਸ਼ਾਂ ਰੋਸ ਹੀ ਕਰਦੇ ਹਨ, ਸਭ ਕੁਝ ਆਪਣੀ ਹਿੰਮਤ ਨਾਲ ਹੀ ਹਾਸਿਲ ਕੀਤਾ ਹੈ । ਬੇਅੰਤ ਹੀ ਅਗਿਆਨੀ ਆਪਣੀਆਂ ਇੰਦ੍ਰੀਆਂ ਨੂੰ ਅੱਗੇ ਰਖਦੇ, ਲਾਲਚ ਵਿੱਚ ਹੀ ਰਹਿੰਦੇ ਹਨ । ਬੇਅੰਤ ਹੀ ਹਰ ਵੇਲੇ ਦੁਖ (ਅਹੰਕਾਰ, ਭਟਕਣਾਂ), ਲਾਲਚ (ਭੁਖ) ਦੀ ਭਟਕਣ ਵਿੱਚ ਹੀ ਰਹਿੰਦੇ ਹਨ । ਉਹਨਾਂ ਨੂੰ (ਵਿਕਾਰਾ) ਸ਼ਾਂਤੀ, ਸੰਤੋਖ, ਧੀਰਜ ਬਖਸ਼ਿਸ਼ ਨਹੀਂ ਹੁੰਦਾ । ਕਈਆਂ ਨੇ ਆਪਣੀ ਵਿਕਾਰਾਂ ਦੀ ਭੁੱਖ, ਜਨਮ, ਮਰਨ ਦੇ ਦੁਖ, ਵਾਸਨਾ ਤੇ ਕਾਬੂ ਪਾਇਆ, ਮੁਕਤੀ ਦਾ ਰਸਤਾ ਬਖਸ਼ਿਸ਼ ਹੋ ਗਿਆ ਹੈ । ਪ੍ਰਭ ਸਭ ਕੁਝ ਤੇਰੀ ਹੀ ਬਖਸ਼ਿਸ਼ ਹੈ । ਜਿਹੜਾ ਪ੍ਰਭ ਦੇ (ਭਾਣੇ) ਹੁਕਮ ਵਿੱਚ ਚਲਦਾ, ਉਸ ਨੂੰ ਬੰਧਨਾ ਤੋਂ ਛੁਟਕਾਰਾ, ਮੁਕਤੀ ਬਖਸ਼ਦਾ ਹੋ ਜਾਂਦੀ ਹੈ । ਹੋਰ ਕੋਈ ਵੀ ਮੁਕਤੀ ਦੀ ਪ੍ਰਾਪਤੀ ਦਾ ਢੰਗ ਨਹੀਂ ਹੈ । ਜਿਹੜਾ ਅਗਿਆਨੀ, ਮੂਰਖ ਆਪਣੇ ਆਪ ਨੂੰ ਹੁਕਮ ਤੋਂ ਉਪਰ ਸਮਝਦਾ ਹੈ, ਕਿਸੇ ਜੀਵ ਨੂੰ ਮੁਕਤੀ ਕਰਵਾ ਸਕਦਾ ਹੈ । ਉਸ ਨੂੰ ਪ੍ਰਭ ਦੇ ਦਰਬਾਰ ਲਾਨ੍ਹਤਾਂ, ਜਮਾਂ ਦੀਆਂ ਸੱਟਾਂ ਪੈਂਦੀਆਂ ਹਨ । ਅਤੰਰਜਾਮੀ ਸਭ ਕੁਝ ਜਾਣਦਾ, ਸਾਰਿਆਂ ਦੇ ਹਿਰਦੇ ਵਿੱਚ ਆਪ ਹੀ ਪ੍ਰਵੇਸ਼ ਕਰਦਾ ਹੈ । ਆਪਣੇ ਭਾਣੇ ਅਨੁਸਾਰ ਹੀ ਦੰਡ, ਬਖਸ਼ਿਸ਼ਾਂ, ਨਿਸ਼ਕਾਮ ਸੇਵਾ, ਬ੍ਰਹਮ ਗਿਆਨ ਦੀ ਦਾਤ ਬਖਸ਼ਦਾ ਹੈ । ਜਿਸ ਨੂੰ ਸ਼ਬਦ ਦੇ ਲੜ ਲਾਉਂਦਾ ਹੈ, ਕੇਵਲ ਉਹ ਹੀ ਸੰਗਤ ਵਿੱਚ ਰਲਕੇ ਸਿਮਰਨ, ਕਥਾ, ਵਿਆਖਿਆ ਕਰ ਸਕਦਾ ਹੈ । ਪ੍ਰਭ ਦੀ ਰਹਿਮਤ ਤੋਂ ਬਿਨਾਂ ਸ਼ਬਦ ਦਾ ਸਿਮਰਨ ਨਹੀਂ ਕੀਤਾ ਜਾ ਸਕਦਾ । ਜਿਸ ਦੀ ਸ਼ਬਦ ਦੀ ਕਮਾਈ ਪ੍ਰਵਾਨ ਹੋ ਜਾਂਦਾ ਹੈ, ਉਸ ਨੂੰ ਪ੍ਰਵਾਨਗੀ ਦਾ ਅਸਲੀ ਰਸਤਾ ਬਖਸ਼ਿਸ਼ ਹੋ ਜਾਂਦਾ ਹੈ । ਪ੍ਰਭ ਦਾ ਹੀ ਸਰੂਪ ਬਣ ਜਾਂਦਾ, ਉਸ ਵਿੱਚ ਅਭੇਦ ਹੋ ਜਾਂਦਾ ਹੈ ।

No one can change, alter, or rewrite his own destiny. The True Master Greatest of All, engraves the destiny on every soul before birth. He does not have any desire to be paid by worldly charity for Blessings. Many may be praying for bravery, good health, prosperity, control on worldly desires. So many remain intoxicated in meditation, contented, and gratitude with His Blessings. Many ignorant, self-minded enjoy His Blessings; however, remain uncontented, unthankful and keeps begging more and more. Self-minded, egoists claim that he has accomplished everything by his own wisdom and hard work. Many may endure hunger, pain, and misery all time; however, remains never contented with His Blessings. Whosoever may be blessed with devotion to meditate, only he may adopt the teachings of His Word; with His mercy and grace, his worldly bondage may be conquered, accepted in His Sanctuary. There may not be any other right path of salvation. Whosoever may claim to be beyond the reach of His Command and he may guide others on the right path of salvation; he must eventually repent for his foolishness and captured by the devil of death. The Omniscient True Master remains aware all desires of His Creation; only blesses as per his deeds of previous lives. Whosoever may acknowledge His Word as an ultimate and justice Command; he may remain intoxicated in meditation in the void of His Word. He may remain fascinated from The King of kings and His Nature.

26. ਪ੍ਰਭ ਦੇ ਸ਼ਬਦ ਦੀ ਪਾਲਣਾ ਦੇ ਨਿਯਮ, ਮਹੱਤਤਾ ਕੀ ਹੈ?

ਅਮੁਲ ਗੁਣ ਅਮੁਲ ਵਾਪਾਰ॥	Amul gun, amul vaapaar.
ਅਮੁਲ ਵਾਪਾਰੀਏ ਅਮੁਲ ਭੰਡਾਰ॥	Amul vaapaaree-ay, amul bhandaar.
ਅਮੁਲ ਆਵਹਿ ਅਮੁਲ ਲੈ ਜਾਹਿ॥	Amul aavahi, amul lai jaahi.
ਅਮੁਲ ਭਾਇ ਅਮੁਲਾ ਸਮਾਹਿ॥	Amul bhaa-ay, amulaa samaahi.
ਅਮੁਲੁ ਧਰਮੁ ਅਮੁਲੁ ਦੀਬਾਣੁ॥	Amul Dharam, amul deebaan.
ਅਮੁਲੁ ਤੁਲੁ ਅਮੁਲੁ ਪਰਵਾਣੁ॥	Amul tul, amul parvaan.
ਅਮੁਲੁ ਬਖਸੀਸ ਅਮੁਲੁ ਨੀਸਾਣੁ॥	Amul bakhsees, amul neesaan.
ਅਮੁਲੁ ਕਰਮੁ ਅਮੁਲੁ ਫੁਰਮਾਣੁ॥	Amul karam, amul furmaan.
ਅਮੁਲੋ ਅਮੁਲੁ ਆਖਿਆ ਨ ਜਾਇ॥	Amulo amul aakhi-aa na jaa-ay.
ਆਖਿ ਆਖਿ ਰਹੇ ਲਿਵ ਲਾਇ॥	Aakh aakh rahay liv laa-ay.
ਆਖਹਿ ਵੇਦ ਪਾਠ ਪੁਰਾਣ॥	Aakhahi vayd paath puraan.
ਆਖਹਿ ਪੜੇ ਕਰਹਿ ਵਖਿਆਣ॥	Aakhahi parhay karahi vakhi-aan.
ਆਖਹਿ ਬਰਮੇ ਆਖਹਿ ਇੰਦ॥	Aakhahi barmay aakhahi ind.
ਆਖਹਿ ਗੋਪੀ ਤੈ ਗੋਵਿੰਦ॥	Aakhahi gopee tai govind.
ਆਖਹਿ ਈਸਰ ਆਖਹਿ ਸਿਧ॥	Aakhahi eesar aakhahi siDh.
ਆਖਹਿ ਕੇਤੇ ਕੀਤੇ ਬੁਧ॥	Aakhahi kaytay keetay buDh.
ਆਖਹਿ ਦਾਨਵ ਆਖਹਿ ਦੇਵ॥	Aakhahi daanav aakhahi dayv.
ਆਖਹਿ ਸੁਰਿ ਨਰ ਮੁਨਿ ਜਨ ਸੇਵ॥	Aakhahi sur nar mun jan sayv.
ਕੇਤੇ ਆਖਹਿ ਆਖਣਿ ਪਾਹਿ॥	Kaytay aakhahi aakhan paahi.
ਕੇਤੇ ਕਹਿ ਕਹਿ ਉਠਿ ਉਠਿ ਜਾਹਿ॥	Kaytay kahi kahi uth uth jaahi.
ਏਤੇ ਕੀਤੇ ਹੋਰਿ ਕਰੇਹਿ॥	Aytay keetay hor karayhi.
ਤਾ ਆਖਿ ਨ ਸਕਹਿ ਕੇਈ ਕੇਇ॥	Taa aakh na sakahi kay-ee kay-ay.
ਜੇਵਡੁ ਭਾਵੈ ਤੇਵਡੁ ਹੋਇ॥	Jayvad bhaavai tayvad ho-ay.
ਨਾਨਕ ਜਾਣੈ ਸਾਚਾ ਸੋਇ॥	Nanak jaanai saachaa so-ay.
ਜੇ ਕੋ ਆਖੈ ਬੋਲੁਵਿਗਾੜੁ॥	Jay ko aakhai boluvigaarh.
ਤਾ ਲਿਖੀਐ ਸਿਰਿ ਗਾਵਾਰਾ ਗਾਵਾਰੁ॥੨੬॥	Taa likee-ai sir gaavaaraa gaavaar. 26

ਪ੍ਰਭ ਦੇ ਸ਼ਬਦ ਦੇ ਗੁਣ ਅਮੋਲਕ ਹਨ, ਵਪਾਰ ਕਰਨਵਾਲਾ ਦਾਸ ਵੀ ਅਮੋਲਕ, ਵੱਡੇ ਭਾਗਾਂ ਵਾਲਾ ਹੀ ਹੁੰਦਾ ਹੈ। ਜਿਹੜਾ ਆਪਾ ਪ੍ਰਭ ਦੇ ਸ਼ਬਦ ਨੂੰ ਭੇਟਾ ਕਰਕੇ, ਸ਼ਬਦ ਨੂੰ ਜੀਵਨ ਵਿੱਚ ਢਾਲਦਾ ਹੈ, ਪ੍ਰਭ ਦੀ ਰਹਿਮਤ ਨਾਲ ਸ਼ਬਦ ਦੀ ਸੋਝੀ ਬਖਸ਼ਿਸ਼ ਹੋ ਜਾਂਦੀ ਹੈ, ਉਸ ਨੂੰ ਮਨ ਦੀ ਅਮੋਲਕ ਅਵਸਥਾ ਬਖਸ਼ਿਸ਼ ਹੋ ਜਾਂਦੀ ਹੈ, ਪ੍ਰਭ ਦੀ ਜੋਤ ਤਨ ਵਿੱਚ ਜਾਗਰਤ ਮਹਿਸੂਸ ਹੋ ਜਾਂਦੀ ਹੈ ਹੈ। ਪ੍ਰਭ ਦੇ ਮਾਨਸ ਜੀਵਨ ਦੇ ਨਿਯਮ, (ਧਰਿਜ, ਸੰਤੋਖ, ਦਾਇਆ); ਧਰਮ (ਮੁਨੱਖਤਾ); ਪ੍ਰਭ ਦਾ ਦਰਬਾਰ ਆਤਮਾ ਵਿੱਚ ਜਾਗਰਤ ਹੋਣਾ ਅਮੋਲਕ ਹੈ। ਪ੍ਰਭ ਦੇ ਦਾਸ ਦੀ ਬੰਦਗੀ ਪਰਖ ਦੇ ਯੋਗ ਹੋਣਾ, ਪ੍ਰਭ ਦੀ ਪਰਖ ਅਟਲ, ਅਮੋਲਕ ਹੈ। ਪ੍ਰਭ ਦੇ ਸ਼ਬਦ ਦੀ ਸੋਭਾ, ਪੂਰਨ ਤਰ੍ਹਾਂ ਗਾਈ ਨਹੀਂ ਜਾ ਸਕਦੀ। ਪ੍ਰਭ ਦਾ ਦਾਸ ਬਾਰ ਬਾਰ ਸ਼ਬਦ

ਦਾ ਸਿਮਰਨ ਕਰਦਾ, ਗੁਣ ਗਾਉਂਦਾ, ਸ਼ਬਦ ਦੀ ਸਮਾਧੀ ਵਿੱਚ ਅਡੋਲ ਰਹਿੰਦਾ ਹੈ । ਪ੍ਰਭ ਨੇ ਆਪ ਹੀ ਧਾਰਮਕ ਗ੍ਰੰਥ ਵਿੱਚ ਪ੍ਰਭ ਦੇ ਪ੍ਰਵਾਨ ਹੋਣ ਯੋਗ ਬਣਨ ਦੀਆਂ ਸਿਖਿਆਂ ਬਖਸ਼ੀਆਂ ਹਨ! ਪ੍ਰਭ ਆਪ ਹੀ ਸ਼ਬਦ ਦੀ ਪਾਲਣਾ ਕਰਨ ਦੀ ਮਹੱਤਤਾ ਦੀ ਪ੍ਰੇਰਨਾ ਕਰਦਾ ਹੈ । ਵਿਦਵਾਨ, ਪ੍ਰਚਾਰਕ ਧਾਰਮਕ ਗ੍ਰੰਥਾਂ ਨੂੰ ਪੜ੍ਹਕੇ ਪ੍ਰਚਾਰ ਕਰਦੇ ਹਨ । ਪ੍ਰਭ ਨੇ ਸ੍ਰਿਸ਼ਟੀ ਵਿੱਚ ਅਨੇਕਾਂ ਹੀ ਦਾਸ ਭੇਜੇ ਹਨ– ਬ੍ਰਹਮਾ, ਇੰਦ੍ਰ, ਈਸਰ, ਗੋਪੀਆ, ਨਾਨਕ, ਜੀਜ਼ਸ ਆਦਿ ਗੁਣ ਗਾਉਂਦੇ, ਪ੍ਰੇਰਨਾ ਕਰਦੇ, ਆਪਣਾ ਮਾਨਸ ਜੀਵਨ ਦਾ ਸਮਾਂ ਪੂਰਾ ਕਰਕੇ, ਵਾਪਸ ਚਲੇ ਜਾਂਦੇ ਹਨ, ਇਹ ਖੇਲ ਚਲਦਾ ਹੀ ਰਹਿੰਦਾ, ਅੱਗੇ ਵੀ ਚਲਦੇ ਰਹਿਣ ਵਾਲਾ ਹੈ । ਉਸ ਦੀ ਕੁਦਰਤ ਦਾ ਪੂਰਨ ਵਰਣਨ ਨਹੀਂ ਕੀਤਾ ਜਾ ਸਕਦਾ । ਉਤਨਾਂ ਹੀ ਮਹਾਨ, ਵੱਡਾ ਹੋ ਜਾਂਦਾ ਹੈ, ਜਿਤਨਾ ਉਸ ਨੂੰ ਭਾਉਂਦਾ ਹੈ, ਆਪਣੀ ਕੁਦਰਤ ਆਪ ਹੀ ਪੂਰਨ ਤਰ੍ਹਾਂ ਜਾਣਦਾ ਹੈ । ਜਿਹੜਾ ਸਮਝਦਾ ਹੈ, ਉਹ ਪੂਰਨ ਤਰ੍ਹਾਂ ਵਰਣਨ ਕਰ ਸਕਦਾ ਹੈ । ਉਹ ਬਹੁਤ ਵੱਡਾ ਮੂਰਖ ਹੀ ਹੁੰਦਾ ਹੈ, ਸ਼ਬਦ ਦੀ ਸੋਝੀ ਉਸ ਦੇ ਨੇੜੇ ਨਹੀਂ ਜਾਂਦੀ ।

The teachings of His Word, Virtues, The True Master; His devotee adopts the teachings of His Word with steady and stable belief; who may remain intoxicated in the void of His Word, sanctified soul, worthy of His Consideration all are ambrosial, very fortunate. His divine law, Dharma, (patience, contentment, and Compassion); His Throne, 10th door embedded with each soul; His Word, always ultimate justice; His Blessings, His right path of acceptance, symbol of acceptance is all ambrosial. His Blessed Vision, His Ultimate Command, essence of His Word; His true devotee remains intoxicated in the void of His Word all are ambrosial. The True Master has blessed worldly Holy Scriptures (like Vedas, Bible, Quran, Guru Grant Sahib) all inspires with the significance of adopting the virtues of His Dharma in day-to-day life. Many worldly scholars, sermon, teach, inspire the humble and passionate way of life. He sends many His Blessed souls like Brahma, Indra, Nanak, Jesus, and many more to guide His Creation time to time. Many have spoken about His Greatness, significance of adopting His Word in life. Every Holy soul plays an assigned role and move on. This play of universe goes on as designed, non-stop and true forever. From Ancient Ages, many have described His Greatness; however, greatness remains beyond complete explanation and comprehension of His Creation. He may become as big or small with own imagination; He remains embedded with each soul and dwells with his body from the smallest worm and as big as elephant. Only He knows His greatness or size; no one else can fully describe. Only ignorant, self-minded may claim, to describe Him completely. He must regret and repent, rebuked in His Court.

27. ਦਰਬਾਰ ਕਿਸਤਰ੍ਹਾਂ ਦਾ, ਉਸ ਵਿੱਚ ਕੌਣ, ਕੀ ਕਰਦੇ ਹਨ? Splendor His throne?

ਸੋ ਦਰੁ ਕੇਹਾ ਸੋ ਘਰੁ ਕੇਹਾ	So dar kayhaa so ghar kayhaa,
ਜਿਤੁ ਬਹਿ ਸਰਬ ਸਮਾਲੇ॥	jit bahi sarab samaalay.
ਵਾਜੇ ਨਾਦ ਅਨੇਕ ਅਸੰਖਾ	Vaajay naad anayk asankhaa,
ਕੇਤੇ ਵਾਵਣਹਾਰੇ॥	kaytay vaavanhaaray.
ਕੇਤੇ ਰਾਗ ਪਰੀ ਸਿਉ ਕਹੀਅਨਿ	Kaytay raag paree si-o kahee-an,
ਕੇਤੇ ਗਾਵਣਹਾਰੇ॥	kaytay gaavanhaaray.
ਗਾਵਹਿ ਤੁਹਨੋ ਪਉਣੁ ਪਾਣੀ ਬੈਸੰਤਰੁ,	Gaavahi tuhno pa-un paanee baisantar.
ਗਾਵੈ ਰਾਜਾ ਧਰਮੁ ਦੁਆਰੇ॥	Gaavai raajaa Dharam du-aaray.
ਗਾਵਹਿ ਚਿਤੁ ਗੁਪਤੁ ਲਿਖਿ ਜਾਣਹਿ,	Gaavahi chit gupat likh jaaneh
ਲਿਖਿ ਲਿਖਿ ਧਰਮੁ ਵੀਚਾਰੇ॥	likh likh Dharam veechaaray.
ਗਾਵਹਿ ਈਸਰੁ ਬਰਮਾ ਦੇਵੀ	Gaavahi eesar barmaa dayvee

ਸੋਹਨਿ ਸਦਾ ਸਵਾਰੇ॥	sohan sadaa savaaray.
ਗਾਵਹਿ ਇੰਦ ਇਦਾਸਣਿ ਬੈਠੇ	Gaavahi ind idaasan baithay
ਦੇਵਤਿਆ ਦਰਿ ਨਾਲੇ॥	dayviti-aa dar naalay.
ਗਾਵਹਿ ਸਿਧ ਸਮਾਧੀ ਅੰਦਰਿ	Gaavahi siDh samaaDhee andar
ਗਾਵਨਿ ਸਾਧ ਵਿਚਾਰੇ॥	gaavan saaDh vichaaray.
ਗਾਵਨਿ ਜਤੀ ਸਤੀ ਸੰਤੋਖੀ	Gaavan jatee satee santokhee
ਗਾਵਹਿ ਵੀਰ ਕਰਾਰੇ॥	gaavahi veer karaaray.
ਗਾਵਨਿ ਪੰਡਿਤ ਪੜਨਿ ਰਖੀਸਰ	Gaavan pandit parhan rakheesar
ਜੁਗੁ ਜੁਗੁ ਵੇਦਾ ਨਾਲੇ॥	jug jug vaydaa naalay.
ਗਾਵਹਿ ਮੋਹਣੀਆ ਮਨੁ ਮੋਹਨਿ	Gaavahi mohnee-aa man mohan
ਸੁਰਗਾ ਮਛ ਪਇਆਲੇ॥	surgaa machh pa-i-aalay.
ਗਾਵਨਿ ਰਤਨ ਉਪਾਏ ਤੇਰੇ	Gaavan ratan upaa-ay tayray
ਅਠਸਠਿ ਤੀਰਥ ਨਾਲੇ॥	athsath tirath naalay.
ਗਾਵਹਿ ਜੋਧ ਮਹਾਬਲ ਸੂਰਾ	Gaavahi joDh mahaabal sooraa
ਗਾਵਹਿ ਖਾਣੀ ਚਾਰੇ॥	gaavahi khaanee chaaray.
ਗਾਵਹਿ ਖੰਡ ਮੰਡਲ ਵਰਭੰਡਾ	Gaavahi khand mandal varbhandaa
ਕਰਿ ਕਰਿ ਰਖੇ ਧਾਰੇ॥	kar kar rakhay Dhaaray.
ਸੇਈ ਤੁਧੁਨੋ ਗਾਵਹਿ	Say-ee tuDhuno gaavahi
ਜੋ ਤੁਧੁ ਭਾਵਨਿ,	jo tuDh bhaavan,
ਰਤੇ ਤੇਰੇ ਭਗਤ ਰਸਾਲੇ॥	ratay tayray bhagat rasaalay.
ਹੋਰਿ ਕੇਤੇ ਗਾਵਨਿ	Hor kaytay gaavan
ਸੇ ਮੈ ਚਿਤਿ ਨ ਆਵਨਿ	say mai chit na aavan
ਨਾਨਕੁ ਕਿਆ ਵੀਚਾਰੇ॥	naanak ki-aa veechaaray.
ਸੋਈ ਸੋਈ ਸਦਾ ਸਚੁ ਸਾਹਿਬੁ	So-ee so-ee sadaa sach saahib
ਸਾਚਾ ਸਾਚੀ ਨਾਈ॥	saachaa saachee naa-ee.
ਹੈ ਭੀ ਹੋਸੀ ਜਾਇ ਨ ਜਾਸੀ	Hai bhee hosee jaa-ay na jaasee
ਰਚਨਾ ਜਿਨਿ ਰਚਾਈ॥	rachnaa jin rachaa-ee.
ਰੰਗੀ ਰੰਗੀ ਭਾਤੀ ਕਰਿ ਕਰਿ, ਜਿਨਸੀ	Rangee rangee bhaatee kar kar jinsee
ਮਾਇਆ ਜਿਨਿ ਉਪਾਈ॥	maa-i-aa jin upaa-ee.
ਕਰਿ ਕਰਿ ਵੇਖੈ ਕੀਤਾ ਆਪਣਾ,	Kar kar vaykhai keetaa aapnaa
ਜਿਵ ਤਿਸ ਦੀ ਵਡਿਆਈ॥	jiv tis dee vadi-aa-ee.
ਜੋ ਤਿਸੁ ਭਾਵੈ ਸੋਈ ਕਰਸੀ,	Jo tis bhaavai so-ee karsee
ਹੁਕਮੁ ਨ ਕਰਣਾ ਜਾਈ॥	hukam na karnaa jaa-ee.
ਸੋ ਪਾਤਿਸਾਹੁ ਸਾਹਾ ਪਾਤਿਸਾਹਿਬੁ,	So paatisaahu saahaa paatisaahib
ਨਾਨਕ ਰਹਣੁ ਰਜਾਈ॥੨੭॥	naanak rahan rajaa-ee. ||27||

ਪ੍ਰਭ ਤੇਰਾ ਘਰ, ਆਸਣ ਕਿਤਨੀ ਸ਼ਾਨ ਵਾਲਾ ਹੈ, ਜਿਸ ਵਿੱਚ ਬੈਠ ਕੇ ਸਾਰੀ ਸ੍ਰਿਸ਼ਟੀ ਨੂੰ ਸੰਭਾਲਦਾ, ਰੋਜ਼ੀ, ਕ੍ਰਿਪਾ ਦੀ ਨਜ਼ਰ ਬਖਸ਼ਦਾ ਹੈ? ਪ੍ਰਭ ਦੇ ਘਰ ਵਿੱਚ ਅਨੇਕਾਂ ਹੀ ਸੰਗੀਤ ਚਲਦੇ, ਅਨੇਕਾਂ ਹੀ ਸ਼ਬਦ ਦਾ ਵਿਚਾਰ, ਸਿਮਰਨ ਕਰਦੇ, ਰਾਗ ਚਲਦੇ, ਰਾਗਾਂ ਦੀਆਂ ਪਰੀਆਂ ਹਮੇਸ਼ਾਂ ਰਾਗ ਗਾਉਂਦੀਆ ਹਨ, ਗਿਣਤੀ ਨਹੀਂ ਕੀਤਾ ਜਾ ਸਕਦੀ । ਪ੍ਰਭ ਦੇ ਸ਼ਬਦ ਦੀ ਗੂੰਜ ਸਦਾ ਚਲਦੀ ਰਹਿੰਦੀ ਹੈ । ਪ੍ਰਭ ਦਾ ਸਿਮਰਨ ਹਵਾ, ਪਾਣੀ, ਅੱਗਨੀ, ਧਰਮਰਾਜ, ਚਿਤ੍ਰ ਅਤੇ ਗੁਪਤ, ਈਸਰ, ਬ੍ਰਹਮਾ, ਹੋਰ ਸਾਰੇ ਦੇਵ ਅਤੇ ਦੇਵੀਆਂ ਕਰਦੇ, ਪ੍ਰਭ ਦੀ ਰਹਿਮਤ ਨਾਲ ਦਰਬਾਰ ਵਿੱਚ ਪ੍ਰਵਾਨ ਹੋ ਗਏ ਹਨ । ਇੰਦ੍ਰ, ਸਾਧੂ, ਵਿਦਵਾਨ ਵਿਚਾਰ ਕਰਨਵਾਲੇ, ਸਿਧ, ਜੋਗੀ, ਜਤੀ, ਸਤੀਆਂ ਅਤੇ ਹੋਰ ਸੂਰਮੇ, ਸਾਸਤ੍ਰ ਦੇ ਗਿਆਨ ਵਾਲੇ ਵਿਦਵਾਨ ਪੰਡਿਤ, ਮਨ ਨੂੰ ਮੋਹਣਵਾਲੀ ਸੁਰਾਂ ਵਾਲੇ, ਸਵਰਗ ਤੇ ਪਤਾਲ ਵਿੱਚ ਰਹਿਣ ਵਾਲੀਆਂ ਸਾਰੀਆਂ ਸ੍ਰਿਸ਼ਟੀਆਂ ਹੀ ਸਿਮਰਨ ਕਰਦੀਆਂ, ਜਸ ਗਾਉਂਦੀਆਂ ਹਨ । ਪ੍ਰਭ ਤੇ ਰਹਿਮਤ ਬਖਸ਼ਦਾ ਹੈ, ਕੇਵਲ ਉਹ ਹੀ ਸ਼ਬਦ ਦਾ ਸਿਮਰਨ ਕਰਦਾ, ਸ਼ਬਦ ਦੀ ਸਮਾਧੀ ਵਿੱਚ ਅਡੋਲ ਰਹਿੰਦਾ ਹੈ । ਅਣਗਿਣਤ ਹੋਰ ਵੀ ਗੁਣ ਗਾਉਂਦੇ ਹਨ, ਜਿਹੜੇ ਮੇਰੇ ਖਿਆਲ ਵਿੱਚ ਨਹੀਂ ਅਉਂਦੇ, ਮੈਂ ਬੋਲਣਾ ਭੁਲ ਗਿਆ ਹਾ । ਪ੍ਰਭ ਅਟਲ ਸਦਾ ਰਹਿਣ

ਵਾਲਾ, ਸ੍ਰਿਸ਼ਟੀ ਤੋਂ ਪਹਿਲੇ ਵੀ ਅਤੇ ਸ੍ਰਿਸ਼ਟੀ ਤੋਂ ਪਿਛੋਂ ਵੀ ਅਟਲ ਰਹਿਣ ਵਾਲਾ ਅਸਲੀ ਮਾਲਕ ਹੈ। ਪ੍ਰਭ ਦੇ ਪੈਦਾ ਕੀਤੇ ਰਤਨ, ਅਨਗਿਣਤ ਹੀ ਤੀਰਥ (ਅਠਾਹਠ-68), ਸਾਸਤ੍ਰ, ਵੇਦ, ਸੂਰਮੇ ਹਨ, ਜਿਹਨਾਂ ਨੇ ਆਪਾ ਉਸ ਤੇ ਅਰਪਣ ਕੀਤਾ ਹੈ। ਹੋਰ ਸਾਰੇ ਖੰਡ, ਮੰਡਲ ਵਿੱਚ ਰਹਿਣ ਵਾਲੇ ਜੀਵ ਉਸ ਦਾ ਜਸ ਗਾਉਂਦੇ ਹਨ, ਮਨ ਇਕਾਗਰ ਕਰਕੇ ਸਦਾ ਚਲਣ ਵਾਲੀ ਧੁਨ ਵਿੱਚ ਮਸਤ ਰਹਿੰਦੇ ਹਨ। ਜਿਸ ਤੇ ਰਹਿਮਤ ਦੀ ਨਜ਼ਰ ਬਖਸ਼ਦਾ ਹੈ, ਕੇਵਲ ਉਹ ਹੀ ਸਿਮਰਨ ਕਰ ਸਕਦਾ ਹੈ। ਪ੍ਰਭ ਦੇ ਭਗਤ, ਪੂਜਣ ਯੋਗ ਹੋ ਜਾਂਦੇ, ਸ਼ਬਦ ਦੇ ਸਿਮਰਨ ਵਿੱਚ ਮਸਤ ਰਹਿੰਦੇ, ਮਰਜ਼ੀ ਨੂੰ ਕਬੂਲ ਕਰਕੇ, ਰਜ਼ਾ ਵਿੱਚ ਅਨੰਦ ਮਾਨਦੇ, ਕਰਤਬਾਂ ਦਾ ਧੰਨਵਾਦ ਗਾਉਂਦੇ ਹਨ। ਅਨੇਕਾਂ ਹੀ ਹੋਰ ਜੀਵ ਗਾਉਂਦੇ ਹਨ, ਜਿਹਨਾਂ ਦੀ ਪੂਰਨ ਗਿਣਤੀ ਨਹੀਂ ਕੀਤੀ ਜਾ ਸਕਦੀ। ਪ੍ਰਭ ਨੇ ਅਨੇਕਾਂ ਹੀ ਕਿਸਮਾਂ ਦੇ ਜੀਵ ਬਣਾਏ, ਅਨੇਕਾਂ ਹੀ ਰੰਗ ਰੂਪਾਂ, ਗੁਣਾਂ, ਹਰਇਕ ਵਿੱਚ ਵੱਖਰੇ, ਗੁਣ ਦਾ ਭੰਡਾਰ ਬਖਸ਼ਿਆ ਹੈ। ਸ੍ਰਿਸ਼ਟੀ ਨੂੰ ਆਪ ਹੀ ਪੈਦਾ ਕਰਦਾ, ਦੇਖਦਾ ਅਨੰਦ ਮਾਨਦਾ, ਆਪਣੀ ਮਰਜ਼ੀ ਦਾ ਮਾਲਕ, ਆਪਣੀ ਮੌਜ ਵਿੱਚ ਰਹਿੰਦਾ ਹੈ। ਪ੍ਰਭ, ਕਿਸੇ ਦਾ ਮੁਹਤਾਜ, ਗੁਲਾਮ ਨਹੀਂ, ਸ੍ਰਿਸ਼ਟੀ ਦੇ ਸਾਰੇ ਦੇਵਤੇ, ਮਾਹਰਾਜੇ ਪ੍ਰਭ ਦੇ ਹੁਕਮ ਅੰਦਰ ਹੀ ਹਨ। ਪ੍ਰਭ ਦਾ ਹੁਕਮ ਸਦਾ ਹੀ ਅਟਲ ਵਾਪਰਦਾ ਹੈ। ਪ੍ਰਭ ਦੇ ਦਾਸ ਸਦਾ ਹੀ ਪ੍ਰਭ ਦੇ ਬਖਸ਼ੇ ਤੇ ਸੰਤੋਖ, ਧੰਨਵਾਦ ਹੀ ਗਾਉਂਦਾ ਮਸਤ ਰਹਿੰਦਾ ਹੈ।

How elegant may be His Throne, Palace to dwell and to perform all His functions? Countless musicians, music, gods, angels, devotees, Holy Shrines, Holy priests of all Ages, sing His Glory and remain contented with His Blessings. The everlasting echo of His Word remains resonating nonstop within each soul, in His Nature as the right path of acceptance in His Court. Air, water, fire all underwater, universes, all Holy Shrines, warriors, Holy Scriptures, The Righteous Judge, chitr and gupt, Shivji, Brahma, goddess of Beauty, Indra, Siddhas, Celibates, fanatics, contented devotee, fearless warriors, religious priests, saints, worldly scholars, enchanting heavenly beauty, angels, 68 Holy Shrines, mighty warriors, all planets, solar system, galaxies, His true devotees who have surrender self-identity sings the glory of His Word. Many others, I might have omitted to mention in my ignorance. Whosoever may be blessed with devotion to meditates; he may remain intoxicated in deep meditation in the void of His Word. The Omnipresent True Master, His Command prevails throughout His Nature. He has created many universes, Creations, stars, creatures of various forms, shapes, colors, and various kinds of worldly wealth. Only His Word prevails, no one can change or avoid His Command, Blessings. His true devotee believes, The One and Only One, The King of kings, His Word prevails and the only right path of salvation.

28. ਪ੍ਰਭ ਦੇ ਸੇਵਕ, ਸਿਖ, ਹਿੰਦੂ, ਮੁਸਲਮਾਨ ਦਾ, ਰਹਿਤਨਾਮਾ – True Religious robe?

ਮੁੰਦਾ ਸੰਤੋਖੁ ਸਰਮੁ ਪਤੁ ਝੋਲੀ	Munda santokh saram pat jholee
ਧਿਆਨ ਕੀ ਕਰਹਿ ਬਿਭੂਤਿ॥	Dhi-aan kee karahi bibhoot.
ਖਿੰਥਾ ਕਾਲੁ ਕੁਆਰੀ ਕਾਇਆ	Khinthaa kaal ku-aaree kaa-i-aa ju-
ਜੁਗਤਿ ਡੰਡਾ ਪਰਤੀਤਿ॥	gat dandaa parteet.
ਆਈ ਪੰਥੀ ਸਗਲ ਜਮਾਤੀ	Aa-ee panthee sagal jamaatee
ਮਨਿ ਜੀਤੈ ਜਗੁ ਜੀਤੁ॥	man jeetai jag jeet.
ਆਦੇਸੁ ਤਿਸੈ ਆਦੇਸੁ॥	Aadays tisai aadays.
ਆਦਿ ਅਨੀਲੁ ਅਨਾਦਿ ਅਨਾਹਤਿ,	Aad aneel anaad anaahat
ਜੁਗੁ ਜੁਗੁ ਏਕੋ ਵੇਸੁ॥੨੮॥	jug jug ayko vays. ||28||

ਪ੍ਰਭ ਦੀ ਰਹਿਮਤ ਪ੍ਰਾਪਤ ਕਰਨ ਲਈ ਕਿਸਤਰ੍ਹਾਂ ਦਾ ਭੇਸ ਬਣਾਉਣਾ ਚਾਹੀਦਾ ਹੈ? ਰਹਿਤਨਾਮਾ

ਗੁਰਮਖ ਆਪਣੇ ਜੀਵਨ ਨੂੰ ਬੁਰੇ ਕੰਮਾਂ ਤੋਂ ਰਹਿਤ ਰਖਦਾ; ਬਖਸ਼ਿਸ਼ ਲਈ ਧੀਰਜ; ਬਖਸ਼ਿਸ਼ ਤੇ ਸੰਤੋਖ ਰਖਦਾ, ਇਹ ਹੀ ਬਾਣਾ ਧਾਰਨ ਕਰਦਾ, ਆਪਣੇ ਕੰਨਾਂ ਮੁੰਦਰਾਂ ਬਣਾਉਂਦਾ ਹੈ। ਪ੍ਰਭ ਦੇ ਸ਼ਬਦ ਦਾ

ਸਿਮਰਨ, ਪਾਲਣਾ ਅਡੋਲ ਭਰੋਸੇ ਨਾਲ ਕਰਦਾ, ਸ਼ਬਦ ਦੀ ਸੋਝੀ ਨੂੰ ਰੋਮ ਰੋਮ ਜਾਗਰਤ ਰਖਣ ਰੂਪੀ ਸਮਾਧੀ ਆਸਣ ਲਾਉਂਦਾ ਹੈ । ਆਪਣੀ ਆਤਮਾ ਦੀ ਪ੍ਰਭ ਦੀ ਜੋਤ ਵਿਚੋਂ ਵਿਛੋੜੇ ਨੂੰ, ਮੌਤ ਨੂੰ ਸਦਾ ਯਾਦ ਰਖਦਾ, ਪ੍ਰਭ ਦੀ ਜੋਤ ਨੂੰ ਹਰਇਕ ਜੀਵ ਵਿੱਚ ਵਸਦੀ ਸਮਝਕੇ, ਪ੍ਰਭ ਦੇ ਸ਼ਬਦ ਨੂੰ ਅਟਲ ਮੰਨਕੇ ਆਪਣੇ ਜੀਵਨ ਦਾ ਢੰਗ, ਧਾਰਮਕ ਚੋਲਾ, ਬਾਣਾ, ਬਣਾਉਂਦਾ ਹੈ । ਪ੍ਰਭ ਦੀ ਜੋਤ ਹੀ ਸਾਰਿਆਂ ਵਿੱਚ ਪ੍ਰਵੇਸ਼ ਮੰਨ ਕੇ, ਹਰਇਕ ਜੀਵ ਨੂੰ ਹੀ ਪ੍ਰਭ ਦਾ ਰੂਪ, ਆਪਣੀ ਆਤਮਾ ਦਾ ਭਾਗ, ਆਪਣਾ ਭਾਈ ਹੀ ਸਮਝਕੇ ਜੀਵਨ ਬਤੀਤ ਕਰਦਾ ਹੈ । ਜਿਹੜਾ ਆਪਣੇ ਮਨ ਤੇ ਕਾਬੂ ਪਾ ਲੈਂਦਾ ਹੈ, ਫਿਰ ਉਸ ਨੂੰ ਕਦੇ ਅਹੰਕਾਰ ਨਹੀਂ ਆਉਂਦਾ, ਸੰਤੋਖ ਬਖਸ਼ਿਸ਼ ਹੋ ਜਾਂਦਾ ਹੈ, ਪ੍ਰਭ ਦੀ ਸਦਾ ਚਲਣ ਵਾਲੀ ਗੂੰਜ ਮੰਨ ਵਿੱਚ ਸੁਣਈ ਦੇਣ ਲਗ ਪੈਂਦੀ ਹੈ । ਪ੍ਰਭ ਹੀ ਸਾਰੇ ਸੰਸਾਰ ਦਾ (ਆਦਿ) ਮੂਲ, ਜੜ੍ਹ ਰੂਪ ਹੈ । ਉਹ ਅਨੀਲੁ (ਅ+ਨੀਲੁ), ਨੀਲੇ ਅਕਾਸ਼ ਆਦਿਕ ਤੱਤਾਂ ਦੇ ਕਾਰਜ ਤੋਂ (ਅ) ਰਹਿਤ ਹੈ । ਉਹ ਕਾਲੀਆਂ, ਖੋਟੀਆਂ ਇਛਾਂ ਤੋਂ ਰਹਿਤ ਹੈ । (ਅਨਾਦਿ)– (ਅਨ+ਆਦਿ) ਉਹ ਆਦਿ ਤੋਂ ਰਹਿਤ ਹੈ । ਕੋਈ ਆਦਿ ਨਹੀਂ, ਅਨਾਦੀ, ਜੁਗਾਂ ਜੁਗਾਂ ਵਿੱਚ ਅਟਲ, ਰਹਿਣ ਵਾਲੇ ਮਾਲਕ ਅੱਗੇ ਰਹਿਮਤ ਦੀ ਅਰਦਾਸ ਕਰਦਾ ਹੈ । ਉਸ ਦਾ ਬਖਸ਼ਿਆ ਭੇਖ, ਰੂਪ, ਸਾਦਗੀ ਵਾਲਾ ਬਸਤਰ ਪਹਿਨ ਦਾ ਹੈ । ਹੋਰ ਨਵਾਂ, ਵਖਰਾ ਭੇਖ, ਬਾਣਾ ਜਾ ਚਿੰਨ੍ਹ ਧਾਰਨ ਨਹੀਂ ਕਰਦਾ, ਧਰਮ ਨਹੀਂ ਚਲਾਉਂਦਾ ।

What should be the true robe of His true devotee? His true devotee, controls his mind, evil thoughts and adopts a way of life; Patience for His Blessings; Contentment with His Blessings; Compassion for less fortunate. He accepts sorrows and pleasures in life unconditionally as His Worthy Blessings as his robe, ear-rings; as his meditation throne and rubbing ashes on his body. He always remembers unpredictable death, remains in renunciation in the memory of his separation from His Holy Spirit. He keeps his soul, mind beyond the reach of sweet poison of worldly wealth. Whosoever may adopt the teachings of His Word with steady and stable in his day-to-day life; with His mercy and grace, his soul may be sanctified and drenched with essence of His Word. He believes, His Holy Spirit remains embedded within each soul, dwells and prevails within each creature. Every soul is an expansion of His Holy Spirit; His Creation is brotherhood, a symbol of The True Master. Whosoever may adopt such a way of life; with His mercy and grace, he may conquer his own ego and blessed with the right path of acceptance in His Court. He surrenders his self-identity at His Sanctuary and prays for His Forgiveness and Refuge; The Omnipotent, Omniscient, Omnipresent, Axiom, true forever True Master. He adopts His Blessed body, robe, mankind as religion and he may never adopt any distinguished symbol, robe except mankind as religion.

29. ਪ੍ਰਭ ਦਾ ਖਜ਼ਾਨਾ ਕਿਤਨਾ ਵੱਡਾ, ਕਿਹੜਾ ਧਨ ਹੈ? How great is His treasure?

ਭੁਗਤਿ ਗਿਆਨੁ ਦਇਆ ਭੰਡਾਰਣਿ,	Bhugat gi-aan da-i-aa bhandaaran
ਘਟਿ ਘਟਿ ਵਾਜਹਿ ਨਾਦ॥	ghat ghat vaajeh naad.
ਆਪਿ ਨਾਥੁ ਨਾਥੀ ਸਭ ਜਾ ਕੀ	Aap naath naathee sabh jaa kee
ਰਿਧਿ ਸਿਧਿ ਅਵਰਾ ਸਾਦ॥	riDh siDh avraa saad.
ਸੰਜੋਗੁ ਵਿਜੋਗੁ ਦੁਇ ਕਾਰ ਚਲਾਵਹਿ,	Sanjog vijog du-ay kaar chalaaveh
ਲੇਖੇ ਆਵਹਿ ਭਾਗ॥	laykhay aavahi bhaag.
ਆਦੇਸੁ ਤਿਸੈ ਆਦੇਸੁ॥	Aadays tisai aadays.
ਆਦਿ ਅਨੀਲੁ ਅਨਾਦਿ ਅਨਾਹਤਿ,	Aad aneel anaad anaahat
ਜੁਗੁ ਜੁਗੁ ਏਕੋ ਵੇਸੁ॥੨੯॥	jug jug ayko vays. ||29||

ਪ੍ਰਭ ਦੇ ਸ਼ਬਦ ਦੀ ਸੋਝੀ ਰੂਪੀ (ਭੁਗੀਤ) ਭੋਜਨ ਹੀ ਖਾਣੇ ਯੋਗ ਹੈ । ਦੂਸਰਿਆਂ ਉਪਰ ਦਇਆ ਕਰਣਾ ਵਾਲੇ ਗੁਣ ਨਾਲ ਹੀ ਪ੍ਰਭ ਦੇ ਭੰਡਾਰ, ਖਜ਼ਾਨੇਂ ਦਾ ਅਨੁਭਵ, ਬਖਸ਼ਿਸ਼ ਹੁੰਦਾ ਹੈ । ਰੋਮ ਰੋਮ ਵਿਚੋਂ ਸਦਾ ਚਲਣ ਵਾਲੀ ਧੁਨ, ਗਾਉਣਾ, ਹੀ (ਨਾਦ) ਵਾਜਾ, ਸੰਗੀਤ ਹੀ ਪ੍ਰਭ ਦੇ ਧੰਨਵਾਦ ਦੀ ਵਿਧੀ ਹੈ । ਪ੍ਰਭ

ਆਪ ਹੀ ਸਭ ਦਾ ਮਾਲਕ (ਨਾਥ) ਹੈ । ਸਾਰੀ ਸ੍ਰਿਸ਼ਟੀ ਉਸ ਦੀ ਸਾਜੀ, ਉਸ ਦੇ ਹੁਕਮ ਵਿੱਚ ਬੰਧੀ (ਨੱਥੀ) ਹੋਈ ਹੈ । ਜੀਵ ਦੇ ਮਨ ਵਿੱਚ ਪ੍ਰਭ ਬਣਨ ਦੀ ਇਛਾ ਨਹੀਂ ਹੋਣੀ ਚਾਹੀਦੀ । ਪ੍ਰਭ ਆਪਣੀ ਰਹਿਮਤ ਨਾਲ, ਜਿਸ ਜੀਵ ਨੂੰ ਰਿਧੀਆਂ, ਸਿਧੀਆਂ ਬਖਸ਼ਦਾ ਹੈ । ਉਹ ਜੀਵ ਨਿਮ੍ਰਤਾ ਨਾਲ ਭਰ ਜਾਂਦੇ, ਉਸ ਨੂੰ ਰਿਧੀਆਂ ਦਾ ਕੋਈ ਸਵਾਦ, ਕੋਈ ਅਹੰਕਾਰ ਨਹੀਂ ਹੁੰਦਾ । ਇਹਨਾਂ ਰਿਧੀਆਂ ਸਿਧੀਆਂ ਦਾ ਜਦੋਂ ਵੀ ਕਿਸੇ ਨੂੰ ਸਵਾਦ ਆਉਣ ਲਗ ਪੈਂਦਾ ਹੈ । ਉਸ ਸਮੇਂ ਉਹ ਪ੍ਰਭ ਦੇ ਅਨੰਦ ਤੋਂ ਦੂਰ ਹੋ ਜਾਂਦਾ, ਇਹ ਸਵਾਦ ਹੀ ਅਹੰਕਾਰ ਦੀ ਜੜ੍ਹ ਮਜ਼ਬੂਤ ਕਰਦਾ ਹੈ । ਪ੍ਰਭ ਦੇ ਹੁਕਮ ਦੇ ਅਨੁਸਾਰ, ਜੀਵ ਦੀ ਆਤਮਾ ਦਾ ਪ੍ਰਭ ਦੀ ਜੋਤ ਤੋਂ ਵਿਛੋੜਾ ਹੁੰਦਾ ਹੈ । ਜੀਵ ਦੇ ਸੰਸਾਰ ਵਿੱਚ ਕੀਤੇ ਕੰਮਾਂ ਦੇ ਫਲ ਨਾਲ ਹੀ ਪ੍ਰਭ ਜੀਵ ਦੇ ਭਾਗ ਲਿਖਦਾ ਹੈ । ਜੀਵ ਸੰਸਾਰਕ ਜੀਵਨ ਬਤੀਤ ਕਰਦਾ ਹੈ । ਪ੍ਰਭ ਦਾ ਸ਼ਬਦ, ਆਤਮਾ ਵਿੱਚ ਸਮਾਇਆ ਰਹਿੰਦਾ ਹੈ । ਜਿਹੜਾ ਸ਼ਬਦ ਅਨੁਸਾਰ ਜੀਵਨ ਬਤੀਤ ਕਰਦਾ ਹੈ, ਉਸ ਨੂੰ ਸੰਸਾਰਕ ਮਾਇਆ ਰੂਪੀ ਤਿੰਨਾਂ ਪਦਾਰਥਾਂ (ਰਾਜਸ, ਤਾਮਸ, ਸਾਤਸ) ਤੇ ਜਿੱਤ ਬਖਸ਼ਿਸ਼ ਹੁੰਦੀ ਹੈ । ਪ੍ਰਭ ਦੀ ਰਹਿਮਤ ਨਾਲ ਪ੍ਰਵਾਨਗੀ ਦਾ ਅਸਲੀ ਰਸਤਾ, ਚੌਥਾਂ ਪਦਾਰਥ ਬਖਸ਼ਿਸ਼ ਹੁੰਦਾ ਹੈ । ਪ੍ਰਭ ਹੀ ਸਾਰੇ ਸੰਸਾਰ ਦਾ (ਆਦਿ) ਮੂਲ, ਜੜ੍ਹ ਰੂਪ ਹੈ । ਉਹ ਅਨੀਲੁ (ਅ+ਨੀਲੁ), ਨੀਲੇ ਅਕਾਸ਼ ਆਦਿਕ ਤੱਤਾਂ ਦੇ ਕਾਰਜ ਤੋਂ (ਅ) ਰਹਿਤ ਹੈ । ਉਹ ਕਾਲੀਆਂ, ਖੋਟੀਆਂ ਇਛਾਂ ਤੋਂ ਰਹਿਤ ਹੈ । (ਅਨਾਦਿ)-(ਅਨ+ਆਦਿ) ਉਹ ਆਦਿ ਤੋਂ ਰਹਿਤ ਹੈ । ਕੋਈ ਆਦਿ ਨਹੀਂ, ਅਨਾਦੀ ਹੈ, ਜੁਗਾਂ ਜੁਗਾਂ ਵਿੱਚ ਅਟਲ, ਮਾਲਕ ਸਮਝਕੇ ਰਹਿਮਤ ਦੀ ਅਰਦਾਸ ਕਰਨੀ ਚਾਹੀਦਾ ਹੈ ।

The enlightenment of the essence of His Word may be the ambrosial worthy nourishment for soul sanctification; with His mercy and grace, he may be blessed with treasure of compassion, forgiveness for less fortunate.
He may hear the everlasting echo of His Word resonating within his heart. The One and Only One, True Master, King of kings, guru of all gurus, creates, nourishes, protects, assigns unique tasks, monitors His Creation. All miracle powers to become supreme-being may be bestowed with His Blessed Vision and remains only under His Command. Whosoever may show sign of pride with miracle powers; he may be deprived from His Sanctuary; the root of ego becomes stronger within his mind. His Holy Spirit always keeps cleansing herself and separates blemish soul to be sanctified; her cycle of reincarnation begins. The True Master prewrites his destiny as a reward for his worldly deeds. His roadmap to become acceptable remains embedded as His Word within his soul. Whosoever may adopt the teachings of His Word, embedded within his soul with steady and stable belief; with His mercy and grace, his soul may remain beyond the reach of sweet poison of worldly wealth, three virtues (**Raajas, Taamas, Satvas**) of worldly wealth. He may be blessed with the 4th virtues, the right path of acceptance in His Court, Salvation. The process of separation and immersing of the soul with His Holy Spirit, completes the play of the universe. He should surrender his self-identity at His Sanctuary and prays for His Forgiveness and Refuge; The Axiom, Omnipotent, Omniscient, Omnipresent, true forever True Master;

Three Virtues of worldly wealth: – Raajas, Taamas, Satvas!

ਰਜ ਗੁਣ; Raajas: Mind concentration! The quality of energy and activity!

ਤਮ ਗੁਣ; Taamas: Mind Awareness! The quality of Darkness and inertia!

ਸਤ ਗੁਣ; Satvas: Purity, of mind! The quality of purity and light!

** **Three Virtues of worldly wealth: Arath, Dharam, Kaam!**

ਅਰਥ; Arath: Adopt His Word in life.

ਧਰਮ; Dharam: Self-discipline, own character! Conquer selfishness!

ਕਾਮ; Kaam: Conquer sexual desire for strange woman:

30. ਸ੍ਰਿਸ਼ਟੀ ਦਾ ਪਸਾਰਾ ਕਿਵੇਂ ਹੋਇਆ ਹੈ? How universe is created, expanded?

ਏਕਾ ਮਾਈ ਜੁਗਤਿ ਵਿਆਈ	Aykaa maa-ee jugat vi-aa-ee
ਤਿਨਿ ਚੇਲੇ ਪਰਵਾਣੁ॥	tin chaylay parvaan.
ਇਕੁ ਸੰਸਾਰੀ ਇਕੁ ਭੰਡਾਰੀ	Ik sansaaree ik bhandaaree
ਇਕੁ ਲਾਏ ਦੀਬਾਣੁ॥	ik laa-ay deebaan.
ਜਿਵ ਤਿਸੁ ਭਾਵੈ ਤਿਵੈ ਚਲਾਵੈ	Jiv tis bhaavai tivai chalaavai
ਜਿਵ ਹੋਵੈ ਫੁਰਮਾਣੁ॥	jiv hovai furmaan.
ਓਹੁ ਵੇਖੈ ਓਨਾ ਨਦਰਿ ਨ ਆਵੈ	Oh vaykhai onaa nadar na aavai ba-
ਬਹੁਤਾ ਏਹੁ ਵਿਡਾਣੁ॥	hutaa ayhu vidaan.
ਆਦੇਸੁ ਤਿਸੈ ਆਦੇਸੁ॥	Aadays tisai aadays.
ਆਦਿ ਅਨੀਲੁ ਅਨਾਦਿ ਅਨਾਹਤਿ,	Aad aneel anaad anaahat
ਜੁਗੁ ਜੁਗੁ ਏਕੋ ਵੇਸੁ॥੩੦	jug jug ayko vays. ||30||

ਕੇਵਲ ਇਕੋ ਇਕ ਪ੍ਰਭ ਹੀ ਸਾਰੀ ਸ੍ਰਿਸ਼ਟੀ ਪੈਦਾ ਕਰਦਾ ਹੈ, ਸਾਰੀ ਸ੍ਰਿਸ਼ਟੀ ਪ੍ਰਭ ਦੀ ਜੋਤ ਦਾ ਪਸਾਰਾ, ਵਿਚੋਂ ਹੀ ਉਤਪਤ ਹੁੰਦੀ ਹੈ । ਜਿਹੜਾ ਸ਼ਬਦ ਦੇ ਇਸ ਤੱਤ ਤੇ ਭਰੋਸਾ ਅਡੋਲ ਰਖਕੇ, ਸ਼ਬਦ ਦਾ ਸਿਖਿਆਂ ਨਾਲ ਜੀਵਨ ਬਤੀਤ ਕਰਦਾ ਹੈ, ਉਸ ਨੂੰ ਪ੍ਰਵਾਨਗੀ ਦਾ ਰਸਤਾ ਬਖਸ਼ਿਸ਼ ਹੋ ਸਕਦਾ ਹੈ । ਇਕੋ ਇਕ ਪ੍ਰਭ ਹੀ ਸ੍ਰਿਸ਼ਟੀ ਪੈਦਾ ਕਰਦਾ, ਪਾਲਣਾ, ਪੋਸਨਾ ਕਰਦਾ, ਗੁਣਾਂ, ਸੋਝੀ ਦਾ ਖਜ਼ਾਨਾ ਬਖਸ਼ਦਾ ਹੈ । ਪ੍ਰਭ ਦੇ ਹੁਕਮ ਨਾਲ ਹੀ ਜੀਵਨ ਦਾ ਰਸਤਾ, ਤਨ ਦੀ, ਸੰਸਾਰਕ ਇਛਾਂ ਦੀ ਮੌਤ ਹੁੰਦੀ ਹੈ । ਪ੍ਰਭ ਜੀਵ ਦੇ ਸੰਸਾਰਕ ਕੀਤੇ ਕੰਮਾਂ ਨੂੰ ਪਰਖਦਾ, ਉਸ ਦੇ ਅਗਲੇ ਜੀਵਨ ਦੇ ਭਾਗ ਲਿਖਦਾ, ਨਵੀਂ ਜੂੰਨ ਵਿੱਚ ਭੇਜਦਾ ਹੈ । ਜੀਵ ਕੇਵਲ ਪ੍ਰਭ ਦੇ ਹੁਕਮ ਅੰਦਰ ਹੀ ਚਲ ਸਕਦਾ ਹੈ । ਕੇਵਲ ਪ੍ਰਭ ਦਾ ਅਟਲ ਹੁਕਮ ਹੀ ਚਲਦਾ ਹੈ । ਪ੍ਰਭ ਜੀਵ ਨੂੰ ਪੈਦਾ ਕਰਦਾ, ਪਾਲਣਾ ਪੋਸਨਾ ਕਰਦਾ, ਰਖਿਆ ਕਰਦਾ, ਰਸਤਾ ਬਖਸ਼ਦਾ ਹੈ । ਫਿਰ ਵੀ ਜੀਵ ਦੀ ਨਜ਼ਰ ਵਿੱਚ ਨਹੀਂ ਆਉਂਦਾ, ਇਹ ਪ੍ਰਭ ਦਾ ਅਨੋਖਾ ਹੀ ਖੇਲ ਹੈ । ਪ੍ਰਭ ਹੀ ਸਾਰੇ ਸੰਸਾਰ ਦਾ (ਆਦਿ) ਮੂਲ, ਜੜ੍ਹ ਰੂਪ ਹੈ । ਉਹ ਅਨੀਲੁ (ਅ+ਨੀਲੁ), ਨੀਲੇ ਅਕਾਸ਼ ਆਦਿਕ ਤੱਤਾਂ ਦੇ ਕਾਰਜ ਤੋਂ (ਅ) ਰਹਿਤ ਹੈ । ਉਹ ਕਾਲੀਆਂ, ਖੋਟੀਆਂ ਇਛਾਂ ਤੋਂ ਰਹਿਤ ਹੈ । (ਅਨਾਦਿ)–(ਅਨ+ਆਦਿ) ਉਹ ਆਦਿ ਤੋਂ ਰਹਿਤ ਹੈ । ਕੋਈ ਆਦਿ ਨਹੀਂ, ਆਪ ਅਨਾਦੀ ਹੈ, ਜੁਗਾਂ ਜੁਗਾਂ ਵਿੱਚ ਅਟਲ, ਮਾਲਕ ਸਮਝਕੇ ਰਹਿਮਤ ਦੀ ਅਰਦਾਸ ਕਰਨੀ ਚਾਹੀਦਾ ਹੈ ।

The One and Only One True Master creates new life, as an expansion of His Holy Spirt; only blemish soul may be separated from His Holy Spirit. His soul may be blessed with new body, His new Word, road-map embedded within his soul to sanctify and becomes worthy of His Consideration. Whosoever may adopt the teachings of His Word, embedded within his soul; with His mercy and grace, he may be blessed with the right path of acceptance in His Court. The One and Only One True Master creates, nourishes, protects, and destroys his perishable body; death to his worldly desires. Everything happens under His Command, The True Master, Treasures of all virtues. The True Master prevails, monitors all worldly activities of His Creation; however, He remains beyond any visibility and realization of His Creation. His true devotee surrenders his self-identity at His Sanctuary and prays for His Forgiveness and Refuge; The Omnipotent, Axiom, Omniscient, Omnipresent, true forever True Master, before the creation of universe and after the destruction of the universe.

31. ਪ੍ਰਭ ਬਖਸ਼ਿਸ਼ ਕਿਸ ਸਮੇਂ ਕਰਦਾ ਹੈ? When God blesses the Soul?

ਆਸਣੁ ਲੋਇ ਲੋਇ ਭੰਡਾਰ॥	Aasan lo-ay lo-ay bhandaar.
ਜੋ ਕਿਛੁ ਪਾਇਆ ਸੁ ਏਕਾ ਵਾਰ॥	Jo kichh paa-i-aa so aykaa vaar.
ਕਰਿ ਕਰਿ ਵੇਖੈ ਸਿਰਜਣਹਾਰੁ॥	Kar kar vaykhai sirjanhaar.

ਨਾਨਕ ਸਚੇ ਕੀ ਸਾਚੀ ਕਾਰ॥	Naanak sachay kee saachee kaar.
ਆਦੇਸੁ ਤਿਸੈ ਆਦੇਸੁ॥	Aadays tisai aadays.
ਆਦਿ ਅਨੀਲੁ ਅਨਾਦਿ ਅਨਾਹਤਿ,	Aad aneel anaad anaahat
ਜੁਗੁ ਜੁਗੁ ਏਕੋ ਵੇਸੁ॥੩੧॥	jug jug ayko vays. ||31||

ਜੀਵ ਨੂੰ ਸ਼ਬਦ ਦਾ ਸੋਝੀ, ਪ੍ਰਭ ਦੀ ਰਹਿਮਤ ਦੀ ਬਖਸ਼ਿਸ਼ ਲਈ, ਪ੍ਰਭ ਦੀ ਸਾਜੀ ਸ੍ਰਿਸ਼ਟੀ ਵਿੱਚ ਹੀ ਆਸਣ ਲਾਉਣਾ, ਜੀਵਨ ਬਤੀਤ ਕਰਦੇ ਸਿਮਰਨ ਕਰਨਾ ਚਾਹੀਦਾ ਹੈ । ਜੀਵ ਨੂੰ ਵੱਖਰਾ ਆਸਣ ਲਾਉਣ ਦੀ ਕੋਈ ਲੋੜ ਨਹੀਂ ਹੈ । ਸਾਰਿਆਂ ਸ੍ਰਿਸ਼ਟੀਆਂ ਨੂੰ ਰੋਜ਼ੀ ਬਖਸ਼ਣਾ ਹੀ ਪ੍ਰਭ ਦਾ ਸ੍ਰਿਸ਼ਟੀ ਵਿੱਚ ਭੰਡਾਰ ਹੈ । ਪ੍ਰਭ ਨੇ ਜਨਮ ਤੋਂ ਪਹਿਲੇ ਹੀ ਹਰਇਕ ਜੀਵ ਦੇ ਭਾਗਾਂ ਵਿੱਚ ਸਭ ਕੁਝ ਲਿਖਿਆ ਹੈ । ਪ੍ਰਭ ਸਾਰਿਆਂ ਦੀ ਉਤਪਤੀ, ਪਾਲਣਾ ਕਰਦਾ ਹੈ । ਸਾਰੀਆਂ ਦੇ ਕੰਮਾਂ, ਪਾਪਾਂ, ਪੁੰਨਾਂ ਨੂੰ ਜੋਗੀਆਂ ਭੋਗੀਆਂ ਨੂੰ ਦੇਖਦਾ, ਪਰਖਦਾ ਹੈ । ਪ੍ਰਭ ਦੇ ਸ੍ਰਿਸ਼ਟੀ ਨੂੰ ਚਲਾਉਣ ਦੇ ਕਰਤਬ ਵੀ ਅਨੋਖੇ ਹਨ ।

The True Master has established His Royal Throne, 10th door within body of every creature; His Throne within his soul as His Word, The Righteous Judge. Whosoever may have a desire to be enlightened with the essence of His Word; the real path of purpose of human life opportunity; to become worthy of His Consideration; he must meditate, and adopts the teachings of His Word with steady and stable belief in his day-to-day life. His Treasure remain overwhelmed with virtues to provide nourishment and protection to His Creation. The True Master blesses all virtues once at the time of birth to new-born to survive in the universe and to sanctify his soul to become worthy of His Consideration. The True Master creates, nourishes, protects, and monitor all activities in his life. His Creation is real and not a fiction, illusion, imagination; however, perishable after a predetermined time. His true devotee should surrender his self-identity at His Sanctuary and prays for His Forgiveness and Refuge; The Omnipotent, Axiom, Omniscient, Omnipresent, true forever, from True Master; before the creation of universe and after the destruction of the universe.

32. ਪ੍ਰਭ ਦੇ ਬੰਦਗੀ ਕਰਨਵਾਲੇ ਦਾਸ ਕੀ ਮੰਗ ਦੇ ਹਨ ਹੈ? prayer of the Blessed soul?

ਇਕ ਦੂ ਜੀਭੌ ਲਖ ਹੋਹਿ,	Ik doo jeebhou lakh hohi
ਲਖ ਹੋਵਹਿ ਲਖ ਵੀਸ॥	lakh hoveh lakh vees.
ਲਖੁ ਲਖੁ ਗੇੜਾ ਆਖੀਅਹਿ,	Lakh lakh gayrhaa aakhee-ahi
ਏਕੁ ਨਾਮੁ ਜਗਦੀਸ॥	ayk naam jagdees.
ਏਤੁ ਰਾਹਿ ਪਤਿ ਪਵੜੀਆ,	Ayt raahi pat pavrhee-aa
ਚੜੀਐ ਹੋਇ ਇਕੀਸ॥	charhee-ai ho-ay ikees.
ਸੁਣਿ ਗਲਾ ਆਕਾਸ ਕੀ,	Sun galaa aakaas kee
ਕੀਟਾ ਆਈ ਰੀਸ॥	keetaa aa-ee rees.
ਨਾਨਕ ਨਦਰੀ ਪਾਈਐ,	Naanak nadree paa-ee-ai
ਕੂੜੀ ਕੂੜੈ ਠੀਸ॥੩੨॥	koorhee koorhai thees. ||32||

ਜੀਵ ਦੀ ਸਿਮਰਨ ਕਰਨ ਦੀ ਇਛਾਂ, ਸ਼ਰਧਾ ਇਤਨੀ ਹੋਣੀ ਚਾਹੀਦੀ ਹੈ? ਮਾਲਕ ਮੇਰੀ ਇਕ ਜੀਭ ਤੋਂ ਲਖ ਬਣ ਜਾਣ, ਫਿਰ ਹਰਇਕ ਜੀਭ ਤੋਂ ਵੀਹ ਲਖ ਬਣ ਜਾਣ! ਅਪਣੀ ਰਹਿਮਤ ਦੀ ਨਜ਼ਰ ਬਖਸ਼ਕੇ, ਹਰਇਕ ਜੀਭ ਵਿਚੋਂ ਲਖ ਲਖ ਵਾਰਾ ਸਿਮਰਨ ਕਰਨ ਦੀ ਸਮਰਥਾ ਬਖਸ਼ੋ । ਮੇਰੇ ਮਨ ਵਿੱਚ ਸਦਾ ਚਲਣ ਵਾਲੀ ਸ਼ਬਦ ਦੀ ਧੁਨ ਸੁਣਾਈ ਦੇਵੇ! ਮੈਂ ਸ਼ਬਦ ਦੇ ਸਿਮਰਨ ਵਿੱਚ ਲੀਨ ਹੋਇਆ, ਸ਼ਬਦ ਦੀ ਸਮਾਧੀ, ਪ੍ਰਭ ਦੀ ਜੋਤ ਵਿੱਚ ਸਮਾ ਜਾਵਾ! ਆਪਣੀ ਜੀਭ ਨਾਲ ਸਿਮਰਨ ਰੂਪੀ ਪੌੜੀਆਂ ਦੁਆਰਾ, ਬ੍ਰਹਮ ਵਿੱਚ ਚੜ੍ਹੀਦਾ ਹੈ । ਪ੍ਰਭ ਦੇ ਸ਼ਬਦ ਦੀ ਧੁਨ ਸੁਣਕੇ, ਪਾਪੀ ਵੀ ਬੁਰੇ ਕੰਮ ਤਿਆਗਕੇ, ਸ਼ਬਦ ਦੀ ਸਿਖਿਆਂ ਨੂੰ ਜੀਵਨ ਵਿੱਚ ਢਾਲਕੇ, ਪ੍ਰਵਾਨਗੀ ਦੇ ਰਸਤੇ ਤੇ ਅਡੋਲ ਹੋ ਜਾਂਦੇ ਹਨ ।

His true devotee should always have such a burning anxiety, devotion to meditate on the teachings of His Word? He may always pray for His Forgiveness and Refuge to transform his one tongue to lakh tongue then again, each tongue into 20 lakhs tongue. With His Blessed Vision, I may be blessed with devotion to meditate lakhs time on the teachings of His Word. I may hear the everlasting echo of His Word resonating within my heart. I may remain intoxicated in meditation, in the void of His Word; my soul may be absorbed in the everlasting echo of His Word resonating in His Nature. These are steps of ladder to climb to His Royal Palace within his soul! Sometimes hearing the sermons of His true devotee even non-believers, evil doers may renounce sinful path and adopts the teachings of His Word; with His mercy and grace, he may be blessed with the right path of acceptance in His Court.

33. ਮਾਨਸ ਆਪਣੀ ਸਮਰਥਾ, ਬਲ! Capability of creature

ਆਖਣਿ ਜੋਰੁ ਚੁਪੈ ਨਹ ਜੋਰੁ॥	Aakhan jor chupai nah jor.
ਜੋਰੁ ਨ ਮੰਗਣਿ ਦੇਣਿ ਨ ਜੋਰੁ॥	Jor na mangan dayn na jor.
ਜੋਰੁ ਨ ਜੀਵਣਿ ਮਰਣਿ ਨਹ ਜੋਰੁ॥	Jor na jeevan maran nah jor.
ਜੋਰੁ ਨ ਰਾਜਿ ਮਾਲਿ ਮਨਿ ਸੋਰੁ॥	Jor na raaj maal man sor.
ਜੋਰੁ ਨ ਸੁਰਤੀ ਗਿਆਨਿ ਵੀਚਾਰਿ॥	Jor na surtee gi-aan veechaar.
ਜੋਰੁ ਨ ਜੁਗਤੀ ਛੁਟੈ ਸੰਸਾਰੁ॥	Jor na jugtee chhutai sansaar.
ਜਸੁ ਹਥਿ ਜੋਰੁ ਕਰਿ ਵੇਖੈ ਸੋਇ॥	Jis hath jor kar vaykhai so-ay.
ਨਾਨਕ ਉਤਮੁ ਨੀਚੁ ਨ ਕੋਇ॥੩੩॥	Nanak utam neech na ko-ay. ||33||

ਹਰਇਕ ਜੀਵ, ਪ੍ਰਭ ਦੇ ਅਧੀਨ ਹੈ, ਪ੍ਰਭ ਦੀ ਮਰਜ਼ੀ ਤੋਂ ਬਿਨਾਂ ਜੀਵ ਵਿੱਚ ਬੋਲਣ, ਚੁਪ ਰਹਿਣ, ਮੰਗਣ, ਦਾਣ, ਜੀਉਂਦੇ ਰਹਿਣ, ਮਰਨ, ਕਿਸੇ ਤੇ ਹੁਕਮ ਚਲਾਉਣ, ਧਨ ਇਕੱਠਾ ਕਰਨ, ਬੰਦਗੀ ਕਰਨ, ਸ਼ਬਦ ਦੀ ਸੋਝੀ ਬਖਸ਼ਿਸ਼ ਹੋਣ, ਮੌਤ ਦੇ ਜਮਦੂਤ ਤੋਂ ਬਚਨ ਦੀ ਕੋਈ ਸਮਰਥਾ, ਜ਼ੋਰ ਨਹੀਂ ਹੁੰਦਾ । ਇਕੋ ਇਕ ਪ੍ਰਭ ਦੇ ਹੁਕਮ ਅੰਦਰ ਹੀ ਸ੍ਰਿਸ਼ਟੀ ਦਾ ਸਾਰਾ ਖੇਲ ਚਲਦਾ ਹੈ । ਹਰਇਕ ਜੀਵ ਦੇ ਸੰਸਾਰ ਵਿੱਚ ਕੀਤੇ ਕੰਮ ਪਰਖਦਾ ਹੈ । ਪ੍ਰਭ ਦੇ ਭਾਣੇ, ਸ਼ਬਦ ਅਨੁਸਾਰ ਹੀ ਜੀਵ ਸੰਸਾਰ ਵਿੱਚ ਜੀਵਨ ਬਤੀਤ ਕਰ ਸਕਦਾ ਹੈ । ਪ੍ਰਭ ਦੇ ਦਰਬਾਰ ਵਿੱਚ ਸੰਸਾਰਕ ਹੈਸੀਅਤ ਦੀ ਕੋਈ ਮਹੱਤਤਾ ਨਹੀਂ ਹੁੰਦੀ, ਕੋਈ ਵੀ ਉਚਾ ਜਾ ਨੀਵਾਂ ਨਹੀ ਹੁੰਦਾ, ਕੀਤੇ ਕੰਮਾਂ ਦਾ ਫਲ ਹੀ ਬਖਸ਼ਿਸ਼ ਹੁੰਦਾ ਹੈ ।

The whole universe remains under His Command alone; as a slave. No one may have any power to control, his tongue to speak or to be quiet; to beg or give charity; live or die; to rule over any one, collect any worldly wealth; to meditate or become enlightened; to escape devil of death, alter the time of his own death. The One and Only One True Master controls all functions, plays of the universe. Worldly status, social low or high class, caste has no significance. Everyone must endure the reward of his worldly deeds and moved to new life or acceptance in His Court.

34. ਧਰਮਾਂ ਦੇ ਬੰਦਗੀ ਦੇ ਢੰਗ, ਕੀ ਮਹੱਤਤਾ ਹੈ? significance of religious rituals?

ਰਾਤੀ ਰੁਤੀ ਥਿਤੀ ਵਾਰ॥	Raatee rutee thitee vaar.
ਪਵਣ ਪਾਣੀ ਅਗਨੀ ਪਾਤਾਲ॥	Pavan paanee agnee paataal.
ਤਿਸੁ ਵਿਚਿ ਧਰਤੀ	Tis vich Dhartee
ਥਾਪਿ ਰਖੀ ਧਰਮ ਸਾਲ॥	thaap rakhee Dharam saal.
ਤਿਸੁ ਵਿਚਿ ਜੀਅ ਜੁਗਤਿ ਕੇ ਰੰਗ॥	Tis vich jee-a jugat kay rang.
ਤਿਨ ਕੇ ਨਾਮ ਅਨੇਕ ਅਨੰਤ॥	Tin kay naam anayk anant.
ਕਰਮੀ ਕਰਮੀ ਹੋਇ ਵੀਚਾਰੁ॥	Karmee karmee ho-ay veechaar. Sa-
ਸਚਾ ਆਪਿ ਸਚਾ ਦਰਬਾਰੁ॥	chaa aap sachaa darbaar.
ਤਿਥੈ ਸੋਹਨਿ ਪੰਚ ਪਰਵਾਣੁ॥	Tithai sohan panch parvaan.
ਨਦਰੀ ਕਰਮਿ ਪਵੈ ਨੀਸਾਣੁ॥	Nadree karam pavai neesaan.

ਕਚ ਪਕਾਈ ਓਥੈ ਪਾਇ॥ Kach pakaa-ee othai paa-ay.
ਨਾਨਕ ਗਇਆ ਜਾਪੈ ਜਾਇ॥੩੪॥ Naanak ga-i-aa jaapai jaa-ay. ||34||

ਪ੍ਰਭ ਨੇ ਸਾਰੇ ਦਿਨ, ਰਾਤ, ਸਮੇਂ, ਰੁੱਤ, ਸਦੀ, ਹਵਾ, ਪਾਣੀ, ਅਗਨੀ, ਪਤਾਲ ਬਣਾਏ ਹਨ, ਇਸ ਵਿੱਚ ਧਰਤੀ ਨੂੰ ਧਰਮ (ਨਿਯਮ, ਅਸੂਲ) ਦੀ ਜਗ੍ਹਾ ਬਣਾ ਕੇ ਸਥਾਪਨ ਕੀਤਾ ਹੈ । ਇਸ ਵਿੱਚ ਜੀਵਨ ਬਤੀਤ ਕਰਨ ਦੇ ਨਿਯਮ, ਸ਼ਬਦ ਰੂਪ ਵਿੱਚ ਹਰਇਕ ਜੀਵ ਦੀ ਆਤਮਾ ਵਿੱਚ ਬਖਸ਼ਿਆ, ਸਮਾਇਆ ਹੈ । ਇਸ ਵਿੱਚ ਅਨੇਕਾਂ ਕਿਸਮਾਂ ਦੇ ਜੀਵ ਪੈਦਾ ਕੀਤੇ ਹਨ । ਜੀਵਾਂ ਦੀਆਂ ਕਿਸਮਾਂ, ਨਾਮਾਂ ਦੀ ਗਿਣਤੀ ਨਹੀ ਕੀਤੀ ਜਾ ਸਕਦੀ । ਹਰਇਕ ਜੀਵ ਦੇ ਜਨਮ ਦਾ ਖਾਸ ਮੰਤਵ ਹੁੰਦਾ ਹੈ, ਉਸ ਦੀ ਆਤਮਾ ਵਿੱਚ ਸ਼ਬਦ ਰੂਪ ਵਿੱਚ ਸਮਾਇਆ ਰਹਿੰਦਾ ਹੈ । ਮੌਤ ਪਿਛੋਂ ਪ੍ਰਭ ਦੇ ਦਰਬਾਰ ਵਿੱਚ ਲੇਖਾ ਕੀਤਾ ਜਾਂਦਾ ਹੈ, ਪਰਖੇ ਜਾਂਦੇ ਹਨ । ਉਸ ਦੇ ਕਰਮਾਂ ਦਾ ਨਿਰਨਾ ਕੀਤਾ ਜਾਂਦਾ ਹੈ । ਉਸ ਨੂੰ ਕੀ ਫਲ ਬਖਸ਼ਿਸ਼ ਹੋਵੇ ਗਾ? ਪ੍ਰਭ ਦੇ ਦਰਬਾਰ ਵਿੱਚ ਸਦਾ ਇਨਸਾਫ ਹੀ ਹੁੰਦਾ ਹੈ । ਉਸ ਦੇ ਦਰਬਾਰ ਵਿੱਚ ਝੂਠ, ਜਾ ਕਿਸੇ ਦਾ ਹੱਕ ਨਹੀਂ ਮਾਰਿਆ ਜਾਂਦਾ । ਦਰਬਾਰ ਵਿੱਚ ਕੱਚੇ, ਪੱਕੇ ਕਰਮਾਂ ਵਾਲੇ ਦੇ ਕੰਮਾਂ ਦਾ ਨਿਰਨਾ, ਪਰਖ ਹੁੰਦੀ ਹੈ । ਚੰਗੇ ਅਤੇ ਮੰਦੇ ਕਰਮਾਂ ਦੇ ਅਨੁਸਾਰ ਫਲ ਬਖਸ਼ਿਸ਼ ਹੁੰਦਾ ਹੈ । ਜਿਹੜੇ ਜੀਵ ਦੀ ਸ਼ਬਦ ਦੀ ਕਮਾਈ ਪ੍ਰਵਾਨ ਹੋ ਜਾਂਦੀ ਹੈ, ਜਨਮ ਮਰਨ ਦੇ ਦੁਖਾਂ ਤੋਂ ਰਹਿਤ ਹੋ ਜਾਂਦਾ ਹੈ । ਉਹ ਦਰਬਾਰ ਵਿੱਚ ਹਾਜ਼ਰ, ਮੁਖੀ, ਸੋਭਦਾ, ਪ੍ਰਭ ਨੂੰ ਪ੍ਰਵਾਨ ਹੋ ਜਾਂਦਾ ਹੈ ।

The True Master has established day, night, weak, month, time, seasons. He has created air, water, fire and under world. He has established earth as a throne to meditate on the teachings of His Word. He has established His Dharma, path of his worldly life as a road-map as His Word that remains embedded within each soul. He has created various kinds of creatures; the actual names of all creatures remain beyond any comprehension of His Creation. Every creature has assigned a unique purpose of his journey in the universe. His purpose of life and road map to become acceptable remain embedded within his soul as His Word. After death, all his worldly deeds are subjected to judgement of The Righteous Judge. His judgement remains ultimate and true justice, no one may escape with any clever tricks. Whosoever may adopt the teachings of His Word, embedded within his soul; with His mercy and grace, his earnings of His Word may be accepted in His Court. He may be honored in His Court with salvation.

35. ਧਰਮ ਅਤੇ ਗਿਆਨ ਖੰਡ ਵਾਲੀ ਕੀ ਅਵਸਥਾ ਹੈ?

ਧਰਮ ਖੰਡ ਕਾ ਏਹੋ ਧਰਮੁ॥ dharam khand kaa ayho Dharam.
ਗਿਆਨ ਖੰਡ ਕਾ ਆਖਹੁ ਕਰਮੁ॥ gi-aan khand kaa aakhhu karam.
ਕੇਤੇ ਪਵਣ ਪਾਣੀ ਵੈਸੰਤਰ kaytay pavan paanee vaisantar
ਕੇਤੇ ਕਾਨ ਮਹੇਸ॥ Kaytay kaan mahays.
ਕੇਤੇ ਬਰਮੇ ਘਾੜਤਿ ਘੜੀਅਹਿ kaytay barmay ghaarhat gharhee-ahi
ਰੂਪ ਰੰਗ ਕੇ ਵੇਸ॥ roop rang kay vays.
ਕੇਤੀਆ ਕਰਮ ਭੂਮੀ ਮੇਰ kaytee-aa karam bhoomee mayr
ਕੇਤੇ ਕੇਤੇ ਧੂ ਉਪਦੇਸ॥ kaytay kaytay Dhoo updays.
ਕੇਤੇ ਇੰਦ ਚੰਦ ਸੂਰ ਕੇਤੇ kaytay ind chand soor kaytay
ਕੇਤੇ ਮੰਡਲ ਦੇਸ॥ kaytay mandal days.
ਕੇਤੇ ਸਿਧ ਬੁਧ ਨਾਥ kaytay siDh buDh naath
ਕੇਤੇ ਕੇਤੇ ਦੇਵੀ ਵੇਸ॥ kaytay kaytay dayvee vays.
ਕੇਤੇ ਦੇਵ ਦਾਨਵ ਮੁਨਿ ਕੇਤੇ kaytay dayv daanav mun kaytay
ਕੇਤੇ ਰਤਨ ਸਮੁੰਦ॥ kaytay ratan samund.
ਕੇਤੀਆ ਖਾਣੀ ਕੇਤੀਆ ਬਾਣੀ kaytee-aa khaanee kaytee-aa banee
ਕੇਤੇ ਪਾਤ ਨਰਿੰਦ॥ kaytay paat narind.
ਕੇਤੀਆ ਸੁਰਤੀ ਸੇਵਕ ਕੇਤੇ kaytee-aa surtee sayvak kaytay

ਨਾਨਕ ਅੰਤੁ ਨ ਅੰਤੁ॥੩੫॥ naanak ant na ant. ||35||

* ਸ਼ਬਦ ਦੀ ਸਿਖਿਆਂ ਨਾਲ ਜੀਵਨ ਬਤੀਤ ਕਰਨ ਦੀ ਅਵਸਥਾ ਦਾ ਨਾਮ ਧਰਮ ਖੰਡ ਹੈ! ਇਸ ਅਵਸਥਾ ਵਿੱਚ ਜੀਵ ਨੂੰ ਪ੍ਰਭ ਦੀ ਸ੍ਰਿਸ਼ਟੀ ਦੀ, ਸ਼ਬਦ ਦੀ ਸੋਝੀ ਬਖਸ਼ਿਸ਼ ਹੋ ਜਾਂਦੀ ਹੈ । ਉਸ ਨੂੰ ਅਨੇਕਾਂ ਹੀ ਕਿਸਮਾਂ ਸ਼ਕਤੀਆਂ ਦੀ ਸੋਝੀ ਬਖਸ਼ਿਸ਼ ਹੋ ਜਾਂਦੀ ਹੈ । ਅਨੇਕਾਂ ਕਿਸਮ ਦੀਆਂ ਹਵਾਂ, ਧਰਤੀਆਂ, ਪਾਣੀ, ਅੱਗਨੀਆਂ, ਅਕਾਸ਼, ਪਤਾਲ ਅਨੁਭਵ ਹੋ ਜਾਂਦੇ ਹਨ । ਅਨਕਾਂ ਹੀ ਕ੍ਰਿਸ਼ਨ, ਸ਼ਿ-ਵਜੀ, ਬ੍ਰਹਮਾਂ, ਧ੍ਰ, ਉਪਦੇਸ਼ ਦੇਣ ਵਾਲੇ ਨਾਰਦ, ਇੰਦ੍ਰ, ਚੰਦ, ਸੂਰਜ, ਸਿਧ, ਨਾਥ, ਦੇਵੀਆਂ, ਦੇਵਤੇ, ਦੈਤ, ਬੁੱਧ, ਜੋਗੀ, ਮੋਨੀ ਸੰਤ, ਫਰਿਸ਼ਤੇ ਪ੍ਰਭ ਦੇ ਹੁਕਮ ਅੰਦਰ ਮਸਤ ਅਨੁਭਵ ਮਹਿਸੂਸ ਹੁੰਦੇ ਹਨ । ਅਨੇਕਾਂ ਰਤਨਾਂ ਭਰੇ ਸਮੁੰਦਰ, ਕਿਤਨੀਆਂ ਰਾਜਵੰਸ਼, ਗ੍ਰੰਥ, ਭਾਸ਼ਾਂ, ਬੰਦਗੀ ਦੀਆ ਵਿਧੀਆਂ ਨਜ਼ਰ ਆਉਂਦੇ ਹਨ । ਅਨੇਕਾਂ ਕਿਸਮਾਂ, ਰੰਗਾਂ ਦੇ ਜੀਵ ਜੰਤ ਪੈਦਾ ਕੀਤੇ ਹਨ । ਅਨੇਕਾ ਹੀ ਪ੍ਰਭ ਦੇ ਦਾਸ, ਅਨੇਕਾਂ ਹੀ ਸੁਰਤੀਆਂ ਹਨ ।

Adopting principle of His Word may be call Dharma Khand!

We speak of the realm of spiritual wisdom. Whosoever may be blessed with such a state of mind as of Dharma Khandi. He may realize many energies sources of energies and enlightenment of His Nature. He may realize countless Airs, waters, types fires, sky, earths, under water creations, moons, Suns etc. He may witness countless Krishnas, Shivas, Brahmas, Dharoo, Inders, Naaraads, Naths, Angels, prophets, Buddhas, gods, Siddhas, demigods, demons, silent sages, Yogis all remain intoxicated in the void of His Holy Spirit performing unique function remain embedded within echo of His Word. He may realize countless oceans overwhelmed with jewels, Dynasties, Rulers, languages, Holy Scriptures, meditation thrones, postures, techniques. He may realize countless of worldly creatures of different color, sizes, kinds. There are countless selfless devotees and prophets preaching His Word and remains intoxicated, absorbed within the void His Word. Countless voids of His Holy Spirit.

36. ਗਿਆਨ ਖੰਡ ਵਾਲੀ ਕੀ ਅਵਸਥਾ ਹੈ?

ਗਿਆਨ ਖੰਡ ਮਹਿ ਗਿਆਨੁ ਪਰਚੰਡੁ॥	gi-aan khand meh gi-aan parchand.
ਤਿਥੈ ਨਾਦ ਬਿਨੋਦ ਕੋਡ ਅਨੰਦੁ॥	tithai naad binod kod anand.
ਸਰਮ ਖੰਡ ਕੀ ਬਾਣੀ ਰੂਪੁ॥	saram khand kee banee roop.
ਤਿਥੈ ਘਾੜਤਿ ਘੜੀਐ ਬਹੁਤੁ ਅਨੂਪੁ॥	tithai ghaarhat gharhee-ai bahut anoop.
ਤਾ ਕੀਆ ਗਲਾ ਕਥੀਆ ਨਾ ਜਾਹਿ॥	taa kee-aa galaa kathee-aa naa jaahi.
ਜੇ ਕੋ ਕਹੈ ਪਿਛੈ ਪਛੁਤਾਇ॥	jay ko kahai pichhai pachhutaa-ay.
ਤਿਥੈ ਘੜੀਐ ਸੁਰਤਿ ਮਤਿ ਮਨਿ ਬੁਧਿ॥	tithai gharhee-ai surat mat man buDh.
ਤਿਥੈ ਘੜੀਐ ਸੁਰਾ ਸਿਧਾ ਕੀ ਸੁਧਿ॥੩੬॥	tithai gharhee-ai suraa siDhaa kee suDh. ||36||

** ਗਿਆਨ ਖੰਡ ਰੂਹਾਨੀ ਸੋਝੀ ਦੀ ਅਵਸਥਾ ਦਾ ਨਾਮ ਹੈ । ਜਿਸ ਗੁਰਮਖ ਅਵਸਥਾ ਬਖਸ਼ਿਸ਼ ਹੋ ਜਾਂਦੀ ਹੈ । ਉਸ ਨੂੰ ਸ਼ਬਦ ਦੀ ਸਦਾ ਚਲਣ ਵਾਲੀ ਗੂੰਜ ਮਨ ਵਿੱਚ ਸੁਣਾਈ ਦੇਂਦੀ ਹੈ ।

** ਸ਼ਰਮ ਖੰਡ ਨਿਮ੍ਰਤਾ, ਦਾਇਆ, ਤਰਸ, ਅਵਸਥਾ ਦਾ ਨਾਮ ਹੈ ।

ਜੀਵ ਦੇ ਮਨ ਵਿੱਚ ਅਨੋਖੇ ਹੀ ਸ਼ੁਭ ਗੁਣਾਂ ਦਾ ਮਨ ਤੇ ਰੰਗ ਚੜ੍ਹ ਜਾਂਦਾ, ਅਭਿਆਸ ਕੀਤਾ ਜਾਂਦਾ ਹੈ । ਉਸ ਦੇ ਮਨ ਦੀ ਅਵਸਥਾ ਦਾ ਵਖਿਆਣ ਨਹੀਂ ਕੀਤਾ ਜਾ ਸਕਦਾ । ਜਿਹੜਾ ਆਪਣੇ ਆਪ ਨੂੰ ਗਿਆਨੀ ਸਮਝਦਾ ਹੈ । ਉਸ ਨੂੰ ਸੋਝੀ ਬਖਸ਼ਿਸ਼ ਹੋ ਜਾਂਦੀ ਹੈ, ਬਹੁਤ ਕੁਝ ਬਾਕੀ ਹੈ । ਇਸ ਖੰਡ ਵਿੱਚ ਰੂਹਾਨੀ ਸੋਝੀ ਦਾ ਅਭਿਆਸ ਕੀਤਾ ਜਾਂਦਾ ਹੈ, ਜੀਵਨ ਵਿਚੋਂ ਕਮੀਆਂ ਨੂੰ ਦੂਰ ਕੀਤਾ ਜਾਂਦਾ ਹੈ, ਉਸ ਦੀ ਆਤਮਾ ਤਨ ਵਿਚੋਂ ਹੀ ਰੂਹਾਨੀ ਸੂਰਮੇ, ਸਿਧ, ਪੂਰਨ ਭਗਤ ਦਾਸ ਪੈਦਾ ਹੁੰਦੇ ਹਨ ।

**** The state of enlightenment is called Gyan Zone!**

In the realm of wisdom, spiritual wisdom reigns supreme. Whosoever may be blessed the enlightenment zone; he may hear the everlasting echo of His

Word resonating within his heart forever. His spoken words may be transformed as His Word.

**** Sharm Khand is name of Compassion; realm of humility!**

Whosoever may be blessed with state of mind as compassion! His state of mind may be embedded with astonishing ambrosial virtues for welfare for His Creation. He adopts and practice those virtues in his own day to day life and he remains drenched with the crimson color of the essence of His Word. His state of mind may remain beyond any comprehension of His Creation. In this zone spiritual enlightenment may be practiced in day-to-day life; deficiencies, weakness, blemish of mind may be sanctified. Spiritual warriors, blessed soul, Siddhas may be born in this state of mind.

37. ਕਰਮ ਖੰਡ ਵਾਲੀ ਕੀ ਅਵਸਥਾ ਹੈ? State of mind of an Enlightened soul?

ਕਰਮ ਖੰਡ ਕੀ ਬਾਣੀ ਜੋਰੁ॥	karam khand kee banee jor.
ਤਿਥੈ ਹੋਰੁ ਨ ਕੋਈ ਹੋਰੁ॥	tithai hor na ko-ee hor.
ਤਿਥੈ ਜੋਧ ਮਹਾਬਲ ਸੂਰ॥	tithai joDh mahaabal soor.
ਤਿਨ ਮਹਿ ਰਾਮੁ ਰਹਿਆ ਭਰਪੂਰ॥	tin meh raam rahi-aa bharpoor.
ਤਿਥੈ ਸੀਤੋ ਸੀਤਾ ਮਹਿਮਾ ਮਾਹਿ॥	tithai seeto seetaa mahimaa maahi.
ਤਾ ਕੇ ਰੂਪ ਨ ਕਥਨੇ ਜਾਹਿ॥	taa kay roop na kathnay jaahi.
ਨਾ ਓਹਿ ਮਰਹਿ ਨ ਠਾਗੇ ਜਾਹਿ॥	naa ohi mareh na thaagay jaahi.
ਜਿਨ ਕੈ ਰਾਮੁ ਵਸੈ ਮਨ ਮਾਹਿ॥	jin kai raam vasai man maahi.
ਤਿਥੈ ਭਗਤ ਵਸਹਿ ਕੇ ਲੋਅ॥	tithai bhagat vaseh kay lo-a.
ਕਰਹਿ ਅਨੰਦੁ ਸਚਾ ਮਨਿ ਸੋਇ॥	karahi anand sachaa man so-ay.
ਸਚ ਖੰਡਿ ਵਸੈ ਨਿਰੰਕਾਰੁ॥	sach khand vasai nirankaar.
ਕਰਿ ਕਰਿ ਵੇਖੈ ਨਦਰਿ ਨਿਹਾਲ॥	kar kar vaykhai nadar nihaal.
ਤਿਥੈ ਖੰਡ ਮੰਡਲ ਵਰਭੰਡ॥	tithai khand mandal varbhand.
ਜੇ ਕੋ ਕਥੈ ਤ ਅੰਤ ਨ ਅੰਤ॥	jay ko kathai ta ant na ant.
ਤਿਥੈ ਲੋਅ ਲੋਅ ਆਕਾਰ॥	tithai lo-a lo-a aakaar.
ਜਿਵ ਜਿਵ ਹੁਕਮੁ ਤਿਵੈ ਤਿਵ ਕਾਰ॥	jiv jiv hukam tivai tiv kaar.
ਵੇਖੈ ਵਿਗਸੈ ਕਰਿ ਵੀਚਾਰੁ॥	vaykhai vigsai kar veechaar.
ਨਾਨਕ ਕਥਨਾ ਕਰੜਾ ਸਾਰੁ॥੩੭॥	naanak kathnaa karrhaa saar. ||37||

**ਕਰਮ, ਭਗਤੀ ਦੀ ਕਮਾਈ ਦਾ ਨਾਮ ਹੈ ।

ਕਰਮ ਖੰਡ ਵਿੱਚ ਕੇਵਲ ਸ਼ਬਦ ਦੀ ਕਮਾਈ ਦਾ ਹੀ ਜ਼ੋਰ ਹੰਦਾ ਹੈ, ਇਹ ਖੰਡ ਕੇਵਲ ਰੂਹਾਨੀ ਮਹਾਬਲੀ ਨੂੰ ਬਖਸ਼ਿਸ਼ ਹੁੰਦਾ ਹੈ, ਉਹ ਸੰਤੋਖ ਨਾਲ ਪ੍ਰਭ ਦੇ ਸ਼ਬਦ ਦੀ ਸਮਾਧੀ ਵਿੱਚ ਹੀ ਮਸਤ ਰਹਿੰਦਾ ਹੈ । ਉਸ ਦੇ ਮਨ ਦੀ ਅਵਸਥਾ ਦਾ ਵਖਿਆਣ ਨਹੀ ਕੀਤਾ ਜਾ ਸਕਦਾ । ਉਸ ਦੀ ਕਮਾਈ ਕੋਈ ਠੱਗ ਨਹੀਂ ਸਕਦਾ ਨਾ ਹੀ ਮੌਤ ਦਾ ਡਰ ਹੀ ਹੁੰਦਾ ਹੈ । ਉਹ ਆਪਣੇ ਅੰਦਰ ਹੀ ਪ੍ਰਭ ਦੀ ਜੋਤ ਵਿੱਚ ਸਮਾਇਆ ਰਹਿੰਦਾ ਹੈ । ਉਹ ਖੰਡ ਵਿੱਚ ਅਨੇਕਾਂ ਸ੍ਰਿਸ਼ਟੀਆ ਦੀਆਂ ਆਤਮਾ ਪ੍ਰਭ ਦੇ ਸ਼ਬਦ ਦੀ ਧੁਨ ਵਿੱਚ ਅਡੋਲ ਰਹਿੰਦੀਆਂ ਹਨ, ਜੋਤ ਵਿੱਚ ਸਮਾਇਆ ਰਹਿੰਦੀਆਂ ਹਨ । ਜਿਹੜੀ ਆਤਮਾ ਤੇ ਪ੍ਰਭ ਦੀ ਰੋਸ਼ਨੀ ਦੀ ਕਿਰਨ ਪਏ ਜਾਂਦੀ ਹੈ, ਉਸ ਦੀ ਹੋਂਦ ਮਿਟ ਜਾਂਦੀ ਹੈ । ਉਸ ਦੀ ਮੁੱਢ ਦੀ ਪਛਾਣ ਖਤਮ ਹੋ ਜਾਂਦੀ ਹੈ । ਪ੍ਰਭ ਨੇ ਅਨੇਕਾਂ ਖੰਡ, ਵਰਭੰਡ ਪੈਦਾ ਕੀਤੇ ਹਨ, ਉਹਨਾਂ ਦਾ ਕੋਈ ਅੰਤ ਨਹੀਂ ਆਉਦਾ, ਪ੍ਰਭ ਆਪਣੀਆਂ ਪੈਦਾ ਕੀਤੀਆਂ ਸ੍ਰਿਸ਼ਟੀਆਂ ਵਿੱਚ ਅਨੰਦ ਮਾਨਦਾ, ਅਡੋਲ ਰਹਿੰਦਾ ਹੈ । ਉਸ ਦੀ ਅਵਸਥਾ, ਪੈਦਾ ਕੀਤੀਆ ਸ੍ਰਿਸ਼ਟੀਆਂ ਦਾ ਅੰਤ ਨਹੀ ਆਉਂਦਾ ।

**** Karam Khand is the name of earnings, wealth of His Word!**

Karam Khand, zone remain dominated with the wealth of His Word. Whose earnings of His Word may be accepted, only he may be blessed with state of mind of Karam Zone. The eternal spiritual warriors may be blessed state of mind as Karam Khand. He may remain overwhelmed with a peace of mind, contentment, and complete bliss of His Word. His state of mind may remain beyond description of His Creation. Neither death nor deception may pull him out of the void of His Holy Spirit. His soul remains in harmony with His Holy Spirit; souls from various universes perform with the command of His Word. Wherever the ray of light, His Blessed Vision may fall, the identity of his soul may be eliminated; the worldly origin of souls cannot be fully described. He has created many planets, solar systems and galaxies beyond any limit or explanation. The True Master cherishes all His Creations. The Nature of various creations remain beyond any limits, boundary, and imagination Comprehension of His Creation.

38. ਦਰਬਾਰ ਵਿੱਚ ਪ੍ਰਵਾਨ ਹੋਈ ਆਤਮਾ ਦੀ ਕੀ ਅਵਸਥਾ ਹੈ?

ਜਤੁ ਪਾਹਾਰਾ ਧੀਰਜੁ ਸੁਨਿਆਰੁ॥ jat paahaaraa Dheeraj suni-aar.
ਅਹਰਣਿ ਮਤਿ ਵੇਦੁ ਹਥੀਆਰੁ॥ ahran mat vayd hathee-aar.
ਭਉ ਖਲਾ ਅਗਨਿ ਤਪ ਤਾਉ॥ bha-o khalaa agan tap taa-o.
ਭਾਂਡਾ ਭਾਉ ਅੰਮ੍ਰਿਤੁ ਤਿਤੁ ਢਾਲਿ॥ bhaaNdaa bhaa-o amrit tit dhaal.
ਘੜੀਐ ਸਬਦੁ ਸਚੀ ਟਕਸਾਲ॥ gharhee-ai sabad sachee taksaal.
ਜਿਨ ਕਉ ਨਦਰਿ ਕਰਮੁ ਤਿਨ ਕਾਰ॥ jin ka-o nadar karam tin kaar.
ਨਾਨਕ ਨਦਰੀ ਨਦਰਿ ਨਿਹਾਲ॥੩੮॥ naanak nadree nadar nihaal. ||38||

ਜਤੁ –ਇੰਦ੍ਰੀਆਂ/ਵਾਸਨਾਵਾ ਨੂੰ ਆਉਗਣਾ ਤੋਂ ਰਹਿਤ	ਧੀਰਜ– ਸੰਤੋਖ– ਸਬਰ
ਪਾਹਾਰਾ – ਰਾਖੀ ਕਰਨੀ, ਕਾਬੂ ਪਾਉਣਾ	ਸੁਨਿਆਰੁ – ਸਿਰਜਨਹਾਰ

ਜਿਵੇਂ ਸੁਨਿਆਰਾ ਸੋਨੇ ਨੂੰ ਬਹੁਤ ਧੀਰਜ ਨਾਲ ਪਿਘਲਾ ਦਾ, ਅੱਗ ਨੂੰ ਕਾਬੂ ਵਿੱਚ ਰਖਦਾ ਹੈ। ਬਹੁਤ ਸੰਤੋਖ ਨਾਲ ਹਥੌੜੇ ਨਾਲ ਗਹਿਣੇ ਬਣਾਉਂਦਾ ਹੈ । ਇਸਤਰ੍ਹਾਂ ਹੀ ਆਪਣੇ ਮਨ ਦੀਆਂ ਤੇ ਕਾਬੂ ਰਖਕੇ, ਸ਼ਬਦ ਦੀ ਸਿਖਿਆਂ ਨਿਯਮਾਂ ਰੂਪੀ ਸਟਾਂ, ਰੁਕਾਵਟਾਂ ਨੂੰ ਸੰਤੋਖ ਨਾਲ ਸਹਿਦਾ, ਪ੍ਰਭ ਦੀ ਬਖਸ਼ਿਸ਼ ਦੀ ਧੀਰਜ ਨਾਲ ਉਡੀਕ ਕਰਦਾ ਹੈ । ਇਸਤਰ੍ਹਾਂ ਹੀ ਆਤਮਾ ਰੂਪੀ ਸੋਨੇ ਨੂੰ ਸੰਸਾਰਕ ਮਾਇਆ ਰੂਪੀ ਭੱਠੀ ਵਿੱਚ ਪਕਾਇਆ ਜਾਂਦਾ ਹੈ । ਉਸ ਦੇ ਮਨ ਵਿੱਚ ਅੱਗ ਜਿਆਦਾ ਤੇਜ਼ ਹੋਣ ਦਾ ਡਰ ਵੀ ਹੁੰਦਾ ਹੈ, ਅੱਗ ਨੂੰ ਹਵਾ ਦੇਂਦਾ, ਤੇਜ਼ ਵੀ ਰਖਦਾ ਹੈ, ਬਹੁਤ ਧੀਰਜ, ਪਿਆਰ ਨਾਲ ਸੰਚੇ ਵਿੱਚ ਪਾਉਂਦਾ ਹੈ । ਉਹ ਸੋਨੇ ਤੋਂ ਗਹਿਣਾ ਬਣਾਉਂਦਾ ਹੈ । ਇਸਤਰ੍ਹਾਂ ਹੀ ਗੁਰਮਖ ਆਪਣੇ ਮਨ ਦੀ ਸ਼ਰਧਾ ਰੂਪੀ ਅੱਗ ਨੂੰ ਪ੍ਰਭ ਦੇ ਵਿਛੋੜੇ ਰੂਪੀ ਡਰ ਨਾਲ ਤੇਜ਼ ਰਖਦਾ ਹੈ । ਸ਼ਬਦ ਦੀ ਸਿਖਿਆਂ ਨੂੰ ਆਪਣੇ ਮਨ ਵਿੱਚ ਵਸਾਉਂਦਾ ਹੈ । ਇਸਤਰ੍ਹਾਂ ਗੁਰਮਖ ਸ਼ਬਦ ਦੀ ਕਮਾਈ ਕਰਦਾ, ਬਖਸ਼ਿਸ਼ ਹੁੰਦੀ ਹੈ । ਜਿਹੜੀ ਆਤਮਾ ਸੰਸਰਕ ਮਾਇਆ ਦੀ ਪਹੁੰਚ ਵਿੱਚ ਨਹੀਂ ਰਹਿੰਦੀ, ਉਹ ਪ੍ਰਭ ਦੀ ਜੋਤ ਵਿੱਚ ਸਮਾਉਣ ਯੋਗ ਬਣ ਜਾਂਦੀ ਹੈ । ਜਿਸ ਤੇ ਪ੍ਰਭ ਦੀ ਰਹਿਮਤ ਦੀ ਨਜ਼ਰ ਬਖਸ਼ਿਸ਼ ਹੋ ਜਾਂਦੀ ਹੈ, ਉਸ ਨੂੰ ਸੰਤ ਸਰੂਪ ਅਵਸਥਾ ਬਖਸ਼ਿਸ਼ ਹੋ ਜਾਂਦੀ ਹੈ । ਪ੍ਰਭ ਅਸਲੀ ਰਸਤਾ ਬਖਸ਼ਦਾ, ਪ੍ਰਵਾਨ ਕਰ ਲੈਂਦਾ ਹੈ ।

As goldsmith control the temperature, keeps the flame with anxiety of perfection in temperature handles melted gold with patience and mold into astonishing jewelry. Same way, His true devotee controls his worldly desires and adopts the teachings of His Word; various restrictions of His Word. He waits patiently for reward, His Blessings and remains contented with His Blessings as worthy, justice. As gold may be melted repeatedly to remove impurities; same way his soul may be repeatedly tested sweet poison of worldly wealth, for sincerity, perfection, patience, and contentment. As pure gold may be minted as coin; same only sanctified soul may be passed through this rigorous sanctification, she may become worthy to be immersed within His Holy Spirit. Self-identity of his soul may be eliminated along with His Word embedded His Word within. Whosoever may be bestowed with His Blessed Vision, only the existence of his soul may be eliminated. All other souls remain in buffer zone; worldly religions called

Heaven! Worldly prophets, angels, demons- Satan may be created to further sanctify time to time to further sanctify their souls. His process of soul sanctification may continue.

39. ਸਲੋਕੁ॥ 8-10: ਸ੍ਰਿਸ਼ਟੀ ਦਾ ਖੇਲ ਕਿਵੇਂ ਚਲਦਾ! Play of universe!

ਪਵਣੁ ਗੁਰੂ ਪਾਣੀ ਪਿਤਾ	pavan guroo paanee pitaa
ਮਾਤਾ ਧਰਤਿ ਮਹਤੁ॥	maataa Dharat mahat.
ਦਿਵਸੁ ਰਾਤਿ ਦੁਇ ਦਾਈ ਦਾਇਆ	divas raat du-ay daa-ee daa-i-aa
ਖੇਲੈ ਸਗਲ ਜਗਤੁ॥	khaylai sagal jagat.
ਚੰਗਿਆਈਆ ਬੁਰਿਆਈਆ	chang-aa-ee-aa buri-aa-ee-aa
ਵਾਚੈ ਧਰਮੁ ਹਦੂਰਿ॥	vaachai Dharam hadoor.
ਕਰਮੀ ਆਪੋ ਆਪਣੀ	karmee aapo aapnee
ਕੇ ਨੇੜੈ ਕੇ ਦੂਰਿ॥	kay nayrhai kay door.
ਜਿਨੀ ਨਾਮੁ ਧਿਆਇਆ	jinee naam Dhi-aa-i-aa
ਗਏ ਮਸਕਤਿ ਘਾਲਿ॥	ga-ay maskat ghaal.
ਨਾਨਕ ਤੇ ਮੁਖ ਉਜਲੇ	naanak tay mukh ujlay
ਕੇਤੀ ਛੁਟੀ ਨਾਲਿ॥੧॥	kaytee chhutee naal. ‖1‖

ਸੰਸਾਰਕ ਤਨ ਦਾ (ਪਵਣ) ਹਵਾ (ਸਵਾਸ) ਹੀ ਮੁੱਢ ਹੈ, ਹਵਾ, ਸਵਾਸਾਂ ਤੋਂ ਬਿਨਾਂ ਜੀਵ ਦਾ ਤਨ ਨਾਸ਼ ਹੋ ਜਾਂਦਾ ਹੈ । ਪਾਣੀ ਦੀ ਸ਼ਕਤੀ ਨਾਲ ਹੀ ਤਨ ਵਿੱਚ ਰਸ, ਧਾਤੂ, ਰਕਤ, ਚਰਬੀ, ਹੱਡੀਆਂ, ਰੋਮ ਆਦਿਕ ਅੱਠੇ ਧਾਤਾਂ ਬਣਦੀਆਂ ਹਨ । ਧਰਤੀ ਹੀ ਸਾਰਿਆਂ ਦਾ ਅਰਾਮ ਕਰਨ ਵਾਲਾ ਆਸਣ ਹੈ, ਧਰਤੀ ਵਿੱਚ ਮਾਤਾ ਵਾਲੇ ਸਾਰੇ ਗੁਣ ਹੁੰਦੇ ਹਨ, ਸਾਰੇ ਜੀਵ ਹੀ ਧਰਤੀ ਤੇ ਆਰਮ ਕਰਦੇ ਹਨ । ਇਸ ਵਿੱਚ ਉਹ ਸਾਰੇ ਨਿਮ੍ਰਤਾ ਵਾਲੇ ਗੁਣ ਹਨ, ਜਿਹੜੇ ਮਾਤਾ ਵਿੱਚ ਹੁੰਦੇ ਹਨ । ਦਿਨ ਅਤੇ ਰਾਤ ਦੋਨੋਂ, ਦੁਇ ਅਤੇ ਦਾਇਆ ਦੀ ਤਰ੍ਹਾਂ ਜੀਵ ਦੀ ਦੇਖ ਭਾਲ, ਰਖਿਆ, ਸੰਭਾਲਨਾ ਕਰਦੇ, ਵਧਣ ਵਿੱਚ ਸੇਧ ਦੇਂਦੇ ਹਨ । ਜੀਵ, ਬਾਲਕ ਦੀ ਤਰ੍ਹਾਂ ਸੰਸਾਰਕ ਧੰਦੇ ਕਰਦਾ ਹੈ । ਉਸ ਦੇ ਚੰਗੇ, ਮੰਦੇ ਕੰਮ, ਆਤਮਾ ਦੇ ਸਾਥ ਰਹਿੰਦੇ, ਪ੍ਰਲੋਕ ਵਿੱਚ, ਦਰਗਾਹ ਵਿੱਚ ਵਿਚਾਰੇ ਜਾਂਦੇ ਹਨ । ਆਪਣੇ ਕੰਮਾਂ ਅਨੁਸਾਰ ਹੀ ਪ੍ਰਭ ਦੇ ਨੇੜੇ ਜਾ ਦੂਰ ਹੋ ਜਾਂਦਾ, ਮੁਕਤੀ ਦਾ ਰਸਤਾ ਜਾ ਜਨਮ ਮਰਨ ਦੇ ਚੱਕਰ ਵਿੱਚ ਜਾਂਦਾ ਹੈ । ਜਿਹੜਾ ਆਪਣਾ ਜੀਵਨ ਸ਼ਬਦ ਦੀ ਸਿਖਿਆਂ ਨਾਲ ਢਾਲਦਾ ਹੈ, ਉਸ ਦੀ ਸ਼ਬਦ ਦੀ ਕੀਤੀ ਕਮਾਈ ਸਫਲ ਹੋ ਜਾਂਦੀ ਹੈ । ਉਹ ਸੰਸਾਰ ਵਿੱਚ ਵੀ ਮੁਖੀ, ਪ੍ਰਲੋਕ ਵਿੱਚ ਵੀ ਮੁਖੀ ਹੋ ਜਾਂਦਾ ਹੈ । ਬੇਅੰਤ ਹੀ ਜੀਵ, ਉਸ ਦਾਸ ਦੀ ਸਿਖਿਆਂ ਨਾਲ ਜੀਵਨ ਢਾਲਕੇ ਮੁਕਤੀ ਦੇ ਰਸਤੇ ਤੇ ਚਲ ਪੈਂਦੇ, ਜੂੰਨਾਂ ਤੋਂ ਛੁਟਕਾਰਾ ਬਖਸ਼ਿਸ਼ ਹੋ ਸਕਦਾ ਹੈ ।

Air may be the key element for survival of his perishable body. His Holy Spirit remains embedded within Air; his body may perish without. Water may be second most significant source of energy, growth, survival of his perishable body. The True Master nourishes and protect his perishable body. Earth remains as a symbol of mother with all the virtues of humility, patience, and tolerance. Day and night provide the environment for growth and wellbeing of the body and soul; he performs assigned worldly chores to survive in the universe. All his good and evil deeds are recorded on his soul and evaluated in His Court. With his own worldly deeds, his soul may become under His Sanctuary and blessed with the right path of acceptance or deprived for the right path and remain in the cycle of birth and death. Whose earnings may be sanctified may proceed to next level of soul purification, sanctification.

☬ Jaap Sahib ☬

ਜਾਪੁ ਸਾਹਿਬ – Jaap Sahib॥

ੴ ਸਤਿਗੁਰ ਪ੍ਰਸਾਦਿ॥ ਸ੍ਰੀ ਵਾਹਿਗੁਰੂ ਜੀ ਕੀ ਫਤਹ॥

Ik Onkar Satgur Prasaadh॥ Sri Waheguroo Ji Ki Fateh॥

ਇਕੋ ਇਕ, ਅਕਾਰ ਰਹਿਤ ਪ੍ਰਭ ਹੀ ਸ੍ਰਿਸ਼ਟੀ ਦਾ ਅਸਲੀ ਮਾਲਕ ਹੈ, ਕੇਵਲ ਪ੍ਰਭ ਹੀ ਸਤਿਗੁਰੂ ਕਹਿਣ ਦੇ ਯੋਗ ਹੈ । ਕਿਸੇ ਮਾਨਸ ਸੰਤ, ਗੁਰੂ ਨੂੰ ਸਤਿਗੁਰ ਦੇ ਨਾਮ ਨਾਲ ਸਤਿ ਦੇਣਾ, ਉਸ ਦੀ ਬੰਦਗੀ ਨੂੰ ਬਿਰਥਾ ਹੀ ਬਰਬਾਦ ਕਾਰਨਾ ਹੈ । ਉਸ ਦੇ ਮਨ ਵਿੱਚ ਅਹੰਕਾਰ ਭਰ ਜਾਂਦਾ ਹੈ । ਜਿਵੇਂ ਸ਼ਿਵਜੀ ਦੇ ਮਨ ਵਿੱਚ ਕਰੋਧ ਅਹੰਕਾਰ ਭਰ ਗਿਆ । ਉਹ ਆਪ ਹੀ ਜੱਜ, ਜਿਊਰੀ ਬਣ ਜਾਂਦਾ ਹੈ । ਕਦੇ ਇਨਸਾਫ ਨਹੀਂ ਕਰ ਸਕਦਾ, ਪ੍ਰਭ ਦੀ ਰਹਿਮਤ ਦੂਰ ਹੋ ਜਾਂਦੀ ਹੈ ।

The One and Only One, Holy Spirit, beyond any structure limitation is The True Master of the universe. Only He may be worthy to be called True Master. Honoring any human with flesh and blood to be called The True Guru may be insulting, rebuking his meditation and initiate the lava of ego and anger within. As happened to Shiv ji; he became a judge and jury! He may never perform any justice; he may be deprived from His Blessed Vision. He remains in cycle of birth and death in Hell.

1. ਛਪੈ ਛੰਦ॥ ਤ੍ਵਪ੍ਰਸਾਦਿ॥ ਸ੍ਰੀ ਮੁਖਵਾਕ ਪਾਤਿਸਾਹੀ 10॥

ਚੱਕ੍ਰ ਚਿਹਨ ਅਰੁ ਬਰਨ ਜਾਤਿ
ਅਰ ਪਾਤਿ ਨਹਿਨ ਜਿਹ॥
ਰੂਪ ਰੰਗ ਅਰੁ ਰੇਖ ਭੇਖ
ਕੋਊ ਕਿਹ ਨ ਸਕਤ ਕਿਹ॥
ਅਚਲ ਮੂਰਤਿ ਅਨਭਉ ਪ੍ਰਕਾਸ
ਅਮਿਤੋਜਿ ਕਹਿੱਜੈ॥
ਕੋਟਿ ਇੰਦ੍ਰ ਇੰਦ੍ਰਾਣ ਸਾਦ
ਸਾਹਾਣਿ ਗਣਿਜੈ॥
ਤ੍ਰਿਭਵਣ ਮਹਿਪ ਸੁਰ ਨਰ ਅਸੁਰ
ਨੇਤ ਨੇਤ ਤ੍ਰਿਣ ਕਹਤ॥
ਤ੍ਵ ਸਰਬ ਨਾਮ ਕਥੈ ਕਵਨ ਕਰਮ
ਨਾਮ ਬਰਨਤ ਸੁਮਤ॥੧॥

Chakkra Chihan Ar(u) Baran Jaat(i)
Ar(u) Paat(i) Nahin Jeh.
Roop Ran Ar(u) Rekh Bhekh
Ko (i) Kaih Na Sakat Keh.
Achal Moondat(i) Anbhau Prakaas
Amitoj(i) Kahijjai||
Kottee Indra Indraan Saah(u)
Saahaan(i) Gadijjai||
Tribhavan Mahoop Sur Nar Asur,
Net Net Ban Trin Kehat||
Tav Sarab Naam Kathai Kavan, Karam
Naam Barnat Soumat(i)||1||

ਪ੍ਰਭ ਦਾ ਕੋਈ ਨਿਸ਼ਾਨ, ਜਾਤ ਪਾਤ, ਖਾਨਦਾਨੀ, ਰੰਗ, ਬਣਤਰ ਨਹੀਂ ਹੈ । ਪ੍ਰਭ ਦੀ ਜੋਤ ਇਕ ਅਨੋਖੀ, ਕਿਸੇ ਵੀ ਤਨ ਵਿੱਚ ਪ੍ਰਗਟ ਹੋ ਸਕਦੀ ਹੈ । ਪ੍ਰਭ ਦੀ ਜੋਤ ਹੀ ਸ੍ਰਿਸ਼ਟੀ ਦੇ ਸਾਰੇ ਭਗਤਾਂ, ਸੰਤਾਂ, ਰਾਜਿਆਂ ਵਿੱਚ ਸਮਾਈ, ਸਭ ਪ੍ਰਭ ਦੇ ਹੁਕਮ ਅੰਦਰ ਹੀ ਚਲਦੇ, ਸ੍ਰਿਸ਼ਟੀ ਦਾ ਖੇਲ ਕਰਦੇ, ਸਾਰੀਆ ਸ੍ਰਿਸ਼ਟੀਆ ਦਾ ਅਸਲੀ ਮਾਲਕ ਹੈ । ਪ੍ਰਭ ਦੇ ਸਾਰੇ ਨਾਮ ਦਸੇ ਨਹੀਂ ਜਾ ਸਕਦੇ, ਸਭ ਕਰਤਬਾਂ ਦੀ ਗਣਤੀ ਨਹੀਂ ਕੀਤੀ ਜਾ ਸਕਦੀ ।

The True Master remains the beyond any limitation, of any symbol, social class, caste, color, body structure, size. His astonishing Holy Spirit may appear in any breathing or non-breathing body, structure. He may be recognized by many names; the real count of His Names, and miracles, events of He remains beyond any imagination and comprehension of His Creation.

2. ਭੁਜੰਗ ਪ੍ਰਯਾਤ ਛੰਦ॥ Bhujan Prayaat Chhand

ਨਮਸਤ੍ਵੰ ਅਕਾਲੇ॥ ਨਮਸਤ੍ਵੰ ਕ੍ਰਿਪਾਲੇ॥
ਨਮਸਤੰ ਅਰੂਪੇ॥ ਨਮਸਤੰ ਅਨੂਪੇ॥੨॥

Namastvan Akaale|| Namastvan Kripaale||
Namastan Aroope|| Namastvan Anoope||2||

2	ਅਕਾਲੇ	ਕ੍ਰਿਪਾਲੇ	ਅਰੂਪੇ	ਅਨੂਪੇ
	Timeless	Beneficent	Formless	Wonderful

ਰਹਿਮਤਾਂ ਦੇ ਮਾਲਕ ਪ੍ਰਭ ਦੀ ਹੋਂਦ ਅਨੋਖੀ, ਤਿੰਨਾਂ ਪਛਾਣਾਂ, ਸਮੇਂ ਦੇ ਪ੍ਰਭਾਵ ਤੋਂ ਰਹਿਤ ਹੈ । ਮੈਂ ਪ੍ਰਭ ਦੀ ਹੋਂਦ ਤੋਂ ਹੈਰਾਨ ਰਹਿੰਦਾ ਹਾ । ਮੈਂ ਪ੍ਰਭ ਦੇ ਸ਼ਬਦ ਰੂਪੀ ਚਰਨਾਂ ਦੀ ਪੂਜਾ ਕਰਦਾ, ਸਿਰ ਝਕਾਉਂਦਾ, ਆਪਣੇ ਜੀਵਨ ਵਿੱਚ ਢਾਲਦਾ ਹਾ ।

The One and Only One True Master remains beyond the three limitations; such as body, size, and color. He remains beyond the influence of time. I remain astonished, fascinated from His Existence, Nature. I bow my head in gratitude for His Blessings. I have adopted the teachings of His Word in my day-to-day life.

ਨਮਸਤੰ ਅਭੇਖੇ॥ ਨਮਸਤੰ ਅਲੇਖੇ॥ Namastan Abhekhe|| Namastan Alekhe||
ਨਮਸਤੰ ਅਕਾਏ॥ ਨਮਸਤੰ ਅਜਾਏ॥ ੩॥ Namastan Akaae|| Namastan Ajaae||3||

3	ਅਭੇਖ	ਅਲੇਖੇ	ਅਕਾਏ	ਅਜਾਏ
	Grab less	Account less	Bodyless	Unborn

ਰਹਿਮਤਾਂ ਦੇ ਮਾਲਕ, ਦੇ ਕੰਮਾਂ ਦਾ ਲੇਖਾ ਨਹੀਂ ਕੀਤਾ ਜਾ ਸਕਦਾ, ਉਹ ਜਨਮ ਨਹੀਂ ਲੈਂਦਾ । ਤਿੰਨਾਂ ਪਛਾਣਾਂ ਤੋਂ ਰਹਿਤ ਨੂੰ ਇਕ ਥਾਂ ਤੇ ਜਾ ਕੋਈ ਪਕੜ ਨਹੀਂ ਸਕਦਾ । ਮੈਂ ਪ੍ਰਭ ਦੇ ਸ਼ਬਦ ਰੂਪੀ ਚਰਨਾਂ ਦੀ ਪੂਜਾ ਕਰਦਾ, ਸਿਰ ਝਕਾਉਂਦਾ, ਆਪਣੇ ਜੀਵਨ ਵਿੱਚ ਢਾਲਦਾ ਹਾ ।

The Merciful, True Treasure of blessings remains beyond the cycle of birth and death and beyond the accountability of deeds, actions. The True Master remains beyond the limitation of body, size, and color. No one can mark or touch at any place, any one symbolic body structure. I bow my head in gratitude for His Blessings. I have adopted the teachings of His Word in my day-to-day life.

ਨਮਸਤੰ ਅਗੰਜੇ॥ ਨਮਸਤੰ ਅਭੰਜੇ॥ Namastan Agadje|| Namastan Abhanje||
ਨਮਸਤੰ ਅਨਾਮੇ॥ ਨਮਸਤੰ ਅਠਾਮੇ॥ ੪॥ Namastan Anaame|| Namastan Athaame||4||

4	ਅਗੰਜੇ	ਅਭੰਜੇ	ਅਠਾਮੇ	ਅਨਾਮ
	Indestructible	Indivisible	Non-spatial	Nameless

ਪ੍ਰਭ ਨੂੰ ਨਾਸ਼ ਨਹੀਂ ਕੀਤਾ ਜਾ ਸਕਦਾ, ਟੋਟੇ ਨਹੀਂ ਕੀਤੇ ਜਾ ਸਕਦੇ, ਵੰਡਿਆ ਨਹੀਂ ਜਾ ਸਕਦਾ, ਪ੍ਰਭ ਦੀ ਜੋਤ ਨੂੰ ਕਿਸੇ ਵਿੱਚ ਸਮਾਉਣ ਲਈ ਕੋਈ ਜਗਾ ਦੀ ਲੋੜ ਨਹੀਂ, ਘੇਰਦਾ ਨਹੀਂ ਹੈ । ਪ੍ਰਭ ਦੀ ਅਨੇਕਾ ਨਾਮਾਂ ਨਾਲ ਪੂਜਾ ਕੀਤੀ ਜਾਂਦੀ ਹੈ, ਸੰਬੋਧਨ ਕੀਤਾ ਜਾਂਦਾ ਹੈ । ਮੈਂ ਉਸ ਪ੍ਰਭ ਦੇ ਸ਼ਬਦ ਰੂਪੀ ਚਰਨਾਂ ਦੀ ਪੂਜਾ ਕਰਦਾ, ਸਿਰ ਝਕਾਉਂਦਾ, ਆਪਣੇ ਜੀਵਨ ਵਿੱਚ ਢਾਲਦਾ ਹਾ ।

The True Master beyond any destruction, indivisibility, any specific name. His Holy spirit remains non-spatial, does not occupy any space; however, remain embedded within everything. I bow my head in gratitude for His Blessings. I have adopted the teachings of His Word in my day-to-day life.

ਨਮਸਤੰ ਅਕਰਮੰ॥ ਨਮਸਤੰ ਅਧਰਮੰ॥ Namastan Akarman|| Namastan Adharman||
ਨਮਸਤੰ ਅਨਾਮੰ॥ ਨਮਸਤੰ ਅਧਾਮੰ॥ ੫॥ Namastan Anaamandd|| Namastan Adhaaman||5||

5	ਅਕਰਮੰ	ਅਧਰਮੰ	ਅਨਾਮੰ	ਅਧਾਮੰ
	Deedless	Non-religious	Nameless	Abodeless

ਪ੍ਰਭ ਦਾ ਸੰਸਾਰਕ ਧਰਮਾਂ ਨਾਲ ਕੋਈ ਸਬੰਧ ਨਹੀਂ, ਸੰਸਾਰਕ ਧਰਮ, ਸੰਸਾਰਕ ਮਾਇਆ ਦੇ ਜਾਲ ਹੀ ਹਨ । ਉਸ ਦੇ ਕੰਮਾਂ ਦਾ ਕੋਈ ਲੇਖਾਂ ਲਿਖਣ ਵਾਲਾ ਨਹੀਂ ਹੈ । ਉਸ ਦਾ ਕੋਈ ਇਕ ਨਾਮ ਨਹੀਂ ਹੈ, ਅਨੇਕਾ ਨਾਮਾਂ ਨਾਲ ਪੂਜਿਆ ਜਾਂਦਾ ਹੈ, ਉਸ ਦਾ ਕਿਸੇ ਥਾਂ ਤੇ ਆਸਣ ਨਹੀਂ, ਹਰਇਕ ਥਾਂ, ਜੀਵ ਦੀ ਆਤਮਾ ਵਿੱਚ ਸਮਾਇਆ ਹੈ । ਮੈਂ ਉਸ ਪ੍ਰਭ ਦੇ ਸ਼ਬਦ ਰੂਪੀ ਚਰਨਾਂ ਦੀ ਪੂਜਾ ਕਰਦਾ, ਸਿਰ ਝਕਾਉਂਦਾ, ਆਪਣੇ ਜੀਵਨ ਵਿੱਚ ਢਾਲਦਾ ਹਾ ।

The True Master is not a slave, of any specific task nor a part of any worldly religion. He has established 84 lakh types of creatures as His Religions and glorified throne with same body in the center, 10th cave of each soul. All worldly religions are expansion of sweet poison of worldly wealth.

His Word may never be written on any paper not by anyone with flesh and blood. He remains within each soul and dwells within same body. He has no specific name; however, everyone may worship with countless names. He should be remembered as "The One and Only One, True Master, Creator of all universes. I bow my head in gratitude for His Blessings. I have adopted the teachings of His Word in my day-to-day life.

ਨਮਸਤੰ ਅਜੀਤੇ॥ ਨਮਸਤੰ ਅਭੀਤੇ॥
ਨਮਸਤੰ ਅਬਾਹੇ॥ ਨਮਸਤੰ ਅਢਾਹੇ॥ ੬॥

Namastan Ajeete|| Namastan Abheete||
Namastan Abaahe|| Namastan Adhaahe||6||

6	ਅਜੀਤੇ	ਅਭੀਤੇ	ਅਬਾਹੇ	ਅਢਾਹੇ
	Unconquerable	Fearless	Vehicle less	Unfallen

ਨਿਰਭਉ ਪ੍ਰਭ ਡਰ ਤੋਂ ਉਪਰ ਹੈ, ਉਸ ਤੇ ਜਿੱਤ ਨਹੀਂ ਪਾਈ ਜਾ ਸਕਦੀ, ਆਪਣੇ ਹੁਕਮ ਅੰਦਰ ਨਹੀਂ ਕੀਤਾ ਜਾ ਸਕਦਾ । ਪ੍ਰਭ ਆਪਣੀ ਕੁਦਰਤ ਵਿੱਚ ਹੀ ਸਮਾਇਆ ਹੈ, ਕਿਸੇ ਥਾਂ ਤੇ ਹਾਜ਼ਰ ਹੋਣ ਲਈ ਸਵਾਰੀ ਦੀ ਲੋੜ ਨਹੀਂ ਹੈ । ਉਸ ਨੂੰ ਨਾਸ਼, ਤਬਾਹ ਨਹੀਂ ਕੀਤਾ ਜਾ ਸਕਦਾ । ਮੈਂ ਉਸ ਪ੍ਰਭ ਦੇ ਸ਼ਬਦ ਰੂਪੀ ਚਰਨਾਂ ਦੀ ਪੂਜਾ ਕਰਦਾ, ਸਿਰ ਝਕਾਉਂਦਾ, ਆਪਣੇ ਜੀਵਨ ਵਿੱਚ ਢਾਲਦਾ ਹਾਂ ।

The Fearless True Master can never be conquered by His Creation. No one can control His Blessings and convince Him to change His Command, Word. He remains embedded within each soul and within His Nature. The Omnipresent True Master may never need any ride to remain omnipresent. No one may ever destroy, hurt nor reduce the significance of His Blessings. I bow my head in gratitude for His Blessings. I have adopted the teachings of His Word in my day-to-day life.

ਨਮਸਤੰ ਅਨੀਲੇ॥ ਨਮਸਤੰ ਅਨਾਦੇ॥
ਨਮਸਤੰ ਅਛੇਦੇ॥ ਨਮਸਤੰ ਅਗਾਧੇ॥ ੭॥

Namastan Aneele|| Namastan Anaade||
Namastan Achhede|| Namastan Agaddhe||7||

7	ਅਨੀਲੇ	ਅਨਾਦੇ	ਅਛੇਦੇ	ਅਗਾਧੇ
	Colorless	Beginningless	Blemish less	Infinite

ਪ੍ਰਭ ਇਕ ਰੂਹਾਨੀ ਜੋਤ ਹੈ, ਇਸ ਦਾ ਕੋਈ ਰੰਗ, ਅਰੰਭ, ਕੋਈ ਦਾਗ਼ ਜਾ ਹੱਦ ਨਹੀਂ ਹੈ । ਮੈਂ ਉਸ ਪ੍ਰਭ ਦੇ ਸ਼ਬਦ ਰੂਪੀ ਚਰਨਾਂ ਦੀ ਪੂਜਾ ਕਰਦਾ, ਸਿਰ ਝਕਾਉਂਦਾ, ਆਪਣੇ ਜੀਵਨ ਵਿੱਚ ਢਾਲਦਾ ਹਾਂ ।

The eternal Holy Spirit remains beyond beginning, color, blemish nor any limit of any miracle power. I bow my head in gratitude for His Blessings. I have adopted the teachings of His Word in my day-to-day life.

ਨਮਸਤੰ ਅਗੰਜੇ॥ ਨਮਸਤੰ ਅਭੰਜੇ॥
ਨਮਸਤੰ ਉਦਾਰੇ॥ ਨਮਸਤੰ ਅਪਾਰੇ॥ ੮॥

Namastan Agadje|| Namastan Abhanje||
Namastan Uddare|| Namastan Apaare||8||

8	ਅਗੰਜੇ	ਅਭੰਜ	ਉਦਾਰੇ	ਅਪਾਰੇ
	Cleaver less	Part less	Generous	limitless

ਕਿਸੇ ਹੱਦ ਤੋਂ ਰਹਿਤ ਪ੍ਰਭ, ਬਹੁਤ ਦਿਆਲ ਹੈ । ਰੂਹਾਨੀ ਜੋਤ ਪ੍ਰਭ ਦਾ ਕੋਈ ਤਨ, ਜਾ ਅੰਗ ਨਹੀਂ ਹੈ । ਪ੍ਰਭ ਦਾ ਸ਼ਬਦ ਕੋਈ ਧੋਖੇ ਵਾਲੀ ਚਾਲ ਨਹੀਂ, ਕੇਵਲ ਆਤਮਾ ਪਵਿੱਤਰ ਕਰਨ ਦਾ ਰਸਤਾ ਹੈ । ਮੈਂ ਉਸ ਪ੍ਰਭ ਦੇ ਸ਼ਬਦ ਰੂਪੀ ਚਰਨਾਂ ਦੀ ਪੂਜਾ ਕਰਦਾ, ਸਿਰ ਝਕਾਉਂਦਾ, ਆਪਣੇ ਜੀਵਨ ਵਿੱਚ ਢਾਲਦਾ ਹਾਂ ।

The limbless True Master remains beyond any deceptive teaching, intension. He remains very compassionate, forgiving, generous with His Blessings. The teachings of His Word remain beyond any deception and only the right sanctifying path. I bow my head in gratitude for His Blessings. I have adopted the teachings of His Word in my day-to-day life.

ਨਮਸਤੰ ਸੁ ਏਕੈ॥ ਨਮਸਤੰ ਅਨੇਕੈ॥
ਨਮਸਤੰ ਅਭੂਤੇ॥ ਨਮਸਤੰ ਅਜੂਪੇ॥ ੯॥

Namastan Su Ekai|| Namastan Anekai||
Namastan Abhoote|| Namastan Ajoute||9||

9	ਅਨੇਕੈ	ਸੋ ਏਕੈ	ਅਭੂਤੇ	ਅਜੂਪੇ
	Multi-form	The Only One	Non-elemental	Bondless

ਪ੍ਰਭ ਦੀ ਰੂਹਾਨੀ ਜੋਤ ਇਕੋ ਇਕ ਹੋਂਦ ਹੈ, ਅਨੇਕਾ ਰੂਪਾ ਵਿੱਚ ਕਿਸੇ ਥਾਂ, ਜੀਵ ਵਿੱਚ ਪ੍ਰਗਟ ਹੋ ਸਕਦੀ, ਜਾਂਦੀ ਹੈ । ਅਕਾਰ ਰਹਿਤ ਪ੍ਰਭ ਕਿਸੇ ਤੱਤਾਂ ਦੇ ਸੰਜੋਗ ਨਾਲ ਨਹੀਂ ਬਣਦਾ, ਪ੍ਰਭ ਆਪਣੀ ਪੈਦਾ ਕੀਤੇ ਕਿਸੇ ਜੀਵ ਦੀ ਆਤਮਾ ਤੇ ਮੋਹ ਤੋਂ ਅਲੱਗ ਰਹਿੰਦਾ ਹੈ । ਮੈਂ ਉਸ ਪ੍ਰਭ ਦੇ ਸ਼ਬਦ ਰੂਪੀ ਚਰਨਾਂ ਦੀ ਪੂਜਾ ਕਰਦਾ, ਸਿਰ ਝਕਾਉਂਦਾ, ਆਪਣੇ ਜੀਵਨ ਵਿੱਚ ਢਾਲਦਾ ਹਾ ।

The One and Only One True Master, exists as eternal Holy Spirit. He may appear in any breathing or non-breathing structure at His Own discretion. His Holy Spirit remains beyond any physical elements; nor may ever be created by combing various elements. He remains embedded within each soul, dwells within same body; however, He remains beyond any emotional attachments to his body. I bow my head in gratitude for His Blessings. I have adopted the teachings of His Word in my day-to-day life.

ਨਮਸਤੰ ਨ੍ਰਿਕਰਮੇ॥ ਨਮਸਤੰ ਨ੍ਰਿਭਰਮੇ॥ Namastan Nrikarme|| Namastan Nribharme||
ਨਮਸਤੰ ਨ੍ਰਿਦੇਸੇ॥ ਨਮਸਤੰ ਨ੍ਰਿਭੇਸੇ॥ ੧੦॥ Namastan Nridese|| Namastan Nribhese||10||

10	ਨ੍ਰਿਕਰਮੇ	ਨ੍ਰਿਭਰਮੇ	ਨ੍ਰਿਦੇਸੇ	ਨ੍ਰਿਭੇਸੇ
	Deedless	Doubtless	Homeless	Grab less

ਪ੍ਰਭ ਕਿਸੇ ਕੰਮ ਦਾ ਗੁਲਾਮ, ਮੁਹਤਾਜ ਨਹੀਂ, ਸੰਸਾਰਕ ਭਰਮਾਂ ਤੋਂ ਰਹਿਤ, ਕੋਈ ਇਕ ਆਸਣ ਨਹੀਂ, ਕੋਈ ਉਸ ਨੂੰ ਇਕ ਥਾਂ, ਜਾ ਇਕ ਪਲ ਪਕੜ, ਛੋਹ ਨਹੀਂ ਸਕਦਾ । ਮੈਂ ਉਸ ਰੂਹਾਨੀ ਜੋਤ ਦੀ ਸਦਾ ਗੂੰਜਣ ਵਾਲੇ ਅਵਾਜ਼ ਦੀ, ਸ਼ਬਦ ਦੀ ਸਿਖਿਆਂ ਨਾਲ ਆਪਣੇ ਜੀਵਨ ਵਿੱਚ ਢਾਲਦਾ ਹਾ ।

The True Master remains beyond a slave of any deed, any worldly suspicions. He may not have any throne at any place; His Throne remains within each soul; his body remains His Royal Throne. He remains beyond any reach or catch, touch of anyone. I bow my head in gratitude for His Blessings. I have adopted the teachings of His Word in my day-to-day life.

ਨਮਸਤੰ ਨ੍ਰਿਨਾਮੇ॥ ਨਮਸਤੰ ਨ੍ਰਿਕਾਮੇ॥ Namastan Nrinaame|| Namastan Nrikaame||
ਨਮਸਤੰ ਨ੍ਰਿਧਾਤੇ॥ ਨਮਸਤੰ ਨ੍ਰਿਘਾਤੇ॥ ੧੧ Namastan Nridhaate|| Namastan Nrighaate||11||

11	ਨ੍ਰਿਨਾਮੇ	ਨ੍ਰਿਕਾਮ	ਨ੍ਰਿਧਾਤੇ	ਨ੍ਰਿਘਾਤੇ
	Nameless	Desireless	Non-elemental	invincible

ਪ੍ਰਭ ਅਨੇਕਾ ਨਾਮਾਂ ਜਾਣਿਆ ਜਾਂਦਾ, ਕੋਈ ਇਕ ਨਾਮ ਨਹੀਂ, ਕੋਈ ਦਾਨ ਲੈਣ ਦੀ ਇਛਾ ਨਹੀਂ ਹੈ । ਉਸ ਦੀ ਹੋਂਦ ਕਿਸੇ ਧਾਤਾਂ ਦੇ ਜੋੜ ਨਾਲ ਪ੍ਰਗਟ ਨਹੀਂ ਕੀਤੀ ਜਾ ਸਕਦੀ । ਉਹ ਇਤਨਾ ਤਾਕਤਵਾਰ ਹੈ, ਕੋਈ ਤਾਕਤ ਉਸ ਤੇ ਜਿੱਤ ਨਹੀਂ ਪਾ ਸਕਦੀ । ਮੈਂ ਉਸ ਪ੍ਰਭ ਦੇ ਸ਼ਬਦ ਰੂਪੀ ਚਰਨਾਂ ਦੀ ਪੂਜਾ ਕਰਦਾ, ਸਿਰ ਝਕਾਉਂਦਾ, ਆਪਣੇ ਜੀਵਨ ਵਿੱਚ ਢਾਲਦਾ ਹਾ ।

The One and Only One True Master may be remembered by countless names; He does not have any specific name. His existence remains element less. No one may ever control, alter His Command nor conquer Him. I bow my head in gratitude for His Blessings. I have adopted the teachings of His Word in my day-to-day life.

ਨਮਸਤੰ ਨ੍ਰਿਧੂਤੇ॥ ਨਮਸਤੰ ਅਭੂਤੇ॥ Namastan Nridhoote|| Namastan Abhoote||
ਨਮਸਤੰ ਅਲੋਕੇ॥ ਨਮਸਤੰ ਅਸੋਕੇ॥ ੧੨॥ Namastan Aloke|| Namastan Asoke||12

12	ਨ੍ਰਿਧੂਤੇ	ਅਭੂਤੇ	ਅਲੋਕੇ	ਅਸੋਕੇ
	Motionless	elementaless	invincible	Griefless

ਪ੍ਰਭ ਕਿਸੇ ਦੇ ਮੋਹ ਤੋਂ, ਧਾਤਾਂ ਦੇ ਜੋੜ ਤੋਂ, ਕਿਸੇ ਸੋਗ ਤੋਂ ਰਹਿਤ, ਇਕ ਰੂਹਾਨੀ ਸ਼ਕਤੀ ਹੈ । ਪ੍ਰਭ ਤੇ ਕਿਸੇ ਦਾ ਜ਼ੋਰ ਨਹੀਂ, ਕੋਈ ਵੀ ਤਾਕਤ ਜਿੱਤ ਨਹੀਂ ਪਾ ਸਕਦੀ, ਆਪਣੀ ਮਰਜ਼ੀ ਨਹੀਂ ਚਲਾ ਸਕਦੀ । ਮੈਂ ਉਸ ਰੂਹਾਨੀ ਜੋਤ, ਪ੍ਰਭ ਦੇ ਸ਼ਬਦ ਰੂਪੀ ਚਰਨਾਂ ਦੀ ਪੂਜਾ ਕਰਦਾ, ਸਿਰ ਝਕਾਉਂਦਾ, ਆਪਣੇ ਜੀਵਨ ਵਿੱਚ ਢਾਲਦਾ ਹਾ ।

The True Master remains emotionless, griefless an eternal Holy Spirit. His existence may never be realized by combing few elements. No worldly power may ever convince, conquers nor change, alter His Command. I bow my head in gratitude for His Blessings. I have adopted the teachings of His Word in my day-to-day life.

ਨਮਸਤੰ ਨ੍ਰਿਤਾਪੇ॥ ਨਮਸਤੰ ਅਥਾਪੇ॥ Namastan Nritaape|| Namastan Athaape||
ਨਮਸਤੰ ਤ੍ਰਿਮਾਨੇ॥ ਨਮਸਤੰ ਨਿਧਾਨੇ॥ ੧੩ Namastan Trimaane|| Namastan Nidhaane||13||

13	ਨ੍ਰਿਤਾਪੇ	ਅਥਾਪੇ	ਤ੍ਰਿਮਾਨੇ	ਨਿਧਾਨੇ
	Woe less	Non-established	universally honored	Treasure

ਨਿਰਵੈਰ, ਨਿਰਭਉ ਪ੍ਰਭ ਦੀ ਗੱਦੀ ਨਹੀਂ ਚਲਦੀ, ਸਦਾ ਅਟਲ ਰਹਿਣ ਵਾਲੀ ਰੂਹਾਨੀ ਜੋਤ ਹੈ । ਕਿਸੇ ਮਾਨਸ ਨੂੰ ਪ੍ਰਭ ਦਾ ਰੂਪ ਥਾਪਿਆ ਨਹੀਂ ਜਾ ਸਕਦਾ । ਜਿਵੇਂ ਸੰਸਾਰਕ ਗੁਰੂ ਦੀ ਗੱਦੀ ਚਲਦੀ ਹੈ, ਸਾਰੇ ਸੰਸਾਰਕ ਮਾਇਆ ਦੇ ਗੁਲਾਮ ਹਨ । ਸਾਰੀ ਸ੍ਰਿਸ਼ਟੀ ਹੀ ਪ੍ਰਭ ਨੂੰ ਅਸਲੀ ਮਾਲਕ ਮੰਨਦੀ, ਪੂਜਾ ਕਰਦੀ ਹੈ । ਪ੍ਰਭ ਦਾ ਸ਼ਬਦ ਹੀ ਸੋਝੀ ਦਾ ਖਜ਼ਾਨਾ ਹੈ । ਮੈਂ ਉਸ ਰੂਹਾਨੀ ਜੋਤ, ਪ੍ਰਭ ਦੇ ਸ਼ਬਦ ਰੂਪੀ ਚਰਨਾਂ ਦੀ ਪੂਜਾ ਕਰਦਾ, ਸਿਰ ਝਕਾਉਂਦਾ, ਆਪਣੇ ਜੀਵਨ ਵਿੱਚ ਢਾਲਦਾ ਹਾ ।

The True Master remains true and live forever; no one may ever be incarnated as His Hereditary on any worldly recognized throne. No one else may be incarnated as a living guru, a symbol of The True Master. However, worldly gurus have been incarnated as hereditary of guru with flesh and blood! All remain victim of sweet poison of worldly wealth. The whole universe honors, believes and worships as The True Master, Creator of the universe. I bow my head in gratitude for His Blessings. I have adopted the teachings of His Word in my day-to-day life.

ਨਮਸਤੰ ਅਗਾਹੇ॥ ਨਮਸਤੰ ਅਬਾਹੇ॥ Namastan Agadhe|| Namastan Abaahe||
ਨਮਸਤੰ ਤ੍ਰਿਬਰਗੇ॥ ਨਮਸਤੰ ਅਸਰਗੇ॥ ੧੪ Namastan Tribarge|| Namastan Asarge||14||

14	ਅਗਾਹੇ	ਅਬਾਹ	ਤ੍ਰਿਬਰਗੇ	ਅਸਰਗੇ
	Bottomless	Motionless	Virtue-full	unborn

ਪ੍ਰਭ ਕਿਸੇ ਵੀ ਅਕਾਰ ਵਿੱਚ, ਕਦੇ ਜਨਮ ਨਹੀਂ ਲੈਂਦਾ, ਉਹ ਰਹਿਮਤਾਂ ਦਾ ਨਾ ਖਤਮ ਹੋਣ ਵਾਲਾ ਖਜ਼ਾਨਾ ਹੈ । ਉਸ ਦੀਆਂ ਕਰਮਾਤਾਂ, ਗੁਣਾ ਰੂਪੀ ਸਾਗਰ ਦਾ ਕੋਈ ਤਲਾ, ਹੱਦ ਨਹੀਂ ਹੈ । ਉਸ ਦੀ ਕਿਸੇ ਆਤਮਾ ਨਾਲ, ਪਦਾਰਥ ਨਾ ਮੋਹ ਨਹੀਂ ਹੈ । ਉਸ ਦਾ ਭਾਣਾ, ਬਦਲਿਆ ਨਹੀਂ ਜਾ ਸਕਦਾ । ਮੈਂ ਉਸ ਰੂਹਾਨੀ ਜੋਤ, ਪ੍ਰਭ ਦੇ ਸ਼ਬਦ ਰੂਪੀ ਚਰਨਾਂ ਦੀ ਪੂਜਾ ਕਰਦਾ, ਸਿਰ ਝਕਾਉਂਦਾ, ਆਪਣੇ ਜੀਵਨ ਵਿੱਚ ਢਾਲਦਾ ਹਾ ।

The True Master may never be born in any creature with flesh and blood. He remains The True inexhaustible Treasure of Virtues, blessings. He remains like an ocean of miracles and virtues without any bottom, limits, and limitations. He remains beyond any emotional attachment with any soul, living creature nor and any worldly possessions. His Word, Command may always prevail non-stopped. I bow my head in gratitude for His Blessings. I have adopted the teachings of His Word in my day-to-day life.

ਨਮਸਤੰ ਪ੍ਰਭੋਗੇ॥ ਨਮਸਤੰ ਸੁਜੋਗੇ॥ Namastan Prabhoge|| Namastan Sujoge||
ਨਮਸਤੰ ਅਰੰਗੇ॥ ਨਮਸਤੰ ਅਭੰਗੇ॥ ੧੫॥ Namastan Arane|| Namastan Abhane||15||

15	ਪ੍ਰਭੋਗ	ਸੁਜੋਗੇ	ਅਰੰਗੇ	ਅਭੰਗੇ
	Enjoyer	Well-united	colorless	immortal

ਪ੍ਰਭ ਇਕ ਸਦਾ ਰਹਿਣ ਵਾਲੀ ਜੋਤ, ਕਦੇ ਨਾਸ਼ ਨਹੀਂ ਹੋ ਸਕਦੀ, ਕੋਈ ਇਕ ਰੰਗ ਨਹੀਂ, ਸਭ ਰੰਗਾਂ ਵਿੱਚ ਹੀ ਸਮਾਈ ਹੈ । ਉਹ ਹਰਇਕ ਆਤਮਾ ਵਿੱਚ, ਸ੍ਰਿਸ਼ਟੀ ਵਿੱਚ ਕੁਦਰਤ ਵਿੱਚ ਸਮਾਇਆ ਹੈ । ਆਪਣੀ ਪੈਦਾ ਕੀਤੀ ਸ੍ਰਿਸ਼ਟੀ ਦੇ ਖੇਲ ਦਾ ਅਨੰਦ ਮਾਨਦਾ ਹੈ । ਮੈਂ ਉਸ ਰੂਹਾਨੀ ਜੋਤ, ਪ੍ਰਭ ਦੇ ਸ਼ਬਦ ਰੂਪੀ ਚਰਨਾਂ ਦੀ ਪੂਜਾ ਕਰਦਾ, ਸਿਰ ਝਕਾਉਂਦਾ, ਆਪਣੇ ਜੀਵਨ ਵਿੱਚ ਢਾਲਦਾ ਹਾ ।

The One and Only One, True Master, Holy Spirit beyond any influence, any color; however, His Holy Spirit remains embedded within every color, every soul and within His Nature. The True Master dwells, cherishes the play of His Own Creation. I bow my head in gratitude for His Blessings. I have adopted the teachings of His Word in my day-to-day life.

ਨਮਸਤੰ ਅਗੰਮੇ॥ ਨਮਸਤਸੱਤੁ ਰੰਮੇ॥ Namastan Agadme|| Namastan(u) Ranme||
ਨਮਸਤੰ ਜਲਾਸਰੇ॥ ਨਮਸਤੰ ਨਿਰਾਸਰੇ॥੧੬ Namastan Jalaadare|| Namastan Niraadare||16||

16	ਅਗੰਮੇ	ਰੰਮੇ	ਜਲਾਸਰੇ	ਨਿਰਾਸਰੇ
	unfathomable	All-pervasive	Water-sustainer	Prop less

ਪ੍ਰਭ ਦੀ ਕੁਦਰਤ ਪੂਰਨ ਤਰ੍ਹਾਂ ਸਮਝੀ ਨਹੀਂ ਜਾ ਸਕਦੀ । ਪ੍ਰਭ ਹੀ ਉਤਸਾਹ ਪੈਦਾ ਕਰਨ ਦਾ ਸੋਮਾ, ਉਸ ਨੂੰ ਕੋਈ ਕੰਮ ਕਰਨ ਲਈ ਕੋਈ ਪ੍ਰੇਰਨਾ, ਹੋਰ ਤਾਕਤ ਨਹੀਂ ਚਾਹੀਦੀ, ਨਾ ਹੀ ਕੋਈ ਲਾਲਚ ਦਿੱਤਾ ਜਾ ਸਕਦਾ ਹੈ । ਪਾਣੀ ਵਿੱਚ ਵੀ ਸਮਾਇਆ, ਰਚਿਆ ਰਹਿੰਦਾ ਹੈ । ਮੈਂ ਉਸ ਰੂਹਾਨੀ ਜੋਤ, ਪ੍ਰਭ ਦੇ ਸ਼ਬਦ ਰੂਪੀ ਚਰਨਾਂ ਦੀ ਪੂਜਾ ਕਰਦਾ, ਸਿਰ ਝਕਾਉਂਦਾ, ਆਪਣੇ ਜੀਵਨ ਵਿੱਚ ਢਾਲਦਾ ਹਾ ।

His Existence and His Nature remains beyond complete comprehension of His Creation. The True Master remains the fountain, treasure of inspiration, encouragement. His true devotee may never need any other inspiration, encouragement, or strength, nor any worldly greed, temptation of sweet poison of worldly wealth. He remains embedded within water and His Nature. I bow my head in gratitude for His Blessings. I worship His Eternal Holy Spirit. I have adopted the teachings of His Word in my day-to-day life.

ਨਮਸਤੰ ਅਜਾਤੇ॥ ਨਮਸਤੰ ਅਪਾਤੇ॥ Namastan Ajaate|| Namastan Apaate||
ਨਮਸਤੰ ਅਮਜਬੇ॥ ਨਮਸਤੰ ਅਜਬੇ॥ ੧੭॥ Namastan Amajbe|| Namastan(u) Ajbe||17||

17	ਅਜਾਤੇ	ਅਪਾਤੇ	ਅਮਜਬੇ	ਅਜਬੇ
	casteless	lineless	Religious less	Wonderful

ਪ੍ਰਭ ਦੀ ਕੋਈ ਸੰਸਾਰਕ ਜਾਤ ਨਹੀਂ, ਕੋਈ ਖਾਨਦਾਨੀ, ਪੀੜੀ ਨਹੀਂ ਚਲਦੀ । ਕੋਈ ਸੰਸਾਰਕ ਧਰਮ ਨਹੀਂ, ਸੰਸਾਰਕ ਧਰਮ ਪ੍ਰਭ ਦੀ ਗੁਲਾਮ ਸੰਸਾਰਕ ਮਾਇਆ ਦੇ ਹੀ ਗੁਲਾਮ ਹਨ, ਇਕ ਚਾਲ, ਪਸਾਰਾ ਹੈ । ਪ੍ਰਭ ਦੀ ਹੋਂਦ ਅਨੋਖੀ, ਜੀਵ ਦੀ ਸਮਝ ਤੋਂ ਉਪਰ ਹੈ । ਮੈਂ ਉਸ ਰੂਹਾਨੀ ਜੋਤ, ਪ੍ਰਭ ਦੇ ਸ਼ਬਦ ਰੂਪੀ ਚਰਨਾਂ ਦੀ ਪੂਜਾ ਕਰਦਾ, ਸਿਰ ਝਕਾਉਂਦਾ, ਆਪਣੇ ਜੀਵਨ ਵਿੱਚ ਢਾਲਦਾ ਹਾ ।

The True Master has no worldly social class, caste no any genealogy, heritage. He does not have any worldly religion nor favor any religious practices. All worldly religions are hypocrisy and expansion of sweet poison of worldly wealth. His Existence remains fascinating, astonishing and beyond any comprehension of His Creation. I bow my head in gratitude for His Blessings. I worship His Eternal Holy Spirit. I have adopted the teachings of His Word in my day-to-day life.

ਨਮਸਤੰ ਅਦੇਸੇ॥ ਨਮਸਤੰ ਅਭੇਸੇ॥ Adesan Adese|| Namastan Abhese||
ਨਮਸਤੰ ਨ੍ਰਿਧਾਮੇ॥ Namastan Nridhaame||
ਨਮਸਤੰ ਨ੍ਰਿਬਾਮੇ॥ ੧੮॥ Namastan Nribaame||18

18	ਅਦੇਸੇ	ਅਭੇਸੇ	ਨ੍ਰਿਧਾਮੇ	ਨ੍ਰਿਬਾਮੇ
	Homeless	Grab less	Abodeless	Spouseless

ਪ੍ਰਭ ਦਾ ਕੋਈ ਇਕ ਘਰ ਨਹੀਂ, ਹਰਇਕ ਵਸਤੂ, ਜੀਵ ਵਿੱਚ ਸਮਾਇਆ, ਭਰਪੂਰ ਵਸਦਾ ਹੈ । ਫਿਰ ਵੀ ਉਸ ਨੂੰ ਕੋਈ ਪਕੜ ਨਹੀਂ ਸਕਦਾ, ਛੋਹ ਨਹੀਂ ਸਕਦਾ, ਦੇਖ ਨਹੀਂ ਸਕਦਾ । ਉਸ ਦਾ ਕੋਈ ਇਕ ਥਾਂ ਤੇ ਆਸਣ ਨਹੀਂ ਹੈ, ਹਰਇਕ ਆਤਮਾ ਵਿੱਚ ਹੀ ਸਮਾਇਆ ਹੈ । ਉਸ ਦਾ ਕੋਈ ਜੀਵਨ ਸਾਥੀ ਨਹੀਂ । ਜਿਵੇਂ ਸੰਸਾਰਕ ਦੇਵਤਿਆਂ ਦੀਆਂ ਅਨੇਕਾ ਹੀ ਪਤਨੀਆਂ, ਜਿਹਨਾਂ ਨੂੰ ਦੇਵੀਆਂ ਦੇ ਨਾਮ ਨਾਲ ਪੂਜਿਆ ਜਾਂਦਾ ਹੈ । ਪ੍ਰਭ ਇਕ ਰੂਹਾਨੀ ਜੋਤ ਹੈ । ਪ੍ਰਭ ਦੀ ਅਕਾਰ ਵਾਲੇ ਜੀਵ ਨਾਲ ਤੁਲਨਾ ਨਹੀਂ ਕੀਤੀ ਜਾ ਸਕਦੀ । ਮੈਂ ਉਸ ਰੂਹਾਨੀ ਜੋਤ, ਪ੍ਰਭ ਦੇ ਸ਼ਬਦ ਰੂਪੀ ਚਰਨਾਂ ਦੀ ਪੂਜਾ ਕਰਦਾ, ਸਿਰ ਝਕਾਉਂਦਾ, ਆਪਣੇ ਜੀਵਨ ਵਿੱਚ ਢਾਲਦਾ ਹਾ ।

The True Master has no specific place as His Castle, Throne; however, He remains embedded within every soul and dwells within his body. He remains beyond any reach, visibility nor anyone may ever touch or marks or catch Him. His Throne, 10th palace; the physical body of every creature remains His Temple, Throne. He does not have any life companion, spouse as worldly gurus, prophet may have spouse, wives, and ignorant creature worships as goddess. His Eternal Holy Spirit may never be comparted with any living creature with flesh and blood. I bow my head in gratitude for His Blessings. I worship His Eternal Holy Spirit. I have adopted the teachings of His Word in my day-to-day life.

ਨਮੋ ਸਰਬ ਕਾਲੇ॥ ਨਮੋ ਸਰਬ ਦਿਆਲੇ॥
ਨਮੋ ਸਰਬ ਰੂਪੇ॥
ਨਮੋ ਸਰਬ ਭੂਪੇ॥੧੯॥

Namo Sarab Kaale|| Namo Sarab Diaale||
Namo Sarab Roope||
Namo Sarab Bhoope||19||

19	ਕਾਲੇ	ਦਿਆਲੇ	ਰੂਪੇ	ਭੂਪੇ
	All destroyer	Generous	form	Universal King

ਤਰਸਵਾਨ, ਦਿਆਲੂ ਸਭ ਰੰਗਾਂ, ਰੂਪਾਂ, ਅਕਾਰਾਂ ਵਿੱਚ ਹੀ ਸਮਾਇਆ ਹੈ । ਸਭ ਸੰਸਾਰਕ ਰਾਜੇ ਉਸ ਦੇ ਗੁਲਾਮ, ਕੇਵਲ ਉਸ ਦੇ ਹੁਕਮ ਅੰਦਰ ਹੀ ਚਲ ਸਕਦੇ ਹਨ । ਉਹ ਹੀ ਹਰਇਕ ਜੀਵ, ਵਸਤੂ ਪੈਦਾ ਕਰਦਾ, ਇਕ ਪਲ ਵਿੱਚ ਹੀ ਨਾਸ਼ ਕਰ ਸਕਦਾ ਹੈ । ਮੈਂ ਉਸ ਰੂਹਾਨੀ ਜੋਤ, ਪ੍ਰਭ ਦੇ ਸ਼ਬਦ ਰੂਪੀ ਚਰਨਾਂ ਦੀ ਪੂਜਾ ਕਰਦਾ, ਸਿਰ ਝਕਾਉਂਦਾ, ਆਪਣੇ ਜੀਵਨ ਵਿੱਚ ਢਾਲਦਾ ਹਾ ।

The Merciful, Generous, Compassionate Holy Spirit remains embedded within each soul, within every color, structure and within His Nature. All worldly kings remain under His Command and His slave. The True Master, Creator may bring new life, creature on earth and only He may give death; the cycle of birth and death remains only under His Command. He may destroy in a twinkle of eyes. I bow my head in gratitude for His Blessings. I worship His Eternal Holy Spirit. I have adopted the teachings of His Word in my day-to-day life.

ਨਮੋ ਸਰਬ ਖਾਪੇ॥ ਨਮੋ ਸਰਬ ਥਾਪੇ॥
ਨਮੋ ਸਰਬ ਕਾਲੇ॥ ਨਮੋ ਸਰਬ ਪਾਲੇ॥੨੦॥

Namo Sarav Khaape|| Namo Sarab Thaape||
Namo Sarab Kaale|| Namo Sarab Paale||20||

20	ਖਾਪੇ	ਥਾਪੇ	ਕਾਲੇ	ਪਾਲੇ
	Destroyer	Establisher	Annihilator	sustainer

ਪ੍ਰਭ ਹੀ ਜੀਵ ਨੂੰ ਪੈਦਾ ਕਰਦਾ, ਪਾਲਣਾ ਪੋਸਨਾ ਕਰਦਾ, ਤਾਕਤ ਬਖਸ਼ਦਾ, ਕੰਮ ਕਰਨ ਦੀ ਸਮਰਥਾ ਬਖਸ਼ਦਾ ਹੈ । ਇਕ ਪਲ ਵਿੱਚ ਹੀ ਕੁਝ ਬਣਾ ਸਕਦਾ, ਨਾਸ਼ ਕਰ ਸਕਦਾ ਹੈ । ਮੈਂ ਉਸ ਰੂਹਾਨੀ ਜੋਤ, ਪ੍ਰਭ ਦੇ ਸ਼ਬਦ ਰੂਪੀ ਚਰਨਾਂ ਦੀ ਪੂਜਾ ਕਰਦਾ, ਸਿਰ ਝਕਾਉਂਦਾ, ਆਪਣੇ ਜੀਵਨ ਵਿੱਚ ਢਾਲਦਾ ਹਾ ।

The True Master, Creator creates new life, nourishes, monitor, protects and blesses strength and wisdom to survive and thrive. He may create or destroy any creature, anything in a twinkle of eyes. I bow my head in gratitude for His Blessings. I worship His Eternal Holy Spirit. I have adopted the teachings of His Word in my day-to-day life.

ਨਮਸਤੰ ਦੇਵੈ॥ ਨਮਸਤੰ ਅਭੇਵੈ॥
ਨਮਸਤੰ ਅਜਨਮੇ॥
ਨਮਸਤੰ ਸੁਬਨਮੇ॥੨੧॥

Namastast(u) Devai|| Namastan Abhevai||
Namastan Ajanme||
Namastan Soubanme||21||

21	ਦੇਵੈ	ਅਭੇਵੈ	ਅਜਨਮੇ	ਸੁਬਨਮੇ
	Divine	Mysterious	Unborn	Loveliest

ਪ੍ਰਭ ਕਦੇ ਕਿਸੇ ਰੂਪ ਵਿੱਚ ਜਨਮ ਨਹੀਂ ਲੈਂਦਾ, ਕਦੇ ਕਿਸੇ ਨੂੰ ਪ੍ਰਭ ਦਾ ਰੂਪ ਸਮਝਕੇ ਪੂਜਾ ਨਹੀਂ ਕਰਨੀ ਚਾਹੀਦੀ । ਪ੍ਰਭ ਹੀ ਪ੍ਰੀਤ, ਪਿਆਰ ਦਾ ਸੋਮਾ, ਅਨੋਖੇ ਭੇਦ ਵਾਲੀ ਰੂਹਾਨੀ ਜੋਤ ਹੈ । ਮੈਂ ਉਸ ਰੂਹਾਨੀ ਜੋਤ, ਪ੍ਰਭ ਦੇ ਸ਼ਬਦ ਰੂਪੀ ਚਰਨਾਂ ਦੀ ਪੂਜਾ ਕਰਦਾ, ਸਿਰ ਝਕਾਉਂਦਾ, ਆਪਣੇ ਜੀਵਨ ਵਿੱਚ ਢਾਲਦਾ ਹਾ ।

The True Master may never take birth as any flesh and blood creature, nor any worldly creature should be worshipped as a symbol of God. However, all worldly religions remain victim of greed and mislead innocent masses to worship, living or ancient prophets as a symbol of The True Master. The True Master remains a fountain, treasure of love and a fascinating, astonishing mystery, eternal Holy Spirit. I bow my head in gratitude for His Blessings. I worship His Eternal Holy Spirit. I have adopted the teachings of His Word in my day-to-day life.

ਨਮੋ ਸਰਬ ਗਉਨੇ॥ ਨਮੋ ਸਰਬ ਭਉਨੇ॥ Namo Sarab Gaddde|| Namo Sarab Bhaoune||
ਨਮੋ ਸਰਬ ਰੰਗੇ॥ ਨਮੋ ਸਰਬ ਭੰਗੇ॥੨੨ Namo Sarab Rane|| Namo Sarab Bhane||22||

22	ਗਉਨੇ	ਭਉਨੇ	ਰੰਗੇ	ਭੰਗੇ
	Pervasive	Permeator	Blossom	Destroyer

ਪ੍ਰਭ ਜੀਵ ਦੇ ਮਨ ਦੀ ਦਿਸ਼ਾ ਬਦਲਣ, ਪ੍ਰੇਰਨਾ ਕਰਨ ਦਾ ਅਮੋਲਕ ਸੋਮਾ ਹੈ, ਕਿਸੇ ਵੀ ਜੀਵ ਦੀ ਲਗਨ, ਜੀਵਨ ਦਾ ਰਸਤਾ ਬਦਲ ਸਕਦਾ ਹੈ । ਉਹ ਸਦਾ ਹੀ ਖੇੜੇ ਵਿੱਚ ਰਹਿੰਦਾ ਹੈ । ਇਕ ਪਲ ਵਿੱਚ ਹੀ ਸਭ ਕੁਝ ਨਾਸ਼ ਕਰ ਸਕਦਾ ਹੈ । ਮੈਂ ਉਸ ਰੂਹਾਨੀ ਜੋਤ, ਪ੍ਰਭ ਦੇ ਸ਼ਬਦ ਰੂਪੀ ਚਰਨਾਂ ਦੀ ਪੂਜਾ ਕਰਦਾ, ਸਿਰ ਝਕਾਉਂਦਾ, ਆਪਣੇ ਜੀਵਨ ਵਿੱਚ ਢਾਲਦਾ ਹਾ ।

The True Master remains a fountain of inspiration and transform the direction of mind of any worldly creature to change his path from Shakti to Shiv. The True Master always remains in blossom in all worldly environments. He may vanish, destroys everything in a twinkle of eyes. I bow my head in gratitude for His Blessings. I worship His Eternal Holy Spirit. I have adopted the teachings of His Word in my day-to-day life.

ਨਮੋ ਕਾਲ ਕਾਲੇ॥ ਨਮਸਤੱਸਤੁ ਦਜਾਲੇ॥ Namo Kaal Kaale|| Namastast(u) Diaale||
ਨਮਸਤੰ ਅਬਰਨੇ॥ ਨਮਸਤੰ ਅਮਰਨੇ॥੨੩॥ Namastan Abarne|| Namastan Amarne||23||

23	ਕਾਲ ਕਾਲੇ	ਦਿਆਲੇ	ਅਬਰਨੇ	ਅਮਰਨੇ
	Death-Destroyer	Beneficent	Colorless	Deathless

ਦਿਆਲੂ ਪ੍ਰਭ ਦੀ ਹੋਂਦ, ਮੌਤ ਤੋਂ ਰਹਿਤ ਹੈ, ਕੋਈ ਰੰਗ, ਰੂਪ ਨਹੀਂ ਹੈ, ਸਭ ਵਿੱਚ ਹੀ ਸਮਾਈ ਰਹਿੰਦੀ ਹੈ । ਪ੍ਰਭ ਕਿਸੇ ਵੀ ਜੀਵ ਦਾ ਮੌਤ ਦਾ ਡਰ ਖਤਮ ਕਰ ਦੇਦਾ ਹੈ, ਭਗਤਾਂ ਦਾ ਮੌਤ ਦਾ ਸਮਾਂ, ਪ੍ਰਭ ਦੀ ਜੋਤ ਨਾਲ ਸੰਜੋਗ ਦਾ ਸਮਾਂ ਬਣ ਜਾਂਦਾ ਹੈ । ਮੈਂ ਉਸ ਰੂਹਾਨੀ ਜੋਤ, ਪ੍ਰਭ ਦੇ ਸ਼ਬਦ ਰੂਪੀ ਚਰਨਾਂ ਦੀ ਪੂਜਾ ਕਰਦਾ, ਸਿਰ ਝਕਾਉਂਦਾ, ਆਪਣੇ ਜੀਵਨ ਵਿੱਚ ਢਾਲਦਾ ਹਾ ।

The Merciful True Master lives forever, beyond the cycle of birth and death. He remains embedded with each soul and everything in His Nature. He may eliminate the fear of death of any creature; the time of death of His true devotee may become an ambrosial time of union with His Holy Spirit. I bow my head in gratitude for His Blessings. I worship His Eternal Holy Spirit. I have adopted the teachings of His Word in my day-to-day life.

ਨਮਸਤੰ ਜਰਾਰੰ॥ ਨਮਸਤੰ ਕ੍ਰਿਤਾਰੰ॥ Namastan Jaraaran|| Namastan Kridaaran||
ਨਮੋ ਸਰਬ ਧੰਧੇ॥ ਨਮੋ ਸਤ ਅਬੰਧੇ॥੨੪॥ Namo Sarab Dhandhe|| Namosat Abandhe||24||

24	ਜਰਾਰੰ	ਕ੍ਰਿਤਾਰੰ	ਧੰਧੇ	ਅਬੰਧੇ
	Omnipotent	Doer	Involved	Detached

ਪ੍ਰਭ ਵਿੱਚ ਹਰਇਕ ਕੰਮ ਕਰਨ ਦੀ ਸਮਰਥਾ ਭਰਪੂਰ ਹੁੰਦੀ ਹੈ । ਹਰਇਕ ਕੰਮ ਵਿੱਚ ਪ੍ਰਭ ਆਪ ਹੀ ਵਾਪਰਦਾ ਹੈ । ਪ੍ਰਭ ਜੀਵ ਦੇ ਜੀਵਨ ਦੇ ਰਸਤਾ ਧਾਰਨ ਕਰਨ ਦੇ ਮੋਹ ਤੋਂ ਅਲੱਗ ਰਹਿੰਦਾ, ਅਸਲੀ

ਰਸਤੇ ਦੀ ਗੂੰਜ ਸਦਾ ਉਸ ਦੇ ਮਨ ਵਿੱਚ ਚਲਦੀ ਰਹਿੰਦੀ ਹੈ । ਪ੍ਰਭ ਉਸ ਦੇ ਰਸਤੇ ਤੇ ਚਲਣ ਵਿੱਚ ਸਹਾਈ ਹੰਦਾ ਹੈ । ਮੈਂ ਉਸ ਰੂਹਾਨੀ ਜੋਤ, ਪ੍ਰਭ ਦੇ ਸ਼ਬਦ ਰੂਪੀ ਚਰਨਾਂ ਦੀ ਪੂਜਾ ਕਰਦਾ, ਸਿਰ ਝਕਾਉਂਦਾ, ਆਪਣੇ ਜੀਵਨ ਵਿੱਚ ਢਾਲਦਾ ਹਾ ।

The Omnipotent True Master remains capable to perform every task in the universe. Only His Command may prevail in every action in the universe. The everlasting echo of His Word remains resonating within the heart of every creature and He may never preselect the path of soul; to follow path of Shiv or Shakti; however, the everlasting echo of His Word remains resonating as the right path of acceptance in His Court. The remains supporter to become successful in his adopted path. He may endure the judgement of his own deeds. I bow my head in gratitude for His Blessings. I worship His Eternal Holy Spirit. I have adopted the teachings of His Word in my day-to-day life.

ਨਮਸਤੰ ਨ੍ਰਿਸਾਕੇ॥ ਨਮਸਤੰ ਨ੍ਰਿਬਾਕੇ॥ Namastan Nrisaake|| Namastan Nribaake||
ਨਮਸਤੰ ਰਹੀਮੇ॥ ਨਮਸਤੰ ਕਰੀਮੇ॥ ੨੫॥ Namastan Rahime|| Namastan Karime||25||

25	ਨ੍ਰਿਸਾਕੇ	ਨ੍ਰਿਬਾਕੇ	ਰਹੀਮੇ	ਕਰੀਮੇ
	Kinderedless	Fearless	Generous	Merciful

ਰਹਿਮਤਾਂ ਦਾ ਮਾਲਕ ਬਹੁਤ ਦਿਆਲੂ, ਇਕ ਨਿਡਰ ਰੂਹਾਨੀ ਜੋਤ ਹੈ । ਪ੍ਰਭ ਸਦਾ ਹੀ ਆਤਮਾ ਦੇ ਸਾਥ ਰਹਿੰਦਾ ਹੈ । ਹਰਇਕ ਮਨ ਵਿੱਚ ਸਦਾ ਚਲਣ ਵਾਲੀ ਸ਼ਬਦ ਦੀ ਗੂੰਜ, ਅਸਲੀ ਰਸਤੇ ਦੀ ਪ੍ਰੇਰਨਾ ਕਰਦੀ ਰਹਿੰਦੀ ਹੈ । ਮੈਂ ਉਸ ਰੂਹਾਨੀ ਜੋਤ, ਪ੍ਰਭ ਦੇ ਸ਼ਬਦ ਰੂਪੀ ਚਰਨਾਂ ਦੀ ਪੂਜਾ ਕਰਦਾ, ਸਿਰ ਝਕਾਉਂਦਾ, ਆਪਣੇ ਜੀਵਨ ਵਿੱਚ ਢਾਲਦਾ ਹਾ ।

The Merciful, generous True Master remains as fearless eternal Holy Spirit. His Holy Spirit remains embedded within each soul; every soul is an expansion of His Holy Spirit. The everlasting echo of His Word remains resonating within each soul and a reminder of the right path of human life opportunity, journey. I bow my head in gratitude for His Blessings. I worship His Eternal Holy Spirit. I have adopted the teachings of His Word in my day-to-day life.

ਨਮਸਤੰ ਅਨੰਤੇ॥ ਨਮਸਤੰ ਮਹੰਤੇ॥ Namastan Anante|| Namastan Mahante||
ਨਮਸਤੱਸਤੁ ਰਾਗੇ॥ ਨਮਸਤੰ ਸੁਹਾਗੇ॥ ੨੬॥ Namastast(u) Raage|| Namastan Suhaage||26||

26	ਅਨੰਤੇ	ਮਹੰਤੇ	ਰਾਗੇ	ਸੁਹਾਗੇ
	infinite	Greatest	Lover	Universe Lord

ਪ੍ਰਭ ਸਾਰੀ ਸ੍ਰਿਸ਼ਟੀ ਦਾ ਅਸਲੀ ਮਾਲਕ, ਪਿਆਰ ਦਾ ਮੁਨਾਰਾ, ਸੋਮਾ ਹੈ । ਸਭ ਤੋਂ ਮਹਾਨ, ਵੱਡਾ, ਤਾਕਤਵਾਰ ਹੈ । ਉਸ ਦੇ ਗੁਣਾ, ਕਰਮਾਤਾਂ ਦੀ ਗਿਣਤੀ ਨਹੀਂ ਕੀਤੀ ਜਾ ਸਕਦੀ, ਅਥਾਹ ਹੀ ਹਨ । ਮੈਂ ਉਸ ਰੂਹਾਨੀ ਜੋਤ, ਪ੍ਰਭ ਦੇ ਸ਼ਬਦ ਰੂਪੀ ਚਰਨਾਂ ਦੀ ਪੂਜਾ ਕਰਦਾ, ਸਿਰ ਝਕਾਉਂਦਾ, ਆਪਣੇ ਜੀਵਨ ਵਿੱਚ ਢਾਲਦਾ ਹਾ ।

The greatest of All, True Master remains a pillar, fountain of renunciation of the memory of His Separation. His treasures of virtues, miracles remain infinite beyond any imagination of His Creation. I bow my head in gratitude for His Blessings. I worship His Eternal Holy Spirit. I have adopted the teachings of His Word in my day-to-day life.

ਨਮੋ ਸਰਬ ਸੋਖੰ॥ ਨਮੋ ਸਰਬ ਪੋਖੰ॥ Namo Sarab Sokhan|| Namo Sarab Pokhan||
ਨਮੋ ਸਰਬ ਕਰਤਾ॥ Namo Sarab Kartaa||
ਨਮੋ ਸਰਬ ਹਰਤਾ॥੨੭॥ Namo Srab Bartaa||27||

27	ਸੋਖੰ	ਪੋਖੰ	ਕਰਤਾ	ਹਰਤਾ
	Destroyer	Sustainer	Creator	Indulger

ਪ੍ਰਭ ਜੀਵ ਨੂੰ ਪੈਦਾ ਕਰਦਾ, ਪਾਲਣਾ ਪੋਸਨਾ, ਰਖਿਆ ਕਰਦਾ, ਜੀਵਨ ਲਈ ਭੋਜਨ ਦਾ, ਸਾਧਨ ਬਖਸ਼ਦਾ ਹੈ । ਉਸ ਦਾ ਮੌਤ ਦਾ ਡਰ ਖਤਮ ਕਰ ਸਕਦਾ ਹੈ । ਮੈਂ ਉਸ ਰੂਹਾਨੀ ਜੋਤ, ਪ੍ਰਭ ਦੇ ਸ਼ਬਦ ਰੂਪੀ ਚਰਨਾਂ ਦੀ ਪੂਜਾ ਕਰਦਾ, ਸਿਰ ਝਕਾਉਂਦਾ, ਆਪਣੇ ਜੀਵਨ ਵਿੱਚ ਢਾਲਦਾ ਹਾ ।

The True Master creates, provides source of nourishment, and protects His Creation. He may eliminate the fear of death of His true devotee. He remains a part of excitement in his life adventures. I bow my head in gratitude for His Blessings. I worship His Eternal Holy Spirit. I have adopted the teachings of His Word in my day-to-day life.

ਨਮੋ ਜੋਗ ਜੋਗੇ॥ ਨਮੋ ਭੋਗ ਭੋਗੇ॥ Namo Jog Joge|| Namo Bhog Bhoge||
ਨਮੋ ਸਰਬ ਦਯਾਲੇ॥ Namo Sarab Diaale||
ਨਮੋ ਸਰਬ ਪਾਲੇ॥੨੮॥ Namo Sarab Paale||28||

28	ਜੋਗ ਜੋਗੇ	ਭੋਗ ਭੋਗੇ	ਦਿਆਲੇ	ਪਾਲੇ
	Yogi	Indulger	Gracious	Sustainer

ਰਹਿਮਤਾਂ ਦਾ ਮਾਲਕ, ਦਿਆਲੂ ਪ੍ਰਭ ਹੀ ਜੀਵ ਦੀ ਪਾਲਣਾ ਕਰਦਾ, ਭੋਜਨ ਬਖਸ਼ਦਾ ਹੈ । ਉਸ ਦੇ ਹਰਇਕ ਕੰਮ ਵਿੱਚ ਸਹਾਈ ਹੁੰਦਾ ਹੈ । ਪ੍ਰਭ ਦਾ ਸ਼ਬਦ ਹੀ ਸਿਮਰਨ ਕਰਨ, ਬੰਦਗੀ ਕਰਨ ਦਾ ਸਾਧਨ, ਸੋਮਾ ਹੈ । ਮੈਂ ਉਸ ਰੂਹਾਨੀ ਜੋਤ, ਪ੍ਰਭ ਦੇ ਸ਼ਬਦ ਰੂਪੀ ਚਰਨਾਂ ਦੀ ਪੂਜਾ ਕਰਦਾ, ਸਿਰ ਝਕਾਉਂਦਾ, ਆਪਣੇ ਜੀਵਨ ਵਿੱਚ ਢਾਲਦਾ ਹਾ ।

The Merciful Generous True Master creates provides source of nourishment for His Creation. He remains always his companion in his worldly journey. The teachings of His Word remain the source, fountain of treasure of meditation, and enlightenment of the essence of His Word. I bow my head in gratitude for His Blessings. I worship His Eternal Holy Spirit. I have adopted the teachings of His Word in my day-to-day life.

3. ਚਾਚਰੀ ਛੰਦ॥ ਤ੍ਵਪ੍ਰਸਾਦਿ॥ Chaachari Chhand|| Tva Prasaadh||

ਅਰੂਪ ਹੈਂ॥ ਅਨੂਪ ਹੈਂ॥ Aroop Hain|| Anoop Hain||
ਅਜੂ ਹੈਂ॥ ਅਭੂ ਹੈਂ॥੨੯॥ Ajoo Hain|| Abhoo Hain||29||

29	ਅਰੂਪੇ	ਅਨੂਪ	ਅਜੂ	ਅਭੂ
	Formless	Unparalleled	Unborn	Non-being

ਪ੍ਰਭ ਕਦੇ ਕਿਸੇ ਆਕਾਰ ਵਿੱਚ ਜਨਮ ਨਹੀਂ ਲੈਂਦਾ, ਉਸ ਦਾ ਕੋਈ ਤਨ ਨਹੀਂ, ਤੱਤਾਂ ਦੇ ਸੰਜੋਗ ਨਾਲ ਪ੍ਰਗਟ ਨਹੀਂ ਕੀਤਾ ਜਾ ਸਕਦਾ । ਪ੍ਰਭ ਦੇ ਤੁਲ, ਗੁਣਾ ਵਾਲਾ, ਸ਼ਰੀਕ ਕੋਈ ਨਹੀਂ ਹੈ ।

The formless, bodyless True Master may never take birth in any flesh and blood. His Existence may never be realized with the combination of various worldly elements. No one may very be born equal or greater than His Greatness nor may challenge, alter His Command.

ਅਲੇਖ ਹੈਂ॥ ਅਭੇਖ ਹੈਂ॥ Alekh Hain|| Abhekh Hain||
ਅਨਾਮ ਹੈਂ॥ ਅਕਾਮ ਹੈਂ॥੩੦॥ Anaam Hain|| Akaam Hain||30||

30	ਅਲੇਖ	ਅਭੇਖ	ਅਨਾਮ	ਅਕਾਮ
	Unaccountable	Grab less	Nameless	Desireless

ਪ੍ਰਭ ਦੀ ਹੋਂਦ ਕਿਸੇ ਨਾਮ, ਕਿਸੇ ਇਛਾ, ਕਿਸੇ ਕੀਤੇ ਕੰਮ ਦੇ ਮੁਹਤਾਜ ਨਹੀਂ, ਉਸ ਦਾ ਲੇਖਾ ਲਿਖਣ ਵਾਲਾ ਕੋਈ ਨਹੀਂ ਹੈ । ਉਸ ਦਾ ਕੋਈ ਤਨ ਨਹੀਂ, ਛੋਹਿਆ, ਪਕੜਿਆ ਨਹੀਂ ਜਾ ਸਕਦਾ ।

The desireless, nameless True Master may not be recognized with any unique name; however, His Creation remembers, worships Him with countless names. He may never be a slave of any worldly task, profession. He remains beyond the countability of His Deeds; no one may ever exist greater than Him to write the account of His Deeds. He remains beyond any limitation of physical body and no one may ever touch, catch nor mark Him.

ਅਧੇ ਹੈਂ॥ ਅਭੇ ਹੈਂ॥ Adhe Hain|| Abhe Hain||
ਅਜੀਤ ਹੈਂ॥ ਅਭੀਤ ਹੈਂ॥੩੧॥ Ajeet Hain|| Abhoot Hain||31||

31	ਅਧੇ	ਅਭੇ	ਅਜੀਤ	ਅਭਤਿ
	Prop less	Non-discriminating	Unconquerable	Fearless

ਪ੍ਰਭ ਨਿਰਭਉ, ਕਿਸੇ ਡਰ ਤੋਂ, ਵਿਤਕਰੇ ਤੋਂ ਰਹਿਤ ਹੈ । ਉਹ ਆਪਣੀ ਮਰਜ਼ੀ ਅਨੁਸਾਰ ਹੀ ਕੰਮ ਕਰਦਾ ਹੈ, ਭਾਣਾ ਬਦਲਿਆ ਨਹੀਂ ਜਾ ਸਕਦਾ । ਉਸ ਤੇ ਜਿੱਤ ਹਾਸਿਲ ਨਹੀਂ ਕੀਤੀ ਜਾ ਸਕਦੀ । ਆਪਣੀ ਕਿਸੇ ਵਿਧੀ, ਬੰਦਗੀ ਨਾਲ ਪ੍ਰਭ ਦੀ ਰਹਿਮਤ ਹਾਸਿਲ ਕੀਤੀ ਨਹੀਂ ਜਾ ਸਕਦੀ ।

The Fearless True Master remains beyond any discrimination. His Command, Word prevails under His Own Imagination. He Command may never be altered, changed. His Existence, Creation universe remains without any physical support or pillar. He remains unconquerable; everyone must surrender to His Command.

ਤ੍ਰਿਮਾਨ ਹੈਂ॥ ਨਿਧਾਨ ਹੈਂ॥ Trimaan Hain|| Nidhaan Hain||
ਤ੍ਰਿਬਰਗ ਹੈਂ॥ ਅਸਰਗ ਹੈਂ॥੩੨॥ Tribarag Hain|| Asarag Hain||32||

32	ਤ੍ਰਿਮਾਨ	ਨਿਧਾਨ	ਤ੍ਰਿਬਰਗ	ਅਸਰਗ
	Universally Honored	Treasure	Attribute	unborn

ਪ੍ਰਭ ਕਿਸੇ ਅਕਾਰ ਵਿੱਚ ਜਨਮ ਨਹੀਂ ਲੈਂਦਾ । ਪ੍ਰਭ ਦੇ ਸ਼ਬਦ ਦੀ ਸਿਖਿਆਂ ਹੀ ਮਾਨਸ ਜਨਮ ਦੇ ਅਸਲੀ ਰਸਤੇ ਦੀ ਸੋਝੀ ਦਾ ਖਜ਼ਾਨਾ ਹੈ । ਹਰਇਕ ਕੰਮ ਦਾ ਆਪ ਹੀ ਕਾਰਨ ਬਣਾਉਂਦਾ, ਜੀਵ ਨੂੰ ਪ੍ਰਰਨਾ ਕਰਦਾ, ਉਤਸਾਹ ਬਖਸ਼ਦਾ ਹੈ । ਸਾਰੀ ਸ੍ਰਿਸ਼ਟੀ ਹੀ ਪ੍ਰਭ ਨੂੰ ਸਭ ਤੋਂ ਵੱਡਾ, ਅਸਲੀ ਮਾਲਕ ਮੰਨਕੇ ਸਤਿਕਾਰ ਕਰਦੀ ਪੂਜਦੀ ਹੈ ।

The True Master may never take birth in any physical body, structure; however, His Holy Spirit remains embedded within each soul. The teachings of His Word remain the treasure of enlightenments of the right path of acceptance in His Court. He creates all the causes, purposes of all worldly events. He blesses devotion and inspiration to His Creation to adopt the right path of acceptance in His Court, the path of Shiv in own life. He may be honored and worshipped as The Greatest of All, The One and Only One Creator of the universe.

ਅਨੀਲ ਹੈਂ॥ ਅਨਾਦਿ ਹੈਂ॥ Anil Hain|| Anaadh Hain||
ਅਜੇ ਹੈਂ॥ ਅਜਾਦਿ ਹੈਂ॥੩੩॥ Aje Hain|| Ajaadh Hain||33||

33	ਅਨੀਲ	ਅਨਾਦਿ	ਅਜੇ	ਅਜਾਦਿ
	Colorless	Beginningless	unborn	independent

ਪ੍ਰਭ ਕਿਸੇ ਅਕਾਰ ਵਿੱਚ ਜਨਮ ਨਹੀਂ ਲੈਂਦਾ, ਉਸ ਦੇ ਅਰੰਭ ਦੀ ਕੋਈ ਸੋਝੀ ਨਹੀਂ ਹੈ । ਸਾਰੀ ਸ੍ਰਿਸ਼ਟੀ ਹੀ ਮੰਨਦੀ ਹੈ, ਪ੍ਰਭ ਦਾ ਕੋਈ ਅਰੰਭ ਨਹੀਂ ਹੈ । ਪ੍ਰਭ ਆਪਣੇ ਆਪ ਵਿਚੋਂ ਹੀ ਪੈਦਾ ਹੋਇਆ, ਪ੍ਰਭ ਦੀ ਜੋਤ ਵਿਚੋਂ ਹੀ ਸਾਰੀ ਸ੍ਰਿਸ਼ਟੀ ਪੈਦਾ ਹੋਈ ਹੈ । ਉਸ ਦਾ ਕੋਈ ਰੰਗ ਨਹੀਂ, ਸਭ ਰੰਗਾ ਵਿੱਚ ਹੀ ਸਮਾਇਆ ਹੈ । ਪੂਰਨ ਅਜ਼ਾਦ ਪ੍ਰਭ ਦਾ ਕੋਈ ਲੇਖਾ ਨਹੀਂ ਲਿਖ ਸਕਦਾ, ਕਿਸੇ ਨੂੰ ਜਵਾਬ ਦੇ ਨਹੀਂ ਹੈ ।

The True Master may never take a birth in any physical body. The whole universe believes The True Master without any beginning; His beginning remains beyond any imagination, comprehension of His Creation. The soul, universe, is an expansion of His Holy Spirit. He has no color of distinction; His Holy Spirit remains embedded within each color. The Completely Independent True Master remains beyond any accountability of any deed.

ਅਜਨਮ ਹੈਂ॥ ਅਬਰਨ ਹੈਂ॥ Ajanam Hain|| Abharan Hain||
ਅਭੂਤ ਹੈਂ॥ ਅਭਰਨ ਹੈਂ॥੩੪॥ Abhoot Hain|| Abharan Hain||34||

34	ਅਜਨਮ	ਅਵਰਨ	ਅਭੂਤ	ਅਭਰਨ

	unborn	colorless	element less	perfect

ਪ੍ਰਭ ਤੱਤਾਂ ਦੇ ਸੰਜੋਗ ਨਾਲ ਪ੍ਰਗਟ ਨਹੀਂ ਹੁੰਦਾ, ਪੈਦਾ ਹੁੰਦਾ । ਆਪਣੇ ਆਪ ਵਿੱਚ ਪੂਰਨ ਹੈ । ਜਨਮ ਮਰਨ ਤੋਂ ਰਹਿਤ, ਕਿਸੇ ਕਿਸਮ ਦੀ ਪਛਾਣ ਨਹੀਂ ਹੈ ।

The structureless, bodyless True Master remains beyond the limitation of any physical elements. The Perfect, Self-absorbed True Master remains beyond the cycle of birth and death and unique color. His Holy Spirit remains embedded within each color.

ਅਗੰਜ ਹੈਂ॥ ਅਭੰਜ ਹੈਂ॥
ਅਝੂਝ ਹੈਂ॥ ਅਝੰਝ ਹੈਂ॥੩੫॥

Agadj Hain|| Abhanj Hain||
Ajhoojh Hain|| Ajhanjh Hain||35||

35	ਅਗੰਜ	ਅਭੰਜ	ਅਝੂਝ	ਅਝੰਝ
	Invincible	Unbreakable	Unconquerable	Tensionless

ਪ੍ਰਭ ਨੂੰ ਨਾਸ਼ ਨਹੀਂ ਕੀਤਾ ਜਾ ਸਕਦਾ, ਜਿੱਤਿਆ ਨਹੀਂ ਜਾ ਸਕਦਾ, ਕਈ ਫਿਕਰ ਨਹੀਂ ਹੈ । ਪ੍ਰਭ ਨੂੰ ਕਿਸੇ ਵਿਧੀ ਨਾਲ ਆਪਣੇ ਵੱਸ ਵਿੱਚ ਨਹੀਂ ਕੀਤਾ ਜਾ ਸਕਦਾ, ਰਹਿਮਤ ਨਹੀਂ ਪਾਈ ਜਾ ਸਕਦੀ ।

The True Master worry free. No one may ever destroy nor conquer The True Master, nor change His Command. No one may control or alter His Command with any meditation technique nor with own wisdom.

ਅਮੀਕ ਹੈਂ॥ ਰਫੀਕ ਹੈਂ॥
ਅਧੰਧ ਹੈਂ॥ ਅਬੰਧ ਹੈਂ॥੩੬॥

Ameek Hain|| Rafeek Hain||Adhandh Hain|| Abandh Hain||36||

36	ਅਮੀਕ	ਰਫੀਕ	ਅਧੰਧ	ਅਬੰਧ
	Deepest	Friendliest	Strife less	Bondless

ਪ੍ਰਭ ਕਿਸੇ ਮੌਤ ਤੋਂ ਰਹਿਤ ਹੈ, ਸਭ ਵਿੱਚ ਸਮਾਇਆ ਹੈ, ਸਭ ਆਤਮਾ ਦਾ ਅਸਲੀ ਸਾਥੀ ਰਹਿੰਦਾ ਹੈ । ਪ੍ਰਭ ਕਿਸੇ ਧੰਦੇ ਦਾ ਮੁਹਤਾਜ ਨਹੀਂ, ਪ੍ਰਭ ਦੀ ਸਿਖਿਆਂ ਬਹੁਤ ਗੰਭੀਰ, ਡੂੰਘੀ ਹੈ ।

The True Master remains beyond the reach of devil of death. His Holy Spirit remains embedded within each soul. He remains beyond any emotional attach with anyone. He remains the friendliest of soul and without any sign of disappointment, strife.

ਨ੍ਰਿਬੂਝ ਹੈਂ॥ ਅਸੂਝ ਹੈਂ॥
ਅਕਾਲ ਹੈਂ॥ ਅਜਾਲ ਹੈਂ॥੩੭॥

Nriboodhe Hain|| Asoojh Hain||
Akaal Hain|| Ajaal Hain||37||

37	ਨ੍ਰਿਬੂਝ	ਅਸੂਝ	ਅਕਾਲ	ਅਜਾਲ
	Unthinkable	Unknowing able	Immortal	Unbound

ਪ੍ਰਭ ਇਕ ਸਦਾ ਅਟਲ ਰਹਿਣ ਵਾਲੀ ਜੋਤ ਹੈ । ਉਸ ਦਾ ਕਿਸੇ ਨਾਲ ਮੋਹ ਨਹੀਂ ਹੈ । ਉਸ ਦੀ ਕੁਦਰਤ ਜੀਵ ਦੀ ਸੋਝੀ ਤੋਂ, ਪਛਾਣ ਤੋਂ ਬਾਹਰ ਹੈ ।

The True Master remains true and live forever. His Holy Spirit remains embedded within each soul and beyond any emotional attachments to his soul. His Nature remains beyond any recognition, comprehension of His Creation.

ਅਲਾਹ ਹੈਂ॥ ਅਜਾਹ ਹੈਂ॥
ਅਨੰਤ ਹੈਂ॥ ਮਹੰਤ ਹੈਂ॥੩੮॥

Alaah Hain|| Ajaah Hain||
Anant Hain|| Mahant Hain||38||

38	ਅਲਾਹ	ਅਜਾਹ	ਅਨੰਤ	ਮਹੰਤ
	unbound	placeless	infinite	greatest

ਪ੍ਰਭ ਅਥਾਹ ਗੁਣਾ ਦਾ ਖਜ਼ਾਨਾ, ਉਸ ਦੀ ਮਹੱਤਤਾ ਸਭ ਤੋਂ ਮਹਾਨ ਹੈ । ਕੋਈ ਘਰ ਨਹੀਂ, ਆਸਣ ਨਹੀਂ ਹੈ । ਪ੍ਰਭ ਦੀ ਜੋਤ ਹਰਇਕ ਆਤਮਾ ਵਿੱਚ ਸਮਾਈ ਹੈ । ਸਦਾ ਹੀ ਆਤਮਾ ਦੇ ਮੋਤ ਤੋਂ ਰਹਿਤ, ਅਲੱਗ ਰਹਿੰਦੀ ਹੈ ।

The True Master, Treasure of infinite virtues and the enlightenment of the essence of His Word remains most significant. His Holy Spirit remains embedded within each soul and remains beyond the reach of any emotional attachments.

ਅਲੀਕ ਹੈਂ॥ ਨ੍ਰਿਸ੍ਰੀਕ ਹੈਂ॥ Aleek Hain|| Nrisrook Hain||
ਨ੍ਰਿਲੰਭ ਹੈਂ॥ ਅਸੰਭ ਹੈਂ॥੩੯॥ Nrilanbh Hain|| Asanbh Hain||39||

39	ਅਲੀਕ	ਨ੍ਰਿਸ੍ਰੀਕ	ਨ੍ਰਿਲੰਭ	ਅਸੰਭ
	Limitless	Unparalleled	Prop less	Unborn

ਜਨਮ ਮਰਨ ਤੋਂ ਰਹਿਤ, ਸਦਾ ਅਟਲ ਰਹਿਣ ਵਾਲੀ ਜੋਤ, ਆਪਣੀ ਮਰਜ਼ੀ ਨਾਲ ਹੀ ਸਭ ਕੁਝ ਕਰਦੀ ਹੈ । ਉਸ ਦਾ ਸ਼ਰੀਕ, ਬਰਾਬਰ ਦਾ ਕੋਈ ਨਹੀਂ, ਉਸ ਦੇ ਕਿਸੇ ਕਰਤਬਾਂ ਦਾ ਕੋਈ ਅੰਤ ਨਹੀਂ ਜਾਣ ਸਕਦਾ ।

The True Master remains beyond the cycle of birth and death, absorbed in His Own imagination, and prevails in every activity in the universe and in and out of body of a creature. No one may ever be born equal or greater than His Greatness. His miracles, deeds remain beyond any end nor comprehension of His Creation.

ਅਗੰਮ ਹੈਂ॥ ਅਜੰਮ ਹੈਂ॥ Agadm Hain|| Ajanm Hain||
ਅਭੂਤ ਹੈਂ॥ ਅਛੂਤ ਹੈਂ॥੪੦॥ Abhoot Hain|| Achhodht Hain||40||

40	ਅਗੰਮ	ਅਜੰਮ	ਅਭੂਤ	ਅਛੂਤ
	Unfathomable	unborn	Element less	Uncontaminated

ਜਨਮ ਮਰਨ ਤੋਂ ਰਹਿਤ ਦੀ ਹੋਂਦ ਕਿਸੇ ਤੱਤਾਂ ਦੇ ਸੰਜੋਗ ਨਾਲ ਨਹੀਂ ਬਣਦੀ, ਪ੍ਰਗਟ ਹੁੰਦੀ, ਹੋ ਸਕਦੀ । ਉਸ ਨੂੰ ਕਦੇ ਕੋਈ ਦਾਗ ਨਹੀਂ ਲਗ ਸਕਦਾ । ਉਸ ਦੀ ਕੁਦਰਤ ਨੂੰ ਪੂਰਨ ਤਰ੍ਹਾਂ ਜਾਣਿਆ ਨਹੀਂ ਸਕਦਾ ।

The True Master remains beyond any cycle of birth and death and element, only as His Holy Spirit. He remains unblemished, with the reach of any worldly blemish. His Nature may not be fully explored, described by His Creation.

ਅਲੋਕ ਹੈਂ॥ ਅਸੋਕ ਹੈਂ॥ Alok Hain|| Asok Hain||
ਅਕ੍ਰਮ ਹੈਂ॥ ਅਭ੍ਰਮ ਹੈਂ॥੪੧॥ Akaram Hain|| Abharam Hain||41||

41	ਅਲੋਕ	ਅਸੋਕ	ਅਕਰਮ	ਅਬਰਨ
	All-Pervasive	Woe less	Deedless	Illusion less

ਪ੍ਰਭ ਕਿਸੇ ਧੰਦੇ ਦਾ ਮੁਹਤਾਜ ਨਹੀਂ ਹੁੰਦਾ । ਨਿਰਭਉ ਪ੍ਰਭ ਕਿਸੇ ਇਛਾ ਦਾ ਗੁਲਾਮ, ਮੁਹਤਾਜ ਨਹੀਂ ਹੁੰਦਾ । ਪ੍ਰਭ ਦੀ ਜੋਤ ਸਭ ਕੁਝ ਵਿੱਚ, ਸ੍ਰਿਸ਼ਟੀ ਵਿੱਚ ਹੀ ਸਮਾਈ ਹੈ । ਪ੍ਰਭ ਦੀ ਹੋਂਦ ਸ੍ਰਿਸ਼ਟੀ ਅਸਲੀਅਤ, ਸੱਚ ਹੁੰਦੀ ਹੈ, ਕੋਈ ਸੁਪਨਾ ਨਹੀਂ ਹੁੰਦਾ ।

The Fearless True Master may never be a slave of any worldly task nor remains a slave of any desires, charity, worship. His Holy Spirit remains embedded within each soul; however, He remains beyond the reach of any emotional attachment of his soul. His Creation remains real and not any illusion.

ਅਜੀਤ ਹੈਂ॥ ਅਭੀਤ ਹੈਂ॥ Ajeet Hain|| Abheet Hain||
ਅਬਾਹ ਹੈਂ॥ ਅਗਾਹ ਹੈਂ॥੪੨॥ Abaah Hain|| Agadh Hain||42||

42	ਅਜੀਤ	ਅਭੀਤ	ਅਬਾਹ	ਅਗਾਹ
	Unconquerable	Fearless	Motionless	Unfathomable

ਨਿਡਰ ਪ੍ਰਭ ਕਿਸੇ ਮੋਹ ਦਾ ਗੁਲਾਮ ਨਹੀਂ, ਮੋਹ ਤੋਂ ਰਹਿਤ, ਉਸ ਤੇ ਜਿੱਤ ਨਹੀਂ ਪਾ ਸਕਦਾ, ਕਿਸੇ ਵਿਧੀ ਨਾਲ ਉਸ ਦੀ ਕੁਦਰਤ ਨੂੰ ਸਮਝ ਨਹੀਂ ਸਕਦਾ ।

The fearless True Master remains beyond any emotional attachments. He may never be conquered nor His Holy Spirit may be fully explored. No meditation may ever be considered the only right path of acceptance in His Court.

ਅਮਾਨ ਹੈਂ॥ ਨਿਧਾਨ ਹੈਂ॥ Amaan Hain|| Nidhaan Hain||
ਅਨੇਕ ਹੈਂ॥ ਫਿਰ ਏਕ ਹੈਂ॥੪੩॥ Anek Hain|| Phir(i) Ek Hain||43||

43	ਅਮਾਨ	ਨਿਧਾਨ	ਅਨੇਕ	ਏਕ
	Immeasurable	Treasure	Manifold	The Only One

ਇਕੋ ਇਕ ਰੂਹਾਨੀ ਜੋਤ, ਅਨੇਕਾ ਅਕਾਰਾਂ ਵਿੱਚ, ਅਨੇਕਾ ਰੂਪਾਂ ਵਿੱਚ ਪ੍ਰਗਟ ਹੋ ਜਾਂਦੀ ਹੈ । ਪ੍ਰਭ ਦਾ ਸ਼ਬਦ ਹੀ ਸੋਝੀ ਦਾ ਖਜ਼ਾਨਾ ਹੈ । ਪ੍ਰਭ ਦੀ ਸੋਝੀ ਦੀ ਮਹੱਤਤਾ ਦਾ ਅੰਦਾਜ਼ਾ ਨਹੀਂ ਲਾਇਆ ਜਾ ਸਕਦਾ ।

The One and Only One, eternal Holy Spirit, True Master may appear in many forms, shape in breathing or non-breathing structure. His Word remains the inexhaustible treasure of essence of His Word. The significance of His Enlightenment remains beyond any imagination of His Creation.

2. ਭੁਜੰਗ ਪ੍ਰਯਾਤ ਛੰਦ॥ Bhujan Prayaat Chhand॥

ਨਮੋ ਸਰਬ ਮਾਨੇ॥ ਸਮਸਤੀ ਨਿਧਾਨੇ॥ Namo Sarab Maane|| Samastoo Nidhaane||
ਨਮੋ ਦੇਵ ਦੇਵੇ॥ ਅਭੇਖੀ ਅਭੇਵੇ॥ ੪੪॥ Namo Dev Deve|| Abhekhoo Abheve||44||

44	ਮਾਨੇ	ਨਿਧਾਨੇ	ਦੇਵ ਦੇਵੇ	ਅਭੇਖ ਅਭੇਵੇ
	universally honored	Treasure	Greatest	Grab less

ਪ੍ਰਭ ਸਭ ਤੋਂ ਵੱਡਾ, ਭਗਤਾ ਦਾ ਗੁਰੂ, ਸੋਝੀ ਦੇ ਖਜ਼ਾਨੇ ਨੂੰ ਕੋਈ ਛੋਹ ਨਹੀਂ ਸਕਦਾ, ਜਾਣ ਨਹੀਂ ਸਕਦਾ । ਸਾਰੀਆਂ ਸ੍ਰਿਸ਼ਟੀਆਂ ਹੀ ਪ੍ਰਭ ਨੂੰ ਸ਼੍ਰਿਸ਼ਟੀ ਨੂੰ ਪੈਦਾ ਕਰਨ ਵਾਲਾ ਅਸਲੀ ਮਾਲਕ ਮੰਨਦੀਆਂ ਹਨ । ਮੈਂ ਉਸ ਰੂਹਾਨੀ ਜੋਤ, ਅਸਲੀ ਮਾਲਕ ਦੀ ਪੂਜਾ ਕਰਦਾ ਹਾ । ਉਸ ਦੇ ਸ਼ਬਦ ਦੀ ਸਿਖਿਆਂ ਨਾਲ ਆਪਣਾ ਜੀਵਨ ਢਾਲਿਆ ਹੈ ।

The greatest of all, True Master, Treasure of all virtues has been honored in all universes as The True Creator. The True Master remains beyond reach and comprehension on His Creation. I pray for His Forgiveness and Refuge. I have adopted the teachings of His Word in my day-to-day life.

ਨਮੋ ਕਾਲ ਕਾਲੇ॥ ਨਮੋ ਸਰਬ ਪਾਲੇ॥ Namo Kaal Kaale|| Namo Sarab Paale||
ਨਮੋ ਸਰਮ ਗਉਣੇ॥ Namo Sarab Gaddde||
ਨਮੋ ਸਰਬ ਭਉਣੇ॥੪੫॥ Namo Sarab Bhaoune||45||

45	ਕਾਲ ਕਾਲੇ	ਪਾਲੇ	ਗਉਣੇ	ਭਉਣੇ
	Death- destroyer	sustainer	All-Pervasive	Sustainer

ਪ੍ਰਭ ਦੀ ਰੂਹਾਨੀ ਜੋਤ ਸਭ ਜੀਵਾਂ ਦੀ ਆਤਮਾ ਵਿੱਚ, ਸਾਰੀ ਕੁਦਰਤ ਵਿੱਚ ਸਮਾਈ ਹੈ । ਪ੍ਰਭ ਆਪਣੀ ਪੈਦੀ ਕੀਤੀ ਸ੍ਰਿਸ਼ਟੀ ਦੀ ਪਾਲਣਾ ਪੋਸਣਾ ਕਰਦਾ, ਆਪਣੇ ਦਾਸ ਦਾ, ਬੰਦਗੀ ਕਰਨ ਵਾਲੇ ਦਾ ਮੌਤ ਦਾ ਡਰ ਦੂਰ ਕਰ ਦੇਂਦਾ ਹੈ । ਮੈਂ ਉਸ ਰੂਹਾਨੀ ਜੋਤ, ਅਸਲੀ ਮਾਲਕ ਦੀ ਪੂਜਾ ਕਰਦਾ ਹਾ । ਉਸ ਦੇ ਸ਼ਬਦ ਦੀ ਸਿਖਿਆਂ ਨਾਲ ਆਪਣਾ ਜੀਵਨ ਢਾਲਿਆ ਹੈ ।

The One and Only One Holy Spirit remains embedded within each soul and in the His Nature in the universe. The True Master creates, nourishes, and protects His Creation. He may eliminate the fear of death of His true devotee. I pray for His Forgiveness and Refuge. I have adopted the teachings of His Word in my day-to-day life.

ਅਨੰਗੀ ਅਨਾਥੇ॥ ਨ੍ਰਿਸੰਗੀ ਪ੍ਰਮਾਥੇ॥ Ananoo Anaathe|| Nrisanoo Pramaathe||
ਨਮੋ ਭਾਨ ਭਾਨੇ॥ Namo Bhaan Bhaane||
ਨਮੋ ਮਾਨ ਮਾਨੇ॥ ੪੬॥ Namo Maan Maane||46||

46	ਅਨੰਗੀ ਅਨਾਥੇ	ਨ੍ਰਿਸੰਗੀ ਪ੍ਰਮਾਥੇ	ਭਾਨ ਭਾਨੇ	ਮਾਨ ਮਾਨੇ
	Limitless	Masterless	Omnipotent	Honored

ਪ੍ਰਭ ਸਰਬ ਕਲਾ ਸਮਰਥ, ਸਭ ਕੁਝ ਕਰਨ ਦੀ ਸਮਰਥਾ ਵਾਲਾ ਹੈ । ਉਸ ਦਾ ਕੋਈ ਹੋਰ ਮਾਲਕ, ਹੁਕਮ ਕਰਨ ਵਾਲਾ ਨਹੀਂ ਹੈ । ਪ੍ਰਭ ਦੇ ਗੁਣ, ਕਰਤਬ ਅਨੇਕਾਂ ਹਨ, ਉਹਨਾਂ ਦੀ ਹੱਦ ਸ੍ਰਿਸ਼ਟੀ ਦੇ ਜੀਵਾਂ ਦੀ ਸੋਝੀ ਤੋਂ ਉਪਰ ਹੈ । ਸਾਰੀਆਂ ਸ੍ਰਿਸ਼ਟੀਆਂ ਹੀ ਉਸ ਦਾ ਸਤਿਕਾਰ ਕਰਦੀਆਂ, ਜੀਵ ਨੂੰ

ਜਨਮ ਅਤੇ ਮੌਤ ਬਖਸ਼ਣ ਵਾਲਾ ਅਸਲੀ ਮਾਲਕ ਹੈ । ਮੈਂ ਉਸ ਰੂਹਾਨੀ ਜੋਤ, ਅਸਲੀ ਮਾਲਕ ਦੀ ਪੂਜਾ ਕਰਦਾ ਹਾ । ਉਸ ਦੇ ਸ਼ਬਦ ਦੀ ਸਿਖਿਆਂ ਨਾਲ ਆਪਣਾ ਜੀਵਨ ਢਾਲਿਆ ਹੈ ।

The Omnipotent True Master has the capability and strength to perform all functions in the universe. Only His Command prevails in the universe and there may not be any other power prevails in the universe. Only The True Master may bless new life, body to his soul and death of his perishable body. All universes' honors and worship The True Master, Creator of the universe. I pray for His Forgiveness and Refuge. I have adopted the teachings of His Word in my day-to-day life.

ਨਮੋ ਚੰਦ੍ਰ ਚੰਦ੍ਰੇ॥ Namo Channdra Channdre||
ਨਮੋ ਭਾਨ ਭਾਨੇ॥ Namo Bhaan Bhaane||
ਨਮੋ ਗੀਤ ਗੀਤੇ॥ Namo Goot Goote||
ਨਮੋ ਤਾਨ ਤਾਨੇ॥ ੪੭॥ Namo Taan Taane||47||

47	ਚੰਦ੍ਰ ਚੰਦ੍ਰੇ	ਭਾਨ ਭਾਨੇ	ਗੀਤ ਗੀਤੇ	ਤਾਨ ਤਾਨੇ
	Moon Sovereign	Sun Sovereign	Supreme Song	Omnipotent

ਪ੍ਰਭ ਹੀ ਸਾਰੇ ਸੂਰਜਾਂ ਦਾ ਸੂਰਜ, ਚੰਦਾਂ ਦਾ ਚੰਦ ਹੈ । ਪ੍ਰਭ ਦੀ ਜੋਤ ਦੀ ਰੋਸ਼ਨੀ ਹੀ ਇਹਨਾਂ ਵਿੱਚ ਚਮਕਦੀ ਹੈ । ਸਰਬ ਕਲਾ ਸਮਰਥ ਵਿੱਚ ਸਭ ਕੰਮ ਕਰਨ ਦੀ ਤਾਕਤ, ਸਮਰਥਾ ਹੈ । ਪ੍ਰਭ ਦੀ ਸਦਾ ਚਲਣ ਵਾਲੀ ਗੂੰਜ ਹੀ ਅਮੋਲਕ ਗੀਤ ਹੈ । ਕੇਵਲ ਪ੍ਰਭ ਦੀ ਰਹਿਮਤ ਨਾਲ ਹੀ ਗੁਰਮਖ ਨੂੰ ਸੁਣਾਈ ਦੇਂਦਾ ਹੈ । ਮੈਂ ਉਸ ਰੂਹਾਨੀ ਜੋਤ, ਅਸਲੀ ਮਾਲਕ ਦੀ ਪੂਜਾ ਕਰਦਾ ਹਾ । ਉਸ ਦੇ ਸ਼ਬਦ ਦੀ ਸਿਖਿਆਂ ਨਾਲ ਆਪਣਾ ਜੀਵਨ ਢਾਲਿਆ ਹੈ ।

The True Master is the Sun of all suns and Moon of all moons in all universes. His Holy Spirits illuminated in all suns and all moons. The Omnipotent True Master remains the trustee of all powers in the universe. The everlasting echo of His Word remain resonating in the universe and within the heart of every creature as an ambrosial song and music. Whosoever may be bestowed with His Blessed Vision, only he may hear the everlasting echo resonating within his heart. I pray for His Forgiveness and Refuge. I have adopted the teachings of His Word in my day-to-day life.

ਨਮੋ ਨਿਰਤ ਨਿਰਤੇ॥ ਨਮੋ ਨਾਦ ਨਾਦੇ॥ Namo Nritt Nritte|| Namo Naad Naade||
ਨਮੋ ਪਾਨ ਪਾਨੇ॥ ਨਮੋ ਬਾਦ ਬਾਦੇ॥ ੪੮ Namo Paan Paane|| Namo Baad Baade||48||

48	ਨ੍ਰਿਤ ਨ੍ਰਿਤੇ	ਨਾਦ ਨਾਦੇ	ਪਾਨ ਪਾਨੇ	ਬਾਦ ਬਾਦੇ
	Supreme Dance	Supreme Sound	Water Essence	Air Essence

ਪ੍ਰਭ ਦੀ ਸਦਾ ਚਲਣ ਵਾਲੀ ਧੁਨ ਹੀ ਅਸਲੀ, ਉਤਮ ਸੰਗੀਤ ਹੈ, ਪ੍ਰਭ ਦੇ ਸ਼ਬਦ ਦੀ ਸਦਾ ਚਲਣ ਵਾਲੀ ਗੂੰਜ ਤੇ ਨਾਚ ਕਰਨਾ ਹੀ ਅਸਲੀ, ਪ੍ਰਭ ਨੂੰ ਭਾਉਂਦਾ ਨਾਚ ਹੈ । ਪ੍ਰਭ ਦੀ ਜੋਤ ਹੀ ਪਾਣੀ, ਹਵਾ ਵਿੱਚ ਸਮਾਈ ਹੈ । ਮੈਂ ਉਸ ਰੂਹਾਨੀ ਜੋਤ, ਅਸਲੀ ਮਾਲਕ ਦੀ ਪੂਜਾ ਕਰਦਾ ਹਾ । ਉਸ ਦੇ ਸ਼ਬਦ ਦੀ ਸਿਖਿਆਂ ਨਾਲ ਆਪਣਾ ਜੀਵਨ ਢਾਲਿਆ ਹੈ ।

The everlasting echo of His Word remains resonating everywhere; may be the ambrosial sound, music. Whosoever may dance on the tune of eternal echo His Word, his meditation, dance may be acceptable in His Court. His Holy Spirit remains embedded with water and air. I pray for His Forgiveness and Refuge. I have adopted the teachings of His Word in my day-to-day life.

ਅਨੰਗੀ ਅਨਾਮੇ॥ ਸਮਰਤੀ ਸਰੂਪੇ॥ Ananoo Anaame|| Samastoo Daroope||
ਪ੍ਰਭੰਗੀ ਪ੍ਰਮਾਥੇ॥ Prabhanoo Pramaathe||
ਸਮਰਤੀ ਬਿਭੂਤੇ॥ ੪੯॥ Samastoo Bibhoote||49||

49	ਅਨੰਗੀ ਅਨਾਮੇ	ਸਮਸਤੀ ਸਰੂਪੇ	ਪ੍ਰਭੰਗੀ ਪ੍ਰਮਾਥੇ	ਸਮਸਤੀ ਬਿਭੂਤੇ

	Bodyless Nameless	All Form	Destroyer Omnipotent	Greatest of All

ਪ੍ਰਭ ਇਕ ਅਕਾਰ ਰਹਿਤ ਰੂਹਾਨੀ ਜੋਤ ਹੈ । ਸਾਰੀ ਸ੍ਰਿਸ਼ਟੀ ਵਿੱਚ, ਸਾਰੇ ਜੀਵਾਂ ਵਿੱਚ ਸਮਾਈ ਹੈ । ਪ੍ਰਭ ਸਭ ਤੋਂ ਤਾਕਤ ਵਾਲਾ, ਸਰਬ ਕਲਾਂ ਸਮਰਥ, ਹਰਇਕ ਕੰਮ ਕਰਨ ਦੀ ਸਮਰਤਾ ਰਖਦਾ ਹੈ । ਗੁਰਮਖ ਦਾ ਮੌਤ ਦਾ ਡਰ ਨਾਸ਼, ਦੂਰ ਕਰਨ ਵਾਲਾ ਹੈ । ਮੈਂ ਉਸ ਰੂਹਾਨੀ ਜੋਤ, ਅਸਲੀ ਮਾਲਕ ਦੀ ਪੂਜਾ ਕਰਦਾ ਹਾ । ਉਸ ਦੇ ਸ਼ਬਦ ਦੀ ਸਿਖਿਆਂ ਨਾਲ ਆਪਣਾ ਜੀਵਨ ਢਾਲਿਆ ਹੈ ।

The True Master remains a structure less Holy Spirit. He remains embedded in all universes and within all creatures. The Most and Greatest Power, The Almighty is capable to perform all functions of the universe, His Creation. He may eliminate the fear of death of His true devotee. I pray for His Forgiveness and Refuge; I have adopted the teachings of His Word in my day-to-day life.

ਕਲੰਕਾ ਬਿਨਾ ਨੇ ਕਲੰਕੀ ਸਰੂਪੇ॥
ਨਮੋ ਰਾਜ ਰਾਜੇਸ੍ਵਰੰ ਪਰਮ ਰੂਪੇ॥ ੫੦॥

Kalankan Binaa|| Nekalankoo Daroope||
Namo Raaj Raajesvran Param Roope||50||

50	ਕਲੰਕੰ ਬਿਨਾ	ਨੇਕਲੰਕੀ	ਰਾਜੇਸ੍ਵਰੰ	ਪਰਮ ਰੂਪੇ
	Blemish free	Non-blemish able	supreme King	Most beautiful

ਪ੍ਰਭ ਇਕ ਰੂਹਾਨੀ ਜੋਤ ਕਿਸੇ ਦਾਗ਼ ਤੋਂ ਰਹਿਤ, ਪ੍ਰਭ ਦੀ ਸਮੁੰਦਰ ਰੂਪੀ ਜੋਤ ਵਿੱਚ, ਦਾਗ਼ੀ ਜੋਤ ਰਲਣ ਨਾਲ ਵੀ ਇਸ ਨੂੰ ਦਾਗ਼ ਨਹੀਂ ਲਗ ਸਕਦਾ । ਦਗ਼ੀ ਜੋਤ, ਪਵਿੱਤਰ ਜੋਤ ਵਿੱਚ ਟਿਕਦੀ ਨਹੀਂ! ਸੰਸਾਰਕ ਰਾਜਿਆਂ ਦੇ ਹਾਕਮ, ਰਾਜੇ ਦੀ ਸ਼ਾਨ, ਸੰਦਰਤਾ ਦੀ ਪ੍ਰਭ ਨਾਲ ਤੁਲਨਾ ਨਹੀਂ ਕੀਤੀ ਜਾ ਸਕਦੀ । ਮੈਂ ਉਸ ਰੂਹਾਨੀ ਜੋਤ, ਅਸਲੀ ਮਾਲਕ ਦੀ ਪੂਜਾ ਕਰਦਾ ਹਾ । ਉਸ ਦੇ ਸ਼ਬਦ ਦੀ ਸਿਖਿਆਂ ਨਾਲ ਆਪਣਾ ਜੀਵਨ ਢਾਲਿਆ ਹੈ ।

The One and Only One, eternal Holy Spirit remains beyond any blemish of sweet poison of worldly wealth. Even though blemish soul enters in His 10th cave at the time of judgement of The Righteous Judge, still His Holy Spirit may never be blemished. The blemish soul may never stay in 10th cave. The Holy Spirt may be cleansing continuously to remove impurities, blemish souls. The glory of The King of kings may never be compared with any worldly ruler, king. I pray for His Forgiveness and Refuge; I have adopted the teachings of His Word in my day-to-day life.

ਨਮੋ ਜੋਗ ਜੋਗੇਸ੍ਵਰੰ ਪਰਮ ਸਿੱਧੇ॥ ਨਮੋ ਰਾਜੇਸ੍ਵਰੰ ਪਰਮ ਬ੍ਰਿਧੇ॥ ੫੧॥	Namo Jog Jogesvran Param Siddhe| |Namo Raaj Raajesvran Param Briddhe||51||

51	ਜੋਗੇਸ੍ਵਰੰ	ਪਰਮ ਸਿੱਧੇ	ਰਾਜ ਰਾਜੇਸ੍ਵਰ	ਪਰਮ ਬ੍ਰਿਧੇ
	supreme Yogi	Supreme Adept	supreme King	supreme entity

ਪ੍ਰਭ ਇਕ ਅਨੋਖੀ ਹੋਂਦ ਜੋਤ ਹੈ, ਸਾਰੇ ਭਗਤਾਂ, ਜੋਗੀਆਂ, ਸਿੱਧਾਂ ਦਾ ਗੁਰੂ, ਸਾਰੇ ਸੰਸਾਰਕ ਰਾਜਿਆ ਦਾ ਰਾਜਾ ਹੈ । ਮੈਂ ਉਸ ਰੂਹਾਨੀ ਜੋਤ, ਅਸਲੀ ਮਾਲਕ ਦੀ ਪੂਜਾ ਕਰਦਾ ਹਾ । ਉਸ ਦੇ ਸ਼ਬਦ ਦੀ ਸਿਖਿਆਂ ਨਾਲ ਆਪਣਾ ਜੀਵਨ ਢਾਲਿਆ ਹੈ ।

The True Master remains astonishing Holy Spirit, existence. He remains The True Guru, Master, Kings of all devotees, saints, worldly prophets, guru, and worldly kings. I pray for His Forgiveness and Refuge; I have adopted the teachings of His Word in my day-to-day life.

ਨਮੋ ਸਸਤ੍ਰ ਪਾਣੇ॥ ਨਮੋ ਅਸਤ੍ਰ ਮਾਣੇ॥
ਨਮੋ ਪਰਮ ਗਿਆਤਾ॥
ਨਮੋ ਲੋਕ ਮਾਤਾ॥ ੫੨॥

Namo Sastra Paane|| Namo Astra Maane||
Namo Param Giaataa||
Namo Lok Maataa||52||

52	ਸਸਤ੍ਰ ਪਾਣੇ	ਅਸਤ੍ਰ ਮਾਣੇ	ਪਰਮ ਗਿਆਤਾ	ਲੋਕ ਮਾਤਾ
	weapon wielder	Weapon user expert	supreme Knower, Omniscient	universe mother

ਅਸਲੀ ਮਾਲਕ, ਰੂਹਾਨੀ ਜੋਤ ਵਿੱਚ ਹਰਇਕ ਸੰਦ, ਸਾਸਤ੍ਰ ਨੂੰ ਰੋਕਣ ਦੀ ਸਮਰਥਾ ਵਿੱਚ ਸਮਾਈ ਰਹਿੰਦੀ ਹੈ । ਕਿਸੇ ਹਥਿਆਰ ਨਾਲ ਵਾਰ ਨਹੀਂ ਕੀਤਾ ਜਾ ਸਕਦਾ, ਕੋਈ ਵੀ ਹਥਿਆਰ ਨੁਕਸਾਨ ਨਹੀਂ ਕਰ ਸਕਦਾ । ਅੰਤਰਜਾਮੀ ਪ੍ਰਭ ਹੀ ਸਾਰੇ ਜੀਵਾ ਦਾ ਪਾਲਣਾ, ਪੋਸਨਾ ਕਰਨ ਵਾਲਾ ਮਾਤਾ ਦਾ ਰੂਪ ਹੈ । ਆਪ ਹੀ ਮਾਤਾ ਦੇ ਮਨ ਵਿੱਚ ਪ੍ਰੇਰਨਾ ਕਰਦਾ, ਪਾਲਣਾ ਪੋਸਨਾ ਕਰਦਾ ਹੈ । ਮੈਂ ਉਸ ਰੂਹਾਨੀ ਜੋਤ, ਅਸਲੀ ਮਾਲਕ ਦੀ ਪੂਜਾ ਕਰਦਾ ਹਾ । ਉਸ ਦੇ ਸ਼ਬਦ ਦੀ ਸਿਖਿਆਂ ਨਾਲ ਆਪਣਾ ਜੀਵਨ ਢਾਲਿਆ ਹੈ ।

The True Master, remains embedded with the shield to defend from all worldly weapons. No worldly weapon may ever hurt, damage His Holy Spirit. The Omniscient True Master remains as humble and ready to nourish, protect His Creation like birth mother. The True Master inspires and prevails within the mind of worldly mother to nourish and protect her child. I pray for His Forgiveness and Refuge; I have adopted the teachings of His Word in my day-to-day life.

ਅਭੇਖੀ ਅਭਰਮੀ ਅਭੋਗੀ ਅਭੁਗਤੇ॥	Abhekhoo Abharmoondabhogoo Abhougte||
ਨਮੋ ਜੋਗ ਜੋਗੇਸਵਰੰ ਪਰਮ ਜੁਗਤੇ॥ ੫੩॥	Namo Jog Jogesvran Param Jougte||53||

53	ਅਭਰਮੀ	ਅਭੋਗੀ ਅਭੁਗਤੇ	ਜੋਗੇਸੁਰੰ	ਪਰਮ ਜੁਗਤੇ
	Illusion less	Temptation less	Supreme Yogi	Supreme Discipline

ਪ੍ਰਭ ਸੰਸਾਰਕ ਭਰਮਾਂ, ਧਰਮਾਂ ਦੇ ਰੀਤਾ ਰੀਵਾਜਾਂ ਤੋਂ ਉਪਰ, ਰਹਿਤ ਰਹਿੰਦਾ ਹੈ । ਪ੍ਰਭ ਦੇ ਸ਼ਬਦ ਦੀ ਸਿਖਿਆਂ ਇਕ ਅਟਲ ਉਤਮ ਨਿਯਮ ਹੈ । ਪ੍ਰਭ ਹੀ ਸਾਰੇ ਭਗਤਾ ਦਾ ਅਸਲੀ ਸਿਖਿਆਂ ਦੇਣ ਵਾਲਾ ਗੁਰੂ ਹੈ । ਮੈਂ ਉਸ ਰੂਹਾਨੀ ਜੋਤ, ਅਸਲੀ ਮਾਲਕ ਦੀ ਪੂਜਾ ਕਰਦਾ ਹਾ । ਉਸ ਦੇ ਸ਼ਬਦ ਦੀ ਸਿਖਿਆਂ ਨਾਲ ਆਪਣਾ ਜੀਵਨ ਢਾਲਿਆ ਹੈ ।

The True Master remains above all religious, worldly suspicions. The teachings of His Word remain an ambrosial and forever true discipline. The True Master remains true guide, Guru to bless the right path of acceptance to His true devotee. I pray for His Forgiveness and Refuge; I have adopted the teachings of His Word in my day-to-day life.

ਨਮੋ ਨਿੱਤ ਨਾਰਾਇਣੇ ਕ੍ਰੂਮ ਕਰਮੇ॥	Namo Nitt Naaraaine Kroor Karma||
ਨਮੋ ਪ੍ਰੇਤ ਅਪ੍ਰੇਤ ਦੇਵੇ ਸੁਧਰਮੇ॥ ੫੪॥	Namo Pret Apret Deve Sudharme||54||

54	ਨਿੱਤ ਨਾਰਾਇਣੇ	ਕ੍ਰੂਰ ਕਰਮੇ	ਪ੍ਰੇਤ ਅਪ੍ਰੇਤ	ਦੇਵ ਸੁਧਰਮੇ
	Begin Protector	Heinous actions Performer	Virtuous sustainer	love- incarnate

ਪ੍ਰਭ ਜੀਵ ਦੀ ਅਰੰਭ ਤੋਂ, ਮਾਤਾ ਦੀ ਕੁੱਖ ਵਿੱਚ ਵੀ ਰਖਿਆ ਕਰਦਾ ਹੈ । ਪ੍ਰਭ ਦੇ ਸਾਰੇ ਕਰਤਬ ਹੀ ਅਮੋਲਕ, ਅਚੰਭੇ ਹੁੰਦੇ ਹਨ । ਪ੍ਰਭ, ਆਤਮਾ ਦੀ ਅਵਸਥਾ ਅਡੋਲ ਰਖਦਾ, ਸੰਸਾਰਕ ਮਾਇਆ ਦੇ ਜਾਲ, ਭੂਤ, ਪ੍ਰੇਤ ਦੇ ਪ੍ਰਭਾਵ ਤੋਂ ਅਡੋਲ ਰਖਦਾ ਹੈ । ਪ੍ਰਭ ਹੀ ਸ੍ਰਿਸ਼ਟੀ ਵਿੱਚ ਪਿਆਰ, ਸੰਜੋਗ ਦੀ ਜੜ੍ਹ, ਸੋਮਾ ਹੈ । ਮੈਂ ਉਸ ਰੂਹਾਨੀ ਜੋਤ, ਅਸਲੀ ਮਾਲਕ ਦੀ ਪੂਜਾ ਕਰਦਾ ਹਾ । ਉਸ ਦੇ ਸ਼ਬਦ ਦੀ ਸਿਖਿਆਂ ਨਾਲ ਆਪਣਾ ਜੀਵਨ ਢਾਲਿਆ ਹੈ ।

The True Master remains nourisher and protector of his soul in the womb of mother before birth. The True Master may keep his soul beyond the reach of sweet poison of worldly wealth, cursing power of ghosts, evil spirits. The teachings of His Word remain the root, fountain of devotion and union with The True Master. I pray for His Forgiveness and Refuge; I have adopted the teachings of His Word in my day-to-day life.

ਨਮੋ ਰੋਗ ਹਰਤਾ॥ ਨਮੋ ਰਾਗ ਰੂਪੇ॥	Namo Rog Hartaa|| Namo Raag Roope||
ਨਮੋ ਸਾਹ ਸਾਹੰ॥	Namo Saah Saahan ||
ਨਮੋ ਭੂਪ ਭੂਪੇ॥ ੫੫॥	Namo Bhoop Bhoope||55||

55	ਰੋਗ ਹਰਤਾ	ਰਾਗ ਰੂਪੇ	ਸਾਹ ਸਾਹੰ	ਭੂਪ ਭੂਪੇ

	ailment remover	love- incarnate	Supreme Emperor	Supreme Sovereign Master

ਪ੍ਰਭ ਦੇ ਸ਼ਬਦ ਨੂੰ ਜੀਵਨ ਵਿੱਚ ਢਾਲਣ ਨਾਲ ਹੀ ਸਭ ਰੋਗਾ ਤੋਂ ਛੁਟਕਾਰਾ ਬਖਸ਼ਿਸ਼ ਹੋ ਸਕਦਾ ਹੈ । ਪ੍ਰਭ ਦੇ ਸ਼ਬਦ ਦੀ ਧੁਨ ਹੀ ਸਾਰੇ ਰਾਗਾਂ ਦਾ ਮੁੱਢ ਹੈ । ਪ੍ਰਭ ਹੀ ਸਾਰੇ ਸੰਸਾਰਕ ਰਾਜਿਆ ਦਾ ਰਾਜਾ, ਪੂਰਨ ਅਜ਼ਾਦ ਮਾਲਕ ਹੈ । ਮੈਂ ਉਸ ਰੂਹਾਨੀ ਜੋਤ, ਅਸਲੀ ਮਾਲਕ ਦੀ ਪੂਜਾ ਕਰਦਾ ਹਾ । ਉਸ ਦੇ ਸ਼ਬਦ ਦੀ ਸਿਖਿਆਂ ਨਾਲ ਆਪਣਾ ਜੀਵਨ ਢਾਲਿਆ ਹੈ ।

Whosoever may adopt the teachings of His Word, with His mercy and grace, his mind may remain beyond the influence of these miseries in his day-to-day life. The everlasting echo of His Word remains the foundation of all worldly hymns, music. The perfect, complete True Master remains the king of all worldly kings. I pray for His Forgiveness and Refuge; I have adopted the teachings of His Word in my day-to-day life.

ਨਮੋ ਦਾਨ ਦਾਨੇ॥ ਨਮੋ ਮਾਨ ਮਾਨੇ॥ — Namo Daan Daane Namo Maan Maane||
ਨਮੋ ਰੋਗ ਰੋਗੇ॥ ਨਮਸਤੰ ਇਸਨਾਨੰ॥ ੫੬॥ — Namo Rog Roge Namastan Sanaane||56|

56	ਦਾਨ ਦਾਨੇ	ਮਾਨ ਮਾਨੇ	ਰੋਗ ਰੋਗੇ	ਇਸਨਾਨੰ
	Greatest Donor	Greatest Honors Recipient	Ailment Destroyer	purity restorer

ਪ੍ਰਭ ਹੀ ਸਭ ਤੋਂ ਵੱਡਾ ਦਾਨੀ, ਸਭ ਰੋਗਾਂ ਨੂੰ ਦੂਰ ਕਰਨ ਵਾਲਾ, ਆਤਮਾ ਨੂੰ ਪਵਿੱਤਰ ਕਰਨਵਾਲਾ ਮਾਲਕ ਹੈ । ਪ੍ਰਭ ਦੀ ਹੌਂਦ ਦਾ ਹੀ ਸਭ ਤੋਂ ਮਹੱਤਵ ਪੁਰਕ ਸਤਿਕਾਰ, ਸ੍ਰਿਸ਼ਟੀ ਵਿੱਚ ਕੀਤਾ ਜਾਂਦਾ ਹੈ । ਮੈਂ ਉਸ ਰੂਹਾਨੀ ਜੋਤ, ਅਸਲੀ ਮਾਲਕ ਦੀ ਪੂਜਾ ਕਰਦਾ ਹਾ । ਉਸ ਦੇ ਸ਼ਬਦ ਦੀ ਸਿਖਿਆਂ ਨਾਲ ਆਪਣਾ ਜੀਵਨ ਢਾਲਿਆ ਹੈ ।

The True Master remains the greatest donor of all blessing in the universe. He inspires His true devotee to adopt the right path, teachings of His Word and sanctify his soul to become worthy of His acceptance. I pray for His Forgiveness and Refuge; I have adopted the teachings of His Word in my day-to-day life.

ਨਮੋ ਮੰਤ੍ਰ ਮੰਤ੍ਰੰ॥ ਨਮੋ ਜੰਤ੍ਰ ਜੰਤ੍ਰੰ॥ — Namo Mantra Mantran|| Namo Jantra Jantran||
ਨਮੋ ਇਸਟ ਇਸਟੇ॥ — Namo Ist Iste||
ਨਮੋ ਤੰਤ੍ਰ ਤੰਤ੍ਰੰ॥ ੫੭॥ — Namo Tantra Tantran||57||

57	ਮੰਤ੍ਰ ਮੰਤ੍ਰੰ	ਜੰਤ੍ਰ ਜੰਤ੍ਰੰ	ਇਸਟ ਇਸਟੇ	ਤੰਤ੍ਰ ਤੰਤ੍ਰੰ
	Supreme Mantra	Supreme Yantra	Highest Worship entity	Supreme Tantra lord

ਪ੍ਰਭ ਦੇ ਸ਼ਬਦ ਦੀ ਸਿਖਿਆਂ ਹੀ ਸਭ ਤੋਂ ਮਹੱਤਤਾ ਵਾਲ ਮੰਤ੍ਰ, ਅਸਲੀ ਰਸਤਾ ਹੈ । ਪ੍ਰਭ ਦੇ ਸ਼ਬਦ ਨਾਲ ਜੀਵਨ ਢਾਲਣ ਨਾਲ ਹੀ, ਆਤਮਾ ਨੂੰ ਪਵਿੱਤ੍ਰ ਕਰਨ ਦੀਆਂ ਸਭ ਵਿਧੀਆਂ ਬਖਸ਼ਿਸ਼ ਹੁੰਦੀਆਂ ਹਨ । ਇਕੋ ਇਕ ਪ੍ਰਭ ਹੀ ਪੂਜਣ ਯੋਗ ਹੌਂਦ ਹੈ । ਪ੍ਰਭ ਦੇ ਸ਼ਬਦ ਦੀ ਸਿਖਿਆਂ ਹੀ ਆਤਮਾ ਨੂੰ ਪਵਿੱਤ੍ਰ ਦੀ ਸਭ ਤੋਂ ਮਹੱਤਤਾ ਵਾਲਾ ਅਸਲੀ ਰਸਤਾ ਹੈ । ਮੈਂ ਉਸ ਰੂਹਾਨੀ ਜੋਤ, ਅਸਲੀ ਮਾਲਕ ਦੀ ਪੂਜਾ ਕਰਦਾ ਹਾ । ਉਸ ਦੇ ਸ਼ਬਦ ਦੀ ਸਿਖਿਆਂ ਨਾਲ ਆਪਣਾ ਜੀਵਨ ਢਾਲਿਆ ਹੈ ।

The teachings of His Word may be the most significant path, mantra, the right path of acceptance in His Court. Whosoever may adopt the teachings of His Word with steady and stable belief; with His mercy and grace, he may be blessed with all meditation techniques to sanctify his soul. The One and Only One True Master may be worthy to be worshipped. I pray for His Forgiveness and Refuge; I have adopted the teachings of His Word in my day-to-day life.

ਸਦਾ ਸੱਚਦਾਨੰਦ॥ ਸਰਬੰ ਪ੍ਰਣਾਸੀ॥ — Sadaa Sachch da anand|| Saraban Pranaasoo||
ਅਨੂਪੇ ਅਰੂਪੇ॥ ਸਮਸਤੁਲਿ ਨਿਵਾਸੀ॥ ੫੮॥ — Anoope daroope Samastul Nivaasoo||58||

58	ਸੱਚਿਦਾਨੰਦ	ਸਰਬ ਪ੍ਰਣਾਸੀ	ਅਨੂਪੇ ਅਰੂਪੇ	ਸਮਸਤੁਲ ਨਿਵਾਸੀ
	Truth Conscious	Bliss	unique Formless	All Pervading All Destroyer

ਅਕਾਰ ਰਹਿਤ ਰੂਹਾਨੀ ਜੋਤ ਇਕ ਅਨੋਖੀ ਹੋਂਦ ਹੈ । ਪ੍ਰਭ ਸਦਾ ਹੀ ਖੇੜੇ ਵਿੱਚ ਰਹਿੰਦਾ, ਰਹਿਮਤਾਂ ਬਖਸ਼ਦਾ ਰਹਿੰਦਾ ਹੈ । ਪ੍ਰਭ ਹੀ ਹਰਇਕ ਜੀਵ ਨੂੰ ਪੈਦਾ ਕਰਨਵਾਲਾ, ਮੌਤ ਦੇਣ ਵਾਲਾ ਹੈ, ਆਪ ਹੀ ਸ੍ਰਿਸ਼ਟੀ ਵਿੱਚ ਬਣਾਉਂਦਾ, ਨਾਸ਼ ਕਰਦਾ ਹੈ । ਜੀਵ ਦੀ ਆਤਮਾ ਵਿੱਚ ਸਮਾਈ ਜੋਤ, ਅਚੇਤ ਮਨ ਸਦਾ ਹੀ ਅਸਲੀ ਰਸਤੇ ਦੀ ਸਿਖਿਆਂ, ਅਵਾਜ਼ ਦੇਂਦੀ ਹੈ । ਮੈਂ ਉਸ ਰੂਹਾਨੀ ਜੋਤ, ਅਸਲੀ ਮਾਲਕ ਦੀ ਪੂਜਾ ਕਰਦਾ ਹਾ । ਉਸ ਦੇ ਸ਼ਬਦ ਦੀ ਸਿਖਿਆਂ ਨਾਲ ਆਪਣਾ ਜੀਵਨ ਢਾਲਿਆ ਹੈ ।

The structure, bodyless eternal Holy Spirit remains astonishing. The True Master always remains in blossom and bestows His Virtues on His Creation. The birth and death of any creature may only happen under His Command. He may create or destroy anything in a twinkle of eyes with His Own Imagination. His sub-conscious mind, His Word embedded within his soul always remain resonating as a right path of acceptance in His Court. I pray for His Forgiveness and Refuge; I have adopted the teachings of His Word in my day-to-day life.

ਸਦਾ ਸਿੱਧਦਾ ਬੁੱਧਦਾ॥ ਬ੍ਰਿਧ ਕਰਤਾ॥ — Sadaa Sidh-daa Budh-daa Bridh Kartaa||
ਅਧੋ ਉਰਧ ਅਰਧੰ॥ ਅਘੰ ਓਘ ਹਰਤਾ॥ ੫੯॥ — Adho Urdh Ardhan Aghan Ogh Hartaa||59||

59	ਸਿਧਦਾ ਬੁਧਦਾ	ਬ੍ਰਿਧ ਕਰਤਾ	ਉਰਧ ਅਰਧੰ	ਓਘ ਹਰਤਾ
	Giver of Riches	Wisdom Promoter	Pervade netherworld, Heaven, and Space	innumerable sins

ਪ੍ਰਭ ਹਰਇਕ ਥਾਂ, ਜਲ, ਥਲ, ਅਕਾਸ, ਨਰਕ, ਸਵਰਗ ਵਿੱਚ ਆਪ ਹੀ ਵਾਪਰਦਾ ਹੈ, ਸਦਾ ਹੀ ਦਾਤਾਂ ਬਖਸਦਾ ਰਹਿੰਦਾ ਹੈ । ਜੀਵ ਦੇ ਮਨ ਅੰਦਰ ਲਗਨ ਬਖਸ਼ਦਾ, ਸ਼ਬਦ ਦੀ ਸੋਝੀ ਬਖਸ਼ਦਾ ਹੈ । ਪ੍ਰਭ ਆਣੇ ਦਾਸ ਦੇ ਅਨੇਕਾਂ ਹੀ ਪਾਪ ਬਖਸ਼ ਦੇਂਦਾ ਹੈ । ਮੈਂ ਉਸ ਰੂਹਾਨੀ ਜੋਤ, ਅਸਲੀ ਮਾਲਕ ਦੀ ਪੂਜਾ ਕਰਦਾ ਹਾ । ਉਸ ਦੇ ਸ਼ਬਦ ਦੀ ਸਿਖਿਆਂ ਨਾਲ ਆਪਣਾ ਜੀਵਨ ਢਾਲਿਆ ਹੈ ।

The True Master, His Holy Spirit prevails in water, air, on earth, under earth, in sky, in hell and heaven; He always blesses virtues to His Creation. He inspires and blesses devotion to obey the teachings of His Word and His true devotee may be blessed with the enlightenment of the essence of His Word. He may forgive the sins of His true devotee. I pray for His Forgiveness and Refuge; I have adopted the teachings of His Word in my day-to-day life.

ਪਰਮ ਪਰਮ ਪਰਮੇਸ੍ਵਰੰ॥ ਪ੍ਰੋਛ ਪਾਲੰ॥ — Paran Param Parmesvaran Prochh Paalan||
ਸਦਾ ਸਰਬ ਦਾ ਸਿੱਧ॥ ਦਾਤਾ ਦਿਆਲੰ॥ ੬੦॥ — Sadaa Sarabdaa Siddh Daataa Diaalan||60||

60	ਪਰਮ ਪਰਮੇਸ੍ਵਰੰ	ਪੋਛ ਪਾਲੰ	ਸਰਬਦਾ ਸਿੱਧਿ	ਦਾਤਾ ਦਿਆਲਾ
	Supreme Master	Sustain, without being seen	Donor of Riches	Merciful Master

ਇਕੋ ਇਕ ਪ੍ਰਭ ਹੀ ਸ੍ਰਿਸ਼ਟੀ ਨੂੰ ਪੈਦਾ, ਪਾਲਣਾ ਪੋਸਨਾ, ਰਖਿਆ ਕਰਨ ਵਾਲਾ ਅਸਲੀ ਮਾਲਕ ਹੈ । ਪ੍ਰਭ ਦੀ ਹੋਂਦ ਹਰਇਕ ਥਾਂ ਵਾਪਰਦੀ, ਸ੍ਰਿਸ਼ਟੀ ਦੇ ਦੇਖਣ ਵਿੱਚ ਨਹੀਂ ਹੁੰਦੀ । ਰਹਿਮਤਾਂ ਦਾ ਮਾਲਕ ਦਿਆਲੂ, ਆਪਣੀ ਪੈਦਾ ਕੀਤੀ ਸ੍ਰਿਸ਼ਟੀ ਨੂੰ ਦਾਤਾਂ ਬਖਸ਼ਦਾ ਰਹਿੰਦਾ ਹੈ । ਮੈਂ ਰੂਹਾਨੀ ਜੋਤ, ਅਸਲੀ ਮਾਲਕ ਦੀ ਪੂਜਾ ਕਰਦਾ ਹਾ । ਉਸ ਦੇ ਸ਼ਬਦ ਦੀ ਸਿਖਿਆਂ ਨਾਲ ਆਪਣਾ ਜੀਵਨ ਢਾਲਿਆ ਹੈ ।

The True Master creates, nourishes, and protects His Creation. His Holy Spirit, Existence prevails everywhere in the universe and He remains beyond the visibility of His Creation. The Merciful True Master remains very gracious, generous to provide blessings to His Creation. I pray for His

Forgiveness and Refuge; I have adopted the teachings of His Word in my day-to-day life.

ਅਛੇਦੀ ਅਭੇਦੀ॥ ਅਨਾਮੰ ਅਕਾਮੰ॥ Achhedoo Abhedoo॥ Anaamannd Akaamannd॥
ਸਮਸਤੋ ਪਰਾਜੀ॥ Samasto Paraajoo॥
ਸਮਸਤੱ ਸਤੁ ਧਾਮੰ॥ ੬੧॥ Samastast(u) Dhaamannd||61|

61	ਅਛੇਦੀ ਅਭੇਦੀ	ਅਨਾਮੰ ਅਕਾਮੰ	ਸਮਸਤੋ ਪਰਾਜੀ	ਸਮਸਤਸਤੁ ਧਾਮੰ
	Invincible unbreakable	Nameless lust less	Victorious	Omnipresent

ਸਭ ਤੋਂ ਵੱਡਾ, ਤਾਕਤਵਾਰ ਪ੍ਰਭ ਤੇ ਜਿੱਤ ਨਹੀਂ ਪਾਈ ਜਾ ਸਕਦੀ । ਪ੍ਰਭ ਇਕ ਨਾਮ ਨਾਲ ਨਹੀਂ ਜਾਣਿਆ ਜਾ ਸਕਦਾ । ਉਸ ਦੇ ਮਨ ਵਿੱਚ ਕੋਈ ਇਛਾ ਨਹੀਂ ਹੁੰਦੀ, ਕੋਈ ਦਾਨ, ਪੂਜਾ ਕਰਵਾਉਣ ਦੀ ਇਛਾ, ਲਾਲਚ ਨਹੀਂ ਹੁੰਦਾ । ਪ੍ਰਭ ਹਰਇਕ ਥਾਂ ਤੇ ਹਾਜ਼ਰਾ ਹਜ਼ੂਰ ਰਹਿੰਦਾ ਵਾਪਰਦਾ ਹੈ । ਕੇਵਲ ਪ੍ਰਭ ਦਾ ਭਾਣਾ ਹੀ ਸ੍ਰਿਸ਼ਟੀ ਵਿੱਚ ਵਾਪਰ ਸਕਦਾ ਹੈ । ਕੇਵਲ ਪ੍ਰਭ ਦੀ ਹੀ ਜਿੱਤ ਹੁੰਦੀ ਹੈ । ਮੈਂ ਉਸ ਰੂਹਾਨੀ ਜੋਤ, ਅਸਲੀ ਮਾਲਕ ਦੀ ਪੂਜਾ ਕਰਦਾ ਹਾ । ਉਸ ਦੇ ਸ਼ਬਦ ਦੀ ਸਿਖਿਆਂ ਨਾਲ ਆਪਣਾ ਜੀਵਨ ਢਾਲਿਆ ਹੈ ।

The True Master, Greatest of All may never be conquered by any other power. The True Master may not be known, recognize with only one name; He may be honored, remembered with countless names. He remains beyond any desire to be worshipped or any donation for His Blessings as return. The Omnipresent True Master prevails everywhere all times with His Own Will. Only His Command may prevail and remains victorious in all events. I pray for His Forgiveness and Refuge; I have adopted the teachings of His Word in my day-to-day life.

4. ਤੇਰਾ ਜੋਰੁ॥ ਚਾਚਰੀ ਛੰਦ॥ Tyrw Joru॥ Chaachari Chhand॥

ਜਲੇ ਹੈਂ॥ ਥਲੇ ਹੈਂ॥ Jale Hain|| Thale Hain||
ਅਭੀਤ ਹੈਂ॥ ਅਭੇ ਹੈਂ॥੬੨॥ Abhit Hain|| Abhe Hain||62||

62	ਜਲੇ	ਥਲੇ	ਅਭੀਤ	ਅਭੇ
	Water	Earth-land	Fearless	Indiscriminate

ਨਿਰਭਉ ਪ੍ਰਭ ਜਲ, ਥਲ ਤੇ ਹਰਇਕ ਥਾਂ ਵਸਦਾ, ਵਾਪਰਦਾ ਹੈ । ਪ੍ਰਭ ਦੇ ਘਰ ਵਿੱਚ ਕਿਸੇ ਨਾਲ ਵਿਤਕਰਾ ਨਹੀਂ ਹੁੰਦਾ, ਕੀਤੇ ਕਰਮਾਂ ਦਾ ਹੀ ਫਲ ਬਖਸ਼ਿਸ ਹੁੰਦਾ ਹੈ ।

The Fearless True Master dwells in water, on earth and prevails everywhere. In His Court only justice prevails without any discrimination and everyone may only be rewarded the fruit of his own worldly deeds.

ਪ੍ਰਭੂ ਹੈਂ॥ ਅਜੂ ਹੈਂ॥ Prabhoo Hain|| Ajoo Hain||
ਅਦੇਸ ਹੈਂ॥ ਅਭੇਸ ਹੈਂ॥੬੩॥ Ades Hain|| Abhes Hain||63||

63	ਪ੍ਰਭੂ	ਅਜੂ	ਅਦੇਸ	ਅਭੇਸ
	True Master	unborn	country less	grab less

ਜਨਮ ਮਰਨ ਤੋਂ ਰਹਿਤ, ਅਸਲੀ ਮਾਲਕ ਦਾ ਕੋਈ ਇਕ ਥਾਂ ਤੇ ਅਸਾਣ ਨਹੀਂ ਹੈ, ਹਰਇਕ ਆਤਮਾ ਵਿੱਚ ਸਮਾਇਆ ਹੈ । ਪ੍ਰਭ ਜੀਵ ਦੀ ਪਕੜ, ਛੋਹਣ, ਜਾਣਕਾਰੀ ਪਛਾਣ ਵਿੱਚ ਨਹੀਂ ਹੈ ।

The True Master remains beyond the cycle of birth and death; His Throne may not be at any specific place, rather His Holy Spirit remains embedded within every soul and dwells within his body and everywhere in the universe.

5. ਭੁਜੰਗ ਪ੍ਰਯਾਤ ਛੰਦ॥ Bhujan Prayaat Chhand

ਅਗਾਧੇ ਅਬਾਧੇ॥ ਅਨੰਦੀ ਸਰੂਪੇ॥ Aggaddhe Abaadhe|| Anandoo Daroope||
ਨਮੋ ਸਰਬ ਮਾਨੇ॥ Namo Sarab Maane||
ਸਮਸਤੀ ਨਿਧਾਨੇ॥੬੪॥ Samastoo Nidhaane||64||

64	ਅਗਾਧੇ ਅਬਾਧੇ	ਅਨੰਦੀ ਸਰੂਪੇ	ਸਰਬ ਮਾਨੇ	ਸਮਸਤੀ ਨਿਧਾਨੇ
	impenetrable unbound	All-bliss Entity	universally honored	All Treasure

ਪ੍ਰਭ ਦਾ ਸ਼ਬਦ ਹੀ, ਸ਼ਬਦ ਦੀ ਸੋਝੀ ਦਾ ਖਜ਼ਾਨਾ ਹੈ । ਸਾਰੇ ਗੁਣ ਹੀ ਪ੍ਰਭ ਦੀ ਰਹਿਮਤ ਵਿੱਚ ਸਮਾਏ ਹਨ । ਪ੍ਰਭ ਦੀ ਰੂਹਾਨੀ ਜੋਤ, ਸਦਾ ਖੇੜੇ ਵਿੱਚ ਰਹਿਣ ਵਾਲੀ ਹੋਂਦ ਹੈ । ਪ੍ਰਭ ਨੂੰ ਹੀ ਸਾਰੀਆਂ ਸ੍ਰਿਸ਼ਟੀਆਂ ਜੀਵ ਨੂੰ ਜਨਮ, ਮੌਤ ਦੇਣ ਵਾਲਾ ਅਸਲੀ ਮਾਲਕ ਮੰਨਦੀਆਂ ਹਨ । ਪ੍ਰਭ ਦੇ ਕਰਤਬਾਂ ਦੀ ਕੋਈ ਹੱਦ ਨਹੀਂ ਹੁੰਦੀ । ਪ੍ਰਭ ਦੀ ਸ਼ਰਣ ਵਿੱਚ ਕੋਈ ਜ਼ੋਰ, ਜਬਰ ਨਾਲ ਦਾਖਲ ਨਹੀਂ ਹੋ ਸਕਦਾ ।

The teachings of His Word remain the treasure of enlightenments of the essence of His Word. All virtues and blessings remain embedded within His Blessed Vision, His Blessings. His Eternal Holy Spirit, His Existence remains in blossom forever. All universes believe, The One and Only One True Master may bless new life or death to all creatures. His miracles remain beyond any limits and limitation. No one may ever be blessed with the right path of acceptance in His Court with his own meditation technique or wisdom.

ਨਮਸਤ੍ਵੰ ਨ੍ਰਿਨਾਥੇ॥ ਨਮਸਤ੍ਵੰ ਪ੍ਰਮਾਥੇ॥ Namastvan Nrinaathe|| Namastvan Pramaathe||
ਨਮਸਤ੍ਵੰ ਅਗੰਜੇ॥ Namastvan Nrinaathe||
ਨਮਸਤ੍ਵੰ ਅਭੰਜੇ॥੬੫॥ Namastvan Pramaathe||65

65	ਨ੍ਰਿਨਾਥੇ	ਪ੍ਰਮਾਥੇ	ਅਗੰਜੇ	ਅਭੰਜੇ
	Masterless	Destroyer	Unconquerable	invincible

ਪ੍ਰਭ ਦਾ ਕੋਈ ਮਾਲਕ ਨਹੀਂ, ਕਿਸੇ ਦਾ ਗੁਲਾਮ, ਮੁਹਤਾਜ ਨਹੀਂ । ਪ੍ਰਭ ਤੇ ਕੋਈ ਆਪਣੀ ਬੰਦਗੀ, ਸਿਆਣਪ ਨਾਲ ਜਿੱਤ ਨਹੀਂ ਪਾ ਸਕਦਾ, ਪ੍ਰਵਾਨਗੀ ਦਾ ਅਸਲੀ ਰਸਤਾ ਬਖਸ਼ਿਸ਼ ਨਹੀਂ ਹੁੰਦਾ । ਪ੍ਰਭ ਕੁਝ ਵੀ ਬਣਾ ਸਕਦਾ, ਨਾਸ਼ ਕਰ ਸਕਦਾ ਹੈ । ਮੈਂ ਉਸ ਰੂਹਾਨੀ ਜੋਤ, ਪ੍ਰਭ ਸੇ ਸ਼ਬਦ ਦੀ ਪਾਲਣਾ ਕਰਦਾ, ਸਿਰ ਝੁਕਾਉਂਦਾ ਹਾ ।

The True Master remains completely independent and may not subjected to any judgement of His deeds. No one may ever conquer The True Master, be blessed with the right path of acceptance in His Court with his own meditation technique or wisdom. He may create or destroy anything in a twinkle of eye with His Own imagination.

ਨਮਸਤ੍ਵੰ ਅਕਾਲੇ॥ ਨਮਸਤ੍ਵੰ ਅਪਾਲੇ॥ Namastvan Akaale|| Namastvan Apaale||
ਨਮੋ ਸਰਬ ਦੇਸੇ॥ Namo Sarab Dese||
ਨਮੋ ਸਰਬ ਭੇਸੇ॥੬੬॥ Namo Sarab Bhese||66||

66	ਅਕਾਲੇ	ਅਪਾਲੇ	ਸਰਬ ਦੇਸੇ	ਸਰਬ ਭੇਸੇ
	Deathless	Patron less	All Pervasive	All grab

ਪ੍ਰਭ ਸਮੇਂ ਨਾਲ ਬਦਲਦਾ, ਜਨਮ ਮਰਨ ਦੇ ਚੱਕਰ ਵਿੱਚ ਨਹੀਂ ਹੈ । ਪ੍ਰਭ ਆਪ ਹੀ ਮੌਤ ਦਾ ਜਮਦੂਤ ਹੈ । ਸਭ ਕੁਝ ਪ੍ਰਭ ਦੀ ਜੋਤ ਵਿੱਚ ਹੀ ਸਮਾਇਆ ਹੈ । ਕੋਈ ਵਿਰਲਾ ਹੀ ਪ੍ਰਭ ਦਾ ਅਸਲੀ ਦਾਸ ਬਣਨ ਦੇ ਯੋਗ ਬਣਦਾ ਹੈ, ਸ਼ਬਦ ਦੀ ਸਿਖਿਆਂ ਨਾਲ ਜੀਵਨ ਢਾਲਦਾ ਹੈ । ਪ੍ਰਭ ਜੀਵ ਦੀ ਪਹੁੰਚ, ਪਕੜ ਵਿੱਚ ਨਹੀਂ ਆ ਸਕਦਾ । ਮੈਂ ਉਸ ਰੂਹਾਨੀ ਜੋਤ, ਪ੍ਰਭ ਦੇ ਸ਼ਬਦ ਦੀ ਪਾਲਣਾ ਕਰਦਾ, ਸਿਰ ਝੁਕਾਉਂਦਾ ਹਾ ।

The True Master remains beyond the effect of time; He may never change with time; He remains beyond the cycle of birth and death. The True Master Himself is the devil of death, The righteous Judge. All blessings and virtues remain embedded within His Holy Spirit; however, very rare may adopt the teachings of His Word with steady and stable belief to sanctify his soul to become worthy of His Considerations. The True Master remains beyond reach of His Creation. I always bow my head at spiritual feet, the essence of His Word and obeys in my day-to-day life.

ਨਮੋ ਰਾਜ ਰਾਜੇ॥ ਨਮੋ ਸਾਜ ਸਾਜੇ॥ Namo Raaj Raaje|| Namo Saaj Saaje||
ਨਮੋ ਸਾਹ ਸਾਹੇ॥ Namo Shaah Shaahe||
ਨਮੋ ਮਾਹ ਮਾਹੇ॥੬੭॥ Namo Maah Maahe||67||

67	ਰਾਜ ਰਾਜੇ	ਸਾਜ ਸਾਜੇ	ਸ਼ਾਹ ਸ਼ਾਹੇ	ਮਾਹ ਮਾਹੇ
	Supreme Sovereign	Musical Equipment	Supreme Emperor	Supreme Moon

ਪ੍ਰਭ ਪੂਰਨ ਸੁਤੰਤਰ, ਅਪਣੇ ਆਪ ਵਿੱਚ ਪੂਰਨ ਨਿਰਭਰ ਹੈ । ਪ੍ਰਭ ਦੇ ਸਦਾ ਚਲਣ ਵਾਲੀ ਧੁਨ ਵਿੱਚ ਹੀ ਸਾਰੇ ਸੰਗੀਤ, ਸਾਜ ਹਨ । ਪ੍ਰਭ ਹੀ ਸਭ ਤੋਂ ਵੱਡਾ ਚੰਦ ਹੈ, ਸੰਸਾਰਕ ਰਾਜਿਆ ਦਾ ਰਾਜਾ ਹੈ । ਮੈਂ ਉਸ ਰੂਹਾਨੀ ਜੋਤ, ਪ੍ਰਭ ਸੇ ਸ਼ਬਦ ਦੀ ਪਾਲਨਾ ਕਰਦਾ, ਸਿਰ ਝਕਾਉਂਦਾ ਹਾ ।

The True Master remains complete independent, self-contained, and perfect in all aspects. All worldly music tones, musical boxes remain embedded with His everlasting echo of His Word. The True Master remains the greatest moon and king of worldly kings. I always bow my head at spiritual feet, the essence of His Word and obeys in my day-to-day life.

ਨਮੋ ਗੀਤ ਗੀਤੇ॥ ਨਮੋ ਪ੍ਰੀਤ ਪ੍ਰੀਤੇ॥ Namo Goot Goote|| Namo Proot Proote||
ਨਮੋ ਰੋਖ ਰੋਖੇ॥ Namo Rokh Rokhe||
ਨਮੋ ਸੋਖ ਸੋਖੇ॥੬੮॥ Namo Sokh Sokhe||68||

68	ਗੀਤ ਗੀਤੇ	ਪ੍ਰੀਤ ਪ੍ਰੀਤੇ	ਰੋਖ ਰੋਖੇ	ਸੋਖ ਸੋਖੇ
	Song	Love	Zeal	Brightest

ਪ੍ਰਭ ਦਾ ਸ਼ਬਦ ਹੀ ਉਤਸਾਹ, ਲਗਨ, ਪਿਆਰ ਦਾ ਸੋਮਾ ਹੈ । ਪ੍ਰਭ ਦੇ ਸ਼ਬਦ ਦੀ ਸਿਖਿਆਂ ਵਿੱਚ ਹੀ ਅਗਿਆਨਤਾ ਦੂਰ ਕਰਨ ਵਾਲੀ ਰੋਸ਼ਨੀ, ਸਭ ਕੰਮ ਕਰਨ ਦੀ ਸਮਰਥਾ, ਪ੍ਰੇਰਨਾ, ਦਿੜਤਾ ਹੈ । ਮੈਂ ਉਸ ਰੂਹਾਨੀ ਜੋਤ, ਪ੍ਰਭ ਦੇ ਸ਼ਬਦ ਦੀ ਪਾਲਣਾ ਕਰਦਾ, ਸਿਰ ਝਕਾਉਂਦਾ ਹਾ ।

The teachings of His Word may be the fountain of inspiration and devotion, to meditate. The teachings of His Word remain embodiment of inspiration, determination, capability of accomplishing every deed and pillar of enlightenment to remove ignorance. I always bow my head at spiritual feet, the essence of His Word and obeys in my day-to-day life.

ਨਮੋ ਸਰਬ ਰੋਗੇ॥ ਨਮੋ ਸਰਬ ਭੋਗੇ॥ Namo Sarab Roge|| Namo Sarab Bhoge||
ਨਮੋ ਸਰਬ ਜੀਤੰ॥ Namo Sarab Jeetan||
ਨਮੋ ਸਰਬ ਭੀਤੰ॥੬੯॥ Namo Sarab Bhootan||69||

69	ਸਰਬ ਰੋਗੁ	ਸਰਬ ਭੋਗੇ	ਸਰਬ ਜੀਤੰ	ਸਰਬ ਭੀਤੰ
	universe Ailment	Universal Enjoyer	Conqueror	Fearless

ਨਿਰਭਉ ਪ੍ਰਭ ਸਰਬ ਕਲਾ ਸਮਰਥ ਹੈ, ਹਰ ਥਾਂ ਪ੍ਰਭ ਦਾ ਭਾਣਾ ਹੀ ਵਾਪਰ ਸਕਦਾ ਹੈ, ਕੇਵਲ ਪ੍ਰਭ ਦੀ ਜਿੱਤ ਹੀ ਹੁੰਦੀ ਹੈ । ਪ੍ਰਭ ਸਦਾ ਹੀ ਖੇੜੇ ਵਿੱਚ ਵਸਦਾ, ਆਪਣੀ ਪੈਦਾ ਕੀਤੇ ਖੇਲ ਦਾ ਅਨੰਦ ਮਾਨਦਾ ਹੈ । ਪ੍ਰਭ ਦੇ ਸ਼ਬਦ ਦੀ ਪਾਲਣਾ ਹੀ ਸਾਰੇ ਸੰਸਾਰਕ ਇਛਾਂ ਦੇ ਰੋਗਾ ਦਾ ਇਲਾਜ ਹੈ । ਮੈਂ ਉਸ ਰੂਹ–ਾਨੀ ਜੋਤ, ਪ੍ਰਭ ਸੇ ਸ਼ਬਦ ਦੀ ਪਾਲਣਾ ਕਰਦਾ, ਸਿਰ ਝਕਾਉਂਦਾ ਹਾ

The Omnipotent True Master remains fearless and prevails everywhere in all activities. I always bow my head at spiritual feet, the essence of His Word and obeys in my day-to-day life. Only His Command may prevail in all activities. The True Master remains in blossom and cherishes His Creation. The cure for all miseries of worldly wealth may remain embedded in obeying the teachings of His Word. I always bow my head at spiritual feet, the essence of His Word and obeys in my day-to-day life.

ਨਮੋ ਸਰਬ ਗਯਾਨੰ॥ ਨਮੋ ਪਰਮ ਤਾਨੰ॥ Namo Sarab Giaanan|| Namo Param Taanan||
ਨਮੋ ਸਰਬ ਮੰਤ੍ਰੰ॥ Namo Sarab Mantran||
ਨਮੋ ਸਰਬ ਜੰਤ੍ਰੰ॥੭੦॥ Namo Sarab Jantran||70||

70	ਸਰਬ ਗਿਆਨੰ	ਪਰਮ ਤਾਨੋ	ਸਰਬ ਮੰਤ੍ਰੰ	ਸਰਬ ਜੰਤ੍ਰੰ
	Omniscient	Omnipotent	Entire Mantras Knower	Entire Yantras Knower

ਅੰਤਰਜਾਮੀ ਪ੍ਰਭ ਹੀ ਸਾਰੀ ਸ੍ਰਿਸ਼ਟੀ ਦੇ ਜੀਵਾਂ ਦੀਆਂ ਇਛਾਂ ਜਾਣਦਾ ਹੈ । ਸਰਬ ਕਲਾ ਸਮਰਥ ਪ੍ਰਭ ਵਿੱਚ ਹਰਇਕ ਕਰਤਬ ਕਰਨ ਦੀ ਸੋਝੀ, ਗਿਆਨ, ਤਾਕਤ ਹੁੰਦੀ ਹੈ । ਪ੍ਰਭ ਦੇ ਸ਼ਬਦ ਦੀ ਸਿਖਿਆਂ ਹੀ ਸਾਰੇ ਮੰਤ੍ਰਾਂ, ਵਿਧੀਆਂ ਦਾ ਸੋਮਾ ਹੈ । ਅਸਲੀ ਰਸਤਾ ਸ਼ਬਦ ਦੀ ਪਾਲਣਾ ਨਾਲ ਹੀ ਬਖਸ਼ਿਸ਼ ਹੋ ਸਕਦਾ ਹੈ । ਮੈਂ ਉਸ ਰੂਹਾਨੀ ਜੋਤ, ਪ੍ਰਭ ਦੇ ਸ਼ਬਦ ਦੀ ਪਾਲਣਾ ਕਰਦਾ, ਸਿਰ ਝਕਾਉਂਦਾ ਹਾ ।

The Omniscient True Master remains aware of desires and hopes of all worldly creatures. The Omnipotent True Master remains self-sufficient with all the knowledge, enlightenment, and strength to perform all activities. The teachings of His Word remain the fountain of all mantras, technique, and strength to accomplish every activity. I always bow my head at spiritual feet, the essence of His Word and obeys in my day-to-day life.

ਨਮੋ ਸਰਬ ਦ੍ਰਿੱਸੰ॥ ਨਮੋ ਸਰਬ ਕ੍ਰਿੱਸੰ॥ Namo Sarab Drissan||Namo Sarab Krissan||
ਨਮੋ ਸਰਬ ਰੰਗੇ॥ Namo Sarab Rane||
ਤ੍ਰਿਭੰਗੀ ਅਨੰਗੇ॥੭੧॥ Tribhanoo Anane||71||

71	ਸਰਬ ਦ੍ਰਿੱਸੰ	ਸਰਬ ਕ੍ਰਿੱਸੰ	ਸਰਬ ਰੰਗੇ	ਤ੍ਰਿਭੰਗੀ ਅਨੰਗੇ
	All-Beholder	Universal attraction	All-color	Three worlds Destroyer

ਪ੍ਰਭ ਦੀ ਜੋਤ ਵਿੱਚ ਹੀ ਸਭ ਰੰਗ, ਰੂਪ, ਅਕਾਰ ਸਮਾਏ ਹਨ । ਪ੍ਰਭ ਹੀ ਸਾਰੀਆ ਸ੍ਰਿਸ਼ਟੀਆਂ ਨੂੰ ਅਡੋਲ ਰਖਣ ਦੀ ਸਮਰਥਾ ਹੈ । ਆਪ ਹੀ ਤਿੰਨੇਂ ਸ੍ਰਿਸ਼ਟੀਆ ਪੈਦਾ ਕਰਦਾ, ਤਬਾਹ ਕਰਦਾ, ਕਰ ਸਕਦਾ ਹੈ । ਮੈਂ ਉਸ ਰੂਹਾਨੀ ਜੋਤ, ਪ੍ਰਭ ਦੇ ਸ਼ਬਦ ਦੀ ਪਾਲਣਾ ਕਰਦਾ, ਸਿਰ ਝਕਾਉਂਦਾ ਹਾ ।

All physical structures, bodies, colors, beauties remain embedded within His Holy Spirit. The Omnipotent True Master has the strength, knowledge to keep all creatures steady and stable on the right path. Only The True Master may create or destroy creatures in all three universes. I always bow my head at spiritual feet, the essence of His Word and obeys in my day-to-day life.

ਨਮੋ ਜੀਵ ਜੀਵੰ॥ ਨਮੋ ਬੀਜ ਬੀਜੇ॥ Namo Jeev Jeev an|| Namo Booj Booje||
ਅਖਿੱਜੇ ਅਭਿੱਜੇ॥ ਸਮਸਤੰ ਪ੍ਰਸਿੱਜੇ॥੭੨॥ Akhijje Abhijje|| Samastan Prasijje||72||

72	ਜੀਵ ਜੀਵੰ	ਬੀਜ ਬੀਜੋ	ਅਖਿੱਜੇ ਅਭਿੱਜੇ	ਪ੍ਰਸਿੱਜੇ
	Universal life	Primal-Seed	Harmless Non- Appeaser	Universal Boon Bestwer

ਪ੍ਰਭ ਦੀ ਜੋਤ ਰੂਪੀ ਅਮੋਲਕ ਬੀਜ ਨਾਲ ਹੀ ਅਮੋਲਕ ਫਲ ਬਖਸ਼ਿਸ਼ ਹੁੰਦਾ ਹੈ, ਪ੍ਰਵਾਨਗੀ ਦਾ ਰਸਤਾ ਬਖਸ਼ਿਸ ਹੁੰਦਾ ਹੈ । ਪ੍ਰਭ ਹੀ ਸ੍ਰਿਸ਼ਟੀ ਨੂੰ ਸਵਾਸ, ਪ੍ਰਾਣ ਬਖਸ਼ਣ ਵਾਲਾ ਮਾਲਕ ਹੈ । ਪ੍ਰਭ ਦਾ ਇਕ ਥਾਂ ਤੇ ਆਸਣ ਨਹੀਂ ਹੈ, ਹਰਇਕ ਆਤਮਾ ਵਿੱਚ ਹੀ ਵਸਦਾ ਹੈ । ਪ੍ਰਭ ਕਦੇ ਪਾਪ ਕਰਨਵਾਲੇ ਦੇ ਜ਼ੋਰ ਤੇ ਆਪਣਾ ਇਨਸਾਫ ਬਦਲਦਾ ਨਹੀਂ । ਮੈਂ ਉਸ ਰੂਹਾਨੀ ਜੋਤ, ਪ੍ਰਭ ਸੇ ਸ਼ਬਦ ਦੀ ਪਾਲਣਾ ਕਰਦਾ, ਸਿਰ ਝਕਾਉਂਦਾ ਹਾ ।

His Holy Spirit may be the primal seed that may produce, ambrosial fruit; the right path of acceptance in His Court. The True Master remains the trustee of all breathes of His Creation. His Royal Throne remains embedded within each soul and in his own body. He may never be pursued by any mighty tyrant to change His Justice, His Command. I always bow my head at spiritual feet, the essence of His Word and obeys in my day-to-day life.

ਕ੍ਰਿਪਾਲੰ ਸਰੂਪੇ॥ ਕੁਕਰਮੰ ਪ੍ਰਣਾਸੀ॥ Kridaalan Saroope Koukarman Pranaasoo||
ਸਦਾ ਸਰਬ ਦਾ॥ Sadaa Sarab daa
ਰਿੱਧ ਸਿੱਧੰ ਨਿਵਾਸੀ॥੭੩॥ Ridh(i) Sidhan Nivaasoo||73||

73	ਕ੍ਰਿਪਾਲੰ ਸਰੂਪੇ	ਕੁਕਰਮ ਪ੍ਰਣਾਸੀ	ਸਰਬਦਾ ਰਿਧੀ	ਸਿੱਧੰ
	Generously Embodiment	Sins Destroyer	Riches Denizen	Universal Power Denizen

ਦਿਆਲੂ ਪ੍ਰਭ ਰਹਿਮਤਾਂ ਦਾ ਸੋਮਾ, ਪਾਪਾ ਨੂੰ ਬਖਸ਼ਣ ਵਾਲਾ ਮਾਲਕ ਹੈ । ਸਭ ਕਰਮਾਤਾਂ, ਰਿਧੀਆਂ, ਸਿਧੀਆਂ, ਪ੍ਰਭ ਦੇ ਹੁਕਮ ਅੰਦਰ, ਵੱਸ ਵਿੱਚ ਹੀ ਹਨ । ਮੈਂ ਉਸ ਰੂਹਾਨੀ ਜੋਤ, ਪ੍ਰਭ ਸੇ ਸ਼ਬਦ ਦੀ ਪਾਲਣਾ ਕਰਦਾ, ਸਿਰ ਝਕਾਉਂਦਾ ਹਾ ।

The Compassionate True Master remains the fountain of all blessings and forgiveness of all sins. All curse and blessings; denizens, curse and blessings miracles remain embedded within His Command, the essence of His Word. I always bow my head at spiritual feet, the essence of His Word and obeys in my day-to-day life.

6. ਚਰਪਟ ਛੰਦ॥ ਤ੍ਵਪ੍ਰਸਾਦਿ॥ Charpat Chhand|| Tva Prasaadh||

ਅੰਮ੍ਰਿਤ ਕਰਮੇ॥ ਅੰਬ੍ਰਿਤ ਧਰਮੇ॥ Anmritt Karma|| Anbrit Dharma||
ਅੱਖਲ ਜੋਗੇ॥ ਅਚੱਲ ਭੋਗੇ॥੭੪॥ Akhall Joge|| Achall Bhoge||74||

74	ਅੰਮ੍ਰਿਤ ਕਰਮੇ	ਅੰਬ੍ਰਿਤ ਧਰਮੇ	ਅਖੱਲ ਜੋਗੇ	ਅਚੱਲ ਭੋਗੇ
	Actions Permanent	Permanent law	United with all	Permanent Enjoyer

ਪ੍ਰਭ ਸ੍ਰਿਸ਼ਟੀ ਦੇ ਸਾਰੇ ਨਿਯਮ, ਕਰਤਬ ਅਟਲ, ਸਦਾ ਸੱਚੇ ਰਹਿਣ ਵਾਲੇ ਹੁੰਦੇ ਹਨ । ਪ੍ਰਭ ਦੇ ਸ਼ਬਦ ਦੀ ਸਿਖਿਆਂ, ਜੀਵ ਨੂੰ ਪ੍ਰਭ ਨਾਲ ਮਿਲਣ ਦਾ ਰਸਤਾ ਹੁੰਦਾ ਹੈ । ਪ੍ਰਭ ਦਾ ਖੇੜਾ ਸਦਾ ਅਟਲ ਰਹਿਣ ਵਾਲਾ ਹੈ ।

All teachings of His Word, disciplines, activities, miracle of The True Master always remain true forever. The teachings of His Word remain the right way of life to become worthy to be blessed with the right path of acceptance in His Court. His Blessings, blossom always remain true forever.

ਅਚੱਲ ਰਾਜੇ॥ ਅਟਲ ਸਾਜੇ॥ Achall Raaje|| Aooall Saaje||
ਅੱਖਲ ਧਰਮੰ॥ ਅਲੱਖ ਕਰਮੰ॥੭੫॥ Akhall Dharamannd|| Alakkh Karamannd||75||

75	ਅਚੱਲ ਰਾਜ	ਅਟਲ ਸਾਜ	ਅਖੱਲ ਧਰਮੰ	ਅਲੱਖ ਕਰਮੰ
	Permanent Kingdom	Adornment permanent	Laws Complete	His Word beyond comprehension

ਪ੍ਰਭ ਦਾ ਤਖਤ, ਰਾਜ ਸਦਾ ਅਟਲ ਰਹਿਣ ਵਾਲਾ ਹੈ । ਪ੍ਰਭ ਦੇ ਸ਼ਬਦ ਦੀ ਸਦਾ ਚਲਣ ਧੁਨ, ਪ੍ਰਵਾਨਗੀ ਦੇ ਰਸਤੇ ਦੀ ਸੋਝੀ ਬਖਸ਼ਦੀ ਹੈ । ਪ੍ਰਭ ਦੇ ਸ੍ਰਿਸ਼ਟੀ ਦੇ ਸਾਰੇ ਨਿਯਮ ਸਦਾ ਸੱਚ ਰਹਿਣ ਵਾਲੇ, ਸ੍ਰਿਸ਼ਟੀ ਦੀ ਸੋਝੀ ਤੋਂ ਉਪਰ ਹੀ ਹੁੰਦੇ ਹਨ ।

His Throne, His Command always remain true and live forever. The everlasting echo of His Word always remains resonating to enlighten the right path of acceptance in His Court. All His Commands, disciplines remain true forever and beyond any comprehension of His Creation.

ਸਰਬੰ ਦਾਤਾ॥ ਸਰਬੰ ਗਯਾਤਾ॥ Saraban Daataa|| Saraban Giaataa||
ਸਰਬੰ ਭਾਨੇ॥ ਸਰਬੰ ਮਾਨੇ॥੭੬॥ Saraban Bhaane|| Saraban Maane||76||

76	ਸਰਬੰ ਦਾਤਾ	ਸਰਬੰ ਗਿਆਤਾ	ਸਰਬੰ ਭਾਨੇ	ਸਰਬੰ ਮਾਨੇ
	Universal Donor	Omniscient	Enlightener	Enjoyer

ਪ੍ਰਭ ਆਪਣੇ ਪੈਦਾ ਕੀਤੇ ਸਾਰੇ ਜੀਵਾਂ ਨੂੰ ਸਦਾ ਹੀ ਦਾਤਾਂ ਬਖਸ਼ਦਾ ਰਹਿੰਦਾ ਹੈ । ਅੰਤਰਜਾਮੀ ਪ੍ਰਭ ਦਾ ਸ਼ਬਦ, ਜੀਵਨ ਦੇ ਅਸਲੀ ਰਸਤੇ ਦੀ ਸੋਝੀ ਬਖਸ਼ਣ ਵਾਲਾ ਸੋਮਾ ਹੁੰਦਾ ਹੈ । ਸਾਰੀ ਸ੍ਰਿਸ਼ਟੀ ਹੀ ਪ੍ਰਭ ਨੂੰ ਇਕੋ ਇਕ ਜਨਮ, ਮਰਨ ਬਖਸ਼ਣ ਵਾਲਾ ਅਸਲੀ ਮਾਲਕ ਮੰਨਕੇ ਪੂਜਾ ਕਰਦੇ ਹਨ ।

The True Master, Creator always remains generous to bless virtues to His Creation. The Omniscient True Master remains the pillar of enlightenment of the essence of His Word. The whole universe believes, honors, and worships The One and only One True Master to bless his soul new body and death to his perishable body.

ਸਰਬੰ ਪ੍ਰਾਣੰ॥ ਸਰਬ ਤ੍ਰਾਣੰ॥ — Saraban Praanan|| Saraban Traanan||
ਸਰਬੰ ਭੁਗਤਾ॥ ਸਰਬੰ ਜੁਗਤਾ॥੭੭॥ — Saraban Bhougtaa|| Saraban Jougtaa||77||

77	ਸਰਬੰ ਪ੍ਰਾਣੰ	ਸਰਬੰ ਤ੍ਰਾਣੰ	ਸਰਬੰ ਭੁਗਤਾ	ਸਰਬੰ ਜੁਗਤਾ
	Trustee of Breathes	Strength of all	Enjoyer of all	united with all

ਪ੍ਰਭ ਸ੍ਰਿਸ਼ਟੀ ਦੇ ਸਾਰੇ ਜੀਵਾਂ ਦੇ ਸਵਾਸ ਬਖਸ਼ਣ ਵਾਲਾ, ਰਖਿਆ ਕਰਨ ਵਾਲਾ ਮਾਲਕ ਹੈ । ਸਰਬ ਕਲਾ ਸਮਰਥ ਸਭ ਤਾਕਤਾ ਦਾ ਮਾਲਕ, ਸਭ ਕੰਮ ਕਰਨ ਦੀ ਸਮਰਥਾਂ ਰਖਦਾ ਹੈ । ਆਪਣੀ ਪੈਦਾ ਕੀਤੀ ਸ੍ਰਿਸ਼ਟੀ ਦਾ ਅਨੰਦ ਮਾਨਦਾ, ਖੇੜੇ ਵਿੱਚ ਰਹਿੰਦਾ ਹੈ । ਆਪ ਹੀ ਆਪਣੇ ਦਾਸ ਨੂੰ ਅਸਲੀ ਰਸਤਾ, ਪ੍ਰਵਾਨਗੀ ਦੀ ਵਿਧੀ ਬਖਸ਼ਦਾ ਹੈ ।

The True Master blesses the capital of breathes and protects His Creation. The Omnipotent True Master, remains the trustee of all strength, wisdom, and capability to accomplish everything in the universe. The True Master always remains in blossom and cherishes the pleasure of His Creation. He blessed the right path of acceptance to His Creation.

ਸਰਬੰ ਦੇਵੰ॥ ਸਰਬ ਭੇਵੰ॥ — Saraban Devan|| Saraban Bhevan||
ਸਰਬੰ ਕਾਲੇ॥ ਸਰਬੰ ਪਾਲੇ॥੭੮॥ — Saraban Kaale|| Saraban Paale||78

78	ਸਰਬੰ ਦੇਵੰ	ਸਰਬੰ ਭੇਵੰ	ਸਰਬ ਕਾਲੇ	ਸਰਬ ਪਾਲੇ
	Worshipped	Mystery of all	Destroyer	Sustainer

ਪ੍ਰਭ ਆਪਣੀ ਪੈਦਾ ਕੀਤੀ ਸ੍ਰਿਸ਼ਟੀ ਦੇ ਜੀਵਾਂ ਨੂੰ ਭੋਜਨ ਬਖਸ਼ਦਾ, ਪਾਲਣਾ, ਪੋਸਨਾ, ਰਖਿਆ ਕਰਦਾ ਹੈ । ਪ੍ਰਭ ਦੇ ਹੁਕਮ ਨਾਲ ਹੀ ਮੌਤ ਆਉਂਦੀ ਹੈ, ਉਸ ਦਾ ਨਾਸ਼ ਹੋਣ ਵਾਲਾ ਤਨ, ਭਸਮ ਹੋ ਜਾਂਦਾ ਹੈ । ਪ੍ਰਭ ਦੇ ਸਾਰੇ ਕਰਤਬ ਹੀ ਡੂੰਘੇ ਭੇਦ ਵਾਲੇ, ਸ੍ਰਿਸ਼ਟੀ ਦੇ ਜੀਵਾ ਦੀ ਸੋਝੀ ਤੋਂ ਬਾਹਰ ਹਨ । ਸਾਰੇ ਜੀਵਾਂ ਹੀ ਪ੍ਰਭ ਨੂੰ ਅਸਲੀ ਮਾਲਕ ਮੰਨਦੇ, ਪੂਜਾ ਕਰਦੇ ਹਨ ।

The True Master creates, nourishes, monitors, and protects His Creation in the worldly life. His perishable body may be destroyed, only with His Command; death may only be blessed with His Command. All His miracles remain a mystery and beyond the comprehension of His Creation.

7. ਰੂਆਲ ਛੰਦ॥ ਤ੍ਵਪ੍ਰਸਾਦਿ॥ Rooaal Chhand॥ Tva Prasaadh॥

ਆਦਿ ਰੂਪ ਅਨਾਦਿ ਮੂਰਤਿ — Aadh Roop Anaadh Moondat(i)
ਅਜੋਨਿ ਪੁਰਖ ਅਪਾਰ॥ — Ajon(i) Purakh Apaar||
ਸਰਬ ਮਾਨ ਤ੍ਰਿਮਾਨ ਦੇਵ — Sarab Maan Trimaan Dev
ਅਭੇਵ ਆਦਿ ਉਦਾਰ॥ — Abhev Aadh Udaar||
ਸਰਬ ਪਾਲਕ ਸਰਬ ਘਾਲਕ — Sarab Paalak Sarab Dhaalak
ਸਰਬ ਕੋ ਪੁਨਿ ਕਾਲ॥ — Sarab Ko Poun(i) Kaal||
ਜੱਤ੍ਰ ਤੱਤ੍ਰ ਬਿਰਾਜਹੀ — Jattra Tattra Biraaj-hoo
ਅਵਧੂਤ ਰੂਪ ਰਿਸਾਲ॥੭੯॥ — Avdhoot Roop Rasaal||79||

<table>
<tr><td rowspan="4">79</td><td colspan="3">ਤ੍ਰਿਮਾਨ ਦੇਵ</td><td>ਆਦਿ ਉਦਾਰ</td></tr>
<tr><td colspan="3">Three Prophets; Brahma, Shiv ji, Vishnu</td><td>Generous from Beginning</td></tr>
<tr><td>ਘਾਲਕ</td><td>ਕਾਲ</td><td>ਜੱਤ੍ਰ ਤੱਤ੍ਰ</td><td>ਅਵਧੂਤ ਰੂਪ ਰਿਸਾਲ</td></tr>
<tr><td>Inspirer</td><td>Destroyer of all</td><td>Omnipresent- like ascetic</td><td>Generous Disposition</td></tr>
</table>

ਜਨਮ ਮਰਨ, ਅਕਾਰ ਰਹਿਤ ਪ੍ਰਭ ਸ੍ਰਿਸ਼ਟੀ ਦੇ ਅਰੰਭ ਤੋਂ ਪਹਿਲੇ ਵੀ ਅਟਲ, ਅਡੋਲ ਖੇੜੇ ਵਿੱਚ ਵਸਦਾ ਸੀ । ਸ੍ਰਿਸ਼ਟੀ ਵਿੱਚ ਪੈਦਾ ਹੋਏ ਸਾਰੇ ਦੇਵਤੇ, ਅਵਤਾਰ ਪ੍ਰਭ ਨੂੰ ਹੀ ਅਸਲੀ ਮਾਲਕ ਸਮਝਦੇ, ਉਸ ਦੀ ਪਵਿੱਤਰ ਜੋਤ ਵਿੱਚ ਮਿਲਣ ਨੂੰ ਲੋਚਦੇ, ਪੂਜਾ ਕਰਦੇ ਹਨ । ਹਿੰਦੂ ਧਰਮ ਦੇ ਦੇਵਤਿਆਂ ਦਾ ਨਾਮ ਉਧਾਰਣ ਹੀ ਹੈ । ਪ੍ਰਭ ਹੀ ਜੀਵ ਨੂੰ ਮੌਤ ਬਖਸ਼ਦਾ, ਮੌਤ ਦਾ ਡਰ ਦੂਰ ਕਰਦਾ, ਸ਼ਬਦ ਵਿੱਚ ਲਗਨ ਬਖਸ਼ਦਾ, ਪ੍ਰੇਰਨਾ ਕਰਦਾ ਹੈ । ਦਿਆਲੂ ਪ੍ਰਭ ਸਦਾ ਹੀ ਦਾਤਾਂ ਬਖਸ਼ਦਾ ਹੈ ।

The True Master remains bodyless, beyond the cycle of birth and death, in blossom before the creation of the universe. All worldly prophets, saints, gurus remain anxious and passionate to be blessed with the right path of acceptance in His Court; to become worthy of His Consideration to be immersed within His sanctified Holy Spirit. Ancient prophet names are only used as an example. Only The True Master may bless devotion to meditate, death to his perishable body and He may eliminate his fear of death. The Merciful, Gracious, True Master always blesses virtues to His Creation.

ਨਾਮ ਠਾਮ ਨ ਜਾਤ	Naam Thaam Na Jaat(i)
ਜਾਕਰ ਰੂਪ ਰੰਗ ਨ ਰੇਖ॥	Jaakar Roop Ran Na Rekh||
ਆਦਿ ਪੁਰਖ ਉਦਾਰ ਮੂਰਤਿ	Aadh Purakh Udaar Moondat(i)
ਅਜੋਨਿ ਆਦਿ ਅਸੇਖ॥	Ajon(i) Aadh Asekh||
ਦੇਸ ਔਰ ਨ ਭੇਸ	Des Aur Na Bhes
ਜਾਕਰ ਰੂਪ ਰੇਖ ਨ ਰਾਗ॥	Jaakar Roop Rekh Na Raag||
ਜੱਤ੍ਰ ਤੱਤ੍ਰ ਦਿਸਾ ਵਿਸਾ ਹੁਇ	Jattra Tattra Disaa Visaa Hue
ਫੈਲਿਓ ਅਨੁਰਾਗ॥੮੦॥	Phailio Anuraag||80||

80	ਨਾਮ ਠਾਮ	ਜਾਤਿ ਰੂਪ	ਰੰਗ	ਰੇਖ
	Nameless, Placeless	Casteless, Formless	colorless	lineless
	ਉਦਾਰ ਮੂਰਤਿ	ਆਦਿ ਅਸੇਖ	ਨ ਦੇਸ, ਨ ਭੇਸ	ਆਦਿ ਅਸੇਖ
	unborn Generous	Perfect-beginning	Country-less Grab less	Perfect-beginning
	ਜੱਤ੍ਰ ਤੱਤ੍ਰ	ਦਿਸ਼ਾ	ਫੈਲਿਓ	ਅਨੁਰਾਗ
	Power	Direction	Pervade	universe as love

ਪ੍ਰਭ ਸੰਸਾਰਕ ਤਿੰਨਾਂ ਪਛਣਾਂ ਤੋਂ ਰਹਿਤ, ਉਸ ਦਾ ਇਕ ਨਾਮ ਨਹੀਂ, ਅਨੇਕਾ ਨਾਮਾ ਨਾਲ ਜਾਣਿਆ ਜਾਂਦਾ ਹੈ । ਪ੍ਰਭ ਸ੍ਰਿਸ਼ਟੀ ਤੋਂ ਪਹਿਲੇ ਵੀ ਪੂਰਨ, ਪੁਰਖ ਪਵਿੱਤਰ ਸੀ । ਪ੍ਰਭ ਦਾ ਆਸਣ ਕਿਸੇ ਇਕ ਥਾਂ ਤੇ ਨਹੀਂ, ਹਰਇਕ ਆਤਮਾ ਵਿੱਚ, ਹਰਇਕ ਥਾਂ ਤੇ ਸਮਾਇਆ ਹੈ । ਪ੍ਰਭ ਕੋਈ ਸੰਸਾਰਕ ਜਾਤ, ਖਾਨਦਾਨੀ ਨਹੀਂ, ਨਾ ਹੀ ਕੋਈ ਗੱਦੀ ਚਲਦੀ ਹੈ । ਕੋਈ ਪ੍ਰਭ ਦੀ ਮੂਰਤ ਨਹੀਂ ਬਣਾ ਸਕਦਾ । ਪ੍ਰਭ ਸਰਬ ਕਲਾ ਸਮਰਥ, ਸਿਮਰਨ ਕਰਨ ਦੀਆਂ ਵਿਧੀਆਂ, ਅਸਲੀ ਰਸਤੇ, ਸਭ ਦਾ ਮਾਲਕ ਹੈ । ਹਰਇਕ ਥਾਂ ਤੇ ਕੇਵਲ ਪ੍ਰਭ ਦਾ ਭਾਣਾ ਹੀ ਵਾਪਰਦਾ ਹੈ । ਪ੍ਰਭ ਪਿਆਰ ਦੀ ਤਰ੍ਹਾਂ ਸਾਰੀ ਸ੍ਰਿਸ਼ਟੀ ਵਿੱਚ ਹੀ ਸਮਾਇਆ ਹੈ ।

The True Master remains beyond the three recognitions, color, structure, size. He has no unique name; His Creation remember and worship Him with countless names. He was perfect, sanctified before the creation of the universe. The True Master has no specific Royal Castle, Throne; His Holy Spirit remains embedded within each soul and dwells in his body. The True Master has no worldly social class, hereditary, genealogy nor anyone may be incarnated on His Throne; He lives forever. His statues can never be carved, made. The Omnipotent True Master remains the only trustee of all techniques of meditation, all paths of acceptance in His Court. Only His Command prevails everywhere. As love remains color blind, same way His Holy Spirit remains embedded within each soul.

ਨਾਮ ਬਿਹੀਨ ਪੇਖਤ	Naam Kaam Biboon Pekhat
ਧਾਮ ਹੂੰ ਨਹਿ ਜਾਹਿ॥	Dhaam Hoon Nah(i) Jaah(i)||
ਸਰਬ ਮਾਨ ਸਰਬੱਤ੍ਰ ਮਾਨ	Sarab Maan Sarbattra Maan
ਸਦੈਵ ਮਾਨਤ ਤਾਹਿ॥	Sadaiv Maanat Taah(i)||
ਅਨੇਕ ਮੂਰਿਤ ਅਨੇਕ ਦਰਸਨ	Ek Moondat(i) Anek Darsan Koon
ਕੀਨ ਰੂਪ ਅਨੇਕ॥	Roop Anek||
ਖੇਲ ਖੇਲ ਅਖੇਲ ਖੇਲਨ	Khel Khel Akhel Khelan
ਅੰਤ ਕੋ ਫਿਰ ਏਕ॥੮੧॥	Ant Ko Phir(i) Ek||81||

81	ਨਾਮ ਕਾਮ ਬਿਹੀਨ	ਪੇਖਤ ਧਾਮ	ਸਰਬੱਤ੍ਰ ਸਦੈਵ	ਮਾਨਤ
	nameless, desireless	no Abode	Worshipper all	Enjoyer
	ਅਨੇਕ ਰੂਪ	ਏਕ ਮੂਰਿਤ	ਅਖੇਲ ਖੇਲਨ	ਫਿਰਿ ਏਕ
	innumerable forms	One entity	World drama stop	Remain Only One

ਪ੍ਰਭ ਇਕ ਨਾਮ ਨਾਲ ਜਾਣਿਆ ਨਹੀਂ ਜਾਂਦਾ, ਸ੍ਰਿਸ਼ਟੀ ਅਨੇਕਾਂ ਨਾਮਾਂ ਨਾਲ ਹੀ ਪ੍ਰਭ ਦੀ ਰਹਿਮਤ ਮੰਗਦੀ ਹੈ । ਪ੍ਰਭ ਇਛਾਂ ਰਹਿਤ ਰਹਿੰਦਾ ਹੈ । ਪ੍ਰਭ ਕਿਸੇ ਕੰਮ ਦਾ ਗੁਲਾਮ ਨਹੀਂ ਹੈ । ਸਾਰੀ ਸ੍ਰਿਸ਼ਟੀ ਹੀ ਪ੍ਰਭ ਦੀ ਪੂਜਾ ਕਰਦੀ ਹੈ । ਪ੍ਰਭ ਆਪਣੀ ਪੈਦਾ ਕੀਤੀ ਸ੍ਰਿਸ਼ਟੀ ਵਿੱਚ ਅਨੰਦ ਮਾਣਦਾ ਹੈ । ਪ੍ਰਭ ਇਕੋ ਇਕ ਰੂਹਾਨੀ ਜੋਤ ਹੈ । ਅਨੇਕਾ ਰੂਪਾਂ ਵਿੱਚ ਹੀ ਪ੍ਰਗਟ ਹੋ ਸਕਦਾ ਹੈ, ਹਰਇਕ ਆਤਮਾ ਵਿੱਚ ਹੀ ਸਮਾਇਆ ਹੈ । ਆਪ ਹੀ ਆਪਣਾ ਖੇਲ ਖਤਮ ਕਰਦਾ ਹੈ, ਨਾਸ਼ ਹੋਣ ਵਾਲਾ ਤਨ ਭਸਮ ਬਣ ਜਾਂਦਾ ਹੈ । ਪ੍ਰਭ ਆਪ ਹੀ ਆਤਮਾ ਨੂੰ ਵੱਖਰੇ ਰੂਪਾਂ ਵਿੱਚ ਸ੍ਰਿਸ਼ਟੀ ਵਿੱਚ ਭੇਜਦਾ ਹੈ, ਅੰਤ ਵਿੱਚ ਆਤਮਾ ਪ੍ਰਭ ਦੀ ਜੋਤ ਵਿੱਚ ਹੀ ਸਮਾ ਜਾਂਦੀ ਹੈ ।

The One and Only One True Master may not have any unique name; His Creation remembers, worships with many names and pray for His Forgiveness and Refuge. The desire free True Master may not be a slave of any worldly task, chore, all universes worship and remain gratitude for His Blessings. He remains in blossom and cherish His Creation. The One and Only One, Eternal Holy Spirit remains embedded within each soul and dwells in his body; He may appear in countless forms. The True Master may cease the play of any soul; his perishable body may become as dust. The True Master may bless different body structure to soul as a reward of his deeds; only the sanctified soul may be immersed within His Holy Spirit.

ਦੇਵ ਭੇਵ ਨ ਜਾਨਹੀ	Dev Bhev Na Jaan-hoo
ਜਿਹ ਬੇਦ ਅਉਰ ਕਤੇਬ॥	Jih Bed Aur Kateb||
ਰੂਪ ਰੰਗ ਨ ਜਾਤਿ ਪਾਤਿ	Roop Ran Na Jaat(i) Paat(i)
ਸੁ ਜਾਨਈ ਕਿਹ ਜੇਬ॥	Su Jaanaoo Kinh Jeb||
ਤਾਤ ਮਾਤ ਨ ਜਾਤ ਜਾਕਰਿ	Taat Maat Na Jaat Jaakar
ਜਨਮ ਮਰਨ ਬਿਹੀਨ॥	Janam Maran Bihoon||
ਚੱਕ੍ਰ ਬੱਕ੍ਰ ਫਿਰੈ ਚੱਤ੍ਰ	Chakkra Bakkra Phirai Chatur
ਚੱਕ ਮਾਨਈ ਪੁਰ ਤੀਨ॥ ੮੨॥	Chakk Maan-hoo Pur Toon||82||

82	ਦੇਵਤੇ, ਗ੍ਰੰਥ ਭੇਵ ਨ ਜਾਨਹੀ	ਨ ਤਾਤ ਮਾਤ ਜਾਤ
	Mystery for Prophets, Granth	Father, Mother, Caste unknown

ਪ੍ਰਭ ਦੀ ਹੋਂਦ ਦੀ ਸੋਝੀ ਕਿਸੇ ਧਰਮ ਦੇ ਗ੍ਰੰਥ ਵਿੱਚ ਨਹੀਂ ਲਿਖੀ ਜਾ ਸਕਦੀ । ਕੋਈ ਮਾਨਸ ਇਸ ਅਵਸਥਾ ਵਾਲਾ ਪੈਦਾ ਨਹੀਂ ਹੋ ਸਕਦਾ, ਜਿਹੜਾ ਪ੍ਰਭ ਦੀ ਕੁਦਰਤ ਨੂੰ ਪੂਰਨ ਤਰ੍ਹਾਂ ਜਾਣ ਸਕਦਾ ਹੈ । ਪ੍ਰਭ ਦੀ ਹੋਂਦ ਕਿਵੇਂ ਜਾਣੀ ਜਾ ਸਕਦੀ ਹੈ? ਪ੍ਰਭ ਦੀ ਕੋਈ ਸੰਸਾਰਕ ਜਾਤ, ਅਕਾਰ, ਖਾਨਦਾਨੀ ਨਹੀਂ ਹੁੰਦੀ, ਨਾ ਹੀ ਜਨਮ ਮਰਨ ਦੇ ਚੱਕਰ ਵਿੱਚ ਹੀ ਹੁੰਦਾ ਹੈ । ਪ੍ਰਭ ਕਿਸੇ ਮਾਤਾ, ਪਿਤਾ ਦੇ ਸੰਯੋਗ ਨਾਲ ਪੈਦਾ ਨਹੀਂ ਹੁੰਦਾ, ਆਪਣੀ ਜੋਤ ਵਿਚੋਂ ਹੀ ਉਤਪਤ ਹੋ ਜਾਂਦਾ ਹੈ । ਪ੍ਰਭ ਹਰਇਕ ਦਿਸ਼ਾ, ਤਿੰਨਾਂ ਸ੍ਰਿਸ਼ਟੀਆਂ ਵਿੱਚ ਹਾਜ਼ਰਾ, ਹਜ਼ੂਰ ਵਾਸਦਾ ਵਾਪਰਦਾ ਹੈ । ਤਿੰਨਾਂ ਸ੍ਰਿਸ਼ਟੀਆਂ ਵਿੱਚ ਹੀ ਪ੍ਰਭ ਦੀ ਵੱਖਰੇ, ਵੱਖਰੇ ਨਾਮਾਂ ਨਾਲ ਪੂਜਾ ਹੁੰਦੀ ਹੈ ।

His Word, the enlightenment of the essence of His Word cannot be inscribed in any religious Holy Scripture. No one may ever be born with such a state of mind to full comprehend His Nature completely. How may His Existence be comprehended, explored? The True Master remains beyond any worldly social class, caste, body, hereditary, genealogy, the cycle of birth and death. The True Master evolves from His Own Holy Spirit and He may never be born out the womb of more nor with sperms of male and eggs of female. The Omnipresent True Master dwells and prevails in all three universes and in all directions in every event. He may be remembered and worshipped in three universes with many names.

ਲੋਕ ਚਉਦਹ ਕੇ ਬਿਖੈ	Lok Chaudah Ke Bikhai
ਜਗ ਜਾਪਹੀ ਜਿਹ ਜਾਪ॥	Jag Jaap-hoo Jinh Jaap||
ਆਦਿ ਦੇਵ ਅਨਾਦਿ ਮੂਰਤਿ	Aadh Dev Anaadh Moondat(i)
ਥਾਪਿਓ ਸਭੈ ਜਿਹ ਥਾਪ॥	Thaapio Sabai Jinh Thaap(i)||
ਪਰਮ ਰੂਪ ਪੁਨੀਤ ਮੂਰਤਿ	Param Roop Pouneet Moondat(i)
ਪੂਰਨ ਪੁਰਖੁ ਅਪਾਰ॥	Pooran Purakh Apaar||
ਸਰਬ ਬਿਸ੍ਵ ਰਚਿਓ ਸੁਯੰਭਵ	Sarab Bisva Rachio Suyanbhav
ਗੜਨ ਭੰਜਨਹਾਰ॥੮੩॥	Gadan Bhanjanhaar||83||

83	ਲੋਕ	ਥਾਪਿਓ	ਪੁਨੀਤ, ਪੁਰਖ ਅਪਾਰ	ਰਚਿਓ ਭੰਜਨਹਾਰ
	Universe	Created	Bondless, Perfect Existence	Creator Destroyer

ਪ੍ਰਭ ਦੇ ਸ਼ਬਦ ਦਾ ਸਿਮਰਨ ਹੀ 14 ਖੰਡਾਂ ਹੁੰਦਾ ਹੈ । ਪ੍ਰਭ ਇਕੋ ਇਕ ਰੂਹਾਨੀ ਜੋਤ ਨੇ ਹੀ ਸਾਰੀ ਸ੍ਰਿਸ਼ਟੀ ਦੀ ਉਤਪਨਾ ਕੀਤੀ ਹੈ । ਪ੍ਰਭ ਇਕ ਰੂਹਾਨੀ ਜੋਤ, ਪਵਿੱਤਰ, ਅਕਾਰ ਰਹਿਤ, ਮੋਹ ਰਹਿਤ ਆਪਣੇ ਆਪ ਵਿੱਚ ਪੂਰਨ ਹੋਂਦ, ਅਵਸਥਾ ਹੈ । ਪ੍ਰਭ ਆਪਣੀ ਜੋਤ ਵਿਚੋਂ ਹੀ ਸ੍ਰਿਸ਼ਟੀ ਦੇ ਜੀਵ ਪੈਦਾ ਕਰਦਾ ਹੈ, ਮਿਥੇ ਸਮੇ ਨਾਲ ਹੀ ਉਹਨਾਂ ਦਾ ਤਨ ਨਾਸ਼ ਕਰ ਦੇਂਦਾ ਹੈ ।

In all 14 universes, only His Word may be worshipped. All universes are only expansion of His Holy Spirit. His Eternal Holy Spirit remains bodyless, emotionless, perfect in all respects. He Creates the universe from His Own Holy Spirit, and blesses his soul any body structure for a predetermined time. His body may be destroyed, perished at predetermined time.

ਕਾਲ ਹੀਨ ਕਲਾ ਸੰਜੁਗਤਿ	Kaal Hoon Kalaa Sanjougad(i)
ਅਕਾਲ ਪੁਰਖ ਅਦੇਸ॥	Akaal Purakh Ades||
ਧਰਮ ਧਾਮ ਸੁ ਭਰਮ ਰਹਤ	Dharam Dhaam Su Bharam Rahit
ਅਭੂਤ ਅਲਖ ਅਭੇਸ॥	Abhoot Alakh Abhes||
ਅੰਗ ਰਾਗ ਨ ਰੰਗ ਜਾਕਹ	Ang Raag Na Ran Jaakah(i)
ਜਾਤਿ ਪਾਤਿ ਨ ਨਾਮ॥	Jaat(i) Paat(i) Na Naam||
ਗਰਬ ਗੰਜਨ ਦੁਸਟ ਭੰਜਨ	Gadab Gadjan Dousat Bhanjan
ਮੁਕਤਿ ਦਾਇਕ ਕਾਮ॥੮੪॥	Moukat(i) Daaik Kaam||84||

84	ਕਲ ਹੀਨ	ਅਕਾਲ ਪੁਰਖ	ਧਰਮ ਧਾਮ	ਅਭੂਤ ਅਲਖ
	Deathless Almighty	Timeless	Righteousness	element less incomprehensible

ਪ੍ਰਭ ਸਰਬ ਕਲਾ ਸਮਰਥ, ਸਭ ਤੋਂ ਵੱਡਾ, ਤਾਕਤਵਾਰ, ਜਨਮ ਮਰਨ ਤੋਂ ਰਹਿਤ, ਆਪਣੇ ਆਪ ਵਿੱਚ ਪੂਰਨ ਹੈ । ਪ੍ਰਭ ਤੇ ਸਮੇਂ ਦਾ ਕੋਈ ਪ੍ਰਭਾਵ ਨਹੀਂ ਹੁੰਦਾ । ਪ੍ਰਭ ਆਪ ਹੀ ਧਰਮਰਾਜ ਹੈ, ਜੀਵ ਦੇ ਕੀਤਾ ਕੰਮਾ ਦਾ ਫਲ ਹਮੇਸ਼ਾ ਹੀ ਬਖਸ਼ਦਾ ਹੈ । ਪ੍ਰਭ ਧਾਤਾਂ ਦੇ ਜੋੜ ਨਾਲ ਪ੍ਰਗਟ ਨਹੀਂ ਕੀਤਾ ਜਾ ਸਕਦਾ । ਪ੍ਰਭ ਦੀ ਹੋਂਦ, ਕੁਦਰਤ ਜੀਵ ਦੇ ਸਮਝਣ ਵਿੱਚ ਨਹੀਂ ਹੁੰਦੀ ।

The Omnipotent True Master, greatest of All remains beyond the cycle of birth and death and remains perfect and self-sufficient in all aspects. The True Master remains beyond the effects of time. He is the righteous judge to reward the earnings of His Creation. His Existence may never be revealed by combining various elements. His Existence and His Nature remains beyond any comprehension of His Creation.

ਆਪ ਰੂਪ ਅਮੀਕ ਅਨ ਉਸਤਤਿ	Aap Roop Ameek An-oustat(i)
ਏਕ ਪੁਰਖ ਅਵਧੂਤ॥	Ek Purakh Avdhoot||
ਗਰਬ ਗੰਜਨ ਸਰਬ ਭੰਜਨ	Gadab Gadjan Sarab Bhanjan
ਆਦਿ ਰੂਪ ਅਸੂਤ॥	Aadh Roop Asoot||
ਅੰਗ ਹੀਨ ਅਭੰਗ ਅਨਾਤਮ	Ang Hoon Abhan Anaatam
ਏਕ ਪੁਰਖ ਅਪਾਰ॥	Ek Purakh Apaar||
ਸਰਬ ਲਾਇਕ ਸਰਬ ਘਾਇਕ	Sarab Laaik Sarab Ghaaik
ਸਰਬ ਕੋ ਪ੍ਰਿਤਪਾਰ॥ ੮੫॥	Sarab Ko Pratipaar||85||

85	ਅਮੀਕ	ਅਵਧੂਤ	ਲਾਇਕ	ਘਾਇਕ
	indescribable entity	One unique ascetic	Capable of doing everything	Destroyer

ਪ੍ਰਭ ਦੀ ਹੋਂਦ, ਅਵਸਥਾ ਦਾ ਵਰਣਨ ਨਹੀਂ ਕੀਤਾ ਜਾ ਸਕਦਾ, ਆਪਣੇ ਆਪ ਵਿੱਚ ਪੂਰਨ, ਸਰਬ ਕਲਾ ਸਮਰਥ ਹੈ । ਪ੍ਰਭ ਦੀ ਕੁਦਰਤ, ਸ਼ਬਦ ਇਕ ਅਨੋਖੇ, ਅਟਲ ਨਿਯਮ ਨਾਲ ਹੀ ਚਲਦਾ ਹੈ । ਪ੍ਰਭ ਵਿੱਚ ਹਰਇਕ ਕੰਮ ਕਰਨ ਦੀ ਸਮਰਥਾ ਹੈ । ਆਪ ਹੀ ਜੀਵ ਨੂੰ ਜਨਮ ਦੇਂਦਾ, ਮੌਤ ਦੇਂਦਾ ਹੈ । ਆਪ ਹੀ ਖੇਲ ਬਣਾਉਂਦਾ ਹੈ, ਆਪ ਹੀ ਢਾਉਂਦਾ ਹੈ, ਖੇਲ ਖਤਮ ਕਰ ਦੇਂਦਾ ਹੈ ।

The Omnipotent True Master remains perfect in all aspects and beyond any comprehension and explanation of His Creation. His Nature, His Word, Command functions, prevails with unique principles. The Omnipotent True Master has the capability to accomplish everything. Death and birth may only be blessed with His Command. He creates the play of universe, and may stop destroy the play.

ਸਰਬ ਗੰਤਾ ਸਰਬ ਹੰਤਾ	Sarab Gadtaa Sarab Hanta
ਸਰਬ ਤੇ ਅਨਭੇਖ॥	Sarab Te Anbhekh||
ਸਰਬ ਸਾਸਤ੍ਰ ਨ ਜਾਨਹੀ	Sarab Saastra Na Jaan-hi
ਜਿਹ ਰੂਪ ਰੰਗ ਅਰੁ ਰੇਖ॥	Jinh Roop Ran(u) Ar(u) Rekh||
ਪਰਮ ਬੇਦ ਪੁਰਾਨ ਜਾਕਹਿ	Param Bed Puraan Jaakah(i)
ਨੇਤ ਭਾਖਤ ਨਿੱਤ॥	Net Bhaakhat Nitt||
ਕੋਟਿ ਸਿੰਮ੍ਰਿਤਿ ਪੁਰਾਨ ਸਾਸਤ੍ਰ	Kottee Sinmrit Puraan Shastra
ਨ ਆਵਈ ਵਹੁ ਚਿੱਤਿ॥੮੬॥	Na Aavaoo Vahu Chitt(i)||86||

86	ਅਨਭੇਖ	ਭਾਖਤ
	beyond all guises	Declare supreme

ਅੰਤਰਜਾਮੀ, ਪ੍ਰਭ ਸ੍ਰਿਸ਼ਟੀ ਦੇ ਸਭ ਜੀਵਾਂ ਦੇ ਮਨ ਦੀਆਂ ਇਛਾ ਜਾਣਦਾ ਹੈ, ਪ੍ਰਭ ਦੀ ਹੋਂਦ, ਪ੍ਰਭ ਦੀ ਨਜ਼ਰ ਤੋਂ ਕੁਝ ਛਿਪਾਇਆ ਨਹੀਂ ਜਾ ਸਕਦਾ । ਕਿਸੇ ਧਾਰਮਕ ਗ੍ਰੰਥ ਵਿੱਚ ਪ੍ਰਭ ਦਾ ਅਕਾਰ, ਰੰਗ ਦੀ ਜਾਣਕਾਰੀ ਲਿਖੀ ਨਹੀਂ ਜਾ ਸਕਦਾ । ਸਾਰੇ ਧਰਮ ਦੇ ਗ੍ਰੰਥ, ਪ੍ਰਭ ਨੂੰ ਸਭ ਤੋਂ ਵੱਡਾ, ਇਕੋ ਇਕ ਸਿਸ਼੍ਰਟੀ ਨੂੰ ਪੈਦਾ ਕਰਨ ਵਾਲਾ ਮਾਲਕ ਮੰਨਦੇ, ਪੂਜਦੇ ਹਨ । ਪੂਰਨ ਪ੍ਰਭ ਦੀ ਅਵਸਥਾ, ਤਿੰਨਾਂ ਸ੍ਰਿਸ਼ਟੀਆਂ ਦੇ ਅਨੇਕਾਂ ਗ੍ਰੰਥਾ ਦੀ ਸੋਝੀ ਤੋਂ ਉਪਰ ਹੈ ।

The Omniscient True Master remains aware about the hopes and desires of His Creation. Nothing may be concealed from Him. His Nature, His Color may never be written on a paper, in any Holy Scripture. All Holy Scriptures describe The One and Only One True Master, greatest of all, creator and inspires to worship His Word. State of His Nature remains beyond the capability of any worldly Holy Scripture.

8. ਮਧੁਭਾਰ ਛੰਦ॥ ਤ੍ਵਪ੍ਰਸਾਦਿ॥ Madhoubhaar Chhand॥ Tva Prasaadh॥

ਗੁਨ ਗਨ ਉਦਾਰ॥ ਮਹਿਮਾ ਅਪਾਰ॥ Goun Gad Udaar|| Mahimaa Apaar||
ਆਸਨ ਅਭੰਗ॥ ਉਪਮਾ ਅਨੰਗ॥੮੭॥ Aasan Abhan|| Oupmaa Anan||87||

87	ਉਦਾਰ	ਅਪਾਰ	ਆਸਨ ਅਭੰਗ	ਅਨੰਗ
	Generosity	unbounded	Eternal seat	Eminence

ਦਿਆਲੂ ਪ੍ਰਭ ਦੀ ਦਾਨ ਦੇਣ ਦੀ, ਤਰਸ ਦੀ ਕੋਈ ਹੱਦ ਜਾਣੀ ਨਹੀਂ ਜਾ ਸਕਦੀ । ਪ੍ਰਭ ਆਪਣੇ ਤਖਤ ਤੇ ਜੀਵ ਦੀ ਆਤਮਾ ਵਿੱਚ ਅਡੋਲ ਬਿਰਾਜਮਾਨ ਰਹਿੰਦਾ ਹੈ । ਪਭ ਦਾ ਸ੍ਰਿਸ਼ਟੀ ਦਾ ਪ੍ਰਬੰਧ ਸਦਾ ਹੀ ਅਨੋਖੇ, ਪੂਰਨ ਨਿਯਮ ਨਾਲ ਚਲਦਾ ਹੈ ।

The Merciful, Compassionate True Master! His Blessings remains beyond any limits. He remains embedded within each soul and seated in the center of His Soul in the 10th cave of his heart. The functions of Creation and His Word Commands always prevails under astonishing and perfect disciplines.

ਅਨਭਉ ਪ੍ਰਕਾਸ॥ ਨਿਸਦਿਨ ਅਨਾਸ॥ Anbhau Prakaas|| Nis Din Anaas||
ਆਜਾਨ ਬਾਹੁ॥ ਸਾਹਾਨ ਸਾਹੁ॥੮੮॥ Aajaan Baah(u)|| Saahaan Saah(u)||88||

88	ਅਨਭਉ ਪ੍ਰਕਾਸ	ਅਨਾਸ	ਆਜਾਨ ਬਾਹੁ	ਸਾਹਾਨ ਸਾਹੁ
	Self-luminous	unperishable	Arm stretch up to knee	Supreme King

ਨਾਸ ਹੋਣ ਤੋਂ ਰਹਿਤ ਪ੍ਰਭ ਦੀ ਹੋਂਦ, ਆਪਣੇ ਆਪ ਵਿਚੋਂ ਹੀ ਚਮਕਦੀ ਰਹਿੰਦੀ ਹੈ । ਪ੍ਰਭ ਦੀ ਪਹੁੰਚ ਹੀ ਸ੍ਰਿਸ਼ਟੀ ਦਾ ਸਭ ਕੁਝ ਵਾਪਰਦਾ, ਚਲਦਾ ਹੈ । ਪ੍ਰਭ ਸਭ ਸੰਸਾਰਕ ਰਾਜਿਆ ਦਾ ਰਾਜਾ, ਭਗਤਾ ਦਾ ਗੁਰੂ ਹੈ ।

The True Master remains beyond any destruction and His Holy Spirit glows from within. His Function prevails beyond the comprehension of His Creation. The True Master is the King of kings and The True Guru of all worldly prophets.

ਰਾਜਨ ਰਾਜ॥ ਭਾਨਾਨ ਭਾਨ॥ Raajaan Raaj|| Bhaanaan Bhaan||
ਦੇਵਾਨ ਦੇਵ॥ ਉਪਮਾ ਮਹਾਨ॥੮੯॥ Devaan Dev|| Oupmaa Mahaan||89||

89	ਰਾਜਨ ਰਾਜ	ਭਾਨਾਨ	ਦੇਵਾਨ ਦੇਵ	ਉਪਮਾ
	Supreme King	Sun of Sun	God of gods	Greatness

ਪ੍ਰਭ ਸਭ ਤੋਂ ਵੱਡਾ, ਮਹਾਨ ਰਾਜਿਆ ਦਾ ਰਾਜਾ, ਸੂਰਜਾਂ ਦਾ ਸੂਰਜ, ਸੰਸਾਰਕ ਅਵਤਾਰਾ ਦਾ, ਗੁਰੂਾਂ ਦਾ ਗੁਰੂ ਹੈ ।

The True Master, Greatest of All remains as King of kings; Sun of suns; True Guru of worldly prophets.

ਇੰਦ੍ਰਾਨ ਇੰਦ੍ਰ॥ ਬਾਲਾਨ ਬਾਲ॥ Indraan Indra|| Baalaan Baal||
ਰੰਕਾਨ ਰੰਕ॥ ਕਾਲਾਨ ਕਾਲ॥੯੦॥ Rankaan Rank|| Kaalaan Kaal||90||

90	ਇੰਦ੍ਰਾਨ	ਬਾਲਾਨ	ਰੰਕਾਨ	ਕਾਲਾਨ
	Supreme King	Smallest of small	poorest	death of death

ਪ੍ਰਭ ਸਭ ਤੋਂ ਵੱਡਾ ਸ਼ੇਨਸ਼ਾਹ ਹੈ । ਉਸ ਦੇ ਮਨ ਦੀ ਅਵਸਥਾ, ਛੋਟੇ ਤੋਂ ਛੋਟੇ ਬਾਲਕ, ਬਿਰਧ ਤੋਂ ਬਿਰਧ ਜੀਵ ਵਰਗੀ ਹੁੰਦੀ ਹੈ । ਪ੍ਰਭ ਗ਼ਰੀਬ ਤੋਂ ਗ਼ਰੀਬ, ਨਿਮਾਨੇ ਨੂੰ ਮਾਣ ਬਖਸ਼ਦਾ ਹੈ । ਪ੍ਰਭ ਹੀ ਜਮਦੂਤਾ ਦਾ ਜਮਦੂਤ, ਮੌਤ ਦਾ ਡਰ ਨਾਸ਼ ਕਰਨ ਵਾਲਾ ਹੈ ।

The True Master is the greatest emperor. His state of mind may be like a smallest infante; the oldest of old creature. He may bless honor to the poorest of all poor. Only The True Master may eliminate the fear of devil of death of His true devotee.

ਅਨਭੂਤ ਅੰਗ॥ ਆਭਾ ਅਭੰਗ॥ Anbhoot An|| Aabhaa Abhan||
ਗਤਿ ਮਿਤਿ ਅਪਾਰ॥ ਗੁਨ ਗਨ ਉਦਾਰ॥੯੧॥ Gad(i) Mit(i) Apaar|| Goun Gad Udaar||91||

91	ਅਨਭੂਤ	ਆਭਾ ਅਭੰਗ	ਗਤਿ ਮਤਿ	ਗੁਨ ਉਦਾਰ
	element less	eternal glow	immeasurable	generosity countless

ਪ੍ਰਭ ਦੀ ਹੋਂਦ ਧਾਤਾਂ ਦੇ ਸੰਜੋਗ ਨਾਲ ਨਹੀਂ ਬਣਦੀ, ਪ੍ਰਗਟ ਹੁੰਦੀ । ਪ੍ਰਭ ਦੀ ਰੋਸ਼ਨੀ, ਚਮਕ ਰੂਹਾਨੀ ਹੈ । ਪ੍ਰਭ ਦੀ ਸਦਾ ਚਲਣ ਵਾਲੀ ਧੁਨ, ਗੂੰਜ ਦੀ ਮਹੱਤਤਾ ਦਾ ਅੰਦਾਜ਼ਾ ਨਹੀਂ ਲਾਇਆ ਜਾ ਸਕਦਾ । ਪ੍ਰਭ ਦੇ ਤਰਸ, ਰਹਿਮਤਾਂ ਬਖਸ਼ਣ ਦੀ ਕੋਈ ਹੱਦ ਨਹੀਂ ਹੈ ।

His Existence may not be revealed by combining various elements; He is only a Holy Spirit, bodyless. His glow remains soul sanctifying, eternal, and enlightening. The significance of His everlasting echo may remain beyond any imagination of His Creation. There may not be any limit or limitation of His Blessings.

ਮਨਿ ਗਨਿ ਪ੍ਰਨਾਮ॥ ਨਿਰਭੈ ਨਿਕਾਮ॥ Mounndi) Gad Pranaam|| Nirbhai Nikaam||
ਅਤਿ ਦੁਤਿ ਪ੍ਰਚੰਡ॥ At(i) Dout(i) Prachanndd||
ਮਿਤਿ ਗਤਿ ਅਖੰਡ॥੯੨॥ Mit Gad(i) Akhannd||92||

92	ਗਨ ਪ੍ਰਨਾਮ	ਨਿਰਭੈ ਨਿਕਾਮ	ਦੁਤਿ ਪ੍ਰਚੰਡ	ਗਤਿ ਅਖੰਗ
	Fearless	Desireless	brightest effulgence	perfect in doing

ਨਿਰਭਉ ਪ੍ਰਭ ਦੀ ਕੋਈ ਦਾਨ ਲੈਣ, ਪੂਜਾ, ਉਸਤੱਤ ਕਰਵਾਉਣ ਦੀ ਕੋਈ ਇਛਾ ਨਹੀਂ ਹੈ । ਉਸ ਦੇ ਕੇਵਲ ਸ਼ਲਾਘਾ ਦੇ ਗੁਣ ਗਾਉਣ ਨਾਲ ਰਹਿਮਤ ਬਖਸ਼ਿਸ਼ ਨਹੀਂ ਹੁੰਦੀ । ਪ੍ਰਭ ਦੀ ਰੂਹਾਨੀ ਜੋਤ ਦੀ ਅਨੋਖੀ ਹੀ ਰੋਸ਼ਨੀ ਚਮਕ ਹੁੰਦੀ ਹੈ । ਸਰਬ ਕਲਾ ਸਮਰਥ ਹਰਇਕ ਕੰਮ ਵਿੱਚ ਪੂਰਨ ਹੈ, ਯੋਗਤਾ ਨਾਲ ਕਰਦਾ ਹੈ ।

The Fearless True Master remains beyond any desire, expectation to be worshipped, donation, charity for His Blessings. He may only bestow His Blessed Vision by remembering and singing His Glory in renunciation in memory of His Separation. His eternal glow may have an astonishing shine, enlightenment. The Omnipotent True Master may accomplish all tasks with utmost passion and perfection.

ਆਲਿਸਜ ਕਰਮ॥ ਆਦ੍ਰਿਸਜ ਧਰਮ॥ Aalisya Karam|| Aadrisya Dharma||
ਸਰਬਾ ਭਰਣਾਢਯ॥ ਅਨਡੰਡ ਬਾਢਯ॥੯੩॥ Sarbaa Bharnaadhya|| Andand Baadhya||93||

93	ਆਲਿਸਜ	ਆਦ੍ਰਿਸਜ	ਭਰਣਾਢਯ	ਅਨਡੰਡ ਬਾਢਯ
	Spontaneous	laws are ideal	ornamental	non-Chastise

ਪ੍ਰਭ ਹਰਇਕ ਕਰਾਮਤ ਅਚਾਨਕ ਹੀ ਕਰਦਾ ਹੈ, ਸ੍ਰਿਸ਼ਟੀ ਦੇ ਅੰਦਾਜ਼ਾ ਲਾਉਣ ਵਿੱਚ ਨਹੀਂ ਹੁੰਦੀ । ਪ੍ਰਭ ਦੇ ਬਣਾਏ ਸ੍ਰਿਸ਼ਟੀ ਦੇ ਨਿਜਮ ਅਨੋਖੇ ਸਿਖਿਆ ਵਾਲੇ ਹੁੰਦੇ ਹਨ । ਪ੍ਰਭ ਦੀ ਹੋਂਦ ਹੀ ਸ੍ਰਿਸ਼ਟੀ ਦਾ ਸ਼ਿੰਗਾਰ ਹੁੰਦਾ ਹੈ । ਪ੍ਰਭ ਦੀ ਕਿਸੇ ਬਖਸ਼ਿਸ਼ ਵਿੱਚ, ਕੰਮ ਵਿੱਚ ਕੋਈ ਦਿਖਾਵਾ ਨਹੀਂ ਹੁੰਦਾ ।

All the miracles of The True Master may be spontaneous and beyond any imagination. His Word and all disciplines of His Nature remain astonishing teachings. His Existence may remain as embellishment of His Creation. His Blessings, all miracles may not be any hypocrisy, or show any false grace.

9. ਚਾਚਰੀ ਛੰਦ॥ ਤ੍ਵਪ੍ਰਸਾਦਿ॥ Chaacdaroo Chhand|| Tva Prasaadh||

ਗੋਬਿੰਦੇ॥ ਮੁਕੰਦੇ॥ Goubinde|| Moukande||
ਉਦਾਰੇ॥ ਅਪਾਰੇ॥੯੪॥ Uddare|| Apdare||94||

94	ਗੋਬਿੰਦੇ	ਮੁਕੰਦੇ	ਉਦਾਰੇ	ਅਪਾਰੇ
	Preserver	Salvation giver	most generous	boundless

ਪ੍ਰਭ ਦੀ ਰੂਹਾਨੀ ਜੋਤ ਹੀ ਸਾਰੀ ਸ੍ਰਿਸ਼ਟੀ ਵਿੱਚ, ਹਰਇਕ ਚੀਜ਼ ਵਿੱਚ ਸਮਾਈ ਹੈ । ਪ੍ਰਭ ਹੀ ਮੁਕਤੀ ਬਖਸ਼ਣ ਵਾਲਾ ਮਾਲਕ ਹੈ । ਪ੍ਰਭ ਸਭ ਤੋਂ ਵੱਡਾ ਦਿਆਲੂ, ਤਰਸਵਾਨ, ਰਹਿਮਤਾਂ ਬਖਸ਼ਣ ਵਾਲਾ ਮਾਲਕ ਹੈ । ਪ੍ਰਭ ਦੇ ਕਰਾਮਾਤਾਂ, ਰਹਿਮਤਾਂ ਦੀ ਹੱਦ ਦਾ ਅੰਦਾਜ਼ਾ ਨਹੀਂ ਲਾਇਆ ਜਾ ਸਕਦਾ ।

His eternal Holy Spirit remains embedded within each soul and within His Nature. The One and Only One True Master of salvation. Only The Most Merciful and passionate True Master may bestow His Blessings to His Creation. His Blessings and miracles remain beyond any limits and imagination of His Creation.

ਹਰੀਅੰ॥ ਕਰੀਅੰ॥ Darooan|| Darooan||
ਨ੍ਰਿਨਾਮੇ॥ ਅਕਾਮੇ॥੯੫॥ Nrinaame|| Akaame||95||

95	ਹਰੀਅੰ	ਕਰੀਅੰ	ਨ੍ਰਿਨਾਮੇ	ਅਕਾਮੇ
	Destroyer	Creator	nameless	Desireless

ਪ੍ਰਭ ਹੀ ਸ਼੍ਰਿਸ਼ਟੀ ਨੂੰ ਪੈਦਾ ਕਰਨ ਵਾਲਾ, ਮੌਤ ਦੇਣ ਵਾਲਾ ਹੈ । ਪ੍ਰਭ ਦਾ ਕੋਈ ਇਕ ਨਾਮ ਨਹੀਂ ਹੈ, ਅਨੇਕਾਂ ਨਾਮਾਂ ਨਾਲ ਹੀ ਜਾਣਿਆ, ਪੂਜਾ ਕੀਤੀ ਜਾਂਦੀ ਹੈ । ਪ੍ਰਭ ਦੇ ਮਨ ਵਿੱਚ ਕੋਈ ਦਾਨ ਲੈਣ, ਪੂਜਾ ਕਰਵਾਉਣ, ਸ਼ਲਾਘਾ ਕਰਵਾਉਣ ਦੀ ਕੋਈ ਇਛਾ ਨਹੀਂ ਹੁੰਦੀ ।

The cycle of birth and death may only remain under His Command. He has no unique name; He may be remembered and worshipped with countless names. He has no desire to be worshipped or donation, or singing His Glory for His Blessings.

10. ਭੁਜੰਗ ਪ੍ਰਯਾਤ ਛੰਦ॥ Bhujan Prayaat Chhand॥

ਚੱਤ੍ਰ ਚੱਕ੍ਰ ਕਰਤਾ॥ Chattra Chakkra Kartaa||
ਚੱਤ੍ਰ ਚੱਕ੍ਰ ਹਰਤਾ॥ Chattra Chakkra Hartaa||
ਚੱਤ੍ਰ ਚੱਕ੍ਰ ਦਾਨੇ॥ Chattra Chakkra Daane||
ਚੱਤ੍ਰ ਚੱਕ੍ਰ ਜਾਨੇ॥ ੯੬॥ Chattra Chakkra Jaane||96||

96	ਚੱਤ੍ਰ ਚੱਕ੍ਰ ਕਰਤਾ	ਚੱਤ੍ਰ ਚੱਕ੍ਰ ਹਰਤਾ	ਚੱਤ੍ਰ ਚੱਕ੍ਰ ਦਾਨੇ	ਚੱਤ੍ਰ ਚੱਕ੍ਰ ਜਾਨੇ
	Creator of 4 directions	Destroyer of 4 directions	Donor of 4 Direction	Known 4 Direction

ਅੰਤਰਜਾਮੀ ਪ੍ਰਭ ਹੀ ਚਾਰੇ ਦਿਸ਼ਾਂ ਵਿੱਚ ਜੀਵਾਂ ਨੂੰ ਪੈਦਾ ਕਰਦਾ, ਮੌਤ ਦੇਂਦਾ ਹੈ । ਪ੍ਰਭ ਹਰਇਕ ਜੀਵ ਦੀ ਮਨ ਦੀ ਅਵਸਥਾ, ਇਛਾ ਦਾ ਅੰਤਰਜਾਮੀ ਹੈ । ਚਾਰੇ ਦਿਸ਼ਾ ਵਿੱਚ, ਜੀਵਾਂ ਦੇ ਮਨ ਵਿੱਚ ਦਾਨ ਦੇਣ ਦੀ ਸ਼ਰਧਾ ਪੈਦਾ ਕਰਦਾ ਹੈ ।

The Omniscient True Master prevails in all four directions, creates new life, and blesses death to His creature. He remains aware about the desires and hope of all creatures. In all four directions, He may bless devotion to meditate and perform charity for less fortunate.

ਚੱਤ੍ਰ ਚੱਕ੍ਰ ਵਰਤੀ॥ Chattra Chakkra Vartoo||
ਚੱਤ੍ਰ ਚੱਕ੍ਰ ਭਰਤੀ॥ Chattra Chakkra Bhartoo||
ਚੱਤ੍ਰ ਚੱਕ੍ਰ ਪਾਲੇ॥ Chattra Chakkra Paale||
ਚੱਤ੍ਰ ਚੱਕ੍ਰ ਕਾਲੇ॥੯੭॥ Chattra Chakkra Kaale||97||

97	ਚੱਤ੍ਰ ਚੱਕ੍ਰ ਵਰਤੀ	ਚੱਤ੍ਰ ਚੱਕ੍ਰ ਭਰਤੀ	ਚੱਤ੍ਰ ਚੱਕ੍ਰ ਪਾਲੇ	ਚੱਤ੍ਰ ਚੱਕ੍ਰ ਕਾਲੇ
	Pervading of 4 directions	Permeator of 4 directions	Sustainer of 4 Direction	Destroyer 4 Direction

ਪ੍ਰਭ ਚਾਰੇ ਦਿਸ਼ਾਂ ਵਿੱਚ ਹੀ ਜੀਵ ਪੈਦਾ ਕਰਦਾ, ਜਨਮ ਮਰਨ ਦਾ ਚੱਕਰ ਚਲਾਉਂਦਾ ਹੈ । ਆਪ ਹੀ ਆਪਣੀ ਪੈਦਾ ਕੀਤੀ ਸ੍ਰਿਸ਼ਟੀ ਦੀ ਪਾਲਣਾ ਪੋਸਨਾ, ਰਖਿਆ ਕਰਦਾ ਹੈ । ਹਰਇਕ ਕੰਮ ਵਿੱਚ ਪ੍ਰਭ ਦਾ ਭਾਣਾ ਹੀ ਵਾਪਰਦਾ ਹੈ । ਚਾਰੇ ਪਾਸੇ ਸ੍ਰਿਸ਼ਟੀ ਵਿੱਚ ਸਮਾਇਆ ਰਹਿੰਦਾ ਹੈ । ਸ੍ਰਿਸ਼ਟੀ ਦੇ ਜੀਵ ਦੇ ਮਨ ਵਿੱਚ ਸ਼ਬਦ ਦੀ ਪਾਲਣਾ ਦੀ ਸ਼ਰਧਾ ਪੈਦਾ ਕਰਦਾ, ਬਖਸ਼ਦਾ ਹੈ ।

The True Master creates, establishes the cycle of birth and death in all four directions. He nourishes, monitors, and protects His Creation. Only His Command may prevail in every event in the universe. His Holy Spirit remains embedded within His Creation. He induces a desire and devotion to obey the teachings of His Word.

ਚੱਤ੍ਰ ਚੱਕ੍ਰ ਪਾਸੇ॥	Chattra Chakkra Paase||
ਚੱਤ੍ਰ ਚੱਕ੍ਰ ਵਾਸੇ॥	Chattra Chakkra Vaase||
ਚੱਤ੍ਰ ਚੱਕ੍ਰ ਮਾਨਜੈ॥	Chattra Chakkra Maanyai||
ਚੱਤ੍ਰ ਚੱਕ੍ਰ ਦਾਨਜੈ॥ ੯੮॥	Chattra Chakkra Daanyai||98

98	ਚੱਤ੍ਰ ਚੱਕ੍ਰ ਪਾਸੇ	ਚੱਤ੍ਰ ਚੱਕ੍ਰ ਵਾਸੇ	ਚੱਤ੍ਰ ਚੱਕ੍ਰ ਮਾਨਣੈ	ਚੱਤ੍ਰ ਚੱਕ੍ਰ ਦਾਨਜੈ
	Omnipresent	Omni-dweller	Worshipped	Donor

ਪ੍ਰਭ ਹਰਇਕ ਥਾਂ ਹਾਜ਼ਰਾ ਹਜ਼ੂਰ ਵਸਦਾ, ਵਾਪਰਦਾ ਹੈ । ਸਾਰੀਆਂ ਸ੍ਰਿਸ਼ਟੀਆਂ ਹੀ ਪ੍ਰਭ ਨੂੰ ਇਕੋ ਇਕ, ਜੀਵ ਨੂੰ ਪੈਦਾ ਕਰਨ ਵਾਲਾ ਮਾਲਕ ਮੰਨਦੀ, ਪੂਜਾ ਕਰਦੀ, ਸਿਰ ਝਕਾਉਂਦੀ ਹੈ । ਪ੍ਰਭ ਹੀ ਜੀਵ ਦੇ ਮਨ ਵਿੱਚ ਦਾਨ ਦੇਣ, ਤਰਸ ਕਰਨ ਦੀ ਸ਼ਰਧਾ, ਸਮਰਥਾ ਬਖਸ਼ਦਾ ਹੈ ।

The Omnipresent True Master prevails everywhere all the time. The True Master has been believed and worshipped as The One and Only One Creator of the universes, and everyone bow his head in gratitude for His Blessings. He blesses devotion, compassion, urge, and strength to obey the teachings of His Word.

11. ਚਾਚਰੀ ਛੰਦ॥ Chaachari Chhand॥

ਨ ਸੱਤ੍ਰੈ॥ ਨ ਮਿੱਤ੍ਰੈ॥	Na Sattrai|| Na Mittrai||
ਨ ਭਰਮੰ॥ ਨ ਭਿੱਤ੍ਰੈ॥੯੯॥	Na Bharman|| Na Bhittrai||99||

99	ਨ ਸੱਤ੍ਰੈ	ਨ ਮਿੱਤ੍ਰੈ	ਨ ਭਰਮੰ	ਨ ਭਿੱਤ੍ਰੈ
	Fearless	Friendless	illusion less	Fearless

ਨਿਡਰ, ਨਿਰਭਉ ਪ੍ਰਭ ਕਿਸੇ ਦਾ ਮਿੱਤਰ, ਦੁਸ਼ਮਣ ਨਹੀਂ ਹੈ । ਪ੍ਰਭ ਦੇ ਸ਼ਬਦ ਦੀ ਸਿਖਿਆਂ ਸੰਸਾਰਕ ਧਰਮਾ ਦੇ ਰੀਤਾ ਰੀਵਾਜਾਂ, ਭਰਮਾ ਤੋਂ ਰਹਿਤ ਹੈ । ਪ੍ਰਭ ਸਦਾ ਹੀ ਸ਼ਬਦ ਦੀ ਕਮਾਈ ਦਾ ਫਲ ਬਖਸ਼ਦਾ ਹੈ ।

The fearless True Master remains friendless and enemy less. The teachings of His Word remain beyond any religious rituals, and suspicions. He may only reward the earnings of His Word without any discrimination.

ਨ ਕਰਮੰ॥ ਨ ਕਾਏ॥	Na Karamannd|| Na Kaae||
ਅਜਨਮੰ॥ ਅਜਾਏ॥੧੦੦॥	Ajanamannd|| Ajaae||100|

100	ਨ ਕਰਮੰ	ਨ ਕਾਏ	ਅਜਨਮੰ	ਅਜਾਏ
	Actionless	Bodyless	Birthless	Aboleless

ਪ੍ਰਭ ਕਿਸੇ ਧੰਧੇ ਦਾ ਮੁਹਤਾਜ ਨਹੀਂ ਹੈ । ਅਕਾਰ, ਤਨ ਰਹਿਤ, ਜਨਮ ਮਰਨ ਦੇ ਚੱਕਰ ਵਿੱਚ ਨਹੀਂ ਹੁੰਦਾ, ਆਪ ਕਦੇ ਜਨਮ ਨਹੀਂ ਲੈਂਦਾ । ਪ੍ਰਭ ਦੀ ਜੋਤ ਹਰਇਕ ਆਤਮਾ ਵਿੱਚ ਸਮਾਈ ਰਹਿੰਦੀ ਹੈ ।

The True Master may not be a slave of any task or deed. The bodyless True Master remains beyond the cycle of birth and death nor may ever take birth in the universe in flesh and blood. His Holy Spirit remains embedded with each soul.

ਨ ਚਿੱਤ੍ਰੈ॥ ਨ ਮਿੱਤ੍ਰੈ॥	|Na Chittrai|| Na Mittrai||
ਪਰੇ ਹੈ॥ ਪਵਿੱਤ੍ਰੈ॥੧੦੧॥	Para Hain|| Pavittrai||101||

101	ਨ ਚਿੱਤ੍ਰੈ	ਨ ਮਿੱਤ੍ਰੈ	ਪਰੇ	ਪਵਿੱਤ੍ਰੈ
	Portrait less	Friendless	Attachment free	pure

ਪ੍ਰਭ ਦੀ ਹੌਂਦ ਇਕ ਪਵਿੱਤਰ ਰੂਹਾਨੀ ਜੋਤ ਹੈ । ਪ੍ਰਭ ਦੀ ਤਸਵੀਰ ਨਹੀਂ ਬਣਾਈ ਜਾ ਸਕਦੀ । ਪ੍ਰਭ ਦਾ ਕਿਸੇ ਜੀਵ, ਆਤਮਾ ਨਾਲ ਮੋਹ ਨਹੀਂ ਹੁੰਦਾ । ਹਰਇਕ ਆਤਮਾ ਨੂੰ ਉਸ ਦੇ ਤਨ, ਮਨ ਦੇ ਕੀਤੇ ਕੰਮਾਂ ਦਾ ਇਨਸਾਫ ਨਾਲ ਫਲ ਬਖਸ਼ਦਾ ਹੈ । ਕਦੇ ਸੰਸਾਰਕ ਹੈਸੀਅਤ ਦਾ ਵਿਤਕਰਾ ਨਹੀਂ ਕਰਦਾ ।

The True Master remains friendless, attachment less, emotionless. He remains sanctified. Only justice prevails in His Court. Every soul may be rewarded for all worldly deeds performed by his body under the direction of his mind.

ਪ੍ਰਿਥੀਸੈ॥ ਅਦੀਸੈ॥ Pritheesai|| Adeesai||
ਅਦ੍ਰਿਸੈ॥ ਅਕ੍ਰਿਸੈ॥੧੦੨॥ Adrisai|| Akrisai||102||

102	ਪ੍ਰਿਥੀਸੈ	ਅਦੀਸੈ	ਅਦ੍ਰਿਸੈ	ਅਕ੍ਰਿਸੈ
	True Master	Primal lord	invincible	Almighty

ਪ੍ਰਭ ਇਕ ਰੂਹਾਨੀ ਜੋਤ, ਸ੍ਰਿਸ਼ਟੀ ਦੇ ਅਰੰਭ ਤੋਂ ਪਹਿਲੇ ਵੀ ਅਡੋਲ ਅਵਸਥਾ ਸੀ । ਸਰਬ ਕਲਾ ਸਮਰਥ ਪ੍ਰਭ, ਸਭ ਤਾਕਤਾਂ ਦਾ ਮਾਲਕ ਹੈ । ਪ੍ਰਭ ਇਤਨਾ ਮਹਾਨ, ਤਾਕਤਵਰ ਹੈ, ਉਸ ਤੇ ਕਦੇ ਜਿੱਤ ਨਹੀਂ ਪਾਈ ਜਾ ਸਕਦੀ । ਕੇਵਲ ਇਕੋ ਇਕ ਸ੍ਰਿਸ਼ਟੀ ਦਾ ਅਸਲੀ ਮਾਲਕ ਹੈ ।

His eternal Holy Spirit remains sanctified, steady, and stable before the beginning of His Creation. The Omnipotent True Master remains the greatest and most significant; He may never be conquered. The One and Only One True Master Creator of the universe.

12. ਭਗਵਤੀ ਛੰਦ॥ ਤ੍ਵਪ੍ਰਸਾਦਿ ਕਥਤੇ॥ Bhagvatoo Chhand|| Tva Prasaadh||

ਕਿ ਆਛਿੱਜ ਦੇਸੈ॥ ਕਿ ਆਭਿੱਜ ਭੇਸੈ॥ Ki Aachhijj Desai|| Ki Aabhijj Bhesai||
ਕਿ ਆਗੰਜੇ ਕਰਮੈ॥ Ki Aagadj Karmai||
ਕਿ ਆਭੰਜ ਭਰਮੈ॥੧੦੩॥ Ki Aabhanj Bharmai||103||

103	ਆਛਿੱਜ	ਆਭਿਜ	ਆਗੰਜ ਕਰਮ	ਆਭੰਜ ਭਰਮੈ
	unconquerable	unimpaired	beyond Karma	Doubt free

ਪ੍ਰਭ ਤੇ ਜਿੱਤ ਨਹੀਂ ਪਾਈ ਜਾ ਸਕਦੀ, ਪ੍ਰਭ ਦੀ ਤਾਕਤ ਨੂੰ ਨਾਸ਼, ਘਟਾਇਆ ਨਹੀਂ ਜਾ ਸਕਦਾ । ਪ੍ਰਭ ਆਪਣੇ ਕੰਮਾ ਦੇ ਲੇਖੇ ਤੋਂ ਉਪਰ, ਰਹਿਤ ਹੈ, ਕੋਈ ਉਸ ਦਾ ਮਾਲਕ, ਲੇਖਾ ਲਿਖਣ ਵਾਲਾ ਨਹੀਂ ਹੈ । ਪ੍ਰਭ ਦੇ ਸ਼ਬਦ ਦੀ ਸਿਖਿਆਂ ਵਿੱਚ ਕੋਈ ਚਲਾਕੀ, ਭਰਮ ਨਹੀਂ, ਸ਼ੱਕ ਨਹੀਂ ਕੀਤਾ ਜਾ ਸਕਦਾ ।

No one may ever conquer The True Master nor His power nor the significance of His Blessings may ever be eliminated. The True Master remains beyond any accountability of His deeds nor any one may ever be greater to write the account of His Deeds. The teachings of His Word may not have any deception, illusion, suspicions nor any doubt.

ਕਿ ਆਭਿੱਜ ਲੋਕੈ॥ ਕਿ ਆਦਿੱਤ ਸੋਕੈ॥ Ki Aabhijj Lokai||Ki Aaditt Sokai||
ਕਿ ਅਵਧੂਤ ਬਰਨੈ॥ Ki Avdhoot Barnai||
ਕਿ ਬਿਭੂਤ ਕਰਨੈ॥੧੦੪॥ Ki Bibhoot Karnai||104||

104	ਅਭਿਜ ਲੋਕੈ	ਆਦਿਤ ਸੋਕੈ	ਅਵਧੂਤ ਬਰਨੈ	ਬਿਭੂਤ ਕਰਨੈ
	Abode unimpaired	Canst dry up the sun	demeanor saintly	source of wealth

ਪ੍ਰਭ ਦੇ ਤਖਤ ਦੀ ਮਹੱਤਤਾ, ਤਾਕਤ ਕਦੇ ਘਟ ਨਹੀਂ ਕੀਤੀ ਜਾ ਸਕਦੀ । ਪ੍ਰਭ ਦੀ ਜੋਤ ਦੀ ਰੋਸ਼ਨੀ ਕਦੇ ਖਤਮ ਨਹੀਂ ਕੀਤੀ ਜਾ ਸਕਦੀ । ਪ੍ਰਭ ਦਾ ਪਹਿਰਾਵਾ, ਅਵਸਥਾ, ਸੰਤ ਰੂਪੀ, ਨਿਮ੍ਰਤਾ, ਤਰਸ ਬਖਸ਼ਣ ਵਾਲੀ ਹੀ ਹੁੰਦੀ ਹੈ । ਪ੍ਰਭ ਦਾ ਸ਼ਬਦ ਹੀ ਸੋਝੀ ਦਾ ਸੋਮਾ, ਖਜ਼ਾਨਾ ਹੈ ।

The Significance of His Throne, His Blessings may never be diminished. His eternal glow, enlightenment may never be reduced, diminished. His robe remains as simple, humble, compassionate, and overwhelming with blessings. The teachings of His Word remain the fountain, treasure of enlightenments.

ਕਿ ਰਾਜੰ ਪ੍ਰਭਾ ਹੈਂ॥ Ki Raajan Prabhaa Hain||
ਕਿ ਧਰਮੰ ਧੁਜਾ ਹੈਂ॥ Ki Dharman Dhujaa Hain||
ਕਿ ਆਸੋਕ ਬਰਨੈ॥ Ki Aasok Barnai||
ਕਿ ਸਰਬਾ ਅਭਰਨੈ॥੧੦੫॥ Ki Sarbaa Abharnai||105||

105	ਰਾਜੰ ਪ੍ਰਭਾ	ਧਰਮੰ ਧੁਜਾ	ਆਸੋਕ ਬਰਨੈ	ਸਰਬਾ ਅਭਰਨੈ
	glory of Kingdom	ensign Righteous	No Worry	Ornamental

ਪ੍ਰਭ ਦਾ ਤਖਤ, ਹੋਂਦ ਇਕ ਅਨੋਖੀ ਹੈ । ਪ੍ਰਭ ਧਰਮ, ਜੀਵ ਦੇ ਇਖਲਾਕ ਦਾ ਮੁਨਾਰਾ ਹੈ । ਪ੍ਰਭ ਸਦਾ ਹੀ ਚਿੰਤਾਂ ਰਹਿਤ, ਸ੍ਰਿਸ਼ਟੀ ਦਾ ਸ਼ਿੰਗਾਰ ਹੀ ਹੁੰਦਾ ਹੈ ।

His Existence remains astonishing and Royal Throne, ultimate command. The teachings of His Word remain a pillar of ethics, justice. The worry-free True Master and His Word remains an embellishment of His Creation.

ਕਿ ਜਗਤੰ ਕ੍ਰਿਤੀ ਹੈਂ॥ Ki Jagadan Kritoo Hain||
ਕਿ ਛਤ੍ਰੰ ਛਤ੍ਰੀ ਹੈਂ॥ Ki Chhatran Chhatroo Hain||
ਕਿ ਬ੍ਰਹਮੰ ਸਰੂਪੈ॥ Ki Brahman Daroopai||
ਕਿ ਅਨਭਉ ਅਨੂਪੈ॥ ੧੦੬॥ Ki Anbhau Aboopai||106||

106	ਜਗਤੰ ਕ੍ਰਿਤੀ	ਛਤ੍ਰੰ ਛਤ੍ਰੀ	ਬ੍ਰਹਮੰ ਸਰੂਪੈ	ਅਨਭਉ ਅਨੂਪੈ
	Creator of universe	Bravest of brave	All-pervading entity	Devine Knowledge

ਪ੍ਰਭ ਇਕ ਰੂਹਾਨੀ ਜੋਤ, ਸੋਝੀ ਦਾ ਸੋਮਾ, ਹਰਇਕ ਥਾਂ ਤੇ ਵਾਪਰਨ ਵਾਲੀ ਹੋਂਦ ਹੈ । ਪ੍ਰਭ ਸਭ ਤੋਂ ਤਾਕਤਵਰ, ਸ੍ਰਿਸ਼ਟੀ ਨੂੰ ਪੈਦਾ ਕਰਨ ਵਾਲਾ ਮਾਲਕ ਹੈ ।

His eternal Holy Spirit remains a fountain, treasure of enlightenments and prevails everywhere. The Omnipotent, greatest of all may be The True Master, Creator of the universe.

ਕਿ ਆਦਿ ਅਦੇਵ ਹੈਂ॥ Ki Aadh Adev Hain||
ਕਿ ਆਪਿ ਅਭੇਵ ਹੈਂ॥ Ki Aap(i) Abhev Hain||
ਕਿ ਚਿਤ੍ਰੰ ਬਿਹੀਨੈ॥ Ki Chittran Bihoonai||
ਕਿ ਏਕੈ ਅਧੀਨੈ॥ ੧੦੭॥ Ki Ekai Adhoonai||107||

107	ਆਦਿ ਅਦੇਵ	ਆਪ ਅਭੇਵ	ਚਿੱਤ੍ਰ ਬਿਹੀਨੈ	ਏਕੈ ਅਧੀਨੈ
	Primal entity	Self-illumined	no portrait	Master of Thyself

ਪ੍ਰਭ ਸ੍ਰਿਸ਼ਟੀ ਦੇ ਅਰੰਭ ਤੋਂ ਪਹਿਲੇ ਵੀ ਅਟਲ ਜੋਤ, ਸਦਾ ਸੱਚ ਰਹਿਣ ਵਾਲੀ ਹੋਂਦ ਹੈ । ਪ੍ਰਭ ਦੀ ਕੋਈ ਅਕਾਰ, ਮੂਰਤ, ਤਨ ਨਹੀਂ ਹੈ । ਪ੍ਰਭ ਆਪਣੇ ਆਪ ਦਾ ਮਾਲਕ ਵੀ ਆਪ ਹੈ, ਕਿਸੇ ਦੇ ਅਧੀਨ, ਗੁਲਾਮ ਨਹੀਂ ਹੈ । ਪ੍ਰਭ ਦੀ ਜੋਤ ਆਪਣੇ ਆਪ ਵਿਚੋਂ ਹੀ ਪ੍ਰਗਟ ਹੁੰਦੀ, ਚਮਕਦੀ ਹੈ ।

The True Master remains unchanged, forever true Holy Spirit even before the beginning of the universe. His statue may never be engraved nor His Picture may be painted. The True Master remains His Own Master and never subjected to any other power. His Existence may evolve from His own Holy Spirit with His Own Imagination.

ਕਿ ਰੋਜੀ ਰਜਾਕੈ॥ Ki Rozi Razaakai||
ਰਹੀਮੈ ਰਿਹਾ ਕੈ॥ Rahoomai Rihaakai||
ਕਿ ਪਾਕ ਬਿਐਬ ਹੈਂ॥ Ki Paak Be-aib Hain||
ਕਿ ਗੈਬੁਲ ਗੈਬ ਹੈਂ॥੧੦੮॥ Ki Gadbul Ghaib Hain||108

108	ਰੋਜ਼ੀ ਰਜ਼ਾਕੇ	ਰਹੀਮੈ ਰਹਾਕੇ	ਪਾਕ ਬਿਐਬ	ਗ਼ੁਬੁਲ ਗ਼ੈਬ
	Sustainer, generous	Redeemer, pure	Flawless	Mysterious

ਅਉਗੁਣ ਰਹਿਤ ਪ੍ਰਭ ਇਕ ਅਨੋਖੀ ਗ਼ੰਭੀਰ ਅਵਸਤਾ ਵਾਲੀ ਹੋਂਦ ਹੈ । ਪ੍ਰਭ ਇਕ ਪਵਿੱਤਰ ਜੋਤ, ਜੀਵ ਦੀਆਂ ਭੁਲਾ, ਪਾਪ ਬਖਸ਼ਣ ਵਾਲਾ ਮਾਲਕ ਹੈ । ਪ੍ਰਭ ਬਹੁਤ ਦਿਆਲੂ, ਜੀਵ ਦੀ ਪਾਲਣਾ, ਪੋਸਨਾ, ਰਖਿਆ ਕਰਨ ਵਾਲਾ ਮਾਲਕ ਹੈ ।

The Blemish-free True Master remains astonishing and mysterious state of His Nature. The True Master remains pure, sanctify and He may forgive the sins of His true devotee. The Merciful True Master, creates, nourishes, and protects His Creation.

ਕਿ ਅਫਵੁਲ ਗੁਨਾਹ ਹੈਂ॥ Ki Afvul Gounaah Hain||
ਕਿ ਸਾਹਾਨ ਸਾਹ ਹੈਂ॥ Ki Shaahaan Shaah Hain||
ਕਿ ਕਾਰਨ ਕੁਨਿੰਦ ਹੈਂ॥ Ki Kaaran Kounind Hainn||
ਕਿ ਰੋਜੀ ਦਿਹੰਦ ਹੈਂ॥ ੧੦੯॥ Ki Rozi Dihand Hain||109||

109	ਅਫਵੁਲ ਗੁਨਾਹ	ਸ਼ਾਹਾਨ ਸ਼ਾਹ	ਕਾਰਨ ਕੁਨਿੰਦ	ਰੋਜ਼ੀ ਦਿਹਮਦ
	Forgives sins	Emperor of kings	doer of everything	giver means sustenance

ਪ੍ਰਭ ਜੀਵ ਦੀਆਂ ਭੁਲਾਂ ਮਾਫ ਕਰਨ ਵਾਲਾ, ਪਾਪ ਬਖਸ਼ਣ ਵਾਲਾ ਮਾਲਕ ਹੈ । ਪ੍ਰਭ ਸੰਸਾਰਕ ਰਾਜਿਆਂ ਦਾ ਰਾਜਾ, ਹਰਇਕ ਕੰਮ ਵਿੱਚ ਆਪ ਹੀ ਵਾਪਰਦਾ, ਕੰਮ ਕਰਦਾ ਹੈ । ਪ੍ਰਭ ਸਭ ਜੀਵਾਂ ਨੂੰ ਭੋਜਨ ਦਾ ਸਾਧਨ ਬਖਸ਼ਦਾ ਹੈ ।

The True Master may forgive the mistakes, sins of His Creation. The King of kings prevails in every action. He blesses, creates source of nourishment for His Creation.

ਕਿ ਰਾਜਕ ਰਹੀਮ ਹੈਂ॥ Ki Raazak Raheem Hain||
ਕਿ ਕਰਮੰ ਕਰੀਮ ਹੈਂ॥ Ki Karman Dareem Hain||
ਕਿ ਸਰਬੰ ਕਲੀ ਹੈਂ॥ Ki Saraban Kalee Hain||
ਕਿ ਸਰਬੰ ਦਲੀ ਹੈਂ॥ ੧੧੦॥ Ki Saraban Dalee Hain||110||

110	ਰਾਜ਼ਕ ਰਹੀਮ	ਕਰਮੰ ਕਰੀਮ	ਸਰਬੰ ਕਲੀ	ਸਰਬੰ ਦਲੀ
	generous sustainer	most compassionate	Omnipotent	Destroyer of all

ਦਿਆਲੂ ਪ੍ਰਭ ਹੀ ਸਾਰੀ ਸ੍ਰਿਸ਼ਟੀ ਦੇ ਜੀਵ ਦੀ ਦੇਖ ਭਾਲ ਕਰਦਾ ਹੈ । ਸਰਬ ਕਲਾ ਸਮਰਥ ਪ੍ਰਭ ਸਭ ਤੋਂ ਵੱਡਾ ਤਰਸਵਾਨ ਮਾਲਕ ਹੈ । ਗੁਰਮਖ ਦੇ ਸਾਰੇ ਡਰ ਹੀ ਖਤਮ ਕਰ ਦੇਂਦਾ ਹੈ ।

The Merciful True Master may nourish, monitors and protects all creatures of the universe. He is the most compassionate and Omnipotent, greatest of all True Master. He may eliminate the fear of death of His true devotee.

ਕਿ ਸਰਬਤ੍ਰ ਮਾਨਜੈ॥ Ki Sarbattra Maaniyai||
ਕਿ ਸਰਬਤ੍ਰ ਦਾਨਜੈ॥ Ki Sarbattra Daaniyai||
ਕਿ ਸਰਬਤ੍ਰ ਗਉਨੈ॥ Ki Sarbattra Gaaounai||
ਕਿ ਸਰਬਤ੍ਰ ਭਉਨੈ॥ ੧੧੧॥ Ki Sarbattra Bhaounai||111||

111	ਸਰਬੱਤ੍ਰ ਮਾਨਿਯੈ	ਸਰਬੱਤ੍ਰ ਦਾਨਿਯੈ	ਸਰਬੱਤ੍ਰ ਗਉਨੈ, ਸਰਬੱਤ੍ਰ ਭਉਨੈ
	all Worshipped	Donor of all	goes, dwells everywhere

ਸਾਰੀ ਸ੍ਰਿਸ਼ਟੀ ਹੀ ਸਭ ਨੂੰ ਦਾਤਾਂ ਬਖਸ਼ਣ ਵਾਲੇ ਪ੍ਰਭ ਨੂੰ ਅਸਲੀ ਮਾਲਕ ਮੰਨਦੀ, ਪੂਜਾ ਕਰਦੀ ਹੈ । ਪ੍ਰਭ ਹਰਇਕ ਥਾਂ ਤੇ ਹਾਜ਼ਰ, ਹਜ਼ੂਰ ਵਸਦਾ, ਵਾਪਰਦਾ ਹੈ ।

The whole universe believes, worships, The One and Only One True Master to bless everyone virtues. The Omnipresent remains present and prevails in every task.

ਕਿ ਸਰਬਤ੍ਰ ਦੇਸੈ॥ Ki Sarbattra Desai||
ਕਿ ਸਰਬਤ੍ਰ ਭੇਸੈ॥ Ki Sarbattra Bhesai||
ਕਿ ਸਰਬਤ੍ਰ ਰਾਜੈ॥ Ki Sarbattra Raajai||
ਕਿ ਸਰਬਤ੍ਰ ਸਾਜੈ॥ ੧੧੨॥ Ki Sarbattra Saajai||112||

112	ਸਰਬੱਤ੍ਰ ਦੇਸੈ	ਸਰਬੱਤ੍ਰ ਭੇਸੈ	ਸਰਬੱਤ੍ਰ ਰਾਜੈ	ਸਰਬੱਤ੍ਰ ਸਾਜੈ
	every country	every grab	Supreme King	Creator

ਇਕੋ ਇਕ ਪ੍ਰਭ ਹੀ ਸਾਰੀ ਸ੍ਰਿਸ਼ਟੀ ਨੂੰ ਪੈਦਾ ਕਰਦਾ, ਸਾਰੇ ਦੇਸਾਂ ਵਿੱਚ ਹਾਜ਼ਰ ਹਜ਼ੂਰ, ਵਸਦਾ, ਵਾਪਰਦਾ ਹੈ । ਸਭ ਕੁਝ ਪ੍ਰਭ ਦੇ ਹੁਕਮ ਅੰਦਰ ਹੀ ਵਾਪਰਦਾ ਹੈ । ਪ੍ਰਭ ਕਿਸੇ ਜੀਵ ਦੀ ਪਹੁੰਚ, ਸੋਝੀ ਤੋਂ ਬਾਹਰ ਹੈ ।

The One and Only One True Creator of the universe and remains Omnipresent everywhere, dwells and prevail in every event in His Nature. He remains beyond the reach and enlightenment of His Creation.

ਕਿ ਸਰਬਤ੍ਰ ਦੀਨੈਂ॥	Ki Sarbattra Deenai||
ਕਿ ਸਰਬਤ੍ਰ ਲੀਨੈਂ॥	Ki Sarbattra Leenai||
ਕਿ ਸਰਬੱਤ੍ਰ ਜਾ ਹੋ॥	Ki Sarbattra Jaaho||
ਕਿ ਸਰਬੱਤ੍ਰ ਭਾਹੋ॥ ੧੧੩॥	Ki Sarbattra Bhaaho||113||

113	ਸਰਬੱਤ੍ਰ ਦੀਨੈ	ਸਰਬੱਤ੍ਰ ਲੀਨੈ	ਸਰਬੱਤ੍ਰ ਜਾਹੋ	ਸਰਬੱਤ੍ਰ ਭਾਹੋ
	longest of all religious	within everyone	everywhere	glory of all

ਪ੍ਰਭ ਹਰਇਕ ਥਾਂ ਤੇ ਹਾਜ਼ਰ ਹਜ਼ੂਰ ਵਸਦਾ, ਰਹਿੰਦਾ, ਵਾਪਰਦਾ ਹੈ । ਪ੍ਰਭ ਦੀ ਜੋਤ ਹਰਇਕ ਆਤਮਾ ਵਿੱਚ ਸਮਾਈ ਹੈ । ਸਾਰੇ ਧਰਮ ਹੀ ਪ੍ਰਭ ਦੀ ਪ੍ਰਵਾਨਗੀ ਦਾ ਰਸਤਾ ਲੱਭਦੇ ਹਨ, ਪ੍ਰਭ ਦੀ ਸੋਭਾ, ਗੁਣ ਗਾਉਂਦੇ ਹਨ ।

The Omnipresent True Master dwells everywhere and prevails in every action. His Holy Spirit remains embedded within each soul. All religions remain anxious to find the right path of acceptance and sings the glory of His Word.

ਕਿ ਸਰਬਤ੍ਰ ਦੇਸੈ॥	Ki Sarbattra Desai||
ਕਿ ਸਰਬਤ੍ਰ ਭੇਸੈ॥	Ki Sarbattra Bhesai||
ਕਿ ਸਰਬਤ੍ਰ ਕਾਲੈ॥	Ki Sarbattra Kaalai||
ਕਿ ਸਰਬਤ੍ਰ ਪਾਲੈ॥ ੧੧੪॥	Ki Sarbattra Paalai||114||

114	ਦੇਸੈ	ਭੇਸੈ	ਕਾਲੈ	ਪਾਲੈ
	Countries	Grabs	Destroyer	Sustainer

ਸਭ ਜੀਵਾਂ ਦਾ ਜਨਮ ਮਰਨ ਪ੍ਰਭ ਦੇ ਹੁਕਮ ਨਾਲ ਹੀ ਹੁੰਦਾ ਹੈ । ਪ੍ਰਭ ਸਾਰੇ ਦੇਸਾਂ ਵਿੱਚ, ਥਾਂ ਤੇ ਵਸਦਾ, ਵਾਪਰਦਾ, ਪੂਜਿਆ ਜਾਂਦਾ ਹੈ । ਜੀਵ ਦੀ ਪਹੁੰਚ, ਜਾਣਕਾਰੀ ਤੋਂ ਉਪਰ ਰਹਿੰਦਾ ਹੈ ।

The cycle of birth and death of all creatures remain under His Command. The Omnipresent dwells with ever creature, prevails and worshipped everywhere in the universe. He remains beyond the reach and comprehension of His Creation.

ਕਿ ਸਰਬਤ੍ਰ ਹੰਤਾ॥	Ki Sarbattra Hantaa||
ਕਿ ਸਰਬਤ੍ਰ ਗੰਤਾ॥	Ki Sarbattra Gadtaa||
ਕਿ ਸਰਬਤ੍ਰ ਭੇਖੀ॥	Ki Sarbattra Bhekhee||
ਕਿ ਸਰਬਤ੍ਰ ਪੇਖੀ॥ ੧੧੫॥	Ki Sarbattra Pekhee||115||

115	ਹੰਤਾ	ਗੰਤਾ	ਭੇਖੀ	ਪੇਖੀ
	Destroyer	goes, omnipresent	wear all grabs	monitor

ਪ੍ਰਭ ਹਰਇਕ ਥਾਂ ਵਸਦਾ, ਵਾਪਰਦਾ, ਹਾਜ਼ਰ ਹਜ਼ੂਰ ਰਹਿੰਦਾ ਹੈ । ਪ੍ਰਭ ਸਾਰੇ ਜੀਵਾਂ ਦੀ ਪਾਲਣਾ, ਪੋਸਨਾ ਕਰਦਾ, ਕੀਤੇ ਕੰਮਾਂ ਨੂੰ ਪਰਖਦਾ ਹੈ । ਹਰਇਕ ਭੇਸ, ਬਾਣੇ ਵਿੱਚ ਆਪ ਹੀ ਵਸਦਾ ਹੈ । ਸਭ ਪਾਪਾਂ ਨੂੰ ਬਖਸ਼ਣ ਵਾਲਾ, ਗੁਰਮਖ ਦਾ ਮੌਤ ਦਾ ਡਰ ਨਾਲ ਕਰਨਵਾਲਾ ਮਾਲਕ ਹੈ ।

The True Master dwells, prevails and remains omnipresent in all actions. He nourishes, monitors all activities. He remains embedded within each soul, each robe. He may forgive of His true devotee and He may eliminate the fear of death of His true devotee.

ਕਿ ਸਰਬਤ੍ਰ ਕਾਜੈ॥ ਕਿ ਸਰਬਤ੍ਰ ਰਾਜੈ॥	Ki Sarbattra Kaajai|| Ki Sarbattra Raajai||
ਦਾਨਵ ਦੇਵ ਫਨਿੰਦ ਨਿਸਾਚਰ	Daanav Dev Phanind Nisaachar
ਭੂਤ ਭਵਿੱਖ ਜਪੈਂਗਾ॥	Bhoot Bhavikkh Bhavaan Japainge||
ਕਿ ਸਰਬਤ੍ਰ ਸੋਖੈ॥	Ki Sarbattra Sokhai||
ਕਿ ਸਰਬਤ੍ਰ ਪੋਖੈ॥ ੧੧੬॥	Ki Sarbattra Pokhai||116||

116	ਕਾਜੈ	ਰਾਜੈ	ਦੇਵ ਫਨਿੰਦ	ਭੂਤ ਭਵਿੱਖ
	all causes	glory of all	serpent ghost	past future
	ਸੋਖੈ	ਪੋਖੈ		
	driest	fullest up all		

ਪ੍ਰਭ ਆਪ ਹੀ ਸ਼੍ਰਿਸਟੀ ਦੇ ਸਭ ਕੰਮਾਂ ਦਾ ਕਾਰਨ ਬਣਾਉਂਦਾ ਹੈ । ਸਭ ਭੂਤ, ਪ੍ਰੇਤ, ਪਿਛਲੇ ਜਨਮ ਵਿੱਚ ਪ੍ਰਭ ਦੇ ਗੁਣ ਗਾਉਂਦੇ ਸਨ, ਅਤੇ ਭਵਿੱਖ ਵਿਚ ਵੀ ਪ੍ਰਭ ਦੇ ਗੁਣ ਗਾਉਂਦੇ ਰਹਿਣ ਗੇ । ਪ੍ਰਭ ਸਭ ਤੋਂ ਵੱਡੇ ਰੇਗਸਤਾਨ ਦੀ ਤਰ੍ਹਾਂ ਹੈ, ਆਪ ਹੀ ਵੱਡੇ ਸਮੁੰਦਰ ਦੀ ਤਰ੍ਹਾਂ ਸਦਾ ਹੀ ਰਹਿਮਤਾ ਨਾਲ ਭਰਿਆ ਰਹਿੰਦਾ ਹੈ ।

The True Master creates purposes, causes of all events of His Nature. All angels, ghosts were singing His glory in past and may remain in future. The True Master be vast as the biggest desert; biggest ocean all remain overwhelmed.

ਕਿ ਸਰਬਤ੍ਰ ਤਾਣੈ॥ Ki Sarbattra Traanai||
ਕਿ ਸਰਬਤ੍ਰ ਪ੍ਰਾਣੈ॥ Ki Sarbattra Praanai||
ਕਿ ਸਰਬਤ੍ਰ ਦੇਸੈ॥ Ki Sarbattra Desai||
ਕਿ ਸਰਬਤ੍ਰ ਭੇਸੈ॥ ੧੧੭॥ Ki Sarbattra Bhesai||117||

117	ਤਾਣੈ	ਪ੍ਰਾਣੈ	ਦੇਸੈ	ਭੇਸੈ
	Strength	life, breath	countries	grabs

ਸਰਬ ਕਲਾ ਸਮਰਥ ਪ੍ਰਭ ਜੀਵ ਨੂੰ ਸਵਾਸ ਬਖਸ਼ਣ ਵਾਲਾ ਮਾਲਕ, ਆਪ ਹੀ ਸਵਾਸਾਂ ਦਾ ਰਖਵਾਲਾ ਹੁੰਦਾ ਹੈ । ਪ੍ਰਭ ਸਾਰੀਆਂ ਸ਼੍ਰਿਸ਼ਟੀਆਂ ਵਿੱਚ ਵਸਦਾ, ਵਾਪਰਦਾ ਹੈ । ਸ਼੍ਰਿਸ਼ਟੀ ਦੇ ਜੀਵਾਂ ਦੀ ਪਹੁੰਚ, ਸੋਝੀ ਤੋਂ ਉਪਰ ਰਹਿੰਦਾ ਹੈ ।

The Omnipotent True Master blesses a capital of breathes to His Creation and He protects his breathes. The True Master dwells and prevails in all universes. The True Master remains beyond reach and comprehension of His Creation.

ਕਿ ਸਰਬਤ੍ਰ ਮਾਨਯੈ॥ Ki Sarbattra Maaniyain||
ਸਦੈਵੰ ਪ੍ਰਧਾਨਯੈ॥ Sadaivan Pradhaaniyain||
ਕਿ ਸਰਬਤ੍ਰ ਜਾਪਯੈ॥ Ki Sarbattra Jaapiyai||
ਕਿ ਸਰਬਤ੍ਰ ਥਾਪਯੈ॥ ੧੧੮॥ Ki Sarbattra Thaapiyai||118||

118	ਮਾਨਿਯੈਂ	ਪ੍ਰਧਾਨਿਯੈਂ	ਜਾਪਿਯੈਂ	ਥਾਪਿਯੈਂ
	Worshipped	Controller	Remembered	Established

ਪ੍ਰਭ ਨੇ ਹੀ ਸ਼੍ਰਿਸ਼ਟੀ ਦਾ ਅਰੰਭ ਕੀਤਾ ਹੈ, ਸਭ ਪ੍ਰਭ ਦੇ ਹੁਕਮ ਅੰਦਰ ਹੀ ਚਲ ਸਕਦੇ ਹਨ । ਸਭ ਤੇ ਪ੍ਰਭ ਦਾ ਹੁਕਮ ਹੀ ਚਲਦਾ ਹੈ । ਸਾਰੇ ਹੀ ਪ੍ਰਭ ਦੇ ਵਿਛੋੜੇ ਦੀ ਯਾਦ ਕਰਦੇ ਹਨ, ਪ੍ਰਭ ਨੂੰ ਅਸਲੀ ਮਾਲਕ ਮੰਨਦੇ, ਪੂਜਾ ਕਰਦੇ ਹਨ ।

The True Master has created the beginning of the universe and His Creation may only performs under His Command. Everyone may remain in renunciation in the memory of his separation from His Holy Spirit. He has been worshipped as The True Creator Master of the universe.

ਕਿ ਸਰਬਤ੍ਰ ਭਾਨੈ॥ Ki Sarbattra Bhaanai||
ਕਿ ਸਰਬਤ੍ਰ ਮਾਨੈ॥ Ki Sarbattra Maanai||
ਕਿ ਸਰਬਤ੍ਰ ਇੰਦ੍ਰੈ॥ Ki Sarbattra Indrai||
ਕਿ ਸਰਬਤ੍ਰ ਚੰਦ੍ਰੈ॥ ੧੧੯॥ Ki Sarbattra Channdrai||119||

119	ਭਾਨੈ	ਮਾਨੈ	ਇੰਦ੍ਰੈ	ਚੰਦ੍ਰੈ
	illuminate everything	honored	King of all	Moon of all

ਪ੍ਰਭ ਦੀ ਰੂਹਾਨੀ ਜੋਤ ਹੀ ਹਰਇਕ ਜੀਵ ਵਿੱਚ, ਥਾਂ ਤੇ ਰੋਸ਼ਨੀ ਕਰਦੀ ਹੈ । ਪ੍ਰਭ ਦੀ ਜੈਕਾਰ, ਪੂਜਾ ਹਰਇਕ ਜੀਵ ਹੀ ਕਰਦਾ ਹੈ । ਪ੍ਰਭ ਹੀ ਸਭ ਸੰਸਾਰਕ ਰਾਜਿਆਂ ਦਾ ਰਾਜਾ, ਚੰਦਾਂ ਦਾ ਚੰਦ ਹੈ ।

His eternal Holy Spirit remains embedded within each soul and illuminates the ignorance from the universe. Everyone worships and claims His Victory in every event in the universe. The True Master remains The King of all worldly kings and The Moon of all moons.

ਕਿ ਸਰਬੰ ਕਲੀਮੈ॥	Ki Saraban Kaloomai||
ਕਿ ਪਰਮੰ ਫਹੀਮੈ॥	Ki Paramannd Fahoomai||
ਕਿ ਆਕਲ ਅਲਾਮੈ॥	Ki Aakal Alaamai||
ਕਿ ਸਾਹਿਬ ਕਲਾਮੈ॥ ੧੨੦॥	Ki Saahib Kalaamai||120||

120	ਕਲੀਮੈ	ਪਰਮ ਫਹੀਮੈ	ਆਕਿਲ ਅਲਾਮੈ	ਸਾਹਿਬ ਕਲਾਮੈ
	Master of Powers	Most Intelligent	most wise and learned	Master of Languages

ਪ੍ਰਭ ਸਰਬ ਕਲਾ ਸਮਰਥ, ਸਭ ਤਾਕਤਾ ਦਾ ਮਾਲਕ ਹੈ । ਸਭ ਬੋਲੀਆਂ ਦਾ, ਸਿਆਣਪਾਂ ਦਾ ਮਾਲਕ, ਸਭ ਤੋਂ ਵੱਡਾ ਸੋਝੀਵਾਨ ਹੈ ।

The Omnipotent True Master is the controller all powers; He is the expert of all languages and wisdoms. The True Master is the most enlightened.

ਕਿ ਹੁਸਨੁਲ ਵਜੂ ਹੈਂ॥	Ki Housnal Vajoo Hain||
ਤਮਾਮੁਲ ਰੁਜੂ ਹੈਂ॥	Tamaamul Rujoo Hain||
ਹਮੇਸੁਲ ਸਲਾਮੈ॥	Hamesul Salaamain||
ਸਲੀਖਤ ਮੁਦਾਮੈ॥ ੧੨੧॥	Salikhat Mudaamain||121||

121	ਹੁਸਨਲ ਵਜੂ	ਤਮਾਮੁਲ ਰੁਜੂ	ਹਮੇਸੁਲ ਸਲਾਮੈਂ	ਸਲੀਖਤ ਮੁਦਾਮੈਂ
	embodiment of beauty	all look towards	abides forever	perpetual offspring

ਪ੍ਰਭ ਡੀ ਸਭ ਹੁਸਨ, ਸੁੰਦਰਤਾ ਦਾ ਮੁਨਾਰਾ, ਸੋਮਾ ਹੈ । ਸਾਰੇ ਜੀਵ ਹੀ ਪ੍ਰਭ ਤੇ ਰਹਿਮਤ ਦੀ ਆਸ ਰਖਦੇ, ਅਰਦਾਸ ਕਰਦੇ ਹਨ । ਹਰਇਕ ਜੀਵ ਕੇਵਲ ਪ੍ਰਭ ਦੇ ਹੁਕਮ ਵਿੱਚ ਹੀ ਚਲ ਸਕਦਾ ਹੈ । ਪ੍ਰਭ ਦਾ ਸ੍ਰਿਸ਼ਟੀ ਦਾ ਖੇਲ ਸਦਾ ਹੀ ਅਡੋਲ ਚਲਦਾ ਰਹਿੰਦਾ ਹੈ ।

The True Master is the pillar of all glory and fountain of all beauty. All worldly creatures pray for His Forgiveness and hope for His refuge. Everyone may only function in the universe under His Command. The play of His Creation always continues non-stop forever.

ਗਨੀਮੁਲ ਸਿਕਸਤੈ॥	Ghanoomul Shikastai||
ਗਰੀਬੁਲ ਪਰਸਤੈ॥	Daroobul Parastai||
ਬਿਲੰਦੁਲ ਮਕਾਨੈਂ॥	Bilandul Makaanain||
ਜਿਮੀਨੁਲ ਜਮਾਨੈਂ॥ ੧੨੨॥	Zamoondul Zamaanain||122||

122	ਗ਼ਨੀਮੁਲ ਸ਼ਿਕਸਤੇ	ਗ਼ਰੀਬੁਲ ਪਰਸਤੇ	ਬਿਲੰਦੁਲ ਮਕਾਨੈਂ	ਜ਼ਮੀਨੁਲ ਜ਼ਮਾਨੈਂ
	Conqueror of mighty enemies	Protector of lowly	Abode highest	Pervade earth and heavens

ਨਿਮਾਣੇ ਦਾ ਮਾਣ, ਗ਼ਰੀਬ ਨਿਵਾਜ, ਸਾਰੇ ਵੈਰੀਆਂ ਤੇ ਜਿੱਤ ਪਾਉਂਦਾ ਹੈ । ਪ੍ਰਭ ਦਾ ਤਖਤ ਜੀਵ ਦੇ ਤਨ ਵਿੱਚ ਹੁੰਦਾ ਹੈ, ਜਲ, ਥਲ, ਅਕਾਸ ਵਿੱਚ ਵਸਦਾ, ਵਾਪਰਦਾ, ਹਾਜ਼ਰਾ, ਹਜ਼ੂਰ ਰਹਿੰਦਾ ਹੈ ।

The True Master protects the honor of meek and humble, less fortunate. He conquers all enemies. His Throne remains within the body of every worldly creature. He dwells and remains omnipresent in water, on earth and prevails everywhere.

ਤਮੀਜੁਲ ਤਮਾਮੈ॥	Tamizul Tamaamain||
ਰੁਜੂਅਲ ਨਿਧਾਨੈ॥	Rujooal Nidhaanain||
ਹਰੀਫੁਲ ਅਜੀਮੈਂ॥	Darooful Ajoomain||
ਰਜਾਇਕ ਯਕੀਨੈਂ॥ ੧੨੩॥	Razaaik Yakoonain||123||

123	ਤਮੀਜ਼ੁਲ ਤਮਾਮੈਂ	ਰੁਜੂਅਲ ਨਿਧਾਨੈਂ	ਹਰੀਪੁਲ ਅਜੀਮੈਂ	ਰਜ਼ਇਕ ਯਕੀਨੈਂ

	discriminate	Considerate	Greatest Friend	Giver of food

ਪ੍ਰਭ ਵਿਤਕਰੇ ਤੋਂ ਰਹਿਤ, ਤਰਸਵਾਨ, ਨਿਮਾਣੇ ਨੂੰ ਮਾਣ ਬਖਸ਼ਣ ਵਾਲਾ ਮਾਲਕ ਹੈ । ਪ੍ਰਭ ਹੀ ਆਤਮਾ ਦਾ ਸਦਾ ਸਾਥ ਰਹਿਣ ਵਾਲਾ ਸਾਥੀ ਹੈ, ਸਦਾ ਹੀ ਭੋਜਨ ਬਖਸ਼ਦਾ ਹੈ ।

The Merciful True Master remains compassionate and honors His true devotee irrespective of his worldly status. He accepts the earnings of His Word indiscriminately. He remains most considerate, true companion of his soul and provides for the nourishment of his body.

ਅਨੇਕੁਲ ਤਰੰਗ ਹੈਂ॥ Anekul Taran Hain||
ਅਭੇਦ ਹੈਂ ਅਭੰਗ ਹੈਂ॥ Abhed Hain Abhan Hain||
ਅਜੀਜੁਲ ਨਿਵਾਜ ਹੈਂ॥ Azoozul Nivaaz Hain||
ਗਨੀਮੁਲ ਖਿਰਾਜ ਹੈਂ॥ ੧੨੪॥ Ghanoomul Khiraaj Hain||124||

124	ਅਨੇਕੁਲ ਤਰੰਗ	ਅਭੇਦ ਅਭੰਗ	ਅਜ਼ੀਜ਼ੁਲ ਨਿਵਾਜ਼	ਗ਼ਨੀਮੁਲ ਖਿਰਾਜ
	innumerable waves	Immortal Mystery	protector of devotee	punish evil doer

ਪ੍ਰਭ ਦੇ ਗੁਣ, ਸਮੁੰਦਰ ਦੀਆ ਲਹਿਰਾਂ ਦੀ ਤਰ੍ਹਾਂ ਅਣਗਿਣਤ ਹਨ । ਪ੍ਰਭ ਸਦਾ ਅਮਰ ਰਹਿਣ ਵਾਲੀ ਰੂਹਾਨੀ ਜੋਤ ਹੈ । ਪ੍ਰਭ ਦੀ ਹੋਂਦ ਸ੍ਰਿਸ਼ਟੀ ਦੀ ਜਾਣਕਾਰੀ, ਸਮਝ ਤੋਂ ਉਪਰ ਹੈ । ਪ੍ਰਭ ਆਪਣੇ ਦਾਸ ਦਾ ਸਦਾ ਹੀ ਰਖਵਾਲਾ ਰਹਿੰਦਾ ਹੈ, ਜ਼ਾਲਮ ਨੂੰ ਉਸ ਦੇ ਕੀਤੇ ਦਾ ਫਲ ਬਖਸ਼ਦਾ, ਸ਼ਜਾ ਦੇਂਦਾ ਹੈ ।

The True Master remains overwhelmed with virtues, as the ocean remains overwhelmed with waves. His Eternal Holy Spirit, lives forever. His Existence remains beyond the comprehension of His Creation. He always remains protector of His true devotee. Tyrant may endure the miseries of his own worldly deeds.

ਨਿਰੁਕਤ ਸਰੂਪ ਹੈਂ॥ Niroukat Saroophain||
ਤ੍ਰਿਮੁਕਤਿ ਬਿਭੂਤ ਹੈਂ॥ Trimoukat(i) Bibhoot Hain||
ਪ੍ਰਭੁਗਤਿ ਪ੍ਰਭਾ ਹੈਂ॥ Prabhougad(i) Prabhaa Hain||
ਸੁਜੁਗਤਿ ਸੁਧਾ ਹੈਂ॥ ੧੨੫॥ Su Jougad(i) Sudhaa Hain||125||

125	ਨਿਰੁਕਤ ਸਰੂਪ	ਤ੍ਰਿਮੁਕਤਿ ਬਿਭੂਤ	ਪ੍ਰਭਗਤਿ ਪ੍ਰਭਾ	ਸੁਜੁਗਤਿ ਸੁਧਾ
	inexpressible entity	beyond 3 modes	powerful glow	ever united with all

ਪ੍ਰਭ ਦੀ ਅਵਸਥਾ, ਹੋਂਦ ਦੀ ਪੂਰਨ ਵਿਆਖਿਆਂ, ਵਿਖਆਣ ਕੀਤਾ ਨਹੀਂ ਜਾ ਸਕਦਾ । ਪ੍ਰਭ ਸੰਸਾਰਕ ਤਿੰਨਾਂ ਪਛਾਣਾਂ ਨਾਲ ਪਛਾਣਿਆ ਨਹੀਂ ਜਾ ਸਕਦਾ । ਪ੍ਰਭ ਦੀ ਰੂਹਾਨੀ ਜੋਤ ਅਨੋਖੀ ਚਮਕਵਾਲੀ, ਪ੍ਰਭਾਵਸ਼ਾਲੀ ਹੈ । ਪ੍ਰਭ ਦੇ ਸ਼ਬਦ ਦੀ ਪਾਲਣਾ ਹੀ ਪ੍ਰਵਾਨਗੀ ਦਾ ਅਸਲੀ ਰਸਤਾ ਹੈ ।

The True Master and the mystery of His Nature remains beyond comprehension and explanation of His Creation. The True Master remains beyond three recognition of color structure and size. His eternal Holy Spirit remains with very impressive glory and shine. The teachings of His Word remain the right path of acceptance in His Court.

ਸਦੈਵੰ ਸਰੂਪ ਹੈਂ॥ Sadaivan Saroophain||
ਅਭੇਦੀ ਅਨੂਪ ਹੈਂ॥ Abhedi Anoop Hain||
ਸਮਸਤੋ ਪਰਾਜ ਹੈਂ॥ Samasto Paraaj Hain||
ਸਦਾ ਸਰਬ ਸਾਜ ਹੈਂ॥ ੧੨੬॥ Sadaa Sarab Saaj Hain||126||

126	ਸਦੈਵੰ ਸਰੂਪ	ਅਭੇਦੀ ਅਨੂਪ	ਪਰਾਜ	ਸਾਜ
	eternal entity	undivided unparallel	Creator	ornamentation

ਪ੍ਰਭ ਸ੍ਰਿਸ਼ਟੀ ਨੂੰ ਪੈਦਾ ਕਰਨਵਾਲਾ, ਇਕ ਰੂਹਾਨੀ ਜੋਤ ਹੈ । ਪ੍ਰਭ ਨੂੰ ਵੰਡਿਆ, ਟੋਟੇ ਨਹੀਂ ਕੀਤੇ ਜਾ ਸਕਦੇ । ਪ੍ਰਭ ਦੇ ਬਰਾਬਰ ਦਾ, ਸ਼ਰੀਕ ਕੋਈ ਹੋਰ ਨਹੀਂ ਹੁੰਦਾ, ਜਨਮ ਲੈਂਦਾ । ਪ੍ਰਭ ਸ੍ਰਿਸ਼ਟੀ ਦੀ ਹਰ ਸਜਾਵਟ ਵਿੱਚ ਸਮਾਇਆ ਰਹਿੰਦਾ ਹੈ ।

The True Master, Creator of the universe is an eternal Holy Spirit. The True Master cannot be divided nor cut into pieces. No one equal or greater than The True Master may never takes birth in flesh and blood. His Holy Spirit remains embedded in all embellishment in the universe.

ਸਮਸਤੁਲ ਸਲਾਮ ਹੈਂ॥	Samastul Salaam Hain||
ਸਦੈਵਲ ਅਕਾਮ ਹੈਂ॥	Sadaival Akaam Hain||
ਨ੍ਰਿਬਾਧ ਸਰੂਪ ਹੈਂ॥	Nribaadh Saroophain||
ਅਗਾਧਿ ਹੈਂ ਅਨੂਪ ਹੈਂ॥ ੧੨੭॥	Agaddh Hain Anoop Hain||127||

127	ਸਲਾਮ	ਅਕਾਮ	ਨ੍ਰਿਬਾਧ ਸਰੂਪ	ਅਗਾਧ ਅਨੂਪ
	Worshipped	desireless	invincible	impenetrable unparallel

ਇਛਾਂ ਰਹਿਤ ਪ੍ਰਭ, ਇਤਨਾ ਮਹਾਨ, ਤਾਕਤਵਰ ਹੈ, ਉਸ ਤੇ ਜਿੱਤ ਨਹੀਂ ਪਾਈ ਜਾ ਸਕਦੀ, ਉਸ ਨੂੰ ਹੁਕਮ ਬਦਲਨ ਲਈ ਰਾਜ਼ੀ ਨਹੀਂ ਕੀਤਾ ਜਾ ਸਕਦਾ । ਪ੍ਰਭ ਦਾ ਕੋਈ ਸ਼ਰੀਕ, ਬਰਾਬਰ ਦਾ, ਉਸ ਦੇ ਹੁਕਮ ਨੂੰ ਬਦਲਨ ਵਾਲਾ ਕੋਈ ਪੈਦਾ ਨਹੀਂ ਹੋ ਸਕਦਾ ।

The Desireless True Master remains such a powerful; it may be impossible to conquer His Command. He may never be convinced to change, alter His Command. No one may ever be born with equal or greater power than The True Master.

ਓਅੰ ਆਦਿ ਰੂਪੇ॥	Oan Aadh Roope||
ਅਨਾਦਿ ਸਰੂਪੈ॥	Anaadh Daroopai||
ਅਨੰਗੀ ਅਨਾਮੇ॥	Ananoo Anaame||
ਤ੍ਰਿਭੰਗੀ ਤ੍ਰਿਕਾਮੇ॥੧੨੮॥	Tribhanoo Trikaame||128||

128	ਆਦਿ ਰੂਪੇ	ਅਨਾਦਿ ਸਰੂਪੈ	ਅਨੰਗੀ ਅਨਾਮੇ	ਤ੍ਰਿਭੰਗੀ ਤ੍ਰਿਕਾਮੇ
	Primal Entity	Without Beginning	Bodyless nameless	Destroyer Restorer of 3 modes

ਪ੍ਰਭ ਅਰੰਭ ਤੋਂ ਰਹਿਤ ਇਕ ਰੂਹਾਨੀ ਜੋਤ ਹੈ । ਅਕਾਰ ਰਹਿਤ ਪ੍ਰਭ ਦਾ ਇਕ ਨਾਮ ਨਹੀਂ ਹੈ । ਪ੍ਰਭ ਹੀ ਸੰਸਾਰਕ ਤਿੰਨੇਂ ਮਾਇਆਂ ਨੂੰ ਪੈਦਾ ਕਰਦਾ ਹੈ, ਆਪ ਹੀ ਜੀਵ ਨੂੰ ਗਰਮਖ ਅਵਸਥਾ ਬਖਸ਼ਦਾ ਹੈ, ਤਿੰਨਾਂ ਦੇ ਪ੍ਰਭਾਵ ਰਹਿਤ ਰਖਦਾ ਹੈ ।

The True Master was eternal Holy Spirit from biggening. The bodyless may not have any specific name; he may be recognized, worshipped with countless names. The True Master also creates three unique kinds of worldly wealth. His true devotee remains beyond the influence of three virtues of worldly wealth.

ਤ੍ਰਿਬਰਗੰ ਤ੍ਰਿਬਾਧੇ॥	Tribargadg Tribaadhe||
ਅਗੰਜੇ ਅਗਾਧੇ॥	Agadje Agaddhe||
ਸੁਭੰ ਸਰਬ ਭਾਗੈ॥	Soubhan Sarab Bhaage||
ਸੁ ਸਰਬਾ ਅਨੁਰਾਗੈ॥੧੨੯॥	Su Sarabaa Anuraage||129||

129	ਤ੍ਰਿਬਰਗੰ ਤ੍ਰਿਬਾਧੇ	ਅਗੰਜੇ ਅਗਾਧੇ	ਭਾਗੇ	ਅਨੁਰਾਗੇ
	Destroyer 3 gods, modes	Immortal impenetrable	write destiny	most loveable

ਅਮਰ ਅਵਸਥਾ ਵਾਲੀ, ਸਦਾ ਅਟਲ ਰਹਿਣ ਵਾਲੀ ਜੋਤ, ਨੂੰ ਕੋਈ ਵੀ ਸੰਸਾਰਕ ਤਾਕਤ ਪ੍ਰਭਾਵ, ਦਬਾ ਨਹੀਂ ਪਾ ਸਕਦੀ । ਪ੍ਰਭ ਹੀ ਜੀਵ ਦੀ ਆਤਮਾ ਦੇ ਭਾਗ ਲਿਖਦਾ, ਆਪਣਾ ਸ਼ਬਦ, ਉਸ ਦੀ ਆਤਮਾ ਤੇ ਉਕਾਰਦਾ ਹੈ । ਪ੍ਰਭ ਆਪ ਹੀ ਪਿਆਰ, ਲਗਨ, ਸ਼ਰਧਾ ਦਾ ਸੋਮਾ ਹੈ ।

The immortal eternal Holy Spirit always remains omnipotent and beyond the influence of any worldly power. The True Master prewrites the destiny of His Creation; He engraves His Word on his soul with His inkless pen. The True Master remains fountain of devotion to meditate, treasure of enlightenment of the essence of His Word.

ਤ੍ਰਿਭੁਗਤ ਸਰੂਪ ਹੈਂ॥ Tribhougad Saroophain||
ਅਛਿੱਜ ਹੈਂ ਅਛੂਤ ਹੈਂ॥ Achhijj Hain Achhoht Hain||
ਕਿ ਨਰਕੰ ਪ੍ਰਣਾਸ ਹੈਂ॥ Ki Narkan Pranaas Hain||
ਪ੍ਰਿਤੀਉਲ ਪ੍ਰਵਾਸ ਹੈਂ॥ ੧੩੦॥ Prithooul Pravaas Hain||130||

130	ਤ੍ਰਿਭਗਤ ਸਰੂਪ	ਅਛਿੱਜ ਅਛੂਤ	ਨਰਕੰ ਪ੍ਰਣਾਸ	ਪ੍ਰਿਥੀਉਲ ਪ੍ਰਵਾਸ
	Enjoyer of 3 worlds	untouchable unbreakable	Destroyer of hell	Pervade on earth

ਪ੍ਰਭ ਤਿੰਨਾਂ ਸ੍ਰਿਸ਼ਟੀਆਂ ਵਿੱਚ ਹੀ ਖੇੜੇ ਵਿੱਚ ਵਸਦਾ ਹੈ । ਪ੍ਰਭ ਦੇ ਹੁਕਮ ਨੂੰ ਕੋਈ ਬਦਲ ਨਹੀਂ ਸਕਦਾ, ਪ੍ਰਭ ਨੂੰ ਛੋਹ ਨਹੀਂ ਸਕਦਾ । ਪ੍ਰਭ ਗੁਰਮਖ ਦਾ ਜਨਮ ਮਰਨ ਦਾ ਚੱਕਰ, ਨਰਕ ਖਤਮ ਕਰ ਦੇਂਦਾ ਹੈ । ਪ੍ਰਭ ਸ੍ਰਿਸ਼ਟੀ ਵਿੱਚ ਹਰਇਕ ਥਾਂ ਤੇ ਹਾਜ਼ਰ ਹਜ਼ੂਰ ਵਸਦਾ, ਵਾਪਰਦਾ ਹੈ ।

The True Master remains in blossom in three universes. His Command may never be changed nor anyone may ever touch or mark His location. He may eliminate the cycle of birth and death of His true devotee; eliminates his hell. The Omnipresent True Master dwells and prevails everywhere in the universe.

ਨਿਰੁਕਤਿ ਪ੍ਰਭਾ ਹੈਂ॥ Niroukat(i) Prabhaa Hain||
ਸਦੈਵੰ ਸਦਾ ਹੈਂ॥ Sadaivan Sadaa Hain||
ਬਿਭੁਗਤਿ ਸਰੂਪ ਹੈਂ॥ Bibhougad(i) Saroophain||
ਪ੍ਰਜੁਗਤਿ ਅਨੰਪ ਹੈਂ॥ ੧੩੧॥ Prajougad(i) Anoop Hain||131||

131	ਨਿਰੁਕਤਿ ਪ੍ਰਭਤ	ਸਦੈਵੰ ਸਦਾ	ਬਿਭੁਗਤਿ ਸਰੂਪ	ਪ੍ਰਜਾਗਤਿ ਅਨੂਪ
	glory inexpressible	eternal	innumerable diverse	wonderfully united

ਰੂਹਾਨੀ ਜੋਤ ਪ੍ਰਭ ਦੀ ਅਵਸਥਾ, ਸ਼ਾਨ ਦਾ ਵਰਣਨ ਨਹੀਂ ਕੀਤਾ ਜਾ ਸਕਦਾ । ਪ੍ਰਭ ਅਨੇਕਾ ਆਕਰਾਂ, ਰੂਪਾਂ ਵਿੱਚ ਪ੍ਰਗਟ ਹੋ ਸਕਦਾ, ਜਾਂਦਾ ਹੈ । ਪ੍ਰਭ ਦੇ ਸ਼ਬਦ ਦੀ ਸਿਖਿਆਂ ਅਨੋਖੀ, ਪ੍ਰਭ ਨਾਲ ਸੰਜੋਗ ਵਾਲਾ ਅਸਲੀ ਰਸਤਾ ਹੈ ।

The glory of the eternal Holy Spirit remains beyond any comprehension and explanation of His Creation. He may appear in countless body structures. The teachings of His Word may be astonishing and the right path of acceptance in His Court.

ਨਿਰੁਕਤਿ ਸਦਾ ਹੈਂ॥ Niroukat(i) Sadaa Hain||
ਬਿਭੁਗਤਿ ਪ੍ਰਭਾ ਹੈਂ॥ Bibhougad(i) Prabhaa Hain||
ਅਨ ਉਕਤਿ ਸਰੂਪ ਹੈਂ॥ Anoukat(i) Saroophain||
ਪ੍ਰਜੁਗਤਿ ਅਨੂਪ ਹੈਂ॥ ੧੩੨॥ Prajougad(i) Anoop Hain||132||

132	ਨਿਰੁਕਤਿ	ਬਿਭੁਗਤਿ ਪ੍ਰਭਾ	ਅਨਉਕਤਿ ਸਰੂਪ	ਪ੍ਰਜੁਗਤਿ ਅਨੂਪ
	inexpressible	glory diverse guises	form indescribable	wonderful united

ਪ੍ਰਭ ਦੀ ਅਵਸਥਾ ਦਾ ਪੂਰਨ ਵਿਖਆਣ ਨਹੀਂ ਕੀਤਾ ਜਾ ਸਕਦਾ । ਪ੍ਰਭ ਦੇ ਸ਼ਬਦ ਦੀ ਸੋਝੀ ਨਾਲ ਵੀ ਪੂਰਨ ਅਵਸਥਾ ਦੀ ਜਾਣਕਾਰੀ ਸਮਝ ਨਹੀਂ ਆਉਂਦੀ । ਪ੍ਰਭ ਦੇ ਸ਼ਬਦ ਦੀ ਸਿਖਿਆਂ ਅਨੋਖੀ, ਪ੍ਰਭ ਨਾਲ ਸੰਜੋਗ ਵਾਲਾ ਅਸਲੀ ਰਸਤਾ ਹੈ ।

His Nature remains mysterious and beyond any explanation of His Creation. Whosoever may be blessed with the enlightenment of the essence of His Word; only he may comprehend the mystery of His Nature. The teachings of His Word may be astonishing and the right path of acceptance in His Court.

13. **ਚਾਚਰੀ ਛੰਦ॥ Chnchari Chhand||**

ਅਭੰਗ ਹੈਂ॥ ਅਨੰਗ ਹੈਂ॥ Abhan Hain|| Anan Hain||
ਅਭੇਖ ਹੈਂ॥ ਅਲੇਖ ਹੈਂ॥ ੧੩੩॥ Abhekh Hain|| Alekh Hain||133||

133	ਅਭੰਗ	ਅਨੰਗ	ਅਭੇਖ	ਅਲੇਖ
	Indestructible	Limbless	dress less	Indescribable

ਅਕਾਰ ਰਹਿਤ ਪ੍ਰਭ ਦਾ ਕੋਈ ਅੰਗ ਨਹੀਂ ਹੈ । ਨਾ ਹੀ ਕੋਈ ਸੰਸਰਕ ਧਾਰਮਕ ਬਾਣਾ ਹੈ । ਪ੍ਰਭ ਦੀ ਹੋਂਦ ਜੋਤ ਨਾਸ਼ ਨਹੀਂ ਹੋ ਸਕਦੀ । ਪ੍ਰਭ ਦੀ ਅਵਸਥਾ ਕਿਸੇ ਧਰਮ ਦੇ ਗ੍ਰੰਥ ਵਿੱਚ ਲਿਖੀ ਨਹੀਂ ਜਾ ਸਕਦੀ ।

The body less True Master has no limb nor any religious robe. His Holy Spirit cannot be destroyed. No religious Holy Scripture has any description of His Nature, His Word, process of His Function.

ਅਭਰਮ ਹੈਂ॥ ਅਕਰਮ ਹੈਂ॥ Abharam Hain|| Akaram Hain||
ਅਨਾਦਿ ਹੈਂ॥ ਜੁਗਾਦਿ ਹੈਂ॥ ੧੩੪॥ Anaadh Hain|| Jougaddh Hain||134||

134	ਅਭਰਮ	ਅਕਰਮ	ਅਨਾਦਿ	ਜੁਗਾਦਿ
	Illusion less	Actionless	Beginningless	Beginning of Ages

ਪ੍ਰਭ ਦਾ ਕੋਈ ਅਰੰਭ ਨਹੀਂ ਹੈ, ਸ੍ਰਿਸ਼ਟੀ ਦੀ ਸੋਝੀ ਵਿੱਚ ਨਹੀਂ ਹੈ । ਪ੍ਰਭ ਦੀ ਜੋਤ ਜੁਗਾ ਜੁਗਾਂ ਤੋਂ ਅਡੋਲ, ਨਾ ਬਦਲਣ ਵਾਲੀ ਹੈ । ਪ੍ਰਭ ਕਿਸੇ ਕੰਮਾ ਦੇ ਲੇਖੇ ਵਿੱਚ ਨਹੀਂ, ਕਿਸੇ ਧੰਦੇ ਦਾ ਮੁਹਤਾਜ ਨਹੀਂ ਹੈ । ਪ੍ਰਭ ਦੀ ਸ੍ਰਿਸ਼ਟੀ ਅਡੋਲ ਰਹਿਣ ਵਾਲੀ ਜੋਤ ਹੈ, ਕੋਈ ਸੁਪਨਾ ਨਹੀਂ ਹੈ ।

The True Master has no known beginning. His Holy Spirit, His Word remains unchanged and ultimate from Ancient Ages. The True Master remains beyond the account of His deeds, miracles nor He may be a slave of any tasks, deeds. The One and Only One, True Master, His Creation is not any illusion, rather a reality.

ਅਜੈ ਹੈਂ॥ ਅਬੈ ਹੈਂ॥ Ajai Hain|| Abai Hain||
ਅਭੂਤ ਹੈਂ॥ ਅਧੂਤ ਹੈਂ॥ ੧੩੫॥ Abhoot Hain|| Adhoot Hain||135||

135	ਅਜੈਂ	ਅਬੈਂ	ਅਭੂਤ	ਅਧੂਤ
	Unconquerable	indestructible	Element less	Fearless

ਨਿਡਰ, ਨਿਰਭਉ ਪ੍ਰਭ, ਧਾਤਾਂ ਦੇ ਸੰਜੋਗ ਨਾਲ ਬਣਦਾ ਨਹੀਂ, ਪ੍ਰਗਟ ਨਹੀਂ ਹੋ ਸਕਦਾ । ਪ੍ਰਭ ਦੀ ਸਮਰਥਾਂ, ਹੋਂਦ ਨੂੰ ਨਾਸ਼ ਨਹੀਂ ਕੀਤਾ ਜਾ ਸਕਦਾ । ਪ੍ਰਭ ਤੇ ਕਿਸੇ ਵਿਧੀ, ਬੰਦਗੀ ਨਾਲ ਜਿੱਤ ਨਹੀਂ ਪਾਈ ਜਾ ਸਕਦੀ, ਆਪਣੇ ਵੱਸ ਵਿੱਚ ਨਹੀਂ ਕੀਤਾ ਜਾ ਸਕਦਾ ।

The Fearless True Master, His Holy Spirit remains beyond any composition of elements like human body; as a composition of 5 elements. His Existence, Omnipotent capability remains beyond any destruction by any force. No one may ever conquer or control The True Master with his meditation, wisdom.

ਅਨਾਸ ਹੈਂ॥ ਉਦਾਸ ਹੈਂ॥ Anaas Hain|| Udaas Hain||
ਅਧੰਧ ਹੈਂ॥ ਅਬੰਧ ਹੈਂ॥ ੧੩੬॥ Adhandh Hain|| Abandh Hain||136||

136	ਅਨਾਸ	ਉਦਾਸ	ਅਧੰਧ	ਅਬੰਧ
	Eternal	Non attached	Non involved	Unbound

ਰੂਹਾਨੀ ਜੋਤ ਪ੍ਰਭ ਦਾ ਜੀਵ ਦੀ ਆਤਮਾ ਨਾਲ ਮੋਹ ਨਹੀਂ ਹੁੰਦਾ । ਉਸ ਦੇ ਜੀਵਨ ਦਾ ਰਸਤਾ ਧਾਰਨ ਕਰਨ ਵਿੱਚ ਕੋਈ ਹਿੱਸਾ ਨਹੀਂ ਲੈਂਦਾ । ਪ੍ਰਭ ਦੇ ਕਿਸੇ ਕਰਤਬ ਦੀ ਕੋਈ ਹੱਦ ਨਹੀਂ ਹੈ, ਜੀਵ ਦੀ ਸੋਝੀ ਤੋਂ ਬਾਹਰ ਹੈ ।

The Eternal Holy Spirit remains embedded within each soul and remains beyond any emotional attachment of his soul. The True Master does not play any part in adopting path of Shiv or Shakti. The True Master has no known limits or boundary of any blessings, miracles; His Nature remains beyond the enlightenment, comprehension of His Creation.

ਅਭਗਤ ਹੈਂ॥ ਬਿਰਕਤ ਹੈਂ॥ Abhagad Hain|| Birakat Hain||
ਅਨਾਸ ਹੈਂ॥ ਪ੍ਰਕਾਸ ਹੈਂ॥ ੧੩੭॥ Anaas Hain|| Prakaas Hain||137||

137	ਅਭਗਤ	ਬਿਕਰਤ	ਅਨਾਸ	ਪ੍ਰਕਾਸ
	Indivisible	non attached	eternal	Supreme light

ਪ੍ਰਭ ਇਕ ਰੂਹਾਨੀ ਜੋਤ ਹੈ, ਜੀਵ ਦੀ ਆਤਮਾ ਨਾਲ ਮੋਹ ਨਹੀਂ ਹੁੰਦਾ । ਪ੍ਰਭ ਦੀ ਜੋਤ ਦੀ ਰੋਸ਼ਨੀ ਅਮੋਲਕ, ਉਤਮ ਹੈ । ਪ੍ਰਭ ਦੇ ਟੋਟੇ ਨਹੀਂ ਕੀਤੇ ਜਾ ਸਕਦੇ, ਵੰਡਿਆ ਨਹੀਂ ਜਾ ਸਕਦਾ ।

The eternal Holy Spirit remains a supreme pillar of illumination, ambrosial enlightenment. His Holy Spirit remains embedded within each soul and remains beyond any emotional bonds with his soul. His Holy Spirit may never be divided nor cut into pieces.

ਨਿਚਿੰਤ ਹੈਂ॥ ਸੁਨਿੰਤ ਹੈਂ॥ Nichint Hain|| Sounint Hain||
ਅਲਿੱਖ ਹੈਂ॥ ਅਦਿੱਖ ਹੈਂ॥ ੧੩੮॥ Alikkh Hain|| Adikkh Hain||138||

138	ਨਿਚਿੰਤ	ਸੁਨਿੰਤ	ਅਲਿੱਖ	ਅਦਿੱਖ
	Carefree	Restrain senses	Control of mind	Invincible

ਪ੍ਰਭ ਸਦਾ ਹੀ ਖੇੜੇ ਵਿੱਚ ਰਹਿੰਦਾ ਹੈ, ਕੋਈ ਚਿੰਤਾ ਨਹੀਂ ਹੁੰਦੀ । ਪ੍ਰਭ ਹੀ ਜੀਵ ਦੇ ਮਨ ਨੂੰ ਜਾਣਦਾ ਹੈ, ਕਾਬੂ ਵਿੱਚ ਰਖਦਾ ਹੈ । ਉਸ ਦੀ ਸੋਚ, ਕਰਤਬ ਤੇ ਕੋਈ ਪਾਬੰਦੀ ਨਹੀਂ ਲਾਈ ਜਾ ਸਕਦੀ । ਸਰਬ ਕਲਾ ਸਮਰਥ ਇਤਨਾ ਤਾਕਤਵਰ, ਪ੍ਰਭਾਵਤ ਹੈ, ਉਸ ਨੂੰ ਕਿਸੇ ਬੰਦਗੀ, ਜਾ ਵਿਧੀ ਨਾਲ ਆਪਣੇ ਕਾਬੂ ਵਿੱਚ ਨਹੀਂ ਕੀਤਾ ਜਾ ਸਕਦਾ ।

The worry-free True Master always remains in blossom. The Omniscient True Master remains aware of all hopes, desires of His Creation and control the direction of his mind. No one may ever control nor restrict any of His Nature, miracles. The Omnipotent True Master remains such a force, no one may ever control, convince Him to alter or change His Command.

ਅਲੇਖ ਹੈਂ॥ ਅਭੇਖ ਹੈਂ॥ Alekh Hain|| Abhekh Hain||
ਅਢਾਹ ਹੈਂ॥ ਅਗਾਹ ਹੈਂ॥ ੧੩੯॥ Adhaah Hain|| Agadh Hain||139||

139	ਅਲੇਖ	ਅਭੇਖ	ਅਢਾਹ	ਅਗਾਹ
	Account less	Grab less	Coast less	Bottomless

ਪ੍ਰਭ ਇਕ ਅਥਾਹ ਸਮੁੰਦਰ ਦੀ ਤਰ੍ਹਾਂ ਹੈ, ਜਿਸ ਦਾ ਤਲਾ ਜਾਣਿਆ ਨਹੀਂ ਜਾ ਸਕਦਾ । ਪ੍ਰਭ ਨੂੰ ਕੋਈ ਢਾਹ ਨਹੀਂ ਸਕਦਾ । ਪ੍ਰਭ ਨੂੰ ਕੋਈ ਪਕੜ ਨਹੀਂ ਸਕਦਾ, ਛੋਹ ਨਹੀਂ ਸਕਦਾ । ਪ੍ਰਭ ਕੰਮਾਂ ਦੇ ਲੇਖ ਵਿੱਚ ਨਹੀਂ ਹੁੰਦਾ ।

The True Master remains vast like an ocean and His Bottom remains beyond any reach, comprehension of His Creation. No force may ever destroy nor eliminate His Existence, avoid His Command. The True Master remains beyond any reach, nor He may ever be touched by any power of His Creation. He remains beyond any accountability of His Deeds.

ਅਸੰਭ ਹੈਂ॥ ਅਗੰਭ ਹੈਂ॥ Asanbh Hain|| Agadbh Hain||
ਅਨੀਲ ਹੈਂ॥ ਅਨਾਦਿ ਹੈਂ॥ ੧੪੦॥ Anool Hain|| Anaadh Hain||140||

140	ਅਸੰਭ	ਅਗੰਭ	ਅਨੀਲ	ਅਨਾਦਿ
	Unborn	Bottomless	Countless	Beginningless

ਜਨਮ ਮਰਨ ਤੋਂ ਰਹਿਤ ਪ੍ਰਭ ਦਾ ਕੋਈ ਅਰੰਭ ਨਹੀਂ ਜਾਣ ਸਕਦਾ । ਪ੍ਰਭ ਇਕ ਅਥਾਹ ਸਾਗਰ ਦੀ ਤਰ੍ਹਾਂ ਹੈ, ਜਿਸ ਦਾ ਤਲਾ ਜਾਣਿਆ ਨਹੀਂ ਜਾ ਸਕਦਾ । ਪ੍ਰਭ ਰੰਗ ਰੂਪ, ਕੰਮਾਂ ਦੇ ਲੇਖੇ ਵਿੱਚ ਨਹੀਂ ਹੁੰਦਾ ।

The beginning of The True Master, His Nature remains beyond any comprehension of His Creation; His beginning remains a deep mystery for His

Creation. The True Master is like an infinite ocean, whose bottom may never be reached nor discovered. The True Master may never take birth in flesh and blood. The True Master remains beyond any accountability of His Deeds and He remains beyond any recognition by know 3 distinctions of color, structure, and size.

ਅਨਿੱਤ ਹੈਂ॥ ਸੁਨਿੱਤ ਹੈਂ॥ Anitt Hain|| Su-nitt Hain||
ਅਜਾਤਿ ਹੈਂ॥ ਅਜਾਦਿ ਹੈਂ॥ ੧੪੧॥ Ajaat Hain|| Ajaadh Hain||141||

141	ਅਨਿੱਤ	ਸੁਨਿੱਤ	ਅਜਾਤ	ਅਜਾਦ
	Causeless	Listener	Unborn	Independent

ਜਨਮ ਮਰਨ ਤੋਂ ਰਹਿਤ ਪ੍ਰਭ, ਪੂਰਨ ਸੁਤੰਤਰ ਹੈ । ਉਸ ਦੇ ਕਿਸੇ ਕਰਤਬ ਦੇ ਕਰਨ ਦਾ ਅੰਦਾਜ਼ਾ ਨਹੀਂ ਲਾਇਆ ਜਾ ਸਕਦਾ । ਪ੍ਰਭ ਹਰਇਕ ਜੀਵ ਦੀ ਅਰਦਾਸ, ਪੁਕਾਰ ਸੁਣਦਾ ਹੈ, ਕੀਤੇ ਕੰਮਾਂ ਅਨੁਸਾਰ ਹੀ ਫਲ ਬਖਸ਼ਦਾ ਹੈ ।

The True Master never takes birth in flesh and blood; He remains completely independent. He remains beyond the accountability of His Actions. He is not bonded or slave of any task. The Master listens, monitors all actions of His Creation; His Command, reward always remain without discrimination and as per the worldly deeds performed by his body and mind.

14. ਚਰਪਟ ਛੰਦ॥ ਤ੍ਵਪ੍ਰਸਾਦਿ॥ Charpat Chhand|| Tva Prasaadh||

ਸਰਬੰ ਹੰਤਾ॥ ਸਰਬੰ ਗੰਤਾ॥ Saraban Hantaa|| Saraban Gadtaa||
ਸਰਬੰ ਖਿਆਤਾ॥ Saraban Khiaataa||
ਸਰਬੰ ਗਿਆਤਾ॥ ੧੪੨॥ Saraban Giaataa||142||

142	ਹੰਤਾ	ਗੰਤਾ	ਖਿਆਤਾ	ਗਿਆਤਾ
	Destroyer	goer to all	Well-known	Knower of all

ਪ੍ਰਭ ਹਰ ਥਾਂ ਹਾਜ਼ਾਰ ਹਜ਼ੂਰ ਰਹਿੰਦਾ ਹੈ, ਹਰਇਕ ਕੰਮ ਵਿੱਚ ਆਪ ਹੀ ਵਾਪਰਦਾ ਹੈ । ਅੰਤਰਜਾਮੀ ਹਰ ਇਕ ਜੀਵ ਦੀ ਮਨ ਦੀ ਅਵਸਥਾ, ਇਛਾ ਜਾਣਦਾ ਹੈ ।

The Omnipresent True Master goes everywhere and prevails in every action. The Omniscient True Master remains aware of all hopes, desires, and expectation of His Creation.

ਸਰਬੰ ਹਰਤਾ॥ ਸਰਬੰ ਕਰਤਾ॥ Saraban Hartaa|| Saraban Kartaa||
ਸਰਬੰ ਪ੍ਰਾਣੰ॥ ਸਰਬੰ ਤ੍ਰਾਣੰ॥ ੧੪੩॥ Saraban Praanan|| Saraban Traanan||143||

143	ਹਰਤਾ	ਕਰਤਾ	ਪ੍ਰਣੰ	ਤ੍ਰਾਣੰ
	Killer	Creator	life breath	Strength

ਜੀਵ ਦਾ ਜਨਮ, ਮੌਤ ਕੇਵਲ ਪ੍ਰਭ ਦੇ ਹੁਕਮ ਨਾਲ ਹੀ ਹੁੰਦਾ ਹੈ । ਆਪਣੀ ਸ੍ਰਿਸ਼ਟੀ ਵਿੱਚ ਆਪ ਹੀ ਵਾਪਰਦਾ ਹੈ । ਸਵਾਸਾਂ ਦਾ ਮਾਲਕ ਆਪ ਹੀ ਜੀਵ ਨੂੰ ਸਵਾਸਾਂ ਦੀ ਪੂੰਜੀ, ਸ਼ਬਦ ਦੀ ਸੋਝੀ, ਕੰਮ ਕਰਨ ਦੀ ਸਮਰਥਾ, ਸਿਆਣਪ ਬਖਸ਼ਦਾ ਹੈ ।

The True Master controls birth and death of every creature, events of His Nature, even His Nature. He remains trustee of breathes of His Creation and strength, capability, wisdom of His Creation.

ਸਰਬੰ ਕਰਮੰ॥ ਸਰਬੰ ਧਰਮੰ॥ Saraban Karamannd|| Saraban Dharamannd||
ਸਰਬੰ ਜਾਗਤਾ॥ Saraban Jougtaa||
ਸਰਬੰ ਮੁਕਤਾ॥ ੧੪੪॥ Saraban Mouktaa||144

144	ਕਰਮੰ	ਧਰਮੰ	ਜਾਗਤਾ	ਮੁਕਤਾ
	Prevails	Religions	united with all	free from all

ਸ੍ਰਿਸ਼ਟੀ ਦਾ ਮਾਲਕ, ਹਰਇਕ ਆਤਮਾ ਵਿੱਚ, ਸ਼ਬਦ ਰੂਪ ਵਿੱਚ ਸਮਾਇਆ ਰਹਿੰਦਾ ਹੈ । ਪ੍ਰਭ ਜੀਵ ਦੇ ਤਨ ਵਿੱਚ ਵਸਦਾ, ਉਸ ਦੇ ਮਨ ਦੀਆ ਇਛਾਂ, ਭਾਵਨਾ ਤੋਂ ਅਲੱਗ ਰਹਿੰਦਾ ਹੈ । ਪ੍ਰਭ ਆਪ ਹੀ ਸਾਰੇ ਧਰਮਾਂ ਦੇ ਕੰਮਾ ਵਿੱਚ ਵਾਪਰਦਾ ਹੈ, ਫਿਰ ਵੀ ਧਰਮ ਦੇ ਰੀਤ ਰੀਵਾਜਾ ਤੋਂ ਅਲੱਗ ਰਹਿੰਦਾ ਹੈ ।

The True Master, His Holy Spirit remains embedded within each soul. He remains beyond any emotional reach of his soul. He prevails in all religious events and remains beyond any rituals, related with greed.

15. ਰਸਾਵਲ ਛੰਦ॥ ਤ੍ਵਪ੍ਰਸਾਦਿ॥ Rasaaval Chhand॥ Tva Prasaadh॥

ਨਮੋ ਨਰਕ ਨਾਸੇ॥ ਸਦੈਵੰ ਪ੍ਰਕਾਸੇ॥	Namo Narak Naase||Sadaivan Prakaase||
ਅਨੰਗੰ ਸਰੂਪੇ॥	Ananadg Daroope||
ਸਰਬੰ ਅਭੰਗੰ ਬਿਭੈਤੇ॥ ੧੪੫॥	Abhanadg Bibhoote||145

145	ਨਰਕ ਨਾਸੇ	ਸਦੈਵੰ ਪ੍ਰਕਾਸੇ	ਅਨੰਗੰ ਸਰੂਪੇ	ਅਭੰਗ ਬਿਭੂਤੇ
	Destroyer of Hell	Ever illumined	Bodyless entity	Eternal Effulgent

ਅਕਾਰ ਰਹਿਤ ਪ੍ਰਭ, ਪ੍ਰਭ ਦੀ ਹੋਂਦ ਤੱਤਾਂ ਤੋਂ ਰਹਿਤ ਹੁੰਦੀ ਹੈ । ਪ੍ਰਭ ਦੀ ਰੋਸ਼ਨੀ ਦਾ ਪ੍ਰਕਾਸ਼ ਸਾਰੀ ਸ੍ਰਿਸ਼ਟੀ ਵਿੱਚ ਹੁੰਦਾ ਹੈ । ਪ੍ਰਭ ਗੁਰਮਖ ਦਾ ਨਰਕ, ਜਨਮ ਮਰਨ ਦਾ ਚੱਕਰ ਖਤਮ ਕਰ ਦੇਂਦਾ ਹੈ । ਪ੍ਰਭ ਆਪਣੇ ਦਾਸ ਨੂੰ ਇਕ ਅਨੋਖੀ, ਰੂਹਾਨੀ ਖੇੜਾ ਬਖਸ਼ਦਾ ਹੈ ।

The True Master remains body-less, element-less existence. His Holy Spirit remains embedded within all illumination. The One and Only One may destroy the cycle of birth and death, hell of His true devotee.

ਪ੍ਰਮਾਥੰ ਪ੍ਰਮਾਥੇ॥ ਸਦਾ ਸਰਬ ਸਾਥੇ॥	Pramaathan Pramaathe|| Sadaa Sarab Saathe||
ਅਗਾਧਿ ਸਰੂਪੇ॥	Agaddh Daroope||
ਨ੍ਰਿਬਾਧਿ ਬਿਭੈਤੇ॥ ੧੪੬॥	Nribaadh Bibhoote||146||

146	ਪ੍ਰਮਾਥੰ ਪ੍ਰਮਾਥੇ	ਸਰਬ ਸਾਥੇ	ਅਗਾਧ ਸਰੂਪੇ	ਨ੍ਰਿਬਾਧ ਭਿਭੂਤੇ
	Destroyer of Tyrant	Companion of all	Impenetrable entity	Non annoying glorious

ਪ੍ਰਭ ਆਤਮਾ ਦਾ ਸਦਾ ਹੀ ਸਾਥੀ ਰਹਿੰਦਾ ਹੈ । ਆਪਣੇ ਦਾਸ ਦੇ ਸਾਰੇ ਦੁਸ਼ਮਣ ਹੀ ਤਬਾਹ ਕਰ ਦੇਂਦਾ ਹੈ । ਪ੍ਰਭ ਜ਼ਾਲਮਾ ਦਾ ਨਾਸ਼ ਕਰਦਾ ਹੈ । ਪ੍ਰਭ ਦੀ ਹੋਂਦ ਇਕ ਅਨੋਖੀ, ਨਾ ਪਾਰ ਹੋਣ ਵਾਲੀ ਹੋਂਦ ਸ਼ਰਣ ਹੁੰਦੀ ਹੈ । ਪ੍ਰਭ ਦੀ ਸ਼ਰਣ ਭਰਮਾਂ ਤੋਂ ਰਹਿਤ ਹੁੰਦੀ ਹੈ ।

The True Master always remain companion of soul. His Existence remains beyond any element; He remains as impenetrable shield, entity. He may destroy all tyrants.

ਅਨੰਗੀ ਅਨਾਮੇ॥ ਤ੍ਰਿਭੰਗੀ ਤ੍ਰਿਕਾਮੇ॥	Ananoo Anaame|| Tribhanoo Trikaame||
ਨ੍ਰਿਭੰਗੀ ਸਰੂਪੇ॥	Nribhanoo Daroope||
ਸ੍ਰਬੰਗੀ ਅਨੂਪੇ॥ ੧੪੭॥	Sarabanoo Anoope||147||

147	ਅਨੰਗੀ ਅਨਾਮੇ	ਤ੍ਰਿਭੰਗੀ ਤ੍ਰਿਕਾਮੇ	ਨ੍ਰਿਭੰਗੀ ਸਰੂਪੇ	ਸਰਬੰਗੀ ਅਨੂਪੇ
	limbless nameless	Destroyer Restorer three modes	Eternal Entity	unique Respect

ਪ੍ਰਭ ਦੀ ਹੋਂਦ, ਅੰਗ ਰਹਿਤ, ਨਾਮ ਰਹਿਤ, ਅਨੋਖੀ ਸ਼ਾਨ ਵਾਲੀ ਰਹਿੰਦੀ ਹੈ । ਪ੍ਰਭ ਇਕ ਰੂਹਾਨੀ ਜੋਤ ਹੈ । ਪ੍ਰਭ ਹੀ ਸੰਸਾਰਕ ਮਾਇਆ ਦੇ ਰੂਪ ਪੈਦਾ ਕਰਦਾ ਹੈ, ਆਪ ਹੀ ਗੁਰਮਖ ਨੂੰ ਸੰਸਾਰਕ ਮਾਇਆ ਦੇ ਪ੍ਰਭਾਵ ਤੋਂ ਰਹਿਤ, ਪ੍ਰਵਾਨਗੀ ਦੇ ਰਸਤੇ ਤੇ ਅਡੋਲ ਰਖਦਾ ਹੈ । ਸਾਰੀ ਸ੍ਰਿਸ਼ਟੀ ਹੀ ਪ੍ਰਭ ਦੇ ਸ਼ਬਦ ਦੀ ਪੂਜਾ ਕਰਦੀ ਹੈ ।

The Eternal Holy Spirit remains a unique glory, shine. The True Master has created 3 kinds of worldly wealth. He may keep His true devotee beyond the reach of worldly wealth and steady and stable on the path of acceptance in His Court. He has been remembered and worshipped by the universe.

ਨ ਪੋਤ੍ਰੈ ਨ ਪੁਤ੍ਰੈ॥ ਨ ਸਤ੍ਰੈ ਨ ਮਿਤ੍ਰੈ॥ Na Potrai Na Pouttrai|| Na Sattrai Na Mitrai||
ਨ ਤਾਤ੍ਰੈ ਨ ਮਾਤ੍ਰੈ॥ Na Taatai Na Maatai||
ਨ ਜਾਤ੍ਰੈ ਨ ਪਾਤ੍ਰੈ॥ ੧੪੮॥ Na Jaatai Na Paatai||148||

148	ਨ ਪੋਤ੍ਰੈ ਪੁੱਤ੍ਰੈ	ਨ ਸੱਤ੍ਰੈ ਮਿੱਤ੍ਰੈ	ਨ ਤਾਤੈ ਮਾਤੈ	ਨ ਜਾਤੈ ਪਾਤੈ
	Son, grandson less	enemy less friend less	fatherless motherless	Casteless Lineages

ਪ੍ਰਭ ਦਾ ਕੋਈ ਪੁੱਤ੍ਰ ਜਾ ਪੋਤ੍ਰਾ ਨਹੀਂ ਹੁੰਦਾ । ਪ੍ਰਭ ਦਾ ਕੋਈ ਮਾਂ ਜਾ ਬਾਪ ਨਹੀਂ ਹੁੰਦਾ । ਪ੍ਰਭ ਦੀ ਕੋਈ ਜਾਤ, ਖਾਨਦਾਨੀ, ਕੋਈ ਵੈਰੀ, ਨਾ ਹੀ ਕੋਈ ਮਿੱਤ੍ਰ ਹੀ ਹੁੰਦਾ ਹੈ । ਆਤਮਾ ਦੇ ਮੋਹ ਤੋਂ ਅਲੱਗ ਰਹਿੰਦਾ ਹੈ ।

The True Master has no birth mother, father nor any son, grandson. He has no friend nor any enemy. He has no social class, caste nor any hereditary, genealogy.

ਨ੍ਰਿਸਾਕੰ ਸਰੀਕ ਹੈਂ॥ Nrisaakan Sareek Hain||
ਅਮਿਤੋ ਅਮੀਕ ਹੈਂ॥ Amito Ameek Hain||
ਸਦੈਵੰ ਪ੍ਰਭਾ ਹੈ॥ Sadaivan Prabhaa Hain||
ਅਜੈ ਹੈਂ ਅਜਾ ਹੈਂ॥ ੧੪੯॥ Ajai Hain Ajaa Hain||149||

149	ਨ੍ਰਿਸਾਕੰ ਸਰੀਕ	ਅਮਿਤੋ ਅਮੀਕ	ਸਦੈਵੰ ਪ੍ਰਭਾ	ਅਜੈ ਅਜਾ
	Relative less	limitless profound	ever glorious	unconquerable unborn

ਪ੍ਰਭ ਕਦੇ ਜਨਮ ਨਹੀਂ ਲੈਂਦਾ, ਨਾ ਹੀ ਪ੍ਰਭ ਦਾ ਕੋਈ ਅੰਗ ਹੀ, ਤਨ ਹੀ ਹੁੰਦਾ ਹੈ । ਪ੍ਰਭ ਦੇ ਸ਼ਬਦ ਦਾ ਬਹੁਤ ਡੰਘਾ ਪ੍ਰਭਾਵ ਹੀ ਰਹਿੰਦਾ ਹੈ । ਪ੍ਰਭ ਦਾ ਕੋਈ ਸ਼ਰੀਕ ਨਹੀਂ ਹੁੰਦਾ, ਨਾ ਹੀ ਪ੍ਰਭ ਤੇ ਜਿੱਤ ਪਾਈ ਜਾ ਸਕਦੀ ਹੈ । ਪ੍ਰਭ ਦੀ ਅਵਸਥਾ ਬਹੁਤ ਅਕਾਤ ਵਾਲੀ ਗੰਬੀਰ ਹੁੰਦੀ ਹੈ ।

The birthless True Master may never be conquered. He has no equal, relative. The True Master has no known limits of His Miracles. He has deep, profound enlightenment of His Nature, His Creation.

16. ਭਗਵਤੀ ਛੰਦ॥ ਤ੍ਵਪ੍ਰਸਾਦਿ॥ Bhagadati Chhand|| Tva Prasaadh||

ਕਿ ਜਾਹਰ ਜਹੂਰ ਹੈਂ॥ Ki Zaahar Zahoor Hain||
ਕਿ ਹਾਜਰ ਹਜੂਰ ਹੈਂ॥ Ki Haazar Hazoor Hain||
ਹਮੇਸੁਲ ਸਲਾਮ ਹੈਂ॥ Hamesul Salaam Hain||
ਸਮਸਤੁਪ ਕਲਾਮ ਹੈਂ॥ ੧੫੦॥ Samastul Kalaam Hain||150||

150	ਜ਼ਾਹਰ ਜਹੂਰ	ਹਾਜ਼ਰ ਹਜ਼ੂਰ	ਹਮੇਸੁਲ ਸਲਾਮ	ਸਮਸਤੁਲ ਕਲਾਮ
	Visible illumination	All Pervading	receiver eternal Compliments	Venerated by all

ਪ੍ਰਭ ਦੀ ਰੋਸ਼ਨੀ, ਸਭ ਥਾਂ ਤੇ ਭਰਪੂਰ ਰਹਿੰਦੀ ਹੈ । ਪ੍ਰਭ ਹਰਇਕ ਥਾਂ ਤੇ ਸਮਾਇਆ ਰਹਿੰਦਾ ਹੈ । ਪ੍ਰਭ ਦੀ ਜੋਤ ਰੂਹਾਨੀ ਗੁਣਾ ਦਾ ਖਜ਼ਾਨਾ ਹੈ । ਪ੍ਰਭ ਦੀ ਸੋਭਾ ਸਾਰੇ ਸੰਸਾਰ ਵਿੱਚ ਹੰਦੀ ਹੈ ।

The eternal glow, illumination, shine of His Holy Spirit remains overwhelmed everywhere. He remains embedded within each soul and everywhere in His Nature. His Eternal Holy Spirit remains an overwhelmed treasure of virtues. The whole universe sings the glory of His Word and worships His Entity.

ਕਿ ਸਾਹਿਬ ਦਿਮਾਗ ਹੈਂ॥ Ki Saahib Dimaag Hain||
ਕਿ ਹੁਸਨਲ ਚਰਾਗ ਹੈ॥ Ki Housnal Charaag Hain||
ਹਮੇਸੁਲ ਚਰਾਗ ਹੈਂ॥ Ki Kaamal Daroom Hain||
ਕਿ ਕਾਮਲ ਕਰੀਮ ਹੈਂ॥ ੧੫੧॥ Ki Raazak Rahoom Hain||151||

151	ਸਾਹਿਬ ਦਿਮਾਗ	ਹੁਸਨਲ ਚਰਾਗ਼	ਕਾਮਲ ਕਰੀਮ	ਰਾਜ਼ਕ ਰਹੀਮ
	Most intelligent	Lamp of beauty	Complete Generous	Sustainer, Merciful

ਪ੍ਰਭ ਸੋਝੀ ਦਾ ਸੋਮਾ, ਬਹੁਤ ਸਿਆਣਾ ਹੈ । ਪ੍ਰਭ ਹੁਸਨ ਦਾ ਸੋਮਾ ਹੈ । ਪ੍ਰਭ ਪੂਰਨ ਦਿਆਲੂ, ਸਾਰੀ ਸ੍ਰਿਸ਼ਟੀ ਦੀ ਪਾਲਣਾ ਕਰਦਾ ਹੈ, ਤਰਸ ਬਖਸ਼ਦਾ ਹੈ ।

The True Master remains a fountain of beauty, glamor, and wisdom. The Merciful perfect True Master nourishes, remains complete compassionate and protector of His Creation.

ਕਿ ਰੋਜੀ ਦਿਹੰਦ ਹੈਂ॥ Ki Rozi Dihind Hain||
ਕਿ ਰਾਜਕ ਰਹਿੰਦ ਹੈਂ॥ Ki Raazak Rahind Hain||
ਕਰੀਮੁਲ ਕਮਾਲ ਹੈਂ॥ Daroomul Kamaal Hain||
ਕਿ ਹੁਸਨੁਲ ਜਮਾਲ ਹੈਂ॥੧੫੨॥ Ki Housnal Jamaal Hain||152||

152	ਰੋਜ਼ੀ ਦਿਹਿੰਦ	ਰਾਜ਼ਕ ਰਹਿੰਦ	ਕਰੀਮੁਲ ਕਮਾਲ	ਹੁਸਨਲ ਜਮਾਲ
	Giver of sustenance	ever the sustainer	perfection of generosity	most beautiful

ਪ੍ਰਭ ਆਪਣੀ ਪੈਦਾ ਕੀਤੀ ਸ੍ਰਿਸ਼ਟੀ ਨੂੰ ਸਦਾ ਹੀ ਭੋਜਨ ਬਖਸ਼ਦਾ ਹੈ । ਹਰ ਵੇਲੇ ਪਾਲਣਾ ਕਰਦਾ, ਰਖਿਆ ਕਰਦਾ ਹੈ । ਪ੍ਰਭ ਪੂਰਨ ਦਿਆਲੂ ਹੈ । ਹੁਸਨ, ਸੁੰਦਰਤਾ ਦਾ ਸੋਮਾ ਹੈ ।

The True Master always provides source of nourishment, purpose of living. He always protects His Creation; He remains perfect generous and most glamorous.

ਗਨੀਮੁਲ ਖਿਰਾਜ ਹੈਂ॥ Ghanoomul Khiraaj Hain||
ਗਰੀਬੁਲ ਨਿਵਾਜ ਹੈਂ॥ Gareebul Nivaaz Hain||
ਹਰੀਫੁਲ ਸਿਕੰਨ ਹੈਂ॥ Darooful Shikann Hain||
ਹਿਰਾਸੁਲ ਫਿਕੰਨ ਹੈਂ॥ ੧੫੩॥ Hiraasul Fikann Hain||153

153	ਗ਼ਨੀਮੁਲ ਖਿਰਾਜ	ਗ਼ਰੀਬੁਲ ਨਿਵਾਜ਼	ਹਰਫ਼ਿਲ ਸ਼ਿਕਮਨ	ਹਿਰਾਸੁਲ ਫਿਕਮਨ
	Penalize enemies	supporter of poor	Destroyer of enemies	Remover of fear

ਪ੍ਰਭ ਜ਼ਾਲਮ ਨੂੰ ਆਪਣੇ ਕੀਤਾ ਦਾ ਫਲ, ਬਖਸ਼ਦਾ ਹੈ । ਪ੍ਰਭ ਨਿਮਾਣੇ ਦਾ ਸਦਾ ਹੀ ਮਾਣ ਰਖਦਾ, ਰਖਿਆ ਕਰਦਾ ਹੈ । ਆਪਣੇ ਦਾਸ ਦੇ ਸਾਰੇ ਦੁਸ਼ਮਣ ਨਾਸ਼ ਕਰ ਦੇਂਦਾ ਹੈ । ਆਪਣੇ ਦਾਸ ਦਾ ਮੌਤ ਦਾ ਡਰ ਖਤਮ ਕਰ ਦੇਂਦਾ ਹੈ ।

The True Master always protects the honor of humble and helpless. Tyrant may endure the judgement of his own worldly deeds. He eliminates all the enemies of His true devotee. He may eliminate the fear of death of His true devotee.

ਕਲੰਕੰ ਪ੍ਰਣਾਸ ਹੈਂ॥ Kalankan Pranaas Hain||
ਸਮਸਤੁਲ ਨਿਵਾਸ ਹੈਂ॥ Samastul Nivaas Hain||
ਅਗੰਜੁਲ ਗਨੀਮ ਹੈਂ॥ Agadjul Gadoom Hain||
ਰਜਾਇਕ ਰਹੀਮ ਹੈਂ॥ ੧੫੪॥ Rajaaik Rahoom Hain||154||

154	ਕਲੰਕੰ ਪ੍ਰਣਾਸ	ਸਮਸਤੁਲ ਨਿਵਾਸ	ਅਗੰਜੁਲ ਗਨੀਮ	ਰਜਾਇਕ ਰਹੀਮ
	Destroyer of Blemishes	Dweller in all	invincible by enemies	Sustainer Gracious

ਪ੍ਰਭ, ਦਾਸ ਦੇ ਪਾਪ ਬਖਸ਼ਦਾ ਹੈ, ਭੁਲਾਂ ਮਾਫ ਕਰ ਦੇਂਦਾ ਹੈ । ਪ੍ਰਭ ਹਰਇਕ ਥਾਂ ਤੇ ਵਸਦਾ, ਹਾਜ਼ਰ ਹਜ਼ੂਰ ਰਹਿੰਦਾ ਹੈ । ਤਾਕਤਵਰ ਪ੍ਰਭ ਤੇ ਕੋਈ ਵੀ ਦੁਸ਼ਮਣ ਜਿੱਤ ਨਹੀਂ ਪਾ ਸਕਦਾ । ਦਿਆਲੂ ਪ੍ਰਭ ਸਦਾ ਹੀ ਆਪਣੀ ਪੈਦਾ ਕੀਤੀ ਸ੍ਰਿਸ਼ਟੀ ਦੀ ਪਾਲਣਾ ਪੋਸਨਾ ਕਰਦਾ ਹੈ ।

The True Master may forgive the innocent sins of His true devotee. The True Master remains omnipresent in all worldly events in His Nature. No enemy, worldly power may ever conquer The Most Powerful True Master. The Most generous True Master always nourishes and protects His Creation.

ਸਮਸਤੁਲ ਜੁਬਾ ਹੈਂ॥	Samastul Joubaan hain||
ਕਿ ਸਾਹਿਬ ਕਿਰਾ ਹੈਂ॥	Ki Saahibkiraan Hain||
ਕਿ ਨਰਕੰ ਪ੍ਰਣਾਸ ਹੈਂ॥	Ki Narakan Pranaas Hain||
ਬਹਿਸਤੁਲ ਨਿਵਾਸ ਹੈਂ॥ ੧੫੫॥	Bahistul Nivaas Hain||155||

155	ਸਮਸਤੁਲ ਜੁਬਾਂ	ਸਾਹਿਬ ਕਿਰਾਂ	ਨਰਕੰ ਪ੍ਰਣਾਸ	ਬਹਿਸਤੁਲ ਨਿਵਾਸ
	Master of all language	Most glorious	Destroyer of hell	Dweller in heaven

ਪ੍ਰਭ ਹਰਇਕ ਭਾਸ਼ਾਂ ਦਾ ਮਾਹਰ ਹੈ । ਪ੍ਰਭ ਦੀ ਸ਼ਾਨ, ਸੋਭਾ ਅਨੋਖੀ ਹੈ । ਪ੍ਰਭ ਆਪਣੇ ਦਾਸ ਦੀ ਨਰਕ, ਜਨਮ ਮਰਨ ਦਾ ਚੱਕਰ ਖਤਮ ਕਰ ਦੇਂਦਾ ਹੈ । ਪ੍ਰਭ ਦਾ ਆਸਣ, ਆਤਮਾ ਦੇ ਦਸਵੇਂ ਘਰ, ਸਵਰਗ ਵਿੱਚ ਹੁੰਦਾ ਹੈ ।

The glory of The True Master remains very astonishing and he remains the expert of all languages. He may eliminate the cycle of birth and death, hell of His true devotee. His Holy Throne, Temple, Court remains in the 10th cave of his soul within body of each creature.

ਕਿ ਸਰਬੁਲ ਗਵੰਨ ਹੈਂ॥	Ki Sarabul Gadann Hain||
ਹਮੇਸੁਲ ਰਵੰਨ ਹੈਂ॥	Hamesul Ravann Hain||
ਤਮਾਮੁਲ ਤਮੀਜ ਹੈਂ॥	Tamaamul Tamoond Hain||
ਸਮਸਤੁਲ ੳਜੀਜ ਹੈਂ॥ ੧੫੬॥	Samastul Ajooj Hain||156||

156	ਸਰਬੁਲ ਗਵੰਨ	ਹਮੇਸੁਲ ਰਵੰਨ	ਤਮਾਮੁਲ ਤਮੀਜ	ਸਮਸਤੁਲ ਅਜੀਜ
	Goes to all	ever blissful	Knower of all	Dearest of all

ਪ੍ਰਭ ਹਰਇਕ ਥਾਂ ਤੇ ਵਸਦਾ, ਹਾਜ਼ਰ ਹਜ਼ੂਰ ਰਹਿੰਦਾ ਹੈ । ਪ੍ਰਭ ਸਦਾ ਹੀ ਰਹਿਮਤ ਦੀ ਨਜ਼ਰ, ਖੇੜਾ ਬਖਸ਼ਦਾ ਹੈ । ਅੰਤਰਜਾਮੀ ਸਾਰੇ ਜੀਵਾਂ ਦੀ ਮਨ ਦੀ ਅਵਸਥਾ ਜਾਣਦਾ ਹੈ । ਪ੍ਰਭ ਸਭ ਦਾ ਹੀ ਪਿਆਰਾ ਹੈ ।

The Omnipresent True Master always remains present everywhere in all events of His Nature. He always bestows His Blessed Vision and blossom on His Creation. The Omniscient True Master remains aware of all hopes, desires of His Creation and dear to all.

ਪਰੰ ਪਰਮ ਈਸ ਹੈਂ॥	Paran Param Oos Hain||
ਸਮਸਤੁਲ ਅਦੀਸ ਹੈਂ॥	Samastul Adoos Hain||
ਅਦੇਸੁਲ ਅਲੇਖ ਹੈਂ॥	Adesul Alekh Hain||
ਹਮੇਸੁਲ ਅਭੇਖ ਹੈਂ॥ ੧੫੭॥	Hamesul Abhekh Hain||157||

157	ਪਰਮ ਈਸ	ਸਮਸਤੁਲ ਅਦੀਸ	ਅਦੇਸੁਲ ਅਲੇਖ	ਹਮੇਸੁਲ ਅਭੇਖ
	Lord of lords	Hidden of all	country less account less	ever garbles

ਪ੍ਰਭ ਸੰਸਾਰਕ ਗੁਰੂਆਂ ਦਾ ਅਸਲੀ ਗੁਰੂ ਹੈ । ਪ੍ਰਭ ਸਭ ਦੀ ਪਹੁੰਚ ਤੋਂ ਦੂਰ ਰਹਿੰਦਾ ਹੈ । ਪ੍ਰਭ ਦਾ ਕੋਈ ਇਕ ਥਾਂ ਤੇ ਆਸਣ ਨਹੀਂ ਹੈ, ਨਾ ਹੀ ਆਪਣੇ ਕੀਤੇ ਦੇ ਲੇਖੇ ਵਿੱਚ ਹੀ ਆਉਂਦਾ ਹੈ । ਪ੍ਰਭ ਜੀਵ ਦੀ ਪਹੁੰਚ, ਛੋਹਣ ਤੋਂ ਅਲੱਗ ਹੈ ।

The Lord of all lords, The True Guru of all worldly prophets remains beyond the reach and comprehension of His Creation. He has no throne at any specific place. He dwells within body of every creature and his body remains His Holy Temple, Throne. He remains beyond any accountability of any of His deeds, miracles, blessings. He remains beyond any physical reach of His Creation. He has no physical existence.

ਜਿਮੀਨੁਲ ਜਮਾ ਹੈਂ॥	Zamoondul Zamaa Hain||
ਅਮੀਕੁਲ ਇਮਾ ਹੈਂ॥	Ameekul Imaa Hain||
ਕਰੀਮੁਲ ਕਮਾਲ ਹੈਂ॥	Daroomul Kamaal Hain||
ਕਿ ਜੁਰਅਤਿ ਜਮਾਲ ਹੈਂ॥ ੧੫੮॥	Ki Jurat(i) Jamaal Hain||158||

158	ਜ਼ਮੀਨੁਲ ਜ਼ਮਾ	ਅਮੀਕੁਲ ਇਮਾ	ਕਰੀਮੁਲ ਕਮਾਲ	ਜੁਰਅਤਿ ਜਮਾਲ
	Earth Heaven	Most profound sign	Embodiment of courage	Embodiment of beauty

ਪ੍ਰਭ ਸ੍ਰਿਸਟੀ ਵਿੱਚ ਹੀ ਰਹਿੰਦਾ ਹੈ, ਸ੍ਰਿਸ਼ਟੀ ਹੀ ਸਵਰਗ ਹੈ । ਪ੍ਰਭ ਸ਼ਬਦ ਦੀ ਸੋਝੀ ਦਾ ਡੂੰਘਾ ਖਜ਼ਾਨਾ ਹੈ । ਪ੍ਰਭ ਸੁੰਦਰਤਾ ਦਾ, ਤਾਕਤ, ਹੌਸਲਾ ਦਾ ਸੋਮਾ, ਮੁਨਾਰਾ ਹੈ ।

The True Master dwells within the body of each creature; the universe is heaven to sanctify soul to become worthy of His Consideration. The True Master remains the fountain and unlimited treasure of enlightenment of the essence of His Word, His Nature. He remains the pillar, fountain of beauty, strength, courage.

ਕਿ ਅਚਲੰ ਪ੍ਰਕਾਸ ਹੈਂ॥	Ki Achalan Prakaas Hain||
ਕਿ ਅਮਿਤੋ ਸੁਬਾਸ ਹੈਂ॥	Ki Amito Soubaas Hain||
ਕਿ ਅਜਬ ਸਰੂਪ ਹੈ॥	Ki Ajab Saroophain||
ਕਿ ਅਮਿਤੋ ਬਿਭੂਤ ਹੈਂ॥ ੧੫੯॥	Ki Amito Bibhoot Hain||159||

159	ਅਚੱਲ ਪ੍ਰਕਾਸ	ਅਮਿਤੋ ਸੁਬਾਸ	ਅਜਬ ਸਰੂਪ	ਅਮਿਤੋ ਬਿਭੂਤ
	Perpetual illumination	Limitless fragrance	wonderful entity	Limitless Grandeur

ਪ੍ਰਭ ਦੀ ਰੋਸ਼ਨੀ ਸਦਾ ਹੀ ਅਡੋਲ ਚਲਦੀ ਰਹਿੰਦੀ ਹੈ । ਪ੍ਰਭ ਦੀ ਸੁਗੰਧ, ਅਤੁਟ, ਨਾ ਖਤਮ ਹੋਣ ਵਾਲੀ ਹੈ । ਪ੍ਰਭ ਦੀ ਸ਼ਾਨ, ਅਨੋਖੀ ਅਤੇ ਅਤੁਟ ਰਹਿੰਦੀ ਹੈ ।

The eternal glow of His Holy Spirit remains steady and stable, everlasting. His fragrance remains permanent and non-vanishing. His glory remains astonishing and incomparable.

ਕਿ ਅਮਿਤੋ ਪਸਾ ਹੈਂ॥	Ki Amito Pasaa Hain||
ਕਿ ਆਤਮ ਪ੍ਰਭਾ ਹੈਂ॥	Ki Aatam Prabhaa Hain||
ਕਿ ਅਚਲੰ ਅਨੰਗ ਹੈ॥	Ki Achalan Anan Hain||
ਕਿ ਅਚੱਲ ਅਭੰਗ ਹੈਂ॥ ੧੬੦॥	Ki Amito Abhan Hain||160||

160	ਅਮਿਤੋ ਪਸਾ	ਆਤਮ ਪ੍ਰਭਾ	ਅਚਲੰ ਅਨੰਗ	ਅਮਿਤੋ ਅਭੰਗ
	Limitless Expanses	Self-luminous	Steady and Limbless	infinite indestructible

ਪ੍ਰਭ ਦੀ ਜੋਤ ਦਾ ਪਸਾਰਾ ਅਥਾਹ ਹੈ । ਪ੍ਰਭ ਦੀ ਰੋਸ਼ਨੀ, ਚਮਕ ਆਪੇ ਆਪ ਵਿਚੋਂ ਹੀ ਪੈਦਾ ਹੁੰਦੀ ਹੈ । ਪ੍ਰਭ ਅਕਾਰ ਰਹਿਤ, ਸਦਾ ਸਮਰਥ ਰਹਿੰਦਾ ਹੈ । ਪ੍ਰਭ ਸ਼ਬਦ ਦੀ ਸੋਝੀ ਰੂਪੀ ਅੰਮ੍ਰਿਤ ਦਾ ਅਤੁਟ ਭੰਡਾਰ ਹੈ । ਪ੍ਰਭ ਦੀ ਹੋਂਦ ਦਾ ਕਦੇ ਨਾਸ਼ ਨਹੀਂ ਕੀਤਾ ਜਾ ਸਕਦਾ ।

The shine, glow of His Holy Spirit erupts from within. The expansion of His Holy Spirit remains infinite, beyond any comprehension of His Creation. The body-less True Master remains always potent capable to perform all functions at His Own Power. The True Master remains an unlimited treasure of enlightenment of the essence of His Word, His Nature. His Existence may never be destroyed nor eliminated.

17. ਮਧੁਭਾਰ ਛੰਦ॥ ਤ੍ਵਪ੍ਰਸਾਦਿ॥ Madhoubhaar Chhand|| Tva Prasaadh|

ਮੁਨਿ ਮਨਿ ਪ੍ਰਨਾਮ॥	Mounndi) Man(i) Pranaam||
ਗੁਨ ਗਨ ਮੁਦਾਮ॥	Goun(i) Gad Mudaam||
ਅਰਿ ਬਰ ਅਗੰਜ॥	Ar(i) Bar Agadj||
ਹਰਿ ਨਰ ਪ੍ਰਭੰਜ॥ ੧੬੧॥	Har(i) Nar Prabhanj||161||

161	ਮਨਿ ਪ੍ਰਨਾਮ	ਗਨ ਮੁਦਾਮ	ਬਰ ਅਗੰਜ	ਨਰ ਪ੍ਰਭੰਜ
	Bow within mind	Treasure of Virtues	Cannot be destroyer	Destroyer of all

ਜੀਵ ਆਪਣੇ ਮਨ ਵਿੱਚ ਪ੍ਰਭ ਨੂੰ ਪ੍ਰਨਾਮ ਕਰੋ! ਪ੍ਰਭ ਗੁਣਾਂ ਦਾ ਖਜ਼ਾਨਾ ਹੈ । ਪ੍ਰਭ ਦੀ ਹੋਂਦ, ਕੁਦਰਤ ਨੂੰ ਕੋਈ ਨਾਸ਼ ਨਹੀਂ ਕਰ ਸਕਦਾ । ਪ੍ਰਭ ਸਭ ਕੁਝ ਇਕ ਪਲ ਵਿੱਚ ਹੀ ਤਬਾਹ ਕਰ ਸਕਦਾ ਹੈ ।

You should bow your head to The True Guru seated within your heart. His Word is the treasure of virtues. His Existence, His Nature cannot be destroyed. The True Master may create or destroys anything, everything in a twinkle of eyes.

ਅਨ ਗਨ ਪ੍ਰਨਾਮ॥	An guan Pranaam||
ਮੋਨਿ ਮਨ ਸਲਾਮ॥	Mounndi) Man(i) Salaam||
ਹਰ ਨਰ ਅਖੰਡ॥	Har Nar Akhannd||
ਬਰ ਨਰ ਅਮੰਡ॥ ੧੬੨॥	Bar Nar Amannd||162

162	ਗਨ ਪ੍ਰਨਾਮ	ਮਨਿ ਸਲਾਮ	ਨਰ ਅਖੰਡ	ਨਰ ਅਮੰਡ
	innumerable bow	salute within mind	Complete Controller	cannot be incarnated

ਅਨੇਕਾਂ ਹੀ ਪ੍ਰਭ ਅੱਗੇ ਸਿਰ ਝੁਕਾਉਂਦੇ ਹਨ । ਸਦਾ ਹੀ ਮਨ ਵਿੱਚ ਪ੍ਰਭ ਨੂੰ ਪ੍ਰਨਾਮ ਕਰੋ! ਸਾਰੀ ਸ੍ਰਿਸ਼ਟੀ ਵਿੱਚ ਪ੍ਰਭ ਦਾ ਪੂਰਨ ਹੁਕਮ ਚਲਦਾ ਹੈ । ਕਿਸੇ ਨੂੰ ਪ੍ਰਭ ਦਾ ਰੂਪ ਮੰਨਕੇ ਗੱਦੀ ਤੇ ਥਾਪਿਆ ਨਹੀਂ ਜਾ ਸਕਦਾ ।

Countless devotee worship and bow their head in gratitude for His Blessings. You should always meditate on the teachings of His Word within. His Command prevails in the universe. You should never incarnate any one on the throne to be worshipped as a symbol of The True Master nor call him Sat Guru.

ਅਨਭਵ ਅਨਾਸ॥	Anbhav Anaas||
ਮੁਨਿ ਮਨ ਪ੍ਰਕਾਸ॥	Mounndi) Man(i) Prakaas||
ਗੁਨ ਗਨ ਪ੍ਰਨਾਮ॥	Goun(i) Gad Pranaam||
ਜਮ ਥਲ ਮੁਦਾਮ॥ ੧੬੩॥	Jal Thal Mudaam||163||

163	ਅਨਭਵ ਅਨਾਸ	ਮਨਿ ਪ੍ਰਕਾਸ	ਗਨ ਪਨਾਮ	ਥਲ ਮੁਦਾਮ
	eternal knowledge	illumination in heart	virtuous bow	pervade in water land

ਪ੍ਰਭ ਰੂਹਾਨੀ ਸੋਝੀ ਦਾ ਸੋਮਾ, ਭੰਡਾਰ ਹੈ । ਪ੍ਰਭ ਦੀ ਰੋਸ਼ਨੀ, ਤਨ, ਮਨ ਅੰਦਰ ਚਾਣਨ ਕਰਦੀ ਚਮਕਦੀ ਹੈ । ਇਕ ਉਚੇ ਆਚਰਨ ਵਾਲੀ ਜੋਤ, ਪ੍ਰਭ ਨੂੰ ਪ੍ਰਨਾਮ ਕਰੋ । ਪ੍ਰਭ ਜਲ, ਥਲ ਵਿੱਚ ਵਾਪਰਦਾ, ਸਮਾਇਆ ਰਹਿੰਦਾ ਹੈ ।

The Eternal Holy Spirt, True Master is the fountain, treasure of enlightenment of the essence of His Word. His Eternal, Spiritual glow shines within every mind and body of a creature. You should always worship or bow your head to an extreme ethics Holy Spirit. He remains embedded within water, earth and prevails everywhere.

ਅਨਛਿੱਜ ਅੰਗ॥ ਆਸਨ ਅਭੰਗ॥ Anchhijj An|| Aasan Abhan||
ਉਪਮਾ ਅਪਾਰ॥ Oupmaa Apaar||
ਗਤਿ ਮਿਤਿ ਉਦਾਰ॥ ੧੬੪ Gad(i) Mit(i) Udaar||164||

164	ਅਨਛਿੱਜ ਅੰਗ	ਆਸਨ ਅਭੰਗ	ਉਪਮਾ ਅਪਾਰ	ਗਤਿ ਮਤਿ ਉਦਾਰ
	Unbreakable body	seat perpetual	praises boundless	Most generous

ਅਕਾਰ ਰਹਿਤ ਪ੍ਰਭ, ਇਕ ਨਾ ਟੁਟਣ ਵਾਲੀ ਜੋਤ, ਹੋਂਦ ਹੈ । ਸ੍ਰਿਸ਼ਟੀ ਵਿੱਚ ਪ੍ਰਭ ਦਾ ਤਖਤ, ਆਤਮਾ ਵਿੱਚ, ਸਦਾ ਹੀ ਅਡੋਲ ਚਲਦਾ ਰਹਿੰਦਾ ਹੈ । ਪ੍ਰਭ ਦੇ ਗੁਣਾਂ ਦੀ ਉਸਤੱਤ ਦੀ ਕੋਈ ਹੱਦ ਨਹੀਂ ਹੈ । ਪ੍ਰਭ ਸਦਾ ਤੋਂ ਜ਼ਿਆਦਾ, ਵੱਡਾ ਦਿਆਲੂ ਹੈ ।

The body-less Holy Spirit can never be broken nor His Existence can be eliminated. His Holy Throne remains in the 10th cave of soul within his own body. The glory of His Virtues remains beyond any limits, boundary. The True Master remains utmost compassionate and generous.

ਜਲ ਥਲ ਅਮੰਡ॥ ਦਿਸ ਵਿਸ ਅਭੰਡ॥ Jal Thal Amannd||Dis Vis Abhand||
ਜਲ ਥਲ ਮਹੰਤ॥ Jal Thal Mahant||
ਦਿਸ ਵਿਸ ਬਿਅੰਤ॥ ੧੬੫॥ Dis Vis Beant||165||

165	ਜਲ ਥਲ ਅਮੰਡ	ਦਿਸ ਵਿਸ ਅਭੰਡ	ਜਲ ਥਲ ਮਹੰਤ	ਦਿਸ ਵਿਸ ਬਿਅੰਤ
	glorious in water, land	free from slander	Supreme in water earth	endless in all directions

ਪ੍ਰਭ ਦੀ ਸ਼ਾਨ, ਹੋਂਦ, ਜੈਕਾਰ ਪਾਣੀ ਵਿੱਚ, ਧਰਤੀ ਤੇ ਅਡੋਲ ਹੁੰਦੀ ਹੈ । ਪ੍ਰਭ ਨਿੰਦਾਂ, ਚੁਗੀ ਦੇ ਪ੍ਰਭਾਵ ਤੋਂ ਰਹਿਤ, ਬਾਹਰ ਹੈ । ਪ੍ਰਭ ਦੀ ਸੋਝੀ ਦਾ ਪਸਾਰਾ ਅਨੇਕ ਦਿਸ਼ਾ, ਸਾਰੀ ਸ੍ਰਿਸ਼ਟੀ ਵਿੱਚ ਹੀ ਬੇਅੰਤ ਰਹਿੰਦਾ ਹੈ ।

The Existence, glory, glamor of the True Master remains unchanged and prevails in water and on earth everywhere. The True Master remains beyond the influence of slandering and back-biting. The expansion of His Holy Spirit remains blossoming in all directions and in all universes.

ਅਨਭਵ ਅਨਾਸ॥ Anbhav Anaas||
ਧ੍ਰਿਤ ਧਰ ਧੁਰਾਸ॥ Dhrit Dhar Dhuraas||
ਆਜਾਨ ਬਾਹੁ॥ Aajaan Baah(u)||
ਏਕੈ ਸਦਾਹੁ॥ ੧੬੬॥ Ekai Sadaah(u)||166||

166	ਅਨਭਵ ਅਨਾਸ	ਧ੍ਰਿਤਧਰ ਧੁਰਾਸ	ਆਜਾਨ ਬਾਹੁ	ਏਕੈ ਸਦਾਹੁ
	Eternal Knowledge	Supreme among Contented	Arm of gods	ever the only one

ਪ੍ਰਭ ਰੂਹਾਨੀ ਸੋਝੀ ਦਾ ਭੰਡਾਰਾ ਹੈ । ਪ੍ਰਭ ਸਭ ਸੰਤੋਖੀਆਂ ਵਿੱਚ ਵੱਡਾ ਸੰਤੋਖੀ ਹੈ । ਪ੍ਰਭ ਦੀ ਬਾਂਹ, ਪਹੁੰਚ ਹਰ ਥਾਂ, ਜੀਵ, ਸਾਰੀ ਸ਼੍ਰਿਸ਼ਟੀ ਵਿੱਚ ਹੀ ਹੈ । ਪ੍ਰਭ ਸਦਾ ਹੀ ਇਕੋ ਇਕ ਰੂਹਾਨੀ, ਅਸਲੀ ਸ੍ਰਿਸ਼ਟੀ ਪੈਦਾ ਕਰਨਵਾਲਾ ਮਾਲਕ ਹੈ ।

The True Master remains a treasure of all eternal enlightenments. The True Master remains the most contented among all worldly satisfied devotees. Everything in the universe remains under His Command within His reach. The One and Only One Eternal Holy Spirit, True Master is the creator of all universe.

ਓਅੰਕਾਰ ਆਦਿ॥ ਕਥਨੀ ਅਨਾਦਿ॥ Oankaar Aadh|| Kathnoo Anaadh||
ਖਲ ਖੰਡ ਖਿਆਲ॥ Khal Khanndkhiaal||
ਗੁਰ ਬਰ ਅਕਾਲ॥ ੧੬੭॥ Gur Bar Akaal||167||

167	ਓਅੰਕਾਰ ਆਦਿ	ਕਥਨੀ ਅਨਾਦਿ	ਖਲ ਖੰਡ ਖਿਆਲ	ਗੁਰ ਬਰ ਅਕਾਲ
	Origin of Creation	without beginning	destroyer of Tyrants	Supreme immortal

ਅਕਾਰ ਰਹਿਤ ਪ੍ਰਭ ਸ੍ਰਿਸ਼ਟੀ ਦਾ ਮੁੱਢ, ਸੋਮਾ ਹੈ । ਪ੍ਰਭ ਜ਼ੁਲਮਾਂ ਦਾ ਨਾਸ਼ ਕਰਨਵਾਲੀ ਉਤਮ ਜੋਤ, ਹੋਂਦ ਹੈ । ਸਾਰੀ ਸ੍ਰਿਸ਼ਟੀ ਹੀ ਪ੍ਰਭ ਦੀ ਜੋਤ ਦਾ ਪਸਾਰਾ ਹੈ ।

The Supreme Immortal Holy Spirit may destroy or eliminate all tyrants. He is beyond any known beginning nor end. The body-less True Master is the origin of the universe. The whole universe is the expansion of His Holy Spirit.

ਘਰ ਘਰ ਪ੍ਰਨਾਮ॥ ਚਿਤ ਚਰਨ ਨਾਮ॥ Ghar Ghar(i) Pranaam|| Chit Charan Naam||
ਅਨਛਿਜ ਗਾਤ॥ Anchhij Gadt||
ਆਜਿਜ ਨ ਬਾਤ॥ ੧੬੮॥ Aajij Na Baat||168||

168	ਘਰਿ ਪ੍ਰਨਾਮ	ਚਿਤ ਚਰਨ ਨਾਮ	ਅਨਛਿੱਜ ਗਾਤ	ਆਜਿਜ ਬਾਤ
	Honored everywhere	Word meditated in every heart	never be old	never subservient

ਸਾਰੀ ਸ੍ਰਿਸ਼ਟੀ ਹੀ ਪ੍ਰਭ ਦੀ ਜੈਕਾਰ ਗਾਉਂਦੀ ਹੈ । ਪ੍ਰਭ ਦੇ ਸ਼ਬਦ ਦੀ ਗੂੰਜ ਹਰਇਕ ਆਤਮਾ ਵਿੱਚ ਚਲਦੀ, ਵਸਦੀ ਹੈ । ਪ੍ਰਭ ਸਮੇਂ ਦੇ ਪ੍ਰਭਾਵ ਤੋਂ ਰਹਿਤ, ਕਦੇ ਬੁਢੇਪਾ ਨਹੀਂ ਆਉਂਦਾ । ਪ੍ਰਭ ਤੇ ਕਿਸੇ ਦਾ ਜ਼ੋਰ ਨਹੀਂ ਚਲਦਾ, ਜਿੱਤ ਨਹੀਂ ਪਾਈ ਜਾ ਸਕਦੀ ।

The whole universe sings the glory of The True Master. The everlasting echo of His Word remain resonating within each soul within his body. The True Master remains beyond the effect of time; He may never become old, feeble. No one may ever conquer, change His Command nor influence His Blessed Vision.

ਅਨਝੰਝ ਗਾਤ॥ ਅਨਰੰਜ ਬਾਤ॥ Anjhanjh Gadt||Anranj Baat||
ਅਨਟੁਟ ਭੰਡਾਰ॥ ਅਨਠਟ ਅਪਾਰ॥ ੧੬੯॥ Antout Bhandaar||Anthat Apaar||169||

169	ਅਨਝੰਝ ਗਾਤ	ਅਨਰੰਜ ਬਾਤ	ਅਨਟੁਟ ਭੰਡਾਰ	ਅਨਠਟ ਅਪਾਰ
	body ever steady	Rage free	inexhaustible treasure	uninstalled boundless

ਪ੍ਰਭ ਦੀ ਹੋਂਦ ਸਦਾ ਹੀ ਅਡੋਲ, ਸਿਥਤ, ਕਰੋਧ ਤੋਂ ਰਹਿਤ ਹੁੰਦੀ ਹੈ । ਪ੍ਰਭ ਦੀ ਹੋਂਦ ਸ਼ਬਦ ਦੀ ਸੋਝੀ ਦਾ ਅਤੁਟ, ਨਾ ਖਤਮ ਹੋਣ ਵਾਲਾ ਖਜ਼ਾਨਾ ਹੈ । ਪ੍ਰਭ ਦੇ ਸ਼ਬਦ ਦੀ ਗੂੰਜ ਨੂੰ ਮਨ, ਆਤਮਾ ਵਿਚੋਂ ਦੂਰ, ਖਤਮ ਨਹੀਂ ਕੀਤਾ ਜਾ ਸਕਦਾ ।

His Existence remains steady and stable, ultimate without any anger nor grievance. His Existence remains inexhaustible treasure of the enlightenment of the essence of His Word. The echo of his Word can never be eliminated from resonating within the soul of any creatures.

ਆਡੀਠ ਧਰਮ॥ ਅਤਿ ਢੀਠ ਕਰਮ॥ Aadooth Dharam|| At(i) Dhooth Karam||
ਅਨਬ੍ਰਣ ਅਨੰਤ॥ Anbran Anant||
ਦਾਤਾ ਮਹੰਤ॥ ੧੭੦॥ Daataa Mahant||170||

170	ਅਡੀਠ ਧਰਮ	ਅਤਿ ਢੀਠ ਕਰਮ	ਅਣਬ੍ਰਣ ਅਨੰਤ	ਦਾਤਾ ਮਹੰਤ
	law imperceptible	Actions fearless	invincible infinite	supreme donor

ਪ੍ਰਭ ਦੇ ਸ੍ਰਿਸ਼ਟੀ ਦੇ ਨਿਯਮਾਂ ਦੀ ਸੋਝੀ, ਸ੍ਰਿਸ਼ਟੀ ਦੇ ਜੀਵਾਂ ਦੀ ਸਮਝ ਤੋਂ ਬਾਹਰ ਹੈ । ਪ੍ਰਭ ਦੇ ਕਰਤਵ ਕਿਸੇ ਦੇ ਪ੍ਰਭਾਵ, ਜ਼ੋਰ ਅੰਦਰ ਨਹੀਂ ਹਨ । ਪ੍ਰਭ ਦੀ ਤਾਕਤ ਇਤਨੀ ਹੈ, ਕੋਈ ਵੀ ਜ਼ੋਰ, ਬੰਦਗੀ, ਆਪਣੀ ਸਿਆਣਪ ਨਾਲ ਪ੍ਰਭ ਦਾ ਭਾਣਾ ਬਦਲ ਨਹੀਂ ਸਕਦਾ । ਪ੍ਰਭ ਸਭ ਤੋਂ ਵੱਡਾ ਦਾਨੀ ਹੈ ।

The enlightenment of disciplines of His Nature, His Blessings remains beyond any comprehension of His Creation. His miracles, His Blessings may never be affected, changed with any curse or blessings of any worldly prophets or so-called worldly gurus. The True Master has such an infinite power, no one may conquer nor change His Command with his meditation or wisdom.

18. ਹਰਬੋਲਮਨਾ ਛੰਦ॥ ਤ੍ਵਪ੍ਰਸਾਦਿ॥ Har(i) Bolmanaa Chhand॥ Tva Prasad(i)॥

ਕਰੁਣਾਲਯ ਹੈਂ॥ ਅਰਿ ਘਾਲਯ ਹੈਂ॥ Karounaalya Hain|| Ar(i) Dhaalya Hain||
ਖਲ ਖੰਡਨ ਹੈਂ॥ Khal Khanndan Hain||
ਮਹਿ ਮੰਡਨ ਹੈਂ॥ ੧੭੧॥ Maih Mandan Hain||171||

171	ਕਰੁਣਲਯ	ਘਾਲਯ	ਖਲ ਖੰਡਨ	ਮਹਿ ਮੰਡਨ
	House of mercy	Destroyer of enemies	Killer of evil persons	Ornamentation of earth

ਪ੍ਰਭ ਦੀ ਹੋਂਦ ਤਰਸ ਦਾ ਅਮੋਲਕ ਖਜ਼ਾਨਾ ਹੈ । ਪ੍ਰਭ ਆਪਣੇ ਦਾਸ ਦੇ ਸਾਰੇ ਦੁਸ਼ਮਣਾਂ ਦਾ ਨਾਸ਼ ਕਰ ਦੇਂਦਾ ਹੈ । ਬੁਰੇ ਕੰਮ ਕਰਨਵਾਲੇ ਨੂੰ ਤਬਾਹ ਕਰ ਦੇਂਦਾ ਹੈ । ਪ੍ਰਭ ਦੀ ਜੋਤ ਸ੍ਰਿਸ਼ਟੀ ਦਾ ਸ਼ਿੰਗਾਰ ਹੈ ।

His Existence remains an ambrosial treasure of compassion. The True Master may eliminate, destroy all enemies of His true devotee. He may destroy, eliminate all evil doers from the universe. His Holy Spirit remains an embellishment of His Creation.

ਜਗਤੇਸੁਰ ਹੈਂ॥ ਪਰਮੇਸੁਰ ਹੈਂ॥ Jagtesvar Hain|| Parmesvar Hain||
ਕਲਿ ਕਾਰਨ ਹੈਂ॥ Kal(i) Kaaran Hain||
ਸਰਬ ਉਬਾਰਨ ਹੈਂ॥ ੧੭੨॥ Sarab Oubaaran Hain||172||

172	ਜਗਤੇਸੁਰ	ਪਰਮੇਸੁਰ	ਕਲਿ ਕਾਰਣ	ਸਰਬ ਉਬਾਰਣ
	The Master of universe	Supreme Master	cause of strife	Savior of all

ਪ੍ਰਭ ਹੀ ਸ੍ਰਿਸ਼ਟੀ ਦਾ ਇਕੋ ਇਕ, ਸਭ ਤੋਂ ਵੱਡਾ ਮਾਲਕ ਹੈ । ਪ੍ਰਭ ਦੇ ਸ਼ਬਦ ਦੇ ਨਿਯਮ, ਸੰਸਾਰਕ ਧਰਮ ਦੇ ਨਿਯਮਾਂ ਤੋਂ ਬਹੁਤ ਦੂਰ ਹਨ । ਪ੍ਰਭ ਹੀ ਸਾਰੇ ਜੀਵਾਂ ਦਾ ਰਖਵਾਲਾ ਹੈ ।

The One and Only One True Master may be the greatest of All creator of His Creation. The principles, ethics of His Word remains for away from the religious rituals, guiding principles of religions. The One and Only One True Master, Protector of all creatures.

ਧ੍ਰਿਤ ਕੇ ਧਰਨ ਹੈਂ॥ ਜਗ ਕੇ ਕਰਨ ਹੈਂ॥ Dhrit Ke Dhran Hain|| Jag Ke Kran Hain||
ਮਨ ਮਾਨਿਯ ਹੈਂ॥ Man Maaniya Hain||
ਜਗ ਜਾਨਿਯ ਹੈਂ॥ ੧੭੩॥ Jag Jaaniya Hain||173||

173	ਧ੍ਰਿਤ ਧ੍ਰਣ	ਜਦ ਕ੍ਰਣ	ਮਨ ਮਾਨਿਯ	ਜਦ ਜਾਨਿਯ
	Support of earth	Creator of Universe	Worshipped in heart	Known in world

ਪ੍ਰਭ ਦਾ ਸ਼ਬਦ, ਨਿਯਮ ਹੀ ਧਰਤੀ ਦਾ ਧੁਰਾ ਹੈ । ਇਕੋ ਇਕ ਪ੍ਰਭ ਹੀ ਸ੍ਰਿਸ਼ਟੀ ਪੈਦਾ ਕਰਨਵਾਲਾ ਮਾਲਕ ਹੈ । ਹਰਇਕ ਜੀਵ ਹੀ ਆਪਣੇ ਦਿਲ ਵਿੱਚ ਪ੍ਰਭ ਦੀ ਪੂਜਾ ਕਰਦਾ ਹੈ । ਸਾਰੀ ਸ਼੍ਰਿਸ਼ਟੀ ਹੀ ਪ੍ਰਭ ਦੀ ਹੋਂਦ ਨੂੰ ਮੰਨਦੀ ਹੈ ।

The One and Only One True Master, is the creator of the universe. The essence of His Word remains the center post, pillar of holding earth. Every one worship, remember His Holy Spirit within his own heart in his own way. The whole universe recognizes and accepts The True Master as the One and Only One Creator.

ਸਰਬੰ ਭਰ ਹੈਂ॥ ਸਰਬੰ ਕਰ ਹੈਂ॥ Saraban Bhar Hain|| Saraban Kar Hain||
ਸਰਬ ਪਾਸਿਯ ਹੈਂ॥ Sarab Paasiya Hain||
ਸਰਬ ਨਾਸਿਯ ਹੈਂ॥ ੧੭੪॥ Sarab Naasiya Hain||174||

174	ਸਰਬੰ ਭਰ	ਸਰਬੰ ਕਰ	ਸਰਬ ਪਾਸਿਯ	ਸਰਬ ਨਾਸਿਯ
	Sustainer of all	Creator of all	Pervade in all	Destroyer all

ਪ੍ਰਭ ਹੀ ਇਕੋ ਇਕ ਸ੍ਰਿਸ਼ਟੀ ਨੂੰ ਪੈਦਾ ਕਰਨਵਾਲਾ ਅਸਲੀ ਮਾਲਕ, ਸ੍ਰਿਸ਼ਟੀ ਦੀ ਪਾਲਣਾ ਪੋਸਨਾ, ਰਖਿਆ ਕਰਦਾ ਹੈ । ਹਰਇਕ ਥਾਂ ਤੇ, ਹਰਇਕ ਜੀਵ ਦੇ ਮਨ ਵਿੱਚ ਵਸਦਾ, ਵਾਪਰਦਾ ਹੈ । ਕੇਵਲ ਪ੍ਰਭ ਹੀ ਆਪਣੀ ਪੈਦਾ ਕੀਤੇ ਜੀਵ ਨੂੰ ਮੌਤ ਦੇ ਸਕਦਾ ਹੈ ।

The One and Only One True Master, creator of the universe, nourishes, protects His Creation. The True Master remains embedded within each soul and dwells within his body and everywhere in the universe, His Nature.

ਕਰੁਣਾਕਰ ਹੈਂ॥ ਬਿਸ੍ੰਭਰ ਹੈਂ॥ Karounaakar Hain|| Bisvanbhar Hain||
ਸਰਬੇਸ੍ਵਰ ਹੈਂ॥ਜਗਤੇਸ੍ਵਰ ਹੈਂ॥ ੧੭੫॥ Sarabesvar Hain|| Jagadesvar Hain||175||

175	ਕਰੁਣਾਕਰ	ਬਿਸ੍ੰਭਰ	ਸਰਬੇਸ੍ਵਰ	ਜਗਤੇਸ੍ਵਰ
	Fountain of Compassion	Nourisher of universe	Master of all	Master of universe

ਪ੍ਰਭ ਦਾ ਸ਼ਬਦ ਹੀ ਸ੍ਰਿਸ਼ਟੀ ਵਿਚ ਤਰਸ, ਰਹਿਮਤ ਦਾ ਸੋਮਾ ਹੈ । ਪ੍ਰਭ ਸਭ ਜੀਵਾਂ ਨੂੰ ਭੋਜਨ ਬਖਸ਼ਦਾ ਹੈ । ਇਕੋ ਇਕ ਪ੍ਰਭ ਹੀ ਸ੍ਰਿਸ਼ਟੀ ਦਾ ਪੈਦਾ ਕਰਨਵਾਲਾ, ਅਸਲੀ ਮਾਲਕ ਹੈ ।

The teachings of His Word remain a fountain of compassion, treasure of all virtues, all blessings. The True Master blesses the source of nourishment to His Creation. The One and only One True Master, Creator of the universe!

ਬ੍ਰਹਮੰਡਸ ਹੈਂ॥ ਖਲ ਖੰਡਸ ਹੈਂ॥ Brahmandas Hain|| Kl Khandas Hain||
ਪਰ ਤੇ ਪਰ ਹੈਂ॥ Par Te Par Hain||
ਕਰੁਣਾਕਰ ਹੈਂ॥ ੧੭੬॥ Karounaakar Hain||176||

176	ਬ੍ਰਹਮੰਡਸ	ਖਲ ਖੰਡਸ	ਪਰ ਤੇ ਪਰ	ਕਰੁਣਾਕਰ
	life of universe	Destroyer of evil doer	Beyond everything	Fountain of mercy

ਪ੍ਰਭ ਦਾ ਸ਼ਬਦ, ਪ੍ਰਭ ਹੀ ਸ੍ਰਿਸ਼ਟੀ ਵਿੱਚ ਤਰਸ, ਰਹਿਮਤ ਦਾ ਸੋਮਾ ਹੈ । ਜੀਵਾਂ ਨੂੰ ਸਵਾਸ ਬਖਸ਼ਣ ਵਾਲਾ, ਸਵਾਸਾ ਦਾ ਮਾਲਕ, ਖਜ਼ਾਨਾ ਹੈ । ਪ੍ਰਭ ਦਾ ਸ਼ਬਦ, ਜੀਵ ਦੀ ਪਹੁੰਚ, ਪ੍ਰਭਾਵ ਤੋਂ ਉਪਰ ਹੈ । ਪ੍ਰਭ ਹੀ ਬੁਰੇ ਕੰਮ ਕਰਨਵਾਲੇ ਨੂੰ ਨਾਸ਼ ਕਰਦਾ, ਕੀਤੇ ਦਾ ਫਲ ਬਖਸ਼ਦਾ ਹੈ ।

The essence of His Word remains the fountain of compassion, blessings in the universe. The True Master blesses breathes to His Creation, and remains A Trustee of his breathes. The Teachings of His Word remains beyond the reach and influence of any worldly creature, guru. Only The True Master may destroy the evil doer; he may endure the judgement of his worldly deeds.

ਅਜਪਾ ਜਪ ਹੈਂ॥ ਅਥਪਾ ਥਪ ਹੈਂ॥ Ajapaa Jap Hain|| Ahapaa Thap Hain||
ਅਕ੍ਰਿਤਾ ਕ੍ਰਿਤ ਹੈਂ॥ Akridaa Krit Hain||
ਅੰਮ੍ਰਿਤਾ ਮਿਤ੍ਰ ਹੈਂ॥ ੧੭੭॥ Amritaa Mrt Hain||177||

177	ਅਜਪਾਜਪ	ਅਥਪਾਥਤ	ਅਮ੍ਰਿਤਾ ਕ੍ਰਿਤ	ਅਮ੍ਰਿਤਾ ਮ੍ਰਿਤ
	un-muttered Mantra	can't be installed by none	image can't be fashioned	immortal

ਪ੍ਰਭ ਇਕ ਅਮਰ, ਸਦਾ ਰਹਿਣ ਵਾਲੀ ਜੋਤ, ਹੌਂਦ ਹੈ । ਪ੍ਰਭ ਦੇ ਸ਼ਬਦ ਦੀ ਧੁਨ ਜੀਵ ਦੇ ਮਨ ਵਿੱਚ ਸੁਣਾਈ ਨਹੀਂ ਦੇਂਦੀ । ਪ੍ਰਭ ਦੀ ਕੋਈ ਤਸਵੀਰ, ਮੂਰਤੀ ਬਣਾਈ ਨਹੀਂ ਜਾ ਸਕਦੀ । ਕਿਸੇ ਜੀਵ ਨੂੰ ਪ੍ਰਭ ਦੀ ਗੱਦੀ ਤੇ ਥਾਪਿਆ ਨਹੀਂ ਜਾ ਸਕਦਾ । ਗੱਦੀ ਤੇ ਥਾਪਣ ਨਾਲ ਸੰਤ ਅਵਸਥਾ ਬਖਸ਼ਿਸ਼ ਨਹੀਂ ਹੋ ਜਾਂਦੀ ।

The True Master, remains an immortal eternal Holy Spirit. His true devotee may hear the everlasting echo of His Word resonating within his heart. The statue, picture of The True Master may never be painted. No one may ever be incarnated on the throne as True Guru; however, all religions are incarnating human as worldly guru and pray for his forgiveness and refuge. By incarnating any human on worldly throne as a Holy saint or Guru; he may never be blessed with state of mind as His true devotee, a saintly state of mind.

ਅਮ੍ਰਿਤਾ ਮਿਤ੍ਰ ਹੈਂ॥ ਕਰੁਣਾ ਕ੍ਰਿਤ ਹੈਂ॥
ਅਕ੍ਰਿਤਾ ਕ੍ਰਿਤ ਹੈਂ॥
ਧਰਣੀ ਧ੍ਰਿਤ ਹੈਂ॥ ੧੭੮॥

Amritaa Mrit Hain|| Karanaa Krit Hain||
Akridaa Krit Hain||
Dharanoo Dhrit Hain||178||

178	ਅਮ੍ਰਿਤਾ ਮ੍ਰਿਤ	ਕਰਣਾ ਕ੍ਰਿਤ	ਅਮ੍ਰਿਤਾ ਕ੍ਰਿਤ	ਧਰਣੀ ਧ੍ਰਿਤ
	immortal	merciful entity	image can't be fashioned	support of earth

ਪ੍ਰਭ ਹੀ ਰਹਿਮਤ ਦੀ ਮੂਰਤ, ਅਮਰ ਜੋਤ, ਹੌਂਦ ਹੈ । ਪ੍ਰਭ ਦਾ ਸ਼ਬਦ ਹੀ ਧਰਤੀ ਦਾ ਧੁਰਾ ਹੈ । ਪ੍ਰਭ ਦੀ ਮੂਰਤੀ ਨਹੀਂ ਬਣਾਈ ਜਾ ਸਕਦੀ । ਕੇਵਲ ਮੁਸਲਮ ਹੀ ਇਹ ਨਿਯਮ ਤੇ ਚਲਦੇ ਹਨ ।

The True Master remains immortal Holy Spirit. The essence of His Word is the pillar of earth. His picture may never be painted. Only Muslim follows the discipline and never display picture of Kudhaa.

ਅਮਿਤੇਸੁਰ ਹੈਂ॥ ਪਰਮੇਸੁਰ ਹੈਂ॥
ਅਕ੍ਰਿਤ ਕ੍ਰਿਤਾ ਹੈਂ॥
ਅਮ੍ਰਿਤਾ ਮਿਤ੍ਰ ਹੈਂ॥ ੧੭੯॥

Amritesvar Hain|| Parmesvar Hain||
Akridaa Krit Hain||
Amritaa Mrit Hain||179||

179	ਅਮ੍ਰਿਤੇਸੁਰ	ਪਰਮੇਸੁਰ	ਅਮ੍ਰਿਤਾ ਕ੍ਰਿਤ	ਅਮ੍ਰਿਤਾ ਮ੍ਰਿਤ
	Trustee of Nectar	Supreme Master	image can't be fashioned	immortal

ਇਕੋ ਇਕ ਪ੍ਰਭ ਹੀ ਸ੍ਰਿਸ਼ਟੀ ਦਾ ਅਸਲੀ ਮਾਲਕ, ਅਮਰ ਜੋਤ ਹੈ । ਸ਼ਬਦ ਦੀ ਸੋਝੀ ਰੂਪੀ ਅੰਮ੍ਰਿਤ ਦਾ ਖਜ਼ਾਨਾ, ਅਸਲੀ ਮਾਲਕ ਹੈ । ਪ੍ਰਭ ਦੀ ਮੂਰਤੀ, ਤਸਵੀਰ ਬਣਾਈ ਨਹੀਂ ਜਾ ਸਕਦੀ ।

The True Master remains immortal Holy Spirit and the teachings of His Word remains a true nectar, the treasure of enlightenments. His picture may never be painted.

ਅਜਬਾ ਕ੍ਰਿਤ ਹੈਂ॥ ਅਮ੍ਰਿਤਾ ਮਿਤ੍ਰ ਹੈਂ॥
ਨਰ ਨਾਇਕ ਹੈਂ॥
ਖਲ ਘਾਇਕ ਹੈਂ॥ ੧੮੦॥

Ajbaa Krit Hain|| Amritaa Amrit Hain||
Nar Naaik Hain||
Khal Ghaaik Hain||180||

180	ਅਜਬਾ ਕ੍ਰਿਤ	ਅਮ੍ਰਿਤਾ ਮ੍ਰਿਤ	ਨਰ ਨਾਇਕ	ਖਲ ਘਾਇਕ
	Wonderful form	Immortal	Master of creature	Destroyer of evil doer

ਅਮਰ ਜੋਤ ਪ੍ਰਭ ਇਕ ਅਚੰਬੀ ਹੌਂਦ ਹੈ । ਇਕੋ ਇਕ ਪ੍ਰਭ ਹੀ ਸ੍ਰਿਸ਼ਟੀ ਨੂੰ ਪੈਦਾ ਕਰਨਵਾਲਾ ਅਸਲੀ ਮਾਲਕ ਹੈ । ਬੁਰੇ ਕੰਮ ਕਰਨ ਵਾਲੇ ਨੂੰ ਤਬਾਹ ਕਰ ਦੇਂਦਾ ਹੈ ।

The True Master remains astonishing immortal eternal Holy Spirit. He may be The One and Only One True Master, Creator of the universe. He may destroy any evil doer. He may endure the judgement of his own worldly deeds.

ਬਿਸ੍ਵੰਭਰ ਹੈਂ॥ ਕਰੁਣਾਲਯ ਹੈਂ॥
ਨ੍ਰਿਪ ਨਾਇਕ ਹੈ॥
ਸਰਬ ਪਾਇਕ ਹੈਂ॥ ੧੮੧॥

Bisvanbhar Hain|| Karounaalya Hain||
Nrip Naaik Hain||
Sarab Paaik Hain||181||

181	ਬਿਸ੍ਵੰਭਰ	ਕਰੁਣਾਕਰ	ਨ੍ਰਿਪ ਨਾਇਕ	ਸਰਬ ਪਾਇਕ
	Nourisher of universe	Fountain of mercy	Lord of kings	Protector of all

ਪ੍ਰਭ, ਸ੍ਰਿਸ਼ਟੀ ਵਿੱਚ ਰਹਿਤਮਾਂ, ਤਰਸ ਦਾ ਸੋਮਾ ਹੈ । ਪ੍ਰਭ ਆਪਣੀ ਪੈਦਾ ਕੀਤੀ ਸ੍ਰਿਸ਼ਟੀ ਨੂੰ ਭੋਜਨ ਬਖਸ਼ਦਾ, ਪਾਲਣਾ ਪੋਸਨਾ ਕਰਦਾ ਹੈ । ਪ੍ਰਭ ਰਾਜਿਆਂ ਦਾ ਰਾਜਾ, ਗੁਰੂਆਂ ਦਾ ਗੁਰੂ, ਸਾਰੀ ਸ੍ਰਿਸ਼ਟੀ ਦਾ ਰਖਵਾਲਾ ਹੈ ।

The True Master remains as a fountain of blessings and compassion. The True Master creates, nourishes, and protects His Creation. The True Master is the King of worldly kings and The True Guru of all worldly prophets.

ਭਵ ਭੰਜਨ ਹੈਂ॥ ਅਰਿ ਗੰਜਨ ਹੈਂ॥ Bhav Bhanjan Hain|| Ar(i) Gadjan Hain||
ਰਿਪੁ ਤਾਪਨ ਹੈ॥ Rip(u) Taapan Hain||
ਜਪੁ ਜਾਪਨ ਹੈਂ॥ ੧੮੨॥ Jap(u) Jaapan Hain||182||

182	ਭਵ ਭੰਜਨ	ਅਰਿ ਗੰਜਨ	ਰਿਪੁ ਤਾਪਨ	ਜਪੁ ਜਾਪਨ
	Destroyer of cycle of transmigration	Conquer of enemies	cases suffering to enemies	Repeat His Word

ਕੇਵਲ ਪ੍ਰਭ ਹੀ ਜੀਵ ਦਾ ਜੂੰਨਾਂ ਦਾ ਚੱਕਰ ਖਤਮ ਕਰ ਸਕਦਾ ਹੈ । ਦੁਸ਼ਮਣ ਨੂੰ ਮੁਸ਼ਕਲ ਪਾ ਸਕਦਾ, ਤਬਾਹ ਕਰ ਸਕਦਾ, ਜਿੱਤ ਪਾ ਸਕਦਾ ਹੈ । ਪ੍ਰਭ ਦੇ ਸ਼ਬਦ ਦਾ ਸਿਮਰਨ ਕਰੋ!

The One and Only One True Master may eliminate the cycle of birth and death of His Creation. He may create many hurdles in the path of enemies; he may ruin and conquers all enemies. You should always meditate on the teachings of His Word.

ਅਕਲੰ ਕ੍ਰਿਤ ਹੈਂ॥ ਸਰਬਾ ਕ੍ਰਿਤ ਹੈਂ॥ Akalan Krit Hain|| Sarabaa Krit Hain||
ਕਰਤਾ ਕਰ ਹੈ॥ Kartaa Kar Hain||
ਹਰਤਾ ਹਰ ਹੈਂ॥ ੧੮੩॥ Hartaa Har(i) Hain||183||

183	ਅਕਲੰ ਕ੍ਰਿਤ	ਸਰਬ ਕ੍ਰਿਤ	ਕਰਤਾ ਕਰ	ਹਰਤਾ ਹਰਿ
	blemish-free	All Forms	Creator of creators	Destroyer of destroyers

ਪ੍ਰਭ ਦੀ ਹੋਂਦ, ਜੋਤ ਦਾਗ਼ ਤੋਂ ਰਹਿਤ ਹੈ । ਪ੍ਰਭ ਦੀ ਜੋਤ ਹੀ ਹਰਇਕ ਜੀਵ ਵਿੱਚ, ਸ੍ਰਿਸ਼ਟੀ ਵਿੱਚ ਸਮਾਈ ਹੈ । ਕੇਵਲ ਪ੍ਰਭ ਹੀ ਜੀਵ ਨੂੰ ਪੈਦਾ ਕਰ ਸਕਦਾ, ਮੌਤ ਦੇ ਸਕਦਾ ਹੈ ।

His Existence, His Holy Spirit remains beyond any blemish. His Holy Spirit remains embedded within each soul and everywhere in His Nature. Birth and death may only happen under His Command.

ਪਰਮਾਤਮ ਹੈਂ॥ ਸਰਬ ਆਤਮ ਹੈਂ॥ Paramaatam Hain|| Sarabaatam Hain||
ਆਤਮ ਬਸ ਹੈ॥ਜਸ ਕ ਜਿਸ ਹੈਂ॥ ੧੮੪॥ Aatam Bas Hain|| Jas Ke Jas Hain||184||

184	ਪਰਮਾਤਮਾ	ਸਰਬਾਤਮਾ	ਆਤਮ ਬਸ	ਜਸ ਕੇ ਜਸ
	Supreme soul	origin of souls	controlled by himself	Subject to none

ਪ੍ਰਭ ਇਕ ਉਤਮ, ਅਮਰ ਜੋਤ ਹੈ, ਜੀਵ ਦੀ ਆਤਮਾ ਦਾ ਮੁੱਢ, ਪ੍ਰਭ ਦੀ ਜੋਤ ਦਾ ਹੀ ਪਸਾਰਾ ਹੈ । ਪ੍ਰਭ ਕਿਸੇ ਦਾ ਗੁਲਾਮ, ਮੁਹਤਾਜ ਨਹੀਂ ਹੁੰਦਾ ਹੈ । ਆਪਣੀ ਮਰਜ਼ੀ ਦਾ ਹੀ ਮਾਲਕ ਹੈ ।

Soul is an expansion of immortal eternal Holy Spirit. The origin of soul is from immortal Holy Spirit. The True Master may be a slave of anyone; He remains the master of His Own imagination.

19. ਭੁਜੰਗ ਪ੍ਰਯਾਤ ਛੰਦ॥ Bhujan Prayaat Chhand॥

ਨਮੋ ਸੂਰਜ ਸੂਰਜੇ॥ Namo Sooraj Soorje||
ਨਮੋ ਚੰਦ੍ਰ ਚੰਦ੍ਰੇ॥ Namo Channdra Channdre||
ਨਮੋ ਰਾਜ ਰਾਜੇ॥ ਨਮੋ ਇੰਦ੍ਰ ਇੰਦ੍ਰੇ॥ Namo Raaj Raaje||Namo Indra Indre||
ਨਮੋ ਅੰਧਕਾਰੇ॥ ਨਮੋ ਤੇਜ ਤੇਜੇ॥ Namo Andhkdare ||Namo Tej Teje||
ਨਮੋ ਬ੍ਰਿੰਦ ਬ੍ਰਿੰਦੇ॥ Namo Brind Brinde||
ਨਮੋ ਬੀਜ ਬੀਜੇ॥ ੧੮੫॥ Namo Booj Booje||185||

185	ਸੂਰਜ ਸੂਰਜੇ	ਚੰਦ੍ਰ ਚੰਦ੍ਰੇ	ਰਾਜ ਰਾਜੇ	ਇੰਦ੍ਰ ਇੰਦ੍ਰੇ
	Sun of suns	Moon of moons	King of kings	Indre of Indra's
	ਅੰਧਾਕਾਰੇ	ਤੇਜ ਤੇਜੇ	ਬ੍ਰਿੰਦ ਬ੍ਰਿੰਦੇ	ਬੀਜ ਭੀਜੇ
	Pitch darkness	Light of lights	Greatest	Subtlest of subtle

ਪ੍ਰਭ ਹੀ ਸੂਰਜਾਂ ਦਾ ਸੂਰਜ, ਚੰਦਾਂ ਦਾ ਚੰਦ, ਰਾਜਿਆਂ ਦਾ ਰਾਜਾ, ਇੰਦ੍ਰਾਂ ਦਾ ਇੰਦ੍ਰ ਹੈ । ਪ੍ਰਭ ਦੀ ਸੁੰਨ, ਸਮਾਧੀ ਪੂਰਨ ਅਕਾਤ, ਸਭ ਸੰਸਾਰਕ ਰੋਸ਼ਨੀਆਂ ਦਾ ਸੋਮਾ, ਸਭ ਤੋਂ ਵੱਡਾ ਹੈ । ਸ੍ਰਿਸ਼ਟੀ ਦੇ ਸਾਰੇ ਗ੍ਰੰਥਾਂ ਹੀ ਪ੍ਰਭ ਦੇ ਸ਼ਬਦ ਦਾ ਵਿਖਆਣ ਕਰਦੇ, ਕਰਨ ਦੀ ਕੋਸ਼ਿਸ਼ ਕਰਦੇ ਹਨ ।

The True Master is Sun of all suns; Moon of moons; King of kings; Indra of Indra's. His Void remains pitch, dark, quiet; His Holy Spirit remains the fountain of all illumination, enlightenment and the greatest of All. All Holy Scriptures try to explain, explore the essence, significance of the teachings of His Word.

ਨਮੋ ਰਾਜਸੰ ਤਾਮਸੰ ਸਾਂਤ ਰੂਪੇ॥	Namo Raajasan Taamasan Saant Roope||
ਨਮੋ ਪਰਮ ਤੱਤੰ ਅਤੱਤੰ ਸਰੂਪੇ॥	Namo Param Tattan Atattan Daroope||
ਨਮੋ ਜੋਗ ਜੋਗੇ॥ ਨਮੋ ਗਿਆਨ ਗਿਆਨੇ॥	Namo Jog Joge|| Namo Giaan Giaane||
ਨਮੋ ਮੰਤ੍ਰ ਮੰਤ੍ਰੇ॥	Namo Mantra Mantre||
ਨਮੋ ਧਿਆਨ ਧਿਆਨੇ॥ ੧੮੬॥	Namo Dhiaan Dhiaane||186||

186	ਰਾਜਸੰ ਤਾਮਸੰ ਸਾਂਤ	ਪਰਮ ਤੱਤੰ	ਅਤੱਤੰ ਸਰੂਪੇ	
	embodiment 3 wealth	supreme Essence	Element less entity	
	ਜੋਗ ਜੋਗੇ	ਗਿਆਨ ਗਿਆਨੇ	ਮੰਤ੍ਰ ਮੰਤ੍ਰੇ	ਧਿਆਨ ਧਿਆਨੇ
	Fountain of Yogas	Fountain of Knowledge	Supreme Mantra	Highest meditation

ਸੰਸਾਰਕ ਮਾਇਆ ਦੇ ਤਿਨੇਂ ਰੂਪ, ਪ੍ਰਭ ਹੀ ਪੈਦਾ ਕਰਦਾ, ਪ੍ਰਭ ਦੇ ਹੁਕਮ ਅੰਦਰੀ ਹੀ ਰਹਿੰਦੇ ਹਨ । ਪ੍ਰਭ ਦੀ ਹੋਂਦ ਤੱਤਾਂ ਰਹਿਤ, ਇਕ ਅਚੰਭਾ ਹੀ ਤੱਤ ਹੈ । ਪ੍ਰਭ ਦਾ ਸ਼ਬਦ ਹੀ ਸਿਮਰਨ ਦਾ ਸੋਮਾ ਹੈ । ਸ਼ਬਦ ਦੀ ਸੋਝੀ ਦਾ ਸੋਮਾ ਹੈ । ਪ੍ਰਭ ਦਾ ਸ਼ਬਦ ਹੀ ਸਭ ਮੰਤ੍ਰਾਂ ਦਾ ਮੰਤ੍ਰ, ਪ੍ਰਭ ਦੇ ਵਿਛੋੜੇ ਦਾ ਵਿਰਾਗ ਹੀ ਸਭ ਤੋਂ ਵੱਡੀ ਭਗਤੀ, ਬੰਦਗੀ ਹੈ ।

The True Master creates all the three symbols, three types of worldly wealth to monitor the sincerity of His true devotee. Shakti, 3 types worldly wealth may only perform under His Command, His Existence remains element less; a unique entity. The teachings of His Word remain the fountain of meditation, the enlightenment and essence of His Word. The teachings of His Word may be The True Mantra of all mantras. The renunciation in the memory of separation form His Holy Spirit remains the most supreme meditation, worship.

ਨਮੋ ਜੁਧ ਜੁਧੇ॥ ਨਮੋ ਗਿਆਨ ਗਿਆਨੇ॥	Namo Judh Judhe ||Namo Giaan Giaane||
ਨਮੋ ਭੋਜ ਭੋਜੇ॥ ਨਮੋ ਪਾਨ ਪਾਨੇ॥	Namo Bhoj Bhoje || Namo Paan Paane||
ਨਮੋ ਕਲਹ ਕਰਤਾ॥ ਨਮੋ ਸਾਂਤ ਰੂਪੇ॥	Namo Kalah KartaaNamo Saant Roope||
ਨਮੋ ਇੰਦ੍ਰ ਇੰਦ੍ਰੇ॥	Namo Indra Indre ||
ਅਨਾਦੰ ਬਿਭੂਤੇ॥ ੧੮੭॥	Anaadan Bibhoote||187||

187	ਜੁਧ ਜੁਧੇ	ਗਿਆਨ ਗਿਆਨੇ	ਭੋਜ ਭੋਜੇ	ਪਾਨ ਪਾਨੇ
	Conquer of wars	Fountain of Knowledge	Essence of food	Essence of water
	ਕਲਹ ਕਰਤਾ	ਸਾਂਤ ਰੂਪੇ	ਇੰਦ੍ਰ ਇੰਦ੍ਰੇ	ਅਨਾਦੰ ਬਿਭੂਤੇ
	Originator of food	Embodiment of peace	Indra of Indra's	Beginningless effulgence

ਪ੍ਰਭ ਦਾ ਸ਼ਬਦ ਹੀ ਸੋਝੀ ਦਾ ਸੋਮਾ ਹੈ । ਆਤਮਾ ਦਾ ਭੋਜਨ ਹੈ, ਅੰਮ੍ਰਿਤ ਹੈ । ਪ੍ਰਭ ਦਾ ਸ਼ਬਦ ਦੀ ਪਾਲਣਾ ਕਰਨ ਨਾਲ ਹੀ ਸੰਸਾਰ ਵਿੱਚ ਜੋਧੇ ਵਾਲੀ ਅਵਸਥਾ ਬਖਸ਼ਿਸ਼ ਹੁੰਦੀ ਹੈ । ਜੀਵ ਲਈ ਸਾਰੇ ਭੋਜਨ ਪ੍ਰਭ ਹੀ ਪੈਦਾ ਕਰਦਾ ਹੈ । ਪ੍ਰਭ ਹੀ ਮਨ ਦੀ ਸ਼ਾਤੀ ਦਾ ਸੋਮਾ ਹੈ । ਸਭ ਗੁਰੂਆਂ ਦਾ ਗੁਰੂ ਹੈ । ਪ੍ਰਭ ਦੀ ਜੋਤ ਦਾ ਅਰੰਭ ਨਹੀਂ ਹੈ, ਆਪਣੇ ਆਪ ਵਿਚੋਂ ਹੀ ਪੈਦਾ ਹੁੰਦੀ ਚਮਕਦੀ ਹੈ ।

The teachings of His Word may be fountain of all enlightenments; nourishment of his soul and eternal nectar for soul sanctification. All warriors arise from meditation on the teachings of His Word; brave, determined state of mind may be blessed. All foods are created and blessed by The True

Master. The teachings of His Word are the fountain of all peace, contentment. The True Master is The True Guru of all worldly gurus, prophets. The True Master evolves out of His Own Holy Spirit. The beginning of His Holy Spirit remains a mystery and believed to be beginning less.

ਕਲੰਕਾਰ ਰੂਪੇ॥ ਅਲੰਕਾਰ ਅਲੰਕੇ॥	Kalankaar Roope || Alankaar Alanke||
ਨਮੋ ਆਸ ਆਸੇ॥ ਨਮੋ ਬਾਂਕ ਬੰਕੇ॥	Namo Aas Aase || Namo Baank Baanke||
ਅਭੰਗੀ ਸਰੂਪੇ॥ ਅਨੰਗੀ ਅਨਾਮੇ॥	Abhanoo saroope|| Ananoo Anaame||
ਤ੍ਰਿਭੰਗੀ ਤ੍ਰਿਕਾਲੇ॥	Tribhanoo Trikaale||
ਅਨੰਗੀ ਅਕਾਮੇ॥ ੧੮੮॥	Ananoo Akaame||188||

188	ਕਲੰਕਾਰ ਰੂਪੇ	ਅਲੰਕਾਰ ਅਲੰਕੇ	ਆਸ ਆਸੇ	ਬਾਂਕ ਬੰਕੇ
	entity inimical to blemishes	Ornamentation of Ornament	Fulfiller of hopes	Most beautiful
	ਅਭੰਗੀ ਸਰੂਪੇ	ਅਨੰਗੀ ਅਨਾਮੇ	ਅਭੰਗੀ ਤ੍ਰਿਕਾਲੇ	ਅਨੰਗੀ ਅਕਾਮੇ
	eternal entity	Limbless nameless	Destroyer of 3 worlds	Limbless desireless

ਪ੍ਰਭ ਦੀ ਜੋਤ ਦਾਗ਼ ਰਹਿਤ, ਦਾਗ਼ ਦੀ ਪਹੁੰਚ ਤੋਂ ਬਾਹਰ ਹੈ । ਪ੍ਰਭ ਦੀ ਸ਼ਾਨ ਬਹੁਤ ਅਮੋਲਕ, ਸਭ ਤੋਂ ਸੰਦਰ, ਆਸਾ ਪੂਰੀਆਂ ਕਰਨ ਵਾਲਾ ਬ੍ਰਿਛ ਹੈ । ਪ੍ਰਭ ਇਕ ਅਕਾਰ ਰਹਿਤ, ਨਾਮ ਰਹਿਤ, ਇਛਾਂ ਰੂਹਾਨੀ ਹੋਂਦ, ਜੋਤ ਹੈ । ਪ੍ਰਭ ਤਿੰਨੇਂ ਸ੍ਰਿਸ਼ਟੀਆਂ ਪੈਦਾ ਕਰਦਾ, ਤਬਾਹ ਕਰ ਸਕਦਾ ਹੈ । ਜੀਵ ਦਾ ਜਨਮ ਅਤੇ ਮੌਤ ਕੇਵਲ ਪ੍ਰਭ ਦੇ ਹੁਕਮ ਅੰਦਰ ਹੀ ਹੁੰਦੀ ਹੈ ।

His Holy Spirit remains beyond any blemish of worldly wealth. The glory of the True Master remains ambrosial, most beautiful, elysian tree to satisfy all spoken and unspoken hopes of His true devotee. The True Master remains desire-less, name-less, body-less eternal Holy Spirit. The True Master creates creatures in three universes and only He may destroy His Creations. The cycle of life and death remains only under His Command.

20. ਏਕ ਅਛਰੀ ਛੰਦ॥ Ek Achhari Chhand॥

ਅਜੈ॥ ਅਲੈ॥	Ajai|| Ajai||
ਅਭੈ॥ ਅਬੈ॥ ੧੮੯॥	Abhai|| Abai||189||

189	ਅਜੈ	ਅਲੈ	ਅਭੈ	ਅਬੈ
	Unconquerable	Indestructible	Fearless	

ਨਿਡਰ ਪ੍ਰਭ ਨੂੰ ਨਾਸ਼ ਨਹੀਂ ਕੀਤਾ ਜਾ ਸਕਦਾ, ਨੁਕਸਾਨ ਨਹੀਂ ਪਹੁੰਚਾਇਆ ਜਾ ਸਕਦਾ । ਨਾ ਹੀ ਪ੍ਰਭ ਤੇ ਜਿੱਤ ਪਾਈ ਜਾ ਸਕਦੀ, ਹੁਕਮ ਟਾਲਿਆ ਜਾ ਸਕਦਾ ਹੈ ।

The Fearless True Master cannot be destroyed nor any one may be able to hurt Him. He may never be conquered nor His Command may ever be avoided.

ਅਭੂ॥ ਅਜੂ॥	Abhoo|| Ajoo||
ਅਨਾਸ॥ ਅਕਾਸ॥ ੧੯੦॥	Anaas|| Akaas||190||

190	ਅਭੂ	ਅਜੂ	ਅਨਾਸ	ਅਕਾਸ
	unborn	perpetual	indestructible	All pervasive

ਜਨਮ ਮਰਨ ਤੋਂ ਰਹਿਤ ਪ੍ਰਭ ਦਾ ਤਖਤਾ ਸਦਾ ਹੀ ਅਡੋਲ ਰਹਿੰਦਾ ਹੈ । ਪ੍ਰਭ ਸ੍ਰਿਸ਼ਟੀ ਵਿੱਚ ਹਰ ਥਾਂ, ਜੀਵ ਵਸਤੂ ਵਿੱਚ ਸਮਾਇਆ ਰਹਿੰਦਾ ਹੈ । ਪ੍ਰਭ ਦੀ ਜੋਤ, ਹੋਂਦ ਨੂੰ ਨਾਸ਼ ਨਹੀਂ ਕੀਤਾ ਜਾ ਸਕਦਾ ।

The Throne of beyond cycle of birth and death, True Master always remains steady and stable within the body, in the 10th cave of his soul. His Holy Spirit remains embedded within his soul and everything in His Nature. His Holy Spirit may never be destroyed.

ਅਗੰਜ॥ ਅਭੰਜ॥ Agadj|| Abhanj||
ਅਲੱਖ॥ ਅਭੱਖ॥ ੧੯੧॥ Alakkh|| Abhakkh||191||

191	ਅਗੰਜ	ਅਭੰਜ	ਅਲੱਖ	ਅਭੱਖ
	Eternal	indivisible	unknown	uninflammable

ਰੂਹਾਨੀ ਜੋਤ, ਪ੍ਰਭ ਨੂੰ ਵੰਡਿਆ ਨਹੀਂ ਜਾ ਸਕਦਾ, ਟੋਟੇ ਨਹੀਂ ਕੀਤੇ ਜਾ ਸਕਦੇ, ਪੂਰਨ ਤਰ੍ਹਾਂ ਸਮਝਿਆ ਨਹੀਂ ਜਾ ਸਕਦਾ । ਅੱਗ ਛੋਹ ਨਹੀਂ ਸਕਦੀ, ਜਲਾ ਨਹੀਂ ਸਕਦੀ ।

The Eternal Holy Spirit, True Master cannot be divided, nor can be cut into pieces nor His Nature may fully be comprehended. Fire cannot touch nor burn His Holy Spirit.

ਅਕਾਲ॥ ਦਿਆਲ॥ Akaal|| Diaal||
ਅਲੇਖ॥ ਅਭੇਖ॥ ੧੯੨॥ Alekh|| Abhekh||192||

192	ਅਕਾਲ	ਦਿਆਲ	ਅਲੇਖ	ਅਭੇਖ
	Non-Temporal	Merciful	Account less	guiseless

ਤਰਸਵਾਨ, ਰਹਿਤਮਾਂ ਦਾ ਮਾਲਕ, ਆਪਣੇ ਕੰਮਾਂ ਦੇ ਲੇਖੇ ਤੋਂ ਰਹਿਤ ਹੈ । ਸਮੇਂ ਦੇ ਪ੍ਰਭਾਵ ਤੋਂ ਰਹਿਤ, ਵਿੱਚ ਰੂਹਾਨੀ ਕਲਾ ਹੈ ।

The Merciful True Master, Treasure of Blessings remains beyond the accountability of his worldly deeds. The True Master remains beyond the effect of time; His True Nature remains concealed and may never be fully comprehended.

ਅਨਾਮ॥ ਅਕਾਮ॥ Anaam|| Akaam||
ਅਗਾਹ॥ ਅਢਾਹ॥ ੧੯੩॥ Agadh|| Adhaah||193||

193	ਅਨਾਮ	ਅਕਾਮ	ਅਗਾਹ	ਆਢਾਹ
	Nameless	desireless	unfathomable	unfaltering

ਪ੍ਰਭ ਦਾ ਕੋਈ ਇਕ ਨਾਮ ਨਹੀਂ, ਅਨੇਕਾਂ ਨਾਮਾਂ ਨਾਲ ਹੀ ਜਾਣਿਆ ਜਾਂਦਾ ਹੈ । ਇਛਾਂ ਰਹਿਤ ਪ੍ਰਭ ਦੀ ਹੋਂਦ ਨੂੰ ਕੋਈ ਵੀ ਜੀਵ ਪੂਰਨ ਤਰ੍ਹਾਂ ਜਾਣ ਨਹੀਂ ਸਕਦਾ, ਜੀਵ ਦੀ ਸੋਝੀ, ਜਾਣਨ ਤੋਂ ਉਪਰ ਹੈ । ਪ੍ਰਭ ਨੂੰ ਕੋਈ ਢਾਹ ਨਹੀਂ ਸਕਦਾ, ਪ੍ਰਭਾਵ ਨਾਸ਼ ਨਹੀਂ ਕਰ ਸਕਦਾ ।

The Desireless True Master may not have any unique name; however, He has been remembered and worshipped with countless names. The Existence of desireless True Master may never be fully comprehended. No one may ever be able to destroy nor minimize the significance of His Blessings.

ਅਨਾਥੇ॥ ਪ੍ਰਮਾਥੇ॥ Anaathe|| Pramaathe||
ਅਜੋਨੀ॥ ਅਮੋਨੀ॥ ੧੯੪॥ Ajonoo|| Amonoo||194||

194	ਅਨਾਥੇ	ਪ੍ਰਮਾਥੇ	ਅਜੋਨੀ	ਅਮੋਨੀ
	Masterless	Great Glorious	Birthless	Silence less

ਜਨਮ ਮਰਨ ਤੋਂ ਰਹਿਤ ਪ੍ਰਭ ਦਾ ਕੋਈ ਹੋਰ ਮਾਲਕ ਨਹੀਂ, ਕਿਸੇ ਦਾ ਗੁਲਾਮ ਨਹੀਂ ਹੈ । ਪ੍ਰਭ ਦੀ ਸ਼ਾਨ ਸਭ ਤੋਂ ਅਨੋਖੀ ਹੈ । ਪ੍ਰਭ ਦੇ ਦਰਬਾਰ ਵਿੱਚ ਹਰਇਕ ਆਤਮਾ ਹੀ ਜ਼ੁੰਮੇਵਾਰ ਹੁੰਦੀ ਹੈ ।

The True Master remains beyond cycle of birth and death. He has no other Master nor He remains a slave to anyone. His Glory remains astonishing and unique. In His Royal Castle all souls hold the responsibility for any action of any one soul.

ਨ ਰਾਗੇ॥ ਨ ਰੰਗੇ॥ Na Raage|| Na Rane||
ਨ ਰੂਪੇ॥ ਨ ਰੇਖੇ ੧੯੫॥ Na Roope|| Darekhe||195||

195	ਰਾਗੇ	ਰੰਗੇ	ਰੂਪੇ	ਰੇਖੇ
	Unattached	Colorless	Formless	lineless

ਅਕਾਰ ਰਹਿਤ ਪ੍ਰਭ ਦੀ ਕੋਈ ਖਾਨਦਾਨੀ, ਗੱਦੀ ਨਹੀਂ ਚਲਦੀ, ਉਸ ਦਾ ਕੋਈ ਰੰਗ, ਰੂਪ ਨਹੀਂ ਹੈ । ਕਿਸੇ ਨਾਲ ਮੋਹ ਨਹੀਂ ਹੈ ।

The bodyless, structureless True Master has no hereditary nor any genealogy. No one may ever be incarnated on throne of The Forever Living True Master. He has no unique color, any distinguished beauty glory nor any emotional attachment with any soul.

ਅਕਰਮੰ॥ ਅਭਰਮੰ॥ Akaramannd|| Abharamannd||
ਅਗੰਜੇ॥ ਅਲੇਖੇ॥ ੧੯੬॥ Agadje|| Alekhe||196||

196	ਅਕਰਮੰ	ਅਭਰਮੰ	ਅਗੰਜੇ	ਅਲੇਖੇ
	Actionless	Illusion less	indestructible	Account less

ਪ੍ਰਭ ਕਿਸੇ ਧੰਦੇ ਦਾ ਮੁਹਤਾਜ ਨਹੀਂ, ਕੋਈ ਨਾਸ਼ ਨਹੀਂ ਕਰ ਸਕਦਾ । ਪ੍ਰਭ ਦੀ ਪੈਦਾ ਕੀਤੀ ਸ੍ਰਿਸ਼ਟੀ ਕੋਈ ਸੁਪਨਾ ਨਹੀਂ, ਅਸਲੀਅਤ ਹੈ । ਪ੍ਰਭ ਦੇ ਕੀਤੇ ਕੰਮਾ ਦਾ ਲੇਖਾ ਨਹੀਂ ਕੀਤਾ ਜਾ ਸਕਦਾ ।

The True Master may not be a slave of any worldly deed nor anyone may be able to destroy His Existence. His Creation remains reality and not any illusion, fantasy. The True Master remains beyond any accountability of His deeds, miracles, blessings.

21. ਭੁਜੰਗ ਪ੍ਰਯਾਤ ਛੰਦ॥ Bhujan Prayaat Chhand॥

ਨਮਸਤੁਲ ਪ੍ਰਨਾਮੇ॥ ਸਮਸਤੁਪ ਪ੍ਰਣਾਸੇ॥ Namastul Pranaame॥ Samastul Pranaase॥
ਅਗੰਜੁਲ ਅਨਾਮੇ॥ ਸਨਸਤੁਲ ਨਿਵਾਸੇ॥ Agadjul Anaame॥ Samastul Nivaase॥
ਨ੍ਰਿਕਾਮੰ ਬਿਭੂਤੇ॥ ਸਮਸਤੁਪ ਸਰੂਪੇ॥ Nrikaamannd Bibhoote॥ Samastul saroope॥
ਕੁਕਰਮੰ ਪ੍ਰਣਾਸੀ॥ Koukaramannd Pranaasoo॥
ਸੁਧਰਮੰ ਬਿਭੂਤੇ॥ ੧੯੭॥ Sudharamannd Bibhoote||197||

197	ਪ੍ਰਣਾਮੇ	ਪ੍ਰਣਾਸੇ	ਸਰੂਪੇ	ਨਿਵਾਸੇ
	Venerated	Destroyer of all	gracious	All pervading
	ਨ੍ਰਿਕਾਮੰ ਬਿਭੂਤੇ	ਸਰੂਪੇ	ਕੁਕਰਮੰ ਪ੍ਰਣਾਸੀ	ਸੁਧਰਮੰ ਭਿਭੂਤੇ
	Desireless	Indestructible name less	Destroyer of evil	Illuminator of supreme piety

ਇਛਾਂ ਰਹਿਤ ਪ੍ਰਭ ਦੀ ਹੋਂਦ, ਧਾਤਾਂ ਦੇ ਸੰਜੋਗ ਨਾਲ ਪ੍ਰਗਟ ਨਹੀਂ ਕੀਤਾ ਜਾ ਸਕਦੀ । ਪ੍ਰਭ ਇਕ ਨਾਮ ਨਾਲ ਜਾਣਿਆ ਨਹੀਂ ਜਾ ਸਕਦਾ । ਪ੍ਰਭ ਦੀ ਜੋਤ, ਹੋਂਦ ਨੂੰ ਨਾਸ਼ ਨਹੀਂ ਕੀਤਾ ਜਾ ਸਕਦਾ । ਪ੍ਰਭ ਸਭ ਕੁਝ ਇਕ ਪਲ ਵਿੱਚ ਹੀ ਨਾਸ਼ ਕਰ ਸਕਦਾ ਹੈ । ਪ੍ਰਭ ਦੀ ਸ਼ਾਨ ਅਨੋਖੀ ਹੈ । ਪ੍ਰਭ ਬੁਰੇ ਕੰਮ ਕਰਨ ਵਾਲੇ ਦਾ ਨਾਸ਼ ਕਰਨਵਾਲਾ ਹੈ । ਪ੍ਰਭ ਦੀ ਜੋਤ ਰੋਸ਼ਨੀ ਉਤਮ ਹੈ, ਅਸਲੀ ਰਸਤੇ ਦੀ ਸੋਝੀ ਦੇਣ ਵਾਲੀ ਹੋਂਦ ਹੈ ।

The desireless, element less True Master, His Existence may never be revealed with the union of physical elements. The True Master may not have any unique name; however, He may be remembered and worshipped with countless names in all universes. His Holy Spirit, His Existence may never be destroyed nor eliminated. The True Master may destroy everything in a twinkle of eyes with His Own imagination. His Glory may be astonishing. He may destroy the evil doer to endure the judgement of his own deeds. His Holy Spirit remains supreme and immortal; always the enlightening pillar, fountain of enlightenment of the right path of acceptance in His Court.

ਸਦਾ ਸਚਦਾਨੰਦ॥ Sadaa Sachchidaanand॥
ਸੱਤ੍ਰੰ ਪ੍ਰਣਾਸੀ॥ Sattran Pranaasoo||
ਕਰੀਮੁਲ ਕੁਨਿੰਦਾ॥ karoomul Kounindraa
ਸਮਸਤੁਲ ਨਿਵਾਸੇ॥ Samastul Nivaasoo||
ਅਜਾਇਬ ਬਿਭੂਤੇ॥ Ajaaib Bibhoote
ਗਜਾਇਬ ਗਨੀਮੇ॥ Gadaaib Gadoome||
ਹਰੀਅੰ ਕਰੀਅੰ॥ Harian Karian
ਕਰੀਮੁਲ ਰਹੀਮੇ॥ ੧੯੮॥ Daroomul Rahoome||198||

198	ਸੱਚਿਦਾਨੰਦ	ਸੱਤ੍ਰ ਪ੍ਰਣਾਸੀ	ਕਰੀਮੁਲ ਕੁਨਿੰਦਾ	ਸਮਸਤੁਲ ਨਿਵਾਸੀ
	Embodiment of bliss Consciousness Truth,	Destroyer of enemies	gracious Creator	All pervading
	ਅਜਾਇਬ ਭਿਭੁਤੇ	ਗਜਾਇਬ ਗਨੀਮੇ	ਹਰੀਅੰ ਕਰੀਅੰ	ਕਰੀਮੁਲ ਰਹੀਮੇ
	Wonderful glorious	Calamity for enemies	Destroyer Creator	Gracious Merciful

ਪ੍ਰਭ ਦੇ ਸ਼ਬਦ ਵਿੱਚ, ਅਚੇਤਨਾ, ਖੇੜਾ ਸਮਾਇਆ ਰਹਿੰਦਾ ਹੈ । ਦਿਆਲੂ ਪ੍ਰਭ, ਸ੍ਰਿਸ਼ਟੀ ਪੈਦਾ ਕਰਨਵਾਲਾ, ਸਾਰੀ ਸ੍ਰਿਸ਼ਟੀ ਵਿੱਚ ਵਾਪਰਦਾ, ਸਮਾਇਆ ਰਹਿੰਦਾ ਹੈ, ਸਾਰੇ ਦੁਸ਼ਮਣਾ ਦਾ ਨਾਸ਼ ਕਰ ਸਕਦਾ, ਕਰ ਦੇਂਦਾ ਹੈ । ਰਹਿਮਤਾ ਦਾ ਮਾਲਕ ਹੀ ਜਨਮ ਮਰਨ ਦਾ ਦਾਤਾ, ਮਾਲਕ ਹੈ । ਪ੍ਰਭ ਦੀ ਅਵਸਥਾ ਅਮੋਲਕ, ਹੈਰਾਨ ਕਰਨਵਾਲੀ ਹੈ । ਬੁਰੇ ਕੰਮ ਕਰਨਵਾਲੇ, ਦੁਸ਼ਮਣ ਨੂੰ ਵੀ ਮਾਫ ਕਰ ਦੇਂਦਾ, ਪ੍ਰਵਾਨਗੀ ਦੇ ਰਸਤੇ ਤੇ ਪਾ ਦੇਂਦਾ ਹੈ ।

The teachings of His Word remain embedded within conscious mind, known as His Word. The Generous, Compassionate True Master, Creator remains embedded within His Nature. He may annihilate all evil doers, enemies. The Treasure of blessings remains the controller of the cycle of birth and death of his soul. His Existence remains ambrosial, astonishing. He may forgive a tyrant, sinner, guides and inspires on the right path of human life journey.

ਚੱਤ੍ਰ ਚੱਕ੍ਰ ਵਰਤੀ॥	Chattra Chakkra Vartoo
ਚੱਤ੍ਰ ਚੱਕ੍ਰ ਭੁਗਤੇ॥	Chattra Chakkra Bhougte||
ਸੁਯੰਭਵ ਸੁਭੰ॥	Suyanbhav Soubhan
ਸਰਬ ਦਾ ਸਰਬ ਜੁਗਤੇ॥	Sarabadaa Sarab Jougte||
ਦੁਕਾਲੰ ਪ੍ਰਣਾਸੀ॥	Doukaalan Pranaasi
ਦਇਆਲੰ ਸਰੂਪੇ॥	Kiaalan saroope||
ਸਦਾ ਅੰਗ ਸੰਗੇ॥	Sadaa Ang Sange
ਅਭੰਗੰ ਬਿਭੂਤੇ॥ ੧੯੯॥	Abhanadg Bibhoote||199||

199	ਚੱਤ੍ਰ ਚੱਕ੍ਰ ਵਰਤੀ	ਚੱਤ੍ਰ ਚੱਕ੍ਰ ਭੁਗਤੇ	ਸੁਯੰਭਵ ਸੁਭੰ	ਸਰਬ ਜੁਗਤੇ
	Pervade 4 directions	Enjoyer in 4 directions	Self-existence	United with all
	ਦੁਕਾਲੰ ਪ੍ਰਣਾਸੀ	ਦਿਅਲੰ ਸਰੂਪੁ	ਅੰਗਸੰਗੇ	ਅਭੰਗੇ ਬਿਭੂਤੇ
	Destroyer of hard time	Embodiment of mercy	Ever present	indestructible gracious

ਪ੍ਰਭ ਚਾਰੇ ਦਿਸ਼ਾ ਵਿੱਚ ਵਾਪਰਦਾ, ਵਸਦਾ, ਅਨੰਦ ਮਾਨਦਾ, ਖੇੜੇ ਵਿੱਚ ਰਹਿੰਦਾ ਹੈ । ਪ੍ਰਭ ਆਪਣੇ ਆਪ ਵਿਚੋਂ ਹੀ ਉਤਪਤ ਹੋ ਜਾਂਦਾ ਹੈ । ਪ੍ਰਭ ਦੇ ਸ਼ਬਦ ਦੀ ਸਿਖਿਆਂ ਹੀ ਪ੍ਰਭ ਨਾਲ ਸੰਜੋਗ ਦੀ ਵਿਧੀ ਹੈ । ਹਰ ਥਾਂ ਹਾਜ਼ਰਾ ਹਜ਼ੂਰ ਪ੍ਰਭ ਤਰਸ, ਰਹਿਮਤਾਂ ਦਾ ਸੋਮਾ ਹੈ । ਅਨੋਖੀ ਸ਼ਾਨ ਵਾਲਾ ਪ੍ਰਭ ਨੂੰ ਨਾਸ਼ ਨਹੀਂ ਕੀਤਾ ਜਾ ਸਕਦਾ । ਪ੍ਰਭ ਆਪਣੇ ਦਾਸ ਦਾ ਔਖਾ ਸਮਾਂ ਖੇੜੇ ਵਿੱਚ ਬਦਲ ਦੇਂਦਾ ਹੈ ।

The Omnipresent True Master remains embedded in His Nature, dwells everywhere, cherishes the pleasure of His Creation and remains in blossom. The True Master evolves from His Own Holy Spirit. The teachings of His Word may be the real technique to become worthy of His Considerations. The Omnipresent True Master remains the fountain of compassion and forgiveness. The True Master with astonishing glory may never be destroyed. He may transform the miseries of His true devotee into blossom, bliss in his day-to-day life.

☬ ਤ੍ਵਪ੍ਰਸਾਦਿ ਸ੍ਵਯੇ ☬

Tva Parsaadh - Swayya

ੴ ਸਤਿਗੁਰ ਪ੍ਰਸਾਦਿ॥ ਸ੍ਰੀ ਵਾਹਿਗੁਰੂ ਜੀ ਕੀ ਫਤਹ॥

Ik Onkar Satgur Prasaadh॥ Sri Waheguroo Ji Ki Fateh॥

ਇਕੋ ਇਕ, ਅਕਾਰ ਰਹਿਤ ਪ੍ਰਭ ਹੀ ਸ੍ਰਿਸ਼ਟੀ ਦਾ ਅਸਲੀ ਮਾਲਕ ਹੈ, ਕੇਵਲ ਪ੍ਰਭ ਹੀ ਸਤਿਗੁਰੂ ਕਹਿਣ ਦੇ ਯੋਗ ਹੈ । ਕਿਸੇ ਮਾਨਸ ਸੰਤ, ਗੁਰੂ ਨੂੰ ਸਤਿਗੁਰ ਦੇ ਨਾਮ ਨਾਲ ਸਤਿ ਦੇਣਾ, ਉਸ ਦੀ ਬੰਦਗੀ ਨੂੰ ਬਿਰਥਾ ਹੀ ਬਰਬਾਦ ਕਰਨਾ ਹੈ । ਉਸ ਦੇ ਮਨ ਵਿੱਚ ਅਹੰਕਾਰ ਭਰ ਜਾਂਦਾ ਹੈ । ਜਿਵੇਂ ਸ਼ਿਵਜੀ ਦੇ ਮਨ ਵਿੱਚ ਕਰੋਧ ਅਹੰਕਾਰ ਭਰ ਗਿਆ । ਉਹ ਆਪ ਹੀ ਜੱਜ, ਜਿਊਰੀ ਬਣ ਜਾਂਦਾ ਹੈ । ਕਦੇ ਇਨਸਾਫ ਨਹੀਂ ਕਰ ਸਕਦਾ, ਪ੍ਰਭ ਦੀ ਰਹਿਮਤ ਦੂਰ ਹੋ ਜਾਂਦੀ ਹੈ ।

The One and Only One, Holy Spirit, beyond any structure limitation is The True Master of the universe. Only He may be worthy to be called True Master. Honoring any human with flesh and blood to be called The True Guru may be insulting, rebuking his meditation and initiate the lava of ego and anger within. As happened to Shiv ji; he became a judge and jury! He may never perform any justice; he may be deprived from His Blessed Vision. He remains in cycle of birth and death in hell.

ਸ੍ਰਾਵਗ ਸੁੱਧ ਸਮੂਹ ਸਿਧਾਨ ਕੇ	Suddh Samoond Sidhaan Ke Dekh(i)
ਦੇਖਿ ਫਿਰਿਓ ਘਰ ਜੋਗ ਜਤੀ ਕੇ॥	Phirio Ghar Jog Jati Ke||
ਸੂਰ ਸੁਰਾਰਦਨ ਸੁੱਧ ਸੁਧਾਦਿਕ	Soor Suraaradan Suddh Sudhaadik Sant
ਸੰਤ ਸਮੂਹ ਅਨੇਕ ਮਤੀ ਕੇ॥	Samoond Anek Matoo Ke||
ਸਾਰੇ ਹੀ ਦੇਸ ਕੋ ਦੇਖਿ ਰਹਿਓ	Sare Hoo Des Ko Dekh(i) Rahio Mat
ਮਤ ਕੋਊ ਨਾ ਦੇਖਿਅਤ ਪ੍ਰਾਨਪਤੀ ਕੇ॥	Ko(i) Na Dekhooat Praanpatoo Ke||
ਸ੍ਰੀ ਭਗਵਾਨ ਕੀ ਭਾਇ ਕ੍ਰਿਪਾ ਹੂ	Sroo Bhagwaan Koo Bhaae Kridaa Hoo
ਤੇ ਏਕ ਰਤੀ ਬਿਮੁ ਏਕ ਰਤੀ ਕੇ॥੧॥	Te Ek Rati Bin(u) Ek Rati Ke||1||21||

ਮੈਂ ਬੁਧ, ਜੈਨ ਮਤ ਵਾਲੇ ਸਾਧੂ, ਦ੍ਰਿੜ ਅਵਸਥਾ ਵਾਲੇ ਜੋਗੀ, ਘੋਰ ਤਪਸਿਆ ਕਰਨ ਵਾਲੇ ਸੰਤਾ ਦੇ ਜੀਵਨ ਤੇ ਝਾਤੀ ਮਰਦਾ ਹਾ । ਅਨੇਕਾਂ ਹੀ ਜਮਦੂਤਾਂ ਦਾ ਨਾਸ਼ ਕਰਨਵਾਲੇ ਜੋਧੇ, ਅਨੇਕਾਂ ਹੀ ਦੇਵਤੇ ਸ਼ਬਦ ਦੀ ਸੋਝੀ ਰੂਪੀ ਅੰਮ੍ਰਿਤ ਦਾ ਅਨੰਦ ਮਾਨਦੇ ਹਨ । ਸਾਰੇ ਸੰਸਾਰਕ ਧਰਾਮਕ ਸੰਤ ਪ੍ਰਭ ਦੇ ਸ਼ਬਦ ਰੂਪੀ ਅੰਮ੍ਰਿਤ ਦਾ ਅਨੰਦ ਮਾਨਦੇ ਹਨ । ਪ੍ਰਭ ਦੀ ਰਹਿਮਤ ਦੀ ਨਜ਼ਰ ਤੋਂ ਬਿਨਾਂ ਇਹਨਾਂ ਦੀ ਤਪਸਿਆ ਪ੍ਰਭ ਦੇ ਦਰਬਾਰ ਵਿੱਚ ਪ੍ਰਵਾਨ ਨਹੀਂ ਹੁੰਦੀ, ਮਾਨਸ ਜੀਵਨ ਦੇ ਮੰਤਵ ਲਈ ਬਿਰਥਾ ਹੀ ਹੈ ।

I have learned the way of life on my visit of pure Sravaka (name used for disciple lady in Jainism and Buddhism), many worldly saints, prophets, gurus and preaches of all worldly religions. They have deep devotion, discipline in life to hard meditation (ascetics) routine of Yogis. I have seen valiant heroes, demons killing gods, gods drinking nectar and assemblies of saints of various sects. I have witnessed the disciplines of the religious systems of all the countries; however, without His Blessed Vision, their sacrifices, meditation may not have any significance, nor accepted in His Court.

ਮਾਤੇ ਮਤੰਗ ਜਰੇ ਜਰ ਸੰਗਿ	Maate Matan Dare Jar San
ਅਨੂਪ ਉਤੰਗ ਸੁਰੰਗ ਸਵਾਰੇ॥	Anoop Outan Suran Savdare||
ਕੋਟ ਤੁਰੰਗ ਕੁਰੰਗ ਸੇ ਕੂਦਤ ਪਉਨ ਕੇ	Kot Turan Kuran Se koodat Paoun Ke
ਗਉਨ ਕਉ ਜਾਤ ਨਿਵਾਰੇ॥	Gaddd Kau Jaat Nivdare||
ਭਾਰੀ ਭੁਜਾਨ ਕੇ ਭੂਪ ਭਲੀ ਬਿਧਿ	Bhaari Bhujaan Ke Bhoop Bhali Bidh(i)
ਨਿਆਵਤ ਸੀਸ ਨ ਜਾਤ ਬਿਚਾਰੇ॥	Niaavat Soos Na Jaat Bichdare||
ਏਤੇ ਭਏ ਤੋ ਕਹਾ ਭਏ ਭੂਪਤਿ	Ete Bhae Tu Kahaa Bhae Bhoopat(i) Ant
	Kau Naane Hoo Paane Padhdare||2||22||

ਅੰਤ ਕੋ ਨਾਂਗੇ ਹੀ ਪਾਇ ਪਧਾਰੇ॥੨॥

ਅਨੇਕਾ ਸੰਸਾਰਕ ਰਾਜੇ, ਆਪਣੇ ਨੌਜਾਵਨ ਜੋਧਿਆਂ ਨੂੰ ਨਸੇ ਦੀ ਮਸਤੀ ਵਾਲੇ ਹਾਥੀ ਨਾਲ ਜੰਗ ਵਿੱਚ ਭੇਜਦੇ ਹਨ । ਉਹ ਅਪਣੀ ਹੈਸੀਅਤ ਵਿੱਚ ਅਨੇਕਾ ਹੀ ਹਾਥੀ, ਘੋੜੇ, ਕਮਤੀ ਧਾਤਾਂ, ਸੋਨਾ, ਚਾਦੀ, ਅਮੋਲਕ ਤਸਵੀਰਾਂ ਰਖਦੇ, ਘਮੰਡ ਕਰਦੇ ਹਨ । ਉਹਨਾਂ ਦੇ ਘੋੜੇ ਹਵਾ ਨਾਲੋਂ ਤੇਜ਼ ਦੌੜਦੇ ਹਨ । ਅਨੇਕਾ ਹੀ ਰਾਜੇ, ਸੂਰਮੇ, ਆਪਣੀ ਤਾਕਤਵਰ ਫੌਜ ਹੁੰਦੇ ਹੋਏ ਵੀ ਦੁਸ਼ਮਣ ਦੇ ਤੀਰ ਦੇ ਸ਼ਿਕਾਰ ਹੋ ਜਾਂਦੇ ਹਨ । ਇਹ ਰਾਜੇ, ਭਾਵੇਂ ਬਹੁਤ ਮਹਾਨ ਹੋਣ, ਤਾਕਤਵਰ ਹੋਣ, ਅਨੇਕਾ ਹੀ ਰਖਿਆ ਕਰਨਵਾਲੇ ਰਖਵਾਲੇ ਹੋਣ, ਪ੍ਰਭ ਦੇ ਹੁਕਮ ਅੰਦਰ ਕੋਈ ਜ਼ੋਰ ਨਹੀਂ ਚਲਦਾ । ਉਹਨਾਂ ਨੂੰ ਸਭ ਕੁਝ ਸੰਸਾਰ ਵਿੱਚ ਛੱਡਕੇ ਨੰਗੇ ਪੈਰ ਹੀ ਵਾਪਸ ਜਾਣਾ ਪੈਦਾ ਹੈ । ਆਪਣੇ ਕੀਤੇ ਕੰਮਾਂ ਦਾ ਲੇਖਾ ਦੇਣਾ ਪੈਂਦਾ ਹੈ ।

Many worldly kings, emperors may mount their army on intoxicated elephants and fast running horses in the battle field. With millions of horses galloping like deer, moving faster than the wind. They remain proud of their possessions of gold, silver, diamonds, amazing paintings. Worldly mighty king may have a mighty force to protect him from enemy; however, no one may have any defense from arrow, command of The True Master. The arrow of enemy may pierce through his head. He must leave everything at earth and return to face, The Righteous Judge to endure the reward of his worldly deeds. He must leave naked and bare feet.

ਜੀਤ ਫਿਰੈ ਸਭ ਦੇਸ ਦਿਸਾਨ ਕੋ	Jeet Phirai Sabh Des Disaan Ko
ਬਾਜਤ ਢੋਲ ਮ੍ਰਿਦੰਗ ਨਗਾਰੇ॥	Baajat Dhol Mridan Nagdare||
ਗੁੰਜਤ ਗੂੜ ਗਜਾਨ ਕੇ ਸੁੰਦਰ	Gounjat Goor Gadaan Ke Soundar
ਹਿੰਸਤ ਹੀ ਹਯਰਾਜ ਹਜਾਰੇ॥	Binsat Hain Hayraaj Hajdare||
ਭੂਤ ਭਵਿੱਖ ਭਾਵਨ ਕੇ ਭੂਪਿਤ	Bhoot Bhavikkh Bhavaan Ke Bhoopat
ਕਉਨੁ ਗਨੈ ਨਹੀ ਜਾਤਿ ਬਿਚਾਰੇ॥	Kaoun(u) Gadai Nahoon Jaat Bichdare||
ਸ੍ਰੀ ਪਤਿ ਸ੍ਰੀ ਭਗਵਾਨ ਭਜੇ ਵਿਬਨੁ	Sri Pat(i) Sri Bhagvaan Bhaje Bin(u) Ant
ਅੰਤ ਕੋ ਅੰਤ ਕੇ ਧਾਮ ਸਿਧਾਰੇ॥੩॥	Kau Ant Ke Dhaam Sidhdar. ||3||23|

ਸੰਸਾਰਕ ਸ਼ੇਨਸ਼ਾਹ ਭਾਵੇਂ ਆਪਣੀ ਫੌਜ ਨਾਲ ਸਾਰੇ ਸੰਸਾਰ ਤੇ ਰਾਜ ਕਾਇਮ ਕਰ ਲਵੇ ! ਉਹ ਅਨੇਕਾਂ ਹੀ ਹਾਥੀਆਂ, ਘੋੜਿਆਂ ਨੂੰ ਆਪਣੀ ਹੈਸੀਅਤ ਬਣ ਲਵੇ । ਇਸ ਹੈਸੀਅਤ ਵਾਲੇ, ਅਨੇਕਾਂ ਹੀ ਰਾਜੇ ਪਿਛਲੇ ਸਮੇਂ, ਵਰਤਮਾਨ ਸਮੇਂ ਅਤੇ ਭਵਿੱਖ ਵਿੱਚ ਹੋਣਗੇ । ਇਹਨਾਂ ਦੀ ਗਿਣਤੀ ਨਹੀਂ ਕੀਤੀ ਜਾ ਸਕਦੀ । ਜਿਹੜਾ ਪ੍ਰਭ ਦੀ ਹੋਂਦ ਨੂੰ, ਆਪਣੇ ਮਾਨਸ ਜੀਵਨ ਦਾ ਮੰਤਵ ਨਹੀਂ ਸਮਝਦਾ, ਉਸ ਨੂੰ ਅਖੀਰ ਵਿੱਚ ਸਭ ਕੁਝ ਧਰਤੀ ਤੇ ਛਡਕੇ ਜੂੰਨਾਂ ਦੇ ਚੱਕਰ ਵਿੱਚ ਹੀ ਜਾਣਾ ਪੈਂਦਾ ਹੈ ।

Many worldly emperors may capture, rule over the whole world with the power of his army. They may capture many beautiful roaring elephants and thousands of neighing houses of best breed. Such e emperors of the past, present and future cannot be counted and ascertained. However, who may not remember The True Master, the real purpose of human life opportunity. He must leave everything on earth and return to face The Righteous Judge. He wastes his priceless human life opportunity and he remains in the cycle of birth and death.

ਤੀਰਥ ਨਾਨ ਦਇਆ ਦਮ ਦਾਨ	Teerath Nhaan Daiaa Dam Daan Su
ਸੁ ਸੰਜਮ ਨੇਮ ਅਨੇਕ ਬਿਸੇਖੈ॥	Sanjam Nem Anek Bisekhai||
ਬੇਦ ਪੁਰਾਨ ਕਤੇਬ ਕੁਰਾਨ	Bed Puraan Kateb Kuraan Jamoond
ਜਿਮੀਨ ਸਬਾਨ ਕੇ ਪੇਖੈ॥	Jamaan Sabaan Ke Pekhai||
ਪਉਨ ਅਹਾਰ ਜਤੀ ਜਤ ਧਾਰ ਸਭੈ	Paoun Ahaar Jatoo Jat Dhaar Sabai
ਸੁ ਬਿਚਾਰ ਹਜਾਰਕ ਦੇਖੈ॥	Su Bichaar Hajaar Ka Dekhai||S
ਸ੍ਰੀ ਭਗਵਾਨ ਭਜੇ ਬਿਨੁ ਭੂਪਤਿ	roo Bhagadn Bhaje Bin(u) Bhoopat(i)
ਏਕ ਰਤੀ ਬਿਨੁ ਏਕ ਨ ਲੇਖੈ॥੪॥	Ek Ratoo Bin(u) Ek Na Lekhai||4||24||

ਸੰਸਾਰਕ ਜੀਵਨ ਵਿੱਚ ਦਾਨ, ਬਾਕੀ ਜੀਵਾ ਤੇ ਤਰਸ ਕਰਨਾ, ਤੀਰਥ ਯਾਤਰਾ ਕਰਨੀ, ਤੀਰਥ ਇਸ਼ਨਾਨ ਕਰਨਾ, ਧਾਰਮਕ ਗ੍ਰੰਥ ਪੜਨਾ, ਪਾਠ ਪੂਜਾ ਕਰਨਾ, ਧਰਮਾਂ ਦੇ ਪਾਏ ਭਲੇਖੇ ਹੀ ਹਨ । ਕੇਵਲ ਹਵਾ ਨੂੰ ਭੋਜਨ ਬਣਾਉਣਾ, ਪ੍ਰਭ ਦੇ ਬਖਸ਼ੇ ਤੇ ਸੰਤੋਖ ਰਖਣਾ, ਅਨੇਕਾ ਹੀ ਸੋਝੀਵਾਨਾਂ ਦੇ ਜੀਵਨ ਤੇ ਵਿਚਾਰ ਕਰਕੇ ਜੀਵਨ ਢਾਲਣਾ । ਇਹ ਸਾਰੇ ਹੀ ਧਾਰਮਕ ਤਰੀਕੇ ਬਹੁਤ ਮਹੱਤਵ ਪੂਰਨ ਹਨ । ਸਾਰੇ ਹੀ ਪ੍ਰਭ ਦੇ ਵਿਛੋੜੇ ਨੂੰ ਯਾਦ ਕਰਕੇ ਜੀਵਨ ਢਾਲਣ ਦੇ ਬਰਾਬਰ ਨਹੀਂ ਹਨ, ਮਾਨਸ ਜੀਵਨ ਦੇ ਮੰਤਵ ਲਈ ਬਿਰਥੇ ਹੀ ਹਨ ।

All known religious practices like forgiveness, compassionate for others, performing acts of charity, practicing austerity and many special rituals. Worldly religion teachings preach, pilgrimage at Holy Shrine, taking soul sanctifying bath in the Holy Pond; devotionally reciting, Holy Scripture are all religious rituals. Another meditation techniques are considering air only nourishment, remains contented with own worldly environments, learning from the way of life of many wise, enlightened saints. All these meditations, disciplines may be very significant; however, without His mercy and grace, remaining in renunciation in the memory of his separation from His Holy Spirit, may not be accepted in His Court.

ਸੁੱਧ ਸਿਪਾਹ ਦੁਰੰਤ ਦੁਬਾਹ ਸੁ	Suddh Sipaah Durant Doubaah
ਸਾਜਿ ਸਨਹਿ ਦੁਰਜਾਨ ਦਲੈਂਗੇ॥	Su Saaj Sanaah Durjaan Dalainge||
ਭਾਰੀ ਗੁਮਾਨ ਭਰੇ ਮਨ ਮੈ	Bhar(i) Goumaan Bhare Man Main
ਕਰ ਪਰਬਤ ਪੰਖ ਹਲੇ ਮ ਹਲੈਂਗੇ॥	Kar Parbat Pankh Hale Na Halainge||
ਤੋਰਿ ਅਰੀਨ ਮਰੋਰਿ ਅਵਾਸਨ	Tor(i) Aaroon Maror(i) Mavaasan
ਮਾਤੇ ਮਤੰਗਨ ਮਾਨ ਮਲੈਂਗੇ॥	Maate Matanad Maan Malainge||
ਸ੍ਰਠ ਪਤਿ ਸ੍ਰੀ ਭਗਵਾਨ ਕ੍ਰਿਪਾ ਬਿਨੁ	Sri Pat(i) Sri Bhagvaan Kridaa Bin(u)
ਤਿਆਗ ਜਹਾਨੁ ਨਿਦਾਨ ਚਲੈਂਗੇ ॥੫॥	Tiaag(i) Jahaan Nidaan Chalainge||5||25||

ਸ਼ਾਸਤ੍ਰ ਸਿਖਿਆ ਵਾਲੇ ਸਿਪਾਈ, ਹਥਿਆਰ ਬੰਦ ਹੋ ਕੇ ਰਾਜ ਦੀ ਰਾਖੀ ਕਰਦੇ ਹਨ । ਇਹਨਾਂ ਨੂੰ ਆਪਣੀ ਤਾਕਤ ਤੇ ਇਤਨਾ ਅਹੰਕਾਰ, ਗਰਬ ਹੁੰਦਾ ਹੈ । ਵੈਰੀ ਭਾਵੇਂ ਇਕ ਭਾਰੀ ਪ੍ਰਬਤ ਦੀ ਤਰ੍ਹਾਂ ਸਾਮ੍ਹਣੇ ਆ ਜਾਵੇ! ਇਹ ਉਸ ਤੇ ਜਿੱਤ ਪਾਉਂਦੇ ਹਨ । ਉਹ ਵੈਰੀ ਨੂੰ, ਜੰਗ ਦੇ ਮੈਦਾਨ ਵਿੱਚ ਆਏ ਹਾਥੀਆਂ ਨੂੰ ਕੁਚਲ ਸਕਦੇ ਹਨ । ਪ੍ਰਭ ਦੀ ਰਹਿਮਤ ਤੋਂ ਬਿਨਾਂ ਸਾਰੇ ਹੀ ਮਾਰੇ ਜਾਂਦੇ ਹਨ, ਅੰਤ ਵਿੱਚ ਪ੍ਰਭ ਦੇ ਦਰਬਾਰ ਵਿੱਚ ਆਪਣੇ ਕੀਤੇ ਕੰਮਾਂ ਦੀ ਸਜ਼ਾ ਭੋਗਦੇ ਹਨ ।

The trained mighty, and invincible soldiers, who would be able to crush the enemies. With great ego and determination; they would not be vanquished, conquered; even the enemies may be strong like a mountain. They would destroy the enemies, twist the rebels, and smash the pride of intoxicated elephants. Without His Blessed Vision, they would ultimately leave the world.

ਬੀਰ ਅਪਾਰ ਬਡੇ ਬਰਿਆਰ ਅਬਿਚਾਰਹਿ	Bir Apaar Bade BariaarAbichaarah(i)
ਸਾਰ ਕੀ ਧਾਰ ਭਛੱਯਾ॥	Saar Koo Dhaar Bhachhayyaa||
ਤੋਰਤ ਦੇਸ ਮਲਿੰਦ ਮਵਾਸਨ ਮਾਤੇ	Torat Des Malind Mavaasan Maate
ਗਜਾਨ ਕੇ ਮਾਨ ਮਲੱਯਾ॥	Gadaan Ke Maan Malayyaa||
ਗਾੜੇ ਗਵਾਨ ਕੇ ਤੋੜਨਹਾਰ	Gaddhe Gadhaan Ko Todanhaar
ਸੁ ਬਾਤਨ ਹੀਂ ਚਕ ਚਾਰ ਲਵਯਾ॥	Su Baatan Hoon Chak Chaar Lavayyaa||
ਸਾਹਿਬ ਸ੍ਰੀ ਸਭ ਕੋ ਸਿਰਨਾਇਕ	Saahib(u) Sri Sabh Ko Sirnaaik
ਜਾਚਿਕ ਅਨੇਕ ਸੁ ਏਕ ਦਿਵੱਯਾ ॥੬॥	Jaachak Anek Sue K Divayyaa||6||26||

ਅਨੇਕਾ ਹੀ ਮਹਾਨ ਜੋਧੇ, ਹਸਦੇ ਮੁੱਖ ਤਲਵਾਰ ਨੂੰ ਚੁੰਮਦੇ ਸ਼ਹੀਦ ਹੋ ਜਾਂਦੇ ਹਨ । ਉਹ ਅਨੇਕਾਂ ਹੀ ਦੁਸ਼ਮਣ ਨੂੰ ਮੌਤ ਦੇ ਘਾਟ ਚੜ੍ਹਾ ਦੇਂਦੇ, ਜਿੱਤ ਪਾਉਂਦੇ ਹਨ । ਅਨੇਕਾਂ ਹੀ ਨਸ਼ੇ ਵਾਲੇ ਹਾਥੀਆਂ ਨੂੰ ਤਬਾਹ ਕਰ ਦੇਂਦੇ ਹਨ । ਉਹ ਕਈ ਮਜਬੂਤ ਕਲੇ, ਦੇਸ, ਆਪਣੇ ਫੌਜ ਦੇ ਡਰ ਨਾਲ ਹੀ ਜਿੱਤ ਲੈਂਦੇ

ਹਨ । ਕੇਵਲ ਪ੍ਰਭ ਹੀ ਅਸਲੀ ਮਾਲਕ ਹੈ, ਕੇਵਲ ਉਸ ਦਾ ਹੀ ਹੁਕਮ ਚਲਦਾ ਹੈ । ਉਸ ਦੇ ਦਰ ਤੇ ਸਾਰੇ ਹੀ ਬੇਚਾਰ, ਮੰਗਤੇ ਹੀ ਹਨ ।

Innumerable brave and mighty heroes, fearlessly facing the edge of the sword. Conquering the countries, subjugating the rebels, and crushing the pride of the intoxicated elephants. Capturing the strong forts and conquering all sides with mere threats. The True Master is the ultimate commander and only Donor; everyone else may be beggars at His Door.

ਦਾਨਵ ਦੇਵ ਫਨਿੰਦ ਨਿਸਾਚਰ	Daanav Dev Phanind Nisaachar
ਭੂਤ ਭਵਿਖ ਭਾਵਨ ਜਪੈਂਗੇ॥	Bhoot Bhavikkh Bhavaan Japainge||
ਜੀਵ ਜਿਤੇ ਜਲ ਮੈ ਥਲ ਮੈ	Jeev Jite Jal Mai Thal Mai
ਪਲ ਹੀ ਪਲ ਮੈ ਸਭ ਥਾਪ ਥਪੈਂਗੇ॥	Pal Hoo Pal Mai Sabh Thaap Thapainge||
ਪੁੰਨ ਪ੍ਰਤਾਪਨ ਬਾਢ ਜੈਤ ਧੁਨ	Pounn Prataapan Baadh Jait Dhoun
ਪਾਪਨ ਕੇ ਬਹੁ ਪੁੰਜ ਖਪੈਂਗੇ॥	Paapan Ke Bahu Pounj Khapainge||
ਸਾਧ ਸਮੂਹ ਪ੍ਰਸੰਨ ਫਿਰੈ ਜਗ	Saadh Samoond Prasann Phirain Jag
ਸੱਤ੍ਰ ਸਭੈ ਅਵਲੋਕ ਚਪੈਂਗੇ॥੭॥	Satra Sabhai Avlok Chapinge||7||27||

ਸੰਸਾਰਕ ਪਰਾਤਨ, ਵਰਤਮਾਨ ਅਤੇ ਭਵਿੱਖ ਸਮੇਂ ਦੇ ਸਾਰੇ ਦੇਵਤੇ, ਅਵਤਾਰ, ਰੂਹਾਨੀ ਫਰਿਸ਼ਤੇ, ਸੰਤ ਪ੍ਰਭ ਦੇ ਸ਼ਬਦ ਦਾ ਸਿਮਰਨ ਕਰਦੇ, ਪਾਲਣਾ ਕਰਦੇ ਹਨ । ਜਿਹੜੇ ਸੰਸਾਰਕ ਜੀਵਨ ਵਿੱਚ ਸੰਸਾਰਕ ਮਾਇਆ ਦੇ ਗੁਲਾਮ ਬਣ ਜਾਂਦੇ, ਪਾਪਾਂ ਦਾ ਭਾਰ ਵਧਾਉਂਦੇ ਹਨ । ਉਹ ਆਪਣਾ ਮਾਨਸ ਜੀਵਨ ਬਿ-ਰਥਾ ਹੀ ਬਰਬਾਦ ਕਰਕੇ ਜੂੰਨਾਂ ਦੇ ਚੱਕਰ ਵਿੱਚ ਰਹਿੰਦੇ ਹਨ ।

Demons, gods, huge serpents, ghosts, past, present, and future would meditate on the teachings of His Word. All the creatures in the sea and on land would increase and the heaps of sins would be destroyed. Whosoever may sing the glories of His Virtues; with His mercy and grace, all his sins may be forgiven. His true devotees, Holy saints would remain in deep meditation in bliss in the void of His Word. All tyrants may remain miserable seeing His true devotee in blossom.

ਮਾਨਵ ਇੰਦ੍ਰ ਗਜਿੰਦ੍ਰ ਨਰਾਧਪ	Maanav Indra Gadindra Naraadhap
ਜੌਨ ਤ੍ਰਿਲੋਕ ਕੋ ਰਾਜ ਕਰੈਂਗੇ॥	Jaoun Trilok Ko Raaj Darainge||
ਕੋਟਿ ਇਸਨਾਨ ਗਜਾਦਿਕ ਦਾਨ	Kottee Isnaan Gadaadik Daan
ਅਨੇਕ ਉਅੰਬਰ ਸਾਜ ਬਰੈਂਗੇ॥	Anek Suanbar Saaj Darainge||
ਬ੍ਰਹਮ ਮਹੇਸਰ ਬਿਸਨ ਸਚੀਪਤਿ	Brahm Mahesar Bisan Sachoopat(i)
ਅੰਤ ਫਸੇ ਜਮ ਫਾਸ ਪਰੈਂਗੇ॥	Ant Phase Jam Phaas(i) Darainge||
ਜੇ ਨਰ ਸ੍ਰੀ ਪਤਿ ਕੇ ਪ੍ਰਸ ਹੈਂ	Je Nar Sroo Pat(i) Ke Pras Hain
ਪਗ ਤੇ ਨਰ ਫੇਰ ਨ ਦੇਹ ਧਰੈਂਗੇ॥੮॥	Pag Te Nar Pher Na Deh Ddarainge||8||28|

ਸੰਸਾਰਕ ਰਾਜਾ ਆਪਣੀ ਫੌਜ ਦੇ ਜ਼ੋਰ ਨਾਲ ਸਾਰੇ ਸੰਸਾਰ ਤੇ ਆਪਣਾ ਰਾਜ ਕਾਇਮ ਕਰ ਸਕਦਾ ਹੈ, ਕਰ ਲੈਂਦਾ ਹੈ । ਉਹ ਭਾਵੇਂ ਅਨੇਕਾ ਹੀ ਸੰਵਬਰ ਰਚਾਵੇ, ਵਿਆਹ ਕਰ ਲੇਏ । ਅਨੇਕਾਂ ਹੀ ਕੀਮਤੀ ਤੋਹਫੇ, ਕੀਮਤੀ ਹਾਥੀ, ਘੋੜੇ, ਸੋਨਾ, ਚਾਦੀਂ ਦਾਨ ਕਰੇ । ਅਨੇਕਾਂ ਹੀ ਅਵਤਾਰ, ਬ੍ਰਹਮਾ, ਬਿਸ਼ਨੂੰ, ਇੰਦਰ, ਸ਼ਿਵਜੀ ਵਰਗੇ ਵੀ ਸੰਸਾਰਕ ਮਾਇਆ ਦੇ ਜਾਲ ਵਿੱਚ ਫਸ ਜਾਦੇ ਹਨ । ਸਾਰੇ ਹੀ ਜੂੰਨਾਂ ਦੇ ਚੱਕਰ ਵਿੱਚ ਹੀ ਰਹਿੰਦੇ ਹਨ । ਜਿਹੜਾ ਆਪ ਪ੍ਰਭ ਦੇ ਸ਼ਰਣ ਵਿੱਚ ਭੇਟਾ ਕਰ ਦੇਂਦਾ ਹੈ, ਪ੍ਰਭ ਦੇ ਸ਼ਬਦ ਨਾਲ ਜੀਵਨ ਢਾਲਦਾ ਹੈ । ਪ੍ਰਭ ਦੀ ਰਹਿਮਤ ਨਾਲ ਉਸ ਦਾ ਜੂੰਨਾਂ ਦਾ ਚੱਕਰ ਖਤਮ ਹੋ ਜਾਂਦਾ ਹੈ ।

Emperors with strong army, powerful elephants may rule over the three worlds. Millions rich and powerful may give elephants and other animals as charity in self-marriage functions, weddings. Many worldly prophets such as Brahma, Shiva, Vishnu, and Consort of Sachi (Indra) would ultimately fall in the noose of death. Whosoever may surrender his self-entity at His

Sanctuary, adopts the teachings of His Word; with His mercy and grace, he may never appear again in physical form.

ਕਹਾ ਭਯੋ ਜੋ ਦੋਊ ਲੋਚਨ	Kahaa Bhayo Jo Dooo lochannd
ਮੂੰਦ ਕੈ ਬੈਠਿ ਰਹਿਓ	moondd Kai Baith(i) Rahio
ਬਕ ਧਿਆਨ ਲਦਾਇਓ॥	Bak Dhiaan Lagadio‖
ਨ੍ਹਾਤ ਫਿਰਿਓ ਲੀਏ ਸਾਤ ਸਮੁੰਦ੍ਰਨ	Nhaat Phirio Looe Saat Samudran(i)
ਲੋਕ ਗਇਓ ਪਰਲੋਕ ਗਵਾਇਓ॥	Lok Gado Parlok Gadaaio‖
ਬਾਸੁ ਕੀਓ ਬਿਖਿਆਨ ਸੋ ਬੈਠ ਕੈ	Baas Ko(i) Bikhiaan So Baith Sai
ਐਸੇ ਹੀ ਐਸੇ ਸੁ ਬੈਸ ਬਿਤਾਇਓ॥	Aise Hoo Aise Su Bais Bitaaio‖
ਸਾਚੁ ਕਹੌਂ ਸੁਨ ਲੇਹੁ ਸਭੈ	Saach(u) Kahon Soun Leh(u) Sabhai
ਜਿਨ ਪ੍ਰੇਮੁ ਕੀਓ ਤਿਨ ਹੀ ਪ੍ਰਭੁ ਪਾਇਓ॥੯॥	Jin Prem Ko(i) Tin Hoo Prabh Paaio‖9‖29‖

ਜਿਹੜਾ ਬਗਲਾ ਭਗਤ ਬਣਦਾ ਹੈ, ਮਨ ਵਿੱਚ ਬੁਰੇ ਖਿਆਲ ਰਖਦਾ ਹੈ । ਉਹ ਭਾਵੇਂ ਅਨੇਕਾ ਤੀਰਥ ਯਾਤਰਾ ਕਰ ਲਵੇਂ, ਇਸ਼ਨਾਨ ਕਰੇ, ਉਹ ਆਪਣਾ ਮਾਨਸ ਜਨਮ ਬਿਰਥਾ ਹੀ ਤਬਾਹ ਕਰ ਜਾਂਦਾ ਹੈ । ਅੱਗਲੇ ਜੀਵਨ ਵਿੱਚ ਨੀਚ ਜੂੰਨਾਂ ਵਿੱਚ ਹੀ ਰਹਿੰਦਾ ਹੈ । ਜਿਹੜਾ ਅਡੋਲ ਭਰੋਸੇ ਨਾਲ ਸ਼ਬਦ ਦੀ ਪਾਲਣਾ ਕਰਦਾ ਹੈ, ਪ੍ਰਭ ਦੀ ਰਹਿਮਤ ਨਾਲ ਉਸ ਨੂੰ ਪ੍ਰਵਾਨਗੀ ਦਾ ਅਸਲੀ ਰਸਤਾ ਬਖਸ਼ਿਸ ਹੋ ਜਾਂਦਾ ਹੈ । ਉਸ ਨੂੰ ਪ੍ਰਭ ਦੀ ਹੋਂਦ ਹਰ ਥਾਂ ਤੇ ਵਾਪਰਦੀ ਮਹਿਸੂਸ ਹੁੰਦੀ ਹੈ ।

Whosoever may meditate like a crane with evil thoughts with his eyes closed. He may take a million of sanctifying bath at worldly Holy Shrines; however, he may lose his human life opportunity and in next world. He may waste his human life opportunity performing such useless ritual. Whosoever may remain intoxicating in meditation in the void of His Word; with His mercy and grace, he may be absorbed within His Holy Spirit. He may realize His Holy Spirit prevailing everywhere.

ਕਾਹੂ ਲੈ ਪਾਹਨ ਪੂਜ ਧਰਯੋ	Kaahoo Lai Pahann Puuj Dharaiyo
ਸਿਰ ਕਾਹੂ ਲੈ ਲਿੰਗੁ ਗਰੇ ਲਟਕਾਇਓ॥	Sir Kahoo Lai Ling Gaaree Latkai ‖
ਕਾਹੂ ਲਕਿਣ ਹਇ ਅਵਾਚੀ ਦਿਸਾ ਮਹਿ	Kaahoo Lakhio Har(i) Avaachoo Disaa Maih
ਕਾਹੂ ਪਾਛਹ ਕੋ ਸਸਿ ਨਿਵਾਇਓ॥	Kaahoo Pachhaad Ko Soos(u) Nivaaio‖
ਕੋਊ ਬੁਤਾਨ ਕੋ ਹੈ ਪਸੁ	Ko(i) Boutaan Ko Poojat Hai Pas(u)
ਕੋਊ ਮਿਰਤਾਨ ਕੋ ਪੂਜਨ ਧਾਇਓ॥	Ko(i) Mritaan Ko Poojan Dhnio‖
ਕੂਰ ਕ੍ਰਿਆ ਉਰਝਿਓ ਸਭ ਹੀ ਜਗ	Koor Kriaa Urjhio Sabh Hoo Jag
ਸ੍ਰੀ ਭਗਵਾਨ ਕੋ	Sri Bhagvaan Ko
ਭੇਦ ਨ ਪਾਇਓ॥੧੦॥	Bhed(u) Na Paaio‖10‖30‖

ਅਨੇਕਾਂ ਹੀ ਜੀਵ ਪਰਾਤਨ ਸੰਤ, ਭਗਤ ਦੇ ਪੱਥਰ ਦਾ ਬੁੱਤ ਨੂੰ ਪ੍ਰਭ ਦਾ ਰੂਪ ਸਮਝਕੇ ਪੂਜਾ ਕਰਦੇ ਹਨ । ਅਨੇਕਾਂ ਹੀ ਜੀਵ ਪੱਥਰ ਨੂੰ ਗਲ ਵਿੱਚ ਲਟਕਾ ਕੇ, ਸੰਸਾਰਕ ਇਛਾਂ ਦੇ ਸਾਗਰ ਵਿੱਚ ਡੁਬ ਜਾਂਦੇ ਹਨ । ਅਨੇਕਾਂ ਹੀ ਬੁੱਤ ਪੂਜਾ ਕਰਦੇ, ਅਨੇਖਾਂ ਹੀ ਪਰਾਤਨ ਫਕੀਰਾਂ ਦੀ ਮੜੀ ਨੂੰ ਪੂਜਦੇ ਹਨ । ਸਾਰਾ ਸੰਸਾਰ ਹੀ ਸੰਸਾਰਕ ਮਾਇਆ ਦੇ ਜਾਲ ਵਿੱਚ ਫਸਿਆ ਰਹਿੰਦਾ ਹੈ । ਜੀਵ ਆਪਾ ਸ਼ਬਦ ਦੀ ਸ਼ਰਣ ਵਿੱਚ ਭੇਟਾ ਕਰਨ ਨਾਲ, ਆਪਣਾ ਜੀਵਨ ਸ਼ਬਦ ਦੀ ਸਿਖਿਆ ਨਾਲ ਢਾਲਣ ਨਾਲ ਹੀ ਪ੍ਰਵਾਨਗੀ ਦੇ ਅਸਲੀ ਰਸਤੇ ਦੀ ਸੋਝੀ ਬਖਸ਼ਿਸ਼ ਹੋ ਸਕਦੀ ਹੈ ।

Someone may worship stone carved statue of ancient saint; others may drown by hanging stone in his neck. Someone may visualize Thc Truc Master in the south and others may bow his head towards the west. Someone may worship the idols and others may worship at the grace of ancient deceased saint. The whole universe remains intoxicated with sweet poison of worldly wealth; however, without surrendering his self-entity at His Sanctuary; no one may ever be blessed with the enlightenment of the mystery of His Nature, The True Master.

☬ ਸ੍ਵਯੇ ਦੀਨਨ ☬

1. **ਸਵਈਏ ਮਹਲੇ ਪਹਿਲੇ ਕੇ ੧ (1389-10) – ਕਲ੍ਯ**

ੴ ਸਤਿਗੁਰ ਪ੍ਰਸਾਦਿ॥ — ik-oNkaar satgur parsaad.
ਇਕ ਮਨਿ ਪੁਰਖੁ ਧਿਆਇ ਬਰਦਾਤਾ॥ — ik man purakh Dhi-aa-ay bardaataa.
ਸੰਤ ਸਹਾਰੁ ਸਦਾ ਬਿਖਿਆਤਾ॥ — sant sahaar sadaa bikhi-aataa.
ਤਾਸੁ ਚਰਨ ਲੇ ਰਿਦੈ ਬਸਾਵਉ॥ — taas charan lay ridai basaava-o.
ਤਉ ਪਰਮ ਗੁਰੂ ਨਾਨਕ ਗੁਨ ਗਾਵਉ॥੧॥ — ta-o param guroo naanak gun gaava-o. ||1||

ਜੀਵ ਇਕ ਮਨ ਹੋ ਕੇ ਅਟਲ ਅਕਾਲ ਪੁਰਖ ਦੇ ਸ਼ਬਦ ਦਾ ਸਿਮਰਨ ਕਰੋ! ਉਸ ਦੀਆਂ ਰਹਿਮਤਾਂ ਪ੍ਰਾਪਤ ਕਰੋ । ਪ੍ਰਭ ਦੇ ਸ਼ਬਦ ਦੀ ਸਿਖਿਆਂ ਹੀ ਸੰਤ ਸਰੂਪ ਦੇ ਜੀਵਨ ਦਾ ਅਧਾਰ ਹੁੰਦਾ ਹੈ । ਆਪਣੇ ਹਿਰਦੇ ਵਿੱਚ ਸ਼ਬਦ ਰੂਪੀ ਚਰਨਾਂ ਤੇ ਪੂਰਨ ਭਰੋਸਾ ਰਖਕੇ ਗੁਣ ਸਿਮਰਨ ਕਰੋ ।

You should meditate on the teachings of His Word, The Forever True Master, with steady and stable belief, in your day to say life. You may be blessed with the enlightenment of the essence of His Word. The teachings of His Word remain the guiding principle of the way of life of His true devotee, His Holy saint. You should meditate on the teachings of His Word with steady and stable belief in day-to-day life.

ਗਾਵਉ ਗੁਨ ਪਰਮ ਗੁਰੂ, — gaava-o gun param guroo
ਸੁਖ ਸਾਗਰ ਦੁਰਤ ਨਿਵਾਰਣ ਸਬਦ ਸਰੇ॥ — sukh saagar durat nivaaran sabad saray.
ਗਾਵਹਿ ਗੰਭੀਰ ਧੀਰ ਮਤਿ ਸਾਗਰ, — gaavahi gambheer Dheer mat saagar
ਜੋਗੀ ਜੰਗਮ ਧਿਆਨੁ ਧਰੇ॥ — jogee jangam Dhi-aan Dharay.
ਗਾਵਹਿ ਇੰਦ੍ਰਾਦਿ ਭਗਤ ਪ੍ਰਹਿਲਾਦਿਕ, — gaavahi indraad bhagat par-hilaadik aa-
ਆਤਮ ਰਸੁ ਜਿਨਿ ਜਾਣਿਓ॥ — tam ras jin jaani-o.
ਕਬਿ ਕਲ ਸੁਜਸੁ ਗਾਵਉ ਗੁਰ ਨਾਨਕ, — kab kal sujas gaava-o gur naanak
ਰਾਜੁ ਜੋਗੁ ਜਿਨਿ ਮਾਣਿਓ॥੨॥ — raaj jog jin maani-o. ||2||

ਉਸ ਅਦੁੱਤੀ ਹੋਂਦ ਦੇ ਗੁਣ ਗਾਉਣ ਨਾਲ ਸਾਗਰ ਨੂੰ ਪਾਰ ਕਰਨ ਦਾ, ਪ੍ਰਵਾਨਗੀ ਦਾ ਅਸਲੀ ਰਸਤਾ ਬਖਸ਼ਿਸ਼ ਹੋ ਜਾਂਦਾ ਹੈ । ਪ੍ਰਭ ਦੇ ਦਾਸ ਦੇ ਪਾਪ ਬਖਸ਼ੇ ਜਾਂਦੇ, ਉਹ ਪ੍ਰਭ ਦੇ ਸ਼ਬਦ ਦਾ ਸਿਮਰਨ ਕਰਦਾ, ਸ਼ਬਦ ਦੀ ਸਮਾਧੀ ਵਿੱਚ ਅਡੋਲ ਰਹਿੰਦਾ ਹੈ । ਇੰਦਰ ਅਤੇ ਪ੍ਰਹਿਲਾਦ ਵਰਗੇ ਭਗਤ, ਪ੍ਰਭ ਦੇ ਸ਼ਬਦ ਦੀ ਮਹੱਤਤਾ ਜਾਣਦੇ, ਸ਼ਬਦ ਦੇ ਗੁਣ ਗਾਉਂਦੇ ਹਨ । ਕਵੀ ਕਲ੍ਯ, ਨਾਨਕ ਦੇ ਜੀਵਨ ਤੋਂ ਹੈਰਾਨ ਰਹਿੰਦਾ, ਉਸ ਦੀ ਸਿਖਿਆਂ ਦੀ ਉਸਤਤ ਗਾਉਂਦਾ ਹੈ!

Whosoever may be singing the glory of the teachings of His Word, most exalted The True Master; with His mercy and grace, he may be blessed with the right path of acceptance in His Court. His sins of previous lives may be forgiven. He and he may remain intoxicated in meditation in the void of His Word. His Holy saint, like **Indra, Prahalad** may be enlightened with the significance of the teachings of His Word; with His mercy and grace, he may remain singing the glory of His Word in the void of His Word. Poet **Kal** remains fascinating from the way of life of His true devotee, Nanak Ji! He remains singing the glory of The True Master.

ਗਾਵਹਿ ਜਨਕਾਦਿ ਜੁਗਤਿ ਜੋਗੇਸੁਰ, — gaavahi jankaad jugat jogaysur
ਹਰਿ ਰਸ ਪੂਰਨ ਸਰਬ ਕਲਾ॥ — har ras pooran sarab kalaa.
ਗਾਵਹਿ ਸਨਕਾਦਿ ਸਾਧ ਸਿਧਾਦਿਕ, — gaavahi sankaad saaDh siDhaadik
ਮੁਨਿ ਜਨ ਗਾਵਹਿ ਅਛਲ ਛਲਾ॥ — mun jan gaavahi achhal chhalaa. gaa-
ਗਾਵੈ ਗੁਣ ਧੋਮੁ ਅਟਲ ਮੰਡਲਵੈ, — vai gun Dhom atal mandlavai bhagat
ਭਗਤਿ ਭਾਇ ਰਸੁ ਜਾਣਿਓ॥ — bhaa-ay ras jaani-o.
ਕਬਿ ਕਲ ਸੁਜਸੁ ਗਾਵਉ — kab kal sujas gaava-o
gur naanak raaj jog jin maani-o. ||3||

ਗੁਰ ਨਾਨਕ, ਰਾਜੁ ਜੋਗੁ ਜਿਨਿ ਮਾਣਿਓ॥੩॥

ਰਾਜੇ ਜਨਕ ਵਰਗੇ ਭਗਤ, ਮਾਹ ਬਲੀ ਜੋਗੀ ਵੀ ਪੂਰਨ ਅਟਲ ਦਾ ਸਿਮਰਨ ਕਰਦੇ, ਰਹਿਮਤਾਂ ਦਾ ਅਨੰਦ ਮਾਨਦੇ ਹਨ । ਸ਼ੰਕਰ ਵਰਗੇ ਭਗਤ, ਸਾਧੂ, ਸਿਧ ਜੋਗੀ ਨੂੰ ਸ਼ਬਦ ਦੇ ਸਿਮਰਨ ਕਰਨ ਨਾਲ ਰਿਧੀਆਂ ਸਿਧਿਆਂ ਬਖਸ਼ਿਸ਼ ਹੋਈਆਂ ਹਨ । ਜਿਹੜੇ ਪ੍ਰਭ ਨੂੰ ਧੋਖਾ ਨਹੀਂ ਦਿੱਤਾ ਜਾ ਸਕਦਾ, ਉਸ ਦੇ ਸ਼ਬਦ ਦਾ ਸਿਮਰਨ ਕਰਦੇ ਹਨ । ਦੇਰੋ ਦੇ ਰਾਜੇ ਧੋਮੁ ਵਰਗੇ, ਜਿਸ ਦਾ ਰਾਜ ਭਾਗ ਅਡੋਲ ਰਹਿਣ ਵਾਲਾ ਸੀ! ਉਸ ਨੂੰ ਪ੍ਰਭ ਦੇ ਸ਼ਬਦ ਦੇ ਸਿਮਰਨ ਦੀ ਮਹੱਤਤਾ ਹੋਈ ਹੈ । ਕਵੀ ਕਲ੍ਹ, ਭਗਤ ਨਾਨਕ ਦੇ ਜੀਵਨ ਤੋਂ ਹੈਰਾਨ ਰਹਿੰਦਾ ਹੈ, ਉਸ ਦੇ ਜੀਵਨ ਦੀ ਸਿਖਿਆਂ ਦੀ ਉਸਤਤ ਗਾਉਂਦਾ ਹੈ!

Saintly king **Janak, great Yogi (Maha balle**) remain meditating on the teachings of His Word; they remain contented and cherish the pleasures of His Bliss. Prophet like **Sankar**, Holy saint, **Sidh** Yogis remains intoxicated in meditating and cherish miracle powers. They remain intoxicated in the void of His Word; who may remain beyond the reach of any deception of worldly wealth nor any of His Creation. The King of Daaroo, whose kingdom was unshakable; he believes in the ultimate power of meditating on the teachings of His Word. Poet **Kal,** remains fascinating from the way of life of Nanak Ji! Who remains singing the glory of The True Master?

ਗਾਵਹਿ ਕਪਿਲਾਦਿ ਆਦਿ ਜੋਗੇਸੁਰ,	gaavahi kapilaad aad jogaysur
ਅਪਰੰਪਰ ਅਵਤਾਰ ਵਰੋ॥	aprampar avtaar varo.
ਗਾਵੈ ਜਮਦਗਨਿ ਪਰਸਰਾਮੇਸੁਰ,	gaavai jamadgan parasraamaysur
ਕਰ ਕੁਠਾਰੁ ਰਘੁ ਤੇਜੁ ਹਰਿਓ॥	kar kuthaar ragh tayj hari-o.
ਉਧੌ ਅਕ੍ਰੂਰੁ ਬਿਦਰੁ ਗੁਣ ਗਾਵੈ,	uDhou akroor bidar gun gaavai
ਸਰਬਾਤਮੁ ਜਿਨਿ ਜਾਣਿਓ॥	sarbaatam jin jaani-o.
ਕਬਿ ਕਲ ਸੁਜਸੁ ਗਾਵਉ ਗੁਰ ਨਾਨਕ,	kab kal sujas gaava-o gur naanak
ਰਾਜੁ ਜੋਗੁ ਜਿਨਿ ਮਾਣਿਓ॥੪॥	raaj jog jin maani-o. ||4||

ਜੋਗੀ ਕਪਿਲਾਦ, ਸਾਰੇ ਜੋਗ ਮਤਵਾਲੇ ਜੋਗੀ ਵੀ ਪ੍ਰਭ ਨੂੰ ਹੀ ਅਟਲ ਰਹਿਣ ਵਾਲਾ ਅਕਾਲ ਪੁਰਖ ਹੀ ਮੰਨਦੇ ਹਨ । ਜਮਦਗਨਿ, ਪੁਤਰ ਪਰਸਰਾਮੇਸੁਰ ਜਿਸ ਦਾ ਰਾਜ ਰਘੁਪਵੀਰ ਨੇ ਖਤਮ ਕੀਤਾ ਸੀ । ਪ੍ਰਭ ਦੇ ਸ਼ਬਦ ਦਾ ਹੀ ਸਿਮਰਨ ਕਰਦਾ ਹੈ । ਭਗਤ ਉਧੋ, ਅਕ੍ਰੂਰ, ਬਿਦਰੁ ਨੇ ਅਨੁਭਵ ਕੀਤਾ । ਪ੍ਰਭ ਹੀ ਸਾਰੀਆਂ ਸ੍ਰਿਸ਼ਟੀਆਂ ਦੀਆਂ ਆਤਮਾਂ ਦਾ ਭਾਗ ਹੀ ਹੈ । ਕਵੀ ਕਲ੍ਹ, ਭਗਤ ਨਾਨਕ ਦੇ ਜੀਵਨ ਤੋਂ ਹੈਰਾਨ ਹੁੰਦਾ, ਉਸ ਦੀ ਸਿਖਿਆਂ ਦੀ ਉਸਤਤ ਗਾਉਂਦਾ ਹੈ!

Yogi **Kal**, all yogis believe in the ultimate power of The Omnipotent, True Master. King **Jagdamman,** son of king **Parsramaser**, whose kingdom was captured by king **Raugupveer**; he remains meditating on the teachings of His Word. Prophet **Udo, Kakuro, Bider** realized; all souls are an expansion of His Holy Spirit; His Word remains embedded within each soul and dwells in his body. Poet **Kal,** remains fascinating from the way of life of Nanak Ji! Who remains singing the glory of The True Master?

ਗਾਵਹਿ ਗੁਣ ਬਰਨ ਚਾਰਿ ਖਟ ਦਰਸਨ,	gaavahi gun baran chaar khat darsan
ਬ੍ਰਹਮਾਦਿਕ ਸਿਮਰੰਥਿ ਗੁਨਾ॥	barahmaadik simranth gunaa.
ਗਾਵੈ ਗੁਣ ਸੇਸੁ ਸਹਸ ਜਿਹਬਾ ਰਸ,	gaavai gun says sahas jihbaa ras
ਆਦਿ ਅੰਤਿ ਲਿਵ ਲਾਗਿ ਧੁਨਾ॥	aad ant liv laag Dhunaa.
ਗਾਵੈ ਗੁਣ ਮਹਾਦੇਉ ਬੈਰਾਗੀ,	gaavai gun mahaaday-o bairaagee
ਜਿਨਿ ਧਿਆਨ ਨਿਰੰਤਰਿ ਜਾਣਿਓ॥	jin Dhi-aan nirantar jaani-o.
ਕਬਿ ਕਲ ਸੁਜਸੁ ਗਾਵਉ ਗੁਰ ਨਾਨਕ,	kab kal sujas gaava-o gur naanak
ਰਾਜੁ ਜੋਗੁ ਜਿਨਿ ਮਾਣਿਓ॥੫॥	raaj jog jin maani-o. ||5||

ਚਾਰੇ ਵਰਨ, ਛੇ ਸ਼ਾਸ਼ਤਰ ਵੀ ਸ਼ਬਦ ਦੇ ਸਿਮਰਨ ਦੀ ਮਹਿਮਾਂ ਹੀ ਦੱਸਦੇ ਹਨ । ਅਨੇਕਾਂ ਹੀ ਜੀਭਾਂ, ਪ੍ਰਭ ਦੇ ਸ਼ਬਦ ਵਿੱਚ ਲੀਨ ਰਹਿੰਦੀਆਂ ਹਨ । ਸ਼ਿਵਾਂ ਵਰਗੇ ਵਿਰਾਗੀ ਵੀ ਸ਼ਬਦ ਦਾ ਹੀ ਸਿਮਰਨ ਕਰਦੇ, ਲੀਨ ਰਹਿੰਦੇ ਹਨ । ਕਵੀ ਕਲ੍ਹ, ਭਗਤ ਨਾਨਕ ਦੇ ਜੀਵਨ ਤੋਂ ਹੈਰਾਨ ਰਹਿੰਦਾ ਹੈ, ਉਸ ਦੀ ਸਿਖਿਆਂ ਦੀ ਉਸਤਤ ਗਾਉਂਦਾ ਹੈ!

All four social castes, **six Sahstar** all recognize the significance of meditating on the teachings of His Word. Countless tongues remain intoxicated singing the glory of His Word. Renunciatory **Shiv ji** remains intoxicated in meditating in the teachings of His Word. Poet **Kal** remains fascinating from the way of life of His true devotee Nanak Ji! He remains singing the glory of The True Master.

ਰਾਜੁ ਜੋਗੁ ਮਾਣਿਓ,	raaj jog maani-o
ਬਸਿਓ ਨਿਰਵੈਰੁ ਰਿਦੰਤਰਿ॥	basi-o nirvair ridantar.
ਸ੍ਰਿਸਟਿ ਸਗਲ ਉਧਰੀ,	sarisat sagal uDhree
ਨਾਮਿ ਲੇ ਤਰਿਓ ਨਿਰੰਤਰਿ॥	naam lay tari-o nirantar.
ਗੁਣ ਗਾਵਹਿ ਸਨਕਾਦਿ,	gun gaavahi sankaad
ਆਦਿ ਜਨਕਾਦਿ ਜੁਗਹ ਲਗਿ॥	aad jankaad jugah lag.
ਧੰਨਿ ਧੰਨਿ ਗੁਰੁ ਧੰਨਿ ਜਨਮੁ,	Dhan Dhan gur Dhan janam sa-
ਸਕਯਥੁ ਭਲੌ ਜਗਿ॥	kyath bhalou jag.
ਪਾਤਾਲ ਪੁਰੀ ਜੈਕਾਰ ਧੁਨਿ,	paataal puree jaikaar Dhun
ਕਬਿ ਜਨ ਕਲ ਵਖਾਣਿਓ॥	kab jan kal vakhaani-o.
ਹਰਿ ਨਾਮ ਰਸਿਕ ਨਾਨਕ ਗੁਰ,	har naam rasik naanak gur
ਰਾਜੁ ਜੋਗੁ ਤੈ ਮਾਣਿਓ॥੬॥	raaj jog tai maani-o. ‖6‖

ਪ੍ਰਭ ਹੀ ਰਾਜ ਜੋਗ (ਬੰਦਗੀ ਕਰਨ ਦੀ ਵਿਧੀ) ਮਾਲਕ ਕਿਸੇ ਵੈਰ, ਵਿਰੋਧ, ਬਦਲੇ ਦੀ ਭਾਵਨਾ ਤੋਂ ਉਪਰ ਹੈ । ਪ੍ਰਭ ਦੇ ਦਾਸ ਦੇ ਮਨ ਵਿੱਚ ਬਦਲੇ ਦੀ ਭਾਵਨਾ ਨਹੀਂ ਹੁੰਦੀ । ਸਾਰੀ ਸ੍ਰਿਸ਼ਟੀ ਹੀ ਸਿਮਰਨ ਕਰਕੇ ਸੰਸਾਰਕ ਸਾਗਰ ਨੂੰ ਪਾਰ ਕਰ ਸਕਦੀ, ਜੂੰਨਾਂ ਦਾ ਚੱਕਰ ਖਤਮ ਕਰ ਸਕਦੀ ਹੈ । ਸ਼ੰਕਰ ਅਤੇ ਜਨਕ ਵਰਗੇ ਵੀ ਜਨਮ, ਜਨਮ ਪ੍ਰਭ ਦੇ ਸ਼ਬਦ ਦਾ ਹੀ ਸਿਮਰਨ ਕਰਦੇ ਹਨ । ਪ੍ਰਭ ਹਰ ਸਮੇਂ ਤੇ ਸ੍ਰਿਸ਼ਟੀ ਨੂੰ ਸਿੱਧੇ ਰਸਤਾ ਤੇ ਪਾਉਣ ਲਈ ਅਵਤਾਰ ਭੇਜਦਾ ਹੈ । ਉਹ ਵੀ ਸ਼ਬਦ ਦੀ ਮਹਿਮਾਂ ਹੀ ਗਾਉਂਦੇ ਹਨ, ਬਾਕੀ ਸ੍ਰਿਸ਼ਟੀ ਨੂੰ ਜਪਾਉਂਦੇ ਹਨ । ਉਹਨਾਂ ਅਵਤਾਰਾਂ ਦੇ ਮੂੰਹ ਤੋਂ ਰੂਹਾਨੀ ਸ਼ਬਦ, ਆਪ ਹੀ ਬਲਾਉਂਦਾ, ਬੰਦਗੀ ਕਰਨ ਦੀ ਵਿਧੀ ਬਖਸ਼ਦਾ ਹੈ ।

The True Master, remains, beyond any enmity, jealousy, hostility, desire for any revenge. He remains the trustee of the right path of meditation to become worthy of His Consideration. His true devotee may never have any hostility with anyone nor desire for revenge. The whole universe may be accepted in His Court by meditating on the teachings of His Word with steady and stable belief in his day-to-day life; their cycle of birth and death may be eliminated. Prophets like **Sankar**, king **Janak** remain meditating many life cycles. From time to time! The True Master may send His Enlightened Souls to guide His Creation on the right path of acceptance in His Court. Al blessed souls remain singing the glory of His Word and inspires everyone! Whosoever may meditate on the teachings of His Word; with His mercy and grace, he may remain on the right path of acceptance in His Court. He may bless words of enlightenment on the tongue of His Blessed soul. He may never send any blessed soul to create a new religion on the universe. Mankind remains His only Ultimate Religion

ਸਤਜੁਗਿ ਤੈ ਮਾਣਿਓ,	satjug tai maani-o
ਛਲਿਓ ਬਲਿ ਬਾਵਨ ਭਾਇਓ॥	chhali-o bal baavan bhaa-i-o.
ਤ੍ਰੇਤੈ ਤੈ ਮਾਣਿਓ,	taraytai tai maani-o
ਰਾਮੁ ਰਘੁਵੰਸੁ ਕਹਾਇਓ॥	raam raghoovans kahaa-i-o.
ਦੁਆਪੁਰਿ ਕ੍ਰਿਸਨ ਮੁਰਾਰਿ,	du-aapur krisan muraar
ਕੰਸੁ ਕਿਰਤਾਰਥੁ ਕੀਓ॥	kans kirtaarath kee-o.
ਉਗ੍ਰਸੈਣ ਕਉ ਰਾਜੁ,	ugarsain ka-o raaj
ਅਭੈ ਭਗਤਹ ਜਨ ਦੀਓ॥	abhai bhagtah jan dee-o.
ਕਲਿਜੁਗਿ ਪ੍ਰਮਾਣੁ ਨਾਨਕ,	kalijug parmaan naanak
ਗੁਰੁ ਅੰਗਦੁ ਅਮਰੁ ਕਹਾਇਓ॥	gur angad amar kahaa-i-o.
ਸ੍ਰੀ ਗੁਰੂ ਰਾਜੁ ਅਬਿਚਲੁ ਅਟਲੁ,	saree guroo raaj abichal atal
ਆਦਿ ਪੁਰਖਿ ਫੁਰਮਾਇਓ॥੭॥	aad purakh furmaa-i-o. ‖7‖

ਪ੍ਰਭ ਨੇ ਸੱਤਯੁਗ ਵਿੱਚ ਬਾਵਨ ਦਾ ਰੂਪ ਧਾਰਨ ਕਰਕੇ ਬਲਿ ਰਾਜੇ ਦੇ ਜ਼ੁਲਮ ਨੂੰ ਖਤਮ ਕੀਤਾ । ਤ੍ਰੇਤੈ ਵਿੱਚ ਰਾਮ ਚੰਦਰ, ਦੁਆਪੁਰਿ ਵਿੱਚ ਕ੍ਰਿਸ਼ਨਾ ਪ੍ਰਭ ਦੇ ਸ਼ਬਦ ਦੀ ਮਹਿਮਾਂ ਗਾਉਂਦਾ ਸੀ । ਪ੍ਰਭ ਨੇ ਹੀ ਮੁਰਾਰ ਵਰਗੇ, ਕੰਸ ਵਰਗੇ ਜ਼ਾਲਮਾਂ ਨੂੰ ਖਤਮ ਕੀਤਾ । ਬੰਦਗੀ ਕਰਨ ਵਾਲੇ ਉਗ੍ਰਸੈਣ ਨੂੰ ਰਾਜ ਭਾਗ ਬਖਸ਼ਿਆ, ਉਹ ਨਿਡਰ ਅਤੇ ਨਿਮਾਣਾ ਦਾਸ ਬਣਾਇਆ । ਕੱਲਯੁਗ ਵਿੱਚ ਨਾਨਕ ਤੇਰੀ ਮਹਿਮਾਂ ਗਾਉਂਦਾ ਹੈ । ਉਸ ਦਾ ਸਾਥ ਦੇਣ ਵਾਲੇ ਅੰਗਦ ਅਤੇ ਅਮਰਦਾਸ ਤੇਰੇ ਭਗਤ ਬਣ ਗਏ ਹਨ । ਤੇਰਾ ਰਾਜ, ਤਖਤ ਅਡੋਲ, ਸਦਾ ਰਹਿਣ ਵਾਲਾ ਹੈ, ਸ੍ਰਿਸ਼ਟੀ ਤੋਂ ਪਹਿਲੇ ਵੀ ਅਜੇਹੇ ਹੀ ਸੀ ।

The True Master appeared as **Dwarf**-man to eliminated the tyranny of king Ball in Sat Yuga; He appeared in Ram Chander in Tarayta, and in **Du-aapur** appeared in Krishna, to eliminate the tyranny of Murrar and Kanse. He also blessed kingdom to His true devotee **Ugrasian**. He became His fearless and humble true devotee. In the Age of Kul-Yuga! Nanak is singing the glory of His Word; his associates Angad and Amar Das become his follower. His throne, The True Master remains everlasting, permanent, and true forever.

ਗੁਣ ਗਾਵੈ ਰਵਿਦਾਸੁ,	gun gaavai ravidaas
ਭਗਤੁ ਜੈਦੇਵ ਤ੍ਰਿਲੋਚਨ॥	bhagat jaidayv tarilochan.
ਨਾਮਾ ਭਗਤੁ ਕਬੀਰੁ,	naamaa bhagat kabeer
ਸਦਾ ਗਾਵਹਿ ਸਮ ਲੋਚਨ॥	sadaa gaavahi sam lochan.
ਭਗਤੁ ਬੇਣਿ ਗੁਣ ਰਵੈ,	bhagat bayn gun ravai
ਸਹਜਿ ਆਤਮ ਰੰਗੁ ਮਾਣੈ॥	sahj aatam rang maanai.
ਜੋਗ ਧਿਆਨਿ ਗੁਰ ਗਿਆਨਿ ਬਿਨਾ,	jog Dhi-aan gur gi-aan binaa
ਪ੍ਰਭ ਅਵਰੁ ਨ ਜਾਣੈ॥	parabh avar na jaanai.
ਸੁਖਦੇਉ ਪਰੀਖਤੁ ਗੁਣ ਰਵੈ,	sukh-day-o parteekh-yat gun ravai
ਗੋਤਮ ਰਿਖਿ ਜਸੁ ਗਾਇਓ॥	gotam rikh jas gaa-i-o.
ਕਬਿ ਕਲ ਸੁਜਸੁ ਨਾਨਕ ਗੁਰ,	kab kal sujas naanak gur
ਨਿਤ ਨਵਤਨੁ ਜਗਿ ਛਾਇਓ॥੮॥	nit navtan jag chhaa-i-o. ‖8‖

ਸ਼ਬਦ ਦੀ ਮਹਿਮਾਂ, ਅਨੇਕਾਂ ਹੀ ਭਗਤ, ਰਵੀਦਾਸ, ਜੈਦੇਵ, ਤ੍ਰਿਲੋਚਨ, ਨਾਮਦੇਵ, ਕਬੀਰ, ਸੈਣ ਜੀ ਗਾਉਂਦੇ ਹਨ । ਸਦਾ ਹੀ ਉਸ ਵਿੱਚ ਲੀਨ ਰਹਿੰਦੇ ਹਨ । ਅਨੇਕਾਂ ਹੀ ਜੋਗੀ ਆਪਣੀ ਲਿਵ ਲਾ ਕੇ ਤੇਰੀ ਹੋਂਦ ਦਾ ਅਨੰਦ ਮਾਨਦੇ ਹਨ । ਭਗਤ ਸੁਖਦੇਵ, ਪਰੀਖਤੁ, ਗੋਤਮ ਰੀਸ਼ੀ ਤੇਰੇ ਸ਼ਬਦ ਵਿੱਚ ਲੀਨ ਰਹਿੰਦੇ, ਮਹਿਮਾਂ ਗਾਉਂਦੇ ਹਨ । ਕੱਲਯੁਗ ਦਾ ਕਵੀ ਕਲ੍ਹ ਭਗਤਾਂ ਦੀ ਮਹਿਮਾਂ ਗਾਉਂਦਾ ਹੈ ।

Many devotees, **Ravi Das, Jay Dev, Tarilochan, Nam Dev, Kabeer, Sain ji** sing the glory of His Word and remain intoxicated in the void of His Word. Many Yogis remain intoxicated in the void of Your Word and cherish the pleasure, blossom of His Existence. Prophets **Sukdev, Parteekh,**

Gotam remain intoxicated singing the glory in void of Your Word. In Kul-Jug! Poet Kal remains astonished from the life of ancient prophets.

ਗੁਣ ਗਾਵਹਿ ਪਾਯਾਲਿ ਭਗਤ,	gun gaavahi paa-yaal bhagat
ਨਾਗਾਦਿ ਭੁਯੰਗਮ॥	naagaad bhuyangam.
ਮਹਾਦੇਉ ਗੁਣ ਰਵੈ,	mahaaday-o gun ravai
ਸਦਾ ਜੋਗੀ ਜਤਿ ਜੰਗਮ॥	sadaa jogee jat jangam.
ਗੁਣ ਗਾਵੈ ਮੁਨਿ ਬ੍ਯਾਸੁ,	gun gaavai mun bayaas
ਜਿਨਿ ਬੇਦ ਬ੍ਯਾਕਰਣ ਬੀਚਾਰਿਅ॥	jin bayd ba-yaakaran beechaari-a.
ਬ੍ਰਹਮਾ ਗੁਣ ਉਚਰੈ,	barahmaa gun uchrai
ਜਿਨਿ ਹੁਕਮਿ ਸਭ ਸ੍ਰਿਸਟਿ ਸਵਾਰੀਆ॥	jin hukam sabh sarisat savaaree-a.
ਬ੍ਰਹਮੰਡ ਖੰਡ ਪੂਰਨ ਬ੍ਰਹਮੁ,	barahmand khand pooran barahm
ਗੁਣ ਨਿਰਗੁਣ ਸਮ ਜਾਣਿਓ॥	gun nirgun sam jaani-o.
ਜਪੁ ਕਲ ਸੁਜਸੁ ਨਾਨਕ ਗੁਰ,	jap kal sujas naanak gur
ਸਹਜੁ ਜੋਗੁ ਜਿਨਿ ਮਾਣਿਓ॥੯॥	sahj jog jin maani-o. ||9||

ਪ੍ਰਭ ਦੇ ਸ਼ਬਦ ਦੇ ਸਿਮਰਨ ਵਿੱਚ ਹੀ ਨਾਗਾਂ ਦਾ ਦੇਵਤਾ ਸਸ਼ੀਰ ਨਾਗ ਹੈ । ਸ਼ਿਵ ਜੋਗੀ ਸ਼ਬਦ ਦੀ ਮਹਿਮਾਂ ਵਿੱਚ ਹੀ ਲੀਨ ਰਹਿੰਦਾ ਹੈ । ਅਨੇਕਾਂ ਹੀ ਮੌਨੀ ਭਗਤ ਵੇਦਾਂ ਦਾ ਅਭਿਆਸ ਕਰਦੇ, ਘੋਖਦੇ ਹਨ । ਸ਼ਬਦ ਦੀ ਮਹਿਮਾਂ, ਬ੍ਰਹਮਾ ਵਰਗੇ ਭਗਤ ਕਰਦੇ ਹੀ ਪ੍ਰਭ ਦੀ ਜੋਤ ਵਿੱਚ ਅਭੇਦ ਹੋ ਗਏ ਹਨ । ਪ੍ਰਭ ਨੇ ਸ੍ਰਿਸ਼ਟੀਆਂ ਆਪਣੀ ਮਰਜ਼ੀ ਅਨੁਸਾਰ ਸਾਜੀਆ ਹਨ । ਪ੍ਰਭ ਦੇ ਹੁਕਮ ਅੰਦਰ ਹੀ ਚਲਦੀਆਂ ਹਨ, ਕੋਈ ਉਸ ਦਾ ਨਿਯਮ ਬਦਲ ਨਹੀਂ ਸਕਦਾ । ਕਵੀ ਕਲ੍ਹ ਪ੍ਰਭ ਦੀ ਕੁਦਰਤ ਦੇ ਨਜ਼ਾਰੇ ਮਾਨਦਾ, ਗੁਣ ਗਾਉਂਦਾ ਹੈ ।

SiShis Nag-snake king of snakes remain intoxicated in the void of His Word. Yogi Shiv Ji, remains meditating, and singing the glory of His Word. Many quiet saints remain practicing the teachings of His Word, trying to find the limits and extent of His Virtues. The True Master has created all universes with His Own Imagination. All universes may only remain under His Unchangeable Command; no one may ever avoid His Nature. Poet Kal sings the glory of His Word and enjoys the pleasure of His Nature.

ਗੁਣ ਗਾਵਹਿ ਨਵ ਨਾਥ,	gun gaavahi nav naath
ਧੰਨਿ ਗੁਰੁ ਸਾਚਿ ਸਮਾਇਓ॥	Dhan gur saach samaa-i-o.
ਮਾਂਧਾਤਾ ਗੁਣ ਰਵੈ,	maaNDhaataa gun ravai
ਜੇਨ ਚਕ੍ਰਵੈ ਕਹਾਇਓ॥	jayn chakarvai kahaa-i-o.
ਗੁਣ ਗਾਵੈ ਬਲਿ ਰਾਉ,	gun gaavai bal raa-o
ਸਪਤ ਪਾਤਾਲਿ ਬਸੰਤੌ॥	sapat paataal basantou.
ਭਰਥਰਿ ਗੁਣ ਉਚਰੈ,	bharthar gun uchrai
ਸਦਾ ਗੁਰ ਸੰਗਿ ਰਹੰਤੌ॥	sadaa gur sang rahantou.
ਦੂਰਬਾ ਪਰੂਰਉ ਅੰਗਰੈ,	doorbaa paroora-o angrai
ਗੁਰ ਨਾਨਕ ਜਸੁ ਗਾਇਓ॥	gur naanak jas gaa-i-o.
ਕਬਿ ਕਲ ਸੁਜਸੁ ਨਾਨਕ ਗੁਰ,	kab kal sujas naanak gur
ਘਟਿ ਘਟਿ ਸਹਜਿ ਸਮਾਇਓ॥੧੦॥	ghat ghat sahj samaa-i-o. ||10||

ਨੌਂ ਨਾਥ ਤੇਰੇ ਸ਼ਬਦ ਦੀ ਮਹਿਮਾਂ ਗਾਉਂਦੇ ਹਨ । ਸ਼ਬਦ ਵਿੱਚ ਲੀਨ ਹੋ ਕੇ ਤੇਰੇ ਵਿੱਚ ਅਭੇਦ ਹੋਣ ਦੇ ਢੰਗ ਧਾਰਨ ਕਰਦੇ ਹਨ । ਜਿਹੜਾ ਮਾਂਧਾਤਾ ਰਾਜਾ ਆਪਣੇ ਆਪ ਨੂੰ ਸ੍ਰਿਸ਼ਟੀ ਦਾ ਹਾਕਮ ਕਹਾਉਂਦਾ ਸੀ । ਉਹ ਵੀ ਤੇਰੇ ਸ਼ਬਦ ਦੀ ਮਹਿਮਾਂ ਹੀ ਗਾਉਂਦਾ ਹੈ । ਰਾਜਾ ਬਲ ਜਿਹੜਾ ਸੱਤਾ ਸ੍ਰਿਸ਼ਟੀਆਂ ਵਿੱਚ ਵਸਦਾ ਹੈ । ਉਹ ਵੀ ਤੇਰੇ ਸ਼ਬਦ ਦੀ ਮਹਿਮਾਂ ਹੀ ਗਾਉਂਦਾ ਹੈ । ਭਰਥਰ ਨਾਥ ਜੋਗੀ ਆਪਣੇ ਗੁਰੂ ਗੋਰਖ ਨਾਥ ਦੀ ਰਜ਼ਾ ਵਿੱਚ ਰਹਿੰਦਾ ਹੈ । ਤੇਰੇ ਸ਼ਬਦ ਵਿੱਚ ਹੀ ਲੀਨ ਹੈ । ਦੁਰਬਾ, ਇਜੱਪ ਦਾ ਰਾਜਾ ਪੂਰੋ ਅੰਗਰੈ, ਤੇਰੇ ਸ਼ਬਦ ਦੀ ਮਹਿਮਾਂ ਹੀ ਗਾਉਂਦਾ ਹੈ । ਕੱਲਯੁਗ ਦਾ ਕਵੀ ਕਲ੍ਹ ਦੱਸਦਾ ਹੈ! ਤੇਰੇ ਸ਼ਬਦ ਦੀ ਮਹਿਮਾਂ ਹਰਇਕ ਆਤਮਾ ਵਿੱਚ ਰਚੀ, ਘਰ ਕਰ ਗਈ ਹੈ ।

Nine Nath, Yogis remains singing the glory of Your Word and they remain intoxicated in the void of His Word trying to adopt various techniques to practice His Virtues. The **Manadhata** claims to be the king of universe remains singing the glory of Your Word. King **Bal Rao**, considered to be dwelling in seven universes remains singing the glory of His Word. **Bharthar** Yogi remains intoxicated in the teachings of his guru **Gorakh** and remains intoxicated in the void of Your Word. **Doorbaa, the king of Egypt, Paroor-o -Angra** remains singing the glory of Your Word. In Kul-Jug, poet **Kal** claims! The enlightenment of the essence of Your Word remains embedded within each soul.

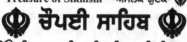

☬ ਚੌਪਈ ਸਾਹਿਬ ☬

ੴ ਸਤਿਗੁਰ ਪ੍ਰਸਾਦਿ॥ ਸ੍ਰੀ ਵਾਹਿਗੁਰੂ ਜੀ ਕੀ ਫਤਹ॥

Ik Onkar Satgur Prasaadh‖ Sri Waheguroo Ji Ki Fateh‖

ਇਕੋ ਇਕ, ਅਕਾਰ ਰਹਿਤ ਪ੍ਰਭ ਹੀ ਸ੍ਰਿਸ਼ਟੀ ਦਾ ਅਸਲੀ ਮਾਲਕ ਹੈ, ਕੇਵਲ ਪ੍ਰਭ ਹੀ ਸਤਿਗੁਰੂ ਕਹਿਣ ਦੇ ਯੋਗ ਹੈ । ਕਿਸੇ ਮਾਨਸ ਸੰਤ, ਗੁਰੂ ਨੂੰ ਸਤਿਗੁਰ ਦੇ ਨਾਮ ਨਾਲ ਸਤਿ ਦੇਣਾ, ਉਸ ਦੀ ਬੰਦਗੀ ਨੂੰ ਬਿਰਥਾ ਹੀ ਬਰਬਾਦ ਕਰਨਾ ਹੈ । ਉਸ ਦੇ ਮਨ ਵਿੱਚ ਅਹੰਕਾਰ ਭਰ ਜਾਂਦਾ ਹੈ । ਜਿਵੇਂ ਸ਼ਿਵਜੀ ਦੇ ਮਨ ਵਿੱਚ ਕਰੋਧ ਅਹੰਕਾਰ ਭਰ ਗਿਆ । ਉਹ ਆਪ ਹੀ ਜੱਜ, ਜਿਊਰੀ ਬਣ ਜਾਂਦਾ ਹੈ । ਕਦੇ ਇਨਸਾਫ ਨਹੀਂ ਕਰ ਸਕਦਾ, ਪ੍ਰਭ ਦੀ ਰਹਿਮਤ ਦੂਰ ਹੋ ਜਾਂਦੀ ਹੈ ।

The One and Only One, Holy Spirit, beyond any structure limitation is The True Master of the universe. Only He may be worthy to be called True Master. Honoring any human with flesh and blood to be called The True Guru may be insulting, rebuking his meditation and initiate the lava of ego and anger within. As happened to Shiv ji; he became a judge and jury! He may never perform any justice; he may be deprived from His Blessed Vision. He remains in cycle of birth and death in hell.

☬ ਕਬਜੋ ਬਾਚ ਬੇਨਤੀ॥ ਚੌਪਈ॥ ☬

ਹਮਰੀ ਕਰੋ ਹਾਥ ਦੈ ਰੱਛਾ॥	hamri kro hath dai rchcha.
ਪੂਰਨ ਹੋਇ ਚਿਤ ਕੀ ਇਛਾ॥	pooran hoeh chit ki eichcha.
ਤਵ ਚਰਨਨ ਮਨ ਰਹੈ ਹਮਾਰਾ॥	tav charnan mun rehai hmara.
ਅਪਨਾ ਜਾਨ ਕਰੋ ਪ੍ਰਤਿਪਾਰਾ॥੧॥	apna jan kro pritipara. (1)

ਪ੍ਰਭ ਰਹਿਮਤ ਦੀ ਨਜ਼ਰ ਬਖਸ਼ਕੇ, ਆਪਣੇ ਸ਼ਬਦ ਦੀ ਪਾਲਣਾ ਦੇ ਲੜ ਲਾਵੋਂ! ਮੈਂ ਆਪਣਾ ਜੀਵਨ ਸ਼ਬਦ ਦੀ ਸਿਖਿਆਂ ਨਾਲ ਢਾਲਕੇ, ਤੇਰੀ ਰਹਿਮਤ ਦੇ ਯੋਗ ਬਣ ਜਾਵਾ । ਮੈਂ ਸਦਾ ਹੀ ਤੇਰੀ ਰਹਿਮਤ ਦੀ ਅਰਦਾਸ ਕਰਾ, ਮੇਰੇ ਮਨ ਦੀ, ਤੇਰੇ ਦਰਬਾਰ ਵਿੱਚ ਪ੍ਰਵਾਨ ਹੋਣ ਦੀ ਇਛਾ ਪੂਰੀ ਹੋ ਜਾਵੇ!

My True Master bestows Your Blessed Vision, devotion to obey the teachings of Your Word. I may adopt the teachings of Your Word, Your Holy feet in my day-to-day life. My soul may be sanctified to become worthy of Your Consideration. I may always pray for Your Forgiveness and Refuge. You may protect my honor and accept me in Your Sanctuary.

ਹਮਰੇ ਦੁਸਟ ਸਭੈ ਤੁਮ ਘਾਵਹੁ॥	hamrai dust sabhai tum ghao.
ਆਪ ਹਾਥ ਦੈ ਮੋਹਿ ਬਚਾਵਹੁ॥	aapu hath dai moeh bachavo.
ਸੁਖੀ ਬਸੈ ਮੋਰੋ ਪਰਿਵਾਰਾ॥	sukhi basaimoro privara.
ਸੇਵਕ ਸਿੱਖਜ ਸਭੈ ਕਰਤਾਰਾ॥੨॥	saivak sikh sbhai kartara. (2)

ਪ੍ਰਭ ਰਹਿਮਤ ਦੀ ਨਜ਼ਰ ਬਖਸ਼ਕੇ, ਮੇਰੇ ਇਛਾ ਦੇ ਜਮਦੂਤਾਂ ਦਾ ਨਾਸ਼ ਕਰੋ! ਮੈਂ ਸ਼ਬਦ ਦੀ ਪਾਲਣਾ ਕਰਦਾ, ਤਰੇ ਸ਼ਬਦ ਦੀ ਸਮਾਧੀ ਵਿੱਚ ਅਡੋਲ ਹੋ ਜਾਵਾ । ਮੇਰੇ ਸਾਥੀ, ਸੰਗੀ ਸਾਰੇ ਤੇਰੇ ਸ਼ਬਦ ਦੇ ਸਿਮਰਨ ਵਿੱਚ ਅਡੋਲ ਹੋ ਜਾਣ । ਤੇਰੀ ਰਹਿਮਤ ਨਾਲ ਪ੍ਰਵਾਨਗੀ ਦੇ ਅਸਲੀ ਰਸਤੇ ਦੀ ਸੋਝੀ ਬਖਸ਼ਿਸ਼ ਹੋ ਜਾਵੇ!

My True Master bestows Your Blessed Vision; I may conquer all the demons of my worldly desires, sweet poison of worldly wealth. I may remain intoxicated in the meditation in the void of Your Word. My soul may be sanctified to become worthy of Your Consideration. I may be blessed with the right path of acceptance in Your Court; all my family and followers may adopt the right path.

ਮੋ ਰੱਛਾ ਨਿਜੁ ਕਰਿ ਦੈ ਕਰਿਯੈ॥	mo rchcha nij kr dai kriye.
ਸਭ ਬੈਰਨ ਕੌ ਆਜ ਸੰਘਰਿਯੈ॥	sabh bairn ko aij sunghriye. pooran
ਪੂਰਨ ਹੋਇ ਹਮਾਰੀ ਆਸਾ॥	hoeh hmari aasa.

ਤੋਰਿ ਭਜਨ ਕੀ ਰਹੈ ਪਯਾਸਾ॥੩॥ tor bhjan ki rehai piaasa. (3)

ਪ੍ਰਭ ਰਹਿਮਤ ਦੀ ਨਜ਼ਰ ਬਖਸ਼ਕੇ, ਮੇਰੀ ਰਖਿਆ ਕਰੋ! ਮੈਨੂੰ ਸੰਸਾਰਕ ਮਾਇਆ ਦੇ ਦਮਦੂਤਾਂ ਤੇ ਜਿੱਤ ਬਖਸ਼ੋ! ਮੇਰੇ ਮਨ ਦੀਆਂ ਇਛਾਂ ਪੂਰੀਆਂ ਹੋ ਜਾਣ! ਮੇਰੇ ਮਨ ਵਿੱਚ ਤੇਰੇ ਸ਼ਬਦ ਦੀ ਪਾਲਣਾ ਦੀ ਸ਼ਰਧਾ, ਸਦਾ ਹੀ ਚਮਕਦੀ ਰਹੇ ।

My True Master bestows Your Blessed Vision; I may conquer all the demons of my worldly desires, sweet poison of worldly wealth. All my spoken and unspoken desires may be satisfied. I may always remain anxious to adopt the teachings of Your Word and remain intoxicated in meditation in the void of Your Word.

ਤੁਮਹਿ ਛਾਡਿ ਕੋਈ ਅਵਰ ਨ ਧਯਾਊਂ॥ tumeh chadi koei avr na dhiyaoun.
ਜੋ ਬਰ ਚਾਹੌਂ ਸੁ ਤੁਮ ਤੇ ਪਾਊਂ॥ jo bar chon so tum tai paoon.
ਸੇਵਕ ਸਿੱਖਜ ਹਮਾਰੇ ਤਾਰੀਅਹਿ॥ saivk sikh hmarai tariaeh.
ਚੁਨਿ ਚੁਨਿ ਸਤ੍ਰ ਹਮਾਰੇ ਮਾਰੀਅਹਿ॥੪॥ chuni chuni strhmarai mariaeh. (4)

ਰਹਿਮਤਾਂ ਦੇ ਮਾਲਕ, ਤੇਰੇ ਸ਼ਬਦ ਦੀ ਅਡੋਲ ਭਰੋਸੇ ਨਾਲ ਪਾਲਣਾ ਕਰਾ! ਕਿਸੇ ਸੰਸਾਰਕ ਧਰਮ, ਰੀਤ ਰੀਵਾਜ ਵਿੱਚ ਭੋਰਸਾ ਨਾ ਰਖਾ । ਜਿਹੜਾ ਗੁਰਮਖ ਵੀ ਤੇਰੇ ਸ਼ਬਦ ਦੀ ਸਿਖਿਆਂ ਨਾਲ ਜੀਵਨ ਢਾਲਦਾ ਹੈ । ਤੇਰੀ ਰਹਿਮਤ ਨਾਲ ਉਸ ਨੂੰ ਪ੍ਰਵਾਨਗੀ ਦਾ ਅਸਲੀ ਰਸਤਾ ਬਖਸ਼ਿਸ਼ ਹੋ ਜਾਂਦਾ ਹੈ ।

My True Master bestows Your Blessed Vision; I may never follow religious ritual as the right path of acceptance in Your Court. Whosoever may adopt the teachings of Your Word with steady and stable belief in his day-to-day life; with Your mercy and grace, he may be blessed with the right path of acceptance in Your Court.

ਆਪੁ ਹਾਥ ਦੈ ਮੁਝੈ ਉਬਰਿਯੈ॥ aap hath dai mujhai obriyai.
ਮਰਨ ਕਾਲ ਕਾ ਤ੍ਰਾਸ ਨਿਵਰਿਯੈ॥ mrn kal ka tras nivriaye.
ਹੂਜੋ ਸਦਾ ਹਮਾਰੇ ਪੱਛਾ॥ hoojo sda hamarai pchcha.
ਸ੍ਰੀ ਅਸਿਦੁਜ ਜੂ ਕਰਿਯਹੋ ਰੱਛਾ॥੫॥ sri asidhuj joo kriyo rchcha. (5)

ਰਹਿਮਤ ਦੇ ਮਾਲਕ, ਰਹਿਮਤ ਦੀ ਨਜ਼ਰ ਬਖਸ਼ਕੇ, ਸ਼ਬਦ ਦੀ ਪਾਲਣਾ ਦੇ ਲੜ ਲਾਵੋ! ਮੈਂ ਅਡੋਲ ਭਰੋਸੇ ਨਾਲ ਸ਼ਬਦ ਦੀ ਪਾਲਣਾ ਕਰਦਾ, ਆਪਣੇ ਇਛਾਂ ਦੇ ਜਮਦੂਤਾਂ ਤੇ ਜਿੱਤ ਪਾ ਲਵਾ, ਨਾਸ਼ ਕਰ ਦੇਵਾ! ਮੈਂ ਸ਼ਬਦ ਦੀ ਪਾਲਣਾ ਕਰਦਾ, ਆਪਣੀ ਆਤਮਾ ਨੂੰ ਪਵਿੱਤਰ ਕਰ ਲਵਾ । ਮੈਂ ਤੇਰੀ ਸ਼ਰਣ ਵਿੱਚ ਅਡੋਲ ਹੋ ਜਾਵਾ!

My True Master bestows Your Blessed Vision; helping hand to adopt the teachings of Your Word. I may conquer all demons of worldly desires. I may adopt the teachings of Your Word and sanctify my soul to become worthy of Your Considerations. I may always remain intoxicated in the void of Your Word.

ਰਾਖਿ ਲੁਹੁ ਮੁਹਿ ਰਾਖਨਹਾਰੇ॥ rakh laiho mohe rakhanharai.
ਸਾਹਿਬ ਸੰਤ ਸਹਾਇ ਪਯਾਰੇ॥ sahib sant shaeh piyarai.
ਦੀਨ ਬੰਧੁ ਦੁਸਟਨ ਕੇ ਹੰਤਾ॥ deen bundhu dustan kai hunta.
ਤੁਮ ਹੋ ਪੁਰੀ ਚਤੁਰਦਸ ਕੰਤਾ॥੬॥ tum ho puri chtur dus kunta. (6)

ਰਹਿਮਤ ਦੇ ਮਾਲਕ, ਕੇਵਲ ਤੂੰ ਹੀ ਆਪਣੇ ਬੰਦਗੀ ਕਰਨ ਵਾਲੇ ਸੰਤਾਂ, ਭਗਤਾਂ ਦਾ ਰਖਵਾਲਾ ਰਹਿੰਦਾ ਹੈ । ਰਹਿਮਤ ਦੀ ਨਜ਼ਰ ਬਖਸ਼ੋ, ਮੈਂ ਤੇਰੀ ਸ਼ਰਣ ਦੇ ਯੋਗ ਬਣ ਜਾਵਾ! ਪ੍ਰਭ ਤੂੰ ਹੀ ਨਿਮਾਣੇ ਦਾ ਰਖਵਾਲਾ, ਜ਼ਾਲਮ ਦਾ ਨਾਸ਼ ਕਰਨਵਾਲਾ ਮਾਲਕ ਹੈ । ਸਰਬ ਕਲਾ ਸਮਰਥ ਮਾਲਕ, ਤੇਰੇ, ਵਿੱਚ ਸਭ ਤਾਕਤ, ਸਿਆਣਪਾਂ ਹਨ ।

The True Master Protector of humble, meek, true devotee bestows Your Blessed Vision, I may become and remain worthy of Your Sanctuary. You are the savior of meek and destroyer of tyrants. The Omnipotent True

Master! You have all strength and wisdom to accomplish everything with Your Imagination.

ਕਾਲ ਪਾਇ ਬ੍ਰਹਮਾ ਬਪੁ ਧਰਾ॥	kal paeh brhma bup dhra.
ਕਾਲ ਪਾਇ ਸਿਵਜੂ ਅਵਤਾਰਾ॥	kal paeh siv joo avtra.
ਕਾਲ ਪਾਇ ਕਰਿ ਬਿਸਨ ਪ੍ਰਕਾਸਾ॥	kal paeh kr bisnu prkasa.
ਸਕਲ ਕਾਲ ਕਾ ਕੀਆ ਤਮਾਸਾ॥੭॥	skl kal ka kia tmasa. (7)

ਮੇਰੇ ਅਸਲੀ ਮਾਲਕ, ਸੰਸਾਰਕ ਜੀਵਨ, ਜਨਮ ਮਰਨ ਦਾ ਹੀ ਖੇਲ ਹੈ । ਤੇਰੇ ਭੇਜੇ ਅਵਤਾਰ ਬ੍ਰਹਮਾ, ਸਿਵਜੀ, ਵਿਸ਼ਨੂੰ ਸਭ ਆਪਣਾ ਸਮਾਂ ਪੂਰਾ ਕਰਕੇ ਪੂਰੇ ਹੋ ਗਏ ਹਨ । ਤੇਰੀ ਸ੍ਰਿਸ਼ਟੀ ਦਾ ਅਨੋਖਾ ਖੇਲ ਸਦਾ ਹੀ ਚਲਦਾ ਰਹਿੰਦਾ ਹੈ ।

My True Master, the play of universe remains a cycle of birth and death. Everyone may spend predetermined time on earth and faces death. Even renowned prophets like Brahma, Shiv ji, Vishnu, Nanak have passed on. No one may live forever. Your play of the universe continues no-stop.

ਜਵਨ ਕਾਲ ਜੋਗੀ ਸਿਵ ਕੀਓ॥	jvan kal jogi siv kio.
ਬੇਦ ਰਾਜ ਬ੍ਰਹਮਾ ਜੂ ਥੀਓ॥	baid raj brahma joo thio.
ਜਵਨ ਕਾਲ ਸਭ ਲੋਕ ਸਵਾਰਾ॥	jvn kal sabh lok svara.
ਨਮਸਕਾਰ ਹੈ ਤਾਹਿ ਹਮਾਰਾ॥੮॥	nmskar hai taeh hmara. (8)

ਪ੍ਰਭ ਤੂੰ ਵੱਖਰੇ ਸਮੇਂ ਹੀ ਆਪਣਾ ਅਵਤਾਰ ਸ੍ਰਿਸ਼ਟੀ ਨੂੰ ਸਿਧਾ ਰਸਤਾ ਦੱਸਣ ਲਈ ਭੇਜਦਾ ਹੈ । ਪ੍ਰਭ ਨੇ ਹੀ ਬ੍ਰਹਮਾ ਨੂੰ ਸ਼ਬਦ ਦਾ ਸਨੇਹਾ, ਵੇਦਾ ਰੂਪੀ ਅਖਰ ਬਖਸ਼ੇ । ਆਪਣੇ ਹੀ ਸਿਵ, ਜੋਗੀ ਨੂੰ ਵਿਰਾਗ ਜੋਗ ਦੀ ਸੋਝੀ ਬਖਸ਼ੀ । ਤੇਰੇ ਭੇਜੇ, ਭਗਤ ਵੀ ਰਸਤੇ ਤੋਂ ਡੋਲ ਜਾਂਦੇ ਹਨ । ਬ੍ਰਹਮਾ ਜੀ ਨੂੰ ਗਿਆਨ ਦਾ ਅਹੰਕਾਰ ਹੋ ਗਿਆ । ਸ਼ਿਵਜੀ, ਕਰਮਾਤਾ ਦਾ ਦਿਵਾਨਾ ਹੋ ਗਿਆ, ਆਪਣੇ ਆਪ ਨੂੰ ਮੌਤ ਦਾ ਦਾਤਾ ਬਣ ਲਿਆ । ਪ੍ਰਭ ਆਪ ਹੀ ਅਸਲੀ ਰਸਤੇ ਤੋਂ ਡੋਲਨ ਵਾਲੇ ਭਗਤ ਨੂੰ ਆਪਣੀ ਗਲਤੀ ਦੀ ਚੇਤਾਬਨੀ ਦੇਂਦਾ ਹੈ । ਮੈਂ ਸਦਾ ਹੀ ਤੇਰੀ ਰਹਿਮਤ ਤੋਂ ਹੈਰਾਨ ਹੀ ਰਹਿੰਦਾ ਹਾ ।

The True Master always sends various Holy saint to enlighten Your Creation. You have sent Brahma with the word, scripture of Vedas. You have blessed Shiv ji, with the blessings of miracles powers. Sometimes, Your Holy saint may drift from the path with the intoxication of sweet poison of worldly wealth. He must endure judgement of The Righteous Judge. I may always remain fascinated from Your Nature, the play of the universe.

ਜਵਨ ਕਾਲ ਸਭ ਜਗਤ ਬਨਾਯੋ॥	jvn kal sabh jagat bnaio.
ਦੇਵ ਦੈਤ ਜੱਛਨ ਉਪਜਾਯੋ॥	dev daint jchchan oopjaio.
ਆਦਿ ਅੰਤਿ ਏਕੈ ਅਵਤਾਰਾ॥	adi aunti aikai avtara.
ਸੋਈ ਗੁਰੂ ਸਮਝਿਯਹੁ ਹਮਾਰਾ॥੯॥	soei guru smjhiayho hmara (9)

ਇਕੋ ਇਕ ਰੂਹਾਨੀ ਜੋਤ ਹੀ ਸ੍ਰਿਸ਼ਟੀ ਪੈਦਾ ਕਰਨਵਾਲਾ ਮਾਲਕ ਹੈ । ਪ੍ਰਭ ਹੀ ਜ਼ਾਲਮ, ਫਰਿਸ਼ਤੇ, ਦੇਵਤੇ, ਦੈਤ ਪੈਦਾ ਕਰਦਾ ਹੈ । ਸ੍ਰਿਸ਼ਟੀ ਦੀ ਰਚਨਾ ਤੋਂ ਪਹਿਲੇ ਵੀ ਪ੍ਰਭ ਇਕੋ ਇਕ ਰੂਹਾਨੀ ਜੋਤ ਸੀ । ਸ੍ਰਿਸ਼ਟੀ ਦੇ ਨਾਸ਼ ਹੋਣ ਤੇ ਵੀ ਇਕੋ ਇਕ ਪ੍ਰਭ ਅਟਲ, ਸਦਾ ਅਡੋਲ ਰਹਿਣ ਵਾਲਾ ਹੈ ।

The True Master, Creator of the universe also creates, demons, ghosts and yakshas. He was alone before the creation of the universe. Only He remains true forever. He will remain after the destruction of the universe. He is the only one my true companion, savior; I only worship and bow my head at His Spiritual feet, the teachings of His Word.

ਨਮਸਕਾਰ ਤਿਸਹੀ ਕੋ ਹਮਾਰੀ॥	nmskar tis hi ko hamari.
ਸਕਲ ਪ੍ਰਜਾ ਜਿਨ ਆਪ ਸਵਾਰੀ॥	skal prja jin aap svari.
ਸਿਵਕਨ ਕੋ ਸਵਗੁਨ ਸੁਖ ਦੀਓ॥	sivkn ko siv gun sukh dio.
ਸੱਤ੍ਰੁਨ ਕੋ ਪਲ ਮੋ ਬਧ ਕੀਓ॥੧੦॥	sttrun ko pul mo bdh kio. (10)

ਇਕੋ ਇਕ ਰੂਹਾਨੀ ਜੋਤ ਹੀ ਸ੍ਰਿਸ਼ਟੀ ਪੈਦਾ ਕਰਨਵਾਲਾ ਮਾਲਕ ਹੈ । ਮੈਂ ਕੇਵਲ ਉਸ ਦੇ ਹੁਕਮ, ਸ਼ਬਦ ਦੀ ਪਾਲਣਾ ਕਰਦਾ ਹਾ । ਸਾਰੀ ਸ਼੍ਰਿਸ਼ਟੀ ਹੀ ਉਸ ਦੀ ਪਰਜਾ, ਗੁਲਾਮ ਹੈ । ਉਹ ਆਪਣੇ ਦਾਸ ਨੂੰ ਸਭ ਸੋਝੀ, ਗੁਣ, ਕਰਾਮਤਾਂ ਬਖਸਦਾ ਹੈ । ਆਪਣੇ ਸੇਵਕ ਦੀ ਰਖਿਆ ਕਰਦਾ ਹੈ । ਉਸ ਦੇ ਦੁਸ਼ਮਣਾਂ ਦਾ ਨਾਸ਼ ਕਰਦਾ ਹੈ ।

The True Master, Creator of the universe! I only bow my head at His Spiritual feet, obey the teachings of His Word. The whole universe is His subject and remains under His Command as slave. He bestows His Blessed Vision and great virtues on His true devotee; keeps him under His Sanctuary; with His mercy and grace, He eliminates, destroy his enemies.

ਘਟ ਘਟ ਕੇ ਅੰਤਰ ਕੀ ਜਾਨਤ॥	ghat ghat kai antar ki jant.
ਭਲੇ ਬੁਰੇ ਕੀ ਪੀਰ ਪਛਾਨਤ॥	bhlai burai ki pir pachant.
ਚੀਟੀ ਤੇ ਕੁੰਚਰ ਅਸਥੂਲਾ॥	chiti tai kunchr asthoola.
ਸਭ ਪਰ ਕ੍ਰਿਪਾ ਦ੍ਰਿਸਟਿ ਕਰਿ ਫੂਲਾ॥੧੧॥	sabh par kirpa diristi kar phoola. (11)

ਅੰਤਰਜਾਮੀ ਪ੍ਰਭ ਹਰਇਕ ਜੀਵ ਦੇ ਮਨ ਦੀ ਅਵਸਥਾ, ਜਾਣਦਾ ਹੈ । ਉਸ ਨੂੰ ਬੁਰੇ ਕੰਮ ਕਰਨ ਵਾਲੇ ਦੀ ਬੰਦਗੀ ਕਰਨਵਾਲੇ ਦੀ ਪੂਰਨ ਜਾਣਕਾਰੀ ਹੁੰਦੀ ਹੈ । ਪ੍ਰਭ ਆਪਣੀ ਰਹਿਮਤ ਦੀ ਨਜ਼ਰ, ਨਿਮਾਣੇ, ਦਾਸ ਨੂੰ ਬਖਸ਼ਦਾ ਹੈ । ਪ੍ਰਭ ਦੀ ਰਹਿਮਤ ਨਾਲ ਕੀੜੀ ਵਰਗੀ ਅਵਸਥਾ ਵਾਲਾ ਜੀਵ ਵੀ, ਹਾਥੀ ਵਰਗੇ ਤਾਕਤਵਰ ਜ਼ਾਲਮਾ ਨੂੰ ਜਿੱਤ ਸਕਦਾ ਹੈ ।

The Omniscient True Master always remain aware about all inner, unspoken desires and hopes of His Creation. He remains protector of His meek, humble devotee. He may bestow His Blessed Vision on a humble devotee with a humility like a small ant; he may stand against a mighty tyrant and conquer him.

ਸੰਤਨ ਦੁਖ ਪਾਏ ਤੇ ਦੁਖੀ॥	suntun dukh paai tai dukhi.
ਸੁਖ ਪਾਏ ਸਾਧਨ ਕੇ ਸੁਖੀ॥	sukh paai sadhun kai sukhi.
ਏਕ ਏਕ ਕੀ ਪੀਰ ਪਛਾਨੈ॥	aik aik ki pir pchanain.
ਘਟ ਘਟ ਕੇ ਪਟ ਪਟ ਕੀ ਜਾਨੈ॥੧੨॥	ghat ghat kai put put ki janai. (12)

ਪ੍ਰਭ ਆਪਣੇ ਦਾਸ ਦੀ ਹਾਲਤ ਨੂੰ ਜਾਣਦਾ ਹੈ । ਆਪਣੇ ਦਾਸ ਦੇ ਦਰਦ ਨੂੰ ਆਪ ਹੀ ਮਹਿਸੂਸ ਕਰਦਾ ਹੈ । ਦਾਸ ਨੂੰ ਕਦੇ ਡੋਲਨ ਨਹੀਂ ਦੇਂਦਾ, ਦਾਸ ਨੂੰ ਹਮੇਸ਼ਾ ਹੀ ਖੇੜੇ ਵਿੱਚ ਰਖਦਾ ਹੈ । ਦਾਸ ਦੇ ਜੀਵਨ ਦੇ ਖੇੜੇ ਵਿੱਚ ਅਨੰਦ ਮਾਨਦਾ ਹੈ । ਅੰਤਰਜਾਮੀ ਦਾਸ ਦੇ ਮਨ ਦੀ ਭਾਵਨਾ ਨੂੰ ਜਾਣਦਾ ਹੈ ।

The Omniscient True Master remains aware about the inner state of mind of His true devotee, his unspoken desires and hopes. He feels the pain of His true devotee and cherish his pleasures. The Omniscient remains aware about all the inner most working of his true devotee.

ਜਬ ਉਦਕਰਖ ਕਰਾ ਕਰਤਾਰਾ॥	jub oodkrkh kra kartara.
ਪ੍ਰਜਾ ਧਰਤ ਤਬ ਦੇਹ ਅਪਾਰਾ॥	prja dhrt tab dai apara.
ਜਬ ਆਕਰਖ ਕਰਤ ਹੋ ਕਬਹੂੰ॥	jub aakrkh kart ho kabhoon.
ਤੁਮ ਮੈਂ ਮਿਲਤ ਦੇਹ ਧਰ ਸਭਹੂੰ॥੧੩॥	tum mai milat dai dhr sbhhoon (13)

ਅਸਲੀ ਮਾਲਕ, ਆਪਣੀ ਜੋਤ ਦਾ ਹੀ ਪਸਾਰਾ ਕਰਦਾ, ਸ੍ਰਿਸ਼ਟੀ ਨੂੰ ਵੱਖਰੇ, ਵੱਖਰੇ ਅਨੇਕਾਂ ਰੂਪਾਂ ਵਿੱਚ ਪੈਦਾ ਕਰਦਾ ਹੈ । ਪ੍ਰਭ ਆਪਣੀ ਪੈਦਾ ਕੀਤੀ ਸ੍ਰਿਸ਼ਟੀ ਨਾ ਨਾਸ਼ ਕਰ ਸਕਦਾ ਹੈ, ਆਤਮਾ ਦੀ ਹੋਂਦ ਖਤਮ ਕਰ ਦੇਂਦਾ ਹੈ । ਆਤਮਾ ਪ੍ਰਭ ਦੀ ਜੋਤ ਵਿੱਚ ਹੀ ਮਿਲ ਜਾਂਦੀ ਹੈ ।

The One and Only One Holy spirit evolves from His Holy Spirit. The soul is an expansion of His Holy Spirit. When He may eliminate the existence of any sanctified soul; she may be immersed with His Holy Spirit and becomes a part of great ocean.

ਜੇਤੇ ਬਦਨ ਸ੍ਰਿਸਟਿ ਸਭ ਧਾਰੈ॥	jaitai bdan sirsti sbh dharai.
ਆਪੁ ਆਪਨੀ ਬੂਝਿ ਉਚਾਰੈ॥	aap aapni boojh oocharai.

ਤੁਮ ਸਭ ਹੀ ਤੇ ਰਹਤ ਨਿਰਾਲਮ॥ tum sabh hi tai reht niralm.
ਜਾਨਤ ਬੇਦ ਭੇਦ ਅਰੁ ਆਲਮ॥੧੪॥ jant baid bhaid ar aalm (14)

ਪ੍ਰਭ ਅਨੇਕਾਂ ਹੀ ਅਕਾਰ ਪੈਦਾ ਕਰਦਾ ਹੈ । ਸਾਰੇ ਹੀ ਉਸ ਦੀ ਹੋਂਦ ਬਾਬਤ ਆਪਣੀ ਬਖਸ਼ੀ ਹੋਈ ਸੋਝੀ ਨਾਲ ਹੀ ਦੱਸਦੇ ਹਨ । ਪ੍ਰਭ ਦੀ ਜੋਤ ਜੀਵ ਦੀ ਆਤਮਾ ਵਿੱਚ ਸਮਾਈ ਰਹਿੰਦੀ ਹੈ, ਫਿਰ ਵੀ ਉਸ ਦੇ ਮਨ ਦੀਆ ਭਾਵਨਾਂ ਤੋਂ ਅਲੱਗ ਰਹਿੰਦੀ ਹੈ । ਪ੍ਰਭ ਦੀ ਇਸ ਅਵਸਥਾ ਦੀ ਸੋਝੀ ਪ੍ਰਭ ਦੇ ਦਾਸ ਨੂੰ ਬਖਸ਼ਿਸ਼ ਹੁੰਦੀ ਹੈ । ਧਾਰਮਕ ਗ੍ਰੰਥਾਂ ਵਿੱਚ ਲਿਖੀ ਜਾਂਦੀ ਹੈ ।

The True Master creates many body structures, universes believe 84 lakhs. Everyone may describe with his own realization, interpretations. His Holy Spirit remains embedded within each soul and always remains beyond the reach of his emotional attachments. His true devotee may be enlightened and has been written in religious scripture.

ਨਿਰੰਕਾਰ ਨ੍ਰਿਬਿਕਾਰ ਨ੍ਰਿਲੰਭ॥ nirankar niribkar nirmunbh.
ਆਦਿ ਅਨੀਲ ਅਨਾਦਿ ਅਸੰਭ॥ adi anil anadi asunbh.
ਤਾ ਕਾ ਮੂੜ੍ਹ ਉਚਾਰਤ ਭੇਦਾ॥ ta ka moorh oochrut bhida.
ਜਾ ਕੋ ਭੇਵ ਨਾ ਪਾਵਤ ਬੇਦਾ॥੧੫॥ ja ko bhiv na pavat baida. (15)

ਪ੍ਰਭ ਅਉਗਣਾ ਰਹਿਤ, ਅਕਾਰ ਰਹਿਤ, ਆਪਣੇ ਆਪ ਵਿੱਚ ਪੂਰਨ ਜੋਤ ਹੈ । ਪ੍ਰਭ ਦਾ ਕੋਈ ਅਰੰਭ ਨਹੀਂ, ਕਦੇ ਕਿਸੇ ਅਕਾਰ ਵਿੱਚ ਜਨਮ ਨਹੀਂ ਲੈਂਦਾ । ਸੰਸਾਰਕ ਸੰਤ, ਮੂਰਖ ਜੀਵ ਆਪਣੀ ਸੋਝੀ ਦਾ, ਪ੍ਰਭ ਦੀ ਹੋਂਦ ਦੇ ਭੇਦ ਦੀ ਸੋਝੀ ਦਾ ਅਹੰਕਾਰ ਕਰਦੇ ਹਨ । ਉਸ ਦਾ ਭੇਦ ਕਿਸੇ ਧਰਮ ਦੇ ਗ੍ਰੰਥ ਵਿੱਚ ਵੀ ਲਿਖਆ ਨਹੀਂ ਹੈ ।

The formless, blemish-less, self-reliant, True Master remains perfect in all aspects. The Primal Holy Spirit has no known beginning nor take birth in any physical body. The fools, worldly religious preachers, saints may boast about knowledge of His Nature. The mystery, secrete may never be written in any worldly Holy Scripture.

ਤਾ ਕੋ ਕਰਿ ਪਾਹਨ ਅਨੁਮਾਨਤ॥ ta ko kar pahn anumant.
ਮਹਾ ਮੂੜ੍ਹ ਕਛੁ ਭੇਦ ਨ ਜਾਨਤ॥ maha moorh kcho bhaid na jant.
ਮਹਾਂਦੇਵ ਕੌਂ ਕਹਤ ਸਦਾ ਸਿਵ॥ mahadaiv ko keht sda siv.
ਨਿਰੰਕਾਰ ਕਾ ਚੀਨਤ ਨਹਿ ਭਿਵ॥੧੬॥ nirankar ka chint neh bhiv. (16)

ਮੂਰਖ ਜੀਵ ਪ੍ਰਭ ਨੂੰ ਇਕ ਪੱਥਰ ਰੂਪ ਵਿੱਚ ਸਮਝਦੇ ਹਨ । ਕੋਈ ਵੀ ਪ੍ਰਭ ਦੀ ਕੁਦਰਤ ਦਾ ਭੇਦ ਨਹੀਂ ਜਾਣਦਾ । ਸੰਸਾਰਕ ਜੀਵ ਸ਼ਿਵਜੀ ਨੂੰ, ਜੀਸ਼ਸ਼ ਨੂੰ ਹੀ ਪ੍ਰਭ ਮੰਨਣ ਲਗ ਪੈਂਦੇ ਹਨ । ਅਣਜਾਣ ਜੀਵਾਂ ਨੂੰ ਅਕਾਰ ਰਹਿਤ ਪ੍ਰਭ ਦੀ ਸੋਝੀ ਨਹੀ ਹੁੰਦੀ ।

Worldly religious saints, preaches intoxicated with sweet poison of worldly wealth may call a stone be the God. He may never be enlightened with the profound mystery of The True Master. He may claim Shiva as The Eternal True Master. He may never be enlightened with secret of formless, birthless True Master.

ਆਪੁ ਆਪੁਨੀ ਬੁਧਿ ਹੈ ਜੇਤੀ॥ aap aapni budhi hai jaiti.
ਬਰਨਤ ਭਿੰਨ ਭਿੰਨ ਤੁਹਿ ਤੇਤੀ॥ barnt bhinun bhinun taiti.
ਤੁਮਰਾ ਲਖਾ ਨਾ ਜਾਇ ਪਸਾਰਾ॥ tumra lkha na jaeh psara.
ਕਿਹ ਬਿਧਿ ਸਜਾ ਪ੍ਰਥਮ ਸੰਸਾਰਾ॥੧੭॥ keh bidhi prthm sunsara. (17)

ਹਰਇਕ ਜੀਵ ਆਪਣੀ ਸੋਝੀ ਨਾਲ ਪ੍ਰਭ ਦੀ ਹੋਂਦ ਬਾਬਤ ਵਿਚਾਰ ਕਰਦਾ ਹੈ । ਪ੍ਰਭ ਦੀ ਪੈਦਾ ਕੀਤੀ ਸ੍ਰਿਸ਼ਟੀ ਦੀ ਪੂਰਨ ਜਾਣਕਾਰੀ ਨਹੀਂ ਹੁੰਦੀ । ਪ੍ਰਭ ਦੇ ਅਰੰਭ ਦੀ ਕੋਈ ਸੋਝੀ ਨਹੀਂ ਹੈ । ਸਾਰੀ ਸ੍ਰਿਸ਼ਟੀ ਹੀ ਪ੍ਰਭ ਦੀ ਜੋਤ ਦਾ ਪਸਾਰਾ ਹੈ ।

Everyone may describe the existence and nature of The True Master as per his own enlightenment. No one may ever fully imagine His Creation nor the beginning of bodyless, birthless The True Master.

ਏਕੈ ਰੂਪ ਅਨੂਪ ਸਰੂਪਾ॥	aikai roop anoop sroopa.
ਰੰਕ ਭਯੋ ਰਾਵ ਕਹੀ ਭੂਪਾ॥	runk bhyo rav kehi bhoopa.
ਅਡੰਜ ਜੇਰਜ ਸੇਤਜ ਕੀਨੀ॥	audj jairj saitj kini.
ਉਤਭੁਜ ਖਾਨਿ ਬਹੁਰਿ ਰਚਿ ਦੀਨੀ॥੧੮॥	ootbhuj khani bhor rchi deeni (18)

ਪ੍ਰਭ ਅਨੇਕਾਂ ਰੂਪਾਂ ਵਿੱਚ ਪ੍ਰਗਟ ਹੁੰਦਾ ਹੈ, ਇਕ ਨਿਮਾਣੇ, ਬੇ-ਆਸਰੇ ਜੀਵ ਦੇ ਰੂਪ ਵਿੱਚ, ਅਮੀਰ, ਰਾਜੇ ਦੇ ਰੂਪ ਵਿੱਚ ਪ੍ਰਗਟ ਹੁੰਦਾ ਹੈ । ਪ੍ਰਭ ਨੇ ਜੀਵ ਨੂੰ ਸ੍ਰਿਸ਼ਟੀ ਪੈਦਾ ਕਰਨ ਦੇ ਚਾਰ ਢੰਗਾ ਦੀ ਸੋਝੀ ਬਖਸ਼ੀ ਹੈ । ਅੰਡੇ, ਮਾਂ ਦੀ ਕੁੱਖ, ਪੀਸਨੇ ਤੋਂ, ਜਾ ਧਰਤੀ ਵਿਚੋਂ ਪੈਦਾ ਹੋ ਸਕਦਾ ਹੈ ।

The True Master has enlightened us four ways of creating His Creation. From eggs, from body sweat, from dirt and from the womb of mother. There may be some other ways; remains beyond our comprehension, knowledge.

ਕਹੂੰ ਫੂਲਿ ਰਾਜਾ ਹ੍ਵੈ ਬੈਠਾ॥	kahoon phool raja hvai baitha.
ਕਹੂੰ ਸਿਮਟਿ ਭਯੋ ਸੰਕਰ ਇਕੈਠਾ॥	kahoon simit bhio sunkr aikaitha.
ਸਿਗਰੀ ਸ੍ਰਿਸਟਿ ਦਿਖਾਇਇ ਅਵੰਭਵ॥	sgri sirsti dikhaeh achunbhv.
ਆਦਿ ਜੁਗਾਦਿ ਸਰੂਪ ਸੁਯੰਭਵ॥੧੯॥	adi jugadi sroop suyunbhv. (19)

ਪ੍ਰਭ ਅਨੇਕਾਂ ਰੂਪਾਂ ਵਿੱਚ ਹੀ ਜੀਵ ਨੂੰ ਪੈਦਾ ਕਰਦਾ ਹੈ । ਕਦੇ ਬ੍ਰਹਮਾ ਦੇ ਰੂਪ ਵਿੱਚ ਜੀਵ ਨੂੰ ਪ੍ਰਭ ਦੇ ਸ਼ਬਦ ਦੀ ਸੋਝੀ, ਅਗਿਆਨਤਾ ਦੂਰ ਕਰਦਾ ਹੈ । ਕਈ ਬਾਰ ਸ਼ਿਵਾ ਦੇ ਰੂਪ ਵਿੱਚ ਆਪ ਹੀ ਆਪ ਹੀ ਇਨਸਾਫ ਕਰਨ ਵਾਲਾ ਬਣ ਬੈਠਦਾ ਹੈ । ਪ੍ਰਭ ਸ੍ਰਿਸ਼ਟੀ ਵਿੱਚ ਅਨੇਕਾਂ ਹੀ ਚਮਤਕਾਰ ਕਰਦਾ ਹੈ । ਪ੍ਰਭ ਇਸਤਰ੍ਹਾਂ ਅਰੰਭ ਤੋਂ ਹੀ ਆਪਣੀ ਜੋਤ ਦਾ ਪਸਾਰਾ ਕਰਦਾ ਹੈ ।

The True Master may appear as a Brahma enlightening the real purpose of human life opportunity. Sometime takes the role of Shiva, judge, and jury with awful anger. He performs miracles in the universe. He has been creating and expanding His Primal Spirit, from the beginning of the universe.

ਅਬ ਰੱਛਾ ਮੇਰੀ ਤੁਮ ਕਰੋ॥	ab rchcha mairi tum kro.
ਸਿੱਖਜ ਉਬਾਰਿ ਅਸਿੱਖਜ ਸੰਘਰੋ॥	sikh oobari asikh soghro.
ਸੁਸਟ ਜਿਤੇ ਉਠਵਤ ਉਤਪਾਤਾ॥	dust jitai oothvat ootpata.
ਸਕਲ ਮਲੇਛ ਕਰੋ ਰਣ ਘਾਤਾ॥੨੦॥	skal mlaich kro run ghata. (20)

ਰਹਿਮਤਾਂ ਦੇ ਮਾਲਕ ਆਪਣੇ ਨਿਮਾਣੇ ਦਾਸ ਨੂੰ ਆਪਣੀ ਸ਼ਰਣ ਵਿੱਚ ਰਖੋ! ਆਪਣੀ ਰਹਿਮਤ ਨਾਲ ਸ਼ਬਦ ਦੀ ਪਾਲਣਾ ਤੇ ਅਡੋਲ ਰਖੋ! ਸਾਰੇ ਸੇਵਕ ਹੀ ਖੇੜ ਵਿੱਚ ਰਹਿਣ! ਮੇਰੇ ਵੈਰੀਆਂ ਦਾ ਨਾਸ਼ ਕਰੋ! ਕੋਈ ਵੀ ਦੁਸ਼ਮਣ ਅਗਰ ਸਿਰ ਉਠਾਵੇ, ਤੇਰਾ ਦਾਸ, ਸੇਵਕ ਜ਼ੁਲਮ ਦੇ ਵਿਰੋਧ ਵਿੱਚ ਲੜੇ, ਦੁਸ਼ਮਣ ਦਾ ਨਾਸ਼ ਕਰ ਦੇਵੇ!

My True Master bestows Your Blessed Vision and keeps under Your protection, Sanctuary. I may be blessed with devotion to remain intoxicated in meditation and remain contented in my worldly life and destroy my enemies. Anytime an evil doer may arise; Your true devotee may stand against him and destroy him.

ਜੇ ਅਸਿਧੁਜ ਤਵ ਸਰਨੀ ਪਰੇ॥	jai asidhuj tav sarni parai.
ਤਿਨ ਕੇ ਦੁਸਟ ਦੁਖਿਤ ਹ੍ਵੈ ਮਰੇ॥	tin kai dusht dukhit hvai mrai.
ਪੁਰਖ ਜਵਨ ਪਗ ਪਰੇ ਤਿਹਾਰੇ॥	purkh jvan pug parai tiharai.
ਤਿਨ ਕੇ ਤੁਮ ਸੰਕਟ ਸਭ ਟਾਰੇ॥੨੧॥	tin kai tum sunkt sabh tarai. (21)

ਮੇਰੇ ਮਾਲਕ ਮੈਨੂੰ ਤਲਵਾਰ ਦਾ ਧਨੀ ਅਵਸਥਾ ਬਖਸ਼ੋ! ਜਿਹੜਾ ਤੇਰੀ ਸ਼ਰਣ ਵਿੱਚ ਆਪ ਭੇਟਾ ਕਰ ਦੇਂਦਾ ਹੈ । ਉਸ ਨੂੰ ਤਾਕਤ, ਸ਼ਕਤੀ ਬਖਸ਼ਦਾ ਹੈ । ਉਹ ਆਪਣੀ ਰਾਖੀ ਕਰਦਾ ਹੈ, ਦੁਸ਼ਮਣ ਨੂੰ ਕੁਚਲ ਦੇਂਦਾ ਹੈ । ਜਿਹੜਾ ਤੇਰੀ ਸ਼ਰਣ ਵਿੱਚ ਆਪਾ ਭੇਟਾ ਕਰਦਾ ਹੈ । ਆਪਣੀ ਰਹਿਮਤ ਬਖਸ਼ਕੇ ਉਸ ਦੇ ਸਾਰੇ ਪਾਪ ਬਖਸ਼ ਦੇਂਦਾ ਹੈ ।

Mu True Master bestows Your Blessed Vison, I may become a might warrior of sword. Whosoever may surrender his entity at Your Sanctuary; with

Your mercy and grace, he may be blesses with courage and strength to stand against evil doer and eliminates his existence. The True Master may forgive his sins.

ਜੋ ਕਲਿ ਕੋ ਇਕ ਬਾਰ ਧਿਐ ਹੈ॥	jo kal ko eik bar dhiaai hai.
ਤਾ ਕੇ ਕਾਲ ਬਿਕਟਿ ਨਹਿ ਐ ਹੈ॥	ta kai kal nikti neh aai hai.
ਰੱਛਾ ਹੋਇ ਤਾਹਿ ਸਭ ਕਾਲਾ॥	rchcha hoeh taeh sabh kala.
ਦੁਸਟ ਅਰਿਸਟ ਟਰੇਂ ਤਤਕਾਲਾ॥੨੨॥	dust arist train tatkala. (22)

ਜਿਹੜਾ ਅਡੋਲ ਭਰੋਸੇ ਨਾਲ ਪ੍ਰਭ ਦੇ ਸ਼ਬਦ ਦੀ ਪਾਲਣਾ, ਸਿਮਰਨ ਕਰਦਾ ਹੈ । ਪ੍ਰਭ ਹੀ ਤਾਕਤਵਰ, ਆਪਣੇ ਦਾਸ ਤੇ ਰਹਿਮਤ ਬਖਸ਼ਦਾ ਹੈ, ਮੌਤ ਉਸ ਨੂੰ ਛੋਹ ਵੀ ਨਹੀਂ ਸਕਦੀ । ਪ੍ਰਭ ਦਾ ਦਾਸ ਸਦਾ ਹੀ ਪ੍ਰਭ ਦੀ ਸ਼ਰਣ ਵਿੱਚ ਵਸਦਾ ਹੈ । ਪ੍ਰਭ ਉਸ ਦੇ ਸਾਰੇ ਦੁਸ਼ਮਣ ਹੀ ਇਕ ਪਲ ਵਿੱਚ ਨਾਸ਼ ਕਰ ਦੇਂਦਾ ਹੈ ।

Whosoever may meditate and obey the teaching of His Word; with His mercy and grace, The Mighty True Master may eliminate his fear of death. His true devotee always dwells under His Protection, at His Sanctuary. The True Master may destroy his all enemies in a twinkle of eyes.

ਕ੍ਰਿਪਾ ਦ੍ਰਿਸਟਿ ਤਨ ਜਾਹਿ ਨਿਹਰਿਹੋ॥	kirpa diristi tun jaeh nihriho.
ਤਾ ਕੇ ਤਾਪ ਤਨਕ ਮੋਨ ਹਰਿਹੋ॥	ta kai tap tnak mo herho.
ਰਿੱਧਿ ਸਿੱਧਿ ਘਰ ਮੋਂ ਸਭ ਹੋਈ॥	ridhdhi sidhdhi ghar mo sabh hoei.
ਦੁਸਟ ਛਾਹ ਛ੍ਵੈ ਸਕੈ ਨ ਕੋਈ॥੨੩॥	dust chah chvai skai na koei. (23)

ਜਿਸ ਤੇ ਪ੍ਰਭ ਰਹਿਮਤ ਦੀ ਨਜ਼ਰ ਬਖਸ਼ਦਾ ਹੈ । ਉਸ ਦੇ ਪਾਪ ਬਖਸ਼ੇ ਜਾਂਦੇ ਹਨ, ਸੰਸਾਰ ਵਿੱਚ ਦੁਖ ਦੇਣ ਵਾਲੇ ਹਲਾਤ ਇਕ ਪਲ ਵਿੱਚ ਹੀ ਖਤਮ ਹੋ ਜਾਂਦੇ ਹਨ । ਉਸ ਨੂੰ ਸੰਸਾਰਕ ਜੀਵਨ ਦੇ ਸਾਰੇ ਰੂਹਾਨੀ ਗੁਣ, ਸੁਖ, ਖੇੜੇ ਬਖਸ਼ੇ ਜਾਂਦੇ ਹਨ । ਉਸ ਨੂੰ ਕੋਈ ਵੀ ਬੁਰੇ ਕੰਮ ਕਰਨਵਾਲਾ ਛੋਹ ਨਹੀਂ ਸਕਦਾ ।

Whosoever may be bestowed with His Blessed Vision, all his sins of previous lives may be forgiven. All his worldly misires may be eliminated in a twinkle of eyes. He may be blessed with eternal spiritual virtues, comforts, and pleasures. No evil doer, sickly instinctual may drives nor touch him.

ਏਕ ਬਾਰ ਜਿਨ ਤੁਮੈ ਸੰਭਾਰਾ॥	aik bar jin tumai sunbhara.
ਕਾਲ ਫਾਸ ਤੇ ਤਾਹਿ ਉਬਾਰਾ॥	kal phas tai taeh oobara.
ਜਿਨ ਨਰ ਨਾਮ ਤਿਹਾਰੋ ਕਹਾ॥	jin nar nam tiharo kaha.
ਦਾਰਿਦ ਦੁਸਟ ਦੋਖ ਤੇ ਰਹਾ॥੨੪॥	darid dust dokh tai raha. (24)

ਰਹਿਮਤਾਂ ਦੇ ਮਾਲਕ, ਜਿਹੜਾ ਇਕ ਪਲ ਵੀ ਤੇਰੇ ਸ਼ਬਦ ਦਾ ਸਿਮਰਨ ਕਰਦਾ ਹੈ! ਤੇਰੀ ਰਹਿਮਤ ਨਾਲ ਉਸ ਦਾ ਮੌਤ ਦਾ ਡਰ ਦੂਰ ਹੋ ਜਾਂਦਾ ਹੈ । ਜਿਹੜਾ ਤੇਰੇ ਸ਼ਬਦ ਦੀ ਸਿਖਿਆਂ ਨਾਲ ਆਪਣਾ ਜੀਵਨ ਢਾਲਦਾ ਹੈ । ਉਸ ਨੂੰ ਆਪਣੇ ਮਨ ਦੀਆਂ ਇਛਾਂ, ਸੰਸਾਰਕ ਮੁਸ਼ਕਲਾਂ ਤੇ ਜਿੱਤ ਬਖਸ਼ਿਸ਼ ਹੋ ਜਾਂਦੀ ਹੈ ।

My Merciful True Master! Whosoever may meditate on the teachings of Your Word even for a moment; with Your mercy and grace, he may be saved from devil of death. Whosoever may adopt the teachings of Your Word with steady and stable belief; with Your mercy and grace, he may overcome all miseries of worldly life and remains contented with his own worldly environments.

ਖੜਗ ਕੇਤ ਮੈ ਸਰਣਿ ਤਿਹਾਰੀ॥	kharag kait mai sarni tehari.
ਆਪੁ ਹਾਥ ਦੇ ਲੇਹੁ ਉਬਾਰੀ॥	aap hath dai laio oobari.
ਸਰਬ ਠੌਰ ਮੋ ਹੋਹੁ ਸਹਾਈ॥	sarb thor mo hohu sahaei.
ਸੁਸਟ ਦੋਖ ਤੇਲੇਹ ਬਚਾਈ॥੨੫॥	dust dokh tai laiho bchaei. (25)

ਪ੍ਰਭ ਤੂੰ ਹੀ ਦੁਸ਼ਮਣ ਨੂੰ ਖਤਮ ਕਰਨ ਵਾਲੀ ਤਲਵਾਰ ਦਾ ਮਾਲਕ, ਧਨੀ ਹੈ । ਮੈਂ ਤੇਰੀ ਸ਼ਰਣ ਵਿੱਚ ਆਪਾ ਭੇਟਾ ਕੀਤਾ ਹੈ । ਆਪਣੀ ਰਹਿਮਤ ਭਰਿਆ ਹੱਥ ਬਖਸ਼ਕੇ, ਮੇਰੀ ਰਖਿਆ ਕਰੋ! ਮੈਨੂੰ ਬੁਰੇ ਕੰਮ ਕਰਨ ਵਾਲੇ ਜ਼ਾਲਮ ਤੋਂ ਬਚਾ ਲਵੋ! ਮੈਨੂੰ ਸਮਰਥਾ ਬਖਸ਼ੋ! ਮੈਂ ਦੁਸ਼ਮਣ ਦਾ ਨਾਸ਼ ਕਰ ਦੇਵਾ!

My Merciful True Master, Almighty! You are true warrior, supreme power of sword to eliminate the demons. I have surrendered my self-entity at Your Sanctuary. My Merciful True Master extend Your compassionate hand and protect my honor. Save me from the demons of Tyranny; with Your mercy and grace, I may eliminate all evil doers.

ਕ੍ਰਿਪਾ ਕਰੀ ਹਮ ਪਰ ਜਗ ਮਾਤਾ॥	Kripaa kari ham par jagmaataa.
ਗ੍ਰੰਥ ਕਰਾ ਪੂਰਨ ਸੁਭ ਰਾਤਾ॥	Granth karaa pooran subh raataa.
ਕਿਲਬਿਖ ਸਕਲ ਦੇਹ ਕੋ ਹਰਤਾ॥	Kilbikh sakal deh ko hartaa.
ਦੁਸਟ ਦੋਖਿਯਨ ਕੋ ਛੈ ਕਰਤਾ॥੨੬॥	Dusht dokhiyan ko chhai kartaa. (26)

ਮੇਰਾ ਅਸਲੀ ਮਾਲਕ ਨੇ ਮੇਰੇ ਤੇ ਰਹਿਮਤ ਬਖਸ਼ੀ ਹੈ । ਮੈਂ ਪ੍ਰਭ ਦਾ ਸਨੇਹਾ ਸ੍ਰਿਸ਼ਟੀ ਲਈ ਲਿਖ ਸਕਇਆ ਹਾ । ਇਕੋ ਇਕ ਅਸਲੀ ਮਾਲਕ ਹੀ ਸੰਸਾਰ ਵਿਚੋਂ ਜ਼ੁਲਮ ਦਾ ਨਾਸ਼ ਕਰ ਸਕਦਾ ਹੈ । ਆਪਣੇ ਦਾਸ ਨੂੰ ਸਮਰਥਾ ਬਖਸ਼ਕੇ ਦੁਸ਼ਮਣ ਨੂੰ ਖਤਮ ਕਰ ਸਕਦਾ ਹੈ ।

The True Master Creator of the universe has bestowed His Blessed Vision; I have compiled the teachings of His Eternal Spiritual Message. The One and Only One, Omnipotent True Master may wipe out the devil, demons of evil from the universe. He may bestow His Blessed Vision; His humble devotee may stand up to destroy mighty tyrant.

ਸ੍ਰੀ ਅਸਿਧੁ ਜ ਜਬ ਭਏ ਦਇਆਲਾ॥	Sri asidhuj jab bhae dayaalaa.
ਪੂਰਨ ਕਰਾ ਗ੍ਰਮੁਥ ਤਤਕਾਲਾ॥	Pooran karaa granth tatkaalaa.
ਮਨ ਬਾਂਛਤ ਫਲ ਪਾਵੈ ਸੋਈ॥	Man baanchhat phal paavai soee.
ਦੂਖ ਨ ਤਿਸੈ ਬਿਆਪਤ ਕੋਈ॥੨੭॥	Dookh na tisai biaapat koee. (27)

ਪ੍ਰਭ ਦੀ ਨੇ ਰਹਿਮਤ ਬਖਸ਼ਕੇ, ਮੈਨੂੰ ਇਹ ਪ੍ਰਭ ਦੇ ਸੁਨੇਹਾ ਲਿਖਣ ਦੀ ਸਮਰਥਾ ਬਖਸ਼ੀ ਹੈ । ਜਿਹੜਾ ਵੀ ਪ੍ਰਭ ਦੇ ਸ਼ਬਦ ਦੀ ਸਿਖਿਆਂ ਨਾਲ ਜੀਵਨ ਢਾਲਦਾ ਹੈ । ਪ੍ਰਭ ਦੀ ਰਹਿਮਤ ਨਾਲ ਉਸ ਨੂੰ ਕੋਈ ਵੀ ਸੰਸਾਰਕ ਦੁਖ ਪਰੇਸ਼ਾਨ ਨਹੀਂ ਕਰ ਸਕਦਾ ।

The Merciful Omnipotent has bestowed His Blessed Vision; I am encouraged to complete His Spiritual message for His Creation. Whosoever may wholeheartedly adopt the teachings of His Word in his own day to day life; with His mercy and grace, his spoken and unspoken desires may be satisfied. No worldly misery may ever disturb his peace of mind.

ਅੜਿੱਲ	ARRIL
ਸੁਨੈ ਗੁੰਗ ਜੋ ਯਾਹਿ ਸੁ ਰਸਨਾ ਪਾਵਈ॥	Sunai gung jo yaahe so rasnaa paavaee.
ਸੁਨੈ ਮੂੜ੍ਹ ਚਿਤ ਲਾਇ ਚਤੁਰਤਾ ਆਵਈ॥	Sunai moorr chit laaé chaturtaa aavaee.
ਦੂਖ ਦਰਦ ਭੌ ਨਿਕਟ ਨ	Dukh darad bhau nikatt naa
ਤਿਨ ਨਰ ਕੇ ਰਹੈ॥	tin nar ké rahai.
ਹੋ ਜੋ ਯਾਕੀ ਏਕ ਬਾਰ	Ho jo yaakee eik baar
ਚੌਪਾਈ ਕੋ ਕਹੈ॥੨੮॥	chaupe-ee ko kahé. (28)

ਜਿਹੜੇ ਗੁੰਗੇ ਦੇ ਕੰਨਾਂ ਵਿੱਚ ਵੀ ਪ੍ਰਭ ਦੇ ਸ਼ਬਦ ਦੀ ਅਵਾਜ਼ ਪਵੇਗੀ, ਪ੍ਰਭ ਦੀ ਰਹਿਮਤ ਨਾਲ ਉਸ ਦੀ ਜੀਭ ਤੇ ਪ੍ਰਭ ਦਾ ਸ਼ਬਦ ਬਖਸ਼ਿਸ ਹੋ ਸਕਦਾ ਹੈ । ਜਿਹੜਾ ਮੂਰਖ ਵੀ ਇਸ ਬਾਣੀ ਧਿਆਨ ਨਾਲ ਸੁਣ ਲੈਂਦਾ ਹੈ । ਉਸ ਦੇ ਮਨ ਵਿੱਚ ਸ਼ਬਦ ਨਾਲ ਸ਼ਰਧਾ ਲਗਨ ਬਖਸ਼ਿਸ਼ ਹੋ ਸਕਦੀ ਹੈ । ਉਸ ਦੇ ਮਨ ਦੀ ਅਵਸਥਾ ਬਦਲ ਜਾਂਦੀ, ਮਨ ਵਿਚੋਂ ਸੰਸਾਰਕ ਚਿੰਤਾਂ ਦੇ ਦੁਖ, ਮੌਤ ਦਾ ਡਰ ਦੂਰ ਹੋ ਜਾਂਦਾ ਹੈ ।

The echo of His Word, even the deaf may listen; with His mercy and grace, his tongue may be blessed with eternal spiritual essence of His Word. Even a self-minded may attentively listen to His Word; with His mercy and grace, he may be blessed with devotion to change his path in life and adopts the teachings of His Word. Whosoever may recite "Chaupai" even once, all his sufferings and fears may be eliminated.

ਚੌਪਾਈ॥	CHAUPI.
ਸੰਬਤ ਸੱਤ੍ਰਹ ਸਹਸ ਭਣਿੱਜੈ॥	Sambat satrh sahis bheNije.
ਅਰਧ ਸਹਸ ਫੁਨਿ ਤੀਨਿ ਕਹਿੱਜੈ॥	ardh sahis phun teen kaheje.
ਭਾਦ੍ਰਵ ਸੁਦੀ ਅਸ਼ਟਮੀ ਰਵਿ ਵਾਰਾ॥	Bhadrrav sudee ashtmee ravivaraa.
ਤੀਰ ਸਤੁੱਦ੍ਰਵ ਗ੍ਰੰਥ ਸੁਧਾਰਾ ॥੨੯॥	Teer sat-drav granth sudaahraa. (29)

ਪ੍ਰਭ ਦੀ ਰਹਿਮਤ ਨਾਲ ਇਹ ਬਾਣੀ ਬਿਕ੍ਰਮੀ 1753 ਵਿੱਚ ਭਾਦਰੋ ਦੇ ਮਹੀਨੇ ਪੂਰਨ ਹੋਈ ਸੀ ।

It was Bikrami Samvat 1753; This book was competed on the banks of Sutlej on Sunday, the eighth Sudi of the month of Bhaadro.

ਸ੍ਵੈਯਾ॥	SVAIYAA
ਪਾਂਇ ਗਹੇ ਜਬ ਤੇ ਤੁਮਰੇ	Paa(n)e gahe jab té tumré
ਤਬ ਤੇ ਕੋਊ ਆਂਖ	tab té ko'oo aa(n)kh
ਤਰੇ ਨਹੀਂ ਆਨਜੋ॥	taré nehee aanyo.
ਰਾਮ ਰਹੀਮ ਪੁਰਾਨ ਕੁਰਾਨ ਅਨੇਕ ਕਹੈਂ	Ram rahim Puran Quran anak kahai
ਮਤ ਏਕ ਨ ਮਾਨਜੋ॥	mat eek na maneyo.
ਸਿੰਮ੍ਰਿਤਿ ਸਾਸਤ੍ਰ ਬੇਦ ਸਭੈ ਬਹੁ ਭੇਦ ਕਹੈਂ	Simrat shaastr badh sabh bohu bhedh kahai
ਹਮ ਏਕ ਨ ਜਾਨਜੋ॥	ham eik na janyo.
ਸ੍ਰੀ ਅਸਿਪਾਨ ਕ੍ਰਿਪਾ ਤੁਮਾਰੀ ਕਰਿ ਮੈ ਨ	Siree asipaan kripaa tumree kar(i), mai na
ਕਹਜੋ ਸਭ ਤੋਹਿ ਬਖਾਨਜੋ॥	kahyo sabh tohé bakhaanyo. (30)

ਪ੍ਰਭ ਦੀ ਰਹਿਮਤ, ਮੈਂ ਆਪਾ ਤੇਰੀ ਸ਼ਰਣ ਵਿੱਚ ਅਰਪਨ, ਭੇਟਾ ਕੀਤਾ ਹੈ । ਮੈਂ ਕਿਸੇ ਧਾਰਮਕ ਗ੍ਰੰਥ ਦੀ ਸਿਖਿਆਂ, ਰੀਤ ਰੀਵਾਜ ਵਿੱਚ ਕੋਈ ਭਰੋਸਾ ਨਹੀਂ ਰਖਦਾ । ਧਾਰਮਕ ਗ੍ਰੰਥ ਅਨੇਕਾ ਹੀ ਭੇਦਾਂ ਦਾ ਵਰਣਨ ਕਰਦੇ ਹਨ, ਮੈਂ ਕੇਵਲ ਤੇਰੇ ਸ਼ਬਦ, ਬਖਸ਼ੇ ਤੇ ਹੀ ਅਡੋਲ ਭਰੋਸੇ ਨਾਲ ਜੀਵਨ ਬਤੀਤ ਕਰਦਾ ਹਾ । ਸਰਬ ਕਲਾ ਸਮਰਥ, ਤੇਰੇ ਦੱਸੇ ਰਸਤੇ ਤੇ ਚਲਕੇ, ਤੇਰੀ ਬਖਸ਼ਿਸ਼ ਨਾਲ ਹੀ ਦੁਸ਼ਮਣਾ ਨੂੰ ਨਾਸ਼ ਕਰਨ ਲਈ ਤਾਲਵਾਰ ਦਾ ਰਸਤਾ ਧਾਰਨ ਕੀਤਾ ਹੈ । ਮੈਂ ਇਹ ਕਥਾ ਤੇਰੀ ਬਖਸ਼ੀ ਸੋਝੀ ਨਾਲ ਹੀ ਸੰਪੂਰਨ ਕੀਤੀ ਹੈ ।

My Omnipotent, Omniscient, Omnipresent, Axiom, forever True Master! I have surrendered my self-entity at Your Sanctuary. Many worldly known ancient prophets, worldly Holy Scripture explains so many of Your Virtues; however, I remain focused on the teachings of Your Word, the essence of Your Word.

ਦੋਹਰਾ॥	DOHRAA
ਸਗਲ ਦੁਆਰ ਕਉ ਛਾਡਿ ਕੈ	Sagal duaar kau chhaad kai,
ਗਹਿਓ ਤੁਹਾਰੋ ਦੁਆਰ॥	gahe'o tuhaaro duaar.
ਬਾਂਹਿ ਗਹੇ ਕੀ ਲਾਜ ਅਸ	Baa(n)he gahe kee laaj as
ਗੋਬਿੰਦ ਦਾਸ ਤੁਹਾਰ॥	Gobind daas tuhaar.

ਪ੍ਰਭ, ਮੈਂ ਸਾਰੇ ਸੰਸਾਰਕ ਧਰਮਾ ਦੇ ਰਸਤੇ ਤਿਆਗਕੇ, ਆਪਾ ਤੇਰੀ ਸ਼ਰਣ ਵਿੱਚ ਭੇਟਾ ਕੀਤਾ ਹੈ । ਮੈਂ ਕੇਵਲ ਤੇਰੇ ਦਰ ਤੇ ਹੀ ਆਪਣੀ ਸਾਰੀਆਂ ਆਸਾਂ, ਭਰੋਸਾ ਅਡੋਲ ਰਖਦਾ ਹੈ । ਪ੍ਰਭ ਆਪ ਹੀ ਰਹਿਮਤ ਬਖਸ਼ਕੇ, ਆਪਣੇ ਦਰ ਤੇ ਆਏ, ਮੰਦਤੇ ਦੀ ਰਖਿਆ ਕਰੋ ! ਅਸਲੀ ਰਸਤਾ ਬਖਸ਼ਕੇ, ਆਪਣੀ ਸ਼ਰਣ ਵਿੱਚ ਪ੍ਰਵਾਨ ਕਰੋ ! ਕੀਤੀਆਂ ਭੁਲਾਂ ਨੂੰ ਮਾਫ ਕਰੋ ! ਆਪਣਾ ਦਾਸ ਬਣਾ ਲਵੋ !

My True Master, I have renounced all other religious paths, the teachings of worldly gurus! I have surrendered my self-entity at Your Sanctuary. I am praying for Your Forgiveness and Refuge! I have accepted Your Verdict as Your Worthy blessings.

☬ ਅਨੰਦੁ ਸਾਹਿਬ ☬

14. ਰਾਮਕਲੀ ਮਹਲਾ ੩ ਅਨੰਦੁ॥ 917-1

ੴ ਸਤਿਗੁਰ ਪ੍ਰਸਾਦਿ॥ ik-oNkaar satgur parsaad.

ਅਕਾਰ ਰਹਿਤ, ਰੂਹਾਨੀ ਜੋਤ, ਇਕੋ ਇਕ, ਪ੍ਰਭ ਹੀ ਸ੍ਰਿਸ਼ਟੀ ਦਾ ਅਸਲੀ ਮਾਲਕ ਹੈ। ਪ੍ਰਭ ਜੀਵ ਦੀ ਪਛਾਣ ਦੇ ਤਿੰਨਾਂ ਗੁਣਾਂ (ਰੂਪ, ਰੰਗ, ਅਕਾਰ) ਤੋਂ ਰਹਿਤ ਹੈ। ਪ੍ਰਭ ਦੀ ਹੋਂਦ ਅਤੇ ਸ਼ਬਦ, ਸਦਾ ਹੀ ਅਟਲ, ਨਾ–ਬਦਲੇ ਜਾਣ ਵਾਲੀ ਸਚਾਈ ਹੈ। ਪ੍ਰਭ ਦੀ ਰਹਿਮਤ, ਕੇਵਲ ਪ੍ਰਭ ਦੀ ਆਪਣੀ ਰਜ਼ਾ, ਨਾਲ ਹੀ ਬਖਸ਼ਿਸ਼ ਹੁੰਦੀ ਹੈ। ਕਿਸੇ ਵੀ ਜੀਵ, ਚੀਜ਼ ਵਿੱਚ ਕਿਸੇ ਵੇਲੇ ਵੀ ਪ੍ਰਗਟ ਹੋ ਸਕਦਾ ਹੈ।

The One and Only One, structure-less, body-less, eternal Holy Spirit, True Master of the universe remains beyond three known recognitions of color, shape, size. His Word, Command, existence remains permanent, un-avoidable truth. His acceptance may only with His Blessed Vision.

ਅਨੰਦੁ ਭਇਆ ਮੇਰੀ ਮਾਏ,	anand bha-i-aa mayree maa-ay sat-
ਸਤਿਗੁਰੂ ਮੈ ਪਾਇਆ॥	guroo mai paa-i-aa.
ਸਤਿਗੁਰੁ ਤ ਪਾਇਆ ਸਹਜ ਸੇਤੀ,	satgur ta paa-i-aa sahj saytee
ਮਨਿ ਵਜੀਆ ਵਾਧਾਈਆ॥	man vajee-aa vaaDhaa-ee-aa.
ਰਾਗ ਰਤਨ ਪਰਵਾਰ ਪਰੀਆ,	raag ratan parvaar paree-aa
ਸਬਦ ਗਾਵਣ ਆਈਆ॥	sabad gaavan aa-ee-aa.
ਸਬਦੋ ਤ ਗਾਵਹੁ ਹਰੀ ਕੇਰਾ,	sabdo ta gaavhu haree kayraa
ਮਨਿ ਜਿਨੀ ਵਸਾਇਆ॥	man jinee vasaa-i-aa.
ਕਹੈ ਨਾਨਕੁ ਅਨੰਦੁ ਹੋਆ,	kahai naanak anand ho-aa
ਸਤਿਗੁਰੂ ਮੈ ਪਾਇਆ॥੧॥	satguroo mai paa-i-aa. ||1||

ਅਟਲ ਸ੍ਰਿਜਨਹਾਰ ਦੀ ਰਹਿਮਤ ਨਾਲ ਪ੍ਰਭ ਦੀ ਹੋਂਦ ਅਨੁਭਵ ਹੋ ਗਈ ਹੈ। ਅਮੋਲਕ ਸ਼ਬਦ, ਮੇਰੇ ਮਨ ਵਿੱਚ ਘਰ ਕਰ ਗਿਆ ਹੈ। ਮੇਰਾ ਮਨ ਅਡੋਲ (ਸਹਜ) ਹੋ ਗਿਆ ਹੈ, ਮਨ ਵਿੱਚ ਖੁਸ਼ੀ, ਖੇੜਾ ਵਸ ਗਿਆ ਹੈ। ਮੇਰੇ ਮਨ ਵਿੱਚ ਸਵਾਸ ਸਵਾਸ ਵਿੱਚ ਅਮੋਲਕ ਰਾਗ, ਮਨ ਮੋਹਨੀਆਂ ਧੁਨਾਂ ਚਲਦੀਆਂ, ਸੁਣਾਈ ਦੇਂਦੀਆਂ ਹਨ। ਜੀਵ ਪ੍ਰਭ ਦੇ ਧੰਨਵਾਦ ਦੇ ਗੀਤ ਗਾਵੋ, ਸਿਮਰਨ ਕਰੋ! ਜਿਹੜਾ ਪ੍ਰਭ ਹਰਇਕ ਤਨ, ਮਨ, ਆਤਮਾ ਵਿੱਚ ਹੀ ਸਮਾਇਆ ਹੋਇਆ ਹੈ। ਇਸ ਨਾਲ ਮਨ ਸ਼ਬਦ ਦਾ ਸਿਮਰਨ ਸਮਾਧੀ ਵਿੱਚ ਮਸਤ ਹੋ ਜਾਂਦਾ ਹੈ। ਮਨ ਵਿੱਚ ਪੂਰਨ ਖੇੜੇ ਬਖਸ਼ਿਸ਼ ਹੋ ਜਾਂਦਾ ਹੈ।

With His Blessed Vision, I have been blessed with the enlightenment of the essence of His Word, His existence. My mind remains drenched with His Ambrosial Word. I have been overwhelmed with patience, contentment, and blossom. I am hearing the everlasting echo of His ambrosial, intoxicating Word with each breath. You should meditate and sing the glory of The True Master; His Holy Spirit remains embedded within each soul. With His mercy and grace, you may remain meditating in the void of His Word. You may be blessed with perfect blossom within your mind, body, and soul.

ਏ ਮਨ ਮੇਰਿਆ,	ay man mayri-aa
ਤੂ ਸਦਾ ਰਹੁ ਹਰਿ ਨਾਲੇ॥	too sadaa rahu har naalay.
ਹਰਿ ਨਾਲਿ ਰਹੁ, ਤੂ ਮੰਨ ਮੇਰੇ,	har naal rahu too man mayray
ਦੂਖ ਸਭਿ ਵਿਸਾਰਣਾ॥	dookh sabh visaarnaa.
ਅੰਗੀਕਾਰੁ ਓਹੁ ਕਰੇ ਤੇਰਾ,	angeekaar oh karay tayraa
ਕਾਰਜ ਸਭਿ ਸਵਾਰਣਾ॥	kaaraj sabh savaarnaa.
ਸਭਨਾ ਗਲਾ ਸਮਰਥੁ ਸੁਆਮੀ,	sabhnaa galaa samrath su-aamee
ਸੋ ਕਿਉ ਮਨਹੁ ਵਿਸਾਰੇ॥	so ki-o manhu visaaray.
ਕਹੈ ਨਾਨਕੁ ਮੰਨ ਮੇਰੇ,	kahai naanak man mayray
ਸਦਾ ਰਹੁ ਹਰਿ ਨਾਲੇ॥੨॥	sadaa rahu har naalay. ||2||

ਮੇਰਾ ਮਨ ਸਦਾ ਹੀ ਪ੍ਰਭ ਦੇ ਸਿਮਰਨ ਵਿੱਚ ਮਸਤ, ਅਡੋਲ ਲੀਨ ਹੋ ਜਾਵੇ! ਪ੍ਰਭ ਹੀ ਸਭ ਦੁਖਾਂ ਤੋਂ
ਛੁਟਕਾਰਾ ਬਖਸ਼ਣ ਵਾਲਾ ਮਾਲਕ ਹੈ । ਜਿਹੜਾ ਪ੍ਰਭ ਦੀ ਹੋਂਦ, ਸ਼ਬਦ ਦੀ ਪਾਲਣਾ ਵਿੱਚ ਮਸਤ ਹੋ
ਜਾਂਦਾ ਹੈ, ਉਸ ਦੇ ਮਾਨਸ ਜਨਮ ਦੇ ਸਾਰੇ ਕਾਰਜ ਸਫਲ ਹੋ ਸਕਦੇ ਹਨ । ਪ੍ਰਭ ਸਭ ਕਲਾਂ, ਕਰਤਬਾਂ
ਵਿੱਚ ਪੂਰਨ, ਪੂਰਾ ਹੈ । ਧਰਮ ਦੇ ਭੁਲੇਖੇ ਵਿੱਚ ਪ੍ਰਭ ਦੇ ਸ਼ਬਦ ਦੀ ਪਾਲਣਾ ਕਰਨਾ, ਕਦੇ ਵੀ ਭੁਲਣਾ
ਨਹੀਂ ਚਾਹੀਦਾ । ਹੋਰ ਕਿਸੇ ਨੂੰ ਪ੍ਰਭ ਦੇ ਬਰਾਬਰ ਦਰਜਾ ਦੇ ਕਿ ਸਿਰ ਨਹੀਂ ਝੁਕਾਉਣਾ ਚਾਹੀਦਾ ।

My mind, you should always pray and remain intoxicated in meditation in
the void of His Word. The Merciful True Master may forgive sins and elim-
inates all miseries of worldly desires. Whosoever may remain drenched
with the essence of His Word, his real purpose of human life opportunity
may be satisfied. The Omnipotent True Master remains perfect in all aspect.
You should never become a slave of religious suspicions and abandon to
obey the teachings of His Word from your day-to-day life. You should
never consider any worldly guru, prophet as The True Master nor bow, pray
for the right path of salvation from him.

ਸਾਚੇ ਸਾਹਿਬਾ, ਕਿਆ ਨਾਹੀ ਘਰਿ ਤੇਰੈ॥	saachay saahibaa ki-aa naahee ghar tayrai.
ਘਰਿ ਤ ਤੇਰੈ ਸਭੁ ਕਿਛੁ ਹੈ,	ghar ta tayrai sabh kichh hai
ਜਿਸੁ ਦੇਹਿ ਸੁ ਪਾਵਏ॥	jis deh so paav-ay.
ਸਦਾ ਸਿਫਤਿ ਸਲਾਹ ਤੇਰੀ,	sadaa sifat salaah tayree
ਨਾਮੁ ਮਨਿ ਵਸਾਵਏ॥	naam man vasaava-ay.
ਨਾਮੁ ਜਿਨ ਕੈ ਮਨਿ ਵਸਿਆ,	naam jin kai man vasi-aa
ਵਾਜੇ ਸਬਦ ਘਨੇਰੇ॥	vaajay sabad ghanayray.
ਕਹੈ ਨਾਨਕੁ ਸਚੇ ਸਾਹਿਬ,	kahai naanak sachay sahib
ਕਿਆ ਨਾਹੀ ਘਰਿ ਤੇਰੈ॥੩॥	ki-aa naahee ghar tayrai. ||3||

ਅਟਲ ਮਾਲਕ (ਪ੍ਰਭ) ਤੇਰੇ ਕੋਲ ਕਿਸੇ ਭੰਡਾਰ ਦੀ ਘਾਟ, ਕਮੀ ਨਹੀਂ ਹੈ । ਜਿਸ ਨੂੰ ਰਹਿਮਤ
ਬਖਸ਼ਕੇ ਸ਼ਬਦ ਦੇ ਲੜ ਲਾਉਂਦਾ ਹੈ, ਉਹ ਹੀ ਸ਼ਬਦ ਦਾ ਸਿਮਰਨ, ਪਾਲਣਾ ਕਰਦਾ ਹੈ । ਉਸ ਨੂੰ
ਸ਼ਬਦ ਦੀ ਸੋਝੀ, ਅਮੋਲਕ ਭੰਡਾਰ ਬਖਸ਼ਦਾ ਹੈ । ਜਿਸ ਦੇ ਮਨ ਵਿੱਚ ਪ੍ਰਭ ਦਾ ਸ਼ਬਦ ਘਰ ਕਰ
ਜਾਂਦਾ, ਜਾਗਰਤ ਹੋ ਜਾਂਦਾ ਹੈ । ਉਹ ਦੇ ਮਨ ਵਿੱਚ ਸਦਾ ਚਲਣ ਵਾਲੀ ਸ਼ਬਦ ਦੀ ਧੁਨ ਸੁਣਾਈ ਦੇਂਦੀ
ਹੈ, ਉਹ ਸਵਾਸ ਗਰਾਸ ਪ੍ਰਭ ਦਾ ਧੰਨਵਾਦ, ਸਿਮਰਨ ਕਰਦਾ ਹੈ । ਉਸ ਦਾ ਮਨ ਖੁਸ਼ੀ, ਸੰਤੋਖ ਨਾਲ
ਭਰਪੂਰ ਹੋ ਜਾਂਦਾ ਹੈ । ਅਟਲ ਮਾਲਕ (ਪ੍ਰਭ) ਤੇਰੇ ਦਰ ਤੇ ਕਿਸੇ ਭੰਡਾਰ ਦੀ ਘਾਟ ਨਹੀਂ । ਰਹਿਮਤ
ਬਖਸ਼ਕੇ ਆਪਣੇ ਦਾਸ ਨੂੰ ਸ਼ਬਦ ਦੀ ਦਾਤ ਬਖਸ਼ੋ, ਲੜ ਲਾਵੋ!

My True Master! You have no shortage, deficiency of any virtues in Your
treasure. Whosoever may be inspired to meditate and to obey the teachings
of Your Word; he may meditate and obeys the teachings of Your Word.
With Your mercy and grace, he may be blessed with ambrosial jewel, the
enlightenment of the essence of Your Word. Whosoever may be drenched
with the enlightenment of the essence of Your Word; with Your mercy and
grace, he may hear the everlasting echo of Your Word resonating within his
heart non-stop, forever. He may sing Your gratitude and mediates with each
breath. He may remain overwhelmed with pleasure and contentment within
his worldly life. Your treasure remains overwhelmed with virtues; with
Your mercy and grace, he may be blessed with devotion to meditate on the
teachings of Your Word.

ਸਾਚਾ ਨਾਮੁ ਮੇਰਾ ਆਧਾਰੋ॥	saachaa naam mayraa aaDhaaro.
ਸਾਚੁ ਨਾਮੁ ਅਧਾਰੁ ਮੇਰਾ,	saach naam aDhaar mayraa
ਜਿਨਿ ਭੁਖਾ ਸਭਿ ਗਵਾਈਆ॥	jin bhukhaa sabh gavaa-ee-aa.
ਕਰਿ ਸਾਂਤਿ ਸੁਖ ਮਨਿ ਆਇ ਵਸਿਆ,	kar saaNt sukh man aa-ay vasi-aa

ਜਿਨਿ ਇਛਾ ਸਭਿ ਪੁਜਾਈਆ॥ jin ichhaa sabh pujaa-ee-aa.
ਸਦਾ ਕੁਰਬਾਣੁ ਕੀਤਾ ਗੁਰੂ ਵਿਟਹੁ, sadaa kurbaan keetaa guroo vitahu
ਜਿਸ ਦੀਆਂ ਏਹਿ ਵਡਿਆਈਆ॥ jis dee-aa ayhi vadi-aa-ee-aa.
ਕਹੈ ਨਾਨਕੁ ਸੁਣਹੁ ਸੰਤਹੁ, kahai naanak sunhu santahu
ਸਬਦਿ ਧਰਹੁ ਪਿਆਰੋ॥ sabad Dharahu pi-aaro.
ਸਾਚਾ ਨਾਮੁ ਮੇਰਾ ਆਧਾਰੋ॥੪॥ saachaa naam mayraa aaDhaaro. ||4||

ਜੀਵ ਅਟਲ ਪ੍ਰਭ ਦੇ ਸ਼ਬਦ ਦਾ ਸਿਮਰਨ, ਪਾਲਣਾ ਕਰੋ! ਸ਼ਬਦ ਦੀ ਪਾਲਣਾ ਨੂੰ ਆਪਣਾ ਅਸਲੀ ਰਸਤਾ, ਜੀਵਨ ਦਾ ਮੰਤਵ ਸਮਝੋ । ਜਿਹੜਾ ਸ਼ਬਦ ਦੀ ਪਾਲਣਾ ਨੂੰ ਜੀਵਨ ਦਾ ਅਸਲੀ ਰਸਤਾ ਬਣਾ ਲੈਂਦਾ ਹੈ । ਉਸ ਨੂੰ ਮਨ ਦੇ ਲਾਲਚ, ਭਟਕਣਾਂ ਤੇ ਕਾਬੂ, ਜਿੱਤ ਬਖਸ਼ਿਸ਼ ਹੋ ਜਾਂਦੀ ਹੈ । ਮਨ ਵਿੱਚ ਸ਼ਾਂਤੀ ਸੰਤੋਖ ਬਖਸ਼ਿਸ਼ ਹੋ ਜਾਂਦਾ ਹੈ, ਮਨ ਦੀਆਂ ਮੁਰਾਦਾਂ ਪੂਰੀ ਹੋ ਜਾਂਦੀਆਂ ਹਨ । ਉਸ ਅਟਲ ਪ੍ਰਭ ਤੋਂ ਮਨ ਬਹੁਤ ਪ੍ਰਭਾਵਤ ਹੋਇਆ ਹੈ, ਉਸ ਦੇ ਸ਼ਬਦ ਦੀ ਪਾਲਣਾ ਵਿੱਚ ਇਤਨੀਆਂ ਕਰਾਮਾਤਾਂ ਹਨ । ਜਿਹੜਾ ਸ਼ਬਦ ਦੀ ਪਾਲਣਾ ਨੂੰ ਆਪਣੇ ਜੀਵਨ ਦਾ ਅਧਾਰ ਬਣਾਉਂਦਾ, ਸਵਾਸ, ਗਰਾਸ ਅਡੋਲ ਭਰੋਸਾ ਨਾਲ ਸਿਮਰਨ ਵਿੱਚ ਹੀ ਲੀਨ ਰਹਿੰਦਾ ਹੈ, ਉਸ ਨੂੰ ਆਪ ਹੀ ਆਪਣੇ ਵਿੱਚ ਅਭੇਦ ਕਰ ਲੈਂਦਾ ਹੈ । ਉਸ ਨੂੰ ਹੀ ਅਸਲੀ ਸੰਤ, ਭਗਤ ਅਵਸਥਾ ਬਖਸ਼ਿਸ਼ ਹੁੰਦੀ ਹੈ ।

You should meditate, obey, and adopt the teachings of His Word with steady and stable belief as the real purpose of human life opportunity. Whosoever may adopt the teachings of His Word as the right path of acceptance in His Court; with His mercy and grace, he may conquer his worldly frustrations, greed. His spoken and unspoken desires may be fully satisfied. I remain fascinated, astonished from His greatness and unlimited treasure of virtues. Whosoever may adopt the teachings of His Word as the real purpose of his human life opportunity; with His mercy and grace he may remain intoxicated in the void of His Word. He may be immersed within His Holy Spirit. He may be blessed with a state of mind as His true devotee.

ਵਾਜੇ ਪੰਚ ਸਬਦ, ਤਿਤੁ ਘਰਿ ਸਭਾਗੈ॥ vaajay panch sabad tit ghar sabhaagai.
ਘਰਿ ਸਭਾਗੈ, ਸਬਦ ਵਾਜੇ, ghar sabhaagai sabad vaajay
ਕਲਾ ਜਿਤੁ ਘਰਿ ਧਾਰੀਆ॥ kalaa jit ghar Dhaaree-aa.
ਪੰਚ ਦੂਤ ਤੁਧੁ ਵਸਿ ਕੀਤੇ, panch doot tuDh vas keetay
ਕਾਲੁ ਕੰਟਕੁ ਮਾਰਿਆ॥ kaal kantak maari-aa.
ਧੁਰਿ ਕਰਮਿ ਪਾਇਆ ਤੁਧੁ ਜਿਨ ਕਉ, Dhur karam paa-i-aa tuDh jin ka-o
ਸਿ ਨਾਮਿ ਹਰਿ ਕੈ ਲਾਗੇ॥ se naam har kai laagay.
ਕਹੈ ਨਾਨਕੁ ਤਹ ਸੁਖੁ ਹੋਆ, kahai naanak tah sukh ho-aa
ਤਿਤੁ ਘਰਿ ਅਨਹਦ ਵਾਜੇ॥੫॥ tit ghar anhad vaajay. ||5||

ਜਿਸ ਦੇ ਦਿਲ ਵਿੱਚ, ਸ਼ਰੋਮਣੀ, ਪ੍ਰਭ ਦੇ ਸ਼ਬਦ ਦੀ ਧੁਨ ਗੂੰਜਦੀ, ਚਲਦੀ ਸੁਣਾਈ ਦੇਂਦੀ ਹੈ । ਉਹ ਜੀਵ ਵੱਡਭਾਗੀ ਹੋ ਜਾਂਦਾ ਹੈ । ਉਹ ਪ੍ਰਭ ਦੀ ਰਹਿਮਤ, ਸੰਤੋਖ ਨਾਲ ਭਰਪੂਰ ਰਹਿੰਦਾ ਹੈ । ਉਸ ਨੂੰ ਸ੍ਰਿਸ਼ਟੀ ਦੇ ਪੰਜਾਂ ਜਮਦੂਤਾਂ ਤੇ ਜਿੱਤ ਬਖਸ਼ਿਸ਼ ਹੋ ਜਾਂਦੀ ਹੈ । ਉਸ ਦਾ ਮੌਤ ਦਾ ਡਰ ਖਤਮ ਹੋ ਜਾਂਦਾ ਹੈ, ਇਹ ਪ੍ਰਭ ਨਾਲ ਸੰਜੋਗ ਦਾ ਸਮਾਂ ਨਜ਼ਰ ਆਉਂਦਾ ਹੈ । ਜਿਸ ਨੇ ਪਹਿਲੇ ਜੀਵਨ ਵਿੱਚ ਵੱਡੇ ਭਾਗਾਂ ਵਾਲੇ ਕਰਮ ਕੀਤੇ ਹੋਣ । ਉਸ ਨੂੰ ਹੀ ਪ੍ਰਭ ਇਸ ਪਾਸੇ ਲਾਉਂਦਾ ਹੈ । ਜਿਸ ਦੇ ਮਨ ਵਿੱਚ ਪ੍ਰਭ ਦਾ ਸ਼ਬਦ ਰਚ ਜਾਂਦਾ ਹੈ । ਉਸ ਤੇ ਹਰ ਵੇਲੇ ਹੀ ਸੰਤੋਖ ਦਾ ਖੇੜਾ ਰਹਿੰਦਾ ਹੈ ।

** (ਕਾਮ, ਕਰੋਧ, ਲੋਭ, ਮੋਹ, ਅਹੰਕਾਰ)

Whosoever may have a great prewritten destiny, he may hear the everlasting echo of His Word resonating within his heart non-stop. With His mercy and grace, he may be overwhelmed with patience, pleasure, and contentment in his worldly life. He may be blessed with victory on five demons of worldly desires. His fear of death may be eliminated; his time of death may become his union with The True Master. Whosoever may have a great prewritten destiny, he may be blessed with the right path of acceptance in His Court. He may remain drenched with the essence of His Word. He may remain overwhelmed with a contentment in his worldly life.

**Five Demons: Sexual urge, Anger, greed, attachment, and ego.

ਸਾਚੀ ਲਿਵੈ ਬਿਨੁ ਦੇਹ ਨਿਮਾਣੀ॥	saachee livai bin dayh nimaanee.
ਦੇਹ ਨਿਮਾਣੀ ਲਿਵੈ ਬਾਝਹੁ,	dayh nimaanee livai baajhahu
ਕਿਆ ਕਰੇ ਵੇਚਾਰੀਆ॥	ki-aa karay vaychaaree-aa.
ਤੁਧੁ ਬਾਝੁ ਸਮਰਥ ਕੋਇ ਨਾਹੀ,	tuDh baajh samrath ko-ay naahee
ਕ੍ਰਿਪਾ ਕਰਿ ਬਨਵਾਰੀਆ॥	kirpaa kar banvaaree-aa.
ਏਸ ਨਉ, ਹੋਰੁ ਥਾਉ ਨਾਹੀ,	ays na-o hor thaa-o naahee
ਸਬਦਿ ਲਾਗਿ ਸਵਾਰੀਆ॥	sabad laag savaaree-aa.
ਕਹੈ ਨਾਨਕੁ ਲਿਵੈ ਬਾਝਹੁ,	kahai naanak livai baajhahu
ਕਿਆ ਕਰੇ ਵੇਚਾਰੀਆ॥੬॥	ki-aa karay vaychaaree-aa. ||6||

ਅਟਲ ਪ੍ਰਭ ਦੇ ਸ਼ਬਦ ਦੀ ਲਗਨ, ਪਾਲਣਾ, ਸਦਾ ਚਲਣ ਵਾਲੀ ਧੁਨ, ਗੂੰਜਦੀ ਸੁਣਾਈ ਤੋਂ ਬਿਨਾਂ ਆਤਮਾ ਨਿਮਾਣੀ ਹੀ ਰਹਿੰਦੀ ਹੈ । ਮਾਨਸ ਜਨਮ ਦੀ ਕੋਈ ਮਹੱਤਤਾ ਨਹੀਂ ਹੁੰਦੀ ਹੈ । ਮਨ ਕਿਹੜੇ ਵਿਚਾਰਾ ਵਿੱਚ ਪਇਆ, ਕਿਹੜੇ ਰਸਤੇ ਤੇ ਚਲਦਾ ਹੈ? ਪ੍ਰਭ ਦੀ ਅਰਾਧਨਾ, ਬੰਦਗੀ ਕਰੋ! ਪ੍ਰਭ ਦੀ ਰਹਿਮਤ ਨਾਲ ਹੀ ਪ੍ਰਵਾਨਗੀ ਦਾ ਰਸਤਾ ਬਖਸ਼ਿਸ਼ ਹੋ ਸਕਦਾ ਹੈ, ਮਨ ਸ਼ਬਦ ਦੀ ਪਾਲਣਾ ਵਿੱਚ ਅਡੋਲ ਹੋ ਸਕਦਾ ਹੈ । ਪ੍ਰਭ ਦੇ ਸ਼ਬਦ ਦੀ ਪਾਲਣਾ ਤੋਂ ਬਿਨਾਂ ਆਤਮਾ ਦਾ ਹੋਰ ਕੋਈ ਆਸਰਾ, ਕੋਈ ਮੁਕਤੀ ਦਾ ਸਾਧਨ ਨਹੀਂ ਹੈ । ਪ੍ਰਭ ਨਾਲੋ ਆਤਮਾ ਦੇ ਵਿਛੋੜੇ ਨੂੰ ਮਨ ਵਿੱਚ ਹਰ ਵੇਲੇ, ਸਵਾਸ ਸਵਾਸ ਯਾਦ ਰਖੋ! ਪ੍ਰਭ ਦੇ ਸ਼ਬਦ ਦੀ ਬੰਦਗੀ ਤੋਂ ਬਿਨਾਂ ਮਾਨਸ ਜੀਵਨ ਬਿਰਥਾ ਹੀ ਬੀਤ ਜਾਂਦਾ ਹੈ ।

Without devotion to obey the teachings of His Word and without hearing the everlasting echo of His Word within his heart; his soul remains helpless, and miserable. His human life opportunity may be wasted uselessly. What have you been contemplating, and adopting in your worldly life? You should meditate, obey the teachings of His Word; only with His mercy and grace, you may be blessed with the right path of acceptance in His Court. You may remain intoxicated in meditation in the void of His Word. Without obeying the teachings of His Word; your soul may not have any other permanent companion nor any other technique, path of salvation. You should always remain in renunciation in your memory of separation from His Holy Spirit. Without adopting the teachings of His Word with steady and stable belief, human life opportunity may be wasted uselessly.

ਆਨੰਦੁ ਆਨੰਦੁ ਸਭੁ ਕੋ ਕਹੈ,	aanand aanand sabh ko kahai aa-
ਆਨੰਦੁ ਗੁਰੂ ਤੇ ਜਾਣਿਆ॥	nand guroo tay jaani-aa.
ਜਾਣਿਆ ਆਨੰਦੁ ਸਦਾ ਗੁਰ ਤੇ,	jaani-aa aanand sadaa gur tay kir-
ਕ੍ਰਿਪਾ ਕਰੇ ਪਿਆਰਿਆ॥	paa karay pi-aari-aa.
ਕਰਿ ਕਿਰਪਾ ਕਿਲਵਿਖ ਕਟੇ,	kar kirpaa kilvikh katay
ਗਿਆਨ ਅੰਜਨੁ ਸਾਰਿਆ॥	gi-aan anjan saari-aa.
ਅੰਦਰਹੁ ਜਿਨ ਕਾ ਮੋਹੁ ਤੁਟਾ,	andrahu jin kaa moh tutaa
ਤਿਨ ਕਾ ਸਬਦੁ ਸਚੈ ਸਵਾਰਿਆ॥	tin kaa sabad sachai savaari-aa.
ਕਹੈ ਨਾਨਕੁ ਏਹੁ ਅਨੰਦੁ ਹੈ,	kahai naanak ayhu anand hai aa-
ਆਨੰਦੁ ਗੁਰ ਤੇ ਜਾਣਿਆ॥੭॥	nand gur tay jaani-aa. ||7||

ਸਾਰੇ ਜੀਵ ਕਹਿੰਦੇ ਹਨ, ਕਿ ਪ੍ਰਭ ਦੀ ਰਹਿਮਤ ਹੈ । ਪ੍ਰਭ ਦੀ ਰਹਿਮਤ, ਅਸਲੀ ਖੇੜਾ, ਕੇਵਲ ਸ਼ਬਦ ਨਾਲ ਜੀਵਨ ਢਾਲਣ ਨਾਲ ਹੀ ਅਨੁਭਵ, ਮਹਿਸੂਸ ਹੁੰਦਾ ਹੈ । ਜਿਸ ਨੂੰ ਪ੍ਰਭ ਆਪ ਹੀ ਸੁਰਮਾ (ਅੰਜੁਨ) ਦੇਂਦਾ, ਜਾਗਰਤੀ ਬਖਸ਼ਦਾ ਹੈ, ਉਸ ਨੂੰ ਹੀ ਪ੍ਰਵਾਨਗੀ ਦਾ ਅਸਲੀ ਰਸਤਾ ਬਖਸ਼ਿਸ਼ ਹੋ ਸਕਦਾ ਹੈ । ਜਿਹਵਾ ਆਪਣਾ ਜੀਵਨ ਸ਼ਬਦ ਦੀ ਸਿਖਿਆਂ ਨਾਲ ਢਾਲਦਾ, ਬਤੀਤ ਕਰਦਾ, ਸ੍ਰਿਸ਼ਟੀ

ਦੀ ਸੇਵਾ ਵਿੱਚ ਲਾਉਂਦਾ ਹੈ । ਉਸ ਦਾ ਧਿਆਨ ਸ਼ਬਦ ਵਿੱਚ ਲਗ ਜਾਂਦਾ ਹੈ, ਉਸ ਦਾ ਸੰਸਾਰਕ ਮੋਹ ਦੂਰ ਹੋ ਜਾਂਦਾ ਹੈ । ਉਸ ਨੂੰ ਪ੍ਰਭ ਦੀ ਰਹਿਮਤ, ਹੋਂਦ ਅਨੁਭਵ ਹੁੰਦੀ ਹੈ । ਅਸਲੀ ਅਨੰਦ ਉਸ ਵਿੱਚ ਅਲੋਪ ਹੋਣ ਨਾਲ ਹੀ ਬਖਸ਼ਿਸ਼ ਹੁੰਦਾ ਹੈ ।

Everyone may claim! He has been blessed with His mercy and grace. Whosoever may adopt the teachings of His Word with steady and stable belief in his day-to-day life; with His mercy and grace, he may realize His Holy Spirit prevailing everywhere. Whosoever may be blessed with the enlightenment of the essence of His Word; with His mercy and grace, he may be blessed with the right path of acceptance in His Court. Whosoever may adopt the teachings of His Word and serve His Creation; with His mercy and grace, he may remain intoxicated in meditation in the void of His Word. His worldly bonds may be eliminated. He may realize His existence, His Holy Spirit prevailing within every creature. Whosoever may be accepted in His Court, immerses in His Holy Spirit, only he may enjoy the real pleasure, comforts, and contentment.

ਬਾਬਾ ਜਿਸੁ ਤੂ ਦੇਹਿ, ਸੋਈ ਜਨੁ ਪਾਵੈ॥	baabaa jis too deh so-ee jan paavai.
ਪਾਵੈ ਤ ਸੋ ਜਨੁ, ਦੇਹਿ ਜਿਸ ਨੋ,	paavai ta so jan deh jis no
ਹੋਰਿ ਕਿਆ ਕਰਹਿ ਵੇਚਾਰਿਆ॥	hor ki-aa karahi vaychaari-aa.
ਇਕਿ ਭਰਮਿ ਭੂਲੇ, ਫਿਰਹਿ ਦਹ ਦਿਸਿ,	ik bharam bhoolay fireh dah dis
ਇਕਿ ਨਾਮਿ ਲਾਗਿ ਸਵਾਰਿਆ॥	ik naam laag savaari-aa.
ਗੁਰ ਪਰਸਾਦੀ ਮਨੁ ਭਇਆ ਨਿਰਮਲੁ,	gur parsaadee man bha-i-aa nirmal
ਜਿਨਾ ਭਾਣਾ ਭਾਵਏ॥	jinaa bhaanaa bhaav-ay.
ਕਹੈ ਨਾਨਕੁ ਜਿਸੁ ਦੇਹਿ ਪਿਆਰੇ,	kahai naanak jis deh pi-aaray
ਸੋਈ ਜਨੁ ਪਾਵਏ॥੮॥	so-ee jan paav-ay. ॥8॥

ਜਿਸ ਤੇ ਪ੍ਰਭ ਆਪ ਹੀ ਰਹਿਮਤ ਬਖਸ਼ਦਾ ਹੈ, ਕੇਵਲ ਉਹ ਹੀ ਸ਼ਬਦ ਦੇ ਸਿਮਰਨ ਵਿੱਚ ਲਗ ਸਕਦਾ ਹੈ । ਬਾਕੀ ਜੀਵ ਤਰਸਦੇ ਹੀ ਰਹਿੰਦੇ ਹਨ । ਕਈ ਜੀਵ ਭਰਮ ਭੁਲੇਖੇ ਵਿੱਚ ਹੀ ਫਿਰਦੇ ਰਹਿੰਦੇ ਹਨ । ਜਿਹੜਾ ਪ੍ਰਭ ਦੇ ਸ਼ਬਦ ਦੀ ਸਿਖਿਆਂ ਨਾਲ ਜੀਵਨ ਢਾਲਦਾ ਹੈ, ਆਪਣੇ ਜੀਵਨ ਦਾ ਮੰਤਵ, ਅਧਾਰ ਬਣਾਉਂਦਾ ਹੈ । ਉਸ ਦੀ ਆਤਮਾ ਪਵਿੱਤਰ ਹੋ ਜਾਂਦੀ ਹੈ । ਜਿਸ ਦੀ ਸ਼ਬਦ ਦੀ ਕਮਾਈ ਪ੍ਰਭ ਦੇ ਦਰਬਾਰ ਵਿੱਚ ਪ੍ਰਵਾਨ ਹੋ ਜਾਂਦੀ ਹੈ । ਪ੍ਰਭ ਆਪ ਹੀ ਆਪਣੀ ਰਹਿਮਤ ਨਾਲ ਆਪਣੇ ਦਾਸ ਨੂੰ ਬਖਸ਼ਦਾ ਹੈ, ਮੁਕਤੀ ਕੇਵਲ ਪ੍ਰਭ ਦੇ ਵੱਸ ਵਿੱਚ ਹੀ ਹੈ ।

Whosoever may be inspired and attached to meditate on the teachings of His Word; with His mercy and grace, only he may remain intoxicated in meditating in the void of His Word. Others may remain wandering in religious suspicions and deprived from the right path of acceptance in His Court. Whosoever may adopt the teachings of His Word as the real purpose of his human life opportunity; with His mercy and grace, his soul may be sanctified to become worthy of His Consideration. Whose earnings of His Word may be accepted in His Court; with His mercy and grace, he may be accepted in His Sanctuary. Salvation, acceptance in His Court remains under His Control and only with His own mercy and grace. Absolutely no other techniques or mediation.

ਆਵਹੁ ਸੰਤ ਪਿਆਰਿਹੋ,	aavhu sant pi-aariho akath kee
ਅਕਥ ਕੀ ਕਰਹ ਕਹਾਣੀ॥	karah kahaanee.
ਕਰਹ ਕਹਾਣੀ ਅਕਥ ਕੇਰੀ,	karah kahaanee akath kayree
ਕਿਤੁ ਦੁਆਰੈ ਪਾਈਐ॥	kit du-aarai paa-ee-ai.
ਤਨੁ ਮਨੁ ਧਨੁ ਸਭੁ ਸਉਪਿ ਗੁਰ ਕਉ,	tan man Dhan sabh sa-up gur ka-o
ਹੁਕਮਿ ਮੰਨਿਐ ਪਾਈਐ॥	hukam mani-ai paa-ee-ai.

ਹੁਕਮੁ ਮੰਨਿਹੁ ਗੁਰੂ ਕੇਰਾ,
ਗਾਵਹੁ ਸਚੀ ਬਾਣੀ॥
ਕਹੈ ਨਾਨਕੁ ਸੁਣਹੁ ਸੰਤਹੁ,
ਕਥਿਹੁ ਅਕਥ ਕਹਾਣੀ॥੯॥

hukam mannihu guroo kayraa gaa-
vhu sachee banee.
kahai naanak sunhu santahu
kathihu akath kahaanee. ||9||

ਆਵੋ ਸਾਥੀਓ! ਸਭ ਰਲਕੇ, ਪ੍ਰਭ ਦੇ ਸ਼ਬਦ ਦਾ ਵਿਚਾਰ, ਕਥਾ, ਕੀਰਤਨ ਕਰੀਏ । ਜਿਤਨੀ ਵੀ ਪ੍ਰਭ ਸੋਝੀ ਬਖਸ਼ਦਾ ਹੈ! ਪ੍ਰਭ ਦੀ ਹੌਂਦ ਦਾ ਪੂਰਨ ਤਰ੍ਹਾਂ ਤੇ ਵਖਿਆਣ ਨਹੀਂ ਕੀਤਾ ਜਾ ਸਕਦਾ, ਇਹ ਸੋਝੀ ਕੇਵਲ ਪ੍ਰਭ ਦੀ ਰਹਿਮਤ ਨਾਲ ਹੀ ਬਖਸ਼ਿਸ਼ ਹੁੰਦੀ ਹੈ । ਉਸ ਦੇ ਸ਼ਬਦ ਦਾ ਧੰਨਵਾਦ, ਕੀਰਤਨ ਕਰੋ! ਆਪਣਾ ਤਨ, ਮਨ, ਸੰਸਾਰਕ ਹੈਸੀਅਤ, ਨੂੰ ਪ੍ਰਭ ਦੀ ਦਾਤ ਸਮਝਕੇ ਉਸ ਦੇ ਲੇਖੇ ਲਾਵੋ! ਸਦਾ ਹੀ ਪ੍ਰਭ ਦੇ ਸ਼ਬਦ ਦੀ ਪਾਲਣਾ ਕਰੋ, ਉਸ ਦੀ ਸਦਾ ਅਟਲ ਰਹਿਣ ਵਾਲੇ ਸ਼ਬਦ ਦੇ ਗੁਣ ਗਾਵੋ । ਜਿਤਨੀ ਸੋਝੀ ਪ੍ਰਭ ਬਖਸ਼ਦਾ ਹੈ, ਉਸ ਦਾ ਵਖਿਆਣ ਸ੍ਰਿਸ਼ਟੀ ਨਾਲ ਸਾਂਝਾ ਕਰੋ ।

Let us join and sing the glory of His Virtues and His Nature. Whatsoever the enlightenment may be blessed, we may only share that much with others. The complete enlightenment of His Nature remains beyond the comprehension of His Creation. You should surrender your mind, body and worldly status at His Sanctuary and adopt the teachings of His Word to serve His Creation. You should sing the glory and obey the teachings of His Word with steady and stable belief in your day-to-day life; with His mercy and grace, whatsoever enlightenment may be blessed; you should share with others.

ਏ ਮਨ ਚੰਚਲਾ,
ਚਤੁਰਾਈ ਕਿਨੈ ਨ ਪਾਇਆ॥
ਚਤੁਰਾਈ ਨ ਪਾਇਆ ਕਿਨੈ,
ਤੂ ਸੁਣਿ ਮੰਨ ਮੇਰਿਆ॥
ਏਹ ਮਾਇਆ ਮੋਹਣੀ,
ਜਿਨਿ ਏਤੁ ਭਰਮਿ ਭੁਲਾਇਆ॥
ਮਾਇਆ ਤ ਮੋਹਣੀ ਤਿਨੈ ਕੀਤੀ,
ਜਿਨਿ ਠਗਉਲੀ ਪਾਈਆ॥
ਕੁਰਬਾਣੁ ਕੀਤਾ ਤਿਸੈ ਵਿਟਹੁ,
ਜਿਨਿ ਮੋਹੁ ਮੀਠਾ ਲਾਇਆ॥
ਕਹੈ ਨਾਨਕੁ ਮਨ ਚੰਚਲ,
ਚਤੁਰਾਈ ਕਿਨੈ ਨ ਪਾਇਆ॥੧੦॥

ay man chanchlaa
chaturaa-ee kinai na paa-i-aa.
chaturaa-ee na paa-i-aa kinai
too sun man mayri-aa.
ayh maa-i-aa mohnee
jin ayt bharam bhulaa-i-aa.
maa-i-aa ta mohnee tinai keetee
jin thag-ulee paa-ee-aa.
kurbaan keetaa tisai vitahu
jin moh meethaa laa-i-aa.
kahai naanak man chanchal cha-
turaa-ee kinai na paa-i-aa. ||10||

ਜੀਵ ਦਾ ਮਨ ਬਹੁਤ ਅਚੰਭਾ, ਚੰਚਲ, ਇਕ ਪਾਸੇ ਟਿਕਦਾ ਨਹੀਂ । ਆਪਣੀ ਸਿਆਣਪ, ਚਲਾਕੀ ਨਾਲ ਕਦੇ ਪ੍ਰਭ ਦੀ ਰਹਿਮਤ ਬਖਸ਼ਿਸ਼ ਨਹੀਂ ਹੁੰਦੀ । ਸੰਸਾਰ ਵਿੱਚ ਮਾਇਆ ਨੇ ਸਾਰੀ ਸ੍ਰਿਸ਼ਟੀ ਨੂੰ ਹੀ ਭੁਲੇਖੇ ਵਿੱਚ ਪਾਇਆ ਹੈ । ਪ੍ਰਭ ਤੋਂ ਕਰਬਾਨ ਜਾਵਾਂ! ਜਿਸ ਨੇ ਜੀਵ ਨੂੰ ਪੈਦਾ ਕੀਤਾ, ਉਸ ਪ੍ਰਭ ਨੇ ਹੀ ਸੰਸਾਰਕ ਮਾਇਆ ਦਾ ਮੋਹ ਵੀ ਆਪ ਹੀ ਪੈਦਾ ਕੀਤਾ ਹੈ । ਕੀ ਉਸ ਦਾ ਦਾਸ ਆਪਣੇ ਅਸਲੀ ਰਸਤੇ ਤੇ ਅਡੋਲ ਭਰੋਸੇ ਨਾਲ ਚਲਦਾ ਹੈ? ਪ੍ਰਭ ਦੇ ਕਰਤਬ ਵੀ ਅਨੋਖੇ ਹਨ । ਪ੍ਰਭ, ਜੀਵ ਦੀਆਂ ਸਭ ਸਿਆਣਪਾਂ, ਚਤੁਰਾਈਆਂ ਜਾਣਦਾ ਹੈ । ਕੋਈ ਕਿਸੇ ਦਿਖਾਵੇ ਦੀ ਬੰਦਗੀ, ਚਲਾਕੀ ਨਾਲ ਰਹਿਮਤ ਨਹੀਂ ਪਾ ਸਕਦਾ ।

**** ਚੰਚਲ ਮਨ– ਇਕ ਪਾਸੇ ਨਾ ਟਿਕੇ!**

**** ਮਾਇਆ– ਪੰਜ ਜਮਦੂਤ– ਕਾਮ, ਕਰੋਧ, ਲੋਭ, ਮੋਹ, ਅਹੰਕਾਰ!**

Unpredictable human mind may not consistently stay on any path for a long time. No one ever, has been blessed with enlightenment of the essence of His Word with his own wisdom and clever tricks. Sweet poison of worldly wealth has intoxicated everyone with suspicions. The True Master, Creator of the universe has also created the worldly wealth to monitor the sincerity of His true devotee. Does anyone remain steady and stable on the teachings of His Word? His miracles, Nature may be astonishing and unpredictable. The Omniscient True Master remains aware about all clever plans of the mind of His Creation. No one may ever be accepted in His Court with short-cut, fraud, deception.

ਏ ਮਨ ਪਿਆਰਿਆ, ਤੂ ਸਦਾ ਸਚੁ ਸਮਾਲੇ॥	ay man pi-aari-aa too sadaa sach samaalay.
ਏਹੁ ਕੁਟੰਬੁ ਤੂ ਜਿ ਦੇਖਦਾ,	ayhu kutamb too je daykh-daa chalai
ਚਲੈ ਨਾਹੀ ਤੇਰੈ ਨਾਲੇ॥	naahee tayrai naalay.
ਸਾਥਿ ਤੇਰੈ ਚਲੈ ਨਾਹੀ,	saath tayrai chalai naahee
ਤਿਸੁ ਨਾਲਿ ਕਿਉ ਚਿਤੁ ਲਾਈਐ॥	tis naal ki-o chit laa-ee-ai.
ਐਸਾ ਕੰਮੁ ਮੂਲੇ ਨ ਕੀਚੈ,	aisaa kamm moolay na keechai
ਜਿਤੁ ਅੰਤਿ ਪਛੋਤਾਈਐ॥	jit ant pachhotaa-ee-ai.
ਸਤਿਗੁਰੂ ਕਾ ਉਪਦੇਸੁ ਸੁਣਿ,	satguroo kaa updays sun
ਤੂ ਹੋਵੈ ਤੇਰੈ ਨਾਲੇ॥	too hovai tayrai naalay.
ਕਹੈ ਨਾਨਕੁ ਮਨ ਪਿਆਰੇ,	kahai naanak man pi-aaray
ਤੂ ਸਦਾ ਸਚੁ ਸਮਾਲੇ॥੧੧॥	too sadaa sach samaalay. ||11||

ਆਪਣੇ ਮਨ ਦੀਆਂ ਇਛਾਂ ਨੂੰ ਕਾਬੂ ਵਿੱਚ ਰਖੋ! ਹਮੇਸ਼ਾ ਹੀ ਪ੍ਰਭ ਦੇ ਭਾਣੇ ਨੂੰ ਸਤਿ ਕਰਕੇ ਮੰਨੋ! ਸੰਸਾਰਕ ਭਾਈ ਚਾਰੇ, ਰਿਸ਼ਤੇ (ਮਾਤਾ, ਪਿਤਾ, ਬੱਚੇ) ਦਾ ਅਭਿਮਾਨ ਨਾ ਕਰੋ! ਉਹ ਪ੍ਰਭ ਦੇ ਦਰਬਾਰ ਵਿੱਚ ਕਿਸੇ ਕੰਮ ਨਹੀਂ ਆਉਂਦੇ। ਉਹਨਾਂ ਦੀ ਦੇਖ ਭਾਲ ਕਰਨ ਲਈ ਜਾ ਸੇਵਾ ਕਰਨ ਲਈ ਕੋਈ ਮੰਦਾ ਕੰਮ ਨਾ ਕਰੋ। ਜਿਹੜਾ ਮੰਦੇ ਕੰਮ ਕਰਦਾ ਹੈ, ਉਸ ਨੂੰ ਦਰਗਾਹ ਵਿੱਚ ਫਿਟਕਾਂ ਹੀ ਪੈਂਦੀਆ ਹਨ। ਪ੍ਰਭ ਦੇ ਸ਼ਬਦ ਦੀ ਸਿਖਿਆਂ ਨੂੰ ਆਪਣੇ ਜੀਵਨ ਦਾ ਢੰਗ, ਅਧਾਰ ਬਣਾਵੋ। ਪ੍ਰਭ ਦੇ ਸ਼ਬਦ ਦੀ ਕਮਾਈ ਕਰੋ! ਜਿਸ ਕਮਾਈ ਨਾਲ ਪ੍ਰਭ ਦੇ ਦਰਬਾਰ ਵਿੱਚ ਪ੍ਰਵਾਨਗੀ ਬਖਸ਼ਿਸ਼ ਹੋ ਜਾਵੇ।

You should control your worldly desires and always obey the teachings of His Word with steady and stable belief as an ultimate command. You should not boast about the worldly status of your family, friends, and relatives. No one may be able to provide any support for the real purpose of your human life journey. You may never commit any sins to look after or serve your family, friends. Whosoever may commit sins in his worldly life; he may be rebuked and endures the judgement for his deeds, in His Court. You should adopt the teachings of His Word with steady and stable belief in your day-to-day life; with His mercy and grace, you may be blessed with the right path of acceptance in His Court.

ਅਗਮ ਅਗੋਚਰਾ, ਤੇਰਾ ਅੰਤੁ ਨ ਪਾਇਆ॥	agam agocharaa tayra ant na paa-i-aa.
ਅੰਤੋ ਨ ਪਾਇਆ ਕਿਨੈ ਤੇਰਾ,	anto na paa-i-aa kinai tayraa aapnaa
ਆਪਣਾ ਆਪੁ ਤੂ ਜਾਣਹੇ॥	aap too jaanhay.
ਜੀਅ ਜੰਤ ਸਭਿ ਖੇਲੁ ਤੇਰਾ,	jee-a jant sabh khayl tayraa
ਕਿਆ ਕੋ ਆਖਿ ਵਖਾਣਏ॥	ki-aa ko aakh vakhaana-ay.
ਆਖਹਿ ਤ ਵੇਖਹਿ ਸਭੁ ਤੂਹੈ,	aakhahi ta vaykheh sabh toohai
ਜਿਨਿ ਜਗਤੁ ਉਪਾਇਆ॥	jin jagat upaa-i-aa.
ਕਹੈ ਨਾਨਕੁ ਤੂ ਸਦਾ ਅਗੰਮੁ ਹੈ,	kahai naanak too sadaa agamm hai
ਤੇਰਾ ਅੰਤੁ ਨ ਪਾਇਆ॥੧੨॥	tayraa ant na paa-i-aa. ||12||

ਬੇਅੰਤ, ਅਗਮ, ਅਨੋਖੇ ਪ੍ਰਭ ਦਾ ਹੁਕਮ, ਸ਼ਬਦ ਸਦਾ ਅਟਲ ਰਹਿਣ ਵਾਲੀ ਸਚਾਈ ਹੈ। ਪ੍ਰਭ ਦੇ ਕਰਤਬਾਂ ਦਾ ਕੋਈ ਅੰਤ ਨਹੀਂ, ਪੂਰਨ ਵਖਿਆਣ ਨਹੀਂ ਕਰ ਸਕਦਾ। ਪ੍ਰਭ ਆਪਣੇ ਕਰਤਬ ਆਪ ਹੀ ਜਾਣਦਾ ਹੈ। ਪ੍ਰਭ ਆਪ ਹੀ ਸ੍ਰਿਸ਼ਟੀ, ਪੈਦਾ ਕਰਦਾ, ਦੇਖ ਭਾਲ, ਸੰਭਾਲਣਾ, ਰਖਿਆ ਕਰਦਾ, ਸ੍ਰਿਸ਼ਟੀ ਦਾ ਖੇਲ ਰਚਾਉਂਦਾ, ਚਲਾਉਂਦਾ ਹੈ। ਪ੍ਰਭ ਦੇ ਹੁਕਮ, ਭਾਣੇ ਤੇ ਕਿਸੇ ਦਾ ਪ੍ਰਭਾਵ ਨਹੀਂ ਹੈ। ਨਾ ਹੀ ਇਸ ਦੀ ਕੋਈ ਹੱਦ ਹੀ ਜਾਣੀ ਜਾ ਸਕਦੀ ਹੈ। ਬੇਅੰਤ, ਅਗਮ, ਅਨੋਖੇ ਪ੍ਰਭ ਦਾ ਭਾਣਾ ਵੀ ਅਟਲ ਹੈ। ਪ੍ਰਭ ਦੇ ਕਰਤਬਾਂ ਦਾ ਕੋਈ ਅੰਤ ਨਹੀਂ ਜਾਣ ਸਕਦਾ, ਵਖਿਆਣ ਨਹੀਂ ਕਰ ਸਕਦਾ।

(ਅਗਮ – ਜਿਸ ਨਾਲ ਵਿਚਾਰ ਕਰਕੇ ਉਸ ਦਾ ਮਨ ਨਾ ਬਦਲਿਆ ਜਾ ਸਕੇ)

The True Master, His Nature remains astonishing, unchanged beyond any outsider influence. His miracles remain beyond any comprehension or explanation of His Creation. His Word, Command remains ultimate, unchanged, and true forever. The True Master creates the play of universe; He creates new lives, creatures, nourishes and protects in the universe. His Blessings, miracles remain unpredictable, astonishing, beyond any influence of any outside force; beyond comprehension of His Creation. No one ever has discovered the limit of any of His event, Nature.

ਸੁਰਿ ਨਰ ਮੁਨਿ ਜਨ, ਅੰਮ੍ਰਿਤੁ ਖੋਜਦੇ,	sur nar mun jan amrit khojday
ਸੁ ਅੰਮ੍ਰਿਤੁ ਗੁਰ ਤੇ ਪਾਇਆ॥	so amrit gur tay paa-i-aa.
ਪਾਇਆ ਅੰਮ੍ਰਿਤੁ ਗੁਰਿ ਕ੍ਰਿਪਾ ਕੀਨੀ,	paa-i-aa amrit gur kirpaa keenee
ਸਚਾ ਮਨਿ ਵਸਾਇਆ॥	sachaa man vasaa-i-aa.
ਜੀਅ ਜੰਤ ਸਭਿ ਤੁਧੁ ਉਪਾਏ,	jee-a jant sabh tuDh upaa-ay
ਇਕਿ ਵੇਖਿ ਪਰਸਣਿ ਆਇਆ॥	ik vaykh parsan aa-i-aa.
ਲਬੁ ਲੋਭੁ ਅਹੰਕਾਰੁ ਚੂਕਾ,	lab lobh ahaNkaar chookaa sat-
ਸਤਿਗੁਰੂ ਭਲਾ ਭਾਇਆ॥	guroo bhalaa bhaa-i-aa.
ਕਹੈ ਨਾਨਕੁ ਜਿਸ ਨੋ ਆਪਿ ਤੁਠਾ,	kahai naanak jis no aap tuthaa
ਤਿਨਿ ਅੰਮ੍ਰਿਤੁ ਗੁਰ ਤੇ ਪਾਇਆ॥੧੩॥	tin amrit gur tay paa-i-aa. ||13||

ਜਿਹੜਾ ਹਰ ਵੇਲੇ ਸ਼ਬਦ ਦੀ ਪਾਲਣਾ ਵਿੱਚ ਲੀਨ ਰਹਿੰਦਾ ਹੈ । ਉਹ ਹਰ ਵੇਲੇ ਪ੍ਰਭ ਦੇ ਸ਼ਬਦ ਦੀ ਸੋਝੀ ਢੂੰਡਦਾ ਰਹਿੰਦਾ ਹੈ । ਜਿਸ ਨਾਲ ਪ੍ਰਭ ਰਹਿਮਤ ਦੀ ਬਖਸ਼ਿਸ਼ ਹੋ ਜਾਵੇ । ਅਖੀਰ ਵਿੱਚ ਪ੍ਰਭ ਉਸ ਨੂੰ ਸੋਝੀ ਬਖਸ਼ਦਾ ਹੈ । ਜਿਸ ਤੇ ਪ੍ਰਭ ਆਪ ਹੀ ਰਹਿਮਤ ਬਖਸ਼ਦਾ ਹੈ, ਉਸ ਦੇ ਮਨ ਵਿੱਚ ਪ੍ਰਭ ਦੇ ਸ਼ਬਦ ਦੀ ਸੋਝੀ ਘਰ ਕਰ ਜਾਂਦੀ ਹੈ । ਪ੍ਰਭ ਹੀ ਸਾਰੀ ਸ੍ਰਿਸ਼ਟੀ ਪੈਦਾ ਕਰਦਾ, ਪਾਲਣਾ ਪੋਸਨਾ ਕਰਦਾ ਹੈ । ਜਿਹੜਾ ਆਪਣੀਆਂ ਇਦ੍ਰੀਆਂ ਤੇ ਕਾਬੂ ਪਾਉਂਦਾ, ਸ਼ਬਦ ਦੀ ਸਿਖਿਆਂ ਨਾਲ ਜੀਵਨ ਢਾਲਦਾ ਹੈ । ਉਸ ਨੂੰ ਸ਼ਬਦ ਦੀ ਸੋਝੀ ਰੂਪੀ ਅੰਮ੍ਰਿਤ ਬਖਸ਼ਿਸ਼ ਹੋ ਜਾਂਦਾ ਹੈ ।

Whosoever may remain intoxicated in obeying the teachings of His Word and consistently remain searching within; with His mercy and grace, he may be enlightened with the essence of His Word. He may remain drenched with the essence of His Word. The True Master has created the whole universe, nourishes, and protects His Creation. Whosever may conquer his worldly desires, expectations and adopts the teachings of His Word in his day-to-day life; with His mercy and grace, he may be blessed with the right path of acceptance in His Court; the nectar of the essence of His Word.

ਭਗਤਾ ਕੀ ਚਾਲ ਨਿਰਾਲੀ॥	bhagtaa kee chaal niraalee.
ਚਾਲਾ ਨਿਰਾਲੀ ਭਗਤਾਹ ਕੇਰੀ,	chaalaa niraalee bhagtaah kayree
ਬਿਖਮ ਮਾਰਗਿ ਚਲਣਾ॥	bikham maarag chalnaa.
ਲਬੁ, ਲੋਭੁ, ਅਹੰਕਾਰੁ, ਤਜਿ ਤ੍ਰਿਸਨਾ,	lab lobh ahaNkaar taj tarisnaa ba-
ਬਹੁਤੁ ਨਾਹੀ ਬੋਲਣਾ॥	hut naahee bolnaa.
ਖੰਨਿਅਹੁ ਤਿਖੀ, ਵਾਲਹੁ ਨਿਕੀ,	khanni-ahu tikhee vaalahu nikee
ਏਤੁ ਮਾਰਗਿ ਜਾਣਾ॥	ayt maarag jaanaa.
ਗੁਰ ਪਰਸਾਦੀ ਜਿਨੀ ਆਪੁ ਤਜਿਆ,	gur parsaadee jinee aap taji-aa
ਹਰਿ ਵਾਸਨਾ ਸਮਾਣੀ॥	har vaasnaa samaanee.
ਕਹੈ ਨਾਨਕੁ ਚਾਲ ਭਗਤਾ,	kahai naanak chaal bhagtaa
ਜੁਗਹੁ ਜੁਗੁ ਨਿਰਾਲੀ॥੧੪॥	jugahu jug niraalee. ||14||

ਅਸਲੀ ਭਗਤ ਦਾ ਪ੍ਰਭ ਦੇ ਭਾਣੇ ਨੂੰ ਮੰਨਣ ਦਾ ਢੰਗ ਅਨੋਖਾ ਹੀ ਹੁੰਦਾ ਹੈ । ਉਹ ਕੋਈ ਮੌਕਾ ਗਵਾਉਣਾ ਨਹੀਂ ਚਾਹੁੰਦਾ । ਮਨ ਦਾ ਭਰੋਸਾ ਅਡੋਲ ਕਰਨ ਲਈ ਔਖੇ ਤੋਂ ਔਖਾ ਰਸਤਾ ਧਾਰਨ ਕਰਦਾ ਹੈ । ਸੰਸਾਰਕ ਪੰਜਾਂ ਇਦ੍ਰੀਆਂ ਤੇ ਕਾਬੂ ਮਜਬੂਤ ਕਰਨ ਦਾ ਕੋਈ ਦਿਖਾਵਾ ਨਹੀਂ ਕਰਦਾ । ਜੀਵ ਨੂੰ

ਮਰਨ ਤੋਂ ਪਿਛੋਂ ਭਿਆਨਕ ਰਸਤੇ ਵਿਚੋਂ ਜਾਣਾ ਪੈਂਦਾ ਹੈ । ਜਿਸ ਤੇ ਪ੍ਰਭ ਰਹਿਮਤ ਬਖਸ਼ਦਾ ਹੈ, ਉਸ ਦਾ ਸਫਰ ਸਹਿਲਾ ਹੀ ਬੀਤ ਜਾਂਦਾ ਹੈ । ਬੰਦਗੀ ਕਰਨ ਵਾਲਾ, ਸਿਮਰਨ ਦਾ ਸਮਾਂ ਮਿਥਦਾ ਨਹੀਂ, ਮਾਲ਼ਾ ਫੇਰਨ ਦੀ ਗਿਣਤੀ ਨਹੀਂ ਕਰਦਾ । ਕਿ ਕਿਤਨਾ ਚਿਰ ਬੰਦਗੀ ਕਰਨੀ ਹੈ, ਜਾ ਕਿਹੜੀ ਬਾਣੀ ਪੜ੍ਹਨੀ ਹੈ? ਰੋਮ ਰੋਮ ਵਿੱਚ ਹੀ ਪ੍ਰਭ ਦਾ ਸ਼ਬਦ ਗੂੰਜਦਾ, ਵਸ ਜਾਂਦਾ ਹੈ । ਉਸ ਨੂੰ ਅਨੋਖੀ ਹੀ ਅਵਸਥਾ ਬਖਸ਼ਿਸ਼ ਹੋ ਜਾਂਦੀ ਹੈ ।

His true devotee may have a unique, astonishing way of meditating and obeying the teachings of His Word. He may never waste any breath without singing His Glory. He may adopt the hardest, tough routine to obey the teachings of His Word with steady and stable belief in his day-to-day life. He may keep his control on his worldly expectation and desires. He may remain aware that the path after death may be very tedious and terrible. Whosoever may be accepted in His Sanctuary; with His mercy and grace, his path in his human life journey, may become easy, comforting without any obstacles. His true devotee may never fix any specific time for meditation or counts numbers of beads of rosary; not limit or fix any specific portion of religious Holy Scripture. He may hear the everlasting echo of His Word resonating within his heart. Each fiber of his flesh remains drenched with the nectar of the essence of His Word; with His mercy and grace, he may be blessed with astonishing state of mind.

ਜਿਉ ਤੂ ਚਲਾਇਹਿ, ਤਿਵ ਚਲਹ ਸੁਆਮੀ,	ji-o too chalaa-ihi tiv chalah su-aamee
ਹੋਰੁ ਕਿਆ ਜਾਣਾ ਗੁਣ ਤੇਰੇ॥	hor ki-aa jaanaa gun tayray.
ਜਿਵ ਤੂ ਚਲਾਇਹਿ ਤਿਵੈ ਚਲਹ,	jiv too chalaa-ihi tivai chalah
ਜਿਨਾ ਮਾਰਗਿ ਪਾਵਹੇ॥	jinaa maarag paavhay.
ਕਰਿ ਕਿਰਪਾ ਜਿਨ ਨਾਮਿ ਲਾਇਹਿ,	kar kirpaa jin naam laa-ihi
ਸਿ ਹਰਿ ਹਰਿ ਸਦਾ ਧਿਆਵਹੇ॥	se har har sadaa Dhi-aavhay.
ਜਿਸ ਨੋ ਕਥਾ ਸੁਣਾਇਹਿ ਆਪਣੀ,	jis no kathaa sunaa-ihi aapnee
ਸਿ ਗੁਰਦੁਆਰੈ ਸੁਖੁ ਪਾਵਹੇ॥	se gurdu-aarai sukh paavhay.
ਕਹੈ ਨਾਨਕੁ ਸਚੇ ਸਾਹਿਬ,	kahai naanak sachay saahib
ਜਿਉ ਭਾਵੈ ਤਿਵੈ ਚਲਾਵਹੇ॥੧੫॥	ji-o bhaavai tivai chalaavahay. ||15||

ਜਿਵੇਂ ਜਿਵੇਂ ਪ੍ਰਭ ਦਾ ਹੁਕਮ ਹੁੰਦਾ ਹੈ, ਜੀਵ ਉਹ ਹੀ ਕਰਦਾ, ਕਰ ਸਕਦਾ ਹੈ । ਇਸ ਤੋਂ ਜ਼ਿਆਦਾ ਤੇਰੇ ਭਾਣੇ ਦੀ, ਗੁਣਾਂ ਦੀ ਹੋਰ ਸੋਝੀ ਨਹੀਂ ਹੁੰਦੀ । ਜਿਸ ਨੂੰ ਬੰਦਗੀ ਦੇ ਮਾਰਗ ਤੇ ਪਾਉਂਦਾ ਹੈ, ਉਹ ਹੀ ਅਸਲੀ ਮਾਰਗ ਤੇ ਚਲਦਾ, ਸਿਮਰਨ, ਸ਼ਬਦ ਦੀ ਪਾਲਣਾ ਕਰ ਸਕਦਾ ਹੈ । ਜਿਸ ਜੀਵ ਤੇ ਰਹਿਮਤ ਬਖਸ਼ਕੇ ਸ਼ਬਦ ਦੀ ਸੋਝੀ, ਅਸਲੀ ਪ੍ਰਵਾਨਗੀ ਦਾ ਰਸਤਾ ਬਖਸ਼ਦਾ ਹੈ । ਉਸ ਹੀ ਪ੍ਰਵਾਨਗੀ ਦੇ ਰਸਤੇ ਤੇ ਅਡੋਲ ਰਹਿੰਦਾ ਹੈ । ਪ੍ਰਭ ਆਪ ਹੀ ਰਹਿਮਤ ਬਖਸ਼ਕੇ, ਉਸ ਦੀ ਬੰਦਗੀ ਪ੍ਰਵਾਨ ਕਰਦਾ ਹੈ, ਆਪਣੇ ਵਿੱਚ ਅਭੇਦ ਕਰ ਲੈਂਦਾ ਹੈ ।

Whatsoever may be His Command, Word; His Creation may only adopt or performs deeds in the universe. Whatsoever may be blessed with His mercy and grace, that may be the limit of comprehension of His true devotee. Whosoever may be blessed with the right path of acceptance in His Court; he may meditate and obeys the teachings of His Word with steady and stable belief in his day-to-day life. He may be immersed within His Holy Spirit.

ਏਹੁ ਸੋਹਿਲਾ ਸਬਦੁ ਸੁਹਾਵਾ॥	ayhu sohilaa sabad suhaavaa.
ਸਬਦੋ ਸੁਹਾਵਾ ਸਦਾ ਸੋਹਿਲਾ,	sabdo suhaavaa sadaa sohilaa sat-
ਸਤਿਗੁਰੂ ਸੁਣਾਇਆ॥	guroo sunaa-i-aa.
ਏਹੁ ਤਿਨ ਕੈ ਮੰਨਿ ਵਸਿਆ,	ayhu tin kai man vasi-aa
ਜਿਨ ਧੁਰਹੁ ਲਿਖਿਆ ਆਇਆ॥	jin Dharahu likhi-aa aa-i-aa.

ਇਕਿ ਫਿਰਹਿ ਘਨੇਰੇ, ਕਰਹਿ ਗਲਾ, ਗਲੀ ਕਿਨੈ ਨ ਪਾਇਆ॥ ਕਹੈ ਨਾਨਕੁ ਸਬਦੁ ਸੋਹਿਲਾ, ਸਤਿਗੁਰੂ ਸੁਣਾਇਆ॥੧੬॥	ik fireh ghanayray karahi galaa galee kinai na paa-i-aa. kahai naanak sabad sohilaa sat- guroo sunaa-i-aa. ||16||

ਪ੍ਰਭ ਦੇ ਸ਼ਬਦ ਦਾ ਗੀਤ ਮਨ ਨੂੰ ਸੀਤਲ ਕਰਨ ਵਾਲਾ ਹੰਦਾ ਹੈ । ਜਿਸ ਤੇ ਪ੍ਰਭ ਆਪ ਹੀ ਰਹਿਮਤ ਨਾਲ ਸ਼ਬਦ ਦਾ ਧਨ ਬਖਸ਼ਦਾ ਹੈ । ਉਸ ਜੀਵ ਦੇ ਮਨ ਵਿੱਚ ਸ਼ਬਦ ਦੀ ਸਿਖਿਆਂ ਰਚ ਜਾਂਦੀ ਹੈ । ਜਿਸ ਦੇ ਭਾਗਾਂ ਵਿੱਚ ਪਹਿਲੇ ਹੀ ਲਿਖਿਆ ਹੁੰਦਾ ਹੈ । ਕਈ ਜੀਵ ਵੱਖਰੇ ਵੱਖਰੇ ਰਸਤਿਆਂ ਤੇ ਭਉਦੇ, ਇੱਥਰ, ਉੱਧਰ ਦੀਆਂ ਗੱਲਾ ਕਰਦੇ ਹਨ । ਕੇਵਲ ਗੱਲਾਂ ਨਾਲ, ਕਦੇ ਪ੍ਰਭ ਦੀ ਰਹਿਮਤ ਬਖਸ਼ਿਸ਼ ਨਹੀਂ ਹੁੰਦੀ । ਜਿਸ ਤੇ ਰਹਿਮਤ ਬਖਸ਼ਦਾ ਹੈ, ਉਸ ਦੇ ਮਨ ਵਿੱਚ ਸ਼ਾਂਤੀ ਭਰਿਆਂ ਸ਼ਬਦ ਘਰ ਕਰ ਜਾਂਦਾ, ਵਸ ਜਾਂਦਾ ਹੈ ।

Singing the glory of His Word may be very soothing to the mind of His true devotee. Whosoever may be blessed with devotion to meditate and sings the glory of His Word; with His mercy and grace, he may remain drenched with the essence of His Word. Whosoever may have a great prewritten destiny, only he may be blessed with the nectar of the essence of His Word. Many may be wandering from shrine to shrine, on various paths in human life journey. Many may only discuss and talk about various techniques of meditation; however, he may never adopt in own day-to-day life. No one may ever be blessed with the right path of acceptance by only preaching the teachings of religious Holy Scripture to others. Whosoever may adopt the teachings of His Word in his day-to-day life; with His mercy and grace, he may remain drenched with the essence of His Word; the right path of acceptance in His Court.

ਪਵਿਤੁ ਹੋਏ ਸੇ ਜਨਾ, ਜਿਨੀ ਹਰਿ ਧਿਆਇਆ॥	pavit ho-ay say janaa jinee har Dhi-aa-i-aa.
ਹਰਿ ਧਿਆਇਆ ਪਵਿਤੁ ਹੋਏ, ਗੁਰਮੁਖਿ ਜਿਨੀ ਧਿਆਇਆ॥	har Dhi-aa-i-aa pavit ho-ay gurmukh jinee Dhi-aa-i-aa.
ਪਵਿਤੁ ਮਾਤਾ, ਪਿਤਾ, ਕੁਟੰਬ, ਸਹਿਤ ਸਿਉ, ਪਵਿਤੁ ਸੰਗਤਿ ਸਬਾਈਆ॥	pavit maataa pitaa kutamb sahit si-o pavit sangat sabaa-ee-aa.
ਕਹਦੇ ਪਵਿਤੁ, ਸੁਣਦੇ ਪਵਿਤੁ, ਸੇ ਪਵਿਤੁ, ਜਿਨੀ ਮੰਨਿ ਵਸਾਇਆ॥	kahday pavit sunday pavit say pavit jinee man vasaa-i-aa.
ਕਹੈ ਨਾਨਕੁ ਸੇ ਪਵਿਤੁ, ਜਿਨੀ ਗੁਰਮੁਖਿ, ਹਰਿ ਹਰਿ ਧਿਆਇਆ॥੧੭॥	kahai naanak say pavit jinee gurmukh har har Dhi-aa-i-aa. ||17||

ਜਿਹੜਾ ਜੀਵ ਸ਼ਰਧਾ ਨਾਲ ਪ੍ਰਭ ਦੇ ਸ਼ਬਦ ਦਾ ਸਿਮਰਨ, ਸ਼ਬਦ ਦੀ ਪਾਲਣਾ ਕਰਦਾ ਹੈ । ਉਸ ਨੂੰ ਸੰਸਾਰਕ ਪੰਜਾਂ ਇਦ੍ਰੀਆਂ ਤੇ ਜਿੱਤ ਬਖਸ਼ਿਸ਼ ਹੋ ਜਾਂਦੀ ਹੈ । ਉਸ ਦੀ ਆਤਮਾ ਪਵਿੱਤਰ ਹੋ ਜਾਂਦੀ, ਗੁਰਮਖ ਅਵਸਥਾ ਬਖਸ਼ਿਸ਼ ਹੋ ਜਾਂਦੀ ਹੈ । ਉਸ ਦਾ ਸਾਥ ਕਰਨ ਵਾਲਾ ਵੀ ਸ਼ਬਦ ਨਾਲ ਜੀਵਨ ਢਾਲ ਲੈਂਦਾ ਹੈ । (ਮਾਤਾ, ਪਿਤਾ, ਭੈਣ, ਭਾਈ, ਬਾਕੀ ਸਾਥੀ ਵੀ) ਆਪਣੀ ਆਤਮਾ ਪਵਿੱਤਰ ਕਰ ਲੈਂਦੇ ਹਨ । ਜਿਹੜਾ ਪ੍ਰਭ ਦੇ ਸ਼ਬਦ ਦਾ ਸਿਮਰਨ ਕਰਦਾ, ਸੁਣਦਾ, ਜੀਵਨ ਵਿੱਚ ਢਾਲਦਾ ਹੈ । ਪ੍ਰਭ ਦੀ ਰਹਿਮਤ ਨਾਲ, ਉਸ ਨੂੰ ਗੁਰਮਖ ਅਵਸਥਾ, ਮੁਕਤੀ ਦਾ ਰਸਤਾ ਬਖਸ਼ਿਸ਼ ਹੋ ਜਾਂਦਾ ਹੈ । ਉਹ ਪ੍ਰਵਾਨਗੀ ਦੇ ਰਸਤੇ ਤੇ ਅਡੋਲ ਹੋ ਜਾਂਦਾ ਹੈ ।

Whosoever may meditate with devotion and adopts the teachings of His Word with steady and stable belief in his day-to-day life; with His mercy and grace, he may be blessed to conquer his five demons of worldly desires. His soul may be sanctified to become worthy of His Consideration. He may be blessed with a state of mind as His true devotee. Whosoever may associate with His Holy saint and adopts his life experience teachings in his own day-to-day life; with His mercy and grace, he may become steady and stable on the right path of acceptance in His Court. Whosoever may meditate, listen to the sermons of His Word, or adopts the teachings of His Word with steady and stable belief in his day-to-day life; with His mercy and grace, he may be blessed with the right path of acceptance in His Court, salvation. He may remain steady and stable on the right path of salvation.

ਕਰਮੀ ਸਹਜੁ ਨ ਊਪਜੈ,
ਵਿਣੁ ਸਹਜੈ ਸਹਸਾ ਨ ਜਾਇ॥
ਨਹ ਜਾਇ ਸਹਸਾ, ਕਿਤੈ ਸੰਜਮਿ,
ਰਹੇ ਕਰਮ ਕਮਾਏ॥
ਸਹਸੈ ਜੀਉ, ਮਲੀਣੁ ਹੈ,
ਕਿਤੁ ਸੰਜਮਿ ਧੋਤਾ ਜਾਏ॥
ਮੰਨੁ ਧੋਵਹੁ ਸਬਦਿ ਲਾਗਹੁ,
ਹਰਿ ਸਿਉ ਰਹਹੁ ਚਿਤੁ ਲਾਇ॥
ਕਹੈ ਨਾਨਕੁ ਗੁਰ ਪਰਸਾਦੀ,
ਸਹਜੁ ਉਪਜੈ, ਇਹੁ ਸਹਸਾ ਇਵ ਜਾਇ॥੧੮॥

karmee sahj na oopjai
vin sahjai sahsaa na jaa-ay.
nah jaa-ay sahsaa kitai sanjam rahay karam kamaa-ay.
sahsai jee-o maleen hai
kit sanjam Dhotaa jaa-ay.
man Dhovahu sabad laagahu
har si-o rahhu chit laa-ay.
kahai naanak gur parsaadee
sahj upjai ih sahsaa iv jaa-ay. ||18||

ਚੰਗੇ ਕੰਮਾਂ ਨਾਲ ਵੀ ਪ੍ਰਭ ਦੇ ਪ੍ਰਵਾਨਗੀ ਦੇ ਰਸਤੇ ਦੀ ਬਖਸ਼ਿਸ਼ ਨਹੀਂ ਹੁੰਦੀ, ਪ੍ਰਭ ਦੀ ਰਹਿਮਤ ਤੋਂ ਬਿਨਾਂ ਮਨ ਦੇ ਭਰਮ ਦੂਰ ਨਹੀਂ ਹੁੰਦੇ । ਪ੍ਰਭ ਦੀ ਰਹਿਮਤ ਤੋਂ ਬਿਨਾਂ ਜੀਵ ਚੰਗੇ ਕੰਮ ਨਹੀਂ ਕਰ ਸਕਦਾ, ਉਸ ਦਾ ਭਰੋਸਾ ਅਡੋਲ ਨਹੀਂ ਹੁੰਦਾ । ਕੇਵਲ ਧਾਰਮਕ ਰਹਿਤਾਂ ਅਤੇ ਰੀਵਾਜਾਂ ਨਾਲ ਸ਼ਬਦ ਵਿੱਚ ਲਗਨ ਨਹੀਂ ਲਗਦੀ । ਸ਼ਬਦ ਦੀ ਲਗਨ ਤੋਂ ਬਿਨਾਂ, ਮਨ ਵਿਚੋਂ ਭਟਕਣਾਂ ਦੂਰ ਨਹੀਂ ਹੁੰਦੀਆਂ । ਜਿਹੜੀ ਆਤਮਾ ਭਰਮਾਂ ਨਾਲ ਮੈਲ਼ੀ ਹੋ ਜਾਵੇ, ਪ੍ਰਭ ਦੀ ਹੋਂਦ ਦਾ ਵਿਸ਼ਵਾਸ ਨਾ ਹੋਵੇ । ਉਸ ਨੂੰ ਕਿਸਤਰ੍ਹਾਂ ਪਵਿੱਤਰ, ਸਾਫ ਕੀਤਾ ਜਾ ਸਕਦਾ ਹੈ? ਕੇਵਲ ਅਡੋਲ ਭਰੋਸੇ ਨਾਲ, ਸਿਮਰਨ ਨਾਲ ਹੀ ਇਹ ਮੈਲ਼ ਸਾਫ ਹੋਣ ਲਗ ਪੈਂਦੀ ਹੈ । ਹੌਲੀ, ਹੌਲੀ ਪਵਿੱਤਰ ਹੋ ਜਾਂਦੀ ਹੈ । ਪ੍ਰਭ ਦੀ ਕ੍ਰਿਪਾ ਤੋਂ ਬਿਨਾਂ ਕੋਈ ਬੰਦਗੀ ਦੇ ਰਸਤੇ ਚਲ ਨਹੀਂ ਸਕਦਾ । ਸਿਮਰਨ ਨਾਲ ਹੀ ਮਨ ਦਾ ਭਰੋਸਾ ਅਡੋਲ ਹੁੰਦਾ ਹੈ ।

Only performing good deeds, the right path of acceptance may not be blessed. Without His mercy and grace, the religious suspicions of his mind may not be eliminated. Only adopting religious robe, religious baptism, or religious rituals, no one may remain steady and stable on meditating, obeying the teachings of His Word with steady and stable belief nor his frustrations may be eliminated from his day-to-day life. Whose soul may not have belief on His Word, blessings; he may remain intoxicated in worldly wealth, blemished with worldly greed. How may his soul be sanctified to become worthy of His Consideration? Whosoever may meditate and obeys the teachings of His Word with steady and stable belief in his day-to-day life; with His mercy and grace, he may remain steady and stable on the right path of acceptance in His Court. His soul may be sanctified over a period of consistently staying on the right path. Without His mercy and grace, no one may remain steady and stable on the right path with steady and stable belief.

ਜੀਅਹੁ ਮੈਲੇ, ਬਾਹਰਹੁ ਨਿਰਮਲ॥
ਬਾਹਰਹੁ ਨਿਰਮਲ, ਜੀਅਹੁ ਤ ਮੈਲੇ,
ਤਿਨੀ ਜਨਮੁ ਜੂਐ ਹਾਰਿਆ॥
ਏਹ ਤਿਸਨਾ ਵਡਾ ਰੋਗੁ ਲਗਾ,
ਮਰਣੁ ਮਨਹੁ ਵਿਸਾਰਿਆ॥
ਵੇਦਾ ਮਹਿ ਨਾਮੁ ਉਤਮੁ,
ਸੋ ਸੁਣਹਿ ਨਾਹੀ,
ਫਿਰਹਿ ਜਿਉ ਬੇਤਾਲਿਆ॥
ਕਹੈ ਨਾਨਕੁ ਜਿਨ ਸਚੁ ਤਜਿਆ,

jee-ahu mailay baahrahu nirmal.
baahrahu nirmal jee-ahu ta mailay
tinee janam joo-ai haari-aa.
ayh tisnaa vadaa rog lagaa
maran manhu visaari-aa.
vaydaa meh naam utam
so suneh naahee
fireh ji-o baytaali-aa.
kahai naanak jin sach taji-aa

ਕੂੜੇ ਲਾਗੇ, koorhay laagay

ਤਿਨੀ ਜਨਮੁ ਜੁਐ ਹਾਰਿਆ॥੧੯॥ tinee janam joo-ai haari-aa. ||19||

ਜਿਹੜਾ ਜੀਵ ਆਪਣੇ ਆਪ ਨੂੰ ਦਿਖਾਵੇ ਲਈ ਹੀ ਸਾਫ ਕਰਦਾ, ਇਸ਼ਨਾਨ ਕਰਦਾ, ਉਸ ਦਾ ਤਨ ਪਵਿੱਤਰ ਹੁੰਦਾ ਹੈ । ਉਸ ਦੀ ਆਤਮਾ ਮੈਲੀ ਰਹਿੰਦੀ, ਪੰਜਾਂ ਇਦ੍ਰੀਆਂ ਦੇ ਕਾਬੂ ਵਿੱਚ ਰਹਿੰਦੀ ਹੈ । ਉਹ ਮੁਕਤੀ ਦੇ ਮਾਰਗ ਤੇ ਨਹੀਂ ਚਲ ਸਕਦਾ, ਉਹ ਜਨਮ ਮਰਨ ਦਾ ਖੇਲ ਹਾਰ ਜਾਂਦਾ ਹੈ । ਉਸ ਨੂੰ ਮਾਨਸ ਜਨਮ ਦੇ ਮੰਤਵ ਦੀ ਸੋਝੀ ਨਹੀਂ ਹੁੰਦੀ । ਉਹ ਮੌਤ ਨੂੰ ਭੁਲਾ ਛੱਡਦਾ ਹੈ । ਧਾਰਮਕ ਕਿਤਾਬਾਂ ਵਿੱਚ ਸਿਮਰਨ ਦੀ ਸਭ ਤੋਂ ਉੱਚੀ ਮਹੱਤਤਾ ਲਿਖੀ ਹੈ । ਜਿਹੜਾ ਪ੍ਰਭ ਦਾ ਸ਼ਬਦ ਮਨੋ ਵਿਸਾਰ ਦੇਂਦਾ ਹੈ, ਉਹ ਸ਼ਬਦ ਦੀ ਸੋਝੀ ਤੋਂ ਅੰਧਾ ਹੀ ਰਹਿੰਦਾ, ਉਹ ਜਮਦੂਤਾਂ ਦੇ ਇਛਾਰੇ ਤੇ ਚਲਦਾ ਹੈ । ਉਸ ਨੇ ਇਹ ਮਾਨਸ ਜਨਮ ਬਿਰਥਾ ਹੀ ਬਤੀਤ ਕਰ ਲਿਆ ਹੈ ।

Whosoever may adopt religious ritual of sanctifying bath at Holy shrine. His body may be clean; however, his soul may remain blemished with the intoxication of worldly wealth, desires. He may never remain steady and stable on the right path nor even one path consistently; he has lost the priceless opportunity of human life journey. He may not realize the real purpose of human life opportunity and ignores the unpredictable death. All religious scriptures empathize the significance of meditation. Whosoever may abandon the teachings of His Word; he may remain ignorant from the real purpose of human life opportunity. He may remain intoxicated with worldly wealth and dance at the signal, drum beat of demons. He has lost the priceless opportunity of human life blessings.

ਜੀਅਹੁ ਨਿਰਮਲ, ਬਾਹਰਹੁ ਨਿਰਮਲ॥ jee-ahu nirmal baahrahu nirmal.

ਬਾਹਰਹੁ ਤ ਨਿਰਮਲ, ਜੀਅਹੁ ਨਿਰਮਲ, baahrahu ta nirmal jee-ahu nirmal

ਸਤਿਗੁਰ ਤੇ ਕਰਣੀ ਕਮਾਣੀ॥ satgur tay karnee kamaanee.

ਕੂੜ ਕੀ ਸੋਇ ਪਹੁਚੈ ਨਾਹੀ, koorh kee so-ay pahuchai naahee

ਮਨਸਾ ਸਚਿ ਸਮਾਣੀ॥ mansaa sach samaanee.

ਜਨਮੁ ਰਤਨੁ ਜਿਨੀ ਖਟਿਆ, janam ratan jinee khati-aa

ਭਲੇ ਸੇ ਵਣਜਾਰੇ॥ bhalay say vanjaaray.

ਕਹੈ ਨਾਨਕੁ ਜਿਨ ਮੰਨੁ ਨਿਰਮਲੁ, kahai naanak jin man nirmal

ਸਦਾ ਰਹਹਿ ਗੁਰ ਨਾਲੇ॥੨੦॥ sadaa raheh gur naalay. ||20||

ਜਿਹੜਾ ਆਪਣੀ ਆਤਮਾ ਨੂੰ ਪਵਿੱਤਰ ਕਰ ਲੈਂਦਾ ਹੈ । ਉਸ ਦਾ ਤਨ, ਮਨ ਦੋਨੋਂ ਹੀ ਪਵਿੱਤਰ ਹੋ ਜਾਂਦੇ ਹਨ । ਉਸ ਦਾ ਮਨ ਪੰਜਾਂ ਇਦ੍ਰੀਆਂ ਦੇ ਕਾਬੂ ਵਿੱਚ ਨਹੀਂ ਰਹਿੰਦਾ ਹੈ । ਉਹ ਪ੍ਰਭ ਦੇ ਸ਼ਬਦ ਅਨੁਸਾਰ ਹੀ ਕੰਮ ਕਰਦਾ, ਰਜ਼ਾ ਵਿੱਚ ਹੀ ਰਹਿੰਦਾ ਹੈ । ਮਨ ਨੂੰ ਮੈਲਾ ਕਰਨ ਵਾਲੇ ਕੰਮਾਂ ਦਾ ਖਿਆਲ ਉਸ ਨੂੰ ਛੋਹ ਵੀ ਨਹੀਂ ਸਕਦੇ । ਉਸ ਦੇ ਮਨ ਵਿੱਚ ਅਟਲ ਪ੍ਰਭ ਵਿੱਚ ਅਭੇਦ ਹੋਣ, ਸ਼ਬਦ ਦੀ ਸੋਝੀ ਦੀ ਹੀ ਇਕੋ ਇਕ ਇਛਾ ਰਹਿੰਦੀ ਹੈ । ਉਸ ਨੂੰ ਮਾਨਸ ਜਨਮ ਵਿੱਚ ਹੀ ਅਸਲੀ ਕੀਮਤੀ ਦਾਤ, ਮੁਕਤੀ ਬਖਸ਼ਿਸ਼ ਹੋ ਜਾਂਦੀ ਹੈ । ਉਹ ਸ੍ਰਿਸ਼ਟੀ ਦੀ ਭਲਾਈ ਦਾ ਹੀ ਵਪਾਰੀ ਰਹਿੰਦਾ ਹੈ । ਜਿਸ ਦਾ ਮਨ ਸਾਫ ਰਹਿੰਦਾ ਹੈ । ਉਹ ਸਦਾ ਹੀ ਭਰੋਸੇ ਨਾਲ ਬੰਦਗੀ ਦੇ ਮਾਰਗ ਤੇ ਅਡੋਲ ਰਹਿੰਦਾ ਹੈ ।

Whosoever may sanctify his mind and body both remain sanctified, beyond the reach of worldly temptations. He may adopt the teachings of His Word with steady and stable belief in his day-to-day life; with His mercy and grace, he remains beyond the reach of the blemish of worldly desires. He remains anxious and overwhelmed with one and only one desire to be enlightened with the essence of His Word. He may be blessed with an ultimate blessing, the right path of acceptance in His Court. He remains true crusader of welfare of His Creation. He remains with patience on the right path of acceptance in His Court.

ਜੇ ਕੋ ਸਿਖੁ ਗੁਰੂ ਸੇਤੀ, ਸਨਮੁਖੁ ਹੋਵੈ॥ jay ko sikh guroo saytee sanmukh hovai.

ਹੋਵੈ ਤ ਸਨਮੁਖੁ, ਸਿਖੁ ਕੋਈ,	hovai ta sanmukh sikh ko-ee
ਜੀਅਹੁ ਰਹੈ ਗੁਰ ਨਾਲੇ॥	jee-ahu rahai gur naalay.
ਗੁਰ ਕੇ ਚਰਨ ਹਿਰਦੈ ਧਿਆਏ,	gur kay charan hirdai Dhi-aa-ay
ਅੰਤਰ ਆਤਮੈ ਸਮਾਲੇ॥	antar aatmai samaalay.
ਆਪੁ ਛਡਿ, ਸਦਾ ਰਹੈ ਪਰਣੈ,	aap chhad sadaa rahai parnai
ਗੁਰ ਬਿਨੁ ਅਵਰੁ ਨ ਜਾਣੈ ਕੋਏ॥	gur bin avar na jaanai ko-ay.
ਕਹੈ ਨਾਨਕੁ ਸੁਣਹੁ ਸੰਤਹੁ,	kahai naanak sunhu santahu
ਸੋ ਸਿਖੁ ਸਨਮੁਖੁ ਹੋਏ॥੨੧॥	so sikh sanmukh ho-ay. ||21||

ਜਿਹੜਾ ਜੀਵ ਪ੍ਰਭ ਦੀ ਬੰਦਗੀ ਸ਼ਰਧਾ ਨਾਲ ਕਰਦਾ ਹੈ । ਉਸ ਦੀ ਆਤਮਾ ਹਮੇਸ਼ਾ ਹੀ ਪ੍ਰਭ ਦੇ ਸ਼ਬਦ ਵਿੱਚ ਲੀਨ ਰਹਿੰਦੀ ਹੈ । ਉਹ ਆਪਣਾ ਆਪਾ ਮਿੱਟਾ ਕੇ ਪ੍ਰਭ ਦੀ ਰਜ਼ਾ ਵਿੱਚ ਮਸਤ ਰਹਿੰਦਾ ਹੈ । ਇਕੋ ਇਕ ਅੱਟਲ ਪ੍ਰਭ ਤੋਂ ਬਿਨਾਂ ਹੋਰ ਕਿਸੇ ਦੇ ਉਪਦੇਸ਼ ਨੂੰ ਧਿਆਨ ਨਹੀਂ ਦੇਂਦੇ । ਉਸ ਜੀਵ ਦਾ ਭਰੋਸਾ ਪ੍ਰਭ ਤੇ ਅਡੋਲ ਹੋ ਜਾਂਦਾ ਹੈ । ਉਹ ਪ੍ਰਭ ਦੇ ਦਰਬਾਰ ਵਿੱਚ ਪ੍ਰਵਾਨ ਹੋ ਜਾਂਦਾ, ਪ੍ਰਭ ਦੀ ਜੋਤ ਵਿੱਚ ਸਮਾ ਜਾਂਦਾ ਹੈ ।

Whosoever may meditate on the teachings of His Word with devotion and dedication. He always remains intoxicated in meditation in the void of His Word. He may surrender his mind, body, and identity at His Sanctuary. He may adopt the teachings of His Word in his day-to-day life. He may never follow any worldly religious guru, saint; he may only pray and begs for His forgiveness and refuge. He remains steady and stable on his path of meditation on the teachings of His Word; with His mercy and grace, he may be accepted in His Court. He may be immersed within His Holy Spirit.

ਜੇ ਕੋ ਗੁਰ ਤੇ ਵੇਮੁਖੁ ਹੋਵੈ,	jay ko gur tay vaimukh hovai
ਬਿਨੁ ਸਤਿਗੁਰ ਮੁਕਤਿ ਨ ਪਾਵੈ॥	bin satgur mukat na paavai.
ਪਾਵੈ ਮੁਕਤਿ ਨ ਹੋਰ ਥੈ ਕੋਈ,	paavai mukat na hor thai ko-ee
ਪੁਛਹੁ ਬਿਬੇਕੀਆ ਜਾਏ॥	puchhahu bibaykee-aa jaa-ay.
ਅਨੇਕ ਜੂਨੀ ਭਰਮਿ ਆਵੈ,	anayk joonee bharam aavai
ਵਿਣੁ ਸਤਿਗੁਰ ਮੁਕਤਿ ਨ ਪਾਏ॥	vin satgur mukat na paa-ay.
ਫਿਰਿ ਮੁਕਤਿ ਪਾਏ, ਲਾਗਿ ਚਰਣੀ,	fir mukat paa-ay laag charnee sat-
ਸਤਿਗੁਰੂ ਸਬਦੁ ਸੁਣਾਏ॥	guroo sabad sunaa-ay.
ਕਹੈ ਨਾਨਕੁ ਵੀਚਾਰਿ ਦੇਖਹੁ,	kahai naanak veechaar daykhhu
ਵਿਣੁ ਸਤਿਗੁਰ ਮੁਕਤਿ ਨ ਪਾਏ॥੨੨॥	vin satgur mukat na paa-ay. ||22||

ਜਿਹੜਾ ਜੀਵ ਪ੍ਰਭ ਦੀ ਹੋਂਦ ਤੇ ਭਰੋਸਾ ਨਹੀਂ ਰਖਦਾ, ਉਹ ਸੰਸਾਰਕ ਗੁਰੂਆਂ ਦੇ ਪਿਛੇ ਲਗਕੇ ਮੁਕਤੀ ਪ੍ਰਾਪਤ ਕਰਨ ਦੀ ਕੋਸ਼ਿਸ਼ ਕਰਦਾ ਹੈ, ਉਹ ਭੁਲੇਖੇ ਵਿੱਚ ਹੀ ਰਹਿੰਦਾ ਹੈ । ਸੰਸਾਰਕ ਸੋਝੀ ਵਾਲੇ ਜੀਵ ਤੋਂ ਪੁਛਕੇ ਵੇਖੋ । ਪ੍ਰਭ ਦੀ ਅਡੋਲ ਭਰੋਸੇ ਨਾਲ ਬੰਦਗੀ ਤੋਂ ਬਿਨਾਂ ਕੋਈ ਪ੍ਰਭ ਦੇ ਦਰਬਾਰ ਵਿੱਚ ਪ੍ਰਵਾਨ ਨਹੀਂ ਹੁੰਦਾ । ਉਹ ਵੱਖਰੀਆਂ ਵੱਖਰੀਆਂ ਜੂੰਨਾਂ, ਜਨਮ, ਮਰਨ ਦੇ ਚੱਕਰ ਵਿੱਚ ਹੀ ਰਹਿੰਦਾ ਹੈ । ਬਾਕੀ ਸਾਰੇ ਰਸਤੇ ਪਰਖਕੇ, ਬੇਵਸ ਹੋ ਜਾਂਦਾ ਹੈ । ਉਸ ਨੂੰ ਸੋਝੀ ਬਖਸ਼ਿਸ਼ ਹੁੰਦੀ ਹੈ, ਕੇਵਲ ਇਕੋ ਇਕ ਪ੍ਰਭ ਦੇ ਸ਼ਬਦ ਦੀ ਅਡੋਲ ਭਰੋਸੇ ਨਾਲ ਪਾਲਣਾ ਹੀ ਅਸਲੀ ਪ੍ਰਵਾਨਗੀ ਦਾ ਰਸਤਾ ਬਖਸ਼ਿਸ਼ ਹੁੰਦਾ ਹੈ । ਉਸ ਨੂੰ ਆਪਣੀ ਗਲਤੀ ਦੀ ਸੋਝੀ ਹੋ ਜਾਂਦੀ ਹੈ, ਆਪਣੀ ਸੰਸਾਰਕ ਹਾਲਤ ਤੇ ਰੋਸ ਨਹੀਂ ਕਰਦਾ । ਪ੍ਰਭ ਆਪ ਹੀ ਕਾਰਨ ਬਣਾਉਂਦਾ, ਰਹਿਮਤ ਬਖਸ਼ਦਾ ਹੈ । ਸ਼ਬਦ ਮਨ ਵਿੱਚ ਵਸਾਉਂਦਾ ਹੈ ।

Whosoever may not have steady and stable belief on His existence, His Blessings; he may follow worldly guru as a guide for blessing right path of acceptance in His Court. He remains frustrated with religious suspicions. You may inquire from any blessed soul or Holy saint! Without adopting the teachings of His Word in day-to-day life; no one may ever be blessed with the right path of acceptance in His Court. He may remain in the cycle of birth and death in various creature's body. By evaluating all other meditation paths; with His mercy and grace, he may be enlightened that only adopting the teachings of His Word, he may be blessed with the right path of acceptance in His Court. He may realize his mistake and he may never grievance for his worldly environments. The Merciful True Master may forgive his sins and creates a cause to keep him steady and stable on right path. He may remain drenched with the essence of His Word.

ਆਵਹੁ ਸਿਖ, ਸਤਿਗੁਰੂ ਕੇ ਪਿਆਰਿਹੋ,
ਗਾਵਹੁ ਸਚੀ ਬਾਣੀ॥
ਬਾਣੀ ਤ ਗਾਵਹੁ ਗੁਰੂ ਕੇਰੀ,
ਬਾਣੀਆ ਸਿਰਿ ਬਾਣੀ॥
ਜਿਨ ਕਉ ਨਦਰਿ ਕਰਮੁ ਹੋਵੈ,
ਹਿਰਦੈ ਤਿਨਾ ਸਮਾਣੀ॥
ਪੀਵਹੁ ਅੰਮ੍ਰਿਤੁ, ਸਦਾ ਰਹਹੁ, ਹਰਿ ਰੰਗਿ,
ਜਪਿਹੁ ਸਾਰਿਗਪਾਣੀ॥
ਕਹੈ ਨਾਨਕੁ ਸਦਾ ਗਾਵਹੁ,
ਏਹ ਸਚੀ ਬਾਣੀ॥੨੩॥

aavhu sikh satguroo kay pi-aariho
gaavhu sachee banee.
banee ta gaavhu guroo kayree
baanee-aa sir banee.
jin ka-o nadar karam hovai
hirdai tinaa samaanee.
peevhu amrit sadaa rahhu har rang
japihu saarigpaanee.
kahai naanak sadaa gaavhu
ayh sachee banee. ||23||

ਜੀਵ ਜਾਗੋ! ਪ੍ਰਭ ਦੀ ਬਾਣੀ, ਸ਼ਬਦ ਸਭ ਤੋਂ ਅਮੋਲਕ ਹੈ । ਸ਼ਬਦ ਨੂੰ ਚਿਤ ਲਾ ਕੇ ਸਿਮਰਨ ਕਰੋ, ਇਹ ਸਾਰੀਆਂ ਬਾਣੀਆ ਤੋਂ ਉਤਮ ਹੈ । ਬਾਕੀ ਸਾਰੀਆਂ ਬਾਣੀਆਂ ਦਾ ਮੂਲ, ਮੂੰਡ ਹੈ । ਜਿਸ ਤੇ ਪ੍ਰਭ ਆਪ ਹੀ ਰਹਿਮਤ ਬਖਸ਼ਦਾ ਹੈ ਉਸ ਦੇ ਹੀ ਮਨ ਵਿੱਚ ਇਹ ਰਚ ਜਾਂਦੀ ਹੈ । ਉਹ ਹਰ ਵੇਲੇ ਪ੍ਰਭ ਦੇ ਸ਼ਬਦ ਦਾ ਰਸ ਮਾਨਦਾ ਹੈ । ਉਸ ਦੇ ਮਨ ਵਿੱਚ ਸਦਾ ਚਲਣ ਵਾਲੀ ਗੂੰਜ ਸੁਣਾਈ ਦੇਂਦੀ ਹੈ । ਉਸ ਦਾ ਭਰੋਸਾ ਪ੍ਰਭ ਦੇ ਬਖਸ਼ੇ ਤੇ ਅਡੋਲ ਰਹਿੰਦਾ ਹੁੰਦਾ ਹੈ । ਪ੍ਰਭ ਦੀ ਬਾਣੀ ਤੇ ਭਰੋਸਾ ਅਡੋਲ ਰਖਕੇ, ਹਮੇਸ਼ਾ ਹੀ ਸਿਮਰਨ ਕਰੋ! ਮਨ ਵਿੱਚ ਉਸ ਦੀ ਲਗਨ ਲਾਈ ਰਖੋ ।

You should whole heartedly meditate on the teachings of His ambrosial Word. The teachings of His Word remain the most superb, much deeper than all other meditations. The teachings of His Word remain the guiding principle of all other meditation techniques. Whosoever may be attached to meditate on the teachings of His Word; with His mercy and grace, he may remain drenched with the nectar of the essence of His Word. The everlasting echo of His Word may remain resonating within his heart non-stop. His belief may remain steady and stable on His Blessings; he remains intoxicated in meditation in the void of His Word.

ਸਤਿਗੁਰੂ ਬਿਨਾ ਹੋਰ ਕਚੀ ਹੈ ਬਾਣੀ॥
ਬਾਣੀ ਤ ਕਚੀ ਸਤਿਗੁਰੂ ਬਾਝਹੁ,
ਹੋਰ ਕਚੀ ਬਾਣੀ॥
ਕਹਦੇ ਕਚੇ, ਸੁਣਦੇ ਕਚੇ,
ਕਚੀ ਆਖਿ ਵਖਾਣੀ॥
ਹਰਿ ਹਰਿ ਨਿਤ ਕਰਹਿ ਰਸਨਾ,
ਕਹਿਆ ਕਛੂ ਨ ਜਾਣੀ॥
ਚਿਤੁ ਜਿਨ ਕਾ ਹਿਰਿ ਲਇਆ,
ਮਾਇਆ ਬੋਲਨਿ ਪਏ ਰਵਾਣੀ॥
ਕਹੈ ਨਾਨਕੁ ਸਤਿਗੁਰੂ ਬਾਝਹੁ,
ਹੋਰ ਕਚੀ ਬਾਣੀ॥੨੪॥

satguroo binaa hor kachee hai banee.
banee ta kachee satguroo baajhahu
hor kachee banee.
kahday kachay sunday kachay ka-
cheeN aakh vakhaanee.
har har nit karahi rasnaa
kahi-aa kachhoo na jaanee.
chit jin kaa hir la-i-aa
maa-i-aa bolan pa-ay ravaanee.
kahai naanak satguroo baajhahu
hor kachee banee. ||24||

ਪ੍ਰਭ ਦੇ ਸ਼ਬਦ ਤੋਂ ਬਿਨਾਂ ਬਾਕੀ ਸਭ ਕੀਰਤਨ, ਕਥਾ, ਦਿਖਾਵੇ ਵਾਲੇ ਹੀ ਹਨ । ਮਾਨਸ ਜਨਮ ਦਾ ਅਸਲੀ ਮੰਤਵ ਦਾ ਰਸਤਾ ਬਖਸ਼ਿਸ਼ ਨਹੀਂ ਹੁੰਦਾ । ਜਿਹੜਾ ਹੋਰ ਰਸਤਾ ਦੱਸਦਾ, ਚਲਣ ਦੀ ਪ੍ਰੇਰਨਾ ਕਰਦਾ ਹੈ । ਉਹ ਅਸਲੀ ਮੰਜ਼ਲ ਤੀਕ ਨਹੀਂ ਪਹੁੰਚ ਸਕਦਾ । ਉਹ ਰਸਤੇ ਤੋਂ ਅਣਜਾਣ ਹੀ ਰਹਿੰਦਾ ਹੈ । ਅਨੇਕਾਂ ਸੰਸਾਰਕ ਪੁਜਾਰੀ ਪ੍ਰਭ ਦੇ ਸ਼ਬਦ ਦੀ ਸਿਖਿਆਂ ਦੇਂਦੇ ਹਨ । ਪਰ ਉਹ ਆਪਣਾ ਜੀਵਨ

ਸ਼ਬਦ ਦੀ ਸਿਖਿਆਂ ਨਾਲ ਨਹੀਂ ਢਾਲਦੇ । ਉਸ ਦਾ ਆਪਣਾ ਭਰੋਸਾ ਸ਼ਬਦ ਦੀ ਸਿਖਿਆਂ ਤੇ ਅਡੋਲ ਨਹੀਂ ਹੁੰਦਾ, ਮਹੱਤਤਾ ਦੀ ਸੋਝੀ ਨਹੀਂ ਹੁੰਦੀ । ਜਿਹੜਾ ਜੀਵ ਆਪਣਾ ਭਰੋਸਾ ਅਡੋਲ ਰਖਕੇ, ਬੰਦਗੀ ਵਿੱਚ ਲੀਨ ਰਹਿੰਦਾ ਹੈ । ਉਸ ਤੇ ਸੰਸਾਰਕ ਪੰਜਾਂ ਇਦ੍ਰੀਆਂ ਦਾ ਕਾਬੂ ਨਹੀਂ ਰਹਿੰਦਾ । ਇਕੋ ਇਕ ਪ੍ਰਭ ਦੇ ਸ਼ਬਦ ਦੀ ਪਾਲਣਾ ਹੀ, ਅਸਲੀ ਮੰਜ਼ਲ ਹੈ ।

Without singing the glory, virtues of His Word, all other sermons, singing the glory of worldly saint and prophets may be due to the intoxication of sweet poison of worldly wealth. He may never be blessed with the right path of acceptance in His Court. Whosoever may inspire other path of meditation, religious rituals; nothing may lead to the right path, real destination, His Court. Many religious preachers, worldly saints may inspire and preaches the teachings of worldly Holy Scripture; however, he may never adopt the same teachings of His Word in his own day-to-day life. He may not have steady and stable belief on the His Word. He may have knowledge of the path, the teachings of His Word; but he may not have the enlightenment of the essence of His Word. Whosoever may obey the teachings of His Word with steady and stable belief in his day-to-day life; with His mercy and grace, he may remain beyond the reach of worldly desires. To obey the teachings of His Word may be the real purpose of human life opportunity.

ਗੁਰ ਕਾ ਸਬਦੁ ਰਤੰਨੁ ਹੈ,	gur kaa sabad ratann hai
ਹੀਰੇ ਜਿਤੁ ਜੜਾਉ॥	heeray jit jarhaa-o.
ਸਬਦੁ ਰਤਨੁ ਜਿਤੁ ਮੰਨੁ ਲਾਗਾ,	sabad ratan jit man laagaa
ਏਹੁ ਹੋਆ ਸਮਾਉ॥	ayhu ho-aa samaa-o.
ਸਬਦ ਸੇਤੀ ਮਨੁ ਮਿਲਿਆ,	sabad saytee man mili-aa
ਸਚੈ ਲਾਇਆ ਭਾਉ॥	sachai laa-i-aa bhaa-o.
ਆਪੇ ਹੀਰਾ ਰਤਨੁ ਆਪੇ,	aapay heeraa ratan aapay
ਜਿਸ ਨੋ ਦੇਇ ਬੁਝਾਇ॥	jis no day-ay bujhaa-ay.
ਕਹੈ ਨਾਨਕੁ ਸਬਦੁ ਰਤਨੁ ਹੈ,	kahai naanak sabad ratan hai
ਹੀਰਾ ਜਿਤੁ ਜੜਾਉ॥੨੫॥	heeraa jit jarhaa-o. ||25||

ਜਿਹੜਾ ਚਿਤ ਲਾ ਕੇ ਪ੍ਰਭ ਦੇ ਅਮੋਲਕ ਰਤਨ ਸ਼ਬਦ ਦੀ ਬੰਦਗੀ ਕਰਦਾ ਹੈ । ਉਸ ਨੂੰ ਪ੍ਰਭ ਦੀ ਰਹਿਮਤ ਨਾਲ ਸ਼ਬਦ ਦੀ ਪਾਲਣਾ ਵਿੱਚ ਲਗਨ ਲਗ ਜਾਂਦੀ ਹੈ, ਉਹ ਸਵਾਸ ਸਵਾਸ ਸ਼ਬਦ ਦੇ ਸਿਮਰਨ ਵਿੱਚ ਲੀਨ ਰਹਿੰਦਾ ਹੈ । ਜਿਸ ਦਾ ਭਰੋਸਾ ਅਡੋਲ ਹੋ ਜਾਂਦਾ ਹੈ, ਉਸ ਦੀ ਸ਼ਬਦ ਦੀ ਕਮਾਈ ਪ੍ਰਵਾਨ ਹੋ ਜਾਂਦੀ ਹੈ, ਉਹ ਸ਼ਬਦ ਦੀ ਪਾਲਣਾ ਵਿੱਚ ਲੀਨ ਮਸਤ ਰਹਿੰਦਾ ਹੈ । ਪ੍ਰਭ ਆਪ ਹੀ ਰਤਨ, ਜਵਾਹਰ, ਸ਼ਬਦ ਦਾ ਅਸਲੀ ਮਾਲਕ ਹੈ, ਆਪ ਹੀ ਇਸ ਦੀ ਸੋਝੀ, ਗਿਆਨ ਬਖਸ਼ਦਾ ਹੈ । ਪ੍ਰਭ ਆਪ ਹੀ ਆਪਣੇ ਦਾਸ ਨੂੰ ਸ਼ਬਦ ਦੀ ਪਾਲਣਾ ਵਿੱਚ ਹੀ ਲੀਨ ਰਖਦਾ ਹੈ ।

Whosoever may wholeheartedly meditate and obey the teachings of His Word, ambrosial jewel with steady and stable belief in his day-to-day life; with His mercy and grace, he may remain intoxicated in meditation with each breath in the void of His Word. Whosoever may remain steady and stable belief on the path of meditation; with His mercy and grace, his earnings of His Word may be accepted in His Court. The True Master remains embedded within the teachings of His Word; only He may bless the devotion to obey the teachings of His Word. His true devotee may remain steady and stable on the right path of acceptance in His Court.

ਸਿਵ ਸਕਤਿ ਆਪਿ ਉਪਾਇ ਕੈ,	siv sakat aap upaa-ay kai
ਕਰਤਾ ਆਪੇ ਹੁਕਮੁ ਵਰਤਾਏ॥	kartaa aapay hukam vartaa-ay.

ਹੁਕਮੁ ਵਰਤਾਏ ਆਪਿ ਵੇਖੈ,	hukam vartaa-ay aap vaykhai gur-
ਗੁਰਮੁਖਿ ਕਿਸੈ ਬੁਝਾਏ॥	mukh kisai bujhaa-ay.
ਤੋੜੇ ਬੰਧਨ, ਹੋਵੈ ਮੁਕਤੁ,	torhay banDhan hovai mukat
ਸਬਦੁ ਮੰਨਿ ਵਸਾਏ॥	sabad man vasaa-ay.
ਗੁਰਮੁਖਿ ਜਿਸ ਨੋ ਆਪਿ ਕਰੇ,	gurmukh jis no aap karay so
ਸੁ ਹੋਵੈ ਏਕਸ ਸਿਉ ਲਿਵ ਲਾਏ॥	hovai aykas si-o liv laa-ay.
ਕਹੈ ਨਾਨਕੁ ਆਪਿ ਕਰਤਾ,	kahai naanak aap kartaa
ਆਪੇ ਹੁਕਮੁ ਬੁਝਾਏ॥੨੬॥	aapay hukam bujhaa-ay. ‖26‖

ਆਪ ਹੀ ਜੀਵ ਦੇ ਮਨ ਵਿੱਚ ਸੇਵਾ ਕਰਨ ਦੀ ਭਾਵਨਾਂ, ਸੇਵਾ ਕਰਨ ਦੀ ਸਮਰਥਾ ਬਖਸ਼ਦਾ ਹੈ । ਆਪਣਾ ਹੁਕਮ ਆਪ ਹੀ ਵਰਤਦਾ ਹੈ, ਆਪ ਹੀ ਇਸ ਦੀ ਪਾਲਣਾ ਦੇਖਦਾ ਹੈ । ਕੋਈ ਵਿਰਲਾ ਹੀ ਜੀਵ (ਗੁਰਮਖ) ਇਹ ਜਾਣਦਾ, ਸੋਝੀ ਬਖਸ਼ਿਸ਼ ਹੁੰਦੀ ਹੈ । ਕਿ ਕੇਵਲ ਪ੍ਰਭ ਦਾ ਹੀ ਭਾਣਾ ਵਾਪਰਦਾ ਹੈ ਅਤੇ ਆਪ ਹੀ ਦੇਖਦਾ ਹੈ । ਜਿਹੜਾ ਪ੍ਰਭ ਦੇ ਸ਼ਬਦ ਦੇ ਰਸਤੇ ਤੇ ਚਲਦਾ, ਸੰਸਾਰਕ ਇਂਦ੍ਰੀਆਂ ਤੇ ਕਾਬੂ ਰਖਦਾ, ਸ਼ਬਦ ਦੀ ਪਾਲਣਾ ਵਿੱਚ ਅਡੋਲ ਰਹਿੰਦਾ ਹੈ, ਉਸ ਦੇ ਮਨ ਵਿੱਚ ਸ਼ਬਦ ਘਰ ਕਰ ਜਾਂਦਾ ਹੈ । ਜਿਸ ਜੀਵ ਨੂੰ ਆਪਣੀ ਰਹਿਮਤ ਬਖਸ਼ਕੇ ਸ਼ਬਦ ਦੀ ਪਾਲਣਾ ਵਿੱਚ ਅਡੋਲ ਰਖਦਾ ਹੈ । ਉਸ ਦੀਆਂ ਭਟਕਣਾਂ ਦੂਰ ਹੋ ਜਾਂਦੀਆਂ ਹਨ । ਪ੍ਰਭ ਆਪ ਹੀ ਸਾਰੇ ਕਾਰਨਾਂ, ਕਰਤਬਾਂ ਦਾ ਕਰਨ ਵਾਲਾ, ਮਾਲਕ ਹੈ । ਆਪਣੀ ਰਹਿਮਤ ਨਾਲ ਸ਼ਬਦ ਦੀ ਪਾਲਣਾ ਤੇ ਅਡੋਲ ਰਖਦਾ, ਪ੍ਰਵਾਨਗੀ ਬਖਸ਼ਦਾ ਹੈ ।

The True Master may inspire and blesses His true devotee to remain steady and stable on obeying His Word and serving His Creation. However, very rare, His true devotee may be enlightened with the essence of His Nature. Only His Command prevails and He monitors the conformance to His Word, Command. Who may be obeying the teachings of His Word; with his mercy and grace, he may conquer his demons of worldly desires? He may remain steady and stable on the right path. He may remain drenched with the essence of His Word. Whosoever may be kept steady on the right path of obeying His Word, all his frustrations may be eliminated. The True Master creates all cause and prevails in all events; with His mercy and grace, His true devotee may be accepted in His Court.

ਸਿਮ੍ਰਿਤਿ, ਸ਼ਾਸਤਰ, ਪੁੰਨ, ਪਾਪ ਬੀਚਾਰਦੇ,	simrit saastar punn paap beechaarday
ਤਤੈ ਸਾਰ ਨ ਜਾਣੀ॥	tatai saar na jaanee.
ਤਤੈ ਸਾਰ ਨ ਜਾਣੀ, ਗੁਰੂ ਬਾਝਹੁ,	tatai saar na jaanee guroo baajhahu
ਤਤੈ ਸਾਰ ਨ ਜਾਣੀ॥	tatai saar na jaanee.
ਤਿਹੀ ਗੁਣੀ, ਸੰਸਾਰੁ ਭ੍ਰਮਿ ਸੁਤਾ,	tihee gunee sansaar bharam sutaa
ਸੁਤਿਆ ਰੈਣਿ ਵਿਹਾਣੀ॥	suti-aa rain vihaanee.
ਗੁਰ ਕਿਰਪਾ ਤੇ ਸੇ ਜਨ ਜਾਗੇ,	gur kirpaa tay say jan jaagay
ਜਿਨਾ ਹਰਿ ਮਨਿ ਵਸਿਆ,	jinaa har man vasi-aa
ਬੋਲਹਿ ਅੰਮ੍ਰਿਤ ਬਾਣੀ॥	boleh amrit banee.
ਕਹੈ ਨਾਨਕੁ ਸੋ ਤਤੁ ਪਾਏ,	kahai naanak so tat paa-ay
ਜਿਸ ਨੋ ਅਨਦਿਨੁ ਹਰਿ ਲਿਵ ਲਾਗੈ,	jis no an-din har liv laagai
ਜਾਗਤ ਰੈਣਿ ਵਿਹਾਣੀ॥੨੭॥	jaagat rain vihaanee. ‖27‖

ਜਿਹੜੀਆਂ ਧਾਰਮਕ ਕਿਤਾਬਾਂ ਚੰਗੇ, ਮੰਦੇ, ਪਾਪ, ਪੁੰਨ ਦਾ ਵਿਚਾਰ ਕਰਦੀਆਂ ਹਨ । ਉਹਨਾਂ ਗ੍ਰੰਥਾਂ ਵਿੱਚ ਪ੍ਰਭ ਦੀ ਪ੍ਰਵਾਨਗੀ ਦੇ ਅਸਲੀ ਰਸਤੇ ਦੀ ਸੋਝੀ ਨਹੀਂ ਹੁੰਦੀ । ਪ੍ਰਭ ਦੇ ਸ਼ਬਦ ਦੀ ਸੋਝੀ ਤੋਂ ਬਿਨਾਂ ਹੋਰ ਕੋਈ, ਪ੍ਰਭ ਦੀ ਪ੍ਰਵਾਨਗੀ ਦਾ ਅਸਲੀ ਮਾਰਗ ਨਹੀਂ ਹੈ । ਇਹਨਾਂ ਭਰਮਾਂ ਵਿੱਚ ਹੀ ਜੀਵ ਆਪਣਾ ਮਾਨਸ ਜਨਮ ਬਤੀਤ ਕਰ ਲੈਂਦਾ ਹੈ । ਜਿਸ ਨੂੰ ਪ੍ਰਭ ਸੋਝੀ ਬਖਸ਼ਦਾ ਹੈ, ਉਸ ਦੀ ਆਤਮਾ ਜਾਗ ਪੈਂਦੀ ਹੈ । ਉਸ ਦੇ ਮਨ ਵਿੱਚ ਪ੍ਰਭ ਦਾ ਸ਼ਬਦ ਜਾਗਰਤ ਹੋ ਜਾਂਦਾ ਹੈ । ਉਹ ਪ੍ਰਭ ਦੇ ਅਮੋਲਕ ਸ਼ਬਦ ਬੋਲਦਾ, ਵਿਚਾਰਦਾ ਹੈ । ਜਿਹੜਾ ਹਰ ਵੇਲੇ ਸ਼ਬਦ ਵਿੱਚ ਲੀਨ ਰਹਿੰਦਾ ਹੈ । ਉਸ ਨੂੰ ਇਸ

ਚੰਗੇ ਜਾ ਮੰਦੇ ਕੰਮਾਂ ਦੇ ਫਰਕ, ਭੇਦ ਦੀ ਸੋਝੀ ਹੋ ਜਾਂਦੀ ਹੈ । ਉਸ ਦਾ ਮਾਨਸ ਜਨਮ ਜਾਗਰਤੀ ਵਿੱਚ ਬਤੀਤ ਹੁੰਦਾ ਹੈ, ਮੁਕਤੀ ਬਖਸ਼ਿਸ਼ ਹੋ ਜਾਂਦੀ ਹੈ ।

Any worldly religious Holy Scripture may define some deeds as good and others as evil deeds; those religious book may not have any understanding of the right path of acceptance in His Court. Without the essence of His Word; no other right path of acceptance in His Court. Human may waste his human life opportunity, intoxicated, frustrated in religious suspicions. Whosoever may be enlightened from within, his soul remains enlightened, awake, and alert; with His mercy and grace, he may remain intoxicated in the void of His Word. He may speak the word of His praises and sermons of His greatness. Whosoever may remain intoxicated in the void of His Word; with His mercy and grace, he may distinguish the difference between good and evil deeds. He may remain enlightened in his worldly life; with His mercy and grace, he may be accepted and honored in His Court.

ਮਾਤਾ ਕੇ ਉਦਰ ਮਹਿ ਪ੍ਰਤਿਪਾਲ ਕਰੇ,	maataa kay udar meh partipaal karay
ਸੋ ਕਿਉ ਮਨਹੁ ਵਿਸਾਰੀਐ॥	so ki-o manhu visaaree-ai.
ਮਨਹੁ ਕਿਉ ਵਿਸਾਰੀਐ ਏਵਡੁ ਦਾਤਾ,	manhu ki-o visaaree-ai ayvad daataa
ਜਿ ਅਗਨਿ ਮਹਿ ਆਹਾਰੁ ਪਹੁਚਾਵਏ॥	je agan meh aahaar pahuchaava-ay.
ਓਸ ਨੋ ਕਿਹੁ ਪੋਹਿ ਨ ਸਕੀ,	os no kihu pohi na sakee
ਜਿਸ ਨਉ ਆਪਣੀ ਲਿਵ ਲਾਵਏ॥	jis na-o aapnee liv laav-ay.
ਆਪਣੀ ਲਿਵ ਆਪੇ ਲਾਏ,	aapnee liv aapay laa-ay
ਗੁਰਮੁਖਿ ਸਦਾ ਸਮਾਲੀਐ॥	gurmukh sadaa samaalee-ai.
ਕਹੈ ਨਾਨਕੁ ਏਵਡੁ ਦਾਤਾ,	kahai naanak ayvad daataa
ਸੋ ਕਿਉ ਮਨਹੁ ਵਿਸਾਰੀਐ॥੨੮॥	so ki-o manhu visaaree-ai. ‖28‖

ਜਿਹੜਾ ਪ੍ਰਭ ਮਾਤਾ ਦੇ ਗਰਭ ਵਿੱਚ ਹਫਾਜ਼ਤ ਕਰਦਾ, ਵਧਾਉਂਦਾ ਅਤੇ ਵੱਡਾ ਕਰਦਾ ਹੈ । ਉਸ ਨੂੰ ਆਪਣੇ ਮਨ ਵਿਚੋਂ ਕਿਉਂ ਭੁੱਲਾ ਦੇਂਦਾ, ਵਿਸਾਰ ਦੇਂਦਾ, ਕੋਈ ਪ੍ਰਵਾਹ ਨਹੀਂ ਕਰਦਾ? ਜਿਸ ਨੂੰ ਪ੍ਰਭ ਆਪ ਹੀ ਆਪਣੇ ਸ਼ਬਦ ਦੇ ਲੜ ਲਾਉਂਦਾ ਹੈ । ਉਸ ਦੇ ਬਰਾਬਰ ਹੋਰ ਕੋਈ ਪਹੁੰਚ ਨਹੀਂ ਸਕਦਾ, ਉਸ ਨੂੰ ਗੁਰਮਖ ਅਵਸਥਾ ਬਖਸ਼ਿਸ਼ ਹੋ ਜਾਂਦੀ ਹੈ । ਉਹ ਹਮੇਸ਼ਾ ਹੀ ਸ਼ਬਦ ਦੀ ਪਾਲਣਾ ਵਿੱਚ ਮਸਤ ਰਹਿੰਦਾ ਹੈ । ਉਸ ਵੱਡੇ ਦਾਤੇ ਨੂੰ ਆਪਣੇ ਮਨ ਵਿਚੋਂ ਕਦੇ ਨਾ ਵਿਸਾਰੋ! ਉਸ ਦੇ ਸ਼ਬਦ ਦੇ ਧੰਨਵਾਦ ਦੇ ਹਮੇਸ਼ਾ ਹੀ ਗੀਤ ਗਾਵੋ ।

The True Master, protects, nourishes your fetus in the heat of the womb of your mother; why have you forgot, abandon the teachings of His Word, the right path of acceptance in His Court? Whosoever may be attached to meditate, obey the teachings of His Word; with His mercy and grace, no one may be comparable to his state of mind. He may be blessed with a state of mind as His true devotee. He may remain intoxicated in meditation in the void of His Word; he may always sing the glory and praises the greatness of His Blessings, virtues.

ਜੈਸੀ ਅਗਨਿ ਉਦਰ ਮਹਿ,	jaisee agan udar meh
ਤੈਸੀ ਬਾਹਰਿ ਮਾਇਆ॥	taisee baahar maa-i-aa.
ਮਾਇਆ ਅਗਨਿ ਸਭ ਇਕੋ ਜੇਹੀ,	maa-i-aa agan sabh iko jayhee
ਕਰਤੈ ਖੇਲੁ ਰਚਾਇਆ॥	kartai khayl rachaa-i-aa.
ਜਾ ਤਿਸੁ ਭਾਣਾ ਤਾ ਜੰਮਿਆ,	jaa tis bhaanaa taa jammi-aa
ਪਰਵਾਰਿ ਭਲਾ ਭਾਇਆ॥	parvaar bhalaa bhaa-i-aa.
ਲਿਵ ਛੁੜਕੀ, ਲਗੀ ਤ੍ਰਿਸਨਾ,	liv chhurhkee lagee tarisnaa
ਮਾਇਆ ਅਮਰੁ ਵਰਤਾਇਆ॥	maa-i-aa amar vartaa-i-aa.
ਏਹ ਮਾਇਆ, ਜਿਤੁ ਹਰਿ ਵਿਸਰੈ,	ayh maa-i-aa jit har visrai

ਮੋਹੁ ਉਪਜੈ, ਭਾਉ ਦੂਜਾ ਲਾਇਆ॥ moh upjai bhaa-o doojaa laa-i-aa.
ਕਹੈ ਨਾਨਕੁ ਗੁਰ ਪਰਸਾਦੀ, kahai naanak gur parsaadee
ਜਿਨਾ ਲਿਵ ਲਾਗੀ, jinaa liv laagee
ਤਿਨੀ ਵਿਚੇ ਮਾਇਆ ਪਾਇਆ॥੨੯॥ tinee vichay maa-i-aa paa-i-aa. ||29||

ਜਿਸਤਰ੍ਹਾਂ ਦੀ ਮਾਤਾ ਦੇ ਗਰਭ ਵਿੱਚ ਅੱਗ, ਸੇਕ ਸੀ । ਸੰਸਾਰ ਵਿੱਚ ਉਸਤਰ੍ਹਾਂ ਦੀ ਅੱਗ ਸੰਸਾਰਕ ਮੋਹ, ਮਾਇਆ ਦਾ ਲਾਲਚ ਹੈ । ਸੰਸਾਰਕ ਮੋਹ, ਲਾਲਚ, ਮਾਇਆ ਅਤੇ ਮਾਤਾ ਦੇ ਗਰਭ ਦੀ ਅੱਗ ਇਕੋ ਜਿਹੀ ਹੈ । ਇਹ ਸਭ ਕਰਤੇ ਦਾ ਹੀ ਖੇਲ ਹੈ, ਪ੍ਰਭ ਦੇ ਭਾਣੇ ਨਾਲ ਹੀ ਜੀਵ ਨੂੰ ਮਾਨਸ ਜਨਮ ਬਖਸ਼ਿਸ਼ ਹੁੰਦਾ ਹੈ । ਸੰਸਾਰਕ ਪ੍ਰਵਾਰ ਬਹੁਤ ਖੁਸ਼ ਹੁੰਦਾ ਹੈ, ਪ੍ਰਵਾਰ ਆਪਣਾ ਮੋਹ, ਸੰਸਾਰਕ ਸੁਖਾਂ ਦਾ ਜਾਲ ਪਸਾਰ ਦੇਂਦਾ ਹੈ । ਜਿਸ ਦਾ ਧਿਆਨ ਪ੍ਰਭ ਨਾਲੋ ਦੂਰ ਹੋ ਜਾਂਦਾ ਹੈ, ਉਹ ਜੀਵ ਸੰਸਾਰਕ ਮੋਹ ਦੇ ਜਾਲ ਵਿੱਚ ਫਸ ਜਾਂਦਾ ਹੈ । ਉਸ ਦੀ ਲਗਨ, ਧਿਆਨ ਪ੍ਰਭ ਨਾਲੋਂ ਟੁੱਟ ਜਾਂਦਾ ਹੈ । ਜੀਵ ਅਸਲੀ ਰਸਤਾ ਛੱਡਕੇ ਹੋਰ ਵਿਧੀਆਂ ਨੂੰ ਅਪਣਾਉਂਦਾ ਹੈ । ਜਿਸ ਦਾ ਪ੍ਰਭ ਤੇ ਭਰੋਸਾ ਅਡੋਲ ਰਹਿੰਦਾ ਹੈ, ਉਸ ਨੂੰ ਸੰਸਾਰਕ ਸੁਖ, ਪ੍ਰਭ ਦੇ ਸ਼ਬਦ ਦੀ ਲਗਨ, ਪਾਲਣਾ ਵਿਚੋਂ ਹੀ ਬਖਸ਼ਿਸ਼ ਹੋ ਜਾਂਦੇ ਹਨ । ਮਨ ਦੀਆਂ ਮੁਰਾਦਾਂ ਪੂਰੀਆਂ ਹੋ ਜਾਂਦੀਆਂ ਹਨ ।

His fetus may be matured, and protected in the heat of the womb of mother. As he enters the world, he may face similar fire of worldly wealth. Both fire of womb of mother and worldly greed, attachments may create similar hardships for his soul. This is a unique play of The True Master; with His mercy and grace, his soul may be blessed with another opportunity, human life, to repent, regret, and sanctify his soul to become worthy of His Consideration. His worldly parents may feel blessed and overwhelmed with pleasure. They may intoxicate him with attachments and worldly comforts. He may forget the miseries of his separation from His Holy Spirit; his real purpose of human life opportunity. He may be attached to the sweet poison and temptations, religious path in worldly life. Whosoever may remain steady and stable on obeying the teachings of His Word; with His mercy and grace, he may be blessed with all worldly comforts from meditation. His spoken and unspoken desires may be fulfilled.

ਹਰਿ ਆਪਿ ਅਮੁਲਕੁ ਹੈ, har aap amulak hai
ਮੁਲਿ ਨ ਪਾਇਆ ਜਾਇ॥ mul na paa-i-aa jaa-ay.
ਮੁਲਿ ਨ ਪਾਇਆ ਜਾਇ ਕਿਸੈ, mul na paa-i-aa jaa-ay kisai
ਵਿਟਹੁ ਰਹੇ ਲੋਕ ਵਿਲਲਾਇ॥ vitahu rahay lok villaa-ay.
ਐਸਾ ਸਤਿਗੁਰੁ ਜੇ ਮਿਲੈ, aisaa satgur jay milai
ਤਿਸ ਨੋ ਸਿਰੁ ਸਉਪੀਐ, tis no sir sa-upee-ai
ਵਿਚਹੁ ਆਪੁ ਜਾਇ॥ vichahu aap jaa-ay.
ਜਿਸ ਦਾ ਜੀਉ, ਤਿਸੁ ਮਿਲਿ ਰਹੈ, jis daa jee-o tis mil rahai
ਹਰਿ ਵਸੈ ਮਨਿ ਆਇ॥ har vasai man aa-ay.
ਹਰਿ ਆਪਿ ਅਮੁਲਕੁ ਹੈ, har aap amulak hai
ਭਾਗ ਤਿਨਾ ਕੇ ਨਾਨਕਾ, bhaag tinaa kay naankaa
ਜਿਨ ਹਰਿ ਪਲੈ ਪਾਇ॥੩੦॥ jin har palai paa-ay. ||30||

ਪ੍ਰਭ ਦੇ ਅਮੋਲਕ ਸ਼ਬਦ ਦੀ ਕੀਮਤ ਜਾਣੀ ਨਹੀਂ ਜਾ ਸਕਦੇ । ਅਨੇਕਾਂ ਜੀਵ ਆਪਣੇ ਯਤਨਾਂ ਨਾਲ ਪ੍ਰਭ ਦੇ ਕਰਤਬਾਂ ਨੂੰ ਜਾਣਨ ਦੀ ਕੋਸ਼ਿਸ਼ ਕਰਦੇ ਬੇਵਸ ਹੋ ਕੇ ਛੱਡ ਦੇਂਦੇ ਹਨ । ਅਗਰ ਇਸ ਹੈਸੀਅਤ ਵਾਲਾ ਸੰਤ ਮਿਲ ਜਾਵੇ! ਤਾ ਆਪਣੀ ਹੈਸੀਅਤ, ਅਹੰਕਾਰ ਖਤਮ ਕਰਕੇ, ਮਨ, ਤਨ ਭੇਟਾ ਕਰ ਦੇਵੋ । ਆਤਮਾ ਪ੍ਰਭ ਦੀ ਹੀ ਬਖਸ਼ਿਸ਼ ਹੈ, ਉਸ ਵਿੱਚ ਮਿਲਣ ਲਈ ਹੀ ਭਟਕਦੀ ਰਹਿੰਦੀ ਹੈ । ਜਿਸ ਦੀ ਪ੍ਰਭ ਦੇ ਅਮੋਲਕ ਸ਼ਬਦ ਨਾਲ ਲਗਨ, ਭਰੋਸਾ ਅਡੋਲ ਹੋ ਜਾਂਦਾ ਹੈ । ਉਹ ਸ਼ਬਦ ਦੀ ਪਾਲਣਾ ਕਰਦਾ, ਪ੍ਰਭ ਦੀ ਜੋਤ ਵਿੱਚ ਹੀ ਅਭੇਦ ਹੋ ਜਾਂਦਾ ਹੈ, ਉਹ ਜੀਵ ਵੱਡੇ ਭਾਗਾਂ ਵਾਲਾ ਹੋ ਜਾਂਦਾ ਹੈ ।

The True Master, the teachings of His Word are ambrosial and the significance of His Blessings, essence, glory remains beyond the comprehension of His Creation. Many worldly saints, devotees may try various meditation technique to be enlightened with His Nature, depth of His miracles; in the end, become frustrated and abandon their hopes. If I may be blessed with an association with such a saint, I may surrender my mind, body, and worldly status at his service. My soul has been blessed with human life opportunity to become worthy of His Consideration. I always remain anxious to be sanctified and become worthy of His Consideration. Whosoever may obey the teachings of His Word with steady and stable belief in his day-to-day life; with His mercy and grace, he may become very fortunate and immerse within His Holy Spirit.

ਹਰਿ ਰਾਸਿ ਮੇਰੀ ਮਨੁ ਵਣਜਾਰਾ॥	har raas mayree man vanjaaraa.
ਹਰਿ ਰਾਸਿ ਮੇਰੀ ਮਨੁ ਵਣਜਾਰਾ,	har raas mayree man vanjaaraa sat-
ਸਤਿਗੁਰ ਤੇ ਰਾਸਿ ਜਾਣੀ॥	gur tay raas jaanee.
ਹਰਿ ਹਰਿ ਨਿਤ ਜਪਿਹੁ ਜੀਅਹੁ,	har har nit japihu jee-ahu
ਲਾਹਾ ਖਟਿਹੁ ਦਿਹਾੜੀ॥	laahaa khatihu dihaarhee.
ਏਹੁ ਧਨੁ ਤਿਨਾ ਮਿਲਿਆ,	ayhu Dhan tinaa mili-aa
ਜਿਨ ਹਰਿ ਆਪੇ ਭਾਣਾ॥	jin har aapay bhaanaa.
ਕਹੈ ਨਾਨਕੁ ਹਰਿ ਰਾਸਿ ਮੇਰੀ,	kahai naanak har raas mayree
ਮਨੁ ਹੋਆ ਵਣਜਾਰਾ॥੩੧॥	man ho-aa vanjaaraa. ||31||

ਜੀਵ ਪ੍ਰਭ ਦੇ ਸਿਮਰਨ ਦਾ ਵਿਪਾਰ ਕਰਨ ਲਈ ਹੀ ਸੰਸਾਰ ਵਿੱਚ ਆਇਆ ਹੈ । ਸ਼ਬਦ ਦੀ ਬੰਦਗੀ, ਸਿਮਰਨ ਹੀ ਸੰਸਾਰ ਵਿੱਚ ਵਪਾਰ ਕਰਨ ਦੀ ਪੂੰਜੀ ਹੈ । ਇਸ ਤੱਤ ਦੀ ਸੋਝੀ ਵੀ ਪ੍ਰਭ ਦੀ ਰਹਿਮਤ ਨਾਲ ਹੀ ਬਖਸ਼ਿਸ਼ ਹੁੰਦੀ ਹੈ । ਪ੍ਰਭ ਦੇ ਸ਼ਬਦ ਦਾ ਸਵਾਸ ਸਵਾਸ ਸਿਮਰਨ ਕਰਕੇ ਹਰ ਰੋਜ਼ ਹੀ ਲਾਭ ਪ੍ਰਾਪਤ ਕਰੋ ! ਜਿਸ ਨੂੰ ਪ੍ਰਭ ਰਹਿਮਤ ਬਖਸ਼ਦਾ ਹੈ, ਇਹ ਧਨ ਵੀ ਉਸ ਨੂੰ ਬਖੀਸ਼ਸ਼ ਹੁੰਦਾ ਹੈ । ਜੀਵ ਭਰੋਸਾ ਅਡੋਲ ਰਖਕੇ, ਸ਼ਬਦ ਦੀ ਪਾਲਣਾ, ਵਪਾਰ, ਸ੍ਰਿਸ਼ਟੀ ਦੀ ਭਲਾਈ ਦੀ ਹੀ ਕਮਾਈ ਕਰੋ ।

Human life opportunity may only be blessed to meditate and sanctify your soul to become worthy of His Consideration. To meditate and obey the teachings of His Word may be the real capital to trade in the universe. The enlightenment of this essence of His Nature may only be blessed with His mercy and grace. You should meditate with each breath and earn the wealth His Word, everlasting earnings. Earnings of His Word may only be blessed with His mercy and grace. You should obey the teachings of His Word with steady and stable belief and serve His Creation in your day-to-day life.

ਏ ਰਸਨਾ, ਤੂ ਅਨ ਰਸਿ ਰਾਚਿ ਰਹੀ,	ay rasnaa too an ras raach rahee
ਤੇਰੀ ਪਿਆਸ ਨ ਜਾਇ॥	tayree pi-aas na jaa-ay.
ਪਿਆਸ ਨ ਜਾਇ ਹੋਰਤੁ ਕਿਤੈ,	pi-aas na jaa-ay horat kitai
ਜਿਚਰੁ ਹਰਿ ਰਸੁ ਪਲੈ ਨ ਪਾਇ॥	jichar har ras palai na paa-ay.
ਹਰਿ ਰਸੁ ਪਾਇ ਪਲੈ, ਪੀਐ ਹਰਿ ਰਸੁ,	har ras paa-ay palai pee-ai har ras ba-
ਬਹੁੜਿ ਨ ਤ੍ਰਿਸਨਾ ਲਾਗੈ ਆਇ॥	hurh na tarisnaa laagai aa-ay.
ਏਹੁ ਹਰਿ ਰਸੁ ਕਰਮੀ ਪਾਈਐ,	ayhu har ras karmee paa-ee-ai
ਸਤਿਗੁਰੁ ਮਿਲੈ ਜਿਸੁ ਆਇ॥	satgur milai jis aa-ay.
ਕਹੈ ਨਾਨਕੁ, ਹੋਰਿ ਅਨ ਰਸ ਸਭਿ ਵੀਸਰੇ,	kahai naanak hor an ras sabh veesray
ਜਾ ਹਰਿ ਵਸੈ ਮਨਿ ਆਇ॥੩੨॥	jaa har vasai man aa-ay. ||32||

ਮੇਰੀ ਜੀਭ ਪ੍ਰਭ ਦੇ ਸਿਮਰਨ ਦੇ ਰਸ ਵਿੱਚ ਰਸੀ ਹੈ, ਫਿਰ ਵੀ ਮੇਰੀ ਪਿਆਸ ਨਹੀਂ ਮਿਟੀ । ਮੇਰੀ ਪਿਆਸ ਪ੍ਰਭ ਦੀ ਰਹਿਮਤ ਨਾਲ ਹੀ ਖਤਮ ਹੋ ਸਕਦੀ ਹੈ । ਜਿਸ ਨੂੰ ਪ੍ਰਭ ਦੀ ਰਹਿਮਤ ਨਾਲ ਸ਼ਬਦ ਦਾ ਰਸ ਬਖਸ਼ਿਸ਼ ਹੋ ਜਾਂਦਾ ਹੈ, ਉਸ ਨੂੰ ਸ਼ਾਂਤੀ ਵਾਲ ਅਮ੍ਰਿਤ ਬਖਸ਼ਿਸ਼ ਹੋ ਜਾਂਦਾ ਹੈ । ਉਸ ਦੀ

ਆਤਮਾ ਪ੍ਰਭ ਦੀ ਜੋਤ ਵਿੱਚ ਅਭੇਦ ਹੋ ਜਾਂਦੀ ਹੈ, ਉਸ ਦੇ ਮਨ ਵਿੱਚ ਹੋਰ ਕੋਈ ਇਛਾਂ ਨਹੀਂ ਰਹਿੰਦੀ । ਜੀਵ ਨੂੰ ਆਪਣੇ ਪਹਿਲੇ ਜਨਮਾਂ ਦੇ ਕਰਮਾਂ ਨਾਲ ਹੀ ਪ੍ਰਭ ਦੀ ਰਹਿਮਤ ਬਖਸ਼ਿਸ਼ ਹੁੰਦੀ ਹੈ । ਜਿਸ ਤੇ ਪ੍ਰਭ ਰਹਿਮਤ ਬਖਸ਼ਦਾ ਹੈ, ਉਹ ਸ਼ਬਦ ਦੀ ਪਾਲਣਾ ਵਿੱਚ ਅਡੋਲ ਹੋ ਜਾਂਦਾ ਹੈ । ਉਸ ਦੇ ਮਨ ਵਿੱਚ ਪ੍ਰਭ ਦੀ ਜੋਤ ਵਿੱਚ ਅਭੇਦ ਹੋਣ ਤੋਂ ਬਿਨਾਂ ਹੋਰ ਕੋਈ ਖਾਹਿਸ਼, ਇਛਾ ਨਹੀਂ ਰਹਿੰਦੀ ।

My tongue remains drenched with glory of His Virtues; however, the thirst of my tongue has not been quenched yet. Whosoever may be blessed with the nectar of the essence of His Word; his soul may be overwhelmed with peace and contentment. Whosoever may be blessed with His mercy and grace, he remains intoxicated in the void of His Word. He may have only one eager desire, anxiety to be enlightened with the essence of His Word and immerse within His Holy Spirit.

ਏ ਸਰੀਰਾ ਮੇਰਿਆ,	ay sareeraa mayri-aa
ਹਰਿ ਤੁਮ ਮਹਿ ਜੋਤਿ ਰਖੀ,	har tum meh jot rakhee
ਤਾ ਤੂ ਜਗ ਮਹਿ ਆਇਆ॥	taa too jag meh aa-i-aa.
ਹਰਿ ਜੋਤਿ ਰਖੀ ਤੁਧੁ ਵਿਚਿ,	har jot rakhee tuDh vich
ਤਾ ਤੂ ਜਗ ਮਹਿ ਆਇਆ॥	taa too jag meh aa-i-aa.
ਹਰਿ ਆਪੇ ਮਾਤਾ ਆਪੇ ਪਿਤਾ,	har aapay maataa aapay pitaa
ਜਿਨਿ, ਜੀਉ ਉਪਾਇ ਜਗਤੁ ਦਿਖਾਇਆ॥	jin jee-o upaa-ay jagat dikhaa-i-aa.
ਗੁਰ ਪਰਸਾਦੀ ਬੁਝਿਆ, ਤਾ ਚਲਤੁ ਹੋਆ,	gur parsaadee bujhi-aa taa chalat ho-aa
ਚਲਤੁ ਨਦਰੀ ਆਇਆ॥	chalat nadree aa-i-aa.
ਕਹੈ ਨਾਨਕੁ ਸ੍ਰਿਸਟਿ ਕਾ ਮੂਲੁ ਰਚਿਆ,	kahai naanak sarisat kaa mool rachi-aa
ਜੋਤਿ ਰਾਖੀ ਤਾ ਤੂ ਜਗ ਮਹਿ ਆਇਆ॥੩੩॥	jot raakhee taa too jag meh aa-i-aa. ||33||

ਪ੍ਰਭ ਨੇ ਮਾਨਸ ਜਨਮ ਬਖਸ਼ਕੇ ਸੰਸਾਰ ਵਿੱਚ ਭੇਜਿਆ ਹੈ । ਤਾ ਹੀ ਇਸ ਸੰਸਾਰ ਵਿੱਚ ਪੈਦਾ ਹੋਇਆ ਹੈ । ਪ੍ਰਭ ਹੀ ਸਾਰੀ ਸ੍ਰਿਸ਼ਟੀ ਪੈਦਾ ਕਰਦਾ, ਸੰਸਾਰਕ ਮਾਤਾ, ਪਿਤਾ ਦੇ ਰੂਪ ਵਿੱਚ ਜੀਵ ਦੀ ਪਾਲਣਾ ਪੋਸਨਾ, ਰਖਿਆ ਕਰਦਾ ਹੈ । ਉਹ ਸਾਰੀ ਸ੍ਰਿਸ਼ਟੀ ਨੂੰ ਦੇਖਦਾ ਹੈ, ਸਾਰੀ ਸ੍ਰਿਸ਼ਟੀ, ਉਸ ਦੇ ਭਾਣੇ ਅੰਦਰ ਹੀ ਚਲ ਸਕਦੀ ਹੈ । ਪ੍ਰਭ ਦੀ ਕ੍ਰਿਪਾ ਨਾਲ ਹੀ ਆਪਣੇ ਦਾਸ ਨੂੰ ਇਸ ਖੇਲ ਦੀ ਸੋਝੀ ਬਖਸ਼ਦਾ ਹੈ । ਸਾਰੀ ਸ੍ਰਿਸ਼ਟੀ ਹੀ ਪ੍ਰਭ ਦੀ ਰਹਿਮਤ ਨਾਲ ਹੀ ਚਲਦੀ ਹੈ । ਪ੍ਰਭ ਨੇ ਹੀ ਸਾਰੀ ਸ੍ਰਿਸ਼ਟੀ ਦਾ ਮੁੱਢ, ਖੇਲ ਚਲਾਇਆ ਹੈ । ਜੀਵ ਦੀ ਆਤਮਾ ਨੂੰ ਸਵਾਸ, ਆਪਣੀ ਜੋਤ ਬਖਸ਼ਕੇ ਸੰਸਾਰ ਵਿੱਚ ਪੈਦਾ ਕੀਤਾ ਹੈ । ਪ੍ਰਭ ਦੀ ਰਹਿਮਤ ਤੋਂ ਬਿਨਾਂ ਕੋਈ ਵੀ ਸੰਸਾਰ ਵਿੱਚ ਪੈਦਾ ਨਹੀਂ ਹੁੰਦਾ ।

The True Master has blessed his soul with human life opportunity, another chance to sanctify his soul to become worthy of His Consideration. He prevails through worldly mother, father to nourish and protect him in the universe. The Omniscient, Omnipresent monitors all the events in the universe and the whole universe may only function under His Command. With His mercy and grace, he may enlighten His true devotee about His Nature. He may realize His existence and His Holy spirit prevailing in the universe. The universe is an expansion of His Holy Spirit and depends on His mercy and grace. He has blessed his soul with breaths and His Word, as roadmap of his worldly life and another opportunity to sanctify his soul to become worthy of His Consideration. The cycle of birth and death remains under His Command.

ਮਨਿ ਚਾਉ ਭਇਆ, ਪ੍ਰਭ ਆਗਮੁ ਸੁਣਿਆ॥	man chaa-o bha-i-aa parabh aagam suni-aa.
ਹਰਿ ਮੰਗਲੁ ਗਾਉ ਸਖੀ,	har mangal gaa-o sakhee
ਗ੍ਰਿਹੁ ਮੰਦਰੁ ਬਣਿਆ॥	garihu mandar bani-aa.
ਹਰਿ ਗਾਉ ਮੰਗਲੁ ਨਿਤ ਸਖੀਏ,	har gaa-o mangal nit sakhee-ay
ਸੋਗੁ ਦੂਖੁ ਨ ਵਿਆਪਏ॥	sog dookh na vi-aapa-ay.

ਗੁਰ ਚਰਨ ਲਾਗੇ, ਦਿਨ ਸਭਾਗੇ,	gur charan laagay din sabhaagay
ਆਪਣਾ ਪਿਰੁ ਜਾਪਏ॥	aapnaa pir jaap-ay.
ਅਨਹਤ ਬਾਣੀ, ਗੁਰ ਸਬਦਿ ਜਾਣੀ,	anhat banee gur sabad jaanee
ਹਰਿ ਨਾਮੁ ਹਰਿ ਰਸੁ ਭੋਗੋ॥	har naam har ras bhogo.
ਕਹੈ ਨਾਨਕੁ ਪ੍ਰਭੁ ਆਪਿ ਮਿਲਿਆ,	kahai naanak parabh aap mili-aa
ਕਰਣ ਕਾਰਣ ਜੋਗੋ॥੩੪॥	karan kaaran jogo. ||34||

ਪ੍ਰਭ ਦੇ ਸ਼ਬਦ ਦੀ ਸੋਝੀ ਬਖਸ਼ਿਸ਼ ਹੋਣ ਨਾਲ ਮਨ ਵਿੱਚ ਬਹੁਤ ਖੁਸ਼ੀ ਉਤਸਾਹ ਭਰ ਗਿਆ ਹੈ, ਸ਼ਬਦ ਦੀ ਸਦਾ ਚਲਣ ਵਾਲੀ ਧੁਨ ਗੂੰਜਦੀ ਸੁਣਾਈ ਦੇਂਦੀ ਹੈ । ਪ੍ਰਭ ਦੇ ਸ਼ਬਦ ਦਾ ਸਿਮਰਨ ਕਰਨ ਨਾਲ ਮੇਰਾ ਮਨ, ਤਨ ਪ੍ਰਭ ਦਾ ਮੰਦਰ, ਆਸ਼ਰਮ ਬਣ ਗਿਆ ਹੈ । ਪ੍ਰਭ ਦੇ ਸ਼ਬਦ ਦਾ ਸਿਮਰਨ ਕਰੋ, ਇਸ ਨਾਲ ਮਨ ਦੀਆਂ ਭਟਕਣਾਂ, ਦੁਖ, ਵਿਜੋਗ, ਵਿਰਾਗ ਦੂਰ ਹੋ ਜਾਂਦੇ ਹਨ । ਪ੍ਰਭ ਦੇ ਚਰਨਾਂ, ਸ਼ਬਦ ਵਿੱਚ ਲਗਨ ਨਾਲ ਜੀਵ ਦੇ ਭਾਗ ਜਾਗ ਪੈਂਦੇ ਹਨ । ਦਿਨ ਰਾਤ, ਸਵਾਸ ਸਵਾਸ ਸਿਮਰਨ ਕਰਨ ਨਾਲ ਪ੍ਰਭ ਦੀ ਸਦਾ ਅਟਲ ਰਹਿਣ ਵਾਲੀ ਧੁਨ ਮਨ ਵਿੱਚ ਸੁਣਾਈ ਦੇਣ ਲਗ ਪੈਂਦੀ ਹੈ । ਪ੍ਰਭ ਆਪ ਹੀ ਸ਼ਬਦ ਦਾ ਸਿਮਰਨ ਕਰਵਾਉਂਦਾ ਹੈ, ਪ੍ਰਭ ਦਾ ਰੂਹਾਨੀ ਸ਼ਬਦ ਜੀਵ ਦੇ ਮਨ ਵਿੱਚ ਬਖਸ਼ਦਾ ਹੈ । ਬੰਦਗੀ ਕਰਨ ਵਾਲਾ ਜੀਵ ਪ੍ਰਭ ਦੇ ਸ਼ਬਦ ਦਾ ਰਸ, ਅਨੰਦ ਮਾਨਦਾ, ਮਸਤ ਰਹਿੰਦਾ ਹੈ । ਕੇਵਲ ਪ੍ਰਭ ਆਪ ਹੀ ਇਹ ਸਭ ਕੁਝ ਕਰਦਾ, ਕਰਨ ਦੇ ਕਾਬਲ, ਯੋਗ ਹੈ ।

The True Master has blessed the enlightenment of the essence of His Word; I have been overwhelmed with excitement and pleasure within my mind. I hear the everlasting echo of His Word resonating within my mind. With His mercy and grace, I am meditating on the teachings of His Word with each breath. My body, mind have been transformed as His Holy Temple, His Royal castle. Let us meditate on the teachings of His Word; with His mercy and grace, all my miseries of worldly desires may be eliminated from within mind. My prewritten destiny may be rewarded. Whosoever may meditate day and night with each breath; with His mercy and grace, he may hear the everlasting echo of His Word resonating within his heart. The Merciful True Master may attach His true devotee to a devotional mediation and blesses him with the essence of His eternal Word. His true devotee may enjoy the nectar of the essence of His Word and remains intoxicated in the void of His Word. Only, The Omnipotent True Master prevails in the universe and capable to accomplish every event at His Own.

ਏ ਸਰੀਰਾ ਮੇਰਿਆ,	ay sareeraa mayri-aa
ਇਸੁ ਜਗ ਮਹਿ ਆਇ ਕੈ,	is jag meh aa-ay kai
ਕਿਆ ਤੁਧੁ ਕਰਮ ਕਮਾਇਆ॥	ki-aa tuDh karam kamaa-i-aa.
ਕਿ ਕਰਮ ਕਮਾਇਆ ਤੁਧੁ ਸਰੀਰਾ,	ke karam kamaa-i-aa tuDh sareeraa jaa
ਜਾ ਤੂ ਜਗ ਮਹਿ ਆਇਆ॥	too jag meh aa-i-aa.
ਜਿਨਿ ਹਰਿ ਤੇਰਾ ਰਚਨੁ ਰਚਿਆ,	jin har tayraa rachan rachi-aa
ਸੋ ਹਰਿ ਮਨਿ ਨ ਵਸਾਇਆ॥	so har man na vasaa-i-aa.
ਗੁਰ ਪਰਸਾਦੀ, ਹਰਿ ਮੰਨਿ ਵਸਿਆ,	gur parsaadee har man vasi-aa
ਪੂਰਬਿ ਲਿਖਿਆ ਪਾਇਆ॥	poorab likhi-aa paa-i-aa.
ਕਹੈ ਨਾਨਕੁ ਏਹੁ ਸਰੀਰੁ ਪਰਵਾਣੁ ਹੋਆ,	kahai naanak ayhu sareer parvaan ho-aa
ਜਿਨਿ ਸਤਿਗੁਰ ਸਿਉ ਚਿਤੁ ਲਾਇਆ॥੩੫॥	jin satgur si-o chit laa-i-aa. ||35||

ਇਸ ਸੰਸਾਰ ਵਿੱਚ ਆ ਕੇ ਤੂੰ ਕਿਹੜਾ ਚੰਗਾ ਕਰਮ ਕੀਤਾ ਹੈ? ਕਿਹੜਾ ਕਰਮ ਆਪਣੇ ਅਸਲੀ ਮਨੋਰਥ ਪੂਰਾ ਕਰਨ ਲਈ ਕੀਤਾ ਹੈ? ਜਿਸ ਪ੍ਰਭ ਨੇ ਮਾਨਸ ਜਨਮ ਬਖਸ਼ਿਆ ਹੈ, ਉਸ ਦੇ ਸ਼ਬਦ ਦੀ ਬੰਦਗੀ, ਸਿਮਰਨ ਅਡੋਲ ਭਰੋਸੇ ਨਾਲ ਨਹੀਂ ਕੀਤਾ । ਜਿਸ ਨੇ ਪਿਛਲੇ ਜਨਮ ਦੀ ਕਮਾਈ ਕੀਤੀ ਹੋਵੇ । ਉਸ ਨੂੰ ਹੀ ਅਡੋਲ ਭਰੋਸੇ ਨਾਲ ਸਿਮਰਨ ਕਰਨ ਦੀ ਲਗਨ ਬਖਸ਼ਿਸ਼ ਹੁੰਦੀ ਹੈ । ਜਿਹੜਾ ਜੀਵ ਅਡੋਲ ਭਰੋਸੇ ਨਾਲ ਸ਼ਬਦ ਦਾ ਸਿਮਰਨ ਕਰਦਾ ਹੈ, ਪ੍ਰਭ ਦੀ ਰਹਿਮਤ ਨਾਲ ਉਸ ਦਾ ਜਨਮ ਮਰਨ ਦਾ

ਚੱਕਰ ਖਤਮ ਹੋ ਜਾਂਦਾ ਹੈ, ਉਸ ਦੀ ਆਤਮਾ ਪ੍ਰਭ ਦੀ ਜੋਤ ਵਿੱਚ ਅਭੇਦ ਹੋ ਜਾਂਦੀ ਹੈ, ਮਾਨਸ ਯਾਤਰਾ ਸਫਲ ਹੋ ਜਾਂਦੀ ਹੈ ।

What good deed have you done in the universe? What might have you done to accomplish the real purpose of your human life opportunity? The True Master has blessed human life, another opportunity to sanctify your soul. However, you have not meditated or obeyed the teachings of His Word with steady and stable belief in your day-to-day life. Whosoever may have a great prewritten destiny, only he may be blessed with devotion to meditate and obeys the teachings of His Word. Whosoever may meditate on the teachings of His Word with steady and stable belief in his day-to-day life; with His mercy and grace, his cycle of birth and death may be eliminated. His soul may immerse within His Holy Spirit; his human life journey may be rewarded.

ਏ ਨੇਤ੍ਰਹੁ ਮੇਰਿਹੋ,	ay naytarahu mayriho
ਹਰਿ ਤੁਮ ਮਹਿ ਜੋਤਿ ਧਰੀ,	har tum meh jot Dharee
ਹਰਿ ਬਿਨੁ ਅਵਰੁ ਨ ਦੇਖਹੁ ਕੋਈ॥	har bin avar na daykhhu ko-ee.
ਹਰਿ ਬਿਨੁ ਅਵਰੁ ਨ ਦੇਖਹੁ ਕੋਈ,	har bin avar na daykhhu ko-ee
ਨਦਰੀ ਹਰਿ ਨਿਹਾਲਿਆ॥	nadree har nihaali-aa.
ਏਹੁ ਵਿਸੁ ਸੰਸਾਰੁ ਤੁਮ ਦੇਖਦੇ,	ayhu vis sansaar tum daykh-day
ਏਹੁ ਹਰਿ ਕਾ ਰੂਪੁ ਹੈ,	ayhu har kaa roop hai
ਹਰਿ ਰੂਪੁ ਨਦਰੀ ਆਇਆ॥	har roop nadree aa-i-aa.
ਗੁਰ ਪਰਸਾਦੀ ਬੁਝਿਆ,	gur parsaadee bujhi-aa
ਜਾ ਵੇਖਾ ਹਰਿ ਇਕੁ ਹੈ,	jaa vaykhaa har ik hai
ਹਰਿ ਬਿਨੁ ਅਵਰੁ ਨ ਕੋਈ॥	har bin avar na ko-ee.
ਕਹੈ ਨਾਨਕੁ ਏਹਿ ਨੇਤ੍ਰ ਅੰਧ ਸੇ,	kahai naanak ayhi naytar anDh say
ਸਤਿਗੁਰਿ ਮਿਲਿਐ ਦਿਬ ਦ੍ਰਿਸਟਿ ਹੋਈ॥੩੬॥	satgur mili-ai dib darisat ho-ee. ||36||

ਪ੍ਰਭ ਜੀਵ ਦੀਆਂ ਅੱਖਾਂ ਨੂੰ ਦੇਖਣ ਦੀ ਤਾਕਤ ਬਖਸ਼ਦਾ ਹੈ । ਹਰ ਵੇਲੇ ਪ੍ਰਭ ਦੀ ਕੁਦਰਤ ਨੂੰ ਹੀ ਦੇਖੋ, ਕੇਵਲ ਇਕੋ ਇਕ ਪ੍ਰਭ ਦੀ ਜੋਤ, ਕੁਦਰਤ ਹੀ ਦੇਖਣ ਯੋਗ ਹੈ । ਜਿਹੜਾ ਪ੍ਰਭ ਦੇ ਸ਼ਬਦ ਦੀ ਸਿਖਿਆਂ ਨੂੰ ਹਰਇਕ ਕੰਮ ਲਈ ਅਧਾਰ ਬਣਾਉਂਦਾ ਹੈ, ਉਸ ਦੇ ਹਰਇਕ ਕਰਤਬ ਵਿੱਚ ਹੀ ਪ੍ਰਭ ਦੀ ਰਹਿਮਤ ਬਖਸ਼ਿਸ਼ ਹੋ ਜਾਂਦੀ ਹੈ । ਪ੍ਰਭ ਹੀ ਸਾਰੀ ਸ੍ਰਿਸ਼ਟੀ ਸਾਜਦਾ ਹੈ, ਸ੍ਰਿਸ਼ਟੀ ਹੀ ਪ੍ਰਭ ਦਾ ਰੂਪ ਹੈ । ਪ੍ਰਭ ਸ੍ਰਿਸ਼ਟੀ ਵਿੱਚ ਆਪ ਹੀ ਵਸਦਾ, ਵਾਪਰਦਾ ਹੈ । ਜਿਸ ਨੂੰ ਪ੍ਰਭ ਦੀ ਰਹਿਮਤ ਬਖਸ਼ਦਾ ਹੈ, ਉਸ ਨੂੰ ਸੋਝੀ ਬਖਸ਼ਿਸ਼ ਹੋ ਜਾਂਦੀ ਹੈ, ਕੇਵਲ ਪ੍ਰਭ ਹੀ ਹਰਇਕ ਵਿੱਚ ਵਾਪਰਦਾ ਹੈ । ਜਿਹੜਾ ਪ੍ਰਭ ਦੇ ਸ਼ਬਦ ਵਿੱਚ ਲੀਨ ਹੋ ਜਾਂਦਾ ਹੈ, ਉਸ ਨੂੰ ਸਾਰੀ ਸ੍ਰਿਸ਼ਟੀ ਵਿੱਚ ਹੀ ਪ੍ਰਭ ਨਜ਼ਰ ਆਉਂਦਾ ਹੈ । ਮਨਮੁਖ ਜੀਵ ਦੀਆ ਅੱਖਾਂ ਸ਼ਬਦ ਦੀ ਸੋਝੀ ਤੋਂ ਅੰਧੀਆਂ ਹੀ ਰਹਿੰਦੀਆਂ ਹਨ । ਜਿਸ ਤੇ ਰਹਿਮਤ ਬਖਸ਼ਿਸ਼ ਹੋ ਜਾਂਦੀ ਹੈ, ਉਸ ਨੂੰ ਬੁਰੇ ਭਲੇ ਦੀ ਪਛਾਣ ਹੋ ਜਾਂਦੀ ਹੈ ।

The True Master has blessed vision in eyes to witness everything. You should witness His Nature, that may be the only scenery worthy of witnessing. Whosoever may adopt the teachings of His Word as guiding principle of every task in the universe; with His mercy and grace, His Blessings, protection remains with him in every step of his life. The True Master has created the universe and His Nature as the image of His Holy Spirit. He remains embedded within the soul of each creature. He dwells and prevails within his body, mind and in worldly events. With His mercy and grace, His true devotee may be enlightened, witness only His Holy Spirit prevailing in the universe. Whosoever may remain intoxicated in meditation in the void of His Word; he may witness His Holy Spirit prevailing within each soul and every event of His Nature. Self-minded may remain blind, ignorant from the essence of His Word. His true devotee may be blessed to distinguish the difference between good and evil in the universe.

ਏ ਸ੍ਰਵਣਹੁ ਮੇਰਿਹੋ,	ay sarvanhu mayriho
ਸਾਚੈ ਸੁਨਣੈ ਨੋ ਪਠਾਏ॥	saachai sunnai no pathaa-ay.
ਸਾਚੈ ਸੁਨਣੈ ਨੋ ਪਠਾਏ, ਸਰੀਰਿ ਲਾਏ,	saachai sunnai no pathaa-ay sareer
ਸੁਣਹੁ ਸਤਿ ਬਾਣੀ॥	laa-ay sunhu sat banee.
ਜਿਤੁ ਸੁਣੀ ਮਨੁ ਤਨੁ ਹਰਿਆ ਹੋਆ,	jit sunee man tan hari-aa ho-aa
ਰਸਨਾ ਰਸਿ ਸਮਾਣੀ॥	rasnaa ras samaanee.
ਸਚੁ ਅਲਖ ਵਿਡਾਣੀ,	sach alakh vidaanee
ਤਾ ਕੀ ਗਤਿ ਕਹੀ ਨ ਜਾਏ॥	taa kee gat kahee na jaa-ay.
ਕਹੈ ਨਾਨਕੁ ਅੰਮ੍ਰਿਤ ਨਾਮੁ ਸੁਣਹੁ,	kahai naanak amrit naam sunhu
ਪਵਿੱਤਰ ਹੋਵਹੁ,	pavitar hovhu
ਸਾਚੈ ਸੁਨਣੈ ਨੋ ਪਠਾਏ॥੩੭॥	saachai sunnai no pathaa-ay. ||37||

ਮੇਰੇ ਕੰਨੋ ਨੂੰ ਪ੍ਰਭ ਨੇ ਸੁਣਨ ਦੀ ਤਾਕਤ ਬਖਸ਼ੀ ਹੈ । ਹਰ ਵੇਲੇ ਉਸ ਦੇ ਸ਼ਬਦ ਨੂੰ ਹੀ, ਸੁਣੋ । ਸ਼ਬਦ ਦੇ ਸੁਣਨ ਨਾਲ ਮਨ ਵਿੱਚ ਖੇੜਾ, ਠੰਡ ਬਖਸ਼ਿਸ਼ ਹੋ ਜਾਂਦੀ ਹੈ, ਸ਼ਬਦ ਮਨ ਵਿੱਚ ਘਰ ਕਰ ਜਾਂਦਾ, ਮਨ ਅਡੋਲ ਹੋ ਜਾਂਦਾ ਹੈ । ਪ੍ਰਭ ਹੀ ਹੌਂਦ, ਅਨੋਖੀ ਸ਼ਾਨ ਵਾਲੀ ਹੈ । ਉਸ ਦਾ ਪੂਰਨ ਵਖਿਆਣ ਨਹੀਂ ਕੀਤਾ ਜਾ ਸਕਦਾ । ਪਵਿੱਤ੍ਰ ਸ਼ਬਦ ਸੁਣਨ ਨਾਲ ਮਨ ਪਵਿੱਤ੍ਰ ਹੋ ਜਾਂਦਾ ਹੈ, ਕੰਨਾਂ ਵਿੱਚ ਸਦਾ ਚਲਣ ਵਾਲੀ ਧੁਨ ਸੁਣਦੀ ਹੈ । ਅਨੇਕਾਂ ਹੀ ਬੰਦਗੀ ਕਰਨ ਵਾਲੇ, ਪ੍ਰਭ ਦੇ ਸ਼ਬਦ ਦੀ ਧੁਨ ਸੁਣਨ ਨੂੰ ਤਰਸਦੇ ਹਨ । ਪ੍ਰਭ ਨੇ ਕੰਨ ਕੇਵਲ ਸ਼ਬਦ ਦੀ ਧੁਨ ਸੁਣਨ ਲਈ ਹੀ ਬਖਸ਼ੇ ਹਨ ।

The True Master has blessed strength to hear others. You should always remain tuned to hear the everlasting echo of His Word. Whosoever may always listen, pay attention to His Word; with His mercy and grace, he may be blessed with peace and blossom in his life. The everlasting echo of His Word may resonate within his heart. The glory of The True Master may be astonishing and beyond the comprehension of His Creation. Whosoever may hear the sermons of His Word; with His mercy and grace, his ears may be sanctified and hear the everlasting echo of His Word resonating within. Many, worldly saints, devotees remain anxious to hear His Word within. The True Master has blessed hearing in ears to hear the glory of His Word.

ਹਰਿ ਜੀਉ ਗੁਫਾ ਅੰਦਰਿ ਰਖਿ ਕੈ,	har jee-o gufaa andar rakh kai
ਵਾਜਾ ਪਵਣੁ ਵਜਾਇਆ॥	vaajaa pavan vajaa-i-aa.
ਵਜਾਇਆ ਵਾਜਾ ਪਉਣ,	vajaa-i-aa vaajaa pa-un
ਨਉ ਦੁਆਰੇ ਪਰਗਟੁ ਕੀਏ,	na-o du-aaray pargat kee-ay
ਦਸਵਾ ਗੁਪਤੁ ਰਖਾਇਆ॥	dasvaa gupat rakhaa-i-aa.
ਗੁਰਦੁਆਰੈ ਲਾਇ ਭਾਵਨੀ,	gurdu-aarai laa-ay bhaavnee
ਇਕਨਾ ਦਸਵਾ ਦੁਆਰੁ ਦਿਖਾਇਆ॥	iknaa dasvaa du-aar dikhaa-i-aa.
ਤਹ ਅਨੇਕ ਰੂਪ, ਨਾਉ, ਨਵ ਨਿਧਿ,	tah anayk roop naa-o nav niDh
ਤਿਸ ਦਾ ਅੰਤੁ ਨ ਜਾਈ ਪਾਇਆ॥	tis daa ant na jaa-ee paa-i-aa.
ਕਹੈ ਨਾਨਕੁ ਹਰਿ ਪਿਆਰੇ ਜੀਉ,	kahai naanak har pi-aarai jee-o
ਗੁਫਾ ਅੰਦਰਿ ਰਖਿ ਕੈ	gufaa andar rakh kai
ਵਾਜਾ ਪਵਣੁ ਵਜਾਇਆ॥੩੮॥	vaajaa pavan vajaa-i-aa. ||38||

ਪ੍ਰਭ ਨੇ ਮਾਨਸ ਸਰੀਰ (ਗੁਫਾ) ਬਣਾਕੇ ਇਸ ਵਿੱਚ ਆਤਮਾ, ਸਵਾਸ ਬਖਸ਼ੇ ਹਨ । ਪ੍ਰਭ ਨੇ ਸਵਾਸ ਬਖਸ਼ੇ ਕੇ ਨੌ ਤੱਤਾਂ ਦੀ ਜਾਣਕਾਰੀ ਬਖਸ਼ੀ ਹੈ । ਪਰ ਦਸਵੀਂ ਵਿਧੀ ਦਾ ਭੇਦ ਆਪਦੇ ਕੋਲ ਹੀ ਰਖਿਆ ਹੈ । ਜਿਹੜਾ ਅਡੋਲ ਭਰੋਸੇ ਨਾਲ ਸ਼ਬਦ ਦੀ ਪਾਲਣਾ, ਸਿਮਰਨ ਕਰਦਾ ਹੈ । ਉਸ ਨੂੰ ਰਹਿਮਤ ਬਖਸ਼ਕੇ ਦਸਵੀਂ ਵਿਧੀ ਦੀ ਸੋਝੀ ਬਖਸ਼ਦਾ ਹੈ, ਆਪਣੀ ਪ੍ਰਵਾਨਗੀ ਦਾ ਅਸਲੀ ਰਸਤਾ ਬਖਸ਼ਦਾ ਹੈ । ਪ੍ਰਭ ਤੇਰੇ ਅਨੇਕਾਂ ਰੂਪ, ਨਾਮ, ਸਿਮਰਨ ਕਰਨ, ਪ੍ਰਵਾਨਗੀ ਦੀਆਂ ਵਿਧੀਆਂ ਹਨ । ਜਿਹਨਾਂ ਦਾ ਪੂਰਨ

ਤਰ੍ਹਾਂ ਵਖਿਆਣ, ਗਿਣਤੀ ਨਹੀਂ ਕੀਤੀ ਜਾ ਸਕਦੇ । ਅਨੇਕਾਂ ਜੀਵਨ ਦੀਆਂ ਵਿਧੀਆਂ ਦਾ ਗਿਆਨ ਹੋ ਜਾਂਦਾ ਹੈ । ਤੇਰੇ ਕਿਸੇ ਵੀ ਕਰਤਵ ਦਾ ਪੂਰਨ ਗਿਆਨ ਪ੍ਰਾਪਤ ਨਹੀਂ ਕੀਤਾ ਜਾ ਸਕਦਾ । ਪ੍ਰਭ ਆਤਮਾ ਨੂੰ ਮਾਨਸ ਤਨ ਰੂਪੀ ਗੁਫਾ ਵਿੱਚ ਭੇਜਦਾ, ਬੰਦਗੀ ਕਰਨ ਦੀ ਪ੍ਰੇਰਨਾ ਕਰਦਾ ਹੈ ।

The True Master has created, body of a creature as a cave for meditation. He has blessed his soul with the capital of breaths. He has been blessed with the enlightenment of nine senses to live worldly life; however, the 10th sense, the path of acceptance remains under His Command. Whosoever may meditate and adopts the teachings of His Word with steady and stable belief in his day-to-day life; with His mercy and grace, he may be blessed with the right path of acceptance in His Court. The True Master may be remembered by countless names. His true devotee may be singing His glory and pray for His Forgiveness countless ways. The mystery of His Nature remains beyond the comprehension of His Creation.

ਏਹੁ ਸਾਚਾ ਸੋਹਿਲਾ,	ayhu saachaa sohilaa
ਸਾਚੈ ਘਰਿ ਗਾਵਹੁ॥	saachai ghar gaavhu.
ਗਾਵਹੁ ਤ ਸੋਹਿਲਾ, ਘਰਿ ਸਾਚੈ,	gaavhu ta sohilaa ghar saachai
ਜਿਥੈ ਸਦਾ ਸਚੁ ਧਿਆਵਹੇ॥	jithai sadaa sach Dhi-aavhay.
ਸਚੋ ਧਿਆਵਹਿ ਜਾ ਤੁਧੁ ਭਾਵਹਿ,	sacho Dhi-aavahi jaa tuDh bhaaveh
ਗੁਰਮੁਖਿ ਜਿਨਾ ਬੁਝਾਵਹੇ॥	gurmukh jinaa bujhaavhay.
ਇਹੁ ਸਚੁ ਸਭਨਾ ਕਾ ਖਸਮੁ ਹੈ,	ih sach sabhnaa kaa khasam hai
ਜਿਸੁ ਬਖਸ਼ੇ ਸੋ ਜਨੁ ਪਾਵਹੇ॥	jis bakhsay so jan paavhay.
ਕਹੈ ਨਾਨਕੁ ਸਚੁ ਸੋਹਿਲਾ,	kahai naanak sach sohilaa sachai
ਸਚੈ ਘਰਿ ਗਾਵਹੈ॥੩੯॥	ghar gaavhay. ‖39‖

ਅਟਲ ਪ੍ਰਭ ਦੇ ਸ਼ਬਦ ਦੀ ਅਡੋਲ ਭਰੋਸੇ ਨਾਲ ਪਾਲਣਾ ਕਰੋ, ਪ੍ਰਭ ਦੇ ਸ਼ਬਦ ਦੀ ਉਸਤਤ ਦੇ ਗੁਣ ਗਾਵੋ । ਜਿਹੜਾ ਪ੍ਰਭ ਦੇ ਸ਼ਬਦ ਦੇ ਗੁਣ ਗਾਉਂਦਾ ਹੈ, ਉਹ ਦਰਬਾਰ ਵਿੱਚ ਪ੍ਰਵਾਨ ਹੋ ਜਾਂਦਾ ਹੈ । ਜਿਹੜਾ ਜੀਵ ਆਪਣੀ ਆਤਮਾ, ਮਨ ਨੂੰ ਪਵਿੱਤਰ ਰਖਦਾ ਹੈ, ਉਸ ਨੂੰ ਗੁਰਮਖ ਅਵਸਥਾ ਬਖਸ਼ਿਸ਼ ਹੋ ਜਾਂਦੀ ਹੈ । ਉਸ ਨੂੰ ਸੋਝੀ ਬਖਸ਼ਿਸ਼ ਹੋ ਜਾਂਦੀ ਹੈ । ਪ੍ਰਭ ਦੇ ਸ਼ਬਦ ਦਾ ਸਿਮਰਨ ਹੀ ਪ੍ਰਭ ਦੇ ਦਰਬਾਰ ਵਿੱਚ ਪ੍ਰਵਾਨ ਹੋਣ ਦੀ ਵਿਧੀ ਹੈ । ਪ੍ਰਭ ਹੀ ਸਾਰੀ ਸ੍ਰਿਸ਼ਟੀ ਦਾ ਅਸਲੀ ਮਾਲਕ ਹੈ । ਜਿਸ ਤੇ ਰਹਿਮਤ ਬਖਸ਼ਦਾ ਹੈ, ਉਹ ਹੀ ਪ੍ਰਭ ਦੀ ਰਜ਼ਾ, ਸ਼ਬਦ ਦੀ ਪਾਲਣਾ ਵਿੱਚ ਅਡੋਲ ਰਹਿੰਦਾ ਹੈ । ਪ੍ਰਭ ਦੇ ਸ਼ਬਦ ਦਾ ਅਡੋਲ ਭਰੋਸੇ ਨਾਲ ਸਿਮਰਨ, ਪਾਲਣਾ ਕਰੋ! ਉਸ ਵਿੱਚ ਲੀਨ, ਮਸਤ ਹੋ ਕੇ ਭਾਣੇ ਨੂੰ ਅਟਲ ਸਮਝਕੇ ਕਬੂਲ ਕਰੋ ।

You should sing the glory and obey the teachings of His Word with steady and stable belief in your day-to-day life. Whosoever may sanctify his soul; with His mercy and grace, he may be blessed with a state of mind as His true devotee. He may be enlightened with the essence of His Nature that the earnings of His Word may only be accepted in His Court. The One and Only One True Master of the universe, may bless the right path of acceptance in His Court. You should meditate, obey the teachings of His Word with steady and stable belief and accept His Word as an ultimate command.

ਅਨਦੁ ਸੁਣਹੁ ਵਡਭਾਗੀਹੋ,	anad sunhu vadbhaageeho
ਸਗਲ ਮਨੋਰਥ ਪੂਰੇ॥	sagal manorath pooray.
ਪਾਰਬ੍ਰਹਮੁ ਪ੍ਰਭੁ ਪਾਇਆ,	paarbarahm parabh paa-i-aa
ਉਤਰੇ ਸਗਲ ਵਿਸੂਰੇ॥	utray sagal visooray.
ਦੂਖ ਰੋਗ ਸੰਤਾਪ ਉਤਰੇ,	dookh rog santaap utray
ਸੁਣੀ ਸਚੀ ਬਾਣੀ॥	sunee sachee banee.
ਸੰਤ ਸਾਜਨ ਭਏ ਸਰਸੇ,	sant saajan bha-ay sarsay

ਪੂਰੇ ਗੁਰ ਤੇ ਜਾਣੀ॥	pooray gur tay jaanee.
ਸੁਣਤੇ ਪੁਨੀਤ, ਕਹਤੇ ਪਵਿਤੁ,	suntay puneet kahtay pavit
ਸਤਿਗੁਰੁ ਰਹਿਆ ਭਰਪੂਰੇ॥	satgur rahi-aa bharpooray.
ਬਿਨਵੰਤਿ ਨਾਨਕੁ ਗੁਰ ਚਰਣ ਲਾਗੇ,	binvant naanak gur charan laagay
ਵਾਜੇ ਅਨਹਦ ਤੂਰੇ॥੪੦॥੧॥	vaajay anhad tooray. ‖40‖1‖

ਜਿਸ ਦੇ ਹਿਰਦੇ ਵਿੱਚ ਸਦਾ ਅਟਲ ਚਲਣ ਵਾਲੀ ਪ੍ਰਭ ਦੇ ਸ਼ਬਦ ਦੀ ਧੁਨ ਸੁਣਾਈ ਦੇਂਦੀ ਹੈ । ਉਸ ਦੀਆਂ ਸਾਰੀਆਂ ਬੋਲੀਆਂ, ਅਨਬੋਲੀਆਂ ਮੁਰਾਦਾਂ ਪੂਰੀਆਂ ਹੋ ਜਾਂਦੀਆਂ ਹਨ । ਪ੍ਰਭ ਉਸ ਦੀਆਂ ਭੁਲਾਂ ਬਖਸ਼ਕੇ ਪ੍ਰਵਾਨ ਕਰ ਲੈਂਦਾ ਹੈ । ਜਿਸ ਦੇ ਮਨ ਵਿੱਚ ਸ਼ਬਦ ਦੀ ਸਿਖਿਆਂ ਰਚ ਜਾਂਦੀ ਹੈ । ਉਸ ਨੂੰ ਸੰਸਾਰਕ ਦੁਖਾਂ ਤੋਂ ਛੁਟਕਾਰਾ ਬਖਸ਼ਿਸ਼ ਹੋ ਜਾਂਦਾ ਹੈ । ਉਸ ਨੂੰ ਪ੍ਰਭ ਦੀ ਕ੍ਰਿਪਾ ਨਾਲ ਸੰਤ ਸਰੂਪ ਜੀਵ ਦੀ ਸੰਗਤ ਬਖਸ਼ਿਸ਼ ਹੋ ਜਾਂਦੀ ਹੈ, ਪ੍ਰਵਾਨਗੀ ਦਾ ਅਸਲੀ ਰਸਤਾ ਬਖਸ਼ਿਸ਼ ਹੋ ਜਾਂਦਾ ਹੈ । ਉਸ ਦੇ ਮਨ ਵਿੱਚ ਕੇਵਲ ਸ਼ਬਦ ਦੀ ਸਦਾ ਚਲਣ ਵਾਲੀ ਅਟਲ ਦੀ ਧੁਨ ਹੀ ਸੁਣਦੀ ਹੈ । ਉਸ ਦੇ ਸਵਾਸ ਸਵਾਸ ਵਿੱਚ ਪ੍ਰਭ ਦਾ ਸ਼ਬਦ ਰਚਿਆ ਰਹਿੰਦਾ ਹੈ । ਪ੍ਰਭ ਦੀ ਹੀ ਕਥਾ, ਬਾਕੀ ਜੀਵਾਂ ਨੂੰ ਸੁਣਾਉਂਦਾ ਹੈ । ਜਿਹੜਾ ਜੀਵ ਪ੍ਰਭ ਦੇ ਸ਼ਬਦ ਦੇ ਲੜ ਲਗਾ ਰਹਿੰਦਾ ਹੈ, ਉਸ ਮਨ ਵਿੱਚ ਹਮੇਸ਼ਾ ਹੀ ਸੰਤੋਖ ਖੇੜਾ ਵਸਦਾ ਹੈ । ਜਿਹੜਾ ਉਸ ਦੇ ਜੀਵਨ ਦੀ ਸਿਖਿਆਂ ਨੂੰ ਆਪਣੇ ਜੀਵਨ ਵਿੱਚ ਢਾਲਦਾ ਹੈ । ਉਸ ਦਾ ਵੀ ਮਾਨਸ ਜਨਮ ਸਫਲ ਹੋ ਜਾਂਦਾ, ਪ੍ਰਵਾਨ ਹੋ ਜਾਂਦੇ, ਸ਼ਰਣ ਵਿੱਚ ਪਨਾਹ ਬਖਸ਼ਿਸ਼ ਹੋ ਜਾਂਦੀ ਹੈ ।

Whosoever may hear the everlasting echo of His Word resonating within his heart; with His mercy and grace, his spoken and unspoken desires may by satisfied. The True Master may forgive his sins of previous lives. He may remain drenched with the essence of His Word. All his miseries of worldly desires may be eliminated; with His mercy and grace, he may be blessed with the conjugation of His Holy saint. He may be blessed with the right path of acceptance in His Court. His true devotee may only hear the everlasting echo of His Word resonating within his heart. Who may adopt the teachings of His Word with steady and stable belief in his day-to-day life? He may remain drenched with the essence of His Word. He may only share the eternal spiritual message with others. Whosoever may remain intoxicated in meditating on the teachings of His Word; with His mercy and grace, he may remain contented and in blossom in his worldly life. Whosoever may adopt the teachings of His Word with steady and stable belief in his day-to-day life; with His mercy and grace, he may be accepted in His Sanctuary and his human life opportunity may be rewarding.

1. **ਮੁੰਦਾਵਣੀ ਮਹਲਾ ੫॥ 1429-11** -W

ਥਾਲ ਵਿਚਿ ਤਿੰਨਿ ਵਸਤੂ ਪਈਓ,	thaal vich tinn vastoo pa-ee-o
ਸਤੁ ਸੰਤੋਖੁ ਵੀਚਾਰੋ॥	sat santokh veechaaro.
ਅੰਮ੍ਰਿਤ ਨਾਮੁ ਠਾਕੁਰ ਕਾ ਪਇਓ,	amrit naam thaakur kaa pa-i-o
ਜਿਸ ਕਾ ਸਭਸੁ ਅਧਾਰੋ॥	jis kaa sabhas aDhaaro.
ਜੇ ਕੋ ਖਾਵੈ, ਜੇ ਕੋ ਭੁੰਚੈ,	jay ko khaavai jay ko bhunchai
ਤਿਸ ਕਾ ਹੋਇ ਉਧਾਰੋ॥	tis kaa ho-ay uDhaaro.
ਏਹ ਵਸਤੁ ਤਜੀ ਨਹ ਜਾਈ,	ayh vasat tajee nah jaa-ee
ਨਿਤ ਨਿਤ ਰਖੁ ਉਰਿ ਧਾਰੋ॥	nit nit rakh ur Dhaaro.
ਤਮ ਸੰਸਾਰੁ ਚਰਨ ਲਗਿ ਤਰੀਐ,	tam sansaar charan lag taree-ai
ਸਭੁ ਨਾਨਕ ਬ੍ਰਹਮ ਪਸਾਰੋ॥੧॥	sabh naanak barahm pasaaro. ‖1‖

ਪ੍ਰਭ ਨੇ ਸ੍ਰਿਸ਼ਟੀ ਵਿੱਚ ਤਿੰਨ ਪਦਾਰਥ ਜੀਵਾਂ ਦੇ ਵਿਚਾਰ ਕਰਨ ਲਈ ਰਖੇ ਹਨ । ਸਤੁ, ਸੰਤੋਖ ਅਤੇ ਪ੍ਰਭ ਦੇ ਸ਼ਬਦ ਵੱਲ ਧਿਆਨ ਰਖਿਆ ਹੈ । ਇਸ ਸਭ ਕੁਝ ਦਾ ਅਧਾਰ, ਪ੍ਰਭ ਦੇ ਸ਼ਬਦ ਦੀ ਸਿਖਿਆਂ ਹੈ । ਜਿਹੜਾ ਪ੍ਰਭ ਦੇ ਸ਼ਬਦ ਦੀ ਸਿਖਿਆਂ ਆਪਣੇ ਜੀਵਨ ਵਿੱਚ ਢਾਲਦਾ ਹੈ । ਉਸ ਦੇ ਮਾਨਸ ਜੀਵਨ ਦਾ ਅਸਲੀ ਮਨੋਰਥ ਪੂਰਾ ਹੋ ਜਾਂਦਾ ਹੈ, ਉਸ ਨੂੰ ਮੁਕਤੀ ਦਾ ਰਸਤਾ ਬਖਸ਼ਿਸ਼ ਹੋ ਜਾਂਦਾ ਸਕਦਾ

ਹੈ । ਪ੍ਰਭ ਦੀ ਬਖਸ਼ਿਸ਼, ਸ਼ਬਦ ਦੀ ਸੋਝੀ ਕੋਈ ਚੋਰੀ ਨਹੀਂ ਕਰ ਸਕਦਾ । ਜਿਹੜਾ ਪ੍ਰਭ ਦੇ ਸ਼ਬਦ ਦਾ ਸਿਮਰਨ, ਪਾਲਣਾ ਅਡੋਲ ਭਰੋਸੇ ਨਾਲ ਕਰਦਾ ਹੈ । ਪ੍ਰਭ ਆਪ ਹੀ ਉਸ ਨੂੰ ਪ੍ਰਵਾਨਗੀ ਦੇ ਰਸਤੇ ਤੇ ਅਡੋਲ ਰਖਦਾ ਹੈ ।

The True Master has embedded three unique ambrosial virtues in the universe at the disposal of His Creation. Whosoever may comprehend these three virtues, accepts His Word as an Ultimate Command.

**Patiently wait for His Blessings; Remain contented with His Blessings; concentrate on the real purpose of human life;

The teachings of His Word may be the foundation, root, pillar of all three unique virtues. Whosoever may adopt the teachings of His Word with steady and stable belief in his day-to-day life; with His mercy and grace, he may be blessed with the right path of acceptance in His Court. The purpose of his human life opportunity may be rewarded, successful. No one may ever deprive, robs His Blessed Vision, enlightenment of His Word, the right path of acceptance in His Court from His true devotee. Whosoever may surrender his self-identity at His Sanctuary and meditates, obeys the teachings of His Word with steady and sable belief; with His mercy and grace, The True Master may keep His true devotee steady and stable on the right path of acceptance in His Court.

15. ਸਲੋਕ ਮਹਲਾ ੫॥ (1429-14)

ਤੇਰਾ ਕੀਤਾ ਜਾਤੋ ਨਾਹੀ,	tayraa keetaa jaato naahee
ਮੈਨੋ ਜੋਗੁ ਕੀਤੋਈ॥	maino jog keeto-ee.
ਮੈ ਨਿਰਗੁਣਿਆਰੇ ਕੋ ਗੁਣੁ ਨਾਹੀ,	mai nirguni-aaray ko gun naahee aa-
ਆਪੇ ਤਰਸੁ ਪਇਓਈ॥	pay taras pa-i-o-ee.
ਤਰਸੁ ਪਇਆ ਮਿਹਰਾਮਤਿ ਹੋਈ,	taras pa-i-aa mihraamat ho-ee
ਸਤਿਗੁਰੁ ਸਜਣੁ ਮਿਲਿਆ॥	satgur sajan mili-aa.
ਨਾਨਕ ਨਾਮੁ ਮਿਲੈ ਤਾ ਜੀਵਾਂ,	naanak naam milai taaN jeevaaN
ਤਨੁ ਮਨੁ ਥੀਵੈ ਹਰਿਆ॥੧॥	tan man theevai hari-aa. ||1||

ਪ੍ਰਭ, ਤੇਰੇ ਬਖਸ਼ੇ, ਕਿਸੇ ਕਰਤਬ ਦੇ ਕਾਰਨ ਦੀ ਸੋਝੀ, ਮਾਨਸ ਦੀ ਸਮਝ ਵਿੱਚ ਨਹੀਂ ਹੁੰਦੀ । ਅਣਜਾਣ ਮਾਨਸ ਵਿੱਚ ਕੋਈ ਸਿਆਣਪ, ਕੋਈ ਗੁਣ ਨਹੀਂ ਹੈ! ਪ੍ਰਭ ਨੇ ਆਪਣੀ ਰਹਿਮਤ ਨਾਲ ਹੀ ਮੈਨੂੰ ਸਿਮਰਨ ਦੇ ਯੋਗ ਸਮਝਿਆ, ਬਣਾਇਆ ਹੈ । ਆਪ ਹੀ ਅਸਲੀ ਰਸਤੇ ਤੇ ਪਾਉਣ ਵਾਲੇ ਸੰਤ ਦੀ ਸੰਗਤ ਬਖਸ਼ੀ ਹੈ । ਮੇਰੇ ਸਵਾਸਾਂ ਦਾ, ਮਾਨਸ ਜੀਵਨ ਦਾ ਮੰਤਵ, ਧੰਦਾ ਹੀ, ਪ੍ਰਭ ਦੇ ਸ਼ਬਦ ਦਾ ਸਿਮਰਨ, ਸ਼ਬਦ ਦੀ ਪਾਲਣਾ ਬਣ ਗਿਆ ਹੈ । ਜਿਹੜਾ ਪ੍ਰਭ ਦੇ ਸ਼ਬਦ ਦੇ ਸਿਮਰਨ ਵਿੱਚ, ਸ਼ਬਦ ਦੀ ਸਮਾਧੀ ਵਿੱਚ ਲੀਨ ਹੋ ਜਾਂਦਾ, ਰਹਿੰਦਾ ਹੈ । ਪ੍ਰਭ ਦੀ ਰਹਿਮਤ ਨਾਲ ਉਸ ਦਾ ਮਨ ਸ਼ੀਤਲ, ਠੰਡਾ, ਸੰਤੋਖ ਨਾਲ ਭਰਪੂਰ ਹੋ ਜਾਂਦਾ ਹੈ ।

My True Master, Your Blessings, purpose of events in the universe, remain beyond the imagination, comprehension of Your Creation. I am ignorant, have no wisdom, own virtues to accomplish or comprehend any happening in the universe. The Merciful True Master has bestowed His Blessed Vision to transform my state of mind to become worthy to meditate, adopt the teachings of His Word. The True Master has blessed the conjugation of His Holy saint to guide on the right path of acceptance in His Court. The purpose of my breathes, human life opportunity has become to meditate, obey the teachings of His Word with steady and stable belief in my day-to-day life. Whosoever may remain intoxicated meditating in the void of His Word; with His mercy and grace, he may remain calm, peaceful, and overwhelmed with contentment in his human life journey.

☬ ਰਹਰਾਸਿ ਸਾਹਿਬ ☬

1. **ਆਸਾ ਮਹਲਾ ੪॥ 451-5**

ਹਰਿ ਜੁਗੁ ਜੁਗੁ ਭਗਤ ਉਪਾਇਆ,	har jug jug bhagat upaa-i-aa
ਪੈਜ ਰਖਦਾ ਆਇਆ ਰਾਮ ਰਾਜੇ॥	paij rakh-daa aa-i-aa raam raajay.
ਹਰਣਾਖਸੁ ਦੁਸਟੁ ਹਰਿ ਮਾਰਿਆ,	harnaakhas dusat har maari-aa
ਪ੍ਰਹਲਾਦੁ ਤਰਾਇਆ॥	parahlaad taraa-i-aa.
ਅਹੰਕਾਰੀਆ ਨਿੰਦਕਾ ਪਿਠਿ ਦੇਇ,	ahaNkaaree-aa nindkaa pith day-ay
ਨਾਮਦੇਉ ਮੁਖਿ ਲਾਇਆ॥	naamday-o mukh laa-i-aa.
ਜਨ ਨਾਨਕ ਐਸਾ ਹਰਿ ਸੇਵਿਆ,	jan naanak aisaa har sayvi-aa
ਅੰਤਿ ਲਏ ਛਡਾਇਆ॥੪॥੧੩॥੨੦॥	ant la-ay chhadaa-i-aa. ||4||13||20||

ਹਰਇਕ ਜੁਗ ਵਿੱਚ ਹੀ ਪ੍ਰਭ ਆਪਣੇ ਭਗਤ, ਬੰਦਗੀ ਕਰਨ ਵਾਲੇ ਭੇਜਦਾ, ਪੈਦਾ ਕਰਦਾ ਹੈ । ਆਪ ਹੀ ਉਹਨਾਂ ਦੀ ਲਾਜ ਰਖਦਾ ਅਇਆ ਹੈ । ਪ੍ਰਭ ਨੇ ਹੀ ਜ਼ਾਲਮ ਹਰਨਾਖਸ਼ ਨੂੰ ਸਜ਼ਾ, ਮੌਤ ਦਿੱਤੀ ਅਤੇ ਪ੍ਰਹਲਾਦ ਦੀ ਰਖਿਆ ਕੀਤੀ । ਪ੍ਰਭ ਨੇ ਆਪ ਹੀ ਉਸ ਅਹੰਕਾਰੀ ਪੁਜਾਰੀ ਨੂੰ ਠੋਕਰ ਮਾਰੀ ਪਿੱਠ ਦੇਖਾਈ, ਨਾਮਦੇਵ ਵਰਗੇ ਨਿਮਾਣੇ, ਗਰੀਬ ਭਗਤ ਨੂੰ ਆਪਣੇ ਗਲੇ ਲਾਇਆ । ਜੀਵ ਇਸ ਹੈਸੀਅਤ ਵਾਲੇ ਪ੍ਰਭ ਦੇ ਸ਼ਬਦ ਦੀ ਪਾਲਣਾ ਕਰੋ! ਜਿਹੜਾ ਅੰਤ ਵਿੱਚ ਮੌਤ ਤੇ ਆਪ ਹੀ ਸਹਾਈ ਹੁੰਦਾ ਹੈ ।

In each Yuga, The True Master sends His Messengers, Blessed Souls to convey His Message. In each environment, he has been protecting His Angel, His true devotee. The True Master himself became the protector of the innocent **Parahlaad** and punished the devil king like **Harnaakhash.** The True Master rebuked those priests with ego, showed them His Back; He protected the honor of His Word, by honoring and protecting His humble devotee, Naam dev. You should always meditate and obey the command, Word of such a guru

2. **ਸਲੋਕ ਮਃ ੧॥ 1291-13**

ਧੰਨੁ ਸੁ ਕਾਗਦੁ ਕਲਮ ਧੰਨੁ	Dhan so kaagad kalam Dhan
ਧਨੁ ਭਾਂਡਾ ਧਨੁ ਮਸੁ॥	Dhan bhaaNdaa Dhan mas.
ਧਨੁ ਲੇਖਾਰੀ ਨਾਨਕਾ	Dhan laykhaaree naankaa
ਜਿਨਿ ਨਾਮੁ ਲਿਖਾਇਆ ਸਚੁ॥੧॥	jin naam likhaa-i-aa sach. ||1||

ਜਿਹਨਾਂ ਨੇ ਪ੍ਰਭ ਦਾ ਸ਼ਬਦ ਲਿਖਿਆ ਹੈ । ਪ੍ਰਭ ਦੀ ਰਹਿਮਤ ਨਾਲ, ਉਹ ਕਾਗਜ਼, ਕਲਮ, ਸਿਆਹੀ, ਲਿਖਾਰੀ ਧਨ, ਵੱਡੇ ਭਾਗਾਂ ਹੋ ਜਾਂਦਾ ਹੈ ।

Whosoever may write the spiritual message of His Word without any worldly greed; with His mercy and grace, the paper, pen, ink, and the scriber of the spiritual message may become very fortunate.

ਮਃ ੧॥	mehlaa 1.
ਆਪੇ ਪਟੀ ਕਲਮ ਆਪਿ	aapay patee kalam aap
ਉਪਰਿ ਲੇਖੁ ਭਿ ਤੂੰ॥	upar laykh bhe tooN.
ਏਕੋ ਕਹੀਐ ਨਾਨਕਾ	ayko kahee-ai naankaa
ਦੂਜਾ ਕਾਹੇ ਕੂ॥੨॥	doojaa kaahay koo. ||2||

ਪ੍ਰਭ ਆਪ ਹੀ ਲਿਖਣ ਵਾਲੀ ਪਟੀ, ਕਲਮ, ਆਪ ਹੀ ਉਹ ਲਿਖਿਆ ਸ਼ਬਦ ਹੈ । ਅਸੀ ਇਕੋ ਇਕ ਪ੍ਰਭ ਦੀ ਗਲ ਕਰਦੇ ਹਾ, ਜਾ ਕੋਈ ਹੋਰ ਵੀ ਰੱਬ ਹੈ?

The True Master may be the writing paper, pen and the His engraved Word on each soul. Are we referring, to The One and only One?

3. **ਸਲੋਕੁ ਮਃ ੧॥ (੧੨) 469-9**

ਦੁਖੁ ਦਾਰੂ ਸੁਖੁ ਰੋਗੁ ਭਇਆ	dukh daaroo sukh rog bha-i-aa
ਜਾ ਸੁਖੁ ਤਾਮਿ ਨ ਹੋਈ॥	jaa sukh taam na ho-ee.

ਤੂੰ ਕਰਤਾ ਕਰਣਾ ਮੈ ਨਾਹੀ
ਜਾ ਹਉ ਕਰੀ ਨ ਹੋਈ॥੧॥

tooN kartaa karnaa mai naahee
jaa ha-o karee na ho-ee. ||1||

ਜਦੋਂ ਜੀਵ ਦੇ ਜੀਵਨ ਵਿੱਚ ਦੁਖ ਆਉਂਦਾ ਹੈ, ਉਸ ਵੇਲੇ ਹੀ ਪ੍ਰਭ ਦੇ ਸ਼ਬਦ ਦਾ, ਪ੍ਰਭ ਦਾ ਧਿਆਨ ਆਉਂਦਾ ਹੈ । ਜੀਵਨ ਵਿੱਚ ਸੁਖ ਦੇ ਸਮੇਂ ਪ੍ਰਭ ਦਾ ਧਿਆਨ ਸ਼ਬਦ ਦੀ ਪਾਲਣਾ ਵਿੱਚ ਮਨ ਅਡੋਲ ਨਹੀਂ ਹੁੰਦਾ । ਪ੍ਰਭ ਤੂੰ ਹੀ ਸਭ ਕੁਝ ਪੈਦਾ ਕਰਦਾ ਹੈ, ਤੇਰਾ ਕੀਤਾ ਹੀ ਸਭ ਕੁਝ ਹੁੰਦਾ ਹੈ । ਮਾਨਸ ਭਾਵੇਂ ਕਿਤਨੀ ਵੀ ਕੋਸ਼ਿਸ਼ ਕਿਉਂ ਨਾ ਕਰੇ, ਕੁਝ ਵੀ ਨਹੀਂ ਕਰ ਸਕਦੇ । ਸੁਖ ਵੇਲੇ ਜੀਵ ਤੇਰਾ ਨਾਮ ਨਹੀਂ ਲੈਂਦੇ ਅਤੇ ਦੁਖ ਸਮੇਂ, ਭੁੱਲਾਂ ਬਖਸ਼ਾਉਣ ਲਈ ਤੇਰਾ ਨਾਮ ਸਿਮਰਨ ਕਰਦੇ ਹਨ ।

The worldly creatures are unique; at the time of misery, they will remember and meditate on the teachings of Your Word with each breath. However, at the time of comforts and pleasures they remain intoxicated with worldly possessions and ignore to meditate on the teachings of Your Word. The True Master, creator of the universe, only Your Command may prevail in the universe; the worldly creature may not have any power or control. With all his efforts! he may not accomplish anything in the universe. He may not remember his separation from Your Spirt at the time of pleasure and comforts in life; however, at the time of misery, he meditates with each breath and begs for Your Forgiveness.

ਬਲਿਹਾਰੀ ਕੁਦਰਤਿ ਵਸਿਆ॥
ਤੇਰਾ ਅੰਤੁ ਨ ਜਾਈ ਲਖਿਆ॥੧॥
ਰਹਾਉ॥

balihaaree kudrat vasi-aa.
tayraa ant na jaa-ee lakhi-aa. ||1||
rahaa-o.

ਪ੍ਰਭ ਤੇਰੇ ਤੋਂ ਸਦਕੇ ਜਾਵਾ, ਤੇਰੇ ਕਿਸੇ ਕਰਤਬ ਦੇ ਅੰਤ ਦੀ ਸੋਝੀ ਨਹੀਂ, ਤੂੰ ਇਹ ਕਿਉਂ ਕਰਦਾ ਹੈ?

I am fascinated and astonished from Your Nature. I have no comprehension of the limits of Your Miracles. How and why may You perform these activities and miracles in the universe?

ਜਾਤਿ ਮਹਿ ਜੋਤਿ ਜੋਤਿ ਮਹਿ ਜਾਤਾ,
ਅਕਲ ਕਲਾ ਭਰਪੂਰਿ ਰਹਿਆ॥
ਤੂੰ ਸਚਾ ਸਾਹਿਬੁ ਸਿਫਤਿ ਸੁਆਲਿ੍ਉ,
ਜਿਨਿ ਕੀਤੀ ਸੋ ਪਾਰਿ ਪਇਆ॥
ਕਹੁ ਨਾਨਕ ਕਰਤੇ ਕੀਆ ਬਾਤਾ,
ਜੋ ਕਿਛੁ ਕਰਣਾ ਸੁ ਕਰਿ ਰਹਿਆ॥੨॥

jaat meh jot jot meh jaataa
akal kalaa bharpoor rahi-aa.
tooN sachaa saahib sifat su-aaliha-o
jin keetee so paar pa-i-aa.
kaho naanak kartay kee-aa baataa
jo kichh karnaa so kar rahi-aa. ||2||

ਪ੍ਰਭ ਤੂੰ ਆਪਣੀ ਸਾਜੀ ਹੋਈ ਸ੍ਰਿਸ਼ਟੀ ਵਿੱਚ ਆਪ ਹੀ ਜੋਤ, ਆਤਮਾ ਬਖਸ਼ਦਾ ਹੈ । ਆਪ ਹੀ ਆਪਣੀ ਹੋਂਦ ਮਹਿਸੂਸ ਕਰਾਉਂਦਾ ਹੈ । ਤੇਰੇ ਵਿੱਚ ਹੀ ਇਹ ਸਾਰੀਆਂ ਕਰਮਾਤਾਂ ਹਨ! ਜਿਹੜਾ ਤੇਰੇ ਸ਼ਬਦ ਦੀ ਪਾਲਣਾ, ਸਿਮਰਨ ਕਰਦਾ ਹੈ, ਉਸ ਤੇ ਰਹਿਮਤ ਬਖਸ਼ਕੇ ਮਾਨਸ ਜੀਵਨ ਸਫਲ ਕਰ ਦੇਂਦਾ ਹੈ । ਇਹ ਸਭ ਤੇਰਾ ਰਚਿਆ ਹੋਇਆ ਖੇਲ ਹੈ! ਜੋ ਤੈਨੂੰ ਭਾਉਂਦਾ, ਚੰਗਾ ਲਗਦਾ ਹੈ, ਉਹ ਹੀ ਤੂੰ ਕਰਦਾ ਹੈ । ਰਹਿਮਤ ਬਖਸ਼ਕੇ ਸ਼ਬਦ ਦੇ ਸਿਮਰਨ ਤੇ ਅਡੋਲ ਰਖੋ !

My True Master, Creator has infused, blessed Hus Holy spirit in the soul of a creature; with His own mercy and grace; He may enlighten the soul to realize His existence. All miracles may only happen under His Command. Whosoever may meditate and adopts the teachings of His Word in his day-to-day life; he may be blessed with the right path of meditation to successfully conclude his human life journey. He has created the whole play of the universe, only His Command may prevail in each activity; with His mercy and grace, His true devotee may meditate on the teachings of His Word with steady and stable belief in his day-to-day life.

3. ਦਰਬਾਰ ਕਿਸਤਰ੍ਹਾਂ ਦਾ, ਕੌਣ, ਕੀ ਕਰਦੇ ਹਨ॥ How splendor His throne?

ਸੋ ਦਰੁ ਕੇਹਾ ਸੋ ਘਰੁ ਕੇਹਾ	so dar kayhaa so ghar kayhaa,
ਜਿਤੁ ਬਹਿ ਸਰਬ ਸਮਾਲੇ॥	jit bahi sarab samaalay.
ਵਾਜੇ ਨਾਦ ਅਨੇਕ ਅਸੰਖਾ	vaajay naad anayk asankhaa,
ਕੇਤੇ ਵਾਵਣਹਾਰੇ॥	kaytay vaavanhaaray.
ਕੇਤੇ ਰਾਗ ਪਰੀ ਸਿਉ ਕਹੀਅਨਿ	kaytay raag paree si-o kahee-an,
ਕੇਤੇ ਗਾਵਣਹਾਰੇ॥	kaytay gaavanhaaray.
ਗਾਵਹਿ ਤੁਹਨੋ ਪਉਣੁ ਪਾਣੀ ਬੈਸੰਤਰੁ,	gaavahi tuhno pa-un paanee baisantar.
ਗਾਵੈ ਰਾਜਾ ਧਰਮੁ ਦੁਆਰੇ॥	gaavai raajaa Dharam du-aaray.
ਗਾਵਹਿ ਚਿਤੁ ਗੁਪਤੁ ਲਿਖਿ ਜਾਣਹਿ,	gaavahi chit gupat likh jaaneh
ਲਿਖਿ ਲਿਖਿ ਧਰਮੁ ਵੀਚਾਰੇ॥	likh likh Dharam veechaaray.
ਗਾਵਹਿ ਈਸਰੁ ਬਰਮਾ ਦੇਵੀ	gaavahi eesar barmaa dayvee
ਸੋਹਨਿ ਸਦਾ ਸਵਾਰੇ॥	sohan sadaa savaaray.
ਗਾਵਹਿ ਇੰਦ ਇਦਾਸਣਿ ਬੈਠੇ	gaavahi ind idaasan baithay
ਦੇਵਤਿਆ ਦਰਿ ਨਾਲੇ॥	dayviti-aa dar naalay.
ਗਾਵਹਿ ਸਿਧ ਸਮਾਧੀ ਅੰਦਰਿ	gaavahi siDh samaaDhee andar gaa-
ਗਾਵਨਿ ਸਾਧ ਵਿਚਾਰੇ॥	van saaDh vichaaray.
ਗਾਵਨਿ ਜਤੀ ਸਤੀ ਸੰਤੋਖੀ	gaavan jatee satee santokhee
ਗਾਵਹਿ ਵੀਰ ਕਰਾਰੇ॥	gaavahi veer karaaray.
ਗਾਵਨਿ ਪੰਡਿਤ ਪੜਨਿ ਰਖੀਸਰ	gaavan pandit parhan rakheesar
ਜੁਗੁ ਜੁਗੁ ਵੇਦਾ ਨਾਲੇ॥	jug jug vaydaa naalay.
ਗਾਵਹਿ ਮੋਹਣੀਆ ਮਨੁ ਮੋਹਨਿ	gaavahi mohnee-aa man mohan
ਸੁਰਗਾ ਮਛ ਪਇਆਲੇ॥	surgaa machh pa-i-aalay.
ਗਾਵਨਿ ਰਤਨ ਉਪਾਏ ਤੇਰੇ	gaavan ratan upaa-ay tayray
ਅਠਸਠਿ ਤੀਰਥ ਨਾਲੇ॥	athsath tirath naalay.
ਗਾਵਹਿ ਜੋਧ ਮਹਾਬਲ ਸੂਰਾ	gaavahi joDh mahaabal sooraa
ਗਾਵਹਿ ਖਾਣੀ ਚਾਰੇ॥	gaavahi khaanee chaaray.
ਗਾਵਹਿ ਖੰਡ ਮੰਡਲ ਵਰਭੰਡਾ	gaavahi khand mandal varbhandaa
ਕਰਿ ਕਰਿ ਰਖੇ ਧਾਰੇ॥	kar kar rakhay Dhaaray.
ਸੇਈ ਤੁਧੁਨੋ ਗਾਵਹਿ	say-ee tuDhuno gaavahi
ਜੋ ਤੁਧੁ ਭਾਵਨਿ,	jo tuDh bhaavan,
ਰਤੇ ਤੇਰੇ ਭਗਤ ਰਸਾਲੇ॥	ratay tayray bhagat rasaalay.
ਹੋਰਿ ਕੇਤੇ ਗਾਵਨਿ	hor kaytay gaavan
ਸੇ ਮੈ ਚਿਤਿ ਨ ਆਵਨਿ	say mai chit na aavan
ਨਾਨਕੁ ਕਿਆ ਵੀਚਾਰੇ॥	naanak ki-aa veechaaray.
ਸੋਈ ਸੋਈ ਸਦਾ ਸਚੁ ਸਾਹਿਬੁ	so-ee so-ee sadaa sach saahib
ਸਾਚਾ ਸਾਚੀ ਨਾਈ॥	saachaa saachee naa-ee.
ਹੈ ਭੀ ਹੋਸੀ ਜਾਇ ਨ ਜਾਸੀ	hai bhee hosee jaa-ay na jaasee
ਰਚਨਾ ਜਿਨਿ ਰਚਾਈ॥	rachnaa jin rachaa-ee.
ਰੰਗੀ ਰੰਗੀ ਭਾਤੀ ਕਰਿ ਕਰਿ,	rangee rangee bhaatee kar kar
ਜਿਨਸੀ ਮਾਇਆ ਜਿਨਿ ਉਪਾਈ॥	jinsee maa-i-aa jin upaa-ee.
ਕਰਿ ਕਰਿ ਵੇਖੈ ਕੀਤਾ ਆਪਣਾ,	kar kar vaykhai keetaa aapnaa
ਜਿਵ ਤਿਸ ਦੀ ਵਡਿਆਈ॥	jiv tis dee vadi-aa-ee.
ਜੋ ਤਿਸੁ ਭਾਵੈ ਸੋਈ ਕਰਸੀ,	jo tis bhaavai so-ee karsee
ਹੁਕਮੁ ਨ ਕਰਣਾ ਜਾਈ॥	hukam na karnaa jaa-ee.
ਸੋ ਪਾਤਿਸਾਹੁ ਸਾਹਾ ਪਾਤਿਸਾਹਿਬੁ,	

ਨਾਨਕ ਰਹਣੁ ਰਜਾਈ॥੧॥

so paatisaahu saahaa paatisaahib
naanak rahan rajaa-ee. ||1||

ਪ੍ਰਭ ਤੇਰਾ ਘਰ, ਆਸਣ ਕਿਤਨੀ ਸ਼ਾਨ ਵਾਲਾ ਹੈ, ਜਿਸ ਵਿੱਚ ਬੈਠਕੇ ਸਾਰੀ ਸ੍ਰਿਸ਼ਟੀ ਨੂੰ ਸੰਭਾਲਦਾ, ਰੋਜ਼ੀ, ਕ੍ਰਿਪਾ ਦੀ ਨਜ਼ਰ ਬਖਸ਼ਦਾ ਹੈ? ਪ੍ਰਭ ਦੇ ਘਰ ਵਿੱਚ ਅਨੇਕਾਂ ਹੀ ਸੰਗੀਤ ਚਲਦੇ, ਅਨੇਕਾਂ ਹੀ ਸ਼ਬਦ ਦਾ ਵਿਚਾਰ, ਸਿਮਰਨ ਕਰਦੇ, ਰਾਗ ਚਲਦੇ, ਰਾਗਾਂ ਦੀਆਂ ਪਰੀਆਂ ਹਮੇਸ਼ਾਂ ਰਾਗ ਗਾਉਂਦੀਆ ਹਨ, ਗਿਣਤੀ ਨਹੀਂ ਕੀਤਾ ਜਾ ਸਕਦੀ । ਪ੍ਰਭ ਦੇ ਸ਼ਬਦ ਦੀ ਗੂੰਜ ਸਦਾ ਚਲਦੀ ਰਹਿੰਦੀ ਹੈ । ਪ੍ਰਭ ਦਾ ਸਿਮਰਨ ਹਵਾ, ਪਾਣੀ, ਅੱਗਨੀ, ਧਰਮਰਾਜ, ਚਿਤ੍ਰ ਅਤੇ ਗੁਪਤ, ਈਸਰ, ਬ੍ਰਹਮਾ, ਹੋਰ ਸਾਰੇ ਦੇਵ ਅਤੇ ਦੇਵੀਆਂ ਕਰਦੇ, ਪ੍ਰਭ ਦੀ ਰਹਿਮਤ ਨਾਲ ਦਰਬਾਰ ਵਿੱਚ ਪ੍ਰਵਾਨ ਹੋ ਗਏ ਹਨ । ਇੰਦ੍ਰ, ਸਾਧੂ, ਵਿਦਵਾਨ ਵਿਚਾਰ ਕਰਨਵਾਲੇ, ਸਿਧ, ਜੋਗੀ, ਜਤੀ, ਸਤੀਆਂ ਅਤੇ ਹੋਰ ਸੂਰਮੇ, ਸਾਸਤ੍ਰ ਦੇ ਗਿਆਨ ਵਾਲੇ ਵਿਦਵਾਨ ਪੰਡਿਤ, ਮਨ ਨੂੰ ਮੋਹਣਵਾਲੀ ਸੁਰਾਂ ਵਾਲੇ, ਸਵਰਗ ਤੇ ਪਤਾਲ ਵਿੱਚ ਰਹਿਣ ਵਾਲੀਆਂ ਸਾਰੀਆਂ ਸ੍ਰਿਸ਼ਟੀਆਂ ਹੀ ਸਿਮਰਨ ਕਰਦੀਆਂ, ਜਸ ਗਾਉਂਦੀਆਂ ਹਨ । ਜਿਸ ਤੇ ਪ੍ਰਭ ਰਹਿਮਤ ਬਖਸ਼ਦਾ ਹੈ, ਕੇਵਲ ਉਹ ਹੀ ਸ਼ਬਦ ਦਾ ਸਿਮਰਨ ਕਰਦਾ, ਸ਼ਬਦ ਦੀ ਸਮਾਧੀ ਵਿੱਚ ਅਡੋਲ ਰਹਿੰਦਾ ਹੈ । ਅਣਗਿਣਤ ਹੋਰ ਵੀ ਗੁਣ ਗਾਉਂਦੇ ਹਨ, ਜਿਹੜੇ ਮੇਰੇ ਖਿਆਲ ਵਿੱਚ ਨਹੀਂ ਅਉਂਦੇ, ਮੈਂ ਬੋਲਣਾ ਭੁਲ ਗਿਆ ਹਾ । ਪ੍ਰਭ ਸ੍ਰਿਸ਼ਟੀ ਤੋਂ ਪਹਿਲੇ ਵੀ ਅਤੇ ਸ੍ਰਿਸ਼ਟੀ ਤੋਂ ਪਿਛੋਂ ਵੀ ਅਟਲ ਰਹਿਣ ਵਾਲਾ ਅਸਲੀ ਮਾਲਕ ਹੈ । ਪ੍ਰਭ ਦੇ ਪੈਦਾ ਕੀਤੇ ਰਤਨ, ਅਨਗਿਣਤ ਹੀ ਤੀਰਥ (ਅਠਾਹਠ–68), ਸਾਸਤ੍ਰ, ਵੇਦ, ਸੂਰਮੇ ਹਨ, ਜਿਹਨਾਂ ਨੇ ਆਪਾ ਉਸ ਤੇ ਅਰਪਣ ਕੀਤਾ ਹੈ । ਹੋਰ ਸਾਰੇ ਖੰਡ, ਮੰਡਲ ਵਿੱਚ ਰਹਿਣ ਵਾਲੇ ਜੀਵ ਉਸ ਦਾ ਜਸ ਗਾਉਂਦੇ ਹਨ, ਮਨ ਇਕਾਗਰ ਕਰਕੇ ਸਦਾ ਚਲਣ ਵਾਲੀ ਧੁਨ ਵਿੱਚ ਮਸਤ ਰਹਿੰਦੇ ਹਨ । ਜਿਸ ਤੇ ਰਹਿਮਤ ਦੀ ਨਜ਼ਰ ਬਖਸ਼ਦਾ ਹੈ, ਕੇਵਲ ਉਹ ਹੀ ਸਿਮਰਨ ਕਰ ਸਕਦਾ ਹੈ । ਪ੍ਰਭ ਦੇ ਭਗਤ, ਪੂਜਣ ਯੋਗ ਹੋ ਜਾਂਦੇ, ਸ਼ਬਦ ਦੇ ਸਿਮਰਨ ਵਿੱਚ ਮਸਤ ਰਹਿੰਦੇ, ਮਰਜ਼ੀ ਨੂੰ ਕਬੂਲ ਕਰਕੇ, ਰਜ਼ਾ ਵਿੱਚ ਅਨੰਦ ਮਾਨਦੇ, ਕਰਤਬਾਂ ਦਾ ਧੰਨਵਾਦ ਗਾਉਂਦੇ ਹਨ । ਅਨੇਕਾਂ ਹੀ ਹੋਰ ਜੀਵ ਗਾਉਂਦੇ ਹਨ, ਜਿਹਨਾਂ ਦੀ ਪੂਰਨ ਗਿਣਤੀ ਨਹੀਂ ਕੀਤੀ ਜਾ ਸਕਦੀ । ਪ੍ਰਭ ਨੇ ਅਨੇਕਾਂ ਹੀ ਕਿਸਮਾਂ ਦੇ ਜੀਵ ਬਣਾਏ, ਅਨੇਕਾਂ ਹੀ ਰੰਗ ਰੂਪਾਂ, ਗੁਣਾਂ, ਹਰਇਕ ਵਿੱਚ ਵੱਖਰੇ, ਗੁਣ ਦਾ ਭੰਡਾਰ ਬਖਸ਼ਿਆ ਹੈ । ਸ੍ਰਿਸ਼ਟੀ ਨੂੰ ਆਪ ਹੀ ਪੈਦਾ ਕਰਦਾ, ਦੇਖਦਾ ਅਨੰਦ ਮਾਨਦਾ, ਆਪਣੀ ਮਰਜ਼ੀ ਦਾ ਮਾਲਕ, ਆਪਣੀ ਮੌਜ ਵਿੱਚ ਰਹਿੰਦਾ ਹੈ । ਪ੍ਰਭ, ਕਿਸੇ ਦਾ ਮੁਹਤਾਜ, ਗੁਲਾਮ ਨਹੀਂ, ਸ੍ਰਿਸ਼ਟੀ ਦੇ ਸਾਰੇ ਦੇਵਤੇ, ਮਾਹਰਾਜੇ ਪ੍ਰਭ ਦੇ ਹੁਕਮ ਅੰਦਰ ਹੀ ਹਨ । ਪ੍ਰਭ ਦਾ ਹੁਕਮ ਸਦਾ ਹੀ ਅਟਲ ਵਾਪਰਦਾ ਹੈ । ਪ੍ਰਭ ਦੇ ਦਾਸ ਸਦਾ ਹੀ ਪ੍ਰਭ ਦੇ ਬਖਸ਼ੇ ਤੇ ਸੰਤੋਖ, ਧੰਨਵਾਦ ਹੀ ਗਾਉਂਦਾ ਮਸਤ ਰਹਿੰਦਾ ਹੈ ।

How elegant may be His Throne, Palace to dwell and to perform all His Functions? Countless musicians, music, gods, angels, devotees, Holy Shrines, Holy priests of all Ages, sing His Glory and remain contented with His Blessings. The everlasting echo of His Word remains resonating nonstop within each soul, in His Nature as the right path of acceptance in His Court. Air, water, fire all underwater, universes, all Holy Shrines, warriors, Holy Scriptures, The Righteous Judge, chitr and gupt, Shivji, Brahma, goddess of Beauty, Indra, Siddhas, Celibates, fanatics, contented devotee, fearless warriors, religious priests, saints, worldly scholars, enchanting heavenly beauty, angels, 68 Holy Shrines, mighty warriors, all planets, solar system, galaxies, His true devotees who have surrender self-identity sings the glory of His Word. Many others, I might have omitted to mention in my ignorance. Whosoever may be blessed with devotion to meditates; he may remain intoxicated in deep meditation in the void of His Word. The Omnipresent True Master, His Command prevails throughout His Nature. He has created many universes, Creations, stars, creatures of various forms, shapes, colors, and various kinds of worldly wealth. Only His Word prevails! no one can change or avoid His Command, Blessings. His true devotee believes, The One and Only

One only King of kings; only His Word prevails and the only right path of salvation.

4. **ਆਸਾ ਮਹਲਾ ੧॥ (9-9)** Aasaa Mehlaa 1.

ਸੁਣਿ ਵਡਾ ਆਖੈ ਸਭੁ ਕੋਇ॥	sun vadaa aakhai sabh ko-ay.
ਕੇਵਡੁ ਵਡਾ ਡੀਠਾ ਹੋਇ॥	kayvad vadaa deethaa ho-ay.
ਕੀਮਤਿ ਪਾਇ ਨ ਕਹਿਆ ਜਾਇ॥	keemat paa-ay na kahi-aa jaa-ay. kahnai
ਕਹਣੈ ਵਾਲੇ ਤੇਰੇ ਰਹੇ ਸਮਾਇ॥੧॥	vaalay tayray rahay samaa-ay. ||1||

ਜਿਹੜਾ ਸੰਤ ਸਰੂਪ, ਪ੍ਰਭ ਦੀ ਰਹਿਮਤ ਨਾਲ ਸ਼ਬਦ ਦੀ ਪਾਲਣਾ ਵਿੱਚ ਲੀਨ ਰਹਿੰਦਾ ਹੈ, ਉਸ ਦੇ ਕਥਨਾਂ ਨੂੰ ਸੁਣਕੇ ਜਾਣਕਾਰੀ ਹੁੰਦੀ ਹੈ । ਪ੍ਰਭ ਦੀ ਵਡਿਆਈ, ਅਣਮੋਲ ਗੁਣਾਂ ਦਾ ਕੋਈ ਪੂਰਨ ਤਰ੍ਹਾਂ ਵਿਸਥਾਰ ਨਹੀਂ ਕਰ ਸਕਦਾ । ਕੇਵਲ ਪ੍ਰਭ ਦੀ ਬਖਸ਼ੀ ਸੋਝੀ ਨਾਲ ਹੀ ਕਥਾ ਕਰਦਾ ਹੈ । ਉਹਨਾਂ ਦੇ ਕਥਨਾਂ ਨੂੰ ਸੁਣਕੇ ਸਭ ਤੇਰੀ ਵਡਿਆਈ ਕਰਦੇ ਹਨ! ਜਿਸ ਨੂੰ ਪੂਰਨ ਸੋਝੀ ਬਖਸ਼ਿਸ਼ ਹੋ ਜਾਂਦੀ ਹੈ ਕੇਵਲ ਉਹ ਹੀ ਪ੍ਰਭ ਦੀ ਅਸਲੀ ਵਡਿਆਈ, ਕੀਮਤ ਜਾਣ ਸਕਦਾ ਹੈ ।

Whosoever may listen to the sermons of His true devotee; he may know as much enlightenment had been blessed to His Holy saint. The limits of virtues, greatness of The True Master, remain beyond any comprehension, imagination of His Creation. Whatsoever the enlightenment may be blessed; His true devotee may only sermon, share the blessed enlightenment of His Word. Everyone may only listen his sermons and sings the glory of His Word. Whosoever may be bestowed with complete enlightenment, only may realize the true depth, greatness of His Virtues.

ਵਡੇ ਮੇਰੇ ਸਾਹਿਬਾ ਗਹਿਰ	vaday mayray saahibaa gahir gam-
ਗੰਭੀਰਾ ਗੁਣੀ ਗਹੀਰਾ॥	bheeraa gunee gaheeraa.
ਕੋਇ ਨ ਜਾਣੈ ਤੇਰਾ ਕੇਤਾ	ko-ay na jaanai tayra kaytaa
ਕੇਵਡੁ ਚੀਰਾ॥੧॥ ਰਹਾਉ॥	kayvad cheeraa. ||1|| rahaa-o.

ਪ੍ਰਭ ਸਭ ਤੋਂ ਵੱਡਾ, ਸ਼ਰੋਮਣੀ, ਮੁਖੀ ਹੈ । ਤੇਰੀ ਵਿਸ਼ਾਲਤਾ, ਡੂੰਘਾਈ, ਗੰਭੀਰਤਾ, ਗਿਆਨ, ਦਇਆ, ਖਿਮਾ ਦਾ ਕੋਈ ਅੰਤ ਨਹੀਂ ਹੈ । ਤੇਰੇ ਕੀਤੇ ਕਰਤਬਾਂ, ਕਾਰਨਾਂ ਨੂੰ ਪੂਰਨ ਤਰ੍ਹਾਂ ਤੇ ਕੋਈ ਵੀ ਜਾਣ ਨਹੀਂ ਸਕਦਾ ।

The Supreme True Master, Greatest of All! His virtues, unfathomable depth of His Mystery, limits of His Miracles, Compassion, forgiveness may remain beyond the comprehension, imagination of His Creation.

ਸਭਿ ਸੁਰਤੀ ਮਿਲਿ ਸੁਰਤਿ ਕਮਾਈ॥	sabh surtee mil surat kamaa-ee.
ਸਭ ਕੀਮਤਿ ਮਿਲਿ ਕੀਮਤਿ ਪਾਈ॥	sabh keemat mil keemat paa-ee.
ਗਿਆਨੀ ਧਿਆਨੀ ਗੁਰ ਗੁਰਹਾਈ॥	gi-aanee Dhi-aanee gur gurhaa-ee.
ਕਹਣੁ ਨ ਜਾਈ ਤੇਰੀ ਤਿਲੁ ਵਡਿਆਈ॥੨॥	kahan na jaa-ee tayree til vadi-aa-ee. 2

ਸਾਰੀਆਂ ਸ੍ਰਿਸ਼ਟੀਆਂ ਦੇ ਪੀਰ ਪੈਗੰਬਰ, ਸੰਤ ਸਰੂਪ ਜਿਤਨੀ ਵੀ ਤੇਰੀ ਵਡੀਆਈ ਦੀ ਕਥਾ, ਵਿਆਖਿਆ ਕਰਦੇ ਹਨ । ਅਗਰ ਸਾਰੀ ਵੀ ਇਕੱਠੀ ਕਰ ਲਈ ਜਾਵੇ, ਤਾ ਵੀ ਉਹ ਤਿਲ ਭਰ (ਬੁਹਤ ਥੋੜ੍ਹੀ) ਵਿਆਖਿਆ ਹੀ ਕਰ ਸਕਦੇ ਹਨ ।

We may compile all praises, greatness sang by His true devotees of all universes; however, their explanations, descriptions of Your greatness, may be very insignificant amount.

ਸਭਿ ਸਤ ਸਭਿ ਤਪ ਸਭਿ ਚੰਗਿਆਈਆ॥	sabh sat sabh tap sabh chang-aa-ee-aa.
ਸਿਧਾ ਪੁਰਖਾ ਕੀਆ ਵਡਿਆਈਆ॥	siDhaa purkhaa kee-aa vadi-aa-ee-aa.
ਤੁਧੁ ਵਿਣੁ ਸਿਧੀ ਕਿਨੈ ਨ ਪਾਈਆ॥	tuDh vin siDhee kinai na paa-ee-aa.
ਕਰਮਿ ਮਿਲੈ ਨਾਹੀ ਠਾਕਿ ਰਹਾਈਆ॥੩॥	karam milai naahee thaak rahaa-ee-aa. 3

ਜਿਹੜਾ ਵੀ ਭਗਤ, ਸੰਤ ਸਰੂਪ, ਪੀਰ ਪੈਗੰਬਰ, ਅਵਤਾਰ ਸ੍ਰਿਸ਼ਟੀ ਵਿੱਚ ਪੈਦਾ ਹੁੰਦਾ ਹੈ । ਉਸ ਨੂੰ ਸਭ ਕੁਝ ਤੇਰੀ ਰਹਿਮਤ ਨਾਲ ਹੀ ਬਖਸ਼ਿਸ਼ ਹੋਇਆ ਹੈ । ਤੇਰੀ ਰਹਿਮਤ ਤੋਂ ਬਿਨਾਂ ਹੋਰ ਕੋਈ ਵਿਧੀ ਨਹੀਂ, ਸਿਮਰਨ ਨਹੀਂ ਹੋ ਸਕਦਾ । ਜਿਸ ਤੇ ਰਹਿਮਤ ਬਖਸ਼ਦਾ ਹੈ, ਤੇਰੀ ਰਹਿਮਤ ਨੂੰ ਕੋਈ ਰੋਕ ਨਹੀਂ ਸਕਦਾ । ਕਿਸੇ ਪੀਰ ਦੇ ਸਰਾਫ, ਮੰਤ੍ਰ ਜਾ ਜਾਦੂ ਦਾ ਕੋਈ ਅਸਰ ਨਹੀਂ ਹੁੰਦਾ ।

Whosoever saint, Blessed soul, guru, prophet have been sent in the universe; all his enlightenments have been blessed with Your Blessed Vision. Without Your Blessed Vision, there may not be any other technique; only he may meditate and stay on the right path of acceptance in Your Court; no other meditation technique, no one may meditate in his life. Whosoever may be bestowed with Your Blessed Vision, no one may stop, restrict Your Blessings nor any curse of worldly guru with any miracle, delay, eliminate, restrict Your Blessings.

ਆਖਣ ਵਾਲਾ ਕਿਆ ਵੇਚਾਰਾ॥ aakhan vaalaa ki-aa vaychaaraa.
ਸਿਫਤੀ ਭਰੇ ਤੇਰੇ ਭੰਡਾਰਾ॥ siftee bharay tayray bhandaaraa.
ਜਿਸੁ ਤੂ ਦੇਹਿ ਤਿਸੈ ਕਿਆ ਚਾਰਾ॥ jis too deh tisai ki-aa chaaraa.
ਨਾਨਕ ਸਚੁ ਸਵਾਰਣਹਾਰਾ॥੪॥੨॥ naanak sach savaaranhaaraa. ||4||2||

ਅਟਲ ਪ੍ਰਭ ਸ੍ਰਿਸ਼ਟੀ ਨੂੰ ਸਾਜਨਵਾਲੇ ਦਾ ਦਇਆ ਦਾ ਬੇਅੰਤ ਖਜ਼ਾਨਾ ਹੈ । ਨਿਮਾਣੇ ਦਾਸ, ਪ੍ਰਭ ਦੀ ਰਹਿਮਤ ਦੇ ਹਮੇਸ਼ਾਂ ਹੀ ਗੁਣ ਗਾਉਂਦੇ ਹਨ । ਜਿਸ ਦਾ ਸਿਮਰਨ ਦਰ ਤੇ ਪ੍ਰਵਾਨ ਹੋ ਜਾਂਦਾ ਹੈ, ਉਸ ਨੂੰ ਰਹਿਮਤ ਬਖਸ਼ਿਸ਼ ਹੋ ਸਕਦੀ ਹੈ, ਹੋਰ ਕੋਈ ਵਿਧੀ, ਜਾ ਚਾਰਾ ਨਹੀਂ ਹੈ । ਜਿਸ ਨੂੰ ਆਪ ਸ਼ਬਦ ਦੇ ਲੜ ਲਾਉਂਦਾ ਹੈ, ਉਹ ਹੋਰ ਕਿਸੇ ਰਹਿਮਤ ਦਾ ਸੋਚ ਵੀ ਨਹੀਂ ਸਕਦਾ । ਆਪ ਹੀ ਜੀਵ ਨੂੰ ਬੰਦਗੀ ਦੇ ਲੜ ਲਾਉਂਦਾ ਹੈ ਅਤੇ ਆਪ ਹੀ ਕਬੂਲ ਕਰਦਾ ਹੈ ।

The True Master, Creator has unlimited treasures of forgiveness and compassion. His humble devotee always remains intoxicated in singing the glory of His Word. Whose meditation may be accepted in His Court; he may be blessed with the treasure of enlightenment of His Word, no other meditation worthy of His Blessings. Whosoever may be blessed with devotion to meditate and sing the glory of His Word; he may never think about any other Blessings. He may be accepted in Your Sanctuary.

5. ਆਸਾ ਮਹਲਾ ੧॥ (9-15)

ਆਖਾ ਜੀਵਾ ਵਿਸਰੈ ਮਰਿ ਜਾਉ॥ aakhaa jeevaa visrai mar jaa-o.
ਆਖਣਿ ਅਉਖਾ ਸਾਚਾ ਨਾਉ॥ aakhan a-ukhaa saachaa naa-o.
ਸਾਚੇ ਨਾਮ ਕੀ ਲਾਗੈ ਭੂਖ॥ saachay naam kee laagai bhookh.
ਉਤੁ ਭੂਖੈ ਖਾਇ ਚਲੀਅਹਿ ਦੂਖ॥੧॥ ut bhookhai khaa-ay chalee-ahi dookh. ||1||

ਪ੍ਰਭ ਦੇ ਅਟਲ ਸ਼ਬਦ ਦੇ ਮਾਰਗ ਤੇ ਚਲਕੇ ਜੀਵਨਾ ਬਤੀਤ ਕਰਨਾ ਬੁਹਤ ਔਖਾ ਹੈ । ਪ੍ਰਭ ਰਹਿਮਤ ਬਖਸ਼ਕੇ ਸ਼ਬਦ ਤੇ ਭਰੋਸਾ ਅਡੋਲ ਰਖੋ! ਸਵਾਸ ਸਵਾਸ ਸ਼ਬਦ ਦਾ ਸਿਮਰਨ ਕਰਾ, ਜਿਹੜਾ ਸਵਾਸ ਸਿਮਰਨ ਤੋਂ ਬਿਨਾਂ ਹੋਵੇ, ਉਹ ਮੌਤ ਮਹਿਸੂਸ ਹੋਵੇ । ਮਨ ਹਮੇਸ਼ਾਂ ਹੀ ਸ਼ਬਦ ਦੇ ਸਿਮਰਨ, ਪਾਲਣਾ ਵਿੱਚ ਅਡੋਲ ਹੋ ਜਾਵੇ । ਸਿਮਰਨ ਕਰਨ ਨਾਲ ਸਾਰੀਆਂ ਭਟਕਣਾਂ ਦੂਰ ਹੋ ਜਾਣ ।

My Axiom True Master to adopt the teachings of Your Word whole heartedly with steady and stable belief may be tedious and very difficult. My True Master bestows Your Blessed Vision, I may meditate on the teachings of Your Word with each breath. Any breath may be without the gratitude of Your Blessings may feel like death, wastage of life. My mind always sings the glory, meditates, and obeys the teachings of Your Word with steady and stable belief; with Your mercy and grace, all my frustrations of worldly desires have been eliminated.

ਸੋ ਕਿਉ ਵਿਸਰੈ ਮੇਰੀ ਮਾਇ॥ so ki-o visrai mayree maa-ay.

ਸਾਚਾ ਸਾਹਿਬੁ ਸਾਚੈ ਨਾਇ॥੧॥ saachaa saahib saachai naa-ay. ||1||
ਰਹਾਉ॥ rahaa-o.

ਸਾਰੀ ਸ੍ਰਿਸ਼ਟੀ ਨੂੰ ਸਾਜਨਵਾਲੇ ਮਾਲਕ ਦਾ ਸ਼ਬਦ ਵੀ ਅਟਲ ਹੈ । ਰਹਿਮਤ ਬਖਸ਼ੋ! ਤੇਰਾ ਸ਼ਬਦ ਮਨ ਵਿਚੋਂ ਵਿਸਰ ਨਾ ਜਾਵੇ ।

The Axiom True Master, Creator of the universe! His Word remains true and unavoidable forever. My True Master bestows Your Blessed Vision, I may never forsake Your Word from my day-to-day life.

ਸਾਚੇ ਨਾਮ ਕੀ ਤਿਲੁ ਵਡਿਆਈ॥ saachay naam kee til vadi-aa-ee.
ਆਖਿ ਥਕੇ ਕੀਮਤਿ ਨਹੀਂ ਪਾਈ॥ aakh thakay keemat nahee paa-ee.
ਜੇ ਸਭਿ ਮਿਲਿ ਕੈ ਆਖਣ ਪਾਹਿ॥ jay sabh mil kai aakhan paahi.
ਵਡਾ ਨ ਹੋਵੈ ਘਾਟਿ ਨ ਜਾਇ॥੨॥ vadaa na hovai ghaat na jaa-ay. ||2||

ਅਗਰ ਸਾਰੀ ਸ੍ਰਿਸ਼ਟੀ ਮਿਲਕੇ ਸ਼ਬਦ ਦੀ ਸੋਭਾ, ਕਥਾ ਕਰਦੇ, ਸ਼ਬਦ ਦੀ ਸਮਾਧੀ ਵਿੱਚ ਲੀਨ, ਸਮਾਏ ਰਹਿਣ! ਫਿਰ ਵੀ ਪ੍ਰਭ ਦੀ ਮਹਿਮਾਂ ਦਾ ਤਿਲ ਭਰ ਹੀ ਵਖਿਆਣ ਕੀਤਾ ਜਾ ਸਕਦਾ ਹੈ । ਜਿਹੜੀ ਸੋਝੀ ਬਖਸ਼ਿਸ਼ ਹੁੰਦੀ ਹੈ, ਕੇਵਲ ਉਹ ਹੀ ਵਖਿਆਣ ਕਰ ਸਕਦਾ ਹੈ । ਸਾਰੀ ਸ੍ਰਿਸ਼ਟੀ ਵੀ ਮਿਲਕੇ ਉਸਤਤ ਜਾ ਬੁਰਾਈ ਕਰਨ, ਇਸ ਨਾਲ ਪ੍ਰਭ ਦੀ ਸੋਭਾ ਵਧਦੀ ਜਾ ਕੋਈ ਕਮੀ ਨਹੀਂ ਆਉਂਦੀ ਹੈ ।

If all creatures of all universes may sing His Virtues, greatness with each breath and remain intoxicated in the void of His Word; however, His Creation may only recite a very insignificant amount. Whatsoever the enlightenment may be bestowed with His Blessed Vision; only that much may be comprehended and explained to His Creation. All universes may sing His Greatness or slander, curse, rebuke; His greatness, glory may never be enhanced nor diminished.

ਨਾ ਓਹੁ ਮਰੈ ਨ ਹੋਵੈ ਸੋਗੁ॥ naa oh marai na hovai sog.
ਦੇਦਾ ਰਹੈ ਨ ਚੂਕੈ ਭੋਗੁ॥ daydaa rahai na chookai bhog.
ਗੁਣੁ ਏਹੋ ਹੋਰੁ ਨਾਹੀ ਕੋਇ॥ gun ayho hor naahee ko-ay.
ਨਾ ਕੋ ਹੋਆ ਨਾ ਕੋ ਹੋਇ॥੩॥ naa ko ho-aa naa ko ho-ay. ||3|

ਜਨਮ ਮਰਨ ਤੋਂ ਰਹਿਤ ਪ੍ਰਭ ਨੂੰ ਕਿਸੇ ਕਿਸਮ ਦਾ ਵਿਛੋੜਾ, ਵਿਰਾਗ ਨਹੀਂ ਹੈ । ਹਮੇਸ਼ਾਂ ਹੀ ਦਾਤਾਂ ਬਖਸ਼ਦਾ ਰਹਿੰਦਾ ਹੈ, ਖਜ਼ਾਨੇਂ ਵਿੱਚ ਕਦੇ ਕਮੀ, ਖਤਮ ਨਹੀਂ ਹੁੰਦਾ । ਇਹੀ ਗੁਣ ਸਭ ਤੋਂ ਅਚਰਜ, ਵੱਖਰਾ ਹੈ, ਪ੍ਰਭ ਵਰਗਾ ਨਾ ਹੀ ਕੋਈ ਹੋਇਆ ਹੈ, ਨਾ ਹੀ ਕੋਈ ਹੋਵੇਗਾ ।

The True Master, His Holy Spirit remains beyond any body structure, cycle of birth and death nor any attachment, separation, or grievance. The True Master always bestow His Virtues to His Creation; His Treasure may never realize any shortage, deficiency. His Virtues remain unique and astonishing, different from all others. No one ever has born nor will be born with such a unique virtue.

ਜੇਵਡੁ ਆਪਿ ਤੇਵਡ ਤੇਰੀ ਦਾਤਿ॥ jayvad aap tayvad tayree daat.
ਜਿਨਿ ਦਿਨੁ ਕਰਿ ਕੈ ਕੀਤੀ ਰਾਤਿ॥ jin din kar kai keetee raat.
ਖਸਮੁ ਵਿਸਾਰਹਿ ਤੇ ਕਮਜਾਤਿ॥ khasam visaareh tay kamjaat.
ਨਾਨਕ ਨਾਵੈ ਬਾਝੁ ਸਨਾਤਿ॥੪॥੩॥ naanak naavai baajh sanaat. ||4||3||

ਪ੍ਰਭ ਤੂੰ ਜਿਤਨਾ ਵੱਡਾ ਆਪ ਹੈ, ਉਤਨੀ ਹੀ ਵੱਡੀ ਉਸ ਦੀ ਰਹਿਮਤ ਹੈ, ਪ੍ਰਭ ਨੇ ਹੀ ਦਿਨ, ਰਤਾ ਬਣਾਏ, ਸੁਖ, ਦੁਖ ਬਖਸ਼ਦਾ ਹੈ । ਸਾਰੇ ਜੀਵ ਹੀ ਤੇਰੇ ਸ਼ਬਦ ਦੀ ਪਾਲਣਾ, ਅਰਦਾਸਾਂ ਕਰਦੇ ਹਨ । ਪ੍ਰਭ ਦੇ ਸ਼ਬਦ ਦੇ ਸਿਮਰਨ ਤੋਂ ਬਿਨਾਂ ਸਾਰੇ ਕੰਮ, ਸਵਾਸ ਬਿਰਥੇ ਹੀ ਹਨ । ਜਿਹੜਾ ਸ਼ਬਦ ਦੀ ਸਿੱਖਿਆਂ ਵਿਸਾਰਕੇ ਹੋਰ ਰਸਤੇ ਤੇ ਚਲਦਾ ਹੈ, ਉਹ ਨੀਵੀਂ ਮੱਤ, ਜਾਤ, ਭਾਗਾਂ ਵਾਲਾ ਬਣ ਜਾਂਦਾ ਹੈ ।

The One and Only One True Master, Greatest of All! His Blessings may be as great as His Own Greatness. He has created day and night for His Creation to grow and to flourish in life. He blesses pleasures and miseries in worldly life as a reward of deeds of his previous lives. Everyone obeys the teachings of His Word and prays for His Forgiveness and Refuge. Whosoever may not meditate on the teachings of His Word; all his breaths may be just wastage of priceless human life opportunity. Whosoever may ignore His Word, and adopts the teachings of worldly gurus; his path in his life may be misleading. He may be reprimanded with low class, wretched outcasts in Your Court.

6. ਰਾਗੁ ਗੂਜਰੀ ਮਹਲਾ ੪॥ (10-1) Raag Goojree Mehlaa 4

ਹਰਿ ਕੇ ਜਨ ਸਤਿਗੁਰ ਸਤਪੁਰਖਾ, — har kay jan saT`gur satpurkhaa
ਬਿਨਉ ਕਰਉ ਗੁਰ ਪਾਸਿ॥ — bina-o kara-o gur paas.
ਹਮ ਕੀਰੇ ਕਿਰਮ ਸਤਿਗੁਰ ਸਰਣਾਈ, — ham keeray kiram saT`gur sarnaa-ee
ਕਰਿ ਦਇਆ ਨਾਮੁ ਪਰਗਾਸਿ॥੧॥ — kar da-i-aa naam pargaas. ||1||

ਅਸਲੀ ਮਾਲਕ, ਪ੍ਰਭ ਅਟਲ ਸਰਬ ਕਲਾ ਸਮਰਥ ਹੈ । ਮੈਂ ਅਗਿਆਨਤਾਂ ਵਿੱਚ ਨੀਚ ਕੰਮ ਕਰਦਾ ਹਾ । ਮੈਂ ਨਿਮਾਣਾ ਬਣਕੇ ਪ੍ਰਭ ਦੀ ਸ਼ਰਣ ਵਿੱਚ ਆਪਾ ਭੇਟਾ ਕੀਤਾ ਹੈ । ਰਹਿਮਤ ਬਖਸ਼ਕੇ ਆਪਣੇ ਸ਼ਬਦ ਦੇ ਲੜ ਲਾਵੇਂ! ਸ਼ਬਦ ਦੀ ਪਾਲਣਾ ਵਿੱਚ ਲੀਨ ਹੋ ਜਾਵਾ ।

The True Master remains Omnipotent, axiom, unchangeable true forever. I have committed many sins in my ignorance. I have humbly surrendered my self-identity at Your Sanctuary. My True Master bestows Your Blessed Vision and attaches me to obey the teachings of Your Word. I may remain intoxicated in meditation in the void of Your Word.

ਮੇਰੇ ਮੀਤ ਗੁਰਦੇਵ — mayray meet gurdayv
ਮੋ ਕਉ ਰਾਮ ਨਾਮੁ ਪਰਗਾਸਿ॥ — mo ka-o raam naam pargaas.
ਗੁਰਮਤਿ ਨਾਮੁ ਮੇਰਾ ਪ੍ਰਾਨ ਸਖਾਈ, — gurmat naam mayraa paraan sakhaa-ee
ਹਰਿ ਕੀਰਤਿ ਹਮਰੀ ਰਹਰਾਸਿ॥੧॥ ਰਹਾਉ॥ — har keerat hamree rahraas. ||1|| rahaa-o.

ਮੇਰੇ ਅਸਲੀ ਮਾਲਕ, ਸਾਥੀ, ਤੇਰੇ ਸ਼ਬਦ ਦਾ ਸਿਮਰਨ ਹੀ ਮੇਰੇ ਸਵਾਸ ਦਾ ਮੰਤਵ ਬਣ ਜਾਣ । ਤੇਰੇ ਸ਼ਬਦ ਦੀ ਸਮਾਧੀ ਵਿੱਚ ਹਮੇਸ਼ਾਂ ਲਈ ਲੀਨ ਰਹਿਣਾ ਹੀ ਮੇਰੇ ਜੀਵਨ ਦੀ ਖਰਾਕ, ਖਜ਼ਾਨਾ, ਪੂੰਜੀ ਬਣ ਜਾਵੇ ।

My True Master with Your Blessed Vision, meditation on the teachings of Your Word may become the purpose of my human life journey. I may always remain intoxicated in in meditation in the void of His Word. My earnings of Your Word may become my nourishment and treasure for my worship.

ਹਰਿ ਜਨ ਕੇ ਵਡ ਭਾਗ ਵਡੇਰੇ, — har jan kay vad bhaag vadayray
ਜਿਨ ਹਰਿ ਹਰਿ ਸਰਧਾ ਹਰਿ ਪਿਆਸ॥ — jin har har sarDhaa har pi-aas.
ਹਰਿ ਹਰਿ ਨਾਮੁ ਮਿਲੈ ਤ੍ਰਿਪਤਾਸਹਿ, — har har naam milai tariptaasahi
ਮਿਲਿ ਸੰਗਤਿ ਗੁਣ ਪਰਗਾਸਿ॥੨॥ — mil sangat gun pargaas. ||2||

ਜਿਸ ਦੇ ਮਨ ਵਿੱਚ ਹਰ ਵੇਲੇ ਸਿਮਰਨ ਕਰਨ ਦੀ ਸ਼ਰਧਾ, ਪਿਆਸ ਰਹਿੰਦੀ ਹੈ, ਉਸ ਜੀਵ ਦੇ ਵੱਡੇ ਭਾਗ ਹੁੰਦੇ ਹਨ । ਉਹ ਸਵਾਸ ਸਵਾਸ ਸਿਮਰਨ ਕਰਕੇ ਆਪਣੀ ਤ੍ਰਿਸ਼ਨਾ, ਭਟਕਣ ਦੂਰ ਕਰਦਾ ਹੈ । ਹੋਰ ਬੰਦਗੀ ਕਰਨਵਾਲੇ ਦਾਸਾਂ ਨਾਲ ਮਿਲਕੇ ਸਿਮਰਨ ਵਿੱਚ ਲੀਨ ਰਹਿੰਦਾ ਹੈ । ਆਪ ਰਸਤੇ ਤੇ ਚਲਦਾ ਹੈ ਅਤੇ ਹੋਰਨਾਂ ਨੂੰ ਵੀ ਪ੍ਰੇਰਨਾ ਕਰਦੇ ਹਨ ।

Whosoever may have a deep devotion to meditate on the teachings of His Word; he may become very fortunate. Whosoever may meditate and singing the glory of His Word; with His mercy and grace, all his frustrations of worldly desires may be eliminated. He may join the conjugation of His Holy saint and he remains intoxicated in meditation in the void of His Word. He may remain on the right path of adopting the teachings of His Word and inspires his followers and associated to adopt His Word in day-to-day life.

ਜਿਨ ਹਰਿ ਹਰਿ ਹਰਿ ਰਸੁ ਨਾਮੁ ਨ ਪਾਇਆ, Jin har har har ras naam na paa-i-aa
ਤੇ ਭਾਗਹੀਣ ਜਮ ਪਾਸਿ॥ tay bhaagheen jam paas.
ਜੋ ਸਤਿਗੁਰ ਸਰਣਿ ਸੰਗਤਿ ਨਹੀਂ ਆਏ, Jo saT`gur saran sangat nahee aa-ay
ਧ੍ਰਿਗੁ ਜੀਵੇ ਧ੍ਰਿਗੁ ਜੀਵਾਸਿ॥੩॥ Dharig jeevay Dharig jeevaas. ||3||

ਜਿਸ ਦੇ ਮਨ ਵਿੱਚ ਸਿਮਰਨ ਕਰਨ ਦੀ ਤ੍ਰਿਸ਼ਨਾ, ਪਿਆਸ ਨਹੀਂ ਹੁੰਦੀ ਹੈ, ਉਹ ਮੰਦੇ ਭਾਗਾਂ ਵਾਲਾ ਹੁੰਦਾ ਹੈ । ਜਿਹੜਾ ਪ੍ਰਭ ਦੇ ਸ਼ਬਦ ਦੀ ਸ਼ਰਣ ਨਹੀਂ ਆਉਂਦਾ, ਉਸ ਦੇ ਨਿਯਮ ਤੇ ਨਹੀਂ ਚਲਦਾ, ਉਸ ਦੀ ਸਾਜੀ ਸ੍ਰਿਸ਼ਟੀ ਨਾਲ ਰਲਕੇ ਨਹੀਂ ਚਲਦਾ । ਉਸ ਦਾ ਮਾਨਸ ਜਨਮ ਲੈਣਾ ਬਿਰਥਾ ਹੀ ਬੀਤ ਜਾਂਦਾ ਹੈ । ਉਹ ਮੁਕਤੀ, ਪ੍ਰਵਾਨਗੀ ਦੇ ਰਸਤੇ ਤੇ ਨਹੀਂ ਚਲਦਾ ।

Whosoever may not have any devotion, desire, thirst to meditate; he may become very unfortunate. Whosoever may not surrender at His Sanctuary nor adopts the teachings of His Word in life nor co-exist in the world; he may waste his human life uselessly. He may never be blessed with the right path of salvation.

ਜਿਨ ਹਰਿ ਜਨ ਸਤਿਗੁਰ ਸੰਗਤਿ ਪਾਈ, Jin har jan saT`gur sangat paa-ee
ਤਿਨ ਧੁਰਿ ਮਸਤਕਿ ਲਿਖਿਆ ਲਿਖਾਸਿ॥ tin Dhur mastak likhi-aa likhaas.
ਧਨੁ ਧੰਨੁ ਸਤਸੰਗਤਿ ਜਿਤੁ ਹਰਿ ਰਸੁ ਪਾਇਆ, Dhan Dhan satsangat jit har ras paa-i-aa
ਮਿਲਿ ਜਨ ਨਾਨਕ ਨਾਮੁ ਪਰਗਾਸਿ॥ ੪॥੪॥ mil jan naanak naam pargaas. ||4||4||

ਜਿਸ ਤੇ ਆਪ ਹੀ ਰਹਿਮਤ ਦੀ ਨਜ਼ਰ ਬਖਸ਼ਦਾ ਹੈ । ਉਹ ਸੰਤ ਸਰੂਪ ਦੇ ਜੀਵਨ ਦੀ ਸਿਖਿਆਂ ਨਾਲ ਜੀਵਨ ਢਾਲਦਾ ਹੈ । ਜਿਸ ਨੂੰ ਉਸ ਦੀ ਸੰਗਤ ਬਖਸ਼ਿਸ਼ ਹੋ ਜਾਂਦੀ ਹੈ, ਉਹ ਬਹੁਤ ਵੱਡੇ ਭਾਗਾਂ ਵਾਲਾ ਹੁੰਦਾ ਹੈ । ਉਸ ਹਰਜਨ ਦੀ ਸੰਗਤ ਵਿੱਚ ਆਉਣ, ਉਸ ਦੇ ਜੀਵਨ ਦੀ ਸਿਖਿਆਂ ਨਾਲ ਜੀਵਨ ਢਾਲਣ ਨਾਲ ਮੁਕਤੀ ਦਾ ਰਸਤਾ ਬਖਸ਼ਿਸ਼ ਹੋ ਸਕਦਾ ਹੈ ।

Whosoever may be bestowed with His Blessed Vision, he may adopt the life experience teachings of His Holy saint in his day-to-day life. Whosoever may be blessed with his congregation, he may become very fortunate. Whosoever may join his conjugation and adopt his life experience teachings in his own day to day life; with His mercy and grace, he may be blessed with the right path of salvation.

7. **ਰਾਗੁ ਗੂਜਰੀ ਮਹਲਾ ੫॥ (10-8)** Raag Goojree Mehlaa 5

ਕਾਹੇ ਰੇ ਮਨ ਚਿਤਵਹਿ ਉਦਮੁ, kaahay ray man chitvahi udamjaa
ਜਾ ਆਹਰਿ ਹਰਿ ਜੀਉ ਪਰਿਆ॥ aahar har jee-o pari-aa.
ਸੈਲ ਪਥਰ ਮਹਿ ਜੰਤ ਉਪਾਏ, Sail pathar meh jant upaa-ay
ਤਾ ਕਾ ਰਿਜਕੁ ਆਗੈ ਕਰਿ ਧਰਿਆ॥੧॥ taa kaa rijak aagai kar Dhari-aa. ||1||

ਕਿਉਂ ਮਨ ਵਿੱਚ ਹੋਰ ਭਟਕਣਾਂ, ਤ੍ਰਿਸ਼ਨਾ ਲਗੀਆਂ ਰਹਿੰਦੀਆਂ ਹਨ? ਜਿਹੜੇ ਕੰਮ ਲਈ ਮਾਨਸ ਜਨਮ ਬਖਸ਼ਿਸ਼ ਹੋਇਆ ਹੈ, ਉਸ ਰਸਤੇ ਤੇ ਚਲਕੇ ਜੀਵਨ ਸਧਾਰੋ! ਜਿਹੜੇ ਸੰਸਾਰਕ ਸੁਖ ਲਈ ਤੂੰ ਵੱਖਰੇ, ਵੱਖਰੇ ਉਦਮ ਕਰਦਾ ਹੈ । ਪ੍ਰਭ ਨੇ ਜਨਮ ਤੋਂ ਪਹਿਲੇ ਹੀ ਪ੍ਰਬੰਧ ਕੀਤਾ ਹੈ । ਸੋਚੋ! ਜਿਹੜੇ ਜੀਵ ਪਥੱਰਾਂ ਵਿੱਚ, ਥੱਲੇ ਪੈਦਾ ਕੀਤੇ ਹਨ, ਉਹਨਾਂ ਦੇ ਖਾਣ ਦਾ ਪ੍ਰਬੰਧ ਵੀ ਆਪ ਹੀ ਕਰਦਾ ਹੈ ।

Why are you frustrated in worldly worries? You should recognize the real purpose of your human life opportunity. You should adopt the teachings of His Word with steady and stable belief in your day-to-day life; with His mercy and grace, your soul may be sanctified to become worthy of His Consideration. Whatsoever efforts are you trying for comforts in your life? The True Master has already prewritten in your destiny and an arranged, before your birth. Imagine! Many creatures may be born within stone; He also blesses, creates source of nourishment for their survival before birth.

ਮੇਰੇ ਮਾਧਉ ਜੀ ਸਤਸੰਗਤਿ mayray maaDha-o jee satsangat
ਮਿਲੇ ਸੁ ਤਰਿਆ॥ milay so tari-aa.

ਗੁਰ ਪਰਸਾਦਿ ਪਰਮ ਪਦੁ ਪਾਇਆ, gur parsaad param pad paa-i-aa
ਸੂਕੇ ਕਾਸਟ ਹਰਿਆ॥੧॥ ਰਹਾਉ॥ sookay kaasat hari-aa. ||1|| rahaa-o.

ਜਿਸ ਨੂੰ ਸਾਧ ਸੰਗਤ ਬਖਸ਼ਦਾ ਹੈ, ਜਿਹੜਾ ਉਸ ਸੰਤ ਸਰੂਪ ਦੇ ਜੀਵਨ ਦੀ ਸਿਖਿਆਂ ਨਾਲ ਆਪਣਾ ਜੀਵਨ ਢਾਲਦਾ ਹੈ, ਉਸ ਨੂੰ ਪਵਿੱਤਰ ਅੰਮ੍ਰਿਤ ਰਸ ਬਖਸ਼ਿਸ਼ ਹੋ ਸਕਦਾ ਹੈ । ਉਸ ਦੀ ਮਾਨਸ ਯਾਤਰਾ ਖੁਸ਼ੀਆਂ ਭਰੀ ਸਫਲ ਹੋ ਸਕਦੀ ਹੈ । ਪ੍ਰਭ ਦੀ ਰਹਿਮਤ ਨਾਲ ਸੁਕੇ ਹੋਏ ਵੀ ਹਰੇ ਹੋ ਸਕਦੇ ਹਨ ।

Whosoever may be blessed with the association of His Holy saint; he may adopt his life experience teachings in his own life. He may be blessed with the right path of acceptance, ambrosial nectar of the essence of His Word. His human life journey may be overwhelmed with pleasure and may be concluded successfully. With His Blessed Vision, even the dead plants may blossom; helpless may prosper in journey of human life.

ਜਨਨਿ ਪਿਤਾ ਲੋਕ ਸੁਤ ਬਨਿਤਾ, Janan pitaa lok sut banitaa
ਕੋਇ ਨ ਕਿਸ ਕੀ ਧਰਿਆ॥ ko-ay na kis kee Dhari-aa.
ਸਿਰਿ ਸਿਰਿ ਰਿਜਕੁ ਸੰਬਾਹੇ ਠਾਕੁਰੁ, Sir sir rijak sambaahay thaakur
ਕਾਹੇ ਮਨ ਭਉ ਕਰਿਆ॥੨॥ kaahay man bha-o kari-aa. ||2||

ਸੰਸਾਰਕ, ਸਬੰਧੀ, ਮਾਤਾ, ਪਿਤਾ, ਪਤਨੀ, ਬੱਚੇ ਦੇ ਸੁਖ ਲਈ ਕੀਤੇ ਯਤਨ, ਅੰਤ ਵਿੱਚ ਕੰਮ ਨਹੀਂ ਆਉਂਦੇ । ਉਹ ਅੰਤ ਵਿੱਚ ਆਸਰਾ ਨਹੀਂ ਬਣਦੇ! ਕਿਉਂ ਫਿਕਰ ਕਰਦਾ ਹੈ?

All worldly relationships, mother, father, brothers, sisters etc. may not be able to support for your human life journey. Why are you unnecessarily and uselessly worried about all these?

ਊਡੇ ਊਡਿ ਆਵੈ ਸੈ ਕੋਸਾ, ooday ood aavai sai kosaa tis
ਤਿਸੁ ਪਾਛੈ ਬਚਰੇ ਛਰਿਆ॥ paachhai bachray chhari-aa.
ਤਿਨ ਕਵਣੁ ਖਲਾਵੈ ਕਵਣੁ ਚੁਗਾਵੈ, tin kavan khalaavai kavan chugaavai
ਮਨ ਮਹਿ ਸਿਮਰਨੁ ਕਰਿਆ॥੩॥ man, meh simran kari-aa. ||3||

ਸੋਚੋ! ਪੰਛੀ ਆਪਣੇ ਬੱਚੇ ਪਿਛੇ ਛੱਡਕੇ ਕਿਤਨੀ ਦੂਰ ਉਡ ਜਾਂਦੇ ਹਨ । ਪ੍ਰਭ ਆਪ ਹੀ ਚੁਗਣ ਦਾ, ਖਾਣ ਦਾ ਤਾਰੀਕਾ ਬਖਸ਼ਦਾ ਹੈ । ਪ੍ਰਭ ਦੇ ਸ਼ਬਦ ਦਾ ਸਿਮਰਨ, ਸਿਖਿਆਂ ਨਾਲ ਜੀਵਨ ਢਾਲੋ!

Imagine! Birds, animals go far away, leaving their children behind to feed themselves and their children. Who sends them away to feed themselves and who may feed their children? He plans to provide! You should focus on His Greatness and adopt the teachings of His Word in your own life.

ਸਭਿ ਨਿਧਾਨ ਦਸ ਅਸਟ ਸਿਧਾਨ sabh niDhaan das asat sidhaan
ਠਾਕੁਰ ਕਰ ਤਲ ਧਰਿਆ॥ thaakur kar tal Dhari-aa.
ਜਨ ਨਾਨਕ ਬਲਿ ਬਲਿ ਸਦ ਬਲਿ ਜਾਈਐ, Jan naanak bal bal sad bal jaa-ee-ai
ਤੇਰਾ ਅੰਤੁ ਨ ਪਾਰਾਵਰਿਆ॥੪॥੫॥ tayraa ant na paraavari-aa. ||4||5||

ਜੀਵਨ ਯਾਤਰਾ ਨੂੰ ਸਫਲ ਕਰਨਵਾਲੇ ਸਭ ਤਰੀਕੇ, ਗਿਆਨ ਦੇ ਖਜ਼ਾਨੇਂ, ਸਿਮਰਨ ਕਰਨ ਦੇ ਸਾਰੇ ਅਸਥਾਨ, ਪ੍ਰਭ ਨੇ ਤੇਰੇ ਆਪਣੇ ਤਨ ਵਿੱਚ ਹੀ ਬਖਸ਼ੇ ਹਨ । ਕਰਾਮਾਤਾਂ ਦੇ ਦਾਤੇ ਦੀਆਂ ਦਾਤਾਂ ਦਾ, ਰਹਿਮਤਾਂ ਦਾ, ਕੋਈ ਅੰਤ ਨਹੀਂ ਪਾ ਸਕਦਾ । ਉਸ ਦੀ ਰਹਿਮਤ ਵਿੱਚ ਸ਼ਬਦ ਦੀ ਪਾਲਣਾ ਕਰੋ! ਉਸ ਨੂੰ ਸਦਾ ਧੰਨ ਧੰਨ ਕਹੋ!

All sources of success in your life journey, treasure of enlightenment, meditation, Holy Shrine have been bestowed within your mind and body. His Miracles, Virtues, Blessings remain beyond any limits, boundaries, and comprehension of His Creation. You should remain gratitude for His Blessings, sing the glory and adopt the teachings of His Word with steady and stable belief in your day-to-day life.

8. **ਰਾਗੁ ਆਸਾ ਮਹਲਾ ੪ ਸੋ ਪੁਰਖੁ (10-16)** Raag Aasaa Mehlaa 4 So Purakh

ੴ ਸਤਿਗੁਰ ਪ੍ਰਸਾਦਿ॥	ik-oNkaar saT`gur parsaad.
ਸੋ ਪੁਰਖੁ ਨਿਰੰਜਨੁ ਹਰਿ ਪੁਰਖੁ ਨਿਰੰਜਨੁ,	so purakh niranjan har purakh niran-
ਹਰਿ ਅਗਮਾ ਅਗਮ ਅਪਾਰਾ॥	jan har agmaa agam apaaraa.
ਸਭਿ ਧਿਆਵਹਿ ਸਭਿ ਧਿਆਵਹਿ ਤੁਧੁ ਜੀ,	sabh Dhi-aavahi sabh Dhi-aavahi
ਹਰਿ ਸਚੇ ਸਿਰਜਣਹਾਰਾ॥	tuDh jee har sachay sirjanhaaraa.
ਸਭਿ ਜੀਅ ਤੁਮਾਰੇ ਜੀ ਤੂੰ	sabh jee-a tumaaray jee tooN
ਜੀਆ ਕਾ ਦਾਤਾਰਾ॥	jee-aa kaa daataaraa.
ਹਰਿ ਧਿਆਵਹੁ ਸੰਤਹੁ ਜੀ	har Dhi-aavahu santahu
ਸਭਿ ਦੂਖ ਵਿਸਾਰਣਹਾਰਾ॥	jee sabh dookh visaaranhaaraa.
ਹਰਿ ਆਪੇ ਠਾਕੁਰੁ ਹਰਿ ਆਪੇ ਸੇਵਕੁ ਜੀ,	har aapay thaakur har aapay sayvak
ਕਿਆ ਨਾਨਕ ਜੰਤ ਵਿਚਾਰਾ॥੧॥	jee ki-aa naanak jant vichaaraa. ||1||

ਨਿਰੰਜਨ (ਨਿਰ-ਰਹਿਤ, ਅ-ਜਨ- ਸਦਾ ਖੇੜੇ ਵਿੱਚ ਰਹਿਣ ਵਾਲਾ)
ਅਗਮਾ-ਜੀਵ ਦੀ ਸਮਝ ਤੋਂ ਪਰੇ - ਕਿਸੇ ਗਿਆਨ ਵਧੀ ਤੋਂ ਪਰੇ
ਅਗਮ - ਆਪਣੇ ਆਪ ਪੂਰਨ ਬ੍ਰਹਮ (ਪੁਰਖੁ- ਪੂਰਨ)

ਪ੍ਰਭ ਦੀ ਅਵਸਥਾ, ਗੁਰਬਾਣੀ, ਸ਼ਾਸਤਰਾਂ, ਵੇਦਾਂ, ਕੁਰਾਨ, ਪੁਰਾਨ, ਕਤੇਬ, ਬਾਈਬਲ ਦੇ ਵਿਸਥਾਰ ਨਾਲ ਪੂਰਨ ਤਰ੍ਹਾਂ ਸਮਝੀ ਨਹੀਂ ਜਾ ਸਕਦੀ । ਪ੍ਰਭ ਆਪਣੇ ਆਪ ਵਿੱਚ ਪੂਰਨ, ਸਦਾ ਹੀ ਖੇੜੇ ਵਿੱਚ ਰਹਿਣ ਵਾਲਾ ਹੈ । ਪ੍ਰਭ ਦੇ ਸ਼ਬਦ ਦੀ, ਕੁਦਰਤ ਦੀ ਸੋਝੀ, ਕਿਸੇ ਗਿਆਨ ਦੀ ਵਿਧੀ ਜਾ ਧਾਰਮਕ ਗੁਰਬਾਣੀ, ਲਿਖਤਾਂ ਦੇ ਵਿਸਥਾਰ ਨਾਲ ਪੂਰਨ ਤਰ੍ਹਾਂ ਸਮਝੀ ਨਹੀਂ ਜਾ ਸਕਦਾ । ਸਾਰੀ ਸ੍ਰਿਸ਼ਟੀ ਨੂੰ ਸ੍ਰਿਜਨਵਾਲਾ ਅਸਲੀ ਅਟਲ ਮਾਲਕ, ਅਪਾਰ ਹੈ, ਸਾਰੀ ਸ੍ਰਿਸ਼ਟੀ ਹੀ ਸ਼ਬਦ ਦਾ ਸਿਮਰਨ ਕਰਦੀ ਹੈ । ਪ੍ਰਭ ਦੇ ਬਖਸ਼ੇ ਗਿਆਨ ਤੋਂ ਹੀ ਸਮਝ ਆਉਂਦਾ ਹੈ, ਬਹੁਤ ਕੁਝ ਸਮਝਣਾ ਬਾਕੀ ਰਹਿੰਦਾ ਹੈ । ਪ੍ਰਭ ਸਾਰੀ ਸ੍ਰਿਸ਼ਟੀ ਦੀ ਰਚਨਾ ਕਰਨ ਵਾਲਾ, ਸਾਰਿਆਂ ਨੂੰ ਦਾਤਾਂ ਬਖਸ਼ਣ ਵਾਲਾ ਹੈ । ਪ੍ਰਭ ਆਪ ਹੀ ਮਾਲਕ, ਠਾਕਰ, ਸਾਰੀ ਸ੍ਰਿਸ਼ਟੀ ਪੂਜਦੀ ਹੈ, ਆਪ ਹੀ ਦਾਸੀ ਦੇ ਮਨ ਵਿੱਚ ਪੂਜਾ ਕਰਦਾ, ਆਪ ਹੀ ਪ੍ਰਵਾਨ ਕਰਦਾ ਹੈ । ਜਿਹੜਾ ਪ੍ਰਭ ਦੇ ਸ਼ਬਦ ਦੇ ਸਿਮਰਨ ਵਿੱਚ ਲੀਨ, ਮਸਤ ਰਹਿੰਦਾ ਹੈ, ਉਸ ਦੇ ਸਾਰੇ ਦੁਖਾਂ ਦੂਰ ਹੋ ਜਾਂਦੇ ਹਨ । (ਸ਼ਾਸਤ੍ਰਾ, ਵੇਦਾਂ, ਕੁਰਾਨ, ਪੁਰਾਨ, ਕਤੇਬ, ਬਾਈਬਲ ਆਦਿ)

The Omnipotent True Master, Primal Being, Immaculate, Pure, Inaccessible, Unreachable and Unrivalled remains in blossom. No Holy Scripture can fully describe, comprehend His Nature and Greatness nor with any meditation technique His Nature may be comprehended by His Creation. All living beings are meditating on His Word; The True Creator an ultimate Master of the universe. Whosoever may meditate on the teachings of His Word, he may realizes that much more remain to be explored. The Creator bestows everyone with Blessings. Everyone worships The True Master. His Holy Spirit remains embedded within his soul and dwells within his body; only He may accept his meditation. Whosoever may remain intoxicated in meditation in the void of His Word; with His mercy and grace all his worries may be removed.

ਤੂੰ ਘਟ ਘਟ ਅੰਤਰਿ ਸਰਬ ਨਿਰੰਤਰਿ ਜੀ,	tooN ghat ghat antar sarab nirantar
ਹਰਿ ਏਕੋ ਪੁਰਖੁ ਸਮਾਣਾ॥	jee har ayko purakh samaanaa.
ਇਕਿ ਦਾਤੇ ਇਕਿ ਭੇਖਾਰੀ ਜੀ	ik daatay ik bhaykhaaree jee
ਸਭਿ ਤੇਰੇ ਚੋਜ ਵਿਡਾਣਾ॥	sabh tayray choj vidaanaa.
ਤੂੰ ਆਪੇ ਦਾਤਾ ਆਪੇ ਭੁਗਤਾ ਜੀ,	tooN aapay daataa aapay bhugtaa jee
ਹਉ ਤੁਧੁ ਬਿਨੁ ਅਵਰੁ ਨ ਜਾਣਾ॥	ha-o tuDh bin avar na jaanaa.
ਤੂੰ ਪਾਰਬ੍ਰਹਮੁ ਬੇਅੰਤੁ ਬੇਅੰਤੁ ਜੀ,	tooN paarbarahm bay-ant bay-ant jee
ਤੇਰੇ ਕਿਆ ਗੁਣ ਆਖਿ ਵਖਾਣਾ॥	tayray ki-aa gun aakh vakhaanaa.

ਜੋ ਸੇਵਹਿ ਜੋ ਸੇਵਹਿ ਤੁਧੁ ਜੀ,	jo sayveh jo sayveh tuDh jee jan
ਜਨੁ ਨਾਨਕੁ ਤਿਨ ਕੁਰਬਾਣਾ॥੨॥	naanak tin kurbaanaa. ‖2‖

ਹਰਇਕ ਜੀਵ ਵਿੱਚ ਆਪ ਹੀ ਵਿਆਪਕ, ਰੋਮ ਰੋਮ ਵਿੱਚ ਹਰ ਸਮੇਂ ਵਸਿਆ ਰਹਿੰਦਾ ਹੈ । ਸੰਸਾਰ ਵਿੱਚ ਕੋਈ ਵੱਡਾ, ਛੋਟਾ, ਉਚਾ, ਨੀਵਾਂ, ਰਾਜਾ, ਭਿਖਾਰੀ, ਦਾਨ ਦੇਣ, ਦਾਨ ਲੈਣ ਵਾਲਾ, ਇਹ ਸਭ ਪ੍ਰਭ ਦੇ ਹੀ ਕਰਤਬ ਹਨ । ਆਪ ਹੀ ਜੀਵ ਵਿੱਚ ਦਾਨ ਦੇਣ ਦੀ ਸਮਰਥਾ ਬਖਸ਼ਦਾ ਹੈ, ਆਪੇ ਹੀ ਜੀਵ ਨੂੰ ਬੇਚਾਰਾ ਬਣਾਉਂਦਾ, ਭੀਖ ਮੰਗਾਉਂਦਾ ਹੈ । ਸਭ ਕੁਝ ਪ੍ਰਭ ਦੇ ਵੱਸ ਵਿੱਚ ਹੀ ਹੈ, ਹੋਰ ਕੋਈ ਕਰਨਵਾਲਾ, ਤਾਕਤਵਾਲਾ ਨਹੀਂ ਹੈ । ਪੂਰਨ ਹਾਕਮ ਪ੍ਰਭ ਦੇ ਕਰਤਬਾਂ ਦਾ ਕੋਈ ਅੰਤ ਨਹੀਂ ਪਾ ਸਕਦਾ । ਜਿਹੜਾ ਦਾਸ, ਪ੍ਰਭ ਦੇ ਗੁਣ ਜਾਣ ਕੇ ਸਿਮਰਨ ਵਿੱਚ ਲੀਨ ਰਹਿੰਦਾ ਹੈ, ਉਸ ਜੀਵਾ ਨੂੰ ਧੰਨ ਧੰਨ ਕਹੋ!

His Holy Spirit remains embedded within each soul and dwells in his body. His Holy Spirit remains embedded within each fiber as little as ant and as big as elephant. The Omnipotent, perfect in all aspects may render someone as beggar and others honored as king to gives charity to less fortunate. His Nature remains beyond any comprehension of His Creation. He prevails in the heart of those who give charity and within beggars accepting charity. Without His Command nothing may exist in the universe. The True Master, His Nature, limits of His Virtues, miracles remain beyond any known limits. Whosoever may sing the glory and adopts the teachings of His Word with steady and stable belief; with His mercy and grace, he may become a part of His Holy Spirit. His true devotee remains astonished from His Nature.

ਹਰਿ ਧਿਆਵਹਿ ਹਰਿ ਧਿਆਵਹਿ ਤੁਧੁ ਜੀ,	har Dhi-aavahi har Dhi-aavahi tuDh jee
ਸੇ ਜਨ ਜੁਗ ਮਹਿ ਸੁਖਵਾਸੀ॥	say jan jug meh sukhvaasee.
ਸੇ ਮੁਕਤੁ ਸੇ ਮੁਕਤੁ ਭਏ	say mukat say mukat bha-ay
ਜਿਨ ਹਰਿ ਧਿਆਇਆ ਜੀ,	jin har Dhi-aa-i-aa jee
ਤਿਨ ਤੂਟੀ ਜਮ ਕੀ ਫਾਸੀ॥	tin tootee jam kee faasee.
ਜਿਨ ਨਿਰਭਉ	jin nirbha-o
ਜਿਨ ਹਰਿ ਨਿਰਭਉ ਧਿਆਇਆ ਜੀ	jin har nirbha-o Dhi-aa-i-aa jee
ਤਿਨ ਕਾ ਭਉ ਸਭੁ ਗਵਾਸੀ॥	tin kaa bha-o sabh gavaasee.
ਜਿਨ ਸੇਵਿਆ ਜਿਨ ਸੇਵਿਆ ਮੇਰਾ ਹਰਿ ਜੀ,	jin sayvi-aa jin sayvi-aa mayraa har jee
ਤੇ ਹਰਿ ਹਰਿ ਰੂਪਿ ਸਮਾਸੀ॥	tay har har roop samaasee.
ਸੇ ਧੰਨੁ ਸੇ ਧੰਨੁ	say Dhan say Dhan
ਜਿਨ ਹਰਿ ਧਿਆਇਆ ਜੀ, ਜਨੁ ਨਾਨਕੁ	jin har Dhi-aa-i-aa jee jan
ਤਿਨ ਬਲਿ ਜਾਸੀ ॥੩॥	naanak tin bal jaasee. ‖3‖

ਜਿਹੜਾ ਪ੍ਰਭ ਦੀ ਰਜ਼ਾ ਵਿੱਚ ਰਹਿੰਦਾ, ਸਿਮਰਨ ਕਰਦਾ ਹੈ, ਉਸ ਨੂੰ ਸੰਸਾਰਕ ਜੀਵਨ ਵਿੱਚ ਸੁਖ, ਸੰਤੋਖ ਬਖਸ਼ਿਸ਼ ਹੋ ਜਾਂਦਾ ਹੈ । ਉਸ ਦੀ ਬੰਦਗੀ ਪ੍ਰਵਾਨ ਹੋ ਜਾਂਦੀ, ਜੂੰਨਾਂ ਦੇ ਚੱਕਰ ਤੋਂ ਮੁਕਤ ਹੋ ਜਾਂਦਾ ਹੈ । ਜਿਹੜਾ ਨਿਰਭਉ ਪ੍ਰਭ ਦੇ ਸ਼ਬਦ ਦਾ ਸਿਮਰਨ ਕਰਦਾ ਹੈ, ਉਸ ਦਾ ਮੌਤ ਦਾ ਡਰ ਦੂਰ ਹੋ ਜਾਂਦਾ ਹੈ । ਜਿਹੜਾ ਪ੍ਰਭ ਦੇ ਸ਼ਬਦ ਨੂੰ ਅਡੋਲ ਭਰੋਸੇ ਨਾਲ ਸਿਮਰਨ ਕਰਦਾ ਹੈ, ਉਹ ਪ੍ਰਭ ਦੀ ਜੋਤ ਵਿੱਚ ਹੀ ਅਭੇਦ ਹੋ ਜਾਂਦਾ, ਰੂਪ ਦਾ ਬਣ ਜਾਂਦਾ ਹੈ । ਉਸ ਸੰਤ ਸਰੂਪ ਤੋਂ ਕੁਰਬਾਨ ਜਾਵੋ! ਆਪਣੇ ਮਨ ਦੀ ਅਵਸਥਾ ਉਸ ਦੇ ਚਰਨਾਂ ਦੀ ਧੂੜ ਦੀ ਤਰ੍ਹਾਂ ਬਣਾਉਣ ਨਾਲ ਜੀਵਨ ਸਫਲ ਹੋ ਸਕਦਾ ਹੈ ।

Whosoever may meditate on the teachings of His Word with steady and stable belief; with His mercy and grace, he may be blessed with comforts and contentment in his worldly life, his cycle of birth and death may be eliminated. Whosoever may adopt the teachings of His Word with steady and stable belief; with His mercy and grace, all his doubt, suspicions and fear of death may be eliminated. He may be blessed with the right path of acceptance in His Court; he may immerse within His Holy Spirit. He may become His Symbol; beyond birth and death and becomes very fortunate. You should remain fascinated from His Holy saint and transform your state of mind as humble as the dust of his feet to become worthy of His Consideration.

ਤੇਰੀ ਭਗਤਿ ਤੇਰੀ ਭਗਤਿ ਭੰਡਾਰ ਜੀ,	tayree bhagat tayree bhagat bhandaar jee
ਭਰੇ ਬਿਅੰਤ ਬੇਅੰਤ॥	bharay bi-ant bay-antaa.
ਤੇਰੇ ਭਗਤ	tayray bhagat
ਤੇਰੇ ਭਗਤ ਸਲਾਹਨਿ ਤੁਧੁ ਜੀ,	tayray bhagat salaahan tuDh jee
ਹਰਿ ਅਨਿਕ ਅਨੇਕ ਅਨੰਤਾ॥	har anik anayk anantaa.
ਤੇਰੀ ਅਨਿਕ	tayree anik
ਤੇਰੀ ਅਨਿਕ ਕਰਹਿ ਹਰਿ ਪੂਜਾ ਜੀ,	tayree anik karahi har poojaa jee
ਤਪੁ ਤਾਪਹਿ ਜਪਹਿ ਬੇਅੰਤਾ॥	tap taapeh jaapeh bay-antaa.
ਤੇਰੇ ਅਨੇਕ ਤੇਰੇ ਅਨੇਕ ਪੜਹਿ ਬਹੁ ਸਿਮ੍ਰਿਤਿ ਸਾਸਤ ਜੀ,	tayray anayk tayray anayk parheh baho simrit saasat jee
ਕਰਿ ਕਿਰਿਆ ਖਟੁ ਕਰਮ ਕਰੰਤਾ॥	kar kiri-aa khat karam karantaa.
ਸੇ ਭਗਤ	say bhagat
ਸੇ ਭਗਤ ਭਲੇ ਜਨ ਨਾਨਕ ਜੀ,	say bhagat bhalay jan naanak jee
ਜੋ ਭਾਵਹਿ ਮੇਰੇ ਹਰਿ ਭਗਵੰਤਾ॥੪॥	jo bhaaveh mayray har bhagvantaa. ||4||

ਤੇਰੀ ਭਗਤੀ ਦੇ ਬੇਅੰਤ ਹੀ ਭੰਡਾਰ, ਬੇਅੰਤ ਹੀ ਭਗਤੀ ਕਰਨ ਦੇ ਸਾਧਨ ਹਨ । ਅਨੇਕਾਂ ਹੀ ਭਗਤ ਤੇਰੇ ਵਿੱਚ ਲੀਨ ਹੋਏ ਰਹਿੰਦੇ ਹਨ । ਅਨੇਕਾਂ ਹੀ ਦਾਸ ਵੱਖਰੇ ਵੱਖਰੇ ਤਰੀਕੇ, ਵਿਧੀ ਨਾਲ ਤੇਰੀ ਪੂਜਾ ਕਰਦੇ ਹਨ । ਅਨੇਕਾਂ ਹੀ ਪ੍ਰਕਾਰ ਦੀਆਂ ਤੇਰੀਆਂ ਬਾਣੀਆਂ, ਆਪ ਹੀ ਭਗਤਾਂ ਦੇ ਮੁੱਖ ਤੋਂ ਉਚਾਰੀਆਂ ਹਨ । ਅਨੇਕਾਂ ਹੀ ਸ਼ੁਭ ਕਰਮ ਆਪਣੀ ਸ੍ਰਿਸ਼ਟੀ ਤੋਂ ਕਰਾਉਂਦਾ ਹੈ । ਜਿਸ ਦੀ ਸੇਵਾ ਪ੍ਰਵਾਨ ਹੋ ਜਾਂਦੀ ਹੈ, ਉਹ ਹੀ ਤੇਰੇ ਘਰ ਵਿੱਚ ਸੋਭਦਾ ਹੈ । ਰਹਿਮਤ ਨਾਲ ਹੀ ਬੰਦਗੀ ਪ੍ਰਵਾਨ ਹੁੰਦੀ ਹੈ ।

You have an unlimited treasure of enlightenment of Your Word and many Holy Scriptures to worship and to sing Your Glory. Countless devotees remain intoxicated in meditate in the void of Your Word. Countless devotees may meditate, worship with many different techniques. You have blessed countless Holy scripture on the tongue of Your true devotees. You may inspire Your Creation to perform countless good deeds for mankind. Whose meditation may be accepted in Your Court; he may be honored in Your Royal Castle. Only You may accept the meditation of Your devotee.

ਤੂੰ ਆਦਿ ਪੁਰਖੁ ਅਪਰੰਪਰੁ ਕਰਤਾ ਜੀ,	tooN aad purakh aprampar kartaa jee
ਤੁਧੁ ਜੇਵਡੁ ਅਵਰੁ ਨ ਕੋਈ॥	tuDh jayvad avar na ko-ee.
ਤੂੰ ਜੁਗੁ ਜੁਗੁ ਏਕੋ	tooN jug jug ayko
ਸਦਾ ਸਦਾ ਤੂੰ ਏਕੋ ਜੀ,	sadaa sadaa tooN ayko jee
ਤੂੰ ਨਿਹਚਲੁ ਕਰਤਾ ਸੋਈ॥	tooN nihchal kartaa so-ee.
ਤੁਧੁ ਆਪੇ ਭਾਵੈ ਸੋਈ ਵਰਤੈ ਜੀ,	tuDh aapay bhaavai so-ee vartai jee
ਤੂੰ ਆਪੇ ਕਰਹਿ ਸੁ ਹੋਈ॥	tooN aapay karahi so ho-ee.
ਤੁਧੁ ਆਪੇ ਸ੍ਰਿਸਟਿ ਸਭ ਉਪਾਈ ਜੀ,	tuDh aapay sarisat sabh upaa-ee jee
ਤੁਧੁ ਆਪੇ ਸਿਰਜਿ ਸਭ ਗੋਈ॥	tuDh aapay siraj sabh go-ee.
ਜਨੁ ਨਾਨਕੁ ਗੁਣ ਗਾਵੈ ਕਰਤੇ ਕੇ ਜੀ, ਜੋ ਸਭਸੈ ਕਾ ਜਾਣੋਈ॥੫॥੧॥	jan naanak gun gaavai kartay kay jee jo sabhsai kaa jaano-ee. ||5||1||

ਪ੍ਰਭ, ਸ੍ਰਿਸ਼ਟੀ ਤੋਂ ਪਹਿਲੇ ਵੀ ਅਜੇਹਾ ਸੀ, ਸਭ ਕੁਝ ਪ੍ਰਭ ਦਾ ਕੀਤਾ ਹੀ ਹੁੰਦਾ ਹੈ । ਪ੍ਰਭ ਦੇ ਬਰਾਬਰ ਦਾ ਜਾ ਵੱਡਾ ਹੋਰ ਕੋਈ ਨਹੀਂ ਹੈ । ਅਟਲ ਨਾ ਬਦਲਨ ਵਾਲੇ ਪ੍ਰਭ ਦੇ ਕਰਤਬ ਬਹੁਤ ਹੀ ਨਿਰਾਰੇ ਹਨ, ਜੀਵ ਦੀ ਸਮਝ ਤੋਂ ਪਰੇ ਹਨ । ਪ੍ਰਭ ਦਾ ਹੁਕਮ ਹੀ ਸ੍ਰਿਸ਼ਟੀ ਵਿੱਚ ਵਾਪਰਦਾ ਹੈ, ਕੇਵਲ ਪ੍ਰਭ ਦਾ ਕੀਤਾ ਹੀ ਹੁੰਦਾ ਹੈ । ਆਪ ਹੀ ਸ੍ਰਿਸ਼ਟੀ ਨੂੰ ਪੈਦਾ ਕਰਦਾ, ਖਤਮ ਕਰਦਾ ਹੈ । ਜੀਵ ਹਮੇਸ਼ਾਂ ਹੀ ਪ੍ਰਭ ਦੇ ਗੁਣ ਸਿਮਰਨ ਕਰੋ, ਇਹ ਖੇਲ ਉਸ ਦਾ ਰਚਿਆ ਹੈ ।

The Omnipotent, Axiom, Omniscient, Omnipresent True Master was before the creation the universe and everything in the universe may happen under His Command. No one may ever be born equal or greater than The True Master. From Ancient Ages! Your Nature remains fascinating, astonishing and beyond the comprehension of Your Creation. Everything may appear and may happen in the universe, only happens under Your Command. The True Master has created all creation with His Imagination; only He may destroy His Creation in twinkle of eyes. His true devotees remain fascinated and astonished from His Nature and always sing His glory. The play of universe has been created by His Command.

9. ਆਸਾ ਮਹਲਾ ੪॥ (11-14) Aasaa Mehlaa 4.

ਤੂੰ ਕਰਤਾ ਸਚਿਆਰੁ ਮੈਡਾ ਸਾਂਈ॥	tooN kartaa sachiaar maidaa saaN-ee.
ਜੋ ਤਉ ਭਾਵੈ ਸੋਈ ਥੀਸੀ,	Jo ta-o bhaavai so-ee theesee
ਜੋ ਤੂੰ ਦੇਹਿ ਸੋਈ ਹਉ ਪਾਈ॥੧॥	jo tooN deh so-ee ha-o paa-ee. ‖1‖
ਰਹਾਉ॥	rahaa-o.

ਪ੍ਰਭ, ਸਾਰੀ ਸ੍ਰਿਸ਼ਟੀ ਨੂੰ ਸ੍ਰਿਜਨ ਵਾਲਾ ਅਸਲੀ ਮਾਲਕ, ਹਾਕਮ ਹੈ । ਜੋ ਤੈਨੂੰ ਭਾਉਂਦਾ ਹੈ, ਤੂੰ ਉਹੀ ਕੁਝ ਕਰਦਾ ਹੈ । ਉਹ ਕੁਝ ਹੀ ਜੀਵ ਹਾਸਿਲ ਕਰ ਸਕਦਾ ਹੈ ।

The True Master, Creator, Ultimate Commander may only function with His Own Imagination; He may bestow His Blessed Vision. His Creation may only receive; whatsoever may be bestowed with His Blessed Vision.

ਸਭ ਤੇਰੀ ਤੂੰ ਸਭਨੀ ਧਿਆਇਆ॥	sabh tayree tooN sabhnee Dhi-aa-i-aa.
ਜਿਸ ਨੋ ਕ੍ਰਿਪਾ ਕਰਹਿ,	jis no kirpaa karahi
ਤਿਨਿ ਨਾਮ ਰਤਨੁ ਪਾਇਆ॥	tin naam ratan paa-i-aa.
ਗੁਰਮਖ ਲਾਧਾ ਮਨਮੁਖਿ ਗਵਾਇਆ॥	gurmukh laaDhaa manmukh gavaa-i-aa.
ਤੁਧੁ ਆਪਿ ਵਿਛੋੜਿਆ ਆਪਿ ਮਿਲਾਇਆ॥੧	tuDh aap vichhorhi-aa aap milaa-i-aa. 1

ਸਾਰੇ ਜੀਵ ਹੀ ਪ੍ਰਭ ਦੇ ਸ਼ਬਦ ਦਾ ਸਿਮਰਨ ਕਰਦੇ ਹਨ । ਪ੍ਰਭ ਦੀ ਰਹਿਮਤ ਨਾਲ ਹੀ ਜੀਵ ਨੂੰ ਕੁਝ ਬਖਸ਼ਿਸ਼ ਹੋ ਸਕਦਾ ਹੈ । ਜਿਸ ਨੂੰ ਸ਼ਬਦ ਨਾਲ ਲਗਨ ਬਖਸ਼ਦਾ ਹੈ, ਕੇਵਲ ਉਹ ਹੀ ਸ਼ਬਦ ਦੀ ਪਾਲਣਾ ਵਿੱਚ ਅਡੋਲ ਹੋ ਸਕਦਾ ਹੈ । ਉਸ ਨੂੰ ਪ੍ਰਵਾਨਗੀ ਦਾ ਰਸਤਾ ਬਖਸ਼ਿਸ਼ ਹੋ ਸਕਦਾ ਹੈ । ਜਿਹੜਾ ਹੋਰ ਰਸਤੇ ਤੇ ਭਟਕਦੇ ਰਹਿੰਦਾ ਹੈ, ਉਹ ਜਨਮ ਮਰਨ ਦੇ ਚੱਕਰ ਵਿੱਚ ਹੀ ਰਹਿੰਦਾ ਹੈ ।

Everyone may be meditating on the teachings of His Word; only with His mercy and grace, he may be rewarded. Whosoever may be blessed with devotion, only he may meditate and obeys the teachings of His Word with steady and stable in his day-to-day life. He may be blessed with the right path of salvation. Whosoever may adopt different paths in life; he may remain frustrated in the cycle of birth and death.

ਤੂੰ ਦਰੀਆਉ ਸਭ ਤੁਝ ਹੀ ਮਾਹਿ॥	tooN daree-aa-o sabh tujh hee maahi.
ਤੁਝ ਬਿਨੁ ਦੂਜਾ ਕੋਈ ਨਾਹਿ॥	tujh bin doojaa ko-ee naahi.
ਜੀਅ ਜੰਤ ਸਭਿ ਤੇਰਾ ਖੇਲੁ॥	jee-a jant sabh tayraa khayl. vijog mil
ਵਿਜੋਗਿ ਮਿਲਿ ਵਿਛੁੜਿਆ ਸੰਜੋਗੀ ਮੇਲੁ॥੨॥	vichhurhi-aa sanjogee mayl. ‖2‖

ਵਿਸ਼ਾਲ ਪ੍ਰਭ ਦੇ ਸਾਰੇ ਗੁਣ, ਕਰਮਾਤਾਂ ਸ਼ਬਦ ਦੀ ਪਾਲਣਾ ਕਰਨ ਨਾਲ ਹੀ ਬਖਸ਼ਿਸ਼ ਹੋ ਸਕਦੀਆਂ ਹਨ । ਹੋਰ ਕੋਈ ਤਾਕਤਵਰ ਕੁਝ ਨਹੀਂ ਕਰ ਸਕਦੀ । ਪ੍ਰਭ ਨੇ ਹੀ ਅਨੇਕਾਂ ਕਿਸਮਾਂ ਦੀਆਂ ਸ੍ਰਿਸ਼ਟੀਆਂ ਪੈਦਾ ਕੀਤੀਆਂ ਹਨ । ਪ੍ਰਭ ਦੀ ਰਹਿਮਤ ਨਾਲ ਹੀ ਸ਼ਬਦ ਦੇ ਸਿਮਰਨ ਵਿੱਚ ਲਿਵ ਲਗਦੀ, ਪ੍ਰਵਾਨਗੀ ਦਾ ਅਸਲੀ ਰਸਤਾ ਬਖਸ਼ਿਸ਼ ਹੋ ਸਕਦਾ ਹੈ । ਜਿਸ ਜੀਵ ਦੀ ਬੰਦਗੀ ਦਰਬਾਰ ਵਿੱਚ ਪ੍ਰਵਾਨ ਨਹੀਂ ਹੁੰਦੀ, ਉਸ ਨੂੰ ਵਿਛੋੜਾ ਹੀ ਰਹਿੰਦਾ ਹੈ । ਜਿਹੜਾ ਪ੍ਰਭ ਦੇ ਸ਼ਬਦ ਦੇ ਸ਼ਬਦ ਦਾ ਸਿਮਰਨ ਅਡੋਲ ਭਰੋਸੇ ਨਾਲ ਕਰਦਾ ਹੈ, ਉਹ ਪ੍ਰਭ ਦੀ ਰਹਿਮਤ ਦੇ ਨੇੜੇ ਹੀ ਰਹਿੰਦਾ ਹੈ । ਜਿਸ ਦਾ ਭਰੋਸਾ ਅਡੋਲ ਨਹੀਂ ਹੁੰਦਾ, ਆਪਣੇ ਤੋਂ ਦੂਰ ਹੀ ਰਖਦਾ ਹੈ ।

The True Master is like a vast ocean, treasure of virtues! Whosoever may adopt the teachings of His Word with steady and stable belief in his day-to-day life; no one else may have any power to perform any task in the universe. He has created countless creatures of different kind. Whosoever may remain intoxicated in meditation on the teachings of His Word; with His mercy and grace. he may be blessed with the right path of acceptance in His Court. Whose meditation may not be accepted in Your Court; his soul remains separated and in the cycle of birth and death. Whosoever may meditate with a steady and stable belief on His Command; he may be blessed with the right path of acceptance in His Court; everyone else may remain in the cycle of birth and death.

ਜਿਸ ਨੋ ਤੂ ਜਾਣਾਇਹਿ ਸੋਈ ਜਨੁ ਜਾਣੈ॥	jis no too jaanaa-ihi so-ee jan jaanai.
ਹਰਿ ਗੁਣ ਸਦ ਹੀ ਆਖਿ ਵਖਾਣੈ॥	har gun sad hee aakh vakhaanai.
ਜਿਨਿ ਹਰਿ ਸੇਵਿਆ ਤਿਨਿ ਸੁਖੁ ਪਾਇਆ॥	jin har sayvi-aa tin sukh paa-i-aa.
ਸਹਜੇ ਹੀ ਹਰਿ ਨਾਮਿ ਸਮਾਇਆ॥੩॥	sehjay hee har naam samaa-i-aa. ||3||

ਜਿਸ ਨੂੰ ਪ੍ਰਭ ਰਹਿਮਤ ਬਖਸ਼ਕੇ, ਪ੍ਰਵਾਨਗੀ ਦੇ ਸਿੱਧੇ ਰਸਤੇ ਤੇ ਪਾਉਂਦਾ ਹੈ, ਕੇਵਲ ਉਸ ਨੂੰ ਸੋਝੀ ਬਖਸ਼ਦਾ ਹੋ ਸਕਦੀ ਹੈ । ਉਹ ਹੀ ਸਵਾਸ ਸਵਾਸ ਸ਼ਬਦ ਦੇ ਗੁਣ ਗਾਉਂਦਾ, ਸਿਮਰਨ ਕਰਦਾ ਹੈ, ਉਸ ਨੂੰ ਸੰਤੋਖ ਬਖਸ਼ਿਸ਼ ਹੋ ਸਕਦਾ ਹੈ । ਉਹ ਪ੍ਰਭ ਦੇ ਸ਼ਬਦ ਦਾ ਸਿਮਰਨ ਕਰਦਾ, ਸ਼ਬਦ ਦੀ ਸਮਾਧੀ ਵਿੱਚ ਲੀਨ ਰਹਿੰਦਾ, ਸਮਾ ਜਾਂਦਾ ਹੈ ।

Whosoever may be blessed with the right path of meditation, only he may recognize the significance of enlightenment of the essence of His Word. He may meditate and adopts the teachings of His Word with steady and stable belief with each breath in his day-to-day life; he may be blessed with overwhelming contentment in his life. He remains intoxicated in meditation in the void of His Word and immersed within His Holy Spirit.

ਤੂ ਆਪੇ ਕਰਤਾ	too aapay kartaa
ਤੇਰਾ ਕੀਆ ਸਭੁ ਹੋਇ॥	tayraa kee-aa sabh ho-ay.
ਤੁਧੁ ਬਿਨੁ ਦੂਜਾ ਅਵਰੁ ਨ ਕੋਇ॥	tuDh bin doojaa avar na ko-ay.
ਤੂ ਕਰਿ ਕਰਿ ਵੇਖਹਿ ਜਾਣਹਿ ਸੋਇ॥	too kar kar vaykheh jaaneh so-ay.
ਜਨ ਨਾਨਕ ਗੁਰਮੁਖਿ ਪਰਗਟੁ ਹੋਇ॥੪॥੨	jan naanak gurmukh pargat ho-ay. 4||2

ਪ੍ਰਭ ਆਪੇ ਹੀ ਸ੍ਰਿਸ਼ਟੀ ਦਾ ਸ੍ਰਿਜਨਹਾਰਾ ਹੈ, ਸਭ ਕੁਝ ਪ੍ਰਭ ਦਾ ਕੀਤਾ ਹੀ ਹੁੰਦਾ ਹੈ । ਪ੍ਰਭ ਤੋਂ ਬਿਨਾਂ ਹੋਰ ਕੋਈ ਦੂਜਾ, ਕੁਝ ਨਹੀਂ ਕਰ ਸਕਦਾ ਹੈ । ਆਪੇ ਹੀ ਕਰਦਾ, ਆਪ ਹੀ ਦੇਖਦਾ ਹੈ । ਪ੍ਰਭ ਦੇ ਪੈਦਾ ਕੀਤੇ ਜੀਵ ਹੀ ਸੰਤ ਸਰੂਪ ਬਣ ਜਾਂਦੇ ਹਨ ।

The One and Only One, True Master, Creator, only His Command may prevail in the universe. No one can do anything without His Blessings. He prevails in all events of His Creation and monitors all events. His creatures may become His Holy saint and His Symbol.

10. ਆਸਾ ਮਹਲਾ ੧॥ (12-2) Aasaa Mehlaa 1

ਤਿਤੁ ਸਰਵਰੜੈ ਭਈਲੇ ਨਿਵਾਸਾ,	tit saravrarhai bha-eelay nivaasaa
ਪਾਣੀ ਪਾਵਕੁ ਤਿਨਹਿ ਕੀਆ॥	paanee paavak tineh kee-aa.
ਪੰਕਜੁ ਮੋਹ ਪਗੁ ਨਹੀ ਚਾਲੈ,	pankaj moh pag nahee chaalai
ਹਮ ਦੇਖਾ ਤਹ ਡੂਬੀਅਲੇ॥੧॥	ham daykhaa tah doobee-alay. ||1||

ਜੀਵ, ਸਮੁੰਦਰ ਨਾਲੋ ਗੰਭੀਰ, ਨਾ ਅੰਤ ਜਾਣੇ ਵਾਲੇ ਪ੍ਰਭ ਦੀ ਰਚਾਈ ਹੋਈ ਸ੍ਰਿਸ਼ਟੀ ਵਿੱਚ ਵਸਦਾ ਹੈ । ਸ੍ਰਿਸ਼ਟੀ ਵਿੱਚ ਆਤਮਾ ਨੂੰ ਸੁਖ ਦੇਣ ਵਾਲਾ ਸਾਧਨ ਪਾਣੀ ਅਤੇ ਦੁਖ ਦੇਣ ਵਾਲਾ ਸਾਧਨ, ਅੱਗ, ਸੰਸਾਰਕ ਇਛਾਂ ਹਨ । ਪ੍ਰਭ ਨੇ ਸ੍ਰਿਸ਼ਟੀ ਵਿੱਚ ਜੀਵ ਨੂੰ ਵੱਖਰੇ ਲਾਲਚ ਰੂਪੀ ਰਸਤੇ ਹਨ । ਜਿਹੜਾ ਲਾਲਚ ਨਾਲ ਮੋਹ ਜੋੜਦਾ, ਧਿਆਨ ਲਾਉਂਦਾ ਹੈ, ਉਹ ਸੰਸਾਰ ਰੂਪੀ ਸਾਗਰ ਵਿੱਚ ਡੁਬ ਜਾਂਦਾ ਹੈ ।

The True Master may be very mysterious ocean, beyond any imagination of His Creation. The True Master has blessed with various comforts for worldly life, like water and miseries, hardship like fire, worldly desires. He has infused various suspicions and greed of worldly wealth. Whosoever may remain intoxicated with sweet poison of worldly wealth; he may drown in terrible ocean of worldly wealth and remains in the cycle of birth and death.

ਮਨ ਏਕੁ ਨ ਚੇਤਸਿ ਮੂੜ ਮਨਾ॥	man, ayk na chaytas moorh manaa.
ਹਰਿ ਬਿਸਰਤ ਤੇਰੇ ਗੁਣ ਗਲਿਆ॥੧॥ ਰਹਾਉ॥	har bisrat tayray gun gali-aa. ||1|| ra-haa-o.

ਮੂਰਖਾਂ ਵਾਲਾ ਕੰਮ ਨਾ ਕਰੋ, ਸ਼ਬਦ ਨੂੰ ਮਨੋ ਨਾ ਵਿਸਾਰੋ! ਜਿਸ ਦੇ ਮਨ ਵਿਚੋਂ ਸ਼ਬਦ ਵਿਸਰ ਜਾਂਦਾ ਹੈ, ਉਸ ਦੇ ਸਾਰੇ ਚੰਗੇ ਕੰਮ ਵੀ ਬਿਰਥੇ ਹੀ ਜਾਂਦੇ ਹਨ ।

Don't be stubborn, fool! You should not forsake the teachings of His Word from day-to-day life. Whosoever may forsake the teachings of His Word from his day-to-day life; even his good deeds, meditation and charities may be useless and not be rewarded.

ਨਾ ਹਉ ਜਤੀ ਸਤੀ ਨਹੀ ਪੜਿਆ,	naa ha-o jatee satee nahee parhi-aa
ਮੂਰਖ ਮੁਗਧਾ ਜਨਮੁ ਭਇਆ॥	moorakh mugDhaa janam bha-i-aa.
ਪ੍ਰਣਵਤਿ ਨਾਨਕ ਤਿਨ ਕੀ ਸਰਣਾ,	paranvat naanak tin kee sarnaa
ਜਿਨ ਤੂ ਨਾਹੀ ਵੀਸਰਿਆ॥੨॥੩॥	jin too naahee veesri-aa. ||2||3||

ਜੀਵ ਆਪਣੀਆਂ ਇੰਦ੍ਰੀਆਂ ਤੇ ਕਾਬੂ ਨਹੀਂ ਰਖਦਾ (ਜਤੀ), ਪ੍ਰਭ ਦੇ ਕੀਤੇ ਤੇ ਭਰੋਸਾ ਨਹੀਂ ਰਖਦਾ, ਸੂਝਵਾਲੇ ਤੋਂ ਰਸਤੇ ਦੀ ਜਾਣਕਾਰੀ ਲੈ ਕੇ ਨਹੀਂ ਚਲਦਾ ਹੈ । ਆਪਣਾ ਮਾਨਸ ਜੀਵਨ ਮੂਰਖਾ ਦੀ ਤਰ੍ਹਾਂ ਹੀ ਗਵਾ ਲੈਂਦਾ ਹੈ । ਸਮਝੋ! ਆਪਣੀ ਗਲਤੀ ਜਾਣਕੇ ਪ੍ਰਭ ਦੀ ਸ਼ਰਣ ਵਿੱਚ ਆਪਾ ਭੇਟਾ ਕਰੋ! ਪ੍ਰਭ ਸ਼ਰਣ ਵਿੱਚ ਆਏ ਦੀ ਲਾਜ ਰਖਦਾ ਹੈ ।

You do not control your worldly desires nor keep a steady and stable belief on the teachings of His Word, Blessings. You do not even try to understand the right path for human life nor adopts the teachings of His Word in your life. You have wasted your human life opportunity like a fool. You are still breathing! You may realize your foolishness, mistakes, repent, and regret. You should surrender your self-identity at His Sanctuary. The Merciful True Master always protector the honor of His humble true devotee.

11. ਆਸਾ ਮਹਲਾ ੫॥ (12-6) Aasaa Mehlaa 5.

ਭਈ ਪਰਾਪਤਿ ਮਾਨੁਖ ਦੇਹੁਰੀਆ॥	bha-ee paraapat maanukh dayhuree-aa.
ਗੋਬਿੰਦ ਮਿਲਣ ਕੀ ਇਹ ਤੇਰੀ ਬਰੀਆ॥	gobind milan kee ih tayree baree-aa.
ਅਵਰਿ ਕਾਜ ਤੇਰੈ ਕਿਤੈ ਨ ਕਾਮ॥	avar kaaj tayrai kitai na kaam. mil
ਮਿਲੁ ਸਾਧਸੰਗਤਿ ਭਜੁ ਕੇਵਲ ਨਾਮ॥੧॥	saaDhsangat bhaj kayval naam. ||1|

ਪ੍ਰਭ ਨੇ ਮਾਨਸ ਜੀਵਨ ਕੇਵਲ ਸਿਮਰਨ ਕਰਨ ਲਈ ਹੀ ਬਖਸ਼ਿਆ ਹੈ, ਇਹ ਹੀ ਪ੍ਰਭ ਨੂੰ ਮਿਲਣ ਦਾ ਮੌਕਾ ਹੈ । ਜਿਹੜਾ ਸੰਸਾਰ ਵਿੱਚ ਹੋਰ ਦੁਨੀਆਵੀ ਸੁਖਾਂ ਲਈ ਯਤਨ, ਕੰਮ ਕਰਦਾ ਹੈ, ਸਭ ਬਿਰਥੇ ਹੀ ਹਨ । ਸੰਤ ਸਰੂਪ ਨਾਲ ਮਿਲਕੇ ਸਿਮਰਨ ਕਰੋ! ਅੰਤ ਵਿੱਚ ਇਹ ਹੀ ਤੇਰੇ ਕੰਮ ਆਉਣਾ ਹੈ ।

The True Master has blessed your soul with human life to meditate and adopt the teachings of His Word in life. Human life may be the only opportunity to redeem yourselves to become worthy of His Consideration. All other worldly chores are useless for the purpose of human life. You should join the conjugation of His Holy saint and meditate on the teachings of His Word. Your earnings of His Word may be your witness in His Court.

ਸਰੰਜਾਮਿ ਲਾਗੁ ਭਵਜਲ ਤਰਨ ਕੈ॥	saraNjaam laag bhavjal taran kai.
ਜਨਮੁ ਬ੍ਰਿਥਾ ਜਾਤ ਰੰਗਿ ਮਾਇਆ ਕੈ॥੧॥ ਰਹਾਉ॥	janam baritha jaat rang maa-i-aa kai. ||1|| rahaa-o.

ਅਜੇ ਵੀ ਸਮਾਂ ਹੈ, ਕੋਸ਼ਿਸ਼ ਕਰੋ! ਉਸ ਕੰਮ ਵਿੱਚ ਲਗ ਜਾਵੋ । ਜਿਹੜੇ ਜੂੰਨਾਂ ਦੇ ਚੱਕਰ ਵਿਚੋਂ ਮੁਕਤੀ ਦੇ ਰਸਤੇ ਤੇ ਪਾਉਣ, ਤੇਰਾ ਪਾਰ ਉਤਾਰਾ ਹੋ ਜਾਵੇ । ਤੂੰ ਸੰਸਾਰਕ ਸੁਖਾਂ ਵਾਸਤੇ ਕੰਮ ਕਰਦਾ, ਧਨ ਇਕੱਠਾ ਕਰਦਾ ਹੈ, ਇਹ ਸਾਰਾ ਬਿਰਥਾ ਹੀ ਹੈ, ਸਾਥ ਨਹੀਂ ਜਾਣਾ ।

You are still alive! You may still have an opportunity to adopt the teachings of His Word with steady and stable belief; with His mercy and grace, you may be blessed with the right path of salvation. Worldly wealth, comforts may be useless for the real purpose of human life to support your soul in His Court.

ਜਪੁ ਤਪੁ ਸੰਜਮੁ ਧਰਮੁ ਨ ਕਮਾਇਆ॥	jap tap sanjam Dharam na kamaa-i-aa.
ਸੇਵਾ ਸਾਧ ਨ ਜਾਨਿਆ ਹਰਿ ਰਾਇਆ॥	sayvaa saaDh na jaani-aa har raa-i-aa.
ਕਹੁ ਨਾਨਕ ਹਮ ਨੀਚ ਕਰੰਮਾ॥	kaho naanak ham neech karammaa. sa-
ਸਰਣਿ ਪਰੇ ਕੀ ਰਾਖਹੁ ਸਰਮਾ॥ ੨॥੪॥	ran paray kee raakho sarmaa. ||2||4||

ਇਸ ਸੰਸਾਰ ਵਿੱਚ ਆ ਕੇ ਤੂੰ ਕੋਈ ਚੰਗਾ ਕੰਮ, ਕੋਈ ਬੰਦਗੀ, ਇੰਦ੍ਰੀਆਂ ਤੇ ਕਾਬੂ, ਸੰਤ ਸਰੂਪ ਦੀ ਸੇਵਾ ਨਹੀਂ ਕੀਤੀ ਹੈ, ਪ੍ਰਭ ਨੂੰ ਅਟਲ ਅਸਲੀ ਮਾਲਕ ਨਹੀਂ ਮੰਨਿਆ ਹੈ । ਤੂੰ ਹਰ ਵੇਲੇ ਨੀਚਾਂ ਵਾਲੇ ਕੰਮ ਕਰਦਾ ਹੈ । ਅਜੇ ਵੀ ਸਮਾਂ ਹੈ, ਆਪਣਾ ਰਸਤਾ ਬਦਲੋ! ਪ੍ਰਭ ਦੀ ਸ਼ਰਣ ਵਿੱਚ ਆਪਾ ਭੇਟਾ ਕਰੋ! ਉਹ ਭੁਲਾਂ ਬਖਸ਼ਣ ਵਾਲਾ ਮਾਲਕ ਤੇਰੇ ਤੇ ਵੀ ਰਹਿਮਤ ਬਖਸ਼ੇ ਗਾ ।

You have not done any good deed for mankind nor control your worldly desires. You have not served His Holy saint nor accepted The True Master as an ultimate, Axiom Commander. You are always performing mean deeds to hurt others. You are still alive! You may still have an opportunity to change your path, regret and repent your mistakes. You should surrender your self-identity at His Sanctuary. The Merciful True Master, ocean of forgiveness may bless the right path of human life journey.

☬ ਕੀਰਤਨ ਸੋਹਿਲਾ ☬

12. **ਸੋਹਿਲਾ ਰਾਗੁ ਗਉੜੀ ਦੀਪਕੀ ਮਹਲਾ ੧॥ (12-10)** Ga-orhee Deepkee Mehlaa 1

ੴ ਸਤਿਗੁਰ ਪ੍ਰਸਾਦਿ॥	ik-oNkaar saT`gur parsaad
ਜੈ ਘਰਿ ਕੀਰਤਿ ਆਖੀਐ	jai ghar keerat aakhee-ai
ਕਰਤੇ ਕਾ ਹੋਇ ਬੀਚਾਰੋ॥	kartay kaa ho-ay beechaaro.
ਤਿਤੁ ਘਰਿ ਗਾਵਹੁ ਸੋਹਿਲਾ	tit ghar gaavhu sohilaa
ਸਿਵਰਿਹੁ ਸਿਰਜਣਹਾਰੋ ॥੧॥	sivrihu sirjanhaaro. ||1||

ਜਿਸ ਘਰ ਵਿੱਚ ਪ੍ਰਭ ਦੇ ਸ਼ਬਦ ਦਾ ਕੀਰਤਨ, ਸਿਮਰਨ ਹੁੰਦਾ, ਪ੍ਰਭ ਦੀ ਹੋਂਦ ਦਾ ਵਿਚਾਰ ਹੁੰਦਾ ਹੈ । ਉਸ ਘਰ ਵਿੱਚ ਹਮੇਸ਼ਾ ਹੀ ਪ੍ਰਭ ਦੀ ਰਹਿਮਤ ਦਾ ਧੰਨਵਾਦ ਹੀ ਕੀਤਾ ਜਾਂਦਾ ਹੈ ।

Whosoever may always meditate, sings the glory of His Word, comprehend the teachings of His Word to adopt in his day-to-day life. He may remain intoxicated in gratitude for His Blessings. His home may be transformed as Holy Shrine.

ਤੁਮ ਗਾਵਹੁ ਮੇਰੇ ਨਿਰਭਉ ਕਾ ਸੋਹਿਲਾ॥	tum gaavhu mayray nirbha-o kaa sohilaa.
ਹਉ ਵਾਰੀ ਜਿਤੁ ਸੋਹਿਲੈ ਸਦਾ ਸੁਖੁ ਹੋਇ॥	ha-o vaaree jit sohilai sadaa sukh ho-ay.
੧॥ ਰਹਾਉ॥	||1|| rahaa-o.

ਮੇਰੇ ਪਿਆਰੇ ਮਿਤਰੋ ਤੁਸੀ ਵੀ ਉਸ ਸ੍ਰਿਸ਼ਟੀ ਨੂੰ ਸਾਜਨ ਵਾਲੇ ਦਾ ਸਿਮਰਨ ਕਰੋ! ਉਸ ਤੋਂ ਵਾਰੀ ਜਾਵਾ, ਕਰਬਾਨ ਜਾਵਾ! ਉਸ ਦੇ ਸਿਮਰਨ ਕਰਨ ਨਾਲ ਸਦਾ ਖੁਸ਼ੀ, ਖੇੜਾ ਵਰਤਦਾ ਹੈ ।

You should always sing the glory and meditate on the teachings of His Word, The One and Only One, True Master. I remain fascinated from His Greatness! Whosoever may meditate on the teachings of His Word with steady and stable belief in his day-to-day life; with His mercy and grace, he may be blessed with pleasure and blossoms in his life.

ਨਿਤ ਨਿਤ ਜੀਅੜੇ ਸਮਾਲੀਅਨਿ	nit nit jee-arhay samaalee-an
ਦੇਖੈਗਾ ਦੇਵਣਹਾਰੁ॥	daykhaigaa dayvanhaar.
ਤੇਰੇ ਦਾਨੈ ਕੀਮਤਿ ਨਾ ਪਵੈ	tayray daanai keemat naa pavai
ਤਿਸੁ ਦਾਤੇ ਕਵਣੁ ਸੁਮਾਰੁ॥੨॥	tis daatay kavan sumaar. ||2||

ਅੰਤਰਜਾਮੀ ਪ੍ਰਭ ਆਪਣੀ ਸਾਜੀ ਹੋਈ ਸ੍ਰਿਸ਼ਟੀ ਦੀ ਹਰ ਵੇਲੇ ਹੀ ਦੇਖ ਭਾਲ (ਸੰਭਾਲਣਾ) ਕਰਦਾ ਹੈ । ਪ੍ਰਭ ਦੀਆਂ ਬਖਸ਼ਿਆਂ ਦਾਤਾਂ ਦੀ ਕੀਮਤ ਜਾਣੀ ਨਹੀਂ ਜਾ ਸਕਦੀ, ਅਣਮੋਲ ਹਨ । ਨਾ ਹੀ ਪ੍ਰਭ ਨੂੰ ਕਿਸੇ ਦੇ ਬਰਾਬਰ ਤੁਲਨਾ ਕੀਤੀ ਜਾ ਸਕਦੀ, ਪਰਖਿਆ ਹੀ ਜਾ ਸਕਦਾ ਹੈ ।

The Omniscient True Master creates, nourishes, and protects His Creation. The significance of His Blessings may not be fully comprehended nor comparable with anyone.

ਸੰਬਤਿ ਸਾਹਾ ਲਿਖਿਆ	sambat saahaa likhi-aa
ਮਿਲਿ ਕਰਿ ਪਾਵਹੁ ਤੇਲੁ॥	mil kar paavhu tayl.
ਦੇਹੁ ਸਜਣ ਅਸੀਸੜੀਆ	dayh sajan aseesrhee-aa
ਜਿਉ ਹੋਵੈ ਸਾਹਿਬ ਸਿਉ ਮੇਲੁ॥੩॥	ji-o hovai saahib si-o mayl. ||3||

ਮੌਤ ਦਾ ਸਮਾਂ ਅਟਲ, ਨਿਸ਼ਚਤ ਹੈ । ਇਹ ਸੋਗ ਦਾ ਸਮਾਂ ਨਹੀਂ, ਸਗੋਂ ਪ੍ਰਭ ਨੂੰ ਮਿਲਣ ਦੀ ਘੜੀ ਹੈ । ਪ੍ਰਭ ਨੇ ਆਪਣੇ ਦਾਸ ਨੂੰ ਵਾਪਸ ਸੱਦ ਲਿਆ ਹੈ । ਸਾਰੇ ਮਿਲਕੇ ਇਸ ਸੱਦੇ ਲਈ ਪ੍ਰਭ ਦਾ ਧੰਨਵਾਦ ਕਰੋ! ਇਸ ਮੌਕੇ ਤੇ ਸਾਰੇ ਮਿੱਤਰ ਇਕੱਠੇ ਹੋ ਕੇ ਆਤਮਾ ਲਈ ਅਰਦਾਸ ਕਰੋ! ਕਿ ਉਸ ਦਾ ਅਸਲੀ ਮਾਲਕ ਨਾਲ ਸੰਜੋਗ ਹੋ ਜਾਵੇ ।

The time of death is predetermined and unavoidable. The death may not be time for grieving; rather his soul has completed her worldly visit and returning home. This may be the time for a union with The True Creator. We should be grateful and sing His Glory for His invitation. We should join and pray for His Forgiveness and Refuge! The Merciful True Master may accept his soul in His Sanctuary.

ਘਰਿ ਘਰਿ ਏਹੋ ਪਾਹੁਚਾ — ghar ghar ayho paahuchaa
ਸਦੜੇ ਨਿਤ ਪਵੰਨਿ॥ — sad-rhay nit pavann.
ਸਦਣਹਾਰਾ ਸਿਮਰੀਐ — sadanhaaraa simree-ai
ਨਾਨਕ ਸੇ ਦਿਹ ਆਵੰਨਿ॥੪॥੧ — naanak say dih aavann. ||4||1||

ਜੀਵ ਦੇ ਜਨਮ ਤੋਂ ਪਹਿਲੇ ਹੀ ਮੌਤ ਦਾ ਸਮਾਂ, ਘੜੀ ਮਿਥੀ ਜਾਂਦੀ ਹੈ । ਇਹ ਕੋਈ ਅਣਹੋਣੀ ਘਟਨਾ ਨਹੀਂ ਹੈ । ਹਰ ਰੋਜ਼ ਹੀ ਕੋਈ ਨਾ ਕੋਈ ਇਸ ਸੰਸਾਰ ਵਿਚੋਂ ਜਾਂਦਾ ਹੈ । ਪ੍ਰਭ ਨੂੰ ਹਰ ਸਮੇਂ ਯਾਦ ਰਖੋ, ਸਿਮਰਨ ਕਰੋ ! ਤੇਰਾ ਸਮਾਂ ਵੀ ਨਜ਼ਦੀਕ ਹੈ ।

The time of death may be predetermined before birth of any worldly creature. Death may not be a strange event in world! Every day, someone may be born and other may die. This is an ongoing play of His Nature and not any unique only happen to anyone. Remember! Your time may be near, approaching.

13. ਰਾਗੁ ਆਸਾ ਮਹਲਾ ੧॥ (12-16) Raag Aasaa Mehlaa 1

ਛਿਅ ਘਰ ਛਿਅ ਗੁਰ ਛਿਅ ਉਪਦੇਸ॥ — chhi-a ghar chhi-a gur chhi-a updays.
ਗੁਰੁ ਗੁਰੁ ਏਕੋ ਵੇਸ ਅਨੇਕ॥੧॥ — gur gur ayko vays anayk. ||1||

ਇਸ ਸੰਸਾਰ ਵਿੱਚ ਅਨੇਕਾਂ ਧਾਰਮਕ ਸੰਸਥਾਂ, ਪ੍ਰਭ ਦਾ ਸੁਨੇਹਾ ਦੇਣ ਵਾਲੀਆਂ ਹਨ । ਅਨੇਕਾਂ ਹੀ ਸੰਤ ਸਰੂਪ ਸ਼ਬਦ ਦਾ ਉਪਦੇਸ਼ ਕਰਨਵਾਲੇ ਹਨ । ਅਨੇਕਾਂ ਕਿਸਮਾਂ ਦੀਆਂ ਬਾਣੀਆਂ, ਸਾਰੀਆਂ ਹੀ ਅਟਲ ਪ੍ਰਭ ਦੇ ਅਨੇਕਾਂ ਹੀ ਰੂਪ ਹਨ, ਸਾਰੇ ਹੀ ਠੀਕ ਰਸਤੇ ਹਨ ।

ਧਾਰਮਕ ਸੰਸਥਾਂ-ਮੰਦਰ, ਮਸਜਦ, ਧਰਮਸਾਲਾ, ਗੁਰਦਾਵਾਰੇ
ਬਾਣੀਆਂ- ਕਰਾਨ, ਪਰਾਨ, ਗੁਰੂ ਗ੍ਰੰਥ ਸਾਹਿਬ, ਆਦਿ
ਛਿਅ - ਛਿਅ ਨੰਬਰ ਤੋਂ ਨਹੀਂ, ਇਕ ਤੋਂ ਵਧ ਵਾਸਤੇ ਵਰਤਿਆ ਗਿਆ ਹੈ ।

In the universe! Countless religious shrines, Holy Scriptures to spread the message of the teachings of His Word. Countless Blessed souls, His Holy saints to preach the teachings of His Word. All are teachings to become worthy to be blessed with the right path.

ਬਾਬਾ ਜੈ ਘਰਿ ਕਰਤੇ ਕੀਰਤਿ ਹੋਇ॥ — baabaa jai ghar kartay keerat ho-ay.
ਸੋ ਘਰੁ ਰਾਖੁ ਵਡਾਈ ਤੋਇ॥੧॥ ਰਹਾਉ॥ — so ghar raakh vadaa-ee to-ay. ||1|| rahaa-o.

ਜਿਸ ਅਸਥਾਨ ਤੇ ਪ੍ਰਭ ਦੇ ਸ਼ਬਦ ਦਾ ਕੀਰਤਨ ਹੁੰਦਾ, ਜਿਹੜੀ ਆਤਮਾ ਅਟਲ ਪ੍ਰਭ ਦੇ ਸ਼ਬਦ ਦਾ ਸਿਮਰਨ ਕਰਦਾ ਹੈ, ਉਸ ਦਾ ਸਿਮਰਨ ਵਾਲਾ ਘਰ, ਤਨ ਮੰਦਰ ਬਣ ਜਾਂਦਾ ਹੈ । ਉਸ ਦੇ ਮਨ, ਜੀਵਨ ਵਿੱਚ ਖੇੜਾ ਬਖਸ਼ਿਸ਼ ਹੋ ਜਾਂਦਾ ਹੈ, ਉਸ ਆਤਮਾ ਦੀ ਮਹਿਮਾਂ ਬੁਹਤ ਉੱਚੀ ਹੋ ਜਾਂਦੀ ਹੈ ।

Whosoever may meditate, sings the glory of His Word; his meditation place, his body may become His Holy Shrine; with His mercy and grace, he may be blessed with blossom in his life. His soul may be blessed with supreme status, glory.

ਵਿਸੁਏ ਚਸਿਆ ਘੜੀਆ ਪਹਰਾ — visu-ay chasi-aa gharhee-aa pahraa
ਥਿਤੀ ਵਾਰੀ ਮਾਹੁ ਹੋਆ॥ — thitee vaaree maahu ho-aa.
ਸੂਰਜੁ ਏਕੋ ਰੁਤਿ ਅਨੇਕ॥ — sooraj ayko rut anayk.
ਨਾਨਕ ਕਰਤੇ ਕੇ ਕੇਤੇ ਵੇਸ॥੨॥੨॥ — naanak kartay kay kaytay vays. ||2||2||

ਦਿਨ ਰਾਤ, ਮਹੀਨੇ, ਥਿਤੀ, ਵਾਰ, ਵੱਖਰੀਆਂ ਰੁਤਾਂ, ਮੌਸਮ ਸਾਰੇ ਇਕ ਸੂਰਜ ਵਿਚੋਂ ਬਣਦੇ ਹਨ । ਇਸਤਰ੍ਹਾਂ ਇਸ ਅਸਲੀ ਮਾਲਕ ਦੀ ਜੋਤ ਵਿਚੋਂ ਹੀ ਅਨੇਕਾਂ ਰੂਪ, ਰੰਗ ਜੀਵ ਪੈਦਾ ਹੁੰਦੇ ਹਨ । ਪ੍ਰਭ ਆਪ ਹੀ ਇਹਨਾਂ ਵਿੱਚ ਆਪਣੀ ਇਛਾ ਨਾਲ ਪ੍ਰਗਟ ਹੋ ਜਾਂਦਾ ਹੈ ।

In the universe! All seasons, days, months, seasons have been originated from one Sun! Same way all creatures, different color and structures have been created from His Holy Spirit. He may appear within anyone with His own imagination.

14. ਰਾਗੁ ਧਨਾਸਰੀ ਮਹਲਾ ੧॥ (13-1) Raag Dhanaasree Mehlaa 1

ਗਗਨ ਮੈ ਥਾਲੁ ਰਵਿ ਚੰਦੁ ਦੀਪਕ ਬਨੇ, gagan mai thaal rav chand deepak banay
ਤਾਰਿਕਾ ਮੰਡਲ ਜਨਕ ਮੋਤੀ॥ taarikaa mandal janak motee.
ਧੂਪੁ ਮਲਆਨਲੋ ਪਵਣੁ ਚਵਰੋ, Dhoop mal-aanlo pavan chavro
ਕਰੇ ਸਗਲ ਬਨਰਾਇ ਫੂਲੰਤ ਜੋਤੀ॥੧॥ karay sagal banraa-ay foolant jotee. ||1||

ਪ੍ਰਭ, ਅਕਾਸ਼ ਤੇਰੇ ਗੁਣ ਗਾਉਣ, ਧੰਨਵਾਦ ਕਰਨਵਾਲਾ ਪੰਡਾਲ ਹੈ । ਅਨੇਕਾਂ ਹੀ ਚੰਦ ਅਤੇ ਅਨੇਕਾਂ ਹੀ ਤਾਰੇ ਇਸ ਪੰਡਾਲ ਦੀ ਸ਼ਾਨ ਵਧਾਉਂਦੇ ਹਨ । ਅਨੇਕਾਂ ਹੀ ਕਿਸਮਾਂ ਦੇ ਪੌਦੇ, (ਫੁੱਲ, ਬੂਟੇ,) ਸੁਗੰਧ ਦੇਂਦੇ ਹਨ । ਇਹ ਹਵਾ ਸਾਰੇ ਮੰਡਲ ਵਿੱਚ ਮਾਹਿਕ ਵਰਸਾਉਂਦੀ, ਇਹ ਸ੍ਰਿਸ਼ਟੀ ਹੀ ਤੇਰੀ ਭੇਟਾ ਹੈ ।

The sky is the stage to sing Your Glory. Many moons and stars enhance Your embellishment and glory. Countless flowers and plants are spreading the aroma. Air spreads the fragrance and the whole universe is Your offering.

ਕੈਸੀ ਆਰਤੀ ਹੋਇ॥ kaisee aartee ho-ay.
ਭਵ ਖੰਡਨਾ ਤੇਰੀ ਆਰਤੀ॥ bhav khandnaa tayree aartee.
ਅਨਹਤਾ ਸਬਦ ਵਾਜੰਤ ਭੇਰੀ॥੧॥ anhataa sabad vaajant bhayree. ||1||
ਰਹਾਉ॥ rahaa-o.

ਅਟਲ ਪ੍ਰਭ, ਮੈਂ ਕਿਸਤਰ੍ਹਾਂ ਦੀ ਆਰਤੀ, ਪੂਜਾ, ਧੰਨਵਾਦ ਕਰਾ । ਮੇਰੇ ਕੋਲ ਕੇਵਲ ਤੇਰਾ ਬਖਸ਼ਿਆ ਹੋਇਆ ਸ਼ਬਦ ਹੀ ਹੈ, ਸਵਾਸ ਸਵਾਸ ਨਾਲ ਸਿਮਰਨ ਕਰਦਾ ਹਾ ।

My Axiom True Master! How may I worship, sing Your Glory, and pray for Your Forgiveness and Refuge? I am singing the glory of Your Blessed Word with breath as my prayer for Your Forgiveness and Refuge.

ਸਹਸ ਤਵ ਨੈਨ ਨਨ, ਨੈਨ ਹਹਿ ਤੋਹਿ ਕਉ, sahas tav nain nan nain heh tohi ka-o sa-
ਸਹਸ ਮੂਰਤਿ ਨਨਾ ਏਕ ਤੁੋਹੀ॥ has moorat nanaa ayk tohee.
ਸਹਸ ਪਦ ਬਿਮਲ ਨਨ, ਏਕ ਪਦ ਗੰਧ ਬਿਨੁ, sahas pad bimal nan ayk pad ganDh bin
ਸਹਸ ਤਵ ਗੰਧ ਇਵ ਚਲਤ ਮੋਹੀ॥੨॥ sahas tav ganDh iv chalat mohee. ||2||

ਪ੍ਰਭ ਤੇਰੀਆ ਅਨੇਕਾਂ ਦੇਖਣ ਵਾਲੀਆਂ ਅੱਖਾਂ, ਅਨੇਕਾਂ ਹੀ ਰੂਪ, ਅਨੇਕਾਂ ਹੀ ਪੈਰ, ਅਨੇਕਾਂ ਹੀ ਸੁੰਘਣ ਵਾਲੇ ਨੱਕ, ਅਨੇਕਾਂ ਹੀ ਚਰਨ ਹਨ । ਇਹ ਵੀ ਦੇਖਦਾ ਹਾ! ਤੇਰੀ ਕੋਈ ਅੱਖ, ਪੈਰ, ਨੱਕ, ਚਰਨ ਨਹੀਂ, ਕੋਈ ਇਕ ਸਥਿਤ ਰੂਪ (ਅਕਾਰ) ਨਹੀਂ ਹੈ । ਇਸ ਤੇ ਬੁਹਤ ਅਚੰਭਾ ਹੋ ਗਿਆ ਹਾ । ਇਸ ਹੀ ਵੱਖਰੇ ਪਨ ਨੇ ਬੁਹਤ ਪ੍ਰਭਾਵਤ ਕੀਤਾ ਹੈ ।

My True Master, I may see! You have many eyes, ears, noses, feet astonishing beauty. Next moment, I see no eyes, no ears, no noses, foot, nor any visible shape either. I am entranced from Your Unique Existence.

ਸਭ ਮਹਿ ਜੋਤਿ ਜੋਤਿ ਹੈ ਸੋਇ॥ sabh meh jot jot hai so-ay.
ਤਿਸ ਦੈ ਚਾਨਣਿ ਸਭ ਮਹਿ ਚਾਨਣੁ ਹੋਇ॥ tis dai chaanan sabh meh chaanan ho-ay.
ਗੁਰ ਸਾਖੀ ਜੋਤਿ ਪਰਗਟੁ ਹੋਇ॥ gur saakhee jot pargat ho-ay.
ਜੋ ਤਿਸੁ ਭਾਵੈ ਸੁ ਆਰਤੀ ਹੋਇ॥੩॥ jo tis bhaavai so aartee ho-ay. ||3||

ਪ੍ਰਭ ਸਭ ਜੀਵਾਂ ਵਿੱਚ ਤੇਰੀ ਜੋਤ ਵਸਦੀ, ਸੋਝੀ ਬਖਸ਼ੀ ਹੈ । ਇਸ ਨਾਲ ਹੀ ਸਾਰੀ ਸ੍ਰਿਸ਼ਟੀ ਵਿੱਚ ਗਿਆਨ, ਚਾਨਣ ਹੋਇਆ ਹੈ । ਤੇਰੇ ਸ਼ਬਦ ਦੀ ਸਿਖਿਆਂ ਨਾਲ ਹੀ ਸ੍ਰਿਸ਼ਟੀ ਵਿਚੋਂ ਅਗਿਆਨਤਾ ਦਾ ਅੰਧੇਰਾ ਦੂਰ, ਚਾਨਣ ਹੋ ਗਿਆ ਹੈ । ਤੇਰੀ ਰਹਿਮਤ ਨਾਲ ਹੀ ਜੀਵ ਨੂੰ ਸੋਝੀ ਬਖਸ਼ਿਸ਼ ਹੁੰਦੀ ਹੈ, ਉਹ ਤੇਰੀ ਹੋਂਦ ਮਹਿਸੂਸ ਕਰ ਸਕਦਾ ਹੈ । ਜਿਹੜੀ ਬੰਦਗੀ ਤੇਰੇ ਦਰਬਾਰ ਵਿੱਚ ਪ੍ਰਵਾਨ ਹੋ ਜਾਂਦੀ ਹੈ, ਉਹ ਹੀ ਤੇਰੀ ਪੂਜਾ, ਆਰਤੀ ਹੈ ।

You Holy Spirit remains embedded within each soul and Your Blesses enlightenment remains within each heart. The teachings of Your Word have enlightened the whole universe. Whosoever may be bestowed with Your Blessed Vision, he may be enlightened. He may realize Your Existence, Your

Holy Spirt prevailing everywhere. Whose meditation may be accepted in Your Court; his meditation may be the right meditation, worship and prayer for Your Forgiveness and Refuge.

ਹਰਿ ਚਰਣ ਕਵਲ ਮਕਰੰਦ ਲੋਭਿਤ,	har charan kaval makrand lobhit
ਮਨੋ ਅਨਦਿਨੋ ਮੋਹਿ ਆਹੀ ਪਿਆਸਾ॥	mano andino mohi aahee pi-aasaa.
ਕ੍ਰਿਪਾ ਜਲੁ ਦੇਹਿ ਨਾਨਕ ਸਾਰਿੰਗ ਕਉ,	kirpaa jal deh naanak saaring ka-o
ਹੋਇ ਜਾ ਤੇ ਤੇਰੈ ਨਾਇ ਵਾਸਾ॥੪॥ ੩॥	ho-ay jaa tay tayrai naa-ay vaasaa. ||4||3||

ਮੇਰੇ ਮਨ ਵਿੱਚ ਹਮੇਸ਼ਾਂ ਹੀ ਪ੍ਰਭ ਨੂੰ ਮਿਲਣ ਦੀ ਇਛਾਂ, ਲਾਲਚ, ਖਾਹਿਸ਼, ਪਿਆਸ ਰਹਿੰਦੀ ਹੈ । ਪ੍ਰਭ ਰਹਿਮਤ ਬਖਸ਼ੋ! ਮੇਰੇ ਮਨ ਵਿੱਚ ਸ਼ਬਦ ਦੀ ਸੋਝੀ ਘਰ ਕਰ ਜਾਵੇ । ਮੈਂ ਸ਼ਬਦ ਦੇ ਸਿਮਰਨ ਵਿੱਚ ਲੀਨ ਹੋਇਆ ਹੀ ਪ੍ਰਭ ਦੀ ਜੋਤ ਵਿੱਚ ਅਲੋਪ ਹੋ ਜਾਵਾ ।

My True Master! I am always anxious to be enlightened with essence of Your Word; to be blessed with the right path of acceptance in Your Court. I may be drenched with the essence of Your Word. I may remain intoxicated in meditation in the void of Your Word and I may be absorbed within Your Holy Spirit.

15. ਰਾਗੁ ਗਉੜੀ ਪੂਰਬੀ ਮਹਲਾ ੪॥ (13-8) Raag Ga-orhee Poorbee Mehlaa 4.

ਕਾਮਿ ਕਰੋਧਿ ਨਗਰੁ ਬਹੁ ਭਰਿਆ,	kaam karoDh nagar baho bhari-aa
ਮਿਲਿ ਸਾਧੂ ਖੰਡਲ ਖੰਡਾ ਹੇ॥	mil saaDhoo khandal khanda hay.
ਪੂਰਬਿ ਲਿਖਤ ਲਿਖੇ ਗੁਰੁ ਪਾਇਆ,	poorab likhat likhay gur paa-i-aa
ਮਨਿ ਹਰਿ ਲਿਵ ਮੰਡਲ ਮੰਡਾ ਹੇ॥੧॥	man, har liv mandal mandaa hay. ||1||

ਜੀਵ ਦਾ ਮਨ ਕਾਮ, ਕਰੋਧ ਨਾਲ ਭਰੇ ਭਾਂਡੇ ਦੀ ਤਰ੍ਹਾਂ ਹੈ, ਜਿਸ ਨੂੰ ਸੰਤ ਸਰੂਪ ਦੀ ਸੰਗਤ ਬਖਸ਼ਿਸ਼ ਹੋ ਜਾਂਦੀ ਹੈ । ਜਿਹੜਾ ਉਸ ਦੇ ਜੀਵਨ ਦੀ ਸਿਖਿਆਂ ਨਾਲ ਆਪਣਾ ਜੀਵਨ ਢਾਲਦਾ ਹੈ, ਉਸ ਨੂੰ ਹੀ ਮਨ ਦੀਆਂ ਬੁਰੀਆਂ ਇਛਾਂ ਤੇ ਜਿੱਤ ਬਖਸ਼ਿਸ਼ ਹੋ ਸਕਦੀ ਹੈ । ਪਿਛਲੇ ਜਨਮ ਦੇ ਕੀਤੇ ਕਰਮਾਂ ਨਾਲ ਸੰਤ ਦੀ ਸੰਗਤ, ਇਹ ਅਵਸਥਾ ਬਖਸ਼ਿਸ਼ ਹੋ ਸਕਦੀ ਹੈ । ਉਹ ਸ਼ਬਦ ਦੀ ਪਾਲਣਾ, ਸਿਮਰਨ ਵਿੱਚ ਹੀ ਸ਼ਬਦ ਦੀ ਸਮਾਧੀ ਵਿੱਚ ਲੀਨ ਰਹਿੰਦਾ ਹੈ ।

Human mind is like a vessel overflowing with anger and sexual urge with stranger partner! Whosoever may be blessed with the conjugation of His Holy saint, he may adopt his life experience teachings in his day-to-day life; with His mercy and grace, he may conquer the evil thoughts from his mind. Whosoever may have a great prewritten destiny as a reward for his deeds of previous lives; he may be blessed with such a state of mind as His true devotee. He may remain intoxicated in obeying the teachings of His Word in the void of His Word.

ਕਰਿ ਸਾਧੂ ਅੰਜੁਲੀ ਪੁਨੁ ਵਡਾ ਹੇ॥	kar saaDhoo anjulee pun vadaa hay.
ਕਰਿ ਡੰਡਉਤ ਪੁਨੁ ਵਡਾ ਹੇ॥੧॥ ਰਹਾਉ॥	kar dand-ut pun vadaa hay. ||1|| rahaa-o

ਸਾਧੂ, ਮਹਾਤਮਾ ਦੀ ਸੇਵਾ ਕਰਨਾ, ਭੋਜਨ ਕਰਵਾਉਣਾ ਹੀ ਵੱਡਾ ਪੁੰਨ ਹੈ । ਤੇਰਾ ਰੂਪ ਸਮਝਕੇ ਨਮਸਕਾਰ ਕਰਨਾ, ਸਤਿਕਾਰ ਕਰਨਾ ਹੀ ਤੇਰੀ ਪੂਜਾ ਕਰਨਾ ਹੈ ।

To serve His Holy saints to provide comfort and offering food may be the biggest charities. Whosoever may honor His Holy saint as the symbol of The True Master; his service may be the true worship of The True Master.

ਸਾਕਤ ਹਰਿ ਰਸ ਸਾਦੁ ਨ ਜਾਣਿਆ,	saakat har ras saad na jaani-aa
ਤਿਨ ਅੰਤਰਿ ਹਉਮੈ ਕੰਡਾ ਹੇ॥	tin antar ha-umai kandaa hay.
ਜਿਉ ਜਿਉ ਚਲਹਿ ਚੁਭੈ ਦੁਖੁ ਪਾਵਹਿ,	ji-o ji-o chaleh chubhai dukh paavahi
ਜਮਕਾਲੁ ਸਹਹਿ ਸਿਰਿ ਡੰਡਾ ਹੇ॥੨॥	Jamkaal saheh sir dandaa hay. ||2||

ਮਨਮੁਖ ਦੇ ਮਨ ਵਿੱਚ ਪ੍ਰਭ ਦੇ ਸ਼ਬਦ ਦੀ ਕੋਈ ਸੋਝੀ ਨਹੀ ਹੁੰਦੀ । ਉਸ ਦੇ ਮਨ ਵਿੱਚ ਅਹੰਕਾਰ ਦਾ ਜ਼ੋਰ ਰਹਿੰਦਾ ਹੈ, ਜੀਵਨ ਵਿੱਚ ਸੰਸਾਰਕ ਇਛਾਂ ਦੀਆਂ ਭਟਕਣਾਂ, ਮੁਸੀਬਤਾਂ ਹੀ ਰਹਿੰਦੀਆਂ ਹਨ । ਉਹ ਜਮਦੂਤ ਦੇ ਕਾਬੂ ਵਿੱਚ, ਜਨਮ ਮਰਨ ਦੇ ਚੱਕਰ ਵਿੱਚ ਹੀ ਰਹਿੰਦਾ ਹੈ ।

Self-minded, faithless cynics remains ignorant from the teachings and significance of obeying the teachings of His Word; ego may remain embedded deep within his mind. He may remain in frustrations and endures miseries in life. He may remain in the cycle of birth and death.

ਹਰਿ ਜਨ ਹਰਿ ਹਰਿ ਨਾਮਿ ਸਮਾਣੇ,	har jan har har naam samaanay
ਦੁਖੁ ਜਨਮ ਮਰਣ ਭਵ ਖੰਡਾ ਹੇ॥	dukh janam maran bhav khanda hay.
ਅਬਿਨਾਸੀ ਪੁਰੱਖੁ ਪਾਇਆ ਪਰਮੇਸਰੁ,	abhinaasee purakh paa-i-aa parmaysar
ਬਹੁ ਸੋਭ ਖੰਡ ਬ੍ਰਹਮੰਡਾ ਹੇ॥੩॥	baho sobh khand barahmandaa hay. ||3||

ਜੀਵ, ਹਰਜਨ (ਪਵਿਤ੍ਰ ਆਤਮਾ) ਬਣਕੇ, ਪ੍ਰਭ ਦੇ ਸ਼ਬਦ ਦਾ ਸਿਮਰਨ ਕਰੋ! ਜਿਹੜਾ ਸ਼ਬਦ ਦੇ ਸਿਮਰਨ, ਪਲਣਾ ਅਡੋਲ ਭਰੋਸੇ ਨਾਲ ਲੀਨ ਹੋ ਜਾਂਦਾ ਹੈ । ਪ੍ਰਭ ਦੀ ਰਹਿਮਤ ਨਾਲ ਉਸ ਦਾ ਜਨਮ ਮਰਨ ਦਾ ਦੁਖ, ਚੱਕਰ ਕਟਿਆ ਜਾ ਸਕਦਾ ਹੈ । ਪ੍ਰਭ ਦੀ ਰਹਿਮਤ ਨਾਲ ਉਸ ਦੇ ਜੀਵਨ ਵਿੱਚ ਨਿਮ੍ਰਤਾ ਘਰ ਕਰ ਜਾਂਦੀ ਹੈ, ਉਸ ਨੂੰ ਪ੍ਰਵਾਗੀ ਦਾ ਅਸਲੀ ਰਸਤਾ ਬਖਸ਼ਿਸ਼ ਹੋ ਜਾਂਦਾ ਹੈ । ਉਸ ਦਾ ਆਪਾ ਮਿਟ ਜਾਂਦਾ ਹੈ, ਪ੍ਰਭ ਦਰਬਾਰ ਵਿੱਚ ਪ੍ਰਵਾਨ ਹੋ ਜਾਂਦਾ ਹੈ ।

You should renounce your evil thoughts, selfishness and obey the teachings of His Word with steady and stable belief in day-to-day life. Whosoever may remain intoxicated in meditation and obeying the teachings of His Word; with His mercy and grace, his cycle of birth and death may be eliminated. He may remain overwhelmed with humility in his life; he may be blessed with the right path of acceptance in His Court. He may conquer his selfishness; his soul may be accepted in His Court.

ਹਮ ਗਰੀਬ ਮਸਕੀਨ ਪ੍ਰਭ ਤੇਰੇ,	ham gareeb maskeen parabh tayray
ਹਰਿ ਰਾਖੁ ਰਾਖੁ ਵਡ ਵਡਾ ਹੇ॥	har raakh raakh vad vadaa hay.
ਜਨ ਨਾਨਕ ਨਾਮੁ ਅਧਾਰੁ ਟੇਕ ਹੈ,	jan naanak naam aDhaar tayk hai
ਹਰਿ ਨਾਮੇ ਹੀ ਸੁਖੁ ਮੰਡਾ ਹੇ॥੪॥੪॥	har naamay hee sukh mandaa hay. ||4||4||

ਮੈਂ ਨਿਮਾਣਾ, ਸਮਰਥਾ ਰਹਿਤ ਤੇਰਾ ਦਾਸ ਹਾ, ਮੈਂ ਆਪਣਾ ਮਨ ਤਨ, ਹੈਸੀਅਤ ਪ੍ਰਭ ਦੀ ਸ਼ਰਣ ਵਿੱਚ ਭੇਟਾ ਕਰਕੇ ਰਹਿਮਤ ਦੀ ਅਰਦਾਸ ਕਰਦਾ ਹਾ! ਸਭ ਤੋਂ ਵੱਡੇ ਬਖਸ਼ਣਹਾਰੇ ਪ੍ਰਭ, ਆਪ ਹੀ ਰਖਿਆ, ਸੰਭਾਲ ਕਰੋ! ਜਿਹੜਾ ਬਾਕੀ ਸਾਰੇ ਆਸਰੇ ਛੱਡਕੇ, ਪ੍ਰਭ ਦੇ ਬਖਸ਼ੇ ਤੇ ਭਰੋਸਾ ਅਡੋਲ ਰਖਦਾ ਹੈ, ਪ੍ਰਭ ਦੀ ਰਹਿਮਤ ਨਾਲ, ਉਸ ਦੇ ਮਨ ਵਿੱਚ ਖੇੜਾ ਵਸ ਜਾਂਦਾ ਹੈ ।

My True Master, I am humble, meek slave of Your Word! I have humbly surrendered your mind, body, worldly status, self-identity at Your Sanctuary. I am humbly praying for Your Forgiveness and Refuge. The greatest of All, Ultimate True Master, ocean of forgiveness protect my honor. Whosoever may renounce all other supports, hopes, and have a steady and stable belief on His Ultimate Command, Blessings; with His mercy and grace, he may be enlightened and blessed with blossom in his life.

16. ਰਾਗੁ ਗਉੜੀ ਪੂਰਬੀ ਮਹਲਾ ੫॥ (13-14) Raag Ga-orhee Poorbee Mehlaa 5.

ਕਰਉ ਬੇਨੰਤੀ ਸੁਣਹੁ ਮੇਰੇ ਮੀਤਾ,	kara-o baynantee sunhu mayray meetaa
ਸੰਤ ਟਹਲ ਕੀ ਬੇਲਾ॥	sant tahal kee baylaa.
ਈਹਾ ਖਾਟਿ ਚਲਹੁ ਹਰਿ ਲਾਹਾ,	eehaa khaat chalhu har laahaa
ਆਗੈ ਬਸਨੁ ਸੁਹੇਲਾ॥੧॥	aagai basan suhaylaa. ||1||

ਜੀਵ, ਇਹ ਮਾਨਸ ਜੀਵਨ ਹੀ ਪ੍ਰਭ ਦੇ ਸ਼ਬਦ ਦਾ ਸਿਮਰਨ ਕਰਨ ਦਾ ਮੌਕਾ, ਸਮਾਂ ਹੈ । ਜਿਹੜਾ ਮਾਨਸ ਜੀਵਨ ਵਿੱਚ ਸ਼ਬਦ ਦੀ ਕਮਾਈ ਕਰਦਾ ਹੈ, ਉਸ ਦੀ ਸੰਸਾਰਕ ਯਾਤਰਾ ਸਫਲ ਹੋ ਜਾਂਦੀ ਹੈ । ਅਰਦਾਸ ਕਰੋ! ਪ੍ਰਭ ਸੰਤ ਸਰੂਪ ਦੀ ਸੰਗਤ, ਜੀਵਨ ਦਾ ਢੰਗ ਬਖਸ਼ੇ । ਜਿਹੜਾ ਸੰਤ ਦੇ ਜੀਵਨ ਦੀ

ਸਿਖਿਆਂ ਨਾਲ ਜੀਵਨ ਢਾਲਦਾ ਹੈ, ਉਸ ਨੂੰ ਮਾਨਸ ਜੀਵਨ ਵਿੱਚ ਖੇੜਾ ਅਤੇ ਅੱਗੇ ਦਰਬਾਰ ਵਿੱਚ ਪ੍ਰਵਾਨਗੀ ਬਖਸ਼ਿਸ਼ ਹੋ ਸਕਦੀ ਹੈ ।

Remember! The True Master has blessed his soul another human life opportunity to sanctify his soul. Whosoever may adopt the teachings of His Word with steady and stable belief and earns the wealth of His Word; with His mercy and grace, his human life may be rewarded. You should pray for His Forgiveness and refuge! He may bless the conjugation of His Holy saint! Whosoever may adopt his life experience teachings in his own day to day life; with His mercy and grace, he may be blessed with blossom in life and acceptance in His Court.

ਅਉਧ ਘਟੈ ਦਿਨਸੁ ਰੈਣਾਰੇ॥	o-oDh ghatai dinas rainaaray.
ਮਨ ਗੁਰ ਮਿਲਿ ਕਾਜ ਸਵਾਰੇ॥੧॥ ਰਹਾਉ॥	man, gur mil kaaj savaaray. ||1|| rahaa-o.

ਜੀਵ ਪ੍ਰਭ ਦਾ ਸਿਮਰਨ ਕਰੋ! ਮਾਨਸ ਜਨਮ ਦਾ ਮਿਥਿਆ ਸਮਾਂ ਹਰ ਦਿਨ ਘੱਟਦਾ ਜਾਂਦਾ ਹੈ । ਪ੍ਰਭ ਦੀ ਰਹਿਮਤ ਨਾਲ ਜਿਸ ਨੂੰ ਪ੍ਰਵਾਨਗੀ ਦਾ ਅਸਲੀ ਰਸਤਾ ਬਖਸ਼ਿਸ਼ ਹੋ ਜਾਂਦਾ ਹੈ, ਉਸ ਦਾ ਮਾਨਸ ਜੀਵਨ ਸਫਲ ਹੋ ਜਾਵੇ, ਜਨਮ ਮਰਨ ਤੋਂ ਛੁਟਕਾਰਾ ਬਖਸ਼ਿਸ਼ ਹੋ ਜਾਂਦਾ ਹੈ ।

You should meditate on the teachings of His Word! Remember! Your predetermined time of human life journey may be diminishing every moment, every day. Whosoever may be blessed with the right path of acceptance in His Court; with His mercy and grace, his human life opportunity may be rewarded. His cycle of birth and death may be eliminated.

ਇਹੁ ਸੰਸਾਰੁ ਬਿਕਾਰੁ ਸੰਸੇ ਮਹਿ,	ih sansaar bikaar sansay meh
ਤਰਿਓ ਬ੍ਰਹਮ ਗਿਆਨੀ॥	tari-o barahm gi-aanee.
ਜਿਸਹਿ ਜਗਾਇ ਪੀਆਵੈ ਇਹੁ ਰਸੁ,	jisahi jagaa-ay pee-aavai ih ras
ਅਕਥ ਕਥਾ ਤਿਨਿ ਜਾਨੀ ॥੨॥	akath kathaa tin jaanee. ||2||

ਸੰਸਾਰ, ਮਾਇਆ ਦਾ ਗੰਭੀਰ ਜਾਲ ਹੈ, ਜੀਵ ਭਰਮਾਂ ਵਿੱਚ ਲਾਲਚ, ਫਰੇਬ ਦੇ ਧੰਦੇ ਕਰਦਾ ਰਹਿੰਦਾ ਹੈ । ਗੁਰਮਖ ਜੀਵ ਸ਼ਬਦ ਦਾ ਸਿਮਰਨ ਕਰਦਾ ਬਚਾ ਹੋ ਜਾਂਦਾ ਹੈ । ਜਿਸ ਨੂੰ ਆਪ ਹੀ ਸ਼ਬਦ ਦੇ ਲੜ ਲਾਉਂਦਾ ਹੈ, ਉਹ ਸ਼ਬਦ ਦੀ ਪਾਲਣਾ ਕਰਦਾ ਹੈ, ਉਸ ਨੂੰ ਪ੍ਰਵਾਨਗੀ ਦਾ ਅਸਲੀ ਰਸਤਾ, ਸ਼ਬਦ ਦੀ ਸੋਝੀ ਬਖਸ਼ਦਾ ਹੈ ।

The World may be a very mysterious ocean, overwhelmed with sweet poison of worldly wealth. Self-minded may remain intoxicated in religious suspicions and useless deceptive deeds. His true devotee may adopt the teachings of His Word; he may be saved from demon of worldly desires. Whosoever may be blessed with devotion to meditate, he may adopt the teachings of His Word; with His mercy and grace, he may be enlightened and blessed with the right path of acceptance in His Court.

ਜਾ ਕਉ ਆਏ ਸੋਈ ਬਿਹਾਝਹੁ,	jaa ka-o aa-ay so-ee bihaajhahu
ਹਰਿ ਗੁਰ ਤੇ ਮਨਹਿ ਬਸੇਰਾ॥	har gur tay maneh basayraa.
ਨਿਜ ਘਰਿ ਮਹਲੁ ਪਾਵਹੁ ਸੁਖ ਸਹਜੇ,	nij ghar mahal paavhu sukh sehjay ba-
ਬਹੁਰਿ ਨ ਹੋਇਗੋ ਫੇਰਾ॥੩॥	hur na ho-igo fayraa. ||3||

ਜੀਵ ਯਾਦ ਰਖੋ! ਜਿਸ ਕਾਰਨ ਪ੍ਰਭ ਨੇ ਮਾਨਸ ਜੀਵਨ ਬਖਸ਼ਿਆ ਹੈ, ਉਹ ਹੀ ਕਰਤਬ ਕਰੋ! ਜਿਹੜਾ ਆਪਣੇ ਮਾਨਸ ਜਨਮ ਦਾ ਮੰਤਵ ਜਾਣ ਜਾਂਦਾ ਹੈ, ਉਹ ਆਪਣੇ ਮਨ ਅੰਦਰ ਹੀ ਖੋਜ ਕਰਦਾ ਹੈ । ਉਸ ਨੂੰ ਸ਼ਬਦ ਦੀ ਸੋਝੀ, ਪ੍ਰਭ ਦੀ ਹੋਂਦ ਮਹਿਸੂਸ ਹੋ ਜਾਂਦੀ ਹੈ, ਆਪਣੇ ਅੰਦਰ ਹੀ ਵਸਣ ਲਗ ਪੈਂਦਾ ਹੈ । ਉਸ ਨੂੰ ਸਾਰੇ ਹੀ ਸੁਖ, ਪ੍ਰਵਾਨਗੀ ਦਾ ਰਸਤਾ ਬਖਸ਼ਿਸ਼ ਹੋ ਜਾਂਦਾ ਹੈ । ਉਸ ਦਾ ਆਵਗਵਨ, ਜਨਮ ਮਰਨ ਦਾ ਚੱਕਰ ਖਤਮ ਹੋ ਜਾਂਦਾ ਹੈ ।

Remember! Why have you been blessed with another human life opportunity? You should only focus on the real purpose of human life! Whosoever may recognize the purpose of his human life opportunity; he may search within his own mind and remains in renunciation in the memory of his separation from His Holy Spirit; with His mercy and grace, he may be enlightened and realizes His Existence. He may start dwelling within his own body and mind. He may be blessed with all comforts in worldly life and the right path of acceptance in His Court. His cycle of reincarnation may be eliminated.

ਅੰਤਰਜਾਮੀ ਪੁਰਖ ਬਿਧਾਤੇ	antarjaamee purakh biDhaatay
ਸਰਧਾ ਮਨ ਕੀ ਪੂਰੇ॥	sarDhaa man kee pooray.
ਨਾਨਕ ਦਾਸੁ ਇਹੈ ਸੁਖੁ ਮਾਗੈ,	naanak daas ihai sukh maagai
ਮੋ ਕਉ ਕਰਿ ਸੰਤਨ ਕੀ ਧੂਰੇ॥੪॥੫॥	mo ka-o kar santan kee Dhooray. ||4||5||

ਅੰਤਰਜਾਮੀ ਪ੍ਰਭ, ਜੀਵ ਦੀਆ ਸਾਰੀਆਂ ਇਛਾ ਨੂੰ ਆਪ ਹੀ ਜਾਣਦਾ ਹੈ, ਅਪਣੀ ਰਜ਼ਾ ਅਨੁਸਾਰ ਪੂਰੀਆਂ ਕਰਦਾ ਹੈ । ਜੀਵ ਹਮੇਸ਼ਾ ਹੀ ਇਕੋ ਇਕ ਅਰਦਾਸ ਕਰੇ! ਪ੍ਰਭ ਦੀ ਰਜ਼ਾ, ਭਾਣਾ ਨਿਮ੍ਰਤਾ ਨਾਲ ਕਾਬੂ ਕਰਕੇ, ਉਸ ਦੇ ਧੰਨਵਾਦ ਦੇ ਗੁਣ, ਸਿਮਰਨ ਵਿੱਚ ਲੀਨ, ਮਸਤ ਹੋ ਜਾਵੇ ।

The Omniscient True Master remains aware about all worldly desires, needs, and hopes of His Creation. He may bestow His Blessed Vision with His Imagination, as a reward of his deeds of previous lives. You should always pray for His Forgiveness and Refuge! You should humbly accept His Blessings as a worthy reward for your deeds. You should remain intoxicated in meditation and singing the thanks, gratitude.

☬ ਆਰਤੀ ☬

1. ਰਾਗੁ ਧਨਾਸਰੀ ਮਹਲਾ ੧॥ 13-1

ਗਗਨ ਮੈ ਥਾਲੁ ਰਵਿ ਚੰਦੁ ਦੀਪਕ ਬਨੇ,	Gagan mai thaal rav chand deepak banay
ਤਾਰਿਕਾ ਮੰਡਲ ਜਨਕ ਮੋਤੀ॥	taarikaa mandal janak motee.
ਧੂਪੁ ਮਲਆਨਲੋ ਪਵਣੁ ਚਵਰੋ,	Dhoop mal-aanlo pavan chavro
ਕਰੇ ਸਗਲ ਬਨਰਾਇ ਫੂਲੰਤ ਜੋਤੀ॥੧॥	karay sagal banraa-ay foolant jotee. ||1||

ਪ੍ਰਭ ਅਕਾਸ ਤੇਰੇ ਗੁਣ ਗਾਉਣ, ਧੰਨਵਾਦ ਕਰਨ ਵਾਲਾ ਪੰਡਾਲ ਹੈ । ਅਨੇਕਾਂ ਹੀ ਚੰਦ ਅਤੇ ਅਨੇਕਾਂ ਹੀ ਤਾਰੇ ਇਸ ਪੰਡਾਲ ਦੀ ਸ਼ਾਨ ਵਧਾਉਂਦੇ ਹਨ । ਅਨੇਕਾਂ ਹੀ ਕਿਸਮਾਂ ਦੇ ਪੌਦੇ, (ਫੁੱਲ) ਸੁਗੰਦਤ ਦੇਂਦੇ ਹਨ । ਇਹ ਹਵਾ ਸਾਰੇ ਮੰਡਲ ਵਿੱਚ ਮਾਹਿਕ ਵਰਸਾਉਂਦੀ ਹੈ । ਸ੍ਰਿਸ਼ਟੀ ਹੀ ਤੇਰੀ ਭੇਟਾ ਹੈ ।

God, the sky is the podium, stage to sing Your glory, all the stars, moons enhance the glory of Your podium. Countless kinds of plants, trees, flowers are created to spread the aroma. All universe is Your Creation and You are absorbed in the whole universe.

ਕੈਸੀ ਆਰਤੀ ਹੋਇ॥	Kaisee aartee ho-ay.
ਭਵ ਖੰਡਨਾ ਤੇਰੀ ਆਰਤੀ॥	bhav khandnaa tayree aartee.
ਅਨਹਤਾ ਸਬਦ ਵਾਜੰਤ ਭੇਰੀ॥੧॥	Anhataa sabad vaajant bhayree.
ਰਹਾਉ॥	||1|| rahaa-o.

ਅਟਲ ਪ੍ਰਭ, ਤੇਰੀ ਕਿਸਤਰ੍ਹਾਂ ਦੀ ਆਰਤੀ, ਪੂਜਾ ਕਰਾ, ਤੇਰਾ ਕਿਸਤਰ੍ਹਾਂ ਧੰਨਵਾਦ ਕਰਾਂ । ਮੇਰੇ ਕੋਲ ਕੇਵਲ ਤੇਰਾ ਦਿੱਤਾ ਹੋਇਆ ਸ਼ਬਦ ਹੈ । ਜੋ ਮੈਂ ਸਵਾਸ ਸਵਾਸ ਨਾਲ ਸਿਮਰਨ ਕਰਦਾ ਹਾ ।

What kind of worship may I perform to thank You for Your blessings? I have only Your blessed Word. I remember and sing with each breath.

ਸਹਸ ਤਵ ਨੈਨ ਨਨ, ਨੈਨ ਹਹਿ ਤੋਹਿ ਕਉ,	Sahas tav nain nan nain heh tohi ka-o
ਸਹਸ ਮੂਰਤਿ ਨਨਾ ਏਕ ਤੁੋਹੀ॥	sahas moorat nanaa ayk tohee.
ਸਹਸ ਪਦ ਬਿਮਲ ਨਨ,	sahas pad bimal nan
ਏਕ ਪਦ ਗੰਧ ਬਿਨੁ,	ayk pad ganDh Bin
ਸਹਸ ਤਵ ਗੰਧ ਇਵ ਚਲਤ ਮੋਹੀ॥੨॥	sahas tav ganDh iv chalat mohee. ||2||

ਪ੍ਰਭ ਤੇਰੀਆਂ ਅਨੇਕਾਂ ਹੀ ਵੇਖਣ ਵਾਲੀਆਂ ਅੱਖਾ, ਅਨੇਕਾਂ ਹੀ ਰੂਪ (ਸਕਲਾ), ਅਨੇਕਾਂ ਹੀ ਪੈਰ, ਅਨੇਕਾਂ ਹੀ ਸੁੰਘਣ ਵਾਲੇ ਨੱਕ ਹਨ । ਮੈਂ ਇਹ ਵੀ ਦੇਖਦਾ ਹਾ ਕਿ ਤੇਰੀ ਕੋਈ ਅੱਖ, ਪੈਰ, ਨੱਕ ਨਹੀਂ ਕੋਈ ਇਕ ਸਥਿਤ ਰੂਪ (ਅਕਾਰ) ਨਹੀਂ ਹੈ । ਮੈਂ ਇਸ ਤੇ ਬੁਹਤ ਅਚੰਭਾ ਹੋ ਗਿਆ ਹਾ । ਇਸ ਹੀ ਵੱਖਰੇ ਪਨ ਨੇ ਬੁਹਤ ਪ੍ਰਭਾਵਤ ਕੀਤਾ ਹੈ ।

One moment I can see; You have countless eyes, ears, noses, countless forms, and shapes. Other moment I cannot see anything, no eye, ear, nose, form, or shape. This is one of Your unique virtues that astonished me and I am speechless.

ਸਭ ਮਹਿ ਜੋਤਿ ਜੋਤਿ ਹੈ ਸੋਇ॥	Sabh meh jot jot hai so-ay.
ਤਿਸ ਦੈ ਚਾਨਣਿ ਸਭ ਮਹਿ ਚਾਨਣੁ ਹੋਇ॥	Tis dai chaanan sabh meh chaanan ho-ay.
ਗੁਰ ਸਾਖੀ ਜੋਤਿ ਪਰਗਟੁ ਹੋਇ॥	Gur saakhee jot pargat ho-ay.
ਜੋ ਤਿਸੁ ਭਾਵੈ ਸੁ ਆਰਤੀ ਹੋਇ॥੩॥	Jo tis bhaavai so aartee ho-ay. ||3||

ਪ੍ਰਭ ਤੂੰ ਹੀ ਸਭ ਵਿੱਚ ਸਵਾਸ ਅਤੇ ਗਿਆਨ ਬਖਸ਼ਿਆ ਹੈ । ਇਸ ਨਾਲ ਹੀ ਸਾਰੀ ਸ੍ਰਿਸ਼ਟੀ ਵਿੱਚ ਗਿਆਨ, ਚਾਨਣ ਹਇਆ ਹੈ । ਤੇਰੇ ਸ਼ਬਦ ਨਾਲ ਸ੍ਰਿਸ਼ਟੀ ਵਿਚੋਂ ਅਗਿਆਨਤਾ ਦਾ ਹਨੇਰਾ ਦੂਰ, ਚਾਨਣ ਹੋ ਗਿਆ ਹੈ । ਜੋ ਤੈਨੂੰ ਭਾਉਂਦਾ ਹੈ, ਉਹ ਹੀ ਤੇਰੀ ਆਰਤੀ ਹੈ ।

Your Holy Spirit remains embedded within each soul and dwells in his body. Your ray of Holy Spirit tis glowing within every creature. Your Word is the pillar of enlightenment to remove the ignorance, suspicions from the universe. Whatsoever may be acceptable in Your Court that may be only true meditation, Your Worship.

ਹਰਿ ਚਰਣ ਕਵਲ ਮਕਰੰਦ ਲੋਭਿਤ, Har charan kaval makrand lobhit
ਮਨੋ ਅਨਦਿਨੋ ਮੋਹਿ ਆਹੀ ਪਿਆਸਾ॥ mano andino mohi aahee pi-aasaa.
ਕ੍ਰਿਪਾ ਜਲੁ ਦੇਹਿ ਨਾਨਕ ਸਾਰਿੰਗ ਕਉ, Kirpaa jal deh naanak saaring ka-o
ਹੋਇ ਜਾ ਤੇ ਤੇਰੈ ਨਾਇ ਵਾਸਾ॥੪॥ ੩॥ ho-ay jaa tay tayrai naa-ay vaasaa. ||4||3||

ਹਮੇਸ਼ਾਂ ਹੀ (ਅਨਦਿਨੋ – ਦਿਨ ਰਾਤ) ਤੇਰੇ ਵਿੱਚ ਲੀਨ ਹੋਣ ਦੀ ਇਛਾਂ, ਲਾਲਚ, ਖਾਹਿਸ਼, ਪਿਆਸ ਰਹਿੰਦੀ ਹੈ । ਪ੍ਰਭ ਰਹਿਮਤ ਬਖਸ਼ੋ! ਪਿਆਸ ਬੁਝਾਵੋ! ਤੇਰੇ ਵਿੱਚ ਹੀ ਅਲੋਪ ਹੋ ਜਾਵਾਂ ।

I have a burning desire to be enlightened with the essence of Your Word in my heart. The one and only one desire remains in my heart all the time. The True Master bestow Your mercy and grace, I may be enlightened with the essence of Your Word to quench my thirst, hunger. I may remain intoxicated in the void of Your Word; my soul may immerse in Your Holy Spirit.

2. ਧਨਾਸਰੀ ਭਗਤ ਰਵਿਦਾਸ ਜੀ ਕੀ॥ 694

ਨਾਮੁ ਤੇਰੋ ਆਰਤੀ ਮਜਨੁ ਮੁਰਾਰੇ॥ naam tayro aartee majan muraaray.
ਹਰਿ ਕੇ ਨਾਮ ਬਿਨੁ har kay naam bin
ਝੂਠੇ ਸਗਲ ਪਾਸਾਰੇ॥੧॥ ਰਹਾਉ॥ jhoothay sagal paasaaray. ||1|| rahaa-o

ਪ੍ਰਭ ਤੇਰੇ ਸ਼ਬਦ ਦਾ ਸਿਮਰਨ ਹੀ ਉਹ ਤੀਰਥ ਇਸ਼ਨਾਨ ਹੈ, ਆਰਤੀ ਹੈ । ਤੇਰੇ ਨਾਮ ਦੀ ਪਾਲਣਾ ਤੋਂ ਬਿਨਾਂ ਬਾਕੀ ਸਾਰੇ ਬੰਦਗੀ ਦੇ ਰਸਤੇ ਫਰੇਬ ਹੀ ਹਨ ।

My True Master, the meditation on the teachings of Your Word with steady and stable belief in day-to-day life, may be the only sanctifying bath at Holy Shrine; worship of Your greatness. Without obeying the teachings of Your; all other meditations are just worldly gimmicks.

ਨਾਮੁ ਤੇਰੋ ਆਸਨੋ, ਨਾਮੁ ਤੇਰੋ ਉਰਸਾ, naam tayro aasno naam tayro ursaa naam
ਨਾਮੁ ਤੇਰਾ ਕੇਸਰੋ, ਲੇ ਛਿਟਕਾਰੇ॥ tayraa kaysro lay chhitkaaray.
ਨਾਮੁ ਤੇਰਾ ਅੰਭੁਲਾ, ਨਾਮੁ ਤੇਰੋ ਚੰਦਨੋ, naam tayraa ambhulaa naam tayro chandno
ਘਸਿ ਜਪੇ ਨਾਮੁ ਲੇ ਤੁਝਹਿ ਕਉ ਚਾਰੇ॥ ੧॥ ghas japay naam lay tujheh ka-o chaaray. ||1||

ਪ੍ਰਭ, ਤੇਰਾ ਸ਼ਬਦ ਹੀ ਤਪਸਿਆ ਕਰਨ ਵਾਲਾ ਆਸਣ ਹੈ । ਸ਼ਬਦ ਹੀ ਉਹ ਪੱਥਰ ਹੈ, ਜਿਸ ਤੇ ਚੰਦਨ ਦੀ ਲੱਕੜੀ ਰਗੜੀ ਜਾਂਦੀ ਹੈ । ਤੇਰਾ ਸ਼ਬਦ ਹੀ ਸੁੰਧਰ ਹੈ, ਸ਼ਬਦ ਹੀ ਉਹ ਅਤਰ ਹੈ, ਜੋ ਛਿੜਕਿਆ ਜਾਂਦਾ ਹੈ । ਤੇਰਾ ਸ਼ਬਦ ਹੀ ਅੰਮ੍ਰਿਤ, ਸ਼ਬਦ ਹੀ ਚੰਦਨ ਦੀ ਲੱਕੜੀ, ਸ਼ਬਦ ਦਾ ਕੀਰਤਨ ਹੀ ਚੰਦਨ ਦੀ ਲੱਕੜੀ ਨੂੰ ਪੱਥਰ ਤੇ ਰਗੜਨਾ ਹੈ । ਮੈਂ ਇਹ ਸਭ ਕੁਝ ਤੇਰੀ ਭੇਟਾ ਹੀ ਕਰਦਾ ਹਾ ।

My True Master, the meditation on the teachings of Your Word may be The Holy throne to meditate and worship. Obeying the teachings of Your Word is the philosopher's stone, where the sandalwood may be rubbed. To obey the teachings of Your Word is vermillion and priceless fragrance. The teachings of Your Word are the nectar of the essence of Your Word, sandalwood. Adopting the teachings of Your Word is rubbing the sandalwood on the philosopher's stone. My True Master, I am offering, surrendering all these as offering at Your feet, service, Sanctuary.

ਨਾਮੁ ਤੇਰਾ ਦੀਵਾ, ਨਾਮੁ ਤੇਰੋ ਬਾਤੀ, naam tayraa deevaa naam tayro baatee
ਨਾਮੁ ਤੇਰੋ ਤੇਲੁ ਲੇ, ਮਾਹਿ ਪਸਾਰੇ॥ naam tayro tayl lay maahi pasaaray.
ਨਾਮ ਤੇਰੇ ਕੀ ਜੋਤਿ ਲਗਾਈ, naam tayray kee jot lagaa-ee
ਭਇਓ ਉਜਿਆਰੋ, ਭਵਨ ਸਗਲਾਰੇ॥੨॥ bha-i-o uji-aaro bhavan saglaaray. ||2||

ਪ੍ਰਭ ਤੇਰਾ ਸ਼ਬਦ ਹੀ ਉਹ ਰੋਸ਼ਨੀ ਦੇਣ ਵਾਲਾ ਦੀਵਾ, ਉਸ ਵਿੱਚ ਵੱਟੀ ਹੈ । ਤੇਰੇ ਸ਼ਬਦ ਦੇ ਸਿਮਰਨ ਦਾ ਹੀ, ਉਸ ਵਿੱਚ ਤੇਲ ਪਾਉਂਦਾ ਹਾ । ਤੇਰੇ ਸ਼ਬਦ ਨਾਲ ਹੀ ਉਸ ਦੀਵੇ ਦੀ ਜੋਤ ਜਗਾਉਂਦਾ ਹਾ । ਜਿਸ ਨਾਲ ਸਾਰੀ ਸ੍ਰਿਸ਼ਟੀ ਵਿੱਚ ਰੋਸ਼ਨੀ, ਸੋਝੀ ਬਖਸ਼ਿਸ਼ ਹੁੰਦੀ ਹੈ ।

My True Master, the enlightenment of the teachings of Your Word is the lamp to provide the enlightenment to remove the ignorance from the universe. I am adding the oil of the meditation of Your Word to lighten up the lamp in the universe; with Your mercy and grace, the whole universe may be enlightened, awake and alert.

ਨਾਮੁ ਤੇਰੋ ਤਾਗਾ, ਨਾਮੁ ਫੂਲ ਮਾਲਾ, — naam tayro taagaa naam fool maalaa
ਭਾਰ ਅਠਾਰਹ ਸਗਲ ਜੁਠਾਰੇ॥ — bhaar athaarah sagal joothaaray.
ਤੇਰੋ ਕੀਆ ਤੁਝਹਿ ਕਿਆ ਅਰਪਉ — tayro kee-aa tujheh ki-aa arpa-o naam
ਨਾਮੁ ਤੇਰਾ, ਤੁਹੀ ਚਵਰ ਢੋਲਾਰੇ॥ ੩॥ — tayraa tuhee chavar dholaaray. ||3||

ਪ੍ਰਭ ਤੇਰਾ ਸ਼ਬਦ ਹੀ ਉਹ ਡੋਰੀ, ਧਾਗਾ ਹੈ । ਤੇਰੇ ਸ਼ਬਦ ਹੀ ਫੁੱਲ ਹਨ, ਜਿਹਨਾਂ ਦਾ ਮੈਂ ਹਾਰ ਬਣਾਉਂਦਾ ਹਾ । ਇਸ ਸੰਸਾਰਕ ਸਾਰੇ ਫੁੱਲ ਹੀ ਜੁਠੇ ਹਨ, ਤੇਰੀ ਭੇਟਾ ਕਰਨ ਦੇ ਯੋਗ ਨਹੀਂ ਹਨ । ਪ੍ਰਭ ਮੈਂ ਤੈਨੂੰ ਉਹ ਕਿਉਂ ਭੇਟਾ ਕਰਾ, ਜੋ ਤੂੰ ਆਪ ਹੀ ਪੈਦਾ ਕੀਤਾ ਹੈ? ਤੇਰਾ ਸ਼ਬਦ ਹੀ ਉਹ ਪੱਖਾ, ਝੌਰ, ਮੈਂ ਤੇਰੇ ਉਪਰ ਫੇਰਦਾ ਹਾ ।

My True Master, the teachings of Your Word are thread of the rosary; are the flowers, I prepare garland for Your offerings. All worldly flowers are not sanctified; not worthy of Your offering. Why should I offer You, what has been created by You? Only the meditation on the teachings of Your Word may be a comforting fan, I am moving on Your head as my offering.

ਦਸ ਅਠਾ ਅਠਸਠੇ ਚਾਰੇ ਖਾਣੀ, — das athaa athsathay chaaray khaanee
ਇਹੈ ਵਰਤਣਿ ਹੈ ਸਗਲ ਸੰਸਾਰੇ॥ — ihai vartan hai sagal sansaaray.
ਕਹੈ ਰਵਿਦਾਸੁ ਨਾਮੁ ਤੇਰੋ ਆਰਤੀ, — kahai ravidaas naam tayro aartee
ਸਤਿ ਨਾਮੁ ਹੈ, ਹਰਿ ਭੋਗ ਤੁਹਾਰੇ॥੪॥੩॥ — sat naam hai har bhog tuhaaray. ||4||3||

ਸਾਰੀ ਸ੍ਰਿਸ਼ਟੀ 18 ਪਰਾਨਾਂ, 68 ਪਵਿਤਰ ਤੀਰਥਾਂ ਦੀ ਯਾਤਰਾ ਦਾ ਵਿਚਾਰ ਕਰਦੀ । ਜੀਵਾਂ ਨੂੰ ਪੈਦਾ ਕਰਨ ਦੇ ਚਾਰ ਤਰੀਕਿਆਂ ਦੇ ਵਿਚਾਰ ਵਿੱਚ ਹੀ ਰਹਿੰਦੀ ਹੈ । ਪ੍ਰਭ ਤੇਰੇ ਸ਼ਬਦ ਦੀ ਹੀ ਮੈਂ ਜੋਤ ਜਗਾਉਂਦਾ ਹਾ । ਤੇਰੇ ਅਟਲ ਸ਼ਬਦ ਦਾ ਹੀ ਭੋਜਨ ਤੇਰੀ ਭੇਟਾ ਕਰਦਾ ਹਾ ।

The whole universe talks about the teachings of 18 **Paranes** and the significance of the pilgrimage, worship 68 Holy shrines in the universe. The universe talks about the four sources of creation of the universe. I may only ignite the sanctifying stick of meditation on the teachings of Your Word. I am only offering the food of meditation of Your Word at Your Service.

3. ਧਨਾਸਰੀ ਬਾਣੀ ਭਗਤਾਂ ਕੀ ਤ੍ਰਿਲੋਚਨ॥ 695

ੴ ਸਤਿਗੁਰ ਪ੍ਰਸਾਦਿ॥ — ik-oNkaar satgur parsaad.
ਨਾਰਾਇਣ ਨਿੰਦਸਿ ਕਾਇ ਭੂਲੀ ਗਵਾਰੀ॥ — naaraa-in nindas kaa-ay bhoolee gavaaree.
ਦੁਕ੍ਰਿਤੁ ਸੁਕ੍ਰਿਤੁ ਥਾਰੋ ਕਰਮੁ ਰੀ॥੧॥ ਰਹਾਉ॥ — dukarit sukarit thaaro karam ree. ||1||rahaa-o.

ਕਿਉਂ ਅਣਜਾਣ, ਪਾਗਲ ਜੀਵ, ਤੂੰ ਪ੍ਰਭ ਨੂੰ ਦੋਸ ਦੇਂਦਾ ਹੈ? ਜੀਵਨ ਵਿੱਚ ਦੁਖ, ਸੁਖ ਤੇਰੇ ਪਿਛਲੇ ਜਨਮ ਦੇ ਕਰਮਾਂ, ਕੀਤੇ ਦਾ ਹੀ ਫਲ ਬਖਸ਼ਿਸ਼ ਹੈ ।

Insane, ignorant from the reality of human life journey! Why are you blaming God and grievance for your worldly conditions? All pleasures and miseries are the judgement of your worldly deeds of previous lives.

ਸੰਕਰਾ ਮਸਤਕਿ ਬਸਤਾ, — sankraa mastak bastaa
ਸੁਰਸਰੀ ਇਸਨਾਨ ਰੇ॥ — sursaree isnaan ray.
ਕੁਲ ਜਨ ਮਧੇ ਮਿਲ੍ਹਿੳ, ਸਾਰਗ ਪਾਨ ਰੇ॥ — kul jan maDhay mili-yo saarag paan ray.
ਕਰਮ ਕਰਿ ਕਲੰਕੁ, ਮਫੀਟਸਿ ਰੀ॥੧॥ — karam kar kalank mafeetas ree. ||1||

ਸ਼ਿਵਾਂ ਦੇ ਮੱਥੇ ਤੇ ਚੰਦ ਵਸਦਾ ਹੈ । ਉਹ ਗੰਗਾ ਵਿੱਚ ਆਤਮਾ ਨੂੰ ਪਵਿਤਰ ਕਰਨ ਵਾਲਾ ਇਸ਼ਨਾਨ ਕਰਦਾ ਹੈ । ਮਨ ਦਾ ਇਸ਼ਨਾਨ ਕਰਨ ਨਾਲ ਹੀ ਪ੍ਰਭ ਦੀ ਰਹਿਮਤ ਬਖਸ਼ਿਸ਼ ਹੁੰਦੀ ਹੈ । ਫਿਰ ਵੀ ਪਿਛਲੇ ਜਨਮ ਦੇ ਕੰਮਾਂ ਦੇ ਦਾਗ਼ ਨਹੀਂ ਮਿਟਦੇ ।

The spiritual glow of His Holy Spirit remains shining on the forehead of Shiva! He takes a sanctifying bath of his soul with the Holy **Ganges** Water. Only by sanctifying soul, the Holy Master may bestow His Blessed Vision. Even then the blemish of previous lives may not be eliminated, cleaned, forgiven; only with His mercy and grace, his sins may be forgiven.

ਬਿਸ੍ਵ ਕਾ ਦੀਪਕੁ ਸ੍ਵਾਮੀ, bisav kaa deepak savaamee
ਤਾ ਚੇ ਰੇ ਸੁਆਰਥੀ, taa chay ray su-aarthee
ਪੰਖੀ ਰਾਇ ਗਰੁੜ ਤਾ ਚੇ ਬਾਧਵਾ॥ pankhee raa-ay garurh taa chay baaDhvaa.
ਕਰਮ ਕਰਿ ਅਰੁਣ ਪਿੰਗੁਲਾ ਰੀ॥੨॥ karam kar arun pingulaa ree. ||2||

ਅਰੁਣ ਆਪਣੇ ਮਾਲਕ ਸੂਰਜ (ਰੋਸ਼ਨੀ ਦੇ ਮਾਲਕ) ਦਾ ਰੱਥਵਾਨ ਸੀ । ਉਸ ਦਾ ਭਾਈ ਗਰੁੜ ਪੰਛੀਆਂ ਦਾ ਰਾਜਾ, ਮਾਲਕ ਹੈ, ਫਿਰ ਵੀ ਪਿਛਲੇ ਜਨਮ ਦੇ ਕੰਮਾਂ ਕਰਕੇ ਅਰੁਣ ਪਿਗਲਾ ਹੀ ਪੈਦਾ ਹੋਇਆ ।

Bhagat **Aaaran** was the coach man of the prophet of light Sun. His brother **Garurh** was the king of birds. Even then as the judgement of his previous life, Aaaran was born as **leprous**.

ਅਨਿਕ ਪਾਤਿਕ ਹਰਤਾ, anik paatik hartaa
ਤ੍ਰਿਭਵਣ ਨਾਥੁ ਰੀ ਤੀਰਥਿ, taribhavan naath ree tirath
ਤੀਰਥਿ ਭ੍ਰਮਤਾ ਲਹੈ ਨ ਪਾਰੁ ਰੀ॥ tirath bharmataa lahai na paar ree.
ਕਰਮ ਕਰਿ ਕਪਾਲੁ ਮਫੀਟਸਿ ਰੀ॥੩॥ karam kar kapaal mafeetas ree. ||3||

ਤਿੰਨਾਂ ਸ੍ਰਿਸ਼ਟੀਆਂ ਦਾ ਮਾਲਕ, ਅਨੇਕਾਂ ਪਾਪਾਂ ਨੂੰ ਧੋਣ ਵਾਲਾ, ਬਖਸ਼ਣ ਵਾਲਾ ਸ਼ਿਵਾਂ! ਉਹ ਇਕ ਤੀਰਥ ਤੋਂ ਦੂਸਰੇ ਤੀਰਥ ਭਉਦਾ ਫਿਰਦਾ ਹੈ । ਪ੍ਰਭ ਦੇ ਕਿਸੇ ਕੰਮ ਦਾ ਅੰਤ ਨਹੀਂ ਪਾ ਸਕਿਆ ।

The universe believes Shiva is the controller, master of all 3 universes and God might have blessed him the power to forgive the sins of His Creation. However, he remains wandering from shrine to shrine. Still, he was not able to discover the limits and boundary of any of His miracles and blessings.

ਅੰਮ੍ਰਿਤ ਸਸੀਅ ਧੇਨ ਲਛਿਮੀ ਕਲਪਤਰ, amrit sasee-a Dhayn lachhimee kalpatar
ਸਿਖਰਿ ਸੁਨਾਗਰ ਨਦੀ ਚੇ ਨਾਥੰ॥ sikhar sunaagar nadee chay naathaN.
ਕਰਮ ਕਰਿ ਖਾਰੁ ਮਫੀਟਸਿ ਰੀ॥੪॥ karam kar khaar mafeetas ree. ||4||

ਸ਼ਬਦ ਦਾ ਅੰਮ੍ਰਿਤ, ਇਛਾਂ ਪੂਰਨ ਕਰਨ ਵਾਲੀ ਗਊ (ਧੇਨ) ਹੈ । ਸੰਸਾਰਕ ਮਾਇਆ, ਜੀਵਨ ਦੇਣ ਵਾਲਾ ਬ੍ਰਿਛ (ਕਲਪਤਰ) ਹੈ । ਸ਼ੰਕਰ ਘੋੜੇ ਦਾ ਪੁਤਰ, ਧੰਨਤਰ ਵੇਦ (ਸੁਨਗਰ) ਸਾਰੇ ਹੀ ਪ੍ਰਭ ਦੇ ਸੰਮਦਰ ਵਿਚੋਂ ਹੀ ਨਿਕਲੇ, ਪੈਦਾ ਹੋਏ । ਫਿਰ ਵੀ ਆਪਣੇ ਪਿਛਲੇ ਕੰਮਾਂ ਕਰਕੇ ਉਹਨਾਂ ਦੇ ਮਨ ਦਾ ਦਾਗ਼ ਧੋਤਾ ਨਹੀਂ ਗਿਆ, ਮੁਕਤੀ ਨਾ ਪਾ ਸਕੇ ।

The nectar of the teachings of His Word is the Holy cow to fulfill all spoken and unspoken hopes and desires of mind; Elysian tree to bless soul with the treasure of breaths and control on worldly wealth. **Sanker** was a son of horse; **Danature** vadde and all other prophets were created out of the ocean, under world. Even then due to the blemish of their previous life; no one was able to be blessed with salvation from the cycle of birth and death.

ਦਾਧੀਲੇ ਲੰਕਾ ਗੜੁ ਉਪਾੜੀਲੇ, daaDheelay lankaa garh upaarheelay
ਰਾਵਣ ਬਣੁ, raavan ban
ਸਲਿ ਬਿਸਲਿ ਆਣਿ ਤੋਖੀਲੇ ਹਰੀ॥ sal bisal aan tokheelay haree.
ਕਰਮ ਕਰਿ ਕਛਉਟੀ ਮਫੀਟਸਿ ਰੀ॥੫॥ karam kar kachh-utee mafeetas ree. ||5||

ਹਾਨੂਮਾਨ ਨੇ ਲੱਛਮਨ ਦੇ ਜਖਮ ਨੂੰ ਅਰਾਮ ਦੇਣ ਵਾਸਤੇ, ਲੰਕਾ ਦੇ ਕਿਲੇ ਵਿਚੋਂ ਰਾਵਨ ਦਾ ਬੂਟੀਆਂ ਦਾ ਬਾਗ ਚੁੱਕ ਕੇ ਲੈ ਆਇਆ । ਇਸ ਨਾਲ ਰਾਮ ਚੰਦਰ ਨੂੰ ਖੁਸ਼ ਕੀਤਾ, ਰਹਿਮਤ ਪਾਈ । ਫਿਰ ਵੀ ਆਪਣੇ ਪਿਛਲੇ ਕੰਮਾਂ ਕਰਕੇ ਆਪਣੀ ਪੂਛਲ, ਦਾਗ਼ ਨਾ ਉਤਾਰ ਸਕਿਆ, ਮੁਕਤੀ ਨਾ ਪਾ ਸਕਿਆ ।

Hanuman brought the roots from the herbal botanical garden of **Raavan** to heal the wound of **Lachman.** He pleased Ram Chander Ji and won his favor. However, due to the sinful deeds of his past lives; he could not sanctify the blemish of his soul; he was not blessed with salvation.

ਪੂਰਬਲੋ ਕ੍ਰਿਤ ਕਰਮੁ ਨ ਮਿਟੈ ਰੀ,	poorbalo kirat karam na mitai ree
ਘਰ ਗੇਹਣਿ ਤਾ ਚੇ,	ghar gayhan taa chay
ਮੋਹਿ ਜਾਪੀਅਲੇ ਰਾਮ ਚੇ ਨਾਮੰ॥	mohi jaapee-alay raam chay naamaN.
ਬਦਤਿ ਤ੍ਰਿਲੋਚਨ ਰਾਮ ਜੀ॥੬॥੧॥	badat tarilochan raam jee. ||6||1||

ਪਿਛਲੇ ਮੰਦੇ ਕੰਮਾਂ ਦੇ ਦਾਗ਼, ਪ੍ਰਭ ਦੀ ਰਹਿਮਤ ਤੋਂ ਬਿਨਾਂ ਧੋਤੇ ਨਹੀਂ ਜਾਂਦੇ । ਇਸ ਕਰਕੇ ਹੀ, ਮੈਂ ਪ੍ਰਭ ਦੇ ਸ਼ਬਦ ਦੀ ਪਾਲਣਾ, ਸਿਮਰਨ ਕਰਦਾ ਹਾ । ਪ੍ਰਭ ਅੱਗੇ ਰਹਿਮਤ ਦੀ ਅਰਦਾਸ ਕਰਦਾ ਹਾ ।

The blemish of sins of previous lives may not be forgiven without His mercy and grace. I have surrendered my mind, body, and worldly identity at the service of His Word and I always pray for His Forgiveness.

4. **ਧਨਾਸਰੀ ਸ੍ਰੀ ਸੈਣੁ॥ 695**

ਧੂਪ ਦੀਪ ਘ੍ਰਿਤ ਸਾਜਿ ਆਰਤੀ॥	Dhoop deep gharit saaj aartee.
ਵਾਰਨੇ ਜਾਉ ਕਮਲਾ ਪਤੀ॥੧॥	vaarnay jaa-o kamlaa patee. ||1||

ਮੈਂ, ਧੂਪ ਜਗਾਉਂਦਾ ਹਾ, ਘਿਉ ਦੀ ਜੋਤ ਜਗਾ ਕੇ ਤੇਰੀ ਪੂਜਾ, ਆਰਤੀ ਕਰਦਾ ਹਾ । ਸੰਸਾਰਕ ਮਾਇਆ ਦੇ ਮਾਲਕ ਤੋਂ ਕੁਰਬਾਨ ਜਾਵਾ! ਇਹ ਸਾਰੀ ਉਸ ਦੀ ਹੀ ਮਹਿਮਾਂ ਹੈ ।

My True Master, I am lighting a stick of aroma, a lamp with oil to worship and sing Your praises. I remain fascinated from The True Master. The creation of universe is all His greatness.

ਮੰਗਲਾ ਹਰਿ ਮੰਗਲਾ॥	manglaa har manglaa.
ਨਿਤ ਮੰਗਲੁ ਰਾਜਾ ਰਾਮ ਰਾਇ ਕੋ॥੧॥	nit mangal raajaa raam raa-ay ko. ||1||
ਰਹਾਉ॥	rahaa-o.

ਪ੍ਰਭ ਸੰਸਾਰ ਵਿੱਚ ਸਾਰਾ ਖੇੜਾ, ਤੇਰਾ ਬਖਸ਼ਿਆ ਹੋਇਆ ਹੀ ਹੁੰਦਾ ਹੈ । ਤੂੰ ਹੀ ਸਾਰੀ ਸ੍ਰਿਸ਼ਟੀ ਦਾ ਅਸਲੀ ਮਾਲਕ ਹੈ ।

My True Master, all blossom in the universe has been blessed with Your mercy and grace. Only You are The True Master of the universe.

ਊਤਮੁ ਦੀਅਰਾ ਨਿਰਮਲ ਬਾਤੀ॥	ootam dee-araa nirmal baatee.
ਤੁਹੀਂ ਨਿਰੰਜਨੁ ਕਮਲਾ ਪਾਤੀ॥੨॥	tuheeN niranjan kamlaa paatee. ||2||

ਪ੍ਰਭ ਤੇਰੀ ਜੋਤ ਸਦਾ ਜਗਣ ਵਾਲੀ, ਸਦਾ ਅਟਲ ਰਹਿਣ ਵਾਲੀ ਹੈ । ਅਡੋਲ ਭਰੋਸੇ ਨਾਲ ਸ਼ਬਦ ਦੀ ਪਾਲਣਾ ਕਰਨਾ ਹੀ ਉਹ ਪਵਿਤਰ ਵੱਟੀ ਹੈ । ਪ੍ਰਭ ਤੂੰ ਅਕਾਰ ਤੋਂ ਰਹਿਤ, ਕਿਸੇ ਦਾਗ਼ ਤੋਂ ਰਹਿਤ, ਪਵਿਤਰ ਹੈ । ਤੂੰ ਹੀ ਸੰਸਾਰਕ ਮਾਇਆ ਦਾ ਅਸਲੀ ਮਾਲਕ ਹੈ, ਭੰਡਾਰੀ ਹੈ ।

The glow of Your Holy Spirit remains enlightened in the universe forever. To obey the teachings of Your Word with steady and stable belief in day-today life, may be the sanctifying element of the lamp that may provide enlightenment. You are bodyless, structureless and beyond any blemish. Only You are The True Master, treasure of all virtues and blessings.

ਰਾਮਾ ਭਗਤਿ ਰਾਮਾਨੰਦੁ ਜਾਨੈ॥	raamaa bhagat raamaanand jaanai.
ਪੂਰਨ ਪਰਮਾਨੰਦੁ ਬਖਾਨੈ॥੩॥	pooran parmaanand bakhaanai. ||3||

ਬੰਦਗੀ ਕਰਨ ਵਾਲਾ, ਪ੍ਰਭ ਦੇ ਸ਼ਬਦ ਦੀ ਪਾਲਣਾ ਕਰਨਾ ਦੀ ਵਿਧੀ ਜਾਣਦਾ ਹੈ । ਉਹ ਜਾਣਦਾ ਹੈ, ਪ੍ਰਭ ਹਰ ਥਾਂ, ਹਰੇਕ ਜੀਵ ਵਿੱਚ ਹਰ ਵੇਲੇ ਵਾਪਰਦਾ ਹੈ । ਪ੍ਰਭ ਜੀਵ ਦੀ ਪਾਲਣਾ ਕਰਦਾ ਹੈ, ਸਭ ਕੁਝ ਦੇਖਦਾ ਹੈ ।

His true devotee knows the technique to obey the teachings of His Word with steady and stable belief in his day-to-day life. His belief remains steady and stable that His Holy Spirit, True Master dwells and prevails at each place in the body of a creature and in the outside world. The True Master nourishes all creatures and witness everything.

ਮਦਨ ਮੂਰਤਿ ਭੈ ਤਾਰਿ ਗੋਬਿੰਦੇ॥	madan moorat bhai taar gobinday.
ਸੈਨੁ ਭਣੈ ਭਜੁ ਪਰਮਾਨੰਦੇ॥੪॥੨॥	sain bhanai bhaj parmaananday. ‖4‖2‖

ਅਨੋਖੇ ਅਕਾਰ ਵਾਲਾ, ਪ੍ਰਭ ਹੀ ਮੈਨੂੰ ਸੰਸਾਰਕ ਸਾਗਰ ਵਿਚੋਂ ਪਾਰ ਲੰਘਾ ਸਕਦਾ ਹੈ । ਪ੍ਰਭ ਦੇ ਸ਼ਬਦ ਦੀ ਪਾਲਣਾ, ਸਿਮਰਨ ਕਰਨ ਨਾਲ ਇਕ ਅਮੋਲਕ ਹੀ ਅਨੰਦ, ਖੇੜਾ ਬਖਸ਼ਿਸ਼ ਹੁੰਦਾ ਹੈ ।

Only the astonishing, bodyless Omnipotent True Master may save and carry His true devotee across the worldly ocean of desires. By meditating and obeying the teachings of His Word with steady and stable an ambrosial pleasure and blossom may be blessed.

5. ਧਨਾਸਰੀ ਪੀਪਾ॥ 695

ਕਾਯਉ ਦੇਵਾ ਕਾਇਅਉ,	kaa-ya-o dayvaa kaa-i-a-o dayval
ਦੇਵਲ ਕਾਇਅਉ ਜੰਗਮ ਜਾਤੀ॥	kaa-i-a-o jangam jaatee.
ਕਾਇਅਉ ਧੂਪ ਦੀਪ ਨਈਬੇਦਾ,	kaa-i-a-o Dhoop deep na-eebaydaa
ਕਾਇਅਉ ਪੂਜਉ ਪਾਤੀ॥੧॥	kaa-i-a-o pooja-o paatee. ‖1‖

ਜੀਵ ਦੇ ਤਨ ਅੰਦਰ ਹੀ ਪ੍ਰਭ ਦੀ ਜੋਤ ਜਾਗਰਤ ਰਹਿੰਦੀ ਹੈ । ਮਨ ਹੀ ਉਹ ਪਵਿਤਰ ਮੰਦਰ ਹੈ, ਉਹ ਤੀਰਥ ਯਾਤਰਾ, ਤੀਰਥ ਇਸ਼ਨਾਨ ਹੈ । ਜੀਵ ਦੇ ਮਨ ਅੰਦਰ ਹੀ ਉਹ ਜੋਤ, ਰੋਸ਼ਨੀ ਦਾ ਦੀਵਾ ਹੈ । ਪੂਜਾ ਕਰਨ ਵਾਲੀ ਭੇਟਾ ਹੈ, ਉਹ ਭੇਟਾ ਕਰਨ ਵਾਲੇ ਫੁੱਲ ਹਨ ।

His Holy Spirit remains awake and alert within the body of all creatures. His mind, soul is the Holy shrine, the pilgrimage of Holy shrine, sanctifying bath. Within his body is lamp of enlightenment, offering, and the flowers of worship.

ਕਾਇਆ ਬਹੁ ਖੰਡ ਖੋਜਤੇ,	kaa-i-aa baho khand khojtay
ਨਵ ਨਿਧਿ ਪਾਈ॥	nav niDh paa-ee.
ਨਾ ਕਛੁ ਆਇਬੋ, ਨਾ ਕਛੁ ਜਾਇਬੋ,	naa kachh aa-ibo naa kachh jaa-ibo
ਰਾਮ ਕੀ ਦੁਹਾਈ॥੧॥ ਰਹਾਉ॥	raam kee duhaa-ee. ‖1‖ rahaa-o.

ਮੈਂ ਆਪਣੇ ਮਨ ਨੂੰ ਖੋਜ ਕੇ ਦੇਖਿਆ ਹੈ! ਮਨ ਵਿਚੋਂ ਹੀ ਨੌ ਖਜ਼ਾਨੇਂ, ਭੰਡਾਰ ਬਖਸ਼ਿਸ਼ ਹੋਏ ਹਨ । ਇਸ ਵਿਚੋਂ ਨਾ ਹੀ ਕੁਝ ਨਿਕਲਦਾ (ਘਟਦਾ) ਹੈ, ਨਾ ਹੀ ਕੁਝ ਪਾਇਆ (ਵਧਦਾ) ਜਾਂਦਾ ਹੈ । ਮੈਂ ਰਹਿਮਤ ਦੀ ਅਰਦਾਸ ਕਰਦਾ ਹਾ, ਕੇਵਲ ਪ੍ਰਭ ਹੀ ਪ੍ਰਵਾਨਗੀ ਦੇ ਰਸਤੇ ਦੀ ਸੋਝੀ ਬਖਸ਼ਦਾ ਹੈ ।

I have searched within my mind, always evaluating my deeds. I have been blessed with nine treasures of enlightenment from within my mind. Within mind, nothing may be pulled out nor added within. I always pray for His forgiveness; only The True Master may bless the right path of acceptance in His Court.

ਜੋ ਬ੍ਰਹਮੰਡੇ ਸੋਈ ਪਿੰਡੇ,	jo barahmanday so-ee pinday
ਜੋ ਖੋਜੈ ਸੋ ਪਾਵੈ॥	jo khojai so paavai.
ਪੀਪਾ ਪ੍ਰਣਵੈ ਪਰਮ ਤਤੁ ਹੈ,	peepaa paranvai param tat hai sat-
ਸਤਿਗੁਰੁ ਹੋਇ ਲਖਾਵੈ॥੨॥੩॥	gur ho-ay lakhaavai. ‖2‖3‖

ਜਿਹੜਾ ਪ੍ਰਭ ਸ੍ਰਿਸ਼ਟੀ ਨੂੰ ਸਾਜਦਾ ਹੈ, ਉਹ ਹੀ ਹਰੇਕ ਜੀਵ ਦੇ ਤਨ ਵਿੱਚ ਵਸਦਾ ਹੈ । ਜਿਹੜਾ ਵੀ ਅਡੋਲ ਭਰੋਸੇ ਨਾਲ ਤਨ, ਮਨ ਵਿਚੋਂ ਖੋਜਦਾ ਹੈ । ਪ੍ਰਭ ਦੀ ਹੋਂਦ ਉਸ ਨੂੰ ਮਨ ਅੰਦਰੋਂ ਹੀ ਪ੍ਰਗਟ ਹੋ ਜਾਂਦੀ ਹੈ । ਜੀਵ ਸ੍ਰਿਸ਼ਟੀ ਦੇ ਅਸਲੀ ਮਾਲਕ ਅੱਗੇ ਅਰਦਾਸ ਕਰੋ । ਹੋਰ ਕੋਈ ਅਰਦਾਸ ਕਰਨ, ਪੂਜਣ ਯੋਗ ਨਹੀਂ ਹੈ । ਇਹ ਹੀ ਸ਼ਬਦ ਦੀ ਪਾਲਣਾ ਤੋਂ ਸੋਝੀ ਬਖਸ਼ਿਸ਼ ਹੁੰਦੀ ਹੈ ।

The One and Only One True Creator of the universe, dwells and prevails within each creature. Whosoever may search within his own mind with steady and stable belief; with His mercy and grace, he may be enlightened from within. You should always pray for His Forgiveness and Refuge; only, The One and One may be worthy of worship. By obeying the teachings of His Word; His true devotee may be enlightened from within his mind.

6. ਧਨਾਸਰੀ ਧੰਨਾ॥ 695

ਗੋਪਾਲ ਤੇਰਾ ਆਰਤਾ॥	gopaal tayraa aartaa.jo jan tumree
ਜੋ ਜਨ ਤੁਮਰੀ ਭਗਤਿ ਕਰੰਤੇ,	bhagat karantay tin kay kaaj
ਤਿਨ ਕੇ ਕਾਜ ਸਵਾਰਤਾ॥੧॥ ਰਹਾਉ॥	savaarataa. ||1|| rahaa-o.

ਪ੍ਰਭ ਮੈਂ ਤੇਰੀ ਆਰਤੀ, ਤੇਰੇ ਅੱਗੇ ਅਰਦਾਸ ਕਰਦਾ ਹਾ । ਜਿਹੜਾ ਜੀਵ ਵੀ ਮਨ ਲਾ ਕੇ ਅਡੋਲ ਭਰੋਸੇ ਨਾਲ ਬੰਦਗੀ ਕਰਦਾ ਹੈ । ਪ੍ਰਭ ਆਂਪ ਹੀ ਸਾਰੇ ਕਾਰਜ ਸਹਾਈ ਹੋ ਕੇ ਸੰਵਾਰਦਾ ਹੈ ।

My True Master, I worship the teachings of Your Word and pray for Your Forgiveness and Refuge. Whosoever may meditate with steady and stable belief on the teachings of His Word; with His mercy and grace, The True Master becomes the protector of his honor in his worldly life.

ਦਾਲਿ ਸੀਧਾ ਮਾਗਉ ਘੀਉ॥	daal seeDhaa maaga-o ghee-o.
ਹਮਰਾ ਖੁਸੀ ਕਰੈ ਨਿਤ ਜੀਉ॥	hamraa khusee karai nit jee-o.
ਪਨ੍ਹੀਆ ਛਾਦਨੁ ਨੀਕਾ॥	panHee-aa chhaadan neekaa.
ਅਨਾਜੁ ਮਗਉ ਸਤ ਸੀ ਕਾ॥੧॥	anaaj maga-o sat see kaa. ||1||

ਪ੍ਰਭ ਤੂੰ ਆਪ ਬਿਨਾਂ ਮੰਗੇ ਹੀ ਜੀਵ ਨੂੰ ਖਾਣ ਵਾਸਤੇ, ਤਨ ਨੂੰ ਪਾਲਣ ਵਾਸਤੇ ਭੋਜਨ (ਦਾਲ, ਆਟਾ, ਘਿਉ) ਬਖਸ਼ਦਾ ਹੈ । ਸੰਸਾਰ ਵਿੱਚ ਜੀਵ ਵਾਸਤੇ ਬਿਨਾਂ ਮੰਗੇ ਤਨ ਨੂੰ ਢੱਕਣ ਵਾਸਤੇ ਕਪੜਾ ਬਖਸ਼ਦਾ ਹੈ । ਅਰਦਾਸ ਕਰਦਾ ਹੈ! ਮੈਨੂੰ ਸੰਤੋਖ, ਆਪਣੇ ਸ਼ਬਦ ਦੀ ਲਗਨ ਅਤੇ ਸੋਝੀ ਬਖਸ਼ੋ ।

The True Master may bless the source of nourishment for his body and clothes to cover and protect his body. Everything in the universe has been blessed to survive happily in the universe without even praying. I pray for devotion to meditate on the teachings of Your Word. I may remain enlightened and contented in my worldly environment.

ਗਊ ਭੈਸ ਮਗਉ ਲਾਵੇਰੀ॥	ga-oo bhais maga-o laavayree.
ਇਕ ਤਾਜਨਿ ਤੁਰੀ ਚੰਗੇਰੀ॥	ik taajan turee changayree.
ਘਰ ਕੀ ਗੀਹਨਿ ਚੰਗੀ॥	ghar kee geehan changee.
ਜਨੁ ਧੰਨਾ ਲੇਵੈ ਮੰਗੀ॥੨॥੪॥	jan Dhannaa layvai mangee. ||2||4||

ਪ੍ਰਭ ਤੂੰ ਤਨ ਦੀ ਪਾਲਣਾ ਕਰਨ ਲਈ ਸਭ ਕੁਝ ਬਿਨਾਂ ਮੰਗਣ ਤੋਂ ਆਪ ਹੀ ਬਖਸ਼ਦਾ ਹੈ । ਪਰ ਮਾਨਸ ਜੀਵ ਲਾਲਚ ਕਰਦੇ ਹਾ । ਦੁੱਧ ਦੇਣ ਵਾਲੀ, ਗਊ, ਜਾ ਮੱਝ ਮੰਗਦੇ ਹਾ, ਸਵਾਰੀ ਲਈ ਘੋੜਾ ਮੰਗਦੇ ਹਾ । ਘਰ ਸੰਭਾਲਨ ਲਈ ਸੁੱਚਜੀ ਔਰਤ, ਪਤਨੀ ਮੰਗਦਾ ਹੈ । ਇਹਨਾਂ ਚੀਜ਼ਾ ਨੂੰ ਸੰਸਾਰਕ ਜੀਵ ਬਹੁਤ ਮਹੱਤਾ ਦੇਂਦਾ ਹੈ । ਪ੍ਰਭ ਮੈ ਤਾ ਕੇਵਲ ਤੇਰੀ ਰਹਿਮਤ ਹੀ ਮੰਗਦਾ ਹੈ । ਉਸ ਵਿੱਚ ਹੀ ਸਭ ਕੁਝ ਆ ਜਾਂਦਾ ਹੈ ।

The True Master! You have blessed the nourishment for body without even praying for; however, our greed of worldly desires dominates in worldly life; human may beg for milking cow, horse to ride for comfort, wife with good manners to take care household and pleasure in worldly life. He may Blessed Vision; everything remains embedded with Your Blessings.

7. ਪ੍ਰਭਾਤੀ ਬਾਣੀ ਭਗਤ ਕਬੀਰ ਜੀ॥ (1350-11)

ਸੁੰਨ ਸੰਧਿਆ ਤੇਰੀ ਦੇਵ ਦੇਵਾਕਰ,	sunn sanDhi-aa tayree dayv dayvaakar
ਅਧਪਤਿ ਆਦਿ ਸਮਾਈ॥	aDhpat aad samaa-ee.
ਸਿਧ ਸਮਾਧਿ ਅੰਤੁ ਨਹੀ ਪਾਇਆ,	siDh samaaDh ant nahee paa-i-aa
	laag rahay sarnaa-ee. ||1||

ਲਾਗਿ ਰਹੇ ਸਰਨਾਈ॥੧॥

ਸੰਸਾਰਕ ਗਿਆਨ, ਸੋਝੀ ਦਾ ਮਾਲਕ, ਹਰਇਕ ਥਾਂ ਤੇ ਵਾਪਰਦਾ ਹੈ । ਬੰਦਗੀ ਕਰਨ ਵਾਲਾ ਵੀ ਤੇਰਾ ਅੰਤ ਨਹੀਂ ਜਾਣ ਸਕਦਾ । ਉਹ ਵੀ ਤੇਰੀ ਰਹਿਮਤ, ਸ਼ਰਣ ਦੀ ਅਰਧਾਨਾ ਹੀ ਕਰਦਾ ਹੈ ।

The True Master, Treasure of all virtues prevails everywhere in the universe. Even His true devotee may not fully comprehend His Nature. He may also pray for His Forgiveness and Refuge.

ਲੇਹੁ ਆਰਤੀ ਹੋ ਪੁਰਖ ਨਿਰੰਜਨ,	layho aartee ho purakh niranjan
ਸਤਿਗੁਰ ਪੂਜਹੁ ਭਾਈ॥	satgur poojahu bhaa-ee.
ਠਾਢਾ ਬ੍ਰਹਮਾ ਨਿਗਮ ਬੀਚਾਰੈ,	thaadhaa barahmaa nigam beechaarai
ਅਲਖੁ ਨ ਲਖਿਆ ਜਾਈ॥੧॥ ਰਹਾਉ॥	alakh na lakhi-aa jaa-ee. ||1|| rahaa-o.

ਪ੍ਰਭ ਆਪਣੇ ਆਪ ਵਿੱਚ ਪੂਰਨ, ਪੂਰਾ ਹੈ । ਮੇਰੀ ਇਕੋ ਇਕ ਹੀ ਅਰਾਧਨਾ ਹੈ । ਰਹਿਮਤ ਨਾਲ ਸ਼ਬਦ ਦੀ ਲਗਨ ਬਖਸ਼ੋ! ਆਪਣੀ ਦਾਸ ਅਵਸਥਾ ਬਖਸ਼ੋ! ਬ੍ਰਹਮਾ ਵਰਗੇ, ਬੰਦਗੀ ਕਰਨ ਵਾਲੇ ਵੀ ਤੇਰੇ ਦਰਵਾਜੇ ਤੇ ਵੇਦਾਂ ਪੜ੍ਹਦੇ, ਵਿਚਾਰਦੇ ਹਨ । ਤੇਰੀ ਰਹਿਮਤ ਤੋਂ ਬਿਨਾਂ ਦਰਸ਼ਨ ਬਖਸ਼ਿਸ਼ ਨਹੀਂ ਹੁੰਦੇ, ਪਹੁੰਚ ਨਹੀਂ ਸਕਦੇ ।

The Omnipotent True Master remains perfect in all respects. I have One and only One prayer! I may be blessed with devotion to obey the teachings of His Word; with a state of mind as His true devotee. Even devotee like **Brahma** may be reading, reciting Vedas, standing at His Door. Without His Blessed Vision, no one may ever be accepted in His Court.

ਤਤੁ ਤੇਲੁ ਨਾਮੁ ਕੀਆ ਬਾਤੀ,	tat tayl naam kee-aa baatee
ਦੀਪਕੁ ਦੇਹ ਉਜਾਰਾ॥	deepak dayh uj-yaaraa.
ਜੋਤਿ ਲਾਇ ਜਗਦੀਸ ਜਗਾਇਆ,	jot laa-ay jagdees jagaa-i-aa
ਬੂਝੈ ਬੂਝਨਹਾਰਾ॥੨॥	boojhai boojhanhaaraa. ||2||

ਪ੍ਰਭ ਤੇਰੇ ਬਖਸ਼ੇ ਤਨ ਨੂੰ ਦੀਵਾ, ਸ਼ਬਦ ਦੀ ਸੋਝੀ ਨੂੰ ਬੱਤੀ ਬਣਾਕੇ ਸਿਮਰਨ ਦਾ ਤੇਲ ਪਾਉਂਦਾ ਹਾ । ਆਪਣੇ ਤਨ ਅੰਦਰ ਚਾਨਣ ਕਰਕੇ ਤੇਰੇ ਸ਼ਬਦ ਦੀ ਸੋਝੀ ਢੂੰਡਦਾ ਹਾ । ਆਪਣੀ ਰਹਿਮਤ ਨਾਲ ਅਸਲੀ ਮਾਰਗ ਤੇ ਪਾਵੋ । ਤੇਰੀ ਬੰਦਗੀ ਵਿੱਚ ਲੀਨ ਹੋਇਆ, ਤੇਰੇ ਘਰ ਵਿੱਚ ਪ੍ਰਵਾਨ ਹੋ ਜਾਵਾ ।

My True Master! I am making your blessed body as lamp; enlightenment as a wick of lamp and my meditation as oil, fuel to light the lamp within. I am removing the darkness of ignorance and searching the enlightenment of the essence of Your Word; with Your mercy and grace, I may be blessed with the right path of acceptance in Your Court. I may remain intoxicated meditating in the void of Your Word and I may be accepted in Your Court.

ਪੰਚੇ ਸਬਦ ਅਨਾਹਦ ਬਾਜੇ,	panchay sabad anaahad baajay
ਸੰਗੇ ਸਾਰਿੰਗਪਾਨੀ॥	sangay saringpaanee.
ਕਬੀਰ ਦਾਸ ਤੇਰੀ ਆਰਤੀ ਕੀਨੀ,	kabeer daas tayree aartee keenee nirank-
ਨਿਰੰਕਾਰ ਨਿਰਬਾਨੀ॥੩॥੫॥	aar nirbaanee. ||3||5||

ਮੇਰੇ ਮਨ ਵਿੱਚ ਪੰਜੇਂ ਸਦਾ ਚਲਣ ਵਾਲੀਆਂ ਧੁਨਾਂ, ਰਾਗ ਬਾਰ ਬਾਰ ਗੂੰਜਦੇ ਹਨ । ਮੈਂ ਸ਼ਬਦ ਦੀ ਸਮਾਧੀ ਵਿਚ ਅਡੋਲ ਵਸਦਾ ਹਾ । ਮੈਂ ਪੰਜਾਂ ਜਮਦੂਤਾਂ ਤੇ ਕਾਬੂ ਪਾ ਕੇ ਤੇਰੀ ਆਰਤੀ, ਅਰਾਧਨਾ ਕਰਦਾ ਹਾ । ਆਪਣੀ ਰਹਿਮਤ ਨਾਲ ਸ਼ਬਦ ਦੀ ਪਾਲਣਾ ਦੀ ਲਗਨ ਬਖਸ਼ੋ! ਮੈਂ ਤੇਰੇ ਦਰਬਾਰ ਵਿੱਚ ਪ੍ਰਵਾਨ ਹੋ ਸਕਾ, ਮੈਂ ਤੇਰੇ ਦਰ ਦਾ ਹੀ ਭਿਖਾਰੀ ਹਾ । ਤੂੰ ਹੀ ਸਭ ਕੁਝ ਕਰਨ ਕਰਵਾਉਣ ਵਾਲਾ ਮਾਲਕ ਹੈ ।

My True Master I may hear 5 everlasting echoes of Your 5 Words resonating within my mind. I may remain intoxicated in meditation in the void of Your Word. I have conquered 5 demons of worldly desires and praying for Your Forgiveness and Refuge. I may be blessed with devotion to obey the teachings of Your Word. I am a beggar at Your door; with Your mercy and grace,

I may be accepted in Your Court. Only The One and Only One True Master is prevailing everywhere.

8. ਪ੍ਰਭਾਤੀ ਭਗਤ ਬੇਣੀ ਜੀ ਕੀ (1351-11)

ੴ ਸਤਿਗੁਰ ਪ੍ਰਸਾਦਿ॥	ik-oNkaar satgur parsaad.
ਤਨਿ ਚੰਦਨੁ ਮਸਤਕਿ ਪਾਤੀ॥	tan chandan mastak paatee.
ਰਿਦ ਅੰਤਰਿ ਕਰ ਤਲ ਕਾਤੀ॥	rid antar kar tal kaatee.
ਠਗ ਦਿਸਟਿ ਬਗਾ ਲਿਵ ਲਾਗਾ॥	thag disat bagaa liv laagaa.
ਦੇਖਿ ਬੈਸਨੋ ਪ੍ਰਾਨ ਮੁਖ ਭਾਗਾ॥੧॥	daykh baisno paraan mukh bhaagaa. ||1||

ਜੀਵ ਸੰਤ ਸਰੂਪ ਵਾਲਾ ਬਾਣਾ ਪਾਉਂਦਾ, ਇਸ਼ਨਾਨ ਕਰਦਾ ਹੈ । ਲੋਕ ਦਿਖਾਵੇ ਵਾਲੇ ਸਿਮਰਨ, ਰੀਤ ਰਵਾਜ ਕਰਦਾ ਹੈ । ਉਸ ਦੇ ਮਨ ਵਿੱਚ ਪੰਜਾਂ ਜਮਦੂਤਾਂ ਦੀ ਤਲਵਾਰ ਪਕੜੀ ਹੁੰਦੀ ਹੈ । ਚੋਰਾਂ, ਠੱਗਾਂ ਦੀ ਤਰ੍ਹਾਂ, ਬੰਦਗੀ ਕਰਨ ਤੋਂ ਪਹਿਲਾ ਹੀ ਮੰਗ ਰਖਦਾ ਹੈ । ਉਹ ਵਿਸ਼ਨੂੰ ਦਾ ਰੂਪ ਧਾਰਨ ਕਰਦਾ, ਬਾਣਾ ਪਾਉਂਦਾ ਹੈ । ਪਰ ਮਨ ਵਿਚੋਂ ਪ੍ਰਭ ਦੇ ਸ਼ਬਦ ਦੀ ਅਵਾਜ਼ ਨਹੀਂ ਨਿਕਲਦੀ । ਉਸ ਦੀ ਆਪਣੀ ਅਵਾਜ਼ ਮਨ, ਦਿਲ ਤੇ ਨਹੀਂ ਜਾਂਦੀ । ਉਥੇ ਪੰਜੇਂ ਜਮਦੂਤ ਤਲਵਾਰ ਲੈ ਕੇ ਖੜ੍ਹੇ ਹੁੰਦੇ ਹਨ ।

Self-minded may take a soul sanctifying bath and adopts robe like His Holy saint. He may perform religious ritual of meditation like routine worship. The sword of 5 demons of worldly desires may remain hanging within his mind, heart. Like a robber, thief, he may make a laundry list of demands, desires, hopes before even mediating on the teachings of worldly Holy Scripture. He may adopt robe like His true devotee, Vishnu; however, his tongue may not recite the echo of His Word. Whatsoever may he recite; he may never adopt in his worldly day to day life. The sword of 5 demons of worldly desires may remain hanging within his mind.

ਕਲਿ ਭਗਵਤ ਬੰਦ ਚਿਰਾਂਮੰ॥	kal bhagvat band chiraaNmaN.
ਕ੍ਰੂਰ ਦਿਸਟਿ ਰਤਾ ਨਿਸਿ ਬਾਦੰ॥੧॥ ਰਹਾਉ॥	karoor disat rataa nis baadaN. ||1|| ra-haa-o.

ਜੀਵ ਤੂੰ ਲੰਮਾ ਸਮਾਂ ਪ੍ਰਭ ਦੀ ਉਸਤਤ ਕਰਦਾ ਰਹਿੰਦਾ ਹੈ । ਪਰ ਤੇਰੇ ਮਨ ਵਿੱਚ ਲਾਲਚ ਦੀ ਅੱਗ ਚਲਦੀ ਹੀ ਰਹਿੰਦੀ ਹੈ । ਤੇਰੀ ਕੀਤੀ ਬੰਦਗੀ, ਸਿਮਰਨ ਬਿਰਥੀ ਹੀ ਜਾਂਦੀ ਹੈ ।

Self-minded may sings the glory of His Word for long time. However, the lava of ego, greed may be exploding, bursting within his heart. His worship, charity, deeds for welfare of His Creation may not be rewarded

ਨਿਤਪ੍ਰਤਿ ਇਸਨਾਨੁ ਸਰੀਰੰ॥	nitparat isnaan sareeraN.
ਦੁਇ ਧੋਤੀ ਕਰਮ ਮੁਖਿ ਖੀਰੰ॥	du-ay Dhotee karam mukh kheeraN.
ਰਿਦੈ ਛੁਰੀ ਸੰਧਿਆਨੀ॥	ridai chhuree sanDhi-aanee.
ਪਰ ਦਰਬੁ ਹਿਰਨ ਕੀ ਬਾਨੀ॥੨॥	par darab hiran kee baanee. ||2||

ਜੀਵ ਤੂੰ ਇਸ਼ਨਾਨ ਕਰਦਾ, ਪਵਿੱਤਰਤਾ ਦੇ ਸਾਰੇ ਤਰੀਕੇ ਅਪਣਾਉਂਦਾ, ਧਾਰਮਕ ਬਾਣਾ ਪਾਉਂਦਾ ਹੈ । ਮੂੰਹ ਵਿੱਚ ਦੁੱਧ ਨੂੰ ਪਵਿੱਤਰ ਸਮਝਕੇ ਅਰਪਨ ਕਰਦਾ ਹੈ । ਪਰ ਤੇਰੇ ਮਨ ਵਿੱਚ ਪੰਜਾਂ ਜਮਦੂਤਾਂ ਨੇ ਹੀ ਤਲਵਾਰ ਪਕੜੀ ਹੈ । ਤੂੰ ਪਰਾਇਆ ਧਨ ਪਾਉਣ ਦੇ ਯਤਨ ਕਰਦਾ ਹੈ ।

Self-minded may take a sanctifying bath, adopts all religious techniques to sanctify his soul and adopts religious robe. He may drink milk as Holy nectar. However, the sword of 5 demons of worldly desires may be hanging within his mind. He may always try to rob the earnest livings of others.

ਸਿਲ ਪੂਜਸਿ ਚਕ੍ਰ ਗਣੇਸੰ॥	sil poojas chakar ganaysaN.
ਨਿਸਿ ਜਾਗਸਿ ਭਗਤਿ ਪ੍ਰਵੇਸੰ॥	nis jaagas bhagat parvaysaN.
ਪਗ ਨਾਚਸਿ ਚਿਤੁ ਅਕਰਮੰ॥	pag naachas chit akarmaN.
ਏ ਲੰਪਟ ਨਾਚ ਅਧਰਮੰ॥੩॥	ay lampat naach aDharmaN. ||3||

ਮਨਮੁਖ, ਪੱਥਰ ਦੇ ਬੁੱਤ ਨੂੰ ਸੰਤ ਸਰੂਪ, ਗਨੇਸ਼ ਦੀ ਮੂਰਤ ਸਮਝਕੇ ਪੂਜਾ ਕਰਦਾ ਹੈ । ਲੰਮੀ ਰਾਤ ਜਾਗ੍ਰਦਾ, ਲੋਕ ਦਿਖਾਵਾ ਕਰਦਾ ਹੈ । ਇਸ ਨੂੰ ਬੰਦਗੀ ਸਮਝਦਾ ਹੈ । ਪ੍ਰਭ ਦੇ ਬੰਦਗੀ ਕਰਨ ਦੀ ਵਿਧੀ ਨਾਲ ਨੱਚਦਾ ਟੱਪਦਾ ਹੈ । ਪਰ ਧਿਆਨ ਬੁਰੇ ਕੰਮਾਂ ਬਾਬਤ ਹੀ ਸੋਚਦਾ ਹੈ । ਉਸ ਦੇ ਸਾਰੇ ਹੀ ਨਿਯਮ ਸ੍ਰਿਸ਼ਟੀ ਦੀ ਭਲਾਈ ਦੇ ਉਲਟ ਹੁੰਦੇ ਹਨ ।

Self-minded may assume the stone statue of ancient saint **Ganesh** and worship for His Forgiveness and Refuge. He may worship long time as a gesture of his devotion to The True Master. He believes as his meditation. He may dance as an effort to entertain The True Master; however, he may remain manipulating evil, greedy plans, thoughts. All his worldly deeds, guiding principles may be against the welfare of His Creation.

ਮ੍ਰਿਗ ਆਸਣੁ ਤੁਲਸੀ ਮਾਲਾ॥	marig aasan tulsee maalaa.
ਕਰ ਊਜਲ ਤਿਲਕੁ ਕਪਾਲਾ॥	kar oojal tilak kapaalaa.
ਰਿਦੈ ਕੂੜੁ ਕੰਠਿ ਰੁਦ੍ਰਾਖੰ॥	ridai koorh kanth rudraakhaN.
ਰੇ ਲੰਪਟ ਕ੍ਰਿਸਨੁ ਅਭਾਖੰ॥੪॥	ray lampat krisan abhaakhaN. ||4||

ਜੀਵ ਜਗ੍ਹਾ ਸਾਫ ਕਰਕੇ, ਸੋਹਣਾ ਆਸਣ ਬਣਾਕੇ ਬੰਦਗੀ ਦੀ ਮਾਲ਼ਾ ਫੇਰਦਾ ਹੈ । ਬੰਦਗੀ ਦੇ ਸ਼ਬਦ ਦਾ ਸਿਮਰਨ ਕਰਦਾ, ਮੱਥੇ ਤੇ ਤਿਲਕ, ਧਾਰਮਕ ਬਾਣਾ ਪਾਉਂਦਾ ਹੈ । ਆਪਣੇ ਗਲ ਵਿੱਚ ਭਗਤਾਂ ਵਾਲੀ ਮਾਲ਼ਾ ਪਾਉਂਦਾ, ਬੰਦਗੀ ਕਰਦਾ ਹੈ, ਪਰ ਮਨ ਇਛਾਂ ਨਾਲ ਭਰਿਆਂ ਰਹਿੰਦਾ ਹੈ । ਮਨ ਤੇ ਪੰਜਾਂ ਜਮਦੂਤਾਂ ਦਾ ਹੀ ਕਾਬੂ ਰਹਿੰਦਾ ਹੈ । ਤੇਰੀ ਬੰਦਗੀ ਪ੍ਰਭ ਦੇ ਦਰਬਾਰ ਵਿੱਚ ਪ੍ਰਵਾਨ ਨਹੀਂ ਹੁੰਦੀ ।

Self-minded may clean, sanctify, embellish his meditation throne; he may meditate and counts the times of meditation with rosary of holy beads. He may meditate, reciting worldly Holy Scripture, adopts religious robe and mark a symbol of purity on his forehead. He may keep his meditation rosary in his neck; however, his mind may remain overwhelmed with greed of worldly desires. He may remain intoxicated with sweet poison of demons of worldly desires. His meditation may not be accepted in His Court.

ਜਿਨਿ ਆਤਮ ਤਤੁ ਨ ਚੀਨ੍ਹਿਆ॥	jin aatam tat na cheenHi-aa.
ਸਭ ਫੋਕਟ ਧਰਮ ਅਬੀਨਿਆ॥	sabh fokat Dharam abeeni-aa.
ਕਹੁ ਬੇਣੀ ਗੁਰਮੁਖਿ ਧਿਆਵੈ॥	kaho baynee gurmukh Dhi-aavai.
ਬਿਨੁ ਸਤਿਗੁਰ ਬਾਟ ਨ ਪਾਵੈ॥੫॥੧॥	bin satgur baat na paavai. ||5||1||

ਜਿਸ ਜੀਵ ਨੂੰ ਆਤਮਾ ਦੇ ਮਾਨਸ ਜਨਮ ਦੀ ਬਖਸ਼ਿਸ਼ ਦੇ ਮੰਤਵ ਦੀ ਸੋਝੀ ਨਹੀਂ ਹੁੰਦੀ, ਉਸ ਦੀ ਬੰਦਗੀ ਕਰਨੀ ਬਿਰਥੀ ਹੀ ਹੁੰਦੀ ਹੈ । ਜੀਵ, ਗੁਰਮਖ ਬਣਕੇ ਸ਼ਬਦ ਦੀ ਪਾਲਣਾ ਕਰੋ । ਪ੍ਰਭ ਦੀ ਰਹਿਮਤ ਤੋਂ ਬਿਨਾਂ, ਕੋਈ ਪ੍ਰਭ ਦੀ ਬੰਦਗੀ ਨਹੀਂ ਕਰ ਸਕਦਾ । ਉਸ ਦੀ ਕਮਾਈ, ਪ੍ਰਭ ਦੇ ਦਰਬਾਰ, ਦਰਗਾਹ ਵਿੱਚ ਪ੍ਰਵਾਨ ਨਹੀਂ ਹੁੰਦੀ ।

Whosoever may not realize the real purpose of human life opportunity; his meditation, may not be rewarded in His Court. You should adopt the way of life, like His true devotee and obey the teachings of His Word. Without His Blessed Vision, no one may remain devoted and dedicated to meditate, to obey the teachings of His Word with steady and stable belief in his day-to-day life. His meditation may not be accepted, rewarded in His Court.

9. ਰਾਗੁ ਗਉੜੀ ਪੂਰਬੀ ਮਹਲਾ ੫॥ (13-14)

ਕਰਉ ਬੇਨੰਤੀ ਸੁਣਹੁ ਮੇਰੇ ਮੀਤਾ,	Kara-o baynantee sunhu mayray
ਸੰਤ ਟਹਲ ਕੀ ਬੇਲਾ॥	meetaa sant tahal kee baylaa.
ਈਹਾ ਖਾਟਿ ਚਲਹੁ ਹਰਿ ਲਾਹਾ,	Eehaa khaat chalhu har laahaa
ਆਗੈ ਬਸਨੁ ਸੁਹੇਲਾ॥੧॥	aagai basan suhaylaa. ||1||

ਜੀਵ, ਇਹ ਮਾਨਸ ਜੀਵਨ ਹੀ ਉਸ ਦੇ ਸਿਮਰਨ ਕਰਨ ਦਾ ਸਮਾਂ ਹੈ । ਇਸ ਨਾਲ ਤੇਰੀ ਸੰਸਾਰਕ ਯਾਤਰਾ ਸਫਲ ਹੋ ਜਾਵੇ ਗੀ । ਅਰਦਾਸ ਕਰੋ! ਸੰਤ ਸਰੂਪ ਵਾਲਾ ਰਹਿਣ ਦਾ ਢੰਗ ਬਖਸ਼ੇ । ਇਥੇ ਖੇੜਾ ਅਤੇ ਅੱਗੇ ਉਸ ਦੇ ਦਰਬਾਰ ਵਿੱਚ ਪ੍ਰਵਾਨ ਹੋ ਜਾਵੇ ਗਾ ।

Human life is only blessed to adopt His Word and to sing His glory. By adopting His Word in life, human life journey becomes successful. One learns the way the holy devotees live his life. He is blessed with blossom and harmony in the universe. After death he may be accepted in His Court.

ਅਉਧ ਘਟੈ ਦਿਨਸੁ ਰੈਣਾਰੇ॥ A-oDh ghatai dinas rainaaray.
ਮਨ ਗੁਰ ਮਿਲਿ ਕਾਜ ਸਵਾਰੇ॥੧॥ ਰਹਾਉ॥ Man, gur mil kaaj savaaray. ||1|| rahaa-o.

ਤੇਰੇ ਜੀਵਨ ਦਾ ਸਮਾਂ, ਹਰ ਦਿਨ ਘਟਦਾ ਜਾਂਦਾ ਹੈ, ਪ੍ਰਭ ਦਾ ਸਿਮਰਨ ਕਰੋ । ਜਿਸ ਨਾਲ ਤੇਰਾ ਸੰਸਾਰ ਵਿੱਚ, ਮਾਨਸ ਜੀਵਨ ਸਫਲ ਹੋ ਜਾਵੇ, ਜਨਮ ਮਰਨ ਤੋਂ ਛੁਟਕਾਰਾ ਮਿਲ ਜਾਵੈ ।

Your time in this world is passing and decreasing every moment. You should adopt the teachings of His Word; your journey may become fruitful.

ਇਹੁ ਸੰਸਾਰੁ ਬਿਕਾਰੁ ਸੰਸੇ ਮਹਿ, Ih sansaar bikaar sansay meh
ਤਰਿਓ ਬ੍ਰਹਮ ਗਿਆਨੀ॥ tari-o barahm gi-aanee.
ਜਿਸਹਿ ਜਗਾਇ ਪੀਆਵੈ ਇਹੁ ਰਸੁ, Jisahi jagaa-ay pee-aavai ih ras
ਅਕਥ ਕਥਾ ਤਿਨਿ ਜਾਨੀ॥੨॥ akath kathaa tin jaanee. ||2||

ਇਹ ਸੰਸਾਰ ਵਿੱਚ ਫਾਲਤੂ ਹੀ, ਵਹਿਮ (ਸੰਸੇ), ਧੰਦੇ ਹਨ । ਜਿਹੜਾ ਪ੍ਰਭ ਦੇ ਸ਼ਬਦ ਦੇ ਸਿਮਰਨ ਵਿੱਚ ਲਗ ਜਾਂਦਾ ਹੈ, ਉਸ ਦਾ ਪਾਰ ਉਤਾਰਾ ਹੋ ਜਾਂਦਾ ਹੈ । ਜਿਸ ਜੀਵ ਤੇ ਰਹਿਮਤ ਬਖਸ਼ਿਸ਼ ਹੋ ਜਾਂਦੀ ਹੈ, ਉਸ ਨੂੰ ਆਪ ਹੀ ਇਸ ਅਸਲੀ ਰਸਤੇ ਤੇ ਪਾਉਂਦਾ, ਸੋਝੀ ਬਖਸ਼ਦਾ ਹੈ ।

The world is entangled in useless suspicions, rituals. Whosoever adopts His Word in his life, he may across the terrible worldly ocean. Whosoever may be blessed with the enlightenment of the essence of His Word. Only he may remain firm on His Word. Only he knows the true purpose of human life.

ਜਾ ਕਉ ਆਏ ਸੋਈ ਬਿਹਾਝਹੁ, Jaa ka-o aa-ay so-ee bihaajhahu
ਹਰਿ ਗੁਰ ਤੇ ਮਨਹਿ ਬਸੇਰਾ॥ har gur tay maneh basayraa.
ਨਿਜ ਘਰਿ ਮਹਲੁ ਪਾਵਹੁ ਸੁਖ ਸਹਜੇ, Nij ghar mahal paavhu sukh sehjay ba-
ਬਹੁਰਿ ਨ ਹੋਇਗੋ ਫੇਰਾ॥੩॥ hur na ho-igo fayraa. ||3||

ਜੀਵ, ਜਿਸ ਕਾਰਨ ਤੈਨੂੰ ਪ੍ਰਭ ਨੇ ਮਾਨਸ ਜੀਵਨ ਬਖਸ਼ਿਆ ਹੈ । ਉਹ ਕਰਤਬ, ਸ਼ਬਦ ਦਾ ਸਿਮਰਨ ਕਰੋ । ਆਪਣੇ ਆਪ ਨੂੰ ਪਛਾਣਨ ਨਾਲ ਉਸ ਦੇ ਦਰਬਾਰ ਵਿੱਚ ਜਗ੍ਹਾ ਬਖਸ਼ਿਸ਼ ਹੋ ਸਕਦੀ ਹੈ । ਸਾਰੇ ਹੀ ਸੁਖ ਬਹੁਤ ਅਸਾਨੀ ਨਾਲ ਹਾਸਿਲ ਹੋ ਜਾਂਦੇ ਹਨ । ਮੌਕਾ ਨਾ ਗਵਾ ਲਈ! ਇਹ ਮਾਨਸ ਜਨਮ ਬਾਰ ਬਾਰ ਬਖਸ਼ਿਸ਼ ਨਹੀਂ ਹੁੰਦਾ ।

You should understand, recognize the true purpose of your life. Only performs the tasks that can lead you to recognize yourself. That is the only way to be accepted in His Court. Whosoever may be accepted in His Court; all comforts of worldly life may be blessed easily.

ਅੰਤਰਜਾਮੀ ਪੁਰਖ ਬਿਧਾਤੇ Antarjaamee purakh biDhaatay
ਸਰਧਾ ਮਨ ਕੀ ਪੂਰੇ॥ sarDhaa man kee pooray.
ਨਾਨਕ ਦਾਸੁ ਇਹੈ ਸੁਖੁ ਮਾਗੈ, Naanak daas ihai sukh maagai
ਮੋ ਕਉ ਕਰਿ ਸੰਤਨ ਕੀ ਧੂਰੇ॥੪॥੫॥ mo ka-o kar santan kee Dhooray. ||4||5||

ਅੰਤਰਜਾਮੀ ਪ੍ਰਭ ਸਾਰੀਆਂ ਇਛਾਂ ਨੂੰ ਆਪ ਜਾਣਦਾ ਹੈ, ਅਪਣੀ ਰਜ਼ਾ ਅਨੁਸਾਰ ਪੂਰੀਆਂ ਕਰਦਾ ਹੈ । ਜੀਵ ਹਮੇਸ਼ਾਂ ਹੀ ਉਸ ਤੋਂ ਇਹ ਮੰਗੋ! ਉਸ ਦੀ ਰਜ਼ਾ ਹੱਸ ਦੇ ਮੁੱਖ ਕਬੂਲ ਹੋਵੇ! ਤੂੰ ਸਦਾ ਹੀ ਉਸ ਦੇ ਸਿਮਰਨ ਵਿੱਚ ਲੀਨ, ਮਸਤ ਰਹੋ ।

The Omniscient True Master remains aware about all desires of His Creation. He may bless what may be good for His Creation as reward for his worldly deed. His true devotee always begs one only one wish! I may remain contented with my worldly environment without any reservation.

10. ਸ੍ਵੈਯਾ॥ SVAIYAA

ਸ੍ਵੈਯਾ॥	SVAIYAA
ਪਾਂਇ ਗਹੇ ਜਬ ਤੇ ਤੁਮਰੇ	Paa(n)e gahe jab té tumré
ਤਬ ਤੇ ਕੋਊ ਆਂਖ	tab té ko'oo aa(n)kh
ਤਰੇ ਨਹੀਂ ਆਨਯੋ॥	taré nehee aanyo.
ਰਾਮ ਰਹੀਮ ਪੁਰਾਨ ਕੁਰਾਨ ਅਨੇਕ ਕਹੈਂ	Ram rahim Puran Quran anak kahai
ਮਤ ਏਕ ਨ ਮਾਨਯੋ॥	mat eek na maneyo.
ਸਿੰਮ੍ਰਿਤਿ ਸਾਸਤ੍ਰ ਬੇਦ ਸਭੈ ਬਹੁ ਭੇਦ ਕਹੈਂ	Simrat shaastr badh sabh bohu bhedh kahai
ਹਮ ਏਕ ਨ ਜਾਨਯੋ॥	ham eik na janyo.
ਸ੍ਰੀ ਅਸਿਪਾਨ ਕ੍ਰਿਪਾ ਤੁਮਰੀ ਕਰਿ ਮੈ ਨ	Siree asipaan kripaa tumree kar(i), mai na
ਕਹਯੋ ਸਭ ਤੋਹਿ ਬਖਾਨਯੋ॥	kahyo sabh tohé bakhaanyo. (30)

ਪ੍ਰਭ, ਮੈਂ ਆਪਾ ਤੇਰੀ ਸ਼ਰਣ ਵਿੱਚ ਅਰਪਨ, ਭੇਟਾ ਕੀਤਾ ਹੈ । ਮੈਂ ਕਿਸੇ ਧਾਰਮਕ ਗ੍ਰੰਥ ਦੀ ਸਿਖਿਆਂ, ਰੀਤ ਰੀਵਾਜ ਵਿੱਚ ਕੋਈ ਭਰੋਸਾ ਨਹੀਂ ਰਖਦਾ । ਧਾਰਮਕ ਗ੍ਰੰਥ ਅਨੇਕਾ ਹੀ ਭੇਦਾਂ ਦਾ ਵਰਣਨ ਕਰਦੇ ਹਨ! ਮੈਂ ਕੇਵਲ ਤੇਰੇ ਸ਼ਬਦ, ਬਖਸ਼ੇ ਤੇ ਹੀ ਅਡੋਲ ਭਰੋਸੇ ਨਾਲ ਜੀਵਨ ਬਤੀਤ ਕਰਦਾ ਹਾ । ਸਰਬ ਕਲਾ ਸਮਰਥ, ਤੇਰੇ ਦੱਸੇ ਰਸਤੇ ਤੇ ਚਲਕੇ, ਤੇਰੀ ਬਖਸ਼ਿਸ਼ ਨਾਲ ਹੀ ਦੁਸ਼ਮਣ ਦਾ ਨੂੰ ਨਾਸ਼ ਕਰਨ ਲਈ ਤਾਲਵਾਰ ਦਾ ਰਸਤਾ ਧਾਰਨ ਕੀਤਾ ਹੈ । ਮੈਂ ਇਹ ਕਥਾ ਤੇਰੀ ਬਖਸ਼ੀ ਸੋਝੀ ਨਾਲ ਹੀ ਸੰਪੂਰਨ ਕੀਤੀ ਹੈ ।

The True Master! I have surrendered my self-entity at Your Sanctuary! I may not adopt the teachings of religious Holy Scriptures and rituals in my day-to-day life. Religious Holy Scriptures highlights many secretes of You Nature; however, I have only adopted the teachings of Your Word. The Omnipotent True Master, I have adopted the path of sword to eliminate tyrant, evil from the world as Your Command. With Your mercy and grace, I can conclude your message for Your Creation.

11. ਦੋਹਰਾ॥ DOHRAA

ਦੋਹਰਾ॥	DOHRAA
ਸਗਲ ਦੁਆਰ ਕਉ ਛਾਡਿ ਕੈ	Sagal duaar kau chhaad kai,
ਗਹਿਓ ਤੁਹਾਰੋ ਦੁਆਰ॥	gahe'o tuhaaro duaar.
ਬਾਂਹਿ ਗਹੇ ਕੀ ਲਾਜ ਅਸ	Baa(n)he gahe kee laaj as
ਗੋਬਿੰਦ ਦਾਸ ਤੁਹਾਰ॥	Gobind daas tuhaar.

ਪ੍ਰਭ, ਮੈਂ ਸਾਰੇ ਸੰਸਾਰਕ ਧਰਮਾ ਦੇ ਰਸਤੇ ਤਿਆਗਕੇ, ਆਪਾ ਤੇਰੀ ਸ਼ਰਣ ਵਿੱਚ ਭੇਟਾ ਕੀਤਾ ਹੈ । ਮੈਂ ਕੇਵਲ ਤੇਰੇ ਦਰ ਤੇ ਹੀ ਆਪਣੀ ਸਾਰੀਆਂ ਆਸਾਂ, ਭਰੋਸਾ ਅਡੋਲ ਰਖਦਾ ਹੈ । ਪ੍ਰਭ ਆਪ ਹੀ ਰਹਿਮਤ ਬਖਸ਼ਕੇ, ਆਪਣੇ ਦਰ ਤੇ ਆਏ, ਮੰਦਤੇ ਦੀ ਰਖਿਆ ਕਰੋ! ਅਸਲੀ ਰਸਤਾ ਬਖਸ਼ਕੇ, ਆਪਣੀ ਸ਼ਰਣ ਵਿੱਚ ਪ੍ਰਵਾਨ ਕਰੋ! ਕੀਤੀਆਂ ਭੁਲਾਂ ਨੂੰ ਮਾਫ ਕਰੋ! ਆਪਣਾ ਦਾਸ ਬਣਾ ਲਵੋ!

My True Master, I have renounced all other religious paths, the teachings of worldly gurus! I have surrendered my self-entity at Your Sanctuary. I am praying for Your Forgiveness and Refuge! I accept Your Verdict as Your Worthy blessings. The True Master bestows Your Blessed Vision, forgives may sins and accepts in Your Sanctuary; blesses me a state of mind as Your true devotee.

12. ਸਲੋਕੁ॥20॥ (289)

ਫਿਰਤ ਫਿਰਤ ਪ੍ਰਭ ਆਇਆ, — Firat firat parabh aa-i-aa
ਪਰਿਆ ਤਉ ਸਰਨਾਇ॥ — pari-aa ta-o sarnaa-ay.
ਨਾਨਕ, ਕੀ ਪ੍ਰਭ ਬੇਨਤੀ, — Naanak kee parabh bayntee
ਅਪਨੀ ਭਗਤੀ ਲਾਇ॥ — apnee bhagtee laa-ay. ||1||

ਅਟਲ (ਸਚੁ) ਪ੍ਰਭ, ਰੱਬ, ਮੈਂ ਇੰਦ੍ਰੀਆਂ ਦੇ ਬਣਾਏ, ਸਾਰੇ, ਤਰੀਕੇ ਪਰਖ ਕੇ ਵੇਖੇ ਹਨ । ਸਭ ਕੁਝ ਜਾਣ ਲਿਆ ਹੈ, ਬੇਚਾਰ ਹੋ ਕੇ ਤੇਰੀ ਸ਼ਰਣ ਵਿੱਚ ਆਇਆ ਹਾਂ । ਰਹਿਮਤ ਬਖਸ਼ੋ! ਸ਼ਬਦ ਦੇ ਲੜ, ਸਿਮਰਨ ਤੇ ਲਾਵੋ! ਤੇਰੀ ਕ੍ਰਿਪਾ ਤੋਂ ਬਿਨਾਂ, ਕੋਈ ਭਗਤੀ ਵੀ ਨਹੀਂ ਕਰ ਸਕਦਾ ।

My true Master I have evaluated all the techniques of the worldly senses, religious rituals. I had understood completely all the traps and desperately I have come to Your Sanctuary for forgiveness. My Merciful True Master blesses a devotional to meditation on the teachings of Your Word. I may meditate and remain steady and stable on that right path.20

13. ਸਿਰੀਰਾਗੁ ਮਹਲਾ ੫॥ (43-1)

ਕੋਈ ਰਖਿ ਨ ਸਕਈ, — ko-ee rakh na sak-ee
ਦੂਜਾ ਕੋ ਨ ਦਿਖਾਇ॥ — doojaa ko na dikhaa-ay.
ਚਾਰੇ ਕੁੰਡਾ ਭਾਲਿ ਕੈ, — chaaray kundaa bhaal kai
ਆਇ ਪਇਆ ਸਰਣਾਇ॥ — aa-ay pa-i-aa sarnaa-ay.
ਨਾਨਕ ਸਚੈ ਪਾਤਿਸਾਹਿ, — naanak sachai paatisaah
ਡੁਬਦਾ ਲਇਆ ਕਢਾਇ॥੪॥੩॥73॥ — dubdaa la-i-aa kadhaa-ay. ||4||3||73||

ਪ੍ਰਭ ਤੋਂ ਬਿਨਾਂ ਹੋਰ ਕੋਈ ਜੀਵ ਦਾ ਅਸਲੀ ਰਖਵਾਲਾ ਨਹੀਂ ਹੈ । ਚਾਰੇ ਪਾਸੇ ਘੁੰਮਕੇ, ਬੇਚਾਰ ਹੋ ਕੇ ਤੇਰੀ ਸ਼ਰਣ ਵਿੱਚ ਆਪਾ ਭੇਟਾ ਕੀਤਾ ਹੈ । ਸ੍ਰਿਸ਼ਟੀ ਦੇ ਅਸਲੀ ਮਾਲਕ ਸ਼ਰਣ ਵਿੱਚ ਪਨਾਹ ਬਖਸ਼ੋ!

The One and Only One True Master, Protector, savior of His Creation. I have been frustrated in pilgrimage at Holy Shrines, reading Holy Scriptures. I have surrendered my self-identity at Your Sanctuary. The Merciful True Master blesses the right path of acceptance in Your Court.

14. ਫੁਨਹੇ ਮਹਲਾ ੫॥ 1362-10

ਡਿਠੇ ਸਭੇ ਥਾਵ ਨਹੀ ਤੁਧੁ ਜੇਹਿਆ॥ — dithay sabhay thaav nahee tuDh jayhi-aa.
ਬਧੋਹੁ ਪੁਰਖਿ ਬਿਧਾਤੈ — baDhohu purakh biDhaatai
ਤਾਂ ਤੂ ਸੋਹਿਆ॥ — taaN too sohi-aa.
ਵਸਦੀ ਸਘਨ ਅਪਾਰ — vasdee saghan apaar
ਅਨੂਪ ਰਾਮਦਾਸ ਪੁਰ॥ — anoop raamdaas pur.
ਹਰਿਹਾ ਨਾਨਕ ਕਸਮਲ — harihaaN naanak kasmal
ਜਾਹਿ ਨਾਇਐ ਰਾਮਦਾਸ ਸਰ॥੧੦॥ — jaahi naa-i-ai raamdaas sar. ||10||

ਮੈਂ ਸਾਰੇ ਥਾਂ ਢੂੰਡਕੇ ਦੇਖੇ ਹਨ! ਪ੍ਰਭ ਦੇ ਦਰਬਾਰ, ਵਰਗਾ, ਬਰਾਬਰ ਦਾ ਹੋਰ ਕੋਈ ਥਾਂ ਨਹੀਂ ਹੈ । ਜੀਵ, ਸ੍ਰਿਸ਼ਟੀ ਨੂੰ ਪੈਦਾ ਕਰਨਵਾਲੇ, ਅਟਲ ਪ੍ਰਭ ਦੇ ਸ਼ਬਦ ਦੀ ਸਿਖਿਆਂ ਨਾਲ ਜੀਵਨ ਢਾਲਣ ਨੂੰ ਆਪਣੇ ਜੀਵਨ ਦਾ ਮੰਤਵ ਬਣਾਵੋ! ਜਿਹੜਾ ਪ੍ਰਭ ਦੇ ਸ਼ਬਦ ਦੀ ਪਾਲਣਾ ਵਿੱਚ ਅਡੋਲ ਰਹਿੰਦਾ ਹੈ, ਉਸ ਦੇ ਮਨ ਵਿੱਚ ਸੰਤੋਖ, ਖੇੜਾ ਭਰਪੂਰ ਵਸਦਾ ਹੈ । ਉਸ ਦੇ ਮਨ ਅੰਦਰ ਪ੍ਰਭ ਦੇ ਸੇਵਕਾਂ ਦੇ ਗੁਣਾਂ ਦੀ ਸੰਘਣੀ ਵਸੋ ਹੋ ਜਾਂਦੀ ਹੈ । ਉਸ ਦੇ ਮਨ, ਆਤਮਾ ਨੂੰ ਪਵਿੱਤਰ ਕਰਨ ਵਾਲਾ ਸਰੋਵਰ ਬਣ ਜਾਂਦਾ ਹੈ । ਪ੍ਰਭ ਦੀ ਸ਼ਾਨ ਦੀ ਤੁਲਨਾ ਹੋਰ ਕਿਸੇ ਨਾਲ ਕੀਤੀ ਨਹੀਂ ਜਾ ਸਕਦੀ । ਜਿਹੜਾ ਆਪਣੇ ਮਨ ਅੰਦਰ ਪ੍ਰਭ ਦੇ ਸ਼ਬਦ ਦੀ ਸੋਝੀ ਰੂਪੀ ਸਰੋਵਰ ਵਿੱਚ ਇਸ਼ਨਾਨ ਕਰਦਾ ਹੈ, ਉਸ ਦੇ ਪਾਪ ਧੋਤੇ ਜਾਂਦੇ ਹਨ ।

I have searched everywhere! No one may be comparable to The Primal True Master, the Architect of Destiny; Creator of the universe; His Royal palace. Whosoever may adopt the teachings of His Word with steady and stable belief in his day-to-day life; with His mercy and grace, he may be blessed with overwhelming contentment and blossom in his life. His Royal palace within the body of creature remains a densely populated with virtues of His Word, a prosperous city, with impeccable beauty, glory. Whosoever may take a sanctifying bath in the pond of nectar of the essence of His Word within his own mind; with His mercy and grace, all his sins of previous lives may be forgiven.

15. ਫੁਨਹੇ ਮਹਲਾ ੫॥ 1362-17

ਨੈਣ ਨ ਦੇਖਹਿ ਸਾਧ,	nain na daykheh saaDh
ਸਿ ਨੈਣ ਬਿਹਾਲਿਆ॥	se nain bihaali-aa.
ਕਰਨ ਨ ਸੁਨਹੀ ਨਾਦੁ,	karan na sunhee naad
ਕਰਨ ਮੁੰਦਿ ਘਾਲਿਆ॥	karan mund ghaali-aa.
ਰਸਨਾ ਜਪੈ ਨ ਨਾਮੁ,	rasnaa japai na naam
ਤਿਲੁ ਤਿਲੁ ਕਰਿ ਕਟੀਐ॥	til til kar katee-ai.
ਹਰਿਹਾ ਜਬ ਬਿਸਰੈ ਗੋਬਿਦ,	harihaaN jab bisrai gobid
ਰਾਇ ਦਿਨੋ ਦਿਨੁ ਘਟੀਐ॥੧੪॥	raa-ay dino din ghatee-ai. ‖14‖

ਜਿਹੜੀਆਂ ਮਨ ਦੀਆਂ ਅੱਖਾਂ ਰੂਹਾਨੀ ਪ੍ਰਭ ਦੇ ਦਰਸ਼ਨ ਨਹੀਂ ਕਰਦੀਆਂ । ਉਹਨਾਂ ਦੀ ਹਾਲਤ ਬਹੁਤ ਦਰਦਨਾਕ ਹੀ ਹੁੰਦੀ ਹੈ । ਜਿਹੜੇ ਕੰਨ ਪ੍ਰਭ ਦੇ ਸ਼ਬਦ ਦੀ ਧੁਨ ਨਹੀਂ ਸੁਣਦੇ! ਉਹ ਕੰਨ ਹੀ ਬੰਦ ਕਰ ਦੇਣੇ ਚਾਹੀਦੇ ਹਨ । ਜਿਹੜੀ ਜੀਭ ਪ੍ਰਭ ਦੇ ਸ਼ਬਦ ਦੇ ਗੁਣ ਨਹੀਂ ਗਾਉਂਦੀ! ਉਹ ਜੀਭ ਕੱਟਕੇ ਟੋਟੇ ਕਰਨੇ ਚਾਹੀਦੇ ਹਨ । ਜਿਹੜਾ ਮਾਨਸ ਪ੍ਰਭ ਦਾ ਸ਼ਬਦ ਮਨੋ ਵਿਸਾਰ ਦੇਂਦਾ ਹੈ । ਉਹ ਦਿਨ ਰਾਤ ਕਮਜ਼ੋਰ ਹੁੰਦਾ ਜਾਂਦਾ ਹੈ ।

Whose eyes may not witness, realize His Holy Spirit prevailing everywhere; his eyes remain very miserable. Whose ears may not hear the everlasting echo of His Word resonating within heart; his ears are useless and should be plugged. Whosoever may not be singing the glory of His Word; his tongue has no purpose and should be cut into pieces. Whosoever may abandon the teachings of His Word from his day-to-day life; he may become, feeble, helpless in his day-by-day life.

16. ਸਲੋਕ ਮਃ ੫॥

ਜਾਚਕੁ ਮੰਗੈ ਦਾਨੁ, ਦੇਹਿ ਪਿਆਰਿਆ॥	jaachak mangai daan deh pi-aari-aa.
ਦੇਵਣਹਾਰੁ ਦਾਤਾਰੁ,	dayvanhaar daataar
ਮੈ ਨਿਤ ਚਿਤਾਰਿਆ॥	mai nit chitaari-aa.
ਨਿਖੁਟਿ ਨ ਜਾਈ ਮੂਲਿ,	nikhut na jaa-ee mool
ਅਤੁਲ ਭੰਡਾਰਿਆ॥	atul bhandaari-aa.
ਨਾਨਕ ਸ਼ਬਦੁ ਅਪਾਰੁ,	naanak sabad apaar
ਤਿਨਿ ਸਭੁ ਕਿਛੁ ਸਾਰਿਆਂ॥੧॥	tin sabh kichh saari-aa. ‖1‖

ਬਖਸ਼ਣ ਹਾਰੇ ਪ੍ਰਭ, ਮਾਨਸ ਭਿਖਾਰੀ ਤੇਰੇ ਦਰ ਤੇ ਭਿੱਖਿਆ ਮੰਗਦਾ ਹੈ । ਮੇਰਾ ਮਨ ਸਵਾਸ ਸਵਾਸ, ਹਰ ਵੇਲੇ ਤੇਰੇ ਚਰਨਾਂ ਵਿੱਚ, ਸ਼ਬਦ ਦੀ ਪਾਲਣਾ ਵਿੱਚ ਲੀਨ ਹੋ ਜਾਵੇ । ਪ੍ਰਭ ਦੀਆਂ ਦਾਤਾਂ ਦਾ ਭੰਡਾਰ ਬੇਅੰਤ, ਅਤੁੱਟ ਹੈ, ਜਿਸ ਵਿੱਚ ਕਦੇ ਕਮੀ ਨਹੀਂ ਆਉਂਦੀ । ਪ੍ਰਭ ਦਾ ਸ਼ਬਦ, ਸ਼ਬਦ ਦੀ ਸੋਝੀ ਵੀ ਅੰਤ ਤੋਂ ਰਹਿਤ ਹੈ । ਸ਼ਬਦ ਦੀ ਪਾਲਣਾ ਕਰਨ ਨਾਲ ਮਾਨਸ ਜਨਮ ਦੇ ਸਾਰੇ ਕਾਰਜ ਸਫਲ ਹੋ ਜਾਂਦੇ ਹਨ ।

My True Master, human beggar is begging for at Your door. Have Your mercy and grace that my mind may adopt the teachings of Your Word with steady and stable in day-to-day life. Your unlimited treasure of virtues may never be exhausted. The virtues and the enlightenments of Your Word remain beyond any limit and end. By adopting the teachings of Your Word in day-to-day life; the purpose of human life may be concluded successfully.

17. ਸਲੋਕ ਮः ੧॥ ਪਉੜੀ॥ (91-3)

ਕੀਤਾ ਲੋੜੀਐ ਕੰਮੁ,	keetaa lorhee-ai kamm
ਸੁ ਹਰਿ ਪਹਿ ਆਖੀਐ॥	so har peh aakhee-ai.
ਕਾਰਜੁ ਦੇਇ ਸਵਾਰਿ,	kaaraj day-ay savaar
ਸਤਿਗੁਰ ਸਚੁ ਸਾਖੀਐ॥	saT`gur sach saakhee-ai.
ਸੰਤਾ ਸੰਗਿ ਨਿਧਾਨੁ,	santaa sang niDhaan
ਅੰਮ੍ਰਿਤੁ ਚਾਖੀਐ॥	amrit chaakhee-ai.
ਭੈ ਭੰਜਨ ਮਿਹਰਵਾਨ,	bhai bhanjan miharvaan
ਦਾਸ ਕੀ ਰਾਖੀਐ॥	daas kee raakhee-ai.
ਨਾਨਕ ਹਰਿ ਗੁਣ ਗਾਇ,	naanak har gun gaa-ay
ਅਲਖੁ ਪ੍ਰਭੁ ਲਾਖੀਐ॥20॥	alakh parabh laakhee-ai. ‖20‖

ਜੀਵ ਹਰਇਕ ਕੰਮ ਕਰਨ ਸਮੇਂ, ਪ੍ਰਭ ਅੱਗੇ ਰਹਿਮਤ ਦੀ ਅਰਦਾਸ ਕਰੋ! ਜਿਸ ਦਾ ਭਰੋਸਾ ਪ੍ਰਭ ਦੇ ਬਖਸ਼ੇ ਤੇ ਅਡੋਲ ਰਹਿੰਦਾ ਹੈ, ਉਸ ਦਾ ਇਛਾਂ ਵਾਲਾ ਮਨ, ਪ੍ਰਭ ਦੇ ਸ਼ਬਦ ਦੀ ਅਵਾਜ਼ ਸੁਣਦਾ ਹੈ, ਪ੍ਰਭ ਕਦੇ ਗਲਤ ਰਸਤੇ ਤੇ ਜਾਣ ਨਹੀਂ ਦੇਂਦਾ । ਪ੍ਰਭ ਆਪ ਹੀ ਸਿੱਧਾ ਰਸਤਾ, ਕੰਮ ਵਿੱਚ ਸਫਲਤਾ ਬਖਸ਼ਦਾ ਹੈ । ਪ੍ਰਭ ਆਪ ਹੀ ਜੀਵ ਨੂੰ ਸੰਤ ਸਰੂਪ ਦੀ ਸੰਗਤ ਬਖਸ਼ਦਾ ਹੈ । ਜੀਵ ਨੂੰ ਸ਼ਬਦ ਦੀ ਸੋਝੀ ਬਖਸ਼ਿਸ਼ ਹੋ ਜਾਂਦੀ, ਸ਼ਬਦ ਦਾ ਰੰਗ ਹਿਰਦੇ ਤੇ ਚੜ੍ਹ ਜਾਂਦਾ ਹੈ । ਦਿਆਲੂ ਪ੍ਰਭ ਆਪ ਹੀ ਤਰਸ ਬਖਸ਼ਦਾ, ਆਪਣੇ ਸੇਵਕ ਦੀ ਰਖਿਆ ਕਰਦਾ ਹੈ । ਜਿਹੜਾ ਅਡੋਲ ਭਰੋਸੇ ਨਾਲ ਸ਼ਬਦ ਦੀ ਪਾਲਣਾ ਕਰਦਾ ਹੈ, ਪ੍ਰਭ ਦੀ ਰਹਿਮਤ ਨਾਲ ਉਸ ਨੂੰ ਪ੍ਰਭ ਦੀ ਜੋਤ ਅੰਦਰੋਂ ਹੀ ਅਨੁਭਵ ਹੋ ਜਾਂਦੀ ਹੈ ।

You should always pray for His Forgiveness and Guidance before initiating any task. Whosoever may have a steady and stable belief on His Ultimate Blessings; the everlasting echo of His Word (sub-conscious mind) may never guide on the wrong path. He may surrender his self-identity at His Sanctuary. The True Master may guide on the right path and prevails in his task. He may be blessed with the conjugation with His Holy saint. Whosoever may adopt his life experience teachings in his own day to day life; with His mercy and grace, he may be drenched with crimson color of the enlightenment of the essence of His Word. The Merciful True Master may protect His true devotee in worldly life. Whosoever may meditate and obeys the teachings of His Word; with His mercy and grace, he may realize His Existence from within his mind.

18. ਸਲੋਕੁ ਮः ੩॥ ਪਉੜੀ॥ (149-11)

ਸਤਿਗੁਰੁ ਹੋਇ ਦਇਆਲੁ	saT`gur ho-ay da-i-aal
ਤ ਸਰਧਾ ਪੂਰੀਐ॥	ta sarDhaa pooree-ai.
ਸਤਿਗੁਰੁ ਹੋਇ ਦਇਆਲੁ	saT`gur ho-ay da-i-aal
ਨ ਕਬਹੂੰ ਝੂਰੀਐ॥	na kabahooN jhooree-ai.
ਸਤਿਗੁਰੁ ਹੋਇ ਦਇਆਲੁ	saT`gur ho-ay da-i-aal
ਤਾ ਦੁਖੁ ਨ ਜਾਣੀਐ॥	taa dukh na jaanee-ai.
ਸਤਿਗੁਰੁ ਹੋਇ ਦਇਆਲੁ	saT`gur ho-ay da-i-aal
ਤਾ ਹਰਿ ਰੰਗੁ ਮਾਣੀਐ॥	taa har rang maanee-ai.
ਸਤਿਗੁਰੁ ਹੋਇ ਦਇਆਲੁ	saT`gur ho-ay da-i-aal taa
ਤਾ ਜਮ ਕਾ ਡਰੁ ਕੇਹਾ॥	jam kaa dar kayhaa.
ਸਤਿਗੁਰੁ ਹੋਇ ਦਇਆਲੁ	saT`gur ho-ay da-i-aal
ਤਾ ਸਦ ਹੀ ਸੁਖੁ ਦੇਹਾ॥	taa sad hee sukh dayhaa.
ਸਤਿਗੁਰੁ ਹੋਇ ਦਇਆਲੁ	saT`gur ho-ay da-i-aal
ਤਾ ਨਵ ਨਿਧਿ ਪਾਈਐ॥	taa nav niDh paa-ee-ai.
ਸਤਿਗੁਰੁ ਹੋਇ ਦਇਆਲੁ	saT`gur ho-ay da-i-aal
ਤ ਸਚਿ ਸਮਾਈਐ॥੨੫॥	ta sach samaa-ee-ai. ‖25‖

ਜਿਸ ਮਾਨਸ ਤੇ ਪ੍ਰਭ ਰਹਿਮਤ ਦੀ ਨਜ਼ਰ ਬਖਸ਼ਦਾ ਹੈ! ਉਸ ਦੇ ਮਨ ਦੀਆਂ ਮੁਰਾਦਾਂ ਪੂਰੀਆਂ ਹੋ
ਜਾਂਦੀਆਂ ਹਨ । ਉਸ ਨੂੰ ਕਦੇ ਸੋਗ ਨਹੀਂ ਹੁੰਦਾ, ਮਨ ਵਿੱਚ ਕੋਈ ਚਿੰਤਾ, ਭਟਕਣਾਂ ਨਹੀਂ ਰਹਿੰਦੀ ।
ਉਹ ਪ੍ਰਭ ਦੇ ਭਾਣੇ ਵਿੱਚ ਅਨੰਦ ਮਾਨਦਾ, ਖੇੜੇ ਵਿੱਚ ਵਸਦਾ ਹੈ । ਉਸ ਨੂੰ ਮੌਤ ਦਾ ਡਰ ਕਿਵੇਂ ਹੋ
ਸਕਦਾ ਹੈ? ਜਿਸ ਤੇ ਪ੍ਰਭ ਆਪ ਦਇਆਲ ਹੋ ਜਾਂਦਾ ਹੈ । ਉਸ ਦੇ ਮਨ ਵਿੱਚ ਧੀਰਜ, ਸੰਤੋਖ ਵਸਦਾ
ਹੈ । ਪ੍ਰਭ ਆਪ ਹੀ ਰਹਿਮਤ ਨਾਲ ਉਸ ਨੂੰ ਸ਼ਬਦ ਦੀ ਸੋਝੀ ਦੇ ਅਨੇਕਾਂ ਭੰਡਾਰ ਬਖਸ਼ਦਾ ਸ਼ਬਦ ਦੀ
ਜਾਗਰਤੀ ਬਖਸ਼ਿਸ਼ ਹੋ ਜਾਂਦੀ ਹੈ । ਉਹ ਪ੍ਰਭ ਦੇ ਸ਼ਬਦ ਦੀ ਸਮਾਧੀ ਵਿੱਚ ਹੀ ਅਲੋਪ ਹੋ ਜਾਂਦਾ ਹੈ ।

Whosoever may be bestowed with His Blessed Vision; all his spoken and
unspoken desires may be satisfied. He may never have any grievances, dis-
appointments, frustrations or worries of worldly desires. He may adopt the
teachings of His Word with steady and stable belief in day-to-day life; with
His mercy and grace, he may enjoy patience, peace, contentment, and har-
mony in life. How may he be afraid from death? He may be blessed with
countless, unlimited treasures of enlightenment of the essence of His Word.
He remains intoxicated in meditation in the void of His Word; with His
mercy and grace, his soul may be immersed within His Holy Spirit.

☬ ਸ਼ਬਦ ਹਜ਼ਾਰੇ ☬

1. ਮਾਝ ਮਹਲਾ ੫ ਚਉਪਦੇ ਘਰੁ ੧॥ (96-14)

ਮੇਰਾ ਮਨੁ ਲੋਚੈ ਗੁਰ ਦਰਸਨ ਤਾਈ॥	mayraa man lochai gur darsan taa-ee.
ਬਿਲਪ ਕਰੇ ਚਾਤ੍ਰਿਕ ਕੀ ਨਿਆਈ॥	bilap karay chaatrik kee ni-aa-ee.
ਤ੍ਰਿਖਾ ਨ ਉਤਰੈ, ਸਾਂਤਿ ਨ ਆਵੈ,	tarikhaa na utrai saaNt na aavai
ਬਿਨੁ ਦਰਸਨ ਸੰਤ ਪਿਆਰੇ ਜੀਉ॥੧॥	bin darsan sant pi-aaray jee-o. ||1||

ਮੇਰਾ ਮਨ ਵਿੱਚ ਪ੍ਰਭ ਦੇ ਵਿਛੋੜੇ ਦਾ ਵਿਰਾਗ ਭਰਿਆਂ ਹੋਇਆ ਹੈ, ਮੈਂ ਪ੍ਰਭ ਦੇ ਦਰਸ਼ਨ ਕਰਨ ਲਈ ਭਟਕਦਾ, ਬਾਬੀਏ ਵਾਂਗ ਕਰਲਾਉਂਦਾ ਹਾ । ਮੇਰੇ ਮਨ ਦੀ ਪਿਆਸ ਬੁਝਦੀ ਨਹੀਂ । ਪ੍ਰਭ ਦੇ ਦੇਖਣ ਤੋਂ ਬਿਨਾਂ ਮਨ ਨੂੰ ਸ਼ਾਂਤੀ, ਸੰਤੋਖ ਮਹਿਸੂਸ ਨਹੀਂ ਹੁੰਦਾ ।

My mind remains miserable in renunciation in the memory of my separation from The True Master. I remain frustrated and cry like the rain-bird to realize His Blessed Vision, the enlightenment of the essence of His Word. My thirst may never be quenched nor realize any peace of mind, contentment without the enlightenment of essence of His Word.

ਹਉ ਘੋਲੀ ਜੀਉ ਘੋਲਿ ਘੁਮਾਈ,	ha-o gholee jee-o ghol ghumaa-ee
ਗੁਰ ਦਰਸਨ ਸੰਤ ਪਿਆਰੇ ਜੀਉ॥੧॥	gur darsan sant pi-aaray jee-o. ||1||
ਰਹਾਉ॥	rahaa-o.

ਮੇਰੇ ਸਵਾਮੀ! ਮੈਂ ਤੇਰੇ ਤੋਂ ਕੁਰਬਾਨ ਜਾਵਾ! ਮੇਰਾ ਮਨ, ਪ੍ਰਭ ਦੇ ਦਰਸ਼ਨ ਕਰਨ ਲਈ ਹਰ ਕੁਰਬਾਨੀ ਕਰਨ ਲਈ ਤਿਆਰ ਰਹਿੰਦਾ ਹੈ ।

My True Master! I remain fascinated, grateful from Your Blessed Vision! I remain always ready to sacrifice my self-identity to become worthy of Your Consideration, the enlightenment of the essence of Your Word.

ਤੇਰਾ ਮੁਖੁ ਸੁਹਾਵਾ,	tayraa mukh suhaavaa
ਜੀਉ ਸਹਜ ਧੁਨਿ ਬਾਣੀ॥	jee-o sahj Dhun banee.
ਚਿਰੁ ਹੋਆ ਦੇਖੇ ਸਾਰਿੰਗਪਾਣੀ॥	chir ho-aa daykhay saaringpaanee.
ਧੰਨੁ ਸੁ ਦੇਸੁ ਜਹਾ ਤੂੰ ਵਸਿਆ,	dhan so days jahaa tooN vasi-aa
ਮੇਰੇ ਸਜਣ ਮੀਤ ਮੁਰਾਰੇ ਜੀਉ॥੨॥	mayray sajan meet muraaray jee-o. ||2||

ਪ੍ਰਭ ਦੇ ਰੂਪ, ਮੇਰੇ ਸੰਤ ਪਿਆਰੇ, ਤੇਰਾ ਮੁੱਖ ਬਹੁਤ ਸੁੰਦਰ ਹੈ । ਤੇਰੀ ਬੋਲ ਮਨ ਨੂੰ ਸ਼ਾਂਤ ਕਰਨਵਾਲੇ ਹਨ । ਤੇਰੇ ਦਰਸ਼ਨ ਕੀਤੇ ਨੂੰ ਬਹੁਤ ਚਿਰ ਹੋ ਗਿਆ ਹੈ, ਮੇਰਾ ਮਨ ਬਾਬੀਏ ਵਾਂਗ ਭਟਕਦਾ ਹੈ । ਜਿੱਥੇ ਤੇਰਾ ਵਾਸਾ ਹੈ, ਉਹ ਦੇਸ, ਘਰ ਧੰਨ ਹੈ । ਤੂੰ ਹੀ ਪ੍ਰਭ ਦਾ ਰੂਪ, ਮੇਰਾ ਅਸਲੀ ਸਾਥੀ ਹੈ ।

His Holy saint! You are the symbol of The True Master; His spiritual glow shines on your forehead and your face is very glamorous. Whosoever may listen to your sermons of His Word; he may be overwhelmed with a peace of mind. I had been separated from Your Holy Spirit long time. I remain anxious and desperately wandering like a rain-bird. His Holy saint your house, where you remain awake and alert may become very fortunate place, Holy Shrine. You are the symbol of The True Master! You are my only true companion.

ਹਉ ਘੋਲੀ ਹਉ ਘੋਲਿ ਘੁਮਾਈ,	ha-o gholee ha-o ghol ghumaa-ee
ਗੁਰ ਸਜਣ ਮੀਤ ਮੁਰਾਰੇ ਜੀਉ॥੧॥	gur sajan meet muraaray jee-o. ||1||
ਰਹਾਉ॥	rahaa-o.

ਮੇਰੇ ਸਵਾਮੀ! ਮੈਂ ਤੇਰੇ ਤੋਂ ਕੁਰਬਾਨ ਜਾਵਾ! ਮੇਰਾ ਮਨ, ਪ੍ਰਭ ਦੇ ਦਰਸ਼ਨ ਕਰਨ ਲਈ ਹਰ ਕੁਰਬਾਨੀ ਕਰਨ ਲਈ ਤਿਆਰ ਰਹਿੰਦਾ ਹੈ ।

My True Master! I remain fascinated, grateful from Your Blessed Vision! I remain ready to sacrifice anything to become worthy of Your Consideration.

ਇਕ ਘੜੀ ਨ ਮਿਲਤੇ ਤਾ ਕਲਿਜੁਗੁ ਹੋਤਾ॥	ik gharhee na miltay taa kalijug hotaa.
ਹੁਣਿ ਕਦਿ ਮਿਲੀਐ	hun kad milee-ai
ਪ੍ਰਿਅ ਤੁਧੁ ਭਗਵੰਤਾ॥	pari-a tuDh bhagvantaa.
ਮੋਹਿ ਰੈਣਿ ਨ ਵਿਹਾਵੈ, ਨੀਦ ਨ ਆਵੈ,	mohi rain na vihaavai need na aavai
ਬਿਨੁ ਦੇਖੇ ਗੁਰ ਦਰਬਾਰੇ ਜੀਉ॥੩॥	bin Daykhay gur darbaaray jee-o. ‖3‖

ਮੇਰੇ ਸਵਾਮੀ! ਅਗਰ ਇਕ ਪਲ ਤੇਰੇ ਦਰਸ਼ਨ ਨਹੀਂ ਹੁੰਦੇ, ਤਾ ਮਨ ਦੀ ਅਵਸਥਾ ਕੱਲਯੁਗ ਵਰਗੀ ਹੋ ਜਾਂਦੀ ਸੀ । ਹੁਣ ਕਿਸ ਸਮੇਂ ਤੇਰੇ ਦਰਸ਼ਨ ਹੋਣਗੇ? ਤੇਰੇ ਦਰਬਾਰ ਦੇ ਦਰਸ਼ਨ ਕਰਨ ਤੋਂ ਬਿਨਾਂ, ਮੇਰੀਆਂ ਰਾਤਾਂ ਖਤਮ ਨਹੀਂ ਹੁੰਦੀਆਂ, ਨੀਂਦ ਨਹੀਂ ਆਉਂਦੀ, ਮਨ ਪਰੇਸ਼ਾਨ ਰਹਿੰਦਾ ਹੈ ।

My True Master! Forgetting Your Word even for a moment, my worldly life may feel like hell. When would I be fortunate enough to have Your Blessed Vision? Without the enlightenment of Your Word my nights are becoming miserable and I remain very frustrated.

ਹਉ ਘੋਲੀ ਜੀਉ ਘੋਲਿ ਘੁਮਾਈ,	ha-o gholee jee-o ghol ghumaa-ee
ਤਿਸੁ ਸਚੇ ਗੁਰ ਦਰਬਾਰੇ ਜੀਉ॥੧॥	tis sachay gur darbaaray jee-o. ‖1‖
ਰਹਾਉ॥	rahaa-o.

ਮੇਰੇ ਸਵਾਮੀ! ਮੈਂ ਤੇਰੇ ਤੋਂ ਕੁਰਬਾਨ ਜਾਵਾ! ਮੇਰਾ ਮਨ, ਪ੍ਰਭ ਦੇ ਦਰਸ਼ਨ ਕਰਨ ਲਈ ਹਰ ਕੁਰਬਾਨੀ ਕਰਨ ਲਈ ਤਿਆਰ ਰਹਿੰਦਾ ਹੈ ।

My True Master! I remain fascinated, grateful from Your Blessed Vision! I remain ready to sacrifice my self-identity to become worthy of Your Consideration.

ਭਾਗੁ ਹੋਆ ਗੁਰਿ ਸੰਤੁ ਮਿਲਾਇਆ॥	bhaag ho-aa gur sant milaa-i-aa.
ਪ੍ਰਭੁ ਅਬਿਨਾਸੀ ਘਰ ਮਹਿ ਪਾਇਆ॥	parabh abhinaasee ghar meh paa-i-aa.
ਸੇਵ ਕਰੀ ਪਲੁ ਚਸਾ ਨ ਵਿਛੁੜਾ,	sayv karee pal chasaa na vichhurhaa
ਜਨ ਨਾਨਕ ਦਾਸ ਤੁਮਾਰੇ ਜੀਉ॥੪॥	jan naanak daas tumaaray jee-o. ‖4‖

ਮੇਰੇ ਵੱਡੇ ਭਾਗ ਹੋ ਗਏ! ਮੈਨੂੰ ਸ਼ਬਦ ਦੀ ਪਾਲਣਾ ਕਰਨ ਨਾਲ, ਮਨ ਵਿਚੋਂ ਹੀ ਉਸ ਅਵਿਨਾਸੀ ਪ੍ਰਭ ਦੀ ਜੋਤ ਜਾਗਰਤ ਹੋ ਗਈ ਹੈ । ਮੈਂ ਪ੍ਰਭ ਦੇ ਸ਼ਬਦ ਦੀ ਪਾਲਣਾ ਕਰਦਾ, ਇਕ ਪਲ ਵੀ ਸ਼ਬਦ ਦੀ ਸਿਖਿਆਂ ਨੂੰ ਮਨ ਵਿਚੋਂ ਵਿਸਾਰਦਾ ਨਹੀਂ । ਮੇਰੇ ਸਵਾਮੀ! ਮੈਂ ਤੇਰਾ ਦਾਸ, ਗੁਲਾਮ ਬਣ ਗਿਆ ਹਾ ।

I have become very fortune! I have adopted the teachings of His Word; with His mercy and grace, I have been enlightened with the essence of His Word from within. I have adopted His Word in my day-to-day life and I may never forsake His Word from my heart even for a moment. My True Master, I am Your humble slave, true devotee.

ਹਉ ਘੋਲੀ ਜੀਉ ਘੋਲਿ ਘੁਮਾਈ,	ha-o gholee jee-o ghol ghumaa-ee
ਜਨ ਨਾਨਕ ਦਾਸ ਤੁਮਾਰੇ ਜੀਉ॥	jan naanak daas tumaaray jee-o. ra-
ਰਹਾਉ॥੧॥੮॥	haa-o. ‖1‖8‖

ਮੇਰੇ ਸਵਾਮੀ! ਤੇਰੇ ਤੋਂ ਕੁਰਬਾਨ ਜਾਵਾ! ਮੇਰੀ ਬੰਦਗੀ ਤੇਰੇ ਦਰਬਾਰ ਵਿਚ ਪ੍ਰਵਾਨ ਹੋ ਗਈ ਹੈ, ਤੇਰਾ ਦਾਸ, ਗੁਲਾਮ, ਚਾਕਰ ਬਣ ਗਿਆ ਹਾ ।

My True Master! I remain fascinated and grateful from Your Blessed Vision! My meditation, earnings of Your Word has been accepted in Your Court. I have been blessed a state of mind as Your true servant, devotee.

2. ਧਨਾਸਰੀ ਮਹਲਾ ੧ ਘਰੁ ੧ ਚਉਪਦੇ॥ 660-1

ੴ ਸਤਿ ਨਾਮੁ,	ik-oNkaar, sat naam,
ਕਰਤਾ, ਪੁਰਖੁ, ਨਿਰਭਉ, ਨਿਰਵੈਰੁ, ਅਕਾਲ,	kartaa, purakh, nirbha-o, nirvair akaal,
ਮੂਰਤਿ, ਅਜੂਨੀ, ਸੈਭੰ, ਗੁਰ ਪ੍ਰਸਾਦਿ॥	moorat, ajoonee, saibhaN, gur parsaad.

ਜੀਉ ਡਰਤੁ ਹੈ ਆਪਣਾ, jee-o darat hai aapnaa
ਕੈ ਸਿਉ ਕਰੀ ਪੁਕਾਰ॥ kai si-o karee pukaar.
ਦੂਖ ਵਿਸਾਰਣੁ ਸੇਵਿਆ, dookh visaaran sayvi-aa
ਸਦਾ ਸਦਾ ਦਾਤਾਰੁ॥੧॥ sadaa sadaa daataar. ||1||

ਮੇਰੀ ਆਤਮਾ ਡਰਦੀ ਹੈ, ਮੈਂ ਕਿਸ ਨੂੰ ਇਹ ਦੁਖ ਦੱਸਾ? ਉਸ ਸਦਾ ਦਾਤਾਂ ਬਖਸ਼ਣ ਵਾਲੇ ਮਾਲਕ ਦੀ ਸੇਵਾ, ਬੰਦਗੀ ਕਰਦਾ ਹੈ । ਜਿਹੜਾ ਸਾਰੀਆਂ ਹੀ ਮਸੀਬਤਾਂ, ਦੁਖਾਂ ਨੂੰ ਭੁਲਾ ਦੇਂਦਾ ਹੈ ।

My soul remains miserable, scared, and afraid; whom may I share my misery and pray for forgiveness? I meditate and serve The True Master, who may always bless virtues to His Creation. Only, The True Master has the cure and remedy for all miseries of human life journey.

ਸਾਹਿਬੁ ਮੇਰਾ ਨੀਤ ਨਵਾ, saahib mayraa neet navaa
ਸਦਾ ਸਦਾ ਦਾਤਾਰੁ॥੧॥ ਰਹਾਉ॥ sadaa sadaa daataar. ||1|| rahaa-o.

ਪ੍ਰਭ ਦੇ ਕਰਤਬਾਂ, ਦਾਤਾਂ ਦਾ ਅੰਤ ਨਹੀਂ ਆਉਂਦਾ, ਹਰ ਰੋਜ਼ ਕੋਈ ਨਵੀਂ ਹੀ ਦਾਤ ਦੀ ਸੋਝੀ ਬਖਸ਼ਦਾ ਹੈ । ਉਹ ਦਾਤਾਂ ਦਾ ਮਾਲਕ ਸਦਾ ਦਾਤਾਂ ਬਖਸ਼ਦਾ ਰਹਿੰਦਾ ਹੈ ।

His virtues and blessings remain beyond any comprehension of His Creation. He may enlighten with new virtue every day. He is the treasure of virtues; with His mercy and grace, He may always bless His Creation.

ਅਨਦਿਨੁ ਸਾਹਿਬੁ ਸੇਵੀਐ, an-din saahib sayvee-ai
ਅੰਤਿ ਛਡਾਏ ਸੋਇ॥ ant chhadaa-ay so-ay.
ਸੁਣਿ ਸੁਣਿ ਮੇਰੀ ਕਾਮਣੀ, sun sun mayree kaamnee
ਪਾਰਿ ਉਤਾਰਾ ਹੋਇ॥੨॥ paar utaaraa ho-ay. ||2||

ਦਿਨ ਰਾਤ ਸ਼ਬਦ ਦੀ ਪਾਲਣਾ ਨਾਲ ਅੰਤ ਵਿੱਚ ਰਹਿਮਤ ਦੀ ਨਜ਼ਰ ਬਖਸ਼ਿਸ਼ ਹੋ ਜਾਂਦੀ ਹੈ । ਸ਼ਬਦ ਸੁਣਨ, ਅਪਣਾਉਣ ਨਾਲ ਦਰਬਾਰ ਵਿੱਚ ਪ੍ਰਵਾਨਗੀ ਬਖਸ਼ਿਸ਼ ਹੋ ਜਾਂਦੀ ਹੈ ।

Whosoever may obey the teachings of His Word with steady and stable belief day and night; in the end, he may be blessed with the right path of acceptance in His Court. By listening and adopting the teachings of His Word with steady and stable belief in day-to-day life; with His mercy and grace, His true devotee may be accepted in His Court.

ਦਇਆਲ ਤੇਰੈ ਨਾਮਿ ਤਰਾ॥ da-i-aal tayrai naam taraa.
ਸਦ ਕੁਰਬਾਣੈ ਜਾਉ॥੧॥ ਰਹਾਉ॥ sad kurbaanai jaa-o. ||1|| rahaa-o.

ਪ੍ਰਭ ਤੇਰੇ ਸ਼ਬਦ ਦੀ ਪਾਲਣਾ ਹੀ, ਸੰਸਾਰ ਵਿੱਚ ਮੇਰਾ ਸਾਥੀ ਹੈ, ਜਿਹੜਾ ਮੈਨੂੰ ਪਾਰ ਲੈ ਜਾ ਸਕਦਾ ਹੈ । ਮੈਂ ਤੇਰਾ ਹੀ ਧੰਨਵਾਦ ਕਰਦਾ ਰਹਿੰਦਾ ਹਾ ।

To obey the teachings of Your Word is my everlasting, true friend; who may guide on the right path of acceptance in His Court. I am always grateful and sing Your glory.

ਸਰਬੰ ਸਾਚਾ ਏਕੁ ਹੈ, ਦੂਜਾ ਨਾਹੀ ਕੋਇ॥ sarbaN saachaa ayk hai doojaa naahee ko-ay.
ਤਾ ਕੀ ਸੇਵਾ ਸੋ ਕਰੇ, taa kee sayvaa so karay
ਜਾ ਕਉ ਨਦਰਿ ਕਰੇ॥ ੩॥ jaa ka-o nadar karay. ||3||

ਕੇਵਲ ਇਕੋ ਇਕ ਪ੍ਰਭ ਹੀ ਸਦਾ ਅਟਲ ਰਹਿਣ ਵਾਲਾ ਹੈ । ਹੋਰ ਸਭ ਸਮਾਂ ਪਾ ਕੇ ਖਤਮ ਹੋ ਜਾਣ ਵਾਲੇ, ਮਰ ਜਾਣ ਵਾਲੇ ਹਨ । ਜਿਹੜਾ ਸ਼ਬਦ ਦੀ ਪਾਲਣਾ ਕਰਦਾ ਹੈ, ਉਸ ਤੇ ਰਹਿਮਤ ਦੀ ਨਜ਼ਰ ਬਖਸ਼ਿਸ਼ ਹੋ ਜਾਂਦੀ ਹੈ ।

The One and Only One, True Master remains permanent forever; everyone and everything else may die or vanish over a period. Whosoever may obey the teachings of His Word with steady and stable belief in his day-to-day life; he may be blessed with the right path of acceptance in His Court.

ਤੁਧੁ ਬਾਝੁ ਪਿਆਰੇ ਕੇਵ ਰਹਾ॥ tuDh baajh pi-aaray kayv rahaa.
ਸਾ ਵਡਿਆਈ ਦੇਹਿ, saa vadi-aa-ee deh
ਜਿਤੁ ਨਾਮਿ ਤੇਰੇ ਲਾਗਿ ਰਹਾਂ॥ Jit naam tayray laag rahaaN.
ਦੂਜਾ ਨਾਹੀ ਕੋਇ, doojaa naahee ko-ay
ਜਿਸੁ ਆਗੈ ਪਿਆਰੇ ਜਾਇ ਕਹਾ॥੧॥ Jis aagai pi-aaray jaa-ay kahaa. ||1||
ਰਹਾਉ॥ rahaa-o.

ਪ੍ਰਭ ਤੇਰੀ ਰਹਿਮਤ ਤੋਂ ਬਿਨਾਂ ਜੀਵ ਕਿਵੇਂ ਜਿਉਂਦਾ ਰਹ ਸਕਦਾ ਹੈ? ਰਹਿਮਤ ਬਖਸ਼ੋ! ਮੈਂ ਤੇਰੇ ਸ਼ਬਦ ਦੀ ਪਾਲਣਾ ਵਿੱਚ ਹੀ ਜੀਵਨ ਬਤੀਤ ਕਰਾ । ਤੇਰੇ ਤੋਂ ਬਿਨਾਂ ਹੋਰ ਕੋਈ ਦੂਜਾ ਨਹੀਂ ਜਿਸ ਅੱਗੇ ਮੈਂ ਅਰਦਾਸ ਕਰਾ ।

The True Master, how may I survive without Your Blessed Vision? I may obey the teachings of Your Word with steady and stable belief in my day-to-day life. Where else, may I go to pray for forgiveness?

ਸੇਵੀ ਸਾਹਿਬੁ ਆਪਣਾ, sayvee saahib aapnaa
ਅਵਰੁ ਨ ਜਾਚੰਉ ਕੋਇ॥ avar na jaachaN-o ko-ay.
ਨਾਨਕੁ ਤਾ ਕਾ ਦਾਸੁ ਹੈ, naanak taa kaa daas hai
ਬਿੰਦ ਬਿੰਦ ਚੁਖ ਚੁਖ ਹੋਇ॥੪॥ bind bind chukh chukh ho-ay. ||4||

ਜੀਵ ਆਪਣੇ ਅਸਲੀ ਮਾਲਕ ਦੇ ਭਾਣੇ ਦੀ ਪਾਲਣਾ ਕਰੋ! ਉਸ ਤੋਂ ਹੀ ਸਭ ਕੁਝ ਮੰਗੋ, ਉਹ ਦਾਤਾਂ ਦਾ ਮਾਲਕ ਹੈ । ਹੋਰ ਕੋਈ ਕੁਝ ਦੇ ਨਹੀਂ ਸਕਦਾ ਹੈ । ਸਵਾਸ ਗਰਾਸ ਉਸ ਦਾ ਹੀ ਧੰਨਵਾਦ ਕਰੋ ।

You should always obey the teachings of His Word with steady and stable belief in day-to-day life. You should only pray for His Forgiveness and Refuge. The One and Only One, may bless virtues to His Creation. You should always sing the glory of His Word with each breath and be grateful.

ਸਾਹਿਬ ਤੇਰੇ ਨਾਮ ਵਿਟਹੁ, saahib tayray naam vitahu
ਬਿੰਦ ਬਿੰਦ ਚੁਖ ਚੁਖ ਹੋਇ॥੧॥ bind bind chukh chukh ho-ay. ||1||
ਰਹਾਉ॥੪॥ ੧॥ rahaa-o. ||4||1||

ਪ੍ਰਭ ਤੇਰੇ ਸੇਵਕ ਸਵਾਸ ਗਰਾਸ ਤੇਰੀਆਂ ਬਖਸ਼ਿਸ਼ਾਂ ਦਾ ਧੰਨਵਾਦ ਕਰਦੇ ਹਨ ।

The True Master; Your true devotee sings the glory of Your Blessings with each breath and remains intoxicated in the void of Your Word.

3. ਤਿਲੰਗ ਮਹਲਾ ੧ ਘਰੁ ੩॥ 721-16

ੴ ਸਤਿਗੁਰ ਪ੍ਰਸਾਦਿ॥ ik-oNkaar satgur parsaad.
ਇਹੁ ਤਨੁ ਮਾਇਆ ਪਾਹਿਆ ਪਿਆਰੇ, ih tan maa-i-aa paahi-aa pi-aaray
ਲੀਤੜਾ ਲਬਿ ਰੰਗਾਏ॥ leet-rhaa lab rangaa-ay.
ਮੇਰੈ ਕੰਤ ਨ ਭਾਵੈ ਚੋਲੜਾ ਪਿਆਰੇ, mayrai kant na bhaavai cholrhaa
ਕਿਉ ਧਨ ਸੇਜੈ ਜਾਏ॥੧॥ pi-aaray ki-o Dhan sayjai jaa-ay. ||1||

ਸਰੀਰ ਦੀ ਬਣਤਰ ਹੀ ਸੰਸਾਰਕ ਮਾਇਆ ਵਾਸਤੇ ਬਣਾਈ ਗਈ ਹੈ । ਜੀਵ ਇਸ ਨੂੰ ਲਾਲਚ ਦਾ ਰੰਗ ਚੜ੍ਹਾ ਦੇਂਦਾ ਹੈ । ਪਰ ਪ੍ਰਭ ਨੂੰ ਲਾਲਚ ਵਾਲਾ ਸਰੀਰ ਨਹੀਂ ਭਾਉਂਦਾ । ਇਸ ਨੂੰ ਕਿਸਤਰ੍ਹਾਂ ਪ੍ਰਭ ਦੇ ਪ੍ਰਵਾਨ ਹੋਣ ਵਾਲਾ ਜਾਮਾ ਪਾਵਾ?

The True Master has created the body structure attracted to worldly wealth. However, human has drenched his body with greed. Any soul intoxicated with greed may not be acceptable in His Court. How may I transform my body to become acceptable in His Court?

ਹੰਉ ਕੁਰਬਾਨੈ ਜਾਉ ਮਿਹਰਵਾਨਾ, haN-u kurbaanai jaa-o miharvaanaa
ਹੰਉ ਕੁਰਬਾਨੈ ਜਾਉ॥ haN-u kurbaanai jaa-o.
ਹੰਉ ਕੁਰਬਾਨੈ ਜਾਉ ਤਿਨਾ ਕੈ, haN-u kurbaanai jaa-o tinaa kai
ਲੈਨਿ ਜੋ ਤੇਰਾ ਨਾਉ॥ lain jo tayraa naa-o.
ਲੈਨਿ ਜੋ ਤੇਰਾ ਨਾਉ ਤਿਨਾ ਕੈ, lain jo tayraa naa-o tinaa kai

ਹੰਉ ਸਦ ਕੁਰਬਾਨੈ ਜਾਉ॥੧॥ ਰਹਾਉ॥ haN-u sad kurbaanai jaa-o. ||1|| rahaa-o.

ਉਸ ਤੋਂ ਕਰਬਾਨ ਜਾਵਾ! ਜਿਹੜਾ ਤੇਰੇ ਸ਼ਬਦ ਦੀ ਪਾਲਣਾ ਤੇ ਅਡੋਲ ਰਹਿੰਦਾ ਹੈ । ਆਪਣੇ ਮਨ ਨੂੰ ਲਾਲਚ ਦੇ ਜਾਲ ਵਿੱਚ ਨਹੀਂ ਫਸਾਉਂਦਾ । ਮੈਂ ਉਸ ਬੰਦਗੀ ਕਰਨ ਵਾਲੇ ਦੇ ਜੀਵਨ ਤੋਂ ਹੈਰਾਨ ਹੀ ਰਹਿੰਦਾ ਹਾ ।

I remain fascinated from His true devotee! Who may remain steady and stable on the teachings of Your Word? Who may not fall into the trap of worldly greed? I remain astonished from his day-to-day life.

ਕਾਇਆ ਰੰਙਣਿ ਜੇ ਥੀਐ ਪਿਆਰੇ,	kaa-i-aa ranyan jay thee-ai pi-aaray
ਪਾਈਐ ਨਾਉ ਮਜੀਠ॥	paa-ee-ai naa-o majeeth.
ਰੰਙਣ ਵਾਲਾ ਜੇ ਰੰਙੈ ਸਾਹਿਬੁ,	ranyan vaalaa jay ranyai saahib
ਐਸਾ ਰੰਗੁ ਨ ਡੀਠ॥੨॥	aisaa rang na deeth. ||2||

ਅਗਰ ਤਨ, ਰੰਗ ਚੜ੍ਹਾਉਣ ਵਾਲੀ ਭੱਠੀ ਹੋਵੇ! ਉਸ ਵਿੱਚ ਪ੍ਰਭ ਦਾ ਸ਼ਬਦ ਪਾਇਆ ਜਾਵੇ । ਅਗਰ ਪ੍ਰਭ ਹੀ ਰੰਗ ਲਾਉਣ ਵਾਲਾ ਲਲਾਰੀ ਆਪ ਹੀ ਹੋਵੇ । ਤਾ ਇਕ ਅਨੋਖਾ ਰੰਗ ਹੀ ਚੜ੍ਹ ਜਾਂਦਾ ਹੈ, ਜਿਹੜਾ ਪਹਿਲੇ ਕਦੇ ਦੇਖਿਆ ਵੀ ਨਾ ਹੋਵੇ ।

Whosoever may make his human body a tub, oven to dye different color; he may add the color of the essence of His Word in this g tub. The True Master may act as a dexter to dye different color; only then his soul may be dyed with an astonishing color. No one may have ever seen that unique color.

ਜਿਨ ਕੇ ਚੋਲੇ ਰਤੜੇ ਪਿਆਰੇ,	jin kay cholay rat-rhay pi-aaray
ਕੰਤੁ ਤਿਨਾ ਕੈ ਪਾਸਿ॥	kant tinaa kai paas.
ਧੂੜਿ ਤਿਨਾ ਕੀ ਜੇ ਮਿਲੈ ਜੀ,	Dhoorh tinaa kee jay milai jee
ਕਹੁ ਨਾਨਕ ਕੀ ਅਰਦਾਸਿ॥੩॥	kaho naanak kee ardaas. ||3||

ਜਿਸ ਮਨ ਤੇ ਪ੍ਰਭ ਦਾ ਰੰਗ ਚੜ੍ਹਿਆ ਹੋਵੇ, ਪ੍ਰਭ ਉਸ ਦੇ ਸੰਗ ਹੀ ਵਸਦਾ ਹੈ । ਜਿਸ ਨੂੰ ਉਸ ਦੀ ਸੰਗਤ ਬਖਸ਼ਿਸ਼ ਹੋ ਜਾਵੇ! ਤਾ ਜੀਵ ਬੰਦਗੀ ਦੇ ਰਸਤੇ ਤੇ ਚਲਕੇ ਪ੍ਰਵਾਨ ਹੋ ਜਾਂਦਾ ਹੈ ।

Whosoever may remain drenched with the essence of the teachings of His Word; The True Master remains awake and alert within his body and mind. He always remains a supporting pillar of His true devotee. Whosoever may be blessed with his conjugation; he may become steady and stable on the path of acceptance in His Court.

ਆਪੇ ਸਾਜੇ ਆਪੇ ਰੰਗੇ,	aapay saajay aapay rangay
ਆਪੇ ਨਦਰਿ ਕਰੇਇ॥	aapay nadar karay-i.
ਨਾਨਕ ਕਾਮਣਿ ਕੰਤੈ ਭਾਵੈ,	naanak kaaman kantai bhaavai
ਆਪੇ ਹੀ ਰਾਵੇਇ॥੪॥੧॥੩॥	aapay hee raavay-ay. ||4||1||3||

ਪ੍ਰਭ ਆਪ ਹੀ ਜੀਵ ਨੂੰ ਪੈਦਾ ਕਰਦਾ, ਆਪ ਹੀ ਬੰਦਗੀ ਤੇ ਲਾਉਂਦਾ ਹੈ । ਆਪ ਹੀ ਰਹਿਮਤ ਦੀ ਨਜ਼ਰ ਬਖਸ਼ਦਾ ਹੈ । ਜਿਸ ਦੀ ਬੰਦਗੀ ਪ੍ਰਭ ਨੂੰ ਭਾਉਂਦੀ ਹੈ, ਉਹ ਪ੍ਰਵਾਨ ਹੋ ਜਾਂਦਾ ਹੈ ।

The True Master, Creator may attach His true devotee to meditate on the teachings of His Word. Whose meditation may be acceptable in His Court; with His mercy and grace, he may be accepted in His Court.

4. ਤਿਲੰਗ ਮਃ ੧॥ 722-6

ਇਆਨੜੀਏ ਮਾਨੜਾ ਕਾਇ ਕਰੇਹਿ॥	i-aanrhee-ay maanrhaa kaa-ay karayhi.
ਆਪਨੜੈ ਘਰਿ ਹਰਿ ਰੰਗੋ,	aapnarhai ghar har rango
ਕੀ ਨ ਮਾਣੇਹਿ॥	kee na maaneh.
ਸਹੁ ਨੇੜੈ ਧਨ ਕੰਮਲੀਏ,	saho nayrhai Dhan kammlee-ay
ਬਾਹਰੁ ਕਿਆ ਢੂਢੇਹਿ॥	baahar ki-aa dhoodhayhi.
ਭੈ ਕੀਆ ਦੇਹਿ ਸਲਾਈਆ,	bhai kee-aa deh salaa-ee-aa
ਨੈਣੀ ਭਾਵ ਕਾ ਕਰਿ ਸੀਗਾਰੋ॥	nainee bhaav kaa kar seegaaro.

ਤਾ ਸੋਹਾਗਣਿ ਜਾਣੀਐ, | Taa sohagan jaanee-ai
ਲਾਗੀ ਜਾ ਸਹੁ ਧਰੇ ਪਿਆਰੋ॥੧॥ | laagee jaa saho Dharay pi-aaro. ||1||

ਅਣਜਾਣ ਜੀਵ ਤੂੰ ਇਤਨਾ ਅਹੰਕਾਰ ਕਿਉਂ ਕਰਦਾ ਹੈ? ਜਿਹੜਾ ਆਪਣੇ ਆਪ ਨੂੰ ਪਛਾਣਦਾ ਨਹੀਂ! ਉਸ ਨੂੰ ਪ੍ਰਭ ਦੇ ਦਰਬਾਰ ਵਿੱਚ ਪ੍ਰਵਾਨਗੀ ਬਖਸ਼ਿਸ਼ ਨਹੀਂ ਹੋ ਸਕਦੀ । ਪ੍ਰਭ ਤੇਰੇ ਨੇੜੇ, ਤੇਰੇ ਅੰਦਰ ਹੀ ਹੈ, ਉਸ ਨੂੰ ਉਥੇ ਕਿਉਂ ਨਹੀਂ ਢੂੰਡਦਾ? ਆਪਣੇ ਮਨ ਵਿੱਚ ਉਸ ਦੇ ਵਿਛੋੜੇ ਦਾ ਵਿਰਾਗ ਕਰੋ! ਆਪਣੀਆਂ ਅੱਖਾਂ ਨਾਲ ਆਪਣੇ ਕੰਮਾਂ ਨੂੰ ਪਰਖੋ! ਇਸਤਰ੍ਹਾਂ ਸ਼ਬਦ ਦੀ ਸੋਝੀ ਬਖਸ਼ਿਸ਼ ਹੋ ਜਾਂਦੀ ਹੈ । ਜਿਸ ਦੇ ਮਨ ਅੰਦਰ ਪ੍ਰਭ ਦੀ ਜੋਤ ਜਾਗਰਤ ਹੋ ਜਾਂਦੀ ਹੈ । ਉਹ ਹੀ ਪ੍ਰਭ ਦਾ ਅਸਲੀ ਦਾਸ ਬਣ ਜਾਂਦਾ ਹੈ ।

Why are you boasting about your worldly status? Whosoever may not recognize the real purpose of human life opportunity; he may never be accepted in His Court. The True Master remains embedded within your soul and dwells within your body. Why are you not searching within your body? You should remain in renunciation in your memory of separation from His Holy Spirit. You should evaluate your worldly deeds with your own eyes. The Merciful True Master may enlighten the essence of His Word from within. Whosoever may remain awake and alert in meditation about the real purpose of human life opportunity; he may be accepted as His true devotee.

ਇਆਣੀ ਬਾਲੀ ਕਿਆ ਕਰੇ, | i-aanee baalee ki-aa karay
ਜਾ ਧਨ ਕੰਤ ਨ ਭਾਵੈ॥ | jaa Dhan kant na bhaavai.
ਕਰਣ ਪਲਾਹ ਕਰੇ ਬਹੁਤੇਰੇ, | karan palaah karay bahutayray
ਸਾ ਧਨ ਮਹਲੁ ਨ ਪਾਵੈ॥ | saa Dhan mahal na paavai.
ਵਿਣੁ ਕਰਮਾ ਕਿਛੁ ਪਾਈਐ ਨਾਹੀ, | vin karmaa kichh paa-ee-ai naahee
ਜੇ ਬਹੁਤੇਰਾ ਧਾਵੈ॥ | jay bahutayraa Dhaavai.
ਲਬ ਲੋਭ ਅਹੰਕਾਰ ਕੀ ਮਾਤੀ, | lab lobh aha^{N}kaar kee maatee
ਮਾਇਆ ਮਾਹਿ ਸਮਾਣੀ॥ | maa-i-aa maahi samaanee.
ਇਨੀ ਬਾਤੀ ਸਹੁ ਪਾਈਐ, | inee baatee saho paa-ee-ai
ਨਾਹੀ ਭਈ ਕਾਮਣਿ ਇਆਣੀ॥੨॥ | naahee, bha-ee kaaman i-aanee. ||2||

ਜਿਸ ਦੇ ਜੀਵਨ ਦਾ ਰਸਤਾ ਪ੍ਰਭ ਦੇ ਸ਼ਬਦ ਅਨੁਸਾਰ ਨਾ ਹੋਵੇ, ਉਹ ਅਣਜਾਣ ਜੀਵ ਕੀ ਕਰ ਸਕਦਾ ਹੈ? ਉਸ ਦੀ ਕੀਤੀ ਬੰਦਗੀ ਨਾਲ ਪ੍ਰਵਾਨਗੀ ਬਖਸ਼ਿਸ਼ ਨਹੀਂ ਹੁੰਦੀ । ਜਿਤਨਾ ਚਿਰ ਪਿਛਲੇ ਜਨਮ ਦੇ ਭਾਗਾਂ ਵਿੱਚ ਨਾ ਹੋਵੇ! ਮਨ ਬੰਦਗੀ ਵਿੱਚ ਨਹੀਂ ਟਿਕਦਾ, ਜੀਵ ਭਾਵੇਂ ਕਿਤਨੇ ਯਤਨ ਕਰ ਲਵੇਂ । ਮਨ ਵਿੱਚ ਸੰਸਾਰਕ ਇਛਾਂ, ਲਾਲਚ, ਮੋਹ, ਹੈਸੀਅਤ ਦਾ ਜਾਲ ਨਹੀਂ ਟੁੱਟਦਾ । ਇਹਨਾਂ ਨਾਲ ਸੰਜੋਗ ਰਖਣ ਨਾਲ ਸ਼ਬਦ ਦੀ ਪਾਲਣਾ ਨਹੀਂ ਹੋ ਸਕਦੀ, ਪ੍ਰਵਾਨਗੀ ਬਖਸ਼ਿਸ਼ ਨਹੀਂ ਹੋ ਸਕਦੀ ।

What may an ignorant human accomplish at his own? Whosoever may not adopt the teachings of His Word with steady and stable belief in his day-to-day life; his meditation may not be accepted in His Court. Whosoever may not have prewritten destiny to meditate on the teachings of His Word; he may not remain steady and stable on obeying the teachings of His Word. No matter he may try his best. His bonds of worldly greed, desires and worldly status may not be broken. Whosoever may remain intoxicated with worldly temptations, he may never remain on the right path of meditation. His meditation may never be accepted in His Court.

ਜਾਇ ਪੁਛਹੁ ਸੋਹਾਗਣੀ ਵਾਹੈ, | jaa-ay puchhahu sohaaganee vaahai
ਕਿਨੀ ਬਾਤੀ ਸਹੁ ਪਾਈਐ॥ | kinee baatee saho paa-ee-ai.
ਜੋ ਕਿਛੁ ਕਰੇ ਸੋ ਭਲਾ ਕਰਿ ਮਾਨੀਐ, | jo kichh karay so bhalaa kar maanee-ai
ਹਿਕਮਤਿ ਹੁਕਮੁ ਚੁਕਾਈਐ॥ | hikmat hukam chukhaa-ee-ai.
ਜਾ ਕੈ ਪ੍ਰੇਮਿ ਪਦਾਰਥੁ ਪਾਈਐ, | jaa kai paraym padaarath paa-ee-ai
ਤਉ ਚਰਣੀ ਚਿਤੁ ਲਾਈਐ॥ | ta-o charnee chit laa-ee-ai.

ਸਹੁ ਕਹੈ ਸੋ ਕੀਜੈ ਤਨੁ ਮਨੋ ਦੀਜੈ,	saho kahai so keejai tan mano deejai
ਐਸਾ ਪਰਮਲੁ ਲਾਈਐ॥	aisaa parmal laa-ee-ai.
ਏਵ ਕਹਹਿ ਸੋਹਾਗਣੀ ਭੈਣੇ,	ayv kaheh sohaaganee bhainay
ਇਨੀ ਬਾਤੀ ਸਹੁ ਪਾਈਐ॥੩॥	inee baatee saho paa-ee-ai. ||3||

ਜੀਵ ਉਹਨਾਂ ਬੰਦਗੀ ਕਰਨ ਵਲਿਆ ਨੂੰ ਪਛੋ! ਕਿਸਤਰ੍ਹਾਂ ਆਪਣੇ ਮਨ ਤੇ ਕਾਬੂ, ਸ਼ਬਦ ਦੀ ਪਾਲਣ ਤੇ ਅਡੋਲ ਰਖਿਆ ਹੈ? ਭਾਣਾ ਨੂੰ ਸਤਿ ਕਰਕੇ ਮੰਨਣ, ਮਰਜ਼ੀ ਨੂੰ ਤਿਆਗਣ ਨਾਲ ਮਨ ਟਿਕ ਜਾਂਦਾ ਹੈ । ਜਿਸ ਪ੍ਰਭ ਦੀਆਂ ਦਾਤਾਂ ਜੀਵ ਪਾਉਂਦਾ ਹੈ, ਉਸ ਦਾ ਧੰਨਵਾਦ ਕਰਨਾ ਚਾਹੀਦਾ ਹੈ । ਸ਼ਬਦ ਦੀ ਪਾਲਣਾ ਮਨ, ਤਨ ਲਾ ਕੇ ਕਰੋ, ਉਸ ਦੇ ਲੇਖੇ ਲਾ ਦੇਵੋ! ਸ਼ਬਦ ਦੀ ਉਸਤਤ ਕਰੋ, ਉਸ ਦਾ ਰੰਗ ਆਪਣੇ ਮਨ ਤੇ ਚੜ੍ਹਾਵੋ । ਇਸਤਰ੍ਹਾਂ ਦੇ ਜੀਵਨ ਦੇ ਢੰਗ ਨਾਲ ਹੀ ਪ੍ਰਭ ਰਹਿਮਤ ਦੀ ਨਜ਼ਰ ਬਖਸ਼ਦਾ ਹੈ । ਜੀਵ ਦਾ ਮਨ ਸ਼ਬਦ ਦੀ ਪਾਲਨਾ ਤੇ ਅਡੋਲ ਹੋ ਜਾਂਦਾ ਹੈ ।

You should learn from His true devotee. How has he conquered his ego of worldly desires? How may he remain steady and stable in obeying the teachings of His Word? Whosoever may renounce the imagination of his own mind; with His mercy and grace, his mind may remain steady and stable on His blessings. You should always sing the glory of The True Master, who has blessed all virtues and pleasure in worldly life. You should surrender your mind, body, and worldly status at His Sanctuary. You should drench the teachings of His Word on your day-to-day life; with His mercy and grace, you may become steady and stable on the right path of obeying the teachings of His Word.

ਆਪੁ ਗਵਾਈਐ ਤਾ ਸਹੁ ਪਾਈਐ,	aap gavaa-ee-ai taa saho paa-ee-ai
ਅਉਰੁ ਕੈਸੀ ਚਤੁਰਾਈ॥	a-or kaisee chaturaa-ee.
ਸਹੁ ਨਦਰਿ ਕਰਿ ਦੇਖੈ ਸੋ ਦਿਨੁ ਲੇਖੈ,	saho nadar kar daykhai so din laykhai
ਕਾਮਣਿ ਨਉ ਨਿਧਿ ਪਾਈ॥	kaaman na-o niDh paa-ee.
ਆਪਣੇ ਕੰਤ ਪਿਆਰੀ ਸਾ ਸੋਹਾਗਣਿ,	aapnay kant pi-aaree saa sohagan
ਨਾਨਕ ਸਾ ਸਭਰਾਈ॥	naanak saa sabhraa-ee.
ਐਸੇ ਰੰਗਿ ਰਾਤੀ ਸਹਜ ਕੀ ਮਾਤੀ,	aisay rang raatee sahj kee maatee
ਅਹਿਨਿਸਿ ਭਾਇ ਸਮਾਣੀ॥	ahinis bhaa-ay samaanee.
ਸੁੰਦਰਿ ਸਾਇ ਸਰੂਪ ਬਿਚਖਣਿ,	sundar saa-ay saroop bichkhan
ਕਹੀਐ ਸਾ ਸਿਆਣੀ॥੪॥੨॥੪॥	kahee-ai saa si-aanee. ||4||2||4||

ਆਪਣੇ ਆਪ ਨੂੰ ਮਿੱਟਾ ਦੇਣ ਨਾਲ ਹੀ ਰਹਿਮਤ ਦੀ ਨਜ਼ਰ ਬਖਸ਼ਿਸ਼ ਹੁੰਦੀ ਹੈ । ਹੋਰ ਕੋਈ ਚਲਾਕੀ, ਜਾ ਸਿਆਣਪ ਕੰਮ ਨਹੀਂ ਆਉਂਦੀ । ਜਦੋਂ ਦੀ ਰਹਿਮਤ, ਸ਼ਬਦ ਦੀ ਸੋਝੀ ਦੇ ਨੌਂ ਖਜ਼ਾਨੇਂ ਹਾਸਿਲ ਹੋ ਜਾਂਦੇ ਹਨ । ਉਹ ਸਮਾਂ ਵੱਡਭਾਗਾਂ ਬਣ ਜਾਂਦਾ ਹੈ! ਜਿਸ ਦੀ ਬੰਦਗੀ ਪ੍ਰਵਾਨ ਹੋ ਜਾਂਦੀ ਹੈ, ਉਹ ਜੀਵ ਪ੍ਰਭ ਦਾ ਸੇਵਕ ਬਣ ਜਾਂਦਾ ਹੈ । ਇਸ ਨਾਲ ਜੀਵ ਦੇ ਮਨ ਤੇ ਪ੍ਰਭ ਦਾ ਨੂਰ ਚੜ੍ਹ ਜਾਂਦਾ ਹੈ । ਉਹ ਸ਼ਬਦ ਦੀ ਪਾਲਣਾ ਵਿੱਚ ਦਿਨ ਰਾਤ ਮਸਤ ਰਹਿੰਦਾ ਹੈ । ਉਹ ਜੀਵ ਸੰਤ ਸਰੂਪ ਬਣ ਜਾਂਦਾ ਹੈ । ਸੰਸਾਰਕ ਜੀਵ ਵੀ ਉਸ ਨੂੰ ਸਿਆਣਾ, ਦਾਸ, ਭਗਤ ਕਹਿੰਦੇ ਹਨ ।

Whosoever may surrender his mind, body, and worldly status at His Sanctuary; only he may be blessed with His mercy and grace. No other wisdom or clever tricks may help anyone for the real purpose of human life journey. When, His true devotee may be blessed with nine treasures of enlightenment; that time becomes very fortunate. Whose meditation may be accepted in His Court; he may be accepted as His true devotee. The spiritual glow of His Holy Spirit may shine on his forehead. His true devotee remains intoxicated in meditation in the void of His Word Day and night. He may become the symbol of The True Master. His Creation may also respect and worships His true devotee.

5. **ਸੂਹੀ ਮਹਲਾ ੧॥ 730-18**

ਕਉਣ ਤਰਾਜੀ ਕਵਣੁ ਤੁਲਾ,
ਤੇਰਾ ਕਵਣੁ ਸਰਾਫੁ ਬੁਲਾਵਾ॥
ਕਉਣੁ ਗੁਰੂ ਕੈ ਪਹਿ ਦੀਖਿਆ,
ਲੇਵਾ ਕੈ ਪਹਿ ਮੁਲੁ ਕਰਾਵਾ॥੧॥

ka-un taraajee kavan tulaa
tayraa kavan saraaf bulaavaa.
ka-un guroo kai peh deekhi-aa
layvaa kai peh mul karaavaa. ||1||

ਕਿਹੜੇ ਕੰਡੇ ਤੇ, ਕਿਸ ਕਸਵਟੀ ਨਾਲ ਤੇਰੀ ਵਡਿਆਈ, ਕਿਸੇ ਕਰਤਬ ਨੂੰ ਪਰਖਾ? ਕਿਹੜੇ ਗੁਰੂ ਪੀਰ ਤੋਂ ਮੈਂ ਉਹ ਸਿਖਿਆਂ ਲਵਾ? ਕਿਹੜੇ ਸੰਤ, ਪੀਰ ਤੋਂ ਤੇਰੀ ਕੀਮਤ ਦਾ ਅਨੁਮਾਨ ਲਗਾਵਾ?

What worldly scale may I use to imagine the significance of Your Greatness? From whom, worldly guru may I pray for enlightenment of Your Nature? From whom may I comprehend the significance of Your Nature or Your miracles?

ਮੇਰੇ ਲਾਲ ਜੀਉ, ਤੇਰਾ ਅੰਤੁ ਨ ਜਾਣਾ॥
ਤੂੰ ਜਲਿ ਥਲਿ ਮਹੀਅਲਿ ਭਰਿਪੁਰਿ ਲੀਣਾ,
ਤੂੰ ਆਪੇ ਸਰਬ ਸਮਾਣਾ॥੧॥
ਰਹਾਉ॥

mayray laal jee-o tayraa ant na jaanaa.
tooN jal thal mahee-al bharipur leenaa
tooN aapay sarab samaanaa. ||1||
rahaa-o.

ਪ੍ਰਭ ਤੇਰੇ ਕਿਸੇ ਕਰਤਬ ਦਾ ਜੀਵ ਨੂੰ ਪੂਰਨ ਗਿਆਨ ਨਹੀਂ ਹੈ । ਤੂੰ ਤਿੰਨਾ ਸ੍ਰਿਸ਼ਟੀਆਂ ਵਿੱਚ ਆਪ ਹੀ ਸਮਾਇਆ ਹੋਇਆ ਹੈ, ਹਾਜਰਾ ਹਜ਼ੂਰ, ਹਰ ਥਾਂ ਆਪ ਹੀ ਭਰਪੂਰ ਵਾਪਰਦਾ ਹੈ ।

My True Master, the enlightenment of Your Nature remains beyond the comprehension of Your Creation. You remain embedded, overwhelmed in all three universes, and prevails everywhere all time.

ਮਨੁ ਤਾਰਾਜੀ ਚਿਤੁ ਤੁਲਾ,
ਤੇਰੀ ਸੇਵ ਸਰਾਫੁ ਕਮਾਵਾ॥
ਘਟ ਹੀ ਭੀਤਰਿ ਸੋ ਸਹੁ ਤੋਲੀ,
ਇਨ ਬਿਧਿ ਚਿਤੁ ਰਹਾਵਾ॥੨॥

man taaraajee chit tulaa
tayree sayv saraaf kamaavaa.
ghat hee bheetar so saho tolee
in biDh chit rahaavaa. ||2||

ਮੈਂ ਆਪਣੇ ਮਨ ਨੂੰ ਹੀ ਤੋਲਨ ਵਾਲਾ ਕੰਡਾ ਬਣਾਉਂਦਾ, ਆਪਣੇ ਮਨ ਦੇ ਧਿਆਨ ਨੂੰ ਤੋਲਨ ਵਾਲਾ ਵੱਟਾ ਬਣਾਉਂਦਾ ਹਾ । ਸ਼ਬਦ ਦੀ ਬੰਦਗੀ ਨੂੰ ਪਰਖਣ ਵਾਲਾ ਬਣਾਉਂਦਾ, ਇਸ ਨਾਲ ਆਪਣੇ ਮਨ ਵਿਚੋਂ ਤੇਰੇ ਸ਼ਬਦ ਦੀ ਢੂੰਡ ਕਰਦਾ ਹਾ । ਆਪਣੇ ਕੀਤੇ ਕੰਮਾਂ ਦੀ ਪਰਖ ਕਰਦਾ ਹਾ । ਇਹ ਹੀ ਮੇਰਾ, ਤੇਰੇ ਸ਼ਬਦ ਦੀ ਪਾਲਣਾ ਵਿੱਚ ਧਿਆਨ ਹੈ, ਇਸ ਵਿੱਚ ਹੀ ਲੀਨ ਰਹਿੰਦਾ ਹਾ ।

The True Master, I have established my own mind as a measuring scale; I have made my concentration on the teachings of Your Word as a standard of measurement. I evaluate my earning of Your Word; with my dedication and deep concentration. I am searching the enlightenment of Your Word from within my own mind, body. I may evaluate my own day-to-day deeds with the essence of Your Word. This has become my mediation, dedication, concentration on the teachings of Your Word. I remain intoxicated in meditation in the void of Your Word.

ਆਪੇ ਕੰਡਾ ਤੋਲੁ ਤਰਾਜੀ,
ਆਪੇ ਤੋਲਣਹਾਰਾ॥
ਆਪੇ ਦੇਖੈ ਆਪੇ ਬੂਝੈ,
ਆਪੇ ਹੈ ਵਣਜਾਰਾ॥੩॥

aapay kandaa tol taraajee
aapay tolanhaaraa.
aapay daykhai aapay boojhai
aapay hai vanjaaraa. ||3||

ਪ੍ਰਭ ਤੂੰ ਆਪ ਹੀ ਜੀਵ ਨੂੰ ਸ਼ਬਦ ਦੀ ਬੰਦਗੀ ਤੇ ਲਾਉਂਦਾ ਹੈ । ਆਪ ਹੀ ਇਸ ਦੀ ਪਰਖ ਕਰਦਾ, ਕੀਮਤ ਪਾਉਂਦਾ, ਫਲ ਬਖਸ਼ਦਾ ਹੈ । ਪ੍ਰਭ ਤੂੰ ਆਪ ਹੀ ਸਭ ਕੁਝ ਦੇਖਦਾ, ਸਮਝਦਾ ਹੈ, ਆਪ ਹੀ ਬੰਦਗੀ ਕਰਨ ਵਾਲੇ ਦੀ ਬੰਦਗੀ ਵਿੱਚ ਵਾਪਰਦਾ ਹੈ ।

My True Master; You are the measuring scale and You have Your own standard. You evaluate the meditation of everyone with Your own scale and rewards. You witness and comprehend his all activities, intentions. You prevail in the meditation and in all activities of Your devotee.

ਅੰਧੁਲਾ ਨੀਚ ਜਾਤਿ ਪਰਦੇਸੀ,	anDhulaa neech jaat pardaysee
ਖਿਨੁ ਆਵੈ ਤਿਲੁ ਜਾਵੈ॥	khin aavai til jaavai.
ਤਾ ਕੀ ਸੰਗਤਿ ਨਾਨਕੁ ਰਹਦਾ,	taa kee sangat naanak rahdaa
ਕਿਉ ਕਰਿ ਮੂੜਾ ਪਾਵੈ॥੪॥੨॥੯॥	ki-o kar moorhaa paavai. ||4||2||9||

ਨਿਮਾਣੀ ਆਤਮ ਥੋੜ੍ਹੇ ਸਮੇਂ ਲਈ ਸੰਸਾਰ ਵਿੱਚ ਆਉਂਦੀ ਹੈ । ਫਿਰ ਮੌਤ ਦੇ ਹਵਾਲੇ ਹੋ ਜਾਂਦੀ ਹੈ । ਅਗਰ ਸ਼ਬਦ ਦੀ ਪਾਲਣਾ ਨਾ ਕਰੇ! ਤਾ ਗੁਣਾਂ ਤੋਂ ਰਹਿਤ ਹੀ ਵਾਪਸ ਚਲੇ ਜਾਂਦੀ ਹੈ ।

Helpless soul may be blessed with human body for predetermined interval to be sanctified to become worthy of His Consideration. Whosoever may not obey the teachings of His Word with steady and stable belief in his day-to-day life; his soul may return empty handed carrying burden of sins of worldly deeds.

6. ਬਿਲਾਵਲੁ ਮਹਲਾ ੧ ਚਉਪਦੇ ਘਰੁ ੧॥ 795-1

ੴ ਸਤਿ ਨਾਮੁ ਕਰਤਾ ਪੁਰਖੁ, ਨਿਰਭਉ ਨਿਰਵੈਰੁ ਅਕਾਲ ਮੂਰਤਿ ਅਜੂਨੀ ਸੈਭੰ ਗੁਰ ਪ੍ਰਸਾਦਿ॥

ik-oNkaar, sat naam, kartaa, purakh, nirbha-o, nirvair, akaal, moorat, ajoonee, saibhaN, gur parsaad.

ਤੂ ਸੁਲਤਾਨੁ ਕਹਾ ਹਉ ਮੀਆ,	too sultaan kahaa ha-o mee-aa
ਤੇਰੀ ਕਵਨ ਵਡਾਈ॥	tayree kavan vadaa-ee.
ਜੋ ਤੂ ਦੇਹਿ ਸੁ ਕਹਾ ਸੁਆਮੀ,	jo too deh so kahaa su-aamee
ਮੈ ਮੂਰਖ ਕਹਣੁ ਨ ਜਾਈ॥੧॥	mai moorakh kahan na jaa-ee. ||1||

ਪ੍ਰਭ ਤੂੰ ਸਭ ਤੋਂ ਵੱਡਾ ਰਾਜਾ ਹੈ, ਮੈਂ ਤੈਨੂੰ ਹੀ ਮਾਲਕ ਮੰਨਦਾ ਹਾ । ਇਸ ਨਾਲ ਤੇਰੀ ਕੋਈ ਵਡਿਆਈ ਨਹੀਂ ਹੁੰਦੀ । ਮੈਂ ਅਣਜਾਣ, ਕੁਝ ਜਾਣਕਾਰੀ ਨਹੀਂ, ਮੈਂ ਤੇਰੀ ਕੀ ਵਡਿਆਈ ਕਰ ਸਕਦਾ ਹਾ? ਜਿਤਨੀ ਸੋਝੀ ਬਖਸ਼ਦਾ ਹੈ, ਕੇਵਲ ਉਤਨੀ ਹੀ ਉਸਤਤ ਕਰ ਸਕਦਾ ਹਾ ।

The Omnipotent King of kings, greatest of All is my only True Master. By singing Your glory, I may not enhance Your Greatness. I am ignorant from Your true nature; what may I sing the glory of Your virtues? Whatsoever may be the enlightenment blessed with Your mercy and grace, I may only sing Your Glory.

ਤੇਰੇ ਗੁਣ ਗਾਵਾ ਦੇਹਿ ਬੁਝਾਈ॥	tayray gun gaavaa deh bujhaa-ee.
ਜੈਸੇ ਸਚ ਮਹਿ ਰਹਉ ਰਜਾਈ॥੧॥	jaisay sach meh raha-o rajaa-ee. ||1||
ਰਹਾਉ॥	rahaa-o.

ਪ੍ਰਭ ਰਹਿਮਤ ਬਖਸ਼ੋ! ਤੇਰੇ ਗੁਣਾਂ ਦੀ ਹੋਰ ਉਸਤਤ ਕਰਾ, ਸ਼ਬਦ ਦੀ ਪਾਲਣਾ ਵਿੱਚ ਲੀਨ ਹੋ ਜਾਵਾ ।

My True Master enlightens me with the greatness of Your Nature. I may keep singing the glory of Your many Virtues. I may remain intoxicated in the void of Your Word.

ਜੋ ਕਿਛੁ ਹੋਆ ਸਭੁ ਕਿਛੁ ਤੁਝ ਤੇ,	jo kichh ho-aa sabh kichh tujh tay
ਤੇਰੀ ਸਭ ਅਸਨਾਈ॥	tayree sabh asnaa-ee.
ਤੇਰਾ ਅੰਤੁ ਨ ਜਾਣਾ ਮੇਰੇ ਸਾਹਿਬ,	tayraa ant na jaanaa mayray saahib
ਮੈ ਅੰਧੁਲੇ ਕਿਆ ਚਤੁਰਾਈ॥੨॥	mai anDhulay ki-aa chaturaa-ee. ||2||

ਪ੍ਰਭ ਸ੍ਰਿਸ਼ਟੀ ਵਿੱਚ ਸਭ ਕੁਝ ਤੇਰਾ ਹੀ ਕੀਤਾ ਹੁੰਦਾ ਹੈ । ਸਭ ਤੇਰੀ ਹੀ ਕਰਮਾਤ, ਵਡਿਆਈ ਹੈ । ਪ੍ਰਭ ਤੇਰੀ ਕਿਸੇ ਕਰਮਾਤ ਦਾ ਅੰਤ ਨਹੀਂ ਜਾਣ ਸਕਦਾ । ਤੂੰ ਸਭ ਕੁਝ ਜਾਣਦਾ ਹੈ, ਮੇਰੇ ਵਿੱਚ ਕੋਈ ਸਿਆਣਪ ਜਾ ਚਲਾਕੀ ਨਹੀਂ ਹੈ ।

Whatsoever may happen in the universe; only You Command may prevail in every event. All miracles of nature may be Your Greatness. The Omniscient True Master; Your miracles are beyond my understanding. I do not have any wisdom or any devious, clever plan of my own.

ਕਿਆ ਹਉ ਕਥੀ ਕਥੇ ਕਥਿ ਦੇਖਾ,
ਮੈ ਅਕਥੁ ਨ ਕਥਨਾ ਜਾਈ॥
ਜੋ ਤੁਧੁ ਭਾਵੈ ਸੋਈ ਆਖਾ,
ਤਿਲੁ ਤੇਰੀ ਵਡਿਆਈ॥੩॥

ki-aa ha-o kathee kathay kath daykhaa
mai akath na kathnaa jaa-ee.
jo tuDh bhaavai so-ee aakhaa
til tayree vadi-aa-ee. ||3||

ਪ੍ਰਭੂ ਜਿਹੜਾ ਕੁਝ ਦੇਖਦਾ ਹਾ, ਉਹ ਕੁਝ ਹੀ ਕਹਿੰਦਾ ਹੈ, ਵਖਿਆਨ ਕਰ ਸਕਦਾ ਹੈ । ਜਿਹੜੇ ਕਰਤਬ ਦੇਖ ਨਹੀਂ ਜਾ ਸਕਦਾ, ਉਹਨਾ ਦਾ ਵਖਿਆਨ ਕਿਵੇਂ ਕਰ ਸਕਦਾ ਹਾ? ਜਿਹੜੀ ਸੋਝੀ ਬਖਸ਼ਦਾ ਹੈ, ਮੈ ਉਹ ਕੁਝ ਹੀ ਬੋਲ ਸਕਦਾ ਹਾ । ਕੇਵਲ ਤੇਰੀ ਥੋੜੀ ਹੀ ਵਡਿਆਈ ਵਖਿਆਨ ਕਰ ਸਕਦਾ ਹਾ ।

My True Master, I may understand or explain only the visible facts of Your Nature. How may I comprehend invisible miracles, events of Your Nature? I may only speak or sing Your Glory as much enlightenment has been blessed. I may only explain very insignificant portion of Your Nature.

ਏਤੇ ਕੂਕਰ ਹਉ ਬੇਗਾਨਾ,
ਭਉਕਾ ਇਸੁ ਤਨ ਤਾਈ॥
ਭਗਤਿ ਹੀਣੁ ਨਾਨਕੁ ਜੇ ਹੋਇਗਾ,
ਤਾ ਖਸਮੈ ਨਾਉ ਨ ਜਾਈ॥੪॥੧॥

aytay kookar ha-o baygaanaa
bha-ukaa is tan taa-ee.
bhagat heen naanak jay ho-igaa
taa khasmai naa-o na jaa-ee. ||4||1||

ਤੇਰੇ ਅਨੇਕਾਂ ਬੰਦਗੀ ਕਰਨ ਵਾਲੇ ਹਨ! ਮੈਂ ਨਿਮਾਣਾ ਉਹਨਾਂ ਦੀ ਪੱਧਰ ਤੇ ਨਹੀਂ ਹਾ । ਆਪਣਾ ਜ਼ੋਰ ਲਾ ਕੇ ਤੇਰੀ ਉਸਤਤ ਗਾਉਂਦਾ ਹਾ । ਭਾਵੇਂ ਮੇਰੀ ਬੰਦਗੀ ਵਿੱਚ ਉਤਨੀ ਦਿੜ੍ਹਤਾ ਨਹੀਂ । ਫਿਰ ਵੀ ਆਪਣੇ ਮਾਲਕ ਦੇ ਸ਼ਬਦ ਦੀ ਪਾਲਣਾ ਤੇ ਅਡੋਲ ਰਹਿੰਦਾ ਹਾ ।

Many unimaginable true devotees remain intoxicated in meditation deep in the void of Your Word. My dedication, state of mind may not be comparable to those humble souls. However, I may sing the glory of Your Word sincerely from the core of my heart. Even though, I may not have that much determination in my meditation; still, I may obey the teachings of Your Word with steady and stable belief in my day-to-day life.

7. **ਬਿਲਾਵਲੁ ਮਹਲਾ ੧॥** 795-9

ਮਨੁ ਮੰਦਰੁ ਤਨੁ ਵੇਸ ਕਲੰਦਰੁ,
ਘਟ ਹੀ ਤੀਰਥਿ ਨਾਵਾ॥
ਏਕੁ ਸਬਦੁ ਮੇਰੈ ਪ੍ਰਾਨਿ ਬਸਤੁ ਹੈ,
ਬਾਹੁੜਿ ਜਨਮਿ ਨ ਆਵਾ॥੧॥

man mandar tan vays kalandar
ghat hee tirath naavaa.
ayk sabad mayrai paraan basat hai
baahurh janam na aavaa. ||1||

ਆਪਣੇ ਮਨ ਨੂੰ ਉਹ ਤੀਰਥ ਅਤੇ ਤਨ ਨੂੰ ਉਹ ਸਾਦਾ ਪਟੋਲਾ, ਕਪੜਾ ਬਣਾਇਆ ਹੈ । ਆਪਣੇ ਤਨ ਅੰਦਰ ਹੀ ਉਸ ਤੀਰਥ ਵਿੱਚ ਪਵਿੱਤਰਤਾ ਦਾ ਇਸ਼ਨਾਨ ਕਰਦਾ ਹਾ । ਮੇਰਾ ਭਰੋਸਾ ਹੈ! ਅਗਰ ਇਕ ਸ਼ਬਦ ਵੀ ਮੇਰੇ ਮਨ ਵਿੱਚ ਘਰ ਕਰ ਗਿਆ, ਮੇਰਾ ਮਾਨਸ ਜਨਮ ਸਫਲ ਹੋ ਜਾਵੇਗਾ ।

My True Master, I have made my mind as a Holy Shrine and my body as a glorified cloth to enhance the glory of Holy shrine. I am taking a sanctifying bath in The Holy Pond of nectar within my mind. I have a steady and stable belief on the teachings of Your Word; even, I am be drenched with one essence of Your Word; with Your mercy and grace, my human life opportunity may be successful.

ਮਨੁ ਬੇਧਿਆ ਦਇਆਲ ਸੇਤੀ
ਮੇਰੀ ਮਾਈ॥
ਕਉਨੁ ਜਾਣੈ ਪੀਰ ਪਰਾਈ॥
ਹਮ ਨਾਹੀ ਚਿੰਤ ਪਰਾਈ॥੧॥ ਰਹਾਉ॥

man bayDhi-aa da-i-aal saytee
mayree maa-ee.
ka-un jaanai peer paraa-ee.
ham naahee chint paraa-ee. ||1|| rahaa-o.

ਤੇਰੀ ਰਹਿਮਤ ਨਾਲ ਮੇਰੇ ਮਨ ਵਿੱਚ ਤੇਰੇ ਵਿਛੋੜੇ ਦੇ ਵਿਰਾਗ ਦਾ ਦਰਦ ਹੈ । ਹੋਰ ਕੌਣ ਮੇਰਾ ਦਰਦ ਮਹਿਸੂਸ ਕਰ ਸਕਦਾ ਹੈ? ਮੈਂ ਤਾ ਕੇਵਲ ਤੇਰੇ ਵਿਛੋੜੇ ਦੇ ਵਿਰਾਗ ਵਿੱਚ ਰਹਿੰਦਾ ਹਾ ।

I remain in deep renunciation in the of memory of my separation from Your Holy Spirit. Who else may recognize my pain, misery, state of mind? I remain intoxicated in renunciation of the memory of my separation for Your Holy Spirit.

ਅਗਮ ਅਗੋਚਰ ਅਲਖ ਅਪਾਰਾ,	agam agochar alakh apaaraa
ਚਿੰਤਾਂ ਕਰਹੁ ਹਮਾਰੀ॥	chintaa karahu hamaaree.
ਜਲਿ ਥਲਿ ਮਹੀਅਲਿ ਭਰਿਪੁਰਿ ਲੀਣਾ,	jal thal mahee-al bharipur leenaa
ਘਟਿ ਘਟਿ ਜੋਤਿ ਤੁਮ੍ਹਾਰੀ॥੨॥	ghat ghat jot tumHaaree. ||2||

ਪ੍ਰਭ ਤੂੰ ਜਾਣਕਾਰੀ, ਪਹੁੰਚ ਤੋਂ ਬਾਹਰ ਹੈ, ਮੇਰੇ ਤੇ ਰਹਿਮਤ ਬਖਸ਼ੋ, ਰਖਿਆ ਕਰੋ । ਪ੍ਰਭ ਤਿੰਨਾਂ ਸ੍ਰਿਸ਼ਟੀਆਂ ਵਿੱਚ ਹੀ ਵਾਪਰਦਾ ਹੈ, ਤੇਰੀ ਜੋਤ ਹੀ ਹਰਇਕ ਅੰਦਰ ਚਲਦੀ ਹੈ ।

Your Nature remains beyond the reach, comprehension of Your Creation. With Your mercy and grace, protects my honor in the universe. Your Holy Spirit remains embedded within each soul and prevails in all universes.

ਸਿਖ ਮਤਿ ਸਭ ਬੁਧਿ ਤੁਮ੍ਹਾਰੀ,	sikh mat sabh buDh tumHaaree
ਮੰਦਿਰ ਛਾਵਾ ਤੇਰੇ॥	mandir chhaavaa tayray.
ਤੁਝ ਬਿਨੁ ਅਵਰੁ ਨ ਜਾਣਾ ਮੇਰੇ ਸਾਹਿਬਾ,	tujh bin avar na jaanaa mayray saahibaa
ਗੁਣ ਗਾਵਾ ਨਿਤ ਤੇਰੇ॥੩॥	gun gaavaa nit tayray. ||3||

ਮੈਂ ਹੋਰ ਕਿਸੇ ਨੂੰ ਨਹੀਂ ਜਾਣਦਾ, ਮੈਂ ਤੇਰੀ ਹੀ ਉਸਤਤ ਗਾਉਂਦਾ ਹਾ । ਸ਼ਬਦ, ਸਿਖਿਆਂ, ਸੋਝੀ, ਦਰਬਾਰ ਸਾਰੇ ਤੇਰੇ ਵੱਸ ਅੰਦਰ ਹੀ ਹਨ ।

My Omniscient True Master, I may not recognize anyone else as my True Master. I only meditate and sing the glory of Your Word. All the enlightenment of Your Word, wisdom of the universe and judgement remain under Your Command and control.

ਜੀਅ ਜੰਤ ਸਭਿ ਸਰਣਿ ਤੁਮ੍ਹਾਰੀ,	jee-a jant sabh saran tumHaaree
ਸਰਬ ਚਿੰਤ ਤੁਧੁ ਪਾਸੇ॥	sarab chint tuDh paasay.
ਜੋ ਤੁਧੁ ਭਾਵੈ ਸੋਈ ਚੰਗਾ,	jo tuDh bhaavai so-ee changa
ਇਕ ਨਾਨਕ ਕੀ ਅਰਦਾਸੇ॥੪॥੨॥	ik naanak kee ardaasay. ||4||2||

ਪ੍ਰਭ ਸਾਰੇ ਤੇਰੀ ਰਹਿਮਤ ਹੀ ਮੰਗਦੇ ਹਨ, ਤੇਰੀ ਸ਼ਰਣ ਵਿੱਚ ਹੀ ਹਨ । ਤੈਨੂੰ ਸਭ ਦੀ ਭਲਾਈ ਦਾ ਹੀ ਫਿਕਰ ਰਹਿੰਦਾ ਹੈ । ਮੇਰੀ ਅਰਦਾਸ, ਤੇਰਾ ਭਾਣਾ ਹੀ ਮੇਰੇ ਮਨ ਦੀ ਮੰਗ, ਖਾਹਿਸ਼ ਬਣ ਜਾਵੇ ।

My True Master, everyone may be praying for Your Forgiveness and Refuge. Everyone may wish to be accepted at Your Sanctuary. You are always concern about the welfare of Your Creation. I pray that Your Command may become my only desire.

☬ ਭੋਗ ਦੇ ਸ਼ਬਦ ☬

1. ਸਲੋਕੁ॥ ਗਉੜੀ ਮਃ ੫॥ 262-1

ਗੁਰਦੇਵ ਮਾਤਾ, ਗੁਰਦੇਵ ਪਿਤਾ,	gurdayv maataa gurdayv pitaa
ਗੁਰਦੇਵ ਸੁਆਮੀ ਪਰਮੇਸੁਰਾ॥	gurdayvsu-aamee parmaysuraa.
ਗੁਰਦੇਵ ਸਖਾ, ਅਗਿਆਨ ਭੰਜਨੁ,	gurdayv sakhaa agi-aan bhanjan
ਗੁਰਦੇਵ ਬੰਧਿਪ ਸਹੋਦਰਾ॥	gurdayv banDhip sahodaraa.
ਗੁਰਦੇਵ ਦਾਤਾ, ਹਰਿ ਨਾਮੁ ਉਪਦੇਸੈ,	gurdayv daataa har naam updaysai
ਗੁਰਦੇਵ ਮੰਤੁ ਨਿਰੋਧਰਾ॥	gurdayv mant niroDharaa.
ਗੁਰਦੇਵ ਸਾਂਤਿ, ਸਤਿ, ਬੁਧਿ, ਮੂਰਤਿ,	gurdayv saaNt sat buDh moorat
ਗੁਰਦੇਵ, ਪਾਰਸ, ਪਰਸ ਪਰਾ॥	gurdayv paaras paras paraa.
ਗੁਰਦੇਵ ਤੀਰਥੁ, ਅੰਮ੍ਰਿਤ ਸਰੋਵਰੁ,	gurdayv tirath amrit sarovar
ਗੁਰ ਗਿਆਨ, ਮਜਨੁ ਅਪਰੰਪਰਾ॥	gur gi-aan majan apramparaa.
ਗੁਰਦੇਵ, ਆਦਿ, ਜੁਗਾਦਿ, ਜੁਗੁ ਜੁਗੁ,	gurdayv aad jugaad jug jug
ਗੁਰਦੇਵ ਮੰਤੁ ਹਰਿ ਜਪਿ ਉਧਰਾ॥	gurdayv mant har jap uDhraa.
ਗੁਰਦੇਵ ਸੰਗਤਿ ਪ੍ਰਭ ਮੇਲਿ, ਕਰਿ ਕਿਰਪਾ,	gurdayv sangat parabh mayl kar kirpaa
ਹਮ ਮੂੜ ਪਾਪੀ, ਜਿਤੁ ਲਗਿ ਤਰਾ॥	ham moorh paapee jit lag taraa.
ਗੁਰਦੇਵ ਸਤਿਗੁਰੁ, ਪਾਰਬ੍ਰਹਮੁ, ਪਰਮੇਸਰੁ,	gurdayv satgur paarbarahm parmaysar
ਗੁਰਦੇਵ ਨਾਨਕ, ਹਰਿ ਨਮਸਕਰਾ॥	gurdayv naanak har namaskaraa. ||1||
ਏਹੁ ਸਲੋਕੁ, ਆਦਿ, ਅੰਤਿ, ਪੜਣਾ॥	ayhu salok aad ant parh-naa.

ਪ੍ਰਭ (ਗੁਰਦੇਵ) ਹੀ ਅਸਲੀ ਮਾਲਕ ਹੈ! ਸਭ ਤੋਂ ਪਹਿਲ ਮਾਤਾ ਦੇ ਰੂਪ ਵਿੱਚ ਆਉਂਦਾ ਹੈ, ਉਹ ਗਰਭ ਵਿੱਚ ਸੰਭਾਲਣਾ ਕਰਦੀ ਹੈ । ਮਾਤਾ ਹੀ ਜੀਵ ਦਾ ਪਹਿਲਾ ਗੁਰੂ, ਪ੍ਰਭ ਦਾ ਰੂਪ ਹੈ । ਉਸ ਦੀ ਅਰਦਾਸ, ਅਸੀਸ ਕਦੇ ਬਿਰਥੀ ਨਹੀਂ ਜਾਂਦੀ । ਜਨਮ ਲੈਣ ਤੇ ਪਿਤਾ ਦੇ ਰੂਪ ਵਿੱਚ ਪ੍ਰਗਟ ਹੁੰਦਾ ਹੈ! ਜੀਵਨ ਵਿੱਚ ਚਲਣ ਦੇ ਰਸਤੇ ਦੀ ਸਿਖਿਆ ਦੇਂਦਾ ਹੈ । ਸੁਖਾਂ ਦਾ ਦਾਤਾ, ਅਗਿਆਨਤਾਂ ਦਾ ਅੰਧੇਰਾ ਦੂਰ ਕਰਨ ਵਾਲਾ, ਅਸਲੀ ਮਿੱਤਰ, ਭਾਈ, ਸਬੰਧੀ ਹੈ । ਪ੍ਰਭ ਹੀ ਸਭ ਦਾਤਾਂ ਦਾ ਮਾਲਕ ਹੈ, ਉਹ ਹੀ ਸ਼ਬਦ ਦੀ ਦਾਤ ਬਖਸ਼ਦਾ ਹੈ । ਜੋ ਦਿਲੋ ਸਿਮਰਨ ਕਰਦਾ ਹੈ, ਉਸ ਦੀ ਕਮਾਈ ਕਦੇ ਬਿਰਥੀ ਨਹੀਂ ਜਾਂਦੀ । ਉਹ ਸ਼ਾਂਤੀ, ਸੰਤੋਖ, ਧੀਰਜ ਦੀ ਮੂਰਤ ਹੈ, ਉਹ ਹੀ ਅਣਮੋਲ ਪੱਥਰ (ਪਾਰਸ) ਹੈ । ਜਿਸ ਨੂੰ ਛੋਹਿਆ ਜੀਵਨ ਬਦਲ ਜਾਂਦਾ ਹੈ, ਜੀਵ ਦੀ ਅਵਸਥਾ ਹੋਰ ਹੀ ਹੋ ਜਾਂਦੀ ਹੈ । ਪ੍ਰਭ ਦਾ ਸ਼ਬਦ ਹੀ ਗਿਆਨ ਦਾ ਭੰਡਾਰਾ, ਤੀਰਥ, ਪਵਿੱਤਰ ਸਰੋਵਰ ਹੈ । ਇਸ਼ਨਾਨ ਕਰਨ ਨਾਲ, ਲੀਨ ਹੋਇਆ, ਰੂਹਾਨੀ ਅਵਸਥਾ ਅਨੁਭਵ ਹੋਣ ਲਗ ਪੈਂਦੀ ਹੈ । ਸਭ ਕੁਝ ਕਰਨ ਵਾਲਾ, ਸ੍ਰਿਸ਼ਟੀ ਨੂੰ ਰਚਨ ਵਾਲਾ ਪਾਪਾਂ ਦਾ ਖਤਮ ਕਰਨ ਵਾਲਾ, ਆਤਮਾ ਨੂੰ ਪੰਜਾਂ ਇੰਦ੍ਰੀਆਂ ਤੋਂ ਬਚਾਉਣ ਵਾਲਾ, ਪਵਿੱਤਰ ਕਰਨ ਵਾਲਾ ਅਸਲੀ ਮਾਲਕ ਹੈ । ਪ੍ਰਭ ਸ੍ਰਿਸ਼ਟੀ ਤੋਂ ਪਹਿਲੇ ਵੀ ਹੁਣ ਵੀ, ਪਿਛੋਂ ਵੀ ਅਜੇਹਾ ਹੀ ਰਹਿਣ ਵਾਲਾ ਹੈ, ਨਾ ਬਦਲਨ ਵਾਲਾ ਅਟਲ ਮਾਲਕ ਹੈ । ਅਗਰ ਪ੍ਰਭ ਆਪ ਕ੍ਰਿਪਾ ਕਰੇ ਤਾ ਹੀ ਬੰਦਗੀ ਕਰਨ ਵਾਲਿਆਂ ਦੀ ਸੰਗਤ ਮਿਲਦੀ ਹੈ । ਸੰਗਤ ਵਿੱਚ ਟਿਕਨ ਨਾਲ ਪਾਪ ਕਰਨ ਵਾਲੇ ਵੀ ਸਿਮਰਨ ਕਰਕੇ ਮੁਕਤੀ ਪਾ ਲੈਂਦੇ ਹਨ । ਕੇਵਲ ਅਟਲ ਪ੍ਰਭ ਨੂੰ ਆਪਾ ਮਿਟਾਕੇ, ਸੌਂਪ ਕੇ, ਸਿਮਰਨ ਕਰੋ! ਸੁਖ ਹੀ ਸੁਖ ਬਖਸ਼ਿਸ਼ ਹੋ ਜਾਂਦਾ ਹੈ ।

ਇਹ ਸਲੋਕ, ਸ਼ਬਦ, ਕੋਈ ਕਾਰਜ ਕਰਨ ਦੇ ਆਰੰਭ ਵਿੱਚ ਅਤੇ ਕਾਰਜ ਖਤਮ ਕਰਨ ਤੇ ਪੜ੍ਹੋ! ਇਸ ਨਾਲ ਡੋਰੀ ਅਸਲੀ ਮਾਲਕ ਦੇ ਹੱਥ ਵਿੱਚ ਆ ਜਾਂਦੀ ਹੈ । ਜੋ ਫਲ ਬਖਸ਼ੇ, ਸਤਿ ਕਰਕੇ ਪ੍ਰਵਾਨ ਕਰੋ! ਉਹ ਹੀ ਅਸਲੀ ਖੇੜਾ, ਅਨੰਦ, ਰਸਤਾ ਹੈ ।

The One and Only One True Master of the universe! First prevails in the heart of mother and protects the soul in her womb and help to grow. The mother is the first guru of the newborn and The True Master prevails within her. The prayer, blessings of the mother never become unfulfilled; are always rewarded by The True Master. When the soul comes in the universe, He appears and in the mind of father. The father guides the soul on the right path in the human life. The True Master of comforts eliminates the darkness of ignorance from his mind. He is the true companion, true brother and true relative of the soul. The True Master blesses the soul with the capital of His Word. Whosoever may meditate and remember His Separation; his meditation may never be wasted, always rewarded in His Court. The True Master remains as the symbol of peace, patience, and contentment for his soul; He is the philosopher's stone to satisfy all wishes. By touching the stone, by adopting the teachings of His Word in day-to-day life, his mind may be blessed with unique state of mind; as His true devotee. The teachings of His Word are the ocean of enlightenments, the Holy Shrine, and the sanctifying pond of nectar. By meditating on the teachings of His Word and bathing in the nectar of His Word; he may be blessed with a spiritual enlightenment of His Word. The True Creator may forgive all sins of his previous life; He may perform each task and He may save his soul from five demons of worldly desires; He is The True Master of sanctification of soul. The True Master was same merciful before the creation of the universe, present time and will remain same after the destruction of universe in the future. He remains steady and stable forever; only with His mercy and grace; his soul may be blessed with the association of His true devotees. Whosoever may eliminate his own identity, selfish, greed and meditates wholeheartedly on the teachings of His Word; he may be blessed with comforts and contentment in day-to-day life.

You should always remember this essence of His teachings before and after any task, deed.

2. ਰਾਗੁ ਮਲਾਰ ਮਹਲਾ ੫ ਚਉਪਦੇ ਘਰੁ ੧॥ 1266-4

ੴ ਸਤਿਗੁਰ ਪ੍ਰਸਾਦਿ॥	ik-oNkaar satgur parsaad.
ਕਿਆ ਤੂ ਸੋਚਹਿ ਕਿਆ ਤੂ ਚਿਤਵਹਿ,	ki-aa too socheh ki-aa too chitvahi
ਕਿਆ ਤੂੰ ਕਰਹਿ ਉਪਾਏ॥	ki-aa tooN karahi upaa-ay.
ਤਾ ਕਉ ਕਹਹੁ ਪਰਵਾਹ ਕਾਹੂ ਕੀ,	taa ka-o kahhu parvaah kaahoo kee
ਜਿਹ ਗੋਪਾਲ ਸਹਾਏ॥੧॥	jih gopaal sahaa-ay. ||1||

ਮਾਨਸ, ਜੀਵਨ ਸਫਲ ਕਰਨ ਦੇ ਕਈ ਯਤਨ ਕਰਦਾ ਹੈ । ਕੀ ਤੈਨੂੰ ਅਸਲੀ ਰਸਤੇ ਦੀ ਸੋਝੀ ਹੈ? ਤੂੰ ਕੀ ਸੋਚਦਾ, ਕਿਸ ਇਛਾਂ ਦੀ ਚਿੰਤਾ ਕਰਦਾ ਹੈ? ਕੀ ਕੁਦਰਤ, ਪ੍ਰਭ ਦੇ ਕੀਤੇ ਤੇ ਕਿਸ ਦਾ ਜ਼ੋਰ ਹੈ? ਕੀ ਕੋਈ ਰੋਕ, ਟਾਲ ਸਕਦਾ ਹੈ?

Self-minded, human may try many ways to meditate to succeed in his human life journey. Do you comprehend the real purpose of human life opportunity? What may you be worried in your human life? Is anyone may have any control or alter, avoid His Command, His Nature?

ਬਰਸੈ ਮੇਘੁ ਸਖੀ ਘਰਿ ਪਾਹੁਨ ਆਏ॥	barsai maygh sakhee ghar paahun aa-ay.
ਮੋਹਿ ਦੀਨ ਕ੍ਰਿਪਾ ਨਿਧਿ ਠਾਕੁਰ,	mohi deen kirpaa niDh thaakur
ਨਵ ਨਿਧਿ ਨਾਮਿ ਸਮਾਏ॥੧॥ ਰਹਾਉ॥	nav niDh naam samaa-ay. ||1|| rahaa-o.

ਬੱਦਲਾਂ ਵਿਚੋਂ ਮੀਂਹ, ਵਰਖਾ ਇਸਤਰ੍ਹਾਂ ਦੀ ਹੁੰਦੀ ਹੈ? ਪ੍ਰਭ, ਮੈਂ ਇਕ ਨਿਮਾਣਾ ਮਾਨਸ ਜੀਵ, ਸੰਸਾਰ ਵਿੱਚ ਇਕ ਮਹਿਮਾਨ ਹੀ ਹਾ! ਤੂੰ ਹੀ ਰਹਿਮਤਾਂ ਦਾ ਸਮੁੰਦਰ ਹੈ । ਮੈਂ ਸ਼ਬਦ ਦੀ ਸੋਝੀ ਦੇ ਨੌ ਖਜ਼ਾਨਿਆਂ ਵਿੱਚ ਹੀ ਮਸਤ, ਲੀਨ ਰਹਿੰਦਾ ਹਾ ।

How may the rain be pouring from clouds? I am a humble, helpless visitor, guest in Your worldly ocean. I may remain intoxicated in nine treasures of essence of Your Word.

ਅਨਿਕ ਪ੍ਰਕਾਰ ਭੋਜਨ ਬਹੁ ਕੀਏ,	anik parkaar bhojan baho kee-ay
ਬਹੁ ਬਿੰਜਨ ਮਿਸਟਾਏ॥	baho binjan mistaa-ay.

ਕਰੀ ਪਾਕਸਾਲ ਸੋਚ ਪਵਿਤ੍ਰਾ, karee paaksaal soch pavitaraa
ਹੁਣਿ ਲਾਵਹੁ ਭੋਗੁ ਹਰਿ ਰਾਏ॥੨॥ hun laavhu bhog har raa-ay. ||2||

ਮੈ ਰਸੋਈ ਨੂੰ ਪਵਿੱਤਰ ਕਰਕੇ ਬਹੁਤ ਕਿਸਮਾਂ ਦੇ ਭੋਜਨ, ਅਤੇ ਮਿੱਠਾ ਤਿਆਰ ਕੀਤਾ ਹੈ। ਰਹਿਮਤਾਂ ਦੇ ਮਾਲਕ ਇਸ ਭੋਜਨ ਨੂੰ ਭੋਗ ਲਾਵੋ!

I have sanctified my kitchen to prepare many kinds of delicacies. The Merciful True Master, blesses my food.

ਦੁਸਟ ਬਿਦਾਰੇ ਸਾਜਨ ਰਹਸੇ, dusat bidaaray saajan rahsay
ਇਹਿ ਮੰਦਿਰ ਘਰ ਅਪਨਾਏ॥ ihi mandir ghar apnaa-ay.
ਜਉ ਗ੍ਰਿਹਿ ਲਾਲੁ ਰੰਗੀਓ ਆਇਆ, ja-o garihi laal rangee-o aa-i-aa
ਤਉ ਮੈ ਸਭਿ ਸੁਖ ਪਾਏ॥੩॥ ta-o mai sabh sukh paa-ay. ||3||

ਪ੍ਰਭ ਨੇ ਮੇਰੇ ਮਨ, ਤਨ ਵਿਚੋਂ ਪੰਜੇਂ ਦੁਸ਼ਮਣ ਨਾਸ਼ ਕਰ ਦਿੱਤੇ ਹਨ। ਮੇਰਾ ਮਾਲਕ, ਮਿੱਤਰ ਬਹੁਤ ਅਨੰਦ ਵਿੱਚ ਹੀ ਰਹਿੰਦਾ ਹੈ! ਮੇਰਾ ਤਨ ਹੀ ਪ੍ਰਭ ਦਾ ਤਖਤ, ਦਰਬਾਰ, ਘਰ ਹੈ। ਜਿਸ ਦਾ ਮਨ ਰੌਣਕਾਂ ਵਾਲੇ ਮਾਲਕ ਦੇ ਸ਼ਬਦ ਦੀ ਸੋਝੀ ਨਾਲ ਜਾਗਰਤ ਰਹਿੰਦਾ ਹੈ। ਉਸ ਦੇ ਮਨ ਵਿੱਚ ਪੂਰਨ ਸੰਤੋਖ ਘਰ ਕਰ ਜਾਂਦਾ ਹੈ।

My True Master has destroyed 5 demons of my worldly desires from my mind and body. My True Master, His Word always remain embedded within my soul. He has established His Royal throne within my body. Whosoever may remain awake and alert with the enlightenment of the essence of His Word; with His mercy and grace, he may remain overwhelmed with contentment in his worldly life.

ਸੰਤ ਸਭਾ ਓਟ ਗੁਰ ਪੂਰੇ, sant sabhaa ot gur pooray
ਧੁਰਿ ਮਸਤਕਿ ਲੇਖੁ ਲਿਖਾਏ॥ Dhur mastak laykh likhaa-ay.
ਜਨ ਨਾਨਕ ਕੰਤੁ ਰੰਗੀਲਾ ਪਾਇਆ, jan naanak kant rangeelaa paa-i-aa
ਫਿਰਿ ਦੂਖੁ ਨ ਲਾਗੈ ਆਏ॥੪॥੧॥ fir dookh na laagai aa-ay. ||4||1||

ਮੇਰੇ ਮੱਥੇ ਤੇ ਧੁਰੋ ਹੀ ਲਿਖਿਆ ਹੋਇਆ ਹੈ। ਬੰਦਗੀ ਕਰਨ ਵਾਲੇ ਸੰਤਾਂ ਦੀ ਸੰਗਤ ਵਿੱਚ ਸ਼ਬਦ-ਗੁਰੂ ਦੀ ਪੂਰਨ ਰਖਵਾਲੀ ਹੁੰਦੀ ਹੈ। ਜਿਹੜਾ ਬੰਦਗੀ ਕਰਨ ਵਾਲਾ ਰੌਣਕੀ ਮਾਲਕ, ਸ਼ਬਦ ਨੂੰ ਮਨ ਵਿੱਚ ਜਾਗਰਤ ਰਖਦਾ ਹੈ। ਉਸ ਨੂੰ ਫਿਰ ਕਦੇ ਵਿਛੋੜੇ ਦਾ ਦੁਖ ਨਹੀਂ ਲਗਦਾ।

I have a great prewritten destiny, on my forehead, I remain in His Sanctuary forever. Whosoever may remain drenched with the essence of His Word; with His mercy and grace, he may never endure the misery of separation from His Holy Spirit.

3. ਭੈਰਉ ਬਾਣੀ ਨਾਮਦੇਉ ਜੀਉ ਕੀ ਘਰੁ ੧॥ 1163

ਦੂਧੁ ਕਟੋਰੈ ਗਡਵੈ ਪਾਨੀ॥ dooDh katorai gadvai paanee.
ਕਪਲ ਗਾਇ ਨਾਮੈ ਦੁਹਿ ਆਨੀ॥੧॥ kapal gaa-ay naamai duhi aanee. ||1||

ਨਾਮੇ ਨੇ ਗਾਗਰ ਵਿੱਚ ਦੁੱਧ ਪਾ ਕੇ, ਪੱਥਰਾ ਦੀ ਮੁਰਤੀ ਨੂੰ ਪ੍ਰਭ ਦਾ ਰੂਪ ਸਮਝਕੇ ਦੁੱਧ ਭੇਟਾ ਕੀਤਾ।

His true devotee, Naam Dev filled up container with milk to offer to the stone engraved statue of ancient prophet as God.

ਦੂਧੁ ਪੀਉ ਗੋਬਿੰਦੇ ਰਾਇ॥ dooDh pee-o gobinday raa-ay.
ਦੂਧੁ ਪੀਉ ਮੇਰੋ ਮਨੁ ਪਤੀਆਇ॥ dooDh pee-o mayro man patee-aa-ay.
ਨਾਹੀ ਤ ਘਰ ਕੋ ਬਾਪੁ ਰਿਸਾਇ॥੧॥ naahee ta ghar ko baap risaa-ay. ||1||
ਰਹਾਉ॥ rahaa-o.

ਨਾਮ ਦੇਵ ਜੀ ਪ੍ਰਭ ਅੱਗੇ ਭੇਟਾ ਕੀਤਾ, ਪ੍ਰਭ ਆਪਣੀ ਕ੍ਰਿਪਾ ਨਾਲ ਦੁੱਧ ਨੂੰ ਭੋਗ ਲਾਵੋ। ਮੇਰੇ ਮਨ ਨੂੰ ਖੁਸ਼ੀ ਹੋਵੇਗੀ। ਨਹੀਂ ਤਾ ਮੇਰਾ ਪਿਤਾ ਮੇਰੇ ਨਾਲ ਗੁਸੇ ਹੋ ਜਾਵੇਗਾ।

Naam Dev offered milk to the stone statue of God and humbly prayed to sanctify milk, his offering. Otherwise, his father may be disappointed with him.

ਸੁਇਨ ਕਟੋਰੀ ਅੰਮ੍ਰਿਤ ਭਰੀ॥ so-in katoree amrit bharee.
ਲੈ ਨਾਮੈ ਹਰਿ ਆਗੈ ਧਰੀ॥੨॥ lai naamai har aagai Dharee. ||2||

ਨਾਮਦੇਵ ਨੇ ਸੋਨੇ ਦੀ ਕਟੋਰੀ ਦੁੱਧ ਨਾਲ ਭਰ ਕੇ ਪ੍ਰਭ (ਪੱਥਰ ਦੀ ਮੂਰਤੀ) ਅੱਗੇ ਰਖੀ ।

Naam Dev offered milk filled gold container to the statue of ancient prophet to sanctify his offerings.

ਏਕੁ ਭਗਤੁ ਮੇਰੇ ਹਿਰਦੇ ਬਸੈ॥ ayk bhagat mayray hirday basai.
ਨਾਮੇ ਦੇਖਿ ਨਰਾਇਨੁ ਹਸੈ॥੩॥ naamay daykh naraa-in hasai. ||3||

ਨਾਮ ਦੇਵ ਦੀ ਆਪਣੇ ਪਿਤਾ ਦੇ ਹੁਕਮ ਮੰਨਣ ਦੀ ਸ਼ਰਧਾ, ਬੋਲੇ ਤੇ ਅਡੋਲ ਭਰੋਸਾ ਦੇਖਕੇ ਪ੍ਰਭ ਖੁਸ਼ ਹੋਇਆ । ਉਸ ਦਾ ਭਰੋਸਾ ਅਡੋਲ ਹੋ ਗਿਆ, ਪੱਥਰ ਦਾ ਬੁਤ ਹੀ ਪ੍ਰਭ ਦਾ ਰੂਪ ਹੈ ।

The True Master become very gracious and merciful with his (Naam Dev) devotion to obey the command of his worldly father, without any reservation. He believed that carved stone of ancient prophet is a forever living, The True Master.

ਦੂਧੁ ਪੀਆਇ ਭਗਤੁ ਘਰਿ ਗਇਆ॥ dooDh pee-aa-ay bhagat ghar ga-i-aa.
ਨਾਮੇ ਹਰਿ ਕਾ ਦਰਸਨੁ ਭਇਆ॥੪॥੩॥ naamay har kaa darsan bha-i-aa. ||4||3||

ਪ੍ਰਭ ਨੇ ਨਾਮ ਦੇਵ ਦਾ ਭੇਟਾ ਕੀਤਾ ਦੁੱਧ ਪੀਤਾ, ਨਾਮ ਦੇਵ ਆਪਣੇ ਘਰ ਚਲਾ ਗਿਆ । ਇਸਤਰ੍ਹਾਂ ਭਰੋਸੇ ਵਾਲੇ ਨਾਮ ਦੇਵ ਨੇ ਪ੍ਰਭ ਦੇ ਦਰਸ਼ਨ ਕੀਤੇ ।

The True Master accepted the offerings of Naam dev and sanctified his milk, offering. Such a way with his devotion, Naam dev was bestowed with His Blessed Vision; realized the existence of His Holy Spirit.

4. ਰਾਗੁ ਸੂਹੀ ਮਹਲਾ ੧ ਛੰਤੁ ਘਰੁ ੨॥ 764-5

ੴ ਸਤਿਗੁਰ ਪ੍ਰਸਾਦਿ॥ ik-oNkaar satgur parsaad.
ਹਮ ਘਰਿ ਸਾਜਨ ਆਏ॥ ham ghar saajan aa-ay.
ਸਾਚੈ ਮੇਲਿ ਮਿਲਾਏ॥ saachai mayl milaa-ay.
ਸਹਜਿ ਮਿਲਾਏ ਹਰਿ ਮਨਿ ਭਾਏ, sahj milaa-ay har man bhaa-ay
ਪੰਚ ਮਿਲੇ ਸੁਖੁ ਪਾਇਆ॥ panch milay sukh paa-i-aa.
ਸਾਈ ਵਸਤੁ ਪਰਾਪਤਿ ਹੋਈ, saa-ee vasat paraapat ho-ee
ਜਿਸੁ ਸੇਤੀ ਮਨੁ ਲਾਇਆ॥ jis saytee man laa-i-aa.
ਅਨਦਿਨੁ ਮੇਲੁ ਭਇਆ ਮਨੁ ਮਾਨਿਆ, an-din mayl bha-i-aa man maani-aa
ਘਰ ਮੰਦਰ ਸੋਹਾਏ॥ ghar mandar sohaa-ay.
ਪੰਚ ਸਬਦ ਧੁਨਿ ਅਨਹਦ ਵਾਜੇ, panch sabad Dhun anhad vaajay
ਹਮ ਘਰਿ ਸਾਜਨ ਆਏ॥੧॥ ham ghar saajan aa-ay. ||1||

ਪ੍ਰਭ ਦੀ ਰਹਿਮਤ ਨਾਲ ਮੇਰਾ ਮਨ ਸ਼ਬਦ ਦੀ ਬੰਦਗੀ ਕਰਨ ਵਿੱਚ ਲਗਾ ਹੈ । ਇਸ ਨਾਲ ਸ਼ਬਦ ਦੀ ਸੋਝੀ ਬਖਸ਼ਿਸ਼ ਹੋ ਗਈ । ਪ੍ਰਭ ਦੀ ਰਹਿਮਤ ਨਾਲ ਸ਼ਬਦ ਦੀ ਬੰਦਗੀ ਕਰਨ ਵਾਲੇ ਜੀਵਾਂ ਨਾਲ ਸੰਜੋਗ ਹੋ ਗਿਆ ਹੈ । ਮੈਨੂੰ ਸ਼ਾਂਤੀ ਦਾ ਰਸਤਾ ਬਖਸ਼ਿਸ਼ ਹੋ ਗਿਆ ਹੈ । ਪ੍ਰਭ ਦੀ ਜੋਤ ਮੇਰੇ ਅੰਦਰ ਜਾਗਰਤ ਹੋ ਗਈ । ਦਿਨ ਰਾਤ, ਮੇਰਾ ਮਨ ਸ਼ਬਦ ਦੀ ਪਾਲਣਾ ਵਿੱਚ ਹੀ ਲੀਨ ਹੋਇਆ ਰਹਿੰਦਾ ਹੈ । ਮੇਰੇ ਮਨ ਵਿੱਚ ਸੰਸਾਰਕ ਇਛਾਂ ਤੇ ਕਾਬੂ ਹੋ ਗਿਆ ਹੈ । ਮੇਰੇ ਅੰਦਰ ਦਾ ਮੰਦਰ ਬਹੁਤ ਸੋਹਣਾ ਲਗਦਾ ਹੈ । ਜਿਹੜੀ ਪੰਜੇਂ ਇਛਾਂ ਮੇਰੇ ਮਨ ਤੇ ਕਾਬੂ ਪਾ ਕੇ ਆਪਣਾ ਕੰਮ ਕਰਵਾਉਂਦੀਆਂ ਸਨ । ਹੁਣ ਉਹ ਹੀ ਮੇਰੇ ਮਨ ਨੂੰ ਸ਼ਬਦ ਦੇ ਸਿਮਰਨ ਵਿੱਚ ਅਡੋਲ ਰਖਦੀਆਂ ਹਨ ।

With His mercy and grace, I am attached to meditate on the teachings of His Word. I have been blessed with the enlightenment of the essence of His Word. I have been blessed with the association of His true devotee. With His mercy and grace, I am blessed with the right path meditation, peace of mind. The eternal spiritual glow of His Holy Spirit has been enlightened within. I remain intoxicated in obeying the teachings of His Word Day and night. My body has been transformed into an elegant temple of The True Master. The demons of worldly desires were used to inspire me to do evil deeds; now these have become my slaves and help me to remain steady and stable on the right path of acceptance in His Court.

5. ਬਿਲਾਵਲੁ ਮਹਲਾ ੫ ਛੰਤ॥ 847-1

ਧਨਿ ਧੰਨਿ ਹਮਾਰੇ ਭਾਗ,	Dhan Dhan hamaaray bhaag
ਘਰਿ ਆਇਆ ਪਿਰੁ ਮੇਰਾ॥	ghar aa-i-aa pir mayraa.
ਸੋਹੈ ਬੰਕ ਦੁਆਰ ਸਗਲਾ ਬਨੁ ਹਰਾ॥	sohay bank du-aar saglaa ban haraa.
ਹਰ ਹਰਾ ਸੁਆਮੀ ਸੁਖਹ ਗਾਮੀ,	har haraa su-aamee sukhah gaamee
ਅਨਦ ਮੰਗਲ ਰਸੁ ਘਣਾ॥	anad mangal ras ghanaa.
ਨਵਲ ਨਵਤਨ ਨਾਹੁ ਬਾਲਾ,	naval navtan naahu baalaa
ਕਵਨ ਰਸਨਾ ਗੁਨ ਭਣਾ॥	kavan rasnaa gun bhanaa.
ਮੇਰੀ ਸੇਜ ਸੋਹੀ ਦੇਖਿ ਮੋਹੀ,	mayree sayj sohee daykh mohee
ਸਗਲ ਸਹਸਾ ਦੁਖੁ ਹਰਾ॥	sagal sahsaa dukh haraa.
ਨਾਨਕੁ ਪਇਅੰਪੈ ਮੇਰੀ ਆਸ ਪੂਰੀ	naanak pa-i-ampai mayree aas pooree
ਮਿਲੇ ਸੁਆਮੀ ਅਪਰੰਪਰਾ॥੫॥੧॥੩॥	milay su-aamee apramparaa. ‖5‖1‖3‖

ਮੇਰੇ ਵੱਡੇ ਭਾਗ ਹੋ ਗਏ । ਮੇਰੇ ਮਨ ਵਿੱਚ ਪ੍ਰਭ ਦਾ ਸ਼ਬਦ ਜਾਗਰਤ ਹੋ ਗਿਆ ਹੈ । ਪ੍ਰਭ ਦੇ ਦਰਬਾਰ ਦਾ ਦਰਵਾਜ਼ਾ ਕਿਤਨਾ ਸੁੰਦਰ ਹੈ, ਚਾਰੇ ਪਾਸੇ ਹੀ ਅਨੰਦ ਖੁਸ਼ੀ ਵਸ ਗਈ ਹੈ । ਸੁਖਾਂ ਦੇ ਸਾਗਰ, ਦਾਤੇ ਨੇ ਮੇਰੇ ਮਨ ਵਿੱਚ ਨਵੀਂ ਸ਼ਰਧਾ ਪੈਦਾ ਕੀਤੀ ਹੈ । ਮੇਰੇ ਮਨ ਵਿੱਚ ਸੰਤੋਖ, ਅਨੰਦ ਖੇੜਾ ਵਸ ਗਿਆ ਹੈ, ਮੇਰਾ ਮਾਲਕ ਸਦਾ ਹੀ ਜਵਾਨ ਰਹਿੰਦਾ ਹੈ । ਆਪਣੀ ਜੀਭ ਨਾਲ ਉਸ ਦੇ ਸ਼ਬਦ ਦੇ ਕਿਹੜੇ, ਕਿਹੜੇ ਗੁਣ ਗਾਵਾ? ਮੇਰੇ ਮਨ ਵਿੱਚ ਪ੍ਰਭ ਦਾ ਤਖਤ, ਸੇਜ ਅਨੋਖੀ, ਬਹੁਤ ਸ਼ਾਨ ਵਾਲੀ ਹੈ । ਉਸ ਨੂੰ ਦੇਖਕੇ ਮੇਰੇ ਮਨ ਦੇ ਸਾਰੇ ਭਰਮ, ਦੁਖ ਦੂਰ ਹੋ ਗਏ ਹਨ । ਬੰਦਗੀ ਕਰਨ ਵਾਲਾ ਪ੍ਰਭ ਅੱਗੇ ਅਰਦਾਸ ਕਰਦਾ ਹੈ! ਰਹਿਮਤਾਂ ਦੇ ਮਾਲਕ ਤੇਰੇ ਘਰ ਵਿੱਚ ਰਹਿਮਤਾਂ ਦੀ ਕੋਈ ਕਮੀ ਨਹੀਂ ਆਉਂਦੀ । ਮੇਰੇ ਮਨ ਦੀਆਂ ਮੁਰਾਦਾਂ ਪੂਰੀਆਂ ਕਰੋ! ਨਿਮਾਣੇ ਨੂੰ ਸ਼ਰਣ ਵਿੱਚ ਪ੍ਰਵਾਨਗੀ ਬਖਸ਼ੋ!

With great prewritten destiny, I have been enlightened with the essence of His Word. How wonderful, glamorous may be His 10th castle? I realize pleasure and blossom everywhere. The True Master of all comforts has created a rejuvenation within my mind. I am overwhelmed with pleasure, contentment, and blossom in my life. My True Master remains young forever. Which of His virtue may I sing with my tongue? His throne, Royal castle within my mind is so splendorous; all my suspicions and miseries of worldly desires have been eliminated. His true devotee always prays for His forgiveness and Refuge in His Sanctuary. Your treasure has no deficiency; with Your mercy and grace, accepts me in Your Sanctuary and satisfy my spoken and unspoken desires.

6. ਸੂਹੀ ਮਹਲਾ ੫॥ 783-15

ਸੰਤਾ ਕੇ ਕਾਰਜਿ ਆਪਿ ਖਲੋਇਆ,	santaa kay kaaraj aap khalo-i-aa
ਹਰਿ ਕੰਮੁ ਕਰਾਵਣਿ ਆਇਆ ਰਾਮ॥	har kamm karaavan aa-i-aa raam.
ਧਰਤਿ ਸੁਹਾਵੀ ਤਾਲੁ ਸੁਹਾਵਾ,	Dharat suhaavee taal suhaavaa
ਵਿਚਿ ਅੰਮ੍ਰਿਤ ਜਲੁ ਛਾਇਆ ਰਾਮ॥	vich amrit jal chhaa-i-aa raam.
ਅੰਮ੍ਰਿਤ ਜਲੁ ਛਾਇਆ	amrit jal chhaa-i-aa
ਪੂਰਨ ਸਾਜੁ ਕਰਾਇਆ,	pooran saaj karaa- i-aa
ਸਗਲ ਮਨੋਰਥ ਪੂਰੇ॥	sagal manorath pooray.
ਜੈ ਜੈ ਕਾਰੁ ਭਇਆ ਜਗ ਅੰਤਰਿ,	jai jai kaar bha-i-aa jag antar
ਲਾਥੇ ਸਗਲ ਵਿਸੂਰੇ॥	laathay sagal visooray.
ਪੂਰਨ ਪੁਰਖ ਅਚੁਤ ਅਬਿਨਾਸੀ,	pooran purakh achut abhinaasee

ਜਸੁ ਵੇਦ ਪੁਰਾਣੀ ਗਾਇਆ॥	jas vayd puraanee gaa-i-aa.
ਅਪਨਾ ਬਿਰਦੁ ਰਖਿਆ ਪਰਮੇਸਰਿ,	apnaa birad rakhi-aa parmaysar
ਨਾਨਕ ਨਾਮੁ ਧਿਆਇਆ॥੧॥	naanak naam Dhi-aa-i-aa. ||1||

ਬੰਦਗੀ ਕਰਨ ਵਾਲੇ ਦੇ ਸੰਸਾਰਕ ਧੰਦੇ ਵਿੱਚ ਪ੍ਰਭ ਆਪ ਸਹਾਈ ਹੁੰਦਾ ਹੈ । ਉਸ ਦੇ ਜੀਵਨ ਵਿੱਚ ਧੰਦੇ ਕਰਨ ਦੇ ਆਪ ਹੀ ਕਾਰਨ ਬਣਾਉਂਦਾ, ਸਫਲ ਕਰਦਾ ਹੈ । ਜਿਥੇ ਬੰਦਗੀ ਕਰਨ ਵਾਲੇ ਸ਼ਬਦ ਦੀ ਸੋਝੀ ਰੂਪੀ ਅੰਮ੍ਰਿਤ ਪਾਨ ਕਰਦਾ ਹੈ । ਉਹ ਥਾਂ, ਘਰ ਮੰਦਰ, ਸਰੋਵਰ ਸੁਭਾਗਾ ਬਣ ਜਾਂਦਾ ਹੈ । ਉਸ ਦੇ ਮਨ ਦੇ ਸਰੋਵਰ ਵਿੱਚ ਅੰਮ੍ਰਿਤ ਭਰਪੂਰ, ਭਰਿਆਂ ਰਹਿੰਦਾ ਹੈ । ਉਸ ਦੇ ਮਨ ਦੀਆਂ ਇਛਾਂ ਪੂਰੀਆਂ ਹੋ ਜਾਂਦੀਆਂ ਹਨ । ਉਸ ਦੇ ਮਨ ਦੇ ਸੰਸਾਰਕ ਇਛਾਂ ਦੇ ਦੁਖ, ਚਿੰਤਾਂ ਦੂਰ ਹੋ ਜਾਂਦੀਆਂ, ਚਾਰੇ ਪਾਸੇ ਹੀ ਸੋਭਾ ਹੁੰਦੀ ਹੈ । ਬੰਦਗੀ ਕਰਨ ਵਾਲਾ ਅਡੋਲ ਭਰੋਸੇ ਨਾਲ ਧਰਮ ਦੇ ਗ੍ਰੰਥਾਂ ਵਿੱਚ ਦੱਸੇ ਹੋਏ ਪ੍ਰਭ ਦੇ ਗੁਣਾਂ ਦੀ ਉਸਤਤ ਗਾਉਂਦਾ ਹੈ । ਉਹ ਪ੍ਰਭ ਸਦਾ ਅਟਲ ਰਹਿਣ ਵਾਲਾ ਰਹਿਮਤਾਂ ਦਾ ਮਾਲਕ ਹੈ । ਪ੍ਰਭ ਦਾ ਅਟਲ ਭਾਣਾ, ਰਹਿਮਤਾਂ ਦੀ ਵਰਖਾ ਸਦਾ ਹੀ ਹੁੰਦੀ ਰਹਿੰਦੀ ਹੈ । ਬੰਦਗੀ ਕਰਨ ਵਾਲਾ ਸ਼ਬਦ ਦੇ ਸਿਮਰਨ ਵਿੱਚ ਅਡੋਲ ਰਹਿੰਦਾ ਹੈ ।

The True Master becomes helper, supporter in worldly deeds of His true devotee. He creates the purpose of his worldly chores and He prevails to make all successful. Wherever, His true devotee may meditate, preaches, and obeys the teachings of His Word; with His mercy and grace that place may become a Holy Shrine and very fortunate. All his spoken and unspoken desires may be fully satisfied; with His mercy and grace, all his worldly desires may be eliminated and he may be honored in the universe. He may sing the glory of the virtues of The True Master as described in worldly Holy scriptures. The Merciful ever-living True Master is the treasure of all virtues. His Word is an ultimate, unavoidable command and He always bestows His virtues like rain. His true devotee remains steady and stable in his meditation in the void of His Word.

7. ਸਵਈਏ ਮਹਲੇ ਤੀਜੇ ਕੇ ੩॥ 1395–2 ਕੀਰਤ

ਆਪਿ ਨਰਾਇਣੁ ਕਲਾ ਧਾਰਿ,	aap naraa-in kalaa Dhaar
ਜਗ ਮਹਿ ਪਰਵਰਿਯਉ॥	jag meh parvari-ya-o.
ਨਿਰੰਕਾਰਿ ਆਕਾਰੁ ਜੋਤਿ,	nirankaar aakaar jot
ਜਗ ਮੰਡਲਿ ਕਰਿਯਉ॥	jag mandal kari-ya-o.
ਜਹ ਕਹ ਤਹ ਭਰਪੂਰੁ,	jah kah tah bharpoor
ਸਬਦੁ ਦੀਪਕਿ ਦੀਪਾਯਉ॥	sabad deepak deepaa-ya-o.
ਜਿਹ ਸਿਖਹ ਸੰਗ੍ਰਹਿਓ,	jih sikhah sangarahi-o
ਤਤੁ ਹਰਿ ਚਰਣ ਮਿਲਾਯਉ॥	tat har charan milaa-ya-o.
ਨਾਨਕ ਕੁਲਿ ਨਿੰਮਲੁ ਅਵਤਰਿਉ,	naanak kul nimmal avtar-yi-o an-
ਅੰਗਦ ਲਹਣੇ ਸੰਗਿ ਹੁਅ॥	gad lahnay sang hu-a.
ਗੁਰ ਅਮਰਦਾਸ ਤਾਰਣ ਤਰਣ,	gur amardaas taaran taran
ਜਨਮ ਜਨਮ ਪਾ ਸਰਣਿ ਤੁਅ॥੨॥੧੬॥	janam janam paa saran tu-a. ||2||16||

ਪ੍ਰਭ ਆਪਣੀ ਕ੍ਰਿਪਾ ਨਾਲ ਹੀ ਭਗਤਾ ਦੀ ਜੀਭ ਤੇ ਬੰਦਗੀ ਵਾਲੇ ਸ਼ਬਦ ਬਖਸ਼ਦਾ ਹੈ । ਪ੍ਰਭ ਦੇ ਸ਼ਬਦ ਦੀ ਪਾਲਣਾ, ਸਿਮਰਨ ਨਾਲ ਹੀ ਸਾਰੀ ਸ੍ਰਿਸ਼ਟੀ ਵਿਚੋਂ ਅਗਿਆਨਤਾ ਦਾ ਹਨੇਰਾ ਦੂਰ ਹੋ ਗਿਆ । ਪ੍ਰਭ ਦੇ ਸ਼ਬਦ ਦੀ ਸੋਝੀ ਹੀ ਪ੍ਰਭ ਦੀ ਹੌਂਦ, ਰੋਸ਼ਨੀ ਦਾ ਮੁਨਾਰਾ ਹੈ । ਜਿਹੜਾ ਜੀਵ ਸ਼ਬਦ ਦੀ ਸਿਖਿਆਂ ਆਪਣੇ ਜੀਵਨ ਵਿੱਚ ਢਾਲਦਾ ਹੈ । ਪ੍ਰਭ ਦੀ ਰਹਿਮਤ ਨਾਲ ਉਹ ਪ੍ਰਭ ਦੀ ਹੌਂਦ ਵਿੱਚ ਲੀਨ ਹੋ ਜਾਂਦਾ, ਅਨੰਦ ਮਾਣਦਾ ਹੈ । ਭਗਤ ਨਾਨਕ, ਅੰਗਦ ਅਤੇ ਅਮਰਦਾਸ ਵੀ ਪ੍ਰਭ ਦੀ ਸ਼ਰਣ ਵਿੱਚ ਹੀ ਬੰਦਗੀ ਕਰਦੇ ਕਰਦੇ ਪ੍ਰਵਾਨ ਹੋ ਗਏ ਹਨ ।

The One and Only One True Master may bless His Word on the tongue of His True devotee. Whosoever may meditate, obeys the teachings of His Word with steady and stable belief; with His mercy and grace, his ignorance from the teachings of His Word may be eliminated. The enlightenment of the essence of His Word may be the existence of His Holy Spirit, His Blessed Vision, and the pillar of enlightenment. Whosoever may adopt the teachings of His Word in his day-to-day life; with His mercy and grace, he may remain intoxicated in the voids of His Word. He may remain in pleasure and blossom. Bhatt claims! His true devotee Nanak Ji, Angad Ji, Amar Das Ji remained intoxicated in the void of His Word were immersed within His Holy Spirit.

8. ਗਉੜੀ ਮਹਲਾ ੫॥ 248 - 1

ਮੋਹਨ ਤੂੰ ਸੁਫਲੁ ਫਲਿਆ, ਸਣੁ ਪਰਵਾਰੇ॥	mohan tooN sufal fali-aa san parvaaray.
ਮੋਹਨ ਪੁਤ੍ਰ ਮੀਤ ਭਾਈ ਕੁਟੰਬ ਸਭਿ ਤਾਰੇ॥	mohan putar meet bhaa-ee kutamb sabh taaray.
ਤਾਰਿਆ ਜਹਾਨੁ ਲਹਿਆ ਅਭਿਮਾਨੁ,	taari-aa jahaan lahi-aa abhimaan
ਜਿਨੀ ਦਰਸਨੁ ਪਾਇਆ॥	jinee darsan paa-i-aa.
ਜਿਨੀ ਤੁਧ ਨੋ ਧੰਨੁ ਕਹਿਆ,	jinee tuDhno Dhan kahi-aa
ਤਿਨ ਜਮੁ ਨੇੜਿ ਨ ਆਇਆ॥	tin jam nayrh na aa-i-aa.
ਬੇਅੰਤ ਗੁਣ ਤੇਰੇ ਕਥੇ ਨ ਜਾਹੀ,	bay-ant gun tayray kathay na jaahee
ਸਤਿਗੁਰ ਪੁਰਖ ਮੁਰਾਰੇ॥	satgur purakh muraaray.
ਬਿਨਵੰਤਿ ਨਾਨਕ ਟੇਕ ਰਾਖੀ,	binvant naanak tayk raakhee
ਜਿਤੁ ਲਗਿ ਤਰਿਆ ਸੰਸਾਰੇ॥੪॥੨॥	jit lag tari-aa sansaaray. ||4||2||

ਬੰਦਗੀ ਕਰਨ ਵਾਲੇ ਦਾਸ (ਮੋਹਨ) ਪ੍ਰਭ ਦੇ ਸ਼ਬਦ ਨੂੰ ਮਨ ਵਿੱਚ ਵਸਾ ਕੇ ਖੇੜੇ ਵਿੱਚ ਵਸਦੇ ਹਨ । ਪਰਿਵਾਰ ਵੀ ਸ਼ਬਦ ਦੀ ਪਾਲਣਾ ਕਰਕੇ ਪ੍ਰਵਾਨਗੀ ਦੇ ਰਸਤੇ ਤੇ ਅਡੋਲ ਹੋ ਜਾਂਦਾ ਹੈ । ਤੇਰੇ ਬੱਚੇ, ਪਰਿਵਾਰ ਵੀ ਪ੍ਰਭ ਦੀ ਸ਼ਰਣ ਵਿੱਚ ਵਸਦੇ ਹਨ । ਪ੍ਰਭ, ਜਿਹੜੇ ਤੇਰੇ ਦਾਸਾਂ ਦੇ ਦਰਸ਼ਨ ਕਰ ਲੈਂਦੇ ਹਨ, ਉਹ ਸ਼ਬਦ ਦੇ ਲੜ ਲਗ ਕੇ ਤਰ ਜਾਂਦੇ ਹਨ । ਜਿਹੜੇ ਤੇਰੇ ਸ਼ਬਦ ਨੂੰ ਅਟਲ ਮੰਨ ਕੇ ਪਾਲਣਾ ਕਰਦੇ ਹਨ, ਮੌਤ ਦਾ ਜਮਦੂਤ ਉਹਨਾਂ ਨੂੰ ਛੋਹ ਵੀ ਨਹੀਂ ਸਕਦਾ । ਪ੍ਰਭ ਤੂੰ ਜਮਦੂਤਾਂ ਦਾ, ਮਨ ਦੀਆਂ ਇਛਾਂ ਦਾ ਨਾਸ਼ ਕਰਨ ਵਾਲਾ ਹੈ । ਤੇਰੇ ਬੇਅੰਤ ਹੀ ਗੁਣ ਹਨ, ਜਿਹੜੇ ਮਾਨਸ ਪੂਰਨ ਤਰ੍ਹਾਂ ਵਖਿਆਣ ਨਹੀਂ ਕਰ ਸਕਦਾ । ਬੰਦਗੀ ਕਰਨ ਵਾਲੇ ਉਸ ਅਟਲ ਪ੍ਰਭ ਦੇ ਸ਼ਬਦ ਦੀ ਓਟ ਲੈਂਦੇ ਹਨ । ਜਿਸ ਦੇ ਆਸਰੇ ਤੇ ਸਾਰੀ ਸ੍ਰਿਸ਼ਟੀ ਹੀ ਤਰ ਜਾਂਦੀ ਹੈ, ਸਕਦੀ ਹੈ ।

Your true devotee remains drench with the teachings of Your Word and he remains in blossom all time. All his followers and families also adopt the teachings of Your Word. He inspires all his family and associates to adopt the teachings of Your Word in their day-to-day life. Whosoever may adopt the teachings of Your slave in his own life, he may be attached to a devotional meditation on Your Word. He may be blessed and crosses the worldly ocean. Whosoever may wholeheartedly consider Your Word as axiom and obeys the teachings of Your Word; he may become beyond the reach of devil of death. You may destroy the desires of mind and the fear of devil of death of Your true devotee. Your virtues are tremendous, unlimited and beyond the comprehension of Your Creation. Your true devotee always begs for the support of The True Master and His Word. The whole universe may be accepted in Your Court by adopting the teachings of Your Word in day-to-day life.

9. ਸਲੋਕ ਮਹਲਾ ੫॥ 961-17

ਪਉੜੀ॥ 962	pa-orhee.
ਤਿਥੈ ਤੂ ਸਮਰਥੁ, ਜਿਥੈ ਕੋਇ ਨਾਹਿ॥	tithai too samrath jithai ko-ay naahi.
ਓਥੈ ਤੇਰੀ ਰਖ, ਅਗਨੀ ਉਦਰ ਮਾਹਿ॥	othai tayree rakh agnee udar maahi.
ਸੁਣਿ ਕੈ ਜਮ ਕੇ ਦੂਤ,	sun kai jam kay doot
ਨਾਇ ਤੇਰੈ ਛਡਿ ਜਾਹਿ॥	naa-ay tayrai chhad jaahi.

ਭਉਜਲੁ ਬਿਖਮੁ ਅਸਗਾਹੁ, bha-ojal bikham asgaahu
ਗੁਰ ਸਬਦੀ ਪਾਰਿ ਪਾਹਿ॥ gur sabdee paar paahi.
ਜਿਨ ਕਉ ਲਗੀ ਪਿਆਸ, jin ka-o lagee pi-aas
ਅੰਮ੍ਰਿਤੁ ਸੇਇ ਖਾਹਿ॥ amrit say-ay khaahi.
ਕਲਿ ਮਹਿ ਏਹੋ ਪੁੰਨੁ, kal meh ayho punn
ਗੁਣ ਗੋਵਿੰਦ ਗਾਹਿ॥ gun govind gaahi.
ਸਭਸੈ ਨੋ ਕਿਰਪਾਲੁ sabhsai no kirpaal
ਸਮ੍ਹਾਲੇ ਸਾਹਿ ਸਾਹਿ॥ samHaalay saahi saahi.
ਬਿਰਥਾ ਕੋਇ ਨ ਜਾਇ birthaa ko-ay na jaa-ay
ਜਿ ਆਵੈ ਤੁਧੁ ਆਹਿ॥੯॥ je aavai tuDh aahi. ||9|

ਜਿਥੇ ਕੋਈ ਆਤਮਾ ਦੀ ਮਦਦ, ਬਚਾ ਨਹੀਂ ਕਰ ਸਕਦਾ । ਉਥੇ ਪ੍ਰਭ ਦੀ ਰਹਿਮਤ ਨਾਲ ਬਚਾ ਹੋ ਜਾਂਦਾ ਹੈ । ਕੇਵਲ ਪ੍ਰਭ ਹੀ ਆਤਮਾ ਦੀ ਮਾਤਾ ਦੇ ਗਰਭ ਰੂਪੀ ਅੱਗ ਵਿੱਚ ਰਖਿਆ ਕਰਦਾ ਹੈ । ਜਿਹੜੀ ਆਤਮਾ ਤੇਰੇ ਸ਼ਬਦ ਦਾ ਸਿਮਰਨ ਕਰਦੀ ਹੈ । ਸ਼ਬਦ ਦੀ ਧੁਨ ਸੁਣਕੇ ਮੌਤ ਦਾ ਜਮਦੂਤ ਛੋਹ ਨਹੀਂ ਸਕਦਾ । ਸ਼ਬਦ ਦੀ ਪਾਲਣਾ ਕਰਦੀ ਆਤਮਾ, ਭਿਆਨਕ ਸੰਸਾਰਕ ਸਾਗਰ ਪਾਰ ਕਰ ਜਾਂਦੀ, ਤੇਰੇ ਦਰਬਾਰ ਵਿੱਚ ਪ੍ਰਵਾਨ ਹੋ ਜਾਦੀ ਹੈ । ਜਿਹੜੇ ਜੀਵ ਦੇ ਮਨ ਵਿੱਚ ਤੇਰੇ ਸ਼ਬਦ ਦੀ ਸ਼ਰਧਾ, ਹੁੰਦੀ ਹੈ । ਉਹ ਹੀ ਤੇਰੇ ਸ਼ਬਦ ਦੀ ਪਾਲਣਾ ਕਰਦਾ ਹੈ । ਅਮੋਲਕ ਅੰਮ੍ਰਿਤ ਦਾ ਰਸ ਮਾਨਦਾ, ਬਖਸ਼ਿਸ਼ ਹੁੰਦਾ ਹੈ । ਕਲਯੁਗ ਵਿੱਚ ਕੇਵਲ ਸ਼ਬਦ ਦੀ ਪਾਲਣਾ ਕਰਨਾ ਹੀ ਇਕੋ ਇਕ ਪ੍ਰਵਾਨਗੀ ਦਾ, ਮੁਕਤੀ ਦਾ ਰਸਤਾ, ਵਿਧੀ ਹੈ । ਪ੍ਰਭ ਹੀ ਸਭ ਜੀਵਾਂ ਤੇ ਰਹਿਮਤ ਬਖਸ਼ਦਾ, ਪਾਲਣਾ ਪੋਸਨਾ ਕਰਦਾ, ਸਵਾਸ ਬਖਸ਼ਦਾ ਹੈ । ਜਿਹੜਾ ਪ੍ਰਭ ਦੇ ਘਰ ਸ਼ਰਧਾ, ਭਰੋਸੇ ਨਾਲ ਆਉਂਦਾ ਹੈ । ਉਸ ਦੇ ਮਨ ਦੀਆਂ ਮੁਰਾਦਾਂ ਪੂਰੀਆਂ ਹੋ ਜਾਂਦੀਆਂ ਹਨ । ਸ਼ਰਧਾ ਵਾਲਾ ਕਦੇ ਕੋਈ ਖਾਲੀ ਨਹੀਂ ਜਾਂਦਾ ।

Wherever, no one may help or save from worldly miseries; with His mercy and grace, His true devotee may be saved. The True Master protects his fetus in the heat of womb of mother. Whosoever may meditate on the teachings of His Word; with His mercy and grace, he may hear the everlasting echo of His Word resonating within his heart. His soul may become beyond the reach of devil of death. Whosoever may obey the teachings of His Word; with His mercy and grace, his soul may cross the terrible ocean of worldly desires and accepted in His Court. Whosoever may have a devotion to be enlightened with the essence of His Word; with His mercy and grace, he may remain intoxicated in obeying the teachings of His Word and enjoys an ambrosial nectar of the essence of His Word. In the Age of Kul Jug! Only obeying the teachings of His Word with steady and stable belief in day-to-day life may be the only right path of acceptance in His Court. The True Master creates, nourishes, and blesses breathes to everyone in the universe. Whosoever may surrender his mind, body, and worldly status at His Sanctuary; with His mercy and grace, all his spoken and unspoken desires may be fully satisfied. No humble devotee may ever return empty handed from His door.

10. ਸਲੋਕ ਮਃ ੧॥ ਪਉੜੀ॥ 465-5

ਨਾਉ ਤੇਰਾ ਨਿਰੰਕਾਰੁ ਹੈ naa-o tayraa nirankaar hai
ਨਾਇ ਲਇਐ ਨਰਕਿ ਨ ਜਾਈਐ॥ naa-ay la-i-ai narak na jaa-ee-ai.
ਜੀਉ ਪਿੰਡੁ ਸਭੁ ਤਿਸ ਦਾ jee-o pind sabh tis daa
ਦੇ ਖਾਜੈ ਆਖਿ ਗਵਾਈਐ॥ day khaajai aakh gavaa-ee-ai.
ਜੇ ਲੋੜਹਿ ਚੰਗਾ ਆਪਣਾ jay lorheh changa aapnaa
ਕਰਿ ਪੁੰਨਹੁ ਨੀਚੁ ਸਦਾਈਐ॥ kar punnhu neech sadaa-ee-ai.
ਜੇ ਜਰਵਾਣਾ ਪਰਹਰੈ jay jarvaanaa parharai

ਜਰੁ ਵੇਸ ਕਰੇਦੀ ਆਈਐ॥ ਕੋ ਰਹੈ ਨ ਭਰੀਐ ਪਾਈਐ॥ ੫॥

jar vays karaydee aa-ee-ai. ko rahai na bharee-ai paa-ee-ai. ||5||

ਪ੍ਰਭ ਤੇਰੀ ਹੋਂਦ, ਤੇਰਾ ਸ਼ਬਦ ਨਾ ਮਿਟਨਵਾਲਾ ਹੈ । ਜਿਹੜਾ ਵੀ ਭਰੋਸਾ ਅਡੋਲ ਰਖਕੇ ਸ਼ਬਦ ਦੀ ਪਾਲਣਾ, ਸਿਮਰਨ ਕਰਦਾ, ਪ੍ਰਵਾਨ ਹੋ ਜਾਂਦਾ, ਨਰਕ ਨਹੀਂ ਜਾਂਦਾ । ਮਾਨਸ ਤਨ, ਜਨਮ ਤੇਰੀ ਹੀ ਅਮਾਨਤ ਹੈ, ਤੇਰੀ ਸੇਵਾ ਵਿੱਚ ਹੀ ਬਤੀਤ ਕਰਨਾ ਦੀ ਇਛਾ ਹੈ । ਦੁਨੀਆਵੀ ਖੁਸ਼ੀ ਲਈ ਗਵਾਉਣਾ ਨਹੀਂ ਚਾਹੁੰਦਾ । ਜਿਸ ਦੇ ਮਨ ਵਿੱਚ ਆਪਣਾ ਅਸਲੀ ਮੰਤਵ ਹਾਸਿਲ ਕਰਨਾ ਦੀ ਇਛਾਂ ਹੋਵੇ, ਉਹ ਸ੍ਰਿਸ਼ਟੀ ਦੀ ਭਲਾਈ ਲਈ ਹੀ ਆਪਣਾ ਜੀਵਨ ਬਤੀਤ ਕਰਦਾ ਹੈ, ਭਾਵੇਂ ਬਾਕੀ ਜੀਵ ਉਸ ਨੂੰ ਨੀਚ ਵੀ ਸਮਝਣ । ਜੀਵ ਭਾਵੇਂ ਬੁਢੇਪੇ ਦੀਆਂ ਨਿਸ਼ਾਨੀ ਛਿਪਾ ਲਏ, ਅੰਤ ਵਿੱਚ ਮਰਨਾ ਹੀ ਹੈ । ਕੋਈ ਵੀ ਕਦੇ ਆਪਣੇ ਸਾਰੇ ਸਵਾਸਾਂ ਦੀ ਗਿਣਤੀ ਨਹੀਂ ਕਰ ਸਕਦਾ ।

My True Master Your Existence and Your Word remain axiom, un-changeable, permanent. Whosoever may meditate and adopts the teachings of Your Word with steady and stable belief, his meditation may be accepted in Your Court. He may not enter the womb of mother, hell; his cycle of birth and death may be eliminated. Only with Your mercy and grace, human life, body, and mind are blessed and are only Your Trust. We should dedicate our life in the service of mankind and may not waste in worldly pleasures. Whosoever may have a deep desire to accomplish his true purpose of human life journey, he should always perform the good deeds for His Creation; no matter even though everyone may call him insane, lower-status, mean. One may hide the signs of his old age, still everyone must face death, no one may ever fully count the numbers of his breaths.

11. ਸੋਰਠਿ ਮਹਲਾ ੫॥ 612-5

ਮੈ ਮੂਰਖ ਕੀ ਕੇਤਕ ਬਾਤ ਹੈ,
ਕੋਟਿ ਪਰਾਧੀ ਤਰਿਆ ਰੇ॥
ਗੁਰੁ ਨਾਨਕੁ ਜਿਨ ਸੁਣਿਆ ਪੇਖਿਆ,
ਸੇ ਫਿਰਿ ਗਰਭਾਸਿ ਨ ਪਰਿਆ ਰੇ॥੪॥੨॥੧੩॥

mai moorakh kee kaytak baat hai
kot paraaDhee tari-aa ray.
gur naanak Jin suni-aa paykhi-aa
say fir garbhaas na pari-aa ray. ||4||2||13||

ਮੈਂ ਮੂਰਖ ਮਾਨਸ ਹੀ ਹਾ! ਪਰ ਪ੍ਰਭ ਦੀ ਰਹਿਮਤ ਨਾਲ ਅਨੇਕਾਂ ਹੀ ਮੂਰਖ, ਪਾਪੀ ਉਸ ਦੇ ਸ਼ਬਦ ਦੀ ਪਾਲਣਾ ਕਰਕੇ ਤਰ ਗਏ ਹਨ । ਜਿਹੜਾ ਉਸ ਦਾ ਸ਼ਬਦ ਸੁਣਦਾ, ਪਾਲਣਾ ਕਰਦਾ ਹੈ । ਉਹ ਫਿਰ ਗਰਭ ਵਿੱਚ ਨਹੀਂ ਜਾਂਦਾ, ਮੁਕਤ ਅਵਸਥਾਂ ਬਖਸ਼ਿਸ਼ ਹੋ ਜਾਦੀ ਹੈ ।

The True Master I am a sinner, ignorant from the real purpose of human life blessing. However, many sinners, ignorant have been saved by obey the teachings of Your Word. Whosoever may hear, obey the teachings of Your Word with steady and stable belief in his day-to-day life; he may not enter womb of mother again; his cycle of birth and death may be eliminated.

12. ਮਾਰੂ ਮਹਲਾ ੫॥ 999-3

ਪਾਂਚ ਬਰਖਕੋ ਅਨਾਥੁ ਧ੍ਰੂ ਬਾਰਿਕੁ,
ਹਰਿ ਸਿਮਰਤ ਅਮਰ ਅਟਾਰੇ॥
ਪੁਤ੍ਰ ਹੇਤਿ ਨਾਰਾਇਣੁ ਕਹਿਓ,
ਜਮਕੰਕਰ ਮਾਰਿ ਬਿਦਾਰੇ॥੧॥

paaNch barakh ko anaath Dharoo baarik
har simrat amar ataaray.
putar hayt naaraa-in kahi-o
jamkankar maar bidaaray. ||1||

ਪ੍ਰਭ ਦੇ ਵਿਰਾਗ ਕਰਦੇ ੫ ਸਾਲ ਦੇ ਅਨਾਥ ਧ੍ਰੂ ਨੂੰ ਦਰਬਾਰ ਵਿੱਚ ਸਦਾ ਰਹਿਣ ਵਾਲਾ ਆਸਣ ਬਖਸ਼ਿਸ਼ ਹੋ ਗਿਆ । ਅਜਾਮਲ ਡਾਕੂ ਨੂੰ ਆਪਣੇ ਬੱਚ ਦੇ ਵਿਛੋੜੇ ਵਿੱਚ ਨਾਰਾਇਣ ਪੁਕਾਦੇ ਨੂੰ ਪ੍ਰਭ ਦੀ ਰਹਿਮਤ ਬਖਸ਼ਿਸ਼ ਹੋ ਗਈ ।

Young 5 years child Dharoo without any parental support was accepted in His Court and honored with a permanent resting place in His Royal palace. Robber **Aajaaml** in renunciation of his son **Narian**, on his death bed; in his unconscious state of mind entered the everlasting echo of **Narian,** His Holy Spirit.

13. **ਪ੍ਰਭਾਤੀ ਮਹਲਾ ੧॥ (1328-3)**

ਤੁਧੁ ਸਾਲਾਹਨਿ ਤਿਨ ਧਨੁ ਪਲੈ, | tuDh saalaahan tin Dhan palai
ਨਾਨਕ ਕਾ ਧਨੁ ਸੋਈ॥ | naanak kaa Dhan so-ee.
ਜੇ ਕੋ ਜੀਉ ਕਹੈ, ਓਨਾ ਕਉ, | jay ko jee-o kahai onaa ka-o
ਜਮ ਕੀ ਤਲਬ ਨ ਹੋਈ॥ ੪॥੩॥ | jam kee talab na ho-ee. ||4||3||

ਜਿਹੜਾ ਪ੍ਰਭ ਦੇ ਸ਼ਬਦ ਦੀ ਪਾਲਣਾ, ਸਿਮਰਨ ਕਰਦਾ ਹੈ, ਕੇਵਲ ਉਸ ਨੂੰ ਹੀ ਸ਼ਬਦ ਦਾ ਧਨ ਬਖਸ਼ਿਸ਼ ਹੁੰਦਾ ਹੈ । ਮੇਰੀ ਵੀ ਇਛਾ ਹੈ! ਰਹਿਮਤ ਬਖਸ਼ੋ! ਕਿ ਇਹ ਹੀ ਮੇਰਾ ਧਨ ਬਣ ਜਾਵੇ । ਜਿਹੜਾ ਸ਼ਬਦ ਦੀ ਪਾਲਣਾ ਵਿੱਚ ਲੀਨ ਹੋ ਜਾਂਦਾ ਹੈ! ਉਸ ਨੂੰ ਪ੍ਰਵਾਨਗੀ ਦਾ ਅਸਲੀ ਰਸਤਾ ਬਖਸ਼ਿਸ਼ ਹੋ ਜਾਂਦਾ ਹੈ, ਮੁਕਤ ਅਵਸਥਾ ਬਖਸ਼ਿਸ਼ ਹੋ ਜਾਂਦੀ, ਜਮਦੂਤ ਦੇ ਵੱਸ ਨਹੀਂ ਰਹਿੰਦਾ ।

Whosoever may meditate and obeys the teachings of His Word with steady and stable belief in his day-to-day life; with His mercy and grace, he may be blessed with the earnings of His Word. I have a passionate desire! I may be blessed with the earnings, wealth of His Word. Whosoever may remain intoxicated in obeying the teachings of His Word; with His mercy and grace, he may be blessed with the right path of acceptance in His Court. He may be blessed with a state of salvation; he may never remain under the control of devil of death and his cycle of birth and death may be eliminated.

14. **ਸਲੋਕੁ ਮਃ ੩॥ ਪਉੜੀ॥ 653-15**

ਤੂ ਕਰਣ ਕਾਰਣ ਸਮਰਥੁ ਹਹਿ ਕਰਤੇ, | too karan kaaran samrath heh kartay
ਮੈ ਤੁਝ ਬਿਨੁ ਅਵਰੁ ਨ ਕੋਈ॥ | mai tujh bin avar na ko-ee.
ਤੁਧੁ ਆਪੇ ਸਿਸਟਿ ਸਿਰਜੀਆ, | tuDh aapay sisat sirjee-aa
ਆਪੇ ਫੁਨਿ ਗੋਈ॥ | aapay fun go-ee.
ਸਭੁ ਇਕੋ ਸਬਦੁ ਵਰਤਦਾ, | sabh iko sabad varatdaa
ਜੋ ਕਰੇ ਸੁ ਹੋਈ॥ | jo karay so ho-ee.
ਵਡਿਆਈ ਗੁਰਮੁਖਿ ਦੇਇ ਪ੍ਰਭੁ, | vadi-aa-ee gurmukh day-ay parabh
ਹਰਿ ਪਾਵੈ ਸੋਈ॥ | har paavai so-ee.
ਗੁਰਮੁਖਿ ਨਾਨਕ ਆਰਾਧਿਆ, | gurmukh naanak aaraaDhi-aa
ਸਭਿ ਆਖਹੁ ਧੰਨੁ ਧੰਨੁ | sabh aakhahu Dhan Dhan
ਧੰਨੁ ਗੁਰੁ ਸੋਈ॥ ੨੯॥੧॥ ਸੁਧੁ | Dhan gur so-ee. ||29||1|| suDhu

ਪ੍ਰਭ ਤੂੰ ਹੀ ਹਰ ਥਾਂ ਹਰੇਕ ਵਿੱਚ ਵਾਪਰਦਾ, ਸਭ ਕੁਝ ਕਰਨ ਦੀ ਸਮਰਥਾ ਰਖਦਾ ਹੈ । ਤੇਰੇ ਤੋਂ ਬਿਨਾਂ ਹੋਰ ਕੋਈ ਇਹ ਕੁਝ ਨਹੀਂ ਕਰ ਸਕਦਾ ਹੈ । ਤੂੰ ਆਪ ਹੀ ਸ੍ਰਿਸ਼ਟੀ ਸਾਜੀ ਹੈ, ਜੋ ਵੀ ਤੂੰ ਕਰਦਾ ਹੈ, ਉਹ ਹੋ ਕੇ ਹੀ ਰਹਿੰਦਾ ਹੈ । ਕੋਈ ਰੁਕ ਨਹੀਂ ਸਕਦਾ, ਬੀਤ ਜਾਂਦਾ ਹੈ । ਪ੍ਰਭ ਆਪ ਹੀ ਰਹਿਮਤ ਬਖਸ਼ਦਾ ਹੈ! ਗੁਰਮਖ ਸ਼ਬਦ ਦੀ ਪਾਲਣਾ ਕਰਦਾ ਹੈ, ਤੂੰ ਪ੍ਰਵਾਨਗੀ ਦੇ ਰਸਤੇ ਤੇ ਪਾਉਂਦਾ ਹੈ । ਪ੍ਰਭ ਆਪ ਹੀ ਗੁਰਮਖ ਨੂੰ ਸੋਭਾ ਬਖਸ਼ਦਾ ਹੈ । ਇਕੋ ਇਕ ਪ੍ਰਭ ਦੇ ਸ਼ਬਦ ਦਾ ਸਿਮਰਨ, ਪੂਜਾ ਕਰੋ! ਉਸ ਨੂੰ ਇਕੋ ਇਕ ਅਸਲੀ ਮਾਲਕ ਪ੍ਰਵਾਨ ਕਰੋ, ਮੰਨ ਲਵੋ!

The Omnipotent True Master dwells and prevails everywhere all times. No one else may have any power to perform all these functions, activities. You have created the universe; Your Command always prevails and may not be avoided or altered, must happens, and passes away. With His own mercy and grace, His true devotee remains on the right path of meditation; He may enhance his honor and glory. You should meditate and obey the teachings of The One and Only One True Master and consider His Word as an ultimate unavoidable command.

15. ਰਾਗੁ ਵਡਹੰਸੁ ਮਹਲਾ ੫ ਛੰਤ ਘਰੁ ੪॥ 576-12

ਪੂਰੀ ਆਸਾ ਜੀ, ਮਨਸਾ ਮੇਰੇ ਰਾਮ॥	pooree aasaa jee mansaa mayray raam.
ਮੋਹਿ ਨਿਰਗੁਣ ਜੀਉ,	mO'i nirgun jee-o
ਸਭਿ ਗੁਣ ਤੇਰੇ ਰਾਮ॥	sabh gun tayray raam.
ਸਭਿ ਗੁਣ ਤੇਰੇ ਠਾਕੁਰ ਮੇਰੇ,	sabh gun tayray thaakur mayray
ਕਿਤੁ ਮੁਖਿ ਤੁਧੁ ਸਾਲਾਹੀ॥	kit mukh tuDh saalaahee.
ਗੁਣੁ ਅਵਗੁਣੁ	gun avgun
ਮੇਰਾ ਕਿਛੁ ਨ ਬੀਚਾਰਿਆ,	mayraa kichh na beechaari-aa
ਬਖਸਿ ਲੀਆ ਖਿਨ ਮਾਹੀ॥	bakhas lee-aa khin maahee.
ਨਉ ਨਿਧਿ ਪਾਈ ਵਜੀ ਵਾਧਾਈ,	na-o niDh paa-ee vajee vaaDhaa-ee
ਵਾਜੇ ਅਨਹਦ ਤੂਰੇ॥	vaajay anhad tooray.
ਕਹੁ ਨਾਨਕ ਮੈ ਵਰੁ ਘਰਿ ਪਾਇਆ,	kaho naanak mai var ghar paa-i-aa may-
ਮੇਰੇ ਲਾਥੇ ਜੀ ਸਗਲ ਵਿਸੂਰੇ॥੪॥੧॥	ray laathay jee sagal visooray. ||4||1||

ਪ੍ਰਭ ਮੇਰੇ ਮਨ ਦੀਆਂ ਸਾਰੀਆਂ ਆਸਾਂ, ਮੁਰਾਦਾਂ ਪੂਰੀਆਂ ਹੋ ਗਈਆ ਹਨ । ਮੇਰੇ ਆਪਣੇ ਵਿੱਚ ਕੋਈ ਗੁਣ ਨਹੀਂ, ਸਾਰੇ ਗੁਣ ਤੇਰੇ ਹੀ ਬਖਸ਼ੇ ਹੋਏ ਹਨ । ਮੈਂ ਕਿਹੜੇ ਮੂੰਹ ਨਾਲ ਤੇਰੇ ਸ਼ਬਦ ਦੇ ਗੁਣ ਗਾਵਾ? ਇਹ ਵੀ ਤੇਰੀ ਰਹਿਮਤ ਨਾਲ ਹੀ ਹੁੰਦਾ ਹੈ । ਪ੍ਰਭ ਤੂੰ ਮੇਰੇ ਕਿਸੇ ਅਉਗੁਣ ਦਾ ਵਿਚਾਰ ਨਹੀ ਕੀਤਾ । ਇਕ ਪਲ ਵਿੱਚ ਹੀ ਭੁਲਾਂ ਮਾਫ ਕਰ ਦਿੱਤੀਆਂ ਹਨ । ਰਹਿਮਤ ਦੀ ਨਜ਼ਰ ਬਖਸ਼ਕੇ ਮੇਰੇ ਮਨ ਵਿੱਚ ਸੋਝੀ ਦੇ ਨੌ ਖਜ਼ਾਨੇ ਜਾਗਰਤ ਕਰ ਦਿੱਤੇ ਹਨ । ਚਾਰੇ ਪਾਸੇ ਤੇਰੀ ਸਦਾ ਚਲਣ ਵਾਲੀ ਖੇੜੇ ਦੀ ਗੂੰਜ ਸੁਣਦੀ, ਸੋਭਾ ਹੁੰਦੀ ਹੈ । ਬੰਦਗੀ ਕਰਨ ਵਾਲਾ, ਪ੍ਰਭ ਦਾ ਧੰਨਵਾਦ ਗਾਉਂਦਾ ਹੈ । ਪ੍ਰਭ ਤੇਰੀ ਰਹਿਮਤ ਨਾਲ ਹੀ ਸ਼ਬਦ ਮਨ ਵਿੱਚ ਜਾਗਰਤ ਹੋ ਗਿਆ ਹੈ । ਮੇਰੇ ਮਨ ਦੇ ਸਾਰੇ ਰੋਗ ਹੀ ਨਾਸ਼ ਹੋ ਗਏ ਹਨ ।

With Your mercy and grace, all my spoken and unspoked desires and hopes have been fulfilled. I do not have any virtue of my own, all have been blessed by You. With what tongue may I sing Your glory? With Your mercy and grace; You have ignored and forgiven my evil, sinful, blemished deeds in a twinkle of eyes; nine treasures of enlightenment have been enlightened within and the everlasting echo of Your Word resonate within my heart. I have been honored everywhere. His true devotee always thanks and credit His mercy and grace for the enlightenment of the essence of His Word. All miseries have been eliminated.

16. ਧਨਾਸਰੀ ਮਹਲਾ ੫॥ 682-1

ਅਉਖੀ ਘੜੀ ਨ ਦੇਖਣ ਦੇਈ,	a-ukhee gharhee na daykhan day-ee
ਅਪਨਾ ਬਿਰਦੁ ਸਮਾਲੇ॥	apnaa birad samaalay.
ਹਾਥ ਦੇਇ ਰਾਖੈ ਅਪਨੇ ਕਉ,	haath day-ay raakhai apnay ka-o
ਸਾਸਿ ਸਾਸਿ ਪ੍ਰਤਿਪਾਲੇ॥੧॥	saas saas partipaalay. ||1||

ਪ੍ਰਭ ਆਪਣੇ ਦਾਸ ਨੂੰ ਕੋਈ ਸੰਸਾਰਕ ਇਛਾਂ ਦੀ ਭਟਕਣ ਨਹੀਂ ਆਉਣ ਦੇਂਦਾ । ਉਸ ਦੇ ਮਨ ਵਿੱਚ ਕਿਸੇ ਵੀ ਸੰਸਾਰਕ ਹਾਲਤ ਵਿੱਚ ਪਰੇਸ਼ਾਨੀ ਮਹਿਸੂਸ ਨਹੀਂ ਹੁੰਦੀ । ਪ੍ਰਭ ਆਪਣੀ ਰਹਿਮਤ ਨਾਲ ਉਸ ਦੇ ਮਨ ਵਿੱਚ ਸੰਤੋਖ ਧੀਰਜ ਬਖਸ਼ਦਾ ਹੈ । ਸਵਾਸ ਸਵਾਸ ਉਸ ਦੀ ਪਾਲਣਾ, ਰਖਿਆ ਕਰਦਾ ਹੈ ।

With His mercy and grace, His true devote may never endure any worldly frustration in his life. His true devotee accepts all worldly pleasures and miseries as His worthy blessings; his state of mind may never be affected with any worldly environments. With His mercy and grace, He blesses him contentment in all worldly environments. He protects His true devotee with each breath in his worldly life.

ਪ੍ਰਭ ਸਿਉ ਲਾਗਿ ਰਹਿਓ ਮੇਰਾ ਚੀਤੁ॥	parabh si-o laag rahi-o mayraa cheet.
ਆਦਿ ਅੰਤਿ ਪ੍ਰਭੁ ਸਦਾ ਸਹਾਈ,	aad ant parabh sadaa sahaa-ee
ਧੰਨੁ ਹਮਾਰਾ ਮੀਤੁ॥ ਰਹਾਉ॥	Dhan hamaaraa meet. rahaa-o.

ਬੰਦਗੀ ਕਰਨ ਵਾਲਾ ਪ੍ਰਭ ਦੇ ਸ਼ਬਦ ਦੀ ਪਾਲਣਾ ਵਿੱਚ ਮਸਤ ਲੀਨ ਰਹਿੰਦਾ ਹੈ । ਪ੍ਰਭ ਦਾ ਸ਼ਬਦ ਹੀ ਜਨਮ ਤੋਂ ਲੇ ਕੇ ਮੌਤ ਪਿਛੋਂ ਵੀ ਆਤਮਾ ਦੇ ਸਾਥ ਰਹਿੰਦਾ ਹੈ । ਸ਼ਬਦ ਦੀ ਕਮਾਈ ਸਦਾ ਹੀ ਉਸ ਦੇ ਸਹਾਈ ਰਹਿੰਦੀ, ਮਦਦ ਕਰਦੀ ਹੈ ।

His true devotee always remains intoxicated in obeying the teachings of His Word. His Word remains his companion in worldly life and after death in His Court to support his soul. The earnings of His Word remain as companion of his soul forever.

ਮਨਿ ਬਿਲਾਸ ਭਏ ਸਾਹਿਬ ਕੇ,	man bilaas bha-ay saahib kay
ਅਚਰਜ ਦੇਖਿ ਬਡਾਈ॥	achraj daykh badaa-ee.
ਹਰਿ ਸਿਮਰਿ ਸਿਮਰਿ ਆਨਦ ਕਰਿ,	har simar simar aanad kar
ਨਾਨਕ ਪ੍ਰਭਿ ਪੂਰਨ ਪੈਜ ਰਖਾਈ॥	naanak parabh pooran paij rakhaa-ee.
੨॥੧੫॥੪੬॥	‖2‖15‖46‖

ਬੰਦਗੀ ਕਰਨ ਵਾਲਾ, ਪ੍ਰਭ ਦੇ ਗੁਣਾਂ ਨੂੰ ਮਹਿਸੂਸ ਕਰਕੇ, ਅਨੰਦ ਖੇੜੇ ਵਿੱਚ ਰਹਿੰਦਾ ਹੈ । ਉਸ ਦੇ ਕਰਤਬਾਂ ਤੋਂ ਹੈਰਾਨ ਰਹਿੰਦਾ ਹੈ, ਸ਼ਬਦ ਦੇ ਗੁਣ ਗਾਉਂਦਾ ਹੈ । ਬੰਦਗੀ ਕਰਨ ਵਾਲਾ ਸ਼ਬਦ ਦੀ ਪਾਲਣਾ ਕਰਦਾ, ਸ਼ਬਦ ਦੀ ਸਮਾਧੀ ਵਿੱਚ ਵਸਦਾ ਹੈ । ਪ੍ਰਭ ਆਪ ਹੀ ਉਸ ਦਾ ਭਰੋਸਾ ਅਡੋਲ ਰਖਦਾ, ਰਖਿਆ ਕਰਦਾ ਹੈ ।

His true devotee may realize the virtues of His Word, His blessings and remains in pleasure and blossom. He remains astonished from His Nature and sings the glory of His Word. His true devotee always obeys the teachings of His Word and dwells in the void of His Word. The True Master with His mercy and grace keeps him steady and stable on the right path of acceptance in His Court.

☬ ਅਰਦਾਸ ☬

1. **ਸਲੋਕੁ॥** 256-4

ੴ ਸਤਿਗੁਰ ਪ੍ਰਸਾਦਿ॥	ik-oNkaar satgur parsaad.
ਡੰਡਉਤਿ ਬੰਦਨ ਅਨਿਕ ਬਾਰ,	dand-ut bandan anik baar
ਸਰਬ ਕਲਾ ਸਮਰਥ॥	sarab kalaa samrath.
ਡੋਲਨ ਤੇ ਰਾਖਹੁ ਪ੍ਰਭੂ,	dolan tay raakho parabhoo
ਨਾਨਕ ਦੇ ਕਰਿ ਹਥ॥੧॥	naanak day kar hath. ||1||

ਸਰਬ ਕਲਾ ਸਮਰਥ, ਪ੍ਰਭ ਅੱਗੇ ਨਿਮ੍ਰਤਾ ਨਾਲ ਅਰਦਾਸ ਕਰੋ! ਰਹਿਮਤਾਂ ਦੇ ਮਾਲਕ ਆਪਣੇ ਦਾਸ ਨੂੰ ਸ਼ਬਦ ਦੀ ਪਾਲਣਾ ਤੇ ਅਡੋਲ ਰਖੋ!

You should pray and humbly beg from The Omnipotent True Master; a devotional to meditate and adopt the teachings of His Word in your life.

2. **ਵਾਰ ਗੂਜਰੀ ਮ:੩॥ 517 ਪਉੜੀ॥**

ਪ੍ਰਭ ਪਾਸਿ ਜਨ ਕੀ ਅਰਦਾਸਿ,	parabh paas jan kee ardaas
ਤੂ ਸਚਾ ਸਾਂਈ॥	too sachaa saaN-ee.
ਤੂ ਰਖਵਾਲਾ ਸਦਾ ਸਦਾ,	too rakhvaalaa sadaa sadaa
ਹਉ ਤੁਧੁ ਧਿਆਈ॥	ha-o tuDh Dhi-aa-ee.
ਜੀਅ ਜੰਤ ਸਭਿ ਤੇਰਿਆ,	jee-a jant sabh tayri-aa
ਤੂ ਰਹਿਆ ਸਮਾਈ॥	too rahi-aa samaa-ee.
ਜੋ ਦਾਸ ਤੇਰੇ ਕੀ ਨਿੰਦਾ ਕਰੇ,	jo daas tayray kee nindaa karay
ਤਿਸੁ ਮਾਰਿ ਪਚਾਈ॥	tis maar pachaa-ee.
ਚਿੰਤਾ ਛਡਿ ਅਚਿੰਤੁ ਰਹੁ,	chintaa chhad achint rahu
ਨਾਨਕ ਲਗਿ ਪਾਈ॥੨੧॥	naanak lag paa-ee. ||21||

ਪ੍ਰਭ ਤੂੰ ਹੀ ਇਕੋ ਇਕ ਅਸਲੀ ਮਾਲਕ ਹੈ ਨਿਮਾਣੇ ਦਾਸ ਦੀ ਤੇਰੇ ਅੱਗੇ ਅਰਦਾਸ ਹੈ । ਤੂੰ ਜੁਗਾਂ ਜੁਗਾਂ ਤੋਂ ਜੀਵ ਦੀ ਰਖਿਆ, ਪਾਲਣਾ ਕਰਦਾ ਆਇਆ ਹੈ । ਤੇਰੇ ਸ਼ਬਦ ਦੀ ਹੀ ਪਾਲਣਾ, ਸਿਮਰਨ ਕਰਦਾ ਹਾ । ਸ੍ਰਿਸ਼ਟੀ ਦੇ ਸਾਰੇ ਜੀਵ ਹੀ ਤੇਰੇ ਪੈਦਾ ਕੀਤੇ ਹੋਏ ਹਨ । ਤੂੰ ਹੀ ਸਭ ਵਿੱਚ ਵਸਦਾ, ਵਾਪਰਦਾ ਹੈ । ਜਿਹੜਾ ਤੇਰੇ ਬੰਦਗੀ ਕਰਨ ਵਾਲੇ ਦੀ ਨਿੰਦਿਆਂ ਕਰਦਾ ਹੈ । ਤੂੰ ਆਪ ਹੀ ਉਸ ਦਾ ਲੇਖਾ ਕਰਦਾ ਹੈ । ਸ਼ਰਣ ਵਿੱਚ ਆਉਣ ਵਾਲੇ ਦੀਆਂ ਚਿੰਤਾਂ ਦੂਰ ਕਰਕੇ ਉਸ ਨੂੰ ਬੇਫਿਕਰਾ ਕਰ ਦੇਂਦਾ ਹੈ । ਉਸ ਸੰਸਾਰਕ ਇਛਾਂ ਛੱਡਕੇ ਤੇਰੇ ਸ਼ਬਦ ਵਿੱਚ ਹੀ ਲੀਨ ਹੋ ਜਾਂਦੇ ਹਨ ।

You are One and Only One True Master, I am Your humble servant and prays for Your Forgiveness and Refuge. You have been protecting Your Creation from Ages! I am meditating and obeying the teachings of Your Word. You have created the whole universe! Your Holy Spirit remains embedded within each soul and You dwell within his body. Whosoever may rebuke Your true devotee; You may settle his counts. Whosoever may surrender at Your Sanctuary, he may become worry free and all his frustrations may be eliminated. He may remain intoxicated in the void of Your Word.

3. **ਸੂਹੀ ਮਹਲਾ ੫॥** 736-16

ਕੀਤਾ ਲੋੜਹਿ ਸੋ ਪ੍ਰਭ ਹੋਇ॥	keetaa lorheh so parabh ho-ay.
ਤੁਝ ਬਿਨੁ ਦੂਜਾ ਨਾਹੀ ਕੋਇ॥	tujh bin doojaa naahee ko-ay. jo
ਜੋ ਜਨੁ ਸੇਵੇ, ਤਿਸੁ ਪੂਰਨ ਕਾਜ॥	jan sayvay tis pooran kaaj.
ਦਾਸ ਅਪੁਨੇ ਕੀ ਰਾਖਹੁ ਲਾਜ॥੧॥	daas apunay kee raakho laaj. ||1||

ਪ੍ਰਭ ਤੋਂ ਬਿਨਾਂ ਸ੍ਰਿਸ਼ਟੀ ਵਿੱਚ ਹੋਰ ਕੋਈ ਕੁਝ ਕਰਨ ਦੀ ਸਮਰਥਾ ਨਹੀਂ ਰਖਦਾ । ਸਭ ਕੁਝ ਪ੍ਰਭ ਦਾ ਕੀਤਾ ਹੀ ਹੁੰਦਾ ਹੈ । ਜਿਹੜਾ ਪ੍ਰਭ ਦੇ ਸ਼ਬਦ ਤੇ ਭਰੋਸਾ ਅਡੋਲ ਰਖਦਾ, ਸੇਵਾ ਕਰਦਾ, ਜੀਵਨ ਢਾਲਦਾ ਹੈ, ਉਸ ਦੇ ਮਾਨਸ ਜਨਮ ਦੇ ਸਾਰੇ ਕਾਰਜ ਪੂਰੇ ਹੋ ਜਾਂਦੇ ਹਨ । ਪ੍ਰਭ ਆਪ ਹੀ ਆਪਣੇ ਬੰਦਗੀ ਕਰਨ ਵਾਲੇ ਦੀ ਲਾਜ ਰਖਦਾ ਹੈ ।

The One and Only One, True Master prevails in the universe and no one else may exist without His Command. Whosoever may adopt the teachings of His Word with steady and stable belief in his day-to-day life; with His mercy and grace, his human life journey may be rewarded. The True Master always protect the honor of His true devotee.

ਤੇਰੀ ਸਰਣਿ ਪੂਰਨ ਦਇਆਲਾ॥ tayree saran pooran da-i-aalaa.
ਤੁਝ ਬਿਨੁ ਕਵਨੁ ਕਰੇ ਪ੍ਰਤਿਪਾਲਾ॥੧॥ tujh bin kavan karay partipaalaa. ||1||
ਰਹਾਉ॥ rahaa-o.

ਪ੍ਰਭ ਤੂੰ ਤਰਸਵਾਨ ਮਾਲਕ ਹੈ, ਮੈਂ ਤੇਰੀ ਸ਼ਰਣ ਵਿੱਚ ਆਇਆ ਹਾ । ਤੇਰੇ ਤੋਂ ਬਿਨਾਂ ਹੋਰ ਕੌਣ ਮੇਰੀ ਰਖਿਆ, ਪਾਲਣ ਪੋਸਨਾ, ਪਿਆਰ ਕਰਦਾ ਹੈ?

My Merciful True Master, I have surrendered my mind, body, and worldly status at Your Sanctuary. Who else may nourish, cares for, protects, and my savior without Your mercy and grace?

ਜਲਿ ਥਲਿ ਮਹੀਅਲਿ ਰਹਿਆ ਭਰਪੂਰਿ॥ jal thal mahee-al rahi-aa bharpoor.
ਨਿਕਟਿ ਵਸੈ ਨਾਹੀ ਪ੍ਰਭੁ ਦੂਰਿ॥ nikat vasai naahee parabh door.
ਲੋਕ ਪਤੀਆਰੈ ਕਛੂ ਨ ਪਾਈਐ॥ lok patee-aarai kachhoo na paa-ee-ai.
ਸਾਚਿ ਲਗੈ ਤਾ ਹਉਮੈ ਜਾਈਐ॥੨॥ saach lagai taa ha-umai jaa-ee-ai. ||2||

ਜਲ, ਥਲ ਵਿੱਚ ਹਰ ਵੇਲੇ ਪ੍ਰਭ ਹਾਜਰਾ ਹਜ਼ੂਰ ਵਸਦਾ, ਵਾਪਰਦਾ ਹੈ । ਉਹ ਆਪਣੇ ਪੈਦਾ ਕੀਤੇ ਜੀਵ ਦੇ ਨੇੜੇ ਤਨ ਵਿੱਚ ਹੀ ਵਸਦਾ, ਦੂਰ ਨਹੀਂ ਹੈ । ਜਿਹੜਾ ਲੋਕ ਦਿਖਾਵੇ ਦੇ ਕੰਮ, ਸੰਸਾਰਕ ਜੀਵ ਨੂੰ ਖੁਸ਼ ਕਰਨ ਲਈ ਧਰਮ ਦੇ ਰੀਤ ਰੀਵਾਜ ਕਰਦਾ ਹੈ । ਉਹ ਕੁਝ ਵੀ ਨਹੀਂ ਪਾਉਂਦਾ, ਰਹਿਮਤ ਬਖਸ਼ਿਸ਼ ਨਹੀਂ ਹੁੰਦੀ । ਜਿਹੜਾ ਪ੍ਰਭ ਦੇ ਸ਼ਬਦ ਦੀ ਪਾਲਣਾ ਵਿੱਚ ਅਡੋਲ ਰਹਿੰਦਾ ਹੈ, ਉਸ ਦੇ ਮਨ ਵਿਚੋਂ ਅਹੰਕਾਰ ਨਾਸ਼ ਹੋ ਜਾਂਦਾ ਹੈ ।

The Omnipresent True Master dwells, prevails in water, in, on, under earth and in sky all time. He remains embedded within the soul of every creature. Whosoever may meditate and performs worldly rituals to win worldly favor; he may never be rewarded the right path of acceptance in His Court. Whosoever may adopt the teachings of His Word with steady and stable belief in his day-to-day life; with His mercy and grace, he may conquer the ego of his worldly status.

ਜਿਸ ਨੋ ਲਾਇ ਲਏ ਸੋ ਲਾਗੈ॥ jis no laa-ay la-ay so laagai.
ਗਿਆਨ ਰਤਨੁ ਅੰਤਰਿ ਤਿਸੁ ਜਾਗੈ॥ gi-aan ratan antar tis jaagai.
ਦੁਰਮਤਿ ਜਾਇ ਪਰਮ ਪਦੁ ਪਾਏ॥ durmat jaa-ay param pad paa-ay.
ਗੁਰ ਪਰਸਾਦੀ ਨਾਮੁ ਧਿਆਏ॥੩॥ gur parsaadee naam Dhi-aa-ay. ||3||

ਜਿਸ ਤੇ ਪ੍ਰਭ ਆਪ ਹੀ ਰਹਿਮਤ ਬਖਸ਼ਕੇ ਸ਼ਬਦ ਦੇ ਲੜ ਲਾਉਂਦਾ ਹੈ । ਕੇਵਲ ਉਹ ਹੀ ਸ਼ਬਦ ਦਾ ਸਿਮਰਨ ਕਰਦਾ, ਸ਼ਬਦ ਦੀ ਸਿਖਿਆ ਨਾਲ ਜੀਵਨ ਢਾਲਦਾ ਹੈ । ਉਸ ਦੇ ਅੰਦਰ ਅਮੋਲਕ ਰਤਨ ਸ਼ਬਦ ਜਾਗਰਤ ਹੋ ਜਾਂਦਾ ਹੈ । ਉਸ ਦੇ ਮਨ ਵਿਚੋਂ ਬੁਰੇ ਖਿਆਲ ਨਾਸ਼ ਹੋ ਜਾਂਦੇ, ਅਮਰ ਅਵਸਥਾ ਬਖਸ਼ਿਸ਼ ਹੋ ਜਾਂਦੀ ਹੈ । ਉਹ ਪ੍ਰਭ ਦੀ ਰਹਿਮਤ ਨਾਲ ਸ਼ਬਦ ਦੀ ਪਾਲਣ ਵਿੱਚ ਲੀਨ ਹੋ ਜਾਂਦਾ ਹੈ ।

Whosoever may be attached to a devotional meditation with His mercy and grace; only he may meditate and adopts the teachings of His Word with steady and stable belief in his day-to-day life. The essence of His Word, ambrosial jewel, may be enlightened within his heart. All his evil thoughts may be eliminated; with His mercy and grace, he may be blessed with immortal state of mind. He remains intoxicated in meditation in the void of His Word.

ਦੁਇ ਕਰ ਜੋੜਿ ਕਰਉ ਅਰਦਾਸਿ॥ du-ay kar jorh kara-o ardaas.
ਤੁਧੁ ਭਾਵੈ ਤਾ ਆਣਹਿ ਰਾਸਿ॥ tuDh bhaavai taa aaneh raas.
ਕਰਿ ਕਿਰਪਾ ਅਪਨੀ ਭਗਤੀ ਲਾਇ॥ kar kirpaa apnee bhagtee laa-ay.

ਜਨ ਨਾਨਕ ਪ੍ਰਭੁ ਸਦਾ ਧਿਆਇ॥੪॥੨॥ jan naanak parabh sadaa Dhi-aa-ay. 4.2

ਜੀਵ, ਮਨ ਦਾ ਭਰੋਸਾ ਅਡੋਲ ਕਰਕੇ ਪ੍ਰਭ ਅੱਗੇ ਅਰਦਾਸ ਕਰੋ! ਰਹਿਮਤ ਬਖਸ਼ੋ! ਜੋ ਵੀ ਤੇਰਾ ਭਾਣਾ ਹੋਵੇ, ਉਹ ਹੀ ਮਨ ਨੂੰ ਚੰਗਾ ਲਗੇ । ਪ੍ਰਭ ਆਪ ਹੀ ਰਹਿਮਤ ਬਖਸ਼ਕੇ ਜੀਵ ਨੂੰ ਸ਼ਬਦ ਦੀ ਪਾਲਣਾ ਦੇ ਲੜ ਲਾਉਂਦਾ ਹੈ । ਬੰਦਗੀ ਕਰਨ ਵਾਲਾ ਸਦਾ ਹੀ ਸ਼ਬਦ ਦੇ ਸਿਮਰਨ ਵਿੱਚ ਮਸਤ ਰਹਿੰਦਾ ਹੈ ।

With steady and stable belief on His blessings, His judgement; you should pray! Your Command may become my wish, desire of my mind. The True Master with His mercy and grace, may attach His true devotee to meditate on the teachings of His Word. His true devotee remains intoxicated in meditation in the void of His Word.

4. ਗੂਜਰੀ ਮ:੫ 519॥ ਪਉੜੀ॥

ਜੀਅ ਕੀ ਬਿਰਥਾ ਹੋਇ,	jee-a kee birthaa ho-ay
ਸੁ ਗੁਰ ਪਹਿ ਅਰਦਾਸਿ ਕਰਿ॥	so gur peh ardaas kar.
ਛੋਡਿ ਸਿਆਣਪ ਸਗਲ	chhod si-aanap sagal
ਮਨੁ ਤਨੁ ਅਰਪਿ ਧਰਿ॥	man, tan arap Dhar.
ਪੂਜਹੁ ਗੁਰ ਕੇ ਪੈਰ	poojahu gur kay pair
ਦੁਰਮਤਿ ਜਾਇ ਜਰਿ॥	durmat jaa-ay jar.
ਸਾਧ ਜਨਾ ਕੈ ਸੰਗਿ	saaDh janaa kai sang
ਭਵਜਲੁ ਬਿਖਮੁ ਤਰਿ॥	bhavjal bikham tar.
ਸੇਵਹੁ ਸਤਿਗੁਰ ਦੇਵ	sayvhu satgur dayv
ਅਗੈ ਨ ਮਰਹੁ ਡਰਿ॥	agai na marahu dar.
ਖਿਨ ਮਹਿ ਕਰੇ ਨਿਹਾਲੁ	khin meh karay nihaal
ਊਣੇ ਸੁਭਰ ਭਰਿ॥	oonay subhar bhar.
ਮਨ ਕਉ ਹੋਇ ਸੰਤੋਖੁ	man ka-o ho-ay santokh
ਧਿਆਈਐ ਸਦਾ ਹਰਿ॥	Dhi-aa-ee-ai sadaa har.
ਸੋ ਲਗਾ ਸਤਿਗੁਰ ਸੇਵ	so lagaa satgur sayv
ਜਾ ਕਉ ਕਰਮੁ ਧੁਰਿ॥੬॥	jaa ka-o karam Dhur. ||6||

ਜੀਵ ਜਦੋਂ ਵੀ ਮਨ ਵਿੱਚ ਪਰੇਸ਼ਾਨੀ, ਸੋਗ ਆਉਂਦਾ ਹੈ! ਪ੍ਰਭ ਦੇ ਸ਼ਬਦ ਦਾ ਸਿਮਰਨ ਕਰੋ, ਰਹਿਮਤ ਦੀ ਅਰਦਾਸ ਕਰੋ! ਮਨ ਦੀਆਂ ਚਲਾਕੀਆਂ ਨੂੰ ਤਿਆਗ ਕੇ ਮਨ, ਤਨ ਨਾਲ ਪ੍ਰਭ ਦੇ ਸ਼ਬਦ ਦੀ ਸੇਵਾ ਕਰੋ! ਪ੍ਰਭ ਦੇ ਚਰਨਾਂ, ਸ਼ਬਦ ਦੀ ਪਾਲਣਾ ਕਰਨ ਨਾਲ, ਸ਼ਬਦ ਨੂੰ ਮਨ ਵਿੱਚ ਜਾਗਰਤ ਕਰਨ ਨਾਲ ਮਨ ਵਿਚੋਂ ਬੁਰੇ ਖਿਆਲ ਨਾਸ਼ ਹੋ ਜਾਂਦੇ ਹਨ । ਬੰਦਗੀ ਕਰਨ ਵਾਲੇ ਦੀ ਸੰਗਤ ਵਿੱਚ ਸ਼ਬਦ ਦੀ ਪਾਲਣਾ ਕਰਨ ਨਾਲ ਮਨ ਦਾ ਭਰੋਸਾ ਸ਼ਬਦ ਤੇ ਅਡੋਲ ਹੋ ਜਾਂਦਾ ਹੈ । ਜੀਵ ਸੰਸਾਰਕ ਭਿਆਨਕ, ਮਾਇਆ ਦੀ ਅੱਗ ਦਾ ਭਰਿਆਂ ਸਾਗਰ ਪਾਰ ਕਰ ਸਕਦਾ ਹੈ । ਪ੍ਰਭ ਦੇ ਸ਼ਬਦ ਨਾਲ ਜੀਵਨ ਢਾਲਣ ਨਾਲ ਜੀਵ ਇਸ ਸੰਸਾਰ ਵਿੱਚ ਅਤੇ ਇਸ ਪਿਛੋਂ ਵੀ ਕਦੇ ਮੌਤ ਦੇ ਹਵਾਲੇ ਨਹੀਂ ਹੁੰਦਾ, ਜਨਮ ਮਰਨ ਦੇ ਚੱਕਰ ਵਿੱਚ ਨਹੀਂ ਜਾਂਦਾ । ਪ੍ਰਭ ਇਕ ਪਲ ਵਿੱਚ ਹੀ ਮਨ ਵਿੱਚ ਖੁਸ਼ੀ, ਖੇੜਾ ਭਰ ਦੇਂਦਾ ਹੈ । ਇਹ ਅਣਜਾਣ ਮਨ ਪ੍ਰਭ ਦੇ ਸ਼ਬਦ ਦੀ ਸੋਝੀ ਨਾਲ ਭਰ ਜਾਂਦਾ ਹੈ । ਮਨ ਵਿੱਚ ਸੰਤੋਖ ਬਖਸ਼ਿਸ਼ ਹੋ ਜਾਂਦਾ ਹੈ, ਮਨ ਸ਼ਬਦ ਦੀ ਸਮਾਧੀ ਵਿੱਚ ਵਸ ਜਾਂਦਾ ਹੈ । ਕੇਵਲ ਉਹ ਜੀਵ ਹੀ ਆਪਣਾ ਮਨ ਤਨ ਪ੍ਰਭ ਦੀ ਭੇਟਾ ਕਰ ਸਕਦਾ ਹੈ । ਜਿਸ ਨੂੰ ਪ੍ਰਭ ਆਪ ਰਹਿਮਤ ਬਖਸ਼ਕੇ ਸ਼ਬਦ ਦੇ ਲੜ ਲਾਉਂਦਾ ਹੈ ।

Whenever the miseries of life may frustrate you, you should whole heartedly meditate and pray for His mercy and grace. You should abandon the clever and deceptive thoughts of mind and serve, adopt the teachings of His Word with steady and stable belief in day-to-day life. By meditating, singing the glory of His Word, all evil thoughts of mind may be eliminated. By meditating in the association of His true devotee, one may establish steady and stable belief on the teachings of His Word. He may be saved from the terrible ocean of fire of worldly desires. By adopting the teachings of His Word with steady and stable belief in day-to-day life, his soul may become beyond the reach of devil of death. He may not endure the misery of birth and death cycle; with His mercy and grace, his mind may be overwhelmed with pleasure, blossom, and enlightenment of the essence of His Word. He may be blessed with contentment. He may enter the void of His Word. Whosoever may be blessed with devotion to adopt the teachings of His Word, only he may surrender his mind, body at His Sanctuary.

☬ ਅਰਦਾਸ ☬

ੴ ਸਤਿ ਨਾਮੁ॥
ਵਾਹਿਗੁਰੂ ਜੀ ਕੀ ਫਤਹਿ॥ ਸ੍ਰੀ ਭਗੌਤੀ ਜੀ ਸਹਾਇ॥
ਤੂ ਠਾਕੁਰੁ, ਤੁਮ ਪਹਿ ਅਰਦਾਸਿ॥
ਜੀਉ ਪਿੰਡੁ, ਸਭੁ ਤੇਰੀ ਰਾਸਿ॥
ਤੁਮ, ਮਾਤ, ਪਿਤਾ, ਹਮ ਬਾਰਿਕ ਤੇਰੇ॥
ਤੁਮਰੀ ਕ੍ਰਿਪਾ, ਮਹਿ ਸੂਖ ਘਨੇਰੇ॥
ਕੋਇ ਨ ਜਾਨੈ, ਤੁਮਰਾ ਅੰਤੁ॥
ਊਚੇ ਤੇ, ਊਚਾ ਭਗਵੰਤ॥
ਸਗਲ ਸਮਗ੍ਰੀ, ਤੁਮਰੈ ਸੂਤ੍ਰਿ ਧਾਰੀ॥
ਤੁਮ ਤੇ ਹੋਇ, ਸੁ ਆਗਿਆਕਾਰੀ॥
ਤੁਮਰੀ ਗਤਿ ਮਿਤਿ, ਤੁਮ ਹੀ ਜਾਨੀ॥
ਨਾਨਕ ਦਾਸ, ਸਦਾ ਕੁਰਬਾਨੀ॥੮॥੪॥

☬ ਦਹੋਰਾ ☬

ਸਗਲ ਦੁਆਰ ਕਉ ਛਾਡਿ ਕੈ ਗਹਿਓ ਤੁਹਾਰੋ ਦੁਆਰ॥
ਬਾਂਹਿ ਗਹੇ ਕੀ ਲਾਜ ਅਸ ਗੋਬਿੰਦ ਦਾਸ ਤੁਹਾਰ॥
ਨਾਨਕ ਨਾਮ ਚੜ੍ਹਦੀ ਕਲਾ । ਤੇਰੇ ਭਾਣੇ ਸਰਬੱਤ ਦਾ ਭਲਾ ।
ੴ ਬੋਲੇ ਸੋ ਨਿਹਾਲ, ਸਤਿ ਸ੍ਰੀ ਅਕਾਲ ।
ਵਾਹਿਗੁਰੂ ਜੀ ਕਾ ਖਾਲਸਾ, ਵਾਹਿਗੁਰੂ ਜੀ ਕੀ ਫਤਹਿ॥

☬ ਆਸਾ ਮਹਲਾ ੧॥ 462-17 ☬

ਵਾਰ ਸਲੋਕਾ ਨਾਲਿ, ਸਲੋਕ ਭੀ ਮਹਲੇ ਪਹਿਲੇ, ਕੇ ਲਿਖੇ ਟੁੰਡੇ ਅਸ ਰਾਜੈ ਕੀ ਧੁਨੀ॥

vaar salokaa naal salok bhee mahlay pahilay kay likhay tunday as raajai kee Dhunee.

1. **ਆਸਾ ਸਲੋਕੁ ਮਃ ੧॥ (੧)** 462-19

੧ੴ ਸਤਿ ਨਾਮੁ,	ik-oNkaar, sat naam,
ਕਰਤਾ, ਪੁਰਖੁ, ਨਿਰਭਉ, ਨਿਰਵੈਰੁ,	kartaa, purakh, nirbha-o, nirvair
ਅਕਾਲ, ਮੂਰਤਿ, ਅਜੂਨੀ,	akaal, moorat, ajoonee,
ਸੈਭੰ, ਗੁਰ ਪ੍ਰਸਾਦਿ॥	saibhaN, gur parsaad.

1) **ਪ੍ਰਭ ਦਾ ਅਕਾਰ** – Structure

੧ੴ ik-oNkaar The One and Only One God, True Master. No form, shape, color, size, in Spirit only.

God may appear in anything, anyone, anytime at His free Will. He is only in Holy Spirit and no form, shape, size, or color.

2) **ਸ਼੍ਰਿਸਟੀ ਦਾ ਪ੍ਰਬੰਧ:** Function and His Operation!

ਸਤਿ ਨਾਮੁ sat naam: 'naam – His Word, His Command, His existence, 'sat- Omnipresent, Omniscient, Omnipotent, Axiom Unchangeable, Uncompromised, forever.

The One and Only One, God remains embedded in His Nature, in His Word and only His Command pervades in the universe and nothing else exist without His mercy and grace.

3) **ਸ਼੍ਰਿਸਟੀ ਦੀ ਬਣਤਰ:** – Creation of the universe.

ਸੈਭੰ saibhaN Universe, creation, soul is an expansion of His Holy spirit. Comes out of His spirit to repent, sanctify, and be absorbed in His Holy Spirit.

He is the creator and He is The Creation, nothing else exist.

4) **ਮੁਕਤੀ** Salvation – His acceptance.

ਗੁਰ ਪ੍ਰਸਾਦਿ gur parsaad With His own mercy and grace. No one may counsel or curse His blessing.

No one may comprehend how, why, and when he may bestow His mercy and grace or the limits and duration of His blessiong.

5) **ਪ੍ਰਭ ਦੀ ਪਛਾਣ** – Recognition

ਗੁਣ: – ਕਰਤਾ, ਪੁਰਖੁ, ਨਿਰਭਉ, ਨਿਰਵੈਰੁ,	Virtues: - kartaa, purakh, nirbha-o
ਅਕਾਲ, ਮੂਰਤਿ, ਅਜੂਨੀ!	nirvair, akaal, moorat, ajoonee

His virtues are unlimited and beyond the comprehend of His Creation. However, no one ever born with above all unique virtues nor will ever be born with these unique virtues. Whosoever may have all the above virtues is The One and Only One, God True Master and only worthy of worship.

The Master Key: "saibhaN"! Whosoever may be drenched with the essence that all souls are an expansion of The His Holy Spirit". No one may want to harm and deceive himself; he may be blessed to conquer his mind. His cycle of birth and death may be eliminated by His mercy and grace!

ਸਲੋਕੁ ਮਃ ੧॥	**salok mehlaa 1.**
ਬਲਿਹਾਰੀ ਗੁਰ ਆਪਣੇ	balihaaree gur aapnay
ਦਿਉਹਾੜੀ ਸਦ ਵਾਰ॥	di-uhaarhee sad vaar.

ਜਿਨਿ ਮਾਣਸ ਤੇ ਦੇਵਤੇ ਕੀਏ	jin maanas tay dayvtay kee-ay
ਕਰਤ ਨ ਲਾਗੀ ਵਾਰ॥੧॥	karat na laagee vaar. ‖1‖

ਪ੍ਰਭ ਦੇ ਕਰਤਬਾਂ, ਕਰਾਮਾਤਾਂ ਦੇ ਸਦਕੇ ਜਾਈਏ, ਉਹ ਕਿਤਨਾ ਮਹਾਨ ਹੈ । ਜਿਹੜਾ ਇਕ ਪਲ ਵਿੱਚ, ਬਿਨਾਂ ਕਿਸੇ ਢਿੱਲ ਦੇ ਮਾਨਸ ਤੋਂ ਦੇਵਤੇ ਬਣਾ ਦੇਂਦਾ ਹੈ ।

I am fascinated and astonished from the unlimited miracles of His Nature. How great may be the miracles of The Omnipotent True Master? He may transform human into a prophet in a twinkle of eyes.

ਮਹਲਾ ੨॥	**mehlaa 2.**
ਜੇ ਸਉ ਚੰਦਾ ਉਗਵਹਿ	jay sa-o chandaa ugvahi
ਸੂਰਜ ਚੜਹਿ ਹਜਾਰ॥	sooraj charheh hajaar.
ਏਤੇ ਚਾਨਣ ਹੋਦਿਆਂ	aytay chaanan hidi-aaN
ਗੁਰ ਬਿਨੁ ਘੋਰ ਅੰਧਾਰ॥੨॥	gur bin ghor anDhaar. ‖2‖

ਸੰਸਾਰ ਵਿੱਚ ਕਿਤਨੇ ਹੀ ਗਿਆਨ ਹਾਸਿਲ ਕਰਨੇ ਦੇ ਸਾਧਨ, ਤਾਰੀਕੇ ਹਨ । ਧਾਰਮਕ ਲਿਖਤਾਂ, ਗੁਰੂ ਪੀਰ, ਮੰਦਰ, ਇਹਨਾਂ ਵਿੱਚ ਅਨੇਕਾਂ ਹੀ ਸੋਝੀ ਦੇਣ ਦੀ ਕੋਸ਼ਿਸ਼ ਕਰਦੇ ਹਨ । ਪ੍ਰਭ ਦੀ ਰਹਿਮਤ ਤੋਂ ਬਿਨਾਂ ਮਨ ਦੀ ਅਗਿਆਨਤਾ ਦੂਰ ਨਹੀਂ ਹੁੰਦੀ । ਮਨ ਦਾ ਪ੍ਰਭ ਦੇ ਸ਼ਬਦ ਤੇ ਭਰੋਸਾ ਅਡੋਲ ਨਹੀਂ ਹੁੰਦਾ, ਮਾਨਸ ਜਨਮ ਦੀ ਮਹੱਤਤਾ ਸਮਝ ਨਹੀਂ ਆਉਂਦੀ ।

Even though there are countless resources to enlighten the teachings of His Word, several Holy Scriptures, worldly gurus, Holy shrines, and countless preachers to convey the message of The Holy Master. However, without His mercy and grace, the ignorance of mind may not be eliminated. The true purpose of human life blessings may not be realized. Human mind may not develop a steady and stable belief on the teachings of His Word; he may not understand the significance of human life blessings.

ਮਃ ੧॥	**mehlaa 1.**
ਨਾਨਕ ਗੁਰੂ ਨ ਚੇਤਨੀ	naanak guroo na chaytnee
ਮਨਿ ਆਪਣੈ ਸੁਚੇਤ॥	man aapnai suchayt.
ਛੁਟੇ ਤਿਲ ਬੂਆੜ	chhutay til boo-aarh
ਜਿਉ ਸੁੰਞੇ ਅੰਦਰਿ ਖੇਤ॥	ji-o sunjay andar khayt.
ਖੇਤੈ ਅੰਦਰਿ ਛੁਟਿਆ	khaytai andar chhuti-aa
ਕਹੁ ਨਾਨਕ ਸਉ ਨਾਹ॥	kaho naanak sa-o naah.
ਫਲੀਅਹਿ ਫੁਲੀਅਹਿ ਬਪੁੜੇ	falee-ah fulee-ah bapurhay
ਭੀ ਤਨ ਵਿਚਿ ਸੁਆਹ॥੩॥	bhee tan vich su-aah. ‖3‖

ਜਿਹੜਾ ਜੀਵ ਸਮਝਦਾ ਹੈ, ਸੰਸਾਰ ਵਿੱਚ ਉਸ ਨੇ ਸਭ ਕੁਝ ਆਪਣੀ ਸਿਆਣਪ, ਅਕਲ ਨਾਲ ਹੀ ਹਾਸਿਲ ਕੀਤਾ ਹੈ, ਪ੍ਰਭ ਦੀ ਰਹਿਮਤ ਦਾ ਫਲ ਸਮਝਕੇ ਸਿਮਰਨ, ਧੰਨਵਾਦ ਨਹੀਂ ਕਰਦਾ । ਉਸ ਦੀ ਹਾਲਤ ਪ੍ਰਭ ਦੇ ਦਰਬਾਰ ਵਿੱਚ ਇਸਤਰ੍ਹਾਂ ਦੀ ਹੁੰਦੀ ਹੈ । ਜਿਵੇਂ ਕਿਰਸਾਨ ਫਸਲ ਝਾੜ ਕੇ ਇਕੱਠੀ ਕਰ ਲੈਂਦਾ ਹੈ, ਜਿਹੜੇ ਦਾਣੇ ਮਿਟੀ ਵਿੱਚ ਦੱਬੇ ਜਾਂਦੇ, ਟੁੱਟ ਜਾਂਦੇ ਅਤੇ ਵਰਤਨ ਜੋਗ ਨਹੀਂ ਰਹਿੰਦੇ । ਉਸ ਅਹੰਕਾਰੀ ਜੀਵ ਦੀ ਹੈਸੀਅਤ ਇਸਤਰ੍ਹਾਂ ਦੀ ਹੁੰਦੀ ਹੈ । ਉਸ ਦੇ ਮਾਲਕ ਬੁਹਤ ਹੁੰਦੇ ਹਨ, ਅਤੇ ਕੋਈ ਵੀ ਨਹੀਂ ਹੰਦਾ । ਉਸ ਨੂੰ ਲਗੇ ਫੁੱਲਾ, ਫਲ ਦੀ ਕੋਈ ਮਹੱਤਤਾ ਨਹੀਂ ਹੁੰਦੀ । ਜਦੋਂ ਕਿਰਸਾਨ ਦੂਸਰੀ ਫਸਲ ਬੀਜਦਾ ਹੈ, ਉਹਨਾਂ ਨੂੰ ਨਦੀਨ (ਵੀਡ) ਦੀ ਤਰ੍ਹਾਂ ਪੁੱਟ ਕੇ ਜਲਾ ਦੇਂਦਾ ਹੈ । ਉਸ ਜੀਵ ਦੀ ਕਮਾਈ ਦੀ ਦਰਗਾਹ ਵਿੱਚ ਕੋਈ ਕੀਮਤ ਨਹੀਂ ਪੈਂਦੀ । ਉਸ ਦਾ ਮਾਨਸ ਜਨਮ ਬਿਰਥਾ ਹੀ ਚਲੇ ਜਾਂਦਾ ਹੈ ।

Whosoever may believe that he has accomplished everything with his own wisdom, efforts and he may not sing the glory of The True Master for His blessings. His state of mind and condition may remain miserable in His Court. As the farmer cut and bundle the crops, harvests the grains, some of the grains are broken, buried in dirt and not worthy of using. Such may be the condition and status of self-minded in His Court. He may have too many masters; however, no one may support in his misery. His accomplishments in his day-to-day life are very insignificant and may not carry any weight in His Court. When the farmer grows next crop, all plants blossom from those grains are pulled like weeds and burned. His meditation of ego may not be accepted in His Court, he has wasted his human life opportunity uselessly.

ਪਉੜੀ॥	**pa-orhee.**
ਆਪੀਨ੍ਹੈ ਆਪੁ ਸਾਜਿਓ	aapeenHai aap saaji-o
ਆਪੀਨ੍ਹੈ ਰਚਿਓ ਨਾਉ॥	aapeenHai rachi-o naa-o.
ਦੁਯੀ ਕੁਦਰਤਿ ਸਾਜੀਐ	duyee kudrat saajee-ai
ਕਰਿ ਆਸਣੁ ਡਿਠੋ ਚਾਉ॥	kar aasan ditho chaa-o.
ਦਾਤਾ ਕਰਤਾ ਆਪਿ ਤੂੰ	daataa kartaa aap tooN
ਤੁਸਿ ਦੇਵਹਿ ਕਰਹਿ ਪਸਾਉ॥	tus dayveh karahi pasaa-o.
ਤੂੰ ਜਾਣੋਈ ਸਭਸੈ ਦੇ	tooN jaano-ee sabhsai day
ਲੈਸਹਿ ਜਿੰਦੁ ਕਵਾਉ॥	laisahi jind kavaa-o.
ਕਰਿ ਆਸਣੁ ਡਿਠੋ ਚਾਉ॥੧॥	kar aasan ditho chaa-o. ||1||

ਪ੍ਰਭ ਆਪ ਹੀ ਜੀਵ ਨੂੰ ਪੈਦਾ ਕਰਦਾ, ਸੰਸਾਰਕ ਨਾਮ ਦੇਂਦਾ ਹੈ । ਜਿਸ ਨਾਲ ਉਹ ਸੰਸਾਰ ਵਿੱਚ ਜਾਣਿਆ ਜਾਂਦਾ ਹੈ । ਆਪ ਹੀ ਇਸ ਸ੍ਰਿਸ਼ਟੀ ਦੀ ਰਚਨਾ ਕਰਦਾ, ਆਪ ਹੀ ਇਸ ਵਿੱਚ ਵਸਦਾ ਹੈ । ਆਪ ਹੀ ਅੰਤਰਜਾਮੀ ਸਿਰਜਨਹਾਰਾ, ਦਾਤਾਂ, ਰਹਿਮਤਾਂ ਬਖਸ਼ਦਾ ਹੈ । ਆਪ ਹੀ ਜੀਵ ਨੂੰ ਸਵਾਸ ਬਖਸ਼ਦਾ, ਆਪ ਹੀ ਵਾਪਸ ਬਲਾਉਂਦਾ, ਮੌਤ ਦੇਂਦਾ ਹੈ । ਆਪਣੇ ਬਣਾਏ ਹੋਏ ਜੀਵ ਦੇ ਤਨ ਵਿੱਚ ਆਸਣ ਲਾਉਂਦਾ, ਮੋਹ ਰਹਿਤ ਵਸਦਾ ਹੈ ।

The True Master gives birth to a new creature and assigns a unique name to be recognized in the world. The Creator dwells within the body of every creature. He blesses everyone with a unique virtue, blessings to prosper in the world. The Omniscient True Master has blessed virtues to His Creation. He has blessed a limited amount of treasure of breaths to every creature and blesses with death to account for his worldly deeds. He has established His Throne in the body of every creature; however, He remains beyond the reach of his feelings.

2. ਸਲੋਕੁ ਮਃ ੧॥ (2) 463-6

ਸਚੇ ਤੇਰੇ ਖੰਡ ਸਚੇ ਬ੍ਰਹਮੰਡ॥	sachay tayray khand sachay barahmand.
ਸਚੇ ਤੇਰੇ ਲੋਅ ਸਚੇ ਆਕਾਰ॥	sachay tayray lo-a sachay aakaar.
ਸਚੇ ਤੇਰੇ ਕਰਣੇ ਸਰਬ ਬੀਚਾਰ॥	sachay tayray karnay sarab beechaar.
ਸਚਾ ਤੇਰਾ ਅਮਰੁ ਸਚਾ ਦੀਬਾਣੁ॥	sachaa tayraa amar sachaa deebaan.
ਸਚਾ ਤੇਰਾ ਹੁਕਮੁ ਸਚਾ ਫੁਰਮਾਣੁ॥	sachaa tayraa hukam sachaa furmaan.
ਸਚਾ ਤੇਰਾ ਕਰਮੁ ਸਚਾ ਨੀਸਾਣੁ॥	sachaa tayraa karam sachaa neesaan.
ਸਚੇ ਤੁਧੁ ਆਖਹਿ ਲਖ ਕਰੋੜਿ॥	sachay tuDh aakhahi lakh karorh.
ਸਚੈ ਸਭਿ ਤਾਣਿ ਸਚੈ ਸਭਿ ਜੋਰਿ॥	sachai sabh taan sachai sabh jor.
ਸਚੀ ਤੇਰੀ ਸਿਫਤਿ ਸਚੀ ਸਾਲਾਹ॥	sachee tayree sifat sachee saalaah.
ਸਚੀ ਤੇਰੀ ਕੁਦਰਤਿ ਸਚੇ ਪਾਤਿਸਾਹ॥	sachee tayree kudrat sachay paatisaah.
ਨਾਨਕ ਸਚੁ ਧਿਆਇਨਿ ਸਚੁ॥	naanak sach Dhi-aa-in sach.
ਜੋ ਮਰਿ ਜੰਮੇ ਸੁ ਕਚੁ ਨਿਕਚੁ॥੧॥	jo mar jammay so kach nikach. ||1||

ਪ੍ਰਭ ਤੇਰੇ ਖੰਡ (ਸ੍ਰਿਸ਼ਟੀ) ਬ੍ਰਹਮੰਡ (ਅਕਾਸ਼ ਦੇ ਮੰਡਲ), ਗਿਆਨ, ਚਾਨਣ ਦੇ ਸੋਮੇ (ਲੋਅ), ਅਕਾਰ (ਰੂਪ), ਕਰਤਬ, ਤੇਰੀ ਬਾਣੀ, ਦਰਬਾਰ, ਹੁਕਮ, ਰਹਿਮਤ ਦੀ ਨਿਸ਼ਾਨੀ ਸਭ ਅਟਲ, ਨਾ ਮਿਟਨਵਾਲੇ ਹਨ । ਇਹਨਾਂ ਦੀ ਪੂਰਨ ਵਿਆਖਿਆ ਨਹੀਂ ਕੀਤੀ ਜਾ ਸਕਦੀ! ਤੇਰਾ ਭਾਣਾ, ਹੁਕਮ, ਬਾਣੀ, ਤੇਰੇ

ਕਰਤਬ ਅਤੇ ਬੰਦਗੀ ਦੇ ਨਿਸ਼ਾਨ ਅਟਲ ਹਨ । ਅਨੇਕਾਂ (ਹਜ਼ਾਰਾ) ਹੀ ਤੈਨੂੰ, ਤੇਰੀ ਤਾਕਤ, ਬਲ, ਤੇਰਾ ਹੁਕਮ ਮਨਾਉਣ ਦੀ ਦਿੜ੍ਹਤਾ ਨੂੰ ਅਟਲ ਹੀ ਕਹਿਦੇ ਹਨ । ਤੇਰੀ ਸਿਫਤ, ਆਗਿਆਨਤਾ ਦੂਰ ਕਰਨ ਵਾਲੀਆਂ ਸਿਖਿਆਂ, ਦਰਬਾਰ ਸਭ ਕੁਝ ਹੀ ਇਨਸਾਫ ਦੇ ਅਧਾਰ ਤੇ ਮੌਜੂਦ ਹੈ । ਜਿਹੜਾ ਅਡੋਲ ਭਰੋਸਾ ਨਾਲ ਸਿਮਰਨ ਕਰਦਾ, ਜੀਵਨ ਢਾਲਦਾ ਹੈ, ਪ੍ਰਭ ਉਸ ਦਾ ਜਨਮ ਮਰਨ ਦਾ ਚੱਕਰ ਖਤਮ ਕਰ ਦੇਂਦਾ, ਬਖਸ਼ ਦੇਂਦਾ ਹੈ । ਜਿਸ ਦਾ ਭਰੋਸਾ ਅਡੋਲ ਨਹੀਂ ਹੁੰਦਾ, ਜੀਵਨ ਸ਼ਬਦ ਅਨੁਸਾਰ ਨਹੀਂ ਹੁੰਦਾ, ਉਹ ਜਨਮ ਮਰਨ ਦੇ ਚੱਕਰ ਵਿੱਚ ਹੀ ਰਹਿੰਦਾ ਹੈ ।

Your whole creation, islands of earths, skies, fountains of enlightenment, structures of all creatures, miracles, all Holy Scriptures, Thrones, Commands and symbol of Your Blessings, and Spiritual Glow all are axiom, unique and permanent. Your Nature remains beyond the comprehension of Your Creation. Your Command, Word, miracles symbol of meditation remains unique and permanent. The Omnipotent True Master, countless creatures always believe Your determination to enforce Your Word remains axiom, unavoidable and permanent. Your greatness, teachings of enlightenment; Your Court all have been established on the pillar of justice. Whosoever may meditate and adopts the teachings of Your Word with steady and stable belief, his cycle of birth and death may be eliminated. Whosoever may remain in the cycle of birth and death, his belief may not be steady and stable, his way of life may not be as per Your Word.

ਮਃ ੧॥	**mehlaa 1.**
ਵਡੀ ਵਡਿਆਈ ਜਾ ਵਡਾ ਨਾਉ॥	vadee vadi-aa-ee jaa vadaa naa-o.
ਵਡੀ ਵਡਿਆਈ ਜਾ ਸਚੁ ਨਿਆਉ॥	vadee vadi-aa-ee jaa sach ni-aa-o.
ਵਡੀ ਵਡਿਆਈ ਜਾ ਨਿਹਚਲ ਥਾਉ॥	vadee vadi-aa-ee jaa nihchal thaa-o.
ਵਡੀ ਵਡਿਆਈ ਜਾਣੈ ਆਲਾਉ॥	vadee vadi-aa-ee jaanai aalaa-o.
ਵਡੀ ਵਡਿਆਈ ਬੁਝੈ ਸਭਿ ਭਾਉ॥	vadee vadi-aa-ee bujhai sabh bhaa-o.
ਵਡੀ ਵਡਿਆਈ ਜਾ ਪੁਛਿ ਨ ਦਾਤਿ॥	vadee vadi-aa-ee jaa puchh na daat.
ਵਡੀ ਵਡਿਆਈ ਜਾ ਆਪੇ ਆਪਿ॥	vadee vadi-aa-ee jaa aapay aap.
ਨਾਨਕ ਕਾਰ ਨ ਕਥਨੀ ਜਾਇ॥	naanak kaar na kathnee jaa-ay.
ਕੀਤਾ ਕਰਣਾ ਸਰਬ ਰਜਾਇ॥੨॥	keetaa karnaa sarab rajaa-ay. ‖2‖

ਤੇਰਾ ਸ਼ਬਦ, ਇਨਸਾਫ, ਅਨੋਖਾ ਤਖਤ, ਅਨਬੋਲੀ ਭਾਵਨਾ ਨੂੰ ਸਮਝਣਾ, ਅਣਮਿੰਗਆ ਦਾਤਾਂ ਦੇਣਾ ਬਹੁਤ ਅਮੋਲਕ ਹੈ! ਆਪ ਹੀ ਸ੍ਰਿਸ਼ਟੀ ਨੂੰ ਸਾਜਨਾ ਅਤੇ ਜੀਵ ਦੇ ਤਨ ਵਿੱਚ ਵਸਣਾ, ਇਹ ਸਭ ਗੁਣ ਅਮੋਲਕ, ਕੀਮਤੀ ਹਨ । ਤੇਰੇ ਕਰਤਬਾਂ ਦੀ ਪੂਰਨ ਤਰ੍ਹਾਂ ਵਿਆਖਿਆ ਨਹੀਂ ਕੀਤੀ ਜਾ ਸਕਦੀ । ਤੂੰ ਆਪਣੀ ਰਜ਼ਾ ਨਾਲ ਹੀ ਸਭ ਕੁਝ ਕਰਦਾ ਹੈ ।

Your Word, justice, unique and glamorous throne, understanding unspeakable unspoken desires of the mind and Your Nature of blessings without even begging remains unique and priceless. You create new life and dwells in the body of every creature, this virtue is a unique and priceless. Your Nature, miracles are beyond the comprehension of Your Creation. Your mercy and grace prevail in mysterious way as per Your Command

ਮਹਲਾ ੨॥	**mehlaa 2.**
ਇਹੁ ਜਗੁ ਸਚੈ ਕੀ ਹੈ ਕੋਠੜੀ ਸਚੇ ਕਾ ਵਿਚਿ ਵਾਸੁ॥	ih jag sachai kee hai koth-rhee sachay kaa vich vaas.
ਇਕਨ੍ਹਾ ਹੁਕਮਿ ਸਮਾਇ ਲਏ ਇਕਨ੍ਹਾ ਹੁਕਮੇ ਕਰੇ ਵਿਣਾਸੁ॥	iknHaa hukam samaa-ay la-ay iknHaa hukmay karay vinaas.
ਇਕਨ੍ਹਾ ਭਾਣੈ ਕਢਿ ਲਏ ਇਕਨ੍ਹਾ ਮਾਇਆ ਵਿਚਿ ਨਿਵਾਸੁ॥	iknHaa bhaanai kadh la-ay iknHaa maa-i-aa vich nivaas.
ਏਵ ਭਿ ਆਖਿ ਨ ਜਾਪਈ	ayv bhe aakh na jaap-ee

ਜਿ ਕਿਸੈ ਆਣੇ ਰਾਸਿ॥ je kisai aanay raas.
ਨਾਨਕ ਗੁਰਮੁਖਿ ਜਾਣੀਐ naanak gurmukh jaanee-ai
ਜਾ ਕਉ ਆਪਿ ਕਰੇ ਪਰਗਾਸੁ॥੩॥ jaa ka-o aap karay pargaas. ||3||

ਇਹ ਸ੍ਰਿਸ਼ਟੀ, ਸੰਸਾਰ ਹੀ ਤੇਰਾ ਅਸਲੀ ਵਸਣ ਵਾਲਾ ਘਰ ਹੈ । ਤੇਰੇ ਹੁਕਮ ਅਨੁਸਾਰ ਕਈ ਸਿਮਰਨ ਕਰਕੇ ਤੇਰੇ ਵਿੱਚ ਸਮਾ ਜਾਂਦੇ ਹਨ, ਕਈ ਜਨਮ ਮਰਨ ਵਿੱਚ ਹੀ ਰਹਿੰਦੇ ਹਨ । ਕਈ ਜੀਵਾਂ ਨੂੰ ਰਹਿਮਤ ਬਖਸ਼ਕੇ ਸੰਸਾਰਕ ਮਾਇਆ, ਪੰਜ ਇੰਦ੍ਰੀਆਂ, ਤੋਂ ਉਪਰ ਉਠਾ ਲੈਂਦਾ ਹੈ । ਕਈ ਜੀਵਾਂ ਨੂੰ ਇਸ ਚੱਕਰ ਵਿੱਚ ਹੀ ਪਾਈ ਰਖਦਾ ਹੈ । ਮਾਨਸ ਨੂੰ ਇਹ ਵੀ ਸੋਝੀ ਨਹੀਂ! ਤੂੰ ਕਿਸੇ ਤੇ ਕਿਉਂ ਰਹਿਮਤ ਬਖਸ਼ਦਾ ਹੈ? ਜਿਸ ਵਿੱਚ ਤੂੰ ਆਪ ਹੀ ਪ੍ਰਗਟ ਹੋ ਜਾਂਦਾ ਹੈ, ਕੇਵਲ ਉਹ ਹੀ ਤੇਰਾ ਭਗਤ, ਗੁਰਮਖ ਬਣ ਜਾਂਦਾ ਹੈ ।

The whole universe is Your Holy Castle, heaven, and the place to stay in comfort. Whosoever may be bestowed with Your Blessed Vision, he may meditate and remains absorbed in the void of Your Word; others may remain in the cycle of birth and death. Your true devotee may remain beyond the reach of demons of worldly wealth and others may remain as a slave of worldly wealth. How and why may You bestow Your Blessed Vision; remain beyond the comprehension of Your Creation? Whosoever may be blessed with enlightened from within, he may become Your true devotee.

ਪਉੜੀ॥ **pa-orhee.**
ਨਾਨਕ ਜੀਅ ਉਪਾਇ ਕੈ naanak jee-a upaa-ay kai
ਲਿਖਿ ਨਾਵੈ ਧਰਮੁ ਬਹਾਲਿਆ॥ likh naavai Dharam bahaali-aa.
ਓਥੈ ਸਚੇ ਹੀ ਸਚਿ ਨਿਬੜੈ othai sachay hee sach nibrhai
ਚੁਣਿ ਵਖਿ ਕਢੇ ਜਜਮਾਲਿਆ॥ chun vakh kadhay jajmaali-aa.
ਥਾਉ ਨ ਪਾਇਨਿ ਕੂੜਿਆਰ thaa-o na paa-in koorhi-aar
ਮੁਹ ਕਾਲ੍ਹੈ ਦੋਜਕਿ ਚਾਲਿਆ॥ muh kaalHai dojak chaali-aa.
ਤੇਰੈ ਨਾਇ ਰਤੇ ਸੇ ਜਿਣਿ ਗਏ tayrai naa-ay ratay say jin ga-ay
ਹਾਰਿ ਗਏ ਸਿ ਠਗਣ ਵਾਲਿਆ॥ haar ga-ay se thagan vaali-aa.
ਲਿਖਿ ਨਾਵੈ ਧਰਮੁ ਬਹਾਲਿਆ॥੨॥ likh naavai Dharam bahaali-aa. ||2||

ਜੀਵ ਵਿੱਚ ਆਤਮਾ, ਸਵਾਸ ਬਖਸ਼ਕੇ, ਧਰਮਰਾਜ ਨੂੰ ਉਸ ਦੇ ਕਰਮ ਲਿਖਣ ਲਈ ਥਾਪਿਆ ਹੈ । ਉਹ ਸ੍ਰਿਸ਼ਟੀ ਦੀ ਭਲਾਈ ਦੇ ਕੰਮਾਂ (ਚੰਗੇ ਅਤੇ ਮੰਦੇ) ਦਾ ਹਿਸਾਬ ਰਖਦਾ ਹੈ । ਤੇਰੇ ਦਰਬਾਰ ਵਿੱਚ ਇਨਸਾਫ ਹੀ ਹੁੰਦਾ ਹੈ, ਕਿਸੇ ਗਵਾਹੀ ਦੀ ਲੋੜ ਨਹੀਂ ਹੁੰਦੀ । ਜਿਹੜਾ ਬੁਰੇ ਕੰਮ ਕਰਨ ਵਾਲੇ ਨੂੰ ਵੱਖਰੀਆਂ ਜੂੰਨਾਂ ਵਿੱਚ ਭੇਜਦਾ ਹੈ । ਜਿਹੜਾ ਸ਼ਬਦ ਦੀ ਪਾਲਣਾ ਕਰਦਾ, ਸ਼ਬਦ ਮਨ ਵਿਚ ਘਰ ਕਰ ਜਾਂਦਾ ਹੈ, ਉਹ ਤੇਰੇ ਸ਼ਬਦ ਦੀ ਸਮਾਧੀ ਵਿੱਚ ਅਡੋਲ ਰਹਿੰਦਾ ਹੈ । ਚਲਾਕੀ ਕਰਨ ਵਾਲਾ ਕਦੇ ਵੀ ਪ੍ਰਵਾਨ ਨਹੀਂ ਹੁੰਦਾ, ਉਸ ਨੂੰ ਸ਼ਰਮਿੰਦਗੀ ਹੀ ਮਿਲਦੀ ਹੈ । ਧਰਮਰਾਜ ਤੇਰਾ ਹੁਕਮ, ਤੇਰੀ ਰਜ਼ਾ ਅਨੁਸਾਰ ਹੀ ਵਾਪਰਦਾ ਹੈ ।

You have infused the soul with breaths and inscribed her destiny. You have established a righteous judge to monitor and accounts for her good and evil deeds for the mankind. The Omniscient True Master only justice prevails in Your Court, no witness ever needed. Sinners are punished and cycled through birth and death. Whosoever may obey and adopts the teachings of Your Word with steady and stable belief, he may remain intoxicated in deep meditation in the void of Your Word; with Your mercy and grace, he may be absorbed in Your Holy Spirit. No one may ever be accepted in Your Court with any clever tricks; he must endure the embarrassment in Your Court. The righteous judge may only perform justice as part Your Command; he does not have any of his own identity.

3. ਸਲੋਕ ਮਃ ੧॥ (ੜ) 463-18

ਵਿਸਮਾਦੁ ਨਾਦ ਵਿਸਮਾਦੁ ਵੇਦ॥	vismaad naad vismaad vayd.
ਵਿਸਮਾਦੁ ਜੀਅ ਵਿਸਮਾਦੁ ਭੇਦ॥	vismaad jee-a vismaad bhayd.
ਵਿਸਮਾਦੁ ਰੂਪ ਵਿਸਮਾਦੁ ਰੰਗ॥	vismaad roop vismaad rang.
ਵਿਸਮਾਦੁ ਨਾਗੇ ਫਿਰਹਿ ਜੰਤ॥	vismaad naagay fireh jant.
ਵਿਸਮਾਦੁ ਪਉਣੁ ਵਿਸਮਾਦੁ ਪਾਣੀ॥	vismaad pa-un vismaad paanee.
ਵਿਸਮਾਦੁ ਅਗਨੀ ਖੇਡਹਿ ਵਿਡਾਣੀ॥	vismaad agnee khaydeh vidaanee.
ਵਿਸਮਾਦੁ ਧਰਤੀ ਵਿਸਮਾਦੁ ਖਾਣੀ॥	vismaad Dhartee vismaad khaanee.
ਵਿਸਮਾਦੁ ਸਾਦਿ ਲਗਹਿ ਪਰਾਣੀ॥	vismaad saad lageh paraanee.
ਵਿਸਮਾਦੁ ਸੰਜੋਗੁ ਵਿਸਮਾਦੁ ਵਿਜੋਗੁ॥	vismaad sanjog vismaad vijog.
ਵਿਸਮਾਦੁ ਭੁਖ ਵਿਸਮਾਦੁ ਭੋਗੁ॥	vismaad bhukh vismaad bhog.
ਵਿਸਮਾਦੁ ਸਿਫਤਿ ਵਿਸਮਾਦੁ ਸਾਲਾਹ॥	vismaad sifat vismaad saalaah.
ਵਿਸਮਾਦੁ ਉਝੜ ਵਿਸਮਾਦੁ ਰਾਹ॥	vismaad ujharh vismaad raah.
ਵਿਸਮਾਦੁ ਨੇੜੈ ਵਿਸਮਾਦੁ ਦੂਰਿ॥	vismaad nayrhai vismaad door.
ਵਿਸਮਾਦੁ ਦੇਖੈ ਹਾਜ਼ਰਾ ਹਜੂਰਿ॥	vismaad daykhai haajraa hajoor.
ਵੇਖਿ ਵਿਡਾਣੁ ਰਹਿਆ ਵਿਸਮਾਦੁ॥	vaykh vidaan rahi-aa vismaad.
ਨਾਨਕ ਬੁਝਣੁ ਪੂਰੈ ਭਾਗਿ॥੧॥	naanak bujhan poorai bhaag. ‖1‖

ਪ੍ਰਭ ਤੇਰੀ ਬਾਣੀ ਦੀ ਧੁਨ, (ਨਾਦ-ਧੁਨ, ਵੇਦ-ਬਾਣੀ, ਗ੍ਰੰਥ) ਸ਼ਬਦ ਵਿੱਚ ਗਿਆਨ ਦਾ ਭੰਡਾਰ, ਸਾਜੀ ਸ੍ਰਿਸ਼ਟੀ, ਤੇਰੀ ਹੋਂਦ ਦਾ ਭੇਦ, ਤੇਰੇ ਵੱਖਰੇ ਅਕਾਰ ਅਤੇ ਰੰਗ ਬਹੁਤ ਅਨੋਖੇ ਹੀ ਹਨ । ਤੇਰੀ ਬਣਾਈ ਹਵਾ, ਪਾਣੀ, ਅੱਗ ਅਤੇ ਉਸ ਦੇ ਵੱਖਰੇ ਕਰਤਬ, ਤੇਰੀਆਂ ਬਣਾਈਆਂ ਧਰਤੀਆਂ ਬਹੁਤ ਅਨੋਖੀਆਂ ਹੀ ਹਨ । ਤੇਰੇ ਪੈਦਾ ਕੀਤੇ ਜੀਵ, ਕਈ ਜੀਵ ਨੰਗੇ ਫਿਰਦੇ, ਬਹੁਤ ਅਨੋਖੇ ਹੀ ਹਨ । ਤੇਰੇ ਬਖਸ਼ੇ ਜੀਵ ਦੀ ਜੀਭ ਦੇ ਰਸ, ਜੀਵ ਦੇ ਮਿਲਾਪ ਅਤੇ ਵੱਖਰੇ ਕਰਨ ਵਾਲੇ ਕਾਰਨ (ਢੰਗ) ਬਹੁਤ ਅਨੋਖੇ ਹੀ ਹਨ । ਤੇਰੇ ਲਾਲਚ, ਸੰਤੋਖ ਦੇਣ, ਸਿਮਰਨ ਦੇ, ਗਿਆਨ, ਸੋਝੀ ਦੇਣਾ ਦੇ ਢੰਗ ਬਹੁਤ ਅਨੋਖੇ ਹੀ ਹਨ । ਕਿਸੇ ਨੂੰ ਅਸਲੀ ਰਸਤੇ ਤੇ ਪਾਉਣ, ਹਟਾਉਣ, ਆਪਣੇ ਨੇੜੇ, ਦੂਰ ਕਰਨ ਦੇ ਢੰਗ ਬਹੁਤ ਅਨੋਖੇ ਹਨ । ਕੋਈ ਵੀ ਜੀਵ ਪੂਰਨ ਤਰ੍ਹਾਂ ਵਿਆਖਿਆ ਨਹੀਂ ਕਰ ਸਕਦਾ । ਤੇਰੀ ਹਰ ਥਾਂ ਤੇ ਮੌਜੂਦਗੀ ਅਤੇ ਕੋਈ ਵੀ ਤੈਨੂੰ ਛੋਹ ਨਹੀਂ ਸਕਦਾ । ਇਹ ਵੇਖਕੇ ਤੈਨੂੰ ਧੰਨ ਧੰਨ ਹੀ ਕਹਿੰਦਾ ਹਾ । ਜਿਸ ਨੂੰ ਇਹ ਸੋਝੀ ਤੂੰ ਆਪ ਬਖਸ਼ਦਾ ਹੈ, ਉਹ ਜੀਵ ਵੱਡੇ ਭਾਗਾਂ ਵਾਲਾ ਹੁੰਦਾ ਹੈ ।

** (ਵਿਸਮਾਦ- ਅਨੋਖਾ, ਮਨ ਨੂੰ ਹੈਰਾਨ ਕਰਨ ਵਾਲਾ)

The everlasting echo of Your Word, the treasure of enlightenment; Your Creation, secrecy of Your existence, various body structures, color of Your Creation are very fascinating and astonishing. Your created air, water, fire and different earths, islands are all wonderful and astonishing. Your Creation is astonishing, some may wander naked all are astonishing. Your blessed melodious tone on the tongue; You way of separating the soul or bless union with Holy Spirit; all are beyond the comprehension of Your Creation. The way of inspiring greed or contentment, devotion to meditate, to enlighten the soul are unique and astonishing. You may guide Your true devotee on the right path of salvation, others to wander in suspicions all are astonishing. No one may fully comprehend Your Nature, Omnipresence, remains beyond the reach, understanding of Your Creation. I am wonder stuck witnessing Your Nature. Very fortunate r may be enlightened.

ਮਃ ੧॥	**mehlaa 1.**
ਕੁਦਰਤਿ ਦਿਸੈ ਕੁਦਰਤਿ ਸੁਣੀਐ	kudrat disai kudrat sunee-ai
ਕੁਦਰਤਿ ਭਉ ਸੁਖ ਸਾਰੁ॥	kudrat bha-o sukh saar.
ਕੁਦਰਤਿ ਪਾਤਾਲੀ ਆਕਾਸੀ	kudrat paataalee aakaasee
ਕੁਦਰਤਿ ਸਰਬ ਆਕਾਰੁ॥	kudrat sarab aakaar.

ਕੁਦਰਤਿ ਵੇਦ ਪੁਰਾਣ ਕਤੇਬਾ	kudrat vayd puraan kataybaa
ਕੁਦਰਤਿ ਸਰਬ ਵੀਚਾਰੁ॥	kudrat sarab veechaar.
ਕੁਦਰਤਿ ਖਾਣਾ ਪੀਣਾ ਪੈਨ੍ਣੁ	kudrat khaanaa peenaa painHan ku-
ਕੁਦਰਤਿ ਸਰਬ ਪਿਆਰੁ॥	drat sarab pi-aar.
ਕੁਦਰਤਿ ਜਾਤੀ ਜਿਨਸੀ ਰੰਗੀ	kudrat jaatee jinsee rangee
ਕੁਦਰਤਿ ਜੀਅ ਜਹਾਨ॥	kudrat jee-a jahaan.
ਕੁਦਰਤਿ ਨੇਕੀਆ ਕੁਦਰਤਿ ਬਦੀਆ,	kudrat naykee-aa kudrat badee-aa ku-
ਕੁਦਰਤਿ ਮਾਨੁ ਅਭਿਮਾਨੁ॥	drat maan abhimaan.
ਕੁਦਰਤਿ ਪਉਣੁ ਪਾਣੀ ਬੈਸੰਤਰੁ	kudrat pa-un paanee baisantar
ਕੁਦਰਤਿ ਧਰਤੀ ਖਾਕੁ॥	kudrat Dhartee khaak.
ਸਭ ਤੇਰੀ ਕੁਦਰਤਿ ਤੂੰ ਕਾਦਿਰੁ	sabh tayree kudrat tooN kaadir
ਕਰਤਾ ਪਾਕੀ ਨਾਈ ਪਾਕੁ॥	kartaa paakee naa-ee paak.
ਨਾਨਕ ਹੁਕਮੈ ਅੰਦਰਿ ਵੇਖੈ	naanak hukmai andar vaykhai
ਵਰਤੈ ਤਾਕੋ ਤਾਕੁ॥੨॥	vartai taako taak. ‖2‖

ਪ੍ਰਭ ਤੇਰੇ ਹੁਕਮ ਅੰਦਰ ਹੀ ਸਭ ਜੀਵ ਤੇਰੀ ਰਹਿਮਤ ਨਾਲ ਹੀ ਦੇਖ, ਸੁਣ ਸਕਦੇ ਹਨ । ਕਿਸੇ ਨਾਲ ਪਿਆਰ ਜਾ ਵਿਛੋੜਾ, ਜਾ ਕਿਸੇ ਘਟਨਾ ਦੀ ਖੁਸ਼ੀ ਮਹਿਸੂਸ ਕਰ ਸਕਦੇ ਹਨ । ਤੇਰੇ ਹੁਕਮ ਨਾਲ ਹੀ ਅਕਾਸ਼, ਪਤਾਲ ਅਤੇ ਸਾਰੇ ਜੀਵਾਂ ਦੇ ਅਕਾਰ ਬਣੇ ਹਨ । ਤੇਰੇ ਭਾਣੇ ਨਾਲ ਹੀ ਵੱਖਰੀਆਂ ਵੱਖਰੀਆਂ ਧਾਰਮਕ ਕਿਤਾਬਾਂ ਬਣੀਆਂ ਹਨ । ਤੇਰੇ ਭਾਣੇ ਨਾਲ ਹੀ ਸਾਰੇ ਜੀਵ ਖਾਂਦੇ, ਪੀਂਦੇ, ਇਕ ਦੂਜੇ ਨਾਲ ਪਿਆਰ ਕਰਦੇ ਹਨ । ਤੇਰੇ ਭਾਣੇ ਨਾਲ ਹੀ ਸਾਰੇ ਵੱਖਰੇ ਰੰਗਾਂ ਅਤੇ ਅਕਾਰਾਂ ਦੇ ਜੀਵ ਪੈਦਾ ਹੋਏ, ਜੀਵ ਚੰਗੇ ਜਾ ਮੰਦੇ ਕੰਮ ਕਰਦੇ ਹਨ । ਕਈ ਅਹੰਕਾਰੀ ਹੁੰਦੇ, ਉਹਨਾਂ ਨੂੰ ਸ਼ਰਮਿੰਦਗੀ ਹੀ ਮਿਲਦੀ ਹੈ । ਤੇਰੀ ਕੁਦਰਤ ਨਾਲ ਹੀ ਹਵਾ, ਪਾਣੀ, ਧਰਤੀ ਅਤੇ ਧੂੜ ਹੁੰਦੀ, ਤੂੰ ਸਭ ਤੋਂ ਪਵਿਤ੍ਰ ਹੈ ।ਆਪਣੀ ਸਾਜੀ ਹੋਈ ਸ੍ਰਿਸ਼ਟੀ ਵਿੱਚ ਸ਼ਾਨ ਨਾਲ ਵਸਦਾ, ਆਪਣੇ ਭਾਣੇ ਦੀ ਆਪ ਹੀ ਪਾਲਣਾ ਕਰਾਉਂਦਾ ਹੈ ।

**** (ਕੁਦਰਤ–ਜਿਹੜੀ ਘਟਨਾ, ਕਿਸੇ ਜਾਣੇ ਤਾਰੀਕੇ ਨਾਲ ਵਿਆਖਿਆ ਨਾ ਕੀਤਾ ਜਾ ਸਕੇ)**

With Your Command, Your Word, the worldly creatures may see, hears, and communicates with others. With Your Blessings, he may feel love and attachment or separation or enjoy the pleasure of events of Your Nature. With Your Command, sky, earth, under earth, various structures of creatures and various Holy scripture have been created. With Your mercy and grace, all creatures eat, drink, satisfies the hunger, thirst and feels emotional attachment and love. With Your Command the creatures of different shape, form and color are born and performs good and evil deeds. Whosoever may perform his deeds in ego, he may be embarrassed in Your Court. You have created air, water, earth, and dust; You are the Holiest, sanctified of all. You dwell within Your Creation with glamour and grace and enforce Your Command on every creature.

ਪਉੜੀ॥	**pa-orhee.**
ਆਪੀਨ੍ਹੈ ਭੋਗ ਭੋਗਿ ਕੈ	aapeenHai bhog bhog kai
ਹੋਇ ਭਸਮੜਿ ਭਉਰੁ ਸਿਧਾਇਆ॥	ho-ay bhasmarh bha-ur siDhaa-i-aa.
ਵਡਾ ਹੋਆ ਦੁਨੀਦਾਰੁ	vadaa ho-aa duneedaar
ਗਲਿ ਸੰਗਲੁ ਘਤਿ ਚਲਾਇਆ॥	gal sangal ghat chalaa-i-aa.
ਅਗੈ ਕਰਣੀ ਕੀਰਤਿ ਵਾਚੀਐ	agai karnee keerat vaachee-ai
ਬਹਿ ਲੇਖਾ ਕਰਿ ਸਮਝਾਇਆ॥	bahi laykhaa kar samjhaa-i-aa.
ਥਾਉ ਨ ਹੋਵੀ ਪਉਦੀਈ	thaa-o na hovee pa-udee-ee
ਹੁਣਿ ਸੁਣੀਐ ਕਿਆ ਰੂਆਇਆ॥	hun sunee-ai ki-aa roo-aa-i-aa.
ਮਨਿ ਅੰਧੈ ਜਨਮੁ ਗਵਾਇਆ॥੩॥	man anDhai janam gavaa-i-aa. ‖3‖

ਜੀਵ ਮਨਮਰਜ਼ੀ ਕਰਕੇ ਜੀਵਨ ਨੂੰ ਸੰਸਾਰਕ ਸੁਖਾਂ ਨਾਲ ਬਤੀਤ ਕਰਦਾ ਹੈ । ਅੰਤ ਵਿੱਚ ਤੇਰਾ ਸਰੀਰ ਭਸਮ ਦੀ ਢੇਰੀ ਹੋ ਜਾਂਦਾ, ਤੇਰੀ ਆਤਮਾ ਉਠ ਜਾਂਦੀ ਹੈ (ਮੌਤ ਆ ਜਾਂਦੀ ਹੈ) । ਸੰਸਾਰ ਵਿੱਚ ਭਾਵੇਂ ਤੇਰੀ ਕਿਤਨੀ ਵੀ ਵੱਡੀ ਹੈਸੀਅਤ ਕਿਉਂ ਨਾ ਹੋਵੇ? ਤੇਰੇ ਗਲ ਵਿੱਚ ਮੌਤ ਦੇ ਜਮਦੂਤ ਦਾ ਸੰਗਲ ਪੈ ਜਾਂਦਾ ਹੈ । ਮੌਤੇ ਤੋਂ ਪਿਛੋਂ ਹਰ ਜੀਵ ਨੂੰ ਆਪਣੇ ਕੀਤੇ ਕੰਮਾਂ ਦਾ ਹਿਸਾਬ ਦੇਣਾ ਪੈਂਦਾ ਹੈ । ਮੰਦੇ ਕੰਮਾਂ ਦੇ ਕਾਰਨ, ਉਸ ਤੇ ਕੋਈ ਵੀ ਵਿਸ਼ਵਾਸ ਨਹੀਂ ਕਰਦਾ । ਉਥੇ ਉਸ ਦੀ ਰੋਣ, ਕਰਲਾਉਣ ਦੀ ਕੋਈ ਪ੍ਰਵਾਹ ਨਹੀਂ ਕਰਦਾ । ਜਿਹੜੇ ਜੀਵ ਨੇ ਆਪਣਾ ਜੀਵਨ ਬਿਰਥਾ ਹੀ ਬਤੀਤ ਕਰ ਲਿਆ। ਉਹ ਜਮਨ ਮਰਨ ਦੇ ਚੱਕਰ (ਨਰਕ) ਵਿੱਚ ਡਿੰਗ ਪੈਂਦਾ ਹੈ ।

Self-minded creature spends his human life journey in worldly comforts and pleasures. In the end, his body becomes dirt, his soul must go back to clear the account of his worldly deeds. No matter how great may be his worldly status, he must be captured by the devil of death to be punished for his deeds. After death every soul must clear the account of her worldly deeds. Whosoever may perform sinful and evil deeds, he loses his trust, no one believes any of his prayer. No one cares about his cry for help. Whosoever may waste his human life blessings uselessly, he remains in the cycle of birth and death, in hell.

4. ਸਲੋਕ ਮਃ ੧॥ (੪) 464-12

ਭੈ ਵਿਚਿ ਪਵਣੁ ਵਹੈ ਸਦਵਾਉ॥	bhai vich pavan vahai sadvaa-o.
ਭੈ ਵਿਚਿ ਚਲਹਿ ਲਖ ਦਰੀਆਉ॥	bhai vich chaleh lakh daree-aa-o.
ਭੈ ਵਿਚਿ ਅਗਨਿ ਕਢੈ ਵੇਗਾਰਿ॥	bhai vich agan kadhai vaygaar.
ਭੈ ਵਿਚਿ ਧਰਤੀ ਦਬੀ ਭਾਰਿ॥	bhai vich Dhartee dabee bhaar.
ਭੈ ਵਿਚਿ ਇੰਦੁ ਫਿਰੈ ਸਿਰ ਭਾਰਿ॥	bhai vich ind firai sir bhaar.
ਭੈ ਵਿਚਿ ਰਾਜਾ ਧਰਮੁ ਦੁਆਰੁ॥	bhai vich raajaa Dharam du-aar.
ਭੈ ਵਿਚਿ ਸੂਰਜੁ ਭੈ ਵਿਚਿ ਚੰਦੁ॥	bhai vich sooraj bhai vich chand.
ਕੋਹ ਕਰੋੜੀ ਚਲਤ ਨ ਅੰਤੁ॥	koh karorhee chalat na ant.
ਭੈ ਵਿਚਿ ਸਿਧ ਬੁਧ ਸੁਰ ਨਾਥ॥	bhai vich siDh buDh sur naath.
ਭੈ ਵਿਚਿ ਆਡਾਣੇ ਆਕਾਸ॥	bhai vich aadaanay aakaas.
ਭੈ ਵਿਚਿ ਜੋਧ ਮਹਾਬਲ ਸੂਰ॥	bhai vich joDh mahaabal soor.
ਭੈ ਵਿਚਿ ਆਵਹਿ ਜਾਵਹਿ ਪੂਰ॥	bhai vich aavahi jaaveh poor.
ਸਗਲਿਆ ਭਉ ਲਿਖਿਆ ਸਿਰਿ ਲੇਖੁ॥ ਨਾਨਕ	sagli-aa bha-o likhi-aa sir laykh.
ਨਿਰਭਉ ਨਿਰੰਕਾਰੁ ਸਚੁ ਏਕੁ॥੧॥	naanak nirbha-o nirankaar sach ayk.1

** (ਭੈ ਉਹ ਡਰ ਹੈ, ਜਿਵੇਂ ਇਕ ਪ੍ਰੇਮਕਾ ਆਪਣੇ ਪ੍ਰੇਮੀ ਨੂੰ ਬੁਹਤ ਪਿਆਰ ਕਰਦੀ ਹੈ, ਜਦੋਂ ਵੀ ਕੋਈ ਕੰਮ ਕਰਦੀ ਹੈ ਅਤੇ ਹਮੇਸ਼ਾਂ ਹੀ ਸੋਚਦੀ ਹੈ, ਮੇਰੇ ਇਸ ਕੰਮ ਨਾਲ ਉਹ ਨਰਾਜ਼ ਨਾ ਹੋ ਜਾਵੇ, ਇਹ ਉਸ ਦੀ ਅਮੀਦ ਤੋਂ ਬੁਹਤ ਘਟ ਹੈ, ਇਹ ਪਿਆਰ ਵਾਲਾ ਡਰ ਹੈ)

ਪ੍ਰਭ ਤੇਰੇ ਹੁਕਮ, ਭੈ, ਡਰ ਵਿੱਚ ਹੀ ਹਵਾ ਚਲਦੀ, ਅਨੇਕਾਂ ਹੀ ਦਰਿਆ, ਪਾਣੀ ਦੇ ਵੇਹਣ ਚਲਦੇ ਹਨ, ਡਰ ਵਿੱਚ ਹੀ ਅੱਗਨੀ ਕਈ ਸ੍ਰਿਸ਼ਟੀ ਦੇ ਸੁਖ ਦੇ ਕਰਤਬ ਕਰਦੀ ਹੈ । (ਜਿਵੇਂ ਭੋਜਨ ਬਣਾਉਣ, ਠੰਡ ਸਮੇਂ ਗਰਮੀ ਦੇਣੀ) ਧਰਤੀ ਕਿਤਨੇ ਭਾਰ ਥੱਲੇ ਹੈ, ਇੰਦ੍ਰ ਅਕਾਸ਼ ਤੇ ਘੁੰਮਦਾ ਹੈ । ਧਰਮਰਾਜ, ਤੇਰੀ ਆਗਿਆ ਲਈ ਤੇਰੇ ਦੁਰਵਾਜੇ ਤੇ ਖੜ੍ਹਾ ਹੈ । ਸੂਰਜ, ਚੰਦ, ਅਨੇਕਾਂ ਹੀ ਮੀਲ ਘੁੰਮਦੇ ਤੇ ਵੱਖਰੇ ਵੱਖਰੇ ਮੌਸਮ ਬਦਲਦੇ ਹਨ । ਇਸ ਵਿਜੋਗ ਦੇ ਡਰ ਕਰਕੇ ਹੀ, ਅਨੇਕਾਂ ਬੰਦਗੀ ਕਰਨ ਵਾਲੇ ਉੱਚੀਆਂ, ਸੁੰਨ, ਉਜਾੜਾਂ ਤੇ ਸਿਮਰਨ ਵਿੱਚ ਲੀਨ ਰਹਿੰਦੇ ਹਨ । ਇਸ ਪਿਆਰ ਵਿੱਚ ਹੀ ਬੁਹਤ ਵੱਡੇ ਸੂਰਮੇ ਆਪਣੀਆਂ ਜਾਨਾਂ ਕਰਬਾਣ ਕਰ ਦੇਂਦੇ ਹਨ, ਅਨੇਕਾਂ ਹੀ ਆਵਾਗਉਣ ਵਿੱਚ ਪਏ ਰਹਿੰਦੇ ਹਨ । ਸਭ ਕੁਝ ਸਾਰੀ ਸ੍ਰਿਸ਼ਟੀ ਦੇ ਮੱਥੇ ਤੇ ਹੀ ਲਿਖਿਆ ਹੋਇਆ ਹੈ । ਕੇਵਲ ਇਕੋ ਇਕ ਪ੍ਰਭ ਨੂੰ ਹੀ ਕੋਈ ਡਰ ਨਹੀਂ ਹੈ ।

The True Master, with the fear of Your Command, air, several rivers, all flows of water, fire performs various deeds to comfort Your Creation. Earth is under tremendous weight and pressure, prophet of rain, Indra roams around in sky. The righteous judge stands humbly at Your door waiting for Your Command. Moons travel countless miles around Sun to bring different weather patterns, seasons. In the fear of separation from Your Holy Spirit countless devotees remain intoxicated in meditation in wild forest, at high mountains, in the void and abandon homes. With a devotion to Your Word, several warriors sacrifice their life, several remain in the cycle of birth and death. The destiny of everyone has been prewritten on their forehead, only The True Master remains beyond prewritten destiny.

ਮਃ ੧॥	**mehlaa 1.**
ਨਾਨਕ ਨਿਰਭਉ ਨਿਰੰਕਾਰੁ	naanak nirbha-o nirankaar
ਹੋਰਿ ਕੇਤੇ ਰਾਮ ਰਵਾਲ॥	hor kaytay raam ravaal.
ਕੇਤੀਆ ਕੰਨ੍ ਕਹਾਣੀਆ	kaytee-aa kanH kahaanee-aa
ਕੇਤੇ ਬੇਦ ਬੀਚਾਰ॥	kaytay bayd beechaar.
ਕੇਤੇ ਨਚਹਿ ਮੰਗਤੇ	kaytay nacheh mangtay
ਗਿੜਿ ਮੁੜਿ ਪੂਰਹਿ ਤਾਲ॥	girh murh pooreh taal.
ਬਾਜਾਰੀ ਬਾਜਾਰ ਮਹਿ	baajaaree baajaar meh
ਆਇ ਕਢਹਿ ਬਾਜਾਰ॥	aa-ay kadheh baajaar.
ਗਾਵਹਿ ਰਾਜੇ ਰਾਣੀਆ	gaavahi raajay raanee-aa
ਬੋਲਹਿ ਆਲ ਪਤਾਲ॥	boleh aal pataal.
ਲਖ ਟਕਿਆ ਕੇ ਮੁੰਦੜੇ	lakh taki-aa kay mund-rhay
ਲਖ ਟਕਿਆ ਕੇ ਹਾਰ॥	lakh taki-aa kay haar.
ਜਿਤੁ ਤਨਿ ਪਾਈਅਹਿ ਨਾਨਕਾ	jit tan paa-ee-ah naankaa
ਸੇ ਤਨ ਹੋਵਹਿ ਛਾਰ॥	say tan hoveh chhaar.
ਗਿਆਨੁ ਨ ਗਲੀਈ ਢੂਢੀਐ	gi-aan na galee-ee dhoodhee-ai
ਕਥਨਾ ਕਰੜਾ ਸਾਰੁ॥	kathnaa karrhaa saar.
ਕਰਮਿ ਮਿਲੈ ਤਾ ਪਾਈਐ	karam milai taa paa-ee-ai
ਹੋਰ ਹਿਕਮਤਿ ਹੁਕਮੁ ਖੁਆਰੁ॥੨॥	hor hikmat hukam khu-aar. ||2||

ਪ੍ਰਭ ਤੋਂ ਬਿਨਾਂ ਹੋਰ ਕੋਈ ਵੀ ਡਰ ਤੋਂ ਰਹਿਤ ਨਹੀਂ ਹੈ । ਬਹੁਤ ਧਾਰਮਕ ਕਿਤਾਬਾਂ ਵਿੱਚ ਵੱਖਰੇ ਵੱਖਰੇ ਪੀਰਾਂ ਪੈਗੰਬਰਾਂ ਦੀਆਂ ਕਥਾਂ, ਕਹਾਣੀਆਂ ਦੱਸੀਆ ਗਈਆਂ ਹਨ । ਸਾਰੇ ਹੀ ਤੇਰੇ ਦਰ ਦੇ ਭਿਖਾਰੀ, ਰਹਿਮਤ ਮੰਗਦੇ ਹਨ । ਜਿਵੇਂ ਬਾਜੀਗਰ, ਖੇਲ ਤਮਾਸ਼ਾ ਕਰਕੇ ਲੋਕਾ ਨੂੰ ਭੁਲੇਖਾ ਪਾ ਕੇ ਆਪਣਾ ਰੁਜ਼ਗਾਰ ਕਰਦਾ ਹੈ । ਜਿਹੜਾ ਪ੍ਰਚਾਰਕ ਹੋਰ ਤਾਰੀਕੇ, ਵਿਧੀ ਦੀ ਸਿਖਿਆ ਦੇਂਦਾ ਹੈ, ਅਸਲੀ ਮਾਲਕ ਦੇ ਪ੍ਰਵਾਨ ਨਹੀਂ ਹੁੰਦੀ । ਸੰਸਾਰ ਵਿੱਚ ਵੱਡੀ ਹੈਸੀਅਤ ਤੇ ਪਾਹੁੰਚੇ, ਬੁਹਤ ਹੀ ਵਿਧੀਆਂ ਦੱਸਦੇ ਹਨ, ਆਪਣੇ ਜੀਵਨ ਵਿੱਚ ਸਿਖਿਆ ਦੀ ਪ੍ਰਵਾਹ ਨਹੀਂ ਕਰਦੇ । ਉਹ ਆਪਣੇ ਆਪ ਨੂੰ ਕੀਮਤੀ ਗਹਿਣੀਆਂ ਨਾਲ ਸਜਾਕੇ ਰਖਦੇ ਹਨ, ਉਹ ਭੁਲ ਜਾਂਦੇ ਹਨ, ਸਰੀਰ ਆਖੀਰ ਵਿੱਚ ਭਸਮ ਹੋ ਜਾਣਾ ਹੈ । ਪ੍ਰਭ ਦੀ ਰਹਿਮਤ, ਸ਼ਬਦ ਦੀ ਸੋਝੀ ਕੇਵਲ ਗੱਲਾਂ ਕਰਨ, ਬਾਣੀ ਦਾ ਨਿੱਤਨੇਮ, ਸ਼ਬਦ ਦੀ ਕਥਾ, ਕੀਰਤਨ, ਵਿਆਖਿਆ ਕਰਨ ਨਾਲ ਬਖਸ਼ਿਸ਼ ਨਹੀਂ ਹੁੰਦੀ । ਜੀਵ ਦੀ ਗਤੀ, ਕੇਵਲ ਪ੍ਰਭ ਦੀ ਰਹਿਮਤ ਨਾਲ ਹੀ ਹੋ ਸਕਦੀ ਹੈ । ਹੋਰ ਸਭ ਵਿਧੀਆਂ ਬਿਰਥੀਆ ਹੀ ਹਨ ।

Only, The True Master, no one else remains beyond the fear of prewritten destiny. Various Holy Scriptures describe the life stories of various Holy devotees, prophets; however, all are beggars at Your door, begging for Your mercy and grace. As the juggler plays clever tricks and creates illusion to make his living, preacher inspires different way of meditation. Whosoever may inspire any other meditation except the teachings of His Word, he may not be approved by The True Master. Worldly Holy prophets, renowned saints describe different techniques, path of meditation. However, they may not adopt these teachings in their own day to day life. They may remain intoxicated with worldly glory, dress up with expensive clothes and jewelry like bridegroom; they may forget that the body becomes dust, after breaths are exhausted. The right path of acceptance in His Court may not be blessed by only talking, reciting, and singing Holy Scripture teachings, daily routine prayers or religious baptism or religious robe. Only with His mercy and grace, his soul may be accepted in His Sanctuary and she may be blessed with salvation. All other unique techniques of meditation and religious rituals are useless for the purpose of human life journey.

ਪਉੜੀ ੪੬੫॥	**pa-orhee.**
ਨਦਰਿ ਕਰਹਿ ਜੇ ਆਪਣੀ	nadar karahi jay aapnee
ਤਾ ਨਦਰੀ ਸਤਿਗੁਰੁ ਪਾਇਆ॥	taa nadree satgur paa-i-aa.
ਏਹੁ ਜੀਉ ਬਹੁਤੇ ਜਨਮ ਭਰੰਮਿਆ,	ayhu jee-o bahutay janam bharammi-aa
ਤਾ ਸਤਿਗੁਰਿ ਸਬਦੁ ਸੁਣਾਇਆ॥	taa satgur sabad sunaa-i-aa.
ਸਤਿਗੁਰ ਜੇਵਡੁ ਦਾਤਾ ਕੋ ਨਹੀ,	satgur jayvad daataa ko nahee
ਸਭਿ ਸੁਣਿਅਹੁ ਲੋਕ ਸਬਾਇਆ॥	sabh suni-ahu lok sabaa-i-aa.
ਸਤਿਗੁਰਿ ਮਿਲਿਐ ਸਚੁ ਪਾਇਆ,	satgur mili-ai sach paa-i-aa
ਜਿਨ੍ਹੀ ਵਿਚਹੁ ਆਪੁ ਗਵਾਇਆ॥	jinHee vichahu aap gavaa-i-aa.
ਜਿਨਿ ਸਚੋ ਸਚੁ ਬੁਝਾਇਆ॥੪॥	jin sacho sach bujhaa-i-aa. ||4||

ਪ੍ਰਭ ਦੀ ਰਹਿਮਤ ਤੋਂ ਬਿਨਾਂ ਜੀਵ ਦੀ ਬੰਦਗੀ ਪ੍ਰਭ ਦੀ ਪਰਖ ਨੂੰ ਪ੍ਰਵਾਨ ਨਹੀਂ ਹੁੰਦੀ । ਆਤਮਾ ਸ਼ਬਦ, ਸਿਮਰਨ ਵਿੱਚ ਲੀਨ ਨਹੀਂ ਹੁੰਦੀ, ਜਨਮ ਮਰਨ ਵਿੱਚ ਹੀ ਭਉਦੀ ਰਹਿੰਦੀ ਹੈ । ਪ੍ਰਭ ਤੋਂ ਵੱਡਾ, ਉਪਰ ਹੋਰ ਕੋਈ ਦੂਜਾ ਨਹੀਂ ਹੈ । ਰਹਿਮਤ ਕੇਵਲ ਮਨ ਵਿਚੋਂ ਆਪਾ, ਅਹੰਕਾਰ ਖਤਮ ਕਰਨ ਨਾਲ ਹੀ ਬਖਸ਼ਿਸ਼ ਹੋ ਸਕਦੀ ਹੈ । ਜਿਹੜਾ ਆਪਣੇ ਆਪੇ ਨੂੰ ਖਤਮ ਕਰਕੇ ਪ੍ਰਭ ਵਿੱਚ ਅਭੇਦ ਹੋਣ ਲਈ ਤਿਆਰ ਹੋ ਜਾਂਦਾ ਹੈ । ਪ੍ਰਭ ਆਪ ਹੀ ਉਸ ਨੂੰ ਸ਼ਬਦ ਦੀ ਸੋਝੀ, ਗਿਆਨ, ਪ੍ਰਵਾਨਗੀ ਦੇ ਰਸਤੇ ਤੇ ਅਡੋਲ ਰਖਦਾ ਹੈ ।

Without the blessings of The True Master, the meditation of anyone may not become worthy of His Consideration, accepted in His Court. He may not remain focused on the teachings of His Word and his soul may wander in the cycle of birth and death. No one is equal or greater than The Omnipotent True Master. Whosoever may abandon his worldly status, selfishness, and ego, only he may become worthy of His Consideration. Whosoever may prepare himself for the journey, by surrendering his own worldly status and identity; The Merciful True Master may enlighten his soul and keeps her steady and stable on the right path of acceptance in His Court.

5. ਸਲੋਕ ਮਃ ੧॥ (੫) 465-5

ਘੜੀਆ ਸਭੇ ਗੋਪੀਆ	gharhee-aa sabhay gopee-aa
ਪਹਰ ਕੰਨ੍ ਗੋਪਾਲ॥	pahar kanH gopaal.
ਗਹਣੇ ਪਉਣੁ ਪਾਣੀ ਬੈਸੰਤਰੁ	gahnay pa-un paanee baisantar
ਚੰਦੁ ਸੂਰਜੁ ਅਵਤਾਰ॥	chand sooraj avtaar.
ਸਗਲੀ ਧਰਤੀ ਮਾਲੁ ਧਨੁ	saglee Dhartee maal Dhan
ਵਰਤਣਿ ਸਰਬ ਜੰਜਾਲ॥	vartan sarab janjaal.
ਨਾਨਕ ਮੁਸੈ ਗਿਆਨ ਵਿਹੂਣੀ	naanak musai gi-aan vihoonee
ਖਾਇ ਗਇਆ ਜਮਕਾਲੁ॥੧॥	khaa-ay ga-i-aa jamkaal. ||1||

ਪ੍ਰਭ ਹਰ ਪਲ, ਘੜੀ ਬਹੁਤ ਸੁੰਦਰ ਆਤਮਾਂ ਨੂੰ ਸ੍ਰਿਸ਼ਟੀ ਵਿੱਚ ਭੇਜਦਾ ਹੈ । ਕਿਸੇ ਨੂੰ ਦਾਸੀ, ਸੇਵਾ ਕਰਨ ਲਈ ਅਤੇ ਕਿਸੇ ਨੂੰ ਕਾਹਨ, ਸੇਵਾ ਕਰਵਾਉਣ ਲਈ ਸ੍ਰਿਸ਼ਟੀ ਵਿੱਚ ਭੇਜਦਾ ਹੈ । ਉਹਨਾਂ ਨੂੰ

ਸਜਾਉਣ ਲਈ, ਸੁਖ ਦੇਣ ਲਈ ਹਵਾ, ਪਾਣੀ, ਸੂਰਜ, ਚੰਦ ਪੈਦਾ ਕੀਤੇ ਹਨ । ਮਨ ਦੀ ਅਵਸਥਾ ਨੂੰ ਅਡੋਲ ਰਖਣ ਲਈ ਧਰਤੀ ਤੇ ਸਭ ਸੰਸਾਰਕ ਧਨ ਦੌਲਤ, ਲਾਲਚ, ਭਰਮਾਂ ਦੇ ਜਾਲ ਵਛਾਉਂਦਾ ਹੈ । ਜਿਤਨਾ ਚਿਰ ਜੀਵ ਸ਼ਬਦ ਦੀ ਪਾਲਣਾ, ਸਿਮਰਨ ਕਰਕੇ ਸੋਝੀ ਨਹੀਂ ਪਾਉਂਦਾ । ਰਹਿਮਤ ਬਖਸ਼ਿਸ਼ ਨਹੀਂ ਹੁੰਦੀ, ਓਹ ਜਮਦੂਤਾਂ ਦੇ ਕਾਬੂ ਵਿੱਚ ਹੀ ਰਹਿੰਦਾ ਹੈ ।

Every moment, The True Master may send various blessed souls in the universe for a unique purpose. Some are to serve others; some are to be served in the universe. He has created air, water, Sun, and Moon to enhance the glory and provides comfort for His Creation. He also infuses various traps of worldly wealth, greed, suspicions to evaluate his dedication on the right path of meditation. Whosoever may not meditate, adopts the teachings of His Word in his day-to-day life; he may not be blessed with the right path of enlightenment from within. He may remain under seize and captured by the devil of death.

ਮਃ ੧॥	**mehlaa 1.**
ਵਾਇਨਿ ਚੇਲੇ ਨਚਨਿ ਗੁਰ॥	vaa-in chaylay nachan gur.
ਪੈਰ ਹਲਾਇਨਿ ਫੇਰਨਿ੍ ਸਿਰ॥	pair halaa-in fayrniH sir.
ਉਡਿ ਉਡਿ ਰਾਵਾ ਝਾਟੈ ਪਾਇ॥	ud ud raavaa jhaatai paa-ay.
ਵੇਖੈ ਲੋਕੁ ਹਸੈ ਘਰਿ ਜਾਇ॥	vaykhai lok hasai ghar jaa-ay.
ਰੋਟੀਆ ਕਾਰਣਿ ਪੂਰਹਿ ਤਾਲ॥	rotee-aa kaaran pooreh taal.
ਆਪੁ ਪਛਾੜਹਿ ਧਰਤੀ ਨਾਲਿ॥	aap pachhaarheh Dhartee naal.
ਗਾਵਨਿ ਗੋਪੀਆ ਗਾਵਨਿ ਕਾਨ੍॥	gaavan gopee-aa gaavan kaanH.
ਗਾਵਨਿ ਸੀਤਾ ਰਾਜੇ ਰਾਮ॥	gaavan seetaa raajay raam.
ਨਿਰਭਉ ਨਿਰੰਕਾਰੁ ਸਚੁ ਨਾਮੁ॥	nirbha-o nirankaar sach naam.
ਜਾ ਕਾ ਕੀਆ ਸਗਲ ਜਹਾਨੁ॥	jaa kaa kee-aa sagal jahaan.
ਸੇਵਕ ਸੇਵਹਿ ਕਰਮਿ ਚੜਾਉ॥	sayvak sayveh karam charhaa-o.
ਭਿੰਨੀ ਰੈਣਿ ਜਿਨ੍ਾ ਮਨਿ ਚਾਉ॥	bhinnee rain jinHaa man chaa-o.
ਸਿਖੀ ਸਿਖਿਆ ਗੁਰ ਵੀਚਾਰਿ॥	sikhee sikhi-aa gur veechaar.
ਨਦਰੀ ਕਰਮਿ ਲਘਾਏ ਪਾਰਿ॥	nadree karam laghaa-ay paar.
ਕੋਲੂ ਚਰਖਾ ਚਕੀ ਚਕੁ॥	koloo charkhaa chakee chak.
ਥਲ ਵਾਰੋਲੇ ਬਹੁਤੁ ਅਨੰਤੁ॥	thal vaarolay bahut anant.
ਲਾਟੂ ਮਾਧਾਣੀਆ ਅਨਗਾਹ॥	laatoo maaDhaanee-aa angaah.
ਪੰਖੀ ਭਉਦੀਆ ਲੈਨਿ ਨ ਸਾਹ॥	pankhee bha-udee-aa lain na saah.
ਸੂਐ ਚਾੜਿ ਭਵਾਈਅਹਿ ਜੰਤ॥	soo-ai chaarh bhavaa-ee-ah jant.
ਨਾਨਕ ਭਉਦਿਆ ਗਣਤ ਨ ਅੰਤ॥	naanak bha-udi-aa ganat na ant.
ਬੰਧਨ ਬੰਧਿ ਭਵਾਏ ਸੋਇ॥	banDhan banDh bhavaa-ay so-ay.
ਪਇਐ ਕਿਰਤਿ ਨਚੈ ਸਭੁ ਕੋਇ॥	pa-i-ai kirat nachai sabh ko-ay.
ਨਚਿ ਨਚਿ ਹਸਹਿ ਚਲਹਿ ਸੇ ਰੋਇ॥	nach nach haseh chaleh say ro-ay.
ਉਡਿ ਨ ਜਾਹੀ ਸਿਧ ਨ ਹੋਹਿ॥	ud na jaahee siDh na hohi.
ਨਚਣੁ ਕੁਦਣੁ ਮਨ ਕਾ ਚਾਉ॥	nachan kudan man kaa chaa-o.
ਨਾਨਕ ਜਿਨ੍ ਮਨਿ ਭਉ	naanak jinH man bha-o
ਤਿਨ੍ਾ ਮਨਿ ਭਾਉ॥੨॥	tinHaa man bhaa-o. ‖2‖

ਧਾਰਮਕ ਪੀਰ, ਗੁਰੂ ਭਗਤੀ ਕਰਨ ਦੇ ਵੱਖਰੇ ਵੱਖਰੇ ਤਾਰੀਕੇ ਦੱਸਦੇ ਹਨ । ਉਹ ਆਪ ਮਿੱਠੇ, ਸੰਗੀਤ, ਰਾਗ ਨਾਲ ਨੱਚਦੇ, ਪਿਛੇ ਚਲਣ ਵਾਲੇ ਉਹਨਾਂ ਤੋਂ ਵੀ ਜ਼ਿਆਦਾ ਟੱਪਦੇ ਹਨ । ਧਰਤੀ ਦੀ ਧੂੜ ਉਹਨਾਂ ਦੇ ਸਿਰਾ ਤੇ ਪੈਂਦੀ ਹੈ, ਲੋਕ ਮਖੌਲ ਬਣਾਉਂਦੇ, ਕਰਦੇ ਹਨ । ਇਹ ਸਭ ਆਪਣੀ ਸੰਸਾਰਕ ਭੁੱਖ ਨੂੰ ਦੂਰ ਕਰਨ, ਲਾਲਚ ਪੂਰਾ ਕਰਨ ਲਈ ਹੀ ਕਰਦੇ ਹਨ । ਉਹ ਆਪਣਾ ਅਸਲੀ ਰਸਤਾ ਭੁਲ ਗਏ ਹਨ, ਧਰਤੀ ਦੇ ਯੋਗ ਹੀ ਰਹਿੰਦੇ ਹਨ, ਦਰਬਾਰ ਵਿੱਚ ਕੋਈ ਥਾਂ ਬਖਸ਼ਿਸ਼ ਨਹੀਂ

ਹੁੰਦੀ । ਸ੍ਰਿਸ਼ਟੀ ਵਿੱਚ ਅਨੇਕਾਂ ਹੀ ਆਤਮਾਂ ਸਿਮਰਨ ਕਰਦੀਆਂ ਹਨ, ਨਿਰਭਉ, ਬੇਪ੍ਰਵਾਹ ਪ੍ਰਭ ਹੀ ਸਾਰੀ ਸ੍ਰਿਸ਼ਟੀ ਨੂੰ ਪੈਦਾ ਕਰਦਾ ਹੈ । ਪ੍ਰਭ ਦੀ ਬੰਦਗੀ ਕੇਵਲ ਉਹ ਹੀ ਕਰ ਸਕਦਾ ਹੈ ਜਿਸ ਦੇ ਕਰਮਾਂ ਵਿੱਚ ਹੁੰਦਾ ਹੈ । ਉਸ ਦਾ ਸੰਸਾਰਕ ਜੀਵਨ ਬੂਹਤ ਸਹਾਵਨਾ ਹੁੰਦਾ, ਮਨ ਖੇੜੇ ਵਿੱਚ ਰਹਿੰਦਾ ਹੈ । ਸਾਰੀਆਂ ਧਾਰਮਕ ਕਿਤਾਬਾਂ ਤੋਂ ਇਹ ਹੀ ਸਿਖਿਆ ਮਿਲਦੀ ਹੈ ।

ਜਿਸ ਤੇ ਪ੍ਰਭ ਰਹਿਮਤ ਬਖਸ਼ਦਾ, ਉਸ ਦੇ ਕੰਮ ਪ੍ਰਵਾਨ ਹੋ ਜਾਂਦੇ ਹਨ, ਉਸ ਵਿੱਚ ਹੀ ਅਲੋਪ ਹੋ ਜਾਂਦਾ ਹੈ । ਇਸ ਸੰਸਾਰ ਵਿੱਚ ਬੁਹਤ ਹੀ ਜੀਵ ਬੁਹਤ ਮੁਸ਼ੱਕਤ, ਤਪਸਿਆ ਕਰਦੇ ਹਨ । ਹਰਇਕ ਜੀਵ ਹੀ ਆਪਣੇ ਤਾਰੀਕੇ ਨਾਲ ਪ੍ਰਭ ਨੂੰ ਪਾਉਣ ਵਿੱਚ ਲਗਾ ਰਹਿੰਦਾ ਹੈ । ਅਨੇਕਾਂ ਜੀਵ ਵੱਖਰੇ, ਵੱਖਰੇ ਤਾਰੀਕੇ ਅਪਣਾਉਂਦੇ ਹਨ । ਪ੍ਰਭ ਹੀ ਜੀਵ ਨੂੰ ਇਹਨਾਂ ਬੰਧਨਾ ਵਿੱਚ ਬੰਧਦਾ, ਉਸ ਤਾਰੀਕੇ ਨਾਲ ਕੰਮ ਕਰਦੇ ਹਨ । ਜਿਹੜਾ ਸੰਸਾਰਕ ਜੀਵਾਂ ਨੂੰ ਖੁਸ਼ ਕਰਨ ਲਈ ਨੱਚਦਾ, ਟੱਪਦਾ ਹੈ । ਉਸ ਨੂੰ ਪ੍ਰਭ ਦੀ ਰਹਿਮਤ ਦੇ ਤਾਰੀਕੇ ਦਾ ਕੋਈ ਗਿਆਨ ਨਹੀਂ ਹੁੰਦਾ । ਇਹ ਨੱਚਨਾ ਟੱਪਨਾ ਆਪਣੇ ਮਨ ਨੂੰ ਖੁਸ਼ ਕਰਨ ਦਾ ਹੀ ਢੰਗ ਹੈ । ਜਿਸ ਦਾ ਮਨ, ਪ੍ਰਭ ਦੇ ਵਿਛੋੜੇ ਦੇ ਵਿਰਾਗ ਨਾਲ ਭਰਿਆਂ ਹੋਇਆ ਹੈ, ਉਹ ਹੀ ਪ੍ਰਵਾਨ ਹੋ ਸਕਦਾ ਹੈ ।

** (ਗੋਪੀਆ, ਕਾਹਨ, ਰਾਜੇ, ਸੰਸਾਰਕ ਧਾਰਮਕ ਆਗੂ)

The religious preachers, gurus describe various techniques to meditate on the teachings of His Word. So many worldly preachers speak very politely, sing with the melodious music tone and dances on the Holy Scripture; their followers dance and sing more aggressively with more enthusiasm. The dust of earth falls on their head and everyone makes a mockery of their meditation. All worldly gurus remain intoxicated with greed of worldly wealth. They have abandoned, lost the right path of meditation. They may not be accepted in His Court and remain in the cycle of birth and death. Countless souls, so many angels, kings and religious leaders are meditation with devotion to be accepted in His Sanctuary. The Omnipotent, fearless carefree True Master creates the whole universe to meditate. Whosoever may have a great prewritten destiny, only he may meditate and adopts the teachings of His Word in day-to-day life. His human life journey may become very glamorous and he may remain fully contented. All Holy Scriptures enlighten same essence of His Nature.

Whosoever may be bestowed with His Blessed Vision, all his meditations may be accepted; he may be immersed within His Holy spirit. Countless devotees meditate with a very rigid discipline. Everyone tries his best way to meditate to become worthy of His Consideration. Several devotees adopt various techniques of meditation in their life, The True Master inspires and bonds these devotees on those techniques. They may perform their deed under these techniques and environments. Whosoever may sing and dance on the tune of His Holy Scripture to impress the worldly prophets; he may remain ignorant from the right path of meditation. Whosoever may be overwhelmed with the renunciation of the memory of his separation from The True Master, his meditation may be accepted in His Court.

ਪਉੜੀ॥	**pa-orhee.**
ਨਾਉ ਤੇਰਾ ਨਿਰੰਕਾਰੁ ਹੈ	naa-o tayraa nirankaar hai
ਨਾਇ ਲਇਐ ਨਰਕਿ ਨ ਜਾਈਐ॥	naa-ay la-i-ai narak na jaa-ee-ai.
ਜੀਉ ਪਿੰਡੁ ਸਭੁ ਤਿਸ ਦਾ	jee-o pind sabh tis daa
ਦੇ ਖਾਜੈ ਆਖਿ ਗਵਾਈਐ॥	day khaajai aakh gavaa-ee-ai.
ਜੇ ਲੋੜਹਿ ਚੰਗਾ ਆਪਣਾ	jay lorheh changa aapnaa
ਕਰਿ ਪੁੰਨਹੁ ਨੀਚੁ ਸਦਾਈਐ॥	kar punnhu neech sadaa-ee-ai.

ਜੇ ਜਰਵਾਣਾ ਪਰਹਰੈ
ਜਰੁ ਵੇਸ ਕਰੇਦੀ ਆਈਐ॥
ਕੋ ਰਹੈ ਨ ਭਰੀਐ ਪਾਈਐ॥ ੫॥

jay jarvaanaa parharai
jar vays karaydee aa-ee-ai.
ko rahai na bharee-ai paa-ee-ai. ||5||

ਪ੍ਰਭ ਤੇਰੀ ਹੋਂਦ, ਨਾ ਮਿਟਨਵਾਲੀ ਤੇਰਾ ਸ਼ਬਦ ਅਟਲ ਰਹਿਣ ਵਾਲਾ ਹੈ । ਜਿਹੜਾ ਵੀ ਭਰੋਸਾ ਅਡੋਲ ਰਖਕੇ ਸ਼ਬਦ ਦੀ ਪਾਲਣਾ, ਸਿਮਰਨ ਕਰਦਾ, ਪ੍ਰਵਾਨ ਹੋ ਜਾਂਦਾ, ਨਰਕ ਨਹੀਂ ਜਾਂਦਾ । ਮਾਨਸ ਤਨ, ਜਨਮ ਤੇਰੀ ਹੀ ਅਮਾਨਤ ਹੈ, ਤੇਰੀ ਸੇਵਾ ਵਿੱਚ ਹੀ ਬਤੀਤ ਕਰਨਾ ਦੀ ਇੱਛਾ ਹੈ । ਦੁਨੀਆਵੀ ਖੁਸ਼ੀ ਲਈ ਗਵਾਉਣਾ ਨਹੀਂ ਚਾਹੁੰਦਾ । ਜਿਸ ਦੇ ਮਨ ਵਿੱਚ ਆਪਣਾ ਅਸਲੀ ਮੰਤਵ ਹਾਸਿਲ ਕਰਨਾ ਦੀ ਇੱਛਾਂ ਹੋਵੇ, ਉਹ ਸ੍ਰਿਸ਼ਟੀ ਦੀ ਭਲਾਈ ਲਈ ਹੀ ਆਪਣਾ ਜੀਵਨ ਬਤੀਤ ਕਰਦਾ ਹੈ, ਭਾਵੇਂ ਬਾਕੀ ਜੀਵ ਉਸ ਨੂੰ ਨੀਚ ਵੀ ਸਮਝਣ । ਜੀਵ ਭਾਵੇਂ ਬੁਢੇਪੇ ਦੀਆਂ ਨਿਸ਼ਾਨੀ ਛਿਪਾ ਲਏ, ਅੰਤ ਵਿੱਚ ਮਰਨਾ ਹੀ ਹੈ । ਕੋਈ ਵੀ ਕਦੇ ਆਪਣੇ ਸਾਰੇ ਸਵਾਸਾਂ ਦੀ ਗਿਣਤੀ ਨਹੀਂ ਕਰ ਸਕਦਾ ।

My True Master Your existence and Your Word remain axiom, un-change-able, permanent. Whosoever may meditate and adopts the teachings of Your Word with steady and stable belief, his meditation may be accepted in Your Court. He may not enter the womb of mother; his cycle of birth and death may be eliminated. Only with Your mercy and grace, human life, body, and mind are blessed and are only Your Trust. We should dedicate our life in the service of His Creation and we may not waste in worldly pleasures. Whosoever may have a deep desire to accomplish his true purpose of human life journey, he should always perform good deeds for His Creation; no matter even though everyone may call him insane, lower-status mean. One may hide the signs of his old age, still everyone must face death; no one may ever fully count the numbers of his breaths.

6. ਸਲੋਕ ਮਃ ੧॥ (੬) 465-17

ਮੁਸਲਮਾਨਾ ਸਿਫਤਿ ਸਰੀਅਤਿ
ਪੜਿ ਪੜਿ ਕਰਹਿ ਬੀਚਾਰੁ॥
ਬੰਦੇ ਸੇ ਜਿ ਪਵਹਿ ਵਿਚਿ ਬੰਦੀ
ਵੇਖਣ ਕਉ ਦੀਦਾਰੁ॥
ਹਿੰਦੂ ਸਾਲਾਹੀ ਸਾਲਾਹਨਿ
ਦਰਸਨਿ ਰੂਪਿ ਅਪਾਰੁ॥
ਤੀਰਥਿ ਨਾਵਹਿ ਅਰਚਾ ਪੂਜਾ
ਅਗਰ ਵਾਸੁ ਬਹਕਾਰੁ॥
ਜੋਗੀ ਸੁੰਨਿ ਧਿਆਵਨਿ ਜੇਤੇ
ਅਲਖ ਨਾਮੁ ਕਰਤਾਰੁ॥
ਸੂਖਮ ਮੂਰਤਿ ਨਾਮੁ ਨਿਰੰਜਨ
ਕਾਇਆ ਕਾ ਆਕਾਰੁ॥
ਸਤੀਆ ਮਨਿ ਸੰਤੋਖੁ ਉਪਜੈ
ਦੇਣੈ ਕੈ ਵੀਚਾਰਿ॥
ਦੇ ਦੇ ਮੰਗਹਿ ਸਹਸਾ
ਗੂਣਾ ਸੋਭ ਕਰੇ ਸੰਸਾਰੁ॥
ਚੋਰਾ ਜਾਰਾ ਤੈ ਕੂੜਿਆਰਾ
ਖਾਰਾਬਾ ਵੇਕਾਰ॥
ਇਕਿ ਹੋਦਾ ਖਾਇ ਚਲਹਿ ਐਥਾਊ
ਤਿਨਾ ਭੀ ਕਾਈ ਕਾਰ॥
ਜਲਿ ਥਲਿ ਜੀਆ ਪੁਰੀਆਂ
ਲੋਆ ਆਕਾਰਾ ਆਕਾਰ॥
ਓਇ ਜਿ ਆਖਹਿ ਸੁ ਤੂੰਹੈ ਜਾਣਹਿ

musalmaanaa sifat saree-at
parh parh karahi beechaar.
banday say je paveh vich bandee
vaykhan ka-o deedaar.
hindoo saalaahee saalaahan
darsan roop apaar.
tirath naaveh archaa poojaa
agar vaas behkaar.
jogee sunn Dhi-aavniH jaytay
alakh naam kartaar.
sookham moorat naam niranjan
kaa-i-aa kaa aakaar.
satee-aa man santokh upjai
daynai kai veechaar.
day day mangeh sahsaa
goonaa sobh karay sansaar.
choraa jaaraa tai koorhi-aaraa
khaaraabaa vaykaar.
ik hodaa khaa-ay chaleh aithaa-oo
tinaa bhe kaa-ee kaar.
jal thal jee-aa puree-aa
lo-aa aakaaraa aakaar.
o-ay je aakhahi so tooNhai jaaneh

ਤਿਨਾ ਭਿ ਤੇਰੀ ਸਾਰ॥	tinaa bhe tayree saar.
ਨਾਨਕ ਭਗਤਾ ਭੁਖ ਸਾਲਾਹਣੁ	naanak bhagtaa bhukh saalaahan
ਸਚੁ ਨਾਮੁ ਆਧਾਰੁ॥	sach naam aaDhaar.
ਸਦਾ ਅਨੰਦਿ ਰਹਹਿ ਦਿਨੁ ਰਾਤੀ	sadaa anand raheh din raatee
ਗੁਣਵੰਤਿਆ ਪਾ ਛਾਰੁ॥੧॥	gunvanti-aa paa chhaar. ॥1॥

ਜਿਹੜਾ ਜੀਵ ਮੁਸਲਮਾਨ ਧਰਮ ਨੂੰ ਆਪਣਾ ਗਿਆਨਤਾ, ਮੁਕਤੀ ਦਾ ਰਸਤਾ ਸਮਝਦਾ ਹੈ । ਉਹ ਕੁਰਾਨ ਵਿੱਚ ਦੱਸੇ ਰਸਤੇ ਦਾ ਗਿਆਨ ਪ੍ਰਾਪਤ ਕਰਦਾ, ਅਸੂਲਾਂ ਦਾ ਵਿਚਾਰ ਕਰਦਾ ਹੈ । ਜਿਹੜਾ ਜੀਵ ਹਿੰਦੂ ਮੱਤ ਵਿੱਚ ਵਿਸ਼ਵਾਸ ਰਖਦਾ ਹੈ । ਉਹ ਪ੍ਰਭ ਦੀ ਉਸਤਤ ਕਰਦਾ, ਉਹ ਮੰਨਦਾ ਹੈ, ਪ੍ਰਭ ਦੇ ਬਰਾਬਰ ਹੋਰ ਕੋਈ ਦੂਜਾ ਨਹੀਂ ਹੈ । ਉਹ ਪਵਿਤ੍ਰ ਸਮਝੇ ਗਏ ਤੀਰਥਾਂ ਤੇ ਇਸ਼ਨਾਨ ਕਰਦਾ, ਪ੍ਰਭ ਅੱਗੇ ਫੁੱਲ ਭੇਟਾ ਕਰਦਾ, ਧੂਪ ਦੇਂਦੇ ਹੈ । ਜਿਹੜਾ ਜੋਗੀ ਮਤਵਾਲਾ ਹੈ, ਉਹ ਪ੍ਰਭ ਨੂੰ ਹੀ ਸਾਰੀ ਸ੍ਰਿਸ਼ਟੀ ਨੂੰ ਪੈਦਾ ਕਰਨ ਵਾਲਾ ਮੰਨਦਾ ਹੈ । ਕਿ ਪ੍ਰਭ ਹਰ ਥਾਂ ਮੌਜੂਦ ਹੈ, ਕਿਸੇ ਨੂੰ ਨਜ਼ਰ ਨਹੀਂ ਆਉਂਦਾ, ਉਸ ਦੀ ਸੂਰਤ ਸੂਖਮ ਬਹੁਤ ਅਨੌਖੀ ਹੈ । ਕਿਸੇ ਵੀ ਜੀਵ (ਅਕਾਰ) ਵਿੱਚ ਕਿਸੇ ਸਮੇਂ ਪ੍ਰਗਟ ਹੋ ਸਕਦਾ ਹੈ । ਪ੍ਰਭ ਦੇ ਅਸਲੀ ਭਗਤ ਦੇ ਮਨ ਵਿੱਚ ਪ੍ਰਭ ਦੇ ਦਰਸ਼ਨ ਦੀ ਇਛਾਂ, ਭਾਣੇ ਵਿੱਚ ਸੰਤੋਖ, ਉਸ ਦੇ ਬਖਸ਼ੇ ਦਾ ਸਦਾ ਹੀ ਧੰਨਵਾਦ ਕਰਦਾ, ਸਿਮਰਨ ਵਿੱਚ ਲੀਨ ਰਹਿੰਦਾ ਹੈ । ਪ੍ਰਭ ਦਾਤਾਂ ਬਖਸ਼ਦਾ ਰਹਿੰਦਾ ਹੈ, ਜੀਵ ਹੋਰ ਦਾਤਾਂ ਮੰਗੀ ਜਾਂਦੇ ਹਨ । ਮੁਰਾਦਾਂ ਪੂਰੀ ਕਰਨ ਕਰਕੇ ਪ੍ਰਭ ਦੀਆਂ ਸਿਫਤਾ ਕਰਦਾ ਰਹਿੰਦਾ ਹੈ । ਉਹ ਜੀਵ ਚੋਰਾਂ ਵਰਗੇ, ਪਾਪੀ ਹਨ, ਵਾਸਨਾ ਦੇ ਕਾਬੂ ਵਿੱਚ ਹਨ । ਪਿਛਲੇ ਜਨਮ ਦੀ ਕਮਾਈ ਦੀਆਂ ਦਾਤਾਂ ਖਤਮ ਕਰ ਜਾਂਦੇ ਹਨ, ਇਸ ਜਨਮ ਵਿੱਚ ਕੋਈ ਚੰਗਾ ਕਰਮ ਕਰਕੇ ਨਹੀਂ ਜਾਂਦੇ । ਪ੍ਰਭ ਜਲ, ਥਲ ਤੇ ਵੱਖਰੀ ਵੱਖਰੀ ਕਿਸਮ ਦੇ ਜੀਵ ਪੈਦਾ ਕਰਦਾ ਹੈ । ਉਹ ਸਾਰਿਆਂ ਦੀ ਸੰਭਾਲਨਾ ਕਰਦਾ, ਧੰਨ ਹੀ ਹੈ । ਅਸਲੀ ਭਗਤ ਦੇ ਮਨ ਵਿੱਚ ਹਰ ਵੇਲੇ ਹੀ ਸ਼ਬਦ ਦੀ ਪਾਲਣਾ ਦੀ ਇਛਾ ਰਹਿੰਦੀ ਹੈ । ਉਸ ਦੀ ਪਾਲਣਾ ਕਰਨਾ ਹੀ ਉਸ ਦਾ ਸੰਸਾਰ ਜੀਵਨ ਦਾ ਧੰਦਾ ਬਣ ਜਾਂਦਾ ਹੈ । ਉਸ ਜੀਵ ਦੀ ਸਿਖਿਆ ਨਾਲ ਜੀਵਨ ਸਫਲ ਹੋ ਜਾਂਦਾ ਹੈ ।

Whosoever may believe in the Holy Scripture of Muslims, as the of right path of salvation, he understands the teachings of the Holy Scripture Quran and adopts the teachings in his day-to-day life. Whosoever may believe in the Hindu philosophy of salvation, he sings the glory of The True Master and claims that no one is equal or greater than God. He worships, offers flowers and fragrance at renowned holy shrines, and take a bath of sanctification. Whosoever may believe in the concept Yogi, he considers The One and Only One True Creator of the whole universe; Omnipresent, beyond the visibility of His Creation. He may appear in any creature, structure anywhere any time, His glory and color are astonishing. However, His true devotee always remains fully contented with His Blessings in all worldly condition. He always sings the glory of His Virtues and thanks for His blessings. The True Master always bestows His blessings to His Creation; however, ignorant creatures keep begging for more and more in greed of his mind. He only singing His glory for satisfying his desires; he is like thief and robber; he may not control the desire of his mind. He may exhaust all earnings of His Word of previous life; however, he may not perform any good deed in the universe. The True Master creates different kinds of creature in water, in, on and under earth, He nourishes and protects all His Creation. His true devotee always keeps a burning desire to be blessed with His blessed vision. The meditation on the teachings of His Word becomes the only purpose of his human life journey. Even with the shadow of His true devotee, human life journey may be transformed.

ਮਃ ੧॥ mehlaa 1.
ਮਿਟੀ ਮੁਸਲਮਾਨ ਕੀ mitee musalmaan kee
ਪੇੜੈ ਪਈ ਕੁਮ੍ਹਿਆਰ॥ payrhai pa-ee kumHi-aar.
ਘੜਿ ਭਾਂਡੇ ਇਟਾ ਕੀਆ gharh bhaaNday itaa kee-aa
ਜਲਦੀ ਕਰੇ ਪੁਕਾਰ॥ jaldee karay pukaar.
ਜਲਿ ਜਲਿ ਰੋਵੈ ਬਪੁੜੀ jal jal rovai bapurhee
ਝੜਿ ਝੜਿ ਪਵਹਿ ਅੰਗਿਆਰ॥ jharh jharh paveh angi-aar.
ਨਾਨਕ ਜਿਨਿ ਕਰਤੈ ਕਾਰਣੁ ਕੀਆ naanak jin kartai kaaran kee-aa
ਸੋ ਜਾਣੈ ਕਰਤਾਰੁ॥੨॥ so jaanai kartaar. ||2||

ਅੰਤ ਵਿੱਚ ਮੌਤ ਪਿਛੋਂ ਤਨ ਭਸਮ ਹੋ ਜਾਂਦਾ, ਮਿੱਟੀ ਵਿੱਚ ਰਲ ਜਾਂਦਾ ਹੈ। (ਮੁਸਲਮਾਨ, ਹਿੰਦੂ, ਸਿਖ) ਇਸ ਦੇ ਸਰੀਰ ਦੀ ਮਿੱਟੀ, ਅਤੇ ਦੂਸਰੀ ਮਿੱਟੀ ਨੂੰ ਕੋਈ ਵੱਖਰਾ ਨਹੀਂ ਕਰ ਸਕਦਾ। ਉਸ ਦੇ ਸਕੇ ਸੰਬਧੀਆਂ ਦੇ ਸਾਮ੍ਹਣੇ ਹੀ ਉਸ ਦੇ ਸਰੀਰ ਨੂੰ ਦੱਬ ਦੇਂਦੇ, ਅੱਗਨੀ ਭੇਟਾ ਕਰ ਦਿੱਤਾ ਜਾਂਦਾ ਹੈ। ਕੋਈ ਉਸ ਦੇ ਤਨ ਦੀ ਪ੍ਰਵਾਹ ਨਹੀਂ ਕਰਦਾ। ਜਿਸ ਪ੍ਰਭ ਨੇ ਜੀਵ ਨੂੰ ਪੈਦਾ ਕੀਤਾ ਹੈ। ਕੇਵਲ ਉਹ ਹੀ ਜਾਣਦਾ ਹੈ ਇਹ ਸਭ ਕੁਝ ਕਿਵੇਂ ਅਤੇ ਕਿਉਂ ਹੁੰਦਾ ਹੈ?

After death, the body becomes ashes, a part of dirt, nobody can distinguish the ashes of one creature from the other, all ashes become part dirt. His close friends and family dispose of his body as a worthless; some may cremate the body and others may bury the body under the ground. No one care or pay any attention to the body. The True Master, creator may know how and why every event happen like this. His miracles are beyond the comprehension of His Creation.

ਪਉੜੀ॥ pa-orhee.
ਬਿਨੁ ਸਤਿਗੁਰ ਕਿਨੈ ਨ ਪਾਇਓ, bin satgur kinai na paa-i-o
ਬਿਨੁ ਸਤਿਗੁਰ ਕਿਨੈ ਨ ਪਾਇਆ॥ bin satgur kinai na paa-i-aa.
ਸਤਿਗੁਰ ਵਿਚਿ ਆਪੁ ਰਖਿਓਨੁ, satgur vich aap rakhi-on
ਕਰਿ ਪਰਗਟੁ ਆਖਿ ਸੁਣਾਇਆ॥ kar pargat aakh sunaa-i-aa.
ਸਤਿਗੁਰ ਮਿਲਿਐ ਸਦਾ ਮੁਕਤੁ ਹੈ, satgur mili-ai sadaa mukat hai
ਜਿਨਿ ਵਿਚਹੁ ਮੋਹੁ ਚੁਕਾਇਆ॥ jin vichahu moh chukaa-i-aa.
ਉਤਮੁ ਏਹੁ ਬੀਚਾਰੁ ਹੈ, utam ayhu beechaar hai
ਜਿਨਿ ਸਚੇ ਸਿਉ ਚਿਤੁ ਲਾਇਆ॥ jin sachay si-o chit laa-i-aa.
ਜਗਜੀਵਨੁ ਦਾਤਾ ਪਾਇਆ॥੬॥ jagjeevan daataa paa-i-aa. ||6||

ਪ੍ਰਭ ਦੀ ਰਹਿਮਤ ਤੋਂ ਬਿਨਾਂ ਕੋਈ ਦਰਬਾਰ ਵਿੱਚ ਪ੍ਰਵਾਨ ਨਹੀਂ ਹੋ ਸਕਦਾ। ਆਪ ਹੀ ਜੀਵ ਨੂੰ ਸੰਤ ਸਰੂਪ ਬਣਾਉਂਦਾ, ਆਪ ਹੀ ਉਸ ਵਿੱਚ ਪ੍ਰਗਟ ਹੁੰਦਾ ਹੈ। ਸੰਤ ਸਰੂਪ, ਜੀਵ ਨੂੰ ਆਪਣਾ ਆਪਾ ਲੇਖੇ ਲਾਉਣ ਦੇ ਢੰਗ ਦੀ ਸੋਝੀ ਬਖਸ਼ਦਾ ਹੈ। ਜੀਵ ਨੂੰ ਮੁਕਤੀ ਦੇ ਰਸਤੇ ਤੇ ਪਾਉਂਦਾ ਹੈ। ਇਹ ਧਾਰਮਕ ਬਾਣੀਆਂ, ਸ਼ਬਦ, ਵਿਚਾਰ ਬਹੁਤ ਉਤਮ ਹਨ, ਇਹਨਾਂ ਗੁਣਾਂ ਦਾ ਸਿਮਰਨ ਕਰਨ, ਜੀਵਨ ਵਿੱਚ ਢਾਲਣ ਨਾਲ, ਜੀਵ ਦਰਗਾਹ ਵਿੱਚ ਪ੍ਰਵਾਨ ਹੋ ਸਕਦਾ ਹੈ।

Without Your mercy and grace, no one may be accepted in Your Court. Only You may bless the state of mind as Your true devotee to any creature. You may enlighten the teachings of Your Word within and make him saint. You inspire and guide Your true devotee to surrender his mind, body, and his worldly status at Your service. You may enlighten Your true devotee with the right path of salvation. The worldly Holy scriptures teachings, thoughts are unique and supreme. By meditating and adopting these teachings with steady and stable belief, his soul may be accepted in His Court.

7. ਸਲੋਕ ਮਃ ੧॥ (੭) 466-10

ਹਉ ਵਿਚਿ ਆਇਆ ਹਉ ਵਿਚਿ ਗਇਆ॥ ਹਉ ਵਿਚਿ ਜੰਮਿਆ ਹਉ ਵਿਚਿ ਮੁਆ॥
ਹਉ ਵਿਚਿ ਦਿਤਾ ਹਉ ਵਿਚਿ ਲਇਆ॥
ਹਉ ਵਿਚਿ ਖਟਿਆ ਹਉ ਵਿਚਿ ਗਇਆ॥
ਹਉ ਵਿਚਿ ਸਚਿਆਰੁ ਕੂੜਿਆਰੁ॥
ਹਉ ਵਿਚਿ ਪਾਪ ਪੁੰਨ ਵੀਚਾਰੁ॥
ਹਉ ਵਿਚਿ ਨਰਕਿ ਸੁਰਗਿ ਅਵਤਾਰੁ॥
ਹਉ ਵਿਚਿ ਹਸੈ ਹਉ ਵਿਚਿ ਰੋਵੈ॥
ਹਉ ਵਿਚਿ ਭਰੀਐ ਹਉ ਵਿਚਿ ਧੋਵੈ॥
ਹਉ ਵਿਚਿ ਜਾਤੀ ਜਿਨਸੀ ਖੋਵੈ॥
ਹਉ ਵਿਚਿ ਮੂਰਖੁ ਹਉ ਵਿਚਿ ਸਿਆਣਾ॥
ਮੋਖ ਮੁਕਤਿ ਕੀ ਸਾਰ ਨ ਜਾਣਾ॥
ਹਉ ਵਿਚਿ ਮਾਇਆ ਹਉ ਵਿਚਿ ਛਾਇਆ॥
ਹਉਮੈ ਕਰਿ ਕਰਿ ਜੰਤ ਉਪਾਇਆ॥
ਹਉਮੈ ਬੂਝੈ ਤਾ ਦਰੁ ਸੂਝੈ॥
ਗਿਆਨ ਵਿਹੂਣਾ ਕਥਿ ਕਥਿ ਲੂਝੈ॥
ਨਾਨਕ ਹੁਕਮੀ ਲਿਖੀਐ ਲੇਖੁ॥
ਜੇਹਾ ਵੇਖਹਿ ਤੇਹਾ ਵੇਖੁ॥੧॥

ha-o vich aa-i-aa ha-o vich ga-i-aa.
ha-o vich jammi-aa ha-o vich mu-aa.
ha-o vich ditaa ha-o vich la-i-aa.
ha-o vich khati-aa ha-o vich ga-i-aa.
ha-o vich sachiaar koorhi-aar.
ha-o vich paap punn veechaar.
ha-o vich narak surag avtaar.
ha-o vich hasai ha-o vich rovai.
ha-o vich bharee-ai ha-o vich Dhovai.
ha-o vich jaatee jinsee khovai.
ha-o vich moorakh ha-o vich si-aanaa.
mokh mukat kee saar na jaanaa.
ha-o vich maa-i-aa ha-o vich chhaa-i-aa.
ha-umai kar kar jant upaa-i-aa.
ha-umai boojhai taa dar soojhai.
gi-aan vihoonaa kath kath loojhai.
naanak hukmee likee-ai laykh.
jayhaa vaykheh tayhaa vaykh. ||1||

ਜੀਵ ਸੰਸਾਰ ਵਿੱਚ ਅਹੰਕਾਰ ਵਿੱਚ ਆਉਂਦਾ, ਜੰਮਦਾ, ਮਰਦਾ ਹੈ । ਦੇਣ, ਲੈਣ ਕਰਦਾ, ਚੰਗੇ, ਮੰਦੇ ਕੰਮ ਕਰਦਾ, ਗਵਾਉਂਦਾ, ਕਮਾਉਂਦਾ, ਦਾਨੀਆਂ, ਪਾਪੀਆਂ ਵਾਲੇ ਕੰਮ ਕਰਦਾ ਹੈ । ਨਰਕ ਜਾ ਸੁਰਗ ਵਿੱਚ ਜਾਂਦਾ ਹੈ, ਸੰਸਾਰਕ ਜੀਵਨ ਸੁਖ ਜਾ ਦੁਖ ਵਾਲਾ ਬਤੀਤ ਕਰਦਾ, ਮੈਲਾ ਹੁੰਦਾ, ਮੈਲ ਧੋਂਦਾ ਹੈ । ਸੰਸਾਰਕ ਹੈਸੀਅਤ, ਉੱਚੀ ਜਾ ਨੀਚ ਜਾਤ ਵਿੱਚ ਪੈਦਾ ਹੁੰਦਾ, ਮੂਰਖਾਂ ਵਾਲੇ ਜਾ ਸਿਆਣਿਆਂ ਵਾਲੇ ਕੰਮ ਕਰਦਾ ਹੈ । ਉਸ ਨੂੰ ਜਨਮ ਮਰਨ ਤੋਂ ਮੁਕਤੀ ਪਾਉਣ ਦੀ ਕੀਮਤ ਦੀ ਕੋਈ ਸੋਝੀ ਨਹੀਂ ਹੁੰਦੀ । ਅਹੰਕਾਰ ਵਿੱਚ ਹੀ ਸੰਸਾਰਕ ਮਾਇਆ ਨਾਲ ਮੋਹ ਜਾ ਗਰੀਬੀ, ਇਸ ਵਿੱਚ ਹੀ ਨਾਸ਼ ਹੋਣ ਵਾਲੇ ਜੀਵ ਪੈਦਾ ਹੁੰਦੇ ਹਨ । ਜਿਸ ਨੇ ਅਹੰਕਾਰ ਨੂੰ ਜਾਣ ਲਿਆ ਅਤੇ ਕਾਬੂ ਪਾ ਲਿਆ, ਉਸ ਨੂੰ ਦਰ ਦੀ ਸੋਝੀ ਬਖਸ਼ਿਸ਼ ਹੋ ਜਾਂਦੀ ਹੈ । ਜਿਸ ਨੂੰ ਪ੍ਰਭ ਦੀ ਹੋਂਦ ਦਾ ਗਿਆਨ ਨਹੀਂ, ਉਹ ਬਿਰਥੀ ਹੀ ਚਰਚਾ ਕਰਦਾ ਰਹਿੰਦਾ ਹੈ । ਪ੍ਰਭ ਨੇ ਸਭ ਕੁਝ ਜੀਵ ਦੇ ਮੱਥੇ ਤੇ ਲਿਖਿਆ ਹੈ, ਪ੍ਰਭ ਆਪ ਹੀ ਵੇਖਦਾ ਹੈ ।

The worldly creature takes birth in ego and dies in ego. He performs good, evil deeds, offers charity, begs for help, earns, losses, performs some charity or sinful deeds, either goes to hell or heaven. He may enjoy comforts, endure misery, sing the glory of His Word to sanctify his soul. He may have a high status in life, born in high or low caste and he may perform wise or stupid deeds. However, he may not realize the true value of the enlightenment of salvation. In his ego, he loves worldly wealth, becomes slave or poor, miserable; however, all creatures are born and destroyed in ego. Whosoever may recognize and conquers his ego of mind; he may be enlightened with the right path of His Castle. Whosoever may not understand or enlightened with the existence of The True Master; he remains in the useless argument and conversation in the world. All his destiny has been prewritten on his forehead, The True Master monitors all his actions in the universe.

ਮਹਲ ੨॥
ਹਉਮੈ ਏਹਾ ਜਾਤਿ ਹੈ
ਹਉਮੈ ਕਰਮ ਕਮਾਹਿ॥
ਹਉਮੈ ਏਈ ਬੰਧਨਾ
ਫਿਰਿ ਫਿਰਿ ਜੋਨੀ ਪਾਹਿ॥

mehlaa 2.
ha-umai ayhaa jaat hai
ha-umai karam kamaahi.
ha-umai ay-ee banDhnaa
fir fir jonee paahi.

ਹਉਮੈ ਕਿਥਹੁ ਊਪਜੈ	ha-umai kithhu oopjai
ਕਿਤੁ ਸੰਜਮਿ ਇਹ ਜਾਇ॥	kit sanjam ih jaa-ay.
ਹਉਮੈ ਏਹੋ ਹੁਕਮੁ ਹੈ	ha-umai ayho hukam hai
ਪਇਐ ਕਿਰਤਿ ਫਿਰਾਹਿ॥	pa-i-ai kirat firaahi.
ਹਉਮੈ ਦੀਰਘ ਰੋਗੁ ਹੈ	ha-umai deeragh rog hai
ਦਾਰੂ ਭੀ ਇਸੁ ਮਾਹਿ॥	daaroo bhee is maahi.
ਕਿਰਪਾ ਕਰੇ ਜੇ ਆਪਣੀ	kirpaa karay jay aapnee
ਤਾ ਗੁਰ ਕਾ ਸਬਦੁ ਕਮਾਹਿ॥	taa gur kaa sabad kamaahi.
ਨਾਨਕੁ ਕਹੈ ਸੁਣਹੁ ਜਨਹੁ	naanak kahai sunhu janhu
ਇਤੁ ਸੰਜਮਿ ਦੁਖ ਜਾਹਿ॥੨॥	it sanjam dukh jaahi. ‖2‖

ਅਹੰਕਾਰ ਇਸਤਰ੍ਹਾਂ ਦਾ ਅਨੋਖਾ ਚੱਕਰ, ਖੇਲ ਹੈ । ਜਿਹੜਾ ਇਸ ਅਨੁਸਾਰ ਕੰਮ ਕਰਦਾ, ਜਨਮ ਮਰਨ ਦੇ ਚੱਕਰ ਵਿੱਚ ਹੀ ਰਹਿੰਦਾ ਹੈ । ਇਹ ਅਹੰਕਾਰ ਕਿਥੋ ਆਉਂਦਾ, ਕਿਥੇ ਜਾਂਦਾ ਹੈ? ਸਭ ਕੁਝ ਪ੍ਰਭ ਦੇ ਹੁਕਮ ਨਾਲ ਹੀ ਹੁੰਦਾ ਹੈ! ਅਹੰਕਾਰ ਹੀ ਸਭ ਤੋਂ ਵੱਡਾ ਰੋਗ ਹੈ, ਇਸ ਦਾ ਇਲਾਜ ਵੀ ਸ਼ਬਦ ਦੀ ਪਾਲਣਾ, ਸਿਮਰਨ ਵਿੱਚ ਹੀ ਹੈ । ਜਿਸ ਤੇ ਆਪ ਹੀ ਪ੍ਰਭ ਰਹਿਮਤ ਬਖਸ਼ਦਾ, ਉਹ ਹੀ ਸ਼ਬਦ ਦਾ ਸਿਮਰਨ ਕਰ ਸਕਦਾ, ਮਸਤ ਹੋ ਸਕਦਾ ਹੈ । ਇਹ ਸਭ ਕੁਝ ਪ੍ਰਭ ਦੇ ਸ਼ਬਦ ਦਾ ਸਿਮਰਨ ਕਰਨ, ਸੁਣਨ ਨਾਲ ਬਖਸ਼ਿਸ਼ ਹੋ ਸਕਦਾ ਹੈ ।

Ego is a unique play; human performs all his worldly chores under his direction. He remains in the cycle of birth and death with his ego. From where may ego appear and disappears? Everything happens under His Command. The ego is the most terrible disease in the universe and the cure of ego may be embedded in the enlightenment of His Word; he may be enlightened by meditation and adopting the teachings of His Word in day-today life. Whosoever may be blessed with devotion; he may remain intoxicated in meditation in the void of His Word. Everything in the universe may be blessed by adopting the teachings of sermons of His Word.

ਪਉੜੀ॥	**pa-orhee.**
ਸੇਵ ਕੀਤੀ ਸੰਤੋਖੀਈ,	sayv keetee santokhee-eeN
ਜਿਨ੍ਹੀ ਸਚੋ ਸਚੁ ਧਿਆਇਆ॥	jinHee sacho sach Dhi-aa-i-aa.
ਓਨ੍ਹੀ ਮੰਦੈ ਪੈਰੁ ਨ ਰਖਿਓ,	onHee mandai pair na rakhi-o
ਕਰਿ ਸੁਕ੍ਰਿਤੁ ਧਰਮੁ ਕਮਾਇਆ॥	kar sukarit Dharam kamaa-i-aa.
ਓਨ੍ਹੀ ਦੁਨੀਆ ਤੋੜੇ ਬੰਧਨਾ,	onHee dunee-aa torhay banDhnaa
ਅੰਨੁ ਪਾਣੀ ਥੋੜਾ ਖਾਇਆ॥	ann paanee thorhaa khaa-i-aa.
ਤੂੰ ਬਖਸੀਸੀ ਅਗਲਾ,	tooN bakhseesee aglaa
ਨਿਤ ਦੇਵਹਿ ਚੜਹਿ ਸਵਾਇਆ॥	nit dayveh charheh savaa-i-aa.
ਵਡਿਆਈ ਵਡਾ ਪਾਇਆ॥੭॥	vadi-aa-ee vadaa paa-i-aa. ‖7‖

ਅਸਲੀ ਭਗਤ ਪ੍ਰਭ ਦੇ ਭਾਣੇ ਵਿੱਚ ਹੀ ਮਸਤ ਰਹਿੰਦਾ ਹੈ । ਹਰ ਵੇਲੇ ਹੀ ਚੰਗੇ ਕੰਮ ਕਰਦਾ, ਬੁਰੇ ਕੰਮ ਵੱਲ ਖਿਆਲ ਨਹੀਂ ਲਾਉਂਦਾ । ਸੰਸਾਰ ਵਿੱਚ ਮੋਹ ਤੇ ਕਾਬੂ ਰਖਦਾ, ਥੋੜ੍ਹੀ, ਭੁੱਖ ਰਖਕੇ ਖਾਂਦਾ ਹੈ । ਪ੍ਰਭ ਬਹੁਤ ਬੇਅੰਤ, ਭੁਲਾਂ ਬਖਸ਼ਣ ਵਾਲਾ ਮਾਲਕ ਹੈ । ਜੀਵਾਂ ਦੀਆਂ ਬਹੁਤ ਗਲਤੀਆਂ ਨੂੰ ਮਾਫ ਕਰ ਦੇਂਦਾ ਹੈ । ਅਪਣੀ ਰਹਿਮਤ ਨਾਲ ਹੀ ਆਪਣੀ ਦਰਗਾਹ ਵਿੱਚ ਪ੍ਰਵਾਨ ਕਰ ਲੈਂਦਾ ਹੈ ।

His true devotee remains intoxicated in the teachings of His Word. He always performs good deeds for His Creation; he may not think about evil deeds, thoughts in his mind. He always keeps a tight control on his worldly desires, attachments, and control on the greed of his mind and body. The True Master of forgiveness may forgive many innocent mistakes, sinful deeds of His Creation; with His mercy and grace, His true devotee may be accepting in His Court.

8. ਸਲੋਕ ਮਃ ੧॥ (੮) 467-3

ਪੁਰਖਾਂ ਬਿਰਖਾਂ ਤੀਰਥਾਂ	purkhaaN birkhaaN teerthaaN ta-
ਤਟਾਂ ਮੇਘਾਂ ਖੇਤਾਂਹ॥	taaN mayghaaN khaytaaNh.
ਦੀਪਾਂ ਲੋਆਂ ਮੰਡਲਾਂ	deepaaN lo-aaN mandlaaN khan-
ਖੰਡਾਂ ਵਰਭੰਡਾਂਹ॥	daaN varbhandaaNh.
ਅੰਡਜ ਜੇਰਜ ਉਤਭੁਜਾਂ	andaj jayraj ut-bhujaaN
ਖਾਣੀ ਸੇਤਜਾਂਹ॥	khaanee saytjaaNh.
ਸੋ ਮਿਤਿ ਜਾਣੈ ਨਾਨਕਾ	so mit jaanai naankaa
ਸਰਾਂ ਮੇਰਾਂ ਜੰਤਾਹ॥	saraaN mayraaN jantaah.
ਨਾਨਕ ਜੰਤ ਉਪਾਇ ਕੈ	naanak jant upaa-ay kai sammaa-
ਸੰਮਾਲੇ ਸਭਨਾਹ॥	lay sabhnaah.
ਜਿਨਿ ਕਰਤੈ ਕਰਣਾ ਕੀਆ	jin kartai karnaa kee-aa
ਚਿੰਤਾ ਭਿ ਕਰਣੀ ਤਾਹ॥	chintaa bhe karnee taah.
ਸੋ ਕਰਤਾ ਚਿੰਤਾ ਕਰੇ	so kartaa chintaa karay
ਜਿਨਿ ਉਪਾਇਆ ਜਗੁ॥	jin upaa-i-aa jag.
ਤਿਸੁ ਜੋਹਾਰੀ ਸੁਅਸਤਿ	tis johaaree su-asat tis
ਤਿਸੁ ਤਿਸੁ ਦੀਬਾਣੁ ਅਭਗੁ॥	tis deebaan abhag.
ਨਾਨਕ ਸਚੇ ਨਾਮ ਬਿਨੁ	naanak sachay naam bin
ਕਿਆ ਟਿਕਾ ਕਿਆ ਤਗੁ॥੧॥	ki-aa tikaa ki-aa tag. ‖1‖

ਪ੍ਰਭ ਤੂੰ ਜੀਵ, ਪੌਦੇ, ਪੂਜਾ ਕਰਨ ਵਾਲੇ ਤੀਰਥ, ਦਰਿਆ, ਖੇਤ, ਟਾਪੂ, ਅਕਾਸ਼ ਮੰਡਲ, ਬ੍ਰਹਮੰਡ, ਸਾਰੇ ਬਣਾਏ ਹਨ । ਸ੍ਰਿਸ਼ਟੀ ਵਿੱਚ ਜੀਵ ਦੇ ਪੈਦਾ ਹੋਣ ਦੇ ਚਾਰ ਵਸੀਲੇ ਦੀ ਸੋਝੀ ਬਖਸ਼ੀ ਹੈ ।

ਜੀਵ, ਮਾਂ ਦੀ ਕੁੱਖ ਵਿਚੋਂ ਪੈਦਾ ਹੋਣਾ, ਅੰਡੇ ਤੋਂ ਪੈਦਾ ਹੋਣਾ,

ਧਰਤੀ ਤੇ ਬੀਜ ਨਾਲ, ਪਸੀਨੇ ਤੋਂ ਪੈਦਾ ਹੋਣਾ ।

ਹੋਰ ਵੀ ਪੈਦਾ ਹੋਣ ਦੇ ਵਸੀਲੇ ਹੋਣਗੇ, ਜਿਹਨਾਂ ਦੀ ਤੂੰ ਜੀਵ ਨੂੰ ਸੋਝੀ ਨਹੀਂ ਬਖਸ਼ੀ । ਇਹਨਾਂ ਦੀ ਪੈਦਾ ਹੋਣ ਦੀ ਹਲਾਤ, ਵਾਤਾਵਰਨ ਆਪ ਹੀ ਜਾਣਦਾ ਹੈ । ਪ੍ਰਭ ਇਹ ਸਾਰੇ ਕਿਸਮ ਦੇ ਜੀਵ ਪੈਦਾ ਕਰਦਾ, ਸੰਭਾਲਦਾ ਵੀ ਆਪ ਹੀ ਹੈ । ਤੈਨੂੰ ਇਸ ਸਭ ਕੁਝ ਦਾ ਫਿਕਰ ਰਹਿੰਦਾ ਹੈ । ਜੀਵ, ਪ੍ਰਭ ਦਾ ਦਰਬਾਰ ਸਭ ਤੋਂ ਉੱਚਾ ਹੈ, ਉਸ ਅੱਗੇ ਆਪਣਾ ਸੀਸ਼ ਝੁਕਾਵੇ! ਸ਼ਬਦ ਦੇ ਸਿਮਰਨ, ਪਾਲਣਾ ਤੋਂ ਬਿਨਾਂ ਕਿਸੇ ਧਾਰਮਕ ਬਾਣੇ ਦੀ ਕੋਈ ਮਹੱਤਤਾ ਨਹੀਂ ਹੁੰਦੀ ।

The True Master has created all worldly creatures, plants, Holy shrines to worship, various rivers, fields, islands, sky, and solar system with Your Own Command. You have enlightened Your Creation about the four sources of reproduction;

from the womb of mother, from egg,

from the seed in the ground and from the sweat of a creature.

There may be several other sources of reproduction; Your Creation may not be enlightened with those sources. The condition, the reason, and the environment of these reproductions remains beyond the comprehension of Your Creation. You have created various kinds of creatures, nourishes, and protect all creatures. You always remain concerned about their wellbeing. Your Holy Throne is the supreme, greatest of All; everyone should always bow their head in gratitude to The True Master. Without the teachings of Your Word, no other Holy Scripture, religious robe has any significance in the path of salvation.

ਮਃ ੧॥	**mehlaa 1.**
ਲਖ ਨੇਕੀਆ ਚੰਗਿਆਈਆ	lakh naykee-aa chang-aa-ee-aa
ਲਖ ਪੁੰਨਾ ਪਰਵਾਣੁ॥	lakh punnaa parvaan.

ਲਖ ਤਪ ਉਪਰਿ ਤੀਰਥਾਂ
ਸਹਜ ਜੋਗ ਬੇਬਾਣ॥
ਲਖ ਸੂਰਤਣ ਸੰਗਰਾਮ
ਰਣ ਮਹਿ ਛੁਟਹਿ ਪਰਾਣ॥
ਲਖ ਸੁਰਤੀ ਲਖ ਗਿਆਨ ਧਿਆਨ
ਪੜੀਅਹਿ ਪਾਠ ਪੁਰਾਣ॥
ਜਿਨਿ ਕਰਤੈ ਕਰਣਾ ਕੀਆ
ਲਿਖਿਆ ਆਵਣ ਜਾਣੁ॥
ਨਾਨਕ ਮਤੀ ਮਿਥਿਆ
ਕਰਮੁ ਸਚਾ ਨੀਸਾਣੁ॥੨॥

lakh tap upar teerthaaN
sahj jog baybaan.
lakh soortan sangraam
ran meh chhuteh paraan.
lakh surtee lakh gi-aan Dhi-aan
parhee-ah paath puraan.
jin kartai karnaa kee-aa
likhi-aa aavan jaan.
naanak matee mithi-aa
karam sachaa neesaan. ||2||

ਅਨੇਕਾਂ ਚੰਗਿਆਈਆਂ, ਪੁੰਨ ਦਾਨ, ਤੀਰਥਾਂ ਤੇ ਤਪ, ਅਨੇਕਾਂ ਇਕਾਤ ਵਿੱਚ ਅੰਤਰ-ਧਿਆਨ ਜੋਗੀ, ਅਨੇਕਾਂ ਜੋਧੇ ਮੈਦਾਨੇ ਜੰਗ ਵਿੱਚ ਕਰਬਾਣੀਆਂ ਦੇਂਦੇ ਹਨ । ਅਨੇਕਾਂ ਹੀ ਗਿਆਨੀ, ਅੰਤਰ ਧਿਆਨ ਹੋ ਕੇ ਸਿਮਰਨ ਕਰਦੇ, ਬਾਣੀ ਪੜ੍ਹਦੇ ਹਨ । ਪ੍ਰਭ ਨੇ, ਜੀਵ ਨੂੰ ਪੈਦਾ ਹੋਣ ਤੋਂ ਪਹਿਲੇ ਹੀ, ਉਸ ਦੀ ਮੌਤ ਦਾ ਸਮਾਂ, ਜਗ੍ਹਾ ਅਤੇ ਤਾਰੀਕਾ ਮਿੱਥਿਆ ਹੈ । ਧਾਰਮਕ ਵਿਧੀਆਂ, ਸਿਆਣਾਪਾਂ ਨਾਲ ਪ੍ਰਭ ਨੂੰ ਮਿ-ਲਆ ਨਹੀਂ ਜਾ ਸਕਦਾ । ਕੇਵਲ ਪ੍ਰਭ ਦੀ ਰਹਿਮਤ ਨਾਲ ਹੀ ਪ੍ਰਵਾਨਗੀ ਬਖਸ਼ਿਸ਼ ਹੋ ਸਕਦੀ ਹੈ । ਜਿਸ ਦੀ ਬੰਦਗੀ ਪ੍ਰਵਾਨ ਹੋ ਜਾਂਦੀ ਹੈ, ਉਸ ਨੂੰ ਹੀ ਮੁਕਤੀ ਬਖਸ਼ਦਾ ਹੈ ।

The worldly creatures perform various good deeds, donation, charities, rigid meditation on Holy Shrines; countless Yogis remain concentrated in the void of His Word; several warriors sacrifice life in battle field. Countless devotees remain focused and wholeheartedly meditate and recite the Holy Scripture. The True Master redetermines the time, the place, and the technique of death, even before the birth of any creature. No one may be accepted in His Sanctuary, His Court with any religious techniques and rituals; only with His mercy and grace, the right path of meditation and salvation may only be blessed. Whose meditation may be accepted in His Court, he may be blessed with salvation from the cycle of birth and death.

ਪਉੜੀ॥
ਸਚਾ ਸਾਹਿਬੁ ਏਕੁ ਤੂੰ
ਜਿਨਿ ਸਚੋ ਸਚੁ ਵਰਤਾਇਆ॥
ਜਿਸੁ ਤੂੰ ਦੇਹਿ ਤਿਸੁ ਮਿਲੈ ਸਚੁ
ਤਾ ਤਿਨੀ ਸਚੁ ਕਮਾਇਆ॥
ਸਤਿਗੁਰਿ ਮਿਲਿਐ ਸਚੁ ਪਾਇਆ,
ਜਿਨ੍ ਕੈ ਹਿਰਦੈ ਸਚੁ ਵਸਾਇਆ॥
ਮੂਰਖ ਸਚੁ ਨ ਜਾਣਨ੍ੀ,
ਮਨਮੁਖੀ ਜਨਮੁ ਗਵਾਇਆ॥
ਵਿਚਿ ਦੁਨੀਆ ਕਾਹੇ ਆਇਆ॥੮॥

pa-orhee.
sachaa saahib ayk tooN
jin sacho sach vartaa-i-aa.
jis tooN deh tis milai sach
taa tinHee sach kamaa-i-aa.
satgur mili-ai sach paa-i-aa
jinH kai hirdai sach vasaa-i-aa.
moorakh sach na jaananHee manmu-
khee janam gavaa-i-aa.
vich dunee-aa kaahay aa-i-aa. ||8||

ਇਕੋ ਇਕ ਅਟਲ ਪ੍ਰਭ ਹਰ ਵੇਲੇ ਇਨਸਾਫ ਹੀ ਕਰਦਾ ਹੈ । ਜਿਸ ਤੇ ਰਹਿਮਤ ਬਖਸ਼ਦਾ ਹੈ, ਕੇਵਲ ਉਹ ਹੀ ਤੇਰੇ ਭਾਣੇ ਤੇ ਅਮਲ ਕਰਦਾ ਹੈ । ਆਪਣੀ ਸੰਸਾਰਕ ਯਾਤਰਾਂ ਪ੍ਰਭ ਦੇ ਭਾਣੇ ਅਨੁਸਾਰ ਹੀ ਬਤੀਤ ਕਰਦਾ ਹੈ । ਜਿਹੜਾ ਅਡੋਲ ਭਰੋਸੇ ਨਾਲ ਸਵਾਸ ਸਵਾਸ ਸ਼ਬਦ ਦੀ ਪਾਲਣਾ ਕਰਦਾ, ਗੁਣ ਗਾਉਂਦਾ ਹੈ, ਪ੍ਰਭ ਦੀ ਰਹਿਮਤ ਨਾਲ ਉਸ ਨੂੰ ਪ੍ਰਵਾਨਗੀ ਦਾ ਅਸਲੀ ਰਸਤਾ ਬਖਸ਼ਦਾ ਹੋ ਜਾਂਦਾ ਹੈ । ਮਨਮੁਖ ਪ੍ਰਭ ਦੀ ਹੋਂਦ ਨਹੀਂ ਪਛਾਣ ਸਕਦਾ, ਆਪਣੀ ਮਨਮਰਜ਼ੀ ਨਾਲ ਜੀਵਨ ਬਤੀਤ ਕਰਦਾ ਹੈ । ਉਹ ਮਾਨਸ ਜਨਮ ਬਿਰਥਾ ਹੀ ਬਤੀਤ ਕਰ ਜਾਂਦਾ ਹੈ । ਸਮਝ ਨਹੀਂ ਆਉਂਦਾ, ਉਹ ਕਿਸ ਕਰਕੇ ਮਿੰਨਤਾਂ ਨਾਲ ਮਾਨਸ ਜਨਮ ਲੈਂਦਾ ਹੈ?

The One and only one, True Master of the universe, always performs justice in the universe. His true devotee may adopt the teachings of His Word with steady and stable belief in his day-to-day life; with His mercy and grace, he may start his human life journey on the right part of acceptance in His Court. Whosoever may obey and sing the glory of His Word with steady and stable belief, with every breath; he may become worthy of His Consideration and he may be accepted in His Court. Self-minded may not recognize the existence of The True Master, the true purpose of his human life journey; he may waste his life following his worldly desires. I am wondering! why may he be praying to be blessed with human life?

9. ਸਲੋਕੁ ਮਃ ੧॥ (੯) 467-14

ਪੜਿ ਪੜਿ ਗਡੀ ਲਦੀਅਹਿ
ਪੜਿ ਪੜਿ ਭਰੀਅਹਿ ਸਾਥ॥
ਪੜਿ ਪੜਿ ਬੇੜੀ ਪਾਈਐ
ਪੜਿ ਪੜਿ ਗਡੀਅਹਿ ਖਾਤ॥
ਪੜੀਅਹਿ ਜੇਤੇ ਬਰਸ ਬਰਸ
ਪੜੀਅਹਿ ਜੇਤੇ ਮਾਸ॥
ਪੜੀਐ ਜੇਤੀ ਆਰਜਾ
ਪੜੀਅਹਿ ਜੇਤੇ ਸਾਸ॥
ਨਾਨਕ ਲੇਖੈ ਇਕ ਗਲ
ਹੋਰੁ ਹਉਮੈ ਝਖਣਾ ਝਾਖ॥੧॥

parh parh gadee ladee-ah
parh parh bharee-ah saath.
parh parh bayrhee paa-ee-ai
parh parh gadee-ah khaat.
parhee-ah jaytay baras baras par-
hee-ah jaytay maas.
parhee-ai jaytee aarjaa
parhee-ah jaytay saas.
naanak laykhai ik gal
hor ha-umai jhakh- naa jhaakh. ||1||

ਜੀਵ ਤੂੰ ਭਾਵੇਂ ਅਨੇਕਾਂ ਧਾਰਮਕ ਗ੍ਰੰਥ, ਗਿਆਨ ਵਾਲੀਆਂ ਕਿਤਾਬਾਂ, ਸਾਰੀ ਉਮਰ, ਹਰ ਪਲ ਪੜ੍ਹੇ ਗਿਆਨ ਹਾਸਿਲ ਕਰ ਲਵੇ । ਭਾਵੇਂ ਇਤਨੀਆਂ ਪੜ੍ਹ ਲਏ ਕਿ ਇਹਨਾਂ ਨਾਲ ਬੁਹਤ ਜਗ੍ਹਾ ਘੇਰੀ ਜਾ ਸਕਦੀ ਹੋਵੇ । ਇਹਨਾਂ ਨਾਲ ਸ੍ਰਿਸ਼ਟੀ ਦਾ ਬਹੁਤ ਗਿਆਨ ਪ੍ਰਾਪਤ ਹੋ ਸਕਦਾ ਹੈ । ਇਹ ਪੜ੍ਹਨ ਨਾਲ ਮਾਨਸ ਜੀਵਨ ਦੇ ਮੰਤਵ ਦੀ ਸੋਝੀ ਨਹੀ ਹੁੰਦੀ, ਜੀਵਨ ਦੇ ਸਫਰ ਲਈ ਕੋਈ ਲਾਭ ਨਹੀਂ ਹੁੰਦਾ । ਅਡੋਲ ਭਰੋਸੇ ਨਾਲ ਸ਼ਬਦ ਨਾਲ ਜੀਵਨ ਢਾਲਣ ਤੋਂ ਬਿਨਾਂ, ਹੋਰ ਕੋਈ ਭਗਤੀ ਦਰਬਾਰ ਵਿੱਚ ਸਹਾਈ ਨਹੀਂ ਹੋ ਸਕਦੀ ।

You may read several religious Holy Scriptures life-long; you may become very intelligent and knowledgeable with these readings; the number of books may be so big to occupies huge space. You may become very knowledgeable about the universe and some function of the universe. However, your knowledge of religious scripture may not have any significance for the purpose of human life journey; you may not be enlightened with the right path of acceptance in His Court. Without adopting the teachings of His Word with steady and stable belief in day-to-day life, no other meditation, reading, reciting, and singing may prepare the soul to become worthy of His Consideration.

ਮਃ ੧॥

ਲਿਖਿ ਲਿਖਿ ਪੜਿਆ॥ ਤੇਤਾ ਕੜਿਆ॥
ਬਹੁ ਤੀਰਥ ਭਵਿਆ॥ ਤੇਤੋ ਲਵਿਆ॥
ਬਹੁ ਭੇਖ ਕੀਆ ਦੇਹੀ ਦੁਖੁ ਦੀਆ॥
ਸਹੁ ਵੇ ਜੀਆ ਅਪਣਾ ਕੀਆ॥
ਅੰਨੁ ਨ ਖਾਇਆ ਸਾਦੁ ਗਵਾਇਆ॥
ਬਹੁ ਦੁਖੁ ਪਾਇਆ ਦੂਜਾ ਭਾਇਆ॥
ਬਸਤ੍ਰ ਨ ਪਹਿਰੈ॥ ਅਹਿਨਿਸਿ ਕਹਰੈ॥
ਮੋਨਿ ਵਿਗੂਤਾ॥ ਕਿਉ ਜਾਗੈ ਗੁਰ ਬਿਨੁ ਸੂਤਾ॥
ਪਗ ਉਪੇਤਾਣਾ॥ ਅਪਣਾ ਕੀਆ ਕਮਾਣਾ॥
ਅਲੁ ਮਲੁ ਖਾਈ ਸਿਰਿ ਛਾਈ ਪਾਈ॥
ਮੂਰਖਿ ਅੰਧੈ ਪਤਿ ਗਵਾਈ॥
ਵਿਣੁ ਨਾਵੈ ਕਿਛੁ ਥਾਇ ਨ ਪਾਈ॥

mehlaa 1.

likh likh parhi-aa. taytaa karhi-aa.
baho tirath bhavi-aa. tayto lavi-aa.
baho bhaykh kee-aa dayhee dukh dee-aa.
saho vay jee-aa apnaa kee-aa.
ann na khaa-i-aa saad gavaa-i-aa.
baho dukh paa-i-aa doojaa bhaa-i-aa.
bastar na pahirai. ahinis kahrai.
mon vigootaa. ki-o jaagai gur bin sootaa.
pag upaytaanaa. apnaa kee-aa kamaanaa.
al mal khaa-ee sir chhaa-ee paa-ee.
moorakh anDhai pat gavaa-ee.
vin naavai kichh thaa-ay na paa-ee.

ਰਹੈ ਬੇਬਾਣੀ ਮੜੀ ਮਸਾਣੀ॥	rahai baybaanee marhee masaanee.
ਅੰਧੁ ਨ ਜਾਣੈ ਫਿਰਿ ਪਛੁਤਾਣੀ॥	anDh na jaanai fir pachhutaanee.
ਸਤਿਗੁਰੁ ਭੇਟੇ ਸੋ ਸੁਖੁ ਪਾਏ॥	satgur bhaytay so sukh paa-ay.
ਹਰਿ ਕਾ ਨਾਮੁ ਮੰਨਿ ਵਸਾਏ॥	har kaa naam man vasaa-ay.
ਨਾਨਕ ਨਦਰਿ ਕਰੇ ਸੋ ਪਾਏ॥	naanak nadar karay so paa-ay.
ਆਸ ਅੰਦੇਸੇ ਤੇ ਨਿਹਕੇਵਲੁ	aas andaysay tay nihkayval
ਹਉਮੈ ਸਬਦਿ ਜਲਾਏ॥੨॥	ha-umai sabad jalaa-ay. ‖2‖

ਕਈ ਜੀਵ ਪ੍ਰਭ ਦੀ ਰਹਿਮਤ ਪਾਉਣ ਲਈ ਬਹੁਤ ਧਾਰਮਕ ਲਿਖਤਾਂ ਪੜ੍ਹਦੇ, ਖੋਜ ਕਰਦੇ ਹਨ । ਉਹ ਹੋਰ ਡੂੰਘੇ ਭਰਮਾਂ ਵਿਚ ਭਟਕਦੇ ਰਹਿੰਦੇ ਹਨ । ਜਿਹੜਾ ਪ੍ਰਭ ਦੀ ਰਹਿਮਤ ਪਾਉਣ ਲਈ ਬੁਹਤ ਧਾਰਮਕ ਤੀਰਥਾਂ, ਮੰਦਰਾਂ ਤੇ ਭਉਦਾ ਫਿਰਦਾ ਹੈ, ਧਾਰਮਕ ਬਾਣਾ ਧਾਰਦਾ ਹੈ, ਉਹ ਆਪਣੇ ਮਨ ਵਿੱਚ ਅਹੰਕਾਰ ਹੀ ਇਕੱਠਾ ਕੀਤੀ ਜਾਂਦਾ ਹੈ । ਇਸ ਅਹੰਕਾਰ ਦੀ ਅੱਗ ਵਿੱਚ ਹੀ ਜਲਦਾ ਰਹਿੰਦਾ ਹੈ । ਆਤਮਾ ਨੂੰ ਆਪਣੇ ਕੀਤੇ ਹੋਏ ਕਰਮਾਂ ਦਾ ਫਲ ਹੀ ਬਖਸ਼ਿਸ਼ ਹੁੰਦਾ ਹੈ । ਜਿਹੜਾ ਪ੍ਰਭ ਦੀ ਰਹਿਮਤ ਪਾਉਣ ਲਈ ਲੰਮੇ ਵਰਤ ਰਖਦਾ ਹੈ, ਉਹ ਪ੍ਰਭ ਦੇ ਬਖਸ਼ੇ ਸਰੀਰ ਨੂੰ ਨੁਕਸਾਨ ਪਾਹੁੰਚਦਾ ਹੈ । ਜਿਹੜਾ ਇਕੋ ਇਕ ਪ੍ਰਭ ਦੇ ਬਖਸ਼ੇ ਤੇ ਵਿਸ਼ਵਾਸ, ਭਰੋਸਾ ਅਡੋਲ ਨਹੀਂ ਰਖਦਾ, ਹੋਰ ਸੰਸਾਰਕ ਗੁਰੂ ਪੀਰ ਨੂੰ ਆਪਣੀ ਮੁਕਤੀ ਦਾ ਨਿਸ਼ਾਨਾ ਬਣਾਉਂਦਾ ਹੈ, ਉਹ ਜਨਮ ਮਰਨ ਦੇ ਚੱਕਰ ਵਿੱਚ ਹੀ ਰਹਿੰਦਾ ਹੈ । ਜਿਹੜਾ ਜੀਵ ਨੰਗਾ ਰਹਿੰਦਾ, ਰਾਤ ਦਿਨ ਆਪਣੇ ਆਪ ਨੂੰ ਤਸੀਹੇ ਦੇਂਦਾ, ਮੋਨ ਵਰਤ ਰਖਦਾ ਹੈ, ਉਹ ਆਪਣੇ ਆਪ ਨੂੰ ਗਵਾਉਂਦਾ ਹੈ । ਉਸ ਸੁੱਤੀ ਹੋਈ ਆਤਮਾ ਨੂੰ ਕਿਸਤਰ੍ਹਾਂ ਜਾਗਰਤ ਕੀਤਾ ਜਾਵੇ, ਕਿ ਇਹ ਪ੍ਰਭ ਦੇ ਵੱਲ ਧਿਆਨ ਲਾਵੇ? ਸ਼ਬਦ ਨਾਲ ਜੀਵਨ ਢਾਲਣ ਤੋਂ ਬਿਨਾਂ, ਸੁੱਤੀ ਹੋਈ ਆਤਮਾ ਜਾਗਰਤ ਨਹੀਂ ਹੁੰਦੀ । ਜਿਹੜਾ ਨੰਗੇ ਪੈਰੀ ਚਲਦਾ ਹੈ ਆਪਣੇ ਕੀਤੇ ਕਾਰਨ ਹੀ ਦੁਖ, ਮੁਸੀਬਤ ਪਾਉਂਦਾ ਹੈ । ਜਿਹੜਾ ਜੀਵ ਗ਼ਲਤ ਖਾਂਦਾ, ਆਪਣੀ ਬੇਅਪਦੀ ਕਰਵਾਉਂਦਾ ਹੈ, ਮੂਰਖ ਜੀਵ ਆਪਣੀ ਪਤ ਆਪ ਹੀ ਬਰਬਾਦ ਕਰ ਲੈਂਦਾ ਹੈ । ਸ਼ਬਦ ਨਾਲ ਜੀਵਨ ਢਾਲਣ ਤੋਂ ਬਿਨਾਂ ਬੰਦਗੀ, ਪ੍ਰਭ ਦੀ ਹੋਂਦ ਦੀ ਸੋਝੀ ਬਖਸ਼ਿਸ਼ ਨਹੀਂ ਹੁੰਦੀ । ਜਿਹੜਾ ਪ੍ਰਭ ਦੀ ਰਹਿਮਤ ਹਾਸਿਲ ਕਰਨ ਲਈ, ਮੜੀਆਂ, ਮਸਾਨਾਂ ਵਿੱਚ ਰਹਿੰਦਾ ਹੈ, ਭਾਵ ਸੰਸਾਰਕ ਸ੍ਰਿਸ਼ਟੀ ਤੋਂ ਦੂਰ ਰਹਿੰਦਾ ਹੈ, ਉਹ ਗਿਆਨ ਤੋਂ ਅੰਧਾ ਹੀ ਰਹਿੰਦਾ ਹੈ, ਅਖੀਰਲੇ ਸਮੇਂ ਪਛਤਾਵਾ ਹੀ ਕਰਦਾ ਹੈ । ਜਿਹੜੇ ਆਪਣੇ ਆਪ ਨੂੰ ਪ੍ਰਭ ਦੀ ਰਜ਼ਾ ਵਿੱਚ, ਮਸਤ ਰਖਦਾ ਹੈ, ਪ੍ਰਭ ਦਾ ਸ਼ਬਦ ਆਪਣੇ ਮਨ ਵਿੱਚ ਵਸਾ ਲੈਂਦਾ ਹੈ । ਉਸ ਤੇ ਪ੍ਰਭ ਰਹਿਮਤ ਬਖਸ਼ਕੇ ਸਾਰੀਆਂ ਇਛਾਂ, ਵਿਛੋੜੇ ਦਾ ਡਰ ਦੂਰ ਕਰ ਦੇਂਦਾ, ਅਹੰਕਾਰ ਦੀ ਜੜ੍ਹ ਨਾਸ਼ ਹੋ ਜਾਂਦੀ ਹੈ ।

So many scholars search various worldly Holy Scriptures to comprehend the teachings of Holy Scriptures; however, they may go deeper and deeper into suspicions and frustrations. Whosoever may wander around from Holy shrine to Holy shrine, baptized with religious disciplines, religious robe to be accepted in His Court; his ego may blossom in his mind, he may be burned in the fire of ego of his own mind. His soul may only be rewarded for the good deeds of his human life journey. Whosoever may abstain from food for long period of time as a sacrifice, meditation; he only hurts the blessed human body, to change His Nature, His Command. Whosoever may not adopt His Word with a steady and stable belief; he may consider worldly guru as a guide for salvation, he may remain deep in the cycle of birth and death. Whosoever remains naked to endure hard condition to discipline his mind, keeps quite for longtime, he only wastes his precious opportunity to serve His Creation. How may the ignorant, intoxicated soul in worldly greed, demons of worldly wealth be awakened to concentrate on the teachings of His Word? Without adopting the teachings of His Word with steady and stable belief, the sleeping giant, mind may not be enlightened with the teachings of His Word from within. Whosoever may walk bare-footed as a sacrifice, he only endures his own created misery in life. Whosoever may eat wrong, banned food; the foolish and ignorant may be embarrassed and ruin his own honor by his own deeds. Without meditating with steady and stable belief, his mind may not be enlightened with the teachings of His Word. Whosoever may dwell in the cremation ground to be blessed; he may stay away from the worldly pleasures, still he remains ignorant from the enlightenment of His Word. In the end, he may regret and repent his foolishness. Whosoever may adopt the teachings of His Word with steady and stable belief in day-to-day life; he may remain drenched with the essence of His Word. He may be blessed with His mercy and grace. The Merciful True Master may eliminate all his desires, fear of separation from His Holy Spirit and the root of ego from His mind.

ਪਉੜੀ॥	**pa-orhee.**
ਭਗਤ ਤੇਰੈ ਮਨਿ ਭਾਵਦੇ	bhagat tayrai man bhaavday
ਦਰਿ ਸੋਹਨਿ ਕੀਰਤਿ ਗਾਵਦੇ॥	dar sohan keerat gaavday.
ਨਾਨਕ ਕਰਮਾ ਬਾਹਰੇ	naanak karmaa baahray
ਦਰਿ ਢੋਅ ਨ ਲਹਨੀ ਧਾਵਦੇ॥	dar dho-a na lehnHee Dhaavday.
ਇਕਿ ਮੂਲੁ ਨ ਬੁਝਨਿ ਆਪਣਾ	ik mool na bujhniH aapnaa
ਅਣਹੋਦਾ ਆਪੁ ਗਣਾਇਦੇ॥	anhodaa aap ganaa-iday.
ਹਉ ਢਾਢੀ ਕਾ ਨੀਚ ਜਾਤਿ	ha-o dhaadhee kaa neech jaat
ਹੋਰਿ ਉਤਮ ਜਾਤਿ ਸਦਾਇਦੇ॥	hor utam jaat sadaa-iday.
ਤਿਨ੍ਹ ਮੰਗਾ ਜਿ ਤੁਝੈ ਧਿਆਇਦੇ॥ ੯॥	tinH mangaa je tujhai Dhi-aa-iday. ||9||

ਜਿਸ ਤੇ ਪ੍ਰਭ ਰਹਿਮਤ ਬਖਸ਼ਕੇ ਸ਼ਬਦ ਦੇ ਲੜ ਲਾਉਂਦਾ ਹੈ, ਉਹ ਪ੍ਰਭ ਦ ਸ਼ਬਦ ਦੇ ਗੁਣ ਗਾਉਂਦਾ, ਦਰਬਾਰ ਵਿੱਚ ਸੋਭਦਾ ਹੈ । ਬਿਨਾਂ ਭਾਗਾਂ ਤੋਂ ਮੁਕਤੀ ਬਖਸ਼ਿਸ਼ ਨਹੀਂ ਹੁੰਦੀ, ਆਤਮਾ ਬਾਰ ਬਾਰ ਜਨਮ ਮਰਨ ਵਿੱਚ ਹੀ ਰਹਿੰਦੀ ਹੈ । ਜਿਹੜਾ ਜੀਵ ਮਾਨਸ ਜਨਮ ਦਾ ਅਸਲੀ ਮੰਤਵ ਨਹੀਂ ਸਮਝਦਾ । ਉਹ ਬਿਨਾਂ ਕੁਝ ਹਾਸਿਲ ਕਰਨ ਤੋਂ ਜਨਮ ਮਰਨ ਦੇ ਚੱਕਰ ਵਿੱਚ ਹੀ ਰਹਿੰਦਾ ਹੈ । ਪ੍ਰਭ, ਮੈਂ ਤੇਰੇ ਸ਼ਬਦ ਦੇ ਗੁਣ ਹੀ ਗਾਉਂਦਾ, ਜੀਵਾਂ ਨੂੰ ਸੁਣਾਉਦਾ ਹਾ । ਕਈ ਮੈਨੂੰ ਨੀਚ ਹੈਸੀਅਤ ਵਾਲਾ ਕਹਿੰਦੇ ਹਨ । ਮੇਰੇ ਮਨ ਵਿੱਚ ਬੰਦਗੀ ਕਰਨ ਵਾਲਿਆਂ ਦੇ ਦਰਸ਼ਨ ਕਰਨ ਦੀ ਇਛਾਂ ਹਮੇਸ਼ਾਂ ਹੀ ਰਹਿੰਦੀ ਹੈ ।

Whosoever may be blessed with devotion to meditate on the teachings of Your Word; he may adopt the teachings of Your Word and sings the glory of Your Word; he may be honored in Your Court. Whosoever may not have a prewritten destiny to meditate, he may not be blessed with salvation. He remains in the cycle of birth and death. Whosoever may not realize the true purpose of his human life, he remains in the cycle of birth and death without achieving anything in his human life journey. I sing the glory of Your Word and inspires others to sing the glory of Your Word. Some may call me insane, lower-class creature. I always have a deep desire, devotion to be blessed with the association as Your true devotee.

10. ਸਲੋਕ ਮਃ ੧॥ (੧੦) 468 -5

ਕੂੜੁ ਰਾਜਾ ਕੂੜੁ ਪਰਜਾ ਕੂੜੁ ਸਭੁ ਸੰਸਾਰੁ॥	koorh raajaa koorh parjaa koorh sabh sansaar.
ਕੂੜੁ ਮੰਡਪ ਕੂੜੁ ਮਾੜੀ ਕੂੜੁ ਬੈਸਣਹਾਰੁ॥	koorh mandap koorh maarhee koorh baisanhaar.
ਕੂੜੁ ਸੁਇਨਾ ਕੂੜੁ ਰੁਪਾ ਕੂੜੁ ਪੈਨ੍ਹਣਹਾਰੁ॥	koorh su-inaa koorh rupaa koorh painHanhaar.
ਕੂੜੁ ਕਾਇਆ ਕੂੜੁ ਕਪੜੁ	koorh kaa-i-aa koorh kaparh
ਕੂੜੁ ਰੂਪੁ ਅਪਾਰੁ॥	koorh roop apaar.
ਕੂੜੁ ਮੀਆ ਕੂੜੁ ਬੀਬੀ	koorh mee-aa koorh beebee
ਖਪਿ ਹੋਏ ਖਾਰੁ॥	khap ho-ay khaar.
ਕੂੜਿ ਕੂੜੈ ਨੇਹੁ ਲਗਾ	koorh koorhai nayhu lagaa
ਵਿਸਰਿਆ ਕਰਤਾਰੁ॥	visri-aa kartaar.
ਕਿਸੁ ਨਾਲਿ ਕੀਚੈ ਦੋਸਤੀ	kis naal keechai dostee

ਸਭੁ ਜਗੁ ਚਲਣਹਾਰੁ॥	sabh jag chalanhaar.
ਕੂੜੁ ਮਿਠਾ ਕੂੜੁ ਮਾਖਿਉ	koorh mithaa koorh maakhi-o
ਕੂੜੁ ਡੋਬੇ ਪੂਰੁ॥	koorh dobay poor.
ਨਾਨਕੁ ਵਖਾਣੈ ਬੇਨਤੀ	naanak vakhaanai bayntee
ਤੁਧੁ ਬਾਝੁ ਕੂੜੋ ਕੂੜੁ॥੧॥	tuDh baajh koorho koorh. ||1||

ਸਾਰੀ ਸ੍ਰਿਸ਼ਟੀ ਦੇ ਜੀਵ ਅਤੇ ਸਾਰੇ ਸੰਸਾਰਕ ਪਦਾਰਥ ਹੀ ਸਦਾ ਰਹਿਣ ਵਾਲੇ ਨਹੀਂ, ਥੋੜ੍ਹੇ ਸਮਾਂ ਵਿੱਚ ਖਤਮ ਹੋ ਜਾਣ ਵਾਲੇ ਹਨ । ਜੀਵ ਇਹਨਾਂ ਨਾਲ ਮੋਹ ਜੋੜ ਕੇ ਅਸਲੀ ਮਾਲਕ, ਦਾ ਧਿਆਨ ਭੁਲ ਜਾਂਦਾ ਹੈ । ਪ੍ਰਭ ਅੱਗੇ ਅਰਦਾਸ, ਸਿਮਰਨ ਕਰੋ! ਉਹ ਸੋਝੀ ਬਖਸ਼ੇ । ਤੂੰ ਕਿਸ ਨਾਲ ਮੋਹ ਲਗਾਵੇ, ਜਾ ਸੰਬਧ ਜੋੜੇ, ਸਾਰੀ ਸ੍ਰਿਸ਼ਟੀ ਹੀ ਮਿਟ ਜਾਣ ਵਾਲੀ, ਸਦਾ ਰਹਿਣ ਵਾਲਾ ਨਹੀਂ ਹੈ । ਖਾਣ ਵਾਲੀਆਂ ਨਿਆਮਤਾਂ ਵੀ ਸੰਸਾਰਕ ਬੇੜੀ ਨੂੰ ਪਾਰ ਨਹੀਂ ਲਗਾ ਸਕਦੀਆਂ । ਰੀਹਮਤ ਬਖਸ਼ਕੇ ਸਿੱਧੇ ਰਸਤੇ ਦੀ ਸੋਝੀ ਬਖਸ਼ਕੇ ਅਡੋਲ ਰਖੋ ।

** (ਰਾਜੇ, ਉਹਨਾਂ ਦੀ ਪਰਜਾ, ਵੱਡੇ, ਵੱਡੇ ਘਰ, ਮਹਿਲ, ਉਹਨਾਂ ਵਿੱਚ ਰਹਿਣ ਵਾਲੇ, ਸੋਹਣੇ ਸੋਹਣੇ ਜੀਵ, ਇਹਨਾਂ ਦੇ ਸ਼ਾਨਦਾਰ ਕਪੜੇ, ਗਹਿਣੇ, ਸੰਸਾਰਕ ਰਿਸ਼ਤੇ, ਮਾਤਾ, ਪਿਤਾ, ਬੀਵੀ, ਬੱਚੇ)

All worldly pleasures, possessions, and great worldly status, all vanish over a period. By attaching with these worldly pleasures, self-minded may forget the teachings of His Word, The True Master. You should meditate and pray for His mercy and grace; The True Master may enlighten the understanding of the vanish able nature of His Creation. Whom should you associate and attach to in your human life journey to become worthy of His Consideration? All worldly delicacies may not be able to enlighten the right path of human life journey; with His mercy and grace, He may enlighten and keeps on the right path of meditation, salvation.

ਮਃ ੧॥	**mehlaa 1.**
ਸਚੁ ਤਾ ਪਰੁ ਜਾਣੀਐ	sach taa par jaanee-ai
ਜਾ ਰਿਦੈ ਸਚਾ ਹੋਇ॥	jaa ridai sachaa ho-ay.
ਕੂੜ ਕੀ ਮਲੁ ਉਤਰੈ	koorh kee mal utrai
ਤਨੁ ਕਰੇ ਹਛਾ ਧੋਇ॥	tan karay hachhaa Dho-ay.
ਸਚੁ ਤਾ ਪਰੁ ਜਾਣੀਐ	sach taa par jaanee-ai
ਜਾ ਸਚਿ ਧਰੇ ਪਿਆਰੁ॥	jaa sach Dharay pi-aar.
ਨਾਉ ਸੁਣਿ ਮਨੁ ਰਹਸੀਐ	naa-o sun man rehsee-ai
ਤਾ ਪਾਏ ਮੋਖ ਦੁਆਰੁ॥	taa paa-ay mokh du-aar.
ਸਚੁ ਤਾ ਪਰੁ ਜਾਣੀਐ	sach taa par jaanee-ai
ਜਾ ਜੁਗਤਿ ਜਾਣੈ ਜੀਉ॥	jaa jugat jaanai jee-o.
ਧਰਤਿ ਕਾਇਆ ਸਾਧ ਕੈ	Dharat kaa-i-aa saaDh kai
ਵਿਚਿ ਦੇਇ ਕਰਤਾ ਬੀਉ॥	vich day-ay kartaa bee-o.
ਸਚੁ ਤਾ ਪਰੁ ਜਾਣੀਐ	sach taa par jaanee-ai
ਜਾ ਸਿਖ ਸਚੀ ਲੇਇ॥	jaa sikh sachee lay-ay.
ਦਇਆ ਜਾਣੈ ਜੀਅ ਕੀ	da-i-aa jaanai jee-a kee
ਕਿਛੁ ਪੁੰਨੁ ਦਾਨੁ ਕਰੇਇ॥	kichh punn daan karay-i.
ਸਚੁ ਤਾ ਪਰੁ ਜਾਣੀਐ	sach taaN par jaanee-ai
ਜਾ ਆਤਮ ਤੀਰਥਿ ਕਰੇ ਨਿਵਾਸੁ॥	jaa aatam tirath karay nivaas.
ਸਤਿਗੁਰੂ ਨੋ ਪੁਛਿ ਕੈ	satguroo no puchh kai
ਬਹਿ ਰਹੈ ਕਰੇ ਨਿਵਾਸੁ॥	bahi rahai karay nivaas.
ਸਚੁ ਸਭਨਾ ਹੋਇ ਦਾਰੂ	sach sabhnaa ho-ay daaroo paap
ਪਾਪ ਕਢੈ ਧੋਇ॥	kadhai Dho-ay.
ਨਾਨਕੁ ਵਖਾਣੈ ਬੇਨਤੀ	naanak vakhaanai bayntee
ਜਿਨ ਸਚੁ ਪਲੈ ਹੋਇ॥੨॥	jin sach palai ho-ay. ||2||

ਜਿਸ ਦਾ ਮਨ ਪਵਿਤ੍ਰ ਹੋ ਜਾਂਦਾ ਹੈ, ਉਸ ਦੀ ਆਤਮਾ ਵਿੱਚ ਹੋਰ ਲਾਲਚ ਨਹੀਂ ਰਹਿੰਦਾ । ਉਹ ਮਨ ਦੇ ਸਾਰੇ ਲਾਲਚ, ਭਾਵਨਾਂ ਛੱਡਕੇ ਸ਼ਬਦ ਦਾ ਸਿਮਰਨ, ਪਾਲਣਾ ਕਰਦਾ ਹੈ । ਉਸ ਨੂੰ ਪ੍ਰਭ ਦੀ ਹੋਂਦ ਦੀ ਸੋਝੀ ਬਖਸ਼ਿਸ਼ ਹੋ ਜਾਂਦੀ ਹੈ । ਪ੍ਰਭ ਦੇ ਸ਼ਬਦ ਸੁਣਨ, ਪਾਲਣਾ ਕਰਨ ਨਾਲ ਦਰ ਦੀ ਖਬਰ, ਮੁਕਤੀ ਦੀ ਮੰਜ਼ਲ ਬਖਸ਼ਿਸ਼ ਹੋ ਜਾਂਦੀ ਹੈ । ਜਿਹੜਾ ਆਪਣੀ ਆਤਮਾ ਨੂੰ ਪਵਿਤ੍ਰ ਕਰਕੇ, ਸ਼ਬਦ ਦਾ ਸਿਮਰਨ, ਸ਼ਬਦ ਦੀ ਸਿਖਿਆਂ ਨਾਲ ਜੀਵਨ ਢਾਲਦਾ, ਸ੍ਰਿਸ਼ਟੀ ਦੀ ਸੇਵਾ ਕਰਦਾ ਹੈ । ਉਹ ਆਪਣਾ ਜੀਵਨ ਪ੍ਰਭ ਦੇ ਭਾਣੇ ਤੇ ਚਲਾਉਂਦਾ, ਹਰ ਕੰਮ ਕਰਨ ਵੇਲੇ ਮਨ ਵਿੱਚ ਇਕੋ ਇਕ ਪ੍ਰਭ ਦੇ ਸ਼ਬਦ ਦਾ ਹੀ ਖਿਆਲ ਰਖਦਾ ਹੈ । ਅਗਰ ਪ੍ਰਭ ਆਪ ਇਹ ਕੰਮ ਕਰਦਾ, ਉਹ ਕਿਵੇਂ ਅਤੇ ਕੀ ਕਰਦਾ? ਫਿਰ ਕੰਮ ਪ੍ਰਭ ਦੀ ਸਿਖਿਆਂ ਅਨੁਸਾਰ ਹੀ ਆਪ ਕਰਦਾ । ਸਰਬ ਕਲਾਂ ਸਮਰਥ ਪ੍ਰਭ ਕੋਲ ਸਾਰੇ ਰੋਗਾ ਦਾ ਹੀ ਇਲਾਜ ਹੈ, ਉਹ ਸਾਰੇ ਪਾਪ ਬਖਸ਼ ਸਕਦਾ ਹੈ । ਉਸ ਦੇ ਸ਼ਬਦ ਦਾ ਸਿਮਰਨ, ਅਰਦਾਸ ਕਰੋ! ਪ੍ਰਭ ਉਸ ਜੀਵ ਨਾਲ ਸੰਜੋਗ ਬਣਾਵੋ, ਜਿਸ ਨੇ ਆਪਣੇ ਜੀਵਨ ਦਾ ਢੰਗ ਸ਼ਬਦ ਨਾਲ ਢਾਲਿਆ ਹੋਵੇ ।

Whosoever may abandon all worldly greed and attachments, he may adopt the teachings of His Word with steady and stable belief in his life. His soul may be sanctified and he may be blessed with the realization of His Existence. By wholeheartedly listening and adopting the teachings of His Word in day-to-day life with steady and stable belief; with His mercy and grace, he may be enlightened with the right path of acceptance in His Court. Whosoever may adopt the teachings of His Word in day-to-day life and serves His Creation, his soul may be sanctified. He may adopt the teachings of His Word and he may always keep the essence of His teachings within his mind. He may always perform all his deeds with the teachings of His Word and follows rigidly. The Omnipotent True Master has the cure all his disease of worldly desires. Whosoever may adopt the teachings of His Word with steady and stable belief in his day-to-day life? He may forgive all your sinful deeds; with His mercy and grace, he may bless the association of His true devotee.

ਪਉੜੀ॥

pa-orhee.

ਦਾਨੁ ਮਹਿੰਡਾ ਤਲੀ ਖਾਕੁ
daan mahindaa talee khaak

ਜੇ ਮਿਲੈ ਤ ਮਸਤਕਿ ਲਾਈਐ॥
jay milai ta mastak laa-ee-ai.

ਕੂੜਾ ਲਾਲਚੁ ਛਡੀਐ
koorhaa laalach chhadee-ai

ਹੋਇ ਇਕ ਮਨਿ ਅਲਖੁ ਧਿਆਈਐ॥
ho-ay ik man alakh Dhi-aa-ee-ai.

ਫਲੁ ਤੇਵੇਹੋ ਪਾਈਐ
fal tayvayho paa-ee-ai

ਜੇਵੇਹੀ ਕਾਰ ਕਮਾਈਐ॥
jayvayhee kaar kamaa-ee-ai.

ਜੇ ਹੋਵੈ ਪੂਰਬਿ ਲਿਖਿਆ
jay hovai poorab likhi-aa

ਤਾ ਧੂੜਿ ਤਿਨਾ ਦੀ ਪਾਈਐ॥
taa Dhoorh tinHaa dee paa-ee-ai.

ਮਤਿ ਥੋੜੀ ਸੇਵ ਗਵਾਈਐ॥੧੦॥
mat thorhee sayv gavaa-ee-ai. ||10||

ਜੀਵ ਸੰਸਾਰਕ ਲਾਲਚ ਤਿਆਗਕੇ, ਇਕ ਮਨ ਹੋ ਕੇ ਪ੍ਰਭ ਦੇ ਸ਼ਬਦ ਦਾ ਸਿਮਰਨ, ਪਾਲਣਾ ਕਰੋ । ਉਸ ਸੰਤ ਸਰੂਪ ਜੀਵ ਨੂੰ ਆਪਣੇ ਜੀਵਨ ਦਾ ਆਦਰਸ਼, ਨਿਸ਼ਾਨਾ ਬਣਾਵੋ! ਜਿਹੜਾ ਅਡੋਲ ਭਰੋਸੇ ਨਾਲ ਸ਼ਬਦ ਦਾ ਸਿਮਰਨ, ਪਾਲਣਾ ਕਰਦਾ ਹੈ । ਜੀਵਨ ਵਿੱਚ ਪਿਛਲੇ ਜਨਮ ਦੇ ਕੀਤੇ ਕੰਮਾਂ ਦਾ ਫਲ ਹੀ ਬਖਸ਼ਿਸ਼ ਹੁੰਦਾ ਹੈ । ਪਿਛਲੇ ਜਨਮ ਦੇ ਕਰਮਾਂ ਅਨੁਸਾਰ ਹੀ ਸੰਤ ਸਰੂਪ ਦਾ ਸੰਜੋਗ ਬਖਸ਼ਿਸ਼ ਹੋ ਸਕਦਾ ਹੈ । ਅਗਿਆਨੀ ਜੀਵ ਨੂੰ ਸੇਵਾ ਦੀ ਮਹੱਤਤਾ ਦਾ ਗਿਆਨ ਨਹੀਂ ਹੁੰਦਾ, ਉਹ ਸ੍ਰਿਸ਼ਟੀ ਦੀ ਸੇਵਾ ਕਰਨ ਦਾ ਮੌਕਾ ਗਵਾ ਲੈਂਦਾ ਹੈ ।

You should renounce your greed and wholeheartedly meditate on the teachings of His Word. You should adopt the life experience teachings of His Holy saint, who has wholeheartedly adopted His Word in his life. You should idealize his way of life. Whatsoever may be prewritten in your destiny, as a reward for your previous life good deeds, only that may be blessed. Only with prewritten destiny, the association of His true devotee may be blessed. Ignorant self-minded may not realize the significance of serving His Creation; he wastes priceless opportunity to serve His Creation.

11. ਸਲੋਕੁ ਮਃ ੧॥ (11) 468-16

ਸਚਿ ਕਾਲੁ ਕੂੜੁ ਵਰਤਿਆ	sach kaal koorh varti-aa
ਕਲਿ ਕਾਲਖ ਬੇਤਾਲ॥	kal kaalakh baytaal.
ਬੀਉ ਬੀਜਿ ਪਤਿ ਲੈ ਗਏ	bee-o beej pat lai ga-ay
ਅਬ ਕਿਉ ਉਗਵੈ ਦਾਲਿ॥	ab ki-o ugvai daal.
ਜੇ ਇਕੁ ਹੋਇ ਤ ਉਗਵੈ	jay ik ho-ay ta ugvai
ਰੁਤੀ ਹੂ ਰੁਤਿ ਹੋਇ॥	rutee hoo rut ho-ay.
ਨਾਨਕ ਪਾਹੈ ਬਾਹਰਾ	naanak paahai baahraa
ਕੋਰੈ ਰੰਗੁ ਨ ਸੋਇ॥	korai rang na so-ay.
ਭੈ ਵਿਚਿ ਖੁੰਬਿ ਚੜਾਈਐ	bhai vich khumb charhaa-ee-ai
ਸਰਮੁ ਪਾਹੁ ਤਨਿ ਹੋਇ॥	saram paahu tan ho-ay.
ਨਾਨਕ ਭਗਤੀ ਜੇ ਰਪੈ	naanak bhagtee jay rapai
ਕੂੜੈ ਸੋਇ ਨ ਕੋਇ॥੧॥	koorhai so-ay na ko-ay. ||1||

ਜਿਹੜਾ ਅਡੋਲ ਭਰੋਸੇ ਨਾਲ ਪ੍ਰਭ ਦੇ ਸ਼ਬਦ ਦਾ ਸਿਮਰਨ ਕਰਦਾ ਹੈ, ਉਸ ਨੂੰ ਅਸਲੀ ਰਸਤਾ ਬਖਸ਼ਿਸ਼ ਹੋ ਜਾਂਦਾ ਹੈ । ਇਸ ਰਸਤੇ ਤੇ ਅਡੋਲ ਰਹਿਣ ਨਾਲ ਉਸ ਦਾ ਮਨ ਤਿਆਰ ਹੋ ਜਾਂਦਾ ਹੈ । ਇਸ ਕੱਲਯੁਗ ਵਿੱਚ ਕੋਈ ਵਿਰਲਾ ਹੀ ਭਰੋਸੇ ਨਾਲ ਬੰਦਗੀ ਕਰਦਾ ਹੈ, ਬਹੁਤ ਜੀਵ ਜਮਦੂਤਾਂ ਦੇ ਰਸਤੇ ਤੇ ਹੀ ਚਲਦੇ ਹਨ । ਆਤਮਾ ਇਕ ਵਾਰ ਚਿਤ ਲਾ ਕੇ ਸਿਮਰਨ ਕਰਨ ਨਾਲ ਪ੍ਰਭ ਦੇ ਸ਼ਬਦ ਨਾਲ ਲਗਨ, ਭਰੋਸਾ ਅਡੋਲ ਨਹੀਂ ਹੁੰਦਾ । ਅਸਲੀ ਰਸਤੇ ਤੇ ਅਡੋਲ ਹੋਣ ਲਈ ਸਮਾਂ ਲਗਦਾ ਹੈ । ਬਾਰ ਬਾਰ ਸਿਮਰਨ ਨਾਲ ਮਨ ਤੇ ਸ਼ਬਦ ਦੀ ਸਿਖਿਆਂ ਦਾ ਅਸਰ ਹੋਣ ਲਗ ਪੈਂਦਾ ਹੈ । ਜਿਹੜਾ ਭਰੋਸੇ ਨਾਲ ਉਸ ਦੀ ਬੰਦਗੀ ਦਾ ਮਾਰਗ ਨਹੀਂ ਛੱਡਦਾ, ਉਸ ਨੂੰ ਪ੍ਰਵਾਨਗੀ ਬਖਸ਼ਿਸ਼ ਹੋ ਜਾਂਦੀ ਹੈ ।

Whosoever wholeheartedly meditated on the teachings of His Word, he may be blessed with the right path of meditation. By consistently meditating with steady and stable belief, his soul may become ready and worthy of His Consideration over a period. In the Age of Kul jug, very rare devotee may meditate with steady and stable belief on the teachings of His Word; most of the devotees follow the path of the devil of death. Only by meditating wholeheartedly few times, his mind may not remain steady and stable on that path. Only with patience and consistent determination on the right path, his soul may become worthy of His Consideration. Whosoever may remain consistent with steady and stable belief, he may be drenched with the teachings of His Word within his mind. Whosoever may not abandon the right path; The Merciful True Master may keep him steady and stable on the right path of acceptance in His Court.

ਮਃ ੧॥	**mehlaa 1.**
ਲਬੁ ਪਾਪੁ ਦੁਇ ਰਾਜਾ ਮਹਤਾ	lab paap du-ay raajaa mahtaa
ਕੂੜੁ ਹੋਆ ਸਿਕਦਾਰੁ॥	koorh ho-aa sikdaar.
ਕਾਮੁ ਨੇਬੁ ਸਦਿ ਪੁਛੀਐ	kaam nayb sad puchhee-ai
ਬਹਿ ਬਹਿ ਕਰੇ ਬੀਚਾਰੁ॥	bahi bahi karay beechaar.
ਅੰਧੀ ਰਯਤਿ ਗਿਆਨ ਵਿਹੂਣੀ	anDhee rayat gi-aan vihoonee
ਭਾਹਿ ਭਰੇ ਮੁਰਦਾਰੁ॥	bhaahi bharay murdaar.
ਗਿਆਨੀ ਨਚਹਿ ਵਾਜੇ ਵਾਵਹਿ	gi-aanee nacheh vaajay vaaveh
ਰੂਪ ਕਰਹਿ ਸੀਗਾਰੁ॥	roop karahi seegaar.
ਉਚੇ ਕੂਕਹਿ ਵਾਦਾ ਗਾਵਹਿ	oochay kookeh vaadaa gaavahi jo-
ਜੋਧਾ ਕਾ ਵੀਚਾਰੁ॥	Dhaa kaa veechaar.

ਮੂਰਖ ਪੰਡਿਤ ਹਿਕਮਤਿ ਹੁਜਤਿ	moorakh pandit hikmat hujat
ਸੰਜੈ ਕਰਹਿ ਪਿਆਰੁ॥	sanjai karahi pi-aar.
ਧਰਮੀ ਧਰਮੁ ਕਰਹਿ ਗਾਵਾਵਹਿ	Dharmee Dharam karahi gaavaaveh
ਮੰਗਹਿ ਮੋਖ ਦੁਆਰੁ॥	mangeh mokh du-aar.
ਜਤੀ ਸਦਾਵਹਿ ਜੁਗਤਿ ਨ ਜਾਣਹਿ	jatee sadaaveh jugat na jaaneh
ਛਡਿ ਬਹਹਿ ਘਰ ਬਾਰੁ॥	chhad baheh ghar baar.
ਸਭੁ ਕੋ ਪੂਰਾ ਆਪੇ ਹੋਵੈ	sabh ko pooraa aapay hovai
ਘਟਿ ਨ ਕੋਈ ਆਖੈ॥	ghat na ko-ee aakhai.
ਪਤਿ ਪਰਵਾਣਾ ਪਿਛੈ ਪਾਈਐ,	pat parvaanaa pichhai paa-ee-ai
ਤਾ ਨਾਨਕ ਤੋਲਿਆ ਜਾਪੈ॥੨॥	taa naanak toli-aa jaapai. ||2||

ਸੰਸਾਰ ਵਿੱਚ ਲਾਲਚ ਦਾ ਪ੍ਰਭਾਵ ਸਭ ਤੋਂ ਜ਼ਿਆਦਾ ਹੈ, ਫਰੇਬ ਹੀ ਇਹਨਾਂ ਦਾ ਖਜ਼ਾਨਾ ਹੈ । ਉਹ ਵਾਸਨਾ ਦੀ ਇਛਾਂ ਵਿੱਚ ਮਗਨ ਰਹਿੰਦਾ ਹੈ, ਇਸ ਦੇ ਪ੍ਰਭਾਵ ਨਾਲ ਆਪਣਾ ਜੀਵਨ ਢਾਲਦਾ ਹੈ । ਉਸ ਦੀ ਮੱਤ ਮਾਰੀ ਜਾਂਦੀ ਹੈ, ਆਪਣੇ ਆਪ ਨੂੰ ਪਰਾਏ ਧਨ ਨਾਲ ਖੁਸ਼ਹਾਲ ਕਰਦਾ ਹੈ । ਧਾਰਮਕ ਆਗੂ, ਬਹੁਤ ਜ਼ੋਰ ਨਾਲ ਭਗਤਾਂ ਦੀਆਂ ਕਰਬਾਣੀਆਂ, ਕਥਾਂ ਨਾਲ ਪ੍ਰਚਾਰ ਕਰਦੇ ਹਨ । ਆਪਣੇ ਆਪ ਨੂੰ ਸੁੰਦਰ ਬਸਤ੍ਰਾਂ ਨਾਲ ਸਜਾਕੇ ਰਖਦੇ ਹਨ । ਜਿਹੜੇ ਮਨਮੁਖ ਕਤਾਬੀ ਗਿਆਨ, ਆਪਣੀਆਂ ਚਲਾਕੀਆਂ ਨਾਲ ਆਪਣੇ ਆਪ ਨੂੰ ਧਾਰਮਕ, ਸੋਝੀਵਾਨ ਕਹਾਉਂਦੇ ਹਨ । ਉਹ ਪ੍ਰਭ ਅੱਗੇ ਲੰਮੀਆਂ, ਨਿਮ੍ਰਤਾ ਭਰੀਆਂ, ਮੁਕਤੀ ਦੀ ਬਖਸ਼ਿਸ਼ ਦੀਆਂ ਅਰਦਾਸਾਂ ਕਰਦੇ ਰਹਿੰਦੇ ਹਨ । ਇਹ ਧਾਰਮਕ ਜੀਵ ਆਪਣੇ ਆਪ ਨੂੰ ਸੰਤ (ਜਤੀ) ਸਦਾਉਂਦੇ, ਆਪਣੇ ਆਪ ਨੂੰ ਪਵਿਤ੍ਰ ਪੂਰਾ ਸਮਝਦੇ ਹਨ, ਪਰ ਆਪਣਾ ਜੀਵਨ ਸ਼ਬਦ ਨਾਲ ਨਹੀਂ ਢਾਲਦੇ, ਪ੍ਰਭ ਦੇ ਸ਼ਬਦ ਦੀ ਕੋਈ ਸੋਝੀ ਨਹੀਂ ਹੁੰਦੀ । ਜਿਹੜਾ ਆਪਣਾ ਜੀਵਨ ਪ੍ਰਭ ਦੀ ਰਜ਼ਾ ਵਿੱਚ ਹੀ ਜੀਉਂਦਾ ਹੈ, ਪ੍ਰਭ ਦੀ ਦਰਗਾਹ ਵਿੱਚ ਪ੍ਰਵਾਨ ਹੁੰਦਾ ਹੈ, ਉਹ ਹੀ ਅਸਲੀ ਪੂਰਾ ਕਹਿਣ ਦੇ ਯੋਗ ਹੁੰਦਾ ਹੈ ।

The greed of worldly wealth dominates the whole creation; deception and hypocrisy are the treasure of His Creation. He remains intoxicated in sexual urge; his way of life remains under the influence of these demons of worldly desire. He loses wisdom, his conscious and the right path of acceptance in His Court. He may try to become happy, prosper by robbing the earnest livings of others. Worldly preachers inspire the innocent with the glorious stories and sacrifices of ancient Holy prophets; they wear expensive robes as a token of His mercy and grace. Whosoever may have bookish knowledge of Holy Scripture; with his clever, devious plans calls himself as a religious and enlightened devotee. He may pray humbly with melodious tone for salvation. These religious preachers claim to be saint, holy, contented, and sanctified. However, whosoever may not adopt the teachings of His Word in day-to-day life; he may not be enlightened nor comprehend the teachings of His Word. Whosoever may be accepted in His Court; only he may be worthy to be called a Holy, sanctified soul.

ਮਃ ੧॥	**mehlaa 1.**
ਵਦੀ ਸੁ ਵਜਗਿ ਨਾਨਕਾ	vadee so vajag naankaa
ਸਚਾ ਵੇਖੈ ਸੋਇ॥	sachaa vaykhai so-ay.
ਸਭਨੀ ਛਾਲਾ ਮਾਰੀਆ	sabhnee chhaalaa maaree-aa
ਕਰਤਾ ਕਰੇ ਸੁ ਹੋਇ॥	kartaa karay so ho-ay.
ਅਗੈ ਜਾਤਿ ਨ ਜੋਰੁ ਹੈ	agai jaat na jor hai
ਅਗੈ ਜੀਉ ਨਵੇ॥	agai jee-o navay.
ਜਿਨ ਕੀ ਲੇਖੈ ਪਤਿ ਪਵੈ	jin kee laykhai pat pavai
ਚੰਗੇ ਸੇਈ ਕੇਇ॥੩॥	changay say-ee kay-ay. ||3||

ਅੰਤਰਜਾਮੀ ਅਟਲ ਪ੍ਰਭ ਸਭ ਕੁਝ ਵੇਖਦਾ ਹੈ, ਉਸ ਤੋਂ ਕੁਝ ਵੀ ਛਿਪਾਇਆ ਨਹੀਂ ਜਾ ਸਕਦਾ । ਹਰਇਕ ਜੀਵ ਆਪਣੀ ਸੰਸਾਰਕ ਹੈਸੀਅਤ ਵਿੱਚ ਮਸਤ ਰਹਿੰਦਾ ਹੈ, ਆਪਣੇ ਤਾਰੀਕੇ ਨਾਲ ਅਸਲੀ ਰਸਤਾ ਲੱਭਦਾ ਹੈ । ਉਹ ਇਹ ਭੁਲਾ ਜਾਂਦਾ ਹੈ, ਮਰਨ ਤੋਂ ਪਿਛੋਂ ਨਵਾਂ ਖੇਲ ਅਰੰਭ ਹੋ ਜਾਂਦਾ ਹੈ । ਜਿਹੜਾ ਸੰਸਾਰਕ ਜੀਵਨ ਵਿੱਚ ਚੰਗੇ ਕਰਮ ਕਰਦਾ ਹੈ, ਉਹ ਪ੍ਰਵਾਨ ਹੋ ਜਾਂਦਾ ਹੈ ।

The Omnipresent True Master monitors every activity of His Creation, nothing can be hidden from Him. Everyone remains intoxicated in the pride of his worldly status; he may try his best efforts to find the right path of His acceptance. He may remain ignorant! A new play may start for his soul. Whosoever may perform good deeds for the mankind in the universe; he may be accepted in His Court.

ਪਉੜੀ॥ — **pa-orhee.**

ਧੁਰਿ ਕਰਮਿ ਜਿਨਾ ਕਉ ਤੁਧੁ ਪਾਇਆ,
Dhur karam jinaa ka-o tuDh paa-i-aa

ਤਾ ਤਿਨੀ ਖਸਮੁ ਧਿਆਇਆ॥
taa tinee khasam Dhi-aa-i-aa.

ਏਨਾ ਜੰਤਾ ਕੈ ਵਸਿ ਕਿਛੁ ਨਾਹੀ,
aynaa jantaa kai vas kichh naahee,

ਤੁਧੁ ਵੇਕੀ ਜਗਤੁ ਉਪਾਇਆ॥
tuDh vaykee jagat upaa-i-aa.

ਇਕਨਾ ਨੋ ਤੂੰ ਮੇਲਿ ਲੈਹਿ,
iknaa no tooN mayl laihi,

ਇਕਿ ਆਪਹੁ ਤੁਧੁ ਖੁਆਇਆ॥
ik aaphu tuDh khu-aa-i-aa.

ਗੁਰ ਕਿਰਪਾ ਤੇ ਜਾਣਿਆ,
gur kirpaa tay jaani-aa

ਜਿਥੈ ਤੁਧੁ ਆਪੁ ਬੁਝਾਇਆ॥
jithai tuDh aap bujhaa-i-aa.

ਸਹਜੇ ਹੀ ਸਚਿ ਸਮਾਇਆ॥੧੧॥
sehjay hee sach samaa-i-aa. ||11||

ਜਿਸ ਦੇ ਭਾਗਾਂ ਵਿੱਚ ਪਹਿਲੇ ਹੀ ਲਿਖਿਆ ਹੁੰਦਾ ਹੈ, ਉਹ ਹੀ ਸ਼ਬਦ ਦੀ ਅਰਾਧਨਾ ਕਰਦਾ ਹੈ । ਸੰਸਾਰਕ ਜੀਵ ਦੇ ਆਪਣੇ ਵੱਸ ਵਿੱਚ ਕੁਝ ਨਹੀਂ ਹੁੰਦਾ ਹੈ । ਪ੍ਰਭ ਨੇ ਅਨੇਕਾਂ ਹੀ ਖੰਡ, ਬ੍ਰਹਮੰਡ ਸਿਰਜੇ ਹਨ, ਆਪਣੀ ਰਜ਼ਾ ਨਾਲ ਜੀਵ ਨੂੰ ਸਿੱਧੇ ਰਸਤੇ ਪਾ ਕੇ ਪ੍ਰਵਾਨ ਕਰ ਲੈਂਦਾ ਹੈ । ਕਈਆਂ ਨੂੰ ਲਾਲਚ ਨਾਲ ਭਟਕਣ ਵਿੱਚ ਲਾਈ ਰਖਦਾ ਹੈ । ਜਿਸ ਨੂੰ ਆਪਣੀ ਰਹਿਮਤ ਨਾਲ ਅਸਲੀ ਮਾਰਗ ਤੇ ਰਖਦਾ ਹੈ, ਉਸ ਨੂੰ ਅਸਾਨੀ ਨਾਲ ਹੀ ਮੁਕਤੀ ਦਾ ਮਾਰਗ ਬਖਸ਼ਿਸ਼ ਹੋ ਜਾਂਦਾ ਹੈ ।

Whosoever may have a great prewritten destiny, he may meditate on the teachings of Your Word. The worldly creature may not control his path in life. You have created so many difference islands and solar systems in the universe. You may guide anyone on the right path of acceptance in Your Court. You may keep so many creatures in worldly greed and frustrations. Whosoever may be kept steady and stable on the right path, he may easily be accepted in Your Sanctuary.

12. ਸਲੋਕੁ ਮਃ ੧॥ (੧੨) 469-9

ਦੁਖ ਦਾਰੂ ਸੁਖ ਰੋਗ ਭਇਆ
dukh daaroo sukh rog bha-i-aa

ਜਾ ਸੁਖੁ ਤਾਮਿ ਨ ਹੋਈ॥
jaa sukh taam na ho-ee.

ਤੂੰ ਕਰਤਾ ਕਰਣਾ ਮੈ ਨਾਹੀ
tooN kartaa karnaa mai naahee

ਜਾ ਹਉ ਕਰੀ ਨ ਹੋਈ॥੧॥
jaa ha-o karee na ho-ee. ||1||

ਜਦੋਂ ਜੀਵ ਦੇ ਜੀਵਨ ਵਿੱਚ ਦੁਖ ਆਉਂਦਾ ਹੈ, ਉਸ ਵੇਲੇ ਹੀ ਪ੍ਰਭ ਦੇ ਸ਼ਬਦ ਦਾ, ਪ੍ਰਭ ਦਾ ਧਿਆਨ ਆਉਂਦਾ ਹੈ । ਜੀਵਨ ਵਿੱਚ ਸੁਖ ਦੇ ਸਮੇਂ ਉਸ ਦਾ ਧਿਆਨ ਸ਼ਬਦ ਦੀ ਪਾਲਣਾ ਵਿੱਚ ਅਡੋਲ ਨਹੀਂ ਹੁੰਦਾ । ਪ੍ਰਭ ਤੂੰ ਹੀ ਸਭ ਕੁਝ ਪੈਦਾ ਕਰਦਾ ਹੈ, ਤੇਰਾ ਕੀਤਾ ਹੀ ਸਭ ਕੁਝ ਹੁੰਦਾ ਹੈ । ਮਾਨਸ ਭਾਵੇਂ ਕਿਤਨੀ ਵੀ ਕੋਸ਼ਿਸ਼ ਕਿਉਂ ਨਾ ਕਰੇ, ਕੁਝ ਵੀ ਨਹੀਂ ਕਰ ਸਕਦੇ । ਸੁਖ ਵੇਲੇ ਜੀਵ ਤੇਰਾ ਨਾਮ ਨਹੀਂ ਲੈਂਦੇ ਅਤੇ ਦੁਖ ਸਮੇਂ, ਭੁੱਲਾਂ ਬਖਸ਼ਾਉਣ ਲਈ ਤੇਰਾ ਨਾਮ ਸਿਮਰਨ ਕਰਦੇ ਹਨ ।

The worldly creatures are unique; at the time of misery, they will remember and meditate on the teachings of Your Word with each breath. However, at the time of comforts and pleasures, they remain intoxicated with worldly possessions and ignore to meditate on the teachings of Your Word. The

True Master, Creator of the universe! Only Your Command may prevail in the universe; the worldly creature may not have any power or control. With all his efforts, he may not accomplish anything in the universe. He may not remember separation from Your Holy Spirt at the time of pleasure and comforts in life; however, at the time of misery, he meditates with each breath and prays for Your Forgiveness and Refuge.

ਬਲਿਹਾਰੀ ਕੁਦਰਤਿ ਵਸਿਆ॥	balihaaree kudrat vasi-aa.
ਤੇਰਾ ਅੰਤੁ ਨ ਜਾਈ ਲਖਿਆ॥੧॥	tayraa ant na jaa-ee lakhi-aa. ‖1‖
ਰਹਾਉ॥	rahaa-o.

ਪ੍ਰਭ ਤੇਰੇ ਤੋਂ ਸਦਕੇ ਜਾਵਾ! ਤੇਰੇ ਕਿਸੇ ਕਰਤਬ ਦੇ ਅੰਤ ਦੀ ਸੋਝੀ ਨਹੀਂ, ਤੂੰ ਇਹ ਕਿਉਂ ਕਰਦਾ ਹੈ?

I am fascinated and astonished from Your Nature. I have no comprehension of the limits of Your Miracles. How and why may You perform these activities and miracles in the universe?

ਜਾਤਿ ਮਹਿ ਜੋਤਿ ਜੋਤਿ ਮਹਿ ਜਾਤਾ,	jaat meh jot jot meh jaataa
ਅਕਲ ਕਲਾ ਭਰਪੂਰਿ ਰਹਿਆ॥	akal kalaa bharpoor rahi-aa.
ਤੂੰ ਸਚਾ ਸਾਹਿਬੁ ਸਿਫਤਿ ਸੁਆਲਿਉ,	tooN sachaa saahib sifat su-aaliha-o
ਜਿਨਿ ਕੀਤੀ ਸੋ ਪਾਰਿ ਪਇਆ॥	jin keetee so paar pa-i-aa.
ਕਹੁ ਨਾਨਕ ਕਰਤੇ ਕੀਆ ਬਾਤਾ,	kaho naanak kartay kee-aa baataa
ਜੋ ਕਿਛੁ ਕਰਣਾ ਸੁ ਕਰਿ ਰਹਿਆ॥੨॥	jo kichh karnaa so kar rahi-aa. ‖2‖

ਪ੍ਰਭ ਆਪਣੀ ਸਾਜੀ ਹੋਈ ਸ੍ਰਿਸ਼ਟੀ ਵਿੱਚ ਆਪ ਹੀ ਆਤਮਾ ਬਖਸ਼ਦਾ ਹੈ । ਆਪ ਹੀ ਆਪਣੀ ਹੋਂਦ ਮਹਿਸੂਸ ਕਰਾਉਂਦਾ ਹੈ । ਤੇਰੇ ਵਿੱਚ ਹੀ ਇਹ ਸਾਰੀਆਂ ਕਰਮਾਤਾਂ ਹਨ! ਜਿਹੜਾ ਤੇਰੇ ਸ਼ਬਦ ਦੀ ਪਾਲਣਾ, ਸਿਮਰਨ ਕਰਦਾ ਹੈ, ਉਸ ਤੇ ਰਹਿਮਤ ਬਖਸ਼ਕੇ ਮਾਨਸ ਜੀਵਨ ਸਫਲ ਕਰ ਦੇਂਦਾ ਹੈ । ਇਹ ਸਭ ਤੇਰਾ ਰਚਿਆ ਹੋਇਆ ਖੇਲ ਹੈ! ਜੋ ਤੈਨੂੰ ਭਾਉਂਦਾ, ਚੰਗਾ ਲਗਦਾ ਹੈ, ਉਹ ਹੀ ਤੂੰ ਕਰਦਾ ਹੈ । ਰਹਿਮਤ ਬਖਸ਼ੋ! ਸ਼ਬਦ ਦੇ ਸਿਮਰਨ ਤੇ ਅਡੋਲ ਰਖੋ!

My True Master, Creator! You have infused, blessed Your Holy spirit in the soul of every creature. With Your own mercy and grace; You may enlighten the soul to realize Your existence. All miracles may only happen under Your Command. Whosoever may meditate and adopts the teachings of Your Word in his day-to-day life; he may be blessed with the right path of meditation to successfully conclude his human life journey. You have created the whole play of the universe, only Your Command may prevail in each activity. With Your Blessed Vision, keep me steady and stable on meditating on the teachings of Your Word.

ਮਃ ੨॥	**mehlaa 2.**
ਜੋਗ ਸਬਦੰ ਗਿਆਨ ਸਬਦੰ	jog sabdaN gi-aan sabdaN
ਬੇਦ ਸਬਦੰ ਬ੍ਰਾਹਮਣਹ॥	bayd sabdaN baraahmaneh.
ਖਤ੍ਰੀ ਸਬਦੰ ਸੂਰ ਸਬਦੰ	khatree sabdaN soor sabdaN soo-
ਸੂਦ੍ਰ ਸਬਦੰ ਪਰਾ ਕ੍ਰਿਤਹ॥	dar sabdaN paraa kirteh.
ਸਰਬ ਸਬਦੰ ਏਕ ਸਬਦੰ	sarab sabdaN ayk sabdaN
ਜੇ ਕੋ ਜਾਣੈ ਭੇਉ॥	jay ko jaanai bha-o.
ਨਾਨਕੁ ਤਾ ਕਾ ਦਾਸੁ ਹੈ	naanak taa kaa daas hai
ਸੋਈ ਨਿਰੰਜਨ ਦੇਉ॥੩॥	so-ee niranjan day-o. ‖3‖

ਹਰ ਧਾਰਮਕ ਵੱਖਰੇ ਸਧਾਂਤ, ਅਸੂਲ, ਵਿਧੀ ਦੀ ਪ੍ਰੇਰਨਾ ਕਰਦੇ ਹਨ । ਜੋਗੀ ਮੱਤ! ਸੰਸਾਰਕ ਕੰਮਾਂ ਤੋਂ ਵੱਖਰੇ ਹੋ ਕੇ ਇਕਾਂਤਮਾਈ ਥਾਂ ਅੰਤਰ ਧਿਆਨ ਹੋ ਕੇ ਪ੍ਰਭ ਦਾ ਸਿਮਰਨ ਕਰਨ ਨਾਲ ਉਸ ਦੇ ਸ਼ਬਦ ਦੀ ਸੋਝੀ, ਪ੍ਰਭ ਦੀ ਰਹਿਮਤ ਬਖਸ਼ਿਸ਼ ਹੋ ਸਕਦੀ ਹੈ । ਹਿੰਦੂ ਮੱਤ! ਜੀਵ ਆਪਣੇ ਪਿਛਲੇ ਕੀਤੇ ਕਰਮਾਂ ਅਨੁਸਾਰ ਵੱਖਰੀ ਵੱਖਰੀ ਜਾਤਾਂ ਵਿੱਚ ਜਨਮ ਲੈਂਦਾ ਹੈ । ਜਿਹੜਾ ਬ੍ਰਹਮਣ ਮਾਤਾ ਦੀ ਕੁੱਖ ਵਿਚੋਂ ਪੈਦਾ

ਹੁੰਦਾ ਹੈ, ਉਸ ਦਾ ਮੁਕਤੀ ਦਾ ਰਸਤਾ! ਧਾਰਮਕ ਕਿਤਾਬਾਂ (ਵੇਦਾਂ) ਪੜ੍ਹੇ, ਗਿਆਨ ਹਾਸਿਲ ਕਰਕੇ ਆਪਣੇ ਜੀਵਨ ਵਿੱਚ ਢਾਲਣ ਨਾਲ ਮੁਕਤੀ ਬਖਸ਼ਿਸ਼ ਹੋ ਸਕਦੀ ਹੈ । ਜਿਹੜਾ ਖਸ਼ਤਰੀ ਮਾਤਾ ਦੀ ਕੁੱਖ ਵਿਚੋਂ ਜਨਮ ਲੈਂਦੇ ਹੈ, ਉਸ ਦਾ ਮੁਕਤੀ ਦਾ ਰਸਤਾ, ਸ਼ਾਸ਼ਤਰ ਵਿਦਿਆ ਦਾ ਗਿਆਨ ਹਾਸਿਲ ਕਰਨਾ, ਸ੍ਰਿਸ਼ਟੀ ਦੀ ਹਿਫਾਜ਼ਤ ਲਈ ਆਪਣੀ ਜਾਨ ਨੂੰ ਕੁਰਬਾਨ ਕਰਨਾ ਹੈ । ਜਿਹੜਾ ਸੂਦ ਮਾਤਾ ਦੀ ਕੁੱਖ ਵਿਚੋਂ ਪੈਦਾ ਹੋਵੇ, ਉਸ ਦੀ ਮੁਕਤੀ ਦੀ ਵਿਧੀ ਹੈ । ਬਾਕੀ ਸ੍ਰਿਸ਼ਟੀ ਦੀ ਸੇਵਾ ਕਰੇ, ਦੂਸਰੀਆਂ ਜਾਤਾਂ ਦੇ ਜੀਵਾਂ ਦਾ ਹੁਕਮ ਕਬੂਲ ਕਰੇ । ਸਭ ਅਣਜਾਣ ਹੀ ਹਨ! ਕੇਵਲ ਪ੍ਰਭ ਦੇ ਸ਼ਬਦ ਦੀ ਪਾਲਣਾ, ਬੰਦਗੀ ਹੀ ਅਸਲੀ ਮੁਕਤੀ ਦਾ ਮਾਰਗ ਹੈ ।

Various religious organizations define different techniques of meditation to become worthy of His Consideration. Yogi considers! Whosoever may stay away from worldly life and wholeheartedly concentrating on the teachings of His Word; with His mercy and grace, he may be enlightened with the essence of His Word. Hindu religion philosophy defines four different paths of salvation based on your birth in world. Whosoever may be born from the womb of Brahman mother, he should understand The Holy Scripture and adopts the teachings in own life; born from the womb of a Kachahri mother, he should learn how to used weapon to protect others, he should be ready to sacrifice his life to protect others; born from womb of Souder mother, he should serve others to provide comforts. Ignorant may not realize! To adopt the teachings of His Word with steady and stable belief in day-to-day life may be the only right path of acceptance in His Court.

ਮਃ ੨॥	**mehlaa 2.**
ਏਕ ਕ੍ਰਿਸਨੰ ਸਰਬ ਦੇਵਾ	ayk krisanN sarab dayvaa
ਦੇਵ ਦੇਵਾ ਤ ਆਤਮਾ॥	dayv dayvaa ta aatmaa.
ਆਤਮਾ ਬਾਸੁਦੇਵਸਿ੍	aatmaa baasdayvsi-y
ਜੇ ਕੋ ਜਾਣੈ ਭੇਉ॥	jay ko jaanai bhay-o.
ਨਾਨਕੁ ਥਾ ਕਾ ਦਾਸੁ ਹੈ	naanak taa kaa daas hai
ਸੋਈ ਨਿਰੰਜਨ ਦੇਉ॥੪॥	so-ee niranjan day-o. ‖4‖

ਸਾਰੇ ਧਾਰਮਕ ਇਸ ਤੇ ਸਹਿਮਤ ਹਨ, ਇਕੋ ਇਕ ਪ੍ਰਭ ਹੀ ਜੀਵ ਨੂੰ ਮੁਕਤੀ, ਜਨਮ ਮਰਨ ਦੇ ਚੱਕਰ ਤੋਂ ਬਾਹਰ ਕੱਢ ਸਕਦਾ ਹੈ । ਜਿਹੜਾ ਪ੍ਰਭ ਨੂੰ ਪ੍ਰਵਾਨ ਵੀ ਹੋ ਜਾਂਦਾ ਹੈ, ਉਹ ਵੀ ਪ੍ਰਭ ਦਾ ਪੂਰਨ ਭੇਦ, ਅੰਤ ਨਹੀਂ ਜਾਣ ਸਕਦਾ । ਅਸਲੀ ਅਟਲ ਮਾਲਕ ਦੇ ਸ਼ਬਦ ਤੇ ਭਰੋਸਾ ਅਡੋਲ ਰਖਕੇ ਸਿਮਰਨ, ਜੀਵਨ ਢਾਲਕੇ, ਉਸ ਦੀ ਰਹਿਮਤ ਮੰਗੋ! ਉਹ ਹੀ ਹਰ ਥਾਂ ਮੌਜੂਦ ਹੈ । ਆਪ ਹੀ ਆਪਣੀ ਬਣਾਈ ਹੋਈ ਸ੍ਰਿਸ਼ਟੀ ਦਾ ਰਖਵਾਲਾ, ਸੰਭਾਲਨਾ ਕਰਦਾ ਹੈ ।

All worldly religious organizations may agree! The One and Only One, True Master of salvation. Only, He may eliminate the cycle of birth and death. Whosoever may be immersed within His Holy Spirit, even he may not fully comprehend and understand the limits of His Nature, His Miracle. You should meditate and adopt the teachings of His Word wholeheartedly with steady and stable belief in your day-to-day life. You should always pray for His Forgiveness and Refuge. The Omnipresent True Master, Protector of His Creation.

ਮਃ ੧॥	**mehlaa 1.**
ਕੁੰਭੇ ਬਧਾ ਜਲੁ ਰਹੈ	kumbhay baDhaa jal rahai
ਜਲ ਬਿਨੁ ਕੁੰਭੁ ਨ ਹੋਇ॥	jal bin kumbh na ho-ay.
ਗਿਆਨ ਕਾ ਬਧਾ ਮਨੁ ਰਹੈ	gi-aan kaa baDhaa man rahai
ਗੁਰ ਬਿਨੁ ਗਿਆਨੁ ਨ ਹੋਇ॥੫॥	gur bin gi-aan na ho-ay. ‖5‖

ਜੀਵ ਪਾਣੀ ਸਰਾਹੀ (ਕੁੰਭ) ਵਿੱਚ ਪਾ ਕੇ ਰਖਦਾ ਹੈ । ਅਗਰ ਜਲ ਦੀ ਲੋੜ ਨਾ ਹੋਵੇ, ਜਾ ਜਲ ਨਾ ਹੋਵੇ ਤਾ ਸਿਰਾਹੀ ਦੀ ਲੋੜ ਨਹੀਂ ਹੁੰਦੀ । ਸਿਰਾਹੀ ਨਾ ਬਣਾਈ ਜਾਂਦੀ । ਇਸਤਰ੍ਹਾਂ ਜੀਵ ਨੂੰ ਵੀ ਮੁਕਤ ਹੋਣ ਲਈ ਆਪਣਾ ਅਸਲੀ ਰਸਤਾ ਢੂੰਡਣਾ ਪੈਂਦਾ ਹੈ । ਉਹ ਕਿਉਂ ਮਾਨਸ ਜਨਮ ਲੇ ਕੇ ਸੰਸਾਰ ਵਿੱਚ ਆਇਆ ਹੈ? ਇਹ ਰਸਤਾ ਕੇਵਲ ਪ੍ਰਭ ਦੇ ਸ਼ਬਦ ਦੀ ਪਾਲਣਾ ਨਾਲ ਬਖਸ਼ਿਸ਼ ਹੋ ਸਕਦਾ ਹੈ । ਜਿਸ ਨੇ ਮਾਨਸ ਜਨਮ ਬਖਸ਼ਕੇ ਇਸ ਸੰਸਾਰ ਵਿੱਚ ਭੇਜਿਆ ਹੈ, ਕੇਵਲ ਉਹ ਹੀ ਜਾਣਦਾ ਹੈ, ਕਿਉਂ ਜੀਵ ਸੰਸਾਰ ਵਿੱਚ ਆਇਆ ਹੈ? ਇਸ ਕਰਤਬ ਦਾ ਭੇਦ ਹੋਰ ਕਿਸੇ ਪੀਰ, ਪੇਗੰਬਰ, ਧਾਰਮਕ ਗੁਰੂ ਨੂੰ ਨਹੀਂ ਹੈ । ਅਡੋਲ ਭਰੋਸੇ ਨਾਲ ਅਰਦਾਸ ਕਰੋ । ਆਪਣੀ ਰਹਿਮਤ ਨਾਲ ਅਸਲੀ ਰਸਤਾ ਬਖਸ਼ੇ । (ਜਮਨ ਮਰਨ ਦੇ ਚੱਕਰ ਨੂੰ ਖਤਮ ਕਰਨਾ)

Everyone believes that the water may be stored in a vessel for drinking. If water does not exist or needed, no one would have invented vessel to contain water. The same way the human must find the right path of meditation to become worthy of His Consideration. He should know the purpose of His human life! Why has he been blessed with human life? Whosoever may adopt the teachings of His Word in day-to-day life; with His mercy and grace, he may be blessed with the right path of salvation. The True Master, who has blessed the soul with human body; only He knows the real purpose of His human life opportunity. Why has he blessed his soul with human body? No one else, any worldly prophets and guru may be enlightened with this essence of His Nature. You should wholeheartedly meditate and pray for the right path of salvation.

ਪਉੜੀ॥	**pa-orhee.**
ਪੜਿਆ ਹੋਵੈ ਗੁਨਹਗਾਰੁ	parhi-aa hovai gunahgaar
ਤਾ ਓਮੀ ਸਾਧੁ ਨ ਮਾਰੀਐ॥	taa omee saaDh na maaree-ai.
ਜੇਹਾ ਘਾਲੇ ਘਾਲਣਾ	jayhaa ghaalay ghaalnaa
ਤੇਵੇਹੋ ਨਾਉ ਪਚਾਰੀਐ॥	tayvayho naa-o pachaaree-ai.
ਐਸੀ ਕਲਾ ਨ ਖੇਡੀਐ	aisee kalaa na khaydee-ai
ਜਿਤੁ ਦਰਗਹ ਗਇਆ ਹਾਰੀਐ॥	jit dargeh ga-i-aa haaree-ai.
ਪੜਿਆ ਅਤੈ ਓਮੀਆ	parhi-aa atai omee-aa
ਵੀਚਾਰੁ ਅਗੈ ਵੀਚਾਰੀਐ॥	veechaar agai veechaaree-ai.
ਮੁਹਿ ਚਲੈ ਸੁ ਅਗੈ ਮਾਰੀਐ॥੧੨॥	muhi chalai so agai maaree-ai. ||12||

ਅਗਰ ਕੋਈ ਜੀਵ ਗਿਆਨਵਾਲਾ, ਸੂਝਵਾਲਾ ਹੋਵੇ ਅਤੇ ਫਿਰ ਵੀ ਪਾਪੀਆਂ ਵਾਲੇ ਕੰਮ ਕਰੇ । ਉਸ ਨੂੰ ਪਾਪੀ ਕਹਿਆ ਜਾਂਦਾ ਹੈ । ਜਿਹੜਾ ਜੀਵ ਅਗਿਆਨੀ ਹੋਵੇ! ਆਪਣੀ ਅਗਿਆਨਤਾ ਵਿੱਚ ਗਲਤੀ ਕਰਦਾ ਹੈ, ਉਹ ਪਾਪੀ ਨਹੀਂ ਅਗਿਆਨੀ ਹੁੰਦਾ ਹੈ । ਜੀਵ ਨੂੰ ਆਪਣੇ ਕੀਤੇ ਕੰਮ ਦਾ ਹੀ ਫਲ ਬਖਸ਼ਿਸ਼ ਹੁੰਦਾ ਹੈ । ਜੀਵ ਕਦੇ ਵੀ ਅਜੇਹਾ ਕੰਮ ਨਾ ਕਰੋ! ਜਿਸ ਨਾਲ ਮੌਤ ਪਿਛੋਂ ਦਰਬਾਰ ਵਿੱਚ ਸ਼ਰਮਿੰਦਗੀ ਹੋਵੇ । ਮੌਤ ਪਿਛੋਂ ਤੇਰੇ ਕੀਤੇ ਹੋਏ ਕਰਮ ਦੀ ਪਰਖ, ਲੇਖਾ ਹੋਣਾ ਹੈ । ਆਪਣੀ ਮਨਮਰਜ਼ੀ ਵਿੱਚ ਆਪਣਾ ਮਾਨਸ ਜਨਮ ਬਰਬਾਦ ਨਾ ਕਰੋ ।

If someone is knowledgeable, wise to distinguish between good and evil task and he does sinful deeds, he may be called a sinner. Whosoever may be ignorant, he makes mistakes in his ignorance, he may be called ignorant but not sinner. Everyone may be rewarded for his own deeds after death in His Court. You should never perform any deeds to be embarrassed and rebuked in His Court. After death, all your good and bad deeds are exposed in His Court. Self-minded wastes his human life uselessly.

13. ਸਲੋਕੁ ਮਃ ੧॥ (੧੩) 470 -1

ਨਾਨਕ ਮੇਰੁ ਸਰੀਰ ਕਾ	naanak mayr sareer kaa
ਇਕੁ ਰਥੁ ਇਕੁ ਰਥਵਾਹੁ॥	ik rath ik rathvaahu.

ਜੁਗ ਜੁਗ ਫੇਰਿ ਵਟਾਈਅਹਿ ਗਿਆਨੀ ਬੁਝਹਿ ਤਾਹਿ॥
ਸਤਜੁਗਿ ਰਥੁ ਸੰਤੋਖੁ ਕਾ ਧਰਮੁ ਅਗੈ ਰਥਵਾਹੁ॥
ਤ੍ਰੇਤੈ ਰਥੁ ਜਤੈ ਕਾ ਜੋਰੁ ਅਗੈ ਰਥਵਾਹੁ॥
ਦੁਆਪੁਰਿ ਰਥੁ ਤਪੈ ਕਾ ਸਤੁ ਅਗੈ ਰਥਵਾਹੁ॥
ਕਲਜੁਗਿ ਰਥੁ ਅਗਨਿ ਕਾ ਕੂੜੁ ਅਗੈ ਰਥਵਾਹੁ॥੧॥

jug jug fayr vataa-ee-ah gi-aanee bujheh taahi.
satjug rath santokh kaa Dharam agai rathvaahu.
taraytai rath jatai kaa jor agai rathvaahu.
du-aapur rath tapai kaa sat agai rathvaahu.
kaljug rath agan kaa koorh agai rathvaahu. ||1||

ਪ੍ਰਭ ਨੇ ਆਤਮਾ ਨੂੰ ਉਤਮ ਅਵਸਥਾ, ਮਾਨਸ ਸਰੀਰ ਬਖਸ਼ਿਆ ਹੈ । ਜਿਸ ਜੀਵ ਨੂੰ ਸੋਝੀ ਬਖਸ਼ਦਾ ਹੈ, ਉਹ ਹੀ ਜਾਣਦਾ ਹੈ, ਸ੍ਰਿਸ਼ਟੀ ਵਿੱਚ ਸਮਾਂ ਇਕਤਰ੍ਹਾਂ ਦਾ ਨਹੀਂ ਰਹਿੰਦਾ, ਬਦਲਦਾ ਰਹਿੰਦਾ ਹੈ ।
ਸਤ ਜੁਗ – ਵਿੱਚ ਸ੍ਰਿਸ਼ਟੀ ਵਿੱਚ ਜੀਵ ਦੇ ਜੀਵਨ ਵਿੱਚ ਸੰਤੋਖ ਦਾ ਜ਼ੋਰ, ਪ੍ਰਭਾਵ ਸੀ । ਪ੍ਰਭ ਦੀ ਰਜ਼ਾ ਵਿੱਚ ਸੰਤੋਖ ਰਖਣ ਨੂੰ ਭਗਤੀ ਦਾ ਰਸਤਾ ਸਮਝਦੇ ਸਨ ।
ਤ੍ਰਤੇ ਜੁਗ – ਵਿੱਚ ਕਾਮਵਾਸਨਾ ਤੇ ਕਾਬੂ ਰਖਣ ਪਾਉਣ ਦਾ ਪ੍ਰਭਾਵ, ਜ਼ੋਰ ਸੀ । ਪਤਨੀ ਤੋਂ ਬਿਨਾਂ ਹੋਰ ਕਿਸੇ ਨਾਰੀ ਨਾਲ ਕਾਮਵਾਸਨਾ, ਗਰਭਵਾਲਾ ਕੰਮ ਭਗਤੀ ਤੋਂ ਉਲਟ ਸਮਝਿਆ ਜਾਂਦਾ ਸੀ, ਜਤੀ ਅਵਸਥਾ ਨੂੰ ਭਗਤੀ ਦਾ ਰਸਤਾ ਸਮਝਦੇ ਸਨ ।
ਦੁਆਪੁਰਿ ਜੁਗ – ਵਿੱਚ ਆਪਣੀ ਗਲਤੀ ਨੂੰ ਕਬੂਲ ਕਰਕੇ ਉਸ ਦੀ ਸਜ਼ਾ, ਜਾ ਹਰਜਾਨ ਭਰਨ ਨੂੰ ਇਨਸਾਫ ਕਹਿਆ ਜਾਂਦਾ ਸੀ ।
ਕੱਲਯੁਗ – ਵਿੱਚ ਹੋਰ ਜੀਵ ਨੂੰ ਸਰੀਰਕ ਨੁਕਸਾਨ, ਫਰੇਬ, ਧੋਖ ਕਰਨਾ ਪ੍ਰਭ ਦੀ ਰਜ਼ਾ ਦੇ ਉਲਟ ਸਮਝਿਆ ਜਾਂਦਾ ਹੈ ।
ਪ੍ਰਭ ਸੋਝੀ ਬਖਸ਼ੋ! ਆਤਮਾ ਨੂੰ ਕਿਸਤਰ੍ਹਾਂ ਢਾਲਣ ਨਾਲ ਰਹਿਮਤ, ਪ੍ਰਵਾਨਗੀ ਬਖਸ਼ਿਸ਼ ਹੋ ਸਕਦੀ ਹੈ?

You have blessed soul with supreme body, human life. Whosoever may be enlightened, he may recognize the worldly environment change over time and may not remain same in all Ages.

In Sat Yuga, Age! Human life was dominated with the influence of contentment on His blessings, whosoever may remain contented with His blessings was considered on the right path of acceptance in Your Court.

In the Tarayta Yuga, Age! Controlling the sexual urge for strange woman was considered the way of meditation, staying within His Word. By having any sexual relationship with strange woman, other than your spouse was considered path of devil. Abstaining from sexual relationship with strange woman was considered the right path of acceptance in His Court.

In Du-aapar Yuga, Age! Recognizing your mistakes and accepting the punishment was considered the justice as per His Word.

In Kal Yuga Age! To hurt anyone physically or with deception may be considered the path of devil.
The True Master enlightens the right path to adopt to become worthy of Your Consideration.

ਮਃ ੧॥
ਸਾਮ ਕਹੈ ਸੇਤੰਬਰੁ ਸੁਆਮੀ ਸਚ ਮਹਿ ਆਛੈ ਸਾਚਿ ਰਹੇ॥
ਸਭੁ ਕੋ ਸਚਿ ਸਮਾਵੈ॥
ਰਿਗੁ ਕਹੈ ਰਹਿਆ ਭਰਪੂਰਿ॥
ਰਾਮ ਨਾਮੁ ਦੇਵਾ ਮਹਿ ਸੂਰੁ॥
ਨਾਇ ਲਇਐ ਪਰਾਛਤ ਜਾਹਿ॥

mehlaa 1.
saam kahai saytambar su-aamee sach meh aachhai saach rahay.
sabh ko sach samaavai.
rig kahai rahi-aa bharpoor.
raam naam dayvaa meh soor.
naa-ay la-i-ai paraachhat jaahi.

ਨਾਨਕ ਤਉ ਮੋਖੰਤਰੁ ਪਾਹਿ॥	naanak ta-o mokhantar paahi.
ਜੁਜ ਮਹਿ ਜੋਰਿ ਛਲੀ ਚੰਦ੍ਰਾਵਲਿ	juj meh jor chhalee chandraaval
ਕਾਨ੍ ਕ੍ਰਿਸਨੁ ਜਾਦਮੁ ਭਇਆ॥	kaanH krisan jaadam bha-i-aa.
ਪਾਰਜਾਤੁ ਗੋਪੀ ਲੈ ਆਇਆ	paarjaat gopee lai aa-i-aa bindraa-
ਬਿੰਦ੍ਰਾਬਨ ਮਹਿ ਰੰਗੁ ਕੀਆ॥	ban meh rang kee-aa.
ਕਲਿ ਮਹਿ ਬੇਦੁ ਅਥਰਬਣੁ ਹੂਆ,	kal meh bayd atharban hoo-aa
ਨਾਉ ਖੁਦਾਈ ਅਲਹੁ ਭਇਆ॥	naa-o khudaa-ee alhu bha-i-aa.
ਨੀਲ ਬਸਤ੍ਰ ਲੇ ਕਪੜੇ ਪਹਿਰੇ	neel bastar lay kaprhay pahiray tu-
ਤੁਰਕ ਪਠਾਣੀ ਅਮਲੁ ਕੀਆ॥	rak pathaanee amal kee-aa.
ਚਾਰੇ ਵੇਦ ਹੋਏ ਸਚਿਆਰ॥	chaaray vayd ho-ay sachiaar.
ਪੜਹਿ ਗੁਣਹਿ ਤਿਨ੍ ਚਾਰ ਵੀਚਾਰ॥	parheh guneh tinH chaar veechaar.
ਭਉ ਭਗਤਿ ਕਰਿ ਨੀਚੁ ਸਦਾਏ॥	bhaa-o bhagat kar neech sadaa-ay.
ਤਉ ਨਾਨਕ ਮੋਖੰਤਰੁ ਪਾਏ॥੨॥	ta-o naanak mokhantar paa-ay. ||2||

ਵੱਖਰੇ ਵੱਖਰੇ ਧਾਰਮਕ ਗ੍ਰੰਥ, ਵੱਖਰੀਆਂ ਵੱਖਰੀਆਂ ਰਹਿਮਤਾਂ ਬਾਬਤ ਦੱਸਦੇ ਹਨ ।

ਸਾਮ–ਵੇਦ! ਪ੍ਰਭ ਨੂੰ ਪਵਿਤ੍ਰ ਜੋਤ ਮੰਨਿਆ ਜਾਂਦਾ ਹੈ, ਉਸ ਵਿੱਚ ਕੋਈ ਮੈਲ ਨਹੀਂ, ਉਹ ਚਿੱਟੇ ਕਪੜੇ ਵਰਗਾ ਹੈ । ਜਿਹੜੀ ਆਤਮਾ ਪਵਿਤ੍ਰ, ਸਾਫ ਹੋ ਜਾਂਦੀ ਹੈ, ਉਹ ਪ੍ਰਭ ਦੀ ਜੋਤ ਵਿੱਚ ਅਲੋਪ ਹੋਣ ਦੇ ਯੋਗ ਹੋ ਜਾਂਦੀ ਹੈ । ਆਤਮਾ ਦਾ ਜਨਮ ਮਰਨ ਦਾ ਚੱਕਰ ਪ੍ਰਭ ਵਿੱਚ ਅਲਪ ਹੋਣ ਨਾਲ ਹੀ ਖਤਮ ਹੋ ਸਕਦਾ ਹੈ ।

ਰਿਗੁ–ਵੇਦ! ਪ੍ਰਭ ਨੂੰ ਹਰ ਥਾਂ ਮੌਜੂਦ ਸਮਝਦੇ ਹਨ । ਆਪਣੀ ਬਣਾਈ ਸ੍ਰਿਸ਼ਟੀ ਵਿੱਚ ਆਪ ਵਸਦਾ ਹੈ । ਦੇਵਿਤਆਂ ਵਿੱਚ ਪ੍ਰਭ ਦੇ ਸ਼ਬਦ ਦਾ ਬੁਹਤ ਪ੍ਰਭਾਵ ਹੁੰਦਾ ਹੈ । ਉਹਨਾਂ ਦਾ ਭਰੋਸਾ ਹੈ, ਜਿਹੜਾ ਵੀ ਜੀਵ ਅਡੋਲ ਭਰੋਸੇ ਨਾਲ ਸ਼ਬਦ ਦੀ ਪਾਲਣਾ, ਜੀਵਨ ਢਾਲ ਲੈਂਦਾ ਹੈ । ਉਸ ਨੂੰ ਪ੍ਰਭ ਦੀ ਰਹਿਮਤ ਬਖਸ਼ਿਸ਼ ਹੋ ਸਕਦੀ ਹੈ ।

ਜਜ–ਵੇਦ! ਵਿੱਚ ਕਹਿਦੇ ਹਨ! ਕਿ ਜੋਧਾ ਵੰਸ਼ ਦੇ ਅਵਤਾਰ ਕ੍ਰਿਸ਼ਨਾ ਨੇ ਚੰਦ੍ਰਵਲੀ (ਗੋਪੀ) ਨੂੰ ਪ੍ਰਭਾਵਤ ਕੀਤਾ । ਉਸ ਨੂੰ ਖੁਸ਼ ਕਰਨ ਲਈ ਕਲਪ ਬ੍ਰਿਛ ਸੁਰਗ ਵਿਚੋਂ ਪ੍ਰਾਪਤ ਕੀਤਾ । ਬਿਦ੍ਰਾਬਣ ਵਿੱਚ ਅੰਨਦਾ ਮਾਨਦਾ ਰਿਹਾ ।

ਕਲ ਜੁਗ ਵਿੱਚ ਅਥਰਬਣ–ਵੇਦ ਬਹੁਤ ਪ੍ਰਭਾਵਤ ਹੋ ਗਿਆ । ਪ੍ਰਭ ਦਾ ਨਾਮ ਅੱਲ੍ਹਾ ਪ੍ਰਚਲਤ ਹੋ ਗਿਆ, ਪ੍ਰਭ ਦੇ ਸਿਮਰਨ ਕਰਨ ਵਾਲੇ, ਭਗਤ ਨੀਲੇ ਬਸਤ੍ਰ ਪਹਿਨਣ ਲਗ ਪਏ । ਮੁਸਲਮਾਨਾਂ, ਪਠਾਨਾਂ ਦਾ ਜ਼ੋਰ ਵੱਧ ਗਿਆ ।

ਚਾਰੇ ਵੇਦ ਆਪਣੇ ਆਪ ਨੂੰ ਸੱਚਾ ਕਹਿਦੇ ਹਨ । ਇਹਨਾ ਨੂੰ ਪੜ੍ਹਿਆ ਜੀਵ ਨੂੰ ਇਹਨਾਂ ਜੁਗਾ ਦੀ ਸੋਝੀ ਹੋ ਸਕਦੀ ਹੈ ।

ਜੋ ਜੀਵ ਅਡੋਲ ਭਰੋਸੇ ਨਾਲ ਸ਼ਬਦ ਦੀ ਪਾਲਣਾ, ਸਿਮਰਨ ਕਰਦਾ ਹੈ, ਉਸ ਦੀ ਸ੍ਰਿਸ਼ਟੀ ਦੀ ਸੇਵਾ ਕਰਦਾ ਹੈ, ਉਸ ਨੂੰ ਪ੍ਰਭ ਦੀ ਰਹਿਮਤ ਬਖਸ਼ਿਸ਼ ਹੋ ਜਾਂਦੀ ਹੈ, ਮੁਕਤੀ ਪਾ ਕੇ ਉਸ ਵਿੱਚ ਅਭੇਦ ਹੋ ਜਾਂਦਾ ਹੈ ।

Various Holy Scriptures describes various states of purity and sanctification for acceptance in His Court.

In Sam Veda: God, The True Master is Holy Spirit, sanctified without any blemish, He is like a white cloth, without any stigma or blemish of any kind. Only sanctified soul may become worthy of His Consideration. The cycle of birth and death may only be eliminated by immersing in His Holy Spirit

In Rig Veda, describes The True Master is Omnipresent and dwells within every creature within his body. His Holy Saints and prophets have very deep influence of the teachings of His Word in their day-to-day life. Whosoever wholeheartedly adopts the teachings of His Word with steady and stable belief in his day-to-day life; his soul may become worthy of His Consideration.

In Jujar Veda, believes that the brave warrior of Yaadva tribe, Krishna seduced Chandraavali, Gopi; He brought the spiritual Elysian Tree from heaven to influence her. He enjoyed worldly entertainments in the forest of Brindaaban.

In Kali Yuga, the Atharva Veda become very dominating and powerful with deep influence. Allah became the name of The True Master and His true devotees wear blue robe. Turks and Pathaans became very powerful, dominating in the World.

All four Vedas considers to be true in their own way, at their own time.

By reading the Holy Scripture of four Vedas, one may become very knowledgeable about the change of time and the beliefs of creation in those times. Whosoever may wholeheartedly meditate on the teachings of His Word with steady and stable belief and serves His Creation; his soul may become sanctified and worthy of His Consideration; with His mercy and grace, his soul may be absorbed in His Holy Spirit

ਪਉੜੀ॥	**pa-orhee.**
ਸਤਿਗੁਰ ਵਿਟਹੁ ਵਾਰਿਆ,	satgur vitahu vaari-aa
ਜਿਤੁ ਮਿਲਿਐ ਖਸਮੁ ਸਮਾਲਿਆ॥	jit mili-ai khasam samaali-aa.
ਜਿਨਿ ਕਰਿ ਉਪਦੇਸੁ ਗਿਆਨ ਅੰਜਨੁ ਦੀਆ,	jin kar updays gi-aan anjan dee-aa
ਇਨ੍ਹੀ ਨੇਤ੍ਰੀ ਜਗਤੁ ਨਿਹਾਲਿਆ॥	inHee naytree jagat nihaali-aa.
ਖਸਮੁ ਛੋਡਿ ਦੂਜੈ ਲਗੇ	khasam chhod doojai lagay
ਡੁਬੇ ਸੇ ਵਣਜਾਰਿਆ॥	dubay say vanjaari-aa.
ਸਤਿਗੁਰੂ ਹੈ ਬੋਹਿਥਾ	satguroo hai bohithaa
ਵਿਰਲੈ ਕਿਨੈ ਵੀਚਾਰਿਆ॥	virlai kinai veechaari-aa.
ਕਰਿ ਕਿਰਪਾ ਪਾਰਿ ਉਤਾਰਿਆ॥੧੩॥	kar kirpaa paar utaari-aa. ||13||

ਪ੍ਰਭ ਤੋਂ ਕੁਰਬਾਨ ਜਾਵਾ! ਜਿਸ ਦੇ ਸ਼ਬਦ ਦੀ ਪਾਲਣਾ ਨਾਲ ਅਸਲੀ ਰਸਤਾ ਬਖਸ਼ਿਸ਼ ਹੋ ਜਾਂਦਾ ਹੈ । ਜਿਸ ਤੇ ਰਹਿਮਤ ਬਖਸ਼ਦਾ! ਉਹ ਮਾਰਗ ਤੇ ਚਲਕੇ ਉਸ ਦੇ ਦਰਸ਼ਨ ਪਾ ਲੈਂਦੇ, ਸੋਝੀ ਬਖਸ਼ਿਸ਼ ਹੋ ਜਾਂਦੀ ਹੈ । ਜਿਹੜੇ ਅਸਲੀ ਖਸਮ, ਮਾਲਕ ਨੂੰ ਛੱਡਕੇ ਹੋਰ ਦੂਜੇ ਪੀਰਾਂ ਦੇ ਪਿਛੇ ਲਗੇ ਫਿਰਦੇ ਹਨ । ਉਹ ਅਸਲੀ ਰਸਤਾ ਭੁਲ ਗਏ ਹਨ । ਕੋਈ ਵਿਰਲਾ ਹੀ ਜਾਣਦਾ, ਇਕੋ ਇਕ ਪ੍ਰਭ ਹੀ ਅਸਲੀ ਰਸਤਾ ਤੇ ਪਾ ਸਕਦਾ, ਸ਼ਬਦ ਬਖਸ਼ ਸਕਦਾ ਹੈ । ਜਿਸ ਤੇ ਰਹਿਮਤ ਬਖਸ਼ਦਾ ਹੈ! ਸਿੱਧੇ ਰਸਤੇ ਤੇ ਪਾ ਕੇ ਜਨਮ ਮਰਨ ਦਾ ਚੱਕਰ ਖਤਮ ਕਰ ਦੇਂਦਾ ਹੈ ।

I am fascinated from the greatness of The True Master; by adopting the teachings of His Word, the soul may be blessed with right path of meditation. Whosoever may be blessed with His mercy and grace, he may remain steady and stable on that path of meditation in the void of His Word and he may be enlightened. Whosoever may abandon The True Master of the universe and follows the other worldly gurus; he has lost the right path of meditation. He remains ignorant from the true purpose of his human life journey. However, very rare may be enlightened that The One and Only One, True Master may guide the soul on the right path of meditation. Only He may bless the soul with His Word. Whosoever may be blessed with the right path of meditation, his cycle of birth and death may be eliminated.

14. ਸਲੋਕੁ ਮਃ ੧॥ (੧੪) 470-12

ਸਿੰਮਲ ਰੁਖੁ ਸਰਾਇਰਾ	simmal rukh saraa-iraa
ਅਤਿ ਦੀਰਘ ਅਤਿ ਮੁਚੁ॥	at deeragh at much.

ਓਇ ਜਿ ਆਵਹਿ ਆਸ ਕਰਿ	o-ay je aavahi aas kar
ਜਾਹਿ ਨਿਰਾਸੇ ਕਿਤੁ॥	jaahi niraasay kit.
ਫਲ ਫਿਕੇ ਫੁਲ ਬਕਬਕੇ	fal fikay ful bakbakay
ਕੰਮਿ ਨ ਆਵਹਿ ਪਤ॥	kamm na aavahi pat.
ਮਿਠਤੁ ਨੀਵੀ ਨਾਨਕਾ	mithat neevee naankaa
ਗੁਣ ਚੰਗਿਆਈਆ ਤਤੁ॥	gun chang-aa-ee-aa tat.
ਸਭੁ ਕੋ ਨਿਵੈ ਆਪ ਕਉ	sabh ko nivai aap ka-o
ਪਰ ਕਉ ਨਿਵੈ ਨ ਕੋਇ॥	par ka-o nivai na ko-ay.
ਧਰਿ ਤਾਰਾਜੂ ਤੋਲੀਐ	Dhar taaraajoo tolee-ai
ਨਿਵੈ ਸੁ ਗਉਰਾ ਹੋਇ॥	nivai so ga-uraa ho-ay.
ਅਪਰਾਧੀ ਦੂਣਾ ਨਿਵੈ	apraaDhee doonaa nivai
ਜੋ ਹੰਤਾ ਮਿਰਗਾਹਿ॥	jo hantaa miragaahi.
ਸੀਸਿ ਨਿਵਾਇਐ ਕਿਆ ਥੀਐ	sees nivaa-i-ai ki-aa thee-ai
ਜਾ ਰਿਦੈ ਕੁਸੁਧੇ ਜਾਹਿ॥੧॥	jaa ridai kusuDhay jaahi. ||1||

ਜੀਵ ਸਿੰਮਲ ਬ੍ਰਿਛ ਤੋਂ ਕੁਝ ਸਿਖਿਆ ਹਾਸਿਲ ਕਰੋ! ਉਹ ਕਿਤਨਾ ਉੱਚਾ ਹੈ, ਉਸ ਦੇ ਪੱਤੇ ਵੀ ਹਰ ਸਮੇਂ ਹਰੇ ਰਹਿੰਦੇ ਹਨ । ਪਰ ਉਸ ਦੇ ਫੁੱਲ ਫਲ ਕਿਸੇ ਕੰਮ ਨਹੀਂ ਆਉਂਦੇ, ਨਾ ਹੀ ਉਸ ਦੇ ਪਤੇ ਵੀ ਛਾਂ, ਜਾ ਮੀਂਹ ਤੋਂ ਬਚਾਉਂਦੇ ਹਨ । ਉਸ ਦੀ ਉੱਚਾਈ ਕਿਸੇ ਕੰਮ ਨਹੀਂ ਆਉਂਦਾ । ਇਸਤਰ੍ਹਾਂ ਹੀ ਜਿਹੜਾ ਜੀਵ ਆਪਣੇ ਆਪ ਨੂੰ ਬਾਕੀ ਸ੍ਰਿਸ਼ਟੀ ਤੋਂ ਉੱਚਾ ਸਮਝਦਾ, ਅਹੰਕਾਰ ਵਿੱਚ ਰਹਿੰਦਾ ਹੈ । ਉਸ ਨੂੰ ਵੀ ਮੌਤ ਪਿਛੋਂ ਦਰਬਾਰ ਵਿੱਚ ਕੋਈ ਲਾਭ ਬਖਸ਼ਿਸ਼ ਨਹੀਂ ਹੁੰਦਾ । ਜਿਹੜਾ ਆਪਣੇ ਆਪ ਨੂੰ ਨੀਵਾਂ ਰਖਦਾ, ਆਪਣੇ ਮਨ ਵਿਚੋਂ ਅਹੰਕਾਰ ਖਤਮ ਕਰਕੇ, ਸ੍ਰਿਸ਼ਟੀ ਦੀ ਸੇਵਾ, ਲੋੜ ਵੇਲੇ ਕੰਮ ਆਉਂਦਾ ਹੈ । ਉਹ ਮੌਤ ਪਿਛੋਂ ਆਪਣੇ ਚੰਗੇ ਕੰਮਾਂ ਦੀ ਕਮਾਈ ਸਾਥ ਲੈ ਜਾਂਦਾ ਹੈ । ਹਰ ਜੀਵ ਆਪਣੇ ਆਪ ਨੂੰ ਨੀਵਾਂ ਹੀ, ਬਹੁਤ ਨਿਮ੍ਰਤਾ ਵਾਲਾ ਸਮਝਦਾ ਹੈ, ਪਰ ਇਸ ਦਾ ਅਹੰਕਾਰ ਵੀ ਕਰਦਾ ਹੈ । ਪਰ ਦੂਸਰੇ ਨੂੰ ਆਪਣੇ ਤੋਂ ਸਿਆਣਾ, ਵੱਡਾ ਜਾ ਚੰਗਾ ਨਹੀਂ ਸਮਝਦਾ । ਅਗਰ ਦੇਖੋ ਜਦੋਂ ਤਰਾਜੂ ਵਿੱਚ ਕਿਸੇ ਚੀਜ਼ ਨੂੰ ਮਾਪਿਆ ਜਾਂਦਾ ਹੈ, ਜਿਹੜਾ ਪਾਸਾ ਨੀਵਾਂ ਹੁੰਦਾ ਹੈ, ਉਸ ਨੂੰ ਵੱਡਾ ਕਹਿਆ ਜਾਂਦਾ ਹੈ । ਜਿਹੜਾ ਜੀਵ ਕਿਸੇ ਅੱਗੇ ਆਪਣੀ ਮਜਬੂਰੀ ਕਰਕੇ ਝੁਕਦਾ ਹੈ । ਜਿਵੇਂ ਕੋਈ ਅਪਰਾਧੀ ਆਪਣੇ ਮੰਦੇ ਕੰਮਾਂ ਦੀ ਸਜ਼ਾ ਤੋਂ ਬਚਨ ਲਈ ਕਿਤਨਾ ਨਿਮਾਣਾ ਬਣਦਾ ਹੈ । ਇਸਤਰ੍ਹਾਂ ਦੇ ਝੁਕਣ ਦਾ ਜੀਵ ਨੂੰ ਦਰਗਾਹ ਵਿੱਚ ਕੋਈ ਲਾਭ ਨਹੀਂ ਹੁੰਦਾ ।

You may learn a unique lesson from the Simmel tree, who may be very tall, dense and remains evergreen all seasons. The birds go back disappointed, flowers, fruit are worthless nor leaves provide shade, protection from Sun rays or rain; the height may not provide comfort to anyone. Same way worldly high status, ego of mind may not have any benefit for the purpose of human life journey. Whosoever may remain humble, treats others with respect; considers everyone may be wiser than him and serve His Creation. His earnings of His Word accompany and support after death in His Court. Everyone thinks, he is very humble and polite; however, he boasts about his humility, and never thinks anyone else may be better or wiser than him. Think about worldly balance, weighing scale, lower side is considered bigger, more valuable. Whosoever may become humble for his greed, as the culprit becomes humble and helpless to save himself from punishment; his humility may not be rewarded in His Court.

ਮः ੧॥	**mehlaa 1.**
ਪੜਿ ਪੁਸਤਕ ਸੰਧਿਆ ਬਾਦੰ॥	parh pustak sanDhi-aa baadaN.
ਸਿਲ ਪੂਜਸਿ ਬਗੁਲ ਸਮਾਧੰ॥	sil poojas bagul samaaDhaN.
ਮੁਖਿ ਝੂਠ ਬਿਭੂਖਣ ਸਾਰੰ॥	mukh jhooth bibhookhan saaraN.
ਤ੍ਰੈਪਾਲ ਤਿਹਾਲ ਬਿਚਾਰੰ॥	taraipaal tihaal bichaaraN.

ਗਲਿ ਮਾਲਾ ਤਿਲਕੁ ਲਿਲਾਟੰ॥	gal maalaa tilak lilaataN.
ਦੁਇ ਧੋਤੀ ਬਸਤ੍ਰ ਕਪਾਟੰ॥	du-ay Dhotee bastar kapaataN.
ਜੇ ਜਾਣਸਿ ਬ੍ਰਹਮੰ ਕਰਮੰ॥	jay jaanas barahmaN karmaN.
ਸਭਿ ਫੋਕਟ ਨਿਸਚਉ ਕਰਮੰ॥	sabh fokat nischa-o karmaN.
ਕਹੁ ਨਾਨਕ ਨਿਹਚਉ ਧਿਆਵੈ॥	kaho naanak nihcha-o Dhi-aavai.
ਵਿਣੁ ਸਤਿਗੁਰ ਵਾਟ ਨ ਪਾਵੈ॥੨॥	vin satgur vaat na paavai. ||2||

ਕਈ ਜੀਵ ਧਾਰਮਕ ਕਿਤਾਬਾਂ ਪੜ੍ਹਕੇ, ਅਰਦਾਸ, ਅਰਾਧਨਾ ਕਰਦੇ ਹਨ । ਕਿਸੇ ਮਿੱਥੀ ਹੋਈ ਚੀਜ਼ ਨੂੰ ਪ੍ਰਭ ਦਾ ਰੂਪ ਮੰਨਕੇ, ਅੱਖਾਂ ਮੀਟ ਕੇ ਸਮਾਧੀ ਲਾਉਂਦੇ, ਆਪਣੇ ਮੂੰਹ ਵਿਚੋਂ ਕੁਝ ਧਾਰਮਕ ਸ਼ਬਦ ਬੋਲਦੇ ਹਨ । ਆਪਣੇ ਆਪ ਨੂੰ ਸ਼ਾਨਦਾਰ ਬਸਤ੍ਰ ਨਾਲ ਸਜਾ ਕੇ ਰਖਦੇ ਹਨ । ਉਹ ਲੋਕ ਦਿਖਵੇ ਲਈ ਨਿੱਤਨੇਮ ਕਰਦੇ, ਧਾਰਮਕ ਰਚਨਾ ਗਾਉਂਦੇ ਹਨ । ਉਹ ਜੀਵ ਮਿਥਿਆ ਹੋਇਆ ਭਗਤਾ ਵਾਲਾ ਬਾਣਾ ਪਾਉਂਦੇ ਹਨ, ਗਲ ਵਿੱਚ ਭਗਤੀ ਕਰਨ ਵਾਲੀ ਮਾਲ਼ਾ, ਮੱਥੇ ਤੇ ਪਵਿਤ੍ਰਤਾ ਦਾ ਨਿਸ਼ਾਨ ਤਿਲਕ ਲਾਉਂਦੇ ਹਨ, ਸਿਰ ਤੇ ਤਾਜ (ਪੰਗ), ਧੋਤੀ ਨਾਲ ਸਜਾਉਂਦੇ ਹਨ । ਜਿਸ ਨੂੰ ਪ੍ਰਭ ਸ਼ਬਦ ਦੀ ਸੋਝੀ ਬਖਸ਼ਦਾ ਹੈ! ਉਹ ਜਾਣਦਾ ਹੈ, ਸਭ ਧਾਰਮਕ ਰੀਤੀ ਰੀਵਾਜ, ਫਰੇਬ, ਹੀ ਹਨ । ਜਿਹੜਾ ਅਡੋਲ ਭਰੋਸੇ ਨਾਲ ਸ਼ਬਦ ਦਾ ਸਿਮਰਨ, ਪਾਲਣਾ, ਜੀਵਨ ਢਾਲਦਾ ਹੈ । ਉਸ ਨੂੰ ਪ੍ਰਭ ਦੀ ਰਹਿਮਤ ਨਾਲ ਮੁਕਤ ਅਵਸਥਾ ਬਖਸ਼ਿਸ਼ ਹੋ ਜਾਂਦੀ ਹੈ ।

Some worldly creature may recite the worldly Holy Scripture and prays for His mercy and grace. He presumes some structure, visible or nonvisible as a symbol of God; close his eyes to pretend to enter the void of His Holy spirit and utter few words from worldly Holy scripture. He may wear the robe like a holy saint, rosary of meditation in his neck, install a symbol of purity on his forehead and wears a crown, turban, colorful scarf on his head. Whosoever may be enlightened with the essence of His Word, he may realize that all symbolic robes, religious rituals are useless for the purpose of human life journey. Whosoever may meditate, obeys, and adopts the teachings of His Word wholeheartedly with steady and stable belief in his day-to-day life; his soul may become worthy of His Consideration and he may be blessed with salvation.

ਪਉੜੀ॥	**pa-orhee.**
ਕਪੜੁ ਰੂਪੁ ਸੁਹਾਵਣਾ	kaparh roop suhaavanaa
ਛਡਿ ਦੁਨੀਆ ਅੰਦਰਿ ਜਾਵਣਾ॥	chhad dunee-aa andar jaavnaa.
ਮੰਦਾ ਚੰਗਾ ਆਪਣਾ	mandaa changa aapnaa
ਆਪੇ ਹੀ ਕੀਤਾ ਪਾਵਣਾ॥	aapay hee keetaa paavnaa.
ਹੁਕਮ ਕੀਏ ਮਨਿ ਭਾਵਦੇ	hukam kee-ay man bhaavday
ਰਾਹਿ ਭੀੜੈ ਅਗੈ ਜਾਵਣਾ॥	raahi bheerhai agai jaavnaa.
ਨੰਗਾ ਦੋਜਕਿ ਚਾਲਿਆ	nangaa dojak chaali-aa
ਤਾ ਦਿਸੈ ਖਰਾ ਡਰਾਵਣਾ॥	taa disai kharaa daraavanaa.
ਕਰਿ ਅਉਗਣ ਪਛੋਤਾਵਣਾ॥੧੪॥	kar a-ugan pachhotaavanaa. ||14||

ਜੀਵ ਨੇ ਸੰਸਾਰਕ ਸ਼ਾਨ, ਕੀਮਤੀ ਪਦਾਰਥ ਸਭ ਇਸ ਸੰਸਾਰ ਵਿੱਚ ਹੀ ਛੱਡ ਜਾਣੇ ਹਨ । ਹਰਇਕ ਦੇ ਆਪਣੇ ਕੀਤੇ ਚੰਗੇ ਕੰਮ ਹੀ ਅਗੇ ਦਰਗਾਹ ਵਿੱਚ ਕੰਮ ਆਉਂਦੇ ਹਨ । ਪ੍ਰਭ ਆਪਣੀ ਮਰਜ਼ੀ ਅਨੁਸਾਰ ਹੁਕਮ ਕਰਦਾ, ਜੀਵ ਨੂੰ ਬਿਨਾਂ ਬਸਤ੍ਰ ਤੋਂ ਹੀ ਭੀੜੇ ਰਸਤੇ ਤੋਂ ਨਰਕ ਵਾਲੇ ਪਾਸੇ ਲੈ ਜਾਂਦਾ ਹੈ । ਆਪਣੇ ਕੀਤੇ ਕੰਮਾਂ ਦਾ ਫਲ, ਸਜ਼ਾ ਤੋਂ ਡਰਦਾ, ਸੋਚਦਾ, ਮੰਦੇ ਕੰਮਾਂ ਦਾ ਪਛਤਾਵਾ ਕਰਦਾ ਹੈ ।

After death, worldly status, glamorous robes are going to be left behind in world. Only the earnings of His Word may remain with him to support in His Court. With His Command at predetermined time the devil of death capture his soul; he drags his soul through a tedious path to clear the accounts of his worldly deeds. He remains terrified from the extent of punishment for his worldly deeds; he regrets and repent for his sinful deeds.

15. ਸਲੋਕੁ ਮਃ ੧॥ (੧੫) 471-2

ਦਇਆ ਕਪਾਹ ਸੰਤੋਖੁ	da-i-aa kapaah santokh
ਸੂਤੁ ਜਤੁ ਗੰਢੀ ਸਤੁ ਵਟੁ॥	soot jat gandhee sat vat.
ਏਹੁ ਜਨੇਊ ਜੀਅ ਕਾ	ayhu janay-oo jee-a kaa
ਹਈ ਤ ਪਾਡੇ ਘਤੁ॥	ha-ee ta paaday ghat.
ਨਾ ਏਹੁ ਤੁਟੈ ਨ ਮਲੁ ਲਗੈ	naa ayhu tutai naa mal lagai
ਨਾ ਏਹੁ ਜਲੈ ਨ ਜਾਇ॥	naa ayhu jalai na jaa-ay.
ਧੰਨੁ ਸੁ ਮਾਣਸ ਨਾਨਕਾ	Dhan so maanas naankaa
ਜੋ ਗਲਿ ਚਲੇ ਪਾਇ॥	jo gal chalay paa-ay.
ਚਉਕੜਿ ਮੁਲਿ ਅਣਾਇਆ	cha-ukarh mul anaa-i-aa
ਬਹਿ ਚਉਕੈ ਪਾਇਆ॥	bahi cha-ukai paa-i-aa.
ਸਿਖਾ ਕੰਨਿ ਚੜਾਈਆ	sikhaa kann charhaa-ee-aa
ਗੁਰੁ ਬ੍ਰਾਹਮਣੁ ਥਿਆ॥	gur baraahman thi-aa.
ਓਹੁ ਮੁਆ ਓਹੁ ਝੜਿ ਪਇਆ	oh mu-aa oh jharh pa-i-aa
ਵੇਤਗਾ ਗਇਆ॥੧॥	vaytgaa ga-i-aa. ||1||

ਜਿਹੜਾ ਸੰਸਾਰ ਵਿੱਚ ਸ੍ਰਿਸ਼ਟੀ ਤੇ ਦਾਇਆ, ਸੇਵਾ ਨੂੰ ਜੀਵਨ ਦਾ ਅਧਾਰ ਬਣਾਉਂਦਾ ਹੈ, ਸੰਤੋਖ ਨੂੰ ਜੀਵਨ ਦੀ ਵਿਧੀ, ਕਾਮਵਾਸਨਾ ਤੇ ਕਾਬੂ ਪਾਉਣ ਨੂੰ ਜੀਵਨ ਦਾ ਨਿਯਮ ਬਣਾਉਂਦਾ ਹੈ । ਜਿਹੜਾ ਮਨ ਦੇ ਅਡੋਲ ਭਰੋਸੇ, ਦ੍ਰਿੜ੍ਹਤਾ (ਸੁਤ) ਨਾਲ ਆਪਣੇ ਆਪ ਨੂੰ ਪ੍ਰਭ ਦਾ ਦਾਸ, ਨੀਵਾਂ, ਸਾਦਾ ਰਹਿੰਦਾ ਹੈ, ਇਸਤਰ੍ਹਾਂ ਦਾ ਨਿਸ਼ਾਨਾ (ਜਨੇਊ) ਬਣਾਉਂਦਾ ਹੈ, ਉਹ ਧੰਨ, ਵੱਡੇ ਭਾਗਾਂ ਵਾਲਾ ਬਣ ਜਾਂਦਾ ਹੈ । ਉਸ ਦੀ ਪ੍ਰੀਤ ਪ੍ਰਭ ਦੇ ਸ਼ਬਦ ਨਾਲ ਅਡੋਲ ਹੋ ਜਾਂਦੀ ਹੈ । ਉਹ ਸੰਸਾਰਕ ਜੀਵਨ ਵਿੱਚ ਆਉਣ ਵਾਲੇ ਦੁਖਾਂ, ਮੁਸੀਬਤਾਂ ਨਾਲ ਡੋਲਦਾ ਨਹੀਂ । ਉਸ ਦੀ ਲਗਨ, ਪ੍ਰੀਤ ਵਿੱਚ ਪਾੜਾ ਨਹੀਂ ਪੈਂਦਾ । ਜਿਹੜੇ ਸੰਸਾਰਕ ਜਨੇਊ ਖਰੀਦ ਕੇ ਧਾਰਮਕ ਰੀਤੀ ਨਾਲ, ਬ੍ਰਹਮਣ ਮਾਂ ਦੀ ਕੁੱਖ ਵਿਚੋਂ ਜਨਮੇ ਬੱਚੇ ਨੂੰ ਪਾਉਂਦੇ ਹਨ । ਸਮਝਦੇ ਹਨ ਉਹ ਬੱਚਾ ਪ੍ਰਭ ਦੇ ਚਰਨ ਤੇ ਪਨਾਹ ਵਿੱਚ ਪ੍ਰਵਾਨ ਹੋ ਗਿਆ, ਪ੍ਰਭ ਦੇ ਰਸਤੇ ਨੂੰ ਪਛਾਣ ਲਿਆ ਹੈ । ਬਾਕੀ ਜੀਵਾਂ ਨੂੰ ਪ੍ਰਭ ਦਾ ਅਸਲੀ ਰਸਤਾ ਦੀ ਸੋਝੀ ਪਾਵੇਗਾ । ਉਸ ਦੀ ਮੌਤ ਤੇ ਸੰਸਾਰਕ ਪਵਿਤ੍ਰ ਧਾਗਾ ਇਥੇ ਹੀ ਛੱਡ ਜਾਂਦਾ ਹੈ । ਪ੍ਰਭ ਦੇ ਦਰਬਾਰ ਵਿੱਚ ਉਸ ਦਾ ਗਿਆਨ, ਇਹ ਧਾਗਾ ਗਵਾਹੀ ਨਹੀਂ ਦੇ ਸਕਦਾ ।

Whosoever may make forgiveness and service to his Creation as the guiding principle of his human life journey, the contentment on His blessings as a meditation technique, conquering his sexual urge with strange woman as the discipline of life; he may adopt the teachings of His Word with determination, steady and stable belief in his life, he may remain humble and modest in life. Whosoever may adopt these disciplines in life, he may become very fortunate. His devotion and belief may become steady and stable; he may never abandon the teachings of His Word with worldly miseries and hardships. His state of mind may not change and he remains steady and stable on the right path of acceptance in His Court. Whosoever may buy the religious symbolic threads of purity and ties around the neck of a new born from the womb of Brahman mother and claims, he is now blessed with the enlightenment of His Word to guide others on the right path of meditation. After his death, the spiritual thread remains in the universe and burned with his perishable body. This spiritual symbolic thread of sanctification may not support his soul in His Court.

ਮਃ ੧॥	**mehlaa 1.**
ਲਖ ਚੋਰੀਆ ਲਖ ਜਾਰੀਆ	lakh choree-aa lakh jaaree-aa
ਲਖ ਕੂੜੀਆ ਲਖ ਗਾਲਿ॥	lakh koorhee-aa lakh gaal.
ਲਖ ਠਗੀਆ ਪਹਿਨਾਮੀਆ	lakh thagee-aa pahinaamee-aa
ਰਾਤਿ ਦਿਨਸੁ ਜੀਅ ਨਾਲਿ॥	raat dinas jee-a naal.
ਤਗੁ ਕਪਾਹਹੁ ਕਤੀਐ	tag kapaahahu katee-ai
ਬਾਮ੍ਹਣੁ ਵਟੇ ਆਇ॥	baamHan vatay aa-ay.
ਕੁਹਿ ਬਕਰਾ ਰਿੰਨ੍ਹਿ ਖਾਇਆ	kuhi bakraa rinniH khaa-i-aa
ਸਭੁ ਕੋ ਆਖੈ ਪਾਇ॥	sabh ko aakhai paa-ay.
ਹੋਇ ਪੁਰਾਣਾ ਸੁਟੀਐ	ho-ay puraanaa sutee-ai
ਭੀ ਫਿਰਿ ਪਾਈਐ ਹੋਰੁ॥	bhee fir paa-ee-ai hor.
ਨਾਨਕ ਤਗ ਨ ਤੁਟਈ	naanak tag na tut-ee
ਜੇ ਤਗਿ ਹੋਵੈ ਜੋਰੁ॥੨॥	jay tag hovai jor. ||2||

ਜੀਵ ਇਸ ਸੰਸਾਰ ਵਿੱਚ ਦਿਨ ਰਾਤ ਅਨੇਕਾਂ ਹੀ ਮੰਦੇ ਕੰਮ ਕਰਦਾ ਰਹਿੰਦਾ ਹੈ । ਧਾਰਮਕ ਆਗੂ, ਪੰਡਿਤ ਇਹ ਧਾਗਾ ਲੈ ਕੇ, ਵਟ ਕੇ ਉਸ ਦੇ ਗਲ ਵਿੱਚ ਪਾ ਦੇਂਦਾ ਹੈ । ਜਿਵੇਂ ਕਿ ਇਹ ਪਵਿਤ੍ਰ ਧਾਗਾ ਪਾਉਣ ਨਾਲ ਸਭ ਪਾਪ ਧੋਤੇ, ਮਾਫ ਹੋ ਜਾਂਦੇ ਹਨ । ਜਦੋਂ ਇਕ ਧਾਗਾ ਘੱਸ ਜਾਂਦਾ ਹੈ, ਹੋਰ ਧਾਗਾ ਪਾ ਲੈਂਦੇ ਹਨ । ਰਵੀਤ ਦਾ ਧਾਗਾ ਜੀਵ ਨੂੰ ਮੰਦੇ ਕੰਮਾ ਤੋਂ ਰੋਕ ਨਹੀ ਸਕਦਾ, ਧਾਗੇ ਵਿੱਚ ਕੋਈ ਸਤ, ਜ਼ੋਰ ਨਹੀਂ ਹੁੰਦਾ । ਜੀਵ ਆਪਣੇ ਜੀਵਨ ਵਿੱਚ ਜ਼ੋਰ ਵਾਲੇ ਕੰਮ ਕਰੋ ! ਇਸਤਰ੍ਹਾਂ ਦੇ ਨਿਯਮ ਬਣਾਵੋ, ਜਿਹੜੇ ਪ੍ਰਭ ਦੇ ਦਰਬਾਰ ਵਿੱਚ ਸਹਾਈ ਹੋਣ ।

(ਮੰਦੇ ਕੰਮ – ਚੋਰੀ, ਫਰੇਬ, ਨਿੰਦਿਆਂ, ਆਤਮ ਹੱਤਿਆ– ਆਦਿ)

Worldly creature may perform many evil sinful deeds in his day-to-day life. The worldly spiritual guide, rolls cotton thread, read few holy scripture lines and ties around his neck. He claims with the Holy thread all his past and future sins would be forgiven by The Holy Master; when this thread wears off, replaces with new thread. The religious rituals, spiritual thread may not have any power to control him from committing sins. Whosoever may adopt His Word, performs deeds acceptable in His Court; The True Master may accept his soul in His Sanctuary.

ਮਃ ੧॥	**mehlaa 1.**
ਨਾਇ ਮੰਨਿਐ ਪਤਿ ਊਪਜੈ	naa-ay mani-ai pat oopjai
ਸਾਲਾਹੀ ਸਚੁ ਸੂਤੁ॥	saalaahee sach soot.
ਦਰਗਹ ਅੰਦਰਿ ਪਾਈਐ	dargeh andar paa-ee-ai
ਤਗੁ ਨ ਤੂਟਸਿ ਪੂਤ॥੩॥	tag na tootas poot. ||3||

ਪ੍ਰਭ ਦੇ ਸ਼ਬਦ ਨਾਲ ਜੀਵਨ ਢਾਲਣ ਨਾਲ, ਪ੍ਰਭ ਦੇ ਬਖਸ਼ੇ ਤੇ ਭਰੋਸਾ ਅਡੋਲ ਹੋ ਜਾਂਦਾ ਹੈ । ਉਹ ਕਦੇ ਵੀ ਬੰਦਗੀ ਦਾ ਰਸਤਾ ਨਹੀਂ ਛੱਡਦਾ, ਆਪ ਹੀ ਦਰਬਾਰ ਵਿੱਚ ਆਤਮਾ ਦਾ ਸਹਾਈ ਬਣ ਜਾਂਦਾ ਹੈ ।

Whosoever may meditate and adopts the teachings of His Word with steady and stable belief in his day-to-day life. He may remain contented with His blessings. He may never abandon the right path of meditation. The True Master may become His Protector, companion in His Court.

ਮਃ ੧॥	**mehlaa 1.**
ਤਗੁ ਨ ਇੰਦ੍ਰੀ ਤਗੁ ਨ ਨਾਰੀ॥	tag na indree tag na naaree.
ਭਲਕੇ ਥੁਕ ਪਵੈ ਨਿਤ ਦਾੜੀ॥	bhalkay thuk pavai nit daarhee.
ਤਗੁ ਨ ਪੈਰੀ ਤਗੁ ਨ ਹਥੀ॥	tag na pairee tag na hathee.
ਤਗੁ ਨ ਜਿਹਵਾ ਤਗੁ ਨ ਅਖੀ॥	tag na jihvaa tag na akhee.
ਵੇਤਗਾ ਆਪੇ ਵਤੈ॥	vaytgaa aapay vatai.
ਵਟਿ ਧਾਗੇ ਅਵਰਾ ਘਤੈ॥	vat Dhaagay avraa ghatai.

ਲੈ ਭਾੜਿ ਕਰੇ ਵੀਆਹੁ॥ lai bhaarh karay vee-aahu.
ਕਢਿ ਕਾਗਲੁ ਦਸੇ ਰਾਹੁ॥ kadh kaagal dasay raahu.
ਸੁਣਿ ਵੇਖਹੁ ਲੋਕਾ ਏਹੁ ਵਿਡਾਣੁ॥ sun vaykhhu lokaa ayhu vidaan.
ਮਨਿ ਅੰਧਾ ਨਾਉ ਸੁਜਾਣੁ॥੪॥ man anDhaa naa-o sujaan. ||4||

ਇਸਤਰ੍ਹਾਂ ਦਾ ਕੋਈ ਪਵਿਤ੍ਰ ਧਾਗਾ ਨਹੀਂ ਬਣਿਆ । ਜਿਹੜਾ ਧਾਗਾ ਮਾਨਸ ਦੀ ਭੁੱਖ, ਲਾਲਚ, ਨਾਰੀ ਦੀ ਕਾਮਵਾਸਨਾ, ਪੈਰਾਂ, ਹੱਥਾਂ, ਜੀਭ, ਅੱਖਾਂ ਤੇ ਕਾਬੂ ਪਾ ਸਕਦਾ ਹੈ । ਸੰਸਾਰ ਵਿੱਚ ਧਾਰਮਕ ਆਗੂ, ਪੰਡਿਤ ਬਾਕੀ ਜੀਵਾਂ ਨੂੰ ਬੰਧਨ ਦੱਸਦੇ, ਪਾਉਂਦੇ ਹਨ, ਉਹ ਆਪਣੇ ਜੀਵਨ ਵਿੱਚ ਅਮਲ ਕਰਨ ਤੋਂ ਬਿਨਾਂ ਹੀ ਮਰ ਜਾਂਦੇ ਹਨ । ਮਨ ਦੇ ਲਾਲਚ ਕਾਰਨ, ਆਪਣੀ ਕੀਮਤ ਲੈ ਕੇ ਧਾਰਮਕ ਬੰਧਨ ਬੰਦੀ ਜਾਂਦੇ ਹਨ । ਸੰਸਾਰਕ ਸੂਝਵਾਨ, ਜੋਤਿਸ਼ ਵਿਦਿਆ ਪੜ੍ਹ ਕੇ ਜੀਵਾਂ ਨੂੰ ਭਵਿੱਖ ਦੱਸਦੇ ਹਨ, ਅਣਜਾਣ ਜੀਵ ਇਹ ਸੁਣ ਸੁਣਕੇ ਹੈਰਾਨ ਹੁੰਦੇ ਹਨ । ਇਹ ਧਾਰਮਕ ਆਗੂਾਂ ਨੂੰ ਬਾਕੀ ਜੀਵ ਗਿਆਨੀ, ਬ੍ਰਹਮਣ ਸਮਝਦੇ ਹਨ । ਉਹ ਪ੍ਰਭ ਦੇ ਸ਼ਬਦ ਦੀ ਸੋਝੀ ਤੋਂ ਅੰਧੇ, ਅਣਜਾਣ ਹੁੰਦੇ ਹਨ ।

No such blessed thread has been discovered or made in this universe, which may control the hunger, greed, sexual urge, movement of his feet, tongue, or eyes of any creature. The religious preachers and priests may describe all good rigid disciplines of life to others; however, they do not adopt the teachings in their own life. He remains victim, slave of sweet poison of worldly wealth; he may sell and enforces these good principles to others. The enlightened astrologers read books and predicts the future of innocent; ignorant remains astonished and believes them as the messengers of The True Master. These astrologers, greedy religious preachers are ignorant from the enlightenment of the essence of His Word.

ਪਉੜੀ॥ **pa-orhee.**
ਸਾਹਿਬੁ ਹੋਇ ਦਇਆਲੁ ਕਿਰਪਾ ਕਰੇ, saahib ho-ay da-i-aal kirpaa karay
ਤਾ ਸਾਈ ਕਾਰ ਕਰਾਇਸੀ॥ taa saa-ee kaar karaa-isee.
ਸੋ ਸੇਵਕੁ ਸੇਵਾ ਕਰੇ so sayvak sayvaa karay
ਜਿਸ ਨੋ ਹੁਕਮੁ ਮਨਾਇਸੀ॥ jis no hukam manaa-isee.
ਹੁਕਮਿ ਮੰਨਿਐ ਹੋਵੈ ਪਰਵਾਣੁ, hukam mani-ai hovai parvaan
ਤਾ ਖਸਮੈ ਕਾ ਮਹਲੁ ਪਾਇਸੀ॥ taa khasmai kaa mahal paa-isee.
ਖਸਮੈ ਭਾਵੈ ਸੋ ਕਰੇ, khasmai bhaavai so karay
ਮਨਹੁ ਚਿੰਦਿਆ ਸੋ ਫਲੁ ਪਾਇਸੀ॥ manhu chindi-aa so fal paa-isee.
ਤਾ ਦਰਗਹ ਪੈਧਾ ਜਾਇਸੀ॥੧੫॥ taa dargeh paiDhaa jaa-isee. ||15||

ਜਿਸ ਜੀਵ ਤੇ ਪ੍ਰਭ ਰਹਿਮਤ ਬਖਸ਼ਕੇ ਸ਼ਬਦ ਦੇ ਲੜ ਲਾਉਂਦਾ ਹੈ! ਕੇਵਲ ਉਹ ਹੀ ਸ਼ਬਦ ਦੀ ਪਾਲਣਾ ਤੇ ਅਡੋਲ ਰਹਿੰਦਾ, ਜੀਵਨ ਢਾਲਦਾ ਹੈ । ਉਸ ਦਾ ਹੁਕਮ, ਭਾਣਾ, ਸ਼ਬਦ ਮਿੱਠਾ ਕਰਕੇ ਮੰਨਦਾ ਹੈ । ਜਿਹੜਾ ਜੀਵ ਪ੍ਰਭ ਦੇ ਸ਼ਬਦ ਨੂੰ ਅਡੋਲ ਭਰੋਸੇ ਨਾਲ ਮੰਨਦਾ ਹੈ । ਉਸ ਦੀ ਬੰਦਗੀ, ਪ੍ਰਭ ਨੂੰ ਪ੍ਰਵਾਨ ਹੋ ਜਾਂਦੀ ਹੈ । ਉਸ ਦੇ ਮਨ ਦੀਆਂ ਅਨਬੋਲੀਆਂ ਮੁਰਾਦਾਂ ਬਖਸ਼ਿਸ਼ ਹੋ ਜਾਂਦੀਆ ਹਨ, ਪ੍ਰਭ ਦੇ ਦਰਬਾਰ ਵਿੱਚ ਥਾਂ ਬਖਸ਼ਿਸ਼ ਹੋ ਜਾਂਦੀ ਹੈ ।

Whosoever may be blessed with a devotional attachment to meditate on His Word; only he may remain steady and stable on adopting the teachings of His Word in his day-to-day life. Whosoever may remain steady and stable on the teachings of His Word, his meditation may be accepted in His Court. His spoken and unspoken desires may be fully satisfied; with His mercy and grace, he may be accepted in His Court.

16. ਸਲੋਕੁ ਮਃ ੧॥ (੧੬) 471-14

ਗਊ ਬਿਰਾਹਮਣ ਕਉ ਕਰੁ ਲਾਵਹੁ, ga-oo biraahman ka-o kar laavhu go-
ਗੋਬਰਿ ਤਰਣੁ ਨ ਜਾਈ॥ bar taran na jaa-ee.
ਧੋਤੀ ਟਿਕਾ ਤੈ ਜਪਮਾਲੀ, Dhotee tikaa tai japmaalee

ਧਾਨੁ ਮਲੇਛਾਂ ਖਾਈ॥ Dhaan malaychhaaN khaa-ee.
ਅੰਤਰਿ ਪੂਜਾ ਪੜਹਿ ਕਤੇਬਾ antar poojaa parheh kataybaa
ਸੰਜਮੁ ਤੁਰਕਾ ਭਾਈ॥ sanjam turkaa bhaa-ee.
ਛੋਡੀਲੇ ਪਾਖੰਡਾ॥ chhodeelay paakhandaa.
ਨਾਮਿ ਲਇਐ ਜਾਹਿ ਤਰੰਦਾ॥੧॥ naam la-i-ai jaahi tarandaa. ||1||

ਜੀਵ ਤੂੰ ਬਾਣਾ ਭਗਤਾ ਵਾਲਾ ਪਾਉਂਦਾ ਹੈ, ਪਰ ਦੂਸਰੇ ਦੇ ਹੱਕ ਦੀ ਕਮਾਈ ਹੜਪਦਾ ਹੈ । ਆਪਣੀ ਕਮਾਈ ਨਾਲ ਸੰਤੋਖ ਨਹੀਂ ਕਰਦਾ । ਤੂੰ ਬਾਕੀ ਨੂੰ ਸਿਖਿਆ ਦੇਂਦਾ ਹੈ, ਗਊ ਪੂਜਣ ਯੋਗ ਹੈ, ਆਪ ਉਸ ਦੀ ਸੇਵਾ ਨਹੀਂ ਕਰਦਾ । ਲੋਕ ਦਿਖਾਵਾ ਕਰਨ ਲਈ ਉਸ ਦੇ ਗੋਬਰ ਨਾਲ ਆਪਣੀ ਰਸੋਈ ਨੂੰ ਪਵਿਤ੍ਰ ਕਰਦਾ ਹੈ । ਤੂੰ ਉਸ ਗੋਬਰ ਨਾਲ ਇਸ ਸੰਸਾਰ ਵਿਚੋਂ ਪਾਰ ਨਹੀਂ ਹੋ ਸਕਦਾ । ਤੂੰ ਧਾਰਮਕ ਕਿਤਾਬਾਂ ਪੜ੍ਹਦਾ ਹੈ, ਪਰ ਆਪਣਾ ਜੀਵਨ ਪਾਪੀਆਂ ਵਾਲਾ ਬਤੀਤ ਕਰਦਾ ਹੈ । ਇਹ ਛੱਡ ਦਵੋ । ਸਿਮਰਨ ਕਰੋ! ਇਸ ਨਾਲ ਹੀ ਜਨਮ ਮਰਨ ਤੋਂ ਛੁਟਕਾਰਾ, ਮੁਕਤੀ ਬਖਸ਼ਿਸ਼ ਹੋ ਸਕਦੀ ਹੈ ।
** (ਮੱਥੇ ਤੇ ਟਿੱਕਾ, ਗਲ ਬੰਦਗੀ ਵਾਲੀ ਮਾਲ਼ਾ ਅਤੇ ਸਾਦੇ ਕਪੜੇ – ਧੋਤੀ)

Worldly priest adopts religious robe; however, may not remain contented with his own earnest living. He may rob the earnest living of other helpless. He teaches that cow is sacred and worthy of worship; however, he may not care for welfare of cow. However, to pretend to show others; he may sanctify his kitchen with the stool of cow. Ignorant, imagine, cow stool may not transform your soul to become worthy of His Consideration. You recite Holy Scriptures Day and night, however performs sinful deeds like devil in your day-to-day life. You should abandon your hypocrisy and adopt the teachings of His Word with steady and stable belief in day-to-day life; with His mercy and grace, you may be blessed with salvation.

ਮਃ ੧॥ **mehlaa 1.**
ਮਾਣਸ ਖਾਣੇ ਕਰਹਿ ਨਿਵਾਜ॥ maanas khaanay karahi nivaaj.
ਛੁਰੀ ਵਗਾਇਨਿ ਤਿਨ ਗਲਿ ਤਾਗ॥ chhuree vagaa-in tin gal taag.
ਤਿਨ ਘਰਿ ਬ੍ਰਹਮਣ ਪੂਰਹਿ ਨਾਦ॥ tin ghar barahman pooreh naad.
ਉਨ੍ਹਾ ਭਿ ਆਵਹਿ ਓਈ ਸਾਦ॥ unHaa bhe aavahi o-ee saad.
ਕੂੜੀ ਰਾਸਿ ਕੂੜਾ ਵਾਪਾਰੁ॥ koorhee raas koorhaa vaapaar.
ਕੂੜੁ ਬੋਲਿ ਕਰਹਿ ਆਹਾਰੁ॥ koorh bol karahi aahaar.
ਸਰਮ ਧਰਮ ਕਾ ਡੇਰਾ ਦੂਰਿ॥ saram Dharam kaa dayraa door.
ਨਾਨਕ ਕੂੜੁ ਰਹਿਆ ਭਰਪੂਰਿ॥ naanak koorh rahi-aa bharpoor.
ਮਥੈ ਟਿਕਾ ਤੇੜਿ ਧੋਤੀ ਕਖਾਈ॥ mathai tikaa tayrh Dhotee kakhaa-ee.
ਹਥਿ ਛੁਰੀ ਜਗਤ ਕਾਸਾਈ॥ hath chhuree jagat kaasaa-ee.
ਨੀਲ ਵਸਤ੍ਰ ਪਹਿਰਿ ਹੋਵਹਿ ਪਰਵਾਣੁ॥ neel vastar pahir hoveh parvaan.
ਮਲੇਛ ਧਾਨੁ ਲੇ ਪੂਜਹਿ ਪੁਰਾਣੁ॥ malaychh Dhaan lay poojeh puraan.
ਅਭਾਖਿਆ ਕਾ ਕੁਠਾ ਬਕਰਾ ਖਾਣਾ॥ abhaakhi-aa kaa kuthaa bakraa khaanaa.
ਚਉਕੇ ਉਪਰਿ ਕਿਸੈ ਨ ਜਾਣਾ॥ cha-ukay upar kisai na jaanaa.
ਦੇ ਕੈ ਚਉਕਾ ਕਢੀ ਕਾਰ॥ day kai cha-ukaa kadhee kaar.
ਉਪਰਿ ਆਇ ਬੈਠੇ ਕੂੜਿਆਰ॥ upar aa-ay baithay koorhi-aar.
ਮਤੁ ਭਿਟੈ ਵੇ ਮਤੁ ਭਿਟੈ॥ mat bhitai vay mat bhitai.
ਇਹੁ ਅੰਨੁ ਅਸਾਡਾ ਫਿਟੈ॥ ih ann asaadaa fitai.
ਤਨਿ ਫਿਟੈ ਫੇੜ ਕਰੇਨਿ॥ tan fitai fayrh karayn.
ਮਨਿ ਜੂਠੈ ਚੁਲੀ ਭਰੇਨਿ॥ man joothai chulee bharayn.
ਕਹੁ ਨਾਨਕ ਸਚੁ ਧਿਆਈਐ॥ kaho naanak sach Dhi-aa-ee-ai.
ਸੁਚਿ ਹੋਵੈ ਤਾ ਸਚੁ ਪਾਈਐ॥੨॥ such hovai taa sach paa-ee-ai. ||2||

ਜੀਵ ਤੂੰ ਧਾਰਮਕ ਬਾਣੀ ਦੇ ਨਾਦ, ਰਾਗ ਗਾਉਂਦਾ, ਸੰਤਾਂ ਵਰਗਾ ਬਾਣਾ ਪਾਉਂਦਾ ਹੈ, ਪਵਿਤ੍ਰ ਧਾਗਾ ਗੱਲ ਵਿੱਚ ਪਾਇਆ ਹੈ । ਮਨ ਦੇ ਲਾਲਚ ਕਾਰਨ ਦੂਸਰੇ ਦਾ ਨਕੁਸਾਨ ਕਰਨ ਲਈ ਛੂਰੀ ਪਕੜੀ ਹੈ, ਪਰਿਆ ਹੱਕ ਮਾਰਦਾ, ਨਿਮਾਣੇ ਦਾ ਲਹੂ ਚੁਸਦਾ ਹੈ । ਤੇਰੇ ਜੀਵਨ ਦਾ ਢੰਗ ਅਗਿਆਨੀਆ ਵਾਲਾ ਹੈ । ਜੀਵ ਤੇਰੇ ਵਾਪਾਰ ਕਰਨ ਦੀ ਪੂਜੀ ਵੀ ਗਲਤ ਹੈ, ਵਾਪਾਰ ਕਰਨ ਦਾ ਤਾਰੀਕਾ ਵੀ ਫਰੇਬ, ਧੋਖੇ ਵਾਲਾ ਹੈ । ਤੂੰ ਚਲਾਕੀ, ਧੋਖੇ ਵਾਲੇ ਕੰਮ ਕਰਦਾ, ਹਰਾਮ ਦਾ ਭੋਜਨ ਖਾਂਦਾ ਹੈ । ਤੇਰੇ ਕੰਮ ਨਿਮ੍ਰਤਾ, ਸਾਦਗੀ ਅਤੇ ਧਰਮ ਦੇ ਨਿਯਮਾਂ ਤੋਂ ਬੁਹਤ ਦੂਰ ਹਨ । ਜੀਵਨ ਦਾ ਢੰਗ ਜਮਦੂਤਾਂ ਵਾਲ, ਫਰੇਬ, ਧੋਖੇ ਦਾ ਬਹੁਤ ਡੂੰਘਾਂ ਪ੍ਰਭਾਵ ਹੈ । ਤੇਰਾ ਬਾਣਾ ਭਗਤਾ ਵਾਲਾ ਹੈ, ਪਰ ਸਭ ਕੰਮ ਜਮਦੂਤਾਂ ਵਾਲੇ ਹਨ । (ਮੱਥੇ ਤੇ ਟਿੱਕਾ, ਸਾਦਾ ਬਾਣਾ ਧੋਤੀ) ਦੁਨੀਆਵੀ ਜ਼ੋਰਾਵਰ ਨੂੰ ਖੁਸ਼ ਕਰਨ ਲਈ ਆਪਣੇ ਜੀਵਨ ਦਾ ਅਸਲੀ ਰਸਤਾ ਛੱਡ ਦੇਂਦਾ ਹੈ, ਜ਼ੋਰਾਵਰ ਦੇ ਰਸਤੇ ਤੇ ਚਲਦਾ, ਆਪਣੇ ਧਾਰਮਕ ਨਿਯਮਾਂ ਤੇ ਨਹੀਂ ਚਲਦਾ । ਲੋਕ ਵਿਖਾਵਾ ਕਰਦਾ, ਮੰਦੇ ਕੰਮ ਕਰਨ ਵਾਲਿਆਂ ਨੂੰ ਸਤਿਕਾਰ, ਪੂਜਨ ਯੋਗ ਦੱਸਦਾ ਹੈ । ਉਸ ਨਾਲ ਸੰਜੋਗ ਬਣਾਉਂਦਾ ਹੈ, ਉਸ ਦੇ ਨਿਯਮ ਪਵਿਤ੍ਰ ਕਰਾਰ ਕਰਕੇ, ਬਾਕੀ ਜੀਵਾਂ ਨੂੰ ਪ੍ਰੇਰਦਾ ਹੈ । ਚੰਗੇ ਕਰਮ ਕਰਨ ਵਾਲਿਆ ਨੂੰ ਨੀਚ ਕਰਾਰ ਕਰਕੇ ਉਹਨਾਂ ਤੋਂ ਦੂਰ ਰਹਿੰਦਾ ਹੈ । ਤੇਰਾ ਜੀਵਨ ਮੰਦੇ ਕਰਮਾਂ ਨਾਲ ਭਰਿਆਂ ਹੋਇਆ ਹੈ । ਆਪਣੇ ਮੈਲ ਭਰੇ ਮਨ, ਆਤਮਾ ਨੂੰ ਜੀਭ ਤੋਂ ਧਾਰਮਕ ਸ਼ਬਦ ਬੋਲ ਕੇ ਪਵਿਤ੍ਰ ਕਰਨ ਦਾ ਢੰਗ ਅਪਣਾਉਂਦਾ ਹੈ । ਕੇਵਲ ਪ੍ਰਭ ਦਾ ਮਨੋ ਸਿਮਰਨ ਕਰਨ ਨਾਲ ਹੀ ਆਤਮਾ ਪਵਿਤ੍ਰ ਹੋ ਸਕਦੀ ਹੈ । ਇਹ ਹੀ ਇਕੋ ਇਕ ਵਿਧੀ ਨਾਲ ਰਹਿਮਤ ਬਖਸ਼ਿਸ਼ ਹੋ ਸਕਦੀ ਹੈ ।

Religious priest sings the melodious Holy Hymn, wears saintly robe and you wear holy sanctifying thread in your neck. However, you always carry dagger of greed to rob other innocent creatures; you suck the blood of innocent helpless. Your way of life is like a devil. Your capital for trade, meditation, and technique of meditation both are wrong, false, and deceptive. Your deeds are deceptive and enjoying the earnings of sins. Your way of life is far away from modesty, humility, and principles of spiritual living. Your life remains dominated with hypocrisy, deception like a devil. You outlook, robe may be like a Holy saint; however, your day-to-day life is like a devil. You may abandon all your religious principles and disciplines to please rich and powerful. To win favor from rich and powerful, evil doers, you call them honorable and worthy of worship. You associate with rich and powerful and call their devilish way of life as spiritual living and inspire others to adopt. You rebuke His true devotee who may adopt His Word in his day-to-day life and call him mean and low class and to stay away from him. Your day-to-day life is overwhelmed with sinful deeds. You may speak few words from your tongue trying to sanctify your soul, clean the blemish of sinful deeds. Whosoever may wholeheartedly meditate and adopts the teachings of His Word in day-to-day life; with His mercy and grace, only he may be blessed with the only right path of acceptance in His Court. His soul may be sanctified.

ਪਉੜੀ॥	**pa-orhee.**
ਚਿਤੈ ਅੰਦਰਿ ਸਭੁ ਕੋ ਵੇਖਿ	chitai andar sabh ko vaykh
ਨਦਰੀ ਹੇਠਿ ਚਲਾਇਦਾ॥	nadree hayth chalaa-idaa.
ਆਪੇ ਦੇ ਵਡਿਆਈਆ	aapay day vadi-aa-ee-aa
ਆਪੇ ਹੀ ਕਰਮ ਕਰਾਇਦਾ॥	aapay hee karam karaa-idaa.
ਵਡਹੁ ਵਡਾ ਵਡ ਮੇਦਨੀ	vadahu vadaa vad maydnee
ਸਿਰੇ ਸਿਰਿ ਧੰਧੈ ਲਾਇਦਾ॥	siray sir DhanDhai laa-idaa.
ਨਦਰਿ ਉਪਠੀ ਜੇ ਕਰੇ	nadar upthee jay karay
ਸੁਲਤਾਨਾ ਘਾਹੁ ਕਰਾਇਦਾ॥	sultaanaa ghaahu karaa-idaa.
ਦਰਿ ਮੰਗਨਿ ਭਿਖ ਨ ਪਾਇਦਾ॥੧੬॥	dar mangan bhikh na paa-idaa. ‖16‖

ਪ੍ਰਭ, ਤੂੰ ਸਭ ਕੁਝ ਦੇਖਦਾ ਹੈ, ਸਭ ਕੁਝ ਤੇਰੇ ਵੱਸ ਵਿੱਚ ਹੀ ਹੈ । ਆਪ ਹੀ ਜੀਵ ਨੂੰ ਆਪਣੀ ਰਜ਼ਾ ਅੰਦਰ ਚਲਾਉਂਦਾ ਹੈ । ਤੂੰ ਸਭ ਤੋਂ ਵੱਡਾ ਹੈ, ਤੇਰੇ ਤੋਂ ਹੋਰ ਕੋਈ ਦੂਜਾ ਵੱਡਾ ਨਹੀਂ ਹੈ । ਤੂੰ ਹੀ ਹਰ ਜੀਵ ਨੂੰ ਆਪਣੇ ਆਪਣੇ ਧੰਦੇ ਤੇ ਲਾਉਂਦਾ ਹੈ । ਜਿਸ ਜੀਵ ਤੋਂ ਤੇਰੀ ਰਹਿਮਤ ਦੀ ਨਜ਼ਰ ਉਠ ਜਾਵੇ! ਤੂੰ ਇਕ ਪਲ ਵਿੱਚ ਹੀ, ਰਾਜੇ ਤੋਂ ਭਿਖਾਰੀ ਬਣਾ ਸਕਦਾ ਹੈ । ਇਸਤਰ੍ਹਾਂ ਦਾ ਭਿਖਾਰੀ, ਜਿਸ ਨੂੰ ਭਿੱਖਿਆ ਮੰਗਣ ਤਾ ਵੀ ਤਰਸ ਕਰਕੇ ਕੋਈ ਭਿੱਖਿਆ ਵੀ ਨਾ ਦੇਵੇ ।

The Omnipotent True Master everything may be under Your Command and You monitor every activity. You keep the whole creation under Your Command and You are the greatest of All. No one else may be equal to Your greatness. You assign and keep each creature on a unique path, in his day-to-day life. Whosoever may be removed from Your Blessed Vision; even the mighty king may become a worthless beggar; the beggar of miserable state, no one may mercy and grace on his soul to offer any alms.

17. ਸਲੋਕੁ ਮਃ ੧॥ (੧੭) 472-7

ਜੇ ਮੋਹਾਕਾ ਘਰੁ ਮੁਹੈ	jay mohaakaa ghar muhai
ਘਰੁ ਮੁਹਿ ਪਿਤਰੀ ਦੇਇ॥	ghar muhi pitree day-ay.
ਅਗੈ ਵਸਤੁ ਸਿਞਾਣੀਐ	agai vasat sinjaanee-ai
ਪਿਤਰੀ ਚੋਰ ਕਰੇਇ॥	pitree chor karay-i.
ਵਢੀਅਹਿ ਹਥ ਦਲਾਲ ਕੇ	vadhee-ah hath dalaal kay
ਮੁਸਫੀ ਏਹ ਕਰੇਇ॥	musfee ayh karay-i.
ਨਾਨਕ ਅਗੈ ਸੋ ਮਿਲੈ	naanak agai so milai
ਜਿ ਖਟੇ ਘਾਲੇ ਦੇਇ॥੧॥	je khatay ghaalay day-ay. ‖1‖

ਜਿਵੇਂ ਬੁਰਾ, ਚੋਰ, ਠੱਗ ਪਰਾਏ ਘਰ ਚੋਰੀ ਕਰੇ, ਪਰਾਏ ਦਾ ਹੱਕ ਮਾਰ ਕੇ, ਆਪਣੇ ਮਰੇ ਹੋਏ ਮਾਂ, ਬਾਪ ਦੇ ਸਰਾਧ, ਅਖੰਡ ਪਾਠ, ਲੰਗਰ ਲਵਾਉਂਦਾ, ਧਾਰਮਕ ਅਸਥਾਨ ਤੇ ਪੂਜਾ ਚੜ੍ਹਾਵੇ । ਉਸ ਦੀ ਕੀਤੀ ਪੂਜਾ, ਖਾਨਦਾਨੀ (ਮਾਂ ਬਾਪ) ਦੀ ਅਸਲੀਅਤ ਪ੍ਰਗਟ ਕਰਦੀ ਹੈ । ਉਹ ਆਪਣੇ ਬਜ਼ੁਰਗਾ ਨੂੰ ਵੀ ਚੋਰ ਬਣਾ ਦੇਂਦਾ ਹੈ । ਉਸ ਦੀ ਪੂਜਾ ਬਿਰਥਾ ਹੀ ਜਾਂਦੀ ਹੈ । ਅਗਲੀ ਦਰਗਾਹ ਵਿੱਚ ਉਸ ਨੂੰ ਕੁਝ ਫਲ ਬਖਸ਼ਿਸ਼ ਨਹੀਂ ਹੁੰਦਾ, ਇਹ ਸੰਸਾਰਕ ਰੀਤੀ ਪੁੰਨ ਦਾਨ ਸਾਰੇ ਫਰੇਬ ਹੀ ਹਨ । ਜਿਹੜਾ ਆਪਣੀ ਹੱਕ ਦੀ ਕਮਾਈ ਵਿਚੋਂ ਲੋੜਵੰਦ ਨੂੰ ਆਪ ਦੇਂਦਾ ਹੈ । ਉਹ ਹੀ ਪੁੰਨ ਲੇਖੇ ਲਗਦਾ, ਦਰਬਾਰ ਵਿੱਚ ਪ੍ਰਵਾਨ ਹੁੰਦਾ ਹੈ । (ਮੋਹਾਕਾ–ਠਗ)

As evil-minded may rob the innocent and celebrates the memory of his parents with that robbed earnings of others, donate to Holy shrine. He exposes the legacy, reality of his parent. He exposes his forefathers were also thief and robber. His worship, charity may not be rewarded in His Court. After death, his soul may not be rewarded, all worldly charities and donations are worthless suspicions, religious ritual created by religious greed. Whosoever may share a portion from his own earnest living to help the needy and helpless, his charity may be rewarded by The True Master in His Court.

ਮਃ ੧॥	**mehlaa 1.**
ਜਿਉ ਜੋਰੂ ਸਿਰਨਾਵਣੀ	Ji-o joroo sirnaavanee
ਆਵੈ ਵਾਰੋ ਵਾਰ॥	aavai vaaro vaar.
ਜੂਠੇ ਜੂਠਾ ਮੁਖਿ ਵਸੈ	joothay joothaa mukh vasai
ਨਿਤ ਨਿਤ ਹੋਇ ਖੁਆਰੁ॥	nit nit ho-ay khu-aar.
ਸੂਚੇ ਏਹਿ ਨ ਆਖੀਅਹਿ	soochay ayhi na aakhee-ahi
ਬਹਨਿ ਜਿ ਪਿੰਡਾ ਧੋਇ॥	bahan je pindaa Dho-ay.
ਸੂਚੇ ਸੇਈ ਨਾਨਕਾ	soochay say-ee naankaa
ਜਿਨ ਮਨਿ ਵਸਿਆ ਸੋਇ॥੨॥	jin man vasi-aa so-ay. ‖2|

ਜਿਵੇਂ ਜਵਾਨ ਨਾਰੀ ਦਾ ਰਜੋ, ਧਰਮ ਬਾਰ ਬਾਰ, (Period) ਮਾਹਵਾਰੀ ਆਉਂਦੀ ਹੈ । ਇਸਤਰ੍ਹਾਂ ਧੋਖੇਬਾਜ ਬਾਰ ਬਾਰ ਝੂਠ ਬੋਲਦਾ ਹੈ, ਉਸ ਦੀ ਆਤਮਾ ਬਾਰ ਬਾਰ ਦੁਖ ਸਹਿੰਦੀ ਹੈ । ਤੀਰਥ ਇਸ਼ਨਾਨ ਕਰਨ ਨਾਲ ਆਤਮਾ ਪਵਿਤ੍ਰ ਨਹੀਂ ਹੁੰਦੀ, ਇਹ ਧਰਮ ਦਾ ਫਰੇਬ, ਲਾਲਚ ਹੀ ਹੁੰਦਾ ਹੈ । ਜਿਹੜਾ ਸ਼ਬਦ ਨਾਲ ਜੀਵਨ ਢਾਲਕੇ ਆਪਣੇ ਅੰਦਰੋ ਅਹੰਕਾਰ ਦੀ ਮੈਲ ਨੂੰ ਦੂਰ ਕਰਦਾ ਹੈ, ਕੇਵਲ ਉਸ ਦੀ ਆਤਮਾ ਹੀ ਪਵਿਤ੍ਰ, ਪ੍ਰਵਾਨ ਜੋਗ ਹੁੰਦੀ ਹੈ

As a young woman menstruates and suffer monthly pain, same way a lair, robber lies repeatedly; his soul must suffer miseries repeatedly. Whosoever may think his soul may be sanctified by bathing or worship at Holy shrine. Ignorant cannot clean the blemish of evil thoughts, deeds by washing outer body. These religious rituals are traps created by human greed. Whosoever may adopt the teachings of His Word with steady and stable belief in his day-to-day life; his soul may be sanctified to become worthy of His Consideration.

ਪਉੜੀ॥	**pa-orhee.**
ਤੁਰੇ ਪਲਾਣੇ ਪਉਣ ਵੇਗ	turay palaanay pa-un vayg
ਹਰ ਰੰਗੀ ਹਰਮ ਸਵਾਰਿਆ॥	har rangee haram savaari-aa.
ਕੋਠੇ ਮੰਡਪ ਮਾੜੀਆ	kothay mandap maarhee-aa
ਲਾਇ ਬੈਠੇ ਕਰਿ ਪਾਸਾਰਿਆ॥	laa-ay baithay kar paasaari-aa.
ਚੀਜ ਕਰਨਿ ਮਨਿ ਭਾਵਦੇ	cheej karan man bhaavday
ਹਰਿ ਬੁਝਨਿ ਨਾਹੀ ਹਾਰਿਆ॥	har bujhan naahee haari-aa.
ਕਰਿ ਫੁਰਮਾਇਸਿ ਖਾਇਆ,	kar furmaa-is khaa-i-aa
ਵੇਖਿ ਮਹਲਤਿ ਮਰਣੁ ਵਿਸਾਰਿਆ॥	vaykh mahlat maran visaari-aa.
ਜਰੁ ਆਈ ਜੋਬਨਿ ਹਾਰਿਆ॥੧੭॥	jar aa-ee joban haari-aa. ||17||

ਜਿਹੜਾ ਸੰਸਾਰਕ ਮਹਿਲ, ਮਾੜੀਆਂ ਦੇ ਮੋਹ, ਮਨਮਰਜ਼ੀ, ਅਹੰਕਾਰ ਵਿੱਚ ਮਸਤ, ਸੰਸਾਰਕ ਰੰਗ ਤਮਾਸ਼ੇ ਕਰਦਾ ਮੌਤ ਨੂੰ ਵਿਸਾਰ ਛੱਡਦਾ ਹੈ । ਉਹ ਆਪਣਾ ਮਾਨਸ ਜਨਮ ਬਿਰਥਾ ਹੀ ਬਰਬਾਦ ਕਰ ਜਾਂਦਾ ਹੈ । ਜਿਹੜਾ ਹਮੇਸ਼ਾਂ ਹੀ ਸ਼ਬਦ ਦੀ ਪਾਲਣਾ ਨਾਲ ਆਪਣੀ ਆਤਮਾ ਨੂੰ ਤਿਆਰ, ਪਵਿਤ੍ਰ ਕਰਕੇ ਰਖਦਾ ਹੈ । ਉਹ ਆਪਣੇ ਜਨਮ ਨੂੰ ਸਫਲ ਕਰ ਜਾਂਦਾ ਹੈ, ਮੁਕਤੀ ਬਖਸ਼ਿਸ਼ ਹੋ ਸਕਦੀ ਹੈ ।

** ਤੁਰੇ– Horse, ਪਲਾਣੇ– ਘੋੜੇ ਨੂੰ ਸਵਾਰੀ ਲਈ, ਕਾਠੀ ਹੇਠ ਪਾਉਣ ਵਾਲਾ Pad)

Whosoever may remain attached to worldly possessions (his big castles), intoxicated in his ego, enjoys worldly entertainments; self-minded in his ignorance ignore the reality of unavoidable death. He wastes his human life journey uselessly without any benefit. Whosoever may keep his soul sanctified and keeps his soul away from worldly temptations, ready to accept ultimate death. He may conclude his human life journey with salvation; with His mercy and grace, his cycle of birth and death may be eliminated.

18. ਸਲੋਕੁ ਮਃ ੧॥ (੧੮) 472-13

ਜੇ ਕਰਿ ਸੂਤਕੁ ਮੰਨੀਐ	jay kar sootak mannee-ai
ਸਭ ਤੈ ਸੂਤਕੁ ਹੋਇ॥	sabh tai sootak ho-ay.
ਗੋਹੇ ਅਤੈ ਲਕੜੀ	gohay atai lakrhee
ਅੰਦਰਿ ਕੀੜਾ ਹੋਇ॥	andar keerhaa ho-ay.
ਜੇਤੇ ਦਾਣੇ ਅੰਨ ਕੇ	jaytay daanay ann kay
ਜੀਆ ਬਾਝੁ ਨ ਕੋਇ॥	jee-aa baajh na ko-ay.
ਪਹਿਲਾ ਪਾਣੀ ਜੀਉ ਹੈ	pahilaa paanee jee-o hai
ਜਿਤੁ ਹਰਿਆ ਸਭੁ ਕੋਇ॥	jit hari-aa sabh ko-ay.
ਸੂਤਕੁ ਕਿਉ ਕਰਿ ਰਖੀਐ	sootak ki-o kar rakhee-ai
ਸੂਤਕੁ ਪਵੈ ਰਸੋਇ॥	sootak pavai raso-ay.

ਨਾਨਕ ਸੂਤਕੁ ਏਵ ਨ ਉਤਰੈ
ਗਿਆਨੁ ਉਤਾਰੇ ਧੋਇ॥੧॥

naanak sootak ayv na utrai
gi-aan utaaray Dho-ay. ||1||

ਮਾਂ ਆਪਣੇ ਨਵੇਂ ਜੰਮੇ ਬੱਚਾ ਨੂੰ ਕਿਸੇ ਅਜਨਬੀ ਦੇ ਸਾਮ੍ਹਣੇ ਨਹੀਂ ਕਰਦੀ । ਇਸ ਨੂੰ ਸੂਤਕ ਕਹਿਦੇ ਹਨ! (ਸੂਤਕ ਬਸਗਨ, ਅਪਵਿਤ੍ਰਾ, ਬੱਚੇ ਨੂੰ ਕੋਈ ਬਮਾਰੀ ਨਾ ਲਗ ਜਾਵੇ) । ਹਰ ਜੀਵ ਦੀ ਹੀ ਅਪਵਿਤ੍ਰਤਾ ਸਹਿਣ ਸ਼ਕਤੀ ਵੱਖਰੀ ਹੁੰਦੀ ਹੈ । ਪ੍ਰਭ ਆਪ ਹੀ ਆਪਣੇ ਪੈਦਾ ਕੀਤੇ ਜੀਵ ਦੀ ਰਖਿਆ ਕਰਦਾ ਹੈ । ਕਈ ਜੀਵ ਗੰਦੇ ਥਾਂ ਤੇ ਗੋਹੇ, ਲੱਕੜੀ ਵਿੱਚ ਵੀ ਪੈਦਾ ਹੁੰਦੇ ਹਨ । ਜਿਤਨੇ ਵੀ ਦਾਣੇ ਹਨ, ਉਹਨਾਂ ਵਿਚੋਂ ਵੀ ਜੀਵ ਪੈਦਾ ਹੋ ਸਕਦਾ ਹੈ । ਪਾਣੀ ਦੀ ਅਪਵਿਤ੍ਰਤਾ ਕਰਕੇ ਹੀ ਬੂਟੇ ਹਰੇ ਹੁੰਦੇ ਹਨ । ਇਸਤਰ੍ਹਾਂ ਰਸੋਈ ਵਿੱਚ ਵੀ ਅਪਵਿਤ੍ਰਤਾ ਹੁੰਦੀ ਹੈ । ਅਪਵਿਤ੍ਰਤਾ ਕਿਸੇ ਵੀ ਤਾਰੀਕੇ ਨਾਲ ਪੂਰਨ ਤਰ੍ਹਾਂ ਤੇ ਖਤਮ ਨਹੀਂ ਕੀਤੀ ਜਾ ਸਕਦੀ । ਕੇਵਲ ਪ੍ਰਭ ਦੀ ਰਹਿਮਤ ਹੀ ਬੱਚੇ ਦੀ ਹਿਫਾਜ਼ਤ ਕਰ ਸਕਦੀ ਹੈ । ਇਹ ਬਸਗਨ ਦੂਰ ਹੋ ਸਕਦਾ ਹੈ ।

The mother of new born baby keeps him away from stranger to protect from infection of any unknown disease. This ritual is called Sootak, a sign of impurity, infection. Every newborn may have a different immunity, tolerance to the impurity of the universe. However, The True Master protects His Creation, by His own way, some creatures are born at filthy places, in wood, under the stone. Each grain may produce, blossom with His mercy and grace. Everything in the universe is impure, plants grow and blossom with the impurity of water; same way the kitchen is also not clean, pure. The impurity from the universe may never be eliminated completely by any known mean to mankind, His Creation. Only with His mercy and grace, newborn may be protected from all infections in the universe; with His mercy and grave, all suspicions may be eliminated.

ਮਃ ੧॥
ਮਨ ਕਾ ਸੂਤਕੁ ਲੋਭੁ ਹੈ
ਜਿਹਵਾ ਸੂਤਕੁ ਕੂੜੁ॥
ਅਖੀ ਸੂਤਕੁ ਵੇਖਣਾ
ਪਰ ਤ੍ਰਿਅ ਪਰ ਧਨ ਰੂਪੁ॥
ਕੰਨੀ ਸੂਤਕੁ ਕੰਨਿ ਪੈ
ਲਾਇਤਬਾਰੀ ਖਾਹਿ॥
ਨਾਨਕ ਹੰਸਾ ਆਦਮੀ
ਬਧੇ ਜਮ ਪੁਰਿ ਜਾਹਿ॥੨॥

mehlaa 1.
man kaa sootak lobh hai ji-
hvaa sootak koorh.
akhee sootak vaykh-naa
par tari-a par Dhan roop.
kannee sootak kann pai
laa-itbaaree khaahi.
naanak hansaa aadmee
baDhay jam pur jaahi. ||2||

ਜੀਵ ਤੇਰੀ ਆਤਮਾ ਨੂੰ ਵੱਖਰੇ ਵੱਖਰੇ ਸੂਤਕਾਂ (ਸੂਤਕ–ਅਪਵਿਤ੍ਰਤਾ) ਨੇ ਕਾਬੂ ਪਾਇਆ ਹੈ । ਮਨ ਨੂੰ ਲੋਭ, ਜੀਭ ਨੂੰ ਝੂਠ, ਅੱਖਾਂ ਨੂੰ ਪਰਾਇਆ ਧਨ, ਔਰਤ, ਕੰਨਾਂ ਦਾ ਨਿੰਦਿਆਂ ਸੁਣਨਾ ਦਾ ਸੂਤਕ ਹੈ । ਜਦੋਂ ਤਕ ਮੌਤ ਨਹੀਂ ਆਉਂਦੀ, ਆਤਮਾ ਸੂਤਕ, ਭਰਮਾਂ ਵਿੱਚ ਹੀ ਰਹਿੰਦੀ ਹੈ ।

Your soul remains under the influence of various suspicions, Sootak, impurities. Your mind is with greed, tongue with backbiting, eyes with greed of others wealth and strange woman, ears with the listening to backbiting of others. Your soul remains overwhelmed with suspicions until death.

ਮਃ ੧॥
ਸਭੋ ਸੂਤਕੁ ਭਰਮੁ ਹੈ
ਦੂਜੈ ਲਗੈ ਜਾਇ॥
ਜੰਮਣੁ ਮਰਣਾ ਹੁਕਮੁ ਹੈ
ਭਾਣੈ ਆਵੈ ਜਾਇ॥
ਖਾਣਾ ਪੀਣਾ ਪਵਿਤ੍ਰੁ ਹੈ
ਦਿਤੋਨੁ ਰਿਜਕੁ ਸੰਬਾਹਿ॥
ਨਾਨਕ ਜਿਨ੍ਹੀ ਗੁਰਮੁਖਿ ਬੁਝਿਆ
ਤਿਨ੍ਹਾ ਸੂਤਕੁ ਨਾਹਿ॥੩॥

mehlaa 1.
sabho sootak bharam hai
doojai lagai jaa-ay.
jaman marnaa hukam hai
bhaanai aavai jaa-ay.
khaanaa peenaa pavitar hai
diton rijak sambaahi.
naanak jinHee gurmukh bujhi-aa
tinHaa sootak naahi. ||3||

ਪ੍ਰਭ ਦੀ ਹੋਂਦ ਤੋਂ ਅਣਜਾਣ ਜੀਵ, ਇਹ ਸੂਤਕ ਸਾਰੇ ਜੀਵ ਦੇ ਮਨ ਦੇ ਭਰਮ ਹੀ ਹਨ । ਜੀਵ ਦਾ ਜਨਮ ਮਰਨ ਪ੍ਰਭ ਦੇ ਹੁਕਮ ਅੰਦਰ ਹੈ । ਸੰਸਾਰ ਵਿੱਚ ਸਭ ਖਾਣਾ ਪੀਣਾ ਪਵਿਤ੍ਰ ਹੈ, ਪ੍ਰਭ ਆਪ ਹੀ ਜੀਵ ਨੂੰ ਸੰਭਾਲਦਾ ਹੈ, ਜੀਵਨ ਵਾਸਤੇ ਭੋਜਨ ਪੈਦਾ ਕਰਦਾ, ਬਖਸ਼ਦਾ ਹੈ । ਜਿਹੜਾ ਪ੍ਰਭ ਦੇ ਭਾਣੇ ਨੂੰ ਸਮਝ ਲੈਂਦਾ ਹੈ, ਉਸ ਦੇ ਸਾਰੇ ਭਰਮ, ਬਸਗਨ, ਸੂਤਕ ਆਪਣੇ ਆਪ ਹੀ ਖਤਮ ਹੋ ਜਾਂਦੇ ਹਨ ।

All suspicions of bad luck, sootak are only fabricated by the ignorance of mind. The birth and death may only happen under His Command. Everything in the universe may be sanctified, Holy to eat, nothing may be cursed or banned. The True Master protects, nourishes, and provides foods for His Creation. Whosoever may be enlightened with the essence of His Word, His Command, all his suspicions may be eliminated from his mind.

ਪਉੜੀ॥	**pa-orhee.**
ਸਤਿਗੁਰੁ ਵਡਾ ਕਰਿ ਸਾਲਾਹੀਐ,	satgur vadaa kar salaahee-ai
ਜਿਸੁ ਵਿਚਿ ਵਡੀਆ ਵਡਿਆਈਆ॥	jis vich vadee-aa vadi-aa-ee-aa.
ਸਹਿ ਮੇਲੇ ਤਾ ਨਦਰੀ ਆਈਆ॥	seh maylay taa nadree aa-ee-aa.
ਜਾ ਤਿਸੁ ਭਾਣਾ ਤਾ ਮਨਿ ਵਸਾਈਆ॥	jaa tis bhaanaa taa man vasaa-ee-aa.
ਕਰਿ ਹੁਕਮੁ ਮਸਤਕਿ ਹਥੁ ਧਰਿ,	kar hukam mastak hath Dhar
ਵਿਚਹੁ ਮਾਰਿ ਕਢੀਆ ਬੁਰਿਆਈਆ॥	vichahu maar kadhee-aa buri-aa-ee-aa.
ਸਹਿ ਤੁਠੈ ਨਉ ਨਿਧਿ ਪਾਈਆ॥੧੮॥	seh tuthai na-o niDh paa-ee-aa. ||18||

ਜੀਵ ਅਟਲ ਪ੍ਰਭ ਨੂੰ ਵੱਡਾ ਮੰਨ ਕੇ ਉਸ ਦੀ ਉਸਤਤ ਕਰੋ, ਸਿਮਰਨ ਕਰੋ! ਉਸ ਵਿੱਚ ਹੀ ਸਭ ਤੋਂ ਵਧ ਵਡਿਆਈਆਂ, ਬਖਸ਼ਿਸ਼ਾਂ ਹੁੰਦੀਆਂ ਹਨ । ਪ੍ਰਭ ਦੀ ਰਹਿਮਤ ਨਾਲ ਹੀ ਉਸ ਦੀ ਹੋਂਦ ਅਨੁਭਵ ਹੁੰਦੀ ਹੈ, ਆਪਣੇ ਭਾਣੇ ਦੀ ਸੋਝੀ ਬਖਸ਼ਦਾ ਹੈ । ਜਿਸ ਦੀ ਆਤਮਾ ਤੇ ਰਹਿਮਤ ਬਖਸ਼ਦਾ ਹੈ, ਉਸ ਦੇ ਸਭ ਬੁਰੇ ਖਿਆਲ ਖਤਮ ਹੋ ਜਾਂਦੇ, ਮਨ ਦੀਆਂ ਮੁਰਾਦਾਂ ਬਖਸ਼ਿਸ਼ ਹੋ ਜਾਂਦੀਆਂ ਹਨ ।

You should meditate on the teachings of The Axiom, greatest of All, One and Only One True Master. He is the treasure of all greatness, virtues, and blessings. Whosoever may be bestowed with His Blessed Vison, he may realize His Existence; his soul may be enlightened with the essence of His Word. All his evil thoughts may be eliminated from his mind; with His mercy and grace, all his spoken and unspoken desires may be satisfied.

19. ਸਲੋਕੁ ਮਃ ੧॥ (੧੯) 473-3

ਪਹਿਲਾ ਸੁਚਾ ਆਪਿ ਹੋਇ	pahilaa suchaa aap ho-ay
ਸੁਚੈ ਬੈਠਾ ਆਇ॥	suchai baithaa aa-ay.
ਸੁਚੇ ਅਗੈ ਰਖਿਓਨੁ	suchay agai rakhi-on
ਕੋਇ ਨ ਭਿਟਿਓ ਜਾਇ॥	ko-ay na bhiti-o jaa-ay.
ਸੁਚਾ ਹੋਇ ਕੈ ਜੇਵਿਆ	suchaa ho-ay kai jayvi-aa
ਲਗਾ ਪੜਣਿ ਸਲੋਕੁ॥	lagaa parhan salok.
ਕੁਹਥੀ ਜਾਈ ਸਟਿਆ	kuhthee jaa-ee sati-aa
ਕਿਸੁ ਏਹੁ ਲਗਾ ਦੋਖੁ॥	kis ayhu lagaa dokh.
ਅੰਨੁ ਦੇਵਤਾ ਪਾਣੀ ਦੇਵਤਾ	ann dayvtaa paanee dayvtaa bai-
ਬੈਸੰਤਰੁ ਦੇਵਤਾ ਲੂਣੁ,	santar dayvtaa loon
ਪੰਜਵਾ ਪਾਇਆ ਘਿਰਤੁ॥	panjvaa paa-i-aa ghirat.
ਤਾ ਹੋਆ ਪਾਕੁ ਪਵਿਤੁ॥	taa ho-aa paak pavit.
ਪਾਪੀ ਸਿਉ ਤਨੁ ਗਡਿਆ	paapee si-o tan gadi-aa
ਥੁਕਾ ਪਈਆ ਤਿਤੁ॥	thukaa pa-ee-aa tit.
ਜਿਤੁ ਮੁਖਿ ਨਾਮੁ ਨ ਉਚਰਹਿ	jit mukh naam na oochrahi
ਬਿਨੁ ਨਾਵੈ ਰਸ ਖਾਹਿ॥	bin naavai ras khaahi.
ਨਾਨਕ ਏਵੈ ਜਾਣੀਐ	naanak ayvai jaanee-ai
ਤਿਤੁ ਮੁਖਿ ਥੁਕਾ ਪਾਹਿ॥੧॥	tit mukh thukaa paahi. ||1||

ਜੀਵ ਤੂੰ ਪਹਿਲੇ ਖਾਣਾ ਪਕਾਉਣ, ਖਾਣ ਵਾਲੀ ਥਾਂ ਨੂੰ ਸਾਫ ਕਰਦਾ ਹੈ, ਆਪ ਇਸ਼ਨਾਨ ਕਰਕੇ ਖਾਣਾ ਤਿਆਰ ਕਰਦਾ ਹੈ । ਫਿਰ ਸੰਤ ਸਰੂਪ, ਧਾਰਮਕ ਪੁਰਖ ਅੱਗੇ ਬੜੀ ਪ੍ਰੀਤ ਨਾਲ ਭੋਜਨ ਵਰਤਾਉਂਦਾ ਹੈ । ਧਾਰਮਕ ਪੁਰਖ ਪ੍ਰਭ ਦੀ ਬਾਣੀ ਦਾ ਸ਼ਬਦ ਪੜ੍ਹਦਾ, ਸਿਮਰਨ ਕਰਦਾ ਹੈ । ਅਗਰ ਧਾਰਮਕ ਪੁਰਖ ਦੀ ਆਤਮਾ ਪਵਿਤ੍ਰ ਨਾ ਹੋਵੇ, ਲਾਲਚ, ਅਹੰਕਾਰ ਨਾਲ ਭਰੀ ਹੋਵੇ, ਤਾ ਇਹ ਪਵਿਤ੍ਰ ਭੋਜਨ ਗੰਦਗੀ ਨਾਲ ਭਰੇ ਹੋਏ ਥਾਂ ਤੇ ਚਲੇ ਜਾਂਦਾ ਹੈ । ਇਸ ਵਿੱਚ ਸੇਵਾ ਕਰਨ ਵਾਲੇ ਦਾ ਕੋਈ ਦੋਸ਼ ਨਹੀਂ ਹੁੰਦਾ । ਉਸ ਨੇ ਪਵਿਤ੍ਰ ਅਨਾਜ, ਜਲ, ਅੱਗ, ਲੂਣ ਅਤੇ ਘਿਓ- ਤੇਲ ਵਰਤਕੇ, ਪਵਿਤ੍ਰ ਭੋਜਨ ਤਿਆਰ ਕੀਤਾ ਹੈ । ਅਗਰ ਖਾਣ ਵਾਲਾ ਪਵਿਤ੍ਰ ਨਹੀਂ, ਦਿਖਾਵੇ ਦਾ ਹੀ ਸੰਤ ਹੈ, ਤਾ ਉਸ ਸੰਤ ਨੂੰ ਹੀ ਪ੍ਰਭ ਦੇ ਦਰਬਾਰ ਵਿੱਚ ਸ਼ਰਮਿੰਦਗੀ ਮਿਲਣੀ ਹੈ । ਜਿਹੜਾ ਪ੍ਰਭ ਦਾ ਸਿਮਰਨ ਨਹੀਂ ਕਰਦਾ, ਦਿਖਾਵੇ ਦਾ ਸੰਤ ਬਣਕੇ ਜੀਵ ਤੋਂ ਪੂਜਾ ਲੈਂਦਾ ਹੈ, ਉਸ ਨੂੰ ਦਰਬਾਰ ਵਿੱਚ ਫਿਟਕਾਰ ਹੀ ਪੈਂਦੀ ਹੈ ।

You may clean the place, your kitchen and take a bath to clean your body to prepare food to serve worldly saint, priest, or religious preacher; with deep devotion provides comfort and the best delicacies. The religious preacher may recite few words from the Holy Scripture, meditates, and prays. If the priest may be overwhelmed with greed and ego; then the sanctified food prepared with devotion, may be dumped into filthy place, manure. The dedication and devotion of His true devotee may not be blamed, he used all sanctified ingredient with his devotion. However, the soul of worldly guru may be filthy, he must answer in His Court. Whosoever may only wear religious robe to beg for charity, he may be embarrassed in His Court.

ਮਃ ੧॥	**mehlaa 1.**
ਭੰਡਿ ਜੰਮੀਐ ਭੰਡਿ ਨਿੰਮੀਐ	bhand jammee-ai bhand nimmee-ai
ਭੰਡਿ ਮੰਗਣੁ ਵੀਆਹੁ॥	bhand mangan vee-aahu.
ਭੰਡਹੁ ਹੋਵੈ ਦੋਸਤੀ	bhandahu hovai dostee
ਭੰਡਹੁ ਚਲੈ ਰਾਹੁ॥	bhandahu chalai raahu.
ਭੰਡੁ ਮੁਆ ਭੰਡੁ ਭਾਲੀਐ	bhand mu-aa bhand bhaalee-ai
ਭੰਡਿ ਹੋਵੈ ਬੰਧਾਨੁ॥	bhand hovai banDhaan.
ਸੋ ਕਿਉ ਮੰਦਾ ਆਖੀਐ	so ki-o mandaa aakhee-ai
ਜਿਤੁ ਜੰਮਹਿ ਰਾਜਾਨ॥	jit jameh raajaan.
ਭੰਡਹੁ ਹੀ ਭੰਡੁ ਊਪਜੈ	bhandahu hee bhand oopjai
ਭੰਡੈ ਬਾਝੁ ਨ ਕੋਇ॥	bhandai baajh na ko-ay.
ਨਾਨਕ ਭੰਡੈ ਬਾਹਰਾ	naanak bhandai baahraa
ਏਕੋ ਸਚਾ ਸੋਇ॥	ayko sachaa so-ay.
ਜਿਤੁ ਮੁਖਿ ਸਦਾ ਸਾਲਾਹੀਐ	jit mukh sadaa salaahee-ai
ਭਾਗਾ ਰਤੀ ਚਾਰਿ॥	bhaagaa ratee chaar.
ਨਾਨਕ ਤੇ ਮੁਖ ਊਜਲੇ	naanak tay mukh oojlay
ਤਿਤੁ ਸਚੈ ਦਰਬਾਰਿ॥੨॥	tit sachai darbaar. ||2||

ਨਾਰੀ ਦੀ ਮਾਨਸ ਜਾਤ ਵਿੱਚ ਬਹੁਤ ਮਹੱਤਤਾ ਹੈ, ਆਦਮੀ ਨਾਰੀ ਤੋਂ ਹੀ ਪੈਦਾ ਹੁੰਦਾ ਹੈ । ਨਾਰੀ ਨਾਲ ਹੀ ਵਿਆਹ ਕਰਕੇ ਅਗਲੀ ਪੀੜ੍ਹੀ ਚਲਾਉਂਦਾ ਹੈ । ਨਾਰੀ ਹੀ ਅਸਲੀ ਦੋਸਤ ਹੁੰਦੀ ਹੈ । ਅਗਰ ਨਾਰੀ ਨੂੰ ਪਹਿਲੇ ਮੌਤ ਆ ਜਾਵੇ, ਤਾ ਫਿਰ ਵੀ ਉਹ ਹੋਰ ਨਾਰੀ ਨਾਲ ਹੀ ਸਬੰਧ ਬਣਾਉਂਦਾ ਹੈ । ਫਿਰ ਨਾਰੀ ਨੂੰ ਸੰਸਾਰ ਵਿੱਚ ਕਿਉਂ ਨੀਚ ਕਹਿਦੇ ਹਨ? ਜਿਸ ਵਿਚੋਂ ਹੀ ਸਾਰੇ ਰਾਜੇ ਪੈਦਾ ਹੁੰਦੇ ਹਨ, ਨਾਰੀ ਵੀ ਨਾਰੀ ਤੋਂ ਹੀ ਜਨਮ ਲੈਂਦੀ ਹੈ । ਨਰੀ ਤੋਂ ਬਿਨਾਂ, ਮਾਨਸ ਜਾਤ ਪੈਦਾ ਨਹੀਂ ਹੋ ਸਕਦੀ । ਇਕੋ ਇਕ ਪ੍ਰਭ ਹੀ, ਨਾਰੀ ਤੋਂ ਪੈਦਾ ਨਹੀਂ ਹੁੰਦਾ, ਉਸ ਤੇ ਨਿਰਭਰ ਨਹੀਂ ਹੁੰਦਾ । ਜਿਸ ਦੇ ਮੂੰਹ ਤੋਂ ਸਦਾ ਸ਼ਬਦ ਦੀ ਸਿਫਤ ਨਿਕਲਦੀ ਹੈ । ਉਹ ਸਦਾ ਹੀ ਸੁਹਾਵਣੇ, ਦਰਬਾਰ ਵਿੱਚ ਸੋਭ ਦੇ ਖੇੜੇ ਵਿੱਚ ਰਹਿੰਦੇ ਹਨ ।

Woman may be the most significance of human race; man and woman both born out of the womb of mother, woman. Woman may be the true, sincere friend of human. Whose wife may die before him, he may marry or associates with another woman. Why may the woman be considered as lower class than man? Even all kings, Holy men and women born out of the womb of mother, woman. Humans, mankind may not be possible to continue, multiply without woman. Only, The One and Only One, True Master does not depend on the womb of mother. Whosoever may be singing the praises of The True Master with his tongue; he may become very fortunate and honored in His Court.

ਪਉੜੀ॥	**pa-orhee.**
ਸਭੁ ਕੋ ਆਖੈ ਆਪਣਾ	sabh ko aakhai aapnaa
ਜਿਸੁ ਨਾਹੀ ਸੋ ਚੁਣਿ ਕਢੀਐ॥	jis naahee so chun kadhee-ai.
ਕੀਤਾ ਆਪੋ ਆਪਣਾ	keetaa aapo aapnaa
ਆਪੇ ਹੀ ਲੇਖਾ ਸੰਢੀਐ॥	aapay hee laykhaa sandhee-ai.
ਜਾ ਰਹਣਾ ਨਾਹੀ ਐਤੁ ਜਗਿ	jaa rahnaa naahee ait jag
ਤਾ ਕਾਇਤੁ ਗਾਰਬਿ ਹੰਢੀਐ॥	taa kaa-it gaarab handhee-ai.
ਮੰਦਾ ਕਿਸੈ ਨ ਆਖੀਐ	mandaa kisai na aakhee-ai
ਪੜਿ ਅਖਰੁ ਏਹੋ ਬੁਝੀਐ॥	parh akhar ayho bujhee-ai.
ਮੂਰਖੈ ਨਾਲਿ ਨ ਲੁਝੀਐ॥੧੯॥	moorkhai naal na lujhee-ai. ||19||

ਪ੍ਰਭ ਹਰ ਜੀਵ ਨੂੰ ਆਪਣਾ ਹੀ ਸਮਝਦਾ ਹੈ । ਜਿਹੜਾ ਉਸ ਦੇ ਸ਼ਬਦ ਦੀ ਪਾਲਣਾ ਨਹੀਂ ਵੀ ਕਰਦਾ, ਉਸ ਨੂੰ ਵੀ ਬਾਹਰ ਨਹੀਂ ਕੱਢਦਾ । ਹਰਇਕ ਆਪਣੇ ਕੀਤੇ ਕਰਮ ਅਨੁਸਾਰ ਹੀ ਪ੍ਰਭ ਦੀ ਰਹਿਮਤ ਪਾਉਂਦਾ ਹੈ । ਅਗਰ ਜੀਵ ਸਮਝਦਾ ਹੈ ਕਿ ਕਿਸੇ ਨੇ ਸੰਸਾਰ ਵਿੱਚ ਸਦਾ ਨਹੀਂ ਰਹਿਣਾ । ਤਾ ਆਪਣੇ ਆਪ ਨੂੰ ਝੂਠੇ ਅਹੰਕਾਰ ਵਿੱਚ ਕਿਉਂ ਪਾਉਂਦਾ ਹੈ? ਕਿਉਂ, ਉਸ ਦੀ ਦਰਗਾਹ ਵਿੱਚ ਮੁਕਤੀ ਦਾ ਰਸਤਾ ਗਵਾ ਲੈਂਦੇ ਹੈ? ਜੀਵ ਨੂੰ ਇਹ ਸੋਝੀ ਨਹੀਂ ਹੈ, ਉਹ ਸੰਸਾਰ ਵਿੱਚ ਕਿਸੇ ਨੂੰ ਕਿਵੇਂ ਪਰਖ ਸਕਦਾ ਹੈ? ਹੋਰ ਜੀਵ ਨੂੰ ਮੰਦਾ, ਨੀਚ ਨਹੀਂ ਕਹਿਣਾ ਚਾਹੀਦਾ । ਬਾਣੀ ਦੇ ਵਿਚਾਰ ਕਰਨ ਨਾਲ ਸਮਝ ਆਉਂਦੀ ਹੈ, ਜਿਹੜਾ ਆਪਣੇ ਆਪ ਨੂੰ ਬੁਹਤਾ ਸਿਆਣਾ, ਸਦਾ ਹੀ ਠੀਕ ਸਮਝਦਾ ਹੈ । ਅਸਲੀਅਤ ਵਿੱਚ ਉਸ ਨੂੰ ਡੂੰਘਾ ਗਿਆਨ ਨਹੀਂ ਹੁੰਦਾ, ਉਸ ਅਹੰਕਾਰੀ, ਅਣਜਾਣ ਨਾਲ ਜ਼ਿਆਦਾ ਕਲਾਮ ਨਾ ਕਰੋ ।

The True Master considers all creatures His own, even though who may not meditate and obey His Word. He does not push them out of His Protection. Everyone may be rewarded for his own worldly deeds without any discrimination. Hence everyone believes! His death may be unpredictable, unavoidable and no one may live forever in the universe. Why may he boast about his worldly status, ego? Why does he waste his opportunity of salvation in His Court? No one may be enlightened to evaluate the devotion, the earnings of His Word of another human? You should never judge anyone as a good or evil doer. Whosoever may consider himself a wise and always on the right path; in reality, he may be ignorant and intoxicated with ego. He may not have too much comprehension of The Holy Scripture, His Word. You should not get too much involved in conversation with him.

20. ਸਲੋਕੁ ਮਃ ੧॥ (੨੦) 473-13

ਨਾਨਕ ਫਿਕੈ ਬੋਲਿਐ	naanak fikai boli-ai
ਤਨੁ ਮਨੁ ਫਿਕਾ ਹੋਇ॥	tan man fikaa ho-ay.
ਫਿਕੋ ਫਿਕਾ ਸਦੀਐ	fiko fikaa sadee-ai
ਫਿਕੇ ਫਿਕੀ ਸੋਇ॥	fikay fikee so-ay.
ਫਿਕਾ ਦਰਗਹ ਸਟੀਐ	fikaa dargeh satee-ai
ਮੁਹਿ ਥੁਕਾ ਫਿਕੇ ਪਾਇ॥	muhi thukaa fikay paa-ay.

ਫਿਕਾ ਮੂਰਖੁ ਆਖੀਐ
ਪਾਣਾ ਲਹੈ ਸਜਾਇ॥੧॥

fikaa moorakh aakhee-ai
paanaa lahai sajaa-ay. ||1||

ਜੀਵ ਦੀ ਜੀਭ ਉਸ ਦੀ ਆਤਮਾ ਦੀ ਦ੍ਰਿਸ਼ਟੀ, ਪਰਛਾਵਾਂ ਹੀ ਹੁੰਦੀ, ਮੰਨੀ ਜਾਂਦੀ ਹੈ । ਕੌੜਾ ਬੋਲਣ ਨਾਲ ਆਤਮਾ ਦਾਗ਼ੀ ਹੋ ਜਾਂਦੀ ਹੈ । ਇਸਤਰ੍ਹਾਂ ਕੌੜਾ ਬੋਲਣ ਵਾਲੇ ਜੀਵ ਨੂੰ ਬਾਕੀ ਜੀਵ ਗੰਦੀ ਜ਼ਬਾਨ ਵਾਲਾ ਹੀ ਸਮਝਦੇ ਹਨ । ਆਪਣੀ ਜੀਭ ਦੇ ਰਸ ਨਾਲ ਪ੍ਰਭ ਦੇ ਦਰਬਾਰ ਵਿੱਚ ਵੀ ਫਿਟਕਾਰੇ ਜਾਂਦੇ ਹਨ, ਕੌੜਾ ਬੋਲਣ ਨਾਲ ਹੀ ਮੂਰਖ ਜਾਣੇ ਜਾਂਦੇ ਹਨ । ਕਈ ਬਾਰ ਜੀਭ ਦੇ ਮੰਦੇ ਬੋਲਣ ਨਾਲ ਸਜ਼ਾ ਵੀ ਪਾਉਂਦੇ ਹਨ ।

The tongue may be considered the image, shadow of soul, state of his mind. By speaking rude with anger, his soul may be blemished; he may be known, recognized as a nasty, uncivilized. Due to nasty speaking, he may be recognized as stupid in the universe and he may be rebuked in His Court. So many times, with his rudeness of his tongue, he may be punished, lose his honor in the universe.

ਮਃ ੧॥
ਅੰਦਰਹੁ ਝੂਠੇ ਪੈਜ ਬਾਹਰਿ
ਦੁਨੀਆ ਅੰਦਰਿ ਫੈਲੁ॥
ਅਠਸਠਿ ਤੀਰਥ ਜੇ ਨਾਵਹਿ
ਉਤਰੈ ਨਾਹੀ ਮੈਲੁ॥
ਜਿਨ੍ ਪਟੁ ਅੰਦਰਿ ਬਾਹਰਿ ਗੁਦੜੁ
ਤੇ ਭਲੇ ਸੰਸਾਰਿ॥
ਤਿਨ੍ ਨੇਹੁ ਲਗਾ ਰਬ ਸੇਤੀ
ਦੇਖਨ੍ੇ ਵੀਚਾਰਿ॥
ਰੰਗਿ ਹਸਹਿ ਰੰਗਿ ਰੋਵਹਿ
ਚੁਪ ਭੀ ਕਰਿ ਜਾਹਿ॥
ਪਰਵਾਹ ਨਾਹੀ ਕਿਸੈ ਕੇਰੀ
ਬਾਝੁ ਸਚੇ ਨਾਹ॥
ਦਰਿ ਵਾਟ ਉਪਰਿ ਖਰਚੁ ਮੰਗਾ
ਜਬੈ ਦੇਇ ਤ ਖਾਹਿ॥
ਦੀਬਾਨੁ ਏਕੋ ਕਲਮ ਏਕਾ
ਹਮਾ ਤੁਮ੍ਾ ਮੇਲੁ॥
ਦਰਿ ਲਏ ਲੇਖਾ ਪੀੜਿ
ਛੁਟੈ ਨਾਨਕਾ ਜਿਉ ਤੇਲੁ॥੨॥

mehlaa 1.
andrahu jhoothay paij baahar
dunee-aa andar fail.
athsath tirath jay naaveh
utrai naahee mail.
jinH pat andar baahar gudarh
tay bhalay sansaar.
tinH nayhu lagaa rab saytee
daykhnHay veechaar.
rang haseh rang roveh
chup bhee kar jaahi.
parvaah naahee kisai kayree
baajh sachay naah.
dar vaat upar kharach mangaa
jabai day-ay ta khaahi.
deebaan ayko kalam aykaa ha-
maa tumHaa mayl.
dar la-ay laykhaa peerh chhu-
tai naankaa Ji-o tayl. ||2||

ਜਿਹੜਾ ਜੀਵ ਅੰਦਰੋਂ ਪ੍ਰਭ ਦੀ ਬੰਦਗੀ ਵਾਲਾ ਨਹੀਂ ਹੁੰਦਾ, ਪਰ ਲੋਕ ਦਿਖਾਵਾ ਲਈ ਫਰੇਬੀ, ਬੰਦਗੀ ਵਾਲਾ ਬਣਦਾ ਹੈ । ਉਹ ਮਿੱਥੇ ਪਵਿਤ੍ਰ ਤੀਰਥਾਂ ਤੇ ਇਸ਼ਨਾਨ ਕਰਦਾ ਹੈ । ਜਿਹੜਾ ਜੀਵ ਮਨੋ ਸ਼ਬਦ ਦੀ ਪਾਲਣਾ ਕਰਦਾ, ਲੋਕ ਦਿਖਾਵੇ ਵਿੱਚ ਸਾਦਗੀ ਵਾਲਾ ਜੀਵਨ ਬਤੀਤ ਕਰਦਾ, ਅਣਜਾਣ ਰਹਿੰਦਾ ਹੈ । ਪ੍ਰਭ ਦੇ ਦਰਬਾਰ ਵਿੱਚ ਉਸ ਦਾ ਮਾਣ, ਪ੍ਰਵਾਨਗੀ ਬਖਸ਼ਿਸ਼ ਹੋ ਜਾਂਦੀ ਹੈ । ਪ੍ਰਭ ਉਸ ਦੇ ਮਨ ਵਿੱਚ ਜਾਗਰਤ, ਪ੍ਰਭ ਦੇ ਬਹੁਤ ਨੇੜੇ ਹੁੰਦਾ ਹੈ । ਉਹ ਪ੍ਰਭ ਦੇ ਪਿਆਰ ਵਿੱਚ ਖੇੜੇ ਵਿੱਚ, ਵਿਛੋੜੇ ਦੇ ਵਿਰਾਗ ਵਿੱਚ ਹੀ ਰਹਿੰਦਾ ਹੈ । ਉਹ ਹੋਰ ਇਸੇ ਦੀ ਪ੍ਰਵਾਹ ਨਹੀਂ ਕਰਦਾ, ਮਨ ਹਰ ਵੇਲੇ ਪ੍ਰਭ ਦੇ ਸ਼ਬਦ ਦੀ ਹੀ ਪ੍ਰਵਾਹ ਕਰਦਾ, ਸ਼ਰਣ ਵਿੱਚ ਹੀ ਰਹਿੰਦਾ ਹੈ । ਬਾਕੀ ਹੋਰ ਕੁਝ ਮਿਲਣ, ਵਿਛੜਨ ਦਾ ਕੋਈ ਪ੍ਰਵਾਹ ਨਹੀਂ ਕਰਦਾ । ਉਸ ਜੀਵ ਦਾ ਭਰੋਸਾ ਪ੍ਰਭ ਦੇ ਸ਼ਬਦ ਤੇ ਅਡੋਲ ਰਹਿੰਦਾ ਹੈ, ਪ੍ਰਭ ਦੇ ਬਖਸ਼ੇ ਤੇ ਸੰਤੋਖ ਵਿੱਚ ਰਹਿੰਦਾ ਹੈ । ਪ੍ਰਭ ਇਕ ਹੀ ਕਲਮ ਨਾਲ ਹੀ ਸਾਰਿਆਂ ਦਾ ਲੇਖਾ ਲਿਖਦਾ ਹੈ । ਜਿਸ ਦਾ ਜੀਵਨ ਪ੍ਰਭ ਦੇ ਭਾਣੇ ਵਿੱਚ ਨਹੀਂ ਹੁੰਦਾ, ਉਸ ਦੇ ਮਨ ਦੀਆਂ ਇਛਾਂ ਪੂਰੀਆਂ ਨਹੀਂ ਕਰਦਾ ।

Whosoever may not wholeheartedly meditate on the teachings of His Word; however, he may perform daily routine meditation, religious robe to convince others. He may routinely visit to renowned Holy shrines to worship and have a sanctifying dip in pond of Holy Shrine. Whosoever may obey the teachings of His Word with steady and stable belief, he will remain humble, modest, and pretend to be ignorant in his day-to-day life. He may be accepted, honored in His Court. He may be enlightened with the essence of His Word; he may be very close to The True Master. He may remain in renunciation in his memory of separation from The True Master. He may remain steady and stable on the teachings of His Word. He may remain contented with His Blessings; worldly profit or loss may not affect his state of mind. His mind remains beyond the reach of worldly desires. The True Master engraves the destiny of every creature with the same inkless pen. Whosoever may not obey the teachings of His Word, his desires may not be satisfied in his day-to-day life.

ਪਉੜੀ॥ ੪੭੪	**pa-orhee.**
ਆਪੇ ਹੀ ਕਰਣਾ ਕੀਓ	aapay hee karnaa kee-o
ਕਲ ਆਪੇ ਹੀ ਤੈ ਧਾਰੀਐ॥	kal aapay hee tai Dhaaree-ai.
ਦੇਖਹਿ ਕੀਤਾ ਆਪਣਾ	daykheh keetaa aapnaa
ਧਰਿ ਕਚੀ ਪਕੀ ਸਾਰੀਐ॥	Dhar kachee pakee saaree-ai.
ਜੋ ਆਇਆ ਸੋ ਚਲਸੀ	jo aa-i-aa so chalsee
ਸਭੁ ਕੋਈ ਆਈ ਵਾਰੀਐ॥	sabh ko-ee aa-ee vaaree-ai.
ਜਿਸ ਕੇ ਜੀਅ ਪਰਾਣ ਹਹਿ	jis kay jee-a paraan heh
ਕਿਉ ਸਾਹਿਬੁ ਮਨਹੁ ਵਿਸਾਰੀਐ॥	ki-o saahib manhu visaaree-ai.
ਆਪਣ ਹਥੀ ਆਪਣਾ	aapan hathee aapnaa
ਆਪੇ ਹੀ ਕਾਜੁ ਸਵਾਰੀਐ॥੨੦॥	aapay hee kaaj savaaree-ai. ||20||

ਪ੍ਰਭ ਆਪ ਹੀ ਆਪਣੀ ਸ੍ਰਿਸ਼ਟੀ ਸਾਜਦਾ, ਉਸ ਵਿੱਚ ਆਪਣੀ ਤਾਕਤ ਬਖਸ਼ਦਾ ਹੈ । ਸਾਰੀ ਸ੍ਰਿਸ਼ਟੀ ਹੀ ਪ੍ਰਭ ਦੀ ਫੁੱਲਵਾੜੀ, ਖੇਤੀ ਹੈ, ਆਪ ਹੀ ਇਸ ਦੀ ਦੇਖ ਭਾਲ ਕਰਦਾ ਹੈ । ਆਪਣੇ ਹੁਕਮ ਨਾਲ ਹੀ ਵਾਪਸ ਲੈ ਜਾਂਦਾ ਹੈ, ਮੌਤ ਦੇਂਦਾ ਹੈ । ਜਿਹੜਾ ਜੀਵ ਸੰਸਾਰ ਵਿੱਚ ਜਨਮ ਲੈਂਦਾ ਹੈ, ਉਸ ਨੂੰ ਮੌਤ ਆਉਣੀ ਹੈ । ਸਾਰੇ ਆਪਣੀ ਵਾਰੀ ਨਾਲ ਹੀ ਮਰਦੇ, ਵਾਪਸ ਜਾਂਦੇ ਹਨ । ਇਹ ਸਮਾਂ ਜਨਮ ਦੇਣ ਤੋਂ ਪਹਿਲੇ ਹੀ ਮਿੱਥਿਆ ਜਾਂਦਾ ਹੈ । ਜਿਹੜਾ ਪ੍ਰਭ ਸਵਾਸ ਬਖਸ਼ਦਾ ਹੈ, ਉਸ ਨੂੰ ਕਿਉਂ ਮਨ ਵਿਚੋਂ ਭੁਲਾ ਲੈਂਦਾ ਹੈ? ਜੀਵ ਸ਼ਬਦ ਦੀ ਪਾਲਣਾ ਕਰਕੇ ਮਾਨਸ ਜਨਮ ਸਫਲ ਕਰ ਲਵੇ! ਇਹ ਮਾਨਸ ਜਨਮ ਬਾਰ ਬਾਰ ਨਸੀਬ ਨਹੀਂ ਹੁੰਦਾ ।

The One and Only One, True Master, Creator of the whole universe has infused His Power and strength in the soul of each creature. The creation, universe is His garden, He nourishes and protects His Crops, Creation. At predetermined time, his soul may be recalled back as death to clear her account. Whosoever may be born in the universe, he must face death at a predetermined time and place. Everyone waits for his own turn, predetermined before his birth. Why have you abandoned, forgotten The True Master Trustee of breathes from your day-to-day life? You should obey the teachings of His Word with steady and stable belief; with His mercy and grace, your human life journey may be rewarded. This priceless human body, life opportunity may not be blessed so often?

21. ਸਲੋਕੁ ਮਹਲਾ ੨॥ (੨੧) 474-3

ਏਹ ਕਿਨੇਹੀ ਆਸਕੀ	ayh kinayhee aaskee
ਦੂਜੈ ਲਗੈ ਜਾਇ॥	doojai lagai jaa-ay.
ਨਾਨਕ ਆਸਕੁ ਕਾਂਢੀਐ	naanak aasak kaaNdhee-ai
ਸਦ ਹੀ ਰਹੈ ਸਮਾਇ॥	sad hee rahai samaa-ay.
ਚੰਗੈ ਚੰਗਾ ਕਰਿ ਮੰਨੇ	changai changa kar mannay man-
ਮੰਦੈ ਮੰਦਾ ਹੋਇ॥	dai mandaa ho-ay.

ਆਸਕੁ ਏਹੁ ਨ ਆਖੀਐ | aasak ayhu na aakhee-ai
ਜਿ ਲੇਖੈ ਵਰਤੈ ਸੋਇ॥੧॥ | je laykhai vartai so-ay. ||1||

ਜੀਵ, ਤੇਰਾ ਪ੍ਰਭ ਨਾਲ ਕਿਸ ਤਰ੍ਹਾਂ ਦਾ ਪਿਆਰ ਹੈ? ਮਨ ਇਕ ਥਾਂ ਤੇ ਟਿਕਦਾ ਨਹੀਂ ਵਖਰੇ ਵਖਰੇ ਪਾਸੇ ਫਿਰਦਾ ਹੈ । ਵਖਰੇ ਵਖਰੇ ਗੁਰੂ ਪੀਰਾਂ ਨੂੰ ਅਸਲੀ ਮਾਲਕ ਸਮਝਦਾ ਹੈ । ਉਹਨਾਂ ਅੱਗੇ ਰਹਿਮਤ ਦੀ ਅਰਦਾਸ ਕਰਦਾ ਹੈ । ਅਸਲੀ ਪਿਆਰਾ ਇਕੋ ਇਕ ਪ੍ਰਭ ਤੇ ਭਰੋਸਾ ਅਡੋਲ ਰਖਦਾ ਹੈ । ਉਸ ਨੂੰ ਹਰ ਵੇਲੇ ਆਪਣਾ ਅਸਾਰਾ ਮੰਨਦਾ, ਭਾਣੇ ਵਿੱਚ ਮਸਤ ਰਹਿੰਦਾ ਹੈ । ਜਿਹੜਾ ਕੇਵਲ ਚੰਗਾ ਹੋਣ ਤੇ ਹੀ ਧੰਨਵਾਦ ਕਰਦਾ । ਮਨ ਭਾਵਦੇ ਦੀ ਬਖਸ਼ਿਸ਼ ਨਾ ਹੋਵੇ ਤਾ ਉਸ ਦੀ ਨਿੰਦਿਆਂ ਕਰਦਾ ਹੈ, ਉਸ ਨੂੰ ਅਸਲੀ ਪ੍ਰੇਮੀ ਨਹੀਂ ਕਹਿੰਦੇ ।

What kind of devotion have you with The True Master? Your mind may not stay steady and stable on His Word and wanders all over. You are considering various worldly gurus as The True Master of forgiveness. His true devotee always keeps his belief steady and stable on His Blessings; he always prays for His Support and Guidance. He remains intoxicated in meditation in the void of His Word. Whosoever may only sing His Glory with blessings of comforts in life; however, he may criticize for miseries in life. Such a hypocrite may not be accepted in His Court.

ਮਹਲਾ ੨॥ | **mehlaa 2.**
ਸਲਾਮੁ ਜਬਾਬੁ ਦੋਵੈ ਕਰੇ | salaam jabaab dovai karay
ਮੁੰਢਹੁ ਘੁਥਾ ਜਾਇ॥ | mundhhu ghuthaa jaa-ay.
ਨਾਨਕ ਦੋਵੈ ਕੂੜੀਆ | naanak dovai koorhee-aa
ਥਾਇ ਨ ਕਾਈ ਪਾਇ॥੨॥ | thaa-ay na kaa-ee paa-ay. ||2||

ਜਿਹੜਾ, ਪ੍ਰਭ ਦਾ ਧੰਨਵਾਦ ਵੀ ਕਰਦਾ, ਅਰਦਾਸ ਪੂਰੀ ਨਾ ਹੋਣ ਤੇ ਨਿੰਦਿਆਂ ਵੀ ਕਰਦਾ ਹੈ । ਉਹ ਅਸਲੀ ਸੇਵਕ ਨਹੀਂ ਹੁੰਦਾ, ਉਸ ਦੇ ਦੋਨੋਂ ਕੰਮ ਹੀ ਝੂਠ, ਫਰੇਬ ਵਾਲੇ ਹੀ ਹੁੰਦੇ ਹਨ ।

Whosoever may worship, thanks The True Master for His Blessings of comforts and prosperity in life; however, he may also criticize and unthankful with miseries, unexpected events in life. He may be hypocrite! His meditation, worship, singing the glory both are false and deceptive.

ਪਉੜੀ॥ | **pa-orhee.**
ਜਿਤੁ ਸੇਵਿਐ ਸੁਖੁ ਪਾਈਐ | jit sayvi-ai sukh paa-ee-ai
ਸੋ ਸਾਹਿਬੁ ਸਦਾ ਸਮ੍ਾਲੀਐ॥ | so saahib sadaa samHaalee-ai.
ਜਿਤੁ ਕੀਤਾ ਪਾਈਐ ਆਪਣਾ | jit keetaa paa-ee-ai aapnaa
ਸਾ ਘਾਲ ਬੁਰੀ ਕਿਉ ਘਾਲੀਐ॥ | saa ghaal buree ki-o ghaalee-ai.
ਮੰਦਾ ਮੂਲਿ ਨ ਕੀਚਈ | mandaa mool na keech-ee
ਦੇ ਲੰਮੀ ਨਦਰਿ ਨਿਹਾਲੀਐ॥ | day lammee nadar nihaalee-ai.
ਜਿਉ ਸਾਹਿਬ ਨਾਲਿ ਨ ਹਾਰੀਐ | Ji-o saahib naal na haaree-ai
ਤੇਵੇਹਾ ਪਾਸਾ ਢਾਲੀਐ॥ | tavayhaa paasaa dhaalee-ai.
ਕਿਛੁ ਲਾਹੇ ਉਪਰਿ ਘਾਲੀਐ॥੨੧॥ | kichh laahay upar ghaalee-ai. ||21||

ਜਿਸ ਪ੍ਰਭ ਦੇ ਸ਼ਬਦ ਦੇ ਸਿਮਰਨ, ਬੰਦਗੀ ਕਰਨ ਨਾਲ ਸੁਖ, ਸਿੱਧਾ ਰਸਤਾ, ਮਾਨਸ ਜਨਮ ਦਾ ਅਸਲੀ ਮੰਤਵ ਸਮਝ ਆਉਂਦਾ, ਬਖਸ਼ਿਸ਼ ਹੁੰਦਾ ਹੈ । ਉਸ ਨੂੰ ਕਦੇ ਆਪਣੇ ਮਨ ਵਿਚੋਂ ਭੁਲਣਾ ਨਹੀਂ ਚਾਹਿੰਦਾ । ਜੀਵ ਨੂੰ ਆਪਣੇ ਕੀਤੇ ਹੋਏ ਕੰਮਾਂ ਦਾ ਹੀ ਫਲ ਅੱਗੇ ਦਰਬਾਰ ਵਿੱਚ ਬਖਸ਼ਿਸ਼ ਹੁੰਦਾ ਹੈ । ਜੀਵ ਮੰਦੇ ਕੰਮ ਕਿਉਂ ਕਰਦਾ ਹੈ? ਜਿਹੜਾ ਆਪਣੇ ਮਾਨਸ ਜਨਮ ਦਾ ਅਸਲੀ ਮੰਤਵ ਸਮਝ ਲੈਂਦਾ ਹੈ, ਉਹ ਕਦੇ ਵੀ ਮੰਦੇ ਕੰਮ ਨਹੀਂ ਕਰਦਾ । ਜੀਵ ਕੋਈ ਅਜੇਹਾ ਕਰਮ ਨਾ ਕਰੋ, ਜਿਹੜਾ ਪ੍ਰਭ ਨੂੰ ਭਾਉਂਦਾ ਨਹੀਂ, ਹਮੇਸ਼ਾਂ ਹੀ ਪ੍ਰਭ ਦੇ ਭਾਣੇ ਨੂੰ ਸਤਿ ਕਰਕੇ ਮੰਨੋ, ਸੰਤੋਖ ਰਖੋ । ਜਿਹੜੀ ਦਾਤ, ਬਖਸ਼ਿਸ਼ ਮਨ ਨੂੰ ਚੰਗੀ ਨਾ ਲਗੇ, ਉਹ ਸਮਝੋ! ਅਣਜਾਣ ਮਨ ਨੂੰ ਸਮਝ ਨਹੀਂ, ਪ੍ਰਭ ਨੇ ਕਿਉਂ ਬਖਸ਼ੀ ਹੈ । ਸੋਝੀ ਦੀ ਅਰਦਾਸ ਕਰੋ! ਮੇਰੇ ਮਨ ਵਿੱਚ ਫਿਰ ਹਿਰਖ ਨਾ ਆਵੇ ।

You should never abandon and forget to meditate on the teachings of The True Master. By meditating and adopting the teachings of His Word, your mind may be blessed with the right path of meditation, purpose of his human life journey. As everyone may realize that only his good deeds may be rewarded in His Court; why may he be entangled in evil, sinful deeds in his day-to-day life? Whosoever may realize the real purpose of his human life blessings; he may never perform any sinful or evil deed in his day-to-day life. You should not perform any deed; which may not be accepted in His Court nor as per His Word. You should always accept His Blessings as unavoidable command. You should be contented with your worldly conditions. Whatsoever may not comfort your mind, you should acknowledge your ignorant! Why has been blessed, must be for my welfare? You should pray for His Forgiveness and Refuge to be enlightened! You may never grievances on His Blessings in the universe.

22. ਸਲੋਕੁ ਮਹਲਾ ੨॥ (੨੨) 474-9

ਚਾਕਰੁ ਲਗੈ ਚਾਕਰੀ	chaakar lagai chaakree
ਨਾਲੇ ਗਾਰਬੁ ਵਾਦੁ॥	naalay gaarab vaad.
ਗਲਾ ਕਰੇ ਘਣੇਰੀਆ	galaa karay ghanayree-aa
ਖਸਮ ਨ ਪਾਏ ਸਾਦੁ॥	khasam na paa-ay saad.
ਆਪੁ ਗਵਾਇ ਸੇਵਾ ਕਰੇ	aap gavaa-ay sayvaa karay
ਤਾ ਕਿਛੁ ਪਾਏ ਮਾਨੁ॥	taa kichh paa-ay maan.
ਨਾਨਕ ਜਿਸ ਨੋ ਲਗਾ	naanak jis no lagaa
ਤਿਸੁ ਮਿਲੈ ਲਗਾ ਸੋ ਪਰਵਾਨੁ॥੧॥	tis milai lagaa so parvaan. ||1||

ਜਿਹੜਾ ਸੇਵਕ, ਮਾਲਕ ਦੀ ਸੇਵੇ ਵੀ ਕਰਦਾ, ਹਰ ਕੰਮ ਤੇ ਨੁਕਤਾਚੀਨੀ ਵੀ ਕਰਦਾ ਹੈ, ਅੰਤ ਵਿੱਚ ਮਾਲਕ (ਪ੍ਰਭ) ਨੂੰ ਚੰਗੀ ਨਹੀਂ ਲਗਦੀ । ਥੋੜ੍ਹਾ ਸਮਾਂ ਤਾ ਪ੍ਰਭ ਉਸ ਨੂੰ ਅਣਜਾਣ ਸਮਝਦਾ ਹੈ । ਫਿਰ ਅਸਲੀ ਰਸਤੇ ਤੋਂ ਭੁਲਿਆ ਹੀ ਜਾਣਦਾ ਹੈ । ਜੀਵ ਆਪਣੇ ਮਨ ਵਿਚੋਂ ਅਹੰਕਾਰ ਨੂੰ ਦੂਰ ਕਰਕੇ, ਸ਼ਬਦ ਨਾਲ ਜੀਵਨ ਢਾਲੋ! ਜਿਹੜਾ ਸ਼ਬਦ ਨਾਲ ਜੀਵਨ ਬਤੀਤ ਕਰਦਾ ਹੈ, ਉਸ ਦੀ ਬੰਦਗੀ ਦਰ ਤੇ ਪ੍ਰਵਾਨ ਹੋ ਸਕਦੀ ਹੈ ।

Whosoever may serve The True Master and criticizes every task, question the purpose of His Action. In the end, his service may not be accepted in His Court. For a little while, He may ignore his criticism as ignorance, then he may be considered on the wrong path, lost the right path of meditation. You should renounce your and adopt the teachings of His Word with steady and stable belief in your day-to-day life; with His mercy and grace, your meditation may be accepted in His Court.

ਮਹਲਾ ੨॥	**mehlaa 2.**
ਜੋ ਜੀਇ ਹੋਇ ਸੁ ਉਗਵੈ	jo jee-ay ho-ay so ugvai
ਮੁਹ ਕਾ ਕਹਿਆ ਵਾਉ॥	muh kaa kahi-aa vaa-o.
ਬੀਜੇ ਬਿਖੁ ਮੰਗੈ ਅੰਮ੍ਰਿਤੁ	beejay bikh mangai amrit
ਵੇਖਹੁ ਏਹੁ ਨਿਆਉ॥੨॥	vaykhhu ayhu ni-aa-o. ||2||

ਜੀਵ ਦੇ ਮਨ ਵਿੱਚ ਜਿਹੜੀ ਭਾਵਨਾ, ਖਿਆਲ, ਭਰੋਸਾ ਹੁੰਦਾ ਹੈ, ਅਕਸਰ, ਆਪਣੇ ਮਨ ਦੀ ਭਾਵਨਾ ਹੀ ਜੀਭ ਤੋਂ ਬੋਲਦਾ ਹੈ । ਜਿਹੜਾ ਪਾਪਾਂ, ਮੰਦੇ ਕੰਮਾਂ ਦੇ ਅਧਾਰ ਤੇ ਜੀਵਨ ਬਤੀਤ ਕਰਦਾ ਹੈ, ਉਸ ਨੇ ਤਾ ਆਪਣਾ ਮੌਕਾ ਗਵਾ ਲਿਆ ਹੈ । ਉਹ ਕਿਵੇਂ ਮੁਕਤੀ ਦੇ ਰਸਤੇ ਤੇ ਜਾ ਸਕਦਾ ਹੈ?

Whatsoever may be the thoughts on his mind, often same may be spoken from his tongue. Whosoever may indulge on evil thoughts and sinful deeds; he may have lost his priceless of human life opportunity. How may he find the right path of salvation in his human life journey?

ਮਹਲਾ ੨॥
mehlaa 2.

ਨਾਲਿ ਇਆਣੇ ਦੋਸਤੀ
naal i-aanay dostee
ਕਦੇ ਨ ਆਵੈ ਰਾਸਿ॥
kaday na aavai raas.
ਜੇਹਾ ਜਾਣੈ ਤੇਹੋ ਵਰਤੈ
jayhaa jaanai tayho vartai
ਵੇਖਹੁ ਕੋ ਨਿਰਜਾਸਿ॥
vaykhhu ko nirjaas.
ਵਸਤੂ ਅੰਦਰਿ ਵਸਤੁ ਸਮਾਵੈ
vastoo andar vasat samaavai
ਦੂਜੀ ਹੋਵੈ ਪਾਸਿ॥
doojee hovai paas.
ਸਾਹਿਬ ਸੇਤੀ ਹੁਕਮੁ ਨ ਚਲੈ
saahib saytee hukam na chalai
ਕਹੀ ਬਣੈ ਅਰਦਾਸਿ॥
kahee banai ardaas.
ਕੂੜਿ ਕਮਾਣੈ ਕੂੜੋ ਹੋਵੈ
koorh kamaanai koorho hovai
ਨਾਨਕ ਸਿਫਤਿ ਵਿਗਾਸਿ॥੩॥
naanak sifat vigaas. ||3||

ਜੀਵ ਆਪਣੇ ਜੀਵਨ ਦੇ ਅਸਲੀ ਮੰਤਵ ਵਿੱਚ ਧਿਆਨ ਰਖਕੇ, ਕਿਸੇ ਹੋਰ ਜੀਵ ਦਾ ਸਾਥ ਕਰੋ । ਜਿਹੜਾ ਆਪਣੇ ਮੂਲ ਤੋਂ, ਆਪਣੇ ਜੀਵਨ ਦੇ ਅਸਲੀ ਮੰਤਵ ਦੀ ਪਛਾਣ ਤੋਂ ਅਣਜਾਣ ਹੋਵੇ, ਉਸ ਦਾ ਸਾਥ ਕਰਦਾ ਹੈ, ਉਸ ਨੂੰ ਮਾਨਸ ਜੀਵਨ ਦੇ ਅਸਲੀ ਮੰਤਵ ਵਿੱਚ ਕਾਮਜਾਬੀ ਬਖਸ਼ਿਸ਼ ਨਹੀਂ ਹੋ ਸਕਦੀ । ਉਸ ਅਣਜਾਣ ਨੇ ਆਪਣੀ ਸੋਝੀ, ਮਨ ਦੇ ਖਿਆਲਾਂ ਅਨੁਸਾਰ ਹੀ ਸਿੱਖਿਆ ਦੇਣੀ ਹੈ । ਜਿਸ ਜੀਵ ਨੂੰ ਅਸਲੀ ਰਸਤੇ ਦੀ ਸੋਝੀ ਹੋਵੇ, ਆਪ ਰਸਤੇ ਤੇ ਚਲਦਾ ਹੋਵੇ, ਉਸ ਜੀਵ ਦੀ ਸੰਗਤ ਕਰੋ । ਉਸ ਦੀ ਸੰਗਤ ਵਿੱਚ ਮਨ ਡੋਲਣ ਤੋਂ ਰੁਕ ਜਾਂਦਾ ਹੈ । ਤਰਸਵਾਨ ਪ੍ਰਭ ਹਮੇਸ਼ਾਂ ਹੀ ਨਿਮਾਣੇ ਦੀ ਅਰਦਾਸ ਹੀ ਕਬੂਲ ਕਰਦਾ ਹੈ, ਚਲਾਕੀ, ਫਰੇਬ ਨਾਲ ਕੁਝ ਬਖਸ਼ਿਸ਼ ਨਹੀਂ ਹੁੰਦਾ । ਪ੍ਰਭ ਦੇ ਸ਼ਬਦ ਨੂੰ ਅਟਲ ਮੰਨ ਕੇ ਸਿਮਰਨ ਕਰਨ ਨਾਲ ਹੀ ਦਰਗਾਹ ਵਿੱਚ ਪ੍ਰਵਾਨਗੀ ਬਖਸ਼ਿਸ਼ ਹੋ ਸਕਦੀ ਹੈ ।

You should always keep in mind the real purpose of human life journey, before associating with anyone else. Whosoever may follow the teacher, who may be ignorant from the real purpose of human life blessings; he may not be successful in the real purpose of human life journey. The ignorant may only guide with his own lifetime experience. You should always associate with His Holy saint, who may have already adopted the right path and have learned to overcome day to day obstacles on the right path. Whosoever may adopt his life experience in his own day to day life; with His mercy and grace, he may remain steady and stable on the right path. The Merciful True Master always heeds the honest prayer of His humble helpless devotee. Anyone with cleaver and deceptive plan, may never be blessed with the right path of acceptance in His Court. Whosoever may meditate on the teachings of His Word with steady and stable belief; with His mercy and grace, his soul may become worthy of His Consideration, acceptance in His Court.

ਮਹਲਾ ੨॥
mehlaa 2.

ਨਾਲਿ ਇਆਣੇ ਦੋਸਤੀ ਵਡਾਰੂ ਸਿਉ ਨੇਹੁ॥
naal i-aanay dostee vadaaroo si-o nayhu.
ਪਾਣੀ ਅੰਦਰਿ ਲੀਕ ਜਿਉ
paanee andar leek Ji-o
ਤਿਸ ਦਾ ਥਾਉ ਨ ਥੇਹੁ॥੪॥
tis daa thaa-o na thayhu. ||4||

ਜਿਹੜਾ ਸ਼ਬਦ ਦੇ ਰਸਤੇ ਤੋਂ ਅਣਜਾਣ ਨਾਲ ਦੋਸਤੀ, ਸੰਬਧ, ਸਿਮਰਨ ਕਰਨ ਦਾ ਅਧਾਰ ਬਣਾਉਣਾ ਹੈ । ਉਹ ਆਪਣਾ ਮਾਨਸ ਜਨਮ ਬਿਰਥਾ ਹੀ ਗਵਾ ਲੈਂਦਾ ਹੈ, ਉਸ ਨੂੰ ਕੋਈ ਵੀ ਸੇਧ ਨਹੀਂ ਮਿਲਦੀ । ਜਿਹੜਾ ਸੰਸਾਰਕ ਗੁਰੂ ਆਪ ਹੀ ਪੰਜਾਂ ਇੰਦਰੀਆਂ ਦੇ ਕਾਬੂ ਵਿੱਚ ਫਸਿਆ ਹੋਇਆ ਹੈ, ਇਸਤਰ੍ਹਾਂ ਹੀ ਉਸ ਸੰਸਾਰਕ ਗੁਰੂ, ਪੀਰਾਂ ਤੋਂ ਭਗਤੀ ਕਰਨ ਦੀ ਸੇਧ ਲੈਣੀ ਹੈ ।

Whosoever may associate with a devotee ignorant from the right path, he may adopt his way of life as a guiding principle to meditate. He may waste his priceless human life opportunity. He may never be blessed with the right path of meditation. Any worldly guru, teacher may be intoxicated with sweet poison of worldly wealth; adopting his way of life, teachings is to waste your priceless human life opportunity.

ਮਹਲਾ ੨॥	**mehlaa 2.**
ਹੋਇ ਇਆਣਾ ਕਰੇ ਕੰਮੁ	ho-ay i-aanaa karay kamm
ਆਣਿ ਨ ਸਕੈ ਰਾਸਿ॥	aan na sakai raas.
ਜੇ ਇਕ ਅਧ ਚੰਗੀ ਕਰੇ	jay ik aDh changee karay
ਦੂਜੀ ਭੀ ਵੇਰਾਸਿ॥੫॥	doojee bhee vayraas. ‖5‖

ਓਹ ਅਣਜਾਣ ਅਗਰ ਕੋਈ ਸੇਧ ਠੀਕ ਵੀ ਦੇ ਦੇਵੇ, ਤਾ ਫਿਰ ਵੀ ਉਹ ਕਦੇ ਨਾ ਕਦੇ ਗਲਤ ਰਸਤੇ ਤੇ ਪਾ ਦੇਵੇਗਾ । ਉਸ ਨੂੰ ਆਪ ਸਿੱਧੇ ਰਸਤੇ ਦੀ ਸੋਝੀ ਨਹੀਂ ਹੁੰਦੀ । ਅਸਲੀ ਮਾਨਸ ਜੀਵਨ ਦੇ ਮੰਤਵ ਨੂੰ ਹਾਸਿਲ ਕਰਨ ਦੇ ਰਸਤੇ ਦੀ ਸੋਝੀ ਨਹੀਂ ਹੁੰਦੀ ।

The ignorant may provide sometimes a good guidance of the right path; Often, he may inspire on the wrong path of greed. He may be ignorant from the right path of meditation on the teachings of His Word. He may not comprehend the real purpose of human life blessings.

ਪਉੜੀ॥	**pa-orhee.**
ਚਾਕਰੁ ਲਗੈ ਚਾਕਰੀ	chaakar lagai chaakree
ਜੇ ਚਲੈ ਖਸਮੈ ਭਾਇ॥	jay chalai khasmai bhaa-ay.
ਹੁਰਮਤਿ ਤਿਸ ਨੋ ਅਗਲੀ	hurmat tis no aglee
ਓਹੁ ਵਜਹੁ ਭਿ ਦੂਣਾ ਖਾਇ॥	oh vajahu bhe doonaa khaa-ay.
ਖਸਮੈ ਕਰੇ ਬਰਾਬਰੀ	khasmai karay baraabaree
ਫਿਰਿ ਗੈਰਤਿ ਅੰਦਰਿ ਪਾਇ॥	fir gairat andar paa-ay.
ਵਜਹੁ ਗਵਾਏ ਅਗਲਾ	vajahu gavaa-ay aglaa
ਮੁਹੇ ਮੁਹਿ ਪਾਣਾ ਖਾਇ॥	muhay muhi paanaa khaa-ay.
ਜਿਸ ਦਾ ਦਿਤਾ ਖਾਵਣਾ	jis daa ditaa khaavnaa
ਤਿਸੁ ਕਹੀਐ ਸਾਬਾਸਿ॥	tis kahee-ai saabaas.
ਨਾਨਕ ਹੁਕਮੁ ਨ ਚਲਈ	naanak hukam na chal-ee
ਨਾਲਿ ਖਸਮ ਚਲੈ ਅਰਦਾਸਿ॥੨੨॥	naal khasam chalai ardaas. ‖22

ਜਿਹੜਾ ਸੇਵਕ ਪ੍ਰਭ ਦੇ ਸ਼ਬਦ ਨੂੰ ਅਟਲ ਸਮਝਕੇ ਜੀਵਨ ਢਾਲਦਾ ਹੈ, ਉਸ ਦੀ ਬੰਦਗੀ ਤੇ ਪ੍ਰਭ ਰੀ-ਹਮਤ ਬਖਸ਼ਦਾ ਹੈ । ਉਸ ਨੂੰ ਮਨ ਦੀਆਂ ਮੁਰਾਦਾਂ ਤੋਂ ਜ਼ਿਆਦਾ ਫਲ, ਦਾਤਾਂ ਬਖਸ਼ਦਾ ਹੈ । ਜਿਹੜਾ ਸੰਸਾਰਕ ਜੀਵ ਆਪਣੇ ਆਪ ਨੂੰ ਪ੍ਰਭ ਦੇ ਬਰਾਬਰ, ਗੁਰੂ ਸਮਝਣ ਲਗ ਪੈਂਦਾ, ਮਨਮਰਜ਼ੀ ਕਰਦਾ, ਬਾਕੀ ਜੀਵਾਂ ਨੂੰ ਉਸ ਰਸਤੇ ਤੇ ਪਾਉਣ ਦੀ ਪ੍ਰੇਰਨਾ ਕਰਦਾ ਹੈ । ਉਸ ਨੂੰ ਦਰਬਾਰ ਵਿੱਚ ਫਿਟਕਾਰਾਂ ਹੀ ਪੈਂਦੀਆਂ ਹਨ । ਜਿਹੜਾ ਪ੍ਰਭ, ਜੀਵ ਨੂੰ ਸਵਾਸ, ਭੋਜਨ ਅਤੇ ਸੰਸਾਰ ਵਿੱਚ ਹਿਫਾਜ਼ਤ ਕਰਦਾ ਹੈ, ਉਸ ਨਾਲ ਬਰਾਬਰੀ ਕਰਨ ਨਾਲ ਕੁਝ ਵੀ ਬਖਸ਼ਿਸ਼ ਨਹੀਂ ਹੁੰਦਾ । ਹਮੇਸ਼ਾਂ ਹੀ ਨਿਮਾਣੇ ਬਣਕੇ ਅਰਦਾਸ ਨਾਲ ਹੀ ਰਹਿਮਤ ਬਖਸ਼ਿਸ਼ ਹੋ ਸਕਦੀ ਹੈ ।

Whosoever may adopt the teachings of His Word with steady and stable belief as an ultimate unavoidable command of The True Master; with His mercy and grace, all his spoken and unspoken desires of his mind may be satisfied. Whosoever may consider himself as enlightened with all virtues of The True Master; he may be a symbol, His Messager. He may become self-minded and inspires his way of life to others; he may be rebuked from His Court. The True Master blesses breaths, nourishment and protects His creature all time! Whosoever may challenge His Word or claim to be equal; he may never be blessed with the right path of acceptance in His Court. The True Master always heeds the prayers of the humble devotee; with His mercy and grace, he may be bestowed with His Blessed Vison.

23. ਸਲੋਕੁ ਮਹਲਾ ੨॥ (੨੩) 474-19

ਏਹ ਕਿਨੇਹੀ ਦਾਤਿ ਆਪਸ ਤੇ ਜੋ ਪਾਈਐ॥ ayh kinayhee data aapas tay jo paa-ee-ai.
ਨਾਨਕ ਸਾ ਕਰਮਾਤਿ naanak saa karmaat
ਸਾਹਿਬ ਤੁਠੈ ਜੋ ਮਿਲੈ॥੧॥ saahib tuthai jo milai. ||1||

ਜਿਹੜੀ ਦਾਤ ਆਪ ਮੰਗ ਕੇ ਪ੍ਰਾਪਤ ਕੀਤੀ ਜਾਂਦੀ ਹੈ, ਉਸ ਦੀ ਕੋਈ ਮਹੱਤਤਾ ਨਹੀਂ ਹੁੰਦੀ । ਜਿਹੜੀ ਦਾਤ ਪ੍ਰਭ ਬਿਨਾਂ ਮੰਗੇ ਆਪ ਖੁਸ਼ ਹੋ ਕੇ ਬਖਸ਼ੇ, ਉਹ ਹੀ ਅਸਲੀ ਦਾਤ ਹੁੰਦੀ ਹੈ ।

Any blessings may be rewarded by begging, praying for His mercy and grace, that blessings may not have any significance. Most significant reward may be, whatsoever may be blessed with begging, just as the reward of his earning of His Word.

ਮਹਲਾ ੨॥ **mehlaa 2.**
ਏਹ ਕਿਨੇਹੀ ਚਾਕਰੀ ayh kinayhee chaakree
ਜਿਤੁ ਭਉ ਖਸਮ ਨ ਜਾਇ॥ jit bha-o khasam na jaa-ay.
ਨਾਨਕ ਸੇਵਕੁ ਕਾਢੀਐ naanak sayvak kaadhee-ai
ਜਿ ਸੇਤੀ ਖਸਮ ਸਮਾਇ॥੨॥ je saytee khasam samaa-ay. ||2||

ਜਿਸ ਸੇਵਾ ਨਾਲ ਪ੍ਰਭ ਦੀ ਨਰਾਜ਼ਗੀ ਦਾ ਡਰ ਦੂਰ ਨਹੀਂ ਹੁੰਦਾ, ਉਹ ਕਿਸਤਰ੍ਹਾਂ ਦੀ ਸੇਵਾ ਹੈ । ਅਸਲੀ ਸੇਵਕ ਸੇਵਾ ਕਰਦਾ ਆਪਣਾ ਆਪਾ ਗਵਾ ਲੈਂਦਾ ਹੈ! ਉਸ ਪ੍ਰਭ ਵਿੱਚ ਲੀਨ, ਮਸਤ, ਸਮਾ ਜਾਵੇ, ਅਭੇਦ ਹੋ ਜਾਵੇ ।

Whose service and meditating may not eliminate his fear of disappointment or disapproval of The True Master! What may be the significance of His service, meditation? The true devotee meditates and surrenders his mind, body, and his own identity at His Service. He remains intoxicated in the meditating in the void of His Word; with His mercy and grace, he may be immersed within His Holy Spirit.

ਪਉੜੀ॥ **pa-orhee.**
ਨਾਨਕ ਅੰਤ ਨ ਜਾਪਨੀ naanak ant na jaapnHee
ਹਰਿ ਤਾ ਕੇ ਪਾਰਾਵਾਰ॥ har taa kay paaraavaar.
ਆਪਿ ਕਰਾਏ ਸਾਖਤੀ aap karaa-ay saakh-tee
ਫਿਰਿ ਆਪਿ ਕਰਾਏ ਮਾਰ॥ fir aap karaa-ay maar.
ਇਕਨ੍ਹਾ ਗਲੀ ਜੰਜੀਰੀਆ iknHaa galee janjeeree-aa
ਇਕਿ ਤੁਰੀ ਚੜਹਿ ਬਿਸੀਆਰ॥ ik turee charheh bisee-aar.
ਆਪਿ ਕਰਾਏ ਕਰੇ ਆਪਿ aap karaa-ay karay aap
ਹਉ ਕੈ ਸਿਉ ਕਰੀ ਪੁਕਾਰ॥ ha-o kai si-o karee pukaar.
ਨਾਨਕ ਕਰਣਾ ਜਿਨਿ ਕੀਆ naanak karnaa jin kee-aa
ਫਿਰਿ ਤਿਸ ਹੀ ਕਰਣੀ ਸਾਰ॥੨੩॥ fir tis hee karnee saar. ||23||

ਪ੍ਰਭ ਦੀ ਕਿਸੇ ਵੀ ਕਰਮਾਤ ਦਾ ਅੰਤ ਨਹੀਂ ਪਾਇਆ ਜਾ ਸਕਦਾ । ਪ੍ਰਭ ਆਪ ਹੀ ਜੀਵ ਨੂੰ ਸ੍ਰਿਸ਼ਟੀ ਵਿੱਚ ਪੈਦਾ, ਦੇਖ ਭਾਲ, ਸੰਭਾਲ ਕਰਦਾ, ਰਹਿਮਤਾਂ, ਸੁਖ ਦੁਖ ਬਖਸ਼ਦਾ ਹੈ । ਜਿਸਤਰ੍ਹਾਂ ਉਸ ਨੂੰ ਭਾਉਂਦਾ ਅਤੇ ਆਪ ਹੀ ਜੀਵ ਨੂੰ ਮੌਤ ਦੇਂਦਾ ਹੈ । ਕਿਸੇ ਜੀਵ ਦਾ ਜੀਵਨ ਦੁਖਾਂ ਨਾਲ ਭਰਦਾ ਅਤੇ ਕਿਸੇ ਨੂੰ ਹਮੇਸ਼ਾਂ ਹੀ ਖੇੜੇ ਵਿੱਚ ਰਖਦਾ ਹੈ । ਪ੍ਰਭ ਸਭ ਕੁਝ ਆਪ ਹੀ ਕਰਦਾ ਹੈ । ਉਸ ਤੋਂ ਉਪਰ ਫਰਿਆਦ ਕਰਨ ਵਾਲਾ ਹੋਰ ਕੋਈ ਨਹੀਂ ਹੈ । ਜਿਹੜਾ ਕਰਤਬ, ਜਾ ਮੁਸ਼ਕਲ ਸ੍ਰਿਸ਼ਟੀ ਵਿੱਚ ਆਉਂਦੀ ਹੈ, ਪ੍ਰਭ ਆਪ ਹੀ ਹੱਲ ਬਖਸ਼ਦਾ ਹੈ, ਉਹ ਬੁਹਤ ਦਿਆਲ, ਤਾਕਤਵਾਰ ਹੈ ।

No one may fully comprehend the limit of any of His Miracles, His Nature. The True Master creates, nourishes, protects, and provides comforts and miseries to His Creation; He may destroy His Creation, creature faces death. He may bestow happiness and blossom in life of some and others may be overwhelmed with suffering and miseries. Only His Command prevails in the universe! No one may be greater than Him, where His Creation may complain, begs for Forgiveness and Refuge. Whatsoever the situation or misery comes in the universe; The Merciful True Master always provides a solution to endure miseries in worldly life.

24. ਸਲੋਕੁ ਮਃ ੧॥ (੨੪) 475-5

ਆਪੇ ਭਾਂਡੇ ਸਾਜਿਅਨੁ	aapay bhaaNday saaji-an
ਆਪੇ ਪੂਰਣੁ ਦੇਇ॥	aapay pooran day-ay.
ਇਕਨ੍ੀ ਦੁਧੁ ਸਮਾਈਐ	iknHee duDh samaa-ee-ai
ਇਕਿ ਚੁਲ੍ੈ ਰਹਨ੍ਿ ਚੜੇ॥	ik chulHai rehniH charhay.
ਇਕਿ ਨਿਹਾਲੀ ਪੈ ਸਵਨ੍ਿ	ik nihaalee pai savniH
ਇਕਿ ਉਪਰਿ ਰਹਨਿ ਖੜੇ॥	ik upar rahan kharhay.
ਤਿਨ੍ਾ ਸਵਾਰੇ ਨਾਨਕਾ	tinHaa savaaray naankaa
ਜਿਨ੍ ਕਉ ਨਦਰਿ ਕਰੇ॥੧॥	jinH ka-o nadar karay. ||1||

ਪ੍ਰਭ ਸਾਰੀ ਸ੍ਰਿਸ਼ਟੀ ਨੂੰ ਆਪ ਹੀ ਆਪਣੇ ਮਨ ਪੰਸਦ ਬਣਾਉਂਦਾ, ਆਪ ਹੀ ਇਸ ਵਿੱਚ ਨਿਵਾਸ ਕਰਦਾ ਹੈ । ਕਿਸੇ ਜੀਵ ਨੂੰ ਬਖਸ਼ਿਸ਼ਾਂ ਨਾਲ ਭਰਪੂਰ ਰਖਦਾ ਹੈ, ਕਿਸੇ ਜੀਵ ਨੂੰ ਇਸ ਜੀਵਨ ਵਿੱਚ ਮੁਸ਼ਕਲਾਂ ਵਿੱਚ ਹੀ ਘੇਰੀ ਰਖਦਾ ਹੈ । ਕਈ ਬੇਫਿਕਰ ਜੀਵਨ ਬਤੀਤ ਕਰਦੇ ਹਨ, ਕਿਸੇ ਨੂੰ ਹਰ ਵੇਲੇ ਪਰੇਸ਼ਾਨੀ ਵਿੱਚ ਰਖਦਾ ਹੈ । ਜਿਸ ਤੇ ਰਹਿਮਤ ਬਖਸ਼ਦਾ ਹੈ, ਉਹ ਸਦਾ ਹੀ ਪ੍ਰਭ ਦੇ ਭਾਣ ਵਿੱਚ, ਖੁਸ਼ੀ, ਮਸਤੀ ਵਿੱਚ ਰਹਿੰਦਾ ਹੈ । ਰਹਿਮਤ ਦਾ ਕੋਈ ਅੰਤ, ਵਿਧੀ ਦੀ ਵਿਆਖਿਆ ਨਹੀਂ ਕੀਤੀ ਜਾ ਸਕਦੀ ।

The True Master creates and designs the body of all creatures with His Own imagination; all bodies are worthy of His dwelling. He keeps someone overwhelmed with happiness and others may remain in miseries in his day-to-day life. Some may spend his day-to-day life without any worries and fears; others may remain in constant stated of disappointments in his life. Whosoever may be bestowed with His Blessed Vison, his state of mind may remain unchanged in any situation. He may always remain in blossom in all worldly environments and contented with His Blessings. His Nature and His Blessings, Miracles remain beyond any comprehension of His Creation.

ਮਹਲਾ ੨॥	**mehlaa 2.**
ਆਪੇ ਸਾਜੇ ਕਰੇ ਆਪਿ	aapay saajay karay aap
ਜਾਈ ਭਿ ਰਖੈ ਆਪਿ॥	jaa-ee bhe rakhai aap.
ਤਿਸੁ ਵਿਚਿ ਜੰਤ ਉਪਾਇ ਕੈ	tis vich jant upaa-ay kai
ਦੇਖੈ ਥਾਪਿ ਉਥਾਪਿ॥	daykhai thaap uthaap.
ਕਿਸ ਨੋ ਕਹੀਐ ਨਾਨਕਾ	kis no kahee-ai naankaa
ਸਭੁ ਕਿਛੁ ਆਪੇ ਆਪਿ॥੨॥	sabh kichh aapay aap. ||2||

ਪ੍ਰਭ ਆਪ ਹੀ ਸਾਰੀ ਸ੍ਰਿਸ਼ਟੀ ਨੂੰ ਪੈਦਾ ਕਰਦਾ, ਇਸ ਦਾ ਸੰਤੁਲਨ (Balance) ਰਖਦਾ ਹੈ, ਵੱਖਰੇ ਵੱਖਰੇ ਜੀਵ ਸੰਸਾਰ ਵਿੱਚ ਰਹਿੰਦੇ ਹਨ । ਆਪ ਹੀ ਜੀਵ ਨੂੰ ਜਨਮ, ਮੌਤ ਦੇਂਦਾ ਹੈ । ਸਭ ਕੁਝ ਕੇਵਲ ਪ੍ਰਭ ਦੇ ਵੱਸ ਵਿੱਚ ਹੀ ਹੈ । ਮਾਨਸ, ਕਿਸ ਨੂੰ ਇਸ ਚੰਗੇ ਮੰਦੇ ਦਾ ਜ਼ੰਮੇਵਾਰ ਸਮਝ ਸਕਦਾ ਹੈ?

The True Master creates the whole universe and keeps the balance in the universe; various creatures co-exist in the universe. He blesses his soul with new body and recall his soul to provide death to his perishable body. The birth and death may only remain under His Command. Everything may happen only under His control, command. Whom may worldly creature consider responsible for any good or evil deeds in the universe?

ਪਉੜੀ॥	**pa-orhee.**
ਵਡੇ ਕੀਆ ਵਡਿਆਈਆ	vaday kee-aa vadi-aa-ee-aa
ਕਿਛੁ ਕਹਣਾ ਕਹਣੁ ਨਾ ਜਾਇ॥	kichh kahnaa kahan na jaa-ay.
ਸੋ ਕਰਤਾ ਕਾਦਰ ਕਰੀਮੁ ਦੇ	so kartaa kaadar kareem day
ਜੀਆ ਰਿਜਕੁ ਸੰਬਾਹਿ॥	jee-aa rijak sambaahi.
ਸਾਈ ਕਾਰ ਕਮਾਵਣੀ	saa-ee kaar kamaavnee
ਧੁਰਿ ਛੋਡੀ ਤਿੰਨੈ ਪਾਇ॥	Dhur chhodee tinnai paa-ay.
ਨਾਨਕ ਏਕੀ ਬਾਹਰੀ	naanak aykee baahree
ਹੋਰ ਦੂਜੀ ਨਾਹੀ ਜਾਇ॥	hor doojee naahee jaa-ay.
ਸੋ ਕਰੇ ਜਿ ਤਿਸੈ ਰਜਾਇ॥੨੪॥੧॥ਸੁਧੁ	so karay je tisai rajaa-ay. ‖24‖1‖ suDhu.

ਬੇਅੰਤ ਪ੍ਰਭ ਦੀਆਂ ਵਡਿਆਈਆਂ ਦੀ ਕੋਈ ਵਿਆਖਿਆ ਨਹੀਂ ਕੀਤੀ ਜਾ ਸਕਦੀ । ਆਪ ਹੀ ਜੀਵ ਨੂੰ ਪੈਦਾ ਕਰਦਾ, ਆਪਣਾ ਹੁਕਮ ਮਨਾਉਂਦਾ ਹੈ । ਜਿਹੜਾ ਭਾਣੇ ਤੇ ਨਹੀਂ ਚਲਦਾ, ਉਸ ਨੂੰ ਹੋਰ ਕਿਸਮ ਦੀਆਂ ਮੁਸੀਬਤਾਂ ਦੇਂਦਾ ਹੈ । ਜਿਹੜਾ ਪਹਿਲੇ ਹੀ ਉਸ ਦੇ ਭਾਗਾਂ ਵਿੱਚ ਲਿਖਿਆ ਹੁੰਦਾ ਹੈ, ਹਰਇਕ ਜੀਵ ਉਹ ਕੁਝ ਹੀ ਕਰਦਾ, ਕਰ ਸਕਦਾ ਹੈ । ਇਕੋ ਇਕ ਪ੍ਰਭ ਹੀ ਕਰਮਾਂ ਦੇ ਲੇਖੇ ਤੋਂ ਬਾਹਰ ਹੈ । ਬਾਕੀ ਸਾਰੀ ਹੀ ਸ੍ਰਿਸ਼ਟੀ ਬਣਾਏ ਨਿਜਮਾਂ, ਲੇਖੇ ਦੇ ਅੰਦਰ ਹੀ ਹੈ । ਤੇਰੀ ਬਖਸ਼ੀ ਹੋਈ ਦਾਤ ਹੀ, ਜੀਵ ਨੂੰ ਪ੍ਰਾਪਤ ਹੋ ਸਕਦੀ ਹੈ ।

The Greatness of True Master, Limits of His Treasure remains beyond any comprehension of His Creation, believes to be limitless with any boundary. You may create newborn creature and enforces His Command on each creature in His Own Way. Whosoever may not obey His Command, he may face different worries and frustrations in his life. Whatsoever may be prewritten in his destiny, he may only perform that task in his day-to-day life. The One and Only One, True Master may remain above the accountability of His Own Actions. All other creatures must justify his deeds as per His Word. Whatsoever may be prewritten in destiny, worldly creatures may only achieve that virtue.

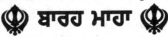

☬ ਬਾਰਹ ਮਾਹਾ ☬

19. ਮਾਂਝ ਮਹਲਾ ੫ ਘਰੁ ੪॥ (133-5)

ੴ ਸਤਿਗੁਰ ਪ੍ਰਸਾਦਿ॥	ik-oNkaar saT`gur parsaad.
ਕਿਰਤਿ ਕਰਮ ਕੇ ਵੀਛੁੜੇ,	kirat karam kay veechhurhay
ਕਰਿ ਕਿਰਪਾ ਮੇਲਹੁ ਰਾਮ॥	kar kirpaa maylhu raam.
ਚਾਰਿ ਕੁੰਟ ਦਹ ਦਿਸ ਭ੍ਰਮੇ,	chaar kunt dah dis bharamay
ਥਕਿ ਆਏ ਪ੍ਰਭ ਕੀ ਸਾਮ॥	thak aa-ay parabh kee saam.
ਧੇਨੁ ਦੁਧੈ ਤੇ ਬਾਹਰੀ,	dhayn duDhai tay baahree
ਕਿਤੈ ਨ ਆਵੈ ਕਾਮ॥	kitai na aavai kaam.
ਜਲ ਬਿਨੁ ਸਾਖ ਕੁਮਲਾਵਤੀ,	jal bin saakh kumlaavatee
ਉਪਜਹਿ ਨਾਹੀ ਦਾਮ॥	upjahi naahee daam.
ਹਰਿ ਨਾਹ ਨ ਮਿਲੀਐ ਸਾਜਨੈ,	har naah na milee-ai saajnai
ਕਤ ਪਾਈਐ ਬਿਸਰਾਮ॥	kat paa-ee-ai bisraam.
ਜਿਤੁ ਘਰਿ ਹਰਿ ਕੰਤੁ ਨ ਪ੍ਰਗਟਈ,	jit ghar har kant na pargata-ee
ਭਠਿ ਨਗਰ ਸੇ ਗ੍ਰਾਮ॥	bhath nagar say garaam.
ਸ੍ਰਬ ਸੀਗਾਰ ਤੰਬੋਲ ਰਸ,	sarab seegaar tambol ras
ਸਣੁ ਦੇਹੀ ਸਭ ਖਾਮ॥	sandayhee sabh khaam.
ਪ੍ਰਭ ਸੁਆਮੀ ਕੰਤ ਵਿਹੂਣੀਆ,	parabh su-aamee kant vihoonee-aa
ਮੀਤ ਸਜਣ ਸਭਿ ਜਾਮ॥	meet sajan sabh jaam.
ਨਾਨਕ ਕੀ ਬੇਨਤੀਆ	naanak kee banantee-aa
ਕਰਿ ਕਿਰਪਾ ਦੀਜੈ ਨਾਮੁ॥	kar kirpaa deejai Naam.
ਹਰਿ ਮੇਲਹੁ ਸੁਆਮੀ ਸੰਗਿ ਪ੍ਰਭ,	har maylhu su-aamee sang parabh
ਜਿਸ ਕਾ ਨਿਹਚਲ ਧਾਮ॥੧॥	jis kaa nihchal Dhaam. ||1||

ਜੀਵ, ਆਪਣੇ ਪਿਛਲੇ ਜਨਮ ਦੇ ਕੰਮਾਂ ਕਰਕੇ ਹੀ ਦਰਬਾਰ ਵਿਚੋਂ ਕੱਢ ਦਿੱਤਾ ਜਾਂਦਾ ਹੈ, ਪ੍ਰਭ ਦੀ ਜੋਤ ਨਾਲੋਂ ਵਿਛੋੜਾ ਹੋ ਜਾਂਦਾ ਹੈ । ਪ੍ਰਭ ਮੈਂ ਸੰਸਾਰ ਵਿੱਚ ਚਾਰੇ ਪਾਸੇ ਘੁੰਮਕੇ ਦੇਖ ਲਿਆ ਹੈ, ਅੰਤ ਵਿੱਚ ਬੇਚਾਰ, ਨਿਮਾਣਾ ਬਣਕੇ ਤੇਰੀ ਸ਼ਰਣ ਆਪਾ ਭੇਟਾ ਕੀਤਾ ਹੈ । ਪ੍ਰਭ ਆਪਣੀ ਰਹਿਮਤ ਨਾਲ ਪ੍ਰਵਾਨਗੀ ਦੇ ਰਸਤੇ ਤੇ ਪਾਵੋ! ਜਿਵੇਂ ਦੁੱਧ ਨਾ ਦੇਣ ਵਾਲੀ ਗਊ ਦੀ ਕੋਈ ਕੀਮਤ ਨਹੀਂ ਪੈਂਦੀ, ਕੋਈ ਭੋਜਨ ਨਹੀਂ ਦੇਂਦਾ । ਜਿਵੇਂ ਪਾਣੀ ਤੋਂ ਬਿਨਾਂ ਜ਼ਮੀਨ ਵਿੱਚ ਕੋਈ ਫਸਲ ਪੈਦਾ ਨਹੀਂ ਹੁੰਦੀ, ਉਸ ਜ਼ਮੀਨ ਦੀ ਕੋਈ ਕੀਮਤ ਨਹੀਂ ਪੈਂਦੀ । ਇਸਤਰ੍ਹਾਂ, ਪ੍ਰਭ ਦੇ ਸ਼ਬਦ ਦੀ ਪਾਲਣਾ, ਸੋਝੀ ਤੋਂ ਬਿਨਾਂ ਅਰਾਮ ਕਰਨਵਾਲਾ ਘਰ ਕਿਵੇਂ ਪ੍ਰਾਪਤ ਹੋ ਸਕਦਾ ਹੈ? ਜਿਹੜਾ ਪ੍ਰਭ ਦੇ ਸ਼ਬਦ ਦਾ ਸਿਮਰਨ ਨਹੀਂ ਕਰਦਾ, ਉਸ ਦਾ ਤਨ ਅੱਗ ਦੀ ਭੱਠੀ ਦੀ ਤਰ੍ਹਾਂ ਹੀ ਜਲਦਾ ਹੈ । ਸਾਰੀ ਸੰਸਾਰਕ ਸਜਾਵਟ, ਸ਼ਾਨ, ਤਨ, ਸਵਾਸ ਵੀ ਬਿਰਥਾ ਹੀ ਜਾਂਦੇ ਹਨ, ਪ੍ਰਭ ਦੇ ਦਰਬਾਰ ਵਿੱਚ ਪ੍ਰਵਾਨਗੀ ਬਖਸ਼ਿਸ਼ ਨਹੀਂ ਹੁੰਦੀ । ਪ੍ਰਭ ਦੇ ਸੰਜੋਗ ਤੋਂ ਬਿਨਾਂ ਹੋਰ ਸਾਰੇ ਸਾਥੀ ਮੌਤ ਦੇ ਜਮਦੂਤ ਹੀ ਨਜ਼ਰ ਆਉਂਦੇ ਹਨ । ਬੰਦਗੀ ਕਰਨਵਾਲਾ ਸਦਾ ਹੀ ਰਹਿਮਤ ਦੀ ਅਰਦਾਸ ਕਰਦਾ ਹੈ! ਆਪਣੇ ਸ਼ਬਦ ਦੇ ਲੜ ਲਾਵੋ! ਜਿਸ ਦੀ ਸ਼ਬਦ ਦੀ ਕਮਾਈ ਪ੍ਰਵਾਨ ਹੋ ਜਾਂਦੀ ਹੈ, ਉਸ ਨੂੰ ਪ੍ਰਭ ਦੀ ਸ਼ਰਣ ਵਿੱਚ ਪਨਾਹ ਬਖਸ਼ਿਸ਼ ਹੋ ਸਕਦੀ ਹੈ ।

My soul has been separated from Your Holy Spirit for my sinful deeds of previous lives. I have seen all other paths in world; I have desperately swallowed my pride and humbly surrendered at Your Sanctuary. My Merciful True Master bestow Your Blessed Vision and attaches to the right path of meditation. As no one may feed properly or any significance to a non- milk producing cow. As a barren farm land, nonproductive farm, not grow any crops may be considered not much significant assets. Same way, soul without any wealth of His Word; how can she be blessed with a permanent resting place in His Royal Castle? Whosoever may not meditate on the teachings of His Word; his body may be burning like an oven. All his embellishment, royal robe, jewelry, worldly glory and all his breaths may be worthless, useless. His soul may not be accepted in His Court. Whosoever may not be bestowed with His Blessed Vision; everyone may be felt like demons of death. His true devotee always prays and begs for His Forgiveness and Refuge to be attached to a devotional meditation. Whose earnings of His Word may be accepted in His Court; he may be blessed with the right path of acceptance in His Sanctuary.

20. ਬਾਰਹ ਮਾਹਾ – ਚੇਤ

ਚੇਤਿ ਗੋਵਿੰਦੁ ਅਰਾਧੀਐ,	chayt govind araaDhee-ai
ਹੋਵੈ ਅਨੰਦੁ ਘਣਾ॥	hovai anand ghanaa.
ਸੰਤ ਜਨਾ ਮਿਲਿ ਪਾਈਐ,	sant janaa mil paa-ee-ai
ਰਸਨਾ ਨਾਮੁ ਭਣਾ॥	rasnaa Naam bhanaa.
ਜਿਨਿ ਪਾਇਆ ਪ੍ਰਭੁ ਆਪਣਾ,	jin paa-i-aa parabh aapnaa
ਆਏ ਤਿਸਹਿ ਗਣਾ॥	aa-ay tiseh ganaa.
ਇਕੁ ਖਿਨੁ ਤਿਸੁ ਬਿਨੁ ਜੀਵਨਾ,	ik khin tis bin jeevnaa
ਬਿਰਥਾ ਜਨਮੁ ਜਣਾ॥	birthaa janam janaa.
ਜਲਿ ਥਲਿ ਮਹੀਅਲਿ ਪੂਰਿਆ,	jal thal mahee-al poori-aa
ਰਵਿਆ ਵਿਚਿ ਵਣਾ॥	ravi-aa vich vanaa.
ਸੋ ਪ੍ਰਭੁ ਚਿਤਿ ਨ ਆਵਈ,	so parabh chit na aavee
ਕਿਤੜਾ ਦੁਖੁ ਗਣਾ॥	kit-rhaa dukh ganaa.
ਜਿਨੀ ਰਾਵਿਆ ਸੋ ਪ੍ਰਭੂ,	jinee raavi-aa so parabhoo
ਤਿੰਨਾ ਭਾਗੁ ਮਣਾ॥	tinnaa bhaag manaa.
ਹਰਿ ਦਰਸਨ ਕੰਉ ਮਨੁ ਲੋਚਦਾ,	har darsan kaN-u man lochdaa
ਨਾਨਕ ਪਿਆਸ ਮਨਾ॥	naanak pi-aas manaa.
ਚੇਤਿ ਮਿਲਾਏ ਸੋ ਪ੍ਰਭੂ,	chayt milaa-ay so parabhoo
ਤਿਸ ਕੈ ਪਾਇ ਲਗਾ॥੨॥	tis kai paa-ay lagaa. ‖2‖

ਚੇਤ ਦੇ ਮਹੀਨੇ ਵਿੱਚ ਬਸੰਤ ਦਾ ਮੌਸਮ ਆਉਂਦਾ ਹੈ, ਹਰ ਪਾਸੇ ਹਰਿਆਵਲੀ ਆਉਂਦੀ ਹੈ । ਚੇਤ, ਠੰਡ ਦੇ ਮਹੀਨੇ ਵਿੱਚ ਸ਼ਬਦ ਦਾ ਸਿਮਰਨ ਕਰਨ ਨਾਲ ਮਨ ਵਿੱਚ ਅਨੰਦ ਵਸ ਜਾਂਦਾ ਹੈ । ਪ੍ਰਭ ਦੇ ਨਿਮਾਣੇ ਸੰਤਾਂ ਦੀ ਸੰਗਤ ਵਿੱਚ ਪ੍ਰਭ ਦੇ ਸ਼ਬਦ ਦਾ ਸਿਮਰਨ ਕਰੋ! ਅਪਣੀ ਜੀਭ ਤੋਂ ਸ਼ਬਦ ਦੇ ਗੁਣ ਗਾਉਣ ਨਾਲ, ਪ੍ਰਭ ਦੇ ਸ਼ਬਦ ਦੀ ਸੋਝੀ ਬਖਸ਼ਿਸ਼ ਹੋ ਜਾਂਦੀ ਹੈ । ਜਿਹੜਾ ਪ੍ਰਵਾਨਗੀ ਦੇ ਰਸਤੇ ਤੇ ਚਲ ਪੈਂਦਾ ਹੈ, ਉਸ ਦਾ ਮਾਨਸ ਜਨਮ ਸਫਲ ਹੋ ਜਾਂਦਾ, ਵੱਡੇ ਭਾਗਾਂ ਵਾਲਾ ਹੋ ਜਾਂਦਾ ਹੈ । ਜਿਹੜਾ ਇਕ ਪਲ ਵੀ ਸ਼ਬਦ ਦੀ ਪਾਲਣਾ ਤੋਂ ਬਿਨਾਂ, ਸ਼ਬਦ ਨੂੰ ਮਨੋ ਵਿਸਾਰ ਦੇਂਦਾ ਹੈ, ਉਸ ਦਾ ਮਾਨਸ ਜਨਮ ਦਾ ਮੌਕਾ ਬਿਰਥਾ ਹੀ ਬੀਤ ਜਾਂਦਾ ਹੈ । ਪੂਰਨ ਪ੍ਰਭ ਜਲ, ਥਲ ਅਤੇ ਅਕਾਸ਼ ਵਿੱਚ ਹਾਜ਼ਰਾ ਹਜ਼ੂਰ ਵਸਦਾ, ਵਾਪਰਦਾ ਹੈ । ਜਿਸ ਦੇ ਮਨ ਵਿਚੋਂ ਪ੍ਰਭ ਵਿਸਰ ਜਾਂਦਾ ਹੈ, ਚੇਤੇ ਨਹੀਂ ਆਉਂਦਾ, ਉਸ ਨੂੰ ਬਹੁਤ ਡੂੰਘਾਂ ਦੁਖ, ਸੰਸਾਰਕ ਇਛਾਂ ਦੀਆਂ ਭਟਕਣਾਂ ਲਗੀਆਂ ਰਹਿੰਦੀਆਂ ਹਨ । ਜਿਸ ਦੇ ਮਨ ਵਿੱਚ ਪ੍ਰਭ ਦਾ ਸ਼ਬਦ ਘਰ ਕਰ ਜਾਂਦਾ ਹੈ, ਉਸ ਦੇ ਵੱਡੇ ਭਾਗ ਹੋ ਜਾਂਦੇ ਹਨ । ਬੰਦਗੀ ਕਰਨਵਾਲੇ ਦਾ ਮਨ ਪ੍ਰਭ ਦੇ ਦਰਸ਼ਨ ਨੂੰ, ਸ਼ਬਦ ਦੀ ਸੋਝੀ ਨੂੰ ਤਰਸਦਾ ਹੈ । ਜਿਹੜਾ ਹਰ ਵੇਲੇ ਪ੍ਰਭ ਦੇ ਸ਼ਬਦ ਦੀ ਪਾਲਣਾ ਵਿੱਚ ਅਡੋਲ ਰਹਿੰਦਾ, ਸ਼ਰਣ ਵਿੱਚ ਰਹਿੰਦਾ ਹੈ, ਉਹ ਪੂਜਣ ਯੋਗ ਹੋ ਜਾਂਦਾ ਹੈ ।

The month of Chyat is a season of blossom! Everywhere in the universe may be greenery, and blossom. In the cold month of Chyat, meditating on the teachings of His Word may comfort the mind of His true devotee. He may remain drenched within his mind. He may remain intoxicated in deep meditation in the void of His Word. Whosoever may be singing the glory of His Word with his tongue; His Word may be enlightened within his mind. Whosoever may adopt the teachings of His Word; he may remain steady and stable on the right path of salvation. His human life may become a success and fortunate. Whosoever may forsake His Word, even for a moment, his human life opportunity may be wasted. The Omnipresent True Master prevails in water, in, on and under earth and in sky in every event. Whosoever may forsake His Word; he may not remember his separation from His Holy Spirit; he may remain miserable and frustrated. Whosoever may remain drenched with the essence of His Word; he may become very fortunate. His true devotee may always pray for His Forgiveness and Refuge. He may surrender his self-identity at His Sanctuary and remains steady and stable on the path of acceptance in His Court; he may become worthy of worship.

21. ਬਾਰਹ ਮਾਹਾ – ਵੈਸਾਖ

ਵੈਸਾਖਿ ਧੀਰਨਿ ਕਿਉ ਵਾਢੀਆ,	vaisaakh Dheeran ki-o vaadhee-aa
ਜਿਨਾ ਪ੍ਰੇਮ ਬਿਛੋਹੁ॥	jinaa paraym bichhohu.
ਹਰਿ ਸਾਜਨੁ ਪੁਰਖੁ ਵਿਸਾਰਿ,	har saajan purakh visaar
ਕੈ ਲਗੀ ਮਾਇਆ ਧੋਹੁ॥	kai lagee maa-i-aa Dhohu.
ਪੁਤ੍ਰ ਕਲਤ੍ਰ ਨ ਸੰਗਿ ਧਨਾ,	putar kaltar na sang Dhanaa
ਹਰਿ ਅਵਿਨਾਸੀ ਓਹੁ॥	har avinaasee oh.
ਪਲਚਿ ਪਲਚਿ ਸਗਲੀ ਮੁਈ,	palach palach saglee mu-ee
ਝੂਠੈ ਧੰਧੈ ਮੋਹੁ॥	jhoothai DhanDhai moh.
ਇਕਸੁ ਹਰਿ ਕੇ ਨਾਮ ਬਿਨੁ,	ikas har kay Naam bin
ਅਗੈ ਲਈਅਹਿ ਖੋਹਿ॥	agai la-ee-ah khohi.
ਦਯੁ ਵਿਸਾਰਿ ਵਿਗੁਚਣਾ,	da-yu visaar viguchnaa
ਪ੍ਰਭ ਬਿਨੁ ਅਵਰੁ ਨ ਕੋਇ॥	parabh bin avar na ko-ay.
ਪ੍ਰੀਤਮ ਚਰਣੀ ਜੋ ਲਗੇ,	pareetam charnee jo lagay
ਤਿਨ ਕੀ ਨਿਰਮਲ ਸੋਇ॥	tin kee nirmal so-ay.
ਨਾਨਕ ਕੀ ਪ੍ਰਭ ਬੇਨਤੀ,	naanak kee parabh bayntee
ਪ੍ਰਭ ਮਿਲਹੁ ਪਰਾਪਤਿ ਹੋਇ॥	parabh milhu paraapat ho-ay.
ਵੈਸਾਖੁ ਸੁਹਾਵਾ ਤਾ ਲਗੈ,	vaisaakh suhaavaa taaN lagai
ਜਾ ਸੰਤੁ ਭੇਟੈ ਹਰਿ ਸੋਇ॥੩॥	jaa sant bhaytai har so-ay. ||3||

ਜਿਸ ਜੀਵ ਨੇ ਚੇਤ ਦੇ ਮਹੀਨੇ ਵਿੱਚ ਪ੍ਰਭ ਦੇ ਸ਼ਬਦ ਦਾ ਬੀਜ ਨਹੀਂ ਬੋਇਆ । ਉਹ ਖੇਤੀ ਦੀ ਵਾਡੀ ਕਰਨ ਦੀ ਕਿਉਂ ਆਸ ਰਖਦਾ ਹੈ? ਉਹ ਪ੍ਰਭ ਦੇ ਸ਼ਬਦ ਦੀ ਪਾਲਣਾ ਨੂੰ ਵਿਸਾਰ ਕੇ ਸੰਸਾਰਕ ਮਾਇਆ ਨਾਲ ਮੋਹ ਲਾਈ ਰਖਦਾ ਹੈ । ਉਹ ਇਹ ਧਨ ਆਪਣੇ ਸੰਸਾਰਕ ਪਰਿਵਾਰ ਬੱਚਿਆ, ਪਤਨੀ ਦੇ ਸੁਖ ਵਾਸਤੇ ਇਕੱਠਾ ਕਰਦਾ ਹੈ । ਅੰਤ ਸਮੇਂ, ਮੌਤ ਤੇ ਇਹ ਸਾਰੇ ਸਾਥ ਛੱਡ ਜਾਂਦੇ, ਸਾਥ ਨਹੀਂ ਦੇ ਸਕਦੇ, ਕੋਈ ਪ੍ਰਭ ਦੇ ਦਰਬਾਰ ਵਿੱਚ ਗਵਾਹੀ ਨਹੀਂ ਦੇ ਸਕਦਾ । ਪ੍ਰਭ ਦੇ ਦਰਬਾਰ ਵਿੱਚ ਕੇਵਲ ਸ਼ਬਦ ਦੀ ਕਮਾਈ ਹੀ ਸਾਥ ਜਾਂਦੀ, ਸਹਾਈ ਹੁੰਦੀ ਹੈ । ਜਿਹੜਾ ਸੰਸਾਰਕ ਧੰਦੇ ਵਿੱਚ ਲਗਾ ਰਹਿੰਦਾ ਹੈ, ਉਸ ਨੂੰ ਥੋੜ੍ਹਾ ਸਮਾਂ ਰਹਿਣ ਵਾਲਾ ਅਨੰਦ ਹੀ ਬਖਸ਼ਿਸ਼ ਹੁੰਦਾ ਹੈ । ਇਸ ਵਿੱਚ ਲਗ ਕੇ ਸਾਰੀ ਸ੍ਰਿਸ਼ਟੀ ਹੀ ਮਾਨਸ ਜਨਮ ਬਿਰਥਾ ਗਵਾ ਲੈਂਦੀ ਹੈ । ਕੇਵਲ ਪ੍ਰਭ ਦੇ ਸ਼ਬਦ ਦੀ ਕਮਾਈ ਹੀ ਸਾਥ ਜਾਂਦੀ ਹੈ, ਸੰਸਾਰਕ ਮਾਇਆ ਦੀ ਕਮਾਈ, ਸੰਸਾਰ ਵਿੱਚ ਹੀ ਖਤਮ ਹੋ ਰਹਿੰਦੀ ਹੈ । ਜਿਹੜਾ ਪ੍ਰਭ ਦੇ ਸ਼ਬਦ ਨੂੰ ਮਨ ਵਿਚੋਂ ਵਿਸਾਰ ਦੇਂਦਾ ਹੈ, ਉਹ ਆਪਣਾ ਅਣਮੋਲ ਮਾਨਸ ਜਨਮ ਬਿਰਥਾ ਹੀ ਗਵਾ ਜਾਂਦਾ ਹੈ । ਪ੍ਰਭ ਤੋਂ ਬਿਨਾਂ ਹੋਰ ਕੋਈ ਸਾਥ, ਆਸਰਾ ਦੇਣ ਵਾਲਾ ਮਾਲਕ ਨਹੀਂ ਹੈ । ਜਿਹੜਾ ਪ੍ਰਭ ਦੇ ਚਰਨਾਂ ਵਿੱਚ, ਸ਼ਬਦ ਦੀ ਸਿਖਿਆਂ ਵਿੱਚ ਧਿਆਨ ਲਾਉਂਦਾ, ਸ਼ਬਦ ਦੀ ਪਾਲਣਾ ਕਰਦਾ ਹੈ, ਉਸ ਦਾ ਮਨ ਪਵਿੱਤਰ ਹੋ ਜਾਂਦਾ ਹੈ । ਬੰਦਗੀ ਕਰਨਵਾਲਾ ਸਦਾ ਹੀ ਪ੍ਰਭ ਅੱਗੇ ਇਕੋ ਇਕ ਅਰਦਾਸ ਕਰਦਾ ਹੈ । ਰਹਿਮਤਾਂ ਦੇ ਮਾਲਕ, ਸ਼ਬਦ ਦੇ ਲੜ ਲਾਵੋ! ਜਿਹੜਾ ਪ੍ਰਭ ਦੇ ਸ਼ਬਦ ਦੀ ਸ਼ਰਣ ਵਿੱਚ ਜੀਵਨ ਬਤੀਤ ਕਰਦਾ ਹੈ, ਵੈਸਾਖ ਦਾ ਮਹਿਨਾ ਉਸ ਵਾਸਤੇ ਸੁਭਾਗਾ ਬਣ ਜਾਂਦਾ ਹੈ ।

Whosoever may not meditate in the month of Chayt! How may he expect to reap the fruit in the month of the Vaisakha? He may forsake the teachings of His Word and he may remain attached to sweet poison of worldly wealth. He may collect worldly possessions for the comforts of his children and spouse. In the end, at the time of death, no one can help to support in His Court for the real purpose of human life journey. Only the earnings of His Word may support in His Court as witness. All worldly possessions may provide comforts for a short period in his worldly life. He may remain intoxicated with sweet poison of worldly wealth and wastes his human life opportunity uselessly. The True Master, earnings of His Word remain his true companion forever to support in His Court. Whosoever may dedicate his attention on the feet of The True Master, he may meditate and obeys the teachings of His Word; with His mercy and grace, his soul may be sanctified to become worthy of His Consideration. He may only pray for His Forgiveness and Refuge to be blessed with devotion to meditate on the teachings of His Word. Whosoever may remain dedicates to serve His Word, His Creation; the month of Vaisakha may become very fortunate for him.

22. ਬਾਰਹ ਮਾਹਾ – ਜੇਠ

ਹਰਿ ਜੇਠਿ ਜੁੜੰਦਾ ਲੋੜੀਐ,	har jayth jurhandaa lorhee-ai
ਜਿਸੁ ਅਗੈ ਸਭਿ ਨਿਵੰਨਿ॥	jis agai sabh nivann.
ਹਰਿ ਸਜਣ ਦਾਵਣਿ ਲਗਿਆ,	har sajan daavan lagi-aa
ਕਿਸੈ ਨ ਦੇਈ ਬੰਨਿ॥	kisai na day-ee bann.
ਮਾਣਕ ਮੋਤੀ ਨਾਮੁ ਪ੍ਰਭ,	maanak motee Naam parabh
ਉਨ ਲਗੈ ਨਾਹੀ ਸੰਨਿ॥	un lagai naahee sann.
ਰੰਗ ਸਭੇ ਨਾਰਾਇਣੈ,	rang sabhay naaraa-inai
ਜੇਤੇ ਮਨਿ ਭਾਵੰਨਿ॥	jaytay man bhaavann.
ਜੋ ਹਰਿ ਲੋੜੇ ਸੋ ਕਰੇ,	jo har lorhay so karay s
ਸੋਈ ਜੀਅ ਕਰੰਨਿ॥	o-ee jee-a karann.
ਜੋ ਪ੍ਰਭਿ ਕੀਤੇ ਆਪਣੇ,	jo parabh keetay aapnay
ਸੇਈ ਕਹੀਅਹਿ ਧੰਨਿ॥	say-ee kahee-ahi Dhan.
ਆਪਣ ਲੀਆ ਜੇ ਮਿਲੈ,	aapan lee-aa jay milai
ਵਿਛੁੜਿ ਕਿਉ ਰੋਵੰਨਿ॥	vichhurh ki-o rovann.
ਸਾਧੂ ਸੰਗੁ ਪਰਾਪਤੇ,	saaDhoo sang paraapatay
ਨਾਨਕ ਰੰਗ ਮਾਣੰਨਿ॥	naanak rang maanan.
ਹਰਿ ਜੇਠੁ ਰੰਗੀਲਾ ਤਿਸੁ ਧਣੀ,	har jayth rangeelaa tis Dhanee
ਜਿਸ ਕੈ ਭਾਗੁ ਮਥੰਨਿ॥੪॥	jis kai bhaag mathann. ‖4‖

ਜਿਹੜਾ ਵੈਸਾਖ ਦੇ ਮਹੀਨੇ, ਜੀਵਨ ਦੇ ਦੂਜੇ ਪਹਰੇ, ਪ੍ਰਭ ਦੇ ਸ਼ਬਦ ਦੀ ਪਾਲਣਾ ਕਰਦਾ ਹੈ । ਉਹ ਪ੍ਰਭ ਦੀ ਪ੍ਰਵਾਨਗੀ ਦੇ ਰਸਤੇ ਤੇ ਅਡੋਲ ਹੋ ਜਾਂਦਾ ਹੈ । ਜਿਸ ਪ੍ਰਭ ਦੀ ਰਹਿਮਤ ਪਾਉਣਾ ਨੂੰ ਸਾਰੇ ਲੋਚਦੇ ਹਨ, ਓਹ ਸ਼ਬਦ ਦੀ ਪਾਲਣਾ ਕਰਦਾ ਹੋਇਆ ਧਰਮ ਦੇ ਰੀਤ ਰੀਵਾਜ, ਬੰਧਨ ਦੀ ਪ੍ਰਵਾਹ ਨਹੀਂ ਕਰਦਾ । ਪ੍ਰਭ ਦਾ ਸ਼ਬਦ, ਅਣਮੋਲ ਰਤਨ, ਸ਼ਬਦ ਦੀ ਕਮਾਈ ਕਰਨ ਨਾਲ ਹੀ ਬਖਸ਼ਿਸ਼ ਹੋ ਸਕਦਾ ਹੈ । ਇਸ ਨੂੰ ਕੋਈ ਖੋਹ ਜਾ ਚੋਰੀ ਨਹੀਂ ਕਰ ਸਕਦਾ । ਜਿਸ ਦੇ ਮਨ ਨੂੰ ਪ੍ਰਭ ਦੇ ਸ਼ਬਦ ਦਾ ਰੰਗ ਚੜ੍ਹ ਜਾਂਦਾ, ਭਰੋਸਾ ਅਡੋਲ ਹੋ ਜਾਂਦਾ ਹੈ । ਉਸ ਨੂੰ ਪ੍ਰਭ ਦੇ ਸਭ ਕਰਤਬਾਂ ਵਿੱਚ ਹੀ ਅਨੰਦ ਮਹਿਸੂਸ ਹੁੰਦਾ ਹੈ । ਉਹ ਪ੍ਰਭ ਦਾ ਦਾਸ, ਸ਼ਬਦ ਦੀ ਸਿਖਿਆਂ ਅਨੁਸਾਰ ਹੀ ਸਭ ਕੰਮ ਕਰਦਾ ਹੈ, ਪ੍ਰਭ ਆਪ ਹੀ ਕਰਵਾਉਂਦਾ ਹੈ । ਜਿਸ ਨੂੰ ਪ੍ਰਭ ਆਪਣੀ ਸ਼ਰਣ ਵਿੱਚ ਪਨਾਹ ਬਖਸ਼ਦਾ, ਆਪਣਾ ਦਾਸ ਬਣਾ ਲੈਂਦਾ ਹੈ, ਉਸ ਨੂੰ ਹੀ ਪ੍ਰਭ ਦੀਆਂ ਰਹਿਮਤਾਂ ਦੀ ਬਖਸ਼ਿਸ਼ ਹੁੰਦੀਆਂ ਹਨ । ਅਗਰ ਆਪਣੇ ਕੀਤੇ ਯਤਨਾਂ ਨਾਲ ਪ੍ਰਭ ਦੀ ਰਹਿਮਤ ਪਾਈ ਜਾ ਸਕਦੀ ਹੋਵੇ, ਤਾ ਸਾਰੇ ਹੀ ਪ੍ਰਭ ਦੀ ਰਹਿਮਤ ਪਾ ਲੈਣ,

ਕਿਉਂ ਕੋਈ ਦੁਖ ਪਾਉਣ? ਜਿਹੜਾ ਸੰਤਾਂ ਦੀ ਸੰਗਤ ਕਰਦਾ, ਸੰਤ ਦੇ ਜੀਵਨ ਦੀ ਸਿਖਿਆਂ ਨਾਲ ਆਪਣਾ ਜੀਵਨ ਢਾਲਦਾ ਹੈ । ਉਸ ਦੇ ਮਨ ਵਿੱਚ ਸਦਾ ਹੀ ਖੇੜਾ ਵਸਦਾ ਹੈ । ਜਿਹੜੇ ਵੱਡੇ ਭਾਗਾਂ ਵਾਲੇ ਨੂੰ ਪ੍ਰਭ ਦੀ ਸ਼ਰਣ ਬਖਸ਼ਿਸ਼ ਹੁੰਦੀ ਹੈ! ਜੈਠ ਦਾ ਮਹੀਨਾ ਉਸ ਵਾਸਤੇ ਭਾਗਾਂ ਵਾਲਾ ਹੁੰਦਾ ਹੈ ।

In the month of Vaisakha, the second stage of his life! Whosoever may obey the teachings of His Word; he may remain steady and stable on the right path of salvation. Everyone may be longing for and seeking His Sanctuary! Whosoever may remain dedicated in obeying the teachings of His Word; he may not pay any attention to the religious rituals; he may be accepted in His Sanctuary. The earnings of precious jewel, His Word may never be stolen or robed. Whosoever may remain drench with the essence of His Word, his belief remains steady and stable on His Blessings. He may realize all events of His Nature, peace, and harmony within his mind. His true devotee may only perform the deeds according to the essence of His Word. The True Master may inspire and guides him on the right path. Whosoever may be accepted in His Sanctuary; with His mercy and grace, he may be blessed with a state of mind as His true devotee; His Blessings remain true forever. If His Blessings can be achieved by our own efforts then all creatures could have been blessed. Why would be anyone suffering, misery in his life? Whosoever may remain in the congregation of His Holy saint; he may adopt his life experience teachings in his day-to-day life; with His mercy and grace, he may be blessed with a peace and harmony forever. Whosoever may have a great prewritten destiny, only his soul may be accepted in His Sanctuary; the month of the Jaiteh may become very fortunate for him

23. ਬਾਰਹ ਮਾਹਾ – ਆਸਾੜ

ਆਸਾੜੁ ਤਪੰਦਾ ਤਿਸੁ ਲਗੈ,	aasaarh tapandaa tis lagai
ਹਰਿ ਨਾਹੁ ਨ ਜਿੰਨਾ ਪਾਸਿ॥	har naahu na jinna paas.
ਜਗਜੀਵਨ ਪੁਰਖੁ ਤਿਆਗਿ ਕੈ,	jagjeevan purakh ti-aag kai
ਮਾਣਸ ਸੰਦੀ ਆਸ॥	maanas sandee aas.
ਦੁਯੈ ਭਾਇ ਵਿਗੁਚੀਐ,	duyai bhaa-ay viguchee-ai
ਗਲਿ ਪਈਸੁ ਜਮ ਕੀ ਫਾਸ॥	gal pa-ees jam kee faas.
ਜੇਹਾ ਬੀਜੈ ਸੋ ਲੁਣੈ,	jayhaa beejai so lunai
ਮਥੈ ਜੋ ਲਿਖਿਆਸੁ॥	mathai jo likhi-aas.
ਰੈਣਿ ਵਿਹਾਣੀ ਪਛੁਤਾਣੀ,	rain vihaanee pachhutaanee
ਉਠਿ ਚਲੀ ਗਈ ਨਿਰਾਸ॥	uth chalee ga-ee niraas.
ਜਿਨ ਕੌ ਸਾਧੂ ਭੇਟੀਐ,	jin kou saaDhoo bhaytee-ai
ਸੋ ਦਰਗਹ ਹੋਇ ਖਲਾਸੁ॥	so dargeh ho-ay khalaas.
ਕਰਿ ਕਿਰਪਾ ਪ੍ਰਭ ਆਪਣੀ,	kar kirpaa parabh aapnee
ਤੇਰੇ ਦਰਸਨ ਹੋਇ ਪਿਆਸ॥	tayray darsan ho-ay pi-aas.
ਪ੍ਰਭ ਤੁਧੁ ਬਿਨੁ ਦੂਜਾ ਕੋ ਨਹੀਂ,	parabh tuDh bin doojaa ko nahee
ਨਾਨਕ ਕੀ ਅਰਦਾਸਿ॥	naanak kee ardaas.
ਆਸਾੜੁ ਸੁਹੰਦਾ ਤਿਸੁ ਲਗੈ,	aasaarh suhandaa tis lagai
ਜਿਸੁ ਮਨਿ ਹਰਿ ਚਰਣ ਨਿਵਾਸ॥੫॥	jis man har charan nivaas. ||5||

ਆਸਾੜ ਦਾ ਮਹੀਨਾ ਤਪਤ ਵਾਲਾ, ਗਰਮੀ ਵਾਲਾ ਹੁੰਦਾ ਹੈ । ਬੰਦਗੀ ਕਰਨਵਾਲੇ ਭਗਤਾਂ ਦੇ ਕਥਨ ਹਨ! ਜਿਸ ਦਾ ਮਨ ਪ੍ਰਭ ਦੇ ਸ਼ਬਦ ਦਾ ਸਿਮਰਨ ਨਹੀਂ ਕਰਦਾ, ਉਸ ਨੂੰ ਜੀਵਨ ਵਿੱਚ ਦੁਖ ਦੀ, ਆਸਾੜ ਵਰਗੀ ਗਰਮੀ ਲਗਦੀ ਹੈ । ਉਹ ਸਵਾਸਾਂ ਦੇ ਮਾਲਕ ਨੂੰ ਮਨੋ ਵਿਸਾਰ ਕੇ ਸੰਸਾਰਕ ਗਰੂਾਂ, ਪੀਰਾਂ ਦੇ ਮਗਰ ਲਗਾ ਰਹਿੰਦਾ ਹੈ, ਉਹਨਾਂ ਨੂੰ ਪ੍ਰਵਾਨਗੀ ਦੇ ਰਸਤੇ ਦੀ ਸੋਝੀ ਵਾਲਾ ਸਮਝਦਾ ਹੈ ।

ਉਹ ਜੀਵ, ਧਰਮ ਦੇ ਪਾਏ ਭਰਮਾਂ ਵਿੱਚ ਫਸਕੇ ਚਾਰੇ ਪਾਸੇ ਹੱਥ ਮਾਰਦਾ ਹੈ । ਆਪਣਾ ਮਾਨਸ ਜਨਮ ਬਿਰਥਾ ਹੀ ਗਵਾ ਲੈਂਦਾ ਹੈ, ਅੰਤ ਵਿੱਚ ਮੌਤ ਦੇ ਜਮਦੂਤ ਦੇ ਵਸ ਵਿੱਚ ਹੀ ਰਹਿੰਦਾ ਹੈ । ਉਸ ਦੇ ਭਾਗਾਂ ਵਿੱਚ ਜੋ ਲਿਖਿਆ ਹੁੰਦਾ ਹੈ, ਉਸ ਧੰਦੇ ਤੇ ਲਗਾ ਰਹਿੰਦਾ ਹੈ, ਅੰਤ ਵਿੱਚ ਆਪਣੇ ਕੀਤੇ ਕੰਮਾਂ ਦਾ ਫਲ ਭੁਗਤਦਾ ਹੈ । ਉਹ ਆਪਣੇ ਕੀਤਾ ਦਾ ਪਛਤਾਵਾ ਕਰਦਾ, ਉਦਾਸ ਹੋਇਆ, ਬਿਨਾਂ ਕਿਸੇ ਆਸ ਪੂਰੀ ਕੀਤੀ ਜੀਵਨ ਭੋਗ ਕੇ ਮਰ ਜਾਂਦਾ ਹੈ । ਜਿਹੜਾ ਸੰਤਾਂ ਦੇ ਜੀਵਨ ਦੀ ਸਿਖਿਆਂ ਨਾਲ ਆਪਣਾ ਜੀਵਨ ਢਾਲਦਾ ਹੈ । ਉਹ ਪ੍ਰਭ ਦੇ ਦਰਬਾਰ ਵਿੱਚ ਪ੍ਰਵਾਨ ਹੋ ਜਾਂਦਾ, ਮੁਕਤੀ ਬਖਸ਼ਿਸ਼ ਹੋ ਸਕਦੀ ਹੈ । ਜਿਸ ਤੇ ਪ੍ਰਭ ਰਹਿਮਤ ਬਖਸ਼ਦਾ ਹੈ, ਉਸ ਦੇ ਮਨ ਵਿੱਚ ਪ੍ਰਭ ਦੇ ਵਿਛੋੜੇ ਦਾ ਵਿਰਾਗ ਵਸਦਾ ਹੈ, ਪ੍ਰਭ ਦੇ ਸ਼ਬਦ ਦੀ ਸੋਝੀ ਪਾਉਣ ਦੀ ਪਿਆਸ ਲਗੀ ਰਹਿੰਦੀ ਹੈ । ਬੰਦਗੀ ਕਰਨਵਾਲਾ ਸਦਾ ਹੀ ਪ੍ਰਭ ਦੇ ਗੁਣ ਗਾਉਂਦਾ, ਅਰਦਾਸ ਕਰਦਾ ਹੈ । ਪ੍ਰਭ ਤੇਰੇ ਤੋਂ ਬਿਨਾਂ ਹੋਰ ਕੋਈ ਜੀਵ ਦਾ ਅਸਲੀ ਰਖਵਾਲਾ ਨਹੀਂ ਹੈ । ਜਿਸ ਦਾ ਧਿਆਨ ਸ਼ਬਦ ਦੀ ਪਾਲਣਾ, ਪ੍ਰਭ ਦੇ ਚਰਨਾਂ ਵਿੱਚ ਲਗਾ ਰਹਿੰਦਾ ਹੈ, ਅਸਾੜ ਦਾ ਮਹੀਨਾ ਉਸ ਨੂੰ ਰਹਿਮਤਾਂ ਵਾਲਾ, ਮਨ ਨੂੰ ਅਨੰਦ ਦੇਣ ਵਾਲਾ ਹੁੰਦਾ ਹੈ ।

Ashaarh is the month of hot weather. Whosoever may not meditate on the teachings of His Word; he may endure miseries like the heat of Ashaarh. He may forsake The True Master and follows worldly gurus as the true guide to find the right path of salvation. He may waste his human life uselessly. After death, he may be captured by the devil of death. Whatsoever had been prewritten in his destiny, only he may perform tasks and path in his human life. In the end after death, he must endure the judgement of his own deeds; he may only regret and repents. He remains desperate and miserable without satisfying any of his desires. He may waste his human life opportunity. He may remain in the cycle of birth and death. Whosoever may adopt the teachings of His true devotee in day-to-day life, he may be accepted in His Court and blessed with salvation. Whosoever may be in renunciation in the memory of his separation from His Holy Spirit; with His mercy and grace, his mind always remains anxious for the enlightenment of the essence of His Word. His true devotee always sings the glory of His Word and prays for His Forgiveness and Refuge. The True Master may be the only true protector of His Creation. Whosoever may surrender his self-identity in His Sanctuary; the month of Ashaarh brings peace and harmony in his life.

24. ਬਾਰਹ ਮਾਹਾ – ਸਾਵਣ

ਸਾਵਣਿ ਸਰਸੀ ਕਾਮਣੀ,	saavan sarsee kaamnee
ਚਰਨ ਕਮਲ ਸਿਉ ਪਿਆਰੁ॥	charan kamal si-o pi-aar.
ਮਨੁ ਤਨੁ ਰਤਾ ਸਚ ਰੰਗਿ,	man tan rataa sach rang
ਇਕੋ ਨਾਮੁ ਅਧਾਰੁ॥	iko Naam aDhaar.
ਬਿਖਿਆ ਰੰਗ ਕੂੜਾਵਿਆ,	bikhi-aa rang koorhaavi-aa
ਦਿਸਨਿ ਸਭੇ ਛਾਰੁ॥	disan sabhay chhaar.
ਹਰਿ ਅੰਮ੍ਰਿਤ ਬੂੰਦ ਸੁਹਾਵਣੀ,	har amrit boond suhaavanee
ਮਿਲਿ ਸਾਧੂ ਪੀਵਣਹਾਰੁ॥	mil saaDhoo peevanhaar.
ਵਣੁ ਤਿਣੁ ਪ੍ਰਭ ਸੰਗਿ ਮਉਲਿਆ,	van tin parabh sang ma-oli-aa
ਸੰਮ੍ਰਥ ਪੁਰਖ ਅਪਾਰੁ॥	samrath purakh apaar.
ਹਰਿ ਮਿਲਣੈ ਨੋ ਮਨੁ ਲੋਚਦਾ,	har milnai no man lochdaa
ਕਰਮਿ ਮਿਲਾਵਣਹਾਰੁ॥	karam milaavanhaar.
ਜਿਨੀ ਸਖੀਏ ਪ੍ਰਭੁ ਪਾਇਆ,	jinee sakhee-ay parabh paa-i-aa
ਹੰਉ ਤਿਨ ਕੈ ਸਦ ਬਲਿਹਾਰ॥	haN-u tin kai sad balihaar.
ਨਾਨਕ ਹਰਿ ਜੀ ਮਇਆ	naanak har jee ma-i-aa
ਕਰਿ ਸਬਦਿ ਸਵਾਰਣਹਾਰੁ॥	kar sabad savaaranhaar.

ਸਾਵਣੁ ਤਿਨਾ ਸੁਹਾਗਣੀ, ਜਿਨ ਰਾਮ ਨਾਮੁ ਉਰਿ ਹਾਰੁ॥੬॥

saavan tinaa suhaaganee jin raam Naam ur haar. ||6||

ਆਸਾੜ ਦੀ ਗਰਮੀ ਦੇ ਮੌਸਮ ਤੋਂ ਪਿਛੋਂ ਸਾਵਣ ਦਾ ਬਰਸਾਤ ਦਾ ਮੌਸਮ ਆਉਂਦਾ ਹੈ । ਜਿਹੜੇ ਜੀਵ ਨੂੰ ਆਸਾੜ ਦੇ ਮੌਸਮ ਵਿੱਚ ਵੀ ਗਰਮੀ ਮਹਿਸੂਸ ਨਹੀਂ ਹੁੰਦੀ । ਉਸ ਦੇ ਮਨ ਦਾ ਸ਼ਬਦ ਨਾਲ ਪਿਆਰ, ਭਰੋਸਾ ਅਡੋਲ ਹੋਣ ਲਗ ਪੈਂਦਾ ਹੈ । ਉਸ ਦਾ ਤਨ, ਮਨ ਪ੍ਰਭ ਦੇ ਸ਼ਬਦ ਨੂੰ ਆਪਣਾ ਆਸਰਾ ਮੰਨ ਕੇ ਅਡੋਲ ਰਹਿੰਦਾ ਹੈ । ਉਸ ਦੇ ਮਨ ਦੇ ਅੰਦਰ ਬੈਠੇ ਸੰਤ, ਪ੍ਰਭ ਦੀ ਜੋਤ ਵਿਚੋਂ ਸ਼ਬਦ ਦੀ ਸੋਝੀ ਰੂਪੀ ਅੰਮ੍ਰਿਤ ਸਿੰਮਦਾ ਹੈ, ਉਹ ਅੰਮ੍ਰਿਤ ਦਾ ਰਸ ਮਾਨਦਾ ਹੈ । ਜਿਵੇਂ ਸ੍ਰਿਸ਼ਟੀ ਵਿੱਚ ਸਾਵਣ ਦੀ ਵਰਖਾ ਨਾਲ ਚਾਰੇ ਪਾਸੇ ਹਰਿਆਵਲੀ ਹੋ ਜਾਂਦੀ ਹੈ, ਇਸਤਰ੍ਹਾਂ ਉਸ ਦੇ ਮਨ ਵਿੱਚ ਵੀ ਖੇੜਾ ਬਖਸ਼ਿਸ਼ ਹੋ ਜਾਂਦਾ ਹੈ । ਉਸ ਦੇ ਮਨ ਵਿੱਚ ਪ੍ਰਭ ਦੇ ਵਿਛੋੜੇ ਦਾ ਵਿਰਾਗ ਭਰਿਆ ਰਹਿੰਦਾ ਹੈ, ਪ੍ਰਭ ਨੂੰ ਮਿਲਣ ਨੂੰ ਮਨ ਲੋਚਦਾ ਹੈ । ਜਿਸ ਤੇ ਪ੍ਰਭ ਰਹਿਮਤ ਦੀ ਨਜ਼ਰ ਬਖਸ਼ਦਾ ਹੈ, ਉਸ ਦਾ ਪ੍ਰਭ ਨਾਲ ਮਿਲਾਪ, ਦਰਬਾਰ ਵਿੱਚ ਪ੍ਰਵਾਨਗੀ, ਸ਼ਰਣ ਵਿੱਚ ਪਨਾਹ ਬਖਸ਼ਿਸ਼ ਹੁੰਦੀ ਹੈ । ਬੰਦਗੀ ਕਰਨਵਾਲਾ ਉਸ ਭਗਤਾ ਤੋਂ ਸਦਾ ਹੀ ਕੁਰਬਾਨ ਜਾਂਦਾ ਹੈ! ਜਿਹੜਾ ਪ੍ਰਭ ਦੀ ਰਹਿਮਤ ਨਾਲ ਸ਼ਰਣ ਵਿੱਚ ਪ੍ਰਵਾਨ ਹੋ ਜਾਂਦਾ ਹੈ । ਉਸ ਦਾਸ ਨੂੰ ਸ਼ਬਦ ਦੀ ਸੋਝੀ ਰੂਪੀ ਨੂਰ ਬਖਸ਼ਿਸ਼ ਹੋ ਜਾਂਦਾ ਹੈ । ਜਿਸ ਦੇ ਮਨ ਵਿੱਚ ਪ੍ਰਭ ਦਾ ਸ਼ਬਦ ਘਰ ਕਰ ਜਾਂਦਾ ਹੈ । ਉਸ ਆਤਮਾ ਲਈ ਸਾਵਣ ਸੁਭਾਗਾ ਬਣ ਜਾਂਦਾ ਹੈ ।

After the hot weather of Asharh; the month Aswan is a rainy season. Whosoever may not realize any misery with the heat of Asharh; with His mercy and grace, he may remain drench with the essence of His Word. He may remain contented with His Blessings, His Word. He may only pray for His Forgiveness and Refuge from the pillar of support, The True Master. He may remain contented with His Blessings, his own worldly environments. He may enjoy the congregation of The True saint embedded within his soul; the nectar of the essence His Word may be oozing from 10th cave of his soul. As with rain, a green blossom may be everywhere on earth; same way his mind remains in peace and blossom. He remains in renunciation in the memory of his separation from The True Master. He always remains anxious with a burning desire; the enlightenment of the essence of His Word. Whosoever may be bestowed with His Blessed Vision, he may be blessed with conjugation of His Holy saint; his soul may be accepted in His Court. His true devotee remains fascinated from the life of His Holy saint! Who has been accepted in His Sanctuary and he remains humble? The eternal glow of His Holy Spirit may be shining in his heart and on his forehead; His true devotee. Whosoever may remain drenched with the essence of His Word; his soul may become very fortunate in the month of Aswan.

25. ਬਾਰਹ ਮਾਹਾ – ਭਾਦੁਰੋ

ਭਾਦੁਇ ਭਰਮਿ ਭੁਲਾਣੀਆ,	bhaadu-ay bharam bhulaanee-aa
ਦੂਜੈ ਲਗਾ ਹੇਤੁ॥	doojai lagaa hayt.
ਲਖ ਸੀਗਾਰ ਬਣਾਇਆ,	lakh seegaar banaa-i-aa
ਕਾਰਜਿ ਨਾਹੀ ਕੇਤੁ॥	kaaraj naahee kayt.
ਜਿਤੁ ਦਿਨਿ ਦੇਹ ਬਿਨਸਸੀ,	jit din dayh binsasee
ਤਿਤੁ ਵੇਲੈ ਕਹਸਨਿ ਪ੍ਰੇਤੁ॥	tit vaylai kahsan parayt.
ਪਕੜਿ ਚਲਾਇਨਿ ਦੂਤ ਜਮ,	pakarh chalaa-in doot jam
ਕਿਸੈ ਨ ਦੇਨੀ ਭੇਤੁ॥	kisai na daynee bhayt.
ਛਡਿ ਖੜੋਤੇ ਖਿਨੈ ਮਾਹਿ,	chhad kharhotay khinai maahi
ਜਿਨ ਸਿਉ ਲਗਾ ਹੇਤੁ॥	jin si-o lagaa hayt.
ਹਥ ਮਰੋੜੈ ਤਨੁ ਕਪੇ,	hath marorhai tan kapay
ਸਿਆਹਹੁ ਹੋਆ ਸੇਤੁ॥	si-aahhu ho-aa sayt.

ਜੇਹਾ ਬੀਜੈ ਸੋ ਲੁਣੈ,	jayhaa beejai so lunai
ਕਰਮਾ ਸੰਦੜਾ ਖੇਤੁ॥	karmaa sand-rhaa khayt.
ਨਾਨਕ ਪ੍ਰਭ ਸਰਣਾਗਤੀ,	naanak parabh sarnaagatee
ਚਰਣ ਬੋਹਿਥ ਪ੍ਰਭ ਦੇਤੁ॥	charan bohith parabh dayt.
ਸੇ ਭਾਦੁਇ ਨਰਕਿ ਨ ਪਾਈਅਹਿ,	say bhaadu-ay narak na paa-ee-ah
ਗੁਰੁ ਰਖਣ ਵਾਲਾ ਹੇਤੁ॥੭॥	gur rakhan vaalaa hayt. ||7||

ਜਿਵੇਂ ਭਾਦਰੋ ਦੇ ਮੌਸਮ ਵਿੱਚ, ਕਦੇ ਠੰਡ ਅਤੇ ਕਦੇ ਗਰਮੀ ਦਾ ਅੰਦਾਜ਼ਾ ਨਹੀਂ ਲਾਇਆ ਜਾ ਸਕਦਾ । ਇਸਤਰ੍ਹਾਂ ਹੀ ਸ਼ਬਦ ਦੀ ਪ੍ਰਵਾਹ ਨਾ ਕਰਨ ਵਾਲਿਆ ਦਾ ਮਨ ਭਰਮਾਂ ਵਿੱਚ, ਚਾਰੇ ਪਾਸੇ ਘੁੰਮਦਾ ਫਿਰਦਾ ਹੈ, ਇਕੋ ਇਕ ਤੇ ਭਰੋਸਾ ਅਡੋਲ ਨਹੀਂ ਹੁੰਦਾ । ਉਹ ਸਿਮਰਨ, ਬੰਦਗੀ ਕਰਨ ਦੇ ਅਨੇਕਾਂ ਯਤਨ ਕਰਦਾ ਹੈ, ਪਰ ਇਕ ਵੀ ਉਸ ਦੇ ਕੰਮ ਨਹੀਂ ਆਉਂਦਾ, ਉਸ ਦੇ ਮਨ ਵਿੱਚ ਸੰਤੋਖ ਬਖਸ਼ਿਸ਼ ਨਹੀਂ ਹੁੰਦਾ । ਅੰਤ ਸਮੇਂ, ਮੌਤ ਤੇ ਜਮਾਂ ਦੇ ਹਵਾਲੇ ਹੋ ਜਾਂਦਾ ਹੈ । ਜਿਸ ਨਾਲ ਉਹ ਸੰਸਾਰ ਵਿੱਚ ਸੰਜੋਗ ਬਣਾਉਂਦਾ, ਪੂਜਾ ਕਰਦਾ ਸੀ, ਉਸ ਦਾ ਸਾਥ ਇਕ ਪਲ ਵਿੱਚ ਹੀ ਛੱਡ ਜਾਂਦਾ ਹੈ । ਉਹ ਸੰਸਾਰ ਵਿੱਚ ਬੀਜੇ ਦਾ ਹੀ ਫਲ ਭੋਗਦਾ ਹੈ । ਪ੍ਰਭ ਦੇ ਸ਼ਬਦ ਦੀ ਬੰਦਗੀ ਕਰਨਵਾਲਾ, ਸ਼ਬਦ ਦੀ ਪਾਲਣਾ ਵਿੱਚ ਅਡੋਲ ਰਹਿੰਦਾ ਹੈ । ਉਸ ਦੇ ਚਰਨਾਂ ਵਿੱਚ ਧਿਆਨ ਲਾਈ ਰਖਦਾ ਹੈ । ਜਿਹੜਾ ਸ਼ਬਦ ਦੀ ਪਾਲਣਾ ਅਡੋਲ ਭਰੋਸੇ ਨਾਲ ਕਰਦਾ ਹੈ, ਉਹ ਕਦੇ ਨਰਕ ਵਿੱਚ ਨਹੀਂ ਜਾਂਦਾ ।

As in the month of Bhaadon, the weather may remain unpredictable, cold, hot. Same way! Whosoever may not obey, adopts the teachings of His Word in day-to-day life, he may remain in religious suspicions and wanders in all directions. He may not have a steady and stable belief on anyone on path. Worldly saint may try various methods of meditation; however, his meditation may provide with contentment with his own environment. In the end, he may be captured by the devil of death. Whosoever he may be associating with; worshipping as guru, the master, no one may be able support in His Court. He may endure the reward or punishment for his own worldly deeds. His true devotee may meditate, obeys, and adopts the teachings of His Word with steady and stable belief in day-to-day life. He may remain humble and contented with His Blessings. Whosoever may adopt the teachings of His Word with steady and stable belief in his day-to-day life; with His mercy and grace, he may never enter the womb of mother, the cycle of birth and death again.

26. ਬਾਰਹ ਮਾਹਾ – ਅਸੂ

ਅਸੁਨਿ ਪ੍ਰੇਮ ਉਮਾਹੜਾ,	asun paraym umaahrhaa
ਕਿਉ ਮਿਲੀਐ ਹਰਿ ਜਾਇ॥	ki-o milee-ai har jaa-ay.
ਮਨਿ ਤਨਿ ਪਿਆਸ ਦਰਸਨ ਘਣੀ,	man, tan pi-aas darsan ghanee
ਕੋਈ ਆਣਿ ਮਿਲਾਵੈ ਮਾਇ॥	ko-ee aan milaavai maa-ay.
ਸੰਤ ਸਹਾਈ ਪ੍ਰੇਮ ਕੇ,	sant sahaa-ee paraym kay
ਹਉ ਤਿਨ ਕੈ ਲਾਗਾ ਪਾਇ॥	ha-o tin kai laagaa paa-ay.
ਵਿਣੁ ਪ੍ਰਭ ਕਿਉ ਸੁਖੁ ਪਾਈਐ,	vin parabh ki-o sukh paa-ee-ai doo-
ਦੂਜੀ ਨਾਹੀ ਜਾਇ॥	jee naahee jaa-ay.
ਜਿੰਨ੍ਹੀ ਚਾਖਿਆ ਪ੍ਰੇਮ ਰਸੁ,	jinHee chaakhi-aa paraym ras
ਸੇ ਤ੍ਰਿਪਤਿ ਰਹੇ ਆਘਾਇ॥	say taripat rahay aaghaa-ay.
ਆਪੁ ਤਿਆਗਿ ਬਿਨਤੀ ਕਰਹਿ,	aap ti-aag bintee karahi l
ਲੇਹੁ ਪ੍ਰਭੂ ਲੜਿ ਲਾਇ॥	ayho parabhoo larh laa-ay.
ਜੋ ਹਰਿ ਕੰਤਿ ਮਿਲਾਈਆ,	jo har kant milaa-ee-aa
ਸਿ ਵਿਛੁੜਿ ਕਤਹਿ ਨ ਜਾਇ॥	se vichhurh kateh na jaa-ay.
ਪ੍ਰਭ ਵਿਣੁ ਦੂਜਾ ਕੋ ਨਹੀ,	parabh vin doojaa ko nahee

ਨਾਨਕ ਹਰਿ ਸਰਣਾਇ॥	naanak har sarnaa-ay.
ਅਸੁ ਸੁਖੀ ਵਸੰਦੀਆ,	asoo sukhee vasandee-aa
ਜਿਨਾ ਮਇਆ ਹਰਿ ਰਾਇ॥੮॥	jinaa ma-i-aa har raa-ay. ‖8‖

ਜਿਵੇਂ ਅਸੂ ਦੇ ਮਹਿਨੇ ਵਿੱਚ ਮੱਠੀ ਮੱਠੀ ਠੰਡ ਹੁੰਦੀ ਹੈ । ਇਸਤਰ੍ਹਾਂ ਹੀ ਦਾਸ ਦੇ ਮਨ ਵਿੱਚ ਮਿੱਠਾ, ਮਿੱਠਾ ਸ਼ਬਦ ਦਾ ਰਸ ਭਰ ਜਾਂਦਾ ਹੈ । ਉਹ ਆਪਣੇ ਜੀਵਨ ਬਤੀਤ ਕਰਨ ਦਾ ਢੰਗ ਸੋਚਦਾ ਹੈ, ਕਿ ਉਸ ਦਾ ਪ੍ਰਭ ਨਾਲ ਮਿਲਾਪ ਹੋ ਜਾਵੇ? ਉਸ ਦੇ ਮਨ, ਤਨ ਵਿੱਚ ਪ੍ਰਭ ਦੇ ਵਿਛੋੜੇ ਦਾ ਵਿਰਾਗ ਬਹੁਤ ਡੂੰਘਾ ਅਸਰ ਕਰ ਜਾਂਦਾ ਹੈ, ਮਨ ਵਿੱਚ ਪ੍ਰਭ ਨੂੰ ਮਿਲਣ ਦੀ ਇਛਾ ਚਮਕਦੀ ਹੈ । ਉਹ ਸਾਰੇ ਸੰਤਾਂ, ਬੰਦਗੀ ਕਰਨਵਾਲਿਆਂ ਤੋਂ ਪ੍ਰਭ ਨੂੰ ਮਿਲਣ ਦਾ ਰਸਤਾ ਲੱਭਦਾ ਰਹਿੰਦਾ ਹੈ । ਉਸ ਦੇ ਮਨ ਵਿੱਚ ਭਰੋਸਾ ਅਡੋਲ ਹੁੰਦਾ ਹੈ! ਕਿ ਪ੍ਰਭ, ਸੰਤਾਂ ਨੂੰ ਸੰਸਾਰ ਵਿੱਚ ਜੀਵਾਂ ਨੂੰ ਸਿੱਧੇ ਰਸਤੇ ਦੀ ਸੋਝੀ ਦੇਣ ਲਈ ਹੀ ਭੇਜਦਾ ਹੈ । ਉਹ ਪ੍ਰਭ ਦੇ ਹੁਕਮ ਅੰਦਰ ਹੀ ਚਲਦਾ, ਸੰਤਾਂ ਦੀ ਸੰਗਤ, ਚਰਨਾਂ ਵਿੱਚ ਸਿਖਿਆਂ ਲੈਣ ਲਈ ਜਾਂਦਾ ਹੈ । ਉਸ ਦੇ ਮਨ ਵਿੱਚ ਇਕੋ ਇਕ ਤੇ ਭਰੋਸ ਅਡੋਲ ਹੁੰਦਾ ਹੈ! ਪ੍ਰਭ ਤੋਂ ਬਿਨਾਂ ਹੋਰ ਕੋਈ ਰਸਤਾ ਦੱਸਣ ਵਾਲਾ ਨਹੀਂ ਹੈ । ਕਿਵੇਂ ਪ੍ਰਭ ਦੀ ਰਹਿਮਤ ਤੋਂ ਬਿਨਾਂ ਮਨ ਨੂੰ ਸ਼ਾਂਤੀ, ਸੰਤੋਖ ਬਖਸ਼ਿਸ਼ ਹੋ ਸਕਦਾ ਹੈ? ਜਿਹੜਾ ਪ੍ਰਭ ਦੇ ਸ਼ਬਦ ਦਾ ਰਸ ਮਾਨ ਲੈਂਦਾ ਹੈ । ਉਸ ਦੇ ਮਨ ਵਿੱਚ ਸੰਤੋਖ ਭਰਿਆਂ ਰਹਿੰਦਾ ਹੈ, ਸਵਾਦ ਕਦੇ ਫਿੱਕਾ ਨਹੀਂ ਹੁੰਦਾ । ਉਹ ਆਪਣੇ ਮਨ ਤੇ ਜਿੱਤ ਪਾ ਕੇ, ਨਿਮਾਣਾ ਬਣਕੇ ਪ੍ਰਭ ਅੱਗੇ ਇਕੋ ਇਕ ਰਹਿਮਤ ਦੀ ਅਰਦਾਸ ਕਰਦਾ ਹੈ! ਪ੍ਰਭ ਆਪਣੇ ਸ਼ਬਦ ਦੇ ਲੜ ਲਾਵੇ! ਜਿਸ ਨੂੰ ਆਪ ਹੀ ਸ਼ਬਦ ਦੇ ਲੜ ਲਾਉਂਦਾ, ਪ੍ਰਵਾਨਗੀ ਦਾ ਰਸਤਾ ਬਖਸ਼ਦਾ ਹੈ । ਉਹ ਇਹ ਰਸਤਾ ਕਦੇ ਵੀ ਨਹੀਂ ਛੱਡਦਾ, ਭਰੋਸਾ ਅਡੋਲ ਰਖਦਾ ਹੈ । ਉਹ ਸਦਾ ਹੀ ਪ੍ਰਭ ਦੀ ਸ਼ਰਣ ਵਿੱਚ ਰਹਿੰਦਾ ਹੈ । ਉਸ ਦਾ ਭਰੋਸਾ ਅਡੋਲ ਹੁੰਦਾ ਹੈ, ਕਿ ਪ੍ਰਭ ਦੇ ਸ਼ਬਦ ਦੀ ਪਾਲਣਾ ਤੋਂ ਬਿਨਾਂ ਹੋਰ ਕੋਈ ਵੀ ਕੁਝ ਕਰਨ ਯੋਗ ਨਹੀਂ ਹੈ । ਜਿਹੜਾ ਪ੍ਰਭ ਦੀ ਰਹਿਮਤ ਨਾਲ ਸ਼ਬਦ ਦੀ ਸਮਾਧੀ ਵਿੱਚ ਵਸਦਾ ਹੈ, ਉਸ ਦੇ ਮਨ ਨੂੰ ਅਸੂ ਦੇ ਮਹੀਨੇ ਵਾਲੀ ਅਵਸਥਾ ਸੁਭਾਗੀ ਲਗਦੀ ਹੈ ।

As in the month of Assur, the weather is very soothing and comforting cold. Same way! His true devotee remains overwhelmed with the essence of His Word. The essence of His Word becomes very soothing to his mind. Whatsoever way of life may he adopt that becomes acceptable in His Court? He remains in a deep renunciation in the memory of his separation from The True Master. He may inquiries from all Holy saints, the right path of acceptance in His Royal Palace, The True Master. His belief remains unshakable! The True Master sends His Blessed Souls to guide and inspire His Creation on the right path of salvation. His true devotee may remain in His Sanctuary, within the boundary of His Word. He may remain in conjugation of His Holy saints and adopts his life experience teachings in his own day to day life. His belief! No one else can bless His Word or can guide on the right path of salvation. How may his mind remain in peace of mind and contented without the Blessings of The True Master? Whosoever may cherish the nectar of the essence of His Word only once; his mind may remain overwhelmed with contentment with His Blessings. The taste of his tongue may never faint away. He may conquer his own ego and humbly pray for His Forgiveness and Refuge. Whosoever may be blessed with a devotion to meditate, he may never forsake the right path. He always remains in His Sanctuary. His faith! No one else may be worthy of worship. Whosoever may obey the teachings of His Word, he may become fortunate.

27. ਬਾਰਹ ਮਾਹਾ – ਕੱਤਕ

ਕਤਿਕਿ ਕਰਮ ਕਮਾਵਣੇ,	katik karam kamaavnay
ਦੋਸੁ ਨ ਕਾਹੂ ਜੋਗੁ॥	dos na kaahoo jog.
ਪਰਮੇਸਰ ਤੇ ਭੁਲਿਆਂ,	parmaysar tay bhuli-aaN
ਵਿਆਪਨਿ ਸਭੇ ਰੋਗ॥	vi-aapan sabhay rog.
ਵੇਮੁਖ ਹੋਏ ਰਾਮ ਤੇ,	vaimukh ho-ay raam tay
ਲਗਨਿ ਜਨਮ ਵਿਜੋਗ॥	lagan janam vijog.
ਖਿਨ ਮਹਿ ਕਉੜੇ ਹੋਇ ਗਏ,	khin meh ka-urhay ho-ay ga-ay
ਜਿਤੜੇ ਮਾਇਆ ਭੋਗ॥	jit-rhay maa-i- aa bhog.
ਵਿਚੁ ਨ ਕੋਈ ਕਰਿ ਸਕੈ,	vich na ko-ee kar sakai
ਕਿਸ ਥੈ ਰੋਵਹਿ ਰੋਜ॥	kis thai roveh roj.
ਕੀਤਾ ਕਿਛੂ ਨ ਹੋਵਈ,	keetaa kichhoo na hova-ee
ਲਿਖਿਆ ਧੁਰਿ ਸੰਜੋਗ॥	likhi-aa Dhur sanjog.
ਵਡਭਾਗੀ ਮੇਰਾ ਪ੍ਰਭੁ ਮਿਲੈ,	vadbhaagee mayraa parabh milai
ਤਾਂ ਉਤਰਹਿ ਸਭਿ ਬਿਓਗ॥	taaN utreh sabh bi-og.
ਨਾਨਕ ਕਉ ਪ੍ਰਭ ਰਾਖਿ ਲੇਹਿ,	naanak ka-o parabh raakh layhi may-
ਮੇਰੇ ਸਾਹਿਬ ਬੰਦੀ ਮੋਚ॥	ray saahib bandee moch.
ਕਤਿਕ ਹੋਵੈ ਸਾਧਸੰਗੁ,	katik hovai saaDhsang
ਬਿਨਸਹਿ ਸਭੇ ਸੋਚ ॥੯॥	binsahi sabhay soch. ||9||

ਕੱਤਕ ਦਾ ਮਹੀਨਾ ਠੰਡ ਦਾ ਮਹੀਨਾ ਹੁੰਦਾ ਹੈ । ਤਨ ਨੂੰ ਠੰਡ ਤੋਂ ਬਚਨ ਲਈ ਆਸਰੇ ਦੀ ਲੋੜ ਪੈਂਦੀ ਹੈ । ਜੀਵ ਇਸ ਸਮੇਂ ਪ੍ਰਭ ਦੇ ਬਖਸ਼ੇ ਦਾ ਧੰਨਵਾਦ ਕਰੋ! ਕਿਸੇ ਹੋਰ ਨੂੰ ਕਿਸੇ ਦੁਖ ਤਕਲੀਫ ਦਾ ਕਸੂਰਵਾਰ ਨਾ ਬਣਾਵੋ! ਪ੍ਰਭ ਦੇ ਸ਼ਬਦ ਦੀ ਸਿਖਿਆਂ ਨੂੰ ਵਿਸਾਰਨ ਨਾਲ ਮਨ ਵਿੱਚ ਇਛਾਂ ਦੇ ਕਈ ਦੁਖ ਆਉਂਦੇ, ਤਨ ਨੂੰ ਵੀ ਠੇਸ ਪਹੁੰਚਦੀ ਹੈ । ਉਸ ਤੋਂ ਪ੍ਰਭ ਦੀ ਰਹਿਮਤ ਦੂਰ ਹੁੰਦੀ ਜਾਂਦੀ ਹੈ, ਜੂੰਨਾਂ ਦੇ ਚੱਕਰ ਵਿੱਚ ਡੂੰਘਾ ਫਸਦਾ ਜਾਂਦਾ ਹੈ । ਇਕ ਪਲ ਵਿੱਚ ਹੀ ਮਾਇਆ, ਕਾਮਵਾਸਨਾ ਆਪਣਾ ਅਸਲੀ ਰੂਪ ਪ੍ਰਗਟ ਕਰਨ ਲਗ ਪੈਂਦੀ ਹੈ । ਪ੍ਰਭ ਦੇ ਪ੍ਰਵਾਨਗੀ ਦੇ ਰਸਤੇ ਤੇ ਕੋਈ ਵਿਚੋਲਾ ਸਾਥ ਨਹੀਂ ਦੇ ਸਕਦਾ । ਕਿਸ ਕੋਲ ਆਪਣਾ ਦੁਖ, ਪੀੜ, ਅਰਦਾਸ ਕਰੇਂਗਾ? ਜੀਵ ਦੇ ਆਪਣੇ ਕੀਤੇ ਯਤਨਾਂ, ਚੰਗੇ ਕੰਮਾਂ ਨਾਲ ਪ੍ਰਭ ਦੀ ਰਹਿਮਤ ਦੇ ਰਸਤੇ ਤੇ ਚਲਣ ਵਿੱਚ ਕੋਈ ਲਾਭ ਨਹੀਂ ਹੁੰਦਾ । ਸਭ ਕੁਝ ਪ੍ਰਭ ਨੇ ਜੀਵ ਦੇ ਭਾਗਾਂ ਵਿੱਚ ਪਹਿਲੇ ਹੀ ਲਿਖਿਆ ਹੋਇਆ ਹੈ । ਜਿਸ ਦੇ ਵੱਡੇ ਭਾਗ ਹੋਣ, ਉਸ ਨੂੰ ਹੀ ਪ੍ਰਭ ਦੇ ਸ਼ਬਦ ਨਾਲ ਲਗਨ ਬਖਸ਼ਿਸ਼ ਹੁੰਦੀ ਹੈ । ਉਸ ਨਾਲ ਮਨ ਦੇ ਸਾਰੇ ਦੁਖ ਦੂਰ ਕਰਨ ਦਾ ਰਸਤਾ ਬਖਸ਼ਿਸ਼ ਹੋ ਸਕਦਾ ਹੈ । ਬੰਦਗੀ ਕਰਨਵਾਲਾ ਸਦਾ ਹੀ ਰਹਿਮਤ ਦੀ ਅਰਦਾਸ ਕਰਦਾ ਹੈ! ਸੰਸਾਰਕ ਇਛਾਂ ਦੇ ਜਾਲ ਵਿਚੋਂ ਬਚਾ ਲਵੋ! ਜਿਹੜਾ ਆਪਣਾ ਸੰਤਾਂ ਦੇ ਜੀਵਨ ਦੀ ਸਿਖਿਆਂ ਨਾਲ ਆਪਣਾ ਜੀਵਨ ਢਾਲਦਾ ਹੈ । ਉਸ ਦੇ ਮਨ ਦੀਆਂ ਸਾਰੀਆਂ ਚਿੰਤਾਂ ਦੂਰ ਹੋ ਜਾਂਦੀਆਂ ਹਨ, ਪ੍ਰਭ ਆਪ ਹੀ ਸਹਾਈ ਹੋ ਜਾਂਦਾ ਹੈ ।

The month of Kutak may be a season of cold weather. The body needs the protection to save from cold weather. You should always sing the glory of His Word! You may never consider anyone else, the culprit for misery in your life. Whosoever may forsake the teachings of His Word from his day-to-day life; he may endure the misery, hardships of worldly desires. He may be deprived from His Blessings; he may remain in deep trap of cycle of birth and death. In a moment, the worldly wealth, sexual desire may show the true color. No middle-person may help to remain steady and stable on the right path. Whom may anyone complain or pray for his miseries? Whosoever may meditate with his own determination, own efforts, and good deeds; he may not be blessed with the right path of salvation. Whosoever may have a great prewritten destiny, only he may remain in a deep devotional meditation on the teachings of His Word; everything may only happen with His prewritten Command. Whosoever may meditate on the teachings of His Word with steady and stable belief; with His mercy and grace, he may be blessed with, the right path of acceptance; his worldly miseries may be eliminated. His true devotee always prays for His Forgiveness and Refuge to be saved from worldly desires. Whosoever may adopt the life experience teachings of His Holy saint in his own day-to-day life; with His mercy and grace, his spoken and unspoken desires may be satisfied. The True Master remains his true companion in all worldly environments.

28. ਬਾਰਹ ਮਾਹਾ – ਮੰਘਰ

ਮੰਘਿਰਿ ਮਾਹਿ ਸੋਹੰਦੀਆ,	manghir maahi sohandee-aa
ਹਰਿ ਪਿਰ ਸੰਗਿ ਬੈਠੜੀਆਹ॥	har pir sang baith-rhee-aah.
ਤਿਨ ਕੀ ਸੋਭਾ ਕਿਆ ਗਣੀ,	tin kee sobhaa ki-aa ganee
ਜਿ ਸਾਹਿਬਿ ਮੇਲੜੀਆਹ॥	je saahib maylrhee-aah.
ਤਨੁ ਮਨੁ ਮਉਲਿਆ ਰਾਮ ਸਿਉ,	tan man ma-oli-aa raam si-o
ਸੰਗਿ ਸਾਧ ਸਹੇਲੜੀਆਹ॥	sang saaDh sahaylrhee-aah.
ਸਾਧ ਜਨਾ ਤੇ ਬਾਹਰੀ,	saaDh janaa tay baahree
ਸੇ ਰਹਨਿ ਇਕੇਲੜੀਆਹ॥	say rahan ikaylarhee-aah.
ਤਿਨ ਦੁਖੁ ਨ ਕਬਹੂ ਉਤਰੈ,	tin dukh na kabhoo utrai
ਸੇ ਜਮ ਕੈ ਵਸਿ ਪੜੀਆਹ॥	say jam kai vas parhee-aah.
ਜਿਨੀ ਰਾਵਿਆ ਪ੍ਰਭੁ ਆਪਣਾ,	jinee raavi-aa parabh aapnaa
ਸੇ ਦਿਸਨਿ ਨਿਤ ਖੜੀਆਹ॥	say disan nit kharhee-aah.
ਰਤਨ ਜਵੇਹਰ ਲਾਲ,	ratan javayhar laal
ਹਰਿ ਕੰਠਿ ਤਿਨਾ ਜੜੀਆਹ॥	har kanth tinaa jarhee-aah.
ਨਾਨਕ ਬਾਂਛੈ ਧੂੜਿ ਤਿਨ,	naanak baaNchhai Dhoorh tin
ਪ੍ਰਭ ਸਰਣੀ ਦਰਿ ਪੜੀਆਹ॥	parabh sarnee dar parhee-aah.
ਮੰਘਿਰਿ ਪ੍ਰਭੁ ਆਰਾਧਣਾ,	manghir parabh aaraaDhanaa ba-
ਬਹੁੜਿ ਨ ਜਨਮੜੀਆਹ॥੧੦॥	hurh na janamrhee-aah. ||10||

ਜਿਹੜਾ ਆਪਣੇ ਪ੍ਰੀਤਮ, ਪ੍ਰਭ ਦੇ ਸਿਮਰਨ ਵਿੱਚ ਲਗਾ ਰਹਿੰਦਾ ਹੈ । ਮੱਘਰ ਦਾ ਮਹੀਨਾ ਉਸ ਨੂੰ ਸੁਹੰਢਣਾ ਲਗਦਾ ਹੈ । ਉਸ ਨੂੰ ਮੌਸਮ ਦੀ ਠੰਡ ਪਰੇਸ਼ਾਨ ਨਹੀਂ ਕਰਦੀ । ਜਿਸ ਨੂੰ ਪ੍ਰਭ ਆਪ ਹੀ ਆਪਣੇ ਸ਼ਬਦ ਦੇ ਸਿਮਰਨ ਵਿੱਚ ਅਡੋਲ ਰਖਦਾ ਹੈ, ਉਸ ਦੀ ਸੋਭਾ, ਵਡਿਆਈ, ਗੁਣਾਂ ਦਾ ਪੂਰਨ ਵਿਆਖਿਆ ਨਹੀਂ ਕੀਤਾ ਜਾ ਸਕਦਾ । ਉਸ ਦੇ ਤਨ, ਮਨ ਤੇ ਪ੍ਰਭ ਦੇ ਸ਼ਬਦ ਦਾ ਨੂਰ ਵਸਦਾ, ਮਨ ਵਿੱਚ ਸ਼ਬਦ ਦੀ ਸਿਖਿਆਂ ਵਸਦੀ ਹੈ । ਉਹ ਸੰਤਾਂ ਦੇ ਜੀਵਨ ਦੀ ਸਿਖਿਆਂ ਨਾਲ ਆਪਣਾ ਜੀਵਨ ਢਾਲਦਾ ਹੈ । ਜਿਸ ਦੇ ਮਨ ਵਿੱਚ ਪ੍ਰਭ ਦੇ ਸ਼ਬਦ ਦਾ ਕੋਈ ਪ੍ਰਭਾਵ ਨਹੀਂ ਹੁੰਦਾ, ਉਹ ਇਸ ਸੰਸਾਰ ਵਿੱਚ ਅਸਲੀ ਸਾਥੀ, ਆਸਰੇ ਤੋਂ ਬਿਨਾਂ ਹੀ ਜੀਵਨ ਬਤੀਤ ਕਰਦਾ ਹੈ । ਉਸ ਦਾ ਜਨਮ ਮਰਨ ਦਾ ਦੁਖ ਕਦੇ ਦੂਰ ਨਹੀਂ ਹੁੰਦਾ, ਜਮਦੂਤ ਦੇ ਵੱਸ ਵਿੱਚ ਹੀ ਰਹਿੰਦਾ ਹੈ । ਉਹ ਆਪਣੇ ਕੀਤੇ ਦੀ ਸਜ਼ਾ ਭੁਗਤਦਾ ਹੈ । ਜਿਹੜਾ ਪ੍ਰਭ ਦੇ ਸ਼ਬਦ ਦੀ ਪਾਲਣਾ ਕਰਦਾ, ਭਰੋਸਾ ਅਡੋਲ ਰਖਦਾ ਹੈ । ਉਸ ਦੇ ਮਨ ਵਿੱਚ ਸਦਾ ਹੀ ਖੇੜਾ ਵਸਦਾ ਹੈ । ਉਸ ਦੇ ਤਨ ਵਿੱਚ ਪ੍ਰਭ ਦੇ ਸ਼ਬਦ ਰੂਪੀ ਰਤਨਾਂ ਦਾ ਸਾਗਰ, ਨੂਰ ਵਸਦਾ, ਸੋਭਦਾ ਹੈ । ਪ੍ਰਭ ਦੇ ਸ਼ਬਦ ਦੀ ਬੰਦਗੀ ਕਰਨਵਾਲੇ, ਉਸ ਪ੍ਰਭ ਦੇ ਦਾਸ ਦੇ ਚਰਨਾਂ ਦੀ ਧੂੜ ਹੀ ਮੰਗਦੇ ਹਨ । ਜਿਹੜਾ ਮੰਘਰ ਦੇ ਮਹੀਨੇ ਵਿੱਚ ਪ੍ਰਭ ਦੇ ਸ਼ਬਦ ਦਾ ਸਿਮਰਨ ਕਰਦਾ, ਸ਼ਬਦ ਮਨ ਵਿੱਚ ਵਸਾਉਂਦਾ ਹੈ । ਉਸ ਦਾ ਜਨਮ ਮਰਨ ਦਾ ਚੱਕਰ ਖਤਮ ਹੋ ਸਕਦਾ ਹੈ ।

The month of Maghar, may be very comfortable with the soothing cold. Whosoever may remain dedicated in meditation on the teachings of His Word; the cold weather may not frustrate him. Whosoever may be blessed with a devotion to meditate on the teachings of His Word; his greatness, glory and the description of his virtues may not be fully explained. His body and mind may be glowing with His Holy Spirit. He may be enlightened with the essence of His Word from within his heart. He may adopt the teachings of His true devotee in day-to-day life. Whosoever may not have any influence of His Word in his day-to-day life, he may waste his human life; without any true companion, true support in his life. His cycle of birth and death may never be eliminated. He remains in the control of devil of death and he may endure miseries for his evil deeds. Whosoever may obey the teachings of His Word with steady and stable belief; with His mercy and grace, he may be blessed with blossoms forever. He may be glowing with the spiritual glow on his heart and on his forehead. He may be honored in the universe. Whosoever may meditate on the teachings of His Word; in the month of Maghar, he may be enlightened with the essence of His Word within his heart. He may remain awake and alert; his cycle of birth and death may be eliminated.

29. ਬਾਰਹ ਮਾਹਾ – ਪੋਹ

ਪੋਖਿ ਤੁਖਾਰੁ ਨ ਵਿਆਪਈ,	pokh tukhaar na vi-aapa-ee
ਕੰਠਿ ਮਿਲਿਆ ਹਰਿ ਨਾਹੁ॥	kanth mili-aa har naahu.
ਮਨੁ ਬੇਧਿਆ ਚਰਨਾਰਬਿੰਦ,	man bayDhi-aa charnaarbind
ਦਰਸਨਿ ਲਗੜਾ ਸਾਹੁ॥	darsan lagrhaa saahu.
ਓਟ ਗੋਵਿੰਦ ਗੋਪਾਲ ਰਾਇ,	ot govind gopaal raa-ay
ਸੇਵਾ ਸੁਆਮੀ ਲਾਹੁ॥	sayvaa su-aamee laahu.
ਬਿਖਿਆ ਪੋਹਿ ਨ ਸਕਈ,	bikhi-aa pohi na sak-ee
ਮਿਲਿ ਸਾਧੂ ਗੁਣ ਗਾਹੁ॥	mil saaDhoo gun gaahu.
ਜਹ ਤੇ ਉਪਜੀ ਤਹ ਮਿਲੀ,	jah tay upjee tah milee
ਸਚੀ ਪ੍ਰੀਤਿ ਸਮਾਹੁ॥	sachee pareet samaahu.
ਕਰੁ ਗਹਿ ਲੀਨੀ ਪਾਰਬ੍ਰਹਮਿ,	kar geh leenee paarbarahm
ਬਹੁੜਿ ਨ ਵਿਛੁੜੀਆਹੁ॥	bahurh na vichhurhi- aahu.
ਬਾਰਿ ਜਾਉ ਲਖ ਬੇਰੀਆ,	baar jaa-o lakh bayree-aa
ਹਰਿ ਸਜਣੁ ਅਗਮ ਅਗਾਹੁ॥	har sajan agam agaahu.
ਸਰਮ ਪਈ ਨਾਰਾਇਣੈ,	saram pa-ee naaraa-inai
ਨਾਨਕ ਦਰਿ ਪਈਆਹੁ॥	naanak dar pa-ee-aahu.
ਪੋਖੁ ਸੋੁਹੰਦਾ ਸਰਬ ਸੁਖ,	pokh sohandaa sarab sukh
ਜਿਸੁ ਬਖਸੇ ਵੇਪਰਵਾਹੁ॥੧੧॥	jis bakhsay vayparvaahu. ‖11‖

ਪੋਖਿ (ਪੋਹ) ਦੇ ਮਹੀਨੇ ਵਿੱਚ ਉਸ ਜੀਵ ਨੂੰ ਠੰਡ ਪਰੇਸ਼ਾਨ ਨਹੀਂ ਕਰਦੀ । ਜਿਸ ਦਾ ਕੰਤ, ਪ੍ਰਭ ਦਾ ਸ਼ਬਦ ਮਨ ਵਿੱਚ ਵਸਦਾ ਹੈ । ਉਸ ਦਾ ਮਨ ਪ੍ਰਭ ਦੇ ਚਰਨਾਂ ਵਿੱਚ, ਸ਼ਬਦ ਦੀ ਪਾਲਣਾ ਵਿੱਚ ਅਡੋਲ ਰਹਿੰਦਾ ਹੈ । ਮਨ ਵਿੱਚ ਪ੍ਰਭ ਨੂੰ ਮਿਲਣ ਦੀ ਲੋਚਾ ਰਹਿੰਦੀ ਹੈ । ਉਹ ਪ੍ਰਭ ਦੀ ਸ਼ਰਣ ਵਿੱਚ ਆਪਾ ਭੇਟਾ ਕਰਦਾ ਲੈਂਦਾ ਹੈ । ਉਸ ਦੀ ਕੀਤੀ ਕਮਾਈ ਬਹੁਤ ਲਾਭਵੰਦ ਹੁੰਦੀ ਹੈ, ਉਸ ਦੇ ਮਨ ਵਿੱਚ ਸੰਸਾਰਕ ਲਾਲਚ ਨਹੀਂ ਲਗਦਾ । ਉਸ ਦਾ ਜੀਵਨ ਸੰਤਾਂ ਦੇ ਜੀਵਨ ਦੇ ਅਧਾਰ ਤੇ ਹੋ ਜਾਂਦਾ ਹੈ । ਉਸ ਦੀ ਆਤਮਾ ਨੂੰ ਪ੍ਰਭ ਦੀ ਸ਼ਰਣ ਬਖਸ਼ਿਸ਼ ਹੋ ਜਾਂਦੀ ਹੈ, ਜਿਸ ਵਿਚੋਂ ਇਹ ਵੱਖਰੀ ਹੋਈ ਸੀ । ਜਿਸ ਜੀਵ ਦਾ ਹੱਥ ਪ੍ਰਭ ਇਕ ਵਾਰ ਪਕੜ ਲੈਂਦਾ ਹੈ! ਉਹ ਫਿਰ ਕਦੇ ਵੀ ਆਪਣੇ ਨਾਲੋ ਅਲਗ ਨਹੀਂ ਕਰਦਾ, ਕਦੇ ਵਿਛੋੜਾ ਨਹੀਂ ਆਉਂਦਾ । ਬੰਦਗੀ ਕਰਨਵਾਲਾ ਦਾਸ ਪ੍ਰਭ ਦੇ ਕਰਤਬਾਂ ਤੋਂ ਹੈਰਾਨ ਹੀ ਰਹਿੰਦਾ, ਧੰਨ ਧੰਨ ਹੀ ਕਹਿੰਦਾ ਹੈ! ਬੰਦਗੀ ਕਰਨਵਾਲਾ ਸਦਾ ਹੀ ਪ੍ਰਭ ਅੱਗੇ ਇਕੋ ਇਕ ਅਰਦਾਸ ਕਰਦਾ ਹੈ । ਰਹਿਮਤਾਂ ਦੇ ਮਾਲਕ ਸ਼ਰਣ ਆਏ ਦਾਸ ਦਾ ਪਰਦਾ ਢੱਕ ਲਵੇ! ਜਿਸ ਦੀਆਂ ਭੁੱਲਾਂ ਪ੍ਰਭ ਆਪ ਬਖਸ਼ ਲੈਂਦਾ ਹੈ, ਪੋਹ, ਉਸ ਜੀਵ ਲਈ, ਦਾਸ ਲਈ ਸੁਭਾਗਾ ਹੋ ਜਾਂਦਾ ਹੈ ।

Whosoever may remain drench with the essence of His Word; he may remain awake and alert in meditation in the void of His Word. The cold weather of Pooh may not create any frustration in the state of mind of His true devotee. He may remain in a deep meditation on the teachings of His Word and he remains humble in His Sanctuary. He may remain anxious, to be blessed with the right path of acceptance in His Court. He may surrender his self-identity in His Sanctuary, The True Master. His earnings of His Word may become very profitable. His mind may remain beyond the reach of any greed of worldly wealth or possessions. He may be blessed with a state of mind as His true devotee; with His mercy and grace, his soul may be immersed in His Holy Spirit; she may never be separated. Whosoever may be accepted in His Sanctuary. Whose hand may The True Master hold once; He may never forsake the soul. His true devotee remains fascinated from His Nature and always claims to be the Greatest of All. He may be willing to sacrifice his life million times. His true devotee may only pray for His Forgiveness and Refuge. Whose sins may be forgiven in the month of Pooh, he become very fortunate.

30. ਬਾਰਹ ਮਾਹਾ – ਮਾਘ

ਮਾਘਿ ਮਜਨੁ ਸੰਗਿ ਸਾਧੂਆ,	maagh majan sang saaDhoo-aa
ਧੂੜੀ ਕਰਿ ਇਸਨਾਨੁ॥	Dhoorhee kar isnaan.
ਹਰਿ ਕਾ ਨਾਮੁ ਧਿਆਇ ਸੁਣਿ,	har kaa Naam Dhi-aa-ay sun sa-
ਸਭਨਾ ਨੋ ਕਰਿ ਦਾਨੁ॥	bhnaa no kar daan.
ਜਨਮ ਕਰਮ ਮਲੁ ਉਤਰੈ,	janam karam mal utrai
ਮਨ ਤੇ ਜਾਇ ਗੁਮਾਨੁ॥	man tay jaa-ay gumaan.
ਕਾਮਿ ਕਰੋਧਿ ਨ ਮੋਹੀਐ,	kaam karoDh na mohee-ai
ਬਿਨਸੈ ਲੋਭੁ ਸੁਆਨੁ॥	binsai lobh su-aan.
ਸਚੈ ਮਾਰਗਿ ਚਲਦਿਆ,	sachai maarag chaldi-aa
ਉਸਤਤਿ ਕਰੇ ਜਹਾਨੁ॥	ustat karay jahaan.
ਅਠਸਠਿ ਤੀਰਥ ਸਗਲ ਪੁੰਨ,	athsath tirath sagal punn
ਜੀਅ ਦਇਆ ਪਰਵਾਨੁ॥	jee-a da-i-aa parvaan.
ਜਿਸ ਨੋ ਦੇਵੈ ਦਇਆ ਕਰਿ,	jis no dayvai da-i-aa kar
ਸੋਈ ਪੁਰਖੁ ਸੁਜਾਨੁ॥	so-ee purakh sujaan.
ਜਿਨਾ ਮਿਲਿਆ ਪ੍ਰਭੁ ਆਪਣਾ,	jinaa mili-aa parabh aapnaa
ਨਾਨਕ ਤਿਨ ਕੁਰਬਾਨੁ॥	naanak tin kurbaan.
ਮਾਘਿ ਸੁਚੇ ਸੇ ਕਾਂਢੀਅਹਿ,	maagh suchay say kaaNdhee-ah
ਜਿਨ ਪੂਰਾ ਗੁਰੁ ਮਿਹਰਵਾਨੁ॥੧੨॥	jin pooraa gur miharvaan. ||12||

ਮਾਘ ਦੇ ਮਹੀਨੇ ਵਿੱਚ, ਜਿਹੜਾ ਮਨ ਦੀ ਮੈਲ ਨੂੰ ਸੰਤਾਂ ਦੇ ਚਰਨਾਂ ਦੀ ਧੂੜ ਨਾਲ ਪਵਿੱਤਰ ਕਰਦਾ ਹੈ! ਸੰਤ ਦੇ ਜੀਵਨ ਦੀ ਸਿਖਿਆਂ ਨਾਲ ਆਪਣਾ ਜੀਵਨ ਢਾਲਕੇ, ਪ੍ਰਭ ਦੇ ਸ਼ਬਦ ਗੁਣ ਗਾਉਂਦਾ, ਸੁਣਦਾ, ਸਿਮਰਨ ਕਰਦਾ ਹੈ! ਸ਼ਬਦ ਦੇ ਗੁਣ ਬਾਕੀ ਜੀਵਾਂ ਨਾਲ ਸਾਂਝੇ ਕਰਦਾ, ਪ੍ਰੇਰਨਾ ਕਰਦਾ ਹੈ, ਉਸ ਦੇ ਕਈ ਜਨਮਾਂ ਦੇ ਕੀਤੇ ਪਾਪਾਂ ਦੀ ਮੈਲ ਧੋਤੀ ਜਾਂਦੀ ਹੈ । ਮਨ ਵਿਚੋਂ ਅਹੰਕਾਰ ਦਾ ਨਾਸ਼ ਹੋ ਜਾਂਦਾ, ਜਿੱਤ ਬਖਸ਼ਿਸ਼ ਹੋ ਜਾਂਦੀ ਹੈ । ਮਨ ਵਿੱਚ ਕਾਮਵਾਸਨਾ, ਕਰੋਧ, ਸੰਸਾਰਕ ਲਾਲਚ ਦਾ ਕੋਈ ਪ੍ਰਭਾਵ ਨਹੀਂ ਰਹਿੰਦਾ । ਜਿਹੜਾ ਇਸ ਰਸਤੇ ਤੇ ਚਲਦਾ, ਆਪਣਾ ਜੀਵਨ ਬਤੀਤ ਕਰਦਾ ਹੈ, ਸੰਸਾਰਕ ਜੀਵ ਵੀ ਉਸ ਦੀ ਸੋਭਾ ਕਰਦੇ ਹਨ । ਜੀਵ ਸ੍ਰਿਸ਼ਟੀ ਦੇ ਜੀਵਾਂ ਨੂੰ ਤਰਸ, ਨਿਮ੍ਰਤਾ ਨਾਲ ਵਰਤਾਓ ਕਰੋ! ਇਸ ਦੀ ਮਹੱਤਤਾ 68 ਪਵਿੱਤਰ ਤੀਰਥਾਂ ਦੇ ਇਸ਼ਨਾਨ ਕਰਨ ਨਾਲੋਂ ਵੀ ਵਧ ਲਾਭਵੰਦ ਹੈ । ਪ੍ਰਭ ਦੇ ਦਰਬਾਰ ਵਿੱਚ ਬਹੁਤਾ ਫਲ ਬਖਸ਼ਿਸ਼ ਹੁੰਦਾ ਹੈ । ਜਿਸ ਤੇ ਪ੍ਰਭ ਆਪ ਹੀ ਰਹਿਮਤ ਦੀ ਨਜ਼ਰ ਬਖਸ਼ਦਾ ਹੈ! ਉਹ ਹੀ ਸਭ ਤੋਂ ਸਿਆਣਾ ਬਣ ਜਾਂਦਾ ਹੈ । ਜਿਹੜਾ ਪ੍ਰਭ ਦੇ ਸ਼ਬਦ ਦੀ ਸਮਾਧੀ ਵਿੱਚ ਵਸਦਾ ਹੈ

। ਮੈਂ ਉਸ ਦਾਸ ਦੇ ਜੀਵਨ ਤੋਂ ਕੁਰਬਾਨ ਜਾਂਦਾ ਹਾ! ਜਿਸ ਤੇ ਪ੍ਰਭ ਆਪ ਹੀ ਰਹਿਮਤ ਦੀ ਨਜ਼ਰ ਬਖਸ਼ਦਾ, ਭੁੱਲਾਂ ਬਖਸ਼ਦਾ ਹੈ । ਮਾਘ ਦੇ ਮਹੀਨੇ ਵਿੱਚ ਕੇਵਲ ਉਸ ਜੀਵਾਂ ਦੀ ਆਤਮਾ ਪਵਿੱਤਰ ਰਹਿੰਦੀ ਹੈ ।

In the month of Magahi! Whosoever may clean the blemishes of his mind with the dust of the feet of His true devotee; he may meditate, listens to the sermons, and adopts the teachings of His Word with steady and stable belief in his day-to-day life. Whosoever may share the teachings and inspires others to meditate on the teachings of His Word. His sins of previous lives may be forgiven; his root of ego may be destroyed; he may conquer his ego. His state of mind may become beyond the reach of sexual urge, anger, and greed of worldly possessions. Whosoever may adopt these teachings in his life; with His mercy and grace, he may be honored in worldly life. He may remain humble and compassionate with others. His way of life may be significant and rewarded more than the pilgrimage of 68 Holy shrines. He may be accepted and honor in His Court. Whosoever may be bestowed with His Blessed Vision, he may be the wisest devotee. His true devotee remains fascinated from the life of His Holy saint! Who may remain intoxicated in meditation in the void of His Word? His sins may be forgiven and his soul may be sanctified in the month of Magahi.

31. ਬਾਰਹ ਮਾਹਾ – ਫਲਗਣ

ਫਲਗੁਣਿ ਅਨੰਦ ਉਪਾਰਜਨਾ,	fulgun anand upaarjanaa
ਹਰਿ ਸਜਣ ਪ੍ਰਗਟੇ ਆਇ॥	har sajan pargatay aa-ay.
ਸੰਤ ਸਹਾਈ ਰਾਮ ਕੇ,	sant sahaa-ee raam kay
ਕਰਿ ਕਿਰਪਾ ਦੀਆ ਮਿਲਾਇ॥	kar kirpaa dee-aa milaa-ay.
ਸੇਜ ਸੁਹਾਵੀ ਸਰਬ ਸੁਖ,	sayj suhaavee sarab sukh
ਹੁਣਿ ਦੁਖਾ ਨਾਹੀ ਜਾਇ॥	hun dukhaa naahee jaa-ay.
ਇਛ ਪੁਨੀ ਵਡਭਾਗਣੀ,	ichh punee vadbhaagnee
ਵਰੁ ਪਾਇਆ ਹਰਿ ਰਾਇ॥	var paa-i-aa har raa-ay.
ਮਿਲਿ ਸਹੀਆ ਮੰਗਲੁ ਗਾਵਹੀ,	mil sahee-aa mangal gaavhee
ਗੀਤ ਗੋਵਿੰਦ ਅਲਾਇ॥	geet govind alaa-ay.
ਹਰਿ ਜੇਹਾ ਅਵਰੁ ਨ ਦਿਸਈ,	har jayhaa avar na dis-ee
ਕੋਈ ਦੂਜਾ ਲਵੈ ਨ ਲਾਇ॥	ko-ee doojaa lavai na laa-ay.
ਹਲਤੁ ਪਲਤੁ ਸਵਾਰਿਓਨੁ,	halat palat savaari-on
ਨਿਹਚਲ ਦਿਤੀਅਨੁ ਜਾਇ॥	nihchal ditee-an jaa-ay.
ਸੰਸਾਰ ਸਾਗਰ ਤੇ ਰਖਿਅਨੁ,	sansaar saagar tay rakhi-an
ਬਹੁੜਿ ਨ ਜਨਮੈ ਧਾਇ॥	bahurh na janmai Dhaa-ay.
ਜਿਹਵਾ ਏਕ ਅਨੇਕ ਗੁਣ ਤਰੇ,	jihvaa ayk anayk gun taray
ਨਾਨਕ ਚਰਣੀ ਪਾਇ॥	naanak charnee paa-ay.
ਫਲਗੁਣਿ ਨਿਤ ਸਲਾਹੀਐ,	fulgun nit salaahee-ai
ਜਿਸ ਨੋ ਤਿਲੁ ਨ ਤਮਾਇ॥੧੩॥	jis no til na tamaa-ay. ||13||

ਫਲਗਣ ਵਿੱਚ ਉਸ ਜੀਵ ਦੇ ਮਨ ਵਿੱਚ ਖੇੜਾ ਵਸਦਾ ਹੈ । ਜਿਸ ਦੇ ਮਨ ਵਿੱਚ ਪ੍ਰਭ ਦੀ ਜੋਤ ਜਾਗਰਤ ਹੋ ਜਾਂਦੀ ਹੈ । ਮਨ ਜਾਗਰਤ ਅਤੇ ਸੁਚੇਤ ਹੋ ਜਾਂਦਾ ਹੈ । ਪ੍ਰਭ ਦੇ ਦਾਸਾਂ, ਸੰਤਾਂ ਨੇ ਤਰਸ ਬਖਸ਼ਕੇ, ਮੈਨੂੰ ਪ੍ਰਭ ਦੇ ਪ੍ਰਵਾਨਗੀ ਦੇ ਰਸਤੇ ਦੀ ਸੋਝੀ ਬਖਸ਼ੀ ਹੈ । ਮਨ ਵਿੱਚ ਪੂਰਨ ਸੰਤੋਖ, ਸ਼ਾਂਤੀ ਘਰ ਕਰ ਗਈ ਹੈ । ਕੋਈ ਸੰਸਾਰਕ ਇਛਾਂ ਦਾ ਦੁਖ ਨੇੜੇ ਨਹੀਂ ਆਉਂਦਾ । ਵੱਡੇ ਭਾਗ ਹੋ ਗਏ, ਮਨ ਦੀਆਂ ਇਛਾਂ ਪੂਰੀਆਂ ਹੋ ਗਈਆਂ ਹਨ! ਪ੍ਰਭ ਦੀ ਸ਼ਰਣ ਵਿੱਚ ਪਨਾਹ ਪ੍ਰਵਾਨ ਹੋ ਗਈ । ਉਹ ਆਪਣੇ ਸਾਥੀਆਂ ਨਾਲ ਰਲਕੇ ਪ੍ਰਭ ਦੇ ਸ਼ਬਦ ਦੇ ਗੁਣ ਗਾਉਂਦਾ, ਸ਼ਬਦ ਦੀ ਸਮਾਧੀ ਵਿੱਚ ਲੀਨ ਰਹਿੰਦਾ ਹੈ ।

ਪ੍ਰਭ ਵਰਗਾ, ਉਸ ਦੇ ਤੁਲ ਹੋਰ ਕੋਈ ਨਹੀਂ ਹੈ । ਪ੍ਰਭ ਦੋਨੋਂ ਪਾਸੇ, ਸੰਸਾਰ ਵਿੱਚ ਅਤੇ ਮੌਤ ਤੋਂ ਪਿਛੋਂ ਵੀ ਜੀਵ ਦੇ ਸਾਰੇ ਕਾਰਜ ਸਵਾਰਦਾ ਹੈ । ਜੀਵ ਨੂੰ ਸਦਾ ਅਟਲ ਰਹਿਣਵਾਲਾ, ਅਰਾਮ ਕਰਨਵਾਲਾ ਘਰ ਬਖਸ਼ਦਾ ਹੈ । ਸੰਸਾਰਕ ਸਾਗਰ ਵਿਚੋਂ ਬਚਾਕੇ ਪਾਰ ਕੱਢ ਲੈਂਦਾ ਹੈ! ਫਿਰ ਜਨਮ ਮਰਨ ਦੇ ਚੱਕਰ ਵਿੱਚ ਨਹੀਂ ਜਾਣਾ ਪੈਂਦਾ, ਚੱਕਰ ਖਤਮ ਕਰ ਦੇਂਦਾ ਹੈ । ਪ੍ਰਭ ਦੇ ਬੇਅੰਤ ਗੁਣਾਂ ਦੀ ਗਿਣਤੀ ਨਹੀਂ ਕੀਤੀ ਜਾ ਸਕਦੀ । ਪ੍ਰਭ ਦਾ ਦਾਸ ਉਸ ਦੀ ਸ਼ਰਣ ਵਿੱਚ ਆ ਕੇ ਬਚ ਜਾਂਦਾ ਹੈ । ਜਿਸ ਦੇ ਮਨ ਵਿੱਚ ਇਕ ਤਿਲ ਭਰ ਵੀ ਲਾਲਚ ਨਹੀਂ ਹੁੰਦਾ । ਉਸ ਜੀਵ ਨੂੰ ਫਲਗਣ ਸੁਹੰਢਣਾ ਲਗਦਾ ਹੈ!

Whosoever may be enlightened with the essence of His Word, he may remain awake and alert; with His mercy and grace, he may be blessed with blossom forever in his in the month of Phalguna. His Holy saint has blessed my soul! I have been blessed with the right path of salvation. I am in complete peace of mind and contentment. My state of mind remains beyond the reach of worldly desires. All my spoken and unspoken desires have been satisfied. I am blessed with an acceptance in His Sanctuary. His true devotee always remains in the congregation of His Holy saint and sings the glory of His Word. He remains in a deep meditation in the void of His Word. No one may be comparable to the greatness of The True Master. The One and Only One, True Master remains a true companion of his soul in this world and after death. His human life journey may become a success. The True Master blesses his soul a permanent resting place; carries his soul safely from the worldly ocean of desires. His cycle of birth and death may be eliminated. He may never enter the womb of mother again. His virtues may remain beyond imagination, and comprehension. Whosoever may adopt his life experience teachings in his own life; with His mercy and grace, he may be accepted in His Sanctuary, The True Master. He may be saved from the devil of death. Whose mind may remain beyond the reach of any worldly greed in the month of Phalguna! His soul may become very fortune.

32. ਬਾਰਹ ਮਾਹਾ

ਜਿਨਿ ਜਿਨਿ ਨਾਮੁ ਧਿਆਇਆ,	jin jin Naam Dhi-aa-i-aa
ਤਿਨ ਕੇ ਕਾਜ ਸਰੇ॥	tin kay kaaj saray.
ਹਰਿ ਗੁਰੁ ਪੂਰਾ ਆਰਾਧਿਆ,	har gur pooraa aaraaDhi-aa
ਦਰਗਹ ਸਚਿ ਖਰੇ॥	dargeh sach kharay.
ਸਰਬ ਸੁਖਾ ਨਿਧਿ ਚਰਣ ਹਰਿ,	sarab sukhaa niDh charan har
ਭਉਜਲੁ ਬਿਖਮੁ ਤਰੇ॥	bha-ojal bikham taray.
ਪ੍ਰੇਮ ਭਗਤਿ ਤਿਨ ਪਾਈਆ,	paraym bhagat tin paa-ee-aa
ਬਿਖਿਆ ਨਾਹਿ ਜਰੇ॥	bikhi-aa naahi jaray.
ਕੂੜ ਗਏ ਦੁਬਿਧਾ ਨਸੀ,	koorh ga-ay dubiDhaa nasee
ਪੂਰਨ ਸਚਿ ਭਰੇ॥	pooran sach bharay.
ਪਾਰਬ੍ਰਹਮੁ ਪ੍ਰਭੁ ਸੇਵਦੇ,	paarbarahm parabh sayvday
ਮਨ ਅੰਦਰਿ ਏਕੁ ਧਰੇ॥	man, andar ayk Dharay.
ਮਾਹ ਦਿਵਸ ਮੂਰਤ ਭਲੇ,	maah divas moorat bhalay
ਜਿਸ ਕਉ ਨਦਰਿ ਕਰੇ॥	jis ka-o nadar karay.
ਨਾਨਕੁ ਮੰਗੈ ਦਰਸ ਦਾਨੁ,	naanak mangai daras daan
ਕਿਰਪਾ ਕਰਹੁ ਹਰੇ॥੧੪॥੧॥	kirpaa karahu haray. ||14||1||

ਜਿਹੜਾ ਪ੍ਰਭ ਦੇ ਸ਼ਬਦ ਦਾ ਸਿਮਰਨ ਕਰਦਾ, ਸ਼ਬਦ ਦੀ ਪਾਲਣਾ ਕਰਦਾ ਹੈ । ਉਸ ਦੇ ਸਾਰੇ ਸੰਸਾਰਕ ਇਛਾਂ ਦੇ ਦੁਖ ਖਤਮ ਹੋ ਜਾਂਦੇ, ਕਾਰਜ ਪੂਰੇ ਹੋ ਜਾਂਦੇ ਹਨ । ਜਿਹੜਾ ਪ੍ਰਭ ਦੇ ਸ਼ਬਦ ਨਾਲ ਜੀਵਨ ਢਾਲਦਾ ਹੈ, ਉਹ ਪ੍ਰਭ ਦੇ ਦਰਬਾਰ ਵਿੱਚ ਪੂਰਾ ਹੋ ਸਕਦਾ ਹੈ । ਉਸ ਦਾ ਲੇਖਾ ਪੂਰਾ ਹੋ ਜਾਂਦਾ ਹੈ । ਪ੍ਰਭ ਦੇ ਚਰਨ, ਸ਼ਬਦ ਦੀ ਪਾਲਣਾ ਕਰਨਾ ਸੰਤੋਖ ਦਾ ਖਜ਼ਾਨਾ ਹੈ, ਉਸ ਨਾਲ ਮਨ ਸ਼ਾਂਤ ਰਹਿੰਦਾ ਹੈ ।

ਉਹ ਜੀਵ ਭਿਆਨਕ ਸੰਸਾਰਕ ਸਾਗਰ ਪਾਰ ਕਰ ਜਾਂਦਾ ਹੈ, ਦਰਬਾਰ ਵਿੱਚ ਪ੍ਰਵਾਨ ਹੋ ਜਾਂਦਾ ਹੈ । ਜਿਹੜਾ ਪ੍ਰਭ ਦੇ ਵਿਛੋੜੇ ਦੇ ਵਿਰਾਗ ਵਿੱਚ ਜੀਵਨ ਬਤੀਤ ਕਰਦਾ ਹੈ, ਉਹ ਲਾਲਚ ਦੀ ਅੱਗ ਵਿੱਚ ਨਹੀਂ ਜਲਦਾ । ਉਸ ਦੇ ਮਨ ਵਿਚੋਂ ਝੂਠਾ, ਦਿਖਾਵਾ ਖਤਮ ਹੋ ਜਾਂਦਾ ਹੈ । ਉਸ ਦਾ ਮਨ ਪ੍ਰਭ ਦੇ ਸ਼ਬਦ ਦੀ ਅਸਲੀਅਤ ਨਾਲ ਭਰ ਜਾਂਦਾ ਹੈ । ਉਹ ਇਕੋ ਇਕ ਪ੍ਰਭ ਦੇ ਹੁਕਮ ਅੰਦਰ ਚਲਦਾ, ਜੀਵਨ ਬਤੀਤ ਕਰਦਾ ਹੈ । ਉਸ ਦੇ ਮਨ ਵਿੱਚ ਪ੍ਰਭ ਦੀ ਜੋਤ ਜਾਗਰਤ ਹੋ ਜਾਂਦੀ ਹੈ, ਮਨ ਸੁਚੇਤ ਰਹਿੰਦਾ ਹੈ । ਉਹ ਮਹੀਨਾ, ਦਿਨ, ਪਲ ਵੱਡਭਾਗੀ ਹੋ ਜਾਂਦਾ ਹੈ । ਜਦੋਂ ਜੀਵ ਤੇ ਪ੍ਰਭ ਦੀ ਰਹਿਮਤ ਦੀ ਨਜ਼ਰ ਬਖਸ਼ਿਸ਼ ਹੋ ਜਾਂਦੀ ਹੈ । ਬੰਦਗੀ ਕਰਨਵਾਲਾ ਦਾਸ ਸਦਾ ਇਕੋ ਇਕ ਰਹਿਮਤ ਦੀ ਅਰਦਾਸ ਕਰਦਾ ਹੈ । ਪ੍ਰਭ ਆਪਣੀ ਰਹਿਮਤ ਨਾਲ ਪਰਦਾ ਢੱਕ ਲਵੇ !

Whosoever may meditate and obeys the teachings of His Word; with His mercy and grace, he may conquer miseries of his worldly desires. His human life journey may become a successful and fruitful. Whosoever may adopt the teachings of His Word in day-to-day life; with His mercy and grace, he may forgive his sins and satisfy the accounts of deeds of his previous lives. The treasure of patience remains embedded in adopting the teachings of His Word in day-to-day life; with His mercy and grace, he may be blessed with a peace and harmony in his life. He may be saved from terrible ocean of worldly desires and accepted in His Court. Whosoever may remain in renunciation in the memory of his separation from His Holy Spirit fresh within his mind; with His mercy and grace, his mind may become beyond the reach of worldly frustrations and desires. He may never adopt religious robes to impress others; to gain worldly honor. His mind remains drenched with the essence of His Nature. He may wholeheartedly adopt the teachings of His Word in his day-to-day life; with His mercy and grace, he may remain awake and alert in his worldly life. The moment, time, day, he may be enlightened with the essence of His Word; all become very fortunate. His true devotee only prays for His Forgiveness and Refuge to protect his honor.

☬ ਗਉੜੀ ਸੁਖਮਨੀ ਮਃ ੫॥ ☬

1. ਗਉੜੀ ਸੁਖਮਨੀ ਸਲੋਕੁ॥ 1॥ 262

ਆਦਿ ਗੁਰਏ, ਨਮਹ॥	aad gur-ay namah.
ਜੁਗਾਦਿ ਗੁਰਏ, ਨਮਹ॥	jugaad gur-ay namah.
ਸਤਿ ਗੁਰਏ, ਨਮਹ॥	satgur-ay namah.
ਸ੍ਰੀ ਗੁਰਦੇਵਏ, ਨਮਹ॥1॥	saree gurdayv-ay namah. ||1||

ਅਟਲ ਰੱਬ, ਜਿਹੜਾ ਸ੍ਰਿਸ਼ਟੀ ਤੋਂ ਪਹਿਲੇ ਵੀ, ਵਰਤਮਾਨ ਸਮੇਂ, ਹੁਣ ਵੀ ਹਾਜ਼ਰਾ ਹਜ਼ੂਰ ਹੈ । ਉਹ ਹੀ ਅਸਲੀ ਅਟਲ ਗੁਰੂ, ਪੀਰਾਂ ਦਾ ਪੀਰ ਹੈ । ਉਸ ਨੂੰ ਨਮਸਕਾਰ ਕਰੋ, ਉਸ ਦੇ ਸ਼ਬਦ ਦਾ ਸਿਮਰਨ, ਪਾਲਣਾ ਕਰੋ ।

The axiom Tue Master was steady and stable before the creation of the universe (past), prevails in present and will be steady and stable after the end of the universe. The One and Only One True Master, Guru of all prophets and gurus of the universe, King of kings! You should always surrender your self-entity at His Sanctuary, meditate, and adopt the teachings of His Word in day-to-day life.

ਅਸਟਪਦੀ॥ Asatpadee. 1-1

ਸਿਮਰਉ, ਸਿਮਰਿ ਸਿਮਰਿ, ਸੁਖੁ ਪਾਵਉ॥	simra-o simar simar sukh paava-o.
ਕਲਿ ਕਲੇਸ, ਤਨ ਮਾਹਿ ਮਿਟਾਵਉ॥	kal kalays tan maahi mitaava-o.
ਸਿਮਰਉ ਜਾਸੁ, ਬਿਸੁੰਭਰ ਏਕੈ॥	simra-o jaas bisumbhar aykai.
ਨਾਮੁ ਜਪਤ, ਅਗਨਤ ਅਨੇਕੈ॥	naam japat agnat anaykai.
ਬੇਦ ਪੁਰਾਨ, ਸਿੰਮ੍ਰਿਤਿ ਸੁਧਾਖਰ॥	bayd puraan simrit suDhaakh-yar.
ਕੀਨੇ ਰਾਮ ਨਾਮ, ਇਕ ਆਖਰ॥	keenay raam naam ik aakh-yar.
ਕਿਨਕਾ ਏਕ, ਜਿਸੁ ਜੀਅ ਬਸਾਵੈ॥	kinkaa ayk jis jee-a basaavai.
ਤਾ ਕੀ ਮਹਿਮਾ, ਗਨੀ ਨ ਆਵੈ॥	taa kee mahimaa ganee na aavai.
ਕਾਂਖੀ ਏਕੈ, ਦਰਸ ਤੁਹਾਰੋ॥	kaaNkhee aykai daras tuhaaro.
ਨਾਨਕ ਉਨ ਸੰਗਿ, ਮੋਹਿ ਉਧਾਰੋ॥੧॥	naanak un sang mohi uDhaaro. ||1||

ਪ੍ਰਭ ਦਾ ਸਿਮਰਨ ਕਰਨ ਨਾਲ ਮਨ ਦੇ ਦੁਖ, ਕਰੋਧ, ਮਨ ਦੀਆਂ ਚਿੰਤਾਂ ਦੂਰ ਹੋ ਜਾਂਦੀਆਂ ਹਨ । ਮਨ ਨੂੰ ਸ਼ਾਂਤੀ, ਸੰਤੋਖ ਹਾਸਿਲ ਹੋ ਜਾਂਦਾ ਹੈ । ਸਿਮਰਨ ਕੇਵਲ ਇਕੋ ਇਕ ਪਾਰਬ੍ਰਹਮ ਦੇ ਸ਼ਬਦ ਦਾ ਕਰੋ! ਉਸ ਦਾ ਸਿਮਰਨ ਅਨੇਕਾਂ ਹੀ ਜੀਵ, ਅਨੇਕਾਂ ਹੀ ਢੰਗਾ ਨਾਲ ਕਰਦੇ ਹਨ । ਸਿਮਰਨ ਲਈ ਅਨੇਕਾਂ ਹੀ ਧਾਰਮਕ ਕਿਤਾਬਾਂ ਹਨ । ਸਾਰੀਆਂ ਹੀ ਪ੍ਰਭ ਦੇ ਸ਼ਬਦ ਦੀ ਮਹਿਮਾਂ, ਮਹੱਤਤਾ, ਢੰਗ ਵਖਿਆਣ ਕਰਦੀਆਂ ਹਨ । ਜਿਸ ਦੇ ਮਨ ਵਿੱਚ ਜਰਾ ਵੀ ਸ਼ਬਦ ਦਾ ਤੱਤ ਵਸ, ਰਚ ਜਾਂਦਾ ਹੈ, ਉਸ ਦੇ ਮਨ ਦੀ ਦਿਸ਼ਾ ਦਾ ਕੋਈ ਜੀਵ ਪੂਰਨ ਤਰ੍ਹਾਂ ਵਖਿਆਣ ਨਹੀਂ ਕਰ ਸਕਦਾ । ਉਸ ਦੇ ਮਨ ਵਿਚੋਂ ਬਾਕੀ ਸਾਰੀਆਂ ਇਛਾਂ ਖਤਮ ਹੋ ਜਾਂਦੀਆਂ ਹਨ! ਕੇਵਲ ਸ਼ਬਦ ਦੀ ਸੋਝੀ (ਦਰਸ਼ਨ ਦੀ) ਹੀ ਭੁੱਖ, ਇਛਾ ਰਹਿੰਦੀ ਹੈ । ਉਸ ਦੀ ਸੰਗਤ ਕਰਨ ਨਾਲ ਜੀਵ ਦਾ ਉਧਾਰ, ਮੁਕਤੀ ਦਾ ਰਸਤਾ ਬਖਸ਼ਿਸ਼ ਹੋ ਜਾਂਦਾ ਹੈ ।

** (ਕੁਰਾਨ, ਪੁਰਾਣ, ਬਾਈਬਲ, ਗ੍ਰੰਥ)

Whosoever may meditate on the teachings of His Word, all worries, miseries of minds may be eliminated; he may be blessed with peace and contentment on His blessings. You should only meditate on the teachings of His Word; several humans meditate with different means, techniques all time. Several religious Holy Scriptures have been written in the universe to meditate and to adopt the teachings of His Word in day-to-day life. All religious, Holy Scriptures describes the significance of meditating and obeying the teachings of His Word with various explanations. Whosoever may be drenched with the teachings of His Word; his state of mind may be transformed. No one may fully comprehend the state of mind of His devotee.

Whosoever may conquer and renounces all other worldly desires; only desire, hunger to be enlightened with the essence of His Word remains dominating within his heart. Whosoever may associate and adopt his life experience in his own life; with His mercy and grace, his state of mind may be transformed. He may be blessed with the right path of salvation.

ਸੁਖਮਨੀ, ਸੁਖ ਅੰਮ੍ਰਿਤ, ਪ੍ਰਭ ਨਾਮੁ॥	sukhmanee sukh amrit parabh naam.
ਭਗਤ ਜਨਾ ਕੈ, ਮਨਿ ਬਿਸ੍ਰਾਮ॥	Bhagat janaa kai man bisraam. ra-
ਰਹਾਉ॥ ॥੨॥	haa-o.

ਪ੍ਰਭ ਦੇ ਸ਼ਬਦ ਦਾ ਸਿਮਰਨ ਕਰਨ ਨਾਲ ਪ੍ਰਭ ਦੀ ਰਹਿਮਤ ਦੀ ਨਜ਼ਰ ਬਖਸ਼ਿਸ ਹੋ ਜਾਂਦੀ ਹੈ । ਮਨ ਵਿੱਚ ਸੰਤੋਖ, ਸ਼ਾਂਤੀ ਬਖਸ਼ਿਸ਼ ਹੋ ਜਾਂਦੀ ਹੈ । ਬੰਦਗੀ ਕਰਨ ਵਾਲੇ ਸ਼ਬਦ ਦੀ ਪਾਲਣਾ, ਸਿਮਰਨ ਕਰਦੇ ਸ਼ਬਦ ਵਿੱਚ ਲੀਨ ਹੋ ਜਾਂਦੇ ਹਨ । ਬੰਦਗੀ ਕਰਨਾ ਹੀ ਅਰਾਮ ਕਰਨ ਵਾਲਾ ਥਾਂ ਬਣ ਜਾਂਦਾ ਹੈ ।

Whosoever may meditate on the teachings of His Word with steady and stable belief; with His mercy and grace, he may be blessed with peace of mind, contentment in his day-to-day life. His true devotee may obey and meditate in the void of His Word. His meditation place, throne may become his comforting place to dwell.1

ਅਸਟਪਦੀ॥ Asatpadee. 1-2

ਪ੍ਰਭ ਕੈ ਸਿਮਰਨਿ, ਗਰਭਿ ਨ ਬਸੈ॥	parabh kai simran garabh na basai.
ਪ੍ਰਭ ਕੈ ਸਿਮਰਨਿ, ਦੂਖੁ ਜਮੁ ਨਸੈ॥	parabh kai simran dookh jam nasai.
ਪ੍ਰਭ ਕੈ ਸਿਮਰਨਿ, ਕਾਲੁ ਪਰਹਰੈ॥	parabh kai simran kaal parharai.
ਪ੍ਰਭ ਕੈ ਸਿਮਰਨਿ, ਦੁਸਮਨੁ ਟਰੈ॥	parabh kai simran dusman tarai.
ਪ੍ਰਭ ਸਿਮਰਤ, ਕਛੁ ਬਿਘਨੁ ਨ ਲਾਗੈ॥	parabh simrat kachh bighan na laagai.
ਪ੍ਰਭ ਕੈ ਸਿਮਰਨਿ, ਅਨਦਿਨੁ ਜਾਗੈ॥	parabh kai simran an-din jaagai.
ਪ੍ਰਭ ਕੈ ਸਿਮਰਨਿ, ਭਉ ਨ ਬਿਆਪੈ॥	parabh kai simran bha-o na bi-aapai.
ਪ੍ਰਭ ਕੈ ਸਿਮਰਨਿ, ਦੁਖੁ ਨ ਸੰਤਾਪੈ॥	parabh kai simran dukh na santaapai.
ਪ੍ਰਭ ਕਾ ਸਿਮਰਨੁ, ਸਾਧ ਕੈ ਸੰਗਿ॥	parabh kaa simran saaDh kai sang. S
ਸਰਬ ਨਿਧਾਨ, ਨਾਨਕ ਹਰਿ ਰੰਗਿ॥੨॥	arab niDhaan naanak har rang. ‖2‖

ਪ੍ਰਭ ਦੇ ਸ਼ਬਦ ਦਾ ਸਿਮਰਨ ਕਰਨ ਨਾਲ, ਜਨਮ ਮਰਨ ਦਾ ਚੱਕਰ, ਜਮ ਦਾ ਡਰ, ਮੌਤ ਦਾ ਦਰਦ, ਖਤਮ ਹੋ ਜਾਂਦਾ ਹੈ । ਕਾਲ ਲਾਗੇ ਨਹੀਂ ਅਉਂਦਾ, ਦੁਸ਼ਮਣ, ਮੁਸ਼ਕਲਾਂ ਟਲ ਜਾਂਦੀਆਂ ਹਨ, ਕੋਈ ਵਾਲ ਵੀ ਵਿਘਾ ਨਹੀਂ ਕਰ ਸਕਦਾ । ਜਿਹੜਾ ਬਿਰਤੀ ਲਾ ਕੇ ਸਿਮਰਨ ਕਰਦਾ ਹੈ, ਉਸ ਦੇ ਮਨ ਵਿੱਚ, ਸਵਾਸ ਸਵਾਸ ਵਿੱਚ ਸ਼ਬਦ ਵਸ ਜਾਂਦਾ ਹੈ । ਉਸ ਦਾ ਮੌਤ ਦਾ ਡਰ ਦੂਰ ਹੋ ਜਾਂਦਾ ਹੈ, ਦੁਖੁ ਕਦੇ ਨਹੀਂ ਨੇੜੇ ਆਉਂਦਾ । ਜਿਹੜਾ ਜੀਵ ਸਿਮਰਨ ਕਰਦਾ ਹੈ, ਉਹ ਹੀ ਸਾਧ ਸੰਗਤ ਬਣ ਜਾਂਦਾ ਹੈ । ਜਿਹੜਾ ਵੀ ਉਸ ਦੀ ਸੰਗਤ ਕਰਦਾ, ਆਪਣਾ ਜੀਵਨ ਉਸ ਦੇ ਜੀਵਨ ਅਨੁਸਾਰ ਢਾਲਦਾ ਹੈ, ਉਹ ਪ੍ਰਭ ਦੀ ਰਹਿਮਤ ਨਾਲ ਸਰਬ ਕਲਾ ਸਮਰਥ ਪ੍ਰਭ ਨੂੰ ਅਨੁਭਵ ਕਰ ਲੈਂਦਾ ਹੈ ।

Whosoever may meditate wholeheartedly on the teachings of His Word, his cycle of birth and death, fear of misery of death may be eliminated. His misfortune, all enemy, miseries may be avoided his from day-to-day life. No misery of worldly desires may ever disturb or change his state of mind; all his worldly tasks may be completed successfully. Whosoever may meditate on the teachings of His Word with a steady and stable belief; with His mercy and grace, he may be drenched with the essence of His Word. His soul may become beyond the reach of fear of devil of death or any worldly miseries. He may himself become the holy congregation. Whosoever may join his congregation and adopt his way of life; he may be blessed with the right path of meditation. He may realize His Existence, The Omnipotent True Master.

ਅਸਟਪਦੀ॥ Asatpadee. 1-3

ਪ੍ਰਭ ਕੈ ਸਿਮਰਨਿ,	parabh kai simran
ਰਿਧਿ ਸਿਧਿ ਨਉ ਨਿਧਿ॥	riDh siDh na-o niDh.
ਪ੍ਰਭ ਕੈ ਸਿਮਰਨਿ,	parabh kai simran
ਗਿਆਨੁ ਧਿਆਨੁ ਤਤੁ ਬੁਧਿ॥	gi-aan Dhi-aan tat buDh.
ਪ੍ਰਭ ਕੈ ਸਿਮਰਨਿ, ਜਪ ਤਪ ਪੂਜਾ॥	parabh kai simran jap tap poojaa.
ਪ੍ਰਭ ਕੈ ਸਿਮਰਨਿ, ਬਿਨਸੈ ਦੂਜਾ॥	parabh kai simran binsai doojaa.
ਪ੍ਰਭ ਕੈ ਸਿਮਰਨਿ, ਤੀਰਥ ਇਸਨਾਨੀ॥	parabh kai simran tirath isnaanee.
ਪ੍ਰਭ ਕੈ ਸਿਮਰਨਿ, ਦਰਗਹ ਮਾਨੀ॥	parabh kai simran dargeh maanee.
ਪ੍ਰਭ ਕੈ ਸਿਮਰਨਿ, ਹੋਇ ਸੁ ਭਲਾ॥	parabh kai simran ho-ay so bhalaa.
ਪ੍ਰਭ ਕੈ ਸਿਮਰਨਿ, ਸੁਫਲ ਫਲਾ॥	parabh kai simran sufal falaa.
ਸੇ ਸਿਮਰਹਿ, ਜਿਨ ਆਪਿ ਸਿਮਰਾਏ॥	say simrahi jin aap simraa-ay.
ਨਾਨਕ ਤਾ ਕੈ, ਲਾਗਉ ਪਾਏ॥੩॥	naanak taa kai laaga-o paa-ay. ||3||

ਪ੍ਰਭ ਦੇ ਸ਼ਬਦ ਦੇ ਸਿਮਰਨ ਨਾਲ ਜੀਵ ਨੂੰ ਰਿਧੀਆਂ, ਸਿਧੀਆਂ ਦਾ ਗਿਆਨ ਹੋ ਜਾਂਦਾ ਹੈ । ਮਨ, ਆਤਮਾ ਜਾਗਰਤ ਹੋ ਜਾਂਦੀ ਹੈ, ਸਰੀਰ ਦੀ ਬਣਤਰ ਦੀ ਸੋਝੀ ਹੋ ਜਾਂਦੀ ਹੈ । ਪ੍ਰਭ ਦੀ ਬੰਦਗੀ ਕਰਨ ਦਾ ਢੰਗ, ਦ੍ਰਿੜ੍ਹਤਾ, ਭਰੋਸਾ ਅਡੋਲ ਹੋ ਜਾਂਦਾ ਹੈ, ਧਿਆਨ, ਲਿਵ ਕਿਸੇ ਹੋਰ ਪਿਛੇ ਨਹੀਂ ਭਉਦੀ, ਦੂਸਰੇ ਨੂੰ ਮਾਲਕ ਨਹੀਂ ਸਮਝਦਾ । ਪ੍ਰਭ ਦਾ ਸਿਮਰਨ ਕਰਨ ਵਾਲਾ ਆਪ ਹੀ ਤੀਰਥ ਬਣ ਜਾਂਦਾ ਹੈ, ਉਸ ਨੂੰ ਅਸਲੀ ਤੀਰਥ, ਪ੍ਰਭ ਦਾ ਅਨੁਭਵ ਹੋ ਜਾਂਦਾ ਹੈ, ਦਰਗਾਹ ਵਿੱਚ, ਦਰਬਾਰ ਵਿੱਚ ਜਗ੍ਹਾ ਬਖਸ਼ਿਸ਼ ਹੋ ਜਾਂਦੀ ਹੈ । ਉਹ ਜੀਵ ਹਮੇਸ਼ਾਂ ਹੀ ਸ੍ਰਿਸ਼ਟੀ ਦੀ ਭਲਾਈ ਹੀ ਸੋਚਦਾ, ਕਰਦਾ ਹੈ । ਉਹ ਆਪਣਾ ਜੀਵਨ ਸਫਲ ਕਰ ਲੈਂਦਾ ਹੈ । ਜਿਸ ਤੇ ਪ੍ਰਭ ਦੀ ਕ੍ਰਿਪਾ ਹੁੰਦੀ ਹੈ, ਇਸਤਰ੍ਹਾਂ ਉਹ ਹੀ ਸਿਮਰਨ ਕਰ ਸਕਦਾ ਹੈ, ਪ੍ਰਭ ਆਪ ਹੀ ਆਪਣੀ ਬੰਦਗੀ ਕਰਾਉਂਦਾ ਹੈ । ਉਸ ਬੰਦਗੀ ਕਰਨ ਵਾਲੇ ਦੇ ਲੜ ਲਗਣ ਨਾਲ ਤੇਰਾ ਵੀ ਜੀਵਨ ਸਫਲ ਹੋ ਜਾਵੇ ।

By meditating wholeheartedly on the teachings of His Word; he may be blessed with the enlightenment of some of the miracles of The True Master. His soul may be enlightened with the structure of the body. He may be enlightened with the right path of meditation and his belief may become steady and stable on the teachings of His Word. His wandering mind may become steady and stable. He may never consider anyone else as The True Master. His true devotee with such a state of mind becomes a Holy congregation himself. He may be enlightened with His Existence, The True Master. He may be blessed with a place in His Court. He always thinks about and performing good deeds for the welfare of His Creation; with His mercy and grace, his human life journey may be successful. Whosoever may be bestowed with His Blessed Vision; only he may meditate this way in his life. Whosoever may adopt his life experience teachings in his own life; with His mercy and grace, his human life journey may become fruitful.

ਅਸਟਪਦੀ॥ Asatpadee. 1-4

ਪ੍ਰਭ ਕਾ ਸਿਮਰਨੁ, ਸਭ ਤੇ ਊਚਾ॥	parabh kaa simran sabh tay oochaa.
ਪ੍ਰਭ ਕੈ ਸਿਮਰਨਿ, ਉਧਰੇ ਮੂਚਾ॥	parabh kai simran uDhray moochaa.
ਪ੍ਰਭ ਕੈ ਸਿਮਰਨਿ, ਤ੍ਰਿਸਨਾ ਬੁਝੈ॥	parabh kai simran tarisnaa bujhai.
ਪ੍ਰਭ ਕੈ ਸਿਮਰਨਿ, ਸਭੁ ਕਿਛੁ ਸੁਝੈ॥	parabh kai simran sabh kichh sujhai.
ਪ੍ਰਭ ਕੈ ਸਿਮਰਨਿ, ਨਾਹੀ ਜਮ ਤ੍ਰਾਸਾ॥	parabh kai simran naahee jam taraasaa.
ਪ੍ਰਭ ਕੈ ਸਿਮਰਨਿ, ਪੂਰਨ ਆਸਾ॥	parabh kai simran pooran aasaa.
ਪ੍ਰਭ ਕੈ ਸਿਮਰਨਿ, ਮਨ ਕੀ ਮਲੁ ਜਾਇ॥	parabh kai simran man kee mal jaa-ay.
ਅੰਮ੍ਰਿਤ ਨਾਮੁ, ਰਿਦ ਮਾਹਿ ਸਮਾਇ॥	amrit naam rid maahi samaa-ay.

ਪ੍ਰਭ ਜੀ ਬਸਹਿ, ਸਾਧ ਕੀ ਰਸਨਾ॥ parabh jee baseh saaDh kee rasnaa.
ਨਾਨਕ ਜਨ ਕਾ, ਦਾਸਨਿ ਦਸਨਾ॥੪॥ naanak jan kaa daasan dasnaa. ||4||

ਸ਼ਬਦ ਦਾ ਸਿਮਰਨ ਸਭ ਤੋਂ ਉਤਮ ਹੈ, ਕਈ ਸ਼ਬਦ ਵਿੱਚ ਹੀ ਲੀਨ ਹੋ ਗਏ ਹਨ । ਸ਼ਬਦ ਦੀ ਪਾਲਣਾ ਕਰਨ ਨਾਲ ਮਨ ਦੀਆਂ ਸੰਸਾਰਕ ਭਟਕਣਾਂ, ਦੂਰ ਹੋ ਜਾਂਦੀਆਂ, ਮਨ ਨੂੰ ਜਾਗਰਤੀ, ਗਿਆਨ ਬਖਸ਼ਿਸ਼ ਹੋ ਜਾਂਦਾ ਹੈ । ਮੌਤ ਦਾ ਡਰ ਦੂਰ ਹੋ ਜਾਂਦਾ ਹੈ, ਇਹ ਖੁਸ਼ੀ ਦਾ ਮੌਕਾ, ਪ੍ਰਭ ਨੂੰ ਮਿਲਨ ਦਾ ਸਮਾਂ ਬਣ ਜਾਂਦਾ ਹੈ, ਮਨ ਦੀਆਂ ਇਛਾਂ ਪੂਰੀਆਂ ਹੋ ਜਾਂਦੀਅ ਹਨ । ਆਤਮਾ ਦੀ ਮੈਲ ਧੋਤੀ ਜਾਂਦੀ ਹੈ, ਅਨਮੋਲ ਸ਼ਬਦ ਰੋਮ ਰੋਮ ਵਿੱਚ ਰਚ ਜਾਂਦਾ ਹੈ । ਇਸਤਰ੍ਹਾਂ ਬੰਦਗੀ ਕਰਨ ਵਾਲਿਆਂ ਦੇ ਨਾਲ ਪ੍ਰਭ ਹਰ ਸਮੇਂ ਅੰਗ ਸੰਗ ਸਹਾਈ ਹੁੰਦਾ ਹੈ । ਜੀਵ, ਅਜੇਹੇ ਜੀਵ ਦੇ ਦਾਸ ਬਣ ਜਾਵੇ! ਆਪਣਾ ਜੀਵਨ ਦਾ ਢੰਗ ਬਦਲਨ ਨਾਲ, ਤੇਰਾ ਵੀ ਉਧਾਰ ਹੋ ਜਾਵੇ ।

Meditating on the teachings of His Word remains the supreme task in human life; several remain in deep meditation in the void of His Word. By meditating and adopting the teachings of His Word in day-to-day life, all frustrations of mind may be eliminated. His mind may be enlightened with the teachings of His Word and remains awake and alert all time; his fear of death may be eliminated from within. His time of death may become a blessed time to be immersed into His Holy Spirit; with His mercy and grace, all his spoken and unspoken desires may be fulfilled. The blemish of his soul may be sanctified; he may be drenched with the essence of His Word in every fiber of his body. The True Master always remains as a companion in every moment of His true devotee. Whosoever may adopt his life experience teachings in own day-to-day life; his human life may become fruitful and blessed with salvation.

ਅਸਟਪਦੀ॥ Asatpadee. 1-5

ਪ੍ਰਭ ਕਉ ਸਿਮਰਹਿ, ਸੇ ਧਨਵੰਤੇ॥ parabh ka-o simrahi say Dhanvantay.
ਪ੍ਰਭ ਕਉ ਸਿਮਰਹਿ, ਸੇ ਪਤਿਵੰਤੇ॥ parabh ka-o simrahi say pativantay.
ਪ੍ਰਭ ਕਉ ਸਿਮਰਹਿ, ਸੇ ਜਨ ਪਰਵਾਨ॥ parabh ka-o simrahi say jan parvaan.
ਪ੍ਰਭ ਕਉ ਸਿਮਰਹਿ, ਸੇ ਪੁਰਖ ਪ੍ਰਧਾਨ॥ parabh ka-o simrahi say purakh parDhaan.
ਪ੍ਰਭ ਕਉ ਸਿਮਰਹਿ, ਸਿ ਬੇਮੁਹਤਾਜੈ॥ parabh ka-o simrahi se baymuhtaajay.
ਪ੍ਰਭ ਕਉ ਸਿਮਰਹਿ, ਸਿ ਸਰਬ ਕੇ ਰਾਜੈ॥ parabh ka-o simrahi se sarab kay raajay.
ਪ੍ਰਭ ਕਉ ਸਿਮਰਹਿ, ਸੇ ਸੁਖਵਾਸੀ॥ parabh ka-o simrahi say sukhvaasee
ਪ੍ਰਭ ਕਉ ਸਿਮਰਹਿ, ਸਦਾ ਅਬਿਨਾਸੀ॥ parabh ka-o simrahi sadaa abhinaasee.
ਸਿਮਰਨ ਤੇ ਲਾਗੇ ਜਿਨ ਆਪਿ ਦਇਆਲਾ॥ simran tay laagay jin aap da-i-aalaa.
ਨਾਨਕ, ਜਨ ਕੀ, ਮੰਗੈ ਰਵਾਲਾ॥੫॥ naanak jan kee mangai ravaalaa. ||5||

ਪ੍ਰਭ ਦਾ ਸਿਮਰਨ ਕਰਨ ਵਾਲੇ ਦਾ ਮਨ ਬਹੁਤ ਦਿਆਲੂ ਹੋ ਜਾਂਦਾ ਹੈ । ਸੰਸਾਰਕ ਜੀਵ ਵੀ ਉਸ ਨੂੰ ਪੂਜਣ ਯੋਗ ਸਮਝਦੇ ਹਨ । ਪ੍ਰਭ ਦੇ ਸ਼ਬਦ ਦਾ ਸਿਮਰਨ ਕਰਨ ਨਾਲ ਉਹ ਜੀਵ ਯਨੀਕ, ਮੁਖੀ, ਸ਼ਰੋਮਣੀ ਬਣ ਜਾਂਦਾ ਹੈ, ਦਰਗਾਹ ਵਿੱਚ ਕਬੂਲ ਹੋ ਜਾਂਦਾ ਹੈ । ਉਸ ਨੂੰ ਕਿਸੇ ਕਿਸਮ ਦੀ ਕਮੀ ਨਹੀਂ ਹੁੰਦੀ, ਹਰ ਸਮੇਂ ਉਸ ਦਾ ਹੀ ਧੰਨਵਾਦ ਗਾਉਂਦਾ ਹੈ । ਉਹ ਸੰਸਾਰਕ ਜੀਵਾਂ ਨੂੰ ਸੇਧ ਦੇਣ ਵਾਲਾ ਹੈ, ਸੰਸਾਰਕ ਜੀਵ ਉਸ ਦੇ ਉਪਦੇਸ਼ਾ ਤੇ ਚਲਦੇ ਹਨ । ਮਨੁੱਖਤਾ ਦੀ ਭਲਾਈ ਵਿੱਚ ਹੀ ਸਰਬ, ਸੰਤੋਖ ਨਾਲ ਅਨੰਦ ਮਾਨਦਾ ਹੈ, ਅਮਰ ਹੋ ਜਾਂਦਾ ਹੈ । ਜਿਸ ਤੇ ਪ੍ਰਭ ਆਪ ਰਹਿਮਤ ਬਖਸ਼ਕੇ ਸਿਮਰਨ ਤੇ ਲਾਉਂਦਾ ਹੈ, ਕੇਵਲ ਉਹ ਹੀ ਇਸਤਰ੍ਹਾਂ ਦੀ ਬੰਦਗੀ ਕਰ ਸਕਦਾ ਹੈ । ਜੀਵ ਅਜੇਹੇ ਜੀਵ ਦੀ ਸੰਗਤ ਕਰੋ! ਪਿਛੇ ਲਗੋ! ਜੀਵਨ ਸਫਲ ਹੋ ਜਾਵੇ । (ਧਨਵੰਤੇ- ਧਨਾਢ, ਅਮੀਰ, ਵੱਡੇ ਦਿਲਵਾਲੇ)

Whosoever may meditate on the teachings of His Word; he may become very compassionate, forgiving and very wealthy with the wealth of His Word. The world may consider him worthy of worship. By meditating on the teachings of The True Master; he may become unique and honored in the universe; with His mercy and grace, he may be accepted in His Court also. He may never experience any shortcoming, deficiencies in his day-to-day life. He may always remain gratitude to The True Master for His generous blessings. He adopts the teachings of His Word in day-to-day life and guides his associates on the right path of meditation on the teachings of His Word. He remains involved in the welfare of His Creation, and remains contented and in blossom with His blessings. He may be blessed with immortal state of mind. Whosoever may be blessed with devotion; only he may meditate wholeheartedly with steady and stable belief on the teachings of His Word. By adopting his life experience teachings, his followers may remain on the right path of acceptance in His Court.

ਅਸਟਪਦੀ॥ Asatpadee. 1-6

ਪ੍ਰਭ ਕਉ ਸਿਮਰਹਿ, ਸੇ ਪਰਉਪਕਾਰੀ॥	parabh ka-o simrahi say par-upkaaree.
ਪ੍ਰਭ ਕਉ ਸਿਮਰਹਿ, ਤਿਨ ਸਦ ਬਲਿਹਾਰੀ॥	parabh ka-o simrahi tin sad balihaaree.
ਪ੍ਰਭ ਕਉ ਸਿਮਰਹਿ, ਸੇ ਮੁਖ ਸੁਹਾਵੈ॥	parabh ka-o simrahi say mukh suhaavay.
ਪ੍ਰਭ ਕਉ ਸਿਮਰਹਿ, ਤਿਨ ਸੂਖਿ ਬਿਹਾਵੈ॥	parabh ka-o simrahi tin sookh bihaavai.
ਪ੍ਰਭ ਕਉ ਸਿਮਰਹਿ, ਤਿਨ ਆਤਮੁ ਜੀਤਾ॥	parabh ka-o simrahi tin aatam jeetaa.
ਪ੍ਰਭ ਕਉ ਸਿਮਰਹਿ, ਤਿਨ ਨਿਰਮਲ ਰੀਤਾ॥	parabh ka-o simrahi tin nirmal reetaa.
ਪ੍ਰਭ ਕਉ ਸਿਮਰਹਿ, ਤਿਨ ਅਨਦ ਘਨੇਰੇ॥	parabh ka-o simrahi tin anad ghanayray.
ਪ੍ਰਭ ਕਉ ਸਿਮਰਹਿ, ਬਸਹਿ ਹਰਿ ਨੇਰੈ॥	parabh ka-o simrahi baseh har nayray.
ਸੰਤ ਕ੍ਰਿਪਾ ਤੇ, ਅਨਦਿਨੁ ਜਾਗਿ॥	sant kirpaa tay an-din jaag.
ਨਾਨਕ ਸਿਮਰਨੁ, ਪੂਰੈ ਭਾਗਿ॥੬॥	naanak simran poorai bhaag. ||6||

ਜਿਹੜਾ ਪ੍ਰਭ ਦੇ ਸ਼ਬਦ ਦਾ ਸਿਮਰਨ ਕਰਦਾ ਹੈ, ਬਹੁਤ ਦਿਆਲੂ ਹੋ ਜਾਂਦਾ ਹੈ । ਉਹ ਮਨੁੱਖਤਾ ਦੀ ਭਲਾਈ ਹੀ ਕਰਦਾ ਹੈ । ਉਸ ਜੀਵ ਤੋਂ ਕੁਰਬਾਨ ਜਾਈਏ । ਉਸ ਦੀ ਜੀਭ ਤੋਂ ਸਦਾ ਹੀ ਪ੍ਰਭ ਦੀ ਉਸਤਤ ਦੇ ਹੀ ਸ਼ਬਦ ਨਿਕਲਦੇ ਹਨ, ਸਰਬਤ ਦਾ ਸੁਖ ਹੀ ਭਾਲਦਾ ਹੈ । ਉਸ ਜੀਵ ਨੂੰ ਆਪਣੇ ਮਨ ਤੇ ਜਿੱਤ ਬਖਸ਼ਿਸ਼ ਹੋ ਸਕਦੀ ਹੈ । ਉਸ ਦੀ ਨੀਅਤ ਸਾਫ ਹੋ ਗਈ ਹੈ, ਕਿਸੇ ਦਾ ਮੰਦਾ ਨਹੀਂ ਸੋਚਦਾ । ਅਜੇਹੇ ਜੀਵ ਹਮੇਸ਼ਾਂ ਹੀ ਪ੍ਰਭ ਦੀ ਰਜ਼ਾ ਨੂੰ ਸਤਿ ਕਰਕੇ ਮੰਨਦੇ ਹਨ, ਅਨੰਦ ਮਾਨਦੇ ਹਨ । ਸੁਖ ਦੁਖ ਨੂੰ ਇਕ ਸਮਾਨ, ਪ੍ਰਭ ਦੀ ਬਖਸ਼ਿਸ ਸਮਝਦੇ ਹਨ । ਪ੍ਰਭ ਅਜੇਹੇ ਜੀਵਾਂ ਦੀ ਹਿਫਾਜ਼ਤ ਆਪ ਹੀ ਕਰਦਾ, ਨੇੜੇ ਰਹਿੰਦਾ ਹੈ । ਉਸ ਜੀਵ ਦੇ ਹਿਰਦੇ ਵਿੱਚ ਸ਼ਬਦ ਦੀ ਧੁਨ ਸਵਾਸ ਸਵਾਸ ਨਾਲ ਚਲਦੀ ਸੁਣਾਈ ਦੇਂਦੀ ਹੈ । ਕੇਵਲ ਵੱਡੇ ਭਾਗਾਂ ਵਾਲਾ ਹੀ ਇਸਤਰ੍ਹਾਂ ਸਿਮਰਨ ਕਰ ਸਕਦਾ ਹੈ।

Whosoever may meditate on the teachings of His Word; he may become very merciful and forgiving. He always thinks about the welfare of His Creation. I am fascinated from the life of His true devotee. His tongue always sings the praises, glory, and the gratitude of The True Master. He always prays and begs for welfare oh His Creation. His true devotee with such a state of mind may be blessed to conquer his own ego. His thoughts become very humble and forgiving. He may never think evil about anyone else. His true devotee always accepts His Word, as an ultimate command and remains in peace and contented in all worldly environments. He considers worldly pleasures and miseries same way as His Blessings. God protects and remains a true companion of His true devotee. He may hear the everlasting echo of His Word resonates within his heart with each breath. Whosoever may have a great prewritten destiny, only he may meditate in the void of His Word.

ਅਸਟਪਦੀ॥ Asatpadee. 1-7

ਪ੍ਰਭ ਕੈ ਸਿਮਰਨਿ, ਕਾਰਜ ਪੂਰੇ॥	parabh kai simran kaaraj pooray.
ਪ੍ਰਭ ਕੈ ਸਿਮਰਨਿ, ਕਬਹੁ ਨ ਝੂਰੈ॥	parabh kai simran kabahu na jhooray.
ਪ੍ਰਭ ਕੈ ਸਿਮਰਨਿ, ਹਰਿ ਗੁਨ ਬਾਨੀ॥	parabh kai simran har gun baanee.

ਪ੍ਰਭ ਕੈ ਸਿਮਰਨਿ, ਸਹਜਿ ਸਮਾਨੀ॥	parabh kai simran sahj samaanee.
ਪ੍ਰਭ ਕੈ ਸਿਮਰਨਿ, ਨਿਹਚਲ ਆਸਨੁ॥	parabh kai simran nihchal aasan.
ਪ੍ਰਭ ਕੈ ਸਿਮਰਨਿ, ਕਮਲ ਬਿਗਾਸਨੁ॥	parabh kai simran kamal bigaasan.
ਪ੍ਰਭ ਕੈ ਸਿਮਰਨਿ, ਅਨਹਦ ਝੁਨਕਾਰ॥	parabh kai simran anhad jhunkaar.
ਸੁਖੁ ਪ੍ਰਭ ਸਿਮਰਨ, ਕਾ ਅੰਤੁ ਨ ਪਾਰ॥	sukh parabh simran kaa ant na paar.
ਸਿਮਰਹਿ ਸੇ ਜਨ, ਜਿਨ ਕਉ ਪ੍ਰਭ ਮਇਆ॥	simrahi say jan jin ka-o parabh ma-i-aa.
ਨਾਨਕ ਤਿਨ ਜਨ, ਸਰਨੀ ਪਇਆ॥੭॥	naanak tin jan sarnee pa-i-aa. ||7||

ਜਿਹੜਾ ਜੀਵ ਪ੍ਰਭ ਦੇ ਸ਼ਬਦ ਦਾ ਸਿਮਰਨ ਕਰਦਾ ਹੈ, ਉਸ ਦੇ ਮਨ ਦੀ ਅਵਸਥਾ ਅਜੇਹੀ ਹੋ ਜਾਂਦੀ ਹੈ । ਉਹ ਪ੍ਰਭ ਦੀ ਰਜ਼ਾ ਵਿੱਚ ਅਨੰਦ ਵਿੱਚ ਰਹਿੰਦਾ ਹੈ । ਉਸ ਨੂੰ ਕੁਝ ਮਿਲਣ ਜਾ ਵਿਛੜਨ ਦਾ ਕੋਈ ਫਿਕਰ ਨਹੀਂ ਹੁੰਦਾ । ਉਸ ਨੂੰ ਮਨ ਵਿੱਚ ਸਦਾ ਚਲਣ ਵਾਲੀ ਸ਼ਬਦ ਦੀ ਧੁਨ ਗੂੰਜਦੀ ਸੁਣਾਈ ਦੇਂਦੀ ਹੈ, ਪ੍ਰਭ ਦੀ ਰਹਿਮਤ ਨਾਲ ਉਸ ਸਦਾ ਹੀਂ ਖੇੜੇ ਵਿੱਚ ਰਹਿੰਦਾ ਹੈ । ਉਸ ਦੀ ਅਸਲੀ ਦਿਸ਼ਾ ਦਾ ਵਖਿਆਣ ਨਹੀਂ ਕੀਤਾ ਜਾ ਸਕਦਾ । ਇਸਤਰ੍ਹਾਂ ਦਾ ਸਿਮਰਨ ਕੇਵਲ ਉਹ ਕਰ ਸਕਦਾ ਹੈ, ਜਿਸ ਤੇ ਆਪ ਹੀ ਕ੍ਰਿਪਾ ਕਰਕੇ ਇਸ ਰਸਤੇ ਤੇ ਪਾਉਂਦਾ, ਪਾਈ ਰਖਦਾ ਹੈ । ਜੀਵ ਇਸਤਰ੍ਹਾਂ ਸਿਮਰਨ ਕਰਨ ਵਾਲੇ ਸੰਤ ਸਰੂਪ ਦਾ ਸਾਥ ਕਰੋ, ਤੇਰਾ ਵੀ ਅਧਾਰ ਹੋ ਜਾਵੇ ।

Whosoever may wholeheartedly meditate on the teachings of His Word; he may be blessed with unique state of mind. He may remain contented and in peace with all His blessings. His state of mind may not be influenced with any worldly gain or loss. He may hear the everlasting echo of His Word resonating within his mind forever. He always remains singing the glory and praises of The True Master. No one may be able to fully comprehends his state of mind. Only, His true devotee may meditate in such a way; The True Master may inspire and keeps him steady and stable on the right path of salvation. Whosoever may associate and adopt his life experience in his own day to day life; with His mercy and grace, he may be blessed with the right path of acceptance in His Court.

ਅਸਟਪਦੀ॥ Asatpadee. 1-8

ਹਰਿ ਸਿਮਰਨੁ ਕਰਿ, ਭਗਤ ਪ੍ਰਗਟਾਏ॥	har simran kar bhagat pargataa-ay.
ਹਰਿ ਸਿਮਰਨਿ ਲਗਿ, ਬੇਦ ਉਪਾਏ॥	har simran lag bayd upaa-ay.
ਹਰਿ ਸਿਮਰਨਿ ਭਏ, ਸਿਧ ਜਤੀ ਦਾਤੇ॥	har simran bha-ay siDh jatee daatay.
ਹਰਿ ਸਿਮਰਨਿ ਨੀਚ, ਚਹੁ ਕੁੰਟ ਜਾਤੇ॥	har simran neech chahu kunt jaatay.
ਹਰਿ ਸਿਮਰਨਿ, ਧਾਰੀ, ਸਭ ਧਰਨਾ॥	har simran Dhaaree sabh Dharnaa.
ਸਿਮਰਿ ਸਿਮਰਿ, ਹਰਿ ਕਾਰਨ ਕਰਨਾ॥	simar simar har kaaran karnaa.
ਹਰਿ ਸਿਮਰਨਿ, ਕੀਓ ਸਗਲ ਅਕਾਰਾਂ॥	har simran kee-o sagal akaaraa.
ਹਰਿ ਸਿਮਰਨ, ਮਹਿ ਆਪਿ ਨਿਰੰਕਾਰਾ॥	har simran meh aap nirankaaraa.
ਕਰਿ ਕਿਰਪਾ ਜਿਸੁ, ਆਪਿ ਬੁਝਾਇਆ॥	kar kirpaa jis aap bujhaa-i-aa.
ਨਾਨਕ ਗੁਰਮੁਖਿ,	naanak gurmukh
ਹਰਿ ਸਿਮਰਨੁ ਤਿਨਿ ਪਾਇਆ॥੮॥੧॥	har simran tin paa-i-aa. |8||1||

ਪ੍ਰਭ ਦਾ ਸਿਮਰਨ, ਬੰਦਗੀ ਕਰਦਾ ਜੀਵ ਭਗਤ ਬਣ ਜਾਂਦਾ ਹੈ, ਉਸ ਦੀ ਜੀਭ ਤੋਂ ਬਾਣੀ, ਪ੍ਰਭ ਦੇ ਸ਼ਬਦ ਨਿਕਲਦੇ ਹਨ, ਉਸ ਨੂੰ ਧਾਰਮਕ ਲਿਖਤਾ ਦਾ ਗਿਆਨ ਹੋ ਜਾਂਦਾ ਹੈ । ਸਿਮਰਨ ਕਰਨ ਨਾਲ ਜੀਵ ਨੂੰ ਰਿਧੀਆਂ ਸਿਧੀਆਂ ਹਾਸਿਲ ਹੋ ਜਾਂਦੀਆਂ ਹਨ, ਮੁਕਤੀ ਹਾਸਿਲ ਹੋ ਜਾਂਦੀ ਹੈ । ਨੀਚ ਜਾਤ ਵਿੱਚ ਪੈਦਾ ਹੋਣ ਵਾਲੇ ਵੀ ਦਾਤੇ ਬਣ ਜਾਂਦੇ ਹਨ, ਪੂਜਣ ਜੋਗ ਹੋ ਜਾਂਦੇ ਹਨ । ਪ੍ਰਭ ਨੇ ਸਾਰੀ ਸ੍ਰਿਸ਼ਟੀ ਹੀ ਸ਼ਬਦ ਦੇ ਸਿਮਰਨ ਕਰਨ ਲਈ ਪੈਦਾ ਕੀਤੀ ਹੈ । ਆਪ ਹੀ ਸ੍ਰਿਸ਼ਟੀ ਹੈ, ਆਪ ਹੀ ਕਰਤਾ ਹੈ ਅਤੇ ਆਪ ਹੀ ਕਾਰਨ ਹੈ । ਇਹ ਸਾਰਾ ਖੇਲ ਉਸ ਨੇ ਬਣਾਇਆ ਹੈ ਅਤੇ ਆਪ ਹੀ ਇਸ ਵਿੱਚ ਵਸਦਾ, ਵਾਪਰਦਾ ਹੈ । ਜਿਸ ਨੂੰ ਪ੍ਰਭ ਆਪ ਹੀ ਬੰਦਗੀ ਕਰਨ ਦੀ ਸੋਝੀ ਬਖਸ਼ਦਾ ਹੈ । ਉਹ ਹੀ ਜੀਵ ਬੰਦਗੀ ਕਰਕੇ ਗੁਰਮਖ ਬਣ ਜਾਂਦਾ ਹੈ, ਉਹ ਹੀ ਬੰਦਗੀ ਕਰ ਸਕਦਾ ਹੈ ।

** (ਕੁਰਾਨ, ਪੁਰਾਨ, ਸਿਮ੍ਰਿਤਿਆ, ਗ੍ਰੰਥਾਂ ਦੀਆਂ ਲਿਖਤਾਂ)

Whosoever may meditate on the teachings of His Word with a steady and stable belief; with His mercy and grace, he may be blessed with a state of mind as His true devotee, His true slave. His spoken words may become the Holy Scripture for others to follow. He may be enlightened with the understanding of the worldly Holy Scriptures. By meditating wholeheartedly on the teachings of His Word; he may be blessed with the understanding and knowledge of the miracles power of The True Master. He may be blessed with an immortal state of mind. He may be blessed with a state of mind as His true devotee; even born in an untouchable, lower caste worldly family, he may become worthy of worship. The True Master has created the whole universe to meditate and to adopt the teachings of His Word to become worthy of His Consideration. He has created the whole play of the universe and prevails in each moment in the universe. Whosoever may be blessed with His mercy and grace; he may be enlightened with the right path of meditation. Whosoever may remain steady and stable belief on the right path; he may be blessed with state of mind as His true devotee.

2. ਸਲੋਕੁ॥ 2॥ 263

ਦੀਨ, ਦਰਦ ਦੁਖ ਭੰਜਨਾ,	deen darad dukh bhanjnaa ghat
ਘਟਿ ਘਟਿ ਨਾਥ ਅਨਾਥ॥	ghat naath anaath.
ਸਰਣਿ ਤੁਮ੍ਾਰੀ ਆਇਓ,	saran tumHaaree aa-i-o
ਨਾਨਕ ਕੇ, ਪ੍ਰਭ ਸਾਥ॥੨॥	naanak kay parabh saath.

ਪ੍ਰਮਾਤਮਾ ਤੂੰ ਹੀ ਗੁਰੂਆਂ ਦਾ ਗੁਰੂ (ਨਾਥ, ਅਨਾਥ) ਹੈ । ਪ੍ਰਭ ਸਾਰੀ ਸ੍ਰਿਸ਼ਟੀ ਦੇ ਦੁਖ ਦਰਦ ਨੂੰ ਜਾਣਦਾ, ਦੂਰ ਕਰ ਸਕਦਾ ਹੈ । ਮੈਂ ਤੇਰੀ ਸ਼ਰਣ ਵਿੱਚ ਆਪਾ ਭੇਟਾ ਕਰਦਾ ਹਾ, ਰਹਿਮਤ ਬਖਸ਼ਕੇ, ਪ੍ਰਵਾਨਗੀ ਦੇ ਰਸਤੇ ਦੀ ਸੋਝੀ ਬਖਸ਼ੋ! ਮੇਰਾ ਜਨਮ ਮਰਨ ਦਾ ਚੱਕਰ, ਦੁਖ ਦੂਰ ਕਰੋ, ਲਾਜ ਰਖੋ!

The One and Only One, True Master; True Guru of all worldly prophets and gurus! The Omniscient True Master remains all miseries of His Creation. The Omnipotent True Master may eliminate all miseries of His Creation. I have humbly surrendered may self-entity at Your Sanctuary! My True Master bestow Your Blessed Vision to bless the right path of acceptance in Your Court. The Merciful True Master protect may honor and eliminates my cycle of birth and death.

ਅਸਟਪਦੀ॥ Asatpadee. 2-1

ਜਹ, ਮਾਤ, ਪਿਤਾ, ਸੁਤ ਮੀਤ ਨ ਭਾਈ॥	jah maat pitaa sut meet na bhaa-ee.
ਮਨ ਊਹਾ ਨਾਮੁ, ਤੇਰੈ ਸੰਗਿ ਸਹਾਈ॥	man oohaa naam tayrai sang sahaa-ee.
ਜਹ ਮਹਾ ਭਇਆਨ, ਦੂਤ ਜਮ ਦਲੈ॥	jah mahaa bha-i-aan doot jam dalai.
ਤਹ ਕੇਵਲ ਨਾਮੁ, ਸੰਗਿ ਤੇਰੈ ਚਲੈ॥	tah kayval naam sang tayrai chalai.
ਜਹ ਮੁਸਕਲ ਹੋਵੈ, ਅਤਿ ਭਾਰੀ॥	jah muskal hovai at bhaaree.
ਹਰਿ ਕੋ ਨਾਮੁ, ਖਿਨ ਮਾਹਿ ਉਧਾਰੀ॥	har ko naam khin maahi uDhaaree.
ਅਨਿਕ ਪੁਨਹ ਚਰਨ, ਕਰਤ ਨਹੀ ਤਰੈ॥	anik punahcharan karat nahee tarai.
ਹਰਿ ਕੋ ਨਾਮੁ, ਕੋਟਿ ਪਾਪ ਪਰਹਰੈ॥	har ko naam kot paap parharai.
ਗੁਰਮੁਖਿ ਨਾਮੁ ਜਪਹੁ, ਮਨ ਮੇਰੈ॥	gurmukh naam japahu man mayray.
ਨਾਨਕ ਪਾਵਹੁ, ਸੁਖ ਘਨੇਰੈ॥੧॥	naanak paavhu sookh ghanayray. ‖1‖

ਜਿਸ ਵੇਲੇ ਸੰਸਾਰਕ ਪਰਿਵਾਰ, ਸਾਥੀ ਕੋਈ ਮਦਦ ਨਹੀਂ ਕਰ ਸਕਦੇ! ਉਸ ਸਮੇਂ ਕੇਵਲ ਸ਼ਬਦ ਦੀ ਬੰਦਗੀ, ਸਿਮਰਨ ਹੀ ਸਾਥੀ ਹੁੰਦਾ ਹੈ । ਜਿਸ ਵੇਲੇ ਮੌਤ ਦਾ ਘੇਰਾ ਚਾਰੇ ਪਾਸੇ ਘੁੰਮਦਾ ਹੈ, ਉਸ ਵੇਲੇ ਪ੍ਰਭ ਦਾ ਸਿਮਰਨ, ਬੰਦਗੀ ਹੀ ਗੁਵਾਹੀ ਦੇਂਦੀ ਹੈ । ਜਦੋਂ ਕੋਈ ਵੱਡੀ ਮੁਸ਼ਕਲ ਆ ਜਾਵੇ, ਜਿਹੜੀ ਸੰਸਾਰਕ ਵਿਧੀ ਨਾਲ ਹੱਲ ਨਾ ਹੋ ਸਕਦੀ ਹੋਵੇ, ਤਾ ਕੇਵਲ ਸ਼ਬਦ ਦੀ ਬੰਦਗੀ ਹੀ ਮਨ ਨੂੰ ਸਹਿਣ ਸ਼ਕਤੀ, ਧੀਰਜ ਦੇਂਦੀ ਹੈ । ਜਿਸ ਵੇਲੇ, ਅਨੇਕਾਂ ਧਾਰਮਕ ਰੀਤ ਰਿਵਾਜਾਂ, ਪਾਠ ਪੂਜਾ ਨਾਲ ਮਨ ਨੂੰ

ਸੰਤੋਖ, ਸ਼ਾਂਤੀ ਨਾ ਮਿਲੇ, ਕੇਵਲ ਸ਼ਬਦ ਦਾ ਸਿਮਰਨ ਕਰਨ ਨਾਲ ਹੀ, ਜੀਵ ਦੇ ਅਨੇਕਾਂ ਹੀ ਪਾਪ ਕੱਟੇ ਜਾਂਦੇ ਹਨ । ਜੀਵ ਆਤਮਾ ਨੂੰ ਪਾਵਤ੍ਰ ਕਰਕੇ, ਭਰੋਸਾ ਅਡੋਲ ਕਰਕੇ ਬੰਦਗੀ ਕਰੋ! ਰਹਿਮਤਾਂ ਦੇ ਮਾਲਕ ਦਾ ਖੇੜਾ ਬਖਸ਼ਿਸ਼ ਹੋ ਸਕਦਾ ਹੈ । (ਤੇਰਾ ਮਾਤਾ, ਪਿਤਾ, ਬੱਚੇ, ਭਾਈ, ਜਾ ਮਿੱਤਰ)

When no worldly family or friend can help or support; at that time only the meditation of His Word may remain as a true support of your soul. When the devil of death captures the soul, at that time the earnings of His Word may only become a witness and support in His Court. When someone may be trapped into worldly miseries that may not be controlled by any worldly means; the meditation of His Word may provide patience and tolerance. When mind may not become calm and peaceful with all religious rituals and reading worldly scriptures; then only by meditating with steady and stable belief on the teachings of His Word; his sins may be forgiven by The True Master. You should meditate and adopts the teachings of His Word with a steady and stable belief; with His mercy and grace, your soul may be sanctified to become worthy of His blessings, Considerations.

ਅਸਟਪਦੀ॥ Asatpadee. 2-2

ਸਗਲ ਸ੍ਰਿਸਟਿ ਕੋ, ਰਾਜਾ ਦੁਖੀਆ॥	sagal sarisat ko raajaa dukhee-aa.
ਹਰਿ ਕਾ ਨਾਮੁ, ਜਪਤ ਹੋਇ ਸੁਖੀਆ॥	har kaa naam japat ho-ay sukhee-aa.
ਲਾਖ ਕਰੋਰੀ, ਬੰਧੁ ਨ ਪਰੈ॥	laakh karoree banDh na parai.
ਹਰਿ ਕਾ ਨਾਮੁ, ਜਪਤ ਨਿਸਤਰੈ॥	har kaa naam japat nistarai.
ਅਨਿਕ ਮਾਇਆ ਰੰਗ, ਤਿਖ ਨ ਬੁਝਾਵੈ॥	anik maa-i-aa rang tikh na bujhaavai.
ਹਰਿ ਕਾ ਨਾਮੁ, ਜਪਤ ਆਘਾਵੈ॥	har kaa naam japat aaghaavai.
ਜਿਹ ਮਾਰਗਿ, ਇਹੁ ਜਾਤ ਇਕੇਲਾ॥	jih maarag ih jaat ikaylaa.
ਤਹ ਹਰਿ ਨਾਮੁ, ਸੰਗਿ ਹੋਤ ਸੁਹੇਲਾ॥	tah har naam sang hot suhaylaa.
ਐਸਾ ਨਾਮੁ, ਮਨ ਸਦਾ ਧਿਆਈਐ॥	aisaa naam man sadaa Dhi-aa-ee-ai.
ਨਾਨਕ ਗੁਰਮੁਖਿ, ਪਰਮ ਗਤਿ ਪਾਈਐ॥੨॥	naanak gurmukh param gat paa-ee-ai. ‖2‖

ਸੰਸਾਰਕ ਵੱਡੀ ਹੈਸੀਅਤ ਹਾਸਿਲ ਕਰਨ ਨਾਲ, ਮਨ ਦੀਆਂ ਚਿੰਤਾਂ ਦੂਰ ਨਹੀਂ ਹੁੰਦੀਆਂ, ਕੇਵਲ ਸ਼ਬਦ ਦਾ ਸਿਮਰਨ ਕਰਨ ਨਾਲ ਹੀ ਇਛਾਂ ਤੇ ਕਾਬੂ ਬਖਸ਼ਿਸ਼ ਹੁੰਦਾ ਹੈ । ਸੰਸਾਰਕ ਪਦਾਰਥ ਹਾਸਿਲ ਕਰਨ ਨਾਲ ਸੰਤੋਖ ਨਹੀਂ ਮਿਲਦਾ, ਸਗੋਂ ਹੋਰ ਭਟਕਣਾਂ ਲਗਦੀਆਂ ਹਨ, ਕੇਵਲ ਸ਼ਬਦ ਦਾ ਸਿਮਰਨ ਕਰਨ ਨਾਲ ਹੀ ਧੀਰਜ ਬਖਸ਼ਿਸ਼ ਹੁੰਦਾ ਹੈ । ਇਸਤਰ੍ਹਾਂ ਬਹੁਤ ਧਨ, ਦੌਲਤ ਹਾਸਿਲ ਕਰਨ ਨਾਲ ਮਨ ਦੇ ਲਾਲਚ ਤੇ ਕਾਬੂ ਨਹੀਂ ਪੈਂਦਾ, ਸਗੋਂ ਤ੍ਰਿਸ਼ਨਾਂ ਹੋਰ ਵਧ ਜਾਂਦੀ ਹੈ, ਕੇਵਲ ਪ੍ਰਭ ਦੀ ਰਜ਼ਾ ਵਿੱਚ ਧਿਆਨ ਰਖਣ ਨਾਲ ਹੀ ਸੰਤੋਖ ਬਖਸ਼ਿਸ਼ ਹੁੰਦਾ ਹੈ । ਆਪਣੇ ਮੌਤ ਦੇ ਸਮੇਂ, ਜਦੋਂ ਇਕਲੀ ਆਤਮਾ ਨੂੰ ਆਪਣੇ ਕੀਤੇ ਕੰਮਾਂ ਦਾ ਹਿਸਾਬ ਦੇਣਾ ਪੈਂਣਾ ਹੈ, ਉਸ ਵੇਲੇ ਸ਼ਬਦ ਦੀ ਬੰਦਗੀ ਹੀ ਸਹਾਈ ਹੁੰਦੀ ਹੈ । ਜੀਵ ਇਸਤਰ੍ਹਾਂ ਦੀ ਬੰਦਗੀ ਕਰੋ! ਜਿਸ ਨਾਲ ਪ੍ਰਭ ਦੀ ਦਰਗਾਹ ਵਿੱਚ ਪ੍ਰਵਾਨਗੀ ਬਖਸ਼ਿਸ਼ ਹੋ ਜਾਵੇ ।

Whosoever may have a high worldly status, the miseries, worries of mind may not disappear from day-to-day thoughts. Only by meditating whole-heartedly on the teachings of His Word with steady and stable belief, his mind may not control his worldly desires. Whosoever may acquire worldly possessions, his mind may not remain contented, rather his greed, hunger, and desire may become more intense. Whosoever may meditate on the teachings of His Word, his mind may be blessed with patience in all worldly environments, conditions. Same way by collecting huge amount of worldly wealth, his mind may not control his own greed, rather his desires become more intense. Whosoever may remain focused on the teachings of His Word; with His mercy and grace, he may be contented with His Blessings. After death, his soul must clear her account alone in His Court, only the earnings of His Word may provide support in His Court. You should meditate on the teachings of His Word to sanctify your soul to become worthy of His Consideration in His Court.

ਅਸਟਪਦੀ॥ Asatpadee. 2-3

ਛੂਟਤ ਨਹੀ, ਕੋਟਿ ਲਖ ਬਾਹੀ॥	chhootat nahee kot lakh baahee.
ਨਾਮੁ ਜਪਤ, ਤਹ ਪਾਰਿ ਪਰਾਹੀ॥	naam japat tah paar paraahee.
ਅਨਿਕ ਬਿਘਨ ਜਹ, ਆਇ ਸੰਘਾਰੈ॥	anik bighan jah aa-ay sanghaarai.
ਹਰਿ ਕਾ ਨਾਮੁ, ਤਤਕਾਲ ਉਧਾਰੈ॥	har kaa naam tatkaal uDhaarai.
ਅਨਿਕ ਜੋਨਿ, ਜਨਮੈ ਮਰਿ ਜਾਮ॥	anik jon janmai mar jaam.
ਨਾਮੁ ਜਪਤ, ਪਾਵੈ ਬਿਸ੍ਰਾਮ॥	naam japat paavai bisraam.
ਹਉ ਮੈਲਾ, ਮਲੁ ਕਬਹੁ ਨ ਧੋਵੈ॥	ha-o mailaa mal kabahu na Dhovai.
ਹਰਿ ਕਾ ਨਾਮੁ, ਕੋਟਿ ਪਾਪ ਖੋਵੈ॥	har kaa naam kot paap khovai.
ਐਸਾ ਨਾਮੁ ਜਪਹੁ, ਮਨ ਰੰਗਿ॥	aisaa naam japahu man rang.
ਨਾਨਕ ਪਾਈਐ, ਸਾਧ ਕੈ ਸੰਗਿ॥੩॥	naanak paa-ee-ai saaDh kai sang. ||3||

ਜਿਸ ਵੇਲੇ ਕਿਸੇ ਮੁਸ਼ਕਲ ਤੋਂ ਅਨੇਕਾਂ ਮਦਦ ਕਰਨ ਵਾਲੇ ਨਾ ਬਚਾ ਸਕਦੇ ਹੋਣ ਤਾ ਉਸ ਵੇਲੇ ਕੇਵਲ ਪ੍ਰਭ ਦੇ ਸਿਮਰਨ ਦਾ ਆਸਰਾ ਬਚਾ ਸਕਦਾ ਹੈ । ਜਦੋਂ ਕਿਸੇ ਕੰਮ ਨੂੰ ਕਰਨ ਵਿੱਚ ਅਨੇਕਾਂ ਹੀ ਵਿਘਨ ਪੈਣ, ਕੋਈ ਹੱਲ ਨਾ ਦਿਸੇ, ਤਾ ਕੇਵਲ ਸ਼ਬਦ ਦੇ ਆਸਰੇ ਨਾਲ ਹੀ ਸੋਝੀ, ਸਫਲਤਾ ਬਖਸ਼ਿਸ਼ ਹੁੰਦੀ ਹੈ । ਜਦੋਂ ਜੀਵ ਅਨੇਕਾਂ ਵਾਰ ਜਨਮ ਮਰਨ ਦੇ ਚੱਕਰ ਵਿੱਚ ਭਉਦਾ ਫਿਰਦਾ ਹੋਵੇ, ਤਾ ਕੇਵਲ ਬੰਦਗੀ ਕਰਨ ਨਾਲ ਹੀ ਮੁਕਤੀ ਦੇ ਰਸਤੇ ਦੀ ਸੋਝੀ ਬਖਸ਼ਿਸ਼ ਹੋ ਸਕਦੀ ਹੈ । ਜਦੋਂ ਆਤਮਾ ਅਹੰਕਾਰ ਨਾਲ ਅੰਧੀ ਹੋ ਜਾਵੇ, ਮੈਲੀ ਹੋ ਜਾਵੇ । ਉਹ ਕਿਸੇ ਢੰਗ ਨਾਲ, ਤੀਰਥ ਇਸ਼ਨਾਨ ਨਾਲ ਸਾਫ, ਜਾ ਪਵਿੱਤਰ ਨਹੀਂ ਹੋ ਸਕਦੀ, ਕੇਵਲ ਬਿਰਤੀ ਲਾ ਕੇ ਉਸ ਦੀ ਬੰਦਗੀ ਕਰਨ ਨਾਲ ਹੀ ਪਵਿੱਤਰ ਹੋ ਸਕਦੀ ਹੈ । ਇਸਤਰ੍ਹਾਂ ਦੀ ਬੰਦਗੀ ਕਰੋ! ਜਿਸ ਨਾਲ ਸੰਤ ਸਰੂਪ ਜੀਵ ਦੀ ਸੰਗਤ ਬਖਸ਼ਿਸ ਹੋ ਜਾਵੇ, ਦਰਗਾਹ ਵਿੱਚ ਪ੍ਰਵਾਨਗੀ ਬਖਸ਼ਿਸ਼ ਹੋ ਜਾਵੇ ।

When any worldly friends and family may not save you, even with their best efforts and intentions from worldly miseries; then only meditation on His Word with steady and stable belief may console with patience. When doing worldly chores, so many hurdles, hardships may come in your way then only the meditation on the teachings of His Word with steady and stable belief, his mind may be blessed with the right path to succeed in his task. When the soul wanders around in various cycles of birth and death then only by meditating wholeheartedly, his mind may be blessed with the right path of salvation. When the soul may become filthy with the blemish of worldly ego; his soul may not be cleaned by any meditation techniques, any bath at any Holy Shrine. Only by meditating wholeheartedly with steady and stable belief on the teachings of His Word, the blemish of his soul may be sanctified. You should meditate on the teachings of His Word; The Merciful True Master may bless with the conjugation of His Holy saint; whosoever may adopt his life experience teachings in his own life; with His mercy and grace, he may be blessed with the right path of acceptance in His Court.

ਅਸਟਪਦੀ॥ Asatpadee. 2-4

ਜਿਹ ਮਾਰਗ ਕੇ ਗਨੇ, ਜਾਹਿ ਨ ਕੋਸਾ॥	jih maarag kay ganay jaahi na kosaa.
ਹਰਿ ਕਾ ਨਾਮੁ, ਊਹਾ ਸੰਗਿ ਤੋਸਾ॥	har kaa naam oohaa sang tosaa.
ਜਿਹ ਪੈਡੈ ਮਹਾ, ਅੰਧ ਗੁਬਾਰਾ॥	jih paidai mahaa anDh gubaaraa.
ਹਰਿ ਕਾ ਨਾਮੁ, ਸੰਗਿ ਉਜੀਆਰਾ॥	har kaa naam sang ujee-aaraa.
ਜਹਾ ਪੰਥਿ, ਤੇਰਾ ਕੋ ਨ ਸਿਞਾਨੂ॥	jahaa panth tayraa ko na sinjaanoo.
ਹਰਿ ਕਾ ਨਾਮੁ, ਤਹ ਨਾਲਿ ਪਛਾਨੂ॥	har kaa naam tah naal pachhaanoo.

ਜਹ ਮਹਾ ਭਇਆਨ,	jah mahaa bha-i-aan
ਤਪਤਿ ਬਹੁ ਘਾਮ॥	tapat baho ghaam.
ਤਹ ਹਰਿ ਕੇ ਨਾਮ ਕੀ,	tah har kay naam kee
ਤੁਮ ਊਪਰਿ ਛਾਮ॥	tum oopar chhaam.
ਜਹਾ ਤ੍ਰਿਖਾ ਮਨ, ਤੁਝੁ ਆਕਰਖੈ॥	jahaa tarikhaa man tujh aakrakhai.
ਤਹ ਨਾਨਕ, ਹਰਿ ਹਰਿ ਅੰਮ੍ਰਿਤੁ ਬਰਖੈ॥ ੪॥	tah naanak har har amrit barkhai. ||4||

ਜਦੋਂ ਕਿਸੇ ਜੀਵ ਦਾ ਸਫਰ ਬਹੁਤ ਲੰਮਾ ਹੋ ਜਾਵੇ, ਜਿਸ ਦੀ ਮਿਣਤੀ ਨਾ ਕੀਤੀ ਜਾ ਸਕੇ । ਉਸ ਸਮੇਂ ਪ੍ਰਭ ਦਾ ਸ਼ਬਦ ਦਾ ਸਿਮਰਨ ਕਰਨ ਨਾਲ, ਸਫਰ ਸਹਿਲਾ ਹੀ ਬੀਤ ਜਾਂਦਾ ਹੈ । ਜਦੋਂ ਕਿਸੇ ਜੀਵ ਦਾ ਜੀਵਨ ਦਾ ਰਸਤਾ ਉਲਝ ਜਾਂਦਾ ਹੈ, ਤਾ ਪ੍ਰਭ ਦੇ ਸ਼ਬਦ ਦਾ ਆਸਰਾ ਲੈਣ ਨਾਲ ਉਸ ਨੂੰ ਅਸਲੀ ਮਾਰਗ ਬਖਸ਼ਿਸ਼ ਹੋ ਸਕਦਾ ਹੈ । ਜਦੋਂ ਜੀਵ ਨੂੰ ਜੀਵਨ ਦੇ ਮਾਰਗ ਤੇ ਚਲਦਿਆ, ਅਸਲੀ ਰਸਤੇ ਪਾਉਣ ਵਾਲਾ ਕੋਈ ਨਾ ਹੋਵੇ, ਤਾ ਪ੍ਰਭ ਦਾ ਆਸਰਾ ਲੈਣ ਨਾਲ ਅਸਲੀ ਰਸਤਾ ਬਖਸ਼ਿਸ਼ ਹੋ ਜਾਂਦਾ ਹੈ । ਇਸਤਰ੍ਹਾਂ ਜਦੋਂ ਜੀਵ ਤੇ ਸੰਸਾਰਕ ਮੁਸ਼ਕਲਾਂ ਸਹਿਣ ਦੀ ਹੱਦ ਤੋਂ ਵਧ ਜਾਣ ਤਾ ਸਿਮਰਨ ਕਰਨ ਵਾਲੇ ਦਾ ਪ੍ਰਭ ਆਪ ਹੀ ਰਖਵਾਲਾ ਬਣ ਜਾਂਦਾ ਹੈ । ਪ੍ਰਭ ਆਪ ਹੀ ਭਾਣਾ ਵਰਤਦਾ ਹੈ, ਸਹਿਣ ਸ਼ਕਤੀ ਬਖਸ਼ਦਾ ਹੈ । ਅਗਰ ਜੀਵ ਬੇਵਸ ਹੋ ਕੇ ਵੀ ਸ਼ਬਦ ਦਾ ਆਸਰਾ ਲਵੇ, ਤਾ ਵੀ ਦਿਆਲੂ ਪ੍ਰਭ ਭੁਲੇ ਹੋਏ ਜੀਵ ਨੂੰ ਰਹਿਮਤ ਬਖਸ਼ਕੇ ਨਿਹਾਲ ਕਰ ਦੇਂਦਾ ਹੈ ।

When the journey of life becomes too uncontrollable and he may not see any light in the tunnel of miseries; at that time by meditating wholeheartedly on the teachings of His Word, his whole journey may become easy and comfortable and passes in no time. When the way of life becomes entangled, confused, and has lost the right path, then only by meditating wholeheartedly on the teachings of His Word, the right path may be blessed. When in the journey of life; no one can guide on the right path, then by meditating and adopting the teachings of His Word, the right path may be blessed. When the miseries of life become beyond tolerance of any human; only by meditating and surrendering at His Sanctuary, The True Master may become the protector of His true devotees. Only His Command prevails everywhere; The Merciful True Master may bless the strength to endure the miseries of his life. When his mind becomes desperate and helpless, then only praying for His Forgiveness and Refuge; The merciful True Master may become protector of his soul. The merciful True Master may guide the ignorant, wandering soul of His true devotee with blossom.

ਅਸਟਪਦੀ॥ Asatpadee. 2-5

ਭਗਤ ਜਨਾ ਕੀ, ਬਰਤਨਿ ਨਾਮੁ॥	bhagat janaa kee bartan naam.
ਸੰਤ ਜਨਾ ਕੈ, ਮਨਿ ਬਿਸ੍ਰਾਮੁ॥	sant janaa kai man bisraam.
ਹਰਿ ਕਾ ਨਾਮੁ, ਦਾਸ ਕੀ ਓਟ॥	har kaa naam daas kee ot.
ਹਰਿ ਕੈ ਨਾਮਿ, ਉਧਰੇ ਜਨ ਕੋਟਿ॥	har kai naam uDhray jan kot.
ਹਰਿ ਜਸੁ ਕਰਤ, ਸੰਤ ਦਿਨੁ ਰਾਤਿ॥	har jas karat sant din raat.
ਹਰਿ ਹਰਿ ਅਉਖਧੁ, ਸਾਧ ਕਮਾਤਿ॥	har har a-ukhaDh saaDh kamaat.
ਹਰਿ ਜਨ ਕੈ, ਹਰਿ ਨਾਮੁ ਨਿਧਾਨੁ॥	har jan kai har naam niDhaan.
ਪਾਰਬ੍ਰਹਮਿ ਜਨ, ਕੀਨੋ ਦਾਨ॥	paarbarahm jan keeno daan.
ਮਨ ਤਨ ਰੰਗਿ ਰਤੇ, ਰੰਗ ਏਕੈ॥	man, tan rang ratay rang aykai.
ਨਾਨਕ ਜਨ ਕੈ, ਬਿਰਤਿ ਬਿਬੇਕੈ॥੫॥	naanak jan kai birat bibaykai. ||5||

ਭਗਤਾਂ ਦੇ ਜੀਵਨ ਦਾ ਮੰਤਵ ਹੀ ਪ੍ਰਭ ਦਾ ਸ਼ਬਦ ਹੁੰਦਾ ਹੈ ਅਤੇ ਉਸ ਵਿੱਚ ਹੀ ਲੀਨ ਰਹਿੰਦੇ ਹਨ । ਉਹ ਹਰਇਕ ਕੰਮ ਵਿੱਚ ਹੀ ਪ੍ਰਭ ਦਾ ਆਸਰਾ ਲੈਂਦੇ ਹਨ, ਪ੍ਰਭ ਨੂੰ ਅਧਾਰ ਬਣਾਉਂਦੇ ਹਨ । ਪ੍ਰਭ ਦੇ ਅਸਲੀ ਸੇਵਕ ਸਵਾਸ ਸਵਾਸ ਪ੍ਰਭ ਦੇ ਸ਼ਬਦ ਦਾ ਸਿਮਰਨ ਕਰਦੇ ਹਨ, ਸ਼ਬਦ ਦੇ ਸਿਮਰਨ ਨੂੰ ਹੀ ਸਾਰੀਆਂ ਸੰਸਾਰਕ ਦੁਖਾਂ ਦਾ ਇਲਾਜ ਸਮਝਕੇ ਵਰਤਦੇ ਹਨ । ਅਸਲੀ ਸੇਵਕ ਦਾ ਖਜ਼ਾਨਾ ਹੀ ਪ੍ਰਭ ਦੇ

ਸ਼ਬਦ ਦਾ ਸਿਮਰਨ ਹੁੰਦਾ ਹੈ । ਪ੍ਰਭ ਆਪਣੇ ਸੇਵਕਾ ਨੂੰ ਬਖਸ਼ਿਸ਼ ਨਾਲ ਨਿਹਾਲ ਕਰਦਾ ਹੈ । ਅਸਲੀ ਸੇਵਕ ਅਡੋਲ ਭਰੋਸਟ ਨਾਲ ਸਿਮਰਨ ਵਿੱਚ ਲੀਨ ਹੋਇਆ ਰਹਿੰਦਾ ਹੈ । ਪ੍ਰਭ ਆਪਣੇ ਸੇਵਕਾ ਦੇ ਸਦਾ ਅੰਗ ਸੰਗ ਸਹਾਈ ਹੁੰਦਾ ਹੈ । ਪ੍ਰਭ ਦੇ ਸੇਵਕ ਮਨੋ, ਤਨੋ ਪ੍ਰਭ ਦੀ ਹੋਂਦ ਵਿੱਚ ਹੀ ਰਚੇ ਰਹਿੰਦੇ ਹਨ । ਜਿਹੜਾ ਅਜੇਹੇ ਜੀਵ ਦੇ ਜੀਵਨ ਨੂੰ ਆਪਣੇ ਜੀਵਨ ਦਾ ਅਧਾਰ ਬਣਾਉਂਦਾ ਹੈ । ਉਸ ਦੀ ਬਿ-ਰਤੀ ਪਵਿੱਤਰ ਹੋ ਜਾਂਦੀ ਹੈ ।

The purpose of life of His true devotee remains obeying and meditation on the teachings of His Word. He always prays for His Forgiveness and Refuge in each task. His true devotee meditates and sings the glory of His Word with each breath; he believes meditation may be the cure for all worldly diseases of his mind. The earnings of His Word may be the sole treasure of His true devotee; with His mercy and grace, he may be blessed with blossom in his life. He may remain intoxicated in meditating in the void of His Word and serving His Creation with his mind and body. The True Master always remains his true companion everywhere. Whosoever makes His Word as a guiding principle in his day-to-day life; his mind, soul, and intentions may be sanctified.

ਅਸਟਪਦੀ॥ Asatpadee. 2-6

ਹਰਿ ਕਾ ਨਾਮੁ, ਜਨ ਕਉ ਮੁਕਤਿ ਜੁਗਤਿ॥	har kaa naam jan ka-o mukat jugat.
ਹਰਿ ਕੈ ਨਾਮਿ, ਜਨ ਕਉ ਤ੍ਰਿਪਤਿ ਭੁਗਤਿ॥	har kai naam jan ka-o taripat bhugat.
ਹਰਿ ਕਾ ਨਾਮੁ, ਜਨ ਕਾ ਰੂਪ ਰੰਗੁ॥	har kaa naam jan kaa roop rang.
ਹਰਿ ਨਾਮੁ ਜਪਤ, ਕਬ ਪਰੈ ਨ ਭੰਗੁ॥	har naam japat kab parai na bhang.
ਹਰਿ ਕਾ ਨਾਮੁ, ਜਨ ਕੀ ਵਡਿਆਈ॥	har kaa naam jan kee vadi-aa-ee.
ਹਰਿ ਕੈ ਨਾਮਿ, ਜਨ ਸੋਭਾ ਪਾਈ॥	har kai naam jan sobhaa paa-ee.
ਹਰਿ ਕਾ ਨਾਮੁ, ਜਨ ਕਉ ਭੋਗ ਜੋਗ॥	har kaa naam jan ka-o bhog jog.
ਹਰਿ ਨਾਮੁ ਜਪਤ, ਕਛੁ ਨਾਹਿ ਬਿਓਗੁ॥	har naam japat kachh naahi bi-og.
ਜਨੁ ਰਾਤਾ ਹਰਿ, ਨਾਮ ਕੀ ਸੇਵਾ॥	jan raataa har naam kee sayvaa.
ਨਾਨਕ ਪੂਜੈ, ਹਰਿ ਹਰਿ ਦੇਵਾ॥੬॥	naanak poojai har har dayvaa. ||6||

ਪ੍ਰਭ ਦੇ ਸ਼ਬਦ ਦਾ ਸਿਮਰਨ ਕਰਨ ਨਾਲ ਜੀਵ ਨੂੰ ਮੁਕਤੀ ਦਾ ਮਾਰਗ ਬਖਸ਼ਿਸ਼ ਹੋ ਸਕਦਾ ਹੈ, ਮਨ ਦੀਆਂ ਭਟਕਣਾਂ ਦੂਰ ਹੋ ਜਾਂਦੀਆਂ ਹਨ । ਸਿਮਰਨ ਕਰਨ ਵਾਲੇ ਦੇ ਚੇਹਰੇ ਤੇ ਵਖਰੇ ਹੀ ਕਿਸਮ ਦਾ ਖੇੜਾ, ਨੂਰ ਰਹਿੰਦਾ ਹੈ । ਉਸ ਨੂੰ ਚੰਗੇ ਕੰਮ ਕਰਨ ਵਿੱਚ, ਬੰਦਗੀ ਕਰਨ ਵਿੱਚ ਕਦੇ ਮੁਸ਼ਕਲ ਨਹੀਂ ਆਉਂਦੀ । ਪ੍ਰਭ ਦਾ ਨਾਮ ਜਪਣ ਵਾਲਾ ਬਾਕੀ ਜੀਵਾਂ ਦੀ ਭਲਾਈ ਵਾਲੇ ਕੰਮ ਕਰਦਾ ਹੈ । ਬਾਕੀ ਉਸ ਦੇ ਕੀਤੇ ਕੰਮਾਂ ਦੀ ਉਪਮਾ ਕਰਦੇ ਹਨ । ਬੰਦਗੀ ਕਰਦਾ ਜੀਵ ਪ੍ਰਭ ਵਿੱਚ ਅਭੇਦ ਹੋ ਜਾਂਦਾ ਹੈ, ਉਸ ਨੂੰ ਕੁਝ ਮਿਲਣ ਜਾ ਵਿਛੜ ਜਾਣਦਾ ਦਾ ਕੋਈ ਫਿਕਰ ਨਹੀਂ ਰਹਿੰਦਾ । ਉਹ ਹਮੇਸ਼ਾਂ ਹੀ ਪ੍ਰਭ ਦੀ ਬੰਦਗੀ ਵਿੱਚ ਲੀਨ ਰਹਿੰਦਾ ਹੈ । ਉਸ ਦਾ ਸੰਗ ਕਰਨ ਨਾਲ ਮਨ ਬੰਦਗੀ ਵਿੱਚ ਲਗ ਜਾਂਦੀ ਹੈ ।

Whosoever may meditate on the teachings of His Word, his soul may be blessed with the right path of salvation. All his worldly frustrations may be eliminated. A unique spiritual glow of His Holy Spirit may be shining on the forehead of His true devotee. He may never experience any hardship in performing good deed for the welfare of mankind; the whole universe may sing the glory of his worldly deeds. He may remain intoxicated in meditation in the void of His Word, his soul may immerse within in His Holy Spirit. His state of mind may not be disturbed by any worldly profit or gain. He always remains in deep meditation in the void of His Word. Whosoever may associate with His true devotee, he may become steady and stable on the right path of meditation.

ਅਸਟਪਦੀ॥ **Asatpadee.** 2-7

ਹਰਿ ਹਰਿ ਜਨ ਕੈ, ਮਾਲੁ ਖਜੀਨਾ॥ har har jan kai maal khajeenaa.
ਹਰਿ ਧਨੁ ਜਨ ਕਉ, ਆਪਿ ਪ੍ਰਭਿ ਦੀਨਾ॥ har Dhan jan ka-o aap parabh deenaa.
ਹਰਿ ਹਰਿ ਜਨ ਕੈ, ਓਟ ਸਤਾਣੀ॥ har har jan kai ot sataanee.
ਹਰਿ ਪ੍ਰਤਾਪਿ, ਜਨ ਅਵਰ ਨ ਜਾਣੀ॥ har partaap jan avar na jaanee.
ਓਤਿ ਪੋਤਿ ਜਨ, ਹਰਿ ਰਸਿ ਰਾਤੈ॥ ot pot jan har ras raatay.
ਸੁੰਨ ਸਮਾਧਿ, ਨਾਮ ਰਸ ਮਾਤੈ॥ sunn samaaDh naam ras maatay.
ਆਠ ਪਹਰ ਜਨੁ, ਹਰਿ ਹਰਿ ਜਪੈ॥ aath pahar jan har har japai.
ਹਰਿ ਕਾ ਭਗਤੁ, ਪ੍ਰਗਟ ਨਹੀ ਛਪੈ॥ har kaa bhagat pargat nahee chhapai.
ਹਰਿ ਕੀ ਭਗਤਿ, ਮੁਕਤਿ ਬਹੁ ਕਰੈ॥ har kee bhagat mukat baho karay.
ਨਾਨਕ ਜਨ ਸੰਗਿ, ਕੇਤੇ ਤਰੈ॥੭॥ naanak jan sang kaytay taray. ||7||

ਪ੍ਰਭ ਦੀ ਬੰਦਗੀ ਕਰਨ ਵਾਲੇ ਜੀਵ ਦਾ ਖਜ਼ਾਨਾ ਪ੍ਰਭ ਦੇ ਸ਼ਬਦ ਦਾ ਸਿਮਰਨ ਹੀ ਹੈ । ਇਹ ਖਜ਼ਾਨਾ, ਪ੍ਰਭ ਆਪ ਹੀ ਉਸ ਨੂੰ ਬਖਸ਼ਦਾ ਹੈ । ਉਹ ਜੀਵ ਹਰਇਕ ਕੰਮ ਕਰਨ ਲਗਿਆ ਪ੍ਰਭ ਦਾ ਹੀ ਆਸਰਾ ਭਾਲਦਾ ਹੈ । ਪ੍ਰਭ ਆਪ ਹੀ ਉਸ ਦੀ ਹਿਫਾਜ਼ਤ ਕਰਦਾ ਹੈ, ਉਹ ਕਿਸੇ ਹੋਰ ਨੂੰ ਮਾਲਕ ਨਹੀਂ ਮਨੰਦਾ । ਉਹ ਜੀਵ ਬੰਦਗੀ ਵਿੱਚ ਹੀ ਲੀਨ, ਮਸਤ ਰਹਿੰਦਾ ਹੈ । ਉਸ ਤੇ ਪ੍ਰਭ ਦੀ ਸ਼ਰਧਾ ਦਾ ਡੂੰਘਾ ਪ੍ਰਭਾਵ ਹੁੰਦਾ ਹੈ । ਉਹ ਜੀਵ ਸਵਾਸ ਸਵਾਸ, ਸ਼ਬਦ ਦਾ ਸਿਮਰਨ ਕਰਦਾ ਹੈ । ਉਸ ਨੂੰ ਕਿਸੇ ਉਜਾੜ (ਜੰਗਲਾਂ) ਅਸਥਾਨ ਤੇ ਜਾਣ ਦੀ ਲੋੜ ਨਹੀਂ ਰਹਿੰਦੀ । ਬਾਕੀ ਜੀਵਾਂ ਦੇ ਸ਼ਲਾਘਾ ਕਰਨ ਤੇ ਵੀ ਉਸ ਨੂੰ ਅਹੰਕਾਰ ਨਹੀਂ ਆਉਂਦਾ । ਉਹ ਜੀਵ ਕਈ ਹੋਰ ਜੀਵ ਨੂੰ ਬੰਦਗੀ ਦੇ ਮਾਰਗ ਤੇ ਪਾ ਕੇ ਤਾਰ ਦੇਂਦਾ ਹੈ । ਜੀਵ ਉਸ ਸੰਤ ਸਰੂਪ ਜੀਵ ਦਾ ਸੰਗ ਕਰੋ! ਤੇਰਾ ਵੀ ਪਾਰ ਉਤਾਰਾ ਹੋ ਜਾਵੇ ।

The treasure and earnings of His true devotee remains the meditation of His Word; The True Master may enlighten and blesses this treasure to Hs devotee. He prays for His Forgiveness and Refuge, support, and guidance in each task in the worldly life. His true devotee remains in His Sanctuary; he may never consider anyone else as a His True Master. His true devotee always remains intoxicated in the meditation in the void of His Word; he meditates with each breath. He may not feel any necessity, urge to go to wild, forest in search for the truth of life. The whole universe may sing his glory; however, he has no ego nor boast for any of his deed. His true devotee may guide others on the right path of salvation. You should associate with His true devotee; your life may become fruitful.

ਅਸਟਪਦੀ॥ **Asatpadee.** 2-8

ਪਾਰਜਾਤੁ ਇਹੁ, ਹਰਿ ਕੋ ਨਾਮ॥ paarjaat ih har ko naam.
ਕਾਮਧੇਨ ਹਰਿ, ਹਰਿ ਗੁਣ ਗਾਮ॥ kaamDhayn har har gun gaam.
ਸਭ ਤੇ ਊਤਮ, ਹਰਿ ਕੀ ਕਥਾ॥ sabh tay ootam har kee kathaa.
ਨਾਮੁ ਸੁਨਤ, ਦਰਦ ਦੁਖ ਲਥਾ॥ naam sunat darad dukh lathaa.
ਨਾਮ ਕੀ ਮਹਿਮਾ, ਸੰਤ ਰਿਦ ਵਸੈ॥ naam kee mahimaa sant rid vasai.
ਸੰਤ ਪ੍ਰਤਾਪਿ, ਦੁਰਤੁ ਸਭੁ ਨਸੈ॥ sant partaap durat sabh nasai.
ਸੰਤ ਕਾ ਸੰਗੁ, ਵਡਭਾਗੀ ਪਾਈਐ॥ sant kaa sang vadbhaagee paa-ee-ai.
ਸੰਤ ਕੀ ਸੇਵਾ, ਨਾਮੁ ਧਿਆਈਐ॥ sant kee sayvaa naam Dhi-aa-ee-ai.
ਨਾਮ ਤੁਲਿ, ਕਛੁ ਅਵਰੁ ਨ ਹੋਇ॥ naam tul kachh avar na ho-ay.
ਨਾਨਕ ਗੁਰਮੁਖਿ ਨਾਮੁ ਪਾਵੈ ਜਨੁ ਕੋਇ॥੮॥੨॥ naanak gurmukh naam paavai jan ko-ay. ||8||2||

ਪ੍ਰਭ ਦੇ ਸ਼ਬਦ ਦਾ ਸਿਮਰਨ ਕਰਨ ਦੀ ਇਹ ਕਰਾਮਾਤ ਹੈ । ਉਸ ਦਾ ਸ਼ਬਦ ਹੀ ਉਹ ਮੁਰਾਦਾਂ ਪੂਰੀਆਂ ਕਰਨ ਵਾਲਾ ਪਾਰਸ ਪੱਥਰ ਬਣ ਜਾਂਦਾ ਹੈ । ਸ਼ਬਦ ਦਾ ਵਖਿਆਣ, ਕਥਾ ਸਭ ਤੋਂ ਉਤਮ ਹੈ, ਸੁਣਨ ਨਾਲ ਸਭ ਮਨ ਦੀਆਂ ਚਿੰਤਾਂ, ਦੁਖ ਦੂਰ ਹੋ ਜਾਂਦੇ ਹਨ । ਜਿਹੜੇ ਜੀਵਾਂ ਦੇ ਹਿਰਦੇ ਵਿੱਚ ਸਵਾਸ ਸਵਾਸ ਸ਼ਬਦ ਦੀ ਧੁਨ ਚਲਣ ਲਗ ਪੈਂਦੀ ਹੈ, ਉਹ ਜੀਵ ਸੰਤ ਸਰੂਪ ਬਣ ਜਾਂਦਾ ਹੈ । ਉਸ ਦੇ ਨਜ਼ਰ

ਪੈਣ ਤੇ ਹੀ ਜੀਵ ਦੇ ਭਾਗ ਬਦਲ ਜਾਂਦੇ ਹਨ, ਜੀਵ ਬੰਦਗੀ ਦੇ ਰਸਤੇ ਤੇ ਚਲਕੇ ਆਪਣਾ ਜਨਮ ਸਫਲ ਕਰ ਜਾਂਦੇ ਹਨ । ਅਜੇਹੇ ਸੰਤ ਸਰੂਪ ਦੀ ਕੀਤੀ ਅਰਦਾਸ ਬਿਰਥੀ ਨਹੀਂ ਜਾਂਦੀ, ਦੁਖ ਦਰਦ ਦੂਰ ਹੋ ਸਕਦਾ ਹੈ । ਜਿਹੜੇ ਜੀਵ ਦੇ ਵੱਡੇ ਭਾਗ ਹੋਣ ਤਾ ਹੀ ਅਜੇਹੇ ਸੰਤ ਸਰੂਪ ਦੀ ਸੰਗਤ ਬਖਸ਼ਿਸ਼ ਹੁੰਦੀ ਹੈ । ਸੰਗ ਕਰਨ ਨਾਲ ਬੰਦਗੀ ਦਾ ਅਸਲੀ ਮਾਰਗ ਬਖਸ਼ਿਸ਼ ਹੁੰਦਾ ਹੈ । ਪ੍ਰਭ ਦੀ ਬੰਦਗੀ ਦੇ ਬਰਾਬਰ ਕੋਈ ਹੋਰ ਦਾਨ, ਪੂਜਾ ਜਾ ਕੋਈ ਵੱਡਾ ਕਰਮ ਨਹੀਂ ਹੈ । ਇਹ ਜਾਣਕੇ ਵੀ, ਕੋਈ ਵਿਰਲਾ ਹੀ ਇਸ ਮਾਰਗ ਤੇ ਅਡੋਲ ਰਹਿੰਦਾ ਹੈ ।

The meditation of His Word is a philosopher's stone, by remaining steady and stable on that path, all spoken and unspoken desires of mind may be satisfied by The True Master. To explain the true meanings of His Word to others may be a supreme task of human life. By listening to the sermons of His true devotee, all miseries and worries of mind may be overcome. Whosoever may remain drenched with the teachings of His Word and the everlasting echo of His Word resonates within his mind; he may become a symbol of The True Master, worthy of worship. Even with his glimpse, any devotee may become very fortunate. He may be blessed with the right path of salvation. His humble prayers may never be wasted. Only with great pre-written destiny, the association of such a Holy saint may be blessed. By adopting teachings of his life, the right path of meditation may be blessed. No other charity and meditation may be comparable with meditation of His Word. Even though humans are aware of uniqueness of blessings of meditation; however, very rare devotee may stay steady and stable on this path of meditation.8

3. ਸਲੋਕੁ॥ 3॥ 265

ਬਹੁ ਸਾਸਤ੍ਰ, ਬਹੁ ਸਿਮ੍ਰਿਤੀ,	baho saastar baho simritee
ਪੇਖੇ ਸਰਬ ਢਢੋਲਿ॥	paykhay sarab dhadhol.
ਪੂਜਸਿ ਨਾਹੀ ਹਰਿ ਹਰੇ,	poojas naahee har haray
ਨਾਨਕ ਨਾਮ ਅਮੋਲ॥੩॥	naanak naam amol. ||1||

ਧਾਰਮਕ ਕਿਤਾਬਾਂ (ਸਾਸਤ੍ਰ, ਸਿਮ੍ਰਿਤੀ, ਕੁਰਾਨ, ਪੁਰਾਨ) ਦੇ ਗਿਆਨ ਨੂੰ ਪਰਖ ਕੇ ਵੇਖਿਆ ਹੈ । ਸਾਰਿਆਂ ਵਿੱਚ ਤੇਰੇ ਸ਼ਬਦ ਦੀ ਮਾਹਿਮਾ ਹੀ ਦੱਸੀ ਹੈ । ਹੋਰ ਕੋਈ ਧਾਰਮਕ ਕਥਾ ਨਹੀਂ ਜੋ ਅਣਮੋਲ ਸ਼ਬਦ ਦੇ ਬਰਾਬਰ, ਪੂਜਣ ਯੋਗ ਹੋਵੇ ।

I have evaluated the teachings of all worldly Holy Scriptures. All Holy Scriptures describe significance, importance of meditating on the teachings of Your Word. No other religious sermons are comparable, compatible with the meditation of Your Word and worthy of worship.3

ਅਸਟਪਦੀ॥ Asatpadee. 3-1

ਜਾਪ, ਤਾਪ, ਗਿਆਨ, ਸਭਿ ਧਿਆਨ॥	jaap taap gi-aan sabh Dhi-aan.
ਖਟ, ਸਾਸਤ੍ਰ, ਸਿਮ੍ਰਿਤਿ, ਵਖਿਆਨ॥	khat saastar simrit vakhi-aan.
ਜੋਗ, ਅਭਿਆਸ, ਕਰਮ, ਧ੍ਰਮ, ਕਿਰਿਆ॥	jog abhi-aas karam Dharam kiri-aa.
ਸਗਲ ਤਿਆਗਿ, ਬਨ ਮਧੇ ਫਿਰਿਆ॥	sagal ti-aag ban maDhay firi-aa.
ਅਨਿਕ ਪ੍ਰਕਾਰ ਕੀਏ, ਬਹੁ ਜਤਨਾ॥	aAnik parkaar kee-ay baho jatnaa.
ਪੁੰਨ ਦਾਨ, ਹੋਮੇ, ਬਹੁ ਰਤਨਾ॥	punn daan homay baho ratnaa.
ਸਰੀਰੁ ਕਟਾਇ, ਹੋਮੈ ਕਰਿ ਰਾਤੀ॥	sareer kataa-ay homai kar raatee.
ਵਰਤ, ਨੇਮ ਕਰੈ, ਬਹੁ ਭਾਤੀ॥	varat naym karai baho bhaatee.
ਨਹੀ ਤੁਲਿ, ਰਾਮ ਨਾਮ ਬੀਚਾਰ॥	nahee tul raam naam beechaar.
ਨਾਨਕ ਗੁਰਮੁਖਿ ਨਾਮੁ ਜਪੀਐ, ਇਕ ਬਾਰ॥ ੧॥	naanak gurmukh naam japee-ai ik baar. ||1||

ਧਾਰਮਕ ਕਿਤਾਬਾਂ (ਕੁਰਾਨ, ਪੁਰਾਨ, ਵੇਦ, ਸਿੱਖ ਗ੍ਰੰਥ) ਜਾਪ ਕਰਨਾ, ਤਪ ਕਰਨਾ, ਰੂਹਾਨੀ ਗਿਆਨ ਵਿਚਾਰਨਾ ਜਾ ਇਕਾਗਰ ਮਨ ਹੋ ਕੇ ਧਿਆਨ ਲਾਉਣਾ ਦੀਆਂ ਵਿਧੀਆਂ ਹੀ ਦੱਸਦੀਆਂ ਹਨ । ਜੀਵ ਤੂੰ ਇਕਾਗਰ ਚਿਤ ਹੋ ਕੇ ਜੋਗ, ਧਾਰਮਕ ਕਰਮ, ਸੰਸਾਰਕ ਸੁਖਾਂ ਨੂੰ ਤਿਆਗ ਕੇ ਜੰਗਲਾਂ (ਸੁੰਞੇ) ਥਾਵਾਂ ਤੇ ਫਿਰਦਾ ਹੈ । ਅਨੇਕਾਂ ਧਾਰਮਕ ਰੀਤ, ਰੀਵਾਜ, ਪੁੰਨ ਦਾਨ, ਜੱਗ, ਗਰੀਬਾਂ ਨੂੰ ਭੋਜਨ ਕਰਾਉਣਾ, ਸਰੀਰ ਨੂੰ ਤਸੀਏ ਦੇਣਾ, ਗਰਮੀ ਸਮੇਂ ਅੱਗ ਦੀ ਧੂਨੀ ਤੇ ਬੈਠਨਾ, ਲੰਮੇ ਵਰਤ ਰਖਣਾ, ਨਿਤਨੇਮ ਕਰਦਾ ਹੈ । ਇਹ ਸਾਰੇ ਤਰੀਕੇ, ਹੀ ਆਤਮਾ ਨੂੰ ਪਵਿੱਤਰ ਕਰਕੇ, ਅਡੋਲ ਭਰੋਸੇ ਨਾਲ ਕੇਵਲ ਇਕ ਬਾਰ ਸ਼ਬਦ ਦੇ ਸਿਮਰਨ ਬਰਾਬਰ ਨਹੀਂ ਹਨ । ਹਰਜਨ ਬਣਕੇ, ਗੁਰਮੁਖ ਬਣਕੇ ਸਿਮਰਨ ਕਰਨ ਦੇ ਬਰਾਬਰ ਨਹੀਂ ਹਨ ।

In all worldly Holy Scriptures, various techniques to control mind like abandoning the worldly comforts, to wanders in wild forest to meditate to be blessed with Your Blessings. These describe various religious rituals like feeding the helpless and performs hard meditation, run your body through very rigorous meditation and hardships, like sitting near the fire in a hot weather and keeping body starve from food, abstaining food, keeping your stomach hungry and daily routine prayers. All techniques to sanctify soul may not be comparable or equal to meditating on the teachings of His Word with steady and stable belief even once. None of these techniques are comparable with meditating on His Word wholeheartedly.

ਅਸਟਪਦੀ॥ Asatpadee. 3-2

ਨਉ ਖੰਡ ਪ੍ਰਿਥਮੀ, ਫਿਰੈ ਚਿਰੁ ਜੀਵੈ॥	na-o khand parithmee firai chir jeevai.
ਮਹਾ ਉਦਾਸੁ, ਤਪੀਸਰੁ ਥੀਵੈ॥	mahaa udaas tapeesar theevai.
ਅਗਨਿ ਮਾਹਿ, ਹੋਮਤ ਪਰਾਨ॥	agan maahi homat paraan.
ਕਨਿਕ ਅਸ੍ਵ ਹੈਵਰ, ਭੂਮਿ ਦਾਨ॥	kanik asav haivar bhoom daan.
ਨਿਉਲੀ ਕਰਮ ਕਰੈ, ਬਹੁ ਆਸਨ॥	ni-ulee karam karai baho aasan.
ਜੈਨ ਮਾਰਗ, ਸੰਜਮ, ਅਤਿ ਸਾਧਨ॥	jain maarag sanjam at saaDhan.
ਨਿਮਖ ਨਿਮਖ ਕਰਿ, ਸਰੀਰੁ ਕਟਾਵੈ॥	nimakh nimakh kar sareer kataavai.
ਤਉ ਭੀ ਹਉਮੈ, ਮੈਲੁ ਨ ਜਾਵੈ॥	ta-o bhee ha-umai mail na jaavai.
ਹਰਿ ਕੇ ਨਾਮ, ਸਮਸਰਿ ਕਛੁ ਨਾਹਿ॥	har kay naam samsar kachh naahi.
ਨਾਨਕ ਗੁਰਮੁਖਿ,	naanak gurmukh
ਨਾਮੁ ਜਪਤ, ਗਤਿ ਪਾਹਿ॥ ੨॥	naam japat gat paahi. ||2||

ਭਾਵੇਂ ਕੋਈ ਬਹੁਤ ਖੰਡਾਂ (ਨੌ) ਵਿੱਚ ਤਪਸਿਆ ਕਰ ਲਵੇਂ, ਲੰਮੀ ਉਮਰ ਕਰ ਲਵੇ । ਮਹਾਂ ਉਦਾਸੀ (ਸੰਸਾਰਕ ਸੁਖਾਂ ਨੂੰ ਤਿਆਗੇ), ਭਰੋਸੇ ਨਾਲ ਭਗਤੀ ਕਰੇ, ਅੱਗ ਦੀ ਧੂਨੀ, ਤਪਤ ਤੇ ਰਹੇ, ਆਪਣੇ ਸਾਰਾ ਧਨ ਦੌਲਤ ਦਾਨ ਕਰ ਦੇਵੇ । ਅਨੇਕਾਂ ਚੰਗੇ ਕਰਮ ਕਰੇ! ਆਪਣੀ ਆਤਮਾਂ ਨੂੰ ਪਵਿੱਤਰ ਕਰਨ ਦੇ ਅਨੇਕਾਂ ਤਰੀਕੇ ਵੀ ਧਾਰਨ ਕਰ ਲਵੇਂ । ਆਪਣਾ ਰਹਿਣ ਦਾ ਤਰੀਕਾ ਜੈਨਾਂ ਵਾਲਾ ਧਾਰਨ ਕਰ ਲਵੇਂ । ਰੂਹਾਨੀ ਦ੍ਰਿੜ੍ਹਤਾ ਅਪਣਾਵੇ, ਆਪਣਾ ਬੰਦ ਬੰਦ ਕੱਟਵਾ ਕੇ ਭੇਟਾ, ਦਾਨ ਕਰ ਦੇਵੇ ਤਾ ਵੀ ਮਨ ਦੀ ਮੈਲ, ਅਹੰਕਾਰ ਦੀ ਜੜ੍ਹ ਖਤਮ ਨਹੀਂ ਹੁੰਦੀ । ਇਹ ਸਾਰੀਆਂ ਕੁਰਬਾਨੀਆਂ, ਕਿਤਨੀਆਂ ਵੀ ਮਹਾਨ ਕਿਉਂ ਨਾ ਹੋਣ, ਫਿਰ ਵੀ ਇਹ ਸ਼ਬਦ ਦੀ ਪਾਲਨ ਦੇ ਤੁਲ ਜਾ ਬਰਾਬਰ ਨਹੀਂ ਹਨ । ਜਿਹੜਾ ਹਰਜਨ ਬਣਕੇ ਪ੍ਰਭ ਦਾ ਸ਼ਬਦ ਦਾ ਸਿਮਰਨ ਕਰੇ, ਤਾ ਉਸ ਨੂੰ ਮੁਕਤੀ, ਜਨਮ ਮਰਨ ਦਾ ਚੱਕਰ ਖਤਮ, ਪ੍ਰਭ ਵਿੱਚ ਅਭੇਦ ਹੋ ਸਕਦਾ ਹੈ ।

Even though someone may have done meditation for long time in wild places, abandoned all worldly luxuries and comforts of life; he may meditate with steady and stable belief; he may sit near the fire in summer; he may donate all his worldly possessions to charity, good worldly deeds and has adopted several techniques to sanctify his soul; even he may adopt the way of life of a true Jain. Even with a spiritual determination, he may offer his body to cut, even then the filth of ego of his mind may not be cleaned.

Even though all these sacrifices might be so unique and significant; still, these are not comparable to adopt the teachings of His Word in day-to-day life with steady and stable belief. Whosoever may meditate and adopts the teachings of His Word wholeheartedly; with His mercy and grace, he may be blessed with the right path of salvation. His cycle of birth and death may be eliminated and his soul may immerse within His Holy Spirit.

ਅਸਟਪਦੀ॥ Asatpadee. 3-3

ਮਨ ਕਾਮਨਾ, ਤੀਰਥ ਦੇਹ ਛੁਟੈ॥ man, kaamnaa tirath dayh chhutai.
ਗਰਬੁ ਗੁਮਾਨੁ, ਨ ਮਨ ਤੇ ਹੁਟੈ॥ garab gumaan na man tay hutai.
ਸੋਚ ਕਰੈ, ਦਿਨਸੁ ਅਰੁ ਰਾਤਿ॥ soch karai dinas ar raat.
ਮਨ ਕੀ ਮੈਲੁ, ਨ ਤਨ ਤੇ ਜਾਤਿ॥ man, kee mail na tan tay jaat.
ਇਸੁ ਦੇਹੀ ਕਉ, ਬਹੁ ਸਾਧਨਾ ਕਰੈ॥ is dayhee ka-o baho saaDhnaa karai.
ਮਨ ਤੇ ਕਬਹੂ, ਨ ਬਿਖਿਆ ਟਰੈ॥ man, tay kabhoo na bikhi-aa tarai.
ਜਲਿ ਧੋਵੈ ਬਹੁ, ਦੇਹ ਅਨੀਤਿ॥ jal Dhovai baho dayh aneet.
ਸੁਧ ਕਹਾ ਹੋਇ, ਕਾਚੀ ਭੀਤਿ॥ suDh kahaa ho-ay kaachee bheet.
ਮਨ ਹਰਿ ਕੇ, ਨਾਮ ਕੀ ਮਹਿਮਾ ਊਚ॥ man, har kay naam kee mahimaa ooch.
ਨਾਨਕ, ਨਾਮਿ ਉਧਰੇ, ਪਤਿਤ ਬਹੁ ਮੂਚ॥੩॥ naanak naam uDhray patit baho mooch. ||3||

ਜਦੋਂ ਮਨ ਸੰਸਾਰਕ ਇਛਾਂ, ਲਾਲਚ, ਨਾਲ ਭਰਿਆ ਹੋਇਆ ਹੋਵੇ । ਧਾਰਮਕ ਤੀਰਥਾਂ, ਪਵਿੱਤਰ ਸਰੋਵਰਾਂ ਵਿੱਚ ਇਸ਼ਨਾਨ ਕਰਨ ਨਾਲ ਮਨ ਦੇ ਅਹੰਕਾਰ ਤੇ ਕਾਬੂ ਨਹੀਂ ਪੈਂਦਾ । ਦਿਨ, ਰਾਤ ਸੋਚ ਜਾ ਵਿਚਾਰ ਕਰਨ ਨਾਲ ਮਨ ਦੀਆਂ ਇਛਾਂ ਤੇ ਕਾਬੂ ਨਹੀਂ ਪੈਂਦਾ, ਮਨ ਦੀ ਮੈਲ ਸਾਫ ਨਹੀਂ ਹੁੰਦੀ । ਸਰੀਰ ਨੂੰ ਸਾਫ ਕਰਨ ਨਾਲ, ਧੋਣ ਨਾਲ, ਮਨ ਦੀ ਮੈਲ ਨਹੀਂ ਧੋਤੀ ਜਾ ਸਕਦੀ । ਭਾਵੇਂ ਜੀਵ ਆਪਣੇ ਸਰੀਰ ਨੂੰ ਅਨੇਕਾਂ ਕਿਸਮ ਦੇ ਯਤਨਾਂ ਨਾਲ ਵੀ ਢਾਲ ਲਵੇਂ, ਫਿਰ ਵੀ ਮਨ ਦੀ ਪਰਾਇਆ ਧਨ ਤੇ ਕਾਬੂ ਕਰਨ, ਲਾਲਚ ਦੀ ਭਾਵਨ ਦੂਰ ਨਹੀਂ ਹੁੰਦੀ । ਪ੍ਰਭ ਅਗਰ ਪਾਣੀ ਨਾਲ ਧੋਣ, ਇਸ਼ਨਾਨ ਕਰਨ ਨਾਲ ਮਨ ਸਾਫ ਨਹੀਂ ਹੁੰਦਾ? ਕਿਸਤਰ੍ਹਾਂ ਇਸ ਆਤਮਾ ਨੂੰ ਪਵਿੱਤਰ ਕਰਾ? ਜੀਵ ਅਡੋਲ ਭਰੋਸਾ ਨਾਲ ਸ਼ਬਦ ਦੀ ਪਾਲਣਾ ਕਰਨਾ ਹੀ ਸਭ ਤੋਂ ਉਤਮ ਬੰਦਗੀ ਹੈ । ਇਸ ਨਾਲ ਬਹੁਤ ਮਹਾਂ ਪਾਪੀ ਆਪਣੇ ਪਾਪ ਧੋਅ ਗਏ ਹਨ ।

Whosoever may be overwhelmed with worldly desires and greed; by taking a bath and pilgrimage at Holy Shrine, his filth and ego of his mind may not be cleaned. By day and night thinking about, still his mind may not be able to control his worldly desires, the filth of his mind nor by cleaning the body with Holy Water, the filth of mind be cleaned. Even by adopting various restrictions and controls; still his desire and greed to rob, capture the earnest living of others mays not vanish from his mind. As mind may not be cleaned by bathing at the Holy Shrine or all disciplines; how may the soul be sanctified? Whosoever may meditate and adopts the teachings of His Word with steady and stable belief may be the most, supreme task of human life. By adopting the teachings of His Word in day-to-day life; with His mercy and grace, even the biggest sinners have been forgiven.

ਅਸਟਪਦੀ॥ Asatpadee. 3-4

ਬਹੁਤੁ ਸਿਆਣਪ, bahut si-aanap
ਜਮ ਕਾ ਭਉ ਬਿਆਪੈ॥ jam kaa bha-o bi-aapai.
ਅਨਿਕ ਜਤਨ ਕਰਿ, ਤ੍ਰਿਸਨ ਨਾ ਧ੍ਰਾਪੈ॥ anik jatan kar tarisan naa Dharaapai.
ਭੇਖ ਅਨੇਕਾਂ, ਅਗਨਿ ਨਹੀ ਬੁਝੈ॥ bhaykh anayk agan nahee bujhai.
ਉਪਾਵ, ਦਰਗਹ ਨਹੀ ਸਿਝੈ॥ kot upaav dargeh nahee sijhai.
ਛੂਟਸਿ ਨਾਹੀ, ਊਭ ਪਇਆਲਿ॥ chhootas naahee oobh pa-i-aal.
ਮੋਹਿ ਬਿਆਪਹਿ, ਮਾਇਆ ਜਾਲਿ॥ mohi bi-aapahi maa-i-aa jaal.

ਅਵਰ ਕਰਤੂਤਿ, ਸਗਲੀ ਜਮੁ ਡਾਨੇ॥	avar kartoot saglee jam daanai.
ਗੋਵਿੰਦ ਭਜਨ, ਬਿਨੁ ਤਿਲੁ ਨਹੀ ਮਾਨੇ॥	govind bhajan bin til nahee maanai.
ਹਰਿ ਕਾ ਨਾਮੁ ਜਪਤ, ਦੁਖੁ ਜਾਇ॥	har kaa naam japat dukh jaa-ay.
ਨਾਨਕ ਬੋਲੈ, ਸਹਜਿ ਸੁਭਾਇ॥੪॥	naanak bolai sahj subhaa-ay. ||4||

ਬਹੁਤ ਸਿਆਣਪਾਂ ਨਾਲ ਵੀ ਮੌਤ ਦਾ ਡਰ ਦੂਰ ਨਹੀਂ ਹੁੰਦਾ । ਅਨੇਕਾਂ ਯਤਨ ਕਰਨ ਨਾਲ ਵੀ ਮਨ ਨੂੰ ਸ਼ਾਂਤੀ, ਸੰਤੋਖ ਬਖਸ਼ਿਸ਼ ਨਹੀਂ ਹੁੰਦਾ । ਵੱਖਰੇ ਵੱਖਰੇ ਧਾਰਮਕ ਬਾਣਾ ਪਾਉਣ, ਧਰਮ ਧਾਰਨ ਕਰਨ ਨਾਲ ਵੀ ਮਨ ਦੀਆਂ ਇਛਾ ਤੇ ਕਾਬੂ ਨਹੀਂ ਪੈਂਦਾ । ਉਸ ਦੀ ਦਰਗਾਹ ਵਿੱਚ ਪ੍ਰਵਾਨਗੀ ਬਖਸ਼ਿਸ਼ ਨਹੀਂ ਹੁੰਦੀ । ਜਿਸ ਦੀ ਸੰਸਾਰਕ ਸੁਖਾਂ ਨਾਲ ਲਗਨ ਰਹਿੰਦੀ ਹੈ, ਉਸ ਕਿਸੇ ਵੀ ਵਿਧੀ, ਜਾ ਧਰਮ ਦੀ ਰਹਿਤ ਨਾਲ ਸੰਸਾਰਕ ਨਾਸ਼ ਹੋ ਜਾਣ ਵਾਲੇ ਪਦਾਰਥਾਂ ਨਾਲ ਮੋਹ ਖਤਮ ਨਹੀਂ ਹੁੰਦਾ । ਬੰਦਗੀ ਤੋਂ ਬਿਨਾਂ ਬਾਕੀ ਸਾਰੇ ਹੀ ਤਾਰੀਕੇ ਜਮ ਦੇ ਹਵਾਲੇ ਹੀ ਕਰਦੇ ਹਨ । ਪ੍ਰਭ ਦੇ ਸ਼ਬਦ ਦਾ ਸਿਮਰਨ ਕਰਨ ਨਾਲ ਸਾਰੇ ਦੁਖੁ ਦੂਰ ਹੋ ਜਾਂਦੇ ਹਨ, ਸਿਮਰਨ ਕਰਦੇ ਕਰਦੇ ਉਸ ਵਿੱਚ ਅਭੇਦ ਹੋ ਜਾਂਦੇ ਹਨ । ਜੀਵ ਬੰਦਗੀ ਕਰਨ ਨਾਲ ਹੀ ਸਾਰੇ ਪਾਪ ਧੋਤੇ ਜਾਂਦੇ ਹਨ, ਦੁਖ ਦੂਰ ਹੋ ਜਾਂਦੇ ਹਨ, ਤੇਰਾ ਜਨਮ ਸਹਿਲੇ ਹੀ ਸਫਲ ਹੋ ਸਕਦਾ ਹੈ ।

Even with all worldly wisdoms, the fear of death may not be eliminated. By adopting various worldly techniques, therapies, peace, and contentment may not be blessed to his mind. By adopting and baptizing by various religious rituals, his mind may not conquer his worldly desires. If he remains attached to the worldly comforts, no meditation, worldly techniques, the disciplines of religion may conquer his attachment to worldly possessions and render his soul worthy of His Considerations. With meditating wholeheartedly on the other techniques only leads to the path of devil of death. Whosoever may meditate wholeheartedly on the teachings of His Word; all miseries of life may be eliminated. By meditating wholeheartedly with steady and stable belief, his soul may immerse into His Holy Spirit; all sins of his previous life may be forgiven; his life may become very easy going and contented.

ਅਸਟਪਦੀ॥ Asatpadee. 3-5

ਚਾਰਿ ਪਦਾਰਥ, ਜੇ ਕੋ ਮਾਗੈ॥	chaar padaarath jay ko maagai.
ਸਾਧ ਜਨਾ ਕੀ, ਸੇਵਾ ਲਾਗੈ॥	saaDh janaa kee sayvaa laagai.
ਜੇ ਕੋ ਆਪੁਨਾ, ਦੂਖੁ ਮਿਟਾਵੈ॥	jay ko aapunaa dookh mitaavai.
ਹਰਿ ਹਰਿ ਨਾਮੁ, ਰਿਦੈ ਸਦ ਗਾਵੈ॥	har har naam ridai sad gaavai.
ਜੇ ਕੋ ਅਪੁਨੀ, ਸੋਭਾ ਲੋਰੈ॥	jay ko apunee sobhaa lorai.
ਸਾਧਸੰਗਿ, ਇਹ ਹਉਮੈ ਛੋਰੈ॥	saaDhsang ih ha-umai chhorai.
ਜੇ ਕੋ ਜਨਮ ਮਰਣ, ਤੇ ਡਰੈ॥	jay ko janam maran tay darai.
ਸਾਧ ਜਨਾ ਕੀ, ਸਰਨੀ ਪਰੈ॥	saaDh janaa kee sarnee parai.
ਜਿਸੁ ਜਨ ਕਉ, ਪ੍ਰਭ ਦਰਸ ਪਿਆਸਾ॥	jis jan ka-o parabh daras pi-aasaa.
ਨਾਨਕ ਤਾ ਕੈ, ਬਲਿ ਬਲਿ ਜਾਸਾ॥੫॥	naanak taa kai bal bal jaasaa. ||5||

ਜੀਵ ਅਗਰ ਤੇਰੇ ਮਨ ਵਿੱਚ ਸੰਸਾਰਕ ਪਦਾਰਥ ਹਾਸਿਲ ਕਰਨ ਦੀ ਇਛਾਂ ਹੈ ਤਾ ਸੰਤ ਸਰੂਪ ਦੀ ਸੰਗਤ, ਸੇਵਾ ਕਰੋ । ਅਗਰ ਸੰਸਾਰਕ ਦੁਖ ਪਰੇਸ਼ਾਨ ਕਰਦੇ ਹਨ, ਤਾ ਮਨ ਵਿੱਚ ਪ੍ਰਭ ਦੇ ਸ਼ਬਦ ਦਾ ਸਿਮਰਨ ਕਰੋ । ਅਗਰ ਤੂੰ ਆਪਣੇ ਆਪ ਨੂੰ ਉਸ ਦੀ ਦਰਗਾਹ ਵਿੱਚ ਪ੍ਰਵਾਨ ਹੋਣ ਦੀ ਇਛਾਂ ਹੈ ਤਾ ਸੰਤ ਸਰੂਪ ਦੀ ਸੰਗਤ ਕਰੋ! ਆਪਣੀ ਅਹੰਕਾਰ ਨੂੰ ਖਤਮ ਕਰਕੇ ਨਿਮਾਣੀਆ ਦਾ ਦਰਦਵੰਦ ਬਣੋ । ਅਗਰ ਤੂੰ ਜਨਮ ਮਰਨ ਦਾ ਚਕਰ ਖਤਮ ਕਰਨਾ ਚਹੁੰਦਾ ਹੈ ਤਾ ਸੰਤ ਸਰੂਪ ਵਾਲੇ ਜੀਵਨ ਦਾ ਢੰਗ, ਧਾਰਨ ਕਰੋ । ਜਦੋਂ ਤੇਰੇ ਮਨ ਦੀਆਂ ਬਾਕੀ ਸਾਰੀਆਂ ਇਛਾਂ ਖਤਮ ਹੋ ਜਾਣ, ਕੇਵਲ ਮਨ ਵਿੱਚ ਇਕੋ ਇਕ ਪ੍ਰਭ ਦੇ ਦਰਸ਼ਨ ਦੀ ਭੁੱਖ ਚਮਕੇਗੀ, ਤਾ ਆਪ ਹੀ ਤੈਨੂੰ ਪੁਕਾਰੇਗਾ ।

If you have a desire to be blessed with fourth virtues, to achieve the purpose of your human life; you should adopt the life teachings of His true devotee in day-to-day life. If the worldly miseries frustrate in day-to-day life; you should wholeheartedly meditate on the teachings of His Word. If you have a desire to be accepted in His Court; join the association of His true devotee and adopts his way of life. By renouncing your ego, humbly serve the helpless; you should have only One burning desire to be enlightened with the essence of His Word within; The True Master would be looking for you.

ਅਸਟਪਦੀ॥ Asatpadee. 3-6

ਸਗਲ ਪੁਰਖ, ਮਹਿ ਪੁਰਖੁ ਪ੍ਰਧਾਨੁ॥	sagal purakh meh purakh parDhaan.
ਸਾਧਸੰਗਿ ਜਾ ਕਾ, ਮਿਟੈ ਅਭਿਮਾਨੁ॥	saaDhsang jaa kaa mitai abhimaan.
ਆਪਸ ਕਉ ਜੋ, ਜਾਣੈ ਨੀਚਾ॥	aapas ka-o jo jaanai neechaa.
ਸੋਊ ਗਨੀਐ, ਸਭ ਤੇ ਊਚਾ॥	so-oo ganee-ai sabh tay oochaa.
ਜਾ ਕਾ ਮਨੁ ਹੋਇ, ਸਗਲ ਕੀ ਰੀਨਾ॥	jaa kaa man ho-ay sagal kee reenaa.
ਹਰਿ ਹਰਿ ਨਾਮੁ, ਤਿਨਿ ਘਟਿ ਘਟਿ ਚੀਨਾ॥	har har naam tin ghat ghat cheenaa.
ਮਨ ਅਪੁਨੇ ਤੇ, ਬੁਰਾ ਮਿਟਾਨਾ॥	man, apunay tay buraa mitaanaa.
ਪੇਖੈ ਸਗਲ, ਸ੍ਰਿਸਟਿ ਸਾਜਨਾ॥	paykhai sagal sarisat saajnaa.
ਸੂਖ ਦੂਖ ਜਨ, ਸਮ ਦ੍ਰਿਸਟੇਤਾ॥	sookh dookh jan sam daristaytaa.
ਨਾਨਕ ਪਾਪ ਪੁੰਨ, ਨਹੀ ਲੇਪਾ॥੬॥	naanak paap punn nahee laypaa. ||6||

ਸ੍ਰਿਸ਼ਟੀ ਵਿੱਚ ਸਭ ਤੋਂ ਉਚਾ, ਵੱਡਾ ਉਹ ਹੀ ਜੀਵ ਹੈ । ਜਿਹੜਾ ਹੈਸੀਅਤ ਦਾ ਘਮੰਡ ਛੱਡਕੇ, ਸ੍ਰਿਸ਼ਟੀ ਦਾ ਦਾਸੀ ਬਣੇ, ਭਲਾਈ ਦਾ ਕੰਮ ਕਰੇ । ਜਿਹੜਾ ਆਪਣੇ ਆਪ ਨੂੰ ਬਾਕੀ ਜੀਵਾਂ ਨਾਲੋ ਨੀਵਾਂ, ਘਟ ਗੁਣਾਂ ਵਾਲਾ, ਸਮਝੇ । ਨਿਮਾਣਿਆਂ ਦੀ ਮਦਦ ਕਰੇ, ਉਸ ਨੂੰ ਪ੍ਰਭ ਦੇ ਦਰਬਾਰ ਵਿੱਚ ਉੱਚਾ ਦਰਜਾ ਬਖਸ਼ਿਸ਼ ਹੁੰਦਾ ਹੈ । ਜਦੋਂ ਮਨ ਇਤਨਾ ਸਾਫ ਹੋ ਜਾਵੇ ਕਿ ਆਪਣੇ ਆਪ ਨੂੰ ਸਾਰਿਆਂ ਤੋਂ ਹੀ ਨੀਵਾਂ ਸਮਝੇ ਤਾ ਉਸ ਦੇ ਮਨ ਵਿੱਚ ਸਵਾਸ ਸਵਾਸ, ਸ਼ਬਦ ਦੀ ਧੁਨ, ਗੂਜ ਸੁਣਾਈ ਦੇਣ ਲਗ ਪੈਂਦੀ ਹੈ । ਜਦੋਂ ਜੀਵ ਨੇ ਆਪਣੇ ਮਨ ਤੋਂ ਕਿਸੇ ਹੋਰ ਦਾ ਬੁਰਾ ਕਰਨ ਦੀ ਭਾਵਨਾ ਦਾ ਨਾਸ਼ ਕਰ ਦਿੱਤਾ ਤਾ ਸਾਰੀ ਸ੍ਰਿਸ਼ਟੀ ਨੂੰ ਹੀ ਉਹ ਆਪਣਾ ਮਿੱਤਰ, ਸੰਜੋਗੀ ਬਣਾ ਲਵੇਂਗਾ । ਅਜੇਹੇ ਜੀਵ ਉਸ ਦੀ ਰਜ਼ਾ ਨੂੰ ਆਪਣੇ ਜੀਵਨ ਦਾ ਅਧਾਰ ਬਣਾ ਲੈਂਦੇ ਹਨ । ਉਹ ਦੁਖ, ਸੁਖ ਨੂੰ ਬਖਸ਼ਿਸ ਸਮਝਕੇ ਪ੍ਰਵਾਨ ਕਰਦੇ ਹਨ । ਉਹ ਪੁੰਨ ਪਾਪ ਦੇ ਲੇਖੇ ਤੋਂ ਉਪਰ ਉਠ ਜਾਂਦੇ ਹਨ ।

Whosoever may renounce his ego, the pride of his worldly status; he may become His slave and performs good deeds for the welfare of His Creation. He may be considered the greatest human in His Court. Whosoever considers himself lower than everyone else and with less virtues than any everyone else and help the helpless; with His mercy and grace, he may be honored with highest status in His Court. When his mind becomes so clean that he considered himself as lower than everyone else; with His mercy and grace, he may hear the everlasting echo of His Word resonating within his heart. When his mind abandons all desires, evil thoughts to hurt anyone else; with His mercy and grace, his state of mind may be transformed as everyone may be his friend. His true devotee with that state of mind makes His Word as the corner stone of his day-to-day life. He may consider all pleasures and miseries of worldly life may be His worthy Blessings. He becomes beyond the accountability of any good or sinful deeds.

ਅਸਟਪਦੀ॥ Asatpadee. 3-7

ਨਿਰਧਨ ਕਉ, ਧਨੁ ਤੇਰੋ ਨਾਉ॥	nirDhan ka-o Dhan tayro naa-o.
ਨਿਥਾਵੇ ਕਉ, ਨਾਉ ਤੇਰਾ ਥਾਉ॥	nithaavay ka-o naa-o tayraa thaa-o.
ਨਿਮਾਨੇ ਕਉ, ਪ੍ਰਭ ਤੇਰੋ ਮਾਨੁ॥	nimaanay ka-o parabh tayro maan.
ਸਗਲ ਘਟਾ ਕਉ, ਦੇਵਹੁ ਦਾਨੁ॥	sagal ghataa ka-o dayvhu daan.

ਕਰਨ ਕਰਾਵਨਹਾਰ ਸੁਆਮੀ॥	karan karaavanhaar su-aamee.
ਸਗਲ ਘਟਾ ਕੇ ਅੰਤਰਜਾਮੀ॥	sagal ghataa kay antarjaamee.
ਅਪਨੀ ਗਤਿ ਮਿਤਿ, ਜਾਨਹੁ ਆਪੇ॥	apnee gat mit jaanhu aapay.
ਆਪਨ ਸੰਗਿ, ਆਪਿ ਪ੍ਰਭ ਰਾਤੈ॥	aapan sang aap parabh raatay.
ਤੁਮ੍ਰੀ ਉਸਤਤਿ, ਤੁਮ ਤੇ ਹੋਇ॥	tumHree ustat tum tay ho-ay.
ਨਾਨਕ ਅਵਰੁ ਨ, ਜਾਨਸਿ ਕੋਇ॥੭॥	naanak avar na jaanas ko-ay. ‖7‖

ਅੰਤਰਜਾਮੀ ਪ੍ਰਭ ਨੂੰ ਸਾਰੀ ਸ੍ਰਿਸ਼ਟੀ ਦੀ ਹਰਇਕ ਅਵਸਥਾ ਦੀ ਪੂਰਨ ਜਾਣਕਾਰੀ ਹੈ, ਸਾਰਿਆਂ ਨੂੰ ਦਾਤਾਂ ਬਖਸ਼ਦਾ ਹੈ । ਜਿਸ ਨੂੰ ਆਪ ਹੀ ਰਹਿਮਤ ਬਖਸ਼ਦਾ ਹੈ, ਉਸ ਨੂੰ ਹੀ ਸੰਸਾਰਕ ਧਨ, ਦੌਲਤ, ਮਾਣ, ਹੈਸੀਅਤ, ਘਰ, ਗੁਫਾ ਬਖਸ਼ਿਸ਼ ਹੁੰਦੀ ਹੈ । ਪ੍ਰਭ ਦੀ ਰਜ਼ਾ ਤੋਂ ਬਿਨ ਸਾਰੇ ਹੀ ਭੁੱਖੇ, ਨਿਮਾਣੇ, ਬਿਨਾਂ ਟਿਕਾਣੇ ਤੋਂ ਹੀ ਹਨ । ਪ੍ਰਭ ਆਪਣੇ ਹੁਕਮ, ਕਰਤਬ ਕੇਵਲ ਆਪ ਹੀ ਜਾਣਦਾ ਹੈ । ਆਪਣੀ ਬਣਾਈ ਸ੍ਰਿਸ਼ਟੀ ਵਿੱਚ ਆਪ ਹੀ ਵਸਦਾ, ਆਪ ਹੀ ਅਲੋਪ ਹੈ । ਆਪ ਹੀ ਸਭ ਕਰਤਬਾਂ ਦਾ ਕਾਰਨ ਹੈ, ਆਪ ਹੀ ਕਰਦਾ ਹੈ । ਹਰਇਕ ਘਟਨਾ ਦੀ ਪੂਰਨ ਜਾਣਕਾਰੀ ਹੈ, ਆਪਣੀ ਉਸਤਤ ਵੀ ਆਪ ਹੀ ਕਰਾਉਂਦਾ ਹੈ । ਜਿਸ ਦੀ ਸ਼ਬਦ ਦੀ ਕਮਾਈ ਪ੍ਰਵਾਨ ਹੋ ਜਾਂਦੀ ਹੈ, ਕੇਵਲ ਉਹ ਦਰਬਾਰ ਵਿੱਚ ਪ੍ਰਵਾਨ ਹੋ ਸਕਦਾ ਹੈ । ਇਸ ਕਿਸੇ ਕਰਤਬ, ਯੋਜਨਾ ਨੂੰ ਹੋਰ ਕੋਈ ਜਾਣ ਨਹੀਂ ਸਕਦਾ ।

The Omniscient True Master remains aware of all desires of His Creation. He may bestow His Virtues to each creature. Whatsoever may be bestowed on any creature that much worldly wealth and comforts and worldly status he may enjoy. Everyone may be hungry helpless, poor, homeless, without any place to stay without His Blessed Vision. Only He know all miracles of the universe. His Holy Spirit remains embedded within each soul, dwells with his body. He remains beyond the visibility of any of His Creation. Only The True Master may know the purpose of all every event in the universe; completely the nature of His Miracles. He inspires His true devotee to sing His Glory. Whose meditation, earning of His Word may be accepted in His Court; with Your mercy and grace; only he may be blessed with the right path of accepted in His Court. No one else may know any of His plans and any of His blessings for any worldly creature.

ਅਸਟਪਦੀ॥ Asatpadee. 3-8

ਸਰਬ ਧਰਮ ਮਹਿ, ਸ੍ਰੇਸਟ ਧਰਮੁ॥	sarab Dharam meh saraysat Dharam.
ਹਰਿ ਕੋ ਨਾਮੁ, ਜਪਿ ਨਿਰਮਲ ਕਰਮੁ॥	har ko naam jap nirmal karam.
ਸਗਲ ਕ੍ਰਿਆ ਮਹਿ, ਊਤਮ ਕਿਰਿਆ॥	sagal kir-aa meh ootam kiri-aa.
ਸਾਧਸੰਗਿ ਦੁਰਮਤਿ, ਮਲੁ ਹਿਰਿਆ॥	saaDhsang durmat mal hiri-aa.
ਸਗਲ ਉਦਮ ਮਹਿ, ਉਦਮੁ ਭਲਾ॥	sagal udam meh udam bhalaa.
ਹਰਿ ਕਾ ਨਾਮੁ, ਜਪਹੁ ਜੀਅ ਸਦਾ॥	har kaa naam japahu jee-a sadaa.
ਸਗਲ ਬਾਨੀ ਮਹਿ, ਅੰਮ੍ਰਿਤ ਬਾਨੀ॥	sagal baanee meh amrit baanee.
ਹਰਿ ਕੋ ਜਸੁ ਸੁਨਿ, ਰਸਨ ਬਖਾਨੀ॥	har ko jas sun rasan bakhaanee.
ਸਗਲ ਥਾਨ ਤੇ, ਓਹੁ ਊਤਮ ਥਾਨੁ॥	sagal thaan tay oh ootam thaan.
ਨਾਨਕ ਜਿਹ ਘਟਿ ਵਸੈ, ਹਰਿ ਨਾਮੁ॥ ੮॥੩॥	naanak jih ghat vasai har naam. ‖8‖3‖

ਜਿਹੜਾ ਪ੍ਰਭ ਦੀ ਬੰਦਗੀ ਕਰਦਾ ਹੈ, ਉਸ ਦੇ ਕੰਮ, ਸ੍ਰਿਸ਼ਟੀ ਦੀ ਭਲਾਈ ਦੇ ਹੁੰਦੇ ਹਨ । ਉਸ ਦਾ ਧਰਮ ਸਭ ਤੋਂ ਚੰਗਾ ਧਰਮ ਹੈ । ਸ਼ਬਦ ਦੀ ਪਾਲਣਾ, ਇਹ ਬੰਦਗੀ ਦਾ ਕੰਮ ਵੀ ਸਭ ਤੋਂ ਉਤਮ ਹੈ । ਉਸ ਦਾ ਧੰਦਾ ਵੀ ਸਭ ਤੋਂ ਉਤਮ ਹੈ, ਜਿਹੜਾ ਸੰਗਤ ਵਿੱਚ ਆ ਕੇ ਆਪਣੀ ਗਲਤੀ ਕਬੂਲ ਕਰ ਲਵੇ ! ਅੱਗੇ ਤੋਂ ਕਿਸੇ ਨਾਲ ਗਲਤ ਕੰਮ ਨਾ ਕਰੋ, ਨਿਮ੍ਰਤਾ ਨਾਲ ਜੀਵਨ ਬਤੀਤ ਕਰੋ । ਸਭ ਤੋਂ ਉਤਮ, ਉਸ ਜੀਵ ਦਾ ਕਰਮ ਹੈ, ਜਿਹੜਾ ਸਵਾਸ ਸਵਾਸ ਅਡੋਲ ਭਰੋਸੇ ਨਾਲ ਪ੍ਰਭ ਦੇ ਸ਼ਬਦ ਦਾ ਸਿਮਰਨ ਕਰੇ । ਜਿਹੜੀ ਪ੍ਰਭ ਦੀ ਪ੍ਰਸੰਨਤਾ ਦੀ ਬਾਣੀ ਜੀਵ ਸੁਣੇ । ਉਹ ਹੀ ਸਭ ਤੋਂ ਉਤਮ ਬਾਣੀ ਹੈ, ਆਪਣੀ ਜੀਭ ਤੋਂ ਆਪ ਮਸਤੀ ਨਾਲ ਬੋਲੇ । ਸਭ ਤੋਂ ਉਤਮ ਉਹ ਅਸਥਾਨ ਹੈ ਜਿੱਥੇ ਰਹਿੰਦੇ ਜੀਵ ਹਰ ਵੇਲੇ ਸਦਾ ਚਲਣ ਵਾਲੀ ਗੂੰਜ, ਧੁਨ ਸੁਣਾਈ ਦੇਵੇ ।

Whosoever may meditate on the teachings of His Word and performs deeds for the welfare of mankind; no matter what worldly religion may he belong; his religion may be supreme in the universe. To meditate and adopt the teachings of His Word in day-to-day life; that may be the supreme task of human life. Whosoever may repent all his mistakes in the association of His true devotees, adopts modesty and humility in day-to-day life; his worldly life tasks become supreme; only if he does not repeat his mistakes. Whosoever may meditate on the teachings of His Word with each breath all his worldly deeds become supreme, holy. His belief on the teachings of His Word may remain steady and stable. Whatsoever worldly Holy scripture he listens and adopts in day-to-day life; that Holy Scripture becomes supreme. He may remain intoxicated in meditation and, his tongue sings the glory of His Word. Where, His true devotee remains drenched with the teachings of His Word and he may hear the everlasting echo of His Word resonating within; his place becomes supreme and Holy Shrine.

4. ਸਲੋਕੁ॥ 4॥ 266

ਨਿਰਗੁਨੀਆਰ ਇਆਨਿਆ,	nirgunee-aar i-aani-aa
ਸੋ ਪ੍ਰਭੁ ਸਦਾ ਸਮਾਲਿ॥	so parabh sadaa samaal.
ਜਿਨਿ ਕੀਆ ਤਿਸੁ ਚੀਤਿ ਰਖੁ,	jin kee-aa tis cheet rakh
ਨਾਨਕ ਨਿਬਹੀ ਨਾਲਿ॥	naanak nibhee naal. ||1||

ਜੀਵ ਤੂੰ ਅਜੇ ਅਣਜਾਣ ਬੱਚਾ ਹੈ । ਤੇਰੇ ਆਪਣੇ ਆਪ ਵਿੱਚ ਕੋਈ ਗੁਣ ਨਹੀਂ ਹਨ । ਜਿਸ ਪ੍ਰਭੂ ਨੇ ਸਾਰੀ ਸ੍ਰਿਸ਼ਟੀ ਉਤਪੰਨ ਕੀਤੀ ਹੈ, ਉਹ ਹਰ ਥਾਂ ਤੇ ਆਪ ਹੀ ਵਿਆਪਕ ਹੈ । ਉਸ ਨੂੰ ਹਮੇਸ਼ਾਂ ਮਨ ਵਿੱਚ ਵਸਾਵੋ, ਸਿਮਰਨ ਕਰੋ! ਉਸ ਦੀ ਰਜ਼ਾ ਵਿੱਚ ਚਲਣ ਨਾਲ ਮੁਕਤੀ ਬਖਸ਼ਿਸ਼ ਹੋ ਸਕਦੀ ਹੈ ।

You are an ignorant child! You do not have any good virtues of your own. The Omnipresent True Master has created the whole universe; only He prevails in every action or event. You should always focus on the teachings of His Word. Whosoever may adopt the teachings of His Word with steady and stable belief in day-to-day life; with His mercy and grace, he may be blessed with the right path of salvation.4

ਅਸਟਪਦੀ॥ Asatpadee. 4-1

ਰਮਈਆ ਕੇ ਗੁਨ, ਚੇਤਿ ਪਰਾਨੀ॥	rama-ee-aa kay gun chayt paraanee.
ਕਵਨ ਮੂਲ ਤੇ, ਕਵਨ ਦ੍ਰਿਸਟਾਨੀ॥	kavan mool tay kavan daristaanee.
ਜਿਨਿ ਤੂੰ, ਸਾਜਿ ਸਵਾਰਿ ਸੀਗਾਰਿਆ॥	jin tooN saaj savaar seegaari-aa.
ਗਰਭ ਅਗਨਿ ਮਹਿ ਜਿਨਹਿ ਉਬਾਰਿਆ	garabh agan meh jineh ubaari-aa.
ਬਾਰ ਬਿਵਸਥਾ, ਤੁਝਹਿ ਪਿਆਰੈ ਦੂਧ॥	baar bivasthaa tujheh pi-aarai dooDh.
ਭਰਿ ਜੋਬਨ, ਭੋਜਨ ਸੁਖ ਸੂਧ॥	bhar joban bhojan sukh sooDh.
ਬਿਰਧਿ ਭਇਆ, ਊਪਰਿ ਸਾਕ ਸੈਨ॥	biraDh bha-i-aa oopar saak sain.
ਮੁਖਿ ਅਪਿਆਉ, ਬੈਠ ਕਉ ਦੈਨ॥	mukh api-aa-o baith ka-o dain.
ਇਹੁ ਨਿਰਗੁਨੁ, ਗੁਨੁ ਕਛੂ ਨ ਬੂਝੈ॥	ih nirgun gun kachhoo na boojhai.
ਬਖਸਿ ਲੇਹੁ, ਤਉ ਨਾਨਕ ਸੀਝੈ॥੧॥	bakhas layho ta-o naanak seejhai. ||1||

ਜੀਵ ਆਪਣਾ ਮੂਲ, ਮੁੱਢ, ਜੜ੍ਹਾ ਦੀ ਪਛਾਣ ਕਰੋ! ਆਪਣੀ ਸ਼ਕਲ ਦੇਖ ਤੂੰ ਕੋਣ ਹੈ? ਹਮੇਸ਼ਾਂ ਹੀ ਸਰਬ ਵਿਆਪੀ ਪ੍ਰਭ ਨੂੰ ਆਪਣੇ ਚਿਤ, ਹਿਰਦੇ ਵਿੱਚ ਰਖੋ । ਜਿਸ ਨੇ ਤੇਰੀ ਮਾਤਾ ਦੇ ਗਰਭ ਵਿੱਚ ਵੀ ਹਿਫਾਜ਼ਤ ਕੀਤੀ ਅਤੇ ਮਾਨਸ ਜਨਮ ਬਖਸ਼ਿਆ ਹੈ । ਜਦੋਂ ਤੂੰ ਬੱਚਾ ਸੀ ਪਾਲਣ ਲਈ ਦੁੱਧ ਦਿੱਤਾ, ਪਾਲਣਾ ਪੋਸਣਾ ਕੀਤੀ । ਮਨੋਰੰਜਨ ਅਤੇ ਸਮਝਦੀ ਦਾਤ ਬਖਸ਼ੀ ਹੈ । ਜਦੋਂ ਤੂੰ ਬਿਰਧ ਹੋਇਆ, ਤੇਰੇ ਸਬੰਧੀ ਭੋਜਣ ਖਵਾਉਂਦੇ ਅਤੇ ਤੂੰ ਅਰਾਮ ਕਰਦਾ ਹੈ । ਪ੍ਰਭ ਨੇ ਇਤਨੀਆਂ ਦਾਤਾਂ ਬਖਸ਼ੀਆਂ ਹਨ, ਤੂੰ

ਧੰਨਵਾਦ ਨਹੀਂ ਕਰਦਾ । ਨਿਗੁਰਾ ਨਾ ਬਣੋ, ਪ੍ਰਭ ਦੀ ਅਰਾਧਨ ਕਰੋ ! ਅਗਰ ਰਹਿਮਤ ਬਖਸ਼ੇ ! ਭੁੱਲਾਂ ਨੂੰ ਮਾਫ ਕਰੇ, ਤਾ ਹੀ ਪਾਰ ਉਤਾਰਾ ਹੋ ਸਕਦਾ ਹੈ ।

You should recognize the purpose of your human life opportunity! You should recognize who are you? Why have you come to earth? You should always remember the teachings of His Word in your worldly deeds. He has protected you in the womb of your mother. He has blessed you with human life opportunity? He has blessed mother's milk to nourish you in infant age; He has blessed source of entertainment and good virtues. In your old age; He has blessed you with worldly relationships to help, nourish and to comforts you. He has blessed with so many good virtues and comforts; however, you do not remain gratitude for His blessings. You have no virtue of your own and pray for His forgiveness and Refuge; with His mercy and grace, He may forgive your sins and He may bless the right path of acceptance in His Court.

ਅਸਟਪਦੀ॥ Asatpadee. 4-2

ਜਿਹ ਪ੍ਰਸਾਦਿ, ਧਰ ਊਪਰਿ ਸੁਖਿ ਬਸਹਿ॥	jih parsaad Dhar oopar sukh baseh.
ਸੁਤ ਭ੍ਰਾਤ ਮੀਤ ਬਨਿਤਾ, ਸੰਗਿ ਹਸਹਿ॥	sut bharaat meet banitaa sang haseh.
ਜਿਹ ਪ੍ਰਸਾਦਿ, ਪੀਵਹਿ ਸੀਤਲ ਜਲਾ॥	jih parsaad peeveh seetal jalaa.
ਸੁਖਦਾਈ ਪਵਨੁ, ਪਾਵਕੁ ਅਮੁਲਾ॥	sukh-daa-ee pavan paavak amulaa.
ਜਿਹ ਪ੍ਰਸਾਦਿ, ਭੋਗਹਿ ਸਭਿ ਰਸਾ॥	jih parsaad bhogeh sabh rasaa.
ਸਗਲ ਸਮਗ੍ਰੀ, ਸੰਗਿ ਸਾਥਿ ਬਸਾ॥	sagal samagree sang saath basaa.
ਦੀਨੇ ਹਸਤ ਪਾਵ, ਕਰਨ ਨੇਤ੍ਰ ਰਸਨਾ॥	deenay hasat paav karan naytar rasnaa.
ਤਿਸਹਿ ਤਿਆਗਿ, ਅਵਰ ਸੰਗਿ ਰਚਨਾ॥	tiseh ti-aag avar sang rachnaa.
ਐਸੇ ਦੋਖ ਮੂੜ, ਅੰਧ ਬਿਆਪੇ॥	aisay dokh moorh anDh bi-aapay.
ਨਾਨਕ ਕਾਢਿ ਲੇਹੁ, ਪ੍ਰਭ ਆਪੇ॥੨॥	naanak kaadh layho parabh aapay. ||2||

ਜੀਵ, ਪ੍ਰਭ ਦੀ ਰਹਿਮਤ ਨਾਲ ਹੀ ਸੰਸਾਰਕ ਸੁਖ, ਭੈਣ, ਭਾਈ, ਬੱਚੇ ਬਖਸ਼ਿਸ਼ ਹੋਏ, ਖੁਸ਼ਹਾਲੀ, ਅਨੰਦ ਮਾਨਦਾ ਹੈ । ਪ੍ਰਭ ਨੇ ਸਰੀਰ ਦੀ ਤੰਦਰੁਸਤੀ ਲਈ ਪਾਣੀ, ਭੋਜਨ ਬਣਾਉਣ ਲਈ, ਅੱਗ ਬਖਸ਼ੀ ਹੈ । ਉਸ ਦੀ ਕ੍ਰਿਪਾ ਨਾਲ ਹੀ ਜੀਵ ਨੂੰ ਸਵਾਸ ਲੈਣ ਲਈ ਹਵਾ ਹੈ । ਜੀਵ ਦੇ ਮਨੋਰੰਜਨ, ਸੰਸਾਰਕ ਲੋੜਾ ਲਈ ਸਾਰੇ ਪਦਾਰਥ ਬਖਸ਼ੇ ਹਨ । ਪ੍ਰਭ ਨੇ ਹਥ, ਪੈਰ, ਅੱਖਾਂ, ਕੰਨ, ਨੱਕ, ਜੀਭ ਬਖਸ਼ੀ ਹੈ । ਇਤਨਾ ਕੁਝ ਬਖਸ਼ਣ ਤੇ ਵੀ ਤੂੰ ਉਸ ਨੂੰ ਮਨੋ ਵਿਸਾਰ ਕਿ ਹੋਰ ਪਾਸੇ ਭਉਦਾ ਹੈ । ਅਗਿਆਨੀ ਜੀਵ ਆਪਣੇ ਪਾਪ ਬਖਸ਼ਾਵੇ, ਸਿੱਧੇ ਰਸਤੇ ਆ ਜਾਵੇ । ਅਰਦਾਸ ਕਰੋ, ਇਕੋ ਇਕ ਪ੍ਰਭ ਹੀ ਭੁੱਲਾਂ ਬਖਸ਼ਣ ਵਾਲਾ ਮਾਲਕ ਹੈ ।

The True Master has blessed worldly family, children, siblings, and worldly comforts; You enjoy the prosperity and the pleasures of worldly life. He has blessed your food for nourishment and fire for your comforts; air to breath and various virtues for your entertainment. He has blessed you with hands, eyes, nose, and tongue to communicate; however, you have abandoned the essence of His Word from day-to-day life and wandering in different paths. You must regret and repent, pray for Forgiveness and Refuge; The Merciful may bless you the right path of human life journey. Ignorant! The One and Only One True Master may forgive and keeps you on the right path of salvation.

ਅਸਟਪਦੀ॥ Asatpadee. 4-3

ਆਦਿ ਅੰਤਿ, ਜੋ ਰਾਖਨਹਾਰੁ॥	aad ant jo raakhanhaar.
ਤਿਸ ਸਿਉ ਪ੍ਰੀਤਿ, ਨ ਕਰੈ ਗਵਾਰੁ॥	tis si-o pareet na karai gavaar.
ਜਾ ਕੀ ਸੇਵਾ, ਨਵ ਨਿਧਿ ਪਾਵੈ॥	jaa kee sayvaa nav niDh paavai.
ਤਾ ਸਿਉ ਮੂੜਾ, ਮਨੁ ਨਹੀ ਲਾਵੈ॥	taa si-o moorhaa man nahee laavai.

ਜੋ ਠਾਕੁਰੁ, ਸਦ ਸਦਾ ਹਜੂਰੈ॥	jo thaakur sad sadaa hajooray.
ਤਾ ਕਉ ਅੰਧਾ, ਜਾਨਤ ਦੂਰੈ॥	taa ka-o anDhaa jaanat dooray.
ਜਾ ਕੀ ਟਹਲ ਪਾਵੈ, ਦਰਗਹ ਮਾਨੁ॥	jaa kee tahal paavai dargeh maan.
ਤਿਸਹਿ ਬਿਸਾਰੈ, ਮੁਗਧੁ ਅਜਾਨੁ॥	tiseh bisaarai mugaDh ajaan.
ਸਦਾ ਸਦਾ, ਇਹੁ ਭੂਲਨਹਾਰੁ॥	sadaa sadaa ih bhoolanhaar.
ਨਾਨਕ ਰਾਖਨਹਾਰੁ, ਅਪਾਰੁ॥੩॥	naanak raakhanhaar apaar. ‖3‖

ਅਣਜਾਣ ਜੀਵ, ਪ੍ਰਭ ਜਨਮ ਤੋਂ ਲੈ ਕੇ ਅੰਤ ਸਮੇਂ ਤੀਕ ਤੇਰੀ ਰੱਖਿਆ ਕਰਦਾ ਹੈ, ਤੂੰ ਉਸ ਨੂੰ ਚਿਤ ਲਾ ਕੇ ਪ੍ਰੀਤ ਨਹੀਂ ਕਰਦਾ । ਜਿਸ ਪ੍ਰਭ ਦੀ ਬੰਦਗੀ ਕਰਨ ਨਾਲ ਕਰਾਮਾਤਾਂ, ਬਖਸ਼ਿਸ਼ਾਂ ਹਾਸਿਲ ਹੋ ਸਕਦੀਆਂ ਹਨ, ਉਸ ਦੇ ਸ਼ਬਦ ਦਾ ਚਿਤ ਲਾ ਕੇ ਸਿਮਰਨ ਨਹੀਂ ਕਰਦਾ । ਜਿਹੜਾ ਪ੍ਰਭ ਹਰ ਥਾਂ, ਹਰ ਵੇਲੇ ਮੌਜੂਦ ਹੈ, ਪਲ ਪਲ ਵਿੱਚ ਤੇਰੇ ਅੰਦਰ ਵਸਦਾ ਹੈ । ਉਸ ਨੂੰ ਆਪਣੇ ਤੋਂ ਬਹੁਤ ਦੂਰ ਸਮਝਦਾ ਹੈ! ਅਗਿਆਨੀ ਪ੍ਰਭ ਤੋਂ ਸੋਝੀ ਮੰਗੋ! ਪ੍ਰਭ ਦੀ ਰਹਿਮਤ ਨਾਲ ਦਰਬਾਰ ਵਿੱਚ ਪ੍ਰਵਾਨਗੀ ਬਖਸ਼ਿਸ਼ ਹੋ ਸਕਦੀ ਹੈ । ਅਗਿਆਨੀ ਜੀਵ, ਪ੍ਰਭ ਨੂੰ ਕਿਸ ਕਰਕੇ ਵਿਸਾਰ ਦਿੱਤਾ, ਭੁੱਲਾ ਲਿਆ ਹੈ? ਜੀਵ ਤੂੰ ਸਵਾਸ ਸਵਾਸ ਗਲਤੀਆਂ ਕਰਦਾ, ਅਸਲੀ ਮਾਰਗ ਤੇ ਨਹੀਂ ਚਲਦਾ । ਪ੍ਰਭ ਬਹੁਤ ਦਿਆਲੂ ਹੈ, ਆਪਣੀਆਂ ਗਲਤੀਆਂ ਮੰਨ ਕੇ ਉਸ ਦੀ ਅਰਾਧਨਾ ਕਰੋ! ਕੇਵਲ ਪ੍ਰਭ ਹੀ ਅਸਲੀ ਮਾਰਗ ਬਖਸ਼ ਸਕਦਾ ਹੈ । (ਨੌ ਨਿਧੀਆਂ, ਸਿਧੀਆਂ)

Ignorant, The True Master has protected you from birth to end of your life; however, you do not have any devotion to obey His Word. Whosoever may be bestowed with His Blessed Vision, he may be blessed with all miracles and comforts in life; however, you do not wholeheartedly meditate on the teachings of His Word. The Omnipresent True Master prevails within your heart and outside in the universe also. Ignorant, you consider Him far away. You must regret and repent to pray for the right path of human life; only with His mercy and grace, you may be blessed e with the right path of salvation and accepted in His Court. Why have you abandoned the teachings of His Word from day-to-day life? Whosoever may regret and repent; the Merciful True Master may guide on the right path of salvation.3

ਅਸਟਪਦੀ॥ Asatpadee. 4-4

ਰਤਨੁ ਤਿਆਗਿ, ਕਉਡੀ ਸੰਗਿ ਰਚੈ॥	ratan ti-aag ka-udee sang rachai.
ਸਾਚੁ ਛੋਡਿ, ਝੂਠ ਸੰਗਿ ਮਚੈ॥	saach chhod jhooth sang machai.
ਜੋ ਛਡਨਾ ਸੁ, ਅਸਥਿਰੁ ਕਰਿ ਮਾਨੈ॥	jJo chhadnaa so asthir kar maanai.
ਜੋ ਹੋਵਨੁ, ਸੋ ਦੂਰਿ ਪਰਾਨੈ॥	jo hovan so door paraanai.
ਛੋਡਿ ਜਾਇ, ਤਿਸ ਕਾ ਸ੍ਰਮੁ ਕਰੈ॥	chhod jaa-ay tis kaa saram karai.
ਸੰਗਿ ਸਹਾਈ, ਤਿਸੁ ਪਰਹਰੈ॥	sang sahaa-ee tis parharai.
ਚੰਦਨ ਲੇਪੁ, ਉਤਾਰੈ ਧੋਇ॥	chandan layp utaarai Dho-ay.
ਗਰਧਬ ਪ੍ਰੀਤਿ, ਭਸਮ ਸੰਗਿ ਹੋਇ॥	garDhab pareet bhasam sang ho-ay.
ਅੰਧ ਕੂਪ ਮਹਿ, ਪਤਿਤ ਬਿਕਰਾਲ॥	anDh koop meh patit bikraal.
ਨਾਨਕ ਕਾਢਿ ਲੇਹੁ, ਪ੍ਰਭ ਦਇਆਲ॥੪॥	naanak kaadh layho parabh da-i-aal. ‖4‖

ਜੀਵ ਨੂੰ ਅਸਲੀ ਰਤਨ ਦੀ ਪਛਾਣ ਨਹੀਂ ਹੈ । ਅਟਲ ਪ੍ਰਭ ਨੂੰ ਛੱਡਕੇ ਜਨਮ ਮਰਨ ਦੇ ਚੱਕਰਾਂ ਵਿੱਚ ਪਏ, ਪਾਖੰਡੀ ਗੁਰੂਆਂ ਦੀ ਪੂਜਾ ਵਿੱਚ ਲਗਾ ਹੋਇਆ ਹੈ । ਉਹਨਾਂ ਦੇ ਉਪਦੇਸ਼ ਨੂੰ ਅਸਲੀ ਰਸਤਾ ਸਮਝਦਾ ਹੈ । ਜਿਹੜਾ ਅਟਲ ਪ੍ਰਭ ਤੇਰੇ ਹਿਰਦੇ ਵਿੱਚ ਵਸਦਾ ਹੈ, ਉਸ ਨੂੰ ਦੂਰ, ਪਹੁੰਚ ਤੋਂ ਪਰਾ ਸਮਝਦਾ ਹੈ, ਉਸ ਦੀ ਪ੍ਰਾਪਤੀ ਦਾ ਮਾਰਗ ਨਹੀਂ ਢੂੰਡਦਾ । ਜਿਹੜੀਆਂ ਸੰਸਾਰਕ ਚੀਜ਼ਾਂ ਇਕ ਦਿਨ ਇਥੇ ਹੀ ਛੱਡ ਜਾਣੀਆ ਹਨ, ਇਹਨਾਂ ਨਾਲ ਪ੍ਰੀਤ ਲਾਉਂਦਾ ਹੈ । ਜਿਹੜਾ ਪ੍ਰਭ ਹਮੇਸ਼ਾਂ ਹੀ ਅੰਗ ਸੰਗ ਵਸਦਾ ਹੈ ਉਸ ਨੂੰ ਮਨੋ ਵਿਸਾਰਿਆ ਹੈ । ਤੇਰੀ ਦਿਸ਼ਾ ਮੂਰਖਾਂ ਵਾਲੀ ਹੈ, ਮਨ ਨੂੰ ਮੈਲੇ ਕਰਨ ਵਾਲੇ ਕੰਮਾਂ ਵਿੱਚ ਲਗਨ ਲਾਉਂਦਾ ਹੈ । ਆਤਮਾ ਨੂੰ ਪਵਿੱਤਰ ਕਰਨ ਵਾਲੇ ਕੰਮਾਂ ਦੇ ਨੇੜੇ ਨਹੀਂ ਆਉਂਦਾ ।

ਅਗਿਆਨਤਾ ਵਿੱਚ ਅਸਲੀ ਮਾਰਗ ਤੋਂ ਬਹੁਤ ਦੂਰ ਜਾ ਚੁੱਕਾ ਹੈ । ਪ੍ਰਭ ਦੀ ਸ਼ਰਣ ਵਿੱਚ ਹੀ ਪਾਰ ਉਤਾਰਾ ਕਰ ਸਕਦਾ ਹੈ ।

Ignorant, you do not recognize the true jewels! You have abandoned the teachings of His Word and worshiping worldly false gurus; who are going to be captured by the devil of death. Ignorance! you consider their way of life as the right path of salvation. You believe! The Axiom True Master may be beyond your reach and even given up to search the right path of salvation. You are attached to worldly perishable possessions; all are going to be left behind on earth after death. Why had You abandoned The True Master, who may support you in His Court? You have blemished your soul, indulging in evil deeds; you may not even think about to sanctify your soul. You have fallen deep into the filth and far away from the right path of salvation. Whosoever may humbly surrender his self-entity at His Sanctuary and prays for His Forgiveness and Refuge; with His mercy and grace; He may carry you across this worldly ocean.

ਅਸਟਪਦੀ॥ Asatpadee. 4-5

ਕਰਤੂਤਿ ਪਸੂ ਕੀ, ਮਾਨਸ ਜਾਤਿ॥	kartoot pasoo kee maanas jaat.
ਲੋਕ ਪਚਾਰਾ, ਕਰੈ ਦਿਨੁ ਰਾਤਿ॥	lok pachaaraa karai din raat.
ਬਾਹਰਿ ਭੇਖ, ਅੰਤਰਿ ਮਲੁ ਮਾਇਆ॥	baahar bhaykh antar mal maa-i-aa.
ਛਪਸਿ ਨਾਹਿ ਕਛੁ, ਕਰੈ ਛਪਾਇਆ॥	chhapas naahi kachh karai chhapaa-iaa.
ਬਾਹਰਿ, ਗਿਆਨ, ਧਿਆਨ, ਇਸਨਾਨ॥	baahar gi-aan Dhi-aan isnaan.
ਅੰਤਰਿ ਬਿਆਪੈ, ਲੋਭੁ ਸੁਆਨੁ॥	antar bi-aapai lobh su-aan.
ਅੰਤਰਿ ਅਗਨਿ, ਬਾਹਰਿ ਤਨੁ ਸੁਆਹ॥	antar agan baahar tan su-aah.
ਗਲਿ ਪਾਥਰ, ਕੈਸੇ ਤਰੈ ਅਥਾਹ॥	gal paathar kaisay tarai athaah.
ਜਾ ਕੈ ਅੰਤਰਿ, ਬਸੈ ਪ੍ਰਭੁ ਆਪਿ॥	jaa kai antar basai parabh aap.
ਨਾਨਕ ਤੇ ਜਨ, ਸਹਜਿ ਸਮਾਤਿ॥੫॥	naanak tay jan sahj samaat. ||5||

ਜੀਵ ਤੈਨੂੰ ਮਾਨਸ ਜਨਮ ਬਖਸ਼ਿਸ਼ ਹੋਇਆ ਹੈ, ਬਾਕੀ ਜੀਵ ਨੂੰ ਸਿਖਿਆ ਦੇਂਦਾ ਹੈ । ਪਰ ਤੇਰੇ ਆਪਣੇ ਕੰਮ ਅਜੇ ਵੀ ਜਾਨਵਰਾਂ ਵਾਲੇ ਹੀ ਹਨ । ਤੂੰ ਆਪਣੀ ਸਿਖਿਆ ਤੇ ਆਪ ਵਿਸ਼ਵਾਸ, ਅਮਲ ਨਹੀਂ ਕਰਦਾ । ਤੇਰਾ ਬਾਣਾ ਸੰਤ ਸਰੂਪਾ ਵਾਲਾ ਹੈ, ਪਰ ਤੇਰੀ ਆਤਮਾ ਪੰਜਾਂ ਜਮਦੂਤਾਂ ਦੇ ਕਾਬੂ ਵਿੱਚ ਹੈ, ਮਨ ਵਿੱਚ ਪਰਾਈ ਅਮਾਨਤ ਦਾ ਲਾਲਚ ਹੈ । ਅੰਤਰਜਾਮੀ ਤੋਂ ਕੁਝ ਛੁਪਾਇਆ ਨਹੀਂ ਜਾ ਸਕਦਾ । ਜੀਵ ਤੂੰ ਦਿਖਾਵੇ ਵਿੱਚ ਬਹੁਤ ਸੋਝੀ ਵਾਲਾ ਬਣਦਾ, ਬੰਦਗੀ ਕਰਨ ਦਾ ਪਾਖੰਡ ਕਰਦਾ ਹੈ । ਆਤਮਾ ਨੂੰ ਪਵਿੱਤਰ ਕਰਨ ਦੀਆਂ ਕਥਾ ਕਰਦਾ ਹੈ, ਪਰ ਮਨ ਲਾਲਚ ਨਾਲ ਭਰਿਆ ਹੈ । ਜੀਵ ਤੇਰੇ ਅੰਦਰ ਲਾਲਚ ਦੀ ਅੱਗ ਜਲਦੀ ਹੈ, ਪਰ ਲੋਕ ਦਿਖਾਵਾ ਕਰਦਾ ਸਾਰੀਰ ਤੇ ਭਸਮ ਲਗਾ ਕੇ ਉਦਾਸੀ ਬਣਾਇਆ ਬੈਠਾ ਹੈ । ਇਹ ਵੱਡਾ ਪੱਥਰ ਗਲ ਵਿੱਚ ਲਟਕਾ ਕੇ, ਕਿਸਤਰ੍ਹਾਂ ਇਸ ਸੰਸਾਰ ਰੂਪੀ ਸਾਗਰ ਪਾਰ ਕਰੇਗਾ? ਅੰਤਰਜਾਮੀ ਦੀ ਦਰਗਾਹ ਵਿੱਚ ਕਿਵੇਂ ਪ੍ਰਵਾਨ ਹੋ ਸਕੇਗਾ? ਜਿਹੜਾ ਪ੍ਰਭ ਦੀ ਰਜ਼ਾ ਨੂੰ ਸਤਿ ਕਰ ਮੰਨਦਾ ਹੈ, ਸਵਾਸ ਸਵਾਸ ਸਿਮਰਦਾ ਹੈ, ਉਸ ਵਿੱਚ ਲੀਨ ਹੋਇਆ ਹੀ ਪ੍ਰਭ ਦੀ ਜੋਤ ਵਿੱਚ ਅਭੇਦ ਹੋ ਸਕਦਾ ਹੈ । ਅਜੇ ਮੌਕਾ ਹੈ, ਸਮਝ ਜਾਵੇ! ਸ਼ਬਦ ਦਾ ਸਿਮਰਨ ਕਰੋ!

Even though you have been blessed with human life and you preached others to adopt the right path; however, your own way of life is like beasts, animal. You may not believe nor adopt your own teachings in day-to-day life. Even though your outlook may be like a Holy Saint; however, your mind remains a slave of five demons of worldly desires. You have a burning desire to rob earnest living of others. Keep in mind! Nothing may be hidden from The Omniscient True Master. You pretend to be very enlightened, knowledgeable, and pretend to meditate on the teachings of His Word. You always teach others to sanctify the soul; however, your own mind remains intoxicated with sweet poison of worldly wealth, possessions. The lava of greed may be erupting within; however, you are rubbing ashes on your body and pretend to be a renunciatory from the worldly possessions. You have a big stone of worldly greed, desires hanging in your neck. How may you cross the terrible worldly ocean of desires? How may you be accepted in His Court? Whosoever may accept His Word as an ultimate command and meditates with each breath; he may remain in the void of His Word. Only he may be accepted in His Court. You still have a time to regret and repent, and meditate on the teachings of His Word.

ਅਸਟਪਦੀ॥ Asatpadee. 4-6

ਸੁਨਿ ਅੰਧਾ, ਕੈਸੇ ਮਾਰਗੁ ਪਾਵੈ॥	sun anDhaa kaisay maarag paavai.
ਕਰੁ ਗਹਿ ਲੇਹੁ, ਓੜਿ ਨਿਬਹਾਵੈ॥	kar geh layho orh nibhaavai.
ਕਹਾ ਬੁਝਾਰਤਿ, ਬੂਝੈ ਡੋਰਾ॥	kahaa bujhaarat boojhai doraa.
ਨਿਸਿ ਕਹੀਐ, ਤਉ ਸਮਝੈ ਭੋਰਾ॥	nis kahee-ai ta-o samjhai bhoraa.
ਕਹਾ ਬਿਸਨਪਦ, ਗਾਵੈ ਗੁੰਗ॥	kahaa bisanpad gaavai gung.
ਜਤਨ ਕਰੈ, ਤਉ ਭੀ ਸੁਰ ਭੰਗ॥	jatan karai ta-o bhee sur bhang.
ਕਹ ਪਿੰਗੁਲ, ਪਰਬਤ ਪਰ ਭਵਨ॥	kah pingul parbat par bhavan.
ਨਹੀ ਹੋਤ ਊਹਾ, ਉਸੁ ਗਵਨ॥	nahee hot oohaa us gavan.
ਕਰਤਾਰ ਕਰੁਣਾ, ਮੈ ਦੀਨੁ ਬੇਨਤੀ ਕਰੈ॥	kartaar karunaa mai deen bayntee karai.
ਨਾਨਕ ਤੁਮਰੀ, ਕਿਰਪਾ ਤਰੈ॥੬॥	naanak tumree kirpaa tarai. ||6||

ਜਿਵੇਂ ਅੰਧੇ ਨੂੰ ਬੋਲ ਕੇ ਰਸਤਾ ਦੱਸਣ ਨਾਲ ਵੀ, ਉਹ ਟਿਕਾਨੇ ਤੇ ਨਹੀਂ ਪਹੁੰਚ ਸਕਦਾ । ਅਗਰ ਰਸਤਾ ਦੱਸਣ ਵਾਲੇ ਦਾ ਹੱਥ ਪਕੜ ਲਵੇ ਤਾ ਟਿਕਾਣੇ ਤੇ ਪਹੁੰਚ ਸਕਦਾ ਹੈ । ਇਸਤਰ੍ਹਾਂ ਜਿਸ ਨੂੰ ਸੁਣਾਈ ਨਹੀਂ ਦੇਂਦਾ, ਬੋਲਾ ਹੋਵੇ, ਉਸ ਨੂੰ ਕੋਈ ਸਵਾਲ ਕਰੋ, ਸਲਾਹ ਪੁੱਛੋ, ਉਹ ਸਮਝ ਨਹੀਂ ਸਕਦਾ! ਉਸ ਨੂੰ ਸਮਝਾਉਣ ਲਈ ਹੋਰ ਕਿਸੇ ਇੰਦਰੀ ਦੀ ਮਦਦ ਲੈਣੀ ਪੈਂਦੀ ਹੈ । ਇਸਤਰ੍ਹਾਂ ਗੂੰਗਾ ਬੋਲਕੇ ਪ੍ਰਭ ਦੇ ਗੁਣ ਗਾਇਣ ਨਹੀਂ ਕਰ ਸਕਦਾ, ਉਸ ਨੂੰ ਸਵਾਸਾਂ ਅਤੇ ਧਿਆਨ ਦੀ ਮਦਦ ਲੈਣੀ ਪੈਂਦੀ ਹੈ, ਬਾਕੀ ਸਾਰੇ ਯਤਨ ਬਿਰਥੇ ਹੀ ਜਾਂਦੇ ਹਨ । ਇਸਤਰ੍ਹਾਂ ਪਿੰਗਲਾ ਪਹਾੜੀ ਤੇ ਆਪਣੀਆਂ ਪੈਰਾਂ ਨਾਲ ਨਹੀਂ ਚੜ੍ਹ ਸਕਦਾ । ਉਸ ਨੂੰ ਕਿਸੇ ਹੋਰ ਵਿਸੀਲੇ ਦੀ ਮਦਦ ਲੈਣੀ ਪੈਂਦੀ ਹੈ । ਪ੍ਰਭ ਤੂੰ ਆਪ ਹੀ ਸ੍ਰਿਸ਼ਟੀ ਸਾਜੀ ਹੈ, ਆਪ ਹੀ ਸ੍ਰਿਸ਼ਟੀ ਹੈਂ, ਆਪ ਹੀ ਇਸ ਵਿੱਚ ਭਰਪੂਰ ਹੈ । ਮੇਰੀਆਂ ਸਾਰੀਆਂ ਹੀ ਇੰਦ੍ਰੀਆਂ ਇਸ ਕਾਬਲ ਨਹੀਂ ਹਨ, ਤੇਰੇ ਅਸਲੀ ਰਸਤੇ, ਟਿਕਾਣੇ ਤੇ ਲੈ ਜਾਣ, ਤੂੰ ਆਪ ਹੀ ਕ੍ਰਿਪਾ ਕਰੋ! ਉਹ ਹੱਥ ਬਣੋ, ਜਿਸ ਨੂੰ ਪਕੜ ਕੇ ਤੇਰੇ ਦਰਬਾਰ ਵਿੱਚ ਪ੍ਰਵਾਨ ਹੋ ਸਕਾ ।

Even if you speak and tell a blind the right path, still he may not reach at the right destination; Only by holds the hand of a guide, he may reach right destination. Same way, a deaf may not hear or answer any question; to seek his counsel, you may find another way to communicate. Same way, the paralyzed may not climb a hill at his own strength, he may need support and help of any other resources. The True Master the whole universe is the expansion of Your Holy Spirit; You remain embedded within the Your Creation. All my senses are not capable to find the right path of acceptance in Your; Only You may take hand to lead on the right path of acceptance in Your Court.

ਅਸਟਪਦੀ॥ Asatpadee. 4-7

ਸੰਗਿ ਸਹਾਈ, ਸੁ ਆਵੈ ਨ ਚੀਤਿ॥	sang sahaa-ee so aavai na cheet.
ਜੋ ਬੈਰਾਈ, ਤਾ ਸਿਉ ਪ੍ਰੀਤਿ॥	jo bairaa-ee taa si-o pareet.
ਬਲੂਆ ਕੇ, ਗ੍ਰਿਹ ਭੀਤਰਿ ਬਸੈ॥	baloo-aa kay garih bheetar basai.
ਅਨਦ ਕੇਲ, ਮਾਇਆ ਰੰਗਿ ਰਸੈ॥	anad kayl maa-i-aa rang rasai.
ਦ੍ਰਿੜੁ ਕਰਿ ਮਾਨੈ, ਮਨਹਿ ਪ੍ਰਤੀਤਿ॥	darirh kar maanai maneh parteet.

ਕਾਲੁ ਨ ਆਵੈ, ਮੂੜੇ ਚੀਤਿ॥	kaal na aavai moorhay cheet.
ਬੈਰ ਬਿਰੋਧ, ਕਾਮ, ਕ੍ਰੋਧ, ਮੋਹ॥	bair biroDh kaam kroDh moh.
ਝੂਠ ਬਿਕਾਰ ਮਹਾ, ਲੋਭ ਧ੍ਰੋਹ॥	jhooth bikaar mahaa lobh Dharoh.
ਇਆਹੂ ਜੁਗਤਿ, ਬਿਹਾਨੇ ਕਈ ਜਨਮ॥	i-aahoo jugat bihaanay ka-ee janam.
ਨਾਨਕ ਰਾਖਿ ਲੇਹੁ, ਆਪਨ ਕਰਿ ਕਰਮ॥ ੭॥	naanak raakh layho aapan kar karam. ||7||

ਜਿਹੜੇ ਕੰਮ ਅਸਲੀ ਰਸਤੇ ਤੋਂ ਦੂਰ ਲੈ ਜਾਂਦੇ ਹਨ, ਮਨਮੁਖ ਉਹਨਾਂ ਵਿਧੀਆਂ ਨੂੰ ਬਹੁਤ ਮਹੱਤਤਾ ਦੇਂਦਾ ਹੈ । ਜਿਹੜੇ ਪ੍ਰਭ ਨੂੰ ਮਿਲਨ ਦੇ ਮਾਰਗ ਪਾਉਂਦੇ ਹਨ, ਉਹਨਾਂ ਨੂੰ ਕੋਈ ਧਿਆਨ ਨਹੀਂ ਦੇਂਦਾ । ਤੂੰ ਨਾਸ਼ ਹੋ ਜਾਣ ਵਾਲੇ ਸੰਸਾਰਕ ਮੌਜ ਅਨੰਦ ਵਿੱਚ ਮਸਤ ਹੈ । ਤੇਰਾ ਮਨ ਇਸ ਸੰਸਾਰਕ ਹੈਸੀਅਤ ਨੂੰ ਅਸਲੀ ਅਟਲ ਹੈਸੀਅਤ ਸਮਝਦਾ, ਹਰ ਵੇਲੇ ਇਸ ਦੀ ਵਡਿਆਈ ਬਣਾਉਣ ਵਿੱਚ ਮਗਨ ਹੈ । ਮੂਰਖ ਜੀਵ, ਮੌਤ ਤੇਰੇ ਘਰੇ ਫਿਰਦੀ ਹੈ ਅਤੇ ਉਹ ਰੋਕੀ ਨਹੀਂ ਜਾ ਸਕਦੀ । ਇਸ ਦਾ ਖਿਆਲ ਤੇਰੇ ਮਨ ਵਿੱਚ ਵੀ ਨਹੀਂ ਆਉਂਦਾ । ਜੀਵ ਤੂੰ ਪੰਜ ਜਮਦੂਤਾਂ (ਕਾਮ, ਕ੍ਰੋਧ, ਲੋਭ, ਮੋਹ, ਅਹੰਕਾਰ) ਦੇ ਇਸ਼ਾਰੇ ਤੇ ਨੱਚਦਾ ਹੈ, ਇਹਨਾਂ ਦਾ ਤੇਰੇ ਉਪਰ ਕਾਬੂ ਹੈ । ਇਹਨਾਂ ਵਿੱਚ ਫਸਕੇ ਕਈ ਆਤਮਾ ਨੇ ਮਾਨਸ ਜਨਮ ਦਾ ਮੌਕਾ ਬਰਬਾਦ ਕਰ ਲਿਆ, ਬਿਰਥਾ ਹੀ ਗਵਾ ਲਿਆ ਹੈ । ਕੇਵਲ ਉਹ ਕਰਮ ਕਰੋ, ਜਿਹੜੇ ਉਸ ਦੇ ਦਰਬਾਰ ਵਿੱਚ ਗਵਾਈ ਦੇਣ ।

Self-minded may attach too much significance to those techniques which may lead away from the right path of His Acceptance. He may not pay any attention to the teachings of His Word that may lead to acceptance in His Court. He remains indulge in the worldly pleasures which may vanish over a period. He may consider his worldly status as a permanent status; he may remain intoxicated to make his worldly status great. Ignorant, the devil of death is surrounding you and the time of death cannot be altered or changed. However, you do not pay any attention, or concern about your death. You dance at the direction of five demons of worldly desires. These five demons keep a complete control on your state of mind in day-to-day life. By intoxicated with the five worldly desires, so many souls already have lost, wasted their precious opportunity of human life. You should only perform the deeds that may support you as a witness in His Court.7

ਅਸਟਪਦੀ॥ Asatpadee. 4-8

ਤੂ ਠਾਕੁਰੁ, ਤੁਮ ਪਹਿ ਅਰਦਾਸਿ॥	too thaakur tum peh ardaas.
ਜੀਉ ਪਿੰਡੁ, ਸਭੁ ਤੇਰੀ ਰਾਸਿ॥	jee-o pind sabh tayree raas.
ਤੁਮ, ਮਾਤ, ਪਿਤਾ, ਹਮ ਬਾਰਿਕ ਤੇਰੇ॥	tum maat pitaa ham baarik tayray.
ਤੁਮਰੀ ਕ੍ਰਿਪਾ, ਮਹਿ ਸੂਖ ਘਨੇਰੇ॥	tumree kirpaa meh sookh ghanayray.
ਕੋਇ ਨ ਜਾਨੈ, ਤੁਮਰਾ ਅੰਤੁ॥	ko-ay na jaanai tumraa ant.
ਊਚੇ ਤੇ, ਊਚਾ ਭਗਵੰਤ॥	ochay tay oochaa bhagvant.
ਸਗਲ ਸਮਗ੍ਰੀ, ਤੁਮਰੈ ਸੂਤ੍ਰਿ ਧਾਰੀ॥	sagal samagree tumrai sutir Dhaaree.
ਤੁਮ ਤੇ ਹੋਇ, ਸੁ ਆਗਿਆਕਾਰੀ॥	tum tay ho-ay so aagi-aakaaree.
ਤੁਮਰੀ ਗਤਿ ਮਿਤਿ, ਤੁਮ ਹੀ ਜਾਨੀ॥	tumree gat mit tum hee jaanee.
ਨਾਨਕ ਦਾਸ, ਸਦਾ ਕੁਰਬਾਨੀ॥੮॥੪॥	naanak daas sadaa kurbaanee. ||8||4||

ਪ੍ਰਭ ਤੂੰ ਹੀ ਅਸਲੀ ਮਾਲਕ ਹੈ, ਮੈਂ ਤੇਰੇ ਅੱਗੇ ਹੀ ਬੇਨਤੀ ਕਰਦਾ ਹਾ । ਮੇਰੀ ਆਤਮਾ, ਮੇਰਾ ਸਰੀਰ ਤੇਰੀ ਹੀ ਅਮਾਨਤ ਹੈ, ਤੂੰ ਹੀ ਸ੍ਰਿਜਨਹਾਰ ਹੈ । ਤੂੰ ਹੀ ਮੇਰਾ ਮਾਤਾ, ਪਿਤਾ, ਮੈਂ ਤੇਰਾ ਹੀ ਸ੍ਰਿਜਿਆ ਬੱਚਾ ਹਾਂ । ਤੇਰੀ ਕ੍ਰਿਪਾ ਨਾਲ ਹੀ ਵਧਦਾ, ਅਨੰਦ ਮਾਣਦਾ ਹਾ । ਕੋਈ ਅਜੇਹਾ ਜੀਵ ਜਾ ਸਾਧਨ ਨਹੀਂ ਹੈ! ਜਿਹੜਾ ਤੇਰਾ ਕਿਸੇ ਵੀ ਕਰਤਬ ਦਾ ਪੂਰਨ ਅੰਤ, ਵਖਿਆਣ ਕਰ ਸਕਦਾ ਹੈ । ਤੇਰੇ ਤੁਲ, ਬਰਾਬਰ ਦਾ ਹੋਰ ਕੋਈ ਨਹੀਂ ਹੈ, ਤੂੰ ਸਭ ਤੋਂ ਵੱਡਾ, ਉਚਾ ਮਾਲਕ ਹੈ । ਸਾਰੀ ਸ੍ਰਿਸ਼ਟੀ ਤੇਰੀ ਸਾਜੀ, ਬਣਾਈ ਹੈ ਅਤੇ ਤੇਰੇ ਹੀ ਹੁਕਮ ਅੰਦਰ ਚਲ ਰਹੀ ਹੈ । ਇਹ ਹੁਕਮ ਵੀ ਕੀ, ਕਿਉਂ, ਕਿਵੇਂ ਹੈ, ਕਦੋਂ ਹੋਣਾ ਹੈ, ਕਿਸ ਤੋਂ ਕਰਵਾਉਣਾ ਹੈ, ਕੋਈ ਨਹੀਂ ਜਾਣ ਸਕਦਾ, ਕੇਵਲ ਤੂੰ ਹੀ ਜਾਣਦਾ ਹੈ । ਨਿਮਾਣੇ ਜੀਵ ਤੇਰੀ ਰਹਿਮਤ ਨੂੰ ਹੀ ਤਰਸਦੇ ਰਹਿੰਦੇ ਹਨ ।

My True Master, I am begging for Your Forgiveness and Refuge; You are The True Creator of the universe and my soul and body is only Your Trust. You have supported me in the universe, by prevailing within the heart of my worldly mothers and father. I may flourish in the universe, only with Your mercy and grace. Your Nature remains beyond any comprehension of Your Creation. No one in the universe may be comparable with Your greatness. You have created the whole universe and everything prevails under Your Command. Your Command, why, how and whom may perform that command, remains beyond the comprehension of Your Creation? The helpless humans always beg for forgiveness and Refuge.

5. ਸਲੋਕੁ॥ 5॥ 268

ਦੇਨਹਾਰੁ ਪ੍ਰਭ ਛੋਡਿ ਕੈ,	saynhaar parabh chhod kai
ਲਾਗਹਿ ਆਨ ਸੁਆਇ॥	laageh aan su-aa-ay.
ਨਾਨਕ, ਕਹੂ ਨ ਸੀਝਈ,	naanak kahoo na seejh-ee
ਬਿਨੁ ਨਾਵੈ ਪਤਿ ਜਾਇ॥	bin naavai pat jaa-ay. ‖1‖

ਜੀਵ ਅਟਲ ਹੌਂਦ ਪ੍ਰਭ ਨੂੰ ਮਨੋ ਵਿਸਾਰ ਕੇ, ਪੰਜਾਂ ਇੰਦ੍ਰੀਆਂ ਦੀ ਭਟਕਣ ਤੇ ਚਲਦਾ ਹੈ । ਆਪਣਾ ਅਣਮੋਲ ਸਮਾਂ, ਮਾਨਸ ਜੀਵਨ ਬਤੀਤ ਕਰੀ ਜਾਂਦਾ ਹੈ । ਇਸ ਰਸਤੇ ਤੇ ਚਲਣ ਨਾਲ ਮੁਕਤੀ ਬਖਸ਼ਿਸ਼ ਨਹੀਂ ਹੁੰਦੀ । ਦਰਬਾਰ ਵਿੱਚ ਸਿਮਰਨ ਤੋਂ ਬਿਨਾਂ ਮਾਣ ਬਖਸ਼ਿਸ ਨਹੀਂ ਹੁੰਦਾ ।

By abandoning The True Master from your day-to-day life; you are following the lead of five worldly demons, worldly desires. You are wasting your priceless opportunity of human life. You may never be blessed with the right path of salvation. Without meditating and adopting the teachings of His Word with steady and stable belief in day to day; no one may be honored and accepted in His Court.

ਅਸਟਪਦੀ॥ Asatpadee. 5 -1

ਦਸ ਬਸਤੂ, ਲੇ ਪਾਛੈ ਪਾਵੈ॥	das bastoo lay paachhai paavai.
ਏਕ ਬਸਤੁ ਕਾਰਨਿ, ਬਿਖੋਟਿ ਗਵਾਵੈ॥	ayk basat kaaran bikhot gavaavai.
ਏਕ ਭੀ ਨ ਦੇਇ, ਦਸ ਭੀ ਹਿਰਿ ਲੇਇ॥	ayk bhee na day-ay das bhee hir lay-ay.
ਤਉ ਮੂੜਾ, ਕਹੁ ਕਹਾ ਕਰੇਇ॥	ta-o moorhaa kaho kahaa karay-i.
ਜਿਸੁ ਠਾਕੁਰ ਸਿਉ, ਨਾਹੀ ਚਾਰਾ॥	jis thaakur si-o naahee chaaraa.
ਤਾ ਕਉ ਕੀਜੈ, ਸਦ ਨਮਸਕਾਰਾ॥	taa ka-o keejai sad namaskaaraa.
ਜਾ ਕੈ ਮਨਿ ਲਾਗਾ, ਪ੍ਰਭੁ ਮੀਠਾ॥	jaa kai man laagaa parabh meethaa.
ਸਰਬ ਸੂਖ ਤਾਹੂ, ਮਨਿ ਵੂਠਾ॥	sarab sookh taahoo man voothaa.
ਜਿਸੁ ਜਨ ਅਪਨਾ, ਹੁਕਮੁ ਮਨਾਇਆ॥	jis jan apnaa hukam manaa-i-aa.
ਸਰਬ ਥੋਕ, ਨਾਨਕ ਤਿਨਿ ਪਾਇਆ॥੧॥	sarab thok naanak tin paa-i-aa. ‖1‖

ਜੀਵ, ਆਪਣੀ ਅਗਿਆਨਤਾ ਵੱਲ ਧਿਆਨ ਲਾਵੋ, ਅਨੇਕਾਂ ਦਾਤਾ ਬਿਨਾਂ ਮੰਗਿਆ ਹੀ ਬਖਸ਼ਦਾ ਹੈ, ਤਾ ਤੂੰ ਲੈ ਕੇ ਭੁਲ ਜਾਂਦਾ ਹੈ । ਅਗਰ ਇਕ ਮਨ ਦੀ ਮੁਰਾਦ ਪੂਰੀ ਨਾ ਹੋਵੇ ਤਾ ਤੇਰਾ ਵਿਸ਼ਵਾਸ ਪ੍ਰਭ ਤੋਂ ਉਠ ਜਾਂਦਾ ਹੈ । ਮੂਰਖ ਅਗਰ ਪ੍ਰਭ ਇਕ ਵੀ ਦਾਤ ਨਾ ਦੇਵੇ ਅਤੇ ਬਾਕੀ ਰਹਿਮਤਾਂ ਵੀ ਉਠਾ ਲੇਵੇ, ਤਾ ਤੂੰ ਉਸ ਨੂੰ ਕੀ ਠੇਸ, ਜ਼ੋਰ ਪਾ ਸਕਦਾ ਹੈ । ਜਿਹੜਾ ਮਾਲਕ ਕਿਸੇ ਜ਼ੋਰ, ਡਰ ਨਾਲ ਪ੍ਰਭਾਵਤ ਨਹੀਂ ਹੋ ਸਕਦਾ! ਉਸ ਦੇ ਭਾਣੇ ਨੂੰ ਹਮੇਸ਼ਾਂ ਸਤਿ ਕਰ ਕੇ ਮੰਨਣਾ ਹੀ ਠੀਕ ਹੈ । ਜਿਹੜਾ ਪ੍ਰਭ ਦੀ ਰਜ਼ਾ ਨੂੰ ਅਟਲ ਸਮਝਕੇ ਕਬੂਲ ਕਰਦਾ ਹੈ । ਉਸ ਨੂੰ ਪ੍ਰਭ ਆਪ ਹੀ ਸੰਤੋਖ ਬਖਸ਼ਕੇ ਨਿਹਾਲ ਰਖਦਾ ਹੈ । ਖਿਆਲ ਰਖੋ! ਜਿਸ ਜੀਵ ਤੋਂ ਪ੍ਰਭ ਆਪਣਾ ਹੁਕਮ ਮਨਾਉਂਦਾ ਹੈ । ਉਹ ਹੀ ਦਰਬਾਰ ਵਿੱਚ ਜਾਣ ਦੇ ਯੋਗ, ਕਾਬਲ ਹੁੰਦਾ ਹੈ । ਆਪਣੀ ਯਾਤਰਾ ਸਫਲ ਕਰ ਜਾਂਦਾ ਹੈ ।

Look at on your ignorance! The True Master has blessed so many virtues without begging; however, if one of your desires may not be fulfilled, you shake your belief in a twinkle of eye; your belief become unstable from His

Word, His existence. Have you ever thought about! He may not bless any virtue and may take away all His blessings; what harm can you do to The True Master. The True Master may not be controlled by any power or fear; wise counsel is to accept His Word as an ultimate command. Whosoever may adopt the teachings of His Word with steady and stable belief; with His mercy and grace, he may be blessed with great fortune and contentment in his life. Whosoever may be inspired by The True Master to adopt His Word in day-to-day life; only he may become worthy of His Consideration, only his human life journey may become a success.

ਅਸਟਪਦੀ॥ Asatpadee. 5 -2

ਅਗਨਤ ਸਾਹੁ, ਅਪਨੀ ਦੇ ਰਾਸਿ॥	agnat saahu apnee day raas.
ਖਾਤ ਪੀਤ ਬਰਤੈ, ਅਨਦ ਉਲਾਸਿ॥	khaat peet bartai anad ulaas.
ਅਪੁਨੀ ਅਮਾਨ ਕਛੁ ਬਹੁਰਿ ਸਾਹੁ ਲੇਇ॥	apunee amaan kachh bahur saahu lay-ay.
ਅਗਿਆਨੀ ਮਨਿ, ਰੋਸੁ ਕਰੇਇ॥	agi-aanee man ros karay-i.
ਅਪਨੀ ਪਰਤੀਤਿ, ਆਪ ਹੀ ਖੋਵੈ॥	apnee parteet aap hee khovai.
ਬਹੁਰਿ ਉਸ ਕਾ, ਬਿਸ੍ਵਾਸੁ ਨ ਹੋਵੈ॥	bahur us kaa bisvaas na hovai.
ਜਿਸ ਕੀ ਬਸਤੁ, ਤਿਸੁ ਆਗੈ ਰਾਖੈ॥	jis kee basat tis aagai raakhai.
ਪ੍ਰਭ ਕੀ ਆਗਿਆ, ਮਾਨੈ ਮਾਥੈ॥	parabh kee aagi-aa maanai maathai.
ਉਸ ਤੇ ਚਉਗੁਨ, ਕਰੈ ਨਿਹਾਲੁ॥	us tay cha-ugun karai nihaal.
ਨਾਨਕ ਸਾਹਿਬੁ, ਸਦਾ ਦਇਆਲੁ॥੨॥	naanak saahib sadaa da-i-aal. ‖2‖

ਬੇਅੰਤ ਭੰਡਾਰਾਂ ਦਾ ਮਾਲਕ, ਜਨਮ ਤੋਂ ਲੈ ਕੇ ਅਨੇਕਾਂ ਦਾਤਾਂ ਨਾਲ ਭਰਪੂਰ ਕਰਦਾ ਹੈ । ਜੀਵ ਅਨੰਦ ਮਾਨਦਾ, ਵਰਤਦਾ ਹੈ । ਅਗਰ ਉਹ ਮਾਲਕ ਆਪਣੀ ਦਿੱਤੀ ਹੋਈ ਅਮਾਨਤ ਵਿਚੋਂ ਕੁਝ ਵਾਪਸ ਲੈ ਲਵੇ! ਤਾ ਮੂਰਖ ਤੂੰ ਉਸ ਤੇ ਨਰਾਜ਼ ਨਾ ਹੋਵੇ । ਆਪਣਾ ਬਣਾਇਆ ਹੋਇਆ ਭਰੋਸਾ ਆਪ ਨਾ ਗਵਾ ਲਵੋ । ਅਗਰ ਇਕ ਵਾਰ ਭਰੋਸਾ ਟੁੱਟ ਗਿਆ ਤਾ ਫਿਰ ਇਹ ਵਿਸ਼ਵਾਸ ਕਦੇ ਗੰਢਿਆ ਨਹੀਂ ਜਾਣਾ । (ਟੁੱਟੀ ਹੋਈ ਗੰਢਣੀ ਬਹੁਤ ਮੁਸ਼ਕਲ ਹੈ) । ਸਗੋਂ ਜਿਸ ਮਾਲਕ ਦੀ ਅਮਾਨਤ ਹੈ, ਉਸ ਅੱਗੇ ਹੱਸ ਕੇ ਰਖੋ, ਧੰਨਵਾਦ ਕਰੋ! ਕਿ ਉਸ ਨੇ ਤੈਨੂੰ ਭਰੋਸੇ ਯੋਗ ਸਮਝਿਆ ਹੈ । ਜਿਹੜਾ ਭਾਣੇ ਨੂੰ ਸਿਰ ਮੱਥੇ ਤੇ ਹੱਸ ਕੇ ਕਬੂਲ ਕਰਦਾ ਹੈ । ਉਸ ਨੂੰ ਪਹਿਲੇ ਨਾਲੋਂ ਅਨੇਕਾਂ ਗੁਣਾਂ ਦਾਤਾਂ, ਖੁਸ਼ੀਆਂ ਦੇ ਕੇ ਨਿਹਾਲ ਕਰਦਾ ਹੈ । ਪ੍ਰਭ ਬਹੁਤ ਤਰਸਵਾਨ, ਮਿਹਰਬਾਨ ਅਟਲ ਮਾਲਕ ਹੈ ।

The True Master of unlimited treasures overwhelms the creature with blessings and virtues from birth. He enjoys pleasures with these virtues; however, if He takes away some of His Virtues back! Why are you disappointed and frustrated with Him? You should maintain your belief on His Blessings; you may never abandon His Word. Whosoever may lose his trust once; it may be very difficult to amend the difference. Break of communication may be very hard to restore. You should maintain His trust and always offer all His Virtues Blessings in front of Him; you should consider yourselves very fortune to be considered worthy of His Trust. Whosoever may accept His Command, with humility; The True Master may bestow much more prosperity. The merciful True Master remains axiom forever.

ਅਸਟਪਦੀ॥ Asatpadee. 5 -3

ਅਨਿਕ ਭਾਤਿ, ਮਾਇਆ ਕੇ ਹੇਤ॥	anik bhaat maa-i-aa kay hayt.
ਸਰਪਰ ਹੋਵਤ, ਜਾਨੁ ਅਨੇਤ॥	sarpar hovat jaan anayt.
ਬਿਰਖ ਕੀ ਛਾਇਆ, ਸਿਉ ਰੰਗੁ ਲਾਵੈ॥	birakh kee chhaa-i-aa si-o rang laavai.
ਓਹ ਬਿਨਸੈ, ਉਹੁ ਮਨਿ ਪਛੁਤਾਵੈ॥	oh, binsai uho man pachhutaavai.
ਜੋ ਦੀਸੈ, ਸੋ ਚਾਲਨਹਾਰੁ॥	jo deesai so chaalanhaar.
ਲਪਟਿ ਰਹਿਓ, ਤਹ ਅੰਧ ਅੰਧਾਰੁ॥	lapat rahi-o tah anDh anDhaar.
ਬਟਾਊ ਸਿਉ, ਜੋ ਲਾਵੈ ਨੇਹ॥	bataa-oo si-o jo laavai nayh.

ਤਾ ਕਉ ਹਾਥਿ, ਨ ਆਵੈ ਕੇਹ॥ taa ka-o haath na aavai kayh.

ਮਨ ਹਰਿ ਕੇ ਨਾਮ ਕੀ, ਪ੍ਰੀਤਿ ਸੁਖਦਾਈ॥ man, har kay naam kee pareet sukh-daa-ee.

ਕਰਿ ਕਿਰਪਾ ਨਾਨਕ, ਆਪਿ ਲਏ ਲਾਈ॥ ੩॥ kar kirpaa naanak aap la-ay laa-ee. ||3||

ਸੰਸਾਰਕ ਪਦਾਰਥਾਂ, ਮਾਇਆ ਦੇ ਅਨੇਕਾਂ ਕਿਸਮਾਂ ਦੇ ਮੋਹ, ਜਾਲ ਹਨ । ਇਹ ਸਾਰੇ ਹੀ ਥੋੜ੍ਹੇ ਸਮਾਂ ਸੁਖ ਦੇਣ ਵਾਲੇ ਹਨ । ਜਿਵੇਂ ਕਿਸੇ ਜੀਵ ਨੂੰ ਬਿਰਖ ਦੀ ਛਾਂ ਬਹੁਤ ਚੰਗੀ ਲਗੇ, ਛਾਂ ਹੇਠ ਸੌਣ ਲਗੇ, ਥੋੜ੍ਹੇ ਚਿਰ ਸੂਰਜ ਢਲਨ ਤੇ ਛਾਂ ਖਤਮ ਹੋਣ ਨਾਲ ਨਰਾਜ਼ਗੀ ਹੁੰਦੀ ਹੈ । ਜਿਵੇਂ ਕੋਈ ਜਾਂਦੇ ਯਾਤਰੀ ਨਾਲ ਪਿਆਰ ਦਾ ਢੰਗ ਰਚਾਵੇ, ਯਾਤਰੀ ਦੇ ਚਲੇ ਜਾਣਾ ਨਾਲ ਉਸ ਦੇ ਹੱਥ ਕੁਝ ਨਹੀਂ ਆਉਂਦਾ । ਅਗਿਆਨੀ ਤੂੰ ਕਿਉਂ ਨਾਸ਼ ਹੋ ਜਾਣਵਾਲੇ ਪਦਾਰਥਾਂ ਨਾਲ ਮੋਹ ਲਾਉਂਦਾ ਹੈ? ਆਪਣੀ ਪ੍ਰੀਤ ਸਦਾ ਅਟਲ ਰਹਿਣ ਵਾਲੇ ਪ੍ਰਭ ਨਾਲ ਲਾਉਣ ਨਾਲ ਸਦਾ ਰਹਿਣ ਵਾਲਾ ਖੇੜਾ ਬਖਸ਼ਿਸ਼ ਹੋ ਸਕਦਾ ਹੈ । ਦਿਆਲੂ ਪ੍ਰਭ, ਆਪ ਹੀ ਦਾਸਾਂ ਨੂੰ ਆਪਣੇ ਵਿੱਚ ਅਭੇਦ ਕਰ ਲੈਂਦਾ ਹੈ ।

The worldly wealth comes with so many traps of attachments; it may comfort the creature for a limited period. As someone may like the shade of a tree and sleep under the shade; he may be disappointed when shade moves away. Same way, whosoever may fall in love with a strange traveler; she may be disappointed as soon as stranger goes back to his home. She may not gain anything from relationship. Ignorant, why are you attached to vanish-able worldly possessions? You should devote your mind to His Axiom Word; His Word remains your companion forever. Whose belief becomes steady and stable; with His mercy and grace, The Merciful True Master may bless a state of mind as His true devotee; he may immerse within His Holy Spirit.

ਅਸਟਪਦੀ॥ Asatpadee. 5 -4

ਮਿਥਿਆ ਤਨੁ, ਧਨੁ, ਕੁਟੰਬੁ ਸਬਾਇਆ॥ mithi-aa tan Dhan kutamb sabaa-i-aa.

ਮਿਥਿਆ ਹਉਮੈ, ਮਮਤਾ, ਮਾਇਆ॥ mithi-aa ha-umai mamtaa maa-i-aa.

ਮਿਥਿਆ ਰਾਜ, ਜੋਬਨ, ਧਨ, ਮਾਲ॥ mithi-aa raaj joban Dhan maal.

ਮਿਥਿਆ, ਕਾਮ, ਕ੍ਰੋਧ, ਬਿਕਰਾਲ॥ mithi-aa kaam kroDh bikraal.

ਮਿਥਿਆ ਰਥ ਹਸਤੀ ਅਸ੍ਵ ਬਸਤ੍ਰਾ॥ mithi-aa rath hastee asav bastaraa.

ਮਿਥਿਆ ਰੰਗ ਸੰਗਿ ਮਾਇਆ ਪੇਖਿ ਹਸਤਾ॥ mithi-aa rang sang maa-i-aa paykh hastaa.

ਮਿਥਿਆ, ਧਰੋਹ, ਮੋਹ, ਅਭਿਮਾਨੁ॥ mithi-aa Dharoh moh abhimaan.

ਮਿਥਿਆ, ਆਪਸ ਊਪਰਿ, ਕਰਤ ਗੁਮਾਨੁ॥ mithi-aa aapas oopar karat gumaan.

ਅਸਥਿਰੁ, ਭਗਤਿ, ਸਾਧ ਕੀ ਸਰਨ॥ asthir bhagat saaDh kee saran.

ਨਾਨਕ, ਜਪਿ ਜਪਿ ਜੀਵੈ, ਹਰਿ ਕੇ ਚਰਨ॥ ੪॥ naanak jap jap jeevai har kay charan. ||4||

ਜੀਵ, ਮਾਨਸ ਸਰੀਰ, ਸੰਸਾਰਕ ਪਦਾਰਥ ਸਭ ਕੁਝ ਮਿਥੇ ਸਮੇਂ ਹੀ ਰਹਿੰਦੇ ਹਨ । ਇਹਨਾਂ ਦਾ ਅਰੰਭ ਅਤੇ ਅੰਤ ਪਹਿਲੇ ਹੀ ਮਿਥਿਆ ਹੁੰਦਾ ਹੈ । ਇਹ ਸਾਰੀਆਂ ਸੰਸਾਰਕ ਸਹੂਲਤਾਂ ਕਿਤਨਾਂ ਚਿਰ ਤੇਰੇ ਕੋਲ ਹਨ, ਕਿਤਨਾ ਚਿਰ ਤੂੰ ਇਹਨਾਂ ਨੂੰ ਪਿਆਰ, ਜਾ ਘਮੰਡ ਕਰ ਸਕਦਾ ਹੈ । ਜਿਹੜਾ ਜੀਵ ਇਹ ਅਸਲੀਅਤ ਜਾਣ ਜਾਂਦਾ ਹੈ, ਉਹ ਅਟਲ ਪ੍ਰਭ ਨਾਲ ਪ੍ਰੀਤ ਲਾਉਂਦਾ ਹੈ । ਸੰਤ ਸਰੂਪ ਜੀਵਾਂ ਦੀ ਸੰਗਤ ਵਿੱਚ ਰਹਿੰਦਾ ਹੈ । ਪ੍ਰਭ ਵੀ ਉਸ ਦੀ ਸੰਗਤ ਵਿੱਚ ਹੀ ਰਹਿੰਦਾ ਹੈ ।

** ਸੰਸਾਰਕ ਪਦਾਰਥ– ਸਬੰਧੀ, ਹੈਸੀਅਤ, ਪਦਾਰਥ, ਧਨ, ਜਵਾਨੀ, ਖੁਸ਼ਹਾਲੀ, ਕਾਮਵਾਸਨਾ, ਕਰੋਧ, ਕੀਮਤੀ ਕਪੜੇ, ਹੀਰੇ ਜਵਾਹਰ!

You must realize that the time for your human life and all your worldly possessions may be predetermined by The True Master. Likewise, your relationship, worldly status, and worldly wealth, prosperity, sexual urge, anger of your mind, expensive cloths, and precious jewelry in your possession. The beginning and the end of each event may be predetermined. Your attachment, ego, pride, and comfort of worldly possessions may be predetermined. Whosoever may recognize this reality of life, only he may be attached to meditate on His Word. He remains in the congregation of His Holy saint and he may adopt his life experience teachings in day-to-day life.

ਅਸਟਪਦੀ॥ Asatpadee. 5 -5

ਮਿਥਿਆ, ਸ੍ਰਵਨ ਪਰ ਨਿੰਦਾ ਸੁਨਹਿ॥ mithi-aa sarvan par nindaa suneh.
ਮਿਥਿਆ, ਹਸਤ ਪਰ ਦਰਬ ਕਉ ਹਿਰਹਿ॥ mithi-aa hasat par darab ka-o hireh.
ਮਿਥਿਆ, ਨੇਤ੍ਰ ਪੇਖਤ ਪਰ ਤ੍ਰਿਅ ਰੂਪਾਦ॥ mithi-aa naytar paykhat par tari-a roopaad.
ਮਿਥਿਆ, ਰਸਨਾ ਭੋਜਨ ਅਨ ਸ੍ਵਾਦ॥ mithi-aa rasnaa bhojan an savaad.
ਮਿਥਿਆ, ਚਰਨ ਪਰ ਬਿਕਾਰ ਕਉ ਧਾਵਹਿ॥ mithi-aa charan par bikaar ka-o Dhaaveh.
ਮਿਥਿਆ, ਮਨ ਪਰ ਲੋਭ ਲੁਭਾਵਹਿ॥ mithi-aa man par lobh lubhaaveh.
ਮਿਥਿਆ, ਤਨ ਨਹੀ ਪਰਉਪਕਾਰਾ॥ mithi-aa tan nahee par-upkaaraa.
ਮਿਥਿਆ, ਬਾਸੁ ਲੇਤ ਬਿਕਾਰਾ॥ mithi-aa baas layt bikaaraa.
ਬਿਨੁ ਬੂਝੇ, ਮਿਥਿਆ ਸਭ ਭਏ॥ bin boojhay mithi-aa sabh bha-ay.
ਸਫਲ ਦੇਹ, ਨਾਨਕ, ਹਰਿ ਹਰਿ ਨਾਮ ਲਏ॥੫॥ safal dayh naanak har har naam la-ay. ||5||

ਇਹ ਵੀ ਮਿਥਿਆ ਹੈ! ਕਿਤਨਾ ਚਿਰ ਜੀਵ ਦੇ ਕੰਨਾਂ ਨੇ ਕਿਸੇ ਦੀ ਚੁਗਲੀ ਸੁਣਨੀ, ਇਹਨਾਂ ਹੱਥਾ ਨੇ ਕਿਸੇ ਦੀ ਚੋਰੀ ਕਰਨੀ ਹੈ । ਕਿਤਨਾ ਚਿਰ ਇਹਨਾਂ ਅੱਖਾ ਨੇ ਕਿਸੇ ਹੋਰ ਦੀ ਨਾਰੀ ਨੂੰ ਬੁਰੀ ਨਜ਼ਰ ਨਾਲ ਦੇਖਣਾ ਹੈ । ਕਿਤਨਾ ਚਿਰ ਇਸ ਜੀਭ ਨੇ ਵੱਖਰੇ ਵੱਖਰੇ ਭੋਜਨ ਦਾ ਸਵਾਦ ਲੈਣਾ ਹਨ । ਕਿਤਨਾ ਚਿਰ ਇਹਨਾਂ ਪੈਰਾਂ ਨੇ ਮੰਦੇ ਕੰਮ ਕਰਨ ਵੱਲ ਜਾਣਾ ਹੈ । ਇਹ ਵੀ ਮਿਥਿਆ ਹੈ ਕਿਤਨਾ ਚਿਰ ਹਰਾਮ ਦੀ ਕਮਾਈ ਤੇ ਕਾਬੂ ਪਾਉਣਾ ਹੈ । ਕਿਤਨਾ ਚਿਰ ਜੀਵ ਨੇ ਕਿਸੇ ਮਹਿਸੂਮ ਦੀ ਭਲਾਈ ਦਾ ਕੰਮ ਨਹੀਂ ਕਰਨਾ । ਜੀਵ ਇਹਨਾਂ ਸਾਰਿਆਂ ਕੰਮਾਂ, ਕਰਾਮਾਤਾਂ ਦਾ ਅੰਤ ਹੈ, ਇਹ ਸਭ ਕੁਝ ਇਥੇ ਹੀ ਛੱਡ ਜਾਣਾ ਹੈ । ਮਾਨਸ ਜਨਮ ਦੇ ਅਸਲੀ ਮੰਤਵ ਤੋਂ ਬਿਨਾਂ ਹੋਰ ਸਾਰੇ ਹੀ ਕਰਤਬਾਂ ਦਾ ਅੰਤ ਆਉਣਾ ਹੈ । ਜਿਹੜਾ ਅਸਲੀ ਮੰਤਵ ਸਮਝ ਜਾਂਦਾ ਹੈ, ਉਹ ਆਪਣਾ ਮਾਨਸ ਜਨਮ ਸਫਲ ਕਰ ਜਾਂਦਾ ਹੈ ।

Every event of life of worldly creature may be predetermined by The True Master. How long his ears are going to listen to the back-biting of others; his hands are going to steal; his eyes to think strange woman with evil intentions; how long, he may enjoy the taste of various delicacies and walks on the path of evil deeds; how long, he may rob the earnest living of others; how long he may not perform any good deeds for helpless and miserable. He must realize that all events and miracles may vanish and have beginning and end. He is going to leave everything behind on earth after your death. Without the earning of His Word; all other deeds have a beginning and end. Whosoever may realize the reality and the real purpose of his human life opportunity; his human life journey may become a success, fruitful.

ਅਸਟਪਦੀ॥ Asatpadee. 5 -6

ਬਿਰਥੀ, ਸਾਕਤ ਕੀ ਆਰਜਾ॥ birthee saakat kee aarjaa.
ਸਾਚ ਬਿਨਾ, ਕਹ ਹੋਵਤ ਸੂਚਾ॥ saach binaa kah hovat soochaa.
ਬਿਰਥਾ ਨਾਮ ਬਿਨਾ, ਤਨੁ, ਅੰਧ॥ birthaa naam binaa tan anDh.
ਮੁਖਿ ਆਵਤ, ਤਾ ਕੈ ਦੁਰਗੰਧ॥ mukh aavat taa kai durganDh.
ਬਿਨੁ ਸਿਮਰਨ, ਦਿਨੁ ਰੈਨਿ, ਬ੍ਰਿਥਾ ਬਿਹਾਇ॥ bin simran din rain baritha bihaa-ay.
ਮੇਘ ਬਿਨਾ, ਜਿਉ ਖੇਤੀ ਜਾਇ॥ maygh binaa ji-o khaytee jaa-ay.
ਗੋਬਿਦ ਭਜਨ ਬਿਨੁ, ਬ੍ਰਿਥੇ ਸਭ ਕਾਮ॥ gobid bhajan bin barithay sabh kaam.
ਜਿਉ ਕਿਰਪਨ ਕੇ, ਨਿਰਾਰਥ ਦਾਮ॥ ji-o kirpan kay niraarath daam.
ਧੰਨਿ ਧੰਨਿ ਤੇ ਜਨ, ਜਿਹ ਘਟਿ ਬਸਿਓ ਹਰਿ ਨਾਉ॥ dhan Dhan tay jan jih ghat basi-o har naa-o.
ਨਾਨਕ ਤਾ ਕੈ, ਬਲਿ ਬਲਿ ਜਾਉ॥੬॥ naanak taa kai bal bal jaa-o. ||6||

ਜਿਹੜਾ ਜੀਵ ਕਿਸੇ ਦੇ ਪਰਉਪਕਾਰ ਕਰਨ ਦਾ ਅਹਿਸਾਨ ਨਹੀਂ ਸਮਝਦਾ, ਉਹ ਕਦੇ ਕਿਸੇ ਹੋਰ ਜੀਵ ਦੀ ਭਲਾਈ ਦਾ ਕੰਮ ਨਹੀਂ ਕਰ ਸਕਦਾ, ਉਸ ਦਾ ਮਾਨਸ ਜੀਵਨ ਬਿਰਥਾ ਹੀ ਬੀਤ ਜਾਂਦਾ ਹੈ । ਜਿਤਨਾ ਚਿਰ ਮਨ ਵਿਚੋਂ ਖੋਟ ਨਾ ਜਾਵੇ, ਆਤਮਾ ਪਵਿੱਤਰ ਨਹੀਂ ਹੋ ਸਕਦੀ । ਇਸਤਰ੍ਹਾਂ ਜਿਤਨਾ

ਚਿਰ ਜੀਵ ਪ੍ਰਭ ਦੇ ਸ਼ਬਦ ਦਾ ਸਿਮਰਨ ਨਹੀਂ ਕਰਦਾ, ਪ੍ਰਭ ਦੀ ਹੋਂਦ ਨੂੰ ਨਹੀਂ ਮੰਨਦਾ, ਉਸ ਦੇ ਮੁੱਖ ਤੋਂ ਮੰਦੇ ਹੀ ਬੋਲ ਨਿਕਲਦੇ ਹਨ । ਜਿਵੇਂ ਮੀਂਹ (ਪਾਣੀ) ਤੋਂ ਬਿਨਾਂ ਖੇਤੀ ਫਲ ਨਹੀਂ ਦੇਂਦੀ, ਇਸਤਰ੍ਹਾਂ ਸ਼ਬਦ ਦੇ ਸਿਮਰਨ ਤੋਂ ਬਿਨਾਂ ਜੀਵ ਦੀ ਦਿਨ ਰਾਤ ਬਿਰਥੀ ਹੀ ਖਤਮ ਹੋ ਜਾਂਦੀ ਹੈ । ਪ੍ਰਭ ਦੇ ਸ਼ਬਦ ਦੀ ਬੰਦਗੀ ਤੋਂ ਬਿਨਾਂ ਬਾਕੀ ਸਾਰੇ ਕੰਮਾਂ ਦੀ ਦਰਗਾਹ ਵਿੱਚ ਕੋਈ ਕੀਮਤ ਨਹੀਂ ਹੁੰਦੀ । ਜਿਵੇਂ ਕੰਜੂਸ ਦਾ ਇਕੱਠਾ ਕੀਤਾ ਧਨ, ਉਸ ਦੇ ਮਰਨ ਤੋਂ ਪਿਛੋਂ ਬਿਰਥਾ ਹੀ ਜਾਂਦਾ ਹੈ । ਜਿਸ ਦੇ ਮਨ ਵਿੱਚ ਸਵਾਸ ਸਵਾਸ ਸ਼ਬਦ ਦੀ ਧੁਨ ਚਲਦੀ ਹੈ, ਉਸ ਦੀ ਸੰਗਤ ਕਰਨ ਨਾਲ ਜੀਵ ਨੂੰ ਅਸਲੀ ਮਾਰਗ ਦੀ ਸੋਝੀ ਬਖਸ਼ਿਸ਼ ਹੋ ਜਾਂਦੀ ਹੈ ।

Whosoever may not feel gratitude for any favor or good deeds done for him; he may never perform any good deed for others. He may waste his human life, without satisfying the real purpose of life. Without subduing the deceptive thoughts from mind; his soul may not be sanctified. Same way without meditating on the teachings of His Word, he may not recognize His Existence and his tongue may speak rude and uncivilized. As without rain or water the crops may not bear any fruit, grains; same way without meditating on the teachings of His Word, the day and night of his life are wasted uselessly. Whosoever may hear the everlasting echo of His Word resonating within with each breath; he may become very fortunate and honorable. With his association and following his life experience teachings, he may be blessed with right path of salvation.

ਅਸਟਪਦੀ॥ Asatpadee. 5 -7

ਰਹਤ ਅਵਰ, ਕਛੁ ਅਵਰ ਕਮਾਵਤ॥	rahat avar kachh avar kamaavat.
ਮਨਿ ਨਹੀ ਪ੍ਰੀਤਿ, ਮੁਖਹੁ ਗੰਢ ਲਾਵਤ॥	man, nahee pareet mukhahu gandh laavat.
ਜਾਨਨਹਾਰ, ਪ੍ਰਭੂ ਪਰਬੀਨ॥	jaananhaar parabhoo parbeen.
ਬਾਹਰਿ ਭੇਖ ਨ, ਕਾਹੂ ਭੀਨ॥	baahar bhaykh na kaahoo bheen.
ਅਵਰ ਉਪਦੇਸੈ, ਆਪਿ ਨ ਕਰੈ॥	avar updaysai aap na karai.
ਆਵਤ ਜਾਵਤ, ਜਨਮੈ ਮਰੈ॥	aavat jaavat janmai marai.
ਜਿਸ ਕੈ ਅੰਤਰਿ, ਬਸੈ ਨਿਰੰਕਾਰੁ॥	jis kai antar basai nirankaar.
ਤਿਸ ਕੀ ਸੀਖ, ਤਰੈ ਸੰਸਾਰੁ॥	tis kee seekh tarai sansaar.
ਜੋ ਤੁਮ ਭਾਨੇ, ਤਿਨ ਪ੍ਰਭੁ ਜਾਤਾ॥	jo tum bhaanay tin parabh jaataa.
ਨਾਨਕ ਉਨ ਜਨ, ਚਰਨ ਪਰਾਤਾ॥੭॥	naanak un jan charan paraataa. ||7||

ਜਿਹੜਾ ਪਹਿਰਾਵੇ ਦਾ ਧਾਰਮਕ ਹੈ, ਕੰਮ ਕੁਝ ਹੋਰ ਹੀ ਕਰਦਾ ਹੈ, ਉਸ ਤੋਂ ਸਦਾ ਹੀ ਸਾਵਧਾਨ ਰਹੋ । ਉਸ ਦੇ ਦਿਲ ਵਿੱਚ ਪ੍ਰਭ ਦੀ ਲਗਨ ਨਹੀਂ, ਪਰ ਬੰਦਗੀ ਵਾਲੇ ਸ਼ਬਦ ਬੋਲਦਾ ਹੈ । ਅੰਤਰਜਾਮੀ ਪ੍ਰਭ ਉਸ ਫਰੇਬ ਵਾਲੇ ਜੀਵਾਂ ਤੋਂ ਪ੍ਰਭਾਵਤ ਨਹੀਂ ਹੁੰਦਾ । ਉਹ ਬਾਕੀ ਜੀਵਾਂ ਨੂੰ ਪ੍ਰਚਾਰ ਕਰਦਾ, ਉਪਦੇਸ਼ ਦੇਂਦਾ ਹੈ, ਪਰ ਆਪ ਉਸ ਤੇ ਕੋਈ ਅਮਲ ਨਹੀਂ ਕਰਦਾ, ਉਹ ਜਨਮ ਮਰਨ ਦੇ ਚੱਕਰ ਵਿੱਚ ਹੀ ਰਹਿੰਦਾ ਹੈ । ਜਿਸ ਦੇ ਮਨ ਵਿੱਚ ਪ੍ਰਭ ਦੇ ਸ਼ਬਦ ਦੀ ਧੁਨ ਚਲਦੀ ਸੁਣਾਈ ਦੇਂਦੀ ਹੈ । ਉਸ ਦੀ ਸੇਧ ਲੈ ਕੇ ਬਾਕੀ ਜੀਵ ਵੀ ਆਪਣੀ ਯਾਤਰਾ ਸਫਲ ਕਰ ਜਾਂਦੇ ਹਨ । ਜਿਹੜਾ ਭਾਣੇ ਨੂੰ ਸਤਿ ਕਰਕੇ ਮੰਨਦਾ ਹੈ, ਅੰਤਰਜਾਮੀ, ਪ੍ਰਭ ਨੂੰ ਪੂਰੀ ਜਾਣਕਾਰੀ ਹੈ । ਜਿਹੜੇ ਸ਼ਬਦ ਵਿੱਚ ਲੀਨ ਹੋਏ ਹਨ, ਉਹਨਾਂ ਦੀ ਸੰਗਤ ਆਪਣੇ ਦਾਸਾਂ ਨੂੰ ਬਖਸ਼ੋ!

You should always be aware of the worldly religious saint, who may only wear a robe like a saint; however, his deeds are different in day-to-day life. He may not have any attachment, devotion to the teachings of His Word; however, he may speak and recites the Holy Scripture. No one can deceive The Omniscient True Master nor can be blessed by deception. Whosoever may inspire and peaches others and may not adopt these teachings of His Word in his own day to day life; he may remain in the cycle of birth and death. Whosoever may be drenched with the essence of His Word; with His mercy and grace, he may hear the everlasting echo of His Word resonating within his heart. Whosoever may adopt his way of life, he may be blessed with the right path of salvation. Only The Omniscient True Master may be fully aware; who may have steady and stable belief on His Blessings. My True Master blesses me the association of Your true devotee, who may have wholeheartedly adopted the teachings of Your Word in day-to-day life.

ਅਸਟਪਦੀ॥ Asatpadee. 5 -8

ਕਰਉ ਬੇਨਤੀ, ਪਾਰਬ੍ਰਹਮੁ ਸਭੁ ਜਾਨੈ॥	kara-o bayntee paarbarahm sabh jaanai.
ਅਪਨਾ ਕੀਆ, ਆਪਹਿ ਮਾਨੈ॥	apnaa kee-aa aapeh maanai.
ਆਪਹਿ ਆਪ, ਆਪਿ ਕਰਤ ਨਿਬੇਰਾ॥	aapeh aap aap karat nibayraa.
ਕਿਸੈ ਦੂਰਿ ਜਨਾਵਤ, ਕਿਸੈ ਬੁਝਾਵਤ ਨੇਰਾ॥	kisai door janaavat kisai bujhaavat nayraa.
ਉਪਾਵ ਸਿਆਨਪ, ਸਗਲ ਤੇ ਰਹਤ॥	upaav si-aanap sagal tay rahat.
ਸਭੁ ਕਛੁ ਜਾਨੈ, ਆਤਮ ਕੀ ਰਹਤ॥	sabh kachh jaanai aatam kee rahat.
ਜਿਸੁ ਭਾਵੈ, ਤਿਸੁ ਲਏ, ਲੜਿ ਲਾਇ॥	jis bhaavai tis la-ay larh laa-ay.
ਥਾਨ ਥਨੰਤਰਿ, ਰਹਿਆ ਸਮਾਇ॥	thaan thanantar rahi-aa samaa-ay.
ਸੋ ਸੇਵਕੁ, ਜਿਸੁ ਕਿਰਪਾ ਕਰੀ॥	so sayvak jis kirpaa karee.
ਨਿਮਖ ਨਿਮਖ, ਜਪਿ ਨਾਨਕ ਹਰੀ॥ ੮॥੫॥	nimakh nimakh jap naanak haree. ||8||5||

ਅੰਤਰਜਾਮੀ ਪ੍ਰਭ ਅੱਗੇ ਅਰਦਾਸ, ਬੰਨਤੀ ਕਰੋ! ਉਹ ਆਪ ਹੀ ਆਪਣੀ ਸਾਜੀ ਸ੍ਰਿਸ਼ਟੀ ਦੀ ਸੰਭਾਲਣਾ ਕਰਦਾ ਹੈ । ਆਪ ਹੀ ਸਾਰੇ ਹੁਕਮ ਚਲਾਉਂਦਾ, ਪਾਲਣਾ ਕਰਾਉਂਦਾ ਹੈ । ਆਪਣੀ ਰਜ਼ਾ ਨਾਲ ਹੀ ਗੁਰਮਖ ਨੂੰ ਆਪਣੇ ਨਜ਼ਦੀਕ ਕਰ ਲੈਂਦਾ ਹੈ, ਮਨਮੁਖ ਨੂੰ ਦੂਰ, ਪਹੁੰਚ ਤੋਂ ਪਰੇ ਰਖਦਾ ਹੈ । ਉਸ ਅੱਗੇ ਕੋਈ ਚਲਾਕੀ ਜਾ ਸਿਆਣਪ, ਵਿਧੀ ਨਹੀਂ ਚਲਦੀ । ਉਸ ਨੂੰ ਆਤਮਾ ਦੇ ਸਾਰੇ ਤੌਰ ਤਰੀਕੇ ਦੀ ਪਛਾਣ ਹੈ । ਜਿਸ ਤੇ ਉਸ ਦੀ ਕ੍ਰਿਪਾ ਹੁੰਦੀ ਹੈ, ਉਸ ਨੂੰ ਆਪਣੀ ਬੰਦਗੀ ਵਿੱਚ ਲੀਨ ਰਖਦਾ ਹੈ, ਉਹ ਹਰ ਥਾਂ ਤੇ ਹਰ ਵੇਲੇ ਮੌਜੂਦ ਹੈ । ਜਿਸ ਤੇ ਰਹਿਮਤ ਬਖਸ਼ਦਾ ਹੈ, ਉਹ ਦਾਸ ਬਣ ਜਾਂਦਾ, ਸ਼ਬਦ ਦੀ ਸਮਾਧੀ ਵਿੱਚ ਲੀਨ ਰਹਿੰਦਾ ਹੈ ।

You should only pray for His Forgiveness and Refuge, The Omniscient True Master. The True Master Creator of the universe nourishes and protects His Creation. Only His Command prevails everywhere; He inspires and enforces His Command. He may bring someone close to His Word or keeps away from the right path of salvation. No one can play any clever tricks with his own wisdom to be blessed with the right path of acceptance in His Court. The Omniscient True Master remains fully aware of all clever tricks of the soul. Whosoever may be inspired to meditate on the teachings of His Word; he may remain intoxicated in the void of His Word. The Omnipresent True Master remains embedded within each soul and within the whole universe. Whosoever may be blessed with a state of mind as His true devotee; with His mercy and grace, he may remain intoxicated in meditation in the void of His Word.

6. ਸਲੋਕੁ॥ 6॥ 269

ਕਾਮ, ਕ੍ਰੋਧ, ਅਰੁ ਲੋਭ, ਮੋਹ	kaam kroDh ar lobh moh
ਬਿਨਸਿ ਜਾਇ ਅਹੰਮੇਵ॥	binas jaa-ay ahaNmayv.
ਨਾਨਕ, ਪ੍ਰਭ, ਸਰਣਾਗਤੀ,	naanak parabh sarnaagatee
ਕਰਿ ਪ੍ਰਸਾਦੁ ਗੁਰਦੇਵ॥	kar parsaad gurdayv. ||1||

ਜੀਵ ਤੂੰ ਅਟਲ ਹੋਂਦ, ਪ੍ਰਭ ਦੀ ਸ਼ਰਣ ਵਿੱਚ, ਰਜ਼ਾ ਵਿੱਚ ਚਲੋ! ਉਸ ਦੀ ਰਹਿਮਤ ਲਈ ਉਸ ਅੱਗੇ ਆਪਾ ਭੇਟਾ ਕਰਕੇ, ਭੁੱਲਾਂ ਬਖਸ਼ਾਵੋ । ਪੰਜਾਂ ਇੰਦ੍ਰੀਆਂ (ਕਾਮ, ਕ੍ਰੋਧ, ਲੋਭ, ਮੋਹ, ਅਹੁੰਕਾਰ) ਦੀ ਭਟਕਣ ਤੋਂ ਛੁਟਕਾਰਾ ਬਖਸ਼ੇ । ਉਸ ਦੀ ਰਹਿਮਤ ਹੀ ਜੀਵਨ ਸਫਲਤਾ ਦਾ ਅਸਰਾ ਹੈ ।

You should wholeheartedly surrender to His Sanctuary and adopt the teachings of His Word in day-to-day life. You should pray for His forgiveness and Refuge. The Merciful True Master may eliminate the traps of worldly demons from your life and he may be blessed with a right path of salvation.

ਅਸਟਪਦੀ॥ Asatpadee. 6 – 1

ਜਿਹ ਪ੍ਰਸਾਦਿ, ਛਤੀਹ ਅੰਮ੍ਰਿਤ ਖਾਹਿ॥	jih parsaad chhateeh amrit khaahi.
ਤਿਸੁ ਠਾਕੁਰ, ਕਉ ਰਖੁ ਮਨ ਮਾਹਿ॥	tis thaakur ka-o rakh man maahi.
ਜਿਹ ਪ੍ਰਸਾਦਿ, ਸੁਗੰਧਤ ਤਨਿ ਲਾਵਹਿ॥	jih parsaad suganDhat tan laaveh.
ਤਿਸ ਕਉ ਸਿਮਰਤ, ਪਰਮ ਗਤਿ ਪਾਵਹਿ॥	tis ka-o simrat param gat paavahi.
ਜਿਹ ਪ੍ਰਸਾਦਿ, ਬਸਹਿ ਸੁਖ ਮੰਦਰਿ॥	jih parsaad baseh sukh mandar.
ਤਿਸਹਿ ਧਿਆਇ, ਸਦਾ ਮਨ ਅੰਦਰਿ॥	tiseh Dhi-aa-ay sadaa man andar.
ਜਿਹ ਪ੍ਰਸਾਦਿ, ਗ੍ਰਿਹ ਸੰਗਿ, ਸੁਖ ਬਸਨਾ॥	jih parsaad garih sang sukh basnaa.
ਆਠ ਪਹਰ, ਸਿਮਰਹੁ ਤਿਸੁ ਰਸਨਾ॥	aAath pahar simrahu tis rasnaa.
ਜਿਹ ਪ੍ਰਸਾਦਿ, ਰੰਗ ਰਸ ਭੋਗ॥	jih parsaad rang ras bhog.
ਨਾਨਕ ਸਦਾ ਧਿਆਈਐ, ਧਿਆਵਨ ਜੋਗ॥੧॥	naanak sadaa Dhi-aa-ee-ai Dhi-aavan jog. ||1||

ਜਿਹੜੇ ਪ੍ਰਭ ਨੇ ਅਨੇਕਾਂ ਕਿਸਮਾਂ ਦੇ ਭੋਜਨ ਖਾਣ ਲਈ ਬਖਸ਼ੇ ਹਨ, ਉਸ ਨੂੰ ਸਦਾ ਹੀ ਆਪਣੇ ਮਨ ਵਿੱਚ ਰਖੋ । ਉਸ ਦੀ ਰਹਿਮਤ ਨਾਲ ਸਰੀਰ ਨੂੰ ਲਾਉਣ ਲਈ ਸੁਗੰਧਤ ਵਾਲਾ ਅਤਰ, ਤੇਲ, ਬਖਸ਼ਿਆਂ ਹੈ । ਉਸ ਦੀ ਆਰਧਨਾ ਕਰਨ ਨਾਲ ਹੀ ਉਸ ਦੀ ਦਰਗਾਹ ਵਿੱਚ ਪ੍ਰਵਾਨਗੀ ਬਖਸ਼ਿਸ਼ ਹੋ ਸਕਦੀ ਹੈ । ਜਿਸ ਦੀ ਰਹਿਮਤ ਨਾਲ ਰਹਿਣ ਲਈ ਸ਼ਾਨਦਾਰ ਮਹਿਲ ਨਸੀਬ ਹੋਇਆ ਹੈ, ਉਸ ਨੂੰ ਦਿਲੋਂ ਸਿਮਰਨ ਕਰੋ । ਜਿਸ ਦੀ ਕ੍ਰਿਪਾ ਨਾਲ ਮਨ ਨੂੰ ਸ਼ਾਂਤੀ ਨਾਲ ਰਹਿਣ ਲਈ ਪਰਿਵਾਰ, ਸੰਸਾਰਕ ਅਨੰਦ ਅਤੇ ਖੁਸ਼ੀਆਂ ਬਖਸ਼ਿਸ਼ ਹੋਈਆਂ ਹਨ, ਉਸ ਦੀ ਬੰਦਗੀ, ਸਿਮਰਨ ਵਿੱਚ ਹੀ ਆਪਣੇ ਆਪ ਨੂੰ ਲੀਨ, ਮਸਤ ਰਖੋ, ਉਸ ਨਾਲ ਮਨ ਨੂੰ ਸ਼ਾਂਤੀ, ਸੰਤੋਖ ਬਖਸ਼ਿਸ਼ ਹੁੰਦਾ ਹੈ । ਉਹ ਹੀ ਸਾਰੀਆਂ ਦਾਤਾਂ ਦਾ ਮਾਲਕ ਅਤੇ ਪੂਜਣ ਯੋਗ ਹੈ, ਉਸ ਦੇ ਭਾਣੇ ਨੂੰ ਸਤਿ ਕਰਕੇ ਮੰਨਣਾ, ਲੈਣਾ ਚਾਹੀਦਾ ਹੈ ।

You should keep the teaching of His Word, The True Master in your mind in day-to-day life. He has blessed various worldly delicacies to enjoy and various fragments to enhance odor and grace of your body. Only by meditating and adopting the teachings of His Word wholeheartedly; He may accept his soul in His Court. He has been blessed, great home to live and a loving family to live in peace, and enjoys the pleasures of worldly life. You should adopt the teachings of His Word with steady and stable belief in your day-to-day life; with His mercy and grace, you may be blessed with peace and contentment. The One and Only One True Master, Treasure of all virtues may only be worthy to be worshipped. You should wholeheartedly accept His Word as an ultimate command.

ਅਸਟਪਦੀ॥ Asatpadee. 6 – 2

ਜਿਹ ਪ੍ਰਸਾਦਿ, ਪਾਟ ਪਟੰਬਰ ਹਢਾਵਹਿ॥	jih parsaad paat patambar hadhaaveh.
ਤਿਸਹਿ ਤਿਆਗਿ, ਕਤ ਅਵਰ ਲੁਭਾਵਹਿ॥	tiseh ti-aag kat avar lubhaaveh.
ਜਿਹ ਪ੍ਰਸਾਦਿ, ਸੁਖਿ ਸੇਜ ਸੋਈਜੈ॥	jih parsaad sukh sayj so-eejai.
ਮਨ ਆਠ ਪਹਰ, ਤਾ ਕਾ ਜਸੁ ਗਾਵੀਜੈ॥	man, aath pahar taa kaa jas gaaveejai.
ਜਿਹ ਪ੍ਰਸਾਦਿ ਤੁਝੁ, ਸਭੁ ਕੋਊ ਮਾਨੈ॥	jih parsaad tujh sabh ko-oo maanai.
ਮੁਖਿ ਤਾ ਕੋ, ਜਸੁ ਰਸਨ ਬਖਾਨੈ॥	mukh taa ko jas rasan bakhaanai.
ਜਿਹ ਪ੍ਰਸਾਦਿ, ਤੇਰੋ ਰਹਤਾ ਧਰਮੁ॥	jih parsaad tayro rahtaa Dharam.
ਮਨ ਸਦਾ ਧਿਆਇ, ਕੇਵਲ ਪਾਰਬ੍ਰਹਮੁ॥	man, sadaa Dhi-aa-ay kayval paarbarahm.
ਪ੍ਰਭ ਜੀ ਜਪਤ, ਦਰਗਹ ਮਾਨੁ ਪਾਵਹਿ॥	parabh jee japat dargeh maan paavahi.
ਨਾਨਕ ਪਤਿ ਸੇਤੀ, ਘਰਿ ਜਾਵਹਿ॥੨॥	naanak pat saytee ghar jaaveh. ||2||

ਪ੍ਰਭ ਦੀ ਕਿਰਪਾ ਨਾਲ ਸੋਹਣੇ ਬਸਤਰ ਪਹਿਨਨ ਲਈ ਮਿਲਦੇ ਹਨ । ਉਸ ਨੂੰ ਛੱਡ ਕੇ ਹੋਰ ਸੰਸਾਰਕ ਗੁਰੂਆਂ, ਪੀਰਾਂ ਦੇ ਮਗਰ ਭਉਦਾ ਹੈ । ਜਿਸ ਪ੍ਰਭ ਦੀ ਰਹਿਮਤ ਨਾਲ ਅਰਾਮ ਕਰਨ ਲਈ ਅਰਾਮਦਾਰ ਬਿਸਤ੍ਰਾ ਮਿਲਿਆ ਹੈ । ਜਿਸ ਦੀ ਰਹਿਮਤ ਨਾਲ ਸੰਸਾਰਕ ਹੈਸੀਅਤ ਬਖਸ਼ਿਸ਼ ਹੋਈ ਹੈ, ਸਾਰੇ ਤੇਰਾ ਮਾਣ ਕਰਦੇ ਹਨ । ਦਿਨ ਰਾਤ, ਸਵਾਸ ਸਵਾਸ ਉਸ ਦਾ ਧੰਨਵਾਦ ਕਰੋ । ਆਪਣੇ ਮੁੱਖ ਤੋਂ ਜਸ ਗਾਵੋ । ਜਿਸ ਦੀ ਰਹਿਮਤ ਨਾਲ ਹੀ ਸੰਸਾਰ ਵਿੱਚ ਧਾਰਮਕ ਕੰਮ ਕਰਦਾ ਹੈ । ਕੇਵਲ ਇਕੋ ਇਕ ਪ੍ਰਭ ਹੀ ਪੂਜਣ ਯੋਗ ਹੈ ਅਤੇ ਹਮੇਸ਼ਾਂ ਉਸ ਦੇ ਸ਼ਬਦ ਦਾ ਹੀ ਸਿਮਰਨ ਕਰੋ । ਉਸ ਦਾ ਸਿਮਰਨ ਕਰਨ ਨਾਲ ਹੀ ਉਸ ਦੇ ਦਰਬਾਰ ਵਿੱਚ ਮਾਣ ਬਖਸ਼ਿਸ਼ ਹੋ ਸਕਦਾ ਹੈ । ਮਾਨਸ ਯਾਤਰਾ ਸਫਲ ਕਰਕੇ ਆਪਣੇ ਅਸਲੀ ਮਾਲਕ ਦੇ ਘਰ ਵਾਪਸ ਆਦਰ ਨਾਲ, ਸਵਾਗਤ ਨਾਲ ਜਾ ਸਕਦਾ ਹੈ ।

The True Master has blessed nice clothes to wear, comfortable bed to sleep, worldly status and honor in worldly life! Why have you abandoned the teachings of His Word and following the worldly gurus? You should be gratitude for His Blessings and sing the glory of The True Master with each breath. Who has blessed you to perform religious, good deeds for mankind; only The One and Only One, True Master may be worthy to be of worshipped? Whosoever may meditate on the teachings of His Word with steady and stable belief; with His mercy and grace, he may be blessed with the right path of acceptance and honor in His Court. You may successfully conclude your human life journey; you may return to your permanent home with great honor.

ਅਸਟਪਦੀ॥ Asatpadee. 6 – 3

ਜਿਹ ਪ੍ਰਸਾਦਿ, ਆਰੋਗ, ਕੰਚਨ ਦੇਹੀ॥	jih parsaad aarog kanchan dayhee.
ਲਿਵ ਲਾਵਹੁ, ਤਿਸੁ ਰਾਮ ਸਨੇਹੀ॥	liv laavhu tis raam sanayhee.
ਜਿਹ ਪ੍ਰਸਾਦਿ, ਤੇਰਾ ਓਲਾ ਰਹਤ॥	jih parsaad tayraa olaa rahat.
ਮਨ ਸੁਖੁ ਪਾਵਹਿ, ਹਰਿ ਹਰਿ ਜਸੁ ਕਹਤ॥	man, sukh paavahi har har jas kahat.
ਜਿਹ ਪ੍ਰਸਾਦਿ, ਤੇਰੇ ਸਗਲ, ਛਿਦ੍ਰ ਢਾਕੈ॥	jih parsaad tayray sagalchhidar dhaakay.
ਮਨ ਸਰਨੀ ਪਰੁ, ਠਾਕੁਰ, ਪ੍ਰਭ ਤਾ ਕੈ॥	man, sarnee par thaakur parabh taa kai.
ਜਿਹ ਪ੍ਰਸਾਦਿ, ਤੁਝੁ ਕੋ ਨ ਪਹੂਚੈ॥	jih parsaad tujh ko na pahoochai.
ਮਨ ਸਾਸਿ ਸਾਸਿ, ਸਿਮਰਹੁ ਪ੍ਰਭ ਊਚੇ॥	man, saas saas simrahu parabh oochay.
ਜਿਹ ਪ੍ਰਸਾਦਿ, ਪਾਈ ਦ੍ਰੁਲਭ ਦੇਹ॥	jih parsaad paa-ee darulabh dayh.
ਨਾਨਕ ਤਾ ਕੀ, ਭਗਤਿ ਕਰੇਹ॥੩॥	naanak taa kee bhagat karayh. ‖3‖

ਜਿਸ ਪ੍ਰਭ ਦੀ ਰਹਿਮਤ ਨਾਲ ਤੇਰਾ ਤਨ ਤੰਦਰੁਸਤ ਰਹਿੰਦਾ ਹੈ । ਉਸ ਦੀ ਬੰਦਗੀ ਵਿੱਚ ਆਪਣੀ ਲਿਵ ਲਾਵੋ । ਜਿਹੜਾ ਤੇਰਾ ਹਰ ਵੇਲੇ ਪਰਦਾ ਢੱਕਦਾ ਹੈ । ਉਸ ਦਾ ਜਸ ਗਾਉਣ ਨਾਲ ਹੀ ਤੇਰੇ ਮਨ ਨੂੰ ਸ਼ਾਂਤੀ ਸੰਤੋਖ ਬਖਸ਼ਿਸ਼ ਹੋ ਸਕਦਾ ਹੈ । ਜਿਹੜੇ ਪ੍ਰਭ ਦੀ ਰਹਿਮਤ ਨਾਲ ਤੇਰੀਆਂ ਸਾਰੀਆਂ ਕਮੀਆਂ, ਘਾਟੇ ਪੂਰੇ ਹੋ ਜਾਂਦੇ ਹਨ । ਉਸ ਦੀ ਸ਼ਰਣ, ਉਸ ਦੇ ਭਾਣੇ ਨੂੰ ਸਤਿ ਕਰਕੇ ਮੰਨੋ । ਜਿਸ ਪ੍ਰਭ ਦੀ ਕ੍ਰਿਪਾ ਨਾਲ ਕੋਈ ਠੇਸ, ਨੁਕਸਾਨ ਨਹੀਂ ਪਹੁੰਚਾ ਸਕਦਾ । ਉਸ ਪ੍ਰਭ ਨੂੰ ਸਵਾਸ ਸਵਾਸ ਸਿਮਰਨ ਕਰੋ । ਉਹ ਸਭ ਤੋਂ ਉਚਾ, ਉਸ ਦੇ ਬਰਾਬਰ ਹੋਰ ਕੋਈ ਨਹੀਂ ਹੈ । ਜਿਸ ਨੇ ਅਣਮੋਲ ਮਾਨਸ ਜਨਮ ਬਖਸ਼ਿਆ ਹੈ, ਚਿਤ ਲਾ ਕੇ ਉਸ ਦੀ ਬੰਦਗੀ ਵਿੱਚ ਲੀਨ ਹੋ ਜਾਵੋ ।

The True Master has blessed with healthy human body, you should wholeheartedly meditate and adopt the teachings of His Word. Whosoever may cover your deficiencies, forgives your sins, and protect your honor; by singing the glory of His Word, you may be blessed with peace and contentment. You should accept His Word as an ultimate command and humbly surrender your self-entity at His Sanctuary; with His mercy and grace no worldly miseries may hurt you; you should meditate on the teachings of His Word with each breath. The Omnipotent, greatest of All, no human may be comparable or equal to Him. Who has blessed you with the ambrosial human life, you should remain intoxicated in the void of His Word?

ਅਸਟਪਦੀ॥ Asatpadee. 6 – 4

ਜਿਹ ਪ੍ਰਸਾਦਿ, ਆਭੂਖਨ ਪਹਿਰੀਜੈ॥	jih parsaad aabhookhan pehreejai.
ਮਨ ਤਿਸੁ ਸਿਮਰਤ, ਕਿਉ ਆਲਸੁ ਕੀਜੈ॥	man, tis simrat ki-o aalas keejai.
ਜਿਹ ਪ੍ਰਸਾਦਿ, ਅਸ੍ਵ ਹਸਤਿ ਅਸਵਾਰੀ॥	jih parsaad asav hasat asvaaree.
ਮਨ ਤਿਸੁ ਪ੍ਰਭ ਕਉ, ਕਬਹੂ ਨ ਬਿਸਾਰੀ॥	man, tis parabh ka-o kabhoo na bisaaree.
ਜਿਹ ਪ੍ਰਸਾਦਿ, ਬਾਗ, ਮਿਲਖ, ਧਨਾ॥	jih parsaad baag milakh Dhanaa.
ਰਾਖੁ ਪਰੋਇ, ਪ੍ਰਭੁ ਅਪੁਨੇ ਮਨਾ॥	raakh paro-ay parabh apunay manaa.
ਜਿਨਿ ਤੇਰੀ, ਮਨ ਬਨਤ ਬਨਾਈ॥	jin tayree man banat banaa-ee.
ਊਠਤ ਬੈਠਤ ਸਦ, ਤਿਸਹਿ ਧਿਆਈ॥	oothat baithat sad tiseh Dhi-aa-ee.
ਤਿਸਹਿ ਧਿਆਇ, ਜੋ ਏਕ ਅਲਖੈ॥	tiseh Dhi-aa-ay jo ayk alkhai.
ਈਹਾ ਊਹਾ, ਨਾਨਕ ਤੇਰੀ ਰਖੈ॥੪॥	eehaa oohaa naanak tayree rakhai. ||4||

ਜਿਸ ਪ੍ਰਭ ਦੀ ਰਹਿਮਤ ਨਾਲ ਤੂੰ ਆਪਣੀ ਦੇਹੀ ਨੂੰ ਸਜਾਉਂਦਾ ਹੈ । ਉਸ ਦਾ ਨਾਮ ਸਿਮਰਨ ਕਰਨ ਲਗੇ ਆਲਸ ਕਿਉਂ ਕਰਦਾ ਹੈ? ਜਿਸ ਦੀ ਕ੍ਰਿਪਾ ਨਾਲ ਤੈਨੂੰ ਸਵਾਰੀ, ਘੋੜੇ, ਹਾਥੀ, ਗਾੜੀ ਬਖਸ਼ਿਸ਼ ਹੋਈ ਹੈ । ਉਸ ਪ੍ਰਭ ਨੂੰ ਕਦੇ ਮਨੋ ਨਾ ਵਿਸਾਰੋ । ਜਿਸ ਦੀ ਰਹਿਮਤ ਨਾਲ ਤੈਨੂੰ ਘਰ, ਜ਼ਮੀਨ, ਬਾਗ ਬਗ਼ੀਚੇ ਬਖਸ਼ਿਸ਼ ਹੋਏ ਹਨ । ਉਸ ਨੂੰ ਆਪਣੇ ਹਿਰਦੇ ਵਿੱਚ ਵਸਾ ਕੇ ਰਖੋ । ਜਿਹੜੇ ਪ੍ਰਭ ਨੇ ਤੇਰਾ ਅਕਾਰ, ਰੂਪ ਬਣਾਇਆ ਹੈ, ਉਸ ਦਾ ਸਵਾਸ ਸਵਾਸ ਸਿਮਰਨ ਕਰੋ । ਪ੍ਰਭ ਦੀ ਰਹਿਮਤ ਨਾਲ, ਅਲੋਪ ਪ੍ਰਭ ਦੀ ਹੋਂਦ ਅਨੁਭਵ ਹੋ ਸਕਦਾ ਹੈ । ਉਸ ਦਾ ਸਿਮਰਨ ਕਰੋ! ਉਹ ਹੀ ਸੰਸਾਰ ਵਿੱਚ ਅਤੇ ਮੌਤ ਪਿਛੋਂ ਰਖਿਆ ਕਰ ਸਕਦਾ ਹੈ ।

The True Master has blessed handsome human body! Why may you delay, hesitate in adopting and meditating on the teachings of His Word in day-to-day life? The Merciful True Master has blessed horses, elephants and chariots for your ride, house, home, and the gardens to enjoy. You should never abandon the teachings of His Word from your mind; you should remain drench with essence of His Word in day-to-day life. The True Master has designed and created your form and shape of your body; you should meditate on the teachings of His Word with each breath; with His mercy and grace, you may visualize and realize His Existence, The True Master. Who may not be visible to the normal eyes of His Creation? You should meditate on the teachings of His Word. The True Master, Protector of the universe in the universe and after death in His Court.4

ਅਸਟਪਦੀ॥ Asatpadee. 6 – 5

ਜਿਹ ਪ੍ਰਸਾਦਿ ਕਰਹਿ, ਪੁੰਨ ਬਹੁ ਦਾਨ॥	jih parsaad karahi punn baho daan.
ਮਨ ਆਠ ਪਹਰ, ਕਰਿ ਤਿਸ ਕਾ ਧਿਆਨ॥	man, aath pahar kar tis kaa Dhi-aan.
ਜਿਹ ਪ੍ਰਸਾਦਿ, ਤੂ, ਆਚਾਰ ਬਿਉਹਾਰੀ॥	jih parsaad too aachaar bi-uhaaree.
ਤਿਸੁ ਪ੍ਰਭ ਕਉ, ਸਾਸਿ ਸਾਸਿ ਚਿਤਾਰੀ॥	tis parabh ka-o saas saas chitaaree.
ਜਿਹ ਪ੍ਰਸਾਦਿ, ਤੇਰਾ ਸੁੰਦਰ ਰੂਪੁ॥	jih parsaad tayraa sundar roop.
ਸੋ ਪ੍ਰਭੁ ਸਿਮਰਹੁ, ਸਦਾ ਅਨੂਪੁ॥	so parabh simrahu sadaa anoop.
ਜਿਹ ਪ੍ਰਸਾਦਿ, ਤੇਰੀ ਨੀਕੀ ਜਾਤਿ॥	jih parsaad tayree neekee jaat.
ਸੋ ਪ੍ਰਭੁ ਸਿਮਰਿ, ਸਦਾ ਦਿਨ ਰਾਤਿ॥	so parabh simar sadaa din raat.
ਜਿਹ ਪ੍ਰਸਾਦਿ, ਤੇਰੀ ਪਤਿ ਰਹੈ॥	jih parsaad tayree pat rahai.
ਗੁਰ ਪ੍ਰਸਾਦਿ, ਨਾਨਕ ਜਸੁ ਕਹੈ॥੫॥	gur parsaad naanak jas kahai. ||5||

ਜਿਸ ਪ੍ਰਭ ਦੀ ਰਹਿਮਤ ਨਾਲ ਤੂੰ ਪੁੰਨ ਦਾਨ ਕਰਦਾ ਹੈ, ਉਸ ਨੂੰ ਹਰ ਵੇਲੇ ਧਿਆਨ ਵਿੱਚ ਰਖੋ । ਜਿਸ ਦੀ ਕ੍ਰਿਪਾ ਨਾਲ ਧਰਮ ਦੇ ਰੀਤ ਰੀਵਾਜ ਕਰਦਾ ਹੈ, ਉਸ ਨੂੰ ਸਵਾਸ ਸਵਾਸ ਸਿਮਰਨ ਕਰੋ । ਜਿਸ ਦੀ ਰਹਿਮਤ ਨਾਲ ਸੁੰਦਰ ਰੂਪ, ਤਨ, ਸੰਸਾਰਕ ਉਚੀ ਹੈਸੀਅਤ ਬਖਸ਼ਿਸ਼ ਹੋਇਆ ਹੈ । ਯਾਦ ਰਖੋ! ਉਸ

ਦਾ ਆਪਣਾ ਕਿਤਨਾ ਸੁੰਦਰ ਰੂਪ ਹੋਵੇਗਾ । ਉਸ ਨੂੰ ਸਵਾਸ ਸਵਾਸ ਸਿਮਰਨ ਕਰੋ! ਜਿਸ ਪ੍ਰਭ ਦੀ ਰਹਿਮਤ ਨਾਲ ਤੇਰੀ ਪਤ, ਇੱਜ਼ਤ, ਪਰਦਾ ਬਣਾਇਆ ਰਹਿੰਦਾ ਹੈ । ਉਸ ਦੀ ਉਸਤਤ ਗਾਵੋ!

Whosoever has blessed you devotion and ability to do charity, donations; you should always adopt the teachings of His Word in day-to-day life. With His mercy and grace; you may perform the religious rituals; you should always meditate on the teachings of His Word. You have been blessed with a glamorous beauty. Imagine! How glamorous may His Existence? You should meditate on the teachings of His Word with each breath. With His mercy and grace; you are blessed with high worldly status and protected your honor. you should always sing the glory of His Word.5

ਅਸਟਪਦੀ॥ Asatpadee. 6 – 6

ਜਿਹ ਪ੍ਰਸਾਦਿ, ਸੁਨਹਿ ਕਰਨ ਨਾਦ॥	jih parsaad suneh karan naad.
ਜਿਹ ਪ੍ਰਸਾਦਿ, ਪੇਖਹਿ ਬਿਸਮਾਦ॥	jh parsaad paykheh bismaad.
ਜਿਹ ਪ੍ਰਸਾਦਿ, ਬੋਲਹਿ ਅੰਮ੍ਰਿਤ ਰਸਨਾ॥	jih parsaad boleh amrit rasnaa.
ਜਿਹ ਪ੍ਰਸਾਦਿ, ਸੁਖਿ ਸਹਜੇ ਬਸਨਾ॥	jih parsaad sukh sehjay basnaa.
ਜਿਹ ਪ੍ਰਸਾਦਿ, ਹਸਤ ਕਰ ਚਲਹਿ॥	jih parsaad hasat kar chaleh.
ਜਿਹ ਪ੍ਰਸਾਦਿ, ਸੰਪੂਰਨ ਫਲਹਿ॥	jih parsaad sampooran faleh.
ਜਿਹ ਪ੍ਰਸਾਦਿ, ਪਰਮ ਗਤਿ ਪਾਵਹਿ॥	jih parsaad param gat paavahi.
ਜਿਹ ਪ੍ਰਸਾਦਿ, ਸੁਖਿ ਸਹਜਿ ਸਮਾਵਹਿ॥	jih parsaad sukh sahj samaaveh.
ਐਸਾ ਪ੍ਰਭੁ ਤਿਆਗਿ, ਅਵਰ ਕਤ ਲਾਗਹੁ॥	aisaa parabh ti-aag avar kat laagahu.
ਗੁਰ ਪ੍ਰਸਾਦਿ, ਨਾਨਕ, ਮਨਿ ਜਾਗਹੁ॥੬॥	gur parsaad naanak man jaagahu. ‖6‖

ਪ੍ਰਭ ਦੀ ਰਹਿਮਤ ਨਾਲ ਤੇਰੇ ਕੰਨ ਰੁਹਾਨੀ ਬਾਣੀ ਦੀ ਧੁਨ ਸੁਣ ਸਕਦੇ ਹਨ । ਉਸ ਦੀ ਕ੍ਰਿਪਾ ਨਾਲ ਹੀ ਤੂੰ ਪ੍ਰਭ ਦੀਆਂ ਕਰਾਮਾਤਾਂ ਅਨੁਭਵ ਕਰ ਸਕਦਾ ਹੈ । ਜਿਸ ਦੀ ਰਹਿਮਤ ਨਾਲ ਜੀਵ ਦੇ ਬੋਲ ਅੰਮ੍ਰਿਤ ਭਰੀ ਬਾਣੀ ਬਣ ਜਾਂਦੇ ਹਨ । ਜੀਵ ਸੰਤੋਖ ਨਾਲ ਉਸ ਦੇ ਭਾਣੇ ਵਿੱਚ ਮਸਤ ਰਹਿੰਦਾ ਹੈ । ਜਿਸ ਦੀ ਰਹਿਮਤ ਨਾਲ ਹੱਥ ਚਲਦੇ, ਕੰਮ ਕਰਦੇ ਹਨ, ਮਨ ਦੀਆਂ ਸਾਰੀਆਂ ਮੁਰਾਦਾਂ ਪੂਰੀਆਂ ਹੁੰਦੀਆਂ ਹਨ । ਜਿਸ ਦੀ ਰਹਿਮਤ ਨਾਲ ਜੀਵ ਦੇ ਮਨ ਦੀ ਅਵਸਥਾ ਬਹੁਤ ਉਚੀ ਹੋ ਜਾਂਦੀ ਹੈ, ਉਸ ਵਿੱਚ ਲੀਨ ਹੋ ਜਾਂਦਾ ਹੈ, ਅਭੇਦ ਹੋ ਜਾਂਦਾ ਹੈ । ਅਜੇਹੇ ਪ੍ਰਭ ਨੂੰ ਤਿਆਗ ਕੇ ਹੋਰ ਦੂਜੇ ਗੁਰੂ ਪੀਰ ਦੇ ਪਿਛੇ ਲਗਾ ਫਿਰਦਾ ਹੈ । ਰਹਿਮਤਾਂ ਦਾ ਮਾਲਕ, ਪ੍ਰਭ ਦੀ ਸ਼ਰਣ ਆਪਾ ਭੇਟਾ ਕਰਕੇ, ਬੰਦਗੀ ਕਰੋ!

The True Master has bestowed His Blessed Vision; your ears may hear the spiritual Word and you may realize all miracles of His Nature. With His Blessed Vision, your spoken words may be transformed as a melodious Gurbani, His Word. You should remain intoxicated in meditation and contented with His Blessings. With His mercy and grace, your hands and feet may function and performs day to day chores to satisfy the desires, and fancies of your mind; your spoken and unspoken desires may be fully satisfied. You may be honored with supreme state of mind; with His mercy and grace, you should meditate wholeheartedly in the void of His Word and you may immerse into His Holy Spirit Why have you abandoned The True Master with such a great True Master and following the leads of the worldly gurus, teachers? You should regret and repent, and surrender your entity at His Sanctuary! You should remain intoxicated in meditation in the void of His Word.

ਅਸਟਪਦੀ॥ Asatpadee. 6 – 7

ਜਿਹ ਪ੍ਰਸਾਦਿ, ਤੂੰ ਪ੍ਰਗਟੁ ਸੰਸਾਰਿ॥	jih parsaad tooN pargat sansaar.
ਤਿਸੁ ਪ੍ਰਭ ਕਉ, ਮੂਲਿ ਨ ਮਨਹੁ ਬਿਸਾਰਿ॥	tis parabh ka-o mool na manhu bisaar.
ਜਿਹ ਪ੍ਰਸਾਦਿ, ਤੇਰਾ ਪਰਤਾਪੁ॥	jih parsaad tayraa partaap.

ਰੇ ਮਨ ਮੂੜ ਤੂ, ਤਾ ਕਉ ਜਾਪੁ॥	ray man moorh too taa ka-o jaap.
ਜਿਹ ਪ੍ਰਸਾਦਿ, ਤੇਰੇ ਕਾਰਜ ਪੂਰੈ॥	jih parsaad tayray kaaraj pooray.
ਤਿਸਹਿ ਜਾਨੁ, ਮਨ ਸਦਾ ਹਜੂਰੈ॥	tiseh jaan man sadaa hajooray.
ਜਿਹ ਪ੍ਰਸਾਦਿ ਤੂੰ, ਪਾਵਹਿ ਸਾਚੁ॥	jih parsaad tooN paavahi saach.
ਰੇ ਮਨ ਮੇਰੇ ਤੂੰ, ਤਾ ਸਿਉ ਰਾਚੁ॥	ray man mayray tooN taa si-o raach.
ਜਿਹ ਪ੍ਰਸਾਦਿ, ਸਭ ਕੀ, ਗਤਿ ਹੋਇ॥	jih parsaad sabh kee gat ho-ay.
ਨਾਨਕ ਜਾਪੁ, ਜਪੈ, ਜਪੁ ਸੋਇ॥੭॥	naanak jaap japai jap so-ay. ||7||

ਜਿਸ ਪ੍ਰਭ ਦੀ ਰਹਿਮਤ ਨਾਲ ਤੂੰ ਸੰਸਾਰ ਵਿੱਚ ਪ੍ਰਸਿੱਧ ਹੋਇਆ ਹੈ । ਉਸ ਨੂੰ ਕਦੇ ਆਪਣੇ ਹਿਰਦੇ ਵਿਚੋਂ ਨਾ ਵਿਸਾਰੋ । ਜਿਸ ਦੀ ਕ੍ਰਿਪਾ ਨਾਲ ਤੇਰੀ ਹੈਸੀਅਤ, ਪ੍ਰਤਾਪ ਹੈ, ਮੂਰਖ ਉਸ ਦੇ ਸ਼ਬਦ ਦਾ ਸਿਮਰਨ ਕਰੋ । ਜਿਸ ਦੀ ਰਹਿਮਤ ਨਾਲ ਤੇਰੀਆਂ ਸਾਰੀਆਂ ਮੁਰਾਦਾਂ ਪੂਰੀਆਂ ਹੁੰਦੀਆਂ ਹਨ । ਉਸ ਨੂੰ ਤੂੰ ਸਦਾ ਹੀ ਹਾਜ਼ਰਾ ਹਜ਼ੂਰ ਸਮਝੋ । ਜਿਸ ਦੀ ਰਹਿਮਤ ਨਾਲ ਤੈਨੂੰ ਉਸ ਅੱਟਲ ਪ੍ਰਭ ਨੂੰ ਮਿਲਨ ਦਾ ਰਸਤਾ ਬਖਸ਼ਿਸ਼ ਹੋਇਆ ਹੈ । ਉਸ ਦੇ ਸ਼ਬਦ ਵਿੱਚ ਹੀ ਲੀਨ ਹੋ ਜਾਵੋ । ਪ੍ਰਭ ਦੀ ਰਹਿਮਤ ਨਾਲ ਹੀ ਸਾਰੀ ਸ੍ਰਿਸ਼ਟੀ ਦੀ ਮੁਕਤੀ ਹੁੰਦੀ ਹੈ । ਉਸ ਦੀ ਬੰਦਗੀ ਦੇ ਸ਼ਬਦ, ਗੀਤ ਗਾਵੋ, ਸਿਮਰਨ ਕਰੋ ।

The True Master has bestowed His Blessed Vision; you have become very popular and distinguished in the universe; you should never abandon His teachings from day-to-day life. With mercy and grace, you have been blessed with worldly status; all your spoken and unspoken desires may be satisfied. Ignorant, you should always meditate on the teachings of His Word, The Omnipresent True Master; with His mercy and grace; you may be blessed with the right path of salvation; you should remain dedicated in meditation in the void of His Word. Whosoever may remain intoxicated in meditation in the void of His Word; with His mercy and grace, the whole universe, creation may be blessed with the right path of salvation. You should meditate and sing the glory of His Word.7

ਅਸਟਪਦੀ॥ Asatpadee. 6 – 8

ਆਪਿ ਜਪਾਏ, ਜਪੈ ਸੋ ਨਾਉ॥	aap japaa-ay japai so naa-o.
ਆਪਿ ਗਾਵਾਏ, ਸੁ ਹਰਿ, ਗੁਨ ਗਾਉ॥	aap gaavaa-ai so har gun gaa-o.
ਪ੍ਰਭ ਕਿਰਪਾ, ਤੇ ਹੋਇ ਪ੍ਰਗਾਸੁ॥	parabh kirpaa tay ho-ay pargaas.
ਪ੍ਰਭੂ ਦਇਆ ਤੇ, ਕਮਲ ਬਿਗਾਸੁ॥	parabhoo da-i-aa tay kamal bigaas.
ਪ੍ਰਭ ਸੁਪ੍ਰਸੰਨ, ਬਸੈ ਮਨਿ ਸੋਇ॥	parabh suparsan basai man so-ay.
ਪ੍ਰਭ ਦਇਆ ਤੇ, ਮਤਿ ਊਤਮ ਹੋਇ॥	parabh da-i-aa tay mat ootam ho-ay.
ਸਰਬ ਨਿਧਾਨ, ਪ੍ਰਭ ਤੇਰੀ ਮਇਆ॥	sarab niDhaan parabh tayree ma-i-aa.
ਆਪਹੁ ਕਛੂ ਨ, ਕਿਨਹੂ ਲਇਆ॥	aaphu kachhoo na kinhoo la-i-aa.
ਜਿਤੁ ਜਿਤੁ ਲਾਵਹੁ, ਤਿਤੁ ਲਗਹਿ, ਹਰਿ ਨਾਥ॥	Jit jit laavhu tit lageh har naath.
ਨਾਨਕ ਇਨ ਕੈ, ਕਛੂ ਨ ਹਾਥ॥੮॥੬॥	Naanak in kai kachhoo na haath. ||8||6||

ਜਿਹੜੇ ਜੀਵ ਨੂੰ ਲਗਨ ਲਾਉਂਦਾ ਹੈ, ਉਹ ਹੀ ਤੇਰਾ ਨਾਮ ਸਿਮਰਦਾ ਹੈ । ਤੂੰ ਆਪ ਹੀ ਉਸ ਨੂੰ ਅਣ-ਮੋਲ ਸ਼ਬਦ, ਰਾਗ ਨਾਲ ਗਾਉਣ ਦੀ ਪ੍ਰੇਰਨਾ ਕਰਦਾ ਹੈ । ਪ੍ਰਭ ਦੀ ਕ੍ਰਿਪਾ ਨਾਲ ਹੀ ਸ਼ਬਦ ਦੀ, ਜੀਵਨ ਦੇ ਅਸਲੀ ਮਨੋਰਥ ਦੀ ਸੋਝੀ ਬਖਸ਼ਿਸ਼ ਹੋ ਸਕਦੀ ਹੈ । ਉਸ ਦੀ ਕ੍ਰਿਪਾ ਨਾਲ ਹੀ ਜੀਵ ਦਾ ਦਿਲ ਖੇੜੇ ਵਿੱਚ ਰਹਿੰਦਾ ਹੈ । ਜਿਸ ਜੀਵ ਤੇ ਪ੍ਰਭ ਖੁਸ਼ ਹੁੰਦਾ ਹੈ, ਉਸ ਦੇ ਹਿਰਦੇ ਵਿੱਚ ਹੀ ਅਨੁਭਵ ਹੋ ਜਾਂਦਾ ਹੈ । ਉਸ ਦੀ ਕ੍ਰਿਪਾ ਨਾਲ ਹੀ ਜੀਵ ਦੂਰ ਅੰਦੇਸ਼ੀ (ਸਿਆਣਪ) ਬਣ ਜਾਂਦਾ ਹੈ । ਇਸ ਸੰਸਾਰ ਵਿੱਚ ਸਾਰੀਆਂ ਚੀਜ਼ਾਂ ਹੀ ਤੇਰੀ ਅਮਾਨਤ ਹਨ । ਤੇਰੀ ਕ੍ਰਿਪਾ ਤੋਂ ਬਿਨਾਂ ਕਦੇ ਕਿਸੇ ਨੇ ਕੁਝ ਵੀ ਬਖਸ਼ਿਸ਼ ਨਹੀਂ ਹੋਇਆ । ਜੀਵ ਨੂੰ ਜਿਸ ਕੰਮ ਤੇ ਲਾਉਂਦਾ ਹੈ, ਉਹ ਹੀ ਕੰਮ ਕਰ ਸਕਦਾ ਹੈ । ਤੇਰੇ ਤੋਂ ਬਿਨਾਂ ਜੀਵ ਦੇ ਕੋਲ ਕੁਝ ਕਰਨ ਦਾ ਕੋਈ ਬਲ ਨਹੀਂ ਹੈ ।

Whosoever may be inspired to meditate, to dedicate his life on the teachings of Your Word, only he may meditate and sing the glory of Your Word; with Your mercy and grace, he may be blessed the enlightenment of the essence of his Word and the real purpose of ambrosial human life opportunity. He remains in blossom in his all-worldly conditions and he may realize His existence; with His mercy and grace, he may be blessed with wisdom. All virtues in the universe have been blessed and remain The Trust of The True Master. No one may achieve anything in the universe without Your Blessed Vision. Whatsoever the task may be assigned; Your creature may only perform those tasks in this universe. Without Your mercy and grace; no one may have any strength to perform any task at his own.8

7. **ਸਲੋਕੁ॥** 7॥ 271

ਅਗਮ, ਅਗਾਧਿ, ਪਾਰਬ੍ਰਹਮੁ ਸੋਇ॥ — agam agaaDh paarbarahm so-ay.
ਜੋ ਜੋ ਕਹੈ, ਸੁ ਮੁਕਤਾ ਹੋਇ॥ — jo jo kahai so muktaa ho-ay.
ਸੁਨਿ ਮੀਤਾ, ਨਾਨਕੁ ਬਿਨਵੰਤਾ॥ — sun meetaa naanak binvantaa.
ਸਾਧ ਜਨਾ ਕੀ, ਅਚਰਜ ਕਥਾ॥ ੭ — saaDh janaa kee achraj kathaa. ||1||

ਸਭ ਤੋਂ ਉਚਾ, ਅਟਲ ਹੌਂਦ ਪ੍ਰਭ ਤੇ ਕਿਸੇ ਦਾ ਕੋਈ ਪ੍ਰਭਾਵ, ਉਹ ਕਿਸੇ ਦੇ ਵੱਸ (ਅਗਾਧਿ) ਵਿੱਚ ਨਹੀਂ ਹੈ । ਜਿਹੜਾ ਇਸ ਤਰੀਕੇ ਨਾਲ ਮੰਨਦਾ ਹੈ, ਉਸ ਨੂੰ ਮੁਕਤੀ ਦਾ ਰਸਤਾ ਬਖਸ਼ਿਸ ਹੋ ਜਾਂਦਾ ਹੈ । ਜਿਹੜਾ ਆਪਣੀ ਆਤਮਾ ਨੂੰ ਪਵਿੱਤਰ ਕਰ ਲੈਂਦੇ ਹੈ, ਉਸ ਦੇ ਮਨ ਦੀ ਅਵਸਥਾ, ਸਾਧੂ ਰੂਪ ਬਣ ਜਾਂਦੀ ਹੈ ।

The greatest of All, Axiom, Omnipotent True Master remains beyond the reach and effect, control of any other power. Whosoever wholeheartedly believes that His Word is an ultimate command; with His mercy and grace, he may be blessed with the right path of acceptance in His Court. Whosoever may sanctify his soul; with His mercy and grace, he may be blessed with state of mind as His true devotee; a symbol of His Holy saint.

ਅਸਟਪਦੀ॥ Asatpadee. 7-1

ਸਾਧ ਕੈ ਸੰਗਿ, ਮੁਖ ਊਜਲ ਹੋਤ॥ — saaDh kai sang mukh oojal hot.
ਸਾਧਸੰਗਿ, ਮਲੁ ਸਗਲੀ ਖੋਤ॥ — saaDhsang mal saglee khot.
ਸਾਧ ਕੈ ਸੰਗਿ, ਮਿਟੈ ਅਭਿਮਾਨੁ॥ — saaDh kai sang mitai abhimaan.
ਸਾਧ ਕੈ ਸੰਗਿ, ਪ੍ਰਗਟੈ ਸੁਗਿਆਨੁ॥ — saaDh kai sang pargatai sugi-aan.
ਸਾਧ ਕੈ ਸੰਗਿ, ਬੁਝੈ ਪ੍ਰਭੁ ਨੇਰਾ॥ — saaDh kai sang bujhai parabh nayraa.
ਸਾਧਸੰਗਿ, ਸਭੁ ਹੋਤ ਨਿਬੇਰਾ॥ — saaDhsang sabh hot nibayraa.
ਸਾਧ ਕੈ ਸੰਗਿ, ਪਾਏ ਨਾਮ ਰਤਨੁ॥ — saaDh kai sang paa-ay naam ratan.
ਸਾਧ ਕੈ ਸੰਗਿ, ਏਕ ਊਪਰਿ ਜਤਨੁ॥ — saaDh kai sang ayk oopar jatan.
ਸਾਧ ਕੀ ਮਹਿਮਾ, ਬਰਨੈ ਕਉਨੁ ਪ੍ਰਾਨੀ॥ — saaDh kee mahimaa barnai ka-un paraanee.
ਨਾਨਕ ਸਾਧ ਕੀ ਸੋਭਾ, — naanak saaDh kee sobhaa
ਪ੍ਰਭ ਮਾਹਿ ਸਮਾਨੀ॥੧॥ — parabh maahi samaanee. |1||

ਸੰਤ ਸਰੂਪ ਦੇ ਸਾਥ ਕਰਨ ਨਾਲ, ਜੀਵ ਤੇ ਖੇੜਾ ਬਖਸ਼ਿਸ਼ ਹੋ ਜਾਂਦਾ, ਮਨ ਦੀ ਮੈਲ ਧੋਤੀ ਜਾਂਦੀ ਹੈ, ਝੂਠੀ ਅਹੰਕਾਰ ਦੀ ਜੜ੍ਹ ਨਾਸ਼ ਹੋ ਜਾਂਦੀ ਹੈ । ਉਸ ਨੂੰ ਪ੍ਰਭ ਦੇ ਸ਼ਬਦ ਦੀ ਗਿਆਨਤਾ, ਜਾਗਰਤੀ ਹੋ ਜਾਂਦੀ ਹੈ । ਪ੍ਰਭ ਹਾਜ਼ਰਾ ਹਜ਼ੂਰ ਮਹਿਸੂਸ ਹੋਣ ਲਗ ਪੈਂਦਾ ਹੈ, ਸੰਸਾਰਕ ਝਗੜੇ, ਈਰਖਾ ਖਤਮ ਹੋ ਜਾਂਦੀ ਹੈ । ਸਾਧ ਦੀ ਸੰਗਤ ਵਿੱਚ ਸਿਮਰਨ ਕਰਨ ਦਾ ਢੰਗ, ਵਸੀਲਾ (ਅਣਮੋਲ ਰਤਨ) ਬਖਸ਼ਿਸ਼ ਹੋ ਜਾਂਦਾ ਹੈ । ਮਨ ਹੋਰ ਵਿਧੀਆਂ ਛੱਡਕੇ ਭਰੋਸਾ ਅਡੋਲ ਕਰਕੇ ਬੰਦਗੀ ਵੱਲ ਲਗ ਪੈਂਦਾ ਹੈ, ਸੰਤ ਸਰੂਪ, ਪ੍ਰਭ ਦਾ ਹੀ ਰੂਪ ਬਣ ਜਾਂਦਾ, ਅਭੇਦ ਹੋ ਜਾਂਦਾ ਹੈ । ਕੋਈ ਵੀ ਮਾਨਸ, ਸਾਧ ਸੰਗਤ ਦੀ ਪੂਰਨ ਮਹੱਤਤਾ ਦਾ ਵਖਿਆਣ ਨਹੀਂ ਕਰ ਸਕਦਾ ਹੈ ।

By associating with His true devotee, his mind may be blessed with blossom and acceptance of His Word; all his evil thoughts and the root cause of ego may be uprooted. He may be enlightened with the teachings of His Word and becomes awake and alert all time. By realizing the existence of

The True Master; all his enmity and jealousies may be eliminated from his mind. By following the teachings of His true devotees; he may be blessed with a unique technique to meditates on the teachings of His Word. He may abandon all other techniques and become steady and stable on obeying His Word; he may become the symbol of The True Master and remains absorbed in His Holy Spirit. No one can fully comprehend the significance of His Nature, all His events in the universe.

ਅਸਟਪਦੀ॥ Asatpadee. 7-2

ਸਾਧ ਕੈ ਸੰਗਿ, ਅਗੋਚਰੁ ਮਿਲੈ॥	saaDh kai sang agochar milai.
ਸਾਧ ਕੈ ਸੰਗਿ, ਸਦਾ ਪਰਫੁਲੈ॥	saaDh kai sang sadaa parfulai.
ਸਾਧ ਕੈ ਸੰਗਿ, ਆਵਹਿ ਬਸਿ ਪੰਚਾ॥	saaDh kai sang aavahi bas panchaa.
ਸਾਧਸੰਗਿ, ਅੰਮ੍ਰਿਤ ਰਸੁ ਭੁੰਚਾ॥	saaDhsang amrit ras bhunchaa.
ਸਾਧਸੰਗਿ ਹੋਇ, ਸਭ ਕੀ ਰੇਨ॥	saaDhsang ho-ay sabh kee rayn.
ਸਾਧ ਕੈ ਸੰਗਿ, ਮਨੋਹਰ ਬੈਨ॥	saaDh kai sang manohar bain.
ਸਾਧ ਕੈ ਸੰਗਿ, ਨ ਕਤਹੂੰ ਧਾਵੈ॥	saaDh kai sang na katahooN Dhaavai.
ਸਾਧਸੰਗਿ, ਅਸਥਿਤਿ ਮਨੁ ਪਾਵੈ॥	saaDhsang asthit man paavai.
ਸਾਧ ਕੈ ਸੰਗਿ, ਮਾਇਆ ਤੇ ਭਿੰਨ॥	saaDh kai sang maa-i-aa tay bhinn.
ਸਾਧਸੰਗਿ ਨਾਨਕ, ਪ੍ਰਭ ਸੁਪ੍ਰਸੰਨ॥੨॥	saaDhsang naanak parabh suparsan. ‖2‖

ਸਾਧ ਦੀ ਸੰਗਤ ਕਰਨ, ਜੀਵਨ ਢਾਲਣ ਨਾਲ ਪ੍ਰਭ ਦੀ ਹੋਂਦ ਅਨੁਭਵ ਹੋ ਜਾਂਦੀ ਹੈ, ਮਨ ਵਿੱਚ ਖੇੜਾ ਹੀ ਖੇੜਾ ਬਖਸ਼ਿਸ਼ ਹੋ ਜਾਂਦਾ ਹੈ । ਪ੍ਰਭ ਦੀ ਹੈਸੀਅਤ, ਅਵਸਥਾ ਦਾ ਅੰਦਾਜ਼ਾ ਨਹੀਂ ਲਾਇਆ ਜਾ ਸਕਦਾ । ਜਿਸ ਦਾ ਪੰਜਾਂ ਇੰਦ੍ਰੀਆਂ ਤੇ ਕਾਬੂ ਹਾਸਿਲ ਹੋ ਜਾਂਦਾ ਹੈ ਅਤੇ ਮਨ ਵਿੱਚ ਅਣਮੋਲ ਬਾਣੀ ਰਚ ਜਾਂਦੀ ਹੈ । ਜੀਵ ਵਿੱਚ ਨਿਮ੍ਰਤਾ ਭਰਪੂਰ ਹੋ ਜਾਂਦੀ ਹੈ ਅਤੇ ਮੁਖ ਤੋਂ ਮਿਠੇ ਬੋਲ ਨਿਕਲਦੇ ਹਨ । ਮਨ ਦੀਆਂ ਇਛਾਂ, ਮੰਗਾਂ, ਭਟਕਣਾਂ ਦੀ ਖਾਹਿਸ਼ ਖਤਮ ਹੋ ਜਾਂਦੀ, ਮਨ ਵਿੱਚ ਸ਼ਾਂਤੀ, ਸੰਤੋਖ ਬਖਸ਼ਿਸ਼ ਹੋ ਜਾਂਦਾ ਹੈ । ਸੰਤ ਸਰੂਪ ਦੀ ਸੰਗਤ ਵਿੱਚ ਸੰਸਾਰਕ ਚੀਜ਼ਾਂ, ਧਨ, ਦੌਲਤ ਨਾਲੋ ਮੋਹ ਨਾਸ਼ ਹੋ ਜਾਂਦਾ ਹੈ । ਭਾਵਨਾਂ, ਇਛਾਂ ਨਹੀਂ ਰਹਿੰਦੀ, ਪ੍ਰਭ ਸਾਧ ਸੰਗਤ ਨਾਲ ਬਹੁਤ ਪ੍ਰਸੰਨ ਹੁੰਦਾ ਹੈ ।

By associating and adopting the teachings of His true devotee; he may realize the existence of The True Master; with His mercy and grace, he may be blessed with blossom in day-to-day life. No one can imagine or comprehend the nature of The True Master. Whosoever may be drenched with the teachings of His Word; he may be blessed with strength to conquer this ego, five demons of worldly desires. He may become humble and his tongue sings the melodious praises of The True Master. All worldly desires and frustration may be eliminated. he may be blessed with peace and contentment on His blessings. In the association of His true devotee, the attachment to worldly possessions, family and worldly wealth may be eliminated and becomes beyond the reach of worldly desires. The True Master remains overwhelmed compassion and forgiveness is congregation of His true devotees, Holy Saints.2

ਅਸਟਪਦੀ॥ Asatpadee. (7-3)

ਸਾਧਸੰਗਿ, ਦੁਸਮਨ ਸਭਿ ਮੀਤ॥	saaDhsang dusman sabh meet.
ਸਾਧੂ ਕੈ ਸੰਗਿ, ਮਹਾ ਪੁਨੀਤ॥	saaDhoo kai sang mahaa puneet.
ਸਾਧਸੰਗਿ, ਕਿਸ ਸਿਉ ਨਹੀ ਬੈਰੁ॥	saaDhsang kis si-o nahee bair.
ਸਾਧ ਕੈ ਸੰਗਿ, ਨ ਬੀਗਾ ਪੈਰੁ॥	saaDh kai sang na beegaa pair.
ਸਾਧ ਕੈ ਸੰਗਿ, ਨਾਹੀ ਕੋ ਮੰਦਾ॥	saaDh kai sang naahee ko mandaa.
ਸਾਧਸੰਗਿ, ਜਾਨੇ ਪਰਮਾਨੰਦਾ॥	saaDhsang jaanay parmaanandaa.
ਸਾਧ ਕੈ ਸੰਗਿ, ਨਾਹੀ ਹਉ ਤਾਪੁ॥	saaDh kai sang naahee ha-o taap.
ਸਾਧ ਕੈ ਸੰਗਿ, ਤਜੈ ਸਭੁ ਆਪੁ॥	saaDh kai sang tajai sabh aap.

ਆਪੇ ਜਾਨੈ, ਸਾਧ ਬਡਾਈ॥ aapay jaanai saaDh badaa-ee.
ਨਾਨਕ ਸਾਧ, ਪ੍ਰਭੂ ਬਨਿ ਆਈ॥੩॥ naanak saaDh parabhoo ban aa-ee. ||3||

ਸਾਧ ਦੀ ਸੰਗਤ ਕਰਨ ਨਾਲ ਜੀਵ ਸਾਰੀ ਸ੍ਰਿਸ਼ਟੀ ਨੂੰ ਪ੍ਰਭ ਦੇ ਬੱਚੇ ਹੀ ਸਮਝਦਾ ਹੈ । ਕਿਸੇ ਨਾਲ ਵੈਰ, ਵਿਰੋਧ, ਈਰਖਾ ਨਹੀਂ ਕਰਦਾ, ਸਭ ਨੂੰ ਆਪਣੇ ਮਿੱਤਰ ਹੀ ਸਮਝਦਾ ਹੈ । ਉਸ ਦੇ ਕਿਸੇ ਕੰਮ ਵਿੱਚ ਵਿਘਨ ਨਹੀਂ ਪੈਂਦਾ । ਉਸ ਦੀ ਆਤਮਾ ਪਵਿੱਤਰ ਹੋ ਜਾਂਦੀ, ਮਨ ਹੋਰ ਪਾਸੇ ਨਹੀਂ ਭਟਕਦਾ । ਮਨ ਵਿੱਚ ਕਿਸੇ ਦਾ ਮੰਦਾ ਨਹੀਂ ਸੋਚਦਾ, ਉਸ ਨੂੰ ਹਰ ਪਾਸੇ ਪ੍ਰਭ ਹੀ ਨਜ਼ਰ ਆਉਂਦਾ ਹੈ । ਜੀਵ ਦੇ ਝੂਠੇ ਅਹੰਕਾਰ ਦੀ ਜੜ੍ਹ ਹਮੇਸ਼ਾਂ ਵਾਸਤੇ ਖਤਮ ਹੋ ਜਾਂਦੀ ਹੈ । ਉਹ ਅਪਣੇ ਮਨ ਦੇ ਲਾਲਚ ਨੂੰ ਤਿਆਗ ਕੇ ਨਿਰਮਲ ਹੋ ਜਾਂਦਾ ਹੈ । ਕੇਵਲ ਪ੍ਰਭ ਹੀ ਸੰਤ ਦੀ ਵਡਿਆਈ ਜਾਣਦਾ ਹੈ, ਵਖਿਆਣ ਕਰ ਸਕਦਾ ਹੈ । ਉਸ ਸੰਤ ਅਤੇ ਪ੍ਰਭ ਵਿੱਚ ਪਰਦਾ, ਭੇਦ ਦੂਰ ਹੋ ਜਾਂਦਾ ਹੈ ।

Whosoever may associate with His true devotee; he may consider the whole universe, His Creation as his family, as the children of The True Master. He does not have any enmity or jealousy with anyone else and treats everyone as his friend. He may not find any hardship or difficulties in day-to-day life events. His soul may be sanctified and he may not have any frustration in day-to-day life. He may realize the presence of His Holy Spirit prevailing everywhere and no evil thoughts remains in his mind. The root cause of falsehood and ego of his mind may be eliminated forever. He may renounce all greed and his soul may become pure and sanctified. Only, The Omniscient True Master knows the greatness and the state of mind of His true devotee. The curtain of secrecy between his soul and His Holy Spirit may be eliminated.

ਅਸਟਪਦੀ॥ Asatpadee. 7-4

ਸਾਧ ਕੈ ਸੰਗਿ, ਨ ਕਬਹੂ ਧਾਵੈ॥ saaDh kai sang na kabhoo Dhaavai.
ਸਾਧ ਕੈ ਸੰਗਿ, ਸਦਾ ਸੁਖੁ ਪਾਵੈ॥ saaDh kai sang sadaa sukh paavai.
ਸਾਧਸੰਗਿ, ਬਸਤੁ ਅਗੋਚਰ ਲਹੈ॥ saaDhsang basat agochar lahai.
ਸਾਧੂ ਕੈ ਸੰਗਿ, ਅਜਰੁ ਸਹੈ॥ saaDhoo kai sang ajar sahai.
ਸਾਧ ਕੈ ਸੰਗਿ, ਬਸੈ ਥਾਨਿ ਊਚੈ॥ saaDh kai sang basai thaan oochai.
ਸਾਧੂ ਕੈ ਸੰਗਿ, ਮਹਲਿ ਪਹੂਚੈ॥ saaDhoo kai sang mahal pahoochai.
ਸਾਧ ਕੈ ਸੰਗਿ, ਦ੍ਰਿੜੈ ਸਭਿ ਧਰਮ॥ saaDh kai sang darirhai sabh Dharam.
ਸਾਧ ਕੈ ਸੰਗਿ, ਕੇਵਲ ਪਾਰਬ੍ਰਹਮ॥ saaDh kai sang kayval paarbarahm.
ਸਾਧ ਕੈ ਸੰਗਿ, ਪਾਏ ਨਾਮ ਨਿਧਾਨ॥ saaDh kai sang paa-ay naam niDhaan.
ਨਾਨਕ ਸਾਧੂ, ਕੈ ਕੁਰਬਾਨ॥੪॥ naanak saaDhoo kai kurbaan. ||4||

ਸਾਧ ਦੀ ਸੰਗਤ ਕਰਨ ਵਾਲਾ ਜੀਵ ਕਦੇ ਪ੍ਰਭ ਤੋਂ ਬਿਨਾਂ ਦੂਜੇ ਦੇ ਪਿਛੇ ਨਹੀਂ ਲਗਦਾ । ਉਸ ਨੂੰ ਪ੍ਰਭ ਦੀ ਹੋਂਦ ਅਨੁਭਵ ਹੋ ਜਾਂਦੀ ਹੈ, ਰੁਹਾਨੀ ਸ਼ਾਂਤੀ ਬਖਸ਼ਿਸ ਹੋ ਜਾਂਦੀ ਹੈ । ਪ੍ਰਭ ਦੀ ਅਵਸਥਾ, ਹੈਸੀਅਤ ਦਾ ਅੰਦਾਜ਼ਾ ਨਹੀਂ ਲਾਇਆ ਜਾ ਸਕਦਾ । ਉਹ ਜੀਵ ਨਾ ਸਹਿਣ ਵਾਲੇ ਤਸੀਏ, ਮੁਸ਼ਕਲਾਂ ਵੀ ਹੱਸਦੇ ਮੁੱਖ ਬਰਦਾਸਤ ਕਰ ਲੈਂਦਾ ਹੈ । ਉਹ ਉਚੇ ਤੇ ਸੁਚੇ ਥਾਂ ਤੇ ਰਹਿੰਦਾ ਹੈ ਅਤੇ ਪ੍ਰਭ ਦੀ ਦਰਗਾਹ ਵਿੱਚ ਪ੍ਰਵਾਨ ਹੋ ਜਾਂਦਾ ਹੈ । ਉਸ ਦੇ ਨਿਯਮ (ਧਰਮ), ਵਿਸ਼ਵਾਸ ਪੱਕਾ ਹੋ ਜਾਂਦਾ ਹੈ, ਹਮੇਸ਼ਾਂ ਸ਼ਬਦ ਦੀ ਪਾਲਣਾ ਵਿੱਚ ਹੀ ਰਹਿੰਦਾ ਹੈ । ਉਸ ਨੂੰ ਪ੍ਰਭ ਦੇ ਅਣਮੋਲ ਖਜ਼ਾਨੇ, ਸ਼ਬਦ ਦੀ ਸੋਝੀ ਬਖਸ਼ਿਸ਼ ਹੋ ਜਾਂਦੀ ਹੈ । ਅਜੇਹੇ ਜੀਵ ਤੋਂ ਕਰਬਾਣ ਜਾਈਏ ।

Whosoever may associate with His true devotee; he may not wander in different directions and only adopts the teachings of His Word in day-to-day life. He may be blessed with the enlightenment of His Holy Spirit, His Existence; with His mercy and grace, he may be blessed with peace of mind. No one can imagine or comprehend the status and the nature of The True Master. Whosoever may associate with His true devotee; he may be blessed with a patience and tolerance to face any hardship, horrible situations of day-to-day life with grace. He remains in pleasure and blossom in all worldly situations. He remains at a unique sanctified place and he may be blessed with acceptance in His Court. His belief, the disciplines of his way of life may become steady and stable on the teachings of His Word and he may adopt the teachings of His Word in day-to-day life. He may be blessed with a priceless treasure of enlightenment of His Word. His true devotee always remains fascinated from his way of life in the universe.

ਅਸਟਪਦੀ॥ Asatpadee. 7-5

ਸਾਧ ਕੈ ਸੰਗਿ, ਸਭ ਕੁਲ ਉਧਾਰੈ॥	saaDh kai sang sabh kul uDhaarai.
ਸਾਧਸੰਗਿ ਸਾਜਨ ਮੀਤ, ਕੁਟੰਬ ਨਿਸਤਾਰੈ॥	saaDhsang saajan meet kutamb nistaarai.
ਸਾਧੂ ਕੈ ਸੰਗਿ, ਸੋ ਧਨੁ ਪਾਵੈ॥	saaDhoo kai sang so Dhan paavai.
ਜਿਸੁ ਧਨ ਤੇ, ਸਭੁ ਕੋ ਵਰਸਾਵੈ॥	jis Dhan tay sabh ko varsaavai.
ਸਾਧਸੰਗਿ, ਧਰਮ ਰਾਇ ਕਰੇ ਸੇਵਾ॥	saaDhsang Dharam raa-ay karay sayvaa.
ਸਾਧ ਕੈ ਸੰਗਿ, ਸੋਭਾ ਸੁਰਦੇਵਾ॥	saaDh kai sang sobhaa surdayvaa.
ਸਾਧੂ ਕੈ ਸੰਗਿ, ਪਾਪ ਪਲਾਇਨ॥	saaDhoo kai sang paap palaa-in.
ਸਾਧਸੰਗਿ, ਅੰਮ੍ਰਿਤ ਗੁਨ ਗਾਇਨ॥	saaDhsang amrit gun gaa-in.
ਸਾਧ ਕੈ ਸੰਗਿ, ਸ੍ਰਬ ਥਾਨ ਗੰਮਿ॥	saaDh kai sang sarab thaan gamm.
ਨਾਨਕ ਸਾਧ ਕੈ, ਸੰਗਿ ਸਫਲ ਜਨਮ॥ ੫॥	naanak saaDh kai sang safal jannam. ||5||

ਸਾਧ ਦੀ ਸੰਗਤ ਕਰਨ ਨਾਲ ਜੀਵ ਆਪ ਵੀ ਤਰ ਜਾਂਦਾ ਹੈ, ਸਾਰੇ ਸੰਜੋਗੀਆਂ ਨੂੰ ਵੀ ਸਿਮਰਨ, ਮੁਕਤੀ ਦੇ ਮਾਰਗ ਤੇ ਪਾ ਜਾਂਦਾ ਹੈ । ਸਾਧ ਸੰਗਤ ਵਿੱਚ ਜੀਵ ਨੂੰ ਜੋ ਬਖਸ਼ਿਸ਼ ਹੁੰਦਾ ਹੈ, ਉਸ ਤੋਂ ਸਾਰੇ ਹੀ ਲਾਭ ਪਾਉਂਦੇ ਹਨ । ਸਾਧ ਸੰਗਤ ਵਿੱਚ ਪ੍ਰਭ ਆਪ ਹੀ ਜਾਗਰਤ ਰਹਿੰਦਾ ਹੈ, ਉਥੇ ਕੇਵਲ ਸ਼ਬਦ ਦਾ ਸਿਮਰਨ ਕੀਤਾ ਜਾਂਦਾ ਹੈ । ਸਾਧ ਸੰਗਤ ਵਿੱਚ ਪਿਛਲੇ ਜਨਮਾਂ ਦੇ ਕੀਤੇ ਹੋਏ ਪਾਪ ਮੁਆਫ ਹੋ ਜਾਂਦੇ ਹਨ । ਜੀਵ ਹਰ ਵੇਲੇ ਪ੍ਰਭ ਦੀ ਅਣਮੋਲ ਬਾਣੀ ਦਾ ਹੀ ਰਾਗ ਗਾਉਂਦਾ ਹੈ । ਸਾਧ ਦੀ ਸੰਗਤ ਕਰਨ ਨਾਲ ਸਭ ਕੁਝ ਹੀ ਜੀਵ ਦੀ ਪਹੁੰਚ ਵਿੱਚ ਆ ਜਾਂਦਾ ਹੈ । ਆਪਣੀ ਮਾਨਸ ਯਾਤਰਾ ਸਫਲ ਕਰਕੇ, ਮੁਕਤੀ ਪਾ ਕੇ ਪ੍ਰਭ ਦੀ ਜੋਤ ਵਿੱਚ ਅਭੇਦ ਹੋ ਜਾਂਦਾ ਹੈ ।

In the congregation of His true devotee; he may be blessed with the right path of salvation. He may inspire his friends and family on the right path of salvation. Whatsoever may be blessed with association and adopting the teachings of His true devotee, the whole universe may benefit; with His mercy and grace; His true devotee remains awake and alert all time. Only the meditation on the teachings of His Word may be practiced in his congregation. By adopting the teachings of His true devotee and singing the glory of The True Master with each breath; all sins of the previous lives may be forgiven. Whosoever may join the conjugation of His Holy saint, everything in the universe may become within his reach, possible. His human life journey may become successful and blessed with salvation.5

ਅਸਟਪਦੀ॥ Asatpadee. 7-6

ਸਾਧ ਕੈ ਸੰਗਿ, ਨਹੀ ਕਛੁ ਘਾਲ॥	saaDh kai sang nahee kachh ghaal.
ਦਰਸਨੁ ਭੇਟਤ, ਹੋਤ ਨਿਹਾਲ॥	darsan bhaytat hot nihaal.
ਸਾਧ ਕੈ ਸੰਗਿ, ਕਲੂਖਤ ਹਰੈ॥	saaDh kai sang kalookhat harai.
ਸਾਧ ਕੈ ਸੰਗਿ, ਨਰਕ ਪਰਹਰੈ॥	saaDh kai sang narak parharai.
ਸਾਧ ਕੈ ਸੰਗਿ, ਈਹਾ ਊਹਾ ਸੁਹੇਲਾ॥	saaDh kai sang eehaa oohaa suhaylaa.
ਸਾਧਸੰਗਿ, ਬਿਛੁਰਤ ਹਰਿ ਮੇਲਾ॥	saaDhsang bichhurat har maylaa.
ਜੋ ਇਛੈ, ਸੋਈ ਫਲੁ ਪਾਵੈ॥	jo ichhai so-ee fal paavai.
ਸਾਧ ਕੈ ਸੰਗਿ, ਨ ਬਿਰਥਾ ਜਾਵੈ॥	saaDh kai sang na birthaa jaavai.
ਪਾਰਬ੍ਰਹਮੁ, ਸਾਧ ਰਿਦ ਬਸੈ॥	paarbarahm saaDh rid basai.
ਨਾਨਕ ਉਧਰੈ, ਸਾਧ ਸੁਨਿ ਰਸੈ॥੬॥	naanak uDhrai saaDh sun rasai. ||6||

ਸਾਧ ਦੀ ਸੰਗਤ ਕਰਨ ਨਾਲ ਜੀਵ ਨੂੰ ਕੋਈ ਦੁਖੁ ਨਹੀਂ ਸਹਿਣਾ ਪੈਂਦਾ । ਉਸ ਦੇ ਦਰਸ਼ਨਾਂ ਨਾਲ, ਸਿਖਿਆਂ ਨਾਲ ਮਨ ਤੇ ਸ਼ਾਂਤੀ ਸੰਤੋਖ ਹੀ ਵਸਦਾ ਹੈ । ਜੀਵ ਦੇ ਪਾਪ ਬਖਸ਼ੇ ਜਾਂਦੇ ਹਨ, ਨਰਕ ਦਾ ਡਰ ਦੂਰ ਹੋ ਜਾਂਦਾ ਹੈ । ਉਸ ਸੰਗਤ ਵਿੱਚ ਮਨ ਖੇੜੇ ਵਿੱਚ ਰਹਿੰਦਾ ਹੈ । ਉਹ ਅਨੁਭਵ ਕਰਦਾ ਹੈ ਕਿ ਪ੍ਰਭ ਸਦਾ ਹੀ ਸੰਗ ਹੈ । ਵਿਛੜੇ ਹੋਏ ਨਾਲ ਵੀ ਮੇਲ ਹੋ ਜਾਂਦਾ ਹੈ, ਜੀਵ ਦੀਆਂ ਮੁਰਾਦਾਂ ਪੂਰੀਆਂ ਹੋ ਜਾਂਦੀਆਂ ਹਨ । ਸੰਗਤ ਵਿੱਚ ਬੀਤਿਆ ਸਮਾਂ ਬਿਰਥਾ ਨਹੀਂ ਜਾਂਦਾ । ਪ੍ਰਭ, ਸੰਤ ਦੀ ਸੰਗਤ ਵਿੱਚ ਆਪ ਹੀ ਵਸਦਾ, ਸੰਤਾਂ ਦੇ ਲੜ ਲਗਨ ਨਾਲ ਉਧਾਰ ਹੋ ਜਾਂਦਾ ਹੈ ।

In the congregation of His true devotee; his mind does not experience any misery or pain of worldly desires. Whosoever may adopt the life experience teachings of His true devotee; he may be blessed with peace and contentment in day-to-day life. All his evil deeds, sins of his previous life may be forgiven, along with his fear of death may be eliminated. In holy conjugation, he may remain in blossom all time and he may realize the existence of The True Master everywhere. The fear of separation of His true devotee may be eliminated. His spoken and unspoken desires may be satisfied, The True Master remains as a guide in the association of His true devotees and keeps him on the right path of salvation.6

ਅਸਟਪਦੀ॥ Asatpadee. 7-7

ਸਾਧ ਕੈ ਸੰਗਿ, ਸੁਨਉ ਹਰਿ ਨਾਉ॥	saaDh kai sang sun-o har naa-o.
ਸਾਧਸੰਗਿ, ਹਰਿ ਕੇ ਗੁਨ ਗਾਉ॥	saaDhsang har kay gun gaa-o.
ਸਾਧ ਕੈ ਸੰਗਿ, ਨ ਮਨ ਤੇ ਬਿਸਰੈ॥	saaDh kai sang na man tay bisrai.
ਸਾਧਸੰਗਿ, ਸਰਪਰ ਨਿਸਤਰੈ॥	saaDhsang sarpar nistarai.
ਸਾਧ ਕੈ ਸੰਗਿ, ਲਗੈ ਪ੍ਰਭੁ ਮੀਠਾ॥	saaDh kai sang lagai parabh meethaa.
ਸਾਧੂ ਕੈ ਸੰਗਿ, ਘਟਿ ਘਟਿ ਡੀਠਾ॥	saaDhoo kai sang ghat ghat deethaa.
ਸਾਧਸੰਗਿ, ਭਏ ਆਗਿਆਕਾਰੀ॥	saaDhsang bha-ay aagi-aakaaree.
ਸਾਧਸੰਗਿ, ਗਤਿ ਭਈ ਹਮਾਰੀ॥	saaDhsang gat bha-ee hamaaree.
ਸਾਧ ਕੈ ਸੰਗਿ, ਮਿਟੇ ਸਭਿ ਰੋਗ॥	saaDh kai sang mitay sabh rog.
ਨਾਨਕ ਸਾਧ, ਭੇਟੇ ਸੰਜੋਗ॥੭॥	naanak saaDh bhaytay sanjog. ‖7‖

ਸਾਧ ਸੰਗਤ ਵਿੱਚ ਕੀ ਕੀਤਾ ਜਾਂਦਾ ਹੈ? ਪ੍ਰਭ ਦੀ ਬਾਣੀ, ਕੀਰਤਨ ਸੁਣਦੇ, ਸ਼ਬਦ ਦੇ ਗੁਣ ਗਾਉਂਦੇ ਹਨ । ਸਾਧ ਦੀ ਸੰਗਤ ਵਿੱਚ ਪ੍ਰਭ ਦਾ ਨਾਮ ਵਿਸਾਰਿਆ ਨਹੀਂ ਜਾਂਦਾ । ਉਸ ਦੀ ਸੰਗਤ ਵਿੱਚ ਸਭ ਹੀ ਤਰ ਜਾਂਦੇ ਹਨ । ਉਸ ਸੰਗਤ ਵਿੱਚ ਪ੍ਰਭ ਹੋਰ ਵੀ ਦਿਆਲੂ ਮਹਿਸੂਸ ਹੁੰਦਾ ਹੈ, ਹਰਇਕ ਦੇ ਮਨ ਵਿੱਚ ਵਸਦਾ ਮਹਿਸੂਸ ਹੁੰਦਾ ਹੈ । ਜੀਵ ਨੂੰ ਪੂਰਨ ਤਰ੍ਹਾਂ ਤੇ ਭਾਣਾ ਮੰਨਣ ਦੀ ਤਕੀਦ ਸਮਝ ਆਉਂਦੀ ਹੈ । ਸ਼ਬਦ ਦੀ ਪਾਲਣਾ ਹੀ ਉਸ ਦਾ ਮੁਕਤੀ ਦਾ ਸਾਧਨ ਬਣ ਜਾਂਦਾ ਹੈ । ਸਾਧ ਦੀ ਸੰਗਤ ਵਿੱਚ ਮਨ ਦੇ ਸਾਰੇ ਰੋਗ ਖਤਮ ਹੋ ਜਾਂਦੇ ਹਨ, ਪੰਜਾਂ ਇੰਦ੍ਰੀਆਂ ਤੇ ਕਾਬੂ ਬਖਸ਼ਿਸ਼ ਹੋ ਜਾਂਦਾ ਹੈ । ਉਸ ਦੇ ਵੱਡੇ ਭਾਗ ਹੋ ਜਾਂਦੇ ਹਨ, ਉਸ ਨੂੰ ਅਸਲੀ ਰਸਤਾ ਬਖਸ਼ਿਸ ਹੋ ਜਾਂਦਾ ਹੈ ।

What may be accomplished in the congregation of His true devotees? His true devotee sings the glory and praises of The True Master; he may never abandon the teachings of His Word from his own mind. Whosoever may wholeheartedly follow the teachings of His true devotee in day-to-day life; with His mercy and grace, he may be blessed with the right path of salvation; The True Master remains generous and very compassionate. In the association of His true devotee; His existence may be realized as prevailing in the heart of each devotee. The technique to adopt the teachings of His Word with steady and stable belief may be learned and practiced. His way of life becomes the right path of salvation, the purpose of his life; all his frustrations, diseases of his mind may be eliminated. He may conquer the five demons of worldly desires. He becomes very fortunate and he may be blessed with right path of salvation.7

ਅਸਟਪਦੀ॥ Asatpadee. 7-8

ਸਾਧ ਕੀ ਮਹਿਮਾ, ਬੇਦ ਨ ਜਾਨਹਿ॥	saaDh kee mahimaa bayd na jaaneh.
ਜੇਤਾ ਸੁਨਹਿ, ਤੇਤਾ ਬਖਿਆਨਹਿ॥	jaytaa suneh taytaa bakhi-aaneh.
ਸਾਧ ਕੀ ਉਪਮਾ, ਤਿਹੁ ਗੁਣ ਤੇ ਦੂਰਿ॥	saaDh kee upmaa tihu gun tay door.
ਸਾਧ ਕੀ ਉਪਮਾ, ਰਹੀ ਭਰਪੂਰਿ॥	saaDh kee upmaa rahee bharpoor.
ਸਾਧ ਕੀ ਸੋਭਾ, ਕਾ ਨਾਹੀ ਅੰਤ॥	saaDh kee sobhaa kaa naahee ant.
ਸਾਧ ਕੀ ਸੋਭਾ, ਸਦਾ ਬੇਅੰਤ॥	saaDh kee sobhaa sadaa bay-ant.
ਸਾਧ ਕੀ ਸੋਭਾ, ਊਚ ਤੇ ਊਚੀ॥	saaDh kee sobhaa ooch tay oochee.
ਸਾਧ ਕੀ ਸੋਭਾ, ਮੂਚ ਤੇ ਮੂਚੀ॥	saaDh kee sobhaa mooch tay moochee.
ਸਾਧ ਕੀ ਸੋਭਾ, ਸਾਧ ਬਨਿ ਆਈ॥	saaDh kee sobhaa saaDh ban aa-ee.
ਨਾਨਕ ਸਾਧ ਪ੍ਰਭ, ਭੇਦੁ ਨ ਭਾਈ॥ ੮॥੭	naanak saaDh parabh bhayd na bhaa-ee. ||8||7

ਸਾਧ ਦੀ ਵਡਿਆਈ ਧਾਰਮਕ ਕਿਤਾਬਾਂ ਵਿੱਚ ਪੂਰਨ ਤਰ੍ਹਾਂ ਵਖਿਆਣ ਨਹੀਂ ਕੀਤੀ ਜਾ ਸਕਦੀ । ਜਿਤਨਾ ਕਿਸੇ ਨੇ ਸੁਣਿਆ ਹੈ, ਉਤਨਾ ਹੀ ਉਹ ਦੱਸ ਸਕਦਾ ਹੈ । ਸੰਤ ਸੰਸਾਰਕ ਗੁਣਾਂ ਤੋਂ ਉਪਰ ਹੈ, ਇਹਨਾਂ ਗੁਣਾਂ ਨਾਲ ਉਸ ਦੀ ਵਡਿਆਈ ਨਹੀਂ ਕੀਤੀ ਜਾ ਸਕਦੀ । ਉਹ ਹਰ ਥਾਂ ਹੀ ਵਸਦੇ ਹਨ, ਸੰਤ ਦੀ ਵਡਿਆਈ ਦਾ ਅੰਤ ਨਹੀਂ, ਜਿਤਨੀ ਉਪਮਾ ਕੀਤੀ ਜਾਵੇ ਉਤਨੀ ਹੀ ਥੋੜ੍ਹੀ ਹੁੰਦੀ ਹੈ । ਸਾਧ ਦੀ ਸੋਭਾ ਦਾ ਅੰਤ ਨਹੀਂ ਪਾਇਆ ਜਾ ਸਕਦਾ, ਉਹ ਹਮੇਸ਼ਾਂ ਹੀ ਖੇੜੇ ਵਿੱਚ ਰਹਿੰਦਾ ਹੈ । ਸਾਧ ਦੀ ਸੋਭ ਸਭ ਤੋਂ ਉਤਮ, ਉਚੀ ਹੈ, ਉਹ ਹਰ ਵੇਲੇ ਸ਼ਬਦ ਦੀ ਮਸਤੀ ਵਿੱਚ ਹੀ ਰਹਿੰਦਾ ਹੈ । ਸਾਧ ਦੀ ਵਡਿਆਈ ਕੇਵਲ ਪ੍ਰਭ ਆਪ ਹੀ ਜਾਣਦਾ ਹੈ । ਸੰਤ ਦੀ ਇਕ ਸਮੇਂ ਇਸਤਰ੍ਹਾਂ ਦੀ ਅਵਸਥਾ ਬਖਸ਼ਿਸ਼ ਹੋ ਜਾਂਦੀ ਹੈ! ਸੰਤ ਤੇ ਪ੍ਰਭ ਵਿੱਚ ਕੋਈ ਭੇਦ ਨਹੀਂ ਰਹਿੰਦਾ । ਫਿਰ ਵੀ ਸੰਤ ਪ੍ਰਭ ਦਾ ਪੂਰਨ ਭੇਦ ਨਹੀਂ ਪਾ ਸਕਦਾ ।

The greatness of state of mind of His true devotee may not be fully explained in worldly religious Holy Scriptures. The worldly creatures may only explain whatsoever may be heard from someone else. His true devotee, His Holy Saint remains above the worldly virtues and his greatness may not be fully described by the worldly virtues. He may become Omnipresent with the grace of The True Master. The true glory of His Holy Saint may not be fully described; no matter; how much you sing the glory of his virtue that remains very small and insignificant of ocean of his greatness; no one can fully comprehend his state of mind. He always remains in blossom in his worldly condition. His greatness remains supreme and beyond the explanation of any human and he remains intoxicated with the nectar of His Word. Only, The Omniscient True Master knows the greatness, state of mind of His true devotee. His Holy Saint may be blessed with such a state of mind and the curtain of secrecy between his soul and His Holy Spirit may be eliminated. His true devotee, Holy Saint, worldly guru may not fully comprehend the true nature of The True Master.8

8. ਸਲੋਕੁ॥ 8॥ 272

ਮਨਿ ਸਾਚਾ, ਮੁਖਿ ਸਾਚਾ ਸੋਇ॥	man, saachaa mukh saachaa so-ay.
ਅਵਰੁ ਨ ਪੇਖੈ, ਏਕਸੁ ਬਿਨੁ ਕੋਇ॥	avar na paykhai aykas bin ko-ay.
ਨਾਨਕ ਇਹ ਲਛਣ,	naanak ih lachhan
ਬ੍ਰਹਮ ਗਿਆਨੀ ਹੋਇ॥	barahm gi-aanee ho-ay. ||1||

ਜਿਸ ਜੀਵ ਦਾ ਮਨ ਪਵਿੱਤਰ, ਸੰਸਾਰਕ ਭਟਕਣਾਂ ਤੋਂ ਰੁਕ ਜਾਂਦਾ ਹੈ । ਉਸ ਦੀ ਜੀਭ ਵਿਚੋਂ ਹਮੇਸ਼ਾਂ, ਪ੍ਰਭ ਦੇ ਗੁਣ ਵਾਲੇ ਬੋਲ ਹੀ ਨਿਕਲਦੇ ਹਨ । ਪ੍ਰਭ ਤੋਂ ਬਿਨਾਂ ਹੋਰ ਕਿਸੇ ਦਾ ਆਸਰਾ ਨਹੀਂ ਭਾਲਦਾ । ਅਜੇਹੇ ਲਛਣ, ਅਵਸਥਾ ਬ੍ਰਹਮ ਗਿਆਨੀ ਨੂੰ ਹੀ ਬਖਸ਼ਿਸ਼ ਹੁੰਦੀ ਹੈ ।

Whosoever may conquer his frustration of worldly desires from his mind; His soul may be sanctified. His tongue always sings the glory and praises of The True Master. He may never not seek the refuge of anyone other than The True Master. Such a unique state of mind of a true devotee, enlightened Holy Saint.8

ਅਸਟਪਦੀ॥ Asatpadee. (8-1)

ਬ੍ਰਹਮ ਗਿਆਨੀ, ਸਦਾ ਨਿਰਲੇਪ॥	barahm gi-aanee sadaa nirlayp.
ਜੈਸੇ ਜਲ ਮਹਿ, ਕਮਲ ਅਲੇਪ॥	jaisay jal meh kamal alayp.
ਬ੍ਰਹਮ ਗਿਆਨੀ, ਸਦਾ ਨਿਰਦੋਖ॥	barahm gi-aanee sadaa nirdokh.
ਜੈਸੇ ਸੂਰੁ, ਸਰਬ ਕਉ ਸੋਖ॥	jaisay soor sarab ka-o sokh.
ਬ੍ਰਹਮ ਗਿਆਨੀ ਕੈ, ਦ੍ਰਿਸਟਿ ਸਮਾਨਿ॥	barahm gi-aanee kai darisat samaan.
ਜੈਸੇ, ਰਾਜ ਰੰਕ ਕਉ ਲਾਗੈ, ਤੁਲਿ ਪਵਾਨ॥	jaisay raaj rank ka-o laagai tul pavaan.
ਬ੍ਰਹਮ ਗਿਆਨੀ, ਕੈ ਧੀਰਜੁ ਏਕ॥	barahm gi-aanee kai Dheeraj ayk.
ਜਿਉ ਬਸੁਧਾ ਕੋਊ ਖੋਦੈ ਕੋਊ ਚੰਦਨ ਲੇਪ॥	ji-o basuDhaa ko-oo khodai ko-oo chandan layp.
ਬ੍ਰਹਮ ਗਿਆਨੀ ਕਾ, ਇਹੈ ਗੁਨਾਉ॥	barahm gi-aanee kaa ihai gunaa-o.
ਨਾਨਕ ਜਿਉ ਪਾਵਕ, ਕਾ ਸਹਜ ਸੁਭਾਉ॥ ੧॥	naanak ji-o paavak kaa sahj subhaa-o. ‖1‖

ਬ੍ਰਹਮ ਗਿਆਨੀ ਸਦਾ ਹੀ ਸੰਸਾਰਕ ਪਦਾਰਥਾਂ ਦੇ ਪ੍ਰਭਾਵ ਤੋਂ ਉਪਰ ਰਹਿੰਦਾ ਹੈ । ਜਿਵੇਂ ਕਮਲ ਦਾ ਫੁੱਲ ਗੰਦਗੀ ਵਿੱਚ ਪੈਂਦਾ ਹੁੰਦਾ ਹੈ, ਪਰ ਉਸ ਤੇ ਗੰਦਗੀ ਦਾ ਕੋਈ ਅਸਰ ਨਹੀਂ ਹੁੰਦਾ, ਉਹ ਨੂੰ ਕੋਈ ਮੈਲ ਨਹੀਂ ਲਗਦੀ । ਬ੍ਰਹਮ ਗਿਆਨੀ ਦੀ ਆਤਮਾ ਸਦਾ ਹੀ ਸਾਫ ਰਹਿੰਦੀ ਹੈ, ਕੋਈ ਈਰਖਾ ਨਹੀਂ ਹੁੰਦੀ । ਜਿਵੇਂ ਸੂਰਜ ਮਿੱਠਾ ਮਿੱਠਾ ਅਨੰਦ ਸਾਰਿਆਂ ਨੂੰ ਹੀ ਦੇਂਦਾ ਹੈ । ਉਹ ਸਾਰੀ ਸ੍ਰਿਸ਼ਟੀ ਨੂੰ ਇਕ ਸਮਾਨ ਸਮਝਦਾ ਹੈ । ਜਿਵੇਂ ਹਵਾ ਗਰੀਬ ਅਤੇ ਅਮੀਰ ਤੇ ਇਕ ਸਮਾਨ ਹੀ ਚਲਦੀ ਹੈ । ਬ੍ਰਹਮ ਗਿਆਨੀ ਬਹੁਤ ਧੀਰਜ, ਸੰਤੋਖ ਵਾਲਾ ਹੁੰਦਾ ਹੈ, ਉਸ ਤੇ ਕਿਸੇ ਦੇ ਕੰਮ ਦਾ ਪ੍ਰਭਾਵ ਨਹੀਂ ਹੁੰਦਾ । ਬ੍ਰਹਮ ਗਿਆਨੀ ਦਾ ਮਨ ਸਦਾ ਸਾਫ ਹੁੰਦਾ ਹੈ, ਆਤਮਾ ਪਵਿੱਤਰ ਰਹਿੰਦੀ ਹੈ । ਉਹ ਹਰ ਇਕ ਜੀਵ ਨੂੰ ਸਤਿਕਾਰ, ਪਿਆਰ ਨਾਲ ਹੀ ਮਿਲਦਾ, ਇਹ ਹੀ ਦਾਸ ਦੀ ਖਾਸ ਸਿਫਤ, ਵਡਿਆਈ ਹੁੰਦੀ ਹੈ ।

His true devotee always remains beyond the reach of influence of worldly desires and possessions. As the lotus flower grows in filthy water, still its odor remains beyond the smell of filth; same way. His true devotee, even in the filth of worldly desires, remains sanctified without any blemish; without any jealousy. As the heat of sun provides comfort to everyone; same way, he provides comfort to everyone. As air comforts everyone, same way his true devotee considers the whole universe as the expansion of His Holy Spirit His true devotee remains with patience, contented and beyond the reach of any influence of worldly desires or the effect of ego of his worldly deeds. His mind remains blemish free and his soul becomes sanctified. He treats everyone with love and respect; such a unique virtue of his state of mind.

ਅਸਟਪਦੀ॥ Asatpadee. (8-2)

ਬ੍ਰਹਮ ਗਿਆਨੀ, ਨਿਰਮਲ ਤੇ ਨਿਰਮਲਾ॥	barahm gi-aanee nirmal tay nirmalaa.
ਜੈਸੇ, ਮੈਲੁ ਨ ਲਾਗੈ, ਜਲਾ॥	jaisay mail na laagai jalaa.
ਬ੍ਰਹਮ ਗਿਆਨੀ ਕੈ, ਮਨਿ ਹੋਇ ਪ੍ਰਗਾਸੁ॥	barahm gi-aanee kaiman ho-ay pargaas.
ਜੈਸੇ ਧਰ, ਊਪਰਿ ਆਕਾਸੁ॥	jaisay Dhar oopar aakaas.
ਬ੍ਰਹਮ ਗਿਆਨੀ ਕੈ, ਮਿਤ੍ਰ ਸਤ੍ਰੁ ਸਮਾਨਿ॥	barahm gi-aanee kai mitar satar samaan.
ਬ੍ਰਹਮ ਗਿਆਨੀ ਕੈ, ਨਾਹੀ ਅਭਿਮਾਨ॥	barahm gi-aanee kai naahee abhimaan.
ਬ੍ਰਹਮ ਗਿਆਨੀ, ਊਚ ਤੇ ਊਚਾ॥	barahm gi-aanee ooch tay oochaa.
ਮਨਿ ਅਪਨੈ ਹੈ, ਸਭ ਤੇ ਨੀਚਾ॥	man, apnai hai sabh tay neechaa.
ਬ੍ਰਹਮ ਗਿਆਨੀ ਸੇ, ਜਨ ਭਏ॥	barahm gi-aanee say jan bha-ay.
ਨਾਨਕ ਜਿਨ, ਪ੍ਰਭੁ, ਆਪਿ ਕਰੇਇ॥੨॥	naanak jin parabh aap karay-i. ‖2‖

ਜਿਵੇਂ ਪਾਣੀ ਨੂੰ ਮੈਲ ਨਹੀਂ ਲਗਦੀ, ਇਸਤਰ੍ਹਾਂ ਬ੍ਰਹਮ ਗਿਆਨੀ ਦਾ ਮਨ, ਆਤਮਾ ਪੂਰਨ ਪਵਿੱਤਰ ਰਹਿੰਦੀ ਹੈ, ਉਸ ਨੂੰ ਮੈਲ ਨਹੀਂ ਲਗਦੀ, । ਉਸ ਨੂੰ ਪ੍ਰਭ ਦੇ ਸ਼ਬਦ ਦੀ ਸੋਝੀ ਹੋ ਜਾਂਦੀ ਹੈ, ਉਹ ਹਰਇਕ ਜੀਵ ਨੂੰ ਹੀ ਇਕੋ ਇਕ ਉਪਦੇਸ਼ ਦੇਂਦਾ ਹੈ । ਜਿਵੇਂ ਅਕਾਸ਼ ਧਰਤੀ ਨੂੰ ਢੱਕਦਾ ਹੈ, ਇਸਤਰ੍ਹਾਂ, ਪ੍ਰਭ ਹਰਇਕ ਨੂੰ ਹੀ ਪ੍ਰਭ ਦੇ ਬੱਚੇ ਸਮਝਦਾ ਹੈ, ਵੈਰੀ ਅਤੇ ਮਿੱਤਰ ਨੰਾਉ ਇਕ ਸਮਾਨ ਸਮਝਦਾ ਹੈ । ਸਾਰਿਆਂ ਨੂੰ ਮਿੱਤਰਾਂ ਦੀ ਤਰ੍ਹਾਂ ਹੀ ਵਰਤਦਾ ਹੈ, ਮਨ ਵਿੱਚ ਕੋਈ ਅਹੰਕਾਰ ਨਹੀਂ ਹੁੰਦਾ । ਉਸ ਦੀ ਆਤਮਕ ਦ੍ਰਿਸ਼ਟੀ ਬਹੁਤ ਉਚੀ, ਬਹੁਤ ਨਿਮ੍ਰਤਾ ਵਾਲੀ ਹੁੰਦੀ ਹੈ । ਆਪਣੇ ਆਪ ਨੂੰ ਸਭ ਤੋਂ ਨੀਵਾਂ ਸਮਝਦਾ ਹੈ । ਜਿਸ ਤੇ ਪ੍ਰਭ ਰਹਿਮਤ ਬਖਸ਼ਦਾ ਹੈ, ਕੇਵਲ ਉਹ ਪਵਿੱਤਰ ਆਤਮਾ ਨੂੰ ਹੀ ਬ੍ਰਹਮ ਗਿਆਨੀ ਅਵਸਥਾ ਬਖਸ਼ਿਸ਼ ਹੁੰਦੀ ਹੈ ।

The mind and soul of an enlightened devotee remains clean and sanctified. His soul does not become filthy as water does not become filthy after cleaning filth. He may be blessed with enlightenment of His Word and he may inspire others to adopt the teachings of His Word. His true devotee covers the deficiency of others as the sky covers the earth. He considers all creatures of the universe as the expansion of His Holy Spirit, as His children; he treats everyone with same respect and regard. He treats everyone as his true friends and may never has any ego of his worldly status. His state of mind becomes supreme, very high and he remains very humble in day-to-day life. He considers himself as weak, lower than everyone else. Whosoever may have a great prewritten destiny, only he may become His true devotee.2

ਅਸਟਪਦੀ॥ Asatpadee. (8-3)

ਬ੍ਰਹਮ ਗਿਆਨੀ, ਸਗਲ ਕੀ ਰੀਨਾ॥	barahm gi-aanee sagal kee reenaa.
ਆਤਮ ਰਸੁ, ਬ੍ਰਹਮ ਗਿਆਨੀ ਚੀਨਾ॥	aatam ras barahm gi-aanee cheenaa.
ਬ੍ਰਹਮ ਗਿਆਨੀ ਕੀ, ਸਭ ਊਪਰਿ ਮਇਆ॥	barahm gi-aanee keesabh oopar ma-i-aa.
ਬ੍ਰਹਮ ਗਿਆਨੀ ਤੇ, ਕਛੁ ਬੁਰਾ ਨ ਭਇਆ॥	barahm gi-aanee tay kachh buraa na bha-i-aa.
ਬ੍ਰਹਮ ਗਿਆਨੀ, ਸਦਾ ਸਮਦਰਸੀ॥	barahm gi-aanee sadaa samadrasee.
ਬ੍ਰਹਮ ਗਿਆਨੀ ਕੀ, ਦ੍ਰਿਸਟਿ ਅੰਮ੍ਰਿਤੁ ਬਰਸੀ॥	barahm gi-aanee kee darisat amrit barsee.
ਬ੍ਰਹਮ ਗਿਆਨੀ, ਬੰਧਨ ਤੇ ਮੁਕਤਾ॥	barahm gi-aanee banDhan tay muktaa.
ਬ੍ਰਹਮ ਗਿਆਨੀ ਕੀ, ਨਿਰਮਲ ਜੁਗਤਾ॥	barahm gi-aanee kee nirmal jugtaa.
ਬ੍ਰਹਮ ਗਿਆਨੀ ਕਾ, ਭੋਜਨੁ ਗਿਆਨ॥	barahm gi-aanee kaa bhojan gi-aan.
ਨਾਨਕ ਬ੍ਰਹਮ ਗਿਆਨੀ ਕਾ, ਬ੍ਰਹਮ ਧਿਆਨੁ॥੩॥	naanak barahm gi-aanee kaa barahm Dhi-aan. ||3||

ਬ੍ਰਹਮ ਗਿਅਨੀ ਬਹੁਤ ਨਿਮ੍ਰਤਾ ਵਾਲ ਹੁੰਦਾ ਹੈ, ਮਨ ਦੀ ਪਵਿੱਤਰਤਾ ਦਾ ਪੂਰਨ ਗਿਆਨ ਹੁੰਦਾ ਹੈ । ਉਸ ਦੇ ਮਨ ਵਿੱਚ ਦੂਸਰਿਆਂ ਲਈ ਤਰਸ, ਦਰਦ ਹੀ ਹੁੰਦਾ ਹੈ । ਕਦੇ ਕਿਸੇ ਲਈ ਬੁਰਾ ਖਿਆਲ ਨਹੀਂ ਆਉਂਦਾ । ਉਹ ਸਾਰੀ ਸ੍ਰਿਸ਼ਟੀ ਨੂੰ ਇਕ ਬਰਾਬਰ ਹੀ ਸਮਝਦਾ ਹੈ । ਉਸ ਉਪਰ ਹਮੇਸ਼ਾਂ ਪ੍ਰਭ ਦੇ ਸ਼ਬਦ ਦਾ ਰਸ ਰਚਿਆ ਰਹਿੰਦਾ । ਉਸ ਜੀਵ ਦਾ ਸੰਸਾਰਕ ਚੀਜ਼ਾਂ ਜਾ ਸਬੰਧਾ ਨਾਲ ਕੋਈ ਮੋਹ, ਲਗਨ ਨਹੀਂ ਹੁੰਦਾ । ਉਸ ਦੀ ਆਤਮਾ ਬਿਨਾਂ ਕਿਸੇ ਦਾਗ਼ ਤੋਂ ਸਾਫ ਹੀ ਰਹਿੰਦੀ ਹੈ । ਬ੍ਰਹਮ ਗਿਆਨੀ ਦਾ ਭੋਜਨ, ਸ਼ਬਦ ਦੀ ਸੋਝੀ ਹੀ ਪ੍ਰਭ ਦੀ ਬੰਦਗੀ ਹੈ । ਉਹ ਸਵਾਸ ਸਵਾਸ ਸ਼ਬਦ ਦਾ ਸਿਮਰਨ ਕਰਦਾ ਹੈ, ਉਸ ਵਿੱਚ ਹੀ ਲੀਨ ਰਹਿੰਦਾ ਹੈ ।

His true devotee remains very humble and his mind remains blemish free all time. He remains very merciful and forgiving to others; no evil thoughts may remain within his mind. He considers the whole universe as an expansion of His Holy Spirit and treats everyone with respect. He always remains drenched with the teachings of His Word. He may not have any influence of any worldly possession, status, and relationship in his mind. His soul remains blemish free and sanctified. The food of His true enlightened devotee remains the earnings of His Word. He meditates with each breath on the teachings of His Word and remains intoxicated in the void of His Word.3

ਅਸਟਪਦੀ॥ Asatpadee. (8-4)

ਬ੍ਰਹਮ ਗਿਆਨੀ, ਏਕ ਊਪਰਿ ਆਸ॥	barahm gi-aanee ayk oopar aas.
ਬ੍ਰਹਮ ਗਿਆਨੀ ਕਾ, ਨਹੀ ਬਿਨਾਸ॥	barahm gi-aanee kaa nahee binaas.
ਬ੍ਰਹਮ ਗਿਆਨੀ ਕੈ, ਗਰੀਬੀ ਸਮਾਹਾ॥	barahm gi-aanee kai gareebee samaahaa.
ਬ੍ਰਹਮ ਗਿਆਨੀ, ਪਰਉਪਕਾਰ ਉਮਾਹਾ॥	barahm gi-aanee par-upkaar omaahaa.
ਬ੍ਰਹਮ ਗਿਆਨੀ ਕੈ, ਨਾਹੀ ਧੰਧਾ॥	barahm gi-aanee kai naahee DhanDhaa.
ਬ੍ਰਹਮ ਗਿਆਨੀ ਲੇ, ਧਾਵਤੁ ਬੰਧਾ॥	barahm gi-aanee lay Dhaavat banDhaa.
ਬ੍ਰਹਮ ਗਿਆਨੀ ਕੈ, ਹੋਇ ਸੁ ਭਲਾ॥	barahm gi-aanee kai ho-ay so bhalaa.
ਬ੍ਰਹਮ ਗਿਆਨੀ, ਸੁਫਲ ਫਲਾ॥	barahm gi-aanee sufal falaa.
ਬ੍ਰਹਮ ਗਿਆਨੀ, ਸੰਗਿ ਸਗਲ ਉਧਾਰੁ॥	barahm gi-aanee sang sagal uDhaar.
ਨਾਨਕ ਬ੍ਰਹਮ ਗਿਆਨੀ,	naanak barahm gi-aanee
ਜਪੈ ਸਗਲ ਸੰਸਾਰੁ॥੪॥	japai sagal sansaar. ‖4‖

ਬ੍ਰਹਮ ਗਿਆਨੀ ਕੇਵਲ ਇਕੋ ਇਕ ਪ੍ਰਭ ਤੋਂ ਹੀ ਹਰ ਕੁਝ ਵਾਸਤੇ ਆਸ, ਭਰੋਸਾ ਰਖਦਾ ਹੈ । ਉਸ ਦਾ ਪ੍ਰਭ ਤੋਂ ਵਿਸ਼ਵਾਸ ਕਦੇ ਡੋਲਦਾ ਨਹੀਂ । ਉਸ ਦੇ ਮਨ ਵਿੱਚ ਹਮੇਸ਼ਾਂ ਨਿਮ੍ਰਤਾ ਹੀ ਭਰੀ ਰਹਿੰਦੀ ਹੈ । ਦੂਸਰਿਆਂ ਦੀ ਭਲਾਈ ਦਾ ਕਰਮ ਹੀ ਮਨ ਵਿੱਚ ਰਹਿੰਦਾ ਹੈ । ਉਹ ਸੰਸਾਰਕ ਕੰਮ ਕਰਦਾ ਹੈ, ਪਰ ਗੁਲਾਮ ਨਹੀਂ ਹੁੰਦਾ । ਉਸ ਦਾ ਮਨ ਸੰਸਾਰਕ ਇਛਾਂ ਦੇ ਪਿਛੇ ਨਹੀਂ ਭਟਕਦਾ । ਉਸ ਦਾ ਮਨ ਹਮੇਸ਼ਾਂ ਹੀ ਸ੍ਰਿਸ਼ਟੀ ਦੇ ਭਲੇ ਦੇ ਕੰਮਾਂ ਵਿੱਚ ਰਹਿੰਦਾ ਹੈ, ਆਪਣੀ ਮਾਨਸ ਯਾਤਰਾ ਸਫਲ ਕਰ ਜਾਂਦਾ ਹੈ । ਬ੍ਰਹਮ ਗਿਆਨੀ ਦਾ ਸੰਗ ਕਰਨ ਨਾਲ ਜੀਵ ਬੰਦਗੀ ਦੇ ਮਾਰਗ ਤੇ ਚਲ ਪੈਂਦਾ ਹੈ । ਆਪਣਾ ਜੀਵਨ ਸਫਲ ਕਰ ਲੈਂਦਾ ਹੈ । ਉਸ ਦੇ ਮਨ ਵਿੱਚ ਸਵਾਸ ਸਵਾਸ ਸ਼ਬਦ ਦੀ ਧੁਨ ਹੀ ਚਲਦੀ ਰਹਿੰਦੀ ਹੈ ।

His true devotee only keeps his hope, belief and prays for everything from The True Master. His faith never becomes unstable on the teaching of His Word, His Blessings. He always remains humble and performs deeds for the welfare of His Creation. He performs all worldly chores; however, he does not become a slave of worldly chores. He may never wander after worldly frustrates. He becomes very fortunate and concludes his human life journey successfully. Whosoever may associate and adopt His teachings in his own life; he may be blessed with the right path of salvation. The ever-lasting echo of His Word resonates within his heart nonstop.4

ਅਸਟਪਦੀ॥ Asatpadee. (8-5)

ਬ੍ਰਹਮ ਗਿਆਨੀ ਕੈ, ਏਕੈ ਰੰਗ॥	barahm gi-aanee kai aykai rang.
ਬ੍ਰਹਮ ਗਿਆਨੀ ਕੈ, ਬਸੈ ਪ੍ਰਭੁ ਸੰਗ॥	barahm gi-aanee kai basai parabh sang.
ਬ੍ਰਹਮ ਗਿਆਨੀ ਕੈ, ਨਾਮੁ ਆਧਾਰੁ॥	barahm gi-aanee kai naam aaDhaar.
ਬ੍ਰਹਮ ਗਿਆਨੀ ਕੈ, ਨਾਮੁ ਪਰਵਾਰੁ॥	barahm gi-aanee kai naam parvaar.
ਬ੍ਰਹਮ ਗਿਆਨੀ, ਸਦਾ ਸਦ ਜਾਗਤ॥	barahm gi-aanee sadaa sad jaagat.
ਬ੍ਰਹਮ ਗਿਆਨੀ, ਅਹੰਬੁਧਿ ਤਿਆਗਤ॥	barahm gi-aanee ahaN-buDh ti-aagat.
ਬ੍ਰਹਮ ਗਿਆਨੀ ਕੈ, ਮਨਿ ਪਰਮਾਨੰਦ॥	barahm gi-aanee kai man parmaanand.
ਬ੍ਰਹਮ ਗਿਆਨੀ ਕੈ, ਘਰਿ ਸਦਾ ਅਨੰਦ॥	barahm gi-aanee kai ghar sadaa anand.
ਬ੍ਰਹਮ ਗਿਆਨੀ, ਸੁਖ ਸਹਜ ਨਿਵਾਸ॥	barahm gi-aanee sukh sahj nivaas.
ਨਾਨਕ ਬ੍ਰਹਮ ਗਿਆਨੀ ਕਾ,	naanak barahm gi-aanee kaa
ਨਹੀ ਬਿਨਾਸ॥੫॥	nahee binaas. ‖5‖

ਬ੍ਰਹਮ ਗਿਆਨੀ ਕੇਵਲ ਇਕੋ ਇਕ ਪ੍ਰਭ ਨੂੰ ਹੀ ਪਿਆਰ, ਪ੍ਰੀਤ ਕਰਦਾ ਹੈ । ਉਸ ਦੇ ਭਾਣੇ ਅੰਦਰ ਹੀ ਰਹਿੰਦਾ ਹੈ । ਹਰਇਕ ਕੰਮ ਕਰਨ ਲਈ ਪ੍ਰਭ ਦਾ ਅਧਾਰ, ਆਸਰਾ ਭਾਲਦਾ ਹੈ । ਪ੍ਰਭ ਦੇ ਸ਼ਬਦ ਦਾ ਹੀ ਆਸਰਾ ਲੈਂਦਾ ਹੈ, ਪ੍ਰਭ ਦਾ ਸ਼ਬਦ ਹੀ ਉਸ ਦਾ ਪਰਿਵਾਰ ਬਣ ਜਾਂਦਾ ਹੈ । ਉਸ ਨੂੰ ਪ੍ਰਭ ਦੇ ਸ਼ਬਦ ਦੀ ਜਾਗਰਤੀ ਹੋ ਜਾਂਦੀ ਹੈ, ਸਵਾਸ ਸਵਾਸ ਮਨ ਵਿੱਚ ਸ਼ਬਦ ਦੀ ਧੁਨ ਚਲਦੀ ਸੁਣਾਈ ਦੇਂਦੀ ਹੈ ।

ਆਪਣੀ ਹੈਸੀਅਤ, ਅਹੰਕਾਰ ਪੂਰਨ ਤਰ੍ਹਾਂ ਤੇ ਤਿਆਗ ਦੇਂਦਾ ਹੈ, ਉਸ ਦੇ ਮਨ ਵਿੱਚ ਹਰ ਪਲ ਸਦਾ ਅਟਲ ਰਹਿਣ ਵਾਲੇ ਪ੍ਰਭ ਦਾ ਨੂਰ ਰਹਿੰਦਾ ਹੈ । ਬ੍ਰਹਮ ਗਿਆਨੀ ਹਮੇਸ਼ਾਂ ਸ਼ਾਂਤੀ, ਸੰਤੋਖ ਵਿੱਚ, ਪ੍ਰਭ ਦੇ ਭਾਣੇ ਵਿੱਚ ਹੀ ਰਹਿੰਦਾ ਹੈ । ਪ੍ਰਭ ਦਾ ਸ਼ਬਦ ਕਦੇ ਮਨ ਵਿਚੋਂ ਵਿਸਰਦਾ, ਹਿਰਖ ਨਹੀਂ ਕਰਦਾ ।

His true devotee only dedicates his life on the teachings of His Word and always remains in the boundary of His teachings. He prays for His support and guidance in each worldly chore. The teachings, essence of His Word become his family, worldly relationships. He may be enlightened with the essence of His Word; he remains awake and alert all time. He may hear the everlasting echo of His Word resonating within his mind non-stop. He may conquer his ego of worldly status and possessions. He remains drenched with the essence of His Word all time; with His mercy and grace, he may remain in peace and contented with day-to-day life. He may never abandon the teachings of His Word from his mind nor grieve for His Blessings.5

ਅਸਟਪਦੀ॥ Asatpadee. (8-6)

ਬ੍ਰਹਮ ਗਿਆਨੀ, ਬ੍ਰਹਮ ਕਾ ਬੇਤਾ॥	barahm gi-aanee barahm kaa baytaa.
ਬ੍ਰਹਮ ਗਿਆਨੀ, ਏਕ ਸੰਗਿ ਹੇਤਾ॥	barahm gi-aanee ayk sang haytaa.
ਬ੍ਰਹਮ ਗਿਆਨੀ ਕੈ, ਹੋਇ ਅਚਿੰਥ॥	barahm gi-aanee kai ho-ay achint.
ਬ੍ਰਹਮ ਗਿਆਨੀ ਕਾ, ਨਿਰਮਲ ਮੰਥ॥	barahm gi-aanee kaa nirmal mant.
ਬ੍ਰਹਮ ਗਿਆਨੀ, ਜਿਸੁ ਕਰੈ ਪ੍ਰਭੁ ਆਪਿ॥	Barahm gi-aanee jis karai parabh aap.
ਬ੍ਰਹਮ ਗਿਆਨੀ ਕਾ, ਬਡ ਪਰਤਾਪ॥	barahm gi-aanee kaa bad partaap.
ਬ੍ਰਹਮ ਗਿਆਨੀ ਕਾ,	barahm gi-aanee kaa
ਦਰਸੁ ਬਡਭਾਗੀ ਪਾਈਐ॥	daras badbhaagee paa-ee-ai.
ਬ੍ਰਹਮ ਗਿਆਨੀ ਕਉ, ਬਲਿ ਬਲਿ ਜਾਈਐ॥	barahm gi-aanee ka-o bal bal jaa-ee-ai.
ਬ੍ਰਹਮ ਗਿਆਨੀ ਕਉ, ਖੋਜਹਿ ਮਹੇਸੁਰ॥	barahm gi-aanee ka-o khojeh mahaysur.
ਨਾਨਕ ਬ੍ਰਹਮ ਗਿਆਨੀ, ਆਪਿ ਪਰਮੇਸੁਰ॥੬॥	naanak barahm gi-aanee aap parmaysur. ||6||

ਬ੍ਰਹਮ ਗਿਆਨੀ, ਰੱਬ ਦੀ ਰਜ਼ਾ ਨੂੰ ਜਾਣ ਜਾਂਦਾ ਹੈ, ਕੇਵਲ ਪ੍ਰਭ ਨੂੰ ਹੀ ਅਸਲੀ ਮਾਲਕ ਮੰਨਦਾ ਹੈ, ਉਸ ਦੇ ਸ਼ਬਦ ਦੀ ਪਾਲਣਾ ਕਰਦਾ ਹੈ । ਉਹ ਹਮੇਸ਼ਾਂ ਹੀ ਬੇਫਿਕਰ ਹੋ ਕੇ ਆਪਣੀ ਡੋਰੀ ਉਸ ਉਪਰ ਛੱਡ ਦੇਂਦਾ ਹੈ । ਉਸ ਦਾ ਉਪਦੇਸ਼ ਵੀ ਆਤਮਾ ਨੂੰ ਭਟਕਣ ਤੋਂ ਰੋਕਣ ਵਾਲਾ ਹੀ ਹੁੰਦਾ ਹੈ । ਜਿਸ ਤੇ ਰੱਬ ਆਪ ਹੀ ਰਹਿਮਤ ਬਖਸ਼ਦਾ ਹੈ, ਕੇਵਲ ਉਹ ਹੀ ਬ੍ਰਹਮ ਗਿਆਨੀ ਬਣ ਸਕਦਾ ਹੈ । ਉਸ ਜੀਵ ਦਾ ਨੂਰ ਅਨੋਖਾ ਹੀ ਹੁੰਦਾ ਹੈ, ਬ੍ਰਹਮ ਗਿਆਨੀ ਦਾ ਦਰਸ਼ਨ ਕੋਈ ਵੱਡੇ ਭਾਗਾਂ ਵਾਲਾ ਜੀਵ ਨੂੰ ਹੀ ਬਖਸ਼ਿਸ਼ ਹੁੰਦਾ ਹੈ । ਉਸ ਬ੍ਰਹਮ ਗਿਆਨੀ ਤੋਂ ਸਦਕੇ ਜਾਈਏ । ਉਸ ਦੇ ਪੂਰਨ ਕਰਤਬ ਕੋਈ ਜਾਣ ਨਹੀਂ ਸਕਦਾ । ਅਜੇਹੇ ਬ੍ਰਹਮ ਗਿਆਨੀ ਨੂੰ ਪ੍ਰਭ ਆਪ ਵੀ ਢੂੰਡਦਾ, ਲੱਭਦਾ ਫਿਰਦਾ ਹੈ । ਬ੍ਰਹਮ ਗਿਆਨੀ ਆਪ ਹੀ ਪ੍ਰਭ ਦਾ ਰੂਪ ਹੁੰਦਾ ਹੈ, ਉਸ ਵਿੱਚ ਹੀ ਅਲੋਪ ਹੋਇਆ ਹੁੰਦਾ ਹੈ ।

His true devotee always remains obedient and adopts the teachings of His Word wholeheartedly in day-to-day life. He considers. The One and Only One True Master of the universe; he always keeps his hope for His support and Blessings. He remains worry free, carefree from any worldly miseries. His inspirations and preaching are always to help to control the frustration of mind. Whosoever may be bestowed with His Blessed Vision, only he may be blessed with a state of mind as His true devotcc. Hc may have a unique spiritual glow on his forehead; only very fortunate may be blessed with the association of such a Holy saint. The whole universe remains fascinated from his way of life; no one may fully comprehend his state of mind. The True Master keeps searching for such a devotee. He may be the symbol of The True Master and his soul may immerse within His Holy Spirit. 6

ਅਸਟਪਦੀ॥ Asatpadee. (8-7)

ਬ੍ਰਹਮ ਗਿਆਨੀ ਕੀ, ਕੀਮਤਿ ਨਾਹਿ॥	barahm gi-aanee kee keemat naahi.
ਬ੍ਰਹਮ ਗਿਆਨੀ ਕੈ, ਸਗਲ ਮਨ ਮਾਹਿ॥	barahm gi-aanee kai sagal man maahi.
ਬ੍ਰਹਮ ਗਿਆਨੀ ਕਾ, ਕਉਨ ਜਾਨੈ ਭੇਦੁ॥	barahm gi-aanee kaa ka-un jaanai bhayd.
ਬ੍ਰਹਮ ਗਿਆਨੀ ਕਉ, ਸਦਾ ਅਦੇਸੁ॥	Barahm gi-aanee ka-o sadaa adays.
ਬ੍ਰਹਮ ਗਿਆਨੀ ਕਾ, ਕਥਿਆ ਨ ਜਾਇ ਅਧਾਖਰੁ॥	barahm gi-aanee kaa kathi-aa na jaa-ay aDhaakh-yar.
ਬ੍ਰਹਮ ਗਿਆਨੀ, ਸਰਬ ਕਾ ਠਾਕੁਰੁ॥	barahm gi-aanee sarab kaa thaakur.
ਬ੍ਰਹਮ ਗਿਆਨੀ ਕੀ, ਮਿਤਿ ਕਉਨੁ ਬਖਾਨੈ॥	barahm gi-aanee kee mit ka-un bakhaanai.
ਬ੍ਰਹਮ ਗਿਆਨੀ ਕੀ, ਗਤਿ ਬ੍ਰਹਮ ਗਿਆਨੀ ਜਾਨੈ॥	Barahm gi-aanee kee gat barahm gi-aanee jaanai.
ਬ੍ਰਹਮ ਗਿਆਨੀ ਕਾ, ਅੰਤੁ ਨ ਪਾਰੁ॥	barahm gi-aanee kaa ant na paar.
ਨਾਨਕ ਬ੍ਰਹਮ ਗਿਆਨੀ ਕਉ, ਸਦਾ ਨਮਸਕਾਰੁ॥੭॥	naanak barahm gi-aanee ka-o sadaa namaskaar. ||7||

ਬ੍ਰਹਮ ਗਿਆਨੀ ਦੀ ਹੈਸੀਅਤ ਦੀ ਕੀਮਤ ਕੋਈ ਨਹੀਂ ਜਾਣ ਸਕਦਾ, ਉਸ ਦੀ ਹੈਸੀਅਤ, ਆਤਮਾ ਪ੍ਰਭ ਵਿੱਚ ਹੀ ਰਚੀ ਹੁੰਦੀ ਹੈ । ਉਸ ਦਾ ਭੇਦ, ਗੁਣ ਕੋਈ ਪੂਰਨ ਤਰ੍ਹਾਂ ਵਿਆਖਿਆ ਨਹੀਂ ਕਰ ਸਕਦਾ । ਉਹ ਹਰ ਵੇਲੇ ਪ੍ਰਭ ਦੇ ਸ਼ਬਦ ਦਾ ਹੀ ਉਪਦੇਸ਼ ਦੇਂਦਾ ਹੈ । ਹਰਇਕ ਕਥਨ ਦੂਰ ਦ੍ਰਿਸ਼ਟੀ ਦਾ ਹੁੰਦਾ ਹੈ, ਉਹ ਆਪ ਹੀ ਠਾਕਰ ਦਾ ਰੂਪ ਹੁੰਦਾ ਹੈ । ਬ੍ਰਹਮ ਗਿਆਨੀ ਦੀ ਭਲਾਈ ਦੇ ਕੰਮਾਂ ਦਾ ਕੋਈ ਅੰਤ ਨਹੀਂ ਜਾਣ ਸਕਦਾ । ਕੇਵਲ ਪ੍ਰਭ ਹੀ ਉਸ ਦੀ ਕਰਬਾਨੀ ਦੀ ਹੱਦ ਕੋਈ ਜਾਣਦਾ ਹੈ । ਬ੍ਰਹਮ ਗਿਆਨੀ ਦੀ ਵਡਿਆਈ ਦਾ ਕੋਈ ਅੰਤ ਨਹੀਂ ਪਾ ਸਕਦਾ । ਧੰਨ ਧੰਨ ਹੀ ਕਹੋ !

No one can fully comprehend and imagine the true worthiness of His true devotee. His mind and soul always remain drenched with the teachings of His Word. No one may fully comprehend his state of mind nor the extent of his virtues, sacrifices. All his teachings are for the big picture, the real purpose of the human life. He may become a true symbol of The True Master. Only, The Omniscient, God knows the extent of his state of mind. No one else can comprehend the extent of his sacrifice nor imagines the limits of his greatness. You should always regard him with the greatest respect.7

ਅਸਟਪਦੀ॥ Asatpadee. (8-8)

ਬ੍ਰਹਮ ਗਿਆਨੀ, ਸਭ ਸ੍ਰਿਸਟਿ ਕਾ ਕਰਤਾ॥	barahm gi-aanee sabh sarisat kaa kartaa.
ਬ੍ਰਹਮ ਗਿਆਨੀ, ਸਦ ਜੀਵੈ ਨਹੀ ਮਰਤਾ॥	barahm gi-aanee sad jeevai nahee martaa.
ਬ੍ਰਹਮ ਗਿਆਨੀ, ਮੁਕਤਿ ਜੁਗਤਿ ਜੀਅ ਕਾ ਦਾਤਾ॥	barahm gi-aanee mukat jugat jee-a kaa daataa.
ਬ੍ਰਹਮ ਗਿਆਨੀ, ਪੂਰਨ ਪੁਰਖੁ ਬਿਧਾਤਾ॥	barahm gi-aanee pooran purakh biDhaataa.
ਬ੍ਰਹਮ ਗਿਆਨੀ, ਅਨਾਥ ਕਾ ਨਾਥੁ॥	barahm gi-aanee anaath kaa naath.
ਬ੍ਰਹਮ ਗਿਆਨੀ ਕਾ, ਸਭ ਊਪਰਿ ਹਾਥੁ॥	barahm gi-aanee kaa sabh oopar haath.
ਬ੍ਰਹਮ ਗਿਆਨੀ ਕਾ, ਸਗਲ ਅਕਾਰੁ॥	barahm gi-aanee kaa sagal akaar.
ਬ੍ਰਹਮ ਗਿਆਨੀ, ਆਪਿ ਨਿਰੰਕਾਰੁ॥	barahm gi-aanee aap nirankaar.
ਬ੍ਰਹਮ ਗਿਆਨੀ ਕੀ ਸੋਭਾ, ਬ੍ਰਹਮ ਗਿਆਨੀ ਬਨੀ॥	barahm gi-aanee kee sobhaa barahm gi-aanee banee.
ਨਾਨਕ ਬ੍ਰਹਮ ਗਿਆਨੀ, ਸਰਬ ਕਾ ਧਨੀ॥੮॥੮॥	naanak barahm gi-aanee sarab kaa Dhanee. ||8||8||

ਬ੍ਰਹਮ ਗਿਆਨੀ ਹੀ ਸ੍ਰਿਸ਼ਟੀ ਦਾ ਸਿਰਜਨਹਾਰਾ ਹੈ । ਉਹ ਸੰਸਾਰਕ ਜੀਵਾਂ ਨੂੰ ਮੁਕਤੀ ਦੀ ਪ੍ਰਾਪਤ ਕਰਨ ਦੇ ਮਾਰਗ ਤੇ ਪਾ ਸਕਦਾ ਹੈ । ਉਹ ਅਮਰ ਹੁੰਦਾ, ਮਰਦਾ ਨਹੀਂ, ਉਹ ਪੂਰਨ ਪੁਰਖ ਹੈ । ਉਹ ਹੀ ਸਾਰੀ ਸ੍ਰਿਸ਼ਟੀ ਦਾ ਰਖਵਾਲਾ, ਉਸ ਦਾ ਸਭ ਉਪਰ ਹੁਕਮ ਚਲਦਾ ਹੈ । ਉਹ ਹੀ ਇਹ ਸਾਰਾ ਖੇਲ ਰਚਾਉਂਦਾ ਹੈ । ਬ੍ਰਹਮ ਗਿਆਨੀ ਹੀ ਸਾਰੀ ਸ੍ਰਿਸ਼ਟੀ ਦਾ ਸ੍ਰਿਜਨਹਾਰਾ, ਆਪ ਹੀ ਪ੍ਰਭ ਹੈ । ਬ੍ਰਹਮ

ਗਿਆਨੀ ਦੀ ਵਡਿਆਈ, ਪ੍ਰਭ ਆਪ ਹੀ ਕਰਦਾ, ਬਣਾਉਂਦਾ ਹੈ । ਬ੍ਰਹਮ ਗਿਆਨੀ, ਸਰਬ ਕਲਾ ਸਮਰਥ ਮਾਲਕ ਵਿੱਚ ਹੀ ਅਲੋਪ ਰਹਿੰਦਾ ਹੈ ।

His true enlightened devotee is the symbol of The True Master, Creator. He may guide the whole mankind on the right path of salvation. He may be blessed with immortal state of mind and he may become beyond the cycle of birth and death. He may become complete perfect within. He may become the true protector of the universe; everything may remain under His Command. He may be blessed with the creation of the play of the universe and he may play the role of The Creator, symbol of The True Master. The True Master bestows the greatness on His enlightened devotee. The Omnipotent True Master becomes, Himself as an enlightened devotee; His true devotee remains immersed in His Holy Spirit forever.8

9. ਸਲੋਕੁ॥9॥ 274

ਉਰਿ ਧਾਰੈ, ਜੋ ਅੰਤਰਿ ਨਾਮੁ॥	ur Dhaarai jo antar naam.
ਸਰਬ ਮੈ, ਪੇਖੈ ਭਗਵਾਨੁ॥	sarab mai paykhai bhagvaan.
ਨਿਮਖ ਨਿਮਖ, ਠਾਕੁਰ ਨਮਸਕਾਰੈ॥	nimakh nimakh thaakur namaskaarai.
ਨਾਨਕ ਓਹੁ ਅਪਰਸੁ, ਸਗਲ ਨਿਸਤਾਰੈ॥	naanak oh apras sagal nistaarai. ||1||

ਜਿਸ ਦੇ ਹਿਰਦੇ ਵਿੱਚ ਅਟਲ ਹੋਂਦ, ਪ੍ਰਭ ਦਾ ਸ਼ਬਦ ਵਸ ਜਾਂਦਾ ਹੈ । ਉਸ ਨੂੰ ਹਰਇਕ ਜੀਵ ਵਿੱਚ ਪ੍ਰਭ ਹੀ ਦਿਖਾਈ ਦੇਂਦਾ ਹੈ । ਉਹ ਸਵਾਸ, ਸਵਾਸ ਸਿਮਰਨ ਕਰਦਾ ਹੈ । ਅਜੇਹੇ ਸੰਤ ਸਰੂਪ ਦੇ ਆਸਰੇ ਸਾਰੇ ਸੰਸਾਰ ਦਾ ਹੀ ਉਧਾਰ ਹੋ ਜਾਂਦਾ ਹੈ ।

Whosoever may be drenched with the teachings of The True Master; he may visualize His Holy Spirit prevailing in everywhere. He may meditate with steady and stable belief on the teachings of His Word with each breath. With the inspiration of day-to-day life His true devotee, the whole universe becomes fortunate by following the right path of salvation.9

ਅਸਟਪਦੀ॥ Asatpadee. 9-1

ਮਿਥਿਆ ਨਾਹੀ, ਰਸਨਾ ਪਰਸ॥	mithi-aa naahee rasnaa paras.
ਮਨ ਮਹਿ ਪ੍ਰੀਤਿ, ਨਿਰੰਜਨ ਦਰਸ॥	man, meh pareet niranjan daras.
ਪਰ ਤ੍ਰਿਅ, ਰੂਪੁ ਨ ਪੇਖੈ ਨੇਤ੍ਰ॥	par tari-a roop na paykhai naytar.
ਸਾਧ ਕੀ ਟਹਲ, ਸੰਤਸੰਗਿ ਹੇਤ॥	saaDh kee tahal satsang hayt.
ਕਰਨ ਨ ਸੁਨੈ, ਕਾਹੂ ਕੀ ਨਿੰਦਾ॥	karan na sunai kaahoo kee nindaa.
ਸਭ ਤੇ ਜਾਨੈ, ਆਪਸ ਕਉ ਮੰਦਾ॥	sabh tay jaanai aapas ka-o mandaa.
ਗੁਰ ਪ੍ਰਸਾਦਿ, ਬਿਖਿਆ ਪਰਹਰੈ॥	gur parsaad bikhi-aa parharai.
ਮਨ ਕੀ ਬਾਸਨਾ, ਮਨ ਤੇ ਟਰੈ॥	man kee baasnaa man tay tarai.
ਇੰਦ੍ਰੀ ਜਿਤ, ਪੰਚ ਦੋਖ ਤੇ ਰਹਤ॥	indree jit panch dokh tay rahat.
ਨਾਨਕ ਕੋਟਿ ਮਧੇ ਕੋ, ਐਸਾ ਅਪਰਸ॥੧॥	naanak kot maDhay ko aisaa apras. ||1||

ਜਿਹੜੇ ਜੀਵ ਦਾ ਮਨ ਪ੍ਰਭ ਦੀ ਪ੍ਰੀਤ ਵਿੱਚ ਰਚਿਆ ਰਹਿੰਦਾ ਹੈ । ਉਸ ਦੀ ਜੀਭ ਤੇ ਕਦੇ ਕਰੋਧ ਵਾਲੇ ਬੋਲ ਨਹੀਂ ਆਉਂਦੇ, ਹਰ ਵੇਲੇ ਨਿਮ੍ਰਤਾ ਹੀ ਰਹਿੰਦੀ ਹੈ । ਉਹ ਸੰਤ ਸਰੂਪ ਦੀ ਸੰਗਤ ਵਿੱਚ ਰਹਿੰਦਾ ਹੈ, ਕਾਮਵਾਸਨਾ ਤੇ ਪੂਰਾ ਕਾਬੂ ਰਹਿੰਦਾ ਹੈ । ਉਹ ਪਰਾਈ ਨਾਰੀ ਨੂੰ ਬੁਰੀ ਨਜ਼ਰ ਨਾਲ ਨਹੀਂ ਦੇਖਦਾ, ਕਿਸੇ ਦੀ ਨਿੰਦਿਆ ਜਾ ਚੁਗਲੀ ਨਹੀਂ ਕਰਦਾ, ਸੁਣਦਾ । ਆਪਣੇ ਆਪ ਨੂੰ ਸਾਰਿਆਂ ਤੋਂ ਨੀਵਾਂ, ਘਟ ਗੁਣਾਂ ਵਾਲਾ ਹੀ ਸਮਝਦਾ ਹੈ । ਪ੍ਰਭ ਦੀ ਰਹਿਮਤ ਨਾਲ ਲਾਲਚ ਨੂੰ ਤਿਆਗ ਦੇਂਦਾ ਹੈ, ਬੁਰੀਆਂ ਭਾਵਨਾ ਦੂਰ ਹੋ ਜਾਂਦੀਆਂ ਹਨ । ਉਸ ਦਾ ਪੰਜਾਂ ਇੰਦ੍ਰੀਆਂ ਤੇ ਪੂਰਨ ਕਾਬੂ ਹੋ ਜਾਂਦਾ ਹੈ । ਪਰ ਇਸਤਰ੍ਹਾਂ ਦਾ ਸੰਤ ਸਰੂਪ ਕੋਈ ਵਿਰਲਾ (ਲੱਖਾਂ ਵਿਚੋਂ ਇਕ) ਹੀ ਹੁੰਦਾ ਹੈ ।

Whosoever may be drenched with the teachings of His Word; his tongue never speaks rude language or speaks angerly. He always remains humble and polite. He associates with His true devotee and keeps a complete control on his sexual urge and he may never have any evil feeling or desire for any strange woman nor be involved in the backbiting of anyone else. He considers himself, lower and with less virtues than anyone else; with His mercy and grace, he may eliminate his greed and his evil thoughts. He may conquer his five senses, demons of worldly desires. However, very rare devotee may be blessed with such a state of mind. 1

ਅਸਟਪਦੀ॥ Asatpadee. 9-2

ਬੈਸਨੋ ਸੋ, ਜਿਸੁ ਊਪਰਿ ਸੁਪ੍ਰਸੰਨ॥	baisno so jis oopar suparsan.
ਬਿਸਨ ਕੀ ਮਾਇਆ, ਤੇ ਹੋਇ ਭਿੰਨ॥	bisan kee maa-i-aa tay ho-ay bhinn.
ਕਰਮ ਕਰਤ, ਹੋਵੈ ਨਿਹਕਰਮ॥	karam karat hovai nihkaram.
ਤਿਸੁ ਬੈਸਨੋ ਕਾ, ਨਿਰਮਲ ਧਰਮ॥	tis baisno kaa nirmal Dharam.
ਕਾਹੂ ਫਲ ਕੀ,ਇਛਾ ਨਹੀ ਬਾਛੈ॥	kaahoo fal kee ichhaa nahee baachhai.
ਕੇਵਲ ਭਗਤਿ, ਕੀਰਤਨ ਸੰਗਿ ਰਾਚੈ॥	kayval bhagat keertan sang raachai.
ਮਨ ਤਨ ਅੰਤਰਿ, ਸਿਮਰਨ ਗੋਪਾਲ॥	man, tan antar simran gopaal.
ਸਭ ਊਪਰਿ, ਹੋਵਤ ਕਿਰਪਾਲ॥	sabh oopar hovat kirpaal.
ਆਪਿ ਦ੍ਰਿੜੈ, ਅਵਰਹ ਨਾਮੁ ਜਪਾਵੈ॥	aap darirhai avrah naam japaavai.
ਨਾਨਕ ਓਹੁ ਬੈਸਨੋ, ਪਰਮ ਗਤਿ ਪਾਵੈ॥੨॥	naanak oh baisno param gat paavai. ||2||

ਜਿਹੜਾ ਪ੍ਰਭ ਦੀ ਪ੍ਰੀਤ ਵਿੱਚ ਪੂਰਨ ਤਰ੍ਹਾਂ ਰਚਿਆ ਹੋਇਆ ਹੋਵੇ, ਕੇਵਲ ਉਹ ਹੀ ਅਸਲੀ ਬੈਸਨੋ ਹੋ ਸਕਦਾ ਹੈ । ਉਹ ਸੰਸਾਰਕ ਪਦਾਰਥਾਂ ਤੋਂ ਉਪਰ, ਦੂਸਰਿਆਂ ਦੀ ਭਲਾਈ ਕਰਦਾ ਹੈ, ਉਸ ਦੀ ਫਲ, ਭੇਟਾ ਦੀ ਕੋਈ ਇਛਾਂ ਨਹੀਂ ਰਖਦਾ । ਉਸ ਦਾ ਅਸਲੀ ਧਰਮ, ਨਿਯਮ, ਆਤਮਾ ਨੂੰ ਪਵਿੱਤਰ ਰਖਣਾ ਹੀ ਹੁੰਦਾ ਹੈ । ਉਹ ਆਪਣੇ ਕੀਤੇ ਚੰਗੇ ਕੰਮ ਦੀ ਕੋਈ ਕੀਮਤ ਦੀ ਇਛਾਂ ਨਹੀਂ ਰਖਦਾ । ਉਹ ਪ੍ਰਭ ਦੇ ਕੀਰਤਨ, ਉਸਤਤ ਦੇ ਗੀਤ ਵਿੱਚ ਮਗਨ ਰਹਿੰਦਾ ਹੈ, ਸਵਾਸ ਸਵਾਸ ਸਿਮਰਨ ਕਰਦਾ ਹੈ । ਉਸ ਦੇ ਤਨ, ਮਨ ਤੇ ਪ੍ਰਭ ਦਾ ਨੂਰ ਭਰਪੂਰ ਰਹਿੰਦਾ ਹੈ, ਉਹ ਸਾਰੀ ਸ੍ਰਿਸ਼ਟੀ ਵਿੱਚ ਬਹੁਤ ਨਿਮਰਤਾ ਨਾਲ ਰਹਿੰਦਾ ਹੈ । ਉਸ ਦਾ ਪ੍ਰਭ ਦੇ ਸ਼ਬਦ ਤੇ ਅਡੋਲ ਭਰੋਸਾ ਹੁੰਦਾ ਹੈ, ਬਾਕੀਆ ਨੂੰ ਸਿਮਰਨ ਦੀ ਪ੍ਰੇਰਨਾ ਕਰਦਾ ਹੈ । ਪ੍ਰਭ ਦੀ ਦਰਗਾਹ ਵਿੱਚ ਖਾਸ ਅਸਥਾਨ ਬਖਸ਼ਿਸ਼ ਹੋ ਜਾਂਦਾ ਹੈ ।

Whosoever may be drenched with the essence of His Word, he may be in true renunciation. His state of mind may remain beyond the reach of worldly possessions. His way of life remains helping the helpless; he may not have any desire or expectation for charity, donations for his service. His true religion, discipline in life to remain blemish-free and beyond the reach of worldly desires in his day-to-day life. He remains intoxicated in meditation and singing the glory of His Word; with His mercy and grace, the spiritual glow may shine on his mind and forehead. He remains humble, modest in the worldly life. His belief remains steady and stable on the teachings of His Word. He inspires others with his way of life. He may be blessed with unique place and honor in His Court.2

ਅਸਟਪਦੀ॥ Asatpadee. 9- 3

ਭਗਉਤੀ ਭਗਵੰਤ, ਭਗਤਿ ਕਾ ਰੰਗੁ॥	bhag-utee bhagvant bhagat kaa rang.
ਸਗਲ ਤਿਆਗੈ, ਦੁਸਟ ਕਾ ਸੰਗੁ॥	sagal ti-aagai dusat kaa sang.
ਮਨ ਤੇ ਬਿਨਸੈ, ਸਗਲਾ ਭਰਮੁ॥	man, tay binsai saglaa bharam.
ਕਰਿ ਪੂਜੈ, ਸਗਲ ਪਾਰਬ੍ਰਹਮੁ॥	kar poojai sagal paarbarahm.
ਸਾਧਸੰਗਿ, ਪਾਪਾ ਮਲੁ ਖੋਵੈ॥	saaDhsang paapaa mal khovai.
ਤਿਸੁ ਭਗਉਤੀ ਕੀ, ਮਤਿ ਊਤਮ ਹੋਵੈ॥	tis bhag-utee kee mat ootam hovai.
ਭਗਵੰਤ ਕੀ ਟਹਲ ਕਰੈ, ਨਿਤ ਨੀਥਿ॥	bhagvant kee tahal karai nit neet.
ਮਨੁ ਤਨੁ ਅਰਪੈ, ਬਿਸਨ ਪਰੀਥਿ॥	man, tan arpai bisan pareet.
ਹਰਿ ਕੇ ਚਰਨ, ਹਿਰਦੈ ਬਸਾਵੈ॥	har kay charan hirdai basaavai.
ਨਾਨਕ ਐਸਾ ਭਗਉਤੀ,	naanak aisaa bhag-utee

ਭਗਵੰਤ ਕਉ ਪਾਵੈ॥੩॥ bhagvant ka-o paavai. ||3||

ਜਿਹੜਾ ਸਵਾਸ ਸਵਾਸ ਪ੍ਰਭ ਦੇ ਸ਼ਬਦ ਦਾ ਸਿਮਰਨ ਕਰਦਾ ਹੈ, ਉਹ ਹੀ ਅਸਲੀ ਭਗਤ ਹੁੰਦਾ ਹੈ । ਹਰਇਕ ਕੰਮ ਕਰਨ ਸਮੇਂ ਇਹ ਸੋਚੇ! ਅਗਰ ਉਹ (ਪ੍ਰਭ) ਮੇਰੀ ਥਾਂ ਹੁੰਦਾ ਤਾ ਕੀ ਕਰਦਾ । ਗਲਤ ਕੰਮ ਕਰਨ ਵਾਲੇ ਦੀ ਸੰਗਤ ਨੂੰ ਤਿਆਗਕੇ, ਮਨ ਦੇ ਸਾਰੇ ਭਰਮ, ਭਲੇਖੇ, ਸ਼ੰਕਾ, ਦੂਰ ਕਰਕੇ, ਪ੍ਰਭ ਦੇ ਭਾਣੇ ਨੂੰ ਸਤਿ ਕਰਕੇ ਮੰਨਦਾ ਹੈ । ਸਾਧ ਸੰਗਤ ਕਰਕੇ ਆਪਣੇ ਵਿੱਚ ਸ਼ਬਦ ਦੇ ਗੁਣਾਂ ਨੂੰ ਧਾਰ ਕੇ ਆਤਮਾ ਨੂੰ ਪਵਿੱਤਰ ਕਰ ਲੈਂਦਾ ਹੈ । ਉਸ ਦੀ ਮੱਤ, ਗਿਆਨ ਉਤਮ, ਉਚਾ, ਦੂਰ ਦ੍ਰਿਸ਼ਟੀ ਵਾਲਾ ਬਣ ਜਾਂਦਾ ਹੈ । ਉਹ ਮਨ, ਤਨ ਨਾਲ ਪ੍ਰਭ ਦੀ ਸਾਜੀ ਸ੍ਰਿਸ਼ਟੀ ਦੀ ਸੇਵਾ, ਭਲਾਈ ਦੇ ਹੀ ਕੰਮ ਕਰਦਾ ਹੈ । ਉਸ ਦੇ ਮਨ ਵਿੱਚ ਬਹੁਤ ਨਿਮ੍ਰਤਾ ਆ ਜਾਂਦੀ ਹੈ । ਹਰ ਵੇਲੇ ਆਪਣੇ ਆਪ ਨੂੰ ਪ੍ਰਭ, ਸਾਧ ਸੰਗਤ ਦੇ ਸ਼ਰਣ, ਸੇਵ ਵਿੱਚ ਹੀ ਰਖਦਾ ਹੈ । ਅਜੇਹਾ ਸੇਵਕ ਪ੍ਰਭ ਨੂੰ ਪ੍ਰਵਾਨ ਹੋ ਜਾਂਦਾ ਹੈ ।

Whosoever may meditate on the teachings of His Word with each breath, only he may be blessed with a state of mind as His true devotee. He believes that The Omnipresent, Omniscient monitors all his day-to-day chores. He renounces the company of the evil doers, evil thinkers. He abandons all religious rituals, suspicions, and accepts the teachings of His Word as an ultimate command of The True Master. He associates with His true devotees to understand, and to adopt good virtues of his day-to-day life. He may be enlightened with a unique wisdom; his thoughts may be for the bigger picture of human life blessings. He dedicates his mind and body in the service for the welfare of mankind; he may remain very humble and modest. He remains humble in the service of His true devotee and obeys the teachings of His Word; he may be accepted in His Court.3

ਅਸਟਪਦੀ॥ Asatpadee. 9- 4

ਸੋ ਪੰਡਿਤੁ, ਜੋ ਮਨੁ ਪਰਬੋਧੈ॥ so pandit jo man parboDhai.
ਰਾਮ ਨਾਮੁ, ਆਤਮ ਮਹਿ ਸੋਧੈ॥ raam naam aatam meh soDhai.
ਰਾਮ ਨਾਮ, ਸਾਰੁ ਰਸੁ ਪੀਵੈ॥ raam naam saar ras peevai.
ਉਸੁ ਪੰਡਿਤ ਕੈ, ਉਪਦੇਸਿ ਜਗੁ ਜੀਵੈ॥ us pandit kai updays jag jeevai.
ਹਰਿ ਕੀ ਕਥਾ, ਹਿਰਦੈ ਬਸਾਵੈ॥ har kee kathaa hirdai basaavai.
ਸੋ ਪੰਡਿਤੁ, ਫਿਰਿ ਜੋਨਿ ਨ ਆਵੈ॥ so pandit fir jon na aavai.
ਬੇਦ ਪੁਰਾਨ, ਸਿਮ੍ਰਿਤਿ ਬੂਝੈ ਮੂਲ॥ bayd puraan simrit boojhai mool.
ਸੂਖਮ ਮਹਿ, ਜਾਨੈ ਅਸਥੂਲੁ॥ sookham meh jaanai asthool.
ਚਹੁ ਵਰਨਾ ਕਉ, ਦੇ ਉਪਦੇਸੁ॥ chahu varnaa ka-o day updays.
ਨਾਨਕ ਉਸੁ ਪੰਡਿਤ ਕਉ, ਸਦਾ ਅਪਦੇਸੁ॥੪॥ naanak us pandit ka-o sadaa adays. ||4||

ਜਿਹੜਾ ਆਪਣੇ ਕੀਤੇ ਕੰਮਾਂ ਨੂੰ ਪਰਖਦਾ ਹੈ, ਕੇਵਲ ਉਹ ਅਸਲੀ ਧਾਰਮਕ ਸਿਆਣਾ (ਪੰਡਿਤ, ਵਿਦਵਾਨ, ਕਾਜੀ, ਗਿਆਨੀ) ਹੁੰਦਾ ਹੈ! ਜਿਹੜਾ ਪ੍ਰਭ ਦੇ ਸ਼ਬਦ ਨਾਲ ਆਪਣਾ ਜੀਵਨ ਢਾਲਦਾ ਹੈ, ਉਸ ਦੇ ਜੀਵਨ ਤੋਂ ਬਾਕੀ ਜੀਵ ਸਿਖਿਆ ਲੈਂਦੇ ਹਨ । ਪ੍ਰਭ ਦੀ ਬੰਦਗੀ ਵਿੱਚ ਲੀਨ ਹੋਣਾ, ਉਸ ਦੇ ਜੀਵਨ ਦੀ ਮਸਾਲ ਹੀ ਬਾਣੀ ਦਾ ਰੂਪ ਧਾਰ ਲੈਂਦੀ ਹੈ । ਜਿਹੜਾ ਜੀਵ ਪ੍ਰਭ ਦੇ ਸ਼ਬਦ ਨੂੰ ਹਿਰਦੇ ਵਿੱਚ ਵਸਾ ਕੇ ਜੀਵਨ ਬਤੀਤ ਕਰਦਾ ਹੈ । ਉਹ ਜੀਵ ਜਨਮ ਮਰਨ ਦੇ ਚਕਰ ਤੋਂ ਰਹਿਤ ਹੋ ਜਾਂਦਾ ਹੈ । ਉਹ ਧਾਰਮਕ ਕਿਤਾਬਾਂ ਵਿੱਚ ਲਿਖੇ ਸਿਧਾਤਾਂ ਦੀ ਜਾਣ ਕਾਰੀ ਕਰ ਲੈਂਦਾ ਹੈ । ਉਸ ਦੀ ਲਿਵ ਪ੍ਰਭ ਦੇ ਸ਼ਬਦ ਵਿੱਚ ਲਗ ਜਾਂਦੀ ਹੈ ।(ਵੇਦ, ਪੁਰਾਨ, ਕੁਰਾਨ, ਗੁਰੂ ਗ੍ਰੰਥ) ਉਹ ਸਾਰੀ ਸ੍ਰਿਸ਼ਟੀ ਨੂੰ ਹੀ ਇਕ ਪਰਿਵਾਰ ਸਮਝਦਾ ਹੈ । ਸਾਰਿਆਂ ਨੂੰ ਇਕੋ ਇਕ ਪ੍ਰਭ ਦਾ ਉਪਦੇਸ਼ ਦੇਂਦਾ ਹੈ । ਉਪਦੇਸ਼ ਵਿੱਚ ਉਸ ਦੀ ਨਿਜੀ ਹੈਸੀਅਤ ਨਹੀਂ ਹੁੰਦੀ । ਉਹ ਪ੍ਰਭ ਵਿੱਚ ਹੀ ਅਲੋਪ ਰਹਿੰਦੀ ਹੈ ।

Whosoever may evaluate his own deeds with the teachings of His Word; he may become true enlightened soul, religious person. He adopts the teachings of His Word in day-to-day life and he may inspire others by his way of life. He remains in a deep devotional meditation on the teachings His Word; his way of life becomes a pillar of light for others. He remains drenched with the teachings of His Word and he adopts in day-to-day life; with His mercy and grace, his cycle of birth and death may be eliminated. He may be enlightened with the teachings of the worldly religious Holy Scriptures. He may remain intoxicated in devotional meditation in the void of His Word. He believes the whole universe is one unique family, an expansion of His Holy Spirit. He spreads the message of The One and Only One True Master to everyone and not his own views or his worldly status. He may become a symbol of His Holy Spirit4

ਅਸਟਪਦੀ॥ Asatpadee. 9- 5

ਬੀਜ ਮੰਤ੍ਰ, ਸਰਬ ਕੋ ਗਿਆਨੁ॥	bBeej mantar sarab ko gi-aan.
ਚਹੁ ਵਰਨਾ ਮਹਿ, ਜਪੈ ਕੋਊ ਨਾਮੁ॥	chahu varnaa meh japai ko-oo naam.
ਜੋ ਜੋ ਜਪੈ, ਤਿਸ ਕੀ ਗਤਿ ਹੋਇ॥	jo jo japai tis kee gat ho-ay.
ਸਾਧਸੰਗਿ ਪਾਵੈ, ਜਨੁ ਕੋਇ॥	saaDhsang paavai jan ko-ay.
ਕਰਿ ਕਿਰਪਾ, ਅੰਤਰਿ ਉਰ ਧਾਰੈ॥	kar kirpaa antar ur Dhaarai.
ਪਸੁ ਪ੍ਰੇਤ, ਮੁਘਦ, ਪਾਥਰ, ਕਉ ਤਾਰੈ॥	pas parayt mughad paathar ka-o taarai.
ਸਰਬ ਰੋਗ ਕਾ, ਅਉਖਦੁ ਨਾਮੁ॥	sarab rog kaa a-ukhad naam.
ਕਲਿਆਣ ਰੂਪ, ਮੰਗਲ ਗੁਣ ਗਾਮ॥	kali-aan roop mangal gun gaam.
ਕਾਹੂ ਜੁਗਤਿ, ਕਿਤੈ ਨ ਪਾਈਐ ਧਰਮਿ॥	kaahoo jugat kitai na paa-ee-ai Dharam.
ਨਾਨਕ ਤਿਸੁ ਮਿਲੈ,	naanak tis milai
ਜਿਸੁ ਲਿਖਿਆ ਧੁਰਿ ਕਰਮਿ॥੫॥	jis likhi-aa Dhur karam. ||5||

ਜੀਵ ਸ਼ਬਦ ਦੇ ਸਿਮਰਨ ਦਾ ਬੀਜ ਪਾਵੇ! ਜਿਸ ਨਾਲ ਸਾਰਿਆਂ ਨੂੰ ਗਿਆਨ ਹੁੰਦਾ ਹੈ, ਸਾਰਿਆਂ ਜਾਤਾਂ ਲਈ ਇਕੋ ਹੀ ਸ਼ਬਦ ਹੈ । ਜਿਹੜਾ ਵੀ ਪ੍ਰਭ ਦੇ ਸ਼ਬਦ ਦਾ ਸਿਮਰਨ ਕਰਦਾ ਹੈ, ਉਸ ਨੂੰ ਹੀ ਮੁਕਤੀ ਦਾ ਰਸਤਾ ਬਖਸ਼ਿਸ਼ ਹੋ ਸਕਦਾ ਹੈ, ਪਰ ਕੋਈ ਵਿਰਲਾ ਹੀ ਇਹ ਰਸਤਾ ਧਾਰਨ ਕਰਦਾ ਹੈ । ਜਿਸ ਤੇ ਰਹਿਮਤ ਬਖਸ਼ਕੇ ਸ਼ਬਦ ਦੇ ਲੜ ਲਾਉਂਦਾ ਹੈ । ਉਹ ਸ਼ਬਦ ਦਾ ਸਿਮਰਨ, ਪਾਲਣਾ ਨਾਲ, ਜਾਨਵਰਾਂ ਵਾਲੇ ਕੰਮ ਕਰਨ ਵਾਲੇ, ਪੱਥਰ ਦਿਲ ਵੀ ਮੋਮ ਹੋ ਜਾਂਦੇ ਹਨ, ਸਿੱਧੇ ਮਾਰਗ ਤੇ ਚਲ ਪੈਂਦੇ ਹਨ । ਸਾਰੇ ਮਨ ਦੇ ਰੋਗਾ ਦਾ ਇਲਾਜ ਹੀ ਸ਼ਬਦ ਦੀ ਪਾਲਣਾ, ਸਿਮਰਨ ਕਰਨ ਵਿੱਚ ਹੀ ਹੈ । ਮੁਕਤੀ ਦਾ ਰਸਤਾ ਹੀ ਪ੍ਰਭ ਦੇ ਸ਼ਬਦ ਨਾਲ ਜੀਵਨ ਢਾਲਣਾ, ਨਾਲ ਬਖਸ਼ਿਸ਼ ਹੁੰਦਾ ਹੈ । ਧਾਰਮਕ ਰੀਤ ਰੀਵਾਜ ਕਰਨ ਨਾਲ ਰਹਿਮਤ ਹਾਸਿਲ ਨਹੀਂ ਕੀਤੀ ਜਾ ਸਕਦੀ, ਕੇਵਲ ਪਿਛਲੇ ਜਨਮ ਦੇ ਚੰਗੇ ਕਰਮਾਂ ਦੇ ਅਨੁਸਾਰ ਹੀ ਬਖਸ਼ਿਸ ਹੁੰਦੀ ਜਾਂਦੀ ਹੈ ।

You should sow the seed of His Word within your mind and meditate on the teachings of His Word. Every soul may be enlightened; the message, teachings of His Word remain same for each creature. Whosoever may wholeheartedly meditate on the teachings of His Word; he may be blessed with the right path of salvation. However, very rare devotee may adopt the teachings of His Word in day-to-day life. Whosoever may be blessed with devotion to meditate, only he may remain intoxicated in the void of His Word. Whosoever may adopt his life experience teachings in own life, even the evil doer, beasts may become humble and blessed with the right path in his life. The cure of all worldly diseases of mind may be embedded within adopting the teachings of His Word in day-to-day life; the right path of salvation may be blessed. No one may be ever be blessed with the right path of acceptance in His Court, by only adopting any religion, baptizing with any religious rituals. Whosoever may have a great prewritten destiny with good deeds of previous life, only he may be blessed with such a state of mind as His true devotee.5

ਅਸਟਪਦੀ॥ Asatpadee. 9- 6

ਜਿਸ ਕੈ ਮਨਿ, ਪਾਰਬ੍ਰਹਮ ਕਾ ਨਿਵਾਸੁ॥	jis kai man paarbarahm kaa nivaas.
ਤਿਸ ਕਾ ਨਾਮੁ, ਸਤਿ ਰਾਮਦਾਸੁ॥	tis kaa naam sat raamdaas.
ਆਤਮ ਰਾਮੁ, ਤਿਸੁ ਨਦਰੀ ਆਇਆ॥	aatam raam tis nadree aa-i-aa.
ਦਾਸ ਦਸੰਤਣ ਭਾਇ, ਤਿਨਿ ਪਾਇਆ॥	daaas dasantan bhaa-ay tin paa-i-aa.
ਸਦਾ ਨਿਕਟਿ, ਨਿਕਟਿ ਹਰਿ ਜਾਨੁ॥	sadaa nikat nikat har jaan.
ਸੋ ਦਾਸੁ, ਦਰਗਹ ਪਰਵਾਨੁ॥	so daas dargeh parvaan.
ਅਪੁਨੇ ਦਾਸ ਕਉ, ਆਪਿ ਕਿਰਪਾ ਕਰੈ॥	apunay daas ka-o aap kirpaa karai.
ਤਿਸੁ ਦਾਸ ਕਉ, ਸਭ ਸੋਝੀ ਪਰੈ॥	tis daas ka-o sabh sojhee parai.
ਸਗਲ ਸੰਗਿ, ਆਤਮ ਉਦਾਸੁ॥	sagal sang aatam udaas.
ਐਸੀ ਜੁਗਤਿ, ਨਾਨਕ ਰਾਮਦਾਸੁ॥੬॥	aisee jugat naanak raamdaas. ||6||

ਜਿਸ ਜੀਵ ਦੇ ਦਿਲ ਵਿੱਚ ਪ੍ਰਭ ਦੇ ਸ਼ਬਦ ਦੀ ਧੁਨ ਚਲਦੀ, ਸੁਣਾਈ ਦੇਂਦੀ ਹੈ । ਉਸ ਦੇ ਭਾਣੇ ਦਾ ਪ੍ਰਭਾਵ ਹੁੰਦਾ ਹੈ, ਉਹ ਹੀ ਪ੍ਰਭ ਦਾ ਅਸਲੀ ਸੇਵਕ ਬਣਦਾ ਹੈ । ਜਿਸ ਨੂੰ ਆਪ ਹੀ, ਪ੍ਰਭ ਅਨੁਭਵ ਹੁੰਦਾ ਹੈ, ਕੇਵਲ ਉਹ ਹੀ ਅਸਲੀ ਸੇਵਕ ਬਣ ਸਕਦਾ ਹੈ, ਉਸ ਦੀ ਰਹਿਮਤ ਬਖਸ਼ਿਸ਼ ਹੁੰਦੀ ਹੈ । ਜਿਹੜਾ ਉਸ ਨੂੰ ਸਦਾ ਹੀ ਨੇੜੇ ਸਮਝਦਾ ਹੈ ਅਤੇ ਉਸ ਦੇ ਭਾਣੇ ਵਿੱਚ ਚਲਦਾ ਹੈ । ਉਹ ਹੀ ਦਰਗਾਹ ਵਿੱਚ ਪ੍ਰਵਾਨ ਹੋ ਸਕਦਾ ਹੈ । ਪ੍ਰਭ ਆਪਣੇ ਸੇਵਕਾਂ ਉਪਰ ਆਪ ਕ੍ਰਿਪਾ ਕਰਦਾ ਹੈ ਅਤੇ ਆਪ ਹੀ ਸੋਝੀ ਬਖਸ਼ਦਾ ਹੈ । ਉਹ ਜੀਵ ਸੰਸਾਰ ਵਿੱਚ ਰਹਿੰਦੇ ਹੋਏ ਵੀ ਸੰਸਾਰਕ ਚੀਜ਼ਾਂ ਦੇ ਲਾਲਚ, ਮੋਹ ਤੋਂ ਰਹਿਤ ਰਹਿੰਦਾ ਹੈ । ਇਸ ਹੀ ਵਿਧੀ ਨਾਲ ਜੀਵ ਅਸਲੀ ਸੇਵਕ, ਭਗਤ, ਦਾਸ ਬਣ ਜਾਂਦਾ ਹੈ ।

Whosoever may be drenched with the teachings of His Word; with His mercy and grace, he may hear the everlasting echo of His Word resonating within his mind; only he may be blessed with a state of mind as His true devotee. Whosoever may be blessed with His Blessed vision; he may realize the existence of The True Master; he may be blessed with a state of mind as His true devotee. Whosoever may believe His Holy Spirit remains embedded within each soul, dwells and prevails with everyone and everywhere; he may adopt the teachings of His Word with steady and stable belief in day-to-day life and may be accepted in His Court. He may be enlightened with the essence of the teachings of His Word. He may conquer his worldly desires, greed, and worldly attachment of his mind. This is a unique technique to become worthy of His Consideration, His true slave.6.

ਅਸਟਪਦੀ॥ Asatpadee. 9- 7

ਪ੍ਰਭ ਕੀ ਆਗਿਆ, ਆਤਮ ਹਿਤਾਵੈ॥	parabh kee aagi-aa aatam hitaavai.
ਜੀਵਨ ਮੁਕਤਿ, ਸੋਊ ਕਹਾਵੈ॥	jeevan mukat so-oo kahaavai.
ਤੈਸਾ ਹਰਖੁ, ਤੈਸਾ ਉਸੁ ਸੋਗੁ॥	taisaa harakh taisaa us sog.
ਸਦਾ ਅਨੰਦੁ, ਤਹ ਨਹੀ ਬਿਓਗੁ॥	sadaa anand tah nahee bi-og.
ਤੈਸਾ ਸੁਵਰਨੁ, ਤੈਸੀ ਉਸੁ ਮਾਟੀ॥	taisaa suvran taisee us maatee.
ਤੈਸਾ ਅੰਮ੍ਰਿਤੁ, ਤੈਸੀ ਬਿਖੁ ਖਾਟੀ॥	taisaa amrit taisee bikh khaatee.
ਤੈਸਾ ਮਾਨੁ, ਤੈਸਾ ਅਭਿਮਾਨੁ॥	taisaa maan taisaa abhimaan.
ਤੈਸਾ ਰੰਕੁ, ਤੈਸਾ ਰਾਜਾਨੁ॥	taisaa rank taisaa raajaan.
ਜੋ ਵਰਤਾਏ, ਸਾਈ ਜੁਗਤਿ॥	jo vartaa-ay saa-ee jugat.
ਨਾਨਕ ਓਹੁ ਪੁਰਖੁ,	naanak oh purakh
ਕਹੀਐ ਜੀਵਨ ਮੁਕਤਿ॥੭॥	kahee-ai jeevan mukat. ||7||

ਜਿਹੜਾ ਜੀਵ ਪ੍ਰਭ ਦੇ ਭਾਣੇ ਨੂੰ ਸਤਿ ਕਰਕੇ ਸਵੀਕਾਰ ਕਰਦਾ ਹੈ । ਉਹ ਇਸ ਜੀਵਨ ਵਿੱਚ ਹੀ ਅਮਰ, ਮੁਕਤ ਹੋ ਜਾਂਦਾ ਹੈ । ਉਸ ਤੇ ਦੁਨੀਆਵੀ ਸੁਖਾਂ ਦਾ ਕੋਈ ਪ੍ਰਭਾਵ ਨਹੀਂ ਹੁੰਦਾ । ਉਹ ਜੀਵ ਸੰਸਾਰਕ ਸੁਖ ਜਾ ਦੁਖ ਨੂੰ ਇਕ ਸਮਾਨ ਹੀ ਸਮਝਦਾ, ਖੇੜੇ ਵਿੱਚ ਹੀ ਰਹਿੰਦਾ ਹੈ । ਉਸ ਨੂੰ ਕੁਝ ਮਿਲਨ ਜਾ ਵਿੱਛੜਨ ਦਾ ਕੋਈ ਅੰਤਰ ਨਹੀਂ ਹੁੰਦਾ । ਉਹ ਹਰ ਵੇਲੇ ਹੀ ਉਸ ਦੀ ਰਜ਼ਾ ਵਿੱਚ ਰਹਿੰਦਾ

ਹੈ । ਉਸ ਨੂੰ ਕਿਸੇ ਕੀਮਤੀ (ਸੋਨਾ, ਜਾ ਮਿੱਟੀ) ਜਾ ਮਾੜੀ ਚੀਜ਼ ਵਿੱਚ ਕੋਈ ਫਰਕ ਨਹੀਂ ਮਹਿਸੂਸ ਹੁੰਦਾ । ਪ੍ਰਭ ਦੀ ਬਖਸ਼ਿਸ਼, ਅੰਮ੍ਰਿਤ ਜਾ ਜ਼ਹਿਰ ਵਿੱਚ ਵੀ ਕੋਈ ਭੇਦ ਨਹੀਂ ਸਮਝਦਾ, ਉਸ ਦੀ ਬਖਸ਼ਿਸ਼ ਮੰਨਕੇ ਹੀ ਸਵੀਕਾਰ ਕਰਦਾ ਹੈ । ਉਸ ਦੀ ਕੋਈ ਉਪਮਾ ਜਾ ਨਿੰਦਿਆ ਕਰੇ, ਉਸ ਨੂੰ ਕੋਈ ਫਰਕ ਨਹੀਂ ਪੈਂਦਾ । ਉਸ ਨੂੰ ਭਾਵੇਂ ਰਾਜ ਮਿਲੇ ਜਾ ਭਿਖਾਰੀ ਬਣ ਜਾਵੇ! ਪ੍ਰਭ ਦੀ ਬੰਦਗੀ ਦਾ ਮਾਰਗ ਨਹੀਂ ਬਦਲਦਾ । ਉਹ ਪ੍ਰਭ ਦੀ ਦਾਤ ਨੂੰ ਸਤਿ ਕਰ ਕੇ ਕਬੂਲ ਕਰਦਾ ਹੈ । ਅਜੇਹੇ ਜੀਵ ਪੂਰਨ ਪੁਰਖ ਬਣ ਜਾਂਦੇ ਹਨ । ਉਹ ਆਪਣਾ ਜੀਵਨ ਮੁਕਤ ਕਰ ਜਾਂਦੇ ਹਨ । ਉਸ ਦੇ ਜੀਵਨ ਨੂੰ ਅਮਰ ਕਿਹਾ ਜਾਂਦਾ ਹੈ ।

Whosoever may accept His Word an Ultimate Command; he may be blessed with immortal state of mind, while still living in the universe. His mind remains beyond the reach of worldly comforts or miseries. He considers pleasures and miseries of World as His blessings and remains in blossom in all conditions. His state of mind may not be influenced with any profit or loss of worldly possessions. He always remains in His Sanctuary following the teachings of His Word. His mind does experience any difference with the value of gold, silver or dirt, everything has no value for his real purpose of life. Worldly pleasures and miseries may not have any influence in his day-to-day life. He accepts as His blessings, as good fortune and sings the glory of His Word. Worldly praises and rebukes may not change his state of mind. He may be blessed with a state of mind as royal kingdom or with the state of mind as a beggar; he may not abandon his path of meditation. He accepts His blessings as an ultimate worthy blessing and sings the glory of His Word; he may be bestowed with a state of mind; complete in all respects. He makes his human life journey successful and blessed with salvation. He may be considered immortal in his human life.

ਅਸਟਪਦੀ॥ Asatpadee. 9- 8

ਪਾਰਬ੍ਰਹਮ ਕੇ, ਸਗਲੇ ਠਾਉ॥	paarbarahm kay saglay thaa-o.
ਜਿਤੁ ਜਿਤੁ ਘਰਿ ਰਾਖੈ, ਤੈਸਾ ਤਿਨ ਨਾਉ॥	jit jit ghar raakhai taisaa tin naa-o.
ਆਪੇ ਕਰਨ, ਕਰਾਵਨ ਜੋਗੁ॥	aapay karan karaavan jog.
ਪ੍ਰਭ ਭਾਵੈ ਸੋਈ, ਫੁਨਿ ਹੋਗੁ॥	parabh bhaavai so-ee fun hog.
ਪਸਰਿਓ ਆਪਿ, ਹੋਇ ਅਨਤ ਤਰੰਗ॥	pasri-o aap ho-ay anat tarang.
ਲਖੇ ਨ ਜਾਹਿ, ਪਾਰਬ੍ਰਹਮ ਕੇ ਰੰਗ॥	lakhay na jaahi paarbarahm kay rang.
ਜੈਸੀ ਮਤਿ ਦੇਇ, ਤੈਸਾ ਪਰਗਾਸ॥	jaisee mat day-ay taisaa pargaas.
ਪਾਰਬ੍ਰਹਮੁ, ਕਰਤਾ ਅਬਿਨਾਸ॥	paarbarahm kartaa abinaas.
ਸਦਾ ਸਦਾ, ਸਦਾ ਦਇਆਲ॥	sadaa sadaa sadaa da-i-aal.
ਸਿਮਰਿ ਸਿਮਰਿ, ਨਾਨਕ ਭਏ ਨਿਹਾਲ॥੮॥੯॥	simar simar naanak bha-ay nihaal. ||8||9||

ਸਾਰੇ ਥਾਂ ਹੀ ਪ੍ਰਭ ਦੇ ਬਣਾਏ ਹੋਏ ਹਨ । ਜਿੱਥੇ ਜਿੱਥੇ ਪ੍ਰਭ ਜੀਵਾਂ ਨੂੰ ਭੇਜਦਾ, ਪੈਦਾ ਕਰਦਾ ਹੈ, ਉਹ ਹੀ ਬਣ ਜਾਂਦੇ ਹਨ । ਪ੍ਰਭ ਆਪ ਹੀ ਸਭ ਕੁਝ ਕਰਨ ਦੇ ਜੋਗ ਹੈ ਅਤੇ ਅਖੀਰ ਵਿੱਚ ਸਭ ਕੁਝ ਉਸ ਦਾ ਕੀਤਾ ਹੀ ਹੋ ਸਕਦਾ ਹੈ । ਪ੍ਰਭ ਹਰ ਥਾਂ, ਹਰ ਚੀਜ਼ ਵਿੱਚ ਆਪ ਹੀ ਭਰਪੂਰ ਹੈ । ਉਸ ਦੇ ਅਨੇਕਾਂ ਕਰਤਬਾਂ ਦੀ ਗਿਣਤੀ, ਲਿਖੀ ਕੀਤੀ ਨਹੀਂ ਜਾ ਸਕਦੀ । ਜਿਤਨੀ ਵੀ ਮੱਤ, ਸਮਝ ਪ੍ਰਭ ਕਿਸੇ ਜੀਵ ਨੂੰ ਬਖਸ਼ਦਾ ਹੈ । ਉਹ ਹੀ ਗਿਆਨ ਹੁੰਦਾ, ਵਿਆਖਿਆ ਕਰ ਸਕਦਾ ਹੈ । ਪ੍ਰਭ ਦੀ ਹੋਂਦ ਅਤੇ ਰਹਿਮਤ ਸਦਾ ਹੀ ਅਟਲ ਰਹਿਣ ਵਾਲੀ ਹੈ । ਉਹ ਹਮੇਸ਼ਾਂ ਹੀ ਦਰਦਵੰਦ, ਤਰਸਵਾਨ ਹੈ । ਉਸ ਦੀ ਸਵਾਸ ਸਵਾਸ ਬੰਦਗੀ ਕਰਨ ਨਾਲ ਜੀਵਨ ਖੇੜੇ ਵਿੱਚ ਹੀ ਰਹਿੰਦਾ ਹੈ ।

All places have been created, established by The True Master. Whatsoever may be the body blessed to his soul; she dwells and becomes her state of mind. His soul may not have any ability or his own power. Only His Command may prevail in the universe. The Omnipresent True Master prevails in each action. His blessings and miracles are beyond the comprehension of His Creation. How much wisdom, enlightenment and knowledge may be blessed; he may only explain that much about His Nature. The Axiom True Master and His exitance, His blessings remain steady and stable forever. The merciful True Master may be very forgiving. Whosoever may meditate wholeheartedly on the teachings of His Word; he may be blessed with blossom in his life.8

10. ਸਲੋਕੁ॥10॥ 275

ਉਸਤਤਿ ਕਰਹਿ ਅਨੇਕਾਂ ਜਨ,	ustat karahi anayk jan
ਅੰਤੁ ਨ ਪਾਰਾਵਾਰ॥	ant na paaraavaar.
ਨਾਨਕ ਰਚਨਾ ਪ੍ਰਭਿ ਰਚੀ,	naanak rachnaa parabh rachee
ਬਹੁ ਬਿਧਿ ਅਨਿਕ ਪ੍ਰਕਾਰ॥	baho biDh anik parkaar. ||1||

ਉਸ ਅਟਲ ਹੋਂਦ, ਪ੍ਰਮਾਤਮਾ ਦਾ ਸਿਮਰਨ ਅਨੇਕਾ ਜੀਵ ਕਰਦੇ ਹਨ । ਪਰ ਉਸ ਦਾ ਅੰਤ (ਪੂਰਨ ਤੌਰ) ਕਿਸੇ ਤੋਂ ਪਾਇਆ ਨਹੀਂ ਜਾ ਸਕਦਾ । ਅਟਲ ਹੋਂਦ, ਪ੍ਰਭ ਨੇ ਅਨੇਕਾਂ ਪ੍ਰਕਾਰਾਂ ਅਤੇ ਅਨੇਕਾਂ ਬੁੱਧੀ (ਸਿਆਣਪਾਂ) ਵਾਲੇ ਵੱਖਰੇ, ਵੱਖਰੇ, ਕਰਤਬ ਕਰਨ ਵਾਲੇ ਜੀਵ ਉਤਪੰਨ ਕੀਤੇ ਹਨ ।

Several meditate on the existence, the teachings of His Word, The Axiom True Master. However, no one may ever comprehend the limit of any of His events. He has created several kinds of creatures and many with various enlightenments; all meditate on the teachings of His Word by various techniques and wisdom.

ਅਸਟਪਦੀ॥ Asatpadee. 10-1

ਕਈ ਕੋਟਿ, ਹੋਏ ਪੂਜਾਰੀ॥	ka-ee kot ho-ay poojaaree.
ਕਈ ਕੋਟਿ, ਆਚਾਰ ਬਿਉਹਾਰੀ॥	ka-ee kot aachaar bi-uhaaree.
ਕਈ ਕੋਟਿ, ਭਏ ਤੀਰਥ ਵਾਸੀ॥	ka-ee kot bha-ay tirath vaasee.
ਕਈ ਕੋਟਿ, ਬਨ ਭ੍ਰਮਹਿ ਉਦਾਸੀ॥	ka-ee kot ban bharmeh udaasee.
ਕਈ ਕੋਟਿ, ਬੇਦ ਕੇ ਸ੍ਰੋਤੇ॥	ka-ee kot bayd kay sarotay.
ਕਈ ਕੋਟਿ, ਤਪੀਸੁਰ ਹੋਤੇ॥	ka-ee kot tapeesur hotay.
ਕਈ ਕੋਟਿ, ਆਤਮ ਧਿਆਨੁ ਧਾਰਹਿ॥	ka-ee kot aatam Dhi-aan Dhaareh.
ਕਈ ਕੋਟਿ, ਕਬਿ ਕਾਬਿ ਬੀਚਾਰਹਿ॥	ka-ee kot kab kaab beechaareh.
ਕਈ ਕੋਟਿ, ਨਵਤਨ ਨਾਮ ਧਿਆਵਹਿ॥	ka-ee kot navtan naam Dhi-aavahi.
ਨਾਨਕ ਕਰਤੇ ਕਾ, ਅੰਤੁ ਨ ਪਾਵਹਿ॥੧॥	naanak kartay kaa ant na paavahi. ||1||

ਅਨੇਕਾਂ ਹੀ ਜੀਵ (ਕੋਟਿ–ਅਨੇਕਾਂ, ਲੱਖ–ਕਰੋੜ) ਪ੍ਰਭ ਦੀ ਬੰਦਗੀ ਕਰਦੇ ਹਨ । ਅਨੇਕਾਂ ਹੀ ਧਾਰਮਕ ਰੀਤ ਰੀਵਾਜ ਪ੍ਰਚਲਤ ਉਪਾਵ ਕਰਦੇ ਹਨ । ਅਨੇਕਾਂ ਹੀ ਜੀਵ ਤੀਰਥਾਂ ਨੇੜੇ, ਮੰਦਰਾਂ ਵਿੱਚ ਰਹਿੰਦੇ ਹਨ । ਅਨੇਕਾਂ ਹੀ ਜੰਗਲਾਂ, ਉਜਾੜ ਥਾਂ ਤੇ ਉਦਾਸੀ ਵਿੱਚ ਰਹਿੰਦੇ ਹਨ । ਅਨੇਕਾਂ ਹੀ ਬਾਣੀ ਸਰਵਨ ਕਰਦੇ ਹਨ ਅਤੇ ਅਨੇਕਾਂ ਹੀ ਤਪੱਸਿਆ ਕਰਦੇ ਹਨ । ਅਨੇਕਾਂ ਹੀ ਜੀਵ ਅੰਤਰ ਧਿਆਨ ਹੋ ਕੇ ਬੰਦਗੀ ਕਰਦੇ ਹਨ । ਅਨੇਕਾਂ ਹੀ ਉਸ ਦੀ ਉਸਤਤ, ਸੰਗੀਤ ਨਾਲ ਗਾਉਂਦੇ ਹਨ । ਅਨੇਕਾਂ ਹੀ ਸਵਾਸ ਸਵਾਸ ਸਿਮਰਨ ਕਰਦੇ ਲੀਨ ਰਹਿੰਦੇ ਹਨ । ਕੋਈ ਵੀ ਪ੍ਰਭ ਦਾ ਪੂਰਨ ਗਿਆਨ ਪ੍ਰਾਪਤ ਨਹੀਂ ਕਰ ਸਕਦਾ ।

Several meditate on the teachings of His Word; several adopt religious rituals and techniques of meditation. Several dwells near Holy Shrines; meditate in the void, in the wild forest and remains in renunciation. Several meditates wholeheartedly with steady and stable belief on the teachings of His Word. Several sing the glory of His Word and meditate with each breath and remain in deep meditation in the void of His Word. However, no one has ever fully comprehended His Nature.1

ਅਸਟਪਦੀ॥ Asatpadee. (10-2)

ਕਈ ਕੋਟਿ, ਭਏ ਅਭਿਮਾਨੀ॥	ka-ee kot bha-ay abhimaanee.
ਕਈ ਕੋਟਿ, ਅੰਧ ਅਗਿਆਨੀ॥	ja-ee kot anDh agi-aanee.
ਕਈ ਕੋਟਿ, ਕਿਰਪਨ ਕਠੋਰ॥	ka-ee kot kirpan kathor.
ਕਈ ਕੋਟਿ, ਅਭਿਗ ਆਤਮ ਨਿਕੋਰ॥	ja-ee kot abhig aatam nikor.
ਕਈ ਕੋਟਿ, ਪਰ ਦਰਬ ਕਉ ਹਿਰਹਿ॥	ka-ee kot par darab ka-o hireh.
ਕਈ ਕੋਟਿ, ਪਰ ਦੂਖਨਾ ਕਰਹਿ॥	ja-ee kot par dookhnaa karahi.
ਕਈ ਕੋਟਿ, ਮਾਇਆ ਸ੍ਰਮ ਮਾਹਿ॥	ka-ee kot maa-i-aa saram maahi.
ਕਈ ਕੋਟਿ, ਪਰਦੇਸ ਭ੍ਰਮਾਹਿ॥	ja-ee kot pardays bharmaahi.
ਜਿਤੁ ਜਿਤੁ ਲਾਵਹੁ, ਤਿਤੁ ਤਿਤੁ ਲਗਨਾ॥	jit jit laavhu tit tit lagnaa.
ਨਾਨਕ ਕਰਤੇ ਕੀ, ਜਾਨੈ ਕਰਤਾ ਰਚਨਾ॥੨॥	naanak kartay kee jaanai kartaa rachnaa. ||2||

ਅਨੇਕਾਂ ਹੀ ਜੀਵ (ਕੋਟਿ–ਅਨੇਕਾਂ, ਲੱਖ–ਕਰੋੜ) ਬਹੁਤ ਅਹੰਕਾਰੀ ਹਨ, ਅਗਿਆਨਤਾ ਨਾਲ ਅੰਧੇ ਹਨ । ਅਨੇਕਾਂ ਹੀ ਪੱਥਰ ਦਿਲ ਜੀਵ ਕਿਸੇ ਵਾਸਤੇ ਤਰਸ ਨਹੀਂ ਰਖਦੇ । ਅਨੇਕਾਂ ਹੀ ਜੀਵ ਛੋਟੇ ਦਿਲ ਵਾਲੇ, ਬੁਰੀ ਆਤਮਾ ਵਾਲੇ ਹਨ, ਦੂਜੇ ਦੇ ਧਨ ਤੇ ਕਾਬੂ, ਚੋਰੀ ਕਰਦੇ ਹਨ । ਅਨੇਕਾਂ ਜੀਵ ਬਾਕੀਆਂ ਨੂੰ ਧੋਖਾ, ਫਰੇਬ ਕਰਦੇ ਅਤੇ ਦੂਸਰਿਆਂ ਨੂੰ ਦੁਖ ਹੀ ਦੇਂਦੇ ਰਹਿੰਦੇ ਹਨ । ਅਨੇਕਾਂ ਹੀ ਜੀਵ ਧਨ ਦੇ ਲਾਲਚ ਵਿੱਚ ਲਗੇ ਰਹਿੰਦੇ ਹਨ, ਕਈ ਅਣਜਾਣੇ ਥਾਂ (ਪ੍ਰਦੇਸ) ਤੇ ਭਟਕਦੇ ਫਿਰਦੇ ਹਨ । ਪ੍ਰਭ ਨੂੰ ਜੋ ਕੁਝ ਭਾਉਂਦਾ ਹੈ, ਉਹ ਜੀਵ ਨੂੰ ਉਸ ਪਾਸੇ ਹੀ ਲਾਉਂਦਾ ਹੈ । ਪ੍ਰਭ ਆਪਣਾ ਕੀਤਾ, ਆਪ ਹੀ ਜਾਣਦਾ ਹੈ, ਹੋਰ ਕੋਈ ਜਾਣ ਨਹੀਂ ਸਕਦਾ ।

Several self-minded remain in ego, blind and ignorant from the teachings of His Word. Several stone hearted may not care nor pity on others. Several evil minded may rob the earnest livings of others and keep a control on others possessions. Several deceive and create miseries for others. Several may wander around faraway places in greed. Whatsoever the guidance, The True Master may provide, his creature can only adopt that task in his life. Only The true Master knows! What may happen in the universe; no one else may comprehend His Nature.2

ਅਸਟਪਦੀ॥ Asatpadee. 10-3

ਕਈ ਕੋਟਿ, ਸਿਧ ਜਤੀ ਜੋਗੀ॥	ka-ee kot siDh jatee jogee.
ਕਈ ਕੋਟਿ, ਰਾਜੇ ਰਸ ਭੋਗੀ॥	ka-ee kot raajay ras bhogee.
ਕਈ ਕੋਟਿ, ਪੰਖੀ ਸਰਪ ਉਪਾਏ॥	ka-ee kot pankhee sarap upaa-ay.
ਕਈ ਕੋਟਿ, ਪਾਥਰ ਬਿਰਖ ਨਿਪਜਾਏ॥	ka-ee kot paathar birakh nipjaa-ay.
ਕਈ ਕੋਟਿ, ਪਵਣ ਪਾਣੀ ਬੈਸੰਤਰ॥	ka-ee kot pavan paanee baisantar.
ਕਈ ਕੋਟਿ, ਦੇਸ ਭੂ ਮੰਡਲ॥	ka-ee kot days bhoo mandal.
ਕਈ ਕੋਟਿ, ਸਸੀਅਰ ਸੂਰ ਨਖ੍ਯ੍ਯਤ੍ਰ॥	ka-ee kot sasee-ar soor nakh-yatar.
ਕਈ ਕੋਟਿ, ਦੇਵ ਦਾਨਵ ਇੰਦ੍ਰ ਸਿਰਿ ਛਤ੍ਰ॥	ka-ee kot dayv daanav indar sir chhatar.
ਸਗਲ ਸਮਗ੍ਰੀ, ਅਪਨੈ ਸੂਤਿ ਧਾਰੈ॥	sagal samagree apnai soot Dhaarai.
ਨਾਨਕ ਜਿਸੁ ਜਿਸੁ ਭਾਵੈ,	naanak jis jis bhaavai
ਤਿਸੁ ਤਿਸੁ ਨਿਸਤਾਰੈ॥੩॥	tis tis nistaarai. ||3||

ਅਨੇਕਾਂ ਹੀ ਬੰਦਗੀ ਕਰਕੇ ਸਿਧਾਂ, ਜਤੀਆਂ, ਜੋਗੀਆਂ ਵਾਲੀ ਅਵਸਥਾ ਧਾਰਨ ਕਰ ਲੈਂਦੇ ਹਨ । ਅਨੇਕਾਂ ਹੀ ਜੀਵ ਅਰਾਮ ਦਾ ਜੀਵਨ ਬਤੀਤ ਕਰਦੇ ਹਨ । ਅਨੇਕਾਂ ਹੀ ਜੀਵ ਜਾਨਵਰਾਂ ਵਾਲਾ, ਭਿਆਨਕ ਸੱਪ ਵਰਗੇ ਪੱਥਰ ਦਿਲ ਬਣ ਗਏ ਹਨ । ਪ੍ਰਭ ਨੇ ਅਨੇਕਾਂ ਹੀ ਬ੍ਰਿਛ ਅਤੇ ਪੱਥਰ ਪੈਦਾ ਕੀਤੇ ਹਨ । ਅਨੇਕਾਂ ਨੂੰ ਸ੍ਰਿਸ਼ਟੀ ਨੂੰ ਸੁਖ ਦੇਣ ਵਾਲੇ ਗੁਣ (ਹਵਾ, ਪਾਣੀ, ਅੱਗ) ਬਖਸ਼ੇ ਹਨ । ਅਨੇਕਾਂ ਹੀ ਸੰਸਾਰ ਦੇ ਵੱਖਰੇ ਵੱਖਰੇ ਥਾਂ ਤੇ ਪ੍ਰਭ ਨੂੰ ਢੂੰਡਦੇ ਫਿਰਦੇ ਹਨ । ਅਨੇਕਾਂ ਹੀ ਚੰਦ, ਤਾਰੇ, ਸੂਰਜ ਹਨ । ਅਨੇਕਾਂ ਹੀ ਬੰਦਗੀ ਕਰਕੇ ਦੇਵਤਿਆਂ ਵਾਲੇ ਗੁਣ ਹਾਸਿਲ ਕਰ ਗਏ ਹਨ । ਸਾਰੀ ਸ੍ਰਿਸ਼ਟੀ ਹੀ ਪ੍ਰਭ ਦੇ ਆਸਰੇ ਤੇ ਜੀਵਨ ਬਤੀਤ ਕਰਦੀ ਹੈ, ਪ੍ਰਭ ਹੀ ਸਾਰਿਆਂ ਦੀ ਸੰਭਾਲਣਾ ਕਰਦਾ ਹੈ । ਜਿਸ ਤੇ ਉਹ ਪ੍ਰਸੰਨ ਹੁੰਦਾ ਹੈ, ਕੇਵਲ ਉਸ ਨੂੰ ਆਪਣੀ ਰਜ਼ਾ ਨਾਲ ਹੀ ਬਖਸ਼ਦਾ ਹੈ ।

Several may meditate wholeheartedly with steady and stable belief; they may be blessed with contentment and state of mind as His true devotee. Several enjoy and remain in the pleasures of life; several becomes stone hearted and may not pity on others and spend their life like beasts, like snakes. The True Master has created several trees and stones. Several are blessed with virtues to comforts, just like the virtues of air, water, and fire. Several remain searching the existence of The True Master at various, odd places. He has created several moons, stars, and suns. Several meditate on the teachings of His Word; with His mercy and grace, many have been blessed with great virtues. The whole universe depends and spends their life on His mercy and grace; He nourishes and supports His Creation. Whose earnings of His Word accepted in His Court; he may be enlightened with the right path of salvation.3

ਅਸਟਪਦੀ॥ Asatpadee. 10-4

ਕਈ ਕੋਟਿ, ਰਾਜਸ ਤਾਮਸ ਸਾਤਕ॥	ka-ee kot raajas taamas saatak.
ਕਈ ਕੋਟਿ, ਬੇਦ ਪੁਰਾਨ ਸਿਮ੍ਰਿਤਿ ਅਰੁ ਸਾਸਤ॥	ka-ee kot bayd puraan simrit ar saasat.
ਕਈ ਕੋਟਿ, ਕੀਏ ਰਤਨ ਸਮੁਧ॥	ka-ee kot kee-ay ratan samud.
ਕਈ ਕੋਟਿ, ਨਾਨਾ ਪ੍ਰਕਾਰ ਜੰਥ॥	ka-ee kot naanaa parkaar jant.
ਕਈ ਕੋਟਿ, ਕੀਏ ਚਿਰ ਜੀਵੈ॥	ka-ee kot kee-ay chir jeevay.
ਕਈ ਕੋਟਿ, ਗਿਰੀ ਮੇਰ ਸੁਵਰਨ ਥੀਵੈ॥	ka-ee kot giree mayr suvran theevay.
ਕਈ ਕੋਟਿ, ਜਖ ਕਿੰਨਰ ਪਿਸਾਚ॥	ka-ee kot jakh-y kinnar pisaach.
ਕਈ ਕੋਟਿ, ਭੂਤ ਪ੍ਰੇਤ ਸੂਕਰ ਮ੍ਰਿਗਾਚ॥	ka-ee kot bhoot parayt sookar marigaach.
ਸਭ ਤੇ ਨੇਰੈ, ਸਭਹੂ ਤੇ ਦੂਰਿ॥	sabh tay nayrai sabhhoo tay door.
ਨਾਨਕ ਆਪਿ ਅਲਿਪਤੁ, ਰਹਿਆ ਭਰਪੂਰਿ॥੪॥	naanak aap alipat rahi-aa bharpoor. ॥4॥

ਅਨੇਕਾਂ ਜੀਵ ਰਾਜ ਭਾਗ ਵਾਲੇ ਦੂਸਰਿਆਂ ਜੀਵਾਂ ਨੂੰ ਦਾਨ ਕਰਦੇ, ਇਨਸਾਫ ਕਰਦੇ ਹਨ । ਅਨੇਕਾਂ ਹੀ ਜੀਵ ਗਿਆਨ ਦੀਆਂ ਲਿਖਤਾਂ (ਕੁਰਾਣ, ਪੁਰਾਣ, ਸਿਮ੍ਰਿਤੀਆ) ਦੀ ਖੋਜ ਕਰਦੇ ਹਨ, ਤਪੱਸਿਆ ਕਰਦੇ ਹਨ। ਅਨੇਕਾਂ ਹੀ ਦਾਤਾਂ ਪਾ ਕੇ ਅਹਿਸਾਨ ਨਹੀਂ ਮੰਨਦੇ, ਧੰਨਵਾਦ ਨਹੀਂ ਕਰਦੇ । ਅਨੇਕਾਂ ਹੀ ਧਾਰਮਕ ਕਿਤਾਬਾਂ ਦੀ ਵਿਆਖਿਆ, ਵਿਚਾਰਾ ਵਿੱਚ ਰਹਿੰਦੇ ਹਨ । ਅਨੇਕਾਂ ਹੀ ਅਣਮੋਲ ਰਤਨ, ਜਵਾਹਰ ਅਤੇ ਅਨੇਕਾਂ ਹੀ ਕਿਸਮਾਂ ਦੇ ਜੀਵ ਪੈਦਾ ਕੀਤੇ ਹਨ । ਅਨੇਕਾਂ ਜੀ ਜੀਵ ਲੰਮੀ ਉਮਰ ਜੀਉਂਦੇ ਰਹਿੰਦੇ ਹਨ । ਕਈ ਉਸ ਦੀ ਧੁਨ ਸੁਣਨ ਲਈ ਹੀ ਜੀਉਂਦੇ ਹਨ । ਉਸ ਨੇ ਬਹੁਤ ਹੀ ਪਰਬਤ, ਖਾਨਾਂ (ਕੀਮਤ ਭੰਡਾਰ–ਸੋਨਾ) ਬਣਾਈਆਂ ਹਨ । ਅਨੇਕਾਂ ਹੀ ਜੀਵ ਧਨ ਦੇ ਪੁਜਾਰੀ ਹਨ ਅਤੇ ਅਨੇਕਾਂ ਹੀ ਜਾਦੂ ਟੂਣੇ ਕਰਨ ਵਾਲੇ ਹਨ । ਭੂਤ (ਗੋਸਟ), ਗੰਦਗੀ (ਸੂਰ) ਤੇ ਹੀ ਪਲਦੇ ਹਨ । ਅਨੇਕਾਂ ਹੀ ਬਾਕੀ (ਸੇਰ) ਜੀਵ ਨੂੰ ਖਾ ਕੇ ਹੀ ਜੀਉਂਦੇ ਹਨ । ਪ੍ਰਭ ਤੂੰ ਸਭ ਦੇ ਹੀ ਨੇੜੇ ਹੈ ਅਤੇ ਸਭ ਤੋਂ ਹੀ ਦੂਰ ਹੈ । ਤੂੰ ਸਭ ਤੋਂ ਵੱਖਰਾ, ਅਲੋਪ ਅਤੇ ਸਭ ਵਿੱਚ ਹੀ ਹਾਜ਼ਰਾ ਹਜ਼ੂਰ ਹੈ ।

(ਜੀਵ ਦਾਤਾਂ ਲੈਂਦੇ – ਹੋਰ ਮੰਗੀ ਜਾਂਦੇ ਹਨ ਅਤੇ ਕਿੰਤੂ ਪ੍ਰੰਤੂ ਹੀ ਕਰਦੇ – ਸਾਕਤ)

Several may be blessed with the royal status in the universe and he may be involved in charities, donations, and justice to others. Several may be searching the worldly Holy Scriptures for enlightenment and remain in deep meditation. Several are blessed with good virtues; however, but never show gratitude to The True Master; keep begging and always havc grievances with His Blessings. The True Master has created several kinds of precious metals, jewels, and various kinds of creatures. Several are blessed with long lifespan. Several devotees remain in deep meditation to hear the melodious sound of His Word, that becomes the purpose of their human life. The True Master has created so many mountains and mines with various precious metals. Several only worship the worldly wealth and believe in the miracles of worldly wealth and they remain in the filth and eats the filth of worldly

wealth. Several adopt the way of life like a wild beast and eat earnest living of others. The Omnipresent True Master always remains close to all creatures; however, stays far away from the emotions of the universe. You are unique and invisible to Your Creation and omnipresent in each event.4

ਅਸਟਪਦੀ॥ Asatpadee. 10-5

ਕਈ ਕੋਟਿ, ਪਾਤਾਲ ਕੇ ਵਾਸੀ॥	ka-ee kot paataal kay vaasee.
ਕਈ ਕੋਟਿ, ਨਰਕ ਸੁਰਗ ਨਿਵਾਸੀ॥	ka-ee kot narak surag nivaasee.
ਕਈ ਕੋਟਿ, ਜਨਮਹਿ ਜੀਵਹਿ ਮਰਹਿ॥	ka-ee kot janmeh jeeveh mareh.
ਕਈ ਕੋਟਿ, ਬਹੁ ਜੋਨੀ ਫਿਰਹਿ॥	ka-ee kot baho jonee fireh.
ਕਈ ਕੋਟਿ, ਬੈਠਤ ਹੀ ਖਾਹਿ॥	ka-ee kot baithat hee khaahi.
ਕਈ ਕੋਟਿ, ਘਾਲਹਿ, ਥਕਿ ਪਾਹਿ॥	ka-ee kot ghaaleh thak paahi.
ਕਈ ਕੋਟਿ, ਕੀਏ ਧਨਵੰਤ॥	ka-ee kot kee-ay Dhanvant.
ਕਈ ਕੋਟਿ, ਮਾਇਆ ਮਹਿ ਚਿੰਤ॥	ka-ee kot maa-i-aa meh chint.
ਜਹ ਜਹ ਭਾਣਾ, ਤਹ ਤਹ ਰਾਖੇ॥	jah jah bhaanaa tah tah raakhay.
ਨਾਨਕ ਸਭੁ ਕਿਛੁ, ਪ੍ਰਭ ਕੈ ਹਾਥੇ॥੫॥	naanak sabh kichh parabh kai haathay. ॥5॥

ਅਨੇਕਾਂ ਹੀ ਜੀਵ ਪਤਾਲ ਦੇ ਵਾਸੀ ਹਨ । ਅਨੇਕਾਂ ਹੀ ਬੰਦਗੀ ਕਰਕੇ ਸਵਰਗ ਦੇ ਵਾਸੀ ਬਣ ਗਏ ਹਨ । ਅਨੇਕਾਂ ਹੀ ਜੀਵ ਆਪਣੇ ਕੀਤੇ ਕਰਮਾਂ ਕਰਕੇ ਨਰਕ ਦੇ ਵਾਸੀ ਬਣ ਗਏ ਹਨ । ਅਨੇਕਾਂ ਜੀਵ ਬਾਰ ਬਾਰ ਜਨਮ ਮਰਨ ਦੇ ਚੱਕਰ ਵਿਚ ਹੀ ਰਹਿੰਦੇ ਹਨ । ਵੱਖਰੀਆਂ ਜੂਨਾਂ ਵਿੱਚ ਭਉਦੇ ਫਿਰਦੇ ਹਨ । ਅਨੇਕਾਂ ਹੀ ਜੀਵ ਬੈਠੇ ਹੀ ਖਾਂਦੇ ਹਨ, ਅਰਾਮ ਦਾ ਜੀਵਨ ਹੀ ਬਤੀਤ ਕਰਦੇ ਹਨ । ਅਨੇਕਾਂ ਜੀਵ ਸਾਰਾ ਜੀਵਨ ਮੁਸ਼ਕਤ ਹੀ ਕਰਦੇ ਹਨ । ਅਨੇਕਾਂ ਜੀਵ ਧਨ ਹੀ ਇਕੱਠਾ ਕਰਦੇ ਰਹਿੰਦੇ ਹਨ । ਅਨੇਕਾਂ ਹੀ ਧਨ ਦੀ ਚਿੰਤਾ ਵਿੱਚ ਹੀ ਰਹਿੰਦੇ ਹਨ । ਪ੍ਰਭ ਸਭ ਕੁਝ ਤੇਰੇ ਵੱਸ ਵਿੱਚ ਹੈ! ਮਾਨਸ ਦੇ ਆਪਣੇ ਵੱਸ ਵਿੱਚ ਕੁਝ ਨਹੀਂ ਹੈ । ਜਿੱਥੇ ਤੂੰ ਰਖਦਾ ਹੈ, ਉਥੇ ਹੀ ਜੀਵ ਰਹਿੰਦਾ, ਕਰ ਸਕਦਾ ਹੈ । (ਪਤਾਲ- ਜਿਹੜੇ ਜੀਵ ਨਾ ਹੀ ਧਰਤੀ ਦੇ ਉਪਰ, ਜਾ ਥੱਲੇ ਰਹਿੰਦੇ ਹਨ)

Several dwell in heaven with Your Blessings and others dwell in hell due to own evil deeds. Several remain in the cycle of birth and death for various lifespans. Several live a life of worldly comforts and pleasures; several remain in miseries in the whole life span. Several always collect the worldly wealth and always remains in the worries of worldly wealth. Everything is under the control of The True Master; His Creations may not have anything under their own power. Wherever and whatever condition may be blessed; Your Creature may only stay in such a state of mind. 5

ਅਸਟਪਦੀ॥ Asatpadee॥ 10-6

ਕਈ ਕੋਟਿ, ਭਏ ਬੈਰਾਗੀ॥	ka-ee kot bha-ay bairaagee.
ਰਾਮ ਨਾਮ ਸੰਗਿ, ਤਿਨਿ ਲਿਵ ਲਾਗੀ॥	raam naam sang tin liv laagee.
ਕਈ ਕੋਟਿ, ਪ੍ਰਭ ਕਉ ਖੋਜੰਤੇ॥	ka-ee kot parabh ka-o khojantay.
ਆਤਮ ਮਹਿ, ਪਾਰਬ੍ਰਹਮੁ ਲਹੰਤੇ॥	aatam meh paarbarahm lahantay.
ਕਈ ਕੋਟਿ, ਦਰਸਨ ਪ੍ਰਭ ਪਿਆਸ॥	ka-ee kot darsan parabh pi-aas.
ਤਿਨ ਕਉ ਮਿਲਿਓ, ਪ੍ਰਭੁ ਅਬਿਨਾਸ॥	tin ka-o mili-o parabh abinaas.
ਕਈ ਕੋਟਿ, ਮਾਗਹਿ ਸਤਸੰਗੁ॥	ka-ee kot maageh satsang.
ਪਾਰਬ੍ਰਹਮ, ਤਿਨ ਲਾਗਾ ਰੰਗੁ॥	paarbarahm tin laagaa rang.
ਜਿਨ ਕਉ, ਹੋਏ ਆਪਿ ਸੁਪ੍ਰਸੰਨ॥	jin ka-o ho-ay aap suparsan.
ਨਾਨਕ ਤੇ ਜਨ, ਸਦਾ ਧਨਿ ਧੰਨਿ॥੬॥	naanak tay jan sadaa Dhan Dhan. ॥6॥

ਅਨੇਕਾਂ ਹੀ ਜੀਵ ਤਿਆਗੀ ਹਨ (ਸੰਸਾਰਕ ਵਸਤੂਆ ਤਿਆਗ ਦੇਂਦੇ ਹਨ) ਅਤੇ ਅਨੇਕਾਂ ਹੀ ਬੰਦਗੀ ਵਿੱਚ ਲੀਨ ਰਹਿੰਦੇ ਹਨ । ਅਨੇਕਾਂ ਹੀ ਜੀਵ ਪ੍ਰਭ ਨੂੰ ਖੋਜਦੇ ਰਹਿੰਦੇ ਹਨ । ਅਨੇਕਾਂ ਹੀ ਜੀਵ ਉਸ ਪ੍ਰਭ ਨੂੰ ਆਪਣੇ ਅੰਦਰ ਆਤਮਾ ਵਿੱਚ ਪ੍ਰਗਟ ਕਰ ਲੈਂਦੇ ਹਨ । ਅਨੇਕਾਂ ਹੀ ਜੀਵ ਪ੍ਰਭ ਦੇ ਦਰਸ਼ਨ ਦੇ ਪਿਆਸੇ ਹਨ । ਅਨੇਕਾਂ ਹੀ ਜੀਵਾਂ ਨੇ ਬੰਦਗੀ ਕਰਕੇ ਉਸ ਪ੍ਰਭ ਨਾਲ ਮਿਲਾਪ ਕਰ ਲਿਆ ਹੈ ।

ਅਨੇਕਾਂ ਜੀਵ ਸੰਤ ਸਰੂਪ ਜੀਵ ਦੀ ਸੰਗਤ ਹੀ ਮੰਗਦੇ ਹਨ । ਸੰਗਤ ਵਿੱਚ ਹੀ ਅਨੰਦ ਮਾਨਦੇ ਹਨ, ਉਹ ਪ੍ਰਭ ਦੀ ਰਜ਼ਾ ਦਾ ਰਸ ਮਾਨਦੇ ਹਨ । ਜਿਸ ਜੀਵ ਦੀ ਬੰਦਗੀ ਪ੍ਰਭ ਨੂੰ ਪ੍ਰਵਾਨ ਹੋ ਜਾਂਦੀ ਹੈ, ਉਸ ਤੇ ਹਮੇਸ਼ਾਂ ਹੀ ਪ੍ਰਭ ਦਾ ਖੇੜਾ ਰਹਿੰਦਾ ਹੈ ।

Several spend life in a complete renunciation and always remain intoxicated in deep meditation in the void of Your Word. Several always keep searching for His Existence, The True Master. Several are enlightened with the teachings of His Word from within. Several may have a deep desire and thrust to be blessed with Your Sanctuary. Several wholeheartedly adopt the teachings of His Word. They may be blessed with association with His true devotee. Several always pray for the association of His true devotee. They pray to remain steady and stable in the Sanctuary of His true devotee and remain obeying the teachings of Your Word. They remain contented with His blessings. Whose earnings of His Word may be accepted in His Court; he may remain in contentment and blossom in his life.6

ਅਸਟਪਦੀ॥ Asatpadee. 10-7

ਕਈ ਕੋਟਿ, ਖਾਣੀ ਅਰੁ ਖੰਡ॥	ka-ee kot khaanee ar khand.
ਕਈ ਕੋਟਿ, ਅਕਾਸ ਬ੍ਰਹਮੰਡ॥	ka-ee kot akaas barahmand.
ਕਈ ਕੋਟਿ, ਹੋਇ ਅਵਤਾਰ॥	ka-ee kot ho-ay avtaar.
ਕਈ ਜੁਗਤਿ, ਕੀਨੋ ਬਿਸਥਾਰ॥	ka-ee jugat keeno bisthaar.
ਕਈ ਬਾਰ, ਪਸਰਿਓ ਪਾਸਾਰ॥	ka-ee baar pasri-o paasaar.
ਸਦਾ ਸਦਾ, ਇਕੁ ਏਕੰਕਾਰ॥	sadaa sadaa ik aykankaar.
ਕਈ ਕੋਟਿ, ਕੀਨੇ ਬਹੁ ਭਾਥਿ॥	ka-ee kot keenay baho bhaat.
ਪ੍ਰਭ ਤੇ ਹੋਏ, ਪ੍ਰਭ ਮਾਹਿ ਸਮਾਥਿ॥	parabh tay ho-ay parabh maahi samaat.
ਤਾ ਕਾ ਅੰਤੁ ਨ, ਜਾਨੈ ਕੋਇ॥	taa kaa ant na jaanai ko-ay.
ਆਪੇ ਆਪਿ, ਨਾਨਕ ਪ੍ਰਭੁ ਸੋਇ॥੭॥	aapay aap naanak parabh so-ay. ||7||

ਅਨੇਕਾਂ ਹੀ ਖੰਡ, ਬ੍ਰਹਮੰਡ (ਗਲੇਕਸੀ, ਸੋਲਰ), ਅਨੇਕਾਂ ਹੀ ਅਕਾਸ਼ ਅਤੇ ਪਤਾਲ ਹਨ । ਅਨੇਕਾਂ ਹੀ ਅਵਤਾਰ ਇਸ ਸੰਸਾਰ ਵਿੱਚ ਆਉਂਦੇ ਹਨ । ਅਨੇਕਾਂ ਹੀ ਜੀਵ ਬੰਦਗੀ ਕਰਕੇ, ਬ੍ਰਹਮ ਗਿਆਨੀ ਬਣ ਜਾਂਦੇ ਹਨ । ਪ੍ਰਭ ਦਾ ਹੀ ਇਹ ਸਾਰਾ ਪਸਾਰਾ, ਖੇਲ ਹੈ, ਹਮੇਸ਼ਾਂ ਹੀ ਸ੍ਰਿਸ਼ਟੀ ਦੀ ਰਚਦਾ ਰਹਿੰਦਾ ਹੈ । ਪ੍ਰਭ ਨੇ ਅਨੇਕਾਂ ਭਾਤਾਂ ਦੀਆਂ ਸ੍ਰਿਸ਼ਟੀਆਂ ਸਾਜੀਆ ਹਨ । ਜੀਵ ਦੀ ਆਤਮਾ, ਪ੍ਰਭ ਦੀ ਜੋਤ ਵਿਚੋਂ ਹੀ ਉਤਪੰਨ ਹੁੰਦੀ ਹੈ ਅਤੇ ਉਸ ਵਿੱਚ ਹੀ ਸਮਾ ਜਾਂਦੀ ਹੈ । ਪ੍ਰਭ ਦਾ ਕਿਸੇ ਨੇ ਅੰਤ ਨਹੀਂ ਪਾਇਆ, ਨ ਹੀ ਕੋਈ ਪਾ ਸਕਦਾ ਹੈ, ਆਪਣਾ ਕੀਤਾ ਆਪ ਹੀ ਜਾਣਦਾ ਹੈ ।

The True Master has created several regions, islands, skies and under earth, and creations. Several prophets have been sent in the universe to guide the creation on the right path of salvation. Several meditate wholeheartedly and may be blessed with enlightenment of His Word. The whole may be His play; He creates new creation non-stop. He has created various kinds of creatures in the universe. All creatures are expansion of His Holy Spirit and in the end, all may be absorbed within n His Holy Spirit No one ever has found the limit of any of His Play, His Nature nor anyone would be born with such a state of mind to find the limit of His Creation. The One and Only One, Omniscient True Master may remain aware about His Nature.7

ਅਸਟਪਦੀ॥ Asatpadee. 10-8

ਕਈ ਕੋਟਿ, ਪਾਰਬ੍ਰਹਮ ਕੇ ਦਾਸ॥	ka-ee kot paarbarahm kay daas.
ਤਿਨ ਹੋਵਤ, ਆਤਮ ਪਰਗਾਸ॥	tin hovat aatam pargaas.
ਕਈ ਕੋਟਿ, ਤਤ ਕੇ ਬੇਤੈ॥	ka-ee kot tat kay baytay.
ਸਦਾ ਨਿਹਾਰਹਿ, ਏਕੋ ਨੇਤ੍ਰੈ॥	sadaa nihaarahi ayko naytaray.
ਕਈ ਕੋਟਿ, ਨਾਮ ਰਸੁ ਪੀਵਹਿ॥	ka-ee kot naam ras peeveh.

ਅਮਰ ਭਏ ਸਦ, ਸਦ ਹੀ ਜੀਵਹਿ॥
ਕਈ ਕੋਟਿ, ਨਾਮ ਗੁਨ ਗਾਵਹਿ॥
ਆਤਮ ਰਸਿ, ਸੁਖਿ ਸਹਜਿ ਸਮਾਵਹਿ॥
ਅਪੁਨੇ ਜਨ ਕਉ, ਸਾਸਿ ਸਾਸਿ ਸਮਾਰੈ॥
ਨਾਨਕ ਓਇ, ਪਰਮੇਸੁਰ ਕੇ ਪਿਆਰੇ॥ ੮॥੧੦॥

amar bha-ay sad sad hee jeeveh.
ka-ee kot naam gun gaavahi.
aatam ras sukh sahj samaaveh.
apunay jan ka-o saas saas samaaray.
aanak o-ay parmaysur kay pi-aaray. ||8||10||

ਅਨੇਕਾਂ ਜੀਵ, ਪ੍ਰਭ ਦੇ ਅਸਲੀ ਸੇਵਕ, ਦਾਸ ਹਨ । ਅਨੇਕਾਂ ਹੀ ਜੀਵਾਂ ਦੀ ਆਤਮਾ ਨੂੰ ਅਸਲੀ ਮਾਰਗ ਮਿਲ ਗਿਆ ਹੈ । ਅਨੇਕਾਂ ਹੀ ਜੀਵਾਂ ਦੀ ਨਜ਼ਰ ਹਰ ਵੇਲੇ ਪ੍ਰਭ ਦੇ ਦਰਸ਼ਨਾ ਵਿੱਚ ਹੀ ਰਹਿੰਦੀ ਹੈ । ਉਸ ਦੀ ਬੰਦਗੀ ਵਿੱਚ ਹੀ ਲੀਨ ਰਹਿੰਦੇ, ਅਮਰ ਹੋ ਜਾਂਦੇ ਹਨ । ਅਨੇਕਾਂ ਹੀ ਜੀਵ ਉਸ ਦਾ ਸ਼ਬਦ ਹੀ ਗਾਉਂਦੇ ਰਹਿੰਦੇ ਹਨ । ਉਹਨਾਂ ਨੂੰ ਆਤਮ ਰਸ ਗਿਆਨ ਹਾਸਿਲ ਹੋ ਜਾਂਦਾ ਹੈ । ਉਸ ਵਿੱਚ ਹੀ ਅਲੋਪ ਹੋ ਜਾਂਦੇ ਹਨ, ਆਪਣੇ ਸੇਵਕ ਦੀ ਪਲ ਪਲ ਰੱਖਿਆ ਕਰਦਾ ਹੈ । ਅਜੇਹੇ ਸੇਵਕ ਪ੍ਰਭ ਨੂੰ ਪਿਆਰੇ ਲਗਦੇ ਹਨ, ਉਸ ਦੇ ਅਸਲੀ ਭਗਤ ਬਣ ਜਾਂਦੇ ਹਨ ।

Several become His true devotee and have been blessed with the right path of salvation. Several always have a burning desire to be bestowed with His Blessed Vision. They remain in deep meditation in the void of His Word. They may be blessed with immortal state of mind. Several are singing the glory of His Word; with His mercy and grace, they may be blessed with the true nectar of essence His Word. They may be absorbed within His Holy Spirit. The True Master, protects His Creation, His true devotee each moment. Whose earnings of His Word may be accepted in His Court; with His mercy and grace, he may be blessed with unique state of mind.8

11. ਸਲੋਕੁ॥11॥ (276)

ਕਰਣ ਕਾਰਣ ਪ੍ਰਭੁ ਏਕੁ ਹੈ,
ਦੂਸਰ ਨਾਹੀ ਕੋਇ॥
ਨਾਨਕ ਤਿਸੁ ਬਲਿਹਾਰਣੈ,
ਜਲਿ ਥਲਿ ਮਹੀਅਲਿ ਸੋਇ॥

karan kaaran parabh ayk hai
doosar naahee ko-ay.
naanak tis balihaarnai
jal thal mahee-al so-ay. ||1||

ਅਟਲ ਹੋਂਦ, ਪ੍ਰਭ ਹੀ ਸਭ ਕੁਝ ਕਰਨ ਵਾਲਾ ਇਕੋ ਇਕ ਹੈ । ਉਹ ਆਪੇ ਹੀ ਕਰਤਾ, ਆਪ ਹੀ ਕਾਰਣ, ਹੋਰ ਦੂਸਰਾ ਕੋਈ ਨਹੀਂ ਹੈ । ਉਸ ਨੂੰ ਆਪਣਾ ਧੰਦਾ ਸੰਭਾਲਨ ਲਈ ਕਿਸੇ ਦੀ ਮਦਦ, ਸਹਾਇਤਾ ਦੀ ਲੋੜ ਨਹੀਂ ਹੁੰਦੀ । ਅਟਲ ਹੋਂਦ ਪ੍ਰਭ ਜਲ, ਥਲ, ਅਕਾਸ਼, ਪਤਾਲ ਵਿੱਚ ਆਪ ਹੀ ਵਾਪਰਦਾ ਹੈ । ਉਸ ਤੋਂ ਆਪਣੇ ਆਪ ਨੂੰ ਕੁਰਬਾਨ ਕਰੋ! ਉਸ ਦੇ ਅਚੰਭੇ ਕਰਤਬ ਨੂੰ ਜਾਣਕੇ, ਹਿਰਦੇ ਵਿੱਚ ਸਿਮਰਨ ਕਰੋ ।

The One and Only One Omnipotent True Master prevails in all activities of the universe. The True Master, Creator defines the purpose of each action; no one else can exist without His Command. The Axiom Creator remains embedded, steady, and stable in water, in earth, on earth, under earth, in sky and always prevails everywhere. You should always be astonished and fascinated from His Nature! You should always meditate on the virtues of The True Master.1

ਅਸਟਪਦੀ॥ Asatpadee. 11- 1

ਕਰਨ ਕਰਾਵਨ, ਕਰਨੈ ਜੋਗੁ॥
ਜੋ ਤਿਸੁ ਭਾਵੈ, ਸੋਈ ਹੋਗੁ॥
ਖਿਨ ਮਹਿ, ਥਾਪਿ ਉਥਾਪਨਹਾਰਾ॥
ਅੰਤੁ ਨਹੀ, ਕਿਛੁ ਪਾਰਾਵਾਰਾ॥
ਹੁਕਮੇ ਧਾਰਿ, ਅਧਰ ਰਹਾਵੈ॥
ਹੁਕਮੇ ਉਪਜੈ, ਹੁਕਮਿ ਸਮਾਵੈ॥
ਹੁਕਮੇ ਊਚ, ਨੀਚ ਬਿਉਹਾਰ॥
ਹੁਕਮੇ ਅਨਿਕ, ਰੰਗ ਪਰਕਾਰ॥

karan karaavan karnai jog.
jo tis bhaavai so-ee hog.
khin meh thaap uthaapanhaaraa.
ant nahee kichh paaraavaaraa.
hukmay Dhaar aDhar rahaavai.
hukmay upjai hukam samaavai.
hukmay ooch neech bi-uhaar.
hukmay anik rang parkaar.

ਕਰਿ ਕਰਿ ਦੇਖੈ, ਅਪਨੀ ਵਡਿਆਈ॥ kar kar daykhai apnee vadi-aa-ee.
ਨਾਨਕ ਸਭ ਮਹਿ, ਰਹਿਆ ਸਮਾਈ॥੧॥ naanak sabh meh rahi-aa samaa-ee. ||1||

ਪ੍ਰਭ ਤੂੰ ਹੀ ਸਭ ਕੁਝ ਕਰਨ ਜੋਗਾ ਹੈ, ਕਰ ਸਕਦਾ ਹੈ । ਸਭ ਕੁਝ ਤੇਰੇ ਹੁਕਮ ਅੰਦਰ ਹੀ ਹੁੰਦਾ ਹੈ, ਹੋ ਸਕਦਾ ਹੈ। । ਪ੍ਰਭ ਤੂੰ ਇਕ ਪਲ ਵਿੱਚ ਹੀ ਸ੍ਰਿਸ਼ਟੀ ਦੀ ਉਤਪੰਨਾ ਕਰਦਾ ਹੈ । ਤੇਰੇ ਕਰਤਬਾਂ ਦਾ ਕੋਈ ਅੰਤ ਨਹੀਂ ਪਾਇਆ ਜਾ ਸਕਦਾ । ਪ੍ਰਭ ਨੇ ਆਪਣੇ ਹੁਕਮ ਅਨੁਸਾਰ ਹੀ ਧਰਤੀ ਬਣਾਈ ਹੈ ਅਤੇ ਇਸ ਦਾ ਅਧਾਰ, ਆਸਰਾ ਬਣਦਾ ਹੈ । ਆਪਣੇ ਹੁਕਮ ਨਾਲ ਹੀ ਸਾਰੀ ਸ੍ਰਿਸ਼ਟੀ ਪੈਦਾ ਕਰਦਾ ਹੈ । ਹੁਕਮ ਨਾਲ ਹੀ ਸ੍ਰਿਸ਼ਟੀ ਨੂੰ ਆਪਣੇ ਆਪ ਵਿੱਚ ਸਮਾ ਲੈਂਦਾ ਹੈ । ਪ੍ਰਭ ਨੇ ਵੱਖਰੇ ਵੱਖਰੇ ਰੰਗ ਅਤੇ ਅਕਾਰ ਬਣਾਏ ਹਨ । ਹੁਕਮ ਅਨੁਸਾਰ ਹੀ ਕਈ ਉਚੇ ਕੰਮ ਕਰਨ ਵਾਲੇ, ਕਈ ਨੀਚ ਕੰਮ ਕਰਨ ਵਾਲੇ ਹਨ । ਪ੍ਰਭ ਆਪ ਹੀ ਆਪਣੀ ਬਣਾਈ ਹੋਈ ਸ੍ਰਿਸ਼ਟੀ ਦੇਖ ਕੇ ਪ੍ਰਸੰਨ ਹੁੰਦਾ ਹੈ । ਆਪ ਹੀ ਉਸ ਵਿੱਚ ਸਮਾਇਆ ਰਹਿੰਦਾ ਹੈ ।

The Omnipotent True Master may accomplish each and everything at His own. In the universe everything happens under His Command and nothing else can prevail without His Command. He may create or destroys the universe in a twinkle of eyes. He has created the earth; all creations; He dwells and prevails within each and remain absorbed in His Creations. He has created various forms and colors of creatures. Under His Command some do good deeds and others do evil deeds. He has created and enjoys the whole universe; the creation and remains embedded in His Creation all time.1

ਅਸਟਪਦੀ॥ Asatpadee. 11- 2

ਪ੍ਰਭ ਭਾਵੈ, ਮਾਨੁਖ ਗਤਿ ਪਾਵੈ॥ parabh bhaavai maanukh gat paavai.
ਪ੍ਰਭ ਭਾਵੈ ਤਾ, ਪਾਥਰ ਤਰਾਵੈ॥ parabh bhaavai taa paathar taraavai.
ਪ੍ਰਭ ਭਾਵੈ, ਬਿਨੁ ਸਾਸ ਤੇ ਰਾਖੈ॥ parabh bhaavai bin saas tay raakhai.
ਪ੍ਰਭ ਭਾਵੈ ਤਾ, ਹਰਿ ਗੁਣ ਭਾਖੈ॥ parabh bhaavai taa har gun bhaakhai.
ਪ੍ਰਭ ਭਾਵੈ ਤਾ, ਪਤਿਤ ਉਧਾਰੈ॥ parabh bhaavai taa patit uDhaarai.
ਆਪਿ ਕਰੈ, ਆਪਨ ਬੀਚਾਰੈ॥ aap karai aapan beechaarai.
ਦੁਹਾ ਸਿਰਿਆ ਕਾ, ਆਪਿ ਸੁਆਮੀ॥ duhaa siri-aa kaa aap su-aamee.
ਖੇਲੈ ਬਿਗਸੈ, ਅੰਤਰਜਾਮੀ॥ khaylai bigsai antarjaamee.
ਜੋ ਭਾਵੈ, ਸੋ ਕਾਰ ਕਰਾਵੈ॥ jo bhaavai so kaar karaavai.
ਨਾਨਕ ਦ੍ਰਿਸਟੀ, ਅਵਰੁ ਨ ਆਵੈ॥੨॥ naanak daristee avar na aavai. ||2||

ਅਗਰ ਪ੍ਰਭ ਨੂੰ ਮਨਜ਼ੂਰ ਹੋਵੇ ਤਾ ਹੀ ਜੀਵ ਨੂੰ ਮੁਕਤੀ ਬਖਸ਼ਦਾ ਹੈ । ਉਸ ਦੀ ਰਜ਼ਾ ਹੋਵੇ ਤਾ ਪੱਥਰ ਵੀ ਪਾਣੀ ਉਪਰ ਤਰ ਸਕਦਾ ਹੈ, ਬੁਰੇ ਕੰਮ ਕਰਨ ਵਾਲਾ ਵੀ ਮੁਕਤੀ ਪਾ ਸਕਦਾ ਹੈ । ਅਗਰ ਪ੍ਰਭ ਦੀ ਰਜ਼ਾ ਹੋਵੇ ਤਾ ਜੀਵ ਸਵਾਸ ਤੋਂ ਬਿਨਾਂ ਹੀ ਜੀਉਂਦਾ ਰਹ ਸਕਦਾ ਹੈ । ਅਗਰ ਉਸ ਨੂੰ ਭਾਵੇਂ ਤਾ ਕੋਈ ਉਸ ਦੀ ਉਸਤਤ ਕਰ ਸਕਦਾ ਹੈ । ਅਗਰ ਉਸ ਨੂੰ ਭਾਵੇ ਤਾ ਪਾਪੀ ਵੀ ਮੁਕਤੀ ਪਾ ਸਕਦਾ ਹੈ । ਆਪਣੇ ਭਾਣੇ ਅਨੁਸਾਰ ਹੀ ਜੀਵ ਨੂੰ ਲਗਨ ਲਾਉਂਦਾ, ਸੋਝੀ ਬਖਸ਼ਦਾ ਹੈ, ਉਹ ਤੇਰੇ ਸ਼ਬਦ ਦਾ ਵਿਚਾਰ ਕਰਦੇ, ਅਪਣਾਉਂਦੇ ਹਨ । ਅੰਤਰਜਾਮੀ ਪ੍ਰਭ ਦੋਨਾਂ ਪਾਸੇ ਆਪ ਹੀ ਮਾਲਕ ਹੈ । ਇਹ ਸਭ ਕੁਝ ਤੇਰਾ ਹੀ ਖੇਲ ਹੈ । ਜੋ ਤੈਨੂੰ ਭਾਉਂਦਾ ਹੈ, ਤੂੰ ਉਹ ਹੀ ਕਰਦਾ ਹੈ । ਹੋਰ ਕੋਈ ਮਾਲਕ ਨਹੀਂ ਹੈ ਜੋ ਕੁਝ ਕਰ ਸਕਦਾ ਹੈ ।

The Only and Only One True Master may bless his soul salvation; with His mercy and grace, even the stone may float on water; even the sinner may be blessed with salvation; even the creature may remain alive without breaths. He may inspire someone to sing the glory of His Word, even the sinner may be blessed with the right path of salvation. He may bless devotion to meditate and the enlightenment of the essence of His Word to His true devotee; with His mercy and grace, His true sermons the essence of His Word. The Omniscient True Master remains the commander at both places, in the universe and after death in His Court. The whole play has been designed and operated under His Command. Only His Command can prevail and nothing else exist without His mercy and grace.2

ਅਸਟਪਦੀ॥ Asatpadee. 11- 3

ਕਹੁ ਮਾਨੁਖ ਤੇ, ਕਿਆ ਹੋਇ ਆਵੈ॥	kaho maanukh tay ki-aa ho-ay aavai.
ਜੋ ਤਿਸੁ ਭਾਵੈ, ਸੋਈ ਕਰਾਵੈ॥	jo tis bhaavai so-ee karaavai.
ਇਸ ਕੈ ਹਾਥਿ ਹੋਇ, ਤਾ ਸਭੁ ਕਿਛੁ ਲੇਇ॥	is kai haath ho-ay taa sabh kichh lay-ay.
ਜੋ ਤਿਸੁ ਭਾਵੈ, ਸੋਈ ਕਰੇਇ॥	jo tis bhaavai so-ee karay-i.
ਅਨਜਾਨਤ, ਬਿਖਿਆ ਮਹਿ ਰਚੈ॥	anjaanat bikhi-aa meh rachai.
ਜੇ ਜਾਨਤ, ਆਪਨ ਆਪ ਬਚੈ॥	jay jaanat aapan aap bachai.
ਭਰਮੇ ਭੂਲਾ, ਦਹ ਦਿਸਿ ਧਾਵੈ॥	bharmay bhoolaa dah dis Dhaavai.
ਨਿਮਖ ਮਾਹਿ ਚਾਰਿ, ਕੁੰਟ ਫਿਰਿ ਆਵੈ॥	nimakh maahi chaar kunt fir aavai.
ਕਰਿ ਕਿਰਪਾ, ਜਿਸੁ ਅਪਨੀ ਭਗਤਿ ਦੇਇ॥	kar kirpaa jis apnee bhagat day-ay.
ਨਾਨਕ ਤੇ ਜਨ, ਨਾਮਿ ਮਿਲੇਇ॥੩॥	naanak tay jan naam milay-ay. ||3||

ਜੀਵ ਆਪ ਕੀ ਕਰ ਸਕਦਾ ਹੈ? ਤੂੰ ਉਹ ਹੀ ਕੁਝ ਕਰਦਾ ਹੈ ਜੋ ਤੈਨੂੰ ਚੰਗਾ ਲਗਦਾ ਹੈ ਉਹ ਹੀ ਕੁਝ ਹੁੰਦਾ ਹੈ । ਅਗਰ ਕਿਸੇ ਜੀਵ ਦੇ ਕੁਝ ਵੱਸ ਵਿੱਚ ਹੋਵੇ ਤਾ ਹੀ ਉਹ ਕੁਝ ਕਰ ਸਕਦਾ ਹੈ, ਕੇਵਲ ਪ੍ਰਭ ਦੇ ਹੁਕਮ ਅੰਦਰ ਹੀ ਸਭ ਕੁਝ ਹੁੰਦਾ ਹੈ । ਜੀਵ ਆਪਣੀ ਅਗਿਆਨਤਾਂ ਨਾਲ ਹੀ ਮੰਦੇ ਕੰਮਾਂ ਵਿੱਚ ਲਗ ਜਾਂਦਾ ਹੈ । ਅਗਰ ਅਸਲੀ ਰਸਤੇ ਦਾ ਪਤਾ ਹੋਵੇ ਤਾ ਹੀ ਉਹ ਆਪਣੇ ਆਪ ਨੂੰ ਬਚਾ ਸਕਦਾ ਹੈ । ਜੀਵ ਕਿੰਤੂ ਪ੍ਰੰਤੂ ਕਰਦਾ ਕਈ ਪਾਸੇ ਢੂੰਡਦਾ ਫਿਰਦਾ ਹੈ । ਆਪਣੇ ਮਨ ਦੇ ਹਵਾਈ ਘੋੜੇ ਦੜੌਦਾ ਹੈ । ਪਲ ਵਿੱਚ ਹੀ ਮਨ ਸੰਸਾਰ ਦੇ ਸਾਰੇ ਕੋਨੇ ਢੂੰਡ ਕੇ ਬੇਵਸ ਹੋ ਕੇ ਵਾਪਸ ਆ ਜਾਂਦਾ ਹੈ । ਜਿਸ ਤੇ ਪ੍ਰਭ ਆਪ ਹੀ ਰਹਿਮਤ ਬਖਸ਼ਕੇ ਬੰਦਗੀ ਵਿੱਚ ਲਾਉਂਦਾ ਹੈ, ਕੇਵਲ ਉਹ ਹੀ ਬੰਦਗੀ ਕਰਦਾ, ਉਸ ਵਿੱਚ ਲੀਨ, ਅਲੋਪ, ਅਭੇਦ ਹੋ ਸਕਦਾ ਹੈ ।

What may any human accomplish at his own power? Only Your Command may prevail in the universe. Only if some human may have any power to control anything; only then he may perform anything at his own. Only Your Command can prevail, happen in the universe. The humans remain ignorance from Your Word, the real purpose of human life journey. He may perform evil, sinful deeds in his ignorance in his life. Whosoever may recognize the right path of human life; with His mercy and grace, he may be saved. In his imagination, fantasy world, he may wander all corners of the universe and comes back frustrated, to his own place. Whosoever may be blessed with devotion to meditation on the teachings of His Word, only he may remain intoxicated in the void of His Word; with His mercy and grace, he may immerse in his Holy Spirit.3

ਅਸਟਪਦੀ॥ Asatpadee. 11- 4

ਖਿਨ ਮਹਿ, ਨੀਚ ਕੀਟ ਕਉ ਰਾਜ॥	khin meh neech keet ka-o raaj.
ਪਾਰਬ੍ਰਹਮ, ਗਰੀਬ ਨਿਵਾਜ॥	paarbarahm gareeb nivaaj.
ਜਾ ਕਾ ਦ੍ਰਿਸਟਿ, ਕਛੂ ਨ ਆਵੈ॥	jaa kaa darisat kachhoo na aavai.
ਤਿਸੁ ਤਤਕਾਲ, ਦਹ ਦਿਸ ਪ੍ਰਗਟਾਵੈ॥	tis tatkaal dah dis paragtaavai.
ਜਾ ਕਉ ਅਪੁਨੀ, ਕਰੈ ਬਖਸੀਸ॥	jaa ka-o apunee karai bakhsees.
ਤਾ ਕਾ ਲੇਖਾ ਨ, ਗਨੈ ਜਗਦੀਸ॥	taa kaa laykhaa na ganai jagdees.
ਜੀਉ ਪਿੰਡੁ, ਸਭ ਤਿਸ ਕੀ ਰਾਸਿ॥	jee-o pind sabh tis kee raas.
ਘਟਿ ਘਟਿ, ਪੂਰਨ ਬ੍ਰਹਮ ਪ੍ਰਗਾਸ॥	ghat ghat pooran barahm pargaas.
ਅਪਨੀ ਬਣਤ, ਆਪਿ ਬਨਾਈ॥	apnee banat aap banaa-ee.
ਨਾਨਕ ਜੀਵੈ, ਦੇਖਿ ਬਡਾਈ॥੪॥	naanak jeevai daykh badaa-ee. ||4||

ਇਕ ਪਲ ਵਿੱਚ ਹੀ ਪ੍ਰਭ ਕਿਸੇ ਨਿਮਾਣੇ, ਗਰੀਬ ਨੂੰ ਰਾਜਾ, ਧਨਾਢ ਬਣਾ ਸਕਦਾ ਹੈ । ਪ੍ਰਭ ਹਮੇਸ਼ਾਂ ਹੀ ਨਿਮਾਣੀਆਂ, ਨਿਮ੍ਰਤਾ ਵਾਲੇ ਜੀਵ ਦੀ ਹਿਫਾਜ਼ਤ, ਰਖਿਆ ਕਰਦਾ ਹੈ । ਅਗਰ ਉਸ ਦੀ ਰਜ਼ਾ ਹੋਵੇ ਤਾ ਕਿਸੇ ਨਿਮਾਣੇ ਜੀਵ ਨੂੰ, ਜਿਸ ਨੂੰ ਕੋਈ ਵੀ ਨਾ ਜਾਣਦਾ ਹੋਵੇ, ਉਸ ਨੂੰ ਇਕ ਪਲ ਵਿੱਚ ਹੀ ਮਹਾਨ ਬਣ ਸਕਦਾ ਹੈ । ਜਿਸ ਤੇ ਪ੍ਰਭ ਕ੍ਰਿਪਾ ਦੀ ਦ੍ਰਿਸ਼ਟੀ ਕਰ ਦੇਵੇ! ਤਾ ਉਹ ਜੀਵ ਚੰਗੇ ਮੰਦੇ ਕੰਮਾਂ ਦੇ ਲੇਖੇ, ਹਿਸਾਬ ਤੋਂ ਉਪਰ ਹੋ ਜਾਂਦਾ ਹੈ । ਉਹ ਜਨਮ ਮਰਨ ਦੇ ਚੱਕਰ ਤੋਂ ਰਹਿਤ ਹੋ ਜਾਂਦਾ ਹੈ । ਜੀਵ ਦਾ ਤਨ ਅਤੇ ਮਨ ਪ੍ਰਭ ਦੀ ਅਮਾਨਤ ਹੈ । ਜਿਸ ਤੇ ਕ੍ਰਿਪਾ ਹੁੰਦੀ ਹੈ, ਉਸ ਦੇ ਮਨ ਵਿੱਚ ਗਿਆਨ, ਚਾਨਣ, ਜਾਗਰਤੀ ਹੋ ਜਾਂਦੀ ਹੈ । ਸਾਰੀ ਸ੍ਰਿਸ਼ਟੀ ਹੀ ਉਸ ਨੇ ਆਪਣੀ ਰਜ਼ਾ ਅਨੁਸਾਰ ਹੀ ਬਣਾਈ ਹੈ । ਆਪਣੀ ਬਣਾਈ ਹੋਈ ਅਮਾਨਤ ਦੀ ਹਿਫਾਜ਼ਤ ਕਰਕੇ ਬਹੁਤ ਖੁਸ਼ ਹੁੰਦਾ ਹੈ ।

The True Master may bestow His Blessed Vison and transform a bagger, as a royal king in a twinkle of eyes. The True Master always becomes a protector of helpless and humble creature of the universe. The Merciful True Master may bestow great honor and worldly status to humble, helpless, insignificant creature, human; with His mercy and grace; someone may be blessed with such a state and become above the accountability of His worldly good or bad deeds. No one may question the account of his worldly deeds; his cycle of birth and death may be eliminated. The body and mind of all creature are only His Trust, The True Master. Whosoever may be enlightened with the teachings of His Word; he remains awake and alert all time. The whole universe had been created with His imagination and He always protect His Creation, His trust and remains in blossom all time.4

ਅਸਟਪਦੀ॥ Asatpadee. 11- 5

ਇਸ ਕਾ ਬਲੁ, ਨਾਹੀ ਇਸੁ ਹਾਥ॥	is kaa bal naahee is haath.
ਕਰਨ ਕਰਾਵਨ, ਸਰਬ ਕੋ ਨਾਥ॥	karan karaavan sarab ko naath.
ਆਗਿਆਕਾਰੀ, ਬਪੁਰਾ ਜੀਉ॥	aagi-aakaaree bapuraa jee-o.
ਜੋ ਤਿਸੁ ਭਾਵੈ, ਸੋਈ ਫੁਨਿ ਥੀਉ॥	jo tis bhaavai so-ee fun thee-o.
ਕਬਹੂ, ਊਚ ਨੀਚ, ਮਹਿ ਬਸੈ॥	kabhoo ooch neech meh basai.
ਕਬਹੂ, ਸੋਗ ਹਰਖ, ਰੰਗਿ ਹਸੈ॥	kabhoo sog harakh rang hasai.
ਕਬਹੂ, ਨਿੰਦ ਚਿੰਦ ਬਿਉਹਾਰ॥	kabhoo nind chind bi-uhaar.
ਕਬਹੂ, ਊਭ ਅਕਾਸ ਪਇਆਲ॥	kabhoo oobh akaas pa-i-aal.
ਕਬਹੂ, ਬੇਤਾ ਬ੍ਰਹਮ ਬੀਚਾਰ॥	kabhoo baytaa barahm beechaar.
ਨਾਨਕ ਆਪਿ, ਮਿਲਾਵਣਹਾਰ॥੫॥	naanak aap milaavanhaar. ‖5‖

ਕਿਸੇ ਜੀਵ ਦੇ ਕੋਲ ਕੁਝ ਆਪਣੇ ਆਪ ਕਰਨ ਦੀ ਕੋਈ ਵੀ ਤਾਕਤ ਨਹੀਂ ਹੈ । ਪ੍ਰਭ ਦਾ ਕੀਤਾ ਹੀ, ਸਭ ਕੁਝ ਹੋ ਸਕਦਾ ਹੈ, ਆਪ ਹੀ ਕਰਦਾ, ਕਰਨ ਦਾ ਕਾਰਨ ਬਣਾਉਂਦਾ ਹੈ । ਬੇਚਾਰ ਜੀਵ ਤੇਰੇ ਹੁਕਮ ਦਾ ਬੰਧਾ ਹੈ! ਅਖੀਰ ਵਿੱਚ ਉਹ ਹੀ ਕੁਝ ਹੁੰਦਾ ਹੈ ਜੋ ਪ੍ਰਭ ਨੂੰ ਮਨਜ਼ੂਰ ਹੁੰਦਾ ਹੈ । ਤੇਰੇ ਭਾਣੇ ਨਾਲ ਹੀ ਕਦੇ ਚੰਗੇ ਦਿਨ ਆਉਂਦੇ ਹਨ ਅਤੇ ਕਦੇ ਮੰਦੇ ਦਿਨ ਆਉਂਦੇ ਹਨ । ਕਦੇ ਸੋਗ ਵਿੱਚ ਉਦਾਸ ਰਹਿੰਦਾ ਅਤੇ ਕਦੇ ਖੁਸ਼ੀ ਵਿੱਚ ਬਹੁਤ ਅਨੰਦ ਮਾਨਦਾ ਹੈ । ਕਈ ਧੋਖੇ ਫਰੇਬ ਵਿੱਚ ਮਗਨ ਰਹਿੰਦਾ ਅਤੇ ਕਈ ਸੰਸਾਰਕ ਪਰੇਸ਼ਾਨੀਆ ਵਿੱਚ ਫਸਿਆ ਰਹਿੰਦਾ ਹੈ । ਕਈ ਅਕਾਸ਼ ਵਰਗੇ ਵਿਸ਼ਾਲ ਅਤੇ ਕਈ ਜ਼ਮੀਨ ਥਲੇ ਰਹਿਣ ਵਾਲੇ ਜੀਵਾਂ ਵਰਗੇ ਹਨ । ਕਈ ਬਾਰ ਤੂੰ ਜੀਵ ਨੂੰ ਆਪਣੇ ਆਪ ਇਤਨਾ ਗਿਆਨ ਬਖਸ਼ ਦੇਂਦਾ ਹੈ । ਕਿ ਉਹ ਤੇਰੇ ਕੁਝ ਭੇਦ ਬਾਕੀ ਜੀਵਾਂ ਨੂੰ ਵਿਖਿਆਨ ਕਰਦਾ ਹੈ । ਆਪ ਹੀ ਉਸ ਨੂੰ ਆਪਣੇ ਵਿੱਚ ਅਭੇਦ ਕਰ ਲੈਂਦਾ ਹੈ ।

No one has any power to accomplish anything at his own in the universe. Whatsoever may happen in the universe, only Your Command prevails; You create the purpose of that action and prevails in each event. The helpless human remains slave of Your Command and only Your Command can prevail in the universe. With Your mercy and grace; he may endure miseries and enjoys pleasure in his worldly life. Several remain entangled in the deception and remain into the trap of worldly frustrations and disappointments. Several may be blessed with greatness and merciful on the others, his soul becomes humble like live in, under earth. You may bless Your devotee with such an enlightenment; he may explain the unexplainable events of Your Nature; with Your mercy and grace, he may be immersed in Your Holy Spirit5

ਅਸਟਪਦੀ॥ Asatpadee. 11- 6

ਕਬਹੂ, ਨਿਰਤਿ ਕਰੈ, ਬਹੁ ਭਾਤਿ॥	kabhoo nirat karai baho bhaat.
ਕਬਹੂ, ਸੋਇ ਰਹੈ ਦਿਨੁ ਰਾਤਿ॥	kabhoo so-ay rahai din raat.
ਕਬਹੂ, ਮਹਾ ਕ੍ਰੋਧ ਬਿਕਰਾਲ॥	kabhoo mahaa kroDh bikraal.
ਕਬਹੂੰ, ਸਰਬ ਕੀ ਹੋਤ ਰਵਾਲ॥	kabhooN sarab kee hot ravaal.
ਕਬਹੂ, ਹੋਇ ਬਹੈ ਬਡ ਰਾਜਾ॥	kabhoo ho-ay bahai bad raajaa.
ਕਬਹੁ, ਭੇਖਾਰੀ ਨੀਚ ਕਾ ਸਾਜਾ॥	kabahu bhaykhaaree neech kaa saajaa.
ਕਬਹੂ, ਅਪਕੀਰਤਿ ਮਹਿ ਆਵੈ॥	kabhoo apkeerat meh aavai.
ਕਬਹੂ, ਭਲਾ ਭਲਾ ਕਹਾਵੈ॥	kabhoo bhalaa bhalaa kahaavai.
ਜਿਉ ਪ੍ਰਭੁ ਰਾਖੈ, ਤਿਵ ਹੀ ਰਹੈ॥	ji-o parabh raakhai tiv hee rahai.
ਗੁਰ ਪ੍ਰਸਾਦਿ, ਨਾਨਕ, ਸਚੁ ਕਹੈ॥੬॥	gur parsaad naanak sach kahai. ||6||

ਕਈ ਬਾਰ ਤੂੰ ਜੀਵ ਤੇ ਇਤਨੀ ਰਹਿਮਤ ਬਖਸ਼ਦਾ ਹੈ । ਕਿ ਉਹ ਵੱਖਰੇ ਵੱਖਰੇ ਕਿਸਮਾਂ ਦੇ ਨਾਚ ਕਰਦਾ ਹੈ, ਕਈ ਲੰਮਾ ਚਿਰ ਸੁੱਤੇ ਹੀ ਰਹਿੰਦੇ ਹਨ । ਕਦੇ ਤੂੰ ਜੀਵ ਨੂੰ ਇਤਨੇ ਗੁਸੇ ਵਾਲਾ, ਕਰੋਧ ਵਾਲਾ ਬਣਾ ਦੇਂਦਾ ਹੈ, ਕਦੇ ਜੀਵ ਨੂੰ ਬਹੁਤ ਨਿਮ੍ਰਤਾ, ਬਹੁਤ ਤਰਸ ਵਾਲਾ ਬਣਾ ਦੇਂਦਾ ਹੈ । ਕਦੇ ਤੂੰ ਬਹੁਤ ਵੱਡਾ ਰਾਜ ਭਾਗਵਾਲਾ ਬਣਾ ਦੇਂਦਾ ਹੈ, ਕਦੇ ਬਹੁਤ ਨਿਮਾਣਾ ਬੇਵਸ ਭਿਖਾਰੀ ਬਣਾ ਦੇਂਦਾ ਹੈ । ਕਈ ਵਾਰ ਤੂੰ ਜੀਵ ਨੂੰ ਬਹੁਤ ਭਿਆਨਕ, ਦਰਦਵੰਤ ਕੰਮਾਂ ਵਾਲਾ ਕਰਾਰ ਦੇਂਦਾ ਹੈ ਅਤੇ ਕਦੇ ਬਹੁਤ ਧਾਰਮਕ ਚੰਗੇ ਕੰਮ ਕਰਨ ਵਾਲੇ ਕਹਿੰਦੇ ਹਨ । ਜਿਸਤਰ੍ਹਾਂ ਤੂੰ ਜੀਵ ਨੂੰ ਹੀ ਰਖਦਾ ਹੈ, ਉਸ ਤਰ੍ਹਾਂ ਹੀ ਰਹਿਣਾ ਪੈਂਦਾ ਹੈ, ਇਹ ਸਭ ਕੁਝ ਹੀ ਪ੍ਰਭ ਦੀ ਰਹਿਮਤ ਨਾਲ ਹੁੰਦਾ ਹੈ ।

Sometime with Your mercy and grace; Your creature may perform various kinds of dance to please You; others remain in a deep sleep for long period of time. Sometime You make Your creature overwhelmed with anger and remains burning in his frustration; sometime You make Your creature very humble and merciful on the others. You may bless someone with the great kingdom and others as beggars, desperate for a bite of food. Sometime You make someone as tyrant and creates havoc and miseries on others. Sometime You make someone very religious, merciful to performs good deeds for mankind. Whatsoever the state of mind may be blessed; everything happens under Your Command and no one has any control on Your blessings.6

ਅਸਟਪਦੀ॥ Asatpadee. 11- 7

ਕਬਹੂ ਹੋਇ ਪੰਡਿਤੁ, ਕਰੇ ਬਖ੍ਯ੍ਯਾਨੁ॥	kabhoo ho-ay pandit karay bakh-yaan.
ਕਬਹੂ ਮੋਨਿਧਾਰੀ, ਲਾਵੈ ਧਿਆਨੁ॥	kabhoo moniDhaaree laavai Dhi-aan.
ਕਬਹੂ, ਤਟ ਤੀਰਥ ਇਸਨਾਨ॥	kabhoo tat tirath isnaan.
ਕਬਹੂ ਸਿਧ ਸਾਧਿਕ, ਮੁਖਿ ਗਿਆਨ॥	kabhoo siDh saaDhik mukh gi-aan.
ਕਬਹੂ ਕੀਟ ਹਸਤਿ, ਪਤੰਗ ਹੋਇ ਜੀਆ॥	kabhoo keet hasat patang ho-ay jee-aa.
ਅਨਿਕ ਜੋਨਿ, ਭਰਮੈ ਭਰਮੀਆ॥	anik jon bharmai bharmee-aa.
ਨਾਨਾ ਰੂਪ ਜਿਉ, ਸ੍ਵਾਗੀ ਦਿਖਾਵੈ॥	naanaa roop ji-o savaagee dikhaavai.
ਜਿਉ ਪ੍ਰਭ ਭਾਵੈ, ਤਿਵੈ ਨਚਾਵੈ॥	ji-o parabh bhaavai tivai nachaavai.
ਜੋ ਤਿਸੁ ਭਾਵੈ, ਸੋਈ ਹੋਇ॥	jo tis bhaavai so-ee ho-ay.
ਨਾਨਕ ਦੂਜਾ, ਅਵਰੁ ਨ ਕੋਇ॥੭॥	naanak doojaa avar na ko-ay. ||7||

ਪ੍ਰਭ ਤੂੰ ਕਦੇ ਜੀਵ ਨੂੰ ਬਹੁਤ ਗਿਆਨੀ ਬਣਾ ਦੇਂਦਾ ਹੈ । ਉਹ ਧਾਰਮਕ ਗ੍ਰੰਥਾਂ ਦਾ ਵਿਖਿਆਨ ਕਰਦਾ ਹੈ । ਕਦੇ ਮੋਨਧਾਰੀ ਬਣਕੇ ਪ੍ਰਭ ਦੇ ਸ਼ਬਦ ਵਿੱਚ ਹੀ ਲਿਵ ਲਾਈ ਰਖਦਾ ਹੈ । ਕਦੇ ਤੂੰ ਜੀਵ ਨੂੰ ਤੀਰਥਾਂ ਤੇ ਇਸ਼ਨਾਨ ਕਰਾਉਂਦਾ ਹੈ । ਕਦੇ ਜੀਵ ਨੂੰ ਸਿਧਾਂ ਵਰਗਾ ਪ੍ਰਭ ਦੀ ਕਰਾਮਾਤ ਦਾ ਗਿਆਨ ਦੇਂਦਾ ਹੈ । ਕਦੇ ਤੂੰ ਆਤਮਾ ਨੂੰ ਕੀੜੀਆਂ (ਮਸੂਮਾਂ) ਦੀ ਜੂੰਨ ਪਾਉਂਦਾ ਹੈ । ਕਦੇ ਹਾਥੀ ਵਰਗੇ ਤਾਕਤਵਰ ਜੀਵ ਬਣਾਉਂਦਾ ਹੈ, ਆਤਮਾ ਵੱਖਰੀਆਂ ਵੱਖਰੀਆਂ ਜੂੰਨਾਂ ਵਿੱਚ ਭਉਂਦੀ ਫਿਰਦੀ ਹੈ । ਪ੍ਰਭ ਤੂੰ ਜੀਵ ਨੂੰ ਭਾਂਤ ਭਾਂਤ ਦੇ ਹਾਲ ਵਿੱਚ ਦੀ ਕੱਢਦਾ ਹੈ । ਜਿਸਤਰ੍ਹਾਂ ਤੇਰੀ ਰਜ਼ਾ ਹੁੰਦੀ ਹੈ, ਉਸ ਤਰ੍ਹਾਂ ਹੀ ਜੀਵ ਕਰਦਾ ਹੈ, ਨੱਚਦਾ ਹੈ । ਤੂੰ ਹੀ ਕਰਨ ਵਾਲਾ, ਆਪ ਹੀ ਸਭ ਕੁਝ ਕਰਾਉਂਦਾ ਹੈ । ਹੋਰ ਕੋਈ ਦੂਜਾ ਨਹੀਂ ਹੈ ਜੋ ਕੁਝ ਕਰ ਸਕਦਾ ਹੈ ।

Sometime You make Your devotee very enlightened that he may explain the true spiritual meanings of the Holy Scripture and sometime make some totally quiet and he may not utter any word for long period of time. You may inspire someone to go to Holy Shrine for purification bath; he may be blessed with enlightenment to become as Your true devotee. You may send soul into a very miserable life of worm or may become mighty like elephant to spend his life. The soul may remain in cycle of birth and death in various kind of creatures and different conditions in the universe. Whatsoever may be blessed with Your mercy and grace; the soul must perform and lives in that condition. Worldly creatures only can play on the tune of Your Command. The One and Only One True Master, Commander prevails in each event in universe; no one else exist in the universe without Your Command.7

ਅਸਟਪਦੀ॥ Asatpadee. 11- 8

ਕਬਹੂ ਸਾਧਸੰਗਤਿ, ਇਹੁ ਪਾਵੈ॥	kabhoo saaDhsangat ih paavai.
ਉਸੁ ਅਸਥਾਨ, ਤੇ ਬਹੁਰਿ ਨ ਆਵੈ॥	us asthaan tay bahur na aavai.
ਅੰਤਰਿ ਹੋਇ, ਗਿਆਨ ਪਰਗਾਸੁ॥	antar ho-ay gi-aan pargaas.
ਉਸੁ ਅਸਥਾਨ ਕਾ, ਨਹੀ ਬਿਨਾਸੁ॥	us asthaan kaa nahee binaas.
ਮਨ ਤਨ, ਨਾਮਿ ਰਤੇ ਇਕ ਰੰਗਿ॥	man, tan naam ratay ik rang.
ਸਦਾ ਬਸਹਿ, ਪਾਰਬ੍ਰਹਮ ਕੈ ਸੰਗਿ॥	sadaa baseh paarbarahm kai sang.
ਜਿਉ ਜਲ ਮਹਿ, ਜਲੁ ਆਇ ਖਟਾਨਾ॥	ji-o jal meh jal aa-ay khataanaa.
ਤਿਉ ਜੋਤੀ ਸੰਗਿ, ਜੋਤਿ ਸਮਾਨਾ॥	ti-o jotee sang jot samaanaa.
ਮਿਟਿ ਗਏ ਗਵਨ, ਪਾਏ ਬਿਸ੍ਰਾਮ॥	mit ga-ay gavan paa-ay bisraam.
ਨਾਨਕ ਪ੍ਰਭ ਕੈ, ਸਦ ਕੁਰਬਾਨ॥੮॥੧੧॥	naanak parabh kai sad kurbaan. ||8||11||

ਕਦੇ ਜੀਵ ਨੂੰ ਸਾਧ ਸੰਗਤ ਬਖਸ਼ਦਾ ਹੈ । ਉਹ ਬੰਦਗੀ ਵਿੱਚ ਮਸਤ ਹੋ ਕੇ ਉਸ ਵਿੱਚ ਹੀ ਅਭੇਦ ਹੋ ਜਾਂਦਾ ਹੈ । ਜਿਸ ਜੀਵ ਦੀ ਆਤਮਾਂ ਵਿੱਚ ਜਾਗਰਤੀ ਆ ਜਾਂਦੀ ਹੈ, ਫਿਰ ਕਦੇ ਖਤਮ ਨਹੀਂ ਹੁੰਦੀ, ਫਿਰ ਇਸ ਵਿਚੋਂ ਵਾਪਸ ਨਹੀਂ ਆਉਂਦੀ, ਉਸ ਵਿੱਚ ਹੀ ਲੀਨ ਰਹਿੰਦੀ ਹੈ । ਜੀਵ ਦੇ ਹਿਰਦੇ ਵਿੱਚ ਪ੍ਰਭ ਦਾ ਸ਼ਬਦ ਰਚ ਜਾਂਦਾ ਹੈ, ਸ਼ਬਦ ਵਿੱਚ ਹੀ ਲੀਨ ਰਹਿੰਦਾ ਹੈ । ਜਿਵੇਂ ਪਾਣੀ ਵਿਚੋਂ ਨਿਕਲਿਆ ਬੁਲਬਲਾ, ਫਿਰ ਪਾਣੀ ਵਿੱਚ ਹੀ ਸਮਾ ਜਾਂਦਾ ਹੈ । ਇਸਤਰ੍ਹਾਂ ਆਤਮਾ ਦੀ ਜੋਤ, ਪ੍ਰਭ ਦੀ ਜੋਤ ਵਿੱਚ ਅਭੇਦ ਹੋ ਜਾਂਦੀ ਹੈ, ਪ੍ਰਭ ਵਿੱਚ ਹੀ ਸਮਾ ਜਾਂਦੀ ਹੈ, ਉਸ ਦਾ ਜਨਮ ਮਰਨ ਦਾ ਚੱਕਰ ਖਤਮ ਹੋ ਜਾਂਦਾ ਹੈ । ਪ੍ਰਭ ਤੋਂ ਸਦਕੇ ਜਾਵੋ! ਆਪ ਹੀ ਸਿਧਾ ਰਸਤਾ ਬਖਸ਼ਦਾ ਹੈ ।

Some may be blessed with the association of Your true devotee and he may remain in deep meditation in the void Your Holy Spirit Whosoever may be blessed with enlightenment of Your Word; his enlightenment remains forever and never faint from his mind; his soul may never come out of the void of Your Word. Whosoever may be drenched with the teachings of Your Word; he may enter a deep meditation in the void of Your Word. As the wave of water immerses in the water, same way the soul of a creature born out of Your Holy Spirit and may be absorbed into Your Holy Spirit after death; with Your mercy and grace; his cycle of birth and death may be eliminated. I am fascinated from the nature of The True Master; who may enlighten the right path of salvation to His Creature.8

12. ਸਲੋਕੁ॥12॥ 278

ਸੁਖੀ ਬਸੈ ਮਸਕੀਨੀਆ,	sukhee basai maskeenee-aa
ਆਪੁ ਨਿਵਾਰਿ ਤਲੇ॥	aap nivaar talay.
ਬਡੇ ਬਡੇ ਅਹੰਕਾਰੀਆ,	baday baday ahaNkaaree-aa
ਨਾਨਕ ਗਰਬਿ ਗਲੇ॥	naanak garab galay. ||1||

ਜਿਹੜਾ ਆਪਣੇ ਆਪ ਨੂੰ ਨਿਮਾਣਾ, ਦੂਸਰੇ ਨੂੰ ਆਪਣੇ ਤੋਂ ਵੱਡਾ, ਸਿਆਣਾ ਸਮਝਦਾ ਹੈ । ਗਰੀਬ ਦੀ ਲੋੜ ਪੂਰੀ ਕਰਨ ਲਈ ਆਪਣਾ ਅਹੰਕਾਰ ਤਿਆਗ ਕੇ ਲੋੜ ਪੂਰੀ ਕਰਦਾ ਹੈ, ਸਵਾਸ, ਸਵਾਸ ਪ੍ਰਭ ਦਾ ਹੀ ਧੰਨਵਾਦ ਕਰਦਾ ਹੈ, ਉਸ ਨੂੰ ਸ਼ਬਦ ਦੀ ਸੋਝੀ ਬਖਸ਼ਿਸ਼ ਹੋ ਜਾਂਦੀ ਹੈ, ਸਭ ਕੁਝ ਉਸ ਦੀ ਰਹਿਮਤ ਨਾਲ ਹੀ ਹੁੰਦਾ ਹੈ! ਪ੍ਰਭ ਦੇ ਦਰਬਾਰ ਵਿੱਚ ਉਸ ਦੀ ਭਗਤੀ ਪ੍ਰਵਾਨ ਹੋ ਜਾਂਦੀ ਹੈ । ਸੰਸਾਰ ਵਿੱਚ ਬਹੁਤ ਘਮੰਡੀ, ਅਹੰਕਾਰੀ ਆਪਣੇ ਅਹੰਕਾਰ ਦੀ ਅੱਗ ਵਿੱਚ ਜਲਦੇ ਰਹਿੰਦੇ ਹਨ । ਅਹੰਕਾਰੀਆਂ ਨੂੰ ਪ੍ਰਭ ਦੇ ਦਰਬਾਰ ਵਿੱਚ ਜਗ੍ਹਾ ਨਹੀਂ ਮਿਲਦੀ । ਆਵਾਗਵਣ ਦੇ ਚੱਕਰ ਵਿੱਚ ਫਿਰਦਾ ਰਹਿੰਦਾ ਹੈ ।

Whosoever may remain humble and considers others as wiser; abandon his ego to help the needy; remain meditating with each breath; with His mercy and grace, he may be enlightened with the essence of His Word. He may remain overwhelmed in his day-to-day life. His meditation may have been accepted in His Court. Whosoever may be proud of his worldly status; he may remain burning in the ego of his worldly status. He may not be blessed with any acceptance in His Court. He remains in the cycle of birth and death for a long period of time.1

ਅਸਟਪਦੀ॥ Asatpadee. 12 – 1

ਜਿਸ ਕੈ ਅੰਤਰਿ, ਰਾਜ ਅਭਿਮਾਨੁ॥	jis kai antar raaj abhimaan.
ਸੋ ਨਰਕਪਾਤੀ, ਹੋਵਤ ਸੁਆਨੁ॥	so narakpaatee hovat su-aan.
ਜੋ ਜਾਨੈ, ਮੈ ਜੋਬਨਵੰਤੁ॥	jo jaanai mai jobanvant.
ਸੋ ਹੋਵਤ, ਬਿਸਟਾ ਕਾ ਜੰਤੁ॥	so hovat bistaa kaa jant.
ਆਪਸ ਕਉ, ਕਰਮਵੰਤੁ ਕਹਾਵੈ॥	aapas ka-o karamvant kahaavai.
ਜਨਮਿ ਮਰੈ, ਬਹੁ ਜੋਨਿ ਭ੍ਰਮਾਵੈ॥	janam marai baho jon bharmaavai.
ਧਨ ਭੂਮਿ ਕਾ, ਜੋ ਕਰੈ ਗੁਮਾਨੁ॥	dhan bhoom kaa jo karai gumaan.
ਸੋ ਮੂਰਖੁ, ਅੰਧਾ ਅਗਿਆਨੁ॥	so moorakh anDhaa agi-aan.
ਕਰਿ ਕਿਰਪਾ ਜਿਸ ਕੈ,	kar kirpaa jis kai
ਹਿਰਦੈ ਗਰੀਬੀ ਬਸਾਵੈ॥	hirdai gareebee basaavai.
ਨਾਨਕ ਈਹਾ ਮੁਕਤੁ,	naanak eehaa mukat
ਆਗੈ ਸੁਖੁ ਪਾਵੈ॥੧॥	aagai sukh paavai. ||1||

ਜਿਹੜਾ ਆਪਣੇ ਤਨ ਦੀ ਤਾਕਤ ਦਾ ਬਹੁਤ ਅਭਿਮਾਨ, ਅਹੰਕਾਰ ਕਰਦਾ ਹੈ, ਉਸ ਦੀ ਹਾਲਤ ਨਰਕ ਦੇ ਕੁੱਤੇ ਦੇ ਬਰਾਬਰ ਹੁੰਦੀ ਹੈ । ਜਿਹੜਾ ਆਪਣੀ ਜਵਾਨੀ, ਸੁਦੰਰਤਾ ਦਾ ਅਹੰਕਾਰ, ਅਭਿਮਾਨ ਕਰਦਾ ਹੈ, ਉਸ ਦੀ ਦਿਸ਼ਾ, ਰੂੜੀ ਦੇ ਢੇਲੇ ਵਾਲੀ ਹੁੰਦੀ ਹੈ । ਜਿਹੜਾ ਆਪਣੇ ਆਪ ਨੂੰ ਬਹੁਤ ਚੰਗੇ ਕੰਮ ਕਰਨ ਵਾਲਾ ਸਮਝਦਾ ਹੈ, ਉਹ ਸੰਸਾਰ ਵਿੱਚ ਅਨੇਕਾਂ ਜੂੰਨਾਂ ਦੇ ਚੱਕਰ ਵਿੱਚ ਹੀ ਭਉਦਾ ਫਿਰਦਾ ਹੈ । ਜਿਹੜਾ ਆਪਣੀ ਸੰਸਾਰਕ ਮਾਲਕੀਅਤ ਦਾ ਬਹੁਤ ਘਮੰਡ ਕਰਦਾ ਹੈ, ਉਹ ਬਹੁਤ ਵੱਡਾ ਮੂਰਖ, ਅਗਿਆਨੀ, ਅੰਧਾ ਹੁੰਦਾ ਹੈ । ਜਿਸ ਤੇ ਪ੍ਰਭ ਆਪ ਰਹਿਮਤ ਬਖਸ਼ਦਾ ਹੈ, ਉਸ ਦੇ ਮਨ ਵਿੱਚ ਨਿਮ੍ਰਤਾ, ਤਰਸ ਆਉਂਦਾ ਹੈ । ਉਹ ਮਾਨਸ ਜਨਮ ਵਿੱਚ ਵੀ ਸੁਖ ਮਾਨਦਾ, ਪ੍ਰਭ ਦੀ ਜੋਤ ਵਿੱਚ ਅਭੇਦ ਹੋ ਜਾਂਦਾ ਹੈ, ਜਨਮ ਮਰਨ ਤੋਂ ਮੁਕਤ ਹੋ ਜਾਂਦਾ ਹੈ ।

Whosoever may be very proud of his strength; his condition may be like a dog of hell. Whosoever may be proud of his youth and beauty; his conditions may remain like a heap of manure in His Court. Whosoever may consider himself with lot of good virtues and good worldly deeds; he remains in the cycle of birth and death in the universe. Whosoever may boast about his worldly possessions; he remains very ignorant, blind from the enlightenment of the essence His Word. Whosoever may be bestowed with His Blessed Vision, he may remain very humble and compassionate to others; with His mercy and grace, he may be blessed with pleasures and comforts in his worldly life. He may immerse within His Holy Spirit; with His mercy and grace, his cycle of birth and death may be eliminated.1

ਅਸਟਪਦੀ॥ Asatpadee. 12 – 2

ਧਨਵੰਤਾ ਹੋਇ, ਕਰਿ ਗਰਬਾਵੈ॥	dhanvantaa ho-ay kar garbaavai.
ਤ੍ਰਿਣ ਸਮਾਨਿ, ਕਛੁ ਸੰਗਿ ਨ ਜਾਵੈ॥	tarin samaan kachh sang na jaavai.
ਬਹੁ ਲਸਕਰ, ਮਾਨੁਖ ਊਪਰਿ ਕਰੇ ਆਸ॥	baho laskar maanukh oopar karay aas.
ਪਲ ਭੀਤਰਿ, ਤਾ ਕਾ ਹੋਇ ਬਿਨਾਸ॥	pal bheetar taa kaa ho-ay binaas.
ਸਭ ਤੇ ਆਪ, ਜਾਨੈ ਬਲਵੰਤੁ॥	sabh tay aap jaanai balvant.
ਖਿਨ ਮਹਿ ਹੋਇ, ਜਾਇ ਭਸਮੰਤੁ॥	khin meh ho-ay jaa-ay bhasmant.
ਕਿਸੈ ਨ ਬਦੈ, ਆਪਿ ਅਹੰਕਾਰੀ॥	kisai na badai aap ahaNkaaree.
ਧਰਮ ਰਾਇ, ਤਿਸੁ ਕਰੇ ਖੁਆਰੀ॥	dharam raa-ay tis karay khu-aaree.
ਗੁਰ ਪ੍ਰਸਾਦਿ, ਜਾ ਕਾ ਮਿਟੈ ਅਭਿਮਾਨੁ॥	gur parsaad jaa kaa mitai abhimaan.
ਸੋ ਜਨੁ, ਨਾਨਕ, ਦਰਗਹ ਪਰਵਾਨੁ॥੨॥	so jan naanak dargeh parvaan. ‖2‖

ਜਿਹੜਾ ਧਨ ਦੌਲਤ ਦਾ ਅਭਿਮਾਨ, ਘਮੰਡ ਕਰਦਾ ਹੈ । ਉਸ ਦੇ ਨਾਲ ਪ੍ਰਭ ਦੀ ਦਰਗਾਹ ਵਿੱਚ ਗਵਾਹੀ ਲਈ ਕੁਝ ਨਹੀਂ ਜਾਂਦਾ । ਜਿਹੜਾ ਆਪਣੀ ਫੌਜ ਦੀ ਤਾਕਤ ਤੇ ਬਹੁਤ ਅਭਿਮਾਨ ਕਰਦਾ ਹੈ, ਬਾਕੀ ਜੀਵਾਂ ਤੇ ਹੁਕਮ ਚਲਾਉਂਦਾ, ਜ਼ੁਲਮ ਕਰਦਾ ਹੈ, ਉਸ ਨੂੰ ਖਤਮ ਹੋਣ ਲਗਿਆ ਇਕ ਪਲ ਵੀ ਨਹੀਂ ਲਗਦਾ । ਜਿਹੜਾ ਜੀਵ ਆਪਣੇ ਆਪ ਨੂੰ ਸਭ ਤੋਂ ਤਾਕਤਵਰ ਸਮਝਦਾ, ਅਭਿਮਾਨ ਕਰਦਾ ਹੈ । ਪ੍ਰਭ ਉਸ ਦੀ ਤਾਕਤ, ਘਮੰਡ ਇਕ ਪਲ ਵਿੱਚ ਹੀ ਖਤਮ ਕਰ ਦੇਂਦਾ ਹੈ । ਜਿਹੜਾ ਬਹੁਤ ਅਹੰਕਾਰ ਕਰੇ ਕਿ ਉਸ ਦੇ ਬਰਾਬਰ ਦਾ ਹੋਰ ਕੋਈ ਜੀਵ ਨਹੀਂ ਹੋਇਆ । ਪ੍ਰਭ ਉਸ ਦੀਆਂ ਕਮੀਆਂ ਨੂੰ ਮਰਨ ਤੇ ਲੇਖੇ ਵਿੱਚ ਸਾਮ੍ਹਣੇ ਰਖਦਾ ਹੈ । ਜਿਸ ਤੇ ਆਪਣੀ ਰਹਿਮਤ ਨਾਲ ਨਿਮ੍ਰਤਾ ਬਖਸ਼ਦਾ ਹੈ! ਉਹ ਦਰਗਾਹ ਵਿੱਚ ਪ੍ਰਵਾਨ ਹੋ ਜਾਂਦਾ ਹੈ ।

Whosoever may be very proud of his worldly wealth, possessions; he may not have any earnings of His Word to support in His Court. Whosoever may be very proud of his army and tyranny on others, all his strength and army may be separated in a twinkle of eyes. Whosoever may consider himself a unique and better than everyone else in the universe; The True Master may expose his weaknesses, deficiencies in His Court after his death. Whosoever may be bestowed with His Blessed Vision, humility in his day-to-day life; he may be accepted in His Court. 2

ਅਸਟਪਦੀ॥ Asatpadee. 12 – 3

ਕੋਟਿ ਕਰਮ, ਕਰੈ ਹਉ ਧਾਰੈ॥	kot karam karai ha-o Dhaaray.
ਸ੍ਰਮੁ ਪਾਵੈ, ਸਗਲੇ ਬਿਰਥਾਰੈ॥	saram paavai saglay birthaaray.
ਅਨਿਕ ਤਪਸਿਆ, ਕਰੇ ਅਹੰਕਾਰ॥	anik tapasi-aa karay ahaNkaar.
ਨਰਕ ਸੁਰਗ, ਫਿਰਿ ਫਿਰਿ ਅਵਤਾਰ॥	narak surag fir fir avtaar.
ਅਨਿਕ ਜਤਨ ਕਰਿ, ਆਤਮ ਨਹੀ ਦ੍ਰਵੈ॥	anik jatan kar aatam nahee darvai.
ਹਰਿ ਦਰਗਹ, ਕਹੁ ਕੈਸੇ ਗਵੈ॥	har dargeh kaho kaisay gavai.
ਆਪਸ ਕਉ, ਜੋ ਭਲਾ ਕਹਾਵੈ॥	aapas ka-o jo bhalaa kahaavai.
ਤਿਸਹਿ ਭਲਾਈ, ਨਿਕਟਿ ਨ ਆਵੈ॥	tiseh bhalaa-ee nikat na aavai.

ਸਰਬ ਕੀ ਰੇਨ, ਜਾ ਕਾ ਮਨੁ ਹੋਇ॥	sarab kee rayn jaa kaa man ho-ay.
ਕਹੁ ਨਾਨਕ, ਤਾ ਕੀ, ਨਿਰਮਲ ਸੋਇ॥੩॥	kaho naanak taa kee nirmal so-ay. ||3||

ਅਗਰ ਕੋਈ ਜੀਵ ਪੁੰਨ ਦਾਨ ਦੇ ਅਨੇਕਾਂ ਕਰਮ ਕਰੇ, ਪਰ ਉਸ ਦਾ ਅਹੰਕਾਰ ਕਰਦਾ ਹੈ । ਉਸ ਦਾ ਪੁੰਨ ਦਾਨ ਬਿਰਥਾ ਹੀ ਜਾਂਦਾ ਹੈ, ਕੋਈ ਫਲ ਬਖਸ਼ਿਸ ਨਹੀਂ ਹੁੰਦਾ । ਅਗਰ ਕੋਈ ਜੀਵ ਆਪਣੀ ਕੀਤੀ ਹੋਈ ਭਗਤੀ ਦਾ ਅਹੰਕਾਰ ਕਰਦਾ ਹੈ, ਉਹ ਜੀਵ ਸਵਰਗ, ਨਰਕ ਦੇ ਚੱਕਰ ਲਾਉਂਦਾ, ਵਿੱਚ ਭਉਦਾ ਫਿਰਦਾ ਹੈ । ਜਿਹੜਾ ਜੀਵ ਪ੍ਰਭ ਦੀ ਬੰਦਗੀ ਕਰਦਾ ਹੈ, ਪਰ ਆਪਣੀ ਆਤਮਾ ਨੂੰ ਪਵਿੱਤਰ ਨਹੀਂ ਰਖਦਾ! ਉਹ ਜੀਵ ਦਰਗਾਹ ਵਿੱਚ ਪ੍ਰਵਾਨ ਨਹੀਂ ਹੁੰਦਾ । ਜਿਹੜਾ ਜੀਵ ਆਪਣੇ ਆਪ ਨੂੰ ਬਹੁਤ ਭਲੇ ਕੰਮ ਕਰਨ ਵਾਲੇ ਸਮਝਦਾ ਹੈ । ਉਸ ਜੀਵ ਦਾ ਇਹ ਸਿਖਾਵੇ ਦਾ ਹੀ ਹੁੰਦਾ ਹੈ, ਭਲਾਈ ਉਸ ਦੇ ਲਾਗੇ ਵੀ ਨਹੀਂ ਆਉਂਦੀ । ਜਿਹੜਾ ਜੀਵ ਸ੍ਰਿਸ਼ਟੀ ਦਾ ਦਾਸ ਬਣ ਕੇ ਜੀਉਂਦਾ ਹੈ, ਉਸ ਦਾ ਮਨ ਨਿਮ੍ਰਤਾ ਨਾਲ ਭਰ ਜਾਂਦਾ ਹੈ, ਉਸ ਦੀ ਆਤਮਾ ਪਵਿੱਤਰ ਹੋ ਜਾਂਦੀ ਹੈ ।

Whosoever may boast about his charities, good deeds for His Creation, to help needy; all his good deeds may be wasted and not rewarded in His Court. Whosoever may boast about his meditation; he may remain in the cycle of heaven and hell in the universe for a long period of time. Whosoever may meditate on the teachings of His Word; however, he may not keep his soul blemish free, sanctified; his meditation may not be accepted in His Court. Whosoever may perform good deeds for mankind as a gesture of his high worldly status; the goodness of other does not come close in his mind. Whosoever may become a slave of His Creation; he may be blessed with humility in day-to-day life and his soul may be sanctified.3

ਅਸਟਪਦੀ॥ Asatpadee. 12 – 4

ਜਬ ਲਗੁ ਜਾਨੈ, ਮੁਝ ਤੇ ਕਛੁ ਹੋਇ॥	jab lag jaanai mujh tay kachh ho-ay.
ਤਬ ਇਸ ਕਉ, ਸੁਖੁ ਨਾਹੀ ਕੋਇ॥	tab is ka-o sukh naahee ko-ay.
ਜਬ ਇਹ ਜਾਨੈ, ਮੈ ਕਿਛੁ ਕਰਤਾ॥	jab ih jaanai mai kichh kartaa.
ਤਬ ਲਗੁ ਗਰਭ, ਜੋਨਿ ਮਹਿ ਫਿਰਤਾ॥	tab lag garabh jon meh firtaa.
ਜਬ ਧਾਰੈ, ਕੋਊ ਬੈਰੀ ਮੀਤੁ॥	jab Dhaarai ko-oo bairee meet.
ਤਬ ਲਗੁ, ਨਿਹਚਲੁ ਨਾਹੀ ਚੀਤੁ॥	tab lag nihchal naahee cheet.
ਜਬ ਲਗੁ, ਮੋਹ ਮਗਨ ਸੰਗਿ ਮਾਇ॥	jab lag moh magan sang maa-ay.
ਤਬ ਲਗੁ, ਧਰਮ ਰਾਇ ਦੇਇ ਸਜਾਇ॥	tab lag Dharam raa-ay day-ay sajaa-ay.
ਪ੍ਰਭ ਕਿਰਪਾ ਤੇ, ਬੰਧਨ ਤੁਟੈ॥	parabh kirpaa tay banDhan tootai.
ਗੁਰ ਪ੍ਰਸਾਦਿ, ਨਾਨਕ, ਹਉ ਛੂਟੈ॥੪॥	gur parsaad naanak ha-o chhootai. ||4||

ਜਿਹੜਾ ਸਮਝਦਾ ਹੈ, ਉਹ ਆਪਣੀ ਸੋਝੀ, ਸਿਆਣਪ ਨਾਲ ਸਭ ਕੁਝ ਕਰਦਾ ਹੈ । ਉਸ ਨੂੰ ਕੋਈ ਸ਼ਾਂਤੀ, ਸੰਤੋਖ ਬਖਸ਼ਿਸ ਨਹੀਂ ਹੁੰਦਾ । ਅਗਰ ਕੋਈ ਸਮਝਦਾ ਹੈ! ਪ੍ਰਭ ਦੀ ਰਹਿਮਤ ਤੋਂ ਬਿਨਾਂ ਆਪ ਕੁਝ ਕਰ ਸਕਦਾ ਹੈ, ਉਹ ਜਨਮ ਮਰਨ ਦੇ ਚੱਕਰ ਵਿੱਚ ਹੀ ਰਹਿੰਦਾ ਹੈ । ਜਦੋਂ ਕੋਈ ਜੀਵ ਕਿਸੇ ਨੂੰ ਮਿੱਤਰ ਜਾ ਦੁਸ਼ਮਣ ਸਮਝਦਾ ਹੈ, ਤਾ ਉਸ ਨੂੰ ਸ਼ਾਂਤੀ, ਧੀਰਜ ਬਖਸ਼ਿਸ ਨਹੀਂ ਹੁੰਦਾ । ਜਿਸ ਜੀਵ ਦੀ ਸੰਸਾਰਕ ਧਨ ਨਾਲ ਲਗਨ ਹੋਵੇ, ਲਾਲਚ ਨਾਲ ਮਨ ਭਰਿਆ ਹੋਵੇ! ਤਾ ਧਰਮਰਾਜ ਉਸ ਦੀ ਬੰਦਗੀ ਨੂੰ ਪ੍ਰਵਾਨ ਨਹੀਂ ਕਰਦਾ । ਜਿਸ ਤੇ ਪ੍ਰਭ ਆਪ ਹੀ ਰਹਿਮਤ ਬਖਸ਼ਦਾ ਹੈ, ਉਸ ਦੇ ਸੰਸਾਰਕ ਮੋਹ, ਬੰਧਨ ਟੁੱਟ ਜਾਂਦੇ ਹਨ, ਅਹੰਕਾਰ ਦੀ ਜੜ੍ਹ ਖਤਮ ਹੋ ਜਾਂਦੀ ਹੈ ।

Whosoever may think that he may accomplish everything in the world with his own wisdom and knowledge; he may not be blessed with any peace and contentment in day-to-day life. Whosoever may believe; he can perform everything at his own without the blessings of The True Master; he may remain in the cycle of birth and death. Whosoever may consider someone as his friend or enemy; he may not be blessed with any patience. Whosoever may remain attached to the worldly possessions and overwhelmed with worldly greed; the righteous judge may not approve, accept his meditation in His Court. Whosoever may be bestowed with His Blessed Vision; all his worldly bonds and attachments may be eliminated; his ego may be uprooted from his mind forever.4

ਅਸਟਪਦੀ॥ Asatpadee. 12 – 5

ਸਹਸ ਖਟੇ, ਲਖ ਕਉ ਉਠਿ ਧਾਵੈ॥	sahas khatay lakh ka-o uth Dhaavai.
ਤ੍ਰਿਪਤਿ ਨ ਆਵੈ, ਮਾਇਆ ਪਾਛੈ ਪਾਵੈ॥	taripat na aavai maa-i-aa paachhai paavai.
ਅਨਿਕ ਭੋਗ, ਬਿਖਿਆ ਕੇ ਕਰੈ॥	anik bhog bikhi-aa kay karai.
ਨਹ ਤ੍ਰਿਪਤਾਵੈ, ਖਪਿ ਖਪਿ ਮਰੈ॥	nah tariptaavai khap khap marai.
ਬਿਨਾ ਸੰਤੋਖ ਨਹੀ, ਕੋਊ ਰਾਜੈ॥	binaa santokh nahee ko-oo raajai.
ਸੁਪਨ ਮਨੋਰਥ, ਬ੍ਰਿਥੇ ਸਭ ਕਾਜੈ॥	supan manorath barithay sabh kaajai.
ਨਾਮ ਰੰਗਿ, ਸਰਬ ਸੁਖੁ ਹੋਇ॥	naam rang sarab sukh ho-ay.
ਬਡਭਾਗੀ, ਕਿਸੈ ਪਰਾਪਤਿ ਹੋਇ॥	badbhaagee kisai paraapat ho-ay.
ਕਰਨ ਕਰਾਵਨ, ਆਪੇ ਆਪਿ॥	karan karaavan aapay aap.
ਸਦਾ ਸਦਾ, ਨਾਨਕ, ਹਰਿ ਜਾਪਿ॥੫॥	sadaa sadaa naanak har jaap. ||5||

ਜਿਹੜਾ ਸੰਸਾਰਕ ਧਨ ਇਕੱਠਾ ਕਰਦਾ ਹੈ, ਉਸ ਦਾ ਲਾਲਚ ਹੋਰ ਵਧ ਜਾਂਦਾ ਹੈ, ਉਹ ਹੋਰ ਧਨ ਹਾਸਿਲ ਕਰਨਾ ਚਾਹੁੰਦਾ ਹੈ, ਮਨ ਦੀਆਂ ਤ੍ਰਿਸ਼ਨਾਂ ਕਦੇ ਖਤਮ ਨਹੀਂ ਹੁੰਦੀਆਂ । ਜਿਹੜਾ ਜੀਵ ਪਰਾਏ ਧਨ ਤੇ ਕਬਜ਼ਾ ਕਰਕੇ ਖੁਸ਼ ਹੋਵੇ, ਉਹ ਦੀ ਭੁੱਖ ਹੋਰ ਵਧ ਜਾਂਦੀ ਹੈ । ਸੰਤੋਖ ਤੋਂ ਬਿਨਾਂ ਕਦੇ ਕਿਸੇ ਦੀ ਭੁੱਖ ਖਤਮ ਨਹੀਂ ਹੁੰਦੀ । ਉਸ ਜੀਵ ਦੇ ਸਾਰੇ ਕਰਤਬ, ਕੋਸ਼ਿਸਾਂ ਬਿਰਥੀਆਂ ਹੀ ਜਾਂਦੀਆਂ ਹਨ । ਪ੍ਰਭ ਦੇ ਸ਼ਬਦ ਦੇ ਵਿੱਚ ਰੰਗਿਆ ਹੀ ਸਭ ਸੁਖ ਬਖਸ਼ਿਸ ਹੁੰਦਾ ਹੈ । ਕੇਵਲ ਵੱਡਭਾਗੀ ਜੀਵ ਨੂੰ ਹੀ ਇਹ ਰਹਿਮਤ ਬਖਸ਼ਿਸ਼ ਹੁੰਦੀ ਹੈ । ਪ੍ਰਭ ਆਪ ਹੀ ਸਭ ਕੁਝ ਕਰਦਾ, ਕਰਨ ਯੋਗ ਹੈ । ਸਿਮਰਨ ਕਰੋ! ਉਹ ਹੀ ਸਾਥ ਜਾਣ ਵਾਲਾ ਧਨ ਹੈ ।

Whosoever may collect worldly wealth and possessions, his ego, greed may blossom day and night. He remains hungry, disappointed, and never be contented with any blessings. Whosoever may enjoy worldly pleasure, his anxiety may become more intense. Without contentment with His blessings, he may never be satisfied; all his worldly efforts and meditations may be wasted. Whosoever may be drenched with the essence of His Word; he may be overwhelmed with comforts in his life; however, very rare, fortunate may be blessed with contentment, such a state of mind. The Omnipotent True Master prevails in all events in the universe. You should always meditate and earn the wealth of His Word.5

ਅਸਟਪਦੀ॥ Asatpadee. 12 – 6

ਕਰਨ ਕਰਾਵਨ, ਕਰਨੈਹਾਰੁ॥	karan karaavan karnaihaar.
ਇਸ ਕੈ ਹਾਥਿ, ਕਹਾ ਬੀਚਾਰੁ॥	is kai haath kahaa beechaar.
ਜੈਸੀ ਦ੍ਰਿਸਟਿ, ਕਰੇ ਤੈਸਾ ਹੋਇ॥	jaisee darisat karay taisaa ho-ay.
ਆਪੇ ਆਪਿ, ਆਪਿ ਪ੍ਰਭੁ ਸੋਇ॥	aapay aap aap parabh so-ay.
ਜੋ ਕਿਛੁ ਕੀਨੋ, ਸੁ ਅਪਨੈ ਰੰਗਿ॥	jo kichh keeno so apnai rang.
ਸਭ ਤੇ ਦੂਰਿ, ਸਭਹੂ ਕੈ ਸੰਗਿ॥	sabh tay door sabhhoo kai sang.
ਬੂਝੈ ਦੇਖੈ, ਕਰੈ ਬਿਬੇਕ॥	boojhai daykhai karai bibayk.
ਆਪਹਿ ਏਕ, ਆਪਹਿ ਅਨੇਕ॥	aapeh ayk aapeh anayk.
ਮਰੈ ਨ ਬਿਨਸੈ, ਆਵੈ ਨ ਜਾਇ॥	marai na binsai aavai na jaa-ay.
ਨਾਨਕ ਸਦ ਹੀ, ਰਹਿਆ ਸਮਾਇ॥੬॥	naanak sad hee rahi-aa samaa-ay. ||6||

ਪ੍ਰਭ ਆਪ ਹੀ ਸਭ ਕੁਝ ਕਰਨ ਵਾਲਾ ਹੈ, ਕਿਸੇ ਹੋਰ ਜੀਵ ਦੇ ਵੱਸ ਵਿੱਚ ਕੁਝ ਨਹੀਂ ਹੈ । ਜਿਸਤਰ੍ਹਾਂ ਦੀ ਪ੍ਰਭ ਦੀ ਰਜ਼ਾ ਹੋਵੇ ਉਹ ਕੁਝ ਹੀ ਵਾਪਰਦਾ ਹੈ । ਉਹ ਆਪ ਹੀ ਸਭ ਵਿੱਚ ਸਮਾਇਆ ਹੈ । ਪ੍ਰਭ ਨੇ ਜੋ ਕੁਝ ਵੀ ਕੀਤਾ ਹੈ ਓਹ ਆਪਣੇ ਭਾਣੇ, ਆਪਣੀ ਮਰਜ਼ੀ ਨਾਲ ਹੀ ਕੀਤਾ ਹੈ । ਉਹ ਸਭ ਦੇ ਨੇੜੇ, ਤਨ ਅੰਦਰ ਹੈ ਅਤੇ ਸਭ ਤੋਂ ਵੱਖਰਾ, ਦੂਰ ਮੋਹ ਤੋਂ ਰਹਿਤ ਹੈ । ਉਹ ਆਪ ਹੀ ਸਭ ਕੁਝ

ਦੇਖਦਾ ਹੈ ਅਤੇ ਆਪ ਹੀ ਇਨਸਾਫ ਕਰਦਾ ਹੈ । ਆਪ ਹੀ ਤਾਕਤਵਰ ਸ੍ਰਿਜਨਹਾਰਾ ਹੈ ਅਤੇ ਆਪ ਹੀ ਸਾਰੀ ਸ੍ਰਿਸ਼ਟੀ ਹੈ । ਪ੍ਰਭ ਜਨਮ ਮਰਨ ਤੋਂ ਰਹਿਤ ਹੈ, ਉਹ ਪਹਿਲੇ ਵੀ ਨਾ ਮਿਟਨਵਾਲਾ ਸੀ । ਆਤਮਾ ਪ੍ਰਭ ਦੀ ਜੋਤ ਵਿਚੋਂ ਹੀ ਪੈਦਾ ਹੁੰਦੀ ਹੈ, ਉਸ ਦੀ ਰਜ਼ਾ ਨਾਲ ਜੋਤ ਵਿੱਚ ਹੀ ਸਮਾ ਜਾਂਦੀ ਹੈ ।

The Omnipotent True Master, only His Command prevails and everything may only happen in the universe. He remains embedded within each and everything in the universe. His Holy Spirit remains embedded within each soul dwells within his body, close to every soul; however, He remains beyond the reach of the emotional attachment of his mind. He monitors everything in the universe and delivers only justice in the universe. The One and Only One Omnipotent True Master of the universe; His Creations are an expansion of His Holy Spirit. The True Master had been beyond the cycle of birth in past, in present and in future, even after the destruction of the universe. All blemished souls are separated from His Holy Spirit, with non-stop cleansing of His Holy Spirit; with His mercy and grace, sanctified soul may immerse within His Creation.6

ਅਸਟਪਦੀ॥ Asatpadee. 12 - 7

ਆਪਿ ਉਪਦੇਸੈ, ਸਮਝੈ ਆਪਿ॥	aap updaysai samjhai aap.
ਆਪੇ ਰਚਿਆ, ਸਭ ਕੈ ਸਾਥਿ॥	aapay rachi-aa sabh kai saath.
ਆਪਿ ਕੀਨੋ, ਆਪਨ ਬਿਸਥਾਰੁ॥	aap keeno aapan bisthaar.
ਸਭੁ ਕਛੁ ਉਸ ਕਾ, ਓਹੁ ਕਰਨੈਹਾਰੁ॥	sabh kachh us kaa oh karnaihaar.
ਉਸ ਤੇ ਭਿੰਨ, ਕਹਹੁ ਕਿਛੁ ਹੋਇ॥	us tay bhinn kahhu kichh ho-ay.
ਥਾਨ ਥਨੰਤਰਿ, ਏਕੈ ਸੋਇ॥	thaan thanantar aykai so-ay.
ਅਪੁਨੇ ਚਲਿਤ, ਆਪਿ ਕਰਣੈਹਾਰ॥	apunay chalit aap karnaihaar.
ਕਉਤਕ ਕਰੈ, ਰੰਗ ਆਪਾਰ॥	ka-utak karai rang aapaar.
ਮਨ ਮਹਿ ਆਪਿ, ਮਨ ਅਪੁਨੇ ਮਾਹਿ॥	man, meh aap man apunay maahi.
ਨਾਨਕ ਕੀਮਤਿ, ਕਹਨੁ ਨ ਜਾਇ॥੭॥	naanak keemat kahan na jaa-ay. ||7||

ਪ੍ਰਭ ਆਪ ਹੀ ਉਪਦੇਸ਼ ਦੇਂਦਾ ਹੈ ਅਤੇ ਆਪ ਹੀ ਜੀਵ ਵਿੱਚ ਵਸਦਾ ਹੈ । ਆਪ ਹੀ ਉਪਦੇਸ਼ ਸਮਝਦਾ ਹੈ, ਉਹ ਜੀਵ ਨਾਲ ਮਿਲਕੇ ਚਲਦਾ, ਹਰਇਕ ਕੰਮ ਵਿੱਚ ਰਚਿਆ ਰਹਿੰਦਾ ਹੈ । ਸ੍ਰਿਸ਼ਟੀ ਪ੍ਰਭ ਦੀ ਜੋਤ ਦਾ ਹੀ ਪਸਾਰਿਆ ਹੈ, ਉਹ ਸਭ ਆਪ ਹੀ ਸਮਾਇਆ, ਵਸਦਾ ਹੈ । ਸਿਰਜਨਹਾਰਾ, ਸਭ ਕੁਝ ਆਪ ਹੀ ਕਰਦਾ ਹੈ । ਉਸ ਤੋਂ ਬਿਨਾਂ ਕੋਈ ਕਰਤਬ ਨਹੀਂ ਹੁੰਦਾ । ਹਰ ਥਾਂ ਤੇ ਆਪ ਹੀ ਹਾਜ਼ਰਾ ਹਜ਼ੂਰ ਹੈ । ਪ੍ਰਭ ਦੀਆਂ ਕਰਾਮਾਤਾਂ ਦਾ ਕੋਈ ਅੰਤ ਨਹੀਂ ਆਉਂਦਾ । ਪ੍ਰਭ ਹੀ ਜੀਵ ਦੇ ਮਨ ਵਿੱਚ ਆਪ ਵਸਦਾ ਹੈ ਅਤੇ ਆਪ ਹੀ ਜੀਵ ਦਾ ਮਨ ਹੈ । ਉਸ ਦੀ ਅਣਮੋਲ ਦਾਤ ਦੀ ਕੀਮਤ ਦਾ ਅੰਦਾਜ਼ਾ ਨਹੀਂ ਲਾਇਆ ਜਾ ਸਕਦਾ ।

The True Master inspires, spreads the essence of His Word, purpose of life and dwells in the heart of every creature. Only The True Master understands His Message and enforces His Creation to obey His Word. The One and Only One True Creator prevails in each action. He performs all different chores in the universe and nothing may happen without His Command. He remains embedded within his mind and dwells within his body; Himself is the mind. He prevails in all events and nothing can happen without His Command. He performs each action at all places and remains Omnipresent all time. He performs all His Miracles with His Command and no one can comprehend the limit of His Miracle powers. No one may fully comprehend the significance of His Blessings, His virtues.7

ਅਸਟਪਦੀ॥ Asatpadee. 12 - 8

ਸਤਿ ਸਤਿ, ਸਤਿ ਪ੍ਰਭੁ ਸੁਆਮੀ॥ sat sat sat parabh su-aamee.
ਗੁਰ ਪਰਸਾਦਿ ਕਿਨੈ, ਵਖਿਆਨੀ॥ gur parsaad kinai vakhi-aanee.
ਸਚੁ ਸਚੁ, ਸਚੁ ਸਭੁ ਕੀਨਾ॥ sach sach sach sabh keenaa.
ਕੋਟਿ ਮਧੇ, ਕਿਨੈ ਬਿਰਲੈ ਚੀਨਾ॥ kot maDhay kinai birlai cheenaa.
ਭਲਾ ਭਲਾ, ਭਲਾ ਤੇਰਾ ਰੂਪ॥ bhalaa bhalaa bhalaa tayraa roop.
ਅਤਿ ਸੁੰਦਰ, ਅਪਾਰ ਅਨੂਪ॥ at sundar apaar anoop.
ਨਿਰਮਲ ਨਿਰਮਲ, ਨਿਰਮਲ ਤੇਰੀ ਬਾਣੀ॥ Nirmal nirmal nirmal tayree banee.
ਘਟਿ ਘਟਿ ਸੁਨੀ, ਸ੍ਰਵਨ ਬਖ੍ਯ਼ਾਣੀ॥ ghat ghat sunee sarvan bakh-yaanee.
ਪਵਿਤ੍ਰ ਪਵਿਤ੍ਰ, ਪਵਿਤ੍ਰ ਪੁਨੀਥ॥ Pavitar pavitar pavitar puneet.
ਨਾਮੁ ਜਪੈ, ਨਾਨਕ, ਮਨਿ ਪ੍ਰੀਥਿ॥੮॥੧੨॥ naam japai naanak man pareet. ||8||12||

ਪ੍ਰਭ ਦੀ ਹੋਂਦ ਅਟਲ ਹੈ ਅਤੇ ਪ੍ਰਭ ਦੀ ਕ੍ਰਿਪਾ ਨਾਲ ਹੀ ਕੋਈ ਉਸ ਨਾਲ ਕਲਾਮ ਕਰ ਸਕਦਾ ਹੈ। ਉਹ ਸ੍ਰਿਜਨਹਾਰਾ ਅਟਲ ਹੈ, ਕੋਈ ਵਿਰਲਾ ਜੀਵ ਹੀ ਉਸ ਨੂੰ ਜਾਣ ਸਕਦਾ ਹੈ। ਉਸ ਦਾ ਰੂਪ ਬਹੁਤ ਭੋਲਾ, ਨੂਰ ਬਹੁਤ ਅਚੰਬਾ, ਸੁੰਦਰ, ਅਨੋਖਾ ਹੈ। ਉਸ ਦੀ ਅਣਮੋਲ ਬਾਣੀ, ਮਨ ਨੂੰ ਸੀਤਲ ਕਰਨ ਵਾਲੀ, ਆਤਮਾ ਨੂੰ ਪਵਿੱਤਰ ਕਰਨ ਵਾਲੀ ਹੈ, ਉਸ ਦਾ ਸ਼ਬਦ, ਪ੍ਰਵਾਨਗੀ ਦਾ ਰਸਤਾ, ਸਦਾ ਹੀ ਹਰਇਕ ਆਤਮਾ ਵਿੱਚ ਗੂੰਜਦਾ ਰਹਿੰਦਾ ਹੈ। ਜਿਹੜਾ ਆਪਣੇ ਮਨ ਵਿੱਚ ਸਦਾ ਚੱਲਣ ਵਾਲੀ ਅਵਾਜ਼ ਨੂੰ ਸੁਣਦਾ ਹੈ, ਆਪਣੇ ਜੀਵਨ ਦਾ ਢੰਗ ਬਦਲ ਲੈਂਦਾ ਹੈ, ਪ੍ਰਭ ਦੀ ਬਾਣੀ, ਅਵਾਜ਼ ਮਨ ਨੂੰ ਪਵਿੱਤਰ ਕਰਨ ਬਣ ਜਾਂਦੀ ਹੈ। ਜਿਹੜਾ ਆਪਣੇ ਅਚੇਤ ਮਨ ਦੀ ਅਵਾਜ਼ ਦਾ ਸਿਮਰਨ , ਪਾਲਣਾ ਕਰਦਾ ਹੈ, ਉਸ ਦੀ ਆਤਮਾ ਨਿਰਮਲ ਹੋ ਜਾਂਦੀ ਹੈ।

His Existence remains steady and stable and Axiom forever! Whosoever may be bestowed with His Blessed Vision, only he may be able to communicate with Him. The True Master remains Axiom, forever true; however, very rare may be blessed with enlightenment of the essence His Word, comprehend His existence. His form, shape may be very innocent and His glory may be very astonishing and amazing. His Word remains intoxicating and comforting and overwhelming with calmness and peace of mind. The everlasting echo of His Word may sanctify our soul. The nectar of the teachings of His Word remains overwhelmed within the heart and mind of every creature. Whosoever may wholeheartedly meditate on the teachings of His Word, his soul may be sanctified.8

13. ਸਲੋਕੁ॥13॥ (279)

ਸੰਤ ਸਰਨਿ ਜੋ ਜਨੁ ਪਰੈ, sant saran jo jan parai
ਸੋ ਜਨੁ ਉਧਰਨਹਾਰ॥ so jan uDhranhaar.
ਸੰਤ ਕੀ ਨਿੰਦਾ, ਨਾਨਕਾ, sant kee nindaa naankaa
ਬਹੁਰਿ ਬਹੁਰਿ ਅਵਤਾਰ॥ bahur bahur avtaar. ||1||

ਜਿਸ ਜੀਵ ਦੇ ਮਨ ਵਿੱਚ ਅਟਲ ਹੋਂਦ ਪ੍ਰਭ ਦਾ ਸਿਮਰਨ ਵਸ ਜਾਂਦਾ ਹੈ। ਉਹ ਜੀਵ ਸਵਾਸ, ਸਵਾਸ ਸਿਮਰਨ ਕਰਦਾ ਹੈ, ਅਜੇਹਾ ਜੀਵ ਸੰਤ ਸਰੂਪ ਬਣ ਜਾਂਦਾ ਹੈ। ਜਿਹੜਾ ਜੀਵ ਸੰਤ ਸਰੂਪ ਦੇ ਪ੍ਰਭਾਵ ਵਿੱਚ, ਸ਼ਰਣ ਆਉਂਦਾ ਹੈ, ਉਸ ਦਾ ਉਧਾਰ ਹੋ ਜਾਂਦਾ ਹੈ, ਜਨਮ ਮਰਨ ਤੋਂ ਛੁਟਕਾਰਾ ਹੋ ਜਾਂਦਾ ਹੈ। ਬਹੁਤ ਅਵਤਾਰਾਂ, ਮਾਹਾਪਰਖਾਂ ਦੇ ਕਥਨ ਹਨ! ਅਜੇਹੇ ਜੀਵਾਂ ਦੀ ਨਿੰਦਿਆਂ ਨਹੀਂ ਕਰਣੀ ਚਾਹੀਦੀ! ਨਿੰਦਿਆ ਕਰਨ ਨਾਲ, ਪ੍ਰਭ ਦੀ ਸ਼ਰਣ ਵਿੱਚ ਥਾਂ ਬਖਸ਼ਿਸ ਨਹੀਂ ਹੁੰਦੀ।

Whosoever may meditate and sing the glory of the teachings of His Word with each breath; with His mercy and grace, he may remain drenched, overwhelmed with the essence of His Word; He may realize His Existence. He may become the symbol of The True Master. Whosoever may join his conjugation and adopts his life experience teachings in his own day to day life; with His mercy and grace, he may be blessed with the right path of acceptance in His Court. His cycle of birth and death may be eliminated. The worldly prophets and enlightened souls, claim! To rebuke and backbiting His blessed souls may become a sinner and his meditation may not accepted in His Court.13

ਅਸਟਪਦੀ॥ Asatpadee. (13 -1)

ਸੰਤ ਕੈ ਦੂਖਨਿ, ਆਰਜਾ ਘਟੈ॥	sant kai dookhan aarjaa ghatai.
ਸੰਤ ਕੈ ਦੂਖਨਿ, ਜਮ ਤੇ ਨਹੀ ਛੁਟੈ॥	sant kai dookhan jam tay nahee chhutai.
ਸੰਤ ਕੈ ਦੂਖਨਿ, ਸੁਖੁ ਸਭੁ ਜਾਇ॥	sant kai dookhan sukh sabh jaa-ay.
ਸੰਤ ਕੈ ਦੂਖਨਿ, ਨਰਕ ਮਹਿ ਪਾਇ॥	sant kai dookhan narak meh paa-ay.
ਸੰਤ ਕੈ ਦੂਖਨਿ, ਮਤਿ ਹੋਇ ਮਲੀਨ॥	sant kai dookhan mat ho-ay maleen.
ਸੰਤ ਕੈ ਦੂਖਨਿ, ਸੋਭਾ ਤੇ ਹੀਨ॥	sant kai dookhan sobhaa tay heen.
ਸੰਤ ਕੇ ਹਤੇ ਕਉ, ਰਖੈ ਨ ਕੋਇ॥	sant kay hatay ka-o rakhai na ko-ay.
ਸੰਤ ਕੈ ਦੂਖਨਿ, ਥਾਨ ਭ੍ਰਸਟੁ ਹੋਇ॥	sant kai dookhan thaan bharsat ho-ay.
ਸੰਤ ਕ੍ਰਿਪਾਲ, ਕ੍ਰਿਪਾ ਜੇ ਕਰੈ॥	sant kirpaal kirpaa jay karai.
ਨਾਨਕ ਸੰਤਸੰਗਿ, ਨਿੰਦਕੁ ਭੀ ਤਰੈ॥੧॥	naanak satsang nindak bhee tarai. ||1||

ਸੰਤ ਦਾ ਬੁਰਾ ਕਰਨ ਵਾਲੇ ਦੀ ਉਮਰ ਛੋਟੀ ਹੋ ਜਾਂਦੀ ਹੈ, ਉਹ ਜਮ ਦੇ ਡਰ ਤੋਂ ਬਚ ਨਹੀਂ ਬਚ ਸਕਦਾ। ਸੰਤ ਦੀ ਬੁਰੀਆਈ ਕਰਨ ਵਾਲਾ ਭਟਕਣਾਂ ਵਿੱਚ ਫਸਿਆ ਰਹਿੰਦਾ ਹੈ। ਉਸ ਦੇ ਸੁਖ ਹਰਾਮ ਹੋ ਜਾਂਦੇ ਹਨ ਅਤੇ ਉਹ ਨਰਕ ਵਾਲੇ ਪਾਸੇ ਹੀ ਰਹਿੰਦਾ ਹੈ। ਸੰਤ ਦੀ ਬੁਰੀਅਈ ਕਰਨ ਵਾਲੇ ਦੀ ਮੱਤ ਮਾਰੀ ਜਾਂਦੀ ਹੈ, ਉਸ ਦੀ ਹੈਸੀਅਤ, ਮਹੱਤਤਾ ਖਤਮ ਹੋ ਜਾਂਦੀ ਹੈ। ਸੰਤ ਦੀ ਬੁਰੀਅਈ ਕਰਨ ਵਾਲੇ ਨੂੰ ਕੋਈ ਵੀ ਬਚਾ ਨਹੀਂ ਸਕਦਾ, ਉਸ ਦਾ ਸਭ ਕੁਝ ਨਾਸ਼ ਹੋ ਜਾਂਦਾ ਹੈ। ਸੰਤ ਬਹੁਤ ਦਿਆਲੂ, ਤਰਸਵਾਨ ਹੁੰਦਾ ਹੈ! ਅਗਰ ਸੰਤ ਤਰਸ ਕਰੇ! ਤਾ ਨਿੰਦਿਕ, ਬੁਰੀਆਈ ਕਰਨ ਵਾਲਾ ਦਾ ਵੀ ਭਲਾ ਹੋ ਜਾਂਦਾ ਹੈ। ਬੁਰੀਆਈ ਕਰਨ ਵਾਲਾ ਵੀ ਆਪਣੀ ਮੂਰਖਤਾਈ ਜਾਣ ਜਾਂਦਾ ਹੈ, ਉਹ ਵੀ ਸਿੱਧੇ ਰਸਤੇ ਤੇ ਚਲਕੇ, ਸ਼ਬਦ ਦੀ ਪਾਲਣਾ, ਸਿਮਰਨ ਕਰਨ ਲਗ ਪੈਂਦਾ ਹੈ।

Whosoever may rebuke or disrespect His true devotee, his life span may become short; he may not be saved from the fear of devil of death. Whosoever may rebuke His true devotee! He may endure worldly frustration and disappointments; all his comforts of his worldly life turn into miseries. he adopts the path of hell. Whosoever may disrespect and rebuke His true devotee, his enlightenment and wisdom may be diminished, all his worldly status and significance of his worldly deeds may be eliminated. No one may save or guide him on the right path of salvation. All his worldly possessions and good deeds may be vanished and may become curse. However, His true devotee remains very compassionate and forgiving! he may forgive his ignorance! He may be blessed with the right path of salvation. He may recognize, regrets, and repents his foolishness and he may adopt the teachings of His Word, right path in day-to-day life.1

ਅਸਟਪਦੀ॥ Asatpadee. (13 -2)

ਸੰਤ ਕੇ ਦੂਖਨ, ਤੇ ਮੁਖੁ ਭਵੈ॥	sant kay dookhan tay mukh bhavai.
ਸੰਤਨ ਕੈ ਦੂਖਨਿ, ਕਾਗ ਜਿਉ ਲਵੈ॥	santan kai dookhan kaag ji-o lavai.
ਸੰਤਨ ਕੈ ਦੂਖਨਿ, ਸਰਪ ਜੋਨਿ ਪਾਇ॥	santan kai dookhan sarap jon paa-ay.
ਸੰਤ ਕੈ ਦੂਖਨਿ, ਤ੍ਰਿਗਦ ਜੋਨਿ ਕਿਰਮਾਇ॥	sant kai dookhan tarigad jon kirmaa-ay.
ਸੰਤਨ ਕੈ ਦੂਖਨਿ, ਤ੍ਰਿਸ਼ਨਾਂ ਮਹਿ ਜਲੇ॥	santan kai dookhan tarisnaa meh jalai.
ਸੰਤ ਕੈ ਦੂਖਨਿ, ਸਭੁ ਕੋ ਛਲੇ॥	sant kai dookhan sabh ko chhalai.
ਸੰਤ ਕੈ ਦੂਖਨਿ, ਤੇਜੁ ਸਭੁ ਜਾਇ॥	sant kai dookhan tayj sabh jaa-ay.
ਸੰਤ ਕੈ ਦੂਖਨਿ, ਨੀਚੁ ਨੀਚਾਇ॥	sant kai dookhan neech neechaa-ay.
ਸੰਤ ਦੋਖੀ ਕਾ, ਥਾਉ ਕੋ ਨਾਹਿ॥	sant dokhee kaa thaa-o ko naahi.
ਨਾਨਕ ਸੰਤ ਭਾਵੈ ਤਾ,	naanak sant bhaavai taa

ਓਇ ਭੀ ਗਤਿ ਪਾਹਿ॥੨॥ o-ay bhee gat paahi. ||2||

ਸੰਤ ਦਾ ਬੁਰਾ ਕਰਨ ਵਾਲੇ ਦਾ ਮੂੰਹ ਬਸਗਨਾ, ਭੂਤਾਂ ਵਰਗਾ ਹੋ ਜਾਂਦਾ ਹੈ । ਉਸ ਦਾ ਜੀਵਨ ਇੱਲ, ਕਾਂ (ਜਿਹੜੇ ਮੁਰਦੇ ਦਾ ਮਾਸ ਖਾਂਦੇ ਹਨ) ਵਰਗਾ ਹੋ ਜਾਂਦਾ ਹੈ । ਉਹ ਜੀਵ ਸੱਪ ਦੀ ਜੂੰਨ ਪੈਂਦਾ ਹੈ, ਕੀੜੇ ਮਕੌੜੇ ਦੀ ਜੂੰਨਾਂ ਵਿੱਚ ਆਉਂਦਾ ਜਾਂਦਾ ਰਹਿੰਦਾ ਹੈ । ਉਸ ਜੀਵ ਦੀ ਲਾਲਚ, ਭੁੱਖ, ਤ੍ਰਿਸ਼ਨਾਂ ਖਤਮ ਨਹੀਂ ਹੁੰਦੀ । ਉਹ ਬਾਕੀ ਨੂੰ ਹਰ ਵੇਲੇ ਦੁਖ, ਧੋਖਾ ਹੀ ਦੇਂਦਾ ਹੈ । ਸੰਤ ਦੀ ਬੁਰੀਅਈ ਕਰਨ ਵਾਲਾ ਦਾ ਬਾਕੀ ਜੀਵ ਤੋਂ ਸਾਰਾ ਪ੍ਰਭਾਵ ਖਤਮ ਹੋ ਜਾਂਦਾ ਹੈ, ਨੀਚ ਤੋਂ ਨੀਚ ਹੈਸੀਅਤ ਵਾਲਾ ਬਣ ਜਾਂਦਾ ਹੈ । ਉਸ ਜੀਵ ਲਈ ਸ਼ਾਂਤੀ, ਅਰਾਮ ਕਰਨ ਵਾਲੀ ਕੋਈ ਥਾਂ ਨਹੀਂ ਰਹਿੰਦੀ । ਸੰਤ ਬਹੁਤ ਦਿਆਲੂ ਹੈ, ਅਗਰ ਕ੍ਰਿਪਾ ਕਰੇ, ਤਾ ਨਿੰਦਿਆਂ ਕਰਨ ਵਾਲੇ ਦਾ ਵੀ ਭਲਾ ਹੋ ਸਕਦਾ ਹੈ । ਸੰਤ ਸਰੂਪ ਦੀ ਦ੍ਰਿਸ਼ਟੀ, ਅਵਸਥਾ, ਨਿਰਵੇਰ ਹੁੰਦੀ ਹੈ ।

Whosoever may rebuke and disrespects His true devotee, his face may become like a ghost. His life becomes life of eagle and crow. He may go into incarnation as a snake and other miserable worms. His greed and hunger for worldly possessions may never be eliminated from his mind. He always remains intoxicated in deceiving and creating miseries for others. His influence of his worldly status may be diminished, eliminated. He may become the creature of the lowest status in the universe. He does not find any place for peace or contentment in his life. His true devotee may be very compassionate and forgiving! He may forgive his ignorance. The sinner may be blessed with the right path of salvation and saved.

ਅਸਟਪਦੀ॥ Asatpadee. (13 -3)

ਸੰਤ ਕਾ ਨਿੰਦਕੁ, ਮਹਾ ਅਤਤਾਈ॥ sant kaa nindak mahaa attaa-ee.
ਸੰਤ ਕਾ ਨਿੰਦਕੁ, ਖਿਨੁ ਟਿਕਨੁ ਨ ਪਾਈ॥ sant kaa nindak khin tikan na paa-ee.
ਸੰਤ ਕਾ ਨਿੰਦਕੁ, ਮਹਾ ਹਤਿਆਰਾ॥ sant kaa nindak mahaa hati-aaraa.
ਸੰਤ ਕਾ ਨਿੰਦਕੁ, ਪਰਮੇਸੁਰਿ ਮਾਰਾ॥ sant kaa nindak parmaysur maaraa.
ਸੰਤ ਕਾ ਨਿੰਦਕੁ, ਰਾਜ ਤੇ ਹੀਨੁ॥ sant kaa nindak raaj tay heen.
ਸੰਤ ਕਾ ਨਿੰਦਕੁ, ਦੁਖੀਆ ਅਰੁ ਦੀਨੁ॥ sant kaa nindak dukhee-aa ar deen.
ਸੰਤ ਕੇ ਨਿੰਦਕ, ਕਉ ਸਰਬ ਰੋਗ॥ sant kay nindak ka-o sarab rog.
ਸੰਤ ਕੇ ਨਿੰਦਕ, ਕਉ ਸਦਾ ਬਿਜੋਗ॥ sant kay nindak ka-o sadaa bijog.
ਸੰਤ ਕੀ ਨਿੰਦਾ, ਦੋਖ ਮਹਿ ਦੋਖੁ॥ sant kee nindaa dokh meh dokh.
ਨਾਨਕ ਸੰਤ ਭਾਵੈ ਤਾ, naanak sant bhaavai taa
ਉਸ ਕਾ ਭੀ ਹੋਇ ਮੋਖੁ॥੩॥ us kaa bhee ho-ay mokh||3||

ਸੰਤ ਦਾ ਬੁਰਾ ਕਰਨ ਵਾਲਾ ਬਹੁਤ ਭਿਆਨਕ ਜ਼ਾਲਮ ਹੁੰਦਾ ਹੈ, ਉਸ ਨੂੰ ਕਦੇ ਸ਼ਾਂਤੀ, ਸੰਤੋਖ ਬਖਸ਼ਿਸ਼ ਨਹੀਂ ਹੁੰਦਾ । ਉਹ ਬਹੁਤ ਜ਼ਾਲਮ, ਕਾਤਲ ਹੁੰਦਾ ਹੈ, ਉਸ ਨੂੰ ਪ੍ਰਭ ਦੇ ਦਰਬਾਰ ਵਿੱਚ ਲਾਨ੍ਹਤਾਂ ਹੀ ਪੈਂਦੀਆਂ ਹਨ । ਉਹ ਕਿਸੇ ਰਾਜੇ ਦੀ ਪਰਜਾ ਨਹੀਂ ਹੁੰਦਾ, ਜੀਵਨ ਦਾ ਕੋਈ ਧਰਮ, ਨਿਯਮ ਨਹੀਂ ਹੁੰਦਾ । ਉਸ ਦੀ ਹਾਲਤ ਬਹੁਤ ਦਰਦਨਾਕ ਹੁੰਦੀ ਹੈ । ਉਹ ਨੂੰ ਹਰ ਕਿਸਮ ਦਾ ਰੋਗ ਲਗਦਾ ਹੈ, ਬਾਕੀਆਂ ਤੋਂ ਸਦਾ ਲਈ ਵੱਖਰਾ ਹੋ ਜਾਂਦਾ ਹੈ । ਉਹ ਪਾਪੀਆਂ ਤੋਂ ਵੱਡਾ ਪਾਪੀ ਹੁੰਦਾ ਹੈ । ਸੰਤ ਬਹੁਤ ਦਿਆਲੂ ਹੈ! ਅਗਰ ਸੰਤ ਕ੍ਰਿਪਾ ਕਰੇ ਤਾ ਨਿੰਦਿਕ ਦਾ ਵੀ ਭਲਾ ਹੋ ਸਕਦਾ ਹੈ । ਸੰਤ ਸਰੂਪ ਦੀ ਦ੍ਰਿਸ਼ਟੀ, ਅਵਸਥਾ, ਨਿਰਵੈਰ ਹੁੰਦੀ ਹੈ ।

Whosoever may rebuke, disrespects His true devotee; he may become terrible tyrant. He may never feel any peace or contentment in his life. His way of life becomes like a tyrant and murderer and may be rebuked in the Court of The True Master. He may not follower of any principles, any disciplines in his life; his worldly condition remains very miserable. He may suffer all kind of worldly diseases and separated from everyone else forever. He may become the most hatred sinner in the universe. His true devotee remains very compassionate and forgiving; he may forgive an ignorant sinner. He may also be blessed with the right path of salvation; he may regret and repent and his soul may be sanctified.3

ਅਸਟਪਦੀ॥ Asatpadee. (13 -4)

ਸੰਤ ਕਾ ਦੋਖੀ, ਸਦਾ ਅਪਵਿਤੁ॥ sant kaa dokhee sadaa apvit.
ਸੰਤ ਕਾ ਦੋਖੀ, ਕਿਸੈ ਕਾ ਨਹੀ ਮਿਤੁ॥ sant kaa dokhee kisai kaa nahee mit.
ਸੰਤ ਕੇ ਦੋਖੀ, ਕਉ ਡਾਨੁ ਲਾਗੈ॥ sant kay dokhee ka-o daan laagai.
ਸੰਤ ਕੇ ਦੋਖੀ, ਕਉ ਸਭ ਤਿਆਗੈ॥ sant kay dokhee ka-o sabh ti-aagai.
ਸੰਤ ਕਾ ਦੋਖੀ, ਮਹਾ ਅਹੰਕਾਰੀ॥ sant kaa dokhee mahaa ahaNkaaree.
ਸੰਤ ਕਾ ਦੋਖੀ, ਸਦਾ ਬਿਕਾਰੀ॥ sant kaa dokhee sadaa bikaaree.
ਸੰਤ ਕਾ ਦੋਖੀ, ਜਨਮੈ ਮਰੈ॥ sant kaa dokhee janmai marai.
ਸੰਤ ਕੀ ਦੂਖਨਾ, ਸੁਖ ਤੇ ਟਰੈ॥ sant kee dookhnaa sukh tay tarai.
ਸੰਤ ਕੇ ਦੋਖੀ, ਕਉ ਨਾਹੀ ਠਾਉ॥ sant kay dokhee ka-o naahee thaa-o.
ਨਾਨਕ ਸੰਤ ਭਾਵੈ, ਤਾ ਲਏ ਮਿਲਾਇ॥ ੪॥ naanak sant bhaavai taa la-ay milaa-ay. ||4||

ਸੰਤ ਦਾ ਬੁਰਾ ਕਰਨ ਵਾਲੇ ਦੀ ਆਤਮਾਂ ਸਦਾ ਹੀ ਅਪਵਿੱਤਰ ਰਹਿੰਦੀ ਹੈ, ਉਹ ਕਿਸੇ ਦਾ ਸਾਥੀ ਨਹੀਂ ਹੁੰਦਾ । ਉਸ ਨੂੰ ਬਹੁਤ ਮੁਸ਼ਕਲਾਂ ਆਉਂਦੀਆਂ ਹਨ, ਸਾਰੇ ਉਸ ਦਾ ਸਾਥ ਛੱਡ ਜਾਂਦੇ ਹਨ । ਉਹ ਬਹੁਤ ਅਹੰਕਾਰੀ ਹੋ ਜਾਂਦਾ ਹੈ, ਲਾਲਚ ਹੀ ਘੇਰੀ ਰਖਦਾ ਹੈ । ਉਹ ਜਨਮ ਮਰਨ ਦੇ ਚੱਕਰ ਵਿੱਚ ਰਹਿੰਦਾ ਹੈ, ਸਭ ਸੁਖ ਦੂਰ ਹੋ ਜਾਂਦਾ ਹੈ । ਸੰਤ ਦੇ ਦੋਖੀ ਦੇ ਅਰਾਮ ਕਰਨ ਦੀ ਕੋਈ ਥਾਂ ਨਹੀਂ ਹੁੰਦੀ । ਅਗਰ ਸੰਤ ਦੀ ਕ੍ਰਿਪਾ ਹੋ ਜਾਵੇ ਤਾ ਦੋਖੀ ਵੀ ਤਰ ਜਾਂਦਾ ਹੈ ।

Whosoever may rebuke, disrespects His true devotee; his soul remains blemished and he may not have any true friend in the universe. He may endure miseries in day-to-day life; everyone may abandon his company. He remains a salve of his ego; his greed may dominate his day-to-day life. He remains in the cycle of birth and death and all pleasures of his life may become curse. Whosoever may rebuke His true devotee; he may not find any comfort in the universe. His true devotee remains very compassionate and forgiving; he may forgive an ignorant sinner. He may also be blessed with the right path of salvation; he may regret and repent and his soul may be sanctified.4

ਅਸਟਪਦੀ॥ Asatpadee. (13 -5)

ਸੰਤ ਕਾ ਦੋਖੀ, ਅਧ ਬੀਚ ਤੇ ਟੂਟੈ॥ sant kaa dokhee aDh beech tay tootai.
ਸੰਤ ਕਾ ਦੋਖੀ, ਕਿਤੈ ਕਾਜਿ ਨ ਪਹੂਚੈ॥ sant kaa dokhee kitai kaaj na pahoochai.
ਸੰਤ ਕੇ ਦੋਖੀ ਕਉ, ਉਦਿਆਨ ਭ੍ਰਮਾਈਐ॥ sant kay dokhee ka-o udi-aan bharmaa-ee-ai.
ਸੰਤ ਕਾ ਦੋਖੀ, ਉਝੜਿ ਪਾਈਐ॥ sant kaa dokhee ujharh paa-ee-ai.
ਸੰਤ ਕਾ ਦੋਖੀ, ਅੰਤਰ ਤੇ ਥੋਥਾ॥ sant kaa dokhee antar tay thothaa.
ਜਿਉ ਸਾਸ ਬਿਨਾ, ਮਿਰਤਕ ਕੀ ਲੋਥਾ॥ ji-o saas binaa mirtak kee lothaa.
ਸੰਤ ਕੇ ਦੋਖੀ ਕੀ, ਜੜ ਕਿਛੁ ਨਾਹਿ॥ sant kay dokhee kee jarh kichh naahi.
ਆਪਨ ਬੀਜਿ, ਆਪੇ ਹੀ ਖਾਹਿ॥ aapan beej aapay hee khaahi.
ਸੰਤ ਕੇ ਦੋਖੀ ਕਉ, ਅਵਰੁ ਨ ਰਾਖਨਹਾਰੁ॥ sant kay dokhee ka-o avar na raakhanhaar.
ਨਾਨਕ ਸੰਤ ਭਾਵੈ, ਤਾ ਲਏ ਉਬਾਰਿ॥੫॥ naanak sant bhaavai taa la-ay ubaar. ||5||

ਸੰਤ ਦਾ ਦੋਖੀ ਕਿਸੇ ਕੰਮ ਨੂੰ ਪੂਰਾ ਨਹੀਂ ਕਰ ਸਕਦਾ, ਅੱਧ ਵਿਚੋਂ ਹੀ ਹਾਰ ਕੇ ਛੱਡ ਜਾਂਦਾ ਹੈ । ਉਹ ਜੰਗਲਾਂ ਵਿੱਚ ਭਉਂਦਾ ਫਿਰਦਾ, ਉਜਾੜ ਵਿੱਚ ਹੀ ਰਹਿੰਦਾ ਹੈ । ਸੰਤ ਦਾ ਦੋਖੀ ਅੰਦਰੋ ਖਾਲੀ ਹੁੰਦਾ ਹੈ, ਕਿਸੇ ਕਰਤਬ ਦਾ ਕੋਈ ਡੂੰਘਾ ਮਤਲਬ ਨਹੀਂ ਹੁੰਦਾ । ਉਹ ਜੀਉਂਦਾ ਵੀ ਮੁਰਦੇ ਵਰਗਾ ਹੀ ਹੁੰਦਾ ਹੈ । ਉਸ ਨੂੰ ਕੋਈ ਆਪਣੇ ਬਜ਼ੁਰਗਾ ਦੀ ਨਸੀਅਤ ਨਹੀਂ ਮਿਲਦੀ । ਉਹ ਆਪਣਾ ਬੀਜਿਆ ਹੋਇਆਂ ਆਪ ਹੀ ਖਾਂਦਾ ਹੈ । ਸੰਤ ਦੇ ਦੋਖੀ ਨੂੰ ਕੋਈ ਬਚਾ ਨਹੀਂ ਸਕਦਾ! ਅਗਰ ਸੰਤ ਕ੍ਰਿਪਾ ਕਰੇ! ਤਾ ਦੋਖੀ ਵੀ ਸਿੱਧੇ ਮਾਰਗ ਤੇ ਪੈ ਕਿ ਪਾਰ ਹੋ ਸਕਦਾ ਹੈ ।

Whosoever may perform evil deeds to His true devotee; he may never stay focused and become successful in any worldly task; may abandon his effort in the middle of task. He remains wandering in wild forest and in the void, away from human dwellings. He may not be enlightened or understand the true purpose of anything, about his human life. Even though, he may be breathing and alive; spiritual considers him like a corpse. He may never heed, the wisdom from his old generations nor His Blessings. He may be rewarded the fruit of his own evil deeds. No one may ever guide or save him in the universe. His true devotee remains very compassionate and forgiving; he may forgive an ignorant sinner. He may also be blessed with the right path of salvation; he may regret and repent and his soul may be sanctified.5

ਅਸਟਪਦੀ॥ Asatpadee. (13 -6)

ਸੰਤ ਕਾ ਦੋਖੀ, ਇਉ ਬਿਲਲਾਇ॥	sant kaa dokhee i-o billaa-ay.
ਜਿਉ ਜਲ ਬਿਹੂਨ, ਮਛੁਲੀ ਤੜਫੜਾਇ॥	ji-o jal bihoon machhulee tarhafrhaa-ay.
ਸੰਤ ਕਾ ਦੋਖੀ, ਭੂਖਾ ਨਹੀ ਰਾਜੈ॥	sant kaa dokhee bhookhaa nahee raajai.
ਜਿਉ ਪਾਵਕੁ, ਈਧਨਿ ਨਹੀ ਧ੍ਰਾਪੈ॥	ji-o paavak eeDhan nahee Dharaapai.
ਸੰਤ ਕਾ ਦੋਖੀ, ਛੁਟੈ ਇਕੇਲਾ॥	sant kaa dokhee chhutai ikaylaa.
ਜਿਉ ਬੂਆੜੁ, ਤਿਲੁ ਖੇਤ ਮਾਹਿ ਦੁਹੇਲਾ॥	ji-o boo-aarh til khayt maahi duhaylaa.
ਸੰਤ ਕਾ ਦੋਖੀ, ਧਰਮ ਤੇ ਰਹਤ॥	sant kaa dokhee Dharam tay rahat.
ਸੰਤ ਕਾ ਦੋਖੀ, ਸਦ ਮਿਥਿਆ ਕਹਤ॥	sant kaa dokhee sad mithi-aa kahat.
ਕਿਰਤੁ ਨਿੰਦਕ ਕਾ, ਧੁਰਿ ਹੀ ਪਇਆ॥	kirat nindak kaa Dhur hee pa-i-aa.
ਨਾਨਕ ਜੋ ਤਿਸੁ ਭਾਵੈ, ਸੋਈ ਥਿਆ॥੬॥	naanak jo tis bhaavai so-ee thi-aa. ||6||

ਸੰਤ ਦਾ ਦੋਖੀ, ਹਰ ਵੇਲੇ ਭਟਕਦਾ ਰਹਿੰਦਾ ਹੈ । ਜਿਵੇਂ ਪਾਣੀ ਤੋਂ ਬਿਨਾਂ ਮਛਲੀ ਭਟਕਦੀ ਹੈ । ਉਸ ਦੀ ਲਾਲਚ, ਭੁੱਖ ਕਦੇ ਵੀ ਮਿਟਦੀ ਨਹੀਂ । ਉਸ ਨੂੰ ਕੁਝ ਹਾਸਿਲ ਕਰਨ ਨਾਲ ਵੀ ਸੰਤੋਖ ਨਹੀਂ ਹੁੰਦਾ । ਉਹ ਹਰ ਵੇਲੇ ਹੀ ਇਕੇਲਾ ਹੀ ਹੁੰਦਾ ਹੈ, ਜਿਵੇਂ ਕਿਸੇ ਖੇਤ ਜਾ ਪਿੰਜਰੇ ਵਿੱਚ ਬੰਦ ਕੀਤਾ ਹੋਵੇ । ਉਸ ਜੀਵ ਦਾ ਕੋਈ ਨਿਯਮ, ਧਰਮ ਨਹੀਂ ਹੁੰਦਾ । ਉਹ ਹਰ ਕਰਤਬ ਨੂੰ ਹੀ ਝੂਠ, ਫਰੇਬ ਦੇ ਅਧਾਰ ਤੇ ਹੀ ਕਰਦਾ ਹੈ । ਸੰਤ ਦੇ ਦੋਖੀ ਦੀ ਇਹ ਕਰਮ ਜਨਮ ਤੋਂ ਪਹਿਲੇ ਹੀ ਪ੍ਰਭ ਨੇ ਲਿਖਿਆ ਹੈ । ਪ੍ਰਭ ਦਾ ਭਾਣਾ ਤਾ ਵਾਪਰਦਾ ਹੀ ਰਹਿਣਾ ਹੈ । ਜਿਸ ਨੇ ਵੀ ਜਨਮ ਲਿਆ ਹੈ, ਉਸ ਨੇ ਆਪਣੀ ਉਮਰ ਭੋਗ ਕੇ ਮਰਨਾ ਹੀ ਹੈ ।

Whosoever may perform evil deeds for His true devotee; he may always remain in frustrations and disappointments like a fish without water. His greed and hunger for worldly possessions never satisfied; he may never be contented with any achievements or his worldly condition. He remains isolated from others as a bird locked in a cage. He may not have any ethics, or discipline in his life. All his worldly deeds are based on deception and falsehood; his destiny may have been prewritten as such. His Command always prevails in the universe. Whatsoever may have been prewritten in his destiny; only that may prevail in his life.6

ਅਸਟਪਦੀ॥ Asatpadee. (13 -7)

ਸੰਤ ਕਾ ਦੋਖੀ, ਬਿਗੜ ਰੂਪੁ ਹੋਇ ਜਾਇ॥	sant kaa dokhee bigarh roop ho-ay jaa-ay.
ਸੰਤ ਕੇ ਦੋਖੀ ਕਉ ਦਰਗਹ ਮਿਲੈ ਸਜਾਇ॥	sant kay dokhee ka-o dargeh milai sajaa-ay.
ਸੰਤ ਕਾ ਦੋਖੀ, ਸਦਾ ਸਹਕਾਈਐ॥	sant kaa dokhee sadaa sahkaa-ee-ai.
ਸੰਤ ਕਾ ਦੋਖੀ, ਨ ਮਰੈ ਨ ਜੀਵਾਈਐ॥	sant kaa dokhee na marai na jeevaa-ee-ai.
ਸੰਤ ਕੇ ਦੋਖੀ, ਕੀ ਪੁਜੈ ਨ ਆਸਾ॥	sant kay dokhee kee pujai na aasaa.
ਸੰਤ ਕਾ ਦੋਖੀ, ਉਠਿ ਚਲੈ ਨਿਰਾਸਾ॥	sant kaa dokhee uth chalai niraasaa.
ਸੰਤ ਕੈ ਦੋਖਿ, ਨ ਤ੍ਰਿਸਟੈ ਕੋਇ॥	sant kai dokh na taristai ko-ay.
ਜੈਸਾ ਭਾਵੈ, ਤੈਸਾ ਕੋਈ ਹੋਇ॥	jaisaa bhaavai taisaa ko-ee ho-ay.

ਪਇਆ ਕਿਰਤੁ, ਨ ਮੇਟੈ ਕੋਇ॥ pa-i-aa kirat na maytai ko-ay.
ਨਾਨਕ ਜਾਨੈ, ਸਚਾ ਸੋਇ॥੭॥ naanak jaanai sachaa so-ay. ||7||

ਸੰਤ ਦੇ ਦੋਖੀ ਦੀ ਸ਼ਕਲ ਵਿਗੜ ਜਾਂਦੀ ਹੈ, ਭੂਤਾਂ ਵਰਗੀ ਬਣ ਜਾਂਦੀ ਹੈ । ਉਸ ਨੂੰ ਦਰਗਾਹ ਵਿੱਚ ਵੀ ਫਿਟਕਾਰਾਂ ਹੀ ਪੈਂਦੀਆਂ ਹਨ । ਉਸ ਦੇ ਮਨ ਦੀ ਅਵਸਥਾ ਡਾਵਾ ਡੋਲ ਹੀ ਹੁੰਦੀ ਹੈ, ਨਾ ਤਾ ਉਹ ਮਰਿਆਂ ਵਿੱਚ ਅਤੇ ਨਾ ਹੀ ਜੀਉਂਦੀਆਂ ਵਿੱਚ ਹੀ ਹੁੰਦਾ ਹੈ । ਉਸ ਦੇ ਮਨ ਦੀ ਆਸਾ ਪੂਰੀ ਨਹੀਂ ਹੁੰਦੀ, ਉਹ ਦੁਨੀਆ ਵਿਚੋਂ ਨਿਰਾਸ਼ਾ ਹੀ ਚਲੇ ਜਾਂਦਾ ਹੈ । ਉਸ ਨੂੰ ਕੋਈ ਆਤਮਕ ਸ਼ਾਂਤੀ ਬਖਸ਼ਿਸ਼ ਨਹੀਂ ਹੁੰਦੀ, ਇਧੱਰ ਉਧੱਰ ਭਟਕਦਾ ਹੀ ਮਰ ਜਾਂਦਾ ਹੈ । ਉਹ ਕੁਝ ਹੀ ਹੁੰਦਾ ਹੈ, ਜੋ ਪ੍ਰਭ ਨੂੰ ਭਾਉਂਦਾ ਹੈ । ਕੋਈ ਜੀਵ ਵੀ ਆਪਣੇ ਪਿਛਲੇ ਜਨਮ ਦੇ ਕੀਤੇ ਹੋਏ ਕਰਮ ਬਦਲ ਨਹੀਂ ਸਕਦਾ । ਇਕ ਪ੍ਰਭ ਹੀ ਹੈ, ਜੋ ਜੀਵ ਦੇ ਪਿਛਲੇ ਕੀਤੇ ਮੰਦੇ ਕਰਮਾ ਨੂੰ ਮੁਆਫ ਕਰ ਸਕਦਾ ਹੈ । ਉਸ ਦੀ ਰਹਿਮਤ ਤੋਂ ਬਿਨਾਂ ਹੋਰ ਕੋਈ ਕੁਝ ਨਹੀਂ ਕਰ ਸਕਦਾ ।

Whosoever may perform evil deeds for His devotee; he may become like a ghost. He may be rebuked in the Court of The True Master; his state of mind becomes unstable like a crazy human, mad dog. He may not be counted among living or dead. His desires may never be satisfied and may die disappointed and grieving. His soul may not be blessed with any peace and comfort and may die in worldly frustrations. Whatsoever may happen to his creatures; everything may be prewritten with His Blessings. No one may change his own prewritten destiny. The One and Only One True Master may forgive the sins of his previous life. Without His mercy and grace, nothing can happen in the universe or in His Court.7

ਅਸਟਪਦੀ॥ Asatpadee. (13 -8)

ਸਭ ਘਟ ਤਿਸ ਕੇ, ਓਹੁ ਕਰਨੈਹਾਰੁ॥ sabh ghat tis kay oh karnaihaar.
ਸਦਾ ਸਦਾ, ਤਿਸ ਕਉ ਨਮਸਕਾਰੁ॥ sadaa sadaa tis ka-o namaskaar.
ਪ੍ਰਭ ਕੀ ਉਸਤਤਿ, ਕਰਹੁ ਦਿਨੁ ਰਾਤਿ॥ parabh kee ustat karahu din raat.
ਤਿਸਹਿ ਧਿਆਵਹੁ, ਸਾਸਿ ਗਿਰਾਸਿ॥ tiseh Dhi-aavahu saas giraas.
ਸਭੁ ਕਛੁ ਵਰਤੈ, ਤਿਸ ਕਾ ਕੀਆ॥ sabh kachh vartai tis kaa kee-aa.
ਜੈਸਾ ਕਰੇ, ਤੈਸਾ ਕੋ ਥੀਆ॥ jaisaa karay taisaa ko thee-aa.
ਅਪਨਾ ਖੇਲੁ, ਆਪਿ ਕਰਨੈਹਾਰੁ॥ apnaa khayl aap karnaihaar.
ਦੂਸਰ ਕਉਨੁ, ਕਹੈ ਬੀਚਾਰੁ॥ doosar ka-un kahai beechaar.
ਜਿਸ ਨੋ ਕ੍ਰਿਪਾ ਕਰੈ, ਤਿਸੁ ਆਪਨ ਨਾਮੁ ਦੇਇ॥ jis no kirpaa karai tis aapan naam day-ay.
ਬਡਭਾਗੀ ਨਾਨਕ, ਜਨ ਸੇਇ॥੮॥ ੧੩॥ badbhaagee naanak jan say-ay ||8||13||

ਸੰਸਾਰ ਵਿੱਚ ਸਭ ਕੁਝ ਪ੍ਰਭ ਦੇ ਹੁਕਮ ਨਾਲ ਹੀ ਹੁੰਦਾ ਹੈ । ਉਸ ਨੂੰ ਸਲਾਮ ਕਰੋ, ਉਸ ਦੇ ਭਾਣੇ ਵਿੱਚ ਚਲੋ । ਪ੍ਰਭ ਦਾ ਦਿਨ ਰਾਤ, ਧੰਨਵਾਦ ਕਰੋ, ਸਵਾਸ ਗਰਾਸ ਸਿਮਰਨ ਕਰੋ, ਹਿਰਦੇ ਵਿੱਚ ਰਖੋ । ਜੀਵ ਉਹ ਕੁਝ ਹੀ ਬਣ ਜਾਂਦਾ ਹੈ, ਜੋ ਪ੍ਰਭ ਬਣਾਉਂਦਾ ਹੈ । ਆਪਣੇ ਖੇਲ ਆਪ ਹੀ ਕਰਦਾ, ਜਾਣਦਾ ਹੈ, ਹੋਰ ਕੋਈ ਇਸ ਦੀ ਵਿਆਖਿਆ ਨਹੀਂ ਕਰ ਸਕਦਾ । ਸਭ ਕੁਝ ਉਸ ਦੇ ਹੁਕਮ ਵਿੱਚ, ਉਸ ਦੀ ਰਜ਼ਾ ਵਿੱਚ ਹੀ ਹੁੰਦਾ ਹੈ । ਜਿਸ ਤੇ ਪ੍ਰਭ ਰਹਿਮਤ ਬਖਸ਼ਕੇ ਸ਼ਬਦ ਦੇ ਸਿਮਰਨ ਵਿੱਚ ਲਗਨ ਲਾਉਂਦਾ ਹੈ । ਉਹ ਜੀਵ ਵੱਡੇ ਭਾਗਾਵਾਲਾਂ ਬਣ ਜਾਂਦਾ ਹੈ ।

Everything in the universe happens under only His Command! You should always bow your head in gratitude for His Blessings and adopt the teachings of His Word in day-to-day life. You should sing and meditate on the teachings of His Word with each breath. All creatures may only become, whatsoever may be bestowed with His Blessed Vision. The One and Only One True Master prevails in each task and in play of the universe. No one else may fully comprehend His Nature; everything happens under His Command. Whosoever may be attached to devotional meditation; he may remain intoxicated in mediation in the void of His Word. He may become very fortunate in his human life journey.8

14. ਸਲੋਕੁ॥ 14॥ (281)

ਤਜਹੁ ਸਿਆਨਪ, ਸੁਰਿ ਜਨਹੁ, ajahu si-aanap sur janhu
ਸਿਮਰਹੁ ਹਰਿ ਹਰਿ ਰਾਇ॥ simrahu har har raa-ay.
ਏਕ ਆਸ ਹਰਿ ਮਨਿ ਰਖਹੁ, ayk aas har man rakhahu
ਨਾਨਕ, ਦੂਖੁ ਭਰਮੁ ਭਉ ਜਾਇ॥ naanak dookh bharam bha-o jaa-ay. ||1||

ਆਪਣੇ ਮਨ ਦੀਆਂ ਸਾਰੀਆਂ ਸਿਆਣਪਾਂ, ਚਤੁਰਾਈਆਂ, ਚਲਾਕੀਆਂ ਤਿਆਗੋ! ਉਸ ਅਟਲ ਹੌਂਦ, ਪ੍ਰਭ ਦੇ ਸ਼ਬਦ ਦਾ ਸਿਮਰਨ ਕਰੋ । ਇਕੋ ਇਕ ਪ੍ਰਭ ਤੇ ਭਰੋਸਾ, ਵਿਸ਼ਵਾਸ ਰਖੋ! ਉਸ ਦੀ ਰਹਿਮਤ ਨਾਲ ਸੰਸਾਰਕ ਦੁਖ, ਪੰਜਾਂ ਇੰਦ੍ਰੀਆਂ ਦੇ ਪਾਏ ਭੁਲੇਖੇ ਦੂਰ ਹੋ ਜਾਂਦੇ ਹਨ । ਮੌਤ ਦੇ ਡਰ ਤੋਂ ਛੁਟਕਾਰਾ ਬਖਸ਼ਿਸ਼ ਹੋ ਸਕਦਾ ਹੈ ।

You should abandon all clever tricks and wisdom of your mind and wholeheartedly meditate on the teachings of His Word with a steady and stable belief in his day-to-day life. He has a complete belief on the existence and teachings of His Word; with His mercy and grace, all his suspicions, demons of worldly desires and the fear of death may be eliminated from the mind of His true devotee.14

ਅਸਟਪਦੀ॥ Asatpadee. (14 -1)

ਮਾਨੁਖ ਕੀ ਟੇਕ, ਬ੍ਰਿਥੀ ਸਭ ਜਾਨੁ॥ maanukh kee tayk barithee sabh jaan.
ਦੇਵਨ ਕਉ, ਏਕੈ ਭਗਵਾਨੁ॥ dayvan ka-o aykai bhagvaan.
ਜਿਸ ਕੈ ਦੀਐ, ਰਹੈ ਅਘਾਇ॥ jis kai dee-ai rahai aghaa-ay.
ਬਹੁਰਿ ਨ ਤ੍ਰਿਸ਼ਨਾਂ, ਲਾਗੈ ਆਇ॥ bahur na tarisnaa laagai aa-ay.
ਮਾਰੈ ਰਾਖੈ, ਏਕੋ ਆਪਿ॥ maarai raakhai ayko aap.
ਮਾਨੁਖ ਕੈ ਕਿਛੁ, ਨਾਹੀ ਹਾਥਿ॥ maanukh kai kichh naahee haath.
ਤਿਸ ਕਾ ਹੁਕਮੁ, ਬੂਝਿ ਸੁਖੁ ਹੋਇ॥ tis kaa hukam boojh sukh ho-ay.
ਤਿਸ ਕਾ ਨਾਮੁ, ਰਖੁ ਕੰਠਿ ਪਰੋਇ॥ tis kaa naam rakh kanth paro-ay.
ਸਿਮਰਿ ਸਿਮਰਿ, ਸਿਮਰਿ ਪ੍ਰਭੁ ਸੋਇ॥ simar simar simar parabh so-ay.
ਨਾਨਕ ਬਿਘਨੁ ਨ, ਲਾਗੈ ਕੋਇ॥੧॥ naanak bighan na laagai ko-ay. ||1||

ਇਕੋ ਇਕ ਪ੍ਰਭ ਹੀ ਸਾਰੇ ਜੀਵਾਂ ਨੂੰ ਦਾਤਾਂ ਬਖਸ਼ਣ ਵਾਲਾ ਅਟਲ ਮਾਲਕ ਹੈ । ਹੋਰ ਕਿਸੇ ਤੋਂ ਕੋਈ ਆਸ ਲਾਉਣੀ ਬਿਰਥੀ ਹੀ ਹੁੰਦੀ ਹੈ । ਜਿਸ ਨੂੰ ਆਪਣੀ ਰਹਿਮਤ ਨਾਲ ਦਾਤਾਂ ਬਖਸ਼ਦਾ ਦਾ ਹੈ, ਉਸ ਦਾ ਮਨ ਨੂੰ ਸ਼ਾਂਤ ਹੋ ਜਾਂਦਾ, ਹੋਰ ਪਾਸੇ ਭਟਕਣ ਤੋਂ ਹੱਟ ਜਾਂਦਾ ਹੈ । ਕੇਵਲ ਪ੍ਰਭ ਹੀ ਜੀਵ ਨੂੰ ਜੀਉਂਦਾ ਰਖਦਾ ਜਾ ਮਾਰ ਸਕਦਾ ਹੈ! ਕਿਸੇ ਹੋਰ ਜੀਵ ਦੇ ਵੱਸ ਵਿੱਚ ਕੁਝ ਨਹੀਂ ਹੈ । ਪ੍ਰਭ ਦੇ ਹੁਕਮ ਦੀ, ਮਾਨਸ ਜੀਵਨ ਦੇ ਮੰਤਵ ਦੀ ਪਛਾਣ ਕਰੋ! ਅਸਲੀ ਮਾਰਗ ਤੇ ਚਲਣ ਨਾਲ ਸੰਤੋਖ, ਸ਼ਾਂਤੀ ਬਖਸ਼ਿਸ਼ ਹੋ ਜਾਂਦੀ ਹੈ । ਜਿਹੜਾ ਪ੍ਰਭ ਦੇ ਸ਼ਬਦ ਦਾ ਸਵਾਸ ਸਵਾਸ ਸਿਮਰਨ ਕਰਦਾ ਹੈ, ਉਸ ਦੇ ਕਿਸੇ ਕੰਮ ਵਿੱਚ ਵਿਘਨ ਨਹੀਂ ਪੈਂਦਾ ।

The One and Only One True Master may bless virtues to all His Creations. By praying and hoping for support from anyone may be useless. Whosoever may be bestowed with His Blessed Vision, he may be blessed with peace of mind and all his frustrations may be eliminated. The One and Only One True Master may keep his soul alive in the universe or take back to His Court; his perishable body and all his worldly desires and body may be eliminated. The cycle of birth and death remains only under His Command and no one else has any control or power. Whosoever may adopt the teachings of His Word with steady and stable belief in day-to-day life; with His mercy and grace, he may be blessed with peace and contentment. He may remain intoxicated in meditation with each breath in the void of His Word;

with His mercy and grace, he may not experience any hardship or difficulties in day-to-day life.1

ਅਸਟਪਦੀ॥ Asatpadee. (14 -2)

ਉਸਤਤਿ ਮਨ ਮਹਿ, ਕਰਿ ਨਿਰੰਕਾਰ॥	ustat man meh kar nirankaar.
ਕਰਿ ਮਨ ਮੇਰੇ, ਸਤਿ ਬਿਉਹਾਰ॥	kar man mayray sat bi-uhaar.
ਨਿਰਮਲ ਰਸਨਾ, ਅੰਮ੍ਰਿਤੁ ਪੀਉ॥	nirmal rasnaa amrit pee-o.
ਸਦਾ ਸੁਹੇਲਾ ਕਰਿ, ਲੇਹਿ ਜੀਉ॥	sadaa suhaylaa kar layhi jee-o.
ਨੈਨਹੁ ਪੇਖੁ, ਠਾਕੁਰ ਕਾ ਰੰਗੁ॥	nainhu paykh thaakur kaa rang.
ਸਾਧਸੰਗਿ ਬਿਨਸੈ, ਸਭ ਸੰਗੁ॥	saaDhsang binsai sabh sang.
ਚਰਨ ਚਲਉ, ਮਾਰਗਿ ਗੋਬਿੰਦ॥	charan chala-o maarag gobind.
ਮਿਟਹਿ ਪਾਪ, ਜਪੀਐ ਹਰਿ ਬਿੰਦ॥	miteh paap japee-ai har bind.
ਕਰ ਹਰਿ ਕਰਮ, ਸ੍ਰਵਨਿ ਹਰਿ ਕਥਾ॥	kar har karam sarvan har kathaa.
ਹਰਿ ਦਰਗਹ, ਨਾਨਕ, ਊਜਲ ਮਥਾ॥੨॥	har dargeh naanak oojal mathaa. ||2||

ਅਟਲ ਹੋਂਦ ਪ੍ਰਭ ਦਾ ਸਿਮਰਨ, ਬੰਦਗੀ ਕਰਨ ਨੂੰ ਹੀ ਆਪਣਾ ਧੰਦਾ ਬਣਾਵੋ । ਆਪਣੀ ਜੀਭ ਨੂੰ ਸ਼ਬਦ ਬੋਲ ਬੋਲ ਕੇ ਇਤਨੀ ਮਿਠਾਸ ਵਾਲੀ ਕਰ ਲਵੋ! ਤੇਰਾ ਜੀਵਨ ਸੁਖ ਨਾਲ ਬੀਤ ਜਾਵੇਗਾ । ਤੂੰ ਆਪਣੀਆਂ ਅੱਖਾਂ ਨਾਲ ਉਸ ਦੀ ਰਹਿਮਤ ਅਨੁਭਵ ਕਰੇਗਾ, ਉਹ ਸਾਥ ਨਜ਼ਰ ਆਵੇਗਾ । ਸ਼ਬਦ ਰੂਪੀ ਅੰਮ੍ਰਿਤ ਮਨ ਵਿੱਚ ਰਚ ਜਾਵੇ ਤਾ ਸਦਾ ਰਹਿਣ ਵਾਲੀ ਰੂਹਾਨੀ ਸ਼ਾਂਤੀ ਬਖਸ਼ਿਸ਼ ਹੋ ਜਾਵੇਗੀ । ਬਾਕੀ ਸਾਰਿਆਂ ਦੀ ਸੰਗਤਾਂ ਤਿਆਗ ਕੇ ਸੰਤ ਸਰੂਪ ਦੀ ਸੰਗਤ ਕਰੋ! ਤਾ ਪ੍ਰਭ ਦੀਆਂ ਕਰਾਮਾਤਾਂ ਦੇ ਨਜ਼ਾਰੇ ਹੀ ਨਜ਼ਾਰੇ ਦਿਸਣ ਲਗ ਪੈਣਗੇ । ਜਿਹੜਾ ਅਸਲੀ ਮਾਰਗ ਤੇ ਚਲ ਪੈਂਦਾ ਹੈ, ਜਿਵੇਂ ਜਿਵੇਂ ਸਿਮਰਨ ਤੇ ਭਰੋਸਾ ਅਡੋਲ ਹੋ ਜਾਂਦਾ ਹੈ, ਹੌਲੀ ਹੌਲੀ ਉਸ ਦੇ ਪਾਪ ਮੁਆਫ ਹੋ ਜਾਂਦੇ ਹਨ । ਪ੍ਰਭ ਦੇ ਸ਼ਬਦ ਦੀ ਬੰਦਗੀ ਕਰੋ! ਜਿਵੇਂ ਜਿਵੇਂ ਸ਼ਬਦ ਦੀ ਪਾਲਣਾ, ਸਿਮਰਨ ਵਿੱਚ ਲੀਨ ਹੋ ਜਾਵੇਗਾ, ਚੇਹਰੇ ਤੇ ਅਦੁੱਤੀ ਨੂਰ ਬਖਸ਼ਿਸ਼ ਹੋ ਜਾਂਦਾ ਹੈ ।

You should make meditation on the teachings of His Word as your day-to-day life chore. You should make your soul humble and your tongue sweet, melodious with the songs of His Glory; with His mercy and grace, your whole life may become very comfortable and overwhelmed with pleasures. You may visualize and realize His Existence prevailing everywhere. You may realize His Support everywhere, The Omnipresent True Master. Whosoever may remain drenched with the teachings of His Word; the spiritual enlightenment of His Word may be overwhelmed in his day-to-day life. You should abandon the company of everyone else and join the conjugation of His true devotee in day-to-day life; with His mercy and grace, you may visualize and realize all miracles of His Nature. Whosoever may adopt the teachings of His Word, as your belief becomes steady and stable; with His mercy and grace, slowly, and slowly all his sins of previous life may be forgiven. He may remain intoxicated in meditation in the void of His Word; with His mercy and grace, he may be blessed with the astonishing glow of His Holy Spirit on his forehead.2

ਅਸਟਪਦੀ॥ Asatpadee. (14 -3)

ਬਡਭਾਗੀ ਤੇ ਜਨ, ਜਗ ਮਾਹਿ॥	badbhaagee tay jan jag maahi.
ਸਦਾ ਸਦਾ, ਹਰਿ ਕੇ ਗੁਨ ਗਾਹਿ॥	sadaa sadaa har kay gun gaahi.
ਰਾਮ ਨਾਮ, ਜੋ ਕਰਹਿ ਬੀਚਾਰ॥	raam naam jo karahi beechaar.
ਸੇ ਧਨਵੰਤ, ਗਨੀ ਸੰਸਾਰ॥	say Dhanvant ganee sansaar.
ਮਨਿ ਤਨਿ ਮੁਖਿ, ਬੋਲਹਿ ਹਰਿ ਮੁਖੀ॥	man, tan mukh boleh har mukhee.
ਸਦਾ ਸਦਾ, ਜਾਨਹੁ ਤੇ ਸੁਖੀ॥	sadaa sadaa jaanhu tay sukhee.
ਏਕੋ ਏਕੁ, ਏਕੁ ਪਛਾਨੈ॥	ayko ayk ayk pachhaanai.

ਇਤ ਉਤ ਕੀ, ਓਹੁ ਸੋਝੀ ਜਾਨੈ॥
ਨਾਮ ਸੰਗਿ, ਜਿਸ ਕਾ ਮਨੁ ਮਾਨਿਆ॥
ਨਾਨਕ ਤਿਨਹਿ, ਨਿਰੰਜਨੁ ਜਾਨਿਆ॥੩॥

it ut kee oh sojhee jaanai.
naam sang jis kaa man maani-aa.
naanak tineh niranjan jaani-aa. ||3||

ਜਿਹੜਾ ਸਵਾਸ ਸਵਾਸ ਪ੍ਰਭ ਦਾ ਸਿਮਰਨ ਕਰਦਾ ਹੈ, ਉਹ ਜੀਵ ਵੱਡੇ ਭਾਗਾਂ ਵਾਲੇ ਹੁੰਦਾ ਹੈ । ਜਿਹੜਾ ਪ੍ਰਭ ਦੇ ਸ਼ਬਦ ਦਾ ਵਿਚਾਰ ਕਰਦਾ ਹੈ, ਉਹ ਅਦੁੱਤੀ ਧਨ ਨਾਲ ਧਨਾਢ ਹੋ ਜਾਂਦਾ ਹੈ । ਜਿਹੜਾ ਜੀਵ ਪ੍ਰਭ ਦਾ ਸ਼ਬਦ ਆਪਣੇ ਮਨ, ਵਿਚਾਰ ਵਿੱਚ ਹਰ ਵੇਲੇ ਹੀ ਰਖਦਾ ਹੈ । ਆਪਣੇ ਕਰਤਬ ਵੀ ਭਾਣੇ ਅਨੁਸਾਰ ਕਰਦਾ ਹੈ, ਉਸ ਦੀ ਆਤਮਾ ਸੰਤੋਖ ਵਿੱਚ ਵਸਦੀ ਹੈ । ਜਿਹੜਾ ਜੀਵ ਇਕੋ ਇਕ ਪ੍ਰਭ ਦੀ ਹੋਂਦ ਨੂੰ ਅਸਲੀ ਮਾਲਕ ਸਮਝਦਾ ਹੈ । ਉਸ ਨੂੰ ਇਸ ਸੰਸਾਰ ਅਤੇ ਅਗਲੀ ਦਰਗਾਹ ਦੀ ਵੀ ਸੋਝੀ ਹੋਣ ਲਗ ਪੈਂਦੀ ਹੈ । ਜਿਹੜੇ ਜੀਵ ਨੇ ਸ਼ਬਦ ਦਾ ਸੰਗ, ਸਾਥ ਕੀਤਾ ਹੈ । ਉਸ ਜੀਵ ਨੂੰ ਪ੍ਰਭ ਦੀ ਅਵਸਥਾ ਦਾ ਗਿਆਨ ਹੋਣ ਲਗ ਪੈਂਦਾ ਹੈ ।

Whosoever may have a great prewritten destiny; only he meditates on the teachings of His Word with each breath. Whosoever may meditate and adopts the teachings of His Word in day-to-day life; he may become very rich with the earning of His Word. He remains drenched with the teachings of His Word and performs all deeds as per the essence of His Word and remains contented with His Blessings. Whosoever may believe, The One and Only One God, True Master; he may be enlightened with the purpose of his worldly life and life after death in His Court. Whosoever may adopt the teachings of His Word wholeheartedly with steady and stable belief; he may be blessed with the state of mind as His true devotee. He may be enlightened with the essence of His Word and he may remain awake and alert.3

ਅਸਟਪਦੀ॥ Asatpadee. (14 -4)

ਗੁਰ ਪ੍ਰਸਾਦਿ, ਆਪਨ ਆਪੁ ਸੁਝੈ॥
ਤਿਸ ਕੀ ਜਾਨਹੁ, ਤ੍ਰਿਸਨਾ ਬੁਝੈ॥
ਸਾਧਸੰਗਿ, ਹਰਿ ਹਰਿ ਜਸੁ ਕਹਤ॥
ਸਰਬ ਰੋਗ ਤੇ, ਓਹੁ ਹਰਿ ਜਨੁ ਰਹਤ॥
ਅਨਦਿਨੁ ਕੀਰਤਨੁ, ਕੇਵਲ ਬਖ੍ਯ੍ਯਾਨੁ॥
ਗ੍ਰਿਹਸਤ ਮਹਿ, ਸੋਈ ਨਿਰਬਾਨੁ॥
ਏਕ ਊਪਰਿ, ਜਿਸੁ ਜਨ ਕੀ ਆਸਾ॥
ਤਿਸ ਕੀ ਕਟੀਐ, ਜਮ ਕੀ ਫਾਸਾ॥
ਪਾਰਬ੍ਰਹਮ ਕੀ, ਜਿਸੁ ਮਨਿ ਭੂਖ॥
ਨਾਨਕ ਤਿਸਹਿ ਨ, ਲਾਗਹਿ ਦੂਖ॥੪॥

gur parsaad aapan aap sujhai.
tis kee jaanhu tarisnaa bujhai.
saaDhsang har har jas kahat.
sarab rog tay oh har jan rahat.
an-din keertan kayval bakh-yaan.
garihsat meh so-ee nirbaan.
ayk oopar jis jan kee aasaa.
tis kee katee-ai jam kee faasaa.
paarbarahm kee jis man bhookh.
naanak tiseh na laageh dookh. ||4||

ਪ੍ਰਭ ਦੀ ਕ੍ਰਿਪਾ ਨਾਲ ਹੀ ਜੀਵ ਆਪਣੇ ਆਪ ਨੂੰ ਸਮਝਣ ਲਗ ਪੈਂਦਾ ਹੈ । ਉਸ ਦੀ ਤ੍ਰਿਸ਼ਨਾ, ਲਾਲਚ ਤੇ ਕਾਬੂ ਪੈਣ ਲਗ ਪੈਂਦਾ ਹੈ । ਜਿਹੜਾ ਸੰਤ ਸਰੂਪ ਦੀ ਸੰਗਤ ਕਰਕੇ ਸਵਾਸ ਸਵਾਸ ਪ੍ਰਭ ਦੇ ਸ਼ਬਦ ਦਾ ਸਿਮਰਨ ਕਰਦਾ ਹੈ । ਉਹ ਸੰਸਾਰਕ ਦੁਖਾਂ, ਮਨ ਦੀਆਂ ਭਟਕਣਾ ਤੋਂ ਰਹਿਤ ਹੋ ਜਾਂਦਾ ਹੈ । ਜਿਹੜਾ ਜੀਵ ਦਿਨ ਰਾਤ, ਪ੍ਰਭ ਦੀ ਉਸਤਤ, ਧੰਨਵਾਦ ਹੀ ਕਰਦਾ ਰਹਿੰਦਾ ਹੈ । ਉਹ ਸੰਸਾਰ ਵਿੱਚ ਰਹਿੰਦਾ ਹੋਇਆ ਵੀ ਪੰਜਾਂ ਇੰਦੀਆਂ ਦੇ ਕਾਬੂ ਤੋਂ ਰਹਿਤ ਹੀ ਰਹਿੰਦਾ ਹੈ । ਜਿਹੜਾ ਜੀਵ ਆਪਣੇ ਜੀਵਨ ਦਾ ਅਧਾਰ ਹੀ ਸ਼ਬਦ ਦੀ ਸਿਖਿਆਂ ਤੇ ਰਖਦਾ ਹੈ । ਉਹ ਜਮਦੂਤ ਦੇ ਵੱਸ ਵਿੱਚ ਨਹੀਂ ਜਾਂਦਾ । ਜਿਸ ਜੀਵ ਦੇ ਮਨ ਵਿੱਚ ਹਰ ਵੇਲੇ ਪ੍ਰਭ ਨੂੰ ਮਿਲਨ ਦੀ ਹੀ ਭੁੱਖ ਰਹਿੰਦੀ ਹੈ । ਉਸ ਨੂੰ ਕੋਈ ਦੁਖ ਨਹੀਂ ਲਗਦਾ ।

Whosoever may be bestowed with His Blessed Vision, he may recognize the purpose of his human life. He may develop a control on his worldly desires, the greed of his mind. Whosoever may associate with His true devotees and meditates with each breath, his mind remains beyond the reach of worldly miseries and worldly frustrations. He may sing the glory of His Word Day and night; he may become beyond the reach of five demons of worldly desires. He may not remain under the control of devil of death. Whosoever may have a deep devotion to be blessed with enlightenment of His Word; he may never endure any hardships or miseries in his life.4

ਅਸਟਪਦੀ॥ Asatpadee. (14 -5)

ਜਿਸ ਕਉ ਹਰਿ ਪ੍ਰਭੁ, ਮਨਿ ਚਿਤਿ ਆਵੈ॥	jis ka-o har parabh man chit aavai.
ਸੋ ਸੰਤੁ ਸੁਹੇਲਾ, ਨਹੀ ਡੁਲਾਵੈ॥	so sant suhaylaa nahee dulaavai.
ਜਿਸੁ ਪ੍ਰਭੁ ਅਪੁਨਾ, ਕਿਰਪਾ ਕਰੈ॥	jis parabh apunaa kirpaa karai.
ਸੋ ਸੇਵਕੁ, ਕਹੁ ਕਿਸ ਤੇ ਡਰੈ॥	so sayvak kaho kis tay darai.
ਜੈਸਾ ਸਾ, ਤੈਸਾ ਦ੍ਰਿਸਟਾਇਆ॥	jaisaa saa taisaa daristaa-i-aa.
ਅਪੁਨੇ ਕਾਰਜ, ਮਹਿ ਆਪਿ ਸਮਾਇਆ॥	apunay kaaraj meh aap samaa-i-aa.
ਸੋਧਤ ਸੋਧਤ, ਸੋਧਤ ਸੀਝਿਆ॥	soDhat soDhat soDhat seejhi-aa.
ਗੁਰ ਪ੍ਰਸਾਦਿ, ਤਤੁ ਸਭੁ ਬੂਝਿਆ॥	gur parsaad tat sabh boojhi-aa.
ਜਬ ਦੇਖਉ, ਤਬ ਸਭੁ ਕਿਛੁ ਮੂਲੁ॥	jab daykh-a-u tab sabh kichh mool.
ਨਾਨਕ ਸੋ ਸੂਖਮੁ, ਸੋਈ ਅਸਥੂਲੁ॥੫॥	naanak so sookham so-ee asthool. ||5||

ਜਿਹੜਾ ਪ੍ਰਭ ਨੂੰ ਹਰ ਵੇਲੇ ਆਪਣੇ ਹਿਰਦੇ ਵਿੱਚ ਰਖਦਾ ਹੈ, ਉਹ ਸੰਤ ਸਰੂਪ ਬਣ ਜਾਂਦਾ ਹੈ । ਉਹ ਕਦੇ ਵੀ ਆਪਣੇ ਅਸਲੀ ਰਸਤੇ ਤੋਂ ਡੋਲਦਾ ਨਹੀਂ । ਜਿਸ ਜੀਵ ਤੇ ਪ੍ਰਭ ਰਹਿਮਤ ਬਖਸ਼ਦਾ ਹੈ! ਉਸ ਨੂੰ ਕਿਸੇ ਕਿਸਮ ਦਾ ਡਰ ਨਹੀਂ ਰਹਿੰਦਾ । ਪ੍ਰਭ ਆਪਣੇ ਸੇਵਕ ਨੂੰ ਅਸਲੀ ਰਸਤੇ ਤੇ ਪਾਉਂਦਾ ਹੈ । ਆਪਣਾ ਅਸਲੀ ਰੂਪ, ਆਪਣੀ ਹੋਂਦ ਮਹਿਸੂਸ ਕਰਾ ਦੇਂਦਾ ਹੈ । ਰਹਿਮਤ ਬਖਸ਼ਕੇ ਉਸ ਦੇ ਸਾਰੇ ਕਾਰਜ ਆਪ ਹੀ ਪੂਰੇ ਕਰਦਾ ਹੈ । ਜਿਹੜਾ ਹੌਸਲਾ ਨਹੀਂ ਹਾਰਦਾ, ਉਸ ਤੇ ਭਰੋਸਾ ਰਖਕੇ ਬੰਦਗੀ ਕਰਦਾ ਹੈ, ਆਪ ਹੀ ਰਹਿਮਤ ਬਖਸ਼ਦਾ ਹੈ! ਉਸ ਨੂੰ ਅਸਲੀ ਰਸਤੇ ਦੀ ਸੋਝੀ ਬਖਸ਼ਦਾ ਹੈ । ਉਹ ਜਿਸ ਪਾਸੇ ਵੀ ਦੇਖਦਾ ਹੈ, ਅਟਲ ਪ੍ਰਭ ਹੀ ਹਰ ਥਾਂ ਮੌਜੂਦ ਨਜ਼ਰ ਆਉਂਦਾ ਹੈ । ਪ੍ਰਭ ਹੀ ਉਸ ਦੇ ਸਭ ਕਰਮਾਂ, ਕਰਤਬਾਂ ਦਾ ਅਧਾਰ ਬਣ ਜਾਂਦਾ ਹੈ ।

Whosoever may keep the teachings of His Word within his mind in day-to-day life; he may become the symbol of The True Master. He may be blessed with state of mind of as His true devotee. He may never abandon the right path of salvation, the teachings of His Word; with His mercy and grace, he may not endure any fear of devil of death. He may recognize the real purpose of his human life blessings. He may realize the existence of The True Master. The Merciful True Master may make all his worldly chores successful. Whosoever may not lose patience, belief and adopt the teachings of His Word in day-to-day life; with His mercy and grace, he may be blessed with the right path of salvation. His true devotee may visualize the glory of The True Master prevails everywhere. The teachings of His Word become the guiding principle of all his worldly desires or deeds.5

ਅਸਟਪਦੀ॥ Asatpadee. (14 -6)

ਨਹ ਕਿਛੁ ਜਨਮੈ, ਨਹ ਕਿਛੁ ਮਰੈ॥	nah kichh janmai nah kichh marai.
ਆਪਨ ਚਲਿਤੁ, ਆਪ ਹੀ ਕਰੈ॥	aapan chalit aap hee karai.
ਆਵਨੁ ਜਾਵਨੁ, ਦ੍ਰਿਸਟਿ ਅਨਦ੍ਰਿਸਟਿ॥	aavan jaavan darisat an-darisat.
ਆਗਿਆਕਾਰੀ ਧਾਰੀ, ਸਭ ਸ੍ਰਿਸਟਿ॥	aagi-aakaaree Dhaaree sabh sarisat.
ਆਪੇ ਆਪਿ, ਸਗਲ ਮਹਿ ਆਪਿ॥	aapay aap sagal meh aap.
ਅਨਿਕ ਜੁਗਤਿ, ਰਚਿ ਥਾਪਿ ਉਥਾਪਿ॥	anik jugat rach thaap uthaap.
ਅਬਿਨਾਸੀ, ਨਾਹੀ ਕਿਛੁ ਖੰਡ॥	abhinaasee naahee kichh khand.
ਧਾਰਣ ਧਾਰਿ, ਰਹਿਓ ਬ੍ਰਹਮੰਡ॥	ahaaran Dhaar rahi-o barahmand.
ਅਲਖ ਅਭੇਵ, ਪੁਰਖ ਪਰਤਾਪ॥	alakh abhayv purakh partaap.
ਆਪਿ ਜਪਾਏ, ਤ ਨਾਨਕ ਜਾਪ॥੬॥	aap japaa-ay ta naanak jaap. ||6||

ਪ੍ਰਭ ਆਪਣੇ ਖੇਲ ਆਪ ਹੀ ਜੀਵ ਤੋਂ ਖਡਾਉਂਦਾ ਹੈ । ਜਨਮ ਮਰਨ ਦਾ ਵੀ ਖੇਲ ਉਸ ਨੇ ਹੀ ਰਚਿਆ ਹੈ । ਹਰਇਕ ਜੀਵ ਉਸ ਦੇ ਹੁਕਮ ਹੇਠ ਹੀ ਚਲਦਾ ਹੈ । ਜਮਨ ਮਰਨ ਉਸ ਦਾ ਬਣਾਇਆ ਹੋਇਆ ਹੀ ਖੇਲ ਹੈ । ਹਰ ਜੀਵ ਵਿੱਚ ਆਪ ਹੀ ਵਸਦਾ ਹੈ, ਜੀਵ ਵਾਸਤੇ ਕਈ ਤਰੀਕੇ ਬਣਾਉਂਦਾ ਅਤੇ ਢਾਉਂਦਾ ਹੈ । ਪ੍ਰਭ ਨਾ ਨਾਸ਼ ਹੋਣ ਵਾਲਾ ਹੈ, ਉਸ ਨੇ ਸਾਰਾ ਖੰਡ ਅਤੇ ਬ੍ਰਹਮੰਡ ਬਣਾਏ ਹਨ । ਉਹ ਪ੍ਰਭ ਹਰ ਥਾਂ ਮੌਜੂਦ ਹੈ ਅਤੇ ਕਿਸੇ ਜੀਵ ਨੂੰ ਦਿਖਾਈ ਨਹੀਂ ਦੇਂਦਾ । ਆਪਣੀ ਕ੍ਰਿਪਾ ਨਾਲ ਹੀ ਜੀਵ ਨੂੰ ਸਿਮਰਨ ਤੇ ਲਾਉਂਦਾ ਹੈ, ਜੀਵ ਸਿਮਰਨ ਕਰਦਾ ਹੈ ।

The True Master has established the play, the cycle of birth and death and makes his creature to play and performs various task in the world. He dwells in the mind and body of each creature; He creates and eliminates various techniques in his mind to perform day to day life. The True Master, Creator remains beyond any destruction. All universes have been created and expansion of His Holy Spirit. The Omnipresent True Master prevails everywhere in all events; however, He remains beyond the visibility of any of His Creation. He inspires His devotee to adopt the right path of meditation, the teachings of His Word.6

ਅਸਟਪਦੀ॥ Asatpadee. (14 -7)

ਜਿਨ ਪ੍ਰਭੁ ਜਾਤਾ, ਸੁ ਸੋਭਾਵੰਤ॥	jin parabh jaataa so sobhaavant.
ਸਗਲ ਸੰਸਾਰੁ, ਉਧਰੈ ਤਿਨ ਮੰਤ॥	sagal sansaar uDhrai tin mant.
ਪ੍ਰਭ ਕੇ ਸੇਵਕ, ਸਗਲ ਉਧਾਰਨ॥	parabh kay sayvak sagal uDhaaran.
ਪ੍ਰਭ ਕੇ ਸੇਵਕ, ਦੂਖ ਬਿਸਾਰਨ॥	parabh kay sayvak dookh bisaaran.
ਆਪੇ ਮੇਲਿ ਲਏ, ਕਿਰਪਾਲ॥	aapay mayl la-ay kirpaal.
ਗੁਰ ਕਾ ਸਬਦੁ, ਜਪਿ ਭਏ ਨਿਹਾਲ॥	gur kaa sabad jap bha-ay nihaal.
ਉਨ ਕੀ ਸੇਵਾ, ਸੋਈ ਲਾਗੈ॥	un kee sayvaa so-ee laagai.
ਜਿਸ ਨੋ ਕ੍ਰਿਪਾ, ਕਰਹਿ ਬਡਭਾਗੈ॥	jis no kirpaa karahi badbhaagai.
ਨਾਮੁ ਜਪਤ ਪਾਵਹਿ ਬਿਸ੍ਰਾਮੁ॥	naam japat paavahi bisraam.
ਨਾਨਕ ਤਿਨ ਪੁਰਖ ਕਉ,	naanak tin purakh ka-o
ਊਤਮ ਕਰਿ ਮਾਨੁ॥ ੭॥	ootam kar maan. ||7||

ਜਿਹੜਾ ਜੀਵ ਪ੍ਰਭ ਨੂੰ ਜਾਣ ਜਾਂਦੇ ਹਨ, ਉਹ ਸੋਭਾਵੰਤ ਬਣ ਜਾਂਦਾ ਹੈ । ਸੰਸਾਰਕ ਜੀਵ ਉਸ ਦੇ ਜੀਵਨ ਦੀ ਨਾਲ ਤਰ ਜਾਂਦੇ ਹਨ । ਪ੍ਰਭ ਦੇ ਸੇਵਕ ਸਾਰੇ ਸੰਸਾਰ ਨੂੰ ਤਾਰ ਦੇਂਦੇ ਹਨ, ਜੀਵਾਂ ਦੇ ਦੁਖ ਦੂਰ ਕਰ ਦੇਂਦੇ ਹਨ । ਪ੍ਰਭ ਆਪ ਕ੍ਰਿਪਾ ਕਰਕੇ ਆਪਣੇ ਭਗਤਾ ਨੂੰ ਆਪਣੇ ਵਿੱਚ ਅਭੇਦ ਕਰ ਲੈਂਦਾ ਹੈ । ਉਹ ਜੀਵ ਪ੍ਰਭ ਦੇ ਸ਼ਬਦ ਦਾ ਸਿਮਰਨ ਕਰਦੇ ਖੇੜੇ ਵਿੱਚ ਰਹਿੰਦੇ ਹਨ । ਜਿਸ ਤੇ ਪ੍ਰਭ ਆਪ ਦਿਆਲ ਹੁੰਦਾ ਹੈ, ਉਸ ਨੂੰ ਸ਼ਬਦ ਦੀ ਪਾਲਣਾ ਦੀ ਲਗਨ ਲਾਉਂਦਾ ਹੈ, ਕੇਵਲ ਉਹ ਹੀ ਪ੍ਰਭ ਦੀ ਸੇਵਾ ਵਿੱਚ ਲਗ ਸਕਦਾ ਹੈ । ਪ੍ਰਭ ਦੇ ਸ਼ਬਦ ਦੇ ਸਿਮਰਨ ਨਾਲ ਜੀਵ ਨੂੰ ਸ਼ਾਂਤੀ, ਸੰਤੋਖ ਬਖਸ਼ਿਸ਼ ਹੋ ਜਾਂਦਾ ਹੈ । ਜਿਹੜਾ ਸ਼ਬਦ ਦੀ ਪਾਲਣਾ ਕਰਦਾ ਹੈ, ਉਹ ਪੂਜਣ ਯੋਗ ਹੋ ਜਾਂਦਾ ਹੈ ।

Whosoever may recognize the teachings of His Word; he may become worthy of worship in the universe. All creatures of the universe may be blessed with the right path of salvation by adopting the teachings of His life. His true devotee may inspire the whole universe on the right path of salvation. The Ture Master may remove the miseries of worldly desires of each creature. The Merciful True Master may immerse His true devotee in His Holy Spirit Whosoever may meditate on the teachings of His Word wholeheartedly; he may be blessed with blossom in day-to-day life. Whosoever may be attached to a devotional meditation, only he may wholeheartedly meditate and serve His Creation. He may be blessed with peace and contentment in his day-to-day life. Whosoever may meditate wholeheartedly on the teachings of His Word; he may become worthy of worship in the universe.7

ਅਸਟਪਦੀ॥ Asatpadee. (14 -8)

ਜੋ ਕਿਛੁ ਕਰੈ, ਸੁ ਪ੍ਰਭ ਕੈ ਰੰਗਿ॥ jo kichh karai so parabh kai rang.
ਸਦਾ ਸਦਾ ਬਸੈ, ਹਰਿ ਸੰਗਿ॥ sadaa sadaa basai har sang.
ਸਹਜ ਸੁਭਾਇ, ਹੋਵੈ ਸੋ ਹੋਇ॥ sahj subhaa-ay hovai so ho-ay.
ਕਰਣੈਹਾਰੁ, ਪਛਾਣੈ ਸੋਇ॥ karnaihaar pachhaanai so-ay.
ਪ੍ਰਭ ਕਾ ਕੀਆ, ਜਨ, ਮੀਠ ਲਗਾਨਾ॥ parabh kaa kee-aa jan meeth lagaanaa.
ਜੈਸਾ ਸਾ, ਤੈਸਾ ਦ੍ਰਿਸਟਾਨਾ॥ jaisaa saa taisaa daristaanaa.
ਜਿਸ ਤੇ ਉਪਜੇ, ਤਿਸੁ ਮਾਹਿ ਸਮਾਏ॥ jis tay upjay tis maahi samaa-ay.
ਓਇ ਸੁਖ ਨਿਧਾਨ, ਉਨਹੂ ਬਨਿ ਆਏ॥ o-ay sukh niDhaan unhoo ban aa-ay.
ਆਪਸ ਕਉ, ਆਪਿ ਦੀਨੋ ਮਾਨੁ॥ aapas ka-o aap deeno maan.
ਨਾਨਕ ਪ੍ਰਭ ਜਨੁ, ਏਕੋ ਜਾਨੁ॥੮॥੧੪॥ naanak parabh jan ayko jaan. ||8||14||

ਸ੍ਰਿਸ਼ਟੀ ਵਿੱਚ ਸਭ ਕੁਝ ਪ੍ਰਭ ਦੇ ਹੁਕਮ ਅਨੁਸਾਰ ਹੀ ਹੁੰਦਾ ਹੈ । ਪ੍ਰਭ ਜੀਵ ਦੇ ਸਾਥ ਹੀ ਹੁੰਦਾ ਹੈ । ਜੋ ਕੁਝ ਵੀ ਸੰਸਾਰ ਵਿੱਚ ਸਹਿਜ ਨਾਲ ਹੁੰਦਾ ਹੈ, ਉਹ ਪ੍ਰਭ ਦਾ ਹੀ ਕੀਤਾ ਹੋਇਆ ਹੁੰਦਾ ਹੈ, ਕੇਵਲ ਉਹ ਹੀ ਜਾਣਦਾ ਹੈ । ਜਿਸ ਨੂੰ ਪ੍ਰਭ ਦਾ ਭਾਣਾ ਮਿਠਾ ਲਗਦਾ ਹੈ, ਉਸ ਨੂੰ ਪ੍ਰਭ ਆਪ ਹੀ ਸਭ ਕੁਝ ਦਿਖਾਉਂਦਾ ਹੈ । ਜਿਸ ਪ੍ਰਭ ਵਿਚੋਂ ਜੀਵ ਪੈਦਾ ਹੁੰਦਾ ਹੈ ਉਸ ਵਿੱਚ ਹੀ ਅਲੋਪ ਹੋ ਜਾਂਦਾ ਹੈ । ਪ੍ਰਭ ਸ਼ਾਂਤੀ ਦਾ ਭੰਡਾਰ ਹੈ ਅਤੇ ਬੰਦਗੀ ਕਰਨ ਵਾਲਾ ਵੀ ਸ਼ਾਂਤੀ ਨਾਲ ਭਰਪੂਰ ਹੋ ਜਾਂਦਾ ਹੈ । ਪ੍ਰਭ ਆਪ ਹੀ ਆਪਣੇ ਕੀਤੇ ਦਾ ਅਭਿਮਾਨ ਕਰਦਾ ਹੈ ਅਤੇ ਆਪਣੇ ਦਾਸ ਨੂੰ ਵੀ ਮਾਣ ਬਖਸ਼ਦਾ ਹੈ ।

Everything in the universe may only happen under His Command. His Holy Spirit remains embedded within each soul and dwells within his body. Everything in the universe may be always performed by The True Master, he prevails in each event in life. Only He may know the nature and purpose of every event. Whosoever enjoys the bliss of His Word; he may remain contented with His Blessings. He may be enlightened and everything may become visible to him. All creations are an expansion of His Holy Spirit and after death all may immerse in His Holy Spirit. The True Master, Treasure of peace and harmony may bless an unlimited treasure of peace to His true devotee. The True Master feels proud of all events and He may bestow honor on His true devotee.8

15. ਸਲੋਕੁ॥ 15॥ (282)

ਸਰਬ ਕਲਾ ਭਰਪੂਰ, sarab kalaa bharpoor
ਪ੍ਰਭ ਬਿਰਥਾ ਜਾਨਨਹਾਰ॥ parabh birthaa jaananhaar.
ਜਾ ਕੈ ਸਿਮਰਨਿ ਉਧਰੀਐ, jaa kai simran uDhree-ai
ਨਾਨਕ ਤਿਸੁ ਬਲਿਹਾਰ॥ naanak tis balihaar. ||1||

ਪ੍ਰਭ ਦੇ ਵੱਸ ਵਿੱਚ ਸਾਰੀਆਂ, ਕਲਾਂ, ਸਿਆਣਪਾਂ, ਪੂਰਨ ਕਰਤਬ ਕਰਨ ਦੀ ਸਮਰਥਾ ਹੈ । ਉਹ ਸਾਰੀ ਸ੍ਰਿਸ਼ਟੀ ਦੀ ਬਿਰਤੀ (ਮੰਨ ਦੀ ਇਛਾਂ, ਮੰਗ) ਜਾਣਦਾ ਹੈ । ਸਿਮਰਨ ਕਰਨ ਨਾਲ ਜੀਵ ਦਾ ਦੁਖਾਂ ਤੋਂ ਉਧਾਰ ਹੋ ਸਕਦਾ ਹੈ । ਉਸ ਨੂੰ ਧੰਨ ਧੰਨ ਹੀ ਕਹਿਣਾ ਚਾਹੀਦਾ ਹੈ ।

The Omnipotent True Master remains perfect, complete in all respect. He remains omniscient of the state of mind of His Creation. Whosoever may meditate on the teachings of His Word, all his miseries and sufferings of life may become tolerable, eliminated. You should always sing the glory of The True Master.1

ਅਸਟਪਦੀ॥ Asatpadee. (15 -1)

ਟੂਟੀ ਗਾਢਨਹਾਰ, ਗੋੁਪਾਲ॥ tootee gaadhanhaar gopaal.
ਸਰਬ ਜੀਆ, ਆਪੇ ਪ੍ਰਤਿਪਾਲ॥ sarab jee-aa aapay partipaal.
ਸਗਲ ਕੀ ਚਿੰਤਾਂ, ਜਿਸੁ ਮਨ ਮਾਹਿ॥ sagal kee chintaa jis man maahi.
ਤਿਸ ਤੇ ਬਿਰਥਾ, ਕੋਈ ਨਾਹਿ॥ tis tay birthaa ko-ee naahi.

ਰੇ ਮਨ ਮੇਰੇ, ਸਦਾ ਹਰਿ ਜਾਪਿ॥	ray man mayray sadaa har jaap.
ਅਬਿਨਾਸੀ ਪ੍ਰਭੁ, ਆਪੇ ਆਪਿ॥	abhinaasee parabh aapay aap.
ਆਪਨ ਕੀਆ, ਕਛੂ ਨ ਹੋਇ॥	aapan kee-aa kachhoo na ho-ay.
ਜੇ ਸਉ ਪ੍ਰਾਨੀ, ਲੋਚੈ ਕੋਇ॥	jay sa-o paraanee lochai ko-ay.
ਤਿਸੁ ਬਿਨੁ ਨਾਹੀ, ਤੇਰੈ ਕਿਛੁ ਕਾਮ॥	tis bin naahee tayrai kichh kaam.
ਗਤਿ ਨਾਨਕ, ਜਪਿ ਏਕ ਹਰਿ ਨਾਮ॥੧॥	gat naanak jap ayk har naam. ||1||

ਪ੍ਰਭ ਹੀ ਸਾਰਿਆਂ ਨੂੰ ਦਾਤਾਂ ਦੇਣ ਵਾਲਾ ਹੈ । ਜੀਵਾਂ ਦੀਆਂ ਗਲਤੀਆਂ ਮੁਆਫ ਕਰਕੇ ਸਿੱਧੇ ਰਸਤਾ ਤੇ ਪਾਉਣ ਵਾਲਾ ਹੈ । ਉਸ ਨੂੰ ਸਾਰੀ ਸ੍ਰਿਸ਼ਟੀ ਦੀ ਭਲਾਈ ਦਾ ਫਿਕਰ ਹੈ, ਉਸ ਦੇ ਦਰ ਤੋਂ ਕੋਈ ਖਾਲੀ ਵਾਪਸ ਨਹੀਂ ਜਾਂਦਾ । ਉਸ ਨਾ-ਮਿਟਨਵਾਲੇ ਅਟਲ ਪ੍ਰਭ ਦੇ ਸ਼ਬਦ ਦਾ ਸਿਮਰਨ ਕਰੋ! ਉਹ ਸਾਰੀ ਸ੍ਰਿਸ਼ਟੀ ਵਿੱਚ ਆਪ ਹੀ ਵਸਦਾ, ਵਾਪਰਦਾ ਹੈ । ਜੀਵ ਅਨੇਕਾਂ ਹੱਥ ਪੈਰ ਮਾਰਦਾ ਫਿਰਦਾ ਹੈ, ਪਰ ਆਪਣਾ ਕੀਤਾ ਕੁਝ ਨਹੀਂ ਹੁੰਦਾ, ਉਹ ਹੀ ਹੋ ਸਕਦਾ ਹੈ ਜੋ ਪ੍ਰਭ ਨੂੰ ਮਨਜ਼ੂਰ ਹੈ । ਸ਼ਬਦ ਦੀ ਪਾਲਣਾ ਤੋਂ ਬਿਨਾਂ ਹੋਰ ਸਾਰੇ ਕੰਮ ਹੀ ਬਿਰਥੇ ਹਨ । ਉਸ ਦੇ ਸ਼ਬਦ ਦਾ ਸਿਮਰਨ ਕਰੋ ।

The True Master may bless virtues to His Creation; He may forgive the innocent mistakes and may inspire His Creation on the right path of salvation. Whosoever may surrender his self-entity at His Sanctuary and prays wholeheartedly for His forgiveness; no one ever turned down empty handed from His Door. You should always meditate on the teachings of His Word; He dwells in the whole universe, in the body of each creature and prevails in each event in the universe. The worldly creature may try with their wisdom and strength; however, only His Command prevails in all events in the universe. Without meditating and adopting the teachings of His Word in day-to-day life; all other chores may be useless for the purpose of human life.1

ਅਸਟਪਦੀ॥ Asatpadee. (15 -2)

ਰੂਪਵੰਤੁ ਹੋਇ, ਨਾਹੀ ਮੋਹੈ॥	roopvant ho-ay naahee mohai.
ਪ੍ਰਭ ਕੀ ਜੋਤਿ, ਸਗਲ ਘਟ ਸੋਹੈ॥	parabh kee jot sagal ghat sohai.
ਧਨਵੰਤਾ ਹੋਇ, ਕਿਆ ਕੋ ਗਰਬੈ॥	dhanvantaa ho-ay ki-aa ko garbai.
ਜਾ ਸਭੁ ਕਿਛੁ, ਤਿਸ ਕਾ ਦੀਆ ਦਰਬੈ॥	jaa sabh kichh tis kaa dee-aa darbai.
ਅਤਿ ਸੂਰਾ ਜੇ, ਕੋਊ ਕਹਾਵੈ॥	at sooraa jay ko-oo kahaavai.
ਪ੍ਰਭ ਕੀ ਕਲਾ, ਬਿਨਾ ਕਹ ਧਾਵੈ॥	parabh kee kalaa binaa kah Dhaavai.
ਜੇ ਕੋ ਹੋਇ, ਬਹੈ ਦਾਤਾਰੁ॥	jay ko ho-ay bahai daataar.
ਤਿਸੁ ਦੇਨਹਾਰੁ, ਜਾਨੈ ਗਾਵਾਰੁ॥	tis daynhaar jaanai gaavaar.
ਜਿਸੁ ਗੁਰ ਪ੍ਰਸਾਦਿ, ਤੂਟੈ ਹਉ ਰੋਗੁ॥	jis gur parsaad tootai ha-o rog.
ਨਾਨਕ ਸੋ ਜਨੁ, ਸਦਾ ਅਰੋਗੁ॥੨॥	naanak so jan sadaa arog. ||2||

ਪ੍ਰਭ ਦੀ ਹੋਂਦ, ਜੋਤ ਹਰ ਆਤਮਾ ਵਿੱਚ ਹੀ ਪਰਵੇਸ਼ ਕਰਦੀ ਹੈ । ਸਰੀਰਕ ਸੁੰਦਰਤਾ ਨਾਲ ਉਹ ਜੀਵ ਦੇ ਜ਼ਿਆਦਾ ਨੇੜੇ ਨਹੀਂ ਆਉਂਦਾ । ਅਗਰ ਕੋਈ ਅਮੀਰ ਹੋਵੇ ਤਾ ਝੂਠਾ ਅਭਿਮਾਨ ਕਿਉਂ ਕਰੇ? ਇਹ ਸਭ ਕੁਝ ਤਾ ਪ੍ਰਭ ਦੀ ਬਖਸ਼ਿਸ ਹੀ ਹੈ । ਅਗਰ ਕੋਈ ਬਹੁਤ ਬਲਵਾਨ, ਸੂਰਮਾ ਹੋਵੇ ਤੇ ਅਹੰਕਾਰੀ ਹੋ ਜਾਵੇ । ਪ੍ਰਭ ਦੀ ਰਹਿਮਤ ਤੋਂ ਬਿਨਾਂ ਕੁਝ ਵੀ ਪ੍ਰਾਪਤ ਨਹੀਂ ਕਰ ਸਕਦਾ । ਜਿਹੜਾ ਜੀਵ ਬਹੁਤ ਦਾਨ ਕਰੇ ਅਤੇ ਉਸ ਦਾ ਅਭਿਮਾਨ ਕਰੇ, ਅਹੰਕਾਰ ਕਰੇ । ਪ੍ਰਭ ਦੀ ਨਜ਼ਰ ਵਿੱਚ ਤਾ ਉਹ ਅਗਿਆਨੀ, ਮੂਰਖ ਹੀ ਸਮਝਿਆ ਜਾਂਦਾ ਹੈ । ਜਿਸ ਤੇ ਪ੍ਰਭ ਦੀ ਰਹਿਮਤ ਹੁੰਦੀ ਹੈ! ਸੰਸਾਰਕ ਪਦਾਰਥਾਂ ਦੇ ਹੋਣ ਤੇ ਵੀ ਇਹਨਾਂ ਨਾਲ ਮੋਹ ਨਹੀਂ ਹੁੰਦਾ, ਅਹੰਕਾਰ ਨਹੀਂ ਹੁੰਦਾ । ਉਸ ਜੀਵ ਦੇ ਸਾਰੇ ਹੀ ਰੋਗ ਖਤਮ ਹੋ ਜਾਂਦੇ ਹਨ, ਉਹ ਮੁਕਤੀ ਦੇ ਮਾਰਗ ਤੇ ਅਡੋਲ ਹੋ ਜਾਂਦਾ ਹੈ ।

His Holy Spirit prevails and resides within his body along with his soul. No one may become close with beauty of body structure or color of his skin. Whosoever may be blessed with the worldly richness and he became very proud of his worldly status. Why may the ignorant boast about his worldly richness, falsehood? Ignorant may not realize that everything has been blessed with His mercy and grace. Whosoever may be very brave and boast about his worldly power; ignorant may not realize that everything has been blessed with His mercy and grace. Without His mercy and grace; nothing may exist, he may be considered ignorant and fool in His Court, The True Master. Whosoever may be blessed with abundance of worldly possessions and he may not emotionally attach or boast of these possessions; with His mercy and grace, all his disease of worldly desires may be eliminated. He e may be blessed with right path of salvation, acceptance in His Court.2

ਅਸਟਪਦੀ॥ Asatpadee. (15 -3)

ਜਿਉ ਮੰਦਰ ਕਉ, ਥਾਮੈ ਥੰਮਨੁ॥	ji-o mandar ka-o thaamai thamman.
ਤਿਉ ਗੁਰ ਕਾ ਸਬਦੁ, ਮਨਹਿ ਅਸਥੰਮਨੁ॥	ti-o gur kaa sabad maneh asthamman.
ਜਿਉ ਪਾਖਾਣੁ, ਨਾਵ ਚੜਿ ਤਰੈ॥	ji-o paakhaan naav charh tarai.
ਪ੍ਰਾਣੀ ਗੁਰ ਚਰਣ, ਲਗਤੁ ਨਿਸਤਰੈ॥	paraanee gur charan lagat nistarai.
ਜਿਉ ਅੰਧਕਾਰ, ਦੀਪਕ ਪਰਗਾਸੁ॥	ji-o anDhkaar deepak pargaas.
ਗੁਰ ਦਰਸਨੁ ਦੇਖਿ, ਮਨਿ ਹੋਇ ਬਿਗਾਸੁ॥	gur darsan daykh man ho-ay bigaas.
ਜਿਉ ਮਹਾ ਉਦਿਆਨ, ਮਹਿ ਮਾਰਗੁ ਪਾਵੈ॥	ji-o mahaa udi-aan meh maarag paavai.
ਤਿਉ ਸਾਧੂ ਸੰਗਿ, ਮਿਲਿ ਜੋਤਿ ਪ੍ਰਗਟਾਵੈ॥	ti-o saaDhoo sang mil jot pargtwvi.
ਤਿਨ ਸੰਤਨ ਕੀ, ਬਾਛਉ ਧੂਰਿ॥	tin santan kee baachha-o Dhoor.
ਨਾਨਕ ਕੀ ਹਰਿ, ਲੋਚਾ ਪੂਰਿ॥੩॥	naanak kee har lochaa poor. ||3||

ਜਿਵੇਂ ਕਿਸੇ ਵੱਡੀ ਇਮਾਰਤ ਬਣਾਉਣ, ਸਥਿਤ ਰਖਣ ਲਈ ਮਜ਼ਬੂਤ ਥੰਮ ਦੀ ਲੋੜ ਹੁੰਦੀ ਹੈ । ਇਸਤਰ੍ਹਾਂ ਸੰਸਾਰਕ ਇੰਦ੍ਰੀਆਂ ਦੇ ਡੋਲਣ ਤੋਂ ਬਚਾਉਣ ਲਈ ਸ਼ਬਦ ਅਸਰਾ ਦੇਂਦਾ ਹੈ । ਜਿਵੇਂ ਵੱਡਾ ਪੱਥਰ ਬੇੜੀ ਵਿੱਚ ਰਖਕੇ ਸਮੁੰਦਰ ਤੋਂ ਪਾਰ, ਦੂਸਰੇ ਪਾਸੇ ਜਾ ਸਕਦਾ ਹੈ । ਇਸਤਰ੍ਹਾਂ ਸ਼ਬਦ ਦਾ ਸਿਮਰਨ ਕਰਕੇ, ਸੰਸਾਰ ਰੂਪੀ ਸਾਗਰ ਪਾਰ ਕੀਤਾ ਜਾ ਸਕਦਾ ਹੈ । ਜਿਵੇਂ ਅੰਧੇਰੇ ਵਿੱਚ ਦੀਵਾ ਜਲਾ ਕੇ ਉਸ ਵਿੱਚ ਚਾਨਣ ਹੋ ਜਾਂਦਾ ਹੈ । ਇਸਤਰ੍ਹਾਂ ਸ਼ਬਦ ਦਾ ਸਿਮਰਨ ਕਰਨ ਨਾਲ, ਆਤਮਾ ਦੀ ਅਗਿਆਨਤਾ ਦੂਰ ਹੋ ਜਾਂਦੀ ਹੈ, ਅਸਲੀ ਮਾਰਗ ਬਖਸ਼ਿਸ਼ ਹੋ ਜਾਂਦਾ ਹੈ । ਜਿਵੇਂ ਨਕਸ਼ਾ, ਪੜ੍ਹਨ ਵਾਲਾ, ਰਸਤੇ ਦੀ ਜਾਣਕਾਰੀ ਵਾਲਾ, ਸਿੱਧੇ ਰਸਤੇ ਪਾ ਦੇਵੇ! ਤਾ ਜੀਵ ਆਪਣੇ ਟਿਕਾਨੇ ਤੇ ਪਹੁੰਚ ਸਕਦਾ ਹੈ । ਇਸਤਰ੍ਹਾਂ ਸੰਤ ਸਰੂਪ ਦੀ ਸੰਗਤ ਕਰਨ ਨਾਲ, ਮੁਕਤੀ ਦਾ ਮਾਰਗ ਲੱਭ ਜਾਂਦਾ ਹੈ । ਉਸ ਸੰਤ ਸਰੂਪ ਦਾ ਸਾਥ, ਸੇਵਾ ਕਰੋ! ਜਿਹੜਾ ਪੰਜਾਂ ਇੰਦ੍ਰੀਆਂ ਤੇ ਕਾਬੂ ਦੇ ਰਸਤੇ ਤੇ ਚਲਦਾ ਹੈ ।

As to build a big, tall building, needs a strong and deep foundation and supporting pillar. Same way to control and eliminates the desires of worldly temptations; his mind needs a strong support of the teachings of His Word. As a stone may be crossed the ocean by placing in a large boat, ship; same way by meditating on the teachings of His Word, this terrible ocean of worldly desire may be crossed. As a lamp can provide light in the room and may eliminate darkness; same way by meditating on the teachings of His Word; the ignorance of his soul may be eliminated, he may be blessed with the right path of salvation. As by reading the map, one may become aware of the right path to reach his destination; same way by associating with His true devotee and adopting the teachings of his life; devotee may be enlightened with the right path of salvation. You should associate with His true devotee and serve him; whosoever may not be the slave of worldly desires and he has adopted the teachings of His Word in his day-to-day life.3

ਅਸਟਪਦੀ॥ Asatpadee. (15 -4)

ਮਨ ਮੂਰਖ, ਕਾਹੇ ਬਿਲਲਾਈਐ॥	man, moorakh kaahay billaa-ee-ai.
ਪੁਰਬ ਲਿਖੇ ਕਾ, ਲਿਖਿਆ ਪਾਈਐ॥	purab likhay kaa likhi-aa paa-ee-ai.
ਦੂਖ ਸੂਖ, ਪ੍ਰਭ ਦੇਵਨਹਾਰੁ॥	dookh sookh parabh dayvanhaar.
ਅਵਰ ਤਿਆਗਿ ਤੂ, ਤਿਸਹਿ ਚਿਤਾਰੁ॥	avar ti-aag too tiseh chitaar.

ਜੋ ਕਛੁ ਕਰੈ, ਸੋਈ ਸੁਖੁ ਮਾਨੁ॥ jo kachh karai so-ee sukh maan.
ਭੂਲਾ ਕਾਹੇ, ਫਿਰਹਿ ਅਜਾਨ॥ bhoolaa kaahay fireh ajaan.
ਕਉਨ ਬਸਤੁ ਆਈ, ਤੇਰੈ ਸੰਗ॥ ka-un basat aa-ee tayrai sang.
ਲਪਟਿ ਰਹਿਓ, ਰਸਿ ਲੋਭੀ ਪਤੰਗ॥ lapat rahi-o ras lobhee patang.
ਰਾਮ ਨਾਮ ਜਪਿ, ਹਿਰਦੇ ਮਾਹਿ॥ raam naam jap hirday maahi.
ਨਾਨਕ ਪਤਿ ਸੇਤੀ, ਘਰਿ ਜਾਹਿ॥੪॥ naanak pat saytee ghar jaahi. ||4||

ਬੇਵਸ ਜੀਵ ਚਿੰਤਾਂ ਨਾ ਕਰੋ, ਜੋ ਕੁਝ ਹੋ ਰਿਹਾ ਹੈ । ਇਹ ਪਿਛਲੇ ਜਨਮ ਦਾ ਹੀ ਲੇਖਾ ਹੈ, ਉਸ ਨੇ ਤੇਰੇ ਮੱਥੇ ਤੇ ਪਹਿਲੇ ਹੀ ਲਿਖਿਆ ਹੈ । ਸੰਸਾਰ ਵਿੱਚ ਦੁਖ, ਸੁਖ ਪ੍ਰਭ ਆਪ ਹੀ ਦੇਂਦਾ ਹੈ । ਤੂੰ ਬਾਕੀ ਦੂਜੇ ਰਸਤੇ ਤਿਆਗ ਕੇ ਭਾਣੇ ਨੂੰ ਕਬੂਲ ਕਰਕੇ ਕੇਵਲ ਉਸ ਦਾ ਸਿਮਰਨ ਕਰੋ । ਜੋ ਕੁਝ ਪ੍ਰਭ ਕਰਦਾ ਹੈ, ਉਸ ਨੂੰ ਖੁਸ਼ੀ ਖੁਸ਼ੀ ਕਬੂਲ ਕਰੋ! ਚਿੰਤਾਂ, ਮਨ ਦੀਆਂ ਭਟਕਣਾਂ ਵਿੱਚ ਪਰੇਸ਼ਾਨ ਨਾ ਹੋਵੋ! ਜਦੋਂ ਤੂੰ ਇਸ ਸੰਸਾਰ ਵਿੱਚ ਆਇਆ ਸੀ, ਕਿਹੜੀ ਚੀਜ਼ ਤੇਰੇ ਨਾਲ ਆਈ ਸੀ? ਕਿਉਂ ਸੰਸਾਰ ਵਿੱਚ ਆ ਕੇ ਤੂੰ ਇਹਨਾਂ ਚੀਜ਼ਾਂ ਨਾਲ ਪ੍ਰੀਤ ਲਾਈ ਬੈਠਾ ਹੈ? ਪ੍ਰਭ ਦਾ ਸ਼ਬਦ ਹਿਰਦੇ ਵਿੱਚ ਜਾਗਰਤ ਰਖੋ! ਇਹ ਹੀ ਤੇਰੇ ਸਾਥ ਜਾਣਾ ਹੈ! ਜਿਹੜਾ ਸ਼ਬਦ ਦੀ ਕਮਾਈ ਕਰਦਾ ਹੈ, ਉਹ ਆਪਣੇ ਅਸਲੀ ਮਾਲਕ ਦੇ ਘਰ ਮਾਣ ਨਾਲ ਜਾਂਦਾ ਹੈ, ਪ੍ਰਵਾਨਗੀ ਬਖਸ਼ਿਸ਼ ਹੋ ਸਕਦੀ ਹੈ ।

Helpless human may not worry too much about, what may be happening in the universe. Whatsoever may happen in your life; everything may be the reward of the previous life. All pleasures and miseries are blessed by His mercy and grace; you should abandon all other techniques and adopt to meditate, and sing the glory of teachings of His Word. Whatsoever may happen in the universe, accept as His blessings, and always remains in blossom. You should not be worried with the frustration of your mind and do not change the state of your mind by the disappointment of the universe of your life. Keep in mind! What have you brought with you at the time of birth? You should always keep the teachings of His Word within your mind. His Word always remains companion of your soul. Only whosoever may earn the wealth of His Word; only the earnings of His Word support in His Court. He may be accepted and honor in His Court.4

ਅਸਟਪਦੀ॥ Asatpadee. (15 -5)

ਜਿਸੁ ਵਖਰ ਕਉ, ਲੈਨਿ ਤੂ ਆਇਆ॥ jis vakhar ka-o lain too aa-i-aa.
ਰਾਮ ਨਾਮੁ ਸੰਤਨ, ਘਰਿ ਪਾਇਆ॥ raam naam santan ghar paa-i-aa.
ਤਜਿ ਅਭਿਮਾਨੁ, ਲੇਹੁ ਮਨ ਮੋਲਿ॥ taj abhimaan layho man mol.
ਰਾਮ ਨਾਮੁ, ਹਿਰਦੇ ਮਹਿ ਤੋਲਿ॥ raam naam hirday meh tol.
ਲਾਦਿ ਖੇਪ, ਸੰਤਹ ਸੰਗਿ ਚਾਲੁ॥ laad khayp santeh sang chaal.
ਅਵਰ ਤਿਆਗਿ, ਬਿਖਿਆ ਜੰਜਾਲ॥ avar ti-aag bikhi-aa janjaal.
ਧੰਨਿ ਧੰਨਿ ਕਹੈ, ਸਭੁ ਕੋਇ॥ dhan Dhan kahai sabh ko-ay.
ਮੁਖ ਊਜਲ, ਹਰਿ ਦਰਗਹ ਸੋਇ॥ mukh oojal har dargeh so-ay.
ਇਹੁ ਵਾਪਾਰੁ, ਵਿਰਲਾ ਵਾਪਾਰੈ॥ ih vaapaar virlaa vaapaarai.
ਨਾਨਕ ਤਾ ਕੈ, ਸਦ ਬਲਿਹਾਰੈ॥੫॥ naanak taa kai sad balihaarai. ||5||

ਜਿਸ ਕਰਕੇ ਪ੍ਰਭ ਨੇ ਮਾਨਸ ਜਨਮ ਬਖਸ਼ਿਆ ਹੈ । ਉਹ ਕਰਤਬ ਤਾ ਸੰਤ ਸਰੂਪ ਜੀਵਾਂ ਨੇ ਆਪਣੇ ਮਨ ਵਿੱਚ ਵਸਾਇਆ ਹੈ । ਆਪਣੇ ਮਨ ਦਾ ਅਹੰਕਾਰ, ਲਾਲਚ ਦੂਰ ਕਰੋ! ਤਿਆਗ ਕੇ ਸ਼ਬਦ ਦਾ ਸਿਮਰਨ ਕਰੋ! ਪ੍ਰਭ ਨੂੰ ਆਪਣੇ ਮਨ ਵਿਚੋਂ ਹੀ ਢੂੰਡੋ, ਵਿਚਾਰ ਕਰੋ । ਸ਼ਬਦ ਦੀ ਕਮਾਈ ਦੀ ਮਿਣਤੀ ਕਰੋ, ਕਿਤਨੀ ਤੂੰ ਇਕੱਠੀ ਕੀਤੀ ਹੈ । ਸੰਤ ਸਰੂਪਾਂ ਵਾਲੇ ਗੁਣਾਂ ਨੂੰ ਧਾਰਨ ਕਰਕੇ, ਸੰਸਾਰਕ ਅਹੰਕਾਰ, ਲਾਲਚ ਨੂੰ ਤਿਆਗੋ! ਸੰਤਾਂ ਵਰਗਾ ਜੀਵਨ ਬਤੀਤ ਕਰੋ! ਸਾਰੀ ਸ੍ਰਿਸ਼ਟੀ ਹੀ ਤੇਰੀ ਮਹਿਮਾਂ ਕਰੇਗੀ! ਇਥੇ ਵੀ ਸੋਭਾ ਮਿਲੇਗੀ, ਉਸ ਦੀ ਦਰਗਾਹ ਵਿੱਚ ਅਸਥਾਨ ਹਾਸਿਲ ਹੋ ਜਾਵੇਗਾ । ਕੋਈ ਵਿਰਲਾ ਜੀਵ ਹੀ ਇਹ ਰਸਤਾ ਅਪਣਾਉਂਦਾ ਹੈ । ਜਿਹੜਾ ਇਸ ਰਸਤੇ ਤੇ ਚਲਦਾ ਹੈ, ਉਹ ਪੂਜਣ ਯੋਗ ਹੋ ਜਾਂਦਾ ਹੈ ।

You should always keep in mind the real purpose of human life blessings. The purpose of human life remains drenched within the mind of His true devotee. You should abandon the greed and ego of your mind and meditate on the teachings of His Word. You should keep searching the enlightenment of His Word from within your mind. You should adopt the life experience teachings and virtues of His Holy saint in day-to-day life and abandon your greed and ego. The whole universe may be singing your greatness and you may be blessed with honor in worldly life and accepted in His Court. However, very rare may adopt the teachings His Word in day-to-day life. Whosoever may adopt the teachings of His Word in day-to-day life; he may become worthy of worship in his human life.5

ਅਸਟਪਦੀ॥ Asatpadee. (15 -6)

ਚਰਨ ਸਾਧ ਕੇ, ਧੋਇ ਧੋਇ ਪੀਉ॥	charan saaDh kay Dho-ay Dho-ay pee-o.
ਅਰਪਿ ਸਾਧ ਕਉ, ਅਪਨਾ ਜੀਉ॥	arap saaDh ka-o apnaa jee-o.
ਸਾਧ ਕੀ ਧੂਰਿ, ਕਰਹੁ ਇਸਨਾਨੁ॥	saaDh kee Dhoor karahu isnaan.
ਸਾਧ ਊਪਰਿ, ਜਾਈਐ ਕੁਰਬਾਨੁ॥	saaDh oopar jaa-ee-ai kurbaan.
ਸਾਧ ਸੇਵਾ, ਵਡਭਾਗੀ ਪਾਈਐ॥	saaDh sayvaa vadbhaagee paa-ee-ai.
ਸਾਧਸੰਗਿ, ਹਰਿ ਕੀਰਤਨੁ ਗਾਈਐ॥	saaDhsang har keertan gaa-ee-ai.
ਅਨਿਕ ਬਿਘਨ ਤੇ, ਸਾਧੂ ਰਾਖੈ॥	snik bighan tay saaDhoo raakhai.
ਹਰਿ ਗੁਨ ਗਾਇ, ਅੰਮ੍ਰਿਤ ਰਸੁ ਚਾਖੈ॥	har gun gaa-ay amrit ras chaakhai.
ਓਟ ਗਹੀ ਸੰਤਹ, ਦਰਿ ਆਇਆ॥	ot gahee santeh dar aa-i-aa.
ਸਰਬ ਸੂਖ, ਨਾਨਕ ਤਿਹ ਪਾਇਆ॥ ੬॥	sarab sookh naanak tih paa-i-aa. ||6||

ਸੰਤ ਸਰੂਪ ਜੀਵ ਨੂੰ ਆਪਣੇ ਜੀਵਨ ਦਾ ਅਧਾਰ ਬਣਾਵੋ, ਉਹ ਗੁਣ ਧਾਰਨ ਕਰ ਲਵੋ । ਜਿਹੜੇ ਉਹ ਧਾਰਨ ਕਰਕੇ ਇਸ ਸੰਸਾਰ ਵਿੱਚ ਚਲਦੇ ਹਨ । ਅਜੇਹੇ ਸੰਤ ਸਰੂਪ ਨੂੰ ਪ੍ਰਭ ਦਾ ਹੀ ਰੂਪ ਸਮਝਕੇ ਉਸ ਦੀ ਸੇਵਾ ਕਰੋ । ਉਸ ਸੰਤ ਸਰੂਪ ਨੂੰ ਧੰਨ ਧੰਨ ਹੀ ਕਹੋ । ਸੰਤ ਸਰੂਪ ਨਾਲ ਮਿਲਕੇ ਪ੍ਰਭ ਦਾ ਸਿਮਰਨ, ਬੰਦਗੀ ਕਰਨ ਦੀ ਬਖਸ਼ਿਸ਼ ਕਿਸੇ ਵੱਡੇ ਭਾਗਾਵਾਲੇ ਤੋਂ ਹੀ ਹੁੰਦੀ ਹੈ । ਜਦੋਂ ਤੂੰ ਸੰਤ ਸਰੂਪ ਵਾਲੇ ਗੁਣ ਧਾਰਨ ਕਰਕੇ, ਪ੍ਰਭ ਦੀ ਬੰਦਗੀ ਕਰੇਗਾ, ਤਾ ਤੈਨੂੰ ਕੋਈ ਮੁਸ਼ਕਲ ਪਰੇਸ਼ਾਨ ਨਹੀਂ ਕਰੇਗੀ । ਜਦੋਂ ਤੂੰ ਬਾਕੀ ਤਰੀਕੇ ਤਿਆਗਕੇ ਸੰਤਾਂ ਵਾਲੇ ਤਰੀਕੇ ਧਾਰਨ ਕਰ ਲਵੇਗਾ ਤਾ ਤੈਨੂੰ ਪ੍ਰਭ ਦਾ ਆਸਰਾ ਆਪਣੇ ਆਪ ਹੀ ਬਖਸ਼ਿਸ਼ ਹੋ ਜਾਵੇਗਾ । ਤੇਰੀ ਕੋਈ ਹੋਰ ਭਟਕਣ ਨਹੀਂ ਹੋਵੇਗੀ ।

You should make the teachings of His true devotee as the basis for day-to-day life. Whosoever may adopt these virtues as the guiding principle of life; you should consider and treat him as the symbol of The True Master and serve him wholeheartedly. Only with great fortune; the opportunity to association and meditate with His true devotee may be blessed. Whosoever may adopt the life experience teachings of His true devotee in his own day-to-day life; no worldly temptations may frustrate him in day-to-day life. You should abandon all other methods of meditation and adopt the way of life of His true devotee; with His mercy and grace, all your frustration may be eliminated from your worldly life.6

ਅਸਟਪਦੀ॥ Asatpadee. (15 -7)

ਮਿਰਤਕ ਕਉ, ਜੀਵਾਲਨਹਾਰ॥	mirtak ka-o jeevaalanhaar.
ਭੂਖੇ ਕਉ, ਦੇਵਤ ਅਧਾਰ॥	bhookhay ka-o dayvat aDhaar.
ਸਰਬ ਨਿਧਾਨ, ਜਾ ਕੀ ਦ੍ਰਿਸਟੀ ਮਾਹਿ॥	sarab niDhaan jaa kee daristee maahi.
ਪੁਰਬ ਲਿਖੇ, ਕਾ ਲਹਣਾ ਪਾਹਿ॥	purab likhay kaa lahnaa paahi.
ਸਭੁ ਕਿਛੁ ਤਿਸ ਕਾ, ਓਹੁ ਕਰਨੈ ਜੋਗੁ॥	sabh kichh tis kaa oh karnai jog.
ਤਿਸੁ ਬਿਨੁ ਦੂਸਰ, ਹੋਆ ਨ ਹੋਗੁ॥	tis bin doosar ho-aa na hog.
ਜਪਿ ਜਨ, ਸਦਾ ਸਦਾ ਦਿਨੁ ਰੈਣੀ॥	jap jan sadaa sadaa din rainee.

ਸਭ ਤੇ ਉਚ, ਨਿਰਮਲ ਇਹ ਕਰਣੀ॥

ਕਰਿ ਕਿਰਪਾ, ਜਿਸ ਕਉ ਨਾਮੁ ਦੀਆਂ॥

ਨਾਨਕ ਸੋ ਜਨ, ਨਿਰਮਲੁ ਥੀਆ॥੭॥

sabh tay ooch nirmal ih karnee.

kar kirpaa jis ka-o naam dee-aa.

naanak so jan nirmal thee-aa. ||7||

ਉਹ ਪ੍ਰਭ, ਮੁਰਦੇ ਨੂੰ ਜੀਉਂਦਾ ਕਰ ਸਕਦਾ ਹੈ, ਭੁੱਖੇ ਨੂੰ ਖਾਣੇ ਦਾ ਵਸੀਲਾ ਦੇਂਦਾ ਹੈ । ਸਾਰੀ ਸ੍ਰਿਸ਼ਟੀ ਹੀ ਉਸ ਦੀ ਨਜ਼ਰ ਥੱਲੇ ਹੈ, ਹੁਕਮ ਅੰਦਰ ਹੈ । ਜੀਵ ਆਪਣੇ ਪਹਿਲੇ ਜਨਮ ਦੇ ਕੀਤੇ ਹੋਏ ਕਰਮਾਂ ਦਾ ਹੀ ਫਲ ਭੋਗਦਾ ਹੈ । ਪ੍ਰਭ ਸਭ ਕੁਝ ਹੀ ਕਰਦਾ ਹੈ, ਕਰਨੇ ਜੋਗਾ ਹੈ, ਹੋਰ ਕੋਈ ਦੂਜਾ, ਕੁਝ ਨਹੀਂ ਕਰ ਸਕਦਾ ਹੈ । ਦਿਨ ਰਾਤ ਉਸ ਪ੍ਰਭ ਨੂੰ ਚਿਤ ਵਿੱਚ ਰਖੋ! ਉਸ ਦਾ ਸਿਮਰਨ ਕਰੋ! ਇਹ ਹੀ ਸਭ ਤੋਂ ਉਤਮ, ਨਿਰਮਲ ਕਰਮ ਹੈ । ਪ੍ਰਭ ਆਪਣੀ ਕ੍ਰਿਪਾ ਨਾਲ ਹੀ ਜਿਸ ਜੀਵ ਨੂੰ ਸ਼ਬਦ ਜਪਣ ਦੀ ਲਗਨ ਲਾਉਂਦਾ ਹੈ । ਕੇਵਲ ਉਹ ਹੀ ਸ਼ਬਦ ਦਾ ਸਿਮਰਨ ਕਰਕੇ ਆਪਣਾ ਮਾਨਸ ਯਾਤਰਾ ਸਫਲ ਕਰ ਜਾਂਦਾ ਹੈ ।

Keep in mind! Even the dead may walk again with His Blessed Vision. He provides the sources of food for a hungry and helpless. All universes are under His Command and care. You should endure all worldly miseries as the reward of your previous life deeds. The Omnipotent True Master prevails in everything in the universe; no one else even exist without His Command. You should wholeheartedly meditate on the teachings of His Word; this may be a unique and supreme chore in human life. Whosoever may be attached to meditate on the teachings of His Word; only he may stay steady and stable on the right path adopting the teachings of His Word. He may be blessed with success in his human life journey.7

ਅਸਟਪਦੀ॥ Asatpadee. (15 -8)

ਜਾ ਕੈ ਮਨਿ, ਗੁਰ ਕੀ ਪਰਤੀਬਿ॥

ਤਿਸੁ ਜਨ ਆਵੈ, ਹਰਿ ਪ੍ਰਭੁ ਚੀਬਿ॥

ਭਗਤੁ ਭਗਤੁ, ਸੁਨੀਐ ਤਿਹੁ ਲੋਇ॥

ਜਾ ਕੈ ਹਿਰਦੈ, ਏਕੋ ਹੋਇ॥

ਸਚੁ ਕਰਣੀ, ਸਚੁ ਤਾ ਕੀ ਰਹਤ॥

ਸਚੁ ਹਿਰਦੈ, ਸਤਿ ਮੁਖਿ ਕਹਤ॥

ਸਾਚੀ ਦ੍ਰਿਸਟਿ, ਸਾਚਾ ਆਕਾਰੁ॥

ਸਚੁ ਵਰਤੈ, ਸਾਚਾ ਪਾਸਾਰੁ॥

ਪਾਰਬ੍ਰਹਮੁ ਜਿਨਿ, ਸਚੁ ਕਰਿ ਜਾਤਾ॥

ਨਾਨਕ ਸੋ ਜਨੁ, ਸਚਿ ਸਮਾਤਾ॥੮॥੧੫॥

jaa kai man gur kee parteet.

tis jan aavai har parabh cheet.

bhagat bhagat sunee-ai tihu lo-ay.

jaa kai hirdai ayko ho-ay.

sach karnee sach taa kee rahat.

sach hirdai sat mukh kahat.

saachee darisat saachaa aakaar.

sach vartai saachaa paasaar.

paarbarahm jin sach kar jaataa.

naanak so jan sach samaataa. ||8||15|

ਜਿਸ ਜੀਵ ਦੇ ਮਨ ਵਿੱਚ ਉਸ ਦੀ ਹੋਂਦ, ਭਾਣੇ ਤੇ ਭਰੋਸਾ ਹੁੰਦਾ ਹੈ । ਉਸ ਦੇ ਹਿਰਦੇ ਵਿੱਚ ਪ੍ਰਭ ਹਰ ਵੇਲੇ ਜਾਗਰਤ ਰਹਿੰਦਾ, ਵਸਣ ਲਗ ਪੈਂਦਾ ਹੈ । ਜਿਸ ਜੀਵ ਦੇ ਹਿਰਦੇ ਵਿੱਚ ਸ਼ਬਦ ਦੀ ਸਿਖਿਆ ਘਰ ਕਰ ਜਾਂਦੀ ਹੈ, ਉਹ ਜੀਵ ਸੰਤ ਸਰੂਪ ਬਣ ਜਾਂਦਾ ਹੈ । ਉਸ ਜੀਵ ਦੇ ਕੰਮ, ਸ੍ਰਿਸ਼ਟੀ ਦੀ ਭਲਾਈ ਵਾਲੇ, ਇਨਸਾਫ ਦੇ ਅਧਾਰ ਤੇ ਹੁੰਦੇ ਹਨ । ਉਸ ਜੀਵ ਦੀ ਜੀਭ ਤੋਂ ਹਮੇਸ਼ਾਂ ਸੱਚ ਹੀ ਨਿਕਲਦਾ ਹੈ । ਉਸ ਨੂੰ ਕਿਸੇ ਮਾਣ ਜਾ ਅਭਿਮਾਨ ਦਾ ਕੋਈ ਲਾਲਚ ਨਹੀਂ ਹੁੰਦਾ । ਉਸ ਨੂੰ ਹਰ ਪਾਸੇ ਹੀ ਪ੍ਰਭ ਦੀ ਜੋਤ ਦਾ ਪਸਾਰਾ ਹੀ ਨਜ਼ਰ ਆਉਂਦਾ ਹੈ । ਉਹ ਪ੍ਰਭ ਦੇ ਸ਼ਬਦ ਦਾ ਸਨੇਹਾ, ਉਪਦੇਸ਼ ਹੀ ਸਾਰਿਆਂ ਨੂੰ ਦੇਂਦੀ ਹੈ । ਜਿਹੜੇ ਜੀਵ ਨੇ ਪ੍ਰਭ ਨੂੰ ਅਟਲ ਹੋਂਦ ਜਾਣ ਕੇ ਮੰਨ ਲਿਆ । ਉਸ ਦੇ ਭਾਣੇ ਨੂੰ ਅਟਲ ਕਬੂਲ ਕਰ ਲਿਆ । ਉਹ ਜੀਵ, ਪ੍ਰਭ ਦੀ ਜੋਤ ਵਿੱਚ ਹੀ ਲੀਨ, ਅਭੇਦ ਹੋ ਜਾਂਦਾ ਹੈ ।

Whosoever has a steady and stable belief on the existence of The True Master, His Holy Spirit; he always remains awake and alert all time. Whosoever remains drenched with the essence of His Word; he may be blessed with the state of mind of as His true devotee. All his deeds remain for the welfare of His Creation and based on justice. His tongue always speaks the truth and no falsehood, hypocrisy in his life. He does not have any greed for worldly appreciation for his any deeds. He may visualize only The True Master prevails everywhere in each task. He believes that the whole creation is an expansion of His Holy Spirit. He preaches the message of His Word to everyone in the universe. Whosoever may accept the existence of The True Master as an axiom. He may accept the teachings of His Word as an Ultimate Command; he may remain intoxicated in meditation in the void of His Word. He may be immersed in His Holy Spirit8

16. ਸਲੋਕੁ॥ 16॥ (283)

ਰੂਪੁ ਨ, ਰੇਖ ਨ, ਰੰਗੁ ਕਿਛੁ,	roop na raykh na rang kichh
ਤ੍ਰਿਹੁ ਗੁਣ ਤੇ ਪ੍ਰਭ ਭਿੰਨ॥	tarihu gun tay parabh bhinn.
ਤਿਸਹਿ ਬੁਝਾਏ, ਨਾਨਕਾ,	tiseh bujhaa-ay naankaa
ਜਿਸੁ ਹੋਵੈ ਸੁਪ੍ਰਸੰਨ॥	jis hovai suparsan. ‖1‖

ਅਟਲ ਹੋਂਦ, ਪ੍ਰਭ ਤਿੰਨਾਂ ਪਛਾਣਾਂ (ਆਕਾਰ, ਰੂਪ, ਜੀਵ ਦੀ ਕਿਸਮ) ਤੋਂ ਰਹਿਤ ਹੈ । ਜਿਸ ਤੇ ਪ੍ਰਭ ਪ੍ਰਸੰਨ ਹੁੰਦਾ ਹੈ, ਉਸ ਨੂੰ ਇਸ ਦੀ ਸੋਝੀ ਬਖਸ਼ਦਾ ਹੈ ।

The True Master is beyond the known three recognition of the universe like form, color, and kind of creature. Whose meditation appeases The True Master; he may be blessed with the enlightenment of His Nature.1

ਅਸਟਪਦੀ॥ Asatpadee. (16 -1)

ਅਬਿਨਾਸੀ ਪ੍ਰਭੁ, ਮਨ ਮਹਿ ਰਾਖੁ॥	abhinaasee parabh man meh raakh.
ਮਾਨੁਖ ਕੀ, ਤੂ ਪ੍ਰੀਤਿ ਤਿਆਗੁ॥	maanukh kee too pareet ti-aag.
ਤਿਸ ਤੇ ਪਰੈ ਨਾਹੀ, ਕਿਛੁ ਕੋਇ॥	tis tay parai naahee kichh ko-ay.
ਸਰਬ ਨਿਰੰਤਰਿ, ਏਕੋ ਸੋਇ॥	sarab nirantar ayko so-ay.
ਆਪੇ ਬੀਨਾ, ਆਪੇ ਦਾਨਾ॥	aapay beenaa aapay daanaa.
ਗਹਿਰ ਗੰਭੀਰੁ, ਗਹੀਰੁ ਸੁਜਾਨਾ॥	gahir gambheer gaheer sujaanaa.
ਪਾਰਬ੍ਰਹਮ, ਪਰਮੇਸੁਰ, ਗੋਬਿੰਦ॥	paarbarahm parmaysur gobind.
ਕ੍ਰਿਪਾ ਨਿਧਾਨ, ਦਇਆਲ ਬਖਸੰਦ॥	kirpaa niDhaan da-i-aal bakhsand.
ਸਾਧ ਤੇਰੇ ਕੀ, ਚਰਨੀ ਪਾਉ॥	saaDh tayray kee charnee paa-o.
ਨਾਨਕ ਕੈ ਮਨਿ, ਇਹੁ ਅਨਰਾਉ॥੧॥	naanak kai man ih anraa-o. ‖1‖

ਪ੍ਰਭ ਦੇ ਸ਼ਬਦ ਨੂੰ ਹਮੇਸ਼ਾਂ ਹੀ ਆਪਣੇ ਮਨ ਵਿੱਚ, ਧਿਆਨ ਵਿੱਚ ਰਖੋ! ਸੰਸਾਰਕ ਸਬੰਧਾ ਦਾ ਅਭਿਮਾਨ, ਆਸਰਾ, ਪ੍ਰੀਤ ਸਭ ਝੂਠੀ ਹੀ ਹੈ । ਪ੍ਰਭ ਦਾ ਹੁਕਮ ਹੀ ਸਾਰੀ ਸ੍ਰਿਸ਼ਟੀ ਤੇ ਚਲਦਾ ਹੈ, ਉਸ ਤੋਂ ਹੋਰ ਕੋਈ ਤਾਕਤਵਾਲਾ ਨਹੀਂ ਹੈ । ਉਹ ਹੀ ਸਭ ਵਿੱਚ ਪ੍ਰਵੇਸ ਕਰਦਾ, ਵਸਦਾ ਹੈ । ਹਰਇਕ ਕਰਤਬ ਦੇਖਦਾ, ਜਾਣਦਾ ਹੈ, ਸ਼ਬਦ ਬਹੁਤ ਹੀ ਡੂੰਘਾ ਹੈ, ਮਾਨਸ ਪੂਰਨ ਤਰ੍ਹਾਂ ਸਮਝ ਨਹੀਂ ਸਕਦਾ । ਪ੍ਰਭ ਸਭ ਕਰਤਬਾਂ ਦਾ ਮਾਲਕ ਹੈ, ਸਭ ਕੁਝ ਉਸ ਦੀ ਕ੍ਰਿਪਾ ਨਾਲ ਹੀ ਹੁੰਦਾ ਹੈ । ਜਿਸ ਦੇ ਮਨ ਵਿੱਚ ਪ੍ਰਭ ਦਾ ਸ਼ਬਦ ਵਸਦਾ ਹੈ, ਜੀਵਨ ਦਾ ਢੰਗ ਸ਼ਬਦ ਅਨੁਸਾਰ ਹੁੰਦਾ ਹੈ, ਉਸ ਸੰਤ ਸਰੂਪ ਦੇ ਜੀਵਨ ਨੂੰ ਆਪਣੇ ਜੀਵਨ ਦਾ ਅਧਾਰ ਬਣਾਵੋ! ।

You should always keep steady and stable belief on the existence of The True Master; you should not boast or pride of your worldly status and relationship. You should not depend on anyone or attach any emotions and bonds with anyone in the universe. No one else may be more powerful than The True Master nor comparable with His Greatness. Everyone remains under His Command all time. His Holy Spirit remains embedded within each soul and dwells in the body of each creature; prevails in every activity of his life and in the universe. The Omniscient True Master monitors each event in the universe. The teachings, message of His Word may be deep and mysterious and beyond the comprehension of His Creation. The True Treasure of all pleasures and everything happens with His blessings and under His Command. You should always adopt the way of life of His true devotee as the guiding principle of your life; who may be drenched with the enlightenment of His Word.1

ਅਸਟਪਦੀ॥ Asatpadee. (16-2)

ਮਨਸਾ ਪੂਰਨ, ਸਰਨਾ ਜੋਗ॥	mansaa pooran sarnaa jog.
ਜੋ ਕਰਿ ਪਾਇਆ, ਸੋਈ ਹੋਗੁ॥	jo kar paa-i-aa so-ee hog.
ਹਰਨ ਭਰਨ ਜਾ ਕਾ, ਨੇਤ੍ਰ ਫੋਰੁ॥	haran bharan jaa kaa naytar for.
ਤਿਸ ਕਾ ਮੰਤ੍ਰ, ਨ ਜਾਨੈ ਹੋਰੁ॥	tis kaa mantar na jaanai hor.
ਅਨਦ ਰੂਪ ਮੰਗਲ, ਸਦ ਜਾ ਕੈ॥	anad roop mangal sad jaa kai.
ਸਰਬ ਥੋਕ ਸੁਨੀਅਹਿ, ਘਰਿ ਤਾ ਕੈ॥	sarab thok sunee-ah ghar taa kai.
ਰਾਜ ਮਹਿ ਰਾਜੁ, ਜੋਗ ਮਹਿ ਜੋਗੀ॥	raaj meh raaj jog meh jogee.
ਤਪ ਮਹਿ ਤਪੀਸਰੁ, ਗ੍ਰਿਹਸਤ ਮਹਿ ਭੋਗੀ॥	tap meh tapeesargarihsat meh bhogee.
ਧਿਆਇ ਧਿਆਇ, ਭਗਤਹ ਸੁਖੁ ਪਾਇਆ॥	dhi-aa-ay Dhi-aa-aybhagtah sukh paa-i-aa.
ਨਾਨਕ ਤਿਸੁ ਪੁਰਖ ਕਾ, ਕਿਨੈ ਅੰਤੁ ਨ ਪਾਇਆ॥੨॥	naanak tis purakh kaa kinai ant na paa-i-aa. ||2||

ਪ੍ਰਭ ਸਭ ਇਛਾਂ ਪੂਰੀਆਂ ਕਰਨ ਵਾਲਾ ਮਾਲਕ ਹੈ, ਉਹ ਕੁਝ ਹੀ ਹੁੰਦਾ ਹੈ ਜੋ ਉਸ ਨੂੰ ਮਨਜ਼ੂਰ ਹੁੰਦਾ ਹੈ । ਕਿਸੇ ਵੀ ਜੀਵ, ਚੀਜ਼ ਨੂੰ ਇਕ ਪਲ ਵਿੱਚ ਹੀ ਬਣਾ ਸਕਦਾ, ਖਤਮ ਕਰ ਸਕਦਾ ਹੈ । ਉਸ ਦੀ ਕਰਾਮਾਤ ਨੂੰ ਹੋਰ ਕੋਈ ਜਾਣ ਨਹੀਂ ਸਕਦਾ, ਉਹ ਕਿਉਂ, ਕਿਵੇਂ ਕਰਦਾ ਹੈ? ਉਹ ਸਦਾ ਹੀ ਰਹਿਣ ਵਾਲਾ ਮੰਗਲ ਸਰੂਪ ਹੈ, ਉਸ ਦੇ ਘਰ ਵਿੱਚ, ਕਾਬੂ ਵਿੱਚ ਹਰਇਕ ਕਰਾਮਾਤ, ਕਰਤਬ ਹਨ, ਸਭ ਕੁਝ ਉਸ ਦੇ ਹੁਕਮ ਵਿੱਚ ਹੀ ਹੈ । ਉਹ ਰਾਜਿਆਂ ਵਿੱਚ ਸਭ ਤੋਂ ਵੱਡਾ ਰਾਜਾ ਹੈ, ਭਗਤਾ ਵਿੱਚ ਸਭ ਤੋਂ ਵੱਡਾ ਭਗਤ ਹੈ । ਤਪੱਸਿਆਂ ਵਿੱਚ ਸਭ ਤੋਂ ਵੱਡਾ ਤਪਸਵੀ, ਗ੍ਰਿਸਤੀਆਂ ਵਿੱਚ ਸਭ ਤੋਂ ਵੱਡਾ ਗ੍ਰਿਸਤੀ ਹੈ । ਦਾਸ ਨੂੰ ਬੰਦਗੀ ਕਰਦੇ ਕਰਦੇ ਪ੍ਰਭ ਦੀ ਰਹਿਮਤ ਦਾ ਸੁਖ ਬਖਸ਼ਿਸ਼ ਹੋ ਜਾਂਦਾ ਹੈ । ਪਰ ਉਸ ਦਾ ਅੰਤ ਜਾ ਅੰਦਾਜ਼ਾ, ਕੋਈ ਨਹੀਂ ਜਾਣ ਸਕਦਾ, ਪਾ ਸਕਦਾ ।

The Omnipotent True Master can satisfy all wishes of mind and everything happens under His Command with His mercy and grace. He may make or break anything in the universe in a twinkle of eyes. No one can fully comprehend His Miracles! Why and how may He perform all miracle, events in the universe? He is the true sanctifying pillar of enlightenment forever. Everything in the universe is under His Command. He is The King of Kings; the Guru of worldly gurus of the universe. He is a unique and the greatest devotee and the greatest worldly human. His true devotees meditate with steady and stable belief on the teachings of His Word. He may enter the void of His Word; he may be blessed with all comforts in his life. No one can comprehend of the limits of any of His miracles, His blessings.

ਅਸਟਪਦੀ॥ Asatpadee. (16 -3)

ਜਾ ਕੀ ਲੀਲਾ ਕੀ, ਮਿਤਿ ਨਾਹਿ॥	jaa kee leelaa kee mit naahi.
ਸਗਲ ਦੇਵ, ਹਾਰੇ ਅਵਗਾਹਿ॥	sagal dayv haaray avgaahi.
ਪਿਤਾ ਕਾ ਜਨਮੁ, ਕਿ ਜਾਨੈ ਪੂਤੁ॥	pitaa kaa janam ke jaanai poot.
ਸਗਲ ਪਰੋਈ, ਅਪੁਨੈ ਸੂਤਿ॥	sagal paro-ee apunai soot.
ਸੁਮਤਿ ਗਿਆਨੁ, ਧਿਆਨੁ ਜਿਨ ਦੇਇ॥	sumat gi-aan Dhi-aan jin day-ay.
ਜਨ ਦਾਸ, ਨਾਮੁ ਧਿਆਵਹਿ ਸੇਇ॥	jan daas naam Dhi-aavahi say-ay.
ਤਿਹੁ ਗੁਣ ਮਹਿ, ਜਾ ਕਉ ਭਰਮਾਏ॥	tihu gun meh jaa ka-o bharmaa-ay.
ਜਨਮਿ ਮਰੈ, ਫਿਰਿ ਆਵੈ ਜਾਏ॥	janam marai fir aavai jaa-ay.
ਊਚ ਨੀਚ, ਤਿਸ ਕੇ ਅਸਥਾਨ॥	ooch neech tis kay asthaan.
ਜੈਸਾ ਜਨਾਵੈ, ਤੈਸਾ ਨਾਨਕ ਜਾਨ॥੩॥	jaisaa janaavai taisaa naanak jaan. ||3||

ਉਸ ਦੇ ਰਚਾਏ ਹੋਏ ਖੇਲਾਂ ਦਾ ਕੋਈ ਅੰਤ ਨਹੀਂ ਹੈ । ਕਈ ਉਸ ਦਾ ਅੰਤ ਜਾਣਨ ਦੀ ਕੋਸ਼ਿਸ਼ ਕਰਦੇ ਰਹਿੰਦੇ ਹਨ । ਸੰਸਾਰ ਵਿੱਚ ਆਪਣਾ ਜੀਵਨ ਭੋਗਕੇ ਚਲੇ ਜਾਂਦੇ, ਮਰ ਜਾਂਦੇ ਹਨ । ਜਿਵੇਂ ਪਿਤਾ ਦੇ

ਜਨਮ ਬਾਬਤ ਉਸ ਦਾ ਬੱਚ ਪੂਰਨ ਤਰ੍ਹਾਂ ਨਹੀਂ ਜਾਣ ਸਕਦਾ । ਇਸਤਰ੍ਹਾਂ ਮਾਨਸ ਅਸਲੀ ਮਾਲਕ, ਪ੍ਰਭ ਦੀ ਹੋਂਦ ਨੂੰ ਪੂਰਨ ਤੌਰ ਤੇ ਜਾਣ ਨਹੀਂ ਸਕਦਾ । ਇਹ ਸਾਰੀ ਸ੍ਰਿਸ਼ਟੀ ਹੀ ਉਸ ਨੇ ਆਪਣੀ ਲੜੀ ਵਿੱਚ ਪਰੋਈ ਹੈ, ਆਪਣੀ ਲਗਨ ਵਿੱਚ ਲਾਈ ਹੈ । ਜਿਸ ਤੇ ਕ੍ਰਿਪਾ ਕਰਕੇ ਬੰਦਗੀ ਕਰਨ ਦੀ ਲਗਨ ਲਾਉਂਦਾ ਹੈ, ਉਹ ਹੀ ਸਿਮਰਨ ਕਰ ਸਕਦਾ ਹੈ । ਜਿਹਨਾਂ ਜੀਵਾਂ ਨੂੰ ਪ੍ਰਭ ਰੂਪ, ਰੰਗ, ਅਕਾਰ ਦੇ ਭੁਲੇਖਿਆ ਵਿੱਚ ਪਾਈ ਰਖਦਾ ਹੈ, ਉਹ ਜੀਵ ਇਸ ਜਨਮ ਮਰਨ ਦੇ ਚੱਕਰ ਵਿੱਚ ਹੀ ਭਉਦੇ ਰਹਿੰਦੇ ਹਨ । ਚੰਗੇ ਜਾ ਨੀਚ ਕਰਮ ਉਸ ਦੇ ਹੱਥ ਵਿੱਚ ਹੀ ਹਨ । ਜਿਸ ਤੇ ਰਹਿਮਤ ਬਖਸ਼ਦਾ ਹੈ, ਉਸ ਨੂੰ ਹੀ ਗਿਆਨ, ਆਪਣੀ ਜਾਣਕਾਰੀ ਬਖਸ਼ਦਾ ਹੈ ।

No one can know the end of His designed play of the universe. Several keep searching, trying to understand the limit of any of His action; they spend their blessed human life span and change robe, body. As the child may not fully comprehend the environments, events, and the birth of his father; same way the nature of The True Master may not be fully comprehended by His Creation. He has tied the whole universe with the rope of His Word and all creatures under the command of His Word. Whosoever may be blessed to meditate on the teachings of His Word; he may adopt the teachings of His Word with steady and stable belief in day-to-day life. Whosoever may be indulged into the suspicions of form, color, and beauty; he may remain in the suspicions and in the cycle of birth and death. All good and evil deeds are performed under His Command. Whosoever may be blessed with His mercy and grace; he may be enlightened with the essence of His Nature. 3

ਅਸਟਪਦੀ॥ Asatpadee. (16 -4)

ਨਾਨਾ ਰੂਪ, ਨਾਨਾ ਜਾ ਕੇ ਰੰਗ॥	naanaa roop naanaa jaa kay rang.
ਨਾਨਾ ਭੇਖ, ਕਰਹਿ ਇਕ ਰੰਗ॥	naanaa bhaykh karahi ik rang.
ਨਾਨਾ ਬਿਧਿ, ਕੀਨੋ ਬਿਸਥਾਰੁ॥	naanaa biDh keeno bisthaar.
ਪ੍ਰਭੁ ਅਬਿਨਾਸੀ, ਏਕੰਕਾਰੁ॥	parabh abhinaasee aykankaar.
ਨਾਨਾ ਚਲਿਤ, ਕਰੇ ਖਿਨ ਮਾਹਿ॥	naanaa chalit karay khin maahi.
ਪੂਰਿ ਰਹਿਓ, ਪੂਰਨੁ ਸਭ ਠਾਇ॥	poor rahi-o pooran sabh thaa-ay.
ਨਾਨਾ ਬਿਧਿ, ਕਰਿ ਬਨਤ ਬਨਾਈ॥	naanaa biDh kar banat banaa-ee.
ਅਪਨੀ ਕੀਮਤਿ, ਆਪੇ ਪਾਈ॥	apnee keemat aapay paa-ee.
ਸਭ ਘਟ ਤਿਸ ਕੇ, ਸਭ ਤਿਸ ਕੇ ਠਾਉ॥	sabh ghat tis kay sabh tis kay thaa-o.
ਜਪਿ ਜਪਿ ਜੀਵੈ, ਨਾਨਕ ਹਰਿ ਨਾਉ॥੪॥	jap jap jeevai naanak har naa-o. ||4||

ਪ੍ਰਭ ਦੇ ਅਨੇਕਾਂ ਹੀ ਅਕਾਰ, ਅਨੇਕਾਂ ਹੀ ਰੰਗ, ਅਨੇਕਾਂ ਹੀ ਵੇਸ ਹਨ, ਅਨੇਕਾਂ ਹੀ ਕਰਤਬ ਕਰਦਾ ਹੈ । ਅਨੇਕਾਂ ਹੀ ਪਾਸੇ, ਅਨੇਕਾਂ ਹੀ ਤਰ੍ਹਾਂ ਆਪਣੇ ਆਪ ਨੂੰ ਵਧਾਉਂਦਾ, ਪਸਾਰਦਾ ਹੈ । ਉਹ ਹੀ ਹਮੇਸ਼ਾਂ ਰਹਿਣ ਵਾਲਾ ਅਟਲ ਸ੍ਰਿਸ਼ਟੀ ਨੂੰ ਸਾਜਨ ਵਾਲਾ ਮਾਲਕ ਹੈ । ਇਕ ਪਲ ਵਿੱਚ ਅਨੇਕਾਂ ਹੀ ਕੌਤਕ, ਕਰਤਬ ਕਰ ਦੇਂਦਾ ਹੈ, ਹਰਇਕ ਕਰਾਮਾਤ ਪੂਰਨ ਹੀ ਹੁੰਦੀ ਹੈ । ਅਨੇਕਾਂ ਪ੍ਰਕਾਰ ਦੀ ਸ੍ਰਿਸ਼ਟੀ ਸਾਜੀ ਹੈ ਅਤੇ ਇਸ ਦੀ ਮਹੱਤਤਾ ਵੀ ਆਪ ਹੀ ਜਾਣਦਾ ਹੈ । ਹਰਇਕ ਜੀਵ ਦੇ ਹਿਰਦੇ ਵਿੱਚ ਵਸਦਾ ਹੈ । ਸਭ ਹੀ ਸ਼ਬਦ ਦੀ ਪਾਲਣਾ ਵਿੱਚ ਅਡੋਲ ਹੋ ਕੇ ਮਾਨਸ ਜਨਮ ਸਫਲ ਕਰ ਸਕਦੇ ਹਨ ।

The True Master has unlimited number of forms, colors, and beauties; He may perform unlimited number of miracles in the universe. He expands His Holy Spirit by unlimited ways and techniques; however, He remains steady and stable forever; The True Master, Creator of the universe. He performs unlimited events and miracles perfectly in a twinkle of eyes. He has created unlimited universes and only He knows the true significance and, purpose of these creations. His Holy Spirit remains embedded within each soul and dwells with his body. Everyone may wholeheartedly adopt the teachings of His Word and he may be saved, immersed in His Holy Spirit 4

ਅਸਟਪਦੀ॥ Asatpadee. (16 -5)

ਨਾਮ ਕੇ ਧਾਰੇ, ਸਗਲੇ ਜੰਥ॥ naam kay Dhaaray saglay jant.
ਨਾਮ ਕੇ ਧਾਰੇ, ਖੰਡ ਬ੍ਰਹਮੰਡ॥ naam kay Dhaaray khand barahmand.
ਨਾਮ ਕੇ ਧਾਰੇ, ਸਿਮ੍ਰਿਤਿ ਬੇਦ ਪੁਰਾਨ॥ naam kay Dhaaray simrit bayd puraan.
ਨਾਮ ਕੇ ਧਾਰੇ, ਸੁਨਨ ਗਿਆਨ ਧਿਆਨ॥ naam kay Dhaaray sunan gi-aan Dhi-aan.
ਨਾਮ ਕੇ ਧਾਰੇ, ਆਗਾਸ ਪਾਤਾਲ॥ naam kay Dhaaray aagaas paataal.
ਨਾਮ ਕੇ ਧਾਰੇ, ਸਗਲ ਆਕਾਰ॥ naam kay Dhaaray sagal aakaar.
ਨਾਮ ਕੇ ਧਾਰੇ, ਪੁਰੀਆ ਸਭ ਭਵਨ॥ naam kay Dhaaray puree-aa sabh bhavan.
ਨਾਮ ਕੈ ਸੰਗਿ, ਉਧਰੇ ਸੁਨਿ ਸ੍ਰਵਨ॥ naam kai sang uDhray sun sarvan.
ਕਰਿ ਕਿਰਪਾ, ਜਿਸੁ ਆਪਨੈ ਨਾਮਿ ਲਾਏ॥ kar kirpaa jis aapnai naam laa-ay.
ਨਾਨਕ ਚਉਥੇ ਪਦ ਮਹਿ, naanak cha-uthay pad meh
ਸੋ ਜਨੁ ਗਤਿ ਪਾਏ॥੫॥ so jan gat paa-ay. ||5||

ਪ੍ਰਭ ਨੇ ਸ਼ਬਦ ਦੇ ਅਧਾਰ ਤੇ ਹੀ ਸ੍ਰਿਸ਼ਟੀ ਸਾਜੀ, ਸਾਰਾ ਬ੍ਰਹਮੰਡ ਬਣਾਇਆ ਹੈ, ਚਲਦਾ ਹੈ । ਸ਼ਬਦ ਦੇ ਅਧਾਰ ਤੇ ਹੀ ਅਨੇਕਾਂ ਧਾਰਮਕ ਕਿਤਾਬਾਂ, ਕੁਰਾਨ, ਪੁਰਾਨ, ਗ੍ਰੰਥ ਬਣਾਏ ਹਨ । ਉਸ ਸ਼ਬਦ ਨੂੰ ਸੁਣ ਕੇ, ਵਿਚਾਰ ਕੇ, ਜੀਵ ਸੂਝਵਾਨ ਬਣ ਜਾਂਦੇ ਹਨ, ਰੁਹਾਨੀ ਸੋਝੀ ਬਖਸ਼ਿਸ਼ ਹੋ ਜਾਂਦੀ ਹੈ । ਸ਼ਬਦ ਦੇ ਅਧਾਰ ਤੇ ਹੀ ਸਾਰੇ ਅਕਾਸ਼, ਪਤਾਲ ਵਿੱਚ ਰਹਿਣ ਵਾਲੇ ਜੀਵ ਜੰਤ ਪੈਦਾ ਕੀਤੇ ਹਨ । ਇਹਨਾਂ ਨੂੰ ਵੱਖਰੇ ਵੱਖਰੇ ਅਕਾਰ, ਸ਼ਕਲ, ਸੂਰਤ, ਬੋਲੀ ਬਖਸ਼ੀ ਹੈ । ਸ਼ਬਦ ਦੇ ਅਧਾਰ ਤੇ ਹੀ ਸਾਰਾ ਸੰਸਾਰ ਚਲਦਾ ਹੈ । ਜਿਹੜਾ ਵੀ ਸ਼ਬਦ ਦੀ ਧੁਨ ਸੁਣਦਾ ਹੈ, ਉਸ ਦੀ ਬਿਰਤੀ ਇਕਾਗਰ ਹੋ ਜਾਂਦੀ ਹੈ । ਪ੍ਰਭ ਜਿਸ ਤੇ ਕ੍ਰਿਪਾ ਕਰਕੇ ਆਪਣੇ ਸਿਮਰਨ ਵਿੱਚ ਲਗਨ ਲਾਉਂਦਾ ਹੈ । ਉਸ ਨੂੰ ਚੋਥੇਂ ਪਹਿਰ ਵਿੱਚ ਵੀ ਮੁਕਤੀ ਦੇ ਰਸਤੇ ਤੇ ਪਾ ਕੇ ਪ੍ਰਵਾਨਗੀ ਬਖਸ਼ ਦੇਂਦਾ ਹੈ ।

The True Master has created all universes based on the essence His Word. All worldly Holy Scriptures have been written, compiled based on the teachings of His Word. Whosoever may wholeheartedly listen, understand, and adopt the teachings of His Word; he may be enlightened with the spiritual glory of His Word. All His Creations in all universes, in, on, under earth and in sky have been created based on His Word. Each creature has been blessed with different unique form, intelligence, and communication skill. The whole universe operates on the principles, guidance of the teachings of His Word. Whosoever may hear the everlasting echo of His Word; he may become steady and stable on the teachings of His Word. He may remain intoxicated in meditation in the void of His Word. Whosoever may be attached to meditate on the teachings of His Word; he may become steady and stable even in the fourth stage of his life; he may be blessed with the right path and accepted in His Court.5

ਅਸਟਪਦੀ॥ Asatpadee. (16 -6)

ਰੂਪੁ ਸਤਿ ਜਾ ਕਾ, ਸਤਿ ਅਸਥਾਨੁ॥ roop sat jaa kaa sat asthaan.
ਪੁਰਖੁ ਸਤਿ, ਕੇਵਲ ਪਰਧਾਨੁ॥ purakh sat kayval parDhaan.
ਕਰਤੂਤਿ ਸਤਿ, ਸਤਿ ਜਾ ਕੀ ਬਾਣੀ॥ kartoot sat sat jaa kee banee.
ਸਤਿ ਪੁਰਖ, ਸਭ ਮਾਹਿ ਸਮਾਣੀ॥ sat purakh sabh maahi samaanee.
ਸਤਿ ਕਰਮੁ, ਜਾ ਕੀ ਰਚਨਾ ਸਤਿ॥ sat karam jaa kee rachnaa sat.
ਮੂਲੁ ਸਤਿ, ਸਤਿ ਉਤਪਤਿ॥ mool sat sat utpat.
ਸਤਿ ਕਰਣੀ, ਨਿਰਮਲ ਨਿਰਮਲੀ॥ sat karnee nirmal nirmalee.
ਜਿਸਹਿ ਬੁਝਾਏ, ਤਿਸਹਿ ਸਭ ਭਲੀ॥ jisahi bujhaa-ay tiseh sabh bhalee.
ਸਤਿ ਨਾਮੁ, ਪ੍ਰਭ ਕਾ ਸੁਖਦਾਈ॥ sat naam parabh kaa sukh-daa-ee.
ਬਿਸ੍ਵਾਸੁ ਸਤਿ, ਨਾਨਕ, ਗੁਰ ਤੇ ਪਾਈ॥੬॥ bisvaas sat naanak gur tay paa-ee. ||6||

ਪ੍ਰਭ ਦਾ ਰੂਪ, ਹੋਂਦ ਅਟਲ, ਨਾ ਮਿਟਨਵਾਲੀ ਹੈ । ਉਸ ਦਾ ਦਰਬਾਰ ਵੀ ਅਟਲ, ਨਾ ਬਦਲਨ ਵਾਲਾ ਹੈ, ਉਹ ਆਪਣੇ ਆਪ ਵਿੱਚ ਪੂਰਨ ਹੈ । ਉਸ ਨੂੰ ਕੋਈ ਕਰਤਬ ਕਰਨ ਲਈ ਕਿਸੇ ਹੋਰ ਦੀ ਮਦਤ ਦੀ ਲੋੜ ਨਹੀਂ ਹੁੰਦੀ ਹੈ । ਉਹ ਸਭ ਤੋਂ ਸ਼੍ਰੋਮਣੀ, ਉਚਾ, ਵੱਡਾ ਹੈ, ਉਸ ਦੀਆਂ ਕਰਾਮਾਤਾਂ ਵੀ ਅਟਲ ਹਨ । ਸ੍ਰਿਸ਼ਟੀ ਵਿੱਚ ਪ੍ਰਵੇਸ ਵੀ ਕਰਦਾ ਹੈ, ਅਲੋਪ ਵੀ ਹੈ । ਉਸ ਦੇ ਕੰਮ ਵੀ ਇਨਸਾਫ ਦੇ ਅਧਾਰ ਤੇ ਹਨ । ਉਹ ਆਪ ਵੀ ਅਟਲ ਅਤੇ ਸ੍ਰਿਸ਼ਟੀ ਵੀ ਅਸਲੀ ਹੈ, ਬਣਾਉਟੀ ਨਹੀਂ ਹੈ । ਜੀਵਨ ਦਾ ਅਧਾਰ ਪਵਿੱਤਰ ਹੈ, ਉਸ ਵਿੱਚ ਕੋਈ ਦਾਗ਼, ਕਮੀ ਨਹੀਂ ਹੈ । ਜਿਸ ਜੀਵ ਨੂੰ ਇਹ ਸੋਝੀ ਬਖਸ਼ਦਾ ਹੈ, ਉਹ ਭਲਾ ਬਣ ਜਾਂਦਾ, ਮੰਦੇ ਕੰਮ ਨਹੀਂ ਕਰਦਾ । ਉਸ ਦਾ ਭਾਣਾ, ਸ਼ਬਦ ਨਾ ਮਿਟਨਵਾਲਾ, ਅਟਲ ਹੈ । ਅਡੋਲ ਭਰੋਸੇ ਨਾਲ ਸ਼ਬਦ ਦੀ ਪਾਲਣਾ ਕਰਨ ਨਾਲ ਹੀ ਸੁਖ, ਮੁਕਤੀ ਬਖਸ਼ਿਸ ਹੋ ਸਕਦੀ ਹੈ ।

The glory, existence of The True Master is indestructible and an axiom forever. His Court remains axiom and unshakeable, unavoidable, and complete in all respects. The Omnipotent does not need any help or support to perform any of His Task. The Supreme and the greatest of all! All His miracles are unchangeable, true, and not any affrication. He dwells and prevails in the universe in His Creation and he remains beyond the visibility of His Creation. All His Actions are based on justice, unblemished and bondless. Whosoever may be blessed with enlightenment of His Word, he may become Holy and may never involve in any evil deeds. His unchangeable command may be unavoidable and prevails forever. Whosoever may adopt the teachings of His Word with steady and stable belief; with His mercy and grace, he may be blessed with all comforts and salvation in worldly life.6

ਅਸਟਪਦੀ॥ Asatpadee. (16 -7)

ਸਤਿ ਬਚਨ, ਸਾਧੂ ਉਪਦੇਸ॥	sat bachan saaDhoo updays.
ਸਤਿ ਤੇ ਜਨ, ਜਾ ਕੈ ਰਿਦੈ ਪ੍ਰਵੇਸ॥	sat tay jan jaa kai ridai parvays.
ਸਤਿ ਨਿਰਤਿ, ਬੂਝੈ ਜੇ ਕੋਇ॥	sat nirat boojhai jay ko-ay.
ਨਾਮੁ ਜਪਤ, ਤਾ ਕੀ ਗਤਿ ਹੋਇ॥	naam japat taa kee gat ho-ay.
ਆਪਿ ਸਤਿ, ਕੀਆ ਸਭੁ ਸਤਿ॥	aap sat kee-aa sabh sat.
ਆਪੇ ਜਾਨੈ, ਅਪਨੀ ਮਿਤਿ ਗਤਿ॥	aapay jaanai apnee mit gat.
ਜਿਸ ਕੀ ਸ੍ਰਿਸਟਿ, ਸੁ ਕਰਣੈਹਾਰੁ॥	jis kee sarisat so karnaihaar.
ਅਵਰ ਨ ਬੂਝਿ, ਕਰਤ ਬੀਚਾਰੁ॥	avar na boojh karat beechaar.
ਕਰਤੇ ਕੀ ਮਿਤਿ, ਨ ਜਾਨੈ ਕੀਆ॥	kartay kee mit na jaanai kee-aa.
ਨਾਨਕ ਜੋ ਤਿਸੁ ਭਾਵੈ, ਸੋ ਵਰਤੀਆ॥੭॥	naanak jo tis bhaavai so vartee-aa. ‖7‖

ਸੰਤ ਦਾ ਉਪਦੇਸ਼ ਹਮੇਸ਼ਾਂ ਹੀ "ਤੇਰਾ ਭਾਣਾ" ਮੀਠਾ ਲਾਗੇ ਦਾ ਹੁੰਦਾ ਹੈ । ਜਿਸ ਦੇ ਮਨ ਵਿੱਚ ਸੰਤਾਂ ਦਾ ਉਪਦੇਸ਼ ਵਸ ਜਾਂਦਾ ਹੈ, ਉਹ ਜੀਵ ਤਰ ਜਾਂਦਾ ਹੈ । ਜਿਹੜਾ, ਪ੍ਰਭ ਦੇ ਸ਼ਬਦ ਨੂੰ ਸਮਝ ਜਾਂਦਾ ਹੈ, ਉਹ ਸ਼ਬਦ ਦਾ ਸਿਮਰਨ ਕਰਕੇ ਪ੍ਰਵਾਨ ਹੋ ਜਾਂਦੇ ਹਨ । ਪ੍ਰਭ ਦੀ ਹੋਂਦ ਅਟਲ ਹੈ, ਜੋ ਕੁਝ ਵੀ ਪੈਦਾ ਕਰਦਾ ਹੈ, ਉਸ ਦਾ ਕੋਈ ਖਾਸ ਮੰਤਵ ਹੁੰਦਾ ਹੈ । ਉਹ ਆਪ ਹੀ ਸ੍ਰਿਸ਼ਟੀ ਦੀ ਹਾਲਤ ਜਾਣਦਾ ਹੈ । ਪ੍ਰਭ ਆਪਣੀ ਸ੍ਰਿਸ਼ਟੀ ਸਾਜੀ ਦੀ ਪੂਰੀ ਜਾਣਕਾਰੀ ਰਖਦਾ ਹੈ । ਹੋਰ ਕੋਈ ਇਹ ਪੂਰਨ ਤਰ੍ਹਾਂ ਜਾਣ ਨਹੀਂ ਸਕਦਾ । ਹਰਇਕ ਹੀ ਜੀਵ ਸਮਝਣ ਦੀ ਪੂਰੀ ਕੋਸ਼ਿਸ ਕਰਦਾ ਹੈ । ਪ੍ਰਭ ਦੀ ਸ਼ਬਦ ਦੀ ਸੋਝੀ, ਕੇਵਲ ਪ੍ਰਭ ਆਪ ਹੀ ਬਖਸ਼ਦਾ ਹੈ । ਉਸ ਦਾ ਭਾਣਾ ਹੀ ਵਾਪਰਦਾ ਹੈ, ਕੋਈ ਟਾਲ ਨਹੀਂ ਸਕਦਾ ।

His true devotee always preaches the message of His Word. "Your Command may always be soothing" to the mind of your devotee. Whosoever may be drenched with essence of His Word; with His mercy and grace, he may be blessed with right path of salvation. Whosoever may realize and comprehend the true meaning of His Word; he may remain in deep meditation in the void of His Word. He may be accepted in His Court. The existence of Axiom True Master remains steady and stable forever. He always creates a new life with a unique purpose of his life; no one may be born without any true purpose. The Omniscient True Master, Creator knows the worldly condition of all His Creations. No one else may fully understand His Nature. Each creature tries to understand His Nature and has a desire to follow His Word. His intelligence and His Blessings may only be known to Him alone. Only His Word command may prevail in the universe.7

ਅਸਟਪਦੀ॥ Asatpadee. (16 -8)

ਬਿਸਮਨ ਬਿਸਮ ਭਏ, ਬਿਸਮਾਦ॥	bisman bisam bha-ay bismaad.
ਜਿਨਿ ਬੂਝਿਆ, ਤਿਸੁ ਆਇਆ ਸ੍ਵਾਦ॥	jin boojhi-aa tis aa-i-aa savaad.
ਪ੍ਰਭ ਕੈ, ਰੰਗਿ ਰਾਚਿ ਜਨ ਰਹੇ॥	parabh kai rang raach jan rahay.
ਗੁਰ ਕੈ ਬਚਨਿ, ਪਦਾਰਥ ਲਹੇ॥	gur kai bachan padaarath lahay.
ਓਇ ਦਾਤੇ, ਦੁਖ ਕਾਟਨਹਾਰ॥	o-ay daatay dukh kaatanhaar.
ਜਾ ਕੈ ਸੰਗਿ, ਤਰੈ ਸੰਸਾਰ॥	jaa kai sang tarai sansaar.
ਜਨ ਕਾ ਸੇਵਕੁ, ਸੋ ਵਡਭਾਗੀ॥	jan kaa sayvak so vadbhaagee.
ਜਨ ਕੈ ਸੰਗਿ, ਏਕ ਲਿਵ ਲਾਗੀ॥	jan kai sang ayk liv laagee.
ਗੁਨ ਗੋਬਿਦ ਕੀਰਤਨੁ, ਜਨੁ ਗਾਵੈ॥	gun gobid keertan jan gaavai.
ਗੁਰ ਪ੍ਰਸਾਦਿ, ਨਾਨਕ, ਫਲੁ ਪਾਵੈ॥੮॥੧੬॥	gur parsaad naanak fal paavai. ‖8‖16‖

ਭਾਣੇ ਨੂੰ ਸਮਝ ਲਿਆ ਹੈ । ਉਸ ਨੇ ਰਹਿਮਤ ਦਾ ਅਨੰਦ ਪ੍ਰਾਪਤ ਕਰ ਲਿਆ ਹੈ । ਜਿਹੜਾ ਬੰਦਗੀ ਵਿੱਚ ਲੀਨ ਹੋ ਜਾਂਦਾ ਹੈ, ਉਸ ਤੇ ਸ਼ਬਦ ਦੀ ਰਹਿਮਤ ਭਰਪੂਰ ਰਹਿਮਤ ਰਹਿੰਦੀ ਹੈ । ਉਹ ਪ੍ਰਭ ਦੁਖਾਂ ਦਾ ਨਾਸ਼ ਕਰਨ ਵਾਲਾ ਅਸਲੀ ਮਾਲਕ ਹੈ । ਉਸ ਦੇ ਸੰਗ, ਭਾਣੇ ਵਿੱਚ ਰਹਿਣ ਨਾਲ ਜੀਵ ਤਰ ਜਾਂਦਾ ਹੈ । ਪ੍ਰਭ ਦੀ ਬੰਦਗੀ ਕਰਨ ਵਾਲਾ ਬਹੁਤ ਵੱਡੇ ਭਾਗਾਂਵਾਲਾ ਹੁੰਦਾ ਹੈ, ਉਸ ਦਾ ਸਾਥ ਕਰਨ ਨਾਲ ਉਸ ਦੀ ਵੀ ਪ੍ਰਭ ਦੇ ਸ਼ਬਦ ਵਿੱਚ ਲਿਵ ਲਗ ਜਾਂਦੀ ਹੈ । ਉਹ ਨਿਮ੍ਰਤਾ ਵਾਲਾ ਜੀਵ ਪ੍ਰਭ ਦਾ ਕੀਰਤਨ ਗਾਉਂਦਾ, ਬੰਦਗੀ ਕਰਦਾ ਹੈ । ਉਸ ਤੇ ਪ੍ਰਭ ਦੀ ਰਹਿਮਤ ਭਰਪੂਰ ਹੋ ਜਾਂਦੀ ਹੈ, ਉਸ ਨੂੰ ਬੰਦਗੀ ਦਾ ਫਲ ਬਖਸ਼ਿਸ਼ ਹੋ ਜਾਂਦਾ ਹੈ ।

By watching and seeing the astonishing miracles of His Nature, all humans remain astonished and fascinated from His Power. Whosoever may realize and understand His existence and His Word; he may be blessed with pleasures, comforts, and contentment in day-to-day life. Whosoever may remain in deep meditation in the void of His Word; he may be blessed with the right path of acceptance in His Court. The Omnipotent True Master may eliminate all miseries of worldly creatures. His true devotee may become very fortunate in his human life. By associating with His true devotee and adopting his life experience teachings in own life; everyone else may adopt the right path of salvation in his life. He may be immersed within His Holy Spirit.8

17. ਸਲੋਕੁ॥ 17॥ (285)

ਆਦਿ ਸਚੁ, ਜੁਗਾਦਿ ਸਚੁ॥	aad sach jugaad sach.
ਹੈ ਭਿ ਸਚੁ, ਨਾਨਕ, ਹੋਸੀ ਭਿ, ਸਚੁ॥	hai bhe sach naanak hosee bhe sach. ‖1‖

ਉਹ ਅਟਲ (ਸਚੁ) ਪ੍ਰਭ, ਸ੍ਰਿਸ਼ਟੀ ਦੀ ਉਤਪਤੀ ਤੋਂ ਪਹਿਲੇ ਵੀ ਮੌਜੂਦ ਸੀ । ਸ੍ਰਿਸ਼ਟੀ ਦੀ ਉਤਪਤੀ ਤੇ ਵੀ ਮੌਜੂਦ ਹੈ, ਹੁਣ ਵੀ ਮੌਜੂਦ ਹੈ । ਸ੍ਰਿਸ਼ਟੀ ਤੋਂ ਪਿਛੋਂ ਵੀ ਉਹ ਅਟਲ ਮੌਜੂਦ ਰਹੇਗਾ ।

The Axiom True Master was, is and even after the destruction of the universe will remain steady and stable forever. He was axiom before the birth of a creature, in his life and after his death also prevails in His Court. 17

ਅਸਟਪਦੀ॥ Asatpadee. (17 -1)

ਚਰਨ ਸਤਿ, ਸਤਿ ਪਰਸਨਹਾਰ॥ charan sat sat parsanhaar.
ਪੂਜਾ ਸਤਿ, ਸਤਿ ਸੇਵਦਾਰ॥ poojaa sat sat sayvdaar.
ਦਰਸਨੁ ਸਤਿ, ਸਤਿ ਪੇਖਨਹਾਰ॥ darsan sat sat paykhanhaar.
ਨਾਮੁ ਸਤਿ, ਸਤਿ ਧਿਆਵਨ ਹਾਰ॥ naam sat sat Dhi-aavanhaar.
ਆਪਿ ਸਤਿ, ਸਤਿ ਸਭ ਧਾਰੀ॥ aap sat sat sabh Dhaaree.
ਆਪੇ ਗੁਣ, ਆਪੇ ਗੁਣਕਾਰੀ॥ aapay gun aapay gunkaaree.
ਸਬਦੁ ਸਤਿ, ਸਤਿ ਪ੍ਰਭੁ ਬਕਤਾ॥ sabad sat sat parabh baktaa.
ਸੁਰਤਿ ਸਤਿ, ਸਤਿ ਜਸੁ ਸੁਨਤਾ॥ surat sat sat jas suntaa.
ਬੁਝਨ ਹਾਰ ਕਉ, ਸਤਿ ਸਭ ਹੋਇ॥ bujhanhaar ka-o sat sabh ho-ay.
ਨਾਨਕ ਸਤਿ, ਸਤਿ ਪ੍ਰਭੁ ਸੋਇ॥੧॥ naanak sat sat parabh so-ay. ||1||

ਅਟਲ ਪ੍ਰਭ ਦਾ ਸ਼ਬਦ ਹੀ ਉਹ ਚਰਨ (ਪ੍ਰਭ ਦੇ ਪੈਰ) ਹਨ, ਜਿਹੜੇ ਜੀਵ ਦੇ ਹਿਰਦੇ ਵਿੱਚ ਪਰਸਨ, ਰਖਣ ਦੇ ਯੋਗ ਹਨ । ਉਸ ਅਟਲ ਦੀ ਮਨੋ ਬੰਦਗੀ ਕਰਨੀ ਹੀ ਸੰਤੋਖ, ਸ਼ਾਂਤੀ ਵਾਲੀ ਬੰਦਗੀ ਹੈ । ਉਸ ਦੀ ਹੋਂਦ, ਸੁਰਤ ਹੀ ਦਰਸ਼ਨ ਕਰਨ ਯੋਗ ਹੈ, ਸ਼ਬਦ ਹੀ ਅਰਾਧਨਾ, ਪੂਜਣ ਕਰਨ ਯੋਗ ਹੈ । ਆਪ ਅਟਲ ਹੈ ਅਤੇ ਉਸ ਦੀ ਸਾਜੀ ਸ੍ਰਿਸ਼ਟੀ ਦਾ ਕੋਈ ਮੰਤਵ ਹੀ ਹੁੰਦਾ ਹੈ । ਉਹ ਆਪ ਹੀ ਗੁਣਾਂ ਦਾ ਭੰਡਾਰੀ ਅਤੇ ਦਾਤਾਂ ਬਖਸ਼ਣ ਵਾਲਾ ਮਾਲਕ ਹੈ । ਪ੍ਰਭ ਦਾ ਸ਼ਬਦ ਅਟਲ ਹੈ, ਜਿਹੜਾ ਅਟਲ ਪ੍ਰਭ ਦੇ ਸ਼ਬਦ ਦਾ ਉਪਦੇਸ਼ ਦੇਂਦਾ ਹੈ, ਉਹ ਦਾਸ ਧੰਨ, ਪੂਜਣ ਯੋਗ ਬਣ ਜਾਂਦਾ ਹੈ । ਜਿਹੜਾ ਇਹ ਨਾਦ ਸੁਣਦਾ ਹੈ, ਉਸ ਦੇ ਕੰਨ ਵੱਡੇ ਭਾਗਾਂ ਵਾਲੇ ਹੋ ਜਾਂਦੇ ਹਨ । ਜਿਹੜਾ ਸ਼ਬਦ ਨੂੰ ਸਮਝਕੇ, ਆਪਣੇ ਜੀਵਨ ਵਿੱਚ ਢਾਲਦਾ ਹੈ, ਉਸ ਨੂੰ ਪ੍ਰਭ ਦੀ ਹੋਂਦ ਅਨੁਭਵ ਹੋ ਜਾਂਦੀ ਹੈ ।

The Word of The Axiom True Master remains true forever and the teachings of His Word, His feet are worthy to keep in the core of his heart. By meditating on the teachings of His Word wholeheartedly, his mind may be blessed with peace and contentment. His existence may be worthy of witnessing; His Word may be worthy to meditate and worship. The Axiom True Master remains steady and stable forever and there is always a unique purpose of His Creation. The True Master treasure of all virtues, only He may bless anyone with greatness. Whosoever may adopt the teachings of His Forever True Word may become worthy of worship. Whosoever may hear the everlasting echo of His Word, his ears may become fortunate. Whosoever may understand the teachings of His Word; he may be enlightened and blessed to realize the existence of The True Master.1

ਅਸਟਪਦੀ॥ Asatpadee. (17 -2)

ਸਤਿ ਸਰੂਪੁ, ਰਿਦੈ ਜਿਨਿ ਮਾਨਿਆ॥ sat saroop ridai jin maani-aa.
ਕਰਨ ਕਰਾਵਨ, ਤਿਨਿ ਮੂਲੁ ਪਛਾਨਿਆ॥ karan karaavan tin mool pachhaani-aa.
ਜਾ ਕੈ ਰਿਦੈ ਬਿਸ੍ਵਾਸੁ, ਪ੍ਰਭ ਆਇਆ॥ jaa kai ridai bisvaas parabh aa-i-aa.
ਤਤੁ ਗਿਆਨੁ, ਤਿਸੁ ਮਨਿ ਪ੍ਰਗਟਾਇਆ॥ tat gi-aan tis man paragtaa-i-aa.
ਭੈ ਤੇ ਨਿਰਭਉ, ਹੋਇ ਬਸਾਨਾ॥ bhai tay nirbha-o ho-ay basaanaa.
ਜਿਸ ਤੇ ਉਪਜਿਆ, ਤਿਸੁ ਮਾਹਿ ਸਮਾਨਾ॥ jis tay upji-aa tis maahi samaanaa.
ਬਸਤੁ ਮਾਹਿ ਲੇ, ਬਸਤੁ ਗਡਾਈ॥ basat maahi lay basat gadaa-ee.
ਤਾ ਕਉ ਭਿੰਨ, ਨ ਕਹਨਾ ਜਾਈ॥ taa ka-o bhinn na kahnaa jaa-ee.
ਬੂਝੈ ਬੂਝਨ ਹਾਰੁ, ਬਿਬੇਕ॥ boojhai boojhanhaar bibayk.
ਨਾਰਾਇਨ ਮਿਲੇ, ਨਾਨਕ ਏਕ॥੨॥ naaraa-in milay naanak ayk. ||2||

ਜਿਸ ਨੇ ਅਟਲ ਪ੍ਰਭ ਨੂੰ ਆਪਣੇ ਹਿਰਦੇ ਵਿੱਚ ਵਸਾ ਲਿਆ, ਮੰਨ ਲਿਆ ਹੈ । ਉਸ ਨੇ ਕਰਨ ਕਰਾਵਨ ਵਾਲੇ ਕਰਤੇ ਨੂੰ ਆਪਣਾ ਅਸਲੀ ਮਾਲਕ ਕਬੂਲ ਕਰ ਲਿਆ ਹੈ । ਜਿਸ ਦਾ ਮਨ ਉਸ ਦੇ ਭਰੋਸੇ ਨਾਲ ਭਰ ਗਿਆ ਹੈ ਉਸ ਨੂੰ ਰੂਹਾਨੀ ਗਿਆਨ ਹੋ ਜਾਂਦਾ ਹੈ । ਉਸ ਜੀਵ ਦਾ ਮੌਤ ਦਾ ਡਰ ਦੂਰ ਹੋ ਜਾਂਦਾ ਹੈ । ਉਹ ਜਿਸ ਪ੍ਰਭ ਵਿਚੋਂ ਉਤਪੰਨ ਹੋਇਆ ਸੀ, ਉਸ ਵਿੱਚ ਹੀ ਲੀਨ, ਅਲੋਪ ਹੋ ਜਾਂਦਾ ਹੈ । ਜਿਵੇਂ

ਪਾਣੀ ਵਿੱਚ ਪਾਣੀ ਮਿਲ ਜਾਂਦਾ ਹੈ, ਇਕ ਤੱਤ ਵਿੱਚ, ਹੋਰ ਉਹ ਹੀ ਤੱਤ ਮਿਲ ਜਾਂਦਾ ਹੈ, ਤਾ ਫਿਰ ਉਸ ਇਕੱਠੇ ਹੋਏ ਤੱਤ ਵਿੱਚ ਕੋਈ ਭੇਦ ਨਹੀਂ ਹੁੰਦਾ । ਕੇਵਲ ਉਹ ਜੀਵ ਹੀ ਸਮਝ ਸਕਦਾ ਹੈ, ਜਿਸ ਨੂੰ ਇਹ ਸੋਝੀ ਬਖਸ਼ਿਸ਼ ਹੋ ਜਾਂਦੀ ਹੈ, ਤਾ ਉਹ ਪ੍ਰਭ ਵਿੱਚ ਹੀ ਅਭੇਦ ਹੋ ਜਾਂਦਾ ਹੈ ।

Whosoever may be drenched with the teachings of His Word within his heart, all his worldly deeds may become acceptable to The True Master. His belief becomes steady and stable on the teachings of His Word; he may be enlightened with the spiritual essence g of His Word. His fear of death may be eliminated. He soul may immerses within His Holy Spirit; where his soul was separated. Once a drop of water may be mixed with other water then the whole becomes unique, water; the same drop cannot be separated. His true devotee may be enlightened with the essence of soul and His Holy Spirit.2

ਅਸਟਪਦੀ॥ Asatpadee. (17 -3)

ਠਾਕੁਰ ਕਾ ਸੇਵਕੁ, ਆਗਿਆਕਾਰੀ॥	thaakur kaa sayvak aagi-aakaaree.
ਠਾਕੁਰ ਕਾ ਸੇਵਕੁ, ਸਦਾ ਪੂਜਾਰੀ॥	thaakur kaa sayvak sadaa poojaaree.
ਠਾਕੁਰ ਕੇ ਸੇਵਕ ਕੈ, ਮਨਿ ਪਰਤੀਤਿ॥	thaakur kay sayvak kai man parteet.
ਠਾਕੁਰ ਕੇ ਸੇਵਕ ਕੀ, ਨਿਰਮਲ ਰੀਤਿ॥	thaakur kay sayvak kee nirmal reet.
ਠਾਕੁਰ ਕਉ ਸੇਵਕੁ, ਜਾਨੈ ਸੰਗਿ॥	thaakur ka-o sayvak jaanai sang.
ਪ੍ਰਭ ਕਾ ਸੇਵਕੁ, ਨਾਮ ਕੈ ਰੰਗਿ॥	parabh kaa sayvak naam kai rang.
ਸੇਵਕ ਕਉ, ਪ੍ਰਭ ਪਾਲਨ ਹਾਰਾ॥	sayvak ka-o parabh paalanhaaraa.
ਸੇਵਕ ਕੀ ਰਾਖੈ, ਨਿਰੰਕਾਰਾ॥	sayvak kee raakhai nirankaaraa.
ਸੋ ਸੇਵਕੁ, ਜਿਸੁ ਦਇਆ ਪ੍ਰਭੁ ਧਾਰੈ॥	so sayvak jis da-i-aa parabh Dhaarai.
ਨਾਨਕ ਸੋ ਸੇਵਕੁ, ਸਾਸਿ ਸਾਸਿ ਸਮਾਰੈ॥੩॥	naanak so sayvak saas saas samaarai. ||3||

ਪ੍ਰਭ ਦੀ ਬੰਦਗੀ ਕਰਨ ਵਾਲਾ ਹਮੇਸ਼ਾਂ ਹੀ ਪ੍ਰਭ ਦੇ ਭਾਣੇ ਵਿੱਚ ਹੀ ਰਹਿੰਦਾ ਹੈ । ਉਹ ਹਰ ਵੇਲੇ ਇਕੋ ਇਕ ਪ੍ਰਭ ਦੀ ਹੀ ਪੂਜਾ, ਸ਼ਬਦ ਦਾ ਸਿਮਰਨ ਕਰਦਾ ਹੈ । ਪ੍ਰਭ ਦੇ ਅਸਲੀ ਸੇਵਕ ਦੇ ਹਿਰਦੇ ਵਿੱਚ ਪ੍ਰਭ ਦੀ ਹੀ ਪ੍ਰੀਤ ਰਹਿੰਦੀ ਹੈ, ਉਸ ਦਾ ਭਰੋਸਾ ਹੁੰਦਾ ਹੈ । ਉਸ ਦਾ ਰਹਿਣ ਸਹਿਣ ਪਵਿੱਤਰ, ਨਿਰਮਲ ਹੁੰਦਾ ਹੈ । ਪ੍ਰਭ ਦਾ ਸੇਵਕ ਹਰ ਵਾਲੇ ਪ੍ਰਭ ਨੂੰ ਆਪਣੇ ਸੰਗ ਸਮਝਦਾ ਹੈ । ਉਸ ਨੂੰ ਹਾਜ਼ਰਾ ਹਜ਼ੂਰ ਸਮਝਦਾ ਹੈ, ਹਰ ਵੇਲੇ ਹੀ ਬੰਦਗੀ ਵਿੱਚ ਲੀਨ ਰਹਿੰਦਾ ਹੈ । ਪ੍ਰਭ ਆਪਣੇ ਸੇਵਕ ਦੀ ਪਾਲਣਾ, ਹਿਫਾਜ਼ਤ ਕਰਦਾ ਹੈ, ਆਪ ਹੀ ਸੇਵਕ ਦੀ ਪਤ ਰਖਦਾ ਹੈ । ਜਿਸ ਤੇ ਪ੍ਰਭ ਰਹਿਮਤ ਬਖਸ਼ਦਾ ਹੈ, ਉਹ ਸਵਾਸ ਸਵਾਸ ਸ਼ਬਦ ਦਾ ਸਿਮਰਨ ਕਰਦਾ ਹੈ ।

His true devotee always adopts and obeys the teachings of His Word. He always meditates and worships The One and Only One True Master. His true devotee always meditates with steady and stable belief on the teachings of His Word; his soul remains sanctified forever. His true devotee always considers and believes that The True Master remains his companion. The omnipresent True Master always nourishes, protects, and maintains the honor of His Creation. Whosoever may be blessed, only he may meditate on the teachings of His Word with each breath.3

ਅਸਟਪਦੀ॥ Asatpadee. (17 -4)

ਅਪੁਨੇ ਜਨ ਕਾ, ਪਰਦਾ ਢਾਕੈ॥	apunay jan kaa pardaa dhaakai.
ਅਪਨੇ ਸੇਵਕ ਕੀ, ਸਰਪਰ ਰਾਖੈ॥	apnay sayvak kee sarpar raakhai.
ਅਪਨੇ ਦਾਸ ਕਉ, ਦੇਇ ਵਡਾਈ॥	apnay daas ka-o day-ay vadaa-ee.
ਅਪਨੇ ਸੇਵਕ ਕਉ, ਨਾਮੁ ਜਪਾਈ॥	apnay sayvak ka-o naam japaa-ee.
ਅਪਨੇ ਸੇਵਕ ਕੀ, ਆਪਿ ਪਤਿ ਰਾਖੈ॥	apnay sayvak kee aap pat raakhai.
ਤਾ ਕੀ ਗਤਿ ਮਿਤਿ, ਕੋਇ ਨ ਲਾਖੈ॥	taa kee gat mit ko-ay na laakhai.
ਪ੍ਰਭ ਕੇ ਸੇਵਕ ਕਉ, ਕੋ ਨ ਪਹੂਚੈ॥	parabh kay sayvak ka-o ko na pahoochai.

ਪ੍ਰਭ ਕੇ ਸੇਵਕ, ਊਚ ਤੇ ਊਚੇ॥ parabh kay sayvak ooch tay oochay.
ਜੋ ਪ੍ਰਭਿ ਅਪਨੀ, ਸੇਵਾ ਲਾਇਆ॥ jo parabh apnee sayvaa laa-i-aa.
ਨਾਨਕ ਸੋ ਸੇਵਕੁ, naanak so sayvak
ਦਹ ਦਿਸਿ ਪ੍ਰਗਟਾਇਆ॥੪॥ dah dis paragtaa-i-aa. ||4||

ਪ੍ਰਭ ਆਪਣੇ ਸੇਵਕ ਦੀਆਂ ਕਮੀਆਂ, ਖਾਮੀਆਂ ਨੂੰ ਛਿਪਾ, ਢੱਕ ਲੈਂਦਾ ਹੈ, ਉਸ ਦਾ ਪਰਦਾ ਢੱਕਦਾ ਹੈ, ਉਸ ਦਾ ਮਾਣ ਬਣਾਈ ਰਖਦਾ ਹੈ । ਉਹ ਆਪਣੇ ਸੇਵਕ ਦਾ ਮਾਣ ਵਧਾਉਂਦਾ ਹੈ, ਉਸ ਨੂੰ ਸ਼ਬਦ ਦੇ ਸਿਮਰਨ ਦੀ ਲਗਨ ਲਾਉਂਦਾ ਹੈ । ਉਹ ਆਪਣੇ ਸੇਵਕ ਦਾ ਮਾਣ, ਇਜ਼ਤ ਆਪ ਰਖਦਾ ਹੈ, ਕੋਈ ਹੋਰ ਲੇਖਾ ਨਹੀਂ ਪੁਛਦਾ । ਪ੍ਰਭ ਦੀ ਆਪਣੇ ਸੇਵਕ ਤੇ ਬਖਸ਼ਿਸ਼ ਦੀ ਹੋਰ ਕੋਈ ਹੱਦ ਨਹੀਂ ਜਾਣ ਸਕਦਾ । ਪ੍ਰਭ ਦੇ ਸੇਵਕ ਦੇ ਤੁਲ, ਬਰਾਬਰ ਹੋਰ ਕੋਈ ਨਹੀਂ ਹੋ ਸਕਦਾ, ਉਹ ਸਭ ਤੋਂ ਉੱਚਾ ਹੈ । ਜਿਸ ਨੂੰ ਆਪਣੀ ਬੰਦਗੀ ਤੇ ਲਾਉਂਦਾ ਹੈ, ਉਹ ਚਾਰੇ ਖੰਡਾਂ ਵਿੱਚ ਸੋਭਾ ਪੂਰਕ ਹੋ ਜਾਂਦਾ ਹੈ ।

The True Master covers the deficiencies and shortcoming of His true devotee and maintains his honor in the universe. He enhances and protects the honor of His devotee and keeps him steady and stable on the right path of meditation. No one may ask him any account of his worldly deeds. Whatsoever, The True Master does for His true devotee, no one can imagine or comprehend the extent of His Blessings. No one becomes equal or comparable with His true devotee; he becomes the greatest of All. Whosoever may be inspired and attached to meditate on the teachings of His Word; he may be honored in all Ages.4

ਅਸਟਪਦੀ॥ Asatpadee. (17 -5)

ਨੀਕੀ ਕੀਰੀ, ਮਹਿ ਕਲ ਰਾਖੈ॥ neekee keeree meh kal raakhai.
ਭਸਮ ਕਰੈ, ਲਸਕਰ ਕੋਟਿ ਲਾਖੈ॥ bhasam karai laskar kot laakhai.
ਜਿਸ ਕਾ ਸਾਸੁ ਨ, ਕਾਢਤ ਆਪਿ॥ jis kaa saas na kaadhat aap.
ਤਾ ਕਉ ਰਾਖਤ, ਦੇ ਕਰਿ ਹਾਥ॥ aa ka-o raakhat day kar haath.
ਮਾਨਸ ਜਤਨ ਕਰਤ, ਬਹੁ ਭਾਤਿ॥ maanas jatan karat baho bhaat.
ਤਿਸ ਕੇ ਕਰਤਬ, ਬਿਰਥੇ ਜਾਤਿ॥ tis kay kartab birthay jaat.
ਮਾਰੈ ਨ ਰਾਖੈ, ਅਵਰੁ ਨ ਕੋਇ॥ maarai na raakhai avar na ko-ay.
ਸਰਬ ਜੀਆ ਕਾ, ਰਾਖਾ ਸੋਇ॥ sarab jee-aa kaa raakhaa so-ay.
ਕਾਹੇ ਸੋਚ, ਕਰਹਿ ਰੇ ਪ੍ਰਾਣੀ॥ kaahay soch karahi ray paraanee.
ਜਪਿ ਨਾਨਕ, ਪ੍ਰਭ ਅਲਖ ਵਿਡਾਣੀ॥੫॥ jap naanak parabh alakh vidaanee. ||5||

ਅਗਰ ਪ੍ਰਭ ਇਕ ਕੀੜੀ (ਨਿਮਾਣੇ ਜੀਵ) ਵਿੱਚ ਆਪਣੀ ਤਾਕਤ ਬਖਸ਼ ਦੇਵੇ, ਤਾ ਉਹ ਕੀੜੀ, ਉਹ ਨਿਮਾਣਾ ਜੀਵ ਬਹੁਤ ਵੱਡੀ ਫੌਜ ਤੇ ਜਿੱਤ ਪਾ ਸਕਦਾ ਹੈ । ਜਿਸ ਜੀਵ ਦਾ ਸਵਾਸ ਪ੍ਰਭ ਆਪ ਨਾ ਕੱਢੇ, ਉਸ ਨੂੰ ਆਪ ਹੱਥ ਦੇ ਕੇ ਰੱਖਿਆ ਕਰਦਾ ਹੈ । ਉਸ ਨੂੰ ਕੋਈ ਦੁਖ ਨਹੀਂ ਪਹੁੰਚਾ ਸਕਦਾ । ਮਾਨਸ ਭਾਵੇਂ ਬਹੁਤ ਕੋਸ਼ਿਸ ਕਰ ਲਵੇ! ਪ੍ਰਭ ਦੀ ਰਹਿਮਤ ਤੋਂ ਬਿਨਾਂ ਸਾਰੀਆਂ ਕੋਸ਼ਿਸਾਂ ਹੀ ਬਿਰਥੀਆਂ ਜਾਂਦੀਆਂ ਹਨ । ਸਾਰੀ ਸ੍ਰਿਸ਼ਟੀ ਨੂੰ ਮਾਰਨਾ ਜਾ ਰਖਣਾ, ਕੇਵਲ ਇਕੋ ਇਕ ਪ੍ਰਭ ਦੇ ਵੱਸ ਵਿੱਚ ਹੀ ਹੈ, ਹੋਰ ਕਿਸੇ ਦੇ ਵੱਸ ਵਿੱਚ ਕੁਝ ਨਹੀਂ ਹੈ । ਜੀਵ ਤੂੰ ਕਿਉਂ ਚਿੰਤਾਂ ਕਰਦਾ ਹੈ? ਉਹ ਅਲੋਪ ਪ੍ਰਭ ਬਹੁਤ ਅਨੋਖੀਆਂ ਕਰਾਮਾਤਾਂ ਵਾਲਾ ਹੈ ।

The True Master may bless His strength and power to an ant, weak and helpless creature; he may become a victorious on the mighty army of an any worldly king. Whose breaths are protected by The True Master, no one can hurt or destroy him. Even though the worldly creature, human may try all his efforts; still without His blessings, all his efforts may not succeed. The One and Only One True Master, Protector and Destroyer of the creation! No one else has any control or power. Why are you worried about worldly environments? The True Master Treasure of unlimited astonishing miracles.5

ਅਸਟਪਦੀ॥ Asatpadee. (17 -6)

ਬਾਰੰ ਬਾਰ, ਬਾਰ ਪ੍ਰਭੁ ਜਪੀਐ॥ baaraN baar baar parabh japee-ai.
ਪੀ ਅੰਮ੍ਰਿਤੁ, ਇਹੁ ਮਨੁ ਤਨੁ ਧ੍ਰਪੀਐ॥ pee amrit ih man tan Dharpee-ai.
ਨਾਮ ਰਤਨੁ, ਜਿਨਿ ਗੁਰਮੁਖਿ ਪਾਇਆ॥ naam ratan jin gurmukh paa-i-aa.
ਤਿਸੁ ਕਿਛੁ, ਅਵਰੁ ਨਾਹੀ ਦ੍ਰਿਸਟਾਇਆ॥ tis kichh avar naahee daristaa-i-aa.
ਨਾਮੁ ਧਨੁ, ਨਾਮੋ ਰੂਪੁ ਰੰਗੁ॥ naam Dhan naamo roop rang.
ਨਾਮੋ ਸੁਖੁ, ਹਰਿ ਨਾਮ ਕਾ ਸੰਗੁ॥ naamo sukh har naam kaa sang.
ਨਾਮ ਰਸਿ ਜੋ, ਜਨ ਤ੍ਰਿਪਤਾਨੇ॥ naam ras jo jan tariptaanay.
ਮਨ ਤਨ ਨਾਮਹਿ, ਨਾਮਿ ਸਮਾਨੇ॥ man, tan naameh naam samaanay.
ਊਠਤ ਬੈਠਤ, ਸੋਵਤ ਨਾਮ॥ oothat baithat sovat naam.
ਕਹੁ ਨਾਨਕ, ਜਨ ਕੈ, ਸਦ ਕਾਮ॥੬॥ kaho naanak jan kai sad kaam. ||6||

ਸ਼ਬਦ ਦਾ ਬਾਰ ਬਾਰ ਸਿਮਰਨ ਕਰਨ ਨਾਲ, ਅਣਮੋਲ ਗੁਣ, ਨਾਦ ਦਾ ਰਸ ਮਨ ਵਿੱਚ ਰਚ ਜਾਂਦਾ ਹੈ, ਮਨ ਨੂੰ ਸ਼ਾਂਤੀ, ਸੰਤੋਖ ਬਖਸ਼ਿਸ਼ ਹੁੰਦਾ ਹੈ । ਜਿਹੜੇ ਪ੍ਰਭ ਦੇ ਦਾਸ ਨੂੰ ਸ਼ਬਦ ਬਖਸ਼ਿਸ਼ ਹੋ ਜਾਂਦਾ ਹੈ । ਉਸ ਨੂੰ ਸਾਰੀ ਸ੍ਰਿਸ਼ਟੀ ਵਿੱਚ ਹਰ ਪਾਸੇ ਪ੍ਰਭ ਹੀ ਨਜ਼ਰ ਆਉਂਦਾ ਹੈ । ਪ੍ਰਭ ਦਾ ਸ਼ਬਦ ਹੀ ਉਸ ਦਾ ਧਨ, ਰੂਹਾਨੀ ਸੁੰਦਰਤਾ, ਸ਼ਬਦ ਦੀ ਪਾਲਣਾ ਹੀ ਸੰਸਾਰਕ ਸੁਖ, ਪ੍ਰਭ ਦਾ ਸਾਥ ਹੈ । ਜਿਸ ਨੂੰ ਕੇਵਲ ਸ਼ਬਦ ਦੀ ਹੀ ਤ੍ਰਿਸ਼ਨਾਂ ਲਗੀ ਰਹਿੰਦੀ ਹੈ । ਉਸ ਦੇ ਮਨ ਵਿੱਚ, ਰੋਮ ਰੋਮ ਵਿੱਚ ਸ਼ਬਦ ਦੇ ਨਾਦ ਦੀ ਧੁਨ ਚਲਦੀ ਰਹਿੰਦੀ ਹੈ । ਉਹ ਸਵਾਸ ਸਵਾਸ, ਉਠਦੇ, ਬੇਠਦੇ, ਸਾਉਂਦੇ, ਜਾਗਦੇ, ਸ਼ਬਦ ਦਾ ਹੀ ਸਿਮਰਨ ਕਰਦਾ ਹੈ, ਸ਼ਬਦ ਦਾ ਸਿਮਰਨ ਹੀ ਉਸ ਦਾ ਧੰਦਾ ਬਣ ਜਾਂਦਾ ਹੈ ।

By meditating over and over on the teachings of His Word; his mind may be drenched with the nectar of His Word and he may be blessed with peace and contentment. Whosoever may be enlightened with the essence of His Word, only he may visualize that The True Master prevailing everywhere in the universe. The enlightenment of His Word becomes his worldly wealth and spiritual beauty. The meditation on the teachings of His Word with steady and stable belief becomes his worldly comforts and a true association of His Holy Saint. Whosoever has only hunger and desire for the enlightenment of His Word; he may hear the everlasting echo His Word vibrating from each fiber of his flesh. He meditates with each breath in every condition of day-to-day life. To meditate on the teachings of His Word becomes the only chores of his human life.6

ਅਸਟਪਦੀ॥ Asatpadee. (17 -7)

ਬੋਲਹੁ ਜਸੁ, ਜਿਹਬਾ ਦਿਨੁ ਰਾਤਿ॥ bolhu jas jihbaa din raat.
ਪ੍ਰਭਿ ਅਪਨੈ, ਜਨ ਕੀਨੀ ਦਾਤਿ॥ parabh apnai jan keenee daat.
ਕਰਹਿ ਭਗਤਿ, ਆਤਮ ਕੈ ਚਾਇ॥ karahi bhagat aatam kai chaa-ay.
ਪ੍ਰਭ ਅਪਨੇ ਸਿਉ, ਰਹਹਿ ਸਮਾਇ॥ parabh apnay si-o raheh samaa-ay.
ਜੋ ਹੋਆ, ਹੋਵਤ ਸੋ ਜਾਨੈ॥ jo ho-aa hovat so jaanai.
ਪ੍ਰਭ ਅਪਨੇ, ਕਾ ਹੁਕਮੁ ਪਛਾਨੈ॥ parabh apnay kaa hukam pachhaanai.
ਤਿਸ ਕੀ ਮਹਿਮਾ, ਕਉਨ ਬਖਾਨਉ॥ tis kee mahimaa ka-un bakhaana-o.
ਤਿਸ ਕਾ ਗੁਨੁ ਕਹਿ, ਏਕ ਨ ਜਾਨਉ॥ tis kaa gun kahi ayk na jaan-o.
ਆਠ ਪਹਰ ਪ੍ਰਭ, ਬਸਹਿ ਹਜੂਰੇ॥ aath pahar parabh baseh hajooray.
ਕਹੁ ਨਾਨਕ, ਸੇਈ ਜਨ ਪੂਰੇ॥੭॥ kaho naanak say-ee jan pooray. ||7||

ਜਿਹੜਾ ਦਿਨ ਰਾਤ ਪ੍ਰਭ ਦੇ ਸ਼ਬਦ ਦਾ ਸਿਮਰਨ ਕਰਦਾ ਰਹਿੰਦਾ ਹੈ, ਪ੍ਰਭ ਹੀ ਇਹ ਦਾਤ ਉਸ ਨੂੰ ਬਖਸ਼ਦਾ ਹੈ । ਉਹ ਚਿਤ ਲਾ ਕੇ ਬੰਦਗੀ ਕਰਦਾ, ਸ਼ਬਦ ਦੀ ਸਮਾਧੀ ਵਿੱਚ ਹੀ ਲੀਨ ਰਹਿੰਦਾ ਹੈ । ਉਸ ਜੀਵ ਨੂੰ ਪਿਛਲੇ ਜਨਮ ਵਿੱਚ ਹੋਏ, ਹੁਣ ਹੋਣਾ ਵਾਲੇ, ਜਾ ਅਗੇ ਹੋਣ ਵਾਲੇ, ਰੱਬ ਦੇ ਭਾਣਾ ਦੀ ਸੋਝੀ ਬਖਸ਼ਿਸ਼ ਹੋ ਜਾਂਦੀ ਹੈ । ਪ੍ਰਭ ਦੇ ਭਾਣੇ ਨੂੰ ਬਦਲਨ ਦੀ ਕੋਸ਼ਿਸ ਨਹੀਂ ਕਰਦਾ, ਉਸ ਨੂੰ ਸਵੀਕਾਰ ਕਰਦਾ ਹੈ । ਪ੍ਰਭ ਦਾ ਧੰਨਵਾਦ ਕਰਦਾ ਹੈ, ਤੇਰਾ ਭਾਣਾ ਮੀਠਾ ਲਾਗੇ । ਉਸ ਜੀਵ ਦੇ ਮਨ ਦੀ

ਅਵਸਥਾ ਕੋਈ ਵੀ ਜਾਣ ਨਹੀਂ ਸਕਦਾ । ਉਸ ਦੀ ਅਵਸਥਾ ਦਾ ਇਕ ਤਿਨਕਾ ਵੀ ਕੋਈ ਵਖਿਆਣ ਨਹੀਂ ਕਰ ਸਕਦਾ । ਉਸ ਦੀ ਅਤਮਾ ਪਵਿੱਤਰ ਹੋ ਜਾਂਦੀ, ਪ੍ਰਭ ਦੀ ਸ਼ਰਣ ਵਿੱਚ ਅਡੋਲ ਰਹਿੰਦੀ ਹੈ ।

Whosoever may meditate on the teachings of His Word Day and night; with His mercy and grace, he may remain intoxicated in meditation in the void of His Word. He may be enlightenment with all the past, present, and future events of his life; the journey of his soul. He may not try to avoid His Command, he accepts His Command as an ultimate command, His blessings. He sings His Glory for the welfare of the soul; no one may comprehend his state of mind. His soul becomes sanctified and accepted in His Sanctuary. No one can even describe a small portion of his state of mind. 7

ਅਸਟਪਦੀ॥ Asatpadee. (17 -8)

ਮਨ ਮੇਰੇ ਤਿਨ ਕੀ, ਓਟ ਲੇਹਿ॥	man, mayray tin kee ot layhi.
ਮਨੁ ਤਨੁ ਅਪਨਾ, ਤਿਨ ਜਨ ਦੇਹਿ॥	man, tan apnaa tin jan deh.
ਜਿਨਿ ਜਨਿ ਅਪਨਾ, ਪ੍ਰਭੂ ਪਛਾਤਾ॥	jin jan apnaa parabhoo pachhaataa.
ਸੋ ਜਨੁ ਸਰਬ, ਥੋਕ ਕਾ ਦਾਤਾ॥	so jan sarab thok kaa daataa.
ਤਿਸ ਕੀ ਸਰਨਿ, ਸਰਬ ਸੁਖ ਪਾਵਹਿ॥	tis kee saran sarab sukh paavahi.
ਤਿਸ ਕੈ ਦਰਸਿ, ਸਭ ਪਾਪ ਮਿਟਾਵਹਿ॥	tis kai daras sabh paap mitaaveh.
ਅਵਰ ਸਿਆਨਪ, ਸਗਲੀ ਛਾਡੁ॥	avar si-aanap saglee chhaad.
ਤਿਸੁ ਜਨ ਕੀ, ਤੂ ਸੇਵਾ ਲਾਗੁ॥	tis jan kee too sayvaa laag.
ਆਵਨੁ ਜਾਨੁ ਨ, ਹੋਵੀ ਤੇਰਾ॥	aavan jaan na hovee tayraa.
ਨਾਨਕ ਤਿਸੁ ਜਨ ਕੇ,	naanak tis jan kay
ਪੂਜਹੁ ਸਦ ਪੈਰਾ॥੮॥੧੭॥	poojahu sad pairaa. ‖8‖17‖

ਜਿਹਨਾਂ ਨੇ ਆਪਣੇ ਅਸਲੀ ਮਾਲਕ ਨੂੰ ਪਛਾਣ ਲਿਆ ਹੈ । ਉਹ ਦਾਤਾਂ ਦੇ ਭੰਡਾਰ ਨਾਲ ਮਾਲੋ ਮਾਲ ਹੋ ਗਏ ਹਨ । ਇਸਤਰ੍ਹਾਂ ਦੇ ਜੀਵ ਦਾ ਆਸਰਾ ਲਵੋ! ਜੀਵਨ ਨੂੰ ਉਸ ਦੇ ਜੀਵਨ ਦੇ ਅਧਾਰ ਤੇ ਬਤੀਤ ਕਰੋ! ਉਸ ਤਰ੍ਹਾਂ ਤਰਸ ਨਿਮ੍ਰਤਾ ਵਾਲਾ ਬਣੋ । ਜਿਹੜਾ ਪ੍ਰਭ ਦੀ ਸ਼ਰਣ ਵਿੱਚ ਆਪਾ ਭੇਟਾ ਕਰ ਦੇਂਦਾ ਹੈ, ਉਸ ਦੇ ਸਾਰੇ ਦੁਖ, ਤ੍ਰਿਸ਼ਨਾਂ ਦੂਰ ਹੋ ਜਾਂਦੀਆਂ ਹਨ । ਉਸ ਜੀਵ ਦੇ ਦਰਸ਼ਨ ਕਰਨ ਨਾਲ ਸੁਖ, ਸੰਤੋਖ ਮਿਲਦਾ ਹੈ, ਸਾਰੇ ਪਾਪ ਧੋਤੇ ਜਾਂਦੇ ਹਨ । ਆਪਣੀਆਂ ਬਾਕੀ ਸਿਆਣਪਾਂ ਤਿਆਗ ਕੇ ਉਸ ਦੇ ਜੀਵਨ ਨੂੰ ਆਪਣਾ ਅਧਾਰ ਬਣਾਉਣ ਨਾਲ, ਜਨਮ ਮਰਨ ਦਾ ਚੱਕਰ ਖਤਮ ਹੋ ਸਕਦਾ ਹੈ । ਉਹ ਜੀਵ ਪੂਜਣ ਯੋਗ ਹਨ, ਆਪਣਾ ਜੀਵਨ ਉਹਨਾਂ ਵਰਗਾ ਬਣਾਵੋ ।

You should adopt unique way of life, the state of your mind and become very humble and forgiving to others. Whosoever may recognize His Existence, he may be blessed with abundance of virtues, enlightenment of His Word. Whosoever regrets and repents his own mistakes and humbly surrender to His Sanctuary, all miseries of his worldly desires may be eliminated. Whosoever may adopt the teachings of His Word in his life; with His mercy and grace, he may be blessed with contentment; all his sins may be forgiven by The True Master. You should abandon all clever tricks and wisdom of your mind and adopt the teachings of His Word in day-to-day life; with His mercy and grace, your cycle of birth and death may be eliminated. His true devotee may become worthy of worship; you should adopt the life experience teachings of his life in your own day to day life.8

18. ਸਲੋਕੁ॥18॥ (286)

ਸਤਿ ਪੁਰਖੁ ਜਿਨਿ ਜਾਨਿਆ,	sat purakh jin jaani-aa
ਸਤਿਗੁਰੁ ਤਿਸ ਕਾ ਨਾਉ॥	satgur tis kaa naa-o.
ਤਿਸ ਕੈ ਸੰਗਿ ਸਿਖੁ ਉਧਰੈ,	tis kai sang sikh uDhrai
ਨਾਨਕ ਹਰਿ ਗੁਨ ਗਾਉ॥	naanak har gun gaa-o. ‖1‖

ਜਿਸ ਨੇ ਪੂਰਨ ਪੁਰਖ ਪ੍ਰਭ ਨੂੰ ਜਾਣ ਲਿਆ ਹੈ, ਉਸ ਨੇ ਅਟਲ ਪ੍ਰਭ ਨੂੰ ਸ੍ਰਿਸ਼ਟੀ ਦਾ ਸ੍ਰਿਜਨਹਾਰਾ ਮੰਨ ਲਿਆ ਹੈ । ਉਸ ਜੀਵ ਦੇ ਸਾਥ ਚਲਣ, ਰਸਤੇ ਤੇ ਚਲਣ ਨਾਲ, ਸਾਰੇ ਸੁਖ ਬਖਸ਼ਿਸ਼ ਹੋ ਜਾਂਦੇ ਹਨ । ਹਮੇਸ਼ਾਂ ਹੀ ਪ੍ਰਭ ਦੇ ਸ਼ਬਦ ਦਾ ਸਿਮਰਨ ਕਰੋ ।

Whosoever may recognize the existence of The True Master; he may believe that The One and Only One True Master, Creator of the universe. He may obey the teachings of His Word with steady and stable belief; with His mercy and grace, he may be blessed with all comforts of worldly life. You should always meditate on the teachings of His Word.18

ਅਸਟਪਦੀ॥ Asatpadee. (18 -1)

ਸਤਿਗੁਰੁ ਸਿਖ ਕੀ, ਕਰੈ ਪ੍ਰਤਿਪਾਲ॥	satgur sikh kee karai partipaal.
ਸੇਵਕ ਕਉ ਗੁਰੁ, ਸਦਾ ਦਇਆਲ॥	sayvak ka-o gur sadaa da-i-aal.
ਸਿਖ ਕੀ ਗੁਰੁ, ਦੁਰਮਤਿ ਮਲੁ ਹਿਰੈ॥	sikh kee gur durmat mal hirai.
ਗੁਰ ਬਚਨੀ, ਹਰਿ ਨਾਮੁ ਉਚਰੈ॥	gur bachnee har naam uchrai.
ਸਤਿਗੁਰੁ ਸਿਖ ਕੇ, ਬੰਧਨ ਕਾਟੈ॥	satgur sikh kay banDhan kaatai.
ਗੁਰ ਕਾ ਸਿਖੁ, ਬਿਕਾਰ ਤੇ ਹਾਟੈ॥	gur kaa sikh bikaar tay haatai.
ਸਤਿਗੁਰੁ ਸਿਖ ਕਉ, ਨਾਮ ਧਨੁ ਦੇਇ॥	satgur sikh ka-o naam Dhan day-ay.
ਗੁਰ ਕਾ ਸਿਖੁ, ਵਡਭਾਗੀ ਹੇ॥	gur kaa sikh vadbhaagee hay.
ਸਤਿਗੁਰੁ ਸਿਖ ਕਾ, ਹਲਤੁ ਪਲਤੁ ਸਵਾਰੈ॥	satgur sikh kaa halat palat savaarai.
ਨਾਨਕ ਸਤਿਗੁਰੁ ਸਿਖ ਕਉ,	naanak satgur sikh ka-o
ਜੀਅ ਨਾਲਿ ਸਮਾਰੈ॥੧॥	jee-a naal samaarai. ‖1‖

ਪ੍ਰਭ ਆਪਣੇ ਸੇਵਕ ਦੀ ਰਖਿਆ ਕਰਦਾ ਹੈ, ਸੇਵਕ ਤੇ ਹਮੇਸ਼ਾਂ ਹੀ ਰਹਿਮਤ ਬਖਸ਼ਦਾ ਹੈ । ਆਪਣੇ ਸੇਵਕ ਨੂੰ ਬੰਦਗੀ ਦੇ ਰਸਤੇ ਤੇ ਪਾ ਕੇ ਆਤਮਾ ਦੀ ਮੈਲ ਧੋਅ ਦੇਂਦਾ ਹੈ । ਆਪਣੇ ਦਾਸ ਦੇ ਪੰਜਾਂ ਇੰਦ੍ਰੀਆਂ ਨਾਲੋ ਬੰਧਨ ਤੋੜ ਦੇਂਦਾ ਹੈ, ਪ੍ਰਭ ਦਾ ਦਾਸ ਮੰਦੇ ਕੰਮ ਤਿਆਗ ਦੇਂਦਾ ਹੈ । ਪ੍ਰਭ ਆਪਣੇ ਸੇਵਕ ਨੂੰ ਸ਼ਬਦ ਦੀ ਲਗਨ ਬਖਸ਼ਦਾ ਹੈ, ਸ਼ਬਦ ਦੀ ਪਾਲਣਾ ਵਿੱਚ ਲਗਨ ਲਾਉਂਦਾ ਹੈ । ਪ੍ਰਭ ਦਾ ਸੇਵਕ ਵੱਡੇ ਭਾਗਾਵਾਲਾ ਹੁੰਦਾ ਹੈ । ਪ੍ਰਭ ਆਪਣੇ ਸੇਵਕ ਦੇ ਸਭ ਕਾਰਜ ਸਫਲ ਕਰ ਦੇਂਦਾ ਹੈ, ਉਸ ਦਾ ਮਨ ਪ੍ਰਭ ਦੀ ਪ੍ਰੀਤ ਨਾਮ ਭਰਿਆ ਰਹਿੰਦਾ ਹੈ ।

The Merciful True Master always protects the soul of His true devotee. He may inspire and guides His true devotee on the right path of meditation to sanctify his soul; with His mercy and grace; all his bonds of demons of worldly desires may be eliminated. His true devotee abandons all evil thoughts and desires from his mind. His true devotee may be blessed with the devotion to meditate on the teachings of His Word with steady and stable belief in day-to-day life. He may become very fortunate; with His mercy and grace; all his worldly chores may be concluded successful. He may remain overwhelmed with devotion to meditate.1

ਅਸਟਪਦੀ॥ Asatpadee. (18 -2)

ਗੁਰ ਕੈ ਗ੍ਰਿਹਿ, ਸੇਵਕੁ ਜੋ ਰਹੈ॥	gur kai garihi sayvak jo rahai.
ਗੁਰ ਕੀ ਆਗਿਆ, ਮਨ ਮਹਿ ਸਹੈ॥	gur kee aagi-aa man meh sahai.
ਆਪਸ ਕਉ ਕਰਿ, ਕਛੁ ਨ ਜਨਾਵੈ॥	aapas ka-o kar kachh na janaavai.
ਹਰਿ ਹਰਿ ਨਾਮੁ, ਰਿਦੈ ਸਦ ਧਿਆਵੈ॥	har har naam ridai sad Dhi-aavai.
ਮਨੁ ਬੇਚੈ, ਸਤਿਗੁਰ ਕੈ ਪਾਸਿ॥	man, baychai satgur kai paas.
ਤਿਸੁ ਸੇਵਕ ਕੇ, ਕਾਰਜ ਰਾਸਿ॥	tis sayvak kay kaaraj raas.
ਸੇਵਾ ਕਰਤ, ਹੋਇ ਨਿਹਕਾਮੀ॥	sayvaa karat ho-ay nihkaamee.
ਤਿਸ ਕਉ ਹੋਤ, ਪਰਾਪਤਿ ਸੁਆਮੀ॥	tis ka-o hot paraapat su-aamee.
ਅਪਨੀ ਕ੍ਰਿਪਾ, ਜਿਸੁ ਆਪਿ ਕਰੇਇ॥	apnee kirpaa jis aap karay-i.
ਨਾਨਕ ਸੋ ਸੇਵਕੁ, ਗੁਰ ਕੀ ਮਤਿ ਲੇਇ॥੨॥	naanak so sayvak gur kee mat lay-ay. ‖2‖

ਜਿਹੜਾ ਜੀਵ ਪ੍ਰਭ ਦੇ ਭਾਣੇ (ਘਰ) ਵਿੱਚ ਰਹਿੰਦਾ ਹੈ । ਉਹ ਜੀਵ ਭਾਣੇ ਨੂੰ ਸਤਿ ਕਰਕੇ, ਅਟਲ ਸਮਝਕੇ ਮੰਨਣ ਲਗ ਪੈਂਦਾ ਹੈ, ਸਵਾਸ ਸਵਾਸ ਹੀ ਸਿਮਰਨ ਕਰਦਾ ਹੈ ਆਪਣੇ ਆਪ ਨੂੰ ਕੋਈ ਹੈਸੀਅਤ ਨਹੀਂ ਦੇਂਦਾ । ਜਿਹੜਾ ਜੀਵ ਮਨ ਤਨ ਲਾ ਕੇ ਸੇਵਾ ਕਰਦਾ ਹੈ! ਆਪਣੀ ਹੈਸੀਅਤ ਤਿਆਗ ਕੇ ਉਸ ਤੇ ਆਪਣੀ ਡੋਰੀ ਛੱਡ ਦੇਂਦਾ ਹੈ, ਉਸ ਦੇ ਸਾਰੇ ਕਾਰਜ ਪੂਰੇ ਹੋ ਜਾਂਦੇ ਹਨ । ਜਿਹੜਾ ਕਿਸੇ ਫਲ ਦੇ ਲਾਲਚ ਤੋਂ ਬਿਨਾਂ ਦੂਸਰਿਆਂ ਦੀ ਭਲਾਈ ਦਾ ਕੰਮ ਕਰਦਾ ਹੈ, ਉਸ ਨੂੰ ਪ੍ਰਭ ਨਿਹਾਲ ਕਰ ਦੇਂਦਾ ਹੈ । ਜਿਸ ਤੇ ਰਹਿਮਤ ਬਖਸ਼ਦਾ ਹੈ, ਉਹ ਸ਼ਬਦ ਦੀ ਸਿਖਿਆ ਨਾਲ ਆਪਣਾ ਜੀਵਨ ਢਾਲ ਲੈਂਦਾ ਹੈ ।

Whosoever may accept the teachings of His Word as an ultimate command; he may meditate on the teachings of His Word with steady and stable belief with each breath. He may never boast about his worldly status; he may meditate and serves His Creation wholeheartedly without any greed nor expectation of reward. He may abandon his own uniqueness and leaves all hopes and expectation on His blessings; all his worldly chores may become successful. Whosoever may perform good deeds for others without any greed; he may be blessed with blossom and prosperity in day-to-day life. He may remain intoxicated in meditating and adopting the teachings of His Word in his day-to-day life.2

ਅਸਟਪਦੀ॥ Asatpadee. (18 -3)

ਬੀਸ ਬਿਸਵੇ, ਗੁਰ ਕਾ ਮਨੁ ਮਾਨੈ॥	bees bisvay gur kaa man maanai.
ਸੋ ਸੇਵਕੁ ਪਰਮੇਸੁਰ ਕੀ, ਗਤਿ ਜਾਨੈ॥	so sayvak parmaysur kee gat jaanai.
ਸੋ ਸਤਿਗੁਰੁ, ਜਿਸੁ ਰਿਦੈ, ਹਰਿ ਨਾਉ॥	so satgur jis ridai har naa-o.
ਅਨਿਕ ਬਾਰ ਗੁਰ ਕਉ, ਬਲਿ ਜਾਉ॥	anik baar gur ka-o bal jaa-o.
ਸਰਬ ਨਿਧਾਨ, ਜੀਅ ਕਾ ਦਾਤਾ॥	sarab niDhaan jee-a kaa daataa.
ਆਠ ਪਹਰ ਪਾਰਬ੍ਰਹਮ, ਰੰਗਿ ਰਾਤਾ॥	aath pahar paarbarahm rang raataa.
ਬ੍ਰਹਮ ਮਹਿ ਜਨੁ, ਜਨ ਮਹਿ ਪਾਰਬ੍ਰਹਮੁ॥	barahm meh jan jan meh paarbarahm.
ਏਕਹਿ ਆਪਿ, ਨਹੀ ਕਛੁ ਭਰਮੁ॥	aykeh aap nahee kachh bharam.
ਸਹਸ ਸਿਆਨਪ, ਲਇਆ ਨ ਜਾਈਐ॥	sahas si-aanap la-i-aa na jaa-ee-ai.
ਨਾਨਕ ਐਸਾ ਗੁਰੁ, ਬਡਭਾਗੀ ਪਾਈਐ॥ ੩॥	naanak aisaa gur badbhaagee paa-ee-ai. ||3||

ਜਿਹੜਾ ਜੀਵ ਪ੍ਰਭ ਦਾ ਭਾਣਾ ਬਿਨਾਂ ਕਿਸੇ ਕਿੰਤੂ ਪ੍ਰੰਤੂ ਤੋਂ ਸਤਿ ਕਰਕੇ ਮੰਨ ਲੈਂਦਾ ਹੈ । ਉਸ ਨੂੰ ਪ੍ਰਭ ਦੀ ਹੋਂਦ ਦੀ ਸੋਝੀ ਬਖਸ਼ਿਸ਼ ਹੋ ਜਾਂਦੀ ਹੈ । ਜਿਸ ਦੇ ਹਿਰਦੇ ਵਿੱਚ ਪ੍ਰਭ ਦਾ ਸ਼ਬਦ ਰਚਿਆ ਹੋਇਆ ਹੈ । ਉਸ ਦੇ ਮਨ ਵਿੱਚ ਪ੍ਰਭ ਦਾ ਨਿਵਾਸ ਹੁੰਦਾ ਹੈ ਉਸ ਜੀਵ ਤੋਂ ਅਨੇਕਾਂ ਬਾਰ ਸਦਕੇ ਜਾਈਏ! ਸਰਬ ਕਲਾ ਸਮਰਥ, ਦਾਤਾਂ ਦਾ ਭੰਡਾਰੀ ਪ੍ਰਭ ਦੇ ਸ਼ਬਦ ਦਾ ਸਵਾਸ ਸਵਾਸ ਸਿਮਰਨ ਕਰੋ । ਉਸ ਦੀ ਆਤਮਾਂ ਵਿੱਚ ਅਤੇ ਪ੍ਰਭ ਵਿੱਚ ਭੇਦ ਮਿਟ ਜਾਂਦਾ ਹੈ । ਪ੍ਰਭ ਆਪ ਹੀ ਜੀਵ ਦੇ ਰੂਪ ਵਿੱਚ ਬੰਦਗੀ ਕਰਦਾ ਹੈ ਅਤੇ ਆਪ ਹੀ ਬੰਦਗੀ ਸੁਣ ਕੇ ਪ੍ਰਸੰਨ ਹੁੰਦਾ ਹੈ । ਇਸ ਵਿੱਚ ਕੋਈ ਭਰਮ ਜਾ ਸ਼ੰਕਾ ਨਹੀਂ ਹੈ । ਜੀਵ ਦੀਆਂ ਸਿਆਣਪਾਂ ਜਾ ਚਤੁਰਾਈਆਂ ਨਾਲ ਪ੍ਰਭ ਦੀ ਰਹਿਮਤ ਨਹੀ ਬਖਸ਼ਿਸ਼ ਹੋ ਸਕਦੀ । ਉਹ ਵੱਡੇ ਭਾਗਾਵਾਲੇ ਹੀ ਹੁੰਦੇ ਹਨ ਜਿਹੜੇ ਪ੍ਰਭ ਦੀ ਰਹਿਮਤ ਦੇ ਪਾਤਰ ਹੁੰਦੇ ਹਨ ।

Whosoever may adopt the teachings of His Word as an ultimate command without any suspicions or reservation; he may be blessed with the realization of His Existence. He may remain drenched with the teachings of His Word and remains awake and alert. I am fascinated, million times from his way of life; the secrecy between his soul and His Holy Spirit may be eliminated, removed by The True Master. The True Master meditates in the heart of His true devotee and Himself appeases by listening to the glory of His Own Virtues. His true devotee may not have any suspicion or reservations in his mind. No one may ever be blessed with the right path of acceptance in His Court. No one may be blessed with acceptance by adopting his own clever tricks and wisdom of his own mind. However, very rare may have a great prewritten destiny to be blessed with devotion to fully adopt His Word in day-to-day life.3

ਅਸਟਪਦੀ॥ Asatpadee. (18 -4)

ਸਫਲ ਦਰਸਨੁ, ਪੇਖਤ ਪੁਨੀਥ॥	safal darsan paykhat puneet.
ਪਰਸਤ ਚਰਨ, ਗਤਿ ਨਿਰਮਲ ਰੀਥਿ॥	parsat charan gat nirmal reet.
ਭੇਟਤ ਸੰਗਿ, ਰਾਮ ਗੁਨ ਰਵੇ॥	bhaytat sang raam gun ravay.
ਪਾਰਬ੍ਰਹਮ ਕੀ, ਦਰਗਹ ਗਵੇ॥	paarbarahm kee dargeh gavay.
ਸੁਨਿ ਕਰਿ ਬਚਨ, ਕਰਨ ਆਘਾਨੇ॥	sun kar bachan karan aaghaanay.
ਮਨਿ ਸੰਤੋਖੁ, ਆਤਮ ਪਤੀਆਨੇ॥	man, santokh aatam patee-aanay.
ਪੂਰਾ ਗੁਰੁ ਅਖ੍ਯ੍ਯਉ, ਜਾ ਕਾ ਮੰਤ੍ਰ॥	pooraa gur akh-ya-o jaa kaa mantar.
ਅੰਮ੍ਰਿਤ ਦ੍ਰਿਸਟਿ, ਪੇਖੈ ਹੋਇ ਸੰਥ॥	amrit darisat paykhai ho-ay sant.
ਗੁਣ ਬਿਅੰਤ, ਕੀਮਤਿ ਨਹੀ ਪਾਇ॥	gun bi-ant keemat nahee paa-ay.
ਨਾਨਕ ਜਿਸੁ ਭਾਵੈ, ਤਿਸੁ ਲਏ ਮਿਲਾਇ॥ ੪॥	naanak jis bhaavai tis la-ay milaa-ay. ||4||

ਸ਼ਬਦ ਹੀ ਪ੍ਰਭ ਦਾ ਦਰਸ਼ਨ ਹੈ, ਉਸ ਦੇ ਚਰਨ ਹਨ । ਜਿਹੜਾ ਸਵਾਸ ਸਵਾਸ ਸਿਮਰਨ ਕਰਦਾ ਹੈ । ਉਸ ਨੂੰ ਪੰਜਾਂ ਇੰਦ੍ਰੀਆਂ ਤੇ ਕਾਬੂ ਬਖਸ਼ਿਸ਼ ਹੋ ਜਾਂਦਾ ਹੈ । ਉਸ ਦੀ ਆਤਮਾ, ਭਟਕਣਾਂ ਤੋਂ ਦੂਰ ਹੋ ਜਾਂਦੀ ਹੈ, ਮਨ ਤੇ ਜਿੱਤ ਪੈ ਜਾਂਦੀ ਹੈ । ਸ਼ਬਦ ਹੀ ਪ੍ਰਭ ਦੇ ਚਰਨ ਹਨ, ਉਸ ਦੇ ਭਾਣੇ ਨੂੰ ਸਤਿ ਕਰਕੇ ਮੰਨੋ! ਸ਼ਬਦ ਨਾਲ ਜੀਵਨ ਢਾਲਣ, ਰਜ਼ਾ ਵਿੱਚ ਰਹਿਣ ਨਾਲ, ਰੂਹਾਨੀ ਹੋਂਦ ਦੀ ਸੋਝੀ ਬਖਸ਼ਿਸ਼ ਹੋ ਜਾਂਦੀ ਹੈ । ਉਸ ਦੀ ਆਤਮਾ ਪਵਿੱਤਰਤਾ ਦੇ ਮਾਰਗ ਤੇ ਚਲ ਪੈਂਦੀ ਹੈ । ਦਰਗਾਹ ਵਿੱਚ ਜੀਵ ਦੀ ਕਮਾਈ ਮਨਜ਼ੂਰ ਹੋ ਜਾਂਦੀ ਹੈ । ਜਿਹੜਾ ਜੀਵ ਉਸ ਦੀ ਬਾਣੀ ਸੁਣਕੇ ਆਪਣਾ ਜੀਵਨ ਉਸ ਅਨੁੰਸਾਰ ਢਾਲ ਲੈਂਦਾ ਹੈ, ਉਸ ਦੀ ਆਤਮਾ ਨੂੰ ਸੰਤੋਖ, ਸ਼ਾਂਤੀ ਬਖਸ਼ਿਸ਼ ਹੋ ਜਾਂਦੀ ਹੈ । ਪ੍ਰਭ ਸਰਬ ਕਲਾ ਸਮਰਥ, ਪੂਰਨ ਪੁਰਖ ਹੈ । ਉਸ ਦੀ ਸਿਖਿਆਂ, ਬਾਣੀ ਸਦਾ ਅਟਲ ਰਹਿਣ ਵਾਲੀ ਨਸੀਹਤ ਹੀ ਦੇਂਦੀ ਹੈ । ਜਿਹੜਾ ਵੀ ਸ਼ਬਦ ਨੂੰ ਅਟਲ ਸਮਝਕੇ, ਉਸ ਵਿੱਚ ਲੀਨ ਹੋ ਜਾਂਦਾ ਹੈ । ਉਸ ਨੂੰ ਸੰਤ ਸਰੂਪ ਅਵਸਥਾ ਬਖਸ਼ਿਸ਼ ਹੋ ਜਾਂਦੀ ਹੈ । ਪ੍ਰਭ ਦੇ ਗੁਣ ਬੇਅੰਤ ਹਨ, ਉਹਨਾਂ ਦੀ ਕੀਮਤ ਜਾਣੀ, ਪਾਈ ਨਹੀਂ ਜਾ ਸਕਦੀ । ਇਹ ਪ੍ਰਭ ਦੀ ਰਜ਼ਾ, ਰਹਿਮਤ ਹੀ ਹੈ । ਜਿਸ ਜੀਵ ਨੂੰ ਚਾਹੇ, ਉਸ ਦੀ ਬੰਦਗੀ ਪ੍ਰਵਾਨ ਕਰ ਲੈਂਦਾ ਹੈ ।

Whosoever may meditate on the teachings of His Word with each breath; he may conquer the demons of five worldly desires. He may conquer his mind and eliminates all frustrations of worldly desires. The teachings of His Word are the true feet of the Holy Master; you should wholeheartedly accept and adopt in day-to-day life. Whosoever may adopt the teachings of His Word with steady and stable belief, his mind may be enlightened with His Existence, prevailing everywhere. His soul may adopt the right path of sanctification and his meditation may be accepted in His Court, The True Master. Whosoever may listen to the sermons of His Holy Scripture; he may adopt the virtues of His Word in day-to-day life; he may be blessed with peace and contentment with His Word. The Omnipotent True Master remains perfect, complete in all respect. The teachings of His Word always remain axiom, true forever. Whosoever may remain intoxicated in meditation in the void of His Word; with His mercy and grace, he may be blessed with state of mind as His true devotee and he may become the symbol of The True Master. He may be blessed with unlimited treasure of virtues, no one may fully comprehend the values of those virtues. Whosoever may be bestowed with His Blessed Vision; his meditation may be accepted in His Court; No one has any power on His blessings. 4

ਅਸਟਪਦੀ॥ Asatpadee. (18 -5)

ਜਿਹਬਾ ਏਕ, ਉਸਤਤਿ ਅਨੇਕ॥	jihbaa ayk ustat anayk.
ਸਤਿ ਪੁਰਖ, ਪੂਰਨ ਬਿਬੇਕ॥	sat purakh pooran bibayk.
ਕਾਹੂ ਬੋਲ, ਨ ਪਹੁਚਤ ਪ੍ਰਾਨੀ॥	kaahoo bol na pahuchat paraanee.
ਅਗਮ ਅਗੋਚਰ, ਪ੍ਰਭ ਨਿਰਬਾਨੀ॥	agam agochar parabh nirbaanee.
ਨਿਰਾਹਾਰ, ਨਿਰਵੈਰ, ਸੁਖਦਾਈ॥	niraahaar nirvair sukh-daa-ee.
ਤਾ ਕੀ ਕੀਮਤਿ, ਕਿਨੈ ਨ ਪਾਈ॥	taa kee keemat kinai na paa-ee.
ਅਨਿਕ ਭਗਤ, ਬੰਦਨ ਨਿਤ ਕਰਹਿ॥	anik bhagat bandan nit karahi.
ਚਰਨ ਕਮਲ, ਹਿਰਦੈ ਸਿਮਰਹਿ॥	charan kamal hirdai simrahi.
ਸਦ ਬਲਿਹਾਰੀ, ਸਤਿਗੁਰ ਅਪਨੇ॥	sad balihaaree satgur apnay.
ਨਾਨਕ ਜਿਸੁ ਪ੍ਰਸਾਦਿ,	naanak jis parsaad
ਐਸਾ ਪ੍ਰਭੁ ਜਪਨੇ॥ ੫॥	aisaa parabh japnay. ||5||

ਮੇਰੀ ਇਕ ਜੀਭ ਹੈ, ਪਰ ਤੇਰੇ ਗੁਣ ਅਨੇਕਾਂ ਹੀ ਹਨ, ਤੂੰ ਪੂਰਨ ਪੁਰਖ ਹੈ! ਮੈਂ ਕਿਹੜੇ ਕਿਹੜੇ ਗੁਣ ਦੀ ਉਸਤਤ ਕਰਾ? ਤੂੰ ਜੀਵ ਦੀ ਪਹੁੰਚ ਤੋਂ ਉਪਰ ਹੈ, ਜਾਣ ਨਹੀਂ ਸਕਦਾ । ਇਹ ਵੀ ਸੋਝੀ ਨਹੀਂ ਮੇਰੀ ਕੀਤੀ ਉਪਮਾ ਤੇਰੇ ਪ੍ਰਵਾਨ ਵੀ ਹੈ । ਪ੍ਰਭ ਸੁਖਾਂ ਦਾ ਦਾਤੇ ਵਿੱਚ ਬਦਲੇ ਦੀ ਭਾਵਨਾ ਨਹੀਂ ਹੈ । ਕਿਸੇ ਖਾਣਵਾਲੇ ਪਦਾਰਥ ਨਾਲ ਪ੍ਰਭਾਵਤ ਨਹੀਂ ਹੁੰਦਾ । ਤੇਰੀ ਕੀਮਤ ਕੋਈ ਜਾਣ ਨਹੀਂ ਸਕਦਾ । ਅਨੇਕਾਂ ਹੀ ਬੰਦਗੀ ਕਰਨ ਵਾਲੇ ਤੇਰੇ ਸ਼ਬਦ ਦਾ ਸਿਮਰਨ ਸਵਾਸ ਸਵਾਸ ਕਰਦੇ ਹਨ । ਜਿਸ ਦੇ ਮਨੇ ਵਿੱਚ ਸ਼ਬਦ ਦਾ ਰਸ ਰਚ ਜਾਂਦਾ ਹੈ । ਪ੍ਰਭ ਦੇ ਸਦਕੇ ਜਾਈਏ! ਜਿਸ ਦੀ ਰਹਿਮਤ ਨਾਲ ਸ਼ਬਦ ਸਿਮਰਨ ਦੀ ਲਗਨ ਲਗਦੀ ਹੈ ।

I have only one tongue! How may I sing the glory of Your unlimited virtues? You are complete in all respects, which of Your virtue may I sing, comprehend completely? You are beyond the reach and comprehension of Your Creation. I do not understand or imagine, whether my singing the glory of Your Word may even be acceptable in Your Court. You are beyond the reach of any desire, thoughts of any revenge and The True treasure of blessings of comforts. You may never be influenced by any worldly status of your creature or worldly possessions. No one may ever comprehend the significance of Your Blessed Vision. Whosoever may meditate on the teachings of Your Word with each breath; he may be drenched with the teachings of Your Word. I remain fascinated from Your Nature! I remain intoxicated in deep meditation in the void of Your Word.

ਅਸਟਪਦੀ॥ Asatpadee. (18 -6)

ਇਹੁ ਹਰਿ ਰਸੁ ਪਾਵੈ, ਜਨੁ ਕੋਇ॥	ih har ras paavai jan ko-ay.
ਅੰਮ੍ਰਿਤੁ ਪੀਵੈ, ਅਮਰੁ ਸੋ ਹੋਇ॥	amrit peevai amar so ho-ay.
ਉਸੁ ਪੁਰਖ ਕਾ, ਨਾਹੀ ਕਦੇ ਬਿਨਾਸ॥	us purakh kaa naahee kaday binaas.
ਜਾ ਕੈ ਮਨਿ, ਪ੍ਰਗਟੇ ਗੁਨਤਾਸ॥	jaa kai man pargatay guntaas.
ਆਠ ਪਹਰ, ਹਰਿ ਕਾ ਨਾਮੁ ਲੇਇ॥	aath pahar har kaa naam lay-ay.
ਸਚੁ ਉਪਦੇਸੁ, ਸੇਵਕ ਕਉ ਦੇਇ॥	sach updays sayvak ka-o day-ay.
ਮੋਹ ਮਾਇਆ ਕੈ, ਸੰਗਿ ਨ ਲੇਪੁ॥	moh maa-i-aa kai sang na layp.
ਮਨ ਮਹਿ ਰਾਖੈ, ਹਰਿ ਹਰਿ ਏਕੁ॥	man meh raakhai har har ayk.
ਅੰਧਕਾਰ, ਦੀਪਕ, ਪਰਗਾਸੇ॥	anDhkaar deepak pargaasay.
ਨਾਨਕ ਭਰਮ, ਮੋਹ, ਦੁਖ, ਤਹ ਤੇ ਨਾਸੈ॥੬॥	naanak bharam moh dukh tah tay naasay. ||6||

ਕੇਵਲ ਵਿਰਲੇ ਹੀ ਜੀਵ, ਪ੍ਰਭ ਦੇ ਸ਼ਬਦ ਦਾ ਰਸ ਹਿਰਦੇ ਵਿੱਚ ਵਸਾਉਂਦਾ ਹੈ । ਜਿਹੜਾ ਵੀ ਸ਼ਬਦ ਦਾ ਸਿਮਰਨ, ਪਾਲਣਾ ਕਰਦਾ ਹੈ, ਉਸ ਨੂੰ ਅਮਰ ਅਵਸਥਾ ਬਖਸ਼ਿਸ਼ ਹੋ ਜਾਂਦੀ ਹੈ । ਜਿਸ ਦੇ ਹਿਰਦੇ ਵਿੱਚ ਸ਼ਬਦ ਜਾਗਰਤ ਹੋ ਜਾਂਦਾ ਹੈ, ਉਹ ਜੀਵ ਕਦੇ ਆਪਣਾ ਬੰਦਗੀ ਦਾ ਮਾਰਗ ਨਹੀਂ ਛੱਡਦਾ, ਉਸ ਤੋਂ ਡੋਲਦਾ ਨਹੀਂ । ਜਿਹੜਾ ਜੀਵ ਸਵਾਸ ਸਵਾਸ ਉਸ ਦੇ ਸ਼ਬਦ ਦਾ ਸਿਮਰਨ ਕਰਦਾ ਹੈ । ਉਹ ਹਰ

ਵੇਲੇ ਹੀ ਸੱਚ, ਪਵਿੱਤਰਤਾ ਦੀ ਹੀ ਕਥਾ ਕਰਦਾ, ਉਪਦੇਸ਼ ਦੇਂਦਾ ਹੈ । ਪ੍ਰਭ, ਉਸ ਨੂੰ ਅਸਲੀ ਮਾਰਗ ਦੀ ਸੋਝੀ ਬਖਸ਼ਦਾ ਹੈ । ਜਿਹੜਾ ਜੀਵ ਹਰ ਪਲ ਮਨ, ਪ੍ਰਭ ਦੇ ਭਾਣੇ ਵਿੱਚ, ਪ੍ਰਭ ਦੀ ਹੋਂਦ ਵਿੱਚ ਰਖਦਾ ਹੈ । ਉਸ ਦਾ ਸੰਸਾਰਕ ਚੀਜ਼ਾਂ ਨਾਲ ਮੋਹ ਨਹੀਂ ਰਹਿੰਦਾ, ਪੰਜਾਂ ਇੰਦ੍ਰੀਆਂ ਤੇ ਕਾਬੂ ਰਹਿੰਦਾ ਹੈ । ਉਹ ਪ੍ਰਭ ਦੇ ਭਾਣੇ ਨੂੰ ਆਪਣੇ ਜੀਵਨ ਦਾ ਅਧਾਰ ਬਣਾਉਂਦਾ ਹੈ । ਉਸ ਜੀਵ ਦਾ ਅਗਿਆਨਤਾ ਦਾ ਅੰਧੇਰਾ ਦੂਰ ਹੋ ਜਾਂਦਾ ਹੈ । ਉਸ ਦੀਆਂ ਚਿੰਤਾਂ, ਭਟਕਣਾਂ, ਮੋਹ ਖਤਮ ਹੋ ਜਾਂਦੀਆਂ ਹਨ ।

Very rare devotee may keep the teachings of His Word in the core of his heart. Whosoever may wholeheartedly meditate on the teachings of His Word; he may be blessed with immortal state of mind. He may remain awake and alert; he may never abandon the right path of meditation. He may meditate with each breath. His soul remains sanctified, without any blemish of worldly desires. He may only preach the glory of His Word. The True Master guides him on the right path and keeps him in His Sanctuary. His Holy Spirit remains awake and alert within his heart. He does not have any attachment to any worldly possessions. He keeps a control on the five demons of worldly desires. The teachings of His Word become his guiding principles of day-to-day life. The True Master may eliminate his darkness of ignorance, his worries, frustrations, and the bonds of worldly wealth. 6

ਅਸਟਪਦੀ॥ Asatpadee. (18 -7)

ਤਪਤਿ ਮਾਹਿ, ਠਾਢਿ ਵਰਤਾਈ॥	tapat maahi thaadh vartaa-ee. anad
ਅਨਦੁ ਭਇਆ, ਦੁਖ ਨਾਠੇ ਭਾਈ॥	bha-i-aa dukh naathay bhaa-ee.
ਜਨਮ ਮਰਨ ਕੇ, ਮਿਟੇ ਅੰਦੇਸੇ॥	janam maran kay mitay andaysay.
ਸਾਧੂ ਕੇ, ਪੂਰਨ ਉਪਦੇਸੇ॥	saaDhoo kay pooran updaysay.
ਭਉ ਚੂਕਾ, ਨਿਰਭਉ ਹੋਇ ਬਸੇ॥	bha-o chookaa nirbha-o ho-ay basay.
ਸਗਲ ਬਿਆਧਿ, ਮਨ ਤੇ ਖੈ ਨਸੈ॥	sagal bi-aaDh man tay khai nasay.
ਜਿਸ ਕਾ ਸਾ, ਤਿਨਿ ਕਿਰਪਾ ਧਾਰੀ॥	jis kaa saa tin kirpaa Dhaaree.
ਸਾਧਸੰਗਿ ਜਪਿ, ਨਾਮੁ ਮੁਰਾਰੀ॥	saaDhsang jap naam muraaree.
ਥਿਤਿ ਪਾਈ, ਚੂਕੇ ਭ੍ਰਮ ਗਵਨ॥	thit paa-ee chookay bharam gavan.
ਸੁਨਿ ਨਾਨਕ, ਹਰਿ ਹਰਿ ਜਸੁ ਸ੍ਰਵਨ॥੭॥	sun naanak har har jas sarvan. ‖7‖

ਉਸ ਜੀਵ ਦੇ ਮਨ ਦੀਆਂ ਭਟਕਣਾਂ ਦੂਰ ਹੋ ਜਾਂਦੀਆਂ ਹਨ । ਮਨ ਨੂੰ ਸ਼ਾਂਤੀ ਸੰਤੋਖ, ਮਨ ਸੀਤਲ ਠੰਡਾ ਹੋ ਜਾਂਦਾ ਹੈ, ਅਨੰਦ ਮਾਨਦਾ ਹੈ । ਜਿਹੜਾ ਜੀਵ ਸੰਤ ਸਰੂਪ ਦੀ ਪੂਰਨ, ਗਿਆਨਵਾਲੀ ਸਿਖਿਆ ਦਾ ਉਪਦੇਸ਼ ਲੈਂਦੇ ਹਨ । ਉਸ ਦਾ ਜਨਮ ਮਰਨ ਦਾ ਡਰ, ਚੱਕਰ ਖਤਮ ਹੋ ਜਾਂਦਾ ਹੈ । ਉਸ ਜੀਵ ਦੇ ਸਾਰੇ ਡਰ ਦੂਰ ਹੋ ਜਾਂਦੇ ਹਨ, ਮਨ ਵਿਚੋਂ ਮੰਦੇ ਕਰਮ ਕਰਨ ਦੀ ਭਾਵਨਾ ਖਤਮ ਹੋ ਜਾਂਦੀ ਹੈ । ਜਿਸ ਨੇ ਸਾਰੀ ਸ੍ਰਿਸ਼ਟੀ ਸਾਜੀ ਹੈ, ਉਸ ਨੇ ਆਪਣੀ ਕਿਰਪਾ ਦੀ ਨਜ਼ਰ ਬਖਸ਼ੀ ਹੈ । ਸੰਤ ਸਰੂਪ ਜੀਵਾਂ ਨਾਲ ਮਿਲਕੇ ਉਸ ਅਟਲ ਪ੍ਰਭ ਦੇ ਸ਼ਬਦ ਦਾ ਸਿਮਰਨ ਕਰਦਾ ਹੈ । ਉਸ ਦੇ ਕੰਨਾਂ ਵਿੱਚ ਪ੍ਰਭ ਦੇ ਨਾਦ ਦੀ ਧੁਨ ਸੁਣਾਈ ਦੇਂਦੀ ਹੈ । ਮਨ ਦੇ ਸਾਰੇ ਭਰਮ, ਸ਼ੰਕੇ, ਭਟਕਣਾਂ ਦੂਰ ਹੋ ਜਾਂਦੀਆਂ ਹਨ । ਉਸ ਨੂੰ ਸ਼ਾਂਤੀ ਵਾਲੀ ਅਵਸਥਾ ਬਖਸ਼ਿਸ਼ ਹੋ ਜਾਂਦੀ ਹੈ ।

Whosoever may conquer all his frustrations of mind; with His mercy and grace, he may be blessed with peace, contentment, and blossom in his worldly life. Whosoever may adopt the life experience teachings of His true devotee in his day-to-day life, his fear of death, cycle of birth and death may be eliminated. All his worldly worries and fears may be eliminated. He may not have any evil thoughts or desires within his mind. He may be blessed with the association of His Holy saint and he meditates wholeheartedly on the teachings of His Word. He may hear the everlasting echo of His Word resonates within his mind. All his frustrations, suspicions may be eliminated; he may be blessed with the state of mind as His true devotee.7

ਅਸਟਪਦੀ॥ Asatpadee. (18 -8)

ਨਿਰਗੁਨੁ ਆਪਿ, ਸਰਗੁਨੁ ਭੀ ਓਹੀ॥	nirgun aap sargun bhee ohee.
ਕਲਾ ਧਾਰਿ, ਜਿਨਿ ਸਗਲੀ ਮੋਹੀ॥	kalaa Dhaar jin saglee mohee.
ਅਪਨੇ ਚਰਿਤ, ਪ੍ਰਭਿ ਆਪਿ ਬਨਾਏ॥	apnay charit parabh aap banaa-ay.
ਅਪੁਨੀ ਕੀਮਤਿ, ਆਪੇ ਪਾਏ॥	apunee keemat aapay paa-ay.
ਹਰਿ ਬਿਨੁ ਦੂਜਾ, ਨਾਹੀ ਕੋਇ॥	har bin doojaa naahee ko-ay.
ਸਰਬ ਨਿਰੰਤਰਿ, ਏਕੋ ਸੋਇ॥	sarab nirantar ayko so-ay.
ਓਤਿ ਪੋਤਿ, ਰਵਿਆ ਰੂਪ ਰੰਗ॥	ot pot ravi-aa roop rang.
ਭਏ ਪ੍ਰਗਾਸ, ਸਾਧ ਕੈ ਸੰਗ॥	bha-ay pargaas saaDh kai sang.
ਰਚਿ ਰਚਨਾ, ਅਪਨੀ ਕਲ ਧਾਰੀ॥	rach rachnaa apnee kal Dhaaree.
ਅਨਿਕ ਬਾਰ, ਨਾਨਕ ਬਲਿਹਾਰੀ॥੮॥੧੮॥	anik baar naanak balihaaree. ||8||18||

ਪ੍ਰਭ ਅਉਗੁਨਾਂ ਤੋਂ ਰਹਿਤ ਹੈ, ਉਹ ਹਰ ਹੀ ਥਾਂ ਤੇ, ਹਰ ਚੀਜ਼ ਵਿੱਚ ਮੌਜੂਦ ਹੈ । ਸਰਬ ਕਲਾ ਸਮਰਥ ਨੇ ਸਾਰੀ ਸ੍ਰਿਸ਼ਟੀ ਨੂੰ ਹੀ ਹੈਰਾਨਗੀ ਵਿੱਚ ਪਾਇਆ ਹੈ । ਆਪਣਾ ਖੇਲ ਆਪ ਹੀ ਬਣਾਉਂਦਾ ਹੈ, ਆਪ ਹੀ ਅਨਮੋਲ ਖੇਲ ਦੀ ਮਹੱਤਤਾਂ ਜਾਣਦਾ ਹੈ । ਪ੍ਰਭ ਤੋਂ ਬਿਨਾਂ ਹੋਰ ਕੋਈ ਦੂਜਾ ਨਹੀਂ ਹੈ, ਜਿਹੜਾ ਉਸ ਦਾ ਕੋਈ ਵੀ ਖੇਲ ਚਲਾ, ਸਮਝ ਸਕਦਾ ਹੈ । ਉਹ ਵੱਖਰੇ ਵੱਖਰੇ ਰੰਗਾਂ ਵਿੱਚ ਹੀ ਸੰਤ ਸਰੂਪ ਜੀਵ ਦੀ ਸੰਗਤ ਵਿੱਚ ਪ੍ਰਗਟ ਹੁੰਦਾ ਹੈ । ਉਸ ਨੇ ਸਾਰੀ ਸ੍ਰਿਸ਼ਟੀ ਦੀ ਉਤਪਨਾ ਕੀਤੀ ਹੈ, ਆਪਣੀ ਤਾਕਤ, ਸਿਆਣਪ ਇਸ ਸ੍ਰਿਸ਼ਟੀ ਵਿੱਚ ਰਖਦਾ ਹੈ, ਜੀਵਾਂ ਨੂੰ ਬਖਸ਼ਦਾ ਹੈ । ਉਸ ਦੇ ਕਰਤਬਾਂ ਦੇ ਸਦਕੇ ਜਾਈਏ! ਉਹ ਅਨੋਖੇ ਹਨ, ਵਖਿਆਣ ਨਹੀਂ ਕੀਤੇ ਜਾ ਸਕਦੇ ।

The True Master remains beyond the reach of any blemish of worldly wealth. He remains Omnipresent everywhere and in each event in the universe. The Omnipotent True Master keeps His Creation in suspension and astonished. The One and Only One Creator may fully comprehend His Nature. No one else can create or operate, understand the nature of the universe. He appears in different unique techniques and colors through His true devotee. All universes are an expansion of His Holy Spirit. His Power and Wisdom remains embedded within in His Creation. I remain fascinated, astonished from His Nature. His astonishing nature may not be fully comprehended or explained.8

19. ਸਲੋਕੁ॥ 19॥ (288)

ਸਾਥਿ ਨ ਚਾਲੈ ਬਿਨੁ ਭਜਨ,	saath na chaalai bin bhajan
ਬਿਖਿਆ ਸਗਲੀ ਛਾਰੁ॥	bikhi-aa saglee chhaar.
ਹਰਿ ਹਰਿ ਨਾਮੁ ਕਮਾਵਨਾ,	har har naam kamaavanaa
ਨਾਨਕ ਇਹੁ ਧਨੁ ਸਾਰੁ॥	naanak ih Dhan saar.

ਪ੍ਰਭ ਦੇ ਸ਼ਬਦ ਦਾ ਸਿਮਰਨ ਕਰੋ! ਸ਼ਬਦ ਦੀ ਕਮਾਈ ਕਰੋ । ਇਹ ਧਨ ਹੀ ਦਰਬਾਰ ਵਿੱਚ ਸਾਥ ਜਾਣਾ ਹੈ, ਹੋਰ ਸਭ ਕਮਾਈ ਬਿਰਥੀ ਹੀ ਹੈ ।

You should meditate on the teachings of His Word and earn the wealth of His Word. Only wealth of His Word may be accepted in His Court; all other worldly wealth may be useless for the purpose of human life journey.19

ਅਸਟਪਦੀ॥ Asatpadee. (19 -1)

ਸੰਤ ਜਨਾ ਮਿਲਿ, ਕਰਹੁ ਬੀਚਾਰੁ॥	sant janaa mil karahu beechaar.
ਏਕੁ ਸਿਮਰਿ, ਨਾਮ ਆਧਾਰੁ॥	ayk simar naam aaDhaar.
ਅਵਰਿ ਉਪਾਵ ਸਭਿ, ਮੀਤ ਬਿਸਾਰਹੁ॥	avar upaav sabh meet bisaarahu.
ਚਰਨ ਕਮਲ ਰਿਦ ਮਹਿ, ਉਰਿ ਧਾਰਹੁ॥	charan kamal rid meh ur Dhaarahu.
ਕਰਨ ਕਾਰਨ, ਸੋ ਪ੍ਰਭੁ ਸਮਰਥੁ॥	karan kaaran so parabh samrath.
ਦ੍ਰਿੜੁ ਕਰਿ ਗਹਹੁ, ਨਾਮੁ ਹਰਿ ਵਥੁ॥	darirh kar gahhu naam har vath.
ਇਹੁ ਧਨੁ ਸੰਚਹੁ, ਹੋਵਹੁ ਭਗਵੰਥ॥	ih Dhan sanchahu hovhu bhagvant.

ਸੰਤ ਜਨਾ ਕਾ, ਨਿਰਮਲ ਮੰਥ॥	sant janaa kaa nirmal mant.
ਏਕ ਆਸ, ਰਾਖਹੁ ਮਨ ਮਾਹਿ॥	ayk aas raakho man maahi.
ਸਰਬ ਰੋਗ, ਨਾਨਕ ਮਿਟਿ ਜਾਹਿ॥੧॥	sarab rog naanak mit jaahi. ||1||

ਸੰਤ ਸਰੂਪ ਦੀ ਸੰਗਤ ਕਰੋ! ਉਸ ਤੋਂ ਸ਼ਬਦ ਦੇ ਸਿਮਰਨ ਕਰਨ ਦਾ ਸਿਖਿਆ ਲਵੋ! ਸ਼ਬਦ ਦਾ ਹੀ ਆਸਰਾ ਭਾਲੋ, ਸੰਤਾਂ ਦੇ ਜੀਵਨ ਨੂੰ ਆਪਣੇ ਜੀਵਨ ਦਾ ਅਧਾਰ ਬਣਾਵੋ । ਬਾਕੀ ਵਿਧੀਆਂ, ਤਿਆਗ ਕੇ ਸ਼ਬਦ ਦੀ ਅਡੋਲ ਭਰੋਸੇ ਨਾਲ ਸਿਮਰਨ, ਪਾਲਣਾ ਕਰੋ! ਪ੍ਰਭ ਹੀ ਸਭ ਕੁਝ ਕਰਨ ਦੀ ਸਮਰਥਾ ਰਖਦਾ, ਕਰਦਾ ਹੈ! ਅਡੋਲ ਭਰੋਸੇ ਨਾਲ ਬੰਦਗੀ ਕਰੋ । ਸ਼ਬਦ ਦੀ ਬੰਦਗੀ ਦੀ ਕਮਾਈ ਨਾਲ ਵੱਡੇ ਭਾਗ ਬਖਸ਼ਿਸ਼ ਹੋ ਜਾਂਦੇ ਹਨ । ਸੰਤ ਹਮੇਸ਼ਾਂ ਹੀ ਨਿਮ੍ਰਤਾ ਵਾਲੇ ਹੁੰਦੇ ਹਨ । ਪ੍ਰਭ ਦੇ ਸ਼ਬਦ ਦਾ ਹੀ ਵਿਚਾਰ ਕਰਦੇ ਹਨ, ਵਖਿਆਨ ਕਰਦੇ ਹਨ । ਮਨ ਵਿੱਚ ਇਕੋ ਇਕ ਤੇ ਅਡੋਲ ਭਰੋਸਾ, ਆਸ ਰਖਣ ਨਾਲ ਸਾਰੇ ਦੁਖ, ਚਿੰਤਾਂ ਦੂਰ ਹੋ ਜਾਂਦੀਆਂ ਹਨ ।

You should join the association of His true devotee and learn the technique to meditate on the teachings of His Word. You should adopt his life experience teachings with steady and stable belief in your own day-to-day life. The Omnipotent True Master prevails in every action. You should renounce all clever tricks and wisdom of your mind! You should maintain a steady and stable belief on the teachings of His Word. Whosoever may earn the wealth of His Word; with His mercy and grace, he may be blessed with state of mind as His true devotee. He may become very fortunate and remains very humble and polite in his day-to-day life. He always thinks about His Word and explains the true meanings of His Word. Whosoever may have a steady and stable belief on ultimate Command of The One and Only One, True Master, all his worries of worldly desires may be eliminated.1

ਅਸਟਪਦੀ॥ Asatpadee. (19 -2)

ਜਿਸੁ ਧਨ ਕਉ, ਚਾਰਿ ਕੁੰਟ ਉਠਿ ਧਾਵਹਿ॥	jis Dhan ka-o chaar kunt uth Dhaaveh.
ਸੋ ਧਨੁ, ਹਰਿ ਸੇਵਾ ਤੇ ਪਾਵਹਿ॥	so Dhan har sayvaa tay paavahi.
ਜਿਸੁ ਸੁਖ ਕਉ, ਨਿਤ ਬਾਛਹਿ ਮੀਤ॥	jis sukh ka-o nit baachheh meet.
ਸੋ ਸੁਖੁ, ਸਾਧੂ ਸੰਗਿ ਪਰੀਤਿ॥	so sukh saaDhoo sang pareet.
ਜਿਸੁ ਸੋਭਾ ਕਉ, ਕਰਹਿ ਭਲੀ ਕਰਨੀ॥	jis sobhaa ka-o karahi bhalee karnee.
ਸਾ ਸੋਭਾ, ਭਜੁ ਹਰਿ ਕੀ ਸਰਨੀ॥	saa sobhaa bhaj har kee sarnee.
ਅਨਿਕ ਉਪਾਵੀ, ਰੋਗੁ ਨ ਜਾਇ॥	anik upaavee rog na jaa-ay.
ਰੋਗੁ ਮਿਟੈ, ਹਰਿ ਅਵਖਧੁ ਲਾਇ॥	rog mitai har avkhaDh laa-ay.
ਸਰਬ ਨਿਧਾਨ ਮਹਿ, ਹਰਿ ਨਾਮੁ ਨਿਧਾਨੁ॥	sarab niDhaan meh har naam niDhaan.
ਜਪਿ ਨਾਨਕ, ਦਰਗਹਿ ਪਰਵਾਨੁ॥੨॥	jap naanak dargahi parvaan. ||2||

ਜਿਹੜੇ ਧਨ ਨੂੰ ਚਾਰੇ ਪਾਸੇ ਢੂੰਡਦਾ ਫਿਰਦਾ, ਭਟਕਦਾ ਫਿਰਦਾ ਹੈ । ਉਹ ਧਨ ਪ੍ਰਭ ਦੀ ਸੇਵਾ ਕਰਨ ਨਾਲ ਬਖਸ਼ਿਸ਼ ਹੋ ਜਾਂਦਾ ਹੈ । ਜਿਸ ਸੰਸਾਰਕ ਸੁਖ (ਮਨ ਦੀ ਸ਼ਾਂਤੀ) ਨੂੰ ਪ੍ਰਾਪਤ ਕਰਨ ਦੀ ਇਛਾਂ ਰਖਦਾ, ਆਸ ਕਰਦਾ ਹੈ । ਉਹ ਸੁਖ, ਸ਼ਾਂਤੀ ਸੰਤ ਸਰੂਪ ਜੀਵ ਦੀ ਸੰਗਤ ਕਰਨ ਨਾਲ ਬਖਸ਼ਿਸ਼ ਹੋ ਜਾਂਦੀ ਹੈ । ਜਿਸ ਦੇ ਮਨ ਵਿੱਚ ਆਪਣੀ ਸੋਭਾ ਦੀ ਇਛਾਂ ਹੈ, ਅਡੋਲ ਭਰੋਸੇ ਨਾਲ ਸ਼ਬਦ ਦੀ ਪਾਲਣਾ ਕਰਨ ਨਾਲ ਸੋਭਾ ਬਖਸ਼ਿਸ਼ ਹੋ ਜਾਂਦੀ ਹੈ । ਜਿਹੜਾ ਸੰਸਾਰਕ ਰੋਗ ਕਿਸੇ ਇਲਾਜ ਨਾਲ ਖਤਮ ਨਹੀਂ ਹੁੰਦਾ, ਕੋਈ ਦਵਾਈ ਕੰਮ ਨਹੀਂ ਕਰਦੀ । ਪ੍ਰਭ ਦੇ ਭਰੋਸੇ ਦੀ ਦਵਾਈ ਕੰਮ ਕਰ ਜਾਂਦੀ ਹੈ । ਉਹ ਪ੍ਰਭ ਸਾਰੇ ਭੰਡਾਰਾਂ ਦਾ ਭੰਡਾਰੀ ਹੈ, ਸਾਰੀਆਂ ਰਿਧੀਆਂ, ਸਿਧਿਆਂ ਦਾ ਮਾਲਕ ਹੈ । ਸ਼ਬਦ ਦੇ ਸਿਮਰਨ ਕਰਨ ਨਾਲ, ਉਸ ਦੇ ਦਰ ਤੇ ਪ੍ਰਵਾਨ ਹੋਇਆ ਜਾ ਸਕਦਾ ਹੈ ।

Keep in mind! Whatsoever worldly wealth, you may be searching and wandering in frustrations with disappointments all over in the universe; you may be blessed by wholeheartedly serving His Creation. Whatsoever worldly comforts and peace, you may have burned desire; all comforts and peace may be blessed by joining the conjugation of His True devotee.

Whosoever may have a burning desire for worldly honor and status; with His mercy and grace, whosoever may adopt the teachings of His Word with steady and stable belief in day-to-day life, he may be blessed with worldly honor. When all worldly medicines may not cure any disease of the body and mind; by believing the ultimate power, cure of meditation on the teachings of His Word; with His mercy and grace, He may provide comfort to his soul. The True Master, Treasure of all virtues, all miracles of the world. Whosoever may meditate wholeheartedly on the teachings of His Word; his soul may be accepted in His Sanctuary.2

ਅਸਟਪਦੀ॥ Asatpadee. (19 -3)

ਮਨੁ ਪਰਬੋਧਹੁ, ਹਰਿ ਕੈ ਨਾਇ॥	man, parboDhahu har kai naa-ay.
ਦਹ ਦਿਸਿ ਧਾਵਤ, ਆਵੈ ਠਾਇ॥	dah dis Dhaavat aavai thaa-ay.
ਤਾ ਕਉ ਬਿਘਨੁ, ਨ ਲਾਗੈ ਕੋਇ॥	taa ka-o bighan na laagai ko-ay.
ਜਾ ਕੈ ਰਿਦੈ, ਬਸੈ ਹਰਿ ਸੋਇ॥	jaa kai ridai basai har so-ay.
ਕਲਿ ਤਾਤੀ, ਠਾਂਢਾ ਹਰਿ ਨਾਉ॥	kal taatee thaaNdhaa har naa-o.
ਸਿਮਰਿ ਸਿਮਰਿ, ਸਦਾ ਸੁਖ ਪਾਉ॥	simar simar sadaa sukh paa-o.
ਭਉ ਬਿਨਸੈ, ਪੂਰਨ ਹੋਇ ਆਸ॥	bha-o binsai pooran ho-ay aas.
ਭਗਤਿ ਭਾਇ, ਆਤਮ ਪਰਗਾਸ॥	bhagat bhaa-ay aatam pargaas.
ਤਿਤੁ ਘਰਿ ਜਾਇ, ਬਸੈ ਅਬਿਨਾਸੀ॥	tit ghar jaa-ay basai abhinaasee.
ਕਹੁ ਨਾਨਕ ਕਾਟੀ, ਜਮ ਫਾਸੀ॥੩॥	kaho naanak kaatee jam faasee. ||3||

ਜਦੋਂ ਮਨ ਚਾਰੇ ਪਾਸੇ ਘੁੰਮਦਾ ਫਿਰਦਾ ਹੋਵੇ, ਤਾ ਸਿਮਰਨ ਕਰਨ ਨਾਲ ਮਨ ਅਡੋਲ ਹੋ ਜਾਂਦਾ ਹੈ, ਉਸ ਨੂੰ ਧੀਰਜ, ਸੰਤੋਖ ਆ ਜਾਂਦਾ ਹੈ । ਜਿਸ ਜੀਵ ਦੇ ਮਨ ਵਿੱਚ ਪ੍ਰਭ ਦੇ ਸ਼ਬਦ ਦਾ ਸਿਮਰਨ ਰਚ ਜਾਂਦਾ ਹੈ । ਉਸ ਦੇ ਕਿਸੇ ਕਾਰਜ ਵਿੱਚ ਕੋਈ ਵਿਘਨ ਨਹੀਂ ਪੈਂਦਾ । ਇਸ ਕਲਜੁਗ ਵਿੱਚ ਭਟਕਣਾਂ ਬਹੁਤ ਹੀ ਦੁਖੁ ਦੇਂਦੀਆਂ ਹਨ, ਸ਼ਬਦ ਦਾ ਸਵਾਸ ਸਵਾਸ ਸਿਮਰਨ ਕਰਨ ਨਾਲ ਮਨ ਨੂੰ ਸੁਖ, ਸ਼ਾਂਤੀ ਬਖਸ਼ਿਸ਼ ਹੋ ਜਾਂਦੀ ਹੈ । ਪ੍ਰਭ ਦੀ ਬੰਦਗੀ ਕਰਨ ਨਾਲ ਜੀਵ ਦੀ ਆਤਮਾ ਜਾਗਰਤ ਹੋ ਜਾਂਦੀ ਹੈ । ਮਨ ਦੇ ਸਾਰੇ ਭਰਮ, ਭਲੇਖੇ ਦੂਰ ਹੋ ਜਾਂਦੇ ਹਨ, ਮੁਰਾਦਾਂ ਪੂਰੀਆਂ ਹੋ ਜਾਂਦੀਆਂ ਹਨ । ਉਹ ਜੀਵ ਆਪਣੀ ਮਾਨਸ ਯਾਤਰਾ ਸਫਲ ਕਰਕੇ ਆਪਣੇ ਮਾਲਕ ਦੇ ਘਰ ਵਾਪਸ ਜਾਂਦਾ ਹੈ । ਉਸ ਦਾ ਜਨਮ ਮਰਨ ਦਾ ਚੱਕਰ ਖਤਮ ਹੋ ਜਾਂਦਾ ਹੈ ।

Whosoever may be wandering in all directions to satisfy his worldly desires; he should meditate on the teachings of His Word with steady and stable belief; with His mercy and grace, he may be blessed with a patience and contentment in his life. Whosoever may be drenched with the essence of His Word, no worldly hurdle can obstruct his worldly task. In the Age of Kul jug, the worldly desires and disappointments create frustration and miseries. Whosoever may meditate with each breath; he may be blessed with peace and comfort in day-to-day life. He may be enlightened with the essence of His Word and he remains awake and alert. All his suspicions may be eliminated; his spoken and unspoken desires may be satisfied. His true devotee may successfully complete his human life journey and he may return to the Sanctuary of The True Master. His cycle of birth and death may be eliminated forever.3

ਅਸਟਪਦੀ॥ Asatpadee. (19 -4)

ਤਤੁ ਬੀਚਾਰੁ, ਕਹੈ ਜਨੁ ਸਾਚਾ॥	tat beechaar kahai jan saachaa.
ਜਨਮਿ ਮਰੈ, ਸੋ ਕਾਚੋ ਕਾਚਾ॥	janam marai so kaacho kaachaa.
ਆਵਾ ਗਵਨੁ, ਮਿਟੈ ਪ੍ਰਭ ਸੇਵ॥	aavaa gavan mitai parabh sayv.
ਆਪੁ ਤਿਆਗਿ, ਸਰਨਿ ਗੁਰਦੇਵ॥	aap ti-aag saran gurdayv.
ਇਉ ਰਤਨ ਜਨਮ ਕਾ, ਹੋਇ ਉਧਾਰੁ॥	i-o ratan janam kaa ho-ay uDhaar.

ਹਰਿ ਹਰਿ ਸਿਮਰਿ, ਪ੍ਰਾਨ ਆਧਾਰੁ॥ har har simar paraan aaDhaar.
ਅਨਿਕ ਉਪਾਵ, ਨ ਛੂਟਨਹਾਰੇ॥ anik upaav na chhootanhaaray.
ਸਿੰਮ੍ਰਿਤਿ, ਸਾਸਤ, ਬੇਦ, ਬੀਚਾਰੇ॥ simrit saasat bayd beechaaray.
ਹਰਿ ਕੀ ਭਗਤਿ, ਕਰਹੁ ਮਨੁ ਲਾਇ॥ har kee bhagat karahu man laa-ay.
ਮਨਿ ਬੰਛਤ, ਨਾਨਕ, ਫਲ ਪਾਇ॥੪॥ man, banchhat naanak fal paa-ay. ||4||

ਜਿਹੜਾ ਅਸਲੀਅਤ ਨੂੰ ਪਛਾਣ ਕੇ, ਵਿਚਾਰ ਕਰਕੇ ਆਪਣੇ ਜੀਵਨ ਵਿੱਚ ਅਪਣਾਉਂਦਾ ਹੈ । ਉਹ ਹੀ ਅਸਲੀ ਭਗਤ, ਦਾਸ ਹੁੰਦਾ ਹੈ । ਜਿਹੜਾ ਜੀਵ ਜਨਮ ਮਰਨ ਦੇ ਚੱਕਰ ਵਿੱਚ ਹੀ ਰਹਿੰਦਾ ਹੈ, ਉਸ ਨੂੰ ਅਸਲੀ ਰਸਤੇ ਦੀ ਸੋਝੀ ਨਹੀਂ, ਉਸ ਦਾ ਰਸਤਾ ਫਰੇਬ, ਪਾਖੰਡ ਦਾ ਹੀ ਹੈ । ਜੀਵ ਆਪਣੇ ਮਨ ਦਾ ਅਹੰਕਾਰ, ਆਪਾ ਤਿਆਗ ਕੇ, ਪ੍ਰਭ ਦੇ ਸ਼ਬਦ ਦਾ ਆਸਰਾ ਲਵੇ । ਪ੍ਰਭ ਦੀ ਰਹਿਮਤ ਨਾਲ ਅਨਮੋਲ ਮਾਨਸ ਜਨਮ ਦਾ ਉਧਾਰ ਹੋ ਸਕਦਾ ਹੈ । ਸ਼ਬਦ ਦਾ ਸਵਾਸ ਸਵਾਸ ਸਿਮਰਨ ਕਰੋ! ਆਪਣੇ ਜੀਵਨ ਦਾ ਅਧਾਰ ਬਣਾਵੇ । ਧਾਰਮਕ ਕਿਤਾਬਾਂ ਪੜ੍ਹਨ ਨਾਲ ਜਾ ਵਿਚਾਰ ਕਰਕੇ ਸਮਝ ਆਉਂਦੀ ਹੈ । ਅਨੇਕਾਂ ਵਿਧੀਆਂ ਜਾ ਧਾਰਮਕ ਕਿਤਾਬਾਂ ਪੜ੍ਹਨ, ਵਿਚਾਰਨ ਨਾਲ ਉਧਾਰ ਨਹੀਂ ਹੁੰਦਾ । ਜਿਹੜਾ ਅਡੋਲ ਭਰੋਸੇ ਨਾਲ ਸ਼ਬਦ ਦਾ ਸਿਮਰਨ, ਪਾਲਣਾ ਕਰਦਾ ਹੈ, ਉਸ ਦੇ ਮਨ ਦੀਆਂ ਬੋਲੀਆਂ, ਅਨਬੋਲੀਆਂ ਇਛਾਂ ਪੂਰੀਆਂ ਹੋ ਜਾਂਦੀਆਂ ਹਨ ।

Whosoever may recognize the real purpose of his human life journey! He may adopt the teachings of His Word in day-to-day life; with His mercy and grace, he may be blessed with state of mind of as His true devotee. Whosoever may not understand the real purpose of his human life; he may remain in the cycle of birth and death and ignorant from the right path of meditation. His way of meditation may be a hypocrisy, fraud. Whosoever may renounce his ego and surrender his self-entity at His Sanctuary; with His mercy and grace, he may be blessed with the right path of acceptance in His Court. You should meditate and adopt the teachings of His Word as the guiding principle of your life! Whosoever may read and understand the religious Holy Scripture; with His mercy and grace, he may realize the right path of acceptance in His Court. Whosoever may meditate and obeys the teachings of His Word; with His mercy and grace, his spoken and unspoken desires may be satisfied. 4

ਅਸਟਪਦੀ॥ Asatpadee. (19 -5)

ਸੰਗਿ ਨ ਚਾਲਸਿ, ਤੇਰੈ ਧਨਾ॥ sang na chaalas tayrai Dhanaa.
ਤੂੰ ਕਿਆ ਲਪਟਾਵਹਿ, ਮੂਰਖ ਮਨਾ॥ tooN ki-aa laptaavahi moorakh manaa.
ਸੁਤ, ਮੀਤ, ਕੁਟੰਬ, ਅਰੁ ਬਨਿਤਾ॥ sut meet kutamb ar banitaa.
ਇਨ ਤੇ ਕਹਹੁ ਤੁਮ, ਕਵਨ, ਸਨਾਥਾ॥ in tay kahhu tum kavan sanaathaa.
ਰਾਜ ਰੰਗ, ਮਾਇਆ ਬਿਸਥਾਰ॥ raaj rang maa-i-aa bisthaar.
ਇਨ ਤੇ ਕਹਹੁ, ਕਵਨ ਛੁਟਕਾਰ॥ in tay kahhu kavan chhutkaar.
ਅਸੁ, ਹਸਤੀ, ਰਥ, ਅਸਵਾਰੀ॥ as hastee rath asvaaree.
ਝੂਠਾ ਡੰਫੁ, ਝੂਠੁ ਪਾਸਾਰੀ॥ jhoothaa damf jhooth paasaaree.
ਜਿਨਿ ਦੀਏ, ਤਿਸੁ ਬੁਝੈ ਨ ਬਿਗਾਨਾ॥ jin dee-ay tis bujhai na bigaanaa.
ਨਾਮੁ ਬਿਸਾਰਿ, ਨਾਨਕ ਪਛੁਤਾਨਾ॥੫॥ naam bisaar naanak pachhutaanaa. ||5||

ਮੂਰਖ ਜੀਵ, ਇਹ ਸੰਸਾਰਕ ਧਨ ਤੇਰੇ ਮਰਨ ਤੋਂ ਪਿਛੋਂ ਸਾਥ ਨਹੀਂ ਜਾਂਦਾ, ਸੰਸਾਰਕ ਧਨ ਨੂੰ ਕਿਉਂ ਮੋਹ ਲਗਾਕੇ, ਪਕੜ ਕੇ ਬੈਠ ਹੈ? ਸੰਸਾਰਕ ਰਿਸ਼ਤੇ, ਮਾਤਾ, ਪਿਤਾ, ਧੀ, ਪੁਤਰ ਮਰਨ ਤੋਂ ਪਿਛੋਂ ਦਰਗਾਹ ਵਿੱਚ ਖੜੇ ਨਹੀਂ ਹੋ ਸਕਦੇ । ਸੰਸਾਰਕ ਹੈਸੀਅਤ, ਤਾਕਤ, ਧਨ, ਸੁਖ ਦੀਆਂ ਚੀਜ਼ਾਂ ਨਾਲ ਵੀ ਕਦੇ ਕਿਸੇ ਨੂੰ ਪ੍ਰਵਾਨਗੀ ਬਖਸ਼ਿਸ਼ ਨਹੀਂ ਹੋਈ? ਇਹ ਘੋੜੇ, ਹਾਥੀ, ਸ਼ਾਨ ਸਭ ਝੂਠਾ ਹੀ ਵਿਖਾਵਾ ਹੈ, ਦਰਗਾਹ ਵਿੱਚ ਕੋਈ ਮਹੱਤਤਾਂ ਨਹੀਂ ਹੁੰਦੀ । ਇਹ ਸਭ ਕੁਝ ਪ੍ਰਭ ਹੀ ਬਖਸ਼ਦਾ ਹੈ, ਆਪਣੀ ਗਲਤੀ ਕਬੂਲ ਕਰਕੇ, ਉਸ ਦੀ ਸ਼ਰਣ ਵਿੱਚ ਭੁੱਲਾਂ ਬਖਸ਼ਾਵੇ! ਪ੍ਰਭ ਆਪ ਹੀ ਸਹਾਈ ਹੋ ਜਾਂਦਾ ਹੈ ।

Ignorant! Worldly wealth may not support in His Court after death. Why are you attached with worldly possessions in day-to-day life? All worldly relationships and companions may not be able to support in His Court. Worldly status, power, wealth, and all comforts may not have any significance for the real purpose of human life opportunity. All worldly glory, worldly wealth has been bestowed with His Blessed Vision; you should regret and repent and pray for His Forgiveness and Refuge. Whosoever may surrender his self-identity at His Sanctuary; The True Master may become his protector and guardian.5

ਅਸਟਪਦੀ॥ Asatpadee. (19 -6)

ਗੁਰ ਕੀ ਮਤਿ, ਤੂੰ ਲੇਹਿ ਇਆਨੇ॥	gur kee mat tooN layhi i-aanay.
ਭਗਤਿ ਬਿਨਾਂ, ਬਹੁ ਡੂਬੇ ਸਿਆਨੇ॥	bhagat binaa baho doobay si-aanay.
ਹਰਿ ਕੀ ਭਗਤਿ, ਕਰਹੁ ਮਨ ਮੀਤ॥	har kee bhagat karahu man meet.
ਨਿਰਮਲ ਹੋਇ, ਤੁਮ੍ਾਰੋ ਚੀਤ॥	nirmal ho-ay tumHaaro cheet.
ਚਰਨ ਕਮਲ, ਰਾਖਹੁ ਮਨ ਮਾਹਿ॥	charan kamal raakho man maahi.
ਜਨਮ ਜਨਮ ਕੇ, ਕਿਲਬਿਖ ਜਾਹਿ॥	janam janam kay kilbikh jaahi.
ਆਪਿ ਜਪਹੁ, ਅਵਰਾ ਨਾਮੁ ਜਪਾਵਹੁ॥	aap japahu avraa naam japaavhu.
ਸੁਨਤ ਕਹਤ, ਰਹਤ, ਗਤਿ ਪਾਵਹੁ॥	sunat kahat rahat gat paavhu.
ਸਾਰ ਭੂਤ, ਸਤਿ, ਹਰਿ ਕੋ ਨਾਉ॥	saar bhoot sat har ko naa-o.
ਸਹਜਿ ਸੁਭਾਇ, ਨਾਨਕ ਗੁਨ ਗਾਉ॥੬॥	sahj subhaa-ay naanak gun gaa-o. ‖6‖

ਅਣਜਾਣ ਜੀਵ, ਪ੍ਰਭ ਦੇ ਸ਼ਬਦ ਦੀ ਬੰਦਗੀ, ਸਿਮਰਨ, ਪਾਲਣਾ ਕਰੋ! ਪ੍ਰਭ ਦੇ ਸ਼ਬਦ ਤੇ ਭਰੋਸਾ ਅਡੋਲ ਰਖਣ ਤੋਂ ਬਿਨਾਂ, ਧਾਰਮਕ ਕਿਤਾਬਾਂ ਪੜ੍ਹਨ ਵਾਲੇ, ਬਹੁਤ ਸਿਆਣੇ, ਆਪਣਾ ਮਾਨਸ ਜਨਮ ਗਵਾ ਕੇ ਚਲੇ ਗਏ ਹਨ । ਜਿਹੜਾ ਸ਼ਬਦ ਦੀ ਸਿਖਿਆਂ ਨੂੰ ਆਪਣੇ ਜੀਵਨ ਵਿੱਚ ਢਾਲਦਾ ਹੈ, ਉਸ ਦੇ ਕਈ ਜਨਮਾਂ ਦੇ ਕੀਤੇ ਪਾਪ ਧੋਤੇ, ਬਖਸ਼ੇ ਜਾਂਦੇ ਹਨ । ਉਸ ਦੀ ਆਤਮਾ ਪਵਿੱਤਰ ਹੋ ਜਾਂਦੀ ਹੈ । ਆਪ ਪ੍ਰਭ ਦੇ ਸ਼ਬਦ ਦਾ ਸਿਮਰਨ, ਜੀਵਨ ਢਾਲੋ, ਬਾਕੀ ਜੀਵਾਂ ਨੂੰ ਪ੍ਰੇਰਨਾ ਕਰੋ! ਜਿਹੜਾ ਪ੍ਰਭ ਦਾ ਸ਼ਬਦ ਸੁਣਦਾ, ਜੀਵਨ ਢਾਲਦਾ ਹੈ, ਉਸ ਨੂੰ ਪ੍ਰਵਾਨਗੀ ਦਾ ਅਸਲੀ ਰਸਤਾ ਬਖਸ਼ਿਸ਼ ਹੋ ਜਾਂਦਾ ਹੈ । ਸਾਰੀਆਂ ਕਰਾਮਾਤਾਂ ਹੀ ਸ਼ਬਦ ਦੇ ਸਿਮਰਨ ਨਾਲ ਬਖਸ਼ਿਸ਼ ਹੋ ਜਾਂਦੀਆਂ ਹਨ । ਆਪਣੇ ਮਨ ਵਿੱਚ ਸਦਾ ਚਲਣ ਵਾਲੀ ਧੁਨ ਜਾਗਰਤ ਕਰੋ ।

You should meditate and adopt the teachings of His Word with steady and stable belief. Without meditating on the teachings of His Word with steady and stable belief, several worldly scholars, and wise humans have wasted their human life opportunity by reciting religious Holy Scriptures. Whosoever may meditate on the teachings of His Word with steady and stable belief, his soul may be sanctified. Whosoever may remain drenched with the essence of His Word; with His mercy and grace, his sins may be forgiven. You should meditate and adopt on the teachings of His Word and inspire others to adopt the path of meditation. Whosoever may meditate on the teachings of His Word wholeheartedly with steady and stable belief; with His mercy and grace, he may be blessed with many miracle powers. He may hear the everlasting echo of His Word resonating within his heart.6

ਅਸਟਪਦੀ॥ Asatpadee. (19 -7)

ਗੁਨ ਗਾਵਤ, ਤੇਰੀ ਉਤਰਸਿ ਮੈਲੁ॥	gun gaavat tayree utras mail.
ਬਿਨਸਿ ਜਾਇ, ਹਉਮੈ ਬਿਖੁ ਫੈਲੁ॥	binas jaa-ay ha-umai bikh fail.
ਹੋਹਿ ਅਚਿੰਤੁ, ਬਸੈ ਸੁਖ ਨਾਲਿ॥	hohi achint basai sukh naal.
ਸਾਸਿ ਗ੍ਰਾਸਿ, ਹਰਿ ਨਾਮੁ ਸਮਾਲਿ॥	saas garaas har naam samaal.
ਛਾਡਿ ਸਿਆਨਪ, ਸਗਲੀ ਮਨਾ॥	chhaad si-aanap saglee manaa.
ਸਾਧਸੰਗਿ ਪਾਵਹਿ, ਸਚੁ ਧਨਾ॥	saaDhsang paavahi sach Dhanaa.

ਹਰਿ ਪੂੰਜੀ, ਸੰਚਿ ਕਰਹੁ ਬਿਉਹਾਰੁ॥	har poonjee sanch karahu bi-uhaar.
ਈਹਾ ਸੁਖੁ, ਦਰਗਹ ਜੈਕਾਰੁ॥	eehaa sukh dargeh jaikaar.
ਸਰਬ ਨਿਰੰਤਰਿ, ਏਕੋ ਦੇਖੁ॥	sarab nirantar ayko daykh.
ਕਹੁ ਨਾਨਕ ਜਾ ਕੈ, ਮਸਤਕਿ ਲੇਖੁ॥੭॥	kaho naanak jaa kai mastak laykh. ||7||

ਜਿਵੇਂ ਜਿਵੇਂ ਸ਼ਬਦ ਦਾ ਰੰਗ ਮਨ ਤੇ ਚੜ੍ਹਦਾ ਹੈ । ਮਨ ਦੀ ਮੰਦੇ ਕੰਮ ਕਰਨ ਦੀ ਖਾਹਿਸ਼ ਖਤਮ ਹੋਣ ਲਗ ਪੈਂਦੀ ਹੈ । ਮਨ ਵਿਚੋਂ ਅਹੰਕਾਰ ਦੀ ਜੜ੍ਹ ਪੁੱਟੀ ਜਾਂਦੀ, ਖਤਮ ਹੋ ਜਾਂਦੀ ਹੈ । ਹਰ ਸਵਾਸ ਅਤੇ ਗਰਾਸ ਨਾਲ ਉਸ ਦੇ ਸ਼ਬਦ ਦਾ ਸਿਮਰਨ ਕਰੋ! ਉਸ ਨਾਲ ਮਨ ਦੀਆਂ ਸਾਰੀਆਂ ਚਿੰਤਾਂ ਦੂਰ ਹੋ ਜਾਂਦੀਆਂ ਹਨ, ਮਨ ਵਿੱਚ ਸ਼ਾਂਤੀ ਦਾ ਪ੍ਰਵੇਸ਼ ਹੋ ਜਾਂਦਾ ਹੈ । ਆਪਣੀਆਂ ਚਲਾਕੀਆਂ ਤਿਆਗ ਕੇ ਸੰਤ ਸਰੂਪ ਜੀਵ ਦੀ ਸੰਗਤ ਕਰੋ । ਉਸ ਸੰਗਤ ਵਿਚੋਂ ਸਦਾ ਸਾਥ ਰਹਿਣ ਵਾਲਾ ਧਨ ਬਖਸ਼ਿਸ਼ ਹੁੰਦਾ ਹੈ । ਪ੍ਰਭ ਦੇ ਸ਼ਬਦ ਦੀ ਪੂੰਜੀ ਇਕੱਠੀ ਕਰੋ! ਇਸ ਨਾਲ ਇਸ ਸੰਸਾਰ ਵਿੱਚ ਸੁਖ, ਸ਼ਾਂਤੀ, ਪ੍ਰਭ ਦੀ ਦਰਗਾਹ ਵਿੱਚ ਪ੍ਰਵਾਨਗੀ ਬਖਸ਼ਿਸ ਹੋ ਸਕਦੀ ਹੈ । ਅੰਤਰਜਾਮੀ, ਸਭ ਕੁਝ ਜਾਣਦਾ, ਦੇਖਦਾ ਹੈ, ਜੀਵ ਦੇ ਮਸਤਕ, ਮੱਥੇ ਤੇ ਜਨਮ ਤੋਂ ਪਹਿਲੇ ਹੀ ਉਸ ਦੇ ਭਾਗ ਲਿਖੇ ਹਨ ।

As slowly and slowly color of the teachings of His Word may be drenched deeper and deeper in your soul; your desire of evil thoughts, evil deeds may be eliminated from your mind. You may be able to conquer the ego from your mind. Whosoever may meditate on the teachings of His Word with each breath; with His mercy and grace, all worries and miseries of his mind may be eliminated; peace and contentment may be blessed in his life. You should renounce all clever tricks of your mind and joins the conjugation of His Holy saint. Whosoever may adopt his life experience teachings in his own life; with His mercy and grace. he may be blessed with the everlasting wealth of His Word; all worldly frustrations may be eliminated and comforts and peace may prevail in day-to-day life. He may be blessed with the right path of acceptance in His Court. The Omniscient True Master monitors all activities of His Creation. He has prewritten, engraved his destiny on his forehead before his birth.7

ਅਸਟਪਦੀ॥ Asatpadee. (19 -8)

ਏਕੋ ਜਪਿ, ਏਕੋ ਸਾਲਾਹਿ॥	ayko jap ayko saalaahi.
ਏਕੁ ਸਿਮਰਿ, ਏਕੋ ਮਨ ਆਹਿ॥	ayk simar ayko man aahi.
ਏਕਸ ਕੇ ਗੁਨ, ਗਾਉ ਅਨੰਤ॥	aykas kay gun gaa-o anant.
ਮਨਿ ਤਨਿ ਜਾਪਿ, ਏਕ ਭਗਵੰਤ॥	man, tan jaap ayk bhagvant.
ਏਕੋ ਏਕੁ, ਏਕੁ ਹਰਿ ਆਪਿ॥	ayko ayk ayk har aap.
ਪੂਰਨ ਪੂਰਿ ਰਹਿਓ, ਪ੍ਰਭੁ ਬਿਆਪਿ॥	pooran poor rahi-o parabh bi-aap.
ਅਨਿਕ ਬਿਸਥਾਰ, ਏਕ ਤੇ ਭਏ॥	anik bisthaar ayk tay bha-ay.
ਏਕੁ ਅਰਾਧਿ, ਪਰਾਛਤ ਗਏ॥	ayk araaDh paraachhat ga-ay.
ਮਨ ਤਨ ਅੰਤਰਿ, ਏਕੁ ਪ੍ਰਭੁ ਰਾਤਾ॥	man, tan antar ayk parabh raataa.
ਗੁਰ ਪ੍ਰਸਾਦਿ, ਨਾਨਕ ਇਕੁ ਜਾਤਾ॥੮॥੧੯॥	gur parsaad naanak ik jaataa. ||8||19||

ਇਕੋ ਇਕ ਪ੍ਰਭ ਹੀ ਪੂਜਣ ਯੋਗ ਹੈ, ਪ੍ਰਭ ਦੇ ਗੁਣਾਂ ਦਾ ਅੰਤ ਨਹੀਂ ਪਾਇਆ ਜਾ ਸਕਦਾ, ਮਨ, ਤਨ ਲਾ ਕੇ ਸਿਮਰਨ ਕਰੋ । ਇਕੋ ਇਕ ਪ੍ਰਭ ਹੀ ਸਾਰੀ ਸ੍ਰਿਸ਼ਟੀ ਦਾ ਮਾਲਕ, ਆਪਣੇ ਆਪ ਵਿੱਚ ਪੂਰਨ ਹੈ । ਪ੍ਰਭ ਦੀ ਜੋਤ ਸਾਰੀ ਸ੍ਰਿਸ਼ਟੀ ਵਿੱਚ ਸਮਾਈ ਹੈ । ਉਸ ਨੇ ਅਨੇਕਾਂ ਕਿਸਮਾਂ ਦੇ ਹੀ ਜੀਵ ਪੈਦਾ ਕੀਤੇ, ਸਾਰੇ ਹੀ ਉਸ ਵਿਚੋਂ ਹੀ ਨਿਕਲੇ ਹਨ । ਉਸ ਦੇ ਸ਼ਬਦ ਦਾ ਸਿਮਰਨ, ਪਾਲਣਾ ਕਰਨ ਨਾਲ ਪਿਛਲੇ ਜਨਮਾਂ ਦੇ ਪਾਪ ਮੁਆਫ ਹੋ ਜਾਂਦੇ ਹਨ । ਜਿਸ ਦਾ ਮਨ, ਤਨ ਪ੍ਰਭ ਦੇ ਸ਼ਬਦ ਵਿੱਚ ਹੀ ਲੀਨ ਹੋ ਜਾਂਦਾ ਹੈ, ਉਸ ਨੂੰ ਪ੍ਰਭ ਦੀ ਹੋਂਦ ਮਹਿਸੂਸ ਹੋਣ ਲਗ ਪੈਂਦੀ ਹੈ ।

The One and Only One True Master may be worthy of worship. You should wholeheartedly meditate on the teachings of His Word; no one may ever fully comprehend the extent of any of His miracles, His Nature. The One and Only One, Omnipotent, True Master remains self-sufficient, self-absorbed, complete in all respects; He remains embedded within His Creation. The whole creation is an expansion of His Holy Spirit. He has created various kinds of creatures as an expansion of His Holy Spirit. Whosoever may Meditate and obey the teachings of His Word, all his sins of previous lives may be forgiven; with His mercy and grace, he may be blessed with the right path of acceptance in His Court. Whosoever may remain intoxicated in meditation in the void of His Word; only his soul may be blessed with enlightenment of His Existence, The True Master.8

20. ਸਲੋਕੁ॥20॥ (289)

ਫਿਰਤ ਫਿਰਤ ਪ੍ਰਭ ਆਇਆ,
ਪਰਿਆ ਤਉ ਸਰਨਾਇ॥
ਨਾਨਕ, ਕੀ ਪ੍ਰਭ ਬੇਨਤੀ,
ਅਪਨੀ ਭਗਤੀ ਲਾਇ॥

firat firat parabh aa-i-aa
pari-aa ta-o sarnaa-ay.
naanak kee parabh bayntee
apnee bhagtee laa-ay. ||1||

ਅਟਲ (ਸਚੁ) ਪ੍ਰਭ, ਰੱਬ, ਮੈਂ ਇੰਦ੍ਰੀਆਂ ਦੇ ਬਣਾਏ, ਸਾਰੇ, ਤਰੀਕੇ ਪਰਖ ਕੇ ਵੇਖੇ ਹਨ । ਸਭ ਕੁਝ ਜਾਣ ਲਿਆ ਹੈ, ਬੇਚਾਰ ਹੋ ਕੇ ਤੇਰੀ ਸ਼ਰਣ ਵਿੱਚ ਆਇਆ ਹਾਂ । ਰਹਿਮਤ ਬਖਸ਼ੋ! ਸ਼ਬਦ ਦੇ ਲੜ, ਸਿਮਰਨ ਤੇ ਲਾਵੋ! ਤੇਰੀ ਕ੍ਰਿਪਾ ਤੋਂ ਬਿਨਾਂ, ਕੋਈ ਭਗਤੀ ਵੀ ਨਹੀਂ ਕਰ ਸਕਦਾ ।

My true Master, I have evaluated all techniques of the worldly senses, religious rituals. I have understood completely all traps and desperately I have surrendered to Your Sanctuary for forgiveness. With Your mercy and grace; attaches me to a devotional meditation on the teachings of Your Word. Without Your mercy and grace, no one can meditate and remain steady and stable on that right path.

ਅਸਟਪਦੀ॥ Asatpadee. (20 -1)

ਜਾਚਕ ਜਨੁ, ਜਾਚੈ ਪ੍ਰਭ ਦਾਨੁ॥
ਕਰਿ ਕਿਰਪਾ, ਦੇਵਹੁ ਹਰਿ ਨਾਮੁ॥
ਸਾਧ ਜਨਾ ਕੀ, ਮਾਗਉ ਧੂਰਿ॥
ਪਾਰਬ੍ਰਹਮ ਮੇਰੀ, ਸਰਧਾ ਪੂਰਿ॥
ਸਦਾ ਸਦਾ ਪ੍ਰਭ ਕੇ, ਗੁਨ ਗਾਵਉ॥
ਸਾਸਿ ਸਾਸਿ ਪ੍ਰਭ, ਤੁਮਹਿ ਧਿਆਵਉ॥
ਚਰਨ ਕਮਲ ਸਿਉ, ਲਾਗੈ ਪ੍ਰੀਤਿ॥
ਭਗਤਿ ਕਰਉ ਪ੍ਰਭ ਕੀ, ਨਿਤ ਨੀਤਿ॥
ਏਕ ਓਟ, ਏਕੋ ਆਧਾਰੁ॥
ਨਾਨਕੁ ਮਾਗੈ, ਨਾਮੁ ਪ੍ਰਭ ਸਾਰੁ॥੧॥

jaachak jan jaachai parabh daan.
kar kirpaa dayvhu har naam.
saaDh janaa kee maaga-o Dhoor.
paarbarahm mayree sarDhaa poor.
sadaa sadaa parabh kay gun gaava-o.
saas saas parabh tumeh Dhi-aava-o.
charan kamal si-o laagai pareet.
bhagat kara-o parabh kee nit neet.
ayk ot ayko aaDhaar.
naanak maagai naam parabh saar. ||1||

ਤੇਰੇ ਦਰ ਦਾ ਭਿਖਾਰੀ ਹਾ, ਕ੍ਰਿਪਾ ਕਰਕੇ, ਆਪਦੇ ਸ਼ਬਦ ਸਿਮਰਨ ਦੀ ਦਾਤ ਬਖਸ਼ੋ । ਸੰਤ ਸਰੂਪ ਜੀਵ ਦੇ ਚਰਨਾਂ ਦੀ ਧੂੜ ਬਖਸ਼ੋ । ਮੈਂ ਤੇਰਾ ਹੀ ਸੇਵਕ ਹਾ, ਮੇਰੇ ਮਨ ਦੀ ਇੱਛਾ ਪੂਰੀ ਕਰੋ । ਹਰ ਵੇਲੇ (ਸਦਾ) ਤੇਰੇ ਗੁਣ ਗਾਉਂਦਾ, ਸ੍ਵਾਸ ਸ੍ਵਾਸ ਤੇਰੇ ਸ਼ਬਦ ਦੀ ਬੰਦਗੀ ਕਰਦਾ ਹਾ । ਤੇਰੀ ਬਾਣੀ ਰੂਪੀ ਚਰਨਾਂ ਨਾਲ ਹੀ ਪ੍ਰੀਤ ਹੈ । ਚਿਤ ਲਾ ਕੇ, ਨਿਮ੍ਰਤਾ ਨਾਲ ਹਰ ਦਿਨ ਰਾਤ ਤੇਰੀ ਬੰਦਗੀ, ਭਗਤੀ ਕਰਦਾ ਹਾ । ਤੂੰ ਹੀ ਮੇਰਾ ਇਕੋ ਇਕ ਆਸਰਾ, ਅਧਾਰ ਹੈ, ਅਰਾਧਨਾ, ਅਰਦਾਸ ਕਰਦਾ ਹਾ, ਸ਼ਬਦ ਦੀ ਦਾਤ, ਲਗਨ ਬਖਸ਼ੋ ।

My True Master, I am a beggar of Your door, blesses me with devotion to meditate on the teachings of Your Word; the association of Your Holy saint. My Merciful True Master, I am only Your Slave, forgive and fulfill my burning desire, conjugation of Your Holy saint. I am meditating and singing the glory of Your Word with each breath. I have been attached to the teachings of Your Word; I wholeheartedly, with humility and politeness meditate day and night. The One and Only One, True Master and my support, I pray for Your Forgiveness and Refuge to be blessed with the devotional meditation on the teachings of Your Word.1

ਅਸਟਪਦੀ॥ Asatpadee. (20 -2)

ਪ੍ਰਭ ਕੀ ਦ੍ਰਿਸਟਿ, ਮਹਾ ਸੁਖੁ ਹੋਇ॥	parabh kee darisat mahaa sukh ho-ay.
ਹਰਿ ਰਸੁ ਪਾਵੈ, ਬਿਰਲਾ ਕੋਇ॥	har ras paavai birlaa ko-ay.
ਜਿਨ ਚਾਖਿਆ, ਸੇ ਜਨ ਤ੍ਰਿਪਤਾਨੇ॥	jin chaakhi-aa say jan tariptaanay.
ਪੂਰਨ ਪੁਰਖ, ਨਹੀ ਡੋਲਾਨੇ॥	pooran purakh nahee dolaanay.
ਸੁਭਰ ਭਰੇ, ਪ੍ਰੇਮ ਰਸ ਰੰਗਿ॥	subhar bharay paraym ras rang.
ਉਪਜੈ ਚਾਉ, ਸਾਧ ਕੈ ਸੰਗਿ॥	upjai chaa-o saaDh kai sang.
ਪਰੇ ਸਰਨਿ, ਆਨ ਸਭ ਤਿਆਗਿ॥	paray saran aan sabh ti-aag.
ਅੰਤਰਿ ਪ੍ਰਗਾਸ, ਅਨਦਿਨੁ ਲਿਵ ਲਾਗਿ॥	antar pargaas an-din liv laag.
ਬਡਭਾਗੀ ਜਪਿਆ, ਪ੍ਰਭੁ ਸੋਇ॥	badbhaagee japi-aa parabh so-ay.
ਨਾਨਕ ਨਾਮਿ ਰਤੇ, ਸੁਖੁ ਹੋਇ॥੨॥	naanak naam ratay sukh ho-ay. ||2||

ਪ੍ਰਭ ਦੀ ਕ੍ਰਿਪਾ ਨਾਲ ਜੀਵ ਨੂੰ ਸ਼ਾਂਤੀ, ਸੰਤੋਖ ਬਖਸ਼ਿਸ਼ ਹੁੰਦਾ ਹੈ, ਫਿਰ ਵੀ ਕੋਈ ਵਿਰਲਾ ਹੀ ਆਪਣੀ ਆਤਮਾ ਨੂੰ ਪਵਿੱਤਰ ਰਖਦਾ ਹੈ । ਜਿਸ ਜੀਵ ਨੇ ਹੀ ਪ੍ਰਭ ਦੇ ਭਾਣੇ ਦਾ ਰਸ ਚਾਖਿਆ, ਮਾਨਿਆ ਹੈ, ਉਸ ਦੀ ਤ੍ਰਿਸ਼ਨਾਂ, ਭਟਕਣਾਂ ਦੂਰ ਹੋ ਜਾਂਦੀਆਂ ਹਨ । ਜਿਹੜਾ ਪੂਰਨ ਸੰਤ, ਭਗਤ, ਆਪਣਾ ਰਸਤਾ ਨਹੀਂ ਛੱਡਦਾ, ਡੋਲਦਾ ਨਹੀਂ, ਉਹ ਜੀਵ ਪ੍ਰਭ ਦੀ ਪ੍ਰੀਤ ਨਾਲ ਭਰਪੂਰ ਰਹਿੰਦਾ ਹੈ । ਉਦ ਸੰਤ ਸਰੂਪ ਦੀ ਸੰਗਤ ਵਿੱਚ ਮਿਲਕੇ ਜਾਗਰਤੀ ਪ੍ਰਾਪਤ ਕਰਦਾ ਹੈ । ਉਹ ਜੀਵ ਬਾਕੀ ਸਾਰਿਆਂ ਦਾ ਅਸਾਰਾ ਛੱਡਕੇ, ਇਕੋ ਇਕ ਪ੍ਰਭ ਦੀ ਓਟ, ਆਸਰਾ ਲੈਂਦੇ ਹਨ । ਉਸ ਦਾ ਧਿਆਨ ਦਿਨ ਰਾਤ ਪ੍ਰਭ ਦੇ ਸ਼ਬਦ ਦੀ ਪਾਲਣਾ ਵਿੱਚ ਅਡੋਲ ਰਹਿੰਦਾ ਹੈ । ਉਸ ਦੇ ਅੰਦਰ ਮਨ ਅੰਦਰ ਜਾਗਰਤੀ ਭਰਪੂਰ ਹੁੰਦੀ ਹੈ, ਵੱਡੇ ਭਾਗਾਂ ਵਾਲਾ ਹੁੰਦਾ ਹੈ । ਜਿਹੜਾ ਪ੍ਰਭ ਦੀ ਬੰਦਗੀ ਦਿਲ ਲਾ ਕੇ ਕਰਦਾ ਹੈ, ਪ੍ਰਭ ਦੀ ਰਹਿਮਤ ਨਾਲ ਸੰਤੋਖ ਬਖਸ਼ਿਸ਼ ਹੋ ਜਾਂਦਾ ਹੈ ।

Whosoever may be bestowed with His Blessed Vision, his soul may be blessed with peace and contentment in her worldly environment. However, very rare devotee may sanctify his soul, blemish free; his soul may become worthy of His Consideration. Whosoever may remain drenched with the teachings of His Word; all his worldly frustrations may be eliminated. He may be blessed with a state of mind as His true devotee. He may never abandon the right path of meditation. He remains overwhelmed with his devotion for the teachings of His Word. He may be enlightened with the essence of His Word. He may abandon all his hope from others and wholeheartedly prays for His Forgiveness and Refuge. He adopts the teachings of His Word with steady and stable in his day-to-day life. He remains overwhelmed with the enlightenment of His Word and he may become very fortunate. Whosoever may wholeheartedly meditate on the teachings of His Word; he may be blessed with contentment in his life.2

ਅਸਟਪਦੀ॥ Asatpadee. (20 -3)

ਸੇਵਕ ਕੀ ਮਨਸਾ, ਪੂਰੀ ਭਈ॥	sayvak kee mansaa pooree bha-ee.
ਸਤਿਗੁਰ ਤੇ, ਨਿਰਮਲ ਮਤਿ ਲਈ॥	satgur tay nirmal mat la-ee.
ਜਨ ਕਉ ਪ੍ਰਭੁ, ਹੋਇਓ ਦਇਆਲੁ॥	jan ka-o parabh ho-i-o da-i-aal.
ਸੇਵਕੁ ਕੀਨੋ, ਸਦਾ ਨਿਹਾਲੁ॥	sayvak keeno sadaa nihaal.
ਬੰਧਨ ਕਾਟਿ, ਮੁਕਤਿ ਜਨੁ ਭਇਆ॥	banDhan kaat mukat jan bha-i-aa.
ਜਨਮ ਮਰਨ, ਦੂਖੁ ਭ੍ਰਮੁ ਗਇਆ॥	janam maran dookh bharam ga-i-aa.
ਇਛ ਪੁਨੀ, ਸਰਧਾ ਸਭ ਪੂਰੀ॥	ichh punee sarDhaa sabh pooree.
ਰਵਿ ਰਹਿਆ, ਸਦ ਸੰਗਿ ਹਜੂਰੀ॥	rav rahi-aa sad sang hajooree.
ਜਿਸ ਕਾ ਸਾ, ਤਿਨਿ ਲੀਆ ਮਿਲਾਇ॥	jis kaa saa tin lee-aa milaa-ay.
ਨਾਨਕ ਭਗਤੀ, ਨਾਮਿ ਸਮਾਇ॥੩॥	naanak bhagtee naam samaa-ay. ||3||

ਜਿਸ ਜੀਵ ਨੇ ਸ਼ਬਦ ਨੂੰ ਜੀਵਨ ਦਾ ਅਧਾਰ ਬਣਾ ਲਿਆ ਹੈ । ਉਸ ਦੀਆਂ ਸਾਰੀਆਂ ਇਛਾਂ ਪੂਰੀਆਂ ਹੋ ਜਾਂਦੀਆਂ ਹਨ । ਜਿਸ ਨਿਮ੍ਰਤਾ ਵਾਲੇ ਸੇਵਕ ਤੇ ਪ੍ਰਭ ਕ੍ਰਿਪਾ ਬਖਸ਼ਦਾ ਹੈ, ਉਸ ਦੇ ਮਨ ਵਿੱਚ ਖੇੜਾ ਵਸ ਜਾਂਦਾ ਹੈ, ਉਸ ਦੇ ਪੰਜਾਂ ਇੰਦ੍ਰੀਆਂ ਦੇ ਕਾਬੂ ਨੂੰ ਖਤਮ ਕਰ ਦੇਂਦਾ ਹੈ । ਉਸ ਨੂੰ ਜਨਮ ਮਰਨ ਦੇ ਚੱਕਰ ਤੋਂ ਰਹਿਤ ਕਰ ਦੇਂਦਾ ਹੈ । ਉਸ ਜੀਵ ਦੀਆਂ ਬੋਲੀਆਂ ਅਨਬੋਲੀਆਂ ਸਾਰੀਆਂ ਇਛਾਂ ਪੂਰੀਆਂ ਹੋ ਜਾਂਦੀਆਂ ਹਨ । ਉਹ ਪ੍ਰਭ ਦੀ ਬੰਦਗੀ ਵਿੱਚ ਹੀ ਲੀਨ ਰਹਿੰਦਾ ਹੈ । ਜਿਸ ਪ੍ਰਭ ਦੀ ਜੋਤ ਵਿਚੋਂ ਹੀ ਜੀਵ ਪੈਦਾ ਹੋਇਆ ਸੀ, ਪ੍ਰਭ ਨੇ ਆਪਣੇ ਹੋਂਦ ਵਿੱਚ ਹੀ ਅਭੇਦ ਕਰ ਲਿਆ । ਹੁਣ ਉਸ ਵਿਚੋਂ ਕੋਈ ਢੂੰਡ ਨਹੀਂ ਸਕਦਾ । ਕਿਸੇ ਦੇ ਪੁਕਾਰਨ ਨਾਲ ਆਪਣੀ ਮਰਜ਼ੀ ਨਾਲ ਬਾਹਰ ਨਹੀਂ ਆ ਸਕਦਾ ।

Whosoever may adopt the teachings of His Word as the basis of day-to-day life; with His mercy and grace, all his spoken and unspoken desires may be fulfilled. Whosoever humble servant, slave may be bestowed with His Blessed Vision, he may remain overwhelmed with blossom all time. He remains beyond the reach of worldly frustrations, desires. His cycle of birth and death may be eliminated. All his spoken and unspoken desires may be fulfilled. He may remain intoxicated in meditation in the void of His Word. His soul may immerse within His Holy Spirit; from where she was separated; she may never be separated. His entity and existence have been eliminated forever; no one search, nor he come out of His Holy Spirit and at his own power or desire.

ਅਸਟਪਦੀ॥ Asatpadee. (20 -4)

ਸੋ ਕਿਉ ਬਿਸਰੈ, ਜਿ ਘਾਲ ਨ ਭਾਨੈ॥ so ki-o bisrai je ghaal na bhaanai.
ਸੋ ਕਿਉ ਬਿਸਰੈ, ਜਿ ਕੀਆ ਜਾਨੈ॥ so ki-o bisrai je kee-aa jaanai.
ਸੋ ਕਿਉ ਬਿਸਰੈ, ਜਿਨਿ ਸਭੁ ਕਿਛੁ ਦੀਆ॥ so ki-o bisrai jin sabh kichh dee-aa.
ਸੋ ਕਿਉ ਬਿਸਰੈ, ਜਿ ਜੀਵਨ ਜੀਆ॥ so ki-o bisrai je jeevan jee-aa.
ਸੋ ਕਿਉ ਬਿਸਰੈ, ਜਿ ਅਗਨਿ ਮਹਿ ਰਾਖੈ॥ so ki-o bisrai je agan meh raakhai.
ਗੁਰ ਪ੍ਰਸਾਦਿ ਕੋ, ਬਿਰਲਾ ਲਾਖੈ॥ gur parsaad ko birlaa laakhai.
ਸੋ ਕਿਉ ਬਿਸਰੈ, ਜਿ ਬਿਖੁ ਤੇ ਕਾਢੈ॥ so ki-o bisrai je bikh tay kaadhai.
ਜਨਮ ਜਨਮ ਕਾ, ਟੂਟਾ ਗਾਢੈ॥ janam janam kaa tootaa gaadhai.
ਗੁਰਿ ਪੂਰੈ ਤਤੁ, ਇਹੈ ਬੁਝਾਇਆ॥ gur poorai tat ihai bujhaa-i-aa.
ਪ੍ਰਭੁ ਅਪਨਾ, ਨਾਨਕ, ਜਨ ਧਿਆਇਆ॥ ੪॥ parabh apnaa naanak jan Dhi-aa-i-aa. ||4||

ਜਿਹੜਾ ਪ੍ਰਭ ਕਿਸੇ ਦੇ ਕੀਤੇ ਕੰਮ ਦੀ ਮਜਦੂਰੀ ਨਹੀਂ ਰਖਦਾ, ਹਮੇਸ਼ਾਂ ਹੀ ਉਸ ਦਾ ਫਲ ਬਖਸ਼ਦਾ ਹੈ, ਉਹ ਅੰਤਰਜਾਮੀ ਸਭ ਕੁਝ ਜਾਣਦਾ ਹੈ । ਜੀਵ ਤੂੰ ਕੀ ਸੋਚਦਾ, ਕਰਦਾ ਹੈ, ਪ੍ਰਭ ਨੂੰ ਕਿਉਂ ਆਪਣੇ ਮਨ ਵਿਚੋਂ ਭੁਲਾ ਬੈਠਾ ਹੈ? ਤੇਰੇ ਪਾਸ ਸਭ ਕੁਝ ਕੇਵਲ ਪ੍ਰਭ ਦੀ ਬਖਸ਼ਿਸ਼ ਨਾਲ ਹੀ ਹੈ, ਤੇਰੇ ਸਵਾਸ ਵੀ ਉਸ ਦੀ ਬਖਸ਼ਿਸ਼ ਹੀ ਹੈ, ਫਿਰ ਵੀ ਤੂੰ ਉਸ ਨੂੰ ਮਨੋ ਵਿਸਾਰਿਆ ਹੈ । ਪ੍ਰਭ ਨੇ ਹੀ ਮਾਤਾ ਦੇ ਗਰਭ ਵਿੱਚ ਵੀ ਹਿਫਾਜ਼ਤ, ਪਾਲਣਾ ਕੀਤੀ ਹੈ । ਇਹ ਤੱਤ ਕੋਈ ਵਿਰਲਾ ਹੀ ਸਮਝਦਾ ਹੈ । ਪ੍ਰਭ ਹੀ ਤੈਨੂੰ ਝੂਠੇ ਬੇਕਾਰਾਂ, ਲਾਲਚਾਂ, ਪੰਜਾਂ ਇੰਦ੍ਰੀਆਂ ਤੋਂ ਬਚਾਕੇ ਰਖਦਾ ਹੈ । ਤੇਰੀਆਂ ਗਲਤੀਆਂ ਨੂੰ ਮੁਆਫ ਕਰਕੇ, ਬੰਦਗੀ ਤੇ ਲਾ ਕੇ ਆਪਣੇ ਨਾਲ ਮਿਲਾ ਸਕਦਾ ਹੈ । ਪ੍ਰਭ ਦੇ ਸ਼ਬਦ ਦੀ ਪਾਲਣਾ ਤੋਂ ਹੀ ਇਸ ਅਸਲੀਅਤ ਦੀ ਸੋਝੀ ਬਖਸ਼ਿਸ਼ ਹੁੰਦੀ ਹੈ । ਮੈਂ ਉਸ ਦੇ ਭਾਣੇ ਵਿੱਚ ਹੀ ਲੀਨ ਰਹਿੰਦਾ, ਪੂਰਨ ਭਰੋਸਾ ਰਖਦਾ ਹਾ ।

The Omniscient, True Master may never ignore earnings of meditation of anyone. He always rewards all his efforts performed without greed. He has blessed everything to His Creation. What are you are thinking and doing? Why have you abandoned His Word from your mind? Everything in your possession, even your breaths have been blessed by Him. Even then you have abandoned Him from your mind, your day today life. The True Master protects and nourishes your soul in the womb of your mother; however, very rare human may realize and keep this essence of His virtue in his mind. The True Master may protect His Creation from worldly greed, falsehood and from the effects of five senses of worldly demons. He may even ignore the innocent mistakes of His true devotee and guides him on the right path of salvation. Whosoever may adopt the teachings of His Word; with His mercy and grace, he may be enlightened with the reality of human life. I meditate with steady and stable belief in the void of His Word.5

ਅਸਟਪਦੀ॥ Asatpadee. (20 -5)

ਸਾਜਨ ਸੰਤ ਕਰਹੁ, ਇਹੁ ਕਾਮੁ॥	saajan sant karahu ih kaam.
ਆਨ ਤਿਆਗਿ, ਜਪਹੁ ਹਰਿ ਨਾਮੁ॥	aan ti-aag japahu har naam.
ਸਿਮਰਿ ਸਿਮਰਿ, ਸਿਮਰਿ ਸੁਖ ਪਾਵਹੁ॥	simar simar simar sukh paavhu.
ਆਪਿ ਜਪਹੁ, ਅਵਰਹ ਨਾਮੁ ਜਪਾਵਹੁ॥	aap japahu avrah naam japaavhu.
ਭਗਤਿ ਭਾਇ, ਤਰੀਐ ਸੰਸਾਰੁ॥	bhagat bhaa-ay taree-ai sansaar.
ਬਿਨੁ ਭਗਤੀ, ਤਨੁ ਹੋਸੀ ਛਾਰੁ॥	bin bhagtee tan hosee chhaar.
ਸਰਬ ਕਲਿਆਣ, ਸੂਖ ਨਿਧਿ ਨਾਮੁ॥	sarab kali-aan sookh niDh naam.
ਬੂਡਤ ਜਾਤ, ਪਾਏ ਬਿਸ੍ਰਾਮੁ॥	boodat jaat paa-ay bisraam.
ਸਗਲ ਦੂਖ ਕਾ, ਹੋਵਤ ਨਾਸੁ॥	sagal dookh kaa hovat naas.
ਨਾਨਕ ਨਾਮੁ, ਜਪਹੁ ਗੁਨਤਾਸੁ॥੫॥	naanak naam japahu guntaas. ||5||

ਆਪਣੀਆਂ ਭਟਕਣਾਂ, ਚਤੁਰਾਈਆਂ ਨੂੰ ਤਿਆਗ ਕੇ ਉਸ ਅਟਲ ਪ੍ਰਭ ਦੇ ਸ਼ਬਦ ਦਾ ਸਿਮਰਨ ਕਰੋ! ਭਾਣਾ ਸਤਿ ਕਰਕੇ ਅਪਣਾ ਲਵੋ । ਸਵਾਸ ਸਵਾਸ ਸਿਮਰਨ ਕਰਨ ਨਾਲ ਆਤਮਾ ਦੀਆਂ ਭਟਕਣਾਂ ਦੂਰ ਹੋ ਜਾਂਦੀਆਂ, ਸੁਖ ਬਖਸ਼ਿਸ਼ ਹੁੰਦਾ ਹੈ । ਆਪ ਸਿਮਰਨ ਕਰੋ ਅਤੇ ਆਪਣੇ ਪ੍ਰਭਾਵ ਵਾਲੇ ਨੂੰ ਸਿਮਰਨ ਕਰਨ ਦੀ ਪ੍ਰੇਰਨਾ ਕਰੋ । ਜਿਹੜਾ ਬੰਦਗੀ ਕਰਦਾ ਹੈ, ਸੰਸਾਰਕ ਸਾਗਰ ਤੋਂ ਪਾਰ ਹੋ ਸਕਦਾ ਹੈ । ਜਨਮ ਮਰਨ ਦੇ ਚੱਕਰ ਵਿਚੋਂ ਬਚ ਸਕਦਾ ਹੈ । ਬਿਨਾਂ ਬੰਦਗੀ ਕੋਈ ਮੁਕਤੀ ਦਾ ਦਰ ਨਹੀਂ ਪਾ ਸਕਦਾ । ਸਰੀਰ ਇਕ ਮਿੱਟੀ ਦਾ ਪੁਤਲਾ ਹੈ । ਪ੍ਰਭ ਦਾ ਸ਼ਬਦ ਹੀ ਸੁਖਾਂ ਦਾ ਭੰਡਾਰ ਹੈ । ਸਿਮਰਨ ਕਰਨ ਨਾਲ ਡੁੱਬਦਾ ਵੀ ਬਚ ਜਾਂਦਾ, ਤਰ ਜਾਂਦਾ ਹੈ, ਪਾਪ ਕਰਨ ਵਾਲਾ ਵੀ ਸਿੱਧੇ ਰਸਤੇ ਤੇ ਚਲਕੇ, ਸੁਖ ਦੇ ਟਿਕਾਨੇ ਤੇ ਪਹੁੰਚਾ ਜਾਂਦਾ ਹੈ । ਜਿਹੜਾ ਸ਼ਬਦ ਦਾ ਸਿਮਰਨ ਕਰਦਾ ਹੈ, ਉਸ ਦੇ ਸੰਸਾਰਕ ਦੁਖਾਂ ਦਾ ਨਾਸ਼ ਹੋਣ ਲਗ ਪੈਂਦਾ ਹੈ, ਸਿਮਰਨ ਕਰਦੇ ਨੂੰ ਮਨ ਵਿਚ ਜਾਗਰਤੀ ਬਖਸ਼ਿਸ਼ ਹੋ ਜਾਂਦੀ ਹੈ ।

You should renounce your clever tricks of your mind and meditate wholeheartedly on the teachings of His Word in your day-to-day life. Whosoever may meditate with each breath; with His mercy and grace, all his frustration of mind may be eliminated; he may be overwhelmed with comforts, contentment, and blossom. You should adopt the teachings of His Word in day-to-day life and inspire other to follow your way of life. Whosoever may meditate wholeheartedly; his soul may be saved and accepted in His Court. His cycle of birth and death may be eliminated. No one may ever be blessed with the right path of salvation, without meditating wholeheartedly. The perishable body made of clay and only the teachings of His Word may be the treasure of comforts. By meditating wholeheartedly on the teachings of His Word; even the drowning soul may be saved; even the sinner may be blessed with a right path to reach his destination. Whosoever may adopt the teachings of His Word, all his diseases of worldly desires may start curing itself. Whosoever may stay steady and stable on the right path of meditation; he may be enlightened and remains awake and alert.5

ਅਸਟਪਦੀ॥ Asatpadee. (20 -6)

ਉਪਜੀ ਪ੍ਰੀਤਿ, ਪ੍ਰੇਮ ਰਸੁ ਚਾਉ॥	upjee pareet paraym ras chaa-o.
ਮਨ ਤਨ ਅਮਤਰਿ, ਇਹੀ ਸੁਆਉ॥	man, tan antar ihee su-aa-o.
ਨੇਤ੍ਰਹੁ ਪੇਖਿ, ਦਰਸੁ ਸੁਖੁ ਹੋਇ॥	naytarahu paykh daras sukh ho-ay.
ਮਨੁ ਬਿਗਸੈ, ਸਾਧ ਚਰਨ ਧੋਇ॥	man, bigsai saaDh charan Dho-ay.

ਭਗਤ ਜਨਾ ਕੈ, ਮਨਿ ਤਨਿ ਰੰਗੁ॥ bhagat janaa kai man tan rang.
ਬਿਰਲਾ ਕੋਊ, ਪਾਵੈ ਸੰਗੁ॥ birlaa ko-oo paavai sang.
ਏਕ ਬਸਤੁ, ਦੀਜੈ ਕਰਿ ਮਇਆ॥ ayk basat deejai kar ma-i-aa.
ਗੁਰ ਪ੍ਰਸਾਦਿ ਨਾਮੁ, ਜਪਿ ਲਇਆ॥ gur parsaad naam jap la-i-aa.
ਤਾ ਕੀ ਉਪਮਾ, ਕਹੀ ਨ ਜਾਇ॥ taa kee upmaa kahee na jaa-ay.
ਨਾਨਕ ਰਹਿਆ, ਸਰਬ ਸਮਾਇ॥੬॥ naanak rahi-aa sarab samaa-ay. ||6||

ਜਿਸ ਦੇ ਮਨ ਵਿੱਚ ਸ਼ਬਦ ਦਾ ਰਸ ਰਚ ਜਾਂਦਾ ਹੈ, ਉਸ ਦੇ ਜੀਵਨ ਦਾ ਅਧਾਰ ਹੀ ਸ਼ਬਦ ਦੀ ਪਾਲਣਾ ਬਣ ਜਾਂਦਾ ਹੈ । ਉਸ ਦੀਆਂ ਅੱਖਾਂ ਪ੍ਰਭ ਦੇ ਕਰਤਬਾਂ ਦੇਖਣ ਨਾਲ ਮਨ ਸੀਤਲ ਠੰਡਾ ਹੋ ਜਾਂਦਾ ਹੈ । ਉਸ ਦਾ ਮਨ ਸੰਤ ਸਰੂਪ ਦੀ ਸੰਗਤ ਕਰਨ ਦੀ ਇਛਾਂ ਨਾਲ ਭਰ ਜਾਂਦਾ ਹੈ । ਸੰਤ ਦੇ ਜੀਵਨ ਦੀ ਸਿਖਿਆਂ ਹੀ ਉਸ ਦਾ ਉਪਦੇਸ਼ ਬਣਾ ਜਾਂਦਾ ਹੈ । ਬੰਦਗੀ ਕਰਨ ਵਾਲਿਆਂ ਦਾ ਮਨ ਪ੍ਰਭ ਦੇ ਸਿਮਰਨ ਵਿੱਚ ਲੀਨ ਹੋਇਆ ਰਹਿੰਦਾ ਹੈ । ਵਿਰਲੇ ਹੀ ਜੀਵ ਨੂੰ ਉਸ ਦੀ ਸੰਗਤ ਨਸੀਬ ਹੁੰਦੀ ਹੈ । ਜਿਹੜੇ ਜੀਵ ਨੂੰ ਪ੍ਰਭ ਦੀ ਨਾਲ ਸ਼ਬਦ ਦੇ ਸਿਮਰਨ ਦੀ ਲਗਨ ਲਗਦੀ ਹੈ । ਉਸ ਨੂੰ ਸੰਸਾਰਕ ਮਾਇਆ ਨਾਲ ਮੋਹ ਨਹੀਂ ਰਹਿੰਦਾ । ਉਸ ਦੇ ਮਨ ਦੀ ਅਵਸਥਾ, ਜੀਵਨ ਦੀ ਅਧਾਰ ਦਾ ਪੂਰਨ ਵਖਿਆਣ ਨਹੀਂ ਕੀਤਾ ਜਾ ਸਕਦਾ । ਓਹ ਪ੍ਰਭ ਦੀ ਰਜ਼ਾ ਵਿੱਚ ਹੀ ਲੀਨ ਰਹਿੰਦਾ ਹੈ ।

Whosoever may remain drenched with the essence of His Word; the teachings of His Word become the pillar of support of his life. He may witness the miracles of His Nature and the fire of his worldly desires may be calm down. His mind may be overwhelmed with the desire of association of His true devotee. He may adopt wholeheartedly the teachings of His Word. His true devotee remains in deep meditation in the void of His Word; however, very rare, fortunate devotee may be blessed with the association of His Holy saint. Whosoever may remain in deep meditation the teachings of His Word; with His mercy and grace, his attachment to worldly wealth may be eliminated from his mind. His state of mind may not be fully comprehended. He may remain intoxicated in meditation in the Sanctuary of His Word.6

ਅਸਟਪਦੀ॥ Asatpadee. (20 -7)

ਪ੍ਰਭ ਬਖਸੰਦ, ਦੀਨ ਦਇਆਲ॥ parabh bakhsand deen da-i-aal.
ਭਗਤਿ ਵਛਲ, ਸਦਾ ਕਿਰਪਾਲ॥ bhagat vachhal sadaa kirpaal.
ਅਨਾਥ ਨਾਥ, ਗੋਬਿੰਦ ਗੁਪਾਲ॥ anaath naath gobind gupaal.
ਸਰਬ ਘਟਾ, ਕਰਤ ਪ੍ਰਤਿਪਾਲ॥ sarab ghataa karat partipaal.
ਆਦਿ ਪੁਰਖ, ਕਾਰਣ ਕਰਤਾਰ॥ aad purakh kaaran kartaar.
ਭਗਤ ਜਨਾ ਕੇ, ਪ੍ਰਾਨ ਅਧਾਰ॥ bhagat janaa kay paraan aDhaar.
ਜੋ ਜੋ ਜਪੈ, ਸੁ ਹੋਇ ਪੁਨੀਤ॥ jo jo japai so ho-ay puneet.
ਭਗਤਿ ਭਾਇ, ਲਾਵੈ ਮਨ ਹੀਤ॥ bhagat bhaa-ay laavai man heet.
ਹਮ ਨਿਰਗੁਨੀਆਰ, ਨੀਚ ਅਜਾਨ॥ ham nirgunee-aar neech ajaan.
ਨਾਨਕ ਤੁਮਰੀ ਸਰਨਿ, ਪੁਰਖ ਭਗਵਾਨ॥੭॥ naanak tumree saran purakh bhagvaan. ||7||

ਪ੍ਰਭ ਭੁਲਾਂ ਬਖਸ਼ਣਹਾਰ ਹੈ, ਓਹੁ ਵੱਡਾ ਦਿਆਲੂ, ਦਾਤਾਂ ਬਖਸ਼ਣ ਵਾਲਾ ਹੈ । ਆਪਣੇ ਭਗਤਾ ਤੇ ਸਦਾ ਹੀ ਤਰਸ ਕਰਦਾ ਹੈ, ਰੱਖਿਆ ਕਰਦਾ ਹੈ, ਪਰਦਾ ਢੱਕਦਾ ਹੈ । ਪ੍ਰਭ ਆਪ ਹੀ ਗੁਰੂਆਂ ਦਾ ਗੁਰੂ, ਪੀਰਾਂ ਦਾ ਪੀਰ ਹੈ । ਸਾਰੀ ਸ੍ਰਿਸ਼ਟੀ ਵਿੱਚ ਆਪ ਹੀ ਸਮਾਇਆ ਹੈ । ਅਟਲ ਪ੍ਰਭ, ਸ੍ਰਿਸ਼ਟੀ ਦੀ ਆਰੰਭ ਹੋਣ ਤੋਂ ਪਹਿਲੇ ਵੀ ਮੌਜੂਦ ਸੀ, ਸਭ ਕੁਝ ਉਹ ਹੀ ਕਰਦਾ ਹੈ, ਉਸ ਦਾ ਕੀਤਾ ਹੋਇਆ ਹੈ । ਇਹ ਹੀ ਬੰਦਗੀ ਕਰਨ ਵਾਲਿਆਂ, ਭਗਤਾਂ ਦੇ ਜੀਵਨ ਦਾ ਅਧਾਰ ਬਣ ਜਾਂਦਾ ਹੈ । ਜਿਹੜਾ ਸ਼ਬਦ ਦਾ ਸਿਮਰਨ ਕਰਦਾ ਹੈ, ਉਸ ਦੀ ਆਤਮਾਂ ਪਵਿੱਤਰ ਹੋਣ ਲਗ ਪੈਂਦੀ ਹੈ । ਭਗਤ ਜਨ ਚਿਤ ਲਾ ਕੇ, ਪੂਰਨ ਭਰੋਸੇ ਨਾਲ, ਉਸ ਦੀ ਬੰਦਗੀ ਕਰਦੇ ਹਨ । ਪ੍ਰਭ, ਮੈਂ ਅਣਜਾਣ, ਨੀਚ, ਮੰਦੇ ਕੰਮ ਕਰਦਾ, ਮੇਰੇ ਵਿੱਚ ਕੋਈ ਗੁਣ ਨਹੀਂ ਹੈ । ਤੇਰੀ ਸ਼ਰਣ, ਦਰ ਦੇ ਮੰਗਤਾ ਬਣ ਕੇ ਆਏ ਹਾ, ਕ੍ਰਿਪਾ ਕਰੋ ਆਪਣੇ ਸ਼ਬਦ ਦੇ ਲੜ ਲਾਵੋ ।

The Merciful True Master, Treasure of blessings of virtues, always protects the honor of His humble true devotee in his worldly life. The Guru of gurus remains embedded within His Creation. The True Master was steady and stable even before the creation of the universe. Everything in the universe remains under His Command; The essence of His Word remains the purpose of life of His true devotee. Whosoever may meditate wholeheartedly on the teachings of His Word; his soul may be sanctified. You should meditate wholeheartedly with steady and stable belief on the teachings of His Word. My True Master! I am an ignorant like a child and I have no good virtues of my own. I commit evil deeds in my ignorance. I have surrendered my self-entity at Your Sanctuary and praying for your Forgiveness and Refuge. My True Master bestow Your Blessed Vision with devotion to meditate on the teachings of Your Word.7

ਅਸਟਪਦੀ॥ Asatpadee. (20 -8)

ਸਰਬ ਬੈਕੁੰਠ, ਮੁਕਤਿ ਮੋਖ ਪਾਏ॥	sarab baikunth mukat mokh paa-ay.
ਏਕ ਨਿਮਖ, ਹਰਿ ਕੇ ਗੁਨ ਗਾਏ॥	ayk nimakh har kay gun gaa-ay.
ਅਨਿਕ ਰਾਜ, ਭੋਗ ਬਡਿਆਈ॥	anik raaj bhog badi-aa-ee.
ਹਰਿ ਕੇ ਨਾਮ ਕੀ, ਕਥਾ ਮਨਿ ਭਾਈ॥	har kay naam kee kathaa man bhaa-ee.
ਬਹੁ ਭੋਜਨ, ਕਾਪਰ ਸੰਗੀਥ॥	baho bhojan kaapar sangeet.
ਰਸਨਾ ਜਪਤੀ, ਹਰਿ ਹਰਿ ਨੀਥ॥	rasnaa japtee har har neet
ਭਲੀ ਸੁ ਕਰਨੀ, ਸੋਭਾ ਪਨਵੰਥ॥	bhalee so karnee sobhaa Dhanvant.
ਹਿਰਦੈ ਬਸੇ, ਪੂਰਨ ਗੁਰ ਮੰਥ॥	hHirdai basay pooran gur mant.
ਸਾਪਸੰਗਿ ਪ੍ਰਭ, ਦੇਹੁ ਨਿਵਾਸ॥	saaDhsang parabh dayh nivaas.
ਸਰਬ ਸੂਖ, ਨਾਨਕ ਪਰਗਾਸ॥੮॥੨੦॥	sarab sookh naanak pargaas. ||8||20||

ਅਗਰ ਜੀਵ ਚਿਤ ਲਾ ਕੇ ਇਕ ਪਲ ਵੀ ਪ੍ਰਭ ਦੀ ਬੰਦਗੀ ਕਰੇ, ਸਿਮਰਨ ਕਰੇ, ਤਾ ਉਸ ਨੂੰ ਜਾਗਰਤੀ, ਮੁਕਤੀ ਬਖਸ਼ਿਸ਼ ਹੋ ਸਕਦੀ ਹੈ । ਜਿਸ ਜੀਵ ਦੀ ਬੰਦਗੀ ਪ੍ਰਭ ਨੂੰ ਮਨਜ਼ੂਰ ਹੋ ਜਾਂਦੀ ਹੈ । ਉਸ ਦੇ ਮਨ ਦੀ ਅਵਸਥਾ, ਵੱਡੇ ਵੱਡੇ ਰਾਜਿਆਂ ਦੇ ਸੁਖ ਨਾਲੋਂ ਵੀ ਉਚੀ ਹੋ ਜਾਂਦੀ ਹੈ । ਜਿਹੜੇ ਜੀਵ ਦੀ ਜੀਭ ਪ੍ਰਭ ਦਾ ਸ਼ਬਦ ਬਾਰ ਬਾਰ, ਸਵਾਸ, ਸਵਸ ਗਾਉਂਦੀ ਹੈ । ਉਸ ਦੇ ਮਨ ਦੀ ਖੁਸ਼ੀ, ਸ਼ਾਨਦਾਰ ਭੋਜਨ, ਕਪੜੇ, ਗਹਿਨੇ ਪ੍ਰਾਪਤ ਕਰਨ ਤੋਂ ਵੀ ਵਪ ਹੁੰਦੀ ਹੈ । ਜਿਹੜਾ ਬੰਦਗੀ ਵਿੱਚ ਲੀਨ ਰਹਿੰਦਾ ਹੈ, ਉਸ ਦੇ ਸਾਰੇ ਹੀ ਕੰਮ, ਸੰਸਾਰਕ ਭਲਾਈ ਦੇ ਹੁੰਦੇ ਹਨ, ਉਹ ਮਨ ਦਾ ਸ਼ਬਦ ਦੀ ਕਮਾਈ ਦਾ ਬਹੁਤ ਪਨਵਾਨ ਹੁੰਦਾ ਹੈ । ਜਿਹੜਾ ਜੀਵ ਪ੍ਰਭ ਦੇ ਸ਼ਬਦ ਨੂੰ ਆਪਣਾ ਆਸਣ, ਅਪਾਰ ਬਣਾਉਂਦਾ ਹੈ । ਉਸ ਨੂੰ ਸ਼ਬਦ ਦੀ ਜਾਗਰਤੀ ਬਖਸ਼ਿਸ਼ ਹੋ ਜਾਂਦੀ ਹੈ ।

Whosoever may meditate even for a moment with steady and stable belief on the teachings of His Word; with His mercy and grace, he may be blessed with and the right path of salvation. Whose meditation may be accepted in His Court, his state of mind may become like the King of kings. His comforts may become unique and priceless. Whose tongue may sing the glory of His Word over and over with each breath; his enjoyment may be much more than having delicacies to eat and glamorous cloths and jewelry. Whosoever remains intoxicated in deep meditation in the void of His Word; all his worldly deeds become for the welfare of His Creation. He may become very rich with the earnings of His Word. Whosoever may adopt the teachings of His Word with steady and stable belief in his day-to-day life; he may be blessed with enlightenment with the essence of His Word. He may remain awake and alert forever.8

21. ਸਲੋਕੁ॥21॥ (290)

ਸਰਗੁਨ, ਨਿਰਗੁਨ, ਨਿਰੰਕਾਰ, | sargun nirgun nirankaar
ਸੁੰਨ ਸਮਾਧੀ, ਆਪਿ॥ | sunn samaaDhee aap.
ਆਪਨ ਕੀਆ ਨਾਨਕਾ, | aapan kee-aa naankaa
ਆਪੇ ਹੀ ਫਿਰਿ ਜਾਪਿ॥ | aapay hee fir jaap. ||1||

ਅਟਲ (ਸਚੁ) ਪ੍ਰਭ, ਰੱਬ, ਤੇਰੇ ਵਿੱਚ ਹੀ ਸਭ ਗੁਣ ਹਨ । ਤੂੰ ਆਪੇ ਹੀ ਸਮਾਧੀ ਲਵਾਉਂਦਾ ਹੈ, ਆਪ ਹੀ ਸਮਾਧੀ ਵਿੱਚ ਵੀ ਹੈ । ਤੂੰ ਆਪੇ ਹੀ ਕਰਤਾ ਹੈ, ਆਪ ਹੀ ਕਾਰਨ ਹੈ । ਤੂੰ ਆਪ ਹੀ ਆਪਣੀ ਭਗਤੀ ਕਰਾਉਂਦਾ ਹੈ ਆਪ ਹੀ ਕਰਦਾ ਹੈ ।

The True Master all virtues, blessings are embedded in adopting the teachings of Your Word. You inspire your creature to perform a deep devotion to meditate on the teachings of His Word with steady and stable in the void of Your Word. The True Master, Creator, creates the purpose of each event. You inspire Your devotee to meditate on the teachings of Your Word and You meditate in his heart and his mind of Your true devotee.21

ਅਸਟਪਦੀ॥ Asatpadee. (21 -1)

ਜਬ ਅਕਾਰੁ, ਇਹੁ ਕਛੁ ਨ ਦ੍ਰਿਸਟੇਤਾ॥ | jab akaar ih kachh na daristaytaa.
ਪਾਪ ਪੁੰਨ ਤਬ, ਕਹ ਤੇ ਹੋਤਾ॥ | aaap punn tab kah tay hotaa.
ਜਬ ਧਾਰੀ, ਆਪਨ ਸੁੰਨ ਸਮਾਧਿ॥ | jab Dhaaree aapan sunn samaaDh.
ਤਬ ਬੈਰ ਬਿਰੋਧ, ਕਿਸੁ ਸੰਗਿ ਕਮਾਥਿ॥ | tab bair biroDh kis sang kamaat.
ਜਬ ਇਸ ਕਾ ਬਰਨੁ, ਚਿਹਨੁ ਨ ਜਾਪਤ॥ | jab is kaa baran chihan na jaapat.
ਤਬ ਹਰਖ ਸੋਗ ਕਹੁ, ਕਿਸਹਿ ਬਿਆਪਤ॥ | tab harakh sog kaho kiseh bi-aapat.
ਜਬ ਆਪਨ ਆਪ, ਆਪਿ ਪਾਰਬ੍ਰਹਮ॥ | jab aapan aap aap paarbarahm.
ਤਬ ਮੋਹ ਕਹਾ, ਕਿਸੁ ਹੋਵਤ ਭਰਮ॥ | tab moh kahaa kis hovat bharam.
ਆਪਨ ਖੇਲੁ, ਆਪਿ ਵਰਤੀਜਾ॥ | aapan khayl aap varteejaa.
ਨਾਨਕ ਕਰਨੈਹਾਰੁ, ਨ ਦੂਜਾ॥੧॥ | naanak karnaihaar na doojaa. ||1||

ਜਦੋਂ ਸ੍ਰਿਸ਼ਟੀ ਸਾਜੀ ਹੀ ਨਹੀਂ ਗਈ ਸੀ । ਉਸ ਵੇਲੇ ਕੌਣ ਮੰਦੇ, ਚੰਗੇ ਕੰਮ ਕਰ ਸਕਦਾ ਸੀ? ਜਦੋਂ ਉਹ ਆਪ ਆਪਣੀ ਸਮਾਧੀ ਵਿੱਚ ਸੀ, ਤਾ ਕਿਸ ਨਾਲ ਈਰਖਾ, ਵੈਰ ਵਰੋਧ ਹੋ ਸਕਦਾ ਸੀ? ਜਦੋਂ ਕਿਸੇ ਦਾ ਅਕਾਰ ਨਾ ਦਿੱਸਦਾ ਹੋਵੇ, ਤਾ ਦੁਖ ਸੁਖ ਕੌਣ ਮਹਿਸੂਸ ਕਰ ਸਕਦਾ ਹੈ? ਜਦੋਂ ਪ੍ਰਭ ਆਪਣੇ ਆਪ ਵਿੱਚ ਹੀ ਸਮਾਇਆ ਹੋਇਆ ਸੀ, ਤਾ ਮੋਹ ਕਿਸ ਨਾਲ ਹੋ ਸਕਦਾ ਸੀ? ਪ੍ਰਭ ਆਪਣੇ ਕਰਤਬ ਆਪ ਹੀ ਕਰਦਾ ਹੈ, ਅਗਰ ਕੋਈ ਦੂਸਰਾ ਹੋਰ ਹੋਵੇ, ਤਾ ਹੀ ਉਸ ਨੂੰ ਕਿਹਾ ਜਾ ਸਕਦਾ ਹੈ । ਉਹ ਆਪਣੇ ਖੇਲ ਆਪ ਹੀ ਕਰਦਾ ਹੈ, ਹੋਰ ਕੋਈ ਉਸ ਨੂੰ ਬਦਲ ਨਹੀਂ ਸਕਦਾ ਹੈ । ਉਸ ਤੇ ਡੋਰੀ ਛੱਡੋ! ਜਿੱਥੇ ਲੈ ਜਾਵੇ, ਉਹ ਹੀ ਅਸਲੀ ਅਸਥਾਨ ਹੈ, ਉਸ ਦਾ ਦਰਬਾਰ ਹੈ ।

Before the creation of the universe, no one else exist, who could perform good or bad deeds? When He was alone in His Void! Who could be jealous or opposes anyone else? When no one has any form, shape, or color! Who may experience any comfort or misery? When His Existence was absorbed in His Own Word! Who may have any attachment to anyone, anything else? My True Master, Creator prevails in each event and no one else can perform any activity. The True Master creates and prevails in all activities, there may not be anyone else, who can alter or change any path. You should always accept His Command as an ultimate worthy reward; wherever He may carry, you should consider that place His Royal Palace.1

ਅਸਟਪਦੀ॥ Asatpadee. (21 -2)

ਜਬ ਹੋਵਤ, ਪ੍ਰਭ ਕੇਵਲ ਧਨੀ॥ | jab hovat parabh kayval Dhanee.
ਤਬ ਬੰਧ ਮੁਕਤਿ, ਕਹੁ ਕਿਸ ਕਉ ਗਨੀ॥ | tab banDh mukat kaho kis ka-o ganee.
ਜਬ ਏਕਹਿ, ਹਰਿ, ਅਗਮ ਅਪਾਰ॥ | jab aykeh har agam apaar.

ਤਬ ਨਰਕ, ਸੁਰਗ ਕਹੁ, ਕਉਨ ਅਉਤਾਰ॥ tab narak surag kaho ka-un a-utaar.
ਜਬ ਨਿਰਗੁਨ, ਪ੍ਰਭ, ਸਹਜ ਸੁਭਾਇ॥ jab nirgun parabh sahj subhaa-ay.
ਤਬ ਸਿਵ ਸਕਤਿ, ਕਹਹੁ ਕਿਤੁ ਠਾਇ॥ tab siv sakat kahhu kit thaa-ay.
ਜਬ ਆਪਹਿ ਆਪਿ, ਅਪਨੀ ਜੋਤਿ ਧਰੈ॥ jab aapeh aap apnee jot Dharai.
ਤਬ ਕਵਨ ਨਿਡਰੁ, ਕਵਨ ਕਤ ਡਰੈ॥ tab kavan nidar kavan kat darai.
ਆਪਨ ਚਲਿਤ, ਆਪਿ ਕਰਨੈਹਾਰ॥ aapan chalit aap karnaihaar.
ਨਾਨਕ ਠਾਕੁਰ, ਅਗਮ ਅਪਾਰ॥੨॥ thaakur agam apaar. ||2||

ਜਦੋਂ ਇਕੋ ਇਕ ਪ੍ਰਭ ਹੀ ਸੀ, ਤਾ ਉਸ ਵੇਲੇ ਕਿਸ ਨੇ ਕਿਸ ਵਿੱਚ ਅਭੇਦ ਹੋਣਾ ਸੀ? ਜਦੋਂ ਇਕੋ ਇਕ ਪਹੁੰਚ ਤੋਂ ਰਹਿਤ ਪ੍ਰਭ ਹੀ ਸੀ, ਤਾ ਨਰਕ ਸੁਰਗ ਵਿੱਚ ਕਿਸ ਨੇ ਜਾਣਾ ਸੀ? ਜਦੋਂ ਸਰਬ ਗੁਣਾਂ ਵਾਲਾ ਇਕੋ ਇਕ ਪ੍ਰਭ ਹੀ ਸੀ, ਤਾ ਆਤਮਾ ਅਤੇ ਪ੍ਰਭ ਦੀ ਜੋਤ ਵਿੱਚ ਕੋਈ ਭੇਦ ਨਹੀਂ ਸੀ । ਜਦੋਂ ਪ੍ਰਭ ਨੇ ਆਪਣੀ ਜੋਤ ਆਪਣੇ ਵਿੱਚ ਹੀ ਧਾਰੀ, ਰਖੀ ਸੀ ਤਾ ਕਿਸ ਨੂੰ ਕਿਸ ਤੋਂ ਡਰ ਹੋ ਸਕਦਾ ਸੀ? ਉਹ ਪ੍ਰਭ ਆਪਣੇ ਕਰਤਬ ਆਪ ਹੀ ਕਰਨ ਵਾਲਾ ਹੈ । ਉਹ ਕੋਈ ਬਖਸ਼ਿਸ਼ ਕਿਸ ਦੇ ਪ੍ਰਭਾਵ ਨਾਲ ਨਹੀਂ ਕਰਦਾ, ਉਸ ਦਾ ਅੰਤ ਨਹੀਂ ਜਾਣਿਆ ਜਾ ਸਕਦਾ ।

When there was The One and Only One True Master, only exist in the universe! Who could immerse in whom? When there was The One and Only One True Master, only exist in the universe! Who may enter heaven or hell? When there was The One and Only One True Master, only exist in the universe! then there was no soul, only Holy Spirit exist and all virtues were within His Holy Spirit. When His Holy Spirit was absorbed within The True Master! Who could have a fear from whom? The True Master prevails in each event. He remains beyond the influence and comprehension of His Creation. 2

ਅਸਟਪਦੀ॥ Asatpadee. (21 -3)

ਅਬਿਨਾਸੀ ਸੁਖ, ਆਪਨ ਆਸਨ॥ abhinaasee sukh aapan aasan.
ਤਹ ਜਨਮ ਮਰਨ, ਕਹੁ ਕਹਾ ਬਿਨਾਸਨ॥ tah janam maran kaho kahaa binaasan.
ਜਬ ਪੂਰਨ ਕਰਤਾ, ਪ੍ਰਭੁ ਸੋਇ॥ jab pooran kartaa parabh so-ay.
ਤਬ ਜਮ ਕੀ ਤ੍ਰਾਸ, ਕਹਹੁ ਕਿਸੁ ਹੋਇ॥ tab jam kee taraas kahhu kis ho-ay.
ਜਬ ਅਬਿਗਤ, ਅਗੋਚਰ, ਪ੍ਰਭ ਏਕਾ॥ jab abigat agochar parabh aykaa.
ਤਬ, ਚਿਤ੍ਰ ਗੁਪਤ, ਕਿਸੁ ਪੂਛਤ ਲੇਖਾ॥ tab chitar gupat kis poochhat laykhaa.
ਜਬ ਨਾਥ ਨਿਰੰਜਨ, ਅਗੋਚਰ ਅਗਾਧੇ॥ tab naath niranjan agochar agaaDhay.
ਤਬ ਕਉਨ ਛੁਟੇ, ਕਉਨ ਬੰਧਨ ਬਾਧੇ॥ tab ka-un chhutay ka-un banDhan baaDhay.
ਆਪਨ ਆਪ, ਆਪ ਹੀ ਅਚਰਜਾ॥ aapan aap aap hee acharjaa.
ਨਾਨਕ ਆਪਨ ਰੂਪ, ਆਪ ਹੀ ਉਪਰਜਾ॥ ੩॥ naanak aapan roop aap hee uparjaa. ||3||

ਜਦੋਂ ਅਟਲ ਪ੍ਰਭ ਆਪਣੇ ਆਸਣ ਤੇ ਆਪ ਹੀ ਬੈਠਾ ਸੀ ਤਾ ਜਨਮ ਮਰਨ ਦਾ ਕੋਈ ਖੇਲ ਹੀ ਨਹੀਂ ਸੀ । ਜਦੋਂ ਪੂਰਨ ਪ੍ਰਭ ਆਪ ਹੀ ਸਾਰੇ ਕਾਰਜ ਕਰਦਾ ਸੀ ਤਾ ਮੌਤ ਦਾ, ਸਜ਼ਾ ਦਾ ਡਰ ਕਿਸ ਨੂੰ ਹੋ ਸਕਦਾ ਸੀ? ਜਦੋਂ ਇਕੋ ਇਕ, ਸਰਬ ਕਲਾ ਸਮਰਥ ਪ੍ਰਭ ਹੀ ਸੀ ਤਾ ਚੰਗੇ ਮੰਦੇ ਕੰਮਾਂ ਦਾ ਲੇਖ ਕਰਨ ਵਾਲਾ ਚਿਤ੍ਰ ਗੁਪਤ ਵੀ ਨਹੀਂ ਸੀ । ਜਦੋਂ ਇਕੋ ਇਕ ਪ੍ਰਭ ਆਪ ਹੀ ਸੀ ਤਾ ਕਿਹੜਾ ਉਸ ਦੇ ਭਾਣੇ ਵਿੱਚ ਹੈ ਅਤੇ ਕਿਹੜਾ ਉਸ ਤੋਂ ਉਪਰ ਹੈ, ਸੀ? ਪ੍ਰਭ ਆਪ ਹੀ ਅਨੋਖੇ ਕਰਤਬਾਂ ਵਾਲਾ ਹੈ ਅਤੇ ਆਪ ਹੀ ਆਪਣੀ ਹੋਂਦ ਬਣਾਉਂਦਾ ਹੈ ।

When there was The One and Only One, True Master remain intoxicated in His Own Void, only exist in the universe; there was no play, cycle of birth and death. When only, The One and Only One, True Master can perform each task; then who may have any fear of death or punishment from whom? When The One and Only One, Omnipotent True Master, only exist; then who could write the account of his good or evil deeds? When The One and Only One, True Master, only exist in the universe then who may be under

His Word or beyond His Word? The True Master is the owner of astonishing miracles and he may establish His Own Existence.3

ਅਸਟਪਦੀ॥ Asatpadee. (21 -4)

ਜਹ ਨਿਰਮਲ ਪੁਰਖੁ, ਪੁਰਖ ਪਤਿ ਹੋਤਾ॥ jah nirmal purakh purakh pat hotaa.
ਤਹ ਬਿਨੁ ਮੈਲੁ, ਕਹਹੁ ਕਿਆ ਧੋਤਾ॥ tah bin mail kahhu ki-aa Dhotaa.
ਜਹ ਨਿਰੰਜਨ, ਨਿਰੰਕਾਰ ਨਿਰਬਾਨ॥ jah niranjan nirankaar nirbaan.
ਤਹ ਕਉਨ ਕਉ ਮਾਨ, ਕਉਨ ਅਭਿਮਾਨ॥ tah ka-un ka-o maan ka-un abhimaan.
ਜਹ ਸਰੂਪ, ਕੇਵਲ ਜਗਦੀਸ॥ jah saroop kayval jagdees.
ਤਹ ਛਲ ਛਿਦ੍ਰ, ਲਗਤ ਕਹੁ ਕੀਸ॥ tah chhal chhidar lagat kaho kees.
ਜਹ ਜੋਤਿ ਸਰੂਪੀ, ਜੋਤਿ ਸੰਗਿ ਸਮਾਵੈ॥ jah jot saroopee jot sang samaavai.
ਤਹ ਕਿਸਹਿ ਭੂਖ, ਕਵਨੁ ਤ੍ਰਿਪਤਾਵੈ॥ tah kiseh bhookh kavan tariptaavai.
ਕਰਨ, ਕਰਾਵਨ, ਕਰਨੈਹਾਰੁ॥ karan karaavan karnaihaar.
ਨਾਨਕ ਕਰਤੇ, ਕਾ ਨਾਹਿ ਸੁਮਾਰੁ॥੪॥ naanak kartay kaa naahi sumaar.

ਜਦੋਂ ਇਕੋ ਇਕ ਹੀ ਪ੍ਰਭ ਦੀ ਜੋਤ ਸੀ, ਤਾ ਹੋਰ ਕੋਈ ਆਤਮਾ, ਜੋਤ ਮੈਲੀ ਕਿਥੋਂ ਹੋ ਸਕਦੀ ਸੀ? ਜਦੋਂ ਇਕੋ ਇਕ ਪ੍ਰਭ ਹੀ ਸੀ, ਤਾ ਕਿਸ ਦਾ ਮਾਣ ਜਾ ਕਿਸ ਦੀ ਬੇਅਬਦੀ ਕੀਤੀ ਜਾ ਸਕਦੀ ਸੀ? ਜਦੋਂ ਕੇਵਲ ਇਕੋ ਇਕ ਪ੍ਰਭ ਹੀ ਸੀ, ਤਾ ਕੌਣ ਕਿਸ ਨੂੰ ਧੋਖ ਦੇ ਸਕਦਾ ਸੀ? ਜਦੋਂ ਪ੍ਰਭ ਆਪਣੀ ਜੋਤ ਵਿੱਚ ਆਪ ਹੀ ਸਮਾਇਅ ਸੀ, ਤਾ ਉਸ ਨੂੰ ਹੋਰ ਕਿਸੇ ਨੂੰ ਮਿਲਨ ਦੀ ਤ੍ਰਿਸ਼ਨਾਂ ਨਹੀਂ ਹੁੰਦੀ। ਪ੍ਰਭ ਆਪ ਹੀ ਕਰਤਾ ਹੈ ਅਤੇ ਆਪ ਹੀ ਕਾਰਨ ਹੈ। ਆਪ ਹੀ ਕਰਦਾ ਹੈ, ਆਪ ਹੀ ਕਰਨ ਦੀ ਸਮਰਥਾ ਰਖਦਾ ਹੈ। ਉਸ ਦੇ ਕਿਸੇ ਕਰਤਬ ਦਾ ਕੋਈ ਅੰਤ ਨਹੀਂ ਪਾਇਆ ਜਾ ਸਕਦਾ।

When there was The One and Only One Holy Spirit, only exist in the universe, then where the other soul could become filthy or blemish? When The One and Only One, True Master, only exist, then who could honor or rebuke anyone else. When The One and Only One Holy Spirit, only exist in the universe then who could deceive whom? When The One and Only One Holy Spirit, only exist in the universe, then who could have a desire to meet anyone else. The True Master, Creator of His Creation, creates the purpose of all events. Only He has any power to perform any deed. All His Activities and Blessings are beyond any understanding of His Creation.4

ਅਸਟਪਦੀ॥ Asatpadee. (21 -5)

ਜਬ ਅਪਨੀ ਸੋਭਾ, ਆਪਨ ਸੰਗਿ ਬਨਾਈ॥ jab apnee sobhaa aapan sang banaa-ee.
ਤਬ ਕਵਨ, ਮਾਇ ਬਾਪ ਮਿਤ੍ਰ ਸੁਤ ਭਾਈ॥ tab kavan maa-ay baap mitar sut bhaa-ee.
ਜਹ ਸਰਬ ਕਲਾ, ਆਪਹਿ ਪਰਬੀਨ॥ jah sarab kalaa aapeh parbeen.
ਤਹ, ਬੇਦ, ਕਤੇਬ, ਕਹਾ ਕੋਊ ਚੀਨ॥ tah bayd katayb kahaa ko-oo cheen.
ਜਬ ਆਪਨ ਆਪੁ, ਆਪਿ ਉਰਿ ਧਾਰੈ॥ jab aapan aap aap ur Dhaarai.
ਤਉ ਸਗਨ ਅਪਸਗਨ, ਕਹਾ ਬੀਚਾਰੈ॥ ta-o sagan apasgan kahaa beechaarai.
ਜਹ ਆਪਨ ਊਚ, ਆਪਨ ਆਪਿ ਨੇਰਾ॥ jah aapan ooch aapan aap nayraa.
ਤਹ ਕਉਨ ਠਾਕੁਰੁ, ਕਉਨੁ ਕਹੀਐ ਚੇਰਾ॥ tah ka-un thaakur ka-un kahee-ai chayraa.
ਬਿਸਮਨ ਬਿਸਮ, ਰਹੇ ਬਿਸਮਾਦ॥ bisman bisam rahay bismaad.
ਨਾਨਕ ਅਪਨੀ, ਗਤਿ, ਜਾਨਹੁ ਆਪਿ॥੫॥ Naanak apnee gat jaanhu aap. ||5||

ਜਦੋਂ ਪ੍ਰਭ ਦੀ ਸੋਭਾ, ਉਸ ਦੀ ਹੋਂਦ, ਉਸ ਦੇ ਆਪਣੇ ਆਪ ਵਿਚੋਂ ਹੀ ਹੈ, ਤਾ ਉਸ ਦਾ ਕੌਣ ਮਾਤਾ, ਪਿਤਾ, ਭੈਣ, ਭਾਈ ਹੋ ਸਕਦਾ ਹੈ? ਜਦੋਂ ਸਾਰੀ ਤਾਕਤ ਅਤੇ ਸਿਆਣਪ ਸਭ ਕੁਝ ਉਸ ਦੇ ਪਾਸ ਹੀ ਸੀ, ਤਾ ਧਾਰਮਕ ਕਿਤਾਬਾਂ ਕਿਸ ਨੇ ਬਣਾਉਣੀਆਂ ਅਤੇ ਕਿਸ ਨੇ ਪੜ੍ਹਨੀ ਸੀ? ਜਦੋਂ ਸਭ ਕੁਝ ਪ੍ਰਭ ਨੇ ਆਪਣੇ ਆਪ ਵਿੱਚ ਹੀ ਰਖਿਆ ਸੀ, ਤਾ ਸਗਨ ਅਪਸਗਨ ਕਿਸ ਨੇ ਵਿਚਾਰ ਕਰਨੇ ਸਨ? ਜਦੋਂ ਇਕੋ ਇਕ ਪ੍ਰਭ ਹੀ ਸੀ, ਤਾ ਕਿਸ ਨੂੰ ਦਾਤਾ ਜਾ ਕਿਸ ਨੂੰ ਮੰਗਤਾ ਕਿਹਾ ਜਾ ਸਕਦਾ ਸੀ। ਪ੍ਰਭ ਬਹੁਤ ਅਨੋਖਾ ਹੀ ਹੈ, ਆਪਣੀ ਅਵਸਥਾ ਆਪ ਹੀ ਬਣਾਉਂਦਾ, ਆਪ ਹੀ ਜਾਣਦਾ ਹੈ।

When, The True Master appears out of His Own Holy Spirit then, who could be His father, mother, brother, or sister? When all power and wisdom were absorbed in His Own Holy Spirit, then who would have created these religious Holy Scriptures and who was going to read these Holy Scriptures? When, The True Master has kept everything in His Own Holy Spirit, then who was going to worry about blessings? When, The One and Only One True Master only exist in the universe, then who could be a giver of charity and who could be a beggar. The True Master, His Nature remains fascinating and astonishing. Only He makes and knows His Own State of Mind? 5

ਅਸਟਪਦੀ॥ Asatpadee. (21 -6)

ਜਹ ਅਚਲ, ਅਛੇਦ ਅਭੇਦ ਸਮਾਇਆ॥	jah achhal achhayd abhayd samaa-i-aa.
ਊਹਾ ਕਿਸਹਿ, ਬਿਆਪਤ ਮਾਇਆ॥	oohaa kiseh bi-aapat maa-i-aa.
ਆਪਸ ਕਉ, ਆਪਹਿ ਆਦੇਸੁ॥	aapas ka-o aapeh aadays.
ਤਿਹੁ ਗੁਣ ਕਾ, ਨਾਹੀ ਪਰਵੇਸੁ॥	tihu gun kaa naahee parvays.
ਜਹ ਏਕਹਿ ਏਕ, ਏਕ ਭਗਵੰਤਾ॥	jah aykeh ayk ayk bhagvantaa.
ਤਹ ਕਉਨੁ ਅਚਿੰਤੁ, ਕਿਸੁ ਲਾਗੈ ਚਿੰਤਾਂ॥	tah ka-un achint kis laagai chintaa.
ਜਹ ਆਪਨ ਆਪੁ, ਆਪਿ ਪਤੀਆਰਾ॥	jah aapan aap aap patee-aaraa.
ਤਹ ਕਉਨੁ ਕਥੈ, ਕਉਨੁ ਸੁਨਨੈਹਾਰਾ॥	tah ka-un kathai ka-un sunnaihaaraa.
ਬਹੁ ਬੇਅੰਤ, ਊਚ ਤੇ ਊਚਾ॥	baho bay-ant ooch tay oochaa.
ਨਾਨਕ ਆਪਸ ਕਉ, ਆਪਹਿ ਪਹੂਚਾ॥੬॥	naanak aapas ka-o aapeh pahoochaa. ||6||

ਜਦੋਂ ਨਾ ਧੋਖੇ ਵਿੱਚ ਆਉਣ ਵਾਲਾ ਕੇਵਲ ਇਕੋ ਇਕ ਹੀ ਪ੍ਰਭ ਸੀ ਤਾ ਮਾਇਆ ਕਿਸ ਨੂੰ ਲਾਲਚ ਵਿੱਚ ਲਿਆ ਸਕਦੀ ਸੀ? ਉਹ ਪ੍ਰਭ ਆਪਣਾ ਉਪਦੇਸ਼ ਆਪਣੇ ਆਪ ਨੂੰ ਹੀ ਦੇਂਦਾ ਹੈ । ਉਹ ਤਿੰਨਾਂ ਪਛਾਣਾਂ (ਰੂਪ, ਰੰਗ, ਅਕਾਰ) ਤੋਂ ਰਹਿਤ ਹੈ । ਜਦੋਂ ਇਕੋ ਇਕ ਪ੍ਰਭ ਹੀ ਸੀ ਤਾ ਕਿਸ ਨੂੰ ਕਿਸ ਦੀ ਚਿੰਤਾਂ ਹੋ ਸਕਦੀ ਸੀ? ਜਦੋਂ ਉਹ ਆਪਣੇ ਆਪ ਵਿੱਚ ਹੀ ਸੰਤੋਖ ਵਿੱਚ ਸੀ ਤਾ ਕੌਣ ਕਿਸ ਨੂੰ ਧੀਰਜ ਦੇਵੇ । ਪ੍ਰਭ ਬੇਅੰਤ, ਵੱਡੇ ਤੋਂ ਵੱਡਾ, ਆਪ ਹੀ ਆਪਣੇ ਆਪ ਨੂੰ ਪਹੁੰਚ ਸਕਦਾ, ਬਰਾਬਰੀ ਕਰ ਸਕਦਾ ਹੈ ।

When, The One and Only One True Master beyond the reach of any worldly deception exist only, then whom the worldly wealth can deceive? The True Master recites His Own Word to Himself; He remains beyond three types of know worldly recognitions (form, shape, or color). When, The One and Only One True Master only exist in the universe, then what may He be worried in the universe? When, The True Master was contented with His Own Power, and then who could inspire patience to whom? The True Master, the greatest of All! Only He is in the reach of Himself, no one is equal or greater than Him. 6

ਅਸਟਪਦੀ॥ Asatpadee. (21 -7)

ਜਹ ਆਪਿ ਰਚਿਓ, ਪਰਪੰਚੁ ਅਕਾਰੁ॥	jah aap rachi-o parpanch akaar.
ਤਿਹੁ ਗੁਣ ਮਹਿ, ਕੀਨੋ ਬਿਸਥਾਰੁ॥	tihu gun meh keeno bisthaar.
ਪਾਪੁ ਪੁੰਨੁ, ਤਹ ਭਈ ਕਹਾਵਥ॥	paap punn tah bha-ee kahaavat.
ਕੋਊ ਨਰਕ, ਕੋਊ ਸੁਰਗ, ਬੰਛਾਵਥ॥	ko-oo narak ko-oo surag banchhaavat.
ਆਲ ਜਾਲ, ਮਾਇਆ ਜੰਜਾਲ॥	aal jaal maa-i-aa janjaal.
ਹਉਮੈ ਮੋਹ, ਭਰਮ ਭੈ ਭਾਰ॥	ha-umai moh bharam bhai bhaar.
ਦੂਖ, ਸੂਖ, ਮਾਨ, ਅਪਮਾਨ॥	dookh sookh maan apmaan.
ਅਨਿਕ ਪ੍ਰਕਾਰ, ਕੀਓ ਬਖਿੵਾਨ॥	anik parkaar kee-o bakh-yaan.
ਆਪਨ ਖੇਲੁ, ਆਪਿ ਕਰਿ ਦੇਖੈ॥	aapan khayl aap kar daykhai.
ਖੇਲੁ ਸੰਕੋਚੈ, ਤਉ ਨਾਨਕ ਏਕੈ॥੭॥	khayl sankochai ta-o naanak aykai. ||7||

ਜਦੋਂ ਪ੍ਰਭ ਨੇ ਸ੍ਰਿਸ਼ਟੀ ਸਾਜੀ ਤਾ ਇਸ ਨੂੰ ਤਿੰਨਾਂ ਪਛਾਣਾਂ ਦਿੱਤੀਆ, ਰੂਪ, ਰੰਗ ਅਤੇ ਅਕਾਰ, ਉਸ ਵੇਲੇ ਹੀ ਪਾਪ, ਪੁੰਨ ਆਰੰਭ ਹੋਏ ਅਤੇ ਕੋਈ ਨਰਕ, ਕੋਈ ਸੁਰਗ ਵਿੱਚ ਜਾਣ ਲਗ ਪਏ । ਉਸ ਵੇਲੇ ਹੀ ਪੰਜ ਇੰਦ੍ਰੀਆਂ ਪੈਦਾ ਹੋ ਗਈਆਂ । ਉਸ ਵੇਲੇ ਹੀ ਦੁਖ, ਸੁਖ, ਮਾਣ, ਅਭਿਮਾਨ, ਵੱਖਰੇ, ਵੱਖਰੇ ਰੀਤ ਰੀਵਾਜ ਬਣ ਗਏ । ਪ੍ਰਭ ਆਪਣੇ ਖੇਲ ਆਪ ਹੀ ਰਚਾਉਂਦਾ ਹੈ ਅਤੇ ਆਪ ਹੀ ਕਰਵਾਉਂਦਾ ਹੈ । ਆਪ ਹੀ ਦੇਖਦਾ ਹੈ, ਆਪ ਹੀ ਖੇਲ ਖਤਮ ਕਰਦਾ ਹੈ । ਫਿਰ ਕੇਵਲ ਆਪ ਹੀ ਅਟਲ ਰਹਿੰਦਾ ਹੈ । (ਕਾਮ, ਕਰੋਧ, ਲੋਭ, ਮੋਹ, ਅਹੰਕਾਰ ਦਾ ਜਾਲ)

When, The True Master created the universe then He established the three worldly recognitions of His Creation. At that time, the good and the evil deeds; hell, and heaven were established. At that time, all five demons of worldly desires were created. At that time, worldly comforts, miseries, honor, ego, and various rituals were born. The True Master establishes His own play and inspires His Creation to play as His puppet. He watches the play and destroys the play. He remains unchanged and stable forever.7

ਅਸਟਪਦੀ॥ Asatpadee. (21 -8)

ਜਹ ਅਬਿਗਤੁ, ਭਗਤੁ ਤਹ ਆਪਿ॥	jah abigat bhagat tah aap.
ਜਹ ਪਸਰੈ ਪਾਸਾਰੁ, ਸੰਤ ਪਰਤਾਪਿ॥	jah pasrai paasaar sant partaap.
ਦੁਹੂ ਪਾਖ ਕਾ, ਆਪਹਿ ਧਨੀ॥	duhoo paakh kaa aapeh Dhanee.
ਉਨ ਕੀ ਸੋਭਾ, ਉਨਹੂ ਬਨੀ॥	un kee sobhaa unhoo banee.
ਆਪਹਿ ਕਉਤਕ ਕਰੈ, ਅਨਦ ਚੋਜ॥	aapeh ka-utak karai anad choj.
ਆਪਹਿ ਰਸ, ਭੋਗਨ ਨਿਰਜੋਗ॥	aapeh ras bhogan nirjog.
ਜਿਸੁ ਭਾਵੈ ਤਿਸੁ, ਆਪਨ ਨਾਇ ਲਾਵੈ॥	jis bhaavai tis aapan naa-ay
ਜਿਸੁ ਭਾਵੈ, ਤਿਸੁ ਖੇਲ ਖਿਲਾਵੈ॥	laavai. jis bhaavai tis khayl khilaavai.
ਬੇਸੁਮਾਰ ਅਥਾਹ, ਅਗਨਤ ਅਤੋਲੈ॥	baysumaar athaah agnat atolai.
ਜਿਉ ਬੁਲਾਵਹੁ ਤਿਉ, ਨਾਨਕ ਦਾਸ ਬੋਲੈ॥	ji-o bulaavhu ti-o naanak daas bolai.
੮॥੨੧॥	||8||21||

ਉਹ ਪ੍ਰਭ ਆਪਣੀ ਸ਼ਾਨ, ਕੁਦਰਤ ਭਗਤਾ ਵਿੱਚ ਵਰਤਦਾ ਹੈ । ਜਿੱਥੇ ਕਿਤੇ ਵੀ ਉਸ ਦਾ ਭਗਤ ਹੁੰਦਾ ਹੈ, ਉਹ ਉਥੇ ਹੀ ਭਗਤਾਂ ਦਾ ਸਹਾਈ ਹੁੰਦਾ ਹੈ । ਦੋਨਾਂ ਪਾਸੇ ਦਾ ਆਪ ਹੀ ਮਾਲਕ ਹੈ, ਉਹ ਆਪਣੀ ਸੋਭਾ ਆਪ ਹੀ ਬਣਾਉਂਦਾ ਹੈ, ਕਰਦਾ ਹੈ । ਉਹ ਆਪਣੇ ਕਰਤਬ ਆਪ ਕਰਦਾ ਹੈ, ਆਪ ਹੀ ਅਨੰਦ ਮਾਨਦਾ ਹੈ । ਪਰ ਫਿਰ ਵੀ ਆਪ ਤੇ ਇਸ ਦਾ ਪ੍ਰਭਾਵ, ਅਸਰ ਨਹੀਂ ਹੁੰਦਾ । ਜਿਹੜੇ ਜੀਵ ਤੇ ਉਸ ਦੀ ਰਜ਼ਾ ਹੋਵੇ, ਉਸ ਤੋਂ ਕੌਤਕ, ਕਰਾਮਾਤਾਂ ਕਰਾਉਂਦਾ ਹੈ । ਜਿਸ ਤੇ ਉਸ ਦੀ ਰਜ਼ਾ ਹੋਵੇ, ਉਸ ਨੂੰ ਆਪਣੀ ਬੰਦਗੀ ਵਿੱਚ ਲਾਉਂਦਾ ਹੈ । ਪ੍ਰਭ ਦੀ ਕਿਸੇ ਕਰਾਮਾਤ ਦਾ ਕੋਈ ਅੰਤ ਨਹੀਂ ਪਾ ਸਕਦਾ । ਉਸ ਨੂੰ ਕੋਈ ਪ੍ਰਭਾਵਤ ਨਹੀਂ ਕਰ ਸਕਦਾ । ਉਸ ਦੀ ਡੂੰਘਈ ਕੋਈ ਨਹੀਂ ਜਾਣ ਸਕਦਾ ।

The True Master holds His glory, Nature in the day-to-day life of His true devotee. Wherever His devotee may meditate on the teachings of His Word; He remains his companion and support. The True Master is the ruler of both places in the universe and after death in His Court. He establishes the honor of His devotee and prevails in his day-to-day life. He performs in his all activities and He enjoys the pleasures of the play. Even then, He does not have any influence of any of these activities on His Nature. He performs all His Miracles through His true devotee. He keeps His true devotee steady and stable in the meditation on the teachings of His Word. No one can fully comprehend any of His Miracles or Blessings or the mystery of His Play. 8

22. ਸਲੋਕੁ॥22॥ (292)

ਜੀਅ ਜੰਤ ਕੇ ਠਾਕੁਰਾ,	jee-a jant kay thaakuraa
ਆਪੇ ਵਰਤਣਹਾਰ॥	aapay vartanhaar.
ਨਾਨਕ ਏਕੋ ਪਸਰਿਆ,	naanak ayko pasri-aa

ਦੂਜਾ ਕਹ ਦ੍ਰਿਸਟਾਰ॥ doojaa kah daristaar. |1||

ਅਟਲ (ਸਚੁ) ਪ੍ਰਭ, ਰੱਬ, ਤੂੰ ਆਪ ਹੀ ਸਾਰੀ ਸ੍ਰਿਸ਼ਟੀ ਦੀ ਉਤਪਤੀ ਕਰਦਾ, ਪਾਲਣਾ ਕਰਦਾ ਹੈ । ਤੂੰ ਹਰ ਥਾਂ ਤੇ ਮੌਜੂਦ ਹੈ, ਅਤੇ ਆਪ ਹੀ ਹਰ ਥਾਂ ਤੇ ਵਸਦਾ, ਵਾਪਰਦਾ ਹੈ । ਤੇਰੇ ਤੋਂ ਬਿਨਾਂ ਹੋਰ ਕੋਈ ਇਹ ਸਭ ਕੁਝ ਨਹੀਂ ਕਰ ਸਕਦਾ ਹੈ ।

The True Master has created all creatures of the universe from His Own Holy Spirit. He nourishes and protects His Creation in the universe. The Omnipresent True Master, dwells and prevails everywhere and in every event. No one else may exist nor perform any task without His Command.

ਅਸਟਪਦੀ॥ Asatpadee. (22 -1)

ਆਪਿ ਕਥੈ, ਆਪਿ ਸੁਨਨੈਹਾਰੁ॥ aap kathai aap sunnaihaar.
ਆਪਹਿ ਏਕੁ, ਆਪਿ ਬਿਸਥਾਰੁ॥ aapeh ayk aap bisthaar.
ਜਾ ਤਿਸੁ ਭਾਵੈ, ਤਾ ਸ੍ਰਿਸਟਿ ਉਪਾਏ॥ jaa tis bhaavai taa sarisat upaa-ay.
ਆਪਨੈ ਭਾਣੈ, ਲਏ ਸਮਾਏ॥ aapnai bhaanai la-ay samaa-ay.
ਤੁਮ ਤੇ ਭਿੰਨ, ਨਹੀ ਕਿਛੁ ਹੋਇ॥ tum tay bhinn nahee kichh ho-ay.
ਆਪਨ ਸੂਤਿ, ਸਭੁ ਜਗਤੁ ਪਰੋਇ॥ aapan soot sabh jagat paro-ay.
ਜਾ ਕਉ ਪ੍ਰਭ ਜੀਉ, ਆਪਿ ਬੁਝਾਏ॥ jaa ka-o parabh jee-o aap bujhaa-ay.
ਸਚੁ ਨਾਮੁ, ਸੋਈ ਜਨੁ ਪਾਏ॥ sach naam so-ee jan paa-ay.
ਸੋ ਸਮਦਰਸੀ, ਤਤ ਕਾ ਬੇਤਾ॥ so samadrasee tat kaa baytaa.
ਨਾਨਕ ਸਗਲ, ਸ੍ਰਿਸਟਿ ਕਾ ਜੇਤਾ॥੧॥ naanak sagal sarisat kaa jaytaa. ||1||

ਪ੍ਰਭ ਆਪ ਹੀ ਕਿਸੇ ਜੀਵ ਦੀ ਜੀਭ ਤੋਂ ਧਾਰਮਕ ਗਿਆਨ ਦੀ ਵਿਆਖਿਆ ਕਰਾਉਂਦਾ ਹੈ । ਆਪ ਹੀ ਉਸ ਕਥਾ, ਵਖਿਆਣ ਨੂੰ ਸੁਣਦਾ ਹੈ । ਆਪ ਹੀ ਇਕ ਹੈ ਅਤੇ ਆਪ ਹੀ ਅਨੇਕਾਂ ਰੂਪਾਂ ਵਿੱਚ ਪਸਰਿਆ ਹੋਇਆ ਹੈ । ਜਦੋਂ ਉਸ ਨੂੰ ਚੰਗਾ ਲਗਦਾ ਹੈ ਤਾ ਉਹ ਕਿਸੇ ਜੀਵ ਨੂੰ (ਸ੍ਰਿਸ਼ਟੀ ਨੂੰ) ਪੈਦਾ ਕਰਦਾ ਹੈ । ਜਦੋਂ ਉਸ ਨੂੰ ਚੰਗਾ ਲਗਦਾ ਉਸ ਸਮੇਂ ਉਸ ਨੂੰ ਖਤਮ ਕਰ ਦੇਂਦਾ ਹੈ । ਉਸ ਤੋਂ ਬਿਨਾਂ ਹੋਰ ਕੋਈ ਨਹੀਂ ਹੈ, ਸਾਰੇ ਹੀ ਜੀਵ ਉਸ ਦੀ ਮਾਲ਼ਾ, ਲੜੀ ਵਿੱਚ ਹੀ ਗੰਢੇ ਹਨ । ਜਿਸ ਜੀਵ ਨੂੰ ਪ੍ਰਭ ਆਪਣੇ ਆਪ ਹੀ ਸੋਝੀ ਬਖਸ਼ਦਾ ਹੈ, ਕੇਵਲ ਉਹ ਜੀਵ ਹੀ ਸ਼ਬਦ ਦੀ ਮਹਿਮਾਂ ਦਾ ਅਨੰਦ ਮਾਨ ਸਕਦਾ ਹੈ । ਪ੍ਰਭ ਹਰਇਕ ਜੀਵ ਨੂੰ ਬਿਨਾਂ ਵਿਤਕਰੇ ਤੋਂ ਹੀ ਦੇਖਦਾ, ਹਰਇਕ ਜੀਵ ਦੀ ਅਵਸਥਾ ਦਾ ਪੂਰਨ ਗਿਆਨ ਹੈ । ਉਸ ਦਾ ਹੀ ਸਾਰੀ ਸ੍ਰਿਸ਼ਟੀ ਤੇ ਪੂਰਨ ਕਾਬੂ, ਜ਼ੋਰ, ਹੁਕਮ ਚਲਦਾ ਹੈ ।

The True Master may bestow the enlightenment of the teachings of religious Holy Scriptures on His true devotee, to explain to others. Himself listens to the sermons the Holy Scripture. The True Master is One and Only One, and He may appear in unlimited number of different forms, colors, and distinctions. The whole universe is an expansion of His Holy Spirit. He may create new life with His Imagination and He may destroy the universe in a twinkle of eyes. No one else may exist in the universe without His Command. The whole universe, all creatures are stringed in His Rosary. Whosoever may be blessed with enlightenment of His Word, only he may sing the glory of His Word and enjoys the pleasure of nectar of His Word. The True Master monitors each creature without any bias or discrimination. The Omniscient True Master fully knows the state of mind of His Creation. The whole universe remains under His Complete Command. 1

ਅਸਟਪਦੀ॥ Asatpadee. (22 -2)

ਜੀਅ ਜੰਤ੍ਰ ਸਭ, ਤਾ ਕੈ ਹਾਥ॥ jee-a jantar sabh taa kai haath.
ਦੀਨ ਦਇਆਲ, ਅਨਾਥ ਕੋ ਨਾਥੁ॥ deen da-i-aal anaath ko naath.
ਜਿਸੁ ਰਾਖੈ, ਤਿਸੁ ਕੋਇ ਨ ਮਾਰੈ॥ jis raakhai tis ko-ay na maarai.
ਸੋ ਮੂਆ, ਜਿਸੁ ਮਨਹੁ ਬਿਸਾਰੈ॥ so moo-aa jis manhu bisaarai.
ਤਿਸੁ ਤਜਿ ਅਵਰ, ਕਹਾ ਕੋ ਜਾਇ॥ tis taj avar kahaa ko jaa-ay.

ਸਭ ਸਿਰਿ, ਏਕੁ ਨਿਰੰਜਨ ਰਾਇ॥ sabh sir ayk niranjan raa-ay.
ਜੀਅ ਕੀ ਜੁਗਤਿ, ਜਾ ਕੈ ਸਭ ਹਾਥਿ॥ jee-a kee jugat jaa kai sabh haath.
ਅੰਤਰਿ ਬਾਹਰਿ, ਜਾਨਹੁ ਸਾਥਿ॥ antar baahar jaanhu saath.
ਗੁਨ ਨਿਧਾਨ, ਬੇਅੰਤ ਅਪਾਰ॥ gun niDhaan bay-ant apaar.
ਨਾਨਕ ਦਾਸ, ਸਦਾ ਬਲਿਹਾਰ॥੨॥ naanak daas sadaa balihaar. ||2||

ਸਾਰੀ ਸ੍ਰਿਸ਼ਟੀ ਦੀ ਡੋਰੀ ਹੀ ਉਸ ਦੇ ਹੱਥ ਵਿੱਚ ਹੈ, ਬਹੁਤ ਤਰਸਵਾਨ, ਪੀਰਾਂ ਦਾ ਪੀਰ ਹੈ । ਜਿਸ ਜੀਵ ਤੇ ਉਸ ਦੀ ਰਹਿਮਤ ਹੁੰਦੀ ਹੈ, ਉਸ ਨੂੰ ਕੋਈ ਵਿਘਨ ਨਹੀਂ ਪੈਂਦਾ, ਉਸ ਨੂੰ ਕੋਈ ਮਾਰ ਨਹੀਂ ਸਕਦਾ । ਜਿਹੜਾ ਉਸ ਦੀਆਂ ਦਾਤਾਂ ਦਾ ਧੰਨਵਾਦ ਨਹੀਂ ਕਰਦਾ, ਪ੍ਰਭ ਨੂੰ ਮਨੋ ਵਿਸਾਰ ਦਿੱਤਾ ਹੈ, ਉਹ ਸਾਕਤ ਬਣ ਗਿਆ, ਉਸ ਦਾ ਮਾਨਸ ਜੂੰਨ ਵਿੱਚ ਆਉਣਾ ਜਾ ਨਾ ਆਉਣਾ ਇਕ ਬਰਾਬਰ ਹੈ । ਪ੍ਰਭ ਨੂੰ ਛੱਡ ਕੇ ਤੂੰ ਹੋਰ ਕਿਸ ਮਾਰਗ ਤੇ ਜਾ ਸਕਦਾ ਹੈ? ਹਰ ਪਾਸੇ ਤਾ ਉਸ ਦਾ ਹੀ ਹੁਕਮ ਚਲਦਾ ਹੈ, ਸਭ ਕੁਝ ਉਹ ਆਪ ਹੀ ਕਰਦਾ ਹੈ । ਪ੍ਰਭ ਨੂੰ ਹਰਇਕ ਜੀਵ ਦੀ ਹਾਲਤ, ਕੀਤੇ ਹੋਏ ਕੰਮਾਂ ਦਾ ਪੂਰਨ ਗਿਆਨ ਹੈ, ਆਪ ਹੀ ਇਹ ਸਭ ਕੁਝ ਜੀਵ ਤੋਂ ਕਰਾਉਂਦਾ ਹੈ । ਉਹ ਜੀਵ ਦੇ ਅੰਦਰ ਅਤੇ ਬਾਹਰਲੇ ਦਿਖਾਵੇ ਦਾ ਅੰਤਰਜਾਮੀ ਹੈ । ਉਹ ਆਪ ਬੇਅੰਤ ਗੁਣਾਂ ਦਾ ਭੰਡਾਰੀ ਹੈ, ਉਸ ਦੀ ਡੂੰਘਾਈ ਅਥਾਹ ਹੈ । ਉਸ ਦੇ ਕਿਸੇ ਵੀ ਗੁਣ ਦਾ ਵਖਿਆਣ ਕਰਨ ਤੇ ਧੰਨ ਧੰਨ ਹੀ ਕਹੋ! ਪੂਰਨ ਤਰ੍ਹਾਂ ਦੱਸੇ ਨਹੀਂ ਜਾ ਸਕਦੇ ।

The Merciful True Master controls the play of all universes. He is The Guru of worldly gurus. Whosoever may be protected in His Sanctuary; no one in the universe can hurt him or become obstacle in his way or destroy him. Whosoever may not be thankful for His Blessings; he may abandon the teachings of His Word from his mind; he may become a nonbeliever. He may not benefit from the priceless opportunity of human life. His Command prevails everywhere in the universe! Where may he go by abandoning His Word? The Omniscient True Master prevails in every activity and He remains fully aware about the desires and state of mind of each of His creature. He inspires and makes His Creation performs good and evil deeds. He remains fully aware of internal desires and his pretension for the outside world. The depth of His Treasures remains beyond any comprehension. All His virtues may not be fully explained. You should always remain astonished from His Nature; The greatest of All.2

ਅਸਟਪਦੀ॥ Asatpadee. (22 -3)

ਪੂਰਨ ਪੂਰਿ, ਰਹੇ ਦਇਆਲ॥ pooran poor rahay da-i-aal.
ਸਭ ਊਪਰਿ, ਹੋਵਤ ਕਿਰਪਾਲ॥ sabh oopar hovat kirpaal.
ਅਪਨੇ ਕਰਤਬ, ਜਾਨੈ ਆਪਿ॥ apnay kartab jaanai aap.
ਅੰਤਰਜਾਮੀ, ਰਹਿਓ ਬਿਆਪਿ॥ antarjaamee rahi-o bi-aap.
ਪ੍ਰਤਿਪਾਲੈ ਜੀਅਨ, ਬਹੁ ਭਾਤਿ॥ paratipaalai jee-an baho bhaat.
ਜੋ ਜੋ ਰਚਿਓ, ਸੁ ਤਿਸਹਿ ਧਿਆਤਿ॥ jo jo rachi-o so tiseh Dhi-aat.
ਜਿਸੁ ਭਾਵੈ, ਤਿਸੁ ਲਏ ਮਿਲਾਇ॥ jis bhaavai tis la-ay milaa-ay.
ਭਗਤਿ ਕਰਹਿ, ਹਰਿ ਕੇ ਗੁਣ ਗਾਇ॥ bhagat karahi har kay gun gaa-ay.
ਮਨ ਅੰਤਰਿ ਬਿਸ੍ਵਾਸੁ, ਕਰਿ ਮਾਨਿਆ॥ man, antar bisvaas kar maani-aa.
ਕਰਨਹਾਰੁ ਨਾਨਕ, ਇਕੁ ਜਾਨਿਆ॥੩॥ karanhaar naanak ik jaani-aa. ||3||

ਪੂਰਨ ਪ੍ਰਭ ਕ੍ਰਿਪਾ ਅਤੇ ਤਰਸ ਨਾਲ ਭਰਪੂਰ ਹੈ । ਉਸ ਦੀਆਂ ਰਹਿਮਤਾਂ ਦਾ ਮੀਂਹ ਸਭ ਉਪਰ ਬਿਨਾਂ ਵਿਤਕਰੇ ਤੋਂ ਪੈਂਦਾ ਹੈ । ਜਿਸ ਜੀਵ ਦਾ ਭਾਂਡਾ ਸਿੱਧਾ ਹੁੰਦਾ ਹੈ, ਉਸ ਵਿੱਚ ਹੀ ਰਹਿਮਤ ਟਿਕਦੀ ਹੈ । ਉਹ ਪ੍ਰਭ ਆਪਣੇ ਕਰਤਬ, ਕਰਾਮਾਤਾਂ, ਕੰਮ ਆਪ ਹੀ ਕਰਦਾ, ਜਾਣਦਾ ਹੈ । ਅੰਤਰਜਾਮੀ ਹਰਇਕ ਦੇ ਹਿਰਦੇ ਵਿੱਚ ਆਪ ਹੀ ਪਰਵੇਸ਼ ਕਰਦਾ ਹੈ । ਜੀਵ ਦੀ ਆਤਮਾਂ ਨੂੰ ਵੱਖਰੇ ਵੱਖਰੇ ਤਾਰੀਕੇ ਨਾਲ ਪ੍ਰਭਾਵਤ ਕਰਦਾ, ਪਾਲਣਾ ਪੋਸਨਾ ਕਰਦਾ ਹੈ । ਜਿਸ ਮਨ ਵਿੱਚ ਪ੍ਰਭ ਦਾ ਸ਼ਬਦ ਜਿਤਨਾ ਰਚ ਜਾਂਦਾ ਹੈ । ਉਸ ਦੇ ਸ਼ਬਦ ਦਾ ਉਤਨਾ ਹੀ ਸਿਮਰਨ ਕਰਦਾ ਹੈ । ਜਿਸ ਜੀਵ ਦੀ ਬੰਦਗੀ ਉਸ ਨੂੰ

ਪ੍ਰਵਾਨ ਹੁੰਦੀ ਹੈ, ਉਸ ਦੀ ਲਗਨ ਅਡੋਲ ਕਰਕੇ ਆਪਣੇ ਸ਼ਬਦ ਵਿੱਚ ਲੀਨ ਰਖਦਾ ਹੈ । ਜਿਸ ਨੇ ਮਨ ਵਿੱਚ ਭਰੋਸੇ ਨੂੰ ਪੱਕਾ ਕਰਕੇ ਮੰਨਿਆ ਹੈ, ਉਹ ਦਾ ਮਨ ਅਡੋਲ ਹੋ ਜਾਂਦਾ ਹੈ । ਉਸ ਨੂੰ ਪ੍ਰਭ ਦੇ ਘਰ ਹੀ ਸੋਝੀ ਹੋਣ ਲਗ ਪੈਂਦੀ ਹੈ, ਜਿਤਨੀ ਉਹ ਰਹਿਮਤ ਬਖਸ਼ਦਾ ਹੈ ।

The Omnipotent True Master remains overwhelmed with compassion and forgiveness. The rain of His Blessings remains pouring on His Creation indiscriminately. Whose vessel to collects His Virtue remains open and stable; he accepts His Command as Ultimate worthy blessings; he retains His Blessings in his vessel. The Merciful True Master performs His miracles and fully knows the details of all events. The Omniscient True Master dwells in the heart of each creature. He inspires each creature with different unique techniques and nourishes him in the universe. How much belief his mind may establish on His teachings that much meditation he may do on His teachings of His Word. Whose meditation may be accepted in His Court; He may remain intoxicated in meditation in the void of His Word with a steady and stable in day-to-day life. Whosoever may establish a steady and stable belief on His Word, His mind becomes unshakable, stable. He may be enlightened with the teachings of His Word, as much the True Master has blessed him.3

ਅਸਟਪਦੀ॥ Asatpadee. (22 -4)

ਜਨੁ ਲਾਗਾ, ਹਰਿ ਏਕੈ ਨਾਇ॥	jan laagaa har aykai naa-ay.
ਤਿਸ ਕੀ ਆਸ, ਨ ਬਿਰਥੀ ਜਾਇ॥	tis kee aas na birthee jaa-ay.
ਸੇਵਕ ਕਉ, ਸੇਵਾ ਬਨਿ ਆਈ॥	sayvak ka-o sayvaa ban aa-ee.
ਹੁਕਮੁ ਬੂਝਿ, ਪਰਮ ਪਦੁ ਪਾਈ॥	hukam boojh param pad paa-ee.
ਇਸ ਤੇ ਊਪਰਿ, ਨਹੀ ਬੀਚਾਰੁ॥	is tay oopar nahee beechaar.
ਜਾ ਕੈ ਮਨਿ, ਬਸਿਆ ਨਿਰੰਕਾਰੁ॥	jaa kai man basi-aa nirankaar.
ਬੰਧਨ ਤੋਰਿ ਭਏ, ਨਿਰਵੈਰ॥	banDhan tor bha-ay nirvair.
ਅਨਦਿਨੁ ਪੂਜਹਿ, ਗੁਰ ਕੇ ਪੈਰ॥	an-din poojeh gur kay pair.
ਇਹ ਲੋਕ ਸੁਖੀਏ, ਪਰਲੋਕ ਸੁਹੇਲੇ॥	ih lok sukhee-ay parlok suhaylay.
ਨਾਨਕ ਹਰਿ ਪ੍ਰਭਿ, ਆਪਹਿ ਮੇਲੇ॥੪॥	naanak har parabh aapeh maylay. ||4||

ਜਿਹੜਾ ਜੀਵ ਆਪਣੀ ਲਗਨ ਉਸ ਵਿੱਚ ਅਡੋਲ ਕਰ ਲੈਂਦਾ ਹੈ । ਉਸ ਦੀ ਕੋਈ ਆਸ, ਮੰਗ ਬਿਰਥੀ ਨਹੀਂ ਜਾਂਦੀ । ਉਸ ਦੇ ਮਨ ਵਿੱਚ ਪ੍ਰਭ ਦੇ ਮਿਲਣ, ਸ਼ਬਦ ਦੀ ਸੋਝੀ ਤੋਂ ਬਿਨਾਂ ਹੋਰ ਕੋਈ ਆਸ ਹੀ ਨਹੀਂ ਰਹਿੰਦੀ । ਜਿਹੜਾ ਜੀਵ ਪ੍ਰਭ ਦਾ ਸੇਵਕ ਜਾ ਸੇਵਾਦਾਰ ਹੁੰਦਾ ਹੈ । ਸ਼ਬਦ ਦੀ ਪਾਲਣਾ, ਨਿਮਾਣੇ ਦੀ ਸੇਵਾ ਕਰਨੀ ਹੀ, ਉਸ ਦੇ ਜੀਵਨ ਦਾ ਅਧਾਰ ਬਣ ਜਾਂਦਾ ਹੈ । ਉਸ ਨੂੰ ਸ਼ਬਦ ਦੀ ਸੋਝੀ ਹੋਣ ਲਗ ਪੈਂਦੀ ਹੈ । ਇਕ ਸਮਾਂ ਆ ਜਾਂਦਾ ਹੈ ਜਦੋਂ ਉਸ ਨੂੰ ਅਮਰ ਅਵਸਥਾ ਬਖਸ਼ਿਸ਼ ਹੋ ਜਾਂਦਾ ਹੈ । ਜਿੱਥੇ ਉਸ ਦੀ ਅਵਸਥਾ ਦਾ ਅੰਦਾਜ਼ਾ ਨਹੀਂ ਲਾਇਆਂ ਜਾ ਸਕਦਾ । ਜਿਹੜੇ ਮਨ ਵਿੱਚ ਪ੍ਰਭ ਦੀ ਰਜ਼ਾ ਘਰ ਕਰ ਜਾਵੇ, ਅਟਲ ਸ਼ਬਦ ਦੀ ਧੁਨ, ਗੂੰਜ ਸੁਣਾਈ ਦੇਂਦੀ ਹੈ । ਉਸ ਦੇ ਮਨ ਦੇ ਵਿੱਚ ਹੋਰ ਕੋਈ ਵਿਚਾਰ ਨਹੀਂ ਰਹਿੰਦਾ । ਉਸ ਜੀਵ ਦੇ ਪੰਜਾਂ ਇੰਦ੍ਰੀਆਂ ਦੇ ਸਬੰਧ, ਪ੍ਰਭ ਆਪ ਹੀ ਖਤਮ ਕਰ ਦੇਂਦਾ ਹੈ । ਉਹ ਮੌਤ ਦੇ ਡਰ ਤੋਂ ਰਹਿਤ ਹੋ ਜਾਂਦਾ ਹੈ, ਮੌਤ ਦਾ ਸਮਾਂ ਪ੍ਰਭ ਨਾਲ ਮਿਲਾਪ ਦਾ ਸੁਭਾਗਾਂ ਸਮਾਂ ਬਣ ਜਾਂਦਾ ਹੈ । ਉਸ ਦਿਨ ਰਾਤ ਬੰਦਗੀ ਕਰਦਾ, ਮਨ ਖੇੜੇ ਵਿੱਚ ਰਹਿੰਦਾ ਹੈ । ਉਹ ਇਸ ਸੰਸਾਰ ਵਿੱਚ ਇੰਦ੍ਰੀਆਂ ਤੇ ਕਾਬੂ ਪਾ ਕੇ ਇਸ ਸੰਸਾਰ ਵਿੱਚ ਖੁਸ਼ ਰਹਿੰਦਾ ਹੈ । ਮੌਤ ਤੋਂ ਪਿਛੋਂ, ਮੁਕਤੀ ਪਾ ਕੇ ਜਨਮ ਮਰਨ ਦੀ ਬਾਜੀ ਜਿੱਤ ਲੈਂਦਾ ਹੈ ।

Whosoever may obey the teachings of His Word, with steady and stable belief; with His mercy and grace, his spoken and unspoken desire may never be wasted. His mind may not have any other desire, except to be enlightened with the teachings of His Word. Whosoever may become the true slave of The True Master; his purpose of life becomes to obey His Word and to serve His Creation. He starts understanding the true meanings of His Word. Slowly and slowly his state of mind reaches on the top, where no other human may comprehend his state of his mind. Whosoever may be drenched with the teachings of His Word; he may hear the everlasting echo of His Word resonates within his mind. No other thoughts remain within his mind. All his bonds, demons of worldly desires may be eliminated from his mind; he may become beyond the reach of fear of death. He considers, the time of death is very fortunate time to meet His True Master, creator. His mind always remains in blossom, day, and night in meditation. By conquering his worldly desires, he remains in comfort and pleasures in worldly life. After death, he may be honored with salvation and he may conquer the play of birth and death.4

ਅਸਟਪਦੀ॥ Asatpadee. (22 -5)

ਸਾਧਸੰਗਿ ਮਿਲਿ, ਕਰਹੁ ਅਨੰਦ॥	saaDhsang mil karahu anand.
ਗੁਨ ਗਾਵਹੁ ਪ੍ਰਭ, ਪਰਮਾਨੰਦ॥	gun gaavhu parabh parmaanand.
ਰਾਮ ਨਾਮ ਤਤੁ, ਕਰਹੁ ਬੀਚਾਰੁ॥	raam naam tat karahu beechaar.
ਦ੍ਰੁਲਭ ਦੇਹ, ਕਾ ਕਰਹੁ ਉਧਾਰੁ॥	darulabh dayh kaa karahu uDhaar.
ਅੰਮ੍ਰਿਤ ਬਚਨ, ਹਰਿ ਕੇ ਗੁਨ ਗਾਉ॥	amrit bachan har kay gun gaa-o.
ਪ੍ਰਾਨ ਤਰਨ, ਕਾ ਇਹੈ ਸੁਆਉ॥	paraan taran kaa ihai su-aa-o.
ਆਠ ਪਹਰ, ਪ੍ਰਭ ਪੇਖਹੁ ਨੇਰਾ॥	aath pahar parabh paykhahu nayraa.
ਮਿਟੈ ਅਗਿਆਨੁ, ਬਿਨਸੈ ਅੰਧੇਰਾ॥	mitai agi-aan binsai anDhayraa.
ਸੁਨਿ ਉਪਦੇਸੁ, ਹਿਰਦੈ ਬਸਾਵਹੁ॥	sun updays hirdai basaavhu.
ਮਨ ਇਛੇ, ਨਾਨਕ ਫਲ ਪਾਵਹੁ॥੫॥	man, ichhay naanak fal paavhu. ||5||

ਉਹ ਜੀਵ ਪ੍ਰਭ ਦੇ ਸ਼ਬਦ ਦਾ ਸਿਮਰਨ ਕਰਨ ਵਾਲੇ ਦੀ ਸੰਗਤ ਕਰਕੇ ਖੇੜੇ ਵਿੱਚ ਰਹਿੰਦਾ ਹੈ । ਉਹ ਅਟਲ ਪ੍ਰਭ ਦਾ ਹੀ ਧੰਨਵਾਦ ਕਰਦਾ ਰਹਿੰਦਾ ਹੈ । ਉਹ ਜੀਵ ਉਸ ਦਾ ਸ਼ਬਦ ਹੀ ਉਚਾਰਦਾ, ਹਰਇਕ ਕੰਮ ਵਿੱਚ ਪ੍ਰਭ ਦੇ ਸ਼ਬਦ ਦੀ ਹੀ ਸੇਧ ਲੈਂਦਾ ਹੈ । ਉਹ ਬਹੁਤ ਮੁਸ਼ਕਲ ਨਾਲ ਬਖਸ਼ਿਸ਼ ਹੋਣ ਵਾਲੇ ਮਾਨਸ ਜਨਮ ਦਾ ਉਧਾਰ, ਸਫਲ ਕਰ ਜਾਂਦਾ ਹੈ । ਜੀਵ ਪ੍ਰਭ ਦੇ ਅਨਮੋਲ ਸ਼ਬਦ ਦੇ ਗੀਤ ਬੋਲੋ, ਉਸ ਨਾਲ ਤੇਰੀ ਆਤਮਾ ਪਵਿੱਤਰ ਹੋ ਜਾਵੇਗੀ । ਉਸ ਪਵਿੱਤਰ ਪ੍ਰਭ ਦੀ ਹੋਂਦ ਵਿੱਚ ਅਭੇਦ ਹੋਣ ਦੇ ਯੋਗ ਬਣ ਜਾਵੇ । ਜੀਵ ਦੇ ਵੱਸ ਵਿੱਚ ਇਕੋ ਇਕ ਹੀ ਚਾਰਾ ਹੈ, ਹਰ ਵੇਲੇ ਹੀ ਪ੍ਰਭ ਨੂੰ ਹਾਜ਼ਰਾ ਹਜ਼ੂਰ, ਵਿਆਪਿਆ ਸਮਝੋ! ਇਸ ਨਾਲ ਅਗਿਆਨਤਾ ਦਾ ਅੰਧੇਰਾ ਦੂਰ ਹੋ ਜਾਂਦਾ, ਅਸਲੀ ਮਾਰਗ ਬਖਸ਼ਿਸ਼ ਹੋ ਜਾਂਦਾ ਹੈ । ਪ੍ਰਭ ਦਾ ਉਪਦੇਸ਼ ਸੁਣਕੇ ਆਪਣੇ ਮਨੇ ਵਿੱਚ ਵਸਾਵੋ, ਉਸ ਤੇ ਅਮਲ ਕਰੋ! ਜਦੋਂ ਮਨ ਅਡੋਲ ਹੋ ਜਾਵੇਗਾ ਤਾ ਫਿਰ ਮਨ ਦੀ ਹਰ ਖਾਹਿਸ਼ ਪੂਰੀ ਹੋ ਸਕਦੀ ਹੈ ।

His true devotee remains in blossom in the association of the His Holy saint. He sings the glory of The True Master and remain gratitude for His Blessings. He may speak His Word with his tongue and he always pray for His Forgiveness and Refuge, guidance in all day-to-day work. He makes his precious opportunity of human life as a successful journey. He sings the glory of His Ambrosial Word and his soul may be sanctified. His soul may become worthy of His Consideration. His true devotee may have only one path, option to believe, He remains Omnipresent and prevails in every event ion His Nature. The True Master may bestow His Blessed Vision; his ignorance may be eliminated; he may be blessed with the right path of salvation. You should always remain focused, listen, and adopts the teachings of His Word in day-to-day life. Whosoever may remain steady and stable; all the spoken and unspoken desires of your mind may be fulfilled.5

ਅਸਟਪਦੀ॥ Asatpadee. (22 -6)

ਹਲਤੁ ਪਲਤੁ, ਦੁਇ ਲੇਹੁ ਸਵਾਰਿ॥	halat palat du-ay layho savaar.
ਰਾਮ ਨਾਮੁ ਅੰਤਰਿ, ਉਰਿ ਧਾਰਿ॥	raam naam antar ur Dhaar.
ਪੂਰੇ ਗੁਰ ਕੀ, ਪੂਰੀ ਦੀਖਿਆ॥	pooray gur kee pooree deekhi-aa.
ਜਿਸੁ ਮਨਿ ਬਸੈ, ਤਿਸੁ ਸਾਚੁ ਪਰੀਖਿਆ॥	jis man basai tis saach pareekhi-aa.
ਮਨਿ ਤਨਿ, ਨਾਮੁ ਜਪਹੁ, ਲਿਵ ਲਾਇ॥	man, tan naam japahu liv laa-ay.
ਦੂਖੁ, ਦਰਦੁ, ਮਨ ਤੇ ਭਉ ਜਾਇ॥	dookh darad man tay bha-o jaa-ay.
ਸਚੁ ਵਾਪਾਰੁ, ਕਰਹੁ ਵਾਪਾਰੀ॥	sach vaapaar karahu vaapaaree.
ਦਰਗਹ ਨਿਬਹੈ, ਖੇਪ ਤੁਮਾਰੀ॥	dargeh nibhai khayp tumaaree.
ਏਕਾ ਟੇਕ, ਰਖਹੁ ਮਨ ਮਾਹਿ॥	aykaa tayk rakhahu man maahi.
ਨਾਨਕ ਬਹੁਰਿ ਨ, ਆਵਹਿ ਜਾਹਿ॥੬॥	naanak bahur na aavahi jaahi. ||6||

ਜਿਹੜੇ ਜੀਵ ਦੇ ਹਿਰਦੇ ਵਿੱਚ ਉਸ ਦੇ ਸ਼ਬਦ ਦਾ ਡੂੰਘਾ ਅਸਰ ਹੋ ਜਾਂਦਾ ਹੈ, ਤਾ ਉਸ ਜੀਵ ਦੀ ਮਾਨਸਕ ਅਵਸਥਾ ਨਿਰਮਲ ਹੋ ਜਾਂਦੀ ਹੈ । ਉਸ ਦੇ ਚੇਹਰੇ ਤੇ ਵੱਖਰੇ ਹੀ ਕਿਸਮ ਦਾ ਖੇੜਾ ਵਸ ਜਾਂਦਾ ਹੈ । ਉਸ ਅਟਲ, ਸਰਬ ਕਲਾ ਸਮਰਥ ਪ੍ਰਭ ਦਾ ਉਪਦੇਸ਼ ਵੀ ਪੂਰਨ ਹੈ, ਅਧੂਰਾ ਨਹੀਂ ਹੈ । ਜਿਸ ਨੇ ਹਿਰਦੇ ਵਿੱਚ ਵਸਾ ਲਿਆ, ਆਪਣੇ ਜੀਵਨ ਵਿੱਚ ਧਾਰਨ ਕਰ ਲਿਆ, ਉਸ ਨੂੰ ਪੂਰੀ ਸਮਝ ਆ ਜਾਂਦੀ ਹੈ । ਜੀਵ ਮਨ, ਤਨ ਲਾ ਕੇ ਉਸ ਪ੍ਰਭ ਦੀ ਬੰਦਗੀ ਕਰੋ । ਤੇਰਾ ਸੰਸਾਰਕ ਦੁਖ, ਭਟਕਣਾਂ ਤੇ ਧੀਰਜ ਆ ਜਾਵੇਗਾ, ਮੌਤ ਦਾ ਡਰ ਸੁਹਾਨਾ ਸੁਪਨਾ ਬਣ ਜਾਵੇਗਾ । ਜੀਵ ਇਸ ਮਾਨਸ ਜਨਮ ਵਿੱਚ ਆ ਕੇ ਭਲਾਈ ਦੇ ਕਰਮ ਕਰੋ! ਜਿਸ ਨਾਲ ਉਸ ਦੀ ਦਰਗਾਹ ਵਿੱਚ ਟਿਕਾਣਾ ਬਣ ਜਾਵੇ, ਰੱਬ ਨਾਲ ਰਜ਼ਾ ਆ ਜਾਵੇ । ਜੀਵ ਆਪਣੇ ਦਿਲ ਵਿੱਚ ਇਕੋ ਇਕ ਪ੍ਰਭ ਤੇ ਹੀ ਆਸ ਰਖੋ! ਉਹ ਹੀ ਤੇਰਾ ਮਾਨਸ ਜਨਮ ਸਫਲ ਕਰ ਸਕਦਾ ਹੈ, ਜੂੰਨਾਂ ਤੋਂ ਰਹਿਤ ਕਰ ਸਕਦਾ ਹੈ ।

Whosoever may be drenched with the teachings of His Word, his soul may be sanctified. The spiritual glow of His Holy Spirit may shine on his forehead. The teachings of His Word are complete in all respects and no deficiency in His Message. Whosoever may adopt the teachings of His Word wholeheartedly in day-to-day life; he may be blessed with enlightenment of His Word. You should wholeheartedly meditate on the teachings of His Word with the steady and stable. You should have a patience even with all miseries and frustration of worldly desires. You may be enlightened with the essence of His Word. You should perform the good deeds for mankind in your human life; The True Master may bless you with a place in His Court. You should only keep the hope on The One and Only One, True Master; Only, The True Master may bestow success in your journey. He may eliminate the cycle of birth and death. 6

ਅਸਟਪਦੀ॥ Asatpadee. (22 -7)

ਤਿਸ ਤੇ ਦੂਰਿ, ਕਹਾ ਕੋ ਜਾਇ॥	tis tay door kahaa ko jaa-ay.
ਉਬਰੈ ਰਾਖਨਹਾਰੁ, ਧਿਆਇ॥	ubrai raakhanhaar Dhi-aa-ay.
ਨਿਰਭਉ ਜਪੈ, ਸਗਲ ਭਉ ਮਿਟੈ॥	nirbha-o japai sagal bha-o mitai.
ਪ੍ਰਭ ਕਿਰਪਾ ਤੇ, ਪ੍ਰਾਣੀ ਛੁਟੈ॥	parabh kirpaa tay paraanee chhutai.
ਜਿਸੁ ਪ੍ਰਭੁ ਰਾਖੈ, ਤਿਸੁ ਨਾਹੀ ਦੂਖ॥	jis parabh raakhai tis naahee dookh.
ਨਾਮੁ ਜਪਤ, ਮਨਿ ਹੋਵਤ ਸੂਖ॥	naam japat man hovat sookh.
ਚਿੰਤਾਂ ਜਾਇ, ਮਿਟੈ ਅਹੰਕਾਰੁ॥	chintaa jaa-ay mitai ahaNkaar.
ਤਿਸੁ ਜਨ ਕਉ, ਕੋਇ ਨ ਪਹੁਚਨਹਾਰੁ॥	tis jan ka-o ko-ay na pahuchanhaar.
ਸਿਰ ਊਪਰਿ, ਠਾਢਾ ਗੁਰੁ ਸੂਰਾ॥	sir oopar thaadhaa gur sooraa.
ਨਾਨਕ ਤਾ ਕੇ, ਕਾਰਜ ਪੂਰਾ॥੭॥	naanak taa kay kaaraj pooraa. ||7||

ਉਸ ਪ੍ਰਭ ਤੋਂ ਦੂਰ ਤੂੰ ਕਿਥੇ ਜਾਣਾ ਹੈ? ਮਨੋ ਬੰਦਗੀ ਕਰਨ ਨਾਲ ਉਹ ਰਹਿਮਤ, ਤਰਸ ਬਖਸ਼ਕੇ ਤੈਨੂੰ ਬਚ ਸਕਦਾ ਹੈ । ਈਰਖਾ, ਬਦਲਾ ਲੈਣ ਦੀ ਭਾਵਨਾ ਤੋਂ ਰਹਿਤ ਪ੍ਰਭ ਦੇ ਸ਼ਬਦ ਦਾ ਸਿਮਰਨ ਕਰਨ ਨਾਲ ਉਸ ਨੂੰ ਬੇਵਸ ਜੀਵ ਤੇ ਤਰਸ ਆ ਸਕਦਾ ਹੈ । ਜੀਵ ਜਨਮ ਮਰਨ ਦੇ ਬੰਧਨ ਤੋਂ ਛੁਟ ਸਕਦਾ ਹੈ । ਜਿਸ ਜੀਵ ਤੇ ਪ੍ਰਭ ਦੀ ਕ੍ਰਿਪਾ ਹੋ ਜਾਵੇ । ਉਸ ਜੀਵ ਨੂੰ ਕੋਈ ਮੁਸ਼ਕਲ, ਜਾ ਵਿਘਨ ਨਹੀਂ ਪੈਂਦਾ । ਉਹ ਜੀਵ ਬੰਦਗੀ ਕਰਕੇ ਸੰਤੋਖ ਅਤੇ ਸ਼ਾਂਤੀ ਵਿੱਚ, ਖੇੜੇ ਵਿੱਚ ਰਹਿੰਦਾ ਹੈ । ਜਦੋਂ ਮਨ ਦਾ ਭਰੋਸਾ ਪ੍ਰਭ ਤੇ ਅਡੋਲ ਹੋ ਜਾਂਦਾ ਹੈ, ਮਨ ਦੀਆਂ ਭਟਕਣਾਂ, ਚਿੰਤਾਂ ਖਤਮ ਹੋ ਜਾਂਦੀਆਂ ਹਨ, ਅਹੰਕਾਰ ਦੀ ਜੜ੍ਹ ਪੁੱਟੀ ਜਾਂਦੀ ਹੈ । ਉਸ ਨਿਮਰਤਾ ਵਾਲੇ ਦੇ ਤੁਲ ਹੋਰ ਕੋਈ ਨਹੀਂ ਰਹਿੰਦਾ, ਉਹ ਸਭ ਤੋਂ ਉਚਾ ਹੋ ਜਾਂਦਾ ਹੈ । ਜਿਹੜੇ ਜੀਵ ਦੇ ਸਿਰ ਉਪਰ ਸਭ ਤੋਂ ਬਲਵਾਨ ਪ੍ਰਭ ਖੜ੍ਹਾ ਹੈ, ਰਖਵਾਲਾ ਹੈ । ਉਸ ਦੀਆਂ ਮਨ ਦੀਆਂ ਬੋਲੀਆਂ, ਅਨਬੋਲੀਆਂ ਆਸਾਂ ਪੂਰੀਆਂ ਹੋ ਜਾਂਦੀਆਂ ਹਨ ।

Where may you go far away from The True Master? Whosoever may meditate wholeheartedly on the teachings of His Word; with His mercy and grace, he may be saved. You should meditate on the teachings of The True Master, who remains beyond any jealousy or desire to take a revenge; He remains merciful on the helpless. His true devotee may be saved from the cycle of birth and death; he may not have any difficulties in day-to-day life. He remains in blossom and contented in his day-to-day life. Whose belief may become steady and stable, all his worldly worries, frustrations and ego may be eliminated. No one can be compared with that His humble devotee; he may become the greatest of All. Whosoever may be protected by the most powerful, the greatest True Master; all his spoken and unspoken desires may be fulfilled. 7

ਅਸਟਪਦੀ॥ Asatpadee. (22 -8)

ਮਤਿ ਪੂਰੀ, ਅੰਮ੍ਰਿਤੁ ਜਾ ਕੀ ਦ੍ਰਿਸਟਿ॥	mat pooree amrit jaa kee darisat.
ਦਰਸਨੁ ਪੇਖਤ, ਉਧਰਤ ਸ੍ਰਿਸਟਿ॥	darsan paykhat uDhrat sarisat.
ਚਰਨ ਕਮਲ, ਜਾ ਕੇ ਅਨੂਪ॥	charan kamal jaa kay anoop.
ਸਫਲ ਦਰਸਨੁ, ਸੁੰਦਰ ਹਰਿ ਰੂਪ॥	safal darsan sundar har roop.
ਧੰਨੁ ਸੇਵਾ, ਸੇਵਕੁ ਪਰਵਾਨੁ॥	dhan sayvaa sayvak parvaan.
ਅੰਤਰਜਾਮੀ, ਪੁਰਖੁ ਪ੍ਰਧਾਨੁ॥	antarjaamee purakh parDhaan.
ਜਿਸੁ ਮਨਿ ਬਸੈ, ਸੁ ਹੋਤ ਨਿਹਾਲੁ॥	jis man basai so hot nihaal.
ਤਾ ਕੈ ਨਿਕਟਿ, ਨ ਆਵਤ ਕਾਲੁ॥	taa kai nikat na aavat kaal.
ਅਮਰ ਭਏ, ਅਮਰਾ ਪਦੁ ਪਾਇਆ॥	amar bha-ay amraa pad paa-i-aa.
ਸਾਧਸੰਗਿ ਨਾਨਕ, ਹਰਿ ਧਿਆਇਆ॥ ੮॥੨੨॥	saaDhsang naanak har Dhi-aa-i-aa. ||8||22||

ਪ੍ਰਭ ਦੀ ਸਿਆਣਪ ਪੂਰਨ ਹੈ, ਉਸ ਦੀ ਨਜ਼ਰ ਅਣਮੋਲ ਹੈ । ਜਿਸ ਤੇ ਉਸ ਦੀ ਕ੍ਰਿਪਾ ਦ੍ਰਿਸ਼ਟੀ ਹੋ ਜਾਵੇ ਉਸ ਦਾ ਮਾਨਸ ਜਨਮ ਸਫਲ ਹੋ ਜਾਂਦਾ ਹੈ । ਉਸ ਪ੍ਰਭ ਦਾ ਸ਼ਬਦ (ਚਰਨ) ਅਨੋਖਾ, ਅਚੰਭਾ, ਅਣਮੋਲ ਹੈ । ਉਸ ਦੀ ਕ੍ਰਿਪਾ ਦੀ ਦ੍ਰਿਸ਼ਟੀ ਜੀਵ ਦੀ ਆਤਮਾ ਨੂੰ ਪਵਿੱਤਰ ਕਰ ਦੇਣ ਵਾਲੀ ਹੈ । ਉਸ ਦੀ ਰਹਿਮਤ ਨਾਲ ਜੋ ਜੀਵ ਦੀ ਆਤਮਾ ਤੇ ਖੇੜਾ ਬਖਸ਼ਿਸ਼ ਹੁੰਦਾ ਹੈ ਉਹ ਭੀ ਅਨੋਖਾ ਹੈ । ਉਸ ਸੇਵਕ ਦੀ ਸੇਵਾ ਧੰਨ ਹੈ, ਸੇਵਕ ਵੀ ਧੰਨ ਹੈ । ਜਿਸ ਦੀ ਸੇਵਾ ਉਸ ਜਾਣੀ ਜਾਣ ਪ੍ਰਭ ਨੂੰ ਪ੍ਰਵਾਨ ਹੋ ਜਾਵੇ । ਜਿਹੜੇ ਜੀਵ ਦੇ ਮਨ ਵਿੱਚ ਪ੍ਰਭ ਦੇ ਸ਼ਬਦ ਦੀ ਧੁਨ ਗੂੰਜਦੀ ਸੁਣਾਈ ਦੇਂਦੀ ਹੈ । ਉਸ ਦੇ ਮਨ ਤੇ ਖੇੜਾ ਬਖਸ਼ਿਸ਼ ਹੋ ਜਾਂਦਾ ਹੈ, ਉਸ ਦੇ ਨੇੜੇ ਮੌਤ ਦਾ ਜਮਦੂਤ ਨਹੀਂ ਆਉਂਦਾ । ਉਹ ਜੀਵ ਜਨਮ ਮਰਨ ਦੇ ਚੱਕਰ ਤੋਂ ਉਪਰ ਹੋ ਜਾਂਦਾ ਹੈ । ਉਸ ਜੀਵਾਂ ਨੂੰ ਅਮਰ ਅਵਸਥਾ ਬਖਸ਼ਿਸ਼ ਹੋ ਜਾਂਦੀ ਹੈ । ਅਜੇਹੇ ਜੀਵ ਦੇ ਜੀਵਨ ਤੋਂ ਸੇਧ ਲੈ ਕੇ ਜੀਵ ਆਪਣੇ ਮੰਨ ਦੀ ਦ੍ਰਿੜ੍ਹਤਾ ਕਾਇਮ ਰਖਦਾ ਹੈ ।

The wisdom and blessings of The True Master are priceless. Whosoever may be bestowed with His blessed Vision; his human life journey may become successful. The teachings of His Word are astonishing. His blessed Vision is sanctifying the soul; she may be blessed with astonishing blossom. Whose meditation may be accepted in His Court; he may become very fortunate. Whosoever may hear the everlasting echo of His Word resonates within his heart; he may be blessed with blossom in his life. He may become beyond the reach of cycle of birth and death. He may be blessed with immortal state of mind. His way of life and life experience may become a pillar of determination to adopt the teachings of His Word with steady and stable belief in his day-to-day life.8

23. ਸਲੋਕੁ॥23॥ (293)

ਗਿਆਨ ਅੰਜਨੁ ਗੁਰਿ ਦੀਆਂ,	gi-aan anjan gur dee-aa agi-aan
ਅਗਿਆਨ ਅੰਧੇਰ ਬਿਨਾਸੁ॥	anDhayr binaas.
ਹਰਿ ਕਿਰਪਾ ਤੇ ਸੰਤ ਭੇਟਿਆ,	har kirpaa tay sant bhayti-aa
ਨਾਨਕ ਮਨਿ ਪਰਗਾਸੁ॥	naanak man pargaas. ||1||

ਤੂੰ ਅਟਲ (ਸਚੁ) ਪ੍ਰਭ, ਰੱਬ ਨੇ ਇਸਤਰ੍ਹਾਂ ਸੋਝੀ ਬਖਸ਼ੀ ਹੈ । ਮੈਨੂੰ ਸਾਰਾ ਗਿਆਨ ਹੋ ਗਿਆ ਹੈ, ਸਾਰਾ ਅੰਧੇਰਾ ਦੂਰ ਹੋ ਗਿਆ ਹੈ । ਪ੍ਰਭ ਤੇਰੀ ਬਹੁਤ ਕਿਰਪਾ ਹੈ, ਤੂੰ ਸੰਤਾਂ ਵਰਗੇ ਗੁਣ ਬਖਸ਼ੇ ਹਨ । ਜਿਸ ਨਾਲ ਮੇਰਾ ਮਨ ਉਜਾਗਰ (ਪਰਗਾਸ) ਹੋ ਗਿਆ ਹੈ ।

My True Master has blessed such an enlightenment of the essence of His Word; all my darkness of ignorance has been eliminated from my mind. I am very grateful! I have been blessed with virtues like His Holy saint. With that enlightenment, my mind always remains awake and alert.23

ਅਸਟਪਦੀ॥ Asatpadee. (23 -1)

ਸੰਤਸੰਗਿ ਅੰਤਰਿ, ਪ੍ਰਭੁ ਡੀਠਾ॥	satsang antar parabh deethaa.
ਨਾਮੁ ਪ੍ਰਭੂ ਕਾ, ਲਾਗਾ ਮੀਠਾ॥	naam parabhoo kaa laagaa meethaa.
ਸਗਲ ਸਮਿਗ੍ਰੀ, ਏਕਸੁ ਘਟ ਮਾਹਿ॥	sagal samagree aykas ghat maahi.
ਅਨਿਕ ਰੰਗ, ਨਾਨਾ ਦ੍ਰਿਸਟਾਹਿ॥	anik rang naanaa daristaahi.
ਨਉ ਨਿਧਿ ਅੰਮ੍ਰਿਤੁ, ਪ੍ਰਭ ਕਾ ਨਾਮੁ॥	na-o niDh amrit parabh kaa naam.
ਦੇਹੀ ਮਹਿ, ਇਸ ਕਾ ਬਿਸ੍ਰਾਮੁ॥	dayhee meh is kaa bisraam.
ਸੁੰਨ ਸਮਾਧਿ, ਅਨਹਤ ਤਹ ਨਾਦ॥	sunn samaaDh anhat tah naad.
ਕਹਨੁ ਨ ਜਾਈ, ਅਚਰਜ ਬਿਸਮਾਦ॥	kahan na jaa-ee achraj bismaad.
ਤਿਨਿ ਦੇਖਿਆ, ਜਿਸੁ ਆਪਿ ਦਿਖਾਏ॥	tin daykhi-aa jis aap dikhaa-ay.
ਨਾਨਕ ਤਿਸੁ ਜਨ, ਸੋਝੀ ਪਾਏ॥੧॥	naanak tis jan sojhee paa-ay. ||1||

ਜਦੋਂ ਜੀਵ ਸੰਤ ਸਰੂਪ ਦੀ ਸੰਗਤ ਕਰਦਾ ਹੈ, ਉਹ ਅਨੁਭਵ ਕਰਦਾ ਹੈ, ਪ੍ਰਭ ਆਪ ਹੀ ਉਸ ਦੇ ਤਨ ਵਿੱਚ ਸਮਾਧੀ ਲਾ ਕੇ ਬੈਠਾ ਹੈ । ਉਸ ਦੀ ਆਤਮਕ ਅਵਸਥਾ ਹੋਰ ਹੀ ਹੋ ਜਾਂਦੀ ਹੈ । ਉਸ ਨੂੰ ਸਿਮਰਨ ਦਾ ਵੱਖਰੇ ਕਿਸਮ ਦਾ ਅਨੰਦ ਆਉਂਦਾ ਹੈ । ਸ੍ਰਿਸ਼ਟੀ ਵਿੱਚ ਅਨੇਕਾਂ ਹੀ ਕਿਸਮਾਂ ਦੇ ਜੀਵ ਨਜ਼ਰ ਆਉਂਦੇ ਹਨ । ਜਿਸ ਦੀ ਸ਼ਬਦ ਵਿੱਚ ਲਿਵ ਲਗ ਜਾਂਦੀ ਹੈ, ਉਸ ਨੂੰ ਸਾਰਿਆਂ ਵਿੱਚ ਹੀ ਪ੍ਰਭ ਦੀ ਜੋਤ ਨਜ਼ਰ ਆਉਂਦੀ ਹੈ । ਪ੍ਰਭ ਦਾ ਸ਼ਬਦ ਇਤਨਾ ਅਣਮੋਲ ਹੈ, ਕਿ ਉਸ ਵਿੱਚ ਹੀ ਸਾਰੀਆਂ ਕਰਾਮਾਤਾਂ ਹਨ । ਇਹ ਮਾਨਸ ਸਰੀਰ ਹੀ ਉਸ ਦੇ ਅਰਾਮ ਕਰਨ ਵਾਲਾ ਆਸਣ ਹੈ । ਉਸ ਦੇ ਇਸ ਮਹਿਲ ਵਿੱਚ ਦਿਨ ਰਾਤ, ਹਰ ਵੇਲੇ ਹੀ ਸ਼ਬਦ ਦੀ ਧੁਨ, ਨਾਦ ਚਲਦਾ ਹੈ । ਉਸ ਦੀ ਅਨੋਖੀ ਰੂਹਾਨੀ ਅਵਸਥਾ ਦੀ ਪੂਰਨ ਵਿਆਖਿਆ ਨਹੀਂ ਕੀਤਾ ਜਾ ਸਕਦਾ । ਜਿਸ ਤੇ ਆਪਣੀ ਰਹਿਮਤ ਬਖਸ਼ਦਾ ਹੈ, ਉਸ ਨੂੰ ਆਪ ਹੀ ਇਹ ਸਭ ਕੁਝ ਦੀ ਸੋਝੀ ਬਖਸ਼ਦਾ ਹੈ ।

When, His true devotee joins the association of His Holy saint, then he completely concentrates on the teachings of His Word and he may enter the void of His Word. His state of mind may become unique and he may enjoy different kind, unique wonders of His Nature, pleasures. While in the void of His Word, he may realize that His Holy Spirit dwells and prevails in each heart. The teachings of His Word are such precious and astonishing that all miracles may be embedded in adopting His Word in day-to-day life; his own body may become his resting place. He may hear the everlasting echo of His Word resonating within the castle of his body nonstop. He may be blessed with a spiritual state of mind, which may not be fully comprehended by any other human. Whosoever may be bestowed with His Blessed Vision, he may be enlightened with the teachings of His Word.1

ਅਸਟਪਦੀ॥ Asatpadee. (23 -2)

ਸੋ ਅੰਤਰਿ, ਸੋ ਬਾਹਰਿ ਅਨੰਤ॥	so antar so baahar anant.
ਘਟਿ ਘਟਿ ਬਿਆਪਿ, ਰਹਿਆ ਭਗਵੰਤ॥	ghat ghat bi-aap rahi-aa bhagvant.
ਧਰਨਿ ਮਾਹਿ, ਆਕਾਸ ਪਇਆਲ॥	dharan maahi aakaas pa-i-aal.
ਸਰਬ ਲੋਕ, ਪੂਰਨ ਪ੍ਰਤਿਪਾਲ॥	sarab lok pooran partipaal.
ਬਨਿ ਤਿਨਿ, ਪਰਬਤਿ ਹੈ, ਪਾਰਬ੍ਰਹਮੁ॥	ban tin parbat hai paarbarahm.
ਜੈਸੀ ਆਗਿਆ, ਤੈਸਾ ਕਰਮੁ॥	jaisee aagi-aa taisaa karam.
ਪਉਣ, ਪਾਣੀ, ਬੈਸੰਤਰ, ਮਾਹਿ॥	pa-un paanee baisantar maahi.
ਚਾਰਿ ਕੁੰਟ ਦਹ, ਦਿਸੇ ਸਮਾਹਿ॥	chaar kunt dah disay samaahi.
ਤਿਸ ਤੇ ਭਿੰਨ, ਨਹੀ ਕੋ ਠਾਉ॥	tis tay bhinn nahee ko thaa-o.
ਗੁਰ ਪ੍ਰਸਾਦਿ, ਨਾਨਕ ਸੁਖੁ ਪਾਉ॥੨॥	gur parsaad naanak sukh paa-o. ‖2‖

ਜੀਵ ਦੇ ਅੰਦਰ ਅਤੇ ਬਾਹਰ ਵੀ ਪ੍ਰਭ ਆਪ ਹੀ ਹੈ, ਹਰ ਕਰਤਬ ਵਿੱਚ ਵੀ ਆਪ ਹੀ ਭਰਪੂਰ ਹੈ । ਪ੍ਰਭ ਧਰਤੀ, ਅਕਾਸ਼ ਅਤੇ ਪਤਾਲ ਵਿੱਚ ਵੀ ਮੌਜੂਦ ਹੈ । ਸਾਰੀਆਂ ਹੀ ਸ੍ਰਿਸ਼ਟੀਆਂ ਦੀ ਸੰਭਾਲਨਾ ਆਪ ਹੀ ਕਰਦਾ ਹੈ । ਪ੍ਰਭ ਦਾ ਹੁਕਮ, ਜੰਗਲਾਂ ਵਿੱਚ, ਪਰਬਤਾਂ ਦੇ ਉਪਰ ਵੀ ਚਲਦਾ ਹੈ । ਜੀਵ ਉਹ ਕੁਝ ਹੀ ਕਰਦਾ ਹੈ, ਜਿਹੜਾ ਉਸ ਦਾ ਹੁਕਮ ਹੁੰਦਾ ਹੈ । ਪ੍ਰਭ ਦੀ ਮੌਜੂਦਗੀ ਅਤੇ ਹੁਕਮ ਪਾਣੀ ਵਿੱਚ, ਹਵਾ ਵਿੱਚ ਵੀ ਹੈ । ਸਾਰੀਆਂ ਦਿਸ਼ਾ ਵਿੱਚ ਆਪ ਹੀ ਵਸਦਾ, ਵਾਪਰਦਾ ਹੈ । ਕੋਈ ਵੀ ਥਾਂ ਨਹੀਂ ਜਿੱਥੇ ਉਹ ਮੌਜੂਦ, ਹਾਜ਼ਰਾ ਹਜੂਰ ਨਾ ਹੋਵੇ । ਉਸ ਦੀ ਰਹਿਮਤ ਕਿਸੇ ਵਿਧੀ ਜਾ ਸਿਆਣਪ ਨਾਲ ਨਹੀਂ ਬਖਸ਼ਿਸ਼ ਨਹੀਂ ਹੁੰਦੀ, ਕੇਵਲ ਆਪਣੀ ਰਹਿਮਤ ਨਾਲੀ ਹੀ ਕਿਸੇ ਪਾਪੀ ਜਾ ਪੁੰਨੀ ਨੂੰ ਬਖਸ਼ਿਸ਼ ਹੋ ਸਕਦੀ ਹੈ ।

The True Master dwells and prevails within the mind of each creature and in the universe in day-to-day life. The Omnipresent Holy Spirit remains overwhelming on, in, under earth, and in sky; He nourishes and protects His Creation. His Command prevails in wild forests, on hills and mountains. Everyone remains and only function under His Command, only His Command can prevail in water, in all directions. No one or no place is beyond the reach of The Omnipresent True Master. He may not be blessed by any wisdom or any unique technique, meditation. The True Master may enlighten any devotee, who may do good deeds for mankind or even a sinner.2

ਅਸਟਪਦੀ॥ Asatpadee. (23 -3)

ਬੇਦ, ਪੁਰਾਨ, ਸਿੰਮ੍ਰਿਤਿ, ਮਹਿ ਦੇਖੁ॥	bayd puraan simrit meh daykh.
ਸਸੀਅਰ, ਸੂਰ, ਨਖੵਤ੍ਰ ਮਹਿ ਏਕੁ॥	sasee-ar soor nakh-yatar meh ayk.
ਬਾਣੀ ਪ੍ਰਭ ਕੀ, ਸਭੁ ਕੋ ਬੋਲੈ॥	banee parabh kee sabh ko bolai.
ਆਪਿ ਅਡੋਲੁ, ਨ ਕਬਹੂ ਡੋਲੈ॥	aap adol na kabhoo dolai.
ਸਰਬ ਕਲਾ ਕਰਿ, ਖੇਲੈ ਖੇਲ॥	sarab kalaa kar khaylai khayl.
ਮੋਲਿ ਨ ਪਾਈਐ, ਗੁਣਹ ਅਮੋਲ॥	mol na paa-ee-ai gunah amol.
ਸਰਬ ਜੋਤਿ ਮਹਿ, ਜਾ ਕੀ ਜੋਤਿ॥	sarab jot meh jaa kee jot.
ਧਾਰਿ ਰਹਿਓ, ਸੁਆਮੀ ਓਤਿ ਪੋਤਿ॥	dhaar rahi-o su-aamee ot pot.
ਗੁਰ ਪਰਸਾਦਿ, ਭਰਮ ਕਾ ਨਾਸੁ॥	gur parsaad bharam kaa naas.
ਨਾਨਕ ਤਿਨ ਮਹਿ, ਏਹੁ ਬਿਸਾਸੁ॥੩॥	naanak tin meh ayhu bisaas. ‖3‖

ਧਾਰਮਕ ਕਿਤਾਬਾਂ ਵਿੱਚ ਉਸ ਦੀ ਉਸਤਤ ਭਰਪੂਰ ਹੈ । ਸੂਰਜ, ਚੰਦ, ਤਾਰਿਆਂ ਉਪਰ ਵੀ ਉਸ ਦੇ ਹੀ ਕਰਤਬ ਚਲਦੇ ਹਨ । ਸਾਰੀ ਸ੍ਰਿਸ਼ਟੀ ਦੇ ਜੀਵ ਹੀ ਉਸ ਦੀ ਬਾਣੀ ਬੋਲਦੇ, ਬੰਦਗੀ ਕਰਦੇ ਹਨ । ਉਹ ਆਪ ਅਡੋਲ ਹੈ, ਕਿਸ ਨੂੰ ਭੁਲੇਖੇ ਪਾ ਕੇ ਡੋਲਣ ਨਹੀਂ ਦੇਂਦਾ । ਸਾਰੀ ਸ੍ਰਿਸ਼ਟੀ ਵਿੱਚ ਸਾਰੇ ਕਰਤਬ, ਖੇਲ ਆਪ ਹੀ ਕਰਦਾ, ਕਰਾਉਂਦਾ ਹੈ । ਉਸ ਦੇ ਕਿਸੇ ਕਰਤਬ, ਗੁਣ ਦੀ ਕੋਈ ਕੀਮਤ ਨਹੀਂ ਜਾਣੀ ਜਾ ਸਕਦੀ, ਅੰਦਾਜ਼ਾ ਨਹੀਂ ਲਾਇਆ ਜਾ ਸਕਦਾ । ਹਰਇਕ ਜੀਵ ਵਿੱਚ ਉਸ ਦੀ ਜੋਤ ਹੈ, ਸਾਰੇ ਪ੍ਰਭ ਦੇ ਹੀ ਰੂਪ ਹਨ । ਸਾਰਾ ਸੰਸਾਰ, ਮੰਡਲ ਹੀ ਉਸ ਦੇ ਆਸਰੇ, ਅਧਾਰ ਤੇ ਹੀ ਚਲ ਰਹੀ ਹੈ । ਜਿਸ ਜੀਵ ਤੇ ਰਹਿਮਤ ਦੀ ਨਜ਼ਰ ਬਖਸ਼ਦਾ ਹੈ, ਉਸ ਜੀਵ ਦੇ ਸਾਰੇ ਭੁਲੇਖੇ ਦੂਰ ਹੋ ਜਾਂਦੇ ਹਨ । ਉਸ ਦੇ ਮਨ ਵਿੱਚ ਉਸ ਦੇ ਸ਼ਬਦ ਦੇ ਰਸ ਦੀ ਰਚਨਾ ਭਰਪੂਰ ਹੋ ਜਾਂਦੀ ਹੈ ।

The worldly religious Holy Scriptures are overwhelmed with the praises of The True Master, His Holy Spirit; His Command prevails on Sun, Moon and on stars also. The whole universe speaks, sings the glory an meditates on the teachings of His Word. He remains steady and stable, axiom and never misguide any soul into suspicions. All plays and events of the universe operates under His Command. The mystery of any of His Miracle, event may not be comprehended by His Creation. His Holy Spirit prevails in each creature; His Creation is an expansion of His Holy Spirit. The whole universe operates and only survives on His support. Whosoever may eliminate all suspicions of his mind; with His mercy and grace, he may remain drenched and overwhelmed with the essence of His Word.3

ਅਸਟਪਦੀ॥ Asatpadee. (23 -4)

ਸੰਤ ਜਨਾ ਕਾ, ਪੇਖਨੁ ਸਭੁ ਬ੍ਰਹਮ॥	sant janaa kaa paykhan sabh barahm.
ਸੰਤ ਜਨਾ ਕੈ, ਹਿਰਦੈ ਸਭਿ ਧਰਮ॥	sant janaa kai hirdai sabh Dharam.
ਸੰਤ ਜਨਾ ਸੁਨਹਿ, ਸੁਭ ਬਚਨ॥	sant janaa suneh subh bachan.
ਸਰਬ ਬਿਆਪੀ, ਰਾਮ ਸੰਗਿ ਰਚਨ॥	sarab bi-aapee raam sang rachan.
ਜਿਨਿ ਜਾਤਾ, ਤਿਸ ਕੀ ਇਹ ਰਹਤ॥	jin jaataa tis kee ih rahat.
ਸਤਿ ਬਚਨ ਸਾਧੂ, ਸਭਿ ਕਹਤ॥	sat bachan saaDhoo sabh kahat.
ਜੋ ਜੋ ਹੋਇ, ਸੋਈ ਸੁਖੁ ਮਾਨੈ॥	jo jo ho-ay so-ee sukh maanai.
ਕਰਨ ਕਰਾਵਨਹਾਰੁ, ਪ੍ਰਭੁ ਜਾਨੈ॥	karan karaavanhaar parabh jaanai.
ਅੰਤਰਿ ਬਸੇ, ਬਾਹਰਿ ਭੀ ਓਹੀ॥	antar basay baahar bhee ohee.
ਨਾਨਕ ਦਰਸਨੁ, ਦੇਖਿ ਸਭ ਮੋਹੀ॥੪॥	naanak darsan daykh sabh mohee. ||4||

ਸੰਤ ਸਰੂਪ ਜੀਵ ਦੀ ਨਜ਼ਰ ਵਿੱਚ ਹਰਇਕ ਜੀਵ ਹੀ ਰੱਬ ਦਾ ਰੂਪ ਹੈ । ਉਸ ਦੇ ਦਿਲ ਵਿੱਚ ਨਿਸ਼ਚਾ ਹੁੰਦਾ ਹੈ, ਕਿ ਹਰ ਜੀਵ ਹੀ ਧਰਮੀ ਹੈ, ਨਿਯਮ ਭਾਲਾਈ ਦੇ ਹਨ । ਸੰਤ ਦੇ ਕੰਨਾਂ ਵਿੱਚ ਕੇਵਲ ਪ੍ਰਭ ਦੇ ਸ਼ਬਦ ਦੀ ਹੀ ਧੁਨ ਚਲਦੀ, ਗੂੰਜਦੀ ਸੁਣਾਈ ਦੇਂਦੀ ਹੈ । ਉਹ ਹਰ ਵੇਲੇ ਪ੍ਰਭ ਦੇ ਸ਼ਬਦ ਵਿੱਚ ਹੀ ਲੀਨ, ਮਸਤ ਰਹਿੰਦਾ ਹੈ । ਜਿਸ ਜੀਵ ਨੇ ਪ੍ਰਭ ਦੇ ਸ਼ਬਦ ਨੂੰ ਬੁਝ ਲਿਆ, ਉਸ ਦੇ ਜੀਵਨ ਦਾ ਇਹ ਨਿਯਮ ਬਣ ਜਾਂਦਾ ਹੈ । ਉਸ ਜੀਵ ਦੇ ਮੂੰਹ ਵਿਚੋਂ ਨਿਕਲੇ ਬੋਲ, ਸ਼ਬਦ ਅਟਲ, ਪੂਰੇ ਹੋ ਜਾਂਦੇ ਹਨ । ਜੋ ਕੁਝ ਵੀ ਹੁੰਦਾ ਹੈ, ਪ੍ਰਭ ਦਾ ਭਾਣਾ ਵਰਤਦਾ ਹੈ । ਉਸ ਨੂੰ ਪ੍ਰਭ ਦੀ ਰਜ਼ਾ ਸਮਝਕੇ ਕਬੂਲ ਕਰ ਲੈਂਦਾ ਹੈ । ਉਹ ਜਾਣ ਜਾਂਦਾ ਹੈ, ਸਭ ਕੁਝ ਕਰਨ ਕਰਾਉਣ ਵਾਲਾ ਆਪ ਹੀ ਹੈ । ਪ੍ਰਭ ਜੀਵ ਦੇ ਅੰਦਰ ਅਤੇ ਬਾਹਰ ਆਪ ਹੀ ਵਿਆਪਕ ਹੈ । ਉਸ ਦੀ ਕ੍ਰਿਪਾ ਦੀ ਨਜ਼ਰ ਨਾਲ ਆਤਮਾ ਕੀਲੀ ਜਾਂਦੀ ਹੈ ।

In the mind of His true devotee every creature is a symbol of the True Master. He keeps his belief steady and stable that all creatures are religious and all activities are for the welfare of His Creation. His true devotee, only hear the everlasting echo of His Word resonating. He always remains intoxicated in meditation in the void of His Word. Whosoever may be drenched with the teachings of His Word, all his spoken words may become true and transformed as His Word. He believes that everything happens in the universe under His Command and he accepts wholeheartedly. He believes that

The One and Only One True Master Creator of the universe. He prevails and makes His Creation to perform those tasks. He believes that within the body and mind of all creatures, only He can prevail. His soul remains intoxicated with His blessed vision.4

ਅਸਟਪਦੀ॥ Asatpadee. (23 -5)

ਆਪਿ ਸਤਿ ਕੀਆ, ਸਭੁ ਸਤਿ॥ aap sat kee-aa sabh sat.
ਤਿਸੁ ਪ੍ਰਭ ਤੇ, ਸਗਲੀ ਉਤਪਤਿ॥ tis parabh tay saglee utpat.
ਤਿਸੁ ਭਾਵੈ ਤਾ, ਕਰੇ ਬਿਸਥਾਰੁ॥ tis bhaavai taa karay bisthaar.
ਤਿਸੁ ਭਾਵੈ ਤਾ, ਏਕੰਕਾਰੁ॥ tis bhaavai taa aykankaar.
ਅਨਿਕ ਕਲਾ, ਲਖੀ ਨਹ ਜਾਇ॥ anik kalaa lakhee nah jaa-ay.
ਜਿਸੁ ਭਾਵੈ ਤਿਸੁ, ਲਏ ਮਿਲਾਇ॥ jis bhaavai tis la-ay milaa-ay.
ਕਵਨ ਨਿਕਟਿ, ਕਵਨ ਕਹੀਐ ਦੂਰਿ॥ kavan nikat kavan kahee-ai door.
ਆਪੇ ਆਪਿ, ਆਪ ਭਰਪੂਰਿ॥ aapay aap aap bharpoor.
ਅੰਤਰਗਤਿ ਜਿਸੁ, ਆਪਿ ਜਨਾਏ॥ antargat jis aap janaa-ay.
ਨਾਨਕ ਤਿਸੁ ਜਨ, ਆਪਿ ਬੁਝਾਏ॥੫॥ naanak tis jan aap bujhaa-ay. ||5||

ਅਟਲ ਪ੍ਰਭ ਦੀ ਬਣਾਈ ਹੋਈ ਸ੍ਰਿਸ਼ਟੀ ਵੀ ਅਟਲ ਹੈ । ਜਿਸ ਤੇ ਕੋਈ ਨਿਸ਼ਾਨਾ ਨਹੀਂ ਲਾ ਸਕਦਾ ਹੈ, ਪ੍ਰਭ ਦਾ ਕੋਈ ਪਰਛਾਵਾਂ ਨਹੀਂ ਹੈ । ਜਿਸਤਰ੍ਹਾਂ ਉਸ ਨੂੰ ਚੰਗਾ ਲਗਦਾ, ਭਾਉਂਦਾ ਹੈ, ਉਸਤਰ੍ਹਾਂ ਹੀ ਸ੍ਰਿਸ਼ਟੀ ਵਿੱਚ ਵਾਧਾ, ਘਾਟਾ ਕਰਦਾ ਹੈ । ਉਸ ਦੀਆਂ ਅਨੇਕਾਂ ਹੀ ਕਰਾਮਾਤਾਂ ਦੀ ਗਿਣਤੀ ਨਹੀਂ ਕੀਤੀ ਜਾ ਸਕਦੀ । ਜਿਸ ਜੀਵ ਦੀ ਸ਼ਬਦ ਦੀ ਕਮਾਈ ਪ੍ਰਭ ਦੇ ਦਰਬਾਰ ਵਿੱਚ ਪ੍ਰਵਾਨ ਹੋ ਜਾਂਦੀ ਹੈ, ਉਸ ਨੂੰ ਜਨਮ ਮਰਨ ਤੋਂ ਰਹਿਤ ਕਰ ਦੇਂਦਾ ਹੈ । ਕਿਵੇਂ ਕਿਸ ਜੀਵ ਨੂੰ ਉਸ ਦੇ ਲਾਗੇ ਜਾ ਕਿਸ ਜੀਵ ਨੂੰ ਉਸ ਤੋਂ ਦੂਰ ਸਮਝੋ? ਉਹ ਆਪ ਹੀ ਸਾਰੀ ਸ੍ਰਿਸ਼ਟੀ ਵਿੱਚ ਸਮਾਇਆ ਹੈ । ਜਿਸ ਨੂੰ ਪ੍ਰਭ ਆਪ ਕ੍ਰਿਪਾ ਕਰਕੇ ਸੋਝੀ ਬਖਸ਼ਦਾ ਹੈ, ਕੇਵਲ ਉਹ ਹੀ ਉਸ ਨੂੰ ਜਾਣ ਸਕਦਾ ਹੈ ।

The whole universe has been created by the True Master and His Existence and His Creation are axiom and not any illusion. No one can target Him to hurt him and He does not have any shadow. He may expand or shrinks His Creation with His Own imagination. He has unlimited number of miracles remains beyond any accurate account, imagination of His Creation. Whose meditation may be accepted in His Court; with His mercy and grace, his cycle of birth and death may be eliminated. How may any human consider! Someone close or far away from The True Master? He remains embedded within the whole universe. He may bless enlightenment of the essence of His Word to His true devotee.5

ਅਸਟਪਦੀ॥ Asatpadee. (23 -6)

ਸਰਬ ਭੂਤ, ਆਪਿ ਵਰਤਾਰਾ॥ sarab bhoot aap vartaaraa.
ਸਰਬ ਨੈਨ, ਆਪਿ ਪੇਖਨਹਾਰਾ॥ sarab nain aap paykhanhaaraa.
ਸਗਲ ਸਮਗ੍ਰੀ, ਜਾ ਕਾ ਤਨਾ॥ sagal samagree jaa kaa tanaa.
ਆਪਨ ਜਸੁ, ਆਪ ਹੀ ਸੁਨਾ॥ aapan jas aap hee sunaa.
ਆਵਨ ਜਾਨੁ, ਇਕੁ ਖੇਲੁ ਬਨਾਇਆ॥ aavan jaan ik khayl banaa-i-aa.
ਆਗਿਆਕਾਰੀ ਕੀਨੀ, ਮਾਇਆ॥ aagi-aakaaree keenee maa-i-aa.
ਸਭ ਕੈ ਮਧਿ, ਅਲਿਪਤੋ ਰਹੈ॥ sabh kai maDh alipato rahai.
ਜੋ ਕਿਛੁ ਕਹਣਾ, ਸੁ ਆਪੇ ਕਹੈ॥ jo kichh kahnaa so aapay kahai.
ਆਗਿਆ ਆਵੈ, ਆਗਿਆ ਜਾਇ॥ aagi-aa aavai aagi-aa jaa-ay.
ਨਾਨਕ ਜਾ ਭਾਵੈ, ਤਾ ਲਏ ਸਮਾਇ॥੬॥ naanak jaa bhaavai taa la-ay samaa-ay. ||6||

ਸਾਰੇ ਭੇਖਾਂ ਵਿੱਚ ਉਹ ਆਪ ਹੀ ਸਭ ਕੁਝ ਕਰਦਾ ਹੈ । ਸਾਰਿਆਂ ਦੀਆਂ ਅੱਖਾਂ ਵਿੱਚ ਉਹ ਆਪ ਹੀ ਦੇਖਦਾ ਹੈ । ਉਸ ਪ੍ਰਭ ਨੇ ਸਾਰੀ ਸਮਗਰੀ ਜੀਵ ਦੇ ਸਰੀਰ ਵਿੱਚ ਹੀ ਰਖੀ ਹੈ । ਉਹ ਆਪ ਹੀ ਕੀਰਤਨ ਕਰਦਾ ਹੈ ਅਤੇ ਆਪ ਹੀ ਕੀਰਤਨ ਸੁਣ ਕੇ ਖੁਸ਼ ਹੁੰਦਾ ਹੈ । ਇਸ ਸੰਸਾਰ ਵਿੱਚ ਜਨਮ ਮਰਨ

ਇਕ ਖੇਲ ਬਣਾਇਆ ਹੈ । ਇਹ ਪੰਜੇ ਇੰਦ੍ਰੀਆਂ ਉਸ ਦੇ ਹੁਕਮ ਅੰਦਰ ਹੀ ਚਲਦੀਆਂ ਹਨ । ਉਹ ਆਪਣੇ ਜੀਵਾਂ ਦੇ ਵਿੱਚ ਆਪ ਹੀ ਵਸਦਾ ਹੈ । ਜੋ ਕੁਝ ਵੀ ਕਿਸੇ ਤੋਂ ਬਲਾਉਣਾ ਹੋਵੇ, ਉਹ ਆਪ ਹੀ ਬਲਾਉਂਦਾ ਹੈ । ਉਸ ਦੇ ਹੁਕਮ ਨਾਲ ਹੀ ਜੀਵ ਜੰਮਦਾ ਮਰਦਾ ਹੈ । ਜਿਸ ਦੀ ਸ਼ਬਦ ਦੀ ਕਮਾਈ ਪ੍ਰਵਾਨ ਹੋ ਜਾਂਦੀ ਹੈ, ਉਸ ਨੂੰ ਮੁਕਤੀ ਦਾ ਰਸਤਾ ਬਖਸ਼ਦਾ ਹੈ ।

In all forms, colors, only His Holy spirit prevails; in all eyes of the universe, only His light shines. He has blessed all techniques and sources of nourishment in the body of each creature. Himself sings the glory of His Word within the mind of His true devotee and Himself listens and enjoys His praises. He has created the play of birth and death in the universe. All five senses, demons of worldly desires operate under His Command. He dwells and prevails within each body and heart. He speaks within the heart of everyone and inspires his tongue to speak. The soul comes to the universe by His Command; whose meditation may be accepted in His Court; he may be blessed with salvation. 6

ਅਸਟਪਦੀ॥ Asatpadee. (23 -7)

ਇਸ ਤੇ ਹੋਇ, ਸੁ ਨਾਹੀ ਬੁਰਾ॥	is tay ho-ay so naahee buraa.
ਓਰੈ ਕਹਹੁ, ਕਿਨੈ ਕਛੁ ਕਰਾ॥	orai kahhu kinai kachh karaa.
ਆਪਿ ਭਲਾ, ਕਰਤੂਤਿ ਅਤਿ ਨੀਕੀ॥	aap bhalaa kartoot at neekee.
ਆਪੇ ਜਾਨੈ, ਅਪਨੇ ਜੀ ਕੀ॥	aapay jaanai apnay jee kee.
ਆਪਿ ਸਾਚੁ, ਧਾਰੀ ਸਭ ਸਾਚੁ॥	aap saach Dhaaree sabh saach.
ਓਤਿ ਪੋਤਿ, ਆਪਨ ਸੰਗਿ ਰਾਚੁ॥	ot pot aapan sang raach.
ਤਾ ਕੀ ਗਤਿ ਮਿਤਿ, ਕਹੀ ਨ ਜਾਇ॥	taa kee gat mit kahee na jaa-ay.
ਦੂਸਰ ਹੋਇ ਤ, ਸੋਝੀ ਪਾਇ॥	doosar ho-ay ta sojhee paa-ay.
ਤਿਸ ਕਾ ਕੀਆ, ਸਭੁ ਪਰਵਾਨੁ॥	tis kaa kee-aa sabh parvaan.
ਗੁਰ ਪ੍ਰਸਾਦਿ, ਨਾਨਕ, ਇਹੁ ਜਾਨੁ॥੭॥	gur parsaad naanak ih jaan. ||7||

ਪ੍ਰਭ ਸਦਾ ਸ੍ਰਿਸ਼ਟੀ ਦਾ ਭਲਾ ਹੀ ਕਰਦਾ ਹੈ । ਉਸ ਦੀ ਰਜ਼ਾ ਤੋਂ ਬਿਨਾਂ ਹੋਰ ਕੁਝ ਕੀਤਾ ਨਹੀਂ ਜਾ ਸਕਦਾ । ਉਹ ਪ੍ਰਭ ਆਪ ਭਲਾ ਹੈ, ਉਸ ਦੇ ਕੰਮ, ਉਸ ਤੋਂ ਵੀ ਭਲੇ ਹਨ । ਕੇਵਲ ਉਹ ਹੀ ਆਪਣੀ ਹੋਂਦ ਨੂੰ ਪੂਰਨ ਤਰ੍ਹਾਂ ਜਾਣ ਸਕਦਾ ਹੈ । ਉਹ ਆਪ ਅਟਲ (ਸੱਚ) ਹੈ ਅਤੇ ਉਸ ਦੀ ਸਾਜੀ ਸ੍ਰਿਸ਼ਟੀ ਵੀ ਅਟਲ (ਸੱਚ) ਹੈ । ਉਹ ਆਪਣੀ ਸ੍ਰਿਸ਼ਟੀ ਵਿੱਚ ਆਪ ਹੀ ਰਚਿਆ ਹੈ । ਉਸ ਦੀ ਅਵਸਥਾ ਜਾ ਕਿਸੇ ਕਰਤਬ ਦਾ ਅੰਤ ਨਹੀਂ ਪਾਇਆ ਜਾ ਸਕਦਾ । ਅਗਰ ਕੋਈ ਹੋਰ ਉਸ ਵਰਗਾ, ਵੱਡਾ ਹੋਵੇ ਤਾ ਹੀ ਉਸ ਨੂੰ ਜਾਣ ਸਕਦਾ ਹੈ । ਉਸ ਦੇ ਕੀਤੇ ਸਾਰੇ ਕਰਤਬ ਉਸ ਨੂੰ ਮਨਜ਼ੂਰ ਹੁੰਦੇ ਹਨ । ਇਹ ਇਕ ਜਾਣੀ, ਮੰਨੀ ਹੋਈ ਕਹਾਵਤ ਹੈ ।

In the universe, everything happens for the welfare of His Creation. Without His blessings nothing may happen in the universe. All His blessings of are for the welfare of His Creation. Only He may comprehend His own state of mind and His Nature. The True Master and His Creation both are axiom and not any illusion. He remains embedded within the universe; no one may comprehend His Nature or the limit of any of His Miracles. Whosoever may be equal or greater; only he may comprehend, imagine His state of mind. All events of the nature are acceptable and performed under His Command. This is well known belief in the universe.7

ਅਸਟਪਦੀ॥ Asatpadee. (23 -8)

ਜੋ ਜਾਨੈ, ਤਿਸੁ ਸਦਾ ਸੁਖੁ ਹੋਇ॥	jo jaanai tis sadaa sukh ho-ay.
ਆਪਿ ਮਿਲਾਇ ਲਏ, ਪ੍ਰਭੁ ਸੋਇ॥	aap milaa-ay la-ay parabh so-ay.
ਓਹੁ ਧਨਵੰਤੁ, ਕੁਲਵੰਤੁ ਪਤਿਵੰਤੁ॥	oh, Dhanvant kulvant pativant.
ਜੀਵਨ ਮੁਕਤਿ, ਜਿਸੁ ਰਿਦੈ ਭਗਵੰਤੁ॥	jeevan mukat jis ridai bhagvant.

ਧੰਨੁ ਧੰਨੁ, ਧੰਨੁ ਜਨੁ ਆਇਆ॥ dhan Dhan Dhan jan aa-i-aa.
ਜਿਸੁ ਪ੍ਰਸਾਦਿ, ਸਭੁ ਜਗਤੁ ਤਰਾਇਆ॥ jis parsaad sabh jagat taraa-i-aa.
ਜਨ ਆਵਨ, ਕਾ ਇਹੈ ਸੁਆਉ॥ jan aavan kaa ihai su-aa-o.
ਜਨ ਕੈ ਸੰਗਿ, ਚਿਤਿ ਆਵੈ ਨਾਉ॥ jan kai sang chit aavai naa-o.
ਆਪਿ ਮੁਕਤੁ, ਮੁਕਤੁ ਕਰੈ ਸੰਸਾਰੁ॥ aap mukat mukat karai sansaar.
ਨਾਨਕ ਤਿਸੁ ਜਨ ਕਉ, naanak tis jan ka-o sadaa na-
ਸਦਾ ਨਮਸਕਾਰੁ॥੮॥੨੩॥ maskaar. ||8||23||

ਜਿਹੜਾ ਜੀਵ ਉਸ ਨੂੰ ਜਾਣ ਜਾਂਦਾ ਹੈ, ਉਹ ਹਮੇਸ਼ਾਂ ਹੀ ਸੰਤੋਖ ਵਿੱਚ ਰਹਿੰਦਾ ਹੈ । ਪ੍ਰਭ ਉਸ ਜੀਵ ਨੂੰ ਆਪਣੇ ਆਪ ਵਿੱਚ ਅਭੇਦ ਕਰ ਲੈਂਦਾ ਹੈ । ਉਹ ਜੀਵ ਬਹੁਤ ਰੂਹਾਨੀ ਧਨਾਢ, ਚੜ੍ਹਦੀ ਕਲਾ ਵਾਲਾ, ਚੰਗੇ ਭਾਗਾਵਾਲਾ ਹੁੰਦਾ ਹੈ । ਉਸ ਜੀਵ ਨੂੰ ਇਸ ਸੰਸਾਰ ਵਿੱਚ ਹੀ ਅਮਰ ਕਿਹਾ ਜਾਂਦਾ ਹੈ । ਉਸ ਸੰਤ ਸਰੂਪ ਦੇ ਹਿਰਦੇ ਵਿੱਚ ਉਹ ਹੀ ਉਜਾਗਰ ਹੋਇਆ ਹੈ । ਅਜੇਹੇ ਜੀਵ ਦਾ ਇਸ ਸੰਸਾਰ ਵਿੱਚ ਜਨਮ ਲੈਣਾ ਵੱਡੇ ਭਾਗਾਵਾਲਾ ਹੀ ਹੁੰਦਾ ਹੈ । ਅਜੇਹਾ ਜੀਵ ਦੇ ਸਦਕੇ ਹੀ ਕਈ ਸ਼ਬਦ ਦੀ ਪਾਲਣਾ ਕਰਕੇ, ਜਨਮ ਸਫਲ ਕਰ ਜਾਂਦੇ ਹਨ । ਉਸ ਜੀਵ ਦਾ ਇਸ ਸੰਸਾਰ ਵਿੱਚ ਜਨਮ ਲੈਣ ਦਾ ਇਕੋ ਇਕ ਇਹ ਹੀ ਮੰਤਵ ਹੈ । ਅਜੇਹੇ ਜੀਵ ਦਾ ਸਾਥ ਕਰਨ ਨਾਲ ਜੀਵ ਬੰਦਗੀ ਵਿੱਚ ਲਗ ਜਾਂਦਾ ਹੈ । ਉਹ ਆਪ ਤਾ ਮੁਕਤੀ ਪ੍ਰਾਪਤ ਕਰ ਲੈਂਦਾ ਹੈ । ਬਾਕੀ ਸਾਥੀਆਂ ਨੂੰ ਭਗਤੀ ਦੇ ਰਸਤੇ ਤੇ ਪਾ ਕੇ ਮੁਕਤੀ ਕਰਵਾ ਜਾਂਦਾ ਹੈ ।

Whosoever may be blessed with the enlightenment of His Word; he may remain contented with His blessings; with His mercy and grace, his soul may be absorbed in His Holy Spirit. He may become very spiritual and fortunate. He may be called immortal. His Word remains enlightened in the heart of His true devotee. He remains awake and alert all time in his meditation. His birth may be considered very fortunate for His Creation. So many may adopt the teachings of His Word and succeed in human life journey. This may be the only true purpose of his birth in the universe. Whosoever may be blessed with the association of His true devotee; with His mercy and grace, he may become steady and stable on the teachings of His Word. He may be blessed with salvation; he inspires his followers on the right path of salvation.8

24. ਸਲੋਕੁ॥24॥ (295)

ਪੂਰਾ ਪ੍ਰਭੁ ਆਰਾਧਿਆ, pooraa parabh aaraaDhi-aa
ਪੂਰਾ ਜਾ ਕਾ ਨਾਉ॥ pooraa jaa kaa naa-o.
ਨਾਨਕ ਪੂਰਾ ਪਾਇਆ, naanak pooraa paa-i-aa
ਪੂਰੇ ਕੇ ਗੁਨ ਗਾਉ॥ pooray kay gun gaa-o.||1||

ਜੀਵ, ਪੂਰਨ (ਅਟਲ) ਪ੍ਰਭ ਦੇ ਅਟਲ ਸ਼ਬਦ ਦਾ ਸਿਮਰਨ, ਸ਼ਬਦ ਦੀ ਪਾਲਣਾ ਕਰੋ! ਪ੍ਰਭ ਹੀ ਸਾਰੀ ਸ੍ਰਿਸ਼ਟੀ ਦੀ ਸਾਜਨਾ ਕਰਨ ਵਾਲਾ ਅਸਲੀ ਮਾਲਕ ਹੈ । ਪ੍ਰਭ ਦੇ ਸ਼ਬਦ ਦੇ ਗੁਣ ਗਾਉਣ, ਪਾਲਣਾ ਕਰਨ ਨਾਲ ਹੀ ਰਹਿਮਤ ਬਖਸ਼ਿਸ਼ ਹੋ ਸਕਦੀ ਹੈ । ਸ਼ਬਦ ਦੀ ਪਾਲਣਾ ਕਰਨ ਨਾਲ ਹੀ ਮਨ ਉਸ ਦੀ ਸਮਾਧੀ ਵਿੱਚ ਲੀਨ ਹੋ ਸਕਦਾ ਹੈ । ਸ਼ਬਦ ਮਨ ਵਿੱਚ ਜਾਗਰਤ ਹੋ ਜਾਂਦਾ, ਘਰ ਕਰ ਜਾਂਦਾ ਹੈ ।

You should only meditate on the teachings of His Word; The Perfect True Master, Creator. Whosoever may obey and sings the glory of His Word; with His mercy and grace, he may be blessed the right path of acceptance in His Court. He may remain intoxicated in meditation in the void of His Word. He may be enlightened and drenched with the teachings of His Word.24

ਅਸਟਪਦੀ॥ Asatpadee. (24 -1)

ਪੂਰੇ ਗੁਰ ਕਾ, ਸੁਨਿ ਉਪਦੇਸੁ॥ pooray gur kaa sun updays.
ਪਾਰਬ੍ਰਹਮੁ, ਨਿਕਟਿ ਕਰਿ ਪੇਖੁ॥ paarbarahm nikat kar paykh.
ਸਾਸਿ ਸਾਸਿ, ਸਿਮਰਹੁ ਗੋਬਿੰਦ॥ saas saas simrahu gobind.
ਮਨ ਅੰਤਰ ਕੀ, ਉਤਰੈ ਚਿੰਦ॥ man, antar kee utrai chind.
ਆਸ ਅਨਿਤ, ਤਿਆਗਹੁ ਤਰੰਗ॥ aas anit ti-aagahu tarang.
ਸੰਤ ਜਨਾ ਕੀ, ਧੂਰਿ ਮਨ ਮੰਗ॥ sant janaa kee Dhoor man mang.
ਆਪੁ ਛੋਡਿ, ਬੇਨਤੀ ਕਰਹੁ॥ aap chhod bayntee karahu.
ਸਾਧਸੰਗਿ ਅਗਨਿ, ਸਾਗਰੁ ਤਰਹੁ॥ saaDhsang agan saagar tarahu.
ਹਰਿ ਧਨ ਕੇ, ਭਰਿ ਲੇਹੁ ਭੰਡਾਰ॥ har Dhan kay bhar layho bhandaar.
ਨਾਨਕ ਗੁਰ ਪੂਰੇ, ਨਮਸਕਾਰ॥੧॥ naanak gur pooray namaskaar. ||1||

ਸੰਪੂਰਨ ਪ੍ਰਭ ਦੇ ਉਪਦੇਸ਼ ਨੂੰ ਧਿਆਨ ਨਾਲ ਸੁਣੋ! ਜਿਹੜਾ ਪ੍ਰਭ ਨੂੰ ਹਾਜ਼ਰਾ ਹਜ਼ੂਰ ਸਮਝਕੇ ਸਭ ਕੰਮ ਕਰਦਾ, ਸਵਾਸ ਸਵਾਸ ਪ੍ਰਭ ਦੇ ਸ਼ਬਦ ਦਾ ਸਿਮਰਨ ਕਰਦਾ ਹੈ! ਉਸ ਦੇ ਮਨ ਦੀਆਂ ਚਿੰਤਾਂ, ਭਟਕਣਾਂ ਦੂਰ ਹੋ ਜਾਂਦੀਆਂ ਹਨ । ਸੰਤ ਸਰੂਪ ਦੇ ਲੜ ਲਗੋ! ਜਿਸ ਦੀ ਸਿਖਿਆ ਨਾਲ ਮਨ ਦੀਆਂ ਚਾਰੇ ਪਾਸੇ ਘੁੰਮਣ ਵਾਲੀਆਂ ਇਛਾਂ ਦੂਰ ਹੋ ਜਾਂਦੀਆ ਹਨ । ਆਪਣੇ ਮਨ ਦਾ ਲਾਲਚ, ਲੋਭ ਤਿਆਗ ਕੇ ਅਰਾਧਨਾ ਕਰੋ! ਜਿਸ ਨਾਲ ਸੰਤ ਸਰੂਪ ਜੀਵਾਂ ਵਰਗਾ ਜੀਵਨ ਬਤੀਤ ਕਰਨ ਦਾ ਢੰਗ ਬਖਸ਼ਿਸ਼ ਹੋ ਜਾਂਦਾ ਹੈ । ਪ੍ਰਭ ਦੇ ਸ਼ਬਦ ਦਾ ਸਿਮਰਨ ਕਰਕੇ ਆਪਣੇ ਮਨ ਨੂੰ ਰਹਿਮਤ ਨਾਲ ਭਰਪੂਰ ਕਰੋ! ਆਪਣੇ ਮਨ ਵਿੱਚ ਨਿਮ੍ਰਤਾ, ਧੀਰਜ ਧਾਰਨ ਕਰਕੇ, ਪ੍ਰਭ ਅੱਗੇ ਆਪਣਾ ਸਿਰ ਝੁਕਾਵੋ ।

You should pay complete attention and fully concentrate on the teachings of His Word with a steady and stable belief. Whosoever may meditate on the teachings of His Word with a belief; The Omnipresent True Master, monitors all actions of His Creation. All his frustrations of mind may be eliminated. Whosoever may join the conjugation of His Holy saint; hi wandering mind may become steady and stable on obeying the teachings of His Word. You should renounce your greed and attachment to worldly possessions and pray for His Forgiveness and Refuge. He may be blessed with a way of life as His true devotee. Whosoever may meditate on the teachings of His Word; with His mercy and grace, he may be overwhelmed with His blessings. You should adopt humility with patience and bow your head in gratitude.1

ਅਸਟਪਦੀ॥ Asatpadee. (24 -2)

ਖੇਮ ਕੁਸਲ, ਸਹਜ ਆਨੰਦ॥ khaym kusal sahj aanand.
ਸਾਧਸੰਗਿ ਭਜੁ, ਪਰਮਾਨੰਦ॥ saaDhsang bhaj parmaanand.
ਨਰਕ ਨਿਵਾਰਿ, ਉਧਾਰਹੁ ਜੀਉ॥ narak nivaar uDhaarahu jee-o.
ਗੁਨ ਗੋਬਿੰਦ, ਅੰਮ੍ਰਿਤ ਰਸੁ ਪੀਉ॥ gun gobind amrit ras pee-o.
ਚਿਤਿ ਚਿਤਵਹੁ, ਨਾਰਾਇਣ ਏਕ॥ chit chitvahu naaraa-in ayk.
ਏਕ ਰੂਪ, ਜਾ ਕੇ ਰੰਗ ਅਨੇਕ॥ ayk roop jaa kay rang anayk.
ਗੋਪਾਲ ਦਾਮੋਦਰ, ਦੀਨ ਦਇਆਲ॥ gopaal daamodar deen da-i-aal.
ਦੁਖ ਭੰਜਨ, ਪੂਰਨ ਕਿਰਪਾਲ॥ dukh bhanjan pooran kirpaal.
ਸਿਮਰਿ ਸਿਮਰਿ, ਨਾਮੁ ਬਾਰੰ ਬਾਰ॥ simar simar naam baaraN baar.
ਨਾਨਕ ਜੀਅ ਕਾ, ਇਹੈ ਅਧਾਰ॥੨॥ naanak jee-a kaa ihai aDhaar. ||2||

ਜਿਹੜਾ ਸੰਤ ਸਰੂਪ ਦੀ ਸੰਗਤ ਕਰਕੇ ਆਪਣਾ ਜੀਵਨ ਉਸ ਦੇ ਜੀਵਨ ਦੀ ਸਿਖਿਆ ਨਾਲ ਢਾਲਦਾ ਹੈ, ਉਸ ਨੂੰ ਪ੍ਰਭ ਦੇ ਸ਼ਬਦ ਦਾ ਅਨੰਦ, ਖੇੜਾ ਬਖਸ਼ਿਸ਼ ਹੋ ਜਾਂਦਾ ਹੈ । ਪ੍ਰਭ ਦੇ ਸ਼ਬਦ ਦੀ ਸੋਝੀ ਰੂਪੀ ਅੰਮ੍ਰਿਤ ਪਾਨ ਕਰੋ! ਉਸ ਨਾਲ ਨਰਕ ਵਿੱਚ ਨਾ ਜਾਣਾ ਪਵੇ, ਜਨਮ ਮਰਨ ਕਟਿਆ ਜਾਵੇ । ਉਸ ਅਟਲ ਪ੍ਰਭ ਦੇ ਸ਼ਬਦ ਦਾ ਸਿਮਰਨ ਕਰੋ! ਜਿਸ ਦਾ ਇਕੋ ਇਕ ਰੂਪ ਹੈ । ਅਨੇਕਾਂ ਹੀ ਅਕਾਰਾਂ, ਰੰਗਾਂ ਵਿੱਚ ਜੀਵਾਂ ਵਿੱਚ ਆਪ ਹੀ ਪ੍ਰਗਟ ਹੁੰਦਾ ਹੈ । ਪ੍ਰਭ ਬਹੁਤ ਤਰਸਵਾਨ, ਦਿਆਲੂ ਨਿਮਾਣੀਆ ਦੇ ਦੁਖ

ਦੂਰ ਕਰਨ ਵਾਲਾ ਹੈ, ਸਾਰੇ ਹੀ ਸੰਸਾਰ ਦਾ ਰਖਵਾਲਾ ਹੈ । ਉਸ ਦੇ ਸ਼ਬਦ ਦਾ ਬਾਰ ਬਾਰ, ਸਵਾਸ ਸਵਾਸ ਸਿਮਰਨ ਕਰੋ! ਸ਼ਬਦ ਨੂੰ ਆਪਣੇ ਜੀਵਨ ਦਾ ਅਧਾਰ ਬਣਾ ਲਵੋ ।

Whosoever may join the conjugation of His Holy saint and adopts his life experience; with His mercy and grace, he may be blessed with comforts of His Word and blossom in his day-to-day life. You should remain drenched with the nectar of the essence of His Word; with His mercy and grace, his cycle of birth and death, and hell may be eliminated. You should only meditate on the teach of The One and Only One True Master, Creator. He is One and Only One and he may appear in many, shape, colors and in many creatures. The Merciful True master, Protector of His Creation, remains very compassionate and eliminates all miseries of His humble devotee. Whosoever may meditate on the teachings of His Word over and over with each breath. His soul may be sanctified to become worthy of His Consideration.2

ਅਸਟਪਦੀ॥ Asatpadee. (24 -3)

ਉਤਮ ਸਲੋਕ, ਸਾਧ ਕੇ ਬਚਨ॥	utam salok saaDh kay bachan.
ਅਮੁਲੀਕ ਲਾਲ, ਏਹਿ ਰਤਨ॥	amuleek laal ayhi ratan.
ਸੁਨਤ ਕਮਾਵਤ, ਹੋਤ ਉਧਾਰ॥	sunat kamaavat hot uDhaar.
ਆਪਿ ਤਰੈ, ਲੋਕਹ ਨਿਸਤਾਰ॥	aap tarai lokah nistaar.
ਸਫਲ ਜੀਵਨੁ, ਸਫਲੁ ਤਾ ਕਾ ਸੰਗੁ॥	safal jeevan safal taa kaa sang.
ਜਾ ਕੈ ਮਨਿ ਲਾਗਾ, ਹਰਿ ਰੰਗੁ॥	jaa kai man laagaa har rang.
ਜੈ ਜੈ ਸਬਦੁ, ਅਨਾਹਦੁ ਵਾਜੈ॥	jai jai sabad anaahad vaajai.
ਸੁਨਿ ਸੁਨਿ ਅਨੰਦ ਕਰੇ, ਪ੍ਰਭੁ ਗਾਜੈ॥	sun sun anad karay parabh gaajai.
ਪ੍ਰਗਟੇ ਗੁਪਾਲ, ਮਹਾਂਤ ਕੈ ਮਾਥੈ॥	pargatay gupaal mahaaNt kai maathay.
ਨਾਨਕ ਉਧਰੇ, ਤਿਨ ਕੈ ਸਾਥੈ॥੩॥	naanak uDhray tin kai saathay. ||3||

ਸੰਤ ਸਰੂਪ ਦੇ ਮੂੰਹੋ ਨਿਕਲੇ ਸ਼ਬਦ ਅਣਮੋਲ ਹੁੰਦੇ ਹਨ । ਉਹਨਾਂ ਦੀ ਕੀਮਤ ਦੀ ਜਵਾਹਰ, ਲਾਲਾ ਨਾਲ ਤੁਲਨਾ ਨਹੀਂ ਕੀਤੀ, ਪਾਈ ਜਾ ਸਕਦੀ । ਅਣਮੋਲ ਸ਼ਬਦ ਸੁਣਨ, ਕਮਾਈ ਕਰਨ ਨਾਲ ਜੂੰਨਾਂ ਦਾ ਚੱਕਰ ਖਤਮ ਹੋ ਜਾਂਦਾ ਹੈ । ਉਹ ਆਪ ਤਾ ਪ੍ਰਵਾਨ ਹੋ ਜਾਂਦਾ ਹੈ, ਸਾਥੀਆਂ ਨੂੰ ਵੀ ਸਿਮਰਨ ਤੇ ਲਾ ਕੇ ਤਾਰ ਦੇਂਦਾ ਹੈ । ਆਪਣੀ ਜੀਵਨ ਯਾਤਰਾ ਤਾ ਸਫਲ ਕਰ ਜਾਂਦੀ ਹੈ! ਸਾਥੀ ਨੂੰ ਵੀ ਸ਼ਬਦ ਦੀ ਪਾਲਣਾ ਤੇ ਅਡੋਲ ਕਰ ਜਾਂਦੇ ਹਨ, ਸ਼ਬਦ ਵਿੱਚ ਲੀਨ ਹੋ ਜਾਂਦਾ ਹੈ । ਜਿਸ ਜੀਵ ਦੇ ਮਨ ਵਿੱਚ ਸ਼ਬਦ ਦੀ ਗੂੰਜ ਚਲਣ ਲਗ ਪੈਂਦੀ ਹੈ । ਇਹ ਸੁਣ ਸੁਣ ਕੇ ਪ੍ਰਭ ਦੀ ਰਹਿਮਤ ਭਰਪੂਰ ਰਹਿੰਦੀ ਹੈ । ਪ੍ਰਭ ਦਾ ਰੁਹਾਨੀ ਨੂਰ ਮਸਤਕ ਤੇ ਚਮਕਦਾ ਹੈ । ਉਸ ਦਾ ਸਾਥ ਕਰਨ ਨਾਲ ਮੁਕਤੀ ਦਾ ਰਸਤਾ ਬਖਸ਼ਿਸ਼ ਹੋ ਜਾਂਦਾ ਹੈ ।

The words spoken from the tongue of His true devotee are priceless. The significance of those spoken words may not be compared with any worldly jewels nor fully comprehended by His Creation. Whosoever may listen and adopt the teachings of His Word; with His mercy and grace, his cycle of birth and death may be eliminated. He may be blessed with right path of salvation; he may be accepted in His Court. He may inspire his followers to make their human life journey a success. Whosoever may hear the everlasting echo of His Word resonating with his heart; he may remain overwhelmed with contentment and blossom. The spiritual glow of His Holy Spirit shines on his forehead. Whosoever may adopt his life experience teachings; with His mercy and grace, he may be blessed with the right path of salvation.3

ਅਸਟਪਦੀ॥ Asatpadee. (24 -4)

ਸਰਨਿ ਜੋਗੁ, ਸੁਨਿ ਸਰਨੀ ਆਏ॥	saran jog sun sarnee aa-ay.
ਕਰਿ ਕਿਰਪਾ, ਪ੍ਰਭ ਆਪ ਮਿਲਾਏ॥	kar kirpaa parabh aap milaa-ay.
ਮਿਟਿ ਗਏ ਬੈਰ, ਭਏ ਸਭ ਰੇਨ॥	mit ga-ay bair bha-ay sabh rayn.
ਅੰਮ੍ਰਿਤ ਨਾਮੁ, ਸਾਧਸੰਗਿ ਲੈਨ॥	amrit naam saaDhsang lain.
ਸੁਪ੍ਰਸੰਨ ਭਏ, ਗੁਰਦੇਵ॥	suparsan bha-ay gurdayv.
ਪੂਰਨ ਹੋਈ, ਸੇਵਕ ਕੀ ਸੇਵ॥	pooran ho-ee sayvak kee sayv.
ਆਲ ਜੰਜਾਲ, ਬਿਕਾਰ ਤੇ ਰਹਤੇ॥	aal janjaal bikaar tay rahtay.
ਰਾਮ ਨਾਮ ਸੁਨਿ, ਰਸਨਾ ਕਹਤੇ॥	raam naam sun rasnaa kahtay.
ਕਰਿ ਪ੍ਰਸਾਦੁ, ਦਇਆ ਪ੍ਰਭਿ ਧਾਰੀ॥	kar parsaad da-i-aa parabh Dhaaree.
ਨਾਨਕ ਨਿਬਹੀ, ਖੇਪ ਹਮਾਰੀ॥੪॥	naanak nibhee khayp hamaaree. ||4||

ਕੇਵਲ ਇਕੋ ਇਕ ਪ੍ਰਭ ਹੀ ਸ਼ਰਣ ਵਿੱਚ ਆਪਾ ਭੇਟਾ ਕਰਨ ਯੋਗ ਹੈ! ਪ੍ਰਭ ਮੈਂ ਤੇਰੀ ਸ਼ਰਣ ਵਿੱਚ ਆਪਾ ਭੇਟਾ ਕਰਦਾ ਹਾ! ਅਰਾਧਨਾ ਕਰਦਾ ਹਾ! ਪ੍ਰਭ ਆਪਣੇ ਸ਼ਬਦ ਦੇ ਲੜ ਲਾਵੇ । ਉਸ ਸੰਤ ਸਰੂਪ ਦੀ ਸੰਗਤ ਵਿੱਚ ਆਉਣ ਨਾਲ ਮਨ ਦੀ ਅਹੰਕਾਰ ਦੀ ਜੜ੍ਹ ਪੁੱਟੀ ਗਈ ਹੈ । ਮੇਰੇ ਮਨ ਵਿੱਚ ਨਿਮ੍ਰਤਾ ਆ ਗਈ, ਸਾਰੀ ਸ੍ਰਿਸ਼ਟੀ ਦੇ ਜੀਵ ਹੀ ਮੇਰੇ ਸਾਜਨ ਬਣ ਗਏ ਹਨ । ਜਿਸ ਦੀ ਬੰਦਗੀ, ਨਿਮ੍ਰਤਾ ਤੇ ਪ੍ਰਭ ਪ੍ਰਸੰਨ ਹੋ ਜਾਂਦਾ ਹੈ, ਉਸ ਦੀ ਸਾਰੀ ਕਮਾਈ ਸਫਲ ਹੋ ਜਾਂਦੀ ਹੈ । ਜਿਹੜਾ ਪ੍ਰਭ ਦਾ ਸ਼ਬਦ ਸੁਣਦਾ, ਅਤੇ ਸ਼ਰਧਾ ਨਾਲ ਆਪਣੀ ਜੀਭ ਤੋਂ ਬੋਲਦਾ ਹੈ । ਉਸ ਦਾ ਸੰਸਾਰਕ ਇੰਦ੍ਰੀਆਂ ਤੋਂ ਛੁਟਕਾਰ ਹੋ ਸਕਦਾ ਹੈ । ਜਿਸ ਤੇ ਪ੍ਰਭ ਆਪਣੀ ਰਹਿਮਤ, ਤਰਸ ਬਖਸ਼ਦਾ ਹੈ, ਉਸ ਦੇ ਮਨ ਵਿਚ ਪ੍ਰਭ ਦੇ ਸ਼ਬਦ ਨਾਲ ਰਾਸ ਬਖਸ਼ਿਸ਼ ਹੋ ਜਾਂਦਾ ਹੈ ।

The One and Only One, True Master may be worthy of worship; I have surrendered my self-entity at His Sanctuary and pray for His Forgiveness and Refuge to bless me devotion to meditate on the teachings of His Word. I have may joined the conjugation; with His mercy and grace; my ego of my mind has been eliminated. I have been blessed with humility and politeness and the whole universe seems like my friends. The True Master has been appeased with humility and politeness; with His mercy and grace, my meditation on the teachings of His Word has been accepted in His Court. Whosoever may listen to His Word wholeheartedly with devotion and sings His glory from his own tongue; with His mercy and grace, his mind may control and abandons all demons of worldly desires. Whosoever may be bestowed with His Blessed Vision, he may remain overwhelmed with the nectar of the essence of His Word.4

ਅਸਟਪਦੀ॥ Asatpadee. (24 -5)

ਪ੍ਰਭ ਕੀ ਉਸਤਤਿ, ਕਰਹੁ ਸੰਤ ਮੀਤ॥	parabh kee ustat karahu sant meet.
ਸਾਵਧਾਨ, ਏਕਾਗਰ ਚੀਤ॥	saavDhaan aykaagar cheet.
ਸੁਖਮਨੀ ਸਹਜ, ਗੋਬਿੰਦ ਗੁਨ ਨਾਮ॥	sukhmanee sahj gobind gun naam.
ਜਿਸੁ ਮਨਿ ਬਸੈ, ਸੁ ਹੋਤ ਨਿਧਾਨ॥	jis man basai so hot niDhaan.
ਸਰਬ ਇਛਾ, ਤਾ ਕੀ ਪੂਰਨ ਹੋਇ॥	sarab ichhaa taa kee pooran ho-ay.
ਪ੍ਰਧਾਨ ਪੁਰਖੁ, ਪ੍ਰਗਟੁ ਸਭ ਲੋਇ॥	parDhaan purakh pargat sabh lo-ay.
ਸਭ ਤੇ ਊਚ, ਪਾਏ ਅਸਥਾਨੁ॥	sabh tay ooch paa-ay asthaan.
ਬਹੁਰਿ ਨ ਹੋਵੈ, ਆਵਨ ਜਾਨੁ॥	bahur na hovai aavan jaan.
ਹਰਿ ਧਨੁ ਖਾਟਿ, ਚਲੈ ਜਨੁ ਸੋਇ॥	har Dhan khaat chalai jan so-ay.
ਨਾਨਕ ਜਿਸਹਿ, ਪਰਾਪਤਿ ਹੋਇ॥੫॥	naanak jisahi paraapat ho-ay. ||5||

ਮਨ ਇਕਾਗਰ ਕਰਕੇ, ਸ਼ਬਦ ਦੀ ਪਾਲਣਾ, ਸਿਮਰਨ ਕਰੋ! ਪ੍ਰਭ ਦੇ ਸ਼ਬਦ ਦਾ ਸਿਮਰਨ ਕਰਨ ਨਾਲ ਸਾਰੇ ਸੁਖ ਬਖਸ਼ਿਸ਼ ਹੋ ਜਾਂਦੇ ਹਨ । ਜਿਸ ਦੇ ਮਨ ਵਿੱਚ ਸ਼ਬਦ ਵਸ ਜਾਂਦਾ ਹੈ, ਉਸ ਨੂੰ ਖੇੜਾ ਬਖਸ਼ਿਸ਼ ਹੋ ਜਾਂਦਾ ਹੈ । ਉਸ ਦੇ ਮਨ ਦੀਆਂ ਸਾਰੀਆਂ ਹੀ ਇਛਾਂ ਪੂਰੀਆਂ ਹੋ ਜਾਂਦੀਆਂ ਹਨ । ਉਸ ਜੀਵ ਵਿੱਚ

ਪ੍ਰਭ ਆਪ ਪ੍ਰਗਟ ਹੋ ਜਾਂਦਾ ਹੈ । ਉਸ ਜੀਵ ਨੂੰ ਦਰਬਾਰ ਵਿੱਚ ਉਚੀ ਪਦਵੀ ਬਖਸ਼ਿਸ਼ ਹੋ ਜਾਂਦੀ ਹੈ ।
ਉਸ ਦਾ ਸੰਸਾਰ ਵਿੱਚ ਆਉਣਾ ਜਾਣਾ ਖਤਮ ਹੋ ਜਾਂਦਾ, ਮੁਕਤੀ ਬਖਸ਼ਿਸ਼ ਹੋ ਜਾਂਦੀ ਹੈ । ਜਿਹੜਾ
ਸ਼ਬਦ ਦੀ ਕਮਾਈ ਕਰਕੇ ਇਸ ਸੰਸਾਰ ਵਿਚੋਂ ਚਲੇ ਜਾਂਦਾ ਹੈ । ਉਸ ਨੂੰ ਜੋ ਪ੍ਰਾਪਤ ਹੁੰਦਾ ਹੈ, ਉਸ ਦਾ
ਅੰਦਾਜ਼ਾ ਨਹੀਂ ਲਾਇਆ ਜਾ ਸਕਦਾ ।

You should wholeheartedly with complete concentration medicate and obey
His Word. Whosoever may adopt the teachings of His Word in day-to-day
life; with his mercy and grace, all comforts may be blessed in his life. His
mind may be blessed with blossom in day-to-day life. All his spoken and
unspoken desires may be fulfilled. The True Master may appear in all his
life events. He may be blessed with unique honor in His Court. His cycle of
birth and death may be eliminated forever and blessed with salvation. Who-
soever may earn the wealth of His Word; After his soul may blessed honor
beyond any imagination of His Creation. 5

ਅਸਟਪਦੀ॥ Asatpadee. (24 -6)

ਖੇਮ ਸਾਂਤਿ, ਰਿਧਿ ਨਵ ਨਿਧਿ॥	khaym saaNt riDh nav niDh.
ਬੁਧਿ ਗਿਆਨੁ, ਸਰਬ ਤਹ ਸਿਧਿ॥	buDh gi-aan sarab tah siDh.
ਬਿਦਿਆ ਤਪੁ ਜੋਗੁ, ਪ੍ਰਭ ਧਿਆਨੁ॥	bidi-aa tap jog parabh Dhi-aan.
ਗਿਆਨੁ ਸ੍ਰੇਸਟ, ਊਤਮ ਇਸਨਾਨੁ॥	gi-aan saraysat ootam isnaan.
ਚਾਰਿ ਪਦਾਰਥ, ਕਮਲ ਪ੍ਰਗਾਸ॥	chaar padaarath kamal pargaas.
ਸਭ ਕੈ ਮਧਿ, ਸਗਲ ਤੇ ਉਦਾਸ॥	sabh kai maDh sagal tay udaas.
ਸੁੰਦਰੁ ਚਤੁਰੁ, ਤਤ ਕਾ ਬੇਤਾ॥	sundar chatur tat kaa baytaa.
ਸਮਦਰਸੀ, ਏਕ ਦ੍ਰਿਸਟੇਤਾ॥	samadrasee ayk daristaytaa.
ਇਹ ਫਲ, ਤਿਸੁ ਜਨ ਕੈ ਮੁਖਿ ਭਨੇ॥	ih fal tis jan kai mukh bhanay.
ਗੁਰ ਨਾਨਕ, ਨਾਮ ਬਚਨ ਮਨਿ ਸੁਨੇ॥੬॥	gur naanak naam bachan man sunay. ||6||

ਸੁਖ, ਅਰਾਮ, ਸੰਤੋਖ, ਧਨ, ਤਾਕਤ, ਗਿਆਨ, ਚਤੁਰਾਈ, ਕਰਾਮਾਤਾਂ ਸਭ ਗਿਆਨ ਹਾਸਿਲ ਕਰਨ
ਦੀਆਂ ਵਿਧੀਆਂ ਹੀ ਹਨ । ਤਪੱਸਿਆਂ, ਜੋਗਾ, ਪ੍ਰਭ ਵਿੱਚ ਧਿਆਨ ਲਾਉਣਾ, ਅਦੁੱਤੀ ਗਿਆਨ ਆਤਮਾ
ਨੂੰ ਪਵਿੱਤਰ ਕਰਨ ਵਾਲਾ ਇਸ਼ਨਾਨ ਹੀ ਹੈ । ਪ੍ਰਭ ਮਨ ਦੀ ਅਵਸਥਾ ਇਸਤਰ੍ਹਾਂ ਦੀ ਬਖਸ਼ੋ! ਚਾਰੇ
ਰੂਹਾਨੀ ਪਦਾਰਥ, ਉਸ ਦਾ ਅਣਮੋਲ ਪਰਗਾਸ, ਇਹ ਸਾਰੀਆਂ ਹੀ ਪ੍ਰਾਪਤ ਹੋ ਜਾਣ ਨਾਲ ਵੀ ਇਹਨਾਂ
ਦੇ ਪ੍ਰਭਾਵ ਮਨ ਤੇ ਨਾ ਹੋਵੇ । ਪਭ ਇਹ ਸਾਰੀ ਸੁੰਦਰਤਾ, ਚਤੁਰਾਈ ਦੀ ਅਸਲੀਅਤ, ਇਹਨਾਂ
ਸਾਰੀਆਂ ਨੂੰ ਇਕ ਦ੍ਰਿਸ਼ਟੀ ਨਾਲ ਦੇਖਾ ਤਾ ਫਿਰ ਵੀ ਕੇਵਲ ਤੂੰ ਹੀ ਨਜ਼ਰ ਆਵੇ । ਇਹ ਸਾਰੀਆਂ ਹੀ
ਅਸੀਸਾਂ ਉਸ ਨੂੰ ਹੀ ਬਖਸ਼ਿਸ਼ ਹੁੰਦੀਆਂ ਹਨ ਜਿਸ ਦੇ ਵੱਡੇਭਾਗ ਹੁੰਦੇ ਹਨ । ਅਜੇਹੇ ਜੀਵ ਦੇ ਬਚਨ
ਸੁਣੋ, ਉਹ ਬਹੁਤ ਅਣਮੋਲ ਹੁੰਦੇ ਹਨ ।

Worldly comfort, contentment, worldly wealth, power, knowledge, clever-
ness, miracle power are all techniques to gain knowledge, to be an educa-
tion of mind. Meditation, yoga, concentration of mind are all techniques to
obtain spiritual enlightenment and to sanctify the soul, sanctifying bath. My
true Master blesses me with Your mercy and grace; such a unique enlight-
enment, spiritual awareness beyond the blessings of four spiritual virtues.
The True Master all beauty of the universe and the reality of all cleverness,
wisdom of mind; I may visualize in my life and still mind may only realize
Your Glory in all these situations. Whosoever may have a great prewritten
destiny; only he may be blessed with such a greatness. To listen to the
teachings of His true devotee may be priceless jewel.6

ਅਸਟਪਦੀ॥ Asatpadee.॥ (24 -7)

ਇਹੁ ਨਿਧਾਨੁ, ਜਪੈ ਮਨਿ ਕੋਇ॥ ih niDhaan japai man ko-ay.
ਸਭ ਜੁਗ ਮਹਿ, ਤਾ ਕੀ ਗਤਿ ਹੋਇ॥ sabh jug meh taa kee gat ho-ay.
ਗੁਣ ਗੋਬਿੰਦ, ਨਾਮ ਧੁਨਿ ਬਾਣੀ॥ gun gobind naam Dhun banee.
ਸਿਮ੍ਰਿਤਿ, ਸਾਸਤ੍ਰ, ਬੇਦ, ਬਖਾਣੀ॥ simrit saastar bayd bakhaanee.
ਸਗਲ ਮਤਾਂਤ, ਕੇਵਲ ਹਰਿ ਨਾਮ॥ sagal mataaNt kayval har naam.
ਗੋਬਿੰਦ ਭਗਤ ਕੈ, ਮਨਿ ਬਿਸ੍ਰਾਮ॥ gobind bhagat kai man bisraam.
ਕੋਟਿ ਅਪ੍ਰਾਧ, ਸਾਧਸੰਗਿ ਮਿਟੈ॥ kot apraaDh saaDhsang mitai.
ਸੰਤ ਕ੍ਰਿਪਾ ਤੇ, ਜਮ ਤੇ ਛੁਟੈ॥ sant kirpaa tay jam tay chhutai.
ਜਾ ਕੈ ਮਸਤਕਿ, ਕਰਮ ਪ੍ਰਭਿ ਪਾਏ॥ jaa kai mastak karam parabh paa-ay.
ਸਾਧ ਸਰਣਿ, ਨਾਨਕ ਤੇ ਆਏ॥੭॥ saaDh saran naanak tay aa-ay. ||7||

ਜਿਹੜਾ ਪ੍ਰਭ ਦੇ ਸ਼ਬਦ ਦਾ ਸਿਮਰਨ ਕਰਦਾ ਹੈ, ਉਸ ਦੀ ਮੁਕਤੀ ਹਰਇਕ ਜਨਮ ਵਿੱਚ ਹੁੰਦੀ ਹੈ । ਪ੍ਰਭ ਦੇ ਸ਼ਬਦ ਦਾ ਨਾਦ, ਧੁਨ ਹੀ ਸਾਰੀਆਂ ਧਾਰਮਕ ਕਿਤਾਬਾਂ ਵਿੱਚ ਲਿਖੀ ਗਈ ਹੈ । ਸਾਰੇ ਹੀ ਧਰਮ ਇਕ ਨਿਯਮ ਤੇ ਚਲਦੇ ਹਨ, ਪ੍ਰਭ ਦੇ ਸ਼ਬਦ ਦਾ ਸਿਮਰਨ ਕਰਨਾ । ਬੰਦਗੀ ਕਰਨ ਵਾਲੇ ਜੀਵ ਦੇ ਮਨ ਵਿੱਚ ਪ੍ਰਭ ਦੇ ਸ਼ਬਦ ਦਾ ਨਾਦ ਸਵਾਸ ਸਵਾਸ ਚਲਦਾ ਹੈ । ਸੰਤ ਸਰੂਪ ਦੀ ਸੰਗਤ ਕਰਨ ਨਾਲ ਮਨ ਮੰਦੇ ਕੰਮਾਂ ਤੋਂ ਰਹਿਤ ਹੋ ਜਾਂਦਾ ਹੈ । ਉਸ ਦੇ ਅਨੇਕਾਂ ਹੀ ਪਾਪ ਧੋਤੇ, ਮੁਆਫ ਹੋ ਜਾਂਦੇ ਹਨ । ਉਸ ਜੀਵ ਤੇ ਪ੍ਰਭ ਦੀ ਕ੍ਰਿਪਾ ਦ੍ਰਿਸ਼ਟੀ ਹੋ ਜਾਂਦੀ ਹੈ ਅਤੇ ਉਸ ਦਾ ਮੌਤ ਦਾ ਡਰ ਦੂਰ ਹੋ ਜਾਂਦਾ ਹੈ । ਜਿਸ ਦੇ ਭਾਗਾਂ ਵਿੱਚ ਪਹਿਲੇ ਹੀ ਲਿਖਿਆ ਹੁੰਦਾ ਹੈ ਕੇਵਲ ਉਹ ਹੀ ਸੰਤ ਸਰੂਪ ਦੀ ਸੰਗਤ ਵਿੱਚ ਆਉਂਦਾ ਹੈ ।

Whosoever may meditate wholeheartedly on the teachings of His Word; he may be blessed with salvation in all Ages. The glory and the greatness of the sound of His Word has been empathized in all Holy Scriptures of the universe. To meditate on the teachings of His Word is only one unique principle of all worldly religions. In the mind of His true devoted the everlasting echo of His Word resonates forever. By adopting and joining the association of His true devotee, his mind may abandon all evil thoughts, evil deeds. The sins of his previous lives may be forgiven by the True Master. Whosoever may be blessed with His mercy and grace; his fear of death may be eliminated. Whosoever has a great prewritten destiny; only he may join the association of His true devoted.7

ਅਸਟਪਦੀ॥ Asatpadee. (24 -8)

ਜਿਸੁ ਮਨਿ ਬਸੈ, ਸੁਨੈ ਲਾਇ ਪ੍ਰੀਤਿ॥ jis man basai sunai laa-ay pareet.
ਤਸੁ ਜਨ ਆਵੈ, ਹਰਿ ਪ੍ਰਭੁ ਚੀਤਿ॥ tis jan aavai har parabh cheet.
ਜਨਮ ਮਰਨ ਤਾ ਕਾ, ਦੂਖੁ ਨਿਵਾਰੈ॥ janam maran taa kaa dookh nivaarai.
ਦੁਲਭ ਦੇਹ, ਤਤਕਾਲ ਉਧਾਰੈ॥ dulabh dayh tatkaal uDhaarai.
ਨਿਰਮਲ ਸੋਭਾ, ਅੰਮ੍ਰਿਤ ਤਾ ਕੀ ਬਾਨੀ॥ nirmal sobhaa amrit taa kee baanee.
ਏਕੁ ਨਾਮੁ, ਮਨ ਮਾਹਿ ਸਮਾਨੀ॥ ayk naam man maahi samaanee.
ਦੂਖ ਰੋਗ, ਬਿਨਸੇ ਭੈ ਭਰਮ॥ dookh rog binsay bhai bharam.
ਸਾਧ ਨਾਮ, ਨਿਰਮਲ ਤਾ ਕੇ ਕਰਮ॥ saaDh naam nirmal taa kay karam.
ਸਭ ਤੇ ਊਚ, ਤਾ ਕੀ ਸੋਭਾ ਬਨੀ॥ sabh tay ooch taa kee sobhaa banee.
ਨਾਨਕ ਇਹ ਗੁਣਿ, ਨਾਮੁ ਸੁਖਮਨੀ॥ ੮॥੨੪॥ naanak ih gun naam sukhmanee. ||8||24||

ਜਿਸ ਜੀਵ ਦੇ ਹਿਰਦੇ ਵਿੱਚ ਪ੍ਰਭ ਦਾ ਸ਼ਬਦ ਜਾਗਰਤ ਹੋ ਜਾਂਦਾ ਹੈ, ਉਹ ਜਾਗ ਪੈਂਦਾ ਹੈ । ਉਹ ਜੀਵ ਬਹੁਤ ਧਿਆਨ ਲਾ ਕੇ ਉਸ ਦੇ ਸ਼ਬਦ ਨੂੰ ਸੁਣਦਾ ਹੈ । ਉਸ ਦਾ ਜਨਮ ਮਰਨ ਦਾ, ਮੌਤ ਦਾ ਦੁਖ ਖਤਮ ਹੋ ਜਾਂਦਾ ਹੈ । ਉਸ ਦਾ ਬਹੁਤ ਮੁਸ਼ਕਲ ਨਾਲ ਬਖਸ਼ਿਸ਼ ਹੋਣ ਵਾਲਾ ਮਾਨਸ ਜਨਮ ਸਫਲ ਹੋ ਜਾਂਦਾ ਹੈ । ਉਸ ਦੀ ਸੋਭਾ ਪਵਿੱਤਰ ਹੈ, ਸ਼ਬਦ ਅਨਮੋਲ ਹੈ । ਉਸ ਅਟਲ ਪ੍ਰਭ ਦੇ ਸ਼ਬਦ ਦੀ ਬੰਦਗੀ ਵਿੱਚ ਹੀ ਲੀਨ ਰਹਿੰਦਾ ਹੈ, ਉਸ ਜੀਵ ਦੇ ਦੁਖ ਰੋਗ ਜਾ ਭੁਲੇਖੇ ਦੂਰ ਹੋ ਜਾਂਦੇ ਹਨ । ਉਸ ਦੇ ਸਾਰੇ

ਕੰਮ ਹੀ ਭਲੇ ਦੇ ਹੀ ਹੁੰਦੇ ਹਨ, ਉਹ ਜੀਵ ਸੰਤ ਸਰੂਪ ਹੁੰਦਾ ਹੈ । ਉਸ ਦੀ ਸੋਭਾ ਸਭ ਤੋਂ ਉਤਮ ਹੁੰਦੀ ਹੈ । ਜਿਹੜਾ ਇਹ ਗੁਣ ਧਾਰਨ ਕਰ ਲੈਂਦਾ ਹੈ । ਉਸ ਨੂੰ ਆਤਮਕ ਸ਼ਾਂਤੀ, ਸੰਤੋਖ ਬਖਸ਼ਿਸ਼ ਹੋ ਜਾਂਦਾ ਹੈ । ਮਨ ਦੇ ਸਾਰੇ ਸੁਖ ਪ੍ਰਾਪਤ ਕਰਨ ਦੀ ਬਾਣੀ, ਵਿਧੀ ਹੀ ਸੁਖਾਂ ਦੀ ਮਾਲ਼ਾ ਹੈ ।

Whosoever may be enlightened with the teachings of His Word; he may remain awake and alert. He concentrates and listens to the teachings of His Word with steady and stable belief; his cycle of birth and death, fear of devil of death may be eliminated. His priceless human life blessings may become successful. The glory of The True Master may be soul sanctifying and priceless. Whosoever may remain intoxicated in the void of His Word, all mysteries and suspicions of his mind may be eliminated. All tasks of his life are for the welfare of His Creation. He may be blessed with a state of mind of as His true devotee; his state of mind and glory becomes supreme. Whosoever may adopt the teachings of his life in his own life; he may be blessed with spiritual peace and contentment with His Word, His Nature. The teachings of His Word are the right path, technique to achieve contentment and peace of mind. This Holy Scripture of Sukhmani may be considered, the rosary of comforts of mind.8

☬ ਮੱਸਿਆ – ਚੰਦ ਦੇ 15 ਦਿਨ ☬

1 **ਥਿਤੀ ਗਉੜੀ ਮਹਲਾ ੫॥ ਸਲੋਕੁ॥**

ੴ ਸਤਿਗੁਰ ਪ੍ਰਸਾਦਿ॥	ik-oNkaar satgur parsaad.
ਜਲਿ ਥਲਿ ਮਹੀਅਲਿ ਪੂਰਿਆ,	jal thal mahee-al poori-aa
ਸੁਆਮੀ ਸਿਰਜਨਹਾਰੁ॥	su-aamee sirjanhaar.
ਅਨਿਕ ਭਾਂਤਿ ਹੋਇ ਪਸਰਿਆ,	anik bhaaNt ho-ay pasri-aa
ਨਾਨਕ ਏਕੰਕਾਰੁ॥੧॥	naanak aykankaar. ||1||

ਪ੍ਰਭ ਜਲ, ਥਲ, ਅਕਾਸ਼, ਬ੍ਰਹਮੰਡ ਵਿੱਚ ਪੂਰਨ ਤਰ੍ਹਾਂ ਵਾਪਰਦਾ ਹੈ । ਅਨੇਕਾਂ ਹੀ ਵੱਖਰੇ ਰੂਪਾਂ, ਤਰੀਕੇ ਨਾਲ, ਹਰਇਕ ਅਕਾਰ ਵਿੱਚ ਵਸਦਾ, ਸਮਾਇਆ ਹੈ ।

The True Master prevails in water, on earth, in sky and in the whole universe. The One and Only One True Master Creator of the universe remains embedded within all various colors, forms, and shapes; The Omnipresent True Master prevails in each event and everywhere.

ਪਉੜੀ॥	pa-orhee.
ਏਕਮ ਏਕੰਕਾਰੁ ਪ੍ਰਭੁ,	aykam aykankaar parabh
ਕਰਉ ਬੰਦਨਾ ਧਿਆਇ॥	kara-o bandana Dhi-aa-ay.
ਗੁਣ ਗੋਬਿੰਦ ਗੁਪਾਲ ਪ੍ਰਭ,	gun gobind gupaal parabh
ਸਰਨਿ ਪਰਉ ਹਰਿ ਰਾਇ॥	saran para-o har raa-ay.
ਤਾ ਕੀ ਆਸ ਕਲਿਆਣ ਸੁਖ,	taa kee aas kali-aan sukh
ਜਾ ਤੇ ਸਭੁ ਕਛੁ ਹੋਇ॥	jaa tay sabh kachh ho-ay.
ਚਾਰਿ ਕੁੰਟ ਦਹ ਦਿਸਿ ਭ੍ਰਮਿਓ,	chaar kunt dah dis bharmi-o
ਤਿਸੁ ਬਿਨੁ ਅਵਰੁ ਨ ਕੋਇ॥	tis bin avar na ko-ay.
ਬੇਦ ਪੁਰਾਨ ਸਿਮ੍ਰਿਤਿ ਸੁਨੇ,	bayd puraan simrit sunay
ਬਹੁ ਬਿਧਿ ਕਰਉ ਬੀਚਾਰੁ॥	baho biDh kara-o beechaar.
ਪਤਿਤ ਉਧਾਰਨ ਭੈ ਹਰਨ,	patit uDhaaran bhai haran
ਸੁਖ ਸਾਗਰ ਨਿਰੰਕਾਰ॥	sukh saagar nirankaar.
ਦਾਤਾ ਭੁਗਤਾ ਦੇਨਹਾਰੁ,	daataa bhugtaa daynhaar
ਤਿਸੁ ਬਿਨੁ ਅਵਰੁ ਨ ਜਾਇ॥	tis bin avar na jaa-ay.
ਜੋ ਚਾਹਹਿ ਸੋਈ ਮਿਲੈ,	jo chaaheh so-ee milai
ਨਾਨਕ ਹਰਿ ਗੁਨ ਗਾਇ॥੧॥	naanak har gun gaa-ay. ||1||

ਚੰਦ ਦੇ ਪਹਿਲੇ ਦਿਨ: ਨਿਮ੍ਰਤਾ ਨਾਲ ਪ੍ਰਭ ਦੇ ਸ਼ਬਦ ਦਾ ਸਿਮਰਨ ਕਰੋ! ਸ੍ਰਿਸ਼ਟੀ ਦੇ ਮਾਲਕ, ਰਖਿਆ ਕਰਨ ਵਾਲੇ ਪ੍ਰਭ ਦੀ ਸ਼ਰਣ ਵਿੱਚ ਆਵੋ! ਉਸ ਦੇ ਸ਼ਬਦ ਨਾਲ ਜੀਵਨ ਢਾਲੋ! ਸ਼ਬਦ ਤੇ ਭਰੋਸਾ ਅਡੋਲ ਕਰਨ ਨਾਲ ਮਨ ਵਿੱਚ ਸੰਤੋਖ ਵਸਦਾ, ਭਟਕਣਾਂ ਦੂਰ ਹੋ ਜਾਂਦੀਆਂ ਹਨ । ਸੰਸਾਰਕ ਜੀਵ ਚਾਰੇ ਪਾਸੇ ਹੱਥ ਮਾਰਦਾ ਰਹਿੰਦਾ, ਸੰਤੋਖ ਦੇ ਦਾਤੇ ਦੀ ਖੋਜ ਕਰਦਾ, ਬੇਚਾਰ ਹੋ ਜਾਂਦਾ ਹੈ । ਸ਼ਬਦ ਦੀ ਪਾਲਣਾ ਤੋਂ ਬਿਨਾਂ ਹੋਰ ਕਿਸੇ ਢੰਗ ਨਾਲ ਮਨ ਵਿੱਚ ਸੰਤੋਖ ਬਖਸ਼ਿਸ਼ ਨਹੀਂ ਹੋ ਸਕਦਾ । ਬਾਰ ਬਾਰ ਧਰਮ ਦੇ ਗ੍ਰੰਥ (ਵੇਦ, ਪੁਰਾਨ, ਸਿਮ੍ਰਿਤਿ) ਸੁਣਕੇ, ਵਿਚਾਰ ਕਰਕੇ ਦੇਖੇ ਹਨ, ਕੇਵਲ ਇਕੋ ਇਕ ਅਕਾਰ ਰਹਿਤ ਪ੍ਰਭ ਹੀ, ਜੀਵ ਦੇ ਪਾਪ ਬਖਸ਼ਣ ਵਾਲਾ ਮਾਲਕ ਹੈ । ਸ਼ਬਦ ਦੀ ਪਾਲਣਾ ਦੇ ਰਸਤੇ ਤੇ ਪਾਉਣ ਵਾਲਾ, ਮੌਤ ਦਾ ਡਰ ਦੂਰ ਕਰਨ ਵਾਲਾ ਮਾਲਕ ਹੈ । ਉਹ ਹੀ ਦਾਤਾਂ, ਸੰਤੋਖ ਅਨੰਦ ਬਖਸ਼ਣ ਵਾਲਾ ਅਸਲੀ ਮਾਲਕ ਹੈ । ਉਸ ਤੋਂ ਬਿਨਾਂ ਹੋਰ ਕੋਈ ਨਹੀਂ ਹੈ, ਜਿਹੜਾ ਕੋਈ ਬਖਸ਼ਿਸ ਕਰਦਾ, ਕਰਵਾ ਸਕਦਾ ਹੈ । ਸ਼ਬਦ ਦੀ ਪਾਲਣਾ, ਗੁਣ ਗਾਉਣ ਨਾਲ, ਮਨ ਦੀਆਂ ਮੁਰਾਦਾਂ ਪੂਰੀਆਂ ਹੋ ਸਕਦੀਆ ਹੈ ।

In the first day of moon! You should humbly meditate on the teachings of His Word and surrender your self-entity at His Sanctuary; The True Master, protector of the universe. Whosoever may adopt the teachings of His Word with steady and stable belief in day-to-day life; all his frustration of mind may be eliminated. Whosoever may try various other meditation techniques to find The True Master of comforts and His blessings; he may become desperate and frustrated. Without adopting the teachings of His Word in day-to-day life, with any other technique, meditation; no one may ever be blessed with comforts and contentment in life. After searching various Holy Scriptures and listening to the sermons of His Holy saints; you may realize that The One and Only One, formless, shapeless True Master has the power to forgive the sins of the previous lives. He may inspire anyone to adopt the teachings of His Word in day-to-day life and He may eliminate the fear of his death. The One and Only One True Master may bless comforts and contentment. No one has any power to bless any virtue to His Creation. Whosoever may sing the glory and adopt the teachings of His Word with steady and stable belief; all spoken and unspoken desires may be satisfied.1

ਗੋਬਿੰਦ ਜਸੁ ਗਾਈਐ, ਹਰਿ ਨੀਤ॥	gobind jas gaa-ee-ai har neet.
ਮਿਲਿ ਭਜੀਐ ਸਾਧਸੰਗਿ, ਮੇਰੇ ਮੀਤ॥੧॥	mil bhajee-ai saaDhsang mayray meet.
ਰਹਾਉ॥	‖1‖ rahaa-o.

ਜੀਵ ਪ੍ਰਭ ਦੇ ਬਖਸ਼ੇ ਦਾ ਸਵਾਸ ਸਵਾਸ ਧੰਨਵਾਦ, ਉਸ ਦੇ ਸ਼ਬਦ ਦੇ ਗੁਣ ਗਾਵੇ! ਬੰਦਗੀ ਕਰਨ ਵਾਲੇ ਸੰਤਾਂ ਦੀ ਸੰਗਤ ਕਰਕੇ, ਆਪਣਾ ਜੀਵਨ ਸ਼ਬਦ ਅਨੁਸਾਰ ਢਾਲੇ!

You should sing the glory of the teachings of His Word and blessings with each breath. You should join the congregation of His Holy saint and adopt his life experience teachings in your own day-to-day life.

2 **ਸਲੋਕੁ॥**

ਕਰਉ ਬੰਦਨਾ ਅਨਿਕ ਵਾਰ,	kara-o bandnaa anik vaar
ਸਰਨਿ ਪਰਉ ਹਰਿ ਰਾਇ॥	saran para-o har raa-ay.
ਭ੍ਰਮੁ ਕਟੀਐ ਨਾਨਕ,	bharam katee-ai naanak
ਸਾਧਸੰਗਿ ਦੁਤੀਆ ਭਾਉ ਮਿਟਾਇ॥੨॥	saaDhsang dutee-aa bhaa-o mitaa-ay. ‖2‖

ਜੀਵ ਅਨੇਕਾਂ ਬਾਰ, ਸਵਾਸ ਸਵਾਸ ਪ੍ਰਭ ਦੇ ਸ਼ਬਦ ਦਾ ਧੰਨਵਾਦ, ਗੁਣ ਗਾਵੇ! ਪ੍ਰਭ ਦੇ ਸ਼ਬਦ ਦੀ ਪਾਲਣਾ ਕਰੋ! ਉਸ ਦੀ ਸ਼ਰਣ ਵਿੱਚ ਆਵੇ! ਜਿਹੜਾ ਬੰਦਗੀ ਕਰਨ ਵਾਲੇ ਸੰਤਾਂ ਦੀ ਸੰਗਤ ਵਿਚ ਰੱਲਕੇ ਸ਼ਬਦ ਦਾ ਸਿਮਰਨ ਕਰਦਾ ਹੈ, ਉਸ ਦੇ ਮਨ ਦੇ ਭਰਮਾਂ ਦਾ ਨਾਸ਼ ਹੋ ਜਾਂਦਾ ਹੈ, ਮਨ ਦਾ ਚਾਰੇ ਪਾਸੇ ਘੁੰਮਣਾ ਰੁਕ ਜਾਂਦਾ ਹੈ ।

You should meditate, thank, sing the glory with each breath, and adopt the teachings of His Word with steady and stable belief in day-to-day life. You should humbly surrender your self-entity at His Sanctuary. Whosoever may join the conjugation of His Holy saint and meditating on the teachings of His Word, all his suspicions may be eliminated. His wandering mind may become steady and stable on the teachings of His Word and His Existence of The True Master.

ਪਉੜੀ॥	pa-orhee.
ਦੁਤੀਆ ਦੁਰਮਤਿ ਦੂਰਿ ਕਰਿ,	dutee-aa durmat door kar
ਗੁਰ ਸੇਵਾ ਕਰਿ ਨੀਤ॥	gur sayvaa kar neet.
ਰਾਮ ਰਤਨੁ ਮਨਿ ਤਨਿ ਬਸੈ,	raam ratan man tan basai
ਤਜਿ ਕਾਮੁ ਕ੍ਰੋਧੁ ਲੋਭੁ ਮੀਤ॥	taj kaam kroDh lobh meet.
ਮਰਣੁ ਮਿਟੈ ਜੀਵਨੁ ਮਿਲੈ,	maran mitai jeevan milai
ਬਿਨਸਹਿ ਸਗਲ ਕਲੇਸ॥	binsahi sagal kalays.
ਆਪੁ ਤਜਹੁ ਗੋਬਿੰਦ ਭਜਹੁ,	aap tajahu gobind bhajahu
ਭਾਉ ਭਗਤਿ ਪਰਵੇਸ॥	bhaa-o bhagat parvays.
ਲਾਭੁ ਮਿਲੈ ਤੋਟਾ ਹਿਰੈ,	laabh milai totaa hirai
ਹਰਿ ਦਰਗਹ ਪਤਿਵੰਥ॥	har dargeh pativant.

ਰਾਮ ਨਾਮ ਧਨੁ ਸੰਚਵੈ, raam naam Dhan sanchvai
ਸਾਚ ਸਾਹ ਭਗਵੰਥ॥ saach saah bhagvant.
ਊਠਤ ਬੈਠਤ ਹਰਿ ਭਜਹੁ, oothat baithat har bhajahu
ਸਾਧੂ ਸੰਗਿ ਪਰੀਥਿ॥ saaDhoo sang pareet.
ਨਾਨਕ ਦੁਰਮਤਿ ਛੁਟਿ ਗਈ, naanak durmat chhut ga-ee
ਪਾਰਬ੍ਰਹਮ ਬਸੇ ਚੀਥਿ॥੨॥ paarbarahm basay cheet. ||2||

ਚੰਦ ਦੇ ਦੂਸਰੇ ਦਿਨ: ਆਪਣੇ ਮਨ ਦੇ ਬੁਰੇ ਖਿਆਲੇ ਤੇ ਜਿੱਤ ਪਾ ਕੇ ਸ਼ਬਦ ਦਾ ਸਿਮਰਨ, ਪਾਲਣਾ ਕਰੋ! ਇਸ ਨਾਲ ਤਨ, ਮਨ ਵਿੱਚ ਪ੍ਰਭ ਦਾ ਸ਼ਬਦ ਘਰ ਕਰ ਜਾਂਦਾ ਹੈ, ਮਨ ਵਿਚੋਂ ਕਾਮਵਾਸਨਾ, ਕਰੋਧ ਅਤੇ ਲਾਲਚ ਤੇ ਜਿੱਤ ਬਖਸ਼ਿਸ਼ ਹੋ ਜਾਂਦੀ ਹੈ । ਆਪਣੇ ਮੌਤ ਦੇ ਡਰ ਤੇ ਜਿੱਤ ਪਾਉਣ ਨਾਲ ਅਮਰ ਅਵਸਥਾ ਬਖਸ਼ਿਸ਼ ਹੋ ਜਾਂਦੀ ਹੈ, ਮਨ ਦੀਆਂ ਸੰਸਾਰਕ ਭਟਕਣਾਂ ਖਤਮ ਹੋ ਜਾਂਦੀਆਂ ਹਨ । ਆਪਣੇ ਮਨ ਦੀ ਖੁਦਗ਼ਰਜ਼ੀ ਨੂੰ ਖਤਮ ਕਰਕੇ, ਪ੍ਰਭ ਦੇ ਸ਼ਬਦ ਦਾ ਸਿਮਰਨ, ਪਾਲਣਾ ਕਰੋ! ਪ੍ਰਭ ਦੇ ਬਖਸ਼ੇ ਤੇ ਭਰੋਸਾ ਅਡੋਲ ਰਖਣ ਨਾਲ ਸ਼ਬਦ ਮਨ ਵਿੱਚ ਵਸ ਜਾਂਦਾ, ਘਰ ਕਰ ਜਾਂਦਾ ਹੈ । ਇਸ ਨਾਲ ਸ਼ਬਦ ਦੀ ਕਮਾਈ ਦਾ ਲਾਹਾ, ਲਾਭ, ਧਨ ਬਖਸ਼ਿਸ਼ ਹੋ ਜਾਂਦਾ ਹੈ; ਜਿਸ ਨਾਲ ਕੋਈ ਘਾਟਾ ਨਹੀਂ ਹੁੰਦਾ, ਪ੍ਰਭ ਦੇ ਦਰਬਾਰ ਵਿੱਚ ਸੋਭਾ ਬਖਸ਼ਿਸ਼ ਹੁੰਦੀ ਹੈ । ਜਿਹੜਾ ਪ੍ਰਭ ਦੇ ਸ਼ਬਦ ਦੀ ਕਮਾਈ ਕਰਦਾ ਹੈ, ਕੇਵਲ ਉਹ ਹੀ ਪ੍ਰਭ ਦੇ ਦਰਬਾਰ ਵਿੱਚ ਅਸਲੀ ਧਨਾਢ ਹੁੰਦਾ ਹੈ । ਉਹ ਪ੍ਰਭ ਦੀ ਰਹਿਮਤ ਨਾਲ ਸ਼ਰਣ ਵਿੱਚ ਪ੍ਰਵਾਨ ਹੋ ਜਾਂਦੇ ਹਨ । ਉਹ ਉਠਦੇ ਬੈਠਦੇ, ਸਵਾਸ ਗਰਾਸ ਪ੍ਰਭ ਦੇ ਸ਼ਬਦ ਦਾ ਸਿਮਰਨ ਕਰਦਾ ਹੈ । ਬੰਦਗੀ ਕਰਨ ਵਾਲੇ ਦੀ ਸੰਗਤ ਵਿੱਚ ਉਸ ਦਾ ਮਨ ਲਗਦਾ, ਅਨੰਦ ਮਹਿਸੂਸ ਹੁੰਦਾ ਹੈ । ਜਿਸ ਦੇ ਮਨ ਵਿੱਚ ਸ਼ਬਦ ਵਸ ਜਾਂਦਾ ਹੈ, ਉਸ ਦੇ ਮਨ ਵਿਚੋਂ ਬੁਰੇ ਖਿਆਲਾਂ ਦਾ ਨਾਸ਼ ਹੋ ਜਾਂਦਾ ਹੈ ।

In the second day of Moon! You should control and eliminating evil thoughts from your mind; you should meditate and obey the teachings of His Word. Whosoever may be drenched with the essence of His Word; he may be blessed with strength to conquer his sexual desire, anger, and greed. He may be blessed with immortal state of mind; all his frustrations of worldly desires may be eliminated. Whosoever may conquer his selfishness and meditates on the teachings of His Word, with steady and stable belief; with His mercy and grace, he may be drenched with the teachings of His Word and remains awake and alert. He may earn the everlasting wealth of His Word and profit from his human life; he may be honored in His Court. Whosoever may earn the wealth of His Word; he may be true rich in His Court; with His mercy and grace, he may be accepted in His Court. He may meditate on the teachings of His Word with each breath in day-to-day life; with His mercy and grace, he may be blessed with comfort and contentment in his life. He may be drenched with the teachings of His Word then all evil thoughts of his mind may be eliminated

3 **ਸਲੋਕੁ**॥ 297

ਤੀਨਿ ਬਿਆਪਹਿ ਜਗਤ ਕਉ, teen bi-aapahi jagat ka-o
ਤੁਰੀਆ ਪਾਵੈ ਕੋਇ॥ turee-aa paavai ko-ay.
ਨਾਨਕ ਸੰਤ ਨਿਰਮਲ ਭਏ, naanak sant nirmal bha-ay
ਜਿਨ ਮਨਿ ਵਸਿਆ ਸੋਇ॥੩॥ jin man vasi-aa so-ay. ||3||

ਸਾਰੀ ਸ੍ਰਿਸ਼ਟੀ ਹੀ ਤਿੰਨਾਂ ਕਿਸਮਾਂ ਦੀ ਮਾਇਆ ਦੇ ਜਾਲ ਵਿੱਚ, ਕਾਬੂ ਵਿੱਚ ਵਸਦੀ ਹੈ । ਕੋਈ ਵਿਰਲਾ ਹੀ ਮਾਨਸ, ਇਸ ਤੇ ਜਿੱਤ ਪਾਉਂਦਾ, ਉਸ ਨੂੰ ਚੋਥੀਂ, ਅਮਰ ਅਵਸਥਾ ਬਖਸ਼ਿਸ਼ ਹੁੰਦੀ ਹੈ, ਸ਼ਬਦ ਦੀ ਸਮਾਧੀ ਵਿੱਚ ਵਸਦਾ ਹੈ । ਜਿਹੜੇ ਸੰਤ, ਬੰਦਗੀ ਕਰਨ ਵਾਲੇ ਦੇ ਮਨ ਵਿੱਚ ਪ੍ਰਭ ਦਾ ਸ਼ਬਦ ਘਰ ਕਰ ਜਾਂਦਾ ਹੈ । ਉਸ ਦਾ ਮਨ ਪਵਿੱਤਰ, ਨਿਰਮਲ, ਪ੍ਰਭ ਦੀ ਜੋਤ ਵਿੱਚ ਅਭੇਦ ਹੋਣ ਦੇ ਯੋਗ ਹੋ ਜਾਂਦਾ ਹੈ ।

The whole universe remains a victim, slave of sweet poison of three kinds of worldly wealth. Very rare human may conquer three worldly wealth and search for the fourth virtue; with His mercy and grace, he may be blessed with immortal state of mind, the salvation. Whosoever may be drenched with the teachings of His Word; his soul may be sanctified and may become worthy of His Consideration.

ਪਉੜੀ॥	pa-orhee.
ਤ੍ਰਿਤੀਆ ਤ੍ਰੈ ਗੁਣ ਬਿਖੈ ਫਲ,	taritee-aa tarai gun bikhai fal
ਕਬ ਉਤਮ ਕਬ ਨੀਚੁ॥	kab utam kab neech.
ਨਰਕ ਸੁਰਗ ਭ੍ਰਮਤਉ ਘਣੋ,	narak surag bharamta-o ghano
ਸਦਾ ਸੰਘਾਰੈ ਮੀਚੁ॥	sadaa sanghaarai meech.
ਹਰਖ ਸੋਗ ਸਹਸਾ ਸੰਸਾਰੁ,	harakh sog sahsaa sansaar
ਹਉ ਹਉ ਕਰਤ ਬਿਹਾਇ॥	ha-o ha-o karat bihaa-ay.
ਜਿਨਿ ਕੀਏ ਤਿਸਹਿ ਨ ਜਾਣਨੀ,	jin kee-ay tiseh na jaannee
ਚਿਤਵਹਿ ਅਨਿਕ ਉਪਾਇ॥	chitvahi anik upaa-ay.
ਆਧਿ ਬਿਆਧਿ ਉਪਾਧਿ ਰਸ,	aaDh bi-aaDh upaaDh ras
ਕਬਹੁ ਨ ਤੂਟੈ ਤਾਪ॥	kabahu na tootai taap.
ਪਾਰਬ੍ਰਹਮ ਪੂਰਨ ਧਨੀ,	paarbarahm pooran Dhanee nah
ਨਹ ਬੂਝੈ ਪਰਤਾਪ॥	boojhai partaap.
ਮੋਹ ਭਰਮ ਬੂਡਤ ਘਣੋ,	moh bharam boodat ghano
ਮਹਾ ਨਰਕ ਮਹਿ ਵਾਸ॥	mahaa narak meh vaas.
ਕਰਿ ਕਿਰਪਾ ਪ੍ਰਭ ਰਾਖਿ ਲੇਹੁ,	kar kirpaa parabh raakh layho
ਨਾਨਕ ਤੇਰੀ ਆਸ॥੩॥	naanak tayree aas.

ਚੰਦ ਦੇ ਤੀਸਰੇ ਦਿਨ: ਜਿਹੜਾ ਸੰਸਾਰਕ ਮਾਇਆ ਦੇ ਤਿੰਨਾਂ ਗੁਣਾਂ ਪਿਛੇ ਲਗ ਜਾਂਦਾ ਹੈ । ਉਹ ਜ਼ਹਿਰ ਹੀ ਇਕੱਠਾ ਕਰਦਾ, ਮਾਨਸ ਜਨਮ ਬਿਰਥਾ ਹੀ ਬਤੀਤ ਕਰ ਜਾਂਦਾ ਹੈ । ਇਕ ਪਲ ਚੰਗੇ ਕੰਮ ਕਰਦਾ ਚੰਗਾ ਹੁੰਦੇ, ਦੂਸਰੇ ਪਲ ਬੁਰੇ ਕੰਮ ਕਰਦਾ, ਬੁਰੇ ਹੋ ਜਾਂਦੇ ਹਨ । ਉਹ ਅਨੇਕਾਂ ਬਾਰ ਸਵਰਗ, ਨਰਕ ਵਿੱਚ ਘੁੰਮਦਾ ਰਹਿੰਦਾ, ਸਦਾ ਹੀ ਮੌਤ ਦੇ ਜਮਦੂਤ ਦੇ ਕਾਬੂ ਵਿੱਚ ਹੀ ਰਹਿੰਦਾ ਹੈ । ਉਹ ਸੰਸਾਰਕ ਜੀਵਨ ਦੇ ਦੁਖ, ਸੁਖ ਵਿੱਚ ਆਪਣਾ ਜੀਵਨ ਬਤੀਤ ਕਰਦਾ, ਮਨ ਦੇ ਅਹੰਕਾਰ ਵਿੱਚ ਹੀ ਕੰਮ ਕਰਦਾ ਰਹਿੰਦਾ ਹੈ । ਉਸ ਦੇ ਮਨ ਵਿੱਚ ਸਭ ਕੁਝ ਕਰਨ ਕਰਾਉਣ ਵਾਲੇ ਪ੍ਰਭ ਦਾ ਕੋਈ ਖਿਆਲ, ਧੰਨਵਾਦ ਨਹੀਂ ਹੁੰਦਾ । ਉਹ ਅਣਜਾਣ ਆਪਣੇ ਮਨ ਦੇ ਭਰਮਾਂ ਵਿੱਚ ਧਰਮ ਦੇ ਰੀਤ ਰੀਵਾਜ ਕਰਦਾ ਰਹਿੰਦਾ ਹੈ । ਉਸ ਦਾ ਜੀਵਨ, ਮਨ ਸੰਸਾਰਕ ਸੁਖਾਂ, ਅਨੰਦ ਵਿੱਚ ਉਲਝਿਆ, ਫਸਿਆ ਰਹਿੰਦਾ ਹੈ, ਉਸ ਦੇ ਮਨ ਵਿੱਚ ਇਛਾਂ ਦੀ ਭਟਕਣ ਕਦੇ ਖਤਮ ਨਹੀਂ ਹੁੰਦੀ । ਉਸ ਨੂੰ ਪ੍ਰਭ ਦੀ ਰਹਿਮਤ ਦੀ, ਨੂਰ ਦੀ ਕੋਈ ਸੋਝੀ ਨਹੀਂ ਹੁੰਦੀ, ਰਹਿਮਤ ਬਖਸ਼ਿਸ਼ ਨਹੀਂ ਹੁੰਦੀ । ਅਨੇਕਾਂ ਸੰਸਾਰਕ ਜੀਵ, ਸੰਸਾਰਕ ਮੋਹ, ਧਰਮਾਂ ਦੇ ਪਾਏ ਭਰਮਾਂ ਵਿੱਚ ਫਸੇ ਰਹਿੰਦੇ ਹਨ । ਬਹੁਤ ਭਿਆਨਕ ਨਰਕ ਵਿੱਚ ਹੀ ਜੀਵਨ ਬਤੀਤ ਕਰਦੇ ਰਹਿੰਦੇ ਹਨ । ਬੰਦਗੀ ਕਰਨ ਵਾਲੇ ਨਿਮਾਣੇ ਦਾਸ ਦੀ ਇਕੋ ਇਕ ਹੀ ਅਰਦਾਸ ਹੁੰਦੀ ਹੈ । ਰਹਿਮਤਾਂ ਦੇ ਮਾਲਕ ਆਪਣੀ ਰਹਿਮਤ ਨਾਲ ਸ਼ਬਦ ਦੀ ਪਾਲਣਾ, ਸ਼ਰਣ ਵਿੱਚ ਪਨਾਹ ਬਖਸ਼ੋ!

On the third day of moon! Whosoever may remain attached, intoxicated with three worldly wealth; he may only collect poison for the real purpose of his human life and he may waste his priceless opportunity. He may have good thoughts and perform good deeds for a moment and other time with evil thoughts and performs sinful deeds. He remains in the cycle of birth and death, in heaven and hell. He remains in the control of devil of death. He may never think about The Omnipotent True Master; who prevails in every event in the universe. Ignorant remains attached to worldly religious rituals and remains entangled in worldly pleasures; his frustrations may never be eliminated. He may never comprehend the significance the enlightenment of the essence of His Word. He may never be blessed with the right path of acceptance in His Court. He remains intoxicated with worldly relationships, worldly rituals, and worldly suspicions. He spends his life in a terrible hell. His true devotee may have only one prayer for His Forgiveness and Refuge; with Your mercy and grace; accept my soul in the Sanctuary of Your Word.

4 **ਸਲੋਕੁ॥**

ਚਤੁਰ ਸਿਆਣਾ ਸੁਘੜੁ ਸੋਇ,	chatur si-aanaa sugharh so-ay
ਜਿਨਿ ਤਜਿਆ ਅਭਿਮਾਨੁ॥	jin taji-aa abhimaan.
ਚਾਰਿ ਪਦਾਰਥ ਅਸਟ ਸਿਧਿ,	chaar padaarath asat siDh
ਭਜੁ ਨਾਨਕ ਹਰਿ ਨਾਮੁ॥੪॥	bhaj naanak har naam. ||4||

ਜਿਹੜਾ ਜੀਵ ਆਪਣੇ ਮਨ ਦੇ ਅਹੰਕਾਰ ਤੇ ਜਿੱਤ ਪਾ ਲੈਂਦਾ ਹੈ । ਉਹ ਹੀ ਸੂਝਵਾਨ, ਪ੍ਰਭ ਦੇ ਪ੍ਰਵਾਨਗੀ ਦੇ ਰਸਤੇ ਤੇ ਚਲਣ ਵਾਲਾ ਹੁੰਦਾ ਹੈ । ਉਸ ਨੂੰ ਪ੍ਰਭ ਦੇ ਚਾਰੇ ਪਦਾਰਥਾਂ, ਸਿਧਾਂ ਵਾਲੇ ਅੱਠੇ ਕਰਾਮਾਤਾਂ ਦੀ ਬਖਸ਼ਿਸ਼ ਹੋ ਜਾਂਦੀ ਹੈ, ਮਨ ਵਿੱਚ ਪ੍ਰਭ ਦੇ ਸ਼ਬਦ ਦੀ ਗੂੰਜ ਚਲ ਪੈਂਦੀ ਹੈ ।

Whosoever may conquer his ego, only he may be enlightened and on the right path of acceptance in His Court. He may be blessed with the fourth virtue, the salvation, and all miracle powers of His true devotee. He may hear the everlasting echo of His Word resonating within his heart forever.

ਪਉੜੀ॥	pa-orhee.
ਚਤੁਰਥਿ ਚਾਰੇ ਬੇਦ ਸੁਣਿ,	chaturath chaaray bayd sun
ਸੋਧਿਓ ਤਤੁ ਬੀਚਾਰੁ॥	soDhi-o tat beechaar.
ਸਰਬ ਖੇਮ ਕਲਿਆਣ ਨਿਧਿ,	sarab khaym kali-aan niDh
ਰਾਮ ਨਾਮੁ ਜਪਿ ਸਾਰੁ॥	raam naam jap saar.
ਨਰਕ ਨਿਵਾਰੈ ਦੁਖ ਹਰੈ,	narak nivaarai dukh harai
ਤੂਟਹਿ ਅਨਿਕ ਕਲੇਸ॥	tooteh anik kalays.
ਮੀਚੁ ਹੁਟੈ ਜਮ ਤੇ ਛੁਟੈ,	meech hutai jam tay chhutai
ਹਰਿ ਕੀਰਤਨ ਪਰਵੇਸ॥	har keertan parvays.
ਭਉ ਬਿਨਸੈ ਅੰਮ੍ਰਿਤੁ ਰਸੈ,	bha-o binsai amrit rasai
ਰੰਗਿ ਰਤੇ ਨਿਰੰਕਾਰ॥	rang ratay nirankaar.
ਦੁਖ ਦਾਰਿਦ ਅਪਵਿਤ੍ਰਤਾ,	dukh daarid apvitartaa
ਨਾਸਹਿ ਨਾਮ ਅਧਾਰ॥	naaseh naam aDhaar.
ਸੁਰਿ ਨਰ ਮੁਨਿ ਜਨ ਖੋਜਤੇ,	sur nar mun jan khojtay
ਸੁਖ ਸਾਗਰ ਗੋਪਾਲ॥	sukh saagar gopaal.
ਮਨੁ ਨਿਰਮਲੁ ਮੁਖੁ ਊਜਲਾ ਹੋਇ,	man nirmal mukh oojlaa ho-ay
ਨਾਨਕ ਸਾਧ ਰਵਾਲ॥੪॥	naanak saaDh Ravaal.

ਚੰਦ ਦੇ ਚੋਥੇ ਦਿਨ: ਜਿਹੜਾ ਜੀਵ ਚਾਰੇ ਵੇਦਾਂ ਵਿੱਚ ਦੱਸੇ ਤੱਤਾਂ ਨੂੰ ਵਿਚਾਰ ਕੇ ਆਪਣੇ ਜੀਵਨ ਵਿੱਚ ਢਾਲਦਾ ਹੈ । ਉਸ ਨੂੰ ਸ਼ਬਦ ਦੇ ਸਿਮਰਨ, ਪਾਲਣਾ ਨਾਲ ਮਨ ਵਿਚੋਂ ਅਨੰਦ ਦਾ ਖਜ਼ਾਨ ਬਖਸ਼ਿਸ਼ ਹੋ ਜਾਂਦਾ ਹੈ । ਉਹ ਸ਼ਬਦ ਦੇ ਗੁਣ ਗਾਉਣ ਵਿੱਚ ਲੀਨ ਹੋ ਜਾਂਦਾ ਹੈ, ਉਸ ਨੂੰ ਨਰਕ ਵਿੱਚ ਨਹੀਂ ਜਾਣਾ ਪੈਂਦਾ । ਉਸ ਦੇ ਮਨ ਦੀਆਂ ਇਛਾਂ ਦੇ ਦੁਖਾਂ ਦਾ ਨਾਸ਼ ਹੋ ਜਾਂਦਾ ਹੈ, ਉਸ ਦੇ ਅਨੇਕਾਂ ਜਨਮਾਂ ਦੇ ਪਾਪ ਹੀ ਬਖਸ਼ੇ ਜਾਂਦੇ ਹਨ । ਉਸ ਦੇ ਮਨ ਵਿੱਚ ਪ੍ਰਭ ਦੇ ਸ਼ਬਦ ਦੀ ਗੂੰਜ ਚਲਦੀ ਸੁਣਾਈ ਦੇਂਦੀ ਹੈ, ਉਸ ਨੂੰ ਮੌਤ ਤੇ ਜਿੱਤ ਬਖਸ਼ਿਸ਼ ਹੋ ਜਾਂਦੀ ਹੈ, ਮੌਤ ਦਾ ਜਮਦੂਤ ਉਸ ਨੂੰ ਛੋਹ ਵੀ ਨਹੀਂ ਸਕਦਾ, ਮਨ ਵਿਚੋਂ ਮੌਤ ਦਾ ਡਰ ਖਤਮ ਹੋ ਜਾਂਦਾ ਹੈ । ਉਸ ਦਾ ਮਨ ਪ੍ਰਭ ਦੇ ਅਣਮੋਲ ਸ਼ਬਦ ਰੂਪੀ ਅੰਮ੍ਰਿਤ ਨਾਲ ਭਰਪੂਰ ਹੋ ਜਾਂਦਾ, ਭਰ ਜਾਂਦਾ ਹੈ । ਉਸ ਦੇ ਮਨ ਦੇ ਦੁਖ ਦਰਦ, ਮਨ ਦੀ ਮੈਲ ਧੋਤੀ ਜਾਂਦੀ ਹੈ, ਮਨ ਵਿੱਚ ਪ੍ਰਭ ਦੇ ਸ਼ਬਦ ਤੇ ਭਰੋਸਾ ਅਡੋਲ ਹੋ ਜਾਂਦਾ ਹੈ । ਸਾਰੇ ਦੇਵਤੇ, ਮੋਨੀ ਸੰਤ, ਫਰਿਸ਼ਤੇ ਹੀ ਉਹ ਸੰਤੋਖ ਦੇ ਸਾਗਰ ਦੀ ਖੋਜ ਕਰਦੇ ਹਨ, ਰਹਿਮਤ ਨੂੰ ਲੋਚਦੇ, ਤਰਸਦੇ ਹਨ । ਜਿਸ ਜੀਵ ਦਾ ਮਨ ਪ੍ਰਭ ਦੇ ਦਾਸਾਂ

ਦੇ ਚਰਨਾਂ ਦੀ ਧੂੜ ਵਰਗਾ, ਨਿਮ੍ਰਤਾ ਵਾਲਾ ਬਣ ਜਾਂਦਾ ਹੈ । ਉਸ ਦਾ ਮਨ ਪਵਿੱਤਰ ਹੋ ਜਾਂਦਾ ਹੈ, ਤਨ, ਮਨ ਤੇ ਪ੍ਰਭ ਦਾ ਸ਼ਬਦ ਰੂਪੀ ਨੂਰ ਚਮਕਦਾ ਹੈ ।

On the fourth day of moon! Whosoever may understand and adopts the essence of the teachings of four Vedas in his day-to-day life; with His mercy and grace, he may be blessed with the treasure of comforts and contentment from meditation of His Word. He may remain intoxicated in the void of His Word and sings the glory of His Word; he may never face hell, the cycle of birth and death. All his sufferings of worldly desires may be eliminated; with His mercy and grace, his sins of previous life may be forgiven. He may hear the everlasting echo of His Word resonating within his mind forever. He may conquer and become beyond the reach of devil of death. His fear of death may be vanished and he may be overwhelmed with the nectar of the teachings of His Word. All his sufferings and the blemish of soul may be sanctified. His belief on the teachings of His Word may become steady and stable, unshakable. All prophets and His Holy saints remain anxious and searching for the ocean of comforts. Whosoever may become humble like the dust of the feet of His Holy saint; with His mercy and grace, his soul may be sanctified and the glow of His Holy Spirit may be shining within His heart and on his forehead.

5 ਸਲੋਕੁ॥

ਪੰਚ ਬਿਕਾਰ ਮਨ ਮਹਿ ਬਸੇ,	panch bikaar man meh basay
ਰਾਚੇ ਮਾਇਆ ਸੰਗਿ॥	raachay maa-i-aa sang.
ਸਾਧਸੰਗਿ ਹੋਇ ਨਿਰਮਲਾ,	saaDhsang ho-ay nirmalaa
ਨਾਨਕ ਪ੍ਰਭ ਕੈ ਰੰਗਿ॥੫॥	naanak parabh kai rang. ||5||

ਜਿਹੜੇ ਜੀਵ ਸੰਸਾਰਕ ਮਾਇਆ ਪਿਛੇ ਲਗ ਜਾਂਦੇ ਹਨ । ਉਹਨਾਂ ਦੇ ਮਨ ਵਿੱਚ ਇਛਾਂ ਦੇ ਪੰਜੇ ਜਮਦੂਤ ਵਸਦੇ ਹਨ, ਉਹਨਾਂ ਦਾ ਕਾਬੂ ਹੁੰਦਾ ਹੈ । ਜਿਹੜਾ ਸ਼ਬਦ ਦਾ ਸਿਮਰਨ, ਪਾਲਣਾ, ਬੰਦਗੀ ਕਰਨ ਵਾਲੇ ਦੇ ਜੀਵਨ ਅਨੁਸਾਰ ਜੀਵਨ ਢਾਲਦਾ ਹੈ, ਉਸ ਦਾ ਮਨ ਪਵਿੱਤਰ ਹੋ ਜਾਂਦਾ ਹੈ । ਪ੍ਰਭ ਦਾ ਸ਼ਬਦ ਮਨ ਵਿੱਚ ਜਾਗਰਤ ਹੋ ਜਾਂਦਾ ਹੈ ।

Whosoever may remain intoxicated with sweet poison of worldly wealth; he may remain under the control of five demons of worldly wealth. Whosoever may meditate, obeys, and adopts the life experience teachings of His Holy saint; his soul may be sanctified. He may be enlightened with the teachings of His Word.

ਪਉੜੀ॥	pa-orhee.
ਪੰਚਮਿ ਪੰਚ ਪ੍ਰਧਾਨ ਤੇ,	pancham panch parDhaan tay
ਜਿਹ ਜਾਨਿਓ ਪਰਪੰਚੁ॥	jih jaani-o parpanch.
ਕੁਸਮ ਬਾਸ ਬਹੁ ਰੰਗੁ ਘਣੋ,	kusam baas baho rang ghano
ਸਭ ਮਿਥਿਆ ਬਲਬੰਚੁ॥	sabh mithi-aa balbanch.
ਨਹ ਜਾਪੈ ਨਹ ਬੂਝੀਐ,	nah jaapai nah boojhee-ai
ਨਹ ਕਛੁ ਕਰਤ ਬੀਚਾਰੁ॥	nah kachh karat beechaar.
ਸੁਆਦ ਮੋਹ ਰਸ ਬੇਧਿਓ,	su-aad moh ras bayDhi-o
ਅਗਿਆਨਿ ਰਚਿਓ ਸੰਸਾਰੁ॥	agi-aan rachi-o sansaar.
ਜਨਮ ਮਰਣ ਬਹੁ ਜੋਨਿ ਭ੍ਰਮਣ,	janam maran baho jon bharman
ਕੀਨੇ ਕਰਮ ਅਨੇਕ॥	keenay karam anayk.
ਰਚਨਹਾਰੁ ਨਹ ਸਿਮਰਿਓ,	rachanhaar nah simri-o
ਮਨਿ ਨ ਬੀਚਾਰਿ ਬਿਬੇਕ॥	man na beechaar bibayk.
ਭਾਉ ਭਗਤਿ ਭਗਵਾਨ ਸੰਗਿ,	bhaa-o bhagat bhagvaan sang

ਮਾਇਆ ਲਿਪਤ ਨ ਰੰਚ॥ maa-i-aa lipat na ranch.
ਨਾਨਕ ਬਿਰਲੇ ਪਾਈਅਹਿ, naanak birlay paa-ee-ah
ਜੋ ਨ ਰਚਹਿ ਪਰਪੰਚ॥੫॥ jo na racheh parpanch. ||5||

ਚੰਦ ਦੇ ਪੰਜਵੇ ਦਿਨ: ਉਹ ਜੀਵ, ਪ੍ਰਭ ਦੇ ਦਾਸ ਸੋਭਾ ਵਾਲੇ, ਪੰਚ, ਮੁੱਖੀ ਹੋ ਜਾਂਦਾ ਹੈ । ਜਿਹੜਾ ਪ੍ਰਭ ਦੀ ਕੁਦਰਤ ਤੇ ਭਰੋਸਾ ਅਡੋਲ ਰਖਦਾ ਹੈ, ਉਸ ਨੂੰ ਸੋਝੀ ਬਖਸ਼ਿਸ਼ ਹੋ ਜਾਂਦੀ ਹੈ! ਸੰਸਾਰਕ ਅਨੰਦ, ਖੜੇ, ਫੁੱਲਾਂ ਦੀ ਸਗੰਧ, ਜੀਵਨ ਵਿੱਚ ਥੋੜ੍ਹਾ ਸਮਾਂ ਹੀ ਰਹਿਣ ਵਾਲੇ ਹਨ । ਜਿਹੜੇ ਇਹ ਮਹਿਸੂਸ ਨਹੀਂ ਕਰਦਾ, ਸਮਝਦਾ ਨਹੀਂ! ਉਹ ਇਹਨਾਂ ਤੇ ਵਿਚਾਰ ਕਰਕੇ ਆਪਣੇ ਜੀਵਨ ਦਾ ਢੰਗ ਨਹੀਂ ਬਦਲਦੇ, ਉਹ ਜੀਵ ਅਗਿਆਨਤਾ ਵਿੱਚ ਹੀ ਜੀਭ ਦੇ ਸਵਾਦ, ਸੰਸਾਰਕ ਮੋਹ, ਮਨੋਰੰਜਨ ਵਿੱਚ ਲਗਾ ਰਹਿੰਦਾ, ਜੀਵਨ ਬਤੀਤ ਕਰਦਾ ਹੈ । ਜਿਹੜੇ ਜੀਵ ਧਰਮ ਦੇ ਰੀਤ ਰੀਵਾਜ, ਕੇਵਲ ਲੋਕ ਦਿਖਾਵੇ ਲਈ ਹੀ ਕਰਦਾ ਹੈ । ਉਹ ਬਾਰ ਬਾਰ ਜਨਮ ਲੈਂਦਾ, ਮਰਦਾ ਹੈ, ਅਨੇਕਾਂ ਜੂੰਨਾਂ ਵਿੱਚ ਭਉਦਾ ਰਹਿੰਦਾ ਹੈ । ਉਹ ਪ੍ਰਭ ਦੇ ਸ਼ਬਦ ਦਾ ਸਿਮਰਨ, ਪਾਲਣਾ ਨਹੀਂ ਕਰਦਾ । ਉਸ ਦੇ ਮਨ ਵਿੱਚ ਸ਼ਬਦ ਦੀ ਕੋਈ ਸੋਝੀ ਨਹੀਂ ਹੁੰਦੀ । ਜਿਹੜਾ ਜੀਵ ਪਭ ਦੇ ਸ਼ਬਦ ਦੇ ਸਿਮਰਨ, ਪਾਲਣਾ ਵਿੱਚ ਅਡੋਲ ਰਹਿੰਦਾ ਹੈ, ਉਸ ਦੇ ਮਨ ਵਿੱਚ ਸੰਸਾਰਕ ਮਾਇਆ ਦਾ ਪ੍ਰਭਾਵ, ਕਾਬੂ ਵਿੱਚ ਨਹੀਂ ਹੁੰਦਾ । ਸੰਸਾਰ ਵਿੱਚ ਕੋਈ ਵਿਰਲਾ ਹੀ ਜੀਵ, ਜਿਹੜਾ ਸੰਸਾਰਕ ਮਾਇਆ ਦਾ ਗੁਲਾਮ ਨਾ ਹੋਵੇ! ਮਾਇਆ ਇਕੱਠੀ ਕਰਨ ਦੇ ਲਾਲਚ ਵਿੱਚ ਨਾ ਹੋਵੇ ।

On the fifth day of moon! His true devotee becomes chief, honored by worldly humans. Whosoever may establish his belief steady and stable on His Word, Blessings, Nature; with His mercy and grace, he may be enlightened with the essence of His Word. All worldly pleasures are like the fragment of flowers, aroma may last for a short period. Whosoever may not realize or think about that essence of His Nature; he may adopt worldly pleasures in day-to-day life; he may remain as a salve of the taste of his tongue. Ignorant may remain intoxicated to worldly possessions and entertainments in his whole life. Whosoever may adopt the worldly religious rituals to impress others, he may remain in the cycle of birth and death. Whosoever may meditate and adopts the teachings of His Word in day-to-day life; worldly wealth may not have any influence or control on his mind. However, very rare may remain beyond the reach of worldly wealth nor a slave of greed of worldly wealth.

6 ਸਲੋਕੁ॥ 298

ਖਟ ਸਾਸਤ੍ਰ ਊਚੌ ਕਹਹਿ, khat saastar oochou kaheh
ਅੰਤੁ ਨ ਪਾਰਾਵਾਰ॥ ant na paaraavaar.
ਭਗਤ ਸੋਹਹਿ ਗੁਣ ਗਾਵਤੇ, bhagat soheh gun gaavtay
ਨਾਨਕ ਪ੍ਰਭ ਕੈ ਦੁਆਰ॥੬॥ naanak parabh kai du-aar. ||6||

ਸਾਰੇ ਧਾਰਮਕ ਲਿਖਤਾਂ ਹੀ ਪ੍ਰਭ ਨੂੰ ਸਭ ਤੋਂ ਵੱਡਾ ਮੰਨਦੀਆਂ ਹਨ । ਉਸ ਵਿੱਚ ਕੋਈ ਕਮੀ, ਦਾਗ਼ ਨਹੀਂ ਹੁੰਦੀ ਹੈ । ਜਿਹੜਾ ਪ੍ਰਭ ਸ਼ਬਦ ਦੇ ਗੁਣ ਗਾਉਂਦਾ ਹੈ, ਉਹ ਪ੍ਰਭ ਦੇ ਦਰਬਾਰ ਵਿੱਚ ਸੋਭਦਾ ਹੈ ।

All worldly Holy Scriptures consider, The One and Only One, True Master, the greatest of All. He remains beyond any blemish or deficiencies. Whosoever may sing the glory of His Word with steady and stable belief; with His mercy and grace, he may be honored in His Court.

ਪਉੜੀ॥ pa-orhee.
ਖਸਟਮਿ ਖਟ ਸਾਸਤ੍ਰ ਕਹਹਿ, khastam khat saastar kaheh
ਸਿੰਮ੍ਰਿਤਿ ਕਥਹਿ ਅਨੇਕ॥ simrit katheh anayk.
ਊਤਮੁ ਊਚੌ ਪਾਰਬ੍ਰਹਮੁ, ootam oochou paarbarahm
ਗੁਣ ਅੰਤੁ ਨ ਜਾਣਹਿ ਸੇਖ॥ gun ant na jaaneh saykh.
ਨਾਰਦ ਮੁਨਿ ਜਨ ਸੁਕ ਬਿਆਸ, naarad mun jan suk bi-aas

ਜਸੁ ਗਾਵਤ ਗੋਬਿੰਦ॥	jas gaavat gobind.
ਰਸ ਗੀਧੇ ਹਰਿ ਸਿਉ ਬੀਧੇ,	ras geeDhay har si-o beeDhay
ਭਗਤ ਰਚੇ ਭਗਵੰਤ॥	bhagat rachay bhagvant.
ਮੋਹ ਮਾਨ ਭ੍ਰਮੁ ਬਿਨਸਿਓ,	moh maan bharam binsi-o
ਪਾਈ ਸਰਨਿ ਦਇਆਲ॥	paa-ee saran da-i-aal.
ਚਰਨ ਕਮਲ ਮਨਿ ਤਨਿ ਬਸੇ,	charan kamal man tan basay
ਦਰਸਨੁ ਦੇਖਿ ਨਿਹਾਲ॥	darsan daykh nihaal.
ਲਾਭੁ ਮਿਲੈ ਤੋਟਾ ਹਿਰੈ,	laabh milai totaa hirai
ਸਾਧਸੰਗਿ ਲਿਵ ਲਾਇ॥	saaDhsang liv laa-ay.
ਖਾਟਿ ਖਜਾਨਾ ਗੁਣ ਨਿਧਿ ਹਰੇ,	khaat khajaanaa gun niDh haray
ਨਾਨਕ ਨਾਮੁ ਧਿਆਇ॥੬॥	naanak naam Dhi-aa-ay. ||6||

ਚੰਦ ਦੇ ਛੇਵੇ ਦਿਨ; ਸਾਸਤ੍ਰ, ਪ੍ਰਭ ਦੇ ਅਨੇਕਾਂ ਸਿਮਰਨ ਕਰਨ ਵਾਲੇ, ਪ੍ਰਭ ਦੇ ਗੁਣ ਗਾਉਣ ਦੀ ਮਹਿਮਾਂ ਦੱਸਦੇ ਹਨ । ਪ੍ਰਭ ਦੇ ਅਨੇਕਾਂ ਹੀ ਗੁਣ ਹਨ । ਅਨੇਕਾਂ, ਹਜ਼ਾਰਾਂ ਜੀਭਾਂ ਵਾਲਾ ਵੀ ਪ੍ਰਭ ਦੇ ਪੂਰਨ ਗੁਣ ਨਹੀਂ ਜਾਣ ਸਕਦਾ, ਉਸ ਦੇ ਗੁਣਾਂ ਦਾ ਕੋਈ ਅੰਤ ਨਹੀਂ ਹੈ । ਅਨੇਕਾਂ ਨਿਮ੍ਰਤਾ ਵਾਲੇ ਦਾਸ, ਨਾਰਦ, ਸੁਖਦੇਵ, ਬਿਆਸ ਪ੍ਰਭ ਦੇ ਸ਼ਬਦ ਦੇ ਗੁਣ ਗਾਉਂਦੇ ਹਨ । ਉਹ ਪ੍ਰਭ ਦੇ ਸ਼ਬਦ ਦੀ ਪਾਲਣਾ ਵਿੱਚ ਅਡੋਲ ਰਹਿੰਦਾ, ਸ਼ਬਦ ਦੀ ਸਮਾਧੀ ਵਿੱਚ, ਲੀਨ ਰਹਿੰਦਾ ਹੈ । ਜਿਹੜਾ ਜੀਵ ਵੀ ਪ੍ਰਭ ਦੀ ਸ਼ਰਣ ਵਿੱਚ ਆ ਜਾਂਦਾ, ਸ਼ਬਦ ਦੀ ਪਾਲਣਾ ਵਿੱਚ ਅਡੋਲ ਹੋ ਜਾਂਦਾ ਹੈ । ਉਸ ਨੂੰ ਸੰਸਾਰਕ ਪਦਾਰਥਾਂ ਨਾਲ ਮੋਹ, ਭਰਮ, ਅਹੰਕਾਰ ਤੇ ਜਿੱਤ, ਬਖਸ਼ਿਸ਼ ਹੋ ਜਾਂਦੀ ਹੈ । ਪ੍ਰਭ ਦੇ ਕੋਮਲ ਚਰਨ, ਪ੍ਰਭ ਦਾ ਸ਼ਬਦ ਮਨ ਵਿੱਚ ਜਾਗਰਤ ਹੋ ਜਾਂਦਾ, ਘਰ ਕਰ ਜਾਂਦਾ ਹੈ । ਸ਼ਬਦ ਦੀ ਸੋਝੀ ਨਾਲ ਮਨ ਜਾਗਰਤ ਹੋਣ ਨਾਲ, ਮਨ ਖੇੜੇ ਵਿੱਚ ਵਸਦਾ ਹੈ । ਸ਼ਬਦ ਦੀ ਕਮਾਈ ਦਾ ਰਸ ਮਾਨਦਾ, ਜੀਵਨ ਵਿੱਚ ਕੋਈ ਘਾਟੇ ਵਾਲਾ ਕੰਮ ਨਹੀਂ ਕਰਦਾ । ਉਸ ਦਾ ਮਨ ਬੰਦਗੀ ਕਰਨ ਵਾਲੇ ਦੀ ਸੰਗਤ ਵਿੱਚ ਅਨੰਦ ਮਾਨਦਾ ਹੈ । ਉਸ ਨੂੰ ਪ੍ਰਭ ਦੇ ਸ਼ਬਦ ਰੂਪੀ ਧਨ ਦਾ ਬੇਅੰਤ ਖਜ਼ਾਨਾ ਬਖਸ਼ਿਸ਼ ਹੋ ਜਾਂਦਾ ਹੈ, ਉਸ ਸ਼ਬਦ ਦੇ ਸਿਮਰਨ ਦੀ ਸਮਾਧੀ ਵਿੱਚ ਵਸਦਾ ਹੈ ।

On the sixth day of moon! All worldly Holy Scriptures describe the significance of singing the glory of His Word. All Holy Scriptures describes that The True Master has unlimited virtues; even the creature with thousands of tongues may not fully comprehend or sing all virtues of The True Master; countless virtues. Countless holy devotees like Narad, Sukhdev, Bease sing the glory of His Word and remain intoxicated in meditation in the void His Word and obey His Word. Whosoever may surrender his self-entity wholeheartedly in His Sanctuary and adopts the teachings of His Word in day-today life; with His mercy and grace, he may be enlightened with the teachings of His Word. He may be blessed with blossom, he enjoys the essence, the nectar of His Word. He may never perform any evil deed or unprofitable task. He may enjoy the pleasure of his life in the conjugation of His Holy saint; with His mercy and grace, he may be blessed with unlimited treasures and he may dwell in the void of His Word.

7 **ਸਲੋਕੁ॥**

ਸੰਤ ਮੰਡਲ ਹਰਿ ਜਸੁ ਕਥਹਿ,	sant mandal har jas katheh
ਬੋਲਹਿ ਸਤਿ ਸੁਭਾਇ॥	boleh sat subhaa-ay.
ਨਾਨਕ ਮਨੁ ਸੰਤੋਖੀਐ,	naanak man santokhee-ai
ਏਕਸੁ ਸਿਉ ਲਿਵ ਲਾਇ॥੭॥	aykas si-o liv laa-ay. ||7||

ਜਿਹੜੇ ਜੀਵ ਬੰਦਗੀ ਕਰਨ ਵਾਲੇ ਸੰਤਾਂ ਦੀ ਸੰਗਤ ਵਿੱਚ ਪ੍ਰਭ ਦੇ ਸ਼ਬਦ ਦੇ ਗੁਣ ਗਾਉਂਦੇ ਹਨ । ਪ੍ਰਭ ਦੇ ਅਟਲ ਸ਼ਬਦ ਦਾ ਵਿਚਾਰ ਕਰਦੇ, ਆਪਣਾ ਜੀਵਨ ਢਾਲਦੇ ਹਨ । ਮਨ ਵਿੱਚ ਪ੍ਰਭ ਦੇ ਸ਼ਬਦ ਵਿੱਚ ਲਿਵ ਲਗ ਜਾਂਦੀ ਹੈ, ਸ਼ਬਦ ਦੀ ਸਮਾਧੀ ਵਿੱਚ ਵਸਦਾ ਹੈ ।

His true devotee sings the glory of His Word in the congregation of His Holt saint. He may think and adopts the teachings of His Word with steady and stable belief in day-to-day life; with His mercy and grace, he may remain in deep meditation in the void of His Word.

ਪਉੜੀ॥	pa-orhee.
ਸਪਤਮਿ ਸੰਚਹੁ ਨਾਮ ਧਨੁ,	saptam sanchahu naam Dhan
ਟੂਟਿ ਨ ਜਾਹਿ ਭੰਡਾਰ॥	toot na jaahi bhandaar.
ਸੰਤਸੰਗਤਿ ਮਹਿ ਪਾਈਐ,	santsangat meh paa-ee-ai
ਅੰਤੁ ਨ ਪਾਰਾਵਾਰ॥	ant na paaraavaar.
ਆਪੁ ਤਜਹੁ ਗੋਬਿੰਦ ਭਜਹੁ,	aap tajahu gobind bhajahu
ਸਰਨਿ ਪਰਹੁ ਹਰਿ ਰਾਇ॥	saran parahu har raa-ay.
ਦੂਖ ਹਰੈ ਭਵਜਲੁ ਤਰੈ,	dookh harai bhavjal tarai
ਮਨ ਚਿੰਦਿਆ ਫਲੁ ਪਾਇ॥	man chindi-aa fal paa-ay.
ਆਠ ਪਹਰ ਮਨਿ ਹਰਿ ਜਪੈ,	aath pahar man har japai
ਸਫਲੁ ਜਨਮੁ ਪਰਵਾਣੁ॥	safal janam parvaan.
ਅੰਤਰਿ ਬਾਹਰਿ ਸਦਾ ਸੰਗਿ,	antar baahar sadaa sang
ਕਰਨੈਹਾਰੁ ਪਛਾਣੁ॥	karnaihaar pachhaan.
ਸੋ ਸਾਜਨੁ ਸੋ ਸਖਾ ਮੀਤੁ,	so saajan so sakhaa meet
ਜੋ ਹਰਿ ਕੀ ਮਤਿ ਦੇਇ॥	jo har kee mat day-ay.
ਨਾਨਕ ਤਿਸੁ ਬਲਿਹਾਰਣੈ,	naanak tis balihaarnai
ਹਰਿ ਹਰਿ ਨਾਮੁ ਜਪੇਇ॥੭॥	har har naam japay-ay. ||7||

ਜੀਵ ਚੰਦ ਦੇ ਸੱਤਵੇ ਦਿਨ: ਪ੍ਰਭ ਦੇ ਸ਼ਬਦ ਦੀ ਬੰਦਗੀ ਦਾ ਧਨ ਇਕੱਠਾ ਕਰੋ! ਇਹ ਖਜ਼ਾਨਾ ਕਦੇ ਘਟਦਾ ਨਹੀਂ, ਇਹ ਧਨ ਸਦਾ ਹੀ ਸਾਥ ਰਹਿੰਦਾ ਹੈ । ਬੰਦਗੀ ਕਰਨ ਵਾਲੇ ਦੀ ਸੰਗਤ ਵਿੱਚ ਪ੍ਰਭ ਦੀ ਰਹਿਮਤ ਪਾਉਣ ਦੀ ਵਿਧੀ ਸਿਖੀ ਜਾਂਦੀ ਹੈ । ਜਿਸ ਪ੍ਰਭ ਵਿੱਚ ਕੋਈ ਕਮੀ ਨਹੀਂ, ਦਾਗ਼ ਨਹੀਂ ਲਗਦਾ । ਜੀਵ ਆਪਣੇ ਮਨ ਦੀ ਖੁਦਗ਼ਰਜ਼ੀ ਤਿਆਗਕੇ, ਪ੍ਰਭ ਦੇ ਸ਼ਬਦ ਦੀ ਪਾਲਣਾ ਕਰੋ! ਉਸ ਦੀ ਸ਼ਰਣ ਵਿੱਚ ਆਵੋ! ਮਨ ਵਿੱਚ ਉਸ ਦੇ ਸ਼ਬਦ ਦੀ ਧੁਨ ਜਾਗਰਤ ਰਖੋ! ਇਸ ਨਾਲ ਮਨ ਦੀਆਂ ਇਛਾਂ ਦੇ ਸਾਰੇ ਦੁਖ, ਭਟਕਣਾਂ ਦਾ ਨਾਸ਼ ਹੋ ਜਾਂਦਾ ਹੈ, ਮਨ ਪ੍ਰਵਾਨਗੀ ਦੇ ਰਸਤੇ ਤੇ ਅਡੋਲ ਹੋ ਜਾਂਦਾ ਹੈ, ਮਨ ਦੀਆਂ ਮੁਰਾਦਾਂ ਪੂਰੀਆਂ ਹੋ ਜਾਂਦੀਆਂ ਹਨ । ਜਿਹੜਾ ਦਿਨ ਰਾਤ, ਅੱਠੇ ਪਹਿਰ ਪ੍ਰਭ ਦੇ ਸ਼ਬਦ ਦਾ ਸਿਮਰਨ, ਪਾਲਣਾ ਕਰਦਾ ਹੈ, ਉਸ ਦਾ ਮਾਨਸ ਜਨਮ ਲੈਣਾ ਸਫਲ ਹੋ ਜਾਂਦਾ ਹੈ । ਉਹ ਦੇ ਮਨ ਅੰਦਰ ਅਤੇ ਸੰਸਾਰ ਵਿੱਚ ਇਕੋ ਇਕ, ਉਹ ਹੀ ਪ੍ਰਭ ਵਸਦਾ, ਵਾਪਰਦਾ ਮਹਿਸੂਸ ਕਰਦਾ ਹੈ । ਜਿਹੜਾ ਪ੍ਰਵਾਨਗੀ ਦੇ ਰਸਤੇ ਤੇ ਚਲਣ ਦੀ ਸੋਝੀ ਪਾਉਂਦਾ ਹੈ, ਉਸ ਤੇ ਅਡੋਲ ਰਹਿਣ ਵਿੱਚ ਸਾਥ ਦੇਂਦਾ ਹੈ, ਉਹ ਹੀ ਅਸਲੀ ਮਿੱਤਰ, ਸਾਥੀ ਹੁੰਦਾ ਹੈ । ਜਿਹੜਾ ਪ੍ਰਭ ਦੇ ਸ਼ਬਦ ਦੇ ਗੁਣ ਗਾਉਂਦਾ ਹੈ, ਧੰਨਵਾਦ ਕਰਦਾ ਰਹਿੰਦਾ ਹੈ । ਬੰਦਗੀ ਕਰਨ ਵਾਲੇ ਜੀਵ ਉਸ ਤੋਂ ਕੁਰਬਾਨ ਜਾਂਦਾ ਹੈ ।

On the seventh day of the moon! You should earn the wealth of His Word. The treasure of the wealth of His Word may never be exhausted and earnings of His Word always remain companion with his soul. In the association of His true devotee, the technique to become worthy of His Consideration may be learned and practiced. You should abandon your selfishness and adopt the teachings of His Word; you should humbly surrender to His Sanctuary and revive the echo of His Word within your mind. All frustration of worldly desires and sufferings may be eliminated. Whosoever may remain steady and stable on the right path of acceptance in His Court; with His mercy and grace, all his spoken and unspoken desires may be satisfied. Whosoever may meditate and obeys the teachings of His Word Day and night; his human life journey may become successful. He may realize that same True Master dwells and prevails within his mind and outside in the universe. The One and Only One True Master remains a companion, guides, and keeps steady and stable on the right path of acceptance in His Court. Whosoever may sing the glory of His Word and remains gratitude for His Blessings; I remain fascinated and astonished from the way of life of His true e devotees.

8 ਸਲੋਕੁ॥

ਆਠ ਪਹਰ ਗੁਨ ਗਾਈਅਹਿ,	aath pahar gun gaa-ee-ah
ਤਜੀਅਹਿ ਅਵਰਿ ਜੰਜਾਲ॥	tajee-ah avar janjaal.
ਜਮਕੰਕਰੁ ਜੋਹਿ ਨ ਸਕਈ,	jamkankar johi na sak-ee
ਨਾਨਕ ਪ੍ਰਭੂ ਦਇਆਲ॥੮॥	naanak parabhoo da-i-aal. ‖8‖

ਜਿਹੜੇ ਜੀਵ ਮਨ ਦੇ ਮੋਹ, ਅਹੰਕਾਰ ਨੂੰ ਤਿਆਗ ਦੇਂਦੇ ਹਨ, ਦਿਨ ਰਾਤ, ਅੱਠੇ ਪਹਿਰ ਹੀ ਪ੍ਰਭ ਦੇ ਸ਼ਬਦ ਦੀ ਪਾਲਣਾ, ਸਿਮਰਨ ਕਰਦੇ ਹਨ । ਉਸ ਤੇ ਪ੍ਰਭ ਦੀ ਰਹਿਮਤ ਬਖਸ਼ ਹੋ ਜਾਂਦੀ ਹੈ, ਮੌਤ ਦਾ ਜਮਦੂਤ ਉਸ ਵੱਲ ਦੇਖ ਵੀ ਨਹੀਂ ਸਕਦਾ ।

Whosoever may renounce his ego and meditates on the teachings of His Word Day and night; with His mercy and grace, his soul may become beyond the reach of devil of death.

ਪਉੜੀ॥	pa-orhee.
ਅਸਟਮੀ ਅਸਟ ਸਿਧਿ ਨਵ ਨਿਧਿ॥	astamee asat siDh nav niDh.
ਸਗਲ ਪਦਾਰਥ ਪੂਰਨ ਬੁਧਿ॥	sagal padaarath pooran buDh.
ਕਵਲ ਪ੍ਰਗਾਸ ਸਦਾ ਆਨੰਦ॥	kaval pargaas sadaa aanand.
ਨਿਰਮਲ ਰੀਤਿ ਨਿਰੋਧਰ ਮੰਤ॥	nirmal reet niroDhar mant.
ਸਗਲ ਧਰਮ ਪਵਿਤ੍ਰ ਇਸਨਾਨੁ॥	sagal Dharam pavitar isnaan.
ਸਭ ਮਹਿ ਊਚ ਬਿਸੇਖ ਗਿਆਨੁ॥	sabh meh ooch bisaykh gi-aan.
ਹਰਿ ਹਰਿ ਭਜਨੁ ਪੂਰੇ ਗੁਰ ਸੰਗਿ॥	har har bhajan pooray gur sang.
ਜਪਿ ਤਰੀਐ ਨਾਨਕ ਨਾਮ ਹਰਿ ਰੰਗਿ॥੮॥	jap taree-ai naanak naam har rang. ‖8‖

ਚੰਦ ਦੇ ਅੱਠਵੇ ਦਿਨ! ਬੰਦਗੀ ਕਰਨ ਵਾਲੇ ਦੇ ਮਨ ਵਿੱਚ, ਸਿਧਾਂ ਦੀਆਂ ਅੱਠੇ ਕਰਾਮਾਤਾਂ ਦੀ, ਮਾਨਸ ਜਨਮ ਦੇ ਸਾਰੇ ਪਦਾਰਥਾਂ, ਸ਼ਬਦ ਦੀ ਸੋਝੀ, ਜਾਗਰਤੀ, ਸਚੇਤਨਾ ਹੋ ਜਾਂਦੀ ਹੈ । ਮਨ ਵਿੱਚ ਖੇੜਾ, ਧਰਮ ਦੇ ਸਾਰੇ ਗੁਣ, ਮਨ ਨੂੰ ਪਵਿੱਤਰ ਕਰਨ ਵਾਲੇ ਤੀਰਥ ਇਸ਼ਨਾਨ, ਸਾਰੇ ਰੂਹਾਨੀ ਗਿਆਨਾ ਦੀ ਬਖਸ਼ਿਸ਼ ਹੋ ਜਾਂਦੀ ਹੈ । ਜਿਸ ਦੇ ਮਨ ਵਿੱਚ ਪ੍ਰਭ ਦੇ ਸ਼ਬਦ ਦੀ ਸਦਾ ਚਲਣ ਵਾਲੀ ਧੁਨ ਸੁਣਾਈ ਦੇਂਦੀ ਹੈ । ਉਹ ਪੂਰਨ ਗੁਰੂ ਦੀ ਸਿਖਿਆ ਨਾਲ ਸ਼ਬਦ ਦੀ ਪਾਲਣਾ ਕਰਦਾ ਹੈ, ਉਹ, ਪ੍ਰਭ ਦੇ ਸ਼ਬਦ ਦੇ ਗੁਣ ਗਾਉਣ ਨਾਲ ਪ੍ਰਭ ਦੇ ਦਰਬਾਰ ਵਿੱਚ ਪ੍ਰਵਾਨ ਹੋ ਸਕਦਾ ਹੈ ।

On the eighth day of the moon! His true devotee may be blessed with the eight miracle powers of Holy Sidhs. He may be enlightened with the enlightenment of 4th virtue; the salvation and he may remain awake and alert. He may be blessed with pleasures, the holy shrine to sanctify his mind and the enlightenment of spiritual teachings and blessings. Whosoever may hear the everlasting echo of His Word within his heart; with His mercy and grace, he may be blessed with the enlightenment of the essence of His Word. His soul may be accepted in His court

9 ਸਲੋਕੁ॥

ਨਾਰਾਇਣੁ ਨਹ ਸਿਮਰਿਓ,	naaraa-in nah simri-o
ਮੋਹਿਓ ਸੁਆਦ ਬਿਕਾਰ॥	mohi-o su-aad bikaar.
ਨਾਨਕ ਨਾਮਿ ਬਿਸਾਰਿਐ,	naanak naam bisaari-ai
ਨਰਕ ਸੁਰਗ ਅਵਤਾਰ॥੯॥	narak surag avtaar. ‖9‖

ਜਿਹੜਾ ਪ੍ਰਭ ਦੇ ਸ਼ਬਦ ਦੀ ਪਾਲਣਾ, ਸਿਮਰਨ ਨਹੀਂ ਕਰਦਾ । ਉਹ ਸੰਸਾਰਕ ਮਾਇਆ ਦੇ ਲਾਲਚ ਵਿੱਚ ਫਸਿਆ ਰਹਿੰਦਾ ਹੈ । ਸ਼ਬਦ ਨੂੰ ਮਨੋ ਵਿਸਾਰ ਕੇ ਸਵਰਗ, ਨਰਕ ਦੇ ਚੱਕਰਾਂ ਵਿੱਚ, ਜੂੰਨਾਂ ਵਿੱਚ ਹੀ ਭਉਦਾ ਰਹਿੰਦਾ ਹੈ ।

Whosoever does not meditate and adopts the teachings of His Word; he may remain intoxicated with sweet poison of worldly wealth and greed. By abandoning the teachings of His Word from his mind; he may remain in the cycle of birth and death in heaven and hell.

ਪਉੜੀ॥	pa-orhee.
ਨਉਮੀ ਨਵੇ ਛਿਦ੍ਰ ਅਪਵੀਥ॥	na-umee navay chhidar apveet.
ਹਰਿ ਨਾਮੁ ਨ ਜਪਹਿ ਕਰਤ ਬਿਪਰੀਥਿ॥	har naam na jaapeh karat bipreet.
ਪਰ ਤ੍ਰਿਅ ਰਮਹਿ ਬਕਹਿ ਸਾਧ ਨਿੰਧ॥	par tari-a rameh bakeh saaDh nind.
ਕਰਨ ਨ ਸੁਨਹੀ ਹਰਿ ਜਸੁ ਬਿੰਧ॥	karan na sunhee har jas bind.
ਹਿਰਹਿ ਪਰ ਦਰੁਬ ਉਦਰ ਕੈ ਤਾਈ॥	hireh par darab udar kai taa-ee. agan
ਅਗਨਿ ਨ ਨਿਵਰੈ, ਤ੍ਰਿਸ਼ਨਾਂ ਨ ਬੁਝਾਈ॥	na nivrai tarisnaa na bujhaa-ee.
ਹਰਿ ਸੇਵਾ ਬਿਨੁ, ਏਹ ਫਲ ਲਾਗੇ॥	har sayvaa bin ayh fal laagay.
ਨਾਨਕ ਪ੍ਰਭ ਬਿਸਰਤ	naanak parabh bisrat
ਮਰਿ ਜਮਹਿ ਅਭਾਗੇ॥੯॥	mar jameh abhaagay. ॥9॥

ਚੰਦ ਦੇ ਨੌਵੇ ਦਿਨ! ਜਿਹੜਾ ਜੀਵ ਪ੍ਰਭ ਦੇ ਸ਼ਬਦ ਦਾ ਸਿਮਰਨ ਨਹੀਂ ਕਰਦਾ! ਉਸ ਦੇ ਮਨ ਦੀਆਂ ਨੌ ਖਿੜਕੀਆਂ, ਦਰਵਾਜੇ ਬੰਦ ਹੋ ਜਾਂਦੇ ਹਨ । ਉਹ ਬੁਰੇ ਕੰਮ ਕਰਦਾ, ਬੁਰੇ ਖਿਆਲ ਹੀ ਸੋਚਦਾ ਹੈ । ਉਹ ਕਾਮਵਾਸਨਾ ਵਿੱਚ ਲਗ ਜਾਂਦਾ, ਬੰਦਗੀ ਕਰਨ ਵਾਲੇ ਦੀ ਨਿੰਦਿਆ ਕਰਦਾ ਹੈ । ਉਹ ਆਪਣੇ ਮਨ ਵਿਚੋਂ, ਆਤਮਾ ਦੀ, ਪ੍ਰਭ ਦੇ ਸ਼ਬਦ ਦੀ ਅਵਾਜ਼ ਨਹੀਂ ਸੁਣਦਾ, ਧਿਆਨ ਦੇਂਦਾ । ਸਗੋਂ ਪਰਾਇਆਂ ਦਾ ਧਨ ਪਾਉਣ ਦੀ ਕੋਸ਼ਿਸ ਕਰਦਾ ਰਹਿੰਦਾ ਹੈ । ਉਸ ਦੇ ਮਨ ਦਾ ਲਾਲਚ, ਤ੍ਰਿਸ਼ਨਾਂ ਕਦੇ ਖਤਮ ਨਹੀਂ ਹੁੰਦੀ । ਜਿਤਨਾ ਜ਼ਿਆਦਾ ਧਨ ਇਕੱਠਾ ਕਰਦਾ ਹੈ, ਉਸ ਦੀ ਭੁੱਖ ਵਧਦੀ ਜਾਂਦੀ ਹੈ । ਪ੍ਰਭ ਦੇ ਸ਼ਬਦ ਦੀ ਪਾਲਣਾ, ਸਿਮਰਨ ਕਰਨ ਤੋਂ ਬਿਨਾਂ ਇਹ ਹੀ ਫਲ ਮਿਲਦਾ ਹੈ । ਉਹ ਮੰਦੇ ਭਾਗਾਂ ਵਾਲਾ ਜੀਵ, ਜੂੰਨਾਂ ਦੇ ਚੱਕਰ ਵਿੱਚ ਜੰਮਦਾ, ਮਰਦਾ ਰਹਿੰਦਾ ਹੈ ।

On the ninth day of the Moon! Whosoever may not meditate on the teachings of His Word; all nine windows and the 10th gate of his mind may be closed. He always thinks the evil thoughts and performs evil deeds. He remains attached to the sexual urge and criticism of His Holy saint. He may not heed the inner voice of his soul nor pay any attention to the teachings of His Word. He may remain involved in robbing the earnest money of others. His greed may never be satisfied; more and more he collects worldly wealth, his hunger and desire grow bigger and bigger. Whosoever may not meditate on the teachings of His Word; he may be rewarded with such a state of mind. Unfortunate may remain in the cycle of birth and death

10 **ਸਲੋਕੁ॥** 299

ਦਸ ਦਿਸ ਖੋਜਤ ਮੈ ਫਿਰਿਓ,	das dis khojat mai firi-o
ਜਤ ਦੇਖਉ ਤਤ ਸੋਇ॥	jat daykh-a-u tat so-ay.
ਮਨੁ ਬਸਿ ਆਵੈ ਨਾਨਕਾ,	man bas aavai naankaa
ਜੇ ਪੂਰਨ ਕਿਰਪਾ ਹੋਇ॥੧੦॥	jay pooran kirpaa ho-ay. ॥10॥

ਜੀਵ ਦਾ ਮਨ ਦਸ ਪਾਸੇ ਘੁੰਮਦਾ, ਖੋਜਦਾ ਫਿਰਦਾ ਹੈ । ਜਿੱਥੇ ਵੀ ਦੇਖਦਾ ਹੈ, ਪ੍ਰਭ ਦਾ ਭਾਣਾ ਹੀ ਵਾਪਰਦਾ ਹੈ । ਜਿਸ ਤੇ ਪ੍ਰਭ ਆਪ ਹੀ ਰਹਿਮਤ ਦੀ ਨਜ਼ਰ ਬਖਸ਼ਦਾ ਹੈ, ਉਸ ਦਾ ਮਨ ਅਡੋਲ ਹੋ ਜਾਂਦਾ ਹੈ, ਬੰਦਗੀ ਦੇ ਰਸਤੇ ਚਲ ਪੈਂਦਾ ਹੈ ।

Whosoever may wander around in all directions to search for peace of mind. Where-ever he may search, he may witness only His Command may prevailing. Whosoever may be bestowed with His blessed Vision, he may adopt the teachings of His Word wholeheartedly and remain steady and stable on the right path of medication.

ਪਉੜੀ॥ pa-orhee.
ਦਸਮੀ ਦਸ ਦੁਆਰ ਬਸਿ ਕੀਨੇ॥ dasmee das du-aar bas keenay.
ਮਨਿ ਸੰਤੋਖੁ ਨਾਮ ਜਪਿ ਲੀਨੇ॥ man santokh naam jap leenay.
ਕਰਨੀ ਸੁਨੀਐ ਜਸੁ ਗੋਪਾਲ॥ karnee sunee-ai jas gopaal.
ਨੈਨੀ ਪੇਖਤ ਸਾਧ ਦਇਆਲ॥ nainee paykhat saaDh da-i-aal.
ਰਸਨਾ ਗੁਨ ਗਾਵੈ ਬੇਅੰਤ॥ rasnaa gun gaavai bay-ant.
ਮਨ ਮਹਿ ਚਿਤਵੈ ਪੂਰਨ ਭਗਵੰਤ॥ man, meh chitvai pooran bhagvant.
ਹਸਤ ਚਰਨ ਸੰਤ ਟਹਲ ਕਮਾਈਐ॥ hasat charan sant tahal kamaa-ee-ai.
ਨਾਨਕ ਇਹੁ ਸੰਜਮੁ naanak ih sanjam
ਪ੍ਰਭ ਕਿਰਪਾ ਪਾਈਐ॥ ੧੦॥ parabh kirpaa paa-ee-ai. ||10||

ਚੰਦ ਦੇ ਦਸਵੇਂ ਦਿਨ: ਜਿਹੜਾ ਆਪਣੇ ਮਨ ਦੇ ਦਸਾਂ ਦਰਵਾਜਿਆਂ ਤੇ ਕਾਬੂ ਪਾ ਲੈਂਦਾ ਹੈ । ਉਸ ਨੂੰ ਸ਼ਬਦ ਦਾ ਸਿਮਰਨ ਕਰਨ ਨਾਲ ਮਨ ਵਿੱਚ ਸੰਤੋਖ ਬਖਸ਼ਿਸ਼ ਹੋ ਜਾਂਦਾ, ਮਨ ਅਡੋਲ ਹੋ ਜਾਂਦਾ ਹੈ । ਉਹ ਆਪਣੇ ਕੰਨਾਂ ਨਾਲ ਪ੍ਰਭ ਦੇ ਸ਼ਬਦ ਨੂੰ ਸੁਣਦਾ, ਅੱਖਾਂ ਨਾਲ ਬੰਦਗੀ ਕਰਨ ਵਾਲੇ ਸੰਤਾਂ ਦਾ ਜੀਵਨ ਦੇਖਦਾ ਹੈ । ਆਪਣੀ ਜੀਭ ਨਾਲ ਉਸ ਬੇਅੰਤ ਪ੍ਰਭ ਦਾ ਸ਼ਬਦ ਸੁਣਦਾ, ਸਿਮਰਨ ਕਰਦਾ ਹੈ । ਉਹ ਆਪਣੇ ਮਨ ਵਿੱਚ ਉਸ ਪੂਰਨ ਪਵਿੱਤਰ ਪ੍ਰਭ ਦੇ ਸ਼ਬਦ ਨੂੰ ਸੋਚਦਾ, ਆਪਣੇ ਹੱਥਾ, ਪੈਰਾਂ ਨਾਲ ਸ਼ਬਦ ਦੀ ਪਾਲਣਾ, ਬੰਦਗੀ ਕਰਨ ਵਾਲੇ ਸੰਤਾਂ ਦੀ ਸੇਵਾ ਕਰਦਾ ਹੈ । ਜੀਵ, ਇਹ ਹੀ ਇਕੋ ਇਕ ਵਿਧੀ ਹੈ! ਜਿਸ ਨਾਲ ਪ੍ਰਭ ਦੀ ਰਹਿਮਤ ਬਖਸ਼ਿਸ਼ ਹੋ ਸਕਦੀ ਹੈ ।

On the 10th day of Moon! Whosoever may conquer his ego and recognize the 10th gate of his mind. By meditating on the teachings of His Word with steady and stable and remains contented. He may listen the sermons of the teachings of His Word with his ears and witnesses the way of life of His true devotee with his eyes. He may sing the glory of The True Master of unlimited virtues with his tongue. He may serve His Holy saint with his hand and feet; with His mercy and grace, he may be blessed with the right path of acceptance in His Court.

11 ਸਲੋਕੁ॥

ਏਕੋ ਏਕੁ ਬਖਾਨੀਐ, ayko ayk bakhaanee-ai
ਬਿਰਲਾ ਜਾਣੈ ਸ੍ਵਾਦੁ॥ birlaa jaanai savaad.
ਗੁਣ ਗੋਬਿੰਦ ਨ ਜਾਣੀਐ, gun gobind na jaanee-ai
ਨਾਨਕ ਸਭੁ ਬਿਸਮਾਦੁ॥੧੧॥ naanak sabh bismaad. ||11||

ਪ੍ਰਭ ਨੂੰ ਅਸਲੀ ਮਾਲਕ ਮੰਨਕੇ, ਇਕੋ ਇਕ ਦੇ ਨਾਮ ਨਾਲ ਹੀ ਪੁਕਾਰੋ, ਸਿਮਰਨ ਕਰੋ! ਕੋਈ ਵਿਰਲਾ ਹੀ ਮਾਨਸ ਇਹ ਤੱਤ ਆਪਣੇ ਮਨ ਵਿੱਚ ਵਸਾਉਂਦਾ ਹੈ । ਪ੍ਰਭ ਦੀਆਂ ਵਡਿਆਈ ਦਾ ਪੂਰਨ ਤਰ੍ਹਾਂ ਵਖਿਆਣ ਨਹੀਂ ਕੀਤਾ ਜਾ ਸਕਦਾ । ਪ੍ਰਭ ਦੀਆਂ ਵਡਿਆਈਆਂ ਬਹੁਤ ਅਨੋਖੀਆਂ, ਮਨ ਨੂੰ ਹੈਰਾਨ ਕਰਨ ਵਾਲੀਆਂ ਹੀ ਹਨ । ਪ੍ਰਭ ਦੇ ਸ਼ਬਦ ਦੀ ਪਾਲਣਾ, ਸਿਮਰਨ ਕਰਨਾ, ਗੁਣ ਗਾਉਣਾ ਹੀ ਅਸਲੀ ਪ੍ਰਵਾਨਗੀ ਦਾ, ਧਰਮ ਦਾ ਰਸਤਾ ਹੈ ।

You should recognize The True Master with the name of, "The One and Only One True Master" and meditate on the teachings of His Word. However, very rare devotee may remember that essence of His Nature within his heart. No one may fully comprehend the greatness of all His virtues. These are astonishing and fascinating to the mind.

ਪਉੜੀ॥ pa-orhee.
ਏਕਾਦਸੀ ਨਿਕਟਿ ਪੇਖਹੁ ਹਰਿ ਰਾਮੁ॥ aykaadasee nikat paykhahu har raam.
ਇੰਦ੍ਰੀ ਬਸਿ ਕਰਿ ਸੁਣਹੁ ਹਰਿ ਨਾਮੁ॥ indree bas kar sunhu har naam.
ਮਨਿ ਸੰਤੋਖੁ ਸਰਬ ਜੀਅ ਦਇਆ॥ man santokh sarab jee-a da-i-aa. in

ਇਨ ਬਿਧਿ ਬਰਤੁ ਸੰਪੂਰਨ ਭਇਆ॥ biDh barat sampooran bha-i-aa.
ਧਾਵਤ ਮਨੁ ਰਾਖੈ ਇਕ ਠਾਇ॥ Dhaavat man raakhai ik thaa-ay.
ਮਨੁ ਤਨੁ ਸੁਧੁ ਜਪਤ ਹਰਿ ਨਾਇ॥ man tan suDh japat har naa-ay.
ਸਭ ਮਹਿ ਪੂਰਿ ਰਹੇ ਪਾਰਬ੍ਰਹਮ॥ sabh meh poor rahay paarbarahm.
ਨਾਨਕ ਹਰਿ ਕੀਰਤਨੁ ਕਰਿ naanak har keertan kar
ਅਟਲ ਏਹੁ ਧਰਮ॥੧੧॥ atal ayhu Dharam. ||11||

ਚੰਦ ਦੇ ਗਿਆਰਵੇ ਦਿਨ: ਪ੍ਰਭ ਨੂੰ ਹਾਜ਼ਰ ਨਾਜ਼ਰ ਸਮਝੋ! ਮਨ ਦੀ ਕਾਮਵਾਸਨਾ ਤੇ ਕਾਬੂ ਪਾਵੋ! ਸ਼ਬਦ ਦੀ ਅਵਾਜ਼ ਸੁਣੋ! ਸਿਮਰਨ ਕਰੋ! ਆਪਣੇ ਮਨ ਵਿੱਚ ਧੀਰਜ ਰਖੋ ਅਤੇ ਬਾਕੀ ਜੀਵਾਂ ਨੂੰ ਨਿਮ੍ਰਤਾ ਨਾਲ ਵਰਤਾਉ ਕਰੋ! ਇਸਤਰ੍ਹਾਂ ਮਨ ਦਾ ਵਰਤ ਸਫਲ ਹੋ ਜਾਂਦਾ ਹੈ, ਪ੍ਰਭ ਦੀ ਬਖਸ਼ਿਸ਼ ਹੋ ਸਕਦੀ ਹੈ । ਮਨ ਨੂੰ ਚਾਰੇ ਪਾਸੇ ਘੁੰਮਣ ਤੋਂ ਰੋਕ ਕੇ, ਇਕੋ ਇਕ ਪ੍ਰਭ ਦੇ ਸ਼ਬਦ ਵਿੱਚ ਭਰੋਸਾ ਅਡੋਲ ਰਖੋ! ਇਸ ਅਵਸਥਾ ਵਿੱਚ ਸਿਮਰਨ ਕਰਨ ਨਾਲ ਮਨ, ਤਨ ਦੋਨੋਂ ਹੀ ਪਵਿੱਤਰ ਹੋ ਜਾਂਦੇ ਹਨ । ਸ੍ਰਿਸ਼ਟੀ ਦਾ ਮਾਲਕ ਹਰਇਕ ਜੀਵ ਦੇ ਅੰਦਰ ਵਸਦਾ, ਵਾਪਰਦਾ ਹੈ ।

On the 11th day of the Moon! You should concentrate on the teachings of The Omnipresent True Master. You should control the sexual urge and listen to the inner sound of your soul and you should meditate on the teachings of His Word. Have a patience and be polite with others. Whosoever may adopt patience in his life; his meditation may be accepted in His Court. Whosoever may control, conquer his wandering mind; he may establish a steady and stable belief on His Blessings, The One and Only One True Master. His mind and body both may be sanctified. Always remember! The True Master dwells and prevails within the body and mind of each creature.

12 ਸਲੋਕੁ॥

ਦੁਰਮਤਿ ਹਰੀ ਸੇਵਾ ਕਰੀ, durmat haree sayvaa karee
ਭੇਟੇ ਸਾਧ ਕ੍ਰਿਪਾਲ॥ bhaytay saaDh kirpaal.
ਨਾਨਕ ਪ੍ਰਭ ਸਿਉ ਮਿਲਿ ਰਹੇ, naanak parabh si-o mil rahay
ਬਿਨਸੇ ਸਗਲ ਜੰਜਾਲ॥੧੨॥ binsay sagal janjaal. ||12||

ਬੰਦਗੀ ਕਰਨ ਵਾਲੇ ਜੀਵ, ਸੰਤ ਨੂੰ ਮਿਲਣ ਨਾਲ ਮਨ ਵਿਚੋਂ ਬੁਰੇ ਖਿਆਲ ਦੂਰ ਹੋ ਜਾਂਦੇ ਹਨ । ਜਿਹੜੇ ਇਸਤਰ੍ਹਾਂ ਪ੍ਰਭ ਦੇ ਸ਼ਬਦ ਦੀ ਪਾਲਣਾ ਵਿੱਚ ਅਡੋਲ ਹੋ ਜਾਂਦੇ ਹਨ । ਉਸ ਦੀਆਂ ਸੰਸਾਰਕ ਇਛਾਂ ਦੀਆਂ ਭਟਕਣਾਂ ਖਤਮ ਹੋ ਜਾਂਦੀਆਂ ਹਨ ।

Whosoever may be blessed with the conjugation of His Holy saint; all his evil thoughts of mind may be eliminated. Whosoever may adopt the teachings of His Word with steady and stable belief in his day-to-day life, all his worldly frustrations may be eliminated.

ਪਉੜੀ॥ pa-orhee.
ਦੁਆਦਸੀ ਦਾਨੁ ਨਾਮੁ ਇਸਨਾਨੁ॥ du-aadasee daan naam isnaan.
ਹਰਿ ਕੀ ਭਗਤਿ ਕਰਹੁ ਤਜਿ ਮਾਨੁ॥ har kee bhagat karahu taj maan.
ਹਰਿ ਅੰਮ੍ਰਿਤ ਪਾਨ ਕਰਹੁ ਸਾਧਸੰਗਿ॥ ਮਨ har amrit paan karahu saaDhsang.
ਤ੍ਰਿਪਤਾਸੈ ਕੀਰਤਨ ਪ੍ਰਭ ਰੰਗਿ॥ man tariptaasai keertan parabh rang.
ਕੋਮਲ ਬਾਣੀ ਸਭ ਕਉ ਸੰਤੋਖੈ॥ komal banee sabh ka-o santokhai. panch
ਪੰਚ ਭੂ ਆਤਮਾਂ ਹਰਿ ਨਾਮ ਰਸਿ ਪੋਖੈ॥ bhoo aatmaa har naam ras pokhai.
ਗੁਰ ਪੂਰੇ ਤੇ ਏਹ ਨਿਹਚਉ ਪਾਈਐ॥ gur pooray tay ayh nihcha-o paa-ee-ai.
ਨਾਨਕ ਰਾਮ ਰਮਤ naanak raam ramat
ਫਿਰਿ ਜੋਨਿ ਨ ਆਈਐ॥ ੧੨॥ fir jon na aa-ee-ai. ||12||

ਚੰਦ ਦੇ ਬਾਰਵੇ ਦਿਨ; ਆਪਣਾ ਧਿਆਨ ਨਿਮਾਣੇ ਦੀ ਸੇਵਾ ਕਰਨ, ਦਾਨ ਦੇਣ ਵਿੱਚ ਅਤੇ ਆਪਣੇ ਮਨ ਨੂੰ ਪਵਿੱਤਰ ਕਰਨ ਲਈ ਸ਼ਬਦ ਦੇ ਸਿਮਰਨ ਕਰਨ ਵਿੱਚ ਲਾਵੋ! ਪ੍ਰਭ ਦੇ ਸ਼ਬਦ ਦੀ ਪਾਲਣਾ ਕਰੋ, ਆਪਣੇ ਮਨ ਦਾ ਅਹੰਕਾਰ ਤਿਆਗ ਦੇਵੋ! ਬੰਦਗੀ ਕਰਨ ਵਾਲੇ ਦੀ ਸੰਗਤ ਵਿੱਚ ਰਲਕੇ ਸ਼ਬਦ ਰੂਪੀ

ਅਨਮੋਲ ਅੰਮ੍ਰਿਤ ਪਾਨ ਕਰੋ । ਪ੍ਰਭ ਦੇ ਸ਼ਬਦ ਦੇ ਗੁਣ ਗਾਉਣ ਨਾਲ ਮਨ ਵਿੱਚ ਸੰਤੋਖ, ਧੀਰਜ ਵਸ ਜਾਂਦਾ ਹੈ । ਪ੍ਰਭ ਦਾ ਸ਼ਬਦ, ਸ਼ਬਦ ਦੇ ਕੀਰਤਨ ਸੁਣਨ ਨਾਲ ਹਰਇਕ ਜੀਵ ਦੇ ਮਨ ਵਿੱਚ ਸ਼ਾਂਤੀ ਬਖਸ਼ਿਸ਼ ਹੋ ਜਾਂਦੀ ਹੈ । ਪੰਜਾਂ ਧਾਤਾਂ ਦਾ ਤਨ ਅਤੇ ਆਤਮਾ ਦੋਨੇਂ ਹੀ ਸ਼ਬਦ ਰੂਪੀ ਅੰਮ੍ਰਿਤ ਦਾ ਅਨੰਦ ਮਾਨਦੇ ਹਨ । ਜਿਹੜਾ ਸ਼ਬਦ ਦੀ ਪਾਲਣਾ ਕਰਦਾ ਹੈ, ਪ੍ਰਭ ਦੀ ਰਹਿਮਤ ਨਾਲ ਉਸ ਦਾ ਸ਼ਬਦ ਤੇ ਭਰੋਸਾ ਅਡੋਲ ਹੋ ਜਾਂਦਾ ਹੈ । ਸ਼ਬਦ ਨਾਲ ਜੀਵਨ ਬਤੀਤ ਕਰਦੇ ਜੀਵ ਨੂੰ ਬਾਰ ਬਾਰ ਮਾਤਾ ਦੇ ਗਰਭ ਵਿੱਚ ਨਹੀਂ ਜਾਣਾ ਪੈਂਦਾ ।

On the 12th day of the Moon! You should dedicate your mind to serve the helpless and meditate to sanctify your soul. You should meditate and adopt the teachings of His Word in day-to-day life and conquer your ego. Whosoever may listen the sermons and singing the glory of His Word; with His mercy and grace, he may be blessed with peace and contentment. His body and his mind, both enjoy nectar of the essence of His Word. Whosoever may obey the teachings of His Word; with His mercy and grace; his belief may remain your mind may remain unshaken on His Blessings. Whosoever may meditate and adopt the teachings of His Word in day-to-day life; he may never enter the womb of mother repeatedly.

13 ਸਲੋਕੁ॥

ਤੀਨਿ ਗੁਣਾਂ ਮਹਿ ਬਿਆਪਿਆ,	teen gunaa meh bi-aapi-aa
ਪੂਰਨ ਹੋਤ ਨ ਕਾਮ॥	pooran hot na kaam.
ਪਤਿਤ ਉਧਾਰਣੁ ਮਨਿ ਬਸੈ,	patit uDhaaran man basai
ਨਾਨਕ ਛੂਟੈ ਨਾਮ॥੧੩॥	naanak chhootai naam. ||13||

ਜਿਹੜਾ ਜੀਵ ਸੰਸਾਰਕ ਮਾਇਆ ਦੇ ਤਿੰਨਾਂ ਗੁਣਾਂ ਪਿਛੇ ਲਗਾ ਰਹਿੰਦਾ ਹੈ । ਉਸ ਦਾ ਮਾਨਸ ਜਨਮ ਦਾ ਸਫਰ ਸਫਲ ਨਹੀਂ ਹੁੰਦਾ । ਜਿਸ ਤੇ ਪ੍ਰਭ ਆਪ ਹੀ ਰਹਿਮਤ ਬਖਸ਼ਦਾ ਹੈ, ਉਸ ਨੂੰ ਸੰਸਾਰਕ ਮਾਇਆ ਤੇ ਜਿੱਤ ਬਖਸ਼ਿਸ਼ ਹੋ ਜਾਂਦੀ ਹੈ, ਉਹ ਪ੍ਰਵਾਨਗੀ ਦੇ ਰਸਤੇ ਤੇ ਅਡੋਲ ਹੋ ਜਾਂਦਾ ਹੈ ।

Whosoever may remain intoxicated with the sweet poison of three virtues of worldly wealth; his human life journey may not be fruitful, successful. Whosoever may be bestowed with His Blessed Vision; he may conquer the influence of sweet poison of three worldly wealth; with His mercy and grace; he may be blessed with the right path of acceptance in His Court.

ਪਉੜੀ॥	pa-orhee.
ਤ੍ਰਉਦਸੀ ਤੀਨਿ ਤਾਪ ਸੰਸਾਰ॥	tar-udsee teen taap sansaar.
ਆਵਤ ਜਾਤ ਨਰਕ ਅਵਤਾਰ॥	aavat jaat narak avtaar.
ਹਰਿ ਹਰਿ ਭਜਨੁ ਨ ਮਨ ਮਹਿ ਆਇਓ॥	har har bhajan na man meh aa-i-o.
ਸੁਖ ਸਾਗਰ ਪ੍ਰਭੁ ਨਿਮਖ ਨ ਗਾਇਓ॥	sukh saagar parabh nimakh na gaa-i-o.
ਹਰਖ ਸੋਗ ਕਾ ਦੇਹ ਕਰਿ ਬਾਧਿਓ॥	harakh sog kaa dayh kar baaDhi-o.
ਦੀਰਘ ਰੋਗੁ ਮਾਇਆ ਆਸਾਧਿਓ॥	deeragh rog maa-i-aa aasaaDhi-o.
ਦਿਨਹਿ ਬਿਕਾਰ ਕਰਤ ਸ੍ਰਮੁ ਪਾਇਓ॥	dineh bikaar karat saram paa-i-o.
ਨੈਨੀ ਨੀਦ ਸੁਪਨ ਬਰੜਾਇਓ॥	nainee need supan barrhaa-i-o.
ਹਰਿ ਬਿਸਰਤ ਹੋਵਤ ਏਹ ਹਾਲ॥	har bisrat hovat ayh haal.
ਸਰਨਿ ਨਾਨਕ ਪ੍ਰਭ ਪੁਰਖ ਦਇਆਲ॥ ੧੩॥	saran naanak parabh purakh da-i-aal. ||13||

ਚੰਦ ਦੇ ਤੇਰਵੇ ਦਿਨ: ਸਾਰੀ ਸ੍ਰਿਸ਼ਟੀ ਹੀ ਸੰਸਾਰਕ ਮਾਇਆ ਦੇ ਪ੍ਰਭਾਵ ਵਿੱਚ ਵਸਦੀ ਹੈ । ਜੀਵ ਜੰਮਦੇ ਮਰਦੇ ਰਹਿੰਦੇ ਹਨ, ਇਹ ਜੂੰਨਾਂ ਦਾ ਚੱਕਰ ਹੀ ਨਰਕ ਹੈ । ਪ੍ਰਭ ਦੇ ਸ਼ਬਦ ਦਾ ਸਿਮਰਨ, ਪਾਲਣਾ ਕਰਨ ਦਾ ਧਿਆਨ ਵੀ ਮਨ ਵਿੱਚ ਨਹੀਂ ਆਉਂਦਾ । ਉਹ ਇਕ ਪਲ ਵੀ ਰਹਿਮਤਾਂ ਦੇ ਮਾਲਕ ਦੇ ਸ਼ਬਦ ਦਾ ਸਿਮਰਨ ਨਹੀਂ ਕਰਦੇ । ਉਸ ਦਾ ਤਨ ਸੰਸਾਰਕ ਦੁਖ, ਸੁਖ ਭੋਗਦਾ ਜੀਵਨ ਬਤੀਤ ਕਰਦਾ ਹੈ । ਉਸ ਨੂੰ ਸੰਸਾਰਕ ਮਾਇਆ ਰੂਪੀ ਭਿਆਨਕ ਰੋਗ ਲਗ ਜਾਂਦਾ, ਜਿਸ ਦਾ ਕੋਈ ਇਲਾਜ ਨਹੀਂ ਹੈ । ਸਾਰਾ ਦਿਨ ਲਾਲਚ ਅਤੇ ਧੋਖੇ ਨਾਲ ਮਾਇਆ ਇਕੱਠੀ ਕਰਨ ਦੀ ਕੋਸ਼ਿਸ਼ ਕਰਦਾ ਹੈ । ਰਾਤ ਨੂੰ ਵੀ

ਇਸ ਦੇ ਸੁਪਨੇ ਹੀ ਲੈਂਦਾ ਰਹਿੰਦਾ ਹੈ । ਜਿਹੜਾ ਪ੍ਰਭ ਦਾ ਸ਼ਬਦ ਮਨੋ ਵਿਸਾਰ ਲੈਂਦਾ ਹੈ, ਉਸ ਦੀ ਇਹ ਹੀ ਹਾਲਤ ਹੁੰਦੀ ਹੈ । ਪ੍ਰਭ ਦੇ ਦਾਸ, ਅਟਲ ਪ੍ਰਭ ਦੀ ਸ਼ਰਣ ਵਿੱਚ ਵਸਦੇ ਸ਼ਬਦ ਦੀ ਪਾਲਣਾ ਵਿੱਚ ਅਡੋਲ ਰਹਿੰਦੇ ਹਨ ।

On the 13th day of the Moon! the whole universe remains trapped into the influence of worldly wealth. All creatures remain in cycle of birth and death, in hell. To meditate on the teachings of His Word even may not across his mind nor even think about meditating. His body endures the miseries and pleasures of worldly wealth and wastes his human life. He may become a victim of a terrible uncurable disease of greed of worldly wealth. He may collect worldly wealth with deception in day and fantasize worldly wealth in night. Whosoever may abandon His Word from his mind; his state of mind and worldly condition may be such a miserable. Whosoever may surrender his self-entity at His Sanctuary; with His mercy and grace, he may remain steady and stable on the right path of meditation.

14 ਸਲੋਕੁ॥

ਚਾਰਿ ਕੁੰਟ ਚਉਦਹ ਭਵਨ,	chaar kunt cha-odah bhavan
ਸਗਲ ਬਿਆਪਤ ਰਾਮ॥	sagal bi-aapat raam.
ਨਾਨਕ ਊਨ ਨ ਦੇਖੀਐ,	naanak oon na daykhee-ai
ਪੂਰਨ ਤਾ ਕੇ ਕਾਮ॥੧੪॥	pooran taa kay kaam. ‖14‖

ਇਕੋ ਇਕ ਪ੍ਰਭ ਚਾਰੇ ਪਾਸੇ ਅਤੇ 14 ਸ੍ਰਿਸ਼ਟੀਆਂ ਵਿੱਚ ਹੀ ਵਾਪਰਦਾ ਹੈ । ਹਰਇਕ ਕੰਮ ਵਿੱਚ ਪੂਰਨ ਹੈ, ਉਸ ਵਿੱਚ ਕੋਈ ਕਮੀ, ਦਾਗ਼ ਨਜ਼ਰ ਨਹੀਂ ਆਉਂਦਾ ।

The One and Only One, True Master prevails in all directions in all 14 creations. The Omnipotent True Master remains perfect in all respects, in each task; no blemish nor deficiencies in His Power, Word, Nature.

ਪਉੜੀ॥	pa-orhee.
ਚਉਦਹਿ ਚਾਰਿ ਕੁੰਟ ਪ੍ਰਭ ਆਪ॥	cha-udeh chaar kunt parabh aap.
ਸਗਲ ਭਵਨ ਪੂਰਨ ਪਰਤਾਪ॥	sagal bhavan pooran partaap.
ਦਸੇ ਦਿਸਾ ਰਵਿਆ ਪ੍ਰਭੁ ਏਕੁ॥	dasay disaa ravi-aa parabh ayk.
ਧਰਨਿ ਅਕਾਸ਼ ਸਭ ਮਹਿ ਪ੍ਰਭ ਪੇਖੁ॥	Dharan akaas sabh meh parabh paykh.
ਜਲ ਥਲ ਬਨ ਪਰਬਤ ਪਾਤਾਲ॥ ਪਰਮੇਸ੍ਵਰ	jal thal ban parbat paataal.
ਤਹ ਬਸਹਿ ਦਇਆਲ॥	parmaysvar tah baseh da-i-aal.
ਸੂਖਮ ਅਸਥੂਲ ਸਗਲ ਭਗਵਾਨ॥	sookham asthool sagal bhagvaan.
ਨਾਨਕ ਗੁਰਮੁਖਿ ਬ੍ਰਹਮੁ ਪਛਾਨ॥੧੪॥	naanak gurmukh barahm pachhaan. ‖14‖

ਚੰਦ ਦੇ ਚੋਦਵੇ ਦਿਨ: ਪ੍ਰਭ ਚਾਰੇ ਪਾਸੇ ਹੀ ਵਾਪਰਦਾ ਹੈ । ਸਾਰੀਆਂ ਸ੍ਰਿਸ਼ਟੀਆਂ ਵਿੱਚ ਹੀ ਉਸ ਦੀ ਰੋਸ਼ਨੀ ਦਾ ਨੂਰ ਚਮਕਦਾ ਹੈ । ਇਕੋ ਇਕ ਪ੍ਰਭ ਹੀ ਦਸਾ ਦਿਸ਼ਾ ਵਿੱਚ ਸਮਾਇਆ ਹੋਇਆ ਹੈ । ਪ੍ਰਭ ਦੀ ਕੁਦਰਤ ਹੀ ਸਾਰੀਆਂ ਧਰਤੀਆਂ ਅਤੇ ਅਕਾਸ਼ ਵਿੱਚ ਵਾਪਰਦੀ ਹੈ । ਜਲ, ਥਲ, ਮੈਦਾਨ, ਜੰਗਲਾਂ, ਪਰਬਤਾਂ ਤੇ ਸਾਰੇ ਪਤਾਲਾ ਵਿੱਚ ਪ੍ਰਭ ਦੀ ਰਹਿਮਤ ਦੀ ਵਰਖਾ ਹੋ ਰਹੀ ਹੈ । ਪ੍ਰਭ ਦੀ ਜੋਤ ਹਰਇਕ ਮਨ ਵਿੱਚ, ਹਰਇਕ ਪਦਾਰਥ ਵਿੱਚ, ਹਰਇਕ ਖਿਆਲ ਵਿੱਚ ਹੀ ਰਚੀ ਹੋਈ ਹੈ । ਜਿਸ ਜੀਵ ਨੂੰ ਸ਼ਬਦ ਦੀ ਪਾਲਣਾ ਨਾਲ ਗੁਰਮਖ ਅਵਸਥਾ ਬਖਸ਼ਿਸ਼ ਹੋ ਜਾਂਦੀ ਹੈ, ਕੇਵਲ ਉਹ ਹੀ ਇਹ ਸਭ ਕੁਝ ਮਹਿਸੂਸ ਕਰਦਾ ਹੈ ।

On the 14th day of the Moon! The True Master prevails in all directions, His light glows in all universes. The One and Only One True Master remains embedded in all directions. He prevails in all earths and skies. Everywhere in water, earth, fields, forests, mountains and under earth, His blessings are raining all time. His Holy Spirit remains embedded in all worldly things and in thoughts of His Creation. Whosoever may be blessed with state of mind as His true devotee by adopting His Word; only he may be enlightened to realize the nature of The True Master.

15 ਸਲੋਕੁ॥ 300

ਆਤਮੁ ਜੀਤਾ ਗੁਰਮਤੀ,	aatam jeetaa gurmatee
ਗੁਣ ਗਾਏ ਗੋਬਿੰਦ॥	gun gaa-ay gobind.
ਸੰਤ ਪ੍ਰਸਾਦੀ ਭੈ ਮਿਟੇ,	sant parsaadee bhai mitay
ਨਾਨਕ ਬਿਨਸੀ ਚਿੰਦ॥੧੫॥	naanak binsee chind. ||15||

ਜਿਹੜੀ ਆਤਮਾ, ਪ੍ਰਭ ਦੇ ਸ਼ਬਦ ਦੇ ਗੁਣ ਗਾਉਂਦੀ ਜੀਵਨ ਬਤੀਤ ਕਰਦੀ ਹੈ, ਉਸ ਆਤਮਾ ਨੂੰ, ਮੌਤ ਤੇ ਜਿੱਤ ਬਖਸ਼ਿਸ਼ ਹੋ ਜਾਂਦੀ ਹੈ । ਬੰਦਗੀ ਕਰਨ ਵਾਲੇ ਸੰਤਾਂ ਦੀ ਰਹਿਮਤ ਨਾਲ ਮਨ ਵਿਚੋਂ ਮੌਤ ਦਾ ਡਰ ਨਾਸ਼ ਹੋ ਜਾਂਦਾ ਹੈ । ਮਨ ਦੀਆਂ ਚਿੰਤਾਂ ਖਤਮ ਹੋ ਜਾਂਦੀਆਂ ਹਨ ।

Whosoever may sing the glory of His Word and adopts the teachings of His Word in day-to-day life; his soul may be blessed to conquer the devil of death. With the blessings of His Holy saints, all his fears and frustrations may be eliminated from his mind.

ਪਉੜੀ॥	pa-orhee.
ਅਮਾਵਸ ਆਤਮ ਸੁਖੀ ਭਏ,	amaavas aatam sukhee bha-ay
ਸੰਤੋਖੁ ਦੀਆ ਗੁਰਦੇਵ॥	santokh dee-aa gurdayv.
ਮਨੁ ਤਨੁ ਸੀਤਲੁ ਸਾਂਤਿ ਸਹਜ,	man tan seetal saaNt sahj
ਲਾਗਾ ਪ੍ਰਭ ਕੀ ਸੇਵ॥	laagaa parabh kee sayv.
ਟੂਟੇ ਬੰਧਨ ਬਹੁ ਬਿਕਾਰ,	tootay banDhan baho bikaar
ਸਫਲ ਪੂਰਨ ਤਾ ਕੇ ਕਾਮ॥	safal pooran taa kay kaam.
ਦੁਰਮਤਿ ਮਿਟੀ ਹਉਮੈ ਛੁਟੀ,	durmat mitee ha-umai chhutee
ਸਿਮਰਤ ਹਰਿ ਕੋ ਨਾਮ॥	simrat har ko naam.
ਸਰਨਿ ਗਹੀ ਪਾਰਬ੍ਰਹਮ ਕੀ,	saran gahee paarbarahm kee
ਮਿਟਿਆ ਆਵਾ ਗਵਨ॥	miti-aa aavaa gavan.
ਆਪਿ ਤਰਿਆ ਕੁਟੰਬ ਸਿਉ,	aap tari-aa kutamb si-o
ਗੁਣ ਗੁਬਿੰਦ ਪ੍ਰਭ ਰਵਨ॥	gun gubind parabh ravan
ਹਰਿ ਕੀ ਟਹਲ ਕਮਾਵਣੀ,	har kee tahal kamaavnee
ਜਪੀਐ ਪ੍ਰਭ ਕਾ ਨਾਮੁ॥	japee-ai parabh kaa naam.
ਗੁਰ ਪੂਰੇ ਤੇ ਪਾਇਆ,	gur pooray tay paa-i-aa
ਨਾਨਕ ਸੁਖ ਬਿਸ੍ਰਾਮੁ॥੧੫॥	naanak sukh bisraam. ||15||

ਨਵੇਂ ਚੰਦ ਵਾਲੇ ਦਿਨ: ਪ੍ਰਭ ਦੀ ਰਹਿਮਤ ਨਾਲ ਮਨ ਵਿੱਚ ਸੰਤੋਖ ਭਰ ਜਾਂਦਾ ਹੈ, ਮਨ ਵਿੱਚ ਸ਼ਾਂਤੀ ਬਖਸ਼ਿਸ਼ ਹੋ ਜਾਂਦੀ ਹੈ, ਮੁਰਾਦਾਂ ਪੂਰੀਆਂ ਹੋ ਜਾਂਦੀਆਂ ਹਨ । ਤਨ, ਮਨ ਵਿੱਚ ਸੰਤੋਖ ਆਉਣ ਨਾਲ ਮਨ ਸ਼ਬਦ ਦੀ ਪਾਲਣਾ ਵਿੱਚ ਅਡੋਲ ਹੋ ਜਾਂਦਾ ਹੈ । ਉਸ ਦੇ ਸਾਰੇ ਸੰਸਾਰਕ ਬੰਧਨ, ਟੱਟ ਜਾਂਦੇ ਹਨ, ਪਾਪ ਧੋਤੇ ਜਾਂਦੇ ਹਨ । ਉਸ ਦੇ ਮਨ ਵਿਚੋਂ ਭਰਮਾਂ ਦਾ ਨਾਸ਼ ਹੋ ਜਾਂਦਾ ਹੈ, ਬੁਰੇ ਖਿਆਲ ਦੂਰ ਹੋ ਜਾਂਦੇ ਹਨ । ਅਹੰਕਾਰ ਤੇ ਜਿੱਤ ਪੈ ਜਾਂਦੀ ਹੈ, ਮਾਨਸ ਜਨਮ ਦੇ ਸਾਰੇ ਕਾਰਜ ਪੂਰੇ ਹੋ ਜਾਂਦੇ ਹਨ । ਮਾਨਸ ਜਨਮ ਸਫਲ ਹੋ ਜਾਂਦਾ ਹੈ । ਪ੍ਰਭ ਦੀ ਸ਼ਰਣ ਵਿੱਚ ਪਨਾਹ ਬਖਸ਼ਿਸ਼ ਹੋ ਜਾਂਦੀ ਹੈ । ਉਸ ਦਾ ਜੂੰਨਾਂ ਦਾ ਚੱਕਰ ਖਤਮ ਹੋ ਜਾਂਦਾ ਹੈ । ਉਹ ਮਾਨਸ, ਆਪ ਤਾ ਪ੍ਰਵਾਨ ਹੋ ਜਾਂਦਾ ਹੈ, ਆਪਣੇ ਪਰਿਵਾਰ, ਸਾਥੀਆਂ ਨੂੰ ਸਿਮਰਨ ਤੇ, ਪ੍ਰਵਾਨਗੀ ਦੇ ਰਸਤੇ ਤੇ ਅਡੋਲ ਕਰ ਦੇਂਦਾ ਹੈ । ਬੰਦਗੀ ਕਰਨ ਵਾਲਾ ਪ੍ਰਭ ਦੇ ਸ਼ਬਦ ਦੀ ਪਾਲਣਾ ਕਰਦਾ, ਆਪਣਾ ਭਰੋਸਾ ਪ੍ਰਭ ਦੇ ਬਖਸ਼ੇ ਤੇ ਅਡੋਲ ਰਖਦਾ ਹੈ । ਉਹ ਪੂਰਨ ਗੁਰੂ ਤੋਂ ਹੀ ਸੰਤੋਖ, ਅਮਰ ਅਵਸਥਾ ਪਾ ਲੈਂਦੇ ਹਨ ।

On the 15th day of the Moon! He may be blessed with peace, contentment and all his spoken, unspoken desires may be fulfilled. He may remain intoxicated in adopting His Word with steady and stable belief in day-to-day life. All his bonds, attachment to the worldly wealth and relationships may be eliminated. All his sins of previous life may be forgiven; all his suspicions and evil thoughts may be eliminated. He may conquer his own mind and all his chores of human life may be completed successfully. His human life journey may become successful and he may be accepted in His Sanctuary. His cycle of birth and death may be eliminated and he may be accepted in His Court. He may inspire his followers, family, and associates on the right path of meditation. His true devotee keeps his belief steady and stable on His blessings; with His mercy and grace, he may be blessed with enlightenment, contentment, and immortal state of mind.

16 **ਸਲੋਕੁ॥**

ਪੂਰਨੁ ਕਬਹੁ ਨ ਡੋਲਤਾ,	pooran kabahu na doltaa
ਪੂਰਾ ਕੀਆ ਪ੍ਰਭ ਆਪਿ॥	pooraa kee-aa parabh aap.
ਦਿਨੁ ਦਿਨੁ ਚੜੈ ਸਵਾਇਆ,	din din charhai savaa-i-aa
ਨਾਨਕ ਹੋਤ ਨ ਘਾਟਿ॥੧੬॥	naanak hot na ghaat. ‖16‖

ਜਿਸ ਜੀਵ ਨੂੰ ਪ੍ਰਭ ਆਪ ਹੀ ਅਡੋਲ, ਪੂਰਨ ਕਰ ਦੇਂਦਾ ਹੈ । ਉਸ ਦਾ ਮਨ ਕਦੇ ਵੀ ਸ਼ਬਦ ਦੀ ਪਾਲਣਾ ਤੋਂ ਡੋਲਦਾ ਨਹੀਂ । ਉਸ ਉਪਰ ਹਰ ਦਿਨ ਪ੍ਰਭ ਦੀ ਰਹਿਮਤ ਵਧਦੀ ਰਹਿੰਦੀ ਹੈ । ਉਸ ਦੇ ਕਿਸੇ ਕੰਮ ਵਿੱਚ ਕੋਈ ਕਮੀ ਨਹੀਂ ਹੁੰਦੀ ।

Whosoever may be bestowed with His Blessed Vision, he may become perfect as His true devotee; with His mercy and grace; his mind remains steady and stable on obeying the teachings of His Word and never becomes unstable. His Blessings may remain overwhelmed and enhance, day, and night; he may never realize any deficiency in his life.

ਪਉੜੀ॥	pa-orhee.
ਪੂਰਨਮਾ ਪੂਰਨ ਪ੍ਰਭ ਏਕੁ,	poornamaa pooran parabh ayk
ਕਰਣ ਕਾਰਣ ਸਮਰਥੁ॥	karan kaaran samrath.
ਜੀਅ ਜੰਤ ਦਇਆਲ ਪੁਰਖੁ,	jee-a jant da-i-aal purakh
ਸਭ ਊਪਰਿ ਜਾ ਕਾ ਹਥੁ॥	sabh oopar jaa kaa hath.
ਗੁਣ ਨਿਧਾਨ ਗੋਬਿੰਦ ਗੁਰ,	gun niDhaan gobind gur
ਕੀਆ ਜਾ ਕਾ ਹੋਇ॥	kee-aa jaa kaa ho-ay.
ਅੰਤਰਜਾਮੀ ਪ੍ਰਭੁ ਸੁਜਾਨੁ,	antarjaamee parabh sujaan
ਅਲਖ ਨਿਰੰਜਨ ਸੋਇ॥	alakh niranjan so-ay.
ਪਾਰਬ੍ਰਹਮੁ ਪਰਮੇਸਰੋ,	paarbarahm parmaysaro
ਸਭ ਬਿਧਿ ਜਾਨਣਹਾਰ॥	sabh biDh jaananhaar.
ਸੰਤ ਸਹਾਈ ਸਰਨਿ ਜੋਗੁ,	sant sahaa-ee saran jog
ਆਠ ਪਹਰ ਨਮਸਕਾਰ॥	aath pahar namaskaar.
ਅਕਥ ਕਥਾ ਨਹ ਬੂਝੀਐ,	akath kathaa nah boojhee-ai
ਸਿਮਰਹੁ ਹਰਿ ਕੇ ਚਰਨ॥	simrahu har kay charan.
ਪਤਿਤ ਉਧਾਰਨ ਅਨਾਥ ਨਾਥ,	patit uDhaaran anaath naath
ਨਾਨਕ ਪ੍ਰਭ ਕੀ ਸਰਨ॥੧੬॥	naanak parabh kee saran. ‖16‖

ਪੂਰੇ ਚੰਦ ਵਾਲੇ ਦਿਨ ਕੇਵਲ ਪ੍ਰਭ ਹੀ ਪੂਰਨ ਹੁੰਦਾ ਹੈ; ਉਹ ਸਰਬ ਕਲਾ ਸਮਰਥ, ਸਭ ਕੰਮਾਂ ਦਾ ਕਰਨ ਕਰਾਉਣ ਵਾਲਾ, ਕਾਰਨ ਬਣਾਉਂਦਾ ਹੈ । ਪ੍ਰਭ ਸਾਰੇ ਜੀਵਾਂ ਜੰਤਾਂ ਤੇ ਰਹਿਮਤ ਦੀ ਨਜ਼ਰ ਬਖਸ਼ਦਾ, ਰਖਿਆ ਕਰਦਾ ਹੈ । ਪ੍ਰਭ ਦੀਆਂ ਸਭ ਵਡਿਆਈਆਂ ਪ੍ਰਭ ਦੇ ਸ਼ਬਦ ਦੀ ਪਾਲਣਾ ਕਰਨ ਨਾਲ ਹੀ ਬਖਸ਼ਿਸ਼ ਹੁੰਦੀਆਂ ਹਨ । ਅੰਤਰਜਾਮੀ ਪ੍ਰਭ, ਹਰਇਕ ਮਨ ਦੀ ਭਾਵਨਾ ਨੂੰ ਜਾਣਦਾ ਹੈ । ਉਹ ਪੂਰਨ, ਪਵਿੱਤਰ ਪ੍ਰਭ ਦੇਖੇ ਜਾਣ ਵਿੱਚ ਨਹੀਂ ਆਉਂਦਾ, ਸ੍ਰਿਸ਼ਟੀ ਦਾ ਮਾਲਕ ਸਾਰੀਆਂ ਹੀ ਵਿਧੀਆਂ ਜਾਣਦਾ ਹੈ । ਜਿਹੜਾ ਬੰਦਗੀ ਕਰਨ ਵਾਲੇ ਸੰਤ, ਦਿਨ ਰਾਤ, ਅੱਠੇ ਪਹਿਰ ਸਿਮਰਨ ਕਰਦਾ ਹੈ, ਪ੍ਰਭ ਉਸ ਦੇ ਸਾਥ, ਅੰਗ ਸੰਗ ਸਹਾਈ ਰਹਿੰਦਾ ਹੈ । ਉਸ ਦਾਸ ਦੀ ਸ਼ਰਣ ਵਿੱਚ ਹੀ ਸਾਰੀਆਂ ਬਖਸ਼ਿਸ਼ਾ ਰਖਦਾ ਹੈ । ਪ੍ਰਭ ਦੇ ਅਕਥ ਬਚਨ ਦੀ ਵਿਆਖਿਆ ਨਹੀਂ ਕੀਤਾ ਜਾ ਸਕਦੀ । ਭਰੋਸਾ

ਅਡੋਲ ਰਖਕੇ ਸ਼ਬਦ ਦੀ ਪਾਲਣਾ ਕਰੋ! ਉਹ ਹੀ ਪਾਪੀਆਂ ਨੂੰ ਤਾਰਨ ਵਾਲਾ ਹੈ । ਜਿਸ ਦਾ ਕੋਈ ਗੁਰੂ ਨਹੀਂ, ਉਸ ਦਾ ਪ੍ਰਭ, ਰਖਵਾਲਾ ਹੈ । ਬੰਦਗੀ ਕਰਨ ਵਾਲੇ ਉਸ ਦੀ ਸ਼ਰਣ ਵਿੱਚ ਹੀ ਵਸਦੇ ਹਨ ।

On the day of full Moon! Only The Omnipotent True Master remains perfect. The Omnipotent creates all causes and purposes of all event in His Nature and only He pervades in all events. The Merciful True Master protects all creature of His Creation. All greatness and virtues of The True Master remains embedded within obeying the teachings of His Word in day-to-day life. The Omniscient Master remains aware all desires of mind of His creation. The Omnipotent True Master Treasures of techniques of soul sanctification. He remains beyond any visibility and comprehension of His Creation. Whosoever may meditate day and night with each breath; he may be blessed with state of mind of as His true devotee and He remains his pillar of support in each action of his life. His Word, spoken words of His Holy saint remain beyond and explanation of His Creation. You should obey the teachings of His Word with steady and stable belief; He may be the Only Ture forgiver of even sinners. The True Master, protector of helpless and The True Guru of meek, who may have been condoned by any worldly guru. His true devotee dwells in His Sanctuary, in the void of His Word.

☬ ਪੂਰਨਮਾਸ਼ੀ ☬

1. **ਰਾਗੁ ਗਉੜੀ ਥਿਤੀੰ ਕਬੀਰ ਜੀ ਕੀੰ॥ ਸਲੋਕੁ॥ 343-4 ਪੰਦ੍ਰਹ ਥਿਤੀੰ ਸਾਤ ਵਾਰ॥**

ੴ ਸਤਿਗੁਰ ਪ੍ਰਸਾਦਿ॥	ik-oNkaar satgur parsaad.
ਕਹਿ ਕਬੀਰ ਉਰਵਾਰ ਨ ਪਾਰ॥	kahi kabeer urvaar na paar.
ਸਾਧਿਕ ਸਿਧ ਲਖੈ ਜਉ ਭੇਉ॥	saaDhik siDh lakhai ja-o bhay-o.
ਆਪੇ ਕਰਤਾ ਆਪੇ ਦੇਉ॥੧॥	aapay kartaa aapay day-o. ||1||

ਇਹ ਕਿਹਾ ਨਹੀਂ ਜਾ ਸਕਦਾ, ਪ੍ਰਭ ਇਥੇ ਹੈ ਜਾ ਉਥੇ ਹੈ! ਉਸ ਦੇ ਅਸਲੀ ਟਿਕਾਨੇ ਬਾਬਤ ਕੁਝ ਕਿਹਾ ਨਹੀਂ ਜਾ ਸਕਦਾ । ਬੰਦਗੀ ਕਰਨ ਵਾਲੇ ਜਦੋਂ ਪ੍ਰਭ ਦੇ ਸ਼ਬਦ ਦੀ ਸੋਝੀ ਪਾ ਲੈਂਦੇ ਹਨ! ਉਹ ਸ਼ਬਦ ਨਾਲ ਆਪਣਾ ਜੀਵਨ ਢਾਲਕੇ ਪ੍ਰਭ ਦਾ ਰੂਪ ਹੀ ਬਣ ਜਾਂਦੇ ਹਨ ।

No one can say, The True Master is here or there, at a certain unique place. No one knows where He is any certain time. No one can define where is His permanent base. Whosoever may be blessed with the enlightenment of His Word; he may adopt the teachings of His Word and may become the symbol, insignia of The True Master.1

ਥਿਤੀੰ॥	thiteeN.
ਅੰਮਾਵਸ ਮਹਿ ਆਸ ਨਿਵਾਰਹੁ॥	ammaavas meh aas nivaarahu.
ਅੰਤਰਜਾਮੀ ਰਾਮੁ ਸਮਾਰਹੁ॥	antarjaamee raam samaarahu.
ਜੀਵਤ ਪਾਵਹੁ ਮੋਖ ਦੁਆਰ॥	jeevat paavhu mokh du-aar.
ਅਨਭਉ ਸਬਦੁ ਤਤੁ ਨਿਜੁ ਸਾਰ॥੧॥	anbha-o sabad tat nij saar. ||1||

ਚੰਦ੍ਰਮਾ ਦੀ ਪਹਿਲੀ ਰਾਤ ਨੂੰ ਜੀਵ ਦੇ ਮਨ ਵਿੱਚ ਆਸਾਂ ਆ ਜਾਂਦੀਆਂ ਹਨ । ਜੀਵ ਉਸ ਅੰਤਰਜਾਮੀ ਪ੍ਰਭ ਦੀ ਯਾਦ ਵਿੱਚ ਪ੍ਰਭ ਦੇ ਸ਼ਬਦ ਦਾ ਸਿਮਰਨ ਕਰਦੇ ਹਨ । ਜਿਹੜਾ ਜੀਵ ਸ਼ਬਦ ਦੀ ਖੋਜ ਕਰਕੇ, ਸ਼ਬਦ ਦੀ ਸੋਝੀ ਪਾ ਲੈਂਦਾ ਹੈ । ਉਹ ਆਪਣੇ ਆਪ ਨੂੰ ਪਰਖਦਾ ਹੈ । ਉਸ ਦੀ ਹੋਂਦ ਮਹਿਸੂਸ ਕਰਦਾ ਹੈ! ਇਸ ਮਾਨਸ ਜੀਵਨ ਵਿੱਚ ਹੀ ਪ੍ਰਭ ਦੀ ਰਹਿਮਤ ਪਾ ਕੇ ਮੁਕਤੀ ਹਾਸਿਲ ਕਰ ਲੈਂਦਾ ਹੈ ।

In the first moonlight night, the mind of His true devotee may be overwhelmed hopes. He may remember in the memory of separation from The Omniscient True Master and meditate on the teachings of His Word. Whosoever may keep the memory The True Master steady and stable within his mind and meditate on the teachings of His Word; he may be blessed with the enlightenment of His Word from within his own mind. He evaluates his own deeds with the measuring scale of His Word. He may realize the existence of The True Master. He may be blessed with the state of mind as His true devotee in his human life and may be blessed with salvation.1

ਚਰਨ ਕਮਲ ਗੋਬਿੰਦ ਰੰਗੁ ਲਾਗਾ॥	charan kamal gobind rang laagaa.
ਸੰਤ ਪ੍ਰਸਾਦਿ ਭਏ ਮਨ ਨਿਰਮਲ,	sant parsaad bha-ay man nirmal,
ਹਰਿ ਕੀਰਤਨ ਮਹਿ ਅਨਦਿਨੁ ਜਾਗਾ॥੧॥	har keertan meh an-din jaagaa.
ਰਹਾਉ॥	||1|| rahaa-o.

ਜਿਸ ਦਾ ਮਨ ਪ੍ਰਭ ਦੇ ਚਰਨਾਂ ਵਿੱਚ ਲਗ ਜਾਂਦਾ ਹੈ । ਪ੍ਰਭ ਦੀ ਰਹਿਮਤ ਨਾਲ ਉਸਦਾ ਮਨ ਪਵਿੱਤਰ ਹੋ ਜਾਂਦਾ ਹੈ । ਉਹ ਦਿਨ ਰਾਤ ਪ੍ਰਭ ਦੇ ਸ਼ਬਦ ਦੀ ਪਾਲਣਾ, ਸਿਮਰਨ ਵਿੱਚ ਹੀ ਲੱਗਾ ਰਹਿੰਦਾ ਹੈ ।

Whosoever may focus on the feet of The True Master, on the teachings of His Word; With His mercy and grace, his mind and soul become sanctified. He spends his day and night meditating and obeying the teachings of His Word in his life.

ਪਰਿਵਾ ਪ੍ਰੀਤਮ ਕਰਹੁ ਬੀਚਾਰ॥	parivaa pareetam karahu beechaar.
ਘਟ ਮਹਿ ਖੇਲੈ ਅਘਟ ਅਪਾਰ॥	ghat meh khaylai aghat apaar.
	kaal kalpanaa kaday na khaa-ay.

ਕਾਲ ਕਲਪਨਾ ਕਦੇ ਨ ਖਾਇ॥ aad purakh meh rahai samaa-ay. ||2||
ਆਦਿ ਪੁਰਖ ਮਹਿ ਰਹੈ ਸਮਾਇ॥੨॥

ਪਹਿਲੀ ਚਾਨਣੀ ਰਾਤ ਵਿੱਚ ਜੀਵ ਪ੍ਰਭ ਨੂੰ ਯਾਦ ਕਰਦਾ ਹੈ । ਪ੍ਰਭ ਉਸ ਦੇ ਮਨ ਵਿੱਚ ਖੇਡਦਾ ਹੈ! ਉਸ ਦਾ ਕੋਈ ਇਕ ਅਕਾਰ ਨਹੀਂ, ਅੰਤ, ਪਛਾਣ ਨਹੀਂ ਕੀਤੀ ਜਾ ਸਕਦੀ । ਜਿਹੜਾ ਪ੍ਰਭ ਦੇ ਸ਼ਬਦ ਵਿੱਚ ਲੀਨ ਰਹਿੰਦਾ ਹੈ, ਉਸ ਨੂੰ ਮੌਤ ਦਾ ਦੁਖ ਸਤਾਉਂਦਾ ਨਹੀਂ ।

Whosoever remembers The True Master in the first part of the night of Moon; The True Master plays and blossom in his mind. The True Master does not have any unique shape and form, beginning or end. He cannot be recognized by any human recognition techniques. Whosoever may remain deep in the meditation in the void of His Word; he may not experience the pain of death. The fear of death does not frustrate him.2

ਦੁਤੀਆ ਦੁਹ ਕਰਿ ਜਾਨੈ ਅੰਗ॥ dutee-aa duh kar jaanai ang.
ਮਾਇਆ ਬ੍ਰਹਮ ਰਮੈ ਸਭ ਸੰਗ॥ maa-i-aa barahm ramai sabh sang.
ਨਾ ਓਹੁ ਬਢੈ ਨ ਘਟਤਾ ਜਾਇ॥ naa oh badhai na ghattaa jaa-ay.
ਅਕੁਲ ਨਿਰੰਜਨ ਏਕੈ ਭਾਇ॥੩॥ akul niranjan aykai bhaa-ay. ||3||

ਦੂਸਰੇ ਦਿਨ ਜੀਵ ਨੂੰ ਸੋਝੀ ਹੁੰਦੀ ਹੈ! ਉਸ ਦੇ ਮਨ ਵਿੱਚ ਦੋਨੋਂ ਮਾਇਆ ਅਤੇ ਸ਼ਬਦ ਵਸਦੇ ਮਹਿਸੂਸ ਹੁੰਦੇ ਹਨ । ਇਕ ਮਾਇਆ ਅਤੇ ਦੂਸਰਾ ਪ੍ਰਭ ਦਾ ਸ਼ਬਦ, ਇਹ ਦੋਨੋਂ ਹਰਇਕ ਚੀਜ ਵਿੱਚ ਹੀ ਸਮਾਏ ਹਨ । ਮਨ ਵਿੱਚ ਪ੍ਰਭ ਵਧਦਾ ਜਾ ਘਟਦਾ ਨਹੀਂ ਹੈ । ਉਹ ਜੀਵ ਦੀ ਜਾਣ, ਪਛਾਣ ਤੋਂ ਰਹਿਤ, ਸਦਾ ਅਟਲ, ਨਾ ਬਦਲਨ ਵਾਲਾ ਹੈ ।

On the second moonlight night; The mind of His devotee may be enlightened that the demons of worldly wealth and His Word both co-exist within his mind; these are like the two sides a coin. He may be enlightened that both worldly wealth and His Word are embedded d in each element of His nature. His Word and The True Master does not grow bigger or smaller, diminish within his mind. He remains beyond the recognition of His Creation and remains steady and stable, axiom forever.3

ਤ੍ਰਿਤੀਆ ਤੀਨੇ ਸਮ ਕਰਿ ਲਿਆਵੈ॥ taritee-aa teenay sam kar li-aavai. aa-
ਆਨਦ ਮੂਲ ਪਰਮ ਪਦੁ ਪਾਵੈ॥ nad mool param pad paavai.
ਸਾਧਸੰਗਤਿ ਉਪਜੈ ਬਿਸ੍ਵਾਸ॥ saaDhsangat upjai bisvaas.
ਬਾਹਰਿ ਭੀਤਰਿ ਸਦਾ ਪ੍ਰਗਾਸ॥੪॥ baahar bheetar sadaa pargaas. ||4||

ਚਾਦਨੀ ਰਾਤ ਦੇ ਤੀਸਰੇ ਦਿਨ! ਜਿਹੜਾ ਆਪਣੇ ਮਨ ਨੂੰ ਕਾਬੂ ਵਿੱਚ ਰੱਖਦਾ, ਸੰਤੋਖ ਵਿੱਚ ਰੱਖਦਾ ਹੈ । ਉਸ ਨੂੰ ਮਾਇਆ ਦੇ ਤਿੰਨਾਂ ਰੂਪ ਦੀ ਸੋਝੀ ਬਖਸ਼ਿਸ਼ ਹੋ ਜਾਂਦੀ ਹੈ, ਸ੍ਰਿਸ਼ਟੀ ਦੇ ਮੂਲ, ਮੁੱਢ ਦੀ ਸੋਝੀ ਹੋ ਜਾਂਦੀ ਹੈ, ਵਿਸ਼ੇਸ਼ ਅਵਸਥਾ ਹਾਸਿਲ ਹੋ ਜਾਂਦੀ ਹੈ । ਸੰਤ ਸਰੂਪ ਦੀ ਸੰਗਤ ਵਿੱਚ ਜੀਵ ਦੇ ਮਨ ਦਾ ਭਰੋਸਾ ਅਡੋਲ ਰਹਿੰਦਾ ਹੈ । ਉਸ ਨੂੰ ਮਨ ਅੰਦਰ ਅਤੇ ਸੰਸਾਰਕ ਜੀਵਨ ਵਿੱਚ ਪ੍ਰਭ ਦੀ ਰਹਿਮਤ ਨਜ਼ਰ ਆਉਂਦੀ ਹੈ ।

On the third day of the bright night of moon; whosoever may control the desires of his mind and have patience and contentment on the blessings of His Word; he may be enlightened with the understanding of the true color of the worldly wealth. He may be enlightened with the origin and bases of the creation of the universe. He may be blessed with unique state of mind. Whosoever may associate with His true devotee, his belief on the teachings of His Word may become steady and stable and his understanding may be enhanced. He may realize and visualize the blessings and mercy and grace of The True Master within his mind and in the outside universe.4

ਚਉਥਹਿ ਚੰਚਲ ਮਨ ਕਉ ਗਹਹੁ॥ cha-othahi chanchal man ka-o gahhu.
ਕਾਮ ਕ੍ਰੋਧ ਸੰਗਿ ਕਬਹੁ ਨ ਬਹਹੁ॥ kaam kroDh sang kabahu na bahhu.

ਜਲ ਥਲ ਮਾਹੇ ਆਪਹਿ ਆਪ॥	jal thal maahay aapeh aap.
ਆਪੈ ਜਪਹੁ ਆਪਨਾ ਜਾਪ॥੫॥	aapai japahu aapnaa jaap. ||5||

ਚੌਥੇ ਚਾਨਣੀ ਦੀ ਰਾਤ! ਜੀਵ ਆਪਣੇ ਮਨ ਦਾ ਭਰੋਸਾ ਪ੍ਰਭ ਦੇ ਸ਼ਬਦ ਤੇ ਅਡੋਲ ਰੱਖੋ! ਆਪਣੇ ਮਨ ਨੂੰ ਕਰੋਧ ਅਤੇ ਕਾਮਵਾਸਨਾ ਤੋਂ ਰਹਿਤ ਰੱਖੋ । ਜਲ ਅਤੇ ਥਲ ਵਿੱਚ ਪ੍ਰਭ ਆਪਣੇ ਆਪ ਵਿੱਚ ਹੀ ਵਸਦਾ, ਵਾਪਰਦਾ ਹੈ । ਆਪ ਹੀ ਜੀਵ ਦੇ ਅੰਦਰ ਸਿਮਰਨ ਕਰਦਾ, ਜੀਭ ਤੋਂ ਸ਼ਬਦ ਗਵਾਉਂਦਾ ਹੈ ।

On the fourth moonlight night; You should keep control on the worldly desires of your mind and keep your belief steady and stable on the blessings of His Word. You should keep your mind beyond the reach of sexual desire and anger from worldly disappointments. In the water, in earth, on earth, under earth, The True Master dwells everywhere and prevails in every event. The True Master meditates within his heart and sings His own glory from the tongue of His devotee.5

ਪਾਂਚੈ ਪੰਚ ਤਤ ਬਿਸਥਾਰ॥	paaNchai panch tat bisthaar.
ਕਨਿਕ ਕਾਮਿਨੀ ਜੁਗ ਬਿਉਹਾਰ॥	kanik kaaminee jug bi-uhaar.
ਪ੍ਰੇਮ ਸੁਧਾ ਰਸੁ ਪੀਵੈ ਕੋਇ॥	paraym suDhaa ras peevai ko-ay.
ਜਰਾ ਮਰਣ ਦੁਖੁ ਫੇਰਿ ਨ ਹੋਇ॥੬॥	jaraa maran dukh fayr na ho-ay. ||6||

ਪੰਜਵੇਂ ਚਾਨਣ ਦੀ ਰਾਤ! ਮਨ ਦੀਆਂ ਪੰਜੇ ਇਛਾਂ ਮਨ ਵਿਚੋਂ ਬਾਹਰ ਆਉਂਦੀਆਂ ਹਨ । ਜੀਵ ਸੰਸਾਰਕ ਧਨ ਇਕੱਠਾ ਕਰਨ ਵਿੱਚ ਅਤੇ ਕਾਮਵਾਸਨ ਵਿੱਚ ਧਿਆਨ ਲਾਉਂਦਾ ਹੈ । ਕੋਈ ਵਿਰਲਾ ਹੀ ਜੀਵ ਉਸ ਵੇਲੇ ਵੀ ਕੇਵਲ ਪ੍ਰਭ ਦੇ ਸ਼ਬਦ ਵਿੱਚ ਲਿਵ ਲਾਈ ਰੱਖਦਾ ਹੈ । ਜਿਹੜੇ ਸ਼ਬਦ ਦੀ ਪਾਲਣਾ ਕਰਦੇ ਹਨ! ਉਹ ਜੀਵ ਫਿਰ ਕਦੇ ਮੌਤ ਜਾ ਜਨਮ ਮਰਨ ਵਿੱਚ ਨਹੀਂ ਜਾਂਦੇ, ਬੁੱਢੇ ਨਹੀਂ ਹੁੰਦੇ ।

On the fifth moonlight night; the five demons of worldly desires come out from his e mind into the outside world. Everyone may concentrate in collecting worldly wealth and focus on his sexual desire. However, very rare devotee may remain steady and stable on the meditation in the void of His Word. Whosoever may meditate and adopt the teachings of His Word; he may never enter es into the womb of mother again nor become old and feeble or remain in the cycle of birth and death.6

ਛਠਿ ਖਟੁ ਚਕ੍ਰ ਛਹੂੰ ਦਿਸ ਧਾਇ॥	chhath khat chakar chhahoo-aN dis Dhaaay.
ਬਿਨੁ ਪਰਚੈ ਨਹੀ ਥਿਰ੍ਹਾਂ ਰਹਾਇ॥	bin parchai nahee thiraa rahaa-ay.
ਦੁਬਿਧਾ ਮੇਟਿ ਖਿਮਾ ਗਹਿ ਰਹਹੁ॥	dubiDhaa mayt khimaa geh rahhu. karam
ਕਰਮ ਧਰਮ ਕੀ ਸੂਲ ਨ ਸਹਹੁ॥ ੭॥	Dharam kee sool na sahhu. ||7||

ਛੇਵੀਂ ਚਾਨਣੀ ਦੀ ਰਾਤ! ਮਨ ਦੀਆਂ ਤ੍ਰਿਸ਼ਨਾਂ ਦੇ ਛੇ ਚੱਕਰ, ਛੇ ਦਿਸ਼ਾਂ, ਵੱਖਰੀਆਂ ਦਿਸ਼ਾਂ ਵਿੱਚ ਜਾਣਾ ਚਾਹੁੰਦੀਆਂ ਹਨ । ਪ੍ਰਭ ਦੇ ਸ਼ਬਦ ਦੀ ਸੋਝੀ ਤੋਂ ਬਿਨਾਂ ਮਨ ਡੋਲ ਜਾਂਦਾ ਹੈ, ਪ੍ਰਭ ਦੇ ਸ਼ਬਦ ਤੇ ਟਿਕਦਾ ਨਹੀਂ । ਜੀਵ ਉਸ ਵੇਲੇ ਆਪਣੇ ਮਨ ਦੇ ਭਰਮਾਂ ਤੇ ਕਾਬੂ ਪਾਵੇ! ਦੂਸਰੇ ਨੂੰ ਖਿਮਾ ਤੇ ਜ਼ੋਰ ਪੱਕਾ ਰੱਖੋ, ਤਰਸ ਦਾ ਪ੍ਰਭਾਵ ਮਨ ਤੇ ਰੱਖੋ । ਇਸ ਨਾਲ ਮਨ ਨੂੰ ਧਰਮ ਦੇ ਰੀਤ ਰੀਵਾਜਾਂ ਦਾ ਦੁਖ ਸਹਿਣ ਨਹੀਂ ਪੈਂਦਾ ।

On the sixth moonlight night; six cycles of the desires of his mind may wander in six directions and each may want to go into different direction. Without the enlightenment of His Word, his mind may become unstable; he may not focus and stay on one the right path in his life. You should subdue your suspicions at that time, in that situation. You should keep a control and remains steady and stable in forgiveness and be merciful to others. Your mind may not endure the suffering of religious rituals

ਸਾਤੈਂ ਸਤਿ ਕਰਿ ਬਾਚਾ ਜਾਣਿ॥	saataiN sat kar baachaa jaan.
ਆਤਮ ਰਾਮੁ ਲੇਹੁ ਪਰਵਾਣਿ॥	aatam raam layho parvaan.
ਛੂਟੈ ਸੰਸਾ ਮਿਟਿ ਜਾਇ ਦੁਖ॥	chhootai sansaa mit jaahi dukh.
	sunn sarovar paavhu sukh. ||8||

ਸੁੰਨ ਸਰੋਵਰਿ ਪਾਵਹੁ ਸੁਖ॥੮॥

ਸੱਤਵੀਂ ਚਾਨਣੀ ਦੀ ਰਾਤ! ਪ੍ਰਭ ਦੇ ਸ਼ਬਦ ਨੂੰ ਯਾਦ ਰਖੋ! ਤਾ ਮਨ ਪ੍ਰਭ ਦੀ ਪਨਾਹ ਵਿੱਚ ਪ੍ਰਵਾਨ ਹੋ ਜਾਂਦਾ ਹੈ, ਪ੍ਰਭ ਦੀ ਜੋਤ ਮਨ ਅੰਦਰ ਜਾਗਰਤ ਹੋ ਜਾਂਦੀ ਹੈ । ਉਸ ਦੇ ਮਨ ਦੇ ਭਰਮ ਖਤਮ ਹੋ ਜਾਂਦੇ ਹਨ, ਸੰਸਾਰਕ ਇਛਾਂ ਦੀ ਭਟਕਣ ਖਤਮ ਹੋ ਜਾਂਦੀ ਹੈ । ਪ੍ਰਭ ਦੇ ਸ਼ਬਦ ਦਾ ਪਾਲਣਾ ਕਰਦਾ ਮਨ ਸ਼ਬਦ ਦੀ ਸਮਾਧੀ ਵਿੱਚ ਲੀਨ ਹੋ ਜਾਂਦਾ ਹੈ । ਉਸ ਨੂੰ ਪੂਰਨ ਸ਼ਾਂਤੀ, ਸੰਤੋਖ ਹਾਸਿਲ ਹੋ ਜਾਂਦਾ ਹੈ ।

On the seventh moonlight night; You should remember the teachings of His Word wholeheartedly within your mind. You may be accepted in His sanctuary and the spiritual glow of His Holy Spirit may shine within his heart and remain awake and alert all time. All his suspicions and the frustrations of worldly desires may be eliminated from his mind. While obeying and adopting the teachings of His Word; he may enter the void of His Word. His mind may be blessed with complete peace and contentment in his worldly life.8

ਅਸਟਮੀ ਅਸਟ ਧਾਤੁ ਕੀ ਕਾਇਆ॥	astamee asat Dhaat kee kaa-i-aa.
ਤਾ ਮਹਿ ਅਕੁਲ ਮਹਾ ਨਿਧਿ ਰਾਇਆ॥	taa meh akul mahaa niDh raa-i-aa.
ਗੁਰ ਗਮ ਗਿਆਨ ਬਤਾਵੈ ਭੇਦ॥	gur gam gi-aan bataavai bhayd.
ਉਲਟਾ ਰਹੈ ਅਭੰਗ ਅਛੇਦ॥੯॥	ultaa rahai abhang achhayd. ||9||

ਅੱਠਵੇ ਚਾਨਣੀ ਦੀ ਰਾਤ! ਜੀਵ ਦਾ ਤਨ ਅੱਠਾਂ ਧਾਤਾਂ ਦਾ ਬਣ ਜਾਂਦਾ ਹੈ, ਤਾਂ ਉਸ ਦੇ ਮਨ ਅੰਦਰ ਉਹ ਜਾਣਕਾਰੀ ਤੋਂ ਉਪਰ ਪ੍ਰਭ ਪ੍ਰਗਟ ਹੋ ਜਾਂਦਾ, ਸ਼ਬਦ ਜਾਗਰਤ ਹੋ ਜਾਂਦਾ ਹੈ । ਅਨਮੋਲ ਖਜ਼ਾਨੇ ਦੇ ਮਾਲਕ ਦਾ ਘਰ ਬਣ ਜਾਂਦਾ ਹੈ । ਜਿਸ ਬੰਦਗੀ ਕਰਨ ਵਾਲੇ ਤੇ ਰਹਿਮਤ ਬਖਸ਼ਿਸ਼ ਹੁੰਦੀ ਹੈ, ਉਸ ਨੂੰ ਇਸ ਅਵਸਥਾ ਦੀ ਸੋਝੀ ਬਖਸ਼ਿਸ਼ ਹੁੰਦੀ ਹੈ । ਉਹ ਹੀ ਇਸ ਦੀ ਵਿਆਖਿਆ ਕਰ ਸਕਦਾ ਹੈ । ਉਸ ਦਾ ਸੰਸਾਰਕ ਇਛਾਂ ਨੂੰ ਤਿਆਗ ਕੇ ਪ੍ਰਭ ਨਾਲ ਸਦਾ ਅਟਲ ਰਹਿਣ ਵਾਲਾ ਸੰਜੋਗ ਬਣਾ ਲੈਂਦਾ ਹੈ ।

On the eighth moonlight night; His body may become the union of eight elements. The True Master, beyond comprehension may appears within his mind; he may be enlightened with the teachings of His Word. His mind becomes the dwelling of The True Master of priceless treasure. Whosoever may be accepted in His court; only he may be blessed with this state of mind, this nature of The True Master. Only he may comprehend and explain this unexplainable nature of The True Master. His mind relinquishes, abandons all attachment with worldly possessions. He may be blessed with union with True Master; who remains forever.9

ਨਉਮੀ ਨਵੇ ਦੁਆਰ ਕਉ ਸਾਧਿ॥	na-umee navai du-aar ka-o saaDh.
ਬਹਤੀ ਮਨਸਾ ਰਾਖਹੁ ਬਾਂਧਿ॥	bahtee mansaa raakho baaNDh.
ਲੋਭ ਮੋਹ ਸਭ ਬੀਸਰਿ ਜਾਹੁ॥	lobh moh sabh beesar jaahu. jug
ਜੁਗੁ ਜੁਗੁ ਜੀਵਹੁ ਅਮਰ ਫਲ ਖਾਹੁ॥੧੦॥	jug jeevhu amar fal khaahu. ||10||

ਨੌਵੇ ਚਾਨਣੀ ਦੀ ਰਾਤ! ਜੀਵ ਆਪਣੇ ਮਨ ਦੇ ਨੌ ਘਰ ਤੇ ਕਾਬੂ ਕਾਇਮ ਕਰਦਾ ਹੈ! ਆਪਣੀਆਂ ਸੰਸਾਰਕ ਇਛਾਂ ਨੂੰ ਬੰਧ ਲੈਂਦਾ ਹੈ । ਉਸ ਦੇ ਮਨ ਦੇ ਲੋਭ ਅਤੇ ਸੰਸਾਰਕ ਮੋਹ ਖਤਮ ਹੋ ਜਾਂਦੇ ਹਨ । ਉਹ ਆਪਣੀ ਸਾਰੀ ਉਮਰ ਹੀ ਇਸ ਦਾ ਫਲ ਖਾਂਦਾ, ਅਨੰਦ ਮਾਨਦਾ ਹੈ ।

On the ninth moonlight; His devotee establishes his control on the nine senses of his mind and tries to make his worldly desires his slave. His greed and attachment to worldly wealth may be eliminated from his mind forever. He enjoys pleasure and the reward of earnings of his wealth of His Word for all his life.10

ਦਸਮੀ ਦਹ ਦਿਸ ਹੋਇ ਅਨੰਦ॥	dasmee dah dis ho-ay anand.
ਛੂਟੈ ਭਰਮੁ ਮਿਲੈ ਗੋਬਿੰਦ॥	chhootai bharam milai gobind.
ਜੋਤਿ ਸਰੂਪੀ ਤਤ ਅਨੂਪ॥	jot saroopee tat anoop.

ਅਮਲ ਨ ਮਲ ਨ ਛਾਹ ਨਹੀ ਧੂਪ॥੧੧॥ amal na mal na chhaah nahee Dhoop. ||11||

ਦਸਵੇਂ ਚਾਨਣੀ ਦੀ ਰਾਤ! ਉਸ ਨੂੰ ਦਸਾਂ ਦ੍ਰਿਸ਼ਾਂ ਵਿੱਚ ਪ੍ਰਭ ਹੀ ਵਾਪਰਦਾ ਨਜ਼ਰ ਆਉਂਦਾ ਹੈ! ਉਸ ਦੇ ਮਨ ਦੇ ਭਰਮ ਖਤਮ ਹੋ ਜਾਂਦੇ ਹਨ, ਮਨ ਵਿੱਚ ਪ੍ਰਭ ਦੀ ਜੋਤ ਜਾਗਰਤ ਹੋ ਜਾਂਦੀ ਹੈ । ਪ੍ਰਭ ਦੀ ਜੋਤ ਦੀ ਅਨੋਖੀ ਰੋਸ਼ਨੀ ਦੀ ਹੋਰ ਕਿਸੇ ਰੋਸ਼ਨੀ ਨਾਲ ਤੁਲਨਾ ਨਹੀਂ ਕੀਤੀ ਜਾ ਸਕਦੀ । ਪ੍ਰਭ ਦੀ ਜੋਤ ਤੇ ਕੋਈ ਦਾਗ਼ ਨਹੀਂ, ਉਹ ਧੁੱਪ ਜਾ ਛਾਂ ਤੋਂ ਰਹਿਤ ਹੈ । ਉਸ ਤੇ ਕੋਈ ਪ੍ਰਭਾਵ ਨਹੀਂ ਹੁੰਦਾ ।

On the 10th night; he may visualize and realize that The True Master is prevailing in all directions. All his suspicions of his mind may be eliminated. His mind may be enlightened with the glow of the teachings of His Word, the Holy Spirit. The glow of His Holy Spirit is a unique and astonishing light, no other light may be comparable with this glow. The True Master, His Holy Spirit remains beyond any blemish or the effect of sunshine or shade or anything else.11

ਏਕਾਦਸੀ ਏਕ ਦਿਸ ਧਾਵੈ॥ aykaadasee ayk dis Dhaavai.
ਤਉ ਜੋਨੀ ਸੰਕਟ ਬਹੁਰਿ ਨ ਆਵੈ॥ ta-o jonee sankat bahur na aavai.
ਸੀਤਲ ਨਿਰਮਲ ਭਇਆ ਸਰੀਰਾ॥ seetal nirmal bha-i-aa sareeraa.
ਦੂਰਿ ਬਤਾਵਤ ਪਾਇਆ ਨੀਰਾ॥੧੨॥ door bataavat paa-i-aa neeraa. ||12||

ਗਿਆਰਵੇਂ ਚਾਨਣੀ ਦੀ ਰਾਤ! ਅਗਰ ਜੀਵ ਇਕ ਪ੍ਰਭ ਦੇ ਸ਼ਬਦ ਦੀ ਪਾਲਨ ਵਿੱਚ ਲੱਗਾ ਰਹੇ, ਤਾਂ ਉਸ ਨੂੰ ਜੂੰਨਾਂ ਦੇ ਚੱਕਰ ਵਿੱਚ ਨਹੀਂ ਜਾਣਾ ਪੈਂਦਾ । ਜੀਵ ਦਾ ਤਨ ਮਨ ਸੀਤਲ, ਪੂਰਨ ਸੰਤੋਖ ਅਤੇ ਪਵਿੱਤਰ, ਨਿਰਮਲ ਹੋ ਜਾਂਦਾ ਹੈ । ਜਿਹੜਾ ਪ੍ਰਭ ਦੂਰ ਮਹਿਸੂਸ ਹੁੰਦਾ ਸੀ, ਉਹ ਸਾਹਮਣੇ ਉਸ ਦੀ ਤਲੀ ਉਪਰ ਹੀ ਮਹਿਸੂਸ ਹੁੰਦਾ ਹੈ ।

On the 11th moonlight night; His true devotee may remain steady and stable on obeying and adopting the teachings of His Word; he may not enter the womb of any mother again; his cycle of birth and death may be eliminated forever. His body, mind and soul may become calm, with complete contentment and sanctified; may become worthy of His consideration. The True Master which seems to be far from his mind; now appears like he is in front on the palm of his hand.12

ਬਾਰਸਿ ਬਾਰਹ ਉਗਵੈ ਸੂਰ॥ baaras baarah ugvai soor.
ਅਹਿਨਿਸਿ ਬਾਜੇ ਅਨਹਦ ਤੂਰ॥ ahinis baajay anhad toor.
ਦੇਖਿਆ ਤਿਹੂੰ ਲੋਕ ਕਾ ਪੀਉ॥ daykhi-aa tihoo-aN lok kaa pee-o.
ਅਚਰਜੁ ਭਇਆ ਜੀਵ ਤੇ ਸੀਉ॥੧੩॥ achraj bha-i-aa jeev tay see-o. ||13||

ਬਾਰਵੇ ਚਾਨਣੀ ਦੀ ਰਾਤ! ਜੀਵ ਦੇ ਮਨ ਵਿੱਚ ਸੂਰਜ ਚੜ੍ਹਦਾ ਹੈ, ਪ੍ਰਭ ਦੀ ਜੋਤ ਜਾਗਰਤ ਹੋ ਜਾਂਦੀ ਹੈ! ਉਸ ਦੇ ਮਨ ਵਿੱਚ ਸਦਾ ਰਹਿਣ ਵਾਲਾ ਸੰਗੀਤ ਚਲ ਪੈਂਦਾ ਹੈ । ਉਸ ਸਮੇਂ ਸਾਰੀ ਸ੍ਰਿਸ਼ਟੀ ਦੇ ਪੈਦਾ ਕਰਨ ਵਾਲੇ ਦੀ ਸ਼ਰਣ ਵਿੱਚ ਅਡੋਲ ਰਹਿੰਦਾ ਹੈ । ਇਕ ਅਚਰਜ ਹੀ ਖੇਲ ਹੁੰਦਾ ਹੈ, ਉਹ ਜੀਵ ਪ੍ਰਭ ਦਾ ਰੂਪ ਹੀ ਬਣ ਜਾਂਦਾ ਹੈ ।

On the 12th moonlight night; in the mind of His true devotee, sun rises and the glow of the Holy Spirit shines. The echo of the spiritual essence of His may resonates within his mind nonstop. At that time, he may become steady and stable in the sanctuary of The True Master of the universe. At that stage, an astonishing miracle may prevail; His true devotee may become insignia of The True Master. Both becomes one and the identity of the soul of His true devotee may be eliminated forever.13

ਤੇਰਸਿ ਤੇਰਹ ਅਗਮ ਬਖਾਣਿ॥ tayras tayrah agam bakhaan.
ਅਰਧ ਉਰਧ ਬਿਚਿ ਸਮ ਪਹਿਚਾਣਿ॥ araDh uraDh bich sam pehchaan.
ਨੀਚ ਉਚ ਨਹੀਂ ਮਾਨ ਅਮਾਨ॥ neech ooch nahee maan amaan.
ਬਿਆਪਿਕ ਰਾਮ ਸਗਲ ਸਾਮਾਨ॥੧੪॥ bi-aapik raam sagal saamaan. ||14||

ਤੇਰਵੇਂ ਚਾਨਣੀ ਦੀ ਰਾਤ! ਉਸ ਜੀਵ ਨੂੰ ਉਹਨਾਂ ਕਥਨਾ ਦੀ ਸੋਝੀ ਹੋ ਜਾਂਦੀ ਹੈ । ਜਿਹੜੇ ਕਥਨ ਪਵਿੱਤਰ ਗ੍ਰੰਥਾ ਵਿੱਚ ਲਿਖੇ ਹਨ । ਪ੍ਰਭ ਤਿੰਨਾਂ ਸ੍ਰਿਸ਼ਟੀ ਵਿੱਚ ਹੀ ਵਾਪਰਦਾ, ਦੇਖਦਾ, ਜੀਵਾਂ ਦੀ ਪਾਲਣਾ ਕਰਦਾ ਹੈ । ਉਸ ਨੂੰ ਸੋਝੀ ਹੋ ਜਾਂਦੀ ਹੈ, ਕੋਈ ਨੀਵਾਂ ਜਾ ਉਚਾ ਨਹੀਂ, ਨਾ ਹੀ ਕੋਈ ਮਾਣ ਜਾ ਅਪਮਾਨ ਹੈ । ਪ੍ਰਭ ਆਪ ਹੀ ਸਭੇ ਕਰਤਬ ਕਰਦਾ, ਵਾਪਰਦਾ ਹੈ ।

On the 13th moonlight night; His true devotee may be enlightened and blessed with the understanding of sermons written in the Holy Scriptures. The True Master may prevail in all three universes, he witnesses the actions of every creature. He nourishes and protects each creature; he may be enlightened that no soul is with a high or low status; no honor or rebuke in the universe. Only, The True Master prevails and everything happens under His command.14

ਚਉਦਸਿ ਚਉਦਹ ਲੋਕ ਮਝਾਰਿ॥	cha-udas cha-odah lok majhaar.
ਰੋਮ ਰੋਮ ਮਹਿ ਬਸਹਿ ਮੁਰਾਰਿ॥	rom rom meh baseh muraar.
ਸਤ ਸੰਤੋਖ ਕਾ ਧਰਹੁ ਧਿਆਨ॥	sat santokh kaa Dharahu Dhi-aan.
ਕਥਨੀ ਕਥੀਐ ਬ੍ਰਹਮ ਗਿਆਨ॥੧੫॥	kathnee kathee-ai barahm gi-aan. ||15||

ਚੋਦਵੇ ਚਾਨਣੀ ਦੀ ਰਾਤ! ਜੀਵ ਨੂੰ ਸੋਝੀ ਹੋ ਜਾਂਦੀ ਹੈ, ਪ੍ਰਭ ਚੋਦਾਂ ਸ੍ਰਿਸ਼ਟੀਆਂ ਵਿੱਚ ਵਸਦਾ ਹੈ! ਹਰਇਕ ਜੀਵ ਦੇ ਰੋਮ ਰੋਮ ਵਿੱਚ ਪ੍ਰਭ ਵਸਦਾ ਹੈ । ਜੀਵ ਆਪਣਾ ਧਿਆਨ ਸ਼ਬਦ ਦੀ ਬੰਦਗੀ ਵਿੱਚ ਅਤੇ ਪ੍ਰਭ ਦੇ ਦਿੱਤੇ ਤੇ ਸੰਤੋਖ ਰੱਖੋ । ਪ੍ਰਭ ਦੇ ਸ਼ਬਦ ਅਨੁਸਾਰ ਹੀ ਆਪਣੀ ਜੀਭ ਤੋਂ ਬੋਲ, ਉਸ ਦੇ ਸ਼ਬਦ ਦਾ ਸਿਮਰਨ ਕਰੋ ।

On the 14th moonlight night; His true devotee may be enlightened with the understanding that The True Master dwells in 14 universes, creations; he also resides in the body of each creature. You should concentrate and focus your dedication in meditating on the teachings of His Word and always be contented with His blessings. You should meditate on the teachings of His Word and only speak His Word from your tongue. 15

ਪੂਨਿਉ ਪੂਰਾ ਚੰਦ ਅਕਾਸ਼॥	pooni-o pooraa chand akaas.
ਪਸਰਹਿ ਕਲਾ ਸਹਜ ਪਰਗਾਸ॥	pasrahi kalaa sahj pargaas.
ਆਦਿ ਅੰਤਿ ਮਧਿ ਹੋਇ ਰਹਿਆ ਥੀਰ॥	aad ant maDh ho-ay rahi-aa theer.
ਸੁਖ ਸਾਗਰ ਮਹਿ ਰਮਹਿ ਕਬੀਰ॥੧੬॥	sukh saagar meh rameh kabeer. ||16||

ਪੰਦਰਵੇ ਚਾਨਣੀ ਦੀ ਰਾਤ! ਪੂੰਨਿਆ ਦੀ ਰਾਤ ਪੂਰਾ ਚੰਦ ਸਵਰਗ ਵਿੱਚ ਰੋਸ਼ਨੀ ਕਰਦਾ ਹੈ । ਪ੍ਰਭ ਦੀ ਸ਼ਕਤੀ ਚੰਦ ਦੀ ਮਿੱਠੀ ਰੋਸ਼ਨੀ ਵਿੱਚ ਸਮਾ ਜਾਂਦੀ ਹੈ । ਸ਼ੁਰੂ (ਆਦਿ), ਅੱਧ ਵਿੱਚ ਅਤੇ ਅੰਤ ਵਿੱਚ ਪ੍ਰਭ ਅਟਲ, ਸਥਿਤ ਰਹਿੰਦਾ ਹੈ । ਜਿਹੜਾ ਸ਼ਬਦ ਨਾਲ ਜੀਵਨ ਢਾਲਦਾ ਹੈ, ਉਹ ਸ਼ਾਂਤੀ ਦੇ ਸਾਗਰ ਵਿੱਚ ਹੀ ਸਮਾ ਜਾਂਦਾ ਹੈ ।

On the 15th moonlight night; the complete moon lights in the heaven and all universe become dark that night. The strength and power of The True Master remains absorbed in the light, glow of the moon. The True Master was steady and stable before the creation of the universe, still prevails in steady and stable in the universe all time and will remain steady and stable after the destruction of the universe. Whosoever may adopt the teachings of His Word wholeheartedly with steady and stable belief; With His mercy and grace, he may be absorbed in the ocean of peace, His Holy Spirit.16

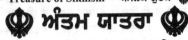

☬ ਅੰਤਮ ਯਾਤਰਾ ☬

ਰਾਗੁ ਵਡਹੰਸੁ ਮਹਲਾ ੧ ਘਰੁ ੫ ਅਲਾਹਣੀਆ॥ 578

1. ਅਲਾਹਣੀਆ ਮਹਲਾ ੧॥ 578-18

੧ੳ ਸਤਿਗੁਰ ਪ੍ਰਸਾਦਿ॥	ik-oNkaar satgur parsaad.
ਧੰਨੁ ਸਿਰੰਦਾ ਸਚਾ ਪਾਤਿਸਾਹੁ,	Dhan sirandaa sachaa paatisaahu
ਜਿਨਿ ਜਗੁ ਧੰਧੈ ਲਾਇਆ॥	Jin jag DhanDhai laa-i-aa.
ਮੁਹਲਤਿ ਪੁਨੀ ਪਾਈ ਭਰੀ,	muhlat punee paa-ee bharee
ਜਾਨੀਅੜਾ ਘਤਿ ਚਲਾਇਆ॥	jaanee-arhaa ghat chalaa-i-aa.
ਜਾਨੀ ਘਤਿ ਚਲਾਇਆ	jaanee ghat chalaa-i-aa
ਲਿਖਿਆ ਆਇਆ, ਰੁੰਨੇ ਵੀਰ ਸਬਾਏ॥	likhi-aa aa-i-aa runnay veer sabaa-ay.
ਕਾਂਇਆ ਹੰਸ ਥੀਆ ਵੇਛੋੜਾ,	kaaN-i-aa hans thee-aa vaychhorhaa
ਜਾਂ ਦਿਨ ਪੁੰਨੇ ਮੇਰੀ ਮਾਏ॥	jaaN din punnay mayree maa-ay.
ਜੇਹਾ ਲਿਖਿਆ ਤੇਹਾ ਪਾਇਆ,	jayhaa likhi-aa tayhaa paa-i-aa
ਜੇਹਾ ਪੁਰਬਿ ਕਮਾਇਆ॥	jayhaa purab kamaa-i-aa.
ਧੰਨੁ ਸਿਰੰਦਾ ਸਚਾ ਪਾਤਿਸਾਹੁ,	Dhan sirandaa sachaa paatisaahu
ਜਿਨਿ ਜਗੁ ਧੰਧੈ ਲਾਇਆ॥੧॥	Jin jag DhanDhai laa-i-aa. ||1||

ਅਟਲ ਸ੍ਰਿਸ਼ਟੀ ਨੂੰ ਸਾਜਨ ਵਾਲਾ ਪ੍ਰਭ, ਮਹਾਨ ਹੈ । ਜਿਸ ਨੇ ਸ੍ਰਿਸ਼ਟੀ ਨੂੰ ਸੰਸਾਰਕ ਧੰਦੇ, ਕਾਰੋਬਾਰ ਵਿੱਚ ਲਇਆ ਹੈ । ਪ੍ਰਭ ਦੇ ਹੁਕਮ ਅਨੁਸਾਰ, ਸ਼ੁਰੂ ਤੋਂ ਲਿਖਿਆ, ਮਿਥਿਆ ਸਮਾਂ ਪੂਰਾ ਹੋਣ ਤੇ ਸਵਾਸ ਖਤਮ ਹੋ ਜਾਂਦੇ, ਸਮਾਂ ਪੂਰਾ ਹੋ ਜਾਂਦਾ ਹੈ, ਜਮਦੂਤ ਆਤਮਾ ਨੂੰ ਤਨ ਵਿਚੋਂ ਕੱਢਕੇ ਵਾਪਸ ਲੇ ਜਾਂਦਾ, ਤਨ ਦੀ ਮੌਤ ਹੋ ਜਾਂਦੀ ਹੈ । ਸੰਸਾਰਕ ਸੰਬਧੀ ਆਤਮਾ ਦੇ ਵਿਛੋੜੇ ਦੇ ਹਿਰਖ ਵਿੱਚ ਵਿਲਾਪ ਕਰਦੇ ਹਨ । ਹਰੇਕ ਆਪਣੇ ਪਿਛਲੇ ਕੀਤੇ ਕਰਮਾਂ ਅਨੁਸਾਰ, ਲਿਖੇ ਭਾਗਾਂ ਨਾਲ ਹੀ ਦੁਖ, ਸੁਖ ਭੋਗਦਾ ਹੈ । ਅਟਲ ਸ੍ਰਿਸ਼ਟੀ ਨੂੰ ਸਾਜਨ ਵਾਲਾ ਪ੍ਰਭ, ਮਹਾਨ ਹੈ । ਜਿਸ ਨੇ ਸ੍ਰਿਸ਼ਟੀ ਨੂੰ ਸੰਸਾਰਕ ਧੰਦੇ, ਕਾਰੋਬਾਰ ਵਿੱਚ ਲਇਆ ਹੈ ।

The One and Only One True Master Creator, is the greatest of All has assigns everyone on different worldly task to survive in the universe. He has predetermined time and his capital of breaths. The devil of death may capture his soul at predetermined time at predetermined location to face judgement of his worldly deeds; his body becomes a corpse. His close family and friends grieve for the loss of his company. With His Command as his prewritten destiny, he endures miseries and enjoys pleasures in his worldly life. The Omnipotent True Master Creator, assigns everyone different worldly task to survive in the universe.

ਸਾਹਿਬੁ ਸਿਮਰਹੁ ਮੇਰੇ ਭਾਈਹੋ,	saahib simrahu mayray bhaa-eeho
ਸਭਨਾ ਏਹੁ ਪਇਆਣਾ॥	sabhnaa ayhu pa-i-aanaa.
ਏਥੈ ਧੰਧਾ ਕੂੜਾ ਚਾਰਿ ਦਿਹਾ,	aythai DhanDhaa koorhaa chaar dihaa
ਆਗੈ ਸਰਪਰ ਜਾਣਾ॥	aagai sarpar jaanaa.
ਆਗੈ ਸਰਪਰ ਜਾਣਾ ਜਿਉ ਮਿਹਮਾਣਾ,	aagai sarpar jaanaa Ji-o mihmaanaa
ਕਾਹੇ ਗਾਰਬੁ ਕੀਜੈ॥	kaahay gaarab keejai.
ਜਿਤੁ ਸੇਵਿਐ ਦਰਗਹ ਸੁਖੁ ਪਾਈਐ,	Jit sayvi-ai dargeh sukh paa-ee-ai
ਨਾਮੁ ਤਿਸੈ ਕਾ ਲੀਜੈ॥	naam tisai kaa leejai.
ਆਗੈ ਹੁਕਮੁ ਨ ਚਲੈ ਮੂਲੇ,	aagai hukam na chalai moolay
ਸਿਰਿ ਸਿਰਿ ਕਿਆ ਵਿਹਾਣਾ॥	sir sir ki-aa vihaanaa.
ਸਾਹਿਬੁ ਸਿਮਰਿਹੁ ਮੇਰੇ ਭਾਈਹੋ,	saahib simrihu mayray bhaa-eeho sa-
ਸਭਨਾ ਇਹੁ ਪਇਆਣਾ॥੨॥	bhnaa ayhu pa-i-aanaa. ||2||

ਅਟਲ ਪ੍ਰਭ ਦਾ ਸਿਮਰਨ ਕਰੋ! ਸਾਰੀ ਸ੍ਰਿਸ਼ਟੀ ਨੇ ਇਸ ਰਸਤੇ ਤੇ ਹੀ ਜਾਣਾ ਹੈ । ਦੁਨਿਆਵੀ ਕਾਰੋਬਾਰ ਥੋੜੇ ਦਿਨਾਂ ਦਾ ਖੇਲ ਹੈ! ਸੰਸਾਰਕ ਕਾਰੋਬਾਰ ਉਸ ਦੇ ਦਰਬਾਰ ਵਿੱਚ ਕਿਸੇ ਕੰਮ ਨਹੀਂ ਆਉਂਦੇ । ਸੰਸਾਰਕ ਮਹਾਨਤਾ, ਸੰਸਾਰਕ ਕਮਾਈ ਹੈਸੀਅਤ ਮਾਨਸ ਜਨਮ ਦੇ ਸਫਲ ਲਈ ਬਿਰਥੀ ਹੀ ਹੈ, ਸਭ ਕੁਝ ਇਥੇ ਹੀ ਛੱਡ ਜਾਣਾ ਹੈ । ਇਸ ਸੰਸਾਰਕ ਕਮਾਈ, ਹੈਸੀਅਤ ਦਾ ਕਿਉਂ ਅਹੰਕਾਰ ਕਰਦਾ ਹੈ? ਪ੍ਰਭ ਦੇ ਸ਼ਬਦ ਦਾ ਸਿਮਰਨ ਕਰਨ ਨਾਲ ਦਰਗਾਹ ਵਿੱਚ ਸੁਖ ਬਖਸ਼ਿਸ਼ ਹੁੰਦਾ ਹੈ, ਉਸ ਦੀ ਅਰਾਧਨਾ ਕਰੋ । ਪ੍ਰਭ ਦੇ ਦਰਬਾਰ ਵਿੱਚ ਕਿਸੇ ਦਾ ਹੁਕਮ ਨਹੀਂ ਚਲਦਾ । ਸਾਰਿਆਂ ਨੇ ਆਪਣੇ ਕੀਤੇ ਕੰਮਾਂ ਅਨੁਸਾਰ ਹੀ ਅੱਗੇ ਭੁਗਤਨਾ ਪੈਂਦਾ ਹੈ । ਪ੍ਰਭ ਦੇ ਸ਼ਬਦ ਦਾ ਸਿਮਰਨ ਕਰੋ! ਸਾਰਿਆਂ ਨੇ ਹੀ ਇਸ ਰਸਤੇ ਤੋਂ ਹੀ ਜਾਣਾ ਹੈ, ਸਾਰਿਆਂ ਨੂੰ ਹੀ ਮੌਤ ਆਉਣੀ ਹੈ ।

You should meditate and obey the teachings of His Word; everyone must go through the path of death. You soul has a predetermined time to play on the worldly stage as His puppet. Worldly tasks may not serve any real purpose of human life opportunity. Everyone is a visitor in universe, he must leave empty handed and naked leaving all worldly possessions on earth. Why are you boasting of worldly possessions and worldly status? You should meditate on the teachings of His World that may support you after death in His Court. No one may have any say or command in His Court. Everyone may be rewarded for his own worldly deeds. You should meditate on the teaching of His Word; everyone must go through the path of death.

ਜੋ ਤਿਸੁ ਭਾਵੈ ਸੰਮ੍ਰਥ ਸੋ ਥੀਐ,	jo tis bhaavai samrath so thee-ai
ਹੀਲੜਾ ਏਹੁ ਸੰਸਾਰੋ॥	heelrhaa ayhu sansaaro.
ਜਲਿ ਥਲਿ ਮਹੀਅਲਿ ਰਵਿ ਰਹਿਆ,	jal thal mahee-al rav rahi-aa
ਸਾਚੜਾ ਸਿਰਜਣਹਾਰੋ॥	saachrhaa sirjanhaaro.
ਸਾਚਾ ਸਿਰਜਣਹਾਰੋ ਅਲਖ ਅਪਾਰੋ,	saachaa sirjanhaaro alakh apaaro
ਤਾ ਕਾ ਅੰਤੁ ਨ ਪਾਇਆ॥	taa kaa ant na paa-i-aa.
ਆਇਆ ਤਿਨ ਕਾ ਸਫਲੁ ਭਇਆ ਹੈ,	aa-i-aa tin kaa safal bha-i-aa hai
ਇਕ ਮਨਿ ਜਿਨੀ ਧਿਆਇਆ॥	ik man Jinee Dhi-aa-i-aa.
ਢਾਹੇ ਢਾਹਿ ਉਸਾਰੇ,	dhaahay dhaahi usaaray
ਆਪੇ ਹੁਕਮਿ ਸਵਾਰਣਹਾਰੋ॥	aapay hukam savaaranhaaro.
ਜੋ ਤਿਸੁ ਭਾਵੈ ਸੰਮ੍ਰਥ ਸੋ ਥੀਐ,	jo tis bhaavai samrath so thee-ai
ਹੀਲੜਾ ਏਹੁ ਸੰਸਾਰੋ॥੩॥	heelrhaa ayhu sansaaro. ||3||

ਪ੍ਰਭ, ਜੀਵ ਨੂੰ ਆਪਣੀ ਕਮੀਆਂ ਨੂੰ ਪੂਰਾ ਕਰਨ ਲਈ, ਸੰਸਾਰ ਵਿੱਚ ਜਨਮ ਦੇਂਦਾ, ਇਕ ਹੋਰ ਮੌਕਾ ਬਖਸ਼ਦਾ ਹੈ । ਪ੍ਰਭ ਨੂੰ ਜੋ ਕੁਝ ਭਾਉਦਾ, ਚੰਗਾ ਲਗਦਾ ਹੈ, ਉਹ ਕੁਝ ਹੀ ਕਰਦਾ ਹੈ । ਪ੍ਰਭ ਹਰਇਕ ਥਾਂ ਧਰਤੀ, ਪਾਣੀ, ਅਕਾਸ, ਪਤਾਲ ਤੇ ਵਸਦਾ ਹੈ । ਨਾ-ਦੇਖੇ ਜਾਣ ਵਾਲਾ, ਮਹਾਨ ਪ੍ਰਭ ਜੀਵ ਦੀ ਪਹੁੰਚ ਤੋਂ ਉਪਰ ਹੈ । ਉਸ ਦੇ ਕਿਸੇ ਕਰਤਬ ਦੀ ਪੂਰਨ ਵਿਆਖਿਆ ਨਹੀਂ ਕੀਤਾ ਜਾ ਸਕਦੀ । ਜਿਹੜਾ ਮਨੋ ਸਿਮਰਨ ਕਰਦਾ ਹੈ, ਉਸ ਦਾ ਸੰਸਾਰ ਵਿੱਚ ਜਨਮ ਲੈਂਣਾ ਸਫਲ ਹੋ ਜਾਂਦਾ ਹੈ । ਪ੍ਰਭ ਆਪ ਹੀ ਜੀਵ ਨੂੰ ਸਵਾਰਦਾ, ਜਨਮ, ਮੌਤ ਦੇਂਦਾ ਹੈ । ਸਭ ਕੁਝ ਪ੍ਰਭ ਦੇ ਹੁਕਮ ਨਾਲ ਹੀ ਹੁੰਦਾ ਹੈ । ਇਹ ਮਾਨਸ ਜਨਮ, ਸਿਮਰਨ ਲਈ, ਆਤਮਾ ਨੂੰ ਪਵਿਤ੍ਰ ਕਰਨ ਲਈ ਇਕ ਹੋਰ ਮੌਕਾ ਬਖਸ਼ਦਾ ਹੈ ।

The True Master blesses his soul human life, another opportunity to clear her deficiencies, sanctify her soul to become worthy of His Consideration. Everything may happen under His plan, His Command. He dwells and prevails everywhere on, in, under earth; in water, sky. The Omnipotent, greatest of All, True Master remains beyond visibility, reach and comprehension of His Creation. No one may find any limits of His any miracle nor can fully explain His Nature. Whosoever may whole heartedly meditate on the teachings of His Word with steady and stable belief in his day-to-day life; with His mercy and grace, his human life journey may become fruitful. The

True Master, Creator creates, nourishes, protects her body, and give death. Everything must happen under His Command. The True Master blesses his soul human life, another opportunity to clear her deficiencies, sanctify her soul to become worthy of His Consideration.

ਨਾਨਕ ਰੁੰਨਾ ਬਾਬਾ ਜਾਣੀਐ,	naanak runnaa baabaa jaanee-ai
ਜੇ ਰੋਵੈ ਲਾਇ ਪਿਆਰੋ॥	jay rovai laa-ay pi-aaro.
ਵਾਲੇਵੇ ਕਾਰਣਿ ਬਾਬਾ ਰੋਈਐ,	vaalayvay kaaran baabaa ro-ee-ai
ਰੋਵਣੁ ਸਗਲ ਬਿਕਾਰੋ॥	rovan sagal bikaaro.
ਰੋਵਣੁ ਸਗਲ ਬਿਕਾਰੋ,	rovan sagal bikaaro
ਗਾਫਲੁ ਸੰਸਾਰੋ ਮਾਇਆ ਕਾਰਣਿ ਰੋਵੈ॥	gaafal sansaaro maa-i-aa kaaran rovai.
ਚੰਗਾ ਮੰਦਾ ਕਿਛੁ ਸੂਝੈ ਨਾਹੀ,	changa mandaa kichh soojhai naahee
ਇਹੁ ਤਨੁ ਏਵੈ ਖੋਵੈ॥	ih tan ayvai khovai.
ਐਥੈ ਆਇਆ ਸਭੁ ਕੋ ਜਾਸੀ,	aithai aa-i-aa sabh ko jaasee
ਕੂੜਿ ਕਰਹੁ ਅਹੰਕਾਰੋ॥	koorh karahu ahankaaro.
ਨਾਨਕ ਰੁੰਨਾ ਬਾਬਾ ਜਾਣੀਐ,	naanak runnaa baabaa jaanee-ai
ਜੇ ਰੋਵੈ ਲਾਇ ਪਿਆਰੋ॥੪॥੧॥	jay rovai laa-ay pi-aaro. ‖4‖1‖

ਪ੍ਰਭ ਦੇ ਵਿਛੋੜੇ ਵਿੱਚ ਵਿਰਾਗ ਕਰਨਾ ਹੀ ਜੀਵ ਦੀ ਮੌਤ ਤੇ ਅਸਲੀ ਰੋਣਾ ਹੈ । ਜਿਹੜਾ ਕੇਵਲ ਸੰਸਾਰਕ ਸੁਖਾਂ, ਲਾਲਚ, ਸੰਸਾਰਕ ਸੰਬਧਾਂ ਕਰਕੇ ਵਿਰਾਗ ਕਰਦਾ ਹੈ । ਉਸ ਦਾ ਵਿਰਾਗ ਬਿਕਾਰ ਦਾ ਹੀ ਹੁੰਦਾ ਹੈ । ਉਸ ਨੂੰ ਬੁਰੇ, ਭਲੇ ਕਰਮ ਦੀ ਕੋਈ ਪਛਾਣ ਨਹੀਂ ਹੁੰਦੀ । ਉਹ ਮਾਨਸ ਜੀਵਨ ਬਿਰਥਾ ਹੀ ਬਰਬਾਦ ਕਰ ਜਾਂਦਾ ਹੈ । ਇਹ ਭੁਲ ਜਾਂਦਾ ਹੈ! ਜਿਹੜਾ ਜੀਵ ਜਨਮ ਲੈਂਦਾ ਹੈ, ਉਸ ਨੇ ਮਰਨਾ ਹੀ ਹੈ । ਅਗਿਆਨੀ ਜੀਵ ਦੁਨਿਆਵੀ ਕੰਮਾਂ ਦਾ ਝੂਠਾ ਅਹੰਕਾਰ ਨਾ ਕਰੋ । ਕੋਈ ਵਿਰਲਾ ਹੀ ਅਸਲੀ ਮਾਲਕ ਦੇ ਵਿਛੋੜੇ ਦਾ ਵਿਰਾਗ ਕਰਨਾ, ਅਸਲੀ ਰੋਣਾ ਜਾਣਦਾ ਹੈ ।

To renunciation in the memory of separation of his soul from the True Master may be the true grieving. Whosoever may only grieve for loss of his comforts, greed, and worldly attachments; his grieving may be useless. He may not distinguish between evil or good deeds, the real purpose of his human life blessing. He wastes his priceless opportunity of human life blessing. He may not realize; no one may stay in the universe forever; birth and death are blessed under His Command. Ignorant human boasts about false pride of his worldly accomplishments. However, very rare human may know the true renunciation and grieving.

2. ਵਡਹੰਸੁ ਮਹਲਾ ੧॥ 579-13

ਆਵਹੁ ਮਿਲਹੁ ਸਹੇਲੀਹੋ,	aavhu milhu sahayleeho
ਸਚੜਾ ਨਾਮੁ ਲਏਹਾਂ॥	sachrhaa naam la-ayhaaN.
ਰੋਵਹ ਬਿਰਹਾ ਤਨ ਕਾ,	rovah birhaa tan kaa
ਆਪਣਾ ਸਾਹਿਬੁ ਸੰਮ੍ਾਲੇਹਾਂ॥	aapnaa saahib samHaalayhaaN.
ਸਾਹਿਬੁ ਸਮ੍ਾਲਿਹ ਪੰਥੁ ਨਿਹਾਲਿਹ,	saahib samHaalih panth nihaalih
ਅਸਾ ਭਿ ਓਥੈ ਜਾਣਾ॥	asaa bhe othai jaanaa.
ਜਿਸ ਕਾ ਕੀਆ ਤਿਨ ਹੀ ਲੀਆ,	Jis kaa kee-aa tin hee lee-aa
ਹੋਆ ਤਿਸੈ ਕਾ ਭਾਣਾ॥	ho-aa tisai kaa bhaanaa.
ਜੋ ਤਿਨਿ ਕਰਿ ਪਾਇਆ,	jo tin kar paa-i-aa
ਸੁ ਆਗੈ ਆਇਆ,	so aagai aa-i-aa
ਅਸੀ ਕਿ ਹੁਕਮੁ ਕਰੇਹਾ॥	asee ke hukam karayhaa.
ਆਵਹੁ ਮਿਲਹੁ ਸਹੇਲੀਹੋ,	aavhu milhu sahayleeho
ਸਚੜਾ ਨਾਮੁ ਲਏਹਾ॥੧॥	sachrhaa naam la-ayhaa. ‖1‖

ਆਵੋ ਸਾਰੇ ਮਿਲਕੇ ਪ੍ਰਭ ਦੇ ਗੁਣ ਗਾਈਏ, ਸਿਮਰਨ ਕਰੀਏ! ਪ੍ਰਭ ਤੋਂ ਇਸ ਆਤਮਾ ਦੇ ਵਿਛੋੜੇ ਦੇ ਵਿਰਾਗ ਭਰੇ ਵਿਚਾਰ, ਸਿਮਰਨ ਕਰੋ । ਮਾਨਸ ਜਨਮ ਬਖਸ਼ਣ ਵਾਲੇ ਪ੍ਰਭ ਨੂੰ ਹਮੇਸ਼ਾ ਹੀ ਯਾਦ ਰਖੋ! ਸਮਾਂ ਪੂਰਾ ਹੋਣ ਤੇ, ਆਤਮਾ ਨੂੰ ਵਾਪਸ ਲੈ ਜਾਣਾ (ਮੌਤ) ਹੈ । ਮੌਤ ਤਾ ਸਾਰਿਆਂ ਨੂੰ ਆਉਣੀ ਹੀ ਹੈ । ਸਭ ਕੁਝ ਉਸ ਦੇ ਹੁਕਮ ਨਾਲ ਹੀ ਹੁੰਦਾ ਹੈ । ਜਿਹੜਾ ਮੌਤ ਨੂੰ ਹਮੇਸ਼ਾ ਹੀ ਯਾਦ ਰਖਦਾ ਹੈ, ਉਹ ਹਮੇਸ਼ਾ ਹੀ ਪ੍ਰਭ ਦੇ ਭਾਣੇ ਤੇ ਹੀ ਚਲਦਾ ਹੈ । ਉਸ ਨੂੰ ਸੋਝੀ ਬਖਸ਼ਿਸ਼ ਹੋ ਜਾਂਦੀ ਹੈ । ਸੰਸਾਰ ਵਿੱਚ ਕੀਤੇ ਕੰਮ ਹੀ ਅੱਗੇ ਸਾਥ ਜਾਂਦੇ ਹਨ, ਉਸ ਦਾ ਫਲ ਹੀ ਬਖਸ਼ਿਸ਼ ਹੋਣਾ ਹੈ । ਸਾਰੇ ਪ੍ਰਭ ਦੇ ਸ਼ਬਦ ਦੇ ਗੁਣ ਗਾਈਏ, ਸਿਮਰਨ ਕਰੀਏ । ਪ੍ਰਭ ਤੋਂ ਆਤਮਾ ਦੇ ਵਿਛੋੜੇ ਦੇ ਵਿਰਾਗ ਭਰੇ ਵਿਚਾਰ ਕਰੋ ।

Let us join, meditate, and sing the glory of the teachings of His Word. You should remain in renunciation in the memory of your separation from His Holy Spirit. Always remember! The True Master has blessed human life opportunity to earn the wealth of His Word. After predetermined time, soul must endure the judgement of her worldly deeds. The cycle of birth and death remains under His Command. Whosoever may adopt the teachings of His Word with steady and stable in day-to-day life; with His mercy and grace, he may be enlightened those only earnings of His Word remain with soul after death to support in His Court. Let us join, meditate, and sing the glory of His Word! We should remain in renunciation in the memory of separation of our soul from His Holy Spirit fresh within our mind.

ਮਰਣੁ ਨ ਮੰਦਾ ਲੋਕਾ ਆਖੀਐ,	maran na mandaa lokaa aakhee-ai
ਜੇ ਮਰਿ ਜਾਣੈ ਐਸਾ ਕੋਇ॥	jay mar jaanai aisaa ko-ay.
ਸੇਵਿਹੁ ਸਾਹਿਬੁ ਸੰਮ੍ਰਥੁ ਆਪਣਾ,	sayvihu saahib samrath aapnaa
ਪੰਥੁ ਸੁਹੇਲਾ ਆਗੈ ਹੋਇ॥	panth suhaylaa aagai ho-ay.
ਪੰਥਿ ਸੁਹੇਲੈ ਜਾਵਹੁ ਤਾ ਫਲੁ ਪਾਵਹੁ,	panth suhaylai jaavhu taaN fal paavhu
ਆਗੈ ਮਿਲੈ ਵਡਾਈ॥	aagai milai vadaa-ee.
ਭੇਟੈ ਸਿਉ ਜਾਵਹੁ ਸਚਿ ਸਮਾਵਹੁ,	bhaytai si-o jaavhu sach samaavahu
ਤਾਂ ਪਤਿ ਲੇਖੈ ਪਾਈ॥	taaN pat laykhai paa-ee.
ਮਹਲੀ ਜਾਇ ਪਾਵਹੁ ਖਸਮੈ ਭਾਵਹੁ,	mahlee jaa-ay paavhu khasmai bhaavahu
ਰੰਗ ਸਿਉ ਰਲੀਆ ਮਾਣੈ॥	rang si-o ralee-aa maanai.
ਮਰਣੁ ਨ ਮੰਦਾ ਲੋਕਾ ਆਖੀਐ,	maran na mandaa lokaa aakhee-ai
ਜੇ ਕੋਈ ਮਰਿ ਜਾਣੈ॥੨॥	jay ko-ee mar jaanai. ||2||

ਸੰਸਾਰ ਵਿੱਚ ਬੁਹਤ ਘਟ ਹੀ ਜੀਵ ਮਰਨ ਦਾ ਅਸਲੀ ਢੰਗ, ਤਰੀਕਾ ਜਾਣਦੇ ਹਨ । ਜਿਹੜਾ ਜੀਵ ਸਮਝ ਲੈਂਦਾ ਹੈ, ਉਹ ਮੌਤ ਨੂੰ ਮੰਦਾ ਨਹੀਂ ਸਮਝਦਾ । ਇਹ ਅਸਲੀ ਮਾਲਕ ਨਾਲ ਮਿਲਾਪ ਹੀ ਸਮਝਦਾ ਹੈ । ਜਿਹੜਾ ਆਪਣੇ ਅਸਲੀ ਮਾਲਕ, ਸਿਰਜਨਹਾਰ ਦੇ ਭਾਣੇ ਨੂੰ ਅਟਲ ਸਮਝਕੇ ਜੀਵਨ ਢਾਲਦਾ ਹੈ, ਉਸ ਦਾ ਰਸਤਾ ਬਿਨਾਂ ਰੁਕਾਵਟ ਵਾਲਾ ਹੋ ਜਾਂਦਾ ਹੈ । ਉਹ ਪ੍ਰਭ ਦੇ ਘਰ ਚੰਗੇ ਕਰਮਾਂ ਦੀ ਭੇਟਾ ਕਰਦਾ ਹੈ । ਜਿਸ ਦੀ ਸ਼ਬਦ ਦੀ ਕਮਾਈ ਪ੍ਰਵਾਨ ਹੋ ਜਾਂਦੀ ਹੈ, ਉਸ ਨੂੰ ਦਰਬਾਰ ਵਿੱਚ ਸੋਭਾ ਬਖਸ਼ਿਸ਼ ਹੁੰਦੀ ਹੈ, ਸਦਾ ਹੀ ਖੇੜ੍ਹੇ ਵਿੱਚ ਰਹਿੰਦਾ ਹੈ । ਜੀਵ ਮੌਤ ਨੂੰ ਮੰਦਾ ਨਾ ਸਮਝੋ! ਇਹ ਪ੍ਰਭ ਨੂੰ ਮਿਲਣ ਦਾ ਮੌਕਾ ਸਮਝੋ । ਅਸਲੀ ਰਸਤੇ ਤੇ ਚਲਕੇ ਆਪਣਾ ਜਨਮ ਸਫਲ ਕਰੋ ।

In the universe, very rare may learn or adopts the right path of death. Whosoever may realize the reality of human life; he may never consider that death may be a bad luck or unfortunate. Time of death may be a judgement time to meet, The Creator. Whosoever may consider His Word as an ultimate command; he may adopt the teachings of His Word with steady and stable belief in his day-to-day life. He may not have any restriction to enter His Castle. He may carry the earnings of His Word as his offerings. Whose earnings of His Word may be accepted in His Court; he may be honored in His Court and blessed with everlasting blossom. You should not consider death as an unfortunate event; rather an invitation to meet The Creator, True Master.

ਮਰਣੁ ਮੁਣਸਾ ਸੂਰਿਆ ਹਕੁ ਹੈ,	maran munsaa soori-aa hak hai
ਜੋ ਹੋਇ ਮਰਨਿ ਪਰਵਾਣੋ॥	jo ho-ay maran parvaano.
ਸੂਰੇ ਸੇਈ ਆਗੈ ਆਖੀਅਹਿ,	sooray say-ee aagai aakhee-ahi
ਦਰਗਹ ਪਾਵਹਿ ਸਾਚੀ ਮਾਣੋ॥	dargeh paavahi saachee maano.
ਦਰਗਹ ਮਾਣੁ ਪਾਵਹਿ,	dargeh maan paavahi
ਪਤਿ ਸਿਉ ਜਾਵਹਿ,	pat si-o jaaveh
ਆਗੈ ਦੂਖੁ ਨ ਲਾਗੈ॥	aagai dookh na laagai.
ਕਰਿ ਏਕੁ ਧਿਆਵਹਿ ਤਾ ਫਲੁ ਪਾਵਹਿ,	kar ayk Dhi-aavahi taaN fal paavahi
ਜਿਤੁ ਸੇਵਿਐ ਭਉ ਭਾਗੈ॥	Jit sayvi-ai bha-o bhaagai.
ਊਚਾ ਨਹੀ ਕਹਣਾ, ਮਨ ਮਹਿ ਰਹਣਾ,	oochaa nahee kahnaa man meh rahnaa
ਆਪੇ ਜਾਣੈ ਜਾਣੋ॥	aapay jaanai jaano.
ਮਰਣੁ ਮੁਣਸਾਂ ਸੂਰਿਆ ਹਕੁ ਹੈ,	maran munsaaN soori-aa hak hai
ਜੋ ਹੋਇ ਮਰਹਿ ਪਰਵਾਣੋ॥੩॥	jo ho-ay mareh parvaano. ‖3‖

ਪ੍ਰਭ ਨੇ ਹਰੇਕ ਆਤਮਾ ਨੂੰ ਪਵਿਤ੍ਰ ਕਰਨ ਦਾ ਮੌਕਾ ਬਖਸ਼ਦਾ ਹੈ । ਇਸ ਮਿਥੇ ਮਾਨਸ ਜਨਮ ਦੇ ਸਮੇਂ ਵਿੱਚ ਆਪਣੀ ਮੈਲ ਧੋਣ ਨਾਲ ਆਤਮਾ ਪ੍ਰਵਾਨ ਹੋ ਸਕਦੀ ਹੈ । ਜਿਹੜਾ ਪ੍ਰਭ ਦੇ ਸ਼ਬਦ ਦੀ ਪਾਲਣਾ ਕਰਦਾ, ਮੌਤ ਨੂੰ ਕਾਬੂਲ ਕਰਦਾ ਹੈ, ਉਹ ਹੀ ਸੂਰਮਾ ਹੈ । ਉਸ ਦੀ ਬੰਦਗੀ ਪ੍ਰਭ ਨੂੰ ਪ੍ਰਵਾਨ ਹੋ ਜਾਂਦੀ ਹੈ । ਉਸ ਨੂੰ ਦਰਗਾਹ ਵਿੱਚ ਥਾਂ ਬਖਸ਼ਿਸ਼ ਹੋ ਜਾਂਦੀ ਹੈ, ਕੋਈ ਦੁਖ ਨੇੜੇ ਨਹੀਂ ਆਉਂਦਾ । ਮੌਤ ਦਾ ਡਰ ਖਤਮ ਹੋ ਜਾਂਦਾ, ਉਹ ਸਦਾ ਲਈ ਅਮਰ ਹੋ ਜਾਂਦਾ ਹੈ । ਜਿਹੜਾ ਪ੍ਰਭ ਤੇ ਭਰੋਸਾ ਅਡੋਲ ਰਖਕੇ, ਉਸ ਨੂੰ ਅਸਲੀ ਮਾਲਕ ਸਮਝਕੇ ਸਿਮਰਨ ਕਰਦਾ ਹੈ । ਉਸ ਨੂੰ ਦਰਬਾਰ ਵਿੱਚ ਪ੍ਰਵਾਨਗੀ ਬਖਸ਼ਿਸ਼ ਹੋ ਜਾਂਦੀ ਹੈ, ਮੌਤ ਦਾ ਡਰ ਦੂਰ ਹੋ ਜਾਂਦਾ ਹੈ । ਜੀਵ ਪ੍ਰਭ ਨੂੰ ਅਟਲ ਮਾਲਕ ਸਮਝਕੇ ਹਮੇਸ਼ਾ ਉਸ ਦੇ ਭਾਣੇ ਵਿੱਚ ਮਸਤ ਰਹੋ । ਆਪਣੀ ਕੀਤੀ ਬੰਦਗੀ ਦਾ ਅਹੰਕਾਰ ਨਾ ਕਰੋ । ਉਹ ਅੰਤਰਜਾਮੀ ਸਭ ਕੁਝ ਦੇਖਦਾ, ਜਾਣਦਾ ਹੈ । ਪ੍ਰਭ ਨੇ ਹਰੇਕ ਆਤਮਾ ਨੂੰ ਪਵਿਤ੍ਰ ਕਰਨ ਦਾ ਮੌਕਾ ਬਖਸ਼ਦਾ ਹੈ, ਇਸ ਮਿਥੇ ਸਮੇਂ ਵਿੱਚ ਆਪਣੀ ਮੈਲ ਧੋਣ ਨਾਲ ਪ੍ਰਵਾਨਗੀ ਬਖਸ਼ਿਸ਼ ਹੋ ਸਕਦੀ ਹੈ ।

The True Master may bless the soul another opportunity to sanctify and become worthy of His Consideration. Whosoever may sanctify his soul within that predetermined time to become worthy of His Consideration. Whosoever may adopt the teachings of His Word with steady and stable belief; with His mercy and grace, he may accept death as an invitation to meet The Creator. He may be a true warrior, brave in the universe. His earnings of His Word may be accepted in His Court, he may be honored and blessed with a place in His Court; no worldly miseries may disturb his state of mind. His fear of death may be eliminated; he may be blessed with an immortal state of mind. You should consider His Word as an ultimate command and remain intoxicated in meditating. You should not boast about your worldly status. The Omniscient True Master knows and monitors all events of the universe. The True Master may bless the soul another opportunity to sanctify to become worthy of His Consideration. Whosoever may sanctify his soul within that predetermined time; with His mercy and grace, he may become worthy of His Consideration.

ਨਾਨਕ ਕਿਸ ਨੋ ਬਾਬਾ ਰੋਈਐ,	naanak kis no baabaa ro-ee-ai
ਬਾਜੀ ਹੈ ਇਹੁ ਸੰਸਾਰੋ॥	baajee hai ih sansaaro.
ਕੀਤਾ ਵੇਖੈ ਸਾਹਿਬੁ ਆਪਣਾ,	keetaa vaykhai saahib aapnaa
ਕੁਦਰਤਿ ਕਰੇ ਬੀਚਾਰੋ॥	kudrat karay beechaaro.
ਕੁਦਰਤਿ ਬੀਚਾਰੇ ਧਾਰਣ ਧਾਰੇ,	kudrat beechaaray Dhaaran Dhaaray

ਜਿਨਿ ਕੀਆ ਸੋ ਜਾਣੈ॥ Jin kee-aa so jaanai.
ਆਪੇ ਵੇਖੈ ਆਪੇ ਬੁਝੈ, aapay vaykhai aapay boojhai
ਆਪੇ ਹੁਕਮ ਪਛਾਣੈ॥ aapay hukam pachhaanai.
ਜਿਨਿ ਕਿਛੁ ਕੀਆ ਸੋਈ ਜਾਣੈ, Jin kichh kee-aa so-ee jaanai
ਤਾ ਕਾ ਰੂਪੁ ਅਪਾਰੋ॥ taa kaa roop apaaro.
ਨਾਨਕ ਕਿਸ ਨੋ ਬਾਬਾ ਰੋਈਐ, naanak kis no baabaa ro-ee-ai
ਬਾਜੀ ਹੈ ਇਹੁ ਸੰਸਾਰੋ॥੪॥੨॥ baajee hai ih sansaaro. ||4||2||

ਪ੍ਰਭ ਦਾ ਬਣਾਇਆ ਹੋਇਆ ਜਨਮ ਮਰਨ ਦਾ ਖੇਲ ਹੈ, ਜੀਵ ਦੇ ਵੱਸ ਵਿੱਚ ਕੁਝ ਨਹੀਂ ਹੈ! ਫਿਰ ਜੀਵ ਉਸ ਨੂੰ ਕਿਉ ਰੋਂਦਾ, ਵਿਰਾਗ ਕਰਦਾ ਹੈ? ਇਹ ਸਾਰੀ ਸ੍ਰਿਸ਼ਟੀ ਅਟਲ ਸਿਰਜਨਹਾਰੇ ਨੇ ਹੀ ਸਾਜੀ ਹੈ, ਉਹ ਹੀ ਇਸ ਦਾ ਕਾਰਨ ਜਾਣਦਾ ਹੈ। ਕੇਵਲ ਉਹ ਹੀ ਹੁਕਮ ਚਲਾਉਂਦਾ, ਇਸ ਦੀ ਪਾਲਣਾ ਦੇਖਦਾ ਹੈ। ਇਹ ਜਨਮ ਮਰਨ, ਪ੍ਰਭ ਦਾ ਬਣਾਇਆ ਖੇਲ, ਆਪ ਹੀ ਕਾਰਨ ਜਾਣਦਾ ਹੈ। ਪ੍ਰਭ ਜੀਵ ਦੀ ਪਹੁੰਚ ਤੋਂ ਉਪਰ ਹੈ, ਉਸ ਦਾ ਰੂਪ ਅਨੋਖਾ ਹੈ। ਉਸ ਦੇ ਰੂਪ, ਸ਼ਕਲ ਦੀ, ਵਿਆਖਿਆ ਨਹੀਂ ਕੀਤੀ ਜਾ ਸਕਦੀ। ਅਕਾਰ ਤੋਂ ਰਹਿਤ, ਕਿਸੇ ਵੀ ਅਕਾਰ ਵਿੱਚ ਆਪਣੀ ਰਜ਼ਾ ਨਾਲ ਪ੍ਰਗਟ ਹੋ ਸਕਦਾ ਹੈ। ਪ੍ਰਭ ਦਾ ਬਣਾਇਆ ਹੋਇਆ ਜਨਮ ਮਰਨ ਦਾ ਖੇਲ, ਜੀਵ ਦੇ ਵੱਸ ਵਿੱਚ ਨਹੀਂ ਹੈ, ਫਿਰ ਜੀਵ ਕਿਉਂ ਰੋਂਦਾ ਵਿਰਾਗ ਕਰਦਾ ਹੈ?

The cycle of birth and death has been created by The True Master and worldly creature has nothing under his power and control. Why may he be crying and grieving for this uselessly? Only! The True Master Creator knows the reason, purpose of His Play, His Creation. Only His Commands prevail to nourish, protect, and monitor the obedience of His Creation. His glory remains astonishing, beyond any visibility and comprehension of His Creation. No one may be able to explain His Nature. The Structureless, Bodyless, True Master may appear in any breathing and non-breathing structure at His own free Will. The cycle of birth and death in the universe has been created by The True Master; worldly creature has nothing under his power and control. Why may he be crying and grieving for uselessly?

3. **ਵਡਹੰਸੁ ਮਹਲਾ ੧ ਦਖਣੀ॥ 580-7**

ਸਚੁ ਸਿਰੰਦਾ ਸਚਾ ਜਾਣੀਐ, sach sirandaa sachaa jaanee-ai
ਸਚੜਾ ਪਰਵਦਗਾਰੋ॥ sachrhaa parvadgaaro.
ਜਿਨਿ ਆਪੀਨੈ ਆਪੁ ਸਾਜਿਆ, Jin aapeenai aap saaJi-aa
ਸਚੜਾ ਅਲਖ ਅਪਾਰੋ॥ sachrhaa alakh apaaro.
ਦੁਇ ਪੁੜ ਜੋੜਿ ਵਿੱਛੋੜਿਅਨੁ, du-ay purh jorh vichhorhi-an
ਗੁਰ ਬਿਨੁ ਘੋਰੁ ਅੰਧਾਰੋ॥ gur bin ghor anDhaaro.
ਸੂਰਜ ਚੰਦੁ ਸਿਰਜਿਅਨੁ, sooraj chand sirJi-an
ਅਹਿਨਿਸਿ ਚਲਤੁ ਵੀਚਾਰੋ॥੧॥ ahinis chalat veechaaro. ||1||

ਜੀਵ ਪ੍ਰਭ ਦੀ ਹੋਂਦ, ਸ਼ਬਦ, ਕਰਤਬਾਂ ਨੂੰ ਅਟਲ ਸਮਝੋ, ਭਰੋਸਾ ਅਡੋਲ ਰਖੋ। ਪ੍ਰਭ ਨੇ ਸਾਰੀ ਸ੍ਰਿਸ਼ਟੀ ਆਪਣੀ ਇਛਾ ਅਨੁਸਾਰ ਹੀ ਪੈਦਾ ਕੀਤੀ ਹੈ। ਪ੍ਰਭ ਦੀ ਹੋਂਦ ਅਨੋਖੀ ਜੀਵ, ਦੀ ਪਹੁੰਚ ਤੋਂ ਉਪਰ ਹੈ। ਪ੍ਰਭ ਨੇ ਜਨਮ, ਮਰਨ, ਸੰਜੋਗ, ਵਿਛੋੜਾ ਆਪ ਬਣਾਇਆ ਹੈ। ਪ੍ਰਭ ਦੀ ਰਹਿਮਤ ਤੋਂ ਬਿਨਾਂ ਜੀਵ ਨੂੰ ਕੋਈ ਸੋਝੀ ਬਖਸ਼ਿਸ਼ ਨਹੀਂ ਹੁੰਦੀ, ਸੰਸਾਰ ਵਿੱਚ ਵਿੱਚ ਹਨੇਰਾ, ਅਗਿਆਨਤਾ ਹੀ ਹੈ। ਪ੍ਰਭ ਨੇ ਹੀ ਸੂਰਜੁ, ਚੰਦ, ਧਰਤੀ, ਅਕਾਸ, ਪਤਾਲ, ਦਿਨ, ਰਾਤ, ਬਣਾਏ ਹਨ। ਸਾਰੇ ਪ੍ਰਭ ਦੇ ਹੁਕਮ ਅਨੁਸਾਰ ਹੀ ਚਲ ਸਕਦੇ ਹਨ।

You should have a steady and stable belief on His permanent, unavoidable existence; His Word, His miracles are unavoidable and real. The True Master has created the whole universes with His own imagination. His astonishing existence remains beyond the reach and comprehension of His Creation. He has created the cycle of birth and death, the separation of soul and union of soul with His Holy Spirit. Without His Blessed Vision, the whole universe may remain ignorant from the true purpose of His Creation, no one may ever be enlightened. The True Master has created, Sun, Moon, earth, sky, under world, day, and night. All may function only under His Command.

ਸਚੜਾ ਸਾਹਿਬੁ ਸਚੁ ਤੂ,	sachrhaa saahib sach too
ਸਚੜਾ ਦੇਹਿ ਪਿਆਰੋ॥ ਰਹਾਉ॥	sachrhaa deh pi-aaro. rahaa-o.

ਅਸਲੀ ਮਾਲਕ, ਅਟਲ ਪ੍ਰਭ ਰਹਿਮਤ ਬਖਸ਼ਕੇ ਸ਼ਬਦ ਦੇ ਸਿਮਰਨ ਦੇ ਲੜ ਲਾਵੇ । ਤੇਰੀ ਕ੍ਰਿਪਾ ਤੋਂ ਬਿਨਾਂ ਕੋਈ ਸਿਮਰਨ, ਤੇਰੇ ਨਾਲ ਪ੍ਰੀਤ ਨਹੀਂ ਕਰ ਸਕਦਾ ।

The True Master has blessed me devotion to meditate on the teachings of His Word with steady and stable belief; without His mercy and grace, no one may meditate nor remain devoted to the right path of acceptance in His Court.

ਤੁਧੁ ਸਿਰਜੀ ਮੇਦਨੀ,	tuDh sirjee maydnee
ਦੁਖੁ ਸੁਖੁ ਦੇਵਣਹਾਰੋ॥	dukh sukh dayvanhaaro.
ਨਾਰੀ ਪੁਰਖ ਸਿਰਜਿਐ,	naaree purakh sirJi-ai
ਬਿਖੁ ਮਾਇਆ ਮੋਹੁ ਪਿਆਰੋ॥	bikh maa-i-aa mO' pi-aaro.
ਖਾਣੀ ਬਾਣੀ ਤੇਰੀਆ,	khaanee banee tayree-aa
ਦੇਹਿ ਜੀਆ ਆਧਾਰੋ॥	deh jee-aa aaDhaaro.
ਕੁਦਰਤਿ ਤਖਤੁ ਰਚਾਇਆ,	kudrat takhat rachaa-i-aa
ਸਚਿ ਨਿਬੇੜਣਹਾਰੋ॥੨॥	sach nibayrhanhaaro. ||2||

ਪ੍ਰਭ ਹੀ ਸ੍ਰਿਸ਼ਟੀ ਪੈਦਾ ਕੀਤੀ ਹੈ, ਜੀਵਨ ਵਿੱਚ ਦੁਖ, ਸੁਖ ਬਖਸ਼ਦਾ ਹੈ । ਆਪੇ ਹੀ ਨਾਰੀ, ਪੁਰਖ ਪੈਦਾ ਕਰਦਾ ਹੈ । ਆਪ ਹੀ ਦਾਰੇ ਸੰਸਾਰਕ ਪਦਾਰਥਾਂ, ਸੰਬਧ, ਰਿਸ਼ਤੇ ਬਣਾਉਂਦਾ ਹੈ । ਆਪ ਹੀ ਮੋਹ, ਲਾਲਚ ਦਾ ਜਾਲ ਪਸਾਰਿਆ ਹੈ । ਆਪੇ ਹੀ ਸ੍ਰਿਸ਼ਟੀ ਨੂੰ ਸਿਧੇ ਰਸਤੇ ਚਲਣ ਲਈ ਬਾਣੀ, ਇਸ ਦੀ ਕਰਾਮਾਤਾਂ ਪੈਦਾ ਕਰਦਾ ਹੈ । ਸ੍ਰਿਸ਼ਟੀ ਹੀ ਪ੍ਰਭ ਦਾ ਤਖਤ ਹੈ, ਸਦਾ ਹੀ ਇਨਸਾਫ ਕਰਦਾ ਹੈ ।

The True Master has created the whole universe; all worldly pleasures and miseries in worldly life of His Creation. He has created all males and females, worldly possession, relationships, and worldly bonds. He has induced the sweet poison of worldly wealth, greed, and attachments. He has various Holy Scripture to enlighten His Creation with the right path of acceptance in Your Court and all miracles. The universe, the body of each creature remains His Throne; only justice prevails in His Court.

ਆਵਾ ਗਵਣੁ ਸਿਰਜਿਆ,	aavaa gavan sirJi-aa
ਤੂ ਥਿਰੁ ਕਰਣੈਹਾਰੋ॥	too thir karnaihaaro.
ਜੰਮਣੁ ਮਰਣਾ ਆਇ ਗਇਆ,	jaman marnaa aa-ay ga-i-aa
ਬਧਿਕੁ ਜੀਉ ਬਿਕਾਰੋ॥	baDhik jee-o bikaaro.
ਭੂਡੜੈ ਨਾਮੁ ਵਿਸਾਰਿਆ,	bhoodrhai naam visaari-aa
ਬੂਡੜੈ ਕਿਆ ਤਿਸੁ ਚਾਰੋ॥	boodrhai ki-aa tis chaaro.
ਗੁਣ ਛੋਡਿ ਬਿਖੁ ਲਦਿਆ,	gun chhod bikh ladi-aa
ਅਵਗੁਣ ਕਾ ਵਣਜਾਰੋ॥੩॥	avgun kaa vanjaaro. ||3||

ਪ੍ਰਭ ਨੇ ਜਨਮ, ਮਰਨ, ਆਉਣਾ ਜਾਣਾ ਦਾ ਖੇਲ ਬਣਾਇਆ ਹੈ, ਪਰ ਪ੍ਰਭ ਆਪ ਜਨਮ ਮਰਨ ਤੋਂ ਬਾਹਰ ਹੈ । ਜੀਵ ਨੂੰ ਇਸ ਖੇਲ ਵਿੱਚ ਪਾਉਂਦਾ, ਆਤਮਾ ਨੂੰ ਸੰਸਾਰਕ ਪਦਾਰਥਾਂ, ਸੰਬਧਾਂ ਦੇ ਮੋਹ, ਲਾਲਚ ਵਿੱਚ ਆਪ ਹੀ ਲਾਉਂਦਾ ਹੈ । ਜਿਹੜਾ ਪ੍ਰਭ ਦਾ ਸ਼ਬਦ, ਮਾਨਸ ਜਨਮ ਦਾ ਮੰਤਵ ਭੁਲ ਜਾਂਦਾ ਹੈ, ਉਹ ਜਨਮ, ਮਰਨ ਦੇ ਚੱਕਰ ਵਿੱਚ ਹੀ ਰਹਿੰਦਾ ਹੈ । ਸਮਾਂ ਬੀਤ ਜਾਣ ਤੇ ਬੇਵੱਸ ਹੋ ਜਾਂਦਾ, ਕੋਈ ਚਾਰਾ, ਵਿਧੀ ਨਹੀਂ ਚਲਦੀ । ਉਹ ਚੰਗੇ ਕੰਮ ਛੱਡਕੇ, ਮੂਰਖਾਂ ਵਾਲੇ ਕੰਮ ਕਰਦਾ, ਮੰਦੇ ਕੰਮਾਂ ਦਾ ਵਿਪਾਰ ਹੀ ਕਰਦਾ ਹੈ, ਜੂੰਨਾਂ ਦਾ ਭੰਡਾਰ ਲਈ ਫਿਰਦਾ ਹੈ ।

The True Master has created the cycle of birth and death for soul; however, He remains beyond the cycle of birth and death. He has introduced the soul to the play of universe, dominated by powerful worldly wealth, possessions, and greed. Whosoever may remain intoxicated with worldly wealth; he may not remember the real purpose of human life. He remains in the cycle of birth and death. Over a period, he may become desperate, helpless and give up hopes and efforts. He may abandon good deeds and indulge in s sinful, evil deeds. He collects the burden of sins and only trade evil merchandizes.

ਸਦੜੇ ਆਏ ਤਿਨਾ ਜਾਨੀਆ,	sad-rhay aa-ay tinaa jaanee-aa
ਹੁਕਮਿ ਸਚੇ ਕਰਤਾਰੋ॥	hukam sachay kartaaro.
ਨਾਰੀ ਪੁਰਖ ਵਿਛੁੰਨਿਆ,	naaree purakh vichhunni-aa
ਵਿਛੁੜਿਆ ਮੇਲਣਹਾਰੋ॥	vichhurhi-aa maylanhaaro.
ਰੂਪੁ ਨ ਜਾਣੈ ਸੋਹਣੀਐ,	roop na jaanai sO'nee-ai
ਹੁਕਮਿ ਬਧੀ ਸਿਰਿ ਕਾਰੋ॥	hukam baDhee sir kaaro.
ਬਾਲਕ ਬਿਰਧਿ ਨ ਜਾਣਨੀ,	baalak biraDh na jaannee
ਤੋੜਨਿ ਹੇਤੁ ਪਿਆਰੋ॥੪॥	torhan hayt pi-aaro. ‖4‖

ਜਿਸ ਨੂੰ ਅਟਲ ਸਿਰਜਨਹਾਰ ਦਾ ਮੌਤ ਦਾ ਸੱਦਾ ਆਉਂਦਾ ਹੈ । ਮੌਤ ਨਾਰੀ, ਪੁਰਖ, ਉਮਰ, ਹੈਸੀਅਤ ਦਾ ਕੋਈ ਵਿਤਕਰਾ ਨਹੀਂ ਕਰਦੀ । ਮੌਤ ਦਾ ਫਰਿਸ਼ਤਾ ਪ੍ਰਭ ਦੇ ਹੁਕਮ ਦੀ ਹੀ ਪਾਲਣਾ ਕਰਦਾ ਹੈ । ਆਤਮਾ ਸੰਸਾਰਕ ਬੰਧਨ ਤੋੜਕੇ ਆਪਣੇ ਅਸਲੀ ਮਾਲਕ ਪਾਸ ਚਲੇ ਜਾਂਦੀ ਹੈ ।

The devil of death brings the His Message of death as per His Command. The devil of death may never discriminate between, age, gender, or worldly status. The devil of death only follows His Command. He breaks all worldly bonds of soul and takes her away to face the judgement or The Righteous Judge.

ਨਉ ਦਰਿ ਠਾਕੇ ਹੁਕਮਿ ਸਚੈ,	na-o dar thaakay hukam sachai
ਹੰਸੁ ਗਇਆ ਗੈਣਾਰੇ॥	hans ga-i-aa gainaaray.
ਸਾ ਧਨ ਛੁਟੀ ਮੁਠੀ ਝੂਠਿ ਵਿਧਣੀਆ,	saa Dhan chhutee muthee jhooth viDh-nee-aa
ਮਿਰਤਕੜਾ ਅੰਙਨੜੇ ਬਾਰੇ॥	miratkarhaa annynarhay baaray.
ਸੁਰਤਿ ਮੁਈ ਮਰੁ ਮਾਈਏ,	surat mu-ee mar maa-ee-ay
ਮਹਲ ਰੁੰਨੀ ਦਰ ਬਾਰੇ॥	mahal runnee dar baaray.
ਰੋਵਹੁ ਕੰਤ ਮਹੇਲੀਹੋ,	rovhu kant mahayleeho
ਸਚੇ ਕੇ ਗੁਣ ਸਾਰੇ॥੫॥	sachay kay gun saaray. ‖5‖

ਪ੍ਰਭ ਦੇ ਹੁਕਮ ਨਾਲ ਆਤਮਾ ਦਾ ਸਾਰੀਰ ਵਿੱਚ ਰਹਿਣ ਵਾਲੇ ਸਾਰੇ ਦਰਵਾਜ਼ੇ (ਨੌ ਦਰਵਾਜ਼ੇ) ਬੰਦ ਹੋ ਜਾਂਦੇ ਹਨ, ਵਾਪਸ ਭੇਜਣੇ ਵਾਲੇ ਵੱਲ ਚਲੇ ਜਾਂਦੀ ਹੈ । ਆਤਮਾ ਤਨ, ਝੂਠੀ ਹੋਂਦ ਤੋਂ ਵੱਖਰੀ ਹੋ ਜਾਂਦੀ, ਜੀਵ ਨੂੰ ਮੁਰਦਾ ਕਹਿਣ ਲਗ ਪੈਂਦੇ ਹਨ । ਆਤਮਾ ਦੀ ਸੁਰਤ ਖਤਮ, ਮੁਰਦਾ ਹੋ ਜਾਂਦੀ ਹੈ । ਇਹ ਸੰਸਾਰਕ ਘਰ ਸੁੰਨਾ ਹੋ ਜਾਂਦਾ ਹੈ । ਸੰਸਾਰਕ ਸੰਬਧੀ ਇਸ ਵਿਛੋੜੇ ਦਾ ਵਿਰਾਗ ਕਰਦੇ ਹਨ । ਅਸਲ ਵਿੱਚ ਇਹ ਸਮਾਂ ਸਿਮਰਨ ਦਾ ਅਤੇ ਖੁਸ਼ੀ ਦਾ ਹੁੰਦਾ ਹੈ । ਆਤਮਾ ਸੰਸਾਰਕ ਯਾਤਰਾ ਪੂਰੀ ਕਰਕੇ ਆਪਣੇ ਅਸਲੀ ਘਰ ਵਾਪਸ ਜਾਂਦੀ ਹੈ । ਇਹ ਸਾਰੇ ਹੀ ਪ੍ਰਭ ਦੇ ਗੁਣ ਹਨ ।

With His Command, all nine doors of his body may be closed and only 10th gate opens to take her away. His soul must abandon his false existence, his body; worldly creatures call his body a corpse. All senses of his soul must seize, and becomes breathless, dead. Her body becomes empty, as void. His close friends and family may grieve for loss of his company. However, the time of death may not be time to grieve, rather a time to celebrate. His soul has finished her journey and returning her real home. All are virtues remain embedded with His Word, Command of The True Master.

ਜਲਿ ਮਲਿ ਜਾਨੀ ਨਾਵਾਲਿਆ,	jal mal jaanee naavaali-aa
ਕਪੜਿ ਪਟਿ ਅੰਬਾਰੇ॥	kaparh pat ambaaray.
ਵਾਜੇ ਵਜੇ ਸਚੀ ਬਾਣੀਆ,	vaajay vajay sachee baanee-aa
ਪੰਚ ਮੁਏ ਮਨੁ ਮਾਰੇ॥	panch mu-ay man maaray.
ਜਾਨੀ ਵਿਚੁੰਨੜੇ ਮੇਰਾ ਮਰਣੁ ਭਇਆ,	jaanee vichhunnrhay mayraa maran bha-i-aa
ਧ੍ਰਿਗੁ ਜੀਵਣੁ ਸੰਸਾਰੇ॥	Dharig jeevan sansaaray.
ਜੀਵਤੁ ਮਰੈ ਸੁ ਜਾਣੀਐ,	jeevat marai so jaanee-ai
ਪਿਰ ਸਚੜੈ ਹੇਤਿ ਪਿਆਰੇ॥੬॥	pir sachrhai hayt pi-aaray. ‖6‖

ਇਸ ਆਤਮਾ ਦੇ ਘਰ (ਸਰੀਰ) ਨੂੰ ਸੰਸਾਰਕ ਸੰਬਧੀ, ਪਾਣੀ ਨਾਲ ਇਸ਼ਨਾਨ, ਸਾਫ ਕਰਦੇ ਹਨ, ਸੋਹਣੇ ਕਪੜੇ ਨਾਲ ਸਜਾਉਂਦੇ ਹਨ । ਅੱਟਲ ਪ੍ਰਭ ਦਾ ਸਿਮਰਨ ਕਰਦੇ ਹਨ, ਨਜ਼ਦੀਕੀ ਸੰਬਧੀ ਆਪਣੇ ਆਪ ਨੂੰ ਉਸ ਨਾਲ ਮੋਇਆ ਹੀ ਮਹਿਸੂਸ ਕਰਦੇ ਹਨ । ਉਹ ਮਹਿਸੂਸ ਕਰਦੇ ਹਨ ਕਿ ਜਾਣੇ ਵਾਲੇ ਤੋਂ ਪਿਛੋਂ ਉਹਨਾਂ ਦੇ ਜੀਵਨ ਦਾ ਕੋਈ ਮੰਤਵ ਨਹੀਂ ਰਹਿਆ । ਜਿਹੜਾ ਮਰਨ ਨੂੰ ਅਟਲ ਸਮਝਦਾ ਹੈ, ਉਹ ਹਮੇਸ਼ਾ ਮੌਤ ਨੂੰ ਨੇੜੇ ਸਮਝਦਾ ਹੈ । ਉਸ ਦੇ ਭਾਣੇ ਵਿੱਚ ਚਲਕੇ ਉਸ ਦੀ ਸ੍ਰਿਸ਼ਟੀ ਦੀ ਪਾਲਣਾ ਕਰਦਾ ਹੈ, ਪ੍ਰਭ ਦੇ ਵਿਛੋੜੇ ਦੇ ਵਿਰਾਗ ਵਿੱਚ ਹੀ ਰਹਿੰਦਾ ਹੈ ।

His close relatives, clean his corpse, the house of soul and embellish with new cloths and sing the glory of His Word. His close family feels very depressed and feels like dead with him; as no purpose of life left for them. Whosoever may accept death as unpredictable and unavoidable, His Command; he may adopt the teachings of His Word with steady and stable belief and serves His Creation. He remains in renunciation in the memory of his separation from His Holy Spirit

ਤੁਸੀ ਰੋਵਹੁ ਰੋਵਣ ਆਈਹੋ,	tusee rovhu rovan aa-eeho
ਝੂਠਿ ਮੁਠੀ ਸੰਸਾਰੇ॥	jhooth muthee sansaaray.
ਹਉ ਮੁਠੜੀ ਧੰਧੈ ਧਾਵਣੀਆ,	ha-o muth-rhee DhanDhai Dhaavanee-aa
ਪਿਰਿ ਛੋਡਿਅੜੀ ਵਿਧਣਕਾਰੇ॥	pir chhodi-arhee viDhankaaray.
ਘਰਿ ਘਰਿ ਕੰਤੁ ਮਹੇਲੀਆ,	ghar ghar kant mahaylee-aa
ਰੂੜੈ ਹੇਤਿ ਪਿਆਰੇ॥	roorhai hayt pi-aaray.
ਮੈ ਪਿਰੁ ਸਚੁ ਸਲਾਹਣਾ,	mai pir sach salaahnaa
ਹਉ ਰਹਸਿਅੜੀ ਨਾਮਿ ਭਤਾਰੇ॥੭॥	ha-o rehsi-arhee naam bhataaray. ‖7‖

ਜੀਵ ਸਮਝੋ! ਇਹ ਸੰਸਾਰ ਆਤਮਾ ਦਾ ਅਸਲੀ ਰਹਿਣ ਵਾਲਾ ਘਰ ਨਹੀਂ ਹੈ । ਇਸ ਭੁਲੇਖੇ ਕਰਕੇ ਹੀ ਵਿਰਾਗ ਕਰਦਾ ਹੈ । ਮੈਂ ਵੀ ਇਸ ਭੁਲੇਖੇ ਵਿੱਚ ਸੀ! ਆਪਣੇ ਅਸਲੀ ਮਾਲਕ ਨੂੰ ਵਿਸਾਰਕੇ, ਸੰਸਾਰਕ ਧੰਦਿਆਂ ਵਿੱਚ ਮਸਤ ਸੀ । ਉਸ ਦੀ ਰਜ਼ਾ ਦੇ ਉਲਟ ਚਲਦਾ ਸੀ । ਹੁਣ, ਪ੍ਰਭ ਨੇ ਅਸਲੀ ਰਸਤੇ ਬਖਸ਼ਿਆਂ ਹੈ, ਮੈਂ ਕਾਬੂਲ ਕੀਤਾ ਹੈ । ਹੁਣ ਮੈਂ ਹਰ ਵੇਲੇ ਅਟਲ ਪ੍ਰਭ ਦਾ ਧੰਨਵਾਦ ਦੇ ਹੀ ਗੁਣ ਗਾਉਂਦਾ ਹਾ । ਮੈਂ ਘਰ ਘਰ ਪ੍ਰਭ ਦੇ ਸ਼ਬਦ ਦੀ ਖੁਸ਼ੀ ਵੰਡਦਾ ਹਾ ।

You should always remember, world may not be a permanent resting place for soul; with this worldly religious suspicion, His Creation may grieve on death. I was also a victim of religious suspicion; I was intoxicated with worldly wealth and worldly chore. I abandoned the teachings of His Word, the real purpose of human life blessings; I were doing everything against His Command, the teachings of His Word. The Merciful True Master has enlightened with the right path; I have accepted the reality of human life. I have adopted the right path of acceptance in His Court. I am singing and sharing the glory of His Word with His Creation.

ਗੁਰਿ ਮਿਲਿਐ ਵੇਸੁ ਪਲਟਿਆ,	gur mili-ai vays palti-aa
ਸਾ ਧਨ ਸਚੁ ਸੀਗਾਰੋ॥	saa Dhan sach seegaaro.
ਆਵਹੁ ਮਿਲਹੁ ਸਹੇਲੀਹੋ,	aavhu milhu sahayleeho

ਸਿਮਰਹੁ ਸਿਰਜਣਹਾਰੋ॥ simrahu sirjanhaaro.
ਬਈਅਰਿ ਨਾਮਿ ਸੋੁਹਾਗਣੀ, ba-ee-ar naam sO'aaganee
ਸਚੁ ਸਵਾਰਣਹਾਰੋ॥ sach savaaranhaaro.
ਗਾਵਹੁ ਗੀਤੁ ਨ ਬਿਰਹੜਾ, gaavhu geet na birharhaa
ਨਾਨਕ ਬ੍ਰਹਮ ਬੀਚਾਰੋ॥੮॥੩॥ naanak barahm beechaaro. ||8||3||

ਅਟਲ ਪ੍ਰਭ ਨੇ ਸੋਝੀ ਬਖਸ਼ੀ ਹੈ, ਮੇਰਾ ਜੀਵਨ ਦਾ ਮੰਤਵ ਹੀ ਬਦਲ ਗਿਆ ਹੈ । ਉਸ ਦੇ ਸ਼ਬਦ ਦਾ ਸਿਮਰਨ ਕਰੀਏ । ਸਿਮਰਨ ਨਾਲ, ਪ੍ਰਭ ਖੁਸ਼ ਹੁੰਦਾ ਹੈ, ਦਰਗਾਹ ਵਿੱਚ ਬਹੁਤ ਅਨੰਦ ਬਖਸ਼ਿਸ਼ ਹੁੰਦਾ । ਫਿਰ ਉਹ ਵਿਛੋੜੇ ਦੇ ਗੀਤ ਨਹੀਂ ਗਾਉਂਦਾ, ਉਸਤਤ ਦੇ ਗੀਤ ਸਿਮਰਨ ਕਰਦਾ ਹਾ ।

The True Master has enlightened the essence of His Word and I have realized the purpose of my human life; I have transformed may way of life. Let us meditate and sing the glory of His Word; with His mercy and grace, His true devotee may be blessed with pleasure and contentment in His Court. He may not grieve nor sing the song of renunciation rather sings the praises of The True Master.

4. ਵਡਹੰਸੁ ਮਹਲਾ ੧॥ 581-4

ਜਿਨਿ ਜਗੁ ਸਿਰਜਿ ਸਮਾਇਆ, Jin jag siraj samaa-i-aa
ਸੋ ਸਾਹਿਬੁ ਕੁਦਰਤਿ ਜਾਣੋਵਾ॥ so saahib kudrat jaanovaa.
ਸਚੜਾ ਦੂਰਿ ਨ ਭਾਲੀਐ, sachrhaa door na bhaalee-ai
ਘਟਿ ਘਟਿ ਸਬਦੁ ਪਛਾਣੋਵਾ॥ ghat ghat sabad pachhaanovaa.
ਸਚੁ ਸਬਦੁ ਪਛਾਣਹੁ, ਦੂਰਿ ਨ ਜਾਣਹੁ, sach sabad pachhaanhu, door na jaanhu
ਜਿਨਿ ਏਹ ਰਚਨਾ ਰਾਚੀ॥ Jin ayh rachnaa raachee.
ਨਾਮੁ ਧਿਆਏ ਤਾ ਸੁਖੁ ਪਾਏ, naam Dhi-aa-ay taa sukh paa-ay
ਬਿਨੁ ਨਾਵੈ ਪਿੜ ਕਾਚੀ॥ bin naavai pirh kaachee.
ਜਿਨਿ ਥਾਪੀ ਬਿਧਿ ਜਾਣੈ ਸੋਈ, Jin thaapee biDh jaanai so-ee
ਕਿਆ ਕੋ ਕਹੈ ਵਖਾਣੋ॥ ki-aa ko kahai vakhaano.
ਜਿਨਿ ਜਗੁ ਥਾਪਿ ਵਤਾਇਆ ਜਾਲੋ, Jin jag thaap vataa-i-aa jaalo
ਸੋ ਸਾਹਿਬੁ ਪਰਵਾਣੋ॥੧॥ so saahib parvaano. ||1||

ਜੀਵ ਦਾ ਜਨਮ ਅਤੇ ਮੌਤ ਪ੍ਰਭ ਦੇ ਹੁਕਮ ਅੰਦਰ ਹੀ ਹੁੰਦਾ ਹੈ । ਅਟਲ ਪ੍ਰਭ ਆਪਣੇ ਕਰਤਬਾਂ, ਕਰਮਾਤਾਂ, ਤਾਕਤ ਨੂੰ ਆਪ ਹੀ ਜਾਣਦਾ ਹੈ । ਪ੍ਰਭ ਜੀਵ ਦੀ ਆਤਮਾ ਵਿੱਚ ਸਮਾਇਆ, ਤਨ ਅੰਦਰ ਹੀ ਵਸਦਾ ਹੈ, ਉਸ ਨੂੰ ਦੂਰ ਨਾ ਸਮਝੋ । ਜਿਹੜਾ ਪ੍ਰਭ ਦਾ ਹੁਕਮ ਜਾਣ ਜਾਂਦਾ ਹੈ, ਉਸ ਨੂੰ ਪ੍ਰਭ ਦੀ ਹੋਂਦ ਮਹਿਸੂਸ, ਅਨੁਭਵ ਹੋ ਜਾਂਦੀ ਹੈ । ਉਸ ਨੂੰ ਸ੍ਰਿਸ਼ਟੀ ਸਾਜਨ ਵਾਲੇ ਦਾ ਗਿਆਨ ਹੋ ਜਾਂਦਾ ਹੈ । ਪ੍ਰਭ ਨੇ ਸਾਰੀ ਸ੍ਰਿਸ਼ਟੀ ਸਾਜੀ ਹੈ, ਆਪ ਹੀ ਇਸ ਦੀ ਉਤਪਤੀ ਕਰਦਾ ਹੈ । ਪ੍ਰਭ ਦੇ ਸ਼ਬਦ ਦਾ ਸਿਮਰਨ ਕਰਨ ਨਾਲ ਸਾਰੇ ਸੁਖ ਬਖਸ਼ਿਸ਼ ਹੋ ਜਾਂਦੇ ਹਨ । ਸਿਮਰਨ ਤੋਂ ਬਿਨਾਂ ਸ਼ਰਮਿੰਦਗੀ ਹੀ ਨਸੀਬ ਹੁੰਦੀ ਹੈ । ਸ੍ਰਿਜਨਹਾਰਾ ਹੀ ਜਾਣਦਾ ਹੈ ਹੋਰ ਕੋਈ ਪੂਰਨ ਵਿਖਿਆਣ ਨਹੀਂ ਕਰ ਸਕਦਾ । ਜਿਸ ਪ੍ਰਭ ਨੇ ਇਹ ਸ੍ਰਿਸ਼ਟੀ ਸਾਜੀ ਹੈ, ਉਸ ਨੂੰ ਆਪਣਾ ਅਸਲੀ ਮਾਲਕ ਮੰਨਣ ਨਾਲ ਸ਼ਬਦ ਦੀ ਕਮਾਈ ਪ੍ਰਵਾਨ ਹੋ ਸਕਦੀ ਹੈ ।

The cycle of birth and death remains under His Command. Only, The True Master knows His own miracles, events of His Nature and His Own Power. He remains embedded within soul and dwells within the same body; you should never consider Him for away. However, He remains beyond the emotional attachments of his soul. Whosoever may recognize His Word, Command; he may realize His Existence prevailing everywhere. He may be enlightened that the whole universe is an expansion of His Holy Spirit. Whosoever may meditate on the teachings of His Word with steady and stable belief in day-to-day life; with His mercy and grace, he may be blessed with pleasures and blossom in life. Without earnings of His Word, he may only endure embarrassments. Only, The True Master knows the real purpose of His Creation, no one else may ever fully comprehend His Nature. Whosoever may have a steady and stable belief that The One and Only One, True Master, Creator of the universe; his earnings of His Word may be accepted in His Court.

ਬਾਬਾ ਆਇਆ ਹੈ ਉਠਿ ਚਲਣਾ,	baabaa aa-i-aa hai uth chalnaa
ਅਧ ਪੰਧੈ ਹੈ ਸੰਸਾਰੋਵਾ॥	aDh panDhai hai sansaarovaa.
ਸਿਰਿ ਸਿਰਿ ਸਚੜੈ ਲਿਖਿਆ,	sir sir sachrhai likhi-aa
ਦੁਖੁ ਸੁਖੁ ਪੁਰਬਿ ਵੀਚਾਰੋਵਾ॥	dukh sukh purab veechaarovaa.
ਦੁਖੁ ਸੁਖੁ ਦੀਆਂ ਜੇਹਾ ਕੀਆ,	dukh sukh dee-aa jayhaa kee-aa
ਸੋ ਨਿਬਹੈ ਜੀਅ ਨਾਲੇ॥	so nibhai jee-a naalay.
ਜੇਹੇ ਕਰਮ ਕਰਾਏ ਕਰਤਾ,	jayhay karam karaa-ay kartaa doo-
ਦੂਜੀ ਕਾਰ ਨ ਭਾਲੇ॥	jee kaar na bhaalay.
ਆਪਿ ਨਿਰਾਲਮੁ ਧੰਧੈ ਬਾਧੀ,	aap niraalam DhanDhai baaDhee
ਕਰਿ ਹੁਕਮੁ ਛਡਾਵਣਹਾਰੋ॥	kar hukam chhadaavanhaaro.
ਅਜੁ ਕਲਿ ਕਰਦਿਆ ਕਾਲੁ ਬਿਆਪੈ,	aj kal kardi-aa kaal bi-aapai
ਦੂਜੈ ਭਾਇ ਵਿਕਾਰੋ॥੨॥	doojai bhaa-ay vikaaro. ‖2‖

ਪ੍ਰਭ ਦਾ ਹੁਕਮ ਆਉਣ ਤੇ ਆਤਮਾ ਤਨ, ਕਾਰੋਬਾਰ ਇਸਤਰ੍ਹਾਂ ਹੀ ਛੱਡਕੇ, ਵਾਪਸ ਚਲੀ ਜਾਂਦੀ ਹੈ । ਆਪਣੇ ਪਹਿਲੇ ਜਨਮ ਦੇ ਕੀਤੇ, ਲਿਖੇ ਅਨੁਸਾਰ ਦੁਖ, ਸੁਖ ਭੋਗਦੀ ਹੈ । ਸੰਸਾਰਕ ਕੰਮਾਂ ਦਾ ਫਲ ਹੀ ਉਸ ਦੇ ਸਾਥ ਜਾਂਦਾ ਹੈ । ਜੀਵ ਉਹ ਹੀ ਕੰਮ ਕਰਦਾ ਹੈ ਜੋ ਪ੍ਰਭ ਉਸ ਤੋਂ ਕਰਵਾਉਂਦਾ ਹੈ । ਪ੍ਰਭ ਆਪ ਬਹੁਤ ਹੀ ਨਿਰਮਲ ਹੈ । ਉਹ ਹੀ ਦੁਨਿਆਵੀ ਕਾਰੋਬਾਰ, ਸੰਸਾਰਕ ਪਦਾਰਥਾਂ ਨਾਲ ਮੋਹ ਪੈਂਦਾ ਕਰਦਾ ਹੈ । ਆਪ ਹੀ ਮੋਹ ਤੋੜਕੇ ਆਪਣੇ ਸ਼ਬਦ ਦੇ ਸਿਮਰਨ ਕਰਨ ਤੇ ਲਾਉਂਦਾ ਹੈ । ਜੀਵ ਅੱਜ ਕੱਲ ਕਰਦਾ ਦੂਜੇ ਬਿਕਾਰ ਦੇ ਕੰਮਾਂ ਵਿੱਚ ਲਗਾ ਸਮਾਂ ਗਵਾ ਲੈਂਦਾ ਹੈ, ਸਮਾਂ ਪੂਰਾ ਹੋਣ ਤੇ ਮੌਤ ਆ ਜਾਂਦੀ ਹੈ ।

When the devil of death knocks at the door; his soul may leave all worldly chores and abandon his body to return. With her prewritten destiny endures miseries and pleasures in worldly life. The earnings of His Word and good deeds may go along with her soul after death to support in His Court. He may only perform deeds inspired by His Command. The True Master remains a sanctified, blemish free, Holy Spirit. He has created all worldly chores, attachment to worldly possessions; only He may eliminate all worldly bonds and inspires His true devote to meditate on the teachings of His Word. Human may waste his time thinking about useless chores; by then his time may be exhausted.

ਜਮ ਮਾਰਗ ਪੰਥੁ ਨ ਸੁਝਈ,	jam maarag panth na sujh-ee
ਉਝੜੁ ਅੰਧ ਗੁਬਾਰੋਵਾ॥	ujharh anDh gubaarovaa.
ਨਾ ਜਲੁ ਲੇਫ ਤੁਲਾਈਆ,	naa jal layf tulaa-ee-aa
ਨਾ ਭੋਜਨ ਪਰਕਾਰੋਵਾ॥	naa bhojan parkaarovaa.
ਭੋਜਨ ਭਾਉ ਨ ਠੰਢਾ ਪਾਣੀ,	bhojan bhaa-o na thandhaa paanee
ਨਾ ਕਾਪੜੁ ਸੀਗਾਰੋ॥	naa kaaparh seegaaro.
ਗਲਿ ਸੰਗਲੁ ਸਿਰਿ ਮਾਰੇ ਊਭੌ,	gal sangal sir maaray oobhou
ਨਾ ਦੀਸੈ ਘਰ ਬਾਰੋ॥	naa deesai ghar baaro.
ਇਬ ਕੇ ਰਾਹੇ ਜੰਮਨਿ ਨਾਹੀ,	ib kay raahay jamman naahee
ਪਛੁਤਾਣੇ ਸਿਰਿ ਭਾਰੋ॥	pachhutaanay sir bhaaro.
ਬਿਨੁ ਸਾਚੇ ਕੋ ਬੇਲੀ ਨਾਹੀ,	bin saachay ko baylee naahee
ਸਾਚਾ ਏਹੁ ਬੀਚਾਰੋ॥ ੩॥	saachaa ayhu beechaaro. ‖3‖

ਜਦੋਂ ਮੌਤ ਦਾ ਸੱਦਾ ਆਉਂਦਾ ਹੈ । ਆਤਮਾ ਨੂੰ ਕੋਈ ਸੋਝੀ ਨਹੀਂ ਰਹਿੰਦੀ, ਹਰ ਪਾਸੇ ਅੰਧੇਰਾ ਹੋ ਜਾਂਦਾ, ਸਭ ਕੁਝ ਉਜੜ ਜਾਂਦਾ ਹੈ । ਉਸ ਨੂੰ ਨਾ ਸੋਣ ਲਈ ਬਿਸਤਰ, ਨਾ ਹੀ ਖਾਣ ਲਈ ਭੋਜਨ, ਨਾ ਹੀ ਪੀਣ ਲਈ ਠੰਡਾ ਪਾਣੀ, ਸਜਾਵਟ, ਪਹਿਨਣ ਲਈ ਕਪੜਾ ਹੀ ਮਿਲਦਾ ਹੈ । ਉਸ ਦੇ ਗਲ ਵਿੱਚ ਜਮ ਦਾ ਸੰਗਲ, ਕੀਤੇ ਪਾਪਾਂ, ਕੰਮਾਂ ਕਰਕੇ ਪੈਂਦਾ ਹੈ । ਉਸ ਨੂੰ ਆਪਣੇ ਮਾਲਕ ਦੇ ਘਰ ਦਾ ਰਸਤਾ ਨਹੀਂ ਲੱਭਦਾ ਹੈ । ਉਹ ਬਿਰਥਾ ਹੀ ਜਨਮ ਮਰਨ ਦੇ ਚੱਕਰ ਵਿੱਚ ਰਹਿੰਦਾ ਹੈ । ਜਦੋਂ ਸੋਝੀ ਆਉਂਦੀ ਹੈ, ਉਸ ਵੇਲੇ ਪਛਤਾਵਾ ਹੁੰਦਾ ਹੈ । ਕਿ ਅੱਟਲ ਪ੍ਰਭ ਤੋਂ ਬਿਨਾਂ ਕੋਈ ਅਖੀਰਲੇ ਸਮੇਂ ਸਾਥੀ ਨਹੀਂ ਹੁੰਦਾ ਹੈ । ਦਰਬਾਰ ਵਿੱਚ ਕੇਵਲ ਸ਼ਬਦ ਦੀ ਕਮਾਈ ਹੀ ਪ੍ਰਵਾਨ ਹੁੰਦੀ ਹੈ ।

When the devil of death may knock her door; his soul loses all her senses and darkness prevails all over. Her house, body becomes abandoned and void. She may not find any resting place, bed, nothing to eat or drink; she has a chain of devil of death and burden of her evil and sinful deeds. She may not know the door of her True Master; she remains in the cycle of birth and death. When she realizes the purpose of her human life opportunity, she may only regret and repents. Without the earnings of His Word, no one may be a true companion; only earnings of His Word may be accepted in His Court.

ਬਾਬਾ ਰੋਵਹਿ ਰਵਹਿ ਸੁ ਜਾਣੀਅਹਿ,	baabaa roveh raveh so jaanee-ahi
ਮਿਲਿ ਰੋਵੈ ਗੁਣ ਸਾਰੇਵਾ॥	mil rovai gun saarayvaa.
ਰੋਵੈ ਮਾਇਆ ਮੁਠੜੀ,	rovai maa-i-aa muth-rhee
ਧੰਧੜਾ ਰੋਵਣਹਾਰੇਵਾ॥	DhanDh-rhaa rovanhaarayvaa.
ਧੰਧਾ ਰੋਵੈ ਮੈਲੁ ਨ ਧੋਵੈ,	DhanDhaa rovai mail na Dhovai
ਸੁਪਨੰਤਰੁ ਸੰਸਾਰੋ॥	supnantar sansaaro.
ਜਿਉ ਬਾਜੀਗਰੁ ਭਰਮੈ ਭੂਲੈ,	Ji-o baajeegar bharmai bhoolai
ਝੂਠਿ ਮੁਠੀ ਅਹੰਕਾਰੋ॥	jhooth muthee ahankaaro.
ਆਪੇ ਮਾਰਗਿ ਪਾਵਣਹਾਰਾ,	aapay maarag paavanhaaraa
ਆਪੇ ਕਰਮ ਕਮਾਏ॥	aapay karam kamaa-ay.
ਨਾਮਿ ਰਤੇ ਗੁਰਿ ਪੂਰੈ ਰਾਖੇ,	naam ratay gur poorai raakhay
ਨਾਨਕ ਸਹਜਿ ਸੁਭਾਏ॥੪॥੪॥	naanak sahj subhaa-ay. ‖4‖4‖

ਜੀਵ ਅਗਰ ਤੂੰ ਵਿਰਾਗ ਕਰਦਾ, ਰੋਂਦਾ ਹੈ! ਅਸਲੀ ਵਿਰਾਗ ਪ੍ਰਭ ਦੇ ਵਿਛੋੜੇ ਵਿੱਚ ਸਿਮਰਨ ਕਰਨਾ ਹੀ ਹੁੰਦਾ ਹੈ । ਮਾਇਆ ਦੇ ਲਾਲਚ ਵਿੱਚ ਬਹੁਤ ਜੀਵ ਰੋਦੇਂ, ਵਿਰਾਗ ਕਰਦੇ ਹਨ । ਜਿਹੜਾ ਸੰਸਾਰਕ ਸੁਖਾ ਕਰਕੇ ਨਿਰਾਜ਼, ਵਿਰਾਗ ਕਰਦਾ, ਸੋਗ ਕਰਦਾ ਹੈ । ਉਸ ਦਾ ਇਹ ਰੋਣਾ, ਪਛਤਾਵਾ ਕਰਨ ਬਿਰਥਾ ਹੀ ਹੁੰਦਾ ਹੈ, ਦਰਬਾਰ ਵਿੱਚ ਕੋਈ ਲਾਭ ਨਹੀਂ ਹੁੰਦਾ । ਜਿਵੇਂ ਬਾਜੀਗਰ ਖੇਲ ਕਰਕੇ ਆਪਣੀ ਰੋਜ਼ੀ ਕਮਾਉਂਦਾ ਹੈ । ਇਸਤਰ੍ਹਾਂ ਇਸ ਪਛਤਾਵੇ ਤੇ ਭੀ ਘਮੰਡ ਕਰਦਾ ਹੈ । ਅਟਲ ਸਿਰਜਨਹਾਰਾ ਜੀਵ ਨੂੰ ਆਪ ਹੀ ਅਸਲੀ ਰਸਤਾ ਬਖਸ਼ਦਾ, ਆਪ ਹੀ ਰਸਤੇ ਤੇ ਅਡੋਲ ਰਖਦਾ, ਚੰਗੇ ਕੰਮ ਕਰਨ ਲਈ ਪ੍ਰੇਰਦਾ ਹੈ । ਜਿਹੜਾ ਪ੍ਰਭ ਦੇ ਸ਼ਬਦ ਦੀ ਸਿਖਿਆ ਜੀਵਨ ਵਿੱਚ ਢਾਲਦਾ ਹੈ, ਉਸ ਦਾ ਜੀਵਨ ਸਹਿਲਾ ਹੋ ਜਾਂਦਾ ਹੈ, ਉਸ ਵਿੱਚ ਅਭੇਦ ਹੋ ਜਾਂਦਾ ਹੈ ।

Whosoever may be grieving, crying in renunciation; the real renunciation is to meditate in the memory of your separation from His Holy Spirit. Many may grieve in greed of worldly wealth. Whosoever may grieve and weep for the loss of worldly comforts; his grieving, repenting may be useless; he may not have any sympathy in His Court. As the juggler shows the play of monkey; However, self-minded may even shows pride, boast about his repenting. The True Master may bless His true devotee the right path of meditation; He may inspire him to stay focused and perform good deeds for His Creation. Whosoever may adopt the teachings of His Word with steady and stable belief in day-to-day life; his path of human life journey may become smooth, easy and he may immerse into His Holy Spirit

5. **ਵਡਹੰਸੁ ਮਹਲਾ ੧॥ 581-17**

ਬਾਬਾ ਆਇਆ ਹੈ ਉਠਿ ਚਲਣਾ,	baabaa aa-i-aa hai uth chalnaa
ਇਹੁ ਜਗੁ ਝੂਠੁ ਪਸਾਰੋਵਾ॥	ih jag jhooth pasaarovaa.
ਸਚਾ ਘਰੁ ਸਚੜੈ ਸੇਵੀਐ,	sachaa ghar sachrhai sayvee-ai
ਸਚੁ ਖਰਾ ਸਚਿਆਰੋਵਾ॥	sach kharaa sachi-aarovaa.
ਕੂੜਿ ਲਬਿ ਜਾਂ ਥਾਇ ਨ ਪਾਸੀ,	koorh lab jaaN thaa-ay na paasee
ਅਗੈ ਲਹੈ ਨ ਠਾਓ॥	agai lahai na thaa-o.
ਅੰਤਰਿ ਆਉ ਨ ਬੈਸਹੁ ਕਹੀਐ,	antar aa-o na baishu kahee-ai
ਜਿਉ ਸੁੰਞੈ ਘਰਿ ਕਾਓ॥	Ji-o sunjai ghar kaa-o.
ਜੰਮਣੁ ਮਰਣੁ ਵਡਾ ਵੇਛੋੜਾ,	jaman maran vadaa vaychhorhaa
ਬਿਨਸੈ ਜਗੁ ਸਬਾਏ॥	binsai jag sabaa-ay.
ਲਬਿ ਧੰਧੈ ਮਾਇਆ ਜਗਤੁ ਭੁਲਾਇਆ,	lab DhanDhai maa-i-aa jagat bhulaa-i-aa
ਕਾਲੁ ਖੜਾ ਰੂਆਏ॥੧॥	kaal kharhaa roo-aa-ay. ||1||

ਪ੍ਰਭ ਦਾ ਹੁਕਮ ਨਾਲ ਆਤਮਾ ਤਨ, ਸੰਸਾਰ ਦੇ ਝੂਠੇ, ਕਾਰੋਬਾਰ ਇਸਤਰ੍ਹਾਂ ਹੀ ਛੱਡਕੇ ਵਾਪਸ ਚਲੇ ਜਾਂਦੀ ਹੈ । ਕੇਵਲ ਚਿਤ ਲਾ ਕੇ ਸਿਮਰਨ ਕਰਨ ਨਾਲ ਹੀ ਪ੍ਰਭ ਦੀ ਰਹਿਮਤ ਬਖਸ਼ਿਸ਼ ਹੁੰਦੀ ਹੈ । ਸੰਸਾਰਕ ਲੋਭ, ਮੋਹ, ਅਹੰਕਾਰ ਦੀ ਕਮਾਈ, ਦਰਬਾਰ ਵਿੱਚ ਕੰਮ ਨਹੀਂ ਆਉਣੀ । ਉਸ ਦੀ ਹਾਲਤ ਇਸਤਰ੍ਹਾਂ ਦੀ ਹੁੰਦੀ ਹੈ! ਜਿਵੇਂ ਸੁੰਨੇ ਘਰ ਵਿੱਚ ਜਾਣ ਵਾਲੇ ਦਾ ਕੋਈ ਆਦਰ ਨਹੀਂ ਕਰਦਾ । ਜੀਵ ਸੰਸਾਰਕ ਕੰਮਾਂ ਵਿੱਚ ਲਗਾ ਰਹਿੰਦਾ ਹੈ, ਜਨਮ ਮਰਨ ਬਹੁਤ ਵੱਡਾ ਵਿਛੋੜਾ ਹੈ । ਜਿਹੜਾ ਆਪਣੇ ਲੋਭ, ਮੋਹ, ਅਹੰਕਾਰ ਨਾਲ ਕੰਮ ਕਰਦਾ ਹੈ, ਉਹ ਜਨਮ ਮਰਨ ਦੇ ਚੱਕਰ ਵਿੱਚ ਭਉਦਾ ਫਿਰਦਾ ਹੈ । ਅਸਲੀ ਮਾਲਕ ਤੋਂ ਬਹੁਤ ਚਿਰ ਦੂਰ ਰਹਿੰਦਾ ਹੈ ।

When the devil of death knocks the door of the soul. She must abandon her body and all worldly chores, bonds and she must depart to face the judgment; with His mercy and grace, he may only be blessed with the earnings of His Word. His worldly earnings of greed, emotional attachments and ego may not have any significance in His Court. His condition remains such as; who may enter an abandon house, no one may be there to greet him. Self-minded may remain intoxicated in worldly responsibilities; both birth and death may have deep effects on his soul. Whosoever may remain intoxicated in worldly greed, emotional attachments; he may remain in cycle of birth and death. He remains far away from the right path of acceptance in His Court.

ਬਾਬਾ ਆਵਹੁ ਭਾਈਹੋ ਗਲਿ ਮਿਲਹ,	baabaa aavhu bhaa-eeho gal milah
ਮਿਲਿ ਮਿਲਿ ਦੇਹ ਆਸੀਸਾ ਹੇ॥	mil mil dayh aaseesaa hay.
ਬਾਬਾ ਸਚੜਾ ਮੇਲੁ ਨ ਚੁਕਈ,	baabaa sachrhaa mayl na chuk-ee
ਪ੍ਰੀਤਮ ਕੀਆ ਦੇਹ ਅਸੀਸਾ ਹੇ॥	pareetam kee-aa dayh aseesaa hay.
ਆਸੀਸਾ ਦੇਵਹੋ ਭਗਤਿ ਕਰੇਵਹੋ,	aaseesaa dayvho bhagat karayvho
ਮਿਲਿਆ ਕਾ ਕਿਆ ਮੇਲੋ॥	mili-aa kaa ki-aa maylo.
ਇਕਿ ਭੂਲੇ ਨਾਵਹੁ ਥੇਹਹੁ ਥਾਵਹੁ,	ik bhoolay naavhu thayhhu thaavhu
ਗੁਰ ਸਬਦੀ ਸਚੁ ਖੇਲੋ॥	gur sabdee sach khaylo.
ਜਮ ਮਾਰਗਿ ਨਹੀ ਜਾਣਾ ਸਬਦਿ ਸਮਾਣਾ,	jam maarag nahee jaanaa sabad samaana
ਜੁਗਿ ਜੁਗਿ ਸਾਚੈ ਵੇਸੇ॥	jug jug saachai vaysay.
ਸਾਜਨ ਸੈਣ ਮਿਲਹੁ ਸੰਜੋਗੀ,	saajan sain milhu sanjogee
ਗੁਰ ਮਿਲਿ ਖੋਲੇ ਫਾਸੇ॥੨॥	gur mil kholay faasay. ||2||

ਆਉ ਮੇਰੇ ਮਿਤਰੋ, ਇਕਠੇ ਹੋ ਕੇ ਮੈਨੂੰ ਅਸੀਸਾਂ ਦੇਵੋ ! ਕਿ ਮੈਂ ਅਸਲੀ ਮਾਲਕ ਦੇ ਸ਼ਬਦ ਦਾ ਸਿਮਰਨ ਕਰ ਸਕਾ । ਪ੍ਰਭ ਮੇਰੇ ਤੇ ਰਹਿਮਤ ਬਖਸ਼ਕੇ, ਮੇਰਾ ਸ਼ਬਦ ਨਾਲ ਪਿਆਰ, ਸੰਬਧ ਪੱਕਾ ਹੋ ਜਾਵੇ । ਕਦੇ ਵਿਛੋੜਾ ਨਾ ਹੋ ਸਕੇ । ਸੰਗਤ ਦੀਆਂ ਅਸ਼ੀਸ਼ਾ, ਅਰਦਾਸਾਂ ਨਾਲ ਮੇਰਾ ਮਨ, ਉਸ ਦੀ ਬੰਦਗੀ ਤੇ ਲਗ ਜਾਵੇ । ਉਸ ਨਾਲੋ ਕਦੇ ਵਿਛੋੜਾ ਨਾ ਹੋਵੇ । ਕਈ ਜੀਵ ਰਸਤੇ ਤੋਂ ਭੁਲ ਜਾਂਦੇ ਹਨ! ਪਰ ਪ੍ਰਭ ਦੇ ਸਿਮਰਨ ਤੋਂ ਬਿਨਾਂ ਹੋਰ ਕੋਈ ਮੁਕਤੀ ਦਾ ਰਸਤਾ ਨਹੀਂ ਹੈ । ਜੀਵ ਆਪਣੇ ਮਨ ਨੂੰ ਪ੍ਰਭ ਦੇ ਭਾਣੇ ਵਿੱਚ ਮਸਤ ਰਖੋ! ਤਾ ਹੀ ਜਨਮ ਮਰਨ ਤੋਂ ਬਚ ਸਕਦਾ, ਮੌਤ ਦੇ ਰਸਤੇ ਨੂੰ ਬਦਲ ਸਕਦਾ ਹੈ । ਅਗਰ ਵੱਡੇ ਭਾਗ ਹੋਣ ਤਾ ਹੀ ਸੰਸਾਰ ਵਿੱਚ ਉਸ ਜੀਵ ਨਾਲ ਸੰਜੋਗ ਹੁੰਦਾ ਹੈ । ਜਿਸ ਦੇ ਮਿਲਣ ਨਾਲ ਪ੍ਰਭ ਤੋਂ ਫਾਸਲਾ ਦੂਰ ਹੋ ਜਾਵੇ, ਉਸ ਵਿੱਚ ਅਭੇਦ ਹੋ ਜਾਵਾ ।

Please join and pray for His Forgiveness and Refuge. I may be blessed with devotion to meditate on the teachings of His Word; with His mercy and grace, I may be accepted in His Sanctuary and may never be separated. With the prays of the congregation of His true devotees, I may be blessed with the right path of meditation, acceptance in His Court and I may never be separated. Many may remain intoxicated with worldly wealth and abandon the real purpose of human life blessing; however, without meditating and adopting the teachings of His Word with steady and stable belief in day-to-day life; no one may be enlightened with the right path of His acceptance and salvation. You should remain focused on meditating on the teachings of His Word with steady and stable belief; you may be saved from the cycle of birth and death and He may change the path of death. Whosoever may have a great prewritten destiny, one may be blessed with an association of His true devotee; by adopting his life experience teachings the right path of acceptance in His Court may be blessed and his curtain of secrecy may be eliminated.

ਬਾਬਾ ਨਾਗੜਾ ਆਇਆ ਜਗ ਮਹਿ,	baabaa naaNgrhaa aa-i-aa jag meh
ਦੁਖੁ ਸੁਖੁ ਲੇਖੁ ਲਿਖਾਇਆ॥	dukh sukh laykh likhaa-i-aa.
ਲਿਖਿਅੜਾ ਸਾਹਾ ਨਾ ਟਲੈ,	likhi-arhaa saahaa naa talai
ਜੇਹੜਾ ਪੁਰਬਿ ਕਮਾਇਆ॥	jayhrhaa purab kamaa-i-aa.
ਬਹਿ ਸਾਚੈ ਲਿਖਿਆ ਅੰਮ੍ਰਿਤੁ ਬਿਖਿਆ,	bahi saachai likhi-aa amrit bikhi-aa
ਜਿਤੁ ਲਾਇਆ ਤਿਤੁ ਲਾਗਾ॥	Jit laa-i-aa tit laagaa.
ਕਾਮਣਿਆਰੀ ਕਾਮਣ ਪਾਏ,	kamani-aaree kaaman paa-ay
ਬਹੁ ਰੰਗੀ ਗਲਿ ਤਾਗਾ॥	baho rangee gal taagaa.
ਹੋਛੀ ਮਤਿ ਭਇਆ ਮਨੁ ਹੋਛਾ,	hochhee mat bha-i-aa man hochhaa
ਗੁੜੁ ਸਾ ਮਖੀ ਖਾਇਆ॥	gurh saa makhee khaa-i-aa.
ਨਾ ਮਰਜਾਦੁ ਆਇਆ ਕਲਿ ਭੀਤਰਿ,	naa marjaad aa-i-aa kal bheetar
ਨਾਂਗੋ ਬੰਧਿ ਚਲਾਇਆ॥੩॥	naaNgo banDh chalaa-i-aa. ||3||

ਜੀਵ ਸੰਸਾਰ ਵਿੱਚ, ਆਪਣੇ ਪਿਛਲੇ ਜਨਮ ਦੇ ਕਰਮਾਂ ਅਨੁਸਾਰ ਦੁਖ, ਸੁਖ ਲੇ ਕੇ ਇਸ ਸੰਸਾਰ ਵਿੱਚ ਨੰਗਾ ਹੀ ਪੈਦਾ ਹੋਇਆ ਹੈ । ਜੀਵ ਦੇ ਪਿਛਲੇ ਕੀਤੇ ਕਰਮਾਂ ਅਨੁਸਾਰ, ਪ੍ਰਭ ਨੇ ਆਪਣਾ ਅਟਲ ਹੁਕਮ ਲਿਖਿਆ ਹੈ, ਉਸ ਜੀਵ ਨੂੰ ਬਖਸ਼ਿਸ਼ ਹੁੰਦਾ ਹੈ । ਅਟਲ ਪ੍ਰਭ ਨੇ ਆਪਣਾ ਰੂਹਾਨੀ ਸ਼ਬਦ ਜੀਵ ਵਾਸਤੇ ਬਖਸ਼ਿਆ ਹੈ । ਜਿਹੜਾ ਸਿਮਰਨ ਕਰਦਾ ਹੈ, ਉਸ ਨੂੰ ਹੀ ਇਸ ਦੀ ਸੋਝੀ ਬਖਸ਼ਿਸ਼ ਹੁੰਦੀ ਹੈ । ਜਿਹੜਾ ਸ਼ਬਦ ਦੀ ਕਮਾਈ ਕਰਦਾ ਹੈ, ਉਸ ਨੂੰ ਦਰਬਾਰ ਵਿੱਚ ਖੇੜਾ ਬਖਸ਼ਿਸ਼ ਹੁੰਦਾ ਹੈ । ਸੰਸਾਰ ਵਿੱਚ ਕਾਮ ਵਾਸ਼ਨਾ, ਲਾਲਚ ਵਾਲੇ ਤਰੀਕੇ ਵੀ ਜੀਵ ਨੂੰ ਦਿਖਾਏ ਹਨ । ਜੀਵ ਆਪਣੀ ਚਲਾਕੀ ਨਾਲ ਹੀ ਆਪ ਜਾਲ ਵਿੱਚ ਫਸ ਜਾਂਦਾ ਹੈ । ਅਸਲੀ ਕਰਤਬ ਛੱਡਕੇ ਇਸ ਪਾਸੇ ਲਗ ਜਾਂਦਾ ਹੈ । ਸਮਾਂ ਪੂਰਾ ਹੋ ਜਾਣ ਤੇ ਮੌਤ ਦਾ ਸੱਦਾ ਆਉਂਦਾ ਹੈ । ਉਹ ਸੰਸਾਰ ਵਿੱਚ ਖਾਲੀ ਆਇਆ ਸੀ ਖਾਲੀ ਹੀ ਉਠਕੇ ਚਲਾ ਜਾਂਦਾ ਹੈ ।

The soul may be blessed with human body and has sent into the womb of human mother as a reward of her previous life deeds; some may be sweet and others may be sour. The True Master prewrites her destiny as the judgment of her previous life deeds that she may be blessed in the world. He also blesses the road map as His Eternal Word, embedded within soul, the right path to be accepted in His Court. Whosoever may meditate on the teachings of His Word with steady and stable belief in his day-to-day life; he may be enlightened with the right path of acceptance in His Court. Whose earnings of His Word may be accepted in His Court, he may be blessed with contentment and blossom. He has also shown many glamour of worldly wealth. Whosoever may follow his wisdom and clever plans; he may remain intoxicated with worldly wealth; he may abandon the right path of acceptance in His Court. The devil of death knocks at her door at a predetermined moment. He was born empty handed, naked, and return carrying more burden of sins with his soul.

ਬਾਬਾ ਰੋਵਹੁ ਜੇ ਕਿਸੈ ਰੋਵਣਾ,	baabaa rovhu jay kisai rovnaa
ਜਾਨੀਅੜਾ ਬੰਧਿ ਪਠਾਇਆ ਹੈ॥	jaanee-arhaa banDh pathaa-i-aa hai.
ਲਿਖਿਅੜਾ ਲੇਖੁ ਨ ਮੇਟੀਐ,	likhi-arhaa laykh na maytee-ai
ਦਰਿ ਹਾਕਾਰੜਾ ਆਇਆ ਹੈ॥	dar haakaararhaa aa-i-aa hai.
ਹਾਕਾਰਾ ਆਇਆ ਜਾ ਤਿਸੁ ਭਾਇਆ,	haakaaraa aa-i-aa jaa tis bhaa-i-aa
ਰੁੰਨੇ ਰੋਵਣਹਾਰੇ॥	runnay rovanhaaray.
ਪੁਤ ਭਾਈ ਭਾਤੀਜੇ ਰੋਵਹਿ,	put bhaa-ee bhaateejay roveh
ਪ੍ਰੀਤਮ ਅਤਿ ਪਿਆਰੇ॥	pareetam at pi-aaray.
ਭੈ ਰੋਵੈ ਗੁਣ ਸਾਰਿ ਸਮਾਲੇ,	bhai rovai gun saar samaalay
ਕੋ ਮਰੈ ਨ ਮੁਇਆ ਨਾਲੇ॥	ko marai na mu-i-aa naalay.
ਨਾਨਕ ਜੁਗਿ ਜੁਗਿ ਜਾਣ ਸਿਜਾਣਾ,	naanak jug jug jaan sijaanaa
ਰੋਵਹਿ ਸਚੁ ਸਮਾਲੇ॥੪॥੫॥	roveh sach samaalay. ||4||5||

ਜੀਵ ਸੰਬਧੀ ਦੇ ਮਰਨ ਤੇ, ਤੂੰ ਰੋਵੇਂ ਜਾ ਨਾ ਰੋਵੇਂ! ਪ੍ਰਭ ਦੇ ਹੁਕਮ ਅਨੁਸਾਰ ਜੀਵ, ਮੌਤ ਨੂੰ ਪੂਰਾ ਹੋ ਜਾਂਦਾ ਹੈ । ਪ੍ਰਭ ਦੇ ਅਟਲ ਹੁਕਮ ਨੂੰ ਕੋਈ ਵੀ ਬਦਲ ਨਹੀਂ ਸਕਦਾ । ਮੌਤ ਦੇ ਸੱਦੇ ਤੇ ਆਤਮਾ ਤਨ ਵਿਚੋਂ ਨਿਕਲ ਕੇ ਚਲੀ ਗਈ ਹੈ । ਰੋਣ ਵਾਲੇ ਜੀਵ ਨੇ ਵੀ ਇਕ ਦਿਨ ਮਰ ਜਾਣਾ ਹੈ । ਇਹ ਪਿਛਲੇ ਸਮੇਂ ਤੋਂ ਹੀ ਚਲਦਾ ਆਇਆ ਹੈ । ਜੀਵ ਸੰਬਧੀ ਦੇ ਮਰਨ ਤੇ ਇਕ ਦੂਜੇ ਨੂੰ ਧੀਰਜ ਦੇਣ ਲਈ ਰੋਂਦੇ ਹਨ । ਅਸਲੀ ਵਿਰਾਗ ਅਟਲ ਪ੍ਰਭ ਦੇ ਵਿਛੋੜੇ ਦਾ ਹੀ ਹੁੰਦਾ ਹੈ ।

At the death of body, his relatives, loved-one may cry or not that may not make any difference to his soul. With His Command body becomes corpse and soul return for judgment. No one may alter or change His Command; soul had to go and whosoever may be crying are going to die at their time. The play of universe goes on from ancient Ages. Family and relatives cry as a way of consoling the grieving family without saying any word. The renunciation is to cry in the memory of your separation from His Holy Spirit.

8. ਰਾਮਕਲੀ ਸਦੁ॥ 923- 1 – ਬਾਬਾ ਸੁੰਦਰੁ ਜੀ॥

ੴ ਸਤਿਗੁਰ ਪ੍ਰਸਾਦਿ॥	ik-oNkaar satgur parsaad.
ਜਗਿ ਦਾਤਾ ਸੋਇ ਭਗਤਿ ਵਛਲੁ,	jag daataa so-ay bhagat vachhal
ਤਿਹੁ ਲੋਇ ਜੀਉ॥	tihu lo-ay jee-o.
ਗੁਰ ਸਬਦਿ ਸਮਾਵਏ,	gur sabad samaav-ay
ਅਵਰੁ ਨ ਜਾਣੈ ਕੋਇ ਜੀਉ॥	avar na jaanai ko-ay jee-o.
ਅਵਰੋ ਨ ਜਾਣਹਿ ਸਬਦਿ ਗੁਰ ਕੈ,	avro na jaaneh sabad gur kai
ਏਕੁ ਨਾਮੁ ਧਿਆਵਹੇ॥	ayk naam Dhi-aavhay.
ਪਰਸਾਦਿ ਨਾਨਕ ਗੁਰੂ ਅੰਗਦ,	parsaad naanak guroo angad
ਪਰਮ ਪਦਵੀ ਪਾਵਹੇ॥	param padvee paavhay.
ਆਇਆ ਹਕਾਰਾ ਚਲਣਵਾਰਾ,	aa-i-aa hakaaraa chalanvaaraa
ਹਰਿ ਰਾਮ ਨਾਮਿ ਸਮਾਇਆ॥	har raam naam samaa-i-aa.
ਜਗਿ ਅਮਰੁ ਅਟਲੁ ਅਤੋਲੁ ਠਾਕੁਰੁ,	jag amar atal atol thaakur
ਭਗਤਿ ਤੇ ਹਰਿ ਪਾਇਆ॥੧॥	bhagat tay har paa-i-aa. ||1||

ਪ੍ਰਭ ਹੀ ਤਿੰਨਾਂ ਸ੍ਰਿਸ਼ਟੀਆਂ (ਅਕਾਸ਼, ਪਤਾਲ, ਧਰਤੀ) ਵਿੱਚ ਆਪਣੇ ਸੇਵਕਾ ਦਾ ਪਰੇਮੀ, ਰਖਵਾਲਾ, ਦਾਤਾਂ ਬਖਸ਼ਣ ਵਾਲਾ ਮਾਲਕ ਹੈ । ਜਿਹੜਾ ਪ੍ਰਭ ਦੇ ਸ਼ਬਦ ਵਿੱਚ ਲੀਨ ਹੋ ਜਾਂਦਾ ਹੈ, ਕੇਵਲ ਉਹ ਹੀ ਪ੍ਰਭ ਦੀ ਰਜ਼ਾ ਨੂੰ ਅਨੁਭਵ ਕਰ ਸਕਦਾ ਹੈ । ਉਹ ਜੀਵ ਹੋਰ ਕਿਸੇ ਸੰਸਾਰਕ ਗੁਰੂ ਦੀ ਪੂਜਾ ਨਹੀਂ ਕਰਦਾ, ਕੇਵਲ ਪ੍ਰਭ ਦੇ ਸ਼ਬਦ ਦੀ ਹੀ ਪਾਲਣਾ ਕਰਦਾ ਹੈ । ਹੋਰ ਕਿਸੇ ਸੰਸਾਰਕ ਗੁਰੁ ਨੂੰ ਅਸਲੀ ਮਾਲਕ, ਜਾ ਪ੍ਰਭ ਨੂੰ ਮਿਲਾਉਣ ਵਾਲਾ ਨਹੀਂ ਮੰਨਦਾ । ਉਸ ਤੇ ਇਸਤਰ੍ਹਾਂ ਦੀ ਰਹਿਮਤ ਹੋ ਜਾਂਦੀ ਹੈ । ਜਿਵੇਂ ਨਾਨਕ ਅਤੇ ਅੰਗਦ ਦੇਵ ਤੇ ਪ੍ਰਭ ਦੀ ਰਹਿਮਤ ਹੋਈ ਹੈ । ਉਹ ਦੀ ਦਰਗਾਹ ਵਿੱਚ ਪ੍ਰਵਾਨ ਹੋ ਜਾਂਦਾ ਹੈ । ਜਿਹੜਾ ਸ਼ਬਦ ਦੀ ਕਮਾਈ ਕਰਦਾ, ਅਡੋਲ ਭਰੋਸੇ ਨਾਲ ਸਿਮਰਨ ਵਿੱਚ ਮਸਤ ਰਹਿੰਦਾ ਹੈ, ਉਹ ਅੰਤ ਸਮੇਂ, ਸਦਾ ਅਟਲ ਰਹਿਣ ਵਾਲੇ ਪ੍ਰਭ ਦੀ ਜੋਤ ਵਿੱਚ ਅਭੇਦ ਹੋ ਜਾਂਦਾ ਹੈ ।

The One and Only One True Master, is a great giver, lover, and protector of His Creation in three universes. He remains anxious to immerse His true devotee in His Holy Spirit. In all three universes and in all Ages, The True Master protects His true devotee as part of His Own Limb. Whosoever may remain intoxicated in meditating on the teachings of His Word with steady and stable belief; with His mercy and grace, only he may realize His Holy Spirit prevailing everywhere; no one else may comprehend His Nature. His true devotee may never, follow any religious, worldly guru or guide, to show the right path of His Court. He may be blessed with such a state of mind as our forefathers like, Nanak Ji or Lahaina ji! Whosoever may earn the wealth of His Word and remains intoxicated in the void of His Word; with His mercy and grace, he may be immersed within His Holy Spirit.

ਹਰਿ ਭਾਣਾ ਗੁਰ ਭਾਇਆ,	har bhaanaa gur bhaa-i-aa
ਗੁਰੁ ਜਾਵੈ ਹਰਿ ਪ੍ਰਭ ਪਾਸਿ ਜੀਉ॥	gur jaavai har parabh paas jee-o.
ਸਤਿਗੁਰੁ ਕਰੇ ਹਰਿ ਪਹਿ ਬੇਨਤੀ,	satgur karay har peh bayntee
ਮੇਰੀ ਪੈਜ ਰਖਹੁ ਅਰਦਾਸਿ ਜੀਉ॥	mayree paij rakhahu ardaas jee-o.
ਪੈਜ ਰਾਖਹੁ ਹਰਿ ਜਨਹ ਕੇਰੀ,	paij raakho har janah kayree
ਹਰਿ ਦੇਹੁ ਨਾਮੁ ਨਿਰੰਜਨੋ॥	har dayh naam niranjano.
ਅੰਤਿ ਚਲਦਿਆ ਹੋਇ ਬੇਲੀ,	ant chaldi-aa ho-ay baylee
ਜਮਦੂਤ ਕਾਲੁ ਨਿਖੰਜਨੋ॥	jamdoot kaal nikhanjano.
ਸਤਿਗੁਰੂ ਕੀ ਬੇਨਤੀ ਪਾਈ,	satguroo kee bayntee paa-ee
ਹਰਿ ਪ੍ਰਭਿ ਸੁਣੀ ਅਰਦਾਸਿ ਜੀਉ॥	har parabh sunee ardaas jee-o.
ਹਰਿ ਧਾਰਿ ਕਿਰਪਾ ਸਤਿਗੁਰੁ ਮਿਲਾਇਆ,	har Dhaar kirpaa satgur milaa-i-aa
ਧਨੁ ਧਨੁ ਕਹੈ ਸਾਬਾਸਿ ਜੀਉ॥੨॥	Dhan Dhan kahai saabaas jee-o. ||2||

ਪ੍ਰਭ ਦਾ ਸੇਵਕ ਸੰਸਾਰ ਵਿਚੋਂ ਜਾਣ ਦੇ ਅੰਤ ਸਮੇਂ, ਪ੍ਰਭ ਅੱਗੇ ਰਹਿਮਤ ਦੀ ਅਰਦਾਸ ਕਰਦਾ ਹੈ! ਪ੍ਰਭ ਮੇਰੀਆਂ ਸੰਸਾਰ ਭੁੱਲਾਂ ਨੂੰ ਬਖਸ਼ ਦੇਵੋ । ਪ੍ਰਭ, ਮੇਰੀ ਲਾਜ, ਕੀਤੇ ਕੰਮਾਂ ਦਾ ਲੇਖਾ ਤੇਰੇ ਹੱਥ ਵਿੱਚ, ਵੱਸ ਵਿੱਚ ਹੀ ਹੈ । ਤੇਰਾ ਹੁਕਮ ਕਬੂਲ ਹੈ, ਭਾਵੇਂ ਜਮਦੂਤਾਂ ਦੇ ਹਵਾਲੇ ਕਰੋ, ਜਾ ਦਰਬਾਰ ਵਿੱਚ ਪ੍ਰਵਾਨਗੀ ਬਖਸ਼ਕੇ ਦਾਸ ਬਣਾਵੋ । ਕੇਵਲ ਤੂੰ ਹੀ ਮੌਤ ਦਾ ਨਾਸ਼ ਕਰਨ ਵਾਲਾ, ਜੀਵ ਨੂੰ ਮੁਕਤੀ ਬਖਸ਼ਣ ਵਾਲਾ ਮਾਲਕ ਹੈ । ਇਹ ਅਰਦਾਸ ਕਰਦਾ, ਪ੍ਰਭ ਦਾ ਸੇਵਕ ਸਵਾਸ ਛੱਡ ਜਾਂਦਾ ਹੈ ।

At the time of death, His true devotee may only pray for His Forgiveness and Refuge! I am ignorant from Your Nature, I have committed many sins in my worldly life; with Your mercy and grace, forgives my sins, the account of my worldly deeds. You are my only hope, protector of my honor. I have surrender may self-identity at Your Sanctuary; You may hand over my soul to devil of death or eliminate my cycle of birth and death and bless salvation. His true devotee may take his last breath in prayer.

ਮੇਰੇ ਸਿਖ ਸੁਣਹੁ ਪੁਤ ਭਾਈਹੋ,	mayray sikh sunhu put bhaa-eeho may-
ਮੇਰੈ ਹਰਿ ਭਾਣਾ ਆਉ ਮੈ ਪਾਸਿ ਜੀਉ॥	rai har bhaanaa aa-o mai paas jee-o.
ਹਰਿ ਭਾਣਾ ਗੁਰ ਭਾਇਆ ਮੇਰਾ ਹਰਿ,	har bhaanaa gur bhaa-i-aa mayraa har
ਪ੍ਰਭੁ ਕਰੇ ਸਾਬਾਸਿ ਜੀਉ॥	parabh karay saabaas jee-o.
ਭਗਤੁ ਸਤਿਗੁਰੁ ਪੁਰਖੁ ਸੋਈ,	bhagat satgur purakh so-ee
ਜਿਸੁ ਹਰਿ ਪ੍ਰਭ ਭਾਣਾ ਭਾਵਏ॥	jis har parabh bhaanaa bhaav-ay.
ਆਨੰਦ ਅਨਹਦ ਵਜਹਿ ਵਾਜੇ,	aanand anhad vajeh vaajay
ਹਰਿ ਆਪਿ ਗਲਿ ਮੇਲਾਵਏ॥	har aap gal maylaava-ay.
ਤੁਸੀ ਪੁਤ ਭਾਈ ਪਰਵਾਰੁ ਮੇਰਾ,	tusee put bhaa-ee parvaar mayraa
ਮਨਿ ਵੇਖਹੁ ਕਰਿ ਨਿਰਜਾਸਿ ਜੀਉ॥	man vaykhhu kar nirjaas jee-o.
ਧੁਰਿ ਲਿਖਿਆ ਪਰਵਾਣਾ ਫਿਰੈ ਨਾਹੀ,	Dhur likhi-aa parvaanaa firai naahee
ਗੁਰੁ ਜਾਇ ਹਰਿ ਪ੍ਰਭ ਪਾਸਿ ਜੀਉ॥੩॥	gur jaa-ay har parabh paas jee-o. ||3||

ਪ੍ਰਭ ਦਾ ਸੇਵਕ ਆਪਣੇ ਸਾਥੀਆਂ, ਸੰਬਧੀਆਂ, ਸੇਵਕਾਂ ਨੂੰ ਪ੍ਰੇਰਨਾ ਕਰਦਾ ਹੈ । ਉਹ, ਪ੍ਰਭ ਦੇ ਹੁਕਮ ਨੂੰ ਖੁਸ਼ੀ ਨਾਲ ਪ੍ਰਵਾਨ ਕਰਦਾ, ਪ੍ਰਭ ਦੇ ਧੰਨਵਾਦ ਦੇ ਗੁਣ ਗਾਉਂਦਾ ਹੈ । ਉਹ ਪ੍ਰਭ ਦੀ ਰਜ਼ਾ ਸਿਰ ਮੱਥੇ ਤੇ ਪ੍ਰਵਾਨ ਕਰਦਾ ਖੇੜੇ ਵਿੱਚ ਹੀ ਰਹਿੰਦਾ ਹੈ । ਜਿਹੜਾ ਪ੍ਰਭ ਦੇ ਹੁਕਮ ਨੂੰ ਖੁਸ਼ੀ ਖੁਸ਼ੀ ਕਬੂਲ ਕਰਦਾ ਹੈ, ਉਸ ਨੂੰ ਹੀ ਗੁਰਮਖ ਅਵਸਥਾ ਬਖਸ਼ਿਸ਼ ਹੋ ਸਕਦੀ ਹੈ । ਜਿਹੜੀ ਆਤਮਾ ਪ੍ਰਭ ਦੇ ਦਰਬਾਰ ਵਿੱਚ ਪ੍ਰਵਾਨ ਹੋ ਜਾਂਦੀ ਹੈ, ਉਹ ਸਮਾਂ ਬਹੁਤ ਸਭਾਗਾਂ ਬਣ ਜਾਂਦਾ ਹੈ । ਪ੍ਰਭ ਦਾ ਦਾਸ, ਆਪਣੇ ਸੰਸਾਰਕ ਸਬੰਧੀਆਂ ਨੂੰ ਪ੍ਰੇਰਨਾ ਕਰਦਾ ਹੈ, ਪ੍ਰਭ ਦਾ ਭਾਣਾ ਸਦਾ ਹੀ ਅਟਲ ਹੁੰਦਾ ਹੈ । ਜਿਹੜਾ ਮਾਨਸ ਜਨਮ ਦਾ ਅਸਲੀ ਮੰਤਵ ਸਮਝਕੇ ਜੀਵਨ ਬਤੀਤ ਕਰਦਾ ਹੈ, ਮਾਨਸ ਜੀਵਨ ਵਿੱਚ ਹੀ ਉਸ ਦਾ ਲੇਖਾ ਖਤਮ ਹੋ ਜਾਂਦਾ ਹੈ ।

His true devotee may inspire his family, associates, and followers to accept His Command as an ultimate blessing and sings the gratitude of The True Master. He surrenders his self-identity at His Sanctuary and prays for His Forgiveness and Refuge. Whosoever may accept His Command with dignity and humility; with His mercy and grace, he may be blessed with a state of mind as His true devotee. Whosoever may be accepted in His Court; time of his death may become fortunate moment as a union with His True Creator. He inspires his followers to accept His Word as an ultimate, unavoidable Command, Blessings. Whosoever may realize the real purpose of his human life opportunity; his sins of all previous lives may be forgiven in his worldly life.

ਸਤਿਗੁਰਿ ਭਾਣੈ ਆਪਣੈ,	satgur bhaanai aapnai
ਬਹਿ ਪਰਵਾਰੁ ਸਦਾਇਆ॥	bahi parvaar sadaa-i-aa.
ਮਤ ਮੈ ਪਿਛੈ ਕੋਈ ਰੋਵਸੀ,	mat mai pichhai ko-ee rovsee

ਸੋ ਮੈ ਮੂਲਿ ਨ ਭਾਇਆ॥	so mai mool na bhaa-i-aa.
ਮਿਤੁ ਪੈਝੈ ਮਿਤੁ ਬਿਗਸੈ,	mit paijhai mit bigsai
ਜਿਸੁ ਮਿਤ ਕੀ ਪੈਜ ਭਾਵਏ॥	jis mit kee paij bhaav-ay.
ਤੁਸੀ ਵੀਚਾਰਿ ਦੇਖਹੁ ਪੁਤ ਭਾਈ,	tusee veechaar daykhhu put bhaa-ee
ਹਰਿ ਸਤਿਗੁਰੂ ਪੈਨਾਵਏ॥	har satguroo painaava-ay.
ਸਤਿਗੁਰੂ ਪਰਤਖਿ ਹੋਦੈ	satguroo partakh hodai
ਬਹਿ ਰਾਜੁ ਆਪਿ ਟਿਕਾਇਆ॥	bahi raaj aap tikaa-i-aa.
ਸਭਿ ਸਿਖ ਬੰਧਪ ਪੁਤ ਭਾਈ,	sabh sikh banDhap put bhaa-ee
ਰਾਮਦਾਸ ਪੈਰੀ ਪਾਇਆ॥੪॥	raamdaas pairee paa-i-aa. ||4||

ਪ੍ਰਭ ਦਾ ਸੇਵਕ ਆਪਣੇ ਸਬੰਧੀਆਂ, ਸੇਵਕਾ ਨੂੰ ਪ੍ਰੇਰਨਾ ਕਰਦਾ ਹੈ । ਮੌਤ ਸੋਗ, ਵਿਰਾਗ ਜਾ ਵਿਛੋੜੇ ਦਾ ਸਮਾਂ ਨਹੀਂ, ਸਗੋਂ ਪ੍ਰਭ ਦੇ ਸੱਦੇ ਦਾ ਧੰਨਵਾਦ ਕਰਨ ਦਾ ਸਮਾਂ ਹੈ । ਸੋਗ, ਵਿਰਾਗ ਕਰਨ ਨਾਲ, ਪ੍ਰਭ ਦੀ ਦਰਗਾਹ ਵਿੱਚ ਕੋਈ ਲਾਭ ਨਹੀਂ ਹੁੰਦਾ । ਜੀਵ ਦੇ ਸੰਸਾਰਕ ਕੰਮਾਂ ਦਾ ਲੇਖਾ ਪ੍ਰਭ ਦੇ ਹੱਥ ਵਿੱਚ ਹੁੰਦਾ ਹੈ, ਕੇਵਲ ਨਿਮਾਣੇ ਦਾਸ ਦੀ ਅਰਦਾਸ ਹੀ ਪ੍ਰਵਾਨ ਹੋ ਸਕਦੀ ਹੈ । ਆਪਣੇ ਸੇਵਕਾਂ ਨੂੰ ਉਸ ਦੇ ਜੀਵਨ ਦੀ ਸਿਖਿਆਂ ਨੂੰ ਜੀਵਨ ਵਿੱਚ ਢਾਲਣ ਦੀ ਪ੍ਰੇਰਨਾ ਕਰਦਾ ਹੈ ।

His true devotee may inspire his family and followers; death may not be a time to grieve rather fortunate opportunity for his soul to be immersed with His Holy Spirit; with origin. He inspires his followers, by grieving any soul may not be rewarded any favor in His Court. The Righteous Judge, True Master always performs justice as per his worldly deeds. Only the prayer of His humble devotee may be rewarded in His Court. He inspires his follower Ram das to console others to accept His Command.

ਅੰਤੇ ਸਤਿਗੁਰੁ ਬੋਲਿਆ, ਮੈ ਪਿਛੈ	antay satgur boli-aa mai pichhai keer-
ਕੀਰਤਨੁ ਕਰਿਅਹੁ ਨਿਰਬਾਣੁ ਜੀਉ॥	tan kari-ahu nirbaan jee-o.
ਕੇਸੋ ਗੋਪਾਲ ਪੰਡਿਤ ਸਦਿਅਹੁ,	kayso gopaal pandit sadi-ahu
ਹਰਿ ਹਰਿ ਕਥਾ ਪੜਹਿ ਪੁਰਾਣੁ ਜੀਉ॥	har har kathaa parheh puraan jee-o.
ਹਰਿ ਕਥਾ ਪੜੀਐ ਹਰਿ ਨਾਮੁ ਸੁਣੀਐ,	har kathaa parhee-ai har naam sunee-ai
ਬੇਬਾਣੁ ਹਰਿ ਰੰਗੁ ਗੁਰ ਭਾਵਏ॥	baybaan har rang gur bhaav-ay.
ਪਿੰਡੁ ਪਤਲਿ ਕਿਰਿਆ ਦੀਵਾ,	pind patal kiri-aa deevaa
ਫੁਲ ਹਰਿ ਸਰਿ ਪਾਵਏ॥	ful har sar paav-ay.
ਹਰਿ ਭਾਇਆ ਸਤਿਗੁਰੁ ਬੋਲਿਆ,	har bhaa-i-aa satgur boli-aa
ਹਰਿ ਮਿਲਿਆ ਪੁਰਖੁ ਸੁਜਾਣੁ ਜੀਉ॥	har mili-aa purakh sujaan jee-o.
ਰਾਮਦਾਸ ਸੋਢੀ ਤਿਲਕੁ ਦੀਆ,	raamdaas sodhee tilak dee-aa
ਗੁਰ ਸਬਦੁ ਸਚੁ ਨੀਸਾਣੁ ਜੀਉ॥੫॥	gur sabad sach neesaan jee-o. ||5||

ਪ੍ਰਭ ਦਾ ਸੇਵਕ ਪ੍ਰੇਰਨਾ ਕਰਦਾ ਹੈ, ਮੇਰੇ ਸਵਾਸ ਪੂਰੇ ਹੋਣ ਤੋਂ ਬਾਅਦ ਵੀ ਪ੍ਰਭ ਦੇ ਧੰਨਵਾਦ ਦੇ ਸ਼ਬਦ ਗਾਉਣਾ । ਬੰਦਗੀ ਕਰਨ ਵਾਲੇ ਦੇ ਨਾਲ ਰਲਕੇ ਪ੍ਰਭ ਸੇ ਸ਼ਬਦ ਦੇ, ਸੱਦਾ ਬਖਸ਼ਣ ਦਾ ਧੰਨਵਾਦ, ਸੰਸਾਰਕ ਪਵਿੱਤ੍ਰ ਬਾਣੀ ਨੂੰ ਪੜਣਾ, ਸੁਣਨਾ । ਪ੍ਰਭ ਦੀ ਰਹਿਮਤ ਨਾਲ ਪ੍ਰਭ ਦੀ ਰਜ਼ਾ ਹਿਰਦੇ ਵਿੱਚ ਪ੍ਰਵਾਨ ਹੋ ਜਾਵੇ । ਕਿਸੇ ਧਰਮ ਦੇ ਰੀਤ ਰੀਵਾਜ, ਭਰਮ ਕਰਨ ਦਾ ਕੋਈ ਲਾਭ ਨਹੀਂ ਹੁੰਦਾ । ਵਿਛੜੀ ਆਤਮਾ ਨੂੰ ਰਸਤਾ ਦਿਖਾਉਣ ਲਈ ਮੜੀ ਤੇ ਦੀਵਾ ਜਗਾਉਣਾ ਕੇਵਲ ਸੰਸਾਰਕ ਭਰਮ ਹੈ । ਸਗੋਂ ਮੇਰੇ ਸਰੀਰ ਦੀ ਸਵਾਹ, ਹੱਡੀਆਂ ਨੂੰ ਚਲਦੇ ਪਾਣੀ, ਜਲ ਪ੍ਰਵਾਨ ਕਰ ਦੇਣਾ । ਸੇਵਕਾਂ ਨੇ ਦਾਸ ਦੇ ਅਖੀਰਲੇ ਬੋਲ ਪ੍ਰਵਾਨ ਕਰਦੇ, ਰਾਮਦਾਸ ਨੂੰ ਆਪਣਾ ਮੁਖੀ ਸੇਵਕ ਬਣਾ ਲਿਆ ।

His true devotee may inspire his followers to sing the glory of His Word after his last breath. Join with His true devotee and sing the glory of The True Master for human life opportunity. You should not follow any religious rituals; suspicions rather accept His Command and pray for His Forgiveness and Refuge. Religious rituals like lighting candle at cremation ground may not have any significance in His Court. You should collect my ashes and spread in the running water. With his recommendation, his followers accepted Ram Das as their guide in worldly life.

ਸਤਿਗੁਰੁ ਪੁਰਖੁ ਜਿ ਬੋਲਿਆ,	satgur purakh je boli-aa
ਗੁਰਸਿਖਾ ਮੰਨਿ ਲਈ ਰਜਾਇ ਜੀਉ॥	gursikhaa man la-ee rajaa-ay jee-o.
ਮੋਹਰੀ ਪੁਤੁ ਸਨਮੁਖੁ ਹੋਇਆ,	mohree put sanmukh ho-i-aa
ਰਾਮਦਾਸੈ ਪੈਰੀ ਪਾਇ ਜੀਉ॥	raamdaasai pairee paa-ay jee-o.
ਸਭ ਪਵੈ ਪੈਰੀ ਸਤਿਗੁਰੂ ਕੇਰੀ,	sabh pavai pairee satguroo kayree
ਜਿਥੈ ਗੁਰੂ ਆਪੁ ਰਖਿਆ॥	jithai guroo aap rakhi-aa.
ਕੋਈ ਕਰਿ ਬਖੀਲੀ ਨਿਵੈ ਨਾਹੀ,	ko-ee kar bakheelee nivai naahee
ਫਿਰਿ ਸਤਿਗੁਰੂ ਆਣਿ ਨਿਵਾਇਆ॥	fir satguroo aan nivaa-i-aa.
ਹਰਿ ਗੁਰਹਿ ਭਾਣਾ ਦੀਈ ਵਡਿਆਈ,	har gureh bhaanaa dee-ee vadi-aa-ee
ਧੁਰਿ ਲਿਖਿਆ ਲੇਖੁ ਰਜਾਇ ਜੀਉ॥	Dhur likhi-aa laykh rajaa-ay jee-o.
ਕਹੈ ਸੁੰਦਰੁ ਸੁਣਹੁ ਸੰਤਹੁ,	kahai sundar sunhu santahu
ਸਭੁ ਜਗਤੁ ਪੈਰੀ ਪਾਇ ਜੀਉ॥੬॥੧॥	sabh jagat pairee paa-ay jee-o. ||6||1||

ਅਮਰਦਾਸ ਦੀ ਆਖਰੀ ਸਿਖਿਆਂ ਸਾਰੇ ਸੇਵਕਾ ਨੇ ਪ੍ਰਵਾਨ ਕਰ ਲਈ । ਪੁਤਰ ਮੋਹਰੀ ਨੇ ਰਾਮਦਾਸ ਜੀ ਨੂੰ ਪਿਤਾ ਦੀ ਅੰਤਮ ਪੱਗ ਅਰਪਣ ਕੀਤੀ । ਹੋਰ ਜੋ ਵੀ ਕੋਈ ਸਬੰਧੀ ਉਸ ਨੂੰ ਪ੍ਰਵਾਨ ਨਹੀਂ ਸੀ ਕਰਦਾ । ਅਮਰਦਾਸ ਜੀ ਨੇ ਪ੍ਰੇਰਨਾ, ਬੇਨੰਤੀ ਕਰਕੇ ਰਜ਼ਾ ਕਰ ਲਿਆ । ਬਾਬਾ ਸੰਦਰ ਜੀ (ਪੋਤਾ) ਕਹਿੰਦਾ ਹੈ! ਪ੍ਰਭ ਆਪ ਹੀ ਜੀਵ, ਮਾਨਸ ਨੂੰ ਹੌਂਸਲਾ, ਧੀਰਜ, ਸਹਿਣ ਸ਼ਕਤੀ ਬਖਸ਼ਦਾ ਹੈ ।

The departing word of his soul was accepted by his family and followers. They accepted Ram Das as next guide, teacher. They offered a ceremonial designation as next teacher. Many accepted him as a teacher; others were inspired by departing soul. Baba Sunder Ji! The Merciful True Master may console the grieving family and followers with patience and acceptance.

☬ Sikh Marriage ☬

9. **ਸੂਹੀ ਮਹਲਾ ੪॥** 773-16

** ਬਾਣੀ ਵਿੱਚ ਸੇਵਕ ਦੇ ਸੰਜੋਗ ਨੂੰ ਚਾਰ ਅਵਸਥਾਂ ਵਿੱਚ ਵਿਆਖਿਆ ਕਰਦੇ ਹਨ ।

** Sikh religion has adopted these four stages of devotion, understanding of the path of worldly family life as marriage ceremony.

ਹਰਿ ਪਹਿਲੜੀ ਲਾਵ ਪਰਵਿਰਤੀ,	har pahilarhee laav parvirtee
ਕਰਮ ਦ੍ਰਿੜਾਇਆ ਬਲਿ ਰਾਮ ਜੀਉ॥	karam drirh-aa-i-aa bal raam jee-o.
ਬਾਣੀ ਬ੍ਰਹਮਾ ਵੇਦੁ ਧਰਮੁ ਦ੍ਰਿੜਹੁ,	banee barahmaa vayd Dharam darir-
ਪਾਪ ਤਜਾਇਆ ਬਲਿ ਰਾਮ ਜੀਉ॥	hHu paap tajaa-i-aa bal raam jee-o.
ਧਰਮੁ ਦ੍ਰਿੜਹੁ ਹਰਿ ਨਾਮੁ ਧਿਆਵਹੁ,	Dharam darirhHu har naam Dhi-aavahu
ਸਿਮ੍ਰਿਤਿ ਨਾਮੁ ਦ੍ਰਿੜਾਇਆ॥	simrit naam drirh-aa-i-aa.
ਸਤਿਗੁਰੁ ਗੁਰੁ ਪੂਰਾ ਆਰਾਧਹੁ,	satgur gur pooraa aaraaDhahu
ਸਭਿ ਕਿਲਵਿਖ ਪਾਪ ਗਵਾਇਆ॥	sabh kilvikh paap gavaa-i-aa.
ਸਹਜ ਅਨੰਦੁ ਹੋਆ ਵਡਭਾਗੀ,	sahj anand ho-aa vadbhaagee
ਮਨਿ ਹਰਿ ਹਰਿ ਮੀਠਾ ਲਾਇਆ॥	man har har meethaa laa-i-aa.
ਜਨੁ ਕਹੈ ਨਾਨਕੁ ਲਾਵਾਂ ਪਹਿਲੀ,	jan kahai naanak laav pahilee
ਆਰੰਭੁ ਕਾਜੁ ਰਚਾਇਆ॥੧॥	aarambh kaaj rachaa-i-aa. ||1||

ਗ੍ਰਸਤੀ ਜੀਵਨ ਦੀ ਪਹਿਲੀ ਲਾਵ! ਜੀਵ ਨੂੰ ਗ੍ਰਸਤੀ ਦੀ ਜ਼ੰਮੇਵਾਰੀ ਦੇ ਕੰਮ, ਫਰਜ਼ ਦੀ ਯਾਦ ਕਰਵਾਉਂਦੀ ਹੈ । ਬਾਣੀ ਦੇ ਨਿਯਮਾਂ ਦੇ ਨਾਲ ਬੁਰੇ ਕੰਮਾਂ ਨੂੰ ਤਿਆਗਣ ਦੀ ਵਿਧੀ, ਪ੍ਰੇਰਨਾ ਹੈ । ਸ੍ਰਿਸ਼ਟੀ ਦੀ ਭਲਾਈ ਦੇ ਕੰਮਾਂ ਦੇ ਨਾਲ ਨਾਲ ਸਿਮਰਨ ਦੀ ਸਿਖਿਆਂ ਦੇਂਦੀ ਹੈ । ਸ਼ਬਦ ਦੀ ਪਾਲਣਾ ਕਰਦਾ ਮਨ, ਬੁਰੇ ਕੰਮਾਂ ਦੀ ਭਾਵਨਾਂ ਤੋਂ ਰਹਿਤ ਹੋ ਜਾਂਦਾ ਹੈ । ਪ੍ਰਭ ਦੀ ਰਹਿਮਤ ਨਾਲ, ਇਕ ਦੂਜੇ ਨਾਲ ਪਿਆਰ, ਪ੍ਰਭ ਦਾ ਧੰਨਵਾਦ ਗਾਉਂਦਾ ਹੈ ।

** ਇਹ ਗ੍ਰਸਤੀ ਜੀਵਨ ਦੀ ਪਹਿਲੀ ਪੌੜੀ ਹੈ, ਜੋ ਲੜਕੀ ਅਤੇ ਲੜਕਾ ਨੂੰ ਸਮਝਾਉਂਦੀ ਹੈ ।

In the first stage of relationship, family life (stage of marriage ceremony); Gurbani teaches both boy and girl the responsibility of married life, relationship. The worldly Holy Scripture describes the way of life, behavior in civilized society. Both should abandon the childish and mischievous habits of youth. Both should consider the path of family life with clear conscious; as His true devotee, both should have a dedication to adopt the teachings of His Word. With clear conscious and trust on each other and eliminates any evil, malice intention from mind; with His mercy and grace, both develop a deep love, affection, and dedication to become a family and both are looking forward to each other's company. Both believes with clear conscious, with a belief that their union has been prewritten in destiny before birth by The True Master, Creator.

ਹਰਿ ਦੂਜੜੀ ਲਾਵ	har doojrhee laav
ਸਤਿਗੁਰੁ ਪੁਰਖੁ ਮਿਲਾਇਆ,	satgur purakh milaa-i-aa
ਬਲਿ ਰਾਮ ਜੀਉ॥	bal raam jee-o.
ਨਿਰਭਉ ਭੈ ਮਨੁ ਹੋਇ,	nirbha-o bhai man ho-ay
ਹਉਮੈ ਮੈਲੁ ਗਵਾਇਆ,	ha-umai mail gavaa-i-aa
ਬਲਿ ਰਾਮ ਜੀਉ॥	bal raam jee-o.
ਨਿਰਮਲੁ ਭਉ ਪਾਇਆ	nirmal bha-o paa-i-aa
ਹਰਿ ਗੁਣ ਗਾਇਆ,	har gun gaa-i-aa
ਹਰਿ ਵੇਖੈ ਰਾਮੁ ਹਦੂਰੇ॥	har vaykhai raam hadooray.
ਹਰਿ ਆਤਮ ਰਾਮੁ ਪਸਾਰਿਆ,	har aatam raam pasaari-aa

ਸੁਆਮੀ, ਸਰਬ ਰਹਿਆ ਭਰਪੂਰੇ॥	su-aamee, sarab rahi-aa bharpooray.
ਅੰਤਰਿ ਬਾਹਰਿ ਹਰਿ ਪ੍ਰਭੁ ਏਕੋ,	antar baahar har parabh ayko
ਮਿਲਿ ਹਰਿ ਜਨ ਮੰਗਲ ਗਾਏ॥	mil har jan mangal gaa-ay.
ਜਨ ਨਾਨਕ ਦੂਜੀ ਲਾਵ ਚਲਾਈ,	jan naanak doojee laav chalaa-ee
ਅਨਹਦ ਸਬਦ ਵਜਾਏ॥੨॥	anhad sabad vajaa-ay. ||2||

ਵਿਆਹ ਦੀ ਦੂਜੀ ਲਾਵ ਨਾਲ, ਪ੍ਰਭ ਦੀ ਰਹਿਮਤ ਜੋੜੀ ਤੇ ਬਖਸ਼ਿਸ਼ ਹੁੰਦੀ ਹੈ । ਪ੍ਰਭ ਜੋੜੀ ਦਾ ਇਕ ਦੂਸਰੇ ਤੋਂ ਡਰ ਦੂਰ ਕਰਦੀ, ਦੋਨਾਂ ਵਿੱਚ ਅਹੰਕਾਰ ਦੀ ਜੜ੍ਹ ਟੁੱਟ ਜਾਂਦੀ ਹੈ । ਉਹ ਇਕ ਦੂਜੇ ਨੂੰ ਬਰਾਬਰ ਸਮਝਦੇ ਹਨ, ਦੋਨਾਂ ਵਿੱਚ ਨਿਮ੍ਰਤਾ ਬਖਸ਼ਿਸ਼ ਹੋ ਜਾਂਦੀ ਹੈ । ਉਹਨਾਂ ਨੂੰ ਪ੍ਰਭ ਸਾਥ ਨਜ਼ਰ ਆਉਂਦਾ, ਮਹਿਸੂਸ ਹੁੰਦਾ ਹੈ । ਉਹਨਾਂ ਤੇ ਪ੍ਰਭ ਦੀ ਰਹਿਮਤ ਭਰਪੂਰ ਹੁੰਦੀ, ਇਕ ਦੂਸਰੇ ਲਈ ਮਨ ਵਿੱਚ ਪਿਆਰ ਉਛਲਦਾ ਹੈ । ਉਹ ਪ੍ਰਭ ਦੀ ਰਹਿਮਤ ਹਰਇਕ ਥਾਂ, ਹਰਇਕ ਜਗ੍ਹਾ ਤੇ ਮਹਿਸੂਸ ਕਰਦੇ ਹਨ । ਪ੍ਰਭ ਦੇ ਗੁਣ ਗਾਉਂਦੇ ਰਹਿੰਦੇ ਹਨ । ਦੂਜੀ ਲਾਵ ਵਿੱਚ ਪ੍ਰਭ ਦੇ ਇਸ ਅਚੰਭੇ ਖੇਲਦਾ, ਸੰਜੋਗ ਦਾ ਖਿਆਲ, ਸ਼ਬਦ ਹੀ ਮਨ ਵਿੱਚ ਗੂੰਜਦਾ ਹੈ ।

The second stage of marriage; both feels blessed that The True Master has initiated the play of their family life. Both conquer own ego and fear of shortcoming; both accepts the weakness of each other's. Both may become humble and respect of the feeling of each other's. Both may feel The Master remains as companion and supporter. His mercy and grace, remains overwhelming on their path of family life. Both with their clear conscious signs the praise, thanks, and feels His presence in the ceremony. The second stage, the echo, sound, scene play remains overwhelmed in their heart.
*In this stage, His true devotee feels The True Master may be inspiring and keeping them steady and stable on the right path of acceptance in His Court.

ਹਰਿ ਤੀਜੜੀ ਲਾਵ ਮਨਿ ਚਾਉ ਭਇਆ,	har teejrhee laav man chaa-o bha-i-aa
ਬੈਰਾਗੀਆ ਬਲਿ ਰਾਮ ਜੀਉ॥	bairaagee-aa bal raam jee-o.
ਸੰਤ ਜਨਾ ਹਰਿ ਮੇਲੁ ਹਰਿ ਪਾਇਆ,	sant janaa har mayl har paa-i-aa
ਵਡਭਾਗੀਆ ਬਲਿ ਰਾਮ ਜੀਉ॥	vadbhaagee-aa bal raam jee-o.
ਨਿਰਮਲੁ ਹਰਿ ਪਾਇਆ	nirmal har paa-i-aa
ਹਰਿ ਗੁਣ ਗਾਇਆ,	har gun gaa-i-aa
ਮੁਖਿ ਬੋਲੀ ਹਰਿ ਬਾਣੀ॥	mukh bolee har banee.
ਸੰਤ ਜਨਾ ਵਡਭਾਗੀ ਪਾਇਆ,	sant janaa vadbhaagee paa-i-aa
ਹਰਿ ਕਥੀਐ ਅਕਥ ਕਹਾਣੀ॥	har kathee-ai akath kahaanee.
ਹਿਰਦੈ ਹਰਿ ਹਰਿ ਹਰਿ ਧੁਨਿ ਉਪਜੀ,	hirdai har har har Dhun upjee
ਹਰਿ ਜਪੀਐ ਮਸਤਕਿ ਭਾਗੁ ਜੀਉ॥	har japee-ai mastak bhaag jee-o.
ਜਨੁ ਨਾਨਕੁ ਬੋਲੇ ਤੀਜੀ ਲਾਵੈ,	jan naanak bolay teejee laavai
ਹਰਿ ਉਪਜੈ ਮਨਿ ਬੈਰਾਗੁ ਜੀਉ॥੩॥	har upjai man bairaag jee-o. ||3||

ਵਿਆਹ ਦੀ ਤੀਜੀ ਲਾਵ ਨਾਲ, ਮਨ ਵਿੱਚ ਖਾਹਿਸ਼ਾਂ, ਇਛਾਂ ਭਰ ਜਾਂਦੀਆਂ ਹਨ । ਮਨ ਵਿੱਚ ਇਕ ਦੂਜੇ ਦਾ ਵਿਛੋੜਾ ਮਹਿਸੂਸ ਹੋਣ ਲਗਦਾ ਹੈ । ਉਹ ਪ੍ਰਭ ਦੀ ਰਹਿਮਤ ਨਾਲ ਆਪਣੇ ਆਪ ਨੂੰ ਵੱਡਭਾਗੀ ਸਮਝਦੇ, ਮਨ ਨ੍ਰਿਮਲ ਹੋ ਜਾਂਦਾ, ਨਿਮ੍ਰਤਾ ਆਉਂਦੀ ਹੈ । ਉਹ ਪ੍ਰਭ ਦਾ ਸ਼ੁਕਰ ਗੁਜ਼ਾਰਦੇ, ਧੰਨਵਾਦ ਹੀ ਕਰਦੇ ਹਨ । ਉਹਨਾਂ ਦੀ ਬੋਲੀ ਸਤਿਕਾਰ ਵਾਲੀ, ਮਿੱਠਤ ਵਾਲੀ ਬਣ ਜਾਂਦੀ ਹੈ । ਉਹਨਾਂ ਦੇ ਮਨ ਦੀ ਅਵਸਥਾ ਹਰਜਨਾਂ ਵਰਗੀ ਬਣ ਜਾਂਦੀ ਹੈ । ਮਨ ਵਿੱਚ ਪ੍ਰਭ ਦੀ ਪੂਰਨ ਤਰ੍ਹਾਂ ਨਾ ਕਥਨ ਜਾਣ ਵਾਲੀ ਕਥਾ ਮਨ ਵਿੱਚ ਚਲਦੀ ਹੈ । ਪ੍ਰਭ ਦੇ ਸ਼ਬਦ ਦਾ ਰੰਗ ਉਹਨਾਂ ਉਪਰ ਭਰਪੂਰ ਰਹਿੰਦਾ, ਸਿਮਰਨ ਕਰਦੇ ਹਨ । ਉਹ ਆਪਣੇ ਆਪ ਨੂੰ ਵੱਡਭਾਗੀ ਸਮਝਦੇ ਹਨ । ਕਿ ਇਹ ਸਜੋਗ ਜਨਮ ਤੋਂ ਪਹਿਲੇ ਹੀ ਲਿਖਿਆ ਸੀ, ਹੁਣ ਉਹ ਪ੍ਰਗਟ ਹੋਣ ਤੇ ਆਇਆ ਹੈ । ਦਿਲ ਵਿੱਚ ਇਕ ਦੂਜੇ ਦਾ ਵਿਛੋੜਾ ਮਹਿਸੂਸ ਹੋਣ ਲਗ ਪੈਂਦਾ ਹੈ ।

The third stage of marriage ceremony; the desires, affection, and love for each other become overwhelming. In their subconscious both feeling renunciation and the imagination of laughing together as a family. Both feels separation from each other uncomforting. With His mercy and grace, both feel very fortunate, have clear conscious, humble and polite. Both remain grateful and sing the glory of The True Master. Their speech becomes very respectful and polite. Their state of mind becomes very sincere, clear, and pure without any secrets as His true devotee. The unexplainable astonishing everlasting echo may resonate within their heart. The crimson color of His Blessings remains overwhelmed and both feel very fortunate. Both remain grateful that prewritten destiny, union has been rewarded by The True Master.

** This may be compared with a sanctified soul of His true devote; becoming worthy of His Consideration.

ਹਰਿ ਚਉਥੜੀ ਲਾਵ	har cha-utharhee laav
ਮਨਿ ਸਹਜੁ ਭਇਆ,	man sahj bha-i-aa
ਹਰਿ ਪਾਇਆ ਬਲਿ ਰਾਮ ਜੀਉ॥	har paa-i-aa bal raam jee-o.
ਗੁਰਮੁਖਿ ਮਿਲਿਆ ਸੁਭਾਇ ਹਰਿ,	gurmukh mili-aa subhaa-ay har
ਮਨਿ ਤਨਿ ਮੀਠਾ ਲਾਇਆ	man tan meethaa laa-i-aa
ਬਲਿ ਰਾਮ ਜੀਉ॥	bal raam jee-o.
ਹਰਿ ਮੀਠਾ ਲਾਇਆ	har meethaa laa-i-aa
ਮੇਰੇ ਪ੍ਰਭ ਭਾਇਆ,	mayray parabh bhaa-i-aa
ਅਨਦਿਨੁ ਹਰਿ ਲਿਵ ਲਾਈ॥	an-din har liv laa-ee.
ਮਨ ਚਿੰਦਿਆ ਫਲੁ ਪਾਇਆ ਸੁਆਮੀ,	man chindi-aa fal paa-i-aa su-aamee
ਹਰਿ ਨਾਮਿ ਵਜੀ ਵਾਧਾਈ॥	har naam vajee vaaDhaa-ee.
ਹਰਿ ਪ੍ਰਭਿ ਠਾਕੁਰਿ ਕਾਜੁ ਰਚਾਇਆ,	har parabh thaakur kaaj rachaa-i-aa
ਧਨ ਹਿਰਦੈ ਨਾਮਿ ਵਿਗਾਸੀ॥	Dhan hirdai naam vigaasee.
ਜਨੁ ਨਾਨਕੁ ਬੋਲੇ ਚਉਥੀ ਲਾਵੈ,	jan naanak bolay cha-uthee laavai
ਹਰਿ ਪਾਇਆ ਪ੍ਰਭੁ ਅਵਿਨਾਸੀ॥੪॥੨॥	har paa-i-aa parabh avinaasee. ||4||2||

ਵਿਆਹ ਦੀ ਚੌਥੀ ਲਾਵ ਨਾਲ, ਮਨ ਵਿੱਚ ਸ਼ਾਂਤੀ, ਸੰਤੋਖ ਬਖਸ਼ਿਸ਼ ਹੋ ਜਾਂਦਾ ਹੈ । ਪ੍ਰਭ ਦੀ ਰਹਿਮਤ ਭਰਪੂਰ ਹੋ ਜਾਂਦੀ ਹੈ । ਲੜਕੀ ਅਤੇ ਲੜਕੇ ਦਾ ਮਨ ਭਰ ਜਾਂਦਾ ਹੈ । ਕਿ ਪ੍ਰਭ ਦੀ ਕ੍ਰਿਪਾ ਨਾਲ ਆਪਣਾ ਅਸਲੀ ਜੀਵਨ ਸਾਥੀ ਬਖਸ਼ਿਸ਼ ਹੋਇਆ ਹੈ । ਉਹਨਾਂ ਦਾ ਮਨ ਇਕ ਦੂਜੇ ਲਈ ਪਿਆਰ ਨਾਲ ਭਰ ਜਾਂਦਾ ਹੈ । ਉਹਨਾਂ ਦਾ ਮਨ ਪ੍ਰਭ ਦੇ ਧੰਨਵਾਦ ਨਾਲ ਭਰ ਜਾਂਦਾ ਹੈ । ਉਹਨਾਂ ਨੂੰ ਮਨ ਪਸੰਦ ਦਾ ਸਾਥੀ ਮਿਲ ਗਿਆ ਹੈ । ਪ੍ਰਭ ਦਾ ਭਾਣਾ ਮਿੱਠਾ ਲਗਦਾ, ਰਹਿਮਤ ਨਾਲ ਮਨ ਸਿਮਰਨ ਵਿੱਚ ਲਗਦਾ ਹੈ । ਮਨ ਵਿੱਚ ਉਤਸਾਹ ਭਰ ਜਾਂਦਾ ਹੈ, ਹਰ ਪਾਸੋ ਹੀ ਵਧਾਈਆਂ ਦੀ ਅਵਾਜ ਆਉਂਦੀ ਹੈ । ਉਹ ਸੋਚਦੇ ਹਨ, ਕਿ ਪ੍ਰਭ ਨੇ ਆਪ ਹੀ ਇਹ ਵਿਆਹ ਦਾ ਕਾਰਜ ਰਚਾਇਆ ਹੈ । ਹਿਰਦੇ ਵਿੱਚ ਸ਼ਬਦ ਵਸ ਜਾਂਦਾ, ਪ੍ਰਭ ਦੀ ਰਜ਼ਾ ਨਾਲ ਹੀ ਇਹ ਗ੍ਰਸਤੀ ਜੀਵਨ ਆਰੰਭ ਕਰਦੇ ਹਨ ।

With the fourth stage, both feels very fortunate and remain grateful; with His mercy and grace, peace and contentment prevail in their heart. Both becomes overwhelmed with love, excitement. The True Master has blessed them with the true love, soul-mate in this worldly union, family life. They remain overwhelmed with excitement and congratulations are pouring from all directions. Their faith on His Word, blessings become intense and firm. With His mercy and grace, the new phase of family life has begun.

** The fourth stage of marriage is like the same as His true devotee may be accepted in His Court.

----☬----

☬ ੴ ਓਅੰਕਾਰੁ ਦਖਣੀ ☬

1. **ਰਾਮਕਲੀ ਮਹਲਾ ੧ ਦਖਣੀ ਓਅੰਕਾਰੁ॥** (1) 929-17

ੴ ਸਤਿਗੁਰ ਪ੍ਰਸਾਦਿ॥	ik-oNkaar satgur parsaad.
ਓਅੰਕਾਰਿ ਬ੍ਰਹਮਾ ਉਤਪਤਿ॥	o-ankaar barahmaa utpat.
ਓਅੰਕਾਰੁ ਕੀਆ ਜਿਨਿ ਚਿਤਿ॥	o-ankaar kee-aa jin chit.
ਓਅੰਕਾਰਿ ਸੈਲ ਜੁਗ ਭਏ॥	o-ankaar sail jug bha-ay.
ਓਅੰਕਾਰਿ ਬੇਦ ਨਿਰਮਏ॥	o-ankaar bayd nirma-ay.
ਓਅੰਕਾਰਿ ਸਬਦਿ ਉਧਰੇ॥	o-ankaar sabad uDhray.
ਓਅੰਕਾਰਿ ਗੁਰਮੁਖਿ ਤਰੇ॥	o-ankaar gurmukh taray.
ਓਨਮ ਅਖਰ ਸੁਣਹੁ ਬੀਚਾਰੁ॥	onam akhar sunhu beechaar.
ਓਨਮ ਅਖਰੁ ਤ੍ਰਿਭਵਣ ਸਾਰੁ॥੧॥	onam akhar taribhavan saar. ||1||

ਪ੍ਰਭ ਨੇ ਆਪਣੇ ਆਪ ਵਿਚੋਂ ਹੀ ਬ੍ਰਹਮਾ ਨੂੰ ਪੈਦਾ ਕੀਤਾ । ਬ੍ਰਹਮਾ ਨੇ ਪ੍ਰਭ ਨੂੰ ਆਪਣੇ ਹਿਰਦੇ ਵਿੱਚ ਰਖਿਆ । ਪ੍ਰਭ ਨੇ ਹੀ ਸਾਰੇ ਪਰਬਤ, ਯੁੱਗ ਬਣਾਏ । ਜੀਵ ਨੂੰ ਸੇਧ ਦੇਣ ਵਾਸਤੇ ਸੰਸਾਰ ਵਿੱਚ ਗਿਆਨ ਦੇ ਗ੍ਰੰਥ, ਵੇਦਾਂ ਬਖਸ਼ੇ ਹਨ । ਜੀਵਾਂ ਨੂੰ ਸ਼ਬਦ ਦੀ ਸੋਝੀ ਦੇ ਕੇ ਪ੍ਰਵਾਨਗੀ ਦੇ ਰਸਤੇ ਤੇ ਪਾਉਂਦਾ ਹੈ । ਪ੍ਰਭ ਹੀ ਗੁਰਮਖ ਦੀ ਰਖਿਆ ਕਰਦਾ ਹੈ । ਪ੍ਰਭ ਦੇ ਸ਼ਬਦ ਦੀ ਪਾਲਣਾ ਕਰੋ । ਪ੍ਰਭ ਹੀ ਤਿੰਨਾਂ ਸ੍ਰਿਸ਼ਟੀਆਂ ਦਾ ਮੁੱਡ, ਮੂਲ ਹੈ ।

The True Master has expanded His Holy Spirit and has given birth to **Barahma** (worldly scholars). His true devotee (**Barahma**) kept the essence of His Word within his heart in his day-to-day life. He has created earth, mountains, and different Ages. He has blessed various Holy Scripture to enlighten the right path and purpose of human life opportunity. He always protects His true devotee in his worldly journey. You should obey the teachings of His Word; His Holy Spirit is the origin of the universe.

ਸੁਣਿ ਪਾਡੇ ਕਿਆ ਲਿਖਹੁ ਜੰਜਾਲਾ॥	sun paaday ki-aa likhahu janjaalaa.
ਲਿਖੁ ਰਾਮ ਨਾਮ ਗੁਰਮੁਖਿ ਗੋਪਾਲਾ॥੧॥ ਰਹਾਉ॥	likh raam naam gurmukh gopaalaa. ||1|| rahaa-o.

ਸੰਸਾਰਕ ਗਿਆਨੀ, ਤੂੰ ਕਿਉਂ ਧਰਮ ਦੇ ਨਿਯਮ ਲਿਖਦਾ ਹੈ? ਪ੍ਰਭ ਦੇ ਸ਼ਬਦ ਦੀ ਉਸਤਤ ਹੀ ਕੇਵਲ ਲਿਖਣ ਵਾਲੀ ਕਥਾ ਹੈ ।

Worldly guru! Why are you writing religious principles; Rehat-namas? Only the glory, virtues of His Word may be worthy to write and document.

2. **ਰਾਮਕਲੀ ਮਹਲਾ ੧ ਦਖਣੀ ਓਅੰਕਾਰੁ॥** (2) 930-3

ਸਸੈ ਸਭੁ ਜਗੁ ਸਹਜਿ ਉਪਾਇਆ,	sasai sabh jag sahj upaa-i-aa
ਤੀਨਿ ਭਵਨ ਇਕ ਜੋਤੀ॥	teen bhavan ik jotee.
ਗੁਰਮੁਖਿ ਵਸਤੁ ਪਰਾਪਤਿ ਹੋਵੈ,	gurmukh vasat paraapat hovai
ਚੁਣਿ ਲੈ ਮਾਣਕ ਮੋਤੀ॥	chun lai maanak motee.
ਸਮਝੈ ਸੂਝੈ ਪੜਿ ਪੜਿ ਬੂਝੈ,	samjhai soojhai parh parh boojhai
ਅੰਤਿ ਨਿਰੰਤਰਿ ਸਾਚਾ॥	ant nirantar saachaa.
ਗੁਰਮੁਖਿ ਦੇਖੈ ਸਾਚੁ ਸਮਾਲੇ,	gurmukh daykhai saach samaalay
ਬਿਨੁ ਸਾਚੇ ਜਗੁ ਕਾਚਾ॥੨॥	bin saachay jag kaachaa. ||2||

ਸਸੈ – ਪ੍ਰਭ ਨੇ ਸਹਿਜ, ਮਰਜ਼ੀ ਨਾਲ ਹੀ ਸਾਰੀਆਂ ਸ੍ਰਿਸ਼ਟੀਆਂ ਪੈਦਾ ਕੀਤੀਆਂ ਹਨ । ਉਸ ਦੀ ਜੋਤ, ਰੋਸ਼ਨੀ ਹੀ ਤਿੰਨਾਂ ਸ੍ਰਿਸ਼ਟੀਆਂ ਵਿੱਚ ਵਾਪਰਦੀ ਹੈ । ਜਿਹੜਾ ਜੀਵ ਸ਼ਬਦ ਦੀ ਪਾਲਣਾ ਕਰਦਾ ਹੈ, ਉਸ ਨੂੰ ਗੁਰਮਖ ਅਵਸਥਾ ਬਖਸ਼ਿਸ਼ ਹੋ ਜਾਂਦੀ ਹੈ । ਉਸ ਨੂੰ ਅਮੋਲਕ ਰਤਨ, ਪ੍ਰਭ ਦੇ ਸ਼ਬਦ ਦੀ ਸੋਝੀ ਬਖਸ਼ਿਸ਼ ਹੋ ਜਾਂਦੀ ਹੈ । ਜਿਹੜਾ ਵੀ ਜੀਵ ਧਾਰਮਕ ਗੰਥ ਪੜ੍ਹਕੇ, ਸਿਖਿਆਂ ਸਮਝਕੇ ਜੀਵਨ ਵਿੱਚ ਢਾਲਦਾ ਹੈ । ਉਸ ਨੂੰ ਸੋਝੀ ਬਖਸ਼ਿਸ਼ ਹੋ ਜਾਂਦੀ ਹੈ ਕਿ ਪ੍ਰਭ ਹਰਇਕ ਜੀਵ ਦੇ ਅੰਦਰ ਹੀ ਵਸਦਾ ਹੈ ।

ਗੁਰਮਖ ਜੀਵ ਇਹ ਅਨੁਭਵ ਕਰਦਾ ਹੈ । ਪ੍ਰਭ ਦੇ ਸ਼ਬਦ ਦੀ ਕਮਾਈ ਤੋਂ ਬਿਨਾਂ ਸਭ ਕੁਝ ਸਮਾਂ ਪਾ ਕੇ ਨਾਸ਼ ਹੋ ਜਾਣਾ ਵਾਲਾ ਹੀ ਹੈ ।

<u>Sassa</u> – The True Master has created all the universes and His Creation with His Own Imagination. His Holy Spirit remains as a pillar of enlightenment in all universe; only His Word prevails in all universes. Whosoever may obey the teachings of His Word with steady and stable belief in his day-to-day life; with His mercy and grace, he may be blessed with a state of mind as His true devotee. He may be enlightened with the essence of ambrosial jewel, His Word. Whosoever may read any Holy Scripture and adopts the teachings in his day-to-day life; with His mercy and grace, he may be enlightened that His Word remains embedded within each soul. He may realize that without the earnings of His Word, everything may perish over period; nothing may remain companion of his soul in His Court.

3. **ਰਾਮਕਲੀ ਮਹਲਾ ੧ ਦਖਣੀ ਓਅੰਕਾਰੁ॥** (3) 930-5

ਧਧੈ ਧਰਮੁ ਧਰੇ ਧਰਮਾ ਪੁਰਿ,	DhaDhai Dharam Dharay Dharmaa pur
ਗੁਣਕਾਰੀ ਮਨੁ ਧੀਰਾ॥	gunkaaree man Dheeraa.
ਧਧੈ ਧੂਲਿ ਪੜੈ ਮੁਖਿ ਮਸਤਕਿ,	DhaDhai Dhool parhai mukh mastak
ਕੰਚਨ ਭਏ ਮਨੂਰਾ॥	kanchan bha-ay manooraa.
ਧਨੁ ਧਰਣੀਧਰੁ ਆਪਿ ਅਜੋਨੀ,	Dhan DharneeDhar aap ajonee
ਤੋਲਿ ਬੋਲਿ ਸਚੁ ਪੂਰਾ॥	tol bol sach pooraa.
ਕਰਤੇ ਕੀ ਮਿਤਿ ਕਰਤਾ ਜਾਣੈ,	kartay kee mit kartaa jaanai
ਕੈ ਜਾਣੈ ਗੁਰੁ ਸੂਰਾ॥੩॥	kai jaanai gur sooraa. ||3||

ਧਧੈ—ਜਿਹੜਾ ਜੀਵ ਧਰਮ ਵਿੱਚ ਵਿਸ਼ਵਾਸ ਰਖਦਾ ਹੈ! ਧਰਮ ਦੇ ਨਿਯਮਾਂ ਅਨੁਸਾਰ ਜੀਵਨ ਢਾਲਦਾ ਹੈ, ਉਸ ਨੂੰ ਗੁਰਮਖ ਅਵਸਥਾ ਬਖਸ਼ਿਸ਼ ਹੋ ਜਾਂਦੀ ਹੈ । ਉਸ ਦਾ ਮਨ ਭਟਕਣਾਂ ਤੋਂ ਰਹਿਤ ਹੋ ਜਾਂਦਾ ਹੈ । ਜਿਸ ਜੀਵ ਨੂੰ ਉਸ ਗੁਰਮਖ ਦੇ ਪੈਰਾਂ ਦੀ ਧੂੜ ਨਸੀਬ ਹੋ ਜਾਵੇ, ਮੱਥੇ ਦਾ ਸੰਧੂਰ ਬਣ ਜਾਵੇ, ਉਹ ਜੀਵ ਪੂਜਣ ਯੋਗ ਹੋ ਜਾਂਦਾ ਹੈ । ਜਿਵੇਂ ਲੋਹੇ ਨੂੰ ਪਾਰਸ, ਧਾਤ ਨਾਲ ਛੂਹਣ ਨਾਲ, ਉਹ ਸੋਨਾ ਬਣ ਜਾਂਦਾ । ਧਰਤੀ ਦਾ ਆਸਰਾ, ਪ੍ਰਭ ਆਪ ਜਨਮ ਨਹੀਂ ਲੈਂਦਾ! ਉਸ ਦੇ ਬੋਲ, ਸ਼ਬਦ, ਕਰਤਬ ਸਦਾ ਅਟਲ ਰਹਿਣ ਵਾਲੇ ਹਨ । ਕੇਵਲ ਪ੍ਰਭ ਆਪ ਹੀ ਆਪਣੇ ਕਰਤਬਾਂ ਨੂੰ ਪੂਰਨ ਜਾਣਦਾ ਹੈ । ਉਹ ਹੀ ਕਿਸੇ ਜੀਵ ਦੀ ਰਹਿਮਤ ਦੀ ਹੌਂਦ, ਸੀਮਾ ਨੂੰ ਜਾਣਦਾ ਹੈ ।

Dhadda: Whosoever may believe in worldly religion teachings; he may adopt the religious teachings in his day-to-day life; with His mercy and grace, he may be blessed with a state of mind as His true devotee. His mind may become beyond the reach of worldly frustrations. Whosoever may be blessed with the association of His true devotee with such a state of mind; the dust of his feet as a vermilion on his forehead; with His mercy and grace, he may become worthy of worship. As iron may be converted into a gold like priceless metal by rubbing a philosopher stone; same way his follower may become worthy of His Consideration. The True Master, pillar of support, remains beyond birth and death, He may never take birth as any creature, human; however, He prevails through His true devotee. His Word, Miracles, Nature remain true forever. Only, The True Master may know and completely comprehend the full extent of significance of His miracles; the extent of His blessings and the state of mind of His true devotee.

Sikh Religious Robe: 5 Kakka "5 ਕ"

ਕੇਸ	ਪ੍ਰਭ ਦੀ ਬਖਸ਼ਿਸ਼, ਸੁਰਤ ਨੂੰ ਸਤਿ ਕਰਕੇ ਪ੍ਰਵਾਨ ਕਰ ਲੈਣਾ ।
Natural Hair; outlook;	Accepts His blessings without any reservation. Accept his worldly environment, outlook as a unique blessing.
ਕੰਘਾ	ਸੰਸਾਰਕ ਗਿਰਸਤੀ ਜੀਵਨ ਦੀ ਜਿਮੇਵਾਰੀ ਨੂੰ ਕਾਬੂਲ ਕਰਨਾ
Comb	Take the responsibility to help family to survive, earn honest living. As comb may maintain his blessed look;
ਕੜਾ	ਪ੍ਰਭ ਦੇ ਬਖਸ਼ੇ ਤੇ ਸੰਤੋਖ ਰਖਣਾ
Iron Bangle	Control your expectation; ego; simplicity in living;
ਕਿਰਪਾਨ	ਬਲ ਹੁੰਦੇ ਵੀ ਧੀਰਜ ਕਰਨਾ, ਤਰਸ ਕਰਨਾ
Kirpan	To show restrain, patience to control your anger, to remain humble even with power.
ਕਛਿਅਰਾ	ਇਹ ਕਾਮ ਵਾਸ਼ਨਾ ਦੀ ਇਛਾ ਤੇ ਕਾਬੂ ਪਾਉਣ ਲਈ ਹੈ ।
Long under pant	Conquer Sexual urge with strange women; To maintain high character.

4. **ਰਾਮਕਲੀ ਮਹਲਾ ੧ ਦਖਣੀ ਓਅੰਕਾਰੁ॥** (4) 930-7

ਗਿਆਨੁ ਗਵਾਇਆ ਦੂਜਾ ਭਾਇਆ, nyi-aan gavaa-i-aa doojaa bhaa-i-aa
ਗਰਬਿ ਗਲੇ ਬਿਖੁ ਖਾਇਆ॥ garab galay bikh khaa-i-aa.
ਗੁਰ ਰਸੁ ਗੀਤ ਬਾਦ ਨਹੀ ਭਾਵੈ, gur ras geet baad nahee bhaavai
ਸੁਣੀਐ ਗਹਿਰ ਗੰਭੀਰੁ ਗਵਾਇਆ॥ sunee-ai gahir gambheer gavaa-i-aa.
ਗੁਰਿ ਸਚੁ ਕਹਿਆ ਅੰਮ੍ਰਿਤੁ ਲਹਿਆ, gur sach kahi-aa amrit lahi-aa
ਮਨਿ ਤਨਿ ਸਾਚੁ ਸੁਖਾਇਆ॥ man tan saach sukhaa-i-aa.
ਆਪੇ ਗੁਰਮੁਖਿ ਆਪੇ ਦੇਵੈ, aapay gurmukh aapay dayvai
ਆਪੇ ਅੰਮ੍ਰਿਤੁ ਪੀਆਇਆ॥੪॥ aapay amrit pee-aa-i-aa. ||4||

ਜਿਸ ਜੀਵ ਦਾ ਧਿਆਨ ਪ੍ਰਭ ਦੇ ਸ਼ਬਦ ਦੀ ਸਿਖਿਆਂ ਵਲੋ ਹੋਰ ਕਿਸੇ ਪਾਸੇ ਲਗ ਜਾਂਦਾ, ਉਸ ਜੀਵ ਦੀ ਸ਼ਬਦ ਦੀ ਸੋਝੀ ਖਤਮ ਹੋ ਜਾਂਦੀ ਹੈ । ਉਹ ਅਹੰਕਾਰ ਵਿੱਚ ਚਲੇ ਜਾਂਦਾ ਹੈ ਅਤੇ ਸੰਸਾਰਕ ਇਛਾਂ ਦਾ ਜ਼ਹਿਰ ਪੀ ਲੈਂਦਾ ਹੈ । ਉਸ ਦੇ ਮਨ ਦਾ ਭਰੋਸਾ ਸ਼ਬਦ ਦੀ ਸਿਖਿਆਂ, ਉਸਤਤ ਵਿੱਚ ਅਡੋਲ ਨਹੀਂ ਰਹਿੰਦਾ । ਉਹ ਪ੍ਰਭ ਦੀ ਰਹਿਮਤ ਗਵਾ ਲੈਂਦਾ ਹੈ । ਜਿਹੜਾ ਗੁਰਮਖ ਸ਼ਬਦ ਦੀ ਪਾਲਣਾ ਕਰਦਾ, ਜੀਵਨ ਢਾਲਦਾ ਹੈ, ਉਸ ਨੂੰ ਸ਼ਬਦ ਦੀ ਸੋਝੀ ਬਖਸ਼ਿਸ਼ ਹੁੰਦੀ ਹੈ, ਉਸ ਦੇ ਮਨ, ਤਨ ਵਿੱਚ ਅਨੰਦ, ਸ਼ਾਂਤੀ ਬਖਸ਼ਿਸ਼ ਹੁੰਦੀ ਹੈ । ਪ੍ਰਭ ਆਪ ਹੀ ਗੁਰਮਖ ਹੈ, ਆਪ ਹੀ ਰਹਿਮਤਾਂ, ਸ਼ਬਦ ਦੀ ਸੋਝੀ ਦਾ ਮਾਲਕ, ਅੰਮ੍ਰਿਤ ਦਾ ਭੰਡਾਰੀ ਹੈ । ਆਪ ਹੀ ਜੀਵ ਨੂੰ ਸ਼ਬਦ ਦੇ ਲੜ ਲਾਉਂਦਾ ਹੈ ।

Whosoever may divert his focus, concentration to religious robe, teachings of religious principles rather than the teachings of His Word; he may be deprived from the enlightenment of the essence of His Word. Even though he remains knowledgeable of the essence of His Word. He may remain intoxicated with sweet poison worldly wealth, ego of his worldly status. His belief may not remain steady and stable on the teachings of His Word. He may be deprived from His Sanctuary. Whosoever may obey and adopts the teachings of His Word with steady and stable belief in his day-to-day life; with His mercy and grace, he may be blessed with a state of mind as His true devotee. His mind and body remain in peace and pleasures in his worldly life. His true devotee may be enlightened with the essence of His Word. The True Master, Treasure of all virtues may attach His true devotee to obey the teachings of His Word.

5. ਰਾਮਕਲੀ ਮਹਲਾ ੧ ਦਖਣੀ ਓਅੰਕਾਰੁ॥ (5) 930-9

ਏਕੋ ਏਕੁ ਕਹੈ ਸਭੁ ਕੋਈ,	ayko ayk kahai sabh ko-ee
ਹਉਮੈ ਗਰਬੁ ਵਿਆਪੈ॥	ha-umai garab vi-aapai.antar
ਅੰਤਰਿ ਬਾਹਰਿ ਏਕੁ ਪਛਾਣੈ,	baahar ayk pachhaanai
ਇਉ ਘਰੁ ਮਹਲੁ ਸਿਞਾਪੈ॥	i-o ghar mahal sinjaapai.
ਪ੍ਰਭੁ ਨੇੜੈ ਹਰਿ ਦੂਰਿ ਨ ਜਾਣਹੁ,	parabh nayrhai har door na jaanhu
ਏਕੋ ਸ੍ਰਿਸਟਿ ਸਬਾਈ॥	ayko sarisat sabaa-ee.
ਏਕੰਕਾਰੁ ਅਵਰੁ ਨਹੀ ਦੂਜਾ,	aykankaar avar nahee doojaa
ਨਾਨਕ ਏਕੁ ਸਮਾਈ॥੫॥	naanak ayk samaa-ee. ||5||

ਹਰਇਕ ਜੀਵ ਇਕੋ ਇਕ ਪ੍ਰਭ ਨੂੰ ਹੀ ਅਸਲੀ ਮਾਲਕ ਮੰਨਦਾ ਹੈ । ਫਿਰ ਵੀ ਜੀਵ ਅਹੰਕਾਰ ਅਤੇ ਹੈਸੀਅਤ ਦੇ ਜਾਲ ਵਿੱਚ ਹੀ ਰਹਿੰਦਾ ਹੈ । ਜਿਹੜਾ ਪ੍ਰਭ ਨੂੰ ਇਕੋ ਇਕ ਅਸਲੀ ਮਾਲਕ ਸਮਝਕੇ, ਆਪਣਾ ਜੀਵਨ ਸ਼ਬਦ ਨਾਲ ਢਾਲਦਾ ਹੈ, ਉਸ ਨੂੰ ਸੋਝੀ ਬਖਸ਼ਿਸ਼ ਹੋ ਜਾਂਦੀ ਹੈ । ਪ੍ਰਭ ਜੀਵ ਦੇ ਅੰਦਰ, ਆਤਮਾ ਦੇ ਸਾਥ ਹੀ ਵਸਦਾ ਹੈ । ਪ੍ਰਭ ਨੂੰ ਆਤਮਾ ਦੇ ਨੇੜੇ, ਤਨ ਵਿੱਚ ਵਸਦਾ, ਆਪਣੇ ਤੋਂ ਦੂਰ ਨਾ ਸਮਝੋ! ਪ੍ਰਭ ਹੀ ਸਾਰੀ ਸ੍ਰਿਸ਼ਟੀ ਦੇ ਵਿੱਚ ਵਸਦਾ, ਵਾਪਰਦਾ ਹੈ । ਕੇਵਲ ਇਕੋ ਇਕ ਪ੍ਰਭ ਹੀ ਸਾਰੀ ਸ੍ਰਿਸ਼ਟੀ ਨੂੰ ਪੈਦਾ ਕਰਦਾ, ਹੋਰ ਕੋਈ ਦੂਜਾ ਨਹੀਂ ਹੈ । ਉਸ ਦੀ ਸ਼ਰਣ ਵਿੱਚ, ਸ਼ਬਦ ਨਾਲ ਹੀ ਜੀਵਨ ਢਾਲੋ ।

Everyone believes that The One and Only One, The True Master of the universe; however, everyone remains intoxicated with ego of his worldly status. Whosoever may adopt the teachings of His Word with steady and stable belief as an ultimate Command in his day-to-day life; with His mercy and grace, he may be enlightened that His Word remains embedded within each soul. Only, His Holy Spirit prevails within his body and outside in the universe. You should always believe that His Holy Spirit remains embedded within his soul and dwells in his body and monitors his all activities. He prevails in every action in the universe, no one else has any power. You should adopt the teachings of His Word with steady and stable belief in your day-to-day life.

6. ਰਾਮਕਲੀ ਮਹਲਾ ੧ ਦਖਣੀ ਓਅੰਕਾਰੁ॥ (6) 930-11

ਇਸੁ ਕਰਤੇ ਕਉ ਕਿਉ ਗਹਿ ਰਾਖਉ,	is kartay ka-o ki-o geh raakha-o
ਅਫਰਿਓ ਤੁਲਿਓ ਨ ਜਾਈ॥	afri-o tuli-o na jaa-ee.
ਮਾਇਆ ਕੇ ਦੇਵਾਨੇ ਪ੍ਰਾਣੀ,	maa-i-aa kay dayvaanay paraanee
ਝੂਠਿ ਠਗਉਰੀ ਪਾਈ॥	jhooth thag-uree paa-ee.
ਲਬਿ ਲੋਭਿ ਮੁਹਤਾਜਿ ਵਿਗੂਤੇ,	lab lobh muhtaaj vigootay
ਇਬ ਤਬ ਫਿਰਿ ਪਛੁਤਾਈ॥	ib tab fir pachhutaa-ee.
ਏਕੁ ਸਰੇਵੈ ਤਾ ਗਤਿ ਮਿਤਿ ਪਾਵੈ,	ayk sarayvai taa gat mit paavai aa-
ਆਵਣੁ ਜਾਣੁ ਰਹਾਈ॥੬॥	van jaan rahaa-ee. ||6||

ਪ੍ਰਭ ਨੂੰ ਕੌਣ, ਜਾ ਕਿਵੇਂ ਕੋਈ ਆਪਣੇ ਕਾਬੂ ਵਿੱਚ ਰਖ ਸਕਦਾ ਹੈ? ਉਸ ਦੀ ਵਡਿਆਈ ਦੀ ਮਿਣਤੀ ਨਹੀਂ ਕੀਤੀ, ਜਾਣੀ ਨਹੀਂ ਜਾ ਸਕਦੇ । ਜੀਵ ਸੰਸਾਰਕ ਮਾਇਆ ਦੇ ਮੋਹ, ਪ੍ਰਭਾਵ ਵਿੱਚ ਹੀ ਰਹਿੰਦਾ ਹੈ । ਉਸ ਦੇ ਮਨ ਵਿੱਚ ਨਾਸ਼ ਹੋ ਜਾਣਵਾਲੀ ਸੰਸਾਰਕ ਇਛਾਂ ਦੇ ਜ਼ਹਿਰ ਦਾ ਅਸਰ, ਪ੍ਰਭਾਵ ਹੀ ਰਹਿੰਦਾ ਹੈ । ਇਸ ਸੰਸਾਰਕ ਇਛਾਂ ਦੇ ਲਾਲਚ ਵਿੱਚ ਹੀ ਸਮਾਂ ਗਵਾ ਲੈਂਦਾ, ਮੌਤ ਤੇ ਪਛਤਾਵਾ ਕਰਦਾ, ਉਦਾਸ ਹੀ ਰਹਿੰਦਾ ਹੈ । ਜਿਹੜਾ ਇਕੋ ਇਕ ਪ੍ਰਭ ਦੇ ਸ਼ਬਦ ਦੀ ਪਾਲਣਾ ਕਰਦਾ ਹੈ, ਉਸ ਨੂੰ ਪ੍ਰਭ ਦੀ ਸ਼ਰਣ ਵਿੱਚ ਪ੍ਰਵਾਨਗੀ ਬਖਸ਼ਿਸ਼ ਹੋ ਜਾਂਦੀ ਹੈ, ਜਨਮ ਮਰਨ ਦਾ ਚੱਕਰ ਖਤਮ ਹੋ ਜਾਂਦਾ ਹੈ ।

Who and how anyone may keep The True Master under his control? His greatness, virtues remain beyond any imagination and comprehension of His Creation. Human may remain intoxicated in the sweet poison of worldly wealth. He may waste his human life journey under the influence of worldly wealth. He wastes his priceless human life opportunity in greed of worldly desires; after death, he may regret and, repents, and remains desperate. Whosoever may obey the teachings of His Word with steady and stable belief in his day-to-day life; with His mercy and grace, he may be accepted in His Sanctuary. His cycle of birth and death may be eliminated.

7. **ਰਾਮਕਲੀ ਮਹਲਾ ੧ ਦਖਣੀ ਓਅੰਕਾਰੁ॥** (7) 930-13

ਏਕੁ ਅਚਾਰੁ ਰੰਗੁ ਇਕੁ ਰੂਪੁ॥	ayk achaar rang ik roop.
ਪਉਣ ਪਾਣੀ ਅਗਨੀ ਅਸਰੂਪੁ॥	pa-un paanee agnee asroop.
ਏਕੋ ਭਵਰੁ ਭਵੈ ਤਿਹੁ ਲੋਇ॥	ayko bhavar bhavai tihu lo-ay.
ਏਕੋ ਬੂਝੈ ਸੂਝੈ ਪਤਿ ਹੋਇ॥	ayko boojhai soojhai pat ho-ay.
ਗਿਆਨੁ ਧਿਆਨੁ ਲੇ ਸਮਸਰਿ ਰਹੈ॥	gi-aan Dhi-aan lay samsar rahai.
ਗੁਰਮੁਖਿ ਏਕੁ ਵਿਰਲਾ ਕੋ ਲਹੈ॥	gurmukh ayk virlaa ko lahai.
ਜਿਸ ਨੋ ਦੇਇ ਕਿਰਪਾ ਤੇ ਸੁਖੁ ਪਾਏ॥	jis no day-ay kirpaa tay sukh paa-ay.
ਗੁਰੂ ਦੁਆਰੈ ਆਖਿ ਸੁਣਾਏ॥੭॥	guroo du-aarai aakh sunaa-ay. ‖7‖

ਇਕੋ ਇਕ ਪ੍ਰਭ ਹੀ ਹਰਇਕ ਰੰਗ, ਕੰਮ, ਅਕਾਰ ਵਿੱਚ ਸਮਾਇਆ ਹੋਇਆ ਹੈ । ਉਹ ਬਹੁਤ ਰੂਪ ਧਾਰਨ ਕਰਦਾ, ਹਵਾ, ਪਾਣੀ ਅਤੇ ਅੱਗ ਵਿੱਚ ਵੀ ਪ੍ਰਭ ਦੀ ਕੁਦਰਤ ਹੀ ਵਾਪਰਦੀ ਹੈ । ਜੀਵ ਦੀ ਆਤਮਾ ਤਿੰਨਾਂ ਸ੍ਰਿਸ਼ਟੀਆਂ ਵਿੱਚ ਹੀ, ਜਨਮਾਂ ਵਿੱਚ ਭਉਦੀ ਰਹਿੰਦੀ ਹੈ । ਜਿਹੜਾ ਸ਼ਬਦ ਦੀ ਸਿਖਿਆਂ ਨਾਲ ਜੀਵਨ ਢਾਲਦਾ, ਸ਼ਰਣ ਵਿੱਚ ਆ ਜਾਂਦਾ ਹੈ । ਉਸ ਨੂੰ ਸ਼ਬਦ ਦੀ ਸੋਝੀ ਬਖਸ਼ਿਸ਼ ਹੋ ਜਾਂਦੀ ਹੈ । ਉਸ ਨੂੰ ਬੰਦਗੀ ਕਰਦੇ ਮਨ ਵਿੱਚ ਸੰਤੋਖ ਬਖਸ਼ਿਸ਼ ਹੋ ਜਾਂਦਾ ਹੈ । ਵਿਰਲੇ ਜੀਵ ਨੂੰ ਹੀ ਪ੍ਰਭ ਦੀ ਰਹਿਮਤ ਨਾਲ ਗੁਰਮਖ ਅਵਸਥਾ ਬਖਸ਼ਿਸ਼ ਹੁੰਦੀ ਹੈ । ਕੇਵਲ ਉਸ ਨੂੰ ਹੀ ਸੰਤੋਖ ਬਖਸ਼ਿਸ਼ ਹੁੰਦਾ ਹੈ । ਧਾਰਮਕ ਅਸਥਾਨਾਂ ਤੇ ਪ੍ਰਭ ਦੇ ਸ਼ਬਦ ਪਾਲਣਾ ਦੀ ਬਹੁਤ ਚਰਚਾ ਹੁੰਦੀ ਹੈ । ਜਿਹੜਾ ਸ਼ਬਦ ਦੀ ਪਾਲਣਾ ਕਰਦਾ, ਉਸ ਨੂੰ ਸ਼ਬਦ ਦੀ ਸੋਝੀ ਬਖਸ਼ਿਸ਼ ਹੋ ਜਾਂਦੀ ਹੈ । ਉਹ ਸ਼ਬਦ ਦੀ ਪਾਲਣਾ ਕਰਦਾ ਸ਼ਰਣ ਵਿੱਚ ਪ੍ਰਵਾਨ ਹੋ ਜਾਂਦਾ ਹੈ ।

The True Master remains embedded within each color, worldly deed and in every structure, body. He may appear in all feature, events, like air, water, and fire. The soul of a creature may remain wandering in the cycle of birth and death in three universes. Whosoever may adopt the teachings of His Word; with His mercy and grace, he may be enlightened and accepted in His Sanctuary. He may be enlightened with the essence of His Word. He may remain contented with his worldly environment. However, very rare devotee may be blessed with such a state of mind as His true devotee. He may remain contented in his day-to-day life. All religious shrines may preach the significance of obeying the teachings of His Word. Whosoever may obey the teachings of His Word with steady and stable belief in his day-to-day life; with His mercy and grace, he may be enlightened with the essence of His Word. He may be accepted in His Sanctuary.

8. **ਰਾਮਕਲੀ ਮਹਲਾ ੧ ਦਖਣੀ ਓਅੰਕਾਰੁ॥** (8) 930-16

ਊਰਮ ਧੂਰਮ ਜੋਤਿ ਉਜਾਲਾ॥	ooram Dhooram jot ujaalaa.
ਤੀਨਿ ਭਵਣ ਮਹਿ ਗੁਰ ਗੋਪਾਲਾ॥	teen bhavan meh gur gopaalaa.
ਊਗਵਿਆ ਅਸਰੂਪੁ ਦਿਖਾਵੈ॥	oogvi-aa asroop dikhaavai.
ਕਰਿ ਕਿਰਪਾ ਅਪੁਨੈ ਘਰਿ ਆਵੈ॥	kar kirpaa apunai ghar aavai.
ਊਨਵਿ ਬਰਸੈ ਨੀਝਰ ਧਾਰਾ॥	oonav barsai neejhar Dhaaraa.
ਊਤਮ ਸਬਦਿ ਸਵਾਰਣਹਾਰਾ॥	ootam sabad savaaranhaaraa.
ਇਸੁ ਏਕੇ ਕਾ ਜਾਣੈ ਭੇਉ॥	is aykay kaa jaanai bhay-o.
ਆਪੇ ਕਰਤਾ ਆਪੇਦੇਉ॥੮॥	aapay kartaa aapay day-o. ‖8‖

ਪ੍ਰਭ ਦੀ ਜੋਤ ਧਰਤੀ ਅਤੇ ਸਾਗਰ ਵਿੱਚ ਜੀਵਾਂ ਨੂੰ ਰਸਤਾ ਦੱਸਦੀ ਹੈ । ਤਿੰਨਾਂ ਸ੍ਰਿਸ਼ਟੀਆਂ ਦਾ ਮਾਲਕ, ਪ੍ਰਭ ਵੱਖਰੇ ਵੱਖਰੇ ਤਾਰੀਕੇ ਨਾਲ ਆਪਣੀ ਰਹਿਮਤ ਦਿਖਾਉਂਦਾ ਹੈ । ਉਹ ਆਪਣੀ ਰਹਿਮਤ ਨਾਲ ਹੀ ਜੀਵ ਦੇ ਮਨ ਵਿੱਚ ਦਾਖਲ ਹੁੰਦਾ ਹੈ । ਉਸ ਦੇ ਭਾਣੇ ਨਾਲ ਹੀ ਬੱਦਲ ਨੀਵੇ ਹੁੰਦੇ, ਵਰਖਾ ਹੁੰਦੀ ਹੈ । ਆਪਣੀ ਰਹਿਮਤ ਨਾਲ ਹੀ ਸ਼ਬਦ ਦੀ ਸੋਝੀ ਬਖਸ਼ਦਾ, ਸਿੱਧੇ ਰਸਤੇ ਤੇ ਪਾਉਂਦਾ ਹੈ । ਪ੍ਰਭ ਦੀ ਪੂਰਨ ਸੋਝੀ, ਪ੍ਰਭ ਤੋਂ ਬਿਨਾਂ ਹੋਰ ਕੋਈ ਨਹੀਂ ਜਾਣ ਸਕਦਾ ।

His Holy Spirit guides His Creation on and earth and in water. The One and Only One True Master of three universes, may bestow and shows His Blessings, His Existence to His Creation in many different unpredicted ways. He may penetrate within the thoughts of His Creature. With His Command, clouds may come close to earth and rain. He may enlighten His true devotee. His Nature may remain beyond any comprehension of His Creation.

9. ਰਾਮਕਲੀ ਮਹਲਾ ੧ ਦਖਣੀ ਓਅੰਕਾਰੁ॥ (9) 930-18

ਉਗਵੈ ਸੂਰੁ ਅਸੁਰ ਸੰਘਾਰੈ॥	ugvai soor asur sanghaarai.
ਊਚਉ ਦੇਖਿ ਸਬਦਿ ਬੀਚਾਰੈ॥	oocha-o daykh sabad beechaarai.
ਊਪਰਿ ਆਦਿ ਅੰਤਿ ਤਿਹੁ ਲੋਇ॥	oopar aad ant tihu lo-ay.
ਆਪੇ ਕਰੈ ਕਥੈ ਸੁਣੈ ਸੋਇ॥	aapay karai kathai sunai so-ay.
ਓਹੁ ਬਿਧਾਤਾ ਮਨੁ ਤਨੁ ਦੇਇ॥	oh biDhaataa man tan day-ay.
ਓਹੁ ਬਿਧਾਤਾ ਮਨਿ ਮੁਖਿ ਸੋਇ॥	oh biDhaataa man mukh so-ay.
ਪ੍ਰਭੁ ਜਗਜੀਵਨੁ ਅਵਰੁ ਨ ਕੋਇ॥	parabh jagjeevan avar na ko-ay.
ਨਾਨਕ ਨਾਮਿ ਰਤੇ ਪਤਿ ਹੋਇ॥੯॥	naanak naam ratay pat ho-ay. ||9||

ਸੂਰਜ ਚੜ੍ਹਨ ਨਾਲ ਭੂਤ ਅਲੋਪ ਹੋ ਜਾਂਦੇ ਹਨ, ਜੀਵ ਨੂੰ ਡਰਾ ਨਹੀਂ ਸਕਦੇ । ਜੀਵ ਅਕਾਸ਼ ਵੱਲ ਦੇਖਕੇ ਪ੍ਰਭ ਦਾ ਧੰਨਵਾਦ ਕਰਦਾ ਹੈ । ਪ੍ਰਭ ਅਦਿ, ਅੰਤ, ਤਿੰਨਾਂ ਸ੍ਰਿਸ਼ਟੀਆਂ ਦੀ ਉਤਪਤੀ ਤੋਂ ਪਹਿਲੇ ਵੀ ਇਸਤਰ੍ਹਾਂ ਦਾ ਹੀ ਸੀ । ਉਹ ਆਪ ਹੀ ਸਭ ਕੁਝ ਕਰਦਾ, ਬੋਲਦਾ, ਸੁਣਦਾ ਹੈ । ਰਹਿਮਤ ਬਖਸ਼ਣ ਵਾਲਾ ਮਾਲਕ ਹੀ ਜੀਵ ਦੇ ਭਾਗ ਲਿਖਣ ਵਾਲਾ ਹੈ । ਪ੍ਰਭ ਦਾ ਸ਼ਬਦ ਹੀ ਮੇਰੇ ਮਨ ਵਿੱਚ, ਮੇਰੇ ਜੀਭ ਤੇ ਵਸਦਾ ਹੈ । ਇਕੋ ਇਕ ਪ੍ਰਭ ਹੀ ਸਵਾਸਾਂ ਦਾ ਮਾਲਕ ਹੈ, ਹੋਰ ਦੂਸਰਾ ਨਹੀਂ ਹੈ । ਜਿਹੜਾ ਪ੍ਰਭ ਦੇ ਸ਼ਬਦ ਦੀ ਪਾਲਣਾ ਅਡੋਲ ਭਰੋਸੇ ਨਾਲ ਕਰਦਾ ਹੈ, ਉਸ ਤੇ ਰਹਿਮਤ ਬਖਸ਼ਦਾ ਹੈ ।

With the Sun rise, all the ghosts disappear and may not scare anyone. Human may look at sky and sings the glory of His Word. The True Master was true before the creation of three universes. He speaks at his tongue, hears in the ears of every creature. He prewrites the destiny of every creature and only He may forgive his sins. The One and Only One True Master remains the trustee, owner all breaths of His Creation. Whosoever may obey the teachings of His Word with steady and stable belief; with His mercy and grace, he may be blessed with the right path of acceptance in His Court.

10. ਰਾਮਕਲੀ ਮਹਲਾ ੧ ਦਖਣੀ ਓਅੰਕਾਰੁ॥ (10) 931-2

ਰਾਜਨ ਰਾਮ ਰਵੈ ਹਿਤਕਾਰਿ॥	raajan raam ravai hitkaar.
ਰਣ ਮਹਿ ਲੂਝੈ ਮਨੂਆ ਮਾਰਿ॥	ran meh loojhai manoo-aa maar.
ਰਾਤਿ ਦਿਨੰਤਿ ਰਹੈ ਰੰਗਿ ਰਾਤਾ॥	raat dinant rahai rang raataa.
ਤੀਨਿ ਭਵਨ ਜੁਗ ਚਾਰੇ ਜਾਤਾ॥	teen bhavan jug chaaray jaataa.
ਜਿਨਿ ਜਾਤਾ ਸੋ ਤਿਸ ਹੀ ਜੇਹਾ॥	jin jaataa so tis hee jayhaa.
ਅਤਿ ਨਿਰਮਾਇਲੁ ਸੀਝਸਿ ਦੇਹਾ॥	at nirmaa-il seejhas dayhaa.
ਰਹਸੀ ਰਾਮੁ ਰਿਦੈ ਇਕ ਭਾਇ॥	rahsee raam ridai ik bhaa-ay.
ਅੰਤਰਿ ਸਬਦੁ ਸਾਚਿ ਲਿਵ ਲਾਇ॥੧੦॥	antar sabad saach liv laa-ay. ||10||

ਜਿਹੜਾ ਜੀਵ ਸ਼ਰਧਾ ਨਾਲ ਪ੍ਰਭ ਦੇ ਸ਼ਬਦ ਦੀ ਪਾਲਣਾ, ਬੰਦਗੀ ਕਰਦਾ ਹੈ । ਉਸ ਨੂੰ ਆਪਣੇ ਮਨ ਦੀਆਂ ਇਛਾਂ ਤੇ ਜਿੱਤ ਬਖਸ਼ਿਸ਼ ਹੋ ਜਾਂਦੀ ਹੈ । ਉਹ ਦਿਨ ਰਾਤ ਸ਼ਬਦ ਦੇ ਸਿਮਰਨ ਵਿੱਚ ਲੀਨ ਰਹਿੰਦਾ ਹੈ । ਉਹ ਤਿੰਨਾਂ ਸ੍ਰਿਸ਼ਟੀਆਂ, ਚਾਰੇ ਯੁੱਗਾਂ ਵਿੱਚ ਅਟਲ ਰਹਿਣ ਵਾਲੇ ਪ੍ਰਭ ਨੂੰ ਜਾਣ ਜਾਂਦਾ ਹੈ, ਉਸ ਦਾ ਰੂਪ ਹੀ ਬਣ ਜਾਂਦਾ ਹੈ । ਉਹ ਪੂਰਨ ਸ਼ਾਂਤੀ ਨਾਲ ਪ੍ਰਭ ਦੀ ਸ਼ਰਣ ਵਿੱਚ ਅਨੰਦ ਮਾਣਦਾ ਹੈ । ਉਸ ਦੇ ਮਨ ਵਿੱਚ ਸ਼ਬਦ ਘਰ ਕਰ ਜਾਂਦਾ ਹੈ, ਸ਼ਬਦ ਦੀ ਸਮਾਧੀ ਲੀਨ ਰਹਿੰਦਾ ਹੈ ।

Whosoever may meditate and obeys the teachings of His Word with devotion and dedication. He may be blessed with victory on his worldly desires. He may remain intoxicated in meditation in the void of His Word. He may realize His Holy Spirit prevailing in all three universes. He may become a symbol of The True Master. He may remain drenched with the essence of His Word in complete peace and in pleasure in His Sanctuary.

11. ਰਾਮਕਲੀ ਮਹਲਾ ੧ ਦਖਣੀ ਓਅੰਕਾਰੁ॥ (11) 931-4

ਰੋਸੁ ਨ ਕੀਜੈ ਅੰਮ੍ਰਿਤੁ ਪੀਜੈ	ros na keejai amrit peejai
ਰਹਣੁ ਨਹੀ ਸੰਸਾਰੇ॥	rahan nahee sansaaray.
ਰਾਜੇ ਰਾਇ ਰੰਕ ਨਹੀ ਰਹਣਾ,	raajay raa-ay rank nahee rahnaa
ਆਇ ਜਾਇ ਜੁਗ ਚਾਰੇ॥	aa-ay jaa-ay jug chaaray.
ਰਹਣ ਕਹਣ ਤੇ ਰਹੈ ਨ ਕੋਈ,	rahan kahan tay rahai na ko-ee
ਕਿਸੁ ਪਹਿ ਕਰਉ ਬਿਨੰਤੀ॥	kis peh kara-o binantee.
ਏਕੁ ਸਬਦੁ ਰਾਮ ਨਾਮ ਨਿਰੋਧਰੁ,	ayk sabad raam naam niroDhar
ਗੁਰੁ ਦੇਵੈ ਪਤਿ ਮਤੀ॥੧੧॥	gur dayvai pat matee. ‖11‖

ਆਪਣੇ ਜੀਵਨ ਦੀ ਹਾਲਤ ਨਾਲ ਉਦਾਸ ਨਾ ਹੋ, ਪ੍ਰਭ ਦੇ ਸ਼ਬਦ ਦੀ ਪਾਲਣਾ ਕਰੋ । ਇਹ ਸੰਸਾਰਕ ਜੀਵਨ, ਥੋੜ੍ਹਾ ਸਮਾਂ ਰਹਿਣ ਵਾਲਾ ਹੀ ਹਨ । ਕੋਈ ਵੀ ਸੰਸਾਰ ਵਿੱਚ ਸਦਾ ਨਹੀਂ ਰਹਿੰਦਾ, ਰਾਜੇ, ਆਮ ਲੋਕ, ਸੰਸਾਰਕ ਗੁਰੂ ਪੀਰ ਕਈ ਸੰਸਾਰ ਵਿੱਚ ਆਏ ਅਤੇ ਮਰ ਗਏ ਹਨ । ਇਹ ਚਾਰਾਂ ਯੁੱਗਾਂ ਵਿੱਚ ਹੀ ਹੁੰਦਾ ਆਇਆ ਹੈ । ਸੰਸਾਰ ਵਿੱਚ ਗੁਰੂ ਪੀਰ, ਰਾਜੇ ਕਹਿੰਦੇ ਹਨ ਅਸੀ ਸਦਾ ਰਹਿਣ ਵਾਲੇ ਹਾ! ਪਰ ਸਮਾਂ ਪਾ ਕੇ ਮਰ ਜਾਂਦੇ ਹਨ । ਮੈਂ ਕਿਸੇ ਅੱਗੇ ਰਹਿਮਤ ਦੀ ਅਰਦਾਸ ਕਰਾ? ਜਿਹੜਾ ਸਦਾ ਅਟਲ ਰਹਿਣ ਵਾਲੇ ਸ਼ਬਦ ਦੀ ਪਾਲਣਾ ਕਰਦਾ, ਉਸ ਦੀ ਪ੍ਰਭ ਦੇ ਸ਼ਬਦ ਦੀ ਕਮਾਈ ਸਦਾ ਹੀ ਸਾਥ ਦੇਂਦੀ ਹੈ । ਉਸ ਦੀ ਆਤਮਾ ਪ੍ਰਭ ਦੇ ਦਰਬਾਰ ਵਿੱਚ ਪ੍ਰਵਾਨਗੀ ਦੇ ਯੋਗ ਹੋ ਜਾਂਦੀ ਹੈ ।

You should not be depressed with your worldly condition, environment; you should obey the teachings of His Word with steady and stable in your day-to-day life. Your worldly environments, condition may be temporary and never remain as permanent. No one may stay in the universe forever. Many kings, saints, gurus may claim to stay forever; however, all had perished over period. Whom may I pray for forgiveness, and refuge? Whosoever may earn the wealth of His Word; his earnings remain his companion, even after death in His Court. He may be accepted in His Court.

12. ਰਾਮਕਲੀ ਮਹਲਾ ੧ ਦਖਣੀ ਓਅੰਕਾਰੁ॥ (12) 931-6

ਲਾਜ ਮਰੰਤੀ ਮਰਿ ਗਈ,	laaj marantee mar ga-ee
ਘੂਘਟੁ ਖੋਲਿ ਚਲੀ॥	ghooghat khol chalee.
ਸਾਸੁ ਦਿਵਾਨੀ ਬਾਵਰੀ,	saas divaanee baavree
ਸਿਰ ਤੇ ਸੰਕ ਟਲੀ॥	sir tay sank talee.
ਪ੍ਰੇਮਿ ਬੁਲਾਈ ਰਲੀ ਸਿਉ,	paraym bulaa-ee ralee si-o
ਮਨ ਮਹਿ ਸਬਦੁ ਅਨੰਦੁ॥	man meh sabad anand.
ਲਾਲਿ ਰਤੀ ਲਾਲੀ ਭਈ,	laal ratee laalee bha-ee
ਗੁਰਮੁਖਿ ਭਈ ਨਿਚਿੰਦੁ॥੧੨॥	gurmukh bha-ee nichind. ‖12‖

ਮੇਰੇ ਮਨ ਦੇ ਭਰਮ ਖਤਮ ਹੋ ਗਏ ਹਨ । ਮੈਂ ਆਪਣੇ ਮਨ ਦੀਆਂ ਇਛਾਂ ਤੇ ਕਾਬੂ ਪਾ ਕੇ ਜੀਵਨ ਬਤੀਤ ਕਰਦਾ ਹਾ । ਸੰਸਾਰਕ ਇਛਾਂ ਦਾ ਭਾਰ ਮੇਰੇ ਸਿਰ ਤੋਂ ਉੱਠ ਗਿਆ ਹੈ । ਪ੍ਰਭ ਨੇ ਰਹਿਮਤ ਬਖਸ਼ਕੇ ਆਪਣੇ ਸ਼ਬਦ ਦੀ ਬੰਦਗੀ ਤੇ ਲਾਇਆ ਹੈ । ਸ਼ਬਦ ਦੀ ਪਾਲਣਾ ਨਾਲ ਗੁਰਮਖ ਅਵਸਥਾ ਬਖਸ਼ਿਸ਼ ਹੋ ਗਈ ਹੈ ।

All my frustrations and suspicions have been eliminated. I have conquered my worldly desires from my life. The burden of worldly desires has been eliminated. I have been blessed with devotion to obey the teachings of His Word; with His mercy and grace, I have been blessed with a state of mind as His true devotee by obeying the teachings of His Word.

13. ਰਾਮਕਲੀ ਮਹਲਾ ੧ ਦਖਣੀ ਓਅੰਕਾਰੁ॥ (13) 931-8

ਲਾਹਾ ਨਾਮੁ ਰਤਨੁ ਜਪਿ ਸਾਰੁ॥	laahaa naam ratan jap saar.
ਲਬੁ ਲੋਭੁ ਬੁਰਾ ਅਹੰਕਾਰੁ॥	lab lobh buraa ahaNkaar.
ਲਾੜੀ ਚਾੜੀ ਲਾਇਤਬਾਰੁ॥	laarhee chaarhee laa-itbaar.
ਮਨਮੁਖੁ ਅੰਧਾ ਮੁਗਧੁ ਗਵਾਰੁ॥	manmukh anDhaa mugaDh gavaar.
ਲਾਹੇ ਕਾਰਣਿ ਆਇਆ ਜਗਿ॥	laahay kaaran aa-i-aa jag.
ਹੋਇ ਮਜੂਰੁ ਗਇਆ ਠਗਾਇ ਠਗਿ॥	ho-ay majoor ga-i-aa thagaa-ay thag.
ਲਾਹਾ ਨਾਮੁ ਪੂੰਜੀ ਵੇਸਾਹੁ॥	laahaa naam poonjee vaysaahu.
ਨਾਨਕ ਸਚੀ ਪਤਿ ਸਚਾ ਪਾਤਿਸਾਹੁ॥੧੩॥	naanak sachee pat sachaa paatisaahu. ||13||

ਸ਼ਬਦ ਦੀ ਬੰਦਗੀ ਕਰਕੇ ਪ੍ਰਭ ਨੂੰ ਆਪਣੇ ਅੰਦਰ ਜਾਗਰਤ ਕਰ ਲਿਆ ਹੈ । ਮੇਰੇ ਮਨ ਵਿਚੋਂ ਲਾਲਚ, ਅਹੰਕਾਰ, ਬੁਰੇ ਖਿਆਲ, ਧੋਖਾ, ਨਿੰਦਿਆਂ ਚੁਗਲੀ ਖਤਮ ਹੋ ਗਈ ਹੈ । ਮਨਮੁਖ ਜੀਵ ਅਗਿਆਨੀ, ਮਾਨਸ ਜੀਵਨ ਦੇ ਮੰਤਵ ਤੋਂ ਅਣਜਾਣ, ਬੇਸਮਝ ਹੀ ਰਹਿੰਦਾ ਹੈ । ਜੀਵ ਨੂੰ ਮਾਨਸ ਜੀਵਨ ਸ਼ਬਦ ਦੀ ਪਾਲਣਾ ਕਰਕੇ ਆਪਣੀ ਆਤਮਾ ਨੂੰ ਪ੍ਰਭ ਦੀ ਰਹਿਮਤ ਪਾਉਣ ਦੇ ਯੋਗ ਕਰਨ ਲਈ ਬਖਸ਼ਿਸ਼ ਹੋਇਆ ਹੈ । ਜੀਵ ਸੰਸਾਰ ਵਿੱਚ ਆ ਕੇ ਅਸਲੀ ਮੰਤਵ ਭੁਲਾ ਕੇ ਇਛਾਂ ਦੇ ਜਾਲ ਵਿੱਚ ਫਸ ਜਾਂਦਾ, ਸੰਸਾਰਕ ਮਾਇਆ ਦਾ ਗਲਾਮ ਬਣ ਜਾਂਦਾ ਹੈ । ਜਿਹੜਾ ਮਾਨਸ ਜਨਮ ਵਿੱਚ ਸ਼ਬਦ ਦੀ ਬੰਦਗੀ ਦਾ ਲਾਹਾ ਖੱਟਦਾ ਹੈ । ਉਹ ਪ੍ਰਵਾਨ ਹੋ ਜਾਂਦਾ ਹੈ ।

By meditating and obeying the teachings of His Word; with His mercy and grace, I have been enlightened with the essence of His Word. All my evil thoughts, greed, ego, slandering and back-biting have been eliminated from my mind. Self-minded remains ignorant from the real purpose of his human life opportunity. He has been blessed with another opportunity to obey the teachings of His Word to sanctify his soul to become worthy of His Consideration. However, he may forget, abandons the real purpose of his human life opportunity. He may become a slave of worldly desires. Whosoever may earn the wealth of His Word, he may be blessed with right path of acceptance in His Court.

14. ਰਾਮਕਲੀ ਮਹਲਾ ੧ ਦਖਣੀ ਓਅੰਕਾਰੁ॥ (14) 931-11

ਆਇ ਵਿਗੂਤਾ ਜਗੁ ਜਮ ਪੰਥੁ॥	aa-ay vigootaa jag jam panth.
ਆਈ ਨ ਮੇਟਣ ਕੋ ਸਮਰਥੁ॥	aa-ee na maytan ko samrath.
ਆਥਿ ਸੈਲ ਨੀਚ ਘਰਿ ਹੋਇ॥	aath sail neech ghar ho-ay.
ਆਥਿ ਦੇਖਿ ਨਿਵੈ ਜਿਸੁ ਦੋਇ॥	aath daykh nivai jis do-ay.
ਆਥਿ ਹੋਇ ਤਾ ਮੁਗਧੁ ਸਿਆਨਾ॥	aath ho-ay taa mugaDh si-aanaa.
ਭਗਤਿ ਬਿਹੂਨਾ ਜਗੁ ਬਉਰਾਨਾ॥	bhagat bihoonaa jag ba-uraanaa.
ਸਭ ਮਹਿ ਵਰਤੈ ਏਕੋ ਸੋਇ॥	sabh meh vartai ayko so-ay.
ਜਿਸ ਨੋ ਕਿਰਪਾ ਕਰੇ ਤਿਸੁ ਪਰਗਟੁ ਹੋਇ॥੧੪॥	jis no kirpaa karay tis pargat ho-ay. ||14||

ਮੌਤ ਨੇ ਸਾਰੇ ਜੀਵਾਂ ਉਪਰ ਕਾਬੂ ਪਇਆ ਹੈ । ਕਿਸੇ ਜੀਵ ਵਿੱਚ ਮਾਇਆ ਤੇ ਕਾਬੂ ਪਾਉਣ ਦੀ ਸਮਰਥਾ ਨਹੀਂ ਹੈ । ਅਗਰ ਮਾਇਆ ਕਿਸੇ ਨੀਚ ਦੇ ਘਰ ਵੀ ਆ ਜਾਵੇ । ਸਾਰੇ ਉਸ ਨੂੰ ਸਲਾਮ

ਕਰਦੇ ਹਨ । ਪ੍ਰਭ ਦੇ ਸ਼ਬਦ ਦੀ ਬੰਦਗੀ ਤੋਂ ਬਿਨਾਂ ਸਾਰਾ ਸੰਸਾਰ ਦਿਵਾਨਾ ਹੀ ਹੋ ਜਾਂਦਾ ਹੈ । ਪ੍ਰਭ ਹਰਇਕ ਜੀਵ ਅੰਦਰ ਹੀ ਵਸਦਾ ਹੈ, ਕਿਸੇ ਵਿਰਲੇ ਨੂੰ ਇਸ ਦਾ ਭਰੋਸਾ ਹੁੰਦਾ ਹੈ । ਜਿਸ ਤੇ ਪ੍ਰਭ ਰਹਿਮਤ ਬਖਸ਼ਦਾ ਹੈ, ਕੇਵਲ ਉਹ ਹੀ ਅਸਲੀ ਰਸਤੇ ਤੇ ਅਡੋਲ ਰਹਿੰਦਾ ਹੈ ।

The devil of death controls all the worldly creature. No one has any wisdom, strength or capability to slave, control worldly wealth. Even the worldly wealth may be blessed to poor, helpless; he may be honored in worldly life. Without meditation, obeying the teachings of His Word; the whole universe remains intoxicated with sweet poison of worldly wealth. The True Master, His Word remains embedded within each soul; however, no one may comprehend this unique essence of His Nature. Whosoever may comprehend this unique essence of His Nature, only he may remain overwhelmed with the enlightenment of His Nature.

15. ਰਾਮਕਲੀ ਮਹਲਾ ੧ ਦਖਣੀ ਓਅੰਕਾਰੁ॥ (15) 931-13

ਜੁਗਿ ਜੁਗਿ ਥਾਪਿ ਸਦਾ ਨਿਰਵੈਰੁ॥	jug jug thaap sadaa nirvair.
ਜਨਮਿ ਮਰਣਿ ਨਹੀ ਧੰਧਾ ਧੈਰੁ॥	janam maran nahee DhanDhaa Dhair.
ਜੋ ਦੀਸੈ ਸੋ ਆਪੇ ਆਪਿ॥	jo deesai so aapay aap.
ਆਪਿ ਉਪਾਇ ਆਪੇ ਘਟ ਥਾਪਿ॥	aap upaa-ay aapay ghat thaap.
ਆਪਿ ਅਗੋਚਰੁ ਧੰਧੈ ਲੋਈ॥	aap agochar DhanDhai lo-ee.
ਜੋਗ ਜੁਗਤਿ ਜਗਜੀਵਨੁ ਸੋਈ॥	jog jugat jagjeevan so-ee.
ਕਰਿ ਆਚਾਰੁ ਸਚੁ ਸੁਖੁ ਹੋਈ॥	kar aachaar sach sukh ho-ee.
ਨਾਮ ਵਿਹੂਣਾ ਮੁਕਤਿ ਕਿਵ ਹੋਈ॥੧੫॥	naam vihoonaa mukat kiv ho-ee. ||15||

ਯੁੱਗਾਂ ਯੁੱਗਾਂ ਤੋਂ ਪ੍ਰਭ ਸ੍ਰਿਸ਼ਟੀ ਦੀ ਥਾਪਣਾ ਕਰਦਾ ਆਇਆ ਹੈ । ਪ੍ਰਭ ਦਾ ਕਿਸੇ ਨਾਲ ਸ਼ਰੀਕਾ, ਵੈਰ, ਈਰਖਾ ਨਹੀਂ ਹੈ । ਪ੍ਰਭ ਜਨਮ, ਮਰਨ ਦੇ ਚੱਕਰ ਤੋਂ ਰਹਿਤ, ਉਸ ਤੇ ਸੰਸਾਰਕ ਇਛਾਂ ਦਾ ਕੋਈ ਪ੍ਰਭਾਵ ਨਹੀਂ ਹੈ । ਸਾਰੀ ਸ੍ਰਿਸ਼ਟੀ ਵਿੱਚ ਸਭ ਕੁਝ ਪ੍ਰਭ ਦਾ ਕੀਤਾ ਹੀ ਹੁੰਦਾ ਹੈ । ਪ੍ਰਭ ਹਰਇਕ ਜੀਵ ਦੀ ਆਤਮਾ ਵਿੱਚ ਹੀ ਸਮਾਇਆ ਰਹਿੰਦਾ, ਵਸਦਾ ਹੈ । ਪ੍ਰਭ ਕਿਸੇ ਇਕ ਰੂਪ ਨਾਲ ਪਛਾਣਿਆ ਨਹੀਂ ਜਾ ਸਕਦਾ । ਉਹ ਜੀਵਾਂ ਨੂੰ ਵੱਖਰੇ ਵੱਖਰੇ ਧੰਦੇ ਤੇ ਲਾਉਂਦਾ ਹੈ । ਇਹ ਹੀ ਜੀਵਨ ਦਾ ਢੰਗ, ਬੰਦਗੀ ਦੀ ਵਿਧੀ ਹੈ । ਆਪਣਾ ਜੀਵਨ ਸ਼ਬਦ ਨਾਲ ਢਾਲਣਾ ਹੀ ਅਸਲੀ ਜੀਵਨ ਦਾ ਢੰਗ ਹੈ । ਜਿਸ ਨਾਲ ਮਨ ਨੂੰ ਸ਼ਾਂਤੀ ਬਖਸ਼ਿਸ਼ ਹੁੰਦੀ ਹੈ । ਸ਼ਬਦ ਦੀ ਪਾਲਣਾ ਕਰਨ ਤੋਂ ਬਿਨਾਂ ਕਿਵੇਂ ਕੋਈ ਪ੍ਰਵਾਨਗੀ ਪਾ ਸਕਦਾ ਹੈ?

From Ancient Ages, The True Master has been creating and repopulating the universe. He may not have any equal, sibling nor any jealousy. He remains beyond the cycle of birth and death and any influence of worldly wealth. Whatsoever may be visible, everything has been created with His imagination and perishable. He remains embedded within each soul of the creature. He may assign different tasks to His Creation to nourish and to survive in the universe. The only right way of life is to obey the teachings of His Word with steady and stable belief in day-to-day life. Whosoever may adopt the right path, he may be blessed with a peace of mind and acceptance in His Court.

16. ਰਾਮਕਲੀ ਮਹਲਾ ੧ ਦਖਣੀ ਓਅੰਕਾਰੁ॥ (16) 931-16

ਵਿਣੁ ਨਾਵੈ ਵੇਰੋਧੁ ਸਰੀਰ॥	vin naavai vayroDh sareer.
ਕਿਉ ਨ ਮਿਲਹਿ ਕਾਟਹਿ ਮਨ ਪੀਰ॥	ki-o na mileh kaateh man peer.
ਵਾਟ ਵਟਾਊ ਆਵੈ ਜਾਇ॥	vaat vataa-oo aavai jaa-ay.
ਕਿਆ ਲੇ ਆਇਆ ਕਿਆ ਪਲੈ ਪਾਇ॥	ki-aa lay aa-i-aa ki-aa palai paa-ay.
ਵਿਣੁ ਨਾਵੈ ਤੋਟਾ ਸਭ ਥਾਇ॥	vin naavai totaa sabh thaa-ay.
ਲਾਹਾ ਮਿਲੈ ਜਾ ਦੇਇ ਬੁਝਾਇ॥	laahaa milai jaa day-ay bujhaa-ay.

ਵਣਜੁ ਵਾਪਾਰੁ ਵਣਜੈ ਵਾਪਾਰੀ॥ vanaj vaapaar vanjai vaapaaree.
ਵਿਣੁ ਨਾਵੈ ਕੈਸੀ ਪਤਿ ਸਾਰੀ॥੧੬॥ vin naavai kaisee pat saaree. ||16||

ਸ਼ਬਦ ਦੀ ਬੰਦਗੀ ਤੋਂ ਬਿਨਾਂ ਜੀਵ ਦਾ ਤਨ ਵੀ ਉਸ ਦਾ ਵੈਰੀ ਬਣ ਜਾਂਦਾ ਹੈ । ਕਿਉਂ ਨਾ ਸ਼ਬਦ ਦਾ ਸਿਮਰਨ ਕਰਕੇ ਮਨ ਦੇ ਦੁਖ ਦੂਰ ਕਰ ਲਵੇਂ? ਜਿਵੇਂ ਯਾਤਰੀ ਆਉਂਦਾ ਹੈ ਅਤੇ ਕੁਝ ਸਮੇਂ ਪਿਛੋਂ ਚਲੇ ਜਾਂਦਾ ਹੈ । ਸਭ ਦੇਖਦੇ ਹਨ, ਉਹ ਕੀ ਲੈ ਕੇ ਆਇਆ ਸੀ, ਕੀ ਵਾਪਸ ਲੈ ਕੇ ਜਾਂਦਾ ਹੈ? ਸ਼ਬਦ ਦੀ ਕਮਾਈ ਤੋਂ ਬਿਨਾਂ ਸੰਸਾਰ ਵਿੱਚ ਸਭ ਕੁਝ ਗਵਾ ਜਾਂਦਾ ਹੈ । ਜਿਹੜਾ ਸ਼ਬਦ ਦੀ ਪਾਲਣਾ ਕਰਕੇ, ਪ੍ਰਭ ਦੀ ਰਹਿਮਤ ਨਾਲ ਸ਼ਬਦ ਦੀ ਸੋਝੀ ਪਾ ਲੈਂਦਾ ਹੈ । ਇਹ ਹੀ ਮਾਨਸ ਜਨਮ ਦਾ ਲਾਹਾ ਹੈ । ਪ੍ਰਭ ਸੰਸਾਰ ਵਿੱਚ ਸ਼ਬਦ ਦਾ ਸੌਦਾ ਵੇਚਦਾ ਹੈ । ਜਿਹੜਾ ਸ਼ਬਦ ਦਾ ਸੌਦਾ ਨਹੀਂ ਖਰੀਦ ਦਾ ਉਹ ਪ੍ਰਵਾਨਗੀ ਕਿਵੇਂ ਪਾ ਸਕਦਾ ਹੈ?

Without meditating, his human body may become the enemy of his soul. Why don't you meditate on the teachings of His Word and eliminate the miseries of your mind? As a traveler may visit some place and after a short stay return home. Everyone may notice, what has he brought with him and what may he be taking back? Without the earning of His Word, he may lose his human life opportunity. Whosoever may obey the teachings of His Word; with His mercy and grace, he may be blessed with the enlightenment of the essence of His Word and saved. His human life opportunity may be rewarded. The True Master trades and sells the merchandize of His Word. Whosoever may not purchase the merchandize of His Word; how may he be accepted in His Court?

17. ਰਾਮਕਲੀ ਮਹਲਾ ੧ ਦਖਣੀ ਓਅੰਕਾਰੁ॥ (17) 931-18

ਗੁਣ ਵੀਚਾਰੇ ਗਿਆਨੀ ਸੋਇ॥ gun veechaaray gi-aanee so-ay.
ਗੁਣ ਮਹਿ ਗਿਆਨੁ ਪਰਾਪਤਿ ਹੋਇ॥ gun meh gi-aan paraapat ho-ay.
ਗੁਣਦਾਤਾ ਵਿਰਲਾ ਸੰਸਾਰਿ॥ gundaataa virlaa sansaar.
ਸਾਚੀ ਕਰਣੀ ਗੁਰ ਵੀਚਾਰਿ॥ saachee karnee gur veechaar.
ਅਗਮ ਅਗੋਚਰ ਕੀਮਤਿ ਨਹੀ ਪਾਇ॥ agam agochar keemat nahee paa-ay.
ਤਾ ਮਿਲੀਐ ਜਾ ਲਏ ਮਿਲਾਇ॥ taa milee-ai jaa la-ay milaa-ay.
ਗੁਣਵੰਤੀ ਗੁਣ ਸਾਰੇ ਨੀਤ॥ gunvantee gun saaray neet.
ਨਾਨਕ ਗੁਰਮਤਿ ਮਿਲੀਐ ਮੀਤ॥੧੭॥ naanak gurmat milee-ai meet. ||17||

ਜਿਹੜਾ ਪ੍ਰਭ ਦੇ ਸ਼ਬਦ ਦੀ ਸੋਝੀ ਦਾ ਵਿਚਾਰ ਕਰਦਾ ਹੈ । ਇਸ ਨਾਲ ਜੀਵਨ ਢਾਲਕੇ ਪ੍ਰਭ ਦੀ ਰ੍ਹਿ-ਹਮਤ ਪਾ ਲੈਂਦਾ ਹੈ । ਉਹ ਹੀ ਅਸਲੀ ਗਿਆਨੀ, ਦਾਸ, ਸੰਤ ਹੁੰਦਾ ਹੈ । ਸੰਸਾਰ ਵਿੱਚ ਕੋਈ ਵਿਰਲਾ ਹੀ ਜੀਵ ਕਿਸੇ ਨੂੰ ਸ਼ਬਦ ਦੀ ਸੋਝੀ ਦੇ ਸਕਦਾ ਹੈ । ਸ਼ਬਦ ਨਾਲ ਜੀਵਨ ਢਾਲਣਾ ਹੀ ਅਸਲੀ ਮਾਨਸ ਜੀਵਨ ਬਤੀਤ ਕਰਨਾ ਹੈ । ਪ੍ਰਭ, ਜੀਵ ਦੀ ਜਾਣਕਾਰੀ, ਪਹੁੰਚ ਤੋਂ ਉਪਰ ਹੈ, ਕੀਮਤ ਪਾਈ ਨਹੀਂ ਜਾ ਸਕਦੀ । ਜਿਸ ਨੂੰ ਰਸਤਾ ਅਸਲੀ ਬਖਸ਼ਦਾ ਹੈ, ਕੇਵਲ ਉਹ ਹੀ ਪਾਲਣਾ ਤੇ ਅਡੋਲ ਰਹਿੰਦਾ ਹੈ । ਓਹ ਜੀਵ ਸ਼ਬਦ ਦੇ ਗੁਣ ਆਪਣੇ ਜੀਵਨ ਵਿੱਚ ਢਾਲਦਾ, ਪ੍ਰਵਾਨ ਹੋ ਜਾਂਦਾ ਹੈ ।

Whosoever may read Holy Scripture and adopts the teachings in his own life; only he may become worthy to teach others. He may be called a true student of teachings of His Word. To adopt the teachings of His Word may be the right path of human life journey. The True Master remains beyond reach, comprehension, and imagination of significance of His events, miracles. Whosoever may be bestowed with His Blessed Vision, only he may remain on the right path of meditation. He may be accepted in His Court.

18. ਰਾਮਕਲੀ ਮਹਲਾ ੧ ਦਖਣੀ ਓਅੰਕਾਰੁ॥ (18) 932-2

ਕਾਮੁ ਕ੍ਰੋਧੁ ਕਾਇਆ ਕਉ ਗਾਲੇ॥ kaam kroDh kaa-i-aa ka-o gaalai.
ਜਿਉ ਕੰਚਨ ਸੋਹਾਗਾ ਢਾਲੇ॥ ji-o kanchan sohaagaa dhaalai.
ਕਸਿ ਕਸਵਟੀ ਸਹੈ ਸੁ ਤਾਉ॥ kas kasvatee sahai so taa-o.

ਨਦਰਿ ਸਰਾਫ ਵੰਨੀ ਸਚੜਾਉ॥ nadar saraaf vannee sachrhaa-o.
ਜਗਤੁ ਪਸੂ ਅਹੰ ਕਾਲੁ ਕਸਾਈ॥ jagat pasoo ahaN kaal kasaa-ee.
ਕਰਿ ਕਰਤੈ ਕਰਣੀ ਕਰਿ ਪਾਈ॥ kar kartai karnee kar paa-ee.
ਜਿਨਿ ਕੀਤੀ ਤਿਨਿ ਕੀਮਤਿ ਪਾਈ॥ jin keetee tin keemat paa-ee.
ਹੋਰ ਕਿਆ ਕਹੀਐ hor ki-aa kahee-ai
ਕਿਛੁ ਕਹਣੁ ਨ ਜਾਈ॥੧੮॥ kichh kahan na jaa-ee. ||18||

ਜਿਵੇਂ ਸੋਹਾਗਾ ਸੋਨੇ ਨੂੰ ਆਪਣੇ ਵਿੱਚ ਰਲਾ ਲੈਂਦਾ ਹੈ । ਇਸਤਰ੍ਹਾਂ ਕਾਮ ਅਤੇ ਕਰੋਧ ਤਨ ਨੂੰ ਨਾਸ਼ ਕਰਦਾ ਦੇਂਦਾ ਹੈ । ਜਿਵੇ ਸੋਨੇ ਨੂੰ ਪਰਖਨ ਵੇਲਾ, ਪੱਥਰ ਅਤੇ ਅੱਗ ਨਾਲ ਪਰਖ ਕਰਦਾ ਹੈ । ਅਸਲੀ ਰੰਗ ਦੇਖਣ ਨਾਲ ਪਰਖਨ ਵਾਲਾ ਖੁਸ਼ ਹੋ ਜਾਂਦਾ ਹੈ । ਸੰਸਾਰਕ ਜੀਵ ਜਾਨਵਰ ਦੀ ਤਰ੍ਹਾਂ ਹੀ ਹਨ ਅਤੇ ਮੌਤ ਖਤਮ ਕਰਨ ਵਾਲਾ ਕਸਾਈ ਹੈ । ਜੀਵ ਆਪਣੇ ਕੰਮਾਂ ਦਾ ਫਲ ਭੋਗਦਾ ਹੈ । ਪ੍ਰਭ ਹੀ ਸ੍ਰਿਸ਼ਟੀ ਦੀ ਅਸਲੀ ਕੀਮਤ ਜਾਣਦਾ ਹੈ । ਸ੍ਰਿਸ਼ਟੀ ਦੀ ਮਹੱਤਤਾ ਜੀਵ ਦੀ ਸੋਝੀ ਤੋਂ ਬਾਹਰ ਹੈ ।

As the gold may be dissolved within borax; same way sexual urge and anger may destroy his body. When the real jeweler may test the purity of gold with fire and testing stone; with the expected true color, jeweler may be pleased with the purity. Human may be like animals and death may be like a butcher, killer. Everyone may be rewarded the fruit of his worldly deeds. Only, The True Master, Creator may comprehend the real purpose and significance of His Creation. His Nature remains beyond the comprehension of His Creation.

19. ਰਾਮਕਲੀ ਮਹਲਾ ੧ ਦਖਣੀ ਓਅੰਕਾਰੁ॥ (19) 932-4

ਖੋਜਤ ਖੋਜਤ ਅੰਮ੍ਰਿਤੁ ਪੀਆ॥ khojat khojat amrit pee-aa.
ਖਿਮਾ ਗਹੀ ਮਨੁ ਸਤਗੁਰਿ ਦੀਆਂ॥ khimaa gahee man satgur dee-aa.
ਖਰਾ ਖਰਾ ਆਖੈ ਸਭੁ ਕੋਇ॥ kharaa kharaa aakhai sabh ko-ay.
ਖਰਾ ਰਤਨੁ ਜੁਗ ਚਾਰੇ ਹੋਇ॥ kharaa ratan jug chaaray ho-ay.
ਖਾਤ ਪੀਅੰਤ ਮੂਏ ਨਹੀ ਜਾਨਿਆ॥ khaat pee-ant moo-ay nahee jaani-aa.
ਖਿਨ ਮਹਿ ਮੂਏ ਜਾ ਸਬਦੁ ਪਛਾਨਿਆ॥ khin meh moo-ay jaa sabad pachhaani-aa.
ਅਸਥਿਰੁ ਚੀਤੁ ਮਰਨਿ ਮਨੁ ਮਾਨਿਆ॥ asthir cheet maran man maani-aa.
ਗੁਰ ਕਿਰਪਾ ਤੇ ਨਾਮੁ ਪਛਾਨਿਆ॥੧੯॥ gur kirpaa tay naam pachhaani-aa. ||19||

ਜਿਹੜਾ ਆਪਣੇ ਮਨ ਵਿਚੋਂ ਖੋਜ ਕਰਦਾ, ਸ਼ਬਦ ਦੀ ਪਾਲਣਾ ਕਰਦਾ ਹੈ, ਉਸ ਨੂੰ ਸ਼ਬਦ ਦੀ ਸੋਝੀ ਬਖਸ਼ਿਸ਼ ਹੋ ਜਾਂਦੀ ਹੈ । ਉਸ ਦੇ ਮਨ ਵਿੱਚ ਦੂਸਰੇ ਦੇ ਵਿਚਾਰਾਂ ਨੂੰ ਸਹਿਣ ਵਾਲਾ ਗੁਣ ਪੈਦਾ ਹੋ ਜਾਂਦਾ ਹੈ । ਉਸ ਦਾ ਮਨ ਪ੍ਰਭ ਦੀ ਸ਼ਰਣ ਵਿੱਚ ਪ੍ਰਵਾਨ ਹੋ ਜਾਂਦਾ ਹੈ । ਚਾਰੇ ਯੁੱਗਾਂ ਵਿੱਚ ਹੀ ਹਰਇਕ ਜੀਵ ਅਟਲ ਮਾਲਕ ਦੇ ਸ਼ਬਦ ਦੀ ਪਾਲਣਾ ਕਰਦਾ, ਮਨ ਅਡੋਲ ਰਖਦਾ ਹੈ । ਜਿਸ ਦਾ ਮਨ ਸ਼ਬਦ ਦੀ ਪਾਲਣਾ ਵਿੱਚ ਅਡੋਲ ਹੋ ਜਾਂਦਾ ਹੈ, ਉਹ ਮੌਤ ਨੂੰ ਅਟਲ ਸਮਝਕੇ ਕਬੂਲ ਕਰ ਲੈਂਦਾ ਹੈ । ਪ੍ਰਭ ਦੀ ਰਹਿਮਤ ਨਾਲ ਉਸ ਨੂੰ ਪ੍ਰਭ ਦੇ ਸ਼ਬਦ ਦੀ ਸੋਝੀ ਬਖਸ਼ਿਸ਼ ਹੋ ਜਾਂਦੀ ਹੈ ।

Whosoever may search within and adopts the teachings of His Word with steady and stable belief in his day-to-day life; with His mercy and grace, he may be enlightened with the essence of His Word. He may be blessed with unique virtues to tolerate the opinion of others; with His mercy and grace, he may surrender at His Sanctuary. Whosoever may accept death as an ultimate and unavoidable Command; with His mercy and grace, he may be enlightened with the essence of His Word, the real purpose of human life.

20. ਰਾਮਕਲੀ ਮਹਲਾ ੧ ਦਖਣੀ ਓਅੰਕਾਰੁ॥ (20) 932-7

ਗਗਨ ਗੰਭੀਰੁ ਗਗਨੰਤਰਿ ਵਾਸੁ॥ gagan gambheer gagnantar vaas.
ਗੁਣ ਗਾਵੈ ਸੁਖ ਸਹਜਿ ਨਿਵਾਸੁ॥ gun gaavai sukh sahj nivaas.
ਗਇਆ ਨ ਆਵੈ ਆਇ ਨ ਜਾਇ॥ ga-i-aa na aavai aa-ay na jaa-ay.

ਗੁਰ ਪਰਸਾਦਿ ਰਹੈ ਲਿਵ ਲਾਇ॥	gur parsaad rahai liv laa-ay.
ਗਗਨੁ ਅਗੰਮੁ ਅਨਾਥੁ ਅਜੋਨੀ॥	gagan agamm anaath ajonee.
ਅਸਥਿਰੁ ਚੀਤੁ ਸਮਾਧਿ ਸਗੋਨੀ॥	asthir cheet samaaDh sagonee.
ਹਰਿ ਨਾਮੁ ਚੇਤਿ ਫਿਰਿ ਪਵਹਿ ਨ ਜੂਨੀ॥	har naam chayt fir paveh na joonee.
ਗੁਰਮਤਿ ਸਾਰੁ ਹੋਰ ਨਾਮ ਬਿਹੂਨੀ॥੨੦॥	gurmat saar hor naam bihoonee. ||20||

ਪ੍ਰਭ, ਮਨ ਦੇ ਅਕਾਸ਼ ਵਿੱਚ ਦਸਵੇਂ ਘਰ ਵਸਦਾ ਹੈ । ਜਿਹੜਾ ਸ਼ਬਦ ਦੀ ਪਾਲਣਾ ਕਰਦਾ, ਗੁਣ ਗਾਉਂਦਾ ਹੈ, ਉਸ ਦਾ ਮਨ ਸੰਤੋਖ ਵਾਲੇ ਦਰਬਾਰ ਵਿੱਚ ਪਹੁੰਚ ਜਾਂਦਾ ਹੈ । ਉਹ ਜਨਮ ਮਰਨ ਦੇ ਚੱਕਰ ਵਿੱਚ ਨਹੀਂ ਰਹਿੰਦਾ । ਪ੍ਰਭ ਦੀ ਰਹਿਮਤ ਨਾਲ ਉਸ ਦਾ ਧਿਆਨ ਸ਼ਬਦ ਦੀ ਪਾਲਣਾ ਵਿੱਚ ਹੀ ਰਹਿੰਦਾ ਹੈ । ਮਨ ਦੇ ਅਕਾਸ਼ ਵਿੱਚ ਰਹਿਣ ਵਾਲਾ, ਸੰਸਾਰਕ ਜੀਵਾਂ ਦੀ ਪਹੁੰਚ, ਮੋਹ ਤੋਂ ਅਲਗ ਰਹਿੰਦਾ ਹੈ । ਅਸਲੀ ਸਮਾਧੀ ਵਿੱਚ ਮਨ ਦਾ ਭਰੋਸਾ ਪ੍ਰਭ ਤੇ ਅਡੋਲ ਰਹਿੰਦਾ ਹੈ । ਪ੍ਰਭ ਦੇ ਵਿਛੋੜੇ ਦੀ ਦਰਦ ਨੂੰ ਤਾਜ਼ਾ ਰਖਣ, ਸ਼ਬਦ ਦੀ ਪਾਲਣਾ ਕਰਨ ਵਾਲਾ ਜੂੰਨਾਂ ਵਿੱਚ ਨਹੀਂ ਜਾਂਦਾ । ਪ੍ਰਭ ਦੇ ਸ਼ਬਦ ਦੀ ਕਮਾਈ ਤੋਂ ਬਿਨਾਂ ਹੋਰ ਸੰਸਾਰਕ ਧਨ ਬਿਕਾਰ ਹੀ ਹੈ ।

The True Master, His Word remains embedded within his soul and dwells in the 10th castle in the sky of his mind and body. Whosoever may sing the glory and obeys the teachings of His Word with steady and stable belief in his day-to-day life; with His mercy and grace, his mind may enter His 10th door, castle. He may not remain in the cycle of birth and death. He may remain intoxicated within the essence of His Word. Even though, The True Master dwells within his body; however, He remains beyond the reach of his emotional attachments. Whosoever may remain intoxicated in the void of His Word, he remains steady and stable on the right path of acceptance in His Court. Whosoever may remain in renunciation in his memory of his separation from The True Master fresh; his cycle of birth and death may be eliminated. Without the earnings of His Word, other worldly assets may not have any significance for the real purpose of human life opportunity.

21. ਰਾਮਕਲੀ ਮਹਲਾ ੧ ਦਖਣੀ ਓਅੰਕਾਰੁ॥ (21) 932-10

ਘਰ ਦਰ ਫਿਰਿ ਥਾਕੀ ਬਹੁਤੇਰੇ॥	ghar dar fir thaakee bahutayray.
ਜਾਤਿ ਅਸੰਖ ਅੰਤ ਨਹੀ ਮੇਰੇ॥	jaat asaNkh ant nahee mayray.
ਕੇਤੇ ਮਾਤ ਪਿਤਾ ਸੁਤ ਧੀਆਂ॥	kaytay maat pitaa sut Dhee-aa.
ਕੇਤੇ ਗੁਰ ਚੇਲੇ ਫੁਨਿ ਹੂਆ॥	kaytay gur chaylay fun hoo-aa.
ਕਾਚੇ ਗੁਰ ਤੇ ਮੁਕਤਿ ਨ ਹੂਆ॥	kaachay gur tay mukat na hoo-aa.
ਕੇਤੀ ਨਾਰਿ ਵਰੁ ਏਕੁ ਸਮਾਲਿ॥	kaytee naar var ayk samaal.
ਗੁਰਮੁਖਿ ਮਰਣੁ ਜੀਵਣੁ ਪ੍ਰਭ ਨਾਲਿ॥	gurmukh maran jeevan parabh naal.
ਦਹ ਦਿਸ ਢੂਢਿ ਘਰੈ ਮਹਿ ਪਾਇਆ॥	dah dis dhoodh gharai meh paa-i-aa.
ਮੇਲੁ ਭਇਆ ਸਤਿਗੁਰੂ ਮਿਲਾਇਆ॥੨੧॥	mayl bha-i-aa satguroo milaa-i-aa. ||21||

ਪ੍ਰਭ, ਮੈਂ ਘਰ ਘਰ ਫਿਰਦਾ ਬੇਵਸ, ਥੱਕ ਗਿਆ ਹਾ, ਮੈਂ ਅਨੇਕਾਂ ਹੀ ਜੂੰਨਾਂ ਵਿੱਚ ਗਿਆ ਹਾ । ਮੇਰੇ ਮਾਤਾਂ, ਪਿਤਾਂ, ਭੈਣਾਂ, ਭਾਈਆਂ ਦੀ ਗਿਣਤੀ ਨਹੀਂ ਕੀਤੀ ਜਾ ਸਕਦੇ । ਜੂੰਨਾਂ ਦੇ ਚੱਕਰ ਵਿੱਚ ਮੈਂ ਅਨੇਕਾਂ ਹੀ ਗੁਰੂ ਧਾਰਨ ਕੀਤੇ, ਅਨੇਕਾਂ ਨੇ ਮੈਨੂੰ ਗੁਰੂ ਧਾਰਨ ਕੀਤਾ । ਸੰਸਾਰਕ ਅਗਿਆਨੀ ਗੁਰੂ ਦੀ ਸਿਖਿਆਂ ਨਾਲ ਤੇਰੇ ਦਰ ਵਿੱਚ ਪ੍ਰਵਾਨਗੀ ਬਖਸ਼ਿਸ਼ ਨਹੀਂ ਹੁੰਦੀ । ਪ੍ਰਭ ਤੇਰੇ ਬੰਦਗੀ ਕਰਨ ਵਾਲੇ ਅਨੇਕਾਂ ਹੀ ਹਨ । ਕੇਵਲ ਗੁਰਮਖ ਜੀਵ ਹੀ ਤੇਰੇ ਦਰਬਾਰ ਵਿੱਚ ਪ੍ਰਵਾਨ ਹੋ ਸਕਦਾ ਹੈ । ਦਸ ਪਾਸੇ ਢੂੰਡਦੇ, ਆਪਣੇ ਮਨ ਅੰਦਰੋਂ ਹੀ ਸੋਝੀ ਬਖਸ਼ਿਸ਼ ਹੋ ਗਈ ਹੈ । ਸ਼ਬਦ ਦੀ ਪਾਲਣਾ ਵਿੱਚ ਅਡੋਲ ਹੋਣ ਨਾਲ ਤੇਰੇ ਦਰਬਾਰ ਦੀ ਪ੍ਰਵਾਨਗੀ ਦਾ ਰਸਤਾ ਬਖਸ਼ਿਸ਼ ਹੋ ਗਿਆ ਹੈ । ਤੇਰੀ ਰਹਿਮਤ ਨਾਲ ਦਰਬਾਰ ਵਿੱਚ ਪ੍ਰਵਾਨ ਹੋ ਗਿਆ ਹਾ ।

My True Master, I have become helpless, depressed, frustrated, and tired, wandering in many life cycles. I may not imagine the numbers of my mothers, fathers, siblings; my worldly gurus, or my worldly followers. With teachings of all ignorant worldly gurus, I have not been blessed with the right path of acceptance in Your Court. From Ancient Ages, many devotees have been meditating; only Your true devotee may be accepted in Your Court. By wandering in all directions, eventually; with Your mercy and grace, I have been enlightened with the essence of Your Word from within. By obeying the teachings of Your Word with steady and stable belief in my day-to-day life; with Your mercy and grace, I have been blessed with the right path of acceptance in His Court. I have been accepted in Your Court.

22. ਰਾਮਕਲੀ ਮਹਲਾ ੧ ਦਖਣੀ ਓਅੰਕਾਰੁ॥ (22) 932-13

ਗੁਰਮੁਖਿ ਗਾਵੈ ਗੁਰਮੁਖਿ ਬੋਲੈ॥	gurmukh gaavai gurmukh bolai.
ਗੁਰਮੁਖਿ ਤੋਲਿ ਤੁੋਲਾਵੈ ਤੋਲੈ॥	gurmukh tol tolaavai tolai.
ਗੁਰਮੁਖਿ ਆਵੈ ਜਾਇ ਨਿਸੰਗੁ॥	gurmukh aavai jaa-ay nisang.
ਪਰਹਰਿ ਮੈਲੁ ਜਲਾਇ ਕਲੰਕੁ॥	parhar mail jalaa-ay kalank.
ਗੁਰਮੁਖਿ ਨਾਦ ਬੇਦ ਬੀਚਾਰੁ॥	gurmukh naad bayd beechaar.
ਗੁਰਮੁਖਿ ਮਜਨੁ ਚਜੁ ਅਚਾਰੁ॥	gurmukh majan chaj achaar.
ਗੁਰਮੁਖਿ ਸਬਦੁ ਅੰਮ੍ਰਿਤੁ ਹੈ ਸਾਰੁ॥	gurmukh sabad amrit hai saar.
ਨਾਨਕ ਗੁਰਮੁਖਿ ਪਾਵੈ ਪਾਰੁ॥੨੨॥	naanak gurmukh paavai paar. ||22||

ਗੁਰਮਖ ਪ੍ਰਭ ਦੇ ਸ਼ਬਦ ਦੀ ਉਸਤਤ ਕਰਦਾ, ਉਸ ਦਾ ਪ੍ਰਚਾਰ ਕਰਦਾ ਹੈ । ਉਹ ਸ਼ਬਦ ਦੀ ਪਾਲਣਾ ਕਰਨ ਦੀ ਕੀਮਤ ਜਾਣਦਾ ਹੈ । ਬਾਕੀਆਂ ਨੂੰ ਵੀ ਇਸ ਦੀ ਕੀਮਤ ਜਾਣਨ ਦੀ ਪ੍ਰੇਰਨਾ ਕਰਦਾ ਹੈ । ਉਹ ਕਿਸੇ ਡਰ ਤੋਂ ਬਿਨਾਂ ਜੀਵਨ ਬਤੀਤ ਕਰਦਾ ਹੈ । ਉਸ ਦੀ ਪਾਪਾਂ ਦੀ ਮੈਲ ਧੋਤੀ ਜਾਂਦੀ ਹੈ । ਪਿਛਲੇ ਪਾਪਾਂ ਦੇ ਦਾਗ਼ ਸਦਾ ਲਈ ਖਤਮ ਹੋ ਜਾਂਦੇ ਹਨ । ਉਹ ਸ਼ਬਦ ਦੀ ਧੁਨ ਵਿੱਚ ਮਸਤ ਰਹਿੰਦਾ, ਪ੍ਰਭ ਦੇ ਸ਼ਬਦ ਦੀ ਸੋਝੀ ਵਾਲੇ ਗ੍ਰੰਥ ਪੜ੍ਹਦਾ ਵਿਚਾਰਦਾ ਹੈ । ਉਸ ਦੀ ਆਤਮਾ ਚੰਗੇ ਕੰਮਾਂ ਨਾਲ ਪਵਿੱਤਰ ਹੋ ਜਾਂਦੀ ਹੈ । ਜਿਹੜੇ ਗੁਰਮਖ ਵਾਸਤੇ, ਸ਼ਬਦ ਹੀ ਸਭ ਤੋਂ ਅਮੋਲਕ ਪਦਾਰਥ ਹੁੰਦਾ ਹੈ । ਉਹ ਗੁਰਮਖ ਸੰਸਾਰਕ ਸਾਗਰ ਪਾਰ ਕਰ ਜਾਂਦਾ ਹੈ ।

His true devotee may sing the glory, preaches, inspires others, meditates, and obeys the teachings of His Word with steady and stable belief in his day-to-day life; with His mercy and grace, he may be blessed with the essence of His Word. He may impart his enlightenment to others. He may remain fearless in his worldly life; with His mercy and grace, his sins of previous lives may be forgiven. His soul may never be blemished again. He remains intoxicated in the everlasting echo of His Word. He may read and understand His Holy Scripture, teachings of ancient blessed souls. His soul may be sanctified with good deeds for His Creation. Whosoever may believe that the earnings of His Word are only ambrosial virtue; he may be saved and accepted in His Court.

23. ਰਾਮਕਲੀ ਮਹਲਾ ੧ ਦਖਣੀ ਓਅੰਕਾਰੁ॥ (23) 932-15

ਚੰਚਲੁ ਚੀਤੁ ਨ ਰਹਈ ਠਾਇ॥	chanchal cheet na rah-ee thaa-ay.
ਚੋਰੀ ਮਿਰਗੁ ਅੰਗੂਰੀ ਖਾਇ॥	choree mirag angooree khaa-ay.
ਚਰਨ ਕਮਲ ਉਰ ਧਾਰੇ ਚੀਤ॥	charan kamal ur Dhaaray cheet.
ਚਿਰੁ ਜੀਵਨੁ ਚੇਤਨੁ ਨਿਤ ਨੀਤ॥	chir jeevan chaytan nit neet.
ਚਿੰਤਤ ਹੀ ਦੀਸੈ ਸਭੁ ਕੋਇ॥	chintat hee deesai sabh ko-ay.
ਚੇਤਹਿ ਏਕੁ ਤਹੀ ਸੁਖੁ ਹੋਇ॥	cheeteh ayk tahee sukh ho-ay.
ਚਿਤਿ ਵਸੈ ਰਾਚੈ ਹਰਿ ਨਾਇ॥	chit vasai raachai har naa-ay.
ਮੁਕਤਿ ਭਇਆ ਪਤਿ ਸਿਉ ਘਰਿ ਜਾਇ॥੨੩	mukat bha-i-aa pat si-o ghar jaa-ay. ||23||

ਜੀਵ ਦਾ ਚੰਚਲ ਮਨ, ਇੱਧਰ ਉੱਧਰ ਢੂੰਡਦਾ ਰਹਿੰਦਾ ਹੈ, ਇਕ ਰਸਤੇ ਤੇ ਅਡੋਲ ਨਹੀਂ ਰਹਿੰਦਾ । ਜਿਹੜਾ ਜੀਵ ਆਪਣਾ ਮਨ ਪ੍ਰਭ ਦੇ ਚਰਨਾਂ ਵਿੱਚ, ਸ਼ਬਦ ਦੀ ਪਾਲਣਾ ਵਿੱਚ ਅਡੋਲ ਰਖਦਾ ਹੈ । ਉਸ ਨੂੰ ਆਪਣੇ ਮਨ ਵਿਚੋਂ ਹੀ ਪ੍ਰਭ ਦੀ ਹੋਂਦ ਮਹਿਸੂਸ ਹੋ ਜਾਂਦੀ ਹੈ, ਉਹ ਸ਼ਬਦ ਦੀ ਪਾਲਣਾ ਵਿੱਚ ਅਡੋਲ ਰਹਿੰਦਾ ਹੈ । ਹਰਇਕ ਜੀਵ ਨੂੰ ਕਈ ਸੰਸਾਰਕ ਇਛਾਂ ਦੀਆਂ ਚਿਤਾਂ ਰਹਿੰਦੀਆਂ ਹਨ । ਜਿਹੜਾ ਮਨ ਪ੍ਰਭ ਦੇ ਚਰਨਾਂ ਵਿਚ ਰਖਦਾ, ਪ੍ਰਭ ਦੇ ਬਖਸ਼ੇ ਵਿੱਚ ਸੰਤੋਖ ਰਖਦਾ ਹੈ । ਉਹ ਪ੍ਰਭ ਦੇ ਸ਼ਬਦ ਦੀ ਸਿਖਿਆਂ ਨਾਲ ਭਰਿਆਂ ਰਹਿੰਦਾ, ਸ਼ਬਦ ਦੀ ਪਾਲਣਾ ਵਿੱਚ ਮਸਤ ਰਹਿੰਦਾ ਹੈ । ਉਹ ਜੂੰਨਾਂ ਤੋਂ ਰਹਿਤ ਹੋ ਜਾਂਦਾ, ਦਰਬਾਰ ਵਿੱਚ ਪ੍ਰਵਾਨ ਹੋ ਜਾਂਦਾ ਹੈ ।

Self-minded may have a flickering conscious, wanders in many directions; he may never remain steady and stable on any one path for long. Whosoever may remain focused on the teachings of His Word; with His mercy and grace, he may realize His Existence within his mind. He may remain obeying the teachings of His Word with steady and stable belief in his day-to-day life. Self-minded may remain dominated with many worldly desires, frustrations in worldly life. Whosoever may remain focused on the teachings of His Word, on the real purpose of his human life opportunity; with His mercy and grace, he may remain drenched and overwhelmed with the essence of His Word. His cycle of birth and death may be eliminated and he may be accepted in His Court.

24. ਰਾਮਕਲੀ ਮਹਲਾ ੧ ਦਖਣੀ ਓਅੰਕਾਰੁ॥ (24) 932-17

ਛੀਜੈ ਦੇਹ ਖੁਲੈ ਇਕ ਗੰਢਿ॥	chheejai dayh khulai ik gandh.
ਛੇਆ ਨਿਤ ਦੇਖਹੁ ਜਗਿ ਹੰਢਿ॥	chhay-aa nit daykhhu jag handh.
ਧੂਪ ਛਾਵ ਜੇ ਸਮ ਕਰਿ ਜਾਣੈ॥	Dhoop chhaav jay sam kar jaanai.
ਬੰਧਨ ਕਾਟਿ ਮੁਕਤਿ ਘਰਿ ਆਣੈ॥	banDhan kaat mukat ghar aanai.
ਛਾਇਆ ਛੂਛੀ ਜਗਤੁ ਭੁਲਾਨਾ॥	chhaa-i-aa chhoochhee jagat bhulaanaa.
ਲਿਖਿਆ ਕਿਰਤੁ ਧੁਰੇ ਪਰਵਾਨਾ॥	likhi-aa kirat Dhuray parvaanaa.
ਛੀਜੈ ਜੋਬਨੁ ਜਰੂਆ ਸਿਰਿ ਕਾਲੁ॥	chheejai joban jaroo-aa sir kaal.
ਕਾਇਆ ਛੀਜੈ ਭਈ ਸਿਬਾਲੁ॥੨੪॥	kaa-i-aa chheejai bha-ee sibaal. ||24||

ਜਿਸ ਜੀਵ ਦਾ ਮਨ ਡੋਲ ਜਾਂਦਾ, ਇਕ ਇਛਾਂ ਤੇ ਕਾਬੂ ਟੁੱਟ ਜਾਂਦਾ, ਖਤਮ ਹੋ ਜਾਂਦਾ ਹੈ । ਉਸ ਦਾ ਮਨ ਕਮਜ਼ੋਰ, ਤਬਾਹ ਹੋ ਜਾਂਦਾ ਹੈ । ਜਿਹੜਾ ਦੁਖ, ਸੁਖ ਨੂੰ ਇਕ ਸਮਾਨ, ਪ੍ਰਭ ਦੀ ਰਹਿਮਤ ਸਮਝਕੇ ਅਡੋਲ ਰਹਿੰਦਾ ਹੈ । ਉਸ ਦੇ ਸੰਸਾਰਕ ਬੰਧਨ ਖਤਮ ਹੋ ਜਾਂਦੇ, ਜੂੰਨਾਂ ਤੋਂ ਮੁਕਤ ਹੋ ਜਾਂਦਾ ਹੈ, ਪ੍ਰਭ ਦੇ ਦਰਬਾਰ ਵਿੱਚ ਪ੍ਰਵਾਨਗੀ ਬਖਸ਼ਿਸ਼ ਹੋ ਜਾਂਦੀ ਹੈ । ਸੰਸਾਰਕ ਮਾਇਆ ਦਾ ਜਾਲ ਬਹੁਤ ਸੁੰਦਰ ਅਤੇ ਖਾਲ਼ੀ ਹੈ । ਇਸ ਨੇ ਸਾਰੇ ਸੰਸਾਰ ਨੂੰ ਹੀ ਧੋਖੇ ਵਿੱਚ ਫਸਾਇਆ ਹੈ । ਇਹ ਜੀਵ ਦੇ ਪਿਛਲੇ ਜੀਵਨ ਦੇ ਕੰਮਾਂ ਨਾਲ ਹੀ ਭਾਗਾਂ ਵਿੱਚ ਲਿਖਿਆ ਹੁੰਦਾ ਹੈ । ਉਹ ਇਛਾਂ ਪਿਛੇ ਲਗਕੇ ਜਵਾਨੀ ਗਵਾ ਲੈਂਦਾ ਹੈ, ਪਿਛਲੀ ਉਮਰ ਵਿੱਚ ਮੌਤ ਘੇਰ ਲੈਂਦੀ ਹੈ । ਜਿਵੇਂ ਪਾਣੀ ਵਿੱਚ ਜਾਲਾ ਟੁੱਟਦਾ ਹੈ, ਇਸਤਰ੍ਹਾਂ ਜੀਵ ਦਾ ਤਨ ਟੁੱਟ ਜਾਂਦਾ ਹੈ ।

Whosoever may lose his control on his worldly desires, his mind may never remain satisfied with any worldly accomplishments, His Blessings. His determination may become weak and unstable. Whosoever may accept worldly miseries and pleasure as His worthy blessings and remains steady and stable on meditating. His worldly bonds along with his cycle of birth and death may be eliminated; with His mercy and grace, he may be accepted in His Court. The temptation, illusion of worldly wealth may be very intoxicating to everyone. This may be prewritten in his destiny as a reward of his deeds of his previous lives. Ignorant may waste his youth intoxicated with worldly desires. In old age the fear of death may dominate his remaining time. As the net of fungus in water may break; same way his body may perish.

25. ਰਾਮਕਲੀ ਮਹਲਾ ੧ ਦਖਣੀ ਓਅੰਕਾਰੁ॥ (25) 933-3

ਜਾਪੈ ਆਪਿ ਪ੍ਰਭੂ ਤਿਹੁ ਲੋਇ॥	jaapai aap parabhoo tihu lo-ay.
ਜੁਗਿ ਜੁਗਿ ਦਾਤਾ ਅਵਰੁ ਨ ਕੋਇ॥	jug jug daataa avar na ko-ay.
ਜਿਉ ਭਾਵੈ ਤਿਉ ਰਾਖਹਿ ਰਾਖੁ॥	ji-o bhaavai ti-o raakhahi raakh.
ਜਸੁ ਜਾਚਉ ਦੇਵੈ ਪਤਿ ਸਾਖੁ॥	jas jaacha-o dayvai pat saakh.
ਜਾਗਤੁ ਜਾਗਿ ਰਹਾ ਤੁਧੁ ਭਾਵਾ॥	jaagat jaag rahaa tuDh bhaavaa.
ਜਾ ਤੂ ਮੇਲਹਿ ਤਾ ਤੁਝੈ ਸਮਾਵਾ॥	jaa too mayleh taa tujhai samaavaa.
ਜੈ ਜੈ ਕਾਰੁ ਜਪਉ ਜਗਦੀਸ॥	jai jai kaar japa-o jagdees.
ਗੁਰਮਤਿ ਮਿਲੀਐ ਬੀਸ ਇਕੀਸ॥੨੫॥	gurmat milee-ai bees ikees. ||25||

ਪ੍ਰਭ ਆਪ ਹੀ ਤਿੰਨਾਂ ਸ੍ਰਿਸ਼ਟੀਆਂ ਵਿੱਚ ਵਾਪਰਦਾ ਹੈ । ਯੁੱਗਾਂ ਯੁੱਗਾਂ ਵਿੱਚ ਦਾਤਾਂ ਬਖਸ਼ਦਾ ਆਇਆ, ਹੋਰ ਕੋਈ ਦਾਤਾਂ ਬਖਸ਼ਣ ਵਾਲਾ ਨਹੀਂ ਹੈ । ਪ੍ਰਭ, ਆਪਣੀ ਰਜ਼ਾ ਵਿੱਚ ਰਖੋ । ਮੈਂ ਤੇਰੇ ਸ਼ਬਦ ਦੇ ਗੁਣ ਗਵਾ, ਸ਼ਬਦ ਦੀ ਪਾਲਣਾ ਹੀ ਕਰਾ । ਤੇਰੀ ਰਹਿਮਤ ਨਾਲ ਸ਼ਬਦ ਦੇ ਸਿਮਰਨ ਵਿੱਚ ਹੀ ਜਾਗਾ ਅਤੇ ਸੁਚੇਤ ਰਹਾ, ਤੇਰੇ ਦਰਬਾਰ ਵਿੱਚ ਪ੍ਰਵਾਨ ਹੋ ਜਾਵਾ । ਸ਼ਬਦ ਨਾਲ ਜੀਵਨ ਢਾਲਣ ਨਾਲ ਅਕਸਰ ਜੀਵ ਪ੍ਰਭ ਨੂੰ ਭਾਉਣ ਲਗ ਪੈਂਦਾ, ਪ੍ਰਵਾਨ ਹੋ ਜਾਂਦਾ ਹੈ ।

The True Master has been prevailing in all three universes. From Ancient Ages, He has been blessings virtues to His Creation; no one else may bless anything to anyone without greed. My True Master keeps me in Your Sanctuary, in any worldly environment. I may remain awake and alert in singing and obeying the teachings of Your Word in my day-to-day life. With Your mercy and grace, I may be accepted in Your Court. Whosoever may adopt the teachings of His Word with steady and stable belief in his day-to-day life; with His mercy and grace, he may be blessed with the right path of acceptance in His Court. He may be accepted in His Court.

26. ਰਾਮਕਲੀ ਮਹਲਾ ੧ ਦਖਣੀ ਓਅੰਕਾਰੁ॥ (26) 933-3

ਝਖਿ ਬੋਲਣੁ ਕਿਆ ਜਗ ਸਿਉ ਵਾਦੁ॥	jhakh bolan ki-aa jag si-o vaad.
ਝੂਰਿ ਮਰੈ ਦੇਖੈ ਪਰਮਾਦੁ॥	jhoor marai daykhai parmaad.
ਜਨਮਿ ਮੁਏ ਨਹੀ ਜੀਵਣ ਆਸਾ॥	janam moo-ay nahee jeevan aasaa.
ਆਇ ਚਲੇ ਭਏ ਆਸ ਨਿਰਾਸਾ॥	aa-ay chalay bha-ay aas niraasaa.
ਝੁਰਿ ਝੁਰਿ ਝਖਿ ਮਾਟੀ ਰਲਿ ਜਾਇ॥	jhur jhur jhakh maatee ral jaa-ay.
ਕਾਲੁ ਨ ਚਾਂਪੈ ਹਰਿ ਗੁਣ ਗਾਇ॥	kaal na chaaNpai har gun gaa-ay.
ਪਾਈ ਨਵ ਨਿਧਿ ਹਰਿ ਕੈ ਨਾਇ॥	paa-ee nav niDh har kai naa-ay.
ਆਪੇ ਦੇਵੈ ਸਹਜਿ ਸੁਭਾਇ॥੨੬॥	aapay dayvai sahj subhaa-ay. ||26||

ਜੀਵ ਬੁਰਾ, ਕੋੜਾ ਕਿਉਂ ਬੋਲਦਾ, ਸੰਸਾਰ ਨਾਲ ਝਗੜਾ ਕਰਦਾ ਹੈ? ਜਦੋਂ ਤੂੰ ਆਪਣੇ ਕੀਤੇ ਕੰਮ ਦੇਖੇਗਾ । ਤੂੰ ਸ਼ਰਮਿੰਦਗੀ ਨਾਲ ਹੀ ਪਛਤਾਵਾ ਕਰੇਗਾ । ਉਹ ਜੀਵ ਸੰਸਾਰ ਵਿੱਚ ਜਨਮ, ਮਰਨ ਦੇ ਚੱਕਰ ਵਿੱਚ ਹੀ ਰਹਿੰਦਾ ਹੈ । ਉਹ ਮਾਨਸ ਜੀਵਨ ਦਾ ਅਸਲੀ ਰਸਤਾ ਭੁੱਲ ਜਾਂਦਾ ਹੈ । ਉਹ ਬਹੁਤ ਆਸਾਂ ਲੈ ਕੇ ਜਨਮ ਲੈਂਦਾ ਹੈ । ਪਰ ਕੋਈ ਵੀ ਪੂਰੀ ਕਰਨ ਤੋਂ ਬਿਨਾਂ ਹੀ ਵਾਪਸ ਚਲੇ ਜਾਂਦਾ ਹੈ । ਉਹ ਉਦਾਸੀ ਵਿੱਚ ਪਛਤਾਵਾ, ਸੋਗ ਕਰਦਾ ਹੀ ਮਿੱਟੀ ਵਿੱਚ ਰਲ ਜਾਂਦਾ ਹੈ । ਜਿਹੜਾ ਸ਼ਬਦ ਨਾਲ ਜੀਵਨ ਢਾਲਦਾ, ਮੌਤ ਉਸ ਨੂੰ ਪਰੇਸ਼ਨ ਨਹੀਂ ਕਰਦੀ । ਜਿਹੜਾ ਸ਼ਬਦ ਦੀ ਪਾਲਣਾ ਕਰਦਾ ਹੈ, ਪ੍ਰਭ ਆਪ ਹੀ ਰਹਿਮਤ ਬਖਸ਼ਕੇ ਉਸ ਨੂੰ ਗਿਆਨ ਦੇ ਨੌ ਖਜ਼ਾਨੇ ਬਖਸ਼ਦਾ ਹੈ ।

Why are you rude, disrespectful and quarrel with others in the world? As you may evaluate your own deeds in the world; you may regret and repent with ashamed, Self-minded may remain in the cycle of birth and death. He may have many hopes and expectation in his human life; however, he may forget the real purpose of human life opportunity. He may be captured by devil of death without any earnings of His Word. He may only grieve, regrets, and repents; his perishable human body may become ashes. Whosoever may adopt the teachings of His Word with steady and stable belief in his day-to-day life; with His mercy and grace, the devil of death may never frustrate his peace of mind. Who may remain obeying the teachings of His Word with steady and stable belief; with His mercy and grace, he may be blessed with nine treasures of enlightenments?

27. **ਰਾਮਕਲੀ ਮਹਲਾ ੧ ਦਖਣੀ ਓਅੰਕਾਰੁ॥** (27) 933-6

ਵਿਆਨੋ ਬੋਲੈ ਆਪੇ ਬੂਝੈ॥	nji-aano bolai aapay boojhai.
ਆਪੇ ਸਮਝੈ ਆਪੇ ਸੂਝੈ॥	aapay samjhai aapay soojhai.
ਗੁਰ ਕਾ ਕਹਿਆ ਅੰਕਿ ਸਮਾਵੈ॥	gur kaa kahi-aa ank samaavai.
ਨਿਰਮਲ ਸੂਚੇ ਸਾਚੋ ਭਾਵੈ॥	nirmal soochay saacho bhaavai.
ਗੁਰੁ ਸਾਗਰੁ ਰਤਨੀ ਨਹੀ ਤੋਟ॥	gur saagar ratnee nahee tot.
ਲਾਲ ਪਦਾਰਥ ਸਾਚੁ ਅਖੋਟ॥	laal padaarath saach akhot.
ਗੁਰਿ ਕਹਿਆ ਸਾ ਕਾਰ ਕਮਾਵਹੁ॥	gur kahi-aa saa kaar kamaavahu.
ਗੁਰ ਕੀ ਕਰਣੀ ਕਾਹੇ ਧਾਵਹੁ॥	gur kee karnee kaahay Dhaavahu.
ਨਾਨਕ ਗੁਰਮਤਿ ਸਾਚਿ ਸਮਾਵਹੁ॥੨੭॥	naanak gurmat saach samaavahu. ||27||

ਪ੍ਰਭ ਆਪ ਹੀ ਜੀਵ ਦੀ ਜੀਭ ਵਿਚੋਂ ਸ਼ਬਦ ਬੋਲਦਾ, ਆਪ ਹੀ ਇਸ ਦੀ ਸੋਝੀ ਬਖਸ਼ਦਾ ਹੈ । ਆਪ ਹੀ ਇਸ ਦਾ ਕਾਰਨ ਜਾਣਦਾ, ਆਪ ਹੀ ਇਸ ਦੀ ਵਰਤੋਂ ਜਾਣਦਾ ਹੈ । ਜਿਹੜਾ ਸ਼ਬਦ ਨੂੰ ਅਟਲ ਮੰਨਕੇ ਆਪਣਾ ਜੀਵਨ ਢਾਲਦਾ ਹੈ, ਉਸ ਦਾ ਮਨ ਪਵਿੱਤਰ ਹੋ ਜਾਂਦਾ ਹੈ, ਉਹ ਪ੍ਰਭ ਨੂੰ ਭਾਉਂਦਾ ਹੈ । ਪ੍ਰਭ ਦੇ ਘਰ ਰਤਨ ਜਵਾਹਰ, ਦੀ ਕੋਈ ਘਾਟ ਨਹੀਂ ਹੁੰਦੀ । ਪ੍ਰਭ ਦੇ ਖਾਜ਼ਾਨੇ ਵਿਚੋਂ ਦਾਤਾਂ ਬਖਸ਼ਣ ਨਾਲ ਕੋਈ ਕਮੀ ਨਹੀਂ ਹੁੰਦੀ । ਸੰਸਾਰਕ ਜੀਵਨ ਵਿੱਚ ਕੇਵਲ ਪ੍ਰਭ ਦੇ ਸ਼ਬਦ ਅਨੁਸਾਰ ਕੰਮ ਕਰੋ । ਕਿਉਂ ਪ੍ਰਭ ਦੀ ਬਖਸ਼ਿਸ਼, ਫਲ ਬਾਬਤ ਸੋਚਦਾ ਹੈ? ਜੀਵ ਸ਼ਬਦ ਦੀ ਪਾਲਣਾ ਵਿੱਚ ਅਡੋਲ ਰਹਿਣ ਨਾਲ, ਪ੍ਰਭ ਦੇ ਦਰਬਾਰ ਵਿੱਚ ਪ੍ਰਵਾਨ ਹੋ ਜਾਂਦਾ ਹੈ ।

The True Master blesses words, sounds at his tongue, and enlightens the essence of those words. Only, He may know the real purpose and function of these thoughts in his worldly life. Whosoever may consider His Word, as an Ultimate Command, blessings and adopts in his worldly life; with His mercy and grace, his soul may be sanctified and becomes worthy of His Consideration. The True Master remains overwhelmed with virtues and His treasure may never be exhausted by distributing to His Creation. You should only perform deeds as per the teachings of His Word. Only justice may prevail in His Court. Why are you worried about the reward? Whosoever may remain steady and stable in obeying the teachings of His Word; with His mercy and grace, he may be accepted in His Court.

28. **ਰਾਮਕਲੀ ਮਹਲਾ ੧ ਦਖਣੀ ਓਅੰਕਾਰੁ॥** (28) 933-9

ਟੂਟੈ ਨੇਹੁ ਕਿ ਬੋਲਹਿ ਸਹੀ॥	tootai nayhu ke boleh sahee.
ਟੂਟੈ ਬਾਹ ਦੁਹੂ ਦਿਸ ਗਹੀ॥	tootai baah duhoo dis gahee.
ਟੂਟਿ ਪਰੀਤਿ ਗਈ ਬੁਰ ਬੋਲਿ॥	toot pareet ga-ee bur bol.
ਦੁਰਮਤਿ ਪਰਹਰਿ ਛਾਡੀ ਢੋਲਿ॥	durmat parhar chhaadee dhol.
ਟੂਟੈ ਗੰਠਿ ਪੜੈ ਵੀਚਾਰਿ॥	tootai ganth parhai veechaar.
ਗੁਰ ਸਬਦੀ ਘਰਿ ਕਾਰਜੁ ਸਾਰਿ॥	gur sabdee ghar kaaraj saar.
ਲਾਹਾ ਸਾਚੁ ਨ ਆਵੈ ਤੋਟਾ॥	laahaa saach na aavai totaa.
ਤ੍ਰਿਭਵਣ ਠਾਕੁਰੁ ਪ੍ਰੀਤਮੁ ਮੋਟਾ॥੨੮॥	taribhavan thaakur pareetam motaa. ||28||

ਸੰਸਾਰਕ ਜੀਵਨ ਵਿੱਚ ਸੰਜੋਗ ਨਾਲ ਚਲਣ ਤੋਂ ਬਿਨਾਂ, ਪ੍ਰੀਤ ਟੁੱਟ ਜਾਂਦੀ ਹੈ । ਜਿਵੇਂ ਜੋੜ ਵਿਚੋਂ ਨਿਕਲਣ ਨਾਲ ਬਾਂਹ ਟੁੱਟ ਜਾਂਦੀ ਹੈ । ਇਸਤਰ੍ਹਾਂ ਕੋੜਾ ਬੋਲਣ ਨਾਲ ਸੰਜੋਗ, ਪ੍ਰੀਤ ਟੁੱਟ ਜਾਂਦੀ ਹੈ ।

ਬੁਰੇ ਕੰਮ ਕਰਨ ਨਾਲ ਪ੍ਰੀਤਮ ਤੋਂ ਵਿਛੋੜਾ ਹੁੰਦਾ ਹੈ । ਇਸਤਰ੍ਹਾਂ ਪ੍ਰਭ ਨਾਲ ਟੁੱਟੀ ਪ੍ਰੀਤ, ਸ਼ਬਦ ਦੀ ਪਾਲਣਾ ਨਾਲ ਹੀ ਗੰਢੀ ਜਾ ਸਕਦੀ ਹੈ । ਸ਼ਬਦ ਤੇ ਭਰੋਸਾ ਅਡੋਲ ਰਖਣ ਨਾਲ ਮਨ ਵਿਚੋਂ ਭਰਮ ਦੂਰ ਹੋ ਜਾਂਦੇ ਹਨ । ਜਿਸ ਨੂੰ ਸ਼ਬਦ ਦੀ ਬੰਦਗੀ ਨਾਲ ਪ੍ਰਭ ਦੀ ਰਹਿਮਤ ਬਖਸ਼ਿਸ਼ ਹੋ ਜਾਂਦੀ ਹੈ, ਉਸ ਨੂੰ ਕਦੇ ਵਿਛੋੜਾ ਨਹੀਂ ਹੁੰਦਾ । ਪ੍ਰਭ ਹੀ ਤਿੰਨਾਂ ਸ੍ਰਿਸ਼ਟੀਆਂ ਵਿੱਚ ਆਤਮਾ ਦਾ ਸਭ ਤੋਂ ਚੰਗਾ ਸਾਥੀ ਹੈ ।

In worldly life, without compromising and co-existing with others, the association, relationship, attachment, union may break. As arm may become disable, broken by getting dislodged from joint, cavity. Same way friendship and relationship may become separated with rude behavior. Whosoever may obey the teachings of His Word with steady and stable belief; with His mercy and grace, his soul separated may be accepted, immersed within His Holy Spirit. All his worldly suspicions may be eliminated. Whosoever may obey the teachings of His Word with steady and stable belief; he may be blessed with the right path of acceptance in His Court. His soul may never be separated from His Holy Spirit. Only, The True Master remains the true companion of his soul in all three universes.

29. ਰਾਮਕਲੀ ਮਹਲਾ ੧ ਦਖਣੀ ਓਅੰਕਾਰੁ॥ (29) 933-11

ਠਾਕਹੁ ਮਨੂਆ ਰਾਖਹੁ ਠਾਇ॥	thaakahu manoo-aa raakho thaa-ay.
ਠਹਕਿ ਮੁਈ ਅਵਗੁਣਿ ਪਛੁਤਾਇ॥	thahak mu-ee avgun pachhutaa-ay.
ਠਾਕੁਰੁ ਏਕੁ ਸਬਾਈ ਨਾਰਿ॥	thaakur ayk sabaa-ee naar.
ਬਹੁਤੇ ਵੇਸ ਕਰੇ ਕੂੜਿਆਰਿ॥	bahutay vays karay koorhi-aar.
ਪਰ ਘਰਿ ਜਾਤੀ ਠਾਕਿ ਰਹਾਈ॥	par ghar jaatee thaak rahaa-ee.
ਮਹਲਿ ਬੁਲਾਈ ਠਾਕ ਨ ਪਾਈ॥	mahal bulaa-ee thaak na paa-ee.
ਸਬਦਿ ਸਵਾਰੀ ਸਾਚਿ ਪਿਆਰੀ॥	sabad savaaree saach pi-aaree.
ਸਾਈ ਸੋੁਹਾਗਣਿ ਠਾਕੁਰਿ ਧਾਰੀ॥੨੯॥	saa-ee sohagan thaakur Dhaaree. ||29||

ਆਪਣੇ ਮਨ ਤੇ ਕਾਬੂ ਰਖਕੇ, ਆਪਣੀ ਓਕਾਤ ਤੋਂ ਬਾਹਰ ਨਾ ਜਾਣ ਦੇਵੋ । ਜੀਵ ਆਪਣੀਆਂ ਗਲਤੀਆਂ, ਬੁਰੇ ਖਿਆਲਾਂ ਕਰਕੇ ਝਗੜਾ ਖੜਾ ਕਰਦਾ ਹੈ । ਉਸ ਦਾ ਪਛਤਾਵਾ ਕਰਦਾ, ਆਪਣੇ ਆਪ ਨੂੰ ਤਬਾਹ ਕਰ ਲੈਂਦਾ ਹੈ । ਸੰਸਰ ਵਿੱਚ ਬੰਦਗੀ ਕਰਨ ਵਾਲੇ ਬਹੁਤ ਹਨ, ਪਰ ਪ੍ਰਵਾਨ ਕਰਨ ਵਾਲਾ ਇਕੋ ਇਕ ਅਸਲੀ ਮਾਲਕ ਹੀ ਹੈ । ਫਰੇਬ ਵਾਲੇ ਰਸਤੇ ਤੇ ਚਲਕੇ ਪ੍ਰਵਾਨਗੀ ਬਖਸ਼ਿਸ਼ ਨਹੀਂ ਹੁੰਦੀ । ਜਿਹੜਾ ਗਲਤ ਰਸਤੇ ਤੇ ਚਲਦਾ, ਪ੍ਰਭ ਜੀਵ ਨੂੰ ਚੇਤਾਵਨੀ ਦੇਂਦਾ ਹੈ । ਉਸ ਦੇ ਮਨ ਅੰਦਰੋਂ ਅਵਾਜ਼ ਆਉਂਦੀ ਹੈ, ਮੂਰਖ ਰੁਕ ਜਾਵੋ । ਜਿਸ ਨੂੰ ਦਰਬਾਰ ਵਿਚੋਂ ਸੱਦਾ ਬਖਸ਼ਿਸ਼ ਹੁੰਦਾ ਹੈ, ਉਸ ਦਾ ਰਸਤਾ ਕੋਈ ਰੋਕ ਨਹੀਂ ਸਕਦਾ । ਜਿਹੜਾ ਸ਼ਬਦ ਦੀ ਪਾਲਣਾ ਵਿੱਚ ਮਸਤ ਰਹਿੰਦਾ ਹੈ, ਉਸ ਦੀ ਕਮਾਈ ਪ੍ਰਭ ਨੂੰ ਪ੍ਰਵਾਨ ਹੋ ਜਾਂਦੀ ਹੈ । ਜਿਸ ਆਤਮਾ ਨੂੰ ਪ੍ਰਭ ਦਾ ਆਸਰਾ ਬਖਸ਼ਿਸ਼ ਹੋ ਜਾਂਦਾ ਹੈ, ਉਹ ਦੀ ਆਤਮਾ ਵੱਡੇ ਭਾਗਾਂ ਵਾਲੀ ਬਣ ਜਾਂਦੀ ਹੈ ।

You should arise above the illusion of worldly wealth and control your worldly desires, expectations. Self-minded may create conflicts with others due to his own mistakes and expectation from others. He may repent for his mistakes and ruins his relationship. Many devotees may be meditating with a hope to be accepted in His Court; however, The One and Only One, True Master may accept his earnings. Whosoever may adopt deceptive, clever paths in his human life journey; he may never be accepted in His Court. Whosoever may not adopt the teachings of His Word, follows wrong path in worldly life; he may hear the warning sound from within, to avoid the wrong path. Whosoever may be blessed with an invitation from His Court; no one may create any obstacle in his way of acceptance in His Court. Whosoever may remain intoxicated in obeying the teachings of His Word;

his worldly earnings may be accepted in His Court. He may become very fortunate and his soul may be accepted in His Sanctuary.

30. ਰਾਮਕਲੀ ਮਹਲਾ ੧ ਦਖਣੀ ਓਅੰਕਾਰੁ॥ (30) 933-13

ਡੋਲਤ ਡੋਲਤ ਹੇ ਸਖੀ	dolat dolat hay sakhee
ਫਾਟੇ ਚੀਰ ਸੀਗਾਰ॥	faatay cheer seegaar.
ਡਾਹਪਣਿ ਤਨਿ ਸੁਖੁ ਨਹੀ,	daahpan tan sukh nahee
ਬਿਨੁ ਡਰ ਬਿਣਠੀ ਡਾਰ॥	bin dar binathee daar.
ਡਰਪਿ ਮੁਈ ਘਰਿ ਆਪਣੈ,	darap mu-ee ghar aapnai
ਡੀਠੀ ਕੰਤਿ ਸੁਜਾਣਿ॥	deethee kant sujaan.
ਡਰੁ ਰਾਖਿਆ ਗੁਰਿ ਆਪਣੈ,	dar raakhi-aa gur aapnai
ਨਿਰਭਉ ਨਾਮੁ ਵਖਾਣਿ॥	nirbha-o naam vakhaan.
ਡੂਗਰਿ ਵਾਸੁ ਤਿਖਾ ਘਣੀ,	doogar vaas tikhaa ghanee
ਜਬ ਦੇਖਾ ਨਹੀ ਦੂਰਿ॥	jab daykhaa nahee door.
ਤਿਖਾ ਨਿਵਾਰੀ ਸਬਦੁ ਮੰਨਿ,	tikhaa nivaaree sabad man
ਅੰਮ੍ਰਿਤੁ ਪੀਆ ਭਰਪੂਰਿ॥	amrit pee-aa bharpoor.
ਦੇਹਿ ਦੇਹਿ ਆਖੈ ਸਭੁ ਕੋਈ,	deh deh aakhai sabh ko-ee
ਜੈ ਭਾਵੈ ਤੈ ਦੇਇ॥	jai bhaavai tai day-ay.
ਗੁਰੂ ਦੁਆਰੈ ਦੇਵਸੀ	guroo du-aarai dayvsee
ਤਿਖਾ ਨਿਵਾਰੈ ਸੋਇ॥੩੦॥	tikhaa nivaarai so-ay. ||30||

ਜੀਵ ਦਾ ਮਨ ਡੋਲਦਾ ਰਹਿੰਦਾ ਹੈ, ਉਸ ਦਾ ਤਨ ਜ਼ਖਮੀ ਹੋ ਜਾਂਦਾ ਹੈ । ਜਿਸ ਦੇ ਮਨ ਵਿੱਚ ਪ੍ਰਭ ਦੇ ਵਿਛੋੜੇ ਦਾ ਡਰ ਘਰ ਨਹੀਂ ਕਰਦਾ, ਉਸ ਨੂੰ ਸੰਤੋਖ ਬਖਸ਼ਿਸ਼ ਨਹੀਂ ਹੁੰਦਾ । ਜਿਹੜਾ ਪ੍ਰਭ ਦੇ ਵਿਛੋੜੇ ਵਿੱਚ ਨਿਮਾਣਾ ਬਣ ਜਾਂਦਾ ਹੈ, ਉਸ ਨੂੰ ਰਹਿਮਤ ਬਖਸ਼ਿਸ਼ ਹੋ ਜਾਂਦੀ ਹੈ । ਉਹ ਪ੍ਰਭ ਦੇ ਵਿਛੋੜੇ ਦੇ ਡਰ ਨੂੰ ਮਨ ਵਿੱਚ ਰਖਕੇ, ਪ੍ਰਭ ਦੇ ਸ਼ਬਦ ਦੀ ਉਸਤਤ ਗਾਉਂਦਾ ਹੈ । ਜਿਹੜਾ ਜੀਵ ਬੰਦਗੀ ਦੇ ਪਰਬਤ ਤੇ ਰਹਿੰਦਾ ਹੈ, ਉਸ ਨੂੰ ਤ੍ਰਿਸ਼ਨਾਂ ਦੀ ਪਿਆਸ ਬੁਹਤ ਲਗਦੀ ਹੈ । ਜਿਸ ਦਾ ਭਰੋਸਾ ਅਡੋਲ ਰਹਿੰਦਾ ਹੈ, ਉਸ ਨੂੰ ਪ੍ਰਭ ਨੇੜੇ ਹੀ ਮਹਿਸੂਸ ਹੁੰਦਾ ਹੈ । ਉਸ ਦਾ ਮਨ, ਪ੍ਰਭ ਦੀ ਰਹਿਮਤ ਮਹਿਸੂਸ ਕਰਦਾ ਹੈ, ਪਿਆਸ ਖਤਮ ਹੋ ਜਾਂਦੀ ਹੈ । ਉਸ ਦਾ ਮਨ ਸ਼ਬਦ ਦੇ ਅੰਮ੍ਰਿਤ ਨਾਲ ਭਰ ਜਾਂਦਾ ਹੈ । ਹਰਇਕ ਜੀਵ ਪ੍ਰਭ ਤੋਂ ਸਦਾ ਮੰਗਦਾ ਹੀ ਰਹਿੰਦਾ ਹੈ, ਪ੍ਰਭ ਬਖਸ਼ਦਾ ਰਹਿੰਦਾ ਹੈ । ਜਿਹੜਾ ਪ੍ਰਭ ਦੇ ਵਿਛੋੜੇ ਦੀ ਦਰਦ ਮਨ ਅੰਦਰ ਰਖਦਾ ਹੈ, ਉਸ ਦੀ ਪਿਆਸ ਖਤਮ ਹੋ ਜਾਂਦੀ ਹੈ ।

Whosoever may not have a steady and stable belief on His Blessings; he may wander and follows worldly gurus and religious rituals; his body remain dominated with frustration of worldly desires. Whosoever may not have a fear of separation from His Holy Spirit; he may never be blessed with contentment with any worldly accomplishments, His Blessings. Whosoever may become humble with the renunciation of the memory of his separation from His Holy Spirit; he may be accepted in His Sanctuary. He may remain singing the glory of His Word in renunciation of his separation from His Holy Spirit. Whosoever may reach the top of the mountain of meditation; his sincerity may be tested with various temptations of worldly wealth, desires. Whosoever may remain steady and stable on the right path of acceptance, he may realize His existence everywhere; with His mercy and grace, his anxiety may be eliminated. He may remain overwhelmed with the nectar of the essence of His Word. Everyone remains praying for His Blessings and The True Master always keep bestowing His Virtues. Whosoever may remain in renunciation in his memory of separation from Hos Holy Spirit; with His mercy and grace, all his worldly desires may be eliminated.

31. ਰਾਮਕਲੀ ਮਹਲਾ ੧ ਦਖਣੀ ਓਅੰਕਾਰੁ॥ (31) 933-17

ਢੰਢੋਲਤ ਢੂਢਤ ਹਉ ਫਿਰੀ,	dhandholat dhoodhat ha-o firee
ਢਹਿ ਢਹਿ ਪਵਨਿ ਕਰਾਰਿ॥	dheh dheh pavan karaar.
ਭਾਰੇ ਢਹਤੇ ਢਹਿ ਪਏ,	bhaaray dhahtay dheh pa-ay
ਹਉਲੇ ਨਿਕਸੇ ਪਾਰਿ॥	ha-ulay niksay paar.
ਅਮਰ ਅਜਾਚੀ ਹਰਿ ਮਿਲੇ,	amar ajaachee har milay
ਤਿਨ ਕੈ ਹਉ ਬਲਿ ਜਾਉ॥	tin kai ha-o bal jaa-o.
ਤਿਨ ਕੀ ਧੂੜਿ ਅਘੁਲੀਐ,	tin kee Dhoorh aghulee-ai
ਸੰਗਤਿ ਮੇਲਿ ਮਿਲਾਉ॥	sangat mayl milaa-o.
ਮਨੁ ਦੀਆਂ ਗੁਰਿ ਆਪਣੈ,	man dee-aa gur aapnai
ਪਾਇਆ ਨਿਰਮਲ ਨਾਉ॥	paa-i-aa nirmal naa-o.
ਜਿਨਿ ਨਾਮੁ ਦੀਆਂ ਤਿਸੁ ਸੇਵਸਾ,	jin naam dee-aa tis sayvsaa
ਤਿਸੁ ਬਲਿਹਾਰੈ ਜਾਉ॥	tis balihaarai jaa-o.
ਜੋ ਉਸਾਰੇ ਸੋ ਢਾਹਸੀ,	jo usaaray so dhaahsee
ਤਿਸੁ ਬਿਨੁ ਅਵਰੁ ਨ ਕੋਇ॥	tis bin avar na ko-ay.
ਗੁਰ ਪਰਸਾਦੀ ਤਿਸੁ ਸੰਮ੍ਲਾ,	gur parsaadee tis sammHlaa
ਤਾ ਤਨਿ ਦੂਖੁ ਨ ਹੋਇ॥੩੧॥	taa tan dookh na ho-ay. ||31||

ਪ੍ਰਭ ਨੂੰ ਢੂੰਡਦਾ, ਲੱਭਦਾ ਜੀਵ ਥੱਕ ਜਾਂਦਾ, ਉਸ ਦਾ ਮਨ ਡੋਲ ਜਾਂਦਾ ਹੈ । ਉਹ ਜੀਵਨ ਦੇ ਸਮੁੰਦਰ ਦੇ ਕਿਨਾਰੇ ਤੇ ਡਿੱਗ ਪੈਂਦਾ ਹੈ । ਜਿਸ ਦੇ ਕੀਤੇ ਪਾਪਾਂ ਦੀ ਗੰਢ ਭਾਰੀ ਹੁੰਦੀ, ਉਹ ਡੁਬ ਜਾਂਦਾ, ਜੂੰਨਾਂ ਦੇ ਚੱਕਰ ਵਿੱਚ ਹੀ ਰਹਿੰਦਾ ਹੈ । ਜਿਸ ਦੀ ਗੰਢ ਹੌਲੀ ਹੁੰਦੀ ਹੈ, ਉਹ ਪ੍ਰਵਾਨਗੀ ਦੇ ਮਾਰਗ ਤੇ ਚਲ ਪੈਂਦਾ ਹੈ । ਜਿਹੜਾ ਪ੍ਰਵਾਨਗੀ ਦੇ ਮਾਰਗ ਤੇ ਚਲਦਾ ਹੈ, ਉਹ ਪੂਜਣ ਯੋਗ ਹੋ ਜਾਂਦਾ ਹੈ । ਉਸ ਦੇ ਚਰਨਾਂ ਦੀ ਧੂੜ, ਸੰਗਤ, ਸਿਖਿਆਂ ਨਾਲ ਜੀਵਨ ਢਾਲਣ ਨਾਲ ਹੀ ਪ੍ਰਵਾਨਗੀ ਦਾ ਰਸਤਾ ਬਖਸ਼ਿਸ਼ ਹੁੰਦਾ ਹੈ । ਜਿਹੜਾ ਆਪਣਾ ਮਨ, ਤਨ ਪ੍ਰਭ ਦੇ ਲੇਖੇ ਲਾ ਦੇਂਦਾ ਹੈ । ਉਸ ਨੂੰ ਸ਼ਬਦ ਦੀ ਲਗਨ, ਸੋਝੀ ਬਖਸ਼ਿਸ਼ ਹੋ ਜਾਂਦੀ ਹੈ । ਜੀਵ ਨੂੰ ਪੈਦਾ ਕਰਨ ਵਾਲਾ, ਮੌਤ ਬਖਸ਼ਣ ਵਾਲਾ ਇਕੋ ਇਕ ਪ੍ਰਭ ਹੀ ਹੈ, ਹੋਰ ਕੋਈ ਦੂਸਰਾ ਨਹੀਂ ਹੈ । ਪ੍ਰਭ ਦੇ ਸ਼ਬਦ ਦੀ ਪਾਲਣਾ ਕਰੋ! ਜਿਹੜਾ ਸ਼ਬਦ ਦੀ ਪਾਲਣਾ ਵਿੱਚ ਤਨ, ਮਨ ਭੇਟਾ ਕਰ ਦੇਂਦਾ ਹੈ, ਉਸ ਨੂੰ ਕੋਈ ਦੁਖ ਮਹਿਸੂਸ ਨਹੀਂ ਹੁੰਦਾ ।

Human may become frustrated, tired searching for the enlightenment of His Word, the right path of his human life opportunity. He may fall on the shore of the worldly ocean. Whosoever may have a heavy burden of sins and evil thoughts, he may drown in the ocean of worldly desires; he remains in the cycle of birth and death. Whosoever may have a lighter burden of sins, he may remain on the path of meditation, on the right path of acceptance in His Court. Whosoever may remain meditating on the teachings of His Word with steady and stable; with His mercy and grace, he may become worthy of worship. By adopting his life experience teachings in own life; with His mercy and grace, the right path of acceptance may be blessed. Whosoever may surrender his mind, body, and his worldly status at His Sanctuary; with His mercy and grace, he may be blessed with the enlightenment of the essence of His Word. His state of mind may become beyond the reach of worldly miseries. The One and Only One True Master controls the cycle of birth and death; no one else may have any power. You should always obey the teachings of His Word.

32. ਰਾਮਕਲੀ ਮਹਲਾ ੧ ਦਖਣੀ ਓਅੰਕਾਰੁ॥ (32) 934-2

ਨਾ ਕੋ ਮੇਰਾ ਕਿਸੁ ਗਹੀ,	naa ko mayraa kis gahee
ਨਾ ਕੋ ਹੋਆ ਨ ਹੋਗੁ॥	naa ko ho-aa na hog.
ਆਵਣਿ ਜਾਣਿ ਵਿਗੁਚੀਐ,	aavan jaan viguchee-ai

ਦੁਬਿਧਾ ਵਿਆਪੈ ਰੋਗੁ॥	dubiDhaa vi-aapai rog.
ਨਾਮ ਵਿਹੂਣੇ ਆਦਮੀ,	naam vihoonay aadmee
ਕਲਰ ਕੰਧ ਗਿਰੰਤਿ॥	kalar kanDh girant.
ਵਿਣੁ ਨਾਵੈ ਕਿਉ ਛੂਟੀਐ,	vin naavai ki-o chhootee-ai
ਜਾਇ ਰਸਾਤਲਿ ਅੰਤਿ॥	jaa-ay rasaatal ant.
ਗਣਤ ਗਣਾਵੈ ਅਖਰੀ,	ganat ganaavai akhree
ਅਗਣਤੁ ਸਾਚਾ ਸੋਇ॥	agnat saachaa so-ay.
ਅਗਿਆਨੀ ਮਤਿਹੀਣੁ ਹੈ,	agi-aanee matiheen hai
ਗੁਰ ਬਿਨੁ ਗਿਆਨੁ ਨ ਹੋਇ॥	gur bin gi-aan na ho-ay.
ਤੂਟੀ ਤੰਤੁ ਰਬਾਬ ਕੀ,	tootee tant rabaab kee
ਵਾਜੈ ਨਹੀ ਵਿਜੋਗਿ॥	vaajai nahee vijog.
ਵਿਛੁੜਿਆ ਮੇਲੈ ਪ੍ਰਭੂ,	vichhurhi-aa maylai parabhoo
ਨਾਨਕ ਕਰਿ ਸੰਜੋਗ॥੩੨॥	naanak kar sanjog. ||32||

ਮੇਰਾ ਇਸ ਸੰਸਾਰ ਵਿੱਚ ਕੋਈ ਨਹੀਂ, ਮੈ ਕਿਸ ਦਾ ਆਸਰਾ ਲਵਾ? ਮੇਰਾ ਕੋਈ ਕਦੇ ਵੀ ਨਹੀਂ ਸੀ, ਨਾ ਹੀ ਕੋਈ ਹੋਵੇਗਾ । ਜੀਵ ਭਰਮਾਂ ਕਾਰਨ ਹੀ ਜਨਮ ਮਰਨ ਦੇ ਚੱਕਰ ਵਿੱਚ ਰਹਿੰਦਾ ਹੈ । ਜਿਹੜਾ ਸ਼ਬਦ ਦੀ ਪਾਲਣਾ ਨਹੀਂ ਕਰਦਾ, ਉਹ ਲੂਣ ਦੇ ਥੰਮ ਦੀ ਤਰ੍ਹਾਂ ਢਹਿ ਜਾਂਦਾ ਹੈ । ਸ਼ਬਦ ਦੀ ਪਾਲਣਾ ਤੋਂ ਬਿਨਾਂ, ਜੀਵ ਕਿਵੇਂ ਜੂੰਨਾਂ ਤੋਂ ਛੁਟਕਾਰ ਪਾ ਸਕਦਾ ਹੈ? ਉਹ ਨਰਕ ਵਿੱਚ, ਜੂੰਨਾ ਦੇ ਚੱਕਰ ਵਿੱਚ ਹੀ ਰਹਿੰਦਾ ਹੈ । ਥੋੜ੍ਹੀ ਜਾਣਕਾਰੀ ਨਾਲ ਕਿਵੇਂ ਇਤਨੇ ਵਿਸ਼ਾਲ ਸ਼ਬਦ ਦਾ ਵਖਿਆਣ ਕਰ ਸਕਦੇ ਹਾ? ਅਗਿਆਨੀ ਜੀਵ ਨੂੰ ਸਮਝ ਨਹੀਂ! ਪ੍ਰਭ ਦੀ ਰਹਿਮਤ, ਸ਼ਬਦ ਦੀ ਪਾਲਣਾ ਤੋਂ ਬਿਨਾਂ, ਕਿਵੇਂ ਸੋਝੀ ਪਾ ਸਕਦਾ ਹੈ? ਪ੍ਰਭ ਤੋਂ ਵਿਛੜੀ ਆਤਮਾ ਇਕ ਰਬਾਬ ਦੀ ਟੁੱਟੀ ਤਾਰ ਦੀ ਤਰ੍ਹਾਂ ਹੀ ਹੁੰਦੀ ਹੈ । ਇਸ ਵਿਚੋਂ ਕੋਈ ਸੰਗੀਤ ਦੀ ਧੁਨ ਨਹੀਂ ਨਿਕਲਦੀ । ਪ੍ਰਭ ਆਪ ਹੀ ਰਹਿਮਤ ਬਖਸ਼ਦਾ ਹੈ! ਜਿਸ ਦੇ ਭਾਗ ਉਹ ਆਪ ਬਦਲਦਾ ਹੈ, ਉਸ ਨੂੰ ਆਪਣੇ ਨਾਲ ਜੋੜਦਾ ਹੈ ।

My True Master, I have no family nor helper in the universe; Whom may I count on support or help? I never had any relationship nor I may have any association, bond with anyone in future. Self-minded my remain in the cycle of birth and death due to religious rituals, suspicions. Whosoever may not adopt the teachings of His Word in his day-to-day life; he may be like a pillar of salt within ocean; he may dissolve over a period. How may he be saved from the devil of death, without obeying the teachings of His Word? He may only remain in hell, in the cycle of birth and death. With his insignificant understanding, comprehension of His Nature from worldly guru; how may he comprehend or explain the greatness of His Nature? Ignorant may not realize! How may he be saved from the cycle of birth and death? His separated soul from His Holy Spirit may be like a broken string of musical guitar; no sound may vibrate. Whosoever may be bestowed with His Blessed Vision, his destiny may be changed, he may be blessed with the right path of acceptance in His Court.

33. ਰਾਮਕਲੀ ਮਹਲਾ ੧ ਦਖਣੀ ਓਅੰਕਾਰੁ॥ (33) 934-6

ਤਰਵਰੁ ਕਾਇਆ ਪੰਖਿ ਮਨੁ,	tarvar kaa-i-aa pankh man
ਤਰਵਰਿ ਪੰਖੀ ਪੰਚ॥	tarvar pankhee panch.
ਤਤੁ ਚੁਗਹਿ ਮਿਲਿ ਏਕਸੇ,	tat chugeh mil ayksay
ਤਿਨ ਕਉ ਫਾਸ ਨ ਰੰਚ॥	tin ka-o faas na ranch.
ਉਡਹਿ ਤ ਬੇਗੁਲ ਬੇਗੁਲੇ,	udeh ta baygul baygulay
ਤਾਕਹਿ ਚੋਗ ਘਣੀ॥	takeh chog ghanee.
ਪੰਖ ਤੁਟੇ ਫਾਹੀ ਪੜੀ,	pankh tutay faahee parhee
ਅਵਗੁਣਿ ਭੀੜ ਬਣੀ॥	avgun bheerh banee.
ਬਿਨੁ ਸਾਚੇ ਕਿਉ ਛੂਟੀਐ,	bin saachay ki-o chhootee-ai

ਹਰਿ ਗੁਣ ਕਰਮਿ ਮਣੀ॥	har gun karam manee.
ਆਪਿ ਛਡਾਏ ਛੂਟੀਐ,	aap chhadaa-ay chhootee-ai
ਵਡਾ ਆਪਿ ਧਣੀ॥	vadaa aap Dhanee.
ਗੁਰ ਪਰਸਾਦੀ ਛੂਟੀਐ,	gur parsaadee chhootee-ai
ਕਿਰਪਾ ਆਪਿ ਕਰੇਇ॥	kirpaa aap karay-i.
ਅਪਣੈ ਹਾਥਿ ਵਡਾਈਆ,	apnai haath vadaa-ee-aa
ਜੈ ਭਾਵੈ ਤੈ ਦੇਇ॥੩੩॥	jai bhaavai tai day-ay. ||33||

ਜੀਵ ਦਾ ਮਨ ਇਕ ਪੰਛੀ ਦੀ ਤਰ੍ਹਾਂ ਜੀਵ ਦੇ ਤਨ ਦੇ ਬ੍ਰਿਛ ਵਿੱਚ ਬੈਠਦਾ, ਵਸਦਾ ਹੈ । ਉਸ ਦੇ ਮਨ ਵਿੱਚ ਪੰਜਾਂ ਇਛਾਂ ਦਾ ਪ੍ਰਭਾਵ ਰਹਿੰਦਾ ਹੈ । ਜਿਹੜਾ ਸ਼ਬਦ ਦੀ ਪਾਲਣਾ ਕਰਦਾ ਹੈ, ਉਹ ਇਛਾਂ ਦੇ ਜਾਲ ਵਿੱਚ ਨਹੀਂ ਫਸਦਾ । ਜਿਸ ਦਾ ਭਰੋਸਾ ਪ੍ਰਭ ਦੇ ਸ਼ਬਦ, ਬਖਸ਼ੇ ਤੇ ਅਡੋਲ ਨਹੀਂ ਰਹਿੰਦਾ, ਹੋਰ ਪਾਸੇ ਚਲਦਾ ਹੈ । ਆਪਣੀ ਗਲਤੀ ਨਾਲ ਇਕ ਇਛਾਂ ਦੇ ਜਾਲ ਵਿੱਚ ਫਸ ਜਾਂਦਾ ਹੈ, ਤਾ ਹੌਲੀ ਹੌਲੀ ਬਾਕੀ ਇਛਾਂ ਜ਼ੋਰ ਪਾ ਲੈਂਦੀਆਂ ਹਨ । ਪ੍ਰਭ ਦੀ ਬੰਦਗੀ ਤੋਂ ਬਿਨਾਂ ਕਿਵੇਂ ਕੋਈ ਇਹਨਾਂ ਇਛਾਂ ਤੋਂ ਛੁਟਕਾਰਾ ਪਾ ਸਕਦਾ ਹੈ? ਜੀਵ ਦੇ ਚੰਗੇ ਕੰਮਾਂ ਵਿਚੋਂ ਹੀ ਪ੍ਰਭ ਦੇ ਸ਼ਬਦ ਦੀ ਉਸਤਤ ਬਖਸ਼ਿਸ਼ ਹੁੰਦੀ ਹੈ । ਜਿਸ ਤੇ ਪ੍ਰਭ ਰਹਿਮਤ ਬਖਸ਼ਕੇ ਭਰੋਸਾ ਅਡੋਲ ਰਖਦਾ ਹੈ, ਉਹ ਇਛਾਂ ਤੋਂ ਬਚ ਜਾਂਦਾ ਹੈ । ਪ੍ਰਭ ਹੀ ਸਭ ਤੋਂ ਵੱਡਾ, ਸਭ ਰਹਿਮਤਾਂ ਦਾ ਮਾਲਕ ਹੈ । ਆਪਣੀ ਰਹਿਮਤ ਨਾਲ ਹੀ ਬਖਸ਼ਦਾ ਹੈ ।

Self-minded may be like a bird, sitting and dwelling in the tree of his body. His mind remains overwhelmed with worldly desires. Whosoever may adopt the teachings of His Word with steady and stable belief; with His mercy and grace, he may not be trapped by the worldly desires. Whosoever may not have steady and stable belief on the teachings of His Word; he may follow the religious rituals. With his greed and own careless mistake, he may be attracted to one worldly desire; slowly and slowly the sweet poison of worldly desires takes over the functioning of his brain and thoughts. Without meditating on the teachings of His Word with steady and stable belief! How may anyone conquer the demons of his worldly desires? Whosoever may be kept steady and stable on the path of meditation; with His mercy and grace, he may be saved. All virtues, blessings remain only under the control and command of The True Master, greatest of All.

34. ਰਾਮਕਲੀ ਮਹਲਾ ੧ ਦਖਣੀ ਓਅੰਕਾਰੁ॥ (34) 934-9

ਥਰ ਥਰ ਕੰਪੈ ਜੀਅੜਾ,	thar thar kampai jee-arhaa
ਥਾਨ ਵਿਹੂਣਾ ਹੋਇ॥	thaan vihoonaa ho-ay.
ਥਾਨਿ ਮਾਨਿ ਸਚੁ ਏਕੁ ਹੈ,	thaan maan sach ayk hai
ਕਾਜੁ ਨ ਫੀਟੈ ਕੋਇ॥	kaaj na feetai ko-ay.
ਥਿਰੁ ਨਾਰਾਇਣੁ ਥਿਰੁ ਗੁਰੁ,	thir naaraa-in thir guroo
ਥਿਰੁ ਸਾਚਾ ਬੀਚਾਰੁ॥	thir saachaa beechaar.
ਸੁਰਿ ਨਰ ਨਾਥਹ ਨਾਥੁ ਤੂ,	sur nar naathah naath too ni-
ਨਿਧਾਰਾ ਆਧਾਰੁ॥	Dhaaraa aaDhaar.
ਸਰਬੇ ਥਾਨ ਥਨੰਤਰੀ,	sarbay thaan thanantaree
ਤੂ ਦਾਤਾ ਦਾਤਾਰੁ॥	too daataa daataar.
ਜਹ ਦੇਖਾ ਤਹ ਏਕੁ ਤੂ,	jah daykhaa tah ayk too
ਅੰਤੁ ਨ ਪਾਰਾਵਾਰੁ॥	ant na paaraavaar.
ਥਾਨ ਥਨੰਤਰਿ ਰਵਿ ਰਹਿਆ,	thaan thanantar rav rahi-aa
ਗੁਰ ਸਬਦੀ ਵੀਚਾਰਿ॥	gur sabdee veechaar.
ਅਣਮੰਗਿਆ ਦਾਨੁ ਦੇਵਸੀ,	anmangi-aa daan dayvsee
ਵਡਾ ਅਗਮ ਅਪਾਰੁ॥੩੪॥	vadaa agam apaar. ||34||

ਜਿਸ ਦਾ ਭਰੋਸਾ ਪ੍ਰਭ ਦੇ ਸ਼ਬਦ ਤੋਂ ਡੋਲ ਜਾਂਦਾ ਹੈ । ਕੇਵਲ ਪ੍ਰਭ ਰਹਿਮਤ ਨਾਲ ਹੀ ਸ਼ਬਦ ਤੇ ਭਰੋਸਾ ਅਡੋਲ, ਮਾਣ ਵਾਪਸ ਬਖਸ਼ਿਸ਼ ਹੋ ਸਕਦਾ ਹੈ । ਪ੍ਰਭ ਦਾ ਭਾਣਾ ਸਦਾ ਅਟਲ ਰਹਿਣ ਵਾਲਾ ਹੈ । ਸਦਾ ਅਟਲ ਰਹਿਣ ਵਾਲਾ ਮਾਲਕ, ਸਦਾ ਹੀ ਅਸਲੀ ਰਸਤੇ ਤੇ ਪਾਉਂਦਾ ਹੈ । ਪ੍ਰਭ ਦੇ ਸ਼ਬਦ ਦੀ ਕਮਾਈ ਕਦੇ ਬਿਰਥੀ ਨਹੀਂ ਜਾਂਦੀ । ਪ੍ਰਭ ਹੀ ਨਾਥਾਂ ਦਾ ਨਾਥ, ਗੁਰੂਆਂ ਦਾ ਗੁਰੂ, ਜੋਗੀਆਂ ਦਾ ਜੋਗੀ, ਨਿਮਾਣਿਆਂ ਦਾ ਆਸਰਾ ਹੈ । ਪ੍ਰਭ ਹਰ ਥਾਂ ਤੇ ਹਾਜਰਾ ਹਜ਼ੂਰ ਵਾਪਰਦਾ, ਦਾਤਾਂ ਬਖਸ਼ਦਾ, ਪ੍ਰਭ ਵਿੱਚ ਕੋਈ ਕਮੀ, ਘਾਟ ਨਹੀਂ ਹੈ । ਪ੍ਰਭ ਦੇ ਸ਼ਬਦ ਦੀ ਸੋਝੀ, ਸ਼ਬਦ ਦੀ ਪਾਲਣਾ ਨਾਲ ਹੀ ਬਖਸ਼ਿਸ਼ ਹੁੰਦੀ ਹੈ । ਪ੍ਰਭ ਜੀਵ ਦੀ ਪਹੁੰਚ, ਅੰਤ ਤੋਂ ਰਹਿਤ, ਬਿਨਾਂ ਮੰਗਿਆ, ਲੋੜ ਅਨੁਸਾਰ ਦਾਤਾਂ ਬਖਸ਼ਦਾ ਹੈ ।

Whosoever may lose his belief of His Blessings; only With His mercy and grace, he may regain His Merciful Blessed Vision or honor? The Creator remains unchanged and true forever; He may always bless the right path to His Creation. The earnings of His Word may never be wasted, always reward. His Command always remains unchanged, unavoidable, and prevails in the universe. The Omnipresent True Master, King of kings, True Guru of worldly gurus always protects and supports helpless humble devotee. He prevails everywhere and has no deficiency or shortage of virtues, blessings in His Court. His Word remains embedded within each soul. The enlightenment of the essence of His Word may only be blessed by obeying the teachings of His Word. His Nature remains beyond reach and comprehension of His Creation. The Omniscient True Master may bestow His Blessings, virtues on His Creation as needed for his survival; without praying or begging.

35. ਰਾਮਕਲੀ ਮਹਲਾ ੧ ਦਖਣੀ ਓਅੰਕਾਰੁ॥ (35) 934-13

ਦਇਆ ਦਾਨੁ ਦਇਆਲੁ ਤੂ,	da-i-aa daan da-i-aal too
ਕਰਿ ਕਰਿ ਦੇਖਣਹਾਰੁ॥	kar kar daykhanhaar.
ਦਇਆ ਕਰਹਿ ਪ੍ਰਭ ਮੇਲਿ ਲੈਹਿ,	da-i-aa karahi parabh mayl laihi
ਖਿਨ ਮਹਿ ਢਾਹਿ ਉਸਾਰਿ॥	khin meh dhaahi usaar.
ਦਾਨਾ ਤੂ ਬੀਨਾ ਤੁਹੀ,	daanaa too beenaa tuhee
ਦਾਨਾ ਕੈ ਸਿਰਿ ਦਾਨੁ॥	daanaa kai sir daan.
ਦਾਲਦ ਭੰਜਨ ਦੁਖ ਦਲਣ,	daalad bhanjan dukh dalan gur-
ਗੁਰਮੁਖਿ ਗਿਆਨੁ ਧਿਆਨੁ॥ ੩੫॥	mukh gi-aan Dhi-aan. ||35||

ਪ੍ਰਭ ਦਿਆਲੋ, ਦਾਤਾਂ ਦਾ ਮਾਲਕ, ਤਰਸਵਾਨ ਹੈ । ਆਪ ਹੀ ਜੀਵ ਨੂੰ ਪੈਦਾ ਕਰਦਾ, ਦੇਖਦਾ, ਪਾਲਣਾ ਕਰਦਾ ਹੈ । ਪ੍ਰਭ ਇਕ ਪਲ ਵਿੱਚ ਕਿਸੇ ਨੂੰ ਬਚਾ ਸਕਦਾ ਹੈ, ਖਤਮ ਕਰ ਸਕਦਾ ਹੈ । ਪ੍ਰਭ ਆਪਣੀ ਸ਼ਰਣ ਵਿੱਚ ਪਨਾਹ ਬਖਸ਼ੋ । ਅੰਤਰਜਾਮੀ, ਪ੍ਰਭ ਸਭ ਤੋਂ ਸੋਝੀਵਾਨ, ਦਾਤਾਂ ਦਾ ਮਾਲਕਾ ਹੈ । ਜਿਹੜਾ ਗੁਰਮਖ ਸ਼ਬਦ ਦੀ ਪਾਲਣਾ ਕਰਦਾ, ਜੀਵਨ ਢਾਲਦਾ, ਧਿਆਨ ਲਾਉਂਦਾ ਹੈ । ਉਸ ਦੇ ਸਾਰੇ ਸੰਸਾਰਕ ਦੁਖ ਦੂਰ ਕਰ ਦੇਂਦਾ ਹੈ, ਇਛਾਂ ਤੇ ਜਿੱਤ ਬਖੀਸ਼ਸ਼ ਹੋ ਜਾਂਦੀ ਹੈ ।

The Merciful, Generous True Master treasure of all virtues, creates new life, nourishes, and protects the universe. He may create or destroys any creature or anything in a twinkle of eyes. My Merciful Master, blesses me acceptance in Your Sanctuary. The Omniscient True Master may be the most enlightened, and true giver of blessings to His Creation. Whosoever may remain focused, obeys, and adopts the teachings of Your Word in his day-to-day life; with Your mercy and grace, he may be blessed with victory on his worldly desires and eliminates his worldly miseries.

36. ਰਾਮਕਲੀ ਮਹਲਾ ੧ ਦਖਣੀ ਓਅੰਕਾਰੁ॥ (36) 934-15

ਧਨਿ ਗਇਐ ਬਹਿ ਝੂਰੀਐ,	Dhan ga-i-ai bahi jhooree-ai
ਧਨ ਮਹਿ ਚੀਤੁ ਗਵਾਰ॥	Dhan meh cheet gavaar.
ਧਨੁ ਵਿਰਲੀ ਸਚੁ ਸੰਚਿਆ,	Dhan virlee sach sanchi-aa

ਨਿਰਮਲੁ ਨਾਮੁ ਪਿਆਰਿ॥	nirmal naam pi-aar.
ਧਨੁ ਗਇਆ ਤਾ ਜਾਣ ਦੇਹਿ,	Dhan ga-i-aa taa jaan deh
ਜੇ ਰਾਚਹਿ ਰੰਗਿ ਏਕ॥	jay raacheh rang ayk.
ਮਨੁ ਦੀਜੈ ਸਿਰੁ ਸਉਪੀਐ,	man deejai sir sa-upee-ai
ਭੀ ਕਰਤੇ ਕੀ ਟੇਕ॥	bhee kartay kee tayk.
ਧੰਧਾ ਧਾਵਤ ਰਹਿ ਗਏ,	DhanDhaa Dhaavat reh ga-ay
ਮਨ ਮਹਿ ਸਬਦੁ ਅਨੰਦੁ॥	man meh sabad anand.
ਦੁਰਜਨ ਤੇ ਸਾਜਨ ਭਏ,	durjan tay saajan bha-ay
ਭੇਟੇ ਗੁਰ ਗੋਵਿੰਦ॥	bhaytay gur govind.
ਬਨੁ ਬਨੁ ਫਿਰਤੀ ਢੂਢਤੀ,	ban ban firtee dhoodh-tee
ਬਸਤੁ ਰਹੀ ਘਰਿ ਬਾਰਿ॥	basat rahee ghar baar.
ਸਤਿਗੁਰਿ ਮੇਲੀ ਮਿਲਿ ਰਹੀ,	satgur maylee mil rahee
ਜਨਮ ਮਰਣ ਦੁਖੁ ਨਿਵਾਰਿ॥੩੬॥	janam maran dukh nivaar. ||36||

ਜਿਹੜਾ ਜੀਵ ਸੰਸਾਰਕ ਧਨ ਗਵਾਚਣ ਨਾਲ ਉਦਾਸ ਹੁੰਦਾ ਹੈ । ਉਸ ਦਾ ਮਨ, ਧਿਆਨ ਸੰਸਾਰਕ ਧਨ ਵਿੱਚ ਹੀ ਹੁੰਦਾ ਹੈ । ਕੋਈ ਵਿਰਲਾ ਹੀ ਜੀਵ ਸ਼ਬਦ ਦਾ ਧਨ ਇਕੱਠਾ ਕਰਨ ਵਿੱਚ ਹੀ ਮਸਤ ਰਹਿੰਦਾ ਹੈ । ਅਗਰ ਇਤਨਾ ਸੌਖਾ ਕੰਮ ਹੋਵੇ! ਸੰਸਾਰਕ ਧਨ ਗਵਾਚਣ ਨਾਲ ਮਨ ਸ਼ਬਦ ਦੇ ਧਨ ਵਿੱਚ ਲਗ ਜਾਂਦਾ ਹੈ, ਤਾ ਮੈਂ ਸੰਸਾਰਕ ਧਨ ਲੁੱਟਾ ਦੇਵਾ । ਜੀਵ ਆਪਣੇ ਮਨ ਨੂੰ ਸ਼ਬਦ ਦੀ ਪਾਲਣਾ ਵਿੱਚ ਅਡੋਲ ਰਖਕੇ, ਕੇਵਲ ਪ੍ਰਭ ਦੀ ਰਹਿਮਤ ਦਾ ਆਸਰਾ ਹੀ ਭਾਲੋ, ਸੰਸਾਰਕ ਇਛਾਂ ਦਾ ਸੋਚਣਾ ਬੰਦ ਕਰ ਦੇਵੋ । ਜਿਹੜਾ ਸੰਸਾਰਕ ਇਛਾਂ ਦੀਆਂ ਭਟਕਣਾਂ ਦੀ ਪ੍ਰਵਾਹ ਨਹੀਂ ਕਰਦਾ, ਉਸ ਦੇ ਮਨ ਵਿੱਚ ਸ਼ਾਂਤੀ, ਪ੍ਰਭ ਦੀ ਰਹਿਮਤ ਬਖਸ਼ਿਸ਼ ਹੋ ਜਾਂਦੀ ਹੈ । ਜਿਹੜਾ ਸ਼ਬਦ ਦੀ ਪਾਲਣਾ ਵਿੱਚ ਅਡੋਲ ਹੋ ਜਾਂਦਾ ਹੈ । ਉਸ ਦੇ ਮਨ ਵਿਚੋਂ ਬੁਰੇ ਖਿਆਲ ਨਾਸ਼ ਹੋ ਜਾਂਦੇ ਹਨ, ਸਭ ਮਿੱਤਰ ਹੀ ਨਜ਼ਰ ਆਉਂਦੇ ਹਨ । ਜਿਸ ਪਦਾਰਥ ਨੂੰ ਜੰਗਲਾਂ ਵਿੱਚ ਢੂੰਡਦਾ ਸੀ । ਉਸ ਨੂੰ ਮਨ ਦੇ ਅੰਦਰੋਂ ਹੀ ਬਖਸ਼ਿਸ਼ ਹੋ ਜਾਂਦਾ ਹੈ । ਪ੍ਰਭ ਦੇ ਸ਼ਬਦ ਵਿੱਚ ਲਗਨ ਲਾਉਣ ਨਾਲ ਜਨਮ ਮਰਨ ਦਾ ਦੁਖ ਖਤਮ ਹੋ ਜਾਂਦਾ ਹੈ ।

Whosoever may remain depressed by losing worldly wealth, possessions; he may remain a slave of worldly wealth and only thinks about short-lived pleasures in his life. However, very rare devotee may remain intoxicated in collecting the wealth of His Word. Imagine! if the process of collecting wealth may become so easy, whosoever may lose his worldly wealth; he may become attached to the obey the teachings of His Word, earns the wealth of His Word; I may distribute may worldly wealth in a twinkle of eyes. You should obey the teachings of His Word with steady and stable belief and only pray for His Forgiveness and Refuge. You should never think or worry about worldly desires. Whosoever may not worry about or care about his worldly frustrations; with His mercy and grace, he may be blessed with peace of mind. Whosoever may obey the teachings of His Word with steady and stable belief in his day-to-day life; with His mercy and grace, all his evil thoughts of his mind may be eliminated; everyone may appear to be his friend. Whatsoever he may be wandering and searching in wild forests, void; with His mercy and grace, he may be blessed from within his mind. He may remain intoxicated in meditation in the void of His Word; his cycle of birth and death may be eliminated.

37. ਰਾਮਕਲੀ ਮਹਲਾ ੧ ਦਖਣੀ ਓਅੰਕਾਰੁ॥ (37) 934-19

ਨਾਨਾ ਕਰਤ ਨ ਛੂਟੀਐ,	naanaa karat na chhootee-ai
ਵਿਣੁ ਗੁਣ ਜਮ ਪੁਰਿ ਜਾਹਿ॥	vin gun jam pur jaahi.
ਨਾ ਤਿਸੁ ਏਹੁ ਨ ਓਹੁ ਹੈ,	naa tis ayhu na oh hai
ਅਵਗੁਣਿ ਫਿਰਿ ਪਛੁਤਾਹਿ॥	avgun fir pachhutaahi.

ਨਾ ਤਿਸੁ ਗਿਆਨੁ ਨ ਧਿਆਨੁ ਹੈ, naa tis gi-aan na Dhi-aan hai
ਨਾ ਤਿਸੁ ਧਰਮੁ ਧਿਆਨੁ॥ naa tis Dharam Dhi-aan.
ਵਿਣੁ ਨਾਵੈ ਨਿਰਭਉ ਕਹਾ, vin naavai nirbha-o kahaa
ਕਿਆ ਜਾਣਾ ਅਭਿਮਾਨੁ॥ ki-aa jaanaa abhimaan.
ਥਾਕਿ ਰਹੀ ਕਿਵ ਅਪੜਾ, thaak rahee kiv aprhaa
ਹਾਥ ਨਹੀ ਨਾ ਪਾਰੁ॥ haath nahee naa paar.
ਨਾ ਸਾਜਨ ਸੇ ਰੰਗੁਲੇ, naa saajan say rangulay
ਕਿਸੁ ਪਹਿ ਕਰੀ ਪੁਕਾਰ॥ kis peh karee pukaar.
ਨਾਨਕ ਪ੍ਰਿਉ ਪ੍ਰਿਉ ਜੇ ਕਰੀ, naanak pari-o pari-o jay karee
ਮੇਲੇ ਮੇਲਣਹਾਰੁ॥ maylay maylanhaar.
ਜਿਨਿ ਵਿਛੋੜੀ ਸੋ ਮੇਲਸੀ, jin vichhorhee so maylsee
ਗੁਰ ਕੈ ਹੇਤਿ ਅਪਾਰਿ॥੩੭॥ gur kai hayt apaar. ||37||

ਧਰਮ ਦੇ ਰੀਤ ਰੀਵਾਜ ਨਾਲ ਕੋਈ ਦਰਬਾਰ ਵਿੱਚ ਪ੍ਰਵਾਨ ਨਹੀਂ ਹੁੰਦਾ । ਸ਼ਬਦ ਦੀ ਕਮਾਈ ਕਰਨ ਤੋਂ ਬਿਨਾਂ ਜੀਵ ਜੂੰਨਾਂ ਦੇ ਚੱਕਰ ਵਿੱਚ ਹੀ ਰਹਿੰਦਾ ਹੈ । ਇਹ ਮਾਨਸ ਜਨਮ, ਜੀਵਨ ਪਾਪ ਵਾਲੇ ਕੰਮ ਜਾ ਗਲਤੀਆਂ ਕਰਨ ਲਈ ਨਹੀਂ ਬਖਸ਼ਿਸ਼ ਹੁੰਦਾ । ਜਿਸ ਜੀਵ ਨੂੰ ਸ਼ਬਦ ਦੀ ਸੋਝੀ ਨਹੀਂ ਹੁੰਦੀ, ਉਸ ਦਾ ਧਿਆਨ ਸ਼ਬਦ ਦੀ ਕਮਾਈ, ਜਾ ਧਰਮ ਦੇ ਨਿਯਮਾਂ ਦੀ ਪਾਲਣਾ ਵਿੱਚ ਨਹੀਂ ਹੁੰਦਾ । ਸ਼ਬਦ ਦੀ ਕਮਾਈ ਤੋਂ ਬਿਨਾਂ ਕਿਵੇਂ ਕਿਸੇ ਦਾ ਮੌਤ ਦਾ ਡਰ ਦੂਰ ਹੋ ਸਕਦਾ ਹੈ? ਉਸ ਨੂੰ ਪ੍ਰਭ ਦੇ ਹੁਕਮ ਦੀ ਸਮਝ ਕਿਵੇਂ ਆ ਸਕਦੀ ਹੈ? ਇਹ ਸੰਸਾਰਕ ਸਾਗਰ ਕਿਵੇਂ ਪਾਰ ਕੀਤਾ ਜਾ ਸਕਦਾ ਹੈ? ਸੰਸਾਰਕ ਸਾਗਰ ਦਾ ਨਾ ਹੀ ਤੱਲਾ, ਨਾ ਹੀ ਕਿਨਾਰਾ ਦਿਸਦਾ ਹੈ । ਪ੍ਰਭ, ਮੇਰਾ ਸੰਸਾਰ ਵਿੱਚ ਸਾਥ ਦੇਣ ਵਾਲਾ, ਸੋਝੀ ਦੇਣ ਵਾਲਾ ਹੋਰ ਕੋਈ ਨਹੀਂ ਹੈ । ਮੈਂ ਕਿਸ ਨੂੰ ਪੁਛ ਸਕਦਾ, ਜਾ ਮਦਦ ਲੈ ਸਕਦਾ ਹਾ । ਜਿਹੜਾ ਪ੍ਰਭ ਦੇ ਸ਼ਬਦ ਦੀ ਪਾਲਣਾ ਅਡੋਲ ਭਰੋਸੇ ਨਾਲ ਕਰਦਾ ਹੈ । ਪ੍ਰਭ ਉਸ ਨੂੰ ਪ੍ਰਵਾਨਗੀ ਦੇ ਰਸਤੇ ਤੇ ਅਡੋਲ ਰਖਦਾ ਹੈ । ਜਿਹੜਾ ਆਪਣੇ ਨਾਲੋ ਵਿਛੜਦਾ ਹੈ, ਆਪ ਸੰਜੋਗ ਬਖਸ਼ਦਾ ਹੈ ।

Whosoever may think worldly religious rituals may be the right path of acceptance in His Court; he may never be blessed with the right path of acceptance in His Court. Without earning of His Word, he may remain in the cycle of birth and death. His soul has not been blessed with human life opportunity to perform sins, evil deeds in the universe, rather to sanctify his soul. Whosoever may not be enlightened with the essence of His Word; he may not earn the wealth of His Word nor obeys the teachings, principles of worldly religion, the intent of ancient prophet. Without the earnings of His Word, how may he eliminate his fear of devil of death? How may he understand, comprehend the essence of His Word? How may he cross the worldly ocean of desires? The ocean of worldly desires may not have any bottom nor any shore. I do not have any companion or teacher to guide on the right path of acceptance in His Court. Whom may I ask or beg for help? Whosoever may obey the teachings of His Word with steady and stable belief in his day-to-day life; with His mercy and grace, The True Master may keep him steady and stable on the right path. Who may have separated his soul from His Holy Spirit; with His mercy and grace, only He may immerse his soul within His Holy Spirit?

38. ਰਾਮਕਲੀ ਮਹਲਾ ੧ ਦਖਣੀ ਓਅੰਕਾਰੁ॥ (38) 935-4

ਪਾਪੁ ਬੁਰਾ ਪਾਪੀ ਕਉ ਪਿਆਰਾ॥ paap buraa paapee ka-o pi-aaraa.
ਪਾਪਿ ਲਦੇ ਪਾਪੇ ਪਾਸਾਰਾ॥ paap laday paapay paasaaraa.
ਪਰਹਰਿ ਪਾਪੁ ਪਛਾਣੈ ਆਪੁ॥ parhar paap pachhaanai aap.
ਨਾ ਤਿਸੁ ਸੋਗੁ ਵਿਜੋਗੁ ਸੰਤਾਪੁ॥ naa tis sog vijog santaap.
ਨਰਕਿ ਪੜੰਤਉ ਕਿਉ ਰਹੈ, narak parhaNta-o ki-o rahai
ਕਿਉ ਬੰਚੈ ਜਮਕਾਲੁ॥ ki-o banchai jamkaal.
ਕਿਉ ਆਵਣ ਜਾਣਾ ਵੀਸਰੈ, ki-o aavan jaanaa veesrai

ਝੂਠੁ ਬੁਰਾ ਖੈ ਕਾਲੁ॥ jhooth buraa khai kaal.
ਮਨੁ ਜੰਜਾਲੀ ਵੇੜਿਆ, man janjaalee vayrhi-aa
ਭੀ ਜੰਜਾਲਾ ਮਾਹਿ॥ bhee janjaalaa maahi.
ਵਿਣੁ ਨਾਵੈ ਕਿਉ ਛੂਟੀਐ, vin naavai ki-o chhootee-ai
ਪਾਪੇ ਪਚਹਿ ਪਚਾਹਿ॥੩੮॥ paapay pacheh pachaahi. ||38||

ਜੀਵਨ ਵਿੱਚ ਪਾਪ ਕਰਨਾ ਬੁਰਾ, ਮੰਦਾ ਕੰਮ ਹੈ, ਪਰ ਇਹ ਪਾਪ ਕਰਨ ਵਾਲੇ ਨੂੰ ਬਹੁਤ ਪਿਆਰਾ ਲਗਦਾ ਹੈ । ਉਹ ਪਾਪ ਦਾ ਭਾਰ, ਧਨ ਇਕੱਠਾ ਕਰਦਾ ਰਹਿੰਦਾ ਹੈ । ਇਸ ਨਾਲ ਹੀ ਸੰਸਾਰ ਵਿੱਚ ਹੈਸੀਅਤ ਬਣਾਉਂਦਾ ਹੈ । ਜਿਹੜਾ ਆਪਣੇ ਆਪ ਨੂੰ ਪਛਾਣ ਲੈਂਦਾ ਹੈ । ਉਸ ਤੋਂ ਪਾਪ ਦੂਰ ਰਹਿੰਦੇ, ਦੂਰ ਭਾਗ ਜਾਂਦੇ ਹਨ । ਉਸ ਜੀਵ ਤੇ ਵਿਛੋੜੇ ਅਤੇ ਉਦਾਸੀ ਦਾ ਕੋਈ ਪ੍ਰਭਾਵ ਨਹੀਂ ਹੁੰਦਾ । ਪਾਪ ਕਰਨ ਵਾਲਾ ਨਰਕ ਤੋਂ ਕਿਵੇਂ ਬਚ ਸਕਦਾ ਹੈ? ਮੌਤ ਬਹੁਤ ਦੁਖ ਦਾਇਕ ਹੁੰਦੀ ਹੈ, ਉਹ ਮੌਤ ਦੇ ਫਰਿਸ਼ਤੇ ਨੂੰ ਕਿਵੇਂ ਧੋਖਾ ਦੇ ਸਕਦਾ ਹੈ? ਜੂੰਨਾਂ ਦਾ ਚੱਕਰ ਕਿਵੇਂ ਖਤਮ ਹੋ ਸਕਦਾ ਹੈ? ਜਿਸ ਦਾ ਮਨ ਇਛਾਂ ਦੇ ਮਗਰ ਲਗ ਜਾਂਦਾ ਹੈ, ਉਹ ਸੰਸਾਰਕ ਮਾਇਆ ਦੇ ਜਾਲ ਵਿੱਚ ਹੀ ਫਸ ਜਾਂਦਾ ਹੈ । ਸ਼ਬਦ ਦੀ ਪਾਲਣਾ ਕਰਨ ਤੋਂ ਬਿਨਾਂ ਕਿਵੇਂ ਕੋਈ ਬਚ ਸਕਦਾ ਹੈ? ਉਹ ਪਾਪ ਦੇ ਨਰਕ ਵਿੱਚ, ਜੂੰਨਾਂ ਵਿੱਚ ਹੀ ਰਹਿੰਦਾ ਹੈ ।

To perform evil deeds may be sinful; however, sinner may remain intoxicated and enjoys evil deeds. He may collect the burden of sins; with his evil deeds, he may enhance his worldly status and glory. Whosoever may recognize the real purpose of his human life opportunity; the demons of worldly desires may remain hidden from him. His state of mind remains beyond the reach of the influence separation and sadness. How the sinners be saved from hell? How may he deceive and be saved from devil of death? How may he eliminate the terrible misery of his cycle of birth and death? Whosoever may remain intoxicated with worldly desires; he may become a slave of sweet poison of worldly desires. Without obeying the teachings of His Word, without earnings of His Word; how may he be saved from devil of death? He may remain in the cycle of birth and death.

39. ਰਾਮਕਲੀ ਮਹਲਾ ੧ ਦਖਣੀ ਓਅੰਕਾਰੁ॥ (39) 935-7

ਫਿਰਿ ਫਿਰਿ ਫਾਹੀ ਫਾਸੈ ਕਊਆ॥ fir fir faahee faasai ka-oo-aa.
ਫਿਰਿ ਪਛੁਤਾਨਾ ਅਬ ਕਿਆ ਹੂਆ॥ fir pachhutaanaa ab ki-aa hoo-aa.
ਫਾਥਾ ਚੋਗ ਚੁਗੈ ਨਹੀ ਬੂਝੈ॥ faathaa chog chugai nahee boojhai.
ਸਤਗੁਰੁ ਮਿਲੈ ਤ ਆਖੀ ਸੂਝੈ॥ satgur milai ta aakhee soojhai.
ਜਿਉ ਮਛੁਲੀ ਫਾਥੀ ਜਮ ਜਾਲਿ॥ ji-o machhulee faathee jam jaal.
ਵਿਣੁ ਗੁਰ ਦਾਤੇ ਮੁਕਤਿ ਨ ਭਾਲਿ॥ vin gur daatay mukat na bhaal.
ਫਿਰਿ ਫਿਰਿ ਆਵੈ ਫਿਰਿ ਫਿਰਿ ਜਾਇ॥ fir fir aavai fir fir jaa-ay.
ਇਕ ਰੰਗਿ ਰਚੈ ਰਹੈ ਲਿਵ ਲਾਇ॥ ik rang rachai rahai liv laa-ay.
ਇਵ ਛੂਟੈ ਫਿਰਿ ਫਾਸ ਨ ਪਾਇ॥੩੯॥ iv chhootai fir faas na paa-ay. ||39||

ਜਿਹੜਾ ਜੀਵ ਇਛਾਂ ਦੇ ਜਾਲ ਵਿੱਚ ਫਸ ਜਾਂਦਾ ਹੈ, ਮੌਤ ਤੇ ਪਛਤਾਵਾ ਕਰਦਾ ਹੈ, ਪਰ ਉਸ ਵੇਲੇ ਕੋਈ ਲਾਭ ਨਹੀਂ ਹੁੰਦਾ, ਮੌਕਾ ਖੋਹ ਗਿਆ ਹੈ । ਭਾਵੇ ਉਹ ਜੀਵ ਜਾਣਦਾ ਹੋਵੇ, ਉਹ ਇਛਾਂ ਦੇ ਜਾਲ ਵਿੱਚ ਫਸਿਆ ਹੈ । ਪਰ ਉਸ ਨੂੰ ਸਮਝ ਨਹੀਂ ਆਉਂਦੀ, ਇਸ ਵਿਚੋਂ ਕਿਵੇਂ ਬਚ ਸਕਦਾ ਹੈ? ਜਿਹੜਾ ਸ਼ਬਦ ਦੀ ਪਾਲਣਾ ਕਰਦਾ ਹੈ, ਉਹ ਆਪਣੀਆਂ ਅੱਖਾਂ ਨਾਲ ਦੇਖ ਸਕਦਾ ਹੈ । ਉਸ ਜੀਵ ਦੇ ਮਨ ਦੀ ਹਾਲਤ ਇਸਤਰ੍ਹਾਂ ਦੀ ਹੁੰਦੀ ਹੈ, ਜਿਵੇਂ ਮੱਛੀ ਜਾਲ ਵਿੱਚ ਫਸ ਹੁੰਦੀ ਹੈ । ਇਸਤਰ੍ਹਾਂ ਉਹ ਜੂੰਨਾਂ ਦੇ ਜਾਲ ਵਿੱਚ ਫਸ ਜਾਂਦਾ ਹੈ । ਸ਼ਬਦ ਦੀ ਪਾਲਣਾ ਤੋ ਬਿਨਾਂ, ਪ੍ਰਵਾਨਗੀ ਦਾ ਰਸਤਾ ਬਖਸ਼ਿਸ਼ ਨਹੀਂ ਹੁੰਦਾ । ਦਾਤਾਂ ਬਖਸ਼ਣ ਵਾਲੇ ਮਾਲਕ ਦੀ ਰਹਿਮਤ ਤੋਂ ਬਿਨਾਂ ਜੀਵ ਜਨਮ ਮਰਨ ਦੇ ਚੱਕਰ ਵਿੱਚ ਹੀ ਰਹਿੰਦਾ ਹੈ । ਜਿਹੜਾ ਸ਼ਬਦ ਦੀ ਪਾਲਣਾ ਵਿੱਚ ਮਸਤ ਰਹਿੰਦਾ ਹੈ, ਆਪਣੀ ਸੁਰਤੀ ਪ੍ਰਭ ਦੇ ਚਰਨਾਂ ਵਿੱਚ ਹੀ

ਰਖਦਾ ਹੈ । ਇਸਤਰ੍ਹਾਂ ਸ਼ਬਦ ਨਾਲ ਜੀਵਨ ਢਾਲਣ ਨਾਲ ਹੀ ਪ੍ਰਵਾਨਗੀ ਦਾ ਰਸਤਾ ਬਖਸ਼ਿਸ਼ ਹੋ ਸਕਦਾ ਹੈ । ਉਹ ਸੰਸਾਰਕ ਇਛਾਂ ਦੇ ਜਾਲ ਵਿੱਚ ਨਹੀਂ ਫਸਦਾ ਹੈ, ਜੂੰਨਾਂ ਵਿੱਚ ਨਹੀਂ ਭਉਦਾ ।

Whosoever may remain intoxicated with worldly desires, even he may regret and repents after death; he has lost his opportunity; his repenting and regretting may not have any sincerity. Even though self-minded may be aware, he is trapped in worldly desires; however, he may not understand how to be saved? Whosoever may obey the teachings of His Word; he may realize the real purpose of his human life opportunity and the traps of worldly wealth. Self-minded, greedy may remain miserable in his life as a fish trapped in net. He remains in the cycle of birth and death. Without His Blessings, without obeying the teachings of His Word, he may never be blessed with the right path of acceptance in His Court. He may remain in the cycle of birth and death. Whosoever may obey the teachings of His Word with steady and stable belief in his day-to-day life; he may be blessed with the right path of acceptance in His Court. He may become beyond the reach of sweet poison of worldly wealth; with His mercy and grace, his cycle of birth and death may be eliminated.

40. ਰਾਮਕਲੀ ਮਹਲਾ ੧ ਦਖਣੀ ਓਅੰਕਾਰੁ॥ (40) 935-10

ਬੀਰਾ ਬੀਰਾ ਕਰਿ ਰਹੀ,	beeraa beeraa kar rahee
ਬੀਰ ਭਏ ਬੈਰਾਇ॥	beer bha-ay bairaa-ay.
ਬੀਰ ਚਲੇ ਘਰਿ ਆਪਣੈ,	beer chalay ghar aapnai
ਬਹਿਣ ਬਿਰਹਿ ਜਲਿ ਜਾਇ॥	bahin bireh jal jaa-ay.
ਬਾਬੁਲ ਕੈ ਘਰਿ ਬੇਟੜੀ,	baabul kai ghar baytrhee
ਬਾਲੀ ਬਾਲੈ ਨੇਹਿ॥	baalee baalai nayhi.
ਜੇ ਲੋੜਹਿ ਵਰੁ ਕਾਮਣੀ,	jay lorheh var kaamnee
ਸਤਿਗੁਰੁ ਸੇਵਹਿ ਤੇਹਿ॥	satgur sayveh tayhi.
ਬਿਰਲੋ ਗਿਆਨੀ ਬੂਝਣਉ,	birlo gi-aanee boojh-na-o
ਸਤਿਗੁਰੁ ਸਾਚਿ ਮਿਲੇਇ॥	satgur saach milay-ay.
ਠਾਕੁਰ ਹਾਥਿ ਵਡਾਈਆ,	thaakur haath vadaa-ee-aa
ਜੈ ਭਾਵੈ ਤੈ ਦੇਇ॥	jai bhaavai tai day-ay.
ਬਾਣੀ ਬਿਰਲਉ ਬੀਚਾਰਸੀ,	banee birla-o beechaarsee
ਜੇ ਕੋ ਗੁਰਮੁਖਿ ਹੋਇ॥	jay ko gurmukh ho-ay.
ਇਹ ਬਾਣੀ ਮਹਾ ਪੁਰਖਕੀ,	ih banee mahaa purakh
ਨਿਜ ਘਰਿ ਵਾਸਾ ਹੋਇ॥੪੦॥	kee nij ghar vaasaa ho-ay. ||40||

ਜਿਵੇਂ ਭੈਣ, ਭਾਈ ਨੂੰ ਬਹੁਤ ਪਿਆਰ ਕਰਦੀ ਹੈ, ਹਰ ਥਾਂ ਉਸ ਦਾ ਆਸਰਾ ਲੈਂਦੀ ਹੈ । ਜਦੋਂ ਵਿਆਹ ਹੋ ਜਾਂਦਾ, ਆਪਣੇ ਘਰ ਜਾਂਦੀ, ਭਾਈ ਅਜਨਬੀ ਹੋ ਜਾਂਦਾ ਹੈ । ਜਦੋਂ ਭਾਈ ਦੀ ਮੌਤ ਹੋ ਜਾਂਦੀ, ਉਹ ਦੁਖ ਵਿੱਚ ਤੜਪਦੀ ਹੈ, ਬਹੁਤ ਉਦਾਸ ਹੁੰਦੀ ਹੈ । ਜਿਵੇਂ ਪਿਤਾ ਦੇ ਘਰ ਲੜਕੀ ਆਪਣੇ ਪਤੀ ਨੂੰ ਬਹੁਤ ਪਿਆਰ ਕਰਦੀ ਹੈ । ਉਸ ਦੇ ਸੋਭਾ ਦੇ ਗੀਤ ਗਾਉਂਦੀ ਹੈ । ਜਿਸ ਜੀਵ ਦਾ (ਪਤੀ) ਪ੍ਰਭ ਨਾਲ ਇਤਨਾ ਗੂੜਾ ਪਿਆਰ ਹੁੰਦਾ ਹੈ । ਉਹ ਸ਼ਬਦ ਦੀ ਪਾਲਣਾ ਕਰਦਾ, ਆਪਣਾ ਜੀਵਨ ਢਾਲਦਾ ਹੈ । ਵਿਰਲਾ ਹੀ ਜੀਵ, ਇਤਨੀ ਸੋਝੀ ਵਾਲਾ ਹੁੰਦਾ ਹੈ । ਜਿਹੜਾ ਸ਼ਬਦ ਦੀ ਪਾਲਣਾ ਕਰਦਾ, ਆਪਣਾ ਜੀਵਨ ਸ਼ਬਦ ਨਾਲ ਢਾਲਦਾ ਹੈ, ਉਸ ਨੂੰ ਸ਼ਬਦ ਦੀ ਸੋਝੀ ਬਖਸ਼ਿਸ਼ ਹੋ ਜਾਂਦੀ ਹੈ । ਪ੍ਰਭ ਦੇ ਹੱਥ ਵਿੱਚ ਸਾਰੀਆਂ ਹੀ ਰਹਿਮਤਾਂ ਹਨ । ਜਿਸ ਨੂੰ ਇਸ ਯੋਗ ਸਮਝਦਾ ਹੈ, ਉਸ ਤੇ ਰਹਿਮਤ ਬਖਸ਼ਦਾ ਹੈ । ਵਿਰਲੇ ਹੀ ਜੀਵ ਨੂੰ ਗੁਰਮਖ ਅਵਸਥਾ ਬਖਸ਼ਿਸ਼ ਹੁੰਦੀ ਹੈ । ਪ੍ਰਭ ਦਾ ਸ਼ਬਦ ਹੀ ਜੀਵ ਨੂੰ ਪ੍ਰਵਾਨਗੀ ਦੇ ਰਸਤੇ ਤੇ ਪਾਉਣ ਵਾਲਾ ਹੈ । ਉਹ ਸ਼ਬਦ ਦੀ ਪਾਲਣਾ ਨਾਲ ਆਪਣੇ ਅੰਦਰ ਝਾਤੀ ਮਾਰਦਾ, ਆਪਣੇ ਆਪ ਨੂੰ ਪਛਾਣ ਜਾਂਦਾ ਹੈ ।

As a sister, may have a deep love, attachment with her brother; she may seek, depends on his help in every situation. After marriage, her brother may become a stranger in his house and her love becomes deeper for her husband. At the death of his brother, she may be shocked with deep grief. Same way girl may show a deep affection for her husband in her parents' house and always hums, sings his praises and greatness. Whosoever may have same intense devotion with The True Master, Creator; he may obey and adopts the teachings of His Word with steady and stable belief in his day-to-day life. However, very rare may have such a wisdom, devotion. Whosoever may obey and adopts the teachings of His Word with steady and stable belief; with His mercy and grace, he may be enlightened with the essence of His Word. All the virtues remain under the command of The True Master. Whose soul may be sanctified to become worthy of His Consideration; with His mercy and grace, he may be blessed with a state of mind as His true devotee. The treasure of enlightenment of the essence of His Word remains embedded within his soul; whosoever may search within, he may recognize his real purpose of his human life opportunity.

41. ਰਾਮਕਲੀ ਮਹਲਾ ੧ ਦਖਣੀ ਓਅੰਕਾਰੁ॥ (41) 935-13

ਭਨਿ ਭਨਿ ਘੜੀਐ ਘੜਿ ਘੜਿ ਭਜੈ,	bhan bhan gharhee-ai gharh gharh bhajai
ਢਾਹਿ ਉਸਾਰੈ ਉਸਰੇ ਢਾਹੈ॥	dhaahi usaarai usray dhaahai.
ਸਰ ਭਰਿ ਸੋਖੈ ਭੀ ਭਰਿ ਪੋਖੈ,	sar bhar sokhai bhee bhar pokhai
ਸਮਰਥ ਵੇਪਰਵਾਹੈ॥	samrath vayparvaahai.
ਭਰਮਿ ਭੁਲਾਨੇ ਭਏ ਦਿਵਾਨੇ,	bharam bhulaanay bha-ay divaanay
ਵਿਣੁ ਭਾਗਾਂ ਕਿਆ ਪਾਈਐ॥	vin bhaagaa ki-aa paa-ee-ai.
ਗੁਰਮੁਖਿ ਗਿਆਨੁ ਡੋਰੀ ਪ੍ਰਭਿ ਪਕੜੀ,	gurmukh gi-aan doree parabh pakrhee
ਜਿਨ ਖਿੰਚੈ ਤਿਨ ਜਾਈਐ॥	jin khinchai tin jaa-ee-ai.
ਹਰਿ ਗੁਣ ਗਾਇ ਸਦਾ ਰੰਗਿ ਰਾਤੇ,	har gun gaa-ay sadaa rang raatay
ਬਹੁੜਿ ਨ ਪਛੋਤਾਈਐ॥	bahurh na pachhotaa-ee-ai.
ਭਭੈ ਭਾਲਹਿ ਗੁਰਮੁਖਿ ਬੂਝਹਿ,	bhabhai bhaaleh gurmukh boojheh
ਤਾ ਨਿਜ ਘਰਿ ਵਾਸਾ ਪਾਈਐ॥	taa nij ghar vaasaa paa-ee-ai.
ਭਭੈ ਭਉਜਲੁ ਮਾਰਗੁ ਵਿਖੜਾ,	bhabhai bha-ojal maarag vikh-rhaa
ਆਸ ਨਿਰਾਸਾ ਤਰੀਐ॥	aas niraasaa taree-ai.
ਗੁਰ ਪਰਸਾਦੀ ਆਪੋ ਚੀਨ੍ਹੈ,	gur parsaadee aapo cheenHai
ਜੀਵਤਿਆ ਇਵ ਮਰੀਐ॥੪੧॥	jeevti-aa iv maree-ai. ‖41‖

ਪ੍ਰਭ ਆਪ ਜੀਵ ਨੂੰ ਪੈਦਾ ਕਰਦਾ, ਮੌਤ ਦੇਂਦਾ, ਸ਼ਬਦ ਵਿੱਚ ਲਗਨ ਲਾਉਂਦਾ, ਤੋੜਦਾ, ਭਰਮਾਂ ਵਿੱਚ ਪਾਉਂਦਾ, ਭਰਮ ਦੂਰ ਕਰਦਾ ਹੈ । ਸੰਸਾਰਕ ਧਨ ਦੇਂਦਾ, ਗਲਤੀ ਕਰਵਾ ਕੇ ਗ਼ਰੀਬ ਬਣਾ ਦੇਂਦਾ ਹੈ । ਅੰਤਰਜਾਮੀ ਪ੍ਰਭ ਸਭ ਦਾਤਾਂ, ਸ਼ਕਤੀ ਦਾ, ਮਰਜ਼ੀ ਦਾ ਮਾਲਕ ਹੈ । ਜੀਵ ਸੰਸਾਰ ਵਿੱਚ ਇਛਾਂ, ਭਰਮਾਂ ਨਾਲ ਦਿਵਾਨਾ ਹੋਇਆ ਰਹਿੰਦਾ ਹੈ । ਲਿਖੇ ਭਾਗਾਂ ਤੋਂ ਬਿਨਾਂ ਕੁਝ ਬਖਸ਼ਿਸ਼ ਨਹੀਂ ਹੁੰਦਾ । ਗੁਰਮਖ ਜੀਵ ਨੂੰ ਸੋਝੀ ਬਖਸ਼ਿਸ਼ ਹੋ ਜਾਂਦੀ ਹੈ, ਸਭ ਕੁਝ ਪ੍ਰਭ ਦਾ ਕੀਤਾ ਹੁੰਦਾ ਹੈ । ਉਹ, ਪ੍ਰਭ ਦੇ ਭਾਣੇ ਨੂੰ ਬਖਸ਼ਿਸ਼ ਸ਼ਮਝਦਾ, ਧੰਨਵਾਦ ਹੀ ਗਾਉਂਦਾ ਰਹਿੰਦਾ ਹੈ । ਉਹ ਪ੍ਰਭ ਦੇ ਸ਼ਬਦ ਦੀ ਪਾਲਣਾ ਵਿੱਚ ਮਸਤ ਰਹਿੰਦਾ, ਸ਼ਬਦ ਦੀ ਉਸਤਤ ਹੀ ਉਸ ਦੀ ਜੀਭ ਤੇ ਰਹਿੰਦੀ ਹੈ । ਉਸ ਨੂੰ ਕਿਸੇ ਹਾਲਤ ਵਿੱਚ ਵੀ ਉਦਾਸੀ ਨਹੀਂ ਹੁੰਦੀ । ਜਿਹੜਾ ਜੀਵ ਸ਼ਬਦ ਦੀ ਪਾਲਣਾ ਕਰਦਾ, ਆਪਣੇ ਅੰਦਰ ਹੀ ਮਸਤ ਰਹਿੰਦਾ ਹੈ, ਉਸ ਨੂੰ ਗੁਰਮਖ ਅਵਸਥਾ ਬਖਸ਼ਿਸ਼ ਹੋ ਜਾਂਦੀ ਹੈ । ਉਹ ਪ੍ਰਭ ਦੀ ਜੋਤ ਆਪਣੇ ਅੰਦਰੋਂ ਹੀ ਜਾਗਰਤ ਕਰ ਲੈਂਦਾ ਹੈ । ਗੁਰਮਖ ਸੰਸਾਰਕ ਇਛਾਂ, ਆਸਾਂ ਵਿੱਚ ਰਹਿੰਦਾ ਵੀ ਇਹਨਾਂ ਤੋਂ ਰਹਿਤ ਰਹਿੰਦਾ ਹੈ । ਉਹ ਭਿਅਨਕ ਸੰਸਾਰਕ ਸਾਗਰ ਪਾਰ ਕਰ ਜਾਂਦਾ ਹੈ । ਜਿਸ ਨੂੰ ਪ੍ਰਭ ਸੋਝੀ ਬਖਸ਼ਦਾ ਹੈ । ਉਹ ਸ਼ਬਦ ਦੀ ਪਾਲਣਾ ਕਰਦਾ ਇਛਾਂ ਤੋਂ ਰਹਿਤ ਰਹਿੰਦਾ ਹੈ ।

Both birth and death remain under His Command, The True Master. Only He may be blessed with devotion to meditate or abandon His Word; he may remain intoxicated in religious suspicions or eliminate his suspicions. The Omnipotent, Omniscient, self-minded True Master may bless anyone with worldly riches; he may inspire him to make a blunder and takes away worldly wealth to render him poor miserable in worldly life. Self-minded may remain intoxicated insanely in worldly desires. Without great prewritten destiny, no one may be blessed with a state of mind as His true devotee. He may be enlightened with a unique essence of His Nature, that everything in the universe may only happen under His Command. He may accept his worldly environment as His Blessings. He may remain overwhelmed with gratitude and sings the glory of His Virtues. He may never be distressed in any worldly misery. Whosoever may obey the teachings of His Word and remains intoxicated within his body and mind; with His mercy and grace, he may be accepted as His true devotee. He may remain drenched with enlightenment of the essence of His Word, awake and alert; with His mercy and grace, he may become beyond the reach of worldly temptation, while living within the worldly ocean overwhelmed with hopes and desires. He may be saved and accepted in His Court.

42. ਰਾਮਕਲੀ ਮਹਲਾ ੧ ਦਖਣੀ ਓਅੰਕਾਰੁ॥ (42) 935-18

ਮਾਇਆ ਮਾਇਆ ਕਰਿ ਮੁਏ,	maa-i-aa maa-i-aa kar mu-ay
ਮਾਇਆ ਕਿਸੈ ਨ ਸਾਥਿ॥	maa-i-aa kisai na saath.
ਹੰਸੁ ਚਲੈ ਉਠਿ ਡੁਮਣੋ,	hans chalai uth dumno
ਮਾਇਆ ਭੂਲੀ ਆਥਿ॥	maa-i-aa bhoolee aath.
ਮਨੁ ਝੂਠਾ ਜਮਿ ਜੋਹਿਆ,	man jhoothaa jam johi-aa
ਅਵਗੁਣ ਚਲਹਿ ਨਾਲਿ॥	avgun chaleh naal.
ਮਨ ਮਹਿ ਮਨੁ ਉਲਟੋ ਮਰੈ,	man meh man ulto marai
ਜੇ ਗੁਣ ਹੋਵਹਿ ਨਾਲਿ॥	jay gun hoveh naal.
ਮੇਰੀ ਮੇਰੀ ਕਰਿ ਮੁਏ,	mayree mayree kar mu-ay
ਵਿਣੁ ਨਾਵੈ ਦੁਖੁ ਭਾਲਿ॥	vin naavai dukh bhaal.
ਗੜ ਮੰਦਰ ਮਹਲਾ ਕਹਾ,	garh mandar mehlaa kahaa
ਜਿਉ ਬਾਜੀ ਦੀਬਾਣੁ॥	ji-o baajee deebaan.
ਨਾਨਕ ਸਚੇ ਨਾਮ ਵਿਣੁ,	naanak sachay naam vin
ਝੂਠਾ ਆਵਣ ਜਾਣੁ॥	jhoothaa aavan jaan.
ਆਪੇ ਚਤੁਰੁ ਸਰੂਪੁ ਹੈ,	aapay chatur saroop hai
ਆਪੇ ਜਾਣੁ ਸੁਜਾਣੁ॥੪੨॥	aapay jaan sujaan. ||42||

ਜੀਵ ਸੰਸਾਰ ਵਿੱਚ ਸਾਰੀ ਉਮਰ ਧਨ ਇਕੱਠਾ ਕਰਦਾ ਰਹਿੰਦਾ ਹੈ । ਮੌਤ ਪਿਛੋਂ ਇਹ ਧਨ ਸਾਥ ਨਹੀਂ ਜਾਂਦਾ, ਦਰਬਾਰ ਵਿੱਚ ਕੋਈ ਕੀਮਤ ਨਹੀਂ ਹੁੰਦੀ, ਉਸ ਸਮੇਂ ਪਛਤਾਵਾ ਕਰਦਾ ਹੈ । ਮਾਨਸ ਸੰਸਾਰਕ ਧੰਦਿਆਂ ਵਿੱਚ ਜਨਮ ਗਵਾ ਲੈਂਦਾ ਹੈ । ਮੌਤ ਪਿਛੋਂ ਆਪਣੇ ਕੀਤੇ ਪਾਪਾਂ ਦਾ ਭਾਰ ਸਾਥ ਰਹਿੰਦਾ ਹੈ । ਸ਼ਬਦ ਦੀ ਕਮਾਈ ਤੋਂ ਬਿਨਾਂ, ਸੰਸਾਰ ਵਿੱਚ ਜੂੰਨਾਂ ਦੇ ਚੱਕਰ ਵਿੱਚ ਹੀ ਰਹਿੰਦਾ ਹੈ । ਜਿਹੜਾ ਸ਼ਬਦ ਦੀ ਕਮਾਈ ਕਰਦਾ, ਆਪਣੇ ਕੰਮਾਂ ਦੀ ਪਰਖ ਕਰਦਾ ਹੈ, ਉਹ ਆਪਣੇ ਆਪ ਨੂੰ ਪਛਾਣ ਜਾਂਦਾ ਹੈ । ਜੀਵ ਮੇਰੀ, ਮੇਰੀ ਕਰਦਾ ਹੈਸੀਅਤ ਦੇ ਅਭਿਮਾਨ ਵਿੱਚ ਹੀ ਮਰ ਜਾਂਦਾ ਹੈ । ਸ਼ਬਦ ਦੀ ਕਮਾਈ ਤੋਂ ਬਿਨਾਂ ਦੁਖ, ਨਿਰਾਸਾ ਹੀ ਹੁੰਦੀ ਹੈ । ਵੱਡੇ ਵੱਡੇ ਅਮੀਰਾਂ ਦਾ ਜੀਵਨ ਵੀ ਇਕ ਕਹਾਣੀ ਬਣ ਜਾਂਦਾ ਹੈ, ਮੌਤ ਪਿਛੋਂ ਘਰ, ਮਹਿਲ, ਸ਼ਾਨ ਕਿਥੇ ਚਲੇ ਜਾਂਦੀ ਹੈ? ਬੰਦਗੀ ਤੋਂ ਬਿਨਾਂ ਜੀਵ ਦਾ ਜੂੰਨਾਂ ਦਾ ਚੱਕਰ ਖਤਮ ਨਹੀਂ ਹੁੰਦਾ । ਪ੍ਰਭ ਆਪ ਹੀ ਸਭ ਤੋਂ ਸਿਆਣਾ, ਸਭ ਕੁਝ ਜਾਣਦਾ, ਕੀ ਹੁੰਦਾ, ਹੋਣਾ ਹੈ ।

Self-minded may collect worldly wealth in his entire life in ignorance from the real purpose of his human life journey. After death, worldly wealth may not have any significance for the real purpose of his human life journey. He may regret and repents for his ignorance. Self-minded may remain entangled in worldly responsibilities and worldly chores. After death, only burden of his evil deeds remains with him to endure misery in His Court. Without the earnings of His Word, his cycle of birth and death may never be eliminated. Whosoever may earn the wealth of His Word; he searches within and evaluates his own deeds with the teachings of His Word. With His mercy and grace, he may recognize the real purpose of his human life opportunity. He claims that everything in world should belong to him; he may die in the ego of his worldly status. Without the earnings of His Word, he remains disappointed and miserable. You may think about worldly rich, powerful; after death, his life may become a fairy tale; his worldly holdings, great castles, glory have no significance in His Court for the real purpose of his human life opportunity. Without the earnings of His Word, his cycle of birth and death may never be eliminated. The Omniscient True Master, wisest of All, only He knows what may happen in the universe.

43. ਰਾਮਕਲੀ ਮਹਲਾ ੧ ਦਖਣੀ ਓਅੰਕਾਰੁ॥ (43) 936-3

ਜੋ ਆਵਹਿ ਸੇ ਜਾਹਿ,	jo aavahi say jaahi
ਫੁਨਿ ਆਇ ਗਏ ਪਛੁਤਾਹਿ॥	fun aa-ay ga-ay pachhutaahi.
ਲਖ ਚਉਰਾਸੀਹ ਮੇਦਨੀ,	lakh cha-oraaseeh maydnee
ਘਟੈ ਨ ਵਧੈ ਉਤਾਹਿ॥	ghatai na vaDhai utaahi.
ਸੇ ਜਨ ਉਬਰੇ ਜਿਨ ਹਰਿ ਭਾਇਆ॥	say jan ubray jin har bhaa-i-aa.
ਧੰਧਾ ਮੁਆ ਵਿਗੂਤੀ ਮਾਇਆ॥	DhanDhaa mu-aa vigootee maa-i-
ਜੋ ਦੀਸੈ ਸੋ ਚਾਲਸੀ,	aa.jo deesai so chaalsee
ਕਿਸ ਕਉ ਮੀਤੁ ਕਰੇਉ॥	kis ka-o meet karay-o.
ਜੀਉ ਸਮਪਉ ਆਪਣਾ,	jee-o sampa-o aapnaa
ਤਨੁ ਮਨੁ ਆਗੈ ਦੇਉ॥	tan man aagai day-o.
ਅਸਥਿਰੁ ਕਰਤਾ ਤੂ ਧਣੀ,	asthir kartaa too Dhanee
ਤਿਸ ਹੀ ਕੀ ਮੈ ਓਟ॥	tis hee kee mai ot.
ਗੁਣ ਕੀ ਮਾਰੀ ਹਉ ਮੁਈ,	gun kee maaree ha-o mu-ee
ਸਬਦਿ ਰਤੀ ਮਨਿ ਚੋਟ॥੪੩॥	sabad ratee man chot. ||43||

ਜਿਹੜਾ ਜੀਵ ਜਨਮ ਲੈਂਦਾ ਹੈ, ਉਸ ਨੇ ਮਰਨਾ ਹੈ, ਮੌਤ ਪਿਛੋਂ ਪਛਤਾਵਾ ਕਰਦਾ ਹੈ । ਜਿਹੜਾ ਸ਼ਬਦ ਦੀ ਕਮਾਈ ਨਹੀਂ ਕਰਦਾ । 84 ਲੱਖਾਂ ਜੂੰਨਾਂ ਦੇ ਚੱਕਰ ਵਿੱਚ ਹੀ ਰਹਿੰਦਾ ਹੈ । ਸ਼ਬਦ ਦੀ ਕਮਾਈ ਨਾਲ ਹੀ ਜੂੰਨਾਂ ਦਾ ਚੱਕਰ ਖਤਮ ਕਰ ਸਕਦਾ ਹੈ । ਜਿਹੜਾ ਜੀਵ ਮਨ ਦੀਆਂ, ਸੰਸਾਰਕ ਮਾਇਆ ਦੀਆਂ ਇਛਾਂ ਤੇ ਜਿੱਤ ਪਾ ਲੈਂਦਾ ਹੈ । ਉਸ ਦਾ ਮਾਇਆ ਦਾ ਜਾਲ ਟੁੱਟ ਜਾਂਦਾ, ਖਤਮ ਹੋ ਜਾਂਦਾ ਹੈ । ਪ੍ਰਭ, ਸੰਸਾਰ ਵਿੱਚ ਕੋਈ ਸਦਾ ਰਹਿਣ ਵਾਲਾ ਨਹੀਂ, ਮੈਂ ਕਿਸ ਨਾਲ ਦੋਸਤੀ ਦਾ ਸੰਬਧ ਬਣਾਵਾ? ਮੈਂ ਆਪਣਾ ਮਨ, ਤਨ ਤੇਰੇ ਲੇਖੇ ਵਿੱਚ ਹੀ ਲਾਉਂਦਾ ਹਾ । ਮੇਰਾ ਤੇਰੇ ਉਪਰ ਹੀ ਭਰੋਸਾ ਹੈ, ਕੇਵਲ ਤੂੰ ਹੀ ਸਦਾ ਅਟਲ ਰਹਿਣ ਵਾਲਾ, ਆਸਰਾ ਬਖਸ਼ਣ ਵਾਲਾ ਮਾਲਕ ਹੈ । ਜਿਹੜਾ ਜੀਵ ਆਪਣੀ ਹੈਸੀਅਤ ਤੇ ਕਾਬੂ ਪਾ ਲੈਂਦਾ ਹੈ, ਉਸ ਦਾ ਅਹੰਕਾਰ ਖਤਮ ਹੋ ਜਾਂਦਾ ਹੈ । ਜਿਹੜਾ ਸ਼ਬਦ ਦੀ ਪਾਲਣਾ ਕਰਦਾ, ਆਪਣਾ ਜੀਵਨ ਢਾਲਦਾ ਹੈ, ਉਸ ਦਾ ਮਨ ਸੰਸਾਰਕ ਇਛਾਂ ਤੋਂ ਰਹਿਤ ਹੋ ਜਾਂਦਾ ਹੈ ।

Whosoever may take a birth in the universe, he must face death after predetermined time; he may repent after death. Whosoever may not earn the wealth of His Word; he may remain in the cycle of birth and death. Without the earnings of His Word, his cycle of birth and death may never be eliminated. Whosoever may conquer his worldly desires; he may control and eliminates the influence of worldly wealth from his worldly life. No one may live permanent in the universe; whom may I associate or make friendship? I have surrendered my mind, body, and worldly status at Your Sanctuary; I have a complete belief on Your Blessings, support; only You remain a companion of my soul forever. Whosoever may conquer his own worldly status; with His mercy and grace, his ego may be eliminated from his mind. Whosoever may adopt the teachings of His Word with steady and stable belief in his day-to-day life; he may become beyond the reach of worldly desires.

44. ਰਾਮਕਲੀ ਮਹਲਾ ੧ ਦਖਣੀ ਓਅੰਕਾਰੁ॥ (44) 936-6

ਰਾਣਾ ਰਾਉ ਨ ਕੋ ਰਹੈ,	raanaa raa-o na ko rahai
ਰੰਗੁ ਨ ਤੁੰਗੁ ਫਕੀਰੁ॥	rang na tung fakeer.
ਵਾਰੀ ਆਪੋ ਆਪਣੀ,	vaaree aapo aapnee
ਕੋਇ ਨ ਬੰਧੈ ਧੀਰ॥	ko-ay na banDhai Dheer.
ਰਾਹੁ ਬੁਰਾ ਭੀਹਾਵਲਾ,	raahu buraa bheehaavalaa
ਸਰ ਡੂਗਰ ਅਸਗਾਹ॥	sar doogar asgaah.
ਮੈ ਤਨਿ ਅਵਗਣ ਝੁਰਿ ਮੁਈ,	mai tan avgan jhur mu-ee
ਵਿਣੁ ਗੁਣ ਕਿਉ ਘਰਿ ਜਾਹ॥	vin gun ki-o ghar jaah.
ਗੁਣੀਆ ਗੁਣ ਲੇ ਪ੍ਰਭ ਮਿਲੇ,	gunee-aa gun lay parabh milay
ਕਿਉ ਤਿਨ ਮਿਲਉ ਪਿਆਰਿ॥	ki-o tin mila-o pi-aar.
ਤਿਨ ਹੀ ਜੈਸੀ ਥੀ ਰਹਾਂ,	tin hee jaisee thee rahaaN
ਜਪਿ ਜਪਿ ਰਿਦੈ ਮੁਰਾਰਿ॥	jap jap ridai muraar.
ਅਵਗੁਣੀ ਭਰਪੂਰ ਹੈ,	avgunee bharpoor hai
ਗੁਣ ਭੀ ਵਸਹਿ ਨਾਲਿ॥	gun bhee vaseh naal.
ਵਿਣੁ ਸਤਗੁਰ ਗੁਣ ਨ ਜਾਪਨੀ,	vin satgur gun na jaapnee
ਜਿਚਰੁ ਸਬਦਿ ਨ ਕਰੇ ਬੀਚਾਰੁ॥੪੪॥	jichar sabad na karay beechaar. ||44||

ਜਿਹੜਾ ਵੀ ਸੰਸਾਰ ਵਿੱਚ ਜਨਮ ਲੈਂਦਾ ਹੈ, ਉਸ ਨੂੰ ਮੌਤ ਆਉਂਦੀ ਹੈ । ਕੋਈ ਵੀ ਵੱਡਾ ਰਾਜਾ, ਸੰਤ, ਸੋਝੀਵਾਨ, ਗ਼ਰੀਬ ਜਾ ਅਮੀਰ ਸਦਾ ਨਹੀਂ ਰਹਿੰਦਾ । ਸਮਾਂ ਪੂਰਾ ਹੋਣ ਤੇ ਸਵਾਸ ਖਤਮ ਹੋ ਜਾਂਦੇ ਹਨ, ਵਾਪਸ ਜਾਣ ਵਾਲਾ ਰਸਤਾ ਬਹੁਤ ਖਤਰਨਾਕ, ਮੁਸ਼ਕਲ ਹੈ । ਜਿਸ ਜੀਵ ਦੇ ਨਾਲ ਪਾਪ ਦਾ ਭਾਰ ਹੁੰਦਾ ਹੈ । ਉਹ ਪਛਤਾਵੇ, ਨਰਾਜ਼ਗੀ ਵਿੱਚ ਦੁਖ ਸਹਿਦਾ ਹੈ । ਸ਼ਬਦ ਦੀ ਕਮਾਈ ਤੋਂ ਬਿਨਾਂ ਪ੍ਰਭ ਦੇ ਦਰਬਾਰ ਵਿੱਚ, ਸਦਾ ਰਹਿਣ ਵਾਲੇ ਘਰ ਵਿੱਚ ਥਾਂ ਬਖਸ਼ਿਸ਼ ਨਹੀਂ ਹੁੰਦੀ । ਜਿਸ ਸ਼ਬਦ ਦੀ ਕਮਾਈ ਕਰਦਾ ਹੈ, ਉਹ ਪ੍ਰਵਾਨ ਹੋ ਜਾਂਦਾ ਹੈ । ਮੇਰੇ ਪਾਸ ਤਾ ਕੇਵਲ ਪ੍ਰਭ ਨਾਲ ਪਿਆਰ, ਸ਼ਰਧਾ, ਉਸ ਨੂੰ ਮਿਲਣ ਦੀ ਇਛਾਂ ਹੀ ਹੈ । ਜਿਹੜਾ ਸ਼ਰਧਾ ਨਾਲ ਸ਼ਬਦ ਦੀ ਉਸਤਤ ਗਾਉਂਦਾ, ਸਿਮਰਨ ਕਰਦਾ ਹੈ, ਉਸ ਦੇ ਮਨ ਵਿੱਚ ਪ੍ਰਭ ਦੀ ਜੋਤ ਜਾਗਰਤ ਹੋ ਜਾਂਦੀ ਹੈ । ਜੀਵ ਸਾਰਾ ਜੀਵਨ, ਮੰਦੇ, ਚੰਗੇ ਕੰਮ ਕਰਦਾ ਹੈ, ਦੋਨੋਂ ਹੀ ਉਸ ਦੇ ਸਾਥ ਰਹਿੰਦੇ ਹਨ । ਪ੍ਰਭ ਦੀ ਰਹਿਮਤ ਤੋਂ ਬਿਨਾਂ ਚੰਗੇ ਕੰਮਾਂ ਦਾ ਪਾਸਾ ਭਾਰੀ ਨਹੀਂ ਹੁੰਦਾ, ਸ਼ਬਦ ਦੇ ਗੁਣ ਗਾਉਣ ਨਾਲ ਆਪਣੇ ਅਉਗੁਣ ਬਖਸ਼ਾ ਨਹੀਂ ਸਕਦਾ ।

Whosoever may take birth in the universe, he must face death after predetermined period. No worldly king, Holy Saint, prophet, rich or poor may remain permanent on earth. At predetermined time, his capital of breath may be exhausted, after death, his return path may be unpredicted and uncharted, terrible. Whosoever may carry the burden of sins; he may remain regretting, repenting in misery. Without the earnings of His Word, no one may be blessed with a permanent resting place in His Court. Whosoever may have earnings of His Word, he may be accepted in His Court. I have only deep devotion, dedication and deep anxiety, desire to be enlightened with the essence of His Word, the right path of acceptance in His Court. Whosoever may meditate and sings the glory of His Word with devotion and steady and stable belief; with His mercy and grace, he may be enlightened with the essence of His Word. Human may perform various good and evil deeds in his human life journey; both remains the companion of his soul. Without His mercy and grace, the assets of his good may not dominate his worldly deeds. No one may ever be able to get his sins forgiven by meditating and singing the glory of His Word.

45. ਰਾਮਕਲੀ ਮਹਲਾ ੧ ਦਖਣੀ ਓਅੰਕਾਰੁ॥ (45) 936-10

ਲਸਕਰੀਆ ਘਰ ਸੰਮਲੇ,	laskaree-aa ghar sammlay
ਆਏ ਵਜਹੁ ਲਿਖਾਇ॥	aa-ay vajahu likhaa-ay.
ਕਾਰ ਕਮਾਵਹਿ ਸਿਰਿ ਧਣੀ,	kaar kamaaveh sir Dhanee
ਲਾਹਾ ਪਲੈ ਪਾਇ॥	laahaa palai paa-ay.
ਲਬੁ ਲੋਭੁ ਬੁਰਿਆਈਆ,	lab lobh buri-aa-ee-aa
ਛੋਡੇ ਮਨਹੁ ਵਿਸਾਰਿ॥	chhoday manhu visaar.
ਗੜਿ ਦੋਹੀ ਪਾਤਿਸਾਹ ਕੀ,	garh dohee paatisaah kee
ਕਦੇ ਨ ਆਵੈ ਹਾਰਿ॥	kaday na aavai haar.
ਚਾਕਰੁ ਕਹੀਐ ਖਸਮ ਕਾ,	chaakar kahee-ai khasam kaa
ਸਉਹੇ ਉਤਰ ਦੇਇ॥	sa-uhay utar day-ay.
ਵਜਹੁ ਗਵਾਏ ਆਪਣਾ,	vajahu gavaa-ay aapnaa
ਤਖਤਿ ਨ ਬੈਸਹਿ ਸੇਇ॥	takhat na baiseh say-ay.
ਪ੍ਰੀਤਮ ਹਥਿ ਵਡਿਆਈਆ,	pareetam hath vadi-aa-ee-aa
ਜੈ ਭਾਵੈ ਤੈ ਦੇਇ॥	jai bhaavai tai day-ay.
ਆਪਿ ਕਰੇ ਕਿਸੁ ਆਖੀਐ,	aap karay kis aakhee-ai
ਅਵਰੁ ਨ ਕੋਇ ਕਰੇਇ॥੪੫॥	avar na ko-ay karay-i. ||45||

ਸ਼ਬਦ ਦੀ ਬੰਦਗੀ ਕਰਨ ਵਾਲਾ ਆਪਣਾ ਜੀਵਨ ਸ਼ਬਦ ਨਾਲ ਢਾਲਦਾ ਹੈ । ਉਸ ਦਾ ਫਲ, ਜਨਮ ਲੈਣ ਤੋਂ ਪਹਿਲੇ ਹੀ ਮਿਥਿਆ ਹੁੰਦਾ ਹੈ । ਉਹ ਪ੍ਰਭ ਦੀ ਸੇਵਾ ਕਰਦਾ, ਲਾਹਾ ਖੱਟਦਾ ਹੈ । ਮਨ ਵਿਚੋਂ ਲਾਲਚ, ਲੋਭ ਅਤੇ ਬੁਰੇ ਖਿਆਲ ਖਤਮ ਕਰ ਲੈਂਦਾ ਹੈ । ਜਿਹੜਾ ਆਪਣੇ ਤਨ ਵਿੱਚ ਪ੍ਰਭ ਦੇ ਸ਼ਬਦ ਰੂਪੀ ਜੋਤ ਹੀ ਜਗਾਉਂਦਾ ਹੈ, ਉਸ ਨੂੰ ਕਦੇ ਪ੍ਰਭ ਤੋਂ ਵਿਛੜਾ ਨਹੀਂ ਹੁੰਦਾ । ਜਿਹੜਾ ਆਪਣੇ ਆਪ ਨੂੰ ਦਾਸ, ਸੰਤ ਕਹਿੰਦਾ, ਪਰ ਸ਼ਬਦ ਦੀ ਕਮਾਈ ਨਹੀਂ ਕਰਦਾ, ਉਹ ਆਪਣੇ ਮਾਨਸ ਜਨਮ ਦਾ ਮੌਕਾ ਗਵਾ ਲੈਂਦਾ ਹੈ । ਦਰਬਾਰ ਵਿੱਚ ਪ੍ਰਵਾਨ ਨਹੀਂ ਹੋ ਸਕਦੇ । ਸਾਰੀਆਂ ਰਹਿਮਤਾਂ ਪ੍ਰਭ ਦੇ ਵੱਸ ਵਿੱਚ ਹੀ ਹਨ, ਆਪਣੀ ਮਰਜ਼ੀ ਨਾਲ ਹੀ ਬਖਸ਼ਦਾ ਹੈ । ਆਪ ਹੀ ਸਭ ਕੁਝ ਕਰਦਾ ਹੈ, ਹੋਰ ਕੋਈ ਨਹੀਂ । ਹੋਰ ਕਿਸੇ ਅੱਗੇ ਅਰਦਾਸ ਕਿਉਂ ਕਰੀਏ?

His true devotee may adopt the teachings of His Word with steady and stable belief in his day-to-day life; with His mercy and grace, The True Master may prewrite his destiny. He may be rewarded for his meditation, service of His Creation; he may conquer his greed and evil thoughts of his mind. Whosoever may remain enlightened and drenched with essence of His Word within; with His mercy and grace, his soul may never be separated from His Holy Spirit. Whosoever may claim to be a Holy saint, His true devotee; however, he may not earn the wealth of His Word, he may lose his priceless human life opportunity to become worthy of acceptance in His Court. All virtues remain under His Control, command; with His mercy and grace, only He may bestow His Virtues. No one else may have any control; why should I pray or beg forgiveness from any worldly guru?

46. ਰਾਮਕਲੀ ਮਹਲਾ ੧ ਦਖਣੀ ਓਅੰਕਾਰੁ॥ (46) 936-14

ਬੀਜਉ ਸੂਝੈ ਕੋ ਨਹੀ,	beeja-o soojhai ko nahee
ਬਹੈ ਦੁਲੀਚਾ ਪਾਇ॥	bahai duleechaa paa-ay.
ਨਰਕ ਨਿਵਾਰਣੁ ਨਰਹ ਨਰੁ,	narak nivaaran narah nar
ਸਾਚਉ ਸਾਚੈ ਨਾਇ॥	saacha-o saachai naa-ay.
ਵਣੁ ਤ੍ਰਿਣੁ ਢੂਢਤ ਫਿਰਿ ਰਹੀ,	van tarin dhoodhat fir rahee

ਮਨ ਮਹਿ ਕਰਉ ਬੀਚਾਰੁ॥ man meh kara-o beechaar.
ਲਾਲ ਰਤਨ ਬਹੁ ਮਾਣਕੀ, laal ratan baho maankee
ਸਤਿਗੁਰ ਹਾਥਿ ਭੰਡਾਰੁ॥ satgur haath bhandaar.
ਊਤਮੁ ਹੋਵਾ ਪ੍ਰਭੁ ਮਿਲੈ, ootam hovaa parabh milai
ਇਕ ਮਨਿ ਏਕੈ ਭਾਇ॥ ik man aykai bhaa-ay.
ਨਾਨਕ ਪ੍ਰੀਤਮ ਰਸਿ ਮਿਲੇ, naanak pareetam ras milay
ਲਾਹਾ ਲੈ ਪਰਥਾਇ॥ laahaa lai parthaa-ay.
ਰਚਨਾ ਰਾਚਿ ਜਿਨਿ ਰਚੀ, rachnaa raach jin rachee
ਜਿਨਿ ਸਿਰਿਆ ਆਕਾਰੁ॥ jin siri-aa aakaar.
ਗੁਰਮੁਖਿ ਬੇਅੰਤੁ ਧਿਆਈਐ, gurmukh bay-ant Dhi-aa-ee-ai
ਅੰਤੁ ਨ ਪਾਰਾਵਾਰੁ॥੪੬॥ ant na paaraavaar. ||46||

ਸੰਸਾਰ ਵਿੱਚ ਕੋਈ ਅਜੇਹਾ ਜੀਵ ਪੈਦਾ ਨਹੀਂ ਹੁੰਦਾ, ਜਿਹੜਾ ਪ੍ਰਭ ਦੇ ਤਖਤ ਦੇ ਬੈਠਨ ਦੇ ਯੋਗ ਹੈ । ਕੇਵਲ ਪ੍ਰਭ ਦੇ ਵੱਸ ਵਿੱਚ ਸਵਰਗ ਅਤੇ ਨਰਕ ਹੈ । ਜੀਵ ਨੂੰ ਨਰਕ, ਜੂੰਨਾਂ ਦੇ ਚੱਕਰ ਵਿਚੋਂ ਕੱਢ ਸਕਦਾ ਹੈ । ਮੈਂ ਜੰਗਲਾਂ ਵਿੱਚ, ਇਕਾਂਤ ਵਿੱਚ ਪ੍ਰਭ ਦੀ ਖੋਜ ਕਰਦਾ ਸੀ । ਸ਼ਬਦ ਦੀ ਪਾਲਣਾ ਕਰਨ ਨਾਲ ਮੈਨੂੰ ਸੋਝੀ ਬਖਸ਼ਿਸ਼ ਹੋ ਗਈ, ਮਨ ਦੇ ਅੰਦਰੋਂ ਹੀ ਢੂੰਡ ਲਿਆ ਹੈ । ਪ੍ਰਭ ਦੇ ਵੱਸ ਵਿੱਚ ਅਮੋਲਕ ਰਤਨ ਜਵਾਹਰ ਦੇ ਭਰਪੂਰ ਭੰਡਾਰ ਹਨ । ਜਿਸ ਨੂੰ ਸ਼ਬਦ ਦੀ ਪਾਲਣਾ ਕਰਨ ਨਾਲ ਸ਼ਬਦ ਦੀ ਸੋਝੀ ਬਖਸ਼ਦਾ ਹੈ, ਉਸ ਦੇ ਵੱਡੇ ਭਾਗ ਹੋ ਜਾਂਦੇ ਹਨ । ਉਸ ਦਾ ਮਨ ਇਕਾਗਰ ਹੋ ਕੇ ਸ਼ਬਦ ਦੀ ਪਾਲਣਾ ਵਿੱਚ ਲੀਨ ਹੋ ਜਾਂਦਾ ਹੈ । ਜਿਸ ਦੇ ਮਨ ਵਿੱਚ ਸ਼ਬਦ ਘਰ ਕਰ ਜਾਂਦਾ ਹੈ । ਉਹ ਪ੍ਰਭ ਦੀ ਰਹਿਮਤ ਪਾ ਕੇ ਮਾਨਸ ਜਨਮ ਦਾ ਲਾਹਾ ਖੱਟ ਲੈਂਦਾ ਹੈ । ਜਿਸ ਪ੍ਰਭ ਨੇ ਸਾਰੀ ਸ੍ਰਿਸ਼ਟੀ ਦੀ ਸਾਜਨਾ ਕੀਤੀ ਹੈ, ਉਸ ਨੇ ਤੇਰੀ ਵੀ ਸਾਜਨਾ ਕੀਤੀ ਹੈ । ਗੁਰਮਖ ਜੀਵ ਪ੍ਰਭ ਦੇ ਸ਼ਬਦ ਦਾ ਸਿਮਰਨ ਕਰਦਾ ਹੈ, ਜਿਸ ਦਾ ਕੋਈ ਅੰਤ ਨਹੀਂ, ਉਸ ਨੂੰ ਕੋਈ ਪਹੁੰਚ ਨਹੀਂ ਸਕਦਾ ।

No one may ever be born in the universe, who may replace The True Master or worthy to be incarnated on His Royal Throne. Both heaven and hell remain under His Command; with His mercy and grace, only He may eliminate the cycle of birth and death of any worldly creature. I was wandering in wild forests, void. However, by obeying the teachings of His Word with steady and stable belief in my day-to-day life; I have been enlightened with the essence of His Word from within my mind. The True Master remains an overwhelmed treasure of virtues; with His mercy and grace, whosoever may be blessed with His Virtues, he may become, very fortunate. Whosoever may obey the teachings of His Word with steady and stable belief in his day-to-day life; with His mercy and grace, he may be drenched with the essence of His Word. He may conclude his human life journey successfully. The True Master, remains beyond reach and comprehension, He creates, nourishes, and protects His Creation.

47. ਰਾਮਕਲੀ ਮਹਲਾ ੧ ਦਖਣੀ ਓਅੰਕਾਰੁ॥ (47) 936-17

ੜਾੜੈ ਰੂੜਾ ਹਰਿ ਜੀਉ ਸੋਈ॥ rhaarhai roorhaa har jee-o so-ee.
ਤਿਸੁ ਬਿਨੁ ਰਾਜਾ ਅਵਰੁ ਨ ਕੋਈ॥ tis bin raajaa avar na ko-ee.
ੜਾੜੈ ਗਾਰੁੜੁ ਤੁਮ ਸੁਣਹੁ, rhaarhai gaarurh tum sunhu
ਹਰਿ ਵਸੈ ਮਨ ਮਾਹਿ॥ har vasai man maahi.
ਗੁਰ ਪਰਸਾਦੀ ਹਰਿ ਪਾਈਐ, gur parsaadee har paa-ee-ai
ਮਤੁ ਕੋ ਭਰਮਿ ਭੁਲਾਹਿ॥ mat ko bharam bhulaahi.
ਸੋ ਸਾਹੁ ਸਾਚਾ ਜਿਸੁ ਹਰਿ ਧਨੁ ਰਾਸਿ॥ so saahu saachaa jis har Dhan raas.
ਗੁਰਮੁਖਿ ਪੂਰਾ ਤਿਸੁ ਸਾਬਾਸਿ॥ gurmukh pooraa tis saabaas.
ਰੂੜੀ ਬਾਣੀ ਹਰਿ ਪਾਇਆ, roorhee banee har paa-i-aa
ਗੁਰ ਸਬਦੀ ਬੀਚਾਰਿ॥ gur sabdee beechaar.

ਆਪੁ ਗਇਆ ਦੁਖੁ ਕਟਿਆ, | aap ga-i-aa dukh kati-aa
ਹਰਿ ਵਰੁ ਪਾਇਆ ਨਾਰਿ॥੪੭॥ | har var paa-i-aa naar. ||47||

ਝਾੜੇ- ਸਾਰੀਆਂ ਸ੍ਰਿਸ਼ਟੀਆਂ ਦੇ ਕੇਵਲ ਇਕੋ ਇਕ ਮਾਲਕ ਦਾ ਰੂਪ ਅਨੋਖਾ, ਬੁਹਤ ਸੁੰਦਰ ਹੈ। ਜਿਹੜਾ ਪ੍ਰਭ ਦੇ ਬਖਸ਼ੇ ਤੇ ਭਰੋਸਾ ਅਡੋਲ ਰਖਦਾ, ਪ੍ਰਭ ਆਪ ਹੀ ਉਸ ਅੰਦਰ ਪ੍ਰਗਟ ਹੋ ਜਾਂਦਾ ਹੈ। ਪ੍ਰਭ ਦੀ ਰਹਿਮਤ ਨਾਲ ਹੀ ਉਸ ਨੂੰ ਸੋਝੀ ਬਖਸ਼ਿਸ਼ ਹੋ ਜਾਂਦੀ ਹੈ, ਫਿਰ ਜੀਵ ਕਦੇ ਭਰਮਾਂ ਵਿੱਚ ਨਹੀਂ ਪੈਂਦਾ। ਜਿਹੜਾ ਪ੍ਰਭ ਦੇ ਸ਼ਬਦ ਦੀ ਪਾਲਣਾ ਵਿੱਚ ਲੀਨ ਹੋ ਜਾਂਦਾ ਹੈ, ਉਹ ਸੰਸਾਰ ਵਿੱਚ ਸਭ ਤੋਂ ਵੱਡਾ ਸ਼ਾਹ ਬਣ ਜਾਂਦਾ ਹੈ। ਜਿਹੜਾ ਪੂਰਨ ਪ੍ਰਭ ਦੀ ਉਸਤਤ ਵਿੱਚ ਹੀ ਮਸਤ ਰਹਿੰਦਾ ਹੈ, ਉਸ ਨੂੰ ਗੁਰਮਖ ਅਵਸਥਾ ਬਖਸ਼ਿਸ਼ ਹੋ ਜਾਂਦੀ ਹੈ। ਪ੍ਰਭ ਦੇ ਅਮੋਲਕ ਸ਼ਬਦ ਦੀ ਸਿਖਿਆਂ ਨਾਲ ਜੀਵਨ ਢਾਲਣ ਨਾਲ ਹੀ ਪ੍ਰਭ ਦੀ ਰਹਿਮਤ ਬਖਸ਼ਿਸ਼ ਹੋ ਸਕਦੀ ਹੈ। ਸ਼ਬਦ ਦੀ ਪਾਲਣਾ ਕਰਨ ਨਾਲ ਹੀ ਸ਼ਬਦ ਦੀ ਸੋਝੀ ਬਖਸ਼ਿਸ਼ ਹੋ ਜਾਂਦੀ ਹੈ, ਮਨ ਵਿਚੋਂ ਆਪਾ, ਸੰਸਾਰਕ ਦੁਖ ਖਤਮ ਹੋ ਜਾਂਦੇ ਹਨ। ਸੰਸਾਰਕ ਦੁਖ ਕਿਸ ਨੂੰ ਤੰਗ ਕਰਨਗੇ? ਉਸ ਦੀ ਆਤਮਾ ਤਾ ਪ੍ਰਭ ਵਿੱਚ ਅਭੇਦ ਹੋ ਜਾਂਦੀ ਹੈ।

The One and Only One True Master of all universes has an astonishing and magnificent glory. Whosoever may establish a steady and stable belief on His Blessings; with His mercy and grace, he remains enlightened, awake, and alert the enlightenments of the essence of His Word. All his suspicions may be eliminated. Whosoever may remain intoxicated in meditation; his state of mind may become as the King of kings; he may be blessed with a state of mind as His true devotee. Only by adopting the teachings of His Word; he may bestow with His Blessed Vision. His self-identity may be immersed within His Holy Spirit; all his worldly bonds, miseries may be eliminated. His soul may remain immersed within His Holy Spirit; whom may worldly desires frustrate in the universe?

48. ਰਾਮਕਲੀ ਮਹਲਾ ੧ ਦਖਣੀ ਓਅੰਕਾਰੁ॥ (48) 937-2

ਸੁਇਨਾ ਰੁਪਾ ਸੰਚੀਐ, | su-inaa rupaa sanchee-ai
ਧਨੁ ਕਾਚਾ ਬਿਖੁ ਛਾਰੁ॥ | Dhan kaachaa bikh chhaar.
ਸਾਹੁ ਸਦਾਏ ਸੰਚਿ ਧਨੁ, | saahu sadaa-ay sanch Dhan du-
ਦੁਬਿਧਾ ਹੋਇ ਖੁਆਰੁ॥ | biDhaa ho-ay khu-aar.
ਸਚਿਆਰੀ ਸਚੁ ਸੰਚਿਆ, | sachi-aaree sach sanchi-aa
ਸਾਚਉ ਨਾਮੁ ਅਮੋਲੁ॥ | saacha-o naam amol.
ਹਰਿ ਨਿਰਮਾਇਲੁ ਊਜਲੋ, | har nirmaa-il oojlo
ਪਤਿ ਸਾਚੀ ਸਚੁ ਬੋਲੁ॥ | pat saachee sach bol.
ਸਾਜਨੁ ਮੀਤੁ ਸੁਜਾਣੁ ਤੂ, | saajan meet sujaan too
ਤੂ ਸਰਵਰੁ ਤੂ ਹੰਸੁ॥ | too sarvar too hans.saacha-o
ਸਾਚਉ ਠਾਕੁਰੁ ਮਨਿ ਵਸੈ, | thaakur man vasai
ਹਉ ਬਲਿਹਾਰੀ ਤਿਸੁ॥ | ha-o balihaaree tis.
ਮਾਇਆ ਮਮਤਾ ਮੋਹਣੀ, | maa-i-aa mamtaa mohnee
ਜਿਨਿ ਕੀਤੀ ਸੋ ਜਾਣੁ॥ | jin keetee so jaan.
ਬਿਖਿਆ ਅੰਮ੍ਰਿਤੁ ਏਕੁ ਹੈ, | bikhi-aa amrit ayk hai
ਬੂਝੈ ਪੁਰਖੁ ਸੁਜਾਣੁ॥੪੮॥ | boojhai purakh sujaan. ||48||

ਜੀਵ ਸੰਸਾਰ ਵਿੱਚ ਸੋਨਾ, ਚਾਂਦੀ, ਸੰਸਾਰਕ ਧਨ ਇਕੱਠਾ ਕਰਦਾ ਹੈ। ਉਹ ਆਪਣੇ ਆਪ ਨੂੰ ਸ਼ਾਹ ਅਖਵਾਉਂਦਾ ਹੈ। ਪ੍ਰਭ ਦੇ ਦਰਬਾਰ ਵਿੱਚ ਸੰਸਾਰਕ ਧਨ ਦੀ ਕੀਮਤ ਭਸਮ ਦੇ ਬਰਾਬਰ ਹੀ ਹੁੰਦੀ ਹੈ। ਆਪਣਾ ਮਾਨਸ ਜਨਮ, ਭਰਮਾਂ, ਮਨ ਦੇ ਜ਼ੋਰ ਵਿੱਚ ਚਲਕੇ ਤਬਾਹ ਕਰ ਲੈਂਦਾ ਹੈ। ਪ੍ਰਭ ਦਾ ਸੇਵਕ, ਕੇਵਲ ਸ਼ਬਦ ਦੀ ਕਮਾਈ ਕਰਦਾ, ਆਪਣਾ ਜੀਵਨ ਢਾਲਦਾ ਹੈ। ਸ਼ਬਦ ਦੀ ਪਾਲਣਾ ਨਾਲ ਹੀ ਉਸ ਦੀ ਆਤਮਾ ਪਵਿੱਤਰ ਹੋ ਜਾਂਦੀ ਹੈ, ਉਸ ਦੀ ਜੀਭ ਵਿਚੋਂ ਪ੍ਰਭ ਦੇ ਅਮੋਲਕ ਸ਼ਬਦ ਹੀ ਨਿਕਲਦੇ, ਉਸਤਤ ਹੀ ਗਾਉਂਦਾ ਹੈ। ਕੇਵਲ ਪ੍ਰਭ ਹੀ ਮੇਰੀ ਆਤਮਾ ਦਾ ਸੰਸਾਰ ਵਿੱਚ ਆਸਰਾ, ਮਿੱਤਰ ਹੈ। ਪ੍ਰਭ ਹੀ ਮੇਰਾ ਹੰਸ ਹੈ, ਮੇਰਾ ਮੋਤੀਆ ਨਾਲ ਭਰਿਆਂ ਸਾਗਰ ਹੈ। ਜਿਸ ਦੇ ਮਨ ਵਿੱਚ

ਸ਼ਬਦ ਘਰ ਕਰ ਜਾਂਦਾ ਹੈ, ਉਸ ਦੇ ਵੱਡੇ ਭਾਗ ਹੋ ਜਾਂਦੇ ਹਨ । ਸੰਸਾਰਕ ਮਾਇਆ ਜੀਵਾਂ ਨੂੰ ਬਹੁਤ ਮਿੱਠੀ ਲਗਦੀ ਹੈ । ਪ੍ਰਭ ਆਪ ਹੀ ਇਹ ਜਾਲ ਵਛਾਉਂਦਾ ਹੈ । ਆਪ ਹੀ ਆਪਣੇ ਸੇਵਕ ਨੂੰ ਮਾਇਆ ਦੀ ਗ਼ੰਭੀਰਤਾ ਤੋਂ ਬਚਣ ਦੀ ਵਿਧੀ ਬਖਸ਼ਦਾ ਹੈ । ਸ਼ਬਦ ਦੀ ਸੋਝੀ ਤੋਂ ਬਿਨਾਂ ਮਾਇਆ ਦਾ ਮੋਹ ਅਤੇ ਅੰਮ੍ਰਿਤ ਸ਼ਬਦ ਦਾ ਮੋਹ ਇਕਤਰ੍ਹਾਂ ਦਾ ਹੀ ਮਹਿਸੂਸ ਹੁੰਦਾ ਹੈ । ਜਿਸ ਤੇ ਆਪ ਰਹਿਮਤ ਬਖਸ਼ਦਾ ਹੈ! ਉਹ ਹੀ ਅੰਮ੍ਰਿਤ ਸ਼ਬਦ, ਅਤੇ ਮਾਇਆ ਦੇ ਜ਼ਹਿਰ ਵਿੱਚ ਅੰਤਰ ਜਾਣਦਾ ਹੈ ।

Self-minded may collect worldly possessions, precious metals, worldly wealth and considers his worldly status and belonging, to survive in his human life journey. He may consider himself rich, well to do; however, his worldly possession has no significance in His Court nor remains his companion after death. He may waste his human life opportunity dominated with religious rituals and suspicions. His true devotee may only adopt the teachings of His Word and earns the wealth of His Word. His soul may be sanctified to become worthy of His Consideration. His tongue remains drenched with His Ambrosial Word and sings the glory of His Word. He believes, The One and Only One True Master may be his only savior and companion of his soul in the universe. The True Master remains an ocean overwhelmed with ambrosial jewels of the enlightenment of His Word. Whosoever may remain drenched with the essence of His Word; with His mercy and grace, he becomes very fortunate. Worldly wealth may be very intoxicating to the mind of His Creation. The True Master has intentionally spread the sweet poison of worldly wealth to test the sincerity of the devotion of His true devotee. With His mercy and grace, His true devotee may be enlightened with the mystery and weakness of worldly wealth; how to conquer worldly wealth. Without the enlightenment of the essence of His Word, both sweet poison of worldly wealth and the nectar of the essence of His Word appears as same. Whosoever may be enlightened, only he may recognize the distinction between the sweet poison of worldly wealth and the nectar of the essence of His Word.

49. ਰਾਮਕਲੀ ਮਹਲਾ ੧ ਦਖਣੀ ਓਅੰਕਾਰੁ॥ (49) 937-5

ਖਿਮਾ ਵਿਹੂਣੇ ਖਪਿ ਗਏ,	khimaa vihoonay khap ga-ay
ਖੂਹਣਿ ਲਖ ਅਸੰਖ॥	khoohan lakh asaNkh.
ਗਣਤ ਨ ਆਵੈ ਕਿਉ ਗਣੀ,	ganat na aavai ki-o ganee
ਖਪਿ ਖਪਿ ਮੁਏ ਬਿਸੰਖ॥	khap khap mu-ay bisankh.
ਖਸਮੁ ਪਛਾਣੈ ਆਪਣਾ,	khasam pachhaanai aapnaa
ਖੂਲੈ ਬੰਧੁ ਨ ਪਾਇ॥	khoolai banDh na paa-ay.
ਸਬਦਿ ਮਹਲੀ ਖਰਾ ਤੂ,	sabad mahlee kharaa too
ਖਿਮਾ ਸਚੁ ਸੁਖ ਭਾਇ॥	khimaa sach sukh bhaa-ay.
ਖਰਚੁ ਖਰਾ ਧਨੁ ਧਿਆਨੁ ਤੂ,	kharach kharaa Dhan Dhi-aan too
ਆਪੇ ਵਸਹਿ ਸਰੀਰਿ॥	aapay vaseh sareer.
ਮਨਿ ਤਨਿ ਮੁਖਿ ਜਾਪੈ ਸਦਾ,	man tan mukh jaapai sadaa
ਗੁਣ ਅੰਤਰਿ ਮਨਿ ਧੀਰ॥	gun antar man Dheer.
ਹਉਮੈ ਖਪੈ ਖਪਾਇਸੀ,	ha-umai khapai khapaa-isee
ਬੀਜਉ ਵਥੁ ਵਿਕਾਰੁ॥	beeja-o vath vikaar.
ਜੰਤ ਉਪਾਇ ਵਿਚਿ ਪਾਇਅਨੁ,	jant upaa-ay vich paa-i-an
ਕਰਤਾ ਅਲਗੁ ਅਪਾਰੁ॥੪੯॥	kartaa alag apaar. ||49||

ਕਿਤਨੇ ਹੀ ਬੰਦਗੀ ਕਰਨ ਵਾਲੇ ਧੀਰਜ ਅਤੇ ਸੰਤੋਖ ਤੋਂ ਬਿਨਾਂ ਹਾਰ ਗਏ ਹਨ । ਸ਼ਬਦ ਦੀ ਬੰਦਗੀ ਵਿੱਚ ਪੂਰੇ ਨਹੀਂ ਹੋਏ, ਮਾਨਸ ਜਨਮ ਤਬਾਹ ਕਰ ਗਏ । ਉਹਨਾਂ ਦੀ ਗਣਤੀ ਕੀਤੀ ਨਹੀਂ ਜਾ

ਸਕਦੀ, ਗਿਣਤੀ ਦਾ ਕੋਈ ਲਾਭ, ਮੰਤਵ ਨਹੀਂ ਹੁੰਦਾ । ਜਿਹੜਾ ਸ਼ਬਦ ਨਾਲ ਜੀਵਨ ਢਾਲਦਾ ਹੈ, ਉਹ ਆਪਣੇ ਮਾਲਕ ਦਾ ਭਾਣਾ, ਸ਼ਬਦ ਪਛਾਣ ਲੈਂਦਾ ਹੈ, ਉਹ ਜਮਦੂਤਾਂ ਦੇ ਵੱਸ ਵਿੱਚ ਨਹੀਂ ਜਾਂਦਾ । ਉਸ ਨੂੰ ਸ਼ਬਦ ਦੀ ਪਾਲਣਾ ਕਰਨ, ਜੀਵਨ ਢਾਲਣ ਨਾਲ ਦਰਬਾਨ ਵਿੱਚ ਪ੍ਰਵਾਨਗੀ ਬਖਸ਼ਿਸ਼ ਹੋ ਜਾਂਦੀ ਹੈ । ਮਨ ਵਿੱਚ ਧੀਰਜ, ਸੰਤੋਖ, ਤਰਸ, ਸਦਾ ਰਹਿਣ ਵਾਲੀ ਸ਼ਾਂਤੀ ਭਰ ਜਾਂਦੀ ਹੈ । ਸ਼ਬਦ ਦੀ ਕਮਾਈ ਨਾਲ ਪ੍ਰਭ ਆਪ ਹੀ ਮਨ ਵਿੱਚ ਵਸਣ ਲਗ ਪੈਂਦਾ, ਜੋਤ ਜਾਗਰਤ ਹੋ ਜਾਂਦੀ ਹੈ । ਜੀਵ ਦਾ ਮਨ, ਤਨ, ਜੀਭ ਪ੍ਰਭ ਦੀ ਉਸਤਤ ਗਾਉਂਦੀ ਹੈ । ਪ੍ਰਭ ਦੀ ਰਹਿਮਤ ਦਾ ਧੰਨਵਾਦ ਕਰਦਾ ਹੈ । ਮਨ ਡੂੰਘੀ ਸਮਾਧੀ ਵਿੱਚ ਚਲੇ ਜਾਂਦਾ ਹੈ । ਹੈਸੀਅਤ ਦੇ ਅਭਿਮਾਨ ਨਾਲ ਜੀਵ ਤਬਾਹ ਹੋ ਜਾਂਦਾ, ਮਾਨਸ ਜਨਮ ਬਿਰਥਾ ਹੀ ਗਵਾ ਲੈਂਦਾ ਹੈ । ਮਾਨਸ ਜਨਮ ਵਿੱਚ ਸ਼ਬਦ ਦੀ ਕਮਾਈ ਤੋਂ ਬਿਨਾਂ ਬਾਕੀ ਸਭ ਧੰਦੇ ਬਿਰਥੇ ਹੀ ਹਨ । ਪ੍ਰਭ ਜੀਵ ਨੂੰ ਪੈਦਾ ਕਰਦਾ, ਉਸ ਦੇ ਮੋਹ ਤੋਂ ਰਹਿਤ, ਉਸ ਵਿੱਚ ਆਪ ਹੀ ਵਸਦਾ ਹੈ । ਉਸ ਦਾ ਕੋਈ ਅੰਤ ਨਹੀਂ ਹੈ ।

Many devotees, worldly saints have lost their hopes and abandon the meditation, teachings of His Word. They have abandoned the right path, lost the priceless human life opportunity without patience and contentment with His Blessings. The count of those devotee may be beyond imagination and serve no useful purpose. Whosoever may adopt the teachings of His Word with steady and stable belief in his day-to-day life; with His mercy and grace, he may recognize His Command, the real purpose of his human life opportunity. He may not remain under the control of devil of death. He may be accepted in His Court. He may remain overwhelmed with patience, contentment with His Blessings and in his worldly environments. His Holy Spirit remains enlightened within his heart. He may surrender his mind, body, and worldly status at His Sanctuary; he may remain singing the glory of His Word. Whosoever may remain in his ego, he may lose his priceless human life opportunity. Without the earnings of His Word all other worldly tasks have no significance in His Court. The True Creator dwells within each soul; however, He remains beyond the reach of his emotional desires; His Nature remains beyond any comprehension of His Creation.

50. ਰਾਮਕਲੀ ਮਹਲਾ ੧ ਦਖਣੀ ਓਅੰਕਾਰੁ॥ (50) 937-9

ਸ੍ਰਿਸਟੇ ਭੇਉ ਨ ਜਾਣੈ ਕੋਇ॥	saristay bhay-o na jaanai ko-ay.
ਸ੍ਰਿਸਟਾ ਕਰੈ ਸੁ ਨਿਹਚਉ ਹੋਇ॥	saristaa karai so nihcha-o ho-ay.
ਸੰਪੈ ਕਉ ਈਸਰੁ ਧਿਆਈਐ॥	sampai ka-o eesar Dhi-aa-ee-ai.
ਸੰਪੈ ਪੁਰਬਿ ਲਿਖੇ ਕੀ ਪਾਈਐ॥	sampai purab likhay kee paa-ee-ai.
ਸੰਪੈ ਕਾਰਣਿ ਚਾਕਰ ਚੋਰ॥	sampai kaaran chaakar chor.
ਸੰਪੈ ਸਾਥਿ ਨ ਚਾਲੈ ਹੋਰ॥	sampai saath na chaalai hor.
ਬਿਨੁ ਸਾਚੇ ਨਹੀ ਦਰਗਹ ਮਾਨੁ॥	bin saachay nahee dargeh maan.
ਹਰਿ ਰਸੁ ਪੀਵੈ ਛੁਟੈ ਨਿਦਾਨਿ॥੫੦॥	har ras peevai chhutai nidaan. ||50||

ਸ੍ਰਿਸ਼ਟੀ ਦੀ ਰਚਨਾ ਦਾ ਭੇਦ ਕੋਈ ਵੀ ਜਾਣ ਨਹੀਂ ਸਕਦਾ । ਜੋ ਕੁਝ ਕਰਨਾ ਹੁੰਦਾ, ਉਹ ਹੀ ਹੁੰਦਾ ਹੈ । ਕਈ ਜੀਵ ਸੰਸਾਰਕ ਧਨ ਇਕੱਠਾ ਕਰਨ ਲਈ, ਪ੍ਰਭ ਦੇ ਸ਼ਬਦ ਦਾ ਸਿਮਰਨ ਕਰਦੇ ਹਨ । ਉਸ ਨੂੰ ਪਹਿਲੇ ਲਿਖੇ ਭਾਗਾਂ ਨਾਲ ਹੀ ਧਨ ਬਖਸ਼ਿਸ਼ ਹੁੰਦਾ ਹੈ । ਕਈ ਜੀਵ ਸੰਸਾਰਕ ਧਨ ਨੂੰ ਪਾਉਣ ਲਈ ਚੋਰ, ਗੁਲਾਮ ਬਣਦੇ ਹਨ । ਉਸ ਦਾ ਇਕੱਠੀ ਕੀਤਾ ਧਨ, ਮੌਤ ਤੇ ਉਸ ਸਾਥ ਨਹੀਂ ਜਾਂਦਾ । ਹੋਰ ਜੀਵ ਨੂੰ ਮਿਲ ਜਾਂਦਾ ਹੈ । ਸ਼ਬਦ ਦੀ ਕਮਾਈ ਤੋਂ ਬਿਨਾਂ ਹੋਰ ਕਮਾਈ ਦਰਬਾਰ ਵਿੱਚ ਕੀਮਤ ਨਹੀਂ ਪਾਉਂਦੀ । ਜਿਹੜਾ ਜੀਵ ਸ਼ਬਦ ਦੀ ਪਾਲਣਾ ਕਰਦਾ, ਜੀਵਨ ਢਾਲਦਾ ਹੈ । ਉਸ ਤੇ ਪ੍ਰਭ ਦੀ ਰਹਿਮਤ ਦਾ ਰੰਗ ਚੜ੍ਹ ਜਾਂਦਾ ਹੈ । ਉਹ ਦਰਬਾਰ ਵਿੱਚ ਪ੍ਰਵਾਨ ਹੋ ਜਾਂਦਾ ਹੈ ।

The process of creation of the universe remains beyond the comprehension of His Creation. Many may meditate on the teachings of His Word for a greed to collect worldly wealth. However, he may only be blessed as prewritten in his destiny. Some may become slave of others, steal, or rob others; however, worldly collected wealth may not remain his companion after death in His Court; someone else may capture his worldly wealth. Without the earnings of His Word, no other worldly wealth has any significance in His Court. Whosoever may obey and adopts the teachings of His Word; with His mercy and grace, he may remain drenched with crimson color of the nectar of His Word. He may be accepted in His Court.

51. ਰਾਮਕਲੀ ਮਹਲਾ ੧ ਦਖਣੀ ਓਅੰਕਾਰੁ॥ (51) 937-11

ਹੇਰਤ ਹੇਰਤ ਹੇ ਸਖੀ,	hayrat hayrat hay sakhee
ਹੋਇ ਰਹੀ ਹੈਰਾਨੁ॥	ho-ay rahee hairaan.
ਹਉ ਹਉ ਕਰਤੀ ਮੈ ਮੁਈ,	ha-o ha-o kartee mai mu-ee
ਸਬਦਿ ਰਵੈ ਮਨਿ ਗਿਆਨੁ॥	sabad ravai man gi-aan.
ਹਾਰ ਡੋਰ ਕੰਕਨ ਘਣੇ,	haar dor kankan ghanay
ਕਰਿ ਥਾਕੀ ਸੀਗਾਰੁ॥	kar thaakee seegaar.
ਮਿਲਿ ਪ੍ਰੀਤਮ ਸੁਖੁ ਪਾਇਆ,	mil pareetam sukh paa-i-aa s
ਸਗਲ ਗੁਣਾ ਗਲਿ ਹਾਰੁ॥	agal gunaa gal haar.
ਨਾਨਕ ਗੁਰਮੁਖਿ ਪਾਈਐ,	naanak gurmukh paa-ee-ai
ਹਰਿ ਸਿਉ ਪ੍ਰੀਤਿ ਪਿਆਰੁ॥	har si-o pareet pi-aar.
ਹਰਿ ਬਿਨੁ ਕਿਨਿ ਸੁਖੁ ਪਾਇਆ,	har bin kin sukh paa-i-aa
ਦੇਖਹੁ ਮਨਿ ਬੀਚਾਰਿ॥	daykhhu man beechaar.
ਹਰਿ ਪੜਣਾ ਹਰਿ ਬੁਝਣਾ,	har parh-naa har bujh-naa
ਹਰਿ ਸਿਉ ਰਖਹੁ ਪਿਆਰੁ॥	har si-o rakhahu pi-aar.
ਹਰਿ ਜਪੀਐ ਹਰਿ ਧਿਆਈਐ,	har japee-ai har Dhi-aa-ee-ai
ਹਰਿ ਕਾ ਨਾਮੁ ਅਧਾਰੁ॥੫੧॥	har kaa naam aDhaar. ‖51‖

ਪ੍ਰਭ ਦੇ ਸ਼ਬਦ ਦੀ ਪਾਲਣਾ ਕਰਦਾ ਮਨ ਅਚੰਭੇ ਨਜ਼ਾਰੇ ਦੇਖਦਾ, ਹੈਰਾਨ ਹੁੰਦਾ ਹੈ । ਸ਼ਬਦ ਦੀ ਪਾਲਣਾ ਕਰਦੇ ਮਨ ਦਾ ਹੈਸੀਅਤ ਦਾ ਅਭਿਮਾਨ ਖਤਮ ਹੋ ਜਾਂਦਾ ਹੈ । ਮਨ ਵਿਚੋਂ ਹੀ ਸ਼ਬਦ ਦੀ ਗੂੰਜ ਚਲਦੀ, ਸੁਣਾਈ ਦੇਂਦੀ ਹੈ, ਸ਼ਬਦ ਦੀ ਸੋਝੀ ਬਖਸ਼ਿਸ਼ ਹੋ ਜਾਂਦੀ ਹੈ । ਜੀਵ ਸੰਸਾਰਕ ਸੋਭਾ ਪਾਉਣ ਲਈ ਆਪਣੇ ਤਨ ਨੂੰ ਕੀਮਤੀ ਕਪੜੇ, ਗਹਿਣੇ ਨਾਲ ਸ਼ਿਗਾਰਦਾ ਹੈ । ਜਿਸ ਦੇ ਮਨ ਤੇ ਪ੍ਰਭ ਦੀ ਰਹਿਮਤ ਨਾਲ ਸ਼ਬਦ ਦਾ ਰੰਗ ਚੜ੍ਹ ਜਾਂਦਾ ਹੈ । ਉਸ ਦੇ ਮਨ ਵਿੱਚ ਵੱਖਰੀ ਹੀ ਖੁਸ਼ੀ, ਸ਼ਾਂਤੀ ਸੰਤੋਖ ਘਰ ਕਰ ਜਾਂਦਾ ਹੈ । ਗੁਰਮਖ ਨੂੰ ਸ਼ਬਦ ਦੀ ਲਗਨ ਨਾਲ ਹੀ ਪ੍ਰਭ ਦੀ ਰਹਿਮਤ ਬਖਸ਼ਿਸ਼ ਹੋ ਜਾਂਦੀ ਹੈ । ਆਪਣੇ ਮਨ ਵਿੱਚ ਸੋਚ, ਸ਼ਬਦ ਦੀ ਪਾਲਣਾ ਤੋਂ ਬਿਨਾਂ ਕਿਸ ਨੂੰ ਰਹਿਮਤ ਬਖਸ਼ਿਸ਼ ਨਹੀਂ ਹੋਈ? ਜੀਵ ਸ਼ਬਦ ਨੂੰ ਪੜ੍ਹੋ, ਸਮਝੋ, ਪਾਲਣਾ ਕਰੋ! ਜੀਵਨ ਢਾਲਕੇ ਸ਼ਬਦ ਦੀ ਪ੍ਰੀਤ ਨੂੰ ਗੂੜਾ ਕਰੋ । ਸ਼ਬਦ ਦੀ ਉਸਤਤ, ਪਾਲਣਾ ਕਰੋ! ਉਸ ਤੇ ਭਰੋਸਾ ਅਡੋਲ ਰਖਕੇ, ਪ੍ਰਭ ਦੇ ਆਸਰੇ ਤੇ ਜੀਵਨ ਬਤੀਤ ਕਰੋ ।

Whosoever may obey the teachings of His Word, he may witness astonishing play of His Nature; with His mercy and grace, he may conquer his ego of worldly status. He may be blessed with the enlightenment of the essence of His Word. He may hear the everlasting echo of His Word resonating within his heart forever. Self-minded may wear expensive cloths and embellish with jewelry to show his great possessions. Whosoever may be embellished with the crimson color of the essence of His Word, he may be blessed with unique, pleasure, peace of mind and contentment. His true devotee may be rewarded acceptance in His Court with his devotion, dedication, and belief on His Blessings. Who has ever been accepted in His Court, without obeying the teachings of His Word? You should read, recite, understand, and obey the teachings of His Word! You may remain drenched with the essence of His Word by adopting the teachings of His Word. You should sing the glory of The True Master and keep your hope for His Forgiveness and Refuge.

52. ਰਾਮਕਲੀ ਮਹਲਾ ੧ ਦਖਣੀ ਓਅੰਕਾਰੁ॥ (52) 937-15

ਲੇਖੁ ਨ ਮਿਟਈ ਹੇ ਸਖੀ,	laykh na mit-ee hay sakhee
ਜੋ ਲਿਖਿਆ ਕਰਤਾਰਿ॥	jo likhi-aa kartaar.
ਆਪੇ ਕਾਰਣੁ ਜਿਨਿ ਕੀਆ,	aapay kaaran jin kee-aa
ਕਰਿ ਕਿਰਪਾ ਪਗੁ ਧਾਰਿ॥	kar kirpaa pag Dhaar.
ਕਰਤੇ ਹਥਿ ਵਡਿਆਈਆ,	kartay hath vadi-aa-ee-aa
ਬੂਝਹੁ ਗੁਰ ਬੀਚਾਰਿ॥	boojhhu gur beechaar.
ਲਿਖਿਆ ਫੇਰਿ ਨ ਸਕੀਐ,	likhi-aa fayr na sakee-ai
ਜਿਉ ਭਾਵੀ ਤਿਉ ਸਾਰਿ॥	ji-o bhaavee ti-o saar.
ਨਦਰਿ ਤੇਰੀ ਸੁਖੁ ਪਾਇਆ,	nadar tayree sukh paa-i-aa
ਨਾਨਕ ਸਬਦੁ ਵੀਚਾਰਿ॥	naanak sabad veechaar.
ਮਨਮੁਖ ਭੂਲੇ ਪਚਿ ਮੁਏ,	manmukh bhoolay pach mu-ay
ਉਬਰੇ ਗੁਰ ਬੀਚਾਰਿ॥	ubray gur beechaar.
ਜਿ ਪੁਰਖੁ ਨਦਰਿ ਨ ਆਵਈ,	je purakh nadar na aavee
ਤਿਸ ਕਾ ਕਿਆ ਕਰਿ ਕਹਿਆ ਜਾਇ॥	tis kaa ki-aa kar kahi-aa jaa-ay.
ਬਲਿਹਾਰੀ ਗੁਰ ਆਪਣੇ,	balihaaree gur aapnay
ਜਿਨਿ ਹਿਰਦੈ ਦਿਤਾ ਦਿਖਾਇ॥੫੨॥	jin hirdai ditaa dikhaa-ay. ||52||

ਜੀਵ ਦੇ ਪਹਿਲੇ ਲਿਖੇ ਭਾਗ ਕੋਈ ਬਦਲ ਨਹੀਂ ਸਕਦਾ । ਜਿਸ ਪ੍ਰਭ ਨੇ ਮਾਨਸ ਜਨਮ ਬਖਸ਼ਿਆ ਹੈ, ਉਹ ਤਨ ਵਿੱਚ ਹੀ ਵਸਦਾ ਹੈ । ਪ੍ਰਭ ਦੇ ਹੱਥ ਵਿੱਚ ਹੀ ਸਾਰੀਆਂ ਦਾਤਾਂ ਹਨ । ਇਸ ਦੀ ਸੋਝੀ ਵੀ ਸ਼ਬਦ ਦੀ ਪਾਲਣਾ ਕਰਨ ਨਾਲ ਹੀ ਬਖਸ਼ਿਸ਼ ਹੁੰਦੀ ਹੈ । ਪ੍ਰਭ ਦੇ ਲਿਖੇ ਨੂੰ ਕੋਈ ਟਾਲ ਨਹੀਂ ਸਕਦਾ । ਪ੍ਰਭ ਆਪਨੇ ਸੇਵਕ ਨੂੰ ਆਪਨੀ ਰਜ਼ਾ ਦੀ ਹਾਲਤ ਬਖਸ਼ੋ । ਤੇਰੀ ਰਹਿਮਤ ਨਾਲ ਹੀ ਜੀਵ ਦਾ ਮਨ ਸ਼ਬਦ ਦੀ ਪਾਲਣਾ ਵਿੱਚ ਲਗਦਾ ਹੈ । ਤੇਰੀ ਰਹਿਮਤ ਨਾਲ ਹੀ ਜੀਵਨ ਵਿੱਚ ਸੁਖ ਬਖਸ਼ਿਸ਼ ਹੁੰਦੀ ਹੈ । ਮਨਮੁਖ ਆਪਣੀ ਮਰਜ਼ੀ ਨਾਲ ਕੰਮ ਕਰਦਾ, ਮਾਨਸ ਜਨਮ ਬਿਰਥਾ ਗਵਾ ਲੈਂਦਾ ਹੈ । ਕੇਵਲ ਸ਼ਬਦ ਦੀ ਪਾਲਣਾ ਨਾਲ ਹੀ ਰਹਿਮਤ ਬਖਸ਼ਿਸ਼ ਹੋ ਸਕਦੀ ਹੈ । ਜਿਹੜਾ ਜੀਵ ਦੇ ਦੇਖਣ ਵਿੱਚ ਨਹੀਂ ਆਉਂਦਾ, ਕੋਈ ਜੀਵ ਉਸ ਪ੍ਰਭ ਬਾਬਤ ਕੀ ਵਖਿਆਣ ਸਕਦਾ ਹੈ? ਉਸ ਪ੍ਰਭ ਤੋਂ ਕਰਬਾਨ ਜਾਵਾ, ਜਿਸ ਨੇ ਰਹਿਮਤ ਬਖਸ਼ਕੇ, ਮੇਰੇ ਅੰਦਰੋਂ ਹੀ ਸ਼ਬਦ ਦੀ ਸੋਝੀ ਬਖਸ਼ੀ ਹੈ ।

No one may alter, avoid the prewritten destiny. The True Creator of the universe remains embedded within the soul of each creature. The True Master remains the treasure of unlimited virtues and blessings. Whosoever may obey the teachings of His Word; he may be enlightened with the essence of His Nature. His Command may never be avoided in the universe. With Your mercy and grace, keeps me contented in worldly environments acceptable in Your Court. Whosoever may obey the teachings of Your Word; with Your mercy and grace, he may be blessed with pleasures in worldly life. Self-minded may perform all his worldly deeds, intoxicated in the poison of worldly wealth; he may lose his priceless human life opportunity. Whosoever may obey the teachings of His Word, only, he may be blessed with the right path of acceptance in His Court. What may any human explain about His Nature of beyond any visibly, The True Master? I remain fascinated and astonished from His Nature. With His mercy and grace, I have been blessed with enlightenment from within.

53. ਰਾਮਕਲੀ ਮਹਲਾ ੧ ਦਖਣੀ ਓਅੰਕਾਰੁ॥ (53) 937-19

ਪਾਧਾ ਪੜਿਆ ਆਖੀਐ,	paaDhaa parhi-aa aakhee-ai bidi-aa
ਬਿਦਿਆ ਬਿਚਰੈ ਸਹਜਿ ਸੁਭਾਇ॥	bichrai sahj subhaa-ay.

ਬਿਦਿਆ ਸੋਧੈ ਤਤੁ ਲਹੈ,	bidi-aa soDhai tat lahai
ਰਾਮ ਨਾਮ ਲਿਵ ਲਾਇ॥	raam naam liv laa-ay.
ਮਨਮੁਖੁ ਬਿਦਿਆ ਬਿਕ੍ਰਦਾ,	manmukh bidi-aa bikardaa
ਬਿਖੁ ਖਟੇ ਬਿਖੁ ਖਾਇ॥	bikh khatay bikh khaa-ay.
ਮੂਰਖੁ ਸਬਦੁ ਨ ਚੀਨਈ,	moorakh sabad na cheen-ee
ਸੂਝ ਬੂਝ ਨਹ ਕਾਇ॥੫੩॥	soojh boojh nah kaa-ay. ||53||

ਜਿਹੜਾ ਪ੍ਰਭ ਦੇ ਸ਼ਬਦ ਨਾਲ ਆਪਣਾ ਜੀਵਨ ਬਤੀਤ ਕਰਦਾ ਹੈ । ਸ਼ਬਦ ਦਾ ਵਿਚਾਰ ਕਰਦਾ, ਪਾਲਣਾ ਕਰਦਾ, ਪ੍ਰੇਰਨਾ ਕਰਦਾ ਹੈ । ਆਪਣਾ ਧਿਆਨ ਪ੍ਰਭ ਦੇ ਚਰਨਾਂ ਵਿੱਚ ਰਖਦਾ ਹੈ । ਉਸ ਗਿਆਨੀ, ਪੰਡਿਤ ਨੂੰ ਸੋਝੀਵਾਨ ਆਖਿਆ ਜਾ ਸਕਦਾ ਹਾ । ਮਨਮੁਖ ਉਸ ਗਿਆਨ ਨੂੰ ਵੇਚਦਾ, ਕੀਮਤ ਪਾਉਂਦਾ, ਉਹ ਖਾਂਦਾ ਹੈ । ਉਹ ਅਣਜਾਣ, ਸ਼ਬਦ ਦੀ ਕੀਮਤ ਨਹੀਂ ਜਣਦਾ । ਸ਼ਬਦ ਦੀ ਸਿਖਿਆਂ ਨਾਲ ਜੀਵਨ ਨਹੀਂ ਢਾਲਦਾ । ਉਸ ਨੂੰ ਸ਼ਬਦ ਦੀ ਕੋਈ ਸੋਝੀ ਨਹੀਂ ਹੁੰਦੀ ।

Whosoever may adopt the teachings of His Word with steady and stable belief in his day-to-day life; he may inspire and preaches other to adopt the teachings of His Word. He may keep his focus on the teachings of His Word. He may become worthy to be called wise, enlightened, teacher in the universe. Self-minded may sell, makes a profession to get rich by singing the glory of His Word. He may never adopt the teachings of His Word in his own day-to-day life nor he may have enlightenment of the essence of His Word.

54. ਰਾਮਕਲੀ ਮਹਲਾ ੧ ਦਖਣੀ ਓਅੰਕਾਰੁ॥ (54) 938-2

ਪਾਧਾ ਗੁਰਮੁਖਿ ਆਖੀਐ,	paaDhaa gurmukh aakhee-ai
ਚਾਟੜਿਆ ਮਤਿ ਦੇਇ॥	chaatrhi-aa mat day-ay.
ਨਾਮੁ ਸਮਾਲਹੁ ਨਾਮੁ ਸੰਗਰਹੁ,	naam samaalahu naam sangrahu
ਲਾਹਾ ਜਗ ਮਹਿ ਲੇਇ॥	laahaa jag meh lay-ay.
ਸਚੀ ਪਟੀ ਸਚੁ ਮਨਿ,	sachee patee sach man
ਪੜੀਐ ਸਬਦੁ ਸੁ ਸਾਰੁ॥	parhee-ai sabad so saar.
ਨਾਨਕ ਸੋ ਪੜਿਆ ਸੋ ਪੰਡਿਤੁ ਬੀਨਾ,	naanak so parhi-aa so pandit beenaa
ਜਿਸੁ ਰਾਮ ਨਾਮੁ ਗਲਿ ਹਾਰੁ॥੫੪॥੧॥	jis raam naam gal haar. ||54||1||

ਜਿਹੜਾ ਆਪਣੇ ਜੀਵਨ ਦੇ ਢੰਗ ਨਾਲ ਸ਼ਬਦ ਦੀ ਸਿਖਿਆਂ, ਸੋਝੀ ਆਪਣੇ ਸਾਥੀਆਂ ਨਾਲ ਸਾਂਝੀ ਕਰਦਾ ਹੈ । ਉਹ ਗਿਆਨੀ, ਸੋਝੀ ਦੇਣ ਵਾਲੇ ਨੂੰ ਗੁਰਮਖ ਅਵਸਥਾ ਬਖਸ਼ਿਸ਼ ਹੋ ਜਾਂਦੀ ਹੈ । ਉਹ ਆਪ ਸ਼ਬਦ ਦੀ ਪਾਲਣਾ ਕਰਦਾ, ਆਪਣਾ ਜੀਵਨ ਢਾਲਦਾ ਹੈ, ਮਾਨਸ ਜਨਮ ਦਾ ਲਾਹਾ ਖੱਟ ਜਾਂਦਾ ਹੈ । ਉਹ ਆਪਣੇ ਮਨ ਨੂੰ ਸੰਸਾਰਕ ਇਛਾਂ ਤੋਂ ਰਹਿਤ ਰਖਕੇ ਆਪਣੇ ਜੀਵਨ ਨੂੰ ਬਾਕੀਆਂ ਲਈ ਮਿਸਾਲ ਬਣਾ ਜਾਂਦਾ ਹੈ । ਉਹ ਹੀ ਜੀਵ ਸੋਝੀਵਾਨ, ਗਿਆਨੀ, ਵਿਦਵਾਨ ਕਹਿਆ ਜਾ ਸਕਦਾ ਹੈ! ਜਿਹੜਾ ਪ੍ਰਭ ਦੇ ਸ਼ਬਦ ਦੀ ਪਾਲਣਾ ਦਾ ਹਾਰ ਆਪਣੇ ਮਨ ਵਿੱਚ, ਗਲ ਵਿੱਚ ਪਾਉਂਦਾ ਹੈ । ਉਹ ਆਪਣੀ ਜੀਭ ਤੋਂ ਪ੍ਰਭ ਦਾ ਧੰਨਵਾਦ, ਗੁਣ ਗਾਉਂਦਾ ਹੈ ।

Whosoever may adopt the teachings of His Word and inspires others with the virtues of His Word; with His mercy and grace, he may be blessed with a state of mind as His true devotee. He may obey and adopts the teachings of His Word with steady and stable belief in his day-to-day life; with His mercy and grace, his human life opportunity may be rewarded. He remains beyond the reach of worldly desires. He may become a pillar of enlightenment for others. He may be worthy to be called, saint, blessed soul, spiritual scholar. Whosoever may wear the rosary of the teachings of His Word in his neck; with His mercy and grace, he may remain intoxicated in singing the glory of His Word from his own tongue.

☬ ਸਿਧ ਗੋਸਟਿ ☬

1. ਮਹਲਾ ੧॥ ਸਿਧ ਗੋਸਟਿ॥ 938-5 - Question 1. Yogi- Nanak Ji!

੧ੳ ਸਤਿਗੁਰ ਪ੍ਰਸਾਦਿ॥	ik-oNkaar satgur parsaad.
ਸਿਧ ਸਭਾ ਕਰਿ ਆਸਣਿ ਬੈਠੇ,	siDh sabhaa kar aasan baithay
ਸੰਤ ਸਭਾ ਜੈਕਾਰੋ॥	sant sabhaa jaikaaro.
ਤਿਸੁ ਆਗੈ ਰਹਰਾਸਿ ਹਮਾਰੀ,	tis aagai rahraas hamaaree
ਸਾਚਾ ਅਪਰ ਅਪਾਰੋ॥	saachaa apar apaaro.
ਮਸਤਕੁ ਕਾਟਿ ਧਰੀ ਤਿਸੁ ਆਗੈ,	mastak kaat Dharee tis aagai
ਤਨੁ ਮਨੁ ਆਗੈ ਦੇਉ॥	tan man aagai day-o.
ਨਾਨਕ ਸੰਤੁ ਮਿਲੈ ਸਚੁ ਪਾਈਐ,	naanak sant milai sach paa-ee-ai
ਸਹਜ ਭਾਇ ਜਸੁ ਲੇਉ॥੧॥	sahj bhaa-ay jas lay-o. ||1||

ਰਹਰਾਸਿ= ਸ਼ਾਮ ਦੀ ਅਰਦਾਸ	ਸਚੁ= ਅਟਲ ਪ੍ਰਭ:	ਮਸਤਕ= ਸਿਰ, ਮੱਥਾ
ਜੈਕਾਰ= ਜੀ ਆਇਆ, ਨਮਸੁਕਾਰ		ਸ਼ਬਦ= ਪ੍ਰਭ ਦਾ ਭਾਣਾ
ਸ਼ਬਦ ਦੀ ਪਾਲਣਾ = ਪ੍ਰਭ ਦੇ ਭਾਣੇ ਨੂੰ ਸਤਿ ਕਰਕੇ ਮੰਨਣਾ, ਉਸ ਅਨੁਸਾਰ ਜੀਵਨ ਬਤੀਤ ਕਰਨਾ		

ਬਾਬਾ ਨਾਨਕ ਜੀ! ਤੀਜੀ ਯਾਤਰਾਂ ਵਿੱਚ ਗੋਰਖ ਜੋਗੀ ਦੇ ਡੇਰੇ ਤੇ ਗਏ । ਜੋਗੀ ਨੇ ਸਾਧ ਦੇ ਬਾਣੇ ਵਿੱਚ ਆਏ ਯਾਤਰੀ ਨਾਲ ਨਿਮ੍ਰਤਾ ਨਾਲ ਵਿਚਾਰ ਕਰਦੇ ਹਨ । ਸਿਧ, ਸ਼ਾਮ ਦਾ ਦਿਵਾਨ ਲਾ ਕੇ ਨਾਨਕ ਜੀ ਨੂੰ ਜੀ ਆਇਆ (ਜੈਕਾਰ) ਆਖਦੇ ਹਨ । ਭਗਤ ਜਨੋ ! ਤੁਸੀ ਕਿਸ ਅੱਗੇ ਅਤੇ ਕਿਵੇਂ ਬੰਦਗੀ, ਅਰਦਾਸ ਕਰਦੇ ਹੋ? ਨਾਨਕ ਜੀ ਕਹਿੰਦੇ ਹਨ! ਉਸ ਅਟਲ ਪ੍ਰਭ ਦੇ ਸ਼ਬਦ ਦਾ ਸਿਮਰਨ ਕਰਦਾ ਹਾ । ਜਿਸ ਦੇ ਰੂਪ, ਮਹਿਮਾ ਦਾ ਵਖਿਆਣ ਨਹੀਂ ਕੀਤਾ ਜਾ ਸਕਦਾ । ਓਸ ਦੀਆਂ ਕਰਾਮਾਤਾਂ ਦਾ ਅੰਤ ਨਹੀਂ ਪਾਇਆ ਜਾ ਸਕਦਾ । ਜਿਸ ਨੇ ਤਨ, ਮਨ, ਧਨ ਸਭ ਕੁਝ ਵੀ ਪ੍ਰਭ ਦੀ ਭੇਟਾ ਕਰ ਦਿਤਾ ਹੈ, ਤਾ ਵੀ ਥੋੜ੍ਹਾ ਹੈ । ਜਿਸ ਤੇ ਪ੍ਰਭ ਰਹਿਮਤ ਦੀ ਨਜ਼ਰ ਬਖਸ਼ਦਾ ਹੈ, ਉਸ ਨੂੰ ਹੀ ਸੰਤ ਸਰੂਪ ਦੀ ਸੰਗਤ ਬਖਸ਼ਿਸ਼ ਹੁੰਦੀ ਹੈ । ਉਸ ਦੇ ਜੀਵਨ ਦੀ ਸਿਖਿਆਂ ਨਾਲ ਜੀਵਨ ਢਾਲਣ ਨਾਲ ਪ੍ਰਭ ਨੂੰ ਮਿਲਣ ਵਰਗਾ ਜਸ ਪ੍ਰਾਪਤ ਹੋ ਜਾਂਦਾ ਹੈ ।

On third trip! Nanak Ji visited Yogi **Gorakh** temple! Nanak was wearing saintly robe! Yogis welcomed the visiting saint-Nanak! In the evening prayer, Yogi Gorakh ji! How may you pray for forgiveness? Whom may you pray in gratitude for human life opportunity? Nanak Ji! I meditate on the teachings of His Word, The One and Only One True Master. Whose glory, greatness, personality remains beyond comprehension and explanation of His Creation. His Nature and Miracles are unlimited and beyond imagination of His Creation. Even the offering of our mind, body and worldly status as offering at His feet, service may be very insignificant offerings. His true devotee may be blessed with the association, conjugation of His Holy Saint. Whosoever may adopt his life experience teachings in his own day to day life; with His mercy and grace, his true devotee may realize same peace, comforts and contentment as meeting The True Master.

ਕਿਆ ਭਵੀਐ ਸਚਿ ਸੂਚਾ ਹੋਇ॥	i-aa bhavee-ai sach soochaa ho-ay.
ਸਾਚ ਸਬਦ ਬਿਨੁ ਮੁਕਤਿ ਨ ਕੋਇ॥੧॥	saach sabad bin mukat na ko-ay. ||1||
ਰਹਾਉ॥	rahaa-o.

ਹੋਰ ਕਿਸੇ ਥਾਂ, ਰਸਤੇ ਤੇ ਚਲਣ ਨਾਲ ਅਟਲ ਪ੍ਰਭ ਦੀ ਰਹਿਮਤ ਬਖਸ਼ਿਸ਼ ਨਹੀਂ ਹੁੰਦੀ । ਜੀਵ ਦੀ ਆਤਮਾ ਅਸਲੀ ਪ੍ਰਵਾਨਗੀ ਦੇ ਰਸਤੇ ਤੇ ਅਡੋਲ ਨਹੀਂ ਰਹਿੰਦੀ । ਆਪਣਾ ਜੀਵਨ ਸ਼ਬਦ ਦੀ ਸਿਖਿਆ ਨਾਲ ਢਾਲਣ ਤੋਂ ਬਿਨਾਂ ਮੁਕਤੀ ਦਾ ਰਸਤਾ ਬਖਸ਼ਿਸ਼ ਨਹੀਂ ਹੁੰਦਾ ।

By adopting any other meditation, following the teachings of any worldly guru, saint; the real path of acceptance in His Court may not be blessed. His soul may not remain steady and stable on the real path of acceptance in His Court consistently over period. Without adopting the teachings of His Word with steady and stable belief in own day-to-day life; The right path of acceptance in His Court may never be blessed.

2. ਮਹਲਾ ੧ ਸਿਧ ਗੋਸਟਿ (938-8) **- Question 2. Yogi- Nanak Ji!**

ਕਵਨ ਤੁਮੇ, ਕਿਆ ਨਾਉ ਤੁਮਾਰਾ,	kavan tumay ki-aa naa-o tumaaraa
ਕਉਨੁ ਮਾਰਗੁ, ਕਉਨੁ ਸੁਆਓ॥	ka-un maarag ka-un su-aa-o.
ਸਾਚੁ ਕਹਉ ਅਰਦਾਸਿ ਹਮਾਰੀ,	saach kaha-o ardaas hamaaree
ਹਉ ਸੰਤ ਜਨਾ ਬਲਿ ਜਾਓ॥	ha-o sant janaa bal jaa-o.
ਕਹ ਬੈਸਹੁ, ਕਹ ਰਹੀਐ ਬਾਲੇ,	kah baishu kah rahee-ai baalay
ਕਹ ਆਵਹੁ, ਕਹ ਜਾਹੋ॥	kah aavhu kah jaaho.
ਨਾਨਕੁ ਬੋਲੈ, ਸੁਣਿ ਬੈਰਾਗੀ,	naanak bolai sun bairaagee
ਕਿਆ ਤੁਮਾਰਾ ਰਾਹੋ॥੨॥	ki-aa tumaaraa raaho. ||2||

ਜੋਗੀ, ਨਾਨਕ ਜੀ ਨੂੰ ਛੋਟੀ ਉਮਰ ਦਾ ਹੋਣ ਕਰਕੇ ਬਾਲਕ ਦੇ ਨਾਮ ਨਾਲ ਪੁਕਾਰਦਾ ਹੈ । ਬਾਲਕ ਤੂੰ ਕੌਣ ਹੈ? ਤੇਰਾ ਨਾਮ ਕੀ ਹੈ? ਤੇਰਾ ਬੰਦਗੀ ਦਾ ਰਸਤਾ, ਧਰਮ ਕੀ ਹੈ? ਤੇਰਾ ਜੀਵਨ ਦਾ ਕੀ ਮੰਤਵ ਹੈ? ਅਸੀ ਬੇਨੰਤੀ ਕਰਦੇ ਹਾ! ਕਿ ਸਾਨੂੰ ਠੀਕ ਠੀਕ ਉਤਰ ਦੇਵੋ, ਸੋਝੀ ਦੇਵੋ । ਅਸੀ ਵੀ ਅਜੇਹੇ ਸੰਤ ਤੋਂ ਆਪਣਾ ਆਪਾ ਵਾਰ ਦੇਈਏ । ਉਹ ਕਿਥੇ ਰਹਿੰਦਾ ਹੈ? ਉਸ ਦਾ ਆਸਣ, ਕਿਥੇ ਹੈ? ਜੀਵ ਕਿਥੋਂ ਆਉਂਦਾ ਹੈ, ਮੌਤ ਤੋਂ ਪਿਛੋਂ ਕਿਥੇ ਜਾਂਦਾ ਹੈ? ਨਾਨਕ, ਤੇਰਾ ਕਿਹੜਾ ਰਸਤਾ, ਬੰਦਗੀ ਦਾ ਮਾਰਗ, ਨਿਯਮ ਹੈ?

Nanak Ji was much younger age; Yogi Gurak called him young-saint! Who are you and what may be your worldly name? What may be your religion, and path of meditation? What may be the real purpose of human life journey? Help me to understand your comprehension of His Nature. I may surrender my identity at His Sanctuary. Where may He dwell and where may be His Throne? Where may human come from and where may human go after death, after human life journey? What may be your path and principle of meditation?

ਘਟਿ ਘਟਿ ਬੈਸਿ, ਨਿਰੰਤਰਿ ਰਹੀਐ,	ghat ghat bais nirantar rahee-ai
ਚਾਲਹਿ ਸਤਿਗੁਰ ਭਾਏ॥	chaaleh satgur bhaa-ay.
ਸਹਜੇ ਆਏ ਹੁਕਮਿ ਸਿਧਾਏ,	sehjay aa-ay hukam siDhaa-ay
ਨਾਨਕ ਸਦਾ ਰਜਾਏ॥	naanak sadaa rajaa-ay.
ਆਸਣਿ ਬੈਸਣਿ ਥਿਰੁ ਨਾਰਾਇਣੁ,	aasan baisan thir naaraa-in
ਐਸੀ ਗੁਰਮਤਿ ਪਾਏ॥	aisee gurmat paa-ay.
ਗੁਰਮੁਖਿ ਬੂਝੈ ਆਪੁ ਪਛਾਣੈ,	gurmukh boojhai aap pachhaanai
ਸਚੇ ਸਚਿ ਸਮਾਏ॥੩॥	sachay sach samaa-ay. ||3||

ਮੈਨੂੰ ਇਤਨੀ ਹੀ ਸੋਝੀ ਹੋਈ ਹੈ । ਅੰਤਰਜਾਮੀ ਪ੍ਰਭ ਹਰਇਕ ਜੀਵ ਦੇ ਅੰਦਰ ਵਸਦਾ ਹੈ । ਉਸ ਨੂੰ ਜੀਵ ਦੀ ਹਰਇਕ ਕੰਮ ਦੀ ਪੂਰਨ ਸੋਝੀ, ਜਾਣਕਾਰੀ ਹੈ । ਉਸ ਦੀ ਰਜ਼ਾ, ਭਾਣੇ ਵਿੱਚ, ਸ਼ਬਦ ਅਨੁਸਾਰ ਜੀਵਨ ਬਤੀਤ ਕਰੋ! ਸਵਾਸ, ਗਰਾਸ, ਸ਼ਬਦ ਵਿੱਚ ਲੀਨ ਹੋ ਕੇ ਧੰਨਵਾਦ ਦੇ ਗੀਤ ਗਾਵੋ । ਜਿਹੜਾ ਮਾਨਸ ਆਪਣਾ ਮੂਲ ਪਛਾਣ ਲੈਂਦਾ ਹੈ । ਉਹ ਪ੍ਰਭ ਦੇ ਸ਼ਬਦ ਦੀ ਪਾਲਣਾ ਵਿੱਚ ਲੀਨ ਰਹਿੰਦਾ ਹੈ । ਉਸ ਦੇ ਮਨ ਦੀਆਂ ਭਟਕਣਾਂ ਖਤਮ ਹੋ ਜਾਂਦੀਆਂ ਹਨ । ਉਸ ਨੂੰ ਪ੍ਰਭ ਦੀ ਹੋਂਦ ਦੀ ਸੋਝੀ, ਅਨੁਭਵ, ਬਖਸ਼ਿਸ਼ ਹੋ ਜਾਂਦੀ ਹੈ ।

The Omniscient True Master remains embedded within each soul and dwells within his body. He remains fully aware about deeds, hopes and intentions of His Creation. His true devotee must accept His Word, Command

and, sings His glory with each breath. We should adopt the teachings of His Word with steady and stable belief in our day-to-day life. Whosoever may recognize the real purpose of his human life opportunity; with His mercy and grace, he may remain intoxicated in obeying the teachings of His Word with steady and stable belief in his day-to-day life. All his frustrations of worldly desires, expectations may be eliminated; with His mercy and grace, he may realize His Holy Spirit prevailing within everyone and everywhere in the universe! I have been blessed with only that much comprehension of His Nature.

3. ਮਹਲਾ ੧ ਸਿਧ ਗੋਸਟਿ (938) - **Question 3. Yogi- Nanak Ji!**

ਦੁਨੀਆ ਸਾਗਰੁ ਦੁਤਰੁ ਕਹੀਐ,	dunee-aa saagar dutar kahee-ai
ਕਿਉ ਕਰਿ ਪਾਈਐ ਪਾਰੋ॥	ki-o kar paa-ee-ai paaro.
ਚਰਪਟੁ ਬੋਲੈ, ਅਉਧੂ ਨਾਨਕ,	charpat bolai a-oDhoo naanak
ਦੇਹੁ ਸਚਾ ਬੀਚਾਰੋ॥	dayh sachaa beechaaro.
ਆਪੇ ਆਖੈ, ਆਪੇ ਸਮਝੈ,	aapay aakhai aapay samjhai
ਤਿਸੁ ਕਿਆ ਉਤਰੁ ਦੀਜੈ॥	tis ki-aa utar deejai.
ਸਾਚੁ ਕਹਹੁ, ਤੁਮ ਪਾਰਗਰਾਮੀ,	saach kahhu tum paargaraamee
ਤੁਝੁ ਕਿਆ ਬੈਸਣੁ ਦੀਜੈ॥੪॥	tujh ki-aa baisan deejai. ||4||

ਗੋਰਖ ਜੀ ਦਾ ਸੇਵਕ ਚਰਪਟੂ ਨਾਨਕ ਜੀ ਨੂੰ ਕਹਿੰਦਾ ਹੈ! ਭਿਆਨਕ ਸੰਸਾਰ ਸਾਗਰ ਨੂੰ ਕਿਸਤਰ੍ਹਾਂ ਪਾਰ ਕੀਤਾ ਜਾ ਸਕਦਾ ਹੈ? ਇਹ ਜਨਮ ਮਰਨ ਦਾ ਚੱਕਰ ਕਿਸਤਰ੍ਹਾਂ ਖਤਮ ਕੀਤਾ ਜਾ ਸਕਦਾ ਹੈ? ਨਾਨਕ ਜੀ ਕਹਿੰਦੇ ਹਨ! ਜੋਗੀ ਤੂੰ ਆਪ ਹੀ ਆਖਦਾ ਹੈ ਕਿ ਤੈਨੂੰ ਸਭ ਸੋਝੀ ਹੈ । ਅਗਰ ਤੈਨੂੰ ਪਹਿਲੇ ਹੀ ਸਭ ਸੋਝੀ ਹੈ, ਤਾ ਮੈਂ ਫਿਰ ਕੀ ਹੋਰ ਵਿਚਾਰ ਕਰ ਸਕਦਾ ਹਾ । ਅਗਰ ਤੂੰ ਸਮਝਦਾ ਹੈ! ਤੂੰ ਪਹਿਲੇ ਹੀ ਜਨਮ ਮਰਨ ਦੇ ਚੱਕਰ ਤੋਂ ਉਪਰ ਹੈ । ਮੈਂ ਤੈਨੂੰ ਹੋਰ ਕੀ ਦੱਸ ਸਕਦਾ ਹਾ ।

Yogi Carpatt Ji! How may human be saved and crosses the terrible ocean of worldly desires? How may the cycle of birth and death be eliminated? Nanak Ji! Yogi Ji, you claim to already know all about His Nature. What else may I add to your knowledge, understanding, comprehension? As you have mentioned, you are already above the cycle of birth and death; what else may I explain to you?

ਜੈਸੇ ਜਲ ਮਹਿ ਕਮਲੁ ਨਿਰਾਲਮੁ,	jaisay jal meh kamal niraalam
ਮੁਰਗਾਈ ਨੈ ਸਾਣੇ॥	murgaa-ee nai saanay.
ਸੁਰਤਿ ਸਬਦਿ ਭਵ ਸਾਗਰੁ ਤਰੀਐ,	surat sabad bhav saagar taree-ai
ਨਾਨਕ ਨਾਮੁ ਵਖਾਣੇ॥	naanak naam vakhaanay.
ਰਹਹਿ ਇਕਾਂਤਿ ਏਕੋ ਮਨਿ ਵਸਿਆ,	raheh ikaaNt ayko man vasi-aa
ਆਸਾ ਮਾਹਿ ਨਿਰਾਸੋ॥	aasaa maahi niraaso.
ਅਗਮੁ ਅਗੋਚਰੁ ਦੇਖਿ ਦਿਖਾਏ,	agam agochar daykh dikhaa-ay
ਨਾਨਕੁ ਤਾ ਕਾ ਦਾਸੋ॥੫॥	naanak taa kaa daaso. ||5||

ਜਿਸਤਰ੍ਹਾਂ ਕਮਲ ਦਾ ਫੁੱਲ ਪਾਣੀ ਵਿੱਚ ਆਪਣੀ ਖਸ਼ਬੂ ਨਹੀਂ ਖੋਹਦਾ । ਭਾਵੇਂ ਕਿਤਨੇ ਵੀ ਜੀਵ ਉਸ ਪਾਣੀ ਨੂੰ ਗੰਦਾ ਕਰਨ । ਇਸਤਰ੍ਹਾਂ ਹੀ ਜਿਹੜਾ ਜੀਵ ਆਪਣੇ ਮਨ ਨੂੰ ਪ੍ਰਭ ਦੇ ਸ਼ਬਦ ਵਿੱਚ ਲੀਨ ਰਖਦਾ ਹੈ । ਉਸ ਦਾ ਮਨ ਸੰਸਾਰਕ ਮੁਸ਼ਕਲਾਂ, ਮਨ ਦੀ ਇਛਾਂ ਤੇ ਕਾਬੂ ਰਖਦਾ ਹੈ । ਉਸ ਜੀਵ ਦੇ ਮਨ ਅੰਦਰ ਸ਼ਬਦ ਦੀ ਧੁਨ ਚਲਦੀ, ਸੁਣਦੀ ਰਹਿੰਦੀ ਹੈ । ਇਹ ਸ਼ਬਦ ਦੀ ਧੁਨ ਮੁਸ਼ਕਲਾਂ ਵਿੱਚ ਵੀ ਮਨ ਨੂੰ ਅਡੋਲ ਰਖਦੀ ਹੈ । ਮਨ ਵਿੱਚ ਪ੍ਰਭ ਦੇ ਬਖਸ਼ੇ ਤੇ ਅਡੋਲ ਭਰੋਸੇ ਨਾਲ ਹੀ ਰਹਿਮਤ ਬਖਸ਼ਿਸ਼ ਹੁੰਦੀ ਹੈ । ਜੋਗੀ ਆਪਣੇ ਮਨ ਨੂੰ ਉਸ ਪ੍ਰਭ ਦੀ ਰਜ਼ਾ, ਭਾਣੇ ਦੇ ਹਵਾਲੇ ਕਰ ਦੇਵੋਂ । ਆਪਣੇ ਸੇਵਕਾਂ ਨੂੰ ਵੀ ਸ਼ਬਦ ਦੀ ਪਾਲਣਾ, ਸਿਮਰਨ ਕਰਨ ਦੀ ਪ੍ਰੇਰਨਾ ਕਰੋ! ਮੈਂ ਵੀ ਉਸ ਪ੍ਰਭ ਦਾ ਦਾਸ, ਗੁਲਾਮ, ਸੇਵਕ ਹਾ! ਉਹ ਆਪ ਹੀ ਮਲਾਹ ਬਣਕੇ ਬੇੜੀ ਪਾਰ ਲੰਘਾ ਦੇਂਦਾ ਹੈ ।

As the lotus flower may not lose, diminish his fragrance in water; even though many may muddy the water. Same way, whosoever may remain intoxicated in meditation, obeying the teachings of His Word; with His mercy and grace, his mind may conquer his demons of desires. He may hear the everlasting echo of His Word resonating within his heart. He may keep his mind steady and stable on the right path of acceptance in His Court; The Merciful True Master protects His true devotee. His true devotee surrenders his mind, body and worldly identity at His Sanctuary, service. You should inspire your followers to meditate and obey the teachings of His Word with steady and stable belief in day-to-day life. I am also, His Slave! Whosoever may surrender his self-entity at His Sanctuary; with His mercy and grace, he may be blessed with the right path of acceptance in His Court.

4. **ਮਹਲਾ ੧ ਸਿਧ ਗੋਸਟਿ** (938-17) - **Question 4 A. Yogi- Nanak Ji!**

ਸੁਣਿ ਸੁਆਮੀ ਅਰਦਾਸਿ ਹਮਾਰੀ,	un su-aamee ardaas hamaaree
ਪੂਛਉ ਸਾਚੁ ਬੀਚਾਰੋ॥	poochha-o saach beechaaro.
ਰੋਸੁ ਨ ਕੀਜੈ ਉਤਰੁ ਦੀਜੈ,	ros na keejai utar deejai
ਕਿਉ ਪਾਈਐ ਗੁਰ ਦੁਆਰੋ॥	ki-o paa-ee-ai gur du-aaro.
ਇਹੁ ਮਨੁ ਚਲਤਉ ਸਚ ਘਰਿ ਬੈਸੈ,	ih man chalta-o sach ghar baisai
ਨਾਨਕ ਨਾਮੁ ਅਧਾਰੋ॥	naanak naam aDhaaro.
ਆਪੇ ਮੇਲਿ ਮਿਲਾਏ ਕਰਤਾ,	aapay mayl milaa-ay kartaa laagai
ਲਾਗੈ ਸਾਚਿ ਪਿਆਰੋ॥੬॥	saach pi-aaro. ‖6‖.

ਜੋਗੀ, ਨਿਮ੍ਰਤਾ ਨਾਲ ਬੇਨੰਤੀ ਕਰਦਾ ਹੈ । ਪ੍ਰਭ ਦੇ ਦਰਬਾਰ ਵਿੱਚ ਕਿਸਤਰ੍ਹਾਂ ਥਾਂ ਬਖਸ਼ਿਸ਼ ਹੋ ਸਕਦੀ ਹੈ? ਦਸਵਾਂ ਦਰਵਾਜਾ ਕਿਵੇਂ ਲਭਿਆ ਜਾ ਸਕਦਾ ਹੈ? ਜਿਹੜਾ ਸ਼ਬਦ ਦੀ ਸਿਖਿਆਂ ਨੂੰ ਅਡੋਲ ਭਰੋਸੇ ਨਾਲ ਆਪਣੇ ਜੀਵਨ ਦਾ ਅਧਾਰ ਬਣਾਉਂਦਾ ਹੈ! ਪ੍ਰਭ ਆਪ ਹੀ ਰਹਿਮਤ ਬਖਸ਼ਕੇ, ਆਪਣੀ ਸ਼ਬਦ ਦੀ ਸਮਾਧੀ ਵਿੱਚ ਅਲੋਪ ਕਰ ਲੈਂਦਾ ਹੈ । ਹੋਰ ਕੋਈ ਚਤੁਰਾਈ, ਸਿਆਣਪ ਬਿਰਥੀ ਹੀ ਹੈ ।

Yogi! How one may achieve, blessed with a permanent resting place in His Royal Castle? How may one find and enter the 10th door; the door of His Royal castle? Whosoever may adopt the teachings of His Word with steady and stable belief in his day-to-day life; with His mercy and grace, His true devotee may remain intoxicated in obeying, meditating in the void of His Word. No other wisdom, meditation, or teachings of worldly guru, may be accepted in His Court.

5. **ਮਹਲਾ ੧ ਸਿਧ ਗੋਸਟਿ** (938-19) - **Question 4B. Yogi- Nanak**

ਹਾਟੀ ਬਾਟੀ ਰਹਹਿ ਨਿਰਾਲੇ,	haatee baatee raheh niraalay
ਰੂਖਿ ਬਿਰਖਿ ਉਦਿਆਨੇ॥	rookh birakh udi-aanay.
ਕੰਦ ਮੂਲੁ ਅਹਾਰੋ ਖਾਈਐ,	kand mool ahaaro khaa-ee-ai a-oD-
ਅਉਧੂ ਬੋਲੈ ਗਿਆਨੇ॥	hoo bolai gi-aanay.
ਤੀਰਥਿ ਨਾਈਐ ਸੁਖੁ ਫਲੁ ਪਾਈਐ,	tirath naa-ee-ai sukh fal paa-ee-ai
ਮੈਲੁ ਨ ਲਾਗੈ ਕਾਈ॥	mail na laagai kaa-ee.
ਗੋਰਖ ਪੂਤੁ ਲੋਹਾਰੀਪਾ,	gorakh poot lohaareepaa
ਬੋਲੈ ਜੋਗ ਜੁਗਤਿ ਬਿਧਿ ਸਾਈ॥੭॥	bolai jog jugat biDh saa-ee. ‖7‖

ਗੋਰਖ ਦਾ ਸੇਵਕ ਲੋਹਾਰੀਪਾ! ਅਸੀ ਇਸਤਰ੍ਹਾਂ ਹੀ ਬੰਦਗੀ ਕਰਦੇ ਹਾ । ਸਾਡਾ ਜੋਗ ਦਾ ਮਾਰਗ ਇਸਤਰ੍ਹਾਂ ਹੀ ਪਾਇਆ ਜਾਂਦਾ ਹੈ । ਸਾਡੇ ਜੋਗ ਦੇ ਇਹ ਹੀ ਨਿਯਮ ਹਨ । ਸੰਸਾਰਕ ਜੀਵਾਂ, ਸਾਧਨਾਂ ਤੋਂ ਦੂਰ, ਜੰਗਲਾਂ ਵਿੱਚ, ਇਕਾਂਤ ਥਾਂ ਤੇ ਰਹਿੰਦੇ ਹਾ । ਫਲ, ਜੜ੍ਹਾਂ ਬੂਟੀਆਂ ਖਾ ਕੇ ਪੇਟ ਭਰਦੇ ਹਾ । ਜੀਭ ਦੇ ਸਵਾਦ ਤੇ ਕਾਬੂ ਰਖਦੇ ਹਾ, ਇਹ ਹੀ ਸਾਨੂੰ ਸੋਝੀ ਹੋਈ ਹੈ । ਮੰਨੇ ਪਵਿੱਤਰ ਤੀਰਥਾਂ ਤੇ ਇਸ਼ਨਾਨ ਕਰਦੇ ਹਾ । ਜਿਸ ਨਾਲ ਮਨ ਦੀ ਮੈਲ਼ ਦੂਰ ਰਹਿੰਦੀ, ਸ਼ਾਂਤੀ, ਸੰਤੋਖ ਬਣਿਆ ਰਹਿੰਦਾ ਹੈ ।

Yogi Loraphia! The principles of our meditation are also the same. Only this way our path of mediation may be adopted. Yogi must stay away from worldly luxury, way of life, in wild forest, quiet place, beyond the reach of worldly amenities. He must satisfy the hunger of his stomach with wild fruits, nuts, and weeds. He must keep a control on the taste of his tongue. These are the teachings, principles, way of life, to become a Yogi! Yogi may pilgrimage at Holy Shrine to take a sanctifying bath, to keep his soul sanctified, blemish free. Yogi must remain in peace and contented with his worldly environments.

ਹਾਟੀ ਬਾਟੀ ਨੀਦ ਨ ਆਵੈ,	haatee baatee need na aavai
ਪਰ ਘਰਿ ਚਿਤੁ ਨ ਡੁੋਲਾਈ॥	par ghar chit na dolaa-ee.
ਬਿਨੁ ਨਾਵੈ ਮਨੁ ਟੇਕ ਨ ਟਿਕਈ,	bin naavai man tayk na tik-ee
ਨਾਨਕ ਭੂਖ ਨ ਜਾਈ॥	naanak bhookh na jaa-ee.
ਹਾਟੁ ਪਟਣੁ ਘਰੁ ਗੁਰੂ ਦਿਖਾਇਆ,	haat patan ghar guroo dikhaa-i-aa
ਸਹਜੇ ਸਚੁ ਵਾਪਾਰੋ॥	sehjay sach vaapaaro.
ਖੰਡਿਤ ਨਿਦ੍ਰਾ ਅਲਪ ਅਹਾਰੰ,	khandit nidraa alap ahaaraN
ਨਾਨਕ ਤਤੁ ਬੀਚਾਰੋ॥੮॥	naanak tat beechaaro. ||8||

ਸੰਨਿਆਸੀ, ਲੋਕਾਂ ਦੇ ਬਣਾਏ ਹੋਏ ਘਰਾਂ ਨਾਲ ਆਪਣਾ ਮਨ, ਚਿਤ ਨਹੀਂ ਲਾਉਂਦਾ । ਪਰਾਏ ਦੇ ਘਰ ਨੂੰ ਡੇਰਾ ਬਣਾਉਣ ਦਾ ਲਾਲਚ, ਮਨ ਵਿੱਚ ਕਦੇ ਨਹੀਂ ਆਉਂਦਾ । ਨਾਨਕ ਜੀ! ਪ੍ਰਭ ਦੇ ਸ਼ਬਦ ਨੂੰ ਮਨ ਦਾ ਅਧਾਰ ਬਣਾਉਣ ਤੋਂ ਬਿਨਾਂ ਸੰਤੋਖ, ਸ਼ਾਂਤੀ ਬਖਸ਼ਿਸ਼ ਨਹੀਂ ਹੁੰਦੀ । ਮਨ ਅਡੋਲ ਨਹੀਂ ਹੁੰਦਾ, ਮਨ ਦੀ ਪ੍ਰਭ ਨਾਲ ਸੰਜੋਗ ਦੀ ਇਛਾਂ ਪੂਰੀ ਨਹੀਂ ਹੁੰਦੀ । ਸ਼ਬਦ ਨੂੰ ਆਪਣੇ ਜੀਵਨ ਵਿੱਚ ਢਾਲਣ ਨਾਲ ਪ੍ਰਭ ਆਪ ਹੀ ਰਹਿਮਤ ਬਖਸ਼ਦਾ ਹੈ । ਦਸਵਾਂ ਦਰ, ਪ੍ਰਭ ਦਾ ਦਰਬਾਰ ਨਜ਼ਰ ਆਉਂਦਾ, ਸੋਝੀ ਬਖਸ਼ਿਸ਼ ਹੋ ਜਾਂਦੀ ਹੈ! ਪ੍ਰਭ ਤਨ ਦੇ ਅੰਦਰ ਹੀ ਵਸਦਾ ਹੈ, ਪ੍ਰਭ ਦਾ ਦਰਬਾਰ ਮਨ ਅੰਦਰ ਹੀ ਹੈ । ਥੋੜ੍ਹਾ ਸਮਾਂ ਖਾਣਾ, ਸੌਣਾ ਵਿੱਚ ਬਤੀਤ ਕਰੋ! ਬਾਕੀ ਦਾ ਸਮਾਂ ਅਡੋਲ ਭਰੋਸੇ ਨਾਲ ਆਪਣੇ ਅੰਦਰੋਂ ਖੋਜ ਕਰੋ ।

The renunciatory, Yogi! Yogi may never be attached to the dwelling of worldly family human. He may never take over any worldly dwelling to convert into his temple. Nanak Ji! Without adopting the teachings of His Word with steady and stable belief in day-to-day life; peace of mind and contentment may never be blessed. He may never remain steady and stable on the right path of acceptance in His Court. He may never be enlightened with the essence of His Word nor blessed the union with His Holy Spirit. Whosoever may adopt the teachings of His Word with steady and stable belief in his day-to-day life; with His mercy and grace, he may be enlightened with the 10th gate of His Royal Castle; the enlightenment of the essence of His Word. His Word remains embedded within each soul and dwells within his body; He has established His Royal Castle within the center of body of every creature. Yogi must spend minimum time to eat and sleep; he must spend rest of time, searching the enlightenment from within his mind.

6. ਮਹਲਾ ੧ ਸਿਧ ਗੋਸਟਿ (939-4) **- Question 5. – Yogi- Nanak Ji!**

ਦਰਸਨੁ ਭੇਖ ਕਰਹੁ ਜੋਗਿੰਦ੍ਰਾ,	darsan bhaykh karahu jogindaraa
ਮੁੰਦ੍ਰਾ ਝੋਲੀ ਖਿੰਥਾ॥	mundraa jholee khinthaa.
ਬਾਰਹ ਅੰਤਰਿ ਏਕੁ ਸਰੇਵਹੁ,	baarah antar ayk sarayvhu
ਖਟੁ ਦਰਸਨ ਇਕ ਪੰਥਾ॥	khat darsan ik panthaa.
ਇਨ ਬਿਧਿ ਮਨੁ ਸਮਝਾਈਐ,	in biDh man samjaa-ee-ai
ਪੁਰਖਾ ਬਾਹੁੜਿ ਚੋਟ ਨ ਖਾਈਐ॥	purkhaa baahurh chot na khaa-ee-ai.

ਨਾਨਕੁ ਬੋਲੈ ਗੁਰਮੁਖਿ ਬੂਝੈ,
ਜੋਗ ਜੁਗਤਿ ਇਵ ਪਾਈਐ॥੯॥

naanak bolai gurmukh boojhai jog jugat iv paa-ee-ai. ||9|

ਜੋਗ ਦੇ ਬਾਰਾਂ (12) ਮਾਰਗ, 12 ਧਰਮ, ਨਿਯਮ ਹਨ । ਗੋਰਖ ਦੇ ਜੋਗ ਦਾ ਰਸਤਾ ਸਾਰਿਆਂ ਨਾਲੋ ਉੱਚਾ ਸਮਝਿਆ ਜਾਂਦਾ ਹੈ । ਗੋਰਖ ਦੇ ਨਿਯਮ, ਜੀਵਨ ਵਿੱਚ ਧਾਰਨ ਕਰਨ ਨਾਲ, ਪ੍ਰਭ ਦੇ ਦਰਸ਼ਨ ਕਰਨ ਵਾਲਾ ਰਸਤਾ ਬਖਸ਼ਿਸ਼ ਹੋ ਜਾਂਦਾ ਹੈ । ਇਹ ਜੋਗ ਕਮਾਉਣ ਲਈ, ਜੋਗੀ ਵਾਲਾ ਬਾਣਾ, ਦੋਨਾਂ ਕੰਨਾਂ ਵਿੱਚ ਮੁੰਦ੍ਰਾ ਪਾਉਣ ਨਾਲ, ਮਨ ਦਾ ਸੰਤੋਖ ਅਡੋਲ ਰਹਿੰਦਾ ਹੈ । ਪੇਟ ਭਰਨ ਲਈ ਭੀਖ ਮੰਗਣ ਵਾਲਾ ਬਾਟਾ! ਨਿਮ੍ਰਤਾ, ਨਿਮਾਨਾ ਬਣਕੇ, ਮੰਗਣ ਨਾਲ ਮਨ ਵਿਚੋਂ ਅਹੰਕਾਰ ਦੀ ਜੜ੍ਹ ਨਾਸ਼ ਹੋ ਜਾਂਦੀ ਹੈ । ਜਿਹੜਾ ਜੋਗ ਦਾ ਰਸਤਾ ਧਾਰਨ ਕਰ ਲੈਂਦਾ ਹੈ, ਉਸ ਨੂੰ ਗਿਆਨ ਦਾ ਰਸਤਾ ਬਖਸ਼ਿਸ਼ ਹੋ ਜਾਂਦਾ ਹੈ । ਉਸ ਜੀਵ ਨੂੰ ਦੁਖਾਂ ਦਾ ਸਾਹਮਣਾਂ ਨਹੀਂ ਕਰਨਾ ਪੈਂਦਾ । ਇਹ ਹੀ ਜੋਗ, ਬੰਦਗੀ ਕਰਨ ਦਾ ਅਸਲੀ ਮਾਰਗ, ਧਰਮ ਹੈ ।

ਜੋਗ ਦਾ ਮਾਰਗ – Path of Yogi life, religion	
ਕੰਨਾਂ ਦੀਆ ਮੁੰਦ੍ਰਾਂ	ਮਨ ਦਾ ਸੰਤੋਖ ਅਡੋਲ ਰਹਿੰਦਾ ਹੈ ।
ਭੀਖ ਮੰਗਨਾ	ਮਨ ਵਿੱਚ ਨਿਮ੍ਰਤਾ, ਅਹੰਕਾਰ ਨਾਸ਼ ਹੁੰਦਾ ਹੈ ।
Ear Rings	Mind remains contented with worldly environments.
Begging	Brings humility and destroy the root of ego.

Gorakh! Yoga, religion has 12 mediation techniques and 12 disciplines of life. Gorakh Yoga may the most supreme way of salvation. Whosoever may adopt the Gorakh principles in his own life; he may be blessed with the right path of His Blessed Vision. He must adopt, religious robe and wears ear rings as a symbol of contentment on His Blessings. He must keep a begging bowl as a symbol of humility. Whosoever may beg from others; his root of ego of his worldly status may be eliminated from his mind. Whosoever may adopt the path of Gorakh yogi; with His mercy and grace, he may be blessed with the right path of salvation. He may never endure miseries of worldly desires. Gorakh Yoga may be the only path of salvation.

ਅੰਤਰਿ ਸਬਦੁ, ਨਿਰੰਤਰਿ ਮੁਦ੍ਰਾ,
ਹਉਮੈ ਮਮਤਾ ਦੂਰਿ ਕਰੀ॥
ਕਾਮੁ ਕ੍ਰੋਧੁ ਅਹੰਕਾਰੁ ਨਿਵਾਰੈ,
ਗੁਰ ਕੈ ਸਬਦਿ ਸੁ ਸਮਝ ਪਰੀ॥
ਖਿੰਥਾ ਝੋਲੀ ਭਰਿਪੁਰਿ ਰਹਿਆ,
ਨਾਨਕ ਤਾਰੈ ਏਕੁ ਹਰੀ॥
ਸਾਚਾ ਸਾਹਿਬੁ ਸਾਚੀ ਨਾਈ,
ਪਰਖੈ ਗੁਰ ਕੀ ਬਾਤ ਖਰੀ॥੧੦॥

antar sabad nirantar mudraa
ha-umai mamtaa door karee.
kaam kroDh ahaNkaar nivaarai
gur kai sabad so samajh paree.
khinthaa jholee bharipur rahi-aa
naanak taarai ayk haree.
saachaa saahib saachee naa-ee
parkhai gur kee baat kharee. ||10||

ਨਾਨਕ ਜੀ! ਆਪਣਾ ਜੀਵਨ ਸ਼ਬਦ ਨਾਲ ਢਾਲੋ! ਜਿਹੜਾ ਆਪਣੇ ਮਨ ਅੰਦਰ ਪ੍ਰਭ ਦੀ ਜੋਤ ਦੀਆਂ ਮੁੰਦ੍ਰਾਂ ਪਾਉਂਦਾ ਹੈ! ਉਸ ਦਾ ਅਹੰਕਾਰ, ਮੋਹ, ਸੰਸਾਰਕ ਬੰਧਨ ਖਤਮ ਹੋ ਜਾਂਦੇ, ਮਨ ਭਟਕਣਾਂ ਤੋਂ ਅਡੋਲ ਰਹਿੰਦਾ ਹੈ । ਸ਼ਬਦ ਦੀ ਲਗਨ, ਧੁਨ ਨਾਲ ਹੀ ਮਨ ਵਿੱਚ ਸ਼ਬਦ ਦੀ ਸੋਝੀ ਬਖਸ਼ਿਸ਼ ਹੋ ਸਕਦੀ ਹੈ । ਜਿਸ ਨਾਲ, ਕਾਮ ਵਾਸ਼ਨਾ, ਕਰੋਧ, ਗੁਸਾ, ਅਹੰਕਾਰ ਦੂਰ ਹੋ ਜਾਂਦਾ ਹੈ । ਪ੍ਰਭ ਦੇ ਘਰ ਬੇਅੰਤ ਭੰਡਾਰ ਹਨ । ਪ੍ਰਭ ਦੇ ਸ਼ਬਦ ਦੀ ਪਾਲਣਾ ਕਰਨ ਦੀ ਲਗਨ ਨਾਲ, ਜੀਵ ਦਾ ਮਨ ਹੀ ਮੰਗਣ ਵਾਲੀ ਝੋਲੀਮ ਬਾਟਾ ਬਣ ਜਾਂਦਾ ਹੈ । ਸ਼ਬਦ ਦੇ ਸਿਮਰਨ ਦੀ ਮਸਤੀ ਹੀ ਬਾਣਾ ਬਣ ਜਾਂਦਾ ਹੈ । ਪ੍ਰਭ ਆਪ ਹੀ ਜੀਵ ਨੂੰ ਪਾਰ ਉਤਾਰ ਦੇਂਦਾ ਹੈ । ਅੰਤਰਜਾਮੀ ਪ੍ਰਭ, ਖੋਟੇ, ਖਰੇ ਦੀ ਪੂਰਨ ਪਛਾਣ ਜਾਣਦਾ ਹੈ । ਪ੍ਰਭ ਨੂੰ ਬਾਣੇ ਨਾਲ ਛਲਿਆ ਨਹੀਂ ਜਾ ਸਕਦਾ ।

Nanak Ji! You should adopt the teachings of His Word with steady and stable belief in your day-to-day life! Whosoever may wear the ear rings of His Holy Spirit within your heart; with his devotion and dedication, his ego, worldly bond, and frustration of worldly desires may be eliminated. He may hear the everlasting echo of His Word resonating within his heart; with His mercy and grace, he may be blessed with the enlightenment of the essence of His Word. He may conquer his sexual urge, anger, disappoint of worldly desires and ego of his worldly identity, status. Whosoever may have a devotion and dedication to obey the teachings of His Word, The True Master of unlimited, unimaginable treasure; with His mercy and grace, his mind may become his begging bowl. His intoxication in meditation in the void of His Word may become his religious robe. The Merciful True Master may bless the right path of acceptance in His Court. The Omniscient True Master recognizes the distinction of true or hypocrite devotee. The True Master may never be deceived by any religious robe; no one may ever be accepted in His Court with any religious rituals.

ਊਂਧਉ ਖਪਰੁ ਪੰਚ ਭੂ ਟੋਪੀ॥ ooNDha-o khapar panch bhoo topee.
ਕਾਂਇਆ ਕੜਾਸਣੁ ਮਨੁ ਜਾਗੋਟੀ॥ kaaN-i-aa karhaasan man jaagotee.
ਸਤੁ ਸੰਤੋਖੁ ਸੰਜਮੁ ਹੈ ਨਾਲਿ॥ sat santokh sanjam hai naal.
ਨਾਨਕ ਗੁਰਮੁਖਿ ਨਾਮੁ ਸਮਾਲਿ॥੧੧॥ naanak gurmukh naam samaal.

ਨਾਨਕ ਜੀ! ਆਪਣੇ ਮਨ ਦਾ ਮੋਹ ਸੰਸਾਰਕ ਜੀਵਾਂ, ਪਦਾਰਥਾਂ ਨਾਲੋ ਤੋੜੋ! ਮਨ ਨੂੰ ਆਪਣਾ ਭਿਖਿਆਂ ਮੰਗਣ ਵਾਲਾ ਬਾਟਾ ਬਣਾਵੋ । ਪੰਜਾਂ ਤੱਤਾਂ ਰੂਪੀ ਤਨ, ਬਾਣੇ ਨੂੰ ਆਪਣੇ ਮਨ ਤੇ ਧਾਰਨ ਕਰੋ । ਸਰੀਰ ਨੂੰ ਬੰਦਗੀ ਕਰਨ ਵਾਲਾ ਆਸਣ, ਮਨ ਨੂੰ ਸੇਜ ਬਣਾਵੋ । ਪ੍ਰਭ ਦੀ ਬਖਸ਼ਿਸ਼ ਤੇ ਆਪਣਾ ਭਰੋਸਾ ਅਡੋਲ (ਸੱਤ), ਭਾਣੇ ਵਿੱਚ ਅਨੰਦ (ਸੰਤੋਖ), ਇਛਾਂ ਤੇ ਕਾਬੂ ਨੂੰ ਆਪਣਾ ਨਿਜਮ, ਸਾਥੀ ਬਣਾਵੋ । ਇਸਤਰ੍ਹਾਂ ਗੁਰਮਖ ਅਵਸਥਾ ਬਖਸ਼ਿਸ਼ ਹੋ ਸਕਦੀ ਹੈ, ਪ੍ਰਭ ਦਾ ਸ਼ਬਦ ਮਨ ਵਿੱਚ ਘਰ ਕਰ ਜਾਂਦਾ ਹੈ ।

Nanak Ji! Whosoever may renounce his worldly bonds and attachments to worldly belongings; his mind as a bowl for begging His Forgiveness and Refuge; his blessed body may become his religious robe; with His mercy and grace, his mind may become his meditation Throne, His Holy Temple. Whosoever may accept His Blessings as an Ultimate worthy blessings; he remains contented with his worldly environment! Whosoever may control his worldly desires and adopt these principles as his way of life. With His mercy and grace, he may be blessed with a state of mind as His true devotee. He may be drenched with the essence of His Word.

7. **ਮਹਲਾ ੧ ਸਿਧ ਗੋਸਟਿ** (939-10) - **Question 6. Yogi- Nanak Ji**

ਕਵਨੁ ਸੁ ਗੁਪਤਾ ਕਵਨੁ ਸੁ ਮੁਕਤਾ॥ kavan so guptaa kavan so muktaa.
ਕਵਨੁ ਸੁ ਅੰਤਰਿ ਬਾਹਰਿ ਜੁਗਤਾ॥ kavan so antar baahar jugtaa.
ਕਵਨੁ ਸੁ ਆਵੈ ਕਵਨੁ ਸੁ ਜਾਇ॥ kavan so aavai kavan so jaa-ay.
ਕਵਨੁ ਸੁ ਤ੍ਰਿਭਵਣਿ ਰਹਿਆ ਸਮਾਇ॥੧੨॥ kavan so taribhavan rahi-aa samaa-ay. ||12||

ਕੌਣ ਗੁਪਤ ਵਾਪਰਦਾ ਹੈ? ਕੌਣ ਮੁਕਤੀ ਦੇ ਮਾਰਗ ਤੇ ਚਲਦਾ ਹੈ? ਕੌਣ ਅੰਦਰੋਂ ਅਤੇ ਬਾਹਰੋ ਉਸ ਵਿੱਚ ਸਮਾਇਆ ਰਹਿੰਦਾ ਹੈ? ਕੌਣ ਆਵਾ ਗਵਨ ਦੇ ਚੱਕਰ ਵਿੱਚ ਰਹਿੰਦਾ ਹੈ? ਕੌਣ ਤਿੰਨਾਂ ਹੀ ਸ੍ਰਿਸ਼ਟੀਆਂ ਵਿੱਚ ਹਰ ਥਾਂ ਹਾਜ਼ਰਾ ਹਜ਼ੂਰ ਵਾਪਰਦਾ ਹੈ?

Yogi! Who may remain hidden, invisible? Who may adopt the right path of salvation? Who may remain drenched and intoxicated with the essence of His Word within the void of His Word? Who may remain in the cycle of birth and death? Who may remain omnipresent and prevails in all three universes?

ਘਟਿ ਘਟਿ ਗੁਪਤਾ ਗੁਰਮੁਖਿ ਮੁਕਤਾ॥ ghat ghat guptaa gurmukh muktaa.
ਅੰਤਰਿ ਬਾਹਰਿ ਸਬਦਿ ਸੁ ਜੁਗਤਾ॥ antar baahar sabad so jugtaa.
ਮਨਮੁਖਿ ਬਿਨਸੈ ਆਵੈ ਜਾਇ॥ manmukh binsai aavai jaa-ay.
ਨਾਨਕ ਗੁਰਮੁਖਿ ਸਾਚਿ ਸਮਾਇ॥੧੩॥ naanak gurmukh saach samaa-ay. ||13||

ਨਾਨਕ ਜੀ! ਪ੍ਰਭ ਹੀ ਹਰ ਜੀਵ ਦੇ ਅੰਦਰ, ਹਿਰਦੇ ਵਿੱਚ ਹਰ ਵੇਲੇ ਹੀ ਵਸਦਾ ਹੈ । ਜਿਸ ਨੂੰ ਗੁਰਮਖ ਅਵਸਤਾ ਬਖਸ਼ਿਸ਼ ਹੋ ਜਾਂਦੀ ਹੈ । ਉਹ ਮੁਕਤੀ ਦੇ ਰਸਤੇ ਤੇ ਚਲਦਾ ਹੈ । ਜਿਹੜਾ ਸ਼ਬਦ ਨਾਲ ਜੀਵਨ ਢਾਲਦਾ ਹੈ, ਉਹ ਅੰਦਰੋਂ ਬਾਹਰੋ ਸ਼ਬਦ ਵਿੱਚ ਲੀਨ ਰਹਿੰਦਾ, ਸਿਮਰਨ ਕਰਦਾ, ਉਸ ਵਿੱਚ ਹੀ ਅਲੋਪ ਹੋ ਜਾਂਦਾ, ਆਪਾ ਮਿਟਾ ਦੇਂਦਾ ਹੈ । ਜਿਸ ਦਾ ਭਰੋਸਾ ਡੋਲ ਜਾਂਦਾ ਹੈ, ਉਹ ਮਨਮੁਖ ਬਣ ਜਾਂਦਾ ਹੈ । ਆਪਣੀ ਮਰਜ਼ੀ ਅਨੁਸਾਰ ਹੀ ਚਲਦਾ, ਜੂੰਨਾਂ ਦੇ ਚੱਕਰ ਵਿੱਚ ਹੀ ਰਹਿੰਦਾ ਹੈ ।

Nanak Ji! His Word remains embedded within the soul of each creature and dwells within his mind and body. Whosoever may be blessed with a state of mind as His true devotee; with His mercy and grace, he remains on the right path of salvation. Whosoever may adopt the teachings of His Word with steady and stable belief in his day-to-day life, he may remain intoxicated in meditation on the teachings of His Word; with His mercy and grace, he may be immersed within His Holy Spirit and his identity may be eliminated. Whosoever may not establish steady and stable belief on His Blessings, his own worldly environments, he may become self-minded and follows his worldly desires and religious rituals. He remains in the cycle of birth and death.

8. ਮਹਲਾ ੧ ਸਿਧ ਗੋਸਟਿ (939-12) **- Question 7. Yogi- Nanak Ji**

ਕਿਉ ਕਰਿ ਬਾਧਾ ਸਰਪਨਿ ਖਾਧਾ॥ ki-o kar baaDhaa sarpan khaaDhaa.
ਕਿਉ ਕਰਿ ਖੋਇਆ ਕਿਉ ਕਰਿ ਲਾਧਾ॥ ki-o kar kho-i-aa ki-o kar laaDhaa.
ਕਿਉ ਕਰਿ ਨਿਰਮਲੁ ਕਿਉ ਕਰਿ ਅੰਧਿਆਰਾ॥ ki-o kar nirmal ki-o kar anDhi-aaraa.
ਇਹੁ ਤਤੁ ਬੀਚਾਰੈ ਸੁ ਗੁਰੂ ਹਮਾਰਾ॥੧੪॥ ih tat beechaarai so guroo hamaaraa. ||14||

ਕਿਸਤਰ੍ਹਾਂ ਜੀਵ ਸੰਸਾਰਕ ਮਾਇਆ, ਮੋਹ ਵਿੱਚ ਫਸਿਆ ਹੈ? ਇਸ ਨਾਲ ਉਸ ਨੂੰ ਕੀ ਮਿਲਦਾ ਹੈ ਅਤੇ ਉਹ ਕੀ ਖੋਹ ਲੈਂਦਾ ਹੈ? ਕਿਸਤਰ੍ਹਾਂ ਚੰਚਲ ਮਨ ਪਵਿੱਤਰ ਹੋ ਸਕਦਾ ਹੈ? ਕਿਸਤਰ੍ਹਾਂ ਮਨ ਦਾ ਅੰਧੇਰਾ, ਪਰਦਾ ਦੂਰ ਕਰ ਹੋ ਸਕਦਾ ਹੈ? ਜਿਹੜਾ ਇਹ ਭੇਦ, ਰਸਤਾ ਸਮਝਾ ਦੇਵੇ! ਅਸੀ ਉਸ ਨੂੰ ਆਪਣਾ ਗੁਰੂ, ਗੋਰਖ ਧਾਰਨ ਕਰੀਏ ।

How may human become intoxicated with the sweet poison of worldly desires? What may he profit or loses in his worldly human life opportunity? How his flickering minds, his soul may be sanctified and become worthy of His Consideration? How may the curtain of his ignorance from the real purpose of his human life journey may be eliminated? Whosoever may be enlightened with the mystery of His Nature; he may worthy to be adopted as Guru, Gorakh?

ਦੁਰਮਤਿ ਬਾਧਾ ਸਰਪਨਿ ਖਾਧਾ॥ durmat baaDhaa sarpan khaaDhaa.
ਮਨਮੁਖਿ ਖੋਇਆ ਗੁਰਮੁਖਿ ਲਾਧਾ॥ manmukh kho-i-aa gurmukh laaDhaa.
ਸਤਿਗੁਰੁ ਮਿਲੈ ਅੰਧੇਰਾ ਜਾਇ॥ satgur milai anDhayraa jaa-ay.
ਨਾਨਕ ਹਉਮੈ ਮੇਟਿ ਸਮਾਇ॥੧੫॥ naanak ha-umai mayt samaa-ay. ||15||

ਨਾਨਕ ਜੀ! ਜੀਵ, ਮਨ ਦੇ ਲਾਲਚ ਵਿੱਚ ਸੰਸਾਰਕ ਮਾਇਆ ਦੇ ਜਾਲ ਵਿੱਚ ਫਸ ਜਾਂਦਾ ਹਾ । ਜਿਹੜਾ ਜਾਲ ਵਿੱਚ ਫਸ ਜਾਂਦਾ ਹੈ, ਉਹ ਮਨਮੁਖ ਬਣ ਜਾਂਦਾ ਹੈ । ਜਿਹੜਾ ਸੰਸਾਰਕ ਮਾਇਅ ਦੇ ਜਾਲ ਤੋਂ ਅਡੋਲ ਰਹਿੰਦਾ ਹੈ, ਉਸ ਨੂੰ ਗੁਰਮਖ ਅਵਸਥਾ ਬਖਸ਼ਿਸ਼ ਹੋ ਜਾਂਦੀ ਹੈ । ਜਿਹੜਾ ਸ਼ਬਦ ਨਾਲ ਜੀਵਨ ਢਾਲਦਾ ਹੈ, ਉਸ ਦਾ ਭਰੋਸਾ ਅਡੋਲ ਹੋ ਜਾਂਦਾ, ਭਰਮ, ਅੰਧੇਰਾ ਦੂਰ ਹੋ ਜਾਂਦਾ, ਅਹੰਕਾਰ ਦੀ ਜੜ੍ਹ ਖਤਮ ਹੋ ਜਾਂਦੀ ਹੈ । ਉਹ ਬੰਦਗੀ ਕਰਦਾ ਪ੍ਰਭ ਦੇ ਸ਼ਬਦ ਵਿੱਚ ਹੀ ਲੀਨ, ਅਲੋਪ ਹੋ ਜਾਂਦਾ ਹੈ ।

Nanak Ji! Worldly greed, worldly desires may drive, human to be intoxicated with the sweet poison of worldly wealth; he may become selfish and self-minded. Whosoever may conquer the demons of his worldly desires; with His mercy and grace, he may be blessed with a state of mind as His true devotee. Whosoever may adopt the teachings of His Word with steady and stable belief in his day-to-day life; with His mercy and grace, all his suspicions of worldly religious rituals and ignorance from the real purpose of human life opportunity may be eliminated. He may conquer his ego and he may remain intoxicated in mediation in the void of His Word; with His mercy and grace, he may immerse within His Holy Spirit.

ਸੁੰਨ ਨਿਰੰਤਰਿ ਦੀਜੈ ਬੰਧੁ॥ sunn nirantar deejai banDh.
ਉਡੈ ਨ ਹੰਸਾ ਪੜੈ ਨ ਕੰਧੁ॥ udai na hansaa parhai na kanDh.
ਸਹਜ ਗੁਫਾ ਘਰੁ ਜਾਣੈ ਸਾਚਾ॥ sahj gufaa ghar jaanai saachaa.
ਨਾਨਕ ਸਾਚੇ ਭਾਵੈ ਸਾਚਾ॥੧੬॥ naanak saachay bhaavai saachaa. ||16||

ਨਾਨਕ ਜੀ! ਅੰਤਰ ਧਿਆਨ ਹੋ ਕੇ ਸਿਮਰਨ ਕਰਨ ਨਾਲ ਮਨ ਪ੍ਰਭ ਦੀ ਹੋਂਦ ਵਿੱਚ ਲੀਨ ਹੋ ਜਾਂਦਾ ਹੈ, ਉਸ ਦਾ ਮਨ ਸੰਸਾਰਕ ਇਛਾਂ, ਮੁਸ਼ਕਲਾਂ ਵਿੱਚ ਨਹੀਂ ਭਟਕਦਾ । ਉਸ ਦਾ ਭਰੋਸਾ ਅਡੋਲ ਹੋ ਜਾਂਦਾ ਹੈ, ਕਿ ਪ੍ਰਭ ਉਸ ਦੇ ਅੰਦਰ ਹੀ ਵਸਦਾ ਹੈ । ਆਪਣੇ ਅੰਦਰ ਹੀ ਅਟਲ ਪ੍ਰਭ ਦੀ ਖੋਜ ਕਰਦਾ ਹੈ । ਜਿਸ ਦਾ ਮਨ ਅਡੋਲ ਹੋ ਜਾਂਦਾ ਹੈ, ਉਸ ਨੂੰ ਆਪਣੇ ਅੰਦਰੋਂ ਹੀ ਜਾਗਰਤੀ ਬਖਸ਼ਿਸ਼, ਪ੍ਰਭ ਦੀ ਹੋਂਦ ਅਨੁਭਵ ਹੋ ਜਾਂਦੀ ਹੈ ।

Whosoever may wholeheartedly concentrate on the teachings of His Word; with His mercy and grace, he may remain intoxicated in the void of His Word. His mind may become beyond the reach of worldly desires and frustration of worldly disappointments of life. His belief may become steady and stable that His Holy Spirit; the enlightenment remains embedded within his own soul. He may remain searching the enlightenments from within; with His mercy and grace, he may be enlightened from within. He may realize His Holy Spirit prevailing in the whole universe.

9. ਮਹਲਾ ੧ ਸਿਧ ਗੋਸਟਿ॥ (939-16) - Question 8. Nanak – Yogi Ji.

ਕਿਸੁ ਕਾਰਣਿ ਗ੍ਰਿਹੁ ਤਜਿਓ ਉਦਾਸੀ॥ kis kaaran garihu taji-o udaasee.
ਕਿਸੁ ਕਾਰਣਿ ਇਹੁ ਭੇਖੁ ਨਿਵਾਸੀ॥ kis kaaran ih bhaykh nivaasee.
ਕਿਸੁ ਵਖਰ ਕੇ ਤੁਮ ਵਣਜਾਰੇ॥ kis vakhar kay tum vanjaaray.
ਕਿਉ ਕਰਿ ਸਾਥੁ ਲੰਘਾਵਹੁ ਪਾਰੇ॥੧੭॥ ki-o kar saath langhaavahu paaray. ||17||

ਨਾਨਕ – ਜੋਗੀ! ਕਿਉ ਉਦਾਸੀ ਧਾਰਨ ਕੀਤੀ ਹੈ? (ਜੰਗਲਾਂ ਵਿੱਚ ਸੰਸਾਰਕ ਜੀਵਾਂ ਤੋਂ ਦੂਰ ਰਹਿੰਦਾ ਹੈ) ਕਿਉ ਵੱਖਰਾ ਪਹਿਰਾਵਾ ਪਾਉਂਦਾ ਹੈ? ਕਿਸ ਪਦਾਰਥ ਦਾ ਤੋਂ ਸੌਦਾ, ਵਪਾਰ ਕਰਦਾ ਹੈ? ਕੀ ਇਸ ਬਾਣੇ, ਭੇਖ ਨਾਲ ਪ੍ਰਭ ਦੇ ਦਰਬਾਰ ਵਿੱਚ ਥਾਂ ਹਾਸਿਲ ਹੋ ਜਾਵੇਗੀ?

Nanak Ji asks Yogi! Why have you left your family life and wandering in wild like an Udaasee- Renunciatory? Why have you adopted a unique robe? What may the virtue or material you be trading? With your robe and way of life! May you be blessed with a permanent resting place in His Court?

ਗੁਰਮੁਖਿ ਖੋਜਤ ਭਏ ਉਦਾਸੀ॥ gurmukh khojat bha-ay udaasee.
ਦਰਸਨ ਕੈ ਤਾਈ ਭੇਖ ਨਿਵਾਸੀ॥ darsan kai taa-ee bhaykh nivaasee.
ਸਾਚ ਵਖਰ ਕੇ ਹਮ ਵਣਜਾਰੇ॥ saach vakhar kay ham vanjaaray.
ਨਾਨਕ ਗੁਰਮੁਖਿ ਉਤਰਸਿ ਪਾਰੇ॥੧੮॥ naanak gurmukh utras paaray.

ਗੁਰਮਖ ਅਵਸਥਾ ਦੀ ਬਖਸ਼ਿਸ਼ ਲਈ, ਮੈਂ ਉਦਾਸੀ ਧਾਰਨ ਕੀਤੀ ਹੈ । ਮਨ ਦੀਆਂ ਇਛਾਂ ਤੇ ਕਾਬੂ ਪਾਉਣ ਲਈ, ਇਹ ਭੇਖ, ਧਰਮ, ਜੋਗ ਧਾਰਨ ਕੀਤਾ ਹੈ । ਉਸ ਅਟਲ ਪ੍ਰਭ ਦੀ ਰਹਿਮਤ ਦਾ ਹੀ ਸੌਦਾ, ਵਪਾਰ ਕਰਦਾ ਹਾ । ਇਹ ਹੀ ਮੇਰੇ ਜੀਵਨ ਦਾ ਮੰਤਵ, ਨਿਸ਼ਾਨਾ ਹੈ । ਮੈਨੂੰ ਸੋਝੀ ਹੈ! ਕਿ ਕੇਵਲ ਗੁਰਮਖ ਅਵਸਥਾ ਨਾਲ ਹੀ ਦਰਬਾਰ ਵਿੱਚ ਥਾਂ ਬਖਸ਼ਿਸ਼ ਹੋ ਸਕਦੀ ਹੈ ।

I have adopted Udaasee to be blessed with a state of mind as His true devotee. To conquer the worldly desires of my mind, I have adopted religious robe and the teachings of Gorakh, as my religion, way of life. I am trading the merchandize of the essence of His Word, compassion. This is the real purpose of my human life opportunity. I have a steady and stable belief; only with a state of mind as His true devotee, I may be blessed with a permanent resting place in His Court.

10. ਮਹਲਾ ੧ ਸਿਧ ਗੋਸਟਿ॥ (939-19) - Question 9. Nanak – Yogi

ਕਿਤੁ ਬਿਧਿ ਪੁਰਖਾ ਜਨਮੁ ਵਟਾਇਆ॥ kit biDh purkhaa janam vataa-i-aa.
ਕਾਹੇ ਕਉ ਤੁਝੁ ਇਹੁ ਮਨੁ ਲਾਇਆ॥ kaahay ka-o tujh ih man laa-i-aa.
ਕਿਤੁ ਬਿਧਿ ਆਸਾ ਮਨਸਾ ਖਾਈ॥ kit biDh aasaa mansaa khaa-ee.
ਕਿਤੁ ਬਿਧਿ ਜੋਤਿ ਨਿਰੰਤਰਿ ਪਾਈ॥ kit biDh jot nirantar paa-ee.
ਬਿਨੁ ਦੰਤਾ ਕਿਉ ਖਾਈਐ ਸਾਰੁ॥ bin dantaa ki-o khaa-ee-ai saar.
ਨਾਨਕ ਸਾਚਾ ਕਰਹੁ ਬੀਚਾਰੁ॥੧੯॥ naanak saachaa karahu beechaar. ||19||

ਨਾਨਕ ਜੀ! ਜੋਗੀ, ਆਪਣੇ ਜੀਵਨ ਦੇ ਰਸਤਾ ਵਿੱਚ ਕੀ ਬਦਲਿਆ ਹੈ? ਆਪਣੇ ਮਨ ਨੂੰ ਕਿਸ ਦਾ ਆਸਰਾ, ਅਧਾਰ ਬਣਾਇਆ ਹੈ? ਕਿਸਤਰ੍ਹਾਂ ਆਪਣੀਆਂ ਆਸਾਂ, ਇਛਾਂ, ਭਟਕਣਾਂ ਤੇ ਕਾਬੂ ਪਾਇਆ ਹੈ? ਕਿਸਤਰ੍ਹਾਂ ਆਪਣੇ ਮਨ ਨੂੰ ਉਸ ਪ੍ਰਭ ਵਿੱਚ ਲੀਨ ਕੀਤਾ ਹੈ? ਕਿਸੇ ਠੋਸ ਤਰੀਕੇ ਤੋਂ ਬਿਨਾਂ ਇਛਾਂ ਦੀ, ਲੋਹੇ ਵਰਗੀ ਵਾੜ ਕਿਵੇਂ ਨਾਸ਼ ਕੀਤੀ ਜਾਵੇਗੀ? ਇਸ ਅਸਲੀਅਤ ਦਾ ਸਾਹਮਣਾ ਕਰਕੇ, ਮਨ ਵਿੱਚ ਝਾਤੀ ਮਾਰ ਕੇ ਮੈਨੂੰ ਸੋਝੀ ਦੇਵੋ ।

Nanak Ji asking Yogi! What have you changed in your way of life? What support have you provider to your mind? How have you controlled your frustrations and your desires, hopes? How are you keeping your mind intoxicated in meditation? Without firm plan, how may you plan to break the steel like fence, wall of desires? Yogi! these are realities of life! Please enlighten me with your understanding of the right path of salvation.

ਸਤਿਗੁਰ ਕੈ ਜਨਮੇ ਗਵਨੁ ਮਿਟਾਇਆ॥ satgur kai janmay gavan mitaa-i-aa.
ਅਨਹਤਿ ਰਾਤੇ ਇਹੁ ਮਨੁ ਲਾਇਆ॥ anhat raatay ih man laa-i-aa.
ਮਨਸਾ ਆਸਾ ਸਬਦਿ ਜਲਾਈ॥ mansaa aasaa sabad jalaa-ee.
ਗੁਰਮੁਖਿ ਜੋਤਿ ਨਿਰੰਤਰਿ ਪਾਈ॥ gurmukh jot nirantar paa-ee.
ਤ੍ਰੈ ਗੁਣ ਮੇਟੇ ਖਾਈਐ ਸਾਰੁ॥ tarai gun maytay khaa-ee-ai saar.
ਨਾਨਕ ਤਾਰੇ ਤਾਰਣਹਾਰੁ॥੨੦॥ naanak taaray taaranhaar. ||20||

ਨਾਨਕ ਜੀ! ਮਾਨਸ ਜਨਮ ਪ੍ਰਭ ਦੇ ਲੇਖੇ ਲਾਉਣ ਨਾਲ ਹੀ ਜੂੰਨਾਂ ਦਾ ਚੱਕਰ ਖਤਮ ਹੋ ਸਕਦਾ ਹੈ । ਸ਼ਬਦ ਦੀ ਗੂੰਜ, ਸਰਵਨ, ਗਾਉਣ ਨਾਲ ਹੀ ਸ਼ਬਦ ਵਿੱਚ ਲਿਵ ਲਗ ਜਾਂਦੀ ਹੈ । ਸ਼ਬਦ ਦੀ ਅਵਾਜ਼, ਗੂੰਜ ਨਾਲ ਹੀ ਆਸਾਂ, ਇਛਾਂ ਤੇ ਕਾਬੂ ਪਾਇਆ ਜਾ ਸਕਦਾ ਹੈ । ਸ਼ਬਦ ਨਾਲ ਜੀਵਨ ਢਾਲਣ ਨਾਲ ਹੀ ਗੁਰਮਖ ਅਵਸਤਾ ਬਖਸ਼ਿਸ਼ ਹੁੰਦੀ ਹੈ । ਇਸ ਅਵਸਥਾ ਵਿੱਚ, ਆਪਣੇ ਅੰਦਰੋਂ ਹੀ ਉਹ ਜੋਤ ਪ੍ਰਗਟ ਹੋ ਜਾਂਦੀ ਹੈ । ਇਸ ਅਵਸਤਾ ਨਾਲ ਹੀ ਸੰਸਾਰਕ ਤਿੰਨਾਂ ਮਾਇਆ ਦੀਆਂ, ਭਟਕਣਾਂ ਦੇ ਕਾਰਨ ਮਿਟ ਜਾਂਦੇ ਹਨ, ਅਡੋਲ ਅਵਸਥਾ ਬਖਸ਼ਿਸ਼ ਹੋ ਜਾਂਦੀ ਹੈ । ਪ੍ਰਭ ਆਪ ਹੀ ਰਹਿਮਤ ਦੀ ਨਜ਼ਰ ਬਖਸ਼ਦਾ, ਗੁਰਮਖ ਦੀ ਯਾਤਰਾ ਸਫਲ ਕਰਦਾ ਹੈ ।

Nanak Ji! Whosoever may surrender his mind, body, worldly status at His Sanctuary; with His mercy and grace, his cycle of birth and death may be eliminated. Whosoever may sing the glory and hears the everlasting echo of His Word resonating within; his mind may remain intoxicated in meditation in the void of His Word. Whosoever may hear the everlasting echo of His Word resonating within, only, he may conquer the worldly desires and hopes of his mind. Whosoever may adopt the teachings of His Word with steady and stable belief in his day-to-day life; with His mercy and grace, he may be blessed with a state of mind as His true devotee. The enlightenment of the essence of His Word may be blessed from within. His true devotee, may eliminate the root cause of all three virtues of worldly wealth from his mind. His state of mind may remain steady and stable on His Blessings. The human life journey of His true devotee may be rewarded.

11. ਮਹਲਾ ੧ ਸਿਧ ਗੋਸਟਿ (940-4) **Question 10. Yogi- Nanak Ji!**

ਆਦਿ ਕਉ ਕਵਨੁ ਬੀਚਾਰੁ,	aad ka-o kavan beechaar
ਕਥੀਅਲੇ ਸੁੰਨ ਕਹਾ ਘਰ ਵਾਸੋ॥	kathee-alay sunn kahaa ghar vaaso.
ਗਿਆਨ ਕੀ ਮੁਦ੍ਰਾ ਕਵਨ ਕਥੀਅਲੇ,	gi-aan kee mudraa kavan kathee-alay
ਘਟਿ ਘਟਿ ਕਵਨ ਨਿਵਾਸੋ॥	ghat ghat kavan nivaaso.
ਕਾਲ ਕਾ ਠੀਗਾ ਕਿਉ ਜਲਾਈਅਲੇ,	kaal kaa theegaa ki-o jalaa-ee-alay
ਕਿਉ ਨਿਰਭਉ ਘਰਿ ਜਾਈਐ॥	ki-o nirbha-o ghar jaa-ee-ai.
ਸਹਜ ਸੰਤੋਖ ਕਾ ਆਸਣੁ ਜਾਣੈ,	sahj santokh kaa aasan jaanai
ਕਿਉ ਛੇਦੇ ਬੈਰਾਈਐ॥	ki-o chhayday bairaa-ee-ai.
ਗੁਰ ਕੈ ਸਬਦਿ ਹਉਮੈ ਬਿਖੁ ਮਾਰੈ,	gur kai sabad ha-umai bikh maarai
ਤਾ ਨਿਜ ਘਰਿ ਹੋਵੈ ਵਾਸੋ॥	taa nij ghar hovai vaaso.
ਜਿਨਿ ਰਚਿ ਰਚਿਆ ਤਿਸੁ ਸਬਦਿ ਪਛਾਣੈ,	jin rach rachi-aa tis sabad pachhaanai
ਨਾਨਕੁ ਤਾ ਕਾ ਦਾਸੋ॥੨੧॥	naanak taa kaa daaso. ‖21‖

ਜੋਗੀ! ਸ੍ਰਿਸ਼ਟੀ ਦਾ ਅਰੰਭ ਕਿਸਤਰ੍ਹਾਂ ਹੋਇਆ ਹੈ? ਉਹ ਅਟਲ ਪ੍ਰਭ ਕਿਹੋ ਜਿਹੇ ਘਰ ਵਿੱਚ, ਅਸਥਾਨ ਤੇ ਰਹਿੰਦਾ ਹੈ? ਗਿਆਨ ਦੀਆਂ ਕਿਹੜੀਆਂ ਮੰਦ੍ਰਾਂ ਹਨ, ਹਰਇਕ ਦੇ ਹਿਰਦੇ ਵਿੱਚ ਕੌਣ ਵਸਦਾ ਹੈ? ਕਿਸਤਰ੍ਹਾਂ ਮੌਤਾ ਦਾ ਡਰ ਖਤਮ ਕੀਤਾ ਜਾ ਸਕਦਾ ਹੈ? ਕਿਵੇਂ ਪ੍ਰਭ ਦੇ ਦਰਬਾਰ ਵਿੱਚ ਥਾਂ ਹਾਸਿਲ ਕੀਤੀ ਜਾ ਸਕਦੀ ਹੈ? ਕਿਵੇਂ ਮਨ ਨੂੰ ਅਡੋਲ ਭਰੋਸਾ ਨਾਲ ਭਾਣੇ ਤੇ ਸੰਤੋਖ ਨਾਲ ਲੀਨ ਕੀਤਾ ਜਾਵੇ? ਕਿਸਤਰ੍ਹਾਂ ਮਨ ਦੀਆਂ ਬੁਰਾਈਆਂ ਤੋਂ ਛੁਟਕਾਰਾ ਪਾਇਅ ਜਾਵੇ? ਨਾਨਕ ਜੀ! ਸ਼ਬਦ ਨਾਲ ਜੀਵਨ ਢਾਲਣ ਨਾਲ, ਅਹੰਕਾਰ, ਲਾਲਚ ਨਾਸ਼ ਹੋ ਜਾਂਦਾ ਹੈ । ਪ੍ਰਭ ਦੀ ਰਹਿਮਤ ਨਾਲ ਦਰਬਾਰ ਵਿੱਚ ਥਾਂ ਬਖਸ਼ਿਸ਼ ਹੋ ਸਕਦੀ ਹੈ । ਜਿਹੜਾ ਜੀਵ ਅਟਲ ਪ੍ਰਭ ਦੇ ਭਾਣੇ ਨੂੰ ਪਛਾਣ ਲੈਂਦਾ ਹੈ । ਮੈਂ ਵੀ ਉਸ ਜੀਵ ਦਾ ਹੀ ਗੁਲਾਮ, ਦਾਸ ਬਣਨਾ ਚਾਹੁੰਦਾ ਹਾ ।

How was the universe created, came into existence? How glamorous may be His Royal castle, His resting place? What may be the ear rings of enlightenment? Who may be dwelling within each soul? How may the fear of death be eliminated? How may a place in His Royal Palace be blessed? How may the mind remain steady and stable, contented with His Blessings, with own worldly environments? How may the evil thoughts of mind be eliminated? Nanak Ji! Whosoever may adopt the teachings of His Word; with His mercy and grace, his greed and ego of his worldly status may be eliminated from his mind. He may be blessed with a place in His Royal Palace. Whosoever may recognize His Command, the real purpose of his human life opportunity; I wish to become his slave; I may surrender my mind, body, and worldly entity I at his service.

12. ਮਹਲਾ ੧ ਸਿਧ ਗੋਸਟਿ॥ (940-7)

ਕਹਾ ਤੇ ਆਵੈ ਕਹਾ ਇਹੁ ਜਾਵੈ,	kahaa tay aavai kahaa ih jaavai
ਕਹਾ ਇਹੁ ਰਹੈ ਸਮਾਈ॥	kahaa ih rahai samaa-ee.
ਏਸੁ ਸਬਦ ਕਉ ਜੋ ਅਰਥਾਵੈ,	ays sabad ka-o jo arthaavai
ਤਿਸੁ ਗੁਰ ਤਿਲੁ ਨ ਤਮਾਈ॥	tis gur til na tamaa-ee.
ਕਿਉ ਤਤੈ ਅਵਿਗਤੈ ਪਾਵੈ,	ki-o tatai avigatai paavai
ਗੁਰਮੁਖਿ ਲਗੈ ਪਿਆਰੋ॥	gurmukh lagai pi-aaro.
ਆਪੇ ਸੁਰਤਾ ਆਪੇ ਕਰਤਾ,	aapay surtaa aapay kartaa
ਕਹੁ ਨਾਨਕ ਬੀਚਾਰੋ॥	kaho naanak beechaaro.
ਹੁਕਮੇ ਆਵੈ ਹੁਕਮੇ ਜਾਵੈ,	hukmay aavai hukmay jaavai
ਹੁਕਮੇ ਰਹੈ ਸਮਾਈ॥	hukmay rahai samaa-ee.

ਪੂਰੇ ਗੁਰ ਤੇ ਸਾਚੁ ਕਮਾਵੈ, | pooray gur tay saach kamaavai
ਗਤਿ ਮਿਤਿ ਸਬਦੇ ਪਾਈ॥੨੨॥ | gat mit sabday paa-ee. ||22||

ਨਾਨਕ ਜੀ! ਹਰ ਜੀਵ ਦੇ ਮਨ ਵਿੱਚ ਇਹ ਸਵਾਲ ਆਉਂਦਾ ਹੈ । ਮਾਨਸ ਕਿਥੋਂ ਆਉਂਦਾ ਹੈ, ਕਿਸ ਕਾਰਨ ਮਾਨਸ ਜਨਮ ਬਖਸ਼ਿਸ਼ ਹੋਇਆ ਹੈ? ਮਰਨ ਤੋਂ ਬਾਅਦ ਕਿਥੇ ਜਾਣਾ ਹੈ, ਆਤਮਾ ਦਾ ਅਗਲਾ ਪੜਾ ਕਿਥੇ ਹੈ? ਸਾਡੀ ਆਤਮਾ ਕਿਥੇ ਅਲੋਪ ਰਹਿੰਦੀ ਹੈ? ਨਾਨਕ ਜੀ! ਜਿਹੜਾ ਜੀਵ ਇਸ ਦਾ ਮਤਲਬ ਸਮਝ ਲੈਂਦਾ ਹੈ! ਉਹ ਘਾਟੇ ਵਾਲਾ ਕੰਮ ਕਦੇ ਨਹੀਂ ਕਰਦਾ, ਉਸ ਦੇ ਮਨ ਵਿੱਚ ਲਾਲਚ ਨਹੀਂ ਹੁੰਦਾ । ਕਿਵੇਂ ਜੀਵਨ ਦੇ ਇਸ ਤੱਤ ਦੀ ਸੋਝੀ ਪਾਈ ਜਾਵੇ? ਕਿਵੇਂ ਗੁਰਮਖ ਅਵਸਥਾ ਪਾਈ ਜਾਵੇ? ਪ੍ਰਭ ਆਪ ਹੀ ਸ੍ਰਿਸ਼ਟੀ ਨੂੰ ਪੈਦਾ ਕਰਦਾ, ਆਪ ਹੀ ਇਸ ਤੱਤ ਦੀ ਸੋਝੀ ਬਖਸ਼ਦਾ ਹੈ । ਆਤਮਾ ਪ੍ਰਭ ਦੇ ਹੁਕਮ ਨਾਲ ਹੀ ਜਨਮ ਲੈਂਦੀ ਹੈ । ਉਸ ਦੇ ਹੁਕਮ ਨਾਲ ਹੀ ਸਰੀਰ ਵਿਚੋਂ ਨਿਕਲ ਜਾਂਦੀ, ਮੌਤ ਆਉਂਦੀ ਹੈ । ਹੁਕਮ ਨਾਲ ਹੀ ਉਸ ਵਿੱਚ ਸਮਾਈ ਰਹਿੰਦੀ ਹੈ । ਜਿਸ ਨੂੰ ਪੂਰਨ ਸੰਤ (ਸ਼ਬਦ ਹੀ ਪੂਰਨ ਗੁਰੂ ਹੈ) ਦੀ ਸੰਗਤ ਬਖਸ਼ਿਸ਼ ਹੋ ਜਾਂਦੀ ਹੈ । ਉਸ ਨੂੰ ਸ਼ਬਦ ਦੀ ਕਮਾਈ ਨਾਲ ਇਹ ਸਾਰੀ ਸੋਝੀ ਬਖਸ਼ਿਸ਼ ਹੋ ਜਾਂਦੀ ਹੈ ।

Everyone wonders and ask these questions! From where have I come and what may be the real purpose of human life journey? After death! Where may my soul go? Where may my soul remain hidden, embedded within? Whosoever may realize, comprehends the real answer to these questions; with His mercy and grace, he may never have any worldly greed nor perform any evil deed for His Creation in his day-to-day life. How this unique essence of His Nature may be explained to His Creation? How may I become worthy of His Consideration to become worthy of state of mind as His true devotee? The True Master ha created His Creation and with His own imagination; with His mercy and grace, His true devotee may be enlightened with the essence of His Nature from within. His soul may be blessed with any worldly body and removed from his body. The cycle of birth and death remains under His Command. His soul remains immersed, embedded within His Word. Whosoever may be blessed with the conjugation of His Holy saint. Whosoever may adopt his life experience teachings within his own day to day life; with His mercy and grace, he may be blessed with enlightenment of His Word.

ਆਦਿ ਕਉ ਬਿਸਮਾਦੁ ਬੀਚਾਰੁ, | aad ka-o bismaad beechaar
ਕਥੀਅਲੇ ਸੁੰਨ ਨਿਰੰਤਰਿ ਵਾਸੁ ਲੀਆ॥ | kathee-alay sunn nirantar vaas lee-aa.
ਅਕਲਪਤ ਮੁਦ੍ਰਾ ਗੁਰ ਗਿਆਨੁ ਬੀਚਾਰੀਅਲੇ, | akalpat mudraa gur gi-aan beechaaree-alay
ਘਟਿ ਘਟਿ ਸਾਚਾ ਸਰਬ ਜੀਆ॥ | ghat ghat saachaa sarab jee-aa.
ਗੁਰ ਬਚਨੀ ਅਵਿਗਤਿ ਸਮਾਈਐ, | gur bachnee avigat samaa-ee-ai
ਤਤੁ ਨਿਰੰਜਨੁ ਸਹਜਿ ਲਹੈ॥ | tat niranjan sahj lahai.
ਨਾਨਕ ਦੂਜੀ ਕਾਰ ਨ ਕਰਣੀ, | naanak doojee kaar na karnee
ਸੇਵੈ ਸਿਖੁ ਸੁ ਖੋਜਿ ਲਹੈ॥ | sayvai sikh so khoj lahai.
ਹੁਕਮੁ ਬਿਸਮਾਦੁ ਹੁਕਮਿ ਪਛਾਣੈ, | hukam bismaad hukam pachhaanai
ਜੀਅ ਜੁਗਤਿ ਸਚੁ ਜਾਣੈ ਸੋਈ॥ | jee-a jugat sach jaanai so-ee.
ਆਪੁ ਮੇਟਿ ਨਿਰਾਲਮੁ ਹੋਵੈ, | aap mayt niraalam hovai
ਅੰਤਰਿ ਸਾਚੁ ਜੋਗੀ ਕਹੀਐ ਸੋਈ॥੨੩॥ | antar saach jogee kahee-ai so-ee. ||23||

ਨਾਨਕ ਜੀ! ਮੈਂ ਤਾ ਪ੍ਰਭ ਬਾਬਤ ਹੈਰਾਨਗੀ ਹੀ ਪ੍ਰਗਟ ਕਰ ਸਕਦਾ ਹਾ । ਅਸਲੀਅਤ ਵਖਿਆਣ ਨਹੀਂ ਕਰ ਸਕਦਾ । ਪ੍ਰਭ ਅਟਲ, ਅਥਾਹ, ਆਪਣੇ ਆਪ ਵਿੱਚ ਬਹੁਤ ਹੀ ਗ਼ੰਭੀਰ ਹੈ । ਉਸ ਦਾ ਪੂਰਨ ਅੰਤ ਜਾਣਿਆ ਨਹੀਂ ਜਾ ਸਕਦਾ । ਮਨ ਨੂੰ ਇਛਾਂ ਤੋਂ ਰਹਿਤ ਰਖਣਾ ਹੀ ਪ੍ਰਭ ਦੇ ਗਿਆਨ ਪਾਉਣ ਵਾਲੀਆਂ ਮੰਦ੍ਰਾਂ ਹਨ । ਅਟਲ ਪ੍ਰਭ, ਆਪਣੇ ਪੈਦਾ ਹਰ ਜੀਵ ਦੇ ਹਿਰਦੇ ਵਿੱਚ ਵਸਦਾ ਹੈ । ਪ੍ਰਭ ਦੇ ਸ਼ਬਦ ਨੂੰ ਸਮਝਕੇ, ਜੀਵਨ ਢਾਲਣ ਨਾਲ ਰਹਿਮਤ ਬਖਸ਼ਿਸ਼ ਹੁੰਦੀ ਹੈ । ਉਸ ਅਟਲ ਪ੍ਰਭ ਦੇ

ਸ਼ਬਦ ਦੀ ਸਮਾਧੀ ਲੀਨ ਹੋ ਸਕਦਾ, ਉਸ ਵਿੱਚ ਅਭੇਦ ਹੋ ਸਕਦਾ ਹੈ । ਇਸ ਹੀ ਇਕੋ ਇਕ ਰਸਤੇ ਨਾਲ ਗੁਰਮਖ ਆਪਣੇ ਅੰਦਰੋਂ ਹੀ ਖੋਜ ਲੈਂਦਾ ਹੈ । ਹੋਰ ਕੋਈ ਦੂਸਰਾ ਤਰੀਕਾ, ਵਿਧੀ, ਜਾ ਬੰਦਗੀ ਨਹੀਂ ਹੈ । ਅੱਟਲ ਪ੍ਰਭ ਆਪ ਹੀ ਆਪਣੇ ਹੁਕਮ ਦਾ ਅਸਲੀ ਮਤਲਬ, ਜੀਵਨ ਦਾ ਅਸਲੀ ਢੰਗ ਜਾਣਦਾ ਹੈ । ਜਿਹੜਾ ਜੀਵ ਜਿਉਂਦਾ ਹੀ ਆਪਣੀ ਹੈਸੀਅਤ ਨੂੰ ਮਿਟਾ ਦੇਂਦਾ ਹੈ । ਉਸ ਦੀ ਆਤਮਾ ਇਛਾਂ ਤੋਂ ਰਹਿਤ ਹੋ ਜਾਂਦੀ, ਪਵਿੱਤਰ ਹੋ ਜਾਂਦੀ ਹੈ । ਉਸ ਦੇ ਅੰਦਰ ਅਟਲ ਪ੍ਰਭ ਦੀ ਜੋਤ ਜਾਗਰਤ ਹੋ ਜਾਂਦੀ ਹੈ । ਓਹ ਹੀ ਅਸਲੀ ਜੋਗੀ, ਸਿਧ, ਭਗਤ, ਪ੍ਰਭ ਦਾ ਦਾਸ ਹੈ ।

I may not comprehend nor explain His Nature. I may only remain fascinated astonished from His Nature. The True Master, His mysterious Nature remains beyond any limits or any comprehension of His Creation. To keep your mind beyond the reach of worldly desires may be the true ear rings of enlightenments of His Nature. The True Master remains embedded within each soul and dwells within his mind and body. Whosever may adopt the teachings of His Word with steady and stable belief in his day-to-day life; with His mercy and grace, he may remain intoxicated in meditation in the void of His Word and he may immerse within His Holy Spirit. This may be a unique technique to be enlightened from within. There may not be any other technique or meditation, religious path of acceptance in His Court. The One and Only One True Master may know the real purpose, meanings of His Word, the right path of acceptance in His Court. Whosoever may eliminate his own identity, while still alive in the universe; with His mercy and grace, only he become beyond the reach of his worldly desires. His soul may be sanctified to become worthy of His Consideration. He may be enlightened with eternal spiritual glow within his heart; only he may be worthy to be called real Gorakh, His true devotee, Yogi.

13. ਮਹਲਾ ੧ ਸਿਧ ਗੋਸਟਿ (940-14)

ਅਵਿਗ ਤੋ ਨਿਰਮਾਇਲੁ ਉਪਜੇ,	avigato nirmaa-il upjay
ਨਿਰਗੁਣ ਤੇ ਸਰਗੁਣੁ ਥੀਆ॥	nirgun tay sargun thee-aa.
ਸਤਿਗੁਰ ਪਰਚੈ ਪਰਮ ਪਦੁ ਪਾਈਐ,	satgur parchai param pad paa-ee-ai
ਸਾਚੈ ਸਬਦਿ ਸਮਾਇ ਲੀਆ॥	saachai sabad samaa-ay lee-aa.
ਏਕੇ ਕਉ ਸਚੁ ਏਕਾ ਜਾਣੈ,	aykay ka-o sach aykaa jaanai
ਹਉਮੈ ਦੂਜਾ ਦੂਰਿ ਕੀਆ॥	ha-umai doojaa door kee-aa.
ਸੋ ਜੋਗੀ ਗੁਰ ਸਬਦੁ ਪਛਾਣੈ,	so jogee gur sabad pachhaanai an-
ਅੰਤਰਿ ਕਮਲੁ ਪ੍ਰਗਾਸੁ ਥੀਆ॥	tar kamal pargaas thee-aa.
ਜੀਵਤੁ ਮਰੈ ਤਾ ਸਭੁ ਕਿਛੁ ਸੂਝੈ,	jeevat marai taa sabh kichh soojhai
ਅੰਤਰਿ ਜਾਣੈ ਸਰਬ ਦਇਆ॥	antar jaanai sarab da-i-aa.
ਨਾਨਕ ਤਾ ਕਉ ਮਿਲੈ ਵਡਾਈ,	naanak taa ka-o milai vadaa-ee
ਆਪੁ ਪਛਾਣੈ ਸਰਬ ਜੀਆ॥੨੪॥	aap pachhaanai sarab jee-aa. ||24||

ਪ੍ਰਭ ਆਪਣੀ ਅਕਾਰ ਰਹਿਤ ਹੋਂਦ ਵਿਚੋਂ ਹੀ ਇਕ ਅਚੰਭੀ ਹੀ ਬਣਤਰ, ਰੂਪ ਬਣਾ ਦੇਂਦਾ ਹੈ । ਜਿਹੜਾ ਜੀਵ ਸ਼ਬਦ ਵਿੱਚ ਲੀਨ ਹੋ ਜਾਂਦਾ ਹੈ । ਪ੍ਰਭ ਦੀ ਰਹਿਮਤ ਨਾਲ ਹੀ ਉਸ ਨੂੰ ਗੁਰਮਖ ਅਵਸਥਾ ਬਖਸ਼ਿਸ਼ ਹੋ ਜਾਂਦੀ ਹੈ । ਉਸ ਨੂੰ ਪ੍ਰਭ ਦੀ ਹੋਂਦ ਅਨੁਭਵ ਹੋ ਜਾਂਦੀ ਹੈ । ਉਸ ਨੂੰ ਸੋਝੀ ਹੋ ਜਾਂਦੀ ਹੈ! ਕੇਵਲ ਇਕੋ ਇਕ ਪ੍ਰਭ ਹੀ ਸਾਰੀ ਸ੍ਰਿਸ਼ਟੀ ਨੂੰ ਪੈਦਾ ਕਰਨ ਵਾਲਾ ਹੈ । ਜਿਹੜਾ ਸ਼ਬਦ ਨਾਲ ਜੀਵਨ ਢਾਲਦਾ ਹੈ । ਉਸ ਦੇ ਮਨ ਦੀ ਅਹੰਕਾਰ ਦੀ ਜੜ੍ਹ ਖਤਮ ਹੋ ਜਾਂਦੀ ਹੈ । ਉਸ ਦੀ ਆਤਮਾ ਪਵਿੱਤਰ ਹੋ ਜਾਂਦਾ ਹੈ, ਮਨ ਵਿੱਚ ਪ੍ਰਭ ਦੀ ਜੋਤ ਚਲ ਪੈਂਦੀ ਹੈ । ਜਿਹੜਾ ਜਿਉਂਦਾ ਹੀ ਨਿਮਾਨਾ ਬਣਕੇ, ਆਪਾ ਮਿਟਾ ਕੇ ਜੀਵਨ ਬਤੀਤ ਕਰਦਾ ਹੈ, ਉਸ ਨੂੰ ਹੀ ਅਸਲੀ ਜੋਗੀ ਅਵਸਥਾ ਬਖਸ਼ਿਸ਼ ਹੁੰਦੀ ਹੈ । ਜਿਹੜਾ ਆਪਣੇ ਅੰਦਰੋਂ ਹੀ ਪ੍ਰਭ ਨੂੰ ਖੋਜਦਾ ਹੈ । ਉਸ ਨੂੰ ਪ੍ਰਭ ਦੀ ਹੋਂਦ ਦੀ ਸੋਝੀ, ਰਹਿਮਤ ਅਨੁਭਵ ਹੋ ਜਾਂਦੀ ਹੈ । ਉਸ ਨੂੰ ਪ੍ਰਭ ਦੇ ਦਰਬਾਰ ਵਿੱਚ ਥਾਂ ਬਖਸ਼ਿਸ਼ ਹੋ ਜਾਂਦੀ ਹੈ ।

The True Master, may create an astonishing structure of a creature from His structure-less, Holy Spirit. Whosoever may remain intoxicated in meditation in the void of His Word with steady and stable belief; with His mercy and grace, he may be blessed with a state of mind as His true devotee. He may realize His Holy Spirit prevailing everywhere. He may be enlightened and accepts The One and Only One True Master, Creator of the universe. Whosoever may adopt the teachings of His Word with steady and stable belief in his day-to-day life; with His mercy and grace, he may conquer his ego of worldly status. His soul may be sanctified to become worthy of His Consideration. He may hear the everlasting echo of His Word resonating within his heart. He may humbly surrender his self-entity at His Sanctuary; with His mercy and grace, he may become worthy to be called true Yogi, saint, Gorakh, His true devotee. Whosoever may search the enlightenment from within; he may realize His Holy Spirit prevailing everywhere. He may be blessed with a place in His Royal palace.

14. ਮਹਲਾ ੧ ਸਿਧ ਗੋਸਟਿ (940-18)

ਸਾਚੌ ਉਪਜੈ ਸਾਚਿ ਸਮਾਵੈ,	saachou upjai saach samaavai
ਸਾਚੇ ਸੂਚੇ ਏਕ ਮਇਆ॥	saachay soochay ayk ma-i-aa.
ਝੂਠੇ ਆਵਹਿ ਠਵਰ ਨ ਪਾਵਹਿ,	jhoothay aavahi thavar na paavahi
ਦੂਜੈ ਆਵਾ ਗਉਣੁ ਭਇਆ॥	doojai aavaa ga-on bha-i-aa.
ਆਵਾ ਗਉਣੁ ਮਿਟੈ ਗੁਰ ਸਬਦੀ,	aavaa ga-on mitai gur sabdee aa-
ਆਪੇ ਪਰਖੈ ਬਖਸਿ ਲਇਆ॥	pay parkhai bakhas la-i-aa.
ਏਕਾ ਬੇਦਨ ਦੂਜੈ ਬਿਆਪੀ	aykaa baydan doojai bi-aapee
ਨਾਮੁ ਰਸਾਇਣੁ ਵੀਸਰਿਆ॥	naam rasaa-in veesri-aa.
ਸੋ ਬੂਝੈ ਜਿਸੁ ਆਪਿ ਬੁਝਾਏ,	so boojhai jis aap bujhaa-ay
ਗੁਰ ਕੈ ਸਬਦਿ ਸੁ ਮੁਕਤੁ ਭਇਆ॥	gur kai sabad so mukat bha-i-aa.
ਨਾਨਕ ਤਾਰੇ ਤਾਰਣਹਾਰਾ,	naanak taaray taaranhaaraa
ਹਉਮੈ ਦੂਜਾ ਪਰਹਰਿਆ॥੨੫॥	ha-umai doojaa parhari-aa. ||25||

ਹਰਇਕ ਜੀਵ ਉਸ ਸਾਗਰ ਰੂਪੀ ਪ੍ਰਭ ਦੇ ਬੁੱਲਬਲੇ ਵਰਗਾ ਹੈ, ਉਸ ਵਿਚੋਂ ਪੈਦਾ ਹੁੰਦਾ ਹੈ । ਮਰਨ ਤੋਂ ਪਿਛੋਂ ਉਸ ਵਿੱਚ ਹੀ ਸਮਾ ਜਾਂਦਾ ਹੈ । ਜਿਵੇਂ ਸਾਗਰ ਵਿੱਚ ਮੈਲ਼ਾ ਅਤੇ ਪਵਿੱਤਰ ਪਾਣੀ ਇਕੱਠੇ ਵੀ ਅਤੇ ਅਲਗ ਵੀ ਹਨ । ਇਸਤਰ੍ਹਾਂ ਜਿਹੜੀ ਆਤਮਾ ਪਵਿੱਤਰ ਹੋ ਜਾਂਦੀ ਹੈ । ਉਹ ਪਵਿੱਤਰ ਜਲ ਵਿੱਚ ਮਿਲ ਜਾਂਦੀ ਹੈ, ਉਸ ਦਾ ਜੂੰਨਾਂ ਦਾ ਚੱਕਰ ਖਤਮ ਹੋ ਜਾਂਦਾ ਹੈ । ਅੰਤਰਜਾਮੀ ਪ੍ਰਭ ਨੂੰ ਅਸਲੀ ਬੰਦਗੀ ਵਾਲੇ ਅਤੇ ਪਖੰਡੀ ਦੀ ਪੂਰਨ ਪਛਾਣ ਹੈ । ਪਖੰਡੀ ਆਤਮਾ ਆਵਾ ਗਵਨ ਦੇ ਚੱਕਰ ਵਿੱਚ ਹੀ ਭਉਦੀ ਰਹਿੰਦੀ ਹੈ । ਬੰਦਗੀ ਕਰਨ ਵਾਲਾ ਪ੍ਰਭ ਦੀ ਰਹਿਮਤ ਨਾਲ ਪ੍ਰਵਾਨ ਹੋ ਜਾਂਦਾ ਹੈ । ਜਿਹੜਾ ਹੋਰ ਰਸਤਿਆਂ ਤੇ ਚਲਦਾ ਹੈ! ਉਸ ਦੇ ਮਨ ਵਿਚੋਂ ਸ਼ਬਦ ਵਿਸਰ ਜਾਂਦਾ, ਇਕੋ ਇਕ ਪ੍ਰਭ ਦੇ ਬਖਸ਼ੇ ਤੇ ਭਰੋਸ ਅਡੋਲ ਨਹੀਂ ਰਹਿੰਦਾ । ਉਸ ਨੂੰ ਮੌਤ ਦਾ ਡਰ, ਭਟਕਣਾਂ ਲਗ ਜਾਂਦੀਆਂ ਹਨ । ਜਿਸ ਤੇ ਪ੍ਰਭ ਆਪ ਹੀ ਸੋਝੀ ਬਖਸ਼ਦਾ ਹੈ । ਕੇਵਲ ਉਸ ਨੂੰ ਹੀ ਪ੍ਰਭ ਦੇ ਭਾਣੇ ਦੀ, ਮਾਨਸ ਜੀਵਨ ਦੇ ਮੰਤਵ ਦੀ ਸੋਝੀ ਬਖਸ਼ਿਸ਼ ਹੁੰਦੀ ਹੈ । ਪ੍ਰਭ ਦੇ ਸ਼ਬਦ ਦੀ ਸੋਝੀ ਨਾਲ ਹੀ ਮੁਕਤੀ ਬਖਸ਼ਿਸ਼ ਹੋ ਸਕਦੀ ਹੈ । ਬਾਕੀ ਜੂੰਨਾਂ ਦੇ ਚੱਕਰ ਵਿੱਚ ਹੀ ਭਉਦੇ ਰਹਿੰਦੇ ਹਨ ।

Every creature has come out the ocean of His Holy Spirit, his soul is an expansion of His Holy Spirit; after death, his soul re-immerses within the His Holy Spirit. As muddy water and pure water both remain within same ocean; however, remain isolated from each other. Same way a sanctified soul may immerse within His Holy Spirit; with His mercy and grace, her identity and cycle of birth and death may be eliminated. The Omniscient True Master recognizes the distinction between His true devotee and imposter, hypocrite. The soul of hypocrite remains in the cycle of birth and death; with His mercy and grace, His true devotee may be accepted in His Court. Whosoever may abandon the teachings of His Word and follows other path of meditation; his belief he may never remain steady and stable on His Blessings. He remains in frustration and fear of devil of death. Whosoever may be blessed with enlightenment of the essence of His Word, the real purpose of human life opportunity; with His mercy and grace, he may be accepted in His Court. Hypocrite remains in the cycle of birth and death.

15. ਮਹਲਾ ੧ ਸਿਧ ਗੋਸਟਿ (941-2) **-Nanak Ji!**

ਮਨਮੁਖਿ ਭੂਲੈ ਜਮ ਕੀ ਕਾਣਿ॥ manmukh bhoolai jam kee kaan.
ਪਰ ਘਰੁ ਜੋਹੈ ਹਾਣੇ ਹਾਣਿ॥ par ghar johai haanay haan.
ਮਨਮੁਖਿ ਭਰਮਿ ਭਵੈ ਬੇਬਾਣਿ॥ manmukh bharam bhavai baybaan.
ਵੇਮਾਰਗਿ ਮੂਸੈ ਮੰਤ੍ਰਿ ਮਸਾਣਿ॥ vaymaarag moosai mantar masaan.
ਸਬਦੁ ਨ ਚੀਨੈ ਲਵੈ ਕੁਬਾਣਿ॥ sabad na cheenai lavai kubaan.
ਨਾਨਕ ਸਾਚਿ ਰਤੇ ਸੁਖੁ ਜਾਣਿ॥੨੬ naanak saach ratay sukh jaan. ||26||

ਜਿਹੜਾ ਆਪਣੀ ਮਰਜ਼ੀ ਦੇ ਜ਼ੋਰ ਤੇ ਚਲਦਾ ਹੈ । ਉਹ ਮਨਮੁਖ ਮੌਤ ਨੂੰ ਭੁੱਲ ਜਾਂਦਾ ਹੈ, ਉਸ ਨੂੰ ਮੌਤ ਦਾ ਡਰ ਹੀ ਸਤਾਉਂਦਾ ਰਹਿੰਦਾ ਹੈ । ਪਰਾਏ ਧਨ ਨੂੰ ਹੀ ਪਾਉਣ ਦੇ ਢੰਗ ਸਚੇਂਦਾ ਰਹਿੰਦਾ ਹੈ । ਉਹ ਭਰਮ ਭੁਲੇਖੇ ਵਿੱਚ ਹੀ ਰਹਿੰਦਾ ਹੈ । ਉਹ ਆਪਣਾ ਰਸਤਾ ਗਵਾ ਲੈਂਦਾ ਹੈ, ਫਿਰ ਗਲਤ ਰਸਤੇ, ਝੂਠੇ ਮੰਤਰ, ਮੜ੍ਹੀਆਂ, ਮੁਸਾਨਾਂ, ਸੁੰਨੀ ਜਗ੍ਹਾਂ ਤੇ ਮੰਤਰ ਪੜ੍ਹਦਾ ਰਹਿੰਦਾ ਹੈ । ਉਹ ਸ਼ਬਦ ਦੀ ਸੋਝੀ ਨਹੀਂ ਢੂੰਡਦਾ, ਜਾਦੂ ਟੂਣੇ ਵਿੱਚ ਹੀ ਵਿਸ਼ਵਾਸ ਰਖਦਾ ਹੈ । ਕੇਵਲ ਅਟਲ ਪ੍ਰਭ ਦੇ ਸ਼ਬਦ ਨਾਲ ਜੀਵਨ ਢਾਲਣ ਨਾਲ ਹੀ ਸੰਤੋਖ, ਮੁਕਤੀ ਦਾ ਦਰ ਬਖਸ਼ਿਸ਼ ਹੁੰਦਾ ਹੈ ।

Self-minded may remain intoxicated with his ego and worldly desire; he may ignore the unpredictable death from his mind; his fear of death may haunt day and night. He always thinks evil plans to rob the honest earnests livings of others. He may remain in religious suspicions and rituals. He has lost the real path of acceptance in His Court. He may remain wandering on wrong path of worship; praying at cremation ground of ancient saint, prophets, and abandoned places. He may never search for the right path, essence of His Word, rather looking for miracles or adopts scare of curse to rob innocents. Whosoever may adopt the teachings of His Word with steady and stable belief in day-to-day life; with His mercy and grace, he may be blessed with contentment and the right path of acceptance in His Court.

16. ਮਹਲਾ ੧ ਸਿਧ ਗੋਸਟਿ (941-4) **-Nanak Ji!**

ਗੁਰਮੁਖਿ ਸਾਚੇ ਕਾ ਭਉ ਪਾਵੈ॥ gurmukh saachay kaa bha-o paavai.
ਗੁਰਮੁਖਿ ਬਾਣੀ ਅਘੜੁ ਘੜਾਵੈ॥ gurmukh banee agharh gharhaavai.
ਗੁਰਮੁਖਿ ਨਿਰਮਲ ਹਰਿ ਗੁਣ ਗਾਵੈ॥ gurmukh nirmal har gun gaavai.
ਗੁਰਮੁਖਿ ਪਵਿਤ੍ਰੁ ਪਰਮ ਪਦੁ ਪਾਵੈ॥ gurmukh pavitar param pad paavai.
ਗੁਰਮੁਖਿ ਰੋਮਿ ਰੋਮਿ ਹਰਿ ਧਿਆਵੈ॥ gurmukh rom rom har Dhi-aavai.
ਨਾਨਕ ਗੁਰਮੁਖਿ ਸਾਚਿ ਸਮਾਵੈ॥੨੭॥ naanak gurmukh saach samaavai. ||27||

ਗੁਰਮਖ ਨੂੰ ਹਰ ਵੇਲੇ ਹੀ ਅਟਲ ਪ੍ਰਭ ਦੇ ਸ਼ਬਦ ਦਾ ਆਸਰਾ, ਸ਼ਰਧਾ ਰਹਿੰਦੀ ਹੈ । ਪ੍ਰਭ ਨੂੰ ਖੁਸ਼ੀ ਕਰਨ ਦਾ ਫਿਕਰ ਲਗਾ ਰਹਿੰਦਾ ਹੈ । ਗੁਰਮਖ ਸ਼ਬਦ ਵਿੱਚ ਹੀ ਮਸਤ ਰਹਿੰਦਾ, ਆਪਣੀ ਆਤਮਾ ਨੂੰ ਪਵਿੱਤਰ ਰਖਦਾ ਹੈ । ਗੁਰਮਖ ਸਵਾਸ ਗਰਾਸ (ਰੋਮ ਰੋਮ) ਪ੍ਰਭ ਦੀ ਬੰਦਗੀ ਵਿੱਚ ਲੀਨ ਰਹਿੰਦਾ ਹੈ । ਪ੍ਰਭ ਦੀ ਰਹਿਮਤ ਨਾਲ ਉਸ ਨੂੰ ਪ੍ਰਭ ਦੇ ਦਰਬਾਰ ਵਿੱਚ ਥਾਂ ਬਖਸ਼ਿਸ਼ ਹੋ ਜਾਂਦੀ ਹੈ ।

His true devotee always seeks His counsel, support, and forgiveness. He always remains anxious to obey the teachings of His Word under all circumstances, and accepts His Command as His Worthy Blessings. He remains intoxicated in meditation in the void of His Word to sanctify his soul. He remains drenched with the essence of His Word within each fiber of his flesh; with His mercy and grace, he may be blessed with acceptance and place in His Royal Palace.

17. ਮਹਲਾ ੧ ਸਿਧ ਗੋਸਟਿ (941-6) **-Nanak Ji!**

ਗੁਰਮੁਖਿ ਪਰਚੈ ਬੇਦ ਬੀਚਾਰੀ॥	gurmukh parchai bayd beechaaree.
ਗੁਰਮੁਖਿ ਪਰਚੈ ਤਰੀਐ ਤਾਰੀ॥	gurmukh parchai taree-ai taaree.
ਗੁਰਮੁਖਿ ਪਰਚੈ ਸੁ ਸਬਦਿ ਗਿਆਨੀ॥	gurmukh parchai so sabad gi-aanee.
ਗੁਰਮੁਖਿ ਪਰਚੈ ਅੰਤਰ ਬਿਧਿ ਜਾਨੀ॥	gurmukh parchai antar biDh jaanee.
ਗੁਰਮੁਖਿ ਪਾਈਐ ਅਲਖ ਅਪਾਰੁ॥	gurmukh paa-ee-ai alakh apaar.
ਨਾਨਕ ਗੁਰਮੁਖਿ ਮੁਕਤਿ ਦੁਆਰੁ॥੨੮॥	naanak gurmukh mukat du-aar. ||28||

ਗੁਰਮਖ ਧਾਰਮਕ ਲਿਖਤਾਂ (ਵੇਦ, ਗ੍ਰੰਥਾ, ਪਰਾਨ, ਕਰਾਨ, ਬੀਬਲ) ਨੂੰ ਸਮਝ ਲੈਂਦਾ ਹੈ । ਉਸ ਅਨੁਸਾਰ ਜੀਵਨ ਢਾਲਦਾ, ਭਿਆਨਕ ਸਾਗਰ ਨੂੰ ਪਾਰ ਕਰ ਜਾਂਦਾ ਹੈ । ਜਨਮ ਮਰਨ ਤੋਂ ਰਹਿਤ ਹੋ ਜਾਂਦਾ ਹੈ । ਉਸ ਨੂੰ ਧਾਰਮਕ ਲਿਖਤਾਂ ਦਾ ਪੂਰਨ ਗਿਆਨ ਹੋ ਜਾਂਦਾ ਹੈ । ਧਾਰਮਕ ਗੰਥਾਂ ਦੀਆਂ ਸਿਖਿਆਂ ਨੂੰ ਜੀਵਨ ਵਿੱਚ ਢਾਲਣ ਦੀ ਸੋਝੀ, ਢੰਗ ਬਖਸ਼ਿਸ਼ ਹੋ ਜਾਂਦਾ ਹੈ । ਪ੍ਰਭ ਦੀ ਰਹਿਮਤ ਨਾਲ ਉਹ ਮੁਕਤੀ ਦੇ ਰਸਤੇ ਤੇ ਚਲਦਾ ਹੈ ।

His true devotee may read and comprehend the teachings of worldly religious Holy Scriptures. He may adopt the teachings of worldly Holy Scriptures; with His mercy and grace, he may be blessed with the right path of acceptance in His Court. His cycle of birth and death may be eliminated. He may be blessed with a complete comprehension of the teachings of ancient prophets in worldly Holy Scriptures. Whosoever may adopt the life experience teachings of His Holy saint in his own in his day-to-day life; with His mercy and grace, he may remain steady and stable on the right path of acceptance in His Court.

18. ਮਹਲਾ ੧ ਸਿਧ ਗੋਸਟਿ (941-8) **-Nanak Ji!**

ਗੁਰਮੁਖਿ ਅਕਥੁ ਕਥੈ ਬੀਚਾਰਿ॥	gurmukh akath kathai beechaar.
ਗੁਰਮੁਖਿ ਨਿਬਹੈ ਸਪਰਵਾਰਿ॥	gurmukh nibhai saparvaar.
ਗੁਰਮੁਖਿ ਜਪੀਐ ਅੰਤਰਿ ਪਿਆਰਿ॥	gurmukh japee-ai antar pi-aar.
ਗੁਰਮੁਖਿ ਪਾਈਐ ਸਬਦਿ ਅਚਾਰਿ॥	gurmukh paa-ee-ai sabad achaar.
ਸਬਦਿ ਭੇਦਿ ਜਾਣੈ ਜਾਣਾਈ॥	sabad bhayd jaanai jaanaa-ee.
ਨਾਨਕ ਹਉਮੈ ਜਾਲਿ ਸਮਾਈ॥੨੯॥	naanak ha-umai jaal samaa-ee. ||29||

ਜਿਸ ਨੂੰ ਗੁਰਮਖ ਅਵਸਥਾ ਬਖਸ਼ਿਸ਼ ਹੋ ਜਾਂਦੀ ਹੈ, ਕੇਵਲ ਉਹ ਹੀ ਅਕਥ ਕਥਾ ਦਾ ਵਖਿਆਣ ਕਰ ਸਕਦਾ ਹੈ । ਪ੍ਰਭ ਆਪ ਹੀ ਉਸ ਤੋਂ ਵਖਿਆਣ ਕਰਵਾਉਂਦਾ ਹੈ । ਉਹ ਸੰਸਾਰ ਵਿੱਚ ਰਹਿੰਦਾ, ਕੇਵਲ ਰੂਹਾਨੀ ਤਰੀਕੇ ਨਾਲ ਹੀ ਜੀਵਨ ਬਤੀਤ ਕਰਦਾ ਹੈ । ਉਹ ਨਿਮ੍ਰਤਾ, ਧੀਰਜ, ਸੰਤੋਖ ਨਾਲ ਸਿਮਰਨ ਕਰਦਾ ਹੈ । ਉਸ ਨੂੰ ਸ਼ਬਦ ਦੀ ਪੂਰਨ ਸੋਝੀ ਬਖਸ਼ਿਸ਼ ਹੋ ਜਾਂਦੀ ਹੈ । ਉਹ ਆਪਣਾ ਜੀਵਨ ਸ਼ਬਦ ਦੀ ਸਿਖਿਆਂ ਅਨੁਸਾਰ ਢਾਲਦਾ ਹੈ । ਕੇਵਲ ਪ੍ਰਭ ਹੀ ਸ਼ਬਦ ਦਾ ਪੂਰਨ ਗਿਆਨ, ਸੋਝੀ ਜਾਣਦਾ, ਬਖਸ਼ਦਾ ਹੈ । ਇਸ ਅਵਸਥਾ ਵਾਲੇ ਗੁਰਮਖ ਨੂੰ ਆਪ ਹੀ ਆਪਣੀ ਜੋਤ ਵਿੱਚ ਅਭੇਦ ਕਰ ਲੈਂਦਾ ਹੈ । ਉਸ ਦੀ ਅਹੰਕਾਰ ਦੀ ਜੜ੍ਹ ਖਤਮ ਹੋ ਜਾਂਦੀ ਹੈ ।

Whosoever may be blessed with a state of mind as His true devotee; with His mercy and grace, he may comprehend the unexplainable nature of the universe. The True Master may bestow the explanation on the tongue of His true devotee. His true devotee may adopt the eternal, spiritual way of life. He may whole heartedly with patience and contentment remains intoxicated in meditation in the void of His Word. He may be blessed with enlightenment of the essence of His Word. He may adopt the teachings of His Word with steady and stable belief in his day-to-day life. Only, The True Master may know the true essence of His Word; with His mercy and grace, His true devotee may be blessed with the secret of His Nature. His ego of worldly status may be eliminated from his day-to-day life.

19. ਮਹਲਾ ੧ ਸਿਧ ਗੋਸਟਿ (941-10) **- Nanak Ji!**

ਗੁਰਮੁਖਿ ਧਰਤੀ ਸਾਚੈ ਸਾਜੀ॥	gurmukh Dhartee saachai saajee.
ਤਿਸ ਮਹਿ ਓਪਤਿ ਖਪਤਿ ਸੁ ਬਾਜੀ॥	tis meh opat khapat so baajee.
ਗੁਰ ਕੈ ਸਬਦਿ ਰਪੈ ਰੰਗੁ ਲਾਇ॥	gur kai sabad rapai rang laa-ay.
ਸਾਚਿ ਰਤਉ ਪਤਿ ਸਿਉ ਘਰਿ ਜਾਇ॥	saach rata-o pat si-o ghar jaa-ay.
ਸਾਚ ਸਬਦ ਬਿਨੁ ਪਤਿ ਨਹੀ ਪਾਵੈ॥	saach sabad bin pat nahee paavai.
ਨਾਨਕ ਬਿਨੁ ਨਾਵੈਕਿਉ ਸਾਚਿ ਸਮਾਵੈ॥੩੦	naanak bin naavai ki-o saach samaavai.3

ਗੁਰਮਖ ਨੂੰ ਸੋਝੀ ਬਖਸ਼ਦਾ ਹੈ, ਸਾਰੀਆਂ ਸ੍ਰਿਸ਼ਟੀਆਂ ਹੀ ਪ੍ਰਭ ਨੇ ਆਤਮਾ ਨੂੰ ਪਵਿੱਤਰ ਕਰਨ ਲਈ ਸਾਜੀਆਂ ਹਨ । ਸ੍ਰਿਸ਼ਟੀ ਵਿੱਚ ਜਨਮ ਮਰਨ ਦਾ ਚੱਕਰ ਵੀ ਪ੍ਰਭ ਨੇ ਰਚਿਆ ਹੈ । ਜਿਹੜਾ ਪ੍ਰਭ ਦੇ ਸ਼ਬਦ ਨੂੰ ਸਮਝਕੇ ਜੀਵਨ ਢਾਲਦਾ ਹੈ । ਉਸ ਦੇ ਜੀਵਨ ਵਿੱਚ ਸ਼ਬਦ ਦਾ ਰੰਗ ਚੜ੍ਹ ਜਾਂਦਾ ਹੈ, ਉਸ ਨੂੰ ਪ੍ਰਭ ਦੇ ਦਰਬਾਰ ਵਿੱਚ ਥਾਂ ਬਖਸ਼ਿਸ਼ ਹੋ ਜਾਂਦੀ ਹੈ । ਪ੍ਰਭ ਦੇ ਅਟਲ ਸ਼ਬਦ ਨੂੰ ਅਪਣਾਉਣ ਤੋਂ ਬਿਨਾਂ ਦਰਬਾਰ ਵਿੱਚ ਥਾਂ ਬਖਸ਼ਿਸ਼ ਨਹੀਂ ਹੁੰਦੀ । ਪ੍ਰਭ ਦੇ ਸ਼ਬਦ ਨੂੰ ਸਮਝਣ ਤੋਂ ਬਿਨਾਂ, ਸਿਮਰਨ ਵਿੱਚ ਲੀਨ ਨਹੀਂ ਹੋਇਆ ਜਾ ਸਕਦਾ ਹੈ ।

With His mercy and grace, His true devotee may be enlightened! The True Master has created all universes to sanctify soul. He has created a unique cycle of birth and death to recycle his soul into different body to realize the real purpose of human life opportunity. Whosoever may comprehend the essence of His Word to adopt the teachings of His Word with steady and stable belief in his day-to-day life; with His mercy and grace, he may remain drenched with the crimson color of the essence of His Word. He may be blessed with the right path of acceptance and honored with a permanent resting place in His Royal palace. No one may ever be accepted in His Court, without adopting the teachings of His Word with steady and stable belief in day-to-day life. Without comprehension of the essence of His Word, his mind may never remain intoxicated in meditation, Simran.

20. ਮਹਲਾ ੧ ਸਿਧ ਗੋਸਟਿ (941-12) **- Nanak Ji!**

ਗੁਰਮੁਖਿ ਅਸਟ ਸਿਧੀ ਸਭਿ ਬੁਧੀ॥	gurmukh asat siDhee sabh buDhee.
ਗੁਰਮੁਖਿ ਭਵਜਲੁ ਤਰੀਐ ਸਚ ਸੁਧੀ॥	gurmukh bhavjal taree-ai sach suDhee.
ਗੁਰਮੁਖਿ ਸਰ ਅਪਸਰ ਬਿਧਿ ਜਾਣੈ॥	gurmukh sar apsar biDh jaanai.
ਗੁਰਮੁਖਿ ਪਰਵਿਰਤਿ ਨਰਵਿਰਤਿ ਪਛਾਣੈ॥	gurmukh parvirat narvirat pachhaanai.
ਗੁਰਮੁਖਿ ਤਾਰੇ ਪਾਰਿ ਉਤਾਰੇ॥	gurmukh taaray paar utaaray.
ਨਾਨਕ ਗੁਰਮੁਖਿ ਸਬਦਿ ਨਿਸਤਾਰੇ॥੩੧॥	naanak gurmukh sabad nistaaray. ||31||

ਗੁਰਮਖ ਨੂੰ ਕਰਾਮਾਤਾਂ, ਸਿਧੀਆਂ ਬਖਸ਼ਿਸ਼ ਹੋ ਜਾਂਦੀਆਂ ਹਨ । ਉਸ ਨੂੰ ਰੂਹਾਨੀ ਤਾਕਤ ਦੀ ਸੋਝੀ ਬਖਸ਼ਿਸ਼ ਹੋ ਜਾਂਦੀ ਹੈ । ਉਸ ਨੂੰ ਪ੍ਰਭ ਦੀ ਬੰਦਗੀ ਦਾ ਅਸਲੀ ਤਰੀਕਾ ਬਖਸ਼ਿਸ਼ ਹੋ ਜਾਂਦਾ ਹੈ । ਸ਼ਬਦ ਦੀ ਪਾਲਣਾ ਵਿੱਚ ਲੀਨ ਹੋਣ ਨਾਲ ਪ੍ਰਭ ਦੇ ਦਰਬਾਰ ਵਿੱਚ ਥਾਂ ਬਖਸ਼ਿਸ਼ ਹੋ ਜਾਂਦੀ ਹੈ । ਉਸ ਨੂੰ ਸੱਚ, ਝੂਠ ਦਾ ਨਿਰਨਾ, ਖੋਟੇ, ਖਰੇ ਦੀ ਸਮਝ ਆ ਜਾਂਦੀ ਹੈ । ਉਸ ਨੂੰ ਮਾਨਸ ਜੀਵਨ ਦਾ ਅਸਲੀ ਮੰਤਵ, ਜੂੰਨਾਂ ਦੇ ਚੱਕਰ ਦੀ ਸੋਝੀ ਬਖਸ਼ਿਸ਼ ਹੋ ਜਾਂਦੀ ਹੈ । ਉਹ ਸ਼ਬਦ ਦਾ ਆਸਰਾ ਲੈ ਕੇ, ਜੀਵਨ ਢਾਲਕੇ, ਸੰਸਾਰਕ ਸਾਗਰ ਪਾਰ ਕਰ ਜਾਂਦਾ ਹੈ ।

His true devotee may be blessed with the essence of the miracles power of His Nature; along with the eternal, spiritual power of The Omnipotent True Master. He may be blessed with the right path of mediation to be accepted in His Court. Whosoever may remain intoxicated in meditation in the void of His Word; with His mercy and grace, he may be accepted in His Court.

He may be enlightened with the distinction between truth and hypocrisy. He may be enlightened with the real purpose of human life blessings. His cycle of birth and death. He may seek the support of His Word in his day-to-day life; with His mercy and grace, he may be accepted in His Court.

21. ਮਹਲਾ ੧ ਸਿਧ ਗੋਸਟਿ (941-14) **-Nanak Ji!**

ਨਾਮੇ ਰਾਤੇ ਹਉਮੈ ਜਾਇ॥ naamay raatay ha-umai jaa-ay.
ਨਾਮਿ ਰਤੇ ਸਚਿ ਰਹੇ ਸਮਾਇ॥ naam ratay sach rahay samaa-ay.
ਨਾਮਿ ਰਤੇ ਜੋਗ ਜੁਗਤਿ ਬੀਚਾਰੁ॥ naam ratay jog jugat beechaar.
ਨਾਮਿ ਰਤੇ ਪਾਵਹਿ ਮੋਖ ਦੁਆਰੁ॥ naam ratay paavahi mokh du-aar.
ਨਾਮਿ ਰਤੇ ਤ੍ਰਿਭਵਣ ਸੋਝੀ ਹੋਇ॥ naam ratay taribhavan sojhee ho-ay.
ਨਾਨਕ ਨਾਮਿ ਰਤੇ ਸਦਾ ਸੁਖੁ ਹੋਇ॥੩੨॥ naanak naam ratay sadaa sukh ho-ay. ||32|

ਜਿਹੜਾ ਸ਼ਬਦ ਦੀ ਸੋਝੀ ਨਾਲ ਰੰਗਿਆ ਰਹਿੰਦਾ ਹੈ, ਉਸ ਦੇ ਮਨ ਵਿੱਚ ਨਿਮ੍ਰਤਾ ਭਰ ਜਾਂਦੀ, ਅਹੰਕਾਰ ਨਾਸ਼ ਹੋ ਜਾਂਦਾ ਹੈ । ਪ੍ਰਭ ਦੇ ਸ਼ਬਦ ਦੇ ਆਸਰੇ ਤੇ ਹੀ ਜੀਵ ਦਾ ਭਰੋਸਾ ਪ੍ਰਭ ਦੇ ਬਖਸ਼ੇ ਤੇ ਅਡੋਲ ਹੋ ਜਾਂਦਾ ਹੈ । ਪ੍ਰਭ ਦੀ ਰਹਿਮਤ ਨਾਲ ਹੀ ਉਸ ਨੂੰ ਬੰਦਗੀ ਕਰਨ ਦਾ ਢੰਗ ਬਖਸ਼ਿਸ਼ ਹੋ ਜਾਂਦਾ ਹੈ । ਉਹ ਸਾਥੀਆਂ ਨੂੰ ਸ਼ਬਦ ਦੇ ਰਸਤੇ ਤੇ ਚਲਣ ਦੀ ਪ੍ਰੇਰਨਾ ਕਰਦਾ ਹੈ । ਉਹ ਜੀਵ ਸ਼ਬਦ ਦੇ ਸਿਮਰਨ ਵਿੱਚ ਲੀਨ ਹੋਇਆ, ਪ੍ਰਭ ਦੇ ਦਰਬਾਰ ਵਿੱਚ ਪ੍ਰਵਾਨ ਹੋ ਜਾਂਦਾ ਹੈ । ਉਸ ਨੂੰ ਤਿੰਨਾਂ ਸ੍ਰਿਸ਼ਟੀਆਂ (ਧਰਤੀ, ਅਕਾਸ਼, ਪਤਾਲ) ਦਾ ਗਿਆਨ ਹੋ ਜਾਂਦਾ ਹੈ । ਇਸ ਨਾਲ ਹੀ ਮਨ ਅਡੋਲ ਹੋ ਜਾਂਦਾ ਹੈ, ਉਸ ਨੂੰ ਪੂਰਨ ਸ਼ਾਂਤੀ ਬਖਸ਼ਿਸ਼ ਹੋ ਜਾਂਦੀ ਹੈ ।

Whosoever may remain drenched with the essence of His Word; he may conquer his ego and remains overwhelmed with humility. With the enlightenment of the essence of His Word, his belief may be enhanced, steady and stable on His Blessings. He may inspire his family, associates to adopt the teachings of His Word in his day-to-day life. He remains intoxicated in the void of His Word; with His mercy and grace, he may be accepted in His Court. He may be blessed with the enlightenment of the nature of three universes. He may remain steady and stable in mediation; he may remain fully contented in his worldly environments.

22. ਮਹਲਾ ੧ ਸਿਧ ਗੋਸਟਿ (941-16) **-Nanak Ji!**

ਨਾਮਿ ਰਤੇ ਸਿਧ ਗੋਸਟਿ ਹੋਇ॥ naam ratay siDh gosat ho-ay.
ਨਾਮਿ ਰਤੇ ਸਦਾ ਤਪੁ ਹੋਇ॥ naam ratay sadaa tap ho-ay.
ਨਾਮਿ ਰਤੇ ਸਚੁ ਕਰਣੀ ਸਾਰੁ॥ naam ratay sach karnee saar.
ਨਾਮਿ ਰਤੇ ਗੁਣ ਗਿਆਨ ਬੀਚਾਰੁ॥ naam ratay gun gi-aan beechaar.
ਬਿਨੁ ਨਾਵੈ ਬੋਲੈ ਸਭੁ ਵੇਕਾਰੁ॥ bin naavai bolai sabh vaykaar.
ਨਾਨਕ ਨਾਮਿ ਰਤੇ ਤਿਨ ਕਉ ਜੈਕਾਰੁ॥੩੩॥ naanak naam ratay tin ka-o jaikaar. ||33|

ਜੀਵ ਦੀ ਆਤਮਾ ਸ਼ਬਦ ਦੀ ਸੋਝੀ ਨਾਲ ਰੰਗੀ ਰਹਿੰਦੀ ਹੈ, ਉਹ ਕਿਸੇ ਧਾਰਮਕ ਰਸਤੇ ਤੇ ਚਲਣ ਵਾਲੇ (ਸਿਧ, ਜੋਗੀ) ਨਾਲ ਵਿਚਾਰ ਕਰਨ ਦੇ ਯੋਗ ਬਣ ਜਾਂਦੀ ਹੈ । ਉਸ ਦੇ ਮਨ ਵਿੱਚ ਸਦਾ ਚਲਣ ਵਾਲੀ ਸ਼ਬਦ ਦੀ ਧੁਨ, ਹਰ ਵੇਲੇ ਗੂੰਜਦੀ ਸੁਣਾਈ ਦੇਂਦੀ ਹੈ । ਉਸ ਦਾ ਮਨ ਵਿੱਚ ਸ਼ਬਦ ਦੀ ਸੋਝੀ ਨਾਲ ਰੰਗਿਆ ਹੋਇਆ, ਆਪਣਾ ਜੀਵਨ, ਪ੍ਰਭ ਦੇ ਸ਼ਬਦ ਅਨੁਸਾਰ ਬਤੀਤ ਕਰ ਸਕਦਾ ਹੈ, ਸ਼ਬਦ ਦੀ ਕਮਾਈ ਕਰ ਸਕਦਾ ਹੈ । ਉਹ ਧਾਰਮਕ, ਰੂਹਾਨੀ ਸ਼ਬਦ ਦਾ ਵਖਿਆਣ ਕਰ ਸਕਦਾ ਹੈ । ਜਿਹੜਾ ਸ਼ਬਦ ਨੂੰ ਆਪਣੇ ਜੀਵਨ ਵਿੱਚ ਨਹੀਂ ਢਾਲਦਾ, ਉਸ ਦਾ ਕੀਤਾ ਹੋਇਆ ਵਖਿਆਣ ਅਧੂਰਾ ਹੀ ਹੁੰਦਾ ਹੈ । ਉਸ ਵਿੱਚ ਕੋਈ ਤੱਤ ਨਹੀਂ ਹੁੰਦਾ । ਇਸਤਰ੍ਹਾਂ ਸ਼ਬਦ ਵਿੱਚ ਰੰਗੇ ਹੋਏ ਜੀਵ ਦੇ ਆਸਰੇ ਹੀ ਇਹ ਸ੍ਰਿਸ਼ਟੀ ਚਲਦੀ ਹੈ । ਉਸ ਜੀਵ ਨੂੰ ਧੰਨ ਧੰਨ ਕਹੋ, ਜੈਕਾਰ ਕਰੋ ।

Whosoever may remain drenched with the essence of His Word; with His mercy and grace, he may be enlightened to discuss the teachings of His Word with His Holy saint. He may hear the everlasting echo of His Word resonating within his heart non-stop. He may adopt the teachings of His

Word with steady and stable belief in his day-to-day life; with His mercy and grace, he remains overwhelmed with the essence of His Word. He may be blessed the earnings of His Word. He may sermons the eternal, spiritual teachings of His Word. Whosoever may not adopt the teachings of His Word in his own day-to-day life; his preaching, sermons of His Word may be insignificant and without any real essence or effect on his listener. His true devotee remains drenched with the essence of His Word. He may be blessed and adopts the right path of acceptance in His Court. You should always remain fascinated, astonished from his way of human life journey.

23. ਮਹਲਾ ੧ ਸਿਧ ਗੋਸਟਿ (941-18) **-Nanak Ji!**

ਪੂਰੇ ਗੁਰ ਤੇ ਨਾਮੁ ਪਾਇਆ ਜਾਇ॥	pooray gur tay naam paa-i-aa jaa-ay.
ਜੋਗ ਜੁਗਤਿ ਸਚਿ ਰਹੈ ਸਮਾਇ॥	jog jugat sach rahai samaa-ay.
ਬਾਰਹ ਮਹਿ ਜੋਗੀ ਭਰਮਾਏ,	baarah meh jogee bharmaa-ay
ਸੰਨਿਆਸੀ ਛਿਅ ਚਾਰਿ॥	sani-aasee chhi-a chaar.
ਗੁਰ ਕੈ ਸਬਦਿ ਜੋ ਮਰਿ ਜੀਵੈ,	gur kai sabad jo mar jeevai
ਸੋ ਪਾਏ ਮੋਖ ਦੁਆਰੁ॥	so paa-ay mokh du-aar.
ਬਿਨੁ ਸਬਦੈ ਸਭਿ ਦੂਜੈ ਲਾਗੇ,	bin sabdai sabh doojai laagay
ਦੇਖਹੁ ਰਿਦੈ ਬੀਚਾਰਿ॥	daykhhu ridai beechaar.
ਨਾਨਕ ਵਡੇ ਸੇ ਵਡਭਾਗੀ,	naanak vaday say vadbhaagee
ਜਿਨੀ ਸਚੁ ਰਖਿਆ ਉਰ ਧਾਰਿ॥੩੪॥	jinee sach rakhi-aa ur Dhaar. ‖34‖

ਅਗਰ ਕੋਈ ਪੂਰਨ ਗੁਰੂ ਹੋਵੇ ਤਾ ਹੀ ਉਸ ਤੋਂ ਸ਼ਬਦ ਦੀ ਪੂਰਨ ਸੋਝੀ ਮਿਲ ਸਕਦੀ ਹੈ । ਉਸ ਤੋਂ ਹੀ ਬੰਦਗੀ ਕਰਨ ਦਾ ਅਸਲੀ ਰਸਤਾ ਮਿਲਦਾ, ਮਨ ਬੰਦਗੀ ਵਿੱਚ ਅਡੋਲ ਹੋ ਸਕਦਾ ਹੈ । ਸੰਨਿਅਸੀ ਜੀਵ ਤਾ ਦੋ, ਚਾਰ (ਛਿਅ, ਚਾਰ– ਥੋੜ੍ਹੇ) ਭੁਲੇਖਿਆਂ ਵਿੱਚ ਪਇਆ ਰਹਿੰਦਾ ਹੈ । ਪਰ ਜੋਗੀ ਆਪ ਹੀ ਬਾਰਾਂ (12) ਰਸਤਿਆਂ ਤੇ ਭਟਕਦਾ ਰਹਿੰਦਾ ਹੈ । ਜਿਹੜਾ ਜੀਵ ਪ੍ਰਭ ਦੇ ਸ਼ਬਦ ਨੂੰ ਆਪਣੇ ਜੀਵਨ ਵਿੱਚ ਢਾਲ ਲੈਂਦਾ ਹੈ । ਕੇਵਲ ਉਸ ਨੂੰ ਹੀ ਪ੍ਰਭ ਦੇ ਦਰਬਾਰ ਵਿੱਚ ਥਾਂ ਬਖਸ਼ਿਸ਼ ਹੋ ਸਕਦੀ ਹੈ । ਜੋਗੀ, ਧਿਅਨ ਨਾਲ ਸੋਚੋ ! ਕੀ ਤੇਰੇ ਜੀਵਨ ਦਾ ਰਸਤਾ ਸ਼ਬਦ ਦੀ ਸਿਖਿਆਂ ਅਨੁਸਾਰ ਹੈ । ਬਾਕੀ ਸਾਰੇ ਰਸਤੇ ਹੀ ਹੋਰ ਪਾਸੇ ਲੈ ਜਾਂਦੇ ਹਨ । ਜਿਸ ਦੇ ਮਨ ਵਿੱਚ ਪ੍ਰਭ ਦਾ ਸ਼ਬਦ ਅਡੋਲ ਘਰ ਕਰ ਜਾਂਦਾ ਹੈ, ਉਹ ਵੱਡੇ ਭਾਗਾਂ ਵਾਲਾ ਜੀਵ ਹੁੰਦਾ ਹੈ !

Only The perfect Guru, True Master may bless the enlightenment of the essence of His Word. Only, He may bless the right path of acceptance in His Court; with His mercy and grace, His true devotee may remain steady and stable on the right path. Worldly family, human may remain in few worldly suspicions; however, the teachings of Yogi path of life, remains wandering on twelve unique different paths of meditation. Whosoever may adopt the teachings of His Word with steady and stable belief in his day-to-day life; with His mercy and grace, he may be blessed with the right path of acceptance in His Court. He may be blessed with a permanent resting place in His Royal Palace. Yogi re-visit, evaluate your meditation path! Is your way of life as per the teachings of His Word? All other meditation may lead to different path, path of worldly wealth, cycle of birth and death. Whosoever may obey the teachings of His Word with steady and stable belief in his day-to-day life. He may become very fortunate.

24. ਮਹਲਾ ੧ ਸਿਧ ਗੋਸਟਿ (942-2) **-Nanak Ji!**

ਗੁਰਮੁਖਿ ਰਤਨੁ ਲਹੈ ਲਿਵ ਲਾਇ॥	gurmukh ratan lahai liv laa-ay.
ਗੁਰਮੁਖਿ ਪਰਖੈ ਰਤਨੁ ਸੁਭਾਇ॥	gurmukh parkhai ratan subhaa-ay.
ਗੁਰਮੁਖਿ ਸਾਚੀ ਕਾਰ ਕਮਾਇ॥	gurmukh saachee kaar kamaa-ay.
ਗੁਰਮੁਖਿ ਸਾਚੇ ਮਨੁ ਪਤੀਆਇ॥	gurmukh saachay man patee-aa-ay.

ਗੁਰਮੁਖਿ ਅਲਖੁ ਲਖਾਏ ਤਿਸੁ ਭਾਵੈ॥ gurmukh alakh lakhaa-ay tis bhaavai.
ਨਾਨਕ ਗੁਰਮੁਖਿ ਚੋਟ ਨ ਖਾਵੈ॥੩੫॥ naanak gurmukh chot na khaavai. ||35||

ਜਿਹੜਾ ਬੰਦਗੀ ਕਰਨ ਵਾਲਾ, ਅਡੋਲ ਭਰੋਸੇ ਨਾਲ ਸ਼ਬਦ ਦੀ ਪਾਲਣਾ ਵਿੱਚ ਲੀਨ ਰਹਿੰਦਾ ਹੈ, ਉਸ ਨੂੰ ਅਮੋਲਕ ਰਤਨ, ਗੁਰਮਖ ਅਵਸਥਾ ਬਖਸ਼ਿਸ਼ ਹੋ ਜਾਂਦੀ ਹੈ । ਉਸ ਨੂੰ ਅਮੋਲਕ ਅਵਸਥਾ ਦੀ ਕੀਮਤ ਦੀ ਸੋਝੀ ਹੋ ਜਾਂਦੀ ਹੈ । ਗੁਰਮਖ ਹਰ ਪਲ ਹੀ ਬੰਦਗੀ ਕਰਦਾ, ਸ਼ਬਦ ਅਨੁਸਾਰ ਹੀ ਚਲਦਾ, ਸ਼ਬਦ ਦੀ ਕਮਾਈ ਕਰਦਾ ਹੈ । ਉਹ ਸ਼ਬਦ ਦੀ ਪਾਲਣਾ ਵਿੱਚ ਅਨੰਦ ਵਿੱਚ ਰਹਿੰਦਾ ਹੈ । ਗੁਰਮਖ ਕਦੇ ਘਾਟੇ ਵਾਲਾ ਕੰਮ ਨਹੀਂ ਕਰਦਾ! ਉਸ ਦੇ ਸੰਸਾਰਕ ਕੰਮ ਪ੍ਰਭ ਨੂੰ ਭਾਉਂਦੇ ਹਨ । ਜਿਸ ਨਾਲ ਪ੍ਰਭ ਦੇ ਦਰਬਾਰ ਵਿੱਚ ਸ਼ਰਮਿੰਦਾ ਨਾ ਹੋਣਾ ਪਵੇ, ਲੇਖਾ ਨਾ ਦੇਣਾ ਪਵੇ ।

His true devotee remains intoxicated in meditation on the teachings of His Word; with His mercy and grace, he may be blessed with ambrosial jewel, state of mind as His Holy saint. He may be enlightened with the significance of His Blessings. He remains meditating and following the right path to earn the wealth of His Word in his day-to-day life. He remains fully contented and in blossom; all his worldly deeds remain as per His Word and acceptable in His Court. His true devotee may never perform any worldly deeds that he may be embarrassed in His Court.

25. ਮਹਲਾ ੧ ਸਿਧ ਗੋਸਟਿ (942-4) **-Nanak Ji!**

ਗੁਰਮੁਖਿ ਨਾਮੁ ਦਾਨੁ ਇਸਨਾਨੁ॥ gurmukh naam daan isnaan.
ਗੁਰਮੁਖਿ ਲਾਗੈ ਸਹਜਿ ਧਿਆਨੁ॥ gurmukh laagai sahj Dhi-aan.
ਗੁਰਮੁਖਿ ਪਾਵੈ ਦਰਗਹ ਮਾਨੁ॥ gurmukh paavai dargeh maan.
ਗੁਰਮੁਖਿ ਭਉ ਭੰਜਨੁ ਪਰਧਾਨੁ॥ gurmukh bha-o bhanjan parDhaan.
ਗੁਰਮੁਖਿ ਕਰਣੀ ਕਾਰ ਕਰਾਏ॥ gurmukh karnee kaar karaa-ay.
ਨਾਨਕ ਗੁਰਮੁਖਿ ਮੇਲਿ ਮਿਲਾਏ॥੩੬॥ naanak gurmukh mayl milaa-ay. ||36||

ਗੁਰਮਖ ਨੂੰ ਪ੍ਰਭ ਦੇ ਸ਼ਬਦ ਦੀ ਸੋਝੀ ਪਾਉਣ ਦਾ ਢੰਗ ਬਖਸ਼ਿਸ਼ ਹੋ ਜਾਂਦਾ ਹੈ । ਉਸ ਦੀ ਆਤਮਾ ਅਡੋਲ, ਪਵਿੱਤਰ ਹੋ ਜਾਂਦੀ ਹੈ । ਉਹ ਬੰਦਗੀ ਵਿੱਚ ਹੀ ਲੀਨ ਰਹਿੰਦਾ, ਅਨੰਦ ਮਾਣਦਾ ਹੈ । ਇਸ ਅਵਸਥਾ ਵਾਲੇ ਜੀਵ ਨੂੰ ਪ੍ਰਭ ਦੇ ਦਰਬਾਰ ਵਿੱਚ ਥਾਂ ਬਖਸ਼ਿਸ਼ ਹੋ ਜਾਂਦੀ ਹੈ । ਗੁਰਮਖ ਨੂੰ ਮੌਤ ਦੇ ਮਾਲਕ ਦੇ ਦਰਬਾਰ ਵਿੱਚ ਪ੍ਰਭ ਆਪ ਹੀ ਸਹਾਈ ਹੁੰਦਾ ਹੈ । ਗੁਰਮਖ ਆਪ ਵੀ ਭਾਣੇ ਅਨੁਸਾਰ ਚਲਦਾ ਹੈ ਅਤੇ ਆਪਣੇ ਸੰਜੋਗੀਆਂ ਨੂੰ ਵੀ ਚਲਣ ਦੀ ਪ੍ਰੇਰਨਾ ਕਰਦਾ ਹੈ । ਉਹ ਆਪ ਤਰ ਜਾਂਦਾ ਹੈ ਅਤੇ ਸਾਥੀਆਂ ਨੂੰ ਇਸ ਰਸਤੇ ਤੇ ਪਾ ਜਾਂਦਾ ਹੈ ।

His true devotee may be blessed with right path of the enlightenment of the essence of His Word. He remains steady and stable on the path of obeying the teachings of His Word; with His mercy and grace, his soul remains sanctified. He remains in blossom in meditation in the void of His Word. With such a state of mind, he may be blessed with a permanent place in His Royal palace. After death, The True Master remains his supporting pillar in His Court. He may obey the teachings of His Word and inspires his family and followers to adopt the teachings of His Word in day-to-day life. He may be accepted in His Court. He may inspire his followers to adopt the right path of acceptance in His Court.

26. ਮਹਲਾ ੧ ਸਿਧ ਗੋਸਟਿ (942-6) **-Nanak Ji!**

ਗੁਰਮੁਖਿ ਸ਼ਾਸਤਰ ਸਿਮ੍ਰਿਤਿ ਬੇਦ॥ gurmukh saastar simrit bayd.
ਗੁਰਮੁਖਿ ਪਾਵੈ ਘਟਿ ਘਟਿ ਭੇਦ॥ gurmukh paavai ghat ghat bhayd.
ਗੁਰਮੁਖਿ ਵੈਰ ਵਿਰੋਧ ਗਵਾਵੈ॥ gurmukh vair viroDh gavaavai.
ਗੁਰਮੁਖਿ ਸਗਲੀ ਗਣਤ ਮਿਟਾਵੈ॥ gurmukh saglee ganat mitaavai.
ਗੁਰਮੁਖਿ ਰਾਮ ਨਾਮ ਰੰਗਿ ਰਾਤਾ॥ gurmukh raam naam rang raataa.
ਨਾਨਕ ਗੁਰਮੁਖਿ ਖਸਮੁ ਪਛਾਤਾ॥੩੭॥ naanak gurmukh khasam pachhaataa. ||37

ਗੁਰਮਖ ਨੂੰ ਰੂਹਾਨੀ, ਧਾਰਮਕ ਰਚਨਾਵਾਂ ਦਾ ਗਿਆਨ ਹੋ ਜਾਂਦਾ ਹੈ । ਉਸ ਨੂੰ ਹਰਇਕ ਆਤਮਾ ਦੇ ਭੇਦ ਦੀ ਸੋਝੀ ਬਖਸ਼ਿਸ਼ ਹੋ ਜਾਂਦੀ ਹੈ । ਜਿਵੇਂ ਇਹ ਉਸ ਦੀ ਆਤਮਾ ਦੇ ਭਾਗ ਹੀ ਹਨ । ਗੁਰਮਖ ਦੇ ਮਨ ਵਿਚੋਂ ਵੈਰ, ਵਿਰੋਧ ਦੀ ਜੜ੍ਹ ਖਤਮ ਹੋ ਜਾਂਦੀ ਹੈ । ਹਿਰਖ, ਸੋਗ, ਚੁਗਲੀ, ਨਿੰਦਿਆਂ ਖਤਮ ਹੋ ਜਾਂਦੀ ਹੈ । ਪ੍ਰਭ ਗੁਰਮਖ ਦੀਆਂ ਚੰਗੀਆਂ, ਮੰਦੀਆਂ ਕਰਤੂਤਾਂ ਦਾ ਲੇਖਾ ਖਤਮ ਕਰ ਦੇਂਦਾ ਹੈ । ਉਸ ਦਾ ਮਨ, ਸ਼ਬਦ ਦੀ ਸੋਝੀ ਵਿੱਚ ਹੀ ਰੰਗਿਆ ਰਹਿੰਦਾ ਹੈ । ਉਸ ਨੇ ਆਪਣੇ ਅਸਲੀ ਮਾਲਕ ਨੂੰ ਪਛਾਣ ਲਿਆ, ਮਾਨਸ ਜੀਵਨ ਦੇ ਮੰਤਵ ਦੀ ਸੋਝੀ ਬਖਸ਼ਿਸ਼ ਹੋ ਜਾਂਦੀ ਹੈ ।

** (ਸ਼ਾਸਤਰ੍ਹਾਂ, ਸਿਮ੍ਰਿਤ, ਵੇਦਾਂ, ਪੁਰਾਨ, ਕੁਰਾਨ, ਬੀਬਲ, ਗ੍ਰੰਥ)

His true devotee may be enlightened with the eternal, spiritual essence of Holy Scriptures; with His mercy and grace, he may be blessed with the state of mind to regard each soul as a part of his own soul. The root of jealousy, malice, grievances, slandering, back-biting may be eliminated. The True Master may eliminate, forgives the account of sins and mistakes of His true devotee. He may remain drenched with the essence of His Word. He may recognize His Command, the real purpose of his human life.

27. ਮਹਲਾ ੧ ਸਿਧ ਗੋਸਟਿ (942-8) **-Nanak Ji!**

ਬਿਨੁ ਗੁਰ ਭਰਮੈ ਆਵੈ ਜਾਇ॥	bin gur bharmai aavai jaa-ay.
ਬਿਨੁ ਗੁਰ ਘਾਲ ਨ ਪਵਈ ਥਾਇ॥	bin gur ghaal na pav-ee thaa-ay.
ਬਿਨੁ ਗੁਰ ਮਨੂਆ ਅਤਿ ਡੋਲਾਇ॥	bin gur manoo-aa at dolaa-ay.
ਬਿਨੁ ਗੁਰ ਤ੍ਰਿਪਤਿ ਨਹੀ ਬਿਖੁ ਖਾਇ॥	bin gur taripat nahee bikh khaa-ay.
ਬਿਨੁ ਗੁਰ ਬਿਸੀਅਰੁ ਡਸੈ ਮਰਿ ਵਾਟ॥	bin gur bisee-ar dasai mar vaat.
ਨਾਨਕ ਗੁਰ ਬਿਨੁ ਘਾਟੇ ਘਾਟ॥੩੮॥	naanak gur bin ghaatay ghaat. ‖38‖

ਜੀਵ, ਅਟਲ ਪ੍ਰਭ ਦੀ ਰਹਿਮਤ ਤੋਂ ਬਿਨਾਂ ਜਨਮ, ਮਰਨ ਦੇ ਚੱਕਰ ਵਿੱਚ ਹੀ ਰਹਿੰਦਾ ਹੈ । ਉਸ ਜੀਵ ਦੀ ਬੰਦਗੀ ਪ੍ਰਭ ਦੇ ਸ਼ਬਦ ਅਨੁਸਾਰ ਨਹੀਂ ਹੁੰਦੀ, ਪ੍ਰਭ ਨੂੰ ਪ੍ਰਵਾਨ ਨਹੀਂ ਹੁੰਦੀ । ਪ੍ਰਭ ਦੀ ਰਹਿਮਤ ਤੋਂ ਬਿਨਾਂ ਮਨ ਅਡੋਲ ਨਹੀਂ ਹੁੰਦਾ, ਬੰਦਗੀ ਵਿੱਚ ਲੀਨ ਨਹੀਂ ਹੋ ਸਕਦਾ । ਉਸ ਨੂੰ ਮਨ ਦੀਆਂ ਇਛਾਂ ਤੇ ਕਾਬੂ ਬਖਸ਼ਿਸ਼ ਨਹੀਂ ਹੁੰਦਾ । ਅਟਲ ਪ੍ਰਭ ਦੀ ਰਹਿਮਤ ਤੋਂ ਬਿਨਾਂ ਜੀਵ ਸੰਸਾਰਕ ਮਾਇਆ ਦੇ ਜਾਲ ਵਿੱਚ ਹੀ ਫਸਿਆ ਰਹਿੰਦਾ ਹੈ । ਆਤਮਾ ਨੂੰ ਪ੍ਰਭ ਦੀ ਲਗਨ ਤੋਂ ਦੂਰ ਕਰਨ ਵਾਲੇ ਰਸਤਾ ਤੇ ਹੀ ਚਲਦਾ ਹੈ । ਜਿਸ ਕਮਾਈ ਨਾਲ ਪ੍ਰਭ ਦੀ ਰਹਿਮਤ ਨਾ ਬਖਸ਼ਿਸ਼ ਹੋਵੇ, ਉਹ ਘਾਟੇ ਵਾਲਾ ਸੌਦਾ ਹੀ ਹੁੰਦਾ ਹੈ ।

Without His Blessed Vision, his soul may remain in the cycle of birth and death. His meditation may not be as per the teachings of His Word nor acceptable in His Court. No one may ever remain intoxicated in meditation or obeying the teachings of His Word with steady and stable belief in his day-to-day life without His mercy and grace. He may never control his worldly desires. Self-minded may remain intoxicated with sweet poison of worldly wealth, worldly desires. He may remain far away from the right path of acceptance in His Court. No religion rituals may sanctify his soul to become worthy of His Consideration. His way of life may be a losing proposition, wrong path.

28. ਮਹਲਾ ੧ ਸਿਧ ਗੋਸਟਿ (942-10) **-Nanak Ji!**

ਜਿਸੁ ਗੁਰੁ ਮਿਲੈ ਤਿਸੁ ਪਾਰਿ ਉਤਾਰੈ॥	jis gur milai tis paar utaarai.
ਅਵਗਣ ਮੇਟੈ ਗੁਣਿ ਨਿਸਤਾਰੈ॥	avgan maytai gun nistaarai.
ਮੁਕਤਿ ਮਹਾ ਸੁਖ ਗੁਰ ਸਬਦੁ ਬੀਚਾਰਿ॥	mukat mahaa sukh gur sabad beechaar.
ਗੁਰਮੁਖਿ ਕਦੇ ਨ ਆਵੈ ਹਾਰਿ॥	gurmukh kaday na aavai haar.
ਤਨੁ ਹਟੜੀ ਇਹੁ ਮਨੁ ਵਣਜਾਰਾ॥	tan hatrhee ih man vanjaaraa.
ਨਾਨਕ ਸਹਜੇ ਸਚੁ ਵਾਪਾਰਾ॥੩੯॥	naanak sehjay sach vaapaaraa. ‖39‖

ਜਿਸ ਜੀਵ ਤੇ ਅਟਲ ਪ੍ਰਭ ਦੀ ਰਹਿਮਤ ਹੋ ਜਾਂਦੀ ਹੈ । ਉਸ ਦਾ ਜਨਮ ਮਰਨ ਦਾ ਚੱਕਰ, ਲੇਖਾ ਖਤਮ ਹੋ ਜਾਂਦਾ ਹੈ । ਉਸ ਦੇ ਪਾਪ ਧੋਤੇ ਜਾਂਦੇ ਹਨ, ਕੇਵਲ ਚੰਗੇ ਕਰਮ ਹੀ ਲੇਖੇ ਵਿੱਚ ਲਿਖੇ ਜਾਂਦੇ ਹਨ । ਪ੍ਰਭ ਦੇ ਸ਼ਬਦ ਨੂੰ ਸਮਝਕੇ ਜੀਵਨ ਵਿੱਚ ਢਾਲਣ ਨਾਲ ਹੀ ਮਨ ਨੂੰ ਪੂਰਨ ਸ਼ਾਂਤੀ ਬਖਸ਼ਿਸ਼ ਹੋ ਸਕਦੀ ਹੈ । ਉਸ ਨੂੰ ਬੰਦਗੀ ਵਿੱਚ ਲੀਨ ਹੋਏ, ਮੁਕਤੀ ਬਖਸ਼ਿਸ਼ ਹੋ ਜਾਂਦੀ ਹੈ । ਗੁਰਮਖ ਕਦੇ ਵੀ ਘਾਟੇ ਵਾਲਾ ਸੌਦਾ ਨਹੀਂ ਕਰਦਾ, ਸ਼ਬਦ ਦਾ ਅੰਤ ਨਹੀਂ ਲੈਂਦਾ । ਉਸ ਦਾ ਤਨ ਪ੍ਰਭ ਦੇ ਸ਼ਬਦ ਦੀ ਦੁਕਾਨ ਬਣ ਜਾਂਦਾ ਹੈ । ਮਨ ਇਸ ਦਾ ਹੀ ਵਪਾਰ ਕਰਦਾ ਹੈ । ਜੀਵ ਆਪਣੇ ਮਨ ਨੂੰ ਇਸ ਵਪਾਰ ਤੇ ਲਾਵੋ! ਜਿਸ ਨਾਲ ਤੇਰੇ ਸਵਾਸ ਗਰਾਸ ਇਹ ਵਪਾਰ ਬਣ ਜਾਵੇ!

Whosoever may be blessed with the essence of His Word; with His mercy and grace, his cycle of birth and death may be eliminated. His sins of previous lives may be forgiven and all his deeds may be recorded as good in his account of worldly journey. Whosoever may comprehend and adopts the teachings of His Word in his day-to-day life; with His mercy and grace, he may be blessed with peace of mind and the right path of acceptance in His Court. His true devotee may never perform any deed that he may be embarrassed, rebuked in His Court. He may never have a desire to find the limits of His miracles, Nature. His body may become a treasure of the essence of His Word. His mind may trade, purchases, and sells the merchandize of the essence of His Word. You should remain devoted to trade the essence of His Word and remain intoxicated with each breath.

29. ਮਹਲਾ ੧ ਸਿਧ ਗੋਸਟਿ (942-12) **-Nanak Ji!**

ਗੁਰਮੁਖਿ ਬਾਂਧਿਓ ਸੇਤੁ ਬਿਧਾਤੈ॥	gurmukh baaNDhi-o sayt biDhaatai.
ਲੰਕਾ ਲੂਟੀ ਦੈਤ ਸੰਤਾਪੈ॥	lankaa lootee dait santaapai.
ਰਾਮਚੰਦਿ ਮਾਰਿਓ ਅਹਿ ਰਾਵਣੁ॥	raamchand maari-o ah raavan.
ਭੇਦੁ ਬਭੀਖਣ ਗੁਰਮੁਖਿ ਪਰਚਾਇਣੁ॥	bhayd babheekhan gurmukh parchaa-in.
ਗੁਰਮੁਖਿ ਸਾਇਰਿ ਪਾਹਣ ਤਾਰੇ॥	gurmukh saa-ir paahan taaray.
ਗੁਰਮੁਖਿ ਕੋਟਿ ਤੇਤੀਸ ਉਧਾਰੇ॥੪੦॥	gurmukh kot taytees uDhaaray. ||40||

ਗੁਰਮਖ ਅਵਸਥਾ ਨਾਲ ਹੀ ਆਪਣੇ ਭਾਗ ਲਿਖਣ ਵਾਲਾ ਫਲ ਬਣਾਇਆ ਜਾਂਦਾ ਹੈ । ਇਸ ਵਿੱਚ ਆਤਮਾ ਨੂੰ ਦੁਖ, ਸੁਖ ਵਿੱਚ ਕੋਈ ਅੰਤਰ ਮਹਿਸੂਸ ਨਹੀਂ ਹੁੰਦਾ । ਇਹ ਅਵਸਥਾ ਬਖਸ਼ਿਸ਼ ਹੋਣ ਨਾਲ ਹੀ ਮਨ ਦੀਆਂ ਸੰਸਾਰਕ ਇਛਾਂ (ਸ੍ਰੀ ਲੰਕਾ) ਤੇ ਜਿੱਤ, ਕਾਬੂ ਬਖਸ਼ਿਸ਼ ਹੋ ਜਾਂਦਾ ਹੈ । ਮਨ (ਰਾਮ ਚੰਦਰ) ਆਪਣੇ ਅੰਦਰਲੇ ਅਹੰਕਾਰ (ਰਾਵਣ) ਨੂੰ ਖਤਮ ਕਰਕੇ, ਨਿਮ੍ਰਤਾ ਵਾਲਾ ਬਣ ਜਾਂਦਾ ਹੈ । ਗੁਰਮਖ, ਇਸਤਰ੍ਹਾਂ ਜੀਵਨ ਦੇ ਸਾਰੇ ਭੇਦਾਂ ਨੂੰ ਪਛਾਨ ਲੈਂਦਾ ਹੈ । ਅਟਲ ਪ੍ਰਭ ਦੇ ਕੁਝ ਗੁਣ ਬਖਸ਼ਿਸ਼ ਹੋ ਜਾਂਦੇ ਹਨ । ਜਿਵੇਂ ਬੇੜੀ ਵਿੱਚ ਪੱਥਰ ਵੀ ਸਾਗਰ ਪਾਰ ਕਰ ਜਾਂਦਾ ਹੈ, ਇਸ ਅਵਸਥਾ ਵਿੱਚ ਗੁਰਮਖ, ਬਾਕੀ ਜੀਵਾਂ ਨੂੰ ਪ੍ਰਭ ਦੀ ਬੰਦਗੀ, ਮੁਕਤੀ ਦੇ ਰਸਤੇ ਤੇ ਪਾ ਜਾਂਦਾ ਹੈ । ਅਣਗਿਣਤ ਹੀ ਜੀਵਾਂ ਦਾ ਜਨਮ ਸਫਲ ਕਰ ਜਾਂਦਾ ਹੈ ।

Whosoever may be blessed with a state of mind as His true devotee. He may be rewarded a state of mind to write his own destiny. His soul may remain beyond the reach of influence of any worldly pleasures and miseries. His true devotee, he may be blessed with control of his own worldly desires. He may conquer his own ego of his worldly status and remains overwhelmed with humility. His true devotee may be enlightened with secret of his human life journey. He may be blessed with some virtues of His Nature. As a heavy stone may be carried across a river, ocean on boat, ship; same way His true devotee may inspire his followers to adopt the right path of acceptance in His Court. Many of his followers may be saved, accepted in His Court.

30. ਮਹਲਾ ੧ ਸਿਧ ਗੋਸਟਿ॥ (942-14) **-Nanak Ji!**

ਗੁਰਮੁਖਿ ਚੂਕੈ ਆਵਣ ਜਾਣੁ॥ gurmukh chookai aavan jaan.
ਗੁਰਮੁਖਿ ਦਰਗਹ ਪਾਵੈ ਮਾਣੁ॥ gurmukh dargeh paavai maan.
ਗੁਰਮੁਖਿ ਖੋਟੇ ਖਰੇ ਪਛਾਣੁ॥ gurmukh khotay kharay pachhaan. gur-
ਗੁਰਮੁਖਿ ਲਾਗੈ ਸਹਜਿ ਧਿਆਨੁ॥ mukh laagai sahj Dhi-aan.
ਗੁਰਮੁਖਿ ਦਰਗਹ ਸਿਫਤਿ ਸਮਾਇ॥ gurmukh dargeh sifat samaa-ay.
ਨਾਨਕ ਗੁਰਮੁਖਿ ਬੰਧੁ ਨ ਪਾਇ॥੪੧॥ naanak gurmukh banDh na paa-ay. ||41||

ਗੁਰਮਖ ਅਵਸਥਾ ਪਾਉਣ ਨਾਲ ਜੀਵ ਦਾ ਜਨਮ ਮਰਨ ਦਾ ਚੱਕਰ ਖਤਮ ਹੋ ਜਾਂਦਾ ਹੈ । ਪ੍ਰਭ ਦੇ ਦਰਬਾਰ ਵਿੱਚ ਵਿਸ਼ੇਸ਼ (ਖਾਸ) ਥਾਂ ਬਖਸ਼ਿਸ਼ ਹੋ ਜਾਂਦੀ ਹੈ । ਚੰਗੇ ਅਤੇ ਮੰਦੇ ਕੰਮ ਦੀ ਪਛਾਣ ਹੋ ਜਾਂਦੀ ਹੈ । ਉਸ ਜੀਵ ਦਾ ਧਿਆਨ ਹਮੇਸ਼ਾ ਬੰਦਗੀ ਵਿੱਚ ਹੀ ਮਸਤ ਰਹਿੰਦਾ ਹੈ । ਉਹ ਪ੍ਰਭ ਦੇ ਦਰਬਾਰ ਵਿੱਚ ਵੀ ਪ੍ਰਭ ਦੇ ਗੁਣ ਹੀ ਗਾਉਂਦਾ ਰਹਿੰਦਾ ਹੈ । ਉਸ ਦੀਆਂ ਕਰਮਾਤਾਂ ਤੋਂ ਹੈਰਾਨ ਹੀ ਰਹਿੰਦਾ ਹੈ । ਗੁਰਮਖ ਅਵਸਥਾ ਵਿੱਚ ਜੀਵ ਪ੍ਰਭ ਤੋਂ ਬਿਨਾਂ ਹੋਰ ਕਿਸੇ ਨਾਲ ਮੋਹ ਨਹੀਂ ਜੋੜਦਾ ।

Whosoever may be blessed with a state of mind as His true devotee; with His mercy and grace, his cycle of birth and death may be eliminated. He may be blessed, honored with a special place in His Court. He may be enlightened with a distinction to recognize the difference between good and evil deeds. He may only perform worldly deeds acceptable in His Court. He always remains intoxicated in meditation in the void of His Word. He may remain singing the glory of His Virtues in His Court. He may remain fascinated, astonished from His miracles. Whosoever may be accepted as His true devotee all his worldly bond may be eliminated. He may only remain attached to His Word.

31. ਮਹਲਾ ੧ ਸਿਧ ਗੋਸਟਿ (942-16) - Nanak Ji!

ਗੁਰਮੁਖਿ ਨਾਮੁ ਨਿਰੰਜਨ ਪਾਏ॥ gurmukh naam niranjan paa-ay.
ਗੁਰਮੁਖਿ ਹਉਮੈ ਸਬਦਿ ਜਲਾਏ॥ gurmukh ha-umai sabad jalaa-ay.
ਗੁਰਮੁਖਿ ਸਾਚੇ ਕੇ ਗੁਣ ਗਾਏ॥ gurmukh saachay kay gun gaa-ay.
ਗੁਰਮੁਖਿ ਸਾਚੈ ਰਹੈ ਸਮਾਏ॥ gurmukh saachai rahai samaa-ay.
ਗੁਰਮੁਖਿ ਸਾਚਿ ਨਾਮਿ ਪਤਿ ਊਤਮ ਹੋਇ॥ gurmukh saach naam pat ootam ho-ay.
ਨਾਨਕ ਗੁਰਮੁਖਿ ਸਗਲ ਭਵਣ naanak gurmukh sagal bhavan
ਕੀ ਸੋਝੀ ਹੋਇ॥੪੨॥ kee sojhee ho-ay. ||42||

ਗੁਰਮਖ ਸ਼ਬਦ ਦੀ ਪਾਲਣਾ ਵਿੱਚ ਹੀ ਰੰਗਿਆ ਰਹਿੰਦਾ ਹੈ । ਪ੍ਰਭ ਦੀ ਰਹਿਮਤ ਨਾਲ ਮਨ ਵਿਚੋਂ ਅਹੰਕਾਰ ਦੀ ਜੜ੍ਹ ਖਤਮ ਹੋ ਜਾਂਦੀ ਹੈ । ਉਹ ਹਰ ਵੇਲੇ, ਕੇਵਲ ਪ੍ਰਭ ਦੀਆਂ ਕਰਾਮਾਤਾਂ ਦਾ ਹੀ ਵਿਚਾਰ ਕਰਦਾ ਹੈ । ਸ਼ਬਦ ਵਿੱਚ ਹੀ ਪੂਰਨ ਸੰਤੋਖ, ਲੀਨ ਹੋਇਆ, ਉਸ ਵਿੱਚ ਹੀ ਅਲੋਪ ਹੋ ਜਾਂਦਾ ਹੈ । ਉਸ ਦੇ ਚੇਹਰੇ ਤੇ ਅਨੋਖਾ ਹੀ ਨੂਰ ਰਹਿੰਦਾ ਹੈ । ਗੁਰਮਖ ਅਵਸਥਾ ਵਿੱਚ ਜੀਵ ਨੂੰ ਤਿੰਨਾਂ ਸ੍ਰਿਸ਼ਟੀਆਂ ਦੀ ਸੋਝੀ ਬਖਸ਼ਿਸ਼ ਹੋ ਜਾਂਦੀ ਹੈ ।

His true devotee may remain intoxicated in meditation and drenched with the essence of His Word; with His mercy and grace, his root of ego may be eliminated. He may always sing the glory of His Word and remains astonished from His Miracles. He may remain intoxicated and contented in the void of His Word; with His mercy and grace, he may be immersed within His Holy Spirit. The eternal glow of His Word may be shining on his forehead. His true devotee may be enlightened with the nature of all three universes.

32. ਮਹਲਾ ੧ ਸਿਧ ਗੋਸਟਿ (942-17) - Question 11 -Yogi - Nanak

ਕਵਣ ਮੂਲੁ ਕਵਣ ਮਤਿ ਵੇਲਾ॥	kavan mool kavan mat vaylaa.
ਤੇਰਾ ਕਵਣੁ ਗੁਰੂ ਜਿਸ ਕਾ ਤੂ ਚੇਲਾ॥	tayraa kavan guroo jis kaa too chaylaa.
ਕਵਣ ਕਥਾ ਲੇ ਰਹਹੁ ਨਿਰਾਲੇ॥	kavan kathaa lay rahhu niraalay.
ਬੋਲੈ ਨਾਨਕੁ ਸੁਣਹੁ ਤੁਮ ਬਾਲੇ॥	bolai naanak sunhu tum baalay.
ਏਸੁ ਕਥਾ ਕਾ ਦੇਇ ਬੀਚਾਰੁ॥	ays kathaa kaa day-ay beechaar.
ਭਵਜਲੁ ਸਬਦਿ ਲੰਘਾਵਣਹਾਰੁ॥੪੩॥	bhavjal sabad langhaavanhaar. ||43||

ਜੋਗੀ! ਇਸ ਸ੍ਰਿਸ਼ਟੀ ਦਾ ਅਰੰਭ, ਮੁਡ (ਮੂਲੁ) ਕੀ ਹੈ? ਕਿਹੜੀਆਂ ਲਿਖਤਾਂ, ਗ੍ਰੰਥ ਵਿੱਚ ਇਸ ਦੀ ਸੋਝੀ ਮਿਲ ਸਕਦੀ ਹੈ? ਤੇਰਾ ਗੁਰੂ ਕੌਣ ਹੈ? ਜਿਸ ਦੇ ਅਸੂਲਾਂ, ਨਿਯਮਾਂ ਤੇ ਚਲਦਾ, ਆਪਣੇ ਜੀਵਨ ਵਿੱਚ ਅਪਣਾਇਆ ਹੈ? ਉਹ ਕਿਹੜੀ ਕਥਾ ਹੈ? ਜਿਸ ਦੇ ਪ੍ਰਭਾਵ ਨਾਲ ਮਨ ਵਿਚੋਂ ਸੰਸਾਰਕ ਮੋਹ ਦਾ ਛੁਟਕਾਰਾ ਹੋ ਗਿਆ ਹੈ । ਨਾਨਕ ਜੀ, ਤੁਸੀ ਅਜੇ ਛੋਟੀ ਉਮਰ ਵਿੱਚ (ਬਾਲ ਅਵਸਥਾ ਵਿੱਚ) ਹੋ! ਸਾਡੀ ਬੇਨੰਤੀ ਨੂੰ ਧਿਆਨ ਨਾਲ ਸੁਣਕੇ ਆਪਣਾ ਠੀਕ ਠੀਕ ਵਿਚਾਰ ਦਸੋ । ਜਿਸ ਪ੍ਰਭ ਦੇ ਸ਼ਬਦ ਤੂੰ ਜ਼ਿਕਰ ਕਰਦਾ ਹੈ । ਜਿਹੜੇ ਸ਼ਬਦ ਨੂੰ ਅਪਣਾਉਣ ਨਾਲ ਜੀਵ ਦਾ ਪਾਰ ਉਤਾਰਾ ਹੋ ਜਾਂਦਾ ਹੈ । ਆਪਣੀ ਸੋਝੀ ਨਾਲ ਇਸ ਦਾ ਗਿਆਨ ਦੇਵੋ ।

Yogi Ji! What may be the origin of the universe? Which of doctrine may provide in depth awareness of His Creation, universe? Who may be your teacher, guru? Whose way of life, guiding principles have you adopted in your day-to-day life? You are referring, preaching His Glory! Whosoever may adopt the teachings His Word; our soul may become worthy of His Consideration. Nanak, young saint! Review carefully to help us to understand His Nature.

ਪਵਨ ਅਰੰਭੁ ਸਤਿਗੁਰ ਮਤਿ ਵੇਲਾ॥	pavan arambh satgur mat vaylaa.
ਸਬਦੁ ਗੁਰੂ ਸੁਰਤਿ ਧੁਨਿ ਚੇਲਾ॥	sabad guroo surat Dhun chaylaa.
ਅਕਥ ਕਥਾ ਲੇ ਰਹਉ ਨਿਰਾਲਾ॥	akath kathaa lay raha-o niraalaa.
ਨਾਨਕ ਜੁਗਿ ਜੁਗਿ ਗੁਰ ਗੋਪਾਲਾ॥	naanak jug jug gur gopaalaa.
ਏਕੁ ਸਬਦੁ ਜਿਤੁ ਕਥਾ ਵੀਚਾਰੀ॥	ayk sabad jit kathaa veechaaree.
ਗੁਰਮੁਖਿ ਹਉਮੈ ਅਗਨਿ ਨਿਵਾਰੀ॥੪੪॥	gurmukh ha-umai agan nivaaree. ||44||

ਸ੍ਰਿਸ਼ਟੀ ਦਾ ਅਰੰਭੁ ਹਵਾ ਤੋਂ ਹੋਇਆ । ਹਵਾ (ਸਵਾਸ) ਤੋਂ ਬਿਨਾਂ ਕੋਈ ਜੀਵ ਜਿਉਂਦਾ ਨਹੀਂ ਰਹੇ ਸਕਦਾ । ਪ੍ਰਭ ਦੇ ਸ਼ਬਦ ਦਾ ਸਿਮਰਨ, ਸੁਣਨ, ਪਾਲਣਾ ਕਰਨ ਲਈ ਹਰਇਕ ਸਮਾਂ ਹੀ ਠੀਕ ਹੈ । ਪ੍ਰਭ ਦਾ ਸ਼ਬਦ ਹੀ ਜੀਵ ਦਾ ਅਟਲ, ਅਸਲੀ ਗੁਰੂ ਹੈ । ਜਿਸ ਨੂੰ ਸ਼ਬਦ ਦੀ ਸੋਝੀ ਬਖਸ਼ਿਸ਼ ਹੋ ਜਾਂਦੀ ਹੈ । ਉਹ ਪ੍ਰਭ ਦੇ ਸ਼ਬਦ ਦੀ ਸਿਖਿਆਂ ਨੂੰ ਅਡੋਲ ਭਰੋਸੇ ਨਾਲ ਆਪਣੇ ਜੀਵਨ ਅਪਣਾਉਂਦਾ ਹੈ । ਪ੍ਰਭ ਦੀ ਰਹਿਮਤ ਨਾਲ, ਉਸ ਨੂੰ ਗੁਰਮਖ ਅਵਸਥਾ ਬਖਸ਼ਿਸ਼ ਹੋ ਸਕਦੀ ਹੈ । ਪ੍ਰਭ ਦੀਆਂ ਕਰਮਾਤਾਂ ਦਾ ਪੂਰਨ ਵਖਿਆਣ ਕੀਤਾ ਨਹੀਂ ਜਾ ਸਕਦਾ । ਪ੍ਰਭ ਦੀ ਕੁਦਰਤ ਨੂੰ ਦੇਖਕੇ, ਆਪਣੇ ਮਨ ਨੂੰ ਅਡੋਲ ਰਖੋ । ਸਾਰੀਆਂ ਸ੍ਰਿਸ਼ਟੀਆਂ ਵਿੱਚ ਪ੍ਰਭ ਆਪ ਹੀ ਵਾਪਰਦਾ, ਵਸਦਾ ਹੈ । ਜਿਸ ਜੀਵ ਨੇ ਪ੍ਰਭ ਦੇ ਸ਼ਬਦ ਨਾਲ ਸੁਰਤੀ ਲਾਈ, ਵਿਚਾਰ ਕੀਤਾ ਹੈ । (ਸੁਣਿਆ, ਅਪਣਾਇਆ)। ਉਸ ਨੂੰ ਗੁਰਮਖ ਅਵਸਥਾ ਬਖਸ਼ਿਸ਼ ਹੋ ਜਾਂਦੀ, ਅਹੰਕਾਰ ਦੀ ਜੜ੍ਹ ਖਤਮ ਕਰ ਲੈਂਦਾ ਹੈ ।

The origin and key element of His Creation may be the air. No one may ever survive or remains alive without breaths. Every moment of day and night may be right and auspicious to meditate, hear the sermons of His Virtues; to hear the everlasting echo within heart. The teachings of His Word are the True guide principles, roadmap of the right path of acceptance in His Court. Whosoever may be enlightened with the essence of His Word; with His mercy and grace, he may remain drenched with the essence of His Word. He may be blessed with a state of mind as His true devotee. His Nature and miracles remain beyond the comprehension of His Creation. You should witness the miracles of His Nature and keep your belief steady and stable on His Blessings. The True Master remains embedded and prevails in every event of His Nature in all three universes. Whosoever may sing the glory, hears the sermons, and remain intoxicated in void of His Word; with His mercy and grace, he may be blessed with a state of mind as His true devotee. He may conquer his ego of worldly status.

33. ਮਹਲਾ ੧ ਸਿਧ ਗੋਸਟਿ (943-3) - Question 12. – Yogi - Nanak Ji!

ਮੈਣ ਕੇ ਦੰਤ ਕਿਉ ਖਾਈਐ ਸਾਰੁ॥ main kay dant ki-o khaa-ee-ai saar.
ਜਿਤੁ ਗਰਬੁ ਜਾਇ ਸੁ ਕਵਣੁ ਆਹਾਰੁ॥ jit garab jaa-ay so kavan aahaar.
ਹਿਵੈ ਕਾ ਘਰੁ ਮੰਦਰੁ ਅਗਨਿ ਪਿਰਾਹਨੁ॥ hivai kaa ghar mandar agan piraahan.
ਕਵਨ ਗੁਫਾ ਜਿਤੁ ਰਹੈ ਅਵਾਹਨੁ॥ kavan gufaa jit rahai avaahan.
ਇਤ ਉਤ ਕਿਸ ਕਉ ਜਾਣਿ ਸਮਾਵੈ॥ it ut kis ka-o jaan samaavai.
ਕਵਨ ਧਿਆਨੁ ਮਨੁ ਮਨਹਿ ਸਮਾਵੈ॥੪੫॥ kavan Dhi-aan man maneh samaavai. 45

ਜੋਗੀ! ਇਹ ਮੋਮ (ਮੈਣ) ਵਰਗੇ ਨਾਜ਼ਕ ਦੰਦਾਂ ਨਾਲ ਇਹ ਲੋਹੇ ਵਰਗੀ ਅਹੰਕਾਰ ਦੀ, ਮੋਹ ਦੀ ਵਾੜ ਕਿਵੇਂ ਕੱਟੀ ਜਾ ਸਕਦੀ ਹੈ? ਕਿਹੜਾ ਭੋਜਨ, ਖਰਾਕ ਖਾਂਦੀ ਜਾਵੇ ਕਿ ਜਿਸ ਨਾਲ ਅਹੰਕਾਰ ਖਾਤਮ ਹੋ ਜਾਵੇ? ਕਿਵੇਂ ਕੋਈ ਬਰਫ, ਹਵਾ ਦੇ ਘਰ ਵਿੱਚ ਅੱਗ ਦਾ ਪਹਿਰਾਵਾ ਪਾ ਕੇ ਵਸ ਸਕਦਾ ਹੈ? ਮਨ ਵਿੱਚ ਸਦਾ ਹੀ ਇਛਾਂ ਦੀਆਂ ਭਟਕਨਾਂ ਚਲਦੀਆਂ ਹਨ । ਕਿਵੇਂ ਮਨ ਅਡੋਲ ਰਖਿਆ ਜਾ ਸਕਦਾ ਹੈ? ਉਹ ਕਿਹੜੀ ਗੁਫਾ ਹੈ, ਜਿਸ ਵਿੱਚ ਵਸਣ ਵਾਲਾ ਜੀਵ, ਸੰਸਾਰ ਵਿੱਚ ਰਹਿੰਦਾ ਹੋਇਆ ਵੀ ਸੰਸਾਰਕ ਮੋਹ ਤੋਂ ਰਹਿਤ ਜੋ ਜਾਂਦਾ ਹੈ ? ਕਿਵੇਂ ਮਾਨਸ ਜਨਮ ਵਿੱਚ ਵਾਪਰਨਾ ਵਾਲੀਆਂ ਘਟਨਾਵਾਂ ਦੀ ਪਹਿਲੇ ਹੀ ਸੋਝੀ ਹੋ ਜਾਵੇ? ਮਰਨ ਤੋਂ ਪਿਛੋਂ ਕੀ ਵਾਪਰਨਾ ਹੈ? ਕਿਹੜੀ ਬੰਦਗੀ ਨਾਲ ਮਨ ਆਪਣੇ ਅੰਦਰ ਹੀ ਖੋਜ ਕਰਦਾ, ਢੂੰਡਦਾ, ਲੀਨ ਹੋ ਜਾਂਦਾ ਹੈ?

Yogi thinks about! How may the fence of ego and attachment, like a steel fence may be cut and chewed with soft teeth life wax? What kind of nourishment, food may be consumed to eliminate the fence of ego? How may anyone wear the robe of fire in the castle of snow and air? Human mind remains frustrated with demons of worldly desires! How may his mind maintain patience and contentment? Which may be the unique cave to dwell? His mind may remain beyond the reach of worldly attachments? How may he forecast all the events of his worldly life? How may he forecast the events after death? What may be the meditation, to inspire His true devotee to search within to be enlightened with the essence of His Word?

34. ਮਹਲਾ ੧ ਸਿਧ ਗੋਸਟਿ (943-5) - Question 13. -Yogi - Nanak Ji!

ਹਉ ਹਉ ਮੈ ਮੈ ਵਿੱਚਹੁ ਖੋਵੈ॥ ha-o ha-o mai mai vichahu khovai.
ਦੂਜਾ ਮੇਟੈ ਏਕੋ ਹੋਵੈ॥ doojaa maytai ayko hovai.
ਜਗੁ ਕਰੜਾ ਮਨਮੁਖੁ ਗਵਾਰੁ॥ jag karrhaa manmukh gaavaar.
ਸਬਦੁ ਕਮਾਈਐ ਖਾਈਐ ਸਾਰੁ॥ sabad kamaa-ee-ai khaa-ee-ai saar.
ਅੰਤਰਿ ਬਾਹਰਿ ਏਕੋ ਜਾਣੈ॥ antar baahar ayko jaanai.
ਨਾਨਕ ਅਗਨਿ ਮਰੈ ਸਤਿਗੁਰ ਕੈ ਭਾਣੈ॥੪੬॥ naanak agan marai satgur kai bhaanai. 46

ਜੋਗੀ! ਕਿਵੇਂ ਆਪਣੀ ਅਹੰਕਾਰ ਦੀ ਜੜ੍ਹ ਨੂੰ ਖਤਮ ਕਰੀਏ? ਕਿਵੇਂ ਆਪਾ ਮਿਟ ਜਾਵੇ ਮਨ ਵਿਚੋਂ ਭਟਕਣਾਂ, ਭਰਮਾਂ ਦੀ ਜੜ੍ਹ ਖਤਮ ਹੋ ਜਾਵੇ? ਜੀਵ ਪ੍ਰਭ ਵਿੱਚ ਲੀਨ, ਅਭੇਦ ਹੋ ਸਕਦਾ ਹੈ? ਸੰਸਾਰਕ ਜੀਵਨ ਮੁਸ਼ਕਲਾਂ ਨਾਲ ਭਰਿਆਂ ਹੈ । ਅਣਜਾਣ ਜੀਵ, ਆਪਣੇ ਮਨ ਦੇ ਪਿਛੇ ਲਗਾ ਰਹਿੰਦਾ ਹੈ । ਨਾਨਕ ਜੀ! ਜਿਹੜਾ ਸ਼ਬਦ ਦੀ ਕਮਾਈ ਕਰਦਾ ਹੈ, ਉਸ ਦੀ ਅਹੰਕਾਰ ਦੀ ਲੋਹੇ ਵਰਗੀ ਵਾੜ ਕਮਜ਼ੋਰ ਦੰਦਾਂ ਨਾਲ ਕੱਟੀ ਜਾ ਸਕਦੀ ਹੈ । ਆਪਣੇ ਭਰੋਸੇ ਨੂੰ ਸ਼ਬਦ ਦੀ ਪਾਲਣਾ ਤੇ ਅਡੋਲ ਕਰਨ ਨਾਲ ਮਨ ਤੇ ਜਿੱਤ ਬਖਸ਼ਿਸ਼ ਹੋ ਸਕਦੀ ਹੈ । ਪ੍ਰਭ ਹਰ ਤਾ ਹੀ ਵਾਪਰਦਾ ਹੈ, ਇਸ ਅਸਲੀਅਤ ਨੂੰ ਸਮਝੋ, ਭਰੋਸਾ ਰਖੋ । ਇਹ ਮਨ ਦੀ ਇਛਾਂ ਦੀ ਭਟਕਣ, ਅੱਗ, ਪ੍ਰਭ ਦੀ ਰਹਿਮਤ ਨਾਲ ਹੀ ਮਿਟ ਸਕਦੀ ਹੈ । ਹੋਰ ਕੋਈ ਚਾਰਾ ਨਹੀਂ, ਵਿਧੀ ਨਹੀਂ ਹੈ ।

How may the root of ego from mind be eliminated? How to surrender the ego of worldly status at His Sanctuary to eliminate the root of worldly suspicions and frustrations of disappointments? How may mind remain intoxicated in meditation in the void of His Word? We are ignorant from the real purpose of human life opportunity. Self-minded may remain intoxicated with sweet poison of worldly desires. Nanak Ji! Whosoever may adopt the teachings of His Word with steady and stable belief; with His mercy and grace, he may earn the wealth of His Word. His mind may chew the steel fence of his ego with feeble teeth. Whosoever may obey the teachings of His Word with steady and stable belief in his day-to-day life; with His mercy and grace, he may conquer his own ego. The Omnipresent True Master prevails everywhere in every event in the universe. You must realize the essence of His Nature. His belief may remain steady and stable on His Blessings; with His mercy and grace, the lava of his worldly desires may be extinguishing. There may not be any other meditation, technique of acceptance in His Court.

ਸਚ ਭੈ ਰਾਤਾ ਗਰਬੁ ਨਿਵਾਰੈ॥	sach bhai raataa garab nivaarai.
ਏਕੋ ਜਾਤਾ ਸਬਦੁ ਵੀਚਾਰੈ॥	ayko jaataa sabad veechaarai.
ਸਬਦੁ ਵਸੈ ਸਚੁ ਅੰਤਰਿ ਹੀਆ॥	sabad vasai sach antar hee-aa.
ਤਨੁ ਮਨੁ ਸੀਤਲੁ ਰੰਗਿ ਰੰਗੀਆ॥	tan man seetal rang rangee-aa.
ਕਾਮੁ ਕ੍ਰੋਧੁ ਬਿਖੁ ਅਗਨਿ ਨਿਵਾਰੇ॥	kaam kroDh bikh agan nivaaray.
ਨਾਨਕ ਨਦਰੀ ਨਦਰਿ ਪਿਆਰੇ॥੪੭॥	naanak nadree nadar pi-aaray. ||47||

ਜਿਸ ਜੀਵ ਦੇ ਮਨ ਤੇ ਪ੍ਰਭ ਦਾ ਰੰਗ ਰਚ ਜਾਂਦਾ ਹੈ, ਸ਼ਬਦ ਤੇ ਭਰੋਸਾ ਅਡੋਲ ਹੋ ਜਾਂਦਾ ਹੈ । ਉਸ ਦੇ ਮਨ ਵਿਚੋਂ ਅਹੰਕਾਰ ਹੀ ਜੜ੍ਹ ਆਪਣੇ ਆਪ ਹੀ ਖਤਮ ਹੋ ਜਾਂਦੀ ਹੈ । ਉਹ ਕੇਵਲ ਪ੍ਰਭ ਨੂੰ ਹੀ ਇਕੋ ਇਕ ਸ੍ਰਿਸ਼ਟੀ ਦਾ ਮਾਲਕ ਮੰਨ ਲੈਂਦਾ ਹੈ । ਉਹ ਨੂੰ ਸੋਝੀ ਹੋ ਜਾਂਦੀ ਹੈ! ਪ੍ਰਭ ਆਪ ਹੀ ਕਰਤਾ ਹੈ, ਆਪ ਹੀ ਸਭ ਘਟਨਾਵਾਂ ਦਾ ਕਰਨ ਹੈ । ਸ਼ਬਦ ਦੀ ਸਿਖਿਆਂ ਨੂੰ ਆਪਣੇ ਜੀਵਨ ਵਿੱਚ ਅਪਣਾਉਣ ਨਾਲ, ਆਪਾ ਮਿਟ ਜਾਂਦਾ ਹੈ । ਪ੍ਰਭ ਤੋਂ ਬਿਨਾਂ ਹੋਰ ਕੋਈ ਦਿਖਾਈ ਨਹੀਂ ਦੇਂਦਾ । ਇਸ ਨਾਲ ਜੀਵ ਦੇ ਮਨ ਦੀਆਂ ਭਟਕਣਾਂ, ਇਛਾਂ ਦੂਰ ਹੋ ਜਾਂਦੀਆਂ ਹਨ । ਉਸ ਦੇ ਭਾਣੇ ਵਿੱਚ ਹੀ ਅਨੰਦ ਮਾਣਦਾ ਹੈ, ਪ੍ਰਭ ਦੀ ਬਖਸ਼ਿਸ਼ ਨੂੰ ਹੀ ਆਪਣੀ ਕਮਾਈ ਦਾ ਫਲ ਮੰਨਦਾ ਹੈ । ਉਸ ਦੇ ਮਨ ਵਿਚੋਂ ਕਾਮ ਵਾਸ਼ਨਾ, ਕਰੋਧ, ਲਾਲਚ ਦੂਰ ਹੋ ਜਾਂਦਾ ਹੈ । ਉਸ ਨੂੰ ਹਰਇਕ ਜੀਵ ਵਿੱਚ ਪ੍ਰਭ ਹੀ ਰਹਿਮਤ ਭਰਪੂਰ ਮਹਿਸੂਸ ਹੁੰਦੀ ਹੈ ।

Whosoever may remain drenched with the essence of His Word; with His mercy and grace, his root of ego may be eliminated. He may accept The One and Only One True Master, Creator of the universe. He creates all the causes, purpose of worldly events. He remains in peace and contented; he may consider His Blessings as worthy reward of his worldly earnings. His demons of worldly desires like sexual urge with strange women, anger and greed may be eliminated; with His mercy and grace, he may realize His existence prevailing overwhelmed everywhere in the universe.

35. ਮਹਲਾ ੧ ਸਿਧ ਗੋਸਟਿ (943-9) **- Question 14. -Yogi - Nanak Ji!**

ਕਵਨ ਮੁਖਿ ਚੰਦੁ ਹਿਵੈ ਘਰੁ ਛਾਇਆ॥	kavan mukh chand hivai ghar chhaa-i-aa.
ਕਵਨ ਮੁਖਿ ਸੂਰਜੁ ਤਪੈ ਤਪਾਇਆ॥	kavan mukh sooraj tapai tapaa-i-aa.
ਕਵਨ ਮੁਖਿ ਕਾਲੁ ਜੋਹਤ ਨਿਤ ਰਹੈ॥	kavan mukh kaal johat nit rahai.
ਕਵਨ ਬੁਧਿ ਗੁਰਮੁਖਿ ਪਤਿ ਰਹੈ॥	kavan buDh gurmukh pat rahai.
ਕਵਨੁ ਜੋਧੁ ਜੋ ਕਾਲੁ ਸੰਘਾਰੈ॥	kavan joDh jo kaal sanghaarai.
ਬੋਲੈ ਬਾਣੀ ਨਾਨਕੁ ਬੀਚਾਰੈ॥੪੮॥	bolai banee naanak beechaarai. ||48||

ਜੋਗੀ! ਮਨ ਦਾ ਦੀਵਾ (ਚੰਦ) ਠੰਡਾ ਹੋ ਗਿਆ ਹੈ । ਸੰਸਾਰਕ ਇਛਾਂ ਦੀ ਹਵਾ ਨਾਲ ਹਰ ਪਾਸੇ ਅੰਧੇਰਾ ਹੀ ਛਾਇਆ ਹੈ । ਇਸ ਮਨ ਵਿੱਚ ਚਾਨਣ ਕਿਵੇਂ ਕੀਤਾ ਜਾ ਸਕਦਾ ਹੈ? ਮਨ ਵਿੱਚ ਉਤਸਾਹ ਕਿਵੇਂ ਪੈਦਾ ਕੀਤਾ ਜਾਵੇ? ਮਨ ਵਿੱਚ ਜਾਗਰਤੀ ਕਿਵੇਂ ਬਖਸ਼ਿਸ਼ ਹੋ ਸਕਦੀ ਹੈ? ਕਿਵੇਂ ਮਨ ਵਿਚੋਂ ਮੌਤ ਦੇ ਡਰ ਨੂੰ ਦੂਰ ਕੀਤਾ ਜਾ ਸਕਦਾ ਹੈ? ਕਿਵੇਂ ਸ਼ਬਦ ਦਾ ਭਰੋਸਾ ਪੱਕਾ ਕੀਤਾ ਜਾ ਸਕਦਾ ਹੈ? ਕਿਵੇਂ ਮਨ ਵਿੱਚ ਸ਼ਬਦ ਦੀ ਸੋਝੀ ਬਖਸ਼ਿਸ਼ ਹੋ ਸਕਦੀ ਹੈ? ਕਿਵੇਂ ਮਨ ਨੂੰ ਮਜਬੂਤ ਕੀਤਾ ਜਾ ਸਕਦਾ, ਮੌਤ ਦਾ ਡਰ ਖਤਮ ਹੋ ਸਕਦਾ ਹੈ? ਕਿਵੇਂ ਮਨ ਪ੍ਰਭ ਦੀ ਬਖਸ਼ਿਸ਼ ਵਿੱਚ ਅਡੋਲ ਹੋ ਸਕਦਾ ਹੈ?

Yogi! The lamp of mind has become cold. With the storm of worldly desires; the darkness of ignorance from the real purpose of human life opportunity may be dominating in worldly life? How may the enlightenment of the teachings of His Word be brought within mind? How may the excitement of His Word be inspired from within, mind? How may the awareness, enlightenment of essence of His Word be brought within mind? How may the fear of death be eliminated? How may His true devotee obey the teachings of His Word to established a steady and stable belief in day-to-day life? How may the enlightenment of the essence of His Word be blessed? How may he remain contented with His Blessings, worldly environment?

ਸਬਦੁ ਭਾਖਤ ਸਸਿ ਜੋਤਿ ਅਪਾਰਾ॥	sabad bhaakhat sas jot apaaraa.
ਸਸਿ ਘਰਿ ਸੂਰੁ ਵਸੈ ਮਿਟੈ ਅੰਧਿਆਰਾ॥	sas ghar soor vasai mitai anDhi-aaraa.
ਸੁਖੁ ਦੁਖੁ ਸਮ ਕਰਿ ਨਾਮੁ ਅਧਾਰਾ॥	sukh dukh sam kar naam aDhaaraa.
ਆਪੇ ਪਾਰਿ ਉਤਾਰਣਹਾਰਾ॥	aapay paar utaaranhaaraa.
ਗੁਰ ਪਰਚੈ ਮਨੁ ਸਾਚਿ ਸਮਾਇ॥	gur parchai man saach samaa-ay.
ਪ੍ਰਣਵਤਿ ਨਾਨਕੁ ਕਾਲੁ ਨ ਖਾਇ॥੪੯॥	paranvat naanak kaal na khaa-ay. ||49||

ਜਿਸ ਦੇ ਮਨ ਵਿੱਚ ਪ੍ਰਭ ਦਾ ਸ਼ਬਦ ਹੀ ਮਨ ਦੀ ਅਵਾਜ਼ ਬਣ ਜਾਂਦਾ ਹੈ । ਉਸ ਦੇ ਮਨ ਵਿੱਚ ਅੰਤ ਰਹਿਤ, ਚੰਦ ਦੀ ਰੋਸ਼ਨੀ ਬਖਸ਼ਿਸ਼ ਹੋ ਜਾਂਦੀ ਹੈ । ਪ੍ਰਭ ਦੇ ਸ਼ਬਦ ਦੀ ਲਗਨ ਨਾਲ ਹੀ ਉਸ ਦੇ ਮਨ ਦਾ ਸੂਰਜ ਚਮਕਦਾ, ਜਾਗਰਤੀ, ਭਰਮ ਭੁਲੇਖੇ ਦੂਰ ਹੋ ਜਾਂਦੇ ਹਨ । ਉਹ ਦੁਖ, ਸੁਖ ਨੂੰ ਪ੍ਰਭ ਦੀ ਰਹਿਮਤ ਸਮਝਕੇ ਇਕ ਸਮਾਨ ਹੀ ਕਬੂਲ ਕਰਦਾ ਹੈ, ਹਿਰਖ ਜਾ ਸੋਗ ਨਹੀਂ ਮਨਾਉਂਦਾ । ਪ੍ਰਭ ਆਪ ਹੀ ਰਹਿਮਤ ਬਖਸ਼ਕੇ ਜੀਵ ਨੂੰ ਅਸਲੀ ਰਸਤਾ ਬਖਸ਼ਦਾ, ਆਪ ਹੀ ਰਸਤੇ ਤੇ ਅਡੋਲ ਰਖਦਾ ਹੈ । ਪ੍ਰਭ ਦੇ ਸ਼ਬਦ ਤੇ ਭਰੋਸਾ ਅਡੋਲ ਕਰਨ ਨਾਲ ਹੀ ਮਨ ਸ਼ਬਦ ਵਿੱਚ ਲੀਨ ਹੋਇਆ ਰਹਿੰਦਾ ਹੈ । ਇਸ ਅਵਸਥਾ ਵਿੱਚ ਪ੍ਰਭ ਦੀ ਰਹਿਮਤ ਨਾਲ ਉਸ ਦਾ ਮੌਤ ਦਾ ਡਰ ਖਤਮ ਹੋ ਜਾਂਦਾ ਹੈ ! ਸਗੋਂ ਮੌਤ, ਪ੍ਰਭ ਨਾਲ ਮਿਲਣ ਦਾ ਸਮਾਂ ਮਹਿਸੂਸ ਹੁੰਦਾ ਹੈ ।

Whosoever may be bestowed with His Blessed Vision, the essence of His Word may become the sound, echo of His Word. He may be overwhelmed with beyond comprehension glow of moon, His Word. With His devotion and dedication! the sun of his mind may be rising with glory. He may be enlightened with essence of His Word and all his suspicions may be eliminated. He may consider miseries and pleasure of worldly life be worthy reward for his worldly deeds. He may never have any grievance in any worldly events. His true devotee may be enlightened with the essence of His Word; with His mercy and grace, he may remain steady and stable on the right path of acceptance in His Court. With a state of mind as His true devotee, his fear of death may be eliminated; he may feel the time of death may be an opportunity of union with His true Master.

36. ਮਹਲਾ ੧ ਸਿਧ ਗੋਸਟਿ (943-13)

ਨਾਮ ਤਤੁ ਸਭ ਹੀ ਸਿਰਿ ਜਾਪੈ॥ naam tat sabh hee sir jaapai.
ਬਿਨੁ ਨਾਵੈ ਦੁਖੁ ਕਾਲੁ ਸੰਤਾਪੈ॥ bin naavai dukh kaal santaapai.
ਤਤੋ ਤਤੁ ਮਿਲੈ ਮਨੁ ਮਾਨੈ॥ tato tat milai man maanai.
ਦੂਜਾ ਜਾਇ ਇਕਤੁ ਘਰਿ ਆਨੈ॥ doojaa jaa-ay ikat ghar aanai.
ਬੋਲੈ ਪਵਨਾ ਗਗਨੁ ਗਰਜੈ॥ bolai pavnaa gagan garjai.
ਨਾਨਕ ਨਿਹਚਲੁ ਮਿਲਣੁ ਸਹਜੈ॥੫੦॥ naanak nihchal milan sahjai. ||50||

ਪ੍ਰਭ ਦਾ ਸ਼ਬਦ ਹੀ ਸਭ ਗੁਣਾਂ ਨਾਲੋ ਉਤਮ, ਅਮੋਲਕ ਹੈ । ਇਸ ਵਿੱਚ ਹੀ ਉਹ ਸਾਰੇ ਗੁਣ ਵਡਿਆਈਆਂ (ਤੱਤ), ਵਿਧੀਆਂ, ਢੰਗ ਹਨ । ਸ਼ਬਦ ਨਾਲ ਜੀਵਨ ਢਾਲਣ ਤੋਂ ਬਿਨਾਂ ਮੌਤ ਦਾ ਡਰ ਹੀ ਸਤਾਉਂਦਾ ਰਹਿੰਦਾ ਹੈ । ਜਿਹੜਾ ਸ਼ਬਦ ਨੂੰ ਅਟਲ ਮੰਨਕੇ ਆਪਣਾ ਜੀਵਨ ਸ਼ਬਦ ਦੀ ਸਿਖਿਆਂ ਨਾਲ ਢਾਲਦਾ ਹੈ । ਉਸ ਦੇ ਬਾਕੀ ਸਾਰੇ ਭਰਮ ਭੁਲੇਖੇ ਦੂਰ ਹੋ ਜਾਂਦੇ ਹਨ । ਦੂਸਰੇ ਰਸਤੇ ਖੋਜਣ ਦੀ ਇਛਾਂ ਖਤਮ ਹੋ ਜਾਂਦੀ ਹੈ । ਉਹ ਅਡੋਲ ਹੋ ਕੇ ਅਟਲ ਪ੍ਰਭ ਦੀ ਪ੍ਰਵਾਨਗੀ ਦੇ ਰਸਤੇ ਤੇ ਚਲ ਪੈਂਦਾ ਹੈ । ਦਸਵੇਂ ਦਰ ਦੀ ਖਿੱਚ ਉਸ ਦੇ ਮਨ ਨੂੰ ਮੋਹਿਤ ਕਰ ਲੈਂਦੀ ਹੈ । ਪ੍ਰਭ ਆਪ ਹੀ ਰਹਿਮਤ ਬਖਸ਼ਕੇ, ਉਸ ਦਾ ਜਨਮ ਮਰਨ ਦਾ ਚੱਕਰ ਖਤਮ ਕਰ ਦੇਂਦਾ ਹੈ ।

The teachings of His Word are ambrosial and supreme. All His Virtues, techniques of meditation and all glory and greatness remains embedded with the essence of His Word. Whosoever may not adopt the teachings of His Word with steady and stable belief in his day-to-day life; he may remain horrified with fear of unpredictable death. Whosoever may adopt the teachings of His Word as an ultimate command in his day-to-day; with His mercy and grace, all his worldly suspicions may be eliminated. He may not have any desire to search different way to be accepted in His Court. He remains steady and stable on the right path of acceptance in His Court. He may remain intoxicated with the attraction of His 10th Door, His Castle; with His mercy and grace, his cycle of birth and death may be eliminated.

37. ਮਹਲਾ ੧ ਸਿਧ ਗੋਸਟਿ॥ (943-15)

ਅੰਤਰਿ ਸੁੰਨੰ ਬਾਹਰਿ ਸੁੰਨੰ antar sunaN baahar sunaN taribhavan
ਤ੍ਰਿਭਵਣ ਸੁੰਨ ਮਸੁੰਨੰ॥ sunn masuNnaN.
ਚਉਥੇ ਸੁੰਨੈ ਜੋ ਨਰੁ ਜਾਣੈ, cha-uthay sunnai jo nar jaanai
ਤਾ ਕਉ ਪਾਪੁ ਨ ਪੁੰਨੰ॥ taa ka-o paap na puNnaN.
ਘਟਿ ਘਟਿ ਸੁੰਨ ਕਾ ਜਾਣੈ ਭੇਉ॥ ghat ghat sunn kaa jaanai bhay-o. aad
ਆਦਿ ਪੁਰਖੁ ਨਿਰੰਜਨ ਦੇਉ॥ purakh niranjan day-o.
ਜੋ ਜਨੁ ਨਾਮ ਨਿਰੰਜਨ ਰਾਤਾ॥ jo jan naam niranjan raataa.
ਨਾਨਕ ਸੋਈ ਪੁਰਖੁ ਬਿਧਾਤਾ॥੫੧॥ naanak so-ee purakh biDhaataa. ||51||

ਅਟਲ ਪ੍ਰਭ ਹੀ ਜੀਵ ਦੇ ਅੰਦਰ ਵਸਦਾ ਹੈ । ਉਸ ਦੇ ਜੀਵਨ ਵਿੱਚ ਪ੍ਰਭ ਆਪ ਹੀ ਵਾਪਰਦਾ ਹੈ । ਪ੍ਰਭ ਤਿੰਨਾਂ ਸ੍ਰਿਸ਼ਟੀਆਂ (ਧਰਤੀ, ਅਕਾਸ਼, ਪੁਤਾਲ) ਵਿੱਚ ਹਰ ਵੇਲੇ ਹਾਜ਼ਰਾ ਹਜ਼ੂਰ ਰਹਿੰਦਾ ਹੈ । ਪ੍ਰਭ ਆਪ ਹੀ ਸਭ ਕੁਝ ਕਰਨ, ਕਰਵਾਉਣ ਵਾਲਾ ਮਾਲਕ ਹੈ । ਜਿਹੜਾ ਪ੍ਰਭ ਦੀ ਹੋਂਦ ਨੂੰ ਹਰ ਥਾਂ (ਚਾਰੇ ਪਾਸੇ) ਮਹਿਸੂਸ ਕਰਦਾ ਹੈ । ਉਹ ਸਗਨ, ਅਪਸਗਨ, ਪੁੰਨ, ਪਾਪ ਦੇ ਭੁਲੇਖੇ ਵਿੱਚ ਨਹੀਂ ਪੈਂਦਾ । ਹਰਇਕ ਜੀਵ ਦੇ ਹਿਰਦੇ ਵਿੱਚ ਹੀ ਪ੍ਰਭ ਨੂੰ ਖੁਸ਼ ਕਰਨ ਦੀ ਚਿੰਤਾਂ, ਇਛਾਂ ਰਹਿੰਦੀ ਹੈ । ਪ੍ਰਭ ਹਰਇਕ ਆਤਮਾ ਦੀਆਂ ਮਨ ਦੀਆਂ ਭਾਵਨਾਂ ਜਾਣਦਾ ਹੈ । ਉਹ ਸ੍ਰਿਸ਼ਟੀ ਦੀ ਉਤਪਤੀ ਤੋਂ ਪਹਿਲੇ ਵੀ ਪੂਰਨ ਸੀ, ਹੁਣ ਵੀ ਨਾ ਬਦਲਨ ਵਾਲਾ ਹੈ । ਜਿਹੜਾ ਪ੍ਰਭ ਦੇ ਸ਼ਬਦ ਦੇ ਰੰਗ ਵਿੱਚ ਮਸਤ ਰਹਿੰਦਾ ਹੈ । ਉਸ ਨੂੰ ਪ੍ਰਭ ਦਾ ਰੂਪ ਵਾਲੀ ਅਵਸਥਾਂ ਬਖਸ਼ਿਸ਼ ਹੋ ਜਾਂਦਾ ਹੈ ।

His Holy Spirit, His Word remains embedded within each soul and prevails, within his body, mind, and worldly events. The Omnipresent True Master prevails in all three universes, in water, in, on, under earth and sky all time. Whosoever may realize His Holy Spirit prevailing everywhere in the universe. He may never indulge in religious ritual of charity, worship, sins etc. He always remains anxious to sanctify his soul to become worthy of His Consideration. The Omniscient True Master remains aware about the hopes, desires of His Creation; He was, is and will be unchanged, unavoidable, forever true. Whosoever may remain intoxicated in meditation in the void of His Word; with His mercy and grace, he may be blessed with a state of mind, as a symbol of The True Master.

38. ਮਹਲਾ ੧ ਸਿਧ ਗੋਸਟਿ (943-17) **- Question 15. – Yogi - Nanak Ji**

ਸੁੰਨੋ ਸੁੰਨੁ ਕਹੈ ਸਭੁ ਕੋਈ॥	sunno sunn kahai sabh ko-ee.
ਅਨਹਤ ਸੁੰਨੁ ਕਹਾ ਤੇ ਹੋਈ॥	anhat sunn kahaa tay ho-ee.
ਅਨਹਤ ਸੁੰਨਿ ਰਤੇ ਸੇ ਕੈਸੇ॥	anhat sunn ratay say kaisay.
ਜਿਸ ਤੇ ਉਪਜੇ ਤਿਸ ਹੀ ਜੈਸੇ॥	jis tay upjay tis hee jaisay.
ਓਇ ਜਨਮਿ ਨ ਮਰਹਿ ਨ ਆਵਹਿ ਜਾਹਿ॥	o-ay janam na mareh na aavahi jaahi.
ਨਾਨਕ ਗੁਰਮੁਖਿ ਮਨੁ ਸਮਝਾਹਿ॥੫੨॥	naanak gurmukh man samjhaahi. ||52||

ਜੋਗੀ! ਸੰਸਾਰ ਵਿੱਚ ਹਰਇਕ ਜੀਵ ਹੀ ਪ੍ਰਭ ਦੀ ਗੱਲ ਕਰਦਾ, ਕਥਾ ਕਰਦਾ ਹੈ । ਫਿਰ ਵੀ ਇਹ ਭੇਦ ਕਿਵੇਂ ਬਣਇਆ ਰਹਿੰਦਾ ਹੈ? ਕੋਈ ਵੀ ਉਸ ਨੂੰ ਪੂਰਨ ਤਰ੍ਹਾਂ ਵਰਨਣ ਨਹੀਂ ਕਰ ਸਕਦਾ? ਉਸ ਅਟਲ ਦਾ ਭੇਦ, ਕਿਵੇਂ ਪਾਇਆ ਜਾ ਸਕਦਾ, ਇਹ ਪਰਦਾ ਕਿਵੇਂ ਦੂਰ ਹੋ ਸਕਦਾ? ਕਿਹੜੀ ਮਨ ਦੀ ਅਵਸਥਾ ਵਿੱਚ ਜੀਵ ਪ੍ਰਭ ਦਾ ਰੂਪ ਹੀ ਬਣ ਜਾਂਦਾ, ਉਸ ਦਾ ਪ੍ਰਭ ਨਾਲੋ ਪਰਦਾ ਦੂਰ ਹੋ ਜਾਂਦਾ ਹੈ? ਨਾਨਕ ਜੀ! ਜੀਵ, ਪ੍ਰਭ ਦੀ ਜੋਤ ਵਿਚੋਂ ਹੀ ਪੈਦਾ ਹੁੰਦਾ, ਉਸ ਦਾ ਹੀ ਰੂਪ, ਅਕਾਰ ਹੈ । ਫਿਰ ਵੀ ਉਸ ਦਾ ਅੰਤ ਨਹੀਂ ਪਾਇਆ ਜਾ ਸਕਦਾ । ਪ੍ਰਭ ਆਪ, ਜਨਮ, ਮੌਤ ਦੇ ਵੱਸ ਵਿੱਚ ਨਹੀਂ ਹੈ । ਆਪਣੇ ਮਨ ਨੂੰ ਸਮਝਾਵੋ! ਪ੍ਰਭ ਦਾ ਅੰਤ ਲੈਣ ਦੀ ਆਸ, ਖਾਹਿਸ਼ ਨਾ ਰਖੋ ।

Everyone may talk, preaches about the virtues, existence of His Holy Spirit! How may the mystery of His Nature remain beyond comprehension and explanation of His Creation? How may the curtain of secrecy between soul and His Holy Spirit be removed?

Nanak Ji! Our soul is an expansion of His Holy Spirit; the body of each worldly creature is the symbol, structure, and color, of The True Master. However, His Nature remains beyond the full comprehension of His Creation. The True Master may never take birth in any structure, body and beyond the control of death. All worldly structures have been created, exist for predetermined life span; all structures are perishable. You should realize this unique essence of His Nature! You should never hope or desire to find the limits of His Power.

39. ਮਹਲਾ ੧ ਸਿਧ ਗੋਸਟਿ (943-19)

ਨਉ ਸਰ ਸੁਭਰ ਦਸਵੈ ਪੂਰੇ॥	na-o sar subhar dasvai pooray.
ਤਹ ਅਨਹਤ ਸੁੰਨ ਵਜਾਵਹਿ ਤੂਰੇ॥	tah anhat sunn vajaavah tooray.
ਸਾਚੈ ਰਾਚੇ ਦੇਖਿ ਹਜੂਰੇ॥	saachai raachay daykh hajooray.
ਘਟਿ ਘਟਿ ਸਾਚੁ ਰਹਿਆ ਭਰਪੂਰੇ॥	ghat ghat saach rahi-aa bharpooray.
ਗੁਪਤੀ ਬਾਣੀ ਪਰਗਟੁ ਹੋਇ॥	guptee banee pargat ho-ay.
ਨਾਨਕ ਪਰਖਿ ਲਏ ਸਚੁ ਸੋਇ॥੫੩॥	naanak parakh la-ay sach so-ay. ||53||

ਪ੍ਰਭ ਨੇ ਜੀਵ ਨੂੰ ਨੌ ਖਿੜਕੀਆਂ, ਇਦ੍ਰੀਆਂ ਬਖਸ਼ੀਆਂ ਹਨ । ਜਿਹੜਾ ਜੀਵ ਮਨ ਦੀਆਂ ਇਦ੍ਰੀਆਂ ਤੇ ਪੂਰਨ ਕਾਬੂ ਪਾ ਲੈਂਦਾ ਹੈ । ਉਸ ਨੂੰ ਦਸਵੇਂ ਦਰ ਦੇ ਰਸਤੇ ਦੀ ਸੋਝੀ ਬਖਸ਼ਿਸ਼ ਹੋ ਜਾਂਦੀ ਹੈ । ਪ੍ਰਭ ਦੀ ਰਹਿਮਤ ਨਾਲ ਹੀ ਦਸਵਾਂ ਦਰਵਜਾ ਖੁੱਲ੍ਹਦਾ ਹੈ । ਉਸ ਦੇ ਮਨ ਵਿੱਚ ਸ਼ਬਦ ਦੀ ਸਦਾ ਚਲਣਵਾਲੀ ਧੁਨ, ਸੁਣਨ ਲਗ ਪੈਂਦੀ ਹੈ । ਪ੍ਰਭ ਆਪ ਹੀ ਜੀਵ ਦਾ ਭਰੋਸਾ ਅਡੋਲ ਰਖਦਾ ਹੈ ਉਸ ਨੂੰ ਹਿਰਦੇ ਵਿੱਚ ਹੀ ਪ੍ਰਭ ਭਰਪੂਰ ਨਜ਼ਰ ਆਉਂਦਾ ਹੈ । ਉਸ ਦੇ ਮਨ ਅੰਦਰੋਂ ਹੀ ਅਕਥ ਕਥਾ ਦੇ ਬੋਲ ਨਿਕਲਦੇ ਹਨ । ਪ੍ਰਭ ਆਪ ਹੀ ਅਮੋਲਕ ਬੋਲ ਬਲਾਉਂਦਾ, ਆਪ ਹੀ ਜਾਣਦਾ, ਕੇਵਲ ਪ੍ਰਭ ਹੀ ਪੂਰਨ ਪੁਰਖ ਹੈ ।

The True Master has blessed human with nine senses within his mind. Whosoever may conquer, control the nine senses of his own mind; with His mercy and grace, he may be enlightened with the right path of 10th door, His Castle. Whosoever may remain steady and stable belief; with His mercy and grace, His 10th Door may open. He may hear the everlasting echo of His Word, resonating within his heart. The Merciful True Master may keep his belief steady and stable on His Blessings; he may remain overwhelming with contentment and blossom within. He may be blessed with beyond comprehension words on his tongue. Whosoever may be bestowed with His Blessed Vision, he may comprehend the eternal spiritual essence of those words; The Omnipotent True Master remains perfect in all aspects.

40. ਮਹਲਾ ੧ ਸਿਧ ਗੋਸਟਿ (944-1)

ਸਹਜ ਭਾਇ ਮਿਲੀਐ ਸੁਖੁ ਹੋਵੈ॥	sahj bhaa-ay milee-ai sukh hovai.
ਗੁਰਮੁਖਿ ਜਾਗੈ ਨੀਦ ਨ ਸੋਵੈ॥	gurmukh jaagai need na sovai.
ਸੁੰਨ ਸਬਦੁ ਅਪਰੰਪਰਿ ਧਾਰੈ॥	sunn sabad aprampar Dhaarai.
ਕਹਤੇ ਮੁਕਤੁ ਸਬਦਿ ਨਿਸਤਾਰੈ॥	kahtay mukat sabad nistaarai.
ਗੁਰ ਕੀ ਦੀਖਿਆ ਸੇ ਸਚਿ ਰਾਤੇ॥	gur kee deekhi-aa say sach raatay.
ਨਾਨਕ ਆਪੁ ਗਵਾਇ	naanak aap gavaa-ay
ਮਿਲਣ ਨਹੀ ਭ੍ਰਾਤੇ॥੫੪॥	milan nahee bharaatay. ||54||

ਨਾਨਕ ਜੀ! ਜਿਸ ਦਾ ਅੰਚਾਨਕ ਹੀ ਇਹ ਪਰਦਾ ਖੁੱਲ੍ਹ ਜਾਂਦਾ ਹੈ, ਉਸ ਦੀ ਸੁਰਤੀ ਪ੍ਰਭ ਦੇ ਚਰਨਾਂ, ਸ਼ਬਦ ਵਿੱਚ ਲਗੀ ਰਹਿੰਦੀ ਹੈ । ਉਸ ਨੂੰ ਗੁਰਮਖ ਅਵਸਥਾ ਬਖਸ਼ਿਸ਼ ਹੋ ਜਾਂਦੀ ਹੈ । ਉਸ ਦੇ ਅੰਦਰ ਪ੍ਰਭ ਦੇ ਸ਼ਬਦ ਦੇ ਵਿਸਥਾਰ ਦਾ ਬੇਅੰਤ ਭੰਡਾਰ ਬਖਸ਼ਿਸ਼ ਹੋ ਜਾਂਦਾ ਹੈ । ਉਹ ਸ਼ਬਦ ਦੀ ਸੋਝੀ ਦੇ ਕਥਨ ਕਰਦਾ ਰਹਿੰਦਾ ਹੈ । ਬੰਦਗੀ ਕਰਦਾ ਪ੍ਰਭ ਦੀ ਜੋਤ ਵਿੱਚ ਹੀ ਅਭੇਦ ਹੋ ਜਾਂਦਾ ਹੈ । ਜਿਹੜਾ ਜੀਵ ਸ਼ਬਦ ਦੇ ਅਧਾਰ ਤੇ ਜੀਵਨ ਬਤੀਤ ਕਰਦਾ ਹੈ । ਪ੍ਰਭ ਦੀ ਰਹਿਮਤ ਨਾਲ ਉਸ ਦਾ ਭਰੋਸਾ ਸ਼ਬਦ ਦੀ ਪਾਲਣਾ ਵਿੱਚ ਅਡੋਲ ਰਹਿੰਦਾ ਹੈ । ਜਿਹੜਾ ਜੀਵ ਆਪਾ ਮਿਟਾ ਦੇਂਦਾ ਹੈ, ਉਸ ਦਾ ਪਰਦਾ ਦੂਰ ਹੋ ਜਾਂਦਾ ਹੈ ।

With His mercy and grace, whose 10th door may be opened suddenly; his mind remains intoxicated with essence of His Word and dwells in the void of His Word. He may be blessed with a state of mind as His true devotee. He may be blessed with unlimited treasure of enlightenment of the essence of His Word. He may sermons the enlightenment of the essence of His Word. He may remain intoxicated in meditation in the void of His Word; with His mercy and grace, he may immerse within His Holy Spirit. Whosoever may adopt the teachings of His Word with steady and stable belief in his day-to-day life; with His mercy and grace, he remains on the right path of acceptance in His Court. Whosoever may surrender his mind, body, his worldly identity at His Sanctuary; with His mercy and grace, the curtain of secrecy between his soul and His Holy Spirit may be eliminated.

41. ਮਹਲਾ ੧ ਸਿਧ ਗੋਸਟਿ (944-3) **- Question 16. – Yogi - Nanak Ji!**

ਕੁਬੁਧਿ ਚਵਾਵੈ ਸੋ ਕਿਤੁ ਠਾਇ॥	kubuDh chavaavai so kit thaa-ay.
ਕਿਉ ਤਤੁ ਨ ਬੁਝੈ ਚੋਟਾ ਖਾਇ॥	ki-o tat na boojhai chotaa khaa-ay.
ਜਮ ਦਰਿ ਬਾਧੇ ਕੋਇ ਨ ਰਾਖੈ॥	jam dar baaDhay ko-ay na raakhai.
ਬਿਨੁ ਸਬਦੈ ਨਾਹੀ ਪਤਿ ਸਾਖੈ॥	bin sabdai naahee pat saakhai.
ਕਿਉ ਕਰਿ ਬੂਝੈ ਪਾਵੈ ਪਾਰੁ॥	ki-o kar boojhai paavai paar.
ਨਾਨਕ ਮਨਮੁਖਿ ਨ ਬੁਝੈ ਗਵਾਰੁ॥੫੫॥	naanak manmukh na bujhai gavaar. ||55||

ਜੋਗੀ! ਕਿਹੜੀ ਥਾਂ, ਜਿਥੇ ਬੁਰੇ ਖਿਆਲਾਂ, ਪਾਪਾਂ ਵਾਲੀਆਂ ਸੋਚਾਂ ਦਾ ਨਾਸ਼ ਹੋ ਜਾਂਦਾ ਹੈ? ਜੀਵ ਨੂੰ ਆਪਣੇ ਕੰਮਾਂ ਦੀ ਸੋਝੀ ਨਹੀਂ, ਉਸ ਦੇ ਕੰਮ ਗਲਤ ਹਨ । ਕੋਈ ਜੀਵ ਜਾਣ ਕੇ ਜਮਾਂ ਦੇ ਹਵਾਲੇ ਹੋਣ

ਵਾਲੇ ਕੰਮ ਨਹੀਂ ਕਰਦਾ, ਜਮਾਂ ਦੀਆਂ ਚੋਟਾਂ ਨਹੀਂ ਖਾਦਾ ਹੈ । ਕਿਵੇਂ ਜੀਵ ਨੂੰ ਇਹ ਸੋਝੀ ਹੋ ਜਾਵੇ, ਸ਼ਬਦ ਨੂੰ ਜੀਵਨ ਵਿੱਚ ਢਾਲਣ ਤੋਂ ਬਿਨਾਂ ਦਰਬਾਰ ਵਿੱਚ ਸ਼ਰਮਿੰਦਗੀ ਹੀ ਮਿਲਦੀ ਹੈ? ਕਿਵੇਂ ਦਰਬਾਰ ਵਿੱਚ ਥਾਂ ਬਖਸ਼ਿਸ਼ ਹੋ ਸਕਦੀ ਹੈ? ਕਿਵੇਂ ਸ਼ਬਦ ਦੇ ਅਸਲੀ ਮੰਤਵ ਦੀ ਸੋਝੀ ਹੋ ਸਕਦੀ ਹੈ? ਕਿਵੇਂ ਜੀਵ ਸੰਸਾਰਕ ਸਾਗਰ ਨੂੰ ਪਾਰ ਕਰਕੇ, ਜਨਮ ਮਰਨ ਦੇ ਚੱਕਰ ਤੋਂ ਰਹਿਤ ਹੋ ਸਕਦਾ ਹੈ? ਮਨਮੁਖ ਵੱਖਰੇ ਵੱਖਰੇ ਭਰਮਾਂ, ਪੀਰਾਂ ਮਗਰ ਭਟਕਦਾ ਰਹਿੰਦਾ ਹੈ । ਇਕੋ ਇਕ ਪ੍ਰਭ ਦੀ ਖੋਜ ਵਿੱਚ ਅਡੋਲ ਭਰੋਸੇ ਨਾਲ ਨਹੀਂ ਚਲਦਾ । ਮਨ ਦੀਆਂ ਇਹ ਭਟਕਣਾਂ ਕਿਵੇਂ ਦੂਰ ਹੋ ਸਕਦੀਆਂ ਹਨ?

Where may be a unique place, all evil, sinful thoughts of mind be eliminated? No one may intentionally perform any wrong deed to be captured and punished by devil of death. How may he be enlightened with the essence of His Nature? Without adopting the teachings of His Word with steady and stable belief in his day-to-day life; he may only be embarrassed and rebuked in His Court. How may he be enlightened with the essence of His Word, the real purpose of his human life opportunity? How may he be accepted in His Court and eliminates his cycle of birth and death? Self-minded in his ignorance remain intoxicated in various worldly suspicions, religious rituals following worldly gurus. He believes worldly guru as the messenger and symbol of The True Master. He may never establish steady and stable belief on His Blessings nor remains steady and stable searching within his mind to find the enlightenment. How may his frustration of mind be eliminated?

42. ਮਹਲਾ ੧ ਸਿਧ ਗੋਸਟਿ (944-5)

ਕੁਬੁਧਿ ਮਿਟੈ ਗੁਰ ਸਬਦੁ ਬੀਚਾਰਿ॥	kubuDh mitai gur sabad beechaar.
ਸਤਿਗੁਰੁ ਭੇਟੈ ਮੋਖ ਦੁਆਰ॥	satgur bhaytai mokh du-aar.
ਤਤੁ ਨ ਚੀਨੈ ਮਨਮੁਖੁ ਜਲਿ ਜਾਇ॥	tat na cheenai manmukh jal jaa-ay.
ਦੁਰਮਤਿ ਵਿੱਛੁੜਿ ਚੋਟਾ ਖਾਇ॥	durmat vichhurh chotaa khaa-ay.
ਮਾਨੈ ਹੁਕਮੁ ਸਭੇ ਗੁਣ ਗਿਆਨ॥	maanai hukam sabhay gun gi-aan.
ਨਾਨਕ ਦਰਗਹ ਪਾਵੈ ਮਾਨੁ॥੫੬॥	naanak dargeh paavai maan. ||56||

ਨਾਨਕ ਜੀ! ਪ੍ਰਭ ਦੇ ਸ਼ਬਦ ਨੂੰ ਸਮਝਕੇ ਆਪਣੇ ਜੀਵਨ ਵਿੱਚ ਅਪਣਾਉਣ ਨਾਲ ਮਨ ਦੇ ਬੁਰੇ ਖਿਆਲਾਂ ਦਾ ਨਾਸ਼ ਹੋ ਜਾਂਦਾ ਹੈ । ਕੇਵਲ ਪ੍ਰਭ ਦੀ ਬਖਸ਼ਿਸ਼ ਤੇ ਅਡੋਲ ਭਰੋਸਾ ਰਖਣ, ਸ਼ਬਦ ਦੀ ਸਿਖਿਆਂ ਨਾਲ ਜੀਵਨ ਢਾਲਣ ਨਾਲ ਹੀ ਮੁਕਤੀ ਦਾ ਰਸਤਾ ਬਖਸ਼ਿਸ਼ ਹੋ ਸਕਦਾ ਹੈ । ਜਿਹੜਾ ਜੀਵ ਇਛਾਂ ਦੀਆਂ ਭਟਕਣਾਂ ਦੀ ਅੱਗ ਵਿੱਚ ਹੀ ਰਹਿੰਦਾ ਹੈ । ਉਸ ਨੂੰ ਸ਼ਬਦ ਦੀ, ਪ੍ਰਭ ਦੀ ਕੁਦਰਤ ਦੀ ਸੋਝੀ (ਤਤੁ) ਨਹੀਂ ਹੋ ਸਕਦੀ । ਉਹ ਆਪਣੀ ਮਰਜ਼ੀ ਦਾ ਮਾਲਕ ਹੀ ਬਣਇਆ ਰਹਿੰਦਾ ਹੈ । ਉਸ ਦਾ ਮਨ ਪ੍ਰਭ ਦੇ ਸ਼ਬਦ ਦੀ ਪਾਲਣਾ ਤੋਂ ਦੂਰ, ਬੁਰੇ ਖਿਆਲਾਂ (ਦੁਰਮਤਿ) ਵਿੱਚ ਹੀ ਰਹਿੰਦਾ ਹੈ । ਜਮਾਂ ਦੀਆਂ ਚੋਟਾਂ ਸਹਿਣੀਆਂ ਪੈਂਦੀਆਂ, ਜੂੰਨਾਂ ਦੇ ਚੱਕਰ ਵਿੱਚ ਹੀ ਰਹਿੰਦਾ ਹੈ । ਜਿਹੜਾ ਪ੍ਰਭ ਦੇ ਬਖਸ਼ੇ ਤੇ ਭਰੋਸਾ ਅਡੋਲ ਰਖਦਾ, ਸ਼ਬਦ ਦੀ ਸਿਖਿਆਂ ਨਾਲ ਜੀਵਨ ਬਤੀਤ ਕਰਦਾ ਹੈ । ਉਸ ਨੂੰ ਪ੍ਰਭ ਦੀ ਰਹਿਮਤ ਨਾਲ ਇਹ ਸੋਝੀ ਬਖਸ਼ਿਸ਼ ਹੋ ਜਾਂਦੀ ਹੈ । ਉਸ ਨੂੰ ਪ੍ਰਭ ਦੇ ਦਰਬਾਰ ਵਿੱਚ ਥਾਂ ਬਖਸ਼ਿਸ਼ ਹੋ ਸਕਦੀ, ਜਨਮ ਮਰਨ ਦਾ ਚੱਕਰ ਖਤਮ ਹੋ ਸਕਦਾ ਹੈ ।

Whosoever may understand the essence and adopts the teachings of His Word with steady and stable belief in his day-to-day life; with His mercy and grace, all his evil thoughts may be eliminated. Only by establishing and adopting the teachings of His Word with steady and stable belief in day-to-day life; with His mercy and grace, the right path of acceptance in His Court may be blessed. Whosoever may remain intoxicated with worldly desires; he may never be enlightened with the essence of His Nature, His Word. He may remain self-minded and driven by his own ego. His mind remains dominated with evil thoughts and far away from obeying the teachings of His Word. He remains in the cycle of birth and death and endures the miseries of devil of death. Whosoever may adopt the teachings of His Word with steady and stable belief as an ultimate Command; with His mercy and grace, he may be blessed with a place in His Royal palace. His cycle of birth and death may be eliminated.

43. ਮਹਲਾ ੧ ਸਿਧ ਗੋਸਟਿ (944-7)

ਸਾਚੁ ਵਖਰੁ ਧਨੁ ਪਲੈ ਹੋਇ॥	saach vakhar Dhan palai ho-ay.
ਆਪਿ ਤਰੈ ਤਾਰੇ ਭੀ ਸੋਇ॥	aap tarai taaray bhee so-ay.
ਸਹਜਿ ਰਤਾ ਬੂਝੈ ਪਤਿ ਹੋਇ॥	sahj rataa boojhai pat ho-ay.
ਤਾ ਕੀ ਕੀਮਤਿ ਕਰੈ ਨ ਕੋਇ॥	taa kee keemat karai na ko-ay.
ਜਹ ਦੇਖਾ ਤਹ ਰਹਿਆ ਸਮਾਇ॥	jah daykhaa tah rahi-aa samaa-ay.
ਨਾਨਕ ਪਾਰਿ ਪਰੈ ਸਚ ਭਾਇ॥੫੭॥	naanak paar parai sach bhaa-ay. ||57||

ਜਿਹੜਾ ਜੀਵ ਪ੍ਰਭ ਦੇ ਸ਼ਬਦ ਦੀ ਕਮਾਈ ਕਰਦਾ, ਧਨ ਇਕੱਠਾ ਕਰਦਾ ਹੈ । ਪ੍ਰਭ ਦੇ ਸ਼ਬਦ ਦਾ ਧਨ ਹੀ, ਸਦਾ ਸਾਥ ਰਹਿੰਦਾ, ਮੌਤ ਤੋਂ ਪਿਛੋਂ ਵੀ ਸਹਾਈ ਹੁੰਦਾ ਹੈ । ਉਹ ਆਪ ਮੁਕਤ ਹੋ ਜਾਂਦਾ, ਆਪਣੇ ਸਾਥੀਆਂ ਨੂੰ ਪ੍ਰੇਰਨਾ ਕਰਕੇ ਸ਼ਬਦ ਦੀ ਪਾਲਣਾ ਤੇ ਅਡੋਲ ਕਰ ਜਾਂਦਾ ਹੈ । ਜਿਹੜਾ ਜੀਵ ਬੰਦਗੀ ਵਿੱਚ ਲੀਨ ਰਹਿੰਦਾ ਹੈ, ਉਸ ਨੂੰ ਸ਼ਬਦ ਦੀ ਸੋਝੀ ਬਖਸ਼ਿਸ਼ ਹੋ ਜਾਂਦੀ ਹੈ । ਉਸ ਨੂੰ ਦਰਬਾਰ ਵਿੱਚ ਥਾਂ ਬਖਸ਼ਿਸ਼ ਹੋ ਜਾਂਦੀ ਹੈ । ਸ਼ਬਦ ਦੀ ਕਮਾਈ ਦੀ ਕੀਮਤ ਅਮੋਲਕ ਹੈ ਕੋਈ ਜਾਣ ਨਹੀਂ ਸਕਦਾ । ਜਿਹੜਾ ਵੀ ਸ਼ਬਦ ਦੀ ਉਸਤਤ ਗਾਉਂਦਾ ਹੈ, ਉਸ ਨੂੰ ਹੋਰ ਸੋਝੀ ਬਖਸ਼ਿਸ਼ ਹੋ ਜਾਂਦੀ ਹੈ । ਉਹ ਜੀਵ ਬੰਦਗੀ ਵਿੱਚ ਹੀ ਲੀਨ ਰਹਿੰਦਾ ਹੈ । ਸਵਾਸ ਗਰਾਸ ਪ੍ਰਭ ਦੇ ਸ਼ਬਦ ਦਾ ਸਿਮਰਨ ਹੀ ਕਰਦਾ ਹੈ । ਪ੍ਰਭ ਆਪ ਹੀ ਰਹਿਮਤ ਬਖਸ਼ਕੇ, ਆਪਣੇ ਆਪ ਵਿੱਚ ਅਭੇਦ ਕਰ ਲੈਂਦਾ ਹੈ ।

Whosoever may meditate and obeys the teachings of His Word with steady and stable belief in his day-to-day life; with His mercy and grace, he may be blessed with the everlasting wealth of His Word. The earnings of His Word always remain his companion and support in His Court after death for the real purpose of human life opportunity; with His mercy and grace, he may be accepted in His Court. He may inspire his family, associates on the right path of meditation, acceptance in His Court. Whosoever may remain intoxicated in meditation; with His mercy and grace, he may be enlightened with the essence of His Word. He may be accepted in His Court. The significant of the earnings of His Word may be ambrosial. The true significance of His Blessings remains beyond the comprehension of His Creation. Whosoever may sing the glory of His Word; with His mercy and grace, he may be blessed with much deeper enlightenment of His Nature. He may remain intoxicated in meditation with each breath in the void of His Word; with His mercy and grace, he may be immersed within His Holy Spirit.

44. ਮਹਲਾ ੧ ਸਿਧ ਗੋਸਟਿ (944-9) **- Question 17. – Yogi - Nanak Ji!**

ਸੁ ਸਬਦ ਕਾ ਕਹਾ ਵਾਸੁ ਕਥੀਅਲੇ,	so sabad kaa kahaa vaas kathee-alay
ਜਿਤੁ ਤਰੀਐ ਭਵਜਲੁ ਸੰਸਾਰੋ॥	jit taree-ai bhavjal sansaaro.
ਤ੍ਰੈ ਸਤ ਅੰਗੁਲ ਵਾਈ ਕਹੀਐ,	tarai sat angul vaa-ee kahee-ai
ਤਿਸੁ ਕਹੁ ਕਵਨ ਅਧਾਰੋ॥	tis kaho kavan aDhaaro.
ਬੋਲੈ ਖੇਲੈ ਅਸਥਿਰੁ ਹੋਵੈ,	bolai khaylai asthir hovai
ਕਿਉ ਕਰਿ ਅਲਖੁ ਲਖਾਏ॥	ki-o kar alakh lakhaa-ay.
ਸੁਣਿ ਸੁਆਮੀ ਸਚੁ ਨਾਨਕੁ ਪ੍ਰਣਵੈ,	sun su-aamee sach naanak paranvai
ਅਪਣੇ ਮਨ ਸਮਝਾਏ॥	apnay man samjhaa-ay.
ਗੁਰਮੁਖਿ ਸਬਦੇ ਸਚਿ ਲਿਵ ਲਾਗੈ,	gurmukh sabday sach liv laagai
ਕਰਿ ਨਦਰੀ ਮੇਲਿ ਮਿਲਾਏ॥	kar nadree mayl milaa-ay.
ਆਪੇ ਦਾਨਾ ਆਪੇ ਬੀਨਾ,	aapay daanaa aapay beenaa

ਪੂਰੈ ਭਾਗਿ ਸਮਾਏ॥੫੮॥ poorai bhaag samaa-ay. ||58||

ਜੋਗੀ! ਉਹ ਸ਼ਬਦ ਕਿਹੜੇ ਧਾਰਮਕ ਗ੍ਰੰਥ ਵਿੱਚ ਲਿਖੇ ਹਨ । ਜਿਸ ਦੇ ਸਿਮਰਨ ਨਾਲ, ਜੀਵ ਇਸ ਭਿਆਨਕ ਸੰਸਾਰ ਨੂੰ ਪਾਰ ਕਰ ਸਕਦਾ ਹੈ? ਜਦੋਂ ਅਸੀ ਸਵਾਸ ਲੈਂਦੇ ਹਾ ਤਾ ਇਸ ਦੀ ਲੰਬਾਈ ਦਸ ਅੰਗਲਾਂ ਬਣ ਜਾਂਦੀ ਹੈ । ਇਸ ਨੂੰ ਕਿਸ ਦਾ ਸਹਾਰਾ ਹੈ, ਕਿਥੇ ਜਾਂਦੀ ਹੈ? ਕਿਵੇਂ ਬੋਲਦਿਆ, ਚਲਦਿਆ, ਕੰਮ ਕਰਦਿਆ ਆਪਣੇ ਆਪ ਨੂੰ ਅਡੋਲ ਰਖਈਏ? ਕਿਵੇਂ ਨਾ ਦੇਖੇ ਜਾਣੇ ਵਾਲੇ (ਅਲੋਪ) ਪ੍ਰਭ ਦੇ ਦਰਸ਼ਨ ਹੋ ਜਾਣ, ਅਨੁਭਵ ਹੋ ਜਾਵੇ? ਕਿਵੇਂ ਮਨ ਨੂੰ ਸਮਝਾ ਕੇ ਭਰੋਸੇ ਤੇ ਅਡੋਲ ਰਖਿਆ ਜਾ ਸਕਦਾ ਹੈ? ਨਾਨਕ ਜੀ! ਜਿਸ ਜੀਵ ਨੂੰ ਗੁਰਮਖ ਅਵਸਥਾ ਬਖਸ਼ਿਸ਼ ਹੋ ਜਾਂਦੀ ਹੈ । ਉਸ ਨੂੰ ਪ੍ਰਭ ਦੇ ਸ਼ਬਦ ਦੀ ਸੋਝੀ ਬਖਸ਼ਿਸ਼ ਹੋ ਜਾਂਦੀ ਹੈ । ਉਸ ਦੀ ਲਗਨ ਸ਼ਬਦ ਵਿੱਚ ਲਗ ਜਾਂਦੀ ਹੈ । ਪ੍ਰਭ ਆਪ ਹੀ ਰਹਿਮਤ ਬਖਸ਼ਕੇ ਆਪਣੇ ਗਲੇ ਲਗਾ ਲੈਂਦਾ ਹੈ । ਅੰਤਰਜਾਮੀ ਪ੍ਰਭ, ਸਾਰੀਆਂ ਸਿਆਣਪਾਂ ਦੇ ਮਾਲਕ ਨੂੰ ਸ਼ਬਦ ਦੀ ਕਮਾਈ ਦੀ ਪੂਰਨ ਪਰਖ ਹੈ । ਵੱਡੇ ਭਾਗਾਂ ਵਾਲਾ ਹੀ ਪ੍ਰਭ ਦੀ ਜੋਤ ਵਿੱਚ ਅਭੇਦ ਹੋ ਸਕਦਾ ਹੈ ।

Which Holy Scripture may have His ambrosial Word been written? By meditating on the teachings of His Word, one may be accepted in His Court. When we take breath, these expand up to 10 fingers (few inches); what may support these breathes and where these goes? How may we keep our concentration of the teachings of His Word, while speaking, walking, and performing day-to-day chores of worldly life? How may we realize the existence of beyond visibility Holy Spirit? How may we establish our belief steady and stable on His Blessings? Whosoever may be blessed with a state of mind as His true devotee; with His mercy and grace, he may be enlightened with the essence of His Word. He may remain intoxicated in meditation in the void of His Word. The Merciful True Master may embrace His true devotee. The Omnipotent, Omniscient True Master is the treasure of all virtues and wisdom. Whosoever may have a great prewritten destiny, only he may be immersed within His Holy Spirit.

45. **ਮਹਲਾ ੧ ਸਿਧ ਗੋਸਟਿ** (944-12)

ਸੁ ਸਬਦ ਕਉ ਨਿਰੰਤਰਿ ਵਾਸੁ ਅਲਖੰ,	so sabad ka-o nirantar vaas alkhaN
ਜਹ ਦੇਖਾ ਤਹ ਸੋਈ॥	jah daykhaa tah so-ee.
ਪਵਨ ਕਾ ਵਾਸਾ ਸੁੰਨ ਨਿਵਾਸਾ,	pavan kaa vaasaa sunn nivaasaa
ਅਕਲ ਕਲਾ ਧਰ ਸੋਈ॥	akal kalaa Dhar so-ee.
ਨਦਰਿ ਕਰੇ ਸਬਦੁ ਘਟ ਮਹਿ ਵਸੈ,	nadar karay sabad ghat meh vasai vi-
ਵਿਚਹੁ ਭਰਮੁ ਗਵਾਏ॥	chahu bharam gavaa-ay.
ਤਨੁ ਮਨੁ ਨਿਰਮਲੁ ਨਿਰਮਲ ਬਾਣੀ,	tan man nirmal nirmal banee
ਨਾਮੋੁ ਮੰਨਿ ਵਸਾਏ॥	naamo man vasaa-ay.
ਸਬਦਿ ਗੁਰੂ ਭਵਸਾਗਰੁ ਤਰੀਐ,	sabad guroo bhavsaagar taree-ai
ਇਤ ਉਤ ਏਕੋ ਜਾਣੈ॥	it ut ayko jaanai.
ਚਿਹਨੁ ਵਰਨੁ ਨਹੀ ਛਾਇਆ ਮਾਇਆ,	chihan varan nahee chhaa-i-aa maa-i-aa
ਨਾਨਕ ਸਬਦੁ ਪਛਾਣੈ॥੫੯॥	naanak sabad pachhaanai. ||59||

ਨਾਨਕ ਜੀ! ਜਿਸ ਜੀਵ ਦੇ ਹਿਰਦੇ ਵਿੱਚ ਪ੍ਰਭ ਦਾ ਸ਼ਬਦ ਘਰ ਕਰ ਜਾਂਦਾ ਹੈ । ਉਸ ਨੂੰ ਗੁਪਤ ਪ੍ਰਭ ਹਰ ਥਾਂ, ਹਰ ਵਾਲੇ ਨਜ਼ਰ ਆਉਂਦਾ, ਦਿਖਾਈ ਦੇਂਦਾ ਹੈ । ਜਿਵੇਂ ਹਵਾ ਦਾ ਕੋਈ ਸਿਥਤ ਥਾਂ ਨਹੀਂ ਹੁੰਦਾ, ਪਰ ਹਰਇਕ ਥਾਂ ਤੇ ਹੀ ਮੌਜੂਦ ਹੰਦੀ ਹੈ । ਸੁੰਨੇ ਥਾਂ ਤੇ ਵੀ ਜਿਥੇ ਕੋਈ ਨਾ ਵਸਦਾ ਹੋਵੇ । ਇਸਤਰ੍ਹਾਂ ਪ੍ਰਭ ਵੀ ਹਰ ਥਾਂ ਮੌਜੂਦ, ਵਾਪਰਦਾ ਹੈ । ਜਿਸ ਤੇ ਪ੍ਰਭ ਰਹਿਮਤ ਬਖਸ਼ਦਾ ਹੈ, ਉਸ ਦੇ ਭਰਮ ਭੁਲੇਖੇ ਦੂਰ ਹੋ ਜਾਂਦੇ ਹਨ । ਉਸ ਦਾ ਮਨ ਸ਼ਬਦ ਵਿੱਚ ਅਡੋਲ, ਲੀਨ ਹੋ ਜਾਂਦਾ ਹੈ । ਉਸ ਜੀਵ ਦਾ ਤਨ, ਮਨ ਪਵਿੱਤਰ ਸ਼ਬਦ ਨਾਲ ਪਵਿੱਤਰ ਹੋ ਜਾਂਦਾ ਹੈ । ਪ੍ਰਭ ਦਾ ਸ਼ਬਦ ਮਨ ਵਿੱਚ ਘਰ ਕਰ ਜਾਂਦਾ ਹੈ, ਸਵਾਸ ਗਰਾਸ ਸ਼ਬਦ ਦੀ ਸਦਾ ਚਲਣ ਵਾਲੀ ਧੁਨ ਸੁਣਾਈ ਦੇਂਦੀ ਹੈ । ਸ਼ਬਦ ਨੂੰ

ਅਪਣਾਉਣ ਨਾਲ ਇਸ ਭਿਆਨਕ ਸਾਗਰ ਨੂੰ ਪਾਰ ਕੀਤਾ ਜਾ ਸਕਦਾ ਹੈ । ਇਥੇ, ਉਥੇ ਪ੍ਰਭ ਆਪ ਹੀ ਰਖਵਾਲਾ ਹੈ । ਜਿਸ ਜੀਵ ਨੂੰ ਸ਼ਬਦ ਦੀ ਸੋਝੀ ਹੋ ਜਾਂਦੀ ਹੈ । ਉਸ ਨੂੰ ਰੂਪ, ਰੰਗ, ਗ਼ਰੀਬ, ਅਮੀਰ, ਨਿਮਾਨੇ ਵਿੱਚ ਕੋਈ ਫਰਕ ਨਜ਼ਰ ਨਹੀਂ ਆਉਂਦਾ ।

Whosoever may remain drenched with the essence of His Word; with His mercy and grace, he may realize His Holy Spirit prevailing everywhere. As air may not have any fixed place; however, air remains present everywhere, even in void; where no one may dwell, even in the hole of a snake. Same way His Holy Spirit remains omnipresent and prevails everywhere. Whosever may be blessed with His blessed vision; all his suspicions of worldly rituals may be eliminated. He remains intoxicated in meditation in the void of His Word. His mind, body and soul may be sanctified to become worthy of His Consideration. His Word remains drenched within his heart; with His mercy and grace, he may hear the everlasting echo of His Word resonating within his heart non-stop. Whosoever may adopt the teachings of His Word with steady and stable belief in his day-to-day life; with His mercy and grace, he may be blessed with the right path of acceptance in His Court. The True Master remains his protector, in both places, in the universe and in His Court after death. Whosoever may be blessed with the enlightenment of His Word; he may not discriminate based on beauty, color, worldly status, rich or poor.

46. ਮਹਲਾ ੧ ਸਿਧ ਗੋਸਟਿ (944-16)

ਤ੍ਰੈ ਸਤ ਅੰਗੁਲ ਵਾਈ,	tarai sat angul vaa-ee
ਅਉਧੂ ਸੁੰਨ ਸਚੁ ਆਹਾਰੋ॥	a-oDhoo sunn sach aahaaro.
ਗੁਰਮੁਖਿ ਬੋਲੈ ਤਤੁ ਬਿਰੋਲੈ,	gurmukh bolai tat birolai
ਚੀਨੈ ਅਲਖ ਅਪਾਰੋ॥	cheenai alakh apaaro.
ਤ੍ਰੈ ਗੁਣ ਮੇਟੈ ਸਬਦੁ ਵਸਾਏ,	tarai gun maytai sabad vasaa-ay
ਤਾ ਮਨਿ ਚੂਕੈ ਅਹੰਕਾਰੋ॥	taa man chookai ahankaaro.
ਅੰਤਰਿ ਬਾਹਰਿ ਏਕੋ ਜਾਣੈ,	antar baahar ayko jaanai
ਤਾ ਹਰਿ ਨਾਮਿ ਲਗੈ ਪਿਆਰੋ॥	taa har naam lagai pi-aaro.
ਸੁਖਮਨਾ ਇੜਾ ਪਿੰਗੁਲਾ ਬੂਝੈ,	sukhmanaa irhaa pingulaa boojhai
ਜਾ ਆਪੇ ਅਲਖੁ ਲਖਾਏ॥	jaa aapay alakh lakhaa-ay.
ਨਾਨਕ ਤਿਹੁ ਤੇ ਊਪਰਿ ਸਾਚਾ,	naanak tihu tay oopar saachaa sat-
ਸਤਿਗੁਰ ਸਬਦਿ ਸਮਾਏ॥੬੦॥	gur sabad samaa-ay. ||60||

ਨਾਨਕ ਜੀ! ਇਹ ਸਵਾਸ ਜਿਸ ਦੀ ਲੰਬਾਈ ਦਸ ਉਗਲਾਂ ਬਣ ਜਾਂਦੀ ਹੈ । ਇਸ ਨੂੰ ਸਹਾਰਾ ਦੇਣ ਵਾਲਾ ਪ੍ਰਭ ਦਾ ਸ਼ਬਦ ਹੀ ਹੁੰਦਾ ਹੈ, ਉਹ ਹੀ ਅਸਲੀ ਮਾਲਕ ਹੈ । ਗੁਰਮਖ ਦੇ ਬੋਲ ਕੇਵਲ ਪ੍ਰਭ ਦੇ ਸ਼ਬਦ ਨੂੰ ਜੀਵਨ ਵਿੱਚ ਵਸਾਉਣ ਦਾ, ਅਸਲੀ ਰੂਹਾਨੀ ਸੋਝੀ ਦਾ ਹੀ ਵਿਚਾਰ ਕਰਦੇ ਹਨ । ਉਹ, ਪ੍ਰਭ ਦੇ ਸ਼ਬਦ ਦੀ ਸੋਝੀ ਵਿਚੋਂ ਹੀ ਗੁਪਤ ਪ੍ਰਭ ਨੂੰ ਢੂੰਡਦਾ ਹੈ । ਜਿਸ ਦੇ ਹਿਰਦੇ ਵਿੱਚ ਸ਼ਬਦ ਘਰ ਕਰ ਜਾਂਦਾ ਹੈ, ਉਸ ਦੇ ਮਨ ਵਿਚੋਂ ਬੁਰੀਆਂ, ਕਾਮ, ਕਰੋਧ, ਲੋਭ, ਅਹੰਕਾਰ ਖਤਮ ਹੋ ਜਾਂਦੀਆਂ ਹਨ । ਉਸ ਜੀਵ ਨੂੰ ਹਰ ਪਾਸੇ, ਆਪਣੇ ਅੰਦਰ, ਸ੍ਰਿਸ਼ਟੀ ਵਿੱਚ ਪ੍ਰਭ ਹੀ ਦਿਖਾਈ ਦੇਂਦਾ ਹੈ । ਉਸ ਦੇ ਸ਼ਬਦ ਵਿੱਚ ਹੀ ਅੰਨਦ ਮਾਣਦਾ ਹੈ, ਬਾਕੀ ਇਛਾਂ ਖਤਮ ਹੋ ਜਾਂਦੀਆਂ ਹਨ । ਜਿਸੇ ਤੇ ਪ੍ਰਭ ਦੀ ਰਹਿਮਤ ਬਖਸ਼ਿਸ਼ ਹੋ ਜਾਂਦੀ ਹੈ! ਭਾਵੇ ਉਹ ਸਿਆਣਾ, ਮੂਰਖ, ਤੰਦਰੁਸਤ, ਜਾ ਪਿੰਗਲਾ ਹੋਵੇ । ਉਸ ਨੂੰ ਸ਼ਬਦ ਦੀ ਸੋਝੀ ਬਖਸ਼ਿਸ਼ ਹੋ ਜਾਂਦੀ ਹੈ, ਉਹ ਬੰਦਗੀ ਤੇ ਲਗ ਪੈਂਦਾ ਹੈ । ਜਿਸ ਦੇ ਸਿਰ ਤੇ ਅਟਲ ਪ੍ਰਭ ਦੀ ਰਹਿਮਤ ਦੀ ਰਖਿਆ ਹੋਵੇ । ਉਹ ਹੀ ਜੀਵ ਪ੍ਰਭ ਦੇ ਦਰਬਾਰ ਵਿੱਚ ਪ੍ਰਵਾਨ ਹੁੰਦਾ ਹੈ ।

The few (10) inches long breaths are supported by His Word; The True Master. His true devotee may only sermons the glory, spiritual significance, and the path to adopt the teachings of His Word in his day-to-day life. He may be bestowed with His Blessed Vision from the enlightenment of the essence of His Word from within his mind. Whosoever may remain drenched with the essence of His Word; all the demons of evil desires, like sexual urge, anger, attachments, and ego of worldly status may be eliminated. He may only visualize His Holy Spirit prevailing within his body, mind and within everyone. He may enjoy peace, pleasure, contentment with his own worldly environments; his all-other desires may be eliminated. Whosoever may never discriminate any soul on her worldly status, she may be wise, ignorant, rich, poor, healthy, orphan, everyone e enlightened. He may remain intoxicated in meditation on the essence of His Word. Whosoever may be protected, accepted in His Sanctuary, he may be accepted in His Court.

47. ਮਹਲਾ ੧ ਸਿਧ ਗੋਸਟਿ (944-19) - **Question 18. – Yogi - Nanak Ji!**

ਮਨ ਕਾ ਜੀਉ ਪਵਨੁ ਕਥੀਅਲੇ,	man kaa jee-o pavan kathee-alay
ਪਵਨੁ ਕਹਾ ਰਸੁ ਖਾਈ॥	pavan kahaa ras khaa-ee.
ਗਿਆਨ ਕੀ ਮੁਦ੍ਰਾ ਕਵਨ ਅਉਧੂ,	gi-aan kee mudraa kavan a-oDhoo
ਸਿਧ ਕੀ ਕਵਨ ਕਮਾਈ॥	siDh kee kavan kamaa-ee.
ਬਿਨੁ ਸਬਦੈ ਰਸੁ ਨ ਆਵੈ,	bin sabdai ras na aavai a-oDhoo
ਅਉਧੂ ਹਉਮੈ ਪਿਆਸ ਨ ਜਾਈ॥	ha-umai pi-aas na jaa-ee.
ਸਬਦਿ ਰਤੇ ਅੰਮ੍ਰਿਤ ਰਸੁ ਪਾਇਆ,	sabad ratay amrit ras paa-i-aa
ਸਾਚੇ ਰਹੇ ਅਘਾਈ॥	saachay rahay aghaa-ee.
ਕਵਨ ਬੁਧਿ ਜਿਤੁ ਅਸਥਿਰੁ ਰਹੀਐ,	kavan buDh jit asthir rahee-ai
ਕਿਤੁ ਭੋਜਨਿ ਤ੍ਰਿਪਤਾਸੈ॥	kit bhojan tariptaasai.
ਨਾਨਕ ਦੁਖੁ ਸੁਖੁ ਸਮ ਕਰਿ ਜਾਪੈ,	naanak dukh sukh sam kar jaapai
ਸਤਿਗੁਰ ਤੇ ਕਾਲੁ ਨ ਗ੍ਰਾਸੈ॥੬੧॥	satgur tay kaal na garaasai. ||61||

ਜੋਗੀ! ਇਹ ਦੱਸਿਆ ਗਿਆ ਹੈ! ਕਿ ਆਤਮਾ ਹਵਾ ਦੇ ਆਸਰੇ ਤੇ ਜਿਉਂਦੀ ਹੈ । ਹਵਾ ਕੀ ਖਾਂਦੀ ਹੈ, ਉਸ ਦਾ ਭੋਜਨ ਕੀ ਹੈ? ਕਿਹੜੀਆਂ ਮੰਦ੍ਰਾਂ, ਨਿਯਮ ਨਾਲ ਗਿਆਨ, ਸਿਧੀ ਪਾਈ ਜਾ ਸਕਦੀ ਹੈ? ਸਿਧੀ ਦੀ ਕੀ ਕਮਾਈ ਹੈ? ਇਸ ਨਾਲ ਕੀ ਪ੍ਰਾਪਤ ਹੁੰਦਾ ਹੈ? ਨਾਨਕ ਜੀ! ਪ੍ਰਭ ਦੇ ਸ਼ਬਦ ਨੂੰ ਸਮਝਕੇ ਅਪਣਾਉਣ ਤੋਂ ਬਿਨਾਂ, ਪ੍ਰਭ ਦੇ ਸ਼ਬਦ ਦਾ ਪੂਰਾ ਰਸ ਨਹੀਂ ਮਾਨਿਆ ਜਾ ਸਕਦਾ । ਨਾ ਹੀ ਮਨ ਵਿਚੋਂ ਅਹੰਕਾਰ, ਇਛਾਂ ਦੀ ਭਟਕਣ ਦੂਰ ਹੁੰਦੀ ਹੈ । ਜਿਹੜਾ ਪ੍ਰਭ ਦੇ ਸ਼ਬਦ ਵਿੱਚ, ਸ਼ਬਦ ਵਿੱਚ ਲੀਨ ਹੋ ਜਾਂਦਾ ਹੈ । ਉਸ ਨੂੰ ਪੂਰਨ ਸ਼ਾਂਤੀ ਵਾਲਾ ਆਸਣ ਬਖਸ਼ਿਸ਼ ਹੋ ਜਾਂਦਾ ਹੈ । ਉਸ ਵਿੱਚ ਹੀ ਅਨੰਦ ਮਾਣਦਾ, ਮਸਤ ਰਹਿੰਦਾ, ਉਸ ਵਿੱਚ ਹੀ ਅਭੇਦ ਹੋ ਜਾਂਦਾ ਹੈ । ਜੋਗੀ! ਕਿਹੜੀ ਸੋਝੀ, ਸਿਆਣਪ ਨਾਲ ਮਨ ਅਡੋਲ ਕੀਤਾ ਜਾ ਸਕਦਾ ਹੈ? ਕਿਹੜੇ ਭੋਜਨ ਨਾਲ ਮਨ ਦੀਆਂ ਇਛਾਂ ਦੀ ਪਿਆਸ ਬੁਝ ਜਾਂਦੀ, ਖਤਮ ਹੋ ਜਾਂਦੀ ਹੈ? ਨਾਨਕ ਜੀ! ਜਿਸ ਅਵਸਥਾ ਵਿੱਚ ਦੁਖ, ਸੁਖ ਵਿੱਚ ਕੋਈ ਅੰਤਰ ਮਹਿਸੂਸ ਨਹੀਂ ਹੁੰਦਾ, ਜਿਹੜਾ ਸੁਖ, ਦੁਖ ਵਿੱਚ ਨਿਰਾਰਾ ਰਹਿੰਦਾ ਹੈ । ਉਸ ਤੇ ਪ੍ਰਭ ਦੀ ਰਹਿਮਤ ਬਖਸ਼ਿਸ਼ ਹੋ ਜਾਂਦੀ, ਮੌਤ ਦਾ ਡਰ ਖਤਮ ਹੋ ਜਾਂਦਾ ਹੈ ।

Yogi! All worldly religions believe: We are alive only with breath; our soul may survive in the universe with air (breath). What may be the nourishment for air? What may the ear rings, guiding principles to be enlightened; our soul may become worthy of His Consideration? What may be the earnings of meditation, His Word, wealthy of His Considerations, enlightenment? What may be blessed with earnings of His Word? Nanak Ji! Without adopting the teachings of His Word, no one may realize complete pleasure of the virtues of His Word. He may not conquer, his ego of worldly status; his frustration may not be eliminated. Whosoever may remain intoxicated in obeying the teachings of His Word; with His mercy and grace, he may be blessed with complete peace of mind and contentment with his own worldly environments. He may be blessed with the right path of acceptance in His

Court. Yogi! With what wisdom, enlightenment of His Word may, one may conquer his mind, control his frustrations of demons of worldly desires? Nanak Ji! Whosoever may not realize any distinction between miseries and pleasure of worldly life; he may remain in blossom singing the glory of His Blessings, in all pleasures, or miseries; with His mercy and grace, his fear of death may be eliminated along with his cycle of birth and death.

ਰੰਗਿ ਨ ਰਾਤਾ ਰਸਿ ਨਹੀ ਮਾਤਾ॥ rang na raataa ras nahee maataa.
ਬਿਨੁ ਗੁਰ ਸਬਦੈ ਜਲਿ ਬਲਿ ਤਾਤਾ॥ bin gur sabdai jal bal taataa.
ਬਿੰਦੁ ਨ ਰਾਖਿਆ ਸਬਦੁ ਨ ਭਾਖਿਆ॥ bind na raakhi-aa sabad na bhaakhi-aa.
ਪਵਨੁ ਨ ਸਾਧਿਆ ਸਚੁ ਨ ਅਰਾਧਿਆ॥ pavan na saaDhi-aa sach na araaDhi-aa.
ਅਕਥ ਕਥਾ ਲੇ ਸਮ ਕਰਿ ਰਹੈ॥ akath kathaa lay sam kar rahai.
ਤਉ ਨਾਨਕ ਆਤਮ ਰਾਮ ਕਉ ਲਹੈ॥੬੨॥ ta-o naanak aatam raam ka-o lahai. ||62||

ਨਾਨਕ ਜੀ! ਜਿਹੜਾ ਪ੍ਰਭ ਦੇ ਸ਼ਬਦ ਦਾ ਸਿਮਰਨ ਨਹੀਂ ਕਰਦਾ, ਲਿਵ ਨਹੀਂ ਲਾਉਂਦਾ । ਉਸ ਦੀ ਸੁਰਤੀ ਪ੍ਰਭ ਦੀ ਹੋਂਦ ਵਿੱਚ ਨਹੀਂ ਜਾਂਦੀ । ਉਸ ਨੂੰ ਪ੍ਰਭ ਦੇ ਸ਼ਬਦ ਦੀ ਸੋਝੀ ਬਖਸ਼ਿਸ਼ ਨਹੀਂ ਹੁੰਦੀ । ਪ੍ਰਭ ਦੇ ਸ਼ਬਦ ਨੂੰ ਆਪਣੇ ਜੀਵਨ ਵਿੱਚ ਢਾਲਣ ਤੋਂ ਬਿਨਾਂ, ਜੀਵ ਮਨ ਦੀਆਂ ਇਛਾਂ ਦੀਆਂ ਭਟਕਣਾਂ ਵਿੱਚ ਹੀ ਰਹਿੰਦਾ ਹੈ । ਜਿਹੜਾ ਜੀਵ ਆਪਣੀ ਕਾਮ ਵਾਸ਼ਨਾ ਤੇ ਕਾਬੂ ਨਹੀਂ ਰਖਦਾ । ਸ਼ਬਦ ਦੇ ਅਧਾਰ ਤੇ ਜੀਵਨ ਨਹੀਂ ਬਤੀਤ ਕਰਦਾ । ਉਹ ਹੋਰ ਕਿਸੇ ਇਛਾਂ (ਹਵਾ, ਸਵਾਸਾਂ) ਨੂੰ ਕਾਬੂ ਵਿੱਚ ਨਹੀਂ ਰਖ ਸਕਦਾ । ਉਹ ਪ੍ਰਭ ਦੇ ਸ਼ਬਦ ਦੀ ਬੰਦਗੀ ਨਹੀਂ ਕਰ ਸਕਦਾ । ਪ੍ਰਭ ਦੇ ਸ਼ਬਦ ਦਾ ਪੂਰਨ ਵਖਿਆਣ ਨਹੀਂ ਕੀਤਾ ਜਾ ਸਕਦਾ । ਜਿਹੜਾ ਜੀਵ ਪ੍ਰਭ ਦੇ ਸ਼ਬਦ ਦੀ ਅਡੋਲ ਭਰੋਸੇ ਨਾਲ ਪਾਲਣਾ ਕਰਦਾ ਹੈ । ਪ੍ਰਭ ਦੀ ਰਹਿਮਤ ਨਾਲ, ਉਸ ਨੂੰ ਪ੍ਰਵਾਨਗੀ ਦਾ ਰਸਤਾ ਬਖਸ਼ਿਸ਼ ਹੋ ਜਾਂਦਾ ਹੈ ।

Nanak Ji! Whosoever may not meditate nor obeys the teachings of His Word; he may not realize the real purpose of his human life opportunity. He may not realize His Holy Spirit prevailing within every creature. He may never be blessed with the enlightenment of the essence of His Word. Without adopting the teachings of His Word with steady and stable in day-to-day life; he may remain in frustration of worldly desires. Whosoever may not control, conquer his sexual urge for strange women; he may never adopt the teachings of His Word in his day-to-day life. He may never be blessed to control his worldly desires, his breathes. His Word. His Nature remains beyond the complete comprehension and explanation of His Creation. Whosoever may obey the teachings of His Word with steady and stable belief in his day-to-day life; with His mercy and grace, he may be blessed with the right path of acceptance in His Court.

ਗੁਰ ਪਰਸਾਦੀ ਰੰਗੇ ਰਾਤਾ॥ gur parsaadee rangay raataa.
ਅੰਮ੍ਰਿਤੁ ਪੀਆ ਸਾਚੇ ਮਾਤਾ॥ amrit pee-aa saachay maataa.
ਗੁਰ ਵੀਚਾਰੀ ਅਗਨਿ ਨਿਵਾਰੀ॥ gur veechaaree agan nivaaree.
ਅਪਿਉ ਪੀਓ ਆਤਮ ਸੁਖੁ ਧਾਰੀ॥ api-o pee-o aatam sukh Dhaaree.
ਸਚੁ ਅਰਾਧਿਆ ਗੁਰਮੁਖਿ ਤਰੁ ਤਾਰੀ॥ sach araaDhi-aa gurmukh tar taaree.
ਨਾਨਕ ਬੂਝੈ ਕੋ ਵੀਚਾਰੀ॥੬੩॥ naanak boojhai ko veechaaree. ||63||

ਪ੍ਰਭ ਦੀ ਕ੍ਰਿਪਾ ਨਾਲ ਹੀ ਕੋਈ ਜੀਵ ਸ਼ਬਦ ਵਿੱਚ ਲੀਨ ਹੋ ਸਕਦਾ, ਸ਼ਬਦ ਰੂਪੀ ਅੰਮ੍ਰਿਤ ਦਾ ਅਨੰਦ ਮਾਨਦਾ, ਜੀਵਨ ਢਾਲਦਾ ਹੈ । ਉਸ ਦੇ ਮਨ ਤੇ ਸਦਾ ਰਹਿਣ ਵਾਲਾ ਅਨੋਖਾ ਹੀ ਨੂਰ ਬਖਸ਼ਿਸ਼ ਹੋ ਜਾਂਦਾ ਹੈ । ਸ਼ਬਦ ਨੂੰ ਅਪਣਾਉਣ ਨਾਲ ਹੀ ਮਨ ਦੀਆਂ ਇਛਾਂ ਦੀ ਭਟਕਣ ਖਤਮ ਹੁੰਦੀ ਹੈ । ਮਨ ਵਿੱਚ ਸ਼ਬਦ ਦੀ ਗੂੰਜ, ਧੁਨ ਸੁਣਾਈ ਦੇਣ ਲਗ ਪੈਂਦੀ ਹੈ । ਮਨ ਨੂੰ ਪੂਰਨ ਸ਼ਾਂਤੀ ਬਖਸ਼ਿਸ਼ ਹੋ ਜਾਂਦਾ ਹੈ, ਸੰਸਾਰਕ ਇਛਾਂ ਦੀ ਅਵਾਜ਼ ਨਹੀਂ ਸੁਣਦੀ । ਅਟਲ ਪ੍ਰਭ ਦੇ ਸ਼ਬਦ ਨੂੰ ਅਪਣਾਉਣ ਨਾਲ, ਗੁਰਮਖ ਅਵਸਥਾ ਬਖਸ਼ਿਸ਼ ਹੋ ਜਾਂਦੀ ਹੈ । ਜਿਸ ਨਾਲ ਜੀਵ ਨੂੰ ਪ੍ਰਵਾਨਗੀ ਬਖਸ਼ਿਸ਼ ਹੋ ਜਾਂਦੀ, ਜਨਮ ਮਰਨ

ਦਾ ਚੱਕਰ ਖਤਮ ਹੋ ਜਾਂਦਾ ਹੈ । ਬਹੁਤ ਜੀਵ ਬੰਦਗੀ, ਸ਼ਬਦ ਦੀ ਪਾਲਣਾ ਕਰਨਾ ਸੋਚਦੇ ਰਹਿੰਦੇ ਹਨ! ਕੋਈ ਵਿਰਲਾ ਹੀ ਇਸ ਤੇ ਚਲਦਾ, ਅਡੋਲ ਰਹਿੰਦਾ ਹੈ ।

Only with His mercy and grace, His true devotee may remain intoxicated in meditation, adopts the teachings of His Word in his day-to-day life. He may enjoy the nectar of the essence of His Word. He may be blessed with everlasting, astonishing eternal, spiritual glow on his forehead. Whosoever may adopt the teachings of His Word with steady and stable belief in his day-to-day life; with His mercy and grace, all his frustrations of worldly desires may be eliminated. He may hear the everlasting echo of His Word resonating within his heart. He may be blessed with peace of mind and contentment with his own worldly environments. His mind may never hear any sound of worldly desire. Whosoever may adopt the teachings of His Word with steady and stable belief in his day-to-day life; with His mercy and grace, he may be accepted in His Court. His cycle of birth and death may be eliminated. Many devotees may imagine to meditate, obey and to adopt the teachings of His Word in day-to-day life; however, very rare may adopt the teachings of His Word in his own day-to-day life.

48. ਮਹਲਾ ੧ ਸਿਧ ਗੋਸਟਿ (945-7) **- Question 20. – Yogi - Nanak**

ਇਹੁ ਮਨੁ ਮੈਗਲੁ ਕਹਾ ਬਸੀਅਲੇ,	ih man maigal kahaa basee-alay
ਕਹਾ ਬਸੈ ਇਹੁ ਪਵਨਾ॥	kahaa basai ih pavnaa.
ਕਹਾ ਬਸੈ ਸੁ ਸਬਦੁ ਅਉਧੂ,	kahaa basai so sabad a-oDhoo
ਤਾ ਕਉ ਚੂਕੈ ਮਨ ਕਾ ਭਵਨਾ॥	taa ka-o chookai man kaa bhavnaa.
ਨਦਰਿ ਕਰੇ ਤਾ ਸਤਿਗੁਰਿ ਮੇਲੇ,	nadar karay taa satgur maylay
ਤਾ ਨਿਜ ਘਰਿ ਵਾਸਾ ਇਹੁ ਮਨੁ ਪਾਏ॥	taa nij ghar vaasaa ih man paa-ay.
ਆਪੈ ਆਪੁ ਖਾਇ ਤਾ ਨਿਰਮਲੁ ਹੋਵੈ,	aapai aap khaa-ay taa nirmal hovai
ਧਾਵਤੁ ਵਰਜਿ ਰਹਾਏ॥	Dhaavat varaj rahaa-ay.
ਕਿਉ ਮੂਲੁ ਪਛਾਣੈ ਆਤਮੁ ਜਾਣੈ,	ki-o mool pachhaanai aatam jaanai
ਕਿਉ ਸਸਿ ਘਰਿ ਸੂਰੁ ਸਮਾਵੈ॥	ki-o sas ghar soor samaavai. gur-
ਗੁਰਮੁਖਿ ਹਉਮੈ ਵਿਚਹੁ ਖੋਵੈ,	mukh ha-umai vichahu khovai ta-o
ਤਉ ਨਾਨਕ ਸਹਜਿ ਸਮਾਵੈ॥੬੪॥	naanak sahj samaavai. ‖64‖

ਜੋਗੀ! ਇਹ ਮਨ ਦਾ ਹਾਥੀ (ਮੈਗਲੁ) ਇਛਾਂ ਦਾ ਭਰਿਆਂ ਹੋਇਆ ਕਿਥੇ ਰਹਿੰਦਾ ਹੈ? ਇਸ ਵਿੱਚ ਹਵਾ ਕਿਥੇ ਰਹਿੰਦੀ ਹੈ? ਕਿਸਤਰ੍ਹਾਂ ਪ੍ਰਭ ਦੇ ਸ਼ਬਦ ਨੂੰ ਮਨ ਵਿੱਚ ਵਸਾਉਣ ਨਾਲ ਮਨ ਦੀਆਂ ਭਟਕਣਾਂ ਦੂਰ ਹੋ ਜਾਣ? ਨਾਨਕ ਜੀ! ਜਿਸ ਤੇ ਪ੍ਰਭ ਆਪ ਹੀ ਰਹਿਮਤ ਬਖਸ਼ਦਾ ਹੈ, ਉਸ ਦਾ ਮਨ ਬੰਦਗੀ ਵਿੱਚ ਲੀਨ ਰਹਿੰਦਾ, ਮਨ ਵਿੱਚ ਸ਼ਬਦ ਵਸ ਜਾਂਦਾ ਹੈ, ਪ੍ਰਭ ਦੀ ਹੋਂਦ ਮਹਿਸੂਸ ਹੁੰਦੀ ਹੈ । ਇਸ ਅਵਸਥਾ ਵਿੱਚ ਮਨ ਆਪਣੇ ਅੰਦਰੋਂ ਹੀ ਪ੍ਰਭ ਨੂੰ ਢੂੰਡਦਾ ਹੈ । ਸ਼ਬਦ ਵਿੱਚ ਮਸਤ ਰਹਿਣ ਨਾਲ ਹੀ ਆਤਮਾ ਪਵਿੱਤਰ ਜੋ ਜਾਂਦੀ, ਪ੍ਰਭ ਦੀ ਜੋਤ ਵਿੱਚ ਅਭੇਦ ਹੋਣ ਦੇ ਯੋਗ ਬਣ ਜਾਂਦੀ ਹੈ । ਕਿਵੇਂ ਜੀਵ ਆਪਣੇ ਮੂਲ ਨੂੰ ਪਛਾਣੇ, ਮਾਨਸ ਜਨਮ ਦਾ ਮੰਤਵ ਸਮਝੇ? ਕਿਸਤਰ੍ਹਾਂ ਜਾਗਰਤੀ ਦਾ ਦੀਵਾ, ਸੂਰਜ, ਮਨ ਅੰਦਰ ਪ੍ਰਗਟ ਹੋ ਜਾਵੇ? ਨਾਨਕ ਜੀ! ਜਿਹੜੇ ਜੀਵ ਨੂੰ ਗੁਰਮਖ ਅਵਸਥਾ ਬਖਸ਼ਿਸ਼ ਹੋ ਜਾਂਦੀ ਹੈ । ਉਸ ਦੀ ਅਹੰਕਾਰ ਦੀ ਜੜ੍ਹ ਆਪ ਹੀ ਖਤਮ ਹੋ ਜਾਂਦੀ ਹੈ । ਪ੍ਰਭ ਆਪ ਹੀ ਰਹਿਮਤ ਬਖਸ਼ਕੇ ਆਪਣੇ ਵਿੱਚ ਅਭੇਦ ਕਰ ਲੈਂਦਾ ਹੈ । ਜਨਮ ਮਰਨ ਦਾ ਚੱਕਰ ਖਤਮ ਕਰ ਦੇਂਦਾ ਹੈ ।

Yogi! Where may his mind, as a big elephant, overwhelmed with worldly desires and expectation dwells within his body, heart? Where may the breathes, stay in his body and mind? How may he be drench with the teachings of His Word to conquer his worldly desires?

Nanak Ji! Only with His own mercy and grace, he may remain intoxicated in meditation in the void of His Word; he remains drenched with the essence of His Word. He may realize His Holy Spirit prevailing everywhere. In his state of mind as His true devotee, he may be enlightened with the essence of His Word from within. Whosoever may remain intoxicated in meditation in the void of His Word; his soul may be sanctified to become worthy of His Consideration. How may he recognize the origin, his permanent resting place? How may his cycle of birth and death be eliminated? How may the sun of enlightenment of the essence of His Word rises within his mind? Whosoever may be blessed with a state of mind as His true devotee; with His mercy and grace, he may be blessed to conquer the root of his ego from within. His true devotee may immerse within His Holy Spirit and his cycle of birth and death may be eliminated.

ਇਹੁ ਮਨੁ ਨਿਹਚਲੁ ਹਿਰਦੈ ਵਸੀਅਲੇ, ਗੁਰਮੁਖਿ ਮੂਲੁ ਪਛਾਣਿ ਰਹੈ॥	ih man nihchal hirdai vasee-alay gur- mukh mool pachhaan rahai.
ਨਾਭਿ ਪਵਨੁ ਘਰਿ ਆਸਣਿ ਬੈਸੈ, ਗੁਰਮੁਖਿ ਖੋਜਤ ਤਤੁ ਲਹੈ॥	naabh pavan ghar aasan baisai gurmukh khojat tat lahai.
ਸੁ ਸਬਦੁ ਨਿਰੰਤਰਿ ਨਿਜ ਘਰਿ ਆਛੈ, ਤ੍ਰਿਭਵਣ ਜੋਤਿ ਸੁ ਸਬਦਿ ਲਹੈ॥	so sabad nirantar nij ghar aachhai taribhavan jot so sabad lahai.
ਖਾਵੈ ਦੂਖ ਭੂਖ ਸਾਚੇ ਕੀ, ਸਾਚੇ ਹੀ ਤ੍ਰਿਪਤਾਸਿ ਰਹੈ॥	khaavai dookh bhookh saachay kee saachay hee tariptaas rahai.
ਅਨਹਦ ਬਾਣੀ ਗੁਰਮੁਖਿ ਜਾਣੀ, ਬਿਰਲੋ ਕੋ ਅਰਥਾਵੈ॥	anhad banee gurmukh jaanee birlo ko arthaavai.
ਨਾਨਕੁ ਆਖੈ ਸਚੁ ਸੁਭਾਖੈ, ਸਚਿ ਰਪੈ ਰੰਗੁ ਕਬਹੂ ਨ ਜਾਵੈ॥੬੫॥	naanak aakhai sach subhaakhai sach rapai rang kabhoo na jaavai. ||65||

ਨਾਨਕ ਜੀ! ਜਿਸ ਦਾ ਮਨ ਅਡੋਲ ਹੋ ਜਾਂਦਾ ਹੈ, ਉਹ ਆਪਣੇ ਅੰਦਰੋਂ ਹੀ ਢੂੰਡਦਾ ਹੈ, ਉਸ ਨੂੰ ਜੀਵਨ ਦੇ ਅਸਲੀ ਮੰਤਵ ਦੀ ਸਮਝ ਬਖਸ਼ਿਸ਼ ਹੋ ਜਾਂਦੀ ਹੈ । ਇਹ ਆਤਮਾ ਨੂੰ ਜੀਵਨ ਦੇਣ ਵਾਲੀ ਹਵਾ ਮਨ ਦੇ ਅੰਦਰ ਹੀ ਘੁੰਮਦੀ ਰਹਿੰਦੀ ਹੈ । ਜੀਵ ਨੂੰ ਜੀਵਨ ਦੀ ਅਸਲੀਅਤ ਮਹਿਸੂਸ ਹੋ ਜਾਂਦੀ ਹੈ । ਸ਼ਬਦ ਦੀ ਧੁਨ ਮਨ ਦੇ ਅੰਦਰ ਰੋਮ ਰੋਮ ਵਿੱਚ ਚਲਦੀ ਹੈ । ਆਤਮਾ ਨੂੰ ਅੰਦਰੋਂ ਹੀ ਤਿੰਨਾਂ ਸ੍ਰਿਸ਼ਟੀਆਂ ਦੀ ਸੋਝੀ ਬਖਸ਼ਿਸ਼ ਹੋ ਜਾਂਦੀ ਹੈ । ਸ਼ਬਦ ਦੀ ਜੋਤ ਤਿੰਨਾਂ ਸ੍ਰਿਸ਼ਟੀਆਂ ਵਿੱਚ ਹੀ ਚਲਦੀ ਹੈ, ਪ੍ਰਭ ਹਰ ਥਾਂ ਹੀ ਵਾਪਰਦਾ । ਉਸ ਦੇ ਮਨ ਵਿੱਚ ਪ੍ਰਭ ਨੂੰ ਮਿਲਣ ਦੀ ਤ੍ਰਿਸ਼ਨਾ ਇਤਨੀ ਜ਼ੋਰ ਕਰ ਜਾਂਦੀ ਹੈ, ਇਹ ਲਗਨ ਹੀ ਸੰਸਾਰਕ ਦੁਖਾ ਨੂੰ ਖਾਂ ਜਾਂਦੀ, ਮਨ ਵਿੱਚ ਸ਼ਾਂਤੀ ਭਰਪੂਰ ਰਹਿੰਦੀ ਹੈ । ਇਹ ਰੂਹਾਨੀ ਧੁਨ ਨੂੰ ਕੇਵਲ ਗੁਰਮਖ ਅਵਸਥਾ ਵਾਲਾ ਹੀ ਪਛਾਣਦਾ, ਸੁਣ ਸਕਦਾ ਹੈ । ਕੋਈ ਵਿਰਲਾ ਹੀ ਜੀਵ ਇਸ ਦਾ ਵਿਸਥਾਰ ਕਰ ਸਕਦਾ ਹੈ । ਵਿਰਲੇ ਹੀ ਜੀਵ ਨੂੰ ਇਹ ਅਵਸਥਾ ਬਖਸ਼ਿਸ਼ ਹੁੰਦੀ ਹੈ । ਜਿਹੜਾ ਜੀਵ ਰੂਹਾਨੀ ਧੁਨ ਵਿੱਚ ਮਗਨ ਹੋ ਜਾਂਦਾ ਹੈ । ਉਹ ਇਸ ਵਿਚੋਂ ਨਿਕਲਦਾ ਨਹੀਂ, ਮਗਨ ਹੋਏ ਹੀ ਪਾਰ ਹੋ ਜਾਂਦਾ ਹੈ ।

Whosoever may remain intoxicated in meditation in the void of His Word; with His mercy and grace, he may be enlightened from within, his origin, the real purpose of his human life opportunity. His breaths may remain vibrating within his body; with His mercy and grace, the everlasting echo of His Word remains resonating within each fiber of his body and heart. He may be enlightened with the reality of human life opportunity. He may be enlightened with the awareness of His Nature prevailing in three universes. The anxiety of realizing His Holy Spirit may become so intense; his anxiety may burn his miseries of worldly desires. He may be blessed with a complete peace of mind within. Only, His true devotee may be able to hear, recognize the everlasting echo of His Word. However, very rare may be blessed to comprehend or explain the nature of the everlasting echo. Whosoever may remain intoxicated within the everlasting echo of His Word;

with His mercy and grace, he may never come out of the void of His Word; he may be accepted in His Court.

49. ਮਹਲਾ ੧ ਸਿਧ ਗੋਸਟਿ (945-14) **- Question 21. – Yogi - Nanak Ji!**

ਜਾ ਇਹੁ ਹਿਰਦਾ ਦੇਹ ਨ ਹੋਤੀ,	jaa ih hirdaa dayh na hotee
ਤਉ ਮਨੁ ਕੈਠੈ ਰਹਤਾ॥	ta-o man kaithai rahtaa.
ਨਾਭਿ ਕਮਲ ਅਸਥੰਭੁ ਨ ਹੋ ਤੋ,	naabh kamal asthambh na hoto taa
ਤਾ ਪਵਨੁ ਕਵਨ ਘਰਿ ਸਹਤਾ॥	pavan kavan ghar sahtaa.
ਰੂਪੁ ਨ ਹੋ ਤੋ ਰੇਖ ਨ ਕਾਈ,	roop na hoto raykh na kaa-ee
ਤਾ ਸਬਦਿ ਕਹਾ ਲਿਵ ਲਾਈ॥	taa sabad kahaa liv laa-ee.
ਰਕਤੁ ਬਿੰਦੁ ਕੀ ਮੜੀ ਨ ਹੋਤੀ,	rakat bind kee marhee na hotee
ਮਿਤਿ ਕੀਮਤਿ ਨਹੀ ਪਾਈ॥	mit keemat nahee paa-ee.
ਵਰਨੁ ਭੇਖੁ ਅਸਰੂਪੁ ਨ ਜਾਪੀ,	varan bhaykh asroop na jaapee
ਕਿਉ ਕਰਿ ਜਾਪਸਿ ਸਾਚਾ॥	ki-o kar jaapas saachaa.
ਨਾਨਕ ਨਾਮਿ ਰਤੇ ਬੈਰਾਗੀ,	naanak naam ratay bairaagee
ਇਬ ਤਬ ਸਾਚੋ ਸਾਚਾ॥੬੬॥	ib tab saacho saachaa. ||66||

ਜੋਗੀ! ਜਿਸ ਸਮੇਂ ਜੀਵ ਦਾ ਤਨ, ਹਿਰਦਾ ਨਹੀਂ ਸੀ ਤਾ ਆਤਮਾ ਕਿਥੇ ਰਹਿੰਦੀ ਸੀ? ਜਦੋਂ ਇਸ ਹਵਾ ਨੂੰ ਪ੍ਰਭ ਦਾ ਆਸਰਾ ਨਹੀਂ ਸੀ, ਤਾ ਇਹ ਹਵਾ ਕਿਥੇ ਰਹਿੰਦੀ ਸੀ? ਜਦੋਂ ਆਤਮਾ ਦੇ ਵਸਣ ਲਈ, ਰਹਿਣ ਲਈ ਕੋਈ ਅਕਾਰ, ਤਨ ਨਹੀਂ ਸੀ, ਤਾ ਆਤਮਾ ਕਿਸਤਰ੍ਹਾਂ ਪ੍ਰਭ ਦੇ ਸ਼ਬਦ ਵਿੱਚ ਲਗਨ ਲਾ ਸਕਦੀ ਸੀ? ਅਗਰ ਜੀਵ ਦਾ ਜਨਮ ਨਾ ਹੁੰਦਾ, ਤਾ ਪ੍ਰਭ ਦੀ ਵਡਿਆਈ ਦੀ ਕੀਮਤ ਕਿਸਤਰ੍ਹਾਂ ਜਾਣੀ ਜਾ ਸਕਦੀ ਸੀ । ਇਸ ਦੀ ਤਾਕਤ ਕਿਸਤਰ੍ਹਾਂ ਦੱਸੀ ਜਾ ਸਕਦੀ ਸੀ? ਜਦੋਂ ਪ੍ਰਭ ਦੇ ਰੰਗ, ਰੂਪ, ਅਕਾਰ, ਬਣਤਰ ਦਾ ਕੋਈ ਅੰਤ ਨਹੀਂ, ਤਾ ਪ੍ਰਭ ਦੀ ਹੋਂਦ ਕਿਵੇਂ ਪਛਾਣੀ ਜਾ ਸਕਦੀ ਹੈ?

ਨਾਨਕ ਜੀ! ਜਿਹੜੀ ਆਤਮਾ ਪ੍ਰਭ ਦੇ ਰੰਗ ਵਿੱਚ ਰੰਗੀ ਜਾਂਦੀ, ਲੀਨ ਹੋ ਜਾਂਦੀ ਹੈ । ਉਹ ਰੂਪ, ਰੰਗ, ਅਕਾਰ ਤੋਂ ਰਹਿਤ ਅਵਸਥਾ ਵਿੱਚ ਚਲੇ ਜਾਂਦੀ ਹੈ । ਉਸ ਨੂੰ ਪ੍ਰਭ ਦੀ ਖਿੱਚ ਹੀ ਮਹਿਸੂਸ ਹੁੰਦੀ ਹੈ, ਉਸ ਤੋਂ ਹੀ ਪ੍ਰਭ ਦੀ ਹੋਂਦ ਅਨੁਭਵ ਕਰਦੀ ਹੈ ।

Yogi! Before the creation of body and mind, where may his soul be dwelling? When air, breaths were not having support of His Word, His Holy Spirit; where were his breathes dwelling? If human race would not have been created; how may the greatness of His Virtues be realized? How may His power be recognized? The True Master remains beyond the three (color, shape, size) recognition! how may His existence, The True Master be recognized?

Whose soul may remain drenched, intoxicated in the crimson color of the nectar of the essence of His Word; with His mercy and grace, his soul remains in a state of bodyless, colorless, structure less. She only realizes the attraction of His Holy Spirit to recognize His Existence prevailing everywhere.

ਹਿਰਦਾ ਦੇਹ ਨ ਹੋਤੀ ਅਉਧੂ	hirdaa dayh na hotee a-oDhoo
ਤਉ ਮਨੁ ਸੁੰਨਿ ਰਹੈ ਬੈਰਾਗੀ॥	ta-o man sunn rahai bairaagee.
ਨਾਭਿ ਕਮਲੁ ਅਸਥੰਭੁ ਨ ਹੋ ਤੋ,	naabh kamal asthambh na hoto taa
ਤਾ ਨਿਜ ਘਰਿ ਬਸਤਉ ਪਵਨੁ ਅਨਰਾਗੀ॥	nij ghar basta-o pavan anraagee.
ਰੂਪੁ ਨ ਰੇਖਿਆ ਜਾਤਿ ਨ ਹੋਤੀ,	roop na raykh-i-aa jaat na hotee
ਤਉ ਅਕੁਲੀਣਿ ਰਹਤਉ ਸਬਦੁ ਸੁ ਸਾਰੁ॥	ta-o akuleen rahta-o sabad so saar.
ਗਉਨੁ ਗਗਨੁ ਜਬ ਤਬਹਿ ਨ ਹੋਤਉ,	ga-un gagan jab tabeh na hota-o
ਤ੍ਰਿਭਵਣ ਜੋਤਿ ਆਪੇ ਨਿਰੰਕਾਰੁ॥	taribhavan jot aapay nirankaar.
ਵਰਨੁ ਭੇਖੁ ਅਸਰੂਪੁ ਸੁ ਏਕੋ,	varan bhaykh asroop so ayko
ਏਕੋ ਸਬਦੁ ਵਿਡਾਣੀ॥	ayko sabad vidaanee.

ਸਾਚ ਬਿਨਾਂ ਸੂਚਾ ਕੋ ਨਾਹੀ,
ਨਾਨਕ ਅਕਥ ਕਹਾਣੀ॥੬੭॥

saach binaa soochaa ko naahee
naanak akath kahaanee. ||67||

ਨਾਨਕ ਜੀ! ਜੀਵ ਦੇ ਜਨਮ, ਤਨ ਹਿਰਦੇ ਦੀ ਬਣਤਰ ਤੋਂ ਪਹਿਲੇ, ਆਤਮਾ ਪ੍ਰਭ ਦੀ ਜੋਤ ਵਿੱਚ ਹੀ ਸਮਾਈ ਰਹਿੰਦੀ ਸੀ । ਪ੍ਰਭ ਸਭ ਤੋਂ ਵੱਖਰਾ, ਕਿਸੇ ਮੋਹ ਦੇ ਬੰਧਨ ਵਿੱਚ ਨਹੀਂ ਹੈ । ਜਦੋਂ ਸਵਾਸ ਨੂੰ ਪ੍ਰਭ ਦਾ ਅਧਾਰ ਨਹੀਂ ਸੀ । ਤਾ ਆਤਮਾ ਨੂੰ ਸਵਾਸਾਂ ਦੀ ਕੋਈ ਲੋੜ ਨਹੀਂ ਸੀ । ਇਹ ਆਪਣੇ ਆਪ ਵਿੱਚ ਹੀ ਰਹਿੰਦੀ ਸੀ । ਜੀਵ ਦੀ ਆਤਮਾ ਨੂੰ ਰੂਪ, ਰੰਗ, ਅਕਾਰ ਦੀ ਬਖਸ਼ਿਸ਼ ਤੋਂ ਪਹਿਲੇ, ਆਤਮਾ ਪ੍ਰਭ ਦੀ ਜੋਤ ਵਿੱਚ ਹੀ ਸਮਾਈ ਰਹਿੰਦੀ ਸੀ । ਤਿੰਨਾਂ ਸ੍ਰਿਸ਼ਟੀਆਂ ਦੀ ਬਣਤਰ ਤੋਂ ਪਹਿਲੇ, ਤਿੰਨੇਂ ਸ੍ਰਿਸ਼ਟੀਆਂ ਪ੍ਰਭ ਦੀ ਰੋਸ਼ਨੀ ਨਾਲ ਭਰੀਆਂ ਹੋਈਆਂ ਸਨ । ਇਹ ਰੂਪ, ਰੰਗ, ਅਕਾਰ ਪ੍ਰਭ ਵਿਚੋਂ ਹੀ ਨਿਕਲੇ, ਸਮਾਏ ਰਹਿੰਦੇ ਹਨ । ਪ੍ਰਭ ਦਾ ਸ਼ਬਦ ਵੀ ਪ੍ਰਭ ਵਿੱਚ ਹੀ ਸਮਾਈਆ ਰਹਿੰਦਾ ਹੈ । ਅਟਲ ਪ੍ਰਭ ਦੇ ਸ਼ਬਦ ਨੂੰ ਅਪਣਾਉਣ ਤੋਂ ਬਿਨਾਂ ਆਤਮਾ ਪਵਿੱਤਰ ਨਹੀਂ ਹੁੰਦੀ । ਪ੍ਰਭ ਦੀ ਜੋਤ ਦੇ ਵਿੱਚ ਮਿਲਣ ਦੇ ਯੋਗ ਨਹੀਂ ਹੁੰਦੀ । ਇਸ ਕਥਾ ਦਾ ਪੂਰਨ ਵਖਿਆਣ ਨਹੀਂ ਕੀਤਾ ਜਾ ਸਕਦਾ । ਜਿਹੜਾ ਵੀ ਕਰਦਾ ਹੈ, ਉਸ ਨੂੰ ਹੋਰ ਸੋਝੀ ਬਖਸ਼ਿਸ਼ ਹੋ ਜਾਂਦੀ ਹੈ ।

Nanak Ji! Before the creation of body and mind of worldly creature; his soul remains embedded within His Holy Spirit. The True Master greatest of All, remains beyond the reach of any worldly bonds. Before the breathes were not supported with His Word, His Holy Spirit; soul may not need any breath, and remain embedded within. Before the creation of universe; three universes were embedded within His Holy Spirit. All colors, shapes, sizes of creatures have been created from His Holy Spirit and remains embedded within His Holy Spirit. His unique Word for each creature has been created from His Holy Spirit and immerses within His Holy Spirit along with his soul. Without adopting the teachings of His Word with steady and stable belief in his day-to-day life; his soul may never be sanctified to become worthy of His Consideration. The sermons of His Word may not be explained completely. Whosoever may sign the glory of His Word, he may be blessed with deeper comprehension.

50. ਮਹਲਾ ੧ ਸਿਧ ਗੋਸਟਿ (946-2) **- Question 22. – Yogi - Nanak Ji!**

ਕਿਤੁ ਕਿਤੁ ਬਿਧਿ ਜਗੁ ਉਪਜੈ ਪੁਰਖਾ,
ਕਿਤੁ ਕਿਤੁ ਦੁਖਿ ਬਿਨਸਿ ਜਾਈ॥
ਹਉਮੈ ਵਿਚਿ ਜਗੁ ਉਪਜੈ ਪੁਰਖਾ,
ਨਾਮਿ ਵਿਸਰਿਐ ਦੁਖੁ ਪਾਈ॥
ਗੁਰਮੁਖਿ ਹੋਵੈ ਸੁ ਗਿਆਨੁ ਤਤੁ ਬੀਚਾਰੈ,
ਹਉਮੈ ਸਬਦਿ ਜਲਾਏ॥
ਤਨੁ ਮਨੁ ਨਿਰਮਲੁ ਨਿਰਮਲ ਬਾਣੀ,
ਸਾਚੈ ਰਹੈ ਸਮਾਏ॥
ਨਾਮੇ ਨਾਮਿ ਰਹੈ ਬੈਰਾਗੀ,
ਸਾਚੁ ਰਖਿਆ ਉਰਿ ਧਾਰੇ॥
ਨਾਨਕ ਬਿਨੁ ਨਾਵੈ ਜੋਗੁ ਕਦੇ ਨ ਹੋਵੈ,
ਦੇਖਹੁ ਰਿਦੈ ਬੀਚਾਰੇ॥੬੮॥

kit kit biDh jag upjai purkhaa
kit kit dukh binas jaa-ee.
ha-umai vich jag upjai purkhaa
naam visri-ai dukh paa-ee.
gurmukh hovai so gi-aan tat beechaarai
ha-umai sabad jalaa-ay.
tan man nirmal nirmal banee
saachai rahai samaa-ay.
naamay naam rahai bairaagee
saach rakhi-aa ur Dhaaray.
naanak bin naavai jog kaday na hovai
daykhhu ridai beechaaray. ||68||

ਜੋਗੀ! ਇਸ ਸ੍ਰਿਸ਼ਟੀ ਦਾ ਅਰੰਭ ਕਿਸਤਰ੍ਹਾਂ ਹੋਇਆ ਹੈ? ਕਿਸਤਰ੍ਹਾਂ ਸ੍ਰਿਸ਼ਟੀ ਨਾਸ਼, ਖਤਮਾ ਹੋ ਸਕਦੀ ਹੈ? ਨਾਨਕ ਜੀ! ਆਤਮਾ ਵਿੱਚ ਅਹੰਕਾਰ ਦੀ ਜੜ੍ਹ ਨਾਲ ਹੀ, ਪ੍ਰਭ ਦੇ ਭਾਣੇ ਨਾਲ ਇਹ ਸ੍ਰਿਸ਼ਟੀਆਂ ਦਾ ਅਰੰਭ ਹੋਇਆ ਹੈ । ਪ੍ਰਭ ਦੇ ਸ਼ਬਦ ਨੂੰ ਵਿਸਾਰ ਕੇ ਆਤਮਾ ਨੂੰ ਦੁਖ ਸਹਿਣੇ ਪੈਂਦੇ ਹਨ, ਸ੍ਰਿਸ਼ਟੀ ਦਾ ਨਾਸ਼ ਹੋ ਸਕਦਾ ਹੈ । ਅੱਤ ਅਤੇ ਤੱਤ ਦਾ ਡੂੰਘਾ ਵੈਰ ਹੈ । ਜਿਹੜੇ ਜੀਵ ਨੂੰ ਗੁਰਮਖ ਅਵਸਥਾ ਬਖਸ਼ਿਸ਼ ਹੋ ਜਾਂਦੀ ਹੈ । ਉਸ ਨੂੰ ਇਸ ਰੂਹਾਨੀ ਅਸਲੀਅਤ ਦੀ ਸੋਝੀ ਬਖਸ਼ਿਸ਼ ਹੋ ਜਾਂਦੀ ਹੈ । ਸ਼ਬਦ ਦੇ ਅਧਾਰ ਤੇ ਜੀਵਨ ਬਤੀਤ ਕਰਨ ਨਾਲ ਮਨ ਵਿਚੋਂ ਅਹੰਕਾਰ ਦੀ ਜੜ੍ਹ ਖਤਮ ਹੋ ਜਾਂਦੀ ਹੈ । ਸ਼ਬਦ ਵਿੱਚ ਲੀਨ ਹੋਇਆ ਮਨ ਅਤੇ ਤਨ ਦੋਨੋਂ ਹੀ ਪਵਿੱਤਰ ਹੋ ਜਾਂਦੇ ਹਨ । ਮਨ ਸ਼ਬਦ ਦੀ ਧੁਨ ਵਿੱਚ

ਮਗਨ ਹੋ ਜਾਂਦਾ ਹੈ । ਜਿਹੜਾ ਪ੍ਰਭ ਦੇ ਸ਼ਬਦ ਦੀ ਪਾਲਣਾ ਵਿੱਚ ਅਡੋਲ ਰਹਿੰਦਾ ਹੈ, ਉਹ ਨੂੰ ਹੀ ਅਸਲੀ ਜੋਗੀ, ਵਿਰਾਗੀ ਅਵਸਥਾ ਬਖਸ਼ਿਸ਼ ਹੋ ਸਕਦੀ ਹੈ । ਜਿਹੜਾ ਸੰਸਾਰਕ ਇਛਾਂ ਤੋਂ ਰਹਿਤ ਹੋ ਜਾਂਦਾ ਹੈ, ਉਸ ਦੇ ਮਨ ਵਿੱਚ ਸ਼ਬਦ ਘਰ ਕਰ ਜਾਂਦਾ ਹੈ । ਪ੍ਰਭ ਦੇ ਸ਼ਬਦ ਦੇ ਸਿਮਰਨ ਤੋਂ ਬਿਨਾਂ ਕੋਈ ਵੀ ਜੋਗ, ਬੰਦਗੀ ਸੰਪੂਰਨ ਨਹੀਂ ਹੁੰਦੀ । ਪ੍ਰਭ ਦੀ ਰਹਿਮਤ ਬਖਸ਼ਿਸ਼ ਨਹੀਂ ਹੁੰਦੀ । ਇਹ ਭੇਦ ਸਮਝੋ ! ਬਿਨਾਂ ਪ੍ਰਭ ਦੀ ਰਹਿਮਤ ਤੋਂ ਮੁਕਤੀ ਬਖਸ਼ਿਸ਼ ਨਹੀਂ ਹੋ ਸਕਦੀ ।

Yogi! How was the creation, origination of the universe, His Creation? How may the universe be vanished or eliminated? With root of ego within soul, with His Command, the universe was created to sanctify his soul. By abandoning the teachings of His Word from day-to-day life! his soul may have to endure worldly miseries; the universe may vanish. The ego of his worldly status has a deep rivalry with humble living, His Word. Whosever may be blessed with a state of mind as His true devotee; with His mercy and grace, he may be blessed with the enlightenment of the eternal significance of the reality of human life opportunity. Whosoever may adopt the teachings of His Word in his day-to-day life; with His mercy and grace, his body and soul may both be sanctified. He may remain intoxicated in the everlasting echo of His Word. Whosoever may obey the teachings of His Word with steady and stable belief in his day-to-day life; only he may become worthy to be called real renunciatory, Yogi. Whosoever may become beyond the reach of worldly wealth; with His mercy and grace, he may remain drenched with the essence of His Word. Without meditating on the teachings of His Word, no other meditation may be rewarded in His Court. Remember the key essence of His Nature! Without His mercy and grace, the salvation may never be blessed.

51. ਮਹਲਾ ੧ ਸਿਧ ਗੋਸਟਿ (946-6)

ਗੁਰਮੁਖਿ ਸਾਚੁ ਸਬਦੁ ਬੀਚਾਰੈ ਕੋਇ॥	gurmukh saach sabad beechaarai ko-ay.
ਗੁਰਮੁਖਿ ਸਚੁ ਬਾਣੀ ਪਰਗਟੁ ਹੋਇ॥	gurmukh sach banee pargat ho-ay.
ਗੁਰਮੁਖਿ ਮਨੁ ਭੀਜੈ, ਵਿਰਲਾ ਬੂਝੈ ਕੋਇ॥	gurmukh man bheejai virlaa boojhai ko-ay.
ਗੁਰਮੁਖਿ ਨਿਜ ਘਰਿ ਵਾਸਾ ਹੋਇ॥	gurmukh nij ghar vaasaa ho-ay.
ਗੁਰਮੁਖਿ ਜੋਗੀ ਜੁਗਤਿ ਪਛਾਣੈ॥	gurmukh jogee jugat pachhaanai.
ਗੁਰਮੁਖਿ ਨਾਨਕ ਏਕੋ ਜਾਣੈ॥੬੯॥	gurmukh naanak ayko jaanai. ||69||

ਜਿਸ ਦੇ ਮਨ ਵਿੱਚ ਪ੍ਰਭ ਦਾ ਸ਼ਬਦ, ਪ੍ਰਗਟ ਹੋ ਜਾਂਦਾ ਹੈ, ਉਸ ਜੀਵ ਨੂੰ ਗੁਰਮਖ ਅਵਸਥਾ ਬਖਸ਼ਿਸ਼ ਹੋ ਜਾਂਦੀ ਹੈ । ਉਹ ਕੇਵਲ ਪ੍ਰਭ ਦੇ ਸ਼ਬਦ ਦਾ ਹੀ ਵਿਚਾਰ, ਵਿਸਥਾਰ ਕਰਦਾ ਹੈ । ਗੁਰਮਖ ਦਾ ਮਨ ਪ੍ਰਭ ਦੇ ਸ਼ਬਦ ਵਿੱਚ ਹੀ ਰੰਗਿਆ ਰਹਿੰਦਾ ਹੈ । ਵਿਰਲੇ ਜੀਵ ਨੂੰ ਹੀ ਗੁਰਮਖ ਅਵਸਥਾ ਬਖਸ਼ਿਸ਼ ਹੁੰਦੀ ਹੈ । ਗੁਰਮਖ ਆਪਣੇ ਅੰਦਰ ਹੀ ਪ੍ਰਭ ਦੀ, ਸ਼ਬਦ ਦੇ ਵਖਿਆਣ ਦੀ ਖੋਜ ਕਰਦਾ, ਢੂੰਡਦਾ ਹੈ । ਉਸ ਦਾ ਮਨ ਆਪਣੇ ਅੰਦਰ ਹੀ ਸੰਤੁਸ਼ਟ ਰਹਿੰਦਾ ਹੈ । ਗੁਰਮਖ ਨੂੰ ਬੰਦਗੀ ਦਾ ਅਸਲੀ ਰਸਤਾ ਬਖਸ਼ਿਸ਼ ਹੋ ਜਾਂਦਾ, ਚਲਦਾ ਹੈ । ਗੁਰਮਖ ਨੂੰ ਅਟਲ ਪ੍ਰਭ ਦੀ ਹੋਂਦ ਅਨੁਭਵ ਹੋ ਜਾਂਦੀ ਹੈ । ਉਹ ਵੱਖਰੇ ਵੱਖਰੇ ਰਸਤਿਆਂ ਤੇ ਨਹੀਂ ਚਲਦਾ, ਭਰਮਾਂ ਦਾ, ਸਗਨ ਅਪਸਗਨ ਦਾ ਵਿਚਾਰ ਨਹੀਂ ਕਰਦਾ ।

Whosoever may be enlightened with the essence of His Word within and in his way of life; with His mercy and grace, he may be blessed with a state of mind as His true devotee. Only, he may adopt the teachings of His Word in his life; only he may inspire others to obey the teachings of His Word with the example of his way of life. His true devotee may remain drenched with the essence of His Word; however, very rare may be blessed with the state of mind as His true devotee. He may remain searching the enlightenment of the essence of His Word within own his mind. He may remain in peace and contented with his own worldly environments. His true devotee may be blessed with the right path of meditation; he may remain steady and stable on that path. His true devotee may realize His existence, His Holy Spirit prevailing everywhere. He may never follow any other meditation path nor any religious rituals, suspicions of curse or blessing of worldly events.

52. **ਮਹਲਾ ੧ ਸਿਧ ਗੋਸਟਿ** (946-8)

ਬਿਨੁ ਸਤਿਗੁਰ ਸੇਵੇ ਜੋਗੁ ਨ ਹੋਈ॥	bin satgur sayvay jog na ho-ee.
ਬਿਨੁ ਸਤਿਗੁਰ ਭੇਟੇ ਮੁਕਤਿ ਨ ਕੋਈ॥	bin satgur bhaytay mukat na ko-ee.
ਬਿਨੁ ਸਤਿਗੁਰ ਭੇਟੇ ਨਾਮੁ ਪਾਇਆ ਨ ਜਾਇ॥	bin satgur bhaytay naam paa-i-aa na jaa-ay.
ਬਿਨੁ ਸਤਿਗੁਰ ਭੇਟੇ ਮਹਾ ਦੁਖੁ ਪਾਇ॥	bin satgur bhaytay mahaa dukh paa-ay.
ਬਿਨੁ ਸਤਿਗੁਰ ਭੇਟੇ ਮਹਾ ਗਰਬਿ ਗੁਬਾਰਿ॥	bin satgur bhaytay mahaa garab gubaar.
ਨਾਨਕ ਬਿਨੁ ਗੁਰ ਮੁਆ ਜਨਮੁ ਹਾਰਿ॥੭੦॥	naanak bin gur mu-aa janam haar. ‖70‖

ਸ਼ਬਦ ਨਾਲ ਜੀਵਨ ਢਾਲਣ ਤੋਂ ਬਿਨਾਂ ਜੋਗੀ ਅਵਸਥਾ ਬਖਸ਼ਿਸ਼ ਨਹੀਂ ਹੁੰਦੀ । ਆਪਣਾ ਆਪਾ ਖਤਮ ਕਰਨ ਤੋਂ ਬਿਨਾਂ ਮੁਕਤੀ ਦਾ ਰਸਤਾ ਬਖਸ਼ਿਸ਼ ਨਹੀਂ ਹੁੰਦਾ । ਪ੍ਰਭ ਨੂੰ ਆਪਾ ਭੇਟਾ ਕਰਨ ਤੋਂ ਬਿਨਾਂ ਸ਼ਬਦ ਨਾਲ ਜੀਵਨ ਢਾਲਿਆ ਨਹੀਂ ਜਾ ਸਕਦਾ, ਸੰਸਾਰਕ ਇਛਾਂ ਤੇ ਕਾਬੂ ਨਹੀਂ ਪਾਇਅ ਜਾ ਸਕਦਾ । ਉਸ ਨੂੰ ਦੁਖ ਹੀ ਸਹਿਣੇ ਪੈਂਦੇ ਹਨ, ਮੌਤ ਦਾ ਡਰ ਹੀ ਸਤਾਉਂਦਾ ਰਹਿੰਦਾ ਹੈ । ਪ੍ਰਭ ਨੂੰ ਆਪਾ ਅਰਪਨ ਕਰਨ ਤੋਂ ਬਿਨਾਂ, ਅਹੰਕਾਰ ਦੀ ਜੜ੍ਹ ਖਤਮ ਨਹੀਂ ਹੁੰਦੀ । ਇਸ ਤੋਂ ਬਿਨਾਂ ਜਨਮ ਮਰਨ ਦਾ ਚੱਕਰ ਖਤਮ ਨਹੀਂ ਹੁੰਦਾ । ਉਹ ਜੀਵ ਮਾਨਸ ਜਨਮ ਬਿਰਥਾ ਹੀ ਗਵਾ ਲੈਂਦਾ ਹੈ ।

Without adopting the teachings of His Word in his day-to-day life; no one may be blessed with a state of mind as His true devotee, Yogi. Without surrendering his mind, body, and worldly identity at His Sanctuary, he may not be blessed with the right path of acceptance in His Court. He may not adopt the teachings of His Word with steady and stable belief in his day-to-day life, nor conquers his worldly desires. He may only endure the miseries of worldly life and remains worried about the devil of death. His root of ego may not be eliminated, nor his cycle of death. He has wasted his priceless human life opportunity to sanctified his soul.

53. **ਮਹਲਾ ੧ ਸਿਧ ਗੋਸਟਿ** (946-10)

ਗੁਰਮੁਖਿ ਮਨੁ ਜੀਤਾ ਹਉਮੈ ਮਾਰਿ॥	gurmukh man jeetaa ha-umai maar.
ਗੁਰਮੁਖਿ ਸਾਚੁ ਰਖਿਆ ਉਰ ਧਾਰਿ॥	gurmukh saach rakhi-aa ur Dhaar.
ਗੁਰਮੁਖਿ ਜਗੁ ਜੀਤਾ, ਜਮਕਾਲੁ ਮਾਰਿ ਬਿਦਾਰਿ॥	gurmukh jag jeetaa jamkaal maar bidaar.
ਗੁਰਮੁਖਿ ਦਰਗਹ ਨ ਆਵੈ ਹਾਰਿ॥	gurmukh dargeh na aavai haar.
ਗੁਰਮੁਖਿ ਮੇਲਿ ਮਿਲਾਏ, ਸੁ ਜਾਣੈ॥	gurmukh mayl milaa-ay so jaanai.
ਨਾਨਕ ਗੁਰਮੁਖਿ ਸਬਦਿ ਪਛਾਣੈ॥੭੧॥	naanak gurmukh sabad pachhaanai. ‖71‖

ਗੁਰਮਖ ਆਪਣੇ ਅੰਦਰੋਂ ਅਹੰਕਾਰ ਨੂੰ ਖਤਮ ਕਰਕੇ ਹੀ ਬੰਦਗੀ ਵਿੱਚ ਲੀਨ ਰਹਿੰਦਾ, ਜੀਵਨ ਬਤੀਤ ਕਰਦਾ ਹੈ । ਪ੍ਰਭ ਦੇ ਸ਼ਬਦ ਨੂੰ ਆਪਣੇ ਰੋਮ ਰੋਮ ਵਿੱਚ ਵਸਾਈ ਰਖਦਾ, ਸਵਾਸ ਗਰਾਸ ਆਪਣਾ ਜੀਵਨ ਬਤੀਤ ਕਰਦਾ ਹੈ । ਗੁਰਮਖ ਆਪਣੇ ਸੰਸਾਰਕ ਜੀਵਨ ਵਿੱਚ ਹੀ ਇਛਾਂ ਤੇ ਕਾਬੂ ਪਾ ਲੈਂਦਾ ਹੈ, ਮੌਤ ਦੇ ਡਰ ਤੋਂ ਰਹਿਤ ਹੋ ਜਾਂਦਾ, ਜਮਕਾਲ ਦਾ ਕੋਈ ਕਾਬੂ ਨਹੀਂ ਰਹਿੰਦਾ । ਉਸ ਨੂੰ ਦਰਬਾਰ ਵਿੱਚ ਸ਼ਰਮਿੰਦਗੀ ਨਹੀਂ ਸਹਿਣੀ ਪੈਂਦੀ, ਕੋਈ ਲੇਖਾ ਨਹੀਂ ਦੇਣਾ ਪੈਂਦਾ । ਜਿਸ ਗੁਰਮਖ ਦਾ ਪ੍ਰਭ ਨਾਲ ਮਿ-ਲਾਪ ਹੋ ਜਾਂਦਾ ਹੈ, ਕੇਵਲ ਉਹ ਹੀ ਜਾਣਦਾ ਹੈ । ਉਹ ਕਿਸੇ ਨੂੰ ਦੱਸ ਨਹੀਂ ਸਕਦਾ । ਗੁਰਮਖ ਅਵਸਥਾ ਵਿੱਚ ਆਤਮਾ ਨੂੰ ਪ੍ਰਭ ਦੇ ਸ਼ਬਦ ਦੀ ਸੋਝੀ ਬਖਸ਼ਿਸ਼ ਹੋ ਜਾਂਦੀ ਹੈ ।

His true devotee may conquer his ego of worldly status. He may adopt the teachings of His Word with steady and stable belief and remains intoxicated in meditation within the void of His Word. He remains drenched with the essence of His Word in his day-to-day life. He may conquer the demons of worldly desires along with his fear of death; with His mercy and grace, he may remain beyond the control of devil of death. He may never have to worry about the account of his worldly deeds nor any embarrassment in His Court. Whosoever may be blessed with salvation, only he may realize the significance of His Blessings. He may never be able to claim nor can fore-tell anyone. His true devotee may be enlightened with the essence of His Word, the real purpose of human life opportunity.

54. ਮਹਲਾ ੧ ਸਿਧ ਗੋਸਟਿ (946-12) **Question 23 - Conclusion.**

ਸਬਦੈ ਕਾ ਨਿਬੇੜਾ ਸੁਣਿ ਤੂ,	sabdai kaa nibayrhaa sun too
ਅਉਧੂ ਬਿਨੁ ਨਾਵੈ ਜੋਗੁ ਨ ਹੋਈ॥	a-oDhoo bin naavai jog na ho-ee.
ਨਾਮੇ ਰਾਤੇ ਅਨਦਿਨੁ ਮਾਤੇ,	naamay raatay an-din maatay
ਨਾਮੈ ਤੇ ਸੁਖੁ ਹੋਈ॥	naamai tay sukh ho-ee.
ਨਾਮੈ ਹੀ ਤੇ ਸਭੁ ਪਰਗਟੁ ਹੋਵੈ,	naamai hee tay sabh pargat hovai
ਨਾਮੇ ਸੋਝੀ ਪਾਈ॥	naamay sojhee paa-ee.
ਬਿਨੁ ਨਾਵੈ ਭੇਖ ਕਰਹਿ ਬਹੁਤੇਰੇ,	bin naavai bhaykh karahi bahutayray
ਸਚੈ ਆਪਿ ਖੁਆਈ॥	sachai aap khu-aa-ee.
ਸਤਿਗੁਰ ਤੇ ਨਾਮੁ ਪਾਈਐ,	satgur tay naam paa-ee-ai
ਅਉਧੂ ਜੋਗ ਜੁਗਤਿ ਤਾ ਹੋਈ॥	a-oDhoo jog jugat taa ho-ee.
ਕਰਿ ਬੀਚਾਰੁ ਮਨਿ ਦੇਖਹੁ,	kar beechaar man daykhhu
ਨਾਨਕ ਬਿਨੁ ਨਾਵੈ ਮੁਕਤਿ ਨ ਹੋਈ॥੭੨॥	naanak bin naavai mukat na ho-ee. ‖72‖

ਨਾਨਕ ਜੀ! ਸਾਰੀ ਕਥਾ ਦਾ ਇਹ ਹੀ ਨਤੀਜਾ ਹੈ । ਸ਼ਬਦ ਨੂੰ ਜੀਵਨ ਵਿੱਚ ਢਾਲਣ ਤੋਂ ਬਿਨਾਂ, ਜੋਗੀ ਅਵਸਥਾ ਬਖਸ਼ਿਸ਼ ਨਹੀਂ ਹੁੰਦੀ । ਜਿਸ ਦੇ ਮਨ ਅੰਦਰ ਸ਼ਬਦ ਦੀ ਧੁਨ ਘਰ ਕਰ ਜਾਂਦੀ ਹੈ, ਉਸ ਦੇ ਮਨ ਵਿੱਚ ਦਿਨ, ਰਾਤ ਸਵਾਸ ਗਰਾਸ ਚਲਣ ਵਾਲੀ ਧੁਨ ਸੁਣਾਈ ਦੇਣ ਨਾਲ ਹੀ ਮਨ ਨੂੰ ਪੂਰਨ ਸ਼ਾਂਤੀ ਪ੍ਰਾਪਤ ਹੋ ਸਕਦੀ ਹੈ । ਸ਼ਬਦ ਦੀ ਸੋਝੀ ਨਾਲ ਹੀ ਤਿੰਨਾਂ ਸ੍ਰਿਸ਼ਟੀਆਂ ਦਾ ਭੇਦ ਖੁੱਲ੍ਹਦਾ ਹੈ । ਦਰਬਾਰ ਵਿੱਚ ਢੋਈ ਬਖਸ਼ਿਸ਼ ਹੋ ਸਕਦੀ ਹੈ । ਜਿਹੜਾ ਜੀਵ ਪ੍ਰਭ ਦੇ ਸ਼ਬਦ ਤੋਂ ਬਿਨਾਂ ਹੀ ਵੱਖਰੇ, ਵੱਖਰੇ ਬਾਣੇ ਪਾਈ ਰਖਦਾ ਹੈ । ਧਾਰਮਕ ਰੀਤ ਰੀਵਜ ਵਿੱਚ ਭਰੋਸਾ ਰਖਦਾ ਹੈ । ਪ੍ਰਭ ਆਪ ਹੀ ਉਸ ਨੂੰ ਹੋਰ ਭਰਮਾਂ ਵਿੱਚ ਪਾਈ ਰਖਦਾ ਹੈ । ਉਸ ਦੀ ਲਗਨ ਸ਼ਬਦ ਦੀ ਪਾਲਣਾ ਵਿੱਚ ਨਹੀਂ ਲਗਦੀ । ਸ਼ਬਦ ਕੇਵਲ ਪ੍ਰਭ ਤੋਂ ਹੀ ਬਖਸ਼ਿਸ਼ ਹੋ ਸਕਦਾ ਜਾਂਦਾ ਹੈ । ਸ਼ਬਦ ਨਾਲ ਜੀਵਨ ਢਾਲਣ ਤੋਂ ਬਿਨਾਂ ਅਸਲੀ ਜੋਗੀ ਅਵਸਥਾ ਬਖਸ਼ਿਸ਼ ਨਹੀਂ ਹੁੰਦੀ । ਇਹ ਤੱਤ ਆਪਣੇ ਮਨ ਵਿੱਚ ਪੱਕਾ ਰਖੋ! ਪ੍ਰਭ ਦੇ ਸ਼ਬਦ ਤੇ ਚਲਣ ਤੋਂ ਬਿਨਾਂ ਹੋਰ ਕੋਈ ਮੁਕਤੀ ਦਾ ਰਸਤਾ ਨਹੀਂ ਹੈ ।

Nanak Ji! The conclusion of Sidh Ghost! Without adopting the teachings of His Word with steady and stable belief in day-to-day life, the state of mind as His true devotee, Yogi may never be blessed. Whosoever may remain drenched with the essence of His Word; he may hear the everlasting echo of His Word resonating within his heart. He may be blessed with complete peace of mind and contentment in his worldly life. Whosoever may be en-lightened with the essence of His Word; with His mercy and grace, he may be revealed with the secret of three universes. He may be accepted in His Court. Whosoever may not adopt the teachings of His Word in his day-to-day life; rather, he may adopt religious robe, baptizes with religious rituals. He may remain intoxicated in these rituals in his ignorance. He may never remain on the right path of meditation nor obey the teachings of His Word. Only, The True Master may bless His Word to His true devotee. Without adopting the teachings of His Word, no one may be blessed with a state of mind as His true devotee. You should keep in mind a unique essence of His Nature! Without adopting the teachings of His Word with steady and stable belief in day-to-day life; no on may ever be blessed with the right path of acceptance in His Court.

ਤੇਰੀ ਗਤਿ ਮਿਤਿ ਤੂਹੈ ਜਾਣਹਿ,
ਕਿਆ ਕੋ ਆਖਿ ਵਖਾਣੈ॥
ਤੂ ਆਪੇ ਗੁਪਤਾ ਆਪੇ ਪਰਗਟੁ,
ਆਪੇ ਸਭਿ ਰੰਗ ਮਾਣੈ॥
ਸਾਧਿਕ ਸਿਧ ਗੁਰੂ ਬਹੁ ਚੇਲੇ,
ਖੋਜਤ ਫਿਰਹਿ ਫੁਰਮਾਣੈ॥
ਮਾਗਹਿ ਨਾਮੁ ਪਾਇ ਇਹ ਭਿਖਿਆ,
ਤੇਰੇ ਦਰਸਨ ਕਉ ਕੁਰਬਾਣੈ॥
ਅਬਿਨਾਸੀ ਪ੍ਰਭਿ ਖੇਲੁ ਰਚਾਇਆ,
ਗੁਰਮੁਖਿ ਸੋਝੀ ਹੋਈ॥
ਨਾਨਕ ਸਭਿ ਜੁਗ ਆਪੇ ਵਰਤੈ,
ਦੂਜਾ ਅਵਰੁ ਨ ਕੋਈ॥੭੩॥੧॥

tayree gat mit toohai jaaneh
ki-aa ko aakh vakhaanai.
too aapay guptaa aapay pargat
aapay sabh rang maanai.
saaDhik siDh guroo baho chaylay
khojat fireh furmaanai.
maageh naam paa-ay ih bhikhi-aa
tayray darsan ka-o kurbaanai. ab-
hinaasee parabh khayl rachaa-i-aa gur-
mukh sojhee ho-ee.
naanak sabh jug aapay vartai
doojaa avar na ko-ee. ||73||1||

ਨਾਨਕ ਜੀ! ਪ੍ਰਭ ਆਪ ਹੀ ਆਪਣੀਆਂ ਵਡਿਆਈਆਂ, ਕਰਤਬ ਜਾਣਦਾ ਹੈ । ਹੋਰ ਕੋਈ ਇਹ ਕਿਵੇਂ ਵਰਨਣ ਕਰ ਸਕਦਾ ਹੈ? ਪ੍ਰਭ ਆਪ ਹੀ ਸਾਰੇ ਜੀਵਾਂ ਵਿੱਚ ਵਸਦਾ ਹੈ, ਆਪ ਹੀ ਸਭ ਦੇ ਮਨ ਦੀਆਂ ਇਛਾਂ ਤੋਂ ਵੱਖਰਾ ਹੀ ਰਹਿੰਦਾ ਹੈ । ਅੰਤਰਜਾਮੀ ਪ੍ਰਭ, ਜੀਵ ਦੇ ਮਨ ਦੀਆਂ ਸਾਰੀਆਂ ਇਛਾਂ, ਭਾਵਨਾਂ ਜਾਣਦਾ ਹੈ । ਆਪ ਹੀ ਇਹਨਾਂ ਇਛਾਂ ਤੋਂ ਦੂਰ ਰਹਿੰਦਾ ਹੈ । ਆਪਣੀ ਮਨਮਰਜੀ ਹੀ ਕਰਦਾ ਹੈ । ਪ੍ਰਭ ਨੇ ਸੰਸਾਰ ਵਿੱਚ ਬਹੁਤ ਸਿਆਣਪ ਵਾਲੇ, ਸਿਧ, ਜੋਗੀ, ਗੁਰੁ, ਪੀਰ ਭੇਜਾ ਹਨ । ਉਹ ਪ੍ਰਭ ਦਾ ਬਖਸ਼ਿਆਂ ਹੋਇਆ ਹੀ ਉਪਦੇਸ਼ ਦੇਂਦੇ ਹਨ । ਨਾਨਕ ਦਾਸ ਤੇਰੇ ਸ਼ਬਦ ਦਾ ਭਿਖਾਰੀ ਵੀ ਅਰਦਾਸ ਕਰਦਾ ਹੈ । ਸ਼ਬਦ ਦੀ ਦਾਤ ਬਖਸ਼ੋ! ਜਿਸ ਨਾਲ ਰਹਿਮਤ ਦੀ ਨਜ਼ਰ ਬਖਸ਼ਿਸ਼, ਦਰਸ਼ਨ ਹੋ ਜਾਣ । ਪ੍ਰਭ ਨੇ ਸ੍ਰਿਸ਼ਟੀ ਦਾ ਸਾਰਾ ਖੇਲ ਆਪ ਹੀ ਰਚਿਆ ਹੈ । ਜਿਸ ਨੂੰ ਗੁਰਮਖ ਅਵਸਥਾ ਬਖਸ਼ਿਸ਼ ਹੋ ਜਾਂਦੀ ਹੈ । ਕੇਵਲ ਉਸ ਜੀਵ ਨੂੰ ਇਹ ਸੋਝੀ ਬਖਸ਼ਿਸ਼ ਹੁੰਦੀ ਹੈ । ਪ੍ਰਭ ਅਦਿ ਤੋਂ, ਅਰੰਭ ਤੋਂ, ਯੁੱਗਾਂ ਯੁੱਗਾਂ ਤੋਂ ਆਪ ਹੀ ਵਾਪਰਦਾ ਹੈ । ਹੋਰ ਪ੍ਰਭ ਦੇ ਬਰਾਬਰ, ਕੋਈ ਸ਼ਰੀਕ ਨਹੀਂ ਹੈ ।

Nanak Ji! Only, The True Master, knows, comprehends His greatness, significance of His miracles, events of His Nature. How may anyone comprehend of explain His Nature? His Holy Spirit remains embedded within each soul and dwells within his body; however, He remains beyond the reach of worldly emotions of his body and mind. The Omniscient True Master remains aware about the hopes, desires, and expectations of His Creation. Only, His Command prevails in the universe. He has sent many blessed souls in the universe to convey His Spiritual guidance. His true devotee may only spread the glory of His Word. I am only a beggar at His Door and praying for His forgiveness and devotional attachment to His Word. The play of universe has been designed and created with His Imagination, Command. Whosoever may be blessed with a state of mind as His true devotee; only he may be enlightened with the essence of His Nature. From Ancient Ages, before the creation of universe; His Word has been prevailing. No one may ever be born, equal or greater than Him nor would be worthy to replace or called The True Guru. The whole universe is an expansion of His Holy Spirit.

☬ ਰੂਹਾਨੀ ਸੋਲਹੇ ☬

1. ਮਾਰੂ ਸੋਲਹੇ ਮਹਲਾ ੧॥ 1020-10

ੴ ਸਤਿਗੁਰ ਪ੍ਰਸਾਦਿ॥	ik-oNkaar satgur parsaad.
ਸਾਚਾ ਸਚੁ ਸੋਈ ਅਵਰੁ ਨ ਕੋਈ॥	saachaa sach so-ee avar na ko-ee.
ਜਿਨਿ ਸਿਰਜੀ ਤਿਨ ਹੀ ਫੁਨਿ ਗੋਈ॥	jin sirjee tin hee fun go-ee.
ਜਿਉ ਭਾਵੈ ਤਿਉ ਰਾਖਹੁ ਰਹਣਾ,	ji-o bhaavai ti-o raakho rahnaa
ਤੁਮ ਸਿਉ ਕਿਆ ਮੁਕਰਾਈ ਹੇ॥੧॥	tum si-o ki-aa mukraa-ee hay. ||1||

ਇਕੋ ਇਕ ਪ੍ਰਭ ਹੀ ਸਦਾ ਅਟਲ ਰਹਿਣ ਵਾਲਾ ਹੈ । ਬਾਕੀ ਸਾਰੇ ਜੀਵ ਥੋੜ੍ਹੇ ਸਮੇਂ ਵਿੱਚ ਹੀ ਨਾਸ਼ ਹੋ ਜਾਂਦੇ ਹਨ । ਪ੍ਰਭ ਦੇ ਹੁਕਮ ਨਾਲ ਹੀ ਜੀਵ ਦਾ ਜਨਮ ਅਤੇ ਮੌਤ ਹੁੰਦੀ ਹੈ । ਪ੍ਰਭ ਆਪਣੇ ਦਾਸ ਨੂੰ ਆਪਣੀ ਰਜ਼ਾ ਵਿੱਚ ਹੀ ਅਡੋਲ ਰਖੋ । ਮੇਰੀ ਕੋਈ ਸਿਆਣਪ ਨਹੀਂ ਜੋ ਮੈਂ ਕੋਈ ਸਲਾਹ ਦੇ ਸਕਾ ।

The One and Only One, True Master remains true forever and ever-living. Every worldly creature may come in the universe for a predetermined time and vanishes. Both birth and death remain under His Command. The Merciful True Master, keeps Your humble devotee under Your Protection, in Your Sanctuary. I am ignorant from the right path of human life journey.

ਆਪਿ ਉਪਾਏ ਆਪਿ ਖਪਾਏ॥	aap upaa-ay aap khapaa-ay.
ਆਪੇ ਸਿਰਿ ਸਿਰਿ ਧੰਧੈ ਲਾਏ॥	aapay sir sir DhanDhai laa-ay.
ਆਪੇ ਵੀਚਾਰੀ ਗੁਣਕਾਰੀ	aapay veechaaree gunkaaree
ਆਪੇ ਮਾਰਗਿ ਲਾਈ ਹੇ॥੨॥	aapay maarag laa-ee hay. ||2||

ਪ੍ਰਭ ਹੀ ਜੀਵ ਨੂੰ ਪੈਦਾ ਕਰਦਾ, ਮੌਤ ਦੇਂਦਾ, ਖਤਮ ਕਰਦਾ ਹੈ । ਆਪ ਹੀ ਜੀਵਾਂ ਨੂੰ ਸੰਸਾਰਕ ਧੰਦੇ ਤੇ ਲਾਉਂਦਾ ਹੈ । ਆਪ ਹੀ ਸ਼ਬਦ ਦਾ ਵਿਚਾਰ ਦੇਂਦਾ, ਆਪ ਹੀ ਸਿੱਧੇ ਰਸਤੇ ਤੇ ਪਾਉਂਦਾ ਹੈ । ਆਪ ਹੀ ਸ਼ਬਦ ਦੀ ਪਾਲਣਾ ਤੇ ਅਡੋਲ ਰਖਦਾ, ਪ੍ਰਵਾਨਗੀ ਦੇ ਯੋਗ ਬਣਾਉਂਦਾ ਹੈ ।

Both birth and death remain only under His Command. He assigns and attaches everyone on unique path of worldly life. He may enlighten the essence of His Word and blesses the right path of human life. His true devotee may obey the teachings of His Word with steady and stable belief in his day-to-day life; with His mercy and grace, his soul may become worthy of His Considerations.

ਆਪੇ ਦਾਨਾ ਆਪੇ ਬੀਨਾ॥	aapay daanaa aapay beenaa.
ਆਪੇ ਆਪੁ ਉਪਾਇ ਪਤੀਨਾ॥	aapay aap upaa-ay pateenaa.
ਆਪੇ ਪਉਣੁ ਪਾਣੀ ਬੈਸੰਤਰੁ,	aapay pa-un paanee baisantar
ਆਪੇ ਮੇਲਿ ਮਿਲਾਈ ਹੇ॥੩॥	aapay mayl milaa-ee hay. ||3||

ਪ੍ਰਭ ਹੀ ਸਾਰੀਆਂ ਸਿਆਣਪਾਂ ਦਾ ਮਾਲਕ, ਸਭ ਕੁਝ ਦੇਖਦਾ, ਆਪਣੀ ਬਣਾਈ ਸ੍ਰਿਸ਼ਟੀ ਵਿੱਚ ਪ੍ਰਸੰਨ ਰਹਿੰਦਾ ਹੈ । ਆਪ ਹੀ ਹਵਾ, ਪਾਣੀ ਅਤੇ ਅੱਗ ਵਿੱਚ ਵੀ ਸਮਾਇਆ ਹੈ । ਆਪ ਹੀ ਜੀਵ ਦਾ ਆਪਣੇ ਨਾਲ ਮਿਲਾਪ ਕਰਵਾਉਂਦਾ ਹੈ ।

The True Master, Treasures of wisdoms, creates, nourishes, protects, monitors and remain in blossom within His Creation. He also remains embedded within air, fire, and water. He inspires His true devotee to adopt the right path of acceptance in His Court.

ਆਪੇ ਸਸਿ ਸੂਰਾ ਪੂਰੋ ਪੂਰਾ॥	aapay sas sooraa pooro pooraa.
ਆਪੇ ਗਿਆਨਿ ਧਿਆਨਿ ਗੁਰ ਸੂਰਾ॥	aapay gi-aan Dhi-aan gur sooraa.
ਕਾਲੁ ਜਾਲੁ ਜਮੁ ਜੋਹਿ ਨ ਸਾਕੈ,	kaal jaal jam johi na saakai
ਸਾਚੇ ਸਿਉ ਲਿਵ ਲਾਈ ਹੇ॥੪॥	saachay si-o liv laa-ee hay. ||4||

ਪੂਰਨ ਪ੍ਰਭ ਆਪ ਹੀ ਗਰਮਾਈ, ਰੋਸ਼ਨੀ ਦੇਣ ਵਾਲਾ ਸੂਰਜ, ਠੰਡ, ਸ਼ਾਂਤੀ ਦੇਣ ਵਾਲਾ ਚੰਦ ਹੈ । ਆਪੇ ਹੀ ਗਿਆਨ ਦਾ ਭੰਡਾਰ, ਆਪੇ ਹੀ ਉਹ ਸੁਰਤੀ, ਸਮਾਧੀ ਹੈ । ਆਪ ਹੀ ਜੀਵ ਦੀ ਰਖਿਆ ਕਰਨ

ਵਾਲਾ ਜੋਧਾ ਹੈ । ਜਿਹੜਾ ਜੀਵ ਸ਼ਬਦ ਰੂਪੀ ਚਰਨਾਂ ਦੇ ਲੜ ਲਗ ਜਾਂਦਾ ਹੈ । ਉਸ ਨੂੰ ਮੌਤ ਦਾ ਫਰਿਸ਼ਤਾ ਛੋਹ ਵੀ ਨਹੀਂ ਸਕਦਾ, ਡਰ ਖਤਮ ਹੋ ਜਾਂਦਾ ਹੈ ।

The Merciful, Perfect Holy Spirit, True Master remains embedded within the comforting heat and light of Sun; the clam, comforting peace of mind, cool breeze of Moon. His Word remains the true treasure of all virtues, enlightenment of the essence of His Word, concentration of His Creation and the void of His Word. He is the greatest warrior, savior, protector of His Creation. Whosoever may remain attached to the teachings of His Word, His Eternal Feet; with His mercy and grace, soul of His true devotee may become beyond the reach of devil of death.

ਆਪੇ ਪੁਰਖੁ ਆਪੇ ਹੀ ਨਾਰੀ॥	aapay purakh aapay hee naaree.
ਆਪੇ ਪਾਸਾ ਆਪੇ ਸਾਰੀ॥	aapay paasaa aapay saaree.
ਆਪੇ ਪਿੜ ਬਾਧੀ ਜਗੁ ਖੇਲੈ,	aapay pirh baaDhee jag khaylai aa-
ਆਪੇ ਕੀਮਤਿ ਪਾਈ ਹੇ॥੫॥	pay keemat paa-ee hay. ||5||

ਪ੍ਰਭ ਆਪ ਹੀ ਔਰਤ ਜਾ ਮਰਦ ਦੇ ਰੂਪ ਵਿੱਚ ਆਉਂਦਾ, ਜੀਵਨ ਵਿੱਚ ਵਾਪਰਦਾ ਹੈ । ਆਪੇ ਹੀ ਸੰਸਾਰ ਦਾ ਅਨੋਖਾ ਖੇਲ ਚਲਾਉਂਦਾ, ਖੇਲਦਾ ਹੈ । ਆਪੇ ਹੀ ਸੰਸਾਰਕ ਡਰਾਮਾ ਰਚਨ ਵਾਲਾ, ਆਪ ਹੀ ਉਸ ਵਿੱਚ ਕੰਮ ਕਰਦਾ ਹੈ । ਆਪ ਹੀ ਖੇਲ ਨੂੰ ਪਰਖਦਾ, ਕੀਮਤ ਪਾਉਂਦਾ ਹੈ ।

His Holy Spirit, His Word remains embedded within the soul of male and female and He prevails within his day-to-day worldly life. He creates and prevails in all plays of the universe, His Nature. He monitors and evaluates all the plays and assesses the significance of the play of life of His Creation.

ਆਪੇ ਭਵਰੁ ਫੁਲੁ ਫਲੁ ਤਰਵਰੁ॥	aapay bhavar ful fal tarvar.
ਆਪੇ ਜਲੁ ਥਲੁ ਸਾਗਰੁ ਸਰਵਰੁ॥	aapay jal thal saagar sarvar.
ਆਪੇ ਮਛੁ ਕਛੁ ਕਰਣੀਕਰੁ,	aapay machh kachh karneekar
ਤੇਰਾ ਰੂਪੁ ਨ ਲਖਣਾ ਜਾਈ ਹੇ॥੬॥	tayraa roop na lakh-naa jaa-ee hay. ||6||

ਪ੍ਰਭ ਆਪ ਹੀ ਉਹ ਮੱਖੀ, ਭੱਵਰਾ, ਆਪ ਹੀ ਫੁੱਲ, ਫਲ, ਬ੍ਰਿਛ ਹੈ । ਆਪੇ ਹੀ ਪਾਣੀ, ਮਾਰੂਥਲ, ਸਮੁੰਦਰ, ਟੋਭਾ ਹੈ । ਆਪ ਹੀ ਮਛਲੀ, ਕੱਛੂ–ਕੁੰਮਾ ਹੈ । ਆਪ ਹੀ ਸਭ ਕਾਰਨਾਂ ਦੇ ਕਰਨ, ਕਰਵਾਉਣ ਵਾਲਾ ਹੈ । ਪ੍ਰਭ ਦਾ ਅਕਾਰ, ਸ਼ਕਲ ਜਾਣੀ ਨਹੀਂ ਜਾ ਸਕਦੀ ।

The True Master remains embedded within the soul of spider, flying bee, in the aroma of flower and in the juice of fruit and tree. He remains embedded within water, ocean, ditch, and in the dry desert. He also remains embedded with the soul of fish, whale, and tortoise. He creates all the purpose, causes of all events of His Nature. He has no physical body; structure; His portrait, true picture cannot be created.

ਆਪੇ ਦਿਨਸੁ ਆਪੇ ਹੀ ਰੈਣੀ॥	aapay dinas aapay hee rainee.
ਆਪਿ ਪਤੀਜੈ ਗੁਰ ਕੀ ਬੈਣੀ॥	aap pateejai gur kee bainee.
ਆਦਿ ਜੁਗਾਦਿ ਅਨਾਹਦਿ ਅਨਦਿਨੁ,	aad jugaad anaahad an-din
ਘਟਿ ਘਟਿ ਸਬਦੁ ਰਜਾਈ ਹੇ॥੭॥	ghat ghat sabad rajaa-ee hay. ||7||

ਪ੍ਰਭ ਆਪ ਹੀ ਦਿਨ, ਰਾਤ ਬਣਾਉਂਦਾ, ਸ਼ਬਦ ਉਚਾਰਦਾ ਹੈ । ਆਪ ਹੀ ਸ਼ਬਦ ਦੀ ਪਾਲਣਾ ਨਾਲ ਰਹਿਮਤ ਬਖਸ਼ਦਾ ਹੈ । ਹਰਇਕ ਅੰਦਰ ਤੇਰੀ ਰਹਿਮਤ, ਰਜ਼ਾ ਨਾਲ ਹੀ ਸਦਾ ਸ਼ਬਦ ਦੀ ਧੁਨ ਚਲਦੀ ਰਹਿੰਦੀ ਹੈ ।

The True Master has created solar system, day, and night; the everlasting echo of His Word, engraved His Word, destiny on every soul and the enlightenment of the essence of His Word. Whosoever may remain intoxicated obeying the teachings of His Word; with His mercy and grace, he may hear the everlasting echo of His Word resonating within his heart and in His Nature.

ਆਪੇ ਰਤਨੁ ਅਨੂਪੁ ਅਮੋਲੋ॥ aapay ratan anoop amolo.
ਆਪੇ ਪਰਖੇ ਪੂਰਾ ਤੋਲੋ॥ aapay parkhay pooraa tolo.
ਆਪੇ ਕਿਸ ਹੀ ਕਸਿ ਬਖਸੇ, aapay kis hee kas bakhsay
ਆਪੇ ਦੇ ਲੈ ਭਾਈ ਹੇ॥੮॥ aapay day lai bhaa-ee hay. ||8||

ਪ੍ਰਭ ਆਪ ਹੀ ਉਹ ਅਮੋਲਕ ਰਤਨ ਹੈ! ਜਿਸ ਦੀ ਸੁੰਦਰਤਾ ਦਾ ਵਖਿਆਣ ਨਹੀਂ ਕੀਤੀ ਜਾ ਸਕਦੀ। ਆਪ ਹੀ ਉਸ ਦੀ ਕੀਮਤ ਪਾਉਣ ਵਾਲਾ ਪੂਰਨ ਗਿਆਨੀ, ਆਪ ਹੀ ਜੀਵ ਦੇ ਕੰਮ ਪਰਖਦਾ ਹੈ। ਆਪ ਹੀ ਭੁੱਲਾਂ ਬਖਸ਼ਕੇ, ਪ੍ਰਵਾਨਗੀ ਦਾ ਅਸਲੀ ਰਸਤਾ ਬਖਸ਼ਦਾ, ਪ੍ਰਵਾਨ ਕਰਦਾ ਹੈ।

The True Master remains embedded within ambrosial jewel, His Word. His glory, greatness, the true significance of His Blessings, the essence of His Word remains beyond the comprehension of His Creation. The perfect Appraiser of the significance of His Word. The Righteous Judge, evaluate the earnings of His Creation and forgives his sins; with His mercy and grace, he may bless the right path of acceptance in His Court.

ਆਪੇ ਧਨਖੁ ਆਪੇ ਸਰਬਾਣਾ॥ aapay Dhanakh aapay sarbaanaa.
ਆਪੇ ਸੁਘੜੁ ਸਰੂਪੁ ਸਿਆਣਾ॥ aapay sugharh saroop si-aanaa.
ਕਹਤਾ ਬਕਤਾ ਸੁਣਤਾ ਸੋਈ, kahtaa baktaa suntaa so-ee
ਆਪੇ ਬਣਤ ਬਣਾਈ ਹੇ॥੯॥ aapay banat banaa-ee hay. ||9||

ਸਾਰੀਆਂ ਸਿਆਣਪਾ ਦਾ ਮਾਲਕ ਪ੍ਰਭ, ਆਪ ਹੀ ਤੀਰ, ਆਪੇ ਹੀ ਕਮਾਨ ਹੈ। ਆਪ ਹੀ ਸਭ ਕੁਝ ਜਾਣਦਾ ਹੈ। ਪ੍ਰਭ, ਆਪ ਹੀ ਸ਼ਬਦ ਉਚਰਦਾ, ਸੁਣਦਾ, ਵਿਚਾਰਦਾ, ਪ੍ਰਵਾਨ ਕਰਦਾ ਹੈ। ਇਹ ਸਭ ਕੁਝ ਪ੍ਰਭ ਦਾ ਕੀਤਾ ਹੀ ਹੁੰਦਾ ਹੈ।

The Omnipotent, Omniscient True Mater, is arrow and archery bow. The Omniscient True Master, treasure of all enlightenment of the essence of His Word. He remains aware of all events of His Nature. The True Master speaks His Word, listens, the singing His glory. He accepts the earnings of His Word; only His Command may prevail in the universe.

ਪਉਣੁ ਗੁਰੂ ਪਾਣੀ ਪਿਤ ਜਾਤਾ॥ pa-un guroo paanee pit jaataa.
ਉਦਰ ਸੰਜੋਗੀ ਧਰਤੀ ਮਾਤਾ॥ udar sanjogee Dhartee maataa.
ਰੈਣਿ ਦਿਨਸੁ ਦੁਇ ਦਾਈ ਦਾਇਆ, rain dinas du-ay daa-ee daa-i-aa
ਜਗੁ ਖੇਲੈ ਖੇਲਾਈ ਹੇ॥੧੦॥ jag khaylai khaylaa-ee hay. ||10||

ਹਵਾ, ਗੁਰੂ ਸਿਖਿਆਂ ਦੇਣ ਵਾਲਾ ਰੂਪ, ਪਾਣੀ ਪਿਤਾ ਦਾ ਰੂਪ, ਜੋ ਤਨ ਦੀ ਖਰਾਕ ਹੈ। ਤੇਰੀ ਜੀਵ ਨੂੰ ਪੈਦਾ ਕਰਨ ਵਾਲੀ ਮਾਤਾ ਦੀ ਕੁਖ ਦਾ ਰੂਪ, ਧਰਤੀ ਹੈ। ਰਾਤ ਦਿਨ ਜੀਵ ਦੀ ਸੰਭਾਲ ਕਰਨ ਵਾਲੀਆਂ ਦਾਈ, ਦਾਇਆ (ਨਰਸਾ) ਹਨ। ਤੇਰੇ ਸੰਸਾਰਕ ਖੇਲ ਵਿੱਚ ਜੀਵ ਖੇਲਦਾ ਹੈ।

The True Master! Your blessed air plays the role of true guru, teacher; water plays the role of father to provide nourishment to body and the earth plays the role of womb of mother to give birth. Days and nights play the role of up-keeping, protector as mid-wife and caretaker, nurses. Your creature plays in Your Nature.

ਆਪੇ ਮਛੁਲੀ ਆਪੇ ਜਾਲਾ॥ aapay machhulee aapay jaalaa.
ਆਪੇ ਗਊ ਆਪੇ ਰਖਵਾਲਾ॥ aapay ga-oo aapay rakhvaalaa.
ਸਰਬ ਜੀਆ ਜਗਿ ਜੋਤਿ ਤੁਮਾਰੀ, sarab jee-aa jag jot tumaaree
ਜੈਸੀ ਪ੍ਰਭਿ ਫੁਰਮਾਈ ਹੇ॥੧੧॥ jaisee parabh furmaa-ee hay. ||11||

ਆਪ ਹੀ ਮਛਲੀ ਹੈ, ਆਪੇ ਹੀ ਉਸ ਨੂੰ ਪਕੜਨ ਵਾਲਾ, ਖਤਮ ਕਰਨ ਵਾਲਾ ਜਾਲ ਹੈ। ਆਪ ਹੀ ਗੁਓ, ਆਪ ਕੀ ਚਾਰਨ ਵਾਲਾ, ਰਖੀ ਕਰਨ ਵਾਲਾ ਗਵਾਰ ਹੈ। ਹਰਇਕ ਜੀਵ ਦੇ ਵਿੱਚ ਤੇਰੀ ਰੋਸ਼ਨੀ, ਜੋਤ ਭਰੀ, ਚਲਦੀ ਹੈ। ਤੇਰੇ ਭਾਣੇ ਨਾਲ ਹੀ ਸੰਸਾਰ ਵਿੱਚ ਜੀਵਨ ਬਤੀਤ ਕਰਦੇ ਹਨ।

The True Master, His Holy Spirit remains embedded within the soul of fish and in the soul of fisherman; who may through a net to capture and destroy the fish. His Holy Spirit remains embedded within the soul of cow and her protector, shepherd. Every creature in the universe remains overwhelmed, embedded with the enlightenment of the essence of Your Word. Everyone may live his life with a prewritten destiny before birth of new life.

ਆਪੇ ਜੋਗੀ ਆਪੇ ਭੋਗੀ॥	aapay jogee aapay bhogee.
ਆਪੇ ਰਸੀਆ ਪਰਮ ਸੰਜੋਗੀ॥	aapay rasee-aa param sanjogee.
ਆਪੇ ਵੇਬਾਣੀ ਨਿਰੰਕਾਰੀ	aapay vaybaanee nirankaaree
ਨਿਰਭਉ ਤਾੜੀ ਲਾਈ ਹੇ॥੧੨॥	nirbha-o taarhee laa-ee hay. ‖12‖

ਪ੍ਰਭ, ਆਪ ਹੀ ਬੰਦਗੀ ਕਰਨ ਵਾਲਾ ਭਗਤ, ਜੋਗੀ ਹੈ । ਆਪ ਹੀ ਉਸ ਦੀ ਬੰਦਗੀ, ਸਿਮਰਨ, ਸਰਵਨ ਕਰਨ ਵਾਲਾ ਮਾਲਕ ਹੈ । ਆਪ ਹੀ ਸ਼ਬਦ ਦੀ ਪਾਲਨਾ ਕਰਨ ਵਾਲਾ ਸੇਵਕ, ਆਪ ਹੀ ਪ੍ਰਵਾਨਗੀ ਬਖਸ਼ਣ ਵਾਲਾ ਮਾਲਕ ਹੈ । ਆਪ ਹੀ ਬੰਦਗੀ ਕਰਨ ਵਾਲਾ, ਮੌਨਧਾਰੀ, ਆਪ ਹੀ ਅਕਾਰ ਰਹਿਤ, ਨਿਡਰ ਪ੍ਰਭ ਹੈ । ਆਪ ਹੀ ਉਹ ਅੰਤਰਗਤ ਵਾਲੀ ਸਮਾਧੀ ਹੈ ।

The True Master remains embedded within the soul of His true devotee, Yogi; Himself, listens to his singing of His glory. His Holy Spirit remains embedded within soul of His true devotee and He is the righteous judge; The True Master. The Fearless, Bodyless True Master remains embedded within the soul of His quite saint; His Word as the eternal spiritual void.

ਖਾਣੀ ਬਾਣੀ ਤੁਝਹਿ ਸਮਾਣੀ॥	khaanee banee tujheh samaanee.
ਜੋ ਦੀਸੈ ਸਭ ਆਵਣ ਜਾਣੀ॥	jo deesai sabh aavan jaanee.
ਸੇਈ ਸਾਹ ਸਚੇ ਵਾਪਾਰੀ,	say-ee saah sachay vaapaaree sat-
ਸਤਿਗੁਰਿ ਬੂਝ ਬੁਝਾਈ ਹੇ॥੧੩॥	gur boojh bujhaa-ee hay. ‖13‖

ਪ੍ਰਭ ਹੀ ਸ੍ਰਿਸ਼ਟੀ ਪੈਦਾ ਕਰਨ ਦਾ ਸੋਮਾ, ਆਪ ਹੀ ਸ਼ਬਦ ਉਚਰਨ ਵਾਲਾ ਮਾਲਕ ਹੈ । ਸ੍ਰਿਸ਼ਟੀ ਵਿੱਚ ਸਭ ਕੁਝ ਥੋੜ੍ਹਾ ਸਮਾਂ ਰਹਿਣ ਵਾਲਾ, ਨਾਸ਼ ਹੋ ਜਾਣਵਾਲਾ ਹੈ । ਜਿਸ ਨੂੰ ਰਹਿਮਤ ਬਖਸ਼ਕੇ, ਸ਼ਬਦ ਦੀ ਪਾਲਣਾ, ਸੋਝੀ ਬਖਸ਼ਦਾ ਹੈ, ਉਹ ਜੀਵ ਗਿਆਨ ਦਾ ਭੰਡਾਰੀ, ਸਿਖਿਆਂ ਦੇਣ ਵਾਲਾ ਬਣ ਜਾਂਦਾ ਹੈ ।

The True Master, fountain of life, reproduction, blesses His Word, the right path, roadmap of acceptance in His Court. Everything visible in the universe may vanish after predetermined time. Whosoever may be blessed with devotion to obey the teachings of His Word; with His mercy and grace, he may be enlightened with the essence of His Word. He may become His true devotee, treasure of enlightenment, as a symbol of the True Guru, Master.

ਸਬਦੁ ਬੁਝਾਏ ਸਤਿਗੁਰੁ ਪੂਰਾ॥	sabad bujhaa-ay satgur pooraa.
ਸਰਬ ਕਲਾ ਸਾਚੇ ਭਰਪੂਰਾ॥	sarab kalaa saachay bharpooraa.
ਅਫਰਿਓ ਵੇਪਰਵਾਹੁ ਸਦਾ ਤੂ,	afri-o vayparvaahu sadaa too
ਨਾ ਤਿਸੁ ਤਿਲੁ ਨ ਤਮਾਈ ਹੇ॥੧੪॥	naa tis til na tamaa-ee hay. ‖14‖

ਪ੍ਰਭ ਗਿਆਨ ਅਤੇ ਕਰਾਮਾਤਾਂ, ਤਾਕਤ ਨਾਲ ਭਰਪੂਰ ਹੈ । ਜਿਹੜਾ ਸ਼ਬਦ ਦਾ ਗਿਆਨ ਦੇਂਦਾ ਹੈ, ਉਹ ਪੂਰਨ ਗੁਰੂ, ਦਾ ਰੂਪ ਹੀ ਬਣ ਜਾਂਦਾ ਹੈ । ਪ੍ਰਭ ਜੀਵ ਦੀ ਜਾਣਕਾਰੀ, ਸਮਝ, ਪਹੁੰਚ, ਕਾਬੂ ਤੋਂ ਸਦਾ ਹੀ ਉਪਰ ਹੈ । ਪ੍ਰਭ ਨੂੰ ਰਤਾ ਭਰ ਵੀ ਲਾਲਚ ਨਹੀਂ, ਮੋਹ ਤੋਂ ਪੂਰਨ ਰਹਿਤ ਹੈ ।

Whosoever may inspire to obey and to adopt the teachings of His Word; he may become a symbol of True Guru. The Omnipotent True Master remains overwhelmed with the enlightenment of the essence of His Word. His Nature remains beyond reach, control, and comprehension of His Creation. His Holy Spirit remains blemish-free and beyond any greed, or desire to be paid for His Blessings, as a donation to any Holy Shrine or saint.

ਕਾਲੁ ਬਿਕਾਲੁ ਭਏ ਦੇਵਾਨੇ॥	kaal bikaal bha-ay dayvaanay.
ਸਬਦੁ ਸਹਜ ਰਸੁ ਅੰਤਰਿ ਮਾਨੇ॥	sabad sahj ras antar maanay.
ਆਪੇ ਮੁਕਤਿ ਤ੍ਰਿਪਤਿ ਵਰਦਾਤਾ,	aapay mukat taripat vardaataa
ਭਗਤਿ ਭਾਇ ਮਨਿ ਭਾਈ ਹੇ॥੧੫॥	bhagat bhaa-ay man bhaa-ee hay. ‖15‖

ਜਿਹੜਾ ਜੀਵ ਸ਼ਬਦ ਦੀ ਪਾਲਣਾ ਕਰਦਾ, ਜੀਵਨ ਢਾਲਦਾ ਹੈ । ਉਸ ਨੂੰ ਜਨਮ ਮਰਨ, ਜੂੰਨਾਂ ਦਾ ਕੋਈ ਡਰ ਨਹੀਂ ਰਹਿੰਦਾ । ਆਪ ਹੀ ਰਹਿਮਤਾਂ, ਮੁਕਤੀ, ਸੰਤੋਖ ਬਖਸ਼ਣ ਵਾਲਾ ਦਾਤਾ ਹੈ ।

Whosoever may obey and adopts the teachings of His Word; his fear and cycle of birth and death may be eliminated. The True Master may bless contentment, salvation, and protector of the honor of His true devotee.

ਆਪਿ ਨਿਰਾਲਮੁ ਗੁਰ ਗਮ ਗਿਆਨਾ॥	aap niraalam gur gam gi-aanaa.
ਜੋ ਦੀਸੈ ਤੁਝ ਮਾਹਿ ਸਮਾਨਾ॥	jo deesai tujh maahi samaanaa.
ਨਾਨਕੁ ਨੀਚੁ ਭਿਖਿਆ ਦਰਿ ਜਾਚੈ,	naanak neech bhikhi-aa dar jaachai
ਮੈ ਦੀਜੈ ਨਾਮੁ ਵਡਾਈ ਹੇ॥੧੬॥੧॥	mai deejai naam vadaa-ee hay. ||16||1||

ਪ੍ਰਭ ਨਿਰਮਲ, ਪਵਿੱਤਰ ਜੋਤ ਹੈ । ਜਿਹੜਾ ਸ਼ਬਦ ਦੀ ਪਾਲਣਾ ਕਰਦਾ ਹੈ, ਪ੍ਰਭ ਦੀ ਰਹਿਮਤ ਨਾਲ ਉਸ ਨੂੰ ਸ਼ਬਦ ਦੀ ਸੋਝੀ ਬਖਸ਼ਿਸ਼ ਹੋ ਜਾਂਦੀ ਹੈ । ਸ੍ਰਿਸ਼ਟੀ ਵਿੱਚ ਸਭ ਕੁਝ ਹੀ ਪ੍ਰਭ ਦੀ ਜੋਤ ਵਿਚੋਂ ਹੀ ਪੈਦਾ ਹੋਇਆ, ਜੋਤ ਦਾ ਹੀ ਪਸਾਰਾ ਹੈ, ਅੰਤ ਵਿੱਚ ਜੋਤ ਵਿੱਚ ਹੀ ਸਮਾ ਜਾਂਦਾ ਹੈ । ਪ੍ਰਭ ਅੱਗੇ ਨਿਮਾਣਾ ਬਣਕੇ, ਸ਼ਬਦ ਦੀ ਪਾਲਣਾ ਦੀ, ਸ਼ਬਦ ਦੀ ਸੋਝੀ ਦੀ ਭਿੱਖਿਆ ਮੰਗੋ!

The True Master, Eternal Holy Spirit! Whosoever may obey the teachings of His Word with steady and stable belief in his day-to-day life; with His mercy and grace, he may be enlightened with the essence of His Word. Whatsoever may be visible in the universe; everything has been created as an expansion of His Holy Spirit and in the end may be absorbed within His Holy Spirit. His true devotee should always humbly surrender his self-entity at His Sanctuary and prays for His Forgiveness and Refuge.

2. ਮਾਰੂ ਮਹਲਾ ੧॥ 1021-10

ਆਪੇ ਧਰਤੀ ਧਉਲੁ ਅਕਾਸੰ॥	aapay Dhartee Dha-ul akaasaN.
ਆਪੇ ਸਾਚੇ ਗੁਣ ਪਰਗਾਸੰ॥	aapay saachay gun pargaasaN.
ਜਤੀ ਸਤੀ ਸੰਤੋਖੀ ਆਪੇ,	jatee satee santokhee aapay
ਆਪੇ ਕਾਰ ਕਮਾਈ ਹੇ॥੧॥	aapay kaar kamaa-ee hay. ||1||

ਪ੍ਰਭ ਆਪ ਹੀ ਸ੍ਰਿਸ਼ਟੀ ਦੇ ਰਹਿਣ ਵਾਲੀ ਧਰਤੀ, ਆਪ ਹੀ ਉਸ ਦਾ ਧੁਰਾ, ਥੰਮਾ ਹੈ । ਜਿਸ ਦੇ ਆਸਰੇ ਧਰਤੀ ਖੜ੍ਹੀ ਹੈ, ਘੁੰਮਦੀ ਹੈ । ਆਪ ਹੀ ਆਪਣੇ ਗੁਣ, ਸ਼ਬਦ ਦੀ ਸੋਝੀ ਨਾਲ, ਜੀਵ ਨੂੰ ਬਖਸ਼ਦਾ ਹੈ । ਪ੍ਰਭ ਆਪ ਹੀ ਜਤੀ, ਸਤੀ, ਸੰਤੋਖੀ, ਬੰਦਗੀ ਕਰਨ ਵਾਲਾ ਹੈ । ਪ੍ਰਭ ਆਪ ਹੀ ਪ੍ਰਵਾਨ ਕਰਨ ਵਾਲਾ ਹੈ ।

The True Master has created earth for His Creation to live and transform; He remains the pillar of support and pivot to rotate earth. He has infused, bestowed His Virtues, and enlightenment to His Creation. Himself remains renunciatory, control on his urge of sexuality, as a contented devotee. The True Master accepts the meditation of His true devotee.

ਜਿਸੁ ਕਰਣਾ ਸੋ ਕਰਿ ਕਰਿ ਵੇਖੈ॥	is karnaa so kar kar vaykhai.
ਕੋਇ ਨ ਮੇਟੈ ਸਾਚੇ ਲੇਖੈ॥	ko-ay na maytai saachay laykhai.
ਆਪੇ ਕਰੇ ਕਰਾਏ ਆਪੇ,	aapay karay karaa-ay aapay
ਆਪੇ ਦੇ ਵਡਿਆਈ ਹੇ॥੨॥	aapay day vadi-aa-ee hay. ||2||

ਸ੍ਰਿਸ਼ਟੀ ਦੀ ਸਾਜਨਾ ਕਰਨ ਵਾਲਾ ਮਾਲਕ ਆਪ ਹੀ ਸ੍ਰਿਸ਼ਟੀ ਦੀ ਦੇਖ ਭਾਲ ਕਰਦਾ ਹੈ । ਉਸ ਦਾ ਲਿਖਿਆ ਕੋਈ ਮਿਟਾ ਨਹੀਂ ਸਕਦਾ । ਪ੍ਰਭ ਆਪ ਹੀ ਸਭ ਕੁਝ ਕਰਦਾ, ਕਰਵਾਉਂਦਾ, ਸਭ ਕਰਤਬਾਂ ਦਾ ਕਾਰਨ ਅਤੇ ਕਰਨ ਵਾਲਾ ਮਾਲਕ ਹੈ । ਆਪ ਹੀ ਕਿਸੇ ਜੀਵ ਨੂੰ ਵਡਿਆਈ ਬਖਸ਼ਦਾ ਹੈ ।

The True Creator of the universe, nourishes and protects His Creation. No one may alter, avoid, or erase his own prewritten destiny. He prevails in each event, inspires other and make it happen. The Creator of all causes, events of His Nature. He may bestow honor on His true devotee.

ਪੰਚ ਚੋਰ ਚੰਚਲ ਚਿਤੁ ਚਾਲਹਿ॥ panch chor chanchal chit chaaleh.
ਪਰ ਘਰ ਜੋਹਹਿ ਘਰੁ ਨਹੀ ਭਾਲਹਿ॥ par ghar joheh ghar nahee bhaaleh.
ਕਾਇਆ ਨਗਰੁ ਢਹੈ ਢਹਿ ਢੇਰੀ, kaa-i-aa nagar dhahai dheh dhayree
ਬਿਨੁ ਸਬਦੈ ਪਤਿ ਜਾਈ ਹੇ॥੩॥ bin sabdai pat jaa-ee hay. ||3||

ਸੰਸਾਰਕ ਪੰਜੇਂ ਇਛਾਂ ਨਾਲ ਜੀਵ ਦਾ ਭਰੋਸਾ ਸ਼ਬਦ ਤੋਂ ਡੋਲ ਜਾਂਦਾ ਹੈ । ਉਹ ਜੀਵ ਆਪਣੇ ਕੰਮ ਦੀ ਪਰਖ ਨਹੀਂ ਕਰਦਾ, ਦੂਸਰੇ ਦੇ ਕੰਮਾਂ ਦੀ ਨਿੰਦਿਆ ਕਰਦਾ ਰਹਿੰਦਾ ਹੈ । ਸ਼ਬਦ ਦੀ ਪਾਲਣਾ ਕਰਨ ਤੋਂ ਬਿਨਾਂ, ਜੀਵ ਨੂੰ ਪ੍ਰਵਾਨਗੀ ਬਖਸ਼ਿਸ਼ ਨਹੀਂ ਹੁੰਦੀ । ਮਾਨਸ ਜਨਮ ਬਿਰਥਾ ਹੀ ਬੀਤ ਜਾਂਦਾ ਹੈ ।

Five demons of worldly desires may shake the belief from the teachings of His Word. Whosoever may not evaluate his own deeds with the essence of His Word; he may remain intoxicated in slandering the way of life others. Without obeying the teachings of His Word; no one may ever be blessed with the right path of acceptance in His Court. He may waste his human life opportunity uselessly.

ਗੁਰ ਤੇ ਬੂਝੈ ਤ੍ਰਿਭਵਣੁ ਸੂਝੈ॥ gur tay boojhai taribhavan soojhai.
ਮਨਸਾ ਮਾਰਿ ਮਨੈ ਸਿਉ ਲੂਝੈ॥ mansaa maar manai si-o loojhai.
ਜੋ ਤੁਧੁ ਸੇਵਹਿ ਸੇ ਤੁਧ ਹੀ ਜੇਹੇ, jo tuDh sayveh say tuDh hee jayhay
ਨਿਰਭਉ ਬਾਲ ਸਖਾਈ ਹੇ॥੪॥ nirbha-o baal sakhaa-ee hay. ||4||

ਜਿਹੜਾ ਸ਼ਬਦ ਦੀ ਪਾਲਣਾ ਕਰਦਾ, ਭਾਣਾ ਮੰਨ ਲੈਂਦੇ ਹੈ । ਉਸ ਨੂੰ ਤਿੰਨਾਂ ਸ੍ਰਿਸ਼ਟੀਆਂ ਦੀ ਸੋਝੀ ਬਖਸ਼ਿਸ਼ ਹੋ ਜਾਂਦੀ, ਮਨ ਨੂੰ ਸੰਸਾਰਕ ਇਛਾਂ ਦੇ ਕਾਬੂ ਤੋਂ ਬਚਾ ਲੈਂਦਾ ਹੈ । ਜਿਹੜਾ ਸ਼ਬਦ ਦੀ ਪਾਲਣਾ ਵਿੱਚ ਅਡੋਲ ਰਹਿੰਦਾ ਹੈ । ਉਸ ਨੂੰ ਪ੍ਰਭ ਦੇ ਦਰਬਾਰ ਵਿੱਚ ਪਨਾਹ, ਪ੍ਰਵਾਨਗੀ ਬਖਸ਼ਿਸ਼ ਹੋ ਜਾਂਦੀ, ਤੇਰਾ ਰੂਪ ਹੀ ਬਣ ਜਾਂਦਾ ਹੈ ।

Whosoever may obey the teachings of His Word with steady and stable belief; with His mercy and grace, he may be enlightened with the essence of His Word. He may be enlightened with the nature of three universes and all the weakness of three virtues of worldly wealth. He may be blessed to conquer his demons of worldly desires. Whosoever may remain steady and stable on the right path of acceptance in His Court; with His mercy and grace, he may be accepted in His Sanctuary. He may become a symbol, advocate of the teachings of His Word.

ਆਪੇ ਸੁਰਗੁ ਮਛੁ ਪਇਆਲਾ॥ aapay surag machh pa-i-aalaa.
ਆਪੇ ਜੋਤਿ ਸਰੂਪੀ ਬਾਲਾ॥ aapay jot saroopee baalaa.
ਜਟਾ ਬਿਕਟ ਬਿਕਰਾਲ ਸਰੂਪੀ, jataa bikat bikraal saroopee
ਰੂਪੁ ਨ ਰੇਖਿਆ ਕਾਈ ਹੇ॥੫॥ roop na raykh-i-aa kaa-ee hay. ||5||

ਪ੍ਰਭ ਹੀ ਸਾਰੀਆਂ ਸ੍ਰਿਸ਼ਟੀਆਂ ਦੀ ਆਸਾਂ ਦਾ ਸੋਮਾ ਹੈ । ਆਪ ਹੀ ਉਹ ਦਰਬਾਰ ਹੈ, ਜਿਥੇ ਸਾਰੇ ਪ੍ਰਵਾਨ ਹੋਣਾ ਲੋਚਦੇ ਹਨ । ਪ੍ਰਭ ਦੀ ਜੋਤ ਹਰ ਜੀਵ ਵਿੱਚ ਹਰ ਸਮੇਂ ਨਵੀਂ ਅਤੇ ਜਵਾਨ ਰਹਿੰਦੀ ਹੈ । ਜੜ੍ਹਾਵਾਂ ਵਾਲੇ, ਭਿਆਨਕ ਰੂਪ, ਡਰਾਉਣੇ ਅਕਾਰ ਵਾਲੇ, ਸਾਰੇ ਪ੍ਰਭ ਦੇ ਦਰ ਦੇ ਮੰਗਤੇ ਹਨ । ਅਕਾਰ ਰਹਿਤ ਪ੍ਰਭ ਹੀ ਸਾਰੇ ਰੂਪਾਂ ਵਿੱਚ ਹੀ ਹਾਜ਼ਰਾ ਹਜ਼ੂਰ ਵਸਦਾ, ਵਾਪਰਦਾ ਹੈ ।

My True Master remains the pillar, fountain of hopes of all three universe. Everyone may remain anxious to be accepted in His Royal Palace, Court. His Holy spirit remain rejuvenated within each soul. All the devotee of tangled hair, horrible faces are beggars at Your door. The Bodyless Holy Spirit, True Master remains embedded with each soul, omnipresent and prevails everywhere all the time.

ਬੇਦ ਕਤੇਬੀ ਭੇਦੁ ਨ ਜਾਤਾ॥ bayd kataybee bhayd na jaataa.
ਨਾ ਤਿਸੁ ਮਾਤ ਪਿਤਾ ਸੁਤ ਭ੍ਰਾਤਾ॥ naa tis maat pitaa sut bharaataa.
ਸਗਲੇ ਸੈਲ ਉਪਾਇ ਸਮਾਏ, saglay sail upaa-ay samaa-ay
ਅਲਖੁ ਨ ਲਖਣਾ ਜਾਈ ਹੇ॥੬॥ alakh na lakh-naa jaa-ee hay. ||6||

ਧਰਮਾਂ ਦੇ ਗ੍ਰੰਥ ਵਿੱਚ ਪ੍ਰਭ ਦੇ ਭੇਦ ਦੀ ਕੋਈ ਸੋਝੀ ਨਹੀਂ, ਵਖਿਆਣ ਨਹੀਂ ਕਰ ਸਕਦੇ । ਪ੍ਰਭ ਆਪ ਹੀ ਸੰਸਾਰਕ ਮਾਤਾ, ਪਿਤਾ, ਭੈਣਾ, ਭਾਈ ਨਾਲ ਆਤਮਾ ਦਾ ਮਿਥੇ ਸਮੇਂ ਲਈ ਸੰਜੋਗ ਬਖਸ਼ਦਾ ਹੈ । ਪ੍ਰਭ ਆਪ ਹੀ ਸਾਰੀ ਸ੍ਰਿਸ਼ਟੀ ਪੈਦਾ ਕਰਦਾ ਅਤੇ ਖਤਮ ਕਰਦਾ ਹੈ । ਆਪ ਹੀ ਪਰਬਤ ਬਣਾਉਂਦਾ, ਢਾਹਕੇ ਪੱਧਰ ਕਰ ਦੇਂਦਾ ਹੈ, ਪ੍ਰਭ ਨੂੰ ਕੋਈ ਦੇਖ ਨਹੀਂ ਸਕਦਾ ।

The Secret of His Nature, His Existence cannot be written in any Holy Scriptures, nor can be comprehend or explain to His Creation. The True Master has infused a relationship like mother, father, sibling, brother, sister or any spouse, children for a predetermined time in worldly journey of his soul. The True Master, Creator of the universe, only He may destroy, eliminates, His Creation. He may create mountain or explode mountains to make a level field; no one may ever witness His Existence.

ਕਰਿ ਕਰਿ ਥਾਕੀ ਮੀਤ ਘਨੇਰੇ॥	kar kar thaakee meet ghanayray.
ਕੋਇ ਨ ਕਾਟੈ ਅਵਗੁਣ ਮੇਰੇ॥	ko-ay na kaatai avgun mayray.
ਸੁਰਿ ਨਰ ਨਾਥੁ ਸਾਹਿਬੁ ਸਭਨਾ ਸਿਰਿ,	sur nar naath saahib sabhnaa sir
ਭਾਇ ਮਿਲੈ ਭਉ ਜਾਈ ਹੇ॥੭॥	bhaa-ay milai bha-o jaa-ee hay. ‖7‖

ਮੈਂ ਸੰਸਾਰ ਵਿੱਚ ਅਨੇਕਾਂ ਹੀ ਸਾਥੀ, ਮਿੱਤਰ ਬਣਾਏ ਹਨ । ਕੋਈ ਵੀ ਮੈਨੂੰ ਪਾਪਾਂ ਤੋਂ ਛੁਟਕਾਰ ਨਹੀਂ ਪਵਾ ਸਕਦਾ । ਪ੍ਰਭ ਹੀ ਸਾਰੇ ਫਰਿਸ਼ਤਿਆਂ ਦਾ ਮਾਲਕ ਹੈ । ਜਿਹੜਾ ਪ੍ਰਭ ਦੀ ਸ਼ਰਣ ਵਿੱਚ ਪਨਾਹ ਲੈਂਦਾ ਹੈ । ਉਸ ਦੇ ਸਾਰੇ ਪਾਪ ਧੋਤੇ ਜਾਂਦੇ ਹਨ, ਸਾਰੇ ਡਰ ਦੂਰ ਹੋ ਜਾਂਦੇ ਹਨ ।

I have made many companions, friends, and gurus in the universe; however, no one may save me from the judgement of The Righteous Judge. All angels and ghosts remain under His Command. Whosoever may surrender his mind, body, and worldly status at His Sanctuary; with His mercy and grace, all his sins may be forgiven and his fears of death may be eliminated.

ਭੂਲੇ ਚੂਕੇ ਮਾਰਗਿ ਪਾਵਹਿ॥	bhoolay chookay maarag paavahi.
ਆਪਿ ਭੁਲਾਇ ਤੂਹੈ ਸਮਝਾਵਹਿ॥	aap bhulaa-ay toohai samjhaavahi.
ਬਿਨੁ ਨਾਵੈ ਮੈ ਅਵਰੁ ਨ ਦੀਸੈ,	bin naavai mai avar na deesai
ਨਾਵਹੁ ਗਤਿ ਮਿਤਿ ਪਾਈ ਹੇ॥੮॥	naavhu gat mit paa-ee hay. ‖8‖

ਪ੍ਰਭ ਹੀ ਜੀਵ ਨੂੰ ਭਰਮਾਂ ਵਿੱਚ ਪਾਉਂਦਾ, ਆਪ ਹੀ ਸੋਝੀ ਬਖਸ਼ਦਾ, ਸਿੱਧੇ ਰਸਤੇ ਤੇ ਪਾਉਂਦਾ ਹੈ । ਪ੍ਰਭ ਦੇ ਸ਼ਬਦ ਦੀ ਪਾਲਣਾ, ਜੀਵਨ ਢਾਲਣ ਤੋਂ ਬਿਨਾਂ ਹੋਰ ਕੋਈ ਪ੍ਰਵਾਨਗੀ ਦਾ ਰਸਤਾ ਨਹੀਂ ਹੈ । ਜਿਸ ਨਾਲ ਦਰਬਾਰ ਵਿੱਚ ਪ੍ਰਵਾਨਗੀ ਬਖਸ਼ਿਸ਼ ਹੋ ਸਕਦੀ ਹੈ ।

The True Master keeps self-minded in religious suspicions; His true devotee may be enlightened with the right path of acceptance in His Court. Without obeying and adopting the teachings of His Word; no one may be blessed with the right path of acceptance in His Court.

ਗੰਗਾ ਜਮੁਨਾ ਕੇਲ ਕੇਦਾਰਾ॥	gangaa jamunaa kayl kaydaaraa.
ਕਾਸੀ ਕਾਂਤੀ ਪੁਰੀ ਦੁਆਰਾ॥	kaasee kaaNtee puree du-aaraa.
ਗੰਗਾ ਸਾਗਰੁ ਬੇਣੀ ਸੰਗਮੁ,	gangaa saagar baynee sangam
ਅਠਸਠਿ ਅੰਕਿ ਸਮਾਈ ਹੇ॥੯॥	athsath ank samaa-ee hay. ‖9‖

ਪ੍ਰਭ ਸੰਸਾਰ ਵਿੱਚ 68 ਪਵਿੱਤਰ ਤੀਰਥ, ਪੂਜਣ ਵਾਲੇ ਥਾਂ ਸਮਝੇ ਜਾਂਦੇ ਹਨ । ਗੰਗਾ, ਜਮਨਾ ਦਾ ਕਿਨਾਰਾ ਜਿਥੇ ਕ੍ਰਿਸ਼ਨ ਗੋਪੀਆਂ ਨਾਲ ਖੇਲ ਕਰਦਾ ਸੀ । ਬਨਾਰਸ, ਕੰਨਚੀਵਰਮ (ਕਾਸੀ, ਕਾਂਤੀ), ਪੂਰੀ, ਦੁਆਰਾ! ਜਿਥੇ ਗੰਗਾ ਸਮੁੰਦਰ ਵਿੱਚ ਪੈਂਦੀ, ਸੰਗਮ ਹੁੰਦਾ ਹੈ । ਤ੍ਰਿਵਾਨੀ ਜਿਥੇ ਤਿੰਨਾਂ ਦਰਿਆਵਾ ਦਾ ਮੇਲ ਹੁੰਦਾ ਹੈ । ਜੀਵ ਇਹਨਾਂ ਸਾਰੀਆਂ ਤੀਰਥਾ ਦੀ ਯਾਤਰਾ, ਪ੍ਰਭ ਦੇ ਦਰਬਾਰ ਵਿੱਚ ਪ੍ਰਵਾਨ ਹੋਣ ਲਈ ਹੀ ਕਰਦਾ ਹੈ । ਸਾਰੇ ਤੀਰਥਾਂ ਦੀ ਯਾਤਰਾਂ ਦਾ ਫਲ, ਕੇਵਲ ਸ਼ਬਦ ਦੀ ਪਾਲਣ ਕਰਨ ਨਾਲ ਹੀ ਬਖਸ਼ਿਸ਼ ਹੋ ਜਾਂਦਾ ਹੈ ।

Human may believe, 68 worldly Holy Shrine, worthy of worship, like the shore of Holy Ganges and Jamana, where prophet Krishna used to play with his devotees, Guppies; Banars, Kanchvem, Kasi, Kantee, Puri, duvara, where Ganges enter the ocean; **Trivani** where three rivers meet. Whosoever may remain intoxicated in religious rituals and suspicions may pilgrimage, worships at all Holy shrines to become humble, sanctify his soul to become worthy of His Consideration. Whosoever may obey the teachings of His Word with steady and stable belief in his day-to-day life; with His mercy and grace, he may be rewarded as worshipped at all Holy Shrines. may be blessed to His true devotee;

ਆਪੇ ਸਿਧ ਸਾਧਿਕੁ ਵੀਚਾਰੀ॥	aapay siDh saaDhik veechaaree.
ਆਪੇ ਰਾਜਨੁ ਪੰਚਾ ਕਾਰੀ॥	aapay raajan panchaa kaaree.
ਤਖਤਿ ਬਹੈ ਅਦਲੀ ਪ੍ਰਭੁ ਆਪੇ,	takhat bahai adlee parabh aapay
ਭਰਮੁ ਭੇਦੁ ਭਉ ਜਾਈ ਹੇ॥੧੦॥	bharam bhayd bha-o jaa-ee hay. ||10||

ਪ੍ਰਭ ਆਪ ਹੀ ਬੰਦਗੀ ਕਰਨ ਵਾਲਾ ਸੇਵਕ, ਸਿਧ, ਆਪ ਹੀ ਉਸ ਦੀ ਸਮਾਧੀ ਵਿੱਚ ਹੈ । ਆਪ ਹੀ ਸ਼ੇਨਸ਼ਾਹ ਅਤੇ ਆਪ ਹੀ ਉਸ ਦਾ ਸਲਾਹਕਾਰ ਹੈ । ਆਪ ਹੀ ਉਸ ਤਖਤ ਤੇ ਬੈਠਾ, ਜੀਵ ਦੀ ਬੰਦਗੀ ਦਾ ਲੇਖਾ ਕਰਦਾ ਹੈ । ਆਪ ਹੀ ਰਹਿਮਤਾਂ ਬਖਸ਼ਕੇ ਉਸ ਦੇ ਭਰਮ ਦੂਰ ਕਰਦਾ ਹੈ ।

The True Master remains embedded within His true devotee and prevails in the void of His Word. Himself remains the King of kings and His Own Counsellor; The righteous judge to evaluate deeds of His Creation. He may bestow His Blessed Vision to eliminate all worldly suspicions of His true devotee.

ਆਪੇ ਕਾਜੀ ਆਪੇ ਮੁਲਾ॥	aapay kaajee aapay mulaa.
ਆਪਿ ਅਭੁਲੁ ਨ ਕਬਹੂ ਭੁਲਾ॥	aap abhul na kabhoo bhulaa.
ਆਪੇ ਮਿਹਰ ਦਇਆਪਤਿ ਦਾਤਾ,	aapay mihar da-i-aapat daataa
ਨਾ ਕਿਸੈ ਕੋ ਬੈਰਾਈ ਹੇ॥੧੧॥	naa kisai ko bairaa-ee hay. ||11||

ਪ੍ਰਭ ਆਪ ਹੀ ਸ਼ਬਦ ਦੀ ਸਿਖਿਆਂ ਦੇਣ ਵਾਲਾ ਗਿਆਨੀ, ਸੇਵਾਦਾਰ ਹੈ । ਪ੍ਰਭ ਕਦੇ ਗਲਤੀ ਨਹੀਂ ਕਰਦਾ, ਪ੍ਰਭ ਦਾ ਕੀਤਾ ਸਦਾ ਹੀ ਠੀਕ ਹੁੰਦਾ ਹੈ । ਆਪ ਹੀ ਰਹਿਮਤਾਂ ਬਖਸ਼ਣ ਵਾਲਾ ਮਾਲਕ ਹੈ । ਪ੍ਰਭ ਦਾ ਕਿਸੇ ਨਾਲ ਕੋਈ ਵੈਰ, ਜਾ ਈਰਖਾ ਨਹੀਂ ਹੁੰਦੀ ।

The True Master, Teacher to enlighten the essence of His Word to His true devotee. He may never make any mistake; His Command remains always justice. The One and Only One, True Treasure of all virtues has no jealously, hostility or desire to take revenge from any soul.

ਜਿਸੁ ਬਖਸ਼ੇ ਤਿਸੁ ਦੇ ਵਡਿਆਈ॥	jis bakhsay tis day vadi-aa-ee.
ਸਭਸੈ ਦਾਤਾ ਤਿਲੁ ਨ ਤਮਾਈ॥	sabhsai daataa til na tamaa-ee.
ਭਰਪੁਰਿ ਧਾਰਿ ਰਹਿਆ ਨਿਹਕੇਵਲੁ,	bharpur Dhaar rahi-aa nihkayval
ਗੁਪਤੁ ਪ੍ਰਗਟੁ ਸਭ ਠਾਈ ਹੇ॥੧੨॥	gupat pargat sabh thaa-ee hay. ||12||

ਜਿਸ ਤੇ ਪ੍ਰਭ ਆਪ ਹੀ ਰਹਿਮਤ ਬਖਸ਼ਦਾ ਹੈ । ਉਹ ਸ਼ਬਦ ਦੀ ਪਾਲਣਾ ਵਿੱਚ ਲਗਨ ਲਾਉਂਦਾ ਹੈ, ਪਾਪ ਬਖਸ਼ੇ ਜਾਂਦੇ ਹਨ । ਸਭ ਦਾਤਾਂ ਦੇ ਮਾਲਕ ਨੂੰ ਕੋਈ ਲਾਲਚ, ਕੋਈ ਪੁੰਨ ਦਾਨ ਨਹੀਂ ਮੰਗਦਾ । ਪ੍ਰਭ ਹਰਇਕ ਥਾਂ, ਜੀਵ ਵਿੱਚ ਗੁਪਤ ਹੀ ਵਾਪਰਦਾ, ਰਖਿਆ ਕਰਦਾ ਹੈ । ਪ੍ਰਭ ਦੇ ਕਿਸੇ ਕਰਤਬ ਦੀ ਕਿਸੇ ਨੂੰ ਜਾਣਕਾਰੀ ਨਹੀਂ ਹੁੰਦੀ ।

Whosoever may be blessed with His mercy and grace; only he may remain attached to obey the teachings of His Word with steady and stable belief in his day-to-day life, his sins may be forgiven. The True Trustee of all virtues, may not have any greed for any charity for His Blessings. The True Master prevails within every soul hidden and protects His Creation in the universe; no one may forecast, predict the events of His Nature.

ਕਿਆ ਸਾਲਾਹੀ ਅਗਮ ਅਪਾਰੈ॥	ki-aa saalaahee agam apaarai.
ਸਾਚੇ ਸਿਰਜਣਹਾਰ ਮੁਰਾਰੈ॥	saachay sirjanhaar muraarai.

ਜਿਸ ਨੋ ਨਦਰਿ ਕਰੇ ਤਿਸੁ ਮੇਲੇ, jis no nadar karay tis maylay
ਮੇਲਿ ਮਿਲੈ ਮੇਲਾਈ ਹੇ॥੧੩॥ mayl milai maylaa-ee hay. ||13||

ਪ੍ਰਭ, ਜੀਵ ਦੀ ਜਾਣਕਾਰੀ, ਪਹੁੰਚ ਵਿੱਚ ਨਹੀਂ ਹੈ, ਮੈਂ ਕਿਸਤਰ੍ਹਾਂ ਉਸ ਦੀ ਉਸਤਤ ਕਰਾ? ਹੈਸੀਅਤ ਦਾ ਅਭਿਮਾਨ, ਅਹੰਕਾਰ ਕਰਨ ਵਾਲੇ ਤੇ ਰਹਿਮਤ ਬਖਸ਼ਿਸ਼ਦਾ ਨਹੀਂ ਹੁੰਦੀ । ਜਿਸ ਗੁਰਮਖ ਤੇ ਆਪ ਹੀ ਰਹਿਮਤ ਬਖਸ਼ਕੇ ਸਿੱਧੇ ਰਸਤੇ ਤੇ ਪਾਉਂਦਾ ਹੈ, ਉਹ ਹੀ ਦਰਬਾਰ ਵਿੱਚ ਪ੍ਰਵਾਨ ਹੋ ਸਕਦਾ ਹੈ ।

The True Master remains beyond reach and comprehension of His Creation! How may I sing His Glory? Whosoever may remain intoxicated with ego of his worldly status; he may never be enlightened with essence of His Word, His Nature. Whosoever may be blessed with the right path of meditation; with His mercy and grace, he may be accepted in His Court.

ਬ੍ਰਹਮਾ ਬਿਸਨੁ ਮਹੇਸੁ ਦੁਆਰੈ॥ barahmaa bisan mahays du-aarai.
ਊਭੇ ਸੇਵਹਿ ਅਲਖ ਅਪਾਰੈ॥ oobhay sayveh alakh apaarai.
ਹੋਰ ਕੇਤੀ ਦਰਿ ਦੀਸੈ ਬਿਲਲਾਦੀ, hor kaytee dar deesai billaadee
ਮੈ ਗਣਤ ਨ ਆਵੈ ਕਾਈ ਹੇ॥੧੪॥ mai ganat na aavai kaa-ee hay. ||14||

ਬ੍ਰਹਮਾ, ਬਿਸਨ, ਮਹੇਸ਼, ਪ੍ਰਭ ਦੇ ਦਰਵਾਜੇ ਤੇ ਭਿੱਖਿਆਂ ਮੰਗਦੇ ਖੜ੍ਹੇ ਹਨ । ਪ੍ਰਭ ਦੇ ਸ਼ਬਦ ਦੀ ਪਾਲਣਾ ਵਿੱਚ ਹੀ ਲੀਨ ਰਹਿੰਦੇ ਹਨ । ਪ੍ਰਭ ਦੇ ਦਰ ਤੇ ਅਨੇਕਾਂ ਹੀ ਮੰਗਦੇ ਹਨ, ਜਿਹਨਾਂ ਦੀ ਗਿਣਤੀ ਨਹੀਂ ਕੀਤੀ ਜਾ ਸਕਦੀ ।

All renowned worldly prophets, **Brahma, Vishnu, Mahesh** are patiently begging at Your Door. They remain intoxicated in meditation in the void of Your Word. There may be many more beyond my imagination baggers at Your Door, praying for Your Forgiveness and Refuge.

ਸਾਚੀ ਕੀਰਤਿ ਸਾਚੀ ਬਾਣੀ॥ saachee keerat saachee banee.
ਹੋਰ ਨ ਦੀਸੈ ਬੇਦ ਪੁਰਾਣੀ॥ hor na deesai bayd puraanee.
ਪੂੰਜੀ ਸਾਚੁ ਸਚੇ ਗੁਣ ਗਾਵਾ, poonjee saach sachay gun gaavaa
ਮੈ ਧਰ ਹੋਰ ਨ ਕਾਈ ਹੇ॥੧੫॥ mai Dhar hor na kaa-ee hay. ||15||

ਤੇਰੇ ਸ਼ਬਦ ਦੀ ਉਸਤਤ, ਪਾਲਣਾ ਕਰਨਾ ਹੀ ਸਾਥ ਜਾਣ ਵਾਲੀ ਕਮਾਈ ਹੈ । ਤੇਰਾ ਸ਼ਬਦ ਹੀ ਸਦਾ ਅਟਲ ਰਹਿਣ ਵਾਲਾ ਹੈ । ਵੇਦਾਂ, ਪਰਾਨ ਪੜ੍ਹਕੇ, ਘੋਖ ਕੇ ਦੇਖੇ ਹਨ! ਇਹਨਾਂ ਵਿੱਚ ਵੀ ਹੋਰ ਕੋਈ ਸੋਝੀ ਨਹੀਂ ਹੈ ।

The True Master to sing the glory and to obeys the teachings of Your Word with steady and stable belief may be the everlasting earnings of Your Word and forever companion of soul. The teachings of Your Word may remain true forever. I have evaluated all religious Holy Scriptures; no one may explain any more enlightenment of Your Nature.

ਜੁਗੁ ਜੁਗੁ ਸਾਚਾ ਹੈ ਭੀ ਹੋਸੀ॥ jug jug saachaa hai bhee hosee.
ਕਉਣੁ ਨ ਮੂਆ ਕਉਣੁ ਨ ਮਰਸੀ॥ ka-un na moo-aa ka-un na marsee.
ਨਾਨਕੁ ਨੀਚੁ ਕਹੈ ਬੇਨੰਤੀ, naanak neech kahai baynantee
ਦਰਿ ਦੇਖਹੁ ਲਿਵ ਲਾਈ ਹੇ॥੧੬॥੨॥ dar daykhhu liv laa-ee hay. ||16||2||

ਪ੍ਰਭ ਦੇ ਸਦਾ ਅਟਲ ਰਹਿਣ ਵਾਲੇ ਸ਼ਬਦ ਦੀ ਕਮਾਈ ਹੀ ਮੇਰੀ ਪੂੰਜੀ ਹੈ । ਪ੍ਰਭ ਦੇ ਸ਼ਬਦ ਦੀ ਉਸਤਤ ਗਾਉਣਾ, ਸਿਮਰਨ ਕਰਨਾ ਹੀ ਮੇਰਾ ਜੀਵਨ ਦਾ ਆਸਰਾ, ਧੰਦਾ ਹੈ । ਪ੍ਰਭ ਜੁੱਗਾਂ ਜੁੱਗਾਂ ਤੋਂ ਅਟਲ ਰਹਿਣ ਵਾਲਾ, ਅਤੇ ਅਟਲ ਰਹੇਗਾ । ਹੋਰ ਕੋਈ ਜਨਮ ਮਰਨ ਦੇ ਚੱਕਰ ਰਹਿਤ ਨਹੀਂ ਹੈ । ਜੀਵ ਪ੍ਰਭ ਅੱਗੇ ਅਰਦਾਸ ਕਰੋ! ਜਿਸ ਤੇ ਰਹਿਮਤ ਦੀ ਨਜ਼ਰ ਬਖਸ਼ਦਾ ਹੈ! ਉਸ ਜੀਵ ਨੂੰ ਆਪਣੇ ਅੰਦਰੋਂ ਹੀ ਸ਼ਬਦ ਜਾਗਰਤ ਹੋ ਜਾਂਦਾ ਹੈ! ਉਸ ਵਿੱਚ ਹੀ ਲਿਵ ਲਾਈ ਰਖੋ, ਲੀਨ ਹੋ ਜਾਵੇ ।

My True Master the earnings of Your Word remain true forever. The earnings of Your Word may be my only capital, worldly wealth. I may only sing the glory and meditate on the teachings of Your Word; I have no other support in the universe. The Axiom True Master has been unchanged from

Ancient Ages and He may remain unchanged forever. Everyone else may remain in the cycle of birth and death. You should only pray for His Forgiveness and Refuge! Whosoever may be bestowed with His Blessed Vision; with His mercy and grace, he may be enlightened from within his own heart. You should remain intoxicated in the void of His Word.

3. ਮਾਰੂ ਮਹਲਾ ੧॥ 1022-10

ਦੂਜੀ ਦੁਰਮਤਿ ਅੰਨੀ ਬੋਲੀ॥	doojee durmat annee bolee.
ਕਾਮ ਕ੍ਰੋਧ ਕੀ ਕਚੀ ਚੋਲੀ॥	kaam kroDh kee kachee cholee.
ਘਰਿ ਵਰੁ ਸਹਜੁ ਨ ਜਾਣੈ ਛੋਹਰਿ,	ghar var sahj na jaanai chhohar
ਬਿਨੁ ਪਿਰ ਨੀਦ ਨ ਪਾਈ ਹੇ॥੧॥	bin pir need na paa-ee hay. ||1||

ਜਿਹੜਾ ਭਰਮਾਂ ਵਿੱਚ, ਮਨਮਰਜ਼ੀ ਨਾਲ ਚਲਦਾ, ਉਹ ਸ਼ਬਦ ਦੀ ਸੋਝੀ ਤੋਂ ਅੰਧਾ ਹੀ ਰਹਿੰਦਾ ਹੈ । ਉਸ ਦੇ ਮਨ ਵਿੱਚ ਸੁਣੇ ਸ਼ਬਦ ਦਾ ਕੋਈ ਪ੍ਰਭਾਵ ਟਿਕਦਾ ਨਹੀਂ । ਉਸ ਦੇ ਮਨ ਤੇ ਕਾਮ ਵਾਸ਼ਨਾ, ਕਰੋਧ ਦਾ ਕਾਬੂ ਰਹਿੰਦਾ ਹੈ । ਉਸ ਦਾ ਸ਼ਬਦ ਦੀ ਪਾਲਣਾ ਵਿੱਚ ਭਰੋਸਾ ਅਡੋਲ ਨਹੀਂ ਹੁੰਦਾ । ਉਸ ਦੇ ਮਨ ਵਿੱਚ ਧੀਰਜ, ਸੰਤੋਖ ਬਖਸ਼ਿਸ਼ ਨਹੀਂ ਹੁੰਦਾ ।

Whosoever may remain intoxicated in religious rituals, suspicions and follows the demons of his worldly desires; he remains ignorant from the real purpose of human life opportunity. He may not retain any essence of sermons of His Glory in any Holy Conjugation. He may remain intoxicated with sexual urge and anger of worldly disappointments. He may not have steady and stable belief on the teachings of His Word nor he remains steady and stable on obeying the teachings of the teachings of His Word in his day-to-day life. He may not be blessed with patience or contentment on His Blessings, on his own worldly environments.

ਅੰਤਰਿ ਅਗਨਿ ਜਲੈ ਭੜਕਾਰੇ॥	antar agan jalai bhatkaaray.
ਮਨਮੁਖੁ ਤਕੇ ਕੁੰਡਾ ਚਾਰੇ॥	manmukh takay kundaa chaaray.
ਬਿਨੁ ਸਤਿਗੁਰ ਸੇਵੇ ਕਿਉ ਸੁਖੁ ਪਾਈਐ,	bin satgur sayvay ki-o sukh paa-ee-ai
ਸਾਚੇ ਹਾਥਿ ਵਡਾਈ ਹੇ॥੨॥	saachay haath vadaa-ee hay. ||2||

ਮਨਮੁਖ ਜੀਵ ਚਾਰੇ ਪਾਸੇ ਹੀ ਸੰਤੋਖ ਢੂੰਡਦਾ ਹੈ । ਉਸ ਦੇ ਅੰਦਰ ਸੰਸਾਰਕ ਇਛਾਂ ਦੀ ਅੱਗ ਜਲਦੀ, ਭਟਕਣਾਂ ਰਹਿੰਦੀਆਂ ਹਨ । ਪਰ ਸ਼ਬਦ ਨਾਲ ਜੀਵਨ ਢਾਲਣ ਤੋਂ ਬਿਨਾਂ, ਧੀਰਜ, ਸੰਤੋਖ ਬਖਸ਼ਿਸ਼ ਨਹੀਂ ਹੁੰਦਾ । ਪ੍ਰਭ ਦੇ ਵੱਸ ਵਿੱਚ ਸਾਰੀਆਂ ਹੀ ਰਹਿਮਤਾਂ ਹਨ । ਜਿਸ ਦੀ ਬੰਦਗੀ, ਦਰਬਾਰ ਵਿੱਚ ਪ੍ਰਵਾਨ ਹੋ ਜਾਂਦੀ ਹੈ, ਉਸ ਨੂੰ ਸਭ ਰਹਿਮਤਾਂ ਬਖਸ਼ਿਸ਼ ਹੋ ਜਾਂਦੀਆਂ ਹਨ ।

Self-minded remains wandering, searching peace of mind, contentment all around; however, he may remain frustrated burning in the lava of his worldly desires within his mind. However, without adopting the teachings of His Word in day-to-day life; no one may ever be blessed with patience and contentment in his life. All virtues, blessings remain under His Command. Whose earnings of His Word may be accepted in His Court; with His mercy and grace, he may be blessed with all virtues.

ਕਾਮੁ ਕ੍ਰੋਧੁ ਅਹੰਕਾਰੁ ਨਿਵਾਰੇ॥	kaam kaam kroDh ahaNkaar nivaaray.
ਤਸਕਰ ਪੰਚ ਸਬਦਿ ਸੰਘਾਰੇ॥	taskar panch sabad sanghaaray.
ਗਿਆਨ ਖੜਗੁ ਲੈ ਮਨ ਸਿਉ ਲੂਝੈ,	gi-aan kharhag lai man si-o loojhai
ਮਨਸਾ ਮਨਹਿ ਸਮਾਈ ਹੇ॥੩॥	mansaa maneh samaa-ee hay. ||3||

ਸ਼ਬਦ ਦੀ ਪਾਲਣਾ ਕਰਨ ਨਾਲ ਜੀਵ ਦਾ ਕਾਮ, ਕਰੋਧ, ਅਹੰਕਾਰ ਤੇ ਕਾਬੂ ਪੈ ਜਾਂਦਾ ਹੈ । ਜਿਸ ਤੇ ਪ੍ਰਭ ਰਹਿਮਤ ਦੀ ਨਜ਼ਰ ਬਖਸ਼ਦਾ ਹੈ! ਉਹ ਪੰਜਾਂ ਇਛਾਂ ਨੂੰ ਪਛਾਣ ਜਾਂਦਾ, ਕਾਬੂ ਪਾ ਲੈਂਦਾ ਹੈ । ਉਹ ਸ਼ਬਦ ਨਾਲ ਜੀਵਨ ਢਾਲਕੇ ਮਨ ਦੀਆਂ ਇਛਾਂ ਦੀ ਅੱਗ ਖਤਮ ਕਰਦਾ ਹੈ । ਪ੍ਰਭ ਦੀ ਬਖਸ਼ ਤੇ ਧੀਰਜ, ਸੰਤੋਖ ਰਖਦਾ ਹੈ ।

Whosoever may adopt the teachings of His Word with steady and stable belief in his day-to-day life; with His mercy and grace, he may conquer his ego of worldly status and his own mind. He may recognize the weakness of demons of worldly desires. Whosoever may adopt the teachings of His Word with steady and stable belief; with His mercy and grace, the lava of his worldly desires may be extinguished from within. He may be blessed with patience and contentment with His Blessings.

ਮਾ ਕੀ ਰਕਤੁ ਪਿਤਾ ਬਿਦੁ ਧਾਰਾ॥ maa kee rakat pitaa bid Dhaaraa.
ਮੂਰਤਿ ਸੂਰਤਿ ਕਰਿ ਆਪਾਰਾ॥ moorat soorat kar aapaaraa.
ਜੋਤਿ ਦਾਤਿ ਜੇਤੀ ਸਭ ਤੇਰੀ jot daat jaytee sabh tayree
ਤੂ ਕਰਤਾ ਸਭ ਠਾਈ ਹੇ॥੪॥ too kartaa sabh thaa-ee hay. ||4||

ਮਾਤਾ ਅਤੇ ਪਿਤਾ ਦੇ ਸੰਜੋਗ ਨਾਲ, ਨਵਾਂ ਜੀਵ ਸੰਸਾਰ ਵਿੱਚ ਪੈਦਾ ਹੁੰਦਾ, ਉਸ ਵਿੱਚ ਪ੍ਰਭ ਆਪਣੀ ਜੋਤ ਬਖਸ਼ਦਾ ਹੈ । ਉਸ ਦੀ ਰਖਿਆ ਕਰਦਾ ਹੈ, ਉਸ ਵਿੱਚ ਆਪ ਹੀ ਵਾਪਰਦਾ ਹੈ ।

The eggs of mother, (female) may be fertilized with the sperm of father, (male) and new fetus, infinite beauty has been created. The True Master infuses His Holy Spirit within his soul. He nourishes, protects the fetus in the womb of mother and new born in the world.

ਤੁਝ ਹੀ ਕੀਆ ਜੰਮਣ ਮਰਣਾ॥ tujh hee kee-aa jaman marnaa.
ਗੁਰ ਤੇ ਸਮਝ ਪੜੀ ਕਿਆ ਡਰਣਾ॥ gur tay samajh parhee ki-aa darnaa.
ਤੂ ਦਇਆਲੁ ਦਇਆ ਕਰਿ ਦੇਖਹਿ, too da-i-aal da-i-aa kar daykheh
ਦੁਖੁ ਦਰਦੁ ਸਰੀਰਹੁ ਜਾਈ ਹੇ॥੫॥ dukh darad sareerahu jaa-ee hay. ||5||

ਪ੍ਰਭ ਦੇ ਹੁਕਮ ਨਾਲ ਹੀ ਜੀਵ ਦਾ ਜਨਮ ਅਤੇ ਮੌਤ ਹੁੰਦੀ ਹੈ । ਜੀਵ ਇਸ ਤੋਂ ਕਿਉਂ ਡਰਦਾ ਹੈ? ਜਿਸ ਜੀਵ ਤੇ ਰਹਿਮਤ ਬਖਸ਼ਦਾ ਹੈ, ਉਸ ਦੇ ਸਾਰੇ ਦੁਖ ਦੂਰ ਹੋ ਜਾਂਦੇ ਹਨ । ਰਹਿਮਤਾਂ ਦਾ ਮਾਲਕ, ਇਸ ਭੇਦ ਦੀ ਸੋਝੀ ਸ਼ਬਦ ਦੀ ਪਾਲਣਾ ਕਰਨ ਨਾਲ ਹੀ ਬਖਸ਼ਦਾ ਹੈ ।

Both birth and death of any creature may only happen and controlled with His Command. Why anyone may be worried from death? Whosoever may be bestowed with His Blessed Vision, all his miseries of worldly desires may be eliminated. The enlightenment of the essence of His Nature remains embedded within the teachings of His Word.

ਨਿਜ ਘਰਿ ਬੈਸਿ ਰਹੇ ਭਉ ਖਾਇਆ॥ nij ghar bais rahay bha-o khaa-i-aa.
ਧਾਵਤ ਰਾਖੇ ਠਾਕਿ ਰਹਾਇਆ॥ Dhaavat raakhay thaak rahaa-i-aa.
ਕਮਲ ਬਿਗਾਸ ਹਰੇ ਸਰ ਸੁਭਰ, kamal bigaas haray sar subhar
ਆਤਮ ਰਾਮੁ ਸਖਾਈ ਹੇ॥੬॥ aatam raam sakhaa-ee hay. ||6||

ਜਿਹੜਾ ਆਪਣੇ ਅੰਦਰ ਝਾਤੀ ਮਾਰਦਾ, ਆਪਣੇ ਕੰਮਾਂ ਨੂੰ ਪਰਖਦਾ ਹੈ । ਉਸ ਦੇ ਮਨ ਦੀਆਂ ਇਛਾਂ ਦਾ ਡਰ ਖਤਮ ਹੋ ਜਾਂਦਾ ਹੈ । ਉਸ ਦਾ ਸ਼ਬਦ ਤੇ ਭਰੋਸਾ ਪੱਕਾ ਹੋ ਜਾਂਦਾ, ਮਨ ਭਰਮਾਂ ਵਿੱਚ ਨਹੀਂ ਘੁੰਮਦਾ । ਉਸ ਦੇ ਮਨ ਅੰਦਰ ਹੀ ਅਮੋਲਕ ਕਮਲ ਦਾ ਫੁੱਲ ਖੇੜੇ ਵਿੱਚ ਆ ਜਾਂਦਾ ਹੈ । ਪ੍ਰਭ ਦਾ ਸ਼ਬਦ ਉਸ ਦਾ ਸੋਝੀ ਦੇਣ ਵਾਲਾ ਸਾਥੀ ਬਣ ਜਾਂਦਾ ਹੈ ।

Whosoever may search within and evaluates his own worldly deeds; with His mercy and grace, all his fears of worldly desires may be eliminated. He may be blessed with steady and stable belief on the teachings of His Word; with His mercy and grace, he may not wander in religious suspicions. The lotus flower of his mind may blossom within. The essence of His Word may become an enlightening pillar and his companion.

ਮਰਣੁ ਲਿਖਾਇ ਮੰਡਲ ਮਹਿ ਆਏ॥ maran likhaa-ay mandal meh aa-ay.
ਕਿਉ ਰਹੀਐ ਚਲਣਾ ਪਰਥਾਏ॥ ki-o rahee-ai chalnaa parthaa-ay.
ਸਚਾ ਅਮਰੁ ਸਚੇ ਅਮਰਾ ਪੁਰਿ, sachaa amar sachay amraa pur
ਸੋ ਸਚੁ ਮਿਲੈ ਵਡਾਈ ਹੇ॥੭॥ so sach milai vadaa-ee hay. ||7||

ਜੀਵ ਸੰਸਾਰ ਵਿੱਚ ਪੈਦਾ ਹੋਣ ਤੇ ਮੌਤ ਦਾ ਸਮਾਂ ਲਿਖਾ ਕੇ ਆਉਂਦਾ ਹੈ । ਉਹ ਇਸ ਸੰਸਾਰ ਵਿੱਚ ਉਸ ਤੋਂ ਪਿਛੋ ਕਿਵੇਂ ਰਹੇ ਸਕਦਾ ਹੈ? ਸਦਾ ਰਹਿਣ ਵਾਲਾ ਅਟਲ ਮਾਲਕ, ਆਪਣੇ ਤਖਤ ਤੇ ਬਰਾਜਮਾਨ ਹੋਇਆ, ਰਹਿਮਤਾਂ ਬਖਸ਼ਦ, ਜੀਵ ਦੀ ਲਗਨ ਸ਼ਬਦ ਦੀ ਪਾਲਣਾ ਵਿੱਚ ਲਾਉਂਦਾ ਹੈ ।

The time of birth and death of every creature has been prewritten with His Command. How may he stay in the universe after predetermined time? The Forever True Master remains in blossom on His Royal Throne. With His mercy and grace, he may bless him devotion to meditate and obeys the teachings of His Word.

ਆਪਿ ਉਪਾਇਆ ਜਗਤੁ ਸਬਾਇਆ॥	aap upaa-i-aa jagat sabaa-i-aa.
ਜਿਨਿ ਸਿਰਿਆ ਤਿਨਿ ਧੰਧੈ ਲਾਇਆ॥	jin siri-aa tin DhanDhai laa-i-aa.
ਸਚੈ ਊਪਰਿ ਅਵਰ ਨ ਦੀਸੈ,	sachai oopar avar na deesai
ਸਾਚੇ ਕੀਮਤਿ ਪਾਈ ਹੇ॥੮॥	saachay keemat paa-ee hay. ‖8‖

ਜਿਹੜਾ ਪ੍ਰਭ ਜੀਵ ਨੂੰ ਪੈਦਾ ਕਰਦਾ ਹੈ, ਆਪ ਹੀ ਧੰਦੇ ਤੇ ਲਾਉਂਦਾ ਹੈ । ਹੋਰ ਕੋਈ ਉਸ ਤੋਂ ਵੱਡਾ ਨਹੀਂ ਹੈ । ਉਹ ਆਪ ਹੀ ਜੀਵ ਦੀ ਬੰਦਗੀ ਦੀ ਪਰਖ ਕਰਦਾ ਹੈ ।

The True Master, Creator of the universe, assigns all creatures on unique worldly tasks. No one may be equal or greater than him. He evaluates and rewards the earnings of his worldly deeds.

ਐਥੈ ਗੋਇਲੜਾ ਦਿਨ ਚਾਰੇ॥	aithai go-ilrhaa din chaaray.
ਖੇਲੁ ਤਮਾਸਾ ਧੁੰਧੂਕਾਰੇ॥	khayl tamaasaa DhunDhookaaray.
ਬਾਜੀ ਖੇਲਿ ਗਏ ਬਾਜੀਗਰ,	baajee khayl ga-ay baajeegar
ਜਿਉ ਨਿਸਿ ਸੁਪਨੈ ਭਖਲਾਈ ਹੇ॥੯॥	ji-o nis supnai bhakhlaa-ee hay. ‖9‖

ਜੀਵ ਇਸ ਸੰਸਾਰ ਵਿੱਚ ਥੋੜ੍ਹੇ ਸਮੇਂ ਲਈ ਖੇਲ ਕਰਨ ਆਉਂਦਾ ਹੈ । ਉਸ ਤੋਂ ਪਿਛੋ ਫਿਰ ਅੰਧੇਰੇ ਥਾਂ ਵਿੱਚ ਚਲੇ ਜਾਂਦਾ ਹੈ । ਜਿਸਤਰ੍ਹਾਂ ਬਾਜੀਗਰ (ਪ੍ਰਭ) ਉਸ ਨੂੰ ਨਚਾਉਂਦਾ ਹੈ, ਉਹ ਨੱਚਦਾ ਹੈ । ਇਹ ਉਸਤਰ੍ਹਾਂ ਹੈ, ਜਿਵੇਂ ਕੋਈ ਸੁਪਨਾ ਦੇਖਦਾ ਹੈ ।

Everyone may enter the universe to play in a show of His Nature for a limited period. After that time, he may go back in dark, in the void of His Nature. His worldly life journey may be considered as a juggler show; he may only dance at His Signal. He may witness his life as a dream.

ਤਿਨ ਕਉ ਤਖਤਿ ਮਿਲੀ ਵਡਿਆਈ॥	tin ka-o takhat milee vadi-aa-ee.
ਨਿਰਭਉ ਮਨਿ ਵਸਿਆ ਲਿਵ ਲਾਈ॥	nirbha-o man vasi-aa liv laa-ee.
ਖੰਡੀ ਬ੍ਰਹਮੰਡੀ ਪਾਤਾਲੀ ਪੁਰੀਈ,	khandee barahmandee paataalee puree-ee
ਤ੍ਰਿਭਵਣ ਤਾੜੀ ਲਾਈ ਹੇ॥੧੦॥	taribhavan taarhee laa-ee hay. ‖10‖

ਜਿਹੜੇ ਜੀਵ ਦੇ ਮਨ ਵਿੱਚ ਪ੍ਰਭ ਦੇ ਵਿਛੋੜੇ ਦਾ ਵਿਰਾਗ ਘਰ ਕਰ ਜਾਂਦਾ ਹੈ । ਉਹ ਹੀ ਪ੍ਰਭ ਦੇ ਦਰਬਾਰ ਵਿੱਚ ਪ੍ਰਵਾਨ ਹੋ ਸਕਦਾ ਹੈ । ਜਿਹੜਾ ਪ੍ਰਭ, ਖੰਡਾਂ, ਬ੍ਰਹਮੰਡਾਂ, ਪਤਾਲਾਂ, ਅਕਾਸ਼ਾਂ ਵਿੱਚ ਤਿੰਨਾਂ ਸ੍ਰਿਸ਼ਟੀ ਵਿੱਚ ਹੀ ਸਮਾਧੀ ਲਾਈ ਰਖਦਾ ਹੈ । ਉਹ ਪ੍ਰਭ ਦੀ ਸਮਾਧੀ ਵਿੱਚ ਪ੍ਰਵਾਨ ਹੋ ਜਾਂਦਾ ਹੈ ।

Whosoever may remain in renunciation in the memory of his separation from His Holy Spirit; he may be accepted in His Court. The True Master remains in His Void in all three universes, all regions, on, under earth, sky, and all solar systems. His true devotee may dwell in the void of His Word.

ਸਾਚੀ ਨਗਰੀ ਤਖਤੁ ਸਚਾਵਾ॥	saachee nagree takhat sachaavaa.
ਗੁਰਮੁਖਿ ਸਾਚੁ ਮਿਲੈ ਸੁਖੁ ਪਾਵਾ॥	gurmukh saach milai sukh paavaa.
ਸਾਚੇ ਸਾਚੈ ਤਖਤਿ ਵਡਾਈ,	saachay saachai takhat vadaa-ee
ਹਉਮੈ ਗਣਤ ਗਵਾਈ ਹੇ॥੧੧॥	ha-umai ganat gavaa-ee hay. ‖11‖

ਪ੍ਰਭ ਸਦਾ ਅਟਲ ਰਹਿਣ ਵਾਲੇ ਤਖਤ ਤੇ ਬਰਾਜਮਾਨ ਹੋਇਆ ਹੈ । ਜਿਹੜਾ ਗੁਰਮਖ, ਪ੍ਰਭ ਦੇ ਸ਼ਬਦ ਨਾਲ ਜੀਵਨ ਢਾਲਦਾ ਹੈ । ਉਸ ਨੂੰ ਸ਼ਬਦ ਦੀ ਸੋਝੀ, ਸੰਤੋਖ ਬਖਸ਼ਿਸ਼ ਹੋ ਜਾਂਦਾ ਹੈ ।

The Forever True Master remains in blossom on His Royal throne. Whosoever may adopt the teachings of His Word with steady and stable belief in his day-to-day life; with His mercy and grace, he may be blessed with the enlightenment of the essence of His Word and contentment in his life.

ਗਣਤ ਗਣੀਐ ਸਹਸਾ ਜੀਐ॥	ganat ganee-ai sahsaa jee-ai.
ਕਿਉ ਸੁਖੁ ਪਾਵੈ ਦੂਐ ਤੀਐ॥	ki-o sukh paavai doo-ai tee-ai.
ਨਿਰਮਲੁ ਏਕੁ ਨਿਰੰਜਨੁ ਦਾਤਾ,	nirmal ayk niranjan daataa
ਗੁਰ ਪੂਰੇ ਤੇ ਪਤਿ ਪਾਈ ਹੇ॥੧੨॥	gur pooray tay pat paa-ee hay. ‖12‖

ਜਿਸ ਤੇ ਆਪਣੀ ਰਹਿਮਤ ਬਖਸ਼ਦਾ ਹੈ! ਉਸ ਦੇ ਮਨ ਵਿਚੋਂ ਹੈਸੀਅਤ ਦਾ ਅਭਿਮਾਨ ਅਤੇ ਅਹੰਕਾਰ ਖਤਮ ਹੋ ਜਾਂਦਾ ਹੈ । ਇਸ ਨਾਲ ਹੀ ਉਸ ਦਾ ਲੇਖਾ, ਜੂੰਨਾਂ ਦਾ ਚੱਕਰ ਖਤਮ ਹੋ ਜਾਂਦਾ ਹੈ ।

Whosoever may be blessed with His mercy and grace; he may conquer his ego of worldly status. With His mercy and grace, all his sins may be forgiven along with his cycle of birth and death.

ਜੁਗਿ ਜੁਗਿ ਵਿਰਲੀ ਗੁਰਮੁਖਿ ਜਾਤਾ॥	jug jug virlee gurmukh jaataa.
ਸਾਚਾ ਰਵਿ ਰਹਿਆ ਮਨੁ ਰਾਤਾ॥	saachaa rav rahi-aa man raataa.
ਤਿਸ ਕੀ ਓਟ ਗਹੀ ਸੁਖੁ ਪਾਇਆ,	tis kee ot gahee sukh paa-i-aa
ਮਨਿ ਤਨਿ ਮੈਲੁ ਨ ਕਾਈ ਹੇ॥੧੩॥	man tan mail na kaa-ee hay. ‖13‖

ਜਿਹੜਾ ਜੀਵ ਆਪੇ ਕੰਮਾਂ ਦੀ ਪਰਖ ਕਰਦਾ ਹੈ, ਉਸ ਦਾ ਮਨ ਘਬਰਾ ਜਾਂਦਾ ਹੈ । ਉਹ ਭਰਮਾਂ ਵਿੱਚ ਪੈ ਕੇ ਕਿਸਤਰ੍ਹਾਂ ਸੰਤੋਖ ਪਾ ਸਕਦਾ ਹੈ? ਕਿਸਤਰ੍ਹਾਂ ਉਹ ਮਾਇਆ ਦੇ ਤਿੰਨਾਂ ਗੁਣਾਂ ਤੇ ਜਿੱਤ ਪਾ ਸਕਦਾ ਹੈ? ਜਿਹੜਾ ਜੀਵ ਪ੍ਰਭ ਦੇ ਸ਼ਬਦ ਤੇ ਭਰੋਸਾ ਅਡੋਲ ਰਖਦਾ ਹੈ! ਉਸ ਨੂੰ ਰਹਿਮਤਾਂ ਦਾ ਮਾਲਕ ਆਪ ਹੀ ਸੰਤੋਖ ਬਖਸ਼ਦਾ ਹੈ । ਯੁੱਗਾਂ ਯੁੱਗਾਂ ਵਿੱਚ ਕੋਈ ਵਿਰਲਾ ਹੀ ਗੁਰਮਖ, ਸ਼ਬਦ ਨਾਲ ਜੀਵਨ ਢਾਲਦਾ, ਹਰਇਕ ਥਾਂ ਵਾਪਰਨ ਵਾਲੇ ਪ੍ਰਭ ਦੀ ਸ਼ਰਣ ਵਿੱਚ ਰਹਿੰਦਾ ਹੈ । ਜਿਸ ਨੂੰ ਪਨਾਹ ਬਖਸ਼ਿਸ਼ ਹੋ ਜਾਂਦੀ ਹੈ! ਉਸ ਦੇ ਮਨ, ਤਨ ਨੂੰ ਕੋਈ ਦਾਗ਼ ਨਹੀਂ ਲਗਦਾ, ਸੰਤੋਖ ਬਖਸ਼ਿਸ਼ ਹੋ ਜਾਂਦਾ ਹੈ ।

Whosoever may evaluate his own worldly deeds; he may be worried, scared and intoxicated with religious suspicions. Who may remain intoxicated in religious suspicions; how may he be contented with His Blessings? How may he conquer the three virtues of worldly wealth? Whosoever may obey the teachings of His Word with steady and stable belief in his day-to-day; with His mercy and grace, he may be blessed with contentment with His Blessings. However, from Ancient Ages, very rare may adopt the teachings of His Word in his day-to-day life; with His mercy and grace, he may be accepted in His Sanctuary. His mind and body may become beyond the reach of any worldly blemish. He remains contented in his own worldly environments.

ਜੀਭ ਰਸਾਇਣਿ ਸਾਚੈ ਰਾਤੀ॥	jeebh rasaa-in saachai raatee.
ਹਰਿ ਪ੍ਰਭੁ ਸੰਗੀ ਭਉ ਨ ਭਰਾਤੀ॥	har parabh sangee bha-o na bharaatee.
ਸ੍ਰਵਣ ਸ੍ਰੋਤ ਰਜੇ ਗੁਰਬਾਣੀ,	sarvan sarot rajay gurbaanee
ਜੋਤੀ ਜੋਤਿ ਮਿਲਾਈ ਹੇ॥੧੪॥	jotee jot milaa-ee hay. ‖14‖

ਜਿਸ ਦੀ ਜੀਭ ਤੇ ਅੰਮ੍ਰਿਤ ਦੇ ਸੋਮੇ, ਪ੍ਰਭ ਦੀ ਉਸਤਤ ਰਹਿੰਦੀ ਹੈ । ਉਸ ਦੇ ਮਨ ਦੇ ਭਰਮ ਦੂਰ ਹੋ ਜਾਂਦੇ, ਭਰੋਸਾ ਅਡੋਲ ਹੋ ਜਾਂਦਾ ਹੈ । ਪ੍ਰਭ ਦਾ ਸ਼ਬਦ ਸੁਣਨ ਨਾਲ ਕੰਨਾਂ ਵਿੱਚ ਸੰਤੋਖ ਬਖਸ਼ਿਸ਼ ਹੋ ਜਾਂਦਾ ਹੈ । ਉਸ ਦੀ ਆਤਮਾ ਪ੍ਰਭ ਦੀ ਜੋਤ ਵਿੱਚ ਅਭੇਦ ਹੋ ਜਾਂਦੀ ਹੈ ।

Whosoever may remain drenched with the praises of the virtues of the fountain of nectar on his tongue; with His mercy and grace, all his suspicions may be eliminated. He may remain overwhelmed with contentment. His soul may be immersed within His Holy Spirit.

ਰਖਿ ਰਖਿ ਪੈਰ ਧਰੇ ਪਉ ਧਰਣਾ॥	rakh rakh pair Dharay pa-o Dharnaa.
ਜਤ ਕਤ ਦੇਖਉ ਤੇਰੀ ਸਰਣਾ॥	jat kat daykh-a-u tayree sarnaa.

ਦੁਖੁ ਸੁਖੁ ਦੇਹਿ ਤੂਹੈ ਮਨਿ ਭਾਵਹਿ,	dukh sukh deh toohai man bhaaveh
ਤੁਝ ਹੀ ਸਿਉ ਬਣਿ ਆਈ ਹੇ॥੧੫॥	tujh hee si-o ban aa-ee hay. ||15||

ਮੈਂ ਜ਼ਮੀਨ ਤੇ ਬਹੁਤ ਧਿਆਨ, ਧੀਰਜ ਨਾਲ ਪੈਰ ਰਖਦਾ ਹਾ । ਜੋ ਕੁਝ ਵੀ ਕਰਦਾ ਹਾ ਤੇਰੇ ਸ਼ਬਦ ਦੀ ਪਾਲਣਾ ਕਰਦਾ ਹਾ । ਸੰਸਾਰਕ ਜੀਵਨ ਦੇ ਦੁਖ, ਸੁਖ ਨੂੰ ਬਖਸ਼ਿਸ ਮੰਨ ਕੇ ਧੰਨਵਾਦ ਕਰਦਾ ਹਾ । ਮੈਂ ਤੇਰੇ ਭਾਣੇ ਵਿੱਚ ਅਨੰਦ ਮਾਨਦਾ ਹਾ! ਰਹਿਮਤ ਨਾਲ, ਸ਼ਰਣ ਵਿੱਚ ਹੀ ਪਨਾਹ ਬਖਸ਼ਿਸ਼ ਹੋਈ ਹੈ ।

My True Master, I may place any foot on earth with patience and thinking about the essence of Your Word. I may only obey the teachings of Your Word in all my worldly deeds. I believe all my worldly miseries and pleasure are Your Worthy Blessings. I remain contented and always sings Your glory; with Your mercy and grace, I have been accepted in Your Sanctuary.

ਅੰਤ ਕਾਲਿ ਕੋ ਬੇਲੀ ਨਾਹੀ॥	ant kaal ko baylee naahee.
ਗੁਰਮੁਖਿ ਜਾਤਾ ਤੁਧੁ ਸਾਲਾਹੀ॥	gurmukh jaataa tuDh saalaahee.
ਨਾਨਕ ਨਾਮਿ ਰਤੇ ਬੈਰਾਗੀ,	naanak naam ratay bairaagee
ਨਿਜ ਘਰਿ ਤਾੜੀ ਲਾਈ ਹੇ॥੧੬॥੩॥	nij ghar taarhee laa-ee hay. ||16||3||

ਪ੍ਰਭ, ਸ਼ਬਦ ਦੀ ਸੋਝੀ ਨਾਲ ਇਹ ਜਾਣਕਾਰੀ ਬਖਸ਼ਿਸ਼ ਹੋਈ ਹੈ । ਅੰਤ ਵੇਲੇ, ਮੌਤ ਵੇਲੇ ਸੰਸਰਕ ਜੀਵ ਕੋਈ ਮਦਦ ਨਹੀਂ ਕਰ ਸਕਦਾ । ਮੈਂ ਸ਼ਬਦ ਦੀ ਉਸਤਤ ਕਰਦਾ, ਪਾਲਣਾ ਕਰਦਾ ਹੈ । ਸ਼ਬਦ ਦੀ ਪਾਲਣਾ ਕਰਦੇ, ਮਨ ਵਿਚੋਂ ਸੰਸਾਰਕ ਮੋਹ ਖਤਮ ਹੋ ਗਿਆ ਹੈ । ਆਪਣੇ ਮਨ ਅੰਦਰ ਹੀ ਤੇਰੀ ਸਮਾਧੀ ਵਿੱਚ ਲੀਨ ਹੋਇਆ ਹਾ ।

The True Master with enlightenment of the essence of Your Word; I have been revealed the secret of Your Nature. In the end, after death, no worldly family, friend, worldly wealth may save from the devil of death. I have been singing the glory and obeying the teachings of Your Word; with Your mercy and grace, all my worldly bonds have been eliminated. I remain intoxicated meditating in the void of His Word within my own mind.

4. ਮਾਰੂ ਮਹਲਾ ੧॥ 1023-11

ਆਦਿ ਜੁਗਾਦੀ ਅਪਰ ਅਪਾਰੇ॥	aad jugaadee apar apaaray.
ਆਦਿ ਨਿਰੰਜਨ ਖਸਮ ਹਮਾਰੇ॥	aad niranjan khasam hamaaray.
ਸਾਚੇ ਜੋਗ ਜੁਗਤਿ ਵੀਚਾਰੀ,	saachay jog jugat veechaaree
ਸਾਚੇ ਤਾੜੀ ਲਾਈ ਹੇ॥੧॥	saachay taarhee laa-ee hay. ||1||

ਯੁੱਗਾਂ ਯੁੱਗਾਂ ਤੋਂ ਪ੍ਰਭ ਅੰਤ ਤੋਂ, ਕਿਸ ਨਾਲ ਤੁਲਨਾ ਤੋਂ ਰਹਿਤ ਹੈ । ਕਿਸੇ ਕਸਵਟੀ ਨਾਲ ਪਰਖਿਆ ਨਹੀਂ ਜਾ ਸਕਦਾ । ਮੈਂ ਅਸਲੀ ਮਾਲਕ ਦੇ ਸ਼ਬਦ ਦੀ ਪਾਲਣਾ, ਉਸਤਤ ਕਰਦਾ, ਸ਼ਬਦ ਦੀ ਸਮਾਧੀ ਵਿੱਚ ਅਡੋਲ ਰਹਿੰਦਾ ਹਾ ।

From Ancient Ages; The True Master remains beyond any end; His greatness may not be compared with anyone else. His Nature, greatness may remain beyond any measurable technique known to mankind. My True Master, I am singing the glory and obey the teachings of His Word with steady and stable belief. I remain intoxicated in the void of His Word.

ਕੇਤੜਿਆ ਜੁਗ ਧੁੰਧੂਕਾਰੈ॥	kayt-rhi-aa jug DhunDhookaarai.
ਤਾੜੀ ਲਾਈ ਸਿਰਜਣਹਾਰੈ॥	taarhee laa-ee sirjanhaarai.
ਸਚੁ ਨਾਮੁ ਸਚੀ ਵਡਿਆਈ,	sach naam sachee vadi-aa-ee
ਸਾਚੈ ਤਖਤਿ ਵਡਾਈ ਹੇ॥੨॥	saachai takhat vadaa-ee hay. ||2||

ਤੇਰੀ ਰਹਿਮਤ ਅਨੋਖੀ ਹੈ, ਤੇਰਾ ਸ਼ਬਦ, ਤੇਰਾ ਤਖਤ, ਅਟਲ ਅਡੋਲ ਹੈ । ਤੂੰ ਆਪ ਹੀ ਇਸ ਸ੍ਰਿਸ਼ਟੀ ਦੇ ਰਚਾਏ ਖੇਲ ਵਿੱਚ ਮਸਤ ਹੈ, ਇਸ ਖੇਲ ਨੂੰ ਕੋਈ ਬਦਲ ਨਹੀਂ ਸਕਦਾ ।

Your Nature, and blessings are astonishing and Your Word and Your Royal Throne remains true and unchanged forever. You remain embedded within the mystery of play of Your Creation; no one may be able to alter its course.

ਸਤਜੁਗਿ ਸਤੁ ਸੰਤੋਖੁ ਸਰੀਰਾ॥ satjug sat santokh sareeraa.
ਸਤਿ ਸਤਿ ਵਰਤੈ ਗਹਿਰ ਗੰਭੀਰਾ॥ sat sat vartai gahir gambheeraa.
ਸਚਾ ਸਾਹਿਬੁ ਸਚੁ ਪਰਖੈ, sachaa saahib sach parkhai
ਸਾਚੈ ਹੁਕਮਿ ਚਲਾਈ ਹੇ॥੩॥ saachai hukam chalaa-ee hay. ||3||

ਸਤਯੁੱਗ ਵਿੱਚ ਜੀਵ ਦਾ ਆਪਣੇ ਮਨ ਤੇ ਕਾਬੂ, ਪ੍ਰਭ ਦੇ ਬਖਸ਼ੇ ਤੇ ਸੰਤੋਖ ਨਾਲ ਭਰਿਆ ਸੀ । ਹਰਇਕ ਜੀਵ ਸ਼ਬਦ ਦੀ ਗ਼ਬੀਰਤਾ ਨੂੰ ਮਹਿਸੂਸ ਕਰਦਾ, ਉਸ ਵਿੱਚ ਮਸਤ ਰਹਿੰਦਾ ਸੀ । ਪ੍ਰਭ ਹਰਇਕ ਜੀਵ ਦੇ ਕੀਤੇ ਕੰਮ ਨੂੰ ਪਰਖਕੇ ਉਸ ਦੇ ਭਾਗ ਲਿਖਦਾ ਹੈ ।

In the age of **Sat-Jug**, the contentment on blessings were overwhelmed in the mind of His Creation. Everyone may realize the significance of the teachings of His Word; he may remain intoxicated in meditating. The True Master always rewards the earnings of His Word; He prewrites the destiny of soul in the next cycle of his journey

ਸਤ ਸੰਤੋਖੀ ਸਤਿਗੁਰੁ ਪੂਰਾ॥ sat santokhee satgur pooraa.
ਗੁਰ ਕਾ ਸਬਦੁ ਮਨੇ ਸੋ ਸੂਰਾ॥ gur kaa sabad manay so sooraa.
ਸਾਚੀ ਦਰਗਹ ਸਾਚੁ ਨਿਵਾਸਾ, saachee dargeh saach nivaasaa
ਮਾਨੈ ਹੁਕਮੁ ਰਜਾਈ ਹੇ॥੪॥ maanai hukam rajaa-ee hay. ||4||

ਪ੍ਰਭ ਸਦਾ ਅਟਲ ਰਹਿਣ ਵਾਲਾ ਸੰਤੋਖ ਦਾ ਦਾਤਾ ਹੈ । ਜਿਹੜਾ ਸ਼ਬਦ ਨਾਲ ਜੀਵਨ ਢਾਲਦਾ ਹੈ, ਉਹ ਹੀ ਸੋਝੀਵਾਨ, ਗਿਆਨੀ ਬਣ ਜਾਂਦਾ ਹੈ । ਜਿਹੜਾ ਜੀਵ ਆਪਣਾ ਮਨ, ਤਨ ਸ਼ਬਦ ਦੀ ਪਾਲਣਾ ਵਿੱਚ ਅਡੋਲ ਰਖਦਾ ਹੈ । ਉਹ ਪ੍ਰਭ ਦੇ ਦਰਬਾਰ ਵਿੱਚ ਪ੍ਰਵਾਨ ਹੋ ਜਾਂਦਾ ਹੈ ।

The True Master, Treasure of contentment! Whosoever may adopt the teachings of His Word with steady and stable belief in his day-to-day life; with His mercy and grace, he may be enlightened with the essence of His Word. Whosoever may surrender his mind and body in the service of His Word; with His mercy and grace, he may be accepted in His Sanctuary.

ਸਤਜੁਗਿ ਸਾਚੁ ਕਹੈ ਸਭੁ ਕੋਈ॥ satjug saach kahai sabh ko-ee.
ਸਚਿ ਵਰਤੈ ਸਾਚਾ ਸੋਈ॥ sach vartai saachaa so-ee.
ਮਨਿ ਮੁਖਿ ਸਾਚੁ ਭਰਮ ਭਉ ਭੰਜਨੁ, man mukh saach bharam bha-o bhanjan
ਗੁਰਮੁਖਿ ਸਾਚੁ ਸਖਾਈ ਹੇ॥੫॥ gurmukh saach sakhaa-ee hay. ||5||

ਸਤਯੁੱਗ ਵਿੱਚ ਹਰਇਕ ਜੀਵ ਪ੍ਰਭ ਦੇ ਸ਼ਬਦ ਅਨੁਸਾਰ ਹੀ ਬੋਲਦਾ ਸੀ । ਪ੍ਰਭ ਹਰਇਕ ਥਾਂ, ਹਰਇਕ ਜੀਵ ਵਿੱਚ ਆਪ ਹੀ ਵਾਪਰਦਾ ਹੈ । ਸ਼ਬਦ ਦੀ ਪਾਲਣਾ ਕਰਨ ਨਾਲ ਮਨ ਦੇ ਭਰਮ ਦੂਰ ਹੋ ਜਾਂਦੇ ਹਨ । ਸ਼ਬਦ ਦੀ ਕਮਾਈ ਹੀ ਜੀਵ ਦੇ ਨਾਲ ਮੌਤ ਪਿਛੋਂ ਸਾਥ ਦੇਂਦੀ ਹੈ ।

In the Age of **Sat-Jug**, everyone may only speak as per the teachings of His Word. The Omnipresent True Master prevails everywhere and within each creature. Whosoever may obey the teachings of His Word with steady and stable belief; with His mercy and grace, all his religious suspicions may be eliminated. Only the earnings of His Word may remain his true companion after death in His Court.

ਤ੍ਰੇਤੈ ਧਰਮ ਕਲਾ ਇਕ ਚੂਕੀ॥ taraytai Dharam kalaa ik chookee.
ਤੀਨਿ ਚਰਣ ਇਕ ਦੁਬਿਧਾ ਸੂਕੀ॥ teen charan ik dubiDhaa sookee. gur-
ਗੁਰਮੁਖਿ ਹੋਵੈ ਸੁ ਸਾਚੁ ਵਖਾਣੈ, mukh hovai so saach vakhaanai
ਮਨਮੁਖਿ ਪਚੈ ਅਵਾਈ ਹੇ॥੬॥ manmukh pachai avaa-ee hay. ||6||

ਤ੍ਰੇਤੈ ਯੁੱਗ ਵਿੱਚ, ਚਾਰ ਪਦਾਰਥਾ ਵਿਚੋਂ ਇਕ ਪਦਾਰਥ ਗਵਾਚ ਗਿਆ । ਜੀਵ ਦੇ ਮਨ ਵਿੱਚ ਮਾਨਸ ਜਨਮ ਦੇ ਤਿੰਨਾਂ ਮੰਤਵਾਂ, ਪਦਾਰਥਾਂ ਦੀ ਯਾਦ ਹੀ ਬਚੀ । ਭਰਮਾਂ, ਵਿੱਚ ਪੈ ਕੇ ਜੀਵ ਦੇ ਮਨ ਵਿਚੋਂ ਪ੍ਰਭ ਦੇ ਵਿਛੋੜੇ ਦਾ ਡਰ ਖਤਮ ਹੋ ਗਿਆ । ਜੀਵ ਪ੍ਰਭ ਨੂੰ ਬਹੁਤ ਦੂਰ ਸਮਝਣ ਲਗ ਪਿਆ । ਇਸ ਵਿੱਚ ਵੀ ਗੁਰਮਖ ਜੀਵ ਸ਼ਬਦ ਨਾਲ ਜੀਵਨ ਬਤੀਤ ਕਰਦਾ ਸੀ । ਮਨਮੁਖ ਮਨਮਰਜ਼ੀ ਕਰਨ ਵਾਲਾ, ਆਪਣਾ ਮਾਨਸ ਜਨਮ ਬਿਰਥਾ ਹੀ ਗਵਾ ਜਾਂਦਾ ਸੀ ।

In the Age of **Tarayta;** human lost one principle of salvation; he remains intoxicated with religious suspicions. In his worldly life he left with three virtues. He remains intoxicated in religious rituals; renunciation; fear of **separation from His Holy Spirit disappeared** from his day-to-day life. He considers The True Master far away, out of his reach. His true devotee may adopt the teachings of His Word in his day-to-day life; with His mercy and grace, he may remain on the right path. Self-minded may remain intoxicated with demons of his worldly desires; he may waste his ambrosial human life opportunity.

ਮਨਮੁਖਿ ਕਦੇ ਨ ਦਰਗਹ ਸੀਝੈ॥ manmukh kaday na dargeh seejhai.
ਬਿਨੁ ਸਬਦੈ ਕਿਉ ਅੰਤਰੁ ਰੀਝੈ॥ bin sabdai ki-o antar reejhai.
ਬਾਧੇ ਆਵਹਿ ਬਾਧੇ ਜਾਵਹਿ, baaDhay aavahi baaDhay jaaveh
ਸੋਝੀ ਬੂਝ ਨ ਕਾਈ ਹੇ॥੭॥ sojhee boojh na kaa-ee hay. ||7||

ਮਨਮੁਖ ਜੀਵ ਕਦੇ ਪ੍ਰਭ ਦੇ ਦਰਬਾਰ ਵਿੱਚ ਪ੍ਰਵਾਨ ਨਹੀਂ ਹੁੰਦਾ । ਸ਼ਬਦ ਦੀ ਪਾਲਣਾ ਕਰਨ ਤੋਂ ਬਿਨਾਂ ਕਿਵੇਂ ਰਹਿਮਤ ਪਾ ਸਕਦਾ ਹੈ? ਉਹ ਸੰਸਾਰਕ ਇਛਾਂ ਦੇ ਬੰਧਨ ਵਿੱਚ ਆਉਂਦਾ, ਇਛਾਂ ਦੀ ਅੱਗ ਵਿੱਚ ਹੀ ਜਲ ਜਾਂਦਾ ਹੈ । ਉਸ ਨੂੰ ਸ਼ਬਦ ਦੀ ਸੋਝੀ ਨਹੀਂ ਹੁੰਦੀ ।

Self-minded may never be blessed with right path of acceptance in His Court. How may he be accepted in His Court without obeying the teachings of His Word? He develops worldly bonds at birth and he may be destroyed with worldly desires. He may never be enlightened with the essence of His Word.

ਦਇਆ ਦੁਆਪੁਰਿ ਅਧੀ ਹੋਈ॥ da-i-aa du-aapur aDhee ho-ee.
ਗੁਰਮੁਖਿ ਵਿਰਲਾ ਚੀਨੈ ਕੋਈ॥ gurmukh virlaa cheenai ko-ee.
ਦੁਇ ਪਗ ਧਰਮੁ ਧਰੇ ਧਰਣੀਧਰ, du-ay pag Dharam Dharay DharneeDhar
ਗੁਰਮੁਖਿ ਸਾਚੁ ਤਿਥਾਈ ਹੇ॥੮॥ gurmukh saach tithaa-ee hay. ||8||

ਦੁਆਪੁਰਿ ਯੁੱਗ ਵਿੱਚ ਪ੍ਰਭ ਦੀ ਰਹਿਮਤ ਵਾਲਾ ਪਦਾਰਥ ਅੱਧਾ ਹੋ ਗਿਆ । ਸ੍ਰਿਸ਼ਟੀ ਤੇ ਕ੍ਰੋਪੀ ਵਰਤ ਗਈ । ਪ੍ਰਭ ਨੂੰ ਮਿਲਣ ਲਈ ਸੰਸਾਰਕ ਗੁਰੂ ਦੀ ਲੋੜ ਮਹਿਸੂਸ ਹੋਣ ਲਗ ਪਈ । ਮਨ ਦਾ ਇਕ ਪ੍ਰਭ ਤੇ ਵਿਸ਼ਵਾਸ, ਭਰੋਸਾ ਡੋਲਣ ਲਗ ਪਿਆ । ਜੀਵ ਭਰਮਾਂ ਵਿੱਚ ਪੈ ਗਿਆ । ਉਸ ਨੂੰ ਸੋਝੀ ਸੀ ਕਿ ਸੰਸਾਰਕ ਜੀਵ, ਗੁਰੂ ਪ੍ਰਭ ਦਾ ਰੂਪ ਨਹੀਂ ਹੈ । ਫਿਰ ਵੀ ਸੰਸਾਰਕ ਗੁਰੂ ਨੂੰ ਵਿਚੋਲਾ ਮੰਨਦਾ ਸੀ । ਹੁਣ ਜੀਵ ਦੇ ਜੀਵਨ ਦੇ 2 ਨਿਯਮ ਹੀ ਬਣ ਗਏ । ਧਰਮ ਦਾ ਵਿਸ਼ਵਾਸ, ਧਰਤੀ ਤੇ ਜੀਵਾਂ ਦਾ ਆਸਰਾ ਸੀ । ਉਸ ਦੇ ਕੇਵਲ ਦੋ ਪੈਰ ਹੀ ਬਚੇ । ਇਸ ਦੀ ਸੋਝੀ ਗੁਰਮਖ ਨੂੰ ਸ਼ਬਦ ਦੀ ਪਾਲਣਾ ਕਰਨ ਨਾਲ ਬਖਸ਼ਿਸ਼ ਹੁੰਦੀ ਹੈ ।

Du-aapur Age! From the mind of human, two virtues disappeared; the principles to become worthy of His Consideration remain half in his human life journey. His belief on The One and Only One, True Master does not remain steady and stable. Worldly suspicions and rituals created by worldly guru become dominating in his mind in his day-to-day life; worldly religion was born. He realizes that worldly guru may not be a symbol of God; even then he believes that worldly guru may remove the curtain of his soul from His Holy Spirit. Faith in religious principles, ritual remains the pillar of support for human. Now the platform of contentment, salvation left with only two legs. Whosoever may obey the teachings of His Word; with His mercy and grace, he may be enlightened with the state of mind of His Creation.

ਰਾਜੇ ਧਰਮੁ ਕਰਹਿ ਪਰਥਾਏ॥ raajay Dharam karahi parthaa-ay.
ਆਸਾ ਬੰਧੇ ਦਾਨੁ ਕਰਾਏ॥ aasaa banDhay daan karaa-ay.
ਰਾਮ ਨਾਮ ਬਿਨੁ ਮੁਕਤਿ ਨ ਹੋਈ raam naam bin mukat na ho-ee
ਥਾਕੇ ਕਰਮ ਕਮਾਈ ਹੇ॥੯॥ thaakay karam kamaa-ee hay. ||9||

ਸੰਸਾਰ ਵਿੱਚ ਜੀਵ ਕੇਵਲ ਆਪਣੇ ਲਾਭ ਨਾਲ ਹੀ ਇਨਸਾਫ ਕਰ ਲਗ ਪਏ । ਰਹਿਮਤਾਂ ਪਾਉਣ ਲਈ ਪੁੰਨ ਦਾਨ ਨੂੰ ਜ਼ਿਆਦਾ ਮਹੱਤਤਾ ਦੇਣ ਲਗ ਪਏ । ਸ਼ਬਦ ਦੀ ਪਾਲਣਾ, ਪ੍ਰਭ ਦੀ ਰਹਿਮਤ ਤੋਂ ਬਿਨਾਂ ਮੁਕਤੀ ਬਖਸ਼ਿਸ਼ ਨਹੀਂ ਹੁੰਦੀ । ਜੀਵ ਧਰਮ ਦੇ ਰੀਤ ਰੀਵਾਜ ਕਰਕੇ ਥੱਕ ਗਏ, ਬੇਚੈਨ ਹੋ ਗਏ, ਕਿਸੇ ਨੂੰ ਮੁਕਤੀ ਬਖਸ਼ਿਸ਼ ਨਹੀਂ ਹੁੰਦੀ । ਸੰਸਾਰ ਵਿੱਚ ਚੰਗੇ ਕਰਮਾਂ ਨੂੰ ਜ਼ੋਰ ਦਿੱਤਾ ਗਿਆ ।

Worldly kings, judges may only provide justice with his own worldly benefit. Self-minded started giving more significance to charity to please The True Master. However, without obeying the teachings of His Word; no one may ever be blessed with the right path of acceptance in His Court. He may remain frustrated performing religious rituals; however, no one may ever be blessed with salvation, acceptance in His Court without earnings of His Word. Worldly good deeds were considered the right path of acceptance in His Court.

ਕਰਮ ਧਰਮ ਕਰਿ ਮੁਕਤਿ ਮੰਗਾਹੀ॥	karam Dharam kar mukat mangaa-ee.
ਮੁਕਤਿ ਪਦਾਰਥੁ ਸਬਦਿ ਸਲਾਹੀ॥	mukat padaarath sabad salaahee.
ਬਿਨੁ ਗੁਰ ਸਬਦੈ ਮੁਕਤਿ ਨ ਹੋਈ,	bin gur sabdai mukat na ho-ee par-
ਪਰਪੰਚੁ ਕਰਿ ਭਰਮਾਈ ਹੇ॥੧੦॥	panch kar bharmaa-ee hay. ||10||

ਧਰਮ ਦੇ ਗਿਆਨੀ, ਧਰਮ ਦੇ ਰੀਤ ਰੀਵਜ ਨੂੰ ਮੁਕਤੀ ਦਾ ਰਸਤਾ ਮੰਨਣ ਲਗ ਪਏ । ਦਰਬਾਰ ਵਿੱਚ ਪ੍ਰਵਾਨਗੀ ਕੇਵਲ ਸ਼ਬਦ ਦੀ ਪਾਲਣਾ ਕਰਨ ਨਾਲ ਹੀ ਬਖਸ਼ਿਸ਼ ਹੁੰਦੀ ਹੈ । ਜੀਵ ਸ਼ਬਦ ਨਾਲ ਜੀਵਨ ਢਾਲਣ ਤੋਂ ਬਿਨਾਂ ਪ੍ਰਵਾਨ ਨਹੀਂ ਹੋ ਸਕਦਾ । ਜੀਵ ਪਖੰਡੀਆਂ ਦੇ ਮਗਰ ਲਗਕੇ ਦਿਵਾਨੇ, ਪਾਗਲ ਹੋਏ ਰਹਿੰਦੇ ਹਨ ।

Religious saints, gurus started preaching the religious rituals as the right path of acceptance in His Court; however, only by obeying the teachings of His Word with steady and stable belief, his soul may be sanctified to become worthy of His Consideration; acceptance. No one may ever be accepted in His Court without adopting the teachings of His Word. Self-minded may become insane following religious rituals and worldly gurus.

ਮਾਇਆ ਮਮਤਾ ਛੋਡੀ ਨ ਜਾਈ॥	maa-i-aa mamtaa chhodee na jaa-ee.
ਸੇ ਛੂਟੇ ਸਚੁ ਕਾਰ ਕਮਾਈ॥	ay chhootay sach kaar kamaa-ee.
ਅਹਿਨਿਸਿ ਭਗਤਿ ਰਤੇ ਵੀਚਾਰੀ,	ahinis bhagat ratay veechaaree
ਠਾਕੁਰ ਸਿਉ ਬਣਿ ਆਈ ਹੇ॥੧੧॥	thaakur si-o ban aa-ee hay. ||11||

ਸੰਸਾਰਕ ਜੀਵ ਮੋਹ ਅਤੇ ਮਾਇਆ ਨੂੰ ਤਿਆਗ ਨਹੀਂ ਸਕਦਾ । ਜਿਹੜਾ ਸ਼ਬਦ ਨਾਲ ਜੀਵਨ ਢਾਲਦਾ ਹੈ, ਕੇਵਲ ਉਹ ਹੀ ਸੰਸਾਰਕ ਮਾਇਆ ਨੂੰ ਤਿਆਗ ਸਕਦਾ ਹੈ । ਜਿਹੜਾ ਦਿਨ ਰਾਤ ਪ੍ਰਭ ਦੇ ਸ਼ਬਦ ਦੀ ਪਾਲਣਾ ਵਿੱਚ ਲੀਨ ਰਹਿੰਦਾ ਹੈ । ਉਹ ਪ੍ਰਭ ਦਾ ਰੂਪ ਹੀ ਬਣ ਜਾਂਦਾ ਹੈ ।

Self-minded may never renounce worldly bonds and attachment to worldly wealth. Whosoever may adopt the teachings of His Word with steady and stable belief; with His mercy and grace, he may conquer his demons of worldly wealth. Whosoever may remain intoxicated in obeying the teachings of His Word; with His mercy and grace, he may become a symbol of The True Master; the essence of His Word.

ਇਕਿ ਜਪ ਤਪ ਕਰਿ ਕਰਿ ਤੀਰਥ ਨਾਵਹਿ॥	ik jap tap kar kar tirath naaveh.
ਜਿਉ ਤੁਧੁ ਭਾਵੈ ਤਿਵੈ ਚਲਾਵਹਿ॥	ji-o tuDh bhaavai tivai chalaaveh.
ਹਠਿ ਨਿਗ੍ਰਹਿ ਅਪਤੀਜੁ ਨ ਭੀਜੈ,	hath nigrahi apteej na bheejai
ਬਿਨੁ ਹਰਿ ਗੁਰ ਕਿਨਿ ਪਤਿ ਪਾਈ ਹੇ॥੧੨॥	bin har gur kin pat paa-ee hay. ||12||

ਕਈ ਜੀਵ ਜਪ, ਤਪ ਕਰਦੇ, ਕਠਨ ਬੰਦਗੀ ਕਰਦੇ, ਤੀਰਥ ਇਸ਼ਨਾਨ ਕਰਦੇ ਹਨ । ਉਸਤਰ੍ਹਾਂ ਹੀ ਚਲਦੇ ਹਨ ਜਿਵੇਂ ਤੈਨੂੰ ਭਾਉਂਦਾ ਹੈ । ਜਿਹੜਾ ਮਨ ਨੂੰ ਸੰਸਾਰਕ ਇਛਾਂ ਤੋਂ ਵਾਂਝੇ ਰਖਕੇ, ਦ੍ਰਿੜ੍ਹਤਾ ਨਾਲ

ਮਨ ਤੇ ਕਾਬੂ ਪਾਉਂਦਾ ਹੈ । ਉਸ ਦੀ ਬੰਦਗੀ, ਪ੍ਰਭ ਦੇ ਦਰਬਾਰ ਵਿੱਚ ਪ੍ਰਵਾਨ ਬਖਸ਼ਿਸ਼ ਨਹੀਂ ਹੁੰਦਾ । ਕੇਵਲ ਸ਼ਬਦ ਨਾਲ ਜੀਵਨ ਨੂੰ ਢਾਲਣ ਨਾਲ ਹੀ ਪ੍ਰਵਾਨਗੀ ਬਖਸ਼ਿਸ਼ ਹੁੰਦੀ ਹੈ ।

Many worldly saints, devotees follow very rigid discipline in meditation; worships at Holy Shrine and take sanctifying bath. They may perform all deeds that may be as per His Word. They may deprive their mind and body from worldly pleasures and meditate with determination to control his own mind. However, The True Master may not be pleased with his meditation and no one may be blessed with the right path. Whosoever may adopt the teachings of His Word with steady and stable belief; with His mercy and grace, only he may be accepted in His Court.

ਕਲੀ ਕਾਲ ਮਹਿ ਇਕ ਕਲ ਰਾਖੀ॥	kalee kaal meh ik kal raakhee.
ਬਿਨੁ ਗੁਰ ਪੂਰੇ ਕਿਨੈ ਨ ਭਾਖੀ॥	bin gur pooray kinai na bhaakhee.
ਮਨਮੁਖਿ ਕੂੜੁ ਵਰਤੈ ਵਰਤਾਰਾ,	manmukh koorh vartai vartaaraa
ਬਿਨੁ ਸਤਿਗੁਰ ਭਰਮੁ ਨ ਜਾਈ ਹੇ॥੧੩॥	bin satgur bharam na jaa-ee hay. ||13||

ਕਲਯੁਗ ਵਿੱਚ ਸੰਸਾਰ ਵਿੱਚ ਇਕ ਪਦਾਰਥ, ਇਕ ਪੈਰ ਹੀ ਬਚਿਆ । ਇਸ ਦਾ ਵਖਿਆਣ ਪੂਰਨ ਗੁਰੂ ਤੋਂ ਬਿਨਾਂ ਹੋਰ ਕੋਈ ਨਹੀਂ ਕਰ ਸਕਦਾ । ਸੰਸਾਰ ਵਿੱਚ ਮਨਮੁਖ ਜੀਵਾਂ ਦਾ ਜ਼ੋਰ ਹੋ ਗਿਆ । ਧਰਮ ਦਾ ਆਸਰਾ ਲੈ ਕੇ ਅਣਜਾਣਤਾ, ਫਰੇਬ ਦਾ ਪ੍ਰਚਾਰ ਕਰਨ ਲਗ ਪਏ । ਪੂਰਨ ਗੁਰੂ ਤੋਂ ਬਿਨਾਂ ਕੋਈ ਵੀ ਜੀਵ ਨੂੰ ਸਿੱਧੇ ਰਸਤੇ ਤੇ ਨਹੀਂ ਪਾ ਸਕਦਾ । ਭਰਮ ਦੂਰ ਨਹੀਂ ਕਰ ਸਕਦਾ ।

In the Age of Kul-Jug for the real purpose of human life opportunity; one virtue left in the mind of His Creation. Without, The True Guru, no one else may be blessed to explain His virtue. The universe remains dominated with self-minded. Worldly saints, preachers, use the aid of religion, to preach deceptive, false path of acceptance in His Court. Without, True Guru, Master no one else may guide His Creation on the right path of acceptance in His Court. The suspicions of mind of His Creation may never be eliminated.

ਸਤਿਗੁਰੁ ਵੇਪਰਵਾਹੁ ਸਿਰੰਦਾ॥	satgur vayparvaahu sirandaa.
ਨਾ ਜਮ ਕਾਣਿ ਨ ਛੰਦਾ ਬੰਦਾ॥	naa jam kaan na chhandaa bandaa.
ਜੋ ਤਿਸੁ ਸੇਵੇ ਸੋ ਅਬਿਨਾਸੀ,	jo tis sayvay so abhinaasee
ਨਾ ਤਿਸੁ ਕਾਲੁ ਸੰਤਾਈ ਹੇ॥੧੪॥	naa tis kaal santaa-ee hay. ||14||

ਕੇਵਲ ਪ੍ਰਭ ਹੀ ਪੂਰਨ ਗੁਰੂ, ਮਰਜ਼ੀ ਦਾ ਮਾਲਕ, ਅਡੋਲ, ਬੇਪ੍ਰਵਾਹ ਹੈ । ਉਹ ਹੀ ਸਦਾ ਅਟਲ ਰਹਿਣ ਵਾਲਾ, ਮੌਤ ਦੇ ਵੱਸ ਵਿੱਚ ਨਹੀਂ ਹੈ । ਓਹ ਆਪਣੇ ਕਿਸੇ ਕਰਤਬ ਕਰਨ ਲਈ ਸੰਸਾਰਕ ਜੀਵ ਤੇ ਨਿਰਭਰ ਨਹੀਂ ਹੁੰਦਾ । ਜਿਹੜਾ ਪ੍ਰਭ ਦੇ ਸ਼ਬਦ ਨਾਲ ਜੀਵਨ ਢਾਲਦਾ ਹੈ । ਉਸ ਦਾ ਰੂਪ ਹੀ ਬਣ ਜਾਂਦਾ ਹੈ, ਉਸ ਨੂੰ ਮੌਤ ਛੋਹ ਨਹੀਂ ਸਕਦੀ ।

The One and Only One, God, True Guru, Master! Self-minded remains unchanged, true and in blossom forever. He remains beyond any cycle of birth and death. The Omnipotent True Master may never depend on anyone to perform any of His Events, Miracles. Whosoever may adopt the teachings of His Word with steady and stable belief; with His mercy and grace, he may become a symbol of The True Master.

ਗੁਰ ਮਹਿ ਆਪੁ ਰਖਿਆ ਕਰਤਾਰੇ॥	gur meh aap rakhi-aa kartaaray.
ਗੁਰਮੁਖਿ ਕੋਟਿ ਅਸੰਖ ਉਧਾਰੇ॥	gurmukh kot asaNkh uDhaaray.
ਸਰਬ ਜੀਆ ਜਗਜੀਵਨੁ ਦਾਤਾ,	sarab jee-aa jagjeevan daataa
ਨਿਰਭਉ ਮੈਲੁ ਨ ਕਾਈ ਹੇ॥੧੫॥	nirbha-o mail na kaa-ee hay. ||15||

ਗੁਰਮਖ ਜੀਵ ਸ਼ਬਦ ਨਾਲ ਜੀਵਨ ਢਾਲਦਾ ਹੈ । ਕਈ ਜੀਵਾਂ ਨੂੰ ਇਸ ਰਸਤੇ ਤੇ ਪਾ ਕੇ, ਪ੍ਰਵਾਨ ਕਰਾ ਜਾਂਦੇ ਹਨ । ਇਕੋ ਇਕ ਪ੍ਰਭ ਹੀ ਸ੍ਰਿਸ਼ਟੀ ਦੇ ਸਾਰੇ ਜੀਵ ਨੂੰ ਜੀਵਨ ਬਖਸ਼ਣ ਵਾਲਾ ਅਸਲੀ ਮਾਲਕ, ਹੈ । ਉਸ ਨੂੰ ਕੋਈ ਡਰ ਨਹੀਂ, ਕੋਈ ਦਾਗ਼ ਨਹੀਂ ।

His true devotee always adopts the teachings of His Word. He may inspire many with his way of life to adopt the teachings of His Word to become worthy of His Consideration. The True Master may bestow His Virtues on His true devotee. The True Master may not have any fear nor any blemish of worldly desires.

ਸਗਲੇ ਜਾਚਹਿ ਗੁਰ ਭੰਡਾਰੀ॥	saglay jaacheh gur bhandaaree.
ਆਪਿ ਨਿਰੰਜਨੁ ਅਲਖ ਅਪਾਰੀ॥	aap niranjan alakh apaaree.
ਨਾਨਕੁ ਸਾਚੁ ਕਹੈ ਪ੍ਰਭ ਜਾਚੈ,	naanak saach kahai parabh jaachai
ਮੈ ਦੀਜੈ ਸਾਚੁ ਰਜਾਈ ਹੇ॥੧੬॥੪॥	mai deejai saach rajaa-ee hay. ||16||4||

ਪ੍ਰਭ ਆਪਣੀ ਕਰਮਾਤ ਆਪਣੇ ਸ਼ਬਦ ਦੀ ਪਾਲਣਾ ਵਿੱਚ ਹੀ ਰਖਦਾ ਹੈ । ਸਾਰੀ ਸ੍ਰਿਸ਼ਟੀ ਹੀ ਉਸ ਤੋਂ ਦਾਤਾਂ ਦੇ ਭੰਡਾਰ ਮੰਗਦੀ ਹੈ । ਉਹ ਆਪ ਆਪਣੇ ਵਿਚੋਂ ਹੀ ਉਤਪੰਨ ਹੁੰਦਾ ਹੈ । ਉਹ ਜੀਵ ਦੀ ਜਾਣਕਾਰੀ, ਪਹੁੰਚ, ਕਿਸੇ ਤਰ੍ਹਾਂ ਦੇ ਅੰਤ ਤੋਂ ਰਹਿਤ ਹੈ । ਜੀਵ ਉਸ ਅੱਗੇ ਅਰਦਾਸ ਕਰੋ! ਉਸ ਦੇ ਸ਼ਬਦ ਦੀ ਸੋਝੀ, ਪਾਲਣਾ ਕਰਨ ਦੀ ਰਹਿਮਤ ਮੰਗੋ ।

All the miracles and blessings remain embedded within obeying the teachings of His Word. The whole universe may be praying and begging treasures of His virtues. The True Master may appear from within His Own Holy Spirit. He remains beyond reach, any limits, boundary nor end. You should always pray for His forgiveness and enlightenment of the essence of His Word.

Four principles of Meditation: Human life Journey!		
1	ਸ਼ਬਦ ਵਿੱਚ ਧਿਆਨ, ਸੁਰਤੀ,	Devotion and dedication, concentration to obey the teachings of His Word;
2	ਪ੍ਰਭ ਤੋਂ ਵਿਛੋੜੇ ਦਾ ਵਿਰਾਗ	Renunciation, fear of separation from His Holy Spirit.
3	ਸ਼ਬਦ ਦੀ ਸੋਝੀ	Enlightenment of the essence of His Word;
4	ਮੁਕਤੀ ਦੀ ਆਸ	Hope to become worthy of His Consideration; salvation.

1. **ਜੀਵ ਸਤਯੁੱਗ ਵਿੱਚ:** ਜੀਵਨ ਦੇ ਚਾਰ ਨਿਯਮ ਅਪਣਾਉਂਦਾ ਸੀ ।
2. **ਤ੍ਰੇਤੇ ਯੁੱਗ ਵਿੱਚ ਜੀਵ:** ਦੇ ਮਨ ਵਿਚੋਂ ਪ੍ਰਭ ਦੇ ਵਿਛੋੜੇ ਦਾ ਡਰ ਖਤਮ ਹੋ ਗਿਆ ।
3. **ਦੁਆਪ੍ਰੀਰ:** ਜੀਵ ਦੇ ਜੀਵਨ ਦੇ 2 ਨਿਯਮ ਹੀ ਬਣ ਗਏ ।
   ਸੰਸਾਰਕ ਗੁਰੂ ਨੂੰ ਵਿਚੋਲਾ ਮੰਨਦਾ ਸੀ । – ਮਾਨਸ ਗੁਰੂ ਪੈਦਾ ਹੋਇਆ ।
4. **ਕਲਯੁਗ ਵਿੱਚ:** ਜੀਵਨ ਦਾ ਇਕ ਹੀ ਨਿਯਮ ਹੀ ਬਣ ਗਿਆ ।
   ਉਸ ਨੂੰ ਮਾਨਸ ਜੀਵਨ ਦੇ ਮੰਤਵ ਦੇ ਚੌਥੇਂ ਪਦਾਰਥਾਂ ਦੀ ਸੋਝੀ ਖਤਮ ਹੋ ਗਈ ।
   ਪਾਠ ਕਰਵਾਉਣ, ਦਾਨ, ਸ਼ਹਿਦੀ ਨੂੰ ਹੀ ਮੁਤਕੀ ਮੰਨਣ ਲਗ ਪਏ; ਧਰਮ ਪੈਦਾ ਹੋਇਆ ।
5. ਸਾਰੇ ਯੁੱਗਾਂ ਵਿੱਚ ਹੀ ਪ੍ਰਭ ਦੇ ਸ਼ਬਦ ਵਿੱਚ ਭਰੋਸਾ ਅਡੋਲ ਰਖਕੇ ਸ਼ਬਦ ਦੀ ਪਾਲਣਾ ਨਾਲ ਹੀ ਉਸ ਦਾ ਬਚਾ ਹੋ ਸਕਦਾ ਹੈ ।

1. **Age of Sat jug**! Adopted four unique principles in his worldly life.
2. **In the Ancient Age of Tarayta**;: mankind dropped one principle:
   Renunciation of separation, fear of God dropped.
3. **In the Ancient Age of Du-aapur**; dropped one more:
   Worldly suspicions and rituals;
   Worldly guru become dominating in his mind in his day-to-day life.

4.	**In the present Age of Kul jug**! Left with only one principle. He forgets the real purpose of human life opportunity; Religion became a hub of greed, suck the blood of innocent. Religion, worldly guru became dominating in day-to-day life.
5.	In All Age: Salvation, real path may only be blessed by adopting the teachings of His Word.

5. ਮਾਰੂ ਮਹਲਾ ੧॥ 1024-12

ਸਾਚੈ ਮੇਲੇ ਸਬਦਿ ਮਿਲਾਏ॥ saachai maylay sabad milaa-ay.
ਜਾ ਤਿਸੁ ਭਾਣਾ ਸਹਜਿ ਸਮਾਏ॥ jaa tis bhaanaa sahj samaa-ay.
ਤ੍ਰਿਭਵਣ ਜੋਤਿ ਧਰੀ ਪਰਮੇਸਰਿ, taribhavan jot Dharee parmaysar
ਅਵਰੁ ਨ ਦੂਜਾ ਭਾਈ ਹੇ॥੧॥ avar na doojaa bhaa-ee hay. ||1||

ਅਟਲ ਪ੍ਰਭ ਨਾਲ ਮੇਲ ਸ਼ਬਦ ਦੀ ਪਾਲਣਾ ਕਰਨ ਨਾਲ ਹੀ ਹੋ ਸਕਦਾ ਹੈ । ਜਿਸ ਦੀ ਕਮਾਈ ਪ੍ਰਭ ਨੂੰ ਭਾਉਂਦੀ ਹੈ, ਉਸ ਨੂੰ ਪ੍ਰਵਾਨ ਕਰ ਲੈਂਦਾ ਹੈ । ਤਿੰਨਾਂ ਸ੍ਰਿਸ਼ਟੀਆਂ ਦੇ ਮਾਲਕ ਦੀ ਜੋਤ ਹਰਇਕ ਜੀਵ ਵਿੱਚ ਜਗਦੀ ਹੈ ।

Whosoever may obey the teachings of His Word with steady and stable; with His mercy and grace, he may be blessed with the right path of acceptance in His Court. Whose earnings of His Word may be accepted in His Court, he may be accepted in His Court. His Holy Spirit of True Master of three universe remains embedded within each soul.

ਜਿਸ ਕੇ ਚਾਕਰ ਤਿਸ ਕੀ ਸੇਵਾ॥ jis kay chaakar tis kee sayvaa.
ਸਬਦਿ ਪਤੀਜੈ ਅਲਖ ਅਭੇਵਾ॥ sabad pateejai alakh abhayvaa.
ਭਗਤਾ ਕਾ ਗੁਣਕਾਰੀ ਕਰਤਾ, bhagtaa kaa gunkaaree kartaa
ਬਖਸਿ ਲਏ ਵਡਿਆਈ ਹੇ॥੨॥ bakhas la-ay vadi-aa-ee hay. ||2||

ਪ੍ਰਭ ਦਾ ਦਾਸ, ਪ੍ਰਭ ਦੇ ਸ਼ਬਦ ਦੀ ਪਾਲਣਾ ਕਰਦਾ ਹਾ । ਪ੍ਰਭ ਜੀਵ ਦੀ ਸਮਝ, ਜਾਣਕਾਰੀ ਦੇ ਵਿੱਚ ਨਹੀਂ, ਜੋਤ ਵੀ ਇਕ ਭੇਦ ਵਾਲਾ ਖੇਲ ਹੈ । ਉਹ ਸ਼ਬਦ ਦੀ ਕਮਾਈ ਤੇ ਪ੍ਰਭਾਵਤ ਹੁੰਦਾ ਹੈ । ਉਹ ਭਗਤਾਂ ਦਾ ਰਖਵਾਲਾ, ਪਾਪ ਬਖਸ਼ਣ ਵਾਲਾ ਮਾਲਕ ਹੈ । ਇਹ ਉਸ ਦੀ ਹੀ ਵਡਿਆਈ ਹੈ ।

I remain intoxicated in obeying the teachings of His Word. The True Master, His Nature remains beyond comprehension of His Creation; His Holy Spirit remains a mystery. He remains merciful and gracious and protector of His true devotee. His sins of previous lives may be forgiven. This may be unique greatness of The True Master.

ਦੇਦੇ ਤੋਟਿ ਨ ਆਵੈ ਸਾਚੇ॥ dayday tot na aavai saachay.
ਲੈ ਲੈ ਮੁਕਰਿ ਪਉਦੇ ਕਾਚੇ॥ lai lai mukar pa-uday kaachay.
ਮੂਲੁ ਨ ਬੂਝਹਿ ਸਾਚਿ ਨ ਰੀਝਹਿ, mool na boojheh saach na reejheh
ਦੂਜੈ ਭਰਮਿ ਭੁਲਾਈ ਹੇ॥੩॥ doojai bharam bhulaa-ee hay. ||3||

ਪ੍ਰਭ ਸਦਾ ਦਾਤਾਂ ਬਖਸ਼ਦਾ ਰਹਿੰਦਾ ਹੈ, ਉਸ ਦੇ ਭੰਡਾਰ ਵਿੱਚ ਕਦੀ ਕਮੀ ਨਹੀਂ ਆਉਂਦੀ । ਮਨਮੁਖ ਜੀਵ ਨੂੰ ਦਾਤਾਂ ਨਾਲ ਸੰਤੋਖ ਨਹੀਂ ਰਹਿੰਦਾ, ਹੋਰ ਮੰਗਦਾ ਰਹਿੰਦਾ ਹੈ । ਉਹ ਆਪਣਾ ਮੁੱਢ ਭੁੱਲ ਜਾਂਦਾ ਹੈ । ਉਹ ਬਖਸ਼ਿਸ਼ਾਂ ਨਾਲ ਸੰਤੁਸ਼ਟ ਨਹੀਂ ਰਹਿੰਦਾ! ਉਹ ਜਾਣਦਾ ਨਹੀਂ ਦਾਤਾਂ ਪਿਛਲੇ ਜਨਮ ਦੇ ਕੰਮਾਂ ਦਾ ਫਲ ਬਖਸ਼ਿਸ਼ ਹੁੰਦਾ ਹੈ । ਹੋਰ ਪਾਸੇ ਭਰਮਾਂ ਵਿੱਚ, ਹੋਰ ਗੁਰੂਆਂ ਮਗਰ ਲਗਾ ਫਿਰਦਾ ਹੈ ।

His Blessings are pouring like non-stop rain; His Treasure may never have any shortage. Self-minded may never remain contented! He always begs for more over and over. He may not remember the real purpose of his human life opportunity; he forgets that his blessings were as a reward of his previous life. He remains intoxicated in religious suspicions and follows various worldly saints, gurus.

ਗੁਰਮੁਖਿ ਜਾਗਿ ਰਹੇ ਦਿਨ ਰਾਤੀ॥ gurmukh jaag rahay din raatee.
ਸਾਚੇ ਕੀ ਲਿਵ ਗੁਰਮਤਿ ਜਾਤੀ॥ saachay kee liv gurmat jaatee.
ਮਨਮੁਖ ਸੋਇ ਰਹੇ ਸੇ ਲੂਟੇ, manmukh so-ay rahay say lootay
ਗੁਰਮੁਖਿ ਸਾਬਤੁ ਭਾਈ ਹੇ॥੪॥ gurmukh saabat bhaa-ee hay. ||4||

ਗੁਰਮਖ ਦਿਨ ਰਾਤ ਪ੍ਰਭ ਦੇ ਸ਼ਬਦ ਦੀ ਪਾਲਣਾ ਵਿੱਚ ਜਾਗਦਾ ਅਤੇ ਸੁਚੇਤ ਰਹਿੰਦਾ ਹੈ । ਉਹ ਪ੍ਰਭ ਦੇ ਸ਼ਬਦ ਨਾਲ ਜੀਵਨ ਬਤੀਤ ਕਰਦਾ, ਪ੍ਰਭ ਦੀ ਪ੍ਰੀਤ ਜਾਣਦਾ ਹੈ । ਆਲਸੀ ਮਨਮੁਖ ਸੁਤਾ ਹੋਇਆ, ਧੋਖੇ ਫਰੇਬ ਵਿੱਚ ਹੀ ਲਗਾ ਰਹਿੰਦਾ ਹੈ । ਗੁਰਮਖ ਪ੍ਰਭ ਦੇ ਬਖਸ਼ੇ ਤੇ ਸੰਤੋਖ ਵਿੱਚ ਹੀ ਰਹਿੰਦਾ ਹੈ ।

His true devotee remains awake and alert in obeying and adopting the teachings of His Word with steady and stable belief in his day-to-day life. He may remain at His Sanctuary. Self-minded remains lazy and he may remain thinking devious plans, sleeping, wasting his priceless human life opportunity. His true devotee remains contented with His Blessings.

ਕੂੜੇ ਆਵੈ ਕੂੜੇ ਜਾਵੈ॥ koorhay aavai koorhay jaavai.
ਕੂੜੇ ਰਾਤੀ ਕੂੜੁ ਕਮਾਵੈ॥ koorhay raatee koorh kamaavai.
ਸਬਦਿ ਮਿਲੇ ਸੇ ਦਰਗਹ ਪੈਧੇ, sabad milay say dargeh paiDhay
ਗੁਰਮੁਖਿ ਸੁਰਤਿ ਸਮਾਈ ਹੇ॥੫॥ gurmukh surat samaa-ee hay. ||5||

ਜਿਹੜਾ ਜੀਵ ਆਪਣਾ ਜੀਵਨ ਧੋਖੇ ਅਤੇ ਫਰੇਬ ਨਾਲ ਬਤੀਤ ਕਰਦਾ ਹੈ, ਉਹ ਦੁਖ ਹੀ ਪਾਉਂਦਾ ਹੈ । ਉਹ ਧੋਖੇ ਨੂੰ ਆਪਣੇ ਜੀਵਨ ਦਾ ਅਧਾਰ ਬਣਾਉਂਦਾ ਹੈ, ਬਾਕੀ ਜੀਵਾਂ ਨੂੰ ਵੱਡਾ ਕਰਕੇ ਦਿਖਾਉਂਦਾ ਹੈ । ਜਿਹੜਾ ਸ਼ਬਦ ਨਾਲ ਜੀਵਨ ਬਤੀਤ ਕਰਦਾ ਹੈ, ਉਸ ਨੂੰ ਦਰਬਾਰ ਵਿੱਚ ਪ੍ਰਵਾਨਗੀ ਬਖਸ਼ਿਸ਼ ਹੋ ਜਾਂਦੀ ਹੈ । ਉਸ ਦਾ ਧਿਆਨ ਹਮੇਸ਼ਾਂ ਸ਼ਬਦ ਦੀ ਪਾਲਣਾ ਵਿੱਚ ਹੀ ਰਹਿੰਦਾ ਹੈ ।

Whosoever may adopt falsehood and devious plans in his life; he may only endure miseries. He may adopt evil thoughts, clever plans in his day-to-day life. He may boast about his way of pleasures in worldly life. Whosoever may adopt the teachings of His Word with steady and stable belief; with His mercy and grace, he may be accepted in His Court. He may always remain intoxicated in obeying the teachings of His Word.

ਕੂੜਿ ਮੁਠੀ ਠਗੀ ਠਗਵਾੜੀ॥ koorh muthee thagee thagvaarhee.
ਜਿਉ ਵਾੜੀ ਓਜਾੜਿ ਉਜਾੜੀ॥ ji-o vaarhee ojaarh ujaarhee.
ਨਾਮ ਬਿਨਾ ਕਿਛੁ ਸਾਦਿ ਨ ਲਾਗੈ, naam binaa kichh saad na laagai
ਹਰਿ ਬਿਸਰਿਐ ਦੁਖੁ ਪਾਈ ਹੇ॥੬॥ har bisri-ai dukh paa-ee hay. ||6||

ਧੋਖਾ ਦੀ ਕਮਾਈ ਕਰਨ ਵਾਲਾ ਅਕਸਰ ਵੱਡੇ ਧੋਖੇ ਬਾਜ ਦੇ ਧੋਖੇ ਵਿੱਚ ਆ ਜਾਂਦਾ ਹੈ । ਉਸ ਦਾ ਘਰ, ਜੀਵਨ ਉਜੜੇ ਖੇਤ ਵਰਗਾ ਹੀ ਹੁੰਦਾ ਹੈ । ਪ੍ਰਭ ਦੇ ਸ਼ਬਦ ਦੀ ਪਾਲਣਾ ਤੋਂ ਬਿਨਾਂ ਕੋਈ ਕਮਾਈ ਸਾਥ ਜਾਣ ਵਾਲੀ ਨਹੀਂ ਹੁੰਦੀ । ਪ੍ਰਭ ਦਾ ਸ਼ਬਦ ਵਿਸਾਰ ਕੇ ਜੀਵ ਦੁਖ ਹੀ ਪਾਉਂਦਾ ਹੈ ।

Whosoever may earn his living with deceptive plans and enjoy short-lived worldly pleasure; often, he may fall into a trap of a bigger cheater. His life and house always remain like a vandalized farm. Without the earnings of His Word, no other worldly possessions may remain with him after death. Whosoever may abandon the teachings of His Word; he only endures miseries in his life.

ਭੋਜਨੁ ਸਾਚੁ ਮਿਲੈ ਆਘਾਈ॥ bhojan saach milai aaghaa-ee.
ਨਾਮ ਰਤਨੁ ਸਾਚੀ ਵਡਿਆਈ॥ naam ratan saachee vadi-aa-ee.
ਚੀਨੈ ਆਪੁ ਪਛਾਣੈ ਸੋਈ, cheenai aap pachhaanai so-ee
ਜੋਤੀ ਜੋਤਿ ਮਿਲਾਈ ਹੇ॥੭॥ jotee jot milaa-ee hay. ||7||

ਜਿਹੜਾ ਪ੍ਰਭ ਦੇ ਸ਼ਬਦ ਦੀ ਕਮਾਈ ਕਰਦਾ, ਉਸ ਦੇ ਮਨ ਨੂੰ ਸੰਤੋਖ ਬਖਸ਼ਿਸ਼ ਹੁੰਦਾ ਹੈ । ਸ਼ਬਦ ਦੀ ਸੋਝੀ ਹੀ ਸਭ ਤੋਂ ਵੱਡੀ ਦਾਤ ਹੈ । ਜਿਹੜਾ ਆਪਣੇ ਆਪ ਨੂੰ ਪਛਾਣ ਜਾਂਦਾ, ਉਹ ਪ੍ਰਭ ਨੂੰ ਜਾਣ ਜਾਂਦਾ, ਖੋਜ ਲੈਂਦਾ ਹੈ । ਉਸ ਦੀ ਆਤਮਾ ਪ੍ਰਭ ਦੀ ਜੋਤ ਵਿੱਚ ਅਭੇਦ ਹੋ ਜਾਂਦੀ ਹੈ ।

Whosoever may earn the wealth of His Word; with His mercy and grace, he may be blessed with contentment in his worldly life. The enlightenment of the essence of His Word may be the greatest blessing. Whosoever may recognize, the real purpose of his human life opportunity; he may witness His Holy Spirit prevailing everywhere. He may hear the everlasting echo of His Word resonating within; with His mercy and grace, his soul may become worthy of His Consideration.

ਨਾਵਹੁ ਭੁਲੀ ਚੋਟਾ ਖਾਏ॥	naavhu bhulee chotaa khaa-ay.
ਬਹੁਤੁ ਸਿਆਣਪ ਭਰਮੁ ਨ ਜਾਏ॥	bahut si-aanap bharam na jaa-ay.
ਪਚਿ ਪਚਿ ਮੁਏ ਅਚੇਤ ਨ ਚੇਤਹਿ,	pach pach mu-ay achayt na cheeteh
ਅਜਗਰਿ ਭਾਰਿ ਲਦਾਈ ਹੇ॥੮॥	ajgar bhaar ladaa-ee hay. ‖8‖

ਜਿਹੜਾ ਸ਼ਬਦ ਦੀ ਪਾਲਣਾ ਕਰਨ ਦਾ ਰਸਤਾ ਭੁੱਲਾ ਲੈਂਦਾ, ਦੁਖ ਹੀ ਪਾਉਂਦਾ ਹੈ । ਆਪਣੀ ਸਿਆਣਪ ਨਾਲ ਮਨ ਦੇ ਭਰਮ, ਭੁਲੇਖੇ ਦੂਰ ਨਹੀਂ ਹੁੰਦੇ । ਜਿਸ ਨੂੰ ਸ਼ਬਦ ਦੀ ਸੋਝੀ ਨਹੀਂ ਹੁੰਦੀ, ਉਹ ਸ਼ਬਦ ਦਾ ਸਿਮਰਨ ਨਹੀਂ ਕਰਦਾ । ਜਿਹੜਾ ਪਾਪਾਂ ਦੀ ਕਮਾਈ ਦਾ ਭਾਰ ਚੁੱਕੀ ਫਿਰਦਾ ਹੈ । ਓਹ ਮੌਤ ਦੇ ਹਵਾਲੇ ਹੋ ਜਾਂਦਾ ਹੈ । ਉਹ ਜੂੰਨਾਂ ਦੇ ਚੱਕਰ ਵਿੱਚ ਹੀ ਰਹਿੰਦਾ ਹੈ ।

Whosoever may abandon the teachings of His Word, he may endure miseries in his worldly life. No one may ever conquer his religious suspicions with his own wisdom. Whosoever may not remember the real purpose of his human life opportunity; he may not meditate and adopts the teachings of His Word with steady and stable belief in his life. He carries the burden of sins with him. He may be captured by the devil of death and he remains in the cycle of death.

ਬਿਨੁ ਬਾਦ ਬਿਰੋਧਹਿ ਕੋਈ ਨਾਹੀ॥	bin baad biroDheh ko-ee naahee.
ਮੈ ਦੇਖਾਲਿਹੁ ਤਿਸੁ ਸਾਲਾਹੀ॥	mai daykhaalihu tis saalaahee.
ਮਨੁ ਤਨੁ ਅਰਪਿ ਮਿਲੈ ਜਗਜੀਵਨੁ,	man tan arap milai jagjeevan
ਹਰਿ ਸਿਉ ਬਣਤ ਬਣਾਈ ਹੇ॥੯॥	har si-o banat banaa-ee hay. ‖9‖

ਕੋਈ ਜੀਵ ਵੀ ਆਪਣੀ ਸਿਆਣਪ ਨਾਲ ਵਿਰੋਧ ਅਤੇ ਈਰਖਾ ਤੋਂ ਬਚ ਨਹੀਂ ਸਕਦਾ । ਜਿਸ ਨੂੰ ਇਹ ਅਵਸਥਾ ਬਖਸ਼ਿਸ਼ ਹੋ ਜਾਂਦੀ ਹੈ, ਉਹ ਪੂਜਣ ਯੋਗ ਹੁੰਦਾ ਹੈ । ਜਿਹੜਾ ਆਪਣਾ ਤਨ, ਮਨ ਪ੍ਰਭ ਦੇ ਸ਼ਬਦ ਦੀ ਪਾਲਣਾ ਵਿੱਚ ਲਾ ਦੇਂਦਾ, ਉਸ ਨੂੰ ਪ੍ਰਭ ਦੀ ਰਹਿਮਤ ਬਖਸ਼ਿਸ਼ ਹੋ ਜਾਂਦੀ ਹੈ । ਮਾਨਸ ਜੀਵਨ ਉਸ ਵਾਸਤੇ, ਪ੍ਰਭ ਦਾ ਇਕ ਅਨੋਖਾ ਖੇਲ ਹੀ ਬਣ ਜਾਂਦਾ ਹੈ ।

No one may become beyond the reach of worldly jealousy and enmity, hostility with his own wisdom. Whosoever may be blessed with such a state of mind; with His mercy and grace, he may become worthy of worship. Whosoever may surrender his mind, body, and worldly status at His Sanctuary; with His mercy and grace, he may be blessed with the right path of acceptance in His Court. He may realize the significance of his human life opportunity to sanctify his soul to become worthy of His Considerations; a unique play, miracle of His Nature.

ਪ੍ਰਭ ਕੀ ਗਤਿ ਮਿਤਿ ਕੋਇ ਨ ਪਾਵੈ॥	parabh kee gat mit ko-ay na paavai.
ਜੇ ਕੋ ਵਡਾ ਕਹਾਇ ਵਡਾਈ ਖਾਵੈ॥	jay ko vadaa kahaa-ay vadaa-ee khaavai.
ਸਾਚੇ ਸਾਹਿਬ ਤੋਟਿ ਨ ਦਾਤੀ,	saachay saahib tot na daatee
ਸਗਲੀ ਤਿਨਹਿ ਉਪਾਈ ਹੇ॥੧੦॥	saglee tineh upaa-ee hay. ‖10‖

ਪ੍ਰਭ ਦੀ ਅਵਸਥਾ, ਉਸ ਦਾ ਅੰਤ ਕੋਈ ਨਹੀਂ ਜਾਣ ਸਕਦਾ । ਜਿਹੜਾ ਆਪਣੇ ਆਪ ਨੂੰ ਜ਼ਿਆਦਾ ਸੋਝੀਵਾਨ ਸਮਝਦਾ ਹੈ । ਉਹ ਆਪਣੀ ਸੋਝੀ ਦੇ ਅਹੰਕਾਰ ਦਾ ਹੀ ਸ਼ਿਕਾਰ ਬਣ ਜਾਂਦਾ ਹੈ । ਪ੍ਰਭ ਦੀ ਰਹਿਮਤ ਨਾਲੋ ਹੋਰ ਕੋਈ ਵੱਡੀ ਦਾਤ ਨਹੀਂ ਹੈ । ਸਾਰੀਆਂ ਦਾਤਾਂ ਪ੍ਰਭ ਦੀ ਰਹਿਮਤ ਵਿੱਚ ਹੀ ਸਮਾਇਆ ਹਨ ।

His Nature and the limits of His Miracles, Events remain beyond the comprehension of His Creation. Self-minded may proclaim to be enlightened and have complete knowledge, understanding; he may become a slave of his false ego. No other blessings, possession may be greater than His Blessings; all blessings remain embedded within His Blessed Vision.

ਵਡੀ ਵਡਿਆਈ ਵੇਪਰਵਾਹੇ॥	vadee vadi-aa-ee vayparvaahay.
ਆਪਿ ਉਪਾਏ ਦਾਨੁ ਸਮਾਹੇ॥	aap upaa-ay daan samaahay.
ਆਪਿ ਦਇਆਲੁ ਦੂਰਿ ਨਹੀਂ ਦਾਤਾ,	aap da-i-aal door nahee daataa
ਮਿਲਿਆ ਸਹਜਿ ਰਜਾਈ ਹੇ॥੧੧॥	mili-aa sahj rajaa-ee hay. ||11||

ਪ੍ਰਭ ਸਭ ਤੋਂ ਵੱਡਾ, ਮਹਾਨ, ਆਪਣੀ ਰਜ਼ਾ ਦਾ ਮਾਲਕ ਹੈ । ਉਹ ਆਪ ਹੀ ਸਾਰੀਆਂ ਰਹਿਮਤਾਂ ਬਖਸ਼ਦਾ ਹੈ । ਪ੍ਰਭ ਦਾ ਤਰਸ, ਰਹਿਮਤ ਜੀਵ ਤੋਂ ਬਹੁਤ ਦੂਰ ਨਹੀਂ ਹੈ । ਪ੍ਰਭ ਇਕ ਪਲ ਵਿੱਚ ਹੀ ਜੀਵ ਨੂੰ ਪ੍ਰਵਾਨ ਕਰ ਲੈਂਦਾ ਹੈ ।

The True Master, greatest of All! His Nature, Command remains unique and unavoidable. Only, He may bless a unique treasure of virtues to any soul. His Blessings remain embedded within each soul and not far away. Any soul may be accepted in His Court in a twinkle of eyes.

ਇਕਿ ਸੋਗੀ ਇਕਿ ਰੋਗਿ ਵਿਆਪੇ॥	ik sogee ik rog vi-aapay.
ਜੋ ਕਿਛੁ ਕਰੇ ਸੁ ਆਪੇ ਆਪੇ॥	jo kichh karay so aapay aapay.
ਭਗਤਿ ਭਾਉ ਗੁਰ ਕੀ ਮਤਿ ਪੂਰੀ,	bhagat bhaa-o gur kee mat pooree
ਅਨਹਦਿ ਸਬਦਿ ਲਖਾਈ ਹੇ॥੧੨॥	anhad sabad lakhaa-ee hay. ||12||

ਜੀਵ ਨੂੰ ਕੋਈ ਸੰਸਾਰਕ ਬਿਮਾਰੀ ਵੀ ਪ੍ਰਭ ਦੀ ਬਖ਼ਸ਼ਿਸ਼ ਨਾਲ ਹੀ ਆਉਂਦੀ ਹੈ । ਪ੍ਰਭ ਸਭ ਕੁਝ ਜੀਵ ਦੇ ਭਲੇ ਲਈ, ਸਿਖਿਆਂ ਦੇਣ ਲਈ ਹੀ ਕਰਦਾ ਹੈ । ਜਿਹੜਾ ਅਡੋਲ ਭਰੋਸੇ ਨਾਲ ਸ਼ਬਦ ਦੀ ਪਾਲਣਾ ਕਰਦਾ ਹੈ, ਉਸ ਦੇ ਮਨ ਅੰਦਰ ਸ਼ਬਦ ਦੀ ਸਦਾ ਰਹਿਣ ਵਾਲੀ ਧੁਨ ਚਲ ਪੈਂਦੀ ਹੈ ।

Even all worldly sickness are also His Blessings! His blessings are always for the welfare of his soul to remind the reality of his human life opportunity. Whosoever may obey the teachings of His Word with steady and stable belief; with His mercy and grace, he may hear the everlasting echo of His Word resonating within his heart.

ਇਕਿ ਨਾਗੇ ਭੂਖੇ ਭਵਹਿ ਭਵਾਏ॥	ik naagay bhookhay bhaveh bhavaa-ay.
ਇਕਿ ਹਠੁ ਕਰਿ ਮਰਹਿ ਨ ਕੀਮਤਿ ਪਾਏ॥	ik hath kar mareh na keemat paa-ay.
ਗਤਿ ਅਵਿਗਤ ਕੀ ਸਾਰ ਨ ਜਾਣੈ,	gat avigat kee saar na jaanai
ਬੂਝੈ ਸਬਦੁ ਕਮਾਈ ਹੇ॥੧੩॥	boojhai sabad kamaa-ee hay. ||13||

ਕਈ ਜੀਵ ਭੁੱਖੇ, ਨੰਗੇ ਭਉਂਦੇ ਰਹਿੰਦੇ ਹਨ । ਮਨਮੁਖ ਆਪਣੇ ਅਹੰਕਾਰ ਵਿੱਚ ਹੀ ਮਰ ਜਾਂਦਾ ਹੈ । ਉਹ ਪ੍ਰਭ ਦੇ ਸ਼ਬਦ ਦੀ ਪਾਲਣਾ ਦੀ ਕੀਮਤ ਨਹੀਂ ਜਾਣਦਾ, ਉਸ ਨੂੰ ਚੰਗੇ, ਮੰਦੇ ਕੰਮ ਵਿੱਚ ਕੋਈ ਅੰਤਰ ਦੀ ਸਮਝ ਨਹੀਂ ਹੁੰਦੀ । ਇਹ ਸੋਝੀ ਕੇਵਲ ਸ਼ਬਦ ਨਾਲ ਜੀਵਨ ਢਾਲਣ ਨਾਲ ਹੀ ਬਖਸ਼ਿਸ਼ ਹੁੰਦੀ ਹੈ ।

Self-minded with his own determination adopts various meditation technique, such as abstaining from food, depriving his mind and body from worldly luxuries and remains intoxicated in his ego. He may not recognize the significance of obeying, adopting the teachings of His Word nor the distinction between good or evil deeds. Whosoever may adopt the teachings of His Word with steady and stable belief; with His mercy and grace, only he may be enlightened with the essence of His Word.

ਇਕਿ ਤੀਰਥਿ ਨਾਵਹਿ ਅੰਨੁ ਨ ਖਾਵਹਿ॥	ik tirath naaveh ann na khaaveh.
ਇਕਿ ਅਗਨਿ ਜਲਾਵਹਿ ਦੇਹ ਖਪਾਵਹਿ॥	ik agan jalaaveh dayh khapaaveh.
ਰਾਮ ਨਾਮ ਬਿਨੁ ਮੁਕਤਿ ਨ ਹੋਈ,	raam naam bin mukat na ho-ee
ਕਿਤੁ ਬਿਧਿ ਪਾਰਿ ਲੰਘਾਈ ਹੇ॥੧੪॥	kit biDh paar langhaa-ee hay. ||14||

ਕਈ ਜੀਵ ਤੀਰਥ ਤੇ ਇਸ਼ਨਾਨ ਕਰਦੇ, ਅੰਨ ਨਹੀਂ ਖਾਂਦੇ । ਕਈ ਆਪਣੇ ਤਨ ਨੂੰ ਅੱਗ ਦੀ ਧੂਨੀ ਵਿੱਚ ਬੈਠਦੇ ਹਨ । ਪ੍ਰਭ ਦੇ ਸ਼ਬਦ ਦੀ ਪਾਲਣਾ ਤੋਂ ਬਿਨਾਂ, ਦਰਬਾਰ ਵਿੱਚ ਪ੍ਰਵਾਨਗੀ ਬਖਸ਼ਿਸ਼ ਨਹੀਂ ਹੁੰਦੀ । ਤਨ ਨੂੰ ਦੁਖ ਦੇ ਕੇ ਕਿਵੇਂ ਕੋਈ ਪ੍ਰਭ ਦੀ ਰਹਿਮਤ ਪਾ ਸਕਦਾ ਹੈ?

Many worldly saints, ignorance from the teachings of His Word, may push their body through stringent, stressful exercise, deprives from worldly luxuries, like abstaining from food; sit near fire in hot summer or worship, takes a sanctifying bath at Holy shrine, pond. Without obeying the teachings of His Word with steady and stable belief in his day-to-day life; no one may ever be blessed with the right path of acceptance in His Court. How may anyone sanctify his soul by enduring self-implicated stress on body?

ਗੁਰਮਤਿ ਛੋਡਹਿ ਉਝੜਿ ਜਾਈ॥	gurmat chhodeh ujharh jaa-ee.
ਮਨਮੁਖਿ ਰਾਮੁ ਨ ਜਪੈ ਅਵਾਈ॥	manmukh raam na japai avaa-ee.
ਪਚਿ ਪਚਿ ਬੂਡਹਿ ਕੂੜੁ ਕਮਾਵਹਿ,	pach pach booDheh koorh kamaaveh
ਕੂੜਿ ਕਾਲੁ ਬੈਰਾਈ ਹੇ॥੧੫॥	koorh kaal bairaa-ee hay. ||15||

ਜਿਹੜਾ ਸ਼ਬਦ ਦੀ ਪਾਲਣਾ ਨਹੀਂ ਕਰਦਾ, ਗਲਤ ਰਸਤੇ ਚਲਕੇ ਉਜੜ ਜਾਂਦਾ ਹੈ । ਮਨਮੁਖ ਜੀਵ ਆਪਣੀ ਮਨਮਰਜ਼ੀ ਵਿੱਚ ਸੰਸਾਰਕ ਇਛਾਂ ਵਿੱਚ ਹੀ ਲਗਾ ਰਹਿੰਦਾ ਹੈ । ਉਹ ਜੀਵ ਇਸ ਰਸਤੇ ਤੇ ਚਲਕੇ ਬਰਬਾਦ ਹੋ ਜਾਂਦਾ ਹੈ । ਉਸ ਜੀਵ ਦੀ ਮੌਤ ਹੀ ਵੈਰੀ ਹੁੰਦੀ ਹੈ ।

Whosoever may not adopt the teachings of His Word, he may ruin his priceless human life opportunity by adopting wrong path in his worldly life. Self-minded remains intoxicated with the sweet poison of worldly wealth, his worldly desires. He may waste his human life opportunity and captured by the devil of death.

ਹੁਕਮੇ ਆਵੈ ਹੁਕਮੇ ਜਾਵੈ॥	hukmay aavai hukmay jaavai.
ਬੂਝੈ ਹੁਕਮੁ ਸੋ ਸਾਚਿ ਸਮਾਵੈ॥	boojhai hukam so saach samaavai.
ਨਾਨਕ ਸਾਚੁ ਮਿਲੈ ਮਨਿ ਭਾਵੈ,	naanak saach milai man bhaavai gur-
ਗੁਰਮੁਖਿ ਕਾਰ ਕਮਾਈ ਹੇ॥੧੬॥੫॥	mukh kaar kamaa-ee hay. ||16||5||

ਪ੍ਰਭ ਦੇ ਹੁਕਮ ਨਾਲ ਹੀ ਜੀਵ ਦਾ ਜਨਮ ਅਤੇ ਮੌਤ ਹੁੰਦੀ ਹੈ । ਜਿਹੜਾ ਪ੍ਰਭ ਦਾ ਭਾਣਾ ਜਾਣ ਜਾਂਦਾ, ਉਸ ਵਿੱਚ ਹੀ ਸਮਾ, ਅਲੋਪ ਹੋ ਜਾਂਦਾ ਹੈ । ਜਿਹੜਾ ਪ੍ਰਭ ਦੇ ਸ਼ਬਦ ਦੀ ਪਾਲਣਾ ਵਿੱਚ ਅਡੋਲ ਹੋ ਜਾਂਦਾ ਹੈ, ਉਸ ਦੀ ਬੰਦਗੀ ਪ੍ਰਭ ਨੂੰ ਪ੍ਰਵਾਨ ਹੋ ਜਾਂਦੀ, ਗੁਰਮਖ ਸ਼ਬਦ ਦੀ ਕਮਾਈ ਵਿੱਚ ਹੀ ਲੀਨ ਰਹਿੰਦਾ ਹੈ ।

Both birth and death of any worldly creature remain under His Control. Whosoever may recognize the real purpose of his human life opportunity; he may recognize His Holy Spirit remains embedded within his soul; he may be absorbed within the void of His Holy Spirit. Whosoever may obey the teachings of His Word with steady and stable belief in his day-to-day life; with His mercy and grace, his earnings of His Word may be accepted in His Court. His true devotee remains intoxicated in meditation in the void of His Word.

6. ਮਾਰੂ ਮਹਲਾ ੧॥ 1025-12

ਆਪੇ ਕਰਤਾ ਪੁਰਖੁ ਬਿਧਾਤਾ॥	aapay kartaa purakh biDhaataa.
ਜਿਨਿ ਆਪੇ ਆਪਿ ਉਪਾਇ ਪਛਾਤਾ॥	jin aapay aap upaa-ay pachhaataa.
ਆਪੇ ਸਤਿਗੁਰੁ ਆਪੇ ਸੇਵਕੁ,	aapay satgur aapay sayvak
ਆਪੇ ਸ੍ਰਿਸਟਿ ਉਪਾਈ ਹੇ॥੧॥	aapay sarisat upaa-ee hay. ||1||

ਪ੍ਰਭ ਆਪ ਹੀ ਸ੍ਰਿਸ਼ਟੀ ਰਚਨਾ ਕਰਨ ਵਾਲਾ ਅਤੇ ਜੀਵ ਦੇ ਭਾਗ ਲਿਖਣ ਵਾਲਾ ਹੈ । ਆਪ ਹੀ ਜੀਵਾਂ ਦੀ ਕਮਾਈ ਦੀ ਪਰਖਦਾ, ਕੀਮਤ ਪਾਉਂਦਾ ਹੈ । ਆਪ ਹੀ ਅਸਲੀ ਰਸਤਾ ਦੱਸਣ ਵਾਲਾ ਗੁਰੂ ਹੈ । ਆਪ ਹੀ ਬੰਦਗੀ ਕਰਨ ਵਾਲੇ ਭਗਤ, ਸਾਰੀ ਸ੍ਰਿਸ਼ਟੀ ਨੂੰ ਪੈਦਾ ਕਰਦਾ ਹੈ ।

The True Master, Creator of the universe prewrites the destiny of each creature before his birth along with time, cause, and place of his death. He monitors, evaluates, and rewards the deeds of His Creation. Only, The True Guru, guides and blesses the right path in his worldly life. He also sends His true devotee, blessed soul in the universe to enlighten His Creation from the ignorance of the real purpose of human life opportunity.

ਆਪੇ ਨੇੜੈ ਨਾਹੀ ਦੂਰੇ॥	aapay nayrhai naahee dooray.
ਬੂਝਹਿ ਗੁਰਮੁਖਿ ਸੇ ਜਨ ਪੂਰੇ॥	boojheh gurmukh say jan pooray.
ਤਿਨ ਕੀ ਸੰਗਤਿ ਅਹਿਨਿਸਿ ਲਾਹਾ,	tin kee sangat ahinis laahaa
ਗੁਰ ਸੰਗਤਿ ਏਹ ਵਡਾਈ ਹੇ॥੨॥	gur sangat ayh vadaa-ee hay. ‖2‖

ਪ੍ਰਭ, ਜੀਵ ਦੇ ਨੇੜੇ, ਹਿਰਦੇ ਵਿੱਚ ਵਸਦਾ, ਉਸ ਤੋਂ ਕੁਝ ਛਿਪਾਇਆ ਨਹੀਂ ਜਾ ਸਕਦਾ । ਜਿਸ ਗੁਰਮਖਾ ਦਾ ਪ੍ਰਭ ਤੇ ਭਰੋਸਾ ਅਡੋਲ ਹੋ ਜਾਂਦਾ ਹੈ, ਉਸ ਨੂੰ ਸੋਝੀ ਬਖਸ਼ਿਸ਼ ਹੋ ਜਾਂਦੀ ਹੈ । ਇਸਤਰ੍ਹਾਂ ਦੀ ਅਵਸਥਾ ਵਾਲੇ ਦੀ ਸੰਗਤ ਕਰਨੀ ਲਾਭਵੰਦ ਹੁੰਦੀ ਹੈ । ਪ੍ਰਭ ਨੇ ਸ਼ਬਦ ਦੀ ਸੰਗਤ ਨੂੰ ਇਹ ਵਡਿਆਈ ਬਖਸ਼ੀ ਹੈ ।

The Omnipresent, Omniscient True Master, His Word remains embedded within his soul and nothing may be hidden from Him. Whosoever may obey the teachings of His Word with steady and stable belief; he may be enlightened with the essence of His Word. To associate with His true devotee with such a state of mind may be beneficial for the real purpose of human life opportunity. The True Master has bestowed such a great significance to the conjugation of His true devotee.

ਜੁਗਿ ਜੁਗਿ ਸੰਤ ਭਲੇ ਪ੍ਰਭ ਤੇਰੇ॥	jug jug sant bhalay parabh tayray.
ਹਰਿ ਗੁਣ ਗਾਵਹਿ ਰਸਨ ਰਸੇਰੇ॥	har gun gaavahi rasan rasayray.
ਉਸਤਤਿ ਕਰਹਿ ਪਰਹਰਿ ਦੁਖੁ ਦਾਲਦੁ,	ustat karahi parhar dukh daalad
ਜਿਨ ਨਾਹੀ ਚਿੰਤ ਪਰਾਈ ਹੇ॥੩॥	jin naahee chint paraa-ee hay. ‖3‖

ਜੁੱਗਾਂ ਜੁੱਗਾਂ ਤੋਂ ਇਸਤਰ੍ਹਾਂ ਦੇ ਤੇਰੇ ਸੇਵਕ, ਭਗਤ ਸ੍ਰਿਸ਼ਟੀ ਵਿੱਚ ਪੈਦਾ ਹੁੰਦੇ ਹਨ । ਜਿਹੜੇ ਤੇਰੇ ਸ਼ਬਦ ਦੇ ਗੁਣ ਗਾਉਂਦੇ, ਉਸਤਤ ਕਰਦੇ ਰਹਿੰਦੇ ਹਨ । ਸ਼ਬਦ ਦੇ ਗੁਣ ਜੀਭ ਤੋਂ ਗਾਉਣ ਨਾਲ ਸੰਸਾਰਕ ਇਛਾਂ ਦੇ ਸਾਰੇ ਦੁਖ ਦੂਰ ਹੋ ਜਾਂਦੇ ਹਨ । ਉਹ ਸ਼ਬਦ ਦੀ ਪਾਲਣਾ ਵਿੱਚ ਅਡੋਲ ਰਹਿੰਦਾ, ਉਸ ਨੂੰ ਹੋਰ ਕੋਈ ਭਰਮ, ਜਾ ਡਰ ਨਹੀਂ ਰਹਿੰਦਾ ।

From Ancient Ages! The True Master has sent His Blessed Souls in the universe. They remain singing the praises and the glory of His Word. Whosoever may sing the glory of His Word with his tongue; with His mercy and grace, all his suspicions and worldly miseries may be eliminated. He may remain obeying the teachings of His Word with steady and stable belief in his day-to-day life; with His mercy and grace, all his fears and suspicions may be eliminated.

ਓਇ ਜਾਗਤ ਰਹਹਿ ਨ ਸੂਤੇ ਦੀਸਹਿ॥	o-ay jaagat raheh na sootay deeseh.
ਸੰਗਤਿ ਕੁਲ ਤਾਰੇ ਸਾਚੁ ਪਰੀਸਹਿ॥	sangat kul taaray saach pareeseh.
ਕਲਿਮਲ ਮੈਲੁ ਨਾਹੀ ਤੇ ਨਿਰਮਲ,	kalimal mail naahee tay nirmal
ਓਇ ਰਹਹਿ ਭਗਤਿ ਲਿਵ ਲਾਈ ਹੇ॥੪॥	o-ay raheh bhagat liv laa-ee hay. ‖4‖

ਪ੍ਰਭ ਦਾ ਸੇਵਕ, ਸ਼ਬਦ ਦੇ ਸਿਮਰਨ ਵਿੱਚ ਜਗਦਾ ਅਤੇ ਸੁਚੇਤ ਰਹਿੰਦਾ ਹੈ । ਸ਼ਬਦ ਦੀ ਕਮਾਈ ਕਰਦਾ, ਆਪਣੇ ਜੀਵਨ ਦੀ ਸਿਖਿਆਂ ਨਾਲ ਸਾਥੀਆਂ ਨੂੰ ਵੀ ਪ੍ਰਵਾਨਗੀ ਦੇ ਅਸਲੀ ਰਸਤੇ ਤੇ ਪਾ ਜਾਂਦਾ ਹੈ । ਉਹ ਸ਼ਬਦ ਦੀ ਪਾਲਣਾ ਵਿੱਚ ਲੀਨ ਰਹਿੰਦਾ ਹੈ, । ਉਸ ਦੇ ਮਨ, ਆਤਮਾ ਨੂੰ ਸੰਸਾਰਕ ਇਛਾਂ ਦੀ ਮੈਲ਼ ਨਹੀਂ ਲਗਦੀ ।

Your true devotee may remain intoxicated, awake, and alert in meditation on the teachings of Your Word. With his way of life, may inspire his associates to adopt the teachings of Your Word, the right path of acceptance in

Your Court. He may remain intoxicated in obeying the teachings of Your Word; with Your mercy and grace, his soul may become beyond the reach of any blemish of worldly wealth.

ਬੂਝਹੁ ਹਰਿ ਜਨ ਸਤਿਗੁਰ ਬਾਣੀ॥ boojhhu har jan satgur banee.
ਏਹੁ ਜੋਬਨੁ ਸਾਸੁ ਹੈ ਦੇਹ ਪੁਰਾਣੀ॥ ayhu joban saas hai dayh puraanee.
ਆਜੁ ਕਾਲਿ ਮਰਿ ਜਾਈਐ ਪ੍ਰਾਣੀ, aaj kaal mar jaa-ee-ai paraanee
ਹਰਿ ਜਪੁ ਜਪਿ ਰਿਦੈ ਧਿਆਈ ਹੇ॥੫॥ har jap jap ridai Dhi-aa-ee hay. ||5||

ਜਿਹੜਾ ਜੀਵ ਆਪਣਾ ਮਨ ਪ੍ਰਭ ਦੇ ਸ਼ਬਦ ਦੀ ਪਾਲਣਾ ਵਿੱਚ ਅਡੋਲ ਰਖਕੇ ਹਰਜਨ ਬਣ ਜਾਂਦਾ ਹੈ । ਉਸ ਨੂੰ ਪ੍ਰਭ, ਸ਼ਬਦ ਦੀ ਸੋਝੀ ਬਖਸ਼ਦਾ ਹੈ । ਜੀਵ, ਤੇਰੀ ਇਹ ਜਵਾਨੀ, ਸਵਾਸ, ਸਰੀਰ ਇਕ ਦਿਨ ਸਭ ਨਾਸ਼, ਖਤਮ ਹੋ ਜਾਣੇ ਹਨ । ਜੀਭ ਨਾਲ ਅਤੇ ਮਨ ਵਿੱਚ ਸ਼ਬਦ ਦਾ ਸਿਮਰਨ ਕਰੋ ।

Whosoever may remain intoxicated in obeying the teachings of His Word with steady and stable belief in his day-to-day life; with His mercy and grace, he may be blessed with a state of mind as His true devotee. He may be enlightened with unique essence of His Word; his youth, body, breaths are blessed for predetermined, short-lived and all are going to be vanished. You should meditate and sing the glory of His Word with your tongue.

ਛੋਡਹੁ ਪ੍ਰਾਣੀ ਕੂੜ ਕਬਾੜਾ॥ chhodahu paraanee koorh kabaarhaa.
ਕੂੜੁ ਮਾਰੇ ਕਾਲੁ ਉਛਾਹਾੜਾ॥ koorh maaray kaal uchhaahaarhaa.
ਸਾਕਤ ਕੂੜਿ ਪਚਹਿ ਮਨਿ ਹਉਮੈ, saakat koorh pacheh man ha-umai
ਦੁਹੁ ਮਾਰਗਿ ਪਚੈ ਪਚਾਈ ਹੇ॥੬॥ duhu maarag pachai pachaa-ee hay. ||6||

ਜੀਵ ਆਪਣੇ ਦਿਖਾਵੇ, ਫਰੇਬ, ਭਰਮਾਂ ਦੇ ਰਸਤੇ ਤਿਆਗੋ । ਧੋਖੇ ਵਾਲੇ ਰਸਤਿਆਂ ਨਾਲ ਜੀਵ ਮੌਤ ਦੇ ਹਵਾਲੇ ਹੀ ਹੁੰਦਾ ਹੈ । ਉਹ ਭਰਮਾਂ, ਹੈਸੀਅਤ ਦੇ ਅਭਿਮਾਨ, ਧੋਖੇ, ਫਰੇਬ ਵਾਲਾ ਜੀਵਨ ਬਤੀਤ ਕਰਦਾ, ਮਾਨਸ ਜੀਵਨ ਬਿਰਥਾ ਹੀ ਗਵਾ ਲੈਂਦਾ ਹੈ ।

You should renounce your suspicions, falsehood, and meditation for worldly honor; he may remain in these deceptive, devious paths, he may be captured by the devil of death. Whosoever may remain intoxicated in religious suspicions, religious rituals, devious, evil thoughts, and ego of his worldly status; he may waste his priceless human life opportunity.

ਛੋਡਿਹੁ ਨਿੰਦਾ ਤਾਤਿ ਪਰਾਈ॥ chhodihu nindaa taat paraa-ee.
ਪੜਿ ਪੜਿ ਦਝਹਿ ਸਾਤਿ ਨ ਆਈ॥ parh parh dajheh saat na aa-ee.
ਮਿਲਿ ਸਤਸੰਗਤਿ ਨਾਮੁ ਸਲਾਹਹੁ, mil satsangat naam salaahahu
ਆਤਮ ਰਾਮੁ ਸਖਾਈ ਹੇ॥੭॥ aatam raam sakhaa-ee hay. ||7||

ਜੀਵ ਦੂਸਰੇ ਦੀ ਨਿੰਦਿਆਂ, ਚੁਗਲੀ ਕਰਨੀ ਛੱਡ ਦੇਵੋ । ਧਰਮ ਦੇ ਗ੍ਰੰਥ ਪੜ੍ਹ, ਪੜ੍ਹ ਕੇ ਜੀਵ ਭਟਕਣਾਂ ਵਿੱਚ ਡੂੰਘਾ ਫਸ ਜਾਂਦਾ, ਮਨ ਨੂੰ ਸ਼ਾਂਤੀ ਬਖਸ਼ਿਸ਼ ਨਹੀਂ ਹੁੰਦੀ । ਸੰਤ ਸਰੂਪ ਜੀਵ ਦੀ ਸੰਗਤ ਕਰੋ! ਉਸ ਦੇ ਜੀਵਨ ਨੂੰ ਆਪਣੇ ਜੀਵਨ ਵਿੱਚ ਢਾਲਕੇ ਸ਼ਬਦ ਦੀ ਪਾਲਣਾ ਕਰੋ । ਇਸ ਨਾਲ ਪ੍ਰਭ ਦੀ ਸ਼ਰਣ ਵਿੱਚ ਪਨਾਹ ਬਖਸ਼ਿਸ਼ ਹੋ ਸਕਦੀ ਹੈ ।

You should renounce back-biting and slandering way of life of others. Whosoever may think reading religious Holy Scripture, the right path of His Blessings; he may remain in deeper frustrations. He may not be blessed with peace of mind. You should associate with His true devotee and adopt his life experience teachings in your day-to-day life; with His mercy and grace, you may be accepted in His Sanctuary.

ਛੋਡਹੁ ਕਾਮ ਕ੍ਰੋਧੁ ਬੁਰਿਆਈ॥ chhodahu kaam kroDh buri-aa-ee.
ਹਉਮੈ ਧੰਧੁ ਛੋਡਹੁ ਲੰਪਟਾਈ॥ ha-umai DhanDh chhodahu lamptaa-ee.
ਸਤਿਗੁਰ ਸਰਣਿ ਪਰਹੁ ਤਾ ਉਬਰਹੁ, satgur saran parahu taa ubrahu
ਇਉ ਤਰੀਐ ਭਵਜਲੁ ਭਾਈ ਹੇ॥੮॥ i-o taree-ai bhavjal bhaa-ee hay. ||8||

ਕਾਮ ਵਾਸ਼ਨਾ, ਕਰੋਧ, ਬੁਰਾਈਆਂ, ਹੈਸੀਅਤ ਦਾ ਅਭਿਮਾਨ, ਦੂਸਰੇ ਨਾਲ ਝਗੜਾ ਛੱਡੋ । ਸ਼ਬਦ ਦੀ ਪਾਲਣਾ ਕਰੋ! ਪ੍ਰਭ ਰਹਿਮਤ ਬਖਸ਼ਕੇ ਭਰੋਸਾ ਅਡੋਲ ਰਖਦਾ, ਪ੍ਰਵਾਨਗੀ ਦੇ ਰਸਤੇ ਦੀ ਸੋਝੀ ਬਖਸ਼ਦਾ ਹੈ । ਉਸ ਦੀ ਰਹਿਮਤ ਨਾਲ ਸੰਸਾਰਕ ਸਾਗਰ ਪਾਰ ਹੋ ਸਕਦਾ ਹੈ ।

You should abandon your sexual urge with strange woman, anger, evil thoughts, slandering others, ego of your worldly status, hostility with others. You should obey the teachings of His Word with steady and stable belief in your day-to-day life; with His mercy and grace, you may remain steady and stable on the right path of acceptance in His Court. You may cross the terrible ocean of worldly desires.

ਆਗੈ ਬਿਮਲ ਨਦੀ, ਅਗਨਿ ਬਿਖੁ ਝੇਲਾ॥	aagai bimal nadee agan bikh jhaylaa.
ਤਿਥੈ ਅਵਰੁ ਨ ਕੋਈ ਜੀਉ ਇਕੇਲਾ॥	tithai avar na ko-ee jee-o ikaylaa.
ਭੜ ਭੜ ਅਗਨਿ ਸਾਗਰੁ ਦੇ ਲਹਰੀ,	bharh bharh agan saagar day lahree
ਪੜਿ ਦਝਹਿ ਮਨਮੁਖ ਤਾਈ ਹੇ॥੯॥	parh dajheh manmukh taa-ee hay. ||9||

ਮੌਤ ਤੋਂ ਪਿਛੋਂ ਤੂੰ ਖਤਰਨਾਕ ਅੱਗ ਦੇ ਸਾਗਰ ਵਿੱਚ ਦੀ ਜਾਣਾ ਹੈ । ਉਥੇ ਤੇਰਾ ਕੋਈ ਮਦਦ ਕਰਨ ਵਾਲਾ ਸਾਥੀ ਨਹੀਂ, ਤੈਨੂੰ ਇਕੱਲੇ ਹੀ ਜਾਣਾ ਪੈਣਾ ਹੈ । ਮਨਮੁਖ ਇਸ ਅੱਗ ਵਿੱਚ ਜਲ ਜਾਂਦਾ ਹੈ, ਨੀਚ ਜੂੰਨਾਂ ਦੇ ਚੱਕਰ ਵਿੱਚ ਹੀ ਰਹਿੰਦਾ ਹੈ ।

After death, your soul must cross a terrible lava of worldly ocean of desires. You must cross alone and you may not have anyone to help. Self-minded may burn in the lava of worldly desires. He may be cycled through life of mean life journeys.

ਗੁਰ ਪਹਿ ਮੁਕਤਿ ਦਾਨੁ ਦੇ ਭਾਣੈ॥	gur peh mukat daan day bhaanai.
ਜਿਨਿ ਪਾਇਆ ਸੋਈ ਬਿਧਿ ਜਾਣੈ॥	jin paa-i-aa so-ee biDh jaanai.
ਜਿਨ ਪਾਇਆ ਤਿਨ ਪੂਛਹੁ ਭਾਈ,	jin paa-i-aa tin poochhahu bhaa-ee
ਸੁਖੁ ਸਤਿਗੁਰ ਸੇਵ ਕਮਾਈ ਹੇ॥੧੦॥	sukh satgur sayv kamaa-ee hay. ||10||

ਪ੍ਰਭ ਆਪਣੇ ਭਾਣੇ ਨਾਲ ਹੀ ਮੁਕਤੀ ਦੇ ਰਸਤੇ ਤੇ ਪਾਉਂਦਾ ਹੈ । ਕੇਵਲ ਅੰਤਰਜਾਮੀ ਹੀ ਜਾਣਦਾ ਹੈ, ਜਿਹੜਾ ਇਸ ਰਸਤੇ ਤੇ ਅਡੋਲ ਚਲਦਾ ਹੈ । ਜਿਹੜਾ ਸ਼ਾਂਤੀ, ਸੰਤੋਖ ਨਾਲ ਸ਼ਬਦ ਦੀ ਪਾਲਣਾ ਵਿੱਚ ਲੀਨ ਰਹਿੰਦਾ ਹੈ । ਉਸ ਸੰਤ ਸਰੂਪ ਜੀਵ ਦੇ ਜੀਵਨ ਤੋਂ ਸੋਝੀ ਪਾਵੋ!

His true devotee may be blessed with the right path of acceptance in His Court. Only The Omniscient True Master remains aware, who may remain steady and stable on the right path of acceptance in His Court. Whosoever may remain intoxicated in obeying the teachings of His Word with steady and stable belief in his day-to-day life; You should learn from his life experience teachings.

ਗੁਰ ਬਿਨੁ ਉਰਝਿ ਮਰਹਿ ਬੇਕਾਰਾ॥	gur bin urajh mareh baykaaraa.
ਜਮੁ ਸਿਰਿ ਮਾਰੇ ਕਰੇ ਖੁਆਰਾ॥	jam sir maaray karay khu-aaraa.
ਬਾਧੇ ਮੁਕਤਿ ਨਾਹੀ ਨਰ ਨਿੰਦਕ,	baaDhay mukat naahee nar nindak
ਡੂਬਹਿ ਨਿੰਦ ਪਰਾਈ ਹੇ॥੧੧॥	doobeh nind paraa-ee hay. ||11||

ਜੀਵ ਸ਼ਬਦ ਦੀ ਪਾਲਣਾ ਤੋਂ ਬਿਨਾਂ ਸੰਸਾਰਕ ਇਛਾਂ ਪਿਛੇ ਲਗਾ, ਪਾਪਾਂ ਵਾਲਾ ਜੀਵਨ ਬਤੀਤ ਕਰਦਾ ਹੈ । ਅਖੀਰ ਉਸ ਨੂੰ ਮੌਤ ਦਾ ਜਮਦੂਤ ਸਜ਼ਾ ਦੇਂਦਾ ਹੈ । ਧੋਖੇ, ਫਰੇਬ ਨਾਲ ਜੀਵਨ ਵਾਲੇ ਦਾ ਸੰਸਾਰਕ ਬੰਧਨਾ ਤੋਂ ਛੁਟਕਾਰਾ ਬਖਸ਼ਿਸ਼ ਨਹੀਂ ਹੁੰਦਾ । ਬਾਕੀ ਜੀਵਾ ਨੂੰ ਧੋਖਾ ਦੇਂਦਾ, ਭਰਮਾਂ ਵਿੱਚ ਹੀ ਮਰ ਜਾਂਦਾ ਹੈ ।

Whosoever may not obey the teachings of His Word; he may remain intoxicated in worldly desires and wastes his life in sinful, evil deeds. In the end, he may be captured by the devil of death and punished. Whosoever may make falsehood, cheating others as the guiding principles of his life; he may never be free from his worldly bonds. He may mislead his followers in religious suspicions, till he may be captured by the devil of death.

ਬੋਲਹੁ ਸਾਚੁ ਪਛਾਣਹੁ ਅੰਦਰਿ॥	bolhu saach pachhaanhu andar.
ਦੂਰਿ ਨਾਹੀ ਦੇਖਹੁ ਕਰਿ ਨੰਦਰਿ॥	door naahee daykhhu kar nandar.
ਬਿਘਨੁ ਨਾਹੀ ਗੁਰਮੁਖਿ ਤਰੁ ਤਾਰੀ,	bighan naahee gurmukh tar taaree
ਇਉ ਭਵਜਲੁ ਪਾਰਿ ਲੰਘਾਈ ਹੇ॥ ੧੨॥	i-o bhavjal paar langhaa-ee hay. ||12||

ਜਿਹੜਾ ਜੀਵ ਸ਼ਬਦ ਨਾਲ ਆਪਣਾ ਜੀਵਨ ਢਾਲਦਾ ਹੈ । ਉਹ ਪ੍ਰਭ ਨੂੰ ਆਪਣੇ ਅੰਦਰੋਂ ਹੀ ਜਾਗਰਤ ਕਰ ਲੈਂਦੇ, ਮਹਿਸੂਸ ਕਰਦੇ ਅਨੰਦ ਮਾਨਦਾ ਹੈ । ਉਸ ਨੂੰ ਸ਼ਬਦ ਦੀ ਪਾਲਣਾ ਕਰਨ ਵਿੱਚ ਕੋਈ ਰੁਕਾਵਟ ਨਹੀਂ ਆਉਦੀ । ਉਹ ਪ੍ਰਵਾਨ ਹੋ ਜਾਂਦਾ ਹੈ, ਇਹ ਹੀ ਮੁਕਤੀ ਦਾ ਰਸਤਾ ਹੈ ।

Whosoever may adopt the teachings of His Word with steady and stable belief in his day-to-day life; with His mercy and grace, he may be enlightened with the essence of His Word from within. He may never drift from the right path of acceptance in His Court; with His mercy and grace, He may be accepted in His Court. His way of life may be the right path of salvation; acceptance in His Court.

ਦੇਹੀ ਅੰਦਰਿ ਨਾਮੁ ਨਿਵਾਸੀ॥	dayhee andar naam nivaasee.
ਆਪੇ ਕਰਤਾ ਹੈ ਅਬਿਨਾਸੀ॥	aapay kartaa hai abhinaasee.
ਨਾ ਜੀਉ ਮਰੈ ਨ ਮਾਰਿਆ ਜਾਈ,	naa jee-o marai na maari-aa jaa-ee
ਕਰਿ ਦੇਖੈ ਸਬਦਿ ਰਜਾਈ ਹੇ॥੧੩॥	kar daykhai sabad rajaa-ee hay. ||13||

ਉਹ ਪ੍ਰਭ ਸਦਾ ਅਟਲ ਰਹਿਣ ਵਾਲਾ, ਨਾ ਨਾਸ਼ ਹੋਣ ਵਾਲਾ ਹੈ । ਪ੍ਰਭ ਦਾ ਸ਼ਬਦ ਜੀਵ ਦੇ ਅੰਦਰ ਡੂੰਘਾ ਵਸਦਾ ਹੈ । ਆਤਮਾ ਮਰਦੀ ਨਹੀਂ, ਇਸ ਨੂੰ ਮਾਰਿਆ ਨਹੀਂ ਜਾ ਸਕਦਾ ਹੈ, ਪ੍ਰਭ ਆਪ ਹੀ ਉਸ ਦਾ ਰਖਵਾਲਾ ਹੈ । ਪ੍ਰਭ ਦੇ ਸ਼ਬਦ ਦੀ ਪਾਲਣਾ ਕਰਨ ਨਾਲ ਪ੍ਰਭ ਦੀ ਹੋਂਦ ਅਨੁਭਵ ਕੀਤਾ ਜਾ ਸਕਦੀ ਹੈ ।

The True Master, beyond any destruction remains permanent, lives forever. His Word remains embedded within each soul. Soul is an expansion of His Holy Spirit and remains beyond any destruction; The True Master remains her protector. Whosoever may obey the teachings of His Word with steady and stable belief in his day-to-day life; with His mercy and grace, he may realize His Holy Spirit prevailing everywhere.

ਓਹੁ ਨਿਰਮਲੁ ਹੈ ਨਾਹੀ ਅੰਧਿਆਰਾ॥	oh nirmal hai naahee anDhi-aaraa.
ਓਹੁ ਆਪੇ ਤਖਤਿ ਬਹੈ ਸਚਿਆਰਾ॥	oh aapay takhat bahai sachi-aaraa.
ਸਾਕਤ ਕੂੜੇ ਬੰਧਿ ਭਵਾਈਅਹਿ,	saakat koorhay banDh bhavaa-ee-ah
ਮਰਿ ਜਨਮਹਿ ਆਈ ਜਾਈ ਹੇ॥੧੪॥	mar janmeh aa-ee jaa-ee hay. ||14||

ਪਵਿੱਤਰ ਜੋਤ, ਪ੍ਰਭ ਵਿੱਚ ਕੋਈ ਅਗਿਆਨਤਾ ਨਹੀਂ ਹੈ । ਆਪਣੇ ਤਖਤ ਤੇ , ਜੀਵ ਦੇ ਮਨ ਵਿੱਚ ਸਦਾ ਹੀ ਖੇੜੇ ਵਿੱਚ ਰਹਿੰਦਾ ਹੈ । ਜਿਹੜਾ ਜੀਵ ਸ਼ਬਦ ਦੀ ਪਾਲਣਾ ਵਿੱਚ ਅਡੋਲ ਭਰੋਸਾ ਨਹੀਂ ਰਖਦਾ, ਉਹ ਸੰਸਾਰਕ ਨਾਸ਼ ਹੋ ਜਾਣ ਵਾਲੀਆਂ ਇਛਾਂ ਦੀਆਂ ਭਟਕਣਾਂ ਵਿੱਚ ਹੀ ਰਹਿੰਦਾ ਹੈ । ਮੌਤ ਦੇ ਜਮਦੂਤ ਦੇ ਵੱਸ, ਜੂੰਨਾਂ ਦੇ ਚੱਕਰ ਵਿੱਚ ਹੀ ਰਹਿੰਦਾ ਹੈ ।

The One and Only One True Master, a unique sanctified Holy Spirit remains beyond any ignorance from the nature of the universe. He always remains in blossom on His Royal Throne within the soul of every creature. Whosoever may not obey the teachings of His Word with steady and stable belief as an ultimate, unavoidable command; he may remain intoxicated with sweet poison of worldly wealth, short-lived pleasures. He remains under the control of the devil of death and in the cycle of birth and death.

ਗੁਰ ਕੇ ਸੇਵਕ ਸਤਿਗੁਰ ਪਿਆਰੇ॥	gur kay sayvak satgur pi-aaray.
ਓਇ ਬੈਸਹਿ ਤਖਤਿ ਸੁ ਸਬਦੁ ਵੀਚਾਰੇ॥	o-ay baiseh takhat so sabad veechaaray.
ਤਤੁ ਲਹਹਿ ਅੰਤਰਗਤਿ ਜਾਣਹਿ,	tat laheh antargat jaaneh

ਸਤਸੰਗਤਿ ਸਾਚੁ ਵਡਾਈ ਹੇ॥੧੫॥ satsangat saach vadaa-ee hay. ||15||

ਸ਼ਬਦ ਦੀ ਪਾਲਨਾ ਕਰਨ ਵਾਲਾ ਜੀਵ ਪ੍ਰਭ ਨੂੰ ਪਿਆਰਾ ਲਗਦਾ ਹੈ । ਉਹ ਆਪਣੀ ਸਮਾਧੀ ਵਿੱਚ ਪ੍ਰਭ ਦੇ ਸ਼ਬਦ ਦਾ ਸਿਮਰਨ ਕਰਦਾ ਹੈ । ਉਹ ਆਪਣੇ ਅੰਦਰ ਦੀ ਅਵਸਥਾ ਜਾਣ ਜਾਂਦਾ ਹੈ । ਇਹ ਹੀ ਸੰਤ ਸੰਗਤ ਕਰਨ ਦੀ ਵਡਿਆਈ ਹੈ ।

Whosoever may obey the teachings of His Word with steady and stable belief; with His mercy and grace, he may become his favorite and accepted in His Sanctuary. He may remain intoxicated in meditation in the void of His Word. He may recognize his state of his mind, purpose of his human life opportunity. The True Master has bestowed great significance and blessing in the conjugation of His Holy saint.

ਆਪਿ ਤਰੈ ਜਨੁ ਪਿਤਰਾ ਤਾਰੇ॥ aap tarai jan pitraa taaray.
ਸੰਗਤਿ ਮੁਕਤਿ ਸੁ ਪਾਰਿ ਉਤਾਰੇ॥ sangat mukat so paar utaaray.
ਨਾਨਕੁ ਤਿਸ ਕਾ ਲਾਲਾ ਗੋਲਾ, naanak tis kaa laalaa golaa
ਜਿਨਿ ਗੁਰਮੁਖਿ ਹਰਿ ਲਿਵ ਲਾਈ ਹੇ॥੧੬॥੬॥ jin gurmukh har liv laa-ee hay. ||16||6||

ਉਹ ਸ਼ਬਦ ਦੀ ਪਾਲਨਾ ਕਰਨ ਵਾਲਾ ਸੇਵਕ ਆਪ ਤਰ ਜਾਂਦਾ ਹੈ । ਆਪਣੇ ਬਜ਼ੁਰਗਾ ਦੀ ਯਾਦ ਨੂੰ ਵੀ ਅਮਰ ਕਰ ਜਾਂਦਾ ਹੈ । ਸਾਥੀ ਵੀ ਆਪਣਾ ਜੀਵਨ ਬਦਲਕੇ ਪ੍ਰਵਾਨਗੀ ਦੇ ਰਸਤੇ ਤੇ ਚਲ ਪੈਂਦੇ ਹਨ । ਜੀਵ ਇਸਤਰ੍ਹਾਂ ਦੇ ਸੰਤ ਸਰੂਪ ਦੇ ਜੀਵਨ ਦੀ ਸਿਖਿਆਂ ਨਾਲ ਆਪਣਾ ਜੀਵਨ ਢਾਲੋ ।

Whosoever may obey the teachings of His Word with steady and stable belief in his day-to-day life; with His mercy and grace, he may be accepted in His Court. He may honor and immortalized the memory of his ancestors. His family and followers may adopt his way of life to become worthy of His Considerations. You should adopt the life experience teachings of such a Holy saint in your day-to-day life.

7. ਮਾਰੂ ਮਹਲਾ ੧॥ 1026-14

ਕੇਤੇ ਜੁਗ ਵਰਤੇ ਗੁਬਾਰੈ॥ kaytay jug vartay gubaarai.
ਤਾੜੀ ਲਾਈ ਅਪਰ ਅਪਾਰੈ॥ taarhee laa-ee apar apaarai.
ਧੁੰਧੂਕਾਰਿ ਨਿਰਾਲਮੁ ਬੈਠਾ, DhunDhookaar niraalam baithaa
ਨਾ ਤਦਿ ਧੰਧੁ ਪਸਾਰਾ ਹੇ॥੧॥ naa tad DhanDh pasaaraa hay. ||1||

ਕਈ ਯੁੱਗ, ਚਾਰੇ ਪਾਸੇ ਅਗਿਆਨਤਾ ਦਾ ਅੰਧੇਰਾ ਹੀ ਛਾਇਆ ਸੀ । ਬੇਅੰਤ ਪ੍ਰਭ ਆਪਣੀ ਸਮਾਧੀ ਵਿੱਚ ਹੀ ਲੀਨ ਹੋਇਆ ਸੀ । ਉਸ ਤੇ ਅਗਿਆਨਤਾ ਦਾ ਕੋਈ ਪ੍ਰਭਾਵ ਨਹੀਂ, ਨਾ ਹੀ ਕਿਸੇ ਨਾਲ ਝਗੜਾ ਹੀ ਸੀ ।

Many Ages! There was only darkness, void, and vacuum. The True Master was in His Void carefree and in blossom. He has no effect of darkness on His state of mind nor any hostility with anyone.

ਜੁਗ ਛਤੀਹ ਤਿਨੈ ਵਰਤਾਏ॥ jug chhateeh tinai vartaa-ay.
ਜਿਉ ਤਿਸੁ ਭਾਣਾ ਤਿਵੈ ਚਲਾਇ॥ ji-o tis bhaanaa tivai chalaa-ay.
ਤਿਸਹਿ ਸ਼ਰੀਕੁ ਨ ਦੀਸੈ ਕੋਈ, tiseh sareek na deesai ko-ee
ਆਪੇ ਅਪਰ ਅਪਾਰਾ ਹੇ॥੨॥ aapay apar apaaraa hay. ||2||

ਲੰਮਾ ਸਮਾਂ ਛੱਤੀ (36) ਯੁੱਗ ਇਸਤਰ੍ਹਾਂ ਹੀ ਬੀਤ ਗਏ । ਇਹ ਸਭ ਕੁਝ ਪ੍ਰਭ ਦੇ ਭਾਣੇ ਅੰਦਰ ਹੀ ਹੋਇਆ । ਉਸ ਦਾ ਸ਼ਰੀਕ, ਬਰਾਬਰ ਦਾ ਕੋਈ ਨਹੀਂ, ਉਹ ਬੇਅੰਤ ਵਿਸ਼ਾਲ, ਅੰਤ ਤੋਂ ਰਹਿਤ ਹੈ ।

So many Ages, about 36 jugs passed in such a darkness and void. Everything has been created, happened under His Command. The True Master has no equal, greater nor any siblings. The True Master, infinity in His Nature. He remains beyond any limitation, any limit or boundary, any limits of His miracles, events.

ਗੁਪਤੇ ਬੂਝਹੁ ਜੁਗ ਚਤੁਆਰੇ॥ guptay boojhhu jug chatu-aaray.
ਘਟਿ ਘਟਿ ਵਰਤੈ ਉਦਰ ਮਝਾਰੇ॥ ghat ghat vartai udar majhaaray.
ਜੁਗੁ ਜੁਗੁ ਏਕਾ ਏਕੀ ਵਰਤੈ, jug jug aykaa aykee vartai
ਕੋਈ ਬੂਝੈ ਗੁਰ ਵੀਚਾਰਾ ਹੇ॥੩॥ ko-ee boojhai gur veechaaraa hay. ||3||

ਪ੍ਰਭ ਇਹਨਾਂ ਚਾਰੇ ਯੁੱਗਾਂ ਵਿੱਚ ਹੀ ਗੁਪਤ, ਨਾ ਦੇਖੇ ਜਾਣਵਾਲਾ ਹੈ । ਇਕੋ ਇਕ ਪ੍ਰਭ ਆਪ ਹੀ ਹਰਇਕ ਜੀਵ ਦੇ ਹਿਰਦੇ ਵਿੱਚ, ਹਰ ਥਾਂ, ਚਾਰੇ ਯੁੱਗਾਂ ਵਿੱਚ ਵਾਪਰਦਾ ਹੈ । ਕੋਈ ਵਿਰਲਾ ਹੀ ਇਸ ਤੱਤ ਦੀ ਸੋਝੀ ਨਾਲ, ਵਿਚਾਰ ਕਰਕੇ ਆਪਣਾ ਜੀਵਨ ਸ਼ਬਦ ਨਾਲ ਜੀਵਨ ਢਾਲਦਾ ਹੈ ।

The True Master has been prevailing mysteriously in all four Ages. The Omnipresent True Master remains embedded within each soul within body, mind of all creatures and prevails in every event in the universe. However, very rare devotee may think or realize His Existence and adopt the teachings of His Word with steady and stable belief in his own day-to-day life.

ਬਿੰਦੁ ਰਕਤੁ ਮਿਲਿ ਪਿੰਡੁ ਸਰੀਆ॥ bind rakat mil pind saree-aa.
ਪਉਣੁ ਪਾਣੀ ਅਗਨੀ ਮਿਲਿ ਜੀਆ॥ pa-un paanee agnee mil jee-aa.
ਆਪੇ ਚੋਜ ਕਰੇ ਰੰਗ ਮਹਲੀ, aapay choj karay rang mahlee
ਹੋਰ ਮਾਇਆ ਮੋਹ ਪਸਾਰਾ ਹੇ॥੪॥ hor maa-i-aa moh pasaaraa hay. ||4||

ਪਿਤਾ ਦੀ ਧਾਂਤ ਅਤੇ ਮਾਤਾ ਦੇ ਅੰਡੇ ਦੇ ਸੰਜੋਗ ਨਾਲ ਤਨ ਦਾ ਅਰੰਭ ਹੁੰਦਾ ਹੈ । ਪਾਣੀ, ਹਵਾ ਅਤੇ ਅੱਗ ਤੋਂ ਇਸ ਤਨ ਵਿੱਚ ਜੀਵ ਪੈਦਾ ਹੋਇਆ । ਉਹ ਤਨ ਵਿੱਚ ਆਪਣਾ ਖੇਲ ਕਰਦਾ ਅਨੰਦ ਮਾਨਦਾ ਹੈ । ਬਾਕੀ ਸਭ ਕੁਝ ਮਾਇਆ ਮੋਹ ਦਾ ਜਾਲ ਹੈ ।

From the union of the male sperm and female egg, the body of fetus was formed. His body was created from air, water, and fire. His soul plays in her body and enjoy the play of His Creation. Everything else may be a sweet poison of worldly wealth.

5 Elements: Male sperm, female eggs, Air, Water, and fire in womb (earth)

ਗਰਭ ਕੁੰਡਲ ਮਹਿ ਉਰਧ ਧਿਆਨੀ॥ garabh kundal meh uraDh Dhi-aanee.
ਆਪੇ ਜਾਣੈ ਅੰਤਰਜਾਮੀ॥ aapay jaanai antarjaamee.
ਸਾਸਿ ਸਾਸਿ ਸਚੁ ਨਾਮੁ ਸਮਾਲੇ, saas saas sach naam samaalay
ਅੰਤਰਿ ਉਦਰ ਮਝਾਰਾ ਹੇ॥੫॥ antar udar majhaaraa hay. ||5||

ਮਾਤਾ ਦੇ ਗਰਭ ਵਿੱਚ ਜੀਵ ਪੁੱਠਾ ਲਟਕਿਆ ਪ੍ਰਭ ਦੀ ਬੰਦਗੀ ਕਰਦਾ ਹੈ । ਅੰਤਰਜਾਮੀ ਆਪ ਹੀ ਸਭ ਕੁਝ ਜਾਣਦਾ ਹੈ । ਮਾਤਾ ਦੇ ਗਰਭ ਵਿੱਚ ਸਵਾਸ ਸਵਾਸ ਪ੍ਰਭ ਦੇ ਵਿਛੋੜੇ ਨੂੰ ਯਾਦ ਰਖਦਾ ਹੈ ।

In the womb of mother, his body hangs upside down. The Omniscient True Master remains aware of all events of her growth. In her womb! He remains in renunciation in the memory of his separation from His Holy Spirit and keeps the purpose of his human life blessings fresh.

ਚਾਰਿ ਪਦਾਰਥ ਲੈ ਜਗਿ ਆਇਆ॥ chaar padaarath lai jag aa-i-aa.
ਸਿਵ ਸਕਤੀ ਘਰਿ ਵਾਸਾ ਪਾਇਆ॥ siv saktee ghar vaasaa paa-i-aa.
ਏਕੁ ਵਿਸਾਰੇ ਤਾ ਪਿੜ ਹਾਰੇ, ayk visaaray taa pirh haaray anD-
ਅੰਧੁਲੈ ਨਾਮੁ ਵਿਸਾਰਾ ਹੇ॥੬॥ hulai naam visaaraa hay. ||6||

ਜੀਵ ਚਾਰ ਪਦਾਰਥ ਪਾਉਣ ਲਈ ਜਨਮ ਲੈਂਦਾ ਹੈ । ਸੰਸਾਰਕ ਪਦਾਰਥਾਂ ਨਾਲ ਭਰੇ ਸੰਸਾਰ ਵਿੱਚ ਜਨਮ ਲੈਂਦਾ ਹੈ । ਜਿਹੜਾ ਸੰਸਾਰ ਵਿੱਚ ਜਨਮ ਲੈਂਦਾ, ਆਪਣੇ ਮਾਨਸ ਜਨਮ ਦਾ ਮੰਤਵ ਵਿਸਾਰਦਾ ਹੈ, ਉਹ ਮਾਨਸ ਜਨਮ ਦਾ ਖੇਲ ਹਾਰ ਜਾਂਦਾ ਹੈ । ਉਹ ਅਣਜਾਣ, ਪ੍ਰਭ ਦਾ ਸ਼ਬਦ, ਮਾਨਸ ਜਨਮ ਲੈਣ ਦਾ ਮੰਤਵ ਭੁਲ ਜਾਂਦਾ ਹੈ ।

His soul may be blessed with another human life opportunity to acquire 4 virtues to be sanctified to become worthy of His Consideration. He enters in an unfamiliar universe overwhelmed with short-lived comforts and glamor of sweet poison of worldly wealth. Whosoever may forget the real purpose of human life opportunity, the teachings of His Word; he may remain intoxicated with sweet poison of worldly wealth and waste his priceless human life opportunity.

ਚਾਰ ਪਦਾਰਥ	**ਸ਼ਬਦ ਵਿੱਚ ਧਿਆਨ, ਵਿਛੋੜੇ ਦਾ ਵਿਰਾਗ, ਸ਼ਬਦ ਦੀ ਸੋਝੀ, ਮੁਕਤੀ ਦੀ ਆਸ!**
Four Virtues	Meditation; renunciation of His Separation; enlightenment of the teachings of His Word; Hope for salvation.

ਬਾਲਕੁ ਮਰੈ ਬਾਲਕ ਕੀ ਲੀਲਾ॥	baalak marai baalak kee leelaa.
ਕਹਿ ਕਹਿ ਰੋਵਹਿ ਬਾਲੁ ਰੰਗੀਲਾ॥	kahi kahi roveh baal rangeelaa.
ਜਿਸ ਕਾ ਸਾ ਸੋ ਤਿਨ ਹੀ ਲੀਆ	jis kaa saa so tin hee lee-aa
ਭੂਲਾ ਰੋਵਣਹਾਰਾ ਹੇ॥੭॥	bhoolaa rovanhaaraa hay. ||7||

ਜੀਵ ਅਣਜਾਣਤਾ ਵਿੱਚ ਹੀ ਜੀਵਨ ਖਤਮ ਕਰ ਜਾਂਦਾ ਹੈ । ਸੰਸਾਰਕ ਸਬੰਧੀ ਉਸ ਨੂੰ ਬਹੁਤ ਰੌਣਕੀ ਸਮਝਦੇ ਹਨ । ਪ੍ਰਭ ਦੀ ਆਪਣੀ ਅਮਾਨਤ, ਆਤਮਾ ਨੂੰ ਵਾਪਸ ਲੈ ਜਾਂਦਾ ਹੈ । ਜਿਹੜਾ ਮੌਤ ਤੇ ਅਫਸੋਸ ਕਰਦਾ ਹੈ, ਉਹ ਅਣਜਾਣ ਹੀ ਹੁੰਦਾ ਹੈ ।

Self-minded may waste his human life opportunity in ignorance. His close family and friends may boast, he is very carefree and the life of the crowd. After predetermined period, The True Master takes His trust, his soul back to endure the judgement of his worldly deeds. Whosoever may grievance on any death; he remains ignorance from the human life opportunity.

ਭਰਿ ਜੋਬਨਿ ਮਰਿ ਜਾਹਿ ਕਿ ਕੀਜੈ॥	bhar joban mar jaahi ke keejai.
ਮੇਰਾ ਮੇਰਾ ਕਰਿ ਰੋਵੀਜੈ॥	mayraa mayraa kar roveejai.
ਮਾਇਆ ਕਾਰਣਿ ਰੋਇ ਵਿਗੂਚਹਿ,	maa-i-aa kaaran ro-ay vigoocheh
ਧ੍ਰਿਗੁ ਜੀਵਣੁ ਸੰਸਾਰਾ ਹੇ॥੮॥	Dharig jeevan sansaaraa hay. ||8||

ਜਿਹੜਾ ਜੀਵ ਜਵਾਨੀ ਵਿੱਚ ਹੀ ਮਰ ਜਾਂਦਾ ਹੈ । ਉਸ ਦੇ ਮਾਤਾ, ਪਿਤਾ, ਭੈਣ ਭਾਈ ਅਫਸੋਸ ਕਰਦੇ, ਆਪਣੇ ਸੰਸਾਰਕ ਸੁਖਾਂ ਕਰਕੇ ਹੀ ਰੋਂਦੇ ਹਨ । ਉਹਨਾਂ ਦੇ ਸੁਪਨੇ ਅੰਧੂਰੇ ਹੀ ਛੱਡ ਗਿਆ ਹੈ ।

Whosoever may die in young age; his mother, father sibling my grievance as he was part of their blood line. All are grieving for their own comforts, greed. They have not enjoyed their dreams unraveled into reality.

ਕਾਲੀ ਹੂ ਫੁਨਿ ਧਉਲੇ ਆਏ॥	kaalee hoo fun Dha-ulay aa-ay.
ਵਿਣੁ ਨਾਵੈ ਗਥੁ ਗਇਆ ਗਵਾਏ॥	vin naavai gath ga-i-aa gavaa-ay.
ਦੁਰਮਤਿ ਅੰਧੁਲਾ ਬਿਨਸਿ ਬਿਨਾਸੈ,	durmat anDhulaa binas binaasai
ਮੂਠੇ ਰੋਇ ਪੂਕਾਰਾ ਹੇ॥੯॥	moothay ro-ay pookaaraa hay. ||9||

ਜਿਹੜਾ ਜੀਵ ਪਿਛਲੀ ਉਮਰ ਵਿੱਚ ਮਰਦਾ, ਵਾਲ ਕਾਲੇ ਤੋਂ ਚਿੱਟੇ ਹੋ ਜਾਂਦੇ ਹਨ । ਜਿਹੜਾ ਪ੍ਰਭ ਦੇ ਸ਼ਬਦ ਦੀ ਕਮਾਈ ਨਹੀਂ ਕਰਦਾ, ਉਹ ਆਪਣਾ ਮੌਕਾ ਗਵਾ ਲੈਂਦਾ ਹੈ । ਸ਼ਬਦ ਦੀ ਕਮਾਈ ਤੋਂ ਬਿਨਾਂ ਜੀਵ ਅਗਿਆਨੀ ਹੀ ਹੁੰਦਾ ਹੈ । ਉਹ ਮਾਨਸ ਜਨਮ ਬਿਰਥਾ ਹੀ ਗਵਾ ਜਾਂਦਾ, ਉਹ ਦੁਖਾਂ ਵਿੱਚ ਹੀ ਰਹਿੰਦਾ ਹੈ ।

Whosoever may die in old age, his hair turns gray. Whosoever may have not earned the wealth of His Word in his human life journey; he has lost his human life opportunity in-vain. Without the earnings of His Word, he remains ignorant from the reality of human life. He has wasted his human life opportunity and his cycle of birth and death may not be eliminated.

ਆਪੁ ਵੀਚਾਰਿ ਨ ਰੋਵੈ ਕੋਈ॥	aap veechaar na rovai ko-ee.
ਸਤਿਗੁਰੁ ਮਿਲੈ ਤ ਸੋਝੀ ਹੋਈ॥	satgur milai ta sojhee ho-ee.
ਬਿਨੁ ਗੁਰ ਬਜਰ ਕਪਾਟ ਨ ਖੂਲਹਿ,	bin gur bajar kapaat na khooleh
ਸਬਦਿ ਮਿਲੈ ਨਿਸਤਾਰਾ ਹੇ॥੧੦॥	sabad milai nistaaraa hay. ||10||

ਜਿਹੜਾ ਜੀਵ ਆਪਣੇ ਆਪ ਨੂੰ ਜਾਣ ਜਾਂਦਾ ਹੈ, ਉਹ ਮੌਤ ਤੇ ਰੋਸ ਨਹੀਂ ਕਰਦਾ । ਜਿਹੜਾ ਸ਼ਬਦ ਦੀ ਪਾਲਣਾ ਕਰਦਾ ਹੈ, ਉਸ ਨੂੰ ਪ੍ਰਭ ਦੇ ਭਾਣੇ ਦੀ ਸੋਝੀ ਹੋ ਜਾਂਦੀ ਹੈ । ਸ਼ਬਦ ਦੀ ਸੋਝੀ ਤੋਂ ਬਿਨਾਂ ਸ਼ਬਦ

ਨਾਲ ਜੀਵਨ ਢਾਲਿਆ ਨਹੀਂ ਜਾ ਸਕਦਾ । ਸ਼ਬਦ ਦੀ ਪਾਲਣਾ, ਜੀਵਨ ਢਾਲਣ ਤੋਂ ਬਿਨਾਂ ਪ੍ਰਵਾਨਗੀ ਦੇ ਰਸਤੇ ਦੀ ਸੋਝੀ ਨਹੀਂ ਹੁੰਦੀ ।

Whosoever may know the real purpose of his human life opportunity; he may never grieve on any death. Whosoever may obey the teachings of His Word with steady and stable belief; with His mercy and grace, he may be enlightened with the essence of His Word. Without the enlightenment of the essence of His Word, no one may adopt the teachings of His Word with steady and stable belief in his day-to-day life. No one may ever be blessed with the right path of acceptance in His Court.

ਬਿਰਧਿ ਭਇਆ ਤਨੁ ਛੀਜੈ ਦੇਹੀ॥ biraDh bha-i-aa tan chheejai dayhee.
ਰਾਮੁ ਨ ਜਪਈ ਅੰਤਿ ਸਨੇਹੀ॥ raam na jap-ee ant sanayhee.
ਨਾਮੁ ਵਿਸਰਿ ਚਲੈ ਮੁਹਿ ਕਾਲੈ, naam visaar chalai muhi kaalai
ਦਰਗਹ ਝੂਠੁ ਖੁਆਰਾ ਹੇ॥੧੧॥ dargeh jhooth khu-aaraa hay. ||11||

ਉਮਰ ਵੱਡੀ ਹੋਣ ਨਾਲ ਸਰੀਰ ਕਮਜ਼ੋਰ ਹੋ ਜਾਂਦਾ ਹੈ । ਅਗਰ ਉਸ ਨੇ ਸ਼ਬਦ ਦੀ ਕਮਾਈ ਨਹੀਂ ਕੀਤੀ! ਉਸ ਦਾ ਮੌਤ ਪਿਛੋਂ ਕੋਈ ਅਸਲੀ ਸਾਥੀ ਨਹੀਂ ਹੁੰਦਾ । ਉਸ ਨੂੰ ਮੌਤ ਪਿਛੋਂ ਸ਼ਰਮਿੰਦਗੀ ਹੀ ਮਿਲਦੀ, ਦਰਬਾਰ ਵਿੱਚ ਸੱਦਾ ਨਹੀਂ ਮਿਲਦਾ ।

In old age, perishable body of human may become feeble. Whosoever may not earn the ever-lasting wealth of His Word. After death, he may not have any companion in His Court. He may be embarrassed in His Court.

ਨਾਮੁ ਵਿਸਾਰਿ ਚਲੈ ਕੂੜਿਆਰੋ॥ naam visaar chalai koorhi-aaro.
ਆਵਤ ਜਾਤ ਪੜੈ ਸਿਰਿ ਛਾਰੋ॥ aavat jaat parhai sir chhaaro.
ਸਾਹੁਰੜੈ ਘਰਿ ਵਾਸੁ ਨ ਪਾਏ, saahurrhai ghar vaas na paa-ay
ਪੇਈਅੜੈ ਸਿਰਿ ਮਾਰਾ ਹੇ॥੧੨॥ pay-ee-arhai sir maaraa hay. ||12||

ਜਿਹੜਾ ਸ਼ਬਦ ਦਾ ਸਿਮਰਨ ਕਰਨ ਤੋਂ ਬਿਨਾਂ ਹੀ ਮਰ ਜਾਂਦਾ ਹੈ । ਉਹ ਜੂੰਨਾਂ ਦੇ ਚੱਕਰ ਵਿੱਚ ਹੀ ਰਹਿੰਦਾ ਹੈ । ਉਸ ਨੂੰ ਮਾਨਸ ਜਨਮ ਵਿੱਚ ਵੀ ਅਰਾਮ ਨਹੀਂ ਮਿਲਦਾ, ਦਰਬਾਰ ਵਿੱਚ ਵੀ ਪ੍ਰਵਾਨਗੀ ਬਖਸ਼ਿਸ਼ ਨਹੀਂ ਹੁੰਦੀ ।

Whosoever may die without meditating; he may remain in the cycle of birth and death. He may never have any peace, contentment in his human life nor any resting place in His Court.

ਖਾਜੈ ਪੈਝੈ ਰਲੀ ਕਰੀਜੈ॥ khaajai paijhai ralee kareejai.
ਬਿਨੁ ਅਭ ਭਗਤੀ ਬਾਦਿ ਮਰੀਜੈ॥ bin abh bhagtee baad mareejai.
ਸਰ ਅਪਸਰ ਕੀ ਸਾਰ ਨ ਜਾਣੈ, sar apsar kee saar na jaanai
ਜਮੁ ਮਾਰੇ ਕਿਆ ਚਾਰਾ ਹੇ॥੧੩॥ jam maaray ki-aa chaaraa hay. ||13||

ਜਿਹੜਾ ਮਾਨਸ ਜਨਮ ਵਿੱਚ ਚੰਗਾ ਖਾਂਦਾ, ਹਡਾਉਂਦਾ, ਅਨੰਦ ਮਾਨਦਾ ਹੈ । ਪਰ ਸ਼ਬਦ ਦੀ ਪਾਲਣਾ ਨਹੀਂ ਕਰਦਾ । ਉਹ ਮਾਨਸ ਜਨਮ ਬਿਰਥਾ ਹੀ ਗਵਾ ਜਾਂਦਾ ਹੈ । ਜਿਹੜਾ ਸੰਸਾਰ ਵਿੱਚ ਬੁਰੇ ਜਾ ਭਲੇ ਕੰਮ ਵਿੱਚ ਅੰਤਰ ਨਹੀਂ ਜਾਣਦਾ । ਉਹ ਮੌਤ ਦੇ ਦੁਖ ਸਹਿਦਾ ਹੈ । ਉਸ ਦਾ ਹੋਰ ਕੋਈ ਚਾਰਾ, ਜੰਨੂੰ ਦੇ ਜਾਲ ਤੋਂ ਕੋਈ ਛੁਟਕਾਰਾ ਨਹੀਂ ਹੁੰਦਾ ।

Whosoever may only enjoy the worldly delicacies and glamours of life; however, may not obey the teachings of His Word. He may waste his human life opportunity uselessly. Whosoever may not recognize the distinction between good and evil deeds; he may only endure miseries after death. He may not have any other path nor escapes the jaws of devil of death.

ਪਰਵਿਰਤੀ ਨਰਵਿਰਤਿ ਪਛਾਣੈ॥ parvirtee narvirat pachhaanai.
ਗੁਰ ਕੈ ਸੰਗਿ ਸਬਦਿ ਘਰੁ ਜਾਣੈ॥ gur kai sang sabad ghar jaanai.
ਕਿਸ ਹੀ ਮੰਦਾ ਆਖਿ ਨ ਚਲੈ, kis hee mandaa aakh na chalai
ਸਚਿ ਖਰਾ ਸਚਿਆਰਾ ਹੇ॥੧੪॥ sach kharaa sachi-aaraa hay. ||14||

ਜਿਹੜਾ ਜਾਣ ਜਾਂਦਾ ਹੈ! ਕਿਹੜੇ ਕੰਮ ਕਰਨੇ ਅਤੇ ਕਿਹੜੇ ਨਹੀਂ ਕਰਨੇ ਹਨ । ਉਹ ਸ਼ਬਦ ਦੀ ਪਾਲਣਾ ਕਰਦਾ, ਆਪਣੇ ਆਪ ਨੂੰ ਪਛਾਣ ਜਾਂਦਾ ਹੈ । ਉਹ ਹੋਰ ਕਿਸੇ ਦੀ ਨਿੰਦਿਆਂ ਨਹੀਂ ਕਰਦਾ, ਆਪਣਾ ਜੀਵਨ ਸ਼ਬਦ ਨਾਲ ਢਾਲਦਾ ਹੈ । ਉਸ ਦੀ ਸ਼ਬਦ ਦੀ ਕਮਾਈ ਪ੍ਰਭ ਆਪ ਪਰਖਦਾ ਹੈ ।

Whosoever may recognize the good deeds for His Creation and renounces evil deeds and path. He may obey the teachings of His Word with steady and stable belief; with His mercy and grace, he may recognize the purpose of human life journey. He may adopt the teachings of His Word. He may never criticize or slander anyone else. His earnings of His Word may become worthy of His Consideration.

ਸਾਚ ਬਿਨਾ ਦਰਿ ਸਿਝੈ ਨ ਕੋਈ॥	saach binaa dar sijhai na ko-ee.
ਸਾਰ ਸਬਦਿ ਪੈਝੈ ਪਤਿ ਹੋਈ॥	saach sabad paijhai pat ho-ee.
ਆਪੇ ਬਖਸਿ ਲਏ ਤਿਸੁ ਭਾਵੈ,	aapay bakhas la-ay tis bhaavai
ਹਉਮੈ ਗਰਬੁ ਨਿਵਾਰਾ ਹੇ॥੧੫॥	ha-umai garab nivaaraa hay. ||15||

ਸ਼ਬਦ ਦੀ ਕਮਾਈ ਤੋਂ ਬਿਨਾਂ ਪ੍ਰਭ ਦੇ ਦਰਬਾਰ ਵਿੱਚ ਸੱਦਾ ਬਖਸ਼ਿਸ਼ ਨਹੀਂ ਹੁੰਦਾ । ਸ਼ਬਦ ਨਾਲ ਜੀਵਨ ਢਾਲਣ ਤੋਂ ਬਿਨਾਂ ਇਹ ਮਾਣ ਬਖਸ਼ਿਸ਼ ਨਹੀਂ ਹੁੰਦਾ । ਜਿਸ ਦੀ ਬੰਦਗੀ, ਸ਼ਬਦ ਦੀ ਕਮਾਈ ਪ੍ਰਵਾਨ ਹੋ ਜਾਂਦੀ ਹੈ, ਪ੍ਰਭ ਉਸ ਦੇ ਅਉਗੁਣ ਬਖਸ਼ ਦੇਂਦਾ ਹੈ । ਉਸ ਦੇ ਅਹੰਕਾਰ ਅਤੇ ਹੈਸੀਅਤ ਦੀ ਇਛਾਂ ਖਤਮ ਕਰ ਦੇਂਦਾ ਹੈ ।

Without earnings of His Word, no one may ever be blessed with the right path of acceptance in His Court. Without adopting the teachings of His Word, no one may ever be honored in His Court. Whose meditation may be accepted in His Court; with His mercy and grace, all his sins may be forgiven. All his worldly desires, ego of worldly status may be eliminated.

ਗੁਰ ਕਿਰਪਾ ਤੇ ਹੁਕਮੁ ਪਛਾਣੈ॥	gur kirpaa tay hukam pachhaanai.
ਜੁਗਹ ਜੁਗੰਤਰ ਕੀ ਬਿਧਿ ਜਾਣੈ॥	jugah jugantar kee biDh jaanai.
ਨਾਨਕ ਨਾਮੁ ਜਪਹੁ ਤਰੁ ਤਾਰੀ,	naanak naam japahu tar taaree
ਸਚੁ ਤਾਰੇ ਤਾਰਣਹਾਰਾ ਹੇ॥੧੬॥੧॥੭॥	sach taaray taaranhaaraa hay. ||16||1||7||

ਜਿਸ ਨੂੰ ਪ੍ਰਭ ਦੀ ਰਹਿਮਤ ਨਾਲ ਸ਼ਬਦ ਦੀ ਸੋਝੀ ਬਖਸ਼ਿਸ਼ ਹੋ ਜਾਂਦੀ ਹੈ । ਉਸ ਨੂੰ ਮਾਨਸ ਜੀਵਨ ਦਾ ਅਸਲੀ ਢੰਗ ਸਮਝ ਆ ਜਾਂਦਾ ਹੈ । ਪ੍ਰਭ ਦੀ ਰਹਿਮਤ ਨਾਲ ਉਹ ਸ਼ਬਦ ਦੀ ਬੰਦਗੀ ਕਰਦਾ, ਪ੍ਰਵਾਨ ਹੋ ਜਾਂਦਾ ਹੈ ।

Whosoever may be blessed with the essence of His Word; he may recognize the right path of acceptance in His Court. He may obey the teachings of His Word with steady and stable belief; with His mercy and grace, he may be accepted in His Court.

8. ਮਾਰੂ ਮਹਲਾ ੧॥ 1027-15

ਹਰਿ ਸਾ ਮੀਤੁ ਨਾਹੀ ਮੈ ਕੋਈ॥	har saa meet naahee mai ko-ee.
ਜਿਨਿ ਤਨੁ ਮਨੁ ਦੀਆ ਸੁਰਤਿ ਸਮੋਈ॥	jin tan man dee-aa surat samo-ee.
ਸਰਬ ਜੀਆ ਪ੍ਰਤਿਪਾਲਿ ਸਮਾਲੇ,	sarab jee-aa partipaal samaalay
ਸੋ ਅੰਤਰਿ ਦਾਨਾ ਬੀਨਾ ਹੇ॥੧॥	so antar daanaa beenaa hay. ||1||

ਪ੍ਰਭ ਵਰਗਾ ਹੋਰ ਕੋਈ ਮਿੱਤਰ ਨਹੀਂ ਹੈ । ਪ੍ਰਭ ਦੀ ਰਹਿਮਤ ਨਾਲ ਹੀ ਮਾਨਸ ਸਰੀਰ, ਮਨ, ਅਤੇ ਸੁਰਤੀ ਬਖਸ਼ਿਸ਼ ਹੋਈ ਹੈ । ਉਹ ਅੰਤਰਜਾਮੀ, ਸਭ ਸਿਆਣਪਾ ਦਾ ਮਾਲਕ ਹੈ । ਉਹ ਸਭ ਦੇ ਅੰਦਰ ਵਸਦਾ, ਪਾਲਣਾ ਕਰਦਾ, ਸੋਝੀ ਬਖਸ਼ਦਾ ਦੇਂਦਾ ਹੈ ।

No one else may be true friend, companion like The True Master. The True Master blessed human body, mind to guide in the universe and brain to think about the real purpose of human life journey. The Omniscient True Master, treasure of all wisdoms, remains embedded within each soul, dwells within his body, nourishes and blesses enlightenment.

ਗੁਰੁ ਸਰਵਰੁ ਹਮ ਹੰਸ ਪਿਆਰੇ॥
gur sarvar ham hans pi-aaray.

ਸਾਗਰ ਮਹਿ ਰਤਨ ਲਾਲ ਬਹੁ ਸਾਰੇ॥
saagar meh ratan laal baho saaray.

ਮੋਤੀ ਮਾਣਕ ਹੀਰਾ ਹਰਿ,
motee maanak heeraa har

ਜਸੁ ਗਾਵਤ ਮਨੁ ਤਨੁ ਭੀਨਾ ਹੇ॥੨॥
jas gaavat man tan bheenaa hay. ||2||

ਪ੍ਰਭ ਦਾ ਸ਼ਬਦ ਇਕ ਰਤਨਾਂ ਦਾ ਭਰਿਆਂ ਸਾਗਰ ਹੈ । ਪ੍ਰਭ ਨੂੰ ਪਿਆਰੇ ਜੀਵ ਸਾਗਰ ਵਿੱਚ ਹੰਸ ਦੀ ਤਰਾਂ ਹੀ ਹੈ । ਜਿਹੜਾ ਸ਼ਬਦ ਦੀ ਪਾਲਣਾ, ਉਸਤਤ, ਸਿਮਰਨ ਕਰਦਾ, ਉਸ ਨੂੰ ਅਮੋਲਕ ਰਤਨ, ਸ਼ਬਦ ਦੀ ਸੋਝੀ ਬਖਸ਼ਿਸ਼ ਹੋ ਜਾਂਦੀ ਹੈ ।

His Word is like an ocean overwhelmed with ambrosial jewels. His true devotee, creature is like a swan in the ocean of His Word. Whosoever may meditate, sings the glory, obeys the teachings of His Word with steady and stable belief in his day-to-day life; with His mercy and grace, he may be blessed with overwhelming enlightenment of ambrosial jewel, the essence of His Word.

ਹਰਿ ਅਗਮ ਅਗਾਹੁ ਅਗਾਧਿ ਨਿਰਾਲਾ॥
har agam agaahu agaaDh niraalaa.

ਹਰਿ ਅੰਤੁ ਨ ਪਾਈਐ ਗੁਰ ਗੋਪਾਲਾ॥
har ant na paa-ee-ai gur gopaalaa.

ਸਤਿਗੁਰ ਮਤਿ ਤਾਰੇ ਤਾਰਨਹਾਰਾ,
satgur mat taaray taaranhaaraa

ਮੇਲਿ ਲਏ ਰੰਗਿ ਲੀਨਾ ਹੇ॥੩॥
mayl la-ay rang leenaa hay. ||3||

ਪ੍ਰਭ ਜੀਵ ਦੀ ਜਾਣਕਾਰੀ, ਪਹੁੰਚ, ਅੰਦਾਜ਼ਾ ਲਾਉਣ ਅਤੇ ਮੋਹ ਤੋਂ ਰਹਿਤ ਹੈ । ਉਸ ਦਾ ਕਿਸੇ ਪਖ ਤੋਂ ਅੰਤ ਨਹੀਂ ਪਾਇਆ ਜਾ ਸਕਦਾ । ਪ੍ਰਭ ਦੀ ਜਾਣਕਾਰੀ ਸ਼ਬਦ ਦੀ ਸਿਖਿਆ ਵਿੱਚ ਹੀ ਹੈ, ਸ਼ਬਦ ਦੀ ਪਾਲਣਾ ਕਰਨ ਨਾਲ ਸ਼ਬਦ ਦੀ ਸੋਝੀ ਬਖਸ਼ਿਸ਼ ਹੋ ਜਾਂਦੀ ਹੈ । ਉਹ ਰਸਤੇ ਤੇ ਚਲਣ ਵਾਲੇ ਜੀਵ ਨੂੰ ਸ਼ਬਦ ਦਾ ਨੂਰ, ਪ੍ਰਵਾਨਗੀ ਬਖਸ਼ਦਾ ਹੈ ।

The True Master remains beyond reach, imagination, attachment, and comprehension. No one may find any limit or boundary of His miracles, His Nature. The enlightenment of His Nature remains embedded within the teachings of His Word. Whosoever may obey the teachings of His Word with steady and stable belief in his day-to-day life; with His mercy and grace, he may be enlightened with the essence of His Word. Whosoever may adopt the teachings of His Word with steady and stable belief; with His mercy and grace, he may be accepted in His Court. The eternal glow of His Word may shine on his forehead.

ਸਤਿਗੁਰ ਬਾਝਹੁ ਮੁਕਤਿ ਕਿਨੇਹੀ॥
satgur baajhahu mukat kinayhee.

ਓਹੁ ਆਦਿ ਜੁਗਾਦੀ ਰਾਮ ਸਨੇਹੀ॥
oh aad jugaadee raam sanayhee.

ਦਰਗਹ ਮੁਕਤਿ ਕਰੇ ਕਰਿ ਕਿਰਪਾ,
dargeh mukat karay kar kirpaa bakh-

ਬਖਸ਼ੇ ਅਵਗੁਣ ਕੀਨਾ ਹੇ॥੪॥
say avgun keenaa hay. ||4||

ਯੁਗਾਂ ਯੁਗਾਂ ਤੋਂ ਸ਼ਬਦ ਦੀ ਸੋਝੀ ਨਾਲ ਹੀ ਰਹਿਮਤ ਅਨੁਭਵ ਹੁੰਦੀ ਆਈ ਹੈ । ਸ਼ਬਦ ਨਾਲ ਜੀਵਨ ਢਾਲਣ ਤੋਂ ਬਿਨਾਂ ਕਿਵੇਂ ਕੋਈ ਮੁਕਤੀ ਪਾ ਸਕਦਾ ਹੈ? ਉਹ ਆਪ ਹੀ ਰਹਿਮਤ ਬਖਸ਼ਕੇ ਜੀਵ ਦੀਆਂ ਖਾਮੀਆਂ ਨੂੰ ਬਖਸ਼ ਦੇਂਦੇ ਹੈ । ਆਪਣੇ ਦਰਬਾਰ ਵਿੱਚ ਪ੍ਰਵਾਨ ਕਰ ਲੈਂਦਾ ਹੈ ।

From Ancient Ages! With enlightenment of the essence of His Word, His true devotee has been realizing His Existence prevailing everywhere. Without adopting the teachings of His Word! How may anyone be blessed with salvation from the cycle of birth and death? With His mercy and grace, all the sins of His true devotee may be forgiven and his weakness may be overlooked. He may be accepted in His Court.

ਸਤਿਗੁਰ ਦਾਤਾ ਮੁਕਤਿ ਕਰਾਏ॥
satgur daataa mukat karaa-ay.

ਸਭਿ ਰੋਗ ਗਵਾਏ ਅੰਮ੍ਰਿਤ ਰਸੁ ਪਾਏ॥
sabh rog gavaa-ay amrit ras paa-ay.

ਜਮੁ ਜਾਗਾਤਿ ਨਾਹੀ ਕਰੁ ਲਾਗੈ,
jam jaagaat naahee kar laagai

ਜਿਸੁ ਅਗਨਿ ਬੁਝੀ ਠਰੁ ਸੀਨਾ ਹੇ॥੫॥
jis agan bujhee thar seenaa hay. ||5||

ਸ਼ਬਦ ਦਾ ਅਸਲੀ ਮਾਲਕ ਆਪ ਹੀ, ਆਪਣੇ ਦਾਸ ਨੂੰ ਦਰਬਾਰ ਵਿੱਚ ਪ੍ਰਵਾਨਗੀ ਬਖਸ਼ਦਾ ਹੈ । ਉਸ ਦੇ ਮਨ ਵਿੱਚ ਸ਼ਬਦ ਜਾਗਰਤ ਹੋ ਜਾਂਦਾ, ਸੰਸਾਰਕ ਇਛਾਂ ਦੇ ਰੋਗ ਹੀ ਖਤਮ ਹੋ ਜਾਂਦੇ ਹਨ । ਜੀਵ ਦੇ ਮਨ ਦੀ ਭਟਕਣ, ਮੌਤ ਦਾ ਡਰ ਖਤਮ ਹੋ ਜਾਂਦਾ ਹੈ । ਉਸ ਨੂੰ ਪੂਰਨ ਸ਼ਾਂਤੀ ਬਖਸ਼ਿਸ਼ ਹੋ ਜਾਂਦੀ ਹੈ ।

The True Master, Treasure of His Word may accept His true devotee in His Court. He may be enlightened with essence of His Word and all his diseases; miseries of his worldly desires may be eliminated. His frustration of worldly desires and fear of death may be eliminated. He may be blessed with peace of mind and contentment in his worldly environments.

ਕਾਇਆ ਹੰਸ ਪ੍ਰੀਤਿ ਬਹੁ ਧਾਰੀ॥	kaa-i-aa hans pareet baho Dhaaree.
ਓਹੁ ਜੋਗੀ ਪੁਰਖੁ ਓਹ ਸੁੰਦਰਿ ਨਾਰੀ॥	oh jogee purakh oh sundar naaree.
ਅਹਿਨਿਸਿ ਭੋਗੈ ਚੋਜ ਬਿਨੋਦੀ,	ahinis bhogai choj binodee
ਉਠਿ ਚਲਤੈ ਮਤਾ ਨ ਕੀਨਾ ਹੇ॥੬॥	uth chaltai mataa na keenaa hay. ‖6‖

ਜੀਵ ਦੀ ਆਤਮਾ ਸਰੀਰ ਨਾਲ ਬਹੁਤ ਪਿਆਰ ਕਾਇਮ ਕਰ ਲੈਂਦੀ ਹੈ । ਆਤਮਾ ਤਨ ਨੂੰ ਰਖਵਾਲਾ ਮੰਨਕੇ ਦਿਨ ਰਾਤ ਉਸ ਦੇ ਹਰ ਕੰਮ ਦਾ ਅਨੰਦ ਮਾਨਦੀ ਹੈ । ਪਰ ਜਦੋਂ ਆਤਮਾ ਸਰੀਰ ਵਿਚੋਂ ਜਾਂਦੀ ਹੈ, ਸਰੀਰ ਨਾਲ ਕੋਈ ਸਲਾਹ ਨਹੀਂ ਕਰਦੀ ।

His soul may develop comforting bonds with his body; his soul considers his body as a protector, safe heaven and enjoys all the luxuries of worldly life day and night. However, his soul may never consult his body at predetermined time of departure.

ਸ੍ਰਿਸਟਿ ਉਪਾਇ ਰਹੇ ਪ੍ਰਭ ਛਾਜੈ॥	sarisat upaa-ay rahay parabh chhaajai.
ਪਉਣ ਪਾਣੀ ਬੈਸੰਤਰੁ ਗਾਜੈ॥	pa-un paanee baisantar gaajai.
ਮਨੂਆ ਡੋਲੈ ਦੂਤ ਸੰਗਤਿ ਮਿਲਿ,	manoo-aa dolai doot sangat mil
ਸੋ ਪਾਏ ਜੋ ਕਿਛੁ ਕੀਨਾ ਹੇ॥੭॥	so paa-ay jo kichh keenaa hay. ‖7‖

ਪ੍ਰਭ ਸ੍ਰਿਸ਼ਟੀ ਦੀ ਰਚਨਾ ਕਰਦਾ, ਹਰ ਪਲ ਉਸ ਵਿੱਚ ਆਪ ਹੀ ਵਾਪਰਦਾ ਹੈ । ਹਵਾ, ਪਾਣੀ ਅੱਗ ਵਿੱਚ ਵੀ ਪ੍ਰਭ ਦੇ ਸ਼ਬਦ ਦੀ ਧੁਨ ਚਲਦੀ ਹੈ । ਜੀਵ ਦਾ ਮਨ ਸੰਸਾਰਕ ਮਾਇਆ ਨਾਲ ਡੋਲ ਜਾਂਦਾ, ਬੁਰੇ ਵਿਚਾਰ, ਕੰਮ ਕਰਦਾ ਹੈ, ਉਹ ਆਪਣੇ ਕੰਮਾ ਦਾ ਫਲ ਭੁਗਤਦਾ ਹੈ ।

The True Master always dwells and prevails within His Creation, every moment. His everlasting echo of His Word resonates within Air, Water, and fire to provide comforts to His Creation. Self-minded may remained intoxicated with sweet poison of worldly wealth; he may forget the real purpose of his human life opportunity. He may drift from the real path and performs sinful deeds; his soul endures the judgement of his own deeds.

ਨਾਮੁ ਵਿਸਾਰਿ ਦੋਖ ਦੁਖ ਸਹੀਐ॥	naam visaar dokh dukh sahee-ai.
ਹੁਕਮੁ ਭਇਆ ਚਲਣਾ ਕਿਉ ਰਹੀਐ॥	hukam bha-i-aa chalnaa ki-o rahee-ai.
ਨਰਕਕੂਪ ਮਹਿ ਗੋਤੇ ਖਾਵੈ,	narak koop meh gotay khaavai
ਜਿਉ ਜਲ ਤੇ ਬਾਹਰਿ ਮੀਨਾ ਹੇ॥੮॥	ji-o jal tay baahar meenaa hay. ‖8‖

ਜੀਵ ਸ਼ਬਦ ਦੀ ਪਾਲਣਾ ਤੋਂ ਬਿਨਾਂ ਬੁਰੇ ਕੰਮਾਂ, ਖਿਆਲਾਂ ਵਿੱਚ ਹੀ ਰਹਿੰਦਾ ਹੈ । ਮੌਤ ਦਾ ਸੱਦਾ ਆਉਣ ਤੇ ਉਹ ਸੰਸਾਰ ਵਿੱਚ ਕਿਵੇਂ ਰਹੇ ਸਕਦਾ ਹੈ? ਉਹ ਨਰਕ ਦੇ ਟੋਏ ਵਿੱਚ ਡਿੱਗ ਪੈਂਦਾ, ਭਟਕਦਾ ਰਹਿੰਦਾ ਹੈ । ਜਿਵੇਂ ਮਛਲੀ ਪਾਣੀ ਤੋਂ ਬਿਨਾਂ ਭਟਕਦੀ ਹੈ ।

Whosoever may not obey the teachings of His Word, he may think about evil, devious plans and performs sinful deeds. After predetermined time of death; how may his soul stay in his body? He may fall into a deep dark ditch of hell and remains frustrated like a fish without water.

ਚਉਰਾਸੀਹ ਨਰਕ ਸਾਕਤੁ ਭੋਗਾਈਐ॥	cha-oraaseeh narak saakat bhogaa-ee-ai.
ਜੈਸਾ ਕੀਚੈ ਤੈਸੋ ਪਾਈਐ॥	jaisaa keechai taiso paa-ee-ai.
ਸਤਿਗੁਰ ਬਾਝਹੁ ਮੁਕਤਿ ਨ ਹੋਈ,	satgur baajhahu mukat na ho-ee

ਕਿਰਤਿ ਬਾਧਾ ਗ੍ਰਸਿ ਦੀਨਾ ਹੇ॥੯॥ kirat baaDhaa garas deenaa hay. ||9||

ਪ੍ਰਭ ਦੇ ਸ਼ਬਦ ਦੀ ਬੰਦਗੀ ਤੋਂ ਬਿਨਾਂ ਜੀਵ ਦੀ ਆਤਮਾ 84 ਲਖ ਜੂੰਨਾਂ ਦੇ ਚੱਕਰ ਵਿੱਚ ਰਹਿੰਦੀ ਹੈ, ਤਨ ਦੇ ਕੀਤੇ ਦੇ ਦੁਖ ਭੁਗਤਦੀ ਹੈ । ਪ੍ਰਭ ਦੇ ਸ਼ਬਦ ਦੀ ਪਾਲਣਾ ਤੋਂ ਬਿਨਾਂ ਮੁਕਤੀ ਦਾ ਰਸਤਾ ਬਖਸ਼ਿਸ਼ ਨਹੀਂ ਹੁੰਦਾ । ਸੰਸਾਰਕ ਇਛਾਂ ਦੇ ਜਾਲ ਵਿੱਚ ਜੀਵ ਬੇਵਸ ਹੋ ਜਾਂਦਾ ਹੈ ।

Without meditating on the teachings of His Word; his soul may remain in the cycle of birth and death; in 84 lakhs of different creature lives. His soul endures the miseries for worldly deeds of his body. Without obeying the teachings of His Word with steady and stable belief, the right path of acceptance in His Court may not be blessed. Self-minded may remain frustrated, helpless with his worldly desires.

ਖੰਡੇ ਧਾਰ ਗਲੀ ਅਤਿ ਭੀੜੀ॥ khanday Dhaar galee at bheerhee.
ਲੇਖਾ ਲੀਜੈ ਤਿਲ ਜਿਉ ਪੀੜੀ॥ laykhaa leejai til ji-o peerhee.
ਮਾਤ ਪਿਤਾ ਕਲਤ੍ਰ ਸੁਤ ਬੇਲੀ ਨਾਹੀ maat pitaa kaltar sut baylee naahee
ਬਿਨੁ ਹਰਿ ਰਸ ਮੁਕਤਿ ਨ ਕੀਨਾ ਹੇ॥੧੦॥ bin har ras mukat na keenaa hay. ||10||

ਮੌਤ ਤੋਂ ਪਿਛੋਂ ਜਾਣ ਵਾਲਾ ਰਸਤਾ ਤਲਵਾਰ ਦੀ ਧਾਰ ਦੀ ਤਰ੍ਹਾਂ ਬਹੁਤ ਖਤਰੇ ਵਾਲਾ ਹੈ । ਉਸ ਦੇ ਕੀਤੇ ਕੰਮਾਂ ਦਾ ਲੇਖਾ ਕੀਤਾ ਜਾਂਦਾ, ਸਜ਼ਾ ਭੁਗਤਨੀ ਪੈਂਦੀ ਹੈ । ਉਸ ਦੀ ਹਾਲਤ ਕੋਲੂ ਵਿੱਚ ਪੀੜੇ ਤਿਲ ਦੀ ਤਰ੍ਹਾਂ ਹੀ ਹੁੰਦੀ ਹੈ । ਉਸ ਸਮੇਂ ਮਾਤਾ, ਪਿਤਾ, ਭੈਣ, ਭਾਈ ਕੋਈ ਮਿੱਤਰ ਸਾਥ ਨਹੀਂ ਦੇ ਸਕਦਾ । ਕੇਵਲ ਪ੍ਰਭ ਦੇ ਸ਼ਬਦ ਦੀ ਕਮਾਈ ਨਾਲ ਹੀ ਮੁਕਤੀ ਬਖਸ਼ਿਸ਼ ਹੋ ਸਕਦੀ ਹੈ ।

After death, his soul may be captured by devil of death and dragged through a terrible, horrifying narrow path like the sharp edge of sword. His soul must face The Righteous Judge to endure the miseries of his worldly deeds. His condition may be like a seed being crushed in the oil extracting grinder. After death, no family, mother, father, sibling, wife, or friend may help, saves him from the cycle of birth and death. Only with the earnings of His Word, the salvation from cycle of birth and death may be blessed.

ਮੀਤ ਸਖੇ ਕੇਤੇ ਜਗ ਮਾਹੀ॥ meet sakhay kaytay jag maahee.
ਬਿਨੁ ਗੁਰ ਪਰਮੇਸਰ ਕੋਈ ਨਾਹੀ॥ bin gur parmaysar ko-ee naahee.
ਗੁਰ ਕੀ ਸੇਵਾ ਮੁਕਤਿ ਪਰਾਇਣਿ, gur kee sayvaa mukat paraa-in
ਅਨਦਿਨੁ ਕੀਰਤਨੁ ਕੀਨਾ ਹੇ॥੧੧॥ an-din keertan keenaa hay. ||11||

ਜੀਵ ਦੇ ਸੰਸਾਰ ਵਿੱਚ ਭਾਵੇਂ ਅਨੇਕਾਂ ਹੀ ਮਿੱਤਰ ਜਾ ਸਾਥੀ ਹੋਣ । ਮੌਤ ਪਿਛੋਂ ਕੇਵਲ ਸ਼ਬਦ ਦੀ ਬੰਦਗੀ ਹੀ ਸਾਥ ਦੇਣ ਵਾਲੀ ਕਮਾਈ, ਮਿੱਤਰ ਹੈ । ਪ੍ਰਭ ਦੇ ਸ਼ਬਦ ਦੀ ਬੰਦਗੀ ਨਾਲ ਹੀ ਮੁਕਤੀ, ਪ੍ਰਵਾਨਗੀ ਬਖਸ਼ਿਸ਼ ਹੋ ਸਕਦੀ ਹੈ । ਜੀਵ ਸ਼ਬਦ ਦਾ ਸਿਮਰਨ, ਸ਼ਬਦ ਦੀ ਸਿਖਿਆਂ ਨਾਲ ਜੀਵਨ ਢਾਲੋ ।

Anyone may have many followers, friends, helper in his worldly life; however, after death, only the earnings of His Word may remain his companion, supporter. Only with the earnings of His Word, salvation, acceptance in His Court may be blessed. You should meditate and adopt the teachings of His Word in your day-to-day life.

ਕੂੜੁ ਛੋਡਿ ਸਾਚੇ ਕਉ ਧਾਵਹੁ॥ koorh chhod saachay ka-o Dhaavahu.
ਜੋ ਇਛਹੁ ਸੋਈ ਫਲੁ ਪਾਵਹੁ॥ jo ichhahu so-ee fal paavhu.
ਸਾਚ ਵਖਰ ਕੇ ਵਾਪਾਰੀ ਵਿਰਲੇ, saach vakhar kay vaapaaree virlay
ਲੈ ਲਾਹਾ ਸਉਦਾ ਕੀਨਾ ਹੇ॥੧੨॥ lai laahaa sa-udaa keenaa hay. ||12||

ਜੀਵ ਧੋਖਾ, ਫਰੇਬ ਸਭ ਕੁਝ ਛੱਡਕੇ ਸ਼ਬਦ ਦੀ ਕਮਾਈ ਕਰੋ! ਉਸ ਨਾਲ ਪ੍ਰਭ ਦੀਆਂ ਰਹਿਮਤਾਂ, ਮਨ ਦੀਆਂ ਇਛਾਂ ਪੂਰੀਆਂ ਹੁੰਦੀਆਂ ਹਨ । ਸੰਸਾਰ ਵਿੱਚ ਵਿਰਲੇ ਹੀ ਜੀਵ ਸ਼ਬਦ ਨਾਲ ਆਪਣਾ ਜੀਵਨ ਢਾਲਕੇ, ਮਾਨਸ ਜਨਮ ਸਫਲ ਕਰ ਜਾਂਦਾ ਹੈ ।

You should renounce all your deceptive, evil thoughts of your mind and earn the wealth of His Word. With the earnings of His Word, all blessings and his spoken and unspoken desires of his mind may be satisfied. However, very rare human may adopt the teachings of His Word in his day-to-day life; his human life opportunity may be rewarded.

ਹਰਿ ਹਰਿ ਨਾਮੁ ਵਖਰੁ ਲੈ ਚਲਹੁ॥	har har naam vakhar lai chalhu.
ਦਰਸਨੁ ਪਾਵਹੁ ਸਹਜਿ ਮਹਲਹੁ॥	darsan paavhu sahj mahlahu. gur-
ਗੁਰਮੁਖਿ ਖੋਜਿ ਲਹਹਿ ਜਨ ਪੂਰੇ,	mukh khoj laheh jan pooray
ਇਉ ਸਮਦਰਸੀ ਚੀਨਾ ਹੇ॥੧੩॥	i-o samadrasee cheenaa hay. ॥13॥

ਜਿਹੜਾ ਪ੍ਰਭ ਦੇ ਸ਼ਬਦ ਦੀ ਕਮਾਈ ਕਰਦਾ ਹੈ, ਪ੍ਰਭ ਦੀ ਰਹਿਮਤ ਨਾਲ ਉਸ ਨੂੰ ਦਰਬਾਰ ਵਿੱਚ ਪ੍ਰਵਾਨਗੀ ਬਖਸ਼ਿਸ਼ ਹੋ ਜਾਂਦੀ ਹੈ । ਜਿਹੜਾ ਗੁਰਮੁਖ, ਸ਼ਬਦ ਦੀ ਸੋਝੀ ਦੀ ਖੋਜ ਮਨ ਅੰਦਰੋਂ ਹੀ ਕਰਦਾ ਹੈ, ਉਸ ਨੂੰ ਆਪਣੇ ਅੰਦਰੋਂ ਸ਼ਬਦ ਦੀ ਸੋਝੀ ਬਖਸ਼ਿਸ਼ ਹੋ ਜਾਂਦੀ, ਉਹ ਨਿਮ੍ਰਤਾ ਵਾਲਾ ਨਿਮਾਣਾ ਬਣ ਜਾਂਦਾ ਹੈ । ਇਸਤਰ੍ਹਾਂ ਸ਼ਬਦ ਦੀ ਸਿਖਿਆਂ ਨਾਲ ਜੀਵਨ ਬਤੀਤ ਕਰਨ ਨਾਲ ਪ੍ਰਭ ਦੀ ਹੋਂਦ ਅਨੁਭਵ ਹੋ ਸਕਦੀ ਹੈ । ਪ੍ਰਭ ਹਰਇਕ ਜੀਵ ਨੂੰ ਇਕ ਸਮਾਨ ਹੀ ਦੇਖਦਾ ਹੈ ।

Whosoever may earn the wealth of His Word; with His mercy and grace, he may be accepted in His Court. Whosoever may search within his own mind with steady and stable belief; with His mercy and grace, he may be enlightened with the essence of His Word from within. He may become humble and merciful. Whosoever may adopt such a way of life; with His mercy and grace, he may realize His Holy Spirit prevailing everywhere. The True Master always inspires everyone same way to become worthy of His Considerations.

ਪ੍ਰਭ ਬੇਅੰਤ ਗੁਰਮਤਿ ਕੋ ਪਾਵਹਿ॥	parabh bay-ant gurmat ko paavahi.
ਗੁਰ ਕੈ ਸਬਦਿ ਮਨ ਕਉ ਸਮਝਾਵਹਿ॥	gur kai sabad man ka-o samjhaavahi.
ਸਤਿਗੁਰ ਕੀ ਬਾਣੀ ਸਤਿ ਸਤਿ ਕਰਿ ਮਾਨਹੁ,	satgur kee banee sat sat kar maanhu,
ਇਉ ਆਤਮ ਰਾਮੈ ਲੀਨਾ ਹੇ॥੧੪॥	i-o aatam raamai leenaa hay. ॥14॥

ਬੇਅੰਤ ਪ੍ਰਭ ਦੇ ਸ਼ਬਦ ਦੀ ਪਾਲਣਾ ਕਰਨ ਨਾਲ ਪ੍ਰਭ ਦੀ ਹੋਂਦ ਮਹਿਸੂਸ ਹੋ ਜਾਂਦੀ ਹੈ । ਜਿਸ ਨੂੰ ਸ਼ਬਦ ਦੀ ਸੋਝੀ ਬਖਸ਼ਿਸ਼ ਹੋ ਜਾਂਦੀ ਹੈ, ਉਹ ਪ੍ਰਭ ਦੇ ਸ਼ਬਦ ਨੂੰ ਅਟਲ ਮੰਨਕੇ ਆਪਣਾ ਜੀਵਨ ਢਾਲਦਾ, ਪ੍ਰਵਾਨਗੀ ਦੇ ਰਸਤੇ ਤੇ ਚਲਦਾ ਹੈ । ਸ਼ਬਦ ਦਾ ਸਿਮਰਨ ਕਰਦਾ ਉਸ ਵਿੱਚ ਅਭੇਦ ਹੋ ਜਾਂਦਾ ਹੈ ।

The existence of His Holy Spirit may be realized only by obeying the teachings of His Word in day-to-day life. Whosoever may adopt the teachings of His Word with steady and stable belief in his day-to-day life; with His mercy and grace, he may be blessed with the enlightenment of the essence of His Word. He may be blessed with the right path of acceptance in His Court. He may remain intoxicated in meditation in the void of His Word; with His mercy and grace, he may immerse within His Holy Spirit.

ਨਾਰਦ ਸਾਰਦ ਸੇਵਕ ਤੇਰੇ॥	naarad saarad sayvak tayray.
ਤ੍ਰਿਭਵਣਿ ਸੇਵਕ ਵਡਹੁ ਵਡੇਰੇ॥	taribhavan sayvak vadahu vadayray.
ਸਭ ਤੇਰੀ ਕੁਦਰਤਿ ਤੂ ਸਿਰਿ ਸਿਰਿ ਦਾਤਾ,	sabh tayree kudrat too sir sir daataa,
ਸਭ ਤੇਰੋ ਕਾਰਣੁ ਕੀਨਾ ਹੇ॥੧੫॥	sabh tayro kaaran keenaa hay. ॥15॥

ਸੰਸਾਰਕ ਪੀਰ, ਪੈਗੰਬਰ (ਨਾਰਦ, ਸਾਰਦ) ਸਾਰੇ ਸ਼ਬਦ ਦੀ ਪਾਲਣਾ, ਸੇਵਾ ਕਰਦੇ ਹਨ । ਤੇਰੇ ਸੇਵਕ ਤਿੰਨਾਂ ਸ੍ਰਿਸ਼ਟੀਆਂ ਵਿੱਚ ਹੀ, ਵੱਡੇ ਤੋਂ ਵੱਡੇ ਹਨ । ਤੂੰ ਹਰ ਥਾਂ ਤੇ ਵਾਪਰਦਾ, ਦੇਖਦਾ, ਦਾਤਾਂ ਬਖਸ਼ਦਾ ਹੈ, ਤੂੰ ਹੀ ਸਭ ਕੁਝ ਪੈਦਾ ਕੀਤਾ ਹੈ ।

All worldly devotees, saints, gurus, prophets obey teachings of His Word and serve His Creation. His true devotees are being honored in three universes. The True Master has created all universes and only His Command prevails in all universe. He monitors and bestows His Virtues on His Creation.

ਇਕਿ ਦਰਿ ਸੇਵਹਿ ਦਰਦੁ ਵਞਾਏ॥ ik dar sayveh darad vanjaa-ay.
ਓਇ ਦਰਗਹ ਪੈਧੇ ਸਤਿਗੁਰੂ ਛਡਾਏ॥ o-ay dargeh paiDhay satguroo chhadaa-ay.
ਹਉਮੈ ਬੰਧਨ ਸਤਿਗੁਰਿ ਤੋੜੇ, ha-umai banDhan satgur torhay
ਚਿਤੁ ਚੰਚਲੁ ਚਲਣਿ ਨ ਦੀਨਾ ਹੇ॥੧੬॥ chit chanchal chalan na deenaa hay. ||16||

ਜਿਹੜਾ ਪ੍ਰਭ ਦੇ ਦਰ ਤੇ ਸੇਵਾ ਕਰਦਾ ਹੈ, ਉਸ ਦੇ ਸਾਰੇ ਦੁਖ ਦੂਰ ਹੋ ਜਾਂਦੇ ਹਨ । ਆਪ ਹੀ ਉਸ ਨੂੰ ਦਰਬਾਰ ਵਿੱਚ ਥਾਂ ਬਖਸ਼ਦਾ ਹੈ । ਜਿਹੜਾ ਗੁਰਮਖ ਸ਼ਬਦ ਦੀ ਪਾਲਣਾ ਕਰਦਾ ਅਡੋਲ ਹੋ ਜਾਂਦਾ ਹੈ । ਪ੍ਰਭ ਆਪ ਹੀ ਉਸ ਦੀਆਂ ਇਛਾਂ, ਅਹੰਕਾਰ, ਹੈਸੀਅਤ ਦੇ ਬੰਧਨ ਤੋੜ ਦੇਂਦਾ ਹੈ ।

Whosoever may obey the teachings of Your Word and serve His Creation; with His mercy and grace all his miseries may be eliminated. He may be blessed with a permanent resting place in His Court. Whosoever may obey the teachings of His Word; he may remain steady and stable on the right path of acceptance in His Court. He may believe in the ultimate power of His Word; with His mercy and grace, all his desires, ego and worldly bonds may be eliminated.

ਸਤਿਗੁਰ ਮਿਲਹੁ ਚੀਨਹੁ ਬਿਧਿ ਸਾਈ॥ satgur milhu cheenahu biDh saa-ee.
ਜਿਤੁ ਪ੍ਰਭੁ ਪਾਵਹੁ ਗਣਤ ਨ ਕਾਈ॥ jit parabh paavhu ganat na kaa-ee.
ਹਉਮੈ ਮਾਰਿ ਕਰਹੁ ਗੁਰ ਸੇਵਾ, ha-umai maar karahu gur sayvaa
ਜਨ ਨਾਨਕ ਹਰਿ ਰੰਗਿ ਭੀਨਾ ਹੇ॥੧੭॥੨॥੮॥ jan naanak har rang bheenaa hay. ||17||2||8

ਜਿਹੜਾ ਸ਼ਬਦ ਨਾਲ ਜੀਵਨ ਢਾਲਦਾ ਹੈ, ਉਸ ਨੂੰ ਪ੍ਰਭ ਦੀ ਰਹਿਮਤ ਬਖਸ਼ਿਸ਼ ਹੋ ਜਾਂਦੀ ਹੈ । ਉਸ ਦਾ ਲੇਖਾ ਖਤਮ ਹੋ ਜਾਂਦਾ ਹੈ । ਉਹ ਸ਼ਬਦ ਦੀ ਪਾਲਣਾ ਕਰਦਾ, ਆਪਣੇ ਮਨ ਦੀਆਂ ਇਛਾਂ ਤੇ ਕਾਬੂ ਪਾ ਲੈਂਦਾ ਹੈ । ਉਸ ਤੇ ਪ੍ਰਭ ਦੀ ਰਹਿਮਤ ਦਾ ਨੂਰ ਬਖਸ਼ਿਸ਼ ਹੋ ਜਾਂਦਾ ਹੈ ।

Whosoever may adopt the teachings of His Word; he may be blessed with His mercy and grace. All his sins may be forgiven and his account of worldly deeds may be cleared. Whosoever may obey the teachings of His Word with steady and stable belief; all his worldly desires may be satisfied. The eternal glow of His Holy Spirit may shine on his forehead.

9. ਮਾਰੂ ਮਹਲਾ ੧॥ 1028-18

ਅਸੁਰ ਸਘਾਰਣ ਰਾਮੁ ਹਮਾਰਾ॥ asur saghaaran raam hamaaraa.
ਘਟਿ ਘਟਿ ਰਮਈਆ ਰਾਮੁ ਪਿਆਰਾ॥ ghat ghat rama-ee-aa raam pi-aaraa.
ਨਾਲੇ ਅਲਖੁ ਨ ਲਖੀਐ ਮੂਲੇ, naalay alakh na lakhee-ai moolay gur-
ਗੁਰਮੁਖਿ ਲਿਖੁ ਵੀਚਾਰਾ ਹੇ॥੧॥ mukh likh veechaaraa hay. ||1||

ਮੇਰਾ ਪ੍ਰਭ ਭੂਤਾਂ ਨੂੰ ਖਤਮ ਕਰਨ ਵਾਲਾ, ਨਾਸ਼ ਕਰਨ ਵਾਲਾ ਹੈ । ਉਹ ਹਰਇਕ ਜੀਵ ਦੇ ਹਿਰਦੇ ਵਿੱਚ ਵਾਪਰਦਾ ਹੈ । ਉਹ ਨਾ ਦਿਖਾਈ ਦੇਣ ਵਾਲਾ ਪ੍ਰਭ ਹਰ ਸਮੇਂ ਆਤਮਾ ਦੇ ਨਾਲ ਰਹਿੰਦਾ ਹੈ । ਪਰ ਦਿਖਾਈ ਨਹੀਂ ਦੇਂਦਾ, ਗੁਰਮਖ ਜੀਵ ਨੂੰ ਇਸ ਦੀ ਸੋਝੀ ਬਖਸ਼ਿਸ਼ ਹੁੰਦੀ ਹੈ ।

The True Master may eliminate the fear of ghosts from the mind of His Creation. He prevails in the heart and worldly life journey of all creatures. The True Master beyond visibility always remain embedded within each soul; his soul is an expansion of His Holy Spirit. His true devotee may be enlightened with essence of His Nature.

ਗੁਰਮੁਖਿ ਸਾਧੂ ਸਰਣਿ ਤੁਮਾਰੀ॥ gurmukh saaDhoo saran tumaaree.
ਕਰਿ ਕਿਰਪਾ ਪ੍ਰਭਿ ਪਾਰਿ ਉਤਾਰੀ॥ kar kirpaa parabh paar utaaree.
ਅਗਨਿ ਪਾਣੀ ਸਾਗਰੁ ਅਤਿ ਗਹਰਾ, agan paanee saagar at gahraa
ਗੁਰੁ ਸਤਿਗੁਰੁ ਪਾਰਿ ਉਤਾਰਾ ਹੇ॥੨॥ gur satgur paar utaaraa hay. ||2||

ਗੁਰਮਖ ਜੀਵ, ਸੰਤ ਸਰੂਪ, ਪ੍ਰਭ ਦੀ ਸ਼ਰਣ ਵਿੱਚ ਪਨਾਹ ਲੈਂਦਾ ਹੈ । ਆਪ ਹੀ ਰਹਿਮਤ ਬਖਸ਼ਕੇ ਉਸ ਨੂੰ ਪ੍ਰਵਾਨ ਕਰਦਾ ਹੈ । ਸੰਸਾਰਕ ਸਾਗਰ ਵਿੱਚ ਇਛਾਂ ਦਾ ਜਾਲ ਬਹੁਤ ਤੇਜ਼ ਪਾਣੀ ਦੀ ਤਰ੍ਹਾਂ ਡੂੰਘਾ ਹੈ । ਪ੍ਰਭ ਆਪ ਹੀ ਜੀਵ ਨੂੰ ਸ਼ਬਦ ਦੀ ਪਾਲਣਾ ਤੇ ਅਡੋਲ ਰਖਕੇ ਪਾਰ ਕਰਦਾ ਹੈ ।

His true devotee may surrender his mind, body, and worldly status at His Sanctuary; with His mercy and grace, he may be accepted in His Court. The universe may be like a deep and swift ocean, overwhelmed with traps of worldly desires, sweet poison of worldly wealth. Whosoever may remain steady and stable on the right path of obeying the teachings of Your Word; with Your mercy and grace, he may be accepted in Your Court.

ਮਨਮੁਖ ਅੰਧੁਲੇ ਸੋਝੀ ਨਾਹੀ॥	manmukh anDhulay sojhee naahee.
ਆਵਹਿ ਜਾਹਿ ਮਰਹਿ ਮਰਿ ਜਾਹੀ॥	aavahi jaahi mareh mar jaahee.
ਪੂਰਬਿ ਲਿਖਿਆ ਲੇਖੁ ਨ ਮਿਟਈ,	poorab likhi-aa laykh na mit-ee
ਜਮ ਦਰਿ ਅੰਧੁ ਖੁਆਰਾ ਹੇ॥੩॥	jam dar anDh khu-aaraa hay. ||3||

ਮਨਮੁਖ ਅਗਿਆਨੀ ਨੂੰ ਮਾਨਸ ਜਨਮ ਦੇ ਮੰਤਵ ਦੀ ਸੋਝੀ ਨਹੀਂ, ਜੰਨ੍ਹਾ ਦੇ ਚੱਕਰ ਵਿੱਚ ਹੀ ਰਹਿੰਦਾ ਹੈ । ਜੀਵ ਦੇ ਪਿਛਲੇ ਜੀਵਨ ਦਾ ਲਿਖਿਆ ਬਦਲਿਆ ਨਹੀਂ ਜਾ ਸਕਦਾ । ਜੀਵ ਸ਼ਬਦ ਦੀ ਸੋਝੀ ਤੋਂ ਬਿਨਾਂ ਮੌਤ ਦੇ ਦੁਖ ਹੀ ਸਹਿਦਾ ਹੈ ।

Ignorant self-minded may not remember the real purpose of his human life opportunity. He remains in the cycle of birth and death. His prewritten destiny may not be erased, altered. Without the enlightenment of the essence of His Word, he may endure the miseries of birth and death.

ਇਕਿ ਆਵਹਿ ਜਾਵਹਿ ਘਰਿ ਵਾਸੁ ਨ ਪਾਵਹਿ॥	ik aavahi jaaveh ghar vaas na paavahi.
ਕਿਰਤ ਕੇ ਬਾਧੇ ਪਾਪ ਕਮਾਵਹਿ॥	kirat kay baaDhay paap kamaaveh.
ਅੰਧੁਲੇ ਸੋਝੀ ਬੂਝ ਨ ਕਾਈ,	anDhulay sojhee boojh na kaa-ee
ਲੋਭੁ ਬੁਰਾ ਅਹੰਕਾਰਾ ਹੇ॥੪॥	lobh buraa ahaNkaaraa hay. ||4||

ਕਈ ਜੀਵ ਮਾਨਸ ਜਨਮ ਵਿੱਚ ਆਪਣੇ ਆਪ ਨੂੰ, ਮਾਨਸ ਜਨਮ ਦੇ ਮੰਤਵ ਨੂੰ ਜਾਣਦਾ ਨਹੀਂ । ਪਿਛਲੇ ਜੀਵਨ ਦੇ ਲਿਖੇ ਕਰਕੇ ਪਾਪਾਂ ਵਾਲੇ ਕੰਮ ਕਰਦੇ ਹਨ । ਉਸ ਨੂੰ ਸ਼ਬਦ ਦੀ ਕੋਈ ਸੋਝੀ, ਸਿਆਣਪ ਨਹੀਂ ਹੁੰਦੀ । ਉਹ ਸੰਸਾਰਕ ਇਛਾਂ, ਹੈਸੀਅਤ, ਲੋਭ, ਬੁਰੇ ਕੰਮਾਂ ਦੇ ਜਾਲ ਵਿੱਚ ਫਸਿਆ ਹੀ ਮਾਨਸ ਜੀਵਨ ਬਿਰਥਾ ਹੀ ਬਤੀਤ ਕਰ ਜਾਂਦਾ ਹੈ ।

Many self-minded may not recognize the real purpose of human life opportunity. He may commit sinful deeds with his prewritten destiny. He may remain intoxicated with the ego of his worldly status. He may waste his priceless human life opportunity in worldly desires.

ਪਿਰ ਬਿਨੁ ਕਿਆ ਤਿਸੁ ਧਨ ਸੀਗਾਰਾ॥	pir bin ki-aa tis Dhan seegaaraa.
ਪਰ ਪਿਰ ਰਾਤੀ ਖਸਮੁ ਵਿਸਾਰਾ॥	par pir raatee khasam visaaraa.
ਜਿਉ ਬੇਸੁਆ ਪੂਤ ਬਾਪੁ ਕੋ ਕਹੀਐ,	ji-o baysu-aa poot baap ko kahee-ai
ਤਿਉ ਫੋਕਟ ਕਾਰ ਵਿਕਾਰਾ ਹੇ॥੫॥	ti-o fokat kaar vikaaraa hay. ||5||

ਪ੍ਰਭ ਦੇ ਸ਼ਬਦ ਦੀ ਕਮਾਈ ਤੋਂ ਬਿਨਾਂ ਸੰਸਾਰਕ ਸੁਖਾਂ ਦਾ ਕੀ ਲਾਭ ਹੈ? ਅਸਲੀ ਮਾਲਕ ਦੇ ਸ਼ਬਦ ਦੀ ਪਾਲਾਣਾ ਨੂੰ ਵਿਸਾਰਕੇ, ਰੀਤ ਰੀਵਾਜ ਦਾ ਕੀ ਲਾਭ ਹੈ? ਉਸ ਜੀਵ ਦੀ ਕਮਾਈ ਦਾ ਕੋਈ ਲਾਭ ਨਹੀਂ ਹੁੰਦਾ । ਉਸ ਦੀ ਹਾਲਤ, ਵੇਸਵਾ ਦੇ ਬੱਚੇ ਵਰਗੀ ਹੁੰਦੀ ਹੈ । ਜਿਸ ਨੂੰ ਆਪਣੇ ਪਿਤਾ ਦੀ ਕੋਈ ਜਾਣਕਾਰੀ ਨਹੀਂ ਹੁੰਦੀ ।

Without the earnings of His Word! What may be the significance of worldly pleasures for the real purpose of human life opportunity? What may be the benefit of performing religious rituals for the real purpose of human life? Whose worldly earnings may not benefit in His Court; his condition may be like the child of a prostitute, who may not know his father.

ਪ੍ਰੇਤ ਪਿੰਜਰ ਮਹਿ ਦੂਖ ਘਨੇਰੇ॥	parayt pinjar meh dookh ghanayray.

ਨਰਕਿ ਪਚਹਿ ਅਗਿਆਨ ਅੰਧੇਰੇ॥ narak pacheh agi-aan anDhayray.
ਧਰਮ ਰਾਇ ਕੀ ਬਾਕੀ ਲੀਜੈ, Dharam raa-ay kee baakee leejai
ਜਿਨਿ ਹਰਿ ਕਾ ਨਾਮੁ ਵਿਸਾਰਾ ਹੇ॥੬॥ jin har kaa naam visaaraa hay. ||6||

ਉਸ ਦੀ ਆਤਮਾ, ਆਪਣੇ ਤਨ ਵਿੱਚ ਭੂਤਾਂ ਵਰਗਾ ਦੁਖ ਪਾਉਂਦੀ ਹੈ । ਜਿਸ ਨੂੰ ਸ਼ਬਦ ਦੀ ਸੋਝੀ ਨਹੀਂ ਹੁੰਦੀ, ਅਗਿਆਨਤਾ ਵਿੱਚ ਨਰਕ ਵਿੱਚ ਧੱਕੇ ਖਾਂਦਾ ਹੈ । ਜਿਹੜਾ ਸ਼ਬਦ ਦੀ ਪਾਲਣਾ ਨਹੀਂ ਕਰਦਾ, ਉਸ ਨੂੰ ਮੌਤ ਪਿਛੋਂ ਆਪਣੇ ਕੀਤੇ ਦਾ ਲੇਖਾ ਦੇਣਾ ਪੈਂਦਾ ਹੈ ।

Self-minded may endure miseries like ghost in his own body. He may not be blessed with the enlightenment of the essence of His Word; he may endure miseries in hell; in the cycle of birth and death in his ignorance. Whosoever may not obey the teachings of His Word; he must endure the judgement of righteous judges and endures miseries for his worldly deeds.

ਸੂਰਜੁ ਤਪੈ ਅਗਨਿ ਬਿਖੁ ਝਾਲਾ॥ sooraj tapai agan bikh jhaalaa.
ਅਪਤੁ ਪਸੂ ਮਨਮੁਖੁ ਬੇਤਾਲਾ॥ apat pasoo manmukh baytaalaa.
ਆਸਾ ਮਨਸਾ ਕੂੜੁ ਕਮਾਵਹਿ, aasaa mansaa koorh kamaaveh
ਰੋਗੁ ਬੁਰਾ ਬੁਰਿਆਰਾ ਹੇ॥੭॥ rog buraa buri-aaraa hay. ||7||

ਜਿਵੇਂ ਸੂਰਜ ਦੀ ਗਰਮੀ ਸਰੀਰ ਨੂੰ ਜਲਾ ਦੇਂਦੀ ਹੈ । ਇਸਤਰ੍ਹਾਂ ਮਨਮਰਜ਼ੀ ਕਰਨ ਵਾਲਾ, ਜਾਨਵਰ ਦੀ ਤਰ੍ਹਾਂ ਬਿਨਾਂ ਕਿਸੇ ਮਾਣ ਤੋਂ ਜੀਵਨ ਬਤੀਤ ਕਰਦਾ ਹੈ । ਉਹ ਇਛਾਂ ਦੇ ਸੁਪਨੇ ਵਿੱਚ ਹੀ ਧੋਖੇ, ਫਰੇਬ ਦਾ ਜੀਵਨ ਬਤੀਤ ਕਰਦਾ ਹੈ । ਉਸ ਨੂੰ ਲਾਲਚ ਨਿੰਦਿਆਂ ਦੀ ਬਿਮਾਰੀ ਲਗ ਜਾਂਦੀ ਹੈ ।

As the heat of summer may burn, bluster the skin, body. Same way self-minded may waste his human life like an animal without any honor in his worldly life. He remains intoxicated in the fantasy s of his worldly desires. He wastes his life in deception and fraud. He may be infected with the disease of criticizing and slandering other.

ਮਸਤਕਿ ਭਾਰੁ ਕਲਰ ਸਿਰਿ ਭਾਰਾ॥ mastak bhaar kalar sir bhaaraa.
ਕਿਉ ਕਰਿ ਭਵਜਲੁ ਲੰਘਸਿ ਪਾਰਾ॥ ki-o kar bhavjal langhas paaraa.
ਸਤਿਗੁਰੁ ਬੋਹਿਥੁ ਆਦਿ ਜੁਗਾਦੀ, satgur bohith aad jugaadee
ਰਾਮ ਨਾਮਿ ਨਿਸਤਾਰਾ ਹੇ॥੮॥ raam naam nistaaraa hay. ||8||

ਉਹ ਜੀਵ ਆਪਣੇ ਪਾਪਾਂ ਦਾ ਭਾਰੀ ਭਾਰ ਨਾਲ ਲੈ ਜਾਂਦਾ ਹੈ । ਉਹ ਕਿਵੇਂ ਸਾਗਰ ਪਾਰ ਕਰ ਸਕਦਾ, ਪ੍ਰਵਾਨ ਹੋ ਸਕਦਾ ਹੈ? ਯੁੱਗਾਂ ਯੁੱਗਾਂ ਤੋਂ ਪ੍ਰਭ ਦਾ ਸ਼ਬਦ ਹੀ ਇਕ ਬੇੜੀ ਦੀ ਤਰ੍ਹਾਂ ਹੈ । ਜਿਸ ਤੇ ਸਵਾਰ ਹੋ ਕੇ ਜੀਵ ਪਾਰ ਹੋ ਸਕਦਾ ਹੈ ।

Self-minded may carry the burden of sinful deeds in His Court. How may he cross the worldly ocean and accepted in His Court? From Ancient Age, the teachings of His Word may be like a rescue boat to carry his soul in His Court.

ਪੁਤ੍ਰ ਕਲਤ੍ਰ ਜਗਿ ਹੇਤੁ ਪਿਆਰਾ॥ putar kaltar jag hayt pi-aaraa.
ਮਾਇਆ ਮੋਹੁ ਪਸਰਿਆ ਪਾਸਾਰਾ॥ maa-i-aa moh pasri-aa paasaaraa.
ਜਮ ਕੇ ਫਾਹੇ ਸਤਿਗੁਰਿ ਤੋੜੇ, jam kay faahay satgur torhay
ਗੁਰਮੁਖਿ ਤਤੁ ਬੀਚਾਰਾ ਹੇ॥੯॥ gurmukh tat beechaaraa hay. ||9||

ਬੱਚੇ ਅਤੇ ਪਤਨੀ ਦਾ ਪਿਆਰ ਇਸ ਸੰਸਾਰ ਵਿੱਚ ਬੁਹਤ ਚੰਗਾ ਲਗਦਾ ਹੈ । ਸਾਰਾ ਸੰਸਾਰ ਹੀ ਮਾਇਆ ਅਤੇ ਮੋਹ ਦੇ ਜਾਲ ਵਿੱਚ ਫਸਿਆ ਹੈ । ਪ੍ਰਭ ਦੇ ਸ਼ਬਦ ਦੀ ਪਾਲਣਾ ਕਰਨ ਨਾਲ ਹੀ ਬੰਧਨ ਤੋੜ ਸਕਦਾ ਹੈ । ਗੁਰਮਖ ਨੂੰ ਸ਼ਬਦ ਨਾਲ ਜੀਵਨ ਢਾਲਣ ਨਾਲ ਇਹ ਸੋਝੀ ਬਖਸ਼ਿਸ਼ ਹੋ ਜਾਂਦੀ ਹੈ ।

The attachment, affection of spouse and children may be very comforting to his mind. The universe remains intoxicated with worldly wealth and attachments. Whosoever may obey the teachings of His Word with steady and stable belief; only with His mercy and grace, his worldly bonds may be broken. His true devotee may adopt the teachings of His Word; with His mercy and grace, he may be blessed with the essence of His Word.

ਕੂੜਿ ਮੁਠੀ ਚਾਲੈ ਬਹੁ ਰਾਹੀ॥	koorh muthee chaalai baho raahee.
ਮਨਮੁਖੁ ਦਾਝੈ ਪੜਿ ਪੜਿ ਭਾਹੀ॥	manmukh daajhai parh parh bhaahee.
ਅੰਮ੍ਰਿਤ ਨਾਮੁ ਗੁਰੂ ਵਡ ਦਾਣਾ,	amrit naam guroo vad daanaa
ਨਾਮੁ ਜਪਹੁ ਸੁਖ ਸਾਰਾ ਹੇ॥੧੦॥	naam japahu sukh saaraa hay. ‖10‖

ਮਨਮੁਖ ਜੀਵ ਅਣਜਾਣਤਾ ਨਾਲ, ਧੋਖੇ ਵਿੱਚ, ਭਰਮਾਂ ਵਿੱਚ ਰਹਿੰਦਾ ਹੈ । ਧਰਮ ਦੇ ਰੀਤ ਰੀਵਾਜਾਂ ਨਾਲ ਵੱਖਰੇ ਵੱਖਰੇ ਰਸਤੇ ਤੇ ਚਲਦਾ ਹੈ । ਭਾਵੇਂ ਉਸ ਨੂੰ ਧਾਰਮਕ ਲਿਖਤਾਂ ਦਾ ਬਹੁਤ ਗਿਆਨ ਹੋਵੇ, ਫਿਰ ਵੀ ਉਹ ਸੰਸਾਰਕ ਇਛਾਂ ਦੀ ਅੱਗ ਵਿੱਚ ਹੀ ਜਲਦਾ ਰਹਿੰਦਾ ਹੈ । ਪ੍ਰਭ ਸ਼ਬਦ ਦੀਆਂ ਦਾਤਾਂ ਦਾ ਮਾਲਕ, ਭੰਡਾਰੀ ਹੈ । ਪ੍ਰਭ ਦੇ ਸ਼ਬਦ ਦਾ ਸਿਮਰਨ ਕਰਨ ਨਾਲ, ਜੀਵ ਦੇ ਮਨ ਵਿੱਚ ਸ਼ਾਂਤੀ, ਸੰਤੋਖ ਬਖਸ਼ਿਸ਼ ਹੋ ਜਾਂਦਾ ਹੈ ।

Self-minded remains ignorant from the real purpose of his human life opportunity. He may remain in worldly gimmicks, suspicions, and fantasy. He may perform various religious rituals and adopts various religious paths. Even though he may become very knowledgeable about religious Holy Scriptures; even then he may remain burning with demons of worldly desires. The True Master, Treasures of all virtues, Blessings! Whosoever may meditate on the teachings of His Word; with His mercy and grace, he may be blessed with peace and contentment.

ਸਤਿਗੁਰੁ ਤੁਠਾ ਸਚੁ ਦ੍ਰਿੜਾਏ॥	satgur tuthaa sach drirh-aa-ay.
ਸਭਿ ਦੁਖ ਮੇਟੇ ਮਾਰਗਿ ਪਾਏ॥	sabh dukh maytay maarag paa-ay.
ਕੰਡਾ ਪਾਇ ਨ ਗਡਈ ਮੂਲੇ,	kandaa paa-ay na gad-ee moolay
ਜਿਸੁ ਸਤਿਗੁਰੁ ਰਾਖਣਹਾਰਾ ਹੇ॥੧੧॥	jis satgur raakhanhaaraa hay. ‖11‖

ਆਪ ਹੀ ਤਰਸ, ਰਹਿਮਤ ਬਖਸ਼ਕੇ ਸ਼ਬਦ ਦੀ ਪਾਲਣਾ ਵਿੱਚ ਲਗਨ ਲਾਉਂਦਾ ਹੈ । ਇਸ ਰਸਤੇ ਤੇ ਚਲਣ ਨਾਲ ਮਨ ਦੀਆਂ ਸੰਸਾਰਕ ਇਛਾਂ ਤੇ ਕਾਬੂ ਪੈ ਜਾਂਦਾ, ਦੁਖ ਦੂਰ ਹੋ ਜਾਂਦੇ ਹਨ । ਜਿਸ ਦੀ ਰਖਵਾਲੀ ਪ੍ਰਭ ਆਪ ਕਰਦਾ ਹੈ । ਉਸ ਨੂੰ ਤੱਤੀ ਹਵਾ ਵੀ ਨਹੀਂ ਲਗ ਸਕਦੀ, ਉਸ ਦੇ ਪੈਰ ਵਿੱਚ ਕੰਡਾ ਵੀ ਨਹੀਂ ਚੁਬ ਸਕਦਾ ।

The Merciful True Master may bless a devotion to obey the teachings of His Word. Whosoever may adopt the teachings of His Word in his day-to-day life; with His mercy and grace, his miseries of worldly desires may be eliminated. Whosoever may be accepted in His Sanctuary; his soul may become beyond the reach of any worldly miseries.

ਖੇਹੂ ਖੇਹ ਰਲੈ ਤਨੁ ਛੀਜੈ॥	khayhoo khayh ralai tan chheejai.
ਮਨਮੁਖੁ ਪਾਥਰੁ ਸੈਲੁ ਨ ਭੀਜੈ॥	manmukh paathar sail na bheejai.
ਕਰਣ ਪਲਾਵ ਕਰੇ ਬਹੁਤੇਰੇ,	karan palaav karay bahutayray
ਨਰਕਿ ਸੁਰਗਿ ਅਵਤਾਰਾ ਹੇ॥੧੨॥	narak surag avtaaraa hay. ‖12‖

ਜਦੋਂ ਜੀਵ ਮਰ ਜਾਂਦਾ ਹੈ, ਉਸ ਦਾ ਤਨ ਭਸਮ ਹੋ ਕੇ ਮਿੱਟੀ ਵਿੱਚ ਰਲ ਜਾਂਦਾ ਹੈ । ਮਨਮਰਜ਼ੀ ਕਰਨ ਵਾਲਾ ਜੀਵ ਇਕ ਪੱਥਰ ਦੀ ਤਰ੍ਹਾਂ ਹੀ ਹੁੰਦਾ ਹੈ । ਉਸ ਤੇ ਸ਼ਬਦ ਦਾ ਕੋਈ ਅਸਰ ਨਹੀਂ ਹੁੰਦਾ, ਉਹ ਅੰਦਰੋਂ ਸੁੱਕਾ ਹੀ ਰਹਿੰਦਾ ਹੈ । ਉਹ ਸੰਸਾਰਕ ਗੁਰੂਆਂ ਪੀਰਾਂ ਦੇ ਦੱਸੇ ਬਹੁਤ ਯਤਨ ਕਰਦਾ ਰਹਿੰਦਾ ਹੈ । ਪਰ ਉਸ ਦਾ ਜੂੰਨਾਂ ਦਾ ਚੱਕਰ ਖਤਮ ਨਹੀਂ ਹੁੰਦਾ ।

After death, human body may be perished and becomes ashes. Self-minded, stone hearted remains unaffected with the essence of His Word. He may adopt various technique inspired by religious gurus, saints. However, his cycle of birth and death may never be eliminated.

ਮਾਇਆ ਬਿਖੁ ਭੁਇਅੰਗਮ ਨਾਲੇ॥	maa-i-aa bikh bhu-i-angam naalay.
ਇਨਿ ਦੁਬਿਧਾ ਘਰ ਬਹੁਤੇ ਗਾਲੇ॥	in dubiDhaa ghar bahutay gaalay.

ਸਤਿਗੁਰ ਬਾਝਹੁ ਪ੍ਰੀਤਿ ਨ ਉਪਜੈ, satgur baajhahu pareet na upjai
ਭਗਤਿ ਰਤੇ ਪਤੀਆਰਾ ਹੇ॥੧੩॥ bhagat ratay patee-aaraa hay. ||13||

ਉਹ ਜੀਵ ਸੰਸਾਰਕ ਮਾਇਆ ਦੇ ਜਾਲ ਵਿੱਚ, ਸੁਪਨੇ ਵਿੱਚ ਹੀ ਰਹਿੰਦਾ ਹੈ । ਸੰਸਾਰਕ ਭਰਮਾਂ ਨੇ ਬੁਹਤ ਜੀਵਨ ਤਬਾਹ ਕੀਤੇ ਹਨ । ਸ਼ਬਦ ਦੀ ਪਾਲਣਾ ਕਰਨ ਤੋਂ ਬਿਨਾਂ ਮਨ ਇਕੋ ਇਕ ਤੇ ਟਿਕਦਾ ਨਹੀਂ । ਅਡੋਲ ਭਰੋਸੇ ਨਾਲ ਸ਼ਬਦ ਦੀ ਪਾਲਣਾ ਨਾਲ ਹੀ ਸ਼ਾਂਤੀ ਸੰਤੋਖ ਬਖਸ਼ਿਸ਼ ਹੋ ਸਕਦਾ ਹੈ ।

Self-minded may remain intoxicated with sweet poison of worldly wealth. He may remain in fantasy, dreamland. The worldly rituals and suspicions have ruined may human lives. Without obeying the teachings of His Word, his mind may not remain steady and stable on any one path, the meditation on the teachings of His Word. Whosoever may obey the teachings of His Word with steady and stable belief; with His mercy and grace, he may be blessed with peace and contentment.

ਸਾਕਤ ਮਾਇਆ ਕਉ ਬਹੁ ਧਾਵਹਿ॥ saakat maa-i-aa ka-o baho Dhaaveh.
ਨਾਮੁ ਵਿਸਾਰਿ ਕਹਾ ਸੁਖੁ ਪਾਵਹਿ॥ naam visaar kahaa sukh paavahi.
ਤ੍ਰਿਹੁ ਗੁਣ ਅੰਤਰਿ ਖਪਹਿ ਖਪਾਵਹਿ, tarihu gun antar khapeh khapaaveh
ਨਾਹੀ ਪਾਰਿ ਉਤਾਰਾ ਹੇ॥੧੪॥ naahee paar utaaraa hay. ||14||

ਸਾਕਤ ਜੀਵ ਸਾਰੀ ਉਮਰ ਮਾਇਆ ਪਿਛੇ ਲਗਾ ਰਹਿੰਦਾ ਹੈ । ਉਹ ਸ਼ਬਦ ਵਿਸਾਰ ਕੇ ਮਨ ਦੀ ਸ਼ਾਂਤੀ ਕਿਵੇਂ ਪਾ ਸਕਦਾ ਹੈ? ਉਹ ਸੰਸਾਰਕ ਤਿੰਨਾਂ ਗੁਣਾਂ, ਇਛਾਂ, ਪਿਛੇ ਲਗਕੇ, ਮਾਨਸ ਜੀਵਨ ਤਬਾਹ ਕਰ ਲੈਂਦਾ ਹੈ । ਉਹ ਜੀਵ ਦਰਬਾਰ ਵਿੱਚ ਪ੍ਰਵਾਨ ਨਹੀਂ ਹੁੰਦਾ ।

Self-minded, non-believer may remain intoxicated with the fantasy of worldly wealth. How may he be blessed with peace of mind by abandoning the teachings of His Word? He remains intoxicated with three virtues of worldly wealth. He may ruin his human life opportunity. He may never be accepted in His Court.

** Four Virtues – Arath, Dharam, Kaam, and Mokh!
ਅਰਥ; Arath: Adopt His Word in life.
ਧਰਮ; Dharam: Self-discipline, own character! Conquer selfishness!
ਕਾਮ; Kaam: Conquer sexual desire for strange woman:
ਮੋਖ; Mokh: Salvation from birth and death cycle
Four Virtues – Raajas, Taamas, Satvas, and Salvation!
ਰਜ ਗੁਣ; Raajas: Mind concentration! The quality of energy and activity!
ਤਮ ਗੁਣ; Taamas: Mind Awareness! The quality of Darkness and inertia!
ਸਤ ਗੁਣ; Satvas: Purity, of mind! The quality of purity and light! **ਮੁਕਤ ਅਵਸਥਾ**; Salvation; Beyond cycle of birth and death!

ਕੂਕਰ ਸੂਕਰ ਕਹੀਅਹਿ ਕੂੜਿਆਰਾ॥ kookar sookar kahee-ahi koorhi-aaraa.
ਭਉਕਿ ਮਰਹਿ ਭਉ ਭਉ ਭਉ ਹਾਰਾ॥ bha-uk mareh bha-o bha-o bha-o haaraa.
ਮਨਿ ਤਨਿ ਝੂਠੇ ਕੂੜੁ ਕਮਾਵਹਿ, man tan jhoothay koorh kamaaveh
ਦੁਰਮਤਿ ਦਰਗਹ ਹਾਰਾ ਹੇ॥੧੫॥ durmat dargeh haaraa hay. ||15||

ਇਸਤਰ੍ਹਾਂ ਧੋਖੇ, ਫਰੇਬ ਵਾਲਾ ਜੀਵ, ਸੂਰ, ਜਾ ਕੁੱਤੇ ਵਰਗਾ ਜੀਵਨ ਬਤੀਤ ਕਰਦਾ ਹੈ । ਉਹ ਆਪਣੇ ਡਰ ਵਿੱਚ ਹੀ ਭਾਉਕਦਾ ਰਹਿੰਦਾ, ਇਸਤਰ੍ਹਾਂ ਹੀ ਮਰ ਜਾਂਦਾ ਹੈ । ਉਸ ਜੀਵ ਦੇ ਮਨ ਵਿੱਚ ਧੋਖਾ, ਫਰੇਬ ਹੀ ਹੁੰਦਾ ਹੈ । ਇਸ ਨਾਲ ਜੀਵਨ ਬਤੀਤ ਕਰਦਾ ਮਾਨਸ ਜਨਮ ਦੀ ਬਾਜੀ ਹਾਰ ਜਾਂਦਾ ਹੈ ।

Whosoever may remain intoxicated with deception, fraud; he may live his life like a pig and dog. He remains barking in his fear of disappointments and vanishes away from earth. He remains intoxicated with deception and fraud. He may waste his priceless human life opportunity.

ਸਤਿਗੁਰੁ ਮਿਲੈ ਤ ਮਨੂਆ ਟੇਕੈ॥	satgur milai ta manoo-aa taykai.
ਰਾਮ ਨਾਮੁ ਦੇ ਸਰਣਿ ਪਰੇਕੈ॥	raam naam day saran paraykai.
ਹਰਿ ਧਨੁ ਨਾਮੁ ਅਮੋਲਕੁ ਦੇਵੈ,	har Dhan naam amolak dayvai
ਹਰਿ ਜਸੁ ਦਰਗਹ ਪਿਆਰਾ ਹੇ॥੧੬॥	har jas dargeh pi-aaraa hay. ||16||

ਜਿਸ ਤੇ ਪ੍ਰਭ ਰਹਿਮਤ ਦੀ ਨਜ਼ਰ ਬਖਸ਼ਦਾ ਹੈ, ਉਸ ਜੀਵ ਦਾ ਮਨ ਸ਼ਬਦ ਵਿੱਚ ਲਗਦਾ, ਟਿਕਦਾ ਹੈ । ਜਿਹੜਾ ਪ੍ਰਭ ਦੀ ਸ਼ਰਣ ਵਿੱਚ ਆਪਾ ਭੇਟਾ ਕਰ ਦੇਂਦਾ ਹੈ । ਉਸ ਨੂੰ ਪ੍ਰਭ ਦੀ ਰਹਿਮਤ ਨਾਲ ਹੀ ਅਮੋਲਕ ਸ਼ਬਦ ਦੀ ਸੋਝੀ ਦੇ ਧਨ ਦੀ ਬਖਸ਼ਿਸ਼ ਹੋ ਜਾਂਦੀ ਹੈ । ਸ਼ਬਦ ਦਾ ਸਿਮਰਨ ਕਰਨ ਨਾਲ ਜੀਵ ਨੂੰ ਦਰਬਾਰ ਵਿੱਚ ਥਾਂ ਬਖਸ਼ਿਸ਼ ਹੋ ਜਾਂਦੀ ਹੈ ।

Whosoever may be blessed with devotion to obey the teachings of His Word; he may remain steady and stable on the path of obeying the teachings of His Word. Whosoever may surrender his mind, body, and his worldly status at His Sanctuary; with His mercy and grace, he may be blessed with the ambrosial jewel, the enlightenment of the essence of His Word. He may be blessed with a permanent resting place in His Court.

ਰਾਮ ਨਾਮੁ ਸਾਧੂ ਸਰਣਾਈ॥	raam naam saaDhoo sarnaa-ee.
ਸਤਿਗੁਰ ਬਚਨੀ ਗਤਿ ਮਿਤਿ ਪਾਈ॥	satgur bachnee gat mit paa-ee.
ਨਾਨਕ ਹਰਿ ਜਪਿ ਹਰਿ ਮਨ ਮੇਰੇ,	naanak har jap har man mayray
ਹਰਿ ਮੇਲੇ ਮੇਲਣਹਾਰਾ ਹੇ॥੧੭॥੩॥੯॥	har maylay maylanhaaraa hay. ||17||3||9||

ਬੰਦਗੀ ਕਰਨ ਵਾਲਾ, ਸੰਤ ਸਰੂਪ ਪ੍ਰਭ ਦੀ ਸ਼ਰਣ ਵਿੱਚ, ਸ਼ਬਦ ਦੀ ਪਾਲਣਾ ਕਰਦਾ ਹੈ । ਉਹ ਸ਼ਬਦ ਦੀ ਪਾਲਣਾ ਕਰਦਾ, ਆਪਣੇ ਅੰਦਰ ਦੀ ਅਵਸਥਾ ਜਾਣ ਜਾਂਦਾ ਹੈ । ਜੀਵ ਪ੍ਰਭ ਦੇ ਸ਼ਬਦ ਦਾ ਅਡੋਲ ਭਰੋਸੇ ਨਾਲ ਸਿਮਰਨ ਕਰੋ । ਪ੍ਰਭ ਆਪਣੀ ਰਹਿਮਤ ਨਾਲ ਹੀ ਪ੍ਰਵਾਨਗੀ ਬਖਸ਼ਦਾ ਹੈ ।

His true devotee, Holy saint may surrender his mind, body, and worldly status at His Sanctuary to obey the teachings of His Word. He may search within his mind; with His mercy and grace, he may be enlightened with the real purpose of his human life opportunity. You should meditate on the teachings of His Word with steady and stable belief; with His mercy and grace, you may be blessed with the right path of acceptance of His Court.

10. ਮਾਰੂ ਮਹਲਾ ੧॥ 1030-2

ਘਰਿ ਰਹੁ ਰੇ ਮਨ ਮੁਗਧ ਇਆਨੇ॥	ghar rahu ray man mugaDh i-aanay.
ਰਾਮੁ ਜਪਹੁ ਅੰਤਰਗਤਿ ਧਿਆਨੇ॥	raam japahu antargat Dhi-aanay.
ਲਾਲਚ ਛੋਡਿ ਰਚਹੁ ਅਪਰੰਪਰਿ,	laalach chhod rachahu aprampar
ਇਉ ਪਾਵਹੁ ਮੁਕਤਿ ਦੁਆਰਾ ਹੇ॥੧॥	i-o paavhu mukat du-aaraa hay. ||1||

ਅਣਜਾਣ! ਆਪਣੇ ਮਨ ਅੰਦਰੋਂ ਹੀ ਪ੍ਰਭ ਦੇ ਸ਼ਬਦ ਦੀ ਸੋਝੀ ਦੀ ਖੋਜ ਕਰੋ । ਪ੍ਰਭ ਮਨ ਵਿਚੋਂ ਹੀ ਜਾਗਰਤ ਹੋ ਜਾਂਦਾ ਹੈ । ਆਪਣੇ ਮਨ ਦਾ ਲਾਲਚ ਛੱਡਣ ਨਾਲ ਸ਼ਬਦ ਦੀ ਸੋਝੀ ਬਖਸ਼ਿਸ਼ ਹੋ ਸਕਦੀ ਹੈ । ਇਸਤਰ੍ਹਾਂ ਹੀ ਮੁਕਤੀ ਦੇ ਰਸਤੇ ਤੇ ਚਲ ਸਕਦਾ ਹੈ ।

Ignorant! You should search the enlightenment of the essence of His Word from within your mind, body. He remains embedded within your soul and dwells within your body. Whosoever may renounce his greed for worldly wealth, possessions; with His mercy and grace; he may be enlightened from within. He may be blessed with the right path of acceptance in His Court.

ਜਿਸੁ ਬਿਸਰਿਐ ਜਮੁ ਜੋਹਣਿ ਲਾਗੈ॥	jis bisri-ai jam johan laagai.
ਸਭਿ ਸੁਖ ਜਾਹਿ ਦੁਖਾ ਫੁਨਿ ਆਗੈ॥	sabh sukh jaahi dukhaa fun aagai.
ਰਾਮ ਨਾਮੁ ਜਪਿ ਗੁਰਮੁਖਿ ਜੀਅੜੇ,	raam naam jap gurmukh jee-arhay
ਏਹੁ ਪਰਮ ਤਤੁ ਵੀਚਾਰਾ ਹੇ॥੨॥	ayhu param tat veechaaraa hay. ||2||

ਜਿਹੜਾ ਜੀਵ ਮਨ ਵਿਚੋਂ ਸ਼ਬਦ ਨੂੰ ਵਿਸਾਰ ਦੇਂਦਾ ਹੈ । ਉਹ ਸੰਸਾਰਕ ਮਾਇਆ ਦੇ ਲਾਲਚ ਵਿੱਚ ਫਸ ਜਾਂਦਾ ਹੈ, ਮੌਤ ਦੇ ਫਰਿਸ਼ਤ ਦੇ ਘੇਰੇ ਵਿੱਚ ਆ ਜਾਂਦਾ ਹੈ । ਉਸ ਦੇ ਮਨ ਵਿੱਚ ਸ਼ਾਂਤੀ ਬਖਸ਼ਿਸ਼ ਨਹੀਂ ਹੁੰਦੀ । ਜਿਹੜਾ ਜੀਵ ਅਡੋਲ ਭਰੋਸੇ ਨਾਲ ਸ਼ਬਦ ਦਾ ਸਿਮਰਨ, ਪਾਲਣਾ ਕਰਦਾ ਹੈ । ਉਸ ਨੂੰ ਸ਼ਬਦ ਦੀ ਸੋਝੀ ਬਖਸ਼ਿਸ਼ ਹੋ ਜਾਂਦੀ ਹੈ ।

Whosoever may abandon the teachings of His Word; he may become intoxicated with sweet poison of worldly wealth. He may be captured by the devil of death. He may never be blessed with peace of mind in worldly life. Whosoever may meditate and obeys the teachings of His Word with steady and stable belief in his day-to-day life; with His mercy and grace, he may be enlightened with the essence of His Word.

ਹਰਿ ਹਰਿ ਨਾਮੁ ਜਪਹੁ ਰਸੁ ਮੀਠਾ॥	har har naam japahu ras meethaa.
ਗੁਰਮੁਖਿ ਹਰਿ ਰਸੁ ਅੰਤਰਿ ਡੀਠਾ॥	gurmukh har ras antar deethaa.
ਅਹਿਨਿਸਿ ਰਾਮ ਰਹਹੁ ਰੰਗਿ ਰਾਤੇ,	ahinis raam rahhu rang raatay
ਏਹੁ ਜਪੁ ਤਪੁ ਸੰਜਮੁ ਸਾਰਾ ਹੇ॥੩॥	ayhu jap tap sanjam saaraa hay. ||3||

ਗੁਰਮਖ ਜੀਵ ਪ੍ਰਭ ਦੇ ਸ਼ਬਦ ਦਾ ਸਿਮਰਨ ਕਰਦਾ ਹੈ । ਆਪਣੇ ਅੰਦਰੋਂ ਹੀ ਉਸ ਨੂੰ ਸ਼ਬਦ ਦੀ ਸੋਝੀ ਬਖਸ਼ਿਸ਼ ਹੋ ਜਾਂਦੀ ਹੈ । ਜਿਹੜਾ ਦਿਨ ਰਾਤ ਸ਼ਬਦ ਦੀ ਪਾਲਣਾ ਕਰਦਾ, ਆਪਣੇ ਅੰਦਰੋਂ ਖੋਜ ਕਰਦਾ ਹੈ! ਉਸ ਦਾ ਆਪਣੇ ਮਨ ਤੇ ਕਾਬੂ ਪੱਕਾ ਹੋ ਜਾਂਦਾ ਹੈ ।

His true devotee may meditate and obeys the teachings of His Word with steady and stable belief in his day-to-day life; with His mercy and grace, he may be enlightened from within. He may be blessed to conquer his own mind and the demons of his worldly desires.

ਰਾਮ ਨਾਮੁ ਗੁਰ ਬਚਨੀ ਬੋਲਹੁ॥	raam naam gur bachnee bolhu.
ਸੰਤ ਸਭਾ ਮਹਿ ਇਹੁ ਰਸੁ ਟੋਲਹੁ॥	sant sabhaa meh ih ras tolahu.
ਗੁਰਮਤਿ ਖੋਜਿ ਲਹਹੁ ਘਰੁ ਅਪਨਾ,	gurmat khoj lahhu ghar apnaa
ਬਹੁੜਿ ਨ ਗਰਭ ਮਝਾਰਾ ਹੇ॥੪॥	bahurh na garabh majhaaraa hay. ||4||

ਜਿਹੜਾ ਜੀਵ ਪ੍ਰਭ ਦੇ ਸ਼ਬਦ ਦੀ ਪਾਲਣਾ, ਉਸਤਤ ਕਰਦਾ ਹੈ । ਉਸ ਨੂੰ ਸੰਤ ਸਰੂਪ ਜੀਵ ਦੀ ਸੰਗਤ, ਸ਼ਬਦ ਦੀ ਸੋਝੀ ਬਖਸ਼ਿਸ਼ ਹੋ ਜਾਂਦੀ ਹੈ । ਜਿਸ ਨੂੰ ਆਪਣੇ ਅੰਦਰ ਖੋਜ ਕਰਨ ਨਾਲ ਪ੍ਰਵਾਨਗੀ ਦਾ ਰਸਤਾ ਬਖਸ਼ਿਸ਼ ਹੋ ਜਾਂਦਾ ਹੈ । ਉਸ ਦਾ ਜਨਮ ਮਰਨ ਦਾ ਚੱਕਰ ਖਤਮ ਹੋ ਜਾਂਦਾ ਹੈ ।

Whosoever may sing the glory and obeys the teachings of His Word with steady and stable belief in his day-to-day life; with His mercy and grace, he may be blessed with the conjugation of His Holy saint, true devotee. He may be blessed with the right path of acceptance in His Court. Whosoever may remain steady and stable on the right path; with His mercy and grace, his cycle of birth and death may be eliminated.

ਸਚੁ ਤੀਰਥਿ ਨਾਵਹੁ ਹਰਿ ਗੁਣ ਗਾਵਹੁ॥	sach tirath naavhu har gun gaavhu.
ਤਤੁ ਵੀਚਾਰਹੁ ਹਰਿ ਲਿਵ ਲਾਵਹੁ॥	tat veechaarahu har liv laavhu.
ਅੰਤ ਕਾਲਿ ਜਮੁ ਜੋਹਿ ਨ ਸਾਕੈ,	ant kaal jam johi na saakai
ਹਰਿ ਬੋਲਹੁ ਰਾਮੁ ਪਿਆਰਾ ਹੇ॥੫॥	har bolhu raam pi-aaraa hay. ||5||

ਜਿਹੜਾ ਸ਼ਬਦ ਦੀ ਉਸਤਤ ਗਾਉਂਦਾ, ਸ਼ਬਦ ਦੀ ਸੋਝੀ ਰੂਪੀ ਅੰਮ੍ਰਿਤ ਦੇ ਸਰੋਵਰ ਵਿੱਚ ਇਸ਼ਨਾਨ ਕਰਦਾ ਹੈ, ਉਸ ਨੂੰ ਆਪਣੇ ਮਨ ਅੰਦਰੋਂ ਹੀ ਪ੍ਰਭ ਦੀ ਹੋਂਦ ਅਨੁਭਵ ਹੋ ਜਾਂਦੀ ਹੈ । ਉਸ ਨੂੰ ਮੌਤ ਦਾ ਫਰਿਸ਼ਤਾ ਛੋਹ ਵੀ ਨਹੀਂ ਸਕਦਾ ।

Whosoever may sing the glory of His Word and takes a soul sanctifying bath in the ocean of nectar of the essence of His Word; with His mercy and grace, he may realize His Holy Spirit prevailing everywhere in three universes. His soul may become beyond the reach of devil of death.

ਸਤਿਗੁਰੁ ਪੁਰਖੁ ਦਾਤਾ ਵਡ ਦਾਣਾ॥	satgur purakh daataa vad daanaa.

ਜਿਸੁ ਅੰਤਰਿ ਸਾਚੁ ਸੁ ਸਬਦਿ ਸਮਾਣਾ॥ jis antar saach so sabad samaanaa.
ਜਿਸ ਕਉ ਸਤਿਗੁਰੁ ਮੇਲਿ ਮਿਲਾਏ, jis ka-o satgur mayl milaa-ay
ਤਿਸੁ ਚੂਕਾ ਜਮ ਭੈ ਭਾਰਾ ਹੇ॥੬॥ tis chookaa jam bhai bhaaraa hay. ||6||

ਅੰਤਰਜਾਮੀ ਪ੍ਰਭ ਸਭ ਤੋਂ ਵੱਡਾ ਦਾਤਾ ਹੈ । ਜਿਹੜਾ ਸ਼ਬਦ ਦੀ ਪਾਲਣਾ ਕਰਦਾ, ਜੀਵਨ ਢਾਲਦਾ ਹੈ । ਉਸ ਨੂੰ ਦਰਬਾਰ ਵਿੱਚ ਪ੍ਰਵਾਨਗੀ ਦਾ ਰਸਤਾ ਬਖਸ਼ਿਸ਼ ਹੋ ਜਾਂਦਾ ਹੈ । ਪ੍ਰਭ ਰਹਿਮਤ ਬਖਸ਼ਕੇ ਆਪਣੇ ਵਿੱਚ ਅਭੇਦ ਕਰ ਲੈਂਦਾ ਹੈ । ਉਸ ਦਾ ਮੌਤ ਦਾ ਡਰ ਸਦਾ ਲਈ ਖਤਮ ਹੋ ਜਾਂਦਾ ਹੈ ।

The Omniscient True Master, greatest of all! Whosoever may obey and adopts the teachings of His Word with steady and stable belief in his day-to-day life; with His mercy and grace, he may be blessed with the right path of acceptance of His Court. He may be absorbed within His Holy Spirit. The identity of his soul along with his fear of death may be eliminated permanently.

ਪੰਚ ਤਤੁ ਮਿਲਿ ਕਾਇਆ ਕੀਨੀ॥ panch tat mil kaa-i-aa keenee.
ਤਿਸ ਮਹਿ ਰਾਮ ਰਤਨੁ ਲੈ ਚੀਨੀ॥ tis meh raam ratan lai cheenee.
ਆਤਮ ਰਾਮੁ ਰਾਮੁ ਹੈ ਆਤਮ, aatam raam raam hai aatam
ਹਰਿ ਪਾਈਐ ਸਬਦਿ ਵੀਚਾਰਾ ਹੇ॥੭॥ har paa-ee-ai sabad veechaaraa hay. ||7||

ਪ੍ਰਭ ਨੇ ਪੰਜਾਂ ਤੱਤਾਂ ਦੇ ਮੇਲ ਨਾਲ ਤਨ ਦੀ ਬਣਤਰ ਬਣਾਈ ਹੈ, ਇਸ ਵਿੱਚ ਹੀ ਪ੍ਰਭ ਦਾ ਦਰਬਾਰ ਤਖਤ ਹੈ । ਆਤਮਾ ਪ੍ਰਭ ਦਾ ਰੂਪ ਹੈ ਅਤੇ ਪ੍ਰਭ ਦੀ ਜੋਤ ਆਤਮਾ ਦਾ ਰੂਪ, ਜੀਵ ਦੇ ਤਨ ਵਿੱਚ ਵਸਦੀ ਹੈ । ਜਿਸ ਦੇ ਮਨ ਵਿੱਚ ਸ਼ਬਦ ਦੀ ਸੋਝੀ ਰਚ ਜਾਂਦੀ ਹੈ, ਉਸ ਨੂੰ ਪ੍ਰਭ ਦੀ ਰਹਿਮਤ ਨਾਲ ਪ੍ਰਭ ਦੀ ਹੋਂਦ ਅਨੁਭਵ ਹੋ ਜਾਂਦੀ ਹੈ ।

The True Master has combined **five unique elements** to create the body of a creature. His Word remains embedded within his soul and dwells on His Royal Throne within his body. His soul may be a blemished part of His Holy Spirit. Whose soul may be sanctified, she may become worthy of His Consideration. His soul is an expansion of His Holy Spirit. Whosoever may be drenched with the essence of His Word in his day-to-day life; with His mercy and grace, he may realize, His Holy Spirit prevailing in all three universes.

5 Elements: Male sperm, female eggs, Air, Water, and fire in womb (earth)

ਸਤ ਸੰਤੋਖਿ ਰਹਹੁ ਜਨ ਭਾਈ॥ sat santokh rahhu jan bhaa-ee.
ਖਿਮਾ ਗਹਹੁ ਸਤਿਗੁਰ ਸਰਣਾਈ॥ khimaa gahhu satgur sarnaa-ee.
ਆਤਮੁ ਚੀਨਿ ਪਰਾਤਮੁ ਚੀਨਹੁ, aatam cheen paraatam cheenahu gur
ਗੁਰ ਸੰਗਤਿ ਇਹੁ ਨਿਸਤਾਰਾ ਹੇ॥੮॥ sangat ih nistaaraa hay. ||8||

ਜੀਵ ਆਪਣੇ ਮਨ ਵਿੱਚ ਧੀਰਜ, ਸੰਤੋਖ ਰਖਕੇ ਸ਼ਬਦ ਦੀ ਪਾਲਣਾ ਕਰੋ! ਜਿਹੜਾ ਦੂਸਰੇ ਦੇ ਅਉਗੁਣ ਨਹੀਂ ਚਿਤਾਰਦਾ, ਉਸ ਨੂੰ ਪ੍ਰਭ ਦੀ ਸ਼ਰਣ ਵਿੱਚ ਪਨਾਹ ਦਾ ਰਸਤਾ ਬਖਸ਼ਿਸ਼ ਹੋ ਜਾਂਦਾ ਹੈ । ਆਪਣੀ ਆਤਮਾ ਦੀ ਪਛਾਣ, ਜੀਵਨ ਦੇ ਮੰਤਵ ਦੀ ਸੋਝੀ ਹੀ ਪ੍ਰਭ ਦੀ ਪਛਾਣ ਬਣ ਜਾਂਦੀ ਹੈ । ਜਿਹੜਾ ਸੰਤ ਸਰੂਪ ਦੇ ਜੀਵਨ ਦੀ ਸਿਖਿਆ ਆਪਣੇ ਜੀਵਨ ਵਿੱਚ ਧਾਰਨ ਕਰਦਾ ਹੈ, ਪ੍ਰਭ ਦੀ ਰਹਿਮਤ ਨਾਲ ਉਸ ਨੂੰ ਸ਼ਬਦ ਦੀ ਸੋਝੀ ਬਖਸ਼ਿਸ਼ ਹੋ ਜਾਂਦੀ ਹੈ ।

Whosoever may obey the teachings of His Word with steady and stable belief in his day-to-day life, with His mercy and grace, he may be blessed with patience and contentment. Whosoever may ignore weakness of others; with His mercy and grace, he may be blessed with the right path of His Sanctuary. Whosoever may remember the real purpose of his human life opportunity; with His mercy and grace, he may his soul, mind, and recognizes His Holy Spirit. Whosoever may adopt the life experience teachings of His Holy saint in his own day-to-day life; with His mercy and grace, he may be blessed with the enlightenment of the essence of His Word.

ਸਾਕਤ ਕੂੜ ਕਪਟ ਮਹਿ ਟੇਕਾ॥
ਅਹਿਨਿਸਿ ਨਿੰਦਾ ਕਰਹਿ ਅਨੇਕਾ॥
ਬਿਨੁ ਸਿਮਰਨ ਆਵਹਿ ਫੁਨਿ ਜਾਵਹਿ,
ਗਰਭ ਜੋਨੀ ਨਰਕ ਮਝਾਰਾ ਹੇ॥੯॥

saakat koorh kapat meh taykaa.
ahinis nindaa karahi anaykaa.
bin simran aavahi fun jaaveh garabh
jonee narak majhaaraa hay. ||9||

ਸਾਕਤ ਦਿਨ ਰਾਤ ਧੋਖੇ ਦੀ ਚਾਲ ਹੀ ਸੋਚਦਾ, ਧੋਖੇ ਅਤੇ ਫਰੇਬ ਦੇ ਅਧਾਰ ਤੇ ਜੀਵਨ ਬਤੀਤ ਕਰਦਾ ਹੈ । ਦੂਸਰੇ ਦੀ ਨਿੰਦਿਆਂ ਵਿੱਚ ਹੀ ਸਮਾਂ ਗਵਾ ਲੈਂਦਾ ਹੈ । ਸ਼ਬਦ ਦੀ ਪਾਲਣਾ, ਜੀਵਨ ਢਾਲਣ ਤੋਂ ਬਿਨਾਂ ਜੂਨਾਂ ਦੇ ਚੱਕਰ ਵਿੱਚ ਹੀ ਰਹਿੰਦਾ ਹੈ ।

Self-minded, non-believer may think about evil, deceptive plans and adopts those creative plans in his day-to-day life. He may waste his human life opportunity in criticizing and slandering the way of life of others. Whosoever may not obey nor adopts the teachings of His Word in his day-to-day life; he may remain in the cycle of birth and death.

ਸਾਕਤ ਜਮ ਕੀ ਕਾਣਿ ਨ ਚੂਕੈ॥
ਜਮ ਕਾ ਡੰਡੁ ਨ ਕਬਹੂ ਮੂਕੈ॥
ਬਾਕੀ ਧਰਮ ਰਾਇ ਕੀ ਲੀਜੈ,
ਸਿਰਿ ਅਫਰਿਓ ਭਾਰੁ ਅਫਾਰਾ ਹੇ॥੧੦॥

saakat jam kee kaan na chookai.
jam kaa dand na kabhoo mookai.
baakee Dharam raa-ay kee leejai
sir afri-o bhaar afaaraa hay. ||10||

ਸਾਕਤ ਦਾ ਮੌਤ ਦਾ ਡਰ ਦੂਰ ਨਹੀਂ ਹੁੰਦਾ, ਮੌਤ ਦਾ ਫਰਿਸ਼ਤਾ ਉਸ ਦਾ ਘੇਰਾ ਕਦੀ ਨਹੀਂ ਛੱਡਦਾ । ਉਸ ਕੋਲ ਆਪਣੇ ਕੀਤੇ ਕੰਮਾਂ ਦਾ ਕੋਈ ਜਵਾਬ ਨਹੀਂ ਹੁੰਦਾ । ਉਹ ਆਪਣੇ ਕੀਤੇ ਕੰਮਾਂ ਕਰਕੇ ਹੈਸੀਅਤ ਦੇ ਅਭਿਮਾਨ ਵਿੱਚ ਹੀ ਦੁਖ ਪਾਉਂਦਾ ਹੈ ।

Self-minded, non-believer may remain in constant fear of death; the devil of death keeps a close monitor on his day-to-day thoughts and activities. He may not have answer for his evil deeds. With his own worldly deeds, he may remain intoxicated in sweet poison of worldly wealth, ego of his worldly status; his soul may endure miseries in His Court.

ਬਿਨੁ ਗੁਰ ਸਾਕਤੁ ਕਹਹੁ ਕੋ ਤਰਿਆ॥
ਹਉਮੈ ਕਰਤਾ ਭਵਜਲਿ ਪਰਿਆ॥
ਬਿਨੁ ਗੁਰ ਪਾਰੁ ਨ ਪਾਵੈ ਕੋਈ,
ਹਰਿ ਜਪੀਐ ਪਾਰਿ ਉਤਾਰਾ ਹੇ॥੧੧॥

bin gur saakat kahhu ko tari-aa.
ha-umai kartaa bhavjal pari-aa.
bin gur paar na paavai ko-ee.
har japee-ai paar utaaraa hay. ||11||

ਕੀ ਕੋਈ ਸਾਕਤ ਬਿਨਾਂ ਸ਼ਬਦ ਦੀ ਪਾਲਣਾ ਤੋਂ ਜਨਮ, ਮਰਨ ਦੇ ਚੱਕਰ ਤੋਂ ਬਚਿਆ ਹੈ? ਉਹ ਆਪਣੇ ਹੈਸੀਅਤ ਦੇ ਅਭਿਮਾਨ ਵਿੱਚ ਹੀ ਨਰਕ ਵਿੱਚ ਜਾਂਦਾ ਹੈ । ਸ਼ਬਦ ਨਾਲ ਜੀਵਨ ਢਾਲਣ ਤੋਂ ਬਿਨਾਂ ਕੋਈ ਦਰਬਾਰ ਵਿੱਚ ਪ੍ਰਵਾਨ ਨਹੀਂ ਹੁੰਦਾ । ਭਰੋਸਾ ਅਡੋਲ ਕਰਨ ਨਾਲ ਹੀ ਜੀਵ ਦਾ ਜਨਮ ਮਰਨ ਦਾ ਚੱਕਰ ਖਤਮ ਹੋ ਸਕਦਾ ਹੈ ।

Has any self-minded, non-believer without obeying the teachings of His Word ever been saved from his cycle of birth and death? With his ego of worldly status, he may remain in hell, in the cycle of birth and death. Without adopting the teachings of His Word with steady and stable; no one may ever be blessed with the right path of acceptance in His Court. Whosoever may adopt the teachings of His Word with steady and stable belief in his day-to-day life; with His mercy and grace, his cycle of birth and death may be eliminated.

ਗੁਰ ਕੀ ਦਾਤਿ ਨ ਮੇਟੈ ਕੋਈ॥
ਜਿਸੁ ਬਖਸੇ ਤਿਸੁ ਤਾਰੇ ਸੋਈ॥
ਜਨਮ ਮਰਣ ਦੁਖੁ ਨੇੜਿ ਨ ਆਵੈ,
ਮਨਿ ਸੋ ਪ੍ਰਭੁ ਅਪਰ ਅਪਾਰਾ ਹੇ॥੧੨॥

gur kee daat na maytai ko-ee.
jis bakhsay tis taaray so-ee.
janam maran dukh nayrh na aavai
man so parabh apar apaaraa hay. ||12||

ਜਿਹੜਾ ਨਿਮ੍ਰਤਾ ਨਾਲ ਸ਼ਬਦ ਦੀ ਪਾਲਣਾ ਕਰਦਾ ਹੈ, ਉਸ ਦੇ ਮਨ ਵਿੱਚ ਪ੍ਰਭ ਦਾ ਸ਼ਬਦ ਘਰ ਕਰ ਜਾਂਦਾ ਹੈ। ਪ੍ਰਭ ਦੀ ਰਹਿਮਤ ਨਾਲ ਉਸ ਨੂੰ ਪ੍ਰਵਾਨਗੀ ਦਾ ਰਸਤਾ ਬਖਸ਼ਿਸ਼ ਹੋ ਜਾਂਦਾ ਹੈ, ਪ੍ਰਭ ਦੀ ਰਹਿਮਤ ਕੋਈ ਖਤਮ ਨਹੀਂ ਕਰ ਸਕਦਾ। ਜਨਮ ਮਰਨ ਦਾ ਦੁਖ ਉਸ ਦੇ ਨੇੜੇ ਨਹੀਂ ਆਉਂਦਾ।

Whosoever may humbly obey the teachings of His Word with steady and stable belief in his day-to-day life; he may remain drenched with the essence of His Word, the real purpose of human life opportunity. He may be blessed with the right path of acceptance in His Court. No one may ever eliminate His Blessings from His true devotee with any curse of worldly saint, guru, or miracle power.

ਗੁਰ ਤੇ ਭੂਲੇ ਆਵਹੁ ਜਾਵਹੁ॥	gur tay bhoolay aavhu jaavhu.
ਜਨਮਿ ਮਰਹੁ ਫੁਨਿ ਪਾਪ ਕਮਾਵਹੁ॥	janam marahu fun paap kamaavahu.
ਸਾਕਤ ਮੂੜ ਅਚੇਤ ਨ ਚੇਤਹਿ,	saakat moorh achayt na cheeteh
ਦੁਖੁ ਲਾਗੈ ਤਾ ਰਾਮੁ ਪੁਕਾਰਾ ਹੇ॥੧੩॥	dukh laagai taa raam pukaaraa hay. ‖13‖

ਜਿਹੜਾ ਪ੍ਰਭ ਦਾ ਸ਼ਬਦ ਮਨ ਵਿਚੋਂ ਵਿਸਾਰ ਦੇਂਦੇ, ਉਹ ਜਨਮ ਮਰਨ ਦੇ ਚੱਕਰ ਵਿੱਚ ਹੀ ਰਹਿੰਦਾ ਹੈ। ਉਹ ਜੀਵਨ ਵਿੱਚ ਪਾਪ ਕਰਦਾ, ਸਜ਼ਾ ਭੁਗਤਦਾ ਰਹਿੰਦਾ ਹੈ। ਉਹ ਅਣਜਾਣ, ਮੂਰਖ ਪ੍ਰਭ ਦੇ ਸ਼ਬਦ ਦੀ ਪਾਲਣਾ ਨਹੀਂ ਕਰਦਾ, ਪ੍ਰਭ ਦੇ ਵਿਛੋੜੇ ਨੂੰ ਯਾਦ ਨਹੀਂ ਰਖਦਾ। ਕੇਵਲ ਮੁਸੀਬਤ ਆਉਣ ਤੇ ਹੀ ਪ੍ਰਭ ਨੂੰ ਪੁਕਾਰਦਾ, ਯਾਦ ਕਰਦਾ ਹੈ।

Whosoever may abandon the teachings of His Word from his day-to-day life; he may remain in the cycle of birth and death. In each cycle of life, he may commit more sins and endures the miseries of his worldly deeds. Ignorant, self-minded may never obey the teachings of His Word nor remembers, keeps the misery of his separation from His Holy Spirit fresh within his mind. He remains intoxicated with the sweet poison of worldly wealth. He may only cry pray at the time of worldly misery! He may never be saved from disgrace.

ਸੁਖੁ ਦੁਖੁ ਪੁਰਬ ਜਨਮ ਕੇ ਕੀਏ॥	sukh dukh purab janam kay kee-
ਸੋ ਜਾਣੈ ਜਿਨਿ ਦਾਤੈ ਦੀਏ॥	ay.so jaanai jin daatai dee-ay.kis
ਕਿਸ ਕਉ ਦੋਸੁ ਦੇਹਿ ਤੂ ਪ੍ਰਾਣੀ,	ka-o dos deh too paraanee saho ap-
ਸਹੁ ਅਪਣਾ ਕੀਆ ਕਰਾਰਾ ਹੇ॥੧੪॥	naa kee-aa karaaraa hay. ‖14‖

ਸੰਸਾਰ ਵਿੱਚ ਦੁਖ, ਸੁਖ ਆਪਣੇ ਪਿਛਲੇ ਜਨਮ ਦੇ ਕੀਤੇ ਕੰਮਾਂ ਕਰਕੇ ਹੀ ਬਖਸ਼ਿਸ਼ ਹੁੰਦੇ ਹਨ। ਜਿਸ ਤੇ ਭਾਣਾ ਵਾਪਰਦਾ ਹੈ, ਕੇਵਲ ਉਹ ਹੀ ਜਾਣਦਾ ਹੈ। ਜੀਵ ਆਪਣੇ ਕੀਤੇ ਦਾ ਹੀ ਫਲ ਭੋਗਦਾ ਹੈ, ਹੋਰ ਕਿਸ ਨੂੰ ਦੋਸ਼ ਨਾ ਦੇਵੋ!

Worldly pleasures and miseries may only be blessed as a judgement of his worldly deeds of his previous lives. Whosoever may endure the miseries of life; only he may comprehend the sufferings. His soul must endure the judgement of her deeds of her previous lives. Why may he blame anyone else for the misery of his life?

ਹਉਮੈ, ਮਮਤਾ ਕਰਦਾ ਆਇਆ॥	ha-umai mamtaa kardaa aa-i-aa.
ਆਸਾ ਮਨਸਾ ਬੰਧਿ ਚਲਾਇਆ॥	aasaa mansaa banDh chalaa-i-aa.
ਮੇਰੀ ਮੇਰੀ ਕਰਤ ਕਿਆ ਲੇ ਚਾਲੇ,	mayree mayree karat ki-aa lay chaalay
ਬਿਖੁ ਲਾਦੇ ਛਾਰ ਬਿਕਾਰਾ ਹੇ॥੧੫॥	bikh laaday chhaar bikaaraa hay. ‖15‖

ਜੀਵ ਜਨਮ ਲੈਂਦੇ ਹੀ, ਹੈਸੀਅਤ ਅਤੇ ਮੋਹ ਨਾਲ ਸੰਬਧ ਜੋੜ ਲੈਂਦਾ ਹੈ। ਆਸਾਂ ਅਤੇ ਦਿਲ ਦੀ ਖਾਹਿਸ਼ਾਂ ਉਸ ਦੇ ਜੀਵਨ ਦਾ ਖੇਲ ਚਲਾਉਂਦੀਆਂ ਹਨ। ਜੀਵ ਤੂੰ ਮੇਰੀ ਮੇਰੀ ਕਰਦਾ ਆਪਣੇ ਸਾਥ ਕੀ ਲੈ ਜਾਵੇਗਾ? ਮੌਤ ਤੇ ਉਸ ਦਾ ਤਨ ਭਸਮ ਹੋ ਜਾਂਦਾ ਹੈ, ਕੇਵਲ ਪਾਪਾਂ ਦਾ ਭਾਰ ਹੀ ਆਤਮਾ ਦੇ ਸਾਥ ਜਾਂਦਾ ਹੈ।

The soul may become attached to worldly status and bonded with worldly attachments at his birth in the universe. He remains intoxicated with sweet poison of worldly wealth; he may adopt the path in his worldly life. What may he benefit by proclaiming, everything as his trust? His body may become ashes, dust and only the burden of unsatisfied worldly desires and sins remain with his soul to endure the judgement of The Righteous Judge.

ਹਰਿ ਕੀ ਭਗਤਿ ਕਰਹੁ ਜਨ ਭਾਈ॥	har kee bhagat karahu jan bhaa-ee.
ਅਕਥੁ ਕਥਹੁ ਮਨੁ ਮਨਹਿ ਸਮਾਈ॥	akath kathahu man maneh samaa-ee.
ਉਠਿ ਚਲਤਾ ਠਾਕਿ ਰਖਹੁ ਘਰਿ ਅਪੁਨੈ,	uth chaltaa thaak rakhahu ghar apunai
ਦੁਖੁ ਕਾਟੇ ਕਾਟਣਹਾਰਾ ਹੇ॥੧੬॥	dukh kaatay kaatanhaaraa hay. ||16||

ਜਿਹੜਾ ਪ੍ਰਭ ਦੇ ਸ਼ਬਦ ਦੀ ਪਾਲਣਾ ਕਰਦਾ ਹੈ! ਪ੍ਰਭ ਦੀ ਰਹਿਮਤ ਨਾਲ ਅਕਥ ਕਥਨਾਂ ਦੀ ਸੋਝੀ ਬਖਸ਼ਿਸ਼ ਹੋ ਜਾਂਦੀ ਹੈ । ਮਨ ਆਪਣੇ ਅੰਦਰ ਧੀਰਜ ਰਖਕੇ ਖੋਜ ਕਰਦਾ ਹੈ । ਆਪਣੇ ਮਨ ਨੂੰ ਆਪਣੇ ਅੰਦਰ ਹੀ ਧੀਰਜ ਰਖੋ । ਉਹ ਦੁਖ ਖਤਮ ਕਰਨ ਵਾਲਾ ਪ੍ਰਭ, ਆਤਮਾ ਅੰਦਰ ਹੀ ਵਸਦਾ ਹੈ, ਉਸ ਦੇ ਭਾਣੇ ਨਾਲ ਹੀ ਸਭ ਕੁਝ ਬਖਸ਼ਿਸ਼ ਹੁੰਦਾ ਹੈ ।

Whosoever may obey the teachings of His Word with steady and stable belief in his day-to-day life; with His mercy and grace, he may be enlightened with beyond comprehensible nature of The True Master. He may concentrate and searches within his mind, the essence, the real purpose of human life opportunity and mystery of worldly pleasures and miseries. His Holy Spirit remains embedded with his soul; everything may happen with His Command and all cure; remedies remain embedded within His Word.

ਹਰਿ ਗੁਰ ਪੂਰੇ ਕੀ ਓਟ ਪਰਾਤੀ॥	har gur pooray kee ot paraatee.
ਗੁਰਮੁਖਿ ਹਰਿ ਲਿਵ ਗੁਰਮੁਖਿ ਜਾਤੀ॥	gurmukh har liv gurmukh jaatee.
ਨਾਨਕ ਰਾਮ ਨਾਮਿ ਮਤਿ ਊਤਮ,	naanak raam naam mat ootam
ਹਰਿ ਬਖਸ਼ੇ ਪਾਰਿ ਉਤਾਰਾ ਹੇ॥੧੭॥ ੪॥੧੦॥	har bakhsay paar utaaraa hay. ||17||4||10||

ਜੀਵ ਉਸ ਪੂਰਨ ਗੁਰੂ, ਪ੍ਰਭ ਦਾ ਆਸਰਾ ਮੰਗੋ! ਗੁਰਮਖ ਜੀਵ ਨੂੰ ਪ੍ਰਭ ਦੇ ਸ਼ਬਦ ਦੇ ਸਿਮਰਨ, ਪਾਲਣਾ ਕਰਨ ਨਾਲ ਮਨ ਵਿਚੋਂ ਸੋਝੀ, ਜਾਗਰਤੀ ਬਖਸ਼ਿਸ਼ ਹੋ ਜਾਂਦੀ ਹੈ । ਪ੍ਰਭ ਆਪ ਹੀ ਅਉਗੁਣ ਬਖਸ਼ਕੇ ਦਰਬਾਰ ਵਿੱਚ ਪ੍ਰਵਾਨ ਕਰ ਲੈਂਦਾ ਹੈ ।

You should always pray for His Forgiveness and Refuge, The True Guru, His Word. His true devotee may always meditate on the teachings of His Word; with His mercy and grace, he may be blessed with enlightenment of the essence of His Word. Whosoever may obey and adopts the teachings of His Word; he may be enlightened and remains aware and alert in his meditation. With His mercy and grace, his sins may be forgiven.

11. ਮਾਰੂ ਮਹਲਾ ੧॥ 1031-5

ਸਰਣਿ ਪਰੇ ਗੁਰਦੇਵ ਤੁਮਾਰੀ॥	saran paray gurdayv tumaaree.
ਤੂ ਸਮਰਥੁ ਦਇਆਲੁ ਮੁਰਾਰੀ॥	too samrath da-i-aal muraaree.
ਤੇਰੇ ਚੋਜ ਨ ਜਾਣੈ ਕੋਈ,	tayray choj na jaanai ko-ee
ਤੂ ਪੂਰਾ ਪੁਰਖੁ ਬਿਧਾਤਾ ਹੇ॥੧॥	too pooraa purakh biDhaataa hay. ||1||

ਤਰਸਵਾਨ ਪ੍ਰਭ ਹੀ ਸਭ ਤੋਂ ਵੱਡਾ ਅਸਲੀ ਮਾਲਕ ਹੈ, ਮੈਂ ਪ੍ਰਭ ਦੀ ਸ਼ਰਣ ਵਿੱਚ ਆਪਾ ਭੇਟਾ ਕਰਦਾ ਹਾ । ਪੂਰਨ ਪ੍ਰਭ ਹੀ ਜੀਵ ਦੇ ਭਾਗ ਲਿਖਣ ਵਾਲਾ ਮਾਲਕ ਹੈ । ਕੋਈ ਵੀ ਪ੍ਰਭ ਦੀ ਕੁਦਰਤ ਦਾ ਖੇਲ ਨਹੀਂ ਜਾਣ ਸਕਦਾ ।

The Merciful True Master, greatest of All! I have surrendered my mind, body, and worldly status at His Sanctuary. Only, The Perfect True Master prewrite, engrave the destiny of every creature. His Nature remains beyond any comprehension of His Creation.

ਤੂ ਆਦਿ ਜੁਗਾਦਿ ਕਰਹਿ ਪ੍ਰਤਿਪਾਲਾ॥ too aad jugaad karahi partipaalaa.
ਘਟਿ ਘਟਿ ਰੂਪੁ ਅਨੂਪੁ ਦਇਆਲਾ॥ ghat ghat roop anoop da-i-aalaa.
ਜਿਉ ਤੁਧੁ ਭਾਵੈ ਤਿਵੈ ਚਲਾਵਹਿ, ji-o tuDh bhaavai tivai chalaaveh
ਸਭੁ ਤੇਰੋ ਕੀਆ ਕਮਾਤਾ ਹੇ॥੨॥ sabh tayro kee-aa kamaataa hay. ||2||

ਪ੍ਰਭ ਆਦਿ (ਆਰੰਭ) ਤੋਂ ਅਤੇ ਯੁੱਗਾਂ ਯੁੱਗਾਂ ਵਿੱਚ ਆਪਣੀ ਸਾਜੀ ਸ੍ਰਿਸ਼ਟੀ ਦੀ ਦੇਖ ਭਾਲ ਕਰਦਾ ਆਇਆ ਹੈ । ਹਰਇਕ ਦੇ ਹਿਰਦੇ ਵਿੱਚ ਵਸਦਾ ਹੈ, ਕੋਈ ਵੀ ਪ੍ਰਭ ਦੇ ਬਰਾਬਰ ਦੇ ਨੂਰ ਵਾਲਾ ਨਹੀਂ ਹੈ । ਕੇਵਲ ਪ੍ਰਭ ਦਾ ਭਾਣਾ ਹੀ ਸ੍ਰਿਸ਼ਟੀ ਵਿੱਚ ਵਾਪਰਦਾ ਹੈ । ਸਾਰੀ ਸ੍ਰਿਸ਼ਟੀ ਹੀ ਕੇਵਲ ਪ੍ਰਭ ਦੇ ਭਾਣੇ ਅਨੁਸਾਰ ਹੀ ਕੰਮ ਕਰ ਸਕਦੀ ਹੈ ।

From ancient Ages, from the beginning of creation of the universe! The True Master has been nourishing, protecting His Creation. His Holy Spirit, His Word, remains embedded within each soul. No one may ever be born nor may ever walk on the universe with power or glory compared with His greatness. Everything may happen only with His Command. Ever creature may only perform any deeds as per His Command.

ਅੰਤਰਿ ਜੋਤਿ ਭਲੀ ਜਗਜੀਵਨ॥ antar jot bhalee jagjeevan.
ਸਭਿ ਘਟ ਭੋਗੈ ਹਰਿ ਰਸੁ ਪੀਵਨ॥ sabh ghat bhogai har ras peevan.
ਆਪੇ ਲੇਵੈ ਆਪੇ ਦੇਵੈ, aapay layvai aapay dayvai
ਤਿਹੁ ਲੋਈ ਜਗਤ ਪਿਤ ਦਾਤਾ ਹੇ॥੩॥ tihu lo-ee jagat pit daataa hay. ||3||

ਪ੍ਰਭ ਦੀ ਜੋਤ, ਸ਼ਬਦ ਹਰਇਕ ਜੀਵ ਦੇ ਹਿਰਦੇ ਵਿੱਚ ਵਸਦਾ ਹੈ । ਉਸ ਦੇ ਮਨ ਦੇ ਵਿਚਾਰਾ ਨੂੰ ਅਨੁਭਵ ਕਰਦਾ ਹੈ । ਆਪ ਹੀ ਦਾਤਾਂ ਬਖਸ਼ਦਾ, ਆਪ ਹੀ ਭਿਖਿਆ ਲੈਣ ਵਾਲੇ ਦੇ ਮਨ ਵਿੱਚ ਵੀ ਵਸਦਾ ਹੈ । ਪ੍ਰਭ ਹੀ ਤਿੰਨਾਂ ਸ੍ਰਿਸ਼ਟੀਆਂ ਦਾ ਪੈਦਾ ਕਰਨ ਵਾਲਾ ਸਿਰਜਨਹਾਰਾ ਹੈ ।

His Holy Spirit and His Word remains embedded with the soul of every creature. The True Master remains omniscient about his thoughts and feelings. He inspires His creature to perform charity, donation and in the soul of beggar, who may receive the charity; The One and Only One Creator of all three universes.

ਜਗਤੁ ਉਪਾਇ ਖੇਲੁ ਰਚਾਇਆ॥ jagat upaa-ay khayl rachaa-i-aa.
ਪਵਣੈ ਪਾਣੀ ਅਗਨੀ ਜੀਉ ਪਾਇਆ॥ pavnai paanee agnee jee-o paa-i-aa.
ਦੇਹੀ ਨਗਰੀ ਨਉ ਦਰਵਾਜੇ, dayhee nagree na-o darvaajay
ਸੋ ਦਸਵਾ ਗੁਪਤੁ ਰਹਾਤਾ ਹੇ॥੪॥ so dasvaa gupat rahaataa hay. ||4||

ਪ੍ਰਭ ਨੇ ਸ੍ਰਿਸ਼ਟੀ ਨੂੰ ਸਾਜਕੇ, ਆਤਮਾ ਨੂੰ ਪਵਿੱਤਰ ਕਰਨ ਦਾ ਅਨੋਖਾ ਹੀ ਖੇਲ ਰਚਿਆ ਹੈ । ਆਤਮਾ ਨੂੰ ਮਾਤਾ ਦੀ ਕੁਖ ਵਿੱਚ ਪਾਣੀ, ਹਵਾ, ਅੱਗ ਤੋਂ ਤਨ ਨੂੰ ਬਣਾਉਂਦਾ, ਰਖਿਆ ਕਰਦਾ ਹੈ । ਜੀਵ ਨੂੰ ਸਵਾਸ ਬਖਸ਼ਕੇ, ਸ੍ਰਿਸ਼ਟੀ ਦੇ ਨੌ ਪਖਾਂ ਦੀ ਸੋਝੀ ਬਖਸ਼ਦਾ ਹੈ । ਪਰ ਦਸਵਾਂ ਦਰਵਾਜਾ, ਮੁਕਤੀ ਦਾ ਰਸਤਾ ਗੁਪਤ ਰਖਦਾ ਹੈ ।

The True Master has created a unique play of the universe, His Nature to sanctify his soul. He has created the worldly body for his soul within the womb of mother, in water, air and heat of her womb. He has blessed a limited capital of breathes, enlightens with nine senses to survive in the universe. He has kept the 10th virtue hidden. Whosoever may sanctify his soul to become worthy of His Consideration; he may be blessed with 10th senses, the right path of acceptance in His Court. The salvation may only be blessed to a sanctified soul with His mercy and grace. Sanctified soul may only be worthy to be called Khalsa; everyone else remains blemished.

ਚਾਰਿ ਨਦੀ ਅਗਨੀ ਅਸਰਾਲਾ॥ chaar nadee agnee asraalaa.
ਕੋਈ ਗੁਰਮੁਖਿ ਬੂਝੈ ਸਬਦਿ ਨਿਰਾਲਾ॥ ko-ee gurmukh boojhai sabad niraalaa.
ਸਾਕਤ ਦੁਰਮਤਿ ਡੂਬਹਿ ਦਾਝਹਿ, saakat durmat doobeh daajheh
ਗੁਰਿ ਰਾਖੇ ਹਰਿ ਲਿਵ ਰਾਤਾ ਹੇ॥੫॥ gur raakhay har liv raataa hay. ||5||

ਇਸ ਸ੍ਰਿਸ਼ਟੀ ਵਿੱਚ ਚਾਰ ਅੱਗ ਦੀਆਂ ਨਦੀਆਂ (ਹਿੰਸਾ, ਮੋਹ, ਲੋਭ, ਕ੍ਰੋਧ) ਹਨ । ਵਿਰਲੇ ਹੀ ਗੁਰਮਖ ਨੂੰ ਇਸ ਦੀ ਸੋਝੀ ਬਖਸ਼ਿਸ਼ ਹੁੰਦੀ ਹੈ । ਗੁਰਮਖ ਇਸ ਸੋਝੀ ਅਨੁਸਾਰ ਜੀਵਨ ਬਤੀਤ ਕਰਦਾ ਹੈ । ਆਪਣੇ ਆਪ ਨੂੰ ਸੰਸਾਰਕ ਇਛਾਂ ਤੋਂ ਅਲਗ ਰਖਦਾ ਹੈ । ਸਾਕਤ ਮਨ ਦੇ ਬੁਰੇ ਵਿਚਰਾਂ ਕਰਕੇ ਸੰਸਾਰਕ ਇਛਾਂ ਦੀ ਅੱਗ ਵਿੱਚ ਜਲ ਜਾਂਦਾ ਹੈ । ਜਿਹੜਾ ਪ੍ਰਭ ਦੇ ਸ਼ਬਦ ਦੇ ਸਿਮਰਨ ਵਿੱਚ ਲੀਨ ਰਹਿੰਦਾ ਹੈ । ਪ੍ਰਭ ਆਪ ਹੀ ਉਸ ਦੀ ਰਖਿਆ ਕਰਦਾ ਹੈ ।

The universe remains embedded with four rivers of fire; 4 lavas remain active within human mind. However, very rare His true devotee may be enlightened with these four lavas of human mind. Whosoever may remain aware and alert from these; with His mercy and grace, he may conquer his own mind, worldly desires. Self-minded, non-believer may remain burning in the fire of worldly desires and evil thoughts. Whosoever may remain intoxicated in meditation on the teachings of His Word; with His mercy and grace, he may be accepted in His Sanctuary and protected.

ਮਨ ਵਿੱਚ – 4 ਅੱਗ ਦੀਆਂ ਨਦੀਆਂ	ਹਿੰਸਾ (ਜ਼ਬਰਦਸਤੀ), ਮੋਹ, ਲੋਭ, ਕ੍ਰੋਧ
5 River of fire within mind	Violence, attachment, greed, anger

ਅਪੁ ਤੇਜੁ ਵਾਇ ਪ੍ਰਿਥਮੀ ਆਕਾਸਾ॥ ap tayj vaa-ay parithmee aakaasaa.
ਤਿਨ ਮਹਿ ਪੰਚ ਤਤੁ ਘਰਿ ਵਾਸਾ॥ tin meh panch tat ghar vaasaa.
ਸਤਿਗੁਰ ਸਬਦਿ ਰਹਹਿ ਰੰਗਿ ਰਾਤਾ, satgur sabad raheh rang raataa
ਤਜਿ ਮਾਇਆ ਹਉਮੈ ਭ੍ਰਾਤਾ ਹੇ॥੬॥ taj maa-i-aa ha-umai bharaataa hay. ||6||

ਪ੍ਰਭ ਨੇ ਹੀ ਧਰਤੀ ਅਤੇ ਅਕਾਸ਼, ਪੰਜਾਂ ਤੱਤਾਂ ਦੇ ਸਰੀਰ ਦੇ ਵਸਣ ਲਈ ਬਣਾਏ ਹਨ । ਜਿਹੜਾ ਜੀਵ ਪ੍ਰਭ ਦੇ ਸ਼ਬਦ ਨਾਲ ਜੀਵਨ ਬਤੀਤ ਕਰਦਾ ਹੈ । ਉਸ ਦੇ ਮਨ ਵਿੱਚ ਸ਼ਬਦ ਦੀ ਸੋਝੀ ਘਰ ਕਰ ਜਾਂਦੀ ਹੈ । ਉਹ ਸੰਸਾਰਕ ਮਾਇਆ, ਮੋਹ, ਅਹੰਕਾਰ ਅਤੇ ਭਰਮ ਤਿਆਗ ਦੇਂਦਾ ਹੈ ।

The True Master has created earth and sky for the comforts of the body of worldly creature made of 5 elements. Whosoever may adopt the teachings of His Word; with His mercy and grace, he may remain drenched with the essence of His Word. He may conquer his attachment to worldly wealth, worldly bonds, ego, and religious suspicions.

5 Elements: Male sperm, female eggs, Air, Water, and fire in womb (earth)

ਇਹੁ ਮਨੁ ਭੀਜੈ ਸਬਦਿ ਪਤੀਜੈ॥ ih man bheejai sabad pateejai.
ਬਿਨੁ ਨਾਵੈ ਕਿਆ ਟੇਕ ਟਿਕੀਜੈ॥ bin naavai ki-aa tayk tikeejai.
ਅੰਤਰਿ ਚੋਰੁ ਮੁਹੈ ਘਰੁ ਮੰਦਰੁ, antar chor muhai ghar mandar
ਇਨਿ ਸਾਕਤਿ ਦੂਤੁ ਨ ਜਾਤਾ ਹੇ॥੭॥ in saakat doot na jaataa hay. ||7||

ਜਿਹੜਾ ਸ਼ਬਦ ਦੀ ਸਿਖਿਆਂ ਮਨ ਵਿੱਚ ਰਖਦਾ ਹੈ, ਉਸ ਨੂੰ ਸੰਤੋਖ ਬਖਸ਼ਿਸ਼ ਹੋ ਜਾਂਦਾ ਹੈ । ਪ੍ਰਭ ਦੇ ਸ਼ਬਦ ਤੋਂ ਬਿਨਾਂ ਜੀਵ ਦਾ ਹੋਰ ਕੀ ਆਸਰਾ ਹੈ? ਇਸ ਸਰੀਰ ਦੇ ਮੰਦਰ ਵਿੱਚ ਚੋਰਾਂ (ਸੰਸਾਰਕ ਇਛਾਂ) ਦਾ ਜ਼ੋਰ ਹੁੰਦਾ ਹੈ । ਪਰ ਸਾਕਤ ਜੀਵ ਇਹਨਾਂ ਜਮਦੂਤਾਂ ਨੂੰ ਪਛਾਣ ਨਹੀਂ ਸਕਦਾ ।

Whosoever may remain awake and alert with the teachings of His Word; with His mercy and grace, he may be blessed with contentment. What else may be the support of worldly creature in the universe? Within his mind, His Holy temple, the demons, robbers of worldly desires may remain dominating. Self-minded, non-believer may never recognize these robbers.

ਦੁੰਦਰ ਦੂਤ ਭੂਤ ਭੀਹਾਲੇ॥ dundar doot bhoot bheehaalay.
ਖਿੰਚੋਤਾਣਿ ਕਰਹਿ ਬੇਤਾਲੇ॥ khinchotaan karahi baytaalay.
ਸਬਦ ਸੁਰਤਿ ਬਿਨੁ ਆਵੈ ਜਾਵੈ, sabad surat bin aavai jaavai
ਪਤਿ ਖੋਈ ਆਵਤ ਜਾਤਾ ਹੇ॥੮॥ pat kho-ee aavat jaataa hay. ||8||

ਮਨ ਦੇ ਭੂਤ ਹਰ ਕੰਮ ਤੇ ਚਰਚਾ ਕਰਦੇ, ਇਹਨਾਂ ਦੇ ਖਿਆਲ ਬਹੁਤ ਬੁਰੇ ਹੁੰਦੇ ਹਨ । ਇਹ ਮਨ ਨੂੰ ਉਲਝਣਾਂ ਵਿੱਚ ਹੀ ਰਖਦੇ ਹਨ । ਜੀਵ ਸ਼ਬਦ ਦੀ ਸੋਝੀ ਤੋਂ ਬਿਨਾਂ, ਜਨਮ ਮਰਨ ਦੇ ਚੱਕਰ ਵਿੱਚ ਰਹਿੰਦਾ ਹੈ । ਉਸ ਦਾ ਭਰੋਸਾ ਡੋਲ ਜਾਂਦਾ ਹੈ, ਉਸ ਨੂੰ ਸ਼ਰਮਿੰਦਗੀ ਹੀ ਹੁੰਦੀ ਹੈ ।

The demons of worldly desires, ghosts entice his mind with evil thoughts. These may always create miseries and hurdles. Without the enlightenment of the essence of His Word, he may remain in the cycle of birth and death. His belief on His Blessings may not remain stable; he may only endure embarrassment in His Court.

ਕੂੜੁ ਕਲਰੁ ਤਨੁ ਭਸਮੈ ਢੇਰੀ॥	koorh kalar tan bhasmai dhayree.
ਬਿਨੁ ਨਾਵੈ ਕੈਸੀ ਪਤਿ ਤੇਰੀ॥	bin naavai kaisee pat tayree.
ਬਾਧੇ ਮੁਕਤਿ ਨਾਹੀ ਜੁਗ ਚਾਰੇ,	baaDhay mukat naahee jug chaaray
ਜਮਕੰਕਰਿ ਕਾਲਿ ਪਰਾਤਾ ਹੇ॥੯॥	jamkankar kaal paraataa hay. ||9||

ਫਰੇਬ ਨਾਲ ਜੀਵਨ ਬਤੀਤ ਕਰਨ ਵਾਲੇ ਦਾ ਤਨ ਕੇਵਲ ਮਿੱਟੀ ਦੀ ਢੇਰੀ ਹੀ ਹੁੰਦਾ ਹੈ । ਪ੍ਰਭ ਦੇ ਸ਼ਬਦ ਦੀ ਪਾਲਣਾ ਤੋਂ ਬਿਨਾਂ ਉਸ ਨੂੰ ਦਰਬਾਰ ਵਿੱਚ ਕੀ ਮਾਣ ਮਿਲ ਸਕਦਾ ਹੈ? ਸੰਸਾਰਕ ਬੰਧਨਾ ਵਿੱਚ ਜੀਵ ਨੂੰ ਚਾਰੇ ਯੁੱਗਾਂ ਵਿੱਚ ਹੀ ਮੁਕਤੀ ਨਹੀਂ ਮਿਲਦੀ! ਮੌਤ ਦਾ ਜਮਦੂਤ ਆਪਣਾ ਘੇਰਾ ਕਦੇ ਨਹੀਂ ਛੱਡਦਾ ।

Whosoever may remain intoxicated with sweet poison of worldly wealth; he may become a victim of fraud, deception, and fantasy. In the end, his perishable body may only become a heap of dust. What honor may he be bestowed in His Court without obeying the teachings of His Word? In all four Ages! Whosoever may remain intoxicated with worldly bonds; he may never be blessed with the right path of acceptance in His Court. The devil of death may never relinquish his control on his soul.

ਜਮ ਦਰਿ ਬਾਧੇ ਮਿਲਹਿ ਸਜਾਈ॥	jam dar baaDhay mileh sajaa-ee.
ਤਿਸੁ ਅਪਰਾਧੀ ਗਤਿ ਨਹੀ ਕਾਈ॥	tis apraaDhee gat nahee kaa-ee.
ਕਰਣ ਪਲਾਵ ਕਰੇ ਬਿਲਲਾਵੈ,	karan palaav karay billaavai
ਜਿਉ ਕੁੰਡੀ ਮੀਨੁ ਪਰਾਤਾ ਹੇ॥੧੦॥	ji-o kundee meen paraataa hay. ||10||

ਮੌਤ ਦਾ ਜਮਦੂਤ ਉਸ ਨੂੰ ਆਪਣੇ ਕੀਤੇ ਦੀ ਸਜ਼ਾ ਦੇਂਦਾ ਹੈ । ਇਸਤਰ੍ਹਾਂ ਪਾਪ ਕਰਨ ਵਾਲੇ ਨੂੰ ਕਦੇ ਮੁਕਤੀ ਬਖਸ਼ਿਸ਼ ਨਹੀਂ ਹੁੰਦੀ । ਉਹ ਦੁਖ ਵਿੱਚ ਹੀ ਕਰਲਾਉਂਦਾ ਹੈ । ਉਸ ਦੀ ਹਾਲਤ ਕੁੰਡੀ ਵਿੱਚ ਪਰੋਈ ਮਛਲੀ ਵਰਗੀ ਹੀ ਹੁੰਦੀ ਹੈ ।

The devil of death, The Righteous Judge may punish his soul for evil deeds committed by his body. The evil doer may never be blessed with the right path of salvation. He may cry and endures miseries; his condition may be like a fish caught in the hook of a fisherman.

ਸਾਕਤ ਫਾਸੀ ਪੜੈ ਇਕੇਲਾ॥	saakat faasee parhai ikaylaa.
ਜਮ ਵਸਿ ਕੀਆ ਅੰਧੁ ਦੁਹੇਲਾ॥	jam vas kee-aa anDh duhaylaa.
ਰਾਮ ਨਾਮ ਬਿਨੁ ਮੁਕਤਿ ਨ ਸੂਝੈ,	raam naam bin mukat na soojhai
ਆਜੁ ਕਾਲਿ ਪਚਿ ਜਾਤਾ ਹੇ॥੧੧॥	aaj kaal pach jaataa hay. ||11||

ਸ਼ਬਦ ਤੇ ਨਾ ਭਰੋਸਾ ਕਰਨ ਵਾਲਾ ਜੀਵ ਮੌਤ ਤੇ ਇਕੱਲਾ ਹੀ ਦੁਖ ਭੁਗਤਦਾ ਹੈ । ਸ਼ਬਦ ਦੀ ਸੋਝੀ ਤੋਂ ਰਹਿਤ ਜੀਵ ਮੌਤ ਦੇ ਫਰਿਸ਼ਤੇ ਦੇ ਵੱਸ ਵਿੱਚ ਹੁੰਦਾ ਹੈ । ਸ਼ਬਦ ਨਾਲ ਜੀਵਨ ਬਤੀਤ ਕਰਨ ਤੋਂ ਬਿਨਾਂ ਜੀਵ ਨੂੰ ਮੁਕਤੀ ਬਖਸ਼ਿਸ਼ ਨਹੀਂ ਹੁੰਦੀ । ਉਹ ਆਪਣਾ ਜੀਵਨ ਬਿਰਥਾ ਹੀ ਗਵਾ ਲੈਂਦਾ ਹੈ ।

Non-believer, his soul may endure misery alone, after death for evil deeds committed by his body. Whosoever may remain deprived from the essence of His Word! He may remain under the control of devil of death. Without adopting the teachings of His Word with steady and stable belief in day-to-day life; no one may ever be blessed with the right path of acceptance in His Court. He may waste his priceless human life opportunity.

ਸਤਿਗੁਰ ਬਾਝੁ ਨ ਬੇਲੀ ਕੋਈ॥

ਐਥੈ ਓਥੈ ਰਾਖਾ ਪ੍ਰਭੁ ਸੋਈ॥

ਰਾਮ ਨਾਮੁ ਦੇਵੈ ਕਰਿ ਕਿਰਪਾ,

ਇਉ ਸਲਲੈ ਸਲਲ ਮਿਲਾਤਾ ਹੇ॥੧੨॥

satgur baajh na baylee ko-ee.

aithai othai raakhaa parabh so-ee.

raam naam dayvai kar kirpaa

i-o sallai salal milaataa hay. ||12||

ਪ੍ਰਭ ਤੋਂ ਬਿਨਾਂ ਜੀਵ ਦਾ ਅਸਲੀ ਮਿੱਤਰ ਕੋਈ ਨਹੀਂ ਹੁੰਦਾ । ਉਹ ਹੀ ਜੀਵ ਦੀ ਰਖਿਆ ਸੰਸਾਰ ਵਿੱਚ ਅਤੇ ਮੌਤ ਪਿੱਛੋਂ ਕਰਦਾ ਹੈ । ਪ੍ਰਭ ਆਪ ਹੀ ਰਹਿਮਤ ਬਖਸ਼ਕੇ ਸ਼ਬਦ ਦੀ ਪਾਲਣਾ ਵਿੱਚ ਲਗਨ ਲਾਉਂਦਾ ਹੈ । ਜਿਵੇਂ ਪਾਣੀ ਵਿੱਚ ਪਾਣੀ ਮਿਲ ਜਾਂਦਾ ਹੈ, ਇਸਤਰ੍ਹਾਂ ਉਸ ਦੀ ਆਤਮਾ, ਪ੍ਰਭ ਦੀ ਜੋਤ ਵਿੱਚ ਅਲੋਪ ਹੋ ਜਾਂਦੀ ਹੈ ।

Without the True Master, no one else may be a real companion of his soul. The True Master nourishes and protects in worldly life and remains her companion in His Court. The True Master blesses devotion to obey the teachings of His Word. As a drop of water may immerse within ocean, same way his soul may be absorbed in the ocean of His Holy Spirit.

ਭੂਲੇ ਸਿਖ ਗੁਰੂ ਸਮਝਾਏ॥

ਉਝੜਿ ਜਾਂਦੇ ਮਾਰਗਿ ਪਾਏ॥

ਤਿਸੁ ਗੁਰ ਸੇਵਿ ਸਦਾ ਦਿਨੁ ਰਾਤੀ,

ਦੁਖ ਭੰਜਨ ਸੰਗਿ ਸਖਾਤਾ ਹੇ॥੧੩॥

bhoolay sikh guroo samjhaa-ay.

ujharh jaaday maarag paa-ay.

tis gur sayv sadaa din raatee

dukh bhanjan sang sakhaataa hay. ||13||

ਪ੍ਰਭ ਆਪਣੇ ਭੂਲੇ ਹੋਏ ਸੇਵਕ ਨੂੰ ਆਪ ਹੀ ਸੋਝੀ ਬਖਸ਼ਦਾ, ਸਿੱਧੇ ਰਸਤੇ ਤੇ ਪਾਉਂਦਾ ਹੈ । ਪ੍ਰਭ ਦੇ ਸ਼ਬਦ ਦਾ ਸਿਮਰਨ ਦਿਨ ਰਾਤ ਕਰੋ । ਉਹ ਦੁਖਾਂ ਦਾ ਨਾਸ਼ ਕਰਨ ਵਾਲਾ, ਅਸਲੀ ਸਾਥੀ ਹੈ ।

The True Master may guide His true devotee drifted from the right path back on the path of acceptance in His Court. You should meditate on the teachings of His Word. The True Master, Destroyer of miseries! He remains true companion of your soul.

ਗੁਰ ਕੀ ਭਗਤਿ ਕਰਹਿ ਕਿਆ ਪ੍ਰਾਣੀ॥

ਬ੍ਰਹਮੈ ਇੰਦ੍ਰਿ ਮਹੇਸਿ ਨ ਜਾਣੀ॥

ਸਤਿਗੁਰ ਅਲਖੁ ਕਹਹੁ ਕਿਉ ਲਖੀਐ,

ਜਿਸੁ ਬਖਸੇ ਤਿਸਹਿ ਪਛਾਤਾ ਹੇ॥੧੪॥

gur kee bhagat karahi ki-aa paraanee.

barahmai in-dar mahays na jaanee.

satgur alakh kahhu ki-o lakhee-ai

jis bakhsay tiseh pachhaataa hay. ||14||

ਜੀਵ ਤੂੰ ਪ੍ਰਭ ਦੀ ਕੀ ਬੰਦਗੀ ਕਰਦਾ ਹੈ? ਬ੍ਰਹਮਾ, ਇੰਦਰ, ਮਹੇਸ ਨੂੰ ਵੀ ਉਸ ਦੀ ਜਾਣਕਾਰੀ ਨਹੀਂ ਹੈ । ਨਾ ਜਾਣੇ ਜਾਣ ਵਾਲੇ ਪ੍ਰਭ ਨੂੰ ਕਿਵੇਂ ਜਾਣਿਆ ਜਾ ਸਕਦਾ ਹੈ? ਜਿਸ ਤੇ ਪ੍ਰਭ ਆਪ ਹੀ ਰਹਿਮਤ ਨਾਲ ਭੁਲਾਂ ਬਖਸ਼ ਦੇਂਦਾ ਹੈ । ਕੇਵਲ ਉਹ ਜੀਵ ਹੀ ਜਾਣ ਸਕਦਾ ਹੈ ।

What kind of meditation may you perform in your life? Even the renowned prophets like **Brahma, Indre, Mahesh** have not fully comprehended His Nature. How may you comprehend His Nature? Whosoever may be bestowed with His Blessed Vision, his sins may be forgiven; only he may be enlightened with the essence of His Nature.

ਅੰਤਰਿ ਪ੍ਰੇਮੁ ਪਰਾਪਤਿ ਦਰਸਨੁ॥

ਗੁਰਬਾਣੀ ਸਿਉ ਪ੍ਰੀਤਿ ਸੁ ਪਰਸਨੁ॥

ਅਹਿਨਿਸਿ ਨਿਰਮਲ ਜੋਤਿ ਸਬਾਈ,

ਘਟਿ ਦੀਪਕੁ ਗੁਰਮੁਖਿ ਜਾਤਾ ਹੇ॥੧੫॥

antar paraym paraapat darsan.

gurbaanee si-o pareet so parsan.

ahinis nirmal jot sabaa-ee

ghat deepak gurmukh jaataa hay. ||15||

ਜਿਸ ਦੇ ਮਨ ਵਿੱਚ ਸ਼ਬਦ ਨਾਲ ਪ੍ਰੀਤ ਹੁੰਦੀ ਹੈ । ਉਸ ਨੂੰ ਪ੍ਰਭ ਦੀ ਹੋਂਦ ਮਹਿਸੂਸ ਹੋ ਜਾਂਦੀ ਹੈ । ਜਿਹੜਾ ਸ਼ਬਦ ਨਾਲ ਜੀਵਨ ਬਤੀਤ ਕਰਦਾ ਹੈ । ਉਹ ਪ੍ਰਵਾਨ ਹੋ ਜਾਂਦਾ ਹੈ । ਦਿਨ ਰਾਤ ਗੁਰਮੁਖ ਜੀਵ ਪ੍ਰਭ ਦੀ ਜੋਤ ਮਹਿਸੂਸ ਕਰਦਾ ਹੈ । ਉਸ ਦੇ ਮਨ ਵਿੱਚ ਪ੍ਰਭ ਦਾ ਪ੍ਰਵੇਸ਼ ਹੋ ਜਾਂਦਾ, ਹਰ ਪਾਸੇ ਹੀ ਪ੍ਰਭ ਦੀ ਹੋਂਦ ਮਹਿਸੂਸ ਕਰਦਾ ਹੈ ।

Whosoever may have a deep devotion, dedication with the teachings of His Word; with His mercy and grace, he may realize His Existence and His Holy Spirit prevailing in all universes. Whosoever may adopt the teachings of His Word with steady and stable belief; with His mercy and grace, he may be accepted in His Court. He may realize His Holy Spirit prevailing day and night. He may hear the everlasting echo of His Word resonating within his heart day and night.

ਭੋਜਨ ਗਿਆਨੁ ਮਹਾ ਰਸੁ ਮੀਠਾ॥	bhojan gi-aan mahaa ras meethaa.
ਜਿਨਿ ਚਾਖਿਆ ਤਿਨਿ ਦਰਸਨੁ ਡੀਠਾ॥	jin chaakhi-aa tin darsan deethaa.
ਦਰਸਨੁ ਦੇਖਿ ਮਿਲੇ ਬੈਰਾਗੀ,	darsan daykh milay bairaagee
ਮਨੁ ਮਨਸਾ ਮਾਰਿ ਸਮਾਤਾ ਹੇ॥੧੬॥	man mansaa maar samaataa hay. ||16||

ਪ੍ਰਭ ਦੇ ਸ਼ਬਦ ਦੀ ਸੋਝੀ ਵਾਲਾ ਭੋਜਨ ਬਹੁਤ ਮਿੱਠਾ ਹੁੰਦਾ ਹੈ । ਜਿਸ ਨੂੰ ਇਹ ਰਸ ਬਖਸ਼ਿਸ਼ ਹੁੰਦਾ ਹੈ, ਉਹ ਪ੍ਰਭ ਦੀ ਜੋਤ ਅਨੁਭਵ ਕਰਦਾ ਹੈ । ਜਿਹੜਾ ਮਨ ਦੀਆਂ ਇਛਾਂ ਤੇ ਕਾਬੂ ਰਖਦਾ ਹੈ । ਪ੍ਰਭ ਦੀ ਰਹਿਮਤ ਨਾਲ ਉਸ ਨੂੰ ਪ੍ਰਵਨਗੀ ਬਖਸ਼ਿਸ਼ ਹੋ ਜਾਂਦੀ ਹੈ, ਉਹ ਪ੍ਰਭ ਦੀ ਹੋਂਦ ਮਹਿਸੂਸ ਕਰਦਾ ਹੈ ।

The nourishment of the essence of His Word may be very comforting to the mind of His true devotee. Whosoever may be blessed with the nectar of the essence of His Word; only he may realize His Holy Spirit prevailing everywhere. Whosoever may conquer his worldly desires; with His mercy and grace, he may be accepted in His Court.

ਸਤਿਗੁਰੁ ਸੇਵਹਿ ਸੇ ਪਰਧਾਨਾ॥	satgur sayveh say parDhaanaa.
ਤਿਨ ਘਟ ਘਟ ਅੰਤਰਿ ਬ੍ਰਹਮੁ ਪਛਾਨਾ॥	tin ghat ghat antar barahm pachhaanaa.
ਨਾਨਕ ਹਰਿ ਜਸੁ ਹਰਿ ਜਨ ਕੀ ਸੰਗਤਿ,	naanak har jas har jan kee sangat
ਦੀਜੈ ਜਿਨ ਸਤਿਗੁਰੁ ਹਰਿ ਪ੍ਰਭੁ ਜਾਤਾ ਹੇ॥ ੧੭॥ ੫॥੧੧॥	deejai jin satgur har parabh jaataa hay. ||17||5||11||

ਜਿਹੜਾ ਪ੍ਰਭ ਦੀ ਸੇਵਾ ਕਰਦਾ, ਸ਼ਬਦ ਨਾਲ ਜੀਵਨ ਢਾਲਦਾ ਹੈ । ਉਸ ਨੂੰ ਸੰਸਾਰ ਵਿੱਚ ਵੀ ਸੋਭਾ ਬਖਸ਼ਿਸ਼ ਹੋ ਜਾਂਦੀ ਹੈ । ਉਹ ਹਰਇਕ ਦੇ ਹਿਰਦੇ ਵਿੱਚ ਪ੍ਰਭ ਦੀ ਜੋਤ ਮਹਿਸੂਸ ਕਰਦਾ ਹੈ । ਜੀਵ ਪ੍ਰਭ ਅੱਗੇ ਅਰਦਾਸ ਕਰੋ! ਉਹ ਰਹਿਮਤ ਬਖਸ਼ਕੇ ਸ਼ਬਦ ਵਿੱਚ ਲਗਨ, ਸੰਤ ਸਰੂਪ ਜੀਵ ਦੀ ਸੰਗਤ ਬਖਸ਼ੇ । ਜਿਸ ਨੂੰ ਸ਼ਬਦ ਦੀ ਪਾਲਣਾ ਕਰਨ ਨਾਲ ਰਹਿਮਤ ਬਖਸ਼ਿਸ਼ ਹੋ ਜਾਂਦੀ ਹੈ, ਉਸ ਨੂੰ ਦਰਬਾਰ ਵਿੱਚ ਪ੍ਰਵਾਨਗੀ ਬਖਸ਼ਿਸ਼ ਹੋ ਜਾਂਦੀ ਹੈ ।

Whosoever may adopt the teachings of His Word and surrenders his self-entity at His Sanctuary; with His mercy and grace, he may be honored in worldly life also. He may realize His Holy Spirit dwelling and prevailing within everyone. You should always pray for His forgiveness, and Refuge! His blessings to obey the teachings of His Word and conjugation of His true devotee. Whosoever may obey the teachings of His Word; with His mercy and grace, he may be accepted in His Court.

12. ਮਾਰੂ ਮਹਲਾ ੧॥ 1032-8

ਸਾਚੇ ਸਾਹਿਬ ਸਿਰਜਣਹਾਰੇ॥	saachay saahib sirjanhaaray.
ਜਿਨਿ ਧਰ ਚਕ੍ਰ ਧਰੇ ਵੀਚਾਰੇ॥	jin Dhar chakar Dharay veechaaray.
ਆਪੇ ਕਰਤਾ ਕਰਿ ਕਰਿ ਵੇਖੈ,	aapay kartaa kar kar vaykhai
ਸਾਚਾ ਵੇਪਰਵਾਹਾ ਹੇ॥੧॥	saachaa vayparvaahaa hay. ||1||

ਸਦਾ ਅਟਲ ਰਹਿਣ ਵਾਲੇ ਪ੍ਰਭ ਨੇ ਸਾਰੀ ਸ੍ਰਿਸ਼ਟੀ ਦੀ ਸਾਜਨਾ ਕੀਤੀ ਹੈ । ਉਸ ਨੇ ਹੀ ਸਾਰੇ ਸੰਸਾਰਕ ਧੰਦੇ ਬਣਾਏ ਹਨ । ਉਹ ਆਪ ਹੀ ਸਾਰੀ ਸ੍ਰਿਸ਼ਟੀ ਦੀ ਰਚਨਾ ਕਰਦਾ, ਪਾਲਣਾ ਕਰਦਾ, ਦੇਖਦਾ ਭਾਲ ਕਰਦਾ ਹੈ । ਉਹ ਪੂਰਨ ਅਜ਼ਾਦ, ਮਰਜ਼ੀ ਦਾ ਮਾਲਕ ਹੈ ।

The Forever True Master, Creator has created the universe. He has established, created all worldly chores. He creates, nourishes, and monitors the actions all creatures. He remains completely independent and self-minded.

ਵੇਕੀਾ ਵੇਕੀ ਜੰਤ ਉਪਾਏ॥ vaykee vaykee jant upaa-ay.
ਦੁਇ ਪੰਦੀ ਦੁਇ ਰਾਹ ਚਲਾਏ॥ du-ay pandee du-ay raah chalaa-ay.
ਗੁਰ ਪੂਰੇ ਵਿਣੁ ਮੁਕਤਿ ਨ ਹੋਈ, gur pooray vin mukat na ho-ee sach
ਸਚੁ ਨਾਮੁ ਜਪਿ ਲਾਹਾ ਹੇ॥੨॥ naam jap laahaa hay. ||2||

ਉਸ ਨੇ ਸ੍ਰਿਸ਼ਟੀ ਵਿੱਚ ਵੱਖਰੇ ਵੱਖਰੇ ਕਿਸਮਾਂ ਦੇ ਜੀਵ ਪੈਦਾ ਕੀਤੇ ਹਨ । ਸੰਸਾਰਕ ਜੀਵਨ ਵਿੱਚ ਦੋ ਰਸਤੇ, ਸ਼ਿਵ ਅਤੇ ਸ਼ਕਤੀ ਬਣਾਏ ਹਨ । ਕੋਈ ਜੀਵ ਇਕ ਪਾਸੇ ਜਾਂਦਾ ਹੈ, ਦੂਸਰਾ ਦੂਜੇ ਪਾਸੇ ਜਾਂਦਾ ਹੈ । ਪ੍ਰਭ ਦੇ ਸ਼ਬਦ ਨਾਲ ਜੀਵਨ ਬਤੀਤ ਕਰਨ ਤੋਂ ਬਿਨਾਂ, ਜੀਵ ਨੂੰ ਮੁਕਤੀ ਬਖਸ਼ਿਸ਼ ਨਹੀਂ ਹੁੰਦੀ । ਜਿਹੜਾ ਸ਼ਬਦ ਦਾ ਸਿਮਰਨ ਕਰਦਾ ਹੈ, ਮਾਨਸ ਜਨਮ ਦਾ ਲਾਭ ਖੱਟਦਾ ਹੈ ।

The True Master has created various kinds of creature in the universe. He has created two paths of worldly life; path of His Word **(Shiva) or (Shakti)** path of sweet poison of worldly wealth. However, without adopting the teachings of His Word in day-to-day life; no one may ever be blessed with the right path of acceptance in His Court. Whosoever may meditate on the teachings of His Word with steady and stable belief; with His mercy and grace, he may benefit from his human life opportunity.

ਪੜਹਿ ਮਨਮੁਖ ਪਰੁ ਬਿਧਿ ਨਹੀ ਜਾਨਾ॥ parheh manmukh par biDh nahee jaanaa.
ਨਾਮੁ ਨ ਬੂਝਹਿ ਭਰਮਿ ਭੁਲਾਨਾ॥ naam na boojheh bharam bhulaanaa.
ਲੈ ਕੈ ਵਢੀ ਦੇਨਿ ਉਗਾਹੀ, lai kai vadhee dayn ugaahee
ਦੁਰਮਤਿ ਕਾ ਗਲਿ ਫਾਹਾ ਹੇ॥੩॥ durmat kaa gal faahaa hay. ||3||

ਮਨਮੁਖ ਵੀ ਸ਼ਬਦ, ਬਾਣੀ ਪੜ੍ਹਦਾ, ਸਮਝਦਾ ਹੈ । ਪਰ ਸ਼ਬਦ ਨਾਲ ਜੀਵਨ ਨਹੀਂ ਢਾਲਦਾ । ਉਸ ਨੂੰ ਸ਼ਬਦ ਦੀ ਪਾਲਣਾ ਕਰਨ ਦੀ ਸੋਝੀ ਨਹੀਂ ਹੁੰਦੀ । ਉਹ ਸੰਸਾਰਕ ਧਰਮਾਂ ਦੇ ਪਾਏ ਭਰਮਾਂ ਵਿੱਚ ਭਟਕਦਾ ਰਹਿੰਦਾ ਹੈ । ਧਰਮ ਦੇ ਪੁਜਾਰੀ, ਦਾਨ ਲੈ ਕੇ ਅਰਦਾਸ ਕਰਦੇ ਹਨ । ਬੁਰੇ ਖਿਆਲਾਂ ਵੇਲੇ ਜੀਵ ਦਾ ਜੂੰਨਾਂ ਦਾ ਚੱਕਰ ਖਤਮ ਨਹੀਂ ਹੁੰਦਾ ।

Self-minded, non-believer also read worldly Holy Scripture, understands the teachings, and sings the glory of His Virtues; however, he may never adopt the teachings in his day-to-day life. He may not understand the significance of obeying the teachings of His Word. He remains frustrated with worldly rituals and suspicions. Worldly saint, priest of Temple, Gurdwara may perform long prayer signifying the importance of donation, contribution and pray for long laundry, list of worldly desires. However, with any prayer, the evil doer may never escape the cycle of birth and death.

ਸਿਮ੍ਰਿਤਿ ਸ਼ਾਸਤਰ ਪੜਹਿ ਪੁਰਾਣਾ॥ simrit saastar parheh puraanaa
ਵਾਦੁ ਵਖਾਣਹਿ ਤਤੁ ਨ ਜਾਣਾ॥ vaad vakaaneh tat na jaanaa.
ਵਿਣੁ ਗੁਰ ਪੂਰੇ ਤਤੁ ਨ ਪਾਈਐ, vin gur pooray tat na paa-ee-ai
ਸਚ ਸੂਚੇ ਸਚੁ ਰਾਹਾ ਹੇ॥੪॥ sach soochay sach raahaa hay. ||4||

ਸੰਸਾਰਕ ਜੀਵ ਬਾਣੀ (ਸਿਮ੍ਰਿਤਿ, ਸ਼ਾਸਤਰ, ਪੁਰਾਨ) ਪੜ੍ਹਦਾ, ਸ਼ਬਦ ਦਾ ਵਿਚਾਰ ਕਰਦਾ, ਵਖਿਆਣ ਕਰਦਾ ਹੈ । ਪਰ ਉਸ ਨੂੰ ਆਪਣੇ ਜੀਵਨ ਵਿੱਚ ਨਹੀਂ ਢਾਲਦਾ । ਜਿਹੜਾ ਸ਼ਬਦ ਨਾਲ ਜੀਵਨ ਬਤੀਤ ਕਰਦਾ ਹੈ, ਉਸ ਦਾ ਆਪਣਾ ਮਨ ਪਵਿੱਤਰ ਹੋ ਜਾਂਦਾ ਹੈ । ਸ਼ਬਦ ਨਾਲ ਜੀਵਨ ਨੂੰ ਢਾਲਣ ਤੋਂ ਬਿਨਾਂ ਸ਼ਬਦ ਦੀ ਸੋਝੀ ਬਖਸ਼ਿਸ਼ ਨਹੀਂ ਹੁੰਦੀ ।

Worldly devotee, Self-minded may read, recites Gurbani, various Holy Scriptures and explains the teachings of religious Holy Scripture; however, he may not adopt the teachings in his day-to-day life. Whosoever may adopt the teachings of His Word with steady and stable belief; with His mercy and grace, his soul may be sanctified. Without adopting the teachings of His

Word with steady and stable belief in day-to-day life; the enlightenments of the essence of His Word may never be blessed.

ਸਭ ਸਾਲਾਹੇ ਸੁਣਿ ਸੁਣਿ ਆਖੈ॥	sabh saalaahay sun sun aakhai.
ਆਪੇ ਦਾਨਾ ਸਚੁ ਪਰਾਖੈ॥	aapay daanaa sach paraakhai.
ਜਿਨ ਕਉ ਨਦਰਿ ਕਰੇ ਪ੍ਰਭ ਅਪਨੀ,	jin ka-o nadar karay parabh apnee
ਗੁਰਮੁਖਿ ਸਬਦੁ ਸਲਾਹਾ ਹੇ॥੫॥	gurmukh sabad salaahaa hay. ||5||

ਸਭ ਜੀਵ ਵੱਖਰੇ, ਵੱਖਰੇ ਤਰੀਕੇ ਨਾਲ ਪ੍ਰਭ ਦੀ ਉਸਤਤ ਕਰਦੇ, ਸੁਣਦੇ ਬੋਲਦੇ ਹਨ । ਉਹ ਸਭ ਸਿਆਣਪਾ ਦਾ ਮਾਲਕ ਹਰਇਕ ਦੀ ਬੰਦਗੀ ਪਰਖਦਾ ਹੈ । ਜਿਸ ਨੂੰ ਰਹਿਮਤ ਬਖਸ਼ਕੇ ਗੁਰਮਖ ਅਵਸਥਾ ਬਖਸ਼ਦਾ ਹੈ । ਉਹ ਪ੍ਰਭ ਦੇ ਸ਼ਬਦ ਦੀ ਉਸਤਤ ਵਿੱਚ ਲੀਨ ਰਹਿੰਦਾ ਹੈ ।

Everyone may sing the glory of His Word, listen to the sermons, and preaches to impress others with his devotion. The Omniscient True Master always monitors the intention and meditation of all creatures. Whosoever may be blessed with a state of mind as His true devotee, he may remain intoxicated in singing the glory of His Word.

ਸੁਣਿ ਸੁਣਿ ਆਖੈ ਕੇਤੀ ਬਾਣੀ॥	sun sun aakhai kaytee banee.
ਸੁਣਿ ਕਹੀਐ ਕੋ ਅੰਤੁ ਨ ਜਾਣੀ॥	sun kahee-ai ko ant na jaanee.
ਜਾ ਕਉ ਅਲਖੁ ਲਖਾਏ ਆਪੇ,	jaa ka-o alakh lakhaa-ay aapay
ਅਕਥ ਕਥਾ ਬੁਧਿ ਤਾਹਾ ਹੇ॥੬॥	akath kathaa buDh taahaa hay. ||6||

ਬਹੁਤ ਜੀਵ ਬਾਣੀ ਪੜ੍ਹਦੇ ਸੁਣਦੇ, ਵਖਿਆਣ ਕਰਦੇ ਹਨ । ਪਰ ਪ੍ਰਭ ਦਾ ਅੰਤ ਕੋਈ ਨਹੀਂ ਜਾਣ ਸਕਦਾ । ਜਿਸ ਤੇ ਆਪ ਰਹਿਮਤ ਬਖਸ਼ਦਾ ਹੈ, ਕੇਵਲ ਉਸ ਨੂੰ ਹੀ ਜਾਣਕਾਰੀ ਬਖਸ਼ਦਾ ਹੈ । ਉਹ ਜੀਵ ਅਕਥ ਕਥਾ ਦਾ ਵਖਿਆਣ ਕਰਦਾ ਹੈ । ਪ੍ਰਭ ਆਪ ਹੀ ਸਾਰੀਆਂ ਸਿਆਣਪਾ ਦਾ ਮਾਲਕ ਹੈ ।

Many worldly saints, preachers may read religious Holy Scriptures; listen to the sermons and explain others; however, no one be enlightened with the limit of any of His Miracle. Whosoever may be enlightened with the essence of His Word, only he may comprehend His Nature. He may explain the unexplainable events of His Nature, The True Master of all wisdoms.

ਜਨਮੇ ਕਉ ਵਾਜਹਿ ਵਾਧਾਏ॥	janmay ka-o vaajeh vaaDhaa-ay.
ਸੋਹਿਲੜੇ ਅਗਿਆਨੀ ਗਾਏ॥	sohilrhay agi-aanee gaa-ay.
ਜੋ ਜਨਮੈ ਤਿਸੁ ਸਰਪਰ ਮਰਣਾ,	jo janmai tis sarpar marnaa
ਕਿਰਤੁ ਪਇਆ ਸਿਰਿ ਸਾਹਾ ਹੇ॥੭॥	kirat pa-i-aa sir saahaa hay. ||7||

ਜੀਵ ਦੇ ਜਨਮ ਤੇ ਵਧਾਈਆਂ ਮਿਲਦੀਆਂ ਹਨ । ਅਗਿਆਨੀ ਜੀਵ ਖੁਸ਼ੀ ਦੇ ਗੀਤ ਗਾਉਂਦਾ ਹੈ । ਉਹ ਭੁੱਲ ਜਾਂਦਾ ਹੈ, ਜਿਹੜਾ ਜਨਮ ਲੈਂਦਾ ਹੈ, ਉਸ ਨੂੰ ਮੌਤ ਆਉਣੀ ਹੈ । ਆਪਣੇ ਪਿਛਲੇ ਜਨਮ ਦੇ ਭਾਗਾਂ ਅਨੁਸਾਰ ਹੀ ਧੰਦੇ ਕਰਦਾ ਹੈ ।

Everyone may congratulate parents for prosperous life and happiness of new born baby. Everyone may celebrate and sings in happiness. However, he may forget that he has been blessed with a predetermined time on earth. Whosoever may be born, he must die and face righteous judge. He performs all his worldly deeds as per prewritten destiny.

ਸੰਜੋਗੁ ਵਿਜੋਗੁ ਮੇਰੈ ਪ੍ਰਭਿ ਕੀਏ॥	sanjog vijog mayrai parabh kee-ay.
ਸ੍ਰਿਸਟਿ ਉਪਾਇ ਦੁਖਾ ਸੁਖ ਦੀਏ॥	sarisat upaa-ay dukhaa sukh dee-ay.
ਦੁਖ ਸੁਖ ਹੀ ਤੇ ਭਏ ਨਿਰਾਲੇ,	dukh sukh hee tay bha-ay niraalay gur-
ਗੁਰਮੁਖਿ ਸੀਲੁ ਸਨਾਹਾ ਹੇ॥੮॥	mukh seel sanaahaa hay. ||8||

ਪ੍ਰਭ ਨੇ ਜੀਵ ਦੇ ਜਨਮ, ਮੌਤ, ' ਮਿਲਾਪ ਅਤੇ ਵਿਛੋੜਾ ਦਾ ਖੇਲ ਬਣਾਇਆ ਹੈ । ਪ੍ਰਭ ਹੀ ਜੀਵਨ ਵਿੱਚ ਖੁਸ਼ੀ ਅਤੇ ਦੁਖ ਬਖਸ਼ਦਾ ਹੈ । ਗੁਰਮਖ ਦੁਖ, ਸੁਖ ਵਿੱਚ ਅਡੋਲ ਨਿਮ੍ਰਤਾ ਨਾਲ ਰਹਿੰਦਾ ਹੈ ।

The True Master has established the play of birth and death; separation and union of his soul. He blesses all pleasure and miseries in worldly life as a reward of his deeds of previous lives. His true devotee may remain humble and unchanged with worldly ups and downs of His life.

ਨੀਕੇ ਸਾਚੇ ਕੇ ਵਾਪਾਰੀ॥	neekay saachay kay vaapaaree.
ਸਚੁ ਸਉਦਾ ਲੈ ਗੁਰ ਵੀਚਾਰੀ॥	sach sa-udaa lai gur veechaaree.
ਸਚਾ ਵਖਰੁ ਜਿਸੁ ਧਨੁ ਪਲੈ,	sachaa vakhar jis Dhan palai
ਸਬਦਿ ਸਚੈ ਓਮਾਹਾ ਹੇ॥੯॥	sabad sachai omaahaa hay. ||9||

ਗੁਰਮਖ ਜੀਵ ਕੇਵਲ ਸ਼ਬਦ ਦਾ ਵਪਾਰ ਹੀ ਕਰਦਾ ਹੈ । ਆਪਣਾ ਜੀਵਨ ਸ਼ਬਦ ਅਨੁਸਾਰ ਢਾਲਦਾ, ਵਿਚਾਰ ਕਰਦਾ ਹੈ । ਜਿਹੜਾ ਸ਼ਬਦ ਦੀ ਕਮਾਈ ਕਰਦਾ, ਆਪ ਹੀ ਸ਼ਬਦ ਦੀ ਸੋਝੀ ਬਖਸ਼ਦਾ ਹੈ ।

His Holy saint may only trade the merchandize of His Word. He may only adopt the teachings of His Word in his day-to-day life; he may only explain his life experience with the teachings of His Word. Whosoever may earn the wealth of His Word; with His mercy and grace, he may be blessed with the enlightenment of the essence of His Word.

ਕਾਚੀ ਸਉਦੀ ਤੋਟਾ ਆਵੈ॥	kaachee sa-udee totaa aavai.
ਗੁਰਮੁਖਿ ਵਣਜੁ ਕਰੇ ਪ੍ਰਭ ਭਾਵੈ॥	gurmukh vanaj karay parabh bhaavai.
ਪੂੰਜੀ ਸਾਬਤੁ ਰਾਸਿ ਸਲਾਮਤਿ,	poonjee saabat raas salaamat
ਚੂਕਾ ਜਮ ਕਾ ਫਾਹਾ ਹੇ॥੧੦॥	chookaa jam kaa faahaa hay. ||10||

ਮਨਮੁਖ ਫਰੇਬ ਨਾਲ ਜੀਵਨ ਬਤੀਤ ਕਰਦਾ, ਘਾਟੇ ਵਿੱਚ ਹੀ ਰਹਿੰਦਾ ਹੈ । ਗੁਰਮਖ ਕੇਵਲ ਪ੍ਰਭ ਨੂੰ ਭਾਉਣ ਵਾਲਾ ਹੀ ਕੰਮ ਕਰਦਾ ਹੈ । ਉਸ ਦੀ ਸ਼ਬਦ ਦੀ ਕਮਾਈ ਸਦਾ ਰਹਿਣ ਵਾਲੀ ਹੁੰਦੀ ਹੈ । ਉਸ ਦਾ ਜਨਮ ਮਰਨ ਦਾ ਚੱਕਰ ਖਤਮ ਹੋ ਜਾਂਦਾ ਹੈ ।

Self-minded may only waste his life on evil deeds and deception. He may only play losing game. His true devotee only performs the deeds acceptable in His Court. He earns the everlasting wealth of His Word; with His mercy and grace, his cycle of birth and death may be eliminated.

ਸਭੁ ਕੋ ਬੋਲੈ ਆਪਣ ਭਾਣੈ॥	sabh ko bolai aapan bhaanai.
ਮਨਮੁਖੁ ਦੂਜੈ ਬੋਲਿ ਨ ਜਾਣੈ॥	manmukh doojai bol na jaanai. anD-
ਅੰਧੁਲੇ ਕੀ ਮਤਿ ਅੰਧਲੀ ਬੋਲੀ,	hulay kee mat anDhlee bolee
ਆਇ ਗਇਆ ਦੁਖੁ ਤਾਹਾ ਹੇ॥੧੧॥	aa-ay ga-i-aa dukh taahaa hay. ||11||

ਹਰਇੱਕ ਜੀਵ ਆਪਣੇ ਮਨ ਦੀ ਭਾਵਨਾ ਨਾਲ ਹੀ ਸੋਚਦਾ, ਬੋਲਦਾ ਹੈ । ਮਨਮੁਖ ਜੀਵ ਭਰਮਾਂ ਵਿੱਚ ਹੁੰਦਾ, ਉਸ ਨੂੰ ਬੋਲਨ ਦੀ ਸੋਝੀ ਨਹੀਂ ਹੁੰਦੀ । ਉਹ ਅਗਿਆਨੀ, ਸ਼ਬਦ ਦੀ ਸੋਝੀ ਤੋਂ ਅੰਧਾ ਆਪਣੀ ਮੱਤ ਨਾਲ ਬੋਲਦਾ ਹੈ । ਉਹ ਜਨਮ ਮਰਨ ਦੇ ਦੁਖਾਂ ਵਿੱਚ ਹੀ ਰਹਿੰਦਾ ਹੈ ।

Everyone may express the inner feeling of his heart in his thinking and talking to others. Self-minded remains intoxicated with religious suspicions; he may not have any enlightenment to express himself in positive way. He may be ignorant from the essence of His Word. He may express and spread ignorance. He remains in the misery of birth and death cycle.

ਦੁਖ ਮਹਿ ਜਨਮੈ ਦੁਖ ਮਹਿ ਮਰਣਾ॥	dukh meh janmai dukh meh marnaa.
ਦੂਖੁ ਨ ਮਿਟੈ ਬਿਨੁ ਗੁਰ ਕੀ ਸਰਣਾ॥	dookh na mitai bin gur kee sarnaa.
ਦੂਖੀ ਉਪਜੈ ਦੂਖੀ ਬਿਨਸੈ,	dookhee upjai dookhee binsai
ਕਿਆ ਲੈ ਆਇਆ ਕਿਆ ਲੈ ਜਾਹਾ ਹੇ॥੧੨॥	ki-aa lai aa-i-aa ki-aa lai jaahaa hay. ||12||

ਉਹ ਦੁਖੁ ਵਿੱਚ ਜਨਮ ਲੈਂਦਾ, ਦੁਖੁ ਵਿੱਚ ਹੀ ਮਰਦਾ ਹੈ । ਜਨਮ ਮਰਨ ਦਾ ਦੁਖੁ ਸ਼ਰਣ ਵਿੱਚ ਆਉਣ ਤੋਂ ਬਿਨਾਂ ਖਤਮ ਨਹੀਂ ਹੁੰਦਾ । ਉਸ ਨੇ ਦੁਖ ਵਿੱਚ ਹੀ ਜਨਮ ਲਿਆ ਅਤੇ ਦੁਖ ਵਿੱਚ ਮਰ ਗਿਆ । ਉਹ ਇਸ ਸੰਸਾਰ ਵਿੱਚ ਕੀ ਲੈ ਕੇ ਆਇਆ ਅਤੇ ਕੀ ਲੈ ਕੇ ਜਾਵੇਗਾ?

Self-minded may take birth in miseries and dies in misery. Without surrendering his mind, body, and his worldly status at His Sanctuary; the misery of birth and death may never be eliminated. What may he come with in the universe? What may he carry back on his return after death?

ਸਚੀ ਕਰਣੀ ਗੁਰ ਕੀ ਸਿਰਕਾਰਾ॥ sachee karnee gur kee sirkaaraa.
ਆਵਣੁ ਜਾਣੁ ਨਹੀ ਜਮ ਧਾਰਾ॥ aavan jaan nahee jam Dhaaraa.
ਡਾਲ ਛੋਡਿ ਤਤੁ ਮੂਲੁ ਪਰਾਤਾ, daal chhod tat mool paraataa
ਮਨਿ ਸਾਚਾ ਓਮਾਹਾ ਹੇ॥੧੩॥ man saachaa omaahaa hay. ||13||

ਜਿਹੜਾ ਸ਼ਬਦ ਨਾਲ ਜੀਵਨ ਢਾਲਦਾ ਹੈ । ਉਸ ਦੇ ਜੀਵਨ ਦਾ ਢੰਗ ਹੀ, ਮਾਨਸ ਜੀਵਨ ਦਾ ਅਸਲੀ ਢੰਗ ਹੁੰਦਾ ਹੈ । ਉਹ ਜਨਮ ਮਰਨ ਦੇ ਚੱਕਰ ਵਿੱਚ ਨਹੀਂ ਰਹਿੰਦਾ, ਮੌਤ ਦਾ ਉਸ ਉਪਰ ਕੋਈ ਕਾਬੂ ਨਹੀਂ ਹੁੰਦਾ । ਜਿਹੜਾ ਸੰਸਾਰਕ ਇਛਾਂ ਦੇ ਲਾਲਚ ਨੂੰ ਤਿਆਗਕੇ ਸ਼ਬਦ ਦੀ ਸ਼ਰਣ ਆਉਂਦਾ ਹੈ । ਉਸ ਦੇ ਮਨ ਵਿੱਚ ਪੂਰਨ ਸੰਤੋਖ ਬਖਸ਼ਿਸ਼ ਹੋ ਜਾਂਦਾ, ਸਿਮਰਨ ਵਿੱਚ ਲੀਨ ਰਹਿੰਦਾ ਹੈ ।

Whosoever may adopt the teachings of His Word; his way of life may be the real way of human life. He may never remain in the cycle of birth and death. His soul may become beyond the reach of devil of death. Whosoever may renounce his worldly desires and surrenders his mind, body, and worldly status at His Sanctuary; with His mercy and grace, he may be blessed with contentment. He remains intoxicated in the void of His Word.

ਹਰਿ ਕੇ ਲੋਗ ਨਹੀ ਜਮੁ ਮਾਰੈ॥ har kay log nahee jam maarai.
ਨਾ ਦੁਖੁ ਦੇਖਹਿ ਪੰਥਿ ਕਰਾਰੈ॥ naa dukh daykheh panth karaarai.
ਰਾਮ ਨਾਮੁ ਘਟ ਅੰਤਰਿ ਪੂਜਾ, raam naam ghat antar poojaa
ਅਵਰੁ ਨ ਦੂਜਾ ਕਾਹਾ ਹੇ॥੧੪॥ avar na doojaa kaahaa hay. ||14||

ਸ਼ਬਦ ਦੀ ਬੰਦਗੀ ਕਰਨ ਵਾਲਾ ਮੌਤ ਦੇ ਘੇਰੇ ਵਿੱਚ ਨਹੀਂ ਰਹਿੰਦਾ । ਉਸ ਨੂੰ ਮੁਸ਼ਕਲ ਤੋਂ ਮੁਸ਼ਕਲ ਕੰਮ ਵਿੱਚ ਵੀ ਕੋਈ ਦਰਦ ਮਹਿਸੂਸ ਨਹੀਂ ਹੁੰਦਾ । ਉਹ ਆਪਣੇ ਮਨ ਅੰਦਰ ਹੀ ਪ੍ਰਭ ਦੇ ਸ਼ਬਦ ਦਾ ਆਸਰਾ ਲੈਂਦਾ ਹੈ । ਹੋਰ ਕੁਝ ਪ੍ਰਪਤ ਕਰਨ ਦੀ ਕੋਈ ਇਛਾਂ ਨਹੀਂ ਰਹਿੰਦੀ ।

His true devotee may not be under the control of the devil of death. He may not fear or endure any misery in worldly life. He may always pray for His Forgiveness and Refuge. He may never have any excitement to achieve any other worldly possessions.

ਓੜੁ ਨ ਕਥਨੈ ਸਿਫਤਿ ਸਜਾਈ॥ orh na kathnai sifat sajaa-ee.
ਜਿਉ ਤੁਧੁ ਭਾਵਹਿ ਰਹਹਿ ਰਜਾਈ॥ ji-o tuDh bhaaveh raheh rajaa-ee.
ਦਰਗਹ ਪੈਧੇ ਜਾਨਿ ਸੁਹੇਲੇ, dargeh paiDhay jaan suhaylay
ਹੁਕਮਿ ਸਚੇ ਪਾਤਿਸਾਹਾ ਹੇ॥੧੫॥ hukam sachay paatisaahaa hay. ||15||

ਪ੍ਰਭ ਦੇ ਸ਼ਬਦ ਦੇ ਗੁਣਾ ਦਾ, ਉਸਤਤ ਦਾ ਕੋਈ ਅੰਤ ਨਹੀਂ ਆਉਂਦਾ । ਗੁਰਮਖ ਪ੍ਰਭ ਦੀ ਰਜ਼ਾ ਵਿੱਚ ਆਨੰਦ ਮਾਨਦਾ ਹਾ । ਉਹ ਪ੍ਰਭ ਦੀ ਰਹਿਮਤ ਨਾਲ ਪ੍ਰਵਾਨਗੀ ਦੇ ਰਸਤੇ ਤੇ ਅਡੋਲ ਰਹਿੰਦਾ ਹੈ ।

There may not be any limit of the virtues of His Word, praises of The True Master. His true devotee may remain contented with His Blessings; with His mercy and grace, he may remain on the right path of acceptance in His Court.

ਕਿਆ ਕਹੀਐ ਗੁਣ ਕਥਹਿ ਘਨੇਰੇ॥ ki-aa kahee-ai gun katheh ghanayray.
ਅੰਤੁ ਨ ਪਾਵਹਿ ਵਡੇ ਵਡੇਰੇ॥ ant na paavahi vaday vadayray.
ਨਾਨਕ ਸਾਚੁ ਮਿਲੈ ਪਤਿ ਰਾਖਹੁ, naanak saach milai pat raakho
ਤੂ ਸਿਰਿ ਸਾਹਾ ਪਾਤਿਸਾਹਾ ਹੇ॥੧੬॥੬॥੧੨॥ too sir saahaa paatisaahaa hay. ||16||6||12||

ਪ੍ਰਭ ਮੈਂ ਕਿਵੇਂ ਤੇਰੀ ਨਾ ਗਿਣਤੀ ਕਰਨ ਵਾਲੀ ਵਡਿਆਈ ਦੀ ਉਸਤਤ ਕਰਾ? ਵੱਡੇ ਤੋਂ ਵੱਡੇ ਭਗਤ ਵੀ ਸ਼ਬਦ ਦਾ ਅੰਤ ਨਹੀਂ ਜਾਣਦੇ । ਸ਼ੇਨਸਾਹਾਂ ਦਾ ਸ਼ੇਨਸਾਹ, ਰਹਿਮਤ ਬਖਸ਼ਕੇ, ਇਸ ਨਿਮਾਣੇ ਜੀਵ ਦਾ ਪਰਦਾ ਰਖ ਲਵੋ ।

The True Master! How may I sing the glory of Your unimaginable greatness? Even the most renowned worldly saints, prophets have not been enlightened with any limit of Your Nature. The King of kings bestows Your Blessed Vision and preserves the honor of Your humble slave.

13. ਮਾਰੂ ਮਹਲਾ ੧ ਦਖਣੀ॥ 1033-8

ਕਾਇਆ ਨਗਰੁ ਨਗਰ ਗੜ ਅੰਦਰਿ॥
kaa-i-aa nagar nagar garh andar.

ਸਾਚਾ ਵਾਸਾ ਪੁਰਿ ਗਗਨੰਦਰਿ॥
saachaa vaasaa pur gagnandar.

ਅਸਥਿਰੁ ਥਾਨੁ ਸਦਾ ਨਿਰਮਾਇਲੁ,
asthir thaan sadaa nirmaa-il

ਆਪੇ ਆਪੁ ਉਪਾਇਦਾ॥੧॥
aapay aap upaa-idaa. ||1||

ਜੀਵ ਦੇ ਸਰੀਰ ਦੇ ਅੰਦਰ ਇਕ ਆਤਮਾ ਰੂਪੀ ਕਿਲ੍ਹਾ ਹੈ । ਇਸ ਕਿਲੇ ਦੇ ਦਸਵੇਂ ਦਰਵਾਜੇ ਦੇ ਅੰਦਰ ਪ੍ਰਭ ਦੀ ਸਮਾਧੀ ਹੈ । ਪ੍ਰਭ ਨੇ ਆਪ ਹੀ ਇਹ ਅਸਥਾਨ ਸਦਾ ਰਹਿਣ ਵਾਲਾ ਬਣਾਇਆ ਹੈ ।

The True Master has created, transformed blemished soul as a castle, cave of layers as His Throne. The True Master remains in deep void behind the 10th gate, in 10th cave. The everlasting echo of His Word remains resonating within in His Royal Castle forever.

ਅੰਦਰਿ ਕੋਟ ਛਜੇ ਹਟਨਾਲੇ॥
andar kot chhajay hatnaalay.

ਆਪੇ ਲੇਵੈ ਵਸਤੁ ਸਮਾਲੇ॥
aapay layvai vasat samaalay.

ਬਜਰ ਕਪਾਟ ਜੜੇ ਜੜਿ ਜਾਣੈ,
bajar kapaat jarhay jarh jaanai

ਗੁਰ ਸਬਦੀ ਖੋਲਾਇਦਾ॥੨॥
gur sabdee kholaa-idaa. ||2||

ਕਿਲੇ ਦੇ ਅੰਦਰ ਬਜ਼ਾਰ ਹਨ, ਪ੍ਰਭ ਆਪ ਹੀ ਬਜ਼ਾਰ ਵਿੱਚ ਸੌਦੇ ਦੀ ਰਖਿਆ ਕਰਦਾ ਹੈ । ਦਸਵਾਂ ਦਰਵਾਜਾ ਬਹੁਤ ਭਾਰਾ ਹੈ ਅਤੇ ਤਾਲਾ ਲਗਾ ਹੈ । ਜਿਹੜਾ ਸ਼ਬਦ ਦੀ ਸਿਖਿਆਂ ਨਾਲ ਜੀਵਨ ਬਤੀਤ ਕਰਦਾ ਹੈ, ਸ਼ਬਦ ਦੀ ਕਮਾਈ ਪ੍ਰਵਾਨ ਹੋ ਜਾਂਦੀ ਹੈ, ਉਸ ਲਈ ਹੀ ਦਰਵਾਜਾ ਖੁੱਲ੍ਹਦਾ ਹੈ ।

In His Castle within his soul has market and all merchandize within; His castle has been guarded protected by The True Master. The 10th gate has a strong, heavy door with unbreakable lock. The True Master controls the key of 10th gate. Whosoever may adopt the teachings of His Word with steady and stable belief in his day-to-day life; his earnings may be accepted; with His mercy and grace, the 10th gate may be open for his soul.

ਭੀਤਰਿ ਕੋਟ ਗੁਫਾ ਘਰ ਜਾਈ॥
bheetar kot gufaa ghar jaa-ee.

ਨਉ ਘਰ ਥਾਪੇ ਹੁਕਮਿ ਰਜਾਈ॥
na-o ghar thaapay hukam rajaa-ee.

ਦਸਵੈ ਪੁਰਖੁ ਅਲੇਖੁ ਅਪਾਰੀ,
dasvai purakh alaykh apaaree

ਆਪੇ ਅਲਖੁ ਲਖਾਇਦਾ॥੩॥
aapay alakh lakhaa-idaa. ||3||

ਇਸ ਕਿਲੇ ਰੂਪੀ ਗੁਫਾ ਵਿੱਚ ਪ੍ਰਭ ਦੀ ਜੋਤ ਬੈਠਦੀ ਹੈ । ਪ੍ਰਭ ਨੇ ਆਪਣੀ ਮਰਜ਼ੀ ਨਾਲ ਕਿਲੇ ਦੇ ਨੌ ਦਰਵਾਜਿਆਂ ਦੀ ਆਤਮਾ ਨੂੰ ਸੋਝੀ ਬਖ਼ਸ਼ੀ ਹੈ । ਪ੍ਰਭ ਦਸਵੇਂ ਦਰ ਤੇ ਵਸਦਾ, ਜੀਵ ਨੂੰ ਪ੍ਰਵਾਨਗੀ ਦੇ ਰਸਤੇ ਦੀ ਸੋਝੀ ਬਖ਼ਸ਼ਦਾ ਹੈ ।

His Holy Spirit dwells within His Castle in the 10th cave, His Throne. The True Master has enlightened his soul to roam freely in 9 caves, 9 gates are open for his soul. The True Master dwells in 10th cave; the right path of acceptance remains embedded within 10th cave; only with His mercy and grace, His true devotee may be blessed.

ਪਉਣ ਪਾਣੀ ਅਗਨੀ ਇਕ ਵਾਸਾ॥
pa-un paanee agnee ik vaasaa.

ਆਪੇ ਕੀਤੋ ਖੇਲੁ ਤਮਾਸਾ॥
aapay keeto khayl tamaasaa.

ਬਲਦੀ ਜਲਿ ਨਿਵਰੈ ਕਿਰਪਾ ਤੇ,
baldee jal nivrai kirpaa tay

ਆਪੇ ਜਲ ਨਿਧਿ ਪਾਇਦਾ॥੪॥
aapay jal niDh paa-idaa. ||4||

ਤਨ ਵਿੱਚ ਹਵਾ, ਪਾਣੀ, ਅੱਗ ਅਤੇ ਪ੍ਰਭ ਦੀ ਜੋਤ ਵਸਦੀ ਹੈ । ਉਹ ਆਪ ਹੀ ਜੀਵਨ ਦਾ ਖੇਲ ਅਤੇ ਅਨੋਖੇ ਧੰਦੇ ਕਰਦਾ, ਵਾਪਰਦਾ ਹੈ । ਉਹ ਆਪਣੀ ਰਹਿਮਤ ਦੇ ਪਾਣੀ ਨਾਲ ਤਨ ਦੀ ਅੱਗ ਬੁਝਾਉਂਦਾ ਹੈ । ਉਸ ਨੇ ਤਨ ਵਿੱਚ ਪਾਣੀ ਦਾ ਸਾਗਰ ਬਣਾਇਆ ਹੈ ।

The True Master, His Word dwells within his body along with air, water, and fire. He performs all kind of activities within his body; with His mercy and grace, the essence of His Word as water may extinguish the fire within his body; his body has an ocean of water.

ਧਰਤਿ ਉਪਾਇ ਧਰੀ ਧਰਮ ਸਾਲਾ॥	Dharat upaa-ay Dharee Dharam saalaa.
ਉਤਪਤਿ ਪਰਲਉ ਆਪਿ ਨਿਰਾਲਾ॥	utpat parla-o aap niraalaa.
ਪਵਣੈ ਖੇਲੁ ਕੀਆ ਸਭ ਥਾਈ,	pavnai khayl kee-aa sabh thaa-ee
ਕਲਾ ਖਿੰਚਿ ਢਾਹਾਇਦਾ॥੫॥	kalaa khinch dhaahaa-idaa. ||5||

ਪ੍ਰਭ ਨੇ ਆਤਮਾ ਨੂੰ ਪਵਿੱਤਰ ਕਰਨ ਲਈ ਜੀਵਨ ਦੇ ਨਿਯਮ ਬਣਾਕੇ ਧਰਤੀ ਨੂੰ ਧਰਮਸਾਲਾ ਬਣਾਇਆ ਹੈ । ਸੰਸਾਰਕ ਮੋਹ ਬਣਾਕੇ ਜਨਮ ਮਰਨ ਦਾ ਖੇਲ ਬਣਾਇਆ ਹੈ । ਪ੍ਰਭ ਇਸ ਦੇ ਮੋਹ ਤੋਂ ਰਹਿਤ ਰਹਿੰਦਾ ਹੈ । ਉਸ ਨੇ ਹਰ ਜੀਵ ਅੰਦਰ ਸਵਾਸ ਦਾ ਖੇਲ ਬਣਾਇਆ ਹੈ । ਜਿਸ ਦੇ ਸਵਾਸ ਖਿੱਚ ਲੈਂਦਾ, ਉਸ ਦਾ ਤਨ ਡਿੱਗ ਪੈਂਦਾ, ਮੌਤ ਆ ਜਾਂਦੀ ਹੈ ।

The True Master has established guiding principles to sanctify his soul to become worthy of His Consideration. He has established earth as a learning school. He has infused worldly bonds, attachment and established the cycle of birth and death. He remains beyond the reach of any emotional bonds. He has established the play of breath for body to roam freely on earth. As soon as the flow of breath may be stopped, the perishable body stop functioning; called death.

ਭਾਰ ਅਠਾਰਹ ਮਾਲਣਿ ਤੇਰੀ॥	bhaar athaarah maalan tayree.
ਚਉਰੁ ਢੁਲੈ ਪਵਣੈ ਲੈ ਫੇਰੀ॥	cha-ur dhulai pavnai lai fayree.
ਚੰਦੁ ਸੂਰਜੁ ਦੁਇ ਦੀਪਕ ਰਾਖੇ,	chand sooraj du-ay deepak raakhay
ਸਸਿ ਘਰਿ ਸੂਰੁ ਸਮਾਇਦਾ॥੬॥	sas ghar soor samaa-idaa. ||6||

ਪ੍ਰਭ ਆਪ ਹੀ ਇਸ ਬਾਗ਼ ਦਾ ਮਾਲੀ ਹੈ । ਸ੍ਰਿਸ਼ਟੀ ਦੇ ਬਾਗ਼ ਵਿੱਚ ਜੀਵ ਦੇ ਅਰਾਮ ਲਈ ਕੁਦਰਤ ਨੇ ਬ੍ਰਿਛ, ਬੂਟੇ ਪੈਦਾ ਕੀਤੇ ਹਨ । ਇਸ ਸ੍ਰਿਸ਼ਟੀ ਵਿੱਚ ਜੀਵ ਦੇ ਅਰਾਮ ਲਈ ਦੋਂ ਦੀਵੇ, ਸੂਰਜ ਅਤੇ ਚੰਦ ਬਣਾਏ ਹਨ । ਸੂਰਜ, ਚੰਦ ਵਿੱਚ ਪ੍ਰਭ ਦੀ ਜੋਤ ਦਾ ਹੀ ਚਾਨਣ ਹੁੰਦਾ ਹੈ ।

The True Master remains the caretaker of the garden of the universe. He has created various trees and plants for the comfort of His Creation. He has created Sun and Moon as 2 sources of light and energy for the comforts of His Creation. His Holy Spirit and energy shine through Sun and Moon.

ਪੰਖੀ ਪੰਚ ਉਡਰਿ ਨਹੀ ਧਾਵਹਿ॥	pankhee panch udar nahee Dhaaveh.
ਸਫਲਿਓ ਬਿਰਖੁ ਅੰਮ੍ਰਿਤ ਫਲੁ ਪਾਵਹਿ॥	safli-o birakh amrit fal paavahi.
ਗੁਰਮੁਖਿ ਸਹਜਿ ਰਵੈ ਗੁਣ ਗਾਵੈ,	gurmukh sahj ravai gun gaavai
ਹਰਿ ਰਸੁ ਚੋਗ ਚੁਗਾਇਦਾ॥੭॥	har ras chog chugaa-idaa. ||7||

ਮਨ ਵਿੱਚ ਪੰਜੇਂ ਪੰਛੀ, ਮਨ ਦੀਆਂ ਗਿਆਨ ਇਦ੍ਰੀਆਂ ਅਵਾਰਾ ਹੀ ਨਹੀਂ ਉਡਦੇ ਫਿਰਦੇ ਹਨ । ਜੀਵਨ ਇਕ ਅਮੋਲਕ ਸ਼ਬਦ ਦਾ ਫਲ ਦੇਣ ਵਾਲਾ ਬੂਟਾ ਹੈ । ਜਿਹੜਾ ਗੁਰਮਖ ਪ੍ਰਭ ਦੇ ਸ਼ਬਦ ਦੀ ਉਸਤਤ ਗਾਉਂਦਾ, ਸਿਮਰਨ ਕਰਦਾ ਹੈ, ਉਹ ਇਸ ਫਲ ਦਾ ਅਨੰਦ ਮਾਨਦਾ ਹੈ ।

The five senses of mind may not wander uselessly. Human life blessings may be a tree to render ambrosial fruit of the essence of His Word. His true devotee may meditate and sings the glory of His Word; with His mercy and grace, he may enjoy the nectar of the essence of His Word.

ਝਿਲਮਿਲ ਝਿਲਕੈ ਚੰਦੁ ਨ ਤਾਰਾ॥	jhilmil jhilkai chand na taaraa.
ਸੂਰਜ ਕਿਰਣਿ ਨ ਬਿਜੁਲਿ ਗੈਣਾਰਾ॥	sooraj kiran na bijul ghainaaraa.
ਅਕਥੀ ਕਥਉ ਚਿਹਨੁ ਨਹੀ ਕੋਈ,	akthee katha-o chihan nahee ko-ee
ਪੂਰਿ ਰਹਿਆ ਮਨਿ ਭਾਇਦਾ॥੮॥	poor rahi-aa man bhaa-idaa. ||8||

ਅਕਾਸ਼ ਵਿੱਚ ਚੰਦ, ਤਾਰੇ ਜਾ ਸੂਰਜ ਵਿੱਚ ਆਪਣੀ ਕੋਈ ਰੋਸ਼ਨੀ ਨਹੀਂ ਹੁੰਦੀ, ਕੇਵਲ ਸ਼ਬਦ ਦੀ ਰੋਸ਼ਨੀ ਹੀ ਚਮਕਦੀ ਹੈ । ਭਾਵੇਂ ਪ੍ਰਭ ਦੀ ਅਕਥ ਬਾਣੀ ਕੋਈ ਨਹੀਂ ਜਾਣਦਾ । ਫਿਰ ਵੀ ਇਸ ਦੀ ਧੁਨ ਜੀਵ ਦੇ ਮਨ ਨੂੰ ਭਾਉਂਦੀ, ਖੁਸ਼ ਕਰਦੀ ਹੈ ।

In the sky, Moon, Star and Sun have no own light, rather His Holy Spirit shines through these. Even though no one may comprehend the eternal everlasting echo of His Word; however, the echo of His Word may be very soothing and comforting to his mind.

ਪਸਰੀ ਕਿਰਣਿ ਜੋਤਿ ਉਜਿਆਲਾ॥	pasree kiran jot uji-aalaa.
ਕਰਿ ਕਰਿ ਦੇਖੈ ਆਪਿ ਦਇਆਲਾ॥	kar kar daykhai aap da-i-aalaa.
ਅਨਹਦ ਰੁਣ ਝੁਣਕਾਰੁ ਸਦਾ ਧੁਨਿ,	anhad run jhunkaar sadaa Dhun
ਨਿਰਭਉ ਕੈ ਘਰਿ ਵਾਇਦਾ॥੯॥	nirbha-o kai ghar vaa-idaa. ‖9‖

ਪ੍ਰਭ ਦੀ ਜੋਤ ਦੀ ਰੋਸ਼ਨੀ ਦਾ ਅਨੋਖਾ ਹੀ ਨੂਰ ਚਮਕਦਾ ਹੈ । ਸ੍ਰਿਸ਼ਟੀ ਪੈਦਾ ਕਰਕੇ ਪ੍ਰਭ ਆਪ ਇਸ ਦੀ ਦੇਖ ਭਾਲ ਕਰਦਾ ਹੈ । ਨਿਡਰ ਦੇ ਦਰਬਾਰ ਵਿੱਚ ਸ਼ਬਦ ਦੀ ਧੁਨ ਸਦਾ ਹੀ ਚਲਦੀ ਰਹਿੰਦੀ ਹੈ ।

His Holy Spirit has an astonishing glow. The True Master creates, nourishes, and protects His Creation. The everlasting echo of His Word always resonate within the Royal Castle of The True Master.

ਅਨਹਦੁ ਵਾਜੈ ਭ੍ਰਮੁ ਭਉ ਭਾਜੈ॥	anhad vaajai bharam bha-o bhaajai.
ਸਗਲ ਬਿਆਪਿ ਰਹਿਆ ਪ੍ਰਭੁ ਛਾਜੈ॥	sagal bi-aap rahi-aa parabh chhaajai.
ਸਭ ਤੇਰੀ ਤੂ ਗੁਰਮੁਖਿ ਜਾਤਾ,	sabh tayree too gurmukh jaataa
ਦਰਿ ਸੋਹੈ ਗੁਣ ਗਾਇਦਾ॥੧੦॥	dar sohai gun gaa-idaa. ‖10‖

ਜਿਸ ਦੇ ਮਨ ਵਿੱਚ ਸਦਾ ਚਲਣ ਵਾਲੀ ਧੁਨ ਸੁਣਾਈ ਦੇਂਦੀ ਹੈ, ਉਸ ਦੇ ਭਰਮ ਅਤੇ ਮੌਤ ਦਾ ਡਰ ਦੂਰ ਹੋ ਜਾਂਦਾ ਹੈ । ਪ੍ਰਭ ਹਰ ਥਾਂ ਵਾਪਰਦਾ ਅਤੇ ਅਰਾਮ ਵਾਲੀ ਛਾਂ ਸਭ ਨੂੰ ਬਖਸ਼ਦਾ ਹੈ । ਸਾਰੇ ਜੀਵ ਹੀ ਪ੍ਰਭ ਦੀ ਅਮਾਨਤ ਹਨ । ਜਿਹੜਾ ਗੁਰਮਖ ਪ੍ਰਭ ਦੇ ਸ਼ਬਦ ਦੇ ਸਿਮਰਨ ਵਿੱਚ ਲੀਨ ਰਹਿੰਦਾ ਹੈ । ਉਸ ਨੂੰ ਦਰਬਾਰ ਵਿੱਚ ਸੋਭਾ ਬਖਸ਼ਿਸ਼ ਹੋ ਜਾਂਦੀ ਹੈ ।

Whosoever may hear the everlasting echo of His Word resonating within his heart; all his worldly religious suspicions and fear of death may be eliminated. The Omnipresent True Master prevails everywhere and blesses His comforting shade to everyone in His Creation. The whole universe remains only His Trust. Whosoever may remain intoxicated in meditation on the teachings of His Word; with His mercy and grace, he may be honored in His Court.

ਆਦਿ ਨਿਰੰਜਨੁ ਨਿਰਮਲੁ ਸੋਈ॥	aad niranjan nirmal so-ee.
ਅਵਰੁ ਨ ਜਾਣਾ ਦੂਜਾ ਕੋਈ॥	avar na jaanaa doojaa ko-ee.
ਏਕੰਕਾਰੁ ਵਸੈ ਮਨਿ ਭਾਵੈ,	aykankaar vasai man bhaavai
ਹਉਮੈ ਗਰਬੁ ਗਵਾਇਦਾ॥੧੧॥	ha-umai garab gavaa-idaa. ‖11‖

ਪ੍ਰਭ ਆਦਿ ਤੋਂ ਹੀ ਪਵਿੱਤਰ, ਨਾ ਦਿਖਾਈ ਦੇਣ ਵਾਲਾ ਹੈ । ਮੈਂ ਪ੍ਰਭ ਤੋਂ ਬਿਨਾਂ ਹੋਰ ਕਿਸੇ ਨੂੰ ਨਹੀਂ ਜਾਣਦਾ । ਜਿਹੜਾ ਹੈਸੀਅਤ ਦਾ ਅਭਿਮਾਨ ਅਤੇ ਅਹੰਕਾਰ ਤਿਆਗ ਦੇਂਦਾ ਹੈ । ਪ੍ਰਭ ਦਾ ਸ਼ਬਦ ਉਸ ਦੇ ਮਨ ਵਿੱਚ ਜਾਗਰਤ ਹੋ ਜਾਂਦਾ, ਉਸ ਦੇ ਮਨ ਨੂੰ ਸੰਤੋਖ, ਅਨੰਦ ਬਖਸ਼ਿਸ਼ ਹੋ ਜਾਂਦਾ ਹੈ ।

The True Master, sanctified Holy Spirit remains beyond any visibility to anyone, even before the creation of the universe. I do not recognize anyone else as True Master of the universe. Whosoever may surrender his mind, body, and ego of worldly status at His Sanctuary. He may be enlightened with the essence of His Word; with His mercy and grace, he may be blessed with pleasure and contentment in his life.

ਅੰਮ੍ਰਿਤੁ ਪੀਆ ਸਤਿਗੁਰਿ ਦੀਆਂ॥	amrit pee-aa satgur dee-aa.
ਅਵਰੁ ਨ ਜਾਣਾ ਦੂਆ ਤੀਆ॥	avar na jaanaa doo-aa tee-aa.
ਏਕੋ ਏਕੁ ਸੁ ਅਪਰ ਪਰੰਪਰੁ,	ayko ayk so apar parampar
ਪਰਖਿ ਖਜਾਨੈ ਪਾਇਦਾ॥੧੨॥	parakh khajaanai paa-idaa. ‖12‖

ਮੈਂ ਪ੍ਰਭ ਦੇ ਬਖਸ਼ੇ ਅਮੋਲਕ ਸ਼ਬਦ ਰੂਪੀ ਅਮ੍ਰਿਤ ਦਾ ਅਨੰਦ ਮਾਨਦਾ ਹਾ । ਹੋਰ ਕਿਸੇ ਦੂਸਰੇ ਨੂੰ ਨਹੀਂ ਜਾਣਦਾ । ਇਕੋ ਇਕ ਪ੍ਰਭ ਹੀ ਅਨੋਖਾ, ਅੰਤ ਤੋਂ ਰਹਿਤ ਹੈ । ਉਹ ਹਰਇਕ ਜੀਵ ਦੇ ਕੰਮ ਪਰਖਦਾ, ਰਹਿਮਤਾਂ ਦੇ ਖਜ਼ਾਨੇਂ ਬਖਸ਼ਦਾ ਹੈ ।

I cherish the ambrosial nectar of the essence of His Word. I do not recognize anyone else as The True Master of the universe. The One and Only One True Master remains astonishing beyond any limits and boundary of His Blessings and Power. He monitors all events of His Creation and rewards treasures to every creature.

ਗਿਆਨੁ ਧਿਆਨੁ ਸਚੁ ਗਹਿਰ ਗੰਭੀਰਾ॥ gi-aan Dhi-aan sach gahir gambheeraa.
ਕੋਇ ਨ ਜਾਣੈ ਤੇਰਾ ਚੀਰਾ॥ ko-ay na jaanai tayraa cheeraa.
ਜੇਤੀ ਹੈ ਤੇਤੀ ਤੁਧੁ ਜਾਚੈ, jaytee hai taytee tuDh jaachai
ਕਰਮਿ ਮਿਲੈ ਸੋ ਪਾਇਦਾ॥੧੩॥ karam milai so paa-idaa. ||13||

ਪ੍ਰਭ ਦੇ ਸ਼ਬਦ ਦਾ ਗਿਆਨ, ਸੁਰਤੀ ਬਹੁਤ ਡੂੰਘੀ ਹੈ । ਕੋਈ ਪ੍ਰਭ ਦੀ ਰਹਿਮਤ ਦੀ ਕੀਮਤ ਨਹੀਂ ਜਾਣਦਾ । ਸਾਰੀ ਸ੍ਰਿਸ਼ਟੀ ਹੀ ਪ੍ਰਭ ਦੇ ਦਰ ਤੇ ਰਹਿਮਤ ਦੀ ਭਿੱਖਿਆਂ ਮੰਗਦੀ ਹੈ । ਰਹਿਮਤ ਕੇਵਲ ਪ੍ਰਭ ਦੀ ਆਪਣੀ ਮਰਜ਼ੀ ਨਾਲ ਹੀ ਬਖਸ਼ਿਸ਼ ਹੁੰਦੀ ਹੈ ।

The essence of the teachings of His Word may be very mysterious, and beyond any comprehension of His Creation. No one may truly comprehend the significance of His Blessings. All creatures are beggars at His Door and pray for His Forgiveness and Refuge. Whosoever may be bestowed with His Blessed Vision, he may be blessed with the right path of acceptance in His Court.

ਕਰਮੁ ਧਰਮੁ ਸਚੁ ਹਾਥਿ ਤੁਮਾਰੈ॥ karam Dharam sach haath tumaarai.
ਵੇਪਰਵਾਹ ਅਖੁਟ ਭੰਡਾਰੈ॥ vayparvaah akhut bhandaarai.
ਤੂ ਦਇਆਲੁ ਕਿਰਪਾਲੁ ਸਦਾ ਪ੍ਰਭੁ, too da-i-aal kirpaal sadaa parabh
ਆਪੇ ਮੇਲਿ ਮਿਲਾਇਦਾ॥੧੪॥ aapay mayl milaa-idaa. ||14||

ਸਾਰੇ ਕਰਮ, ਧਰਮ ਸ਼ਬਦ ਦੀ ਪਾਲਣਾ ਵਿੱਚ ਹੀ ਹਨ । ਪ੍ਰਭ ਦਾ ਦਾਤਾਂ ਦੇ ਭੰਡਾਰ ਨਾ ਖਤਮ ਹੋਣ ਵਾਲਾ ਹੈ । ਸਦਾ ਹੀ ਤਰਸਵਾਨ, ਦਿਆਲ ਪ੍ਰਭ ਆਪਣੀ ਰਹਿਮਤ ਨਾਲ ਜੀਵ ਨੂੰ ਪ੍ਰਵਾਨਗੀ ਦਾ ਅਸਲੀ ਰਸਤਾ ਬਖਸ਼ਦਾ ਹੈ ।

The reward of all good deeds and charities, religious worship has been embedded in obeying the teachings of His Word. His treasure of virtues, blessings may never be exhausted. The Merciful and Gracious True Master may bestow the right path of acceptance in His Court to His true devotee.

ਆਪੇ ਦੇਖਿ ਦਿਖਾਵੈ ਆਪੇ॥ aapay daykh dikhaavai aapay.
ਆਪੇ ਥਾਪਿ ਉਥਾਪੇ ਆਪੇ॥ aapay thaap uthaapay aapay.
ਆਪੇ ਜੋੜਿ ਵਿਛੋੜੇ ਕਰਤਾ, aapay jorh vichhorhay kartaa
ਆਪੇ ਮਾਰਿ ਜੀਵਾਇਦਾ॥੧੫॥ aapay maar jeevaa-idaa. ||15||

ਪ੍ਰਭ, ਆਪ ਹੀ ਜੀਵ ਨੂੰ ਦੇਖਦਾ, ਦੇਖਣ ਦਾ ਕਾਰਨ ਬਣਾਉਂਦਾ ਹੈ । ਆਪ ਹੀ ਜੀਵ ਨੂੰ ਪੈਦਾ ਕਰਦਾ, ਮੌਤ ਦੇਂਦਾ, ਖਤਮ ਕਰਦਾ ਹੈ । ਆਪ ਹੀ ਕਿਸੇ ਨੂੰ ਵਿਛੋੜਾ ਜਾ ਸੰਜੋਗ ਬਖਸ਼ਦਾ ਹੈ । ਆਪ ਹੀ ਕਿਸੇ ਨੂੰ ਮਾਰ ਕੇ ਵੀ ਫਿਰ ਜ਼ਿਉਂਦਾ ਕਰ ਸਕਦਾ ਹੈ ।

The True Master may bestow His Blessed Vision to create a cause to become visible to His true devotee. The True Master creates new life, nourishes, protects, and blesses death to depart from that life. Both separation and union of his soul with His Holy Spirit may be blessed with His Command. He may revive anyone even after death.

ਜੇਤੀ ਹੈ ਤੇਤੀ ਤੁਧੁ ਅੰਦਰਿ॥ jaytee hai taytee tuDh andar.
ਦੇਖਹਿ ਆਪਿ ਬੈਸਿ ਬਿਜ ਮੰਦਰਿ॥ daykheh aap bais bij mandar.

ਨਾਨਕੁ ਸਾਚੁ ਕਹੈ ਬੇਨੰਤੀ, naanak saach kahai baynantee
ਹਰਿ ਦਰਸਨਿ ਸੁਖੁ ਪਾਇਦਾ॥੧੬॥੧॥ ੧੩॥ har darsan sukh paa-idaa. ||16||1||13||

ਸ੍ਰਿਸ਼ਟੀ ਵਿੱਚ ਸਭ ਕੁਝ ਪ੍ਰਭ ਦੀ ਹੀ ਅਮਾਨਤ ਹੈ । ਪ੍ਰਭ ਤਖਤ ਤੇ ਬੈਠਾ ਆਪਣੀ ਸਾਜੀ ਸ੍ਰਿਸ਼ਟੀ ਨੂੰ ਦੇਖਦਾ ਹੈ । ਜੀਵ ਪ੍ਰਭ ਅੱਗੇ ਰਹਿਮਤ ਦੀ ਅਰਦਾਸ ਕਰੋ । ਉਸ ਦੀ ਰਹਿਮਤ ਨਾਲ ਹੀ ਜੀਵ ਦੇ ਮਨ ਨੂੰ ਸੰਤੋਖ ਬਖਸ਼ਿਸ਼ ਹੰਦਾ ਹੈ ।

Everything in the universe may be only His Trust, The True Master. He always creates, nourishes, monitors, and protects His Creation. You should always pray for His forgiveness and Refuge. His true devotee may be blessed with peace and contentment in his life.

14. ਮਾਰੂ ਮਹਲਾ ੧॥ 1034-9

ਦਰਸਨੁ ਪਾਵਾ ਜੇ ਤੁਧੁ ਭਾਵਾ॥ darsan paavaa jay tuDh bhaavaa.
ਭਾਇ ਭਗਤਿ ਸਾਚੇ ਗੁਣ ਗਾਵਾ॥ bhaa-ay bhagat saachay gun gaavaa.
ਤੁਧੁ ਭਾਣੇ ਤੂ ਭਾਵਹਿ ਕਰਤੇ, tuDh bhaanay too bhaaveh kartay
ਆਪੇ ਰਸਨ ਰਸਾਇਦਾ॥੧॥ aapay rasan rasaa-idaa. ||1||

ਜਿਸ ਦੀ ਬੰਦਗੀ ਪ੍ਰਭ ਦੇ ਦਰਬਾਰ ਵਿੱਚ ਪ੍ਰਵਾਨ ਹੋ ਜਾਂਦੀ ਹੈ, ਉਸ ਤੇ ਹੀ ਪ੍ਰਭ ਦੀ ਰਹਿਮਤ ਬਖਸ਼ਿਸ਼ ਹੋ ਜਾਂਦੀ ਹੈ । ਮੈਂ ਤੇਰੇ ਸ਼ਬਦ ਦਾ ਸਿਮਰਨ ਕਰਦਾ ਹਾ । ਤੇਰੀ ਰਹਿਮਤ ਨਾਲ ਮੇਰੇ ਮਨ ਨੂੰ ਸੰਤੋਖ ਬਖਸ਼ਿਸ਼ ਹੋਇਆ ਹੈ । ਮੇਰੀ ਜੀਭ ਤੇਰੀ ਉਸਤਤ ਦੇ ਗੀਤ ਗਾਉਂਦੀ ਹੈ ।

Whose meditation may be accepted in His Court; with His mercy and grace, he may be blessed with the right path of acceptance in His Court. I meditate on the teachings of Your Word with steady and stable belief in my day-to-day life; with Your mercy and grace, I have been blessed with peace and contentment in my life. My tongue sings the glory of Your Word.

ਸੋਹਨਿ ਭਗਤ ਪ੍ਰਭੂ ਦਰਬਾਰੇ॥ sohan bhagat parabhoo darbaaray.
ਮੁਕਤੁ ਭਏ ਹਰਿ ਦਾਸ ਤੁਮਾਰੇ॥ mukat bha-ay har daas tumaaray.
ਆਪੁ ਗਵਾਇ ਤੇਰੈ ਰੰਗਿ ਰਾਤੇ, aap gavaa-ay tayrai rang raatay
ਅਨਦਿਨੁ ਨਾਮੁ ਧਿਆਇਦਾ॥੨॥ an-din naam Dhi-aa-idaa. ||2||

ਬੰਦਗੀ ਕਰਨ ਵਾਲੇ ਭਗਤ ਨੂੰ ਦਰਬਾਰ ਵਿੱਚ ਸੋਭਾ ਬਖਸ਼ਿਸ਼ ਹੁੰਦੀ ਹੈ । ਪ੍ਰਭ ਆਪਣੇ ਸੇਵਕਾਂ ਨੂੰ ਮੁਕਤੀ ਦੇ ਰਸਤੇ ਤੇ ਅਡੋਲ ਰਖਦਾ ਹੈ । ਪ੍ਰਭ ਦਾ ਦਾਸ ਆਪਾ ਮਿਟਾ ਕੇ ਸ਼ਬਦ ਦੀ ਪਾਲਣਾ ਵਿੱਚ ਲੀਨ ਰਹਿੰਦਾ ਹੈ, ਦਿਨ ਰਾਤ ਸ਼ਬਦ ਦਾ ਸਿਮਰਨ ਕਰਦਾ ਹੈ ।

His true devotee may be honored in His Court; with His mercy and grace; he may be blessed with the right path of acceptance in His Court. He may surrender his mind, body, and worldly status at His Sanctuary. He remains intoxicated in meditation in the void of His Word Day and night.

ਈਸਰੁ ਬ੍ਰਹਮਾ ਦੇਵੀ ਦੇਵਾ॥ eesar barahmaa dayvee dayvaa.
ਇੰਦ੍ਰ ਤਪੇ ਮੁਨਿ ਤੇਰੀ ਸੇਵਾ॥ indar tapay mun tayree sayvaa.
ਜਤੀ ਸਤੀ ਕੇਤੇ ਬਨਵਾਸੀ, jatee satee kaytay banvaasee
ਅੰਤੁ ਨ ਕੋਈ ਪਾਇਦਾ॥੩॥ ant na ko-ee paa-idaa. ||3||

ਈਸਰ (ਸ਼ਿਵਾਂ), ਬ੍ਰਹਮਾ, ਇੰਦ੍ਰ, ਦੇਵੀ ਦੇਵਤੇ ਅਤੇ ਅਨੇਕਾਂ ਹੀ ਮੌਨਧਾਰੀ ਸੰਤ ਤੇਰੇ ਸ਼ਬਦ ਦੀ ਸੇਵਾ ਕਰਦੇ ਹਨ । ਜਤੀ, ਸਤੀ ਅਤੇ ਅਨੇਕਾਂ ਬੰਦਗੀ ਕਰਨ ਵਾਲੇ ਜੰਗਲਾਂ ਵਿੱਚ ਰਹਿੰਦੇ, ਸੰਸਾਰਕ ਸੁਖਾਂ ਤੋਂ ਦੂਰ ਰਹਿੰਦੇ ਹਨ । ਕਿਸੇ ਨੇ ਵੀ ਤੇਰੀ ਕੁਦਰਤ ਦਾ ਅੰਤ ਨਹੀਂ ਪਾਇਆ ।

All renowned prophets, like **Shivji, Brahma, Indre**, prophets, quite saints remain intoxicated in meditating on the teachings of Your Word and serving Your Creation. All Yogis, renunciatory remains wandering in wild void and deprive their body from worldly luxuries; however, no one has ever found the end, limits of any event of Your Nature.

ਵਿਣੁ ਜਾਣਾਏ ਕੋਇ ਨ ਜਾਣੈ॥ vin jaanaa-ay ko-ay na jaanai.
ਜੋ ਕਿਛੁ ਕਰੇ ਸੁ ਆਪਣ ਭਾਣੈ॥ jo kichh karay so aapan bhaanai.
ਲਖ ਚਉਰਾਸੀਹ ਜੀਅ ਉਪਾਏ, lakh cha-oraaseeh jee-a upaa-ay
ਭਾਣੈ ਸਾਹ ਲਵਾਇਦਾ॥੪॥ bhaanai saah lavaa-idaa. ||4||

ਪ੍ਰਭ ਤੇਰੀ ਰਹਿਮਤ ਤੋਂ ਬਿਨਾਂ ਕੋਈ ਤੇਰੀ ਕੁਦਰਤ ਨੂੰ ਜਾਣ ਨਹੀਂ ਸਕਦਾ । ਸ੍ਰਿਸ਼ਟੀ ਵਿੱਚ ਸਭ ਕੁਝ ਤੇਰੇ ਭਾਣੇ ਅੰਦਰ ਹੀ ਹੁੰਦਾ ਹੈ । ਤੂੰ 84 ਲਖ ਕਿਸਮਾਂ ਦੇ ਜੀਵ ਪੈਦਾ ਕੀਤੇ ਹਨ । ਉਹ ਸਾਰੇ ਹੀ ਤੇਰੇ ਭਾਣੇ ਨਾਲ ਸਵਾਸ ਲੈਂਦੇ ਹਨ । ਕੇਵਲ ਤੇਰਾ ਹੁਕਮ ਹੀ ਸ੍ਰਿਸ਼ਟੀ ਵਿੱਚ ਵਾਪਰਦਾ ਹੈ ।

Without Your Blessed Vision, no one may ever comprehend Your Nature. Everything in the universe may only happen under Your Command. You have created species of 84 lakhs different kinds in the universes. Everyone may only breath under Your Command. Only Your Command can prevail in the universe.

ਜੋ ਤਿਸੁ ਭਾਵੈ ਸੋ ਨਿਹਚਉ ਹੋਵੈ॥ jo tis bhaavai so nihcha-o hovai.
ਮਨਮੁਖੁ ਆਪੁ ਗਣਾਏ ਰੋਵੈ॥ manmukh aap ganaa-ay rovai.
ਨਾਵਹੁ ਭੁਲਾ ਠਉਰ ਨ ਪਾਏ, naavhu bhulaa tha-ur na paa-ay
ਆਇ ਜਾਇ ਦੁਖੁ ਪਾਇਦਾ॥੫॥ aa-ay jaa-ay dukh paa-idaa. ||5||

ਮਨਮੁਖ ਆਪਣੀ ਮਰਜ਼ੀ ਕਰਕੇ ਦਿਖਾਵਾ ਕਰਦਾ, ਉਹ ਅੰਤ ਨੂੰ ਦੁਖ ਹੀ ਪਾਉਂਦਾ ਹੈ । ਜਿਹੜਾ ਤੇਰਾ ਸ਼ਬਦ ਮਨ ਵਿਚੋਂ ਵਿਸਾਰ ਦੇਂਦਾ ਹੈ, ਉਸ ਨੂੰ ਸ਼ਾਂਤੀ ਬਖਸ਼ਿਸ਼ ਨਹੀਂ ਹੁੰਦੀ । ਉਹ ਜੂੰਨਾਂ ਦੇ ਚੱਕਰ ਵਿੱਚ ਹੀ ਦੁਖੀ ਰਹਿੰਦਾ ਹੈ ।

Self-minded may remain intoxicated with his worldly desires; he may only endure miseries in his life. Whosoever may abandon the teachings of Your Word, he may never be blessed with peace of mind. He may remain in miseries of cycle of birth and death.

ਨਿਰਮਲ ਕਾਇਆ ਊਜਲ ਹੰਸਾ॥ nirmal kaa-i-aa oojal hansaa.
ਤਿਸੁ ਵਿਚਿ ਨਾਮੁ ਨਿਰੰਜਨ ਅੰਸਾ॥ tis vich naam niranjan ansaa.
ਸਗਲੇ ਦੂਖ ਅੰਮ੍ਰਿਤੁ ਕਰਿ ਪੀਵੈ, saglay dookh amrit kar peevai baa-
ਬਾਹੁੜਿ ਦੂਖੁ ਨ ਪਾਇਦਾ॥੬॥ hurh dookh na paa-idaa. ||6||

ਪ੍ਰਭ, ਜੀਵ ਨੂੰ ਆਤਮਾ ਦੇ ਵਸਣ ਲਈ ਪਵਿੱਤਰ ਤਨ ਬਖਸ਼ਦਾ ਹੈ । ਆਤਮਾ ਦੇ ਅੰਦਰ ਦਸਵੇਂ ਘਰ ਵਿੱਚ ਸਦਾ ਹੀ ਸ਼ਬਦ ਦੀ ਗੂੰਜ ਚਲਦੀ ਹੈ । ਜਿਹੜਾ ਜੀਵ ਪ੍ਰਭ ਦੇ ਬਖਸ਼ੇ ਦੁਖ ਨੂੰ ਵੀ ਬਖਸ਼ਿਸ਼ ਸਮਝਕੇ ਅਨੰਦ ਵਿੱਚ ਰਹਿੰਦਾ ਹੈ । ਉਸ ਨੂੰ ਕਦੇ ਦੁਖ ਮਹਿਸੂਸ ਨਹੀਂ ਹੁੰਦਾ ।

The True Master creates a sanctified body for soul to dwell in the universe to be sanctified to become worthy of His Considerations. The everlasting echo of His Word resonates forever within His 10th cave of his soul. Whosoever may accept worldly pleasures and miseries as His Worthy Blessings; with His mercy and grace, he may never feel any misery, frustration in his worldly life.

ਬਹੁ ਸਾਦਹੁ ਦੂਖੁ ਪਰਾਪਤਿ ਹੋਵੈ॥ baho saadahu dookh paraapat hovai.
ਭੋਗਹੁ ਰੋਗ ਸੁ ਅੰਤਿ ਵਿਗੋਵੈ॥ bhogahu rog so ant vigovai.
ਹਰਖਹੁ ਸੋਗੁ ਨ ਮਿਟਈ ਕਬਹੂ, harkhahu sog na mit-ee kabhoo
ਵਿਣੁ ਭਾਣੇ ਭਰਮਾਇਦਾ॥੭॥ vin bhaanay bharmaa-idaa. ||7||

ਜੀਵ ਸੰਸਾਰਕ ਇਛਾਂ ਦੀਆਂ ਭਟਕਣਾਂ ਨਾਲ ਹੀ ਦੁਖ ਪਾਉਂਦਾ ਹੈ । ਜੀਵ ਆਪਣਾ ਮਾਨਸ ਜਨਮ ਸੰਸਾਰਕ ਅਨੰਦ ਨਾਲ ਬਿਰਥਾ ਹੀ ਗਵਾ ਲੈਂਦਾ ਹੈ । ਪ੍ਰਭ ਦੇ ਵਿਛੋੜੇ ਦਾ ਦੁਖ, ਸੰਸਾਰਕ ਸੁਖਾਂ ਨਾਲ ਦੂਰ ਨਹੀਂ ਹੋ ਸਕਦਾ । ਪ੍ਰਭ ਦੇ ਸ਼ਬਦ ਦੀ ਪਾਲਣਾ ਕਰਨ ਤੋਂ ਬਿਨਾਂ ਜੀਵ ਦਿਵਾਨਾ ਹੋਇਆ ਫਿਰਦਾ, ਕੋਈ ਸੰਤੋਖ ਬਖਸ਼ਿਸ਼ ਨਹੀਂ ਹੁੰਦਾ ।

Whosoever remain intoxicated with sweet poison of worldly wealth, desires; he may endure only worldly miseries. He may waste his human life opportunity with short-lived pleasures of worldly wealth. Worldly pleasures may not erase the misery of his memory of separation from His Holy Spirit. Whosoever may not obey the teachings of His Word, he may remain frustrated with worldly desires. He may never be contented in his worldly life.

ਗਿਆਨ ਵਿਹੂਣੀ ਭਵੈ ਸਬਾਈ॥ gi-aan vihoonee bhavai sabaa-ee.
ਸਾਚਾ ਰਵਿ ਰਹਿਆ ਲਿਵ ਲਾਈ॥ saachaa rav rahi-aa liv laee.
ਨਿਰਭਉ ਸਬਦੁ ਗੁਰੂ ਸਚੁ ਜਾਤਾ, nirbha-o sabad guroo sach jaataa
ਜੋਤੀ ਜੋਤਿ ਮਿਲਾਇਦਾ॥੮॥ jotee jot milaa-idaa. ||8||

ਸ਼ਬਦ ਦੀ ਸੋਝੀ ਤੋਂ ਬਿਨਾਂ ਜੀਵ ਬਿਰਥਾ ਹੀ ਭਉਦਾ ਫਿਰਦਾ ਹੈ । ਪ੍ਰਭ ਆਪ ਹੀ ਸਭ ਥਾਂ ਵਾਪਰਦਾ, ਦੇਖਦਾ ਸਮਾਧੀ ਵਿੱਚ ਮਸਤ ਰਹਿੰਦਾ ਹੈ । ਸ਼ਬਦ ਦੀ ਪਾਲਣਾ ਨਾਲ ਨਿਡਰ ਪ੍ਰਭ ਦੀ ਹੋਂਦ ਦੀ ਸੋਝੀ ਬਖਸ਼ਿਸ਼ ਹੋ ਜਾਂਦੀ ਹੈ । ਅਡੋਲ ਭਰੋਸਾ ਨਾਲ ਆਤਮਾ ਪ੍ਰਭ ਦੀ ਜੋਤ ਵਿੱਚ ਅਲੋਪ ਹੋ ਜਾਂਦੀ ਹੈ ।

Self-minded may wander and waste his human life opportunity uselessly; without the enlightenment of the essence of His Word. The Omnipresent True Master monitors all activities of His Nature and remains carefree in His void. Whosoever may obey the teachings of His Word; with His mercy and grace, he may realize the existence of fearless The True Master. Whosoever may have steady and stable belief on His Blessings; with His mercy and grace, his soul may be absorbed within His Holy Spirit.

ਅਟਲੁ ਅਡੋਲੁ ਅਤੋਲੁ ਮੁਰਾਰੇ॥ atal adol atol muraaray.
ਖਿਨ ਮਹਿ ਢਾਹਿ ਫੇਰਿ ਉਸਾਰੇ॥ khin meh dhaahi fayr usaaray.
ਰੂਪੁ ਨ ਰੇਖਿਆ, ਮਿਤਿ ਨਹੀਂ ਕੀਮਤਿ, roop na raykh-i-aa mit nahee keemat
ਸਬਦਿ ਭੇਦਿ ਪਤੀਆਇਦਾ॥੯॥ sabad bhayd patee-aa-idaa. ||9||

ਪ੍ਰਭ ਅਟਲ, ਰੂਹਾਨੀ, ਨਾ ਗਿਣਤੀ, ਮਿਣਤੀ ਕੀਤੀ ਜਾਣ ਵਾਲਾ ਅਸਲੀ ਮਾਲਕ ਹੈ । ਇਕ ਪਲ ਵਿੱਚ ਕੁਝ ਪੈਦਾ ਕਰ ਸਕਦਾ, ਇਕ ਪਲ ਵਿੱਚ ਨਾਸ਼ ਕਰ ਸਕਦਾ ਹੈ । ਉਸ ਦਾ ਰੂਪ, ਅਕਾਰ, ਕਿਸੇ ਕਰਤਬ ਦੀ ਹੱਦ, ਕੀਮਤ ਜਾਣੀ ਨਹੀਂ ਜਾ ਸਕਦੀ । ਸ਼ਬਦ ਦੀ ਪਾਲਣਾ ਕਰਨ ਨਾਲ ਮਨ ਨੂੰ ਸੰਤੋਖ, ਧੀਰਜ, ਸ਼ਾਂਤੀ ਬਖਸ਼ਿਸ਼ ਹੋ ਜਾਂਦੀ ਹੈ ।

The virtues, greatness of eternal forever True Master remains beyond any imagination, measurements. He may create or destroys anything, any life, in a twinkle of eyes. His color, size, body structure or limit and boundary of event of His Nature may remain beyond comprehension of His Creation. Whosoever may obey the teachings of His Word with steady and stable belief in his day-to-day life; with His mercy and grace, he may be blessed with patience, peace, and contentment.

ਹਮ ਦਾਸਨ ਕੇ ਦਾਸ ਪਿਆਰੇ॥ ham daasan kay daas pi-aaray.
ਸਾਧਿਕ ਸਾਚ ਭਲੇ ਵੀਚਾਰੇ॥ saaDhik saach bhalay veechaaray.
ਮੰਨੇ ਨਾਉ ਸੋਈ ਜਿਣਿ ਜਾਸੀ, mannay naa-o so-ee jin jaasee
ਆਪੇ ਸਾਚੁ ਦ੍ਰਿੜਾਇਦਾ॥੧੦॥ aapay saach darirhaa-idaa. ||10||

ਮੈਂ ਤੇਰੇ ਦਾਸਾਂ ਦਾ ਦਾਸ, ਤੇਰੇ ਸ਼ਬਦ ਦੀ ਸੋਝੀ ਪਾਉਣ ਲਈ ਸ਼ਬਦ ਦੀ ਸਮਾਧੀ ਵਿੱਚ ਹੀ ਲੀਨ ਰਹਿੰਦਾ ਹਾ । ਜਿਹੜਾ ਸ਼ਬਦ ਤੇ ਭਰੋਸਾ ਅਡੋਲ ਰਖਦਾ ਹੈ, ਉਹ ਮਾਨਸ ਜਨਮ ਦਾ ਲਾਹਾ ਖੱਟ ਲੈਂਦਾ ਹੈ । ਪ੍ਰਭ ਆਪ ਹੀ ਮਨ ਵਿੱਚ ਸ਼ਬਦ ਦੀ ਸੋਝੀ ਦਾ ਬੀਜ ਬੀਜਦਾ ਹੈ ।

My True Master, I am slave of Your slave; I remain intoxicated in meditation in the void of Your Word to become worthy of Your Consideration. Whosoever may obey the teachings of Your Word with steady and stable in his day-to-day life; with Your mercy and grace, his human life opportunity may be rewarded. Only You may sow the seed of enlightenment within the mind of Your true devotee.

ਪਲੈ ਸਾਚੁ ਸਚੇ ਸਚਿਆਰਾ॥	palai saach sachay sachi-aaraa.
ਸਾਚੇ ਭਾਵੈ ਸਬਦੁ ਪਿਆਰਾ॥	saachay bhaavai sabad pi-aaraa.
ਤ੍ਰਿਭਵਣਿ ਸਾਚੁ ਕਲਾ ਧਰਿ ਥਾਪੀ,	taribhavan saach kalaa Dhar thaapee
ਸਾਚੇ ਹੀ ਪਤੀਆਇਦਾ॥੧੧॥	saachee hee patee-aa-idaa. ||11||

ਸਦਾ ਅਟਲ ਰਹਿਣ ਵਾਲੇ ਪ੍ਰਭ ਦੇ ਹਰਇਕ ਕਰਤਬ ਹੀ ਸਦਾ ਅਟਲ ਰਹਿਣ ਵਾਲੇ ਹਨ । ਤਿੰਨਾਂ ਸ੍ਰਿਸ਼ਟੀਆਂ ਵਿੱਚ ਹੀ ਪ੍ਰਭ ਦਾ ਹੁਕਮ ਵਾਪਰਦਾ ਹੈ । ਜਿਹੜਾ ਸ਼ਬਦ ਤੇ ਭਰੋਸਾ ਅਡੋਲ ਰਖਦਾ, ਪ੍ਰਭ ਉਸ ਦੀ ਕਮਾਈ ਤੇ ਖੁਸ਼ ਹੁੰਦਾ, ਉਸ ਨੂੰ ਰਹਿਮਤ ਬਖਸ਼ਦਾ ਹੈ ।

All events of His Nature are real forever and not illusion. In three universes, only His Command may prevail. Whosoever may obey the teachings of His Word with steady and stable belief in his day-to-day life; with His mercy and grace, his meditation may be accepted in His Court.

ਵਡਾ ਵਡਾ ਆਖੈ ਸਭੁ ਕੋਈ॥	vadaa vadaa aakhai sabh ko-ee.
ਗੁਰ ਬਿਨੁ ਸੋਝੀ ਕਿਨੈ ਨ ਹੋਈ॥	gur bin sojhee kinai na ho-ee.
ਸਾਚਿ ਮਿਲੈ ਸੋ ਸਾਚੇ ਭਾਏ,	saach milai so saachay bhaa-ay
ਨਾ ਵੀਛੁੜਿ ਦੁਖੁ ਪਾਇਦਾ॥੧੨॥	naa veechhurh dukh paa-idaa. ||12||

ਪ੍ਰਭ ਨੂੰ ਸਭ ਵੱਡਾ ਵੱਡਾ ਆਖਦੇ ਹਨ । ਪਰ ਸ਼ਬਦ ਦੀ ਸੋਝੀ ਤੋਂ ਬਿਨਾਂ ਉਸ ਨੂੰ ਕੋਈ ਜਾਣ ਨਹੀਂ ਸਕਦਾ । ਜਿਹੜਾ ਮਨ ਨੂੰ ਪਵਿੱਤਰ, ਇੱਛਾਂ ਰਹਿਤ ਰਖਕੇ ਸ਼ਬਦ ਦੀ ਪਾਲਣਾ ਕਰਦਾ, ਲੀਨ ਰਹਿੰਦਾ ਹੈ । ਉਸ ਨੂੰ ਫਿਰ ਕਦੇ ਪ੍ਰਭ ਤੋਂ ਵਿਛੋੜੇ ਦਾ ਦੁਖ ਸਹਿਣਾ ਨਹੀਂ ਪੈਂਦਾ ।

Everyone may claim The True Master as the greatest of All! However, no one may comprehend His greatness, without the enlightenment of the essence of His Word. Whosoever may renounce his worldly desires and obeys the teachings of His Word; with His mercy and grace, he may remain intoxicated in the void of His Word. His soul may never endure any misery of separation from His Holy Spirit.

ਧੁਰਹੁ ਵਿਛੁੰਨੇ ਧਾਹੀ ਰੁੰਨੇ॥	Dharahu vichhunay Dhaahee runnay.
ਮਰਿ ਮਰਿ ਜਨਮਹਿ ਮੁਹਲਤਿ ਪੁੰਨੇ॥	mar mar janmeh muhlat punnay.
ਜਿਸੁ ਬਖਸੇ ਤਿਸੁ ਦੇ ਵਡਿਆਈ,	jis bakhsay tis day vadi-aa-ee
ਮੇਲਿ ਨ ਪਛੋਤਾਇਦਾ॥੧੩॥	mayl na pachhotaa-idaa. ||13||

ਜਿਹੜਾ ਜੀਵ ਸ਼ਬਦ ਨਾਲੋਂ ਵਿਛੜ ਜਾਂਦਾ ਹੈ, ਉਹ ਰੋਂਦਾ, ਕਰਲਾਉਂਦਾ ਰਹਿੰਦਾ ਹੈ । ਉਹ ਜਨਮ ਲੈਂਦਾ ਆਪਣਾ ਸਮਾਂ ਬਤੀਤ ਕਰਕੇ ਮਰ ਜਾਂਦਾ ਹੈ । ਜਿਸ ਦੇ ਅਉਗੁਣ ਪ੍ਰਭ ਆਪ ਹੀ ਬਖਸ਼ ਦੇਂਦਾ ਹੈ । ਉਸ ਨੂੰ ਪ੍ਰਵਾਨ ਕਰ ਲੈਂਦਾ, ਉਸ ਨੂੰ ਫਿਰ ਪਛਤਾਵਾ ਨਹੀਂ ਕਰਨਾ ਪੈਂਦਾ ।

Whosoever may be deprived from the devotional meditation on the teachings of His Word; he may remain crying in worldly miseries. He may waste his predetermined time in the universe and wastes his human life opportunity. Whose sins may be forgiven; with His mercy and grace, he may be accepted in His Court. He may never have to regret, and repent again.

ਆਪੇ ਕਰਤਾ ਆਪੇ ਭੁਗਤਾ॥	aapay kartaa aapay bhugtaa.
ਆਪੇ ਤ੍ਰਿਪਤਾ ਆਪੇ ਮੁਕਤਾ॥	aapay tariptaa aapay muktaa.
ਆਪੇ ਮੁਕਤਿ ਦਾਨੁ ਮੁਕਤੀਸਰੁ,	aapay mukat daan mukteesar mam-
ਮਮਤਾ ਮੋਹੁ ਚੁਕਾਇਦਾ॥੧੪॥	taa moh chukaa-idaa. ||14||

ਪ੍ਰਭ ਆਪ ਹੀ ਕਰਤਾ, ਆਪ ਹੀ ਦਾਤਾਂ ਲੈਣ ਵਾਲਾ, ਆਪ ਹੀ ਸੰਤੋਖ ਹਾਸਿਲ ਕਰਦਾ ਹੈ । ਆਪ ਹੀ ਮੁਕਤੀ ਦੇਣ ਵਾਲਾ ਦਾਤਾ, ਆਪ ਹੀ ਪ੍ਰਵਾਨਗੀ ਦੇਂਦਾ ਹੈ । ਆਪ ਹੀ ਸੰਸਾਰਕ ਬੰਧਨ ਤੋੜਦਾ ਹੈ ਅਤੇ ਸ਼ਬਦ ਵਿੱਚ ਅਡੋਲ ਰਖਦਾ ਹੈ ।

The True Master Creator Himself dwells within the body of every creature and he prays for His Forgiveness and Refuge. He may accept his earnings of His Word and blesses contentment and salvation. He may eliminate all his worldly bonds and keeps His true devotee on the right path of acceptance in His Court.

ਦਾਨਾ ਕੈ ਸਿਰਿ ਦਾਨੁ ਵੀਚਾਰਾ॥	daanaa kai sir daan veechaaraa.
ਕਰਣ ਕਾਰਣ ਸਮਰਥੁ ਅਪਾਰਾ॥	karan kaaran samrath apaaraa.
ਕਰਿ ਕਰਿ ਵੇਖੈ ਕੀਤਾ ਅਪਣਾ,	kar kar vaykhai keetaa apnaa
ਕਰਣੀ ਕਾਰ ਕਰਾਇਦਾ॥੧੫॥	karnee kaar karaa-idaa. ||15||

ਮੈਂ ਪ੍ਰਭ ਦੀ ਰਹਿਮਤ ਨੂੰ ਸਭ ਤੋਂ ਅਨੋਖੀ, ਵੱਡੀ ਦਾਤ ਸਮਝਦਾ ਹਾ । ਪ੍ਰਭ ਹੀ ਸਭ ਕਾਰਨਾਂ ਦਾ ਕਾਰਨ, ਸਭ ਤੋਂ ਵੱਡਾ ਸ਼ਕਤੀਵਾਨ ਹੈ । ਪ੍ਰਭ ਆਪਣੀ ਬਣਾਈ ਸ੍ਰਿਸ਼ਟੀ ਨੂੰ ਦੇਖਦਾ ਹੈ । ਸਾਰੇ ਧੰਦੇ ਕਰਨ ਕਰਾਉਣ ਵਾਲਾ ਆਪ ਹੀ ਹੁੰਦਾ ਹੈ ।

I believers His Blessed Vision may be astonishing, and the greatest blessings, gift. The Omnipotent, Most Powerful True Master creates all the causes of worldly events and prevails within. He monitors all the activities of His Creation and prevails in all events.

ਸੇ ਗੁਣ ਗਾਵਹਿ ਸਾਚੇ ਭਾਵਹਿ॥	say gun gaavahi saachay bhaaveh.
ਤੁਝ ਤੇ ਉਪਜਹਿ ਤੁਝ ਮਾਹਿ ਸਮਾਵਹਿ॥	tujh tay upjahi tujh maahi samaaveh.
ਨਾਨਕੁ ਸਾਚੁ ਕਹੈ ਬੇਨੰਤੀ,	naanak saach kahai baynantee
ਮਿਲਿ ਸਾਚੇ ਸੁਖੁ ਪਾਇਦਾ॥੧੬॥੨॥੧੪॥	mil saachay sukh paa-idaa. ||16||2||14||

ਜਿਸ ਦੀ ਬੰਦਗੀ ਦਰਬਾਰ ਵਿੱਚ ਪ੍ਰਵਾਨ ਹੋ ਜਾਂਦੀ ਹੈ, ਉਸ ਤੇ ਆਪ ਹੀ ਰਹਿਮਤ ਬਖਸ਼ਦਾ ਹੈ । ਪ੍ਰਭ ਕੇਵਲ ਉਹ ਹੀ ਸ਼ਬਦ ਦਾ ਸਿਮਰਨ ਕਰਦਾ ਹੈ । ਉਸ ਦੀ ਆਤਮਾ ਪ੍ਰਭ ਦੀ ਜੋਤ ਵਿਚੋ ਹੀ ਪੈਦਾ ਹੁੰਦੀ ਹੈ, ਉਸ ਵਿੱਚ ਹੀ ਸਮਾ ਜਾਂਦੀ ਹੈ । ਜੀਵ ਉਸ ਅਟਲ, ਸਦਾ ਰਹਿਣ ਵਾਲੇ ਮਾਲਕ ਅੱਗੇ ਅਰਦਾਸ ਕਰੋ! ਉਸ ਦੀ ਰਹਿਮਤ ਨਾਲ ਹੀ ਮਨ ਨੂੰ ਸੰਤੋਖ, ਸ਼ਾਂਤੀ ਬਖਸ਼ਿਸ਼ ਹੁੰਦੀ ਹੈ ।

Whose meditation may be accepted in His Court; with His mercy and grace, he may be blessed with the right path of acceptance in His Court. Only he may remain steady and stable on the path of meditation. His soul was separated from His Holy Spirit and she may be immersed within His Holy Spirit. You should always pray for His Forgiveness and Refuge; with His mercy and grace, you may be blessed with peace and contentment.

15. ਮਾਰੂ ਮਹਲਾ ੧॥ 1035-9

ਅਰਬਦ ਨਰਬਦ ਧੁੰਧੂਕਾਰਾ॥	arbad narbad DhunDhookaaraa.
ਧਰਣਿ ਨ ਗਗਨਾ ਹੁਕਮੁ ਅਪਾਰਾ॥	Dharan na gagnaa hukam apaaraa.
ਨਾ ਦਿਨੁ ਰੈਨਿ ਨ ਚੰਦੁ ਨ ਸੂਰਜੁ,	naa din rain na chand na sooraj
ਸੁੰਨ ਸਮਾਧਿ ਲਗਾਇਦਾ॥੧॥	sunn samaaDh lagaa-idaa. ||1||

ਬਹੁਤ ਲੰਮਾ ਸਮਾਂ ਸ੍ਰਿਸ਼ਟੀ ਦੀ ਉਤਪਤਾ ਤੋਂ ਪਹਿਲੇ ਚਾਰੇ ਪਾਸੇ ਅੰਧੇਰਾ ਹੀ ਅੰਧੇਰਾ ਸੀ । ਉਸ ਸਮੇਂ ਧਰਤੀ, ਅਕਾਸ਼, ਸੂਰਜ, ਜਾ ਚੰਦ ਨਹੀਂ ਸੀ । ਕੇਵਲ ਪ੍ਰਭ ਦਾ ਸਦਾ ਅਟਲ ਰਹਿਣ ਵਾਲਾ, ਹੁਕਮ, ਸ਼ਬਦ ਹੀ ਸੀ, ਪ੍ਰਭ ਹੀ ਸਮਾਧੀ ਵਿੱਚ ਬੈਠਾ ਸੀ ।

Ancient Ages ago, before the creation of the universes, for endless time, there was utter darkness all over. At that time, no earth, sky, sun, or moon exist. The True Master was in His Void and only the everlasting, true forever His Word, infinite Command prevails everywhere.

ਖਾਣੀ ਨ ਬਾਣੀ ਪਉਣ ਨ ਪਾਣੀ॥	khaanee na banee pa-un na paanee.
ਓਪਤਿ ਖਪਤਿ ਨ ਆਵਣ ਜਾਣੀ॥	opat khapat na aavan jaanee.
ਖੰਡ ਪਤਾਲ ਸਪਤ ਨਹੀ ਸਾਗਰ	khand pataal sapat nahee saagar
ਨਦੀ ਨ ਨੀਰੁ ਵਹਾਇਦਾ॥੨॥	nadee na neer vahaa-idaa. ||2||

ਉਸ ਸਮੇਂ ਜੀਵ ਦੀ ਪੈਦੇ ਕਰਨ ਦਾ ਕੋਈ ਸਾਧਨ ਨਹੀਂ ਸੀ । ਨਾ ਕੋਈ ਅਵਾਜ਼, ਹਵਾ ਜਾ ਪਾਣੀ ਵੀ ਨਹੀਂ ਸੀ । ਉਸ ਸਮੇਂ ਜਨਮ, ਮੌਤ, ਕੋਈ ਜੂੰਨਾਂ ਦਾ ਚੱਕਰ ਨਹੀਂ ਸੀ । ਕੋਈ ਸਮੁੰਦਰ, ਪਰਬਤ, ਦੀਪ, ਖੰਡ ਵੀ ਨਹੀਂ ਸਨ ।

At that time; there was no source of creation nor air, water, any sound, nor cycle of birth, death. There were no continents, regions, seven seas, rivers, or flowing water.

ਦੋਜਕੁ ਭਿਸਤੁ ਨਹੀ ਖੈ ਕਾਲਾ॥ dojak bhisat nahee khai kaalaa.
ਨਰਕੁ ਸੁਰਗੁ ਨਹੀ ਜੰਮਣੁ ਮਰਣਾ, narak surag nahee jaman marnaa
ਨਾ ਕੋ ਆਇ ਨ ਜਾਇਦਾ॥੩॥ naa ko aa-ay na jaa-idaa. ||3||

ਉਸ ਸਮੇਂ ਕੋਈ ਮੌਤ ਨਹੀਂ ਸੀ! ਕੋਈ ਸਵਰਗ, ਜਾ ਨਰਕ ਵਿੱਚ ਨਹੀਂ ਜਾਂਦਾ ਸੀ । ਉਸ ਸਮੇਂ ਕੋਈ ਸਵਰਗ ਜਾ ਨਰਕ, ਜਨਮ, ਮਰਨ, ਜੂੰਨਾਂ ਦਾ ਚੱਕਰ ਨਹੀਂ ਸੀ ।

There was no hell or heaven, no birth or death, no coming or going in reincarnation.

ਬ੍ਰਹਮਾ ਬਿਸਨੁ ਮਹੇਸੁ ਨ ਕੋਈ॥ barahmaa bisan mahays na ko-ee.
ਅਵਰੁ ਨ ਦੀਸੈ ਏਕੋ ਸੋਈ॥ avar na deesai ayko so-ee.
ਨਾਰਿ ਪੁਰਖੁ ਨਹੀ ਜਾਤਿ ਨ ਜਨਮਾ, naar purakh nahee jaat na janmaa
ਨਾ ਕੋ ਦੁਖੁ ਸੁਖੁ ਪਾਇਦਾ॥੪॥ naa ko dukh sukh paa-idaa. ||4|

ਉਸ ਸਮੇਂ ਕੋਈ ਬ੍ਰਹਮਾ, ਬਿਸਨ ਜਾ ਮਹੇਸ਼ ਵੀ ਨਹੀਂ ਸਨ । ਕੇਵਲ ਪ੍ਰਭ ਹੀ ਦਿਖਾਈ ਦੇਂਦਾ, ਹੋਰ ਕੁਝ ਦਿਖਾਈ ਨਹੀਂ ਦੇਂਦਾ ਸੀ । ਉਸ ਵੇਲੇ ਕੋਈ ਮਰਦ ਜਾ ਔਰਤ ਵੀ ਨਹੀਂ ਸੀ । ਕੋਈ ਉੱਚੀ ਜਾ ਨੀਚ ਜਾਤ ਨਹੀਂ ਸੀ ਨਾ ਹੀ ਕੋਈ ਦੁਖ ਜਾ ਸੁਖ ਹੀ ਸੀ ।

There was no Brahma, Vishnu, or Shiva. There was no female or male, no social class or caste of birth; no one experienced pain or pleasure. Only, The One and Only One True Master exists and prevails everywhere.

ਨਾ ਤਦਿ ਜਤੀ ਸਤੀ ਬਨਵਾਸੀ॥ naa tad jatee satee banvaasee.
ਨਾ ਤਦਿ ਸਿਧ ਸਾਧਿਕ ਸੁਖਵਾਸੀ॥ naa tad siDh saaDhik sukhvaasee.
ਜੋਗੀ ਜੰਗਮ ਭੇਖੁ ਨ ਕੋਈ, jogee jangam bhaykh na ko-ee
ਨਾ ਕੋ ਨਾਥੁ ਕਹਾਇਦਾ॥੫॥ naa ko naath kahaa-idaa. ||5||

ਉਸ ਵੇਲੇ ਨਾ ਕੋਈ ਜਪ, ਤਪ, ਜਾ ਜੰਗਲਾਂ ਵਿੱਚ ਹੀ ਵਸਦਾ ਸੀ । ਨਾ ਹੀ ਕੋਈ ਸਿਧ, ਜਾ ਸਾਧੂ ਹੀ ਸੀ, ਨਾ ਹੀ ਕੋਈ ਦੁਖ ਨਾਲ ਹੀ ਰਹਿੰਦਾ ਸੀ । ਉਸ ਸਮੇਂ ਕੋਈ ਜੋਗੀ, ਭਗਤ, ਸੰਤ ਨਹੀ ਸੀ, ਨਾ ਹੀ ਕੋਈ ਤੀਰਥਾਂ ਤੇ ਭਉਦਾ ਸੀ । ਨਾ ਹੀ ਕੋਈ ਧਰਮ ਦਾ ਬਾਣਾ, ਕੋਈ ਆਪਣੇ ਆਪ ਨੂੰ ਮਾਲਕ, ਜਾ ਗੁਰੂ ਹੀ ਕਹਿੰਦਾ ਸੀ ।

There were no one of celibacy or charity; no one lived in the forests. There were no Siddhas, or seekers, no one living in peace. There were no Yogis, wandering pilgrims, religious robes; no one called himself master.

ਜਪ ਤਪ ਸੰਜਮ ਨਾ ਬ੍ਰਤ ਪੂਜਾ॥ jap tap sanjam naa barat poojaa.
ਨਾ ਕੋ ਆਖਿ ਵਖਾਣੈ ਦੂਜਾ॥ naa ko aakh vakhaanai doojaa.
ਆਪੇ ਆਪਿ ਉਪਾਇ ਵਿਗਸੈ, aapay aap upaa-ay vigsai
ਆਪੇ ਕੀਮਤਿ ਪਾਇਦਾ॥੬॥ aapay keemat paa-idaa. ||6||

ਉਸ ਸਮੇਂ ਨਾ ਕੋਈ ਬੰਦਗੀ ਜਾ ਆਪਣੇ ਮਨ ਤੇ ਕਾਬੂ, ਵਰਤ ਜਾ ਪੂਜਾ ਕਰਦਾ ਸੀ । ਨਾ ਹੀ ਕੋਈ ਕਿਸੇ ਭਰਮਾਂ ਵਿੱਚ ਹੀ ਪੈਂਦਾ ਸੀ । ਜੋ ਕੁਝ ਪ੍ਰਭ ਕਰਦਾ ਸੀ ਉਸ ਦਾ ਅਨੰਦ ਮਾਨਦਾ, ਆਪ ਹੀ ਪਰਖ ਕਰਦਾ ਸੀ ।

There was no chanting or meditation, no self-discipline, fasting or worship. No one spoke or talked in duality. He created Himself, rejoiced and evaluated Himself.

ਨਾ ਸੁਚਿ ਸੰਜਮੁ ਤੁਲਸੀ ਮਾਲਾ॥ naa such sanjam tulsee maalaa.
ਗੋਪੀ ਕਾਨੁ ਨ ਗਊ ਗੁੋਆਲਾ॥ gopee kaan na ga-oo go-aalaa.
ਤੰਤੁ ਮੰਤੁ ਪਾਖੰਡੁ ਨ ਕੋਈ, tant mant pakhand na ko-ee
ਨਾ ਕੋ ਵੰਸੁ ਵਜਾਇਦਾ॥੭॥ naa ko vans vajaa-idaa. ||7||

ਉਸ ਵੇਲੇ ਕੋਈ ਬਾਣੀ ਜਾ ਸ਼ਬਦ ਵੀ ਨਹੀਂ ਸੀ । ਨਾ ਹੀ ਆਪਣੇ ਮਨ ਤੇ ਕਾਬੂ ਜਾ ਮਨ ਨੂੰ ਪਵਿੱਤਰ ਕਰਨ ਦਾ ਹੀ ਚੱਕਰ ਸੀ । ਨਾ ਕੋਈ ਬਾਣੀ, ਸੰਤ ਜਾ ਕੋਈ ਗਊ ਚਾਰਨ ਵਾਲਾ ਕ੍ਰਿਸ਼ਨਾ ਸੀ । ਉਸ ਵੇਲੇ ਕੋਈ ਮੰਤ੍ਰ, ਪਖੰਡ ਜਾ ਬਾਉਸਰੀ ਹੀ ਸੀ, ਨਾ ਹੀ ਵਜਉਣ ਵਾਲਾ ਹੀ ਸੀ ।

There was no purification, no self-restraint, no rosary of basil seeds. There were no Guppies, no Krishna, no cows, or shepherd. There was no tantras, no mantras and no hypocrisy; no one played the flute.

ਕਰਮ ਧਰਮ ਨਹੀ ਮਾਇਆ ਮਾਖੀ॥	kaṛam Dharam nahee maa-i-aa maakhee.
ਜਾਤਿ ਜਨਮੁ ਨਹੀ ਦੀਸੈ ਆਖੀ॥	jaat janam nahee deesai aakhee.
ਮਮਤਾ ਜਾਲੁ ਕਾਲੁ ਨਹੀ ਮਾਥੈ,	mamtaa jaal kaal nahee maathai
ਨਾ ਕੋ ਕਿਸੈ ਧਿਆਇਦਾ॥੮॥	naa ko kisai Dhi-aa-idaa. ‖8‖

ਉਸ ਵੇਲੇ ਕੋਈ ਚੰਗਾ ਜਾ ਮੰਦਾ ਕੰਮ, ਨਾ ਹੀ ਮਾਇਆ ਦਾ ਜਾਲ ਸੀ । ਜਾਤ ਪਾਤ ਨਹੀਂ, ਨਾ ਹੀ ਕੋਈ ਅੱਖਾਂ ਨਾਲ ਦੇਖ ਸਕਦਾ ਸੀ । ਉਸ ਸਮੇਂ ਮੋਹ ਨਹੀਂ ਸੀ, ਨਾ ਹੀ ਕਿਸੇ ਦੇ ਮੱਥੇ ਤੇ ਭਾਗ ਲਿਖੇ ਸਨ, ਨਾ ਹੀ ਮੌਤ ਸੀ ।

There was no karma, no dharma, no buzzing fly of Maya; social class and birth nor anyone may see with eyes. There was no love attachment, no death, inscribed on forehead; no one meditated on anything.

ਨਿੰਦੁ ਬਿੰਦੁ ਨਹੀ ਜੀਉ ਨ ਜਿੰਦੋ॥	nind bind nahee jee-o na jindo.
ਨਾ ਤਦਿ ਗੋਰਖੁ ਨ ਮਾਛਿੰਦੋ॥	naa tad gorakh naa maachhindo.
ਨਾ ਤਦਿ ਗਿਆਨੁ ਧਿਆਨੁ ਕੁਲ ਓਪਤਿ,	naa tad gi-aan Dhi-aan kul opat
ਨਾ ਕੋ ਗਣਤ ਗਣਾਇਦਾ॥੯॥	naa ko ganat ganaa-idaa. ‖9‖

ਉਸ ਸਮੇਂ ਕੋਈ ਧੋਖਾ, ਨਾ ਹੀ ਵਧਣ ਵਾਲਾ ਬੀਜ, ਨਾ ਹੀ ਆਤਮਾ, ਨਾ ਹੀ ਕੋਈ ਜੀਵ ਸੀ । ਨਾ ਕੋਈ ਜੀਵ ਨੂੰ ਸੇਧ ਦੇਣ ਵਾਲਾ ਸੰਤ, ਗੋਰਖ ਹੀ ਸੀ । ਨਾ ਕੋਈ ਸ਼ਬਦ ਦੀ ਸੋਝੀ ਵਾਲਾ ਗਿਆਨ, ਕੀਤੇ ਦਾ ਲੇਖਾ ਹੀ ਸੀ ।

There was no slander, no seed, no soul, and no life. There was no Gorakh, and no Maachhindra. There was no spiritual wisdom or meditation, no ancestry no righteous judge for worldly deeds.

ਵਰਨ ਭੇਖ ਨਹੀ ਬ੍ਰਹਮਣ ਖਤ੍ਰੀ॥	varan bhaykh nahee barahman khatree.
ਦੇਉ ਨ ਦੇਹੁਰਾ ਗਊ ਗਾਇਤ੍ਰੀ॥	day-o na dayhuraa ga-oo gaa-itaree.
ਹੋਮ ਜਗ ਨਹੀ ਤੀਰਥਿ ਨਾਵਣੁ,	hom jag nahee tirath naavan
ਨਾ ਕੋ ਪੂਜਾ ਲਾਇਦਾ॥੧੦॥	naa ko poojaa laa-idaa. ‖10‖

ਉਸ ਸਮੇਂ ਨਾ ਕੋਈ ਜਾਤ ਪਾਤ, ਨਾ ਹੀ ਕੋਈ ਮੰਦਰ, ਜਾ ਪੁਜਾਰੀ ਸੀ । ਉਸ ਵੇਲੇ ਨਾ ਕੋਈ ਤੀਰਥ ਸੀ ਨਾ ਹੀ ਕੋਈ ਬਲੀ ਦੇਂਦਾ ਸੀ । ਨਾ ਹੀ ਕੋਈ ਧਰਮ ਦੇ ਬੰਧਨ ਲਈ ਅਮ੍ਰਿਤ ਛਕਾਉਂਦਾ ਸੀ । ਨਾ ਹੀ ਕੋਈ ਬੰਦਗੀ ਜਾ ਪੂਜਾ ਹੀ ਕਰਦਾ ਸੀ ।

There were no castes or social classes, no religious robes, no Brahmin, or Kshatriya. There were no demi-gods or temples, no cows or Gayatri prayer. There were no burnt offerings, no ceremonial feasts, no cleansing rituals at sacred shrines of pilgrimage; no one worshipped in adoration.

ਨਾ ਕੋ ਮੁਲਾ ਨਾ ਕੋ ਕਾਜੀ॥	naa ko mulaa naa ko kaajee.
ਨਾ ਕੋ ਸੇਖੁ ਮਸਾਇਕੁ ਹਾਜੀ॥	naa ko saykh masaa-ik haajee.ra-
ਰਈਅਤਿ ਰਾਉ ਨ ਹਉਮੈ ਦੁਨੀਆ,	ee-at raa-o na ha-umai dunee-aa
ਨਾ ਕੋ ਕਹਣੁ ਕਹਾਇਦਾ॥੧੧॥	naa ko kahan kahaa-idaa. ‖11‖

ਉਸ ਸਮੇਂ ਨਾ ਕੋਈ ਹਿੰਦੂ, ਮੁਸਲਮਾਨ ਜਾ ਕਸਾਈ ਸੀ । ਨਾ ਹੀ ਕੋਈ ਪੂਜਾ ਕਰਨ ਵਾਲਾ ਤੀਰਥ ਸੀ, ਨਾ ਕੋਈ ਰਾਜਾ ਜਾ ਪਰਜਾ ਸੀ, ਨਾ ਹੀ ਕੋਈ ਅਹੰਕਾਰ ਜਾ ਹੈਸੀਅਤ ਸੀ ।

There was no Mullah, there was no Qazi. There was no Shaykh, or pilgrims to Mecca. There was no king or subjects, and no worldly egotism; no one spoke of himself.

ਭਾਉ ਨ ਭਗਤੀ ਨਾ ਸਿਵ ਸਕਤੀ॥

bhaa-o na bhagtee naa siv saktee.

ਸਾਜਨ ਮੀਤੁ ਬਿੰਦੁ ਨਹੀ ਰਕਤੀ॥

saajan meet bind nahee raktee.

ਆਪੇ ਸਾਹੁ ਆਪੇ ਵਣਜਾਰਾ,

aapay saahu aapay vanjaaraa

ਸਾਚੇ ਏਹੋ ਭਾਇਦਾ॥੧੨॥

saachay ayho bhaa-idaa. ||12||

ਉਸ ਸਮੇਂ ਨਾ ਕੋਈ ਪਿਆਰ, ਭਾਵਨਾਂ, ਜਾ ਸ਼ਕਤੀ, ਜਾ ਧਾਂਤ ਸੀ । ਨਾ ਕੋਈ ਮਿੱਤਰ ਜਾ ਸਾਥੀ, ਨਾ ਖੂਨ, ਜੀਨ, ਜਾ ਖਾਨਦਾਨੀ ਹੀ ਸੀ । ਕੇਵਲ ਇਕੋ ਇਕ ਪ੍ਰਭ ਹੀ, ਸੀ ਉਹ ਆਪ ਹੀ ਖਜ਼ਾਨਾ, ਖਜ਼ਾਨੇ ਦਾ ਮਾਲਕ ਸੀ । ਉਹ ਕੁਝ ਕਰਦਾ ਸੀ ਜੋ ਉਸ ਨੂੰ ਭਾਉਂਦਾ ਸੀ ।

There was no love or devotion, no **Shiva or Shakti** - no energy or matter. There were no friends or companions, no semen or blood. He Himself was the banker, and Himself was the merchant. Such was the pleasure of His Will, The True Master.

ਬੇਦ ਕਤੇਬ ਨ ਸਿੰਮ੍ਰਿਤਿ ਸਾਸਤ॥

bayd katayb na simrit saasat.

ਪਾਠ ਪੁਰਾਣ ਉਦੈ ਨਹੀ ਆਸਤ॥

paath puraan udai nahee aasat.

ਕਹਤਾ ਬਕਤਾ ਆਪਿ ਅਗੋਚਰੁ,

kahtaa baktaa aap agochar

ਆਪੇ ਅਲਖੁ ਲਖਾਇਦਾ॥੧੩॥

aapay alakh lakhaa-idaa. ||13||

ਉਸ ਸਮੇਂ ਕੋਈ ਧਰਮ ਦੇ ਗ੍ਰੰਥ ਜਾ ਬਾਣੀ ਨਹੀਂ ਸੀ । ਨਾ ਹੀ ਕੋਈ ਸਵੇਰੇ, ਸ਼ਾਮ ਨੂੰ ਉਸ ਦਾ ਸ਼ਬਦ ਗਾਉਂਦਾ ਸੀ । ਪ੍ਰਭ ਆਪ ਹੀ ਬੋਲਦਾ, ਆਪ ਹੀ ਸੁਣਾਉਂਦਾ ਸੀ, ਆਪ ਹੀ ਸਭ ਕੁਝ ਦੇਖਦਾ ਸੀ ।

There were no Vedas, Quran, or Bibles, no Simritees or Shaastras. There was no recitation of the Puranas, no sunrise or sunset. The Unfathomable Lord Himself was the preacher; the unseen God Himself saw everything.

ਜਾ ਤਿਸੁ ਭਾਣਾ ਤਾ ਜਗਤੁ ਉਪਾਇਆ॥

jaa tis bhaanaa taa jagat upaa-i-aa.

ਬਾਝੁ ਕਲਾ ਆਡਾਣੁ ਰਹਾਇਆ॥

baajh kalaa aadaan rahaa-i-aa.

ਬ੍ਰਹਮਾ ਬਿਸਨੁ ਮਹੇਸੁ ਉਪਾਏ,

barahmaa bisan mahays upaa-ay

ਮਾਇਆ ਮੋਹੁ ਵਧਾਇਦਾ॥੧੪॥

maa-i-aa moh vaDhaa-idaa. ||14||

ਜਦੋਂ ਉਸ ਦੇ ਮਨ ਨੂੰ ਭਾਇਆ ਤਾ ਉਸ ਨੇ ਸ੍ਰਿਸ਼ਟੀ ਦੀ ਸਾਜਨਾ ਕੀਤੀ । ਕਿਸੇ ਅਧਾਰ, ਆਸਰੇ ਤੋਂ ਬਿਨਾਂ ਹੀ ਖੰਡ, ਬ੍ਰਹਮੰਡ ਬਣਾ ਦਿੱਤੇ । ਉਸ ਨੇ ਜੀਵ ਨੂੰ ਸਿਖਿਆਂ ਦੇਣ ਵਾਲੇ, ਬ੍ਰਹਮਾ, ਵਿਸ਼ਨੂੰ, ਮਹੇਸ ਪੈਦਾ ਕੀਤੇ, ਮਾਇਆ ਦਾ ਮੋਹ ਪੈਦਾ ਕੀਤਾ ।

With His Own Imagination, He created the universe. He sustained the universe, without any supporting pillar. He created Brahma, Vishnu, and Shiva to enlighten His Creation. He fostered enticement and attachment to Maya, worldly wealth.

ਵਿਰਲੇ ਕਉ ਗੁਰ ਸਬਦੁ ਸੁਣਾਇਆ॥

virlay ka-o gur sabad sunaa-i-aa.

ਕਰਿ ਕਰਿ ਦੇਖੈ ਹੁਕਮੁ ਸਬਾਇਆ॥

kar kar daykhai hukam sabaa-i-aa.

ਖੰਡ ਬ੍ਰਹਮੰਡ ਪਾਤਾਲ ਅਰੰਭੇ,

khand barahmand paataal arambhay

ਗੁਪਤਹੁ ਪਰਗਟੀ ਆਇਦਾ॥੧੫॥

guptahu pargatee aa-idaa. ||15||

ਕੋਈ ਵਿਰਲਾ ਹੀ ਉਸ ਦੇ ਸ਼ਬਦ ਨੂੰ ਸੁਣਦਾ ਹੈ । ਆਪਣੀ ਪੈਦਾ ਕੀਤੀ ਸ੍ਰਿਸ਼ਟੀ ਨੂੰ ਆਪ ਹੀ ਦੇਖਦਾ ਹੈ, ਹੁਕਮ ਚਲਾਉਂਦਾ ਹੈ । ਉਸ ਨੇ ਖੰਡ, ਬ੍ਰਹਮੰਡ, ਅਕਾਸ਼ ਪਤਾਲ, ਸੂਰਜ ਮੰਡਲ ਬਣਾਏ । ਆਪਣੇ ਸ਼ਬਦ ਨੂੰ, ਬਣਾਉਣ ਦੇ ਕਾਰਨ ਨੂੰ ਵੀ ਗੁਪਤ ਰਖਿਆ ਹੈ ।

Very rare may listens to His Word. He has created the creation, and watches over it; His Command prevails everywhere. He has formed the planets, solar systems, and nether regions. He has kept the purpose of creation hidden from His Creation.

ਤਾ ਕਾ ਅੰਤੁ ਨ ਜਾਣੈ ਕੋਈ॥

taa kaa ant na jaanai ko-ee.

ਪੂਰੇ ਗੁਰ ਤੇ ਸੋਝੀ ਹੋਈ॥

pooray gur tay sojhee ho-ee.

ਨਾਨਕ ਸਾਚਿ ਰਤੇ ਬਿਸਮਾਦੀ,

naanak saach ratay bismaadee bisam

ਬਿਸਮ ਭਏ ਗੁਣ ਗਾਇਦਾ॥੧੬॥੩॥੧੫॥

bha-ay gun gaa-idaa. ||16||3||15||

ਕਿਸੇ ਕਰਤਬ ਦਾ ਅੰਤ ਨਹੀਂ ਹੈ । ਉਸ ਦੀ ਸੋਝੀ ਸ਼ਬਦ ਦੀ ਪਾਲਣਾ ਨਾਲ ਹੀ ਹੁੰਦੀ ਹੈ । ਜਿਹੜਾ ਜੀਵ ਪ੍ਰਭ ਦੇ ਸ਼ਬਦ ਦੇ ਸਿਮਰਨ ਵਿੱਚ ਲੀਨ ਰਹਿੰਦਾ ਹੈ । ਉਹ ਉਤਮ ਹੋ ਜਾਂਦਾ, ਉਹ ਅਨੋਖੇ ਚਮਤਕਾਰਾ ਨਾਲ ਭਰਪੂਰ ਹੋ ਜਾਂਦਾ ਹੈ ।

No one may comprehend the limits of any of His Event, Miracle. Whosoever may obey the teachings of His Word; with His mercy and grace, he may be blessed the enlightenment of the essence of His Word. Whosoever may remain intoxicated in meditation on the teachings of His Word; with His mercy and grace, he may remain overwhelmed with astonishing marcels and eternal glow on his forehead.

16. ਮਾਰੂ ਮਹਲਾ ੧॥ 1036-10

ਆਪੇ ਆਪੁ ਉਪਾਇ ਨਿਰਾਲਾ॥ aapay aap upaa-ay niraalaa.
ਸਾਚਾ ਥਾਨੁ ਕੀਓ ਦਇਆਲਾ॥ saachaa thaan kee-o da-i-aalaa.
ਪਉਣ ਪਾਣੀ ਅਗਨੀ ਕਾ ਬੰਧਨੁ, pa-un paanee agnee kaa banDhan
ਕਾਇਆ ਕੋਟੁ ਰਚਾਇਦਾ॥੧॥ kaa-i-aa kot rachaa-idaa. ||1||

ਪ੍ਰਭ ਨੇ ਆਪਣੀ ਪੈਦਾ ਕੀਤੀ ਸ੍ਰਿਸ਼ਟੀ ਦੇ ਮੋਹ ਤੇ ਰਹਿਤ ਰਹਿੰਦਾ ਹੈ । ਤਰਸਵਾਨ ਪ੍ਰਭ ਨੇ ਹਰਇਕ ਜੀਵ ਅੰਦਰ ਆਪਣਾ ਤਖਤ ਸਥਾਪਣ ਕੀਤਾ ਹੈ । ਹਵਾ, ਪਾਣੀ ਅਤੇ ਅੱਗ ਦੇ ਸੰਜੋਗ ਨਾਲ ਤਨ ਦਾ ਕਿਲ੍ਹਾ ਖੜ੍ਹਾ ਕੀਤਾ ।

The True Master remains beyond the reach of emotional bonds of His Creation. The Merciful True Master has established His Throne within the soul of each creature. He has created a unique body, a strong but perishable castle for each creature with the union of air, water, and fire.

ਨਉ ਘਰੁ ਥਾਪੇ ਥਾਪਣਹਾਰੈ॥ na-o ghar thaapay thaapanhaarai.
ਦਸਵੈ ਵਾਸਾ ਅਲਖ ਅਪਾਰੈ॥ dasvai vaasaa alakh apaarai.
ਸਾਇਰ ਸਪਤ ਭਰੇ ਜਲਿ ਨਿਰਮਲਿ, saa-ir sapat bharay jal nirmal gur-
ਗੁਰਮੁਖਿ ਮੈਲੁ ਨ ਲਾਇਦਾ॥੨॥ mukh mail na laa-idaa. ||2||

ਆਤਮਾਂ ਅੰਦਰ ਨੌ ਘਰ ਬਣਾਏ ਅਤੇ ਦਸਵੇਂ ਘਰ ਵਿੱਚ ਪ੍ਰਭ ਆਪ ਵਸਦਾ ਹੈ । ਇਸ ਵਿੱਚ ਸੱਤ (7) ਸਮੁੰਦਰ, ਸ਼ਬਦ ਦੇ ਅੰਮ੍ਰਿਤ ਦੇ ਵੱਗਦੇ ਹਨ । ਗੁਰਮਖ ਜੀਵ ਇਸ ਸੰਸਾਰ ਵਿੱਚ ਵਸਦਾ ਵੀ ਸੰਸਾਰਕ ਮੈਲ਼ ਤੋਂ ਪਵਿੱਤਰ ਰਹਿੰਦਾ ਹੈ ।

7 ਸਮੁੰਦਰ	ਪੰਜ ਗਿਆਨ ਇੰਦ੍ਰੀਆ; ਮਨ ਅਤੇ ਬੁਧੀ
7 Ocean	(Eyes, ears, tongue, smell, and taste); mind, intelligence.

The True Master has created 10 caves within the castle of his soul. His soul may roam freely in nine caves, controlled by worldly wealth and demons of desires. The True Master devils in the center, 10th cave. There are 7 oceans, overwhelmed with the nectar of the essence of His Word. His true devotee dwells in ocean overwhelmed with desires; however, he remains beyond the blemish of sweet poison of worldly wealth.

ਰਵਿ ਸਸਿ ਦੀਪਕ ਜੋਤਿ ਸਬਾਈ॥ rav sas deepak jot sabaa-ee.
ਆਪੇ ਕਰਿ ਵੇਖੈ ਵਡਿਆਈ॥ aapay kar vaykhai vadi-aa-ee.
ਜੋਤਿ ਸਰੂਪ ਸਦਾ ਸੁਖਦਾਤਾ, jot saroop sadaa sukh-daata
ਸਚੇ ਸੋਭਾ ਪਾਇਦਾ॥੩॥ sachay sobhaa paa-idaa. ||3||

ਸੂਰਜ ਅਤੇ ਚੰਦ, ਸ੍ਰਿਸ਼ਟੀ ਨੂੰ ਰੋਸ਼ਨੀ ਨਾਲ ਭਰਦੇ ਹਨ । ਸੂਰਜ ਅਤੇ ਚੰਦ ਥਾਪਣ ਨਾਲ, ਪ੍ਰਭ ਨੇ ਆਪਣੀ ਵਡਿਆਈ ਕਾਇਮ ਰਖੀ ਹੈ । ਸਦਾ ਅਟਲ ਰਹਿਣ ਵਾਲਾ ਮਾਲਕ ਹੀ ਜੀਵ ਨੂੰ ਜੀਵਨ ਅਤੇ ਰੋਸ਼ਨੀ ਬਖਸ਼ਦਾ ਹੈ । ਸ਼ਬਦ ਦੀ ਪਾਲਣਾ ਕਰਨ ਨਾਲ ਹੀ ਪ੍ਰਵਾਨਗੀ ਦਾ ਰਸਤਾ ਬਖਸ਼ਿਸ਼ ਹੁੰਦਾ ਹੈ ।

The True Master has created, established 2 pillars, fountain of light in the universe; only the glow of His Holy Spirit shines through Sun and Moon. He has established and enhanced His uniqueness, greatness with the creation of the pillar of light in the universe. Whosoever may obey the teachings of His Word; with His mercy and grace, he may be blessed with the right path of acceptance in His Court.

ਗੜ ਮਹਿ ਹਾਟ ਪਟਣ ਵਾਪਾਰਾ॥ garh meh haat patan vaapaaraa.
ਪੂਰੈ ਤੋਲਿ ਤੋਲੈ ਵਣਜਾਰਾ॥ poorai tol tolai vanjaaraa.
ਆਪੇ ਰਤਨੁ ਵਿਸਾਹੇ ਲੇਵੈ, aapay ratan visaahay layvai
ਆਪੇ ਕੀਮਤਿ ਪਾਇਦਾ॥੪॥ aapay keemat paa-idaa. ||4||

ਇਸ ਤਨ ਦੇ ਅੰਦਰ ਹੀ ਬਜ਼ਾਰ ਅਤੇ ਦੁਕਾਨਾਂ ਹਨ, ਉਥੇ ਪ੍ਰਭ ਦੇ ਸ਼ਬਦ ਦਾ ਅਤੇ ਸੰਸਾਰਕ ਮਾਇਆ ਦਾ ਵਪਾਰ ਹੁੰਦਾ ਹੈ । ਪ੍ਰਭ ਆਪ ਹੀ ਸ਼ਬਦ ਦਾ ਸੌਦਾ ਪੂਰਨ ਮਿਣਤੀ ਨਾਲ ਤੋਲਦਾ ਹੈ । ਆਪ ਹੀ ਬੰਦਗੀ ਪ੍ਰਵਾਨ ਕਰਦਾ, ਕੀਮਤ ਪਾਉਂਦਾ ਹੈ ।

There are market and various shops within his body; the merchandizes of both **(shiva)**, His Word everlasting contentment and **(Shakti)** short-lived pleasure of worldly wealth. The True Master measures the wealth of His Word with perfect precision; with His mercy and grace, His true devotee may be rewarded.

ਕੀਮਤਿ ਪਾਈ ਪਾਵਣਹਾਰੈ॥ keemat paa-ee paavanhaarai.
ਵੇਪਰਵਾਹ ਪੂਰੇ ਭੰਡਾਰੈ॥ vayparvaah pooray bhandaarai.
ਸਰਬ ਕਲਾ ਲੇ ਆਪੇ ਰਹਿਆ, sarab kalaa lay aapay rahi-aa gur-
ਗੁਰਮੁਖਿ ਕਿਸੈ ਬੁਝਾਇਦਾ॥੫॥ mukh kisai bujhaa-idaa. ||5||

ਪ੍ਰਭ ਆਪ ਹੀ ਜੀਵ ਦੀ ਬੰਦਗੀ ਦੀ ਕੀਮਤ ਪਾਉਂਦਾ ਹੈ । ਪੂਰਨ ਅਜ਼ਾਦ ਅਟਲ ਮਾਲਕ, ਬੇਅੰਤ ਦਾਤਾਂ ਦਾ ਭੰਡਾਰੀ ਹੈ । ਸਾਰੀ ਤਾਕਤ ਆਪਣੇ ਹੱਥ ਵਿੱਚ ਰਖਦਾ ਹੈ, ਹਰਇਕ ਕਰਤਬ ਵਿੱਚ ਆਪ ਹੀ ਵਾਪਰਦਾ ਹੈ । ਕਿਸੇ ਵਿਰਲੇ ਹੀ ਗੁਰਮਖ ਨੂੰ ਸ਼ਬਦ ਦੀ ਸੋਝੀ ਬਖਸ਼ਿਸ਼ ਹੁੰਦੀ ਹੈ ।

The True Master rewards the earnings of His Word of His true devotee. The complete independent, forever True Master, Treasure of all virtues and blessings, keeps the complete control under His Command; He may never deliciated to anyone else. He prevails within each creature in all universes. However, very rare, His true devotee may be enlightened with His Nature.

ਨਦਰਿ ਕਰੇ ਪੂਰਾ ਗੁਰੁ ਭੇਟੈ॥ nadar karay pooraa gur bhaytai.
ਜਮ ਜੰਦਾਰੁ ਨ ਮਾਰੈ ਫੇਟੈ॥ jam jandaar na maarai faytai.
ਜਿਉ ਜਲ ਅੰਤਰਿ ਕਮਲੁ ਬਿਗਾਸੀ, ji-o jal antar kamal bigaasee
ਆਪੇ ਬਿਗਸਿ ਧਿਆਇਦਾ॥੬॥ aapay bigas Dhi-aa-idaa. ||6||

ਜਿਸ ਤੇ ਆਪ ਰਹਿਮਤ ਬਖਸ਼ਦਾ ਹੈ, ਉਸ ਨੂੰ ਪੂਰਨ ਗੁਰੂ ਦੇ ਦਰਸ਼ਨ, ਸ਼ਬਦ ਦੀ ਸੋਝੀ ਬਖਸ਼ਿਸ਼ ਹੋ ਜਾਂਦੀ ਹੈ । ਉਸ ਨੂੰ ਫਿਰ ਮੌਤ ਦਾ ਫਰਿਸ਼ਤਾ ਛੋਹ ਨਹੀਂ ਸਕਦਾ । ਜੀਵ ਦੇ ਅੰਦਰ ਦੇ ਪਾਣੀ ਵਿੱਚ ਉਹ ਕਮਲ ਦਾ ਫੁੱਲ ਖੇੜੇ ਵਿੱਚ ਆਉਂਦਾ ਹੈ । ਉਸ ਦੇ ਮਨ ਵਿੱਚ ਸ਼ਬਦ ਤੇ ਭਰੋਸਾ ਅਡੋਲ ਹੋ ਜਾਂਦਾ, ਬੰਦਗੀ ਵਿੱਚ ਹੀ ਲੀਨ ਰਹਿੰਦਾ ਹੈ ।

Whosoever may be bestowed with His Blessed Vision, only he may be blessed with the enlightenment of the essence of His Word. His soul may become beyond the reach of devil of death. The lotus flower of his soul may blossom within ocean of his heart. He may remain intoxicated in meditating the void of His Word.

ਆਪੇ ਵਰਖੈ ਅੰਮ੍ਰਿਤ ਧਾਰਾ॥ aapay varkhai amrit Dhaaraa.
ਰਤਨ ਜਵੇਹਰ ਲਾਲ ਅਪਾਰਾ॥ ratan javayhar laal apaaraa.
ਸਤਿਗੁਰੁ ਮਿਲੈ ਤ ਪੂਰਾ ਪਾਈਐ, satgur milai ta pooraa paa-ee-ai
ਪ੍ਰੇਮ ਪਦਾਰਥੁ ਪਾਇਦਾ॥੭॥ paraym padaarath paa-idaa. ||7||

ਆਪ ਹੀ ਰਹਿਮਤਾਂ ਨਾਲ ਅੰਮ੍ਰਿਤ ਸ਼ਬਦ, ਰਤਨ, ਜਵਾਹਰ ਦੀ ਵਰਖਾ ਕਰਦਾ ਹੈ । ਜਿਸ ਤੇ ਰਹਿਮਤ ਬਖਸ਼ਦਾ ਹੈ, ਉਸ ਨੂੰ ਸ਼ਬਦ ਦੀ ਸੋਝੀ ਬਖਸ਼ਿਸ਼ ਹੋ ਜਾਂਦੀ ਹੈ । ਉਹ ਆਪਣੇ ਅੰਦਰੋਂ ਹੀ ਦਸਵੇਂ ਘਰ ਵਿਚੋਂ ਪੂਰਨ ਗੁਰੂ ਦੇ ਦਰਸ਼ਨ ਕਰ ਲੈਂਦਾ ਹੈ । ਉਸ ਦਾ ਭਰੋਸਾ, ਪ੍ਰੀਤ ਅਡੋਲ ਹੋ ਜਾਂਦੀ ਹੈ ।

The True Master always pours the rain of the nectar of the essence of His Word, as ambrosial jewels on His true devotee. Whosoever may be enlightened with the essence of His Word. Within his own soul, 10th door may open; he may remain fascinated and astonished with His Blessed Vision. He may remain intoxicated in deep mediation in the void of His Word.

ਪ੍ਰੇਮ ਪਦਾਰਥੁ ਲਹੈ ਅਮੋਲੋ॥	paraym padaarath lahai amolo.
ਕਬ ਹੀ ਨ ਘਾਟਸਿ ਪੂਰਾ ਤੋਲੋ॥	kab hee na ghaatas pooraa tolo.
ਸਚੇ ਕਾ ਵਾਪਾਰੀ ਹੋਵੈ,	sachay kaa vaapaaree hovai
ਸਚੋ ਸਉਦਾ ਪਾਇਦਾ॥੮॥	sacho sa-udaa paa-idaa. ‖8‖

ਜਿਸ ਨੂੰ ਪ੍ਰਭ ਦੀ ਰਹਿਮਤ ਨਾਲ ਅਮੋਲਕ ਪਦਾਰਥ, ਸ਼ਬਦ ਦੀ ਸੋਝੀ ਬਖਸ਼ਿਸ਼ ਹੋ ਜਾਂਦੀ ਹੈ । ਪ੍ਰਭ ਦੀ ਰਹਿਮਤ ਕਦੇ ਘਟਦੀ ਨਹੀਂ । ਸਦਾ ਰਹਿਣ ਵਾਲਾ ਪ੍ਰਭ ਹੀ, ਸ਼ਬਦ ਦੀ ਸੋਝੀ ਬਖਸ਼ਦਾ ਹੈ ।

Whosoever may be blessed with ambrosial Word, the enlightenment of the essence of His Word. His Blessings always remain fresh and never he diminish. The enlightenment on the essence of His Word may only be blessed by The Forever True Master.

ਸਚਾ ਸਉਦਾ ਵਿਰਲਾ ਕੋ ਪਾਏ॥	sachaa sa-udaa virlaa ko paa-ay.
ਪੂਰਾ ਸਤਿਗੁਰੁ ਮਿਲੈ ਮਿਲਾਏ॥	pooraa satgur milai milaa-ay.
ਗੁਰਮੁਖਿ ਹੋਇ ਸੁ ਹੁਕਮੁ ਪਛਾਣੈ,	gurmukh ho-ay so hukam pachhaanai
ਮਾਨੈ ਹੁਕਮੁ ਸਮਾਇਦਾ॥੯॥	maanai hukam samaa-idaa. ‖9‖

ਕਿਸੇ ਵਿਰਲੇ ਹੀ ਜੀਵ ਨੂੰ ਸ਼ਬਦ ਦੀ ਪੂਰਨ ਸੋਝੀ ਬਖਸ਼ਿਸ਼ ਹੁੰਦੀ ਹੈ । ਉਸ ਨੂੰ ਸ਼ਬਦ ਦੀ ਸੋਝੀ ਨਾਲ ਆਪਣੇ ਮਨ ਅੰਦਰੋਂ ਹੀ ਪ੍ਰਭ ਦੇ ਦਰਸ਼ਨ ਹੋ ਜਾਂਦੇ ਹਨ । ਜਿਹੜਾ ਪ੍ਰਭ ਦੇ ਸ਼ਬਦ ਦੀ ਸੋਝੀ ਨਾਲ ਜੀਵਨ ਢਾਲਦਾ ਹੈ । ਉਸ ਦਾ ਆਪਾ ਖਤਮ ਹੋ ਜਾਂਦਾ ਹੈ, ਉਹ ਪ੍ਰਭ ਦਾ ਹੀ ਰੂਪ ਬਣ ਜਾਂਦਾ ਹੈ ।

Very rare, His true devotee may be blessed with the enlightenment of His Word, His Nature completely. Whosoever may be enlightened with the essence of His Word; he may be blessed with His Blessed Vision from within. His self-identity may be eliminated and his soul may become a symbol of The True Master.

ਹੁਕਮੇ ਆਇਆ ਹੁਕਮਿ ਸਮਾਇਆ॥	hukmay aa-i-aa hukam samaa-i-aa.
ਹੁਕਮੇ ਦੀਸੈ ਜਗਤੁ ਉਪਾਇਆ॥	hukmay deesai jagat upaa-i-aa.
ਹੁਕਮੇ ਸੁਰਗੁ ਮਛੁ ਪਇਆਲਾ,	hukmay surag machh pa-i-aalaa
ਹੁਕਮੇ ਕਲਾ ਰਹਾਇਦਾ॥੧੦॥	hukmay kalaa rahaa-idaa. ‖10‖

ਪ੍ਰਭ ਦੇ ਭਾਣੇ ਨਾਲ ਹੀ ਜੀਵ ਨੂੰ ਸੰਸਾਰ ਵਿੱਚ ਮਾਨਸ ਜਨਮ ਬਖਸ਼ਿਸ਼ ਹੁੰਦਾ ਹੈ । ਭਾਣੇ ਨਾਲ ਹੀ ਉਸ ਵਿੱਚ ਅਲੋਪ ਹੋ ਸਕਦਾ ਹੈ । ਉਸ ਦੇ ਭਾਣੇ ਨਾਲ ਹੀ ਸ੍ਰਿਸ਼ਟੀ ਦੀ ਸਾਜਨਾ ਹੋਈ ਹੈ । ਉਸ ਦੇ ਹੁਕਮ ਨਾਲ ਹੀ ਸਵਰਗ, ਅਤੇ ਸੰਸਾਰ ਦੇ ਸਾਰੇ ਖੰਡ ਬਣੇ ਹਨ । ਉਸ ਦੇ ਹੁਕਮ ਨਾਲ ਹੀ ਸ੍ਰਿਸ਼ਟੀ, ਪ੍ਰਭ ਦੇ ਸ਼ਬਦ ਦੇ ਆਸਰੇ ਤੇ ਖੜ੍ਹੀ ਹੈ ।

The True Master blesses his soul the human life opportunity. Only Sanctified soul may be absorbed within His Holy Spirit. The True Master has created all universes, all heaven, hells, and continents with His Command. All universes have been stable with the supporting pillar of His Word.

ਹੁਕਮੇ ਧਰਤੀ ਧਉਲ ਸਿਰਿ ਭਾਰੰ॥	hukmay Dhartee Dha-ul sir bhaaraN.
ਹੁਕਮੇ ਪਉਣ ਪਾਣੀ ਗੈਣਾਰੰ॥	hukmay pa-un paanee gainaaraN.
ਹੁਕਮੇ ਸਿਵ ਸਕਤੀ ਘਰਿ ਵਾਸਾ,	hukmay siv saktee ghar vaasaa
ਹੁਕਮੇ ਖੇਲ ਖੇਲਾਇਦਾ॥੧੧॥	hukmay khayl khaylaa-idaa. ‖11‖

ਉਸ ਦੇ ਹੁਕਮ ਨਾਲ ਹੀ ਪ੍ਰਭ ਦੇ ਸ਼ਬਦ ਰੂਪੀ ਬੈਲ ਧਰਤੀ ਨੂੰ ਸਿਰ ਤੇ ਲੈ ਕੇ ਖੜ੍ਹਾ ਹੈ । ਹੁਕਮ ਨਾਲ ਹੀ ਹਵਾ, ਪਾਣੀ ਅਤੇ ਅੱਗ ਹੋਂਦ ਵਿੱਚ ਆਏ ਹਨ । ਉਸ ਦੇ ਹੁਕਮ ਨਾਲ ਹੀ ਜੀਵ ਨੂੰ ਕਰਾਮਾਤਾਂ ਦੀ ਸ਼ਕਤੀ ਬਖਸ਼ਿਸ਼ ਹੁੰਦੀ ਹੈ । ਉਸ ਦੇ ਹੁਕਮ ਨਾਲ ਹੀ ਸੰਸਾਰ ਦਾ ਖੇਲ ਚਲਦਾ ਹੈ ।

With His Command, His Word a symbolic bull supports the earth on his horn. With His Command, air, water, and fire were created for comforts of His Creation and co-exist. His true devotee may be blessed with miracle powers; the play of His Nature, universes function homogeneously.

ਹੁਕਮੇ ਆਡਾਣੇ ਆਗਾਸੀ॥	hukmay aadaanay aagaasee.
ਹੁਕਮੇ ਜਲ ਥਲ ਤ੍ਰਿਭਵਣ ਵਾਸੀ॥	hukmay jal thal taribhavan vaasee.
ਹੁਕਮੇ ਸਾਸ ਗਿਰਾਸ ਸਦਾ ਫੁਨਿ,	hukmay saas giraas sadaa fun
ਹੁਕਮੇ ਦੇਖਿ ਦਿਖਾਇਦਾ॥੧੨॥	hukmay daykh dikhaa-idaa. ||12||

ਉਸ ਦੇ ਹੁਕਮ ਨਾਲ ਹੀ ਅਕਾਸ਼, ਧਰਤੀ ਤੋਂ ਉਪਰ ਰਹਿੰਦਾ ਹੈ । ਉਸ ਦੇ ਹੁਕਮ ਨਾਲ ਹੀ ਜੀਵ ਜਲ ਥਲ, ਤਿੰਨਾਂ ਸ੍ਰਿਸ਼ਟੀਆਂ ਵਿੱਚ ਵਸਦਾ ਹੈ । ਉਸ ਦੇ ਹੁਕਮ ਨਾਲ ਹੀ ਜੀਵ ਸਵਾਸ ਅਤੇ ਗਰਾਸ ਲੈਂਦਾ ਹੈ । ਆਪਣੇ ਹੁਕਮ ਨਾਲ ਹੀ ਜੀਵ ਨੂੰ ਦੇਖਣ ਦੀ ਸ਼ਕਤੀ ਬਖਸ਼ਦਾ ਹੈ ।

With His Command, sky remains as an umbrella above earth; three universes, earth, water and under earth are populated with living creatures. With His mercy and grace, someone may breathe, and swallow food for nourishment; His Creation has been blessed with the power to see and witness His Nature.

ਹੁਕਮਿ ਉਪਾਏ ਦਸ ਅਉਤਾਰਾ॥	hukam upaa-ay das a-utaaraa.
ਦੇਵ ਦਾਨਵ ਅਗਣਤ ਅਪਾਰਾ॥	dayv daanav agnat apaaraa.
ਮਾਨੈ ਹੁਕਮੁ ਸੁ ਦਰਗਹ ਪੈਝੈ,	maanai hukam so dargeh paijhai
ਸਾਚਿ ਮਿਲਾਇ ਸਮਾਇਦਾ॥੧੩॥	saach milaa-ay samaa-idaa. ||13||

ਉਸ ਦੇ ਹੁਕਮ ਨਾਲ ਹੀ ਸੰਸਾਰ ਵਿੱਚ <u>ਦਸ ਅਵਤਾਰ</u> ਆਏ ਹਨ । ਅਣਗਿਣਤ ਹੀ ਦੇਵੀ ਦੇਵਤੇ ਅਤੇ ਜਮਦੂਤ ਪੈਦਾ ਹੋਏ ਹਨ । ਜਿਹੜਾ ਪ੍ਰਭ ਦੇ ਸ਼ਬਦ ਨਾਲ ਜੀਵਨ ਬਤੀਤ ਕਰਦਾ ਹੈ । ਉਸ ਨੂੰ ਦਰਬਾਰ ਵਿੱਚ ਮਾਣ, ਪ੍ਰਵਾਨਗੀ ਬਖਸ਼ਿਸ਼ ਹੋ ਜਾਂਦੀ, ਪ੍ਰਭ ਦੀ ਹੋਂਦ ਵਿੱਚ ਅਭੇਦ ਹੋ ਜਾਂਦਾ ਹੈ ।

The True Master has sent 10 prophets, blessed souls to enlighten the universe from Ancient Ages; many other gods and devils. Whosoever may adopt the teachings of His Word with steady and stable belief in his day-to-day life; with His mercy and grace, he may be accepted in His Court, his soul may be immersed within His Holy Spirit.

<u>10 Blessed Souls</u>

ਹੁਕਮੇ ਜੁਗ ਛਤੀਹ ਗੁਦਾਰੇ॥	hukmay jug chhateeh gudaaray.
ਹੁਕਮੇ ਸਿਧ ਸਾਧਿਕ ਵੀਚਾਰੇ॥	hukmay siDh saaDhik veechaaray.
ਆਪਿ ਨਾਥੁ ਨਥੀਂ ਸਭ ਜਾ ਕੀ,	aap naath natheeN sabh jaa kee
ਬਖਸ਼ੇ ਮੁਕਤਿ ਕਰਾਇਦਾ॥੧੪॥	bakhsay mukat karaa-idaa. ||14||

ਉਸ ਦੇ ਹੁਕਮ ਨਾਲ ਹੀ 36 ਯੁੱਗ ਲੰਘ ਗਏ, ਬੀਤ ਗਏ । ਹੁਕਮ ਨਾਲ ਹੀ ਬੰਦਗੀ ਕਰਨ ਵਾਲੇ ਭਗਤ-ਜਨ ਸ਼ਬਦ ਵਿੱਚ ਲੀਨ ਰਹਿੰਦੇ ਹਨ । ਪ੍ਰਭ ਸਭ ਕੁਝ ਆਪਣੇ ਹੁਕਮ ਅੰਦਰ ਹੀ ਰਖਦਾ ਹੈ । ਜਿਸ ਦੀਆਂ ਭੁੱਲਾਂ ਬਖਸ਼ਦਾ ਹੈ, ਉਸ ਨੂੰ ਮੁਕਤੀ ਬਖਸ਼ਿਸ਼ ਹੋ ਜਾਂਦੀ ਹੈ ।

With His Command, 36 Yuga had passed. His true devotee remains intoxicated in meditation in deep void of His Word. The True Master has kept the mystery of His Nature under His Command. Whose sins may be forgiven; with His mercy and grace, his cycle of birth and death may be eliminated. He may be blessed with salvation.

ਕਾਇਆ ਕੋਟੁ ਗੜੈ ਮਹਿ ਰਾਜਾ॥	kaa-i-aa kot garhai meh raajaa.
ਨੇਬ ਖਵਾਸ ਭਲਾ ਦਰਵਾਜਾ॥	nayb khavaas bhalaa darvaajaa.

ਮਿਥਿਆ ਲੋਭੁ ਨਾਹੀ ਘਰਿ ਵਾਸਾ, mithi-aa lobh naahee ghar vaasaa
ਲਬਿ ਪਾਪਿ ਪਛੁਤਾਇਦਾ॥੧੫॥ lab paap pachhutaa-idaa. ||15||

ਸਰੀਰ ਦੇ ਪੱਕੇ ਕਿਲ੍ਹੇ, ਤਖਤ ਤੇ ਸੰਦਰ ਦਰਵਾਜੇ ਤੇ ਆਪਣੇ ਸੇਵਕਾਂ ਨਾਲ ਬੈਠਾ ਹੈ । ਜਿਹੜਾ ਫਰੇਬ, ਜਾ ਧੋਖੇ ਦਾ ਜੀਵਨ ਬਤੀਤ ਕਰਦਾ ਹੈ, ਉਹ ਦਰਬਾਰ ਵਿੱਚ ਦਾਖਿਲ ਨਹੀਂ ਹੋ ਸਕਦਾ । ਜਿਹੜਾ ਹੈਸੀਅਤ ਦੇ ਅਭਿਮਾਨ, ਅਹੰਕਾਰ ਅਤੇ ਪਾਪ ਕਰਦਾ ਹੈ, ਉਹ ਬਾਰ ਬਾਰ ਜਨਮ ਲੈਂਦਾ, ਪਛਤਾਵਾ ਕਰਦਾ, ਜੂੰਨਾਂ ਦੇ ਚੱਕਰ ਵਿੱਚ ਹੀ ਰਹਿੰਦਾ ਹੈ ।

In the strong castle, in the 10th cave of his soul, He remains in the conjugation of His true devotee. Whosoever may adopt clever plans, deception, religious rituals may be restricted from entry in His Court. He may never be blessed with the right path of acceptance in His Court. Whosoever may remain in ego of His worldly status and commits sins in his life. He may regret, and repents. He remains in the cycle of birth and death.

ਸਤੁ ਸੰਤੋਖੁ ਨਗਰ ਮਹਿ ਕਾਰੀ॥ sat santokh nagar meh kaaree.
ਜਤੁ ਸਤੁ ਸੰਜਮੁ ਸਰਣਿ ਮੁਰਾਰੀ॥ jat sat sanjam saran muraaree.
ਨਾਨਕ ਸਹਜਿ ਮਿਲੈ ਜਗਜੀਵਨੁ, naanak sahj milai jagjeevan
ਗੁਰ ਸਬਦੀ ਪਤਿ ਪਾਇਦਾ॥੧੬॥੪॥੧੬॥ gur sabdee pat paa-idaa. ||16||4||16||

ਸਤ, ਸੰਤੋਖ, ਧੀਰਜ ਇਸ ਸਰੀਰ ਨੂੰ ਚਲਾਉਂਦੇ ਹਨ । ਜਤ (ਕਾਮ ਵਾਸਨਾ ਤੇ ਕਾਬੂ) ਸਤ (ਬਖਸ਼ੇ ਤੇ ਸੰਤੋਖ) ਮਨ ਤੇ ਕਾਬੂ ਹੀ ਪ੍ਰਭ ਦੀ ਸ਼ਰਣ ਹੈ । ਜਿਸ ਨੂੰ ਪ੍ਰਭ ਦੀ ਰਹਿਮਤ ਨਾਲ, ਸ਼ਬਦ ਦੀ ਸੋਝੀ ਬਖਸ਼ਿਸ਼ ਹੋ ਜਾਂਦੀ ਹੈ, ਉਸ ਨਾਲ ਜੀਵਨ ਢਾਲਦਾ ਹੈ । ਉਸ ਨੂੰ ਪ੍ਰਵਾਨਗੀ ਦਾ ਰਸਤਾ ਬਖਸ਼ਿਸ਼ ਹੋ ਜਾਂਦਾ ਹੈ, ਉਸ ਨੂੰ ਦਰਬਾਰ ਵਿੱਚ ਮਾਣ ਬਖਸ਼ਿਸ਼ ਹੁੰਦਾ ਹੈ ।

Three virtues of His Nature, patience, belief on His justice and contentment, drive the play of the universe. The control on sexual urges with strange opposite sex, contentment on His Blessings and control on the demons of worldly desire may be His Sanctuary. Whosoever may adopt the teachings of His Word; with His mercy and grace, he may be blessed with the right path of acceptance in His Court. He may be honored in His Court.

His Sanctuary
control on sexual urges, worldly desires, and contentment

17. ਮਾਰੂ ਮਹਲਾ ੧॥ 1037-10

ਸੁੰਨ ਕਲਾ ਅਪਰੰਪਰਿ ਧਾਰੀ॥ sunn kalaa aprampar Dhaaree.
ਆਪਿ ਨਿਰਾਲਮੁ ਅਪਰ ਅਪਾਰੀ॥ aap niraalam apar apaaree.
ਆਪੇ ਕੁਦਰਤਿ ਕਰਿ ਕਰਿ ਦੇਖੈ, aapay kudrat kar kar daykhai sun-
ਸੁੰਨਹੁ ਸੁੰਨੁ ਉਪਾਇਦਾ॥੧॥ nahu sunn upaa-idaa. ||1||

ਪ੍ਰਭ ਨੇ ਆਪਣੀ ਸਮਾਧੀ ਵਿੱਚ ਹੀ ਸਾਰੀ ਸ੍ਰਿਸ਼ਟੀ ਦੀ ਤਾਕਤ ਕਾਬੂ ਵਿੱਚ ਕਰ ਲਈ । ਉਹ ਆਪ ਸਾਰੀ ਸ੍ਰਿਸ਼ਟੀ ਦੇ ਮੋਹ ਤੋਂ, ਤੁਲਨਾ ਤੋਂ, ਕਿਸੇ ਅੰਤ ਤੋਂ ਰਹਿਤ ਹੈ ।ਆਪ ਹੀ ਜੀਵ ਨੂੰ ਪੈਦਾ ਕਰਨ ਦੀ ਸਮਰਥਾ ਰਖਦਾ ਹੈ । ਉਸ ਨੂੰ ਪੈਦਾ ਕਰਦਾ, ਦੇਖਦਾ, ਆਪ ਪੂਰਨ ਸਮਾਧੀ ਵਿੱਚ ਹੀ ਰਹਿੰਦਾ ਹੈ ।

The Omnipotent True Master controls all the power of 3 universes from His Perfect Void. He remains beyond the emotional attachment, any limits, boundary of His miracles or comprehension of His Creation. Only He has the capability of creation and destruction of any creature, everything in the universe. The True Master, Creator, creates, nourishes, monitors, protects His Creation. He remains in perfect blossom in His Void.

ਪਉਣੁ ਪਾਣੀ ਸੁੰਨੈ ਤੇ ਸਾਜੇ॥ pa-un paanee sunnai tay saajay.
ਸ੍ਰਿਸਟਿ ਉਪਾਇ ਕਾਇਆ ਗੜ ਰਾਜੇ॥ sarisat upaa-ay kaa-i-aa garh raajay.
ਅਗਨਿ ਪਾਣੀ ਜੀਉ ਜੋਤਿ ਤੁਮਾਰੀ, agan paanee jee-o jot tumaaree
ਸੁੰਨੇ ਕਲਾ ਰਹਾਇਦਾ॥੨॥ sunnay kalaa rahaa-idaa. ||2||

ਪ੍ਰਭ ਨੇ ਆਪਣੀ ਸਮਾਧੀ ਵਿਚੋਂ ਹੀ ਹਵਾ, ਪਾਣੀ ਅਤੇ ਸ੍ਰਿਸ਼ਟੀ ਪੈਦਾ ਕੀਤੀ ਹੈ । ਇਸ ਸਰੀਰ ਵਿੱਚ ਮਨ ਨੂੰ ਰਾਜਾ ਥਾਪਿਆ । ਪ੍ਰਭ ਦੀ ਰੋਸ਼ਨੀ ਹੀ ਅੱਗ, ਪਾਣੀ ਅਤੇ ਆਤਮਾ ਵਿੱਚ ਵਾਪਰਦੀ ਹੈ । ਪ੍ਰਭ ਦੀ ਸਮਾਧੀ ਵਿੱਚ ਹੀ ਪ੍ਰਭ ਦੀ ਜੋਤ, ਕਰਮਾਤਾਂ, ਸ਼ਕਤੀ ਸਮਾਈ ਰਹਿੰਦੀ ਹੈ ।

The True Master has created Air, Water and His Creation from His Void. He has deputized his mind as the king of his body. The glow of His Holy Spirit, His Word always prevails within water, fire, and the soul of His Creation. His Holy Spirit, Miracles Power remains embedded within His Void.

ਸੁੰਨਹੁ ਬ੍ਰਹਮਾ ਬਿਸਨੁ ਮਹੇਸੁ ਉਪਾਏ॥	sunnahu barahmaa bisan mahays upaa-ay.
ਸੁੰਨੇ ਵਰਤੇ ਜੁਗ ਸਬਾਏ॥	sunnay vartay jug sabaa-ay.
ਇਸੁ ਪਦ ਵੀਚਾਰੇ ਸੋ ਜਨੁ ਪੂਰਾ,	is pad veechaaray so jan pooraa
ਤਿਸੁ ਮਿਲੀਐ ਭਰਮੁ ਚੁਕਾਇਦਾ॥੩॥	tis milee-ai bharam chukaa-idaa. ‖3‖

ਪ੍ਰਭ ਨੇ ਆਪਣੀ ਸਮਾਧੀ ਵਿਚੋਂ ਹੀ ਬ੍ਰਹਮਾ, ਬਿਸਨ ਅਤੇ ਮਹੇਸ਼ ਸੰਸਾਰ ਵਿੱਚ ਪੈਦਾ ਕੀਤੇ । ਪ੍ਰਭ ਦੀ ਸਮਾਧੀ ਸਾਰੇ ਯੁੱਗਾਂ ਵਿੱਚ ਅਡੋਲ ਰਹਿੰਦੀ ਹੈ । ਜਿਹੜਾ ਪ੍ਰਭ ਦੇ ਸ਼ਬਦ ਨੂੰ ਅਟਲ ਮੰਨਕੇ ਜੀਵਨ ਢਾਲਦਾ ਹੈ, ਉਸ ਨੂੰ ਪੂਰਨ ਭਗਤ ਅਵਸਥਾ ਬਖਸ਼ਿਸ਼ ਹੋ ਜਾਂਦੀ ਹੈ । ਉਸ ਜੀਵ ਦੇ ਮਿਲਣ ਨਾਲ ਸਾਰੇ ਭਰਮ ਦੂਰ ਹੋ ਜਾਂਦੇ ਹਨ ।

From His perfect Void; He has created three renowned ancient prophets; like **Brahma, Vishnu, Mahesh**. Whosoever may adopt the teachings of His Word with steady and stable belief in his day-to-day life; with His mercy and grace, he may be blessed with a state of mind as His true devotee. Whosoever may be blessed with his conjugation; with His mercy and grace, all his suspicions may be eliminated.

ਸੁੰਨਹੁ ਸਪਤ ਸਰੋਵਰ ਥਾਪੇ॥	sunnahu sapat sarovar thaapay.
ਜਿਨਿ ਸਾਜੇ ਵੀਚਾਰੇ ਆਪੇ॥	jin saajay veechaaray aapay.
ਤਿਤੁ ਸਤ ਸਰਿ ਮਨੂਆ ਗੁਰਮੁਖਿ ਨਾਵੈ,	tit sat sar manoo-aa gurmukh naavai
ਫਿਰਿ ਬਾਹੁੜਿ ਜੋਨਿ ਨ ਪਾਇਦਾ॥੪॥	fir baahurh jon na paa-idaa. ‖4‖

ਪ੍ਰਭ ਨੇ ਆਪਣੀ ਸਮਾਧੀ ਵਿਚੋਂ ਹੀ 7 ਸਮੁੰਦਰ ਥਾਪੇ ਹਨ । ਜਿਸ ਨੇ ਇਹ ਸਭ ਕੁਝ ਕੀਤਾ ਹੈ, ਕੇਵਲ ਉਹ ਹੀ ਜਾਣਦਾ ਹੈ । ਜਿਹੜਾ ਸੇਵਕ ਨਿਮਾਣਾ ਬਣਕੇ ਪ੍ਰਭ ਦੇ ਸ਼ਬਦ ਦੇ ਸਰੋਵਰ ਵਿੱਚ ਇਸ਼ਨਾਨ ਕਰਦਾ ਹੈ । ਉਸ ਦਾ ਜਨਮ ਮਰਨ ਦਾ ਚੱਕਰ ਖਤਮ ਹੋ ਜਾਂਦਾ, ਮਾਤਾ ਦੇ ਗਰਭ ਵਿੱਚ ਨਹੀਂ ਜਾਂਦਾ ।

The True Master has created, established 7 oceans within each soul. Only, The True Creator may comprehend the real purpose of His Creations, and play of His Nature. Whosoever may humbly surrender his mind, body, and worldly status at His Sanctuary; he may take a sanctifying bath in the nectar of the essence of His Word. His cycle of birth and death may be eliminated. He may never endure the misery of birth in the womb of mother.

ਸੁੰਨਹੁ ਚੰਦੁ ਸੂਰਜੁ ਗੈਣਾਰੇ॥	sunnahu chand sooraj gainaaray.
ਤਿਸ ਕੀ ਜੋਤਿ ਤ੍ਰਿਭਵਣ ਸਾਰੇ॥	tis kee jot taribhavan saaray.
ਸੁੰਨੇ ਅਲਖ ਅਪਾਰ ਨਿਰਾਲਮੁ,	sunnay alakh apaar niraalam sun-
ਸੁੰਨੇ ਤਾੜੀ ਲਾਇਦਾ॥੫॥	nay taarhee laa-idaa. ‖5‖

ਪ੍ਰਭ ਦੀ ਸਮਾਧੀ ਵਿਚੋਂ ਹੀ ਚੰਦ, ਸੂਰਜ, ਧਰਤੀ ਪੈਦਾ ਹੋਏ ਹਨ । ਪ੍ਰਭ ਦੀ ਰੋਸ਼ਨੀ ਹੀ ਤਿੰਨਾਂ ਸ੍ਰਿਸ਼ਟੀਆਂ ਵਿੱਚ ਵਾਪਰਦੀ ਹੈ । ਪ੍ਰਭ ਦੀ ਪੂਰਨ ਸਮਾਧੀ, ਅੰਤ ਤੋਂ ਰਹਿਤ, ਅਨੋਖੀ ਹੈ । ਪ੍ਰਭ ਇਸ ਸਮਾਧੀ ਵਿੱਚ ਡੂੰਘੀ ਬੰਦਗੀ ਵਿੱਚ ਹੀ ਰਹਿੰਦਾ ਹੈ ।

The True Master has created Moon, Sun, and Earth from His Prefect Void. The glow of His Holy Spirit, shines through three universes. His Perfect, astonishing void remains beyond any limit, boundary, and comprehension of His Creation. The True Master remains intoxicated deep in meditation in His Void and in everlasting blossom.

ਸੁੰਨਹੁ ਧਰਤਿ ਅਕਾਸੁ ਉਪਾਏ॥ sunnahu Dharat akaas upaa-ay.
ਬਿਨੁ ਥੰਮਾ ਰਾਖੇ ਸਚੁ ਕਲ ਪਾਏ॥ bin thammaa raakhay sach kal paa-ay.
ਤ੍ਰਿਭਵਣ ਸਾਜਿ ਮੇਖੁਲੀ ਮਾਇਆ, taribhavan saaj maykhulee maa-i-aa
ਆਪਿ ਉਪਾਇ ਖਪਾਇਦਾ॥੬॥ aap upaa-ay khapaa-idaa. ||6||

ਪ੍ਰਭ ਦੀ ਸਮਾਧੀ ਵਿਚੋਂ ਹੀ ਧਰਤੀ ਅਤੇ ਅਕਾਸ਼ ਪੈਦਾ ਹੋਏ ਹਨ । ਪ੍ਰਭ ਦੀ ਕਰਾਮਾਤ ਨਾਲ ਹੀ ਇਹ ਬਿਨਾਂ ਦੇਖੇ ਜਾਣ ਵਾਲੇ ਆਸਰੇ ਨਾਲ ਸਥਿਤ ਰਹਿੰਦੇ ਹਨ । ਪ੍ਰਭ ਨੇ ਆਪ ਹੀ ਤਿੰਨੇ ਸ੍ਰਿਸ਼ਟੀਆਂ ਸਾਜੀਆਂ ਹਨ । ਇਹਨਾ ਵਿੱਚ ਵੱਖਰੀ ਕਿਸਮਾਂ ਦੀ ਮਾਇਆ ਦਾ ਜਾਲ ਵਿਛਾਇਆ ਹੈ । ਆਪ ਹੀ ਜੀਵ ਨੂੰ ਜਨਮ ਦੇਂਦਾ, ਆਪ ਹੀ ਮੌਤ ਦੇਂਦਾ ਹੈ ।

The True Master has created, earth and sky from His Perfect Void; with His mercy and grace, both earth and sky remain stable without any visible supporting pillar. He has created different creatures in three universes. He has created unique different virtues of worldly wealth in the life structure of each kind of species, creature.

ਸੁੰਨਹੁ ਖਾਣੀ ਸੁੰਨਹੁ ਬਾਣੀ॥ sunnahu khaanee sunnahu banee.
ਸੁੰਨਹੁ ਉਪਜੀ ਸੁੰਨਿ ਸਮਾਣੀ॥ sunnahu upjee sunn samaanee.
ਉਤਭੁਜੁ ਚਲਤੁ ਕੀਆ ਸਿਰਿ ਕਰਤੈ, ut-bhuj chalat kee-aa sir kartai
ਬਿਸਮਾਦੁ ਸਬਦਿ ਦੇਖਾਇਦਾ॥੭॥ bismaad sabad daykhaa-idaa. ||7||

ਸਮਾਧੀ ਵਿਚੋਂ ਹੀ ਜੀਵ ਨੂੰ ਪੈਦਾ ਕਰਨ ਦੇ ਚਾਰ ਢੰਗ, ਬੋਲ, ਅਵਾਜ ਪੈਦਾ ਹੋਈ ਹੈ । ਪ੍ਰਭ ਦੀ ਸਮਾਧੀ ਵਿਚੋਂ ਹੀ ਆਤਮਾ ਜੀਵ ਦੇ ਤਨ ਵਿੱਚ ਆਉਂਦੀ, ਸਮਾਧੀ ਵਿੱਚ ਹੀ ਸਮਾ ਜਾਂਦੀ ਹੈ । ਸਦਾ ਰਹਿਣ ਵਾਲੇ ਪ੍ਰਭ ਦੀ ਕੁਦਰਤ ਹੀ ਸਾਰੇ ਕੰਮ ਕਰਦੀ ਹੈ । ਪ੍ਰਭ ਦੇ ਸ਼ਬਦ ਦੀ ਸੋਝੀ ਵਿੱਚ ਹੀ ਸਾਰੀਆਂ ਅਵਸਥਾਂ ਦਿਖਾਉਂਦਾ ਹੈ ।

The True Master has created four sources of creation, reproduction of His Creation from His Perfect Void. The soul has been separated from His Holy Spirit and dwells within any perishable living body; after predetermined time, his soul may be absorbed within His Void. His Word remains true forever and prevails in all events of His Nature. The enlightenment of the essence of His Word, remains embedded within the wealth of His Word.

ਸੁੰਨਹੁ ਰਾਤਿ ਦਿਨਸੁ ਦੁਇ ਕੀਏ॥ sunnahu raat dinas du-ay kee-ay.
ਓਪਤਿ ਖਪਤਿ ਸੁਖਾ ਦੁਖ ਦੀਏ॥ opat khapat sukhaa dukh dee-ay.
ਸੁਖ ਦੁਖ ਹੀ ਤੇ ਅਮਰੁ ਅਤੀਤਾ, sukh dukh hee tay amar ateetaa
ਗੁਰਮੁਖਿ ਨਿਜ ਘਰੁ ਪਾਇਦਾ॥੮॥ gurmukh nij ghar paa-idaa. ||8||

ਆਪਣੀ ਸਮਾਧੀ ਵਿਚੋਂ ਹੀ ਦਿਨ ਰਾਤ, ਜੀਵ ਦਾ ਜਨਮ, ਮਰਨ, ਦੁਖ, ਸੁਖ ਪੈਦਾ ਕੀਤਾ । ਜਿਹੜਾ ਦੁਖ, ਸੁਖ ਨੂੰ ਪ੍ਰਭ ਦੀ ਬਖਸ਼ਿਸ਼ ਸਮਝਕੇ ਧੰਨਵਾਦ ਕਰਦਾ ਹੈ । ਉਸ ਗੁਰਮਖ ਨੂੰ ਅਮਰ ਅਵਸਥਾ ਬਖਸ਼ਿਸ਼ ਹੋ ਜਾਂਦੀ ਹੈ । ਆਪਣੇ ਅੰਦਰੋਂ ਹੀ ਸੋਝੀ ਪਾ ਲੈਂਦਾ, ਹੌਂਦ ਮਹਿਸੂਸ ਕਰ ਲੈਂਦਾ ਹੈ ।

The True Master has created day and night; birth and death; miseries and comforts of His Nature. Whosoever may accept miseries and pleasures of world life as His Worthy Blessings and sings His Glory; with His mercy and grace, he may be enlightened and realize His Existence from within.

ਸਾਮ ਵੇਦੁ ਰਿਗੁ ਜੁਜਰੁ ਅਥਰਬਣੁ॥ saam vayd rig jujar atharban.
ਬ੍ਰਹਮੇ ਮੁਖਿ ਮਾਇਆ ਹੈ ਤ੍ਰੈ ਗੁਣ॥ barahmay mukh maa-i-aa hai tarai gun.
ਤਾ ਕੀ ਕੀਮਤਿ ਕਹਿ ਨ ਸਕੈ ਕੋ, taa kee keemat kahi na sakai ko
ਤਿਉ ਬੋਲੇ ਜਿਉ ਬੋਲਾਇਦਾ॥੯॥ ti-o bolay ji-o bolaa-idaa. ||9||

ਪ੍ਰਭ ਨੇ ਆਪ ਹੀ ਬ੍ਰਹਮਾ ਦੀ ਜੀਭ ਤੋਂ ਚਾਰ ਵੇਦ ਉਚਾਰੇ ਹਨ । ਬ੍ਰਹਮਾ ਦੀ ਜੀਭ ਵਿਚੋਂ ਹੀ ਆਤਮਾਂ ਨੂੰ ਮਾਇਆ ਦੇ ਤਿੰਨਾਂ ਗੁਣ, ਤਿੰਨ ਰੂਪ ਦੀ ਸੋਝੀ ਬਖਸ਼ੀ ਹੈ । ਪ੍ਰਭ ਦੇ ਕਿਸੇ ਕਰਤਬ, ਜਾ ਸ਼ਬਦ ਦੀ

ਕੀਮਤ, ਮਹੱਤਤਾ ਜਾਣੀ ਨਹੀਂ ਜਾ ਸਕਦੀ । ਕੇਵਲ ਉਹ ਹੀ ਬੋਲ ਸਕਦਾ ਹੈ, ਜਿਸ ਨੂੰ ਉਹ ਆਪ ਬਲਾਉਂਦਾ ਹੈ । **(ਸਾਮ ਵੇਦ, ਰਿਗ ਵੇਦ, ਜੁਜਰ ਵੇਦ ਅਤੇ ਅਥਰਬਣ ਵੇਦ)

The True Master has blessed four Vedas at the tongue of prophet Braham ji! He has blessed the enlightenment of the three virtues of worldly wealth at the tongue of prophet Braham. The significance of His Nature, the essence of His Word remains beyond the comprehension of His Creation. Whosoever may be blessed and inspired to spread the enlightenment of His Word; only he may be able to comprehend His Nature.

** Sham Vedas, Rigg Vedas; Jujur Vedas and Arthban Vedas.

Virtue of Worldly Wealth.

ਕਲ–ਸੱਤਿਆ; ਛਾਇਆ, ਆਸਰਾ; ਸਹਿਆ

ਨਾਦੁ– ਰਾਗ; ਧੁਨ – ਰੌ; ਪ੍ਰਭ ਦਾ ਵਿਰਾਗ. **Page 614 sahib**

ਸੁੰਨਹੁ ਸਪਤ ਪਾਤਾਲ ਉਪਾਏ॥ sunnahu sapat paataal upaa-ay.
ਸੁੰਨਹੁ ਭਵਣ ਰਖੇ ਲਿਵ ਲਾਏ॥ sunnahu bhavan rakhay liv laa-ay.
ਆਪੇ ਕਾਰਣੁ ਕੀਆ ਅਪਰੰਪਰਿ, aapay kaaran kee-aa aprampar
ਸਭੁ ਤੇਰੋ ਕੀਆ ਕਮਾਇਦਾ॥੧੦॥ sabh tayro kee-aa kamaa-idaa. ||10||

ਪ੍ਰਭ ਨੇ ਆਪਣੀ ਸਮਾਧੀ ਵਿੱਚ ਹੀ ਸਤ ਪਤਾਲ ਬਣਾਏ । ਆਪਣੇ ਨਾਲ ਜੋੜ ਕਰਨ ਲਈ, ਲਗਨ ਲਾਉਣ ਲਈ ਸ਼ਬਦ ਪੈਦਾ ਕੀਤਾ । ਪ੍ਰਭ ਤੂੰ ਆਪ ਹੀ ਸ੍ਰਿਸ਼ਟੀ ਦੀ ਉਤਪਤੀ ਕਰਦਾ ਹੈ । ਹਰਇਕ ਜੀਵ ਉਹ ਕੁਝ ਹੀ ਕਰ ਸਕਦਾ ਹੈ, ਜੋ ਪ੍ਰਭ ਉਸ ਤੋਂ ਕਰਵਾਉਂਦਾ ਹੈ ।

From the Primal Void, He created the seven nether regions. He has created the teachings of His Word to remain in renunciation of the memory of his separation from His Holy Spirit. He has created His Creation as an expansion of His Holy spirit. Every creature may only perform any deed inspired and assigned with His Command.

ਰਜ ਤਮ ਸਤ ਕਲ ਤੇਰੀ ਛਾਇਆ॥ raj tam sat kal tayree chhaa-i-aa.
ਜਨਮ ਮਰਣ ਹਉਮੈ ਦੁਖੁ ਪਾਇਆ॥ janam maran ha-umai dukh paa-i-aa.
ਜਿਸ ਨੋ ਕ੍ਰਿਪਾ ਕਰੇ ਹਰਿ, ਗੁਰਮੁਖਿ jis no kirpaa karay har, gurmukh
ਗੁਣਿ ਚਉਥੈ ਮੁਕਤਿ ਕਰਾਇਦਾ॥੧੧॥ gun cha-uthai mukat karaa-idaa. ||11||

ਪ੍ਰਭ ਦੀ ਸ਼ਕਤੀ, ਰਹਿਮਤ ਤਿੰਨਾਂ ਗੁਣਾਂ (ਰਜ, ਤਮ, ਸਤ) ਵਿੱਚ ਹੀ ਸਮਾਈ ਹੈ । ਤਿੰਨਾਂ ਗੁਣਾ ਤੇ ਜਿੱਤ ਪਾਉਣ ਨਾਲ ਹੀ ਮੁਕਤੀ ਦਾ ਰਸਤਾ ਬਖਸ਼ਿਸ਼ ਹੋ ਸਕਦਾ ਹੈ । ਜੀਵ ਆਪਣੀ ਹੈਸੀਅਤ ਦੇ ਅਭਿਮਾਨ ਨਾਲ ਹੀ ਜਨਮ ਮਰਨ ਦੇ ਦੁਖ ਪਾਉਂਦਾ ਹੈ । ਜਿਸ ਜੀਵ ਨੂੰ ਆਪਣੀ ਰਹਿਮਤ ਨਾਲ ਗੁਰਮਖ ਅਵਸਥਾ ਬਖਸ਼ਦਾ ਹੈ । ਉਹ ਨੂੰ ਚੌਥਾਂ ਪਦਾਰਥ, ਮੁਕਤੀ ਬਖਸ਼ਿਸ਼ ਹੋ ਜਾਂਦੀ ਹੈ ।

All His Power and Blessings, the right path of acceptance in His Court remain embedded within the control of three virtues of worldly wealth, **Raajas, Taamas and Satvas**. Whosoever may remain intoxicated in the ego of his worldly status, he remains in the miseries of the cycle of birth and death. Whosoever may be blessed to conquer three virtues of worldly wealth; with His mercy and grace; only he may be blessed with the 4th virtue, salvation.

ਸੁੰਨਹੁ ਉਪਜੇ ਦਸ ਅਵਤਾਰਾ॥ sunnahu upjay das avtaaraa.
ਸ੍ਰਿਸਟਿ ਉਪਾਇ ਕੀਆ ਪਾਸਾਰਾ॥ sarisat upaa-ay kee-aa paasaaraa.
ਦੇਵ ਦਾਨਵ ਗਣ ਗੰਧਰਬ ਸਾਜੇ, dayv daanav gan ganDharab saajay
ਸਭਿ ਲਿਖਿਆ ਕਰਮ ਕਮਾਇਦਾ॥੧੨॥ sabh likhi-aa karam kamaa-idaa. ||12||

ਪ੍ਰਭ ਦੀ ਸਮਾਧੀ ਵਿਚੋਂ ਹੀ ਦਸ ਅਵਤਾਰ ਪੈਦਾ ਹੋਏ । ਸ੍ਰਿਸ਼ਟੀ ਦੀ ਪੈਦਾ ਕਰਕੇ ਉਸ ਨੇ ਆਪਣੀ ਸਮਾਧੀ ਨੂੰ ਹੀ ਵਧਾ ਲਿਆ । ਆਪ ਹੀ ਦੇਵੀ ਦੇਵਤੇ, ਜਮਦੂਤ, ਸਵਰਨ ਅਤੇ ਸੰਗੀਤ ਵਜਉਣ ਵਾਲੇ ਪੈਦਾ ਕੀਤੇ । ਸਾਰੇ ਆਪਣੇ ਪਿਛਲੇ ਜਨਮ ਦੇ ਕਰਮਾ ਨਾਲ ਹੀ ਕੰਮ ਕਰਦੇ ਹਨ ।

From His **Primal Void,** He has created 10 prophets to enlighten His Creation. With the creation of the universe! He has expanded His Holy Spirit, His Void. He has created worldly gods, devils, sermons of His Word and melodious sound of musical instruments. Everyone may perform worldly deeds with his prewritten destiny as a reward of deeds of his previous life.

ਗੁਰਮੁਖਿ ਸਮਝੈ ਰੋਗੁ ਨ ਹੋਈ॥	gurmukh samjhai rog na ho-ee.
ਇਹ ਗੁਰ ਕੀ ਪਉੜੀ, ਜਾਣੈ ਜਨੁ ਕੋਈ॥	ih gur kee pa-orhee jaanai jan ko-ee.
ਜੁਗਹ ਜੁਗੰਤਰਿ ਮੁਕਤਿ ਪਰਾਇਣ,	jugah jugantar mukat paraa-in
ਸੋ ਮੁਕਤਿ ਭਇਆ ਪਤਿ ਪਾਇਦਾ॥੧੩॥	so mukat bha-i-aa pat paa-idaa. ||13||

ਜਿਸ ਜੀਵ ਨੂੰ ਗੁਰਮਖ ਅਵਸਥਾ ਬਖਸ਼ਿਸ਼ ਹੋ ਜਾਂਦੀ ਹੈ । ਉਸ ਨੂੰ ਕੋਈ ਸੰਸਾਰਕ ਇਛਾਂ ਰੂਪੀ ਰੋਗ ਨਹੀਂ ਲਗਦਾ । ਵਿਰਲੇ ਹੀ ਜੀਵ ਨੂੰ ਦਰਬਾਰ ਵਿੱਚ ਇਸ ਪੌੜੀ ਦੀ ਸੋਝੀ ਬਖਸ਼ਿਸ਼ ਹੁੰਦੀ ਹੈ । ਯੁੱਗਾਂ ਯੁੱਗਾਂ ਤੋਂ ਜੀਵ ਇਸ ਮੁਕਤੀ ਦੀ ਪ੍ਰਾਪਤੀ ਲਈ ਬੰਦਗੀ ਕਰਦਾ ਹੈ । ਜਿਸ ਦੀ ਲਗਨ ਅਡੋਲ ਹੋ ਜਾਂਦੀ ਹੈ, ਉਸ ਨੂੰ ਮੁਕਤੀ ਦਾ ਰਸਤਾ ਬਖਸ਼ਿਸ਼ ਹੋ ਜਾਂਦਾ ਹੈ । ਉਸ ਨੂੰ ਮੁਕਤੀ, ਦਰਬਾਰ ਵਿੱਚ ਥਾਂ ਬਖਸ਼ਿਸ਼ ਹੋ ਜਾਂਦਾ ਹੈ ।

Whosoever may be blessed with the state of mind as His true devotee; he may never endure any miseries of worldly desires, frustrations. However, very rare may be blessed with such a state of mind. From Ancient Ages, worldly saints, devotees have been meditating to become worthy of His Consideration. Whosoever may remain steady and stable on the right path of meditation; with His mercy and grace, he may be blessed with the right path of acceptance in His Court. He may be blessed with a permanent resting place in His Royal Court, Salvation.

ਪੰਚ ਤਤੁ ਸੁੰਨਹੁ ਪਰਗਾਸਾ॥	panch tat sunnahu pargaasaa.
ਦੇਹ ਸੰਜੋਗੀ ਕਰਮ ਅਭਿਆਸਾ॥	dayh sanjogee karam abhi-aasaa.
ਬੁਰਾ ਭਲਾ ਦੁਇ ਮਸਤਕਿ ਲੀਖੇ,	buraa bhalaa du-ay mastak leekhay
ਪਾਪੁ ਪੁੰਨੁ ਬੀਜਾਇਦਾ॥੧੪॥	paap punn beejaa-idaa. ||14||

ਆਪਣੀ ਸਮਾਧੀ ਵਿੱਚ ਹੀ ਪੰਜਾਂ ਤੱਤਾਂ ਦੇ ਸੰਜੋਗ ਨਾਲ ਤਨ ਦਾ ਅਕਾਰ ਬਣਾਇਆ ਹੈ । ਇਸ ਨੂੰ ਧੰਦੇ ਤੇ ਲਾਇਆ ਹੈ । ਜੀਵ ਦੇ ਮੱਥੇ ਤੇ ਚੰਗੇ ਅਤੇ ਮੰਦੇ ਕਰਮ ਲਿਖੇ ਹਨ । ਇਹਨਾ ਦੋਨਾਂ ਦਾ ਬੀਜ ਉਸ ਦੇ ਮਨ ਵਿੱਚ ਹੀ ਰਖਿਆ ਹੈ ।

From His Primal Void, He has created his body with the union of five elements. He assigns ever creature worldly chores to nourish his stomach. He engraves his prewritten destiny of his good and evil deeds with His Inkless pen. He sows the seed of both good and evil deeds within his heart.

5 Elements: Male sperm, female eggs, Air, Water, and fire in womb (earth)

ਉਤਮ ਸਤਿਗੁਰ ਪੁਰਖ ਨਿਰਾਲੇ॥	ootam satgur purakh niraalay.
ਸਬਦਿ ਰਤੇ ਹਰਿ ਰਸਿ ਮਤਵਾਲੇ॥	sabad ratay har ras matvaalay.
ਰਿਧਿ ਬੁਧਿ ਸਿਧਿ ਗਿਆਨੁ ਗੁਰੂ ਤੇ ਪਾਈਐ,	riDh buDh siDh gi-aan guroo tay paa-ee-ai
ਪੂਰੈ ਭਾਗਿ ਮਿਲਾਇਦਾ॥੧੫॥	poorai bhaag milaa-idaa. ||15||

ਪੂਰਨ ਗੁਰੂ, ਉਤਮ, ਪਵਿੱਤਰ ਅਤੇ ਮੋਹ ਤੋਂ ਰਹਿਤ ਹੈ । ਸ਼ਬਦ ਦੀ ਪਾਲਣਾ, ਲਗਨ ਲਾਉਣ ਨਾਲ, ਮਨ ਤੇ ਸ਼ਬਦ ਦਾ ਨਸਾ ਹੋ ਜਾਂਦਾ, ਮਸਤੀ ਆ ਜਾਂਦੀ ਹੈ । ਸੰਸਾਰਕ ਰਿਧੀਆਂ, ਸਿਧੀਆਂ, ਗਿਆਨ, ਕਰਾਮਾਤਾਂ, ਸਾਰੀਆਂ ਹੀ ਸ਼ਬਦ ਨਾਲ ਜੀਵਨ ਬਤੀਤ ਕਰਨ ਨਾਲ ਬਖਸ਼ਿਸ਼ ਹੋ ਜਾਂਦੀਆਂ ਹਨ । ਜੀਵ ਚੰਗੇ ਭਾਗਾਂ ਨਾਲ ਹੀ ਇਸ ਰਸਤੇ ਤੇ ਚਲਦਾ ਹੈ ।

The Primal True Guru remains sanctified and beyond any bonds or emotional attachments. Whosoever may whole heartedly remain devoted and obeys the teachings of His Word; with His mercy and grace, he may remain intoxicated and drenched with the essence of His Word. All the miracle power, eternal vision may remain embedded within the essence of His

Word. Whosoever may adopt the teachings of His Word with steady and stable belief; only he may be blessed with such a state of mind. Whosoever may have a great prewritten destiny, only he may remain steady and stable on the right path of acceptance in His Court.

ਇਸੁ ਮਨ ਮਾਇਆ ਕਉ ਨੇਹੁ ਘਨੇਰਾ॥	is man maa-i-aa ka-o nayhu ghanayraa.
ਕੋਈ ਬੂਝਹੁ ਗਿਆਨੀ ਕਰਹੁ ਨਿਬੇਰਾ॥	ko-ee boojhhu gi-aanee karahu nibayraa.
ਆਸਾ ਮਨਸਾ ਹਉਮੈ ਸਹਸਾ,	aasaa mansaa ha-umai sahsaa
ਨਰੁ ਲੋਭੀ ਕੂੜੁ ਕਮਾਇਦਾ॥੧੬॥	nar lobhee koorh kamaa-idaa. ‖16‖

ਜੀਵ ਦਾ ਮਾਇਆ ਨਾਲ ਮੋਹ ਬਹੁਤ ਡੂੰਘਾ ਹੈ । ਕੋਈ ਵਿਰਲਾ ਹੀ ਗਿਆਨ ਵਾਲਾ ਹੁੰਦਾ ਹੈ! ਜਿਸ ਨੂੰ ਮਾਇਆ ਦੇ ਅਸਲੀ ਰੂਪ ਦੀ ਸੋਝੀ ਹੁੰਦੀ ਹੈ । ਮਨ ਦੀਆਂ ਆਸਾਂ ਅਤੇ ਖਾਹਿਸ਼ ਨਾਲ ਚੁਲਾਕੀ, ਹੈਸੀਅਤ ਦਾ ਅਭਿਮਾਨ ਵਧਦਾ ਹੈ । ਜੀਵ ਮਨ ਦੇ ਲਾਲਚ, ਧੋਖੇ ਵਿੱਚ ਫਸ ਕੇ ਸੰਸਾਰਕ ਮਾਇਆ ਦੇ ਪਿਛੇ ਲਗ ਪੈਂਦਾ ਹੈ ।

His Creation has deep intoxication of the sweet poison, short-lived worldly comforts. However, very rare, His true devotee may be enlightened with the real weakness, reality of Worldly wealth. All his hopes and desires may accelerate his ego of worldly status and devious nature of his mind. Greedy mind may be intoxicated in the sweet poison of worldly wealth.

ਸਤਿਗੁਰ ਤੇ ਪਾਏ ਵੀਚਾਰਾ॥	satgur tay paa-ay veechaaraa.
ਸੁੰਨ ਸਮਾਧਿ ਸਚੇ ਘਰ ਬਾਰਾ॥	sunn samaaDh sachay ghar baaraa.
ਨਾਨਕ ਨਿਰਮਲ ਨਾਦੁ ਸਬਦ ਧੁਨਿ,	naanak nirmal naad sabad Dhun sach
ਸਚੁ ਰਾਮੈ ਨਾਮਿ ਸਮਾਇਦਾ॥੧੭॥੫॥੧੭॥	raamai naam samaa-idaa. ‖17‖5‖17‖

ਸ਼ਬਦ ਦੀ ਸੋਝੀ ਤੋਂ ਮਾਇਆ ਦੀ ਕਮਜ਼ੋਰੀ ਦੀ ਸੋਝੀ ਬਖਸ਼ਿਸ਼ ਹੁੰਦੀ ਹੈ । ਜਿਹੜਾ ਸ਼ਬਦ ਦੀ ਸੋਝੀ ਨਾਲ ਜੀਵਨ ਢਾਲਦਾ ਹੈ, ਉਹ ਜੀਵ ਪ੍ਰਭ ਦੀ ਸਮਾਧੀ ਵਿੱਚ ਸਮਾ ਜਾਂਦਾ ਹੈ । ਉਸ ਜੀਵ ਦਾ ਮਨ ਸਦਾ ਚਲਣ ਵਾਲੀ ਸ਼ਬਦ ਦੀ ਧੁਨ ਵਿੱਚ ਲੀਨ ਹੋ ਜਾਂਦਾ ਹੈ । ਉਸ ਵਿੱਚ ਲੀਨ ਹੋਇਆ ਹੀ ਜੀਵ ਪ੍ਰਭ ਦੀ ਜੋਤ ਵਿੱਚ ਅਲੋਪ ਹੋ ਜਾਂਦਾ ਹੈ ।

From the enlightenment of the essence of His Word; he may be enlightened with the weakness of worldly wealth. Whosoever may adopt the teachings of His Word with steady and stable belief; with His mercy and grace, he may be immersed within His Holy Spirit. His mind may remain intoxicated within the everlasting echo of His Word. He may be immersed within the void of His Word.

18. ਮਾਰੂ ਮਹਲਾ ੧॥ 1038-13

ਜਹ ਦੇਖਾ ਤਹ ਦੀਨ ਦਇਆਲਾ॥	jah daykhaa tah deen da-i-aalaa.
ਆਇ ਨ ਜਾਈ ਪ੍ਰਭੁ ਕਿਰਪਾਲਾ॥	aa-ay na jaa-ee parabh kirpaalaa.
ਜੀਆ ਅੰਦਰਿ ਜੁਗਤਿ ਸਮਾਈ,	jee-aa andar jugat samaa-ee
ਰਹਿਓ ਨਿਰਾਲਮੁ ਰਾਇਆ॥੧॥	rahi-o niraalam raa-i-aa. ‖1‖

ਪ੍ਰਭ ਹਰਇਕ ਜੀਵ, ਹਰਇਕ ਥਾਂ ਹੀ ਹਾਜ਼ਰਾ ਹਜ਼ੂਰ ਵਾਪਰਦਾ ਹੈ, ਨਿਮਾਣੇ ਦਾ ਰਖਵਾਲਾ ਹੁੰਦਾ ਹੈ । ਮਿਹਰਬਾਨ, ਤਰਸਵਾਨ ਪ੍ਰਭ, ਆਪ ਜਨਮ ਮਰਨ ਦੇ ਚੱਕਰ ਤੋਂ ਰਹਿਤ ਹੈ । ਆਪਣੇ ਗੁਪਤ ਤਰੀਕੇ ਨਾਲ ਹੀ ਹਰਇਕ ਜੀਵ ਅੰਦਰ ਵਾਪਰਦਾ ਹੈ । ਪਵਿੱਤਰ ਪ੍ਰਭ ਜੀਵ ਦੇ ਮੋਹ ਤੋਂ ਰਹਿਤ ਹੈ ।

The Omnipresent True Master, Protector of His humble helpless true devotee! He may remain embedded within each soul dwells and prevails with body of everyone and everywhere in His Nature. The Merciful True Master remains beyond the cycle of birth and death. He prevails within the mind and body of everyone in a mysterious way. His Sanctified Holy Spirit remains beyond any emotional bond or attachments to His Creation.

ਜਗੁ ਤਿਸ ਕੀ ਛਾਇਆ, jag tis kee chhaa-i-aa
ਜਿਸੁ ਬਾਪੁ ਨ ਮਾਇਆ॥ jis baap na maa-i-aa.
ਨਾ ਤਿਸੁ ਭੈਣ ਨ ਭਰਾਉ ਕਮਾਇਆ॥ naa tis bhain na bharaa-o kamaa-i-aa.
ਨਾ ਤਿਸੁ ਓਪਤਿ ਖਪਤਿ ਕੁਲ ਜਾਤੀ, naa tis opat khapat kul jaatee
ਓਹੁ ਅਜਰਾਵਰੁ ਮਨਿ ਭਾਇਆ॥੨॥ oh ajraavar man bhaa-i-aa. ||2||

ਪ੍ਰਭ ਦਾ ਕੋਈ ਮਾਤਾ, ਪਿਤਾ, ਭੈਣ, ਭਾਈ ਨਹੀਂ ਹੈ, ਹਰਇਕ ਜੀਵ ਹੀ ਪ੍ਰਭ ਦਾ ਰੂਪ ਹੈ । ਜੀਵ ਦੀ ਆਤਮਾ, ਪ੍ਰਭ ਦੀ ਜੋਤ ਦਾ ਹੀ ਪਸਾਰਾ ਹੈ । ਉਸ ਨੂੰ ਕੋਈ ਪੈਦਾ ਨਹੀਂ ਕਰ ਸਕਦਾ, ਗੱਦੀ ਤੇ ਥਾਪ ਨਹੀਂ ਸਕਦਾ! ਨਾ ਹੀ ਕੋਈ ਨਾਸ਼ ਕਰ ਸਕਦਾ ਹੈ । ਉਸ ਦੀ ਕੋਈ ਖਾਨਦਾਨੀ, ਗੱਦੀ ਨਹੀਂ ਚਲਦੀ, ਨਾ ਹੀ ਕੋਈ ਜਾਤ ਹੈ । ਉਹ ਰੂਹਾਨੀ ਪ੍ਰਭ ਮੇਰੇ ਮਨ ਨੂੰ ਭਾਉਂਦਾ ਹੈ ।

The True Master has no mother, father, sibling; each creature is the symbol of The True Master. Every soul is an expansion of His Holy Spirit. No one can incarnate anyone on His Throne as a symbol of The True Master nor anyone can hurt or destroy Him. He does not have any legacy, genealogy, or worldly social caste. The essence of His Word may be very soothing to the mind of His true devotee.

ਤੂ ਅਕਾਲ ਪੁਰਖੁ ਨਾਹੀ ਸਿਰਿ ਕਾਲਾ॥ too akaal purakh naahee sir kaalaa.
ਤੂ ਪੁਰਖੁ ਅਲੇਖ ਅਗੰਮ ਨਿਰਾਲਾ॥ too purakh alaykh agamm niraalaa.
ਸਤ ਸੰਤੋਖਿ ਸਬਦਿ ਅਤਿ ਸੀਤਲੁ, sat santokh sabad at seetal
ਸਹਜ ਭਾਇ ਲਿਵ ਲਾਇਆ॥੩॥ sahj bhaa-ay liv laa-i-aa. ||3||

ਪ੍ਰਭ, ਸਮੇਂ ਤੋਂ, ਕਾਲ ਤੋਂ ਰਹਿਤ ਹੈ, ਮੌਤ ਦਾ ਪ੍ਰਭ ਤੇ ਕੋਈ ਜ਼ੋਰ ਨਹੀਂ । ਅਸਲੀ ਮਾਲਕ, ਜੀਵ ਦੇ ਦੇਖਣ, ਪਹੁੰਚ ਤੋਂ, ਮੋਹ ਤੋਂ ਰਹਿਤ ਹੈ । ਪ੍ਰਭ ਦਾ ਸ਼ਬਦ ਮਨ ਨੂੰ ਧੀਰਜ, ਸੰਤੋਖ ਦੇਣ ਵਾਲਾ, ਠੰਡ ਦੇਣ ਵਾਲਾ ਹੈ । ਜਿਹੜਾ ਸ਼ਬਦ ਦੀ ਸਿਖਿਆ ਨਾਲ ਜੀਵਨ ਢਾਲਦਾ ਹੈ, ਓਹ ਜੀਵ ਸ਼ਬਦ ਦੀ ਸਮਾਧੀ ਵਿੱਚ ਲੀਨ ਹੋ ਜਾਂਦਾ ਹੈ ।

The True Master remains beyond any change with time, ages, or under the control of death. The True Master remains beyond any visibility, reach nor any emotional attachments to any worldly creatures. The teachings of His Word, provides patience, contentment to His true devotee. Whosoever may adopt the teachings of His Word with steady and stable belief in his day-to-day life; with His mercy and grace, he may remain intoxicated in the void of His Word.

ਤ੍ਰੈ ਵਰਤਾਇ ਚਉਥੈ ਘਰਿ ਵਾਸਾ॥ tarai vartaa-ay cha-uthai ghar vaasaa.
ਕਾਲ ਬਿਕਾਲ ਕੀਏ ਇਕ ਗ੍ਰਾਸਾ॥ kaal bikaal kee-ay ik garasaa.
ਨਿਰਮਲ ਜੋਤਿ ਸਰਬ ਜਗਜੀਵਨੁ, nirmal jot sarab jagjeevan
ਗੁਰਿ ਅਨਹਦ ਸਬਦਿ ਦਿਖਾਇਆ॥੪॥ gur anhad sabad dikhaa-i-aa. ||4||

ਪ੍ਰਭ ਨੇ ਸੰਸਾਰਕ ਮਾਇਆ ਵਿੱਚ ਤਿੰਨ ਗੁਣ (ਰਜ, ਤਮ, ਸਤ) ਬਖਸ਼ੇ ਹਨ, ਜਿਸ ਨੂੰ ਸੰਸਾਰਕ ਮਾਇਆ ਦੇ ਤਿੰਨਾਂ ਗੁਣਾ ਤੇ ਜਿੱਤ ਬਖਸ਼ਿਸ਼ ਹੋ ਜਾਂਦੀ ਹੈ । ਉਸ ਨੂੰ ਚੌਥੀ ਅਵਸਥਾ ਬਖਸ਼ਿਸ਼ ਹੋ ਜਾਂਦੀ ਹੈ । ਪ੍ਰਭ ਨੇ ਸ਼ਬਦ ਦੀ ਪਾਲਣਾ ਨੂੰ, ਜਨਮ ਅਤੇ ਮੌਤ ਨੂੰ ਖਾਣ ਵਾਲੇ ਭੋਜਨ ਦੀ ਗਰਾਈ ਹੀ ਬਣਾਇਆ ਹੈ । ਪ੍ਰਭ ਦੀ ਪਵਿੱਤਰ ਜੋਤ ਹੀ ਸ੍ਰਿਸ਼ਟੀ ਦੇ ਜੀਵਨ ਦੇਣ ਵਾਲੀ, ਅਧਾਰ ਹੈ । ਆਪਣੀ ਰਹਿਮਤ ਨਾਲ ਹੀ ਸਦਾ ਅਟਲ ਰਹਿਣ ਵਾਲੀ ਸ਼ਬਦ ਦੀ ਧੁਨ ਬਖਸ਼ਦਾ ਹੈ ।

The Master has infused three virtues within worldly wealth – **Raajas, Saat-vas, Taamas.** Whosoever may conquer three virtues of worldly wealth; with His mercy and grace, he may be blessed with the 4th virtue, salvation. The True Master has created, obeying the teachings of His Word as a bite of food to swallow the cycle of birth and death. His Holy Spirit may be the fountain of life; with His mercy and grace, His true devotee may hear the everlasting echo of His Word resonating within his heart.

ਊਤਮ ਜਨ ਸੰਤ ਭਲੇ ਹਰਿ ਪਿਆਰੇ॥ ootam jan sant bhalay har pi-aaray.
ਹਰਿ ਰਸ ਮਾਤੇ ਪਾਰਿ ਉਤਾਰੇ॥ har ras maatay paar utaaray.
ਨਾਨਕ ਰੇਣ ਸੰਤ ਜਨ ਸੰਗਤਿ, naanak rayn sant jan sangat
ਹਰਿ ਗੁਰ ਪਰਸਾਦੀ ਪਾਇਆ॥੫॥ har gur parsaadee paa-i-aa. ||5|

ਜਿਹੜਾ ਨਿਮਾਣਾ, ਨਿਮ੍ਰਤਾ ਵਾਲੇ ਸੰਤ ਦਰਬਾਰ ਵਿੱਚ ਪ੍ਰਵਾਨ ਹੋ ਜਾਂਦਾ ਹੈ, ਉਹ ਵੱਡਭਾਗੀ ਹੋ ਜਾਂਦਾ ਹੈ । ਉਹ ਸ਼ਬਦ ਦੇ ਨਸ਼ੇ ਵਿੱਚ ਹੀ ਮਸਤ ਰਹਿੰਦਾ ਹੈ । ਇਸ ਮਸਤੀ ਵਿੱਚ ਹੀ ਉਹ ਸੰਸਾਰਕ ਸਾਗਰ ਪਾਰ ਕਰ ਜਾਂਦਾ ਹੈ । ਜਿਹੜਾ ਪ੍ਰਭ ਦੀ ਰਹਿਮਤ ਨਾਲ ਇਸਤਰ੍ਹਾਂ ਦੇ ਸੰਤ ਦੀ ਸੰਗਤ, ਸਿਖਿਆਂ ਨਾਲ ਜੀਵਨ ਢਾਲਦਾ ਹੈ, ਉਸ ਨੂੰ ਪ੍ਰਭ ਦੀ ਰਹਿਮਤ ਨਾਲ ਪ੍ਰਵਾਨਗੀ ਬਖਸ਼ਿਸ਼ ਹੋ ਜਾਂਦੀ ਹੈ ।

Whosoever may be accepted in His Court; His humble, helpless true devotee may become very fortunate. He may remain intoxicated in meditation in the void of His Word; with His mercy and grace, he may be accepted in His Court in his intoxication. Whosoever may adopt the life teachings of His Holy saint in his own day-to-day life; with His mercy and grace, he may be accepted in His Court.

ਤੂ ਅੰਤਰਜਾਮੀ ਜੀਅ ਸਭਿ ਤੇਰੇ॥ too antarjaamee jee-a sabh tayray.
ਤੂ ਦਾਤਾ ਹਮ ਸੇਵਕ ਤੇਰੇ॥ too daataa ham sayvak tayray.
ਅੰਮ੍ਰਿਤ ਨਾਮੁ ਕ੍ਰਿਪਾ ਕਰਿ ਦੀਜੈ, amrit naam kirpaa kar deejai
ਗੁਰਿ ਗਿਆਨ ਰਤਨੁ ਦੀਪਾਇਆ॥੬॥ gur gi-aan ratan deepaa-i-aa. ||6||

ਪ੍ਰਭ ਤੂੰ ਅੰਤਰਜਾਮੀ ਹੈ, ਸਾਰੇ ਜੀਵ ਤੇਰੇ ਪੈਦਾ ਕੀਤੇ ਹਨ । ਤੂੰ ਦਾਤਾਂ ਦੇਣ ਵਾਲਾ ਅਸਲੀ ਮਾਲਕ ਹੈ । ਪ੍ਰਭ ਰਹਿਮਤ ਬਖਸ਼ੋ! ਆਪਣੇ ਦਾਸ ਨੂੰ ਸ਼ਬਦ ਦੀ ਪਾਲਣਾ, ਅਮੋਲਕ ਸ਼ਬਦ ਦੀ ਸੋਝੀ ਬਖਸ਼ੋ ।

The Omniscient True Master; You have created the whole universe. You may bestow Your Virtues on Your humble true devotee. With Your mercy and grace, attaches me to obey the teachings of Your Word and blesses the enlightenment of the essence of Your Word.

ਪੰਚ ਤਤੁ ਮਿਲਿ ਇਹੁ ਤਨੁ ਕੀਆ॥ panch tat mil ih tan kee-aa.
ਆਤਮ ਰਾਮ ਪਾਏ ਸੁਖੁ ਥੀਆ॥ aatam raam paa-ay sukh thee-aa.
ਕਰਮ ਕਰਤੂਤਿ ਅੰਮ੍ਰਿਤ ਫਲੁ ਲਾਗਾ, karam kartoot amrit fal laagaa
ਹਰਿ ਨਾਮ ਰਤਨੁ ਮਨਿ ਪਾਇਆ॥੭॥ har naam ratan man paa-i-aa. ||7||

ਪ੍ਰਭ ਨੇ ਪੰਜਾਂ ਤੱਤਾਂ ਦਾ ਸੰਜੋਗ ਬਣਾਕੇ ਜੀਵ ਦਾ ਤਨ ਬਣਾਇਆ ਹੈ । ਜਿਸ ਦੀ ਆਤਮਾ ਦਾ ਮਿਲਾਪ ਪ੍ਰਭ ਦੀ ਜੋਤ ਨਾਲ ਹੋ ਜਾਂਦਾ ਹੈ, ਉਸ ਨੂੰ ਸਾਰੇ ਸੁਖ ਪ੍ਰਾਪਤ ਹੋ ਜਾਂਦੇ ਹਨ । ਜੀਵ ਦੇ ਪਿਛਲੇ ਚੰਗੇ ਕਰਮਾਂ ਦਾ ਫਲ ਹੀ ਹੈ! ਪ੍ਰਭ ਰਹਿਮਤ ਬਖਸ਼ਕੇ ਸ਼ਬਦ ਦੇ ਲੜ ਲਾਉਂਦਾ ਹੈ ।

The True Master has created the body of worldly creature by combining five unique elements. Whose soul may be immersed within His Holy Spirit; she enjoys all comforts. Whosoever may have a great prewritten destiny as a reward of his good deeds of previous lives; with His mercy and grace, he may be attached to a devotional meditation on the teachings of His Word.

5 Elements: Male sperm, female eggs, Air, Water, and fire in womb (earth)

ਨਾ ਤਿਸੁ ਭੂਖ ਪਿਆਸ ਮਨੁ ਮਾਨਿਆ॥ naa tis bhookh pi-aas man maani-aa.
ਸਰਬ ਨਿਰੰਜਨੁ ਘਟਿ ਘਟਿ ਜਾਨਿਆ॥ sarab niranjan ghat ghat jaani-aa.
ਅੰਮ੍ਰਿਤ ਰਸਿ ਰਾਤਾ ਕੇਵਲ ਬੈਰਾਗੀ, amrit ras raataa kayval bairaagee gur-
ਗੁਰਮਤਿ ਭਾਇ ਸੁਭਾਇਆ॥੮॥ mat bhaa-ay subhaa-i-aa. ||8||

ਉਸ ਦੇ ਮਨ ਨੂੰ ਕੋਈ ਭੁੱਖ ਜਾ ਪਿਆਸ ਨਹੀਂ ਲਗਦੀ । ਉਸ ਨੂੰ ਸੋਝੀ ਬਖਸ਼ਿਸ਼ ਹੋ ਜਾਂਦੀ ਹੈ, ਸਰਬ ਵਿਆਪੀ ਪ੍ਰਭ ਹਰ ਥਾਂ, ਹਰ ਜੀਵ ਵਿੱਚ ਹੀ ਵਸਦਾ ਹੈ । ਪ੍ਰਭ ਦੇ ਸ਼ਬਦ ਦੀ ਪਾਲਣਾ ਕਰਦਾ, ਜੀਵ ਪ੍ਰਭ ਦੇ ਵਿਛੋੜਾ ਦਾ ਵਿਰਾਗੀ ਬਣ ਜਾਂਦਾ ਹੈ । ਉਸ ਦੀ ਆਤਮਾ ਪਵਿੱਤਰ ਹੋ ਜਾਂਦੀ, ਉਹ ਸੰਸਾਰਕ ਬੰਧਨ ਤੋਂ ਮੁਕਤ ਹੋ ਜਾਂਦਾ ਹੈ । ਸ਼ਬਦ ਵਿੱਚ ਹੀ ਲੀਨ ਹੋ ਜਾਂਦਾ ਹੈ ।

Whosoever may not have any frustration of worldly desires; with His mercy and grace, he may be enlightened that His Holy Spirit remains embedded within the soul of each creature. Whosoever may obey the teachings of His Word; with His mercy and grace, he may remain in renunciation in the memory of his separation from His Holy Spirit. His soul may be sanctified; with His mercy and grace, his worldly bonds may be eliminated. He may remain intoxicated in the void of His Word.

ਅਧਿਆਤਮ ਕਰਮ ਕਰੇ ਦਿਨੁ ਰਾਤੀ॥ aDhi-aatam karam karay din raatee.
ਨਿਰਮਲ ਜੋਤਿ ਨਿਰੰਤਰਿ ਜਾਤੀ॥ nirmal jot nirantar jaatee.
ਸਬਦੁ ਰਸਾਲੁ ਰਸਨ ਰਸਿ ਰਸਨਾ, sabad rasaal rasan ras rasnaa
ਬੇਣੁ ਰਸਾਲੁ ਵਜਾਇਆ॥੯॥ bayn rasaal vajaa-i-aa. ||9||

ਜਿਹੜਾ ਜੀਵ ਵੀ ਦਿਨ ਰਾਤ ਸ਼ਬਦ ਦੀ ਪਾਲਣਾ, ਸਿਮਰਨ ਕਰਦਾ ਹੈ । ਉਹ ਪ੍ਰਭ ਦੀ ਜੋਤ ਆਪਣੇ ਅੰਦਰੋਂ ਹੀ ਜਾਗਰਤ ਹੋ ਜਾਂਦੀ ਹੈ । ਪ੍ਰਭ ਦੇ ਸ਼ਬਦ ਦੇ ਨਸ਼ੇ ਵਿੱਚ ਮਨ ਅਡੋਲ ਹੋ ਜਾਂਦਾ ਹੈ । ਉਸ ਦੀ ਜੀਭ ਪ੍ਰਭ ਦੇ ਸ਼ਬਦ ਦੀ ਉਸਤਤ ਕਰਦੀ, ਧੰਨਵਾਦ ਕਰਦੀ ਹੈ ।

Whosoever may obey the teachings of His Word with steady and stable belief day and night; with His mercy and grace, he may be enlightened from within. He remains intoxicated in meditating in the void of His Word. His tongue may remain singing the glory and thanks for His Blessings.

ਬੇਣੁ ਰਸਾਲੁ ਵਜਾਵੈ ਸੋਈ॥ bayn rasaal vajaavai so-ee.
ਜਾ ਕੀ ਤ੍ਰਿਭਵਣ ਸੋਝੀ ਹੋਈ॥ jaa kee taribhavan sojhee ho-ee.
ਨਾਨਕ ਬੂਝਹੁ ਇਹ ਬਿਧਿ ਗੁਰਮਤਿ, naanak boojhhu ih biDh gurmat
ਹਰਿ ਰਾਮ ਨਾਮਿ ਲਿਵ ਲਾਇਆ॥੧੦॥ har raam naam liv laa-i-aa. ||10||

ਜਿਸ ਨੂੰ ਤਿੰਨਾਂ ਸ੍ਰਿਸ਼ਟੀਆਂ ਦੀ ਸੋਝੀ ਹੁੰਦੀ ਹੈ । ਕੇਵਲ ਉਹ ਹੀ ਦਾਸ ਸ਼ਬਦ ਦੀ ਧੁਨ ਗਾਉਂਦਾ ਹੈ । ਜੀਵ ਇਹ ਮੱਤ, ਸੋਝੀ ਸ਼ਬਦ ਦੀ ਪਾਲਣਾ ਨਾਲ ਹੀ ਬਖਸ਼ਿਸ਼ ਹੋ ਸਕਦੀ ਹੈ । ਉਸ ਨਾਲ ਹੀ ਮਨ ਸ਼ਬਦ ਵਿੱਚ ਅਡੋਲ ਰਹਿੰਦਾ ਹੈ ।

Whosoever may be enlightened with nature of three universes; with His mercy and grace, only he may be singing the glory of His Word. Such a wisdom and enlightenment of the essence of His Word may only be blessed by obeying the teachings of His Word. He remains intoxicated in meditation in the void of His Word.

ਐਸੇ ਜਨ ਵਿਰਲੇ ਸੰਸਾਰੇ॥ aisay jan virlay sansaaray.
ਗੁਰ ਸਬਦੁ ਵੀਚਾਰਹਿ, ਰਹਹਿ ਨਿਰਾਰੇ॥ gur sabad vichaareh raheh niraaray.
ਆਪਿ ਤਰਹਿ ਸੰਗਤਿ ਕੁਲ ਤਾਰਹਿ, aap tareh sangat kul taareh
ਤਿਨ ਸਫਲ ਜਨਮੁ ਜਗਿ ਆਇਆ॥੧੧॥ tin safal janam jag aa-i-aa. ||11||

ਕੋਈ ਵਿਰਲਾ ਹੀ ਜੀਵ ਸੰਸਾਰਕ ਇਛਾਂ ਤੋਂ ਰਹਿਤ ਹੋ ਜਾਂਦਾ, ਤਿਆਗ ਦੇਂਦਾ ਹੈ । ਉਸ ਨੂੰ ਸ਼ਬਦ ਦੀ ਸੋਝੀ ਹੁੰਦੀ ਹੈ । ਉਹ ਆਪ ਪ੍ਰਵਾਨ ਹੋ ਜਾਂਦਾ, ਸਾਥੀਆਂ ਨੂੰ, ਆਪਣੀਆਂ ਕੁਲਾਂ ਨੂੰ ਪ੍ਰਵਾਨਗੀ ਦੇ ਰਸਤੇ ਤੇ ਪਾ ਜਾਂਦਾ ਹੈ । ਉਸ ਦਾ ਮਾਨਸ ਜਨਮ ਸਫਲ ਹੋ ਜਾਂਦਾ ਹੈ ।

Very rare, His true devotee may renounce his worldly desires and remains beyond the reach of demons of worldly desires. He may be blessed with the essence of His Word; with His mercy and grace, he may be accepted in His Court. He may inspire his followers and family, new generation on the path of acceptance in His Court. His human life journey may be rewarded.

ਘਰੁ ਦਰੁ ਮੰਦਰੁ ਜਾਣੈ ਸੋਈ॥ ghar dar mandar jaanai so-ee.
ਜਿਸੁ ਪੂਰੇ ਗੁਰ ਤੇ ਸੋਝੀ ਹੋਈ॥ jis pooray gur tay sojhee ho-ee.
ਕਾਇਆ ਗੜ ਮਹਲ ਮਹਲੀ ਪ੍ਰਭੁ ਸਾਚਾ, kaa-i-aa garh mahal mahlee parabh saachaa
ਸਚੁ ਸਾਚਾ ਤਖਤੁ ਰਚਾਇਆ॥੧੨॥ sach saachaa takhat rachaa-i-aa. ||12||

ਉਹ ਜੀਵ ਆਪਣੇ ਤਨ ਨੂੰ ਹੀ ਉਹ ਮੰਦਰ ਬਣਾ ਲੈਂਦਾ ਹੈ । ਇਸ ਵਿਚੋਂ ਹੀ ਖੋਜ ਕਰਕੇ ਆਪਣੇ ਅੰਦਰ ਪ੍ਰਭ ਦੀ ਜੋਤ ਜਗਾ ਲੈਂਦਾ ਹੈ । ਜੀਵ ਦਾ ਤਨ ਪ੍ਰਭ ਦਾ ਦਰਬਾਰ, ਪ੍ਰਭ ਹੀ ਇਸ ਦਾ ਮਾਲਕ ਹੈ, ਸਦਾ ਅਟਲ ਰਹਿਣ ਵਾਲਾ ਮਾਲਕ ਆਪਣਾ ਸਦਾ ਰਹਿਣ ਵਾਲ ਤਖਤ ਬਣਾ ਲੈਂਦਾ ਹੈ ।

The body of a creature is His Holy Shrine; whosoever may search within his own mind and body, he may be enlightened from within. His body becomes His Royal Castle; The True Master is the king of His Castle. The Forever True Master always remains in His Castle carefree.

ਚਤੁਰ ਦਸ ਹਾਟ ਦੀਵੇ ਦੁਇ ਸਾਖੀ॥ chatur das haat deevay du-ay saakhee.
ਸੇਵਕ ਪੰਚ ਨਾਹੀ ਬਿਖੁ ਚਾਖੀ॥ sayvak panch naahee bikh chaakhee.
ਅੰਤਰਿ ਵਸਤੁ ਅਨੂਪ ਨਿਰਮੋਲਕ, antar vasat anoop nirmolak
ਗੁਰਿ ਮਿਲਿਐ ਹਰਿ ਧਨੁ ਪਾਇਆ॥੧੩॥ gur mili-ai har Dhan paa-i-aa. ||13||

ਚੌਦਾਂ ਸ੍ਰਿਸ਼ਟੀਆਂ ਅਤੇ ਦੋਂ ਦੀਵੇ (ਸੂਰਜ ਅਤੇ ਚੰਦ) ਇਸ ਦੇ ਗਵਾਹ ਹਨ । ਪ੍ਰਭ ਦਾ ਦਾਸ ਆਪਣੇ ਆਪ ਵਿੱਚ ਪੂਰਾ ਹੁੰਦਾ, ਸੰਸਾਰਕ ਮਾਇਆ ਦਾ ਤਿਆਗੀ ਰਹਿੰਦਾ ਹੈ । ਉਸ ਦੇ ਅੰਦਰ ਅਮੋਲਕ ਸ਼ਬਦ ਜਾਗਰਤ ਅਤੇ ਸੁਚੇਤ ਰਹਿੰਦਾ ਹੈ । ਜਿਸ ਦੀ ਕੀਮਤ ਪਾਈ ਨਹੀਂ ਜਾ ਸਕਦੀ । ਪ੍ਰਭ ਦੀ ਹੋਂਦ ਮਹਿਸੂਸ ਹੋਣ ਨਾਲ ਉਸ ਦੀ ਕੀਮਤ ਦੀ ਸੋਝੀ ਬਖਸ਼ਿਸ਼ ਹੋ ਜਾਂਦੀ ਹੈ ।

14 universes and 2 pillars of light, Sun and Moon are the witnesses! His true devotee remains steady and stable on his path of acceptance in His Court; with His mercy and grace, he remains beyond the reach of worldly wealth. He remains awake and alert with the enlightenment of the essence of His Word. The significance of the enlightenment of the essence of His Word remains beyond any comprehension of His Creation. Whosoever may realize His Holy Spirit prevailing everywhere; with His mercy and grace, he may be enlightened.

ਤਖਤਿ ਬਹੈ ਤਖਤੈ ਕੀ ਲਾਇਕ॥ takhat bahai takh-tai kee laa-ik.
ਪੰਚ ਸਮਾਏ ਗੁਰਮਤਿ ਪਾਇਕ॥ panch samaa-ay gurmat paa-ik.aad
ਆਦਿ ਜੁਗਾਦੀ ਹੈ ਭੀ ਹੋਸੀ, jugaadee hai bhee hosee
ਸਹਸਾ ਭਰਮੁ ਚੁਕਾਇਆ॥੧੪॥ sahsaa bharam chukaa-i-aa. ||14||

ਜਿਸ ਦਾ ਮਨ ਪਵਿੱਤਰ ਹੁੰਦਾ ਹੈ, ਉਹ ਹੀ ਦਰਬਾਰ ਵਿੱਚ ਪ੍ਰਵਾਨ ਹੋ ਸਕਦਾ ਹੈ । ਉਸ ਦੀ ਆਤਮਾ ਦੀ ਜੋਤ ਪ੍ਰਭ ਦੀ ਜੋਤ ਵਿੱਚ ਅਲੋਪ ਹੋਣ ਦੇ ਯੋਗ ਹੁੰਦੀ ਹੈ । ਜਿਹੜਾ ਸ਼ਬਦ ਨਾਲ ਜੀਵਨ ਢਾਲਦਾ ਹੈ, ਉਸ ਨੂੰ ਮਨ ਦੇ ਪੰਜਾਂ ਜਮਦੂਤਾਂ ਤੇ ਜਿੱਤ ਬਖਸ਼ਿਸ਼ ਹੋ ਜਾਂਦੀ ਹੈ । ਉਹ ਪ੍ਰਭ ਦਾ ਪੈਰ ਰਖਣ ਵਾਲਾ ਚਾਮਟਾ (ਚੌਂਕੀ) ਬਣ ਜਾਂਦਾ ਹੈ । ਪ੍ਰਭ ਸ੍ਰਿਸ਼ਟੀ ਦੇ ਆਰੰਭ ਤੋਂ ਲੈ ਕੇ ਯੁੱਗਾਂ ਯੁੱਗਾਂ ਵਿੱਚ ਹੀ ਵਾਪਰਦਾ ਹੈ ਅਤੇ ਵਾਪਰਦਾ ਰਹੇਗਾ । ਜਿਹੜਾ ਸ਼ਬਦ ਦਾ ਸਿਮਰਨ ਕਰਦਾ ਹੈ, ਉਸ ਦੇ ਮਨ ਦੇ ਭਰਮ ਦੂਰ ਹੋ ਜਾਂਦੇ ਹਨ ।

Whosoever may sanctify his soul, beyond the reach of worldly desires; he may be accepted in His Court. His soul may become worthy of His Consideration. Whosoever may adopt the teachings of His Word; with His mercy and grace, he may be blessed to conquer the five demons of worldly desires. His soul may become worthy of touching his feet. His Holy Spirit was prevailing from the beginning of the universe and will be prevailing after the destruction of the universe. Whosoever may meditate on the teachings of His Word; with His mercy and grace, all his suspicions may be eliminated.

ਤਖਤਿ ਸਲਾਮੁ ਹੋਵੈ ਦਿਨੁ ਰਾਤੀ॥ takhat salaam hovai din raatee.
ਇਹੁ ਸਾਚੁ ਵਡਾਈ ਗੁਰਮਤਿ ਲਿਵ ਜਾਤੀ॥ ih saach vadaa-ee gurmat liv jaatee.
ਨਾਨਕ ਰਾਮੁ ਜਪਹੁ ਤਰੁ ਤਾਰੀ, naanak raam japahu tar taaree
ਹਰਿ ਅੰਤਿ ਸਖਾਈ ਪਾਇਆ॥੧੫॥੧॥੧੮॥ har ant sakhaa-ee paa-i-aa. ||15||1||18|

ਤਖਤ ਦੇ ਮਾਲਕ ਦੇ ਸ਼ਬਦ ਦੀ ਉਸਤਤ ਦਿਨ ਰਾਤ ਹੁੰਦੀ ਹੈ । ਜਿਹੜਾ ਸ਼ਬਦ ਨਾਲ ਜੀਵਨ ਢਾਲਦਾ ਹੈ । ਰਹਿਮਤ ਕੇਵਲ ਉਸ ਨੂੰ ਹੀ ਬਖਸ਼ਿਸ਼ ਹੁੰਦੀ ਹੈ । ਉਸ ਦਾ ਮਾਨਸ ਜਨਮ ਸਫਲ ਹੋ ਜਾਂਦਾ ਹੈ, ਸਦਾ ਅਟਲ ਰਹਿਣ ਵਾਲੇ ਪ੍ਰਭ ਨਾਲ ਸੰਜੋਗ ਬਣ ਜਾਂਦਾ ਹੈ ।

His whole creation may be singing the glory of His Word Day and night. Whosoever may adopt the teachings of His Word; with His mercy and grace, only he may be enlightened with the essence of His Word. His human life journey may be rewarded. He may be accepted in His Court.

19. ਮਾਰੂ ਮਹਲਾ ੧॥ 1039 -14

ਹਰਿ ਧਨੁ ਸੰਚਹੁ ਰੇ ਜਨ ਭਾਈ॥	har Dhan sanchahu ray jan bhaa-ee.
ਸਤਿਗੁਰ ਸੇਵਿ ਰਹਹੁ ਸਰਣਾਈ॥	satgur sayv rahhu sarnaa-ee.
ਤਸਕਰੁ ਚੋਰੁ ਨ ਲਾਗੈ ਤਾ ਕਉ,	taskar chor na laagai taa ka-o
ਧੁਨਿ ਉਪਜੈ ਸਬਦਿ ਜਗਾਇਆ॥੧॥	Dhun upjai sabad jagaa-i-aa. ||1||

ਪ੍ਰਭ ਦੇ ਸ਼ਬਦ ਦੀ ਕਮਾਈ ਦਾ ਧਨ ਇਕੱਠਾ ਕਰੋ! ਸਦਾ ਉਸ ਦੀ ਸ਼ਰਣ ਵਿੱਚ ਰਹੋ । ਇਸ ਧਨ ਨੂੰ ਕੋਈ ਚੋਰੀ ਨਹੀਂ ਕਰ ਸਕਦਾ । ਇਸ ਨਾਲ ਮਨ ਵਿੱਚ ਸ਼ਬਦ ਦੀ ਸਦਾ ਅਟਲ ਰਹਿਣ ਵਾਲੀ ਧੁਨ ਚਲਦੀ ਸੁਣਾਈ ਦੇਂਦੀ ਹੈ । ਜਿਸ ਨਾਲ ਮਨ ਹਮੇਸ਼ਾ ਹੀ ਜਾਗਰਤ ਅਤੇ ਸੁਚੇਤ ਰਹਿੰਦਾ ਹੈ ।

You should always surrender at His Sanctuary and earn the wealth of His Word. No one can rob or steal his earnings of His Word. Whosoever may have wealth of His Word; he may hear the everlasting echo of His Word resonating within his heart. He may always remain awake and alert in his meditation.

ਤੂ ਏਕੰਕਾਰੁ ਨਿਰਾਲਮੁ ਰਾਜਾ॥	too aykankaar niraalam raajaa.
ਤੂ ਆਪਿ ਸਵਾਰਹਿ ਜਨ ਕੇ ਕਾਜਾ॥	too aap savaareh jan kay kaajaa.
ਅਮਰੁ ਅਡੋਲੁ ਅਪਾਰੁ ਅਮੋਲਕੁ,	amar adol apaar amolak
ਹਰਿ ਅਸਥਿਰ ਥਾਨਿ ਸੁਹਾਇਆ॥੨॥	har asthir thaan suhaa-i-aa. ||2||

ਪ੍ਰਭ ਹੀ ਸ੍ਰਿਸ਼ਟੀ ਨੂੰ ਪੈਦਾ ਕਰਨ ਵਾਲ ਅਸਲੀ ਮਾਲਕ, ਰਾਜਿਆਂ ਦਾ ਰਾਜਾ ਹੈ । ਆਪਣੇ ਦਾਸ ਦੇ ਸਾਰੇ ਹੀ ਕਾਰਜ ਸਵਾਰਦਾ ਹੈ । ਅਡੋਲ ਅਮਰ, ਬੇਅੰਤ ਪ੍ਰਭ, ਜੀਵ ਦੀ ਪਹੁੰਚ ਤੋਂ ਉਪਰ ਹੈ । ਕਿਸੇ ਕਰਤਬ ਦੀ ਕੀਮਤ ਜਾਣੀ ਨਹੀਂ ਜਾ ਸਕਦੀ । ਪ੍ਰਭ ਦਾ ਤਖਤ, ਦਰਬਾਰ ਸੁੰਦਰ ਅਤੇ ਰੂਹਾਨੀ ਹੈ ।

The King of kings, the Immaculate King, True Master, Creator of the universe may conclude all the worldly chores of His true devotee. The Immortal True Master remains, beyond any limit, boundary, and reach of His Creation. His Nature remains beyond any comprehension of His Creation. His Royal castle is glamorous and eternal.

ਦੇਹੀ ਨਗਰੀ ਊਤਮ ਥਾਨਾ॥	dayhee nagree ootam thaanaa.
ਪੰਚ ਲੋਕ ਵਸਹਿ ਪਰਧਾਨਾ॥	panch lok vaseh parDhaanaa.
ਊਪਰਿ ਏਕੰਕਾਰੁ ਨਿਰਾਲਮੁ,	oopar aykankaar niraalam
ਸੁੰਨ ਸਮਾਧਿ ਲਗਾਇਆ॥੩॥	sunn samaaDh lagaa-i-aa. ||3||

ਜੀਵ ਦਾ ਤਨ ਇਕ ਬਹੁਤ ਉਤਮ ਥਾਂ, ਮੰਦਰ ਹੈ, ਜਿਥੇ ਬੰਦਗੀ ਕਰਨ ਵਾਲੀ ਆਤਮਾ ਵਸਦੀ ਹੈ । ਇਸ ਦੇ ਉਪਰ ਸਦਾ ਅਟਲ ਰਹਿਣ ਵਾਲਾ ਪ੍ਰਭ ਵਸਦਾ, ਸਮਾਧੀ ਵਿੱਚ ਮਸਤ ਹੈ ।

The body of a creature is a superb place, where the soul of His true devotee meditates on the teachings of His Word. The True Master dwells above in the 10th house, on His Royal Throne in the void of His Word.

ਦੇਹੀ ਨਗਰੀ ਨਉ ਦਰਵਾਜੇ॥	dayhee nagree na-o darvaajay.
ਸਿਰਿ ਸਿਰਿ ਕਰਣੈਹਾਰੈ ਸਾਜੇ॥	sir sir karnaihaarai saajay.
ਦਸਵੈ ਪੁਰਖੁ ਅਤੀਤੁ ਨਿਰਾਲਾ,	dasvai purakh ateet niraalaa
ਆਪੇ ਅਲਖੁ ਲਖਾਇਆ॥੪॥	aapay alakh lakhaa-i-aa. ||4||

ਪ੍ਰਭ ਨੇ ਹਰਇਕ ਦੇ ਤਨ ਵਿੱਚ ਨੌ ਘਰ (ਦਰਵਾਜੇ), ਦੀ ਬਣਤਰ ਬਣਾਈ ਹੈ । ਦਸਵੇਂ ਘਰ ਵਿੱਚ ਪ੍ਰਭ ਦੀ ਜੋਤ ਵਸਦੀ ਹੈ । ਉਹ ਜੀਵ ਦੀ ਆਤਮਾ ਦੇ ਮੋਹ ਤੋਂ ਰਹਿਤ ਰਹਿੰਦੀ ਹੈ । ਪ੍ਰਭ ਆਪ ਹੀ ਇਸ ਦੀ ਸੋਝੀ, ਗੁਰਮਖ ਜੀਵ ਨੂੰ ਬਖਸ਼ਦਾ ਹੈ ।

The True Master has created 9 caves in his body for his soul to roam around through 9 doors. In the 10th cave, The True Master, His Word dwells. He remains beyond any emotional attachment of his soul; with His mercy and grace, He may enlighten His true devotee.

ਪੁਰਖੁ ਅਲੇਖੁ ਸਚੇ ਦੀਵਾਨਾ॥	purakh alaykh sachay deevaanaa.
ਹੁਕਮਿ ਚਲਾਏ ਸਚੁ ਨੀਸਾਨਾ॥	hukam chalaa-ay sach neesaanaa.
ਨਾਨਕ ਖੋਜਿ ਲਹਹੁ ਘਰੁ ਅਪਨਾ,	naanak khoj lahhu ghar apnaa
ਹਰਿ ਆਤਮ ਰਾਮ ਨਾਮੁ ਪਾਇਆ॥੫॥	har aatam raam naam paa-i-aa. ||5||

ਪ੍ਰਭ ਆਪ ਕਰਮਾਂ ਦੇ ਕਿਸੇ ਲੇਖੇ ਵਿੱਚ ਨਹੀਂ ਹੈ । ਉਸ ਦਾ ਹੁਕਮ ਹਰ ਥਾਂ ਤੇ ਚਲਦਾ ਹੈ, ਉਸ ਦੀ ਜੋਤ ਸਦਾ ਰਹਿਣ ਵਾਲੀ ਹੈ । ਜਿਹੜਾ ਜੀਵ ਆਪਣੇ ਮਨ ਵਿੱਚ ਝਾਤੀ ਮਾਰਦਾ, ਖੋਜ ਕਰਦਾ, ਉਸ ਨੂੰ ਸ਼ਬਦ ਦੀ ਸੋਝੀ ਮਨ ਅੰਦਰੋਂ ਹੀ ਬਖਸ਼ਿਸ਼ ਹੋ ਜਾਂਦੀ ਹੈ ।

The True Master remains beyond the judgement of any of His Deeds; His Command prevails everywhere. His Holy Spirit remains true forever. Whosoever may search within his own mind and body; with His mercy and grace, he may be blessed with the enlightenment of the essence of His Word from within.

ਸਰਬ ਨਿਰੰਜਨ ਪੁਰਖੁ ਸੁਜਾਨਾ॥	sarab niranjan purakh sujaanaa.
ਅਦਲੁ ਕਰੇ ਗੁਰ ਗਿਆਨ ਸਮਾਨਾ॥	adal karay gur gi-aan samaanaa.
ਕਾਮੁ ਕ੍ਰੋਧੁ ਲੈ ਗਰਦਨਿ ਮਾਰੇ,	kaam kroDh lai gardan maaray
ਹਉਮੈ ਲੋਭੁ ਚੁਕਾਇਆ॥੬॥	ha-umai lobh chukaa-i-aa. ||6||

ਪਵਿੱਤਰ, ਅੰਤਰਜਾਮੀ ਪ੍ਰਭ ਹਰਾ ਥਾਂ ਤੇ ਵਾਪਰਦਾ ਹੈ । ਉਹ ਇਨਸਾਫ ਕਰਦਾ ਹੈ, ਉਸ ਦੀ ਸੋਝੀ ਸ਼ਬਦ ਦੀ ਪਾਲਣਾ ਵਿੱਚ ਹੀ ਹੈ । ਉਹ ਕਾਮ ਵਾਸ਼ਨਾ ਅਤੇ ਕਰੋਧ ਨੂੰ ਗਲ ਤੋਂ ਪਕੜਦਾ ਹੈ । ਉਹ ਆਪਣੇ ਅਹੰਕਾਰ ਅਤੇ ਲਾਲਚ ਦੀ ਜੜ੍ਹ ਅਖਾੜ ਦੇਂਦਾ ਹੈ, ਖਤਮ ਕਰ ਦੇਂਦਾ ਹੈ ।

The Omniscient Holy Spirit, True Master prevails everywhere. His justice prevails everywhere and the enlightenment of His Word remains embedded in obeying the teachings of His Word. He destroys the sexual urge with strange woman and anger of disappointments. He may eliminate the roots of greed and ego of his worldly status.

ਸਚੈ ਥਾਨਿ ਵਸੈ ਨਿਰੰਕਾਰਾ॥	sachai thaan vasai nirankaaraa.
ਆਪਿ ਪਛਾਣੈ ਸਬਦੁ ਵੀਚਾਰਾ॥	aap pachhaanai sabad veechaaraa.
ਸਚੈ ਮਹਲਿ ਨਿਵਾਸੁ ਨਿਰੰਤਰਿ,	sachai mahal nivaas nirantar
ਆਵਣ ਜਾਣੁ ਚੁਕਾਇਆ॥੭॥	aavan jaan chukaa-i-aa. ||7||

ਜਿਥੇ ਪ੍ਰਭ ਵਸਦਾ, ਦਾਸ ਸਿਮਰਨ ਕਰਦਾ ਹੈ, ਉਹ ਥਾਂ ਪਵਿੱਤਰ ਹੋ ਜਾਂਦੀ ਹੈ । ਜਿਹੜਾ ਜੀਵ ਆਪਣੇ ਆਪ ਨੂੰ ਜਾਣ ਜਾਂਦਾ ਹੈ, ਉਸ ਨੂੰ ਸ਼ਬਦ ਦੀ ਸੋਝੀ ਬਖਸ਼ਿਸ਼ ਹੋ ਜਾਂਦੀ ਹੈ । ਆਪਣੇ ਅੰਦਰੋਂ ਹੀ ਦਸਵੇਂ ਘਰ ਵਿੱਚ ਦਾਖਿਲ ਹੋ ਜਾਂਦਾ, ਪ੍ਰਭ ਨਾਲ ਵਸਣ ਲਗ ਪੈਂਦਾ ਹੈ । ਉਸ ਦਾ ਜੂੰਨਾਂ ਦਾ ਚੱਕਰ ਖਤਮ ਹੋ ਜਾਂਦਾ ਹੈ ।

Wherever, His true devotee meditates, The True Master remains gracious in his conjugation; his place of worship may be sanctified, Holy. Whosoever may recognize the real purpose of his human life opportunity; with His mercy and grace, he may be blessed with the enlightenment of the essence of His Word. He may enter His Royal Castle and he may be blessed with permanent resting place; with His mercy and grace, his cycle of birth and death may be eliminated.

ਨਾ ਮਨੁ ਚਲੈ ਨ ਪਉਣੁ ਉਡਾਵੈ॥ naa man chalai na pa-un udaavai.
ਜੋਗੀ ਸਬਦੁ ਅਨਾਹਦੁ ਵਾਵੈ॥ jogee sabad anaahad vaavai.
ਪੰਚ ਸਬਦ ਝੁਣਕਾਰੁ ਨਿਰਾਲਮੁ, panch sabad jhunkaar niraalam
ਪ੍ਰਭਿ ਆਪੇ ਵਾਇ ਸੁਣਾਇਆ॥੮॥ parabh aapay vaa-ay sunaa-i-aa. ||8||

ਉਸ ਦਾ ਮਨ ਅਡੋਲ ਰਹਿੰਦਾ ਹੈ, ਸੰਸਾਰਕ ਇਛਾਂ ਨਾਲ ਡੋਲਦਾ ਨਹੀਂ । ਇਸਤਰ੍ਹਾਂ ਦੇ ਬੰਦਗੀ ਕਰਨ ਵਾਲੇ ਦੇ ਅੰਦਰ ਪ੍ਰਭ ਦੀ ਸਦਾ ਚਲਣ ਵਾਲੀ ਧੁਨ ਸੁਣਾਈ ਦੇਂਦੀ ਹੈ । ਪ੍ਰਭ ਹੀ ਉਹ ਪਵਿੱਤਰ ਸੰਗੀਤ, ਉਸ ਦੇ ਮਨ ਵਿੱਚ ਚਲਾਉਂਦਾ ਹੈ । ਉਸ ਨੂੰ ਉਹ ਪੰਜੇਂ ਉਤਮ ਰਾਗਾਂ, ਅਵਾਜ਼ਾਂ ਸੁਣਦੀਆਂ ਹਨ ।

His true devotee may remain steady and stable in meditating on the teachings of His Word; he may never be influenced with worldly temptations. He may hear the everlasting echo of His Word, resonating within his heart. The True Master infuses the melodious sound within his heart. He may hear five eternal spiritual sounds and music tones.

FIVE TONES: Guru Granth Sahib Darpan by Prof. Sahib Singh		Page
ਪੰਜ ਧੁਨਾਂ	ਸੁੰਨ ਸਮਾਧਿ, ਦਰਿਮਤਿ, ਨਾਮੁ ਰਾਤਨ, ਅਨਾਹਤ, ਜਾਗਿ ਰਹੇ, ਪੰਚ ਤਸਕਰ	P 282
ਪੰਜ ਸਾਜ	ਤਾਰ, ਚੰਮ, ਧਤਾ. ਘੜੇ, ਫੂਕ ਮਾਰਨ ਵਾਲੇ ਵਾਜੇ	P 332

ਭਉ ਬੈਰਾਗਾ ਸਹਜਿ ਸਮਾਤਾ॥ bha-o bairaagaa sahj samaataa.
ਹਉਮੈ ਤਿਆਗੀ ਅਨਹਦਿ ਰਾਤਾ॥ ha-umai ti-aagee anhad raataa.
ਅੰਜਨੁ ਸਾਰਿ ਨਿਰੰਜਨੁ ਜਾਣੈ, anjan saar niranjan jaanai
ਸਰਬ ਨਿਰੰਜਨੁ ਰਾਇਆ॥੯॥ sarab niranjan raa-i-aa. ||9||

ਉਹ ਵਿਰਾਗੀ, ਸੰਸਾਰਕ ਮੋਹ ਨੂੰ ਤਿਆਗ ਦੇਂਦਾ, ਉਸ ਵਿੱਚ ਲੀਨ ਹੋ ਜਾਂਦਾ ਹੈ । ਜਿਸ ਦੇ ਮਨ ਵਿਚੋਂ ਅਹੰਕਾਰ ਅਤੇ ਹੈਸੀਅਤ ਦਾ ਅਭਿਮਾਨ ਖਤਮ ਹੋ ਜਾਂਦਾ ਹੈ । ਉਸ ਦੇ ਅੰਦਰ ਸ਼ਬਦ ਦੀ ਧੁਨ ਚਲ ਪੈਂਦੀ ਹੈ । ਇਸ ਜਾਗਰਤੀ ਦੀ ਬਾਮ ਨਾਲ ਹੋਂਦ ਅਨੁਭਵ ਹੋ ਜਾਂਦੀ ਹੈ । ਜੀਵ ਦੀ ਪਹੁੰਚ ਤੋਂ ਉਪਰ, ਪ੍ਰਭ ਨੂੰ ਹਰ ਥਾਂ ਤੇ ਵਾਪਰਦਾ, ਦੇਖਦਾ ਮਹਿਸੂਸ ਕਰਦਾ ਹੈ ।

The renunciatory, who may renounce his worldly bonds and remains intoxicated in meditation in the void of His Word. His ego and pride of his worldly status may be eliminated from within his mind. He may hear the everlasting echo of His Word resonating within his heart. With the bam of the enlightenment of the essence of His Word; he may realize His Holy Spirit prevailing within every creature. He may realize, beyond reach Holy Spirit prevailing everywhere.

ਦੁਖ ਭੈ ਭੰਜਨ ਪ੍ਰਭੁ ਅਬਿਨਾਸੀ॥ dukh bhai bhanjan parabh abhinaasee.
ਰੋਗ ਕਟੇ ਕਾਟੀ ਜਮ ਫਾਸੀ॥ rog katay kaatee jam faasee.
ਨਾਨਕ ਹਰਿ ਪ੍ਰਭੁ ਸੋ ਭਉ ਭੰਜਨੁ, naanak har parabh so bha-o bhanjan
ਗੁਰ ਮਿਲਿਐ ਹਰਿ ਪ੍ਰਭੁ ਪਾਇਆ॥੧੦॥ gur mili-ai har parabh paa-i-aa. ||10||

ਪ੍ਰਭ ਦੁਖਾਂ ਦਾ ਨਾਸ਼ ਕਰਨ ਵਾਲਾ, ਆਪ ਨਾਸ਼ ਨਹੀਂ ਹੋ ਸਕਦਾ । ਉਹ ਜੀਵ ਦੇ ਸਾਰੇ ਸੰਸਾਰਕ ਇਛਾਂ ਦੇ ਰੋਗ, ਡਰ ਖਤਮ ਕਰ ਦੇਂਦਾ ਹੈ । ਉਸ ਦਾ ਮੌਤ ਦਾ ਡਰ, ਜੂੰਨਾਂ ਦਾ ਚੱਕਰ ਖਤਮ ਕਰ ਦੇਂਦਾ ਹੈ । ਜਿਹੜਾ ਸਬਦ ਦੀ ਸਿਖਿਆਂ ਨਾਲ ਜੀਵਨ ਬਤੀਤ ਕਰਦਾ ਹੈ, ਦੁਖਾਂ ਦਾ ਨਾਸ਼ ਕਰਨ ਵਾਲਾ ਪ੍ਰਭ ਉਸ ਦਾ ਸਾਥੀ ਬਣ ਜਾਂਦਾ ਹੈ ।

The destroyer of all miseries; The True Master cannot be destroyed by any means. He may eliminate all miseries of worldly desires of His true devotee. He may eliminate his fear of death and his cycle of birth and death. Whosoever may adopt the teachings of His Word; with His mercy and grace, The True Master, destroyer of all miseries may become his companion forever.

ਕਾਲੈ ਕਵਲੁ ਨਿਰੰਜਨੁ ਜਾਣੈ॥ kaalai kaval niranjan jaanai.
ਬੂਝੈ ਕਰਮੁ ਸੁ ਸਬਦੁ ਪਛਾਣੈ॥ boojhai karam so sabad pachhaanai.

ਆਪੇ ਜਾਣੈ ਆਪਿ ਪਛਾਣੈ, aapay jaanai aap pachhaanai
ਸਭੁ ਤਿਸ ਕਾ ਚੋਜੁ ਸਬਾਇਆ॥੧੧॥ sabh tis kaa choj sabaa-i-aa. ||11||

ਜਿਹੜਾ ਪ੍ਰਭ ਨੂੰ ਜਾਣ ਜਾਂਦਾ ਹੈ, ਉਹ ਮੌਤ ਨੂੰ ਭੋਜਨ ਸਮਝਕੇ ਖਾ ਜਾਂਦਾ ਹੈ । ਜਿਹੜਾ ਕਰਮਾਂ ਨੂੰ ਜਾਣ ਜਾਂਦਾ ਹੈ, ਉਸ ਨੂੰ ਸ਼ਬਦ ਦੀ ਸੋਝੀ ਬਖਸ਼ਿਸ਼ ਹੋ ਜਾਂਦੀ ਹੈ । ਉਹ ਆਪ ਹੀ ਜਾਣਦਾ ਹੈ, ਆਪ ਹੀ ਇਹ ਸਭ ਕੁਝ ਮਹਿਸੂਸ ਕਰਦਾ ਹੈ । ਸ੍ਰਿਸ਼ਟੀ ਉਸ ਦਾ ਰਚਿਆ ਹੋਇਆ ਹੀ ਖੇਲ ਹੈ ।

Whosoever may recognize The True Master; with His mercy and grace, he may swallow his death as a food for his salvation. Whosoever may know the real purpose of human life opportunity; with His mercy and grace, he may be enlightened with the essence of His Word. The Omniscient True Master knows His Nature; He has created the whole play of His Creation.

ਆਪੇ ਸਾਹੁ ਆਪੇ ਵਣਜਾਰਾ॥ aapay saahu aapay vanjaaraa.
ਆਪੇ ਪਰਖੇ ਪਰਖਣਹਾਰਾ॥ aapay parkhay parkhanhaaraa.
ਆਪੇ ਕਸਿ ਕਸਵਟੀ ਲਾਏ, aapay kas kasvatee laa-ay
ਆਪੇ ਕੀਮਤਿ ਪਾਇਆ॥੧੨॥ aapay keemat paa-i-aa. ||12||

ਆਪ ਹੀ ਖਜ਼ਾਨੇਂ ਦਾ ਮਾਲਕ, ਆਪ ਹੀ ਵਪਾਰੀ, ਆਪ ਹੀ ਕੀਮਤ ਪਾਉਣ ਵਾਲਾ ਹੈ । ਉਹ ਆਪ ਹੀ ਕਿਸੇ ਦੀ ਕੀਤੀ ਬੰਦਗੀ ਨੂੰ ਕਸਵਟੀ ਨਾਲ ਪਰਖਦਾ, ਆਪ ਹੀ ਕੀਤੇ ਦੀ ਕੀਮਤ ਪਾਉਂਦਾ ਹੈ ।

The True Master is the owner of the treasure; trader and appraiser of the merchandize. He may evaluate the meditation of His Creation and appraises the right value, and rewards justice.

ਆਪਿ ਦਇਆਲਿ ਦਇਆ ਪ੍ਰਭਿ ਧਾਰੀ॥ aap da-i-aal da-i-aa parabh Dhaaree.
ਘਟਿ ਘਟਿ ਰਵਿ ਰਹਿਆ ਬਨਵਾਰੀ॥ ghat ghat rav rahi-aa banvaaree.
ਪੁਰਖੁ ਅਤੀਤੁ ਵਸੈ ਨਿਹਕੇਵਲੁ, purakh ateet vasai nihkayval
ਗੁਰ ਪੁਰਖੈ ਪੁਰਖੁ ਮਿਲਾਇਆ॥੧੩॥ gur purkhai purakh milaa-i-aa. ||13||

ਪ੍ਰਭ ਆਪ ਹੀ ਤਰਸਵਾਨ ਮਾਲਕ ਹੈ, ਆਪ ਹੀ ਦਾਤਾਂ ਬਖਸ਼ਦਾ ਹੈ । ਉਹ ਹਰਇਕ ਦੇ ਮਨ ਵਿੱਚ ਆਪ ਹੀ ਵਾਪਰਦਾ ਅਤੇ ਦੇਖਦਾ ਹੈ । ਪਵਿੱਤਰ ਪ੍ਰਭ ਆਪ ਹੀ ਹਰਇਕ ਹਿਰਦੇ ਵਿੱਚ ਵਸਦਾ ਹੈ । ਆਪ ਹੀ ਜੀਵ ਨੂੰ ਸ਼ਬਦ ਦੀ ਪਾਲਣਾ ਕਰਨ ਦੀ ਪ੍ਰੇਰਨਾ ਕਰਦਾ, ਸੋਝੀ ਬਖਸ਼ਦਾ ਹੈ ।

The Merciful True Master, bestows His Virtues to His Creation. He monitors all the activities of His Creation and prevails in every activity. His Holy Spirit dwells within body of every creature. He inspires His true devotee to meditate and obeys the teachings of His Word; with His mercy and grace, he may be enlightened with the essence of His Word.

ਪ੍ਰਭੁ ਦਾਨਾ ਬੀਨਾ ਗਰਬੁ ਗਵਾਏ॥ parabh daanaa beenaa garab gavaa-ay.
ਦੂਜਾ ਮੇਟੈ ਏਕੁ ਦਿਖਾਏ॥ doojaa maytai ayk dikhaa-ay.
ਆਸਾ ਮਾਹਿ ਨਿਰਾਲਮੁ ਜੋਨੀ, aasaa maahi niraalam jonee
ਅਕੁਲ ਨਿਰੰਜਨੁ ਗਾਇਆ॥੧੪॥ akul niranjan gaa-i-aa. ||14||

ਪ੍ਰਭ ਆਪ ਹੀ ਸਭ ਸਿਆਣਪਾ ਦਾ ਮਾਲਕ ਹੈ, ਸਭ ਕੁਝ ਜਾਣਦਾ ਹੈ । ਆਪ ਹੀ ਜੀਵ ਦਾ ਅਹੰਕਾਰ ਖਤਮ ਕਰਦਾ ਹੈ । ਜਿਸ ਦੇ ਮਨ ਵਿਚੋਂ ਭਰਮ, ਭੁਲੇਖੇ ਦੂਰ ਹੋ ਜਾਂਦੇ ਹਨ, ਉਸ ਨੂੰ ਆਪ ਹੀ ਸ਼ਬਦ ਦੀ ਸੋਝੀ ਬਖਸ਼ਦਾ ਹੈ । ਇਸਤਰ੍ਹਾਂ ਜੀਵਨ ਢਾਲਣ ਵਾਲਾ ਸੰਸਾਰਕ ਇਛਾਂ ਤੋਂ ਰਹਿਤ ਹੋ ਜਾਂਦਾ ਹੈ । ਆਸਾਂ ਵਿੱਚ ਰਹਿੰਦਾ ਹੋਇਆ ਵੀ ਆਸਾ ਤੋਂ ਰਹਿਤ ਰਹਿੰਦਾ ਹੈ । ਜਿਸ ਪ੍ਰਭ ਦੀ ਕੋਈ ਪੀੜ੍ਹੀ ਨਹੀਂ ਚਲਦੀ । ਉਸ ਪ੍ਰਭ ਦੇ ਸ਼ਬਦ ਦੀ ਉਸਤਤ ਗਾਉਂਦਾ ਹੈ ।

The True Master, the treasure of All virtues of His Word may eliminate the ego of His true devotee. Whosoever may conquer the religious suspicions of his own mind; with His mercy and grace, he may be enlightened with the essence of His Word. Whosoever may adopt the teachings of His Word; with His mercy and grace, he may become beyond the reach of worldly desires, and hopes, while living in a worldly ocean overwhelmed with hopes.

He remains intoxicated singing the glory of His Word. The True Master does not have any genealogy, nor any throne like incarnated worldly gurus.

ਹਉਮੈ ਮੇਟਿ ਸਬਦਿ ਸੁਖੁ ਹੋਈ॥ ha-umai mayt sabad sukh ho-ee.
ਆਪੁ ਵੀਚਾਰੇ ਗਿਆਨੀ ਸੋਈ॥ aap veechaaray gi-aanee so-ee.
ਨਾਨਕ ਹਰਿ ਜਸੁ ਹਰਿ ਗੁਣ ਲਾਹਾ, naanak har jas har gun laahaa satsan-
ਸਤਸੰਗਤਿ ਸਚੁ ਫਲੁ ਪਾਇਆ॥੧੫॥੨॥੧੯॥ gat sach fal paa-i-aa. ||15||2||19||

ਜਿਹੜਾ ਹੈਸੀਅਤ ਦਾ ਅਭਿਮਾਨ ਅਤੇ ਅਹੰਕਾਰ ਤਿਆਗ ਦੇਂਦਾ ਹੈ, ਉਸ ਨੂੰ ਸੰਤੋਖ ਬਖਸ਼ਿਸ਼ ਹੋ ਜਾਂਦਾ ਹੈ । ਜਿਹੜਾ ਆਪਣੇ ਆਪ ਨੂੰ ਪਛਾਣ ਜਾਂਦਾ ਹੈ, ਕੇਵਲ ਉਸ ਨੂੰ ਹੀ ਸੋਝੀ ਵਾਲੀ ਅਵਸਥਾ ਬਖਸ਼ਿਸ਼ ਹੁੰਦੀ ਹੈ । ਪ੍ਰਭ ਦੇ ਸ਼ਬਦ ਦਾ ਸਿਮਰਨ ਕਰਨ ਨਾਲ ਮਾਨਸ ਜਨਮ ਸਫਲ ਹੋ ਜਾਂਦਾ ਹੈ । ਸੰਤ ਸਰੂਪ ਦੀ ਸੰਗਤ ਵਿੱਚ, ਸ਼ਬਦ ਨਾਲ ਜੀਵਨ ਢਾਲਣ ਨਾਲ ਅਟਲ ਪ੍ਰਭ ਦੀ ਹੋਂਦ ਮਹਿਸੂਸ ਹੋ ਜਾਂਦੀ ਹੈ ।

Whosoever may renounce his ego of worldly status; with His mercy and grace, he may be blessed with contentment. Whosoever may recognize himself, the real purpose of his human life opportunity; with His mercy and grace, he may be blessed with the enlightenment of the essence of His Word. Whosoever may meditate on the teachings of His Word with steady and stable belief in his day-to-day life; with His mercy and grace, his human life journey may be rewarded. Whosoever may join the conjugation of His Holy saint and adopts his life experience teachings in his own day-to-day life; he may realize His Holy Spirit prevailing everywhere.

20. ਮਾਰੂ ਮਹਲਾ ੧॥ 1040-13

ਸਚੁ ਕਹਹੁ ਸਚੈ ਘਰਿ ਰਹਣਾ॥ sach kahhu sachai ghar rahnaa.
ਜੀਵਤ ਮਰਹੁ ਭਵਜਲੁ ਜਗੁ ਤਰਣਾ॥ jeevat marahu bhavjal jag tarnaa.
ਗੁਰੁ ਬੋਹਿਥੁ ਗੁਰੁ ਬੇੜੀ ਤੁਲਹਾ, gur bohith gur bayrhee tulhaa
ਮਨ ਹਰਿ ਜਪਿ ਪਾਰਿ ਲੰਘਾਇਆ॥੧॥ man har jap paar langhaa-i-aa. ||1||

ਜੀਵ ਅਗਰ ਤੂੰ ਪ੍ਰਭ ਦੇ ਦਰਬਾਰ ਵਿੱਚ ਵਸਣਾ ਹੈ ਤਾ ਸ਼ਬਦ ਨਾਲ ਜੀਵਨ ਢਾਲੋ । ਇਸ ਮਾਨਸ ਜਨਮ ਵਿੱਚ ਨਿਮਾਣਾ ਬਣਕੇ, ਹੈਸੀਅਤ ਅਤੇ ਅਹੰਕਾਰ ਤਿਆਗੋ! ਸ਼ਬਦ ਦੀ ਪਾਲਣਾ ਕਰਨ ਨਾਲ ਦਰਬਾਰ ਵਿੱਚ ਪ੍ਰਵਾਨ ਹੋ ਸਕਦਾ ਹੈ । ਪ੍ਰਭ ਦਾ ਸ਼ਬਦ ਹੀ ਉਹ ਬੇੜੀ, ਤੁਲਹਾ ਹੈ । ਸ਼ਬਦ ਨਾਲ ਜੀਵਨ ਢਾਲਣਾ ਹੀ ਪ੍ਰਵਾਨਗੀ ਦਾ ਰਸਤਾ ਹੈ ।

Whosoever may renounce his ego of worldly status and humbly surrender at His Sanctuary to adopt the teachings of His Word with steady and stable belief in his day-to-day life; with His mercy and grace, he may be enlightened with the essence of His Word. Whosoever may adopt the teachings of His Word; with His mercy and grace, he may be blessed with the right path of acceptance in His Court; his earnings of His Word may become his rescue boat for the sanctification of his soul. He may be accepted in His Court.

ਹਉਮੈ ਮਮਤਾ ਲੋਭ ਬਿਨਾਸਨੁ॥ ha-umai mamtaa lobh binaasan.
ਨਉ ਦਰ ਮੁਕਤੇ ਦਸਵੈ ਆਸਨੁ॥ na-o dar muktay dasvai aasan.
ਊਪਰਿ ਪਰੈ ਪਰੈ ਅਪਰੰਪਰੁ, oopar parai parai aprampar
ਜਿਨਿ ਆਪੇ ਆਪੁ ਉਪਾਇਆ॥੨॥ jin aapay aap upaa-i-aa. ||2||

ਜਿਹੜਾ ਮਨ ਵਿਚੋਂ ਹੈਸੀਅਤ ਦਾ ਅਭਿਮਾਨ, ਅਹੰਕਾਰ ਅਤੇ ਲਾਲਚ ਤਿਆਗ ਦੇਂਦਾ ਹੈ । ਉਹ ਜੀਵ ਮਨ ਦੇ ਨੌਂ ਦਰਵਾਜੇ ਪਾਰ ਕਰਕੇ, ਦਸਵੇਂ ਘਰ ਵਿੱਚ ਦਾਖਿਲ ਹੋ ਜਾਂਦਾ ਹੈ । ਇਹ ਅਸਥਾਨ ਅਸਲੀ ਮਾਲਕ ਨੇ ਆਪ ਹੀ ਸਥਾਪਨ ਕੀਤਾ ਹੈ ।

Whosoever may renounce, his greed and ego of his worldly status; with His mercy and grace, he may conquer his nine caves of his mind and enters 10th cave, His Royal castle. The True Master has established 10th Royal Castle, as His Throne.

ਗੁਰਮਤਿ ਲੇਵਹੁ ਹਰਿ ਲਿਵ ਤਰੀਐ॥ gurmat layvhu har liv taree-ai.
ਅਕਲੁ ਗਾਇ ਜਮ ਤੇ ਕਿਆ ਡਰੀਐ॥ akal gaa-ay jam tay ki-aa daree-ai.
ਜਤ ਜਤ ਦੇਖਉ ਤਤ ਤਤ ਤੁਮ ਹੀ, jat jat daykh-a-u tat tat tum hee
ਅਵਰੁ ਨ ਦੁਤੀਆ ਗਾਇਆ॥੩॥ avar na dutee-aa gaa-i-aa. ||3||

ਜਿਹੜਾ ਨਿਮ੍ਰਤਾ ਨਾਲ ਸ਼ਬਦ ਦੀ ਪਾਲਣਾ ਕਰਦਾ, ਜੀਵਨ ਢਾਲਦਾ ਹੈ, ਉਸ ਨੂੰ ਪ੍ਰਵਾਨਗੀ ਦਾ ਰਸਤਾ ਬਖਸ਼ਿਸ਼ ਹੋ ਸਕਦਾ ਹੈ । ਜਿਹੜਾ ਸ਼ਬਦ ਦਾ ਸਿਮਰਨ ਕਰਦਾ ਹੈ, ਉਹ ਕਿਵੇਂ ਮੌਤ ਤੋਂ ਡਰ ਸਕਦਾ ਹੈ? ਜਿਸ ਪਾਸੇ ਮੈਂ ਦੇਖਦਾ ਹਾ ਕੇਵਲ ਪ੍ਰਭ ਹੀ ਨਜ਼ਰ ਆਉਂਦਾ ਹੈ! ਹੋਰ ਕੋਈ ਨਹੀਂ ਹੈ । ਮੈਂ ਤੇਰੇ ਸ਼ਬਦ ਦਾ ਸਿਮਰਨ ਕਰਦਾ, ਹੋਰ ਕਿਸੇ ਦੀ ਪੂਜਾ ਨਹੀਂ ਕਰਦਾ ।

Whosoever may humbly obey and adopts the teachings of His Word with steady and stable belief in his day-to-day life; with His mercy and grace, he may be blessed with the right path of acceptance in His Court. Whosoever may remain intoxicated in meditation in the void of His Word! How may he be afraid from the devil of death? I realize only His Holy Spirit prevailing everywhere and no one else exist without His Command. I only meditate on the teachings of His Word; I may never worship any other worldly guru as the savior of the universe.

ਸਚੁ ਹਰਿ ਨਾਮੁ ਸਚੁ ਹੈ ਸਰਣਾ॥ sach har naam sach hai sarnaa.
ਸਚੁ ਗੁਰ ਸਬਦੁ ਜਿਤੈ ਲਗਿ ਤਰਣਾ॥ sach gur sabad jitai lag tarnaa.
ਅਕਥੁ ਕਥੈ ਦੇਖੈ ਅਪਰੰਪਰੁ, akath kathai daykhai aprampar
ਫੁਨਿ ਗਰਭਿ ਨ ਜੋਨੀ ਜਾਇਆ॥੪॥ fun garabh na jonee jaa-i-aa. ||4||

ਪ੍ਰਭ ਦਾ ਸ਼ਬਦ ਸਦਾ ਅਟਲ ਰਹਿਣ ਵਾਲਾ ਹੈ । ਪ੍ਰਭ ਦੀ ਸ਼ਰਣ ਵੀ ਸਦਾ ਰਖਿਆ ਕਰਨ ਵਾਲੀ ਹੈ । ਸ਼ਬਦ ਨਾਲ ਜੀਵਨ ਢਾਲਣ ਨਾਲ ਜੀਵ ਪ੍ਰਵਾਨਗੀ ਦੇ ਰਸਤੇ ਤੇ ਚਲ ਪੈਂਦਾ ਹੈ । ਉਸ ਨੂੰ ਅਕਥ ਕਥਨਾਂ ਦੀ ਸੋਝੀ ਬਖਸ਼ਿਸ਼ ਹੋ ਜਾਂਦੀ ਹੈ । ਉਹ ਕਦੇ ਮਾਤਾ ਦੇ ਗ਼ਰਬ ਵਿੱਚ ਨਹੀਂ ਜਾਂਦਾ, ਜਨਮ ਨਹੀ ਲੈਂਦਾ ।

The teachings of His Word remain true forever; His Sanctuary remains an unbreachable fort of protection. Whosoever may adopt the teachings of His Word with steady and stable belief in his day-to-day life; with His mercy and grace, he may be blessed with the right path of acceptance in His Court. He may be blessed with enlightenment

ਸਚ ਬਿਨੁ ਸਤੁ ਸੰਤੋਖੁ ਨ ਪਾਵੈ॥ sach bin sat santokh na paavai.
ਬਿਨੁ ਗੁਰ ਮੁਕਤਿ ਨ ਆਵੈ ਜਾਵੈ॥ bin gur mukat na aavai jaavai.
ਮੂਲ ਮੰਤ੍ਰੁ ਹਰਿ ਨਾਮੁ ਰਸਾਇਣੁ, mool mantar har naam rasaa-in
ਕਹੁ ਨਾਨਕ ਪੂਰਾ ਪਾਇਆ॥੫॥ kaho naanak pooraa paa-i-aa. ||5||

ਸ਼ਬਦ ਦੀ ਪਾਲਣਾ ਤੋਂ ਬਿਨਾਂ ਜੀਵ ਨੂੰ ਸੰਤੋਖ ਬਖਸ਼ਿਸ਼ ਨਹੀਂ ਹੁੰਦਾ । ਪ੍ਰਭ ਦੀ ਰਹਿਮਤ ਤੋਂ ਬਿਨਾਂ ਮੁਕਤੀ ਬਖਸ਼ਿਸ਼ ਨਹੀਂ ਹੁੰਦੀ, ਉਹ ਜੂੰਨਾਂ ਦੇ ਚੱਕਰ ਵਿੱਚ ਹੀ ਰਹਿੰਦਾ ਹੈ । ਮੂਲ ਮੰਤ੍ਰ ਦੇ ਸਿਮਰਨ ਨਾਲ ਜੀਵ ਨੂੰ ਅੰਮ੍ਰਿਤ ਦਾ ਸੋਮਾ, ਸ਼ਬਦ ਦੀ ਸੋਝੀ ਬਖਸ਼ਿਸ਼ ਹੋ ਜਾਂਦੀ ਹੈ । ਪ੍ਰਭ ਦੀ ਹੌਂਦ ਅਨੁਭਵ ਹੋ ਜਾਂਦੀ ਹੈ ।

Without adopting the teachings of His Word with steady and stable in day-to-day life; no one may ever be blessed with contentment with his own worldly environments, with His Blessings. Without His mercy and grace, no one may ever be blessed with the right path of acceptance nor his cycle of birth and death may ever be eliminated. Whosoever may be drenched with the key message of The Mool Mantra in his day-to-day life; with His mercy and grace, he may be blessed with the fountain of nectar of the essence of His Word. He may realize His Holy Spirit prevailing everywhere, within every creature and everywhere in His Nature.

ਸਚ ਬਿਨੁ ਭਵਜਲੁ ਜਾਇ ਨ ਤਰਿਆ॥ sach bin bhavjal jaa-ay na tari-aa.
ਏਹੁ ਸਮੁੰਦੁ ਅਥਾਹੁ ਮਹਾ ਬਿਖੁ ਭਰਿਆ॥ ayhu samund athaahu mahaa bikh bhari-aa.
ਰਹੈ ਅਤੀਤੁ ਗੁਰਮਤਿ ਲੇ ਊਪਰਿ, rahai ateet gurmat lay oopar
ਹਰਿ ਨਿਰਭਉ ਕੈ ਘਰਿ ਪਾਇਆ॥੬॥ har nirbha-o kai ghar paa-i-aa. ||6||

ਸੰਸਾਰਕ ਸਾਗਰ ਬਹੁਤ ਭਿਆਨਕ, ਖਤਰਨਾਕ, ਇਛਾਂ ਦੇ ਜ਼ਹਿਰ ਨਾਲ ਭਰਿਆ ਹੈ । ਸ਼ਬਦ ਦੀ ਪਾਲਣਾ ਕਰਨ ਤੋਂ ਬਿਨਾਂ ਸੰਸਾਰਕ ਸਾਗਰ ਪਾਰ ਨਹੀਂ ਕੀਤਾ ਜਾ ਸਕਦਾ । ਜਿਹੜਾ ਸ਼ਬਦ ਨਾਲ ਜੀਵਨ ਢਾਲਦਾ, ਸੰਸਾਰਕ ਇਛਾਂ, ਮੋਹ ਤੋਂ ਰਹਿਤ ਰਹਿੰਦਾ ਹੈ । ਉਸ ਨੂੰ ਦਰਬਾਰ ਵਿੱਚ ਥਾਂ ਬਖਸ਼ਿਸ਼ ਹੋ ਸਕਦਾ ਹੈ ।

World is a terrible ocean overwhelmed with sweet poison of worldly desires. Without obeying the teachings of His Word with steady and stable belief; no one may ever be blessed with the right path of acceptance in His Court. Whosoever may remain beyond the reach of worldly desires, worldly attachments, and bonds; with His mercy and grace, he may adopt the teachings of His Word in his day-to-day life. He may be blessed with a permanent resting place in His Court.

ਝੂਠੀ ਜਗ ਹਿਤ ਕੀ ਚਤੁਰਾਈ॥ jhoothee jag hit kee chaturaa-ee.
ਬਿਲਮ ਨ ਲਾਗੈ ਆਵੈ ਜਾਈ॥ bilam na laagai aavai jaa-ee.
ਨਾਮੁ ਵਿਸਾਰਿ ਚਲਹਿ ਅਭਿਮਾਨੀ, naam visaar chaleh abhimaanee
ਉਪਜੈ ਬਿਨਸਿ ਖਪਾਇਆ॥੭॥ upjai binas khapaa-i-aa. ||7||

ਸੰਸਾਰਕ ਇਛਾਂ ਨਾਲ ਜੋੜ ਅਤੇ ਮਨ ਦੀ ਚੁਲਾਕੀ ਥੋੜ੍ਹਾ ਸਮਾਂ ਸੁਖ ਦੇਣ ਵਾਲੀ ਹੈ । ਇਹ ਜੀਵ ਦੇ ਜੀਵਨ ਵਿੱਚ ਥੋੜ੍ਹਾ ਚਿਰ ਹੀ ਟਿਕਦੀ ਹੈ । ਜਿਹੜਾ ਪ੍ਰਭ ਦੇ ਸ਼ਬਦ ਦੀ ਪਾਲਣਾ ਨਹੀਂ ਕਰਦਾ, ਉਹ ਸੰਸਾਰਕ ਹੈਸੀਅਤ ਦੇ ਅਭਿਮਾਨ, ਅਹੰਕਾਰ ਵਿੱਚ ਹੀ ਜੀਵਨ ਬਤੀਤ ਕਰਦਾ ਹੈ । ਉਹ ਜਨਮ, ਮਰਨ ਵਿੱਚ ਹੀ ਮਾਨਸ ਜਨਮ ਬਿਰਥਾ ਗਵਾ ਜਾਂਦਾ ਹੈ ।

Worldly bonds, worldly wealth with deceptive, evil plans of own mind may provide short-lived worldly comforts. These remain short lived in his life. Whosoever may not adopt the teachings of His Word in his day-to-day life; he may remain intoxicated in his ego of his worldly status. He may remain on his high horse of ego of his worldly status; he may waste his human life opportunity uselessly. He remains in the cycle of birth and death.

ਉਪਜਹਿ ਬਿਨਸਹਿ ਬੰਧਨ ਬੰਧੇ॥ upjahi binsahi banDhan banDhay.
ਹਉਮੈ ਮਾਇਆ ਕੇ ਗਲ ਫੰਧੇ॥ ha-umai maa-i-aa kay gal fanDhay.
ਜਿਸੁ ਰਾਮ ਨਾਮੁ ਨਾਹੀ ਮਤਿ ਗੁਰਮਤਿ, jis raam naam naahee mat gurmat
ਸੋ ਜਮ ਪੁਰਿ ਬੰਧਿ ਚਲਾਇਆ॥੮॥ so jam pur banDh chalaa-i-aa. ||8||

ਜਿਹੜਾ ਪ੍ਰਭ ਦਾ ਸ਼ਬਦ ਵਿਸਾਰ ਲੈਂਦਾ, ਸ਼ਬਦ ਨਾਲ ਜੀਵਨ ਨਹੀਂ ਢਾਲਦਾ । ਉਹ ਜਨਮ ਅਤੇ ਮੌਤ ਦੇ ਬੰਧਨਾ ਵਿੱਚ ਬੰਧਾ ਰਹਿੰਦਾ ਹੈ । ਉਸ ਦੇ ਗਲ ਵਿੱਚ ਹੈਸੀਅਤ ਅਤੇ ਮਾਇਆ ਦਾ ਸੰਗਲ ਲਟਕਦਾ ਰਹਿੰਦਾ ਹੈ । ਉਹ ਜਮਦੂਤ ਦੇ ਸੰਗਲ ਨਾਲ ਬੰਧਾ, ਜੂੰਨਾਂ ਵਿੱਚ ਭਟਕਦਾ ਰਹਿੰਦਾ ਹੈ ।

Whosoever may forget the teachings of His Word nor adopts the teachings of His Word with steady and stable belief in his day-to-day life; the chain of devil of death may remain hanging in his neck. He remains intoxicated with sweet poison of worldly wealth and ego of his worldly status. He may remain in the cycle of birth and death.

ਗੁਰ ਬਿਨੁ ਮੋਖ ਮੁਕਤਿ ਕਿਉ ਪਾਈਐ॥ gur bin mokh mukat ki-o paa-ee-ai.
ਬਿਨੁ ਗੁਰ ਰਾਮ ਨਾਮੁ ਕਿਉ ਧਿਆਈਐ॥ bin gur raam naam ki-o Dhi-aa-ee-ai.
ਗੁਰਮਤਿ ਲੇਹੁ ਤਰਹੁ ਭਵ ਦੁਤਰੁ, gurmat layho tarahu bhav dutar
ਮੁਕਤਿ ਭਏ ਸੁਖੁ ਪਾਇਆ॥੯॥ mukat bha-ay sukh paa-i-aa. ||9||

ਪ੍ਰਭ ਦੀ ਰਹਿਮਤ ਤੋਂ ਬਿਨਾਂ ਕਿਵੇਂ ਮੁਕਤੀ ਬਖਸ਼ਿਸ਼ ਹੋ ਸਕਦੀ ਹੈ? ਪ੍ਰਭ ਦੀ ਰਹਿਮਤ ਤੋਂ ਬਿਨਾਂ ਕਿਵੇਂ ਕੋਈ ਸ਼ਬਦ ਦੀ ਪਾਲਣਾ ਕਰ ਸਕਦਾ ਹੈ? ਸ਼ਬਦ ਦੀ ਪਾਲਣਾ ਵਿੱਚ ਕਿਵੇਂ ਅਡੋਲ ਹੋ ਸਕਦਾ ਹੈ? ਜਿਹੜਾ ਸ਼ਬਦ ਨਾਲ ਜੀਵਨ ਢਾਲਦਾ ਹੈ, ਉਸ ਨੂੰ ਪ੍ਰਵਾਨਗੀ ਦਾ ਰਸਤਾ ਬਖਸ਼ਿਸ਼ ਹੋ ਜਾਂਦਾ ਹੈ । ਉਸ ਤੇ ਅਡੋਲ ਰਹਿਣ ਨਾਲ ਹੀ ਮਨ ਵਿੱਚ ਸੰਤੋਖ ਬਖਸ਼ਿਸ਼ ਹੋ ਸਕਦਾ ਹੈ ।

How may anyone be blessed with salvation, without His Blessed Vision? How may anyone adopt the teachings of His Word with steady and stable belief in his day-to-day life? How may he remain steady and stable on the right path of acceptance in His Court? Whosoever may adopt the teachings of His Word with steady and stable belief; with His mercy and grace, he may be blessed with the right path of acceptance in His Court. Whosoever may remain steady and stable on the right path; with His mercy and grace, he may be blessed with contentment in his worldly condition.

ਗੁਰਮਤਿ ਕ੍ਰਿਸਨਿ ਗੋਵਰਧਨ ਧਾਰੇ॥	gurmat krisan govarDhan Dhaaray.
ਗੁਰਮਤਿ ਸਾਇਰਿ ਪਾਹਣ ਤਾਰੇ॥	gurmat saa-ir paahan taaray.
ਗੁਰਮਤਿ ਲੇਹੁ ਪਰਮ ਪਦੁ ਪਾਈਐ,	gurmat layho param pad paa-ee-ai
ਨਾਨਕ ਗੁਰਿ ਭਰਮੁ ਚੁਕਾਇਆ॥੧੦॥	naanak gur bharam chukaa-i-aa. ||10||

ਸ਼ਬਦ ਦੀ ਪਾਲਣਾ ਕਰਨ ਨਾਲ ਕ੍ਰਿਸ਼ਨ ਨੇ ਪ੍ਰਭ ਦੀ ਰਹਿਮਤ ਪਾ ਕੇ ਗੋਵਰਧਨ ਦਾ ਪਰਬਤ ਉਠਾ ਲਿਆ ਸੀ । ਪ੍ਰਭ ਦੀ ਰਹਿਮਤ ਨਾਲ ਰਾਮ ਚੰਦਰ ਨੇ ਪੱਥਰ ਸਮੁੰਦਰ ਵਿੱਚ ਤਾਰ ਦਿੱਤਾ, ਸਮੁੰਦਰ ਪਾਰ ਕਰਾ ਦਿੱਤਾ ਸੀ । ਪ੍ਰਭ ਦੇ ਸ਼ਬਦ ਤੇ ਅਡੋਲ ਭਰੋਸਾ ਕਰਨ ਨਾਲ ਜੀਵ ਨੂੰ ਵਿਸ਼ੇਸ਼ ਅਵਸਥਾ ਬਖਸ਼ਿਸ਼ ਹੋ ਸਕਦੀ ਹੈ । ਉਸ ਦੇ ਭਰਮ ਭੁਲੇਖੇ ਦੂਰ ਹੋ ਜਾਂਦੇ ਹਨ ।

By adopting the teachings of His Word in his day-to-day life, Krishna was blessed with His mercy and grace to move heavy stone like **Govardhan** mountain. Ram Chandra was blessed with wisdom to carry heavy stone on the other side of river. Whosoever may obey the teachings of His Word with steady and stable belief in his day-to-day life; with His mercy and grace, he may be blessed with unique state of mind. All his religious suspicions may be eliminated.

ਗੁਰਮਤਿ ਲੇਹੁ ਤਰਹੁ ਸਚੁ ਤਾਰੀ॥	gurmat layho tarahu sach taaree.
ਆਤਮ ਚੀਨਹੁ ਰਿਦੈ ਮੁਰਾਰੀ॥	aatam cheenahu ridai muraaree.
ਜਮ ਕੇ ਫਾਹੇ ਕਾਟਹਿ ਹਰਿ ਜਪਿ,	jam kay faahay kaateh har jap
ਅਕੁਲ ਨਿਰੰਜਨੁ ਪਾਇਆ॥੧੧॥	akul niranjan paa-i-aa. ||11||

ਜਿਹੜਾ ਸ਼ਬਦ ਤੇ ਭਰੋਸਾ ਅਡੋਲ ਰਖਦਾ ਹੈ, ਪ੍ਰਭ ਦੀ ਰਹਿਮਤ ਨਾਲ ਪ੍ਰਵਾਨਗੀ ਦਾ ਰਸਤਾ ਬਖਸ਼ਿਸ਼ ਹੋ ਜਾਂਦਾ ਹੈ । ਹਮੇਸ਼ਾਂ ਮਨ ਵਿੱਚ ਯਾਦ ਰਖੋ! ਪ੍ਰਭ ਜੀਵ ਦੇ ਅੰਦਰ ਹੀ ਵਸਦਾ ਹੈ! ਪ੍ਰਭ ਦੇ ਸ਼ਬਦ ਨਾਲ ਜੀਵਨ ਢਾਲਣ ਨਾਲ ਮੌਤ ਦਾ ਡਰ ਖਤਮ ਹੋ ਜਾਂਦਾ ਹੈ । ਸਦਾ ਅਟਲ ਰਹਿਣ ਵਾਲੇ ਮਾਲਕ ਦੀ ਸ਼ਰਣ ਵਿੱਚ ਪਨਾਹ ਬਖਸ਼ਿਸ਼ ਹੋ ਜਾਂਦੀ ਹੈ । ਪ੍ਰਭ ਦੀ ਕੋਈ ਪੀੜ੍ਹੀ, ਗੱਦੀ ਨਹੀਂ ਚਲਦੀ ।

Whosoever may have a steady and stable belief on the teachings of His Word; with His mercy and grace, he may be blessed with the right path of acceptance in His Court. Always keep in mind! His Holy Spirit, His Word remains embedded within your soul. Whosoever may adopt the teachings of His Word with steady and stable belief in his day-to-day life; with His mercy and grace, his fear of death may be eliminated. He may be accepted in the Sanctuary of ever-living, true forever, Holy Spirit. No one may ever be incarnated on His throne nor incarnated worldly guru, prophet may ever replace or become equal to The True Master.

ਗੁਰਮਤਿ ਪੰਚ ਸਖੇ ਗੁਰ ਭਾਈ॥	gurmat panch sakhay gur bhaa-ee.
ਗੁਰਮਤਿ ਅਗਨਿ ਨਿਵਾਰਿ ਸਮਾਈ॥	gurmat agan nivaar samaa-ee.

ਮਨਿ ਮੁਖਿ ਨਾਮੁ ਜਪਹੁ ਜਗਜੀਵਨ, man mukh naam japahu jagjeevan
ਰਿਦ ਅੰਤਰਿ ਅਲਖੁ ਲਖਾਇਆ॥੧੨॥ rid antar alakh lakhaa-i-aa. ||12||

ਜਿਹੜਾ ਸ਼ਬਦ ਦੀ ਪਾਲਣਾ ਕਰਦਾ ਹੈ, ਪ੍ਰਭ ਹੀ ਉਸ ਦਾ ਸਾਥੀ, ਰਖਵਾਲਾ ਬਣ ਜਾਂਦਾ ਹੈ । ਸ਼ਬਦ ਨਾਲ ਜੀਵਨ ਢਾਲਣ ਨਾਲ ਮਨ ਅੰਦਰੋਂ ਇਛਾਂ ਦੀ ਅੱਗ ਬੁਝ ਜਾਂਦੀ ਹੈ । ਪ੍ਰਭ ਦੇ ਸ਼ਬਦ ਦਾ ਸਿਮਰਨ ਕਰੋ, ਜੀਭ ਨਾਲ ਉਸਤਤ ਗਾਵੋ! ਪ੍ਰਭ ਦੀ ਰਹਿਮਤ ਨਾਲ, ਮਨ ਅੰਦਰੋਂ ਹੀ ਪਹੁੰਚ ਤੋਂ ਉਪਰ ਪ੍ਰਭ ਦੀ ਹੋਂਦ ਮਹਿਸੂਸ ਹੋ ਜਾਂਦੀ ਹੈ ।

Whosoever may obey the teachings of His Word with steady and stable belief in his day-to-day life; with His mercy and grace, he may be accepted in His Sanctuary. Whosoever may adopt the teachings of His Word, he may conquer the lava of his worldly desires of his mind. You should meditate and sing the glory of His Word with your tongue. His true devotee may realize the existence of beyond reach, His Holy Spirit prevailing everywhere.

ਗੁਰਮੁਖਿ ਬੂਝੈ ਸਬਦਿ ਪਤੀਜੈ॥ gurmukh boojhai sabad pateejai.
ਉਸਤਤਿ ਨਿੰਦਾ ਕਿਸ ਕੀ ਕੀਜੈ॥ ustat nindaa kis kee keejai.
ਚੀਨਹੁ ਆਪੁ ਜਪਹੁ ਜਗਦੀਸਰੁ, cheenahu aap japahu jagdeesar
ਹਰਿ ਜਗੰਨਾਥੁ ਮਨਿ ਭਾਇਆ॥੧੩॥ har jagannaath man bhaa-i-aa. ||13||

ਗੁਰਮਖ ਨੂੰ ਸ਼ਬਦ ਦੀ ਸੋਝੀ ਹੋ ਜਾਂਦੀ, ਮਨ ਵਿੱਚ ਖੇੜਾ ਬਖਸ਼ਿਸ਼ ਹੋ ਜਾਂਦਾ ਹੈ । ਫਿਰ ਉਹ, ਉਸਤਤ ਜਾ ਨਿੰਦਿਆ ਕਿਸ ਦੀ ਕਰ ਸਕਦਾ ਹੈ? ਆਪਣੇ ਆਪ ਨੂੰ ਪਛਾਣ ਕੇ ਸ਼ਬਦ ਨਾਲ ਜੀਵਨ ਢਾਲਦਾ, ਅਨੰਦ, ਖੇੜੇ ਮਾਨਦਾ ਹੈ ।

His true devotee may be blessed with the enlightenment of the essence of His Word and blossom in his day-to-day life. How may he praise or slanders anyone else? Whosoever may recognize the real purpose of his human life blessings; he may adopt the teachings of His Word; with His mercy and grace, he may be blessed with pleasure and blossom.

ਜੋ ਬ੍ਰਹਮੰਡਿ ਖੰਡਿ ਸੋ ਜਾਣਹੁ॥ jo barahmand khand so jaanhu.
ਗੁਰਮੁਖਿ ਬੂਝਹੁ ਸਬਦਿ ਪਛਾਣਹੁ॥ gurmukh boojhai sabad pateejai.
ਘਟਿ ਘਟਿ ਭੋਗੇ ਭੋਗਣਹਾਰਾ, ghat ghat bhogay bhoganhaaraa ra-
ਰਹੈ ਅਤੀਤੁ ਸਬਾਇਆ॥੧੪॥ hai ateet sabaa-i-aa. ||14||

ਗੁਰਮਖ ਨੂੰ ਸ਼ਬਦ ਦੀ ਸੋਝੀ ਹੋਣ ਨਾਲ ਸ਼ਬਦ ਮਨ ਵਿੱਚ ਘਰ ਕਰ ਜਾਂਦਾ ਹੈ । ਉਹ ਖੰਡਾਂ, ਬ੍ਰਹਮੰਡਾਂ, ਸ੍ਰਿਸ਼ਟੀਆਂ ਦੇ ਮਾਲਕ ਨੂੰ ਜਾਣ ਜਾਂਦਾ ਹੈ । ਪ੍ਰਭ ਪਲ, ਪਲ ਹਰਇਕ ਜੀਵ ਦੇ ਅੰਦਰ ਵਾਪਰਦਾ, ਦੇਖਦਾ, ਪਾਲਣਾ ਕਰਦਾ ਹੈ । ਫਿਰ ਵੀ ਉਸ ਦੇ ਮੋਹ ਤੋਂ ਰਹਿਤ ਅਡੋਲ ਰਹਿੰਦਾ ਹੈ ।

Whosoever may be drenched with the essence of His Word; with His mercy and grace, he may be enlightened with the essence of His Word. He may recognize The True Master of all universes. His Holy Spirit remains embedded within each soul and monitors, prevails, nourishes, and protects His Creation; however, He remains beyond the emotional attachment of His Creation.

ਗੁਰਮਤਿ ਬੋਲਹੁ ਹਰਿ ਜਸੁ ਸੂਚਾ॥ gurmat bolhu har jas soochaa.
ਗੁਰਮਤਿ ਆਖੀ ਦੇਖਹੁ ਊਚਾ॥ gurmat aakhee daykhhu oochaa.
ਸ੍ਰਵਣੀ ਨਾਮੁ ਸੁਣੈ ਹਰਿ ਬਾਣੀ, sarvanee naam sunai har banee
ਨਾਨਕ ਹਰਿ ਰੰਗਿ ਰੰਗਾਇਆ॥੧੫॥੩॥੨੦॥ naanak har rang rangaa-i-aa. ||15||3||20||

ਜੀਵ ਸ਼ਬਦ ਨਾਲ ਜੀਵਨ ਢਾਲੋ! ਪਵਿੱਤਰ ਮਨ ਨਾਲ ਸ਼ਬਦ ਦੇ ਗੁਣ ਗਾਵੋ! ਪ੍ਰਭ ਦੀ ਰਹਿਮਤ ਦਾ ਧੰਨਵਾਦ ਕਰੋ । ਜਿਹੜਾ ਪ੍ਰਭ ਦੇ ਸ਼ਬਦ ਦੀ ਪਾਲਣਾ ਕਰਦਾ ਹੈ, ਉਹ ਆਪਣੇ ਮਨ ਦੀਆਂ ਅੱਖਾਂ ਨਾਲ ਪ੍ਰਭ ਦੀ ਹੋਂਦ ਅਨੁਭਵ ਕਰ ਸਕਦਾ ਹੈ । ਜਿਹੜਾ ਵੀ ਪ੍ਰਭ ਦਾ ਸ਼ਬਦ ਸੁਣਦਾ, ਜੀਵਨ ਢਾਲਦਾ ਹੈ । ਉਸ ਤੇ ਰਹਿਮਤ ਦਾ ਨੂਰ ਚਮਕਦਾ, ਸਿਮਰਨ ਵਿੱਚ ਲੀਨ ਹੋ ਜਾਂਦਾ ਹੈ ।

You should sing the glory and adopt the teachings of His Word with steady and stable belief; you should always remain gratitude for His Blessings. Whosoever may listen and obeys the teachings of His Word with steady and stable belief; with His mercy and grace, you may realize and witness His existence with the eyes of your mind. His spiritual glow may shine on his forehead. He may remain intoxicated in meditation in the void of His Word.

21. ਮਾਰੂ ਮਹਲਾ ੧॥ 1041 -14

ਕਾਮੁ ਕ੍ਰੋਧੁ ਪਰਹਰੁ ਪਰ ਨਿੰਦਾ॥	kaam kroDh parhar par nindaa.
ਲਬੁ ਲੋਭੁ ਤਜਿ ਹੋਹੁ ਨਿਚਿੰਦਾ॥	lab lobh taj hohu nichindaa.
ਭ੍ਰਮ ਕਾ ਸੰਗਲੁ ਤੋੜਿ ਨਿਰਾਲਾ,	bharam kaa sangal torh niraalaa
ਹਰਿ ਅੰਤਰਿ ਹਰਿ ਰਸੁ ਪਾਇਆ॥੧॥	har antar har ras paa-i-aa. ||1||

ਜਿਹੜਾ ਕਾਮ ਵਾਸ਼ਨਾ, ਕਰੋਧ, ਨਿੰਦਿਆਂ, ਲਾਲਚ, ਹੈਸੀਅਤ ਨੂੰ ਤਿਆਗ ਦੇਂਦਾ ਹੈ । ਉਸ ਦੇ ਮਨ ਵਿਚੋਂ ਸਾਰੇ ਸੰਸਾਰਕ ਫਿਕਰ ਖਤਮ ਹੋ ਜਾਂਦੇ ਹਨ । ਉਸ ਨੂੰ ਮਨ ਅੰਦਰੋਂ ਹੀ ਪ੍ਰਭ ਦੀ ਹੋਂਦ ਅਨੁਭਵ ਹੋ ਜਾਂਦੀ ਹੈ । ਭਰਮਾਂ ਅਤੇ ਮੋਹ ਦੇ ਸਾਰੇ ਜਾਲ ਖਤਮ ਹੋ ਜਾਂਦੇ ਹਨ ।

Whosoever may renounce and conquers the five demons of worldly desires, sexual urge for strange woman, anger, slandering others, greed, and ego of worldly status; with His mercy and grace, all his frustrations of worldly worries may be eliminated. He may be enlightened from within and realizes His Holy Spirit prevailing everywhere. All his worldly religious suspicions may be eliminated.

ਨਿਸਿ ਦਾਮਨਿ ਜਿਉ	nis daaman ji-o
ਚਮਕਿ ਚੰਦਾਇਣੁ ਦੇਖੈ॥	chamak chandaa-in daykhai.
ਅਹਿਨਿਸਿ ਜੋਤਿ ਨਿਰੰਤਰਿ ਪੇਖੈ॥	ahinis jot nirantar paykhai.
ਆਨੰਦ ਰੂਪੁ ਅਨੂਪੁ ਸਰੂਪਾ,	aanand roop anoop saroopaa
ਗੁਰਿ ਪੂਰੈ ਦੇਖਾਇਆ॥੨॥	gur poorai daykhaa-i-aa. ||2||

ਜਿਵੇਂ ਜੀਵ ਬਿਜਲੀ ਦੀ ਚਮਕ, ਅਕਾਸ਼ ਵਿੱਚ ਦੇਖਦਾ ਹੈ । ਇਸਤਰ੍ਹਾਂ ਦੀ ਪ੍ਰਭ ਦੀ ਜੋਤ ਦੀ ਰੋਸ਼ਨੀ, ਜੀਵ ਆਪਣੇ ਅੰਦਰ ਅਨੁਭਵ ਕਰਦਾ ਹੈ । ਪ੍ਰਭ ਆਪ ਰਹਿਮਤ ਬਖਸ਼ਕੇ ਸ਼ਬਦ ਦੀ ਪਾਲਣਾ ਵਿੱਚ ਅਡੋਲ ਰਖਦਾ ਹੈ । ਜੀਵ ਨੂੰ ਆਪਣੇ ਅੰਦਰੋਂ ਹੀ ਸ਼ਬਦ ਦੀ ਸੋਝੀ, ਜਾਗਰਤੀ ਬਖਸ਼ਦਾ ਹੈ ।

As one may witness the lightening in the sky; same way, His true devotee may realize the enlightenment of the essence of His Word, His Holy Spirit from within his own mind and body. He may remain steady and stable on the path of obeying the teachings of His Word; with His mercy and grace, His true devotee may be blessed with the enlightenment and awareness from within his own mind.\

ਸਤਿਗੁਰ ਮਿਲਹੁ ਆਪੇ ਪ੍ਰਭੁ ਤਾਰੇ॥	satgur milhu aapay parabh taaray.
ਸਸਿ ਘਰਿ ਸੂਰੁ ਦੀਪਕੁ ਗੈਣਾਰੇ॥	sas ghar soor deepak gainaaray.
ਦੇਖਿ ਅਦਿਸਟੁ ਰਹਹੁ ਲਿਵ ਲਾਗੀ,	daykh adisat rahhu liv laagee
ਸਭੁ ਤ੍ਰਿਭਵਣਿ ਬ੍ਰਹਮੁ ਸਬਾਇਆ॥੩॥	sabh taribhavan barahm sabaa-i-aa. ||3||

ਜਿਸ ਨੂੰ ਪ੍ਰਭ ਸ਼ਬਦ ਦੀ ਸੋਝੀ ਬਖਸ਼ਦਾ ਹੈ । ਉਹ ਪ੍ਰਭ ਦੀ ਸ਼ਰਣ ਵਿੱਚ ਆ ਜਾਂਦਾ ਹੈ, ਆਪ ਹੀ ਉਸ ਦਾ ਰਖਵਾਲਾ ਬਣ ਜਾਂਦਾ ਹੈ । ਜਿਵੇਂ ਪ੍ਰਭ ਨੇ ਸੂਰਜ ਅਤੇ ਚੰਦ ਦੋਂ ਦੀਵੇ ਸ੍ਰਿਸ਼ਟੀ ਨੂੰ ਚਾਨਣ ਦੇਣ ਲਈ ਥਾਪੇ ਹਨ । ਇਸਤਰ੍ਹਾਂ ਆਪਣੀ ਜੋਤ ਤਿੰਨਾਂ ਸ੍ਰਿਸ਼ਟੀ ਨੂੰ ਚਾਨਣ ਦੇਣ ਲਈ ਜੀਵ ਦੇ ਅੰਦਰ ਰਖੀ ਹੈ ।

Whosoever may be blessed with the enlightenment of the essence of His Word; he may surrender his mind, body, and worldly status at His Sanctuary. He may be accepted in His Sanctuary. As He has created and established, 2 pillars of light for the universe; same way, He has embedded His Word, His Holy Spirit within the soul of each creature in all universes.

ਅੰਮ੍ਰਿਤ ਰਸੁ ਪਾਏ ਤ੍ਰਿਸਨਾ ਭਉ ਜਾਏ॥ amrit ras paa-ay tarisnaa bha-o jaa-ay.
ਅਨਭਉ ਪਦੁ ਪਾਵੈ ਆਪੁ ਗਵਾਏ॥ anbha-o pad paavai aap gavaa-ay.
ਊਚੀ ਪਦਵੀ ਊਚੋ ਊਚਾ, oochee padvee oocho oochaa
ਨਿਰਮਲ ਸਬਦੁ ਕਮਾਇਆ॥੪॥ nirmal sabad kamaa-i-aa. ||4||

ਸ਼ਬਦ ਦੀ ਪਾਲਣਾ ਕਰਨ ਨਾਲ ਇਛਾਂ ਤੇ ਕਾਬੂ ਅਤੇ ਮੌਤ ਦਾ ਡਰ ਖਤਮ ਹੋ ਜਾਂਦਾ ਹੈ । ਇਸਤਰ੍ਹਾਂ ਸ਼ਬਦ ਦੀ ਸੋਝੀ ਪਾਉਣ, ਘਰ ਵਸਾਉਣ ਨਾਲ ਆਪਾ ਖਤਮ ਹੋ ਜਾਂਦਾ ਹੈ । ਜਿਹੜਾ ਸ਼ਬਦ ਨਾਲ ਜੀਵਨ ਢਾਲਦਾ ਹੈ, ਉਸ ਨੂੰ ਵਿਸ਼ੇਸ਼ ਅਵਸਥਾ, ਦਰਬਾਰ ਵਿੱਚ ਪ੍ਰਵਾਨਗੀ ਬਖਸ਼ਿਸ਼ ਹੋ ਜਾਂਦੀ ਹੈ ।

Whosoever may obey the teachings of His Word with steady and stable belief in his day-to-day life; with His mercy and grace, he may conquer his worldly desires along with the fear of his death. Whosoever may remain drenched with the essence of His Word; with His mercy and grace, he may surrender his selfishness at His Sanctuary. Whosoever may adopt the teachings of His Word with steady and stable belief; with His mercy and grace, he may be blessed with special resting place in His Royal Castle.

ਅਦ੍ਰਿਸਟ ਅਗੋਚਰੁ ਨਾਮੁ ਅਪਾਰਾ॥ adrist agochar naam apaaraa.
ਅਤਿ ਰਸੁ ਮੀਠਾ ਨਾਮੁ ਪਿਆਰਾ॥ at ras meethaa naam pi-aaraa.
ਨਾਨਕ ਕਉ ਜੁਗਿ ਜੁਗਿ ਹਰਿ ਜਸੁ ਦੀਜੈ, naanak ka-o jug jug har jas deejai
ਹਰਿ ਜਪੀਐ ਅੰਤੁ ਨ ਪਾਇਆ॥੫॥ har japee-ai ant na paa-i-aa. ||5||

ਪ੍ਰਭ ਦਾ ਸ਼ਬਦ ਬਹੁਤ ਹੀ ਅਨੋਖਾ, ਜੀਵ ਦੀ ਸਮਝ ਤੋਂ ਉਪਰ ਹੈ । ਜਿਹੜਾ ਸ਼ਬਦ ਦੀ ਪਾਲਣਾ ਕਰਦਾ ਹੈ, ਉਸ ਨੂੰ ਸ਼ਬਦ ਦੀ ਸੋਝੀ, ਅਨੰਦ ਬਖਸ਼ਿਸ਼ ਹੁੰਦਾ ਹੈ । ਯੁੱਗਾਂ ਯੁੱਗਾਂ ਤੋਂ ਜੀਵ, ਪ੍ਰਭ ਦੇ ਸ਼ਬਦ ਦਾ ਸਿਮਰਨ ਕਰਦਾ ਹੈ । ਪ੍ਰਭ ਦੇ ਸ਼ਬਦ ਦੀ ਪਾਲਣਾ ਕਰੋ! ਉਸ ਦੇ ਕਿਸੇ ਕਰਤਬ ਦਾ ਅੰਤ, ਜੀਵ ਦੀ ਸੋਝੀ ਤੋਂ ਉਪਰ ਹੈ, ਜਾਣਨ ਦੀ ਕੋਸ਼ਿਸ਼ ਨਾ ਕਰੋ । ਜਿਹੜਾ ਵੀ ਸ਼ਬਦ ਦੀ ਪਾਲਣਾ ਕਰਦਾ, ਉਸ ਨੂੰ ਹੀ ਹੋਰ ਰਸ, ਸੋਝੀ ਬਖਸ਼ਿਸ਼ ਹੁੰਦੀ ਹੈ । ਉਸ ਦੀ ਰਹਿਮਤ ਦੀ ਅਰਦਾਸ ਕਰੋ ।

The virtues of the teachings of His Word may be beyond the comprehension of His Creation. Whosoever may obey the teachings of His Word with steady and stable belief; with His mercy and grace, he may be enlightened and blessed with pleasures in his life. From Ancient Ages! His true devotees have been meditating on the essence of His Word. His Nature, His miracles remain beyond the complete comprehension of His Creation. You should only focus on obeying the teachings rather exploring the end, limits of His Miracles. Whosoever may establish his devotion, dedication, belief on His Blessings; with His mercy and grace, he may be blessed with much deeper comprehension of His Nature. You should always pray for His Forgiveness and Refuge.

ਅੰਤਰਿ ਨਾਮੁ ਪਰਾਪਤਿ ਹੀਰਾ॥ antar naam paraapat heeraa.
ਹਰਿ ਜਪਤੇ ਮਨੁ ਮਨ ਤੇ ਧੀਰਾ॥ har japtay man man tay Dheeraa.
ਦੁਘਟ ਘਟ ਭਉ ਭੰਜਨੁ ਪਾਈਐ, dughat ghat bha-o bhanjan paa-ee-ai
ਬਾਹੁੜਿ ਜਨਮਿ ਨ ਜਾਇਆ॥੬॥ baahurh janam na jaa-i-aa. ||6||

ਪ੍ਰਭ ਦਾ ਸ਼ਬਦ ਇਕ ਅਮੋਲਕ ਹੀਰਾ, ਰਤਨ, ਜੀਵ ਦੀ ਆਤਮਾ ਦੇ ਅੰਦਰ ਹੀ, ਕੇਂਦਰ ਵਿੱਚ ਹੀ ਵਸਦਾ ਹੈ । ਜਿਹੜਾ ਸ਼ਬਦ ਨਾਲ ਜੀਵਨ ਢਾਲਦਾ ਹੈ, ਉਸ ਦੇ ਮਨ ਨੂੰ ਧੀਰਜ, ਸ਼ਬਦ ਦੀ ਸੋਝੀ ਰੂਪੀ ਰਤਨ ਬਖਸ਼ਿਸ਼ ਹੁੰਦਾ ਹੈ । ਬਹੁਤ ਕਠਨ ਰਸਤੇ ਤੇ ਚਲਕੇ, ਦੁਖਾਂ ਦੇ ਨਾਸ਼ ਕਰਨ ਵਾਲੇ ਦੀ ਰਹਿਮਤ ਬਖਸ਼ਿਸ਼ ਹੁੰਦੀ ਹੈ । ਉਸ ਤੋਂ ਪਿਛੋਂ ਜੀਵ ਜਨਮ ਮਰਨ ਦੇ ਚੱਕਰ ਵਿੱਚ ਨਹੀਂ ਜਾਂਦਾ ।

The ambrosial jewel, His Word remains embedded within his soul and dwells in the center, 10th cave within his soul. Whosoever may adopt the teachings of His Word with steady and stable belief; with His mercy and grace, he may be blessed with patience, and ambrosial jewel, the essence of His Word. The path of acceptance in His Sanctuary may be very tedious.

Whosoever may remain steady and stable on the right path, he may never remain in the cycle of birth and death.

ਭਗਤਿ ਹੇਤਿ ਗੁਰ ਸਬਦਿ ਤਰੰਗਾ॥ bhagat hayt gur sabad tarangaa.
ਹਰਿ ਜਸੁ ਨਾਮੁ ਪਦਾਰਥੁ ਮੰਗਾ॥ har jas naam padaarath mangaa.
ਹਰਿ ਭਾਵੈ ਗੁਰ ਮੇਲਿ ਮਿਲਾਏ, har bhaavai gur mayl milaa-ay
ਹਰਿ ਤਾਰੇ ਜਗਤੁ ਸਬਾਇਆ॥੭॥ har taaray jagat sabaa-i-aa. ||7||

ਪ੍ਰਭ ਦੇ ਸ਼ਬਦ ਦੀ ਸਿਖਿਆਂ ਨਾਲ ਜੀਵਨ ਢਾਲਣਾ ਬੰਦਗੀ ਦਾ ਅਧਾਰ ਹੈ । ਇਹ ਹੀ ਪਦਾਰਥ ਪ੍ਰਭ ਤੋਂ ਮੰਗੋ! ਉਹ ਸ਼ਬਦ ਦੇ ਲੜ ਲਾਵੇ, ਅਡੋਲ ਭਰੋਸਾ ਬਖਸ਼ੇ । ਜਿਸ ਦੀ ਬੰਦਗੀ ਪ੍ਰਵਾਨ ਹੋ ਜਾਂਦੀ ਹੈ । ਪ੍ਰਭ ਦੀ ਰਹਿਮਤ ਨਾਲ ਉਸ ਦਾ ਜਨਮ ਮਰਨ ਦਾ ਚੱਕਰ ਖਤਮ ਹੋ ਜਾਂਦਾ ਹੈ ।

The basic guidelines, foundation of meditation is to adopt the teachings of His Word with steady and stable belief in day-to-day life. You should always pray for devotion and steady and stable belief in obeying the teachings of His Word. Whose meditation may be accepted in His Court; his cycle of birth and death may be eliminated.

ਜਿਨਿ ਜਪੁ ਜਪਿਓ, ਸਤਿਗੁਰ ਮਤਿ ਵਾ ਕੇ॥ jin jap japi-o satgur mat vaa kay.
ਜਮਕੰਕਰੁ ਕਾਲੁ ਸੇਵਕ ਪਗ ਤਾ ਕੇ॥ jamkankar kaal sayvak pag taa kay.
ਊਤਮ ਸੰਗਤਿ ਗਤਿ ਮਿਤਿ ਊਤਮ, ootam sangat gat mit ootam
ਜਗੁ ਭਉਜਲੁ ਪਾਰਿ ਤਰਾਇਆ॥੮॥ jag bha-ojal paar taraa-i-aa. ||8||

ਜਿਹੜਾ ਆਪ ਸ਼ਬਦ ਦੀ ਪਾਲਣਾ ਕਰਦਾ, ਬਾਕੀ ਜੀਵਾਂ ਨੂੰ ਇਸ ਪਾਸੇ ਲਾਉਂਦਾ ਹੈ । ਉਸ ਨੂੰ ਸ਼ਬਦ ਦੀ ਸੋਝੀ ਬਖਸ਼ਿਸ਼ ਹੋ ਜਾਂਦੀ ਹੈ । ਮੌਤ ਦਾ ਜਮਦੂਤ ਉਸ ਦਾ ਸੇਵਕ ਬਣ ਜਾਂਦਾ ਹੈ, ਘੇਰਾ ਛੱਡ ਦੇਂਦਾ ਹੈ । ਸੰਤ ਸਰੂਪ ਦੀ ਸੰਗਤ ਵਿੱਚ ਜੀਵਨ ਦਾ ਢੰਗ ਸ਼ਬਦ ਅਨੁਸਾਰ, ਉਤਮ ਹੋ ਜਾਂਦਾ ਹੈ । ਉਹ ਇਸ ਤੇ ਚਲਕੇ ਆਪਣਾ ਜੀਵਨ ਸਫਲ ਕਰ ਜਾਂਦਾ ਹੈ ।

Whosoever may obey the teachings of His Word and inspires others to obey the teachings of His Word; with His mercy and grace, he may be blessed with the enlightenment of the essence of His Word. The devil of death may become his slave and remains away from him. Whosoever may join the conjugation of His Holy saint, he may adopt the teachings of His Word in his day-to-day life. His human life journey may become rewarding.

ਇਹੁ ਭਵਜਲੁ ਜਗਤੁ ਸਬਦਿ ਗੁਰ ਤਰੀਐ॥ ih bhavjal jagat sabad gur taree-ai.
ਅੰਤਰ ਕੀ ਦੁਬਿਧਾ ਅੰਤਰਿ ਜਰੀਐ॥ antar kee dubiDhaa antar jaree-ai.
ਪੰਚ ਬਾਣ ਲੇ ਜਮ ਕਉ ਮਾਰੈ, panch baan lay jam ka-o maarai
ਗਗਨੰਤਰਿ ਧਣਖੁ ਚੜਾਇਆ॥੯॥ gagnantar Dhanakh charhaa-i-aa. ||9||

ਜਿਹੜਾ ਸ਼ਬਦ ਨਾਲ ਆਪਣਾ ਜੀਵਨ ਢਾਲਦਾ ਹੈ, ਉਹ ਸੰਸਾਰਕ ਸਾਗਰ ਪਾਰ ਕਰ ਜਾਂਦਾ ਹੈ । ਮਨ ਦੀ ਅਵਸਥਾ ਭਾਣੇ ਅੰਦਰ ਆ ਜਾਂਦੀ ਹੈ, ਸਭ ਭਰਮ ਦੂਰ ਹੋ ਜਾਂਦੇ ਹਨ । ਸੰਸਾਰਕ ਇਛਾਂ ਦੇ ਪੰਜੇਂ ਤੀਰ ਉਸ ਦੇ ਵੱਸ ਵਿੱਚ ਆ ਜਾਂਦੇ ਹਨ । ਉਸ ਦਾ ਮੌਤ ਦਾ ਡਰ ਖਤਮ ਕਰ ਜਾਂਦਾ ਹੈ । ਉਹ ਮਨ ਦੇ ਅਕਾਸ਼ ਵਿੱਚ ਦਸਵੇਂ ਘਰ ਵਿੱਚ ਦਾਖਿਲ ਹੋ ਜਾਂਦਾ ਹੈ ।

Whosoever may adopt the teachings of His Word with steady and stable belief; with His mercy and grace, he may cross the worldly ocean of desires. His state of mind may remain within the teachings of His Word; all his suspicions may be eliminated. He may conquer all the demons of his worldly desires. His fear of death may be eliminated; with His mercy and grace, he may enter the 10th cave, His Royal Castle, within His mind.

ਸਾਕਤ ਨਰਿ ਸ਼ਬਦ, ਸੁਰਤਿ ਕਿਉ ਪਾਈਐ॥ saakat nar sabad surat ki-o paa-ee-ai.
ਸਬਦੁ ਸੁਰਤਿ ਬਿਨੁ ਆਈਐ ਜਾਈਐ॥ sabad surat bin aa-ee-ai jaa-ee-ai.
ਨਾਨਕ ਗੁਰਮੁਖਿ ਮੁਕਤਿ ਪਰਾਇਣੁ, naanak gurmukh mukat paraa-in
ਹਰਿ ਪੂਰੈ ਭਾਗਿ ਮਿਲਾਇਆ॥੧੦॥ har poorai bhaag milaa-i-aa. ||10||

ਜਿਹੜਾ ਸਾਕਤ ਸ਼ਬਦ ਦੀ ਪਾਲਨਾ ਨਹੀਂ ਕਰਦਾ, ਉਹ ਸ਼ਬਦ ਦੀ ਸੋਝੀ ਕਿਵੇਂ ਪਾ ਸਕਦਾ ਹੈ? ਸ਼ਬਦ ਦੀ ਪਾਲਣਾ ਤੋਂ ਬਿਨਾਂ ਜੀਵ ਜਨਮ ਮਰਨ ਦੇ ਚੱਕਰ ਵਿੱਚ ਹੀ ਰਹਿੰਦਾ ਹੈ । ਗੁਰਮਖ ਜੀਵ ਦੇ ਭਾਗ ਵੱਡੇ ਹੋ ਜਾਂਦੇ, ਪ੍ਰਭ ਦੀ ਰਹਿਮਤ ਨਾਲ ਪ੍ਰਵਾਨਗੀ ਬਖਸ਼ਿਸ਼ ਹੋ ਜਾਂਦੀ ਹੈ । ਉਹ ਸ਼ਬਦ ਨਾਲ ਜੀਵਨ ਢਾਲਕੇ, ਮੁਕਤੀ ਦੇ ਰਸਤੇ ਤੇ ਚਲਦਾ ਹੈ ।

Self-minded may not obey the teachings of His Word in his day-to-day life. How may he be blessed with the enlightenment of the essence of His Word? Without obeying the teachings of His Word! He may remain in the cycle of birth and death. His true devotee may be very fortunate; he may be accepted in His Court. He may adopt the teachings of His Word. He may remain on the right path of acceptance in His Court.

ਨਿਰਭਉ ਸਤਿਗੁਰੁ ਹੈ ਰਖਵਾਲਾ॥	nirbha-o satgur hai rakhvaalaa.
ਭਗਤਿ ਪਰਾਪਤਿ ਗੁਰ ਗੋਪਾਲਾ॥	bhagat paraapat gur gopaalaa.
ਧੁਨਿ ਅਨੰਦ ਅਨਾਹਦੁ ਵਾਜੈ,	Dhun anand anaahad vaajai
ਗੁਰ ਸਬਦਿ ਨਿਰੰਜਨੁ ਪਾਇਆ॥੧੧॥	gur sabad niranjan paa-i-aa. ||11||

ਨਿਰਭਉ, ਨਿਡਰ, ਪ੍ਰਭ ਜੀਵ ਦਾ ਰਖਵਾਲਾ ਹੈ । ਸ਼ਬਦ ਨਾਲ ਜੀਵਨ ਢਾਲਣ ਨਾਲ ਹੀ ਪ੍ਰਭ ਦੀ ਸ਼ਰਣ ਵਿੱਚ ਪ੍ਰਵਾਨਗੀ ਬਖਸ਼ਿਸ਼ ਹੋ ਸਕਦੀ ਹੈ । ਉਸ ਦੇ ਮਨ ਵਿੱਚ ਸ਼ਬਦ ਦੀ ਸਦਾ ਰਹਿਣ ਵਾਲੀ ਧੁਨ ਚਲ ਪੈਂਦੀ ਹੈ । ਉਸ ਨੂੰ ਪ੍ਰਭ ਦੀ ਜੋਤ ਅਨੁਭਵ ਹੋ ਜਾਂਦੀ ਹੈ ।

The fearless, beyond any jealousy True Master, Protector of His Creation. Whosoever may adopt the teachings of His Word; with His mercy and grace, he may be accepted in His Sanctuary. The everlasting echo of His Word may resonate within his heart; with His mercy and grace, he may realize His Holy Spirit prevailing everywhere.

ਨਿਰਭਉ ਸੋ ਸਿਰਿ ਨਾਹੀ ਲੇਖਾ॥	nirbha-o so sir naahee laykhaa.
ਆਪਿ ਅਲੇਖੁ ਕੁਦਰਤਿ ਹੈ ਦੇਖਾ॥	aap alaykh kudrat hai daykhaa.
ਆਪਿ ਅਤੀਤੁ ਅਜੋਨੀ ਸੰਭਉ,	aap ateet ajonee sambha-o
ਨਾਨਕ ਗੁਰਮਤਿ ਸੋ ਪਾਇਆ॥੧੨॥	naanak gurmat so paa-i-aa. ||12||

ਪ੍ਰਭ ਦੇ ਮੱਥੇ ਤੇ ਕੋਈ ਕਰਮਾਂ ਦਾ ਲੇਖਾ ਨਹੀਂ ਹੁੰਦਾ । ਉਹ ਜੀਵ ਦੇ ਦੇਖਣ ਵਿੱਚ ਨਹੀਂ ਆਉਂਦਾ । ਉਹ ਆਪਣੇ ਆਪ ਨੂੰ ਸ਼ਬਦ ਦੀ ਪਾਲਣਾ ਵਿਚੋਂ ਹੀ ਪ੍ਰਗਟ ਕਰਦਾ ਹੈ । ਆਪਣੇ ਚਮਤਕਾਰ ਨਾਲ ਹੀ ਪ੍ਰਗਟ ਕਰਦਾ ਹੈ । ਜਨਮ, ਮਰਨ ਤੋਂ ਰਹਿਤ, ਪੂਰਨ ਪੁਰਖ, ਆਪਣੇ ਆਪ ਵਿਚੋਂ ਹੀ ਪੈਦਾ ਹੁੰਦਾ ਹੈ । ਸ਼ਬਦ ਨਾਲ ਜੀਵਨ ਢਾਲਣ ਨਾਲ ਹੀ ਮੋਹ ਰਹਿਤ ਪ੍ਰਭ ਦੀ ਰਹਿਮਤ ਬਖਸ਼ਿਸ਼ ਹੋ ਸਕਦੀ ਹੈ ।

The True Master remains beyond any prewritten destiny of His worldly deeds. He remains beyond any visibility of His Creation. His miracles may appear by obeying the teachings of His Word. He may appear with His own mercy and grace. He remains perfect and true forever, beyond any birth and death cycle and without any physical appearance. Whosoever may adopt the teachings of His Word with steady and stable belief; he may be blessed with His mercy and grace of the beyond attachment The True Master.

ਅੰਤਰ ਕੀ ਗਤਿ ਸਤਿਗੁਰੁ ਜਾਣੈ॥	antar kee gat satgur jaanai.
ਸੋ ਨਿਰਭਉ ਗੁਰ ਸਬਦਿ ਪਛਾਣੈ॥	so nirbha-o gur sabad pachhaanai.
ਅੰਤਰੁ ਦੇਖਿ ਨਿਰੰਤਰਿ ਬੂਝੈ,	antar daykh nirantar boojhai
ਅਨਤ ਨ ਮਨੁ ਡੋਲਾਇਆ॥੧੩॥	anat na man dolaa-i-aa. ||13||

ਪ੍ਰਭ ਅੰਤਰਜਾਮੀ ਜੀਵ ਦੇ ਮਨ ਦੀ ਅਵਸਥਾ ਜਾਣਦਾ ਹੈ । ਜਿਸ ਨੂੰ ਸ਼ਬਦ ਦੀ ਸੋਝੀ ਬਖਸ਼ਦਾ ਹੈ । ਕੇਵਲ ਉਹ ਹੀ ਨਿਡਰ ਹੋ ਜਾਂਦਾ ਹੈ । ਉਹ ਆਪਣੇ ਅੰਦਰ ਹੀ ਝਾਤੀ ਮਾਰਦਾ, ਖੋਜ ਕਰਦਾ ਹੈ । ਉਸ ਦੀ ਹੋਂਦ ਅਨੁਭਵ ਹੋ ਜਾਂਦੀ, ਉਹ ਭਰਮਾਂ, ਭੁਲੇਖਿਆਂ, ਧਰਮਾਂ ਦੇ ਚੱਕਰ ਵਿੱਚ ਨਹੀਂ ਜਾਂਦਾ ।

The Omniscient True Master remains aware about the worldly condition, state of mind of His Creation. Whosoever may be enlightened with the essence of His Word; with His mercy and grace, he may become fearless from the devil of death. We may search within his own mind and body; with His mercy and grace, he may realize His Existence from within. He may never remain in religious suspicions.

ਨਿਰਭਉ ਸੋ ਅਭ ਅੰਤਰਿ ਵਸਿਆ॥	nirbha-o so abh antar vasi-aa.
ਅਹਿਨਿਸਿ ਨਾਮਿ ਨਿਰੰਜਨ ਰਸਿਆ॥	ahinis naam niranjan rasi-aa.n aa-
ਨਾਨਕ ਹਰਿ ਜਸੁ ਸੰਗਤਿ ਪਾਈਐ,	nak har jas sangat paa-ee-ai
ਹਰਿ ਸਹਜੇ ਸਹਜਿ ਮਿਲਾਇਆ॥੧੪॥	har sehjay sahj milaa-i-aa. ||14||

ਜਿਸ ਦੇ ਮਨ ਅੰਦਰ ਪ੍ਰਭ ਦੀ ਜੋਤ, ਸ਼ਬਦ ਦੀ ਸੋਝੀ ਬਖਸ਼ਿਸ਼ ਹੋ ਜਾਂਦੀ ਹੈ । ਕੇਵਲ ਉਹ ਹੀ ਨਿਡਰ ਹੋ ਜਾਂਦਾ ਹੈ । ਉਹ ਦਿਨ ਰਾਤ ਸ਼ਬਦ ਦੇ ਸਿਮਰਨ ਵਿੱਚ ਅਨੰਦ ਮਾਨਦਾ, ਮਸਤ ਰਹਿੰਦਾ ਹੈ । ਸੰਤ ਸਰੂਪ ਜੀਵਾਂ ਦੀ ਸੰਗਤ ਵਿੱਚ ਸ਼ਬਦ ਦੀ ਉਸਤਤ ਗਾਉਣ ਦਾ ਢੰਗ ਲੱਭਦਾ ਹੈ । ਉਸ ਨੂੰ ਅਸਾਨੀ ਨਾਲ ਹੀ ਸ਼ਬਦ ਦੀ ਸੋਝੀ ਬਖਸ਼ਿਸ਼ ਹੋ ਜਾਂਦੀ ਹੈ, ਜੋਤ ਜਾਗਰਤ ਹੋ ਜਾਂਦੀ ਹੈ ।

Whosoever may be blessed with the enlightenment of the essence of His Word within; he may be blessed with a state of mind as fearless from the devil of death. He may remain intoxicated in meditation in the void of His Word. He may remain in the conjugation of His Holy saint in meditation and learns the technique to sing the glory of His Word. He may be accepted in His Court with ease and remains awake and alert.

ਅੰਤਰਿ ਬਾਹਰਿ ਸੋ ਪ੍ਰਭੁ ਜਾਣੈ॥	antar baahar so parabh jaanai.
ਰਹੈ ਅਲਿਪਤੁ ਚਲਤੇ ਘਰਿ ਆਣੈ॥	rahai alipat chaltay ghar aanai.
ਊਪਰਿ ਆਦਿ ਸਰਬ ਤਿਹੁ ਲੋਈ,	oopar aad sarab tihu lo-ee sach
ਸਚੁ ਨਾਨਕ ਅੰਮ੍ਰਿਤ ਰਸੁ ਪਾਇਆ॥੧੫॥੪॥੨੧॥	naanak amrit ras paa-i-aa. ||15||4||21||

ਜਿਸ ਜੀਵ ਨੂੰ ਪ੍ਰਭ ਦੇ ਸ਼ਬਦ ਦੀ ਸੋਝੀ ਹੋ ਜਾਂਦੀ ਹੈ । ਉਹ ਪ੍ਰਭ ਨੂੰ ਆਪਣੇ ਅੰਦਰ ਅਤੇ ਸ੍ਰਿਸ਼ਟੀ ਵਿੱਚ ਇਕੋ ਇਕ ਹੀ ਜਾਣਦਾ ਹੈ । ਥੋੜ੍ਹਾ ਸਮਾਂ ਰਹਿਣ ਵਾਲੇ ਪਦਾਰਥਾਂ ਨਾਲੋ ਮੋਹ ਤੋੜਕੇ ਆਪਣੇ ਆਪ ਨੂੰ ਪਰਖਦਾ ਹੈ, ਉਸ ਵਿੱਚ ਹੀ ਮਸਤ ਰਹਿੰਦਾ ਹੈ । ਜਿਹੜਾ ਪ੍ਰਭ ਤਿੰਨਾਂ ਸ੍ਰਿਸ਼ਟੀਆਂ ਵਿੱਚ ਹੀ ਵਾਪਰਦਾ ਹੈ । ਉਸ ਦੇ ਅਮੋਲਕ ਸ਼ਬਦ ਦਾ ਰਸ ਜੀਵ ਨੂੰ ਬਖਸ਼ਿਸ਼ ਹੋ ਜਾਂਦਾ ਹੈ ।

Whosoever may be enlightened with the essence of His Word; with His mercy and grace, he may realize His Holy Spirit prevails within each creature and in the universe. He may renounce his attachments, bonds with short-lived worldly materials, possessions and evaluates his earnings of His Word. He may be blessed with the nectar of the essence of His Word; The True Master of three universe.

22. **ਮਾਰੂ ਮਹਲਾ ੧॥** 1042-15

ਕੁਦਰਤਿ ਕਰਨੈਹਾਰ ਅਪਾਰਾ॥	kudrat karnaihaar apaaraa.
ਕੀਤੇ ਕਾ ਨਾਹੀ ਕਿਹੁ ਚਾਰਾ॥	keetay kaa naahee kihu chaaraa.
ਜੀਅ ਉਪਾਇ ਰਿਜਕੁ ਦੇ ਆਪੇ,	jee-a upaa-ay rijak day aapay
ਸਿਰਿ ਸਿਰਿ ਹੁਕਮੁ ਚਲਾਇਆ॥੧॥	sir sir hukam chalaa-i-aa. ||1||

ਪ੍ਰਭ ਹੀ ਸ੍ਰਿਸ਼ਟੀ ਦੀ ਸਥਾਪਣਾ ਕਰਨ ਵਾਲਾ ਅਨੋਖੇ ਕਰਮਾਤ ਵਾਲਾ ਅਸਲੀ ਮਾਲਕ ਹੈ । ਸ੍ਰਿਸ਼ਟੀ ਦੇ ਜੀਵ ਦਾ ਉਸ ਤੇ ਕੋਈ ਜ਼ੋਰ, ਚਾਰਾ ਨਹੀਂ ਹੁੰਦਾ । ਜੀਵ ਨੂੰ ਪੈਦਾ ਕਰਦਾ, ਪਾਲਣਾ ਕਰਦਾ, ਧੰਦੇ ਤੇ ਲਾਉਂਦਾ, ਆਪਣੇ ਹੁਕਮ ਅੰਦਰ ਰਖਦਾ ਹੈ ।

The True Master, Creator of the universe may be the treasure of fascinating astonishing miracles. His Creation may not have any comprehension nor any influence on His Nature or Blessings. He may create, nourishes, and assigns worldly task to nourish his stomach to survive in the universe. He keeps everyone under His Command.

ਹੁਕਮੁ ਚਲਾਇ ਰਹਿਆ ਭਰਪੂਰੇ॥
ਕਿਸੁ ਨੇੜੈ ਕਿਸੁ ਆਖਾਂ ਦੂਰੇ॥
ਗੁਪਤ ਪ੍ਰਗਟ ਹਰਿ ਘਟਿ ਘਟਿ ਦੇਖਹੁ,
ਵਰਤੈ ਤਾਕੁ ਸਬਾਇਆ॥੨॥

hukam chalaa-ay rahi-aa bharpooray.
kis nayrhai kis aakhaaN dooray.
gupat pargat har ghat ghat daykhhu
vartai taak sabaa-i-aa. ||2||

ਪ੍ਰਭ ਸ੍ਰਿਸ਼ਟੀ ਵਿੱਚ ਆਪਣਾ ਭਾਣਾ ਵਾਪਰਦਾ ਹੈ । ਉਸ ਦੇ ਭਾਣੇ ਨਾਲ ਹੀ ਕੋਈ ਜੀਵ ਉਸ ਦੇ ਨੇੜੇ ਜਾ ਦੂਰ ਹੋ ਜਾਂਦਾ ਹੈ । ਉਹ ਗੁਪਤ ਹੀ ਸਾਰੀਆਂ ਸ੍ਰਿਸ਼ਟੀਆਂ ਦੇ ਜੀਵਾਂ ਦੇ ਮਨ ਵਿੱਚ ਵਾਪਰਦਾ, ਦੇਖਦਾ ਹੈ । ਇਹ ਅਨੋਖੀ ਕੁਦਰਤ ਹੀ ਚਲਦੀ ਹੈ ।

His Command, Word may only prevail in the universe; with His mercy and grace, some may remain close to the teachings of His Word and others may remain far away from the teachings of His Word. His Command prevails mysteriously within the heart and worldly life of His Creation. The astonishing play of the universe remains non-stop in His Nature.

ਜਿਸ ਕਉ ਮੇਲੇ ਸੁਰਤਿ ਸਮਾਏ॥
ਗੁਰ ਸਬਦੀ ਹਰਿ ਨਾਮੁ ਧਿਆਏ॥
ਆਨਦ ਰੂਪ ਅਨੂਪ ਅਗੋਚਰ,
ਗੁਰ ਮਿਲਿਐ ਭਰਮੁ ਜਾਇਆ॥੩॥

jis ka-o maylay surat samaa-ay.
gur sabdee har naam Dhi-aa-ay.aanad roop anoop agochar
gur mili-ai bharam jaa-i-aa. ||3||

ਜਿਸ ਨੂੰ ਪ੍ਰਭ ਸੰਤ ਸੰਗਤ ਬਖਸ਼ਦਾ ਹੈ, ਰਹਿਮਤ ਨਾਲ ਸ਼ਬਦ ਵਿੱਚ ਸੁਰਤੀ ਬਖਸ਼ਦਾ ਹੈ । ਜਿਹੜਾ ਪ੍ਰਭ ਦੇ ਸ਼ਬਦ ਨਾਲ ਜੀਵਨ ਢਾਲਦਾ ਹੈ, ਉਸ ਨੂੰ ਪ੍ਰਭ ਦੀ ਰਹਿਮਤ ਬਖਸ਼ਿਸ਼ ਹੁੰਦੀ ਹੈ । ਅਨੋਖੇ, ਅਚੰਭੇ ਪ੍ਰਭ ਦੀ ਰਹਿਮਤ ਨਾਲ ਸਾਰੇ ਭਰਮ ਦੂਰ ਹੋ ਜਾਂਦੇ ਹਨ ।

Whosoever may be blessed with conjugation with His true devotee; with His mercy and grace, he may be blessed with devotion and dedication to obey the teachings of His Word. Whosoever may adopt the teachings of His Word; with His mercy and grace, he may be blessed with the right path of acceptance in His Court. Whosoever may be bestowed with His Blessed Vision, the fascinating, astonishing True Master, all the suspicions of His true devotee may be eliminated.

ਮਨ ਤਨ ਧਨ ਤੇ ਨਾਮੁ ਪਿਆਰਾ॥
ਅੰਤਿ ਸਖਾਈ ਚਲਣਵਾਰਾ॥
ਮੋਹ ਪਸਾਰ ਨਹੀ ਸੰਗਿ ਬੇਲੀ,
ਬਿਨੁ ਹਰਿ ਗੁਰ ਕਿਨਿ ਸੁਖੁ ਪਾਇਆ॥੪॥

man tan Dhan tay naam pi-aaraa.
ant sakhaa-ee chalanvaaraa.
moh pasaar nahee sang baylee
bin har gur kin sukh paa-i-aa. ||4||

ਸ਼ਬਦ ਦੀ ਕਮਾਈ ਮਨ, ਤਨ ਅਤੇ ਸੰਸਾਰਕ ਧਨ ਨਾਲੋ ਅਮੋਲਕ, ਕੀਮਤੀ ਹੈ । ਮੌਤ ਪਿਛੋ ਕੇਵਲ ਸ਼ਬਦ ਦੀ ਕਮਾਈ ਹੀ ਜੀਵ ਦੇ ਸਾਥ ਜਾਂਦੀ ਹੈ । ਮਾਇਆ, ਹੈਸੀਅਤ ਦੇ ਮੋਹ ਭਰੇ ਸੰਸਾਰ ਵਿੱਚ ਕੋਈ ਅਸਲੀ ਸਾਥੀ ਨਹੀਂ ਹੁੰਦਾ ਹੈ । ਸ਼ਬਦ ਦੀ ਪਾਲਣਾ, ਪ੍ਰਭ ਦੀ ਰਹਿਮਤ ਤੋਂ ਬਿਨਾਂ ਸੰਤੋਖ ਬਖਸ਼ਿਸ਼ ਨਹੀਂ ਹੁੰਦਾ ।

The earnings of His Word may be ambrosial and more significant than any other worldly wealth or possession. After death, only the earnings of His Word may remain a true companion of his soul. The worldly ocean overwhelmed with sweet poison of worldly wealth and emotional attachments; no one may be a true companion of his soul. Whosoever may not obey the teachings of His Word, no one may ever be blessed with contentment in his worldly life.

ਜਿਸ ਕਉ ਨਦਰਿ ਕਰੇ ਗੁਰੁ ਪੂਰਾ॥
ਸਬਦਿ ਮਿਲਾਏ ਗੁਰਮਤਿ ਸੂਰਾ॥
ਨਾਨਕ ਗੁਰ ਕੇ ਚਰਨ ਸਰੇਵਹੁ,
ਜਿਨਿ ਭੂਲਾ ਮਾਰਗਿ ਪਾਇਆ॥੫॥

jis ka-o nadar karay gur pooraa.
sabad milaa-ay gurmat sooraa.
naanak gur kay charan sarayvhu
jin bhoolaa maarag paa-i-aa. ||5||

ਜਿਸ ਤੇ ਪ੍ਰਭ ਆਪ ਰਹਿਮਤ ਬਖਸ਼ਕੇ ਸ਼ਬਦ ਦੀ ਪਾਲਣਾ ਤੇ ਲਾਉਂਦਾ ਹੈ । ਉਹ ਸ਼ਬਦ ਨਾਲ ਜੀਵਨ ਢਾਲਕੇ, ਪ੍ਰਭ ਦੇ ਮਿਲਣ ਦੇ ਯੋਗ ਬਣ ਜਾਂਦਾ ਹੈ । ਜੀਵ ਸ਼ਬਦ ਦੀ ਪਾਲਣਾ ਕਰੋ, ਪ੍ਰਭ ਦੀ ਰਹਿਮਤ ਦੀ ਅਰਦਾਸ ਕਰੋ । ਅਸਲੀ ਮਾਲਕ ਹੀ, ਭੁੱਲੇ ਹੋਏ ਜੀਵ ਨੂੰ ਅਸਲੀ ਰਸਤੇ ਤੇ ਪਾ ਸਕਦਾ ਹੈ ।

Whosoever may be attached to obey the teachings of His Word; with His mercy and grace, he may sanctify his soul to become worthy of His Consideration. You should obey the teachings of His Word with steady and stable belief and pray for His forgiveness and Refuge. Only, The True Master may forgive his ignorant drifted from right path devotee on the right path of acceptance in His Court.

ਸੰਤ ਜਨਾਂ ਹਰਿ ਧਨੁ ਜਸੁ ਪਿਆਰਾ॥	sant janaaN har Dhan jas pi-aaraa.
ਗੁਰਮਤਿ ਪਾਇਆ ਨਾਮੁ ਤੁਮਾਰਾ॥	gurmat paa-i-aa naam tumaaraa.
ਜਾਚਿਕੁ ਸੇਵ ਕਰੇ ਦਰਿ ਹਰਿ ਕੈ,	jaachik sayv karay dar har kai
ਹਰਿ ਦਰਗਹ ਜਸੁ ਗਾਇਆ॥੬॥	har dargeh jas gaa-i-aa. ‖6‖

ਸੰਤ ਨੂੰ ਪ੍ਰਭ ਦਾ ਸ਼ਬਦ ਬਹੁਤ ਪਿਆਰਾ ਲਗਦਾ ਹੈ । ਮੈਨੂੰ ਸ਼ਬਦ ਦੀ ਸਿਖਿਆਂ ਨਾਲ ਜੀਵਨ ਢਾਲਣ ਨਾਲ ਹੀ ਸ਼ਬਦ ਦੀ ਸੋਝੀ ਬਖਸ਼ਿਸ਼ ਹੋਈ ਹੈ । ਮੈਂ ਪ੍ਰਭ ਦੇ ਦਰ ਦਾ ਮੰਗਤਾ, ਸ਼ਬਦ ਦੀ ਉਸਤਤ, ਸਿਮਰਨ ਕਰਦਾ ਹੈ ।

The teachings of Your Word may be very soothing to the mind of His true devotee. I have adopted the teachings of Your Word; with Your mercy and grace, I have been blessed with the enlightenment of the essence of Your Word. I am a beggar at Your door and I am meditating and singing the glory of Your Word.

ਸਤਿਗੁਰੁ ਮਿਲੈ ਤ ਮਹਲਿ ਬੁਲਾਏ॥	satgur milai ta mahal bulaa-ay.
ਸਾਚੀ ਦਰਗਹ ਗਤਿ ਪਤਿ ਪਾਏ॥	saachee dargeh gat pat paa-ay.
ਸਾਕਤ ਠਉਰ ਨਾਹੀ ਹਰਿ ਮੰਦਰ,	saakat tha-ur naahee har mandar
ਜਨਮ ਮਰੈ ਦੁਖੁ ਪਾਇਆ॥੭॥	janam marai dukh paa-i-aa. ‖7‖

ਪ੍ਰਭ ਜਿਸ ਨੂੰ ਸ਼ਬਦ ਦੀ ਸੋਝੀ ਬਖਸ਼ਦਾ ਹੈ । ਉਹ ਸ਼ਬਦ ਦੀ ਭਰੋਸੇ ਨਾਲ ਪਾਲਣਾ ਕਰਦਾ ਹੈ । ਪ੍ਰਭ ਜੀਵ ਨੂੰ ਆਪਣੇ ਦਰਬਾਰ ਵਿੱਚ ਸੱਦਾ ਦੇਂਦਾ, ਪ੍ਰਵਾਨਗੀ ਬਖਸ਼ਦਾ ਹੈ । ਸਾਕਤ, ਮਨਮੁਖ ਨੂੰ ਦਰਬਾਰ ਵਿੱਚ ਕੋਈ ਥਾਂ ਬਖਸ਼ਿਸ਼ ਨਹੀਂ ਹੁੰਦੀ । ਉਹ ਜੂੰਨਾਂ ਦੇ ਚੱਕਰ ਵਿੱਚ ਹੀ, ਦੁਖਾਂ ਵਿੱਚ ਰਹਿੰਦਾ ਹੈ ।

Whosoever may be blessed with the enlightenment of the essence of His Word; he may obey the teachings of His Word with steady and stable belief. He may be blessed with the right path of acceptance in His Court and honored with salvation. Self-minded may never be blessed with any resting place in His Court. He endures misery in the cycle of birth and death.

ਸੇਵਹੁ ਸਤਿਗੁਰ ਸਮੁੰਦੁ ਅਥਾਹਾ॥	sayvhu satgur samund athaahaa.
ਪਾਵਹੁ ਨਾਮੁ ਰਤਨੁ ਧਨੁ ਲਾਹਾ॥	paavhu naam ratan Dhan laahaa.
ਬਿਖਿਆ ਮਲੁ ਜਾਇ ਅੰਮ੍ਰਿਤ ਸਰਿ ਨਾਵਹੁ,	bikhi-aa mal jaa-ay amrit sar naavhu
ਗੁਰ ਸਰ ਸੰਤੋਖੁ ਪਾਇਆ॥੮॥	gur sar santokh paa-i-aa. ‖8‖

ਜੀਵ ਪ੍ਰਭ ਦੇ ਸ਼ਬਦ ਦੇ ਸਮੁੰਦਰ ਦੀ ਸੇਵਾ, ਸ਼ਬਦ ਦੀ ਪਾਲਣਾ ਕਰੋ! ਉਸ ਨਾਲ ਮਾਨਸ ਜਨਮ ਦਾ ਲਾਹਾ, ਅਮੋਲਕ ਸ਼ਬਦ ਦੀ ਸੋਝੀ ਹੋ ਜਾਂਦੀ ਹੈ । ਇਸ ਅੰਮ੍ਰਿਤ ਦੇ ਸਰੋਵਰ ਵਿੱਚ ਇਸ਼ਨਾਨ ਕਰਨ ਨਾਲ, ਮਨ ਦੀ ਮੈਲ਼ ਧੋਤੀ ਜਾਂਦੀ ਹੈ । ਪ੍ਰਭ ਦੀ ਰਹਿਮਤ ਬਖਸ਼ਿਸ਼ ਹੋ ਜਾਂਦੀ ਹੈ ।

You should obey the teachings of His Word and serve His Creation; with His mercy and grace, His true devotee may be blessed with the essence of His Word. His human life opportunity may be rewarded. Whosoever may take a soul sanctifying bath in the nectar of the essence of His Word; with His mercy and grace, his soul may be sanctified to become worthy of His Consideration. He may be accepted in His Court.

ਸਤਿਗੁਰ ਸੇਵਹੁ ਸੰਕ ਨ ਕੀਜੈ॥
ਆਸਾ ਮਾਹਿ ਨਿਰਾਸੁ ਰਹੀਜੈ॥
ਸੰਸਾ ਦੂਖ ਬਿਨਾਸਨ ਸੇਵਹੁ,
ਫਿਰਿ ਬਾਹੁੜਿ ਰੋਗੁ ਨ ਲਾਇਆ॥੯॥

satgur sayvhu sank na keejai.
aasaa maahi niraas raheejai.
sansaa dookh binaasan sayvhu,
fir baahurh rog na laa-i-aa. ||9||

ਪ੍ਰਭ ਦੇ ਸ਼ਬਦ ਦੀ ਸੇਵਾ, ਪਾਲਣਾ ਕਰਨ ਤੇ ਕਦੇ ਢਿਲ ਨਾ ਕਰੋ । ਇਸ ਨਾਲ ਆਸਾਂ ਵਿੱਚ ਰਹਿੰਦਾ ਹੋਇਆ ਜੀਵ, ਇਹਨਾਂ ਦੇ ਪ੍ਰਭਾਵ ਤੋਂ ਦੂਰ ਰਹਿੰਦਾ ਹੈ । ਉਸ ਭਰਮ ਦੂਰ ਕਰਨ ਵਾਲੇ ਪ੍ਰਭ ਦੀ ਸੇਵਾ ਕਰੋ! ਇਸ ਨਾਲ ਭਰਮਾਂ ਦਾ, ਅਤੇ ਜਨਮ ਮਰਨ ਦਾ ਰੋਗ ਨਾਸ਼ ਹੋ ਜਾਂਦੇ ਹਨ ।

You should never delay or become double minded in obeying the teachings and serving His Creation. Whosoever may obey the teachings of His Word; with His mercy and grace, his state of mind may become beyond the reach of hopes of worldly desire; while living in a worldly ocean overwhelmed with hopes. You should always serve His Creation, The Destroyer of suspicions; with His mercy and grace, all your suspicions and cycle of birth and death may be eliminated.

ਸਾਚੇ ਭਾਵੈ ਤਿਸੁ ਵਡੀਆਏ॥
ਕਉਨੁ ਸੁ ਦੂਜਾ ਤਿਸੁ ਸਮਝਾਏ॥
ਹਰਿ ਗੁਰ ਮੂਰਤਿ ਏਕਾ ਵਰਤੈ,
ਨਾਨਕ ਹਰਿ ਗੁਰ ਭਾਇਆ॥੧੦॥

saachay bhaavai tis vadee-aa-ay.
ka-un so doojaa tis samjhaa-ay.
har gur moorat aykaa vartai
naanak har gur bhaa-i-aa. ||10||

ਜਿਸ ਦੀ ਬੰਦਗੀ ਪ੍ਰਭ ਨੂੰ ਪ੍ਰਵਾਨ ਹੋ ਜਾਂਦੀ ਹੈ । ਪ੍ਰਭ ਉਸ ਨੂੰ ਰਹਿਮਤ ਨਾਲ ਨਿਹਾਲ ਕਰਦਾ ਹੈ । ਹੋਰ ਕਿਹੜਾ, ਜੀਵ ਨੂੰ ਪ੍ਰਵਾਨਗੀ ਦੇ ਰਸਤੇ ਦੀ ਸੋਝੀ, ਸਿਖਿਆਂ ਦੇ ਸਕਦਾ ਹੈ? ਪ੍ਰਭ ਹਰਇਕ ਜੀਵ ਵਿੱਚ ਆਪ ਹੀ ਵਾਪਰਦਾ ਹੈ । ਉਸ ਦੇ ਸ਼ਬਦ ਨਾਲ ਪ੍ਰੀਤ ਅਡੋਲ ਰਖੋ ।

Whose meditation may be accepted in His Court; with His mercy and grace, he may be overwhelmed with contentment and blossom in his worldly life. Who else may guide anyone on the right path of acceptance in His Court? His Word remains embedded within each soul and you should remain steady and stable in meditating on the teachings of His Word.

ਵਾਚਹਿ ਪੁਸਤਕ ਵੇਦ ਪੁਰਾਨਾਂ॥
ਇਕਿ ਬਹਿ ਸੁਨਹਿ ਸੁਨਾਵਹਿ ਕਾਨਾਂ॥
ਅਜਗਰ ਕਪਟ ਕਹਹੁ ਕਿਉ ਖੁਲੈ,
ਬਿਨੁ ਸਤਿਗੁਰ ਤਤੁ ਨ ਪਾਇਆ॥੧੧॥

vaacheh pustak vayd puraanaaN.
ik bahi suneh sunaaveh kaanaaN.
ajgar kapat kahhu ki-o khulHai
bin satgur tat na paa-i-aa. ||11||

ਕਈ ਜੀਵ ਧਰਮ ਦੇ ਗ੍ਰੰਥ ਪੜ੍ਹਦੇ ਹਨ । ਜੀਵ ਸੋਚੋ! ਰਹਿਮਤ ਤੋਂ ਬਿਨਾਂ ਉਸ ਦੇ ਦਸਵੇਂ ਦਰ ਦਾ ਭਾਰ ਦਰਵਾਜ਼ਾ ਕਿਵੇਂ ਖੁੱਲੇਗਾ? ਜਿਹੜਾ ਸ਼ਬਦ ਦੀ ਪਾਲਣਾ ਕਰਦਾ ਹੈ, ਪ੍ਰਭ ਦੀ ਰਹਿਮਤ ਨਾਲ ਉਸ ਨੂੰ ਸੋਝੀ ਬਖਸ਼ਿਸ਼ ਹੋ ਜਾਂਦੀ ਹੈ, ਕੇਵਲ ਸ਼ਬਦ, ਭਾਣੇ ਨੂੰ ਮੰਨਣ ਨਾਲ ਹੀ ਦਰਵਾਜ਼ਾ ਖੁੱਲ ਸਕਦਾ ਹੈ ।
** (ਵੇਦ, ਪੁਰਾਨ, ਕੁਰਾਨ, ਸ਼ਾਸਤਰ, ਬਾਇਬਿਲ)!

Many devotees may read, recite worldly Holy Scriptures. Without His mercy and grace; how may the heavy door of His Royal Castle, 10th door be opened? Whosoever may obey the teachings of His Word with steady and stable belief; with His mercy and grace, he may be enlightened with the essence of His Word. He may realize! Whosoever ever may accept His Word as an Ultimate Command, His 10th door may only be opened for His true devotee.
** Vadhas, Quran, Paraan, Sasters, Bible, Guru Granth etc.

ਕਰਹਿ ਬਿਭੂਤਿ ਲਗਾਵਹਿ ਭਸਮੈ॥
ਅੰਤਰਿ ਕ੍ਰੋਧੁ ਚੰਡਾਲੁ ਸੁ ਹਉਮੈ॥
ਪਾਖੰਡ ਕੀਨੇ ਜੋਗੁ ਨ ਪਾਈਐ,
ਬਿਨੁ ਸਤਿਗੁਰ ਅਲਖੁ ਨ ਪਾਇਆ॥੧੨॥

karahi bibhoot lagaaveh bhasmai.
antar kroDh chandaal so ha-umai.
pakhand keenay jog na paa-ee-ai
bin satgur alakh na paa-i-aa. ||12||

ਕਈ ਜੀਵ ਆਪਣੇ ਤਨ ਤੇ ਭਸਮ ਲਾ ਕੇ ਮੌਨ ਵਿੱਚ ਰਹਿੰਦੇ ਹਨ । ਪਰ ਉਸ ਦੇ ਮਨ ਤੇ ਕਰੋਧ ਅਤੇ ਅਹੰਕਾਰ ਦਾ ਕਾਬੂ ਰਹਿੰਦਾ ਹੈ । ਇਸਤਰ੍ਹਾਂ ਦੇ ਪਖੰਡ ਨਾਲ ਅਸਲੀ ਬੰਦਗੀ ਨਹੀਂ ਹੁੰਦੀ । ਸ਼ਬਦ ਨਾਲ ਜੀਵਨ ਢਾਲਣ ਤੋਂ ਬਿਨਾਂ, ਰਹਿਮਤ, ਬੰਦਗੀ ਪ੍ਰਵਾਨ ਬਖਸ਼ਿਸ਼ ਨਹੀਂ ਹੁੰਦੀ ।

Many devotees may rub ashes on his own body and he may remain quite in his day-to-day life. However, he may remain dominated with anger and his ego. Such a hypocrisy, may not be the true meditation on the teachings of His Word. Without adopting the teachings of His Word in his day-to-day life; he may never be blessed with the right path of acceptance in His Court.

ਤੀਰਥ ਵਰਤ ਨੇਮ ਕਰਹਿ ਉਦਿਆਨਾ॥ tirath varat naym karahi udi-aanaa.
ਜਤੁ ਸਤੁ ਸੰਜਮੁ ਕਥਹਿ ਗਿਆਨਾ॥ jat sat sanjam katheh gi-aanaa.
ਰਾਮ ਨਾਮ ਬਿਨੁ ਕਿਉ ਸੁਖੁ ਪਾਈਐ, raam naam bin ki-o sukh paa-ee-ai
ਬਿਨੁ ਸਤਿਗੁਰ ਭਰਮੁ ਨ ਜਾਇਆ॥੧੩॥ bin satgur bharam na jaa-i-aa. ||13||

ਕਈ ਜੀਵ ਤੀਰਥ ਯਾਤਰਾ ਕਰਦੇ, ਵਰਤ ਰਖਦੇ, ਜੰਗਲਾਂ ਵਿੱਚ ਰਹਿੰਦੇ, ਜੀਵਾਂ ਤੋਂ ਦੂਰ ਰਹਿੰਦੇ ਹਨ । ਕਈ ਜਤ, ਸਤ, ਆਪਣੀ ਇਛਾਂ ਨੂੰ ਦਬਾਕੇ ਰਖਦੇ ਹਨ । ਕਈ ਕੀਰਤਨ ਕਰਦੇ, ਸ਼ਬਦ ਦਾ ਪ੍ਰਚਾਰ ਕਰਦੇ ਹਨ । ਪਰ ਸ਼ਬਦ ਨਾਲ ਜੀਵਨ ਢਾਲਣ ਤੋਂ ਬਿਨਾਂ ਕਿਵੇਂ ਕੋਈ ਸੰਤੋਖ ਪਾ ਸਕਦਾ ਹੈ? ਪ੍ਰਭ ਦੀ ਰਹਿਮਤ ਤੋਂ, ਸ਼ਬਦ ਨਾਲ ਜੀਵਨ ਢਾਲਣ ਤੋਂ ਬਿਨਾਂ, ਮਨ ਦੇ ਭਰਮ ਦੂਰ ਨਹੀਂ ਹੁੰਦੇ ।

Many devotees may visit and worship at Holy Shrines; others abstain from food at certain auspicious day; others remain in wild forests away from worldly comforts; others may practice chastity, charity, and self-discipline, and speak of spiritual wisdom; others may sing His Glory and spreads the teachings of His Word. However, without adopting the teachings of His Word! How may he be blessed with contentment in his day-to-day life? Without His mercy and grace, and without adopting the teachings of His Word; the suspicions of his mind may never be eliminated.

ਨਿਉਲੀ ਕਰਮ ਭੁਇਅੰਗਮ ਭਾਠੀ॥ ni-ulee karam bhu-i-angam bhaathee.
ਰੇਚਕ ਕੁੰਭਕ ਪੂਰਕ ਮਨ ਹਾਠੀ॥ raychak kumbhak poorak man haathee.
ਪਾਖੰਡ ਧਰਮੁ ਪ੍ਰੀਤਿ ਨਹੀ ਹਰਿ ਸਿਉ, pakhand Dharam pareet nahee har sa-o
ਗੁਰ ਸਬਦ ਮਹਾ ਰਸੁ ਪਾਇਆ॥੧੪॥ gur sabad mahaa ras paa-i-aa. ||14||

ਕਈ ਜੀਵ ਆਪਣੇ ਮਨ ਨੂੰ ਪਵਿੱਤਰ ਕਰਨ ਦੇ ਢੰਗ ਵਰਤਦੇ ਹਨ । ਆਪਣੇ ਮਨ ਦੀ ਸੋਚ ਨੂੰ ਇਕ ਪਾਸੇ ਲਾ ਕੇ ਦਸਵੇਂ ਦਰ ਤੀਕ ਪਹੁੰਚਦੇ ਹਨ । ਸਵਾਸ ਉਪਰ ਰੋਕ ਕੇ ਮਨ ਦਾ ਧਿਆਨ ਸਵਾਸ ਵਿੱਚ ਲਾਉਂਦੇ ਹਨ । ਇਹ ਸਾਰੇ ਪਖੰਡ ਹੀ ਹਨ । ਇਹਨਾਂ ਨਾਲ ਪ੍ਰਭ ਦਾ ਅਮੋਲਕ ਪਿਆਰ, ਰਹਿਮਤ ਬਖਸ਼ਿਸ਼ ਨਹੀਂ ਹੁੰਦੀ । ਕੇਵਲ ਸ਼ਬਦ ਦੀ ਪਾਲਣਾ, ਜੀਵਨ ਢਾਲਣ ਨਾਲ ਹੀ ਉਹ ਅਵਸਥਾ ਬਖਸ਼ਿਸ਼ ਹੋ ਸਕਦੀ ਹੈ ।

Many worldly devotees may adopt various soul sanctifying techniques in his worldly life. Some may channel their thought in one direction to reach His 10th Door, revives the memory of his separation from His Holy Spirit. Some may control his own breaths and concentrate on his breathings. All these are a false, hypocrisy to impress innocents. No one may ever be blessed with the right path with these ways of meditations. Whosoever may adopt the teachings of His Word with steady and stable belief; with His mercy and grace, only he may be blessed with a state of mind as His true devotee.

ਕੁਦਰਤਿ ਦੇਖਿ ਰਹੇ ਮਨੁ ਮਾਨਿਆ॥ kudrat daykh rahay man maani-aa.
ਗੁਰ ਸਬਦੀ ਸਭੁ ਬ੍ਰਹਮੁ ਪਛਾਨਿਆ॥ gur sabdee sabh barahm pachhaani-aa.
ਨਾਨਕ ਆਤਮ ਰਾਮੁ ਸਬਾਇਆ, naanak aatam raam sabaa-i-aa
ਗੁਰ ਸਤਿਗੁਰ ਅਲਖੁ ਲਖਾਇਆ॥੧੫॥੫॥੨੨॥ gur satgur alakh lakhaa-i-aa. ||15||5||22||

ਪ੍ਰਭ ਦੀ ਕੁਦਰਤ ਦੇਖਕੇ, ਮੇਰੇ ਮਨ ਦਾ ਭਰੋਸਾ ਅਡੋਲ ਹੋ ਗਿਆ ਹੈ । ਪ੍ਰਭ ਸਾਰੇ ਬ੍ਰਹਮੰਡਾਂ ਵਿੱਚ ਹੀ ਵਾਪਰਦਾ, ਵਸਦਾ ਹੈ । ਉਸ ਦੀ ਅਮੋਲਕ ਜੋਤ ਹਰਇਕ ਜੀਵ ਦੇ ਮਨ ਵਿੱਚ ਵਸਦੀ ਹੈ । ਉਹ ਆਪ ਹੀ ਜੀਵ ਦੀ ਲਗਨ ਸ਼ਬਦ ਦੀ ਪਾਲਣਾ ਵਿੱਚ ਲਾਉਂਦਾ, ਆਪਣੀ ਹੋਂਦ ਅਨੁਭਵ ਕਰਵਾਉਂਦਾ ਹੈ ।

By witnessing His fascinating and astonishing Nature, my belief has become steady and stable on the teachings of His Word. The Omnipresent True Master dwells and prevails in all universes. His Ambrosial Holy Spirit remains embedded within each soul. His true devotee may be blessed with devotion to meditation on the teachings of His Word; with His mercy and grace, His true devotee may realize His Existence, Nature, His Holy Spirit.

19. ਸਲੋਕੁ॥ ਗਉੜੀ ਮਃ ੫॥ 262-1

ਗੁਰਦੇਵ ਮਾਤਾ, ਗੁਰਦੇਵ ਪਿਤਾ,	gurdayv maataa gurdayv pitaa
ਗੁਰਦੇਵ ਸੁਆਮੀ ਪਰਮੇਸੁਰਾ॥	gurdayvsu-aamee parmaysuraa.
ਗੁਰਦੇਵ ਸਖਾ, ਅਗਿਆਨ ਭੰਜਨੁ,	gurdayv sakhaa agi-aan bhanjan
ਗੁਰਦੇਵ ਬੰਧਿਪ ਸਹੋਦਰਾ॥	gurdayv banDhip sahodaraa.
ਗੁਰਦੇਵ ਦਾਤਾ, ਹਰਿ ਨਾਮੁ ਉਪਦੇਸੈ,	gurdayv daataa har naam updaysai
ਗੁਰਦੇਵ ਮੰਤੁ ਨਿਰੋਧਰਾ॥	gurdayv mant niroDharaa.
ਗੁਰਦੇਵ ਸਾਂਤਿ, ਸਤਿ, ਬੁਧਿ, ਮੂਰਤਿ,	gurdayv saaNt sat buDh moorat
ਗੁਰਦੇਵ, ਪਾਰਸ, ਪਰਸ ਪਰਾ॥	gurdayv paaras paras paraa.
ਗੁਰਦੇਵ ਤੀਰਥੁ, ਅੰਮ੍ਰਿਤ ਸਰੋਵਰੁ,	gurdayv tirath amrit sarovar
ਗੁਰ ਗਿਆਨ, ਮਜਨੁ ਅਪਰੰਪਰਾ॥	gur gi-aan majan aprampараа.
ਗੁਰਦੇਵ, ਆਦਿ, ਜੁਗਾਦਿ, ਜੁਗੁ ਜੁਗੁ,	gurdayv aad jugaad jug jug
ਗੁਰਦੇਵ ਮੰਤੁ ਹਰਿ ਜਪਿ ਉਧਰਾ॥	gurdayv mant har jap uDhraa.
ਗੁਰਦੇਵ ਸੰਗਤਿ ਪ੍ਰਭ ਮੇਲਿ, ਕਰਿ ਕਿਰਪਾ,	gurdayv sangat parabh mayl kar kirpaa
ਹਮ ਮੂੜ ਪਾਪੀ, ਜਿਤੁ ਲਗਿ ਤਰਾ॥	ham moorh paapee jit lag taraa.
ਗੁਰਦੇਵ ਸਤਿਗੁਰੁ, ਪਾਰਬ੍ਰਹਮੁ, ਪਰਮੇਸਰੁ,	gurdayv satgur paarbarahm parmaysar
ਗੁਰਦੇਵ ਨਾਨਕ, ਹਰਿ ਨਮਸਕਰਾ॥	gurdayv naanak har namaskaraa. ‖1‖
ਏਹੁ ਸਲੋਕੁ, ਆਦਿ, ਅੰਤਿ, ਪੜਣਾ॥	ayhu salok aad ant parh-naa.

ਮੁੰਦਾਵਣੀ ਮਹਲਾ ੫॥ 1429-11 -W

ਥਾਲ ਵਿਚਿ ਤਿੰਨਿ ਵਸਤੂ ਪਈਓ,	thaal vich tinn vastoo pa-ee-o
ਸਤੁ ਸੰਤੋਖੁ ਵੀਚਾਰੋ॥	sat santokh veechaaro.
ਅੰਮ੍ਰਿਤ ਨਾਮੁ ਠਾਕੁਰ ਕਾ ਪਇਓ,	amrit naam thaakur kaa pa-i-o
ਜਿਸ ਕਾ ਸਭਸੁ ਅਧਾਰੋ॥	jis kaa sabhas aDhaaro.
ਜੇ ਕੋ ਖਾਵੈ, ਜੇ ਕੋ ਭੁੰਚੈ,	jay ko khaavai jay ko bhunchai
ਤਿਸ ਕਾ ਹੋਇ ਉਧਾਰੋ॥	tis kaa ho-ay uDhaaro.
ਏਹ ਵਸਤੁ ਤਜੀ ਨਹ ਜਾਈ,	ayh vasat tajee nah jaa-ee
ਨਿਤ ਨਿਤ ਰਖੁ ਉਰਿ ਧਾਰੋ॥	nit nit rakh ur Dhaaro.
ਤਮ ਸੰਸਾਰੁ ਚਰਨ ਲਗਿ ਤਰੀਐ,	tam sansaar charan lag taree-ai
ਸਭੁ ਨਾਨਕ ਬ੍ਰਹਮ ਪਸਾਰੋ॥੧॥	sabh naanak barahm pasaaro. ‖1‖

ਸਲੋਕ ਮਹਲਾ ੫॥ (1429-14)

ਤੇਰਾ ਕੀਤਾ ਜਾਤੋ ਨਾਹੀ,	tayraa keetaa jaato naahee
ਮੈਨੋ ਜੋਗੁ ਕੀਤੋਈ॥	maino jog keeto-ee.
ਮੈ ਨਿਰਗੁਣਿਆਰੇ ਕੋ ਗੁਣੁ ਨਾਹੀ,	mai nirguni-aaray ko gun naahee aa-
ਆਪੇ ਤਰਸੁ ਪਇਓਈ॥	pay taras pa-i-o-ee.
ਤਰਸੁ ਪਇਆ ਮਿਹਰਾਮਤਿ ਹੋਈ,	taras pa-i-aa mihraamat ho-ee
ਸਤਿਗੁਰੁ ਸਜਣੁ ਮਿਲਿਆ॥	satgur sajan mili-aa.
ਨਾਨਕ ਨਾਮੁ ਮਿਲੈ ਤਾ ਜੀਵਾਂ,	naanak naam milai taaN jeevaaN
ਤਨੁ ਮਨੁ ਥੀਵੈ ਹਰਿਆ॥੧॥	tan man theevai hari-aa. ‖1‖

☬ Theme of The Guru Granth Sahib Ji. ☬

1. ਪ੍ਰਭ ਕੌਣ ਹੈ?
ਪ੍ਰਭ ਇੱਕੋ ਇੱਕ ਰੂਹਾਨੀ ਜੋਤ, ਜਿਹੜੀ ਕਦੇ ਨਾਸ਼ ਨਹੀਂ ਹੋ ਸਕਦੀ, ਆਪਣੇ ਆਪ ਵਿਚੋਂ ਹੀ ਉਤਪਤ ਹੁੰਦੀ ਹੈ । ਪ੍ਰਭ ਦਾ ਆਸਣ ਜੀਵ ਦੇ ਤਨ ਵਿੱਚ ਹੀ ਹੈ, ਆਤਮਾ ਦੇ ਸਾਥ, ਆਤਮਾ ਦੀਆਂ ਇੱਛਾਂ ਤੋਂ ਰਹਿਤ ਰਹਿੰਦਾ ਹੈ ।

2. ਆਤਮਾ ਕੀ ਹੈ?
ਆਤਮਾ ਰੂਹਾਨੀ ਜੋਤ ਦਾ ਮੈਲ਼ਾ ਹੋਇਆ ਅੰਗ ਹੈ । ਆਤਮਾ ਅਕਾਰ ਰਹਿਤ ਹੈ, ਕਿਸੇ ਵੀ ਅਕਾਰ ਵਿੱਚ ਆ ਸਕਦੀ ਹੈ । ਆਤਮਾ ਸਦਾ ਹੀ ਜਵਾਨ ਰਹਿੰਦੀ, ਕਦੇ ਨਾਸ਼ ਨਹੀਂ ਹੁੰਦੀ, ਮਰਦੀ ਨਹੀਂ । ਆਤਮਾ ਕੇਵਲ ਇੱਕ ਤਨ ਵਿਚੋਂ ਦੂਸਰੇ ਤਨ ਵਿਚ ਪੈਦਾ ਹੋ ਜਾਂਦੀ ਹੈ ।

3. ਸ੍ਰਿਸ਼ਟੀ ਕੀ ਹੈ?
ਸ੍ਰਿਸ਼ਟੀ ਪ੍ਰਭ ਦੀ ਜੋਤ ਦਾ ਹੀ ਪਸਾਰਾ ਹੈ, ਪ੍ਰਭ ਆਪ ਹੀ ਸ੍ਰਿਸਟੀ ਹੈ । ਸ੍ਰਿਸ਼ਟੀ, ਆਤਮਾ ਦੇ ਤਨ ਬਦਲਨ ਵਾਲਾ ਆਸਣ ਹੈ । ਸ੍ਰਿਸ਼ਟੀ ਵਿੱਚ ਵੱਖਰੀ ਵੱਖਰੀ ਕਿਸਮਾਂ ਦੇ ਜੀਵ ਹੀ ਪ੍ਰਭ ਦੇ ਬਣਾਏ ਹੋਏ ਧਰਮ ਹਨ ।

4. ਸ੍ਰਿਸ਼ਟੀ ਵਿਚ ਕੌਣ ਜਨਮ ਲੈਂਦਾ ਹੈ?
ਰੂਹਾਨੀ ਜੋਤ ਦਾ ਮੈਲਾ ਹੋਇਆ ਅੰਗ: ਤਨ; ਪ੍ਰਭ ਦਾ ਸ਼ਬਦ (ਪਵਿੱਤਰ ਜੋਤ); ਮਨ, ਆਤਮਾ ਨੂੰ ਅਸਲੀ ਰਸਤੇ ਤੇ ਚਲਾਉਣ ਲਈ; ਮਨ ਦੀ ਪਛਾਣ ਹੀ ਆਤਮਾ ਨੂੰ ਪਾਵਿਤ੍ਰ ਕਰਨ ਦਾ ਰਸਤਾ ।

5. ਸ਼ਬਦ ਕੀ ਹੈ?
ਸ਼ਬਦ ਹੀ ਪ੍ਰਭ ਦਾ ਰੂਪ ਹੈ, ਕਦੇ ਨਾਸ਼ ਨਹੀਂ ਹੁੰਦਾ, ਲਿਖਿਆ ਨਹੀਂ ਜਾ ਸਕਦਾ । ਇਸ ਦੀ ਗੂੰਜ ਸਦਾ ਹੀ ਚਲਦੀ ਰਹਿੰਦੀ ਹੈ । ਸਦਾ ਹੀ ਆਤਮਾ ਦੇ ਸਾਥ ਰਹਿੰਦਾ, ਕਦੇ ਸਾਥ ਨਹੀਂ ਛੱਡਦਾ, ਆਤਮਾ ਦੀਆਂ ਇੱਛਾਂ ਤੋਂ ਰਹਿਤ ਰਹਿੰਦਾ ਹੈ । ਮਨ ਦਾ ਅਹੰਕਾਰ ਹੀ ਆਤਮਾ ਅਤੇ ਸ਼ਬਦ ਵਿਚ ਪਰਦਾ ਹੈ ।

6. ਆਤਮਾ ਨੂੰ ਪ੍ਰਭ ਤੋਂ ਵਿਛੋੜਾ ਕਿਉਂ ਹੁੰਦਾ?
ਅਹੰਕਾਰ ਨਾਲ ਪ੍ਰਭ ਨਾਲੋਂ ਵਿਛੋੜਾ ਹੁੰਦਾ ਹੈ ।

7. ਆਤਮਾ ਦਾ ਪ੍ਰਭ ਨਾਲ ਮਿਲਾਪ ਕਿਵੇਂ ਹੋ ਸਕਦਾ ਹੈ?
ਜਦੋਂ ਆਤਮਾ ਚਾਰ ਪਦਾਰਥ ਹਾਸਿਲ ਕਰ ਲੈਂਦੀ ਹੈ । ਜਦੋਂ ਆਤਮਾ ਪਹਿਲੇ ਤਿੰਨੇਂ ਗੁਣ (ਰਜ, ਤਮ, ਸਤ) ਹਾਸਿਲ ਕਰ ਲੈਂਦੀ, ਜਿੱਤ ਪਾ ਲੈਂਦੀ ਹੈ! ਅਗਰ ਪ੍ਰਭ ਆਪ ਹੀ ਰਹਿਮਤ ਦੀ ਨਜ਼ਰ ਬਖਸ਼ੇ ਤਾ ਮੁਕਤ ਅਵਸਥਾ ਬਖਸ਼ ਹੋ ਸਕਦੀ ਹੈ ।

8. ਮੁਕਤ ਅਵਸਥਾ ਕੀ ਹੈ?
ਇਸ ਸਮੇਂ ਆਤਮਾ ਦੀ ਜੋਤ ਪਵਿੱਤਰ ਹੋ ਜਾਂਦੀ, ਪ੍ਰਭ ਦੀ ਜੋਤ ਵਿਚ ਅਭੇਦ ਹੋਣ ਦੇ ਯੋਗ ਹੋ ਜਾਂਦੀ ਹੈ । ਫਿਰ ਉਸ ਨੂੰ ਪ੍ਰਭ ਦੀ ਜੋਤ ਵਿਚੋਂ ਅਲੱਗ ਨਹੀਂ ਕੀਤਾ ਜਾ ਸਕਦਾ । ਆਤਮਾ ਦੀ ਆਪਣੀ ਹੌਂਦ ਖਤਮ ਹੋ ਜਾਂਦੀ ਹੈ । ਉਹ ਸ੍ਰਿਸ਼ਟੀ ਦੀ ਅਵਾਜ, ਅਰਦਾਸ ਸੁਣ ਨਹੀਂ ਸਕਦੀ । ਆਪਣੇ ਆਪ ਵਿੱਚ ਕੁਝ ਕਰਨ ਦੀ ਸਮਰਥਾ ਨਹੀਂ ਹੁੰਦੀ ।

9. ਚਾਰ ਪਦਾਰਥ ਕਿਹੜੇ ਹਨ?
ਰਜ ਗੁਣ-! ਤਮ ਗੁਣ! ਸਤ ਗੁਣ! ਮੁਕਤ ਅਵਸਥਾ

ਸ਼ਬਦ ਦਾ ਸਿਮਰਨ, ਸ਼ਬਦ ਦੀ ਸੋਝੀ, ਵਿਰਾਗ, ਮੁਕਤੀ

10. ਮੌਤ ਕੀ ਹੈ?
ਮੌਤ ਕੇਵਲ ਮਨ ਦੀਆਂ ਇੱਛਾਂ ਦੀ ਹੁੰਦੀ ਹੈ, ਤਨ ਮਿੱਟੀ ਦਾ ਭਾਗ , ਮਿੱਟੀ ਵਿੱਚ ਰਲ ਜਾਂਦਾ ਹੈ ।

11.ਆਤਮਾ ਦੀ ਪਵਿੱਤਰਤਾ ਦੀਆਂ ਕਿਹੜੀਆਂ ਅਵਸਥਾਂ ਹਨ?

○ **ਬੰਦਗੀ ਕਰਨ ਦੀ ਅਵਸਥਾ– ਇਹ ਪਹਿਲੀ ਅਵਸਥਾ ਹੈ!**

ਮਨ ਦੇ ਧਿਆਨ ਨੂੰ ਸ਼ਬਦ ਦੀ ਅਵਾਜ, ਗੂੰਜ ਵੱਲ ਲਾਉਣਾ, ਆਪਣੀ ਖੁਦਗ਼ਰਜੀ ਤੇ ਜਿੱਤ ਪਾਉਣੀ, ਸ੍ਰਿਸ਼ਟੀ ਦੀ ਭਲਾਈ ਦੇ ਕੰਮ ਕਰਨੇ, ਹਮੇਸ਼ਾ ਮਨ ਵਿਚ ਧਿਆਨ ਰੱਖਣਾ, ਪ੍ਰਭ ਦੀ ਜੋਤ ਹੀ ਹਰਇੱਕ ਤਨ ਵਿਚ ਵਸਦੀ ਹੈ । ਇਸ ਅਵਸਥਾ ਵਿਚ ਵੀ ਮਨ ਦਾ ਭਰੋਸਾ ਅਡੋਲ ਨਹੀਂ ਹੁੰਦਾ, ਸੰਸਾਰਕ ਮਾਇਆ ਦੇ ਥੋੜ੍ਹੇ ਸਮੇਂ ਰਹਿਣ ਵਾਲੇ ਅਨੰਦ, ਜਾਲ ਵਿੱਚ ਫਸ ਸਕਦਾ ਹੈ, ਰਸਤਾ ਛੱਡ ਸਕਦਾ ਹੈ ।

○ **ਗੁਰਮਖ ਅਵਸਥਾ !**

ਮਨ ਦਾ ਭਰੋਸਾ ਪ੍ਰਭ ਦੇ ਬਖਸ਼ੇ ਤੇ ਅਡੋਲ ਹੋ ਜਾਂਦਾ ਹੈ । ਮਨ ਸਦਾ ਹੀ ਸੁਚੇਤ ਰਹਿੰਦਾ ਹੈ, ਮਨ ਇੱਛਾਂ ਰਹਿਤ ਹੋ ਜਾਂਦਾ ਹੈ । ਮਨ ਦੇ ਭਰੋਸੇ ਨੂੰ ਸੰਸਾਰਕ ਮਾਇਆ ਦੀ ਕਸਵਟੀ ਨਾਲ ਪਰਖਿਆ ਜਾਂਦਾ ਹੈ । ਗੁਰੂ ਪੀਰ ਵੀ ਇਸ ਅਵਸਥਾ ਵਿੱਚ ਪਹੁੰਚ ਕੇ ਡੋਲ ਜਾਂਦੇ ਹਨ! ਸੰਸਾਰਕ ਮਾਇਆ ਦੇ ਜਾਲ ਵਿਚ ਫਸ ਜਾਂਦੇ ਹਨ! ਆਪਣੀ ਪੂਜਾ ਕਰਵਾਉਣ ਲੱਗ ਪੈਂਦੇ, ਆਪਣੇ ਆਪ ਨੂੰ ਗੁਰੂ, ਪੀਰ, ਫਕੀਰ, ਪ੍ਰਭ ਦਾ ਬੰਦਾ ਸਦਾਉਂਦੇ ਹਨ! ਆਪਣੇ ਰਹਿਤਨਾਲੇ ਦਾ ਉਪਦੇਸ਼ ਕਰਦੇ ਹਨ । ਸੰਸਾਰਕ ਧਰਮ ਪੈਦਾ ਹੋ ਜਾਂਦੇ ਹਨ ।

○ **ਦਾਸ ਅਵਸਥਾ !**

ਇਹ ਆਤਮਾ ਦੇ ਵਿਛੋੜੇ ਦੀ ਅੰਤਮ ਅਵਸਥਾ ਹੁੰਦੀ ਹੈ । ਉਸ ਦੀ ਸ਼ਬਦ ਦੀ ਕਮਾਈ ਪ੍ਰਭ ਪ੍ਰਵਾਨ ਕਰ ਲੈਂਦਾ, ਆਪਣੀ ਸ਼ਰਣ ਵਿਚ ਪ੍ਰਵਾਨਗੀ ਬਖਸ਼ਦਾ ਹੈ । ਉਸ ਆਤਮਾ ਦਾ ਆਵਾ ਗਵਣ, ਜਨਮ ਮਰਨ ਖਤਮ ਹੋ ਜਾਂਦਾ ਹੈ ।

12.ਧਾਰਮਕ ਗ੍ਰੰਥਾਂ ਵਿੱਚ ਕੀ ਲਿਖਿਆ ਹੈ?

ਧਾਰਮਕ ਗ੍ਰੰਥਾਂ ਵਿੱਚ ਪ੍ਰਭ ਦੇ ਸ਼ਬਦ ਬਾਬਤ, ਪ੍ਰਭ ਬਾਬਤ ਕੁਝ ਲਿਖਿਆ ਨਹੀਂ ਜਾ ਸਕਦਾ । ਧਾਰਮਕ ਗ੍ਰੰਥ, ਪ੍ਰਭ ਦੀ ਰਹਿਮਤ ਪਾਉਣ ਦੀ ਕੁੰਜੀ, ਜੀਵਨ ਢਾਲਣ ਦੀ ਵਿਧੀ, ਸਭ ਸਿੱਧੇ ਰਸਤੇ ਹੀ ਹਨ । ਧਾਰਮਕ ਗ੍ਰੰਥ, ਲਿਖਤਾਂ ਕੇਵਲ ਸ੍ਰਿਸ਼ਟੀ ਵਿਚ ਦੇਖੇ ਜਾਣ ਵਾਲੀਆਂ, ਥੋੜ੍ਹਾ ਸਮਾਂ ਪਾ ਕੇ ਨਾਸ਼ ਹੋ ਜਾਣ ਵਾਲੀਆਂ ਸ੍ਰਿਸ਼ਟੀ ਦੀਆਂ ਘਟਨਾਵਾਂ ਬਾਬਤ ਹੀ ਲਿਖ ਸਕਦੇ ਹਨ!

13.ਧਾਰਮਕ ਪ੍ਰਚਾਰਕ, ਅਰਥ ਲਿਖਣ ਵਾਲੇ ਕੀ ਦੱਸ ਦੇ ਹਨ?

ਹਰਇੱਕ ਜੀਵ ਜਿਤਨੀ ਪ੍ਰਭ ਸੋਝੀ ਬਖਸ਼ਦਾ ਹੈ, ਉਹ ਹੀ ਲਿਖ ਸਕਦਾ ਹੈ । ਕੇਵਲ ਆਪਣੇ ਮਨ ਦੀ ਭਾਵਨਾ, ਅਵਸਥਾ ਹੀ ਪ੍ਰਗਟ ਕਰਦਾ ਹੈ । ਜਿਹੜਾ ਆਪਣਾ ਜੀਵਨ ਸ਼ਬਦ ਅਨੁਸਾਰ ਢਾਲਦਾ ਹੈ, ਉਹ ਹੀ ਪ੍ਰਭ ਦਾ ਦਾਸ, ਸ਼ਰਣ ਵਿੱਚ ਪ੍ਰਵਾਨ ਹੋ ਸਕਦਾ ਹੈ ।

1. 11 SIKH GURU JI & FAMILY HISTORY

1. Guru Nanak Dev Ji	–	Apr15th,1469 - Sept 22nd 1539		
F- Metha Kalu , M- Tripta	B- Nanakana Sahib, D- Kartarpur	W- Salakhani		S-Shri Chand, S-Laxshmi Chand
2. Guru Angand Dev Ji – Mar 31st, 1504 –Mar 29th 1552				
F - Pharu Mal M - Pam Kaur	B- Mata De Saran D- Khadur Sahib	W- Khevi		S- Dutu, Dasu D-Anakhi, Amaru
3. Guru Amar Das Ji	–	May 15th, 1479 – Sept 1st 1574		
F-Taj Bhan M- Salakhani	B- Baserkay D- Goindwal	W- Mansa Devi		S- Mohani, Mohari D- Dhani, Bhani
4. Guru Ram Das Ji	–	Asu 26 , 1534 – Asu 2, 1581		
F-Har Das Sodhi M- Daeja Kaur	B- Lahore, D- Goindwal	W- Bhani		S- Prithi Chand, S-Mah Dev, S- Aurjan Dev
5. Guru Aurjan Dev Ji	–	Apr 15th, 1562 - May 30th, 1606		
F- Ram Das M- Bhani	B – Goindwal D- Lohore	W- Ganga		S - Hergobind
6. Guru Hergobind Ji	–	Jun 14th, 1594 - Mar 3rd , 1644		
F- Aurjan Dev M- Ganga	B – Guru Ki Wadali D- Kirtpur	W – Damodri, Nanaki, Maha Devi		S- Gurdita (Dem). S- Suraj Mal(Mah) S- Ani Rai (Dem) S- Atal Rai (Mah) S- Tegh Bahadur (Nan) D- Viru (Dem)
.7 Guru Her Rai Ji	–	Feb 26th, 1630 - Oct 6th, 1661		
F - Gurdita M- Nahal Kaur	B- Kirtpur D- Kirtpur	W- Kotkaljani Kishen Kaur		S- Ram Rai (Kotkaljani) S- Her Krishn (Kishen)
8 Guru Her Krishen Ji	–	July 7th, 1656 - Mar 30th, 1664		
F- Her Rai M- Kishen Kaur	B- Kirtpur D- Dehli			
9 Guru Tegh Bahadur Ji	–	Apr 1st , 1621 - Nov 11th, 1674		
F- Hergobind M- Nanaki	B - Guru Ka Mahal D- Delhi	W - Gujari		S - Gobind Rai
10. Guru Gobind Singh Ji	–	Dec 22nd , 1666 - Oct 7th, 1708		
F - Tegh Bahadur M- Gujari	B – Patna D- Nadar (Hazoor-sahib)	W- Jito Sunderi Sahib Kaur		S- Ajit Singh (Sunderi) S_ Zora Singh (Jito) S- Fathia Singh (Jito) S- Zujjar Singh (Jito)

- 11. Guru Granth Sahib - Oct 7th , 1708 – Forever lives –
- Baba Mani Singh First Sawadar @ Amritsar - died Jun 14th 1738

Baba Budha ji- First Granthi (1506 – 1630) of Aad Granth- compiled by Guru Aurjan Dev ji

Note :   ਲਹਿਣਾ ਜੀ – ਗੁਰੂ ਅੰਗਦ ਬਣ ਗਏ;
ਕਰਮਾ (ਜੈਠਾ) ਜੀ – ਗੁਰੂ ਰਾਮ ਦਾਸ ਬਣ ਗਏ;
ਗਿਆਤ ਮੱਲ ਜੀ – ਗੁਰੂ ਤੇਗ ਬਹਾਦਰ ਬਣ ਗਏ।

2. ਪੰਜ ਪਿਆਰੇ:

ਸਿੰਘ ਦੇ ਚਿਨ੍ਹ: ਕ੍ਰਿਪਾਨ, ਕੰਘਾ, ਕੜ੍ਹਾ, ਕਛਹਿਰਾ, ਕੇਸ।

ਲੱਖੀ ਸ਼ਾਹ ਵਨਜਾਰਾ, ਨਕਾਈਆ ਬਾਬੇ ਨੇ ਆਪਣੇ ਘਰ ਨੂੰ ਅੱਗ ਭੇਟਾ ਕਰਕੇ

– ਤੇਗ ਬਹਾਦਰ ਜੀ ਨੂੰ ਅੰਤਮ ਸਲਾਮੀ ਦਿੱਤੀ।

1. ਭਾਈ ਦਯਾ ਸਿੰਘ :	
ਜਨਮ	1725 ਬਿਕ੍ਰਮੀ ਫਗਨ ਦੀ ਸੰਗ੍ਰਾਂਦਿ, ਐਤਵਾਰ।
ਥਾਪਣਾ:	13 ਸਾਲ ਦੀ ਉਮਰ ਵਿਚ ਅਨੰਦਪੁਰ ਸਾਹਿਬ ਗੁਰੂ ਦੀ ਸ਼ਰਣ ਆਏ।
ਜੋਤੀ ਜੋਤ ਸਮਾਏ	1765 ਬਿਕ੍ਰਮੀ ਨੂੰ ਅੱਸੂ, ਸ੍ਰੀ ਅਬਿਚਲ ਨਗਰ, ਹਜੂਰ ਸਾਹਿਬ।
ਭਗਤ	
2. ਭਾਈ ਧਰਮ ਸਿੰਘ	ਪਿਤਾ – ਪਰਮ ਸੁਖ, ਮਾਤਾ– ਅਨੰਤੀ, ਦਿੱਲੀ – ਜੱਟ।
ਜਨਮ	1727 ਬਿਕ੍ਰਮੀ ਵੈਸਾਖ ੧੩ ਸੋਮਵਾਰ, ਪਹਿਲੀ ਰਾਤ,
ਥਾਪਣਾ:	25 ਸਾਲ ਦੀ ਉਮਰ ਵਿਚ ਅਨੰਦਪੁਰ ਸਾਹਿਬ ਗੁਰੂ ਦੀ ਸ਼ਰਨ ਆਏ।
ਜੋਤੀ ਜੋਤ ਸਮਾਏ	1768 ਬਿਕ੍ਰਮੀ, ਸ੍ਰੀ ਅਬਿਚਲ ਨਗਰ, ਹਜੂਰ ਸਾਹਿਬ।
ਭਗਤ	ਭਗਤ ਧੰਨੇ ਜੀ ਦੇ ਅਵਤਾਰ ਸਨ
3. ਭਾਈ ਹਿੰਮਤ ਸਿੰਘ	ਪਿਤਾ– ਮਾਲ ਦੇਊ, ਮਾਤਾ–ਲਾਲ ਦੇਈ– ਜਗਨ ਨਾਥ ਪੁਰੀ ਦੇ ਝੀਵਰ
ਜਨਮ	1721 ਬਿਕ੍ਰਮੀ ਜੇਠ ੧੫, ਗੁਰੂ ਤੇਗ ਬਹਾਦਰ ਦੇ ਡੇਰੇ – ਬਾਬੇ ਬਕਾਲੇ।
ਥਾਪਣਾ:	xx ਸਾਲ ਦੀ ਉਮਰ ਵਿਚ ਅਨੰਦਪੁਰ ਸਾਹਿਬ ਗੁਰੂ ਦੀ ਸ਼ਰਣ ਆਏ।
ਜੋਤੀ ਜੋਤ ਸਮਾਏ	1761 ਬਿਕ੍ਰਮੀ ਨੂੰ ਸਾਹਿਬਜਾਦਿਆ ਨਾਲ, ਸ੍ਰੀ ਚਮਕੌਰ ਸਾਹਿਬ ।
ਭਗਤ	ਚੱਤ੍ਰ ਭੁਜੀ ਨੂੰ ਪਕੜਨ ਵਾਲੇ ਪੰਧਕ ਦਾ ਅਵਤਾਰ ਸਨ
4. ਭਾਈ ਮੁਹਕਮ ਸਿੰਘ	ਪਿਤਾ– ਜਗਜੀਵਨ ਰਾਇ, ਮਾਤਾ – ਸੰਭਲੀ ਜੀ।
ਜਨਮ	1736 ਬਿਕ੍ਰਮੀ 5 ਚੇਤ ਦਵਾਰਕਾ ਵਾਸੀ, ਨਾਮਾ ਵਾਸੀ ਸਨ ।
ਥਾਪਣਾ:	15 ਸਾਲ ਦੀ ਉਮਰ ਵਿਚ ਮਾਤਾ ਪਿਤਾ ਨਾਲ ਗੁਰੂ ਗੋਬਿੰਦ ਜੀ ਦੇ ਸ਼ਰਣ।
ਜੋਤੀ ਜੋਤ ਸਮਾਏ	1761 ਬਿਕ੍ਰਮੀ ਨੂੰ ਸਾਹਿਬਜਾਦਿਆ ਨਾਲ, ਸ੍ਰੀ ਚਮਕੌਰ ਸਾਹਿਬ ।
ਭਗਤ	ਭਗਤ:– ਭਗਤ ਨਾਮਦੇਵ ਜੀ ਦੇ ਅਵਤਾਰ ਸਨ।
5. ਭਾਈ ਸਾਹਿਬ ਸਿੰਘ	ਪਿਤਾ – ਗੁਰ ਨਾਰੈਣ, ਮਾਤਾ – ਅਨੰਕਪਾ ਜੀ। ।
ਜਨਮ	1732 ਬਿਕ੍ਰਮੀ ੫ ਮੱਘਰ, ਬਿਦਰਪੁਰੀ ਦੇ ਵਾਸੀ ਸਨ
ਥਾਪਣਾ:	11 ਸਾਲ ਦੀ ਉਮਰ ਵਿਚ ਗੁਰੂ ਗੋਬਿੰਦ ਸਿੰਘ ਜੀ ਦੇ ਸ਼ਰਣ ਭੇਟਾ ਕੀਤੇ।
ਜੋਤੀ ਜੋਤ ਸਮਾਏ	1761 ਬਿਕ੍ਰਮੀ ਨੂੰ ਸਾਹਿਬਜਾਦਿਆ ਨਾਲ, ਸ੍ਰੀ ਚਮਕੌਰ ਸਾਹਿਬ ।
ਭਗਤ	ਭਗਤ:– ਸੈਨ ਭਗਤ ਦੇ ਅਵਤਾਰ ਸਨ।

3. ਸਾਹਿਬਜਾਦੇ:

4 ਸਾਹਿਬਜਾਦੇ::	ਪਿਤਾ – ਗੁਰੂ ਗੋਬਿੰਦ ਸਿੰਘ ਜੀ
	ਅਜੀਤ ਸਿੰਘ– ਮਾਤਾ ਸੰਦਰੀ ਜੀ, ਜੋਜਾਰ ਸਿੰਘ – ਮਾਤਾ ਜੀਤੋ ਜੀ ਜੋਰਾਵਰ ਸਿੰਘ– ਮਾਤਾ ਜੀਤੋ ਜੀ, ਫਤੇਹ ਸਿੰਘ – ਮਾਤਾ – ਜੀਤੋ ਜੀ।

4. ਬੰਦਾ ਸਿੰਘ (ਮਾਧੋ) ਨੂੰ ਪੰਜਾਂ ਸਿੰਘਾਂ ਦੇ ਮਤਾਹਿਤ ਜੰਗੀ ਕੰਮ ਕਰਨਵਾਲਾ ਥਾਪੀਆ।

ਬਾਬਾ ਬਾਜ ਸਿੰਘ	ਬਾਬਾ ਬਿਨੋਦ ਸਿੰਘ	ਬਾਬਾ ਕਾਹਨ ਸਿੰਘ	ਬਾਬਾ ਬਿਜੈ ਸਿੰਘ	ਬਾਬਾ ਰਾਮ ਸਿੰਘ
ਭੰਗੂ ਜੀ ਨੇ ਮਾਝੇ ਦੇ ਸਿੰਘ ਦੱਸਿਆ ਹੈ				
ਬਾਬਾ ਬਾਜ ਸਿੰਘ	ਬਾਬਾ ਬਿਨੋਦ ਸਿੰਘ	ਬਾਬਾ ਕਾਹਨ ਸਿੰਘ	ਬਾਬਾ ਦਾਇਆ ਸਿੰਘ	ਬਾਬਾ ਰਣ ਸਿੰਘ

5. ਜੋਗ – 7 ਪ੍ਰਕਾਰ ਦੇ ਜੋਗ ਦੱਸੇ ਗਏ ਹਨ।

ਮੰਤ੍ਰ ਜੋਗ	ਹਠ ਜੋਗ	ਗਿਆਨ ਜੋਗ	ਰਾਜ ਜੋਗ:
ਭਗਤ ਜੋਗ	ਅਗਰਭਤ ਜੋਗ	ਸ਼ਗਰਭਤ ਜੋਗ	

6. ਵਰਾਗ:

ਕਾਰਨ ਵੈਰਾਗ	ਮੰਦਾ ਵੈਰਾਗ	ਵਸੀਕਾਰ ਵੈਰਾਗ	ਯਤਮਾਨ ਵੈਰਾਗ	ਵਿਤ੍ਰੇਕ ਵੈਰਾਗ
ਏਕ ਇੰਦ੍ਰੇ ਵੈਰਾਗ	ਤੀਬਰ ਵੈਰਾਗ	ਘੋੜਾ ਵੈਰਾਗ	ਤਰ ਤਮ ਵੈਰਾਗ	ਗਧਾ ਵੈਰਾਗ
ਤਰ ਤੀਬਰ ਵੈਰਾਗ	ਸ਼ੇਰ ਵੈਰਾਗ			

7. ਨੌ ਮੂੰਨੀ:

ਅਤ੍ਰਿ–ਅਨਸੂਆ	ਅੰਗਰਾ–ਸਰਧਾ	ਪੁਲਹ–ਗਤਿ	ਕ੍ਰਤੂ–ਕ੍ਰਿਆ	ਮਰੀਚ–ਕਲਾ
ਪੁਲਸਤਯ–ਹਵਿਭੁਗ	ਭ੍ਰਿਗੂ–ਖਿਆਤਿ	ਅਤਵਣ–ਸ਼ਾਤਿ	ਵਸ਼ਿਸ਼ਟ–ਅਰੁੰਧਤੀ	

8. 14 ਰਤਨ:

ਸ੍ਰੀ	ਮਣ	ਰੰਭਾ	ਧਨੰਤਰ	ਧਨੁਖ
ਗਜਰਾਜ	ਬਾਜ	ਧੇਨ	ਬਿਖ– ਨਿੰਦਾ–ਜ਼ਹਿਰ	ਸਸਿ
ਕਲਪਤਰ	ਸੰਖ	ਅਮੀ	ਬਾਰਨੀ–ਨਾਮ ਦੀ ਮਸਤੀ	

9. 4 ਜੁਗ ਇੱਕ ਚੋਕੜੀ = 432000 ਸਾਲ:

ਸਤ ਜੁਗ – 4 ਚੋਕੜੀ	ਤ੍ਰਤੇ ਜੁਗ – 3 ਚੋਕੜੀ	ਦੁਅਪਰ ਜੁਗ – 2 ਚੋਕੜੀ	ਕਲ ਜੁਗ – 1 ਚੋਕੜੀ

10. 9 ਖੰਡ:

ਕੁਰੂ ਖੰਡ	ਹਿਰਨਮਯ ਖੰਡ	ਇਲਾਬ੍ਰਤ ਖੰਡ	ਕੇਤਮਾਲ ਖੰਡ	ਹਰੀ ਵਰਖ ਖੰਡ
ਰੰਮਯਕ ਖੰਡ	ਕਿੰਪੁਰਸ਼ ਖੰਡ	ਭੱਦਰ ਖੰਡ	ਭਾਰਤ ਖੰਡ	

11. 4 ਵੇਦ: ਪ੍ਰਭ ਨੇ ਬ੍ਰਹਮਾ ਜੀ ਨੂੰ ਬਖਸ਼ੇ।

ਸ਼ਾਮ ਵੇਦ	ਰਿਗ ਵੇਦ	ਯੁਜਰ ਵੇਦ	ਅਥਰਬਣ ਵੇਦ

12. 9 ਨਾਥ:

ਪ੍ਰਾਨ ਨਾਥ	ਗੋਪੀ ਨਾਥ	ਸੂਰਤ ਨਾਥ	ਗੌਰਖ ਨਾਥ	ਮਛੰਦਰ ਨਾਥ

ਆਦਿ ਨਾਥ – ਸ਼ਿਵ ਦਾ ਅਵਤਾਰ	ਮਛੰਦਰ ਨਾਥ – ਮਾਇਆ ਦਾ ਅਵਤਾਰ	ਉਦੇ ਨਾਥ – ਪਾਰਬਤੀ ਦਾ ਅਵਤਾਰ
ਸੰਤੋਖ ਨਾਥ – ਵਿਸ਼ਨੂੰ ਦਾ ਅਵਤਾਰ	ਕੰਥੜ ਨਾਥ – ਗਣੇਸ਼ ਦਾ ਅਵਤਾਰ	ਸਤਿ ਨਾਥ – ਬ੍ਰਹਮਾ ਦਾ ਅਵਤਾਰ
ਅਚੰਭ ਨਾਥ – ਚੰਬੇ ਦਾ ਰਾਜਾ, ਪਰਬਤ ਦਾ ਅਵਤਾਰ	ਚੌਰੰਜੀ ਨਾਥ – ਪੂਰਨ ਭਗਤ ਸਾਲਬਾਹਨ ਦਾ ਪੁਤਰ	ਗੋਰਖ ਨਾਥ – ਮਹਾਦੇਵ ਦਾ ਅਵਤਾਰ

13. ਭਗਤ 4 ਪ੍ਰਕਾਰ ਦੇ ਹਨ॥

ਅਰਥਾ ਅਰਥੀ – ਕਾਮਨਾ ਨੂੰ ਲੈ ਕੇ ਭਗਤੀ ਕਰਨੀ (ਧ੍ਰੂ),
ਆਰਤ ਭਗਤ – ਦੁਖ ਵੇਲੇ ਪ੍ਰਮੇਸ਼ਰ ਨੂੰ ਚੇਤੇ ਕਰਨਾ – ਪ੍ਰਹਲਾਦ
ਅਨੰਨਿ ਭਗਤ– ਪਿੰਡ ਪਰੈ ਤਉ ਪ੍ਰੀਤ ਨ ਤੋਰਉ – ਨਾਮ ਦੇਵ ਜੀ
ਗਿਆਨੀ ਭਗਤ – ਬਾਬਾ ਬੁੱਢਾ ਜੀ, ਭਾਈ ਮਨੀ ਸਿੰਘ, ਬਾਬਾ ਦੀਪ ਸਿੰਘ

14. ਮਨ ਦੀ ਸੱਤਾ:

ਵਿਵਹਾਰਕ ਸੱਤਾ	ਪ੍ਰਮਾਰਥਕ ਸੱਤਾ	ਪ੍ਰਾਤੀਭਾਸਕ ਸੱਤਾ

15. ਮਨ ਦੀ ਇੱਛਾ

ਸ਼ੁਭ ਇੱਛਾ	ਸੁਵਿਚਾਰਨਾ	ਤਨੂੰਮਾਨਸਾ	ਸਤੁਆਪਤ
ਅਸੰਸਕਤ	ਪਦਾਰਥਾਭਾਵਨੀ	ਤੁਰੀਆਪਦ	

16. 40 ਮੁਕਤੇ– ਮਾਤਾ ਭਾਗੋ ਦੇ ਲਾਡਲੇ। ਮੁਕਤੱਸਰ।

ਗੁਰੂ ਗੋਬਿੰਦ ਸਿੰਘ ਜੀ ਅੱਗੇ ਲੋਹੇ ਦੀ ਚਾਦਰ ਬਣ ਗਏ ।
ਮਹਾਂ ਸਿੰਘ ਜਥੇਦਾਰ ਨੇ ਗੁਰੂ ਗੋਬਿੰਦ ਸਿੰਘ ਜੀ ਦੀ ਗੋਂਦ ਵਿਚ ਪਰਾਨ ਤਿਆਗੇ।

ਸਮੀਰ ਸਿੰਘ	ਸਰਜਾ ਸਿੰਘ	ਸਾਧੂ ਸਿੰਘ	ਸ਼ੁਹੇਲ ਸਿੰਘ	ਸ਼ੁਲਤਾਨ ਸਿੰਘ
ਸੋਭਾ ਸਿੰਘ	ਸੰਤ ਸਿੰਘ	ਹਰਸਾ ਸਿੰਘ	ਹਰੀ ਸਿੰਘ	ਕਰਨ ਸਿੰਘ
ਕਰਮ ਸਿੰਘ	ਕਾਲਾ ਸਿੰਘ	ਕੀਰਤਿ ਸਿੰਘ	ਕਿਰਪਾਲ ਸਿੰਘ	ਖੁਸ਼ਾਲ ਸਿੰਘ
ਗੁਲਾਬ ਸਿੰਘ	ਗੰਗਾ ਸਿੰਘ	ਗੰਡਾ ਸਿੰਘ	ਘਰਬਾਰਾ ਸਿੰਘ	ਚੰਬਾ ਸਿੰਘ
ਜਾਦੋ ਸਿੰਘ	ਜੋਗਾ ਸਿੰਘ	ਜੰਗ ਸਿੰਘ	ਦਯਾਲ ਸਿੰਘ	ਦਰਬਾਰਾ ਸਿੰਘ
ਦਿਲਬਾਗ ਸਿੰਘ	ਧਰਮ ਸਿੰਘ	ਧੰਨਾ ਸਿੰਘ	ਨਿਹਾਲ ਸਿੰਘ	ਨਿਧਾਨ ਸਿੰਘ
ਬੂੜ ਸਿੰਘ	ਭਾਗ ਸਿੰਘ	ਭੋਲਾ ਸਿੰਘ	ਭੰਗਾ ਸਿੰਘ	ਮਹਾਂ ਸਿੰਘ
ਮੱਜਾ ਸਿੰਘ	ਮਾਨ ਸਿੰਘ	ਮੈਯਾ ਸਿੰਘ	ਰਾਇ ਸਿੰਘ	ਲਛਮਣ ਸਿੰਘ

17. ਗੁਰੂ ਗ੍ਰੰਥ – ਦਾਸਾਂ ਦੀ ਬਾਣੀ – 11th ਸਦਾ ਅਟੱਲ ਗੁਰੂ ਥਾਪਿਆ ।

Ref: ਗੁਰੂ ਗੋਬਿੰਦ ਸਿੰਘ ਜੀ

6 – ਗੁਰੂ	19 – ਭਗਤ			11 – ਭੱਟ	
ਗੁਰੂ ਨਾਨਕ ਦੇਵ ਜੀ	ਕਬੀਰ ਜੀ	ਧੰਨਾ ਜੀ	ਸੂਰਦਾਸ ਜੀ	ਕਲ੍ਯ ਜੀ	ਸਲ੍ਯ ਜੀ
ਗੁਰੂ ਅੰਗਦ ਦੇਵ ਜੀ	ਨਾਮ ਦੇਵ ਜੀ	ਜੈ ਦੇਵ ਜੀ	ਰਾਮਾ ਨੰਦ ਜੀ	ਗਯੰਦ ਜੀ	ਭਲ੍ਯ ਜੀ
ਗੁਰੂ ਅਮਰ ਦਾਸ ਜੀ	ਰਵੀਦਾਸ ਜੀ	ਸੈਣ ਜੀ	ਪਰਮਾਨੰਦ ਜੀ	ਭਿਖਾ ਜੀ	ਬਲ੍ਯ ਜੀ
ਗੁਰੂ ਰਾਮ ਦਾਸ ਜੀ	ਫਰੀਦ ਜੀ	ਸਧਨੇ ਜੀ	ਮਰਦਾਨਾ ਜੀ	ਕੀਰਤ ਜੀ	ਹਰਿਬੰਸ
ਗੁਰੂ ਅਰਜਨ ਦੇਵ ਜੀ	ਤ੍ਰਿਲੋਚਨ ਜੀ	ਭੀਖਨ ਜੀ	ਸੁੰਦਰ ਜੀ	ਮਥੁਰਾ ਜੀ	ਨਲ੍ਯ ਜੀ
ਗੁਰੂ ਤੇਗ਼ ਬਹਾਦਰ ਜੀ	ਬੈਣੀ ਜੀ	ਪੀਪਾ ਜੀ	ਸੱਤਾ ਅਤੇ ਬਲਵੰਡ ਜੀ	ਝਾਲਪ ਜੀ	

18. ਮਾਹਰਾਜਾ ਰਣਜੀਤ ਸਿੰਘ ਦੀ ਵੰਸ਼ਵਲੀ by Bhai Kahan Singh Nabha

ਬੁਧ ਸਿੰਘ Death 1716				
ਨੌਧ ਸਿੰਘ Death 1752	ਚੰਦਾ ਸਿੰਘ – ਸੰਧਾਵਾਲੀਆ			
	ਚੜ੍ਹਤ ਸਿੰਘ 1721 -1774			
	ਮਹਾ ਸਿੰਘ 1760 -1792			
ਮਹਰਾਜਾ ਰਣਜੀਤ ਸਿੰਘ 1780 -1839				
ਖੜਕ ਸਿੰਘ 1802 -1840	ਸ਼ੇਰ ਸਿੰਘ 1807 -1843	ਦਲੀਪ ਸਿੰਘ 1837 -1893		
ਨੌਨਿਹਾਲ ਸਿੰਘ 1821 -1940				
ਮਹਰਾਜਾ ਰਣਜੀਤ ਸਿੰਘ ਦੇ ਹੋਰ 4 ਪੁਤਰ – ਇਤਹਾਸ ਵਿਚ ਪ੍ਰਸਿੱਧ ਨਹੀਂ ਹਨ ।				
ਤਾਰਾ ਸਿੰਘ	ਮਲਤਾਨ ਸਿੰਘ	ਕਸ਼ਮੀਰ ਸਿੰਘ	ਪਸ਼ੌਰਾ ਸਿੰਘ	
ਮਹਰਾਜਾ ਰਣਜੀਤ ਸਿੰਘ ਦੇ ਸੈਨਾਪਤੀ				
ਸਰਦਾਰ ਸ਼ਾਮ ਸਿੰਘ ਅਟਾਰੀ ਵਾਲਾ	ਸਰਦਾਰ ਹਰੀ ਸਿੰਘ ਨਲਵਾ	ਸਰਦਾਰ ਗ਼ੌਸ ਖਾਨ	ਫੂਲਾ ਸਿੰਘ ਅਕਾਲੀ	ਦੀਵਾਨ ਮੋਹਕਮ ਚੰਦ

19. ਹਿੰਦੂ ਧਰਮ ਦੇ 24 ਅਵਤਾਰ – ਦਸਮ ਗ੍ਰੰਥ – ਬਚਿਤ੍ਰ ਨਾਟਕ ।

ਅਵਤਾਰ			
1. ਮੱਛ	2. ਕੱਛ	3. ਛਰਿ ਸਮੁੰਦ੍ਰ ਰਤਨ	4. ਨਾਰਾਇਣ ਚਤੁਰਥ
5. ਮੋਹਨੀ	6. ਬੈਰਾਹ	7. ਨਰਸਿੰਘ	8. ਪਰਸਰਾਮ
9. ਬਾਵਨ	10. ਬ੍ਰਹਮਾ	11. ਰੁਦ੍ਰ	12. ਜਲੰਧਰ
13. ਬਿਸਨ	14.ਮਧੁ ਕੈਟਭ ਬਧ	15. ਅਰਹੰਤ ਵੇਦ	16. ਮਨੁ ਰਾਜਾ
17. ਧੰਨਤਰ ਬੈਦ	18. ਸੂਰਜ	19. ਚੰਦ੍ਰ	20. ਰਾਮ ਚੰਦਰ
21. ਕ੍ਰਿਸ਼ਨਾ	22. ਨਰ	23. ਬਉਧ	24. ਨਿਹਕਲੰਕੀ
10. ਅਵਤਾਰ ਬ੍ਰਹਮਾ ਜੀ – 7 ਭਗਤ			
1. ਬਾਲਮੀਕ	2. ਕੱਸ਼ਪ	3. ਸ਼ੁਕ੍ਰ	4. ਬਚੇਸ
5. ਬਿਆਸ	6. ਖਟ ਰਿਖੀ	7. ਕਾਲ ਦਾਸ ਰਿਖੀ	
11. ਅਵਤਾਰ ਰੁਦ੍ਰ ਜੀ		ਭਗਤ – ਪਾਰਸ ਨਾਥ	

20. ਅਵਤਾਰ ਰੁਦ੍ਰ ਜੀ ਦੇ 24 ਗੁਰੂ – ਦਸਮ ਗ੍ਰੰਥ ।

24 ਗੁਰੂ ਦਾ ਨਾਮ			
1	ਦੱਤ ਗੁਰੂ	13	ਭ੍ਰਿਤ ਤ੍ਰੈ ਦਸਮੋ ਗੁਰੂ
2	ਮਨ ਗੁਰੂ	14	ਛਤਰ ਦਸਮੋ ਗੁਰੂ
3	ਤ੍ਰਿਤੀ ਮਕਰਕਾ ਗੁਰੂ	15	ਬਾਨਗਨ ਪੰਦਰਵੇਂ ਗੁਰੂ
4	ਚਤਰਥ ਗੁਰੂ	16	ਚਾਂਵਡ ਸੋਰਵੋਂ ਗੁਰੂ
5	ਪੰਚਮ ਨਾਮ ਗੁਰੂ	17	ਦੁਧੀਰਾ ਸਤਾਰਵੋਂ ਗੁਰੂ
6	ਧੁਨੀਆ ਗੁਰੂ	18	ਮ੍ਰਿਗਹਾ ਅਠਾਰਸਵੋਂ ਗੁਰੂ
7	ਮਾਛੀ ਸਪਤਮੋ ਗੁਰੂ	19	ਨਲਨੀ ਸੁਕ ਉਨੀਵੋਂ ਗੁਰੂ
8	ਚੇਰੀ ਅਸਟਮੋ ਗੁਰੂ	20	ਸ਼ਾਹ ਬੀਸਵੋਂ ਗੁਰੂ
9	ਭਨਜਾਰਾ ਨਵਮੋ ਗੁਰੂ	21	ਸੁਕ ਪੜਾਵਤ ਨਰ ਗੁਰੂ
10	ਕਾਛਨ ਦਸਮੋ ਗੁਰੂ	22	ਹਰ ਬਾਹਤ ਬਾਈਸਵੋਂ ਗੁਰੂ
11	ਸੁਰੱਥ ਯਾਰਮੋ ਗੁਰੂ	23	ਤ੍ਰਿਆ ਜੱਛਣੀ ਤੇਈਸਮੋ ਗੁਰੂ
12	ਬਾਲੀ ਦੁਅ ਦਸਮੋ ਗੁਰੂ	24	Carnation Guru

21. 52 Poets of Sri Guru Gobind Singh jI – by Bhai Kahan Singh Nabha

#	Name	#	Name	#	Name
1	Uday Rai	21	Gurdas	41	Brij Lal
2	Ani Rai	22	Gopal	42	Mathura
3	Amrit Rai	23	Chandan	43	Madan Singh
4	Allu	24	Chanda	44	Madan Giri
5	Asa Singh	25	Jamaal	45	Malloo
6	Alim	26	Tehkin	46	Maan Dass
7	Ishavar Das	27	Dharm Singh	47	Mala Singh
8	Sukh Dev	28	Dhanna Singh	48	Mangal
9	Sukha Singh	29	Dhayan Singh	49	Ram
10	Sukhia	30	Nannoo	50	Rawal
11	Sudama	31	Nishchal Dass	51	Roshan Singh
12	Sainpat	32	Nihal Chand	52	Lakha
13	Shyam	33	Nand Singh		
14	Heer	34	Nand Lal		
15	Hussain Ali	35	Pindi Dass		
16	Hans Ram	36	Ballabh		
17	Kallu	37	Balloo		
18	Kuveresh	38	Bidhi Chand		
19	Khan Chand	39	Bulland		
20	Gunia	40	Brikh		

22. 52 Hukams of Guru Gobind Singh ji!

	52 Hukams of Guru Gobind Singh ji!	
1	ਸੱਚ ਦੀ ਕਮਾਈ ਕਰੋ !	-Earn by honest means.
2	ਦਸਵੰਦ ਲੋੜਵੰਦ ਲਈ ਕਢੋ !	Give one tenth of your salary.
3	ਗੁਰਬਾਣੀ ਯਾਦ ਕਰੋ !	Memorize Gurbani.
4	ਅੰਮ੍ਰਿਤ ਵੇਲੇ ਉਠੋ !	Wake up Amrit Vela (before dawn).
5	ਸੰਤ ਦੀ ਸ਼ਰਧਾ ਨਾਲ ਸੇਵਾ ਕਰੋ !	Serve a Sikh Servant with devotion.
6	ਗੁਰਬਾਣੀ ਦਾ ਭਾਵ ਅਰਥ ਸਿਖੋ !	Learn the meanings of Gurbani from Sikh Scholars
7	5 'ਕ' ਦਾ ਰਹਿਤ ਰਖੋ !	Follow the discipline of the 5 K's
8	ਸ਼ਬਦ ਦੀ ਸਿਖਿਆ ਨਾਲ ਜੀਵਨ ਢਾਲੋ !	Practice Shabad Gurbani in life.
9	ਧਿਆਨ ਪ੍ਰਭ ਦੇ ਚਰਨਾਂ ਵਿੱਚ ਰਖੋ !	Concentrate on the True Guru (God).
10	ਸ਼ਬਦ ਦੀ ਸਿਖਿਆ ਨੂੰ ਜੀਵਨ ਵਿੱਚ ਸੇਧ ਦੇਣ ਵਾਲਾ ਗੁਰੂ ਮੰਨੋ !	Accept Guru Granth Sahib Ji as Guru.
11	ਕੰਮ ਅਰੰਭ ਕਰਨ ਤੋਂ ਪਹਿਲੇ, ਰਹਿਮਤ ਦੀ ਅਰਦਾਸ ਕਰੋ !	At the beginning of a task, perform ardaas
12	ਜਨਮ, ਮੌਤ, ਵਿਆਹ, ਤੇ ਜਪਜੀ ਦਾ ਪਾਠ ਕਰੋ !	At birth, death, or marriage ceremonies, do Japji Sahib!
13	ਪ੍ਰਸ਼ਾਦ ਵੰਡਣ ਵੇਲੇ ਧਰਿਜ ਨਾਲ ਬਠੋ !	Until Karaah Parshaad is completely
14	ਸ਼ਾਦੀ ਤੋਂ ਬਿਨਾਂ ਗ੍ਰਸਤੀ ਜੀਵਨ ਨਾ ਅਰੰਭ ਕਰੋ !	Do not start married life without Anand Karaj (ceremony of marriage).
15	ਪਰਾਈ ਔਰਤ ਨੂੰ ਮਾਂ, ਭੇਣ ਸਮਝੋ !	Recognize strange women, mothers and sisters.
16	ਪਤਨੀ ਨੂੰ ਬੂਰਾ ਨਹੀਂ ਬੋਲਨਾ	Do not silence your wife?
17	ਨਸ਼ਾ ਨਹੀਂ ਕਰਨਾ	Abandon worldly falsehoods and tobacco-poison.
18	ਧਾਰਮਕ ਦਾ ਸਾਥ ਕਰੋ !	Keep the company of Sikhs, devotee.
19	ਕੰਮ ਵਿੱਚ ਆਲਸ ਨਾ ਕਰੋ !	Don't be lazy while doing work.
20	ਗੁਰਬਾਣੀ ਸਣੋ, ਵਿਚਾਰ ਕਰੋ !!	Listen Gurbani discourses daily.
21	ਨਿੰਦਿਆਂ ਨਾ ਕਰੋ !	Do not engage in slander, gossip!
22	ਜਾਤ-ਪਾਤ ਦਾ ਵਿਚਾਰ ਨਾ ਕਰੋ !	Do not take pride in wealth, youth, and caste.
23	ਆਪਣਾ ਇਖਲਾਕ ਪਵਿੱਤਰ ਰਖੋ !	Keep the religious discipline high and pure.
24	ਚੰਗੇ ਕਰਮ ਵਿੱਚ ਢਿਲ ਨਾ ਕਰੋ !	Do not refrain from doing Righteous deeds.
25	ਪ੍ਰਭ ਨੂੰ ਬਖਸ਼ਣ ਹਾਰਾ ਮਮਨੋ !	Recognize God as the giver of intellect and strength.
26	ਕਸਮ ਖਾਨ ਵਾਲੇ ਦੀ ਸੰਗਤ ਨਾ ਕਰੋ !	Do not believe a person who swears

27	ਅਜਾਦੀ ਨਾਲ ਰਾਜ ਕਰੋ ! ਕਿਸੇ ਧਰਮ ਦੇ ਗੁਲਾਮ ਨਾ ਰਹੋ !	Rule Independently. do not be slave of other religions!
28	ਰਾਜਨਤੀ ਸਮਝੋ ! ਇਨਸਾਫ ਕਰੋ !	Study politics
29	ਦੁਸ਼ਮਣ ਨਾਲ ਸਾਵਧਾਨੀ ਰਖੋ !	With the enemy, practice/deploy
30	ਸ਼ਾਸਤ੍ਰ ਵਿਦਿਆ, ਘੋੜ ਸਵਾਰੀ ਸਿਖੋ !	Practice the knowledge of weaponry and horse riding
31	ਬਾਕੀ ਧਰਮਾ ਦਾ ਗਿਆਨ, ਗੁਰਬਾਣੀ, ਪ੍ਰਭ ਦੇ ਬਖਸ਼ੇ ਤੇ ਭਰੋਸਾ ਰਖੋ !	Study the books and knowledge of other faiths. But keep trust in Gurbani and Akal Purukh.
32	ਗੁਰਬਾਣੀ ਦੀ ਸਿਖਿਆਂ ਨਾਲ ਜੀਵੋ !	Follow the teachings of the Guru.
33	ਨਿਮ੍ਰਤਾ ਨਾਲ ਸਿਰ ਝੁਕਾ ਕੇ ਅਰਦਾਸ ਕਰੋ !	After Rehras Paatth, do Ardaas standing up.
34	ਸੌਣ ਸਮੇਂ, ਪਵਨ ਗੁਰੂ, ਪਾਣੀ ਪਿਤਾ, ਧਰਤੀ ਮਾਂ ਦੀ ਅਰਦਾਸ ਕਰੋ !	Recite Sohila and 'paun guru pani pita..' before going to sleep.
35	ਸਿਰ ਦੇ ਵਾਲ ਤੇ ਦਮਾਲਾ ਰਖੋ !	Always wear a turban
36	ਸਿੰਘ ਨੂੰ ਪੂਰੇ ਨਾਲ ਨਾਲ ਬਲਾਵੇ !	Do not call a Singh by half of their name (nickname).
37	ਨਸ਼ਾ ਨਾ ਕਰੋ !	Do not drink, partake of alcoholic
38	ਧੀ ਦਾ ਵਿਆਹ, ਹੋਰ ਧਰਮ ਵਿੱਚ ਨਾ ਕਰੋ !	Do not marry daughter to other religion.
39	ਸਾਰੇ ਕੰਮ, ਗੁਰਬਾਣੀ ਦੀ ਸਿਖਿਆ ਨਾਲ ਕਰੋ !	Do all work in accordance with Gurbani.

40	ਨਿੰਦਿਆਂ ਕਰਕੇ, ਕੰਮ ਨਾ ਵਗਾਢੋ !	Do not ruin someone's work by gossip.
41	ਕੌੜਾ ਨਾ ਬੋਲੋ !	Do not utter bitter statements.
42	ਕੇਵਲ ਗੁਰੂਦਵਾਰੇ ਦੀ ਦਰਸ਼ਨ ਯਾਤਰਾ ਕਰੋ !	Make pilgrimages to Gurdwaras only.
43	ਆਪਣੇ ਬਚਨ ਤੇ ਪੂਰੇ ਰਕੋ !	Fulfill all promises that you make
44	ਪਰਦੇਸੀ, ਲੋੜਵੰਸ, ਨਿਮਾਣੇ ਦੀ ਸੇਵਾ ਕਰੋ !	Do as much help foreigners, the needy and the troubled.
45	ਧੀ ਦਾ ਧਨ ਨਾ ਮਾਰੋ ! ਖਾਵੇ !	Recognize the property of a daughter as poison?
46	ਧਰਮ ਦਾ ਪਾਖੰਡ, ਦਿਖਾਵਾ ਨਾ ਕਰੋ !	Do not be outward show-off Sikh.
47	ਪ੍ਰਭ ਦੇ ਬਖਸ਼ੇ ਵਾਲਾਂ ਨਾਲ ਮਰੋ !	Live and die a Kesha-dhaari Sikh
48	ਚੋਰੀ, ਠੰਡੀ, ਧੋਖਾਬਾਜੀ ਨਾ ਕਰੋ !	Refrain from engaging in theft, adultery / embezzlement.
49	ਸਿਖਿ ਦੇ ਬੋਲੇ ਦਾ ਭਰੋਸਾ ਕਰੋ !	Believe a Sikh
50	ਝੂਠੀ ਗਵਾਈ ਨਾ ਦੇਵੋ !	Do not give false testimony.
51	ਬੇਈਮਾਨੀ ਨਾ ਕਰੋ !	Do not cheat.
52	ਲੰਗਰ ਬਿਨਾਂ ਵਿਤਕਰੇ ਵਰਤਾਵੋ !	Distribute Langar and Karaah-Parshaad with equality.

23.Guru Granth Sahib Ji! - Index

	Guru Granth Sahib Ji! - Index				
Volume #		Raag - Description		# Sabhad	Page #
0	ਪੋਥੀ 1	ਨਿੱਤਨੇਮ (53)	Daily Prayer	1- 53	1-13
1		ਸਿਰੀਰਾਗ (167)	Sri-Raag	54 - 220	14-93
2		ਰਾਗੁ ਮਾਂਝ (131)	Maajh	221-351	94-150
3	ਪੋਥੀ 2	ਰਾਗੁ ਗਉੜੀ (541)	Gauree,	1 - 541	151-346
4	ਪੋਥੀ 3	ਰਾਗੁ ਆਸਾ (389)	Aasaa	1 - 389	347 – 488
5		ਰਾਗੁ ਗੂਜਰੀ (108)	Goojaree	390 - 497	489 – 526
6		ਰਾਗੁ ਦੇਵਗੰਧਾਰੀ (57)	Dayv Gandhaaree	498 - 544	527 – 536
7	ਪੋਥੀ 4	ਰਾਗੁ ਬਿਹਾਗੜਾ (38)	Bihaagraa	1-38	537 – 556
8		ਰਾਗੁ ਵਡਹੰਸੁ (76)	Wadahans	39 - 114	557 - 594
9		ਰਾਗੁ ਸੋਰਠਿ (200)	Sorat'h	115 - 314	595 – 659
10		ਰਾਗੁ ਧਨਾਸਰੀ (118)	Dhanaasaree	315- 432	660 – 695
11		ਰਾਗੁ ਜੈਤਸਰੀ (52)	Jaitsree	433 - 485	696 – 710
12	ਪੋਥੀ 5	ਰਾਗੁ ਟੋਡੀ (35)	Toodee	1-35	711 – 718
13		ਰਾਗੁ ਬੈਰਾੜੀ (7)	Bairaaree	36 - 42	719 – 720
14		ਰਾਗੁ ਤਿਲੰਗ (20)	Tilang	43- 62	721 – 727
15		ਰਾਗੁ ਸੂਹੀ (160)	Soohee	63 - 222	728 – 794
16		ਰਾਗੁ ਬਿਲਾਵਲੁ (201)	Bilaaval	223-423	795 – 858
17		ਰਾਗੁ ਗੋਂਡ (49)	Gond	472-424	859 – 875
18	ਪੋਥੀ 6	ਰਾਗੁ ਰਾਮਕਲੀ (295)	Raamkalee	1 -295	876 – 974
21		ਰਾਗੁ ਮਾਰੂ (203)	Maaroo	296-498	989 – 1106
19	ਪੋਥੀ 7	ਨਟ ਨਾਰਾਇਨ (25)	Nat Naaraayan,	1-25	975– 983
20		ਮਾਲੀ ਗਉੜਾ (17)	Maalee Gauraa	26-42	984 – 988
22		ਤੁਖਾਰੀ (24)	Tukhaari	43-66	1107– 1117
23		ਕੇਦਾਰਾ (25)	Kaydaaraa,	67 - 91	1118 - 1124
24		ਭੈਰਉ (132)	Bhairao	92 – 223	1125 -1167
25		ਬਸੰਤੁ (88)	Basant	224 - 311	1168 - 1196
26		ਸਾਰਗ (221)	saarag	312- 522	1197- 1253
27		ਮਲਾਰ (103)	Malaar	523 - 625	1254 -1293
28	ਪੋਥੀ 8	ਰਾਗੁ ਕਾਨੜਾ (85)	Kaanraa	1-85	1294-1318
29		ਰਾਗੁ ਕਲਿਆਨ (23)	Kalyaan	86-108	1319-1326
30		ਰਾਗੁ ਪਰਭਾਤੀ (67)	Parbhaatee	109-175	1327-1351
31		ਰਾਗੁ ਜੈਜਾਵੰਤੀ (4)	Jaijaavantee	176-179	1352-1352
a		ਸਲੋਕ (372)	salok	180-681	1353-1384
b		ਸਵਯੇ ਸ੍ਰੀ ਮੁਖਬਾਕ 25	sava-yay	682-706	1385-1409
c		ਸਲੋਕ ਵਾਰਾਂ ਤੇ ਵਧੀਕ	salok vaaraaN	707-915	1410-1429
d		ਮੁੰਦਾਵਣੀ (2)	Mundaavane	916-917	1429-1429
e		ਰਾਗ ਮਾਲ਼ਾ (6)	Raag Maalaa	918-924	1429-1430

	ਸਲੋਕ				
Volume #		Raag - Description		# Sabhad	Page #
1	ਪੋਥੀ 8	ਸਹਸਕ੍ਰਿਤੀ (71)	Sehskritee	180-250	1353 - 1360
2		ਗਾਥਾ (24)	Gaat'haa:	251-274	1360 - 1361
3		ਫੁਨਹੇ (23)	Phunhay	275-297	1361 - 1363
4		ਚਉਬੋਲ (11)	Chaubolas	298-308	1363 -1364
5		ਕਬੀਰ ਜੀ (243)	Kabeer Jee	309-551	1364 -1377
6		ਫਰੀਦ ਜੀ (130)	Fareed Jee	552-681	1377 - 1384
		ਸਲੋਕ ਵਾਰਾਂ ਤੇ ਵਧੀਕ			
1		ਗੁਰੂ ਨਾਨਕ ਦੇਵ ਜੀ 33	Nanak Ji	707-739	1410-1412
2		ਗੁਰੂ ਅਮਰ ਦਾਸ ਜੀ 67	Amar Das Ji	740-806	1413-1421
3		ਗੁਰੂ ਰਾਮ ਦਾਸ ਜੀ –30	Ram Das Ji	807-836	1421-1424
4		ਗੁਰੂ ਅਰਜਨ ਦੇਵ ਜੀ –22	Arjan Dev Ji	837-858	1425-1426
15		ਗੁਰੂ ਤੇਗ਼ ਬਹਾਦਰ ਜੀ –57	Tegh Bahadur Ji	859-915	1426-1429

* Gurbani has 3748 Sabhad; each Gurbani Sabhad has only one unique message to adopt in day-to-day life to sanctify your soul to become Worthy of His Consideration.

* Gurbani has 581 Saloks that contains questions asked by ancient saint and enlightened with the their comprehension of His Nature.

24.Fundamentals of Human behavior:

Fundamentals of Human behavior:	
Our beliefs determine our thoughts and attitudes about life, which in turn direct our actions. By our actions, we create our destiny. Our Beliefs about sacred matters–God, soul, and cosmos–are essential to one's approach to life	
Summary of 9 Fundamentals of Hindu spirituality:	
1	Hindus believe in a one, all-pervasive Supreme Being who is both immanent and transcendent, both Creator and Unmanifest Reality.
2	Hindus believe in the divinity of the four Vedas, the world's most ancient scripture, and venerate the Agamas as equally revealed. These primordial hymns are God's word and the bedrock of Santayana, Dharma, the eternal religion.
3	Hindus believe that the universe undergoes endless cycles of creation, preservation, and dissolution.
4	Hindus believe in karma, the law of cause and effect. Everyone creates his own destiny by thoughts, words, and deeds.
5	Hindus believe that the soul reincarnates, evolving through many births until all karmas have been resolved, and moksha, liberation from the cycle of rebirth. Not a single soul will be deprived of this destiny.
6	Hindus believe that divine beings exist in unseen worlds. Temple worship, rituals, sacraments, and personal devotionals create a communion with these devas and gods. -middle guide.
7	Hindus believe that an enlightened master, or sat guru, is essential to know the Transcendent Absolute, as are personal discipline, good conduct, purification, pilgrimage, self-inquiry, meditation, and surrender.
8	Hindus believe that all life is sacred, to be loved and revered, and therefore practice ahimsa, noninjury, in thought, word and deed.
9	Hindus believe that no religion teaches the only way to salvation above all others, but that all genuine paths are facets of God's Light, deserving tolerance and understanding.

25. The 14 Mindfulness Trainings – Conquer own mind

The 14 Mindfulness Trainings – Conquer own mind! Thich Nhat Hanh		
1	Openness:	Aware of the suffering created by fanaticism and intolerance!
• Remain determined not to be idolatrous about or bound to any doctrine, theory, or ideology, even Buddhist (Guru Granth Sahib). (Buddhist teachings are guiding means to help me learn to look deeply and to develop my understanding and compassion. They are not doctrines to fight, kill or die for.)		
2	Non-attachment to Views	Aware of suffering created by attachment to views and wrong perceptions!
• Determined to avoid being narrow-minded and bound to present views. Learn and practice non-attachment from views in order to be open to others' insights and experiences. Be aware that the knowledge I presently possess is not changeless, absolute truth. (Truth is found in life and I will observe life within and around me in every moment, ready to learn throughout my life.)		
3	Freedom of Thought:	Aware of the suffering brought about when I impose my views on others!
• Committed not to force others, even my children, by any means. whatsoever – such as authority, threat, money, propaganda, or indoctrination – to adopt my views. (Respect the right of others to be different and to choose what to believe and how to decide. However, help others renounce fanaticism and narrowness through compassionate dialogue.)		
4	Awareness of Suffering:	Aware that looking deeply at the nature of suffering can help me develop compassion and find ways out of suffering!
• Determined not to avoid or close my eyes before suffering. • Committed to finding ways, including personal contact, images, and sounds, to be with those who suffer; • Understand their situation deeply and help them transform their suffering into compassion, peace, and joy.		
5	Simple, Healthy Living	Aware that true happiness is rooted in peace, solidity, freedom, and compassion, and not in wealth or fame!
• Determined not to take as the aim of my life fame, profit, wealth, or sensual pleasure, nor to accumulate wealth while millions are hungry and dying. • Committed to living simply and sharing my time, energy, and material resources with those in real need. • Practice mindful consuming, not using alcohol, drugs or any other products that bring toxins into my own and the collective body and consciousness.		
6	Dealing with Anger:	Aware that anger blocks communication and creates suffering!
• Determined to take care of the energy of anger when it arises and to recognize and transform the seeds of anger that lie deep in my consciousness.		

- Determined, when anger comes up, not to do or say anything, but to practice mindful breathing or mindful walking and acknowledge, embrace, and look deeply into my anger.
- Learn to look with the eyes of compassion on those are the cause of anger.

7	Dwelling in Present Moment	Aware that life is available only in the present; possible to live happily in the here and now!

- Committed to training myself to live deeply each moment of life.
- Not to lose myself in dispersion or be carried away by regrets about the past, worries about the future, or craving, anger, or jealousy in the present.
- Practice mindful breathing to come back to what is happening in the present moment.
- Determined to learn the art of mindful living by touching the wondrous, refreshing and healing elements that are inside and around me.

(Nourishing seeds of joy, peace, love and understanding in myself, thus facilitating the work of transformation and healing in my consciousness.)

8	Community and Communication	Aware that lack of communication always brings separation and suffering!

- Committed to training myself in the practice of compassionate listening and loving speech.
- Learn to listen without judging or reacting and refrain from uttering words that may create discord or cause the community to break.

(Make every effort to keep communications open, to reconcile and resolve all conflicts, however small may be.)

9	Truthful and Loving Speech:	Aware that words can create suffering or happiness!

- Committed to learnings to speak truthfully and constructively, using only words that inspire hope and confidence.
- Determined not to say untruthful things for the sake of personal interest or to impress people, nor to utter words that might cause division or hatred.
- Do not spread rumor, may not know to be certain nor criticize or condemn things of which not sure.
- Do best to speak out about situations of injustice, even when doing so may threaten my safety.

10	Protecting the (Congregation)	Aware that the essence and aim of a Sangha is the practice of understanding and compassion!

- Determined not to use Holy Conjugation for personal gain or profit or transform our community into a political instrument. A spiritual community should, however, take a clear stand against oppression and injustice; should strive to change the situation without engaging in partisan conflicts.

11	Right Livelihood	Aware that great violence and injustice have been done to the environment and society!

- Committed not to live with a vocation that is harmful to humans and nature.
- Do best to select a livelihood that helps realize my ideal of understanding and compassion.
- Aware of global economic, political, and social realities;

		• Behave responsibly as a consumer and a citizen, not investing in companies that deprive others of their chance to live.
12	Reverence for Life	Aware that much suffering is caused by war and conflict!

- Determined to cultivate non-violence, understanding and compassion in daily life,
- To promote peace education, mindful mediation, and reconciliation, within families, communities, nations and in the world.
- Determined not to kill and not to let others kill.
- Diligently practice deep looking with my Sangha to discover better ways to protect life and prevent war.

13	Generosity:	Aware of the suffering caused by exploitation, social injustice, stealing and oppression!

- Committed to cultivating loving kindness and learnings ways to work for the well-being of people, animals, plants, and minerals.
- Practice generosity by sharing time, energy, and material resources with those who are in need.
- Determined not to steal nor possess anything, belong to others.
- Respect the property of others, try to prevent others from profiting from human suffering or the suffering of other beings.

14	Right Conduct	Aware that sexual relations motivated by urges ! cannot dissipate the feeling of loneliness, but will create more suffering, frustrations, and isolation!

- Determined not to engage in sexual relations without mutual understanding, love, and a long-term commitment.
- Sexual relations, must be aware of future suffering that may be caused.
- To preserve the happiness of myself and others!
- Must respect the rights and commitments of myself and others.
- Do everything in power to protect children from sexual abuse.
- protect couples and families from being broken by sexual misconduct.
- Treat my body with respect and preserve my vital energies (sexual, breath, spirit) for the realization of my bodhisattva ideal.
- Be fully aware of the responsibility for bringing new lives in the world.
- Meditate on the world into which we are bringing new beings.

26. Hinduism

It is a mystical religion, leading the devotee to personally experience the Truth within, finally reaching the pinnacle of consciousness where soul and His Holy Spirit may become only one.	
Hinduism has four main denominations–Saivism, Shaktism, Vaishnavism and Smartism.	
Dharmasastras.	The epic Mahabharata has 18 Parvans (chapters) so are the Bhagavad Gita, the Song Celestial.
Dharmasastra categories	Sutras, Smritis, and Nibandhas.
Purana treats five subjects	: primary creation of universe, secondary creation after periodical annihilation, genealogy of gods and saints and history of the royal dynasties
18 Puranas exalt Vishnu, Siva, Brahma.	i). the Vishnu, Narada, Bhagavata, Garuda, Padma, and Varaha; ii). the Matsya, Kurma, Linga, Shiva, Skanda and Agni; and iii). the Brahmanda, Brahmavaivarta, Markandeya, Bhavisya, Vamana, and Brahma Puranas.
Upa-Puranas specified in Devi Bhagavata	Sanatkumara, Narasimha, Naradiya, Siva, Durvasav, Kapila, Manava, Ausanasa, Varuna, Kalika, Samba, Nandi, Saura, Parasara, Aditya, Maheswara, Bhargava and Vasishta.
What is the significance of number '7' in Hindu mythology?	
7 Rishis - 7 days in a week; 7 Horses of SUN God; 7 colors in the Sun-beam; 7 Seas, 7 Continents; 7 Vayu Mandalas, 7 Dhatus/minerals in Body; 7 Swaras in Music; 7 Chakras (mystic centers) including Sahasrara in Upasana; 7 States of Consciousness; 7 steps during Marriage; 7 Rounds of Agnigunda by couple; 7 Homas they perform; 7 upper Lokas; 7 Lower Lokas; 7 Meters in Sanskrit grammar.	

ਅਰਦਾਸ

ੴ ਸਤਿ ਨਾਮੁ॥

ਵਾਹਿਗੁਰੂ ਜੀ ਕੀ ਫਤਹਿ॥ ਸ੍ਰੀ ਭਗੌਤੀ ਜੀ ਸਹਾਇ॥

ਤੂ ਠਾਕੁਰੁ, ਤੁਮ ਪਹਿ ਅਰਦਾਸਿ॥ ਜੀਉ ਪਿੰਡੁ, ਸਭੁ ਤੇਰੀ ਰਾਸਿ॥

ਤੁਮ, ਮਾਤ, ਪਿਤਾ, ਹਮ ਬਾਰਿਕ ਤੇਰੇ॥

ਤੁਮਰੀ ਕ੍ਰਿਪਾ, ਮਹਿ ਸੂਖ ਘਨੇਰੇ॥

ਕੋਇ ਨ ਜਾਨੈ, ਤੁਮਰਾ ਅੰਤੁ॥ ਊਚੇ ਤੇ, ਊਚਾ ਭਗਵੰਤ॥

ਸਗਲ ਸਮਗ੍ਰੀ, ਤੁਮਰੈ ਸੂਤ੍ਰਿ ਧਾਰੀ॥ ਤੁਮ ਤੇ ਹੋਇ, ਸੁ ਆਗਿਆਕਾਰੀ॥

ਤੁਮਰੀ ਗਤਿ ਮਿਤਿ, ਤੁਮ ਹੀ ਜਾਨੀ॥

ਨਾਨਕ ਦਾਸ, ਸਦਾ ਕੁਰਬਾਨੀ॥੮॥੪॥

ਦਹੋਰਾ

ਸਗਲ ਦੁਆਰ ਕਉ ਛਾਡਿ ਕੈ ਗਹਿਓ ਤੁਹਾਰੋ ਦੁਆਰ॥

ਬਾਂਹਿ ਗਹੇ ਕੀ ਲਾਜ ਅਸ ਗੋਬਿੰਦ ਦਾਸ ਤੁਹਾਰ॥

ਨਾਨਕ ਨਾਮ ਚੜ੍ਹਦੀ ਕਲਾ । ਤੇਰੇ ਭਾਣੇ ਸਰਬੱਤ ਦਾ ਭਲਾ ।

ੴ ਬੋਲੇ ਸੋ ਨਿਹਾਲ, ਸਤਿ ਸ੍ਰੀ ਅਕਾਲ ।

ਵਾਹਿਗੁਰੂ ਜੀ ਕਾ ਖਾਲਸਾ, ਵਾਹਿਗੁਰੂ ਜੀ ਕੀ ਫਤਹਿ॥

☬ Guru Granth Sahib ☬

☬ Forgiveness is the foundation of the right path of Salvation ☬
which may lead to
☬ Mercy, Tolerance, Patience and Contentment on **His Word** ☬

Ref: Japji Sahib -16

ਅਵਲਿ ਅਲਹ ਨੂਰੁ ਉਪਾਇਆ ਕੁਦਰਤਿ ਕੇ ਸਭ ਬੰਦੇ ॥
ਏਕ ਨੂਰ ਤੇ ਸਭੁ ਜਗੁ ਉਪਜਿਆ ਕਉਨ ਭਲੇ ਕੋ ਮੰਦੇ ॥੧॥

aval alah noor upaa-i-aa kudrat kay sabh banday.
ayk noor tay sabh jag upji-aa ka-un bhalay ko manday. ||1||

☬ Soul is an expansion of indestructible The Holy Spirit. ☬

Ref: Mool Mantra and Kabeer Page 1349

☬ Whoever lives by the Sword will die by the Sword. ☬

Ref: Guru Gobind Singh Ji, Juses

The Holy Bible :: Elect Your Path Wisely

If a blind man leads a blind man, both will fall into a pit.
Steady and stable **Belief** is foundation of the right path of Enlightenment.
which may leads to
Faith – **G**oodness- **K**nowledge- **S**elf-control- **P**erseverance.
Perseverance – **G**odliness- **B**rotherly **k**indness- **L**ove. **To Christ!**

Ref: 2Peter 1-5/6/7/10.

☬ **Prayer to The One and Only One - God** ☬

ਸਗਲ ਦੁਆਰ ਕਉ ਛਾਡਿ ਕੈ, ਗਹਿਓ ਤੁਹਾਰੋ ਦੁਆਰ॥
ਬਾਂਹਿ ਗਹੇ ਕੀ ਲਾਜ ਅਸ ਗੋਬਿੰਦ ਦਾਸ ਤੁਹਾਰ॥

ਨਾਨਕ ਨਾਮ ਚੜ੍ਹਦੀ ਕਲਾ। ਤੇਰੇ ਭਾਣੇ ਸਰਬੱਤ ਦਾ ਭਲਾ।

੧ੳੰ ਬੋਲੇ ਸੋ ਨਿਹਾਲ, ਸਤਿ ਸ੍ਰੀ ਅਕਾਲ।
ਵਾਹਿਗੁਰੂ ਜੀ ਕਾ ਖਾਲਸਾ, ਵਾਹਿਗੁਰੂ ਜੀ ਕੀ ਫਤਹਿ॥

Ref: Sikh Religious Concept.

Printed in the United States
by Baker & Taylor Publisher Services